AA000610

संपूर्ण महाभारत

(सुरस मराठी भाषांतर)

खंड – १

१. आदिपर्व, २. सभापर्व

◆ संपादक ◆

प्रा. भालबा केळकर

◆ भाषांतर ◆

अप्पाशास्त्री राशिवडेकर, प्रो. चिं.ग. भानू,
रा. भि. दातार, कृ. ना. आठल्ये

◆ तपासणारे ◆

बाळकृष्णशास्त्री उपासनी

वासुदेवशास्त्री अभ्यंकर

आठ खंडांची संपूर्ण किंमत : ६०००/–

वरदा बुक्स

'वरदा', सेनापती बापट मार्ग, 397/1, वेताळबाबा चौक, पुणे 411016.

फोन : 020–25655654 मो. : 9970169302

E-mail : Vardaprakashan@gmail.com   www.varadabooks.com

मुद्रक व प्रकाशक : वरदा बुक्स

397/1, सेनापती बापट मार्ग, पुणे 411016.

मुद्रण स्थळ : रेप्रो इंडिया लि. 50/2, टी. टी. एम.आय.डी.सी.

इंडस्ट्रियल एरिया, महापे, नवी मुंबई. फोन : 022-27782011

मुखपृष्ठ : धिरज नवलखे

पहिली आवृत्ती : 1904	**तिसरी आवृत्ती :** 15 मार्च 1986
नवी आवृत्ती : 1 फेब्रुवारी 1982	**चौथी आवृत्ती :** नोव्हेंबर 2016
दुसरी आवृत्ती : ऑक्टोबर 1984	

नारायणं नमस्कृत्य नरं चैव नरोत्तमम् ।
देवीं सरस्वतीं चैव ततो जयमुदीरयेत् ।।

ज्या अखिलब्रह्मांडनायकाच्या। लीलेने या जगाची यच्चयावत्
कार्ये घडतात, ज्याच्या कृपेने ह्या। अनिवार मायामोहाचे
निरसन करिता येते व अल्पशक्ती जीवांना परमपद
प्राप्त करून घेता यावे म्हणून जो त्यास
बुद्धिसामर्थ्य देतो, त्या

परमकारुणिक

श्रीमन्नारायणाच्या चरणी

त्याच्याच कृपेने पूर्ण झालेला हा ग्रंथ
अर्पण असो.

———

। शुभं भूयात् ।

SARKAR

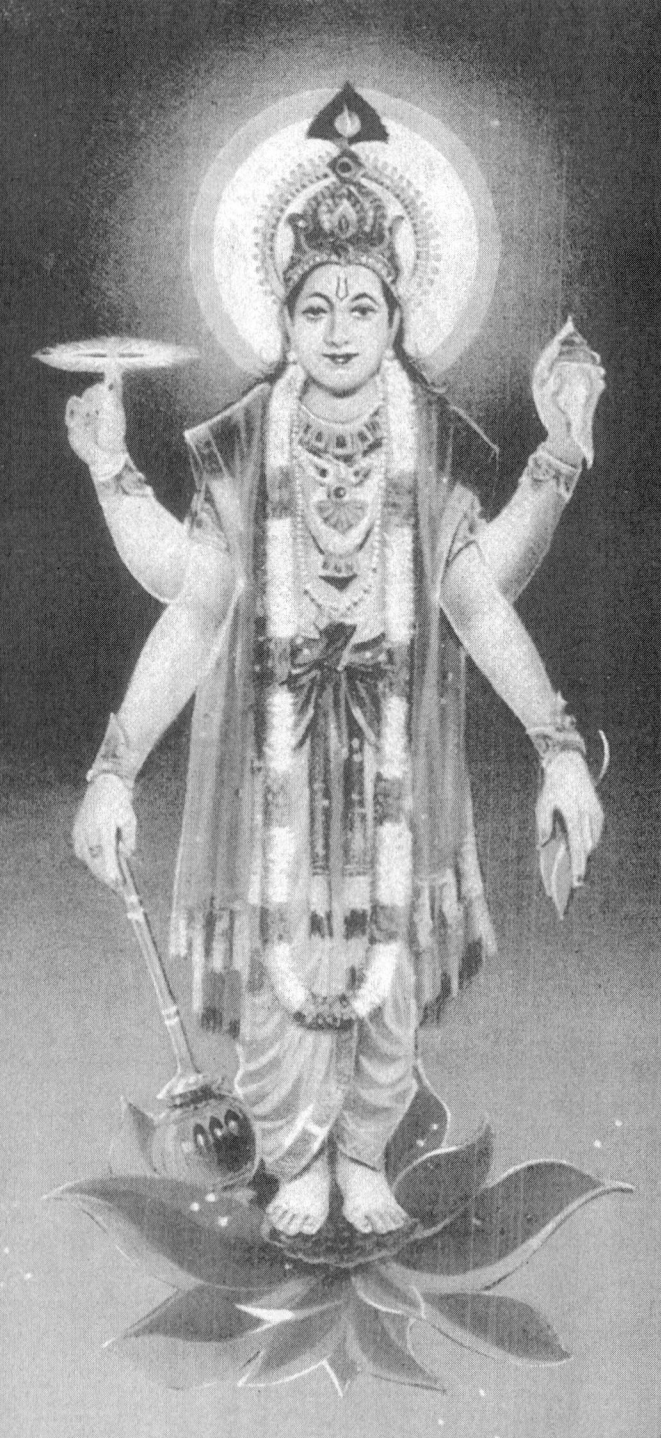

एक नम्र मनोगत

भालबा केळकर

महाभारत– जटिल मानवी स्वभावाचे हृद्य चित्रण

भारतापासून दूर दक्षिणेकडे असलेल्या मलाया, जावा, सुमात्रा इत्यादी बेटांतील जनतेचा धर्म आहे मुसलमान, धर्मग्रंथ आहे कुराण, पण पवित्र ग्रंथ आहेत मात्र रामायण आणि महाभारत. भारताला भूषण झालेल्या ह्या ग्रंथांची थोरवी, ही भारतीय संस्कृतीच्या प्रसाराबरोबर भारताबाहेर अनेक ठिकाणी पोहोचली आणि रुजली. अजूनही तिची वैशिष्टये त्या त्या ठिकाणी संस्काररूपात टिकून आहेत. त्या ग्रंथांच्या थोरवीचे अगदी ताजे उदाहरण द्यायचे म्हणजे, कॅनडाच्या पंतप्रधानांनी द्वारकेला भेट दिली, त्या वेळचेच आहे. श्रीकृष्ण चरित्र, भारत, द्वारका, इत्यादींची कहाणी ऐकून कॅनडाचे पंतप्रधान रमले, गहिंवरले, समरसून डोलले. महाभारताचे, गीतेचे, श्रीकृष्णचरित्राचे, रामायणाचे हे आगळे परिणाम अजूनही होण्याचे कारण एकच, 'नानाविध पैलू प्रकर्षाने दाखविणाऱ्या मानवी स्वभावाचे अत्यंत जिवंत चित्रण, गुणावगुणांचे निरपेक्ष दर्शन, ऐहिक आणि अध्यात्मिक वैभवाचे तौलनिक निरीक्षण, उच्चत्तम मूल्यांची आदर्श आणि व्यावहारिक अर्थदर्शने.' रामायणातली आणि महाभारतातली कथानके ही ऐतिहासिकच आहेत, याला प्रत्यवाय नाही. पण रामायणाचे स्वरूप महाकाव्याचे आणि महाभारताचे स्वरूप इतिहासाचे आहे. रामायणातली व्यक्तिचित्रे बहुरंगी आणि त्रिमिती आहेत. रामायणात आदर्शवादाचा प्रखर प्रकाश आहे. आणि महा-

भारतात व्यवहारवादाचा आदर्श आहे. जास्त विकसित झालेली मानवी बुद्धी ही जशी विशाल वृत्तीची झाली, विशाल दृष्टीची झाली; जशी उदारवृत्तीची झाली. तितकीच जटिल स्वभावाचीही झाली. जास्त गुंतागुंतीची झाली. तिने, धर्म आणि अधर्माचा, मानवी कल्याणाच्या आणि सुखी समृद्ध व विकसनशील जीवनाच्या दृष्टीने अर्थ लावायचा प्रयत्न केला आणि तो सफलतेने केला, असे दिसून येते. मनुष्य हा गुणावगुणांचे मिश्रण आहे. आणि ज्याच्या वृत्तीत गुणांची सरशी आहे, त्यालाच व्यावहारिक जगात यशस्वी होण्याचा अधिकार आहे; आणि प्रसंगी अवगुणांचा उपयोग अंतिम स्तुत्य हेतू साधण्यासाठी आहे, हे महाभारताने प्रकर्षाने दाखवले आहे. इतके असूनही दुर्गुणी माणसांच्या अंगी असलेल्या गुणांचीही भलावण आहे, आणि प्रसंगी गुणी व्यक्तींच्या अंगच्या अवगुणांचा तिरस्कारही आहे. धर्मराजाच्या तथा-कथित अतिसत्त्वशीलतेतून निर्माण झालेल्या अगतिकतेचा अधिक्षेप आहे. ‘अर्थस्य पुरुषो दासः’ असे म्हणणारे भीष्मासारखे थोर विचारवंत द्रौपदीकडून निरूत्तर झाले आहेत. भीमासारखे आडदांड वाटणारे, सद्‌वृत्त आहेत. कर्णासारखे दानशूर, गर्विष्ठ आहेत. दुर्योधनासारखे दुराग्रही आणि दुर्गुणी, अभिमानी आहेत. आणि सत्य, अहिंसा, धर्म, व्यवहार, आदर्श इत्यादींचा खरा अर्थ जाणणारा धर्मसंस्थापक श्रीकृष्ण आहे. विलासी, बहुपत्निक, कर्तबगार आणि तरीही अलिप्त, ब्रह्मचारी आणि निःस्वार्थी असा कृष्ण. महाभारत हा सत्याचा जय दाखवणारा, उच्च मूल्यांची व्यवहारदृष्ट्या प्रस्थापना करणारा ग्रंथ आहे. पण–

पांडवांना बदनाम करण्याची फॅशन,

म्हणून त्यांना अधर्मी ठरविण्यासाठी आणि त्यातून स्वतःच्या सत्यप्रतिज्ञ वृत्तीची जाहिरात करण्यासाठी, स्वकीय; आणि भारतीय संस्कृतीत हीनतेचेच जास्त प्रदर्शन आहे, असे जगाला ओरडून सांगून स्वतःची हुशारी मिरविण्यासाठी परकीय, वर्षानुवर्षे झटताहेत. मतलबी-पणाने महाभारतातील तपशीलाचा विपर्यस्त अर्थ लावताहेत. धर्माचा खरा अर्थ आम्हाला कळला आहे असा आव आणताहेत. व्याख्येचा

उथळ अर्थ ठासून सांगत दुर्जनांची भलावण आणि सज्जनांची निंदा करताहेत. आणि यांतले अनेकजण महाभारत पुरे न वाचताही ही बेजबाबदारी पत्करताहेत. कशासाठी तर आम्हाला सत्याचीच केवळ चाड आहे, हे मिरवण्यासाठी; सत्यासाठी आम्हाला आपपरभाव नाही हे सिद्ध करण्यासाठी. आम्ही भावनेपेक्षा बुद्धी आणि कर्तव्य श्रेष्ठ मानतो हे सांगण्यासाठी. आणि याच दिशाभूल करणाऱ्या वृत्तीतून–

नानाविध फसवी विधाने

–निर्माण झाली आहेत. धर्मराज द्यूतांचे व्यसन असणारा होता. कर्ण हा अर्जुनापेक्षा पराक्रमी होता. दुर्योधनाचा दावा खरा असून तो जिद्दी आणि पराक्रमी होता. कौरव सत्यप्रतिज्ञ असल्यामुळेच भीष्म, द्रोण, कर्ण, शल्य, अश्वत्थामा, कृप यांच्यासारखे योद्धे, त्यांच्याबाजूने युद्धाला उभे राहिले. पांडवांनी अज्ञातवासाची अट नीट पूर्ण केली नाही म्हणून दुर्योधनाने त्यांना राज्य परत देण्याचे नाकारले. हे योग्य केले. भीष्म, द्रोण, कर्ण, दुर्योधन इत्यादींचा पांडवांनी अधर्माने वध केला. कुंतीने कर्णाचा त्याग करून त्याच्यावर अन्याय केला. कौरवांची बाजू न्याय्य होती म्हणून पांडवांपेक्षा त्यांच्याकडे जास्त सेना जमली. पांडव हे खरे पंडुपुत्र नव्हते आणि म्हणूनच त्यांचा राज्यावर हक्कच नव्हता. कौरव खरे क्षत्रिय होते, औरस होते आणि पांडव डोंगरी हीन संस्कृतीचे अनौरस होते. श्रीकृष्णही गवळी संस्कृतीचा– हीन संस्कृतीचा– होता. त्याने पांडवांचा पक्ष म्हणूनच उचलून धरला. त्यानेच नानाविध हीन उपाय योजून सरलवृत्ती कौरवांचा घात केला. महाभारत हा जेत्यांचा पक्षपाती ग्रंथ आहे. व्यासांनी पांडवांना– जेत्यांना– खूष करण्यासाठी त्यांच्या बाजूचा ग्रंथ लिहिला. श्रीकृष्णाने गीता सांगून अखेर अर्जुनाचा रथ नरकात नेला. गीतेतून ‘ मां अनुस्मर युद्धयच ’ असा संदेश देऊन संहार घडवला. हिंसा घडवली, कुलक्षय घडवला. हा मुळात कौरवांचा इतिहास, म्हणूनच युद्धपर्वांना त्यांच्या सेनापतींची नावे आहेत. पांडवांची बाजूच लंगडी होती, म्हणून शेवटी दुर्योधनाच्या मरणकाळच्या भाषणावर स्वर्गातून पुष्पवृष्टी झाली. कृष्णाचे डावपेच हीन दर्जाचे होते, म्हणून पराक्रमी

कौरवांचा पराभव करून युद्धाने धर्मराजाने निर्वीर पृथ्वीचे राज्य मिळविले, आणि कर्तबगार पिढी रणात गारद केली. अशी एक ना अनेक फसवी विधाने केली जात आहेत. आणि म्हणूनच प्रथम धर्म आणि अधर्म म्हणजे काय–

हे ठरविणे, त्याची छाननी करणे, हिंसा व अहिंसा म्हणजे काय, सत्य आणि असत्य म्हणजे काय इत्यादी प्रश्नांचा खोलवर विचार करणे आवश्यक आहे. आणि त्यासाठीच ज्याने यांचा खरा अर्थ जगापुढे मांडण्यासाठी हे भारतीय युद्ध खेळवले, त्या–

श्रीकृष्णाचा व्यवहारादर्श

–नीट जाणून घेणे आवश्यक आहे. महाभारतातील केवळ युद्धान्वितच नव्हे तर इतर सर्व घटनांचा अर्थ लावणे आवश्यक आहे. आणि श्रीकृष्णाने विशिष्टच बाजू का धरली आणि त्यालाच जय का मिळू शकला यांचा– दूषित, अहंमन्य. फसव्या निरपेक्ष नव्हे तर– खरोखर निरपेक्ष विचार करून, धर्मदृष्टी श्रीकृष्ण आणि त्यांचे निष्ठावंत अनुयायी पांडव यांचा महाभारत हा ग्रंथ त्यातील धर्म आणि अधर्म यांचा खरा अर्थ निरिक्षिण्याकरिता पुन्हा पाहिला पाहिजे, अभ्यासला पाहिजे. मगच श्रीकृष्णाने कर्णाला विचारलेल्या मिस्किल आणि परखड प्रश्नाचे– ‘तेव्हा राधासुता होता कुठे तुझा धर्म ?’ याचे उत्तर मिळेल.

व्यास– पक्षपाती का सत्यकथाकार ?

महाभारताचे– किंबहुना महाभारताच्या पितृग्रंथाचे रचनाकार व्यास, हे होतात प्रथम टीकेचा विषय. व्यासांनी जेत्यांची भलावणी करण्यासाठी जय नावाचा ग्रंथ रचला. पुढे वैशंपायनांनी जनमेजयाला सांगताना त्याचा विस्तार करून त्याचे भारत केले. नंतर सौतीने पुष्कळ भर घालून त्याचे महाभारत केले. विस्तार वाढत गेला तरी सूत्र एकच होते. कौरव-पांडव यांचा संघर्ष-इतिहास. पांडवांचा जय आणि कौरवांचा नाश. श्रीकृष्णाचे पांडवांना सर्वतोपरी साहाय्य. कारण ‘यदा यदा हि धर्मस्य ग्लानिर्भवति भारत । ...धर्मसंस्थापनार्थाय संभवामि युगे युगे ।।’

असे अर्जुनाला गीतोपदेशाच्या वेळी सांगताना श्रीकृष्णाने स्पष्टपणे म्हटले आणि पांडवांचाच पक्ष न्याय्य आहे, सद्धर्मावर अधिष्ठित आहे असे दर्शविले. कर्णाने 'मी पृथ्वीने गिळलेले चाक काढतो आहे तोपर्यंत माझ्यावर बाण टाकू नको अर्जुना! अधर्म युद्ध करू नको.' असा उपदेश केला असताना, पूर्वीच्या सर्व कृत्यांची-अपकृत्यांची आठवण धर्मज्ञ श्रीकृष्णाने कर्णाला दिली आणि निर्भत्सना केली. पांडवांच्या प्रत्येक पावलाला, श्रीकृष्णासारख्या धर्मज्ञाने, धर्माचे, अधिष्ठान कसे आहे हे पटवून दिले.' इत्यादी साऱ्या गोष्टी व्यासांनी अत्यंत निःसंकोचपणे आपल्या ग्रंथात लिहिल्या, म्हणूनच व्यासांच्यावर ते जेत्यांचे पक्षपाती आहेत, असा आरोप करायला महाभारतविरोधी तथाकथित निस्पृह मागेपुढे पाहत नाहीत. पण–

–पण त्याच व्यासांनी अनेक ठिकाणी कौरववीरांचा गौरवही केला आहे. कर्णाच्या पराक्रमाबद्दल त्यांनी लिहिलेले गौरवोद्‌गार कर्णाचे व्यक्तिमत्व फुलवतात. दुर्योधनाच्या बाणेदारपणाबद्दल, गदायुद्धातील प्राविण्याबद्दल श्रीकृष्णही ग्वाही देतो. गदायुद्धात धारातीर्थी पडल्यावर त्याने जे भाष्य केले, 'आता निर्वीर पृथ्वीचे राज्य कर' म्हणून धर्मराजाची अवहेलना केली आणि पांडवांना श्रीकृष्णासहित लज्जित केले आणि त्याच वेळी दुर्योधनावर देवांनी स्वर्गातून पुष्पवृष्टी केली हेही वर्णन व्यास निःसंकोचपणे करतात. कर्णाचा दानशूरपणा ते मोकळ्या मनाने दाखवतात. गांधारीचे पातिव्रत्य ते नावाजतात. अठरा दिवसांच्या युद्धात जेव्हा जेव्हा कौरवांना जय मिळाला, तेव्हाचे ते यश ते स्वच्छपणे सांगतात. भीमाने धृतराष्ट्र आणि गांधारी यांची वक्रोक्तीने चालवलेली अवहेलनाही ते सरळ पुढे मांडतात. यादवांतील यादवी आणि श्रीकृष्णाने केलेल्या यादवसंहाराचे वर्णन, ते साग्रसंगीत करतात. गांधारीच्या शापाचा तो परिणाम होता. हेही ते उद्‌धृत करतात. याचा अर्थ–

याचा अर्थ व्यास प्रामाणिक होते, निस्पृह होते, सत्यकथाकार होते. त्यांनी कसलाही आडपडदा न ठेवता, फक्त सत्यकथन करून, मनुष्यस्वभावाचे अनेक पैलू दाखवणारा इतिहास निःस्पृहपणे जगासमोर

मांडला. घडलेल्या गोष्टी समोर मांडून त्याबाबतची धर्म-अधर्म चर्चाही निवेदन केली आणि वाचकांवरच 'धर्म-अधर्म याबाबतचे विचार तुम्हीच करा' म्हणून सोपवले.

व्यासांनी हे सरळ सर्वच मांडले खरे. पण महाभारतातील पांडव-स्तुतीच्या भागाला नावे ठेवून व्यासांना पक्षपाती म्हणणारेच, दुर्योधनाची स्तुती, कर्णाचा गौरव या गोष्टी महाभारतात आलेल्या दिसल्या की, 'पाहा व्याससुद्धा दुर्योधन, कर्ण यांची स्तुती करतात.' असे म्हणून व्यासांच्या म्हणण्याला महत्त्व देतात. याचा अर्थ पांडवांची भलावण केली की व्यास पक्षपाती– कमी दर्जाचे– स्तुतिपाठक– अप्रामाणिक आणि कौरवस्तुती केली की मात्र व्यास निःस्पृह, मताला महत्त्व असणारे, प्रामाणिक, खरे तेच लिहिणारे असे ठरतात. पांडवद्वेषाने पछाडलेल्यांची किंवा, खऱ्याला खोटे म्हटले म्हणजे बुद्धिवादी ठरतो, सत्य-शोधक ठरतो असे मानणाऱ्यांची, ही केवळ मतलबी तऱ्हा आहे. त्यांचा सगळा टीकेचा, धर्माधर्म चर्चेचा रोख आहे पांडवांवर, आणि त्यांना साहाय्य करणाऱ्या श्रीकृष्णावर, आणि त्या अनुषंगानेच निस्पृह सत्य-कथाकार व्यासांवर. प्रथम ते व्यासांनाच हीन दर्जाचे ठरवू पाहतात–

त्यांच्या मते–

व्यास म्हणजे काही झाले तरी कोळिणीचा मुलगा. तो अस्सल क्षत्रिय अशा कौरवांच्या बाजूने कसा लिहील. त्याचा जन्मच मुळी अनीतीकृत्यातून झालेला. पराशर ऋषींचा तो, मत्स्यगंधा-कोळिणी-पासून लग्नाशिवाय झालेला पुत्र. तपस्वी झाला तरीही तो कोळीच. इत्यादी प्रलाप निर्माण करताना, हे पांडवद्वेष्टे लोक अनेक गोष्टी विसरतात. त्यातली एक मुख्य म्हणजे मत्स्यगंधा ही कोळीण नव्हती. ही एका क्षत्रिय राजाची कोळ्याला सापडलेली मुलगी होती. व्यास हा ब्राह्मण आणि क्षत्रिय यांच्या संबंधातून निर्माण झालेला तेजस्वी पुत्र होता. त्याची जात पराशरांची होती. ब्राह्मण होती. त्या काळाच्या रीतीप्रमाणे, ज्या पराशराने गंगाप्रवाहात कृत्रिम रात्र निर्माण करून मत्स्यगंधेशी संग केला. त्यानेच पुत्राची जबाबदारी पत्करली आणि तिचे कौमार्य अभंग ठेवून तिला योजनगंधाही केली. प्रत्यक्षतः

पराशरांनी आपला आईविना मुलगा तिला सांभाळायलाही दिला असेल. तिनें 'हा कुणाचा मुलगा' हे कुणी विचारू नये म्हणून गंगेतील द्वीपावर वाढविला. तोच कृष्णद्वैपायन. वेद-विस्तार केला म्हणून व्यास नावाने तो प्रख्यात झाला. स्वतःला जिने वाढविले त्याच स्त्रीला तो आई मानून तिच्या हाकेला दर वेळी धावला. पराशरांचा हा औरस व केवळ मत्स्यगंधेने वाढवलेला पुत्र म्हणून तो महान तपस्वी झाला. वेदवेत्ता झाला. असा जास्त शक्य आणि सरळ विचार केला तर पराशरांना अनीती आणि अधर्म याबद्दल दोष द्यायला आपली जीभ धजणार नाही. गंगेच्या प्रवाहात मत्स्यगंधेच्या नावेत घडलेल्या प्रसंगाचा सरळ अर्थ लावता येण्यासारखा आहे.

मत्स्यगंधेसारख्या मुलीला पाहून तिच्या क्षात्रकुलाची जाणीव पराशरांना झाली. आणि आपल्या आईविना असलेल्या पोराला तिच्या स्वाधीन करून वाढवावा आणि आणि आपण निःशंकपणे तपश्चर्येला जावे म्हणून त्यांनी तिच्याजवळ इच्छा व्यक्त केली.

मत्स्यगंधा म्हणाली, 'आपण धर्मवेत्ते असून असे कसे म्हणता? या मुलाला मी वाढवले आणि हा कुणाचा हे मी सांगू शकले नाही तर माझा कौमार्यभंग झाला असे लोक नाही का मानणार?'

पराशर म्हणाले, 'नाही! मत्स्यगंधे, तू त्याला एखाद्या गंगाद्वीपावर माझा मुलगा म्हणून वाढव. तुझ्यावर भग्नकौमार्याचा आरोप येणार नाही.'

मत्स्यगंधेने ते मान्य केले आणि एक सहृदय कुमारी म्हणून तिचा कीर्तीगंध दूरवर पसरला. असा अर्थ लावला तर ही सारी कथा सहृदय माणसांची होते. त्यात धर्माची आणि नीतीतत्वांची माणुसकीबरोबर सांगड घातली जाते. आणि महर्षी व्यास हे खरोखरच निःपक्षपाती सत्यकथाकार असतील यात शंका वाटत नाही. त्यांचेवरचे संस्कार पराशरांसारख्या पित्याचे आणि क्षात्रकन्या मत्स्यगंधेचे होते. ते अभ्यासू होते, विद्वान होते; स्थितप्रज्ञ होते. आणि म्हणून महाभारतीय युद्धातील कुलक्षय पाहून, सहन करूनही त्यांनी तो सारा इतिहास मनुष्याच्या जटिल स्वभावाचे, पुढील पिढ्यांना दर्शन आणि त्यातून

मार्गदर्शन, समाजक्रांतीचा मागोवा देणारे निवेदन करीत जगापुढे अलिप्तपणे मांडला. अगदी आपपर भाव सोडून, निर्विकल्पपणे मांडला, म्हणूनच ते, तो, सर्वांचे व्यक्तिविशेष, प्रसंगविशेष, जेते व जित हा भेदभाव न ठेवता सांगतात. आणि सद्‌गुणी पांडवावर निःस्पृहपणे प्रेम करतात. ‘ सत्य व न्याय तिकडे श्रीकृष्ण आणि श्रीकृष्ण तिकडे जय ’ अशी धर्मावतार श्रीकृष्णाची योग्यता मानतात. पराक्रम आणि धर्म ही सत्याची पाठीराखी असली, तरी वरवरच्या भपक्याला भुलणारे जग हेच विस्ताराने मोठे आहे. तेच अधर्माला तथाकथित स्वार्थी वैभवासाठी धर्म म्हणतात. आणि असत्याला सत्य म्हणतात. म्हणून कौरवांकडे अकरा अक्षौहिणी आणि पांडवांकडे सात अक्षौहिणी सैन्य होते. श्रीकृष्णाचे यादव योद्धे घेऊन दुर्योधनाने संख्या वाढविली, पण धर्म आणि जय गमावला. तो एकट्या श्रीकृष्णरूपाने पांडवांकडे गेला. याच प्रसंगातून सत्य आणि धर्म एकाकी असला आणि बलसंख्या विरूद्ध असली तरी शेवटी सत्य आणि धर्मच विजयी होतात, हे सिद्ध केले आहे. म्हणूनच पांडवीय पक्ष हाच खरा सत्य धर्मपक्ष होता. पण–

पण पांडव द्वेष्टयांचा किंवा तथाकथित निःस्पृह टीकाकारांचा रोख आहे पांडवांच्या औरसपणावर.

पांडवजन्म आणि राज्यहक्क–

त्या काळी गरजेप्रमाणे निपुत्रिक विधवा स्त्रियांनी योग्य गुणवान पुरुषाकडून शक्य असल्यास दिराकडून पुत्रप्राप्ती करून घ्यावी अशी नियोगपद्धती अस्तित्वात होती.

विचित्रवीर्याच्या विधवा राण्यांनी व्यास मुनींच्याकडून नियोगपद्धतीने धृतराष्ट्र, पांडू आणि दासी पुत्र विदुर ही पुत्रप्राप्ती करून घेतली. ब्रह्म–क्षात्र तेजाने युक्त अशा व्यासांनी क्षात्रकन्यांच्या ठिकाणी निर्माण केलेले पुत्र हे तेजस्वी असणारच. धृतराष्ट्र, सहस्त्रनागबली पण आंधळा होता. पांडू हा पांडूरवर्ण, तेजस्वी आणि पराक्रमी राजनीतीनिपुण होता. विदूर हा तत्वज्ञ होता. यापैकी पांडू हा अटळपणे राज्याचा वारस ठरला यात पांडूचा दोष नाही. आणि म्हणूनच पांडवही वारस होते हा त्यांचा दोष नाही. पण–

पण पांडव, पांडूचे औरसपुत्र होते का ? हा प्रश्न. आणि पांडव-जन्माची आगळी चमत्कृतीपूर्ण गूढकथा हा प्रश्न विचारणाऱ्यांचा एक विजयी मुद्रेला तजेला देणारा मुद्दा. इथेच पहिला तर्कशुद्ध स्पष्टीकरणाचा अमोघ बाण सोडणे आणि वेध घेणे आवश्यक आहे.

महाभारत- वासनांचा प्रवास

ह्या प्रवासाचा प्रारंभ झाला शांतनुपासून. आणि त्याचा शेवट खरे तर झाला जन्मेजयाच्या सर्पसत्राच्या वेळी. हा प्रवास म्हणजे एक ज्ञानकोशच आहे. जटिल अशा मानवी स्वभावाचे हृद्य चित्रण आहे. यात एका श्रीकृष्णाशिवाय कोणीही पूर्ण पुरुष नाही. हा एक वेदवृक्षच आहे. सर्वच श्रेष्ठ अशा कार्यकर्त्यांनी, लेखकांनी, कवींनी व लोकनेत्यांनी हा महाभारतवृक्ष, हा जणु काय एक मोठा आधारस्तंभच मानला आहे. सौति हा महाभारताशी संबंधित असा अगदी अलीकडचा ग्रंथकार. तो म्हणतो, ‘हे भारत मूळचे एकलक्ष श्लोकांचे आहे. भारतसंहिता चोवीस हजार असून राहिलेल्या शाहात्तर हजार श्लोकात सच्छील पुरुषांच्या मनोवेधक कथा आहेत. भगवान व्यासांनी प्रथम एकलक्ष श्लोकांत महाभारताची रचना केल्यावर आणखी एकूणसाठ लक्ष श्लोकांची रचना केली. म्हणजे एकंदर साठ लक्ष श्लोकांची दुसरी एक भारतसंहिता तयार केली. मानुष लोकात वैशंपायन ऋषींनी तिचे निरूपण केले. त्या परमसमर्थ वैशंपायनापासून श्रवण केलेले हे एक लक्ष महाभारत मी तुम्हास सांगत आहे,

ब्रह्मदेवांनी व्यासांना महाभारत कथा लिहिण्यास श्रीगणनायकांना पाचारण कर अशी आज्ञा केली. व्यासांनी गणनायकाला आवाहन केले. महाभारताचे कथन करताना गणनायकाच्या इच्छेप्रमाणे ओघ कायम राहावा म्हणून कित्येक स्थली व्यासांनी कूट श्लोक सांगितले आणि मुद्दाम असा काही गूढ अर्थ ठेवला की तो उकलताना श्रीगणनायकांना थोडावेळ मनन करावे लागे, त्यामुळे लेखन सावकाश होई आणि श्रीगण-नायकांच्या अटीप्रमाणे कथनाचा ओघ कायम ठेवणे व्यासांना शक्य होई.

महाभारतात असलेल्या ज्ञानभांडारामुळे त्याला 'पंचम वेद' म्हटले आहे. म्हणून त्याच्याकडे वस्तुनिष्ठ शोधाच्या दृष्टीने न बघता, लाक्षणिक अर्थाचा मागोवा घेत संशोध दृष्टीने पाहिले, तर तो जास्तच उद्बोधक वाटेल, आणि म्हणूनच त्याचेकडे भाविक वैज्ञानिक दृष्टीने पहावे म्हणजे तो जीवनात मार्गदर्शक ठरेल, असे मला वाटते, म्हणून माझा हा एक नम्र प्रयत्न आहे. या प्रयत्नातूनच मला महाभारत हा एक वासनांचा प्रवास आहे, असे जाणवले. आत्यंतिक वासना आणि आत्यंतिक निर्वासना किंवा वासनेपासून पराङ्मुखता या दोन्ही वृत्ती ऐहिक न्याय्य वैभवाची प्राप्ती आणि कर्तव्यपूर्ती या दृष्टीने त्याज्यच. मनुष्याने ध्येयवादाची वाटचाल करीतच राहिले पाहिजे. आदर्श काय आहे ते सांगत आणि आचरत राहिलेच पाहिजे. त्यासाठी अनेक तथा-कथित लोकापवादांना, कष्टांना, दुःखांना, अन्यायाना, अधर्मकृतीना आणि अधर्मवृत्तीना, दुसऱ्याच्या असत्याचरणाच्या परिणामांना शांतपणे व धैर्याने तोंड देत राहिले पाहिजे. त्या आचरणातून आपली न्याय्य बाजू बळकट करीत गेले पाहिजे. पण त्याचबरोबर यशप्राप्ती-साठी या वाटचालीला व्यवहारवादाचा डोळसपणा दिलाच पाहिजे. धर्म, सत्य, न्याय आणि अहिंसा याना नवा अर्थ दिला पाहिजे. परिणामी ते विजयी व्हावेत याप्रमाणे कृतिशील झाले पाहिजे. कारण धर्म, अर्थ, काम, मोक्ष या चतुःसूत्रीच्या बाबतीत कालाबरोबर आणि मनुष्याच्या वाढत्या व्यापाबरोबर, अनुभवाबरोबर, ज्ञानाच्या वर्धना-बरोबर, अनुक्रमात फरक पडतो आहे. अर्थ, काम याना अवास्तव व व्यावहारिक महत्त्व येऊन, त्यातून कोणत्याही मार्गाने प्राप्त होणारे वैभव हा मोक्ष आणि त्यामुळे निर्माण होणारा आचार विचार म्हणजे धर्म अशी स्थिती होत चालली आहे. आणि त्यातून सज्जनांना खरा धर्म, न्याय, सत्य आणि अहिंसा या मनुष्याचा आत्मिक विकास घडवणाऱ्या गोष्टींना टिकवून जगाला मार्गदर्शन करीत राहायचे आहे. या ग्रंथाकडे भाविक दृष्टीने पहावयाचे कारण म्हणजे यातून जीवनात मार्गदर्शक, संकटकाली योग्य दिशा दाखविणारे लाक्षणिक अर्थ जाणून ते विशद करायचे. आणि वैज्ञानिक दृष्टीने जास्त सहज पटेल असा

बुद्धिनिष्ठ, शक्य असा वास्तव घटना-अर्थ शोधायचा. हा दृष्टिकोन सर्वांनाच रुचेल असे नाही. पण सध्याच्या काळात एखाद्या गोष्टीचा विकृत अर्थ, वरवरच्या स्वरूपाचा विचार करून, लावण्याचे जसे स्वातंत्र्य व्यक्ती म्हणून आहे, तसेच स्वातंत्र्य त्याच गोष्टींचा लाक्षणिक अर्थ शोधून, वरवरच्या स्वरूपाचा नव्यानं विचार करण्याचा आणि सन्मार्ग-दर्शक असे भाविक आणि बुद्धिनिष्ठ मनाला जाणवेल असे स्वरूप, पायाभूत स्वरूप म्हणून प्रस्थापित करण्याचेही आहेच. व्यक्ती म्हणून आहेच. यात एक सत्कृती घडते. ती म्हणजे आपल्या सांस्कृतिक वारशा-बद्दल नव्या पिढ्यांचा बुद्धिभेद न होता, त्यावर उत्साहवर्धक, मार्गदर्शक आणि आत्मविश्वास निर्माण करणारी डोळस श्रद्धा प्रस्थापित होऊन राष्ट्राच्या सुराज्यघटनेची सिद्धता होते.

प्रतीप हा पुरुवंशातला– म्हणजेच कुरुवंशातला– राजा. शांतनूचा पिता. आणि शांतनूच्या तुलनेत संयमी, व्यवहारदक्ष आणि ययातीचा वर मिळवणाऱ्या पुरुच्या वंशजाला शोभण्यासारखा. ययातीला वृद्धाप-काळीही ऐहिक सुखाचा उपभोग घेण्याची लालसा सुटली नाही. म्हणून त्याने आपल्या मुलांना 'वृद्धत्व घेऊन तारुण्य देता का,' असे विचारले, म्हणजेच 'राज्याची अल्पवयात प्रौढाची जबाबदारी घेऊन, तारुण्यसुलभ विलासाला मला मोकळीक देता का,' असे विचारले असणार. पुरूनेच फक्त होकार दिला, म्हणून त्याला राज्याचे सार्वभौमत्व वंशात चालू राहील असा वर (आशीर्वाद) दिला. तशी राज्याची व्यवस्था केली. पुरू हा सदैव प्रमुख राजधानीचा स्वामी राहिला आणि तो भारतवर्षाचा प्रमुख राजा झाला. त्याचा वंशही पुढे प्रमुख राजपद भोगत राहिला. पुरूचा मानसिक संयम हा प्रतीप राजात उमटला आणि ययातीची उत्कट वासनाप्रीती शांतनूत उमटली. म्हणूनच महाभारत घडले तेही वासना हा तीव्र भाव किंवा वासनेचा तीव्र अभाव यांच्या कल्लोळातूनच. कुरुकुलाची सेवा करण्यात धन्यता मानणारा यदुकुलभूषण श्रीकृष्ण हा सर्वतोपरी पूर्णपुरुष होता. त्याने ऐहिक न्याय्य वैभवासाठी संयमित वासना आवश्यक असून निष्काम कर्म, कर्मफलाची आशा न धरता कर्म, धर्म संस्थापनेसाठी कर्म, न्याय प्रस्थापनेसाठी कर्म अशी शिकवण

कृतीने दिली. पुरूवंशभूषण युधिष्ठिर हा धर्मराज म्हणून मान्यता पावला आणि धर्मशील राजा झाला. तो सतत खरा धर्म काय ते सांगत राहिला, तसा धर्म प्रत्यक्ष आचरत राहिला, आणि त्याच्या या सात्त्विक कृतीला अंतिम यश मिळावे म्हणून श्रीकृष्ण सतत त्या कृतीला व्यवहार-वादाचा डोळसपणा देऊन धर्म, न्याय, सत्य व अहिंसा यांचे नवे सत्व-फलदायी अर्थ सांगत राहिला, प्रत्यक्ष कृतीने त्या अर्थांची प्रतीती देत राहिला.

गंगेसारखी एक रूपवती तरुणी प्रतीपराजाकडे येऊन त्याच्या उजव्या अंकावर बसली, आणि 'माझ्याशी विवाह कर' असे म्हणू लागली. पण प्रतीप संयमी होता. त्याने तिला म्हटले, 'वाम अंक हे पत्नीसाठी असते. उजवे कन्येसाठी किंवा सुनेसाठी असते. तू उजव्या अंकावर बसलीस. तेव्हा तुझा सून म्हणून स्वीकार करायला मी सिद्ध आहे.'

त्यावर गंगेनें अट घातली, 'मी आपली सून झाले म्हणजे, मी जे जे म्हणून करीन त्यासंबंधी आपल्या मुलाने यत्किंचितही वाटाघाट करता कामा नये. जोपर्यंत ही माझी अट पाळली जाईल, तोपर्यंत मी आपल्या मुलाचा सहवास करून राहीन, व त्याच्या सुखात भर पाडीन.'

त्याप्रमाणे प्रतीपाने आपला मुलगा शांतनू याचे गंगेबरोबर लग्न लावून दिले. त्या लावण्यवती स्त्रीच्या मोहात तो यत्किंचितही पडला नाही. शांतनू गंगेच्या लावण्याने प्रभावित झाला. तिच्या सर्व अटी– तशा जाचक आणि अपमानकारक असूनही– त्याने मान्य केल्या, इतका तो वासनाधीनतेने तिच्याकडे आकृष्ट झाला होता. गंगेने त्याच्याशी विवाह केला. शांतनू तिच्या शृंगाररसप्रधान चातुर्याने तिच्या पूर्ण आधीन झाला होता. स्वर्गंगाच स्त्रीचे रूप धारण करून आपली पत्नी झाली आहे, अशाच धुंदीत तो होता.

अशा आनंदमय स्थितीत कित्येक महिने नव्हे वर्षे लोटली. तिच्यापासून शांतनूला आठ देवतुल्य पुत्र झाले. पण पुत्र उपजताच त्याला ती स्त्री गंगेच्या प्रवाहात बुडवत असे. पण ती आपणास सोडून जाईल या भीतीने आणि अर्थात आपला विलास संपेल या भीतीने राजा

तिला प्रतिबंध करीत नसे. परंतु आठव्या मुलाचे वेळी मात्र त्याने तिला कठोर भाषणाने प्रतिबंध केला. ‘अग अवदसे ! तू मुले मारण्याचे हे घोर आणि निंद्य कर्म काय म्हणून करीत आहेस ? तू आहेस तरी कोण ?’

शांतनूचे भाषण ऐकून गंगेने उत्तर दिले, ‘तू अट मोडलीस. हा मुलगा मी तुला देते. पण मी तुला सोडून जाते. याला पूर्ण वाढवून शस्त्रास्त्र पारंगत करून मी तुझ्या स्वाधीन करते.’ आणि ती मुलासह निघून गेली. शांतनूला दुःख झाले.

महाभीष राजाची उद्‌बोधक कथा– ब्रह्मदेवाच्या सभेत ज्ञानचर्चा चालू होती. अनेक राजर्षींना तिथे मानाच्या जागा होत्या. महाभीष हा इक्ष्वाकुकुलातला रूपसंपन्न आणि पराक्रमी राजा, सदाचरण, कर्तव्य-दक्षता आणि दक्ष व न्यायी प्रजापालन, यामुळे राजर्षीपद प्राप्त करून ब्रह्मदेवाच्या कृपेस पात्र झाला होता. गंगेसारख्या पवित्र आणि पावित्र्य-कारी स्त्रीला या सभेत प्रवेश होता आणि तो मानाने दिला होता. त्या ज्ञानचर्चेच्या वेळी गंगा धवल वस्त्र परिधान करून त्या सभेत आली. तिचे ते चंद्राप्रमाणे उज्ज्वल वस्त्र वाऱ्याने उडाले. हे पाहून सर्व सभा-सदांनी माना खाली घातल्या. परंतु महाभीष राजा मात्र तिच्या अर्धावृत्त देहाकडे निःशंकपणे पाहात राहिला. गंगेने पदर सावरला, पण महाभीषाच्या कृत्याला निषेध दर्शविला नाही. सारी सभाच या प्रकाराने स्तिमित झाली. ब्रह्मदेवास क्रोध आला. त्याने महाभीष आणि गंगा यांना शाप दिला. ‘तुम्ही दोघे एकमेकास दुःख देण्यासाठीच पृथ्वी-तलावर जन्म घ्याल आणि पति-पत्नी होऊन एकमेकाच्या दुःखास कारणी-भूत व्हाल.’

शांतनु आणि गंगा यांच्यातील घडलेल्या घटनेला अनुसरूनच ही महाभीषकथा उद्‌बोधक वाटते.

ज्ञानासारख्या अतीव पवित्र अशा गोष्टीचा जिथे सतत वास असतो, त्या ब्रह्मदेवासारख्या सृष्टिनिर्मात्याच्या सभेत महाभीष आणि पर्यायाने गंगाही, या राजर्षी आणि पावित्र्य प्रतीक स्त्रीने विषयवासनेने

बेभान आणि असभ्य वर्तन करावे ? ब्रह्मदेवास हे असह्य झाले, ‘ज्ञान-सभेत आत्यंतिक वासनेचे प्रदर्शन ? ठीक आहे. वासनातिरेकाने जीवन कसे दुःखमय होते, ते मनुष्यजन्म घेऊन जगाला दाखवा.’ म्हणून ब्रह्मदेवाने त्याना शाप दिला. महाभीष शांतनू झाला. गंगा ही गंगा म्हणूनच मर्त्य लोकात आली आणि कुरुकुलात, शेवटी कुलक्षयात अंत होईल असा वासनेचा प्रवास सुरू झाला. आत्यंतिक वासना आणि आत्यंतिक निर्वासना यांच्या ओढाताणीत कुरुकुलाचा विध्वंस झाला. सर्व षड्रिपूंचे तिथे थैमान झाले. अर्थ आणि काम यांचे वर्चस्व दिसले. धर्म, न्याय यांना दुःख, कष्ट, यातना, उपेक्षा या भोगून तावून सुलाखून निघावे लागले. मनुष्य स्वभावाचे जटिल स्वरूपाचे दर्शन या साऱ्यातून भविष्याला मार्गदर्शक म्हणून निर्माण झाले.

वसूंच्या शापाची कथा त्यात जोडली गेली. धर्मकर्माचा उपमर्द करणाऱ्यालाही जगात दुःख, लाचारी, कष्टमय आयुष्य, अपमान भोगावे लागतात, उदात्त व्यक्तिमत्त्व असून शरपंजरी पडावे लागते, हे दाखविण्यासाठी ‘द्यु’ या आठव्या वसूला भीष्मरूपात ते भोगावे लागले.

शांतनू आणि देवव्रत भेट ही सुद्धा आगळीच. गंगातीरावर हिंडत असताना एका ठिकाणी गंगाप्रवाह फारच लहान झालेला, कमी पाणी असलेला दिसला. राजा आश्चर्य करीत कारण शोधू लागला, तेव्हा त्याला एक सुंदर मुलगा बाणावर बाण सोडून गंगेचा प्रवाह अडवीत आहे असे दिसले. हा कोण ? असा विचार शांतनु करीत असताना गंगेने त्याला, तो मुलगा बरोबर आणून दाखविला आणि स्वाधीन केला, व सांगितले, ‘परशुरामाकडून सर्व शस्त्रास्त्रविद्या शिकून पारंगत झालेला हा मुलगा तुझा आहे. तुझ्या म्हणण्यावरून मी ज्याला मारले नाही तो. हा मी आता तुझ्या स्वाधीन करीत आहे.’

शांतनूने संतुष्ट होऊन त्याला नेले, यौवराज्यभिषेक केला. राज्यकारभार त्याचे हाती दिला आणि आनंदात काळ घालवायला प्रारंभ केला. पण रिकामे मन आणि नको ते विचार यांचा नेहमीच समन्वय होतो. त्याला पुन्हा विषयवासनेचे विचार सुचू लागले. तो बेचैन झाला. आणि–

मत्स्यगंधा आणि शांतनु यांची भेट झाली. तिच्या रूप-गुणांनी तो मोहित झाला. वासना प्रबळ झाली. त्याने उतावीळ होऊन तिच्या बापाकडे, एका धीवराकडे, कोळ्याकडे, स्वत:करिता तिच्या संबंधाने मागणी केली. राजाच दारी आलेला पाहून त्याने अट घातली. 'या मुलीपासून तुला जो मुलगा होईल, त्यालाच तुझ्यामागून राज्याभिषेक झाला पाहिजे. दुसरा कोणी राज्याचा मालक होता कामा नये.'

शांतनूला धीवराचे हे बोलणे मान्य झाले नाही. मदनाच्या तापामुळे शरीर आतून जळत असतानाही, तो तसाच हस्तिनापुरास परत गेला. पण मत्स्यगंधेच्या आठवणीने तो झुरू लागला.

देवव्रताला, शांतनु झुरतो कशामुळे हे कळेना. त्याने विचारले, तेव्हा शांतनूने अत्यंत आडवळणाने, एका दृष्टीने वासनाधीनतेच्या भरात दांभिकपणे दुसऱ्या लग्नाची आवश्यकता वंशवृद्धीसाठी कशी आहे, हे सांगितले. 'तू साहसी आहेस. तू माझा एकमेव मुलगा आहेस. कधीकाळी तुझ्या जीवाला अपाय झाला, तर कुरुकुलाची वाट काय? मला दुसरे लग्न करण्याची म्हणजे हौस आहे, अशातला प्रकार नाही. पण वंश कायम राहाण्यासाठी आणखी एक तरी पुत्र असावा म्हणून पुन्हा लग्नाचा विचार मनात येतो. आणि एकपुत्रता ही अनपत्यताच आहे. तेव्हां कुलाचे पुढे कसे? हे चिंतेचे कारण आहे.'

मग देवव्रताने राजाच्या वृद्ध मंत्र्यास दु:खाचे कारण जास्त खोदून विचारले. तेव्हां 'मत्स्यगंधेची व राजाची भेट होऊन राजा मदनशरांनी फार व्याकूळ झाला आहे,' असे त्याला कळले. तेव्हा पित्याच्या कामपूर्तीसाठी तो लग्न जमवण्यास स्वत: धीवराकडे गेला. त्याने पित्यातर्फे मत्स्यगंधेस मागणी घातली. तेव्हा तो धीवर पूर्ण व्यवहारी दृष्टीने म्हणाला, 'माझी सुंदर मुलगीही आपल्यासारख्या एका श्रेष्ठ पुरुषापासून झालेली आहे. आणि त्या श्रेष्ठ पुरुषाने मला असेच सांगितले आहे, की या मुलीला योग्य वर तुझा पिताच आहे. पूर्वी एकदा असित नावाच्या एका श्रेष्ठ ऋषीने या मुलीबद्दल मागणी केली होती. परंतु ती मी याच कारणाकरिता नाकारली.' (धीवराने मत्स्यगंधा राजलक्षणी आणि क्षत्रिय कुळातली आहे, हे अप्रत्यक्षरीत्या सूचित केले आहे). तो

पुढे म्हणाला, 'पण सापत्नभावाची झळ तिला व तिच्या भावी अपत्यांना लागेल, याचे मला भय वाटते. देवव्रता! तू युवराज. तेव्हा राज्य तुला मिळणार. तुझे लग्न झाल्यावर तुझ्या पुत्रांना राज्य मिळणार. आणि या मुलीची मुले आणि नातू राज्याचे केवळ दास म्हणून जगणार.'

देवव्रताने राज्यपद सोडण्याची व नंतर आजन्म ब्रह्मचर्य व्रत पाळण्याची प्रतिज्ञा केली. मत्स्यगंधेच्या शांतनूपासून होणाऱ्या संततीच्या राजपदाचा आणि त्यांच्याही वंशाच्या राजपदाचा प्रश्न सोडवला. त्यांचे राजपद अबाधित केले. या भीषण प्रतिज्ञेबद्दल देवव्रतास भीष्म ही संज्ञा प्राप्त झाली. अशा तऱ्हेने पुत्राने पित्याच्या वासनापूर्तीसाठी त्याग करून त्याचे लग्न लावून दिले. ययातीची परंपरा चालू राहिली. शांतनूने भीष्माला, 'तू इच्छामरणी होशील,' असा आशीर्वाद दिला.

भीष्माची एकांतिक निर्वासना– शांतनू मत्स्यगंधेशी लग्न लावून विलासात दंग झाला. त्याचा तरुण अविवाहित पुत्र स्थितप्रज्ञ झाला. अनेक दिवस गंगेजवळ एकटा राहिल्यामुळे एकलकोंडा झालाच होता, आता जास्तच आत्मकेंद्रित आणि हटवादी झाला. मत्स्यगंधा आता राणी सत्यवती म्हणून राजप्रासादात आली होती. तिला शांतनूपासून दोन मुले झाली. चित्रांगद व विचित्रवीर्य. शांतनूनंतर भीष्माने राज्य-सेवक म्हणून चित्रांगदास राज्यावर बसविले. तो गंधर्वाबरोबरच्या युद्धात मारला गेला. म्हणून विचित्रवीर्याच्या नावाने भीष्म राज्य-शकट हाकू लागला. विचित्रवीर्यांच्या विवाहासाठी काशिराजाच्या अंबा, अंबिका आणि अंबालिका याना स्वपराक्रमाने अनेक राजांशी एकाकी संग्राम करून, त्यांचा पराभव करून, शाल्वाचाही पराजय करून पळवून आणले. त्यापैकी अंबा 'शाल्वाकडे पाठव' असे म्हणाली. तेव्हा तिला तशी अनुमती देऊन अंबिका आणि अंबालिका यांचा विचित्रवीर्यां-बरोबर विवाह लावला.

पण लवकरच कुरुकुल परंपरेला अनुसरूनच जणू काही, विचित्रवीर्य विषयलोलुप झाला. आणि अतिरिक्त भोगाने त्याला क्षय झाला आणि लवकरच आत्यंतिक वासनेचा बळी झाला.

विचित्रवीर्यांच्या अकाली मृत्युमुळे पुन्हा कुरुकुलवृद्धीचा प्रश्न

आलाच. तेव्हा सत्यवतीने भीष्माला विनंती केली, ‘पुत्रा ! मी तुझ्या भीष्मप्रतिज्ञांतून तुला मुक्त करते. कुरुकुलवृद्धीसाठी, कल्याणासाठी तू लग्न कर आणि राजपदाचा स्वीकार कर.

खरे म्हणजे भीष्माने कुरुकुलाच्या कल्याणासाठी सत्यवतीची विनंती मान्य केली असती, तर पुढे युद्ध होऊन कुलक्षयाची घडलेली घटना टळली असती. पण भीष्म झाला होता आत्मकेंद्रित त्याने आपली प्रतिज्ञा कुरुकुलाच्या कल्याणासाठीही मोडण्याचे नाकारले. भीष्माने जर विवाह करून राजपद स्वीकारले असते, लोकापवादाची पर्वा करायची नाही असे जर, कुरुकुलाचे भले व्हावे म्हणून, करायचे ठरविले असते, तर भावी कुलक्षय टळला असता. कारण राज्यशकट भीष्माने राजा-स्वामी-म्हणून यशस्वीरीत्या हाकला असता गुणी संतती निर्माण होऊन कलह टळले असते. पण भीष्माने व्यक्तिगत धर्मपालनाच्या तीव्र एकांतिक विचाराने आणि ‘संधीचा फायदा घेऊन भीष्माने ऐहिक उपभोग घेतले,’ हा लोकापवाद टाळण्याच्या दृष्टीने, आत्यंतिक निर्वासनेच्या पोटी आत्मकेंद्रित प्रतिज्ञा पाळायचे ठरविले. कुरुकुलाची वृद्धी करण्याऐवजी कुलक्षय घडायला भीष्म अप्रत्यक्ष कारण झाला.

या वेळी सत्यवतीला व्यासाचे स्मरण झाले.

व्यास, पराशर आणि सत्यवती– सत्यवती ज्या वेळी लहानपणी नाव चालवून वडिलांचा व्यवसाय सांभाळत होती, त्या वेळी एक दिवस श्री पराशर महर्षी यमुना तरून पैलतीरी जायला नावेत बसले. पराशर तपश्चर्येस निघालेले संयमी ऋषी होते. सत्यवतीची राजलक्षणे त्यानी ओळखली, इतके ते चाणाक्ष होते. त्यांच्याजवळ आईवेगळा असा त्यांचा तान्हा मुलगा होता. त्याचा प्रतिपाळ आणि तपश्चर्या या दोन्ही कृती आपल्याला जमणार नाहीत याची त्याना जाण होती. त्यानी सत्यवती, क्षत्रियकन्या, कोळ्याने पाळली आहे हे ओळखून तिच्या मानसिक धैर्याला आवाहन करायचे ठरविले. आपल्या आईवेगळ्या मुलाचा प्रतिपाळ तू कर, आपला मुलगा म्हणून, असे विनंतीपूर्वक त्यांनी सत्यवतीला सांगितले. कुणी विचारले तर पराशरांचा मुलगा म्हणून सांग. तिने, ‘लोकापवाद आणि स्वकौमार्याचा लौकिकदृष्ट्या भंग

झाल्याची वार्ता कशी सहन करू ?' अशी भीती व्यक्त केल्यावर त्यांनी गंगाप्रवाहातील एका द्वीपावर आश्रम बांधून तिची व मुलाची व्यवस्था केली. ती उपवर होती. तान्ह्या मुलाला पाहून तिला पान्हा फुटला असेल. तिथे तो मुलगा तिने सांभाळला व वाढवला. स्तन्य देऊन वाढवला म्हणून व्यास तिचा मुलगा. जसा कृष्ण यशोदेचा मुलगा. तो नंतर कृष्णद्वैपायन म्हणून तपश्चर्येस गेला. 'विव्यास वेदान्' या त्याच्या विद्वत्तापूर्ण कृतीसाठी व्यास म्हणून मान्यता पावला.

व्यासजन्माची ही कथा घडण्याची शक्यता आहे आणि पटण्याचीही शक्यता आहे. याशिवाय एखाद्या पुरुषाबद्दल तीव्र आकर्षण निर्माण झाल्यावर पुरुषसंगाशिवाय अपत्यसंभव ही निसर्गचमत्कृती लाखात एखादी घडते, तीही घडून सत्यवतीला व्यास हा पुत्र होण्याची शक्यता आहे, हेही लक्षात घ्यायला हरकत नाही.

सत्यवतीने 'विचित्रवीर्यांच्या अंबिका आणि अंबालिका यांच्या ठिकाणी पुत्रोत्पत्ती कर,' अशी नियोगपद्धती अवलंबिण्याची आज्ञा व्यासाला केली. पण दुर्दैवाने व्यासतेज विधवा राणीस सहन न झाल्याने थोरला धृतराष्ट्र आंधळा निपजला, धाकटा पंडु, पंडुरोगी याला राजपद घ्यावे लागले आणि ज्ञानी विदुर हा दासीपुत्र होता. कुलक्षयाची बीजे पेरली गेली, याची व्यासालाही जाण आली.

धृतराष्ट्र आणि गांधारी– भीष्माने धृतराष्ट्राचा विवाह गांधार देशची– मध्यपूर्वेच्या कंदाहारची– राजकन्या गांधारी हिच्याशी केला. गांधारी ही मध्यपूर्वेतल्या प्रजेच्या एकांतिक आणि वस्तुनिष्ठ विचारांनी भारलेल्या वृत्तीची प्रतीकच होती. आपला नवरा आंधळा असला तर भारतीय संस्कृतीतली स्त्री आंधळ्या नवऱ्याची काठी, आंधळ्या नवऱ्याचे डोळे होऊन त्याचे जीवन सुखी करेल, त्याला मार्गनिर्देशक ठरेल. होणाऱ्या संततीवर वडीलकीच्या नात्याने आपल्या शिस्तीचा प्रभाव ठेवून, त्याना योग्य वळण लावून नवऱ्याचे जीवन पर्यायाने यशस्वी करील. पण गांधारी वस्तुनिष्ठ भोगाना मानणारी आणि एकांतिक होती. तिने 'पतीला दृष्टीसुख नाही तर ते मलाही नको,' म्हणून आजन्म डोळ्यावर पट्टी बांधून घेतली. आंधळेपण पत्करले. आई

आणि बाप दोघेही आंधळे आणि म्हणून मुलांवर दाब नाही. उलट मुलांच्या आधीन. त्यात धृतराष्ट्र राज्यलोभी, अविवेकी, स्वार्थपरायण आणि मुलापुढे अगतिक. अर्थात मुले दुर्वृत्त निघाली त्यात नवल नाही. गांधारी ही, कुंतीला आपल्या आधी पुत्र झाला, या अमानुष संतापाने पोटावर दगड मारून गर्भाचा गोळा बाहेर पाडणारी अशी एकांतिक व अविचारी. या साऱ्यांचाही कुलक्षयात वाटा आहेच.

कुंती आणि कर्णजन्म– यदुकुलातील शूर नावाच्या श्रेष्ठ अशा राजाने आपली कन्या पृथा ही आपला आतेभाऊ कुंतीभोज याला दत्तक दिली. हीच कुंती. एकदा दुर्वास मुनी राजाकडे आले, तेव्हा कुतीने त्यांची मनोभावे सेवा केली. त्यांनी तिला देवांच्या उपासनेचे मंत्र दिले. सूर्य, यमधर्म, वायु, इंद्र आणि अश्विनीकुमार, यांच्या उपासनेचे मंत्र.

पोरवयामुळे आणि त्यामुळेच आत्यंतिक निष्ठेने तिने सूर्योपासना मंत्राची प्रचिती पाहिली. सूर्यासारख्या तेजस्वी पुरुषाचे तिने सतत चिंतन केले आणि वैद्यकात असे म्हटले आहे की अशा चिंतनाने पुरुष-संगाशिवाय गर्भ राहाणे, ही घटना लाखात एखादी घडते. ती कुंतीच्या बाबतीत घडली. साधारणतः होणारे अपत्य मुलगी असते. अर्थात अशा रीतीने जन्म झालेला कर्ण हा पुरुष होता. पण मत्सर, गर्व, दीर्घद्वेष, न्यूनगंड हे स्त्रीस्वभावसुलभ दोष त्याच्यात होतेच. कुंतीचा मुलगा कर्ण पुरुषसंगाने कौमार्यभंग न होता झाला, असे मानायला हरकत नाही.

कर्ण कुठेही सुखी असो, म्हणून लोकापवादाला भिऊन पण त्याच्या गळ्याला नख न लावता, त्याला एका पेटीत घालून नदीत सोडून दिला. तो अधिरथ या सारथ्याच्या हाती लागला, हे त्याचे दुर्दैव. त्यात कुंतीचा काही अपराध नाही. कर्णाने कुंतीला पुढे जो दोष दिला, तो खरे म्हणजे स्वतःच्या दुर्दैवाच्या वैतागातून आला होता. त्याला काहीही अर्थ नव्हता. कर्ण हे व्यक्तिमत्व दुर्योधनाच्या अनाधि-कारी उपकाराने लाचार झालेले आणि बिघडलेले, दुर्गुणविकास झालेले एक दुर्दैवी व्यक्तिमत्व होते, हे खरे.

गांधारी आणि शंभर कौरव– गांधारी मध्यपूर्वेतील स्त्रियांप्रमाणे तीव्र वासना असलेली बहुप्रसवा स्त्री असणार. त्यामुळे तिला शंभर

पुत्र व एक कन्या होणे अशक्य नाही. गेल्या शतकातला रशियातला एका शेतकऱ्याबद्दल एक उल्लेख, लिखित स्वरूपात आहे, असे म्हणतात. त्याला दोन बायकांपासून एकूण सत्त्याऐंशी मुले झाली. त्यात पहिल्या बायकोपासून एकूणसत्तर आणि दुसरीपासून अठरा. जुळी मुले पाच, चार अशी जास्त असली तर अशक्त म्हणून त्यांना जपून वाढवावी लागतात. कौरवांचे अंगुष्ठमात्र गर्भ तुपाच्या कुंडात वाढवले असे म्हटले आहे.

पांडु, कुंती आणि पांडव जन्म– राज्यविस्तार स्वपराक्रमाने केल्यावर, पांडूने धृतराष्ट्राला काही काळ राज्यकारभारासाठी लक्ष देण्यास सांगून हिमालयाकडे मानसिक स्वास्थाकरिता प्रयाण केले, आपल्या भार्या घेऊन. कुंती आणि माद्री यांना घेऊन. तिथे कालक्रमणा-करताना त्याच्या हातून रतिक्रीडेत रत असलेल्या मृगांची हत्या झाली. आणि 'तुलाही पत्नीशी रत असतानाच मृत्यू येईल,' असा तिथल्या शांतताप्रिय ऋषींनी पांडूला शाप दिला. अर्थातच पांडूच्या मनाला दुष्कृत्याच्या टोचणीने शापवचन-परिणाम-रूप दुर्बलता प्राप्त झाली. पत्नीशी रत होणे आणि पुत्रोत्पत्ती करणे, या कृतीची त्याच्या मनाला भीती निर्माण झाली. पुत्रहीनता त्याला टोचत असूनही पत्नीशी रतिक्रीडेचे धैर्य त्याच्याजवळ राहिले नाही. तो खिन्न झाला. तेव्हा कुंतीला दुर्वासांनी तिला दिलेले उपासना मंत्र आठवले. तिने पांडूचे सांत्वन केले. प्रथम, मानसिक धैर्य प्राप्त करून शापाचा परिणाम दूर करायला आणि त्यामुळे होणाऱ्या सौख्यमय रतिक्रीडेतून धर्मशील पुत्र निर्माण व्हायला, कुंतीने पांडूला यमधर्माचा उपासना मंत्र दिला. जणू काही, 'प्रथम तू मृत्यूलाच जिंक' असे आवाहन करून मनाचे सामर्थ्य दिले. पांडूने यमधर्माच्या उपासनेतून युधिष्ठीर या धर्मशील पुत्राची प्राप्ती करून घेतली. वायूच्या उपासनेने बलवान भीमाची प्राप्ती करून घेतली. इंद्राच्या उपासनेतून पराक्रमी अर्जुनाची प्राप्ती करून घेतली. याप्रमाणे पुत्ररूपाने धर्म, बल, पराक्रम यांनी संपन्न झाला. कुंतीने मग माद्रीसाठी पांडूला अश्विनीकुमारांचा उपासना मंत्र दिला. त्यामुळे पांडूला माद्री-पासून दोन आवळी-जावळी मुले झाली. नकुल आणि सहदेव. सुंदर

आणि आरोग्यसंपन्न. विवेक आणि सौंदर्याचे प्रतीकच.

या पाच पांडवांच्या जन्मामुळे पांडू संतुष्ट आणि कृतकृत्य झाला. या आनंदात माद्री या त्याच्या तरुण आणि रूपवती अशा पत्नीसमवेत सुंदर निसर्गात विहार करत असताना, कामविव्हल झाला. वासना उद्दीपित झाली. माद्रीशी तो रतिक्रीडा करण्याचा प्रयत्न करू लागला. माद्रीने त्याला शापाची आठवण करून दिली. पांडूच्या मनाला धक्का बसला आणि एकदम हृदयक्रिया बंद पडून तो मृत्युवश झाला. शाप फळाला आला. 'आपण शापाची आठवण करून दिली, म्हणून पांडूला मृत्यू आला', या अपराधी जाणिवेने माद्री कुंतीपेक्षा धाकटी पत्नी असून पांडूबरोबर तिने सहगमन केले, ती सती गेली. ही कथा जास्त मान्य होण्यासारखी आहे. कारण पांडू असताना व उपासनामंत्र असताना नियोगपद्धतीने पुत्रोत्पत्तीची आवश्यकता पांडवजन्मासाठी नसावी असे वाटते. शापाचा आणि उपासना मंत्रांचा मानसिक विधी म्हणून अर्थ आणि अन्योन्य संबंध पटण्यासारखा लागतो, असे वाटते. पांडव हे पांडूचे औरस पुत्रच होते.

कर्ण आणि युद्धक्रीडा उत्सव– अर्जुनाचे धनुर्विद्या प्रावीण्य पाहून कर्णाने त्याला आव्हान दिले. तेव्हा कुलशीलाचा प्रश्न पुढे आला. दुर्योधनाने अनधिकारात पांडूच्या राज्याच्या एका प्रांताचे, युधिष्ठिर युवराज असतानाही, खुशाल अंग देशाचे राज्य कर्णाला देऊन त्याला राजपद दिले. त्याने, 'धृतराष्ट्र राजाचा मी पुत्र आहे,' असे म्हणून अधिकार जबरदस्तीने आपल्याकडे घेतला. तरी धर्मराज युधिष्ठीर आणि म्हणूनच आज्ञाधारक इतर पांडव गप्प राहिले. द्रोण, भीष्म, कृप हे ज्ञानी त्या वेळी लाचारीने गप्प बसले. त्या वेळी त्यांचा अधिकार कुठे गेला होता ? हे अन्याय्य कृत्य त्यांनी थांबवायचे होते. पण भीष्मांच्या मते 'अर्थस्य पुरुषो दासः' हेच त्या काळाचे स्वरूप ठरले होते ना !

द्रुपद, द्रौपदी, शिखंडी आणि धृष्टद्युम्न– द्रोणांनी अर्जुनाकरवी द्रुपदाचा पराभव करून स्वतःच्या अपमानाचा सूड घेतला. द्रुपदाने तो पराभव मनाला लावून घेतला. त्याला पहिली कन्याच झाली होती. पण त्याने पुत्र झाला असेच जाहीर केले. तसेच त्या अपत्याला पुत्र

म्हणून वाढवले, शिकवले. पण त्या अपत्याच्या लग्नाचे वेळी हे गुपित फुटायची वेळ आली. तेव्हा त्या कन्येने यक्षाचे पुरुषत्व घेऊन त्याला स्त्रीत्व दिले. अशी कथा निर्माण झाली. पण असेही असेल का ? ज्या राजकन्येचे द्रुपदाच्या या स्त्री असून पुरुष म्हणून वाढवलेल्या अपत्याशी-शिखंडीशी लग्न झाले, त्या वेळी तिला खरा प्रकार कळला. पण तिने गुपित तसेच ठेवले. शिखंडी स्त्री असून पराक्रमी पुरुष म्हणून शेवटपर्यंत जगला. हे गुपित भीष्मांना कळले म्हणून त्यांनी शिखंडीशी युद्ध न करण्याचे ठरविले.

भीष्मांनी आणि शाल्वाने नाकारलेली अंबा, तपश्चर्येने शिखंडीच्या जन्माला भीष्मवधासाठी आली, ही कथा मग निर्माण झाली असावी, असे वाटते.

ब्रिटिश सैन्यात अलीकडच्या काळात एक सैनिकी अधिकारी कर्तबगार म्हणून गाजला. त्याच्या मृत्यूनंतर कळले की तो अधिकारी पुरुष नसून स्त्री होता. जन्मभर तो पुरुष म्हणून जगला. शिखंडीचेही तसेच झाले असेल, असे मानायला हरकत नाही.

द्रौपदी आणि धृष्टद्युम्न हे दोघे द्रुपदाला अग्नीच्या उपासनेने झाले असावेत. त्यामुळे ते तेजस्वी आणि ज्वलंत व्यक्तिमत्वाचे असणे साहाजिक आहे.

द्रुपद आणि द्रोण यांचे वैर शेवटपर्यंत कायम होते. कुरुपांचाल युद्ध हे द्रोण-द्रुपद युद्धच होते, असे म्हणायला हरकत नाही. ते अश्वत्थामा व द्रौपदी यांच्या आत्यंतिक वैराच्या आविष्कारापर्यंत तडीला गेले.

द्रौपदी स्वयंवर हे लाक्षणिक अर्थाने मान्य करावे असे वाटते. हिमालयातील वास्तव्यामुळे बहुपतिकत्व हे पांडवांना मान्य करायला प्रत्यवाय नव्हता. त्याचबरोबर पांडव म्हणजे पूर्ण पुरुष निर्माण करणाऱ्या पाच गुणांचे प्रतीक होते. धर्म, बल, पराक्रम, विवेक आणि सौंदर्य यांना द्रौपदीरूप तेजाने एकत्र ठेवले आणि सत्त्वरूपाने श्रीकृष्ण त्यांचा रथ दुर्जनसंहार आणि धर्म व न्याय प्रस्थापना या कार्यात यशस्वी करण्यात सारथी म्हणून, त्यांच्याशी आप्त व मित्र म्हणून एकरूप झाला. द्रौपदीचा श्रीकृष्ण हा सर्वस्व होता. म्हणून तो सदैव तिचा पाठिराखा राहिला.

लाक्षागृहात पांडवांना अन्यायाने जाळायचा प्रयत्न करूनही ते वाचले आणि द्रौपदी स्वयंवरामुळे त्यांना पांचालाचे सामर्थ्य मिळाले, हे पाहिल्यावर नाइलाजाने धृतराष्ट्राने मानभावीपणाने त्यांना मानाने हस्तिनापूरात आणले.

पांडवांवर उघड अन्याय आणि भीष्म, द्रोण कृप यांची उघड लाचारी–

पांडव हस्तिनापुरात आल्यावर एक गोष्ट प्रकर्षानें उघड झाली. कौरव आणि पांडव यांचे पटणे शक्य नाही. ते एकत्र नांदणे शक्य नाही. कारण दुर्योधन, दुःशासन, कर्ण आणि शकुनी ही चौकडी आणि त्यांना बळी पडलेला धृतराष्ट्र. तेव्हा भीष्मांनी निर्णय घेतला, तोसुद्धा लाचारासारखा. अगतिक झाल्यासारखा. ते तर पितामह होते. त्यांना न्याय्य निर्णय घेण्याचा अधिकार होता. खरे म्हणजे हस्तिनापुराचे राज्य मूळ पांडूचे. ते पांडवानांच द्यायला हवे होते. कौरवांना सरळ धृतराष्ट्रासकट दुसरीकडे म्हणजे इंद्रप्रस्थाचे राज्य देणेच न्याय्य होते. इतकेच नव्हे कृप, द्रोण आणि भीष्म यांनी पांडवांबरोबरच राहण्याचा निर्णय घेणे आवश्यक होते. कारण पांडु आणि म्हणूनच पर्यायाने पांडव कुरुकुलाचे अधिकृत न्याय्य वारस होते. पण भीष्मांनी निर्णय घेतला तो पांडवांना इंद्रप्रस्थाचे अविकसित राज्य देण्याचा. जणू काही दूर्योधनाच्या उद्धटपणाला आणि अन्याय्य अतिक्रमणाला मान तुकवून त्यांनी अन्यायासमोर शरणागती पत्करली. कृप आणि द्रोण यांनी त्यांना साथ दिली; एखाद्या गुलामासारखी. दुर्योधनाची दुरुत्तरे सहन करीत तिथे राहिले. त्याच्या दुष्कर्मांना त्यांनी त्याच्याच कल्याणासाठी अडथळा करायला हवा होता. भीष्मांनी पितामह म्हणून, कृप आणि द्रोण यांनी खरे शिक्षक म्हणून, मार्गदर्शक म्हणून दुर्योधनाच्या दुष्कृत्याबद्दल त्याला शिक्षा करायला हवी होती. पण निर्भर्त्सनेच्या वावदूकपणापलीकडे त्यांनी काहीच केले नाही.

पांडवांच्या दिग्विजयातून राजसूय यज्ञ– पांडवानी आपल्या गुणांनी इंद्रप्रस्थाचे राज्य भरभराटीस आणले. नाना दिग्विजय करून राजसूय-

यज्ञाचा सोहळा मांडला. हक्काने पाऊल ठेवायला जागा मिळाली म्हणजे पांडव काय कर्तबगारी गाजवतात ते कौरवांना कळून चुकले. राजसूय यज्ञात कुरुकुलाचे राजकुमार म्हणून त्यांना अधिकाराच्या जागा आणि मानही मिळत होता. द्रौपदी तर भारतसम्राज्ञी म्हणून अपूर्व तेजाने तळपत होती. द्रौपदीच्या पत्नीत्वाने गुंफलेला पंचगुणांचा पांडवरूपी रत्नहार भारतवर्षाचे भूषण आहे, असे सारेजण म्हणत होते. जरासंधाला मारून राजयागाच्या अमानुष महत्त्वाकांक्षेच्या आसुरी परिणामापासून राजांना पांडवांनी वाचवून अंकित केले होते. असंतुष्ट, द्वेषाने जळत होते ते कौरव आणि त्यांचे अंकित राजे महाराजे.

इथेच एका उद्‌बोधक कथेचा जन्म झाला आहे आणि त्याला लाक्षणिक अर्थाने महत्त्व आहे असे मला वाटते.

राजसूय यज्ञाचे वेळी भोजनसोहळा होत होता. द्रौपदी हौसेने वाढप करीत होती. वैभवाच्या अभिमानाने ती फुलून गेली होती. फुलल्या अंगाचा विकास असह्य होऊन तिच्या चोळीची गाठ सुटली. आणि लज्जारक्षणाच्या बाबतीत दोन्ही हात वाढण्यात गुंतल्याने अगतिक झाली. उपस्थित कौरवांनी आडून चेष्टेचे बाण मारण्यास सुरुवात केली. श्रीकृष्णही पंक्तीत समाचार घेत हिंडत होता. द्रौपदीने श्रीकृष्णाकडे अगतिकतेने केविलवाणा दृष्टिक्षेप केला. श्रीकृष्ण विनाविकल्प पुढे झाला. त्याने क्षणार्धात चोळीची गाठ बांधली व द्रौपदीचे लज्जारक्षण करून सर्वांची तोंडे बंद केली. भारतीय संस्कृतीत स्त्रीचे लज्जारक्षण हे कोणाही पुरुषाचे विनाविकल्प विहित कर्तव्यच आहे. म्हणूनच द्रौपदीच्या चोळीची सुटलेली गाठ बांधताना श्रीकृष्णाच्या मनात कुठलाच विकल्प आला नाही. श्रीकृष्ण हाच लज्जारक्षणासाठी द्रौपदीचे आणखी दोन हात झाला.

त्याचप्रमाणे आणखी एक कथा उद्‌बोधक आहे.

भीम, पंक्तीत समाचार घेताना 'अन्न टाकू नका. शेंडीला बांधीन.' अशा दटावण्या देत होता. क्षुधार्तंही क्षुधा तृप्त न होण्याइतके कमी जेवू लागले. श्रीकृष्णाच्या हे लक्षात आले. त्याने भीमाला गंधमादन ऋषीला बोलावण्यास पाठवले. तो गेला. पण गंधमादन ऋषीचे तोंड

दुर्गंधीयुक्त आणि राहाणी श्रीमंती होती. अंग सोन्याचे होते. भीमाने कारण विचारले तेव्हा ऋषी म्हणाले, 'मी दान खूप केले, पण लोकांना टाकून बोललो. त्याचा हा परिणाम.' भीम काय ते समजून परत आला आणि जेवणारांचा गोड शब्दांत समाचार घेऊ लागला. ज्यांच्याकडून दुर्जनसंहार होणार आहे, त्यांच्यात एकही वैगुण्य नको. म्हणून श्रीकृष्णाचा पांडवांबद्दल सतत प्रयत्न होता.

श्रीकृष्णाची अग्रपूजा आणि शिशुपालवध– श्रीकृष्णाच्या अग्रपूजेच्या वेळी शिशुपालाच्या अपराधाची शंभरी भरली, आणि श्रीकृष्णाच्या सुदर्शन चक्राने– पथकाने शिशुपालवध केला आणि राजमंडलात श्रीकृष्णाबद्दल धडकी भरवली. श्रीकृष्णाचे सुदर्शन चक्र हे जसे एक शस्त्र, तसेच एक पथकही असावे. हिटलरच्या 'स्टॉर्म ट्रुपर्स 'सारखे.

श्रीकृष्णासारखा वेष करून उत्तम युद्ध व शस्त्रशिक्षण मिळालेले शंभर यादव श्रीकृष्णाच्या आज्ञांकित नजरेच्या इशाऱ्याप्रमाणे एकदम एकत्र येऊन शत्रूचा नायनाट करण्यात निष्णात असावेत. हे चक्र म्हणजे पथक शत्रूवर सोडल्यास विजयी होऊनच परत येत असावे. सज्जनांना या पथकाच्या दर्शनाने आनंद होत असेल, म्हणून त्याचे नाव सुदर्शन चक्र. असे असणे शक्य आहे. अशी अनेक पथके तयार करून सुदर्शन चक्र रक्षणकार्य व संहारकार्यासाठीही वापरण्यात, तसेच काही रचलेल्या डावाच्या पूर्तीसाठी उपयोगात आणण्यात, श्रीकृष्ण यशस्वी झाला असणार हे निश्चितच. म्हणून चक्रपाणी श्रीकृष्ण म्हणून तो ज्ञात असावा.

मयसभा आणि कलहाची बीजे– मयसभा ही आगळ्या शिल्पाची सभा होती. पांडवांचे वैभव झळाळून दिसत होते. या सभेत हिंडताना कौरवांची त्रेधा उडत होती. गुळगुळीत जमिनीने पाण्याचा भास आणि अतिसंथ पाण्याने जमिनीचा भास. दार म्हणून भास व्हावा तिथे भिंत आणि भिंत म्हणून भास तिथे दार. यामुळे कौरवांची फजिती झाली. यावेळी द्रौपदीचे हसणे त्यांना फार झोंबले. त्यातूनच कलहाची बीजे पेरली गेली.

कपटद्यूत, द्रौपदीची विटंबना आणि पांडवांना वनवास– पांडवांच्या

वैभवामुळे बेचैन झालेल्या दुर्योधनाने पांडवांच्या वैभवाचा अपहार करायला शकुनीच्या मदतीने एक भ्याड डाव रचला. तो म्हणजे कपटद्यूत.

क्षत्रियाने युद्ध आणि द्यूत यांना नकार द्यायचा नाही असा नियम होता. क्षत्रियाचा तो धर्म मानला जात असे.

शकुनीने धृतराष्ट्राच्या मनात भरवले, आणि पांडवांना द्यूताचे निमंत्रण पाठविले. 'सहज मनोविनोदन म्हणून द्यूत खेळू,' असे. धर्मराज शहाणा तसा धर्मशील होता. द्यूताला नकार न देणे, हा क्षत्रियधर्म आपण पाळला पाहिजे, हे त्याने ठरविले. शकुनीची वृत्ती, कपटद्यूताची शक्यता, कौरवांचे आपल्याबद्दलचे वैर हे सारे तो जाणून होता. पण धर्मशील वृत्ती धारण करून शांतपणे, मनाचा तोल न ढळू देता धर्म पाळायचा. त्यातच कुणालाही अंतिम विजय मिळतो, म्हणून धर्माचरणापासून किंचितही विचलित व्हायचे नाही, शत्रू अधर्म करीत असला तरी आपण धर्माचरणापासून दूर जायचे नाही, हा बाणा त्याने ठरविला होता आणि शेवटपर्यंत पाळला. त्यामुळेच तथाकथित ज्ञानी उघडे पडले आणि ते लाचार आहेत हे उघड झाले.

शकुनी कपटद्यूत खेळतो आहे, हे दिसल्यावर भीमाने जवळ जवळ युद्धभीरूच वृत्ती असलेल्या शकुनीला फासे टाकताना गर्जना करून खरे खेळायला लावले. पण खेळताना ओरडा नको म्हणून शकुनीने धर्मराजाकरवी त्याला गप्प बसविले. तोही बसला गप्प. धर्मावर विश्वास व आज्ञाधारक म्हणून. पण कपटद्यूत दिसत असताना ज्ञानी आणि सत्यप्रिय असे भीष्म, द्रोण, कृप उघड्या डोळ्यांनी कपट पाहात गप्प बसले. धर्माने धर्मद्यूत खेळून त्याना ढोंगी म्हणून उघडेच पाडले.

शकुनी एक एक पण जिंकत चालला, तेव्हा धृतराष्ट्रही उघडा पडला. त्याची लोभी, विषारी वृत्ती स्पष्ट दिसली. 'काय जिंकले, काय जिंकले ?' असे तो उत्सुकतेने विचारी. शेवटी द्रौपदीला पणाला लावली, तेव्हा तर खऱ्या धर्माचा सवाल ज्ञानीजनांना होता. त्यातही ते लाचार ठरले. धर्माने, धर्माचरण परखडपणे करून, सर्व दांभिकांना उघडे पाडले.

द्रौपदीला भर सभेत आणण्याची आज्ञा द्रौपदीने धुडकावली. तेव्हा धर्माचरण सोडू नकोस म्हणून धर्मराजाने तिला भर सभेत

येण्याची आज्ञा केली. कौरवांच्या दुर्वृत्तीला आणि ज्ञानी म्हणवणाऱ्या भीष्म, द्रोण, कृप यांना लाचार म्हणून प्रकाशात आणायला. (आपल्या शत्रूची कन्या म्हणून द्रोणानेही द्रौपदीच्या विटंबनेकडे काणाडोळा केला नसेल ना ?) द्रौपदीने प्रश्न विचारला, तेव्हा भीष्म म्हणाले, 'अर्थस्य पुरुषो दासः' सत्यस्य पुरुषो दासः, धर्मस्य पुरुषो दासः, न्यायस्य पुरुषो दासः,का नाही? कारण ते लाचार,ज्ञान व प्रतिष्ठा आणि मन, चुकीच्या मिंधेपणाच्या कल्पनेने विकलेले लाचार होते. दानशूर महात्मा कर्णही किती दीर्घद्वेषी व हीन मनोवृत्तीचा आहे, हे द्रौपदीच्या विटंबनेच्या वेळी सिद्ध झाले. कौरवांची राजसभा ही लोभी, उन्मत्त आणि लाचार यांची सभा होती, हे धर्मराजाने आपल्या धर्माचरणाने आणि शांत समतोल मनाने घेतलेल्या निर्णयाने सिद्ध केले.

शेवटी द्रौपदीने श्रीकृष्णाचा धावा केला आणि केवळ त्याच्या नावाच्या धाकाने सारी सभा थरारली. तेवढ्यात श्रीकृष्णाचे सुदर्शन पथक पांडव व द्रौपदी यांच्या साहाय्याला आले, आणि द्वाररक्षकाला अनेक कृष्ण आल्याचा आगळा भास झाला. आपल्या लाचारीची लज्जा वाटलेल्या भीष्मांनी परिस्थितीचा फायदा घेऊन द्रौपदीसकट पांडवांना मुक्त केले. पण पांडव परत निघाल्यावर पुन्हा चांडाळचौकडीने धृत-राष्ट्राला भरीला घालून, पुन्हा त्यांना द्यूताला बोलावून, कपट–द्यूत खेळून, पांडवांना बारा वर्षे वनवास आणि एक वर्ष अज्ञातवासास पाठवले. धर्मराज अटीप्रमाणे धर्माचरण म्हणून चार भाऊ व द्रौपदी यांच्यासह वनवासात गेला.

धर्माचरण इतके परखडच असते का ? की वनवासाचे दुःख व खडतर अनुभव, तसेच खऱ्या निस्पृह ज्ञानवंतांचा सहवास आणि त्याने आलेले विचारप्रौढत्व आणि सत्त्वशील कणखरपणा यातून तावूनसुलाखून निघाल्याशिवाय ते तेजाने झळाळून उठत नाही? मग मात्र अशा धर्मा-चरणाला व्यवहार कृष्णरूपाने अंतिम विजय आणि निखळ सत्यावर, धर्मावर, न्यायावर उभे असलेले ऐहिक वैभव प्राप्त करून देतोच देतो.

भालबा केळकर

* * *

अनुक्रमणिका.

आदिपर्व.

सभापर्व.

उपोद्घात.

महाभारताचें महत्त्व त्याच ग्रंथांत प्रारंभीं अनेकवार आलें आहे. परंतु आपल्या ग्रंथाचें वर्णन व्यासांनीं ब्रह्मदेवाजवळ केलें आहे, तें फारच समर्पक आहे. व्यास म्हणाले, " भगवान् ब्रह्मदेवा, मीं अत्यंत श्रेष्ठ असें काव्य रचिलें असून त्यांत अनेक विषयांचें प्रतिपादन केलें आहे. वेदांचें रहस्य, त्यांतील इतर विस्तार, सांगोपांग उपनिषदें, इतिहास, पुराणें, कालाची त्रिविध स्थिति, धर्माधर्मविचार, आश्रमांचीं लक्षणें, चातुर्वर्ण्य, तपश्चर्या व ब्रह्मचर्य यांचें यथास्थित विवेचन, पुराणांतील कथानिर्देश, पृथ्वी व युगें, चंद्र व सूर्य, ग्रह व नक्षत्रें, आणि इतर तारका यांचें प्रमाण, ब्रह्मज्ञान, न्याय, शिक्षा, चिकित्सा, दान, पाशुपतमहात्म्य, पुण्यतीर्थें, पवित्र देश, नद्या, पर्वत, वनें व समुद्र, महान महान नगरें, धनुर्वेदांतर्गत शस्त्रास्त्रविचार, लोकाचाराचें निरूपण करणारें नीतिशास्त्र आणि सर्वव्यापक परब्रह्म या सर्वांचें मीं आपल्या काव्यांत प्रतिपादन केलें आहे. "

या वर्णनावरून आपल्यास महाभारताचें खरें स्वरूप किती चांगल्या प्रकारें कळून येतें ! व्यासापेक्षां आपण त्यांचें आणखीं कसें वर्णन करूं शकणार ?

" जें भारतांत नाहीं तें जगांत नाहीं. " हें वाक्य वाचतांक्षणींच भारताच्या महात्त्वाची कल्पना आपणांस येते. " तुमचें तत्त्वज्ञान काय ? तुमचें नीतिशास्त्र काय ? तुमचीं धर्मतत्त्वें काय ? तुमच्या कथा काय ? तुमचे इतिहास काय ? कोणत्या शास्त्रांत आणि कलांत तुम्हीं पूर्वीं प्रवीण होतां ? तुमची सुधारणा— सर्वांगिण सुधारणा—किती उच्च स्थितीला जाऊन पोहोंचली होती ? " असे व याच प्रकारचे आणखींहि कांहीं प्रश्न जरी कोणीं केले, तरी त्याला आमचे जवळ एक उत्तर आहे. तें उत्तर " महाभारत पहा. " हें होय.

या ग्रंथांत आमच्या सृष्ट्युत्पत्तीच्या प्राचीन कल्पनांपासून तों तहत नीतिशास्त्राच्या अत्युत्तम तत्त्वांपर्यंत सर्व कांहीं भरलें आहे. महाभारत हा एक रत्नाकर आहे. या रत्नाकरांत ज्यानें बुडी मारावी, त्यास जें वाटेल तें रत्न सांपडणार आहे. ज्या दृष्टीनें तो पाहील, त्या दृष्टीनें त्याचें समाधानच होईल, अशी या ग्रंथाची रचना आहे. आमच्या देशास भरतखंड किंवा भारतवर्ष म्हणतात. या भारतवर्षाचा सर्वांगसुंदर असा प्राचीन इतिहास महाभारत होय. याचा अभ्यास प्रत्येक भारतवर्षीयानें मनःपूर्वक केला पाहिजे. हा अभ्यास कोणकोणत्या दृष्टीनें केला पाहिजे, एवढेंच या उपोद्घातांत सांगण्याचा माझा विचार आहे. हा अभ्यास झाला म्हणजे त्यापासून आपणांस कायकाय उपलब्ध होईल, या महाभारतरूप महोदधींत निमज्जन केलें असतां आपणांस कायकाय रत्नें प्राप्त होतील, त्याचा विचार पुष्कळ विस्तारेंकरून उपसंहाररूप अंतिम भागांत केला जाईल. या उपोद्घातांत केवळ त्या अभ्यासाची—त्या अवगाहनाची—दिशा मात्र दाखववयाची आहे.

१ महाभारत ग्रंथ अगदीं अपूर्व, अगदीं अप्रतिम, एवढा मोठा इतिहास, एवढें मोठें काव्य, आज पृथ्वीवर कोणत्याही भाषेंतील वाङ्मयांत नाहीं. अर्थातच त्याच्या रचनेपासून तों तहत त्यांत ग्रथित केलेल्या कथा व विचार यांपर्यंत सर्व संबंधांत पाश्चिमात्यांनीं अनेक

प्रकारचे तर्क, वितर्क व कुतर्कही केलेले आहेत. त्या सर्वांचा विचार समग्र ग्रंथ भाषांतररूपानें वाचकांचे हातीं पडल्यानंतरच नीटपणें समजणार आहे. आज मितीस त्या तर्कवितर्कांचें नुसतें कथन करून ठेवितों.

महाभारत ग्रंथ फार प्रचंड—उणापुरा एक लक्ष असल्या कारणानें, प्रथमचा तर्क म्हणजे हा ग्रंथ एकाची कृति नव्हे हा होय. मूळ कथानक लहान असून अनेकांनीं अनेक आख्यानें वेळोवेळीं त्यास जोडून दिल्यामुळें हा ग्रंथ एवढा मोठा झाला.

अनेकांनीं हा ग्रंथ रचिला असें विधान झालें तेव्हां अर्थातच प्रश्न असा उभा राहिला कीं, अनेकांनीं मिळून एकाच वेळीं हा ग्रंथ रचिला, कीं अनेकांनीं भिन्न भिन्न कालीं आपल्याला वाटतील तीं आख्यानें उपाख्यानें जोडून त्याला एवढें स्वरूप दिलें ?

या दुसऱ्या प्रश्नाचा निकाल बहुतेकांनीं असाच लाविला आहे कीं, भिन्न भिन्न कालीं भिन्न भिन्न ग्रंथकारांनीं आपण आख्यानें उपाख्यानें रचून तीं महाभारतांत गोंवून दिलीं. असा निकाल लाविला म्हणजे तिसरी गोष्ट कालनिर्णयासंबंधाची पुढें उभी रहाते.

महाभारत केव्हां रचलें असावें ? तें मूळचें एका ऋषीनें रचलें, तें लहान असून नंतर भिन्न भिन्न कालीं भिन्न भिन्न ऋषींनीं आपण रचिलेल्या गाथा, आख्यानें, कथा, उपाख्यानें, गीता व स्मृति त्या ग्रंथास जोडून दिल्यामुळें मोठें झालें ! मूळची 'भारत' संहिता होती, परंतु पुढें 'महाभारत' झालें. असें मत प्रतिपादन करणाऱ्यांनीं केलेला कालनिर्णय अर्थातच विवक्षित शतकालाच मर्यादित झाला नाहीं. इ० स० पूर्वीं ४०० वर्षांच्या पूर्वीं भारत किंवा महाभारत यांपैकीं कांहींच नव्हतें; पुढें इ० स० पूर्वीं ४०० ते २०० पर्यंत केव्हां तरी भारत झालें; त्यानंतर इ० स० पूर्वीं २००. पासून इ० सनानंतर १०० ते २०० वर्षांत भारतास नीतिग्रंथाचें रूप दिलें गेलें; व त्यास स्मृतिग्रंथांसारखे ग्रंथ जोडले; आणि पुढें इ० स० २०० पासून ४०० पर्यंतच्या काळांत त्याला आजचें स्वरूप आलें, असें पाश्चिमात्य पंडितांपैकीं पुष्कळांचें मत आहे. म्हणजे इ० स० पूर्वीं ४०० पासून इ० स० नंतर ४०० पर्यंतच्या आठशें वर्षांच्या काळांत हा ग्रंथ भारतसंहितारूप बीजापासून महाभारतरूप प्रचंड वृक्ष बनला. या आपल्या विधानांस त्या ग्रंथकारांनीं साधक प्रमाणें पुष्कळ दिलीं आहेत. तीं कशाकशाच्या आधारानें दिलीं आहेत, हें थोडक्यांत येथें सांगितलें असतां, वाचकांस हा भारतग्रंथ त्या दृष्टीनें वाचण्यास ठीक पडेल; आणि उपसंहारांत त्या माणसांस बाधक प्रमाणें दाखविण्यास सुलभ जाईल.

या ग्रंथकारांनीं हीं जीं प्रमाणें दिलीं आहे. तीं दोन प्रकारचीं आहेत १ अंतःप्रमाणें, २ बाह्यप्रमाणें.

अंतप्रमाणांत, प्रथमतः, महाभारतांत कोणकोणच्या प्राचीन ग्रंथांचीं नांवें आलीं आहेत, किंवा कोणकोणच्या शब्दांनीं त्यांचा उल्लेख केलेला असावा असें वाटतें, हें सर्व विविक्त केलें जातें. वेद, उपवेद, अंगें, उपांगें, ब्राह्मणें, उपनिषदें, सूत्रें, धर्मशास्त्रें, पुराणें, इतिहास व काव्यनाटकें यांपैकीं कशाकशांचा उल्लेख महाभारतांत आहे; कोणच्या वेदांतून, उपनिषदांतून किंवा इतर ग्रंथांतून प्रत्यक्ष अवतरणें महाभातांत घेतलीं आहेत हें पहावयाचें. हें पाहिलें म्हणजे अर्थातच त्या त्या ग्रंथांच्या नंतर, महाभारत संबंध, किंवा ज्या श्लोकांत तें अवतरण आलें आहे तेवढा श्लोक तरी रचिला गेला, हें उघड होय. म्हणून अंतःप्रमाणांत पहिलें

स्थान या ग्रंथांच्या नामनिर्देशास, अप्रत्यक्ष रीतीनें केलेल्या उल्लेखांस, किंवा या ग्रंथांतील अवतरणांस दिलें पाहिजे, हें उघड आहे. कालनिर्णयाकरितां आपणांस अशा प्रकारचे निर्देश, उल्लेख, किंवा अवतरणें आलीं असतील तीं फार सूक्ष्म दृष्टीनें पाहिलीं पाहिजेत, त्याचप्रमाणें निरनिराळीं दर्शनें, अनुशासनें पंथ, मतें वगैरे जर कोठें उल्लेखिलीं असलीं तर त्यांचाही विचार केला पाहिजे.

अंतःप्रमाणांत दुसरें एक प्रमाण महाभारतांतील छंदांचें आहे. या प्रचंड ग्रंथांत कोठेंकोठें गद्य आहे. बहुतेक भाग छंदोमय आहे. गद्य ग्रंथ लिहिण्याची पद्धती जुन्या काळीं ब्राह्मण ग्रंथांतून आढळते. त्या पद्धतीचें अनुकरण करून महाभारतांतील गद्य लिहिलें आहे कीं काय हें पहावयाचें.त्याचप्रमाणें, वैदिक छंदांशीं समान अशा छंदांपासून तों शार्दूलविक्रीडितापर्यंत बरेच छंद आले आहेत. कित्येक मात्रावृत्तेंही आहेत. त्या सर्वांचें निरीक्षण करून, त्यांवरून भारताचा काळ कोणचा आणि महाभारताचा कोणचा हें काढणें शक्य आहे कीं काय तेंही पाहिलें पाहिजे.

अंतःप्रमाणांतलें तिसरें प्रमाण-आर्यावर्ताच्या धार्मिक किंवा राजकीय इतिहासांतील ज्या प्रसंगांचा काळ निर्णीत झाला आहे. अशा प्रसंगांचा निर्देश करणारे कांहीं उल्लेख असल्यास तें होय. उदाहरणार्थ—भगवान् बुद्धाच्या धर्ममतांचा किंवा ग्रीक लोकांशीं आर्यांचें युद्ध झाल्याचा किंवा व्यवहार झाल्याचा बोध होण्याजोगा उल्लेख जर कोठें सांपडला, तर बौद्धांच्या नंतर किंवा ग्रीकांशीं संबंध आल्यानंतर हा ग्रंथ किंवा त्या उल्लेखांचा श्लोक रचिला गेला असें म्हणण्यास एक प्रमाण झालें.

अंतःप्रमाणांतलें चौथें प्रमाण—ज्योतिषसंबंधाचें होय. या ग्रंथांत कित्येक प्रसंगीं आकाशस्थ ग्रहांची व नक्षत्रांची स्थिति वर्णन करून सांगितली आहे, महिन्यांचीं वगैरे नांवें आलीं आहेत, आणि आणखीही कांहीं ज्योतिषशास्त्रासंबंधी उल्लेख आहेत; त्यांवरून, ग्रंथांतील कथानकाच्याच नव्हे तर ग्रंथरचनेच्याही काळासंबंधानें कांहीं अनुमान बांधण्यास जागा आहे कीं काय हें पहावयाचें.

इतकें अंतःप्रमाणांबद्दल झालें. बाह्यप्रमाणांत महाभारताव्यतिरिक्त कोणकोणच्या ग्रंथांतून किंवा शिलालेखांतून या ग्रंथाच्या नांवाचा, महत्वाचा किंवा दुसरा कसला उल्लेख केला आहे कीं काय हें पाहणें येतें. त्याचप्रमाणें, आज मितीस महाभारत एक लक्ष ग्रंथ म्हणून मानलें जातें, तसेंच याच्या पूर्वीं किती वर्षेपर्यंत मानलें जात आलें आहे, हेंहि समजण्यास तद्व्यतिरिक्त ग्रंथांतील त्या संबंधाचे उल्लेख चांगलेच प्रमाणभूत धरले पाहिजेत. याकरितां, कोणकोणच्या ग्रंथांतून महाभारताचे कसकसे उल्लेख केले आहेत हेंहि पहाणें कालनिर्णय करणारास अगदीं अवश्य आहे. यास्तव त्या दृष्टीनें सर्व प्राचीन ग्रंथांचा शोध केला पाहिजे.

या संबंधांत नुसते आमचेच ग्रंथ शोधून उपयोगीं नाहीं बौद्ध लोकांचे व ग्रीक लोकांचे ग्रंथही त्या दृष्टीनें पाहून त्यांत कोठें आमच्यां या महाग्रंथाचा उल्लेख आहे कीं काय व असला तर तो काय आहे, हेंही आपण शोधलें पाहिजे. बौद्धांच्या ग्रंथांतून उल्लेख असण्याचा फार संभव आहे. ग्रीकांच्या इतिहासांतील पुष्कळ प्रसंगांच्या संबंधानें कालनिर्णय कायम झालेले आहेत. त्या इतिहासांत जर आपल्या या महाभारत ग्रंथाचा उल्लेख आढळेल, तर हा ग्रंथ अमक्या वर्षाच्या पलीकडला असें म्हणण्यास मुळींच प्रत्यवाय नाहीं. तेव्हां ग्रीक ग्रंथांतून हिंदुस्थानासंबंधी काय काय कोणकोणत्या काळीं लिहिलें आहे, तें शोधणें आपलें कर्तव्य आहे.

याप्रमाणें अंतर्बाह्य प्रमाणाचें पक्कें शोधन झालें, म्हणजे या ग्रंथाच्या कालनिर्णयास लागणाऱ्या सर्व प्रमाणांची सामग्री आपण स्वाधीन करून घेतली असें म्हणण्यास मुळींच हरकत नाहीं.

महाभारत ग्रंथाच्या रचनेचा कालनिर्णय जरी झाला, तरी पुढें या ग्रंथांत असलेल्या प्रमुख कथेसंबंधानें आक्षेप आहेतच. कौरवपांडवांची कलहकथा खरोखर प्राचीन काळीं घडली कीं महाभारतकारानें ती आपल्या कल्पनेनें वाटेल तशी रचली? म्हणजे या ग्रंथरूप सुंदर मंदिराचा पाया खऱ्या इतिहासांत आहे कीं, सर्व कल्पनेचें गारुड आहे? यांत इतिहास कांहीं नाहीं, सगळी कल्पना आहे, असें प्रतिपादन करणारे क्वचित् आहेत. एका जर्मन पंडिताचें तर असें म्हणणें कीं, भारतसंहिता मूळ लहान कथा होती, व ती बौद्धधर्मीय—निदान अहिंसाधर्मीय—असून कर्ण तिचा नायक होता. परंतु पुढें ब्राह्मण धर्मीचें प्राबल्य झाल्यावर ब्राह्मणांनीं त्या काव्याला आपले जोड लावून, ह्यांत कृष्णपरमात्म्याचा परमभक्त जो अर्जुन त्यास व त्याच्या भावांस प्राधान्य देऊन त्याच्या द्वारें कृष्ण किंवा विष्णु यांचें माहात्म्य वाढविलें! या पंडिताच्या म्हणण्याचें परीक्षण यथास्थितपणें करण्याचें काम उपसंहारांत होईलच.

दुसरे कित्येक पंडित म्हणतात कीं, महाभारत हा ग्रंथ मूळचा स्मृतिग्रंथ असून त्यांत दृष्टांतादाखल कथा, उपकथा यांची योजना केली आहे. कित्येकांच्या मतें हा ग्रंथ म्हणजे एक रूपकच आहे यांत इतिहास वगैरे तादृश नाहीं. कित्येकांच्या मतें, कौरवपांडवांचें युद्ध जरी यांत वर्णिलें असलें तरी तें युद्ध कांहीं खरें नव्हे. कवीच्या समकालीन कोणा दोन पक्षांमध्यें झालेल्या कलहावरून हें काव्य रचलें, व त्यांत मग पुढें इतर गोष्टींचा समावेश दुसऱ्या ग्रंथकाराकडून केला गेला. सारांश काय कीं, या ग्रंथांत इतिहास आहे कीं, काय आणि असलाच तर तो कोणत्या काळच्या कोणच्या लोकांचा आहे, हेंही सूक्ष्म तऱ्हेनें पाहून काढलें पाहिजे.

इतिहास आहे असें माझ्या मतें सिद्ध आहे. परंतु यदाकदाचित् इतिहास आहे असें प्रतिपक्षांचें समाधान होईल अशा तऱ्हेनें सिद्ध करण्यास अडचणी आल्या, तरी पण या ग्रंथावरून आपणांस प्राचीन काळची व भगवान व्यासांच्या काळची सामाजिक स्थिति खचीत कळते. याबद्दल मतांतर असणें शक्य दिसत नाहीं. कल्पनेनें रचिलेलें काव्य जरी असलें, तरी त्या काव्यांत वर्णिलेलें समाजरूप कवि आपल्या समकालीन समाजस्वरूपाप्रमाणेंच वर्णन करणार हें कांहीं कोणासही नाकबूल करतां यावयाचें नाहीं. याकरितां, वरील सर्व प्रश्नांचा निकाल कसाही लावला गेला, तरी महाभारतांतील वर्णनावरून तात्कालीन व तत्पूर्वकालीन समाजघटना कशी असावी हें काढणें आपणांस इतिहासरचनेस सर्वथैव उपयोगी आहे. किंबहुना खरा इतिहास म्हणजे काय याबद्दल अर्वाचीन पंडितांचें जें मत आहे, त्या मताप्रमाणें खरा इतिहास आपणांस या महनीय ग्रंथापासूनच काढणें शक्य आहे. इतिहास म्हणजे केवळ महाप्रतापवान व बुद्धिवान पुरुषांच्या महत्कृत्यांचें वर्णनच नव्हे, तर समाजवृक्षाच्या वृद्धीचें, समाजाच्या उत्कर्षापकर्षांचें सकारण साधारण कथन होय. प्राचीन काळीं आमचा समाज कोणच्या कोणच्या स्थितींतून कसाकसा विकसित होत गेला, व त्याचें भारतकालीं कसें परिणत स्वरूप होतें, हें जाणणें म्हणजे समा-

जशास्त्राचीं मूलतत्त्वें काढण्यास सर्व प्रकारचीं प्रमाणेंच जमविणें होय. भारतकालीं आम्हीं कोणच्या समाजस्थितींत होतों तेवढेंच आम्हांस भारतापासून उपलब्ध होणार, असें नाहीं; तर त्या काळाच्या पूर्वीं, फार प्राचीन काळापासून आमची समाजस्थिति कशी आहे याचेंहि ज्ञान आपणांस चांगलें होईल. कारण, या ग्रंथांत, कित्येक संबंधांत, पूर्वींचे लोक काय करीत, पूर्वींच्यांनीं काय धर्म सांगितले, पूर्वीं काय घडलें, याचेंहि कथन व वर्णन केलेलें कित्येक ठिकाणीं आढळतें. आदिपर्वांतच पाहूं गेलें असतां, ज्या वेळीं ‘ विवाह ’ मुळींच अस्तित्वांत नव्हता, अशा वेळच्या समाजस्थितीचा उल्लेख आहे. हे सर्व प्राचीन आचारविचारांचे उल्लेख एकत्र करून, व त्याचा पूर्वापर संबंध पाहून, त्यांपासून पूर्वइतिहासच काय, परंतु इतिहासाची परंपरा आपणांस काढतां येईल. याकरितां वाचकांनीं त्या दृष्टीनें या ग्रंथाचें अध्ययन केलें पाहिजे. वर सांगितल्याप्रमाणें इतिहास काढावयाचा म्हटलें म्हणजे प्रथमतः या ग्रंथाचें पठण चाललें असतां विघटना पद्धतीचाच (Analyticai method) स्वीकार केला पाहिजे. विघटना पद्धति म्हणजे प्रत्येक श्लोक वाचून, त्यांत जें काय आपणांस टिपून ठेवण्याजोगें वाटेल तें निराळ्या विवक्षित कोष्टकांचे पोटीं टिपून ठेवणें. अशा तऱ्हेनें दर कोष्टकांत त्या त्या कोष्टकांत घालण्याजोगी सर्व माहिती स्वर्गारोहणपर्वापर्यंत टिपून झाली, म्हणजे विघटना पद्धतीचें कार्य झालें. मग तेथून पुढें संघटन पद्धतीचा (Synthetical method) उपयोग करून इतिहासाची रचना करण्यास लागावयाचें. उदहरणार्थ—आतां आपण एक विवाहसंबंधच घेऊं. या विवाहसंबंधाचाच विचार करितांना आपल्यास असें दिसून येईल कीं, प्रथमतः विवाहपद्धति मुळींच नव्हती अशा कालाचा उल्लेख आहे, त्याचप्रमाणें स्त्रीनें अनेक पति करण्याच्या पद्धतीचा उल्लेख आहे, पुरुषानें अनेक स्त्रिया केल्याचा उल्लेख आहे, एकपत्नीव्रताचा उल्लेख आहे, सहगमनाचा उल्लेख आहे, विवाहसंबंधीं नीति सांगितली आहे. गार्हस्थ्याचें महत्त्व वर्णिलें आहे, स्त्रियांची थोरवी वर्णिली आहे, आणखीहि तत्संबंधी उल्लेख आहेत. हे सर्व उल्लेख एकत्र करून त्यांची व्यवस्थितपणें वांटणी केली म्हणजे आपल्या पूर्वजांच्या—आर्यांच्या वैवाहिक स्थितीबद्दलच्या विचारांचा व आचारांचा इतिहासच आपणांस सांपडेल. वैवाहिक स्थिति ही अर्थातच गार्हस्थ्य स्थितीच्या पोटांत येणार. हें एक उदाहरण झालें. तें एवढ्याचकरितां दिलें आहे कीं, आपणांस महाभारतरूप खाणींतून जे काय निरनिराळ्या प्रकारचे ऐतिहासिक कण उपलब्ध होतील ते सर्व एकत्र करून नंतर त्यांचे पुनः गट बनविले असतां आपल्यास काय होईल हें वाचकांच्या निदर्शनास आणावयाचें.

आतां जसे कण काढून ते ज्या सदरांत अगर कोष्टकांत घालावयाचे, तीं सदरें अगर कोष्टकें काय काय असावीं ह्याचें दिग्दर्शन येथें करितों.

१ भूवर्णन—यांत या प्रचंड ग्रंथांत भूगोलसंबंधीं जीं जीं नांवें आलीं आहेत, तीं सर्व एकत्र यावीं, व त्यांचें वर्णन असेल तेंही यावें समुद्र, नद्या, पर्वत, सरोवरें, देश, प्रांत, द्वीपें, महाद्वीपें, द्वीपकल्पें, भूशिरें, सामुद्रधुन्या, गांवें, तीर्थें बंदरें, किनारे, अरण्यें वगैरे वगैरेंचा या सदरांत समावेश व्हावयाचा. अर्थात् यावरून महाभारतकालीं कोणचे देश, कोणचीं नगरें, नद्या पर्वत वगैरे होतीं तें सर्व समजेल. परदेशाचेही उल्लेख घेतले पाहिजेत.

२ वनस्पतिवर्णन—यांत त्या कालीं कोणचे वृक्ष, कोणच्या लता, कोणचीं पुष्पें लोकांस ठाऊक होतीं, व कोणकोणच्या वृक्षलतादिकांचा काय काय उपयोग होत होता, हें समजेल.

३ जलचर व स्थलचर पशु व पक्षी यांचें वर्णन-महाभारतांत नांवें आलेले सर्व पशुपक्षी या सदरांत नमूद केले जावे. जेथें त्यांचें विशेष वर्णन असेल, तेथें तेंहि आलेंच पाहिजे. त्याचप्रमाणें सर्प व कीटकादिकांचीं नांवेंहि नमूद झालीं पाहिजेत.

४ खनिजपदार्थवर्णन—कोणकोणचे धातु, कोणकोणचीं रत्नें, दगड वगैरे उल्लेखिलेले आहेत तेंहि काढलें पाहिजे.

पुढें समाजस्थितीसंबंधी आपणांस काय काय माहिती मिळवावयाची तें पाहूं.

१ कौटुंबिक किंवा गार्हस्थ्यस्थिति—'कुटुंब' हें समाजाचा मूळ पाया. तेव्हां त्यापासून आपण समाजाच्या संबंधाचा इतिहास पाहण्यास प्रारंभ केला पाहिजे. प्रथम विवाहसंबंध—विवाह नाहीं असा काळ—गोत्रांतल्या गोत्रांत विवाह—परगोत्रविवाह—विवाहाचे प्रकार—अनेकपतिविवाह—अनेकपत्नी विवाह—एकपति व एकपत्नी व्रतें--अपत्यांचा व पितरांचा परस्पर संबंध— स्त्रियांची पदवी सापत्न संबंध कुटुंबविस्तार इ. इ.—

२ राजकीय स्थिति—राजे-मंत्री-मंत्रिमंडळें-अराजक स्थिति-एकराजसत्ता-प्रजेचे हक्क-प्रजेची सत्ता-प्रजेचे प्रतिनिधि-स्थानिक स्वराज्य— उत्तम राजा कसा? उत्तम मंत्री कसा? प्रजेचीं कर्तव्यें काय? जमाबंदी कशी होई? न्यायपद्धति कशी असे? कायदे कसे असत? मालमत्तेवरील सत्ता सैन्य, शिबंदी वगैरे.

हीं नुसतीं पोटसदरें झालीं, परंतु या प्रत्येक पोटसदरासंबंधानेंच किती किती तरी माहिती आपल्यास उपलब्ध होणार आहे. उदाहरणार्थ कायद्यांचेंच पोटसदर घ्या. ह्यांत कुटुंबसंबंधी देवघेवीसंबंधी व फौजदारी गुन्ह्यासंबंधी अशी सर्व प्रकारच्या कायद्यांची माहिती येणार. त्याचप्रमाणें सैन्याचें सदर घ्या. या सदरांत शस्त्रें, अस्त्रें, युद्धकला, युद्धाचे नियम, सैन्याचे प्रकार, सैन्याची मांडणी वगैरे सर्व कांहीं येणार.

३ धर्मसंबंधी विचार—यांत महाभारतांत कोणकोणच्या देवता मानिल्या आहेत; त्या देवतांस भजण्याचे मार्ग काय सांगितले आहेत; कोणच्या कोणच्या पदार्थांस, पशूंस, पक्ष्यांस देवत्व व पावित्र्य मानिलें आहे; यक्ष, गंधर्व, किन्नर, भूत, प्रेत, पिशाच यांसंबंधाच्या कल्पना काय आहेत; सुषुप्ति आणि स्वप्न या दोन अवस्थांसंबंधाचे विचार—सारांश, सृष्टींतील कित्येक पदार्थ व प्राणी हे देवस्वरूप आहेत, अशा विचारापासून तों सर्व दृश्य व अदृश्य विश्व ब्रह्ममय आहे अशा उदात्त विचारापर्यंतचीं सर्व धर्ममतें भारतांत संग्रहित आहेत; त्या सर्वांचा इतिहास या सदराखालीं आपणांस संकलित करतां येणार आहे. त्याचप्रमाणें धर्मगुरु, व विविध पंथांचे गुरु, चार आश्रम, चार वर्ण, त्यांची व्यवस्था इत्यादि संबंधाचाही विचार याच सदराखालीं आपणांस करावा लागेल. कां कीं, चातुर्वर्ण्य व चतुराश्रम यांची उत्पत्ति कशीही झाली असली, तरी त्यांचा संबंध पुढें धर्मव्यवस्थेशींच आला असें आपणांस दिसून येईल. भारतकालींही धर्ममतें किती विविध, परमेश्वरप्राप्तीचे मार्ग किती भिन्न भिन्न होते, हेंहि समजून येईल. त्याचप्रमाणें यज्ञयागादिकांचा सर्व भाग या प्रकरणाचे पोटीं येईल.

४ विविध शास्त्रें व मीमांसा हीं कोणकोणचीं ह्या कालीं माहीत होतीं हें आपल्या

पृथक्करणावरून काढतां येणार आहे. वैद्यशास्त्र, रसायनादि शास्त्रें, ज्योतिषशास्त्र, भाषाशास्त्र, न्यायशास्त्र, इतिहासशास्त्र, संगीतशास्त्र, नाट्यशास्त्र, शिल्पशास्त्र, मूर्तिशिल्प, चित्रकला वगैरे जितकीं म्हणून शास्त्रें किंवा कला आहेत तेवढ्यांचा व त्या जाणणारांचे, त्याचप्रमाणें सर्व कला व त्या कला जाणणारांचे उल्लेख असतील तेथून ते काढून त्यांचें संकलन केलें पाहिजे.

५ शिक्षणव्यवस्था कशी असे? गुरुशिष्यसंबंध काय असे? साधारण लोकांचें शिक्षण काय असे? क्षत्रियांचें कसें असे? राजपुत्रांचें कसें असे! स्त्रियांस काय काय शिकवीत असत? धंद्याचें शिक्षण कसें दिलें जात असे वगैरे वगैरे.

६ शेतकीसंबंधी व उद्योगसंबंधी काय व्यवस्था होती, तें पाहिलें पाहिजे. दास होते कीं काय? मजूर कसे असत, त्यांस काम काय वेतनावर करावें लागे? हल्लींच्याप्रमाणें कांहीं संघ किंवा संस्था असत कीं काय? धंदे कोणकोणचे असत? नाणीं कोणचीं असत? वजनें कोणचीं असतात? आउतें वगैरे साधनें कशीं असत? शेती कोणकोणत्या धान्याची करीत? दूधदुभतें कसें असे वगैरे वगैरे.

व्यापार व्यवहार—देवघेव कशी चालते व्याजबट्टा कसा असे. कोणकोणच्या मार्गांनीं व्यापार चाले? परदेशांशीं व्यापार होत असे काय? कोणकोणच्या जिनसांचा व्यापार होई वगैरे वगैरे.

८ अन्न वस्त्र व भूषणें—अन्न किती प्रकारचें खात? धान्यें कोणकोणचीं व शाकभाज्या कोणकोणच्या असत? मांसाहार असे काय? कोणच्या प्राण्यांचें मांस खात? सूपशास्त्र होतें काय? वस्त्रें कशाकशाचीं करीत? तीं नेसण्यापांघरण्याची पद्धत काय असे? त्याचप्रमाणें भूषणें कशाकशाचीं करीत? कोणत्या धातु व कोणचीं रत्नें भूषणासाठीं योजीत? अन्नाचीं, वस्त्रांचीं व भूषणांचीं नांवें काय होतीं? वगैरे वगैरे.

९ आचार व रीतीभाती—श्रेष्ठांशीं कनिष्ठांचें वर्तन, वडिलांशीं लहानांचें वर्तन वगैरे संबंधांत काय माहिती उपलब्ध होईल तें यांत येणार.

याखेरीज—

१० पुरुषांचीं, स्त्रियांचीं, देवतांचीं, यज्ञांचीं वगैरे जीं नांवें येतील, त्यांचीहि जंत्री करून ठेवणें जरूर आहे. त्या नांवांची मीमांसा फार चित्तरंजक असते.

सारांश, वर दिलेल्या एकंदर सदराखालीं येणारी सर्व माहिती आपण या ग्रंथांतून काळजीपूर्वक काढून ज्या त्या सदरांत नमूद केली असतां, आपल्याला भारतीयकाळाचें इतिहास ज्ञान फार चांगलें होईल. याबद्दल मुळींच शंका घ्यावयास नको. या प्रचंड पुराणांतून मिळणारी सर्व सामग्री कणशः जुळविली असतां आपल्या प्राचीन इतिहासाचें मंदिर उभारण्यास फार सोपें जाईल. एका महाभारताचें अशा तऱ्हेनें पर्यालोचन केलें कीं, सर्व पुराणांचेंच पर्यालोचन झालें असें सजण्यास हरकत नाहीं. कारण, त्या त्या पुराणांचा पाया महाभारतच होय. याप्रकारें या ग्रंथांतून माहिती काढण्याचा प्रयत्न मीं केला आहे, व त्याचें फल या ग्रंथाचे शेवटीं उपसंहाररूपानें वाचकांचे पुढें ठेवण्याचा विचार आहे. सध्यां या महाभारतरूप महावृक्षाचें अवलोकन व त्याच्या महाफलाचें व अमृततुल्य रसाचें सेवन करण्यासाठीं तो वाचकांपुढें ठेवतों. वर निर्दिष्ट केलेल्या विषयांसंबंधें ज्ञानरूप गोरस या भारतरूप कामधेनूपासून आपणांस काढून सेवन करावयाचा आहे, हें मात्र सदासर्वकाळ लक्षांत धरावें.

हरि नारायण आपटे.

RAJANI
PHANSALKAR

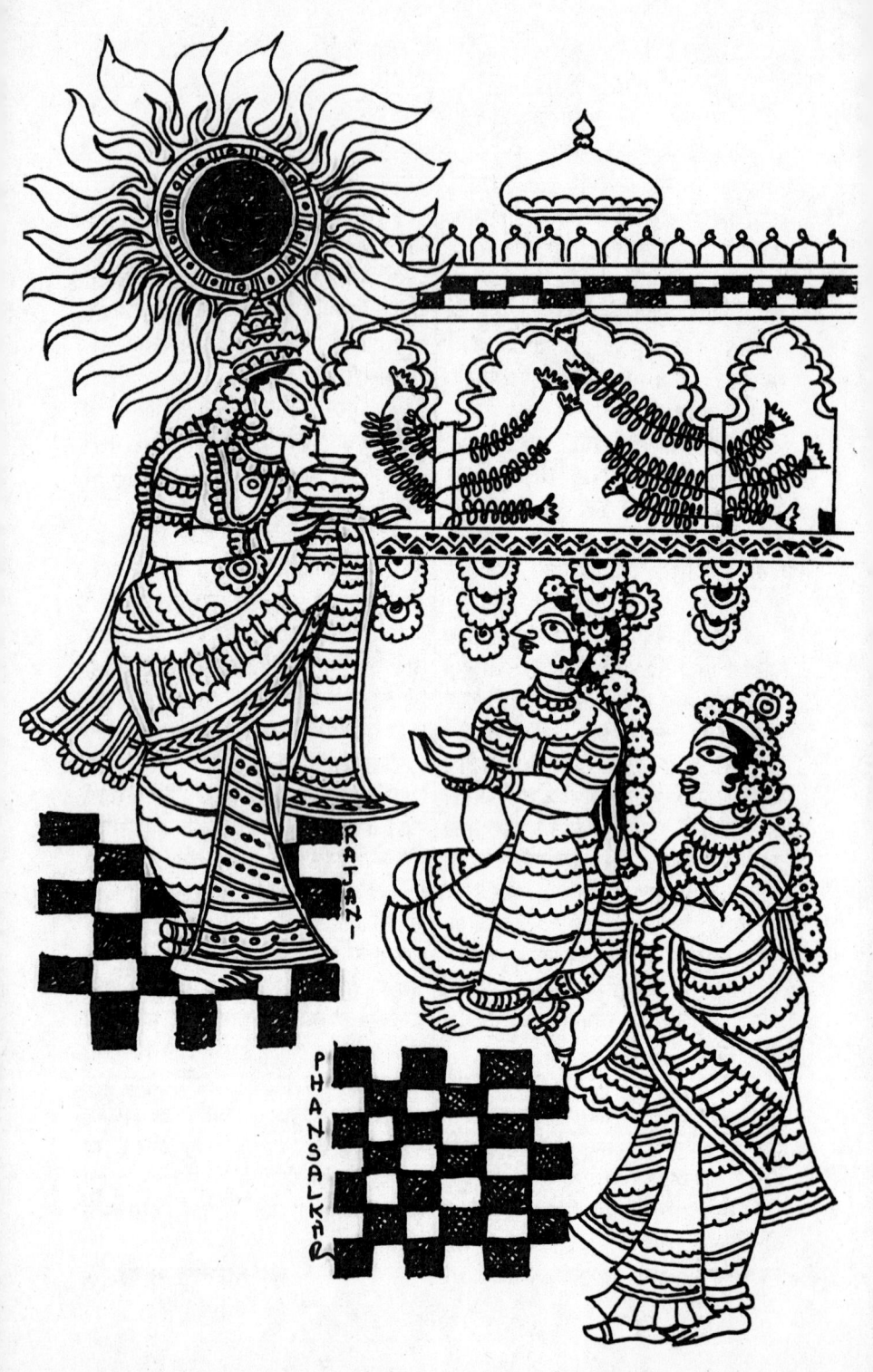

श्रीमन्महाभारत.

आदिपर्व.

अध्याय पहिला.

—:०:—

मंगलाचरण.

ॐ

नारायणं नमस्कृत्य नरं चैव नरोत्तमम् ।
देवीं सरस्वतीं चैव ततो जयमुदीरयेत् ॥

ह्या अखिल ब्रह्मांडांतील यच्चयावत् स्थावर-जंगम पदार्थांच्या ठिकाणीं चिदाभासरूपानें प्रत्ययास येणारा जो नरसंज्ञक जीवात्मा, नरसंज्ञक जीवात्म्यास सदासर्वकाळ आश्रय देणारा जो नारायणनामक कारणात्मा, आणि नरनारायणात्मक कार्यकारणसृष्टीहून पृथक् व श्रेष्ठ असा जो नरोत्तमसंज्ञक सच्चिदानंदरूप परमात्मा, या सर्वांस मी अभिवंदन करितों; तसेंच, नर, नारायण व नरोत्तम ह्या तीन तत्त्वांचें यथार्थ ज्ञान करून देणारी देवी जी, सरस्वती, तिलाही मी अभिवंदन करितों; आणि त्या परमकारुणिक जगन्मातेनें लोकहित करण्याविषयीं माझ्या अंतःकरणांत जीस्फूर्ति उत्पन्न केली आहे, तिच्या साहाय्यानें ह्या भवबंधविमोचक जय म्हणजे महाभारत ग्रंथास आरंभ करितों. प्रत्येक धर्मशील पुरुषानें सर्वपुरुषार्थप्रतिपादक अशा शास्त्राचें विवेचन करितांना प्रथम नर, नारायण आणि नरोत्तम ह्या भगवन्मूर्तीचें ध्यान करून नंतर प्रतिपाद्य विषयाचें निरूपण करण्यास प्रवृत्त व्हावें, हें सर्वथैव इष्ट होय.

भगवान् वासुदेवाला माझा नमस्कार असो; परात्पर गुरु ब्रह्मदेव ह्यास माझा नमस्कार असो; वसिष्ठमरीच्यादि प्रजापतींना माझा नमस्कार असो; माझ्या चित्तांत सदोदित निवास करणारें कृष्णद्वैपायनात्मक जें परब्रह्मतत्त्व, त्यास माझा नमस्कार असो; आणि सर्व विघ्नांचें निवारण

१ अष्टादश पुराणानि । रामस्य चरितं तथा ।
कार्ष्णं वेदं पंचमं च । यन्महाभारतं विदुः ॥
तथैव विष्णुधर्माश्च । शिवधर्माश्च शाश्वताः ॥
जयेति नाम तेषांश्च । प्रवदन्ति मनीषिणः ॥
(भविष्यत्पुराणे.)

अर्थ—अठरा पुराणें, रामायण, श्रीव्यासप्रणीत पंचम वेद महाभारत, आणि विष्णुपूजा व शिवपूजा ह्यांचें प्रतिपादन करणारीं सनातन शास्त्रें ह्यांस विद्वान् पुरुषांनीं ' जय ' अशी संज्ञा दिली आहे.

करणाऱ्या ज्या नानाविध देवता, त्यांस माझा नमस्कार असो !

उपोद्घात.

ह्या जगतीतलावर पूर्वी लोमहर्षण नांवाचा एक महाविख्यात पुराणिक होऊन गेला. तो इतिहास कथन करण्यांत फारच कुशल होता. त्याचें भाषण श्रवण करून श्रोतृसमुदायाची मनोवृत्ति अगदीं तल्लीन होत असे. लोमहर्षणाचें व्याख्यान ऐकून श्रोतृवृंदाचीं शरीरें रोमांचित झालीं नाहींत असें क्वचितच घडे. त्याला उग्रश्रवानामक पुत्र होता. तोही पुराण निवेदन करण्यांत आपल्या पित्याप्रमाणें निपुण असे. त्याचें ज्ञान मोठें अगाध होतें. वक्त्यास अलंकृत करणाऱ्या सर्व गुणांचें तो केवळ निधानच होता; आणि सर्व उपनिषदांचें रहस्य त्यास केवळ करतलामलकवत् पूर्ण अवगत होतें.

एके प्रसंगीं नैमिषारण्यांत शौनकनामक कुलपतीनें द्वादशवार्षिक सत्रं आरंभिलें असतां, त्या सत्राकरितां तेथें मोठमोठे उग्र तपश्चर्या करणारे ब्रह्मर्षि प्राप्त झाले. ते महात्मे एके दिवशीं नित्यनैमित्तिक कर्में आटोपून स्वस्थपणें ब्रह्मविचार करीत असतां सूतपुत्र उग्रश्रवा पुराणिक त्या स्थलीं आला. त्या वेळीं, तेथें महान् महान् तपोनिधि अधिष्ठित आहेत असें पाहून त्यास मोठा आल्हाद वाटला, आणि चित्रविचित्र कथा सांगून आपण त्या ब्रह्मर्षिंचें मनोरंजन करावें अशा लालसेनें त्या ऋषिवृंदापुढें तो विनयपूर्वक हात जोडून उभा राहिला.

ह्याप्रमाणें उग्रश्रवा सत्रमंडपांत ब्रह्मनिष्ठ मुनींच्या अग्रभागीं प्राप्त झाला असतां त्यास पाहून सर्वांची एकच लगबग उडाली. जो तो त्याजपासून मनोहर कथा श्रवण करण्याविषयीं आतुर झाला, आणि ते सर्व तपस्वी त्या श्रेष्ठ पुराणिकाच्या आसमंतात् एकदम जमा झाले.

मग उग्रश्रव्यानें सर्व मुनिवर्यांस प्रणिपात करून, त्यांची तपश्चर्या अव्याहतपणें चालली होती कीं नाहीं, याजबद्दल विचारपूस केली. नंतर त्या सर्व ऋषींनीं उग्रश्रव्याचें मनापासून स्वागत केलें, आणि त्यास यथोचित आसनाचा स्वीकार करण्यास सांगून सर्व ब्रह्मर्षि आपआपल्या स्थानीं स्थित झाले. तेव्हां उग्रश्रव्यानेंही ऋषिनिर्दिष्ट आसनाचा अंगीकार केला.

पुढें त्या सूतपुत्रानें (सौतीनें) थोडा वेळ विसांवा घेतल्यानंतर, कोणी एका ऋषीनें कथांचा उपक्रम करण्याकरितां त्या सौतीस प्रास्ताविक प्रश्न केले. तो ऋषि ह्मणाला, " हे सूतपुत्रा, आज तुझें कोठून येणें घडलें बरें ? तूं हे प्रस्तुतचे दिवस कोठकोठें घालविलेस, तें मला सांग. "

---

१ नैमिषारण्य—ह्या अरण्यांत भगवंतानें एका निमिषांत दैत्यांचा संहार केला म्हणून ह्यास नैमिषारण्य असें ह्मणतात. ह्यास नैमिशारण्य असेंही दुसरें नांव आहे. हें नांव पडण्याचें कारण असें कीं, येथें ब्रह्मदेवानें उत्पन्न केलेल्या मनोमय चक्राची नेमि ह्मणजे धाव एकदम शीर्ण ह्मणजे कुंठित झाली. ह्याबद्दल अशी कथा आहे कीं, पूर्वीं ऋषींनीं " तपश्चर्येस उत्तम स्थल कोणतें ? " असा ब्रह्मदेवास प्रश्न केला असतां ब्रह्मदेवानें त्यास सांगितलें कीं, " मी आतां मनोमय चक्र निर्माण करितों; त्याची गति कुंठित होईल, तें स्थल तपश्चर्येस योग्य असें समजावें. " नंतर ब्रह्मदेवानें एक मनोमय चक्र उत्पन्न करून सोडून दिलें. तें ह्या अरण्यांत कुंठित झालें. हें स्थल नर्मदेच्या उत्तरेस व कुरुदेशाच्या पश्चिमेस आहे.

२ मुनीनां दशसाहस्रं योऽन्नदानादि पोषणात् ।
अध्यापयति विप्रर्षिरसौ कुलपतिः स्मृतः ॥

अर्थ—जो विप्रर्षि दहा सहस्र शिष्यवर्गीय ऋषींच्या उपजीविकेची व्यवस्था करून त्यांस वेदविद्या शिकवितो, त्यास 'कुलपति' ह्मणतात.

३ बहुभ्यो दीयते यत्र । तृप्यन्ति प्राणिनो बहु ॥
कर्तारो बहवो यत्र । तत्सत्रमभिधीयते ॥

अर्थ——ज्यांत दानधर्म फार होतो, अन्नादिकांच्या योगें प्राणिमात्राची तृप्ति घडते, व अनेक पुरुष कर्ते असतात, त्यास ' सत्र ' ह्मणतात.

ह्याप्रमाणें प्रश्न श्रवण केल्यावर लौमहर्षणीनें विमलचित्त तपोनिधींच्या त्या विशाल सभेमध्यें चित्ताकर्षक भाषण करून नानाविध कथांचा उपन्यास केला.

सौति ह्मणाला:— मुनिश्रेष्ठहो, महाराज परीक्षित राजाचा पुत्र जो महात्मा जनमेजय त्याचे सर्पसत्रास मी गेलों होतों. तेथें त्या राजेंद्राला वैशंपायनांनीं कृष्णद्वैपायनप्रणीत महाभारत ग्रंथांतील अनेक पुण्यकारक व हृदयंगम कथा निवेदन केल्या, त्या मीं यथाविधि श्रवण केल्या; आणि नंतर अनेक तीर्थें व क्षेत्रें पर्यटन करून समंतपंचकनामक परमपावन देशास गेलों. ब्रह्मवर्यहो, समंतपंचक देशांत मुख्यत्वेंकरून द्विजांचेंच वास्तव्य आहे, आणि एथेंच पूर्वी कौरव व पांडव ह्यांचें घोर युद्ध होऊन त्यांत दोन्ही पक्षांकडील सर्व भूपालांचा संहार झाला. ऋषिहो, प्रस्तुत मी त्या समंतपंचक देशाहून आपलें दर्शन घेण्याच्या लालसेनें येथें प्राप्त झालों आहें. महाभाग आयुष्मंतहो, ह्या सत्रामध्यें सूर्य व अग्नि ह्यांप्रमाणें तुह्मी मला भासत अहां. तुह्मी प्रत्यक्ष परब्रह्म, असेंच मला वाटतें. महाराज, अंतर्बाह्य शुद्धि करणारीं स्नानसंध्यादिक कर्में आटोपून आणि जपजाप्य व होमहवन ह्यांचें अनुष्ठान करून आपण स्वस्थ बसलां अहां; ह्यास्तव, परमपावन पुराणकथा, दानमोक्षादिकांचे नियम, अर्थप्राप्तीचे उत्तम मार्ग, अथवा थोर थोर महात्म्यांचीं वृत्तें, किंवा महान् महान् राजर्षींचीं चरित्रें ह्यांपैकीं काय निरूपण करूं तें कृपा करून विदित करावें.

ऋषि ह्मणाले:—हे सौते, हें काय विचारावें ? जें भारत नांवाचें पुराण महान् ऋषि कृष्णद्वैपायनांनीं रचिलें आणि देवांनीं व ब्रह्मर्षींनीं आपआपल्या लोकीं ऐकतांक्षणींच ज्याची वाहवा केली; ज्यामध्यें थोर थोर महात्म्यांचीं चरित्रें वर्णिलीं असून ज्यांतील पदलालित्य व अर्थसौष्ठव अतिशय मनोहर आहे; शुद्ध आत्मतत्त्वज्ञानाचा व सयुक्तिक कार्यकारणपद्धतीचा जो केवळ आदर्शच होय; आणि वेदप्रतिपाद्य विषयांचें सांगोपांग विवेचनामुळें ज्यास अपूर्व शोभा प्राप्त झाली आहे; तसेंच जो भारतनामक इतिहास[1] जनमेजय राजाच्या सर्पसत्रांत भगवान् व्यासांच्या आज्ञेवरून वैशंपायनांनीं मोठ्या आनंदानें सविस्तर कथन केला; ज्याचें श्रवण, मनन व निदिध्यसन केलें असतां चित्ताची शुद्धि होऊन चतुर्विध पुरुषार्थांचा लाभ घडतो; ज्यांतील पदें शाणोल्लीढ रत्नांप्रमाणें सुसंस्कृत असून अर्थ ब्रह्मज्ञानविषयक आहे; जो नानाविध शास्त्रांच्या व चतुर्विध श्रुतींच्या अर्थांचें भांडागारच होय; आणि ज्याच्या दृढ परिशीलनानें अहंकारग्रंथीचा मोक्ष होऊन पापवासनेची भीति अजीबात नष्ट होते, त्या भारतसंज्ञक श्रेष्ठ संहितेचें श्रवण करावें, अशीच आमची मनीषा आहे.

सौतिकृत मंगलाचरण.

सौति ह्मणाला:—ज्याच्यापासून ह्या स्थिरचर सर्व विश्वाची उत्पत्ति होते; गाढ निद्रेंत व प्रलयकालीं ज्याच्यामध्यें ह्या सर्व ब्रह्मांडाचा लय होतो; सर्व जगाचा योगक्षेम चालण्याकरितां यज्ञयागादिकांत अनेक होते पुरुष ज्याचें आह्वान करून साममंत्रांनीं गायन करितात; जो सर्व त्रिभुवनांत जीव व ईश्वर ह्या रूपांनीं सर्वत्र व्याप्त आहे; आणि जो एक, अद्वितीय, सत्य, नित्य, परब्रह्मरूप व देशकालादिकांनीं अपरिच्छिन्न असा आहे; तसेंच, ज्याचें वास्तव स्वरूप कार्यकारण, सृष्टीच्या व्यतिरिक्त असून ज्याच्या ठिकाणीं वास्तविकपणें मिथ्या असलेली कार्यकारणसृष्टि केवळ अज्ञानामुळें सत्य भासते; ज्याच्यापासून उच्च, नीच अशा सकल वस्तूंची उत्पत्ति होते; जो वस्तुतः अनादि, अनंत व विकारशून्य असू-

१ भारत ग्रंथास पुराण व इतिहास अशा दोन्ही संज्ञा आहेत. (आदिपर्व अध्याय १२ व ६२.)

नही केवळ भक्तकल्याणाकरितां नवीं नवीं रूपें (अवतार)धारण करितो; संसार हा अनंत असून त्याच्या मुळाशीं आदिकारणरूपानें हा परमात्मा असल्यामुळें ज्याचा कधींच लय होत नाहीं आणि सर्व विश्वांत जो अत्यंत श्रेष्ठ होय; त्याप्रमाणेंच, जो मंगलदायक असून स्वत: मंगलमूर्ति आहे; ज्याच्या ठिकाणीं दोषादिकांचें मुळींच वास्तव्य नसून जो पावनत्वाचें निधान आहे; आणि जो इंद्रियादिकांचा नियंता असून चराचराचा अधिपति होय, अशा त्या भक्तकामकल्पद्रुम जगद्व्यापक, भवभंजक व यज्ञस्वरूप परमात्म्यास मी नमस्कार करितों; आणि अमानुष कर्मे करून दाखविणाऱ्या व सर्व लोकांस वंदनीय झालेल्या त्या महामुनि भगवान् व्यासांनीं कथन केलेला जो दिव्य महाभारत ग्रंथ, त्याचें निरूपण करितों.

महाभारताचें महत्त्व.

ऋषिहो,ह्या इतिहासग्रंथाचें महत्त्व फारच अगाध आहे. तिन्ही कालीं अबाधित असलेल्या तत्त्वाचें ह्यांत प्रतिपादन केलें आहे; ह्मणून ह्या जगतीतलावर कांहीं कवींनीं पूर्वींच हा इतिहास सांगितला आहे, कांहीं कवि प्रस्तुत तो सांगत आहेत, आणि कांहीं कवि पुढेंही तो सांगतील. उत्तम, मध्यम व अधम अशा तिन्ही प्रकारच्या लोकांस ह्या ग्रंथाचा उपयोग एकसारखा होतो. ब्राह्मणादि तीन वर्णांतील पुरुष ह्मणजे द्विज हे ह्या ग्रंथांतील विषयाचें परिशीलन मोठ्या कळकळीनें करितात; आणि ह्या ग्रंथाचें संकलित व विस्तृत स्वरूप पूर्णपणें ध्यानांत यावें व त्याच्या योगें प्रतिपादित तत्त्वांची उपस्थिति चांगली व्हावी, ह्मणून ते संक्षेपानें व विस्तारनें ह्या ग्रंथाचें पठन करितात. ह्यांतील सुंदर शब्दरचना, मनोहर अशी वैदिक व लौकिक आचारपद्धति, आणि विविध छंद व मोहक वृत्तें हीं अवलोकन करून मोठमोठे विद्वान् व रसिक पुरुषही माना डोलवितात.

जगताची उत्पत्ति.

ऋषिहो, ह्या सृष्टींतील अगणित वस्तु व त्यांचे अनंत व्यापार हीं सर्व त्या भगवन्मायेचीं कार्यें होत. मायेच्या अंगीं जें हें लोकोत्तर सामर्थ्य प्राप्त झालें आहे, त्याच्या योगानें ह्या जगांतील यच्चयावत् घडामोडी चालतात. ह्या घडामोडींचा विचार केला ह्मणजे मायेच्या प्रचंड शक्तीबद्दल आश्चर्य वाटतें. परंतु वास्तविक स्थिति अशी आहे कीं,सर्व विश्वास प्रचलित करणारी ही माया स्वत: सर्वस्वीं परतंत्र आहे. तिच्या अंगीं जो हा विलक्षण पराक्रम दृग्गोचर होतो, तो त्या अचिंत्य लोकनायक परमात्म्याचा आहे. माया ही केवळ त्याच्या हातांतील काष्ठप्रतिमा होय.त्याच्या प्रेरणेप्रमाणें ही आपलीं कामें करिते. परमात्म्याच्या शक्तीमुळेंच मायेला हें जग उत्पन्न करितां येतें,व त्याच्या शक्तीमुळेंच माया स्तिमित होऊन ह्या जगताचा उपसंहार होतो.जगताचीं उत्पत्ति व लय हीं कशीं घडतात, हें ह्या विवेचनावरून तुमच्या ध्यानांत येईल.

ऋषिहो, प्रलयकालीं ह्मणजे ह्या दृश्यमान जगाचा उदय होण्यापूर्वीं मायेची शक्ति अशीच स्तिमित होऊन ती परब्रह्मरूपांत लीन होऊन बसली होती; आणि त्या वेळीं द्रष्टा,दृश्य व दर्शन अथवा ज्ञाता, ज्ञेय व ज्ञान इत्यादि विकार मायेच्या अभावामुळें नष्ट झाले होते. अशा प्रकारचो सर्वत्र स्थिति असतांना परमात्म्याच्या मनांत जनदुत्पत्तीचा विचार उत्पन्न झाला, व सर्व त्रैलोक्यास धारण करणारें असें एक बृहत् अंडें उत्पन्न झालें. ऋषिहो, ह्या सृष्टींतील स्थावरजंगम सर्व वस्तूंस उत्पन्न करणारें हें अंडें ह्मणजे सर्व सृष्टीचें अविनाशी असें बीजच होय. प्रत्येक कल्पाच्या आरंभीं ब्रह्मांडाच्या उत्पत्तीचें हें मूळ कारण असल्यामुळें ह्यास “ महद्दिव्य ” अशी संज्ञा देतात. ह्या अंड्यांत (कारणात्म्यांत) त्या अद्भुत, अचिंत्य,सर्वत्र समत्वानें व्याप्त, अव्यक्त,

जगत्कर्तृक सूक्ष्म,कार्यकारणरूप, नित्य, सत्य व ज्ञानमय अशा परमात्म्यानें प्रवेश केला, असें श्रुति सांगतात.

नंतर त्या दिव्य अंड्यांतून हिरण्यगर्भसंज्ञक प्रजापति उत्पन्न झाला.हा सर्व त्रिभुवनाचा मूळ अधिपति असून पितामह होय. ब्रह्मदेव,विष्णु व महेश्वर ह्या त्या हिरण्यगर्भाच्या राजस, सात्त्विक व तामस अशा विभूति आहेत.मनु,कपरमेष्ठी,प्राचेतस दक्ष,क्रोध,तम, दम, विक्रत,अंगिरा, कर्दम व अश्व हे सात दक्षपुत्र, आणि मरीच्यादिक सप्तर्षि व चतुर्दश मनु असे एकवीस प्रजापति,हे सर्व ब्रह्मदेपासून उत्पन्न झाले. मत्स्यकूर्मवराहादि अचिंत्य अवतारांस कारणभूत अशी जी पुरुषनामक विभूति, तिचा मूळ उद्गम भगवान् विष्णू मध्यें आहे. विश्वेदेव, आदित्य, वसु व अश्विनीकुमार हे त्या विष्णूचे अंश होत,आणि यक्ष, साध्य, पिशाच, गुह्यक व पितर हे महेश्वरापासून उत्पन्न झाले. त्याप्रमाणेंच, महान् महान् ज्ञानी व ब्रह्मवेत्ते पुरुष, धैर्यौदार्यादि सकल गुणांनीं मंडित असे अनेक भूपति, पृथ्वी, आप्, तेज, वायु, आकाश हीं महाभूतें, चंद्र, सूर्य, संवत्सर, ऋतु, मास, पक्ष व अहोरात्र हीं सर्व त्या शंकरापासूनच निर्माण झालीं. ऋषिहो, ह्यांवांचून दुसरें जें कांहीं ह्या जगांत दृष्ट—दृश्य, ज्ञान—ज्ञेय किंवा श्रुत—श्राव्य ह्मणून असेल, तें सर्व ह्या बृहत् अंड्याच्या मुख्य तीन विभूतींपैकीं कोणत्या तरी विभूतीपासून उत्पन्न झालें आहे, असें समजावें.

जगताचा उपसंहार.

कल्पकालाचा प्रारंभ झाला असतां ह्याप्रमाणें परमात्म्यापासून जगताची उत्पत्ति होते,व कल्पकालाचा अंत होण्याची वेळ आली म्हणजे पुनः परमात्म्यामध्येंच जगताचा उपसंहार होतो. वसंतादि ऋतूंमध्यें ज्याप्रमाणें त्या त्या ऋतूंना अनुसरून पल्लवकुसुमादि ऋतुचिन्हें प्रकट होतात, व त्या त्या ऋतूंची समाप्ति झाली ह्मणजे तीं तीं चिन्हें अदृश्य होतात, त्याप्रमाणें प्रत्येक कल्पाच्या उत्पत्तिसमयीं त्या त्या विशिष्ट वस्तु प्रकट होतात व कल्पाच्या प्रलयसमयीं त्या पुनः अदृश्य होतात; त्यांचा आत्यंतिक नाश ह्मणून केव्हांही होत नाहीं. ऋषिहो, ह्या कल्पाच्या उत्पत्तीला व प्रलयाला वास्तविक कारण मायेची अद्वितीय शक्ति हें होय. परब्रह्मरूपाच्या याथातथ्य ज्ञानानें मायेचें पारतंत्र्य अनुभवास आलें ह्मणजे ह्या जगताची तुच्छता तात्काळ मनांत ठसते, व मग जीव हा परमात्म्याच्या सच्चिन्मय रूपांत लीन होऊन शाश्वतसुखाचा उपभोग घेऊं लागतो; असो. जोंपर्यंत ज्ञानरूप सूर्यानें मायारूप अंधकाराचा नाश झाला नाहीं, तोंपर्यंत, भूतांचा संहार करणारें व त्यांस पुनः जन्म देणारें असें हें आद्यंतरहित कालचक्र ह्या ब्रह्मांडांत एकसारखें फिरत रहातें, हें ध्यानांत ठेवा.

देवसृष्टि.

ऋषिहो, ज्या बृहत् अंड्यामध्यें ज्ञानमय परमात्म्यानें प्रवेश केला ह्मणून तुह्मांस सांगितलें, त्या बृहत् अंड्यांतील चैतन्यापासूनच पुढें देवादिक चेतनसृष्टि उदय पावली. मुख्य देव तेहेतीस आहेत. आठ वसु, अकरा रुद्र, बारा आदित्य, इंद्र व प्रजापति हे ते होत. ह्या तेहेतीस कोटींपासूनच (मुख्य वर्गांपासूनच) तेहेतीसशें, आणि पुढें तेहेतीस हजार देव झाले; हेंही देवसृष्टीचें संक्षिप्त लक्षणच होय. कारण, ह्यांच्या विभूति अगणित आहेत. दिवःपुत्र,बृहद्भानु,चक्षु,आत्मा, विभावसु, सविता, ऋचीक, अर्क, भानु, आशावह, रवि व सह्य[1] हे बारा आदित्यही भगवत्तेजापासूनच निर्माण झाले असून सह्य हा त्यांतील श्रेष्ठ होय.ह्या सह्यास देवभ्राट् नांवाचा पुत्र झाला, व त्यापासून पुढें सम्राटाचें जन्म झालें.दशज्योती, शतज्योती व सहस्रज्योती हे तीन सुभ्राटाचे पुत्र होत. हे महाज्ञानी असून ह्यांस संतति वगैरे विपुल

१ सह्य ह्याच्या जागीं मह्य असाही पाठभेद आढळतो.

झाली. दशज्योती ह्मणजे महात्मा अग्नि होय. धूम्रा, अर्ची, उष्मा, ज्वलिनी, ज्वालिनी, विस्फुलिंगिनी, सुश्री, सुरूपा, कपिला व हव्यकव्यवहा ह्या दहा दशज्योतीच्या ज्योती किंवा कला समजाव्या. शतज्योती ह्मणजे प्रत्यक्ष चंद्रच होय. ह्या देवतेचें हृदय हें निवासस्थान आहे. मूर्धन्या, सौरी वगैरे हृदयाच्या ज्या शंभर नाडिका, त्याच ह्या शीतरश्मीच्या शतज्योती समजाव्या. सहस्रज्योती ह्मणजे सहस्र किरणांनीं प्रकाशमान होणारा भगवान् सूर्य होय. दशज्योतीला दहा सहस्र पुत्र झाले, शतज्योतीपासून एक लक्ष पुत्र जन्मले, व सहस्रज्योतीपासून दहा लक्ष पुत्र जन्मास आले. ऋषिहो, ब्राह्मणवंश, कुरु, यदु, भरत, ययाति व इक्ष्वाकु ह्यांचे वंश, आणि इतर सर्व राजवंश हे अग्नि, चंद्र व सूर्य ह्या देवतांपासूनच उत्पन्न झाले आहेत. तसेंच, सर्व ब्रह्मांडांत ओतप्रोत भरलेल्या ह्या विविध भूतसृष्टीचें देखील उद्गमस्थल ही देवसृष्टिच होय. ह्या देवसंघापासूनच मानवांचीं वसतिस्थानें ह्मणजे ब्राह्मणाचे आश्रम, तीर्थादि पुण्यक्षेत्रें, भूपतींचे राजवाडे व नगरें, आणि अन्यजातीयांच्या व्यवसायभूमिका वगैरे उत्पन्न झाल्या. तसेंच ज्ञानमार्ग, कर्ममार्ग, व उपासनामार्ग, धर्म, अर्थ, काम व मोक्ष हे चतुर्विध पुरुषार्थ व तत्प्रतिपादक अनेक शास्त्रें, आणि आयुर्वेद, धनुर्वेद, गांधर्ववेद वगैरे सर्वांची उत्पत्ति ह्या परम प्रतापवान् देववर्गापासूनच झाली.

भारताचा विषय व अभ्यास.

ऋषिहो, ह्या भारत ग्रंथांत देवसृष्टि, भूतसृष्टि, चतुर्विध पुरुषार्थ, तत्प्रतिपादक श्रुतिस्मृति व शास्त्रें इत्यादि अनेक विषयांचें यथासांग विवेचन केलें आहे. सृष्टीचा हा सर्व उपक्रम व उपसंहार भगवान् बादरायणांस योगबलानें गोचर झाला. दृढ समाधीच्या अनुष्ठानानें त्यांच्या हृदयांत संपूर्ण इतिहास व सकल श्रुति प्रकट झाल्या, आणि त्यांनीं त्या सर्वांचा ह्या ग्रंथांत तात्पर्यरूपानें संग्रह केला. हें भारतात्मक ज्ञानकांड श्रीव्यासांनीं संक्षिप्त व विस्तृत अशा दोन्ही रूपांनीं निरूपण केलें आहे. कोणत्याही विषयाचें संकुचित व विकसित स्वरूपानें प्रतिपादन केलें असतां त्याची उपस्थिति राखण्यास उत्तम साधन होतें, ह्यास्तव विद्वान् लोकांस हा दुहेरी मार्ग फारच प्रशस्त वाटतो.

ऋषिहो, ह्या महाभारत ग्रंथास कोठून आरंभ होतो ह्मणून म्हणावें ह्याजबद्दल मतभेद आहे. कित्येकांच्या मतें "ॐ नमो भगवते वासुदेवाय" ह्या महामंत्रापासून महाभारत ग्रंथास प्रारंभ होतो; कित्येकांचा अभिप्राय आस्तीकाचे चरित्रापासून ह्या ग्रंथाचा आरंभ समजावा, असा आहे; आणि उपरिचरवसूंच्या आख्यानापासून भारताचा आरंभ मानावा असें कित्येक लोक म्हणतात; असो. ह्याचा आरंभ कोठून कां होईना, ह्याच्या महतीबद्दल व ज्ञानप्रतिपादकत्वाबद्दल मुळींच मतभेद नाहीं. हा ग्रंथ सर्वांस एकसारखा अमोलिक व श्रेष्ठ वाटतो, आणि प्रत्येक सहृदय पुरुष ह्याचें मनापासून अध्ययन करितो. महान् महान् ज्ञाते लोक भारतसंहितेचा अर्थ नानाविध प्रकारांनीं व्यक्त करितात; कांहींजण ह्या ग्रंथाचें प्रांजलपणें व्याख्यान करितात; आणि कित्येक अहर्निश श्रवण, मनन व निदिध्यास चालवितात.

व्यासांस ब्रह्मदेवांचें दर्शन.

ऋषिहो, भगवान् व्यासांनीं उग्र तपश्चर्या व कडकडीत ब्रह्मचर्य ह्यांच्या योगें समाधियोग सिद्ध केल्यावर सनातन वेदाचे विभाग केले, आणि त्यांतील तत्त्वांचें विवेचन करण्याकरितां त्यांनीं ह्या परमपावन इतिहासाची अंतर्यामीं सुव्यवस्थित रचना केली. परंतु इतकें झालें तरी त्या महा-

१ पृष्ठ १ मधील पारिग्राफ २ च्या आरंभासून. २ आदिपर्व अध्याय १३ पासून. ३ आदिपर्व अध्याय ६३ पासून.

त्म्याच्या चित्तास समाधान वाटलें नाहीं. अशा प्रकारचा दिव्य ग्रंथ फक्त तयार झाला ह्मणजे कार्यभाग आटोपला असें नव्हे; तर सर्वतोमुखीं अभ्यास चालून ह्यांतील सिद्धांतांचें पठन जर प्रत्येकाकडून सदासर्वकाळ होईल तरच अशा ग्रंथाचें साफल्य झालें असें समजलें पाहिजे, नाहीं तर हे केवळ श्रमच होत, अशी त्या महात्म्याच्या चित्तास एकसारखी तळमळ लागली व तो मोठ्या चिंतेंत पडला. ह्याप्रमाणें भगवान् व्यासाच्या मनास अस्वस्थता उत्पन्न होऊन ते विवंचना करीत असतां, सर्वलोकगुरु ब्रह्मदेव ह्यास अपरोक्षज्ञानानें तें विदित झालें,व ते स्वतः लोकहित करण्याच्या वासनेनें प्रेरित होऊन भगवान् व्यासांचा मनोरथ पूर्ण करण्याकरितां त्या ठिकाणीं प्रकट झाले. विश्वाधिपति ब्रह्मदेव त्या स्थलीं प्राप्त होतांच मुनिश्रेष्ठ बादरायण वत्याच्या भोंवतीं अधिष्ठित असलेले दुसरे ऋषि ह्यांची एकच लगबग उडाली, त्या सर्वांनीं प्रेमपूर्वक हात जोडून त्या देवाधिदेवास उत्थापन दिलें, आणि आसनपरिग्रह करण्याविषयीं प्रार्थना केली. नंतर परात्परगुरु ब्रह्मदेवांनीं आसनाचा स्वीकार केला. व व्यासप्रमुख सर्व मुनि त्यांस प्रदक्षिणा घालून त्यांच्या समीप उभे राहिले. तेव्हां ब्रह्मदेवांनीं त्यांस बसण्याविषयीं आज्ञा केली, आणि तदनुसार ते मोठ्या आनंदानें ब्रह्मदेवांच्या आसनासमीप बसले. नंतर महातेजस्वी व्यास ऋषि परमेष्ठी ब्रह्मदेवाशीं बोलूं लागले.

भारताचें स्वरूप व व्यासांची चिंता.

व्यास ह्मणाले:– भगवान् ब्रह्मदेवा, मी अत्यंत श्रेष्ठ असें काव्य रचिलें असून त्यांत अनेक विषयांचें प्रतिपादन केलें आहे. वेदांचें रहस्य,त्यांतील इतर विस्तार,सांगोपांग उपनिषदें,इतिहास,पुराणें, कालाची त्रिविध स्थिति, जरा, मृत्यु,भय,व्याधि, अस्तित्व व अभाव ह्यांचा निश्चय, धर्माधर्मविचार, आश्रमांचीं लक्षणें, चातुर्वर्ण्य, तपश्चर्या व ब्रह्मचर्य ह्यांचें यथास्थित विवेचन, पुराणांतील कथानिर्देश, पृथ्वी व युगें, चंद्र व सूर्य, ग्रह व नक्षत्रें, आणि इतर तारका ह्यांचें प्रमाण,ऋग्यजुस्सामसंज्ञक वेदत्रयी, ब्रह्मज्ञान, न्याय, शिक्षा,चिकित्सा,दान,पाशुपत ह्मणजे पशु जो जीव त्याचा पति ह्मणजे त्याच्या अंतर्यामीं असणारा जो भगवान् त्याचें महात्म्य, प्राक्तनानुरूप दिव्य अथवा मानुष जन्म, पुण्यतीर्थें,पवित्र देश, नद्या, पर्वत, वनें व समुद्र, महान् महान् नगरें, धनुर्वेदांतर्गत युद्धोपयोगी शस्त्रास्त्रविचार, जात्यनुसार भाषाभेद, लोकाचाराचें निरूपण करणारें नीतिशास्त्र आणि सर्वव्यापक परब्रह्म ह्या सर्वांचें मीं आपल्या काव्यांत प्रतिपादन केलें आहे.परंतु ह्या काव्याचा लोकांत प्रसार व्हावा व त्याच्या द्वारें काव्यरचनेचा हेतु सिद्धीस जावा, ह्यास्तव चतुर लेखक कोण मिळेल ह्मणून मी चिंतन करीत आहें; पण मला हवा असा लेखक ह्या पृथ्वीवर मला आढळत नाहीं.

व्यासचिंतापरिहार.

ब्रह्मदेव ह्मणाले:—हे व्यासा, ह्या भूतलावर तपोनिष्ठ व महाज्ञानी असे अनेक ऋषि आहेत, परंतु त्यांमध्यें तुझ्याप्रमाणें अध्यात्मशास्त्रांत एकही पारंगत नाहीं; ह्यास्तव मी तुला सर्व ब्रह्मवेत्त्यांत अग्रपद देतों. बाबारे, तुझी वाणी सत्य व वेद ह्यांस अनुसरून आहे, ह्याकरितां तूं आपल्या ग्रंथास काव्य ह्मणून जी संज्ञा दिली आहेस ती खरोखरीच अन्वर्थक होईल; आणि ज्याप्रमाणें गृहस्थाश्रमावर वरचढ करण्यास दुसरा एकही आश्रम समर्थ नाहीं, त्याप्रमाणें तुझ्या काव्यावर वरचढ करण्यास दुसरें कोणतेंही काव्य समर्थ होणार नाहीं. हे पराशरपुत्रा, हें तुझें काव्य लिहिण्यास विद्याधिपति विघ्ननायक गणपतिच योग्य होय. तूं त्याचें स्मरण कर,ह्मणजे तो प्रगट होऊन तुझी चिंता दूर करील.

व्यासगणपतिसंवाद.

सौति ह्मणालाः—शौनकादि ऋषिहो, व्यासांस ह्या प्रमाणें सांगून जगद्गुरु ब्रह्मदेव स्वस्थानीं निघून गेले. नंतर व्यासांनीं गणनायकाचें स्मरण केलें, आणि स्मरण करितांच भक्तकामकल्पद्रुम भगवान् हेरंब त्या स्थलीं प्रकट झाले. पुढें पूजा वगैरे होऊन ते आसनाधिष्ठित झाले असतां सत्यवतीसुत व्यास त्यांस ह्मणाले, "हे विघ्नेशा, मीं भारत ग्रंथाची मनांत रचना केली असून तो मी स्वतः सांगत आहें;तर तूं त्याचा लेखक हो." ऋषिहो, तें ऐकून गणाधीश ह्मणाले," बा व्यासा, तुझें ह्मणणें मान्य आहे; परंतु माझी अशी अट आहे कीं, मी लिहीत असतांना माझी लेखणी क्षणभरही थांबणार नाहीं असें तूं कबूल करीत असल्यास मी लेखक होईन." व्यासांनीं ह्मटलें, "तुझी अट मी मान्य करितों; परंतु ह्यावर माझें ह्मणणें इतकेंच आहे कीं, तूं जें कांहीं लिहिशील त्याचा अर्थ मनांत आणून तूं तें लिहीत जा, ह्मणजे माझी कांहींच हरकत नाहीं." ऋषिहो, ह्याप्रमाणें व्यासांनीं गजाननांस सांगितल्यानंतर गजाननांनीं 'ठीक आहे' असें ह्मणून हातांत लेखणी घेतली, आणि मग भारतलेखनाचें काम सुरू झालें.

कूट श्लोक.

ऋषिहो, पुढें व्यासांनीं भारत ग्रंथ सांगितला व गणेशांनीं तो लिहिला. ह्यांत व्यासमुनींनीं कित्येक स्थलीं मुद्दाम कौतुकानें असा कांहीं गूढ अर्थ ठेविला आहे कीं,तो उकलणें फारच कठिण आहे. "ह्या ग्रंथांतील अठ्ठायशींशें श्लोक एक मला अथवा शुकाला मात्र बरोबर रीतीनें कळले आहेत. संजय हा महाज्ञानी खरा,परंतु त्याला हे श्लोक कळले आहेत कीं नाहींत ह्याची वानवाच आहे," असें खुद्द व्यासांनींच प्रतिज्ञेवर सांगितलें आहे. शौनका, महाभारत ग्रंथांतील हीं अठ्ठायशींशें कूटें अर्थ व तदाश्रित शब्द ह्यांच्या दुर्बोधत्वामुळें इतकीं विकट झालीं आहेत कीं, त्यांचा अर्थ सुबोधपणें व्यक्त करणें अद्यापही अशक्यच आहे. ऋषिहो, सर्वज्ञ गणेश ह्या कूटश्लोकांचा अर्थ ध्यानांत आणण्याकरितां जों थोडा वेळ मनन करीत बसत, तों व्यास मुनि दुसरे अनेक श्लोक रचून तयार करीत,व त्यामुळें लेखनाचा आणि कथनाचा ओघ एकसारखा अव्याहतपणें चालू राही.

भारताचें महत्त्व.

ऋषिहो, ह्या ग्रंथाचें महत्त्व काय सांगावें ? अज्ञानरूप तिमिरानें अंध झालेल्या लोकांचे नेत्र उघडण्याकरितां ज्ञानरूप अंजनाची ही शलाकाच होय. अहो, ह्या महाभारतरूप सूर्यानें धर्म, अर्थ, काम व मोक्ष ह्या चतुर्विध पुरुषार्थांचें संक्षिप्त व विस्तृत विवेचन करून सर्व मनुष्यजातीचें अज्ञानतम नष्ट केलें आहे. अहो, ह्या भारतपुराणरूपी पूर्णचंद्राच्या उदयानें सर्वत्र श्रुतिरूप किरण विकीर्ण होऊन मानवबुद्धिरूप कुमुदें प्रफुल्लित झालीं आहेत. अहो,ह्या भारतसंज्ञक इतिहासरूप प्रदीपानें अखिलब्रह्मांडरूप मंदिरांतील मोहपटलाचा विध्वंस करून सर्वत्र ज्ञानप्रभा प्रसृत केली आहे. अहो, हा भारतग्रंथ ह्मणजे एक महान् वृक्षच होय. संग्रहाध्याय हें ह्याचें बीज समजावें. पौलोमपर्व व आस्तीकपर्व हीं ह्याचीं मुळें होत. संभवपर्व हा स्कंधविस्तार समजावा. सभापर्व व वनपर्व हीं ह्या वृक्षावर पक्षी बसण्याचीं स्थानें होत. अरणीपर्व हा ह्या वृक्षास अनुपम शोभा प्राप्त करून देणारा अलंकार समजावा.विराटपर्व व उद्योगपर्व हें ह्या ग्रंथाचें सत्व होय. भीष्मपर्व ही ह्या वृक्षाची प्रचंड शाखा समजावी. द्रोणपर्व हीं ह्या भारतवृक्षाचीं पर्णें होत. कर्णपर्व हें ह्या वृक्षावरील शुभ्र पुष्पांच्या स्थानीं समजावें.शल्यपर्व हा ह्या वृक्षाचा सुगंध होय.स्त्रीपर्व व ऐषीकपर्व ही ह्या वृक्षाची थंडगार सावली समजावी. शांतिपर्व हें ह्या

वृक्षाचें महाफल होय. अश्वमेधपर्व हा वृक्षाचा अमृततुल्य मधुर रस समजावा. आश्रमपर्व हें ह्या वृक्षांचे अधिष्ठान होय; आणि मौसलादि पर्वें हे ह्या वृक्षांचे शाखाग्रपल्लव होत. ऋषिहो, महाभारत ग्रंथ हा प्रत्यक्ष मूर्तिमान् वेदवृक्षच असल्यामुळें महान् महान् ब्रह्मनिष्ठ पुरुष ह्या वृक्षाचा नित्य व निरंतर आश्रय करितात. अहो, ह्या भूतलावर जे जे श्रेष्ठ कवि उदय पावतील, त्या सर्वांना भारतवृक्ष हा जणुं काय एक मोठा आधारस्तंभच होईल; आणि ज्याप्रमाणें पर्जन्याच्या योगें सर्व प्राण्यांचें उपजीवन चालतें, त्याप्रमाणें ह्या दिव्य वृक्षांच्या योगें भूतलावरील सर्व रसिक व ज्ञानसंपन्न जनांचें अखंड उपजीवन चालेल. ऋषिहो, हा भारतवृक्ष इतका अपूर्व आहे कीं, ह्यावर धर्मरूप व मोक्षरूप सरस आणि स्वादिष्ट फलपुष्पांचा बहर सदोदित एकसारखा राहून त्यांत इंद्रादि लोकपालांकडूनही वैगुण्य उत्पन्न होणार नाहीं; असो.

भारतकथेचा आरंभ

ऋषिहो, भगवान् व्यास हे पराशर व सत्यवती ह्यांचे पुत्र होत. व्यासांचें जन्म झाल्यानंतर सत्यवतीचा विवाह शंतनु राजाशीं झाला. शंतनूचा सत्यवतीशीं विवाह होण्यापूर्वी त्यास गंगेपासून भीष्म हा झाला होता, शंतनु राजाला सत्यवतीच्या उदरीं चित्रांगद व विचित्रवीर्य असे दोन पुत्र झाले. शंतनूच्या पश्चात् भीष्मानें चित्रांगदास राज्यावर बसविलें, परंतु तो अल्पवयांतच चित्रांगदनामक गंधर्वाच्या हातून मरण पावला. नंतर भीष्मानें विचित्रवीर्यास राज्यपद दिलें, आणि अंबिका व अंबालिका ह्या दोन वधूंशीं त्याचा विवाह केला. पण त्यासही संतति वगैरे होण्यापूर्वींच अकालीं मृत्यूनें गांठिलें! तेव्हां विचित्रवीर्याची माता सत्यवती व सापत्न भ्राता भीष्म ह्यांस मोठा विचार पडला कीं, आतां पुढें कसें करावें? इतक्यांत सत्यवतीला विचार सुचून, आपण कौमारस्थितींत असतां पराशरापासून झालेल्या व्यासांचें तिनें स्मरण केलें. तेव्हां तत्काल व्यास मुनि त्या ठिकाणीं प्रकट झाले व त्यांनीं, काय आज्ञा आहे? ह्मणून मातेस प्रश्न केला. तेव्हां तिनें भीष्माचें अनुमोदन घेऊन विचित्रवीर्याच्या क्षेत्रांत ह्मणजे अंबिका व अंबालिका ह्या दोन धर्मपत्न्यांच्या ठिकाणीं पुत्र उत्पन्न करण्याविषयीं व्यासांस आज्ञा केली. नंतर व्यासांनीं मातेच्या आज्ञेवरून अंबिका व अंबालिका ह्यांच्या ठिकाणीं दोन पुत्र निर्माण केले[१] तसाच त्या दोन स्त्रियांच्या दासीच्या ठिकाणीं एक पुत्र उत्पन्न केला, आणि ते पुनः तपश्चर्येचें अनुष्ठान करण्याकरितां बदरिकाश्रमीं निघून गेले. ऋषिहो, पुढें अंबिका, अंबालिका व त्यांची एक दासी ह्यांच्या उदरीं अनुक्रमें धृतराष्ट्र, पांडु व विदुर हे वैश्वानराप्रमाणें अत्यंत देदीप्यमान असे तीन पुत्र जन्मास आले. नंतर ते लहानाचे मोठे होऊन त्यांस पुत्रपौत्रादि संतति झाली, व अखेरीस त्यांस जगाच्या राहाटीप्रमाणें कालवश व्हावें लागलें; असो. ऋषिहो, त्या धृतराष्ट्रादिकांच्या मरणानंतर ह्या मृत्युलोकांत भगवान् व्यासांनीं महाभारताची रचना केली; आणि पुढें जनमेजयानें सर्पसत्र आरंभिलें असतां त्यांत त्यानें व्यासांस भारत सांगण्याची प्रार्थना केली, तेव्हां त्या महर्षींनीं आपल्या समीप अधिष्ठित असलेल्या वैशंपायनांस आज्ञा करून, त्यांजकडून, सहस्त्रावधि सदस्यांसह सर्पसत्रास प्रवृत्त झालेल्या जनमेजयास, यज्ञक्रिया करीत असतां मध्यंतरीं मधून मधून जो विसांवा मिळतो त्यामध्यें भारत निवेदन केलें. ऋषिहो, ह्या भारत ग्रंथांत व्यासांनीं कुरुवंशाचा विस्तार, गांधारीचें पातिव्रत्य,

१ अठरा पर्वांपैकीं अनुशासन पर्वाचाच तेवढा उल्लेख केला नाहीं. कदाचित्, शांतिपर्व आणि अनुशासनपर्व ह्यांतील विषय सामान्यतः एकच असल्यामुळें त्याचा उल्लेख केला नसावा.

विदुराची बुद्धि, कुंतीचें धैर्य, तसेंच श्रीकृष्णाचें माहात्म्य, पांडवांची सत्यनिष्ठा व कौरवादिकांचें दुराचरण ह्यांचें मोठें हृदयंगम चित्र काढिलें आहे.

भारताची संख्या व व्याख्यानें.

ऋषिहो, मी हें भारत तुह्मांस सांगत आहें, तें मूळचें एक लक्ष आहे. त्यामध्यें भारत-संहिता चोवीस हजार असून राहिलेल्या शाहात्तर हजार श्लोकांत सच्छील पुरुषांच्या मनोवेधक कथा वर्णिल्या आहेत. कथाभाग शिवाय करून बाकी राहिलेला चोवीस हजार संहिताग्रंथ हा एवढा अवाढव्य असल्यामुळें त्यांतील तत्त्वें व आख्यानें यथास्थितपणें मनांत आणणें अवघड आहे. ह्यास्तव भगवान् बादरायणांनीं त्या विस्तृत ग्रंथाचा संकोच करून दीडशें श्लोक रचिले, व त्यांत भारत ग्रंथाचीं सर्व पर्वें व त्या पर्वांतील विविध वृत्तांत संकलित रूपानें निरूपण केले. विप्रहो, ह्या अध्यायास अनुक्रमणिकाध्याय असें नांव आहे; कारण त्यांत सर्व ग्रंथाची अनुक्रमणिका सांगितली आहे.

हा महाभारत ग्रंथ प्रथम भगवान् द्वैपायनांनीं आपला पुत्र शुक ह्यास निवेदन केला, व नंतर तो दुसऱ्या अनेक सत्पात्र शिष्यांस सांगितला.

भगवान् व्यासांनीं प्रथम एक लक्ष श्लोकांत महाभारत ग्रंथाची रचना केल्यावर त्यांनीं आणखी एकुणसाठ लक्ष श्लोक रचले, व एकंदर साठ लक्ष श्लोकांची दुसरी एक भारतसंहिता तयार केली. ह्या संहितेपैकीं तीस लक्ष संहिता देवलोकीं प्रसिद्ध आहे; पंधरा लक्ष संहिता पितृलोकीं प्रसिद्ध आहे; चौदा लक्ष संहिता गंधर्वलोकीं प्रसिद्ध आहे; आणि आतां मी सांगत आहें ही एक लक्ष संहिता मृत्युलोकीं प्रसिद्ध आहे.

देवलोकांत प्रतिष्ठित असलेल्या भारतसंहितेचें व्याख्यान देवर्षि नारद ह्यांनीं केलें; पितृलोकांतील संहिता असित व देवल ह्यांनीं पितरांस सांगितली; गंधर्वलोकीं गंधर्व, यक्ष व राक्षस ह्यांस शुकाचार्यांनीं ती निवेदित केली; आणि ह्या मानुष लोकांत वैशंपायन ऋषींनीं तिचें निरूपण केलें. ऋषिहो, वैशंपायन मुनि हे भगवान् व्यासांचे मुख्य शिष्य असून केवळ धर्माची मूर्ति होत. श्रुतिस्मृत्यादि ग्रंथांत आजपर्यंत जे जे निष्णात होऊन गेले, त्यांमध्यें वैशंपायनांची अग्रस्थानीं गणना केली पाहिजे. ऋषिहो, त्या परमसमर्थ वैशंपायनांपासून श्रवण केलेलें हें एक लक्ष महाभारत मी तुह्मांस सांगत आहें, तर तुह्मी सावधान चित्तानें ऐका व त्याचें उत्तम प्रकारें मनन करून आपल्या जन्माचें साफल्य करा.

कौरवपांडवांचे वंश व त्यांवर वृक्षांचें रूपक.

तपोधनहो, महाभारत ग्रंथाचें रहस्य तुमच्या मनांत उत्तम प्रकारें प्रतिबिंबित होण्याकरितां कौरव व पांडव ह्या दोन प्रबळ पक्षांचें रूपक आधीं निरूपण करणें इष्ट आहे. मुनिहो, कौरव पक्षाचा अधिपति दुर्योधन हा होता, व पांडवपक्षाचा अधिपति युधिष्ठिर हा होता. दुर्योधन हा अहंकारापासून उत्पन्न होणाऱ्या द्वेष, ईर्ष्या, मत्सर इत्यादि दुष्ट मनोविकारांचा पुतळा असल्यामुळें कौरववंशास अहंकारवृक्ष असें नांव दिलें असतां चालेल. ह्या वृक्षांत अभिसरण पावणारे नानाविध रस म्हटले म्हणजे क्रोध, द्रोह, राग, द्वेष हेच होत; व ह्यामुळें ह्या वृक्षाचें खोड, शाखा, पुष्पें, फळें वगैरे सर्व अंगें व उपांगें दुष्ट मनोवृत्तींच्या मूर्ति होत्या. कर्ण हें ह्या कौरववृक्षाचें खोड होय; शकुनि ह्या त्याच्या शाखा समजाव्या; फलपुष्पांच्या जागीं दुष्ट दुःशासनाची योजना करावी व मूर्ख धृतराष्ट्र हा ह्या विषवृक्षाचें मूळ असें मानिलें पाहिजे. ऋषिहो, दुर्योनादिक शतपुत्र धृतराष्ट्रापासूच जन्म पावले म्हणून मी धृतराष्ट्रास त्या अहंकाररूप वृक्षाचें मूळ मानितों असें समजूं नका, तर दुर्योधनादिक पुत्रांविषयीं प्रेम धारण करून नीच धृतराष्ट्र सर्वस्वी त्यांच्या अधीन

झाला, व त्यांच्या इच्छेप्रमाणें वागावयास लागून त्यानें त्यांस अधिकाधिक दुष्ट कृत्यें करण्यास उत्तेजन दिलें, म्हणून धृतराष्ट्राचा अविवेक हेंच दुर्योधनादिकांच्या घोर कृत्यांचें बीज असें मी मानितों, व कौरवकुलरूप हालाहलतरूचें धृतराष्ट्र हेंच मूळ फळ असें मी ह्मणतों.

ब्रह्मज्ञहो, आतां पांडवपक्षाच्या स्थितीचा विचार करा. त्या पक्षाकडील अग्रणी पुरुष युधिष्ठिर हा होता. त्याच्या ठिकाणीं शम, दम, सत्य, अहिंसा इत्यादिक अनंत सद्गुणांचें वास्तव्य असल्यामुळें, तो केवळ धर्माचा पुतळाच होता, असें ह्मणण्यास प्रत्यवाय नाहीं. कौरव पक्षाप्रमाणें पांडवपक्षावर वृक्षाचें रूपक करणें झाल्यास धर्मप्रमुख पांडवपक्ष हा प्रत्यक्ष धर्मवृक्षच होय,असें ह्मटलें पाहिजे.दयादाक्षिण्यादि उदार मनोवृत्ति हे पांडव वृक्षांतील नानाविध रस असून स्कंध, शाखा, पुष्पें,फळें इत्यादि अमृततुल्य अंगें व उपांगें हीं अर्जुन, भीमसेन, नकुल व सहदेव होत. पांडववृक्षाचा मुख्य आधार सत्त्वगुणमूर्ति भगवान् श्रीकृष्ण परब्रह्म व ब्रह्मनिष्ठ ब्राह्मण हे असल्यामुळें त्या सर्वांस पांडवकुलरूप धर्मवृक्षाचें मूळ असें मी मानितों. ऋषिहो, परब्रह्मस्वरूप भगवान् वासुदेवाची पूर्ण कृपा व प्रोत्साहन आणि महान् महान् उदारधीचा अनुग्रह व उपदेश ह्यांमुळें पांडववृक्ष सदासर्वकाळ निर्मल व धर्ममय राहिला!

पांडवांचें जन्मचरित्र.

ब्राह्मणहो, आतां मी तुम्हांस पांडवांचें जन्म वगैरे निवेदन करितों. अंबालिकेपासून व्यासवीर्यानें पांडूची उत्पत्ति झाली हें मीं तुम्हांस सांगितलेंच आहे. पांडु मोठा झाला तेव्हां भीष्मानें धृतराष्ट्रास राज्यासनावर न बसवितां पांडूस राज्यासनावर बसविलें, आणि कुंती व माद्री ह्यांशीं त्याचा विवाह करून दिला. राज्यपदीं आरूढ झाल्यावर पांडुराजानें आपल्या बुद्धिकौशल्यानें व पराक्रमानें अनेक देश जिंकून घेतले व आपलें सामर्थ्य सर्वत्र गाजविलें. पुढें एकदा तो आपल्या स्त्रियांसमवेत अरण्यांत वनविहार करण्यास गेला असतां त्याच्या हातून एक भयंकर कृत्य घडलें, आणि त्यामुळें एक घोर आपत्ति उत्पन्न झाली, ती अशी एके दिवशीं पांडुराजा मृगयेंत निमग्न असतां दमनामक कोणी एक ऋषि मृगवेषानें आपल्या पत्नीशीं रतिक्रीडा करीत होता. त्या समयीं पांडुराजानें अन्य मृगांवर जसे निःशंकपणें बाण सोडिले, तसा ह्या कामासक्त दम ऋषीवरही त्यानें निःशंकपणें बाण सोडिला, व त्या योगें तो ऋषि एकदम विव्हल होऊन मरणोन्मुख झाला. नंतर त्या ऋषीनें तत्काळ आपलें पूर्वरूप धारण केलें, व प्राण सोडतांना पांडुराजास शाप दिला कीं, “राजा, तूंही असाच स्त्रीसमागम होतांच मृत्यु पावशील.” ऋषिहो, तें शापवचन श्रवण करून पांडुराजास अनिवार दुःख झालें,व त्यानें आपल्या दोन्ही पत्न्यांस तो प्रकार विदित केला.तेव्हां पांडुराजाच्या स्त्रिया फार दुःखित झाल्या, व त्यांनीं राजानें आपणांशीं रतिक्रीडा करण्यास प्रवृत्त होऊं नये अशी व्यवस्था ठेविली. ऋषिहो, पुढें पांडूनेंही विचार केला कीं, आपण राजवैभव उपभोगित राहिल्यास आपल्याला स्त्रीसमागमाची आसक्ति उत्पन्न होईल; ह्यास्तव अरण्यांत देह क्षीण करून तपश्चर्येंत काळ घालवावा व आपल्या देहाचें सार्थक्य करावें हेंच बरें. नंतर तो पांडुराजा भीष्माचें अनुमोदन घेऊन हिमालयाच्या शिखरावर स्त्रियांसहित जाऊन घोर तपश्चर्या करूं लागला, व तेथें त्यानें अनेक तपोनिष्ठ ब्राह्मणांच्या समागमें राहून आपला कालक्षेप पूर्ण वैराग्यानें चालविला. ऋषिहो, पांडुराजा व त्याच्या उभय स्त्रिया ह्याप्रमाणें वानप्रस्थाश्रमाचें आचरण करीत असतां एके समयीं कुंतीनें पांडुराजाची प्रार्थना केली कीं, “हे प्रियतमा, पुत्रप्राप्ति करून देणारे मंत्र दुर्वास ऋषींपासून

मीं संपादन केले आहेत; आपली आज्ञा झाल्यास त्यांच्या जपानें मी पुत्र उत्पन्न करीन. विप्रहो, कुंतीचें तें भाषण श्रवण करून पांडुराजास मोठा संतोष झाला, व कुलस्त्रियांनीं आपत्कालीं विशिष्ट पुरुषाची प्रार्थना करून संतानवृद्धि केली असतां त्यांत कोणताही दोष नाहीं, हा धर्म मनांत आणून पांडुराजानें कुंतीला अनुमोदन दिलें. तेव्हां तिनें यमधर्म, वायु आणि इंद्र ह्यांचे मंत्र जपून त्या देवांचें आव्हान केलें, आणि त्यांकरवीं आपल्या ठिकाणीं युधिष्ठिर, भीम व अर्जुन असे तीन पुत्र निर्माण करविले. मुनिवर्यहो, नंतर कुंतीपाशीं एक मंत्र अवशिष्ट राहिला होता तो तिनें पतीच्या आज्ञेनें माद्रीस अर्पण केला, आणि तिला त्याच्या योगें अश्विनीकुमारांपासून नकुल व सहदेव असे दोन पुत्र झाले. ह्याप्रमाणें पांडुराजास देवतुल्य पांच पुत्र झाले, आणि कुंती व माद्री ह्यांनीं त्यांचें उत्तम प्रकारें संगोपन केलें. पवित्र आश्रमांत जन्म व जन्मादारभ्य तपोनिधींचा समागम ह्या अपूर्व योगामुळें त्या धर्मादिक बालकांच्या ठिकाणीं नानाविध थोर थोर गुण उदयास आले, व त्यांजवर आश्रमांतील सर्व तपस्व्यांचें अतिशय प्रेम जडलें.

ऋषिहो, कामविकार हा अत्यंत प्रबल शत्रु होय. कोणीही पुरुष कितीही सावधानचित्तानें कामवासनेचें नियंत्रण करीत असला, तरी किंचित् छिद्र पडतांच हा शत्रु त्यांतून प्रवेश करण्याकरितां एकसारखा टपत बसलेला असतो. पांडुराजानें वानप्रस्थाश्रमांत चित्ताची वृत्ति अंतर्मुख करून मनोविकारांचें संयमन केलें असतांही त्याचें चित्त प्रचलित झालें व ती संधि साधून कामरिपूनें तें हस्तगत करून घेतलें, आणि राजाच्या मनांत माद्रीशीं समागम करण्याची वासना उत्पन्न केली. त्या वेळीं माद्रीनें राजाचें निवारण करण्याचा प्रयत्न केला, परंतु दैवाची गति विपरीत असल्यामुळें राजानें मदांध होऊन माद्रीचा बलात्कारानें उपभोग घेतला ! ऋषिहो, ब्रह्मशाप मोठा अमोघ असतो; ह्यास्तव रतिक्रीडेंत आसक्त होतांच पांडुराजा तत्काळ मरण पावला व सर्वत्र एकच हाहाकार झाला !

ऋषिहो, त्या प्रसंगीं माद्रीनें आपले पुत्र कुंतीच्या स्वाधीन करून आपल्या पतीबरोबर सहगमन केलें; व नंतर त्या आश्रमांत धर्मादिक पांच अनाथ बालकें व त्यांची माता महासाध्वी दीन अबला कुंती ही मात्र राहिली. असो. पुढें हें वर्तमान हस्तिनापुरीं जाऊन पोहोंचलें. इकडे हिमाचलावरील तपस्व्यांनीं कुंतीसहित पांच पांडवांस हस्तिनापुरीं पोहोंचविण्याची तयारी केली, व ते त्या सर्वांस घेऊन हस्तिनापुरास दुर्योधनादिक कौरवांकडे गेले व त्यांस ह्मणाले कीं "कौरवहो, हे पांच बालक पांडूचे पुत्र असल्यामुळें तुमचे भ्राते आहेत. हे जरी लहान आहेत, आणि जटाधारी आहेत, तरी अचारविचारांनीं फार श्रेष्ठ आहेत; ह्यास्तव ह्यांजवर तुह्मी स्नेहभाव ठेवा, ह्यांस धनुर्वेदादिक विद्या शिकवा, आणि हे आपल्या कुलास शोभा आणितील व आपल्या कुलाची कीर्ति दशदिशांस प्रसृत करतील अशी व्यवस्था करा." शौनकादिक तपोधनहो, तपस्व्यांनीं धृतराष्ट्रप्रमुख कौरवांस याप्रमाणें सांगितलें, व पांडुपुत्रांस कौरवांच्या स्वाधीन करून ते पुनः हिमालयावर आपल्या आश्रमांत निघून गेले. "हे लहान बालक पांडूचे पुत्र होत" असें त्या तपस्व्यांनीं सांगितलें तें ऐकून व त्या मनोहर बालकांस अवलोकन करून भीष्म, द्रोण, कृप वगैरे कौरवपक्षीय महात्म्यांस आणि इतर थोर थोर नागरिकांस व प्रजाजनांस फार आनंद झाला. तेथें कित्येक दुष्ट दुरात्मेही होतेच; त्यांनीं त्या मुलांस पाहून व त्यांचीं लोकोत्तर रूपें निरीक्षण करून म्हटलें कीं, "अहो, पांडुराजा वास्तविकपणें किती तरी वर्षें ह्मणजे दम ऋषीनें शाप दिला तेव्हांपासून मृततुल्यच होता; ह्यास्तव, हे पांडूचे पुत्र आहेत, हें ह्मणणें

सर्वथा असत्य होय." ह्यावर पुनः शिष्टजनांनीं उत्तर दिलें कीं, "अहो, अशी भलतीच शंका घेणें प्रशस्त नव्हे; पांडुराजाच्या दोन्ही भार्या महापतिव्रता आहेत; ह्यास्तव त्याजकडून अनाचार घडला अशी शंका काढणें हें शंका काढणारालाच पातकाला कारण होय. अहाहा ! आज आह्मी किती धन्य झालों बरें ! आमच्या सुदैवामुळें आह्मांस पांडुराजाचे हे पुत्र दृष्टीस पडले; अहो, ह्यांचें सर्वांनीं पूर्ण प्रेमानें स्वागत करणें हेंच इष्ट आहे." ऋषिहो, ह्याप्रमाणें कौरवसभेंत बरीच भवति न भवति झाली; इतक्यांत, सर्वत्र गुप्तरूपानें संचार करणाऱ्या भूतांनीं दशदिशांकडून पांडवांचा एकच जयजयकार केला; आकाशांतून पुष्पांची व सुगंधि द्रव्यांची विपुल वृष्टि झाली; शंखदुंदुभींच्या शब्दानें आकाश दुमदुमून गेलें; आणि पांडवांनीं राजवाड्यांत प्रवेश केला! ऋषिहो, त्या समयीं तो सर्व चमत्कार अवलोकन करून नागरिक जनांनीं पांडवांविषयीं इतके हर्षोद्गार काढिले कीं तो जयसूचक ध्वनि स्वर्गमंडलास जाऊन पोहोंचला !

ह्याप्रमाणें राजवाड्यांत पांडवांचा प्रवेश झाला. नंतर त्यांनीं सर्व वेद व विविधशास्त्रें ह्यांचा अभ्यास केला; आणि शस्त्रास्त्रांत प्रवीण होऊन ते निर्भयपणानें तेथें राहिले. विप्रहो, पांडव हे सद्गुणांचे केवळ निधिच होते. सर्वांच्या ठिकाणीं विनय व पराक्रम हे गुण एकसारखे वास करीत होते. धर्मराजामध्यें सर्वत्र समबुद्धि होती. भीमसेनाच्या अंगीं अपूर्व धैर्य होतें; अर्जुनाच्या ठिकाणीं विलक्षण शौर्य नांदत होतें? आणि नकुल व सहदेव ह्यांच्या ठायीं गुरुजनांविषयीं आदर व क्षमा हीं परिपूर्ण होतीं. पांडवांच्या ठिकाणीं असलेले हे सर्व गुण पाहून सर्व प्रजेस फार आनंद झाला, व सर्व लोक त्यांची वाहवा करूं लागले.

पांडवांचीं पराक्रमाचीं कृत्यें.

मुनिवर्यहो, पांडवांच्या अंगचा लोकोत्तर पराक्रम व दुसरे अद्वितीय गुण दृष्टिगोचर होण्यास फारसा काल लागला नाहीं ! द्रुपद राजानें आपल्या कन्येच्या स्वयंवराकरितां देशोदेशींचे राजे जमवून मत्स्ययंत्राचा पण लाविला असतां तें दुर्घट कृत्य अर्जुनानें सहज करून द्रौपदी मिळविली, आणि भूतलावरील सर्व धनुर्धाऱ्यांना तो वंदनीय होऊन त्याचा दरारा इतका बसला कीं, युद्धभूमीवर, मध्यान्हींच्या सूर्याप्रमाणें, कोणीही त्याकडे वर मान करून पाहीनासा झाला ! ऋषिहो, पुढें धर्मराजाच्या मनांत जगतीतलावरील सर्व भूपालांस जिंकून राजसूय यज्ञ करावा अशी इच्छा उत्पन्न झाली असतां, अर्जुनानें सर्व राजे व सर्व सैन्यें जिंकून त्यांस आपल्या हस्तगत करून घेतलें. त्या प्रसंगीं श्रीकृष्णानें भीम व अर्जुन ह्यांजकडून जरासंधाचा व इतर अनेक दुर्धर वीरांचा नाश करविला, आणि शिशुपालास सद्बोध करूनही तो वळेना, तेव्हां भगवंतांनीं आपल्या सुदर्शनानें त्याचा वध केला. ऋषिहो, ह्याप्रमाणें सर्व पृथ्वी पादाक्रांत करून युधिष्ठिरानें राजसूय यज्ञ शेवटास नेला; व त्यांत अन्नदान, दक्षणा, ब्राह्मणसंतर्पण इत्यादि सर्व गोष्टी यथासांग करून आपली कीर्ति दशदिशांस प्रसृत केली. विप्रहो, त्या राजसूय यज्ञांत धर्मराजास अनेक राजांकडून नानाप्रकारचे नजरनजराणे आले. बहुमोल रत्नें, जडावाचे अलंकार, धेनु, हत्ती, अश्व, द्रव्य, चित्रविचित्र वस्त्रें, शिबिरांच्या कनाती, सुंदर गालिचे, उत्तम मृगाजिनें व अनेक प्रकारच्या सतरंज्या ह्यांना रीघ नाहींसा झाला. त्या समयीं कोशागारावर दुर्योधन होता. त्यानें तें सर्व ऐश्वर्य अवलोकन केलें, तेव्हां त्यास तें मुळींच सहन झालें नाहीं व तो अंतर्बाह्य संतप्त झाला. पुढें त्या संतापांत आणखीही भर पडली; मयासुरानें एक विमानतुल्य दिव्य सभा पांडवांना

अर्पण केली होती. ती पाहण्याविषयीं दुर्योधनाच्या मनांत कौतुक उत्पन्न झालें व तो ती सभा पाहण्यास गेला. त्या सभेमध्यें मयासुरानें जलाच्या ठायीं स्थल व स्थलाच्या ठायीं जल, भिंतीच्या ठायीं द्वार व द्वाराच्या ठायीं भिंत, असें भासण्याचें विलक्षण कौशल्य केलें होतें; पण दुर्योधनास तें विदित नसल्यामुळें कोणे एके स्थलीं जलाची भ्रांति होऊन दुर्योधनानें आपलीं वस्त्रें सावरून घेतलीं, व दुसरे एके स्थलीं वास्तविक जल असतां तेथें स्थलाची भ्रांति होऊन तो त्यांत पडला; आणि तें पाहून श्रीकृष्णाच्या सपक्ष एखाद्या ग्राम्य मनुष्याप्रमाणें भीमसेन दर्योधनास हसला. ऋषिहो, हा उपहास दुर्योधानानें त्या वेळीं तसाच मनामध्यें ठेविला; परंतु पांडवांचें सर्व ऐश्वर्य हिरावून घेऊन त्यांचा सूड कसा घ्यावा हा विचार त्याच्या अंतःकरणांत एकसारखा घोळूं लागला. जरी तो नानाप्रकारचे सुखोपभोग घेऊन अतुल संपत्ति उपभोगित होता, तरी त्याच्या हृदयांत मत्सराग्नीचा भडका झाल्यामुळें तो अगदीं कृश, पांढरा व कलाहीन असा झाला. पुढें धृतराष्ट्रास ही सर्व स्थिति समजली, तेव्हां त्यानें दुर्योधनाच्या मनांत काय आहे हें जाणिलें, व आपल्या सदसद्विवेकबुद्धीस झुगारून देऊन द्यूतादिक दुष्ट कृत्यें करण्यास दुर्योधनास अनुमोदन दिलें.

ऋषिहो, धृतराष्ट्रानें दुर्योधनास द्यूत खेळण्यास अनुमोदन दिल्याचें ऐकून भगवान् श्रीकृष्णास अतिशय क्रोध उत्पन्न झाला; परंतु कालगतीवर लक्ष देऊन त्यानें तो बाहेर दिसूं दिला नाहीं. तथापि कौरवांनीं द्यूत वगैरे घोर कृत्यें आरंभिलीं असतां सच्छील पांडवांना अनेक दुर्धर यातना भोगाव्या लागतील, हें मनांत येऊन श्रीकृष्णास फार वाईट वाटलें. असो; दुर्योधनादिक दुरात्मे हे द्यूतादिकांच्या योगानें आतां पांडवांशीं कलह करतील व अखेरीस विदुर, भीष्म, द्रोण व कृपाचार्य ह्यांच्याही आज्ञेचा अनादर करून ते भयंकर युद्धास प्रवृत्त होतील, आणि परिणामी त्यांत एकमेकांचा संहार करून भूमीचा भार उतरतील, हें कांहीं वावगें नाहीं असें मनांत आणून धृतराष्ट्राच्या अनुमोदनाकडे व कृत्याकडे श्रीकृष्णानें दुर्लक्ष केलें.

धृतराष्ट्राचें संजयाशीं भाषण.

ऋषिहो, लोकनायक प्रभूनें भविष्य केल्याप्रमाणें सर्व गोष्टी घडून आल्याः कौरव व पांडव ह्यांचें भयंकर युद्ध सुरू होऊन त्यांत क्षत्रियांचा संहार झाला, आणि दुर्योधनादिक सर्व धार्तराष्ट्रांचा वध होऊन धर्मादिक पांडव विजयी झाल्याचें वर्तमान संजयाकडून वृद्ध धृतराष्ट्रास विदित झालें तेव्हां धृतराष्ट्र बराच काळपर्यंत स्तब्ध बसला. नंतर त्याच्या मनांत दुर्योधनादिकांच्या सर्व मसलती मूर्तिमंत उभ्या राहिल्या, व तो कांहीं वेळपर्यंत मनन करून संजयास ह्मणाला, " संजया, मी जें कांहीं सांगत आहें, त्याचा नीट विचार कर. माझ्या सर्व स्थितीचा तूं विचार करशील तर ह्या घोर अनर्थाबद्दल तूं मला दोष देणार नाहींस. बाबारे, तूं बहुश्रुत, धूर्त, ज्ञानी व सुज्ञलोकांस मान्य असा आहेस; ह्याकरितां माझा आशय तुझ्या मनांत नीटपणें येईलच. अरे संजया, हा असा घोर संग्राम माजावा, व त्यांत सर्व कुलाचा क्षय व्हावा हें केव्हांही माझ्या मनांत नव्हतें. वास्तविकपणें दुर्योधनादिक हे माझे पुत्र व युधिष्ठिरादि हे पंडूचे पुत्र हा भेदभाव माझ्या मनांत मुळींच नव्हता. परंतु माझे पुत्र पांडवांचा मत्सर करूं लागले, व ह्या ह्माताऱ्याला कांहींच कळत नाहीं, असे उद्गार काढून माझा तिरस्कार करूं लागले; त्यामुळें माझी मति गुंग झाली. संजया, काय करूं रे! मी आधींच आंधळा व दीन, आणि त्यांत पुत्रप्रेमानें पराधीन झालों; ह्यास्तव त्या मूर्ख दुर्योधनाबरोबर माझीही बुद्धि भ्रष्ट झाली! अरे, त्या महापराक्रमी पांडवांची संपत्ति राजसूययज्ञांत जेव्हां दुर्योधनानें अवलोकन

केली, व मयसभा पाहत असतां भीमादिकांनीं ज्या वेळीं त्याचा उपहास केला, त्या वेळीं तर त्या दुर्योधनाचा संताप अगदीं अनावर झाला. तेव्हां युद्धभूमीवर पांडवांचा पराभव करण्याचें सामर्थ्य त्याच्या अंगीं असतें, तर तो युद्धासच उभा राहिला असता परंतु तें सामर्थ्य त्याच्या ठिकाणीं नव्हतें, ह्यास्तव अगदीं हताश होऊन जाऊन क्षत्रियास कलंक लावणाऱ्या कृत्यांनीं पांडवांची संपत्ति हरण करण्याची मसलत त्यानें योजिली. संजया, ह्या वेळीं दुष्ट शकुनीनें त्यास अधिकच प्रोत्साहन दिलें, व पांडवाशीं कपटद्यूत करून त्यांचें सर्वस्व हिरावण्याचा व्यूह रचिला. हे बुद्धिमंता, पांडव हिमाचलावरून हस्तिनापुरीं आले, तेव्हांपासून पुढें ज्या कित्येक गोष्टी मीं वेळोवेळीं ऐकिल्या व त्यांजवरून माझ्या मनाचा जो कांहीं समज होत गेला, तें सर्व क्रमानें मी तुला सांगतों; त्याचें तूं नीट मनन कर, म्हणजे मीं कांहीं अविवेक केला कीं काय हें तुला कळून येईल. संजया, पांडवांचा जय होईल व कौरवांवर असा भयंकर अनर्थ गुदरेल, हें मीं आधींच अनुमान केलें होतें. द्रुपद राजाच्या सभेंत सर्व राजांच्या समक्ष अर्जुनानें लक्ष्यभेद करून मत्स्य पृथ्वीवर पाडिला व द्रौपदी जिंकून घेतली, असें जेव्हां मीं ऐकिलें, तेव्हांच पांडवांच्या लोकोत्तर पराक्रमाविषयीं माझी खातरी झाली; आणि पांडवांशीं वैर करण्यांत अर्थ नाहीं, असा मीं निश्चय केला. संजया, पुढें अर्जुनानें यादवांचा पराजय करून श्रीकृष्णभगिनी सुभद्रा हिला हरण केलें आणि बलराम व श्रीकृष्ण हे इंद्रप्रस्थास आले, असें जेव्हां मीं ऐकिलें तेव्हांच, भगवान् श्रीकृष्णाचें ज्यांस साहाय्य मिळालें, त्यांना अपकार करण्यास कोणीही समर्थ होणार नाहीं, हें मनांत येऊन माझ्या मनांतील विजयाशा अगदीं नाहींशी झाली. संजया, इंद्रानें खांडववनावर मुसळधार चालू केली असतां दिव्य बाण सोडून अर्जुनानें तिचा प्रतिकार केला व अग्नीस खांडववन दिलें हें जेव्हां माझ्या कानीं आलें, तेव्हां तर माझा निश्चयच झाला कीं, देवादिकांना सुद्धां पांडवांचा पराभव करणें दुःसाध्य आहे; ह्याकरितां कौरवांनीं पांडवांपासून जय मिळविण्याची हाव धरणें हें सर्वथा व्यर्थ आहे. संजया, लाक्षागृहांतून कुंती व पांडव सुरक्षितपणें पार पडले व त्यांचे हेतु परिपूर्ण करण्याकरितां प्रत्यक्ष विदुरच सिद्ध आहे, असें जेव्हां मला समजलें, तेव्हांच दुर्योधनादिकांची सर्व खटपट शेवटीं फुकट जाईल असा माझा निर्धार झाला. हे सुज्ञा, द्रुपदराजसभेंत अर्जुनानें पांचाली प्राप्त करून घेतली इतकेंच नव्हे, तर तिच्याबरोबर धृष्टद्युम्नादिक अनेक शूर शूर पांचाल वीर पांडवपक्षास येऊन मिळाले हें जेव्हां मीं ऐकिलें, तेव्हांच हें पुढील भविष्य माझ्या मनांत आलें. संजया, जरासंधासारखा महाप्रबल वीर भीमसेनानें बाहुयुद्धांत मारिला हें जेव्हां मला विदित झालें, तेव्हांच माझा सर्व धीर सुटला. हे सारथे, पांडवांनीं यज्ञसमयीं भूतलावरील सर्व राजांस सामदानादिक गौण उपायांनीं न जिंकितां केवळ शासन करूनच हस्तगत केलें व आपला अपूर्व राजसूय यज्ञ सिद्धीस नेला, हें जेव्हां मला माहीत झालें, तेव्हांच पांडवांचा द्वेष करणें हा दुर्योधनादिकांचा अविचार आहे असें मीं स्पष्टपणें म्हटलें. संजया, दुःशासनानें एकवस्त्रा व रजस्वला अशा द्रौपदीला —ती रडत असतां राजसभेंत फरफर ओढीत नेलें व तिच्या भर्त्यांसमक्ष तिची विटंबना केली, हें जेव्हां मीं ऐकिलें, तेव्हांच, पतिव्रतेचा कोप कधींही अन्यथा होणार नाहीं असें मनांत येऊन कौरवांवर येणाऱ्या दुर्धर प्रसंगाचें मीं अनुमान केलें. बा संजया, दुष्ट दुःशासनानें द्रौपदीचें वस्त्रहरण करण्याचा प्रयत्न केला, व त्यानें कितीही वस्त्रें हरण केलीं तरी त्याला त्यांचा अंत लागला नाहीं, असें जेव्हां मीं ऐकिलें,

तेव्हांच, भगवंताचें पाठबळ असल्यास कोणीही अपकार करण्यास समर्थ नाहीं, असा माझा पूर्ण सिद्धांत झाला, व दुर्योधनादिकांची जयाशा अगदीं मिथ्या आहे असें मीं ठरविलें. हे सूता, द्यूतामध्यें कपट करून शकुनीनें युधिष्ठिरास जिंकिलें, व त्याचें सर्व राज्य हिरावून घेऊन त्यास वनांत दवडिलें त्या वेळीं त्याच्या मागोमाग त्याचे महापराक्रमी बंधुही वनांत गेले असें जेव्हां मीं ऐकिलें, तेव्हांच पांडवांच्या बंधुप्रेमाबद्दल व अगाध धैर्याबद्दल माझी खातरी झाली, आणि परिणामीं घोर अनर्थ गुदरेल असा माझा अभिप्राय ठरला. संजया, भीमादिक भ्राते युधिष्ठिराची इच्छा मोडणें हें अयोग्य होय असें मनांत आणून केवळ त्याचें मन न दुखविण्याकरितां धर्मराजाबरोबर वनवास भोगण्यास सिद्ध झाले, व त्याजबरोबर वनांत जातांना त्यांनीं बाहुदर्शनादि अनेक प्रकारांनीं कौरवाविषयीं संताप व उद्वेग व्यक्त केला, असें जेव्हां मला समजलें, तेव्हांच, हे सूड घेतील रे घेतील, असें मनांत येऊन माझ्या मनांत हा भावी अनर्थ मूर्तिमंत उभा राहिला. संजया, धर्मराजाबरोबर फक्त त्याचे बंधुच वनांत गेले असें नव्हे, तर तो वनांत असतां सहस्रावधि थोर थोर ब्रह्मवेत्ते पुरुष केवळ भिक्षेवर निर्वाह करून त्याच्या सहवासास जाऊन राहिले, असें जेव्हां मीं ऐकिलें, तेव्हांच माझ्या मनांत आलें कीं, ब्राह्मणांचा अनुग्रह ज्यावर आहे, त्यास अपयश येणें कधींही शक्य नाहीं. संजया, अर्जुनानें युद्धामध्यें किरातरूपधारी देवाधिदेव शंकराला संतुष्ट करून त्याजपासून पाशुपत अस्त्राची प्राप्ति करून घेतली असें जेव्हां मला कळलें, तेव्हांच अर्जुनाच्या अमानुष शक्तीची कल्पना होऊन कौरवांच्यानें पांडवांचा पराजय होणें दुष्कर आहे, असा माझा निश्चय झाला. संजया, सत्यप्रतिज्ञ अर्जुनानें स्वर्गलोकीं जाऊन प्रत्यक्ष इंद्रापासून देखील दिव्य अस्त्रांचा यथाविधि उपदेश ग्रहण केला, व आपली लोकोत्तर कीर्ति जगविख्यात केली, असें जेव्हां मीं ऐकिलें, तेव्हांच माझा सर्व धीर सुटला. संजया, कालकेय आणि वरप्राप्तीमुळें उन्मत्त होऊन देवांनाही दुर्जय झालेले पौलोम ह्यांस अर्जुनानें जिंकिलें असें जेव्हां मला समजलें, तेव्हांच पांडवांच्या अमोघ प्रतापाचें स्वरूप माझ्या लक्षांत आलें, व दुर्योधनानें पांडवाशीं कलह करण्यांत हित नाहीं, असें माझें ठाम मत झालें. संजया, असुरांचा नाश करण्याकरितां अर्जुन हा इंद्रलोकीं गेला व तेथें कृतार्थ होऊन परत आला, असें जेव्हां माझ्या कानीं पडलें, तेव्हांच माझी सर्व आशा मावळली. हे सारथे, भीम व दुसरे पांडुपुत्र हे कुबेराबरोबर मानवांना अगम्य अशा देशीं गेल्याचें जेव्हां मीं श्रवण केलें, तेव्हांच कौरवांच्या भावी नाशाची भीति माझ्या मनांत उद्भवली. संजया, माझे पुत्र कर्णाचा बुद्धिवाद मान्य करून घोषयात्रेच्या निमित्तानें अद्वैतवनांत पांडवांना आपलें ऐश्वर्य दाखविण्याकरितां गेले असतां तेथें गंधर्वांनीं त्यांस बांधून नेलें व अखेरीस अर्जुनानेंच त्यांची सुटका केली, असें जेव्हां मला कळलें, तेव्हांच पांडवांची महाशक्ति व कौरवांचें दौर्बल्य हीं माझ्या मनांत पूर्णपणें ठसलीं. संजया, यमधर्मानें यक्षरूप घेऊन धर्मराजास कांहीं प्रश्न विचारिले व धर्मराजानें त्यांचीं समर्पक उत्तरें दिलीं, असें जेव्हां माझ्या कानीं आलें, तेव्हांच, यमधर्माचा प्रसाद झाला असतां मृत्यूचें भय तें कोठून रहाणार ? असें मनांत येऊन माझ्या मनांतील जयाशा अजीबात नष्ट झाली. संजया, पांडव हे विराट राजाकडे गुप्तरूपानें द्रौपदीसहवर्तमान रहात होते व असें असतांही माझ्या मुलांना त्यांचा पत्ता काढितां आला नाहीं, असें जेव्हां मला समजलें, तेव्हांच पांडवांच्या विलक्षण चातुर्याविषयीं माझी खातरी झाली व त्यांजबरोबर द्वेष करणें सर्वथा अयोग्य होय असें

मीं ठरविलें. संजया, उत्तरगोग्रहणप्रसंगीं अर्जुनानें एकट्यानें माझ्या पक्षाकडील मोठमोठ्या वीरांचा पराजय केला असें जेव्हां मला समजलें, तेव्हां माझें सैन्य अर्जुनाशीं युद्ध करण्यास अगदीं निरुपयोगी आहे, अशी माझी पक्की खातरी झाली; व कौरवांचे प्रयत्न कधींही सफल होणार नाहींत असा मीं सिद्धांत ठरविला. संजया, विराट राजानें आपली कन्या उत्तरा अलंकृत करून अर्जुनास अर्पण केली, परंतु अर्जुनानें तिचा स्वतांकरितां स्वीकार न करितां अभिमन्यूकरितां स्वीकार केला असें जेव्हां माझ्या कानीं पडलें, तेव्हांच मीं अर्जुनाच्या अंगीं इंद्रियजय कितपत आहे हें ओळखिलें. व इंद्रियजेत्या पुरुषापुढें प्रत्यक्ष काळाचाही पराक्रम चालणार नाहीं असें मनांत येऊन माझी जयाशा भग्न झाली. संजया, द्यूतामध्यें जिंकल्यामुळें निर्धन होऊन वनांत घालवून दिलेल्या युधिष्ठिराच्या पक्षास आप्तस्वकीयांचें पाठबळ नसतांही सात अक्षौहिणी सैन्य येऊन मिळालें असें जेव्हां मला समजलें, तेव्हांच कौरवांचें भवितव्य माझ्या मनांत येऊन चुकलें. हे महामते, सर्व पृथ्वीचें एका पावलांत आक्रमण करणाऱ्या भगवान् लक्ष्मीपति श्रीकृष्णाचें पांडवपक्षाला पूर्ण साहाय्य असून तो अहर्निश पांडवांच्या हिताकरितां तत्पर आहे असें जेव्हां मला विदित झालें, तेव्हांच माझी जयाशा संपली. संजया, देवर्षी नारदांच्या मुखांतून "श्रीकृष्ण व अर्जुन हे प्रत्यक्ष नरनारायणच आहेत; कारण मी त्यांस ब्रह्मलोकीं पाहिलें असल्यामुळें ओळखितों," असें जेव्हां मीं ऐकिलें, तेव्हांच त्यांची असाधारण शक्ति माझ्या लक्षांत आली, व कौरवांनीं कृष्णार्जुनांशीं द्वेष करणें सर्वथा अयोग्य होय, असा माझा ग्रह झाला. संजया, घोर युद्ध होऊन भयंकर संहार न व्हावा, ह्यास्तव साम करण्याच्या इच्छेनें भगवान् श्रीकृष्ण कौरवांकडे आले व दुर्योधनादिकांनीं त्यांचें कांहींएक न ऐकिल्यामुळें ते साम न करितां परत गेले असें जेव्हां मला कळलें, तेव्हांच हें पुढलें भविष्य माझ्या पुढें मूर्तिमंत दिसूं लागलें. संजया, त्या प्रसंगीं कर्ण व दुर्योधन ह्यांनीं त्या भगवान् लोकनायक श्रीकृष्णास कारागृहांत टाकण्याचाही यत्न केला व तेव्हां त्या विश्वव्यापक प्रभूनें आपलीं अनेक रूपें दाखविलीं, असें जेव्हां मीं ऐकिलें, तेव्हां तर माझ्या पुत्रांसारखे अविचारी पुरुष जगांत कोठें आढळणार नाहींत असा माझा पूर्ण सिद्धांत ठरला. बा संजया, भगवान् वासुदेव द्वारकेस जाण्यास निघाले असतां त्यांच्या रथाच्या पुढें अनाथ कुंती एकटी उभी राहिली व तिचें त्यांनीं सांत्वन केलें असें जेव्हां मीं ऐकिलें, तेव्हांच माझी जयाशा अस्तास गेली. सारथे, भगवान् श्रीकृष्ण व गांगेय भीष्म हे पांडवांचे सल्लागार असून द्रोणाचार्य देखील त्यांस आशीर्वाद देत असतात असें जेव्हां मीं ऐकिलें, तेव्हांच पुढें काय होणार ह्याची मीं अटकळ केली. संजया जेव्हां 'तुह्मी युद्ध करीत आहां तों मी युद्ध करणार नाहीं' असें कर्ण भीष्माचार्यांस बोलून सैन्य सोडून चालता झाला असें मीं ऐकिलें, तेव्हांच, आपसांत कलह करणाऱ्या माझ्या वीरांना जय प्राप्त होणें दुर्घट आहे असें माझें मत झालें. संजया- श्रीकृष्ण, अर्जुन व तें अमोघ गांडीव धनुष्य ह्या तीन उग्र शक्ति एकत्र झाल्याचें जेव्हां मला कळलें, तेव्हांच माझी सर्व आशा निर्मूल झाली. हे प्रिय सारथे, अर्जुन हा मोहानें व्याप्त होऊन शस्त्रास्त्रें खालीं ठेवून निरुत्साह होत्साता रथांत बसला असतां भगवान् श्रीकृष्णानें आपलें विराट् रूप दाखवून अर्जुनास वीरश्री उत्पन्न केली असें जेव्हां मला समजलें, तेव्हांच पांडव खचीत विजयी होणार असा मीं निश्चय केला. संजया, महापराक्रमी भीष्म युद्धामध्यें सहस्रावधि महान् महान् वीरांचा संहार करीत असतां पांडवांकडील एकही बलाढ्य वीर पडला नाहीं असें जेव्हां

मला समजलें, तेव्हांच माझी जयाशा लुप्त झाली. संजया, धर्मशील गांगेयानें युद्धामध्यें आपण होऊनच आपल्या मृत्यूचा मार्ग पांडवांना कळविला व पांडवांनीं मोठ्या आनंदानें त्या मार्गाचा अवलंब केला असें जेव्हां मीं ऐकिलें, तेव्हांच माझी पूर्ण निराशा झाली. बा संजया, अत्यंत शूर व दुर्धर अशा भीष्माचा अर्जुनानें शिखंडीस पुढें करून वध केला असें जेव्हां मीं ऐकिलें, तेव्हांच माझ्या मनाची सर्व उमेद नाहींशी झाली. संजया, वृद्ध भीष्मानें बहुतेक सोमकांनाच काय तें मारिलें, इतरांस मारिलें नाहीं व आपण स्वतः अर्जुनाच्या बाणांनीं विद्ध होऊन शरशय्येवर शयन केलें असें जेव्हां मला विदित झालें, तेव्हांच माझा सर्व धीर सुटला. हे सारथे, भीष्म शरपंजरीं पडले असतां अर्जुनास उदक आणून देण्याविषयीं आज्ञा झाल्यावर त्यानें भूमीचें विदारण करून उदक निर्माण केलें व त्याच्या योगें भीष्माची तृषा भागविली असें जेव्हां मीं श्रवण केलें, तेव्हांच अर्जुनाच्या लोकोत्तर सामर्थ्याविषयीं खातरी होऊन मला हा भयंकर परिणाम मूर्तिमंत दिसूं लागला. संजया, वायु, चंद्र व सूर्य हे पांडवांस अनुकूल चिन्हें दर्शवूं लागले आणि कुत्रीं, माकडें, कोल्हीं वगैरे श्वापदें रुदनादिकेंकरून आम्हांस भेडसावूं लागलीं असें जेव्हां माझ्या कानीं आलें, तेव्हांच माझी सर्व जयाशा गळून गेली. संजया, द्रोणाचार्यांनीं भयंकर युद्ध करून शास्त्रास्त्रांतील अपूर्व कौशल्य व्यक्त केलें---परंतु त्यांच्या हातून एकही शूर पांडव पतन पावला नाहीं असें जेव्हां मीं ऐकिलें, तेव्हांच पुढें काय होणार हें मला दिसून आलें. संजया, अर्जुनाचा नाश करण्याकरितां आमच्या पक्षाकडील महारथि संशप्तक वीर हातावर शिर घेऊन युद्धास प्रवृत्त झाले असतां त्यांचाही अर्जुनानें संहार केला असें जेव्हां मला कळलें, तेव्हांच माझी आशा मनांतल्या मनांत जिरून गेली. बा संजया, अर्जुनावांचून अन्य वीरास सुभुर्भेद्य असा चक्रव्यूह रचून त्याच्या संरक्षणार्थ सैन्यानिशीं स्वतः द्रोणाचार्य उभे राहिले असतां एकट्या अभिमन्यूनें व्यूह भेदून त्यांत प्रवेश केला असें जेव्हां माझ्या कानीं पडलें, तेव्हांच माझ्या मनांत अत्यंत भी उत्पन्न झाली. संजया, अर्जुनाचा वध करण्यास असमर्थ असलेले माझ्या पक्षाकडील योद्धे अभिमन्यु बाळास चोहोंकडून कोंडून टाकून तसें केल्याबद्दल अतिशय धन्यता मानीत आहेत असें जेव्हां मला कळलें, तेव्हांच अर्जुन ह्याचा सूड येईल रे घेईल असें मनांत येऊन पुढील घोर अनर्थ मला दिसूं लागला. संजया, दुर्योधनादिक माझे पुत्र अभिमन्यूचा वध करून आज आम्हीं मोठा जय मिळविला असें समजून आनंदभरांत निमग्न असतां अर्जुनानें संतप्त होऊन ‘ जयद्रथास मारीन नाहीं तर अग्निप्रवेश करीन ’ अशी प्रतिज्ञा केली असें जेव्हां मला समजलें, तेव्हांच माझी सर्व उमेद खचली. संजया, जयद्रथास मारण्याची भयंकर प्रतिज्ञा अर्जुनानें शत्रूंच्या समक्ष सिद्धीस नेली असें जेव्हां मला कळलें, तेव्हांच मी अगदीं हताश होऊन बसलों. हे प्रियसारथे, अर्जुनाच्या रथाचे घोडे श्रांत झाले असतां कृष्णानें ते सोडिले व त्यांस खुशाल पाणी पाजून आणून पुनः रथास जोडिलें असें जेव्हां मीं ऐकिलें, तेव्हांच कौरववीरांची दीन दशा माझ्या मनांत आली. संजया, अर्जुनाचे अश्व दमून जाऊन स्वस्थ उभे राहिले असतां आपणावर चाल करून येणाऱ्या सर्व योद्ध्यांना अर्जुनानें केवळ रथावर उभें राहूनच मागें हटविलें असें जेव्हां मला विदित झालें, तेव्हांच मीं जयाची आशा

सोडून दिली. संजया, महान् महान् हत्तींच्या योगानें बलिष्ठ असलेलें द्रोणाचार्यांचें सैन्य मारून टाकून सात्यकि कृष्णार्जुनांस जाऊन मिळाला असें मला कळलें, तेव्हांच पुढें काय होणार ह्याची पूर्ण कल्पना माझ्या मनांत आली. संजया, कर्णाच्या कचाट्यांत भीमसेन सांपडला असतां त्यास कर्णानें 'मूर्खा, खादाडा' वगैरे केवळ कुत्सित शब्दांनीं व धनुष्याच्या अग्रानें ताडन करून सोडून दिलें असें ज्या वेळीं माझ्या कानीं आलें, त्याच वेळीं कौरवांस यश येणार नाहीं असा माझा निश्चय झाला. हे सारथे, अर्जुन जयद्रथाचा वध करीत असतां द्रोणाचार्य, कृतवर्मा, कृपाचार्य, कर्ण, अश्वत्थामा व शल्य ह्या महान् महान् शूरांपैकीं एकहीजण अर्जुनावर चालून गेला नाहीं आणि तें भयंकर कृत्य सर्वांनीं निमूटपणें सहन केलें असें जेव्हां मला समजलें, तेव्हांच माझा सर्व धीर सुटून गेला. संजया, देवेंद्रानें कर्णास दिलेल्या दिव्य शक्तीची योजना कृष्णानें घोर घटोत्कच राक्षसावर करवून ती शक्ति व्यर्थ दवडिली असें जेव्हां मला कळलें, तेव्हांच माझे सर्व आशातंतु तुटले. संजया, जिच्या योगानें कर्णास अर्जुनाचा वध करितां आला असता, ती इंद्रदत्त दिव्य शक्ति घटोत्कचाशीं युद्ध करीत असतां त्यावर कर्णानें सोडिली असें जेव्हां मला विदित झालें, तेव्हांच अर्जुन आतां कौरवांच्या हातून मरत नाहीं असा माझा सिद्धान्त झाला. संजया, द्रोणाचार्य रथामध्यें बसून अन्नपानादिक ग्रहण न करितां मरण्याचा निश्चय करून निश्चल झाले असतां धृष्टद्युम्नानें धर्ममर्यादेचा अतिक्रम करून त्या एकट्या व निःशस्त्र वीराचा शिरच्छेद केला असें जेव्हां मला समजलें, तेव्हांच माझी जयाशा अस्तास गेली. संजया, माद्रीपुत्र नकुलानें सर्व लोकांसमक्ष अश्वत्थाम्याशीं मल्लयुद्ध आरंभिलें व नानाप्रकारच्या मंडलांनीं अश्वत्थाम्याशीं सामना केला असें जेव्हां मीं ऐकिलें, तेव्हांच पांडवांच्या असाधारण सामर्थ्याबद्दल माझी खातरी झाली. द्रोणवधाची वार्ता ऐकून अश्वत्थाम्यानें पांडवांवर दिव्य नारायणास्त्र सोडिलें असतां तेंहि व्यर्थ झालें असें जेव्हां मीं ऐकिलें, तेव्हांच कौरवांचे सर्व श्रम व्यर्थ होत असा माझा निर्धार झाला. हे सारथे, भीमसेनानें युद्धामध्यें आपला भाऊ दुःशासन ह्याचें रक्त प्राशन केलें व तो तसें करीत असतां त्याचें कोणींही निवारण केलें नाहीं असें जेव्हां मला समजलें, तेव्हांच कौरवांच्या हीनवीर्यत्वाविषयीं खातरी होऊन माझी सर्व आशा नष्ट झाली. संजया, कर्ण हा आपला भ्राता होय ही गोष्ट विदित नसल्यामुळें त्या अतिशय शूर व दुर्धर अशा कर्णाबरोबर अर्जुन युद्ध करूं लागला व त्या युद्धामध्यें अखेरीस अर्जुनानें कर्णाचा वध केला असें जेव्हां मला समजलें, तेव्हांच मला हे सर्व भावी अनर्थ प्रत्यक्ष दिसूं लागले. संजया, अश्वत्थामा, दुःशासन व उग्र कृतवर्मा यांस युधिष्ठिरानें जिंकिलें म्हणून जेव्हां मीं ऐकिलें, तेव्हांच खरें तेज पांडवांच्या ठिकाणीं मात्र आहे असा मला पूर्ण प्रत्यय आला. संजया, महापराक्रमी मद्र देशाचा राजा जो शल्य त्याला धर्मराजानें युद्धभूमीवर पाडिलें व त्याची कृष्णास जिंकण्याची मोठी हाव विलयास नेली असें जेव्हां मला समजलें, तेव्हांच माझी सर्व जयाशा समाप्त झाली. हे संजया, कपटद्यूत व तन्मूलक सर्व कलह ह्यांचा मूळ उत्पादक जो दुष्ट शकुनि, त्याचा युद्धामध्यें सहदेवानें वध केला असें जेव्हां मीं ऐकिलें, तेव्हांच कौरवांचे सर्व प्रयत्न फुकट गेले असा मीं सिद्धान्त केला. संजया, दुर्योधन रथहीन व शक्तिहीन होऊन श्रांत झाल्यामुळें डोहांत जाऊन बसला आणि तेथें जलाचें स्तंभन करून एकटाच गुप्त राहिला असें जेव्हां मला

समजलें, तेव्हांच आतां धडगत नाहीं अशी भीति माझ्या मनानें घेतली. बा संजया, कृष्णासमवेत पांडव त्या डोहाच्या संनिध गेले असून दुर्योधनास दुःसह शब्दांनीं टोंचून युद्धाकरितां बोलावीत आहेत असें जेव्हां मीं ऐकिलें तेव्हांच माझी सर्व आशा निर्मूल झाली. संजया, दुर्योधन गदायुद्धांत चित्रविचित्र हात करून नानाप्रकारच्या मंडलांनीं फिरत असतां, वासुदेवाचें अनुमोदन घेऊन भीमानें दुर्योधनाचा कपटानें वध केला असें जेव्हां मला विदित झालें, तेव्हांच, सर्वस्वी घात झाला, असे मीं उद्गार काढिले! संजया, धृष्टद्युम्नादिक पांचाल योद्धे व प्रतिविंध्यादिक द्रौपदीपुत्र हे निद्रित असतां अश्वत्थामा आदिकरून वीरांनीं त्यांचा नीचपणानें वध केला, हें बीभत्स कृत्य जेव्हां मला कळलें, तेव्हांच, सर्व कुळाचा समूळ उच्छेद झाला असें मीं म्हटलें. संजया, भीमसेनानें पाठलाग केला असतां अश्वत्थाम्यानें क्रुद्ध होऊन ऐषीकनामक ब्रह्मास्त्र सोडिलें आणि उत्तरेचा गर्भ मरणोन्मुख केला असें जेव्हां मला समजलें, तेव्हांच, महान् अनर्थ झाला, असा मीं आक्रोश केला. संजया, नंतर 'स्वस्ति' असें म्हणून अर्जुनानें अश्वत्थाम्याच्या ब्रह्मास्त्रावर ब्रह्मास्त्र सोडिलें व तें ब्रह्मास्त्र शांत करून अखेरीस अश्वत्थाम्याच्या मस्तकांतील मणि हरण केला असें जेव्हां मीं ऐकिलें, तेव्हांच मी धाय मोकलून रडूं लागलों. संजया, अश्वत्थाम्यानें ब्रह्मास्त्र सोडून उत्तरेचा गर्भ पतनोन्मुख केला असतां द्वैपायन व कृष्ण ह्या दोघांनींहीं द्रोणपुत्रास भयंकर शाप दिले असें जेव्हां मला कळलें, तेव्हांच आतां आह्मांस कोणी त्राता राहिला नाहीं असें म्हणून मीं एकसारखा आक्रोश मांडिला. संजया, अशा प्रकारें पुत्रपौत्रादिकांचा, वडील मनुष्यांचा, आप्तस्वकीयांचा व सौबलादिक बंधूंचा अंत होऊन गांधारी दुःखसागरांत बुडाली आणि पांडवांनीं दुष्कर कृत्य करून निष्कंटक राज्य मिळविलें! संजया, त्या महाभयंकर संग्रामामध्यें अठरा अक्षौहिणी क्षत्रियांपैकीं माझ्या पक्षाचे तीन म्हणजे कृप, अश्वत्थामा व कृतवर्मा आणि पांडव पक्षाचे सात म्हणजे पांच पांडव, कृष्ण व सात्यकि मिळून एकंदर दहाजणच अवशिष्ट राहावेना ! हरहर ! संजया, काय करूंरे सर्वत्र अंधकार झाला माझी ज्ञानकला मावळली ! माझें देहभान गेलें! आतां मला कांहींच सुचत नाहीं!

धृतराष्ट्राचें सांत्वन.

सौति म्हणालाः—शौनकादिक ऋषीहो, ह्याप्रमाणें भाषण करून दुःखावेग सहन न झाल्यामुळें तो दीन धृतराष्ट्र मोठमोठ्यानें आक्रोश करूं लागला व अखेरीस मूर्छा येऊन पतन पावला. नंतर संजयानें त्यास सावध केलें. तेव्हां तो पुनः संजयास म्हणाला, " बा संजया, आतां अशा अवस्थेंत मीं देहत्याग करावा हेंच उचित होय; ह्याउपर जगून कांहींच अर्थ नाहीं ! "

सौति म्हणालाः—ऋषीहो, शोकविव्हल झालेला तो धृतराष्ट्र राजा अशा प्रकारचे केविलवाणे उद्गार काढून सर्पाप्रमाणें फुसकारत उसासे देत आहे व वारंवार बेशुद्ध होऊन मूर्छित पडत आहे, असें पाहून त्या महाबुद्धिमान् व ज्ञानसंपन्न संजयानें त्यास मोठा चिरस्मरणीय बोध केला.

संजय म्हणालाः—हे भूपते धृतराष्ट्रा, महासमर्थ कृष्णद्वैपायन व देवर्षि नारद ह्यांनीं काय निवेदन केलें तें तुला अवगत आहेच. अरे, ह्या जगतीतलावर एक तुझेच पुत्र मरण पावले असें नाहीं. ज्यांचें विशाल यश सर्व त्रिभुवनांत गाजत आहे, अशा सोमसूर्यादि अनेक वंशांत आजवर अगणित राजे जन्मास आले व तुझ्या पुत्रांप्रमाणें हा लोक सोडून चालते झाले. बाबारे, ते भूपाल सामान्य होते असेंही नाहीं. त्यांचा

पराक्रम इंद्रादि लोकपालांप्रमाणें लोकोत्तर होता, त्यांचा उत्साह व सामर्थ्य केवळ अश्रुतपूर्व होतें; त्यांना नानाविध दिव्य अस्त्रें प्राप्त झालेलीं होतीं; त्यांनीं धर्ममर्यादेचें अतिक्रमण न करितां सर्व भूमंडलाचें राज्य जिंकून घेतलें होतें आणि यज्ञयागादिक क्रिया करून व त्यांत विपुल दक्षिणा देऊन त्यांनीं आपली धवल कीर्ति स्वर्गलोकापर्यंत विस्तृत केली होती. परंतु राजा, त्या परमप्रतापी व महाशक्तिमान् राजांसही कालवश होऊन मृत्युमुखांत पडावें लागलें. महारथि शैब्य, रणधुरंधर सृंजय, सुहोत्र,रंतिदेव, काक्षीवंत, औशिज, बाल्हीक, दमन, चैद्य, शर्याति, अजित, नल, विजयी विश्वामित्र,महाबलाढ्य अंबरीष, मरुत्त, मनु, इक्ष्वाकु, गय, भरत, दाशरथि राम, शशबिंदु, भगीरथ, महाभाग कृतवीर्य, जनमेजय, आणि होमकुंडें, यज्ञवेदिका व यूप ह्यांच्या योगें सर्व पृथ्वी अलंकृत करून अनेक यज्ञ केल्यामुळें प्रत्यक्ष देवांनीं देखील ज्याचा सन्मान केला, असा परमपावन ययाति, ह्या चोवीस राजांचीं चरित्रें देवर्षि नारदांनीं पूर्वी श्वैत्य राजाला सांगून त्याचा पुत्रशोक दूर केला. शिवाय, हे धृतराष्ट्रा, ह्या राजांच्या पूर्वी अनेक दुसरे राजे बलवत्तर होऊन गेले. ते सर्व महारथि व महात्मे असून त्यांच्या ठिकाणीं सत्य, शौच,दया, दृढ भगवद्भक्ति इत्यादि अनंत गुण ओतप्रोत भरले होते. पूरु,कुरु, शूर यदु, महातेजस्वी विष्वगश्व, अणुह, युवनाश्व, ककुत्स्थ, विजयशील रघु, विजय, वीतिहोत्र, अंग, भव, श्वेत, बृहद्गुरु, उशीनर, शतरथ, कंक, दुलिदुह, द्रुम, दंभोद्भर, पर, वेन,सगर, संकृति, निमि, अजेय,परशु, पुंड्र, शंभु, देवावृध अनघ, देवाव्हय, सुप्रतिम, सुप्रतीक, बृहद्रथ, महोत्साह, विनीतात्मा, सुक्रतु, निषध देशाचा राजा नल, सत्यव्रत, शांतभय, सुमित्र, सुबल, प्रभु, जानुजंघ, अनरण्य, अर्क, प्रियभृत्य, शुचिव्रत बलबंधु,निरामर्द,केतुशृंग, बृहद्बल,धृष्टकेतु, बृहत्केतु, दीप्तकेतु, विरामय, अविक्षित्, चपल, धूर्त, कृतबंधु, दृढेषुधि, महापुराणसंभाव्य, प्रत्यग, परहा आणि श्रुति, हे व दुसरे शतावधि, सहस्रावधि किंबहुना असंख्य महान् महान् राजे ऐहिक वैभवाचा त्याग करून तुझ्या पुत्रांप्रमाणेंच मृत्युवश झाले. हे सर्व भूपति अत्यंत दानशूर, परमप्रतापी व धैर्योदार्यादि गुणांनीं मंडित असल्यामुळें ह्यांचें शुद्ध व देदीप्यमान यश मोठमोठे कवि नित्य गात असतात. राजा,अशा प्रकारच्या सद्गुणनिधींना सुद्धां जर ही पृथ्वी सोडून जावें लागलें, तर तुझ्या पुत्रांची ती कथा काय !

धृतराष्ट्रा, तुझे पुत्र मरण पावले, हें एका अर्थीं चांगलेंच झालें, असें मला वाटतें. कारण ते दुरात्मे क्रोध, लोभ, ईर्षा, असूया इत्यादि दुष्ट मनोविकारांनीं क्षुब्ध होऊन नित्य दुराचरण करण्यांत तयार असत. ह्यास्तव त्यांच्या मृत्यूनें ह्या भूतलावरील कंटकच नाहींतसे झाले असें मी मानितों. राजा, अशा त्या कुलांगारांबद्दल त्वां शोक करीत बसावें हें अनुचित होय ! हे नृपते, तूं ज्ञानसंपन्न आहेस, तुझ्या ठिकाणीं दूरदर्शित्व उत्तम प्रकारें वास करितें, तुझ्या बुद्धीला सदसन्निर्णय उत्कृष्ट करितां येतो, आणि मोठमोठे प्राज्ञ पुरुषही तुझ्या ज्ञानवत्तेची प्रशंसा करितात; ह्यासाठीं सामान्य जनांप्रमाणें तूं मोहवश व्हावेंस हें अयोग्य होय. ज्ञानवान् पुरुष कसाही दुर्धर प्रसंग ओढवला असतां विवेकभ्रष्ट होत नाहींत हें लक्षांत आण. शिवाय, राजा,हा जो घोर अनर्थ घडला, तो म्हणजे केवळ तुझ्या पुत्रांच्या दुर्वर्तनामुळेंच घडला असा अर्थ नाहीं, तर ह्याच्या मुळाशीं तूं सुद्धां आहेस. आपल्या दुर्योधनादिक पुत्रांविषयीं तूं लोभ धरिलास व युधिष्ठिरादिक पांडुपुत्रांविषयीं तूं द्वेष केलास; आणि ह्यामुळेंच हा सर्व अनर्थ झाला. ह्यांत संदेह नाहीं. राजा, विष देणें, आग लावणें इत्यादि दुष्ट

कृत्यांना जर तूं अनुमत दिलें नसतेंस, तर खचीत आज तुला पुत्रशोक करण्याचा प्रसंग आला नसता. ह्यास्तव, ज्या गोष्टी केवळ तुझ्याकडूनच झाल्या आहेत असें म्हटलें तरी चालेल, त्यांविषयीं तूं दुःख करीत बसावेंस हें प्रशस्त नव्हे. राजा, जें भवितव्य असेल, तें कधींही चुकत नाहीं. तुझे पुत्र अशा रीतीनें मरणार हें आधींच ठरलें होतें, व त्याप्रमाणें तें घडून आलें ह्यांत विशेष असें कांहींच नाहीं. ब्रह्मदेवानें जें भालपटलीं लिहिलें असेल, तें मनुष्य कितीही ज्ञानी किंवा प्रतापवान् झाला तरी त्याच्यानें टाळतां येईल अशी कल्पना करणें हा भ्रम होय. जन्म, मरण, सुख, दुःख इत्यादि सर्व गोष्टी कालशक्तीनें घडून येतात. काल हाच प्राणिमात्राचा उत्पादक व संहारक होय. प्राण्यांचें जनन व मरण ज्या कालाकडून होतें, त्या कालाचें नियमन तरी कालच करितो. कालाचें वास्तविक स्वरूप म्हटलें म्हणजे अचिंत्यशक्ति परमेश्वराचें परमात्मरूपच होय. ह्या त्रैलोक्यांतील बऱ्यावाईट सर्व वस्तूंचें जन्म परमात्म्याच्या कालशक्तीपासूनच घडतें; त्या अनिर्वचनीय कालाच्या योगेंच सर्व वस्तूंचा उपसंहार होतो; आणि परमात्मस्वरूपीं लीन झालेल्या ह्या अखिल ब्रह्मांडाचें पुनरुज्जीवन तरी कालच करितो. विश्वांतील सर्व जीव निद्रित असतां काल हाच जागा असतो, सर्व स्थावरजंगम पदार्थांच्या अंतर्भागीं सदासर्वकाल निष्प्रतिबंधपणें संचार करणारा कालच होय, आणि कालाचें सामर्थ्य नष्ट करण्यास समर्थ असा कोणीही नाहीं. राजा, ह्या जगांत आजपर्यंत ज्या ज्या गोष्टी घडल्या, प्रस्तुतकालीं ज्या ज्या गोष्टी घडत आहेत, आणि भविष्यकालीं ज्या ज्या गोष्टी घडतील, त्या सर्वांचें आदिकारण तो दुर्निवार्य कालच होय; ह्याकरितां तूं मोहाकुल होऊन विवेकाचा त्याग करावास हें सर्वथा अनुचित होय.

सौति म्हणाला:—ऋषीश्वरहो, पुत्रशोकानें विव्हल झालेल्या धृतराष्ट्राला गावल्गणि संजयानें ह्याप्रमाणें चार ज्ञानाच्या गोष्टी सांगितल्या, तेव्हां त्यांचें मनन करून धृतराष्ट्रानें आपली चित्तवृत्ति सुस्थिर केली, व परमात्मस्वरूपाचें चिंतन करून देहादिकांविषयीं ममत्वबुद्धि सोडून दिली; आणि आपल्या हृदयांतील पुत्रशोकरूप सुदृढ ग्रंथीचा विच्छेद करून टाकिला.

भारत ग्रंथाची अपूर्वता.

ऋषीहो, ह्या भारतग्रंथाची अपूर्वता काय वर्णन करावी? शोकमोहादिक शत्रूंनीं जर्जर केलेल्या पुरुषांच्या मनाला शांति उत्पन्न करून देणारें असें हें एक व्यासप्रणीत उपनिषदच होय. ह्याच्या अध्ययनानें अविद्या व तिचीं कार्यें ह्यांचा समूळ उच्छेद होऊन परब्रह्मरूप निर्मळज्ञानज्योतीची प्रभा सर्वत्र पसरली आहे असा अनुभव प्राप्त होतो, व त्याच्या योगें मुमुक्षु जनास देहाचें साफल्य करून घेतां येतें. ऋषिहो, ह्या ग्रंथांतील तत्त्वें अनादिसिद्ध आहेत. श्रीमद्व्यासासारखे जे जे ज्ञानी पुरुष होऊन गेले, त्यांनीं त्या तत्त्वांचें केवळ प्रवचन मात्र केलें आहे. ह्या ग्रंथांतील आध्यात्मिक सिद्धान्त त्रिकालाबाधित असल्यामुळें सनातन व शाश्वत आहेत, आणि त्यामुळें ते अनादि म्हणजे अत्यंत प्राचीन असतांनाही नित्य नवीन म्हणजे अत्यंत तेजःपुंज भासतात; व ह्या कारणानेंच ज्ञानी पुरुष ह्या ग्रंथाला, हा प्राचीन असून, नवीन अशा अर्थाची पुराण ही समर्पक संज्ञा देतात. ऋषिहो, ह्या ग्रंथाचें फल मोठें अगाध आहे. केवळ एका श्लोकाचा एक चरणही श्रद्धापूर्वक पठन केल्यास पठन करणाराचीं सर्व पातकें दग्ध होतात; मग सर्व ग्रंथाचें यथासांग अध्ययन करणारास काय फल प्राप्त होईल, ह्याचें काय वर्णन करावें! जो पुरुष ह्या ग्रंथाचें श्रवण, मनन व निदिध्यसन करितो, त्यास ब्रह्मसाक्षात्कारही सुलभ आहे. ब्राह्मणहो, चतुर्विध पुरुषार्थ प्राप्त करून घेणाऱ्या जनांना महाभारत ग्रंथ म्हणजे एक उत्कृष्ट कित्ताच

समजावा. ह्यांत दयादाक्षिण्यादि सत्त्वगुणांनीं विभूषित असलेल्या देवांचें व देवर्षींचें, तसेंच परमपावन ब्रह्मर्षींचें आणि सद्गुणशाली यक्षांचें व महोरगांचें वर्णन केलें आहे. ह्या ग्रंथांत—सकल ऐश्वर्य,ज्ञान,यश, श्री, वैराग्य व धर्म ह्या षड्गुणांचें निधान असा जो परब्रह्मरूप वासुदेव, त्याच्या मनोहर कथा विस्तारानें सांगितल्या आहेत. ऋषिहो, ह्या अवाढव्य विश्वामध्यें चिरंतन राहणारा एक भगवान् वासुदेवच होय. ब्रह्मांडांत जें कांहीं ज्ञात किंवा ज्ञेय आहे, तें सर्व त्याचेंच स्वरूप समजावें. प्राणिमात्र जीं जीं कर्में करितो, व ब्रह्मवेत्ते पुरुष वेदादिकांच्या अध्ययनानें जें कांहीं पवित्र असें ठरवून त्याच्या अनुष्ठानानें देहाची कृतार्थता जोडितात, त्या सर्वांचा आत्मा तो वासुदेवच आहे.त्या सच्चिदानंद प्रभूस देशकालादिकांचा उपाधि मुळींच नाहीं तो नित्य व निर्विकार आहे. कार्यकारणपरंपरेच्या पलीकडे त्याची व्याप्ति आहे. तो अगदीं स्वतंत्र आहे. तो स्वेच्छेनें मायाविग्रही बनून नानाविध कर्में करितो. त्याची कर्तुमकर्तुमन्यथाकर्तुं शक्ति मनांत आणूनच महान् महान् ज्ञानी लोक त्याच्या दिव्य कर्मांचें नित्य कीर्तन करितात. ऋषिहो, भगवंताच्या त्या परब्रह्मस्वरूपापासूनच ह्या अनिर्वचनीय विश्वाची उत्पत्ति झाली, आणि कार्यकारणरूप सृष्टीचें जाळें पसरलें. ब्रह्मादिकांचें जन्म, यज्ञयागादिकांची प्रवृत्ति आणि अखिल जगताची उत्पत्ति, लय व पुनर्जनन हीं त्या परमात्म्यापासूनच होतात. ह्या पांचभौतिक देहामध्यें प्राणादिक ज्या ज्या शक्ति आहेत, तीं सर्व परमात्म्याचींच रूपें होत. वाणीची वचनशक्ति, नेत्रांची निरीक्षणशक्ति, कर्णांची श्रवणशक्ति, मनाची मननशक्ति इत्यादि सर्व शक्ति ह्या सर्वसाक्षी लोकनियंत्याच्या विश्वव्यापक दिव्य शक्तीचींच अपररूपें आहेत. देहादिकांच्या ठायीं पूर्वकर्मानुसार प्रवर्तित असलेला जो जीवात्मा, तोही त्या ज्ञानज्योतीचेंच प्रतिबिंब होय; आणि ध्यान, योग इत्यादि साधनांनीं शुद्धचित्त झालेले ब्रह्मनिष्ठ पुरुष अंतर्मुख दृष्टीनें आपल्या हृन्मंदिरांत ज्या मूर्तीचें अवेलाकन करितात, ती मूर्तिही तो वासुदेवच आहे; असो.

प्रथमाध्यायाची फलश्रुति.

ऋषिहो, ह्या भारत ग्रंथाचें पठन केलें असतां त्या भगवान् वासुदेवाचें यथार्थ ज्ञान प्राप्त होऊन मायामोहाची पूर्ण निवृत्ति होते. ह्यास्तव प्रत्येकानें ह्या ग्रंथाचा अहर्निश अभ्यास करणें इष्ट आहे. जो पुरुष श्रद्धापूर्वक, चित्त एकाग्र करून व धर्मनिष्ठेनें ह्या अध्यायाचें मनन करील, त्याचीं सर्व पातकें नष्ट होतील. ह्या अध्यायास अनुक्रमणिकाध्याय असें नांव आहे. जो पुरुष आस्तिक्यबुद्धीनें सदासर्वकाळ ह्या अध्यायाचें आरंभापासून श्रवण करील, त्यास कोणतीही आपत्ति प्राप्त होणार नाहीं. ह्या अध्यायाचा थोडासा भागही जरी सकाळसंध्याकाळ वाचिला, तरी तेवढ्यानें सुद्धां रात्रीं व दिवसास केलेल्या पातकांचा तत्काळ विनाश होईल. ऋषीश्वरहो, हा अनुक्रमणिकाध्याय म्हणजे भारतरूप विशाल वृक्षाचा गाभा होय. हा ब्रह्मप्रतिपादक सनातन सिद्धांतांचा सूत्रात्मक निष्कर्ष आहे.

मुनिवर्यहो,भारताची महती किती म्हणून सांगावी? गोरसामध्यें जसें नवनीत, मानवांमध्यें जसे ब्राह्मण, श्रुतींमध्यें जशीं उपनिषदें, औषधींमध्यें जशी यज्ञशेष ओषधि,जलाशयांमध्यें जसा सागर, अथवा चतुष्पादांमध्यें जशी धेनु, तसा इतिहासपुराणांमध्यें भारत ग्रंथ होय. श्राद्धकालीं ह्यांतील श्लोकाचा एक चरण जरी ब्राह्मणांस ऐकविला,तरी तेवढ्यानें पितरांस अक्षय्य अन्नोदक पोहोंचतें.

ऋषिहो, श्रुत्यर्थाचा होईल तेवढा विस्तार केला असतां चतुर्विध पुरुषार्थ सुलभ होतात; ह्यास्तव इतिहास व पुराणें ह्यांच्या द्वारें प्रत्येकानें श्रुतींचा विस्तार करावा. अल्पज्ञ जनांनां श्रुति ह्या

नेहमीं भीत असतात. त्यांना वाटत असतें कीं अज्ञानी लोक हे आम्हीं प्रतिपादन केलेल्या तत्त्वांचें परिशीलन करणार नाहींत, व त्यामुळेंच आमचा प्रसार नहोतां लोक कल्याणाचे मार्ग संकुचित होतील.ह्याकरितां ब्राह्मणहो,प्रत्येक साधकानें भारतरूप पंचम वेदाचा अभ्यास करून त्याचा पाठ नेहमीं दुसऱ्यास सांगत जावा आणि आपण स्वतः त्याच्या अर्थाचें चिंतन करून दुसऱ्यासही तो निरूपण करावा. जो पुरुष प्रत्येक पर्वणीस देहादिकांची शुद्धि करून ह्या अध्यायाचा पाठ करील त्याचीं भ्रूणहत्यादि घोर पातकेंही तत्काळ दग्ध होतील, आणि त्याच्याअंतःकरणांत सर्व ग्रंथाची उत्कृष्ट जागृति राहून सर्व ग्रंथ नित्य पठन केल्याचें त्यास निःसंशय श्रेय मिळेल असा माझा अभिप्राय आहे. जो पुरुष श्रद्धेनें व्यासप्रणीत अशा भारत ग्रंथाचें श्रवण करील, यास दीर्घ आयुष्य, विशाल कीर्ति व परलोक हीं साधितां येतील. ऋषिहो, पूर्वीं देवांनीं ह्या भारत ग्रंथाची व उपनिषदांसहित चारी वेदांची तुलना केली; त्या वेळीं ह्या भारत ग्रंथाचें पारडें खालीं बसलें व वेदांचें पारडें किती तरी उंच गेलें! आणि तेव्हांपासून ह्या ग्रंथास नुसतें भारत असें न म्हणतां महाभारत असें म्हणूं लागले. कारण ह्याचें महत्त्व म्हणजे विस्तृतपणा आणि भार म्हणजे अर्थगौरव ही खरोखरीच आश्चर्यकारक आहेत. सारांश, महाभारत ह्या संज्ञेची व्युत्पत्ति व पूर्व इतिहास हीं ध्यानांत आणिलीं असतां मुमुक्षु जनांची प्रवृत्ति चतुर्विध पुरुषार्थ साध्य करून घेण्यांकडे होईल,व त्यायोगें तत्काळ त्यांचीं सर्व पातकें दग्ध होतील हें अवश्यलक्षांत आणावें.

ऋषिहो,ह्या अनुक्रमणिकाध्यायावरून भारत ग्रंथाचें सामान्य स्वरूप तुमच्या लक्षांत आलें असेलच. ह्यामध्यें युद्धादिकांचीं भयंकर वर्णनें आहेत, तसेच स्थलविशेषीं कुटिल नीतीचेंही उल्लेख आहेत, ह्यासाठीं ह्यांत धर्माधर्मविवेक किंवा आत्मानात्मविचार ह्यांचा जरी ऊहापोह असला, तरी त्याबरोबर दुसऱ्या गौण किंवा त्याज्य गोष्टींचेंही ह्यांत मिश्रण आहे, ह्यास्तव विषमिश्रित अन्नाप्रमाणें हा ग्रंथ सर्वथा त्याज्य होय, अशी कदाचित् कोणी शंका घेईल; परंतु अशी शंका घेणें सर्वतोपरि अयोग्य आहे हें ध्यानांत आणा. ह्या ग्रंथांत जें मुख्य प्रमेय प्रतिपादन केलें आहे, त्यास साधक अशींच प्रमाणें ह्यांत विशेषत्वानें व प्राधान्येंकरून निरूपण केलीं आहेत. ह्यांत पापक्षालन करणाऱ्या व ब्रह्मपद जोडून देणाऱ्या कृच्छ्रचांद्रायणादि तपोनुष्ठानांचें विस्तृत वर्णन आहे; श्रुतीचा उत्तानार्थ कोणता व गर्भितार्थ कोणता, प्रवृत्तिपर अर्थ उद्दिष्ट किंवा निवृत्तिपर अर्थ उद्दिष्ट इत्यादि गोष्टींचेंही ह्यांत साकल्यानें विवेचन केलें आहे; ह्यांत वर्णाश्रमधर्मांचें व्याख्यान करून शमदमादिक साधनें आणि अग्निहोत्र, संध्योपासना, नित्यनैमित्तिक विधि इत्यादिकांचा पूर्ण विचार केला आहे; आणि ह्या ग्रंथांत सांगितलेल्या अर्थप्राप्तीच्या उपायांचा हेतु इंद्रियांचा संतोष करणें हा नाहीं, तर क्षुधा, पिपासा वगैरे सहन करून देहयात्रा कशी चालवावी व परब्रह्मचिंतन करून जन्माचें साफल्य कसें संपादावें हा मुख्य हेतु आहे. सारांश, ह्या ग्रंथांत धर्माधर्मविवेक व परब्रह्मप्राप्ति ह्यांचेंच मुख्यत्वेंकरून विवेचन आहे. स्थलविशेषीं इतर विषयांचा निर्देश आहे खरा, परंतु त्यांचा उद्देश काय आहे, इकडे अवधान ठेवून त्यांची उपयुक्तता मनांत आणिली पाहिजे आणि एकंदर ग्रंथाच्या प्रधान प्रमेयाचा विचार करितांना तर त्यांजकडे सर्वस्वींच दुर्लक्ष करणें इष्ट होय. तात्पर्य, तपाचरण, वेदाध्ययन, वेदांत सांगितल्याप्रमाणें यज्ञयागादि करणें हीं कर्में पापनाशक आहेत खरीं; परंतु तींच शुद्ध भावानें केलीं नाहींत तर उलटीं पातकाला कारण होतात.

पर्वसंग्रहपर्व.

अध्याय दुसरा.

समंतपंचकवर्णन.

ऋषि म्हणाले:—हे सूतनंदना, ज्या परमपावन समंतपंचक देशाहून तूं आलास,व जेथें कौरवपांडवांचें घोर युद्ध होऊन त्यांत दोन्ही पक्षांकडील सर्व भूपालांचा संहार झाला म्हणून तूं म्हटलेंस, त्या पवित्र देशाविषयीं व तेथें घडलेल्या त्या लोकोत्तर रणसंग्रामाविषयीं यथातथ्य वर्णन ऐकावें अशी आमची मनीषा आहे; तर तूं ती पूर्ण कर.

सौति म्हणाला:—विप्रवर्यहो, बरें आहे. कोणत्या तरी पुण्यकारक कथा निरूपण कराव्या, हाच माझा हेतु आहे. ह्यास्तव आपण विचारल्याप्रमाणें मी आतां त्या समंमतपंचक क्षेत्राचाच इतिहास आपणांस निवेदन करितों. तो इतिहास आपण सावधानचित्तानें श्रवण करावा; त्यांत आपणांस दुसऱ्याही अनेक कथा ऐकावयास सांपडतील.

शौनिकादिक ऋषिहो, त्रेता व द्वापर ह्या युगाच्या संधिकालीं एक भयंकर गोष्ट घडून येऊन तिच्या योगें पुढें क्षत्रियकुलावर महान् अनर्थ ओढवला. तेव्हां कार्तवीर्यनामक क्षत्रियानें (सहस्रार्जुनानें) एके प्रसंगीं जमदग्नि ऋषीची कामधेनु हरण केली; आणि जमदग्नीचा पुत्र परशुराम ह्यानें सहस्रार्जुनाचा वध करून त्याजपासून ती परत आणिली. आपल्या पित्यास परशुरामानें ठार मारिलें ही गोष्ट सहस्रार्जुनाच्या पुत्रांस सहन झाली नाहीं. परशुरामाचा सूड कसा घ्यावा ह्याचा ते विचार करूं लागले, आणि आश्रमांत तो नाहीं अशी संधि साधून त्यांनीं त्याच्या पित्याचा म्हणजे जमदग्नीचा वध केला !

ऋषिहो, कार्तवीर्याच्या पुत्रांनीं जमदग्नीचा वध केला, ही गोष्ट परशुरामाच्या कानीं जातांच त्यास अनिवार क्रोध आला, आणि तो प्रज्वलित अग्नीप्रमाणें नखशिखांत लाल झाला, त्या शस्त्रधराग्रणीनें लागलेंच शस्त्र उचलिलें व पुनः पुनः क्षत्रियांचा अनेक वेळां निःपात उडविला. शौनकादिक मुनिवर्यहो, त्या क्रोधांध झालेल्या वीरानें त्या समयीं क्षत्रियांच्या रक्तानें पांच ऱ्हद (डोह) भरून टाकिले, आणि त्यांतील रुधिररूप उदकानें आपल्या पितरांचें तर्पण केलें असें ऐकण्यांत आहे !

ऋषिहो, त्या वेळीं परशुरामाचें तें कृत्य पाहून त्याचे ऋचीकादि पितर त्याजजवळ येऊन त्यास म्हणाले:—हे महाभाग भार्गवा, तुझी ही अपूर्व पितृभक्ति व लोकोत्तर शौर्य पाहून आम्हांस परम संतोष झाला आहे. बा वीरा, तुला कोणता वर पाहिजे आहे, तो निवेदन कर. तुझें कल्याण असो. ह्याप्रमाणें पितृवचन श्रवण करून परशुराम म्हणाला, "पितरहो, आपण मजवर अनुग्रह करण्यास सिद्ध आहां, असें अवलोकन करून मला मोठी धन्यता वाटते;पण मीं जें कांहीं कृत्य केलें, त्याजबद्दल मात्र मला तितकी धन्यता वाटत नाहीं. ह्याकरितां, मजवर जर आपण प्रसन्न झालां असाल, व मला वर द्यावा अशी जर आपली इच्छा असेल, तर माझी आपणांस इतकीच प्रार्थना आहे कीं, क्रोधाविष्ट होऊन मीं जो क्षत्रियकुलाचा पुनः पुनः निःपात केला, त्या भयंकर पातकापासून माझी मुक्तता व्हावी; आणि क्षत्रियांच्या रुधिरानें भरलेले हे पंचऱ्हद जगतीतलावर 'महापवित्र क्षेत्रें' म्हणून विख्यातीस यावे."

शौनकादिक ऋषीश्वरहो, परशुरामाचें तें अनुतापपर भाषण श्रवण करून पितरांनीं 'हे

परशुरामा, तुझ्या म्हणण्याप्रमाणें घडेल ' असें म्हटलें, आणि ' ह्यापुढें तूं क्षत्रियांचा वध करूं नको, आतां त्यांस क्षमा कर. ' असा बोध केला; आणि नंतर परशुरामानें पितृवचनास अनुसरून क्षत्रसंहाराचें कृत्य थांबविलें.

विप्रवर्यहो, क्षत्रियांच्या रक्तानें भरलेल्या त्या पंचऱ्हदांसमीप जो देश आहे, तोच तो समंतपंचक देश होय. कोणत्याही देशाची किंवा स्थलाची जी कांहीं विशिष्ट परिस्थिति असते, अथवा त्या देशीं किंवा स्थलीं जें कांहीं लोकोत्तर कृत्य घडलेलें असतें, त्या विशिष्ट परिस्थितीवरून किंवा त्या लोकोत्तर कृत्यावरून त्या देशास किंवा स्थलास विद्वान् पुरुष नामनिर्देश करीत असतात; ह्यास्तव त्या नियमास अनुसरूनच, पंचऱ्हदासमीप असलेल्या देशास समंतपंचक देश असें नांव पडलें आहे.

शौनकादिक मुनिवर्यहो, समंतपंचक देशास समंतपंचक देश असें म्हणण्याचीं दोन कारणें आहेत. त्या देशाच्या समंतभागीं म्हणजे सभोवतीं क्षत्रशोणित ऱ्हदांचें पंचक म्हणजे क्षत्रियांच्या रक्तानें भरलेले पांच डोह आहेत, हें एक कारण होय; आणि हें कारण माझ्या पूर्वविवेचनावरून तुमच्या मनांत स्पष्टपणें प्रतिबिंबित झालें असेलच. आतां त्या देशांत कोणतें लोकोत्तर कृत्य घडलें व त्यामुळें त्या देशास समंतपंचक हें नांव कसें प्राप्त झालें, त्याचें थोडक्यांत विवेचन करितों, तें ऐका.

ऋषिहो, द्वापरयुगाच्या अखेरीस व कलियुगाच्या प्रारंभीं कौरव व पांडव ह्यांचें घोर युद्ध प्रवृत्त झालें. तेव्हां, ज्यास सांप्रत समंतपंचक देश म्हणतात, तो पुण्यप्रदेश समपृष्ठ व कंटकरहित आहे, असें अवलोकन करून तेथें दोन्ही दळें युद्धार्थ सिद्ध झालीं. ऋषिहो, तीं दळें लहानसहान नव्हतीं. त्यांमध्यें अठरा अक्षौहिणी सैन्य होतें, आणि तें सर्व त्या रणभूमीवर धारातीर्थीं पतन पावलें. मुनिश्रेष्ठहो, समंतपंचक ह्या शब्दाचा पूर्व अवयव जो समंत, तो ह्या भयंकर संग्रामाचा व त्यांत झालेल्या रक्तपाताचा द्योतक आहे. समंत ह्या पदाचा अर्थ समेतांचा म्हणजे जमलेल्या वीरांचा अंत असा होतो. ह्यास्तव ह्या इतिहासावरून व व्युत्पत्तीवरून त्या परमपावन, रमणीय व पंचऱ्हदसमीपवर्ती देशास समंतपंचक असें नांव मिळालें व त्याची त्रिभुवनांत प्रख्याति झाली.

अक्षौहिणीचें परिमाण.

ऋषि म्हणाले:—हे सौते, कौरवपांडवांच्या युद्धांत अठरा अक्षौहिणी सैन्याचा नाश झाला, म्हणून तूं सांगितलेंस खरें; परंतु अक्षौहिणी म्हणजे काय, हें त्वां आम्हांस विशद करून सांगितल्याशिवाय, त्या उभय दळांचा विस्तार किती होता ह्याची आम्हांस यथार्थ कल्पना होणार नाहीं; ह्याजकरितां अक्षौहिणीचें परिमाण काय आहे, रथ, गज, अश्व व नर किती किती असले म्हणजे एक अक्षौहिणी सेना होते, हें सर्व सविस्तर निवेदन कर. बाबा, तूं सर्वज्ञ असल्यामुळें तुला अमुक एक विषय अपरिचित आहे, असें मुळींच नाहीं.

सौति म्हणालाः—ऋषिवर्यहो, तज्ज्ञ पुरुष, एक रथ, एक गज, तीन अश्व, व पांच नर (पदाति) ह्यांच्या समुदायास ' पत्ति ' अशी संज्ञा देतात. तीन पत्तींचें एक ' सेनामुख ' होतें. तीन सेनामुखांचें एक गुल्म होतें. तीन गुल्मांचा एक गण होतो. तीन गणांची एक वाहिनी होते. तीन वाहिनींस एक पृतना व तीन पृतनांस एक चमू अशी संज्ञा आहे. तीन चमू मिळून एक अनीकिनी होते; व अशा दहा अनीकिनी मिळून एक अक्षौहिणी होते.

विप्रवर्यहो, ह्या कोष्टकावरून एक अक्षौहिणी सैन्यांत गज, रथ इत्यादि किती किती असतात, हें गणितानें काढितां येतें. एकवीस

हजार आठशें सत्तर रथ, तितकेच हत्ती, एक लक्ष नऊ हजार तीनशें पन्नास पदाति, व पासष्ट हजार सहाशें दहा अश्व, इतकें सैन्य एका अक्षौहिणीमध्यें असतें. कौरव व पांडव ह्यांचें सैन्य अशा प्रकारच्या अठरा अक्षौहिणी होतें.

ऋषिहो, कालाची गति विचित्र आहे. त्यानें कौरवपांडवांस निमित्तमात्र पुढें करून हें अवाढव्य सैन्य समंतपंचकांत एकत्र जमविलें; व त्या सर्वांचा परस्परांकरवीं त्याच स्थलीं अंत केला.

मुनिश्रेष्ठहो, समंतपंचक क्षेत्रांत त्या कौरवपांडवसैन्याचा जो निःपात झाला, त्यास फारसा कालही लागला नाहीं. अठरा अक्षौहिणी सेनेनें अठरा दिवसांतच आपले देह भूमीवर ठेवून स्वर्गलोकीं गमन केलें! त्या युद्धांत प्रथम दहा दिवसपर्यंत कौरवसेनेचें आधिपत्य, त्या महापराक्रमी व सकल शस्त्रास्त्रें जाणणाऱ्या भीष्माकडे होतें. पुढें त्या महान् धनुर्धरानें शरपंजरीं शयन केल्यावर द्रोणाचार्यांनीं सेनानायकत्व स्वीकारून कौरवदलाचें पांच दिवसपर्यंत संरक्षण केलें. नंतर, शत्रुसैन्यास त्रासवून सोडणारा कर्ण हा कौरवसैन्याचा अधिपति झाला. तो दोन दिवसपर्यंत युद्ध करून समरांगणांत पतन पावला, तेव्हां मद्रपति शल्यानें अर्धा दिवसपर्यंत पाडवांशीं युद्ध केलें. त्यापुढें अर्धा दिवसपर्यंत दुर्योधन व भीम ह्यांचें गदायुद्ध झालें, व त्यांत दुर्योधन पडून पांडवांस पूर्ण विजय प्राप्त झाला. ऋषिहो, ह्याप्रमाणें दुर्योधनप्रमुख सर्व कौरवांचा अंत झाला. तेव्हां आतां आपणांस कोणत्याही प्रकारची भीति राहिली नाहीं असें समजून धर्मराजाचें सैन्य अठरावे दिवशीं रात्रीं स्वस्थ निजलें असतां कौरवपक्षाकडील उर्वरित वीर अश्वत्थामा, कृपाचार्य व कृतवर्मा ह्यांनीं त्या पांडवसैन्यावर एकदम छापा घालून त्याचा वध केला.

भारताचा विस्तार.

मुनीश्वरहो, हें परमश्रेष्ठ भारताख्यान जनमेजयाच्या त्या सर्वसत्रांत श्रीमद्व्यासांचे महाबुद्धिमान् शिष्य वैशंपायन ह्यांनीं जसें कथन केलें, तसें मी तुम्हांस येथें कथन करितों. परंतु भगवान् वैशंपायनांनीं त्या सत्रांत न सांगितलेल्या अशा पौष्य, पौलोम व आस्तीक ह्या तीन पर्वांचें आधीं निरूपण करून नंतर वैशंपायनांनीं सांगितलेल्या भारतकथेचा मी उपक्रम करीन. ऋषिहो, ह्या पौष्यादिक तीन पर्वांचा हेतु भूपतींचें यश व पराक्रम ह्यांचें वर्णन करून भारतकथेचा विस्तार करावा हाच आहे. ह्या तीन पर्वांमध्यें गुरूचा अगाध प्रभाव व गुरुशुश्रूषणाचें दिव्य फल, तपोनिधींचें विलक्षण सामर्थ्य व अपूर्व महत्त्व, आणि गृहस्थाश्रमाचा स्वीकार न केल्यामुळें होणारे घोर अनर्थ व त्याचा स्वीकार केल्यामुळें यज्ञयागादिकांच्या योगें प्राप्त होणारें परमात्मसुख ह्यांचें सविस्तर कथन आहे. तेव्हां महाभारतासारख्या अनुपम ग्रंथास पौष्यादिक पर्वांची जोड लाविल्यानें ज्ञानज्योतीची प्रभा अधिकच फाकेल ह्यांत संदेह नाहीं. ऋषिहो, ह्या

भारताची योग्यता

काय वर्णन करावी? त्यांत आलेले नानाप्रकारचे सुरस कथाभाग, उत्कृष्ट विविध आचार, शब्दसौष्टव व अर्थगांभीर्य ह्यांनीं ह्या भारत ग्रंथास विलक्षण योग्यता आली आहे! मुमुक्षुजन ज्याप्रमाणें वैराग्याचा नित्य आश्रय करितात, त्याप्रमाणें ज्ञानी लोक ह्या भारताचा नित्य आश्रय करितात. ज्ञानगम्य अशा सर्व विषयांमध्यें आत्म्याचें सत्यस्वरूप ओळखणें हेंच मुख्य होय, किंवा सर्व प्रिय वस्तूंमध्यें स्वतांचे प्राण हेच श्रेष्ठ होत; तद्वत, ब्रह्मांडाचें आदिकरण जें भगवंताचें सच्चिन्मयस्वरूप, त्याच्या ज्ञानानें परिपूर्ण असलेलें हें भारतशास्त्रच सर्व शास्त्रांत श्रेष्ठ होय. शरिरास जसा मुख्य आधार अन्नादिकांचा, तसा जगतांतील सर्व कथांस मुख्य

आधार ह्या महाभारत ग्रंथाचा आहे. ज्या कथाभागास ह्या दिव्य ग्रंथाचा आश्रय नाहीं, असा एकही कथाभाग ह्या जगतीतलावर विद्यमान असणें शक्य नाहीं. उत्कर्षेच्छु सेवकजन ज्याप्रमाणें कुलीन अधिपतीचा अवलंब करून आपलें उपजीवन चालवितात, त्याप्रमाणें सन्मान्य कविजन ह्या महाभारतरूप कथासुरभीचा अवलंब करून आपलें उपजीवन चालवितात. आत्मविद्या व भौतिकशास्त्रें ह्यांस आश्रयभूत असलेल्या वाणीचें अधिष्ठान जसें स्वरव्यंजनसमुदाय हेंच आहे, तसें ब्रह्मज्ञानाचें अधिष्ठान हा अद्वितीय भारत ग्रंथच आहे. सारांश, हा ग्रंथ ह्मणजे ज्ञानाचें केवळ भांडागार होय. ह्यांतील पदरचना व पर्वसंग्रह हीं मोठीं मनोहर आहेत. सूक्ष्म अर्थ व साधार प्रतिपादन ह्यांचा तर हा केवळ कित्ताच समजावा; आणि ह्याच्या प्रत्येक अवयवास वेदार्थरूप उत्तम अलंकारांनीं अप्रतिम शोभा प्राप्त झालेली आहे. असो. आतां ह्या महाभारत ग्रंथांतील मुख्य पर्वें आणि उपपर्वें हीं तुह्मांस सांगतों.

मुख्य पर्वें.

१ आदिपर्व, २ सभापर्व, ३ वनपर्व, ४ विराटपर्व, ५ उद्योगपर्व, ६ भीष्मपर्व, ७ द्रोणपर्व, ८ कर्णपर्व, ९ शल्यपर्व, १० सौप्तिकपर्व, ११ स्त्रीपर्व, १२ शांतिपर्व, १३ अनुशासनपर्व, १४ आश्वमेधिकपर्व, १५ आश्रमवासिपर्व, १६ मौसलपर्व, १७ महाप्रस्थानिकपर्व व १८ स्वर्गारोहणपर्व अशीं अठरा मुख्य पर्वें आहेत. ह्यांशिवाय १९ हरिवंशनामक आणखी एक मुख्य पर्व मानण्याची रूढि आहे.

उपपर्वें.

१ **आदिपर्व**—ह्या मुख्य पर्वांत अनुक्रमणिकापर्व, पर्वसंग्रहपर्व, पौष्यपर्व, पौलोमपर्व, आस्तीकपर्व, अंशावतरणपर्व, संभवपर्व, जतुग्रहपर्व, हिडिंबवधपर्व, बकवधपर्व, चैत्ररथपर्व, स्वयंवरपर्व, वैवाहिकपर्व, राज्यलंभपर्व, अर्जुनवनवासपर्व, सुभद्राहरणपर्व, हरणाहरणपर्व, खांडवदाहपर्व व मयदर्शनपर्व हीं उपपर्वें आहेत.

२ **सभापर्व**—ह्या मुख्य पर्वांत सभाक्रियापर्व, लोकपालसभाख्यानपर्व, राजसूयारंभपर्व, जरासंधवधपर्व, दिग्विजयपर्व, राजसूयिकपर्व, अर्घाभिहरणपर्व, शिशुपालवधपर्व, द्यूतपर्व व अनुद्यूतपर्व हीं उपपर्वें आहेत.

३ **वनपर्व**—ह्या मुख्य पर्वांत आरण्यकपर्व, किर्मीरवधपर्व, अर्जुनाभिगमपर्व, कैरातपर्व, इंद्रलोकाभिगमपर्व, नलोपाख्यानपर्व, तीर्थयात्रापर्व, जटासुरवधपर्व, यक्षयुद्धपर्व, निवातकवचयुद्धपर्व, आजगरपर्व, मार्कंडेयसमास्यापर्व, द्रौपदीसत्यभामासंवादपर्व, घोषयात्रापर्व, मृगस्वप्नोद्भवपर्व, व्रीहिद्रौणिकपर्व, द्रौपदीहरणपर्व, जयद्रथविमोक्षणपर्व, रामोपाख्यानपर्व, पतिव्रतामाहात्म्यपर्व, कुंडलाहरणपर्व व आरणेयपर्व हीं उपपर्वें आहेत.

४ **विराटपर्व**—ह्या मुख्य पर्वांत पांडवप्रवेशपर्व, समयपालनपर्व, कीचकवधपर्व, गोहरणपर्व व वैवाहिकपर्व हीं उपपर्वें आहेत.

५ **उद्योगपर्व**—ह्या मुख्य पर्वांत सेनोद्योगपर्व, संजययानपर्व, प्रजागरपर्व, सनत्सुजातपर्व, यानसंधिपर्व, भगवद्यानपर्व, सेनानिर्याणपर्व, उलूकदूताभिगमनपर्व, रथातिरथसंख्यानपर्व व अंबोपाख्यानपर्व हीं उपपर्वें आहेत.

६ **भीष्मपर्व**—ह्या मुख्यप र्वांत जंबूखंडनिर्माणपर्व, भूमिपर्व, भगवद्गीतापर्व व भीष्मवधपर्व हीं उपपर्वें आहेत.

७ **द्रोणपर्व**—ह्या मुख्य पर्वांत द्रोणाभिषेकपर्व, संशप्तकवधपर्व, अभिमन्युवधपर्व, प्रतिज्ञापर्व, जयद्रथवधपर्व, घटोत्कचवधपर्व, द्रोणवधपर्व व नारायणास्त्रमोक्षपर्व हीं उपपर्वें आहेत.

८ **कर्णपर्व**—ह्या मुख्य पर्वांत उपपर्वे नाहींत.

९ **शल्यपर्व**—ह्या मुख्य पर्वांत शल्यसैनापत्याभिषेकपर्व, ह्रदप्रवेशपर्व व गदायुद्धपर्व हीं उपपर्वें आहेत.

१० **सौप्तिकपर्व**—ह्या मुख्य पर्वांत धृष्टद्युम्नादिकवधपर्व व ऐषीकपर्व हीं उपपर्वें आहेत.

११ **स्त्रीपर्व**—ह्या मुख्य पर्वांत जलप्रदानिकपर्व, स्त्रीविलापपर्व व श्राद्धपर्व हीं उपपर्वें आहेत.

१२ **शांतिपर्व**—ह्या मुख्य पर्वांत राजधर्मपर्व, आपद्धर्मपर्व व मोक्षपर्व हीं उपपर्वें आहेत.

१३ **अनुशासनपर्व**—ह्या मुख्य पर्वांत आनुशासनिकपर्व व भीष्मस्वर्गारोहणपर्व हीं उपपर्वें आहेत.

१४ **आश्वमेधिकपर्व**—ह्या मुख्य पर्वांत अश्वमेधिकपर्व व अनुगीतापर्व हीं उपपर्वें आहेत.

१५ **आश्रमवासिपर्व**—ह्या मुख्य पर्वांत आश्रमवासपर्व, पुत्रदर्शनपर्व व नारदागमनपर्व हीं उपपर्वें आहेत.

१६ **मौसलपर्व**—ह्या मुख्य पर्वांत उपपर्व नाहीं.

१७ **महाप्रस्थानिकपर्व**—ह्या मुख्य पर्वांतही उपपर्व नाहीं.

१८ **स्वर्गारोहणपर्व**—ह्यांत सुद्धां उपपर्व नाहीं.

१९ **हरिवंशपर्व**—ह्या मुख्य पर्वांत विष्णुपर्व, कृष्णक्रीडापर्व, कंसवधपर्व व भविष्यपर्व हीं उपपर्वें आहेत.

[भगवान् बादरायणांनीं मूळ शंभर पर्वांत हें भारताख्यान ग्रथित केलें, व पुढें लोमहर्षणपुत्र उग्रश्रवा सौति ह्यानें तीं शंभर पर्वें अठरा पर्वांत विभागून समग्र भारतकथा नैमिषारण्यांत शौनकादि ऋषिवर्यांस सविस्तर कथन केली.]

सौति म्हणाला:—शौनकादिक मुनिश्रेष्ठहो, महाभारतग्रंथाचें संक्षिप्त स्वरूप ध्यानांत येण्यासाठीं हा पर्वसंग्रह तुम्हांस सांगितला. आतां त्या मुख्य पर्वांतील व उपपर्वांतील विषयांचें संकलित वर्णन करितों.

(१) आदिपर्व.

१ अनुक्रमणिकापर्व—ह्यांत गणपत्यावाहन, पर्वानुक्रम व भारत ग्रंथाची अपूर्वता वर्णिली आहे.

२ पर्वसंग्रहपर्व—ह्यांत समंतपंचकवर्णन, अक्षौहिणीपरिमाण इत्यादिकांचें निरूपण आहे.

३ पौष्यपर्व—ह्यांत जनमेजयशाप, आरुण्यादिशिष्याख्यान, उत्तंकचरित्र, पौष्यकथा इत्यादि सांगितलें आहे.

४ पौलोमपर्व—ह्यांत भृगुवंशवर्णन, च्यवनोत्पत्ति, अग्निशाप, रुरुचरित वगैरे विषय प्रतिपादिले आहेत.

५ आस्तीकपर्व—ह्यांत जरत्कारुपितृसंवाद, जरत्कारुविवाह, सर्पोत्पत्ति, सर्पांस मातृशाप, अमृतमंथन, अमृतपान, सुपर्णाख्यान, उच्चैश्रव्याचें दर्शन, विनतादास्य, आस्तीकोत्पत्ति, जनमेजयकृत सर्पसत्रप्रतिज्ञा, सर्पांचें हवन, तक्षकाचें आश्वासन, आस्तीकाचा मातेशीं संवाद, सर्पांचें परित्राण, सर्पसत्राची समाप्ति इत्यादि विषय निरूपिले आहेत.

६ अंशावतारण—ह्यांत कथानुबंध, भारतवर्णन, उपरिचरराजचरित्र इत्यादि विषय सांगितले आहेत.

७ संभवपर्व—ह्या पर्वांत दक्षकन्यावंशवर्णन, द्वैपायनजन्म, देवांचा अंशावतार, दैत्य, दानव, यक्ष, नाग, गंधर्व, पक्षी व नानाविधभूतें

---

१ श्रीमद्व्यासांच्या व्यवस्थेप्रमाणें भारत ग्रंथाचीं उपपर्वें शंभरच भरलीं पाहिजेत. परंतु विवेचनाच्या सौकर्यासाठीं संकेतभेदानें त्या उपपर्वांपैकीं कित्येकांचीं एकाहून अधिक उपपर्वें मानिलीं जाऊन उपपर्वांची संख्या शंभरांपेक्षां कांहीं अधिक भरते.

ह्यांची उत्पत्ति, दुष्यंताचें आख्यान, भरताचें जन्म, दक्षाचा वंश, ययातीचें चरित्र, कचोपाख्यान, ययातिविवाह, शर्मिष्ठापुत्रोत्पत्ति, ययातीस शाप, पुरूला राज्याभिषेक, शंतनूचा गंगेशीं परिचय, शांतनवाचें चरित्र, चित्रांगद व विचित्रवीर्य ह्यांचें देहावसान, सत्यवतीभीष्मसंवाद, मांडव्यांचा शाप, धृतराष्ट्रादिकांचें जन्म, पंडूला राज्याभिषेक, पांडवांची उत्पत्ति, पंडूचा मृत्यु, पांडवांचा पुरप्रवेश, भीमाला विषप्रयोग, धनुर्वेदाचा अभ्यास, युधिष्ठिराला यौवराज्याभिषेक इत्यादि अनेक कथा निरूपण केल्या आहेत.

८ जतुग्रहपर्व—ह्यांत धृतराष्ट्रदुर्योधनसंवाद, पांडवांचें वारणावतीगमन, लाक्षाग्रहप्रवेश, विदुरोपदेश, बिलखनन, बहिर्निर्गमन, पुरोचनाचें व निषादीच्या पुत्रांचें दहन, पांडवांचा वनप्रवेश इत्यादिकांचें वर्णन आहे.

९ हिडिंबवधपर्व—ह्यांत हिडिंबवध, घटोत्कचोत्पत्ति, व्यासदर्शन, एकचक्रानगरीप्रवेश हीं प्रकरणें सांगितलीं आहेत.

१० बकवधपर्व—ह्यांत बकासुराचा वध, नागरिकांना विस्मय इत्यादि आख्यानें वर्णिलीं आहेत

११ चैत्ररथपर्व—ह्यांत द्रोणद्रुपदोत्पत्ति, धृष्टद्युम्नद्रौपदीजन्म, पांडवांचें पंचालदेशीं गमन, व्यासकथित द्रौपदीवृत्तांत, अंगारपर्णाचा पराजय व त्याशीं सख्य, तपती, वसिष्ठ व और्वानल ह्यांच्या कथा इत्यादि विषय निरूपण केले आहेत.

१२ स्वयंवरपर्व—ह्यांत पांडवांचें द्रुपदपुरीं गमन, अर्जुनानें केलेला लक्ष्यवेध, द्रौपदीची प्राप्ति, क्षुब्ध भूपतींचा पराजय, रामकृष्णांची शंका, त्यांचें पांडवांकडे गमन, पांच इंद्रांचें उपाख्यान, पांचांच्या एकपत्नीत्वामुळें द्रुपदाचा संताप इत्यादि मनोहर कथाभाग सांगितले आहेत.

१३ वैवाहिकपर्व—ह्यांत द्रुपदकृत पांडवपरीक्षण, द्रौपदीचें जन्मकथन, द्रौपदीचें पाणिग्रहण, कृष्णप्रेषित अलंकारांचा स्वीकार इत्यादिकांचें वर्णन आहे.

१४ राज्यलंभपर्व—ह्यांत पांडवांचा वृत्तांत, धृतराष्ट्राची भीष्मादिकांशीं मसलत, धृतराष्ट्राला विदुराचा बोध, विदुरास पांडवांकडे पाठविणें, त्यास श्रीकृष्णदर्शन, पांडवांचें हस्तिनापुरीं गमन, इंद्रप्रस्थीं वास्तव्य, द्रौपदीकालनियम, सुंदोपसुंदांचें आख्यान इत्यादि सांगितलीं आहेत.

१५ अर्जुनवनवासपर्व—ह्यांत चोरांपासून गाईची सुटका; अर्जुनाचा वनवास, उलूप्यर्जुनसमागम, पुण्यतीर्थीं गमन, बभ्रुवाहनाचें जन्म, पंचाप्सरांची शापमुक्ति, प्रभासतीर्थीं कृष्णार्जुनांची भेट इत्यादि कथा वर्णिल्या आहेत.

१६ सुभद्राहरणपर्व—ह्यांत द्वारकेमध्यें अर्जुनाला सुभद्रा कशी प्राप्त झाली तें सांगितलें आहे.

१७ हरणाहरणपर्व—ह्यांत नजरनजराण्यांसह कृष्णाचें आगमन, सुभद्रेशीं विवाह व अभिमन्यूचें आणि द्रौपदीच्या पुत्रांचें जन्म हीं वर्णिलीं आहेत.

१८ खांडवदाहपर्व—ह्यांत अग्नीचें अर्जुनाप्रत आगमन, त्याशीं अर्जुनाचें भाषण, अर्जुनास गांडीवादिलाभ, खांडवदाह व इंद्रार्जुनांचें युद्ध हीं निरूपिलीं आहेत.

१९ मयदर्शनपर्व—ह्यांत मयासुर व शार्ङ्गक ह्यांची मुक्तता, जरितेच्या ठिकाणीं मंदपाल ऋषीपासून पुत्रोत्पत्ति, जरितेचा पुत्रांशीं संवाद, त्या पुत्रांचें आपसांत संभाषण, मंदपालाचा लपितेशीं संवाद, जरितामंदपालांचा संवाद इत्यादि विषय सांगितले आहेत.

ऋषिहो, हें आदिपर्व फार विस्तृत आहे. ह्यांत २२७ अध्याय असून ८८८४ श्लोक आहेत.

(२) सभापर्व.

१ सभाक्रियापर्व—ह्यांत पांडवसभेचा उपक्रम, किंकरांचें दर्शन, सभानिर्माण व सभाप्रवेश हीं वर्णिलीं आहेत.

२ लोकपालसभाख्यानपर्व—ह्यांत राजधर्मानुशासन व नारदकृत लोकपालसभावर्णन हीं सांगितलीं आहेत.

३ राजसूयारंभपर्व—ह्यांत राजसूयारंभ, जरासंधवधविचार इत्यादिकांचें वर्णन आहे.

४ जरासंधवधपर्व— ह्यांत कृष्णार्जुनभीमांचा मागधपुरप्रवेश, जरासंधवध व बंदींतील राजांची सुटका हीं निरूपण केलीं आहेत.

५ दिग्विजयपर्व–ह्यांत पांडवांनीं केलेल्या दिग्विजयाचें वर्णन आहे.

६ राजसूयिकापर्व–ह्यांत राजसूय यज्ञाकरितां भूपतींचें आगमन, त्यांचा सत्कार, यागक्रिया इत्यादि विषय सांगितले आहेत.

७ अर्घाभिहरणपर्व—ह्यांत अर्घाभिहरण, शिशुपालकृत उपहास इत्यादिकांचें वर्णन आहे.

८ शिशुपालवधपर्व—ह्यांत शिशुपालाची उत्पत्ति, त्याचा वध, यज्ञाची समाप्ति इत्यादि कथा सांगितल्या आहेत.

९ द्यूतपर्व— ह्यांत दुर्योधनाचा उपहास, शकुनिदुर्योधनसंवाद, द्यूतसभाप्रवेश, युधिष्ठिराचा द्यूतांत पराजय, द्रौपदीस जिंकणें, द्रौपदीकेशाकर्षण, वस्त्रहरण, द्रौपदीप्रत भीष्मभाषण, धृतराष्ट्राची युधिष्ठिरास आज्ञा, द्रौपदीची मुक्तता इत्यादि विषय वर्णिले आहेत.

१० अनुद्यूतपर्व—ह्यांत पुनः द्यूताचा विचार, युधिष्ठिराचा पराजय, पांडवांस वनवास प्राप्ति, नागरिकांचें पांडवांसमवेत वनांत आगमन इत्यादिकांचें निरूपण आहे.

ऋषिहो, ह्या सभापर्वांत ७८ अध्याय असून २५११ श्लोक आहेत.

(३) वनपर्व.

१ आरण्यकपर्व—ह्यांत युधिष्ठिरकृत सूर्यस्तव, स्थालीप्राप्ति, धृतराष्ट्रकृत विदुरनिंदा, विदुराचें पांडवांप्रत गमन, विदुराचें निवर्तन, दुर्योधनशकुनींची मसलत, कर्णप्रोत्साहनानें पांडवहननाचा बेत, व्यासांचें आगमन, त्यांनीं केलेला निर्याण न करण्याविषयीं बोध, सुरभीची कथा, मैत्रेयांचा दुर्योधनास शाप इत्यादि कथाभाग वर्णिले आहेत.

२ किर्मीरवधपर्व—ह्यांत भीमसेनानें किर्मीराचा वध कसा केला हें सांगितलें आहे.

३ अर्जुनाभिगमपर्व—ह्यांत वृष्णिपंचालांचें आगमन, कृष्णसंताप व अर्जुनकृत उपशम, द्रौपदीविलाप, कृष्णादिकृत द्रौपदीसांत्वन, सौभवधवृत्तांत, यादवांचें सुभद्रेसह द्वारकेंत गमन, पांचालांचें द्रौपदीपुत्रांसमवेत स्वस्थानप्रयाण, पौरजननिवर्तन, द्वैतवनप्रवेश, भीम व द्रौपदी ह्यांशीं धर्माचा संवाद, पांडवांसमीप व्यासांचें आगमन, प्रतिस्मृति, विद्यादान, काम्यवनप्रवेश, अस्त्रप्राप्त्यर्थ अर्जुनाचें गमन इत्यादि विषय वर्णिले आहेत.

४ कैरातपर्व—ह्यांत किराताचें अर्जुनाशीं युद्ध, अर्जुनास पाशुपतास्त्रप्राप्ति, लोकपालांचें दर्शन, दिव्यास्त्रलाभ इत्यादि कथा निरूपिल्या आहेत.

५ इंद्रलोकाभिगमपर्व–ह्यांत अर्जुनाचें स्वर्गगमन, त्यास उर्वशीशाप, धृतराष्ट्रचिंता, बृहदश्वाचें दर्शन, युधिष्ठिराची आर्तावस्था इत्यादि प्रसंग सांगितले आहेत.

६ नलोपाख्यानपर्व—ह्यांत नल व दमयंती ह्यांचा विवाह, पुत्रकन्योत्पत्ति, द्यूतांत नलाचा पराजय, नलाचें नगराहून प्रयाण, दमयंतीत्याग, नलाचा ऋतुपर्णगृहीं वास, दमयंतीचा

पितृगृहीं प्रवेश, पुष्कराचा पराभव, नलास राज्यप्राप्ति, बृहदश्वापासून द्यूतरहस्यज्ञान, बृहदश्वगमन इत्यादिकांचें वर्णन आहे.

७ तीर्थयात्रापर्व—ह्यांत पुलस्त्यनारदकृत तीर्थयात्रामाहात्म्य, लोमशागमन, तीर्थयात्रोपक्रम, गययज्ञवर्णन, कर्णाचा कवचकुंडलमोक्ष, अगस्त्याख्यान, लोपामुद्राऽगस्त्यसंवाद, वृत्रासुरवध, ऋष्यशृंगकथा, भार्गवचरित्र, कार्तवीर्यहैहयवध, प्रभासतीर्थीं वृष्णिसमागम, सौकन्याख्यान, शर्यातियज्ञवर्णन, च्यवनकृत इंद्रमोचन, मांधातृचरित्र, जतूपाख्यान, सोमकाला शतपुत्रलाभ, श्येनकपोतींचें आख्यान, इंद्राग्नियमकृत शिबिपरीक्षण, अष्टावक्रवृत्तांत, अष्टावक्रकृत बंदिपराजय, कहोडप्राप्ति, यवक्रीत व रैभ्य ह्यांचीं आख्यानें, गंधमादनप्रवेश, नरकसुरवृत्तांत नारायणाश्रमनिवास, कमलांकरितां भीमाचें गमन, हनुमद्भीमसंवाद व भीमाचें यक्षराक्षसांशीं युद्ध हीं प्रकरणें आहेत.

८ जटासुरवधपर्व—ह्यांत भीमसेनाच्या हस्तें जटासुराचा वध झाला, तो वृत्तांत सांगितला असून वृषपर्व राजाचें तेथें आगमन वर्णिलें आहे.

९ यक्षयुद्धपर्व—ह्यांत आर्ष्टिषेणदर्शन, पांचालीचें प्रोत्साहन, भीमसेनाचें कैलासारोहण मणिमान्प्रभृति बलिष्ठ यक्षांशीं घोर युद्ध, पांडवकुबेरसमागम, स्वर्गाहून अर्जुनाचें आगमन, भ्रात्यांची भेट इत्यादि विषय निरूपिले आहेत.

१० निवातकवचयुद्धपर्व—ह्यांत हिरण्यपुरदर्शन, निवातकवचयुद्ध, देवशत्रु निवातकवच, पौलोम व कालकेय ह्यांचा वध, इत्यादि कथाभाग वर्णिले आहेत.

११ आजगरपर्व—ह्यांत दिव्यास्त्रदर्शननिवारण, द्वैतवनप्रवेश, भीमाचा अजगरग्रास, अजगरयुधिष्ठिरसंवाद, भीमाची अजगरापासून सुटका इत्यादि विषय सांगितले आहेत.

१२ मार्कंडेयसमास्यापर्व—ह्यांत पांडवांचा काम्यकवनप्रवेश, कृष्णाचें आगमन, ब्राह्मणमाहात्म्यवर्णन, वेनपुत्र पृथूचें चरित्र, तार्क्ष्यसरस्वतीसंवाद, मत्स्योपाख्यान, मार्कंडेयसमास्यापुराण, इंद्रद्युम्न, धुंधुमार, आंगिरस ह्यांचीं उपाख्यानें, पतिव्रतेचें माहात्म्य, इंद्रस्कंदसंवाद इत्यादि प्रकरणें आहेत.

१३ द्रौपदीसत्यभामासंवादपर्व—ह्यांत महिषासुरवध, द्रौपदीचा सत्यभामेशीं संवाद, श्रीकृष्णाचें द्वारकेंत गमन इत्यादि विषय निरूपिले आहेत.

१४ घोषयात्रापर्व—ह्यांत पांडवांचें द्वैतवनाप्रत पुनः आगमन, कौरवांची घोषयात्रेची मसलत, घोषयात्रा प्रस्थान, कुरुगंधर्वांचें युद्ध, कर्णाचें पलायन, युधिष्ठिराच्या आज्ञेवरून कौरवांचें मोचन हे कथाभाग वर्णिले आहेत.

१५ मृगस्वप्नोद्भवपर्व—ह्यांत धर्मराजानें मृगस्वप्न अवलोकन केल्यामुळें पांडवांनीं काम्यकवनांत प्रवेश केला, तें प्रकरण निरूपण केलें आहे.

१६ व्रीहिद्रौणिकपर्व—ह्यांत धर्माप्रत व्यासांचें वचन, मुद्गलचरित, मुद्गलदेवदूतसंवाद इत्यादि कथाभाग वर्णिले आहेत.

१७ द्रौपदीहरणपर्व—ह्यांत दुर्वास मुनींचें पांडवांकडे प्रेषण, कृष्णाचें आगमन, द्रौपदीचें हरण, जयद्रथाचा पाठलाग व पलायन इत्यादिकांचें वर्णन आहे.

१८ जयद्रथविमोक्षणपर्व—ह्यांत जयद्रथाचे पांच पाट व सुटका, आणि शिवाराधन व वरप्राप्ति वगैरे सांगितलीं आहेत.

१९ रामोपाख्यानपर्व—ह्यांत रामरावणजन्मवृत्त, रामाचा वनवास, सीताहरण, सीतारावणसंवाद, रामरावणयुद्ध, रावणाचा वध, रामाला राज्याभिषेक, युधिष्ठिराचें सांत्वन इत्यादि विषयांचें निरूपण केलें आहे.

२० पतिव्रतामाहात्म्यपर्व — ह्यांत महान् पतिव्रता सावित्री हिची कथा वर्णिली आहे.

२१ कुंडलाहरणपर्व — ह्यांत कर्णाप्रत इंद्राचें आगमन, कर्णकृत कवचकुंडलदान, त्यास इंद्राकडून शक्तीची प्राप्ति इत्यादि कथाभाग सांगितले आहेत.

२२ आरणेयपर्व — ह्यांत यमधर्मानें पुत्रास उपदेश केला तो वर्णिला असून पांडवांचें पश्चिमदिशेचें प्रयाण निरूपिलें आहे.

ऋषिहो, ह्या पर्वांत २६९ अध्याय असून श्लोकसंख्या ११६६४ आहे.

(४) विराटपर्व.

१ पांडवप्रवेशपर्व — ह्यांत शमीवृक्षावर पांडवांनीं केलेला अस्त्रन्यास, त्यांचा विराटनगरांत प्रवेश व तेथें गुप्तवास्तव्य हें वर्णिलें आहे.

२ समयपालनपर्व — ह्यांत जिमूताचा वध निरूपिला आहे.

३ कीचकवधपर्व — ह्यांत कीचकसैरंध्रीसंवाद, द्रौपदीभीमसंवाद, कीचकवध इत्यादि मनोहर कथा वर्णिल्या आहेत.

४ गोहरणपर्व — ह्यांत पांडवांच्या शोधार्थ हेरांची असमर्थता, कीचकवधवार्ताप्रसार, दक्षिणगोग्रहण, त्रिगर्तांशीं विराटराजाचें तुमुल युद्ध, विराटाचें बंधन, भीमहस्तें त्याची सुटका, गोग्रहण, कौरवांचा पराभव, धेनूंचें मोचन इत्यादि विषय सांगितले आहेत.

५. वैवाहिकपर्व — ह्यांत पांडवांची प्रसिद्धि, अभिमन्यूचा उत्तरेशीं विवाह इत्यादि कथा निरूपिल्या आहेत.

ऋषीहो, ह्या पर्वांत ६७ अध्याय असून २०५० श्लोक आहेत.

(५) उद्योगपर्व.

१ सेनोद्योगपर्व — ह्यांत जयाशेनें अर्जुनाचें व दुर्योधनाचें श्रीकृष्णासमीप गमन, दुर्योधनकृत अक्षौहिणीस्वीकार व अर्जुनकृत श्रीकृष्णस्वीकार, दुर्योधनास शल्यसाहाय्यप्राप्ति, शल्योक्त वृत्रवधाख्यान इत्यादि विषय निरूपण केले आहेत.

२ संजययानपर्व — ह्यांत पांडवांच्या पुरोहिताचें भीष्मादिकांशीं सामपर भाषण, संधीकरितां संजयाचें पांडवांकडे आगमन, धृतराष्ट्राप्रत संजयाची उक्ति इत्यादि प्रकरणें सांगितलीं आहेत.

३ प्रजागरपर्व — ह्यांत धृतराष्ट्राची चिंता व निद्रानाश, त्यास विदुराचा बोध इत्यादि कथाभाग वर्णिले आहेत.

४ सनत्सुजातपर्व — ह्यांत धृतराष्ट्र चिंताकुल असतां त्यास सनत्सुजात मुनींनीं ब्रह्मविद्येचा उपदेश केला, तें प्रकरण निरूपण केलें आहे.

५ यानसंधिपर्व — ह्यांत कृष्णार्जुनांच्या एकविचाराबद्दल संजयाचें भाषण, दुर्योधनाची आत्मश्लाघा, दुर्योधनाप्रत गांधारीचें भाषण, धृतराष्ट्रकृत श्रीकृष्णवर्णन इत्यादि कथाभाग सांगितले आहेत.

६ भगवद्यानपर्व — ह्यांत विदुरकृत श्रीकृष्णपूजा, श्रीकृष्णाचा सभाप्रवेश, दंभोद्भवाचें आख्यान, मातलिवरान्वेषणकथा, गालवचरित, विदुलेच्या पुत्रास बोध, श्रीकृष्णानें केलेलें विश्वरूपप्रदर्शन, कर्णाशीं श्रीकृष्णाची कानगोष्ट, कर्णानें दिलेलें उद्धटपणाचें उत्तर, उपप्लव्यास पांडवांसमीप श्रीकृष्णाचें आगमन व सर्ववृत्तांतनिवेदन इत्यादि विषय वर्णिले आहेत.

७ सेनानिर्याणपर्व — ह्यांत उभयपक्षांची युद्धाची सिद्धता, युधिष्ठिरार्जुनसंवाद, धृतराष्ट्रास संजयाचें भाषण इत्यादि कथा सांगितल्या आहेत.

८ उलूकदूताभिगमनपर्व -- ह्यांत युधिष्ठिराकडे उलूकाचें प्रेषण, उलूकानें सांगितलेला दुर्योधनाचा निरोप, उलूकाशीं कृष्णार्जुनांचें भाषण इत्यादि विषय इत्यादि वर्णिले आहेत.

९ रथातिरथसंख्यानपर्व — ह्यांत नर, अश्व, गज, रथ इत्यादि सेनेची गणना वर्णन केली आहे.

१० अंबोपाख्यानपर्व–ह्यांत अंबोपाख्यान निरूपण केलें असून युधिष्ठिराचें युद्धार्थ प्रयाण सांगितलें आहे.

ऋषिहो, ह्यांत १८६ अध्याय असून ६६९८ श्लोक आहेत.

(६) भीष्मपर्व.

१ जंबूखंडनिर्माणपर्व, व २ भूमिपर्व ह्यांत सैन्याचें शिक्षण, व्यासांचें आगमन, द्वीपांचें वर्णन इत्यादि विषय प्रतिपादिले आहेत.

३ भगवद्गीतापर्व–ह्यांत युधिष्ठिरार्जुनसंवाद, अर्जुनाचा विषाद, आत्मनात्मविचार, विश्वरूपदर्शन इत्यादि कथाभाग निरूपिले आहेत.

४ भीष्मवधपर्व—ह्यांत कौरवपांडवांच्या सैन्यांचें घोर युद्ध, श्रीकृष्णाची चाबूक घेऊन भीष्मावर स्वारी, अर्जुनास श्रीकृष्णाचे वाक्प्रहार, भीष्मशिखंडिसमागम, भीष्माचें पतन व शरपंजरीं शयन इत्यादि अनेक प्रसंग वर्णिले आहेत.

ऋषीहो,ह्या पर्वांत ११७अध्याय व५८८४ श्लोक आहेत.

(७) द्रोणपर्व.

१ द्रोणाभिषेकपर्व–ह्यांत महाप्रतापी द्रोणाचार्यांस सैनापत्याभिषेक, द्रोणाची प्रतिज्ञा, भीमशल्यांचें युद्ध इत्यादि कथा सांगितल्या आहेत.

२ संशप्तकवधपर्व—ह्यांत अर्जुनाची संशप्तकांवर स्वारी, भगदत्ताचा वध, शकुनीचा पराभव, इत्यादिकांचें निरूपण आहे.

३ अभिमन्युवधपर्व—ह्यांत चक्रव्यूहनिर्माण,अभिमन्यूचा प्रताप, अभिमन्यूच्या रथशस्त्रादिकांचा भंग, सहाजणांनीं मिळून शस्त्रहीन अभिमन्यु बालकाचा वध इत्यादि कथाभाग वर्णिले आहेत.

४ प्रतिज्ञापर्व, ५ जयद्रथवधपर्व व ६ घटोत्कचवधपर्व ह्यांत अर्जुनानें केलेली जयद्रथवधाची प्रतिज्ञा, त्याजकडून जयद्रथाचा वध, अर्जुनाच्या शोधासाठीं भीमसेन व सात्यकि ह्यांचा भारतीसेनेंत प्रवेश, अवशिष्ट संशप्तकांचा नाश, दुर्मषणादि धार्तराष्ट्रांचा वध, नारायणगण व गोपाल, अलंबुष, श्रुतायु, जलसंध, सौमदत्ति, विराट, द्रुपद, घटोत्कच इत्यादिकांचा वध वगैरे विषय सांगितले आहेत.

७ द्रोणवधपर्व व ८ नारायणास्त्रमोक्षपर्व–ह्यांत दोणाचार्यांचा वध, अश्वत्थाम्यानें केलेला नारायणास्त्राचा प्रयोग, रुद्राचें महात्म्य, व्यासांचें आगमन, कृष्णार्जुनांचा महिमा इत्यादि कथाभाग सांगितले आहेत.

ऋषीहो, ह्या पर्वांत १७० अध्याय व ८९०९ श्लोक आहेत.

(८) कर्णपर्व.

ह्या पर्वांत उपपर्वें नाहींत. ह्यामध्यें शल्याची कर्णाच्या सारथ्याविषयीं प्रार्थना, त्रिपुरवधाख्यान, कर्ण व शल्य ह्यांचें संभाषण, हंसकाकीयाख्यान, अश्वत्थाम्याच्या हस्तें पांड्यराजाचा वध, दंडसेनदंडांचा वध, धर्मराजास संकट, धर्मार्जुनांचा एकमेकांवर क्रोध, श्रीकृष्णकृत अर्जुनसांत्वन, भीमाकडून दुःशासनाचा वध व रुधिरप्राशन, अर्जुनहस्तें कर्णाचें हनन इत्यादि कथा निरूपण केल्या आहेत.

ह्या पर्वांत ६९अध्याय असून ४९६४ श्लोक आहेत.

(९) शल्यपर्व.

१ शल्यसैनापत्याभिषेकपर्व–ह्यांत मद्रराज शल्याची सेनापतीच्या अधिकारावर योजना, कौमाराख्यान, अभिषेकविधि, मुख्य मुख्य कौरवांचा नाश, धर्मराजाकडून शल्याचा व सहदेवाकडून शकुनीचा वध इत्यादिक कथाभाग आहेत.

२ ऱ्हदप्रवेशपर्व, व ३ गदायुद्धपर्व—ह्यांत दुर्योधनाचा ऱ्हदामध्यें प्रवेश व जलस्तंभन, दुर्योधनाचा शोध, दुर्योधन

व युधिष्ठिर ह्यांचा संवाद, भीमदुर्योधनसंवाद, बलरामाचें आगमन, तीर्थाचें माहात्म्य, गदायुद्धास प्रारंभ, दुर्योधनाचा उरुभंग, दुर्योधनाचा विलाप, अश्वत्थाम्यास सैनापत्याभिषेक इत्यादि कथा सांगितल्या आहेत.

ह्या पर्वांत ५९ अध्याय असून ३२२० श्लोक आहेत.

(१०) सौप्तिकपर्व.

१ धृष्टद्युम्नादिकवधपर्व—ह्यांत उलूककर्माचें अवलोकन, अश्वत्थाम्याची प्रतिज्ञा, शिबिरद्वारीं अद्भुतदर्शन, शिवाराधन, धृष्टद्युम्नादिकांचा वध, पांडव व सात्यकि ह्यांची सुटका, दुर्योधनाचा प्राणत्याग इत्यादि विषय निरूपिले आहेत.

२ ऐषीकपर्व—ह्यांत धृष्टद्युम्नादिकांच्या वधवृत्तांताचें श्रवण, द्रौपदीचा शोक, अश्वत्थाम्यावर भीमाची स्वारी, अश्वत्थामाकृत नारायणास्त्राचा मोक्ष, त्याचा अर्जुनकृत उपशम, अश्वत्थाम्याचें मणिहरण व त्यास श्रीकृष्णाचा शाप इत्यादि कथा निवेदन केल्या आहेत.

ऋषीहो, ह्या पर्वांत १८ अध्याय असून ८७० श्लोक आहेत.

(११) स्त्रीपर्व.

१ जलप्रदानिकपर्व, व २ स्त्रीविलापपर्व—ह्यांत प्रज्ञाचक्षु धृतराष्ट्राकडून भीमरूपधारी लोहमूर्तीचा भंग, विदुरकृत धृतराष्ट्रप्रबोध, जलप्रदानार्थ धृतराष्ट्राचें स्त्रीजनांसमवेत युद्धभूमीप्रत गमन, श्रीकृष्णाकडून गांधारीस उपदेश, युद्धभूमीवर पतन पावलेल्या वीरांचें यथाविधि दहन, स्त्रियांचा विलाप, गांधारीची मूर्च्छा व कृष्णास शाप इत्यादि विषय निरूपण केले आहेत.

३ श्राद्धपर्व—ह्यांत युद्धांत पतन पावलेल्या वीरांची संख्या व गति, सर्वांना उदकदान, कुंतीकृत कर्णजन्मवृत्तकथन इत्यादि कथाभाग वर्णिले आहेत.

ह्या पर्वांत २७ अध्याय व ७७५ श्लोक आहेत.

(१२) शांतिपर्व.

ह्या पर्वामध्यें, शरपंजरीं शयन केलेल्या भीष्माचार्यांनीं आप्तसुहृदांच्या शोकानें विव्हल झालेल्या युधिष्ठिरास १ राजधर्म, २ आपद्धर्म व ३ मोक्षधर्म सांगितले, त्यांचें वर्णन आहे. हें पर्व म्हणजे सर्व प्रकारच्या ज्ञानाचें भांडागार होय. ह्या पर्वांतील विषयांच्या श्रवणमननादिकांच्या योगें पुरुषास सर्वज्ञता प्राप्त होते. ह्यांत ३२९ अध्याय असून श्लोकसंख्या १४७३२ आहे.

(१३) अनुशासनपर्व.

ह्या पर्वामध्यें गांगेयकथित धर्मज्ञानामुळें युधिष्ठिराला प्राप्त झालेली शांति वर्णिली असून धर्मार्थपर व्यवसायांचें व दानादिकांचें फल सांगितलें आहे. दानास सत्पात्र कोण, दानाचा उत्कृष्ट विधि कोणता, सदाचाराचे नियम, सत्याचें उत्तम फल, गोब्राह्मणांचें महत्त्व, देशकालानुरूप धर्मरहस्य इत्यादि अनेक मनोहर विषय ह्या पर्वांत विशद केले आहेत. ह्या पर्वांत १४६ अध्याय असून ८००० श्लोक आहेत.

(१४) आश्वमेधिकपर्व.

ह्या पर्वांत संवर्तमरुत्तीयकथा, सुवर्णकोशप्राप्ति, परिक्षिताचें जन्म, त्याचें अस्त्राग्नीनें दहन व श्रीकृष्णप्रसादानें पुनरुज्जीवन, आश्वमेधीय अश्वाचें उत्सर्जन, पांडवांचें अनेक असहिष्णु राजपुत्रांशीं युद्ध, बभ्रुवाहनापासून अर्जुनास प्राप्त झालेलें संकट, अश्वमेध यज्ञांतील नकुलाख्यान इत्यादि कथाभाग वर्णिले आहेत. ह्या पर्वांत १०३ अध्याय असून ३३२० श्लोक आहेत.

(१५) आश्रमवासिपर्व.

ह्या पर्वांत धृतराष्ट्रगांधारींचें विदुरासमवेत

आश्रमांत गमन, त्यांच्या मागोमाग धर्मादिकांस सोडून कुंतीचें प्रयाण, युद्धांत पतन पावलेल्या पुत्रपौत्रादिकांचें व्यासप्रसादानें धृतराष्ट्रास दर्शन व त्यास वाटलेलें आश्चर्य, धृतराष्ट्र गांधारीस सद्गति, विदुराचें स्वस्थानीं निर्याण, संजयास उत्तम गति, धर्मराजाला नारदांची भेट, यादवकुळाचा संहार झाल्याचें वर्तमान इत्यादि कथा आहेत. ह्या पर्वांत ४२ अध्याय असून ११०५ श्लोक आहेत.

(१६) मौसलपर्व.

ह्या पर्वांत ब्रह्मशापानें दग्ध झालेल्या यादवांनीं सुरापान करून मुसळाच्या अंशानें युक्त असलेल्या लव्हाळ्यांनीं एकमेकांचा अंत कसा केला हें वर्णिलें असून, रामकृष्णांसही कालवश व्हावें लागलें हें निरूपण केलें आहे. पुढें अर्जुनाचें द्वारकेंत आगमन झालें असतां यादवरहित द्वारका पाहून त्यास झालेलें दुःख, व वसुदेवाचा और्ध्वदेहिक संस्कार केल्यावर अर्जुनानें पानभूमीवर अवलोकन केलेला यादवांचा भयंकर संहार, नंतर त्यानें केलेले रामकृष्णांचे अंत्यविधि, तसेंच अर्जुनाचें द्वारकेंतून निवर्तन, त्यास आलेली मार्गांतील आपत्ति, गांडीवाचा पराभव, दिव्यास्त्रांची पराङ्मुखता, पराक्रमाचा लोप, यादवस्त्रियांची दुर्दशा, अर्जुनाला अत्यंत विषाद, त्याचें धर्माप्रत आगमन इत्यादि हृदयभेदक कथा आहेत. ह्या पर्वांत ८ अध्याय असून ३२० श्लोक आहेत.

(१७) महाप्रस्थानिक पर्व.

या पर्वांत पांडवांचा राज्यत्याग, त्यांचें द्रौपदीसहित उत्तर दिशेस देहत्यागार्थ प्रयाण, पुढें लौहित्यनामक सागरासमीप आल्यावर त्यांस अग्नीचें दर्शन, तेथें पार्थाकडून अग्नीस गांडीवाचें पूजनपूर्वक अर्पण, भ्राते व द्रौपदी यांचें पतन, युधिष्ठिराचें वैराग्य व महाप्रस्थान इत्यादि विषय निरूपिले आहेत. ह्या पर्वांत ३ अध्याय असून १२३ श्लोक आहेत.

(१८) स्वर्गारोहणपर्व.

ह्या पर्वांत धर्मराजाला नेण्याकरितां दैविक रथाची प्राप्ति, श्वानावांचून आरोहण करण्याची धर्मराजाची अनिच्छा, भूतवत्सल युधिष्ठिराची धर्मनिष्ठा, श्वानरूपाचा त्याग करून यमाचें धर्मासमवेत स्वर्गाप्रत आगमन, धर्मास स्वर्गमार्गीं झालेल्या यातना, देवदूतकृत मायिक नरकप्रदर्शन व त्यांतून भ्रात्यांचें दीनशब्दश्रवण, आणि यम व इंद्र ह्यांजकडून धर्मराजास ऐहिक ऐश्वर्यफलाचें निदर्शन, त्याचें आकाशगंगेंत स्नान, मानवदेहाचा त्याग, स्वर्गप्राप्ति, देवादिकांकडून धर्मराजाचा सन्मान व त्यास आनंद इत्यादि कथाभाग निरूपिले आहेत. ह्या पर्वांत ५ अध्याय असून २०९ श्लोक आहेत.

(१९) हरिवंशपर्व.

ह्या पर्वामध्यें हरिवंश व भविष्य ह्यांचा संग्रह आहे. हरिवंशामध्यें १२००० श्लोक आहेत.

ऋषीहो, महाभारत ग्रंथांतील पर्वांचा व विषयांचा संग्रह हा असा आहे.

महाभारताचें फल.

ज्यांत अठरा अक्षौहिणी सैन्य एकत्र होऊन, त्यांचें घनघोर युद्ध अठरा दिवसपर्यंत झालें म्हणून वर्णिलें आहे असें हें भारताख्यान ज्यानें उत्तम प्रकारें जाणलें नाहीं, त्यानें, चारी वेदांचें सांग अध्ययन करून वेदांतशास्त्राचाही जरी अभ्यास केला असला तरी त्यास विचक्षण असें म्हणतां येणार नाहीं. भगवान् व्यास मुनींनीं, ह्या विस्तृत भारत ग्रंथांत सर्व व्यवहारांत आदिभूत जें अर्थशास्त्र तें पूर्णपणें प्रतिपादिलें आहे. तसेंच धर्मशास्त्र व कामशास्त्र यांचेंही ह्यांत सांग वर्णन आहे. त्यामुळें चतुर्विध पुरुषार्थ साध्य करून देणाऱ्या या ग्रंथाचें ज्यानें एकदां श्रवण केलें, त्यास ह्याव्यतिरिक्त दुसरें कांहींएक श्रवण करावेंसें वाटत

नाहीं. कोकिल पक्ष्याची मंजुळवाणी ज्यानें एकदा ऐकिली, त्यास कर्कश अशा काकशब्दाचा जसा तिटकारा येतो, तसा भारत ग्रंथ श्रवण केलेल्या पुरुषास अन्य ग्रंथाचा तिटकारा येतो. त्रैलोक्यांतील सकल पदार्थ ज्याप्रमाणें पृथिव्यादि पंचमहाभूतांपासूनच उत्पन्न झाले आहेत, त्याप्रमाणें कवींच्या सकल कल्पना ह्या भारतेतिहासापासूनच उत्पन्न झाल्या आहेत. जसें आकाशरूप अवकाशामध्यें जारज, अंडज, स्वेदज व उद्भिज्ज ह्या चारी प्रकारच्या सृष्टीचा अंतर्भाव आहे, तसा ह्या भारताख्यानांत सर्व पुराणांचा अंतर्भाव आहे. इंद्रियांचे सर्व व्यापार जसे केवळ विचित्र मनोवृत्तींवरच अवलंबून असतात, तशीं ह्या जगांतील बऱ्या वाईट कर्मांचीं सर्व साधनें ह्या भारतग्रंथावरच अवलंबून आहेत. आहारावांचून शरीर राहणें जितकें अशक्य, तितकेंच भारताख्यानांच्या आधारावांचून एखादी कथा अस्तित्वांत असणेंअशक्य आहे. आपला उत्कर्ष व्हावा अशी इच्छा बाळगणारे सेवक जसे कुलीन धन्याची सेवा करून उपजीवन करितात, तसे सर्व कविश्रेष्ठ ह्या भारताख्यानाचाच मनोभावें आश्रय करूनआपलें उपजीवन करितात. ब्रह्मचर्य, वानप्रस्थ व संन्यास ह्यांपैकीं एकही आश्रम गृहस्थाश्रमावर वर्चस्व स्थापण्यास समर्थ नाहीं; तद्वत् कोणीही कवि ह्या भारतकाव्यावर वर्चस्व करण्यास समर्थ नाहीं. ऋषीहो, आपली अंतःकरणें सदोदित जागृत राखून धर्मावर पूर्ण लक्ष ठेवा. परलोकीं गेल्यावर त्या ठिकाणीं आपलें साह्य करणारा ह्या धर्मावांचून अन्य नाहीं. संपत्ति व स्त्रिया ह्यांची कितीही सेवा केली, तरी त्यांच्या ठिकाणीं आत्मभाव व स्थिरता उपन्न होत नाहीं. संपत्ति व कलत्र हीं क्षणभंगुर आहेत. धर्म हा मात्र अढळ होय. असो. ऋषीहो, व्यासांच्या ओष्ठप्रांतापासून उत्पन्न झालेलें हें अगाधभारतशास्त्र अत्यंत पुण्यदायक असल्यामुळें त्याच्यापासून सर्व पातकांचें भस्म होऊन चित्तशुद्धि घडते व सर्वतोपरि कल्याण होतें. जो कोणी ह्या भारत ग्रंथाचें उत्तम प्रकारें श्रवण करून मननिदिध्यसनांनीं तें हृदयांत प्रतिबिंबित करील, त्यास पुष्कर तीर्थांतील स्नानानें काय अधिक मिळणार आहे ? इंद्रियवृत्तींच्या स्वाधीन होऊन प्राण्यानें सकाळपासून सायंकाळपर्यंत जें जें पातक केलें असेल, तें तें सर्व सायंकाळीं ह्या महाभारताच्या पठनानें नष्ट होतें. त्याचप्रमाणें, प्रातःकाळीं ह्याचें पठन केलें असतां, रात्रीमध्यें जें जें कायिक, वाचिक व मानसिक पातक घडलें असेल, त्या सर्वांपासून प्राणी मुक्त होतो. सुवर्णमंडित शिंगें करून शंभर उत्तम धेनु प्रतिदिवशीं वेदार्थवेत्त्या महाज्ञानी ब्राह्मणास दान दिल्यानें जितकें पुण्य लागतें, तितकेंच पुण्य ह्या परमपावन भारत ग्रंथाचें नित्य श्रवण केल्यानें लागतें.

अध्यायाची फलश्रुति.

ऋषीहो, हा श्रेष्ठ ग्रंथ महासागराप्रमाणें विस्तीर्ण व अर्थगांभीर्यामुळें मोठा अगाध आहे. ह्यास्तव ह्याच्या परतीरीं जाणें अत्यंत दुष्कर होय. म्हणून सर्व ग्रंथाचा सारांशरुप हा पर्वसंग्रहाध्याय तुह्मी श्रवण करा, ह्मणजे हा नौकेप्रमाणें तुह्मांस सहाय्य करून भारतोदधीच्या परतीरास अनायासें पोहोंचवील !

Rajani Phansalkar

पौष्यपर्व.

अध्याय तिसरा.

—:०:—

जनमेजयास शाप.

सौति ह्मणालाः–शौनकादिक ऋषींहो, पूर्वी एका वेळीं जनमेजय राजा कुरुक्षेत्रामध्यें दीर्घ सत्र करीत होता. त्या राजास श्रुतसेन, उग्रसेन व भीमसेन असे तीन भ्राते होते;त्यांच्यासह तें जनमेजयाचें सत्र चालू असतां तेथें एक सारमेय ह्मणजे कुत्रा प्राप्त झाला. सत्रमंडपांत सारमेय आला असें पाहून श्रुतसेनादिक जनमेजयाच्या बंधूंनीं त्यास ताडन करून हांकून लाविलें. तेव्हां तो मोठमोठ्यानें आक्रोश करीत आपली माता देवशुनि सरमा हिच्याकडे गेला. तो सारमेय रडत आला, असें पाहून त्याची आई त्यास म्हणाली, ‘ बाळा, कां रे रडतोस ? तुला कोणीं मारिलें कीं काय ?’ तेव्हां त्यानें मातेस उत्तर दिलें, ‘ आई, मला जनमेजयाच्या भ्रात्यांनीं मारिलें.’ त्यावर देवशुनीनें त्यास ह्मटलें ‘ तूं खचीत तेथें कांहीं तरी खोडी केली असशील, ह्मणून तुला मार मिळाला !’ तेव्हां तो सारमेय पुनः मातेला ह्मणाला, ‘ हे माते, मीं कांहींएक खोडी केली नाहीं. यज्ञींय द्रव्यांकडे मीं पाहिलें सुद्धां नाहीं; मग त्यांस चाटण्याची वगैरे गोष्ट कशास हवी ?’ पुत्राचे ते शब्द ऐकून देवशुनीस फार दुःख झालें, व ती लागलीच मुलास बरोबर घेऊन सत्रमंडपांत प्राप्त झाली. तेथें जनमेजय राजा व त्याचे बंधु आपआपल्या कार्यांत निमग्न होते. त्यांस पाहून ती क्रोधानें संतप्त झाली व श्रुतसेनादिकांसमक्ष जनमेजयास ह्मणाली, ‘ हे राजा, ह्या माझ्या पुत्रानें तुझ्या सत्रांत कांहींएक अपराध केला नसतांही तुझ्या भ्रात्यांनीं त्यास शिक्षा केली ती कां बरें ? अरे, ह्यानें येथें हविर्द्रव्यांस चाटलें नाहीं, इतकेंच नव्हे, तर त्यांकडे त्यानें पाहिलें सुद्धां नाहीं; आणि असें असूनही त्यास मार बसला, हें मला मोठें आश्चर्य वाटतें !’

ऋषीहो, देवशुनीचें तें भाषण श्रवण करून त्यावर कांहीं उत्तर न देतां सर्वच स्तब्ध बसले. तेव्हां ती जनमेजयास फिरून ह्मणालीः–राजा, पहा-हे तुझे भ्राते कांहींच बोलत नाहींत,ह्यावरून ह्यांनीं माझ्या पुत्रास विनाकारण शिक्षा केली हें उघड आहे. तेव्हां या तुमच्या अविचारीपणाबद्दल तुह्मांस शिक्षा होणेंच योग्य आहे. ह्याकरितां मी तुला शाप देतें कीं, ह्या तुझ्या सत्रास अकल्पित विघ्न उत्पन्न होईल. ऋषीहो,देवशुनीचें तें शापवचन श्रवण करितांच जनमेजयराजा एकदम चकित झाला; त्याच्या मुखावाटें शब्दही निघेना;त्याचीं गात्रें विगलित झालीं;त्याला मोठी भीति पडली; आणि आपल्या भावांकडून निरपराध्याला व्यर्थ शासन झालें, असें पुनः पुनः मनांत येऊन तो फार तळमळूं लागला ! नंतर त्यानें तें सत्र समाप्त केलें आणि हस्तिनापुरास परत येऊन त्या शापरूप पापकृत्येचा संहार करण्याकरितां महासमर्थ असा पुरोहित मिळविण्याचा प्रयत्न चालविला.

कांहीं कालानंतर जनमेजयराजा मृगयेकरितां वनांत हिंडत असतां त्यास एक आश्रम आढळला. तो आश्रम त्याच्या राज्यांतीलच एका प्रांतांत होता. त्या आश्रमांत श्रुतश्रवानामक कोणी एक ऋषी राहत असे.त्याला सोमश्रवा नांवाचा एक पुत्र होता, तो सदासर्वकाल तपोनुष्ठानांत निमग्न असे.त्याची उग्र तपश्चर्या अवलोकन करून जनमेजयानें त्यास पुरोहित करण्याचा विचार केला आणि तो श्रुतश्रव्यास अभिवंदन करून ह्मणाला,‘हे भगवन्, ह्या आपल्या पुत्रानें माझें पौरोहित्य स्वीकारावें अशी माझी प्रार्थना आहे; तर माझी मनीषा पूर्ण करावी. ’ राजाची

विनंती श्रवण करून तो श्रुतश्रवा मुनि म्हणाला, 'हे जनमेजय भूपते, हा माझा पुत्र महादेदीप्यमान आहे. वेदादिकांमध्यें ह्यास प्रतिसूर्यच म्हणण्यास प्रत्यवाय नाहीं. ह्याचें जन्म एका सर्पिणीच्या उदरीं झालें आहे. ह्याचा पिंड म्हणजे केवळ माझी दिव्य तपोमूर्तिच समजावी. माझें तपोमय उग्र वीर्य त्या सर्पिणीनें प्राशन केल्यामुळें तिच्या उदरीं ह्या लोकोत्तर पुरुषाचें जन्म झालें. राजा, हा माझा पुत्र तुझीं कोणतींही संकटें निवारण करण्यास समर्थ आहे. भगवान् शंकरानेंच जर एखादें अरिष्ट निर्माण केलें असेल, तर मात्र ह्याचा उपाय चालणार नाहीं. परंतु, जर कोणी ब्राह्मण याचना करावयास आला, तर त्यास तो जें मागेल तें द्यावयाचें, असा त्याचा कडकडीत नियम आहे; ह्यास्तव ही गोष्ट तुला मान्य असेल तर तूं ह्यास घेऊन जा व त्याजला पुरोहितपणा दे.'

मुनिश्रेष्ठहो, श्रुतश्रव्याचें भाषण श्रवण करून जनमेजय राजास त्याचें म्हणणें मान्य झालें; आणि तो सोमश्रव्यास समवेत घेऊन राजधानीस परत गेला. तेथें त्यानें आपल्या बंधूंस सांगितलें कीं, 'भ्रातेहो, मीं ह्या सोमश्रवा ऋषिवर्यास पुरोहित केलें आहे; ह्यासाठीं, हा जी आज्ञा करील, ती तुम्हीं मागेंपुढें न पाहतां एकदम परिपूर्ण करावी.' ह्याप्रमाणें जनमेजयाचे शब्द ऐकून तात्काळ श्रुतसेनादिकांनीं तें शिरसा मान्य केलें; आणि उपाध्याय सोमश्रवा मुनि हे जसें सांगतील तसें आचरण करण्याचा त्यांनीं परिपाठ ठेविला.

पुढें जनमेजय राजा तक्षशिलानामक देशावर स्वतः चाल करून गेला; आणि त्यानें तो देश हस्तगत करून घेतला, व तो आपले राजधानीस परत आला. ह्या काळांत एके स्थळीं धौम्यनामक कोणी एक ऋषि रहात होता. त्याच्या पित्याचें नांव अपोद असें होतें. कारण तो केवळ जलावर चरितार्थ करीत असे. धौम्य हा अपोदाचा पुत्र असल्यामुळें त्यास आपोद असेंही ह्मणत असत. आपोद धौम्यापाशीं तीन शिष्य होते. त्यांचीं नांवें आरुणि, उपमन्यु व वेद अशीं होतीं. आरुणि हा पंचाल देशांतला होता, ह्मणून त्यास आरुणि किंवा आरुणिपांचाल असेंहि ह्मणत.

आरुणीची गुरुनिष्ठा.

ऋषीहो, ते तिघेही शिष्य आपल्या गुरूच्या आज्ञेंत उत्तम प्रकारें वागत असत. एकदा धौम्य गुरूंनीं आरुणीची परीक्षा करण्याकरितां त्यास आज्ञा केली कीं, 'बा आरुणे, तूं जा, आणि शेतास बांध घालून पाण्याचा निरोध कर.' तेव्हां आरुणि हा त्या आज्ञेप्रमाणें शेतावर गेला, आणि पाणी अडविण्याचा प्रयत्न करूं लागला. परंतु धौम्यगुरूंनीं योगबलानें जलाच्या प्रवाहास इतका जोर उत्पन्न केला होता कीं, कोणत्याही उपायानें त्या जलाचा निरोध होईना. अखेरीस आरुणि अगदीं खिन्न व हताश झाला. इतक्यांत त्यास एक युक्ति सुचली कीं, 'प्रवाहाचा वेग कुंठित करण्यासाठीं आपल्या शरिराचाच बांध घालावा, ह्मणजे निश्चयानें पाण्याचा निरोध होईल!' नंतर लागलेंच आरुणीनें तसें केलें आणि तो स्वतः पाण्याच्या ओघावर अडवा पडतांच पाण्यास तात्काळ प्रतिबंध झाला! ह्याप्रमाणें आरुणीनें आपल्या शरिराचा बांध घातला असतां कित्येक दिवस निघून गेल्यावर धौम्यांनीं एके दिवशीं शिष्यांस विचारलें:—शिष्यहो, आरुणि हा कोठें आहे बरें? तेव्हां शिष्य ह्मणाले:— भगवन्, आपणच आज्ञा केल्यावरून तो शेतांत येणारें पाणी अडविण्याकरितां गेला आहे? शिष्यांनीं दिलेलें उत्तर श्रवण करून धौम्यऋषि ह्मणाले:-बरें तर आरुणि हा जेथें असेल, तेथें आपण सर्व जाऊं चला. नंतर ते सर्वजण त्या शेतावर गेले; परंतु त्यांस कोठेंही आरुणि आढळला नाहीं. तेव्हां

'बा आरुणे, कोठें आहेस रे ? इकडे ये,' अशी गुरूंनीं हांक मारिली. ती हांक प्रत्यक्ष धौम्य गुरूंची आहे, असें जाणून, जेथें आरुणि हा जलप्रवाहास प्रतिबंध करण्याकरितां निजून राहिला होता, तेथून तो एकदम उठला आणि गुरुचरणांपाशीं येऊन हात जोडून म्हणाला, 'भगवन्, शेतांत येणारा उदकप्रवाह कांहीं केल्यानें थांबेना, ह्मणून मी स्वतः बांधाच्या जागीं पडून राहून तो प्रवाह अडवून धरिला होता; पण ही तुमची हांक ऐकून मी तो प्रवाह सोडून देऊन येथें आलों आहें. तर कोणती आज्ञा आहे, ती निवेदन करावी.'

ऋषीहो, ह्याप्रमाणें आरुणीची विनंती ऐकून धौम्य मुनि म्हणाले:— बा आरुणे, ज्या अर्थी शेताच्या बांधाचें उद्दालन (विदारण) करून तूं उठलास, त्या अर्थी तुला उद्दालक असें नांव पडेल. तूं माझी आज्ञा अक्षरशः पाळलीस, ह्यामुळें मला फार संतोष झाला आहे. मी तुला असा वर देतों कीं, सर्व वेद, वेदांगें व धर्मशास्त्रें हीं तुला अर्थासुद्धां उपलब्ध होतील, आणि ऐहिक व पारलौकिक सर्व सुखांचा लाभ घडून अंतीं तूं सद्गतीस जाशील. ऋषींनो, अशा प्रकारें उद्दालकावर अनुग्रह करून धौम्यमुनींनीं त्यास स्वगृहीं जाण्यास अनुज्ञा दिली, आणि तत्प्रमाणें तो सच्छिष्य आपल्या इष्ट देशास गेला.

उपमन्यूचीं गुरुनिष्ठा.

मुनिवर्यहो, धौम्यऋषींचा उपमन्युनामक दुसरा शिष्य होता, हें तुह्मांस माहीत आहेच. धौम्यांनीं गाई राखण्याच्या कामावर त्याची नेमणूक केली होती. गुरूंच्या आज्ञेप्रमाणें तो दिवसभर गाई राखी, व अस्तमानीं गाई घेऊन आला ह्मणजे गुरूंपुढें हात जोडून उभा राही. ह्याप्रमाणें कितीएक दिवस निघून गेल्यावर एकेसमयीं धौम्य गुरूंनीं त्याच्या देहाकडे नीट न्याहाळून पाहिलें असतां त्यांस आढळलें कीं, ह्याचा देह मुळींच क्षीण न होतां उलट चांगला पुष्ट झाला आहे. तेव्हां त्यांनीं त्याला विचारिलें:—बा उपमन्यो, तूं चांगला बलवान् दिसत आहेस; तर तूं आपली उपजीविका कशी चालवितोस बरें ? गुरूंचा हा प्रश्न श्रवण करून उपमन्यूनें उत्तर केलें, 'गुरुमहाराज, मी मधुकरी मागून आपला चरितार्थ चालवितों.' तेव्हां धौम्य गुरूंनीं पुनः ह्मटलें, 'बाळा, तूं जी मधुकरी मिळविशील, ती मला अर्पण करीत जा.' त्यावर उपमन्यूनें 'बरें आहे' असें ह्मणून गुरूंची आज्ञा मान्य केली. नंतर दुसऱ्या दिवसापासून उपमन्यूनें मधुकरी मागून आणिल्यावर ती गुरूंच्या स्वाधीन करावी, आणि गुरूंनीं ती सर्व मधुकरी ठेवून घेऊन उपमन्यूस गाई घेऊन वनांत जाण्यास सांगावें, असा क्रम सुरू झाला. उपमन्यु पूर्ववत् गाई घेऊन वनांत जाई, व सायंकालीं घरीं आला ह्मणजे गुरूंपुढें हात जोडून उभा राही. अशा प्रकारें बराच काल निघून गेल्यावर एके दिवशीं गुरूंची दृष्टि पुनः उपमन्यूच्या शरीरप्रकृतीवर गेली, तों तो पहिल्यासारखाच धष्टपुष्ट आहे, असें त्यांस दिसून आलें. तेव्हां धौम्यऋषि त्यास ह्मणाले, 'हे उपमन्यो, तुला जी मधुकरी मिळते, ती तर मी घेतों; आणि असें असूनही तुझी प्रकृति चांगली बळकट आहे. तेव्हां हें कसें?' त्यावर उपमन्यूनें उत्तर दिलें, 'गुरुजी, मी हल्लीं दोन वेळां मधुकरी मागतों. प्रथम मिळते, ती मधुकरी मी आपणांस अर्पण करितों; आणि नंतर मिळते, ती भक्षण करून देहयात्रा करितों.' तेव्हां पुनः धौम्य गुरु म्हणाले:—बाळा, हें तुझें कृत्य उचित नाहीं. गुरूपाशीं असें कपट करणें सर्वथा अयोग्य होय. तूं द्विवार मधुकरी मागतोस ह्यामुळें दुसऱ्या मधुकऱ्यांस तुझ्यापासून अपकार होत आहे; ह्याकरितां तूं हा परिपाठ अगदीं बंद कर. असो. ह्याप्रमाणें गुरूंचें भाषण ऐकून शिष्यानें तें सर्वथा मान्य केलें व तो पूर्ववत् धेनु

घेऊन वनांत गेला. पुढें पहिल्याप्रमाणें उपमन्यूनें दिवसभर धेनु वळाव्या, व सायंकाळीं गुरूंच्या चरणांस अभिवंदन करून हात जोडून उभें रहावें असा क्रम चालू होताच. अशा प्रकारें आणखी कांहीं काळ लोटल्यावर धौम्यांनीं पुनःउपमन्यूकडे लक्षपूर्वक अवलोकन केलें,आणि पाहतात तों त्याची प्रकृति त्या वेळींही पूर्ववत् सुदृढ आहे, असें त्यांस आढळलें.तेव्हां ते मुनि उपमन्यूस म्हणाले,'बाळा,तुझी सर्व मधुकरी मी घेतों;तूं फिरून मधुकरीस जात नाहींस; आणि तरीही तुझी पुष्टता पूर्वीप्रमाणेंच आहे; तेव्हां हें कसें ?' ह्याप्रमाणें गुरूंचें भाषण श्रवण करून त्या शिष्यानें उत्तर दिलें:— गुरुराज, या गाईंच्या दुधावर मी आपला चरितार्थ चालवितों. तेव्हां धौम्य गुरु म्हणाले:— हे उपमन्यो, हा तुझा अनाचारच होय. अरे, माझ्या अनुमतीवांचून गाईचें दुग्ध प्राशन करणें प्रशस्त नव्हे. ह्यावर उपमन्यूनें बरें आहे, असें म्हणून तो क्रमही बंद केला, आणि पूर्ववत् गाई राखून प्रदोषकालीं गुरुजींस अभिवंदन करण्याचा प्रघात चालू ठेविला. पुढें आणखी कांहीं काल गेल्यावर गुरूंनीं त्याजकडे अवलोकन केलें तों तो पुनः सुदृढ व पुष्टच आढळला. तेव्हां धौम्यांनीं पुनः उपमन्यूस विचारिलें:— अरे, हल्लीं तर तुला सर्व प्रकारांनीं प्रतिबंध केलेला आहे;आणि असें असतांही तुझी कळा पूर्ववतच आहे. तेव्हां तूं कशावर देहसंरक्षण करितोस बरें ? त्या वेळीं शिष्यानें उत्तर दिलें:—भगवन्, गाईंचे वत्स गाईंस पीत असतांना त्यांच्या मुखावाटें जो फेन खालीं पडतो, तो मी भक्षण करितों. हें ऐकून गुरूंनीं म्हटलें:— उपमन्यो, हें तुझें वर्तन अगदींच अयोग्य आहे. अरे, या दीनवत्सल वत्सांस तुझ्याबद्दल अनुकंपा उत्पन्न होते व ते अधिक फेन बाहेर टाकितात, ह्यामुळें तुझी उदरपूर्ति चांगली होत आहे;ह्यास्तव आजपासून ही गोष्ट त्वां सर्वथा वर्ज्य करावी. कारण, या कृत्यापासून त्या लहान वासरांच्या उपजीवनास धक्का पोंहचत आहे. गुरूंचें तें भाषण श्रवण करून शिष्यानें त्यांच्या इच्छेप्रमाणें वागण्याचें कबूल केलें,आणि तो पहिल्याप्रमाणें धेनु राखूं लागला. या प्रकारें गुरूजींनीं सर्वतोपरि प्रतिबंध केला तेव्हां उपमन्यूस उपजीविकेचें कांहींच साधन उरलें नाहीं.तरी ही त्यानें कित्येक दिवस उपोषित राहून काढिले; परंतु अखेरीस त्यांचे पंचप्राण भुकेनें कासावीस झाले ! तेव्हां त्यांचें रक्षण करण्यासाठीं त्यानें एके दिवशीं वनामध्यें रुईचीं पत्रें सेवन केलीं ! ऋषिहो,त्या अर्कपत्रांपासून उपमन्यूस भयंकर अपकार झाला! त्या खारट, तिखट,कडू,रूक्ष व विदाही पानांचा त्याच्या जठरांत परिपाक होऊं लागला,तेव्हां त्याच्या सर्व देहाचा भडका झाला आणि त्याच्या योगें त्या बिचाऱ्याची दृष्टि नष्ट होऊन त्यास अंधत्व प्राप्त झालें ! ह्याप्रमाणें तो आंधळा झाला तेव्हां त्यास मार्ग दिसेनासा झाला,व तो वाटेंत चांचपडत चांचपडत चालतांना कोसळून एका कूपांत पतन पावला !

इकडे,त्या दिवशीं सूर्यास्त होऊन गेला तरी उपमन्यु घरीं आला नाहीं असें पाहून गुरुजी शिष्यांना म्हणाले:— कायरे, अजून उपमन्यु आला नाहीं काय? तेव्हां शिष्य म्हणाले, 'गुरुमहाराज, उपमन्यु नित्याप्रमाणें गाई घेऊन वनांत गेला आहे,तो अद्याप तिकडेच आहे.' नंतर गुरु म्हणाले:- बाळांनो, अलीकडे मीं उपमन्यूला सर्व प्रकारचा प्रतिबंध केल्यामुळें तो खचीत मजवर रागावला असेल, व ह्यामुळें इतका उशीर झाला तरी तो परत येत नाहीं. ह्याकरितां आपण त्यांस आणावयास जाऊं चला.' नंतर लागलेच ते गुरु व शिष्य वनांत गेले, आणि पाहातात तों त्यास उपमन्यु कोठेंही आढळेना. तेव्हां'हे उपमन्यो, कोठें आहेस रे ? लवकर ये,'अशी धौम्य गुरूंनीं हांक मारिली. गुरूंची हांक श्रवण

करून उपमन्यूनें मोठ्यानें ओरडून सांगितलें, 'गुरूजी, मीं येथें ह्या कूपांत पडलों आहे.' त्यावर गुरूंजींनीं म्हटलें, 'बाळा, तूं त्या कूपांत कसा पडलास बरें?' तेव्हां उपमन्यूनें उत्तर केलें, 'महाराज, मी रुईचीं पत्रें भक्षण करून आंधळा झाल्यामुळें कोसळून ह्या कूपांत पडलों.' तेव्हां गुरूंजींनीं त्यास सांगितलें, 'बाळा, तूं अश्विनीकुमारांचें स्तवन कर म्हणजे तें देवाभिषक् तुला दृष्टि देतील.' शौनकादिक ऋषिहो, धौम्य गुरूंची आज्ञा होतांच, त्या उपमन्यु शिष्यानें ऋक् छंदांनीं अश्विनीकुमारांची स्तुति करण्यास प्रारंभ केला. ती स्तुति अशी:—

अश्विनीकुमारांची स्तुति.

अहो अश्विनीकुमारांनो, ह्या स्थावरजंगम सर्व विश्वाच्या आरंभीं परब्रह्मरूपानें वास्तव्य करणारे तुम्हीच आहां. हें सर्व जग ही केवळ तुमचीच लीला आहे. तुमच्या मनांत जगदुत्पत्ति करण्याचा विचार उत्पन्न झाला म्हणजे तुम्हीच कारणात्म्याच्या द्वारें हिरण्यगर्भाचा अवतार घेतां. हे परमेश्वरा, हा आश्चर्यकारक सर्व प्रपंच तुमच्या त्या हिरण्यगर्भमूर्तीपासूनच उदय पावतो. अश्विनीकुमारहो, श्रुतिस्मृत्यादिकांच्या ज्ञानानें व ध्यानमननादिकांच्यायोगें तुमच्या त्या सच्चिन्मय मूर्तीची ज्ञानज्योत माझ्या चित्तांत प्रज्वलित व्हावी, अशी माझी आपणांपाशीं विज्ञप्ति आहे. हे परब्रह्ममूर्ते, तुमच्या स्वरूपाचें यथार्थ आकलन होण्यास ज्ञानदृष्टीचीच आवश्यकता आहे. देशकालातीत व इयत्ताशून्य अशा तुमच्या सर्व व्यापक स्वरूपाचें ज्ञान जड अशा ऐंद्रियशक्तीनें केव्हांही होणें शक्य नाहीं. देवाधिदेवहो, आपला प्रसाद होऊन माझ्या हृदयांत चिन्मयज्योत प्रज्वलित झाल्यास माझे सर्व पुरुषार्थ सिद्ध झाले, असें होईल; कारण 'ब्रह्मज्ञ पुरुष स्वतः ब्रह्म होता' असा निश्चय असल्यामुळें मी स्वतः त्या ब्रह्मानंदसुखाचा अनुभव घेऊं लागेन, आणि मग मला भवबंधाची मुळींच भीति राहणार नाहीं. अश्विनीकुमारहो, तुम्हीं ब्रह्मांडभर व्याप्त असलेल्या विराट्शरीररूप वृक्षावरील लोकोत्तर पक्षी आहां. ईश्वरस्वरूपावर दृष्टि देऊन तुमच्या स्थितीचा विचार केला असतां, तुमच्या ठिकाणीं अविद्यारूप मलाचा गंध सुद्धां नाहीं, व तुमच्याविषयीं यथार्थ ज्ञान करून घेण्यास वाणी किंवा मन हीं मुळींच समर्थ नाहींत असा प्रत्यय येतो; आणि तुमच्या जीवस्वरूपावर दृष्टि देऊन तुमच्या स्थितीचा विचार केला असतां, जीवात्मा हा अविद्योपाधीनें स्वत्वापासून भ्रष्ट होऊन हीं अनंत ब्रह्मांडें निर्माण करितो, असें व्यक्त दिसतें.

शुद्धचैतन्यात्मक अश्विनीकुमारहो, तुमच्या परब्रह्मरूपापासूनच ह्या विश्वाची उत्पत्ति होते; तुमच्या परब्रह्मरूपांतच ह्या सर्वांचा लय होतो; व तुमचें परब्रह्मरूपच ह्या सर्वांच्या स्थितिकालींही सर्वत्र व्याप्त असतें. ज्याप्रमाणें रज्जूवर भुजंगाचा आरोप करणें हें अज्ञान होय, त्याप्रमाणेंच सर्वथा असंग असणाऱ्या तुमच्यावर देहधर्मांचा आरोप करणें हें अज्ञान होय; मृत्तिका व घट हीं वस्तुतः अभिन्न आहेत, तद्वत् हें सर्व ब्रह्मांड व तुम्ही वस्तुतः अभिन्न आहां. अहो, अश्विनीकुमारांनो, कालाची शक्ति सर्वांवर चालते, पण तुह्मांपुढें ती सर्वथा कुंठित होते. तुम्ही सूर्याच्या द्वारें दिवसरूप श्वेततंतूंनीं व रात्रिरूप कृष्णतंतूंनीं संवत्सररूप वस्त्र मोठ्या वेगानें विणीत आहां. भगवंतहो, ह्या तुमच्या कृत्यावरून असें ध्वनित होतें कीं, जे कोणी अद्वैतरूप ज्ञानमार्गानें वागतील, त्यांस सायुज्य प्राप्त होईल; व जे कोणी द्वैतरूप मोहमार्गानें वागतील, त्यांस संवत्सरात्मक भवभ्रमणांत पडावें लागेल. अश्विनीकुमारांनो, संसारी जनांच्या उद्धाराचें मुख्य साधन—त्यांस तुमच्या अद्वैतस्वरूपाचें ज्ञान हेंच होय. जीवात्म्याला स्वस्वरूपाचें ज्ञान होणें हेंच मुख्य श्रेय असें मानिलें पाहिजे. जीवात्म्याचा स्वस्वरूपापासून भ्रंश

होण्यास कारण तरी तुमची कालशक्तिच होय. तेव्हां त्या कालशक्तीचा निरोध करून जीवात्म्यास पुनः स्वतांच्या चिन्मयस्थितींत स्थापन करणें हें तुम्हांवांचून इतराकडून घडणें शक्य नाहीं. अश्विनीकुमारहो, जोंपर्यंत जीवात्म्याला तुमच्या अद्वैतरूपाचें ज्ञान झालें नाहीं, तोंपर्यंत तो रागद्वेषादि मायामोहास वश होऊन संसारचक्रांत फिरत राहतो. ह्यास्तव,संसारीं जनांना तुमच्या अद्वैतस्वरूपाचें यथार्थ ज्ञान होणें अत्यंत इष्ट आहे. देवहो, हें तत्त्वज्ञान प्राप्त करून घेण्याचे मुमुक्षु पुरुषांचे मार्ग मात्र भिन्न असतात. कित्येकजण—तीनशें साठ अहोरात्रि ह्या धेनु व संवत्सर हा त्यांचा वत्स अशी कल्पना करून नानाविध यज्ञयागादिक कर्में हें दुग्ध काढून घेतात; आणि त्याच्या सेवनानें तत्त्वजिज्ञासा म्हणजे भगवज्ज्ञानाची पात्रता संपादितात. अश्विनीकुमारहो, यज्ञयागादिकांच्या योगानें साधकांचें लक्ष जरी बहुविध कर्मफलांकडे असतें, तरी त्यांस अखेरीस तुमच्या महात्म्याचें यथावत् स्वरूप त्या कर्मांनींच कळतें व त्यांस सायुज्य मिळविण्याचा अधिकार येतो. हे देवाधिदेवांनो,हा संवत्सरात्मक काल आणि त्या कालांत कर्तव्यभूत झालेलीं प्रपंचध्वंसक व प्रपंचोत्पादक कर्में ह्या सर्वांचे मूळ विधायक तुम्हीच आहां. अश्विनीकुमारांनो, प्रत्येक पुरुषानें तुमच्या चिन्मयपदाची अपेक्षा धरावी हें अवश्य आहे. कारण, ह्या जगांतील ऐहिक किंवा पारलौकिक सर्व सुखांवर तुमच्या कालचक्राची एकसारखी सत्ता चालू आहे. संवत्सर हा ह्या कालचक्राचा तुंबा होय. ह्यांत दिवस व रात्री ह्या नांवांचे सातशें वीस कालभाग हे आरे बसविले असून, त्या आऱ्यांचें नियमन करण्याकरितां द्वादश मास हे पुठ्ठे केले आहेत. देवाधिदेवांनो, तुम्ही मायेच्या करवीं ह्या कालचक्रास गति देऊन प्रत्यहीं दिनमानभेदानें फिरावयास लावितां, आणि देवमनुष्यादिकांस पूर्णपणें आपल्या अधीन करून घेतां. अश्विनीकुमारहो, इंद्रादिक कालाभिमानी देवता तुमच्या कालचक्राच्या स्वाधीन कशा होतात तें पहा. कालचक्राच्या संवत्सररूप तुंब्यावर जसे द्वादश मास हे पुठ्ठे बसविले आहेत, तसेच त्या तुंब्यांत द्वादशराशि हेच आरे बसविले असून त्या आऱ्यांस षड्ऋतु हीं बंधनें केलीं आहेत. ह्या चक्राचा एक फेरा म्हणजे यज्ञयागादिक सवन कर्में करणारांचें सावन वर्ष होय. देवाधिदेवांनो, ह्या सावनसंवत्सररूप कालपरिभ्रमणांत इंद्रादिक देवता नित्य आसक्त असतात. त्यांचें चित्त कर्मठांच्या यज्ञक्रियांकडे सतत लागलेलें असतें. यजमानांनीं कालोचित क्रिया करून हविर्भाग दिल्यास त्या देवता त्यांचें हित करितात, व त्यांनीं तसें न केल्यास विपरीत फल देतात. ह्यास्तव तुमच्या कालचक्रांत सांपडलेल्या प्राण्यांस कोणत्या ना कोणत्या तरी प्रकारानें सुखदुःखादि विकार भोगावे लागतात, म्हणून मी प्रार्थना करितों कीं, मला ह्या कालचक्रांतून मुक्त करा.

अहो अश्विनीदेवांनो, हा पांचभौतिक सर्व पसारा तुम्हांपासून भिन्न नाहीं. अंतःकरणासहित सर्व इंद्रियांचे व्यापार, तदनुरूप नानाविध कर्में व त्यांस अनुसरून प्राप्त होणारे अनेक सुखदुःखादिक भोग हीं सर्व तुम्हीच आहां. सर्व ब्रह्मांडांत त्रिकालाबाधित असें परब्रह्मतत्त्व तुम्हीच असून, अविद्याकृत उपाधीचा आश्रय करून त्या परब्रह्मरूपापासून दूर तुम्हीच होतां, आणि प्राणिमात्रास प्राक्कर्मानुसार विषयोपभोगांची वासना पूर्ण करण्यास तुम्हीच उद्युक्त करितां; ह्यास्तव माझ्यासारख्या सर्वस्वीं परवश अशा प्राण्यास स्वस्वरूपीं लीन करण्याचें कृत्य तुम्हांवांचून इतराच्यानें होणार नाहीं.

अहो अश्विनीकुमारांनो, ह्या सृष्टीच्या पूर्वी दशदिशा तुम्हीच उत्पन्न करितां. नंतर त्या

दशदिशांच्या ठिकाणीं, स्वपरभावहीन असा सूर्य, व त्या सूर्याच्या परिभ्रमणाचें स्थल आकाश हीं तुम्हीच निर्मितां. देवहो, हा सूर्यनारायण आकाशाच्या ज्या ज्या भागीं व ज्या ज्या कालीं गमन करितो, त्या त्या स्थलीं व त्या त्या कालीं ऋषिजन यथोचित कर्में करितात, आणि त्यांच्या योगें देव व मनुष्यें आपआपल्या अधिकारानुरूप सुखोपभोग मिळवितात. अश्विनीकुमारहो, तेज, जल व अन्न (पृथ्वी) ह्यांचें बहुविध मिश्रण करून तुम्हीं भिन्न भिन्न प्रकारची अप्रमेय भौतिकसृष्टि निर्माण करितां. ह्या विश्वांतील अनंत भुवनांमध्यें हीच प्रजा भरली आहे. देव,मनुष्यें व तिर्यगादिक हीं सर्व तीच प्रजा होय. त्यांच्या ठिकाणीं तुमचीं जीं पृथक् तत्त्वें व्याप्त असतात, त्यांच्या मानानें त्यांमध्यें पृथग्भाव आणि पृथग्विषयासक्ति दृष्टिगोचर होते.

अहो अश्विनीदेवांनो, मी तुमच्या त्या परब्रह्मरूपास अभिवंदन करितों; तसेंच तुह्मीं ब्रह्मांडरूप जी ही कमलमाला कंठीं धारण केली आहे, तिलाही मी नमस्कार करितों.सर्व जगांत नित्य व शाश्वत रहाणारे तुह्मींच आहां. मायावश होऊन कर्में करणाऱ्या जनांना तुह्मींच फलें अर्पण करितां. कारण, तुमच्या कृपेशिवाय देवांस किंवा अन्यांस कोणतीही गोष्ट करितां येणें सुलभ नाहीं. हे देवाधिदेवांनो, प्राण्यांचें जनन कसें घडतें ह्याचा विचार केला असतांही सर्वत्र तुमचीच सत्ता अबाधित आहे ह्याचा अनुभव येतो. पहा, प्रथम मातापितरांना तुह्मीं उत्पन्न केलेल्या अन्नाच्या द्वारें गर्भबीज प्राप्त होतें. नंतर तें बीज पुरुषाच्या ठिकाणीं शुक्ररूपानें व स्त्रियेच्या ठिकाणीं शोणितरूपानें परिपक्व होऊन पुढें स्त्रीपुरुषांच्या समागमांत गर्भाशयामध्यें उतरतें आणि नंतर तो पिंड त्या स्थानीं वाढत राहून यथाकालीं बाहेर पडला म्हणजे मातेचें स्तनपान करण्यास आसक्त होतो. सारांश, हे लोकनायकांनो, सर्व कांहीं तुह्मीच आहां व सर्व कांहीं तुह्मीच करितां, ह्यांत संदेह नाहीं. ह्मणून माझ्या देहयात्रेकरितां मला निर्मल दृष्टि प्राप्त करून द्या. हे देवाधिदेवांनो, तुमचे अनंत गुण वर्णन करण्यास मी समर्थ नाहीं. मी नेत्रहीन झाल्यामुळें वाट चुकून ह्या भयंकर कूपांत कोसळून पडलों आहें. ह्या आपत्तींतून मला काढण्यास तुह्मांशिवाय कोणीही शक्तिमान् नाहीं. म्हणून मी तुम्हांस शरण आलों आहें, तर माझें कार्य करा.

अश्विनीकुमारांचें दर्शन.

शौनकादिक ऋषिश्रेष्ठहो, उपमन्यूनें केलेली ही स्तुति श्रवण करून अश्विनीकुमार त्या स्थलीं प्राप्त झाले, आणि त्यांनीं उपमन्यूला ह्मटलें, 'हे उपमन्यो, आह्मी तुझ्या स्तवनानें संतुष्ट होऊन तुझ्याकरितां हा अपूप (तुपांत तळलेला घारगा) आणिला आहे, तर तूं तो भक्षण कर.' तेव्हां उपमन्यु म्हणाला, 'देवाधिदेवहो, हे मजवर तुमचे उपकार होत. तुह्मी मला जें सांगत आहां, तें माझ्या हिताचें आहे, ह्यांत संदेह नाहीं; परंतु तुह्मी दिलेला हा अपूप गुरूंना अर्पण केल्याशिवाय मला सेवन करितां येत नाहीं. ह्याप्रमाणें उपमन्यूनें सांगितलें, तेव्हां अश्विनीकुमार पुनः म्हणाले, 'उपमन्यो, हा तूं अपूप खुशाल खा. पूर्वीं तुझ्या गुरूनें आमचा स्तव केला असतां आह्मीं त्यास असाच अपूप दिला होता, व त्यानें तो त्या वेळीं आपल्या गुरूस अर्पण न करितां तसाच सेवन केला; ह्यास्तव तूंही आपल्या गुरूप्रमाणें हा अपूप सेवन कर.' तेव्हां उपमन्यु फिरून अश्विनीकुमारांस ह्मणाला, ' देवश्रेष्ठहो, मी तुमची पुनः प्रार्थना करितों कीं, हा अपूप गुरूंस अर्पण केल्याशिवाय सेवन करावा असें मला वाटत नाहीं.

ऋषीश्वरहो, उपमन्यूनें ह्याप्रमाणें निक्षून सांगितलें, तेव्हां अश्विनीकुमार त्यास म्हणाले:-बा

उपमन्यो, तुम्ही ही गुरुभक्ति पाहून आम्ही फार आनंदित झालों आहों. बाबा, प्रत्येकानें आपल्या गुरूवर अशीच निष्ठा ठेविली पाहिजे. असो. तुला तुझ्या गुरूपेक्षांही अधिक ज्ञान प्राप्त होईल; तुझे गुरु हे केवळ कर्मठ असल्यामुळें, कर्मोपासून प्राप्त होणारीं फलें त्यांस भोगिलीं पाहिजेत; परंतु तुझा अधिकार त्यांच्याहूनही अधिक असल्यामुळें तुला कर्मांचा व त्यामुळें प्राप्त होणाऱ्या फलोपभोगांचा स्पर्श मुळींच होणार नाहीं, आणि तूं चिन्मयपद पावशील. हे उपमन्यो, तुला दिव्य दृष्टि प्राप्त होऊन तुझ्या ठिकाणीं दिव्य ज्ञान सदोदित वास करील.'

ऋषिहो, असें हें अश्विनीकुमारांचें भाषण समाप्त होत आहे, तों उपमन्यूस उत्तम दृष्टि प्राप्त झाली; आणि तो गुरूजींच्या समीप येऊन हात जोडून उभा राहिला. नंतर त्यानें सर्व वर्तमान गुरूंस विवेदन केलें, व तें सर्व श्रवण करून गुरुही त्याजवर फार प्रसन्न झाले आणि आशीर्वाद देऊन ह्मणाले कीं, 'अश्विनीकुमारांनीं जें कांही सांगितलें आहे, तें सर्व घडून येईल. तुला सर्व वेद व धर्मशास्त्रें करतलामलकवत् अवगत होतील आणि तुला अंतीं सायुज्यपद मिळेल.' असो. ह्याप्रमाणें उपमन्यूची गुरुनिष्ठा कसास लावण्यांत आली.

वेदाची गुरुनिष्ठा.

शौनकादिक मुनिवर्यहो, धौम्यऋषींचा वेदनामक तिसरा शिष्य होता, हें तुम्हांस पूर्वी सांगितलें आहेच. त्याला धौम्यांनीं सांगितलें कीं, 'बाळा वेदा, तूं आमच्या घरींच कांहीं दिवस रहा व माझी शुश्रूषा कर, म्हणजे तुझें कल्याण होईल.' वेद हा गुरूंच्या आज्ञेप्रमाणें सेवापरायण होऊन बरेच दिवसपर्यंत त्यांच्या घरीं राहिला. गुरुजी जें काम सांगत तें तो मनापासून करीत असे. ते त्यास नांगरास सुद्धां लावीत; तरी त्यास कधीं खेद वाटला नाहीं. शीत, उष्ण, क्षुधा, तृषा इत्यादिकांपासून होणारे क्लेश तो मोठ्या आनंदानें सहन करी. ह्याप्रमाणें पुष्कळ काल लोटला, तरी त्यानें कधीं कुरकुर म्हणून केली नाहीं. तेव्हां तें पाहून गुरूंस मोठा संतोष झाला, आणि गुरुकृपेचा लाभ घडतांच वेदास सर्वज्ञता प्राप्त होऊन त्याचें सर्वतोपरि कल्याण घडलें.

अशा प्रकारें वेदाची परीक्षा झाल्यावर त्यास गुरूंनीं ब्रह्मचर्याचें समावर्तन करण्यास अनुमोदन दिलें, आणि गृहस्थाश्रम स्वीकारून तो आपल्या गृहीं जाऊन राहिला.

ऋषिहो, वेदाच्या सर्वज्ञतेचा लौकिक प्रसृत होण्यास फारसा काळ लागला नाहीं. लागलेच त्याजकडे अध्ययन करण्यास तीन शिष्य आले. गुरुशुश्रूषा करणें किती दुर्घट आहे हें वेद उत्तमप्रकारें जाणत होता. गुरुगृहीं भोगिलेल्या क्लेशांचें त्यास विस्मरण झालें नव्हतें. ह्यासाठीं त्यानें आपल्या शिष्यांस गुरुसेवेसारखीं दुर्धर कामें सांगून मुळींच कष्ट दिले नाहींत. असो.

उत्तंकाची कथा.

पुढें एके प्रसंगीं जनमेजयराजा व पौष्यराजा हे वेद ऋषीकडे प्राप्त झाले, व त्यांनीं त्यास पुरोहितत्व स्वीकारण्याविषयीं प्रार्थना केली. ती प्रार्थना अमान्य करणें वेदमुनींस उचित वाटलें नाहीं, आणि त्यांनीं त्या दोन्ही राजांचें उपाध्यायवरण स्वीकारिलें. नंतर कांहीं दिवसांनीं वेदऋषींना त्या राजांकडे यजमानकृत्यासाठीं बाहेर जाणें भाग पडलें; तेव्हां त्यांनीं अग्नीच्या शुश्रूषणाचें काम उत्तंकनामक शिष्यास सांगितलें व म्हटलें कीं, 'बा उत्तंका, जें कांहीं उणें पडेल, तें तूं पुरें करून एथील व्यवस्था चांगली ठेव.' ह्या प्रकारें घरची सर्व व्यवस्था लावून वेदऋषि निघून गेले. इकडे उत्तंकानें गुरूंच्या आज्ञेप्रमाणें सर्व कारभार उत्तम रीतीनें चालविला. इत-

क्यांत एके दिवशीं तो उत्तंक शिष्य तेथें असतां आश्रमांतील स्त्रियांनीं त्यास हांक मारिली आणि सांगितलें कीं, ' हे उत्तंका, तुझी गुरुपत्नी ऋतुमती आहे; ह्या वेळीं वेद गुरु तर येथें नाहींत. ह्यास्तव तुझ्या गुरुपत्नीचा ऋतु व्यर्थ होणार नाहीं असें कर; नाहींपेक्षां तिची मोठी हानि होणार आहे.' तेव्हां उत्तंकानें त्या स्त्रियांस असें उत्तर दिलें कीं, ' अहो स्त्रियांनो, तुम्ही मला अनुचित कार्य करण्यास सांगावें, हें प्रशस्त नाहीं. असलें निंद्य कर्म करण्यास गुरुजींनीं मला आज्ञा दिलेली नाहीं. ह्यासाठीं असली भलतीच गोष्ट मजपाशीं बोलूं नका.' ऋषिहो, उत्तंकानें त्या आश्रमवासी स्त्रियांचा ह्या प्रकारें निषेध करून त्या प्रसंगाचें निवारण केलें. नंतर कांहीं दिवसांनीं वेदमुनि यजमानकृत्य आटोपून घरीं परत आले, तेव्हां त्यांस तो सर्व प्रकार विदित झाला. उत्तंकाचा मनोनिग्रह पाहून त्यांस मोठा आनंद झाला व ते त्यास म्हणाले, ' बा उत्तंका, तुझें सदाचरण अवलोकन करून मी फार संतुष्ट झालों आहे; तर तुझा कोणता अभीष्ट मनोरथ असेल, तो मला निवेदन कर, म्हणजे तो मी तत्काल सिद्ध करितों. हे सच्छिष्या, तूं यथाशास्त्र गुरुसेवा केलीस, ह्यास्तव आपणां उभयतांमध्यें अत्यंत प्रेम उत्पन्न झालें आहे; तर, बाळा, तूं आतां स्वगृहीं जा, माझें तुला अनुमोदन आहे; तुझ्या सर्व इच्छा परिपूर्ण होतील.'

ऋषिहो, ह्याप्रमाणें गुरुवाक्य श्रवण करून उत्तंक म्हणाला, ' गुरुमहाराज, मीं आपलें कोणतें कार्य करूं तें सांगा. कारण, ज्यां शिष्यानें दक्षिणा द्यावी व आपण गुरुजींनीं तिचा स्वीकार करावा हा धर्म होय. जर मीं आपणांस दक्षिणा न देतां ब्रह्मचर्याचा समारोप केला, तर मजकडे दक्षिणा न दिल्याचा व आपणांकडे दक्षिणा न घेतल्याचा असा दोघांसही दोष येत आहे. अशा प्रकारें गुरुशिष्यांस दोष लागले असतां त्यांपैकीं एक मरण पावतो व दुसऱ्याच्या द्वेषास पात्र होतो, असें वृद्धजन सांगतात. ह्याकरितां, मीं आपणांस कोणती गुरुदक्षिणा अर्पण करावी, त्याची आज्ञा करा. आपण जरी मला स्वगृहीं जाण्यास अनुमोदन दिलें आहे, तरी आपणांस दक्षिणा दिल्याशिवाय माझ्या मनांत घरीं जावयाचें नाहीं.' असा उत्तंकाचा आग्रह पाहिला तेव्हां वेदऋषींनीं त्यास सांगितलें कीं, ' तूं कांहीं दिवस येथेंच रहा. तुझ्या म्हणण्याचा पुढें विचार करूं.' नंतर तो तेथेंच राहिला. पुढें कित्येक दिवसांनीं त्यानें पुनः गुरूंपाशीं दक्षिणेविषयीं गोष्ट काढिली असतां वेदमुनि त्यास म्हणाले, ' बा उत्तंका, तुझा अजूनही आग्रह आहेचना ? बरें तर, तूं घरांत जा आणि आपल्या गुरुपत्नीस काय दक्षिणा द्यावी म्हणून विचार, व ती जी काय सांगेल, ती दक्षिणा आणून दे म्हणजे झालें.'

ह्याप्रमाणें गुरूंची आज्ञा झाल्यावर उत्तंक शिष्य गुरुपत्नीकडे गेला आणि म्हणाला, ' हे मातोश्री, गुरुजींनीं मला घरीं जाण्यास आज्ञा दिली आहे; परंतु गुरुदक्षिणा अर्पण केल्याशिवाय जावयाचें नाहीं असा माझा मानस आहे. ह्यासाठीं, आपण आज्ञा कराल, ती गुरुदक्षिणा मी आणून देतों. गुरुपत्नीनें उत्तंकाची प्रार्थना श्रवण करून सांगितलें कीं, ' तूं पौष्य राजाकडे जा व त्याच्या पत्नीनें धारण केलेलीं कुंडलें तिच्यापासून मागून आणून मला अर्पण कर; म्हणजे आजपासून चौथे दिवशीं आमच्या येथें पुण्यक नांवाचें व्रत आहे त्या वेळीं तीं कुंडलें घालून मी ब्राह्मणांस वाढीन. जर तूं हें कार्य करशील, तर तुझें कल्याण होईल; व जर तूं हें न करशील, तर कल्याणाची आशाच नको!

गुरुपत्नीचें भाषण श्रवण करितांच उत्तंक शिष्य उठला आणि मार्गे चालूं लागला.

मार्गीत त्यास एक भव्य पुरुष एका मोठ्या विशाल वृषभावर बसलेला आढळला. तो पुरुष उत्तंकाला म्हणाला, 'बा उत्तंका, तूं ह्या वृषभाचें पुरीष भक्षण कर.' तेव्हां उत्तंकाला तें सांगणें रुचलें नाहीं व त्यानें ती गोष्ट नाकारिली. नंतर तो वृषभारूढ असलेला पुरुष पुनः म्हणाला, 'उत्तंका, मी सांगत आहें हें करण्यास मागें पुढें पाहूं नको. तुझ्या गुरूंनीं सद्धां पूर्वीं ह्याप्रमाणें गोमय भक्षण केलें आहे.' तें वाक्य श्रवण करून उत्तंकानें लागलेंच 'बरें आहे' असें म्हणून त्या बलीवर्दाचें मूत्र व पुरीष भक्षण केलें आणि लगबगीनें उभ्या उभ्या उदकस्पर्श करून तो पुढें चालता झाला. पुढें आणखी कांहीं वेळानें तो पौष्यराजाकडे जाऊन पोहोंचला, आणि त्यानें पौष्य राजा सिंहासनावर स्थित आहे असें अवलोकिलें. नंतर उत्तंकानें पुढें होऊन त्या राजर्षीचें आशीर्वचनपूर्वक अभिनंदन करून म्हटलें, 'हे राजा, मी तुजकडे याचना करण्यासाठीं आलों आहें.' तेव्हां पौष्यराजा त्या ब्राह्मणास अभिवंदन करून मोठ्या विनयानें म्हणाला, 'हे भगवन्, मी आपला सेवक आहें. काय आज्ञा असेल. ती निवेदन करावी.' त्या वेळीं उत्तंक म्हणाला, 'राजा, मी गुरुदक्षिणेकरितां तुझ्या भार्येचीं कुंडलें मागण्यास आलों आहें; तर तीं त्वां मला द्यावीं. उत्तंक ब्राह्मणाचें भाषण श्रवण करून पौष्यराजा म्हणाला, 'हे ब्राह्मणा, तूं अंतःपुरांत जाऊन माझ्या पत्नीपाशीं तीं माग.' नंतर त्याप्रमाणें उत्तंक हा अंतःपुरांत गेला. परंतु त्याची व राजस्त्रीची गांठ न पडल्यामुळें तो पुनः परत आला आणि राजास म्हणाला, 'हे राजा, तूं माझ्याशीं अशी प्रतारणा करावीस हें योग्य नाहीं. मी तुझ्या पत्नीची भेट घेण्याकरितां अंतःपुरांत गेलों होतों, परंतु ती तेथें जवळपास कोठेंही नव्हती, ह्यामुळें माझी व तिची भेटच झाली नाहीं. उत्तंकाचे हे शब्द ऐकून पौष्यराजानें क्षणभर विचार केला व नंतर म्हटलें, 'हे ब्राह्मणा, तुझ्या ठिकाणीं खचीत उच्छिष्टदोष वसत आहे. तूं विचार करून पहा. ती पतिव्रता, उच्छिष्टदोषानें अपवित्र झालेल्या पुरुषाच्या दृष्टीस कधींही पडणार नाहीं.' तेव्हां स्मरण करून उत्तंगानें म्हटलें:-राजा, मी मार्गीत उभ्या उभ्या मुखप्रक्षालन केलें हें खरें. त्यावर पौष्यराजा म्हणालाः—तर मग तुझ्या अंगीं उच्छिष्ट दोष वसत आहे ह्यांत संदेह नाहीं. उभ्यानें किंवा धांवतांना मुखप्रक्षालन करणें हें न केल्यासारखेंच आहे. मग उत्तंकानें राजाचें म्हणणें मान्य केलें, आणि पूर्वाभिमुख बसून हात पाय व तोंड हीं स्वच्छ धुतलीं, व बुडबुडे वगैरे नाहींत असें थंडगार उदक वक्षस्थलापर्यंत नेऊन तीन वेळां प्राशन केलें, आणि फिरून दोन वेळां मुख प्रक्षाळून इंद्रियादिकांना उदकस्पर्श केला. ह्याप्रमाणें उच्छिष्टदोषाची निवृत्ति करून उत्तंक ब्राह्मण पुनः अंतःपुरांत प्रविष्ट झाला. ह्या वेळीं त्यास पौष्यस्त्रीची भेट लागलीच झाली. उत्तंकास पाहिल्याबरोबर ती उठून पुढें आली व तिनें नमस्कार करून 'काय आज्ञा आहे,' असा त्यास प्रश्न केला. तेव्हां उत्तंक हा तिला म्हणाला, 'हे सुक्षत्रिये, मी गुरुदक्षिणेसाठीं तुझ्या कानांतील कुंडलें मागण्यास आलों आहें; तर तूं तीं मला अर्पण कर.' उत्तंकाची गुरुनिष्ठा मनांत आणून त्या राजस्त्रियेस मोठा संतोष झाला; आणि अशा सत्पात्र ब्राह्मणाच्या प्रार्थनेचा अनादर करणें प्रशस्त नाहीं असें तिला वाटलें, नंतर तिनें आपली कुंडलें काढून उत्तंकाच्या हवालीं केलीं व म्हटलें, हे ब्राह्मणा, हीं कुंडलें हरण करण्यास्तव नागराज तक्षक अगदीं टपून बसला आहे. त्यानें अनेक वेळां माझ्यापाशीं हीं कुंडलें मागून पाहिलीं, परंतु माझ्यापासून तीं त्यास मिळालीं नाहींत. ह्यास्तव

मोठ्या सावधगिरीनें तूं हीं घेऊन जा.' तेव्हां उत्तंक म्हणाला, " राजस्त्रिये, त्याविषयीं तूं निश्चिंत रहा. माझ्या वाटेस जाण्यास तक्षकाची छाती नाहीं." ऋषीहो, नंतर त्या ब्राह्मणानें त्या उदार पौष्यपत्नीचा निरोप घेतला, व तो तीं कुंडलें घेऊन पौष्यराजाकडे प्राप्त झाला. तेथें आल्यावर त्यानें राजास म्हटलें, " हे पौष्यराजा, तुझें व तुझ्या पत्नीचें औदार्य पाहून मला फार संतोष झाला. आतां मीं गुरुगृहीं जातों." तेव्हां पौष्य राजा म्हणालाः—भगवन्, तुम्हांसारखे सत्पात्र व गुणवान् आतिथि वारंवार मिळत नाहींत; तर आज श्राद्ध करावें असें मनांत आलें आहे. आपण क्षण स्वीकारावा, अशी माझी प्रार्थना आहे. राजाची प्रार्थना श्रवण करून उत्तंक म्हणाला, "बरें आहे हा क्षण स्वीकारला. पण मला सत्वर परत गेलें पाहिजे; ह्यासाठीं, जें कांहीं अन्न सिद्ध झालें असेल तें लवकर पात्रांत वाढ." तेव्हां पौष्यराजानें 'बरें आहे' असें म्हणून तयार असलेलें अन्न वाढून पात्र सिद्ध केलें. व ब्राह्मणास अन्न ग्रहण करण्याविषयीं प्रार्थना केली. पुढें ब्राह्मणानें भोजनसमयीं पाहिलें तों तें अन्न अगदीं निवालेलें असून केशमिश्रित आहे असें त्याच्या निदर्शनास आलें; आणि तें अन्न अपवित्र असें पाहून तो पौष्यास म्हणाला, "राजा, ज्या अर्थी तूं अपवित्र अन्न मला अर्पण केलें आहेस, त्या अर्थी तूं आंधळा होशील." त्यावर पौष्यही म्हणाला, " हे ब्राह्मणा, हें अन्न वास्तविक अपवित्र नसतांना तूं अपवित्र असें म्हणत आहेस, ह्यास्तव तूं संततिहीन राहशील." त्यावर उत्तंक म्हणाला, "राजा, तूं खरोखरीच अपवित्र अन्न वाढलें आहेस, आणि असें असूनही तूं उलट शाप देत आहेस, हें योग्य नाहीं. हें अन्न तूं नीट पहा, म्हणजे माझ्या म्हणण्याची यथार्थता तुझ्या लक्षांत येईल." नंतर पौष्यराजानें तें अन्न लक्षपूर्वक न्याहाळून पाहिलें, तेव्हां त्याची खात्री झाली कीं, ब्राह्मणाचा आक्षेप अक्षरशः खरा आहे. मग राजानें ब्राह्मणाची प्रार्थना केली कीं, " हे ब्रह्ममूर्ते, स्त्रियेनें केश मोकळे टाकून पाक सिद्ध केल्यामुळें व अज्ञानामुळें हा घोर दोष घडला आहे; ह्याकरितां कृपा करून शापाचें निवारण करावें." ऋषिहो, राजाची दीन मुद्रा अवलोकन करून ब्राह्मणाचा कोप शांत झाला. नंतर तो राजास म्हणाला, "राजा, माझें भाषण अन्यथा होणार नाहीं हें खरें; परंतु तूं आंधळा होऊन लवकरच पुनः चांगला होशील. आतां तूं जो मला शाप दिला आहेस, तोही असाच परत घे." ह्याप्रमाणें उत्तंकाचें भाषण श्रवण केल्यावर पौष्यानें उत्तर केलें:—ब्राह्मणा, मी आपला शाप परत घेण्यास समर्थ नाहीं. माझा क्रोध अद्याप नष्ट झाला नाहीं. तुला हें विदित नाहीं कीं, ब्राह्मणाचें हृदय नवनीतासारखें मृदु, व वाचा तीक्ष्ण वस्तऱ्याप्रमाणें जलाल असते; पण क्षत्रियांचें अगदीं ह्याच्या उलट आहे. क्षत्रियाची वाचा नवनीतासारखी मृदु व हृदय तीक्ष्ण वस्तऱ्याप्रमाणें जलाल असतें. म्हणून मीं जो एकदा शाप दिला, तो दिलाच; त्याचें उपसंहरण करण्यास मी सर्वथा असमर्थ आहें. ह्यास्तव तूं आतां जा. ह्याप्रमाणें पौष्यराजानें सांगितलें, तेव्हां उत्तंक ब्राह्मण पुनः त्यास म्हणालाः- राजा, पहा—तूं जेव्हां मला शाप दिलास, तेव्हां अन्नाची वास्तविक स्थिति कशी होती हें तुला विदित नव्हतें. तूं ज्या वेळीं अन्न नीट न्याहाळून पाहिलेंस, त्या वेळीं त्याची अपवित्रता लागलीच तुझ्या मनांत बाणली. व तूं उलट माझें सांत्वन करूं लागलास; तेव्हां वास्तविकपणें केवळ अविचारानें तुझ्याकडून मला शाप देण्यांत आला आहे. ह्यांत संदेह नाहीं; म्हणून तुझ्या शापापासून मला मुळींच अपकार होणार नाहीं हें उघड आहे. बरें. असो. आतां मी जातों.

शौनिकादिक ऋषिहो, तो उत्तंक शिष्य ह्या-

प्रमाणें पौष्यराजास बोलला व कुंडलें घेऊन बाहेर पडला. मार्गांत आल्यावर पाहतो तों त्यास एक पाखंडी बौद्धधर्मी भिक्षु आढळला. तो नग्न असून मधून मधून क्षणांत दिसे व क्षणांत अदृश्य होई. उत्तंक पुष्कळ लांब गेला, तरी भिक्षु पूर्ववत् त्याच्याबरोबर होताच. अखेरीस उत्तंक तृषाकुल झाला, व कुंडलें भूमीवर ठेवून उदकप्राशनार्थ जलाशयांत उतरला. तेथें तो हस्तपादादिकांचें क्षालन करून उदक पीत आहे तों इकडे तो भिक्षु त्वरा करून तेथें आला, आणि त्यानें कुंडलें घेऊन एकदम धाव ठोकिली ! पुढें लवकरच उत्तंक त्या स्थलीं प्राप्त झाला, आणि पाहतो तों भिक्षु कुंडलें घेऊन पळत आहे, असें त्यास आढळलें. नंतर त्यानें चित्त एकाग्र करून देवांचें व गुरूंचें मनपूर्वक ध्यान केलें, आणि तो मोठ्या वेगानें त्या भिक्षूच्या मागोमाग पाठलाग करीत धावूं लागला. शेवटीं त्यानें त्या भिक्षूला अगदीं लगट करून धरिलें. परंतु उत्तंकाच्या हातीं सांपडतांच त्यानें आपलें मायावी रूप टाकून देऊन तक्षकरूप धारण केलें, आणि तेथेंच भूमीला एक बीळ पडलें होतें, त्यातून तो खोल गव्हरांत उतरून नागलोकीं आपल्या गृहांत खुशाल जाऊन पोहोंचला !

ऋषिहो, ह्याप्रमाणें तक्षक हा कुंडलें घेऊन गेल्याचें पाहून, पौष्य राजाच्या भार्येनें जें सांगितलें होतें, त्याची उत्तंकास पूर्ण प्रतीति आली; त्यानें त्या स्त्रियेला जें उत्तर दिलें होतें; त्याचीहि त्यास आठवण झाली; आणि तो त्या दुष्ट तक्षकाचा आणखी पाठलाग करण्याच्या उद्योगास लागला. त्यानें काठीनें तें बीळ खणण्याचा प्रयत्न केला, पण तें कसचें खणलें जाणार? अखेरीस ब्राह्मण श्रम करून थकला. इकडे इंद्र आपल्या दिव्य दृष्टीनें तो सर्व प्रकार पाहात होताच. त्यानें ब्राह्मणाच्या साहाय्यार्थ आपलें वज्र पाठवून दिलें. तेव्हां त्या वज्रानें ब्राह्मणाच्या काठींत प्रवेश करून त्या बिळाचें विदारण केलें, आणि भूमीच्या उदरांत उतरण्यासारखा प्रशस्त मार्ग सिद्ध केला. नंतर उत्तंक त्या बिळांत प्रवेश करून त्या मार्गानें नागलोकास गेला. तेथें त्यास देवालयें, राजमंदिरें, धनिकगृहें पटशाला, क्रीडाभुवनें, सामान्य (दुपाखी) वसतिस्थानें व उद्यानभूमिका ह्यांच्या दुतर्फा रांगाच लागून गेलेल्या अढळल्या ! मग उत्तंकानें तत्रस्थ

नागवरांची स्तुति

करण्यास प्रारंभ केला. ती स्तुति अशी " अहो ऐरावतप्रमुख नागपुंगवांनो, आपलें युद्धनैपुण्य मोठें विचित्र आहे. ज्याप्रमाणें वायुप्रेरित मेघसंघात विजेसहवर्तमान मोठ्या प्रचंड वेगानें चाल करून जातात, त्याप्रमाणें तुम्ही मोठ्या प्रचंड वेगानें शस्त्रास्त्रांसहवर्तमान चाल करून जातां आणि शत्रूचा क्षणांत निःपात उडवितां. आपलें सौंदर्य काय वर्णन करावें? आपणांस वाटतील तीं मनोहर रूपें धारण करितां येतात. आपलीं कुंडलें पाहून तर प्रेक्षकांची चित्तवृत्ति चकितच होऊन जाते. स्वर्गांत जसे देव शोभतात, तसे तुम्ही ह्या नागलोकीं शोभत आहां. अहो, गंगेच्या उत्तरतीरावरील नागश्रेष्ठांनो, माझ्या स्तुतीचा अंगीकार करा. भगवान् आदित्य हा श्रेष्ठ ना? पण त्यास देखील ऐरावताच्या साहाय्याची अपेक्षा असते. ऐरावताचें सामीप्य नसल्यास आदित्याचे सहस्त्ररश्मि सर्वत्र संचार करण्यास समर्थ नाहींत. ऐरावताचा भ्राता धृतराष्ट्र हा आपले मंदिरांतून बाहेर पडून दशदिशा उज्ज्वलित करितो, तेव्हां त्याच्या परिवारांतले २८००८ सर्प हे जणू काय त्याच्या किरणाप्रमाणें इतस्ततः प्रसृत होतात, आणि त्यामुळें त्याचा लवाजमा त्याच्या सन्निधही उभा आहे व दूरवरही फैलावला आहे, असा भास होतो ! आतां मी

ऐरावताच्या वडील बंधूस अभिवंदन करितों. त्याप्रमाणेंच त्या नागराज तक्षकासही मी प्रणिपात करितों, आणि प्रार्थितों कीं, हें कुरुक्षेत्रांतर्गत खांडववासी नागाधिप तक्षका, मला कुंडलें अर्पण कर. तूं व तुझा सहचर अश्वसेन हे तुम्ही कुरु देशांत इक्षुमती नदीच्या कांठीं वास्तव्य करणाऱ्या प्राण्यांचे नेहमींचे स्नेही आहां. ह्यास्तव मजवर कृपा करून माझी इच्छा सफल करा. तसेंच आतां तुझा कनिष्ठ भ्राता श्रुतसेन जो महाद्युम क्षेत्रीं सूर्यनारायणाची आराधना करून नागांचें आधिपत्य मागत होता,त्या महात्म्याचें मी स्तवन करितों."

शौनकादिक ब्रह्मज्ञहो, उत्तंक ऋषीनें ह्याप्रमाणें महान् महान् सर्पांची पृथक् पृथक् प्रार्थना केली, तरी त्यास कुंडलांची प्राप्ति झाली नाहीं. तेव्हां तो मोठ्या विवंचनेंत पडला. तो इकडे तिकडे पाहूं लागला तों त्यास दोन स्त्रिया दृग्गोचर झाल्या. त्या मागावर घोटीं चढवून वस्त्रें विणीत होत्या. त्यांनीं त्या मागावर शुक्ल व कृष्ण असे दोन रंगांचे धागे लावून दिले होते. नंतर उत्तंकानें एक चक्र अवलोकन केलें. त्यास बारा आरे असून तें चालविण्यांत सहा कुमार गुंतून राहिले होते; आणि त्या चक्रावर एक पुरुष व एक सुंदर अश्व बसलेला होता. ऋषिहो, त्यास पाहून त्या सर्वांचीं उत्तंकानें वैदिक छंदांनीं स्तुति केली.

उत्तंक म्हणाला:—हे चक्रा, तुझ्या तुंब्यामध्यें ३६० आरे बसविले असून त्यांस २४ पेऱ्यांचें म्हणजे पुठ्ठ्यांचें बंधन केलेलें आहे. तूं सदा सर्वकाळ गरगर गरगर फिरत असून ती गति तुला सहा कुमारांकडून प्राप्त होत आहे. हे युवतींनो, तुमचीं रूपें मोठीं अपूर्व भासतात. तुम्ही निरंतर हें वस्त्र विणण्यांत अगदीं तन्मय झाल्या आहां. तुम्ही ह्या मागावर एकसारखे शुक्लकृष्ण धागे आडवे उभे टाकीत आहां. मला असें वाटतें कीं, तुम्ही हें वस्त्र विणीत नसून केवळ वासनारूप ब्रह्मांडजालकच विणीत आहां! हे श्रेष्ठपुरुषा, तूं लोकाधिप देवेंद्रच होस. तूं वज्र धारण करून भुवनाचें रक्षण करितोस. वृत्र व नमुचि ह्यांचा संहार तूंच केलास. तूं कृष्णवस्त्र परिधान केलें आहेस. तुझ्या ठिकाणीं सर्वज्ञता वास करिते. जगांतील सत्यासत्याचा निर्णय तुला करितां येतो. तुझ्या सन्निध अश्व आहे, हा तुझाच होय. जलांतून उत्पन्न झालेला प्रत्यक्ष अग्निच हा आहे. हे लोकत्रयाधिपा पुरंदरा, माझा नमस्कार स्वीकारावा.

ऋषिहो, उत्तंकानें ह्याप्रमाणें स्तुति केल्यावर तो पुरुष उत्तंकास म्हणाला, 'हे ब्राह्मणा, तुझ्या स्तवनानें मी फार प्रसन्न झालों आहें; तर तुला काय पाहिजे असेल तें सांग, म्हणजे मी तें तुला प्राप्त करून देतों.' तेव्हां उत्तंक म्हणाला, 'हे दिव्यपुरुषा, हे नाग माझ्या हस्तगत व्हावेत, अशी माझी इच्छा आहे.' त्यावर तो पुरुष फिरून म्हणाला, 'हे ब्राह्मणा, ह्या अश्वाच्या अपानद्वारांत फुंकर घाल.' नंतर उत्तंकानें तसें करण्यास प्रारंभ केला. त्या वेळीं अश्वाच्या रोमरंध्रांतून धूम्र व अग्निकण ह्यांचे लोट एकसारखे बाहेर पडूं लागले, आणि त्यांनीं तो नागलोक अंतर्बाह्य व्याप्त करून टाकिला! तक्षकाच्या मंदिरांत धुराचे लोंढे व अग्निकणांचे झोत एकसारखे घुसूं लागले. आणि त्याची अगदीं गडबड उडाली! तो सैरावैरा धावूं लागला व अखेरीस नाइलाज होऊन कुंडलें घेऊन तो आपल्या मंदिरांतून बाहेर पडला! कुंडलें उत्तंकास न दिल्यास आतां सर्व नागलोकाची रक्षा होणार, असें मनांत आणून तक्षक उत्तंकासमीप गेला व त्यानें तीं कुंडलें त्याच्या स्वाधीन केलीं. तेव्हां तीं कुंडलें उत्तंकानें ग्रहण केलीं व मनांत

विचार केला कीं, 'अरे! गुरुपत्नीचें पुण्यकव्रत तर आजच आहे, मी तर इतका लांब आलों आहें; तेव्हां आतां कसें करावें?'

ह्याप्रमाणें उत्तंक विचारांत निमग्न असतां तो पुरुष त्यास म्हणाला, हे उत्तंका, ह्या अश्वावर बैस म्हणजे तो तुला एका क्षणांत गुरुगृहीं पोहोंचवील.' नंतर 'बरें आहे' असें म्हणून उत्तंक अश्वारूढ झाला व तत्काळ गुरूंच्या घरीं येऊन पोहोंचला. त्या वेळीं गुरुपत्नी नाहन वेणीफणी करीत बसली होती. तितक्यांत उत्तंक तेथें पोहोंचला म्हणून बरें झालें; नाहीं तर त्यास शाप देण्याचा तिचा विचार ठरला होता. असो. गुरुगृहीं गेल्यावर उत्तंकानें प्रथम गुरुपत्नीस अभिवंदन करून कुंडलें अर्पण केलीं. तेव्हां ती त्यांस म्हणाली, "उत्तंका, तूं येथें अगदीं वेळेवर येऊन पावलास; मी तुझें स्वागत करितें. बाळा, जर तूं आणखी कांहीं वेळानें येतास, तर खचीत तुला मीं व्यर्थ शाप दिला असता; परंतु तुझें दैव थोर आहे, तुला अणिमादिक सर्व सिद्धि प्राप्त होऊन तुझ्या देहाचें सार्थक्य घडेल." नंतर उत्तंक शिष्य वेद गुरूंकडे गेला. तो त्यांस नमस्कार करून हात जोडून उभा राहिला असतां ते त्यास म्हणाले, "बाळा, तुझें कल्याण असो. अरे, तुला इतका विलंब कां लागला बरें?" तेव्हां उत्तंकानें म्हटलें:—गुरुवर्य, मी पौष्य राजाकडून कुंडलें घेऊन येत असतां मार्गांत तक्षकानें मला फार मोठें विघ्न केलें, आणि त्यामुळें मला नागलोकीं जाणें भाग पडलें. गुरुमहाराज, तेथें मला दोन स्त्रिया आढळल्या. त्या मागावर वस्त्र विणीत होत्या. त्या वस्त्रांत शुक्ल व कृष्ण ह्या वर्णांचे धागे होते. तसेंच तेथें मीं एक चक्र पाहिलें. त्यास तीनशें साठ आरा व चोवीस पेरे किंवा पुठे होते व तें चक्र फिरविण्यास सहा कुमार लागले होते. त्याचप्रमाणें त्या ठिकाणीं मला एक पुरुष व एक भव्य अश्व आढळला. ह्याशिवाय, मी एथून पौष्यराजाकडे जात असतां मला वाटेंत एक वृषभावर बसलेला पुरुष भेटला. त्यानें मला त्या वृषभाचें पुरीष भक्षण करण्यास सांगितलें, पण मी त्याप्रमाणें करण्यास प्रथम राजी झालों नाहीं. तेव्हां त्या पुरुषानें आदरपूर्वक मला सांगितलें कीं, 'तुझ्या गुरूनें सुद्धां पूर्वीं असेंच वृषभपुरीष भक्षण केलें आहे, ह्यास्तव तूं भक्षण करण्यास मागेंपुढें पाहूं नको.' ह्याप्रमाणें त्या पुरुषानें सांगितलें तेव्हां मीं तें पुरीष तत्काळ भक्षण केलें. असो. हे ब्रह्मज्ञ, नागलोकीं वस्त्र विकणाऱ्या दोन स्त्रिया आढळल्या, त्या कोण असाव्या? त्या वस्त्रांत असलेले शुक्ल कृष्ण तंतु म्हणजे काय बरें, तेथें सहाजण मुलगे एक चक्र चालवीत होते, ते कोण? आणि त्या स्थलीं एक पुरुष व प्रचंड अश्व आढळला ते कोण कोण? शिवाय पौष्यराजाकडे जातांना एक वृषभ आणि त्यावर बसलेला एक पुरुष मला भेटला ते कोण असावे? महाराज, ह्या सर्व गोष्टींचा उलगडा करून मला सांगा.

वेद गुरु म्हणाले:—बाळा उत्तंका, नागलोकीं तुला ज्या दोन स्त्रिया वस्त्र विणतांना आढळल्या त्या वास्तविकपणें स्त्रिया नव्हत. तीं परमात्म्याचींच रूपें होत. त्यांतील एक मायोपाधिक कारणात्मा व दुसरें वासनोपाधिक जीवात्मा. त्या स्त्रिया शुक्ल व कृष्ण तंतूंनीं वस्त्र विणीत होत्या म्हणून तूं म्हटलेंस, तर ते शुक्ल कृष्ण तंतु ह्मणजे दिवस व रात्र हीं होत. सहा मुलगे तीनशें साठ आरांचें व चोवीस पुठ्यांचें एक चक्र एकसारखें चालवीत होते तें संसारचक्र होय; आणि त्या तीनशें साठ आरा ह्मणजे ते संवत्सरांतील तीनशें साठ दिवस होत; व चोवीस पुठे म्हणजे संवत्सरांतील चोवीस पर्वें होत; आणि ते सहा मुलगे म्हणजे षड्ऋतु समजावे. तेथें तूं जो पुरुष पाहिलास, तो पर्जन्य (किंवा

इंद्र) होय; आणि तेथें प्रचंड अश्व तूं पाहिलास तो अग्नि समजावा. उत्तंका, पर्जन्य (किंवा इंद्र) हा प्रत्यक्ष ज्ञानमर्ति ईश्वरच आणि अग्नि हा प्रत्यक्ष महाभोक्ता जीवच आहे, असें समजण्यास हरकत नाहीं. बाळा, तूं येथून पौष्यराजाकडे जातांना मार्गांत जो वृषभ अवलोकन केलास, तो गजराज ऐरावत, आणि त्यावर आरूढ असलेला जो पुरुष तो प्रत्यक्ष देवेंद्र होता. तेथें तूं जें पुरीष भक्षण केलेंस, तें अमृतच होतें, आणि त्यामुळेंच तुझी नागलोकांतून सुटका झाली. उत्तंका, तो देवेंद्र माझा मित्र आहे.त्यास तुझी दया आली व त्यानें तुझ्यावर अनुग्रह केला; म्हणूनच तूं आज येथें कुंडलें घेऊन परत येण्यास समर्थ झालास. तर, बाळा, तूं आतां जा, तुला माझी आज्ञा आहे. तुझें सर्व प्रकारें कल्याण होईल.

शौनकादिक ऋषिहो, ह्याप्रमाणें वेद गुरूंनीं आज्ञा केल्यावर उत्तंक शिष्यानें तेथून निघण्याचा विचार केला. जरी तक्षकापासून कुंडलें प्राप्त होऊन तीं त्यानें गुरुपत्नीस अर्पण केलीं होतीं तरी तेवढ्यानें त्याचें मन शांत झालें नाहीं. तक्षकाचा सूड घेण्याविषयीं तो एकसारखा जळफळत होता. ह्यास्तव गुरूंची आज्ञा मिळतांच तक्षकाचा सूड उगवावा ह्या इच्छेनें तो तडक हस्तिनापुरास चालता झाला ! तेथें आल्यावर लवकरच तो विप्रश्रेष्ठ उत्तंक जनमेजय भूपतीच्या भेटीसाठीं राजसभेंत प्राप्त झाला. पूर्वी तक्षशिला देशावर स्वारी करून त्या देशास हस्तगत करून घेणारा तो विजयशाली जनमेजय राजा सिंहासनावर विराजित आहे, आणि सभोंवती प्रधानमंडल अधिष्ठित आहे. असें अवलोकन करून उत्तंक ब्राह्मण पुढें झाला, व त्यानें प्रथम त्या राजेंद्राला विजयसूचक असे सशास्त्र अशीर्वाद दिले, आणि त्याची मर्जी सुप्रसन्न पाहून त्याजपाशीं मोठ्या गांभीर्यानें गोष्ट काढिली. त्या वेळीं उत्तंक म्हणाला, "हे अधिराजा जनमेजया, खरें कर्तव्य दुसरेंच असतां, जणूं काय अज्ञान्यासारखें तूं भलतेंच कृत्य करीत आहेस हें काय !"

सौति म्हणालाः—शौनकादिक ऋषिहो,उत्तंकाचे हे शब्द ऐकून जनमेजयानें आधीं त्याची अर्घ्यपाद्यादिकांनीं पूजा केली, आणि नंतर मोठ्या विजयानें म्हटलें:—हे विप्रोत्तमा, मी ह्या आपल्या प्रजांचें यथान्याय संरक्षण करून क्षात्रधर्माचें परिपालन करीत आहें. तथापि आपलें ज्या कार्याच्या उद्देशानें येथें आगमन झालें आहे, तें मला विदित करावें. मी तें कार्य करण्यास अगदीं सिद्ध आहें.

सौति म्हणालाः—मुनिवर्यांनो,हें भाषण श्रवण करून तो महासमर्थ ब्राह्मण त्या धीरोत्तम भूपतीस म्हणालाः—हे जनमेजय राजेंद्रा; मी तुला जें काय करण्यास सांगत आहें, तें तुझेंच आहे; ह्यास्तव त्वां तें आधीं करावें. नंतर उत्तंक ऋषि आणखी म्हणालाः—राजा, ज्या तक्षकानें तुझ्या पित्याचा प्राण घेतला, त्या दुरात्म्याचा सूड घेणें हें तुझें कर्तव्य होय. दुष्ट शत्रूची उपेक्षा करणें हें सर्वथा गर्हणीय समजावें. ह्यास्तव विलंब न करितां त्या महात्म्या परिक्षिताच्या हिंसेबद्दल तूं एकदम सूड घे. हें कृत्य करण्यास हा काल योग्य आहे. राजा, काय सांगावें रे ! वज्रपात झाला असतां वृक्ष जसा धाडकन् कोसळून पडतो, तसा तो निरपराधी परिक्षित राजा, दुष्ट तक्षकाचा दंश होतांच एकदम मृत होऊन पडला ! जनमेजया, त्या पन्नगाधम तक्षकानें बळाच्या मदानें अंध होऊन तुझ्या पित्यासारख्या राजशिरोमणीला दंश केला, हें खरोखरी घोर पातक आहे. शिवाय, हें दुष्ट कृत्य करण्यासाठीं त्या अधमाधमानें आणखी एक दुराचरण केलें. तें हें कीं, त्या राजवंशाचें संजीवन करणाऱ्या

अमरतुल्य परिक्षित राजाकडे त्याच्या प्राणांचें रक्षण करण्यास्तव काश्यप धन्वंतरी येत असतां त्यास त्या दुष्ट तक्षकानें परतवून लाविलें! ह्यास्तव, हे नराधिपा, तूं आतां सर्पांचें सत्र कर; आणि त्यामध्यें प्रज्वलित होमकुंडांत त्या दुरात्म्या तक्षकाची आहुति दे. जर हें कृत्य तूं करशील, तरच तूं पितृहत्येचा योग्य सूड घेतलास असें होईल, आणि त्या योगें माझेंही एक मोठें प्रिय कार्य घडेल. राजा, त्या महापातकी तक्षकानें तुलाच एक पीडा दिली असें नाहीं; तर त्यानें मलाही भयंकर पीडा दिली होती. मी गुरुदक्षिणेकरितां पौष्यपत्नीकडून कुंडलें आणीत असतां त्या नीचानें मला मोठें विघ्न केलें होतें, परंतु गुरुकृपेनेंच मी त्यांतून मुक्त झालों !

सौति म्हणाला:—शौनकादिक ऋषिहो, उत्तंकाचें भाषण ऐकून जनमेजयराजाचा क्रोधाग्नि भडकला, आणि त्यास तक्षकाविषयीं अत्यंत संताप उत्पन्न झाला. पित्यास ह्याप्रमाणें सर्पदंशानें मृत्यु आला, असें ऐकून त्यास फार दुःख झालें, व त्यानें लागलेंच उत्तंकाच्या समक्ष आपल्या मंत्र्यांस पितृमरणाचें साद्यंत वर्तमान विचारिलें.

RAJANI PHANSALKAR

पौलोमपर्व.

अध्याय चौथा.

—:०:—

कथाप्रस्ताव.

लोमहर्षणाचा पुत्र उग्रश्रवा सौति हा पुराण सांगण्यांत मोठा कुशल होता. त्यानें त्या कामांत चांगलें नैपुण्य संपादिलें होतें. तो नैमिषारण्यांत कुलपति शौनक महर्षि ह्यांनीं आरंभिलेलेल्या द्वादशवार्षिक सत्रास प्राप्त झालेल्या ऋषिमंडळाकडे आला व त्यांस हात जोडून म्हणाला, 'ऋषिहो, आपणांस काय ऐकण्याची इच्छा आहे? काय निरूपण करूं ते सांगा.'

तेव्हां ते ऋषि त्यास म्हणाले:–हे लौमहर्षणे, हें काय विचारावें? आम्हांस तुझ्यापासून पुष्कळच गोष्टी ऐकण्याची मनीषा आहे; आणि तूंही त्या हौसेनें आम्हांस सांगशील, ह्यांत वानवा नाहीं; परंतु कथासमय प्राप्त होईपर्यंत जरा तूं थांब. भगवान् कुलपति शौनक गुरु हे अग्निशालेमध्यें होमहवनांत गुंतले आहेत; ह्यास्तव, ते सभामंडपांत येऊन आपल्या श्रेष्ठ आसनीं विराजमान झाले म्हणजे तुला उचित तो विषय किंवा कथाभाग निरूपण करण्याविषयीं प्रश्न करतील, व नंतर तूं तो आम्हांस सांग. लौमहर्षणे, भगवान् शौनकांचा अधिकार काय वर्णावा? त्यांस देवांच्या, दानवांच्या, मनुष्यांच्या, सर्पांच्या, गंधर्वांच्या वगैरे कथा पूर्ण अवगत आहेत. ते महाविद्वान् व बुद्धिमान् असून विधिनिषेधादिक कर्मकांडांत व उपनिषदादिक ज्ञानकांडांत त्यांची बरोबरी करणारा कोणीही नाहीं. ते मोठे सत्यवक्ते, क्षमाशील व तपोनिष्ठ असून कडकडीतपणानें व्रतपालन करणारे आहेत. त्यांनीं यजमानदीक्षा घेतली असून आरंभिलेलें हें महत्कृत्य निर्विघ्नपणें शेवटास नेण्याविषयीं ते फार जपत आहेत असो. त्यांच्या ठिकाणीं अशा प्रकारचा लोकोत्तर अधिकार असल्यामुळें आम्हां सर्वांस ते अत्यंत पूज्य व वंदनीय आहेत. ह्याकरितां आपण सर्वांनीं त्या महात्म्याची वाट पहावी, हे सर्वथैव इष्ट होय.

सौति म्हणाला:—ऋषिहो, बरें आहे; ते महासमर्थ शौनक गुरु येथें येत तोंपर्यंत मी थांबतों. ते ह्या सभेंत स्वासनीं अधिष्ठित झाल्यावर ते ज्या नानाविध पुण्याकारक कथा मला विचारतील, त्याच मी तुम्हांस निवेदन करीन.

नंतर कांहीं वेळानें भगवान् शौनक मुनि अग्निपूजा, ब्रह्मयज्ञ, पितृतर्पण वगैरे सर्व कर्में यथास्थितपणें आटोपून त्या स्थलीं प्राप्त झाले. तेथें महान् महान् ब्रह्मनिष्ठ सिद्ध मुनि सूतपुत्रासमवेत सुस्थिर चित्तानें शौनक गुरूंची प्रतीक्षा करीत बसले होते. शौनक ऋषि सत्रमंडपांत आल्यावर, ऋत्विज् व सदस्य हे जेथें बसले होते, तेथें जाऊन त्यांच्यामध्यें बसले; आणि त्यांनीं सौतीस असा प्रश्न केला.

अध्याय पांचवा.

—:०:—

भृगुवंशाचें वर्णन.

शौनक म्हणाले:—हे सौते, पूर्वी तुझ्या पित्यानें सर्व पुराणांचें अध्ययन केलें होतें, तसें तूंही केलें आहेसना? बाबा, पुराणांमध्यें थोर थोर महात्म्यांच्या ज्या दिव्य कथा व जे श्रेष्ठ वंश प्रतिपादन केलेले आहेत, तें आम्हीं पूर्वी तुझ्या पित्यापासून श्रवण केले आहेत; तथापि आतां त्या वंशापैकीं प्रथम भृगुवंशाचें वर्णन ऐकावें अशी आम्हांस इच्छा आहे, तर तूं आमची ही इच्छा पूर्ण कर.

सौति म्हणाला:—शौनका, पूर्वी वैशंपायनादिक श्रेष्ठ द्विजवर्यांनीं जें उत्तम प्रकारें अध्ययन

करून लोकांस विवेचन करून सांगितलें, आणि तसाच माझ्या पित्यानें ज्याचा उत्कृष्ट अभ्यास करून ज्ञानगंगेचा ओघ सर्वत्र पसरिला, तें सर्व मीं पित्यापासून व त्या इतर महात्म्यांपासून यथायोग्य रीतीनें संपादन केलें आहे; ह्यास्तव आपली जी इच्छा असेल, ती पूर्ण करण्यास मी सिद्ध आहें.

हे भृगुवंशोत्पन्न शौनका, भृगुकुलाची योग्यता काय वर्णन करावी? ऋषि, मरुद्गण व इंद्रादिक देव ह्यांस तो अत्यंत पूज्य आहे; ह्यास्तव ह्या वंशाचें वर्णन करण्याविषयीं तुम्हीं मला आज्ञा केली हें फार चांगलें झालें. तेव्हां आतां मी भृगुवंशाचें पूर्वपीठिकेसहित वर्णन करितों तें श्रवण करावें.

ऋषिहो, ह्या वंशांतील मूळ पुरुष महर्षि भृगु हा स्वयंभू ब्रह्मदेवाचा पुत्र होय. वरुणाच्या यज्ञांत अग्नीपासून ह्याचें जन्म झालें, असें आम्हीं ऐकिलें आहे. ह्या भृगूचा पुत्र भार्गव होय. ह्यास च्यवनभार्गव असें म्हणतात. हा पित्याचा फारच लाडका होता. च्यवनभार्गवापासून प्रमति हा झाला. हा अत्यंत धर्मशील होता. प्रमतीच्या पुत्राचें नांव रुरु. तो घृताचीच्या उदरीं जन्मला. ह्या रुरूपासून प्रमद्वरेच्या ठिकाणीं धर्मात्मा वेदपारग ऋषि शुनक हा झाला. शौनका, तुझ्या कुलांतील हा प्रधान पुरुष होय. हा मोठा तपस्वी असून कीर्तिमान् होता. ह्यानें सर्व विद्यांमध्यें प्रावीण्य जोडिलें असून ह्याच्या ठिकाणीं ब्रह्मज्ञान उत्तम वसत होतें. हा महाधार्मिक असून हा सत्यवक्ता होता. शमदमादि साधनांनीं हा संपन्न असून हित, मित व मेध्य अशाच अन्नावर तो उपजीवन करीत असे.

शौनक ऋषि म्हणाले:—हे सूतपुत्रा, महर्षि भृगु ह्यांच्या पुत्रास च्यवनभार्गव असें नांव कां पडलें बरें? असें कोणतें कारण घडलें कीं, त्यामुळें त्या महात्म्या भार्गवास च्यवनत्व प्राप्त झालें?

पुलोमाग्निसंवाद.

सौति म्हणाला:—शौनका, भृगु ऋषीची भार्या पुलोमा नांवाची होती. तिजवर पतीचें अत्यंत प्रेम असे. ती आपल्या पतीप्रमाणेंच सुशील व सद्गुणी होती. तिच्या उदरीं भृगुवीर्यापासून यथाकाळीं गर्भसंभव झाला. नंतर एका समयीं धर्ममूर्ति भृगु ऋषि जलाशयावर स्नानास गेले असतां त्यांच्या आश्रमांत पुलोमा नांवाचा कोणी एक राक्षस प्राप्त झाला. त्यानें तेथें भृगु मुनींची लावण्यवती स्त्री पुलोमा ही अवलोकन केली. तिचें मनोहर रूप पाहतांच त्या राक्षसाच्या मनांत कामाग्नि प्रदीप्त झाला, आणि त्या योगें त्यास काहींएक सुचेनासें झालें. इकडे अभ्यागताचें आतिथ्य करणें हें आपलें कर्तव्य होय असें समजून, त्या सुंदरीनें, कामासक्त झालेल्या त्या पुलोमाचा फलमूलादिकांनीं सत्कार केला, आणि त्यामुळें त्याच्या कामवासनेस अधिक उत्तेजन मिळून त्या चारुगात्रीस हरण करून न्यावें असा त्या राक्षसानें संकेत केला. त्या समयीं तो म्हणाला, "अहो! ही मला उत्तम संधि साधली. आतां माझें कार्य झालेंच." मुनिवर्या शौनका, पुलोमा राक्षसाला ह्या प्रसंगीं परस्त्रीविषयीं पापवासना उत्पन्न झाली होती, असेंच म्हणतां येत नाहीं. त्याच्या समजुतीप्रमाणें ती स्त्री त्याचीच होती. कारण पूर्वीं पुलोमेच्या बालपणांत एके समयीं ती रडत असतां तिचें तें रडें थांबावें म्हणून भय घालण्यासाठीं तिच्या बापानें असें म्हटलें होतें कीं, 'रे राक्षसा, ह्या मुलीला घेऊन जा.' त्या वेळीं तेथें कर्मधर्मसंयोगानें हा पुलोमा राक्षस समीप होता; ह्यास्तव पुलोमेच्या पित्याचे शब्द ऐकतांच त्यानें तिला मनानें वरिलें, 'आणि आतां ही माझी झाली' असे उद्गार काढिले. असो. पुढें पुलोमा मोठी होऊन उपवर झाली, तेव्हां तिच्या पित्यानें तिला भृगु ऋषीस दिलें

आणि तिचा यथाशास्त्र विवाहसंस्कार केला. शौनकप्रमुख ऋषिजनहो, ह्याप्रमाणें पुलोमा ही अखेरीस आपणास न मिळतां भृगु ऋषीस मिळाली, ही गोष्ट पुलोमा राक्षसाच्या मनांत एकसारखी जळत होती; आणि ह्या कारणानेंच आश्रमांत भृगु ऋषि नाहींत व पुलोमा ही एकटीच आहे, असें पाहून तिचें हरण करण्याचा विचार त्यानें मनांत आणिला.

ऋषिहो, पुलोम राक्षसानें पुलोमेला घेऊन जाण्याचा जरी विचार केला, तरी त्यानें तिला एकदम नेलें नाहीं. आपण जें कांहीं म्हणत आहों, त्यास दुसऱ्याकोणाकडून तरी प्रत्यंतर मिळाल्यास चांगलें, असें ठरवून, जवळच अग्न्यागारांत प्रदीप्त अग्नि आढळला, त्यास त्यानें प्रश्न केला, " हे अग्ने, ही भार्या कोणाची ह्याचा मला निर्णय सांग. अग्ने, तुझी योग्यता मोठी आहे. म्हणून जें खरें असेल, तेंच तूं सांगशील, अशी माझी खात्री आहे. हे वैश्वानरा, तूं देवांचें मुख आहेस. ह्यास्तव तुझ्या मुखांतून सत्यच बाहेर पडेल, ह्यांत संदेह नाहीं. पहा—ह्या सुंदरीला हिच्या पित्यानें मला अर्पण केल्यावरून मीं पूर्वींच मनानें आपली पत्नी असें मानिलें, व वरिलें; आणि नंतर हिच्या पित्यानें मजपाशीं विश्वासघात करून हीस भृगु ऋषीस दिलें असा वास्तविक प्रकार घडलेला आहे. तेव्हां माझें हें म्हणणें सत्य आहे किंवा असत्य आहे हें तूं स्पष्ट सांग. जर माझें हें भाषण सत्य आहे, असा तुझा अभिप्राय असेल, तर ही सुंदरी येथें एकटी आहे, ही संधि साधून मी हिला हरण करून नेणार आहें. अग्ने, ही स्त्री खरोखरी प्रथम माझी पत्नी झाली असतां भृगूनें हिला वरिलें ही गोष्ट एकसारखी माझ्या हृदयांत जळत आहे ! "

सौति म्हणालाः—ऋषिहो, पुलोमा राक्षसानें प्रज्वलित अग्नीला ह्याप्रमाणें विचारिलें; तथापि पुलोमेविषयीं त्याचें चित्त अधिक शंकित झाल्यामुळें त्यानें पुनः त्या अग्नीला म्हटलें:—हे पावका, ह्या प्रसंगीं सत्यार्थ कथन करण्यास तूं समर्थ आहेस. तूं सर्व प्राण्यांच्या अंतर्यामीं सदासर्वकाळ संचार करीत असतोस; ह्यामुळें कोणाचें हृद्गत कसें आहे ह्याचें तुला यथार्थ ज्ञान असतें. पापपुण्यांचा साक्षी तुझ्याप्रमाणें दुसरा कोणीही नाहीं. ह्यास्तव, हे सर्वज्ञा, तूंच मला सत्यासत्य निर्णय सांग. माझें म्हणणें इतकेंच आहे कीं, पुलोमा ही आधीं माझी भार्या झाल्यामुळें हिजवर भृगूची कोणत्याही प्रकारची सत्ता उत्पन्न होत नाहीं; पुलोमेच्या पित्यानें प्रथम ही मला अर्पण केली, ही गोष्ट भृगु ऋषीस विदित नव्हती, असें म्हणतां येत नाहीं, कारण; त्याच्या सर्वज्ञत्वामुळें व अपरोक्ष ज्ञानामुळें हें त्यास माहीत असलेंच पाहिजे; ह्यास्तव भृगु ऋषीनें पुलोमेचा भार्यात्वानें अंगीकार केला म्हणजे केवळ परस्त्रीचा अपहारच केला, असें म्हटलें तरी चालेल. तेव्हां ह्या सर्वांचा नीट विचार करून काय सत्य असेल तें निर्भीडपणानें कथन कर. तुझ्याकडून प्रत्यंतर मिळालें म्हणजे तुझ्यासमक्ष मी हिला एथून घेऊन जाणार आहें. ज्या अर्थीं तूं सर्व स्वतः पाहिलें आहेस, त्या अर्थीं तुझा अभिप्राय माझ्या म्हणण्याशीं जुळेल, ह्यांत यत्किंचित् संशय नाहीं.

सौति म्हणालाः—ऋषिहो, त्या राक्षसाचें हें भाषण श्रवण करून अग्नि हा मोठ्या संकटांत पडला. पुलोमेच्या पित्यानें तीस पुलोमा राक्षसास अर्पण केलें ही गोष्ट सत्य असल्यामुळें, पुलोमा ही भृगूचीच पत्नी खरी असा निर्णय सांगितल्यास आपल्यावर असत्यकथनाचा दोष येईल, अशी त्यास भीति पडली; आणि पुलोमा ही वास्तविकपणें राक्षसाची पत्नी होय, असा अभिप्राय दिल्यास भृगु ऋषि आपणास शाप देतील असें मनांत आणून तो घाबरून गेला. तथापि काय सत्य असेल तें सांगून आपण मोकळें व्हावें असें

त्यानें योजिलें,आणि त्या राक्षसास उत्तर दिलें.

अग्नि म्हणालाः–हे राक्षसा, पुलोमेला तूं पूर्वीं मनानें वरिलेंस ही गोष्ट सत्य आहे; परंतु तुझें तें वरणें विध्युक्त घडलें नाहीं. पित्यानें ह्या भाग्यशाली पुलोमेला यथाविधि संस्कार करून भृगु ऋषीला अर्पण केलें खरें; परंतु त्यानें ती तुला न देतां भृगुला दिली, ह्यांत त्या महात्म्यापासून कांहीं तरी वरप्राप्ति करून घ्यावी, असा त्याचा हेतु होता. तेव्हां जिला तूं केवळ मनानें वरिलें होतेंस, तिलाच भृगु ऋषीनें विधिपूर्वक माझ्यासमक्ष वरिलें. असा वास्तविक प्रकार घडला आहे. राक्षसा, असत्य भाषण करावें अशी माझी मुळींच इच्छा नाहीं; कारण, जगांत असत्यास कोणीही मान देत नाहींत, हें मला पूर्णपणें माहीत आहे.

अध्याय सहावा.

—:०:—

च्यवनजन्म.

सौति म्हणालाः–ऋषीहो, अग्नीचें भाषण पुलोमा राक्षसास सर्वस्वीं अनुकूल नव्हतें;तथापि, तूं पुलोमेला पूर्वीं मनानें वरिलेंस ही गोष्ट सत्य आहे, असें अग्नीनें सांगतांच, त्या राक्षसाला तेवढें .कारण पुरे झालें; आणि तो तत्काळ वराहरूप धारण करून मन व वायु ह्यांच्या वेगानें त्या सुंदरीस पळवून नेऊं लागला. ऋषिहो, ह्या समयीं पुलोमेच्या उदरांत भृगूचें देदीप्यमान वीर्य गर्भरूपानें वास करीत होतें, हें मीं तुम्हांस पूर्वीं सांगितलेंच आहे. दुष्ट राक्षस आपल्या मातेस घेऊन धावत आहे, असें पाहतांच तो गर्भ क्रोधायमान होऊन बाहेर पडला, आणि त्याच्या सूर्याप्रमाणें प्रखरतेजानें तो राक्षस जळून जाऊन पुलोमेची त्याच्या हातून एकदम सुटका झाली. शौनकादि मुनींनो, पुलोमेच्या कुक्षींतून भृगुपुत्राचा म्हणजे भार्गवाचा गर्भ अशा प्रकारें च्युत झाला म्हणून त्यास च्यवनभार्गव असें नांव पडलें.

ऋषीहो, पुलोमा राक्षसानें आपणास हरण केलें, व त्यामुळें आपल्या गर्भाचें असें निष्क्रमण झालें, असें पाहून पुलोमा तात्काळ दुःखमूर्छित होऊन पडली. नंतर कांहीं वेळानें सावध झाल्यावर तिनें (च्यवनभार्गवनामक) आपल्या त्या लहान बाळकास बरोबर घेऊन भृग्वाश्रमाचा मार्ग धरिला. तिची ती शोकाकुल स्थिति अवलोकन करून सर्वलोकपितामह ब्रह्मदेव त्या स्थलीं अवतीर्ण झाले व त्यांनीं त्या दीन अबलेचें सांत्वन केलें. मुनीश्वरहो, ती साध्वी दुःखाक्रोश करीत आपल्या आश्रमास परत गेली, तेव्हां तिच्या नेत्रांतून इतक्या अश्रुधारा वाहिल्या कीं, त्यांच्या योगानें त्या पतिव्रतेच्या मागोमाग एक मोठी नदीच वाहूं लागली. भगवान् ब्रह्मदेवानें, पुलोमानामक वधूच्या अश्रुसरितेचा ह्याप्रमाणें लोकोत्तर ओघ अवलोकन करून, च्यवनाश्रमासमीप असलेल्या त्या प्रवाहाला ‘वधूसरा’ असें नांव दिलें. ऋषिवर्यहो, त्या परमप्रतापवान च्यवनभार्गवाचें जन्मवृत्त हें असें अपूर्व आहे ! असो.

अग्नीस शाप.

पुलोमा ही च्यवनभार्गवास घेऊन आपल्या आश्रमास प्राप्त झाली, इतक्यांत भृगु ऋषिही तेथें आले. तेव्हां त्यांची ती हृदयभेदक अवस्था अवलोकन करून भृगु ऋषि क्रोधाविष्ट होत्साते आपल्या पत्नीस म्हणाले, “हे भार्ये,तुझ्या विवाहाचा तूं गूढ वृत्तांत,तुला हरण करूं इच्छिणाऱ्या त्या राक्षसाला कोणीं सांगितला, तें मला खरें खरें कळूं दे; म्हणजे मी त्या अधमाला आतांच्या आतां शाप देतों प्रिये,माझ्या शापास न भिणारा असा एकही प्राणी ह्या ब्रह्मांडांत नाहीं. ह्यास्तव ज्यानें तुला हें असें दुःख दिलें, त्याचें नांव मला सांग; म्हणजे मी त्यास कडक शासन करितों,”

ऋषीहो, ह्याप्रमाणें भृगु ऋषींचें भाषण श्रवण करून पुलोमा त्यांस म्हणाली:—महाराज, माझ्या विवाहाचा वृत्तांत अग्नीनें त्या पुलोमा राक्षसास विदित केला. त्या राक्षसानें अग्नीचें भाषण श्रवण करितांच वराहरूप धारण केलें, व तो मोठ्या वेगानें मला घेऊन पळून जाऊं लागला. भगवन्, त्या प्रसंगीं मीं कुररीप्रमाणें पुष्कळ आक्रोश केला, परंतु त्या निर्घृण दुरात्म्यास यत्किंचितही द्रव उत्पन्न झाला नाहीं. प्रिया, आपल्या ह्या पुत्रानें आपल्या अद्वितीय तेजानें त्या दुष्टाचें भस्म करून टाकून मला सोडविलें, आणि नंतर मी येथें पुत्रासमवेत प्राप्त झालें.

सौति म्हणाला:—ऋषिवर्यांनो, पुलोमेचें भाषण ऐकून भृगु मुनींस अत्यंत क्रोध उत्पन्न झाला, आणि त्यांनीं लागलाच ' हे अग्ने, तूं सर्वभक्षक होशील,' असा शाप दिला.

अध्याय सातवा.

—:०:—

अग्नीचें भृगूंशीं भाषण.

सौति म्हणाला:—मुनिवर्यहो, भृगु ऋषींचें शापवचन श्रवण करितांच अग्नीस अत्यंत क्रोध उत्पन्न होऊन तो म्हणाला:—हे ब्राह्मणा, तूं मला शाप दिलास, हें तुझें केवढें साहस ? ऋषे, मी धर्माप्रमाणें वागत असतां व नित्य सत्य भाषण करीत असतां तूं मला शाप द्यावास, हें अगदीं अनुचित होय. भगवंता, सत्यार्थ कोणता आहे ? म्हणून जर कोणीं मला प्रश्न केला, तर सत्यास अनुसरून खरी गोष्ट निवेदन करणें हें माझें कर्तव्यच आहे; ह्यास्तव पुलोमा राक्षसास वास्तविक घडलेला प्रकार जर मीं सांगितला, तर ह्यांत माझा अपराध तो कोणता? महाराज, सत्य स्थिति विदित असतां जर त्यानें ती तशी सांगितली नाहीं, तर तो आपल्या मागच्या व पुढच्या सात सात पिढ्या नरकांत लोटितो, असें शास्त्रवचन आहे. आतां, तूं ह्यावर कदाचित् असें म्हणशील कीं, साक्षीचा प्रसंग निराळा, परंतु अशा वेळीं सत्य किंवा असत्य ह्यांपैकीं कोणतेंही न सांगतां मौन धरावें म्हणजे झालें; तर असेंही करणें दोषावहच आहे; कारण, एखाद्या गोष्टीचें सत्य स्वरूप माहीत असतां मुग्ध बसणें म्हणजे असत्याचाच अवलंब करणें होय. म्हणून अशा कृत्यानें सुद्धां पदरीं पापाचाच संचय होतो ह्यांत संदेह नाहीं. असो. ब्राह्मणा, तुझ्या अविचाराबद्दल तुला शाप देण्यास मी समर्थ आहें, परंतु ब्राह्मण हे मला पूज्य असल्यामुळें तसें करावें अशी माझी इच्छा नाहीं; शिवाय तूं जो मला शाप दिलास, तोही तितका सुसंबद्ध आहे, असें मला दिसत नाहीं. मी असें कां म्हणतों, हें तुला विदित नाहीं असें नाहीं, तथापि तें मी तुला पुन:निवेदन करितों.

भृगु ऋषे, मी योगसामर्थ्यानें गार्हपत्यादि अनेक रूपें धारण करून बहुविध स्थलीं वास करितों, अग्निहोत्रें, सत्रें, गर्भाधानादिक संस्कार, व ज्योतिष्टोमादिक यज्ञयाग ह्यांमध्यें वैदिक विधींनीं ज्या ज्या अग्नींस अवदानें देण्यांत येतात, तीं सर्व माझींच रूपें होत. मी त्या अवदानांचा स्वीकार केला म्हणजे त्यांच्या योगें देवता व पितर ह्यांची तृप्ति होते. हे ऋषिवर्या, मजमध्यें केलेलें हवन व देवपितृगण ह्यांचा अन्योन्यसंबंध अगदीं अभिन्न आहे. सोम, आज्य, पय इत्यादिक आपरूप जीं होमद्रव्यें, तीं प्रत्यक्ष देवांचीं व पितरांचीं रूपें होत; आणि त्यामुळें, त्या होमद्रव्यांचें हवन झालें कीं, ती आपल्या मूळ रूपांत म्हणजे देवपितरांत मिळून जातात. तसेंच पितरांचे व देवांचे दर्शयाग व पौर्णमासयाग हेही वस्तुत: हवनीयपदार्थात्मकच असतात. तेव्हां देव व पितर हे जरी पर्वकाळीं भिन्न दिसले, तरी खरोखर एकच होत. ऋषे, देव व पितर हे मला अर्पण केलेलेंच द्रव्य सेवितात, ह्यामुळें मला त्यांचें

मुख असें म्हणण्यांत येतें. अमावास्येस पितर व पौर्णिमेस देव आपल्या अग्निरूप मुखानेंच म्हणजे माझ्या द्वारेंच हविर्भाग ग्रहण करितात व संतुष्ट होतात. तेव्हां मी सर्वभक्षक कसा होईन?

अग्निशापविमोचन.

सौति म्हणालाः—शौनकादिक ऋषीहो, नंतर अग्नीनें थोडा वेळ मनन करून आपलें रूप गुप्त केलें; त्यामुळें ब्राह्मणांच्या अग्निहोत्रांत, सत्रांत व यज्ञयागादिकांत अग्नीचा लोप झाला. सर्वत्र ओंकार, वषट्कार, स्वाहाकार व स्वधाकार हे बंद पडले, व अग्निविरहित होऊन सर्व प्रजा अत्यंत दुःखाकुल झाल्या. तेव्हां आतां सर्वांचा नाश होणार असें पाहून ऋषिजन उद्विग्न झाले आणि देवांकडे जाऊन त्यांस म्हणाले, “ हे निष्पाप देवांनो, अग्नीचा नाश होऊन यज्ञयागादिक सर्व क्रियांचा लोप झाल्यामुळें त्रिभुवनांतील सर्व प्राणी मोठ्या विपत्तींत पडले आहेत; तर ह्या प्रसंगीं उचित तें कृत्य तुम्ही फार लवकर करा.” ऋषिहो, नंतर ते ऋषि देवांस बरोबर घेऊन ब्रह्मदेवाकडे गेले, आणि त्यास त्यांनीं अग्नीस झालेला शाप व त्यामुळें घडलेला क्रियालोप विदित केला. ते म्हणाले, “महाभाग ब्रह्मदेवा, भृगु ऋषीनें अग्नीस विनाकारण शाप दिल्यामुळें हें संकट उद्भवलें आहे. हे अधिपुरुषा, अग्नीची योग्यता लहानसहान नव्हे; प्रत्यक्ष देवादिकांचेंही तोच मुख आहे. यज्ञयागादिकांत प्रथम हविर्भाव त्यासच मिळतो; आणि सर्वत्र हवनीय द्रव्यांचा तोच अधिकारी; तेव्हां असा विलक्षण सत्तावान अग्नि हा सर्वभक्षक कसा होईल?” शौनकादिक मुनिश्रेष्ठहो, ऋषींचें तें भाषण श्रवण करून विश्वस्रष्ट्या ब्रह्मदेवानें अग्नीस हांक मारिली व त्यास मोठ्या गौरवानें म्हटलें, “हे अग्ने, सर्व लोकांचा उत्पादक तूंच आहेस; त्यांचें प्रतिपालन तूंच करितोस; व त्यांचा संहारही तुझ्यामुळेंच होतो. बाबा, तूं अविनाशी आहेस; सर्व लोकांच्या यज्ञयागादिक क्रिया तुझ्यामुळेंच सिद्धीस जातात; तुझ्यामुळेंच तिन्ही लोकांचा योगक्षेम चालतो. ह्यास्तव, हे लोकनायका, यज्ञयागादिक क्रिया अविच्छिन्न चालू राहतील अशी व्यवस्था कर. हे हुताशना, तूं स्वतः ज्ञानसंपन्न असून असा मोहवश कसा झालास? तूं सदासर्वकाळ पवित्र आहेस, आणि सर्व प्राण्यांचें पर्यवसान तुझ्या ठिकाणींच होतें, तेव्हां तूं सर्व शरिरानें सर्वभक्षक कसा होशील बरें? तुझ्या अधोभागीं असलेल्या ज्वाला मात्र पवित्र किंवा अपवित्र अशा कोणत्याही पदार्थांचें भक्षण करतील; तुझी जी तनु क्रव्याद आहे, ती मात्र सर्वभक्षक होईल. बाकीची तनु तशी होणार नाहीं. ज्याप्रमाणें सूर्यकिरणांनीं स्पर्श केलेल्या प्रत्येक पदार्थास पवित्रता प्राप्त होते, त्याप्रमाणें तुझ्या ज्वालांनीं दग्ध झालेल्या प्रत्येक पदार्थास पवित्रता येईल. हे विश्वव्यापक अग्ने, तूं महान् तेजस्वी आहेस. वाणीची तरी देवता तूंच होस. तेव्हां भृगुवाणीपासून निघालेला शाप हा वास्तविकपणें तुझ्यापासूनच निघाला असें म्हटलें पाहिजे; ह्यास्तव तो शाप तूं आपल्या तेजानेंच सत्य कर, आणि तुजप्रत अर्पण केलेला तुझा व देवांचा हविर्भाग स्वीकार.”

सौति म्हणालाः—ऋषींहो, ब्रह्मदेवाचें बोधवचन श्रवण करून अग्नीनें त्यास मान्यता दिली, आणि तो ब्रह्मदेवाच्या आज्ञेप्रमाणें वागण्यास निघून गेला. नंतर देव व ऋषि आनंदित होऊन आपापल्या स्थानीं परत गेले आणि, ऋषींनीं पूर्ववत् क्रियानुष्ठान आरंभिलें. सर्वत्र यज्ञयागादिकांची अव्याहत परंपरा सुरू झाली, स्वर्गांत देवांना संतोष झाला, जिकडे तिकडे समृद्धि होऊन सर्व प्राण्यांना समाधान वाटलें, आणि सर्व कल्मष नाश पावून अग्नीलाही परम आल्हाद झाला. असो. च्यवनभार्गवाचें जन्म, पुलोमा राक्षसाचा नाश, अग्नीस शाप व त्या

शापाचें परिमोचन ह्या सर्व गोष्टी ह्याप्रमाणें घडून आल्या त्या तुम्हांस सांगितल्या.

अध्याय आठवा.

—:०:—

प्रमद्वरा व रुरु ह्यांचा विवाहनिश्चय.

सौति म्हणाला:—शौनकादिक ऋषीहो,च्यवनभार्गव हा मोठा होऊन वेदवेदांगांत निष्णात झाला,व त्यानें उग्र तपश्चर्या करून नंतर सुकन्यानामक स्त्रीशीं विवाह केला. त्यास सुकन्येपासून महादीप्तिमान् व उदारधी असा प्रमति नांवाचा पुत्र झाला.पुढें त्याप्रमतीपासून घृताचीच्या उदरीं रुरु जन्मला. नंतर रुरूपासून प्रमद्वरेला शुनक झाला. शुनक हा प्रतापशाली असून त्यानें सर्व भृगुकुलाची कीर्ति दशादिशांत विख्यात केली. हा मोठा तपस्वी होता. ह्याचें दिव्य यश अद्यापही गाजत आहे. ऋषिहो, त्या महासमर्थ रुरूचें चरित्र मी तुम्हांस साद्यंत निवेदन करितों, तें तुम्हीं श्रवण करा.

मुनिवर्यहो, पूर्वी स्थूलकेशनामक एक महान् ऋषि होऊन गेला. तो प्रखर तपश्चर्या व गहन ब्रह्मविचार ह्यांमध्यें सदा रममाण असे. सर्व प्राण्यांचें हित कशानें होईल, ह्याचा तो नित्य निदिध्यास चालवी. त्याचा हा असा क्रम चालू असतां त्या काळांतच गंधर्वांचा अधिपति विश्वावसु ह्याजपासून मेनकानामक अप्सरेच्या ठिकाणीं गर्भस्थापना झाली. हे भृगुनंदना शौनका, पुढें योग्य काल लोटल्यावर त्या मेनकेनें स्थूलकेश ऋषीच्या आश्रमासमीप नदीतीरीं आपल्या गर्भाचें उत्सर्जन केलें, आणि भूतवात्सल्य व जनापवाद ह्यांची परवा न करितां ती आपल्या स्थानास चालती झाली! इकडे, मेनकेनें आपला गर्भ ज्या स्थलीं टाकून दिला होता, त्या स्थलीं कर्मधर्मसंयोगानें स्थूलकेश ऋषि प्राप्त झाले असतां, त्यांस, देदीप्यमान तेजानें झळाळत असलेलें एक कन्यारत्न नदीच्या कांठीं निर्जन अशा ठिकाणीं टाकून दिलेलें आढळलें! ऋषीहो, त्या भूतवत्सल मुनिश्रेष्ठास त्या बंधुरहित अर्भकाला पाहतांच अत्यंत करुणा उत्पन्न झाली, आणि त्यानें ती कन्या आपल्या आश्रमांत नेऊन तिचें पालनपोषण केलें. ब्राह्मणांनों, मेनकेचें तें सुंदर अपत्य तेथें हळू हळू वाढूं लागलें, आणि त्याचे जातकादि संस्कारही त्या महात्म्या स्थूलकेश ऋषीनें यथाक्रम व यथाविधि केले. पुढें ती कन्या मोठी होऊं लागली, तसतसे तिचे रूपसत्त्वादिक मोहक गुण प्रकट होऊं लागले.नंतर त्या मुलीचें तें अद्वितीय लावण्य व लोकोत्तर शील पाहून स्थूलकेश ऋषीस मोठा आनंद झाला, आणि सर्व प्रमदांमध्यें ती वर म्हणजे श्रेष्ठ आहे असें मनांत आणून त्यानें तिचें प्रमद्वरा असें नांव ठेविलें.

ऋषीहो, पुढें त्या मेनकातनयेला यौवनावस्था प्राप्त झाली असतां, एके समयीं हा भृगुवंशनंदन रुरु स्थूलकेशाश्रमास आला. तेथें प्रमद्वरेचें हृदयंगम सौंदर्य अवलोकन करितांच रुरु कामपीडित झाला, व त्यानें स्वाश्रमास परत गेल्यावर तो सर्व प्रकार आपल्या मित्रांकरवीं पित्यास विदित केला. नंतर पित्यानें म्हणजे प्रमतीनें स्थूलकेश ऋषीकडे जाऊन प्रमद्वरेची याचना केली व स्थूलकेशास प्रमतीचें म्हणणें मान्य होऊन प्रमद्वरेचा व रुरूचा विवाह पुढें येणाऱ्या उत्तराफल्गुनी नक्षत्रावर होण्याचें निश्चित झालें.

प्रमद्वरेला सर्पदंश.

ह्याप्रमाणें वाग्दानप्रतिग्रह झाल्यावर त्या उभयतांचा पाणिग्रहणविधि लवकरच होणार, तों मध्यंतरीं एक महान् अरिष्ट उद्भवलें! एके दिवशीं प्रमद्वरा ही आपल्या सख्यांसहवर्तमान क्रीडा करीत असतां,क्रीडेच्या भरांत पुढें आडवा पडलेला एक महान भुजंग तिच्या दृष्टीस पडला नाहीं,

आणि कालप्रेरणेनें मरणसमय सन्निध येऊन त्या निद्रावश भुजंगाच्या विशाल धुडावर त्या सुंदरीचा पाय पडला! आणि त्यासरसा त्या भयंकर सर्पानें तात्काळ क्षुब्ध होऊन मोठ्या आवेशानें त्या कुमारिकेला आपल्या विषदिग्ध दंतांनीं दंश केला!

ऋषिहो,त्या कालरूप दुष्ट भुजंगाचा दंश होऊन त्याचें तीक्ष्ण विष प्रमद्वरेच्या कोमल तनूंत प्रविष्ट होतांच ती लागलीच मूर्च्छित होऊन पडली, आणि तिचा देह विवर्ण व कलाहीन होऊन अंगावरील अलंकार व मस्तकावरील केशकलाप अस्ताव्यस्त झाला! प्रमद्वरेची ती दुःखदावस्था पाहून तिच्या सख्या शोकाकुल झाल्या, व क्षणांत ती वार्ता चोहोंकडे पसरून स्थूलकेश ऋषि व दुसरे आश्रमवासी तापसगण लागलेच तेथें प्राप्त झाले. ऋषीहो, प्रमद्वरा सर्पदंशानें मृत होऊन भूमीवर पडली असतां इतर सामान्य स्त्रियांप्रमाणें तिच्यावर प्रेतकला आली नाहीं. त्या सुंदरीच्या स्वाभाविक दिव्य तेजामुळें त्या निश्चेष्ट स्थितींतही तिच्या ठिकाणीं असाधारण कांति दृग्गोचर होत होती.

शौनकादिक मुनिवर्यहो, स्थूलकेश ऋषि व त्या आश्रमांतील इतर तपोनिधि त्या स्थलीं येऊन, कमलाप्रमाणें जिचें शरीर मनोरम आहे अशा त्या प्रमद्वरेची ती मृतावस्था अवलोकन करीत आहेत, तों दुसरेही अनेक थोर थोर ऋषि शोकविव्हल होऊन त्या स्थलीं धावत आले.स्वस्त्यात्रेय, महाजानु, कुशिक, शंखमेखल, उद्दालक, कठ, श्वेत, महायश भरद्वाज, कौणकुत्स्य, आर्ष्टिषेण, गौतम, प्रमति व त्याचा पुत्र रुरु आणि त्या तपोवनांतील दुसरे अनेक जन, अहिविषानें मृत झालेल्या प्रमद्वरेला पाहून रुदन करूं लागले. रुरु तर आपल्या पत्नीची ती विपन्नावस्था पाहून आर्त होत्साता बाहेरच निघून गेला, आणि इतर सर्व ऋषि मात्र स्थूलकेशासमीप तेथेंच बसले.

अध्याय नववा.

—:०:—

प्रमद्वरेचें संजीवन.

सौति म्हणालाः—ऋषिहो,प्रमद्वरेला गतप्राण झालेली पाहून रुरु जो तेथून निघाला, तो घोर अरण्यांत जाऊन तेथें मोठमोठ्यानें आक्रोश करूं लागला. त्यानें आपल्या प्रियेच्या अनेक गुणांची आठवण करून करुणस्वरानें विलाप आरंभिले. त्या समयीं तो शोकविव्हल होऊन म्हणाला, " अरेरे! माझी ती चारुगात्री प्रियतमा भूतलावर काष्ठवत् पडावी ना! हे दैवा, मला व तिच्या त्या सर्व आप्तसुहृदांना ह्याहून कष्टप्रद अशी कोणती अवस्था आहे बरें! हे भगवंता, मीं जर आजपर्यंत सत्पात्रीं दानधर्म केला असेल, आजपर्यंत माझ्या हातून उत्कृष्ट तपश्चर्या घडली असेल, आजपर्यंत मीं जर भक्तिपुरस्सर सद्गुरुसेवा आचरिली असेल, अथवा जन्मापासून इंद्रियदमन करून मीं जर मनोनिग्रहानें व्रतानुष्ठान केलें असेल, तर ताझ्या त्या सुकृताच्या योगें माझीप्राणवल्लभा पुनः जिवंत व्हावी. "

शौनकादिक ऋषिहो, तो प्रमतिपुत्र रुरु ह्याप्रमाणें प्रमद्वरेच्या मरणामुळें आर्त होऊन आक्रंदन करीत असतां कोणी एक देवदूत त्या स्थलीं प्राप्त झाला व रुरूस म्हणालाः—हे रुरो, तूं दुःखाकुल होऊन विलाप करीत आहेस, व वाणीनें ती सजीव व्हावी या हेतूनें आपण केलेल्या पुण्यकर्माचा उच्चार करीत आहेस खरा; पण तें सर्व व्यर्थ आहे. हे धर्मात्मन् ज्या प्राण्याचें आयुष्य संपलें, त्यास अधिक आयुष्य कसें येईल? बाबा, विश्वावसु गंधर्व व मेनका अप्सरा ह्यांच्या ह्या दीनवाण्या कन्येच्या आयु-

ष्याचा तंतु तुटला आहे; ह्यास्तव तूं आतां निरर्थक शोक करूं नको. अशा प्रकारें चित्त दुःखाकुल करणें सर्वथा अनुचित आहे. आतां, असा प्रसंग प्राप्त झाला असतां आपत्तीचें निवारण होण्यास पूर्वीं महान् महान् देवांनीं एक उपाय सांगून ठेविला आहे; तो उपाय जर तूं करशील, तर मात्र ह्या लोकीं पुनः प्रमद्वरेची प्राप्ति तुला होईल !

रुरूनें प्रश्न केलाः—हे देवदूता, पूर्वीं देवश्रेष्ठांनीं जो एक उपाय सांगून ठेविला आहे म्हणून तुझें ह्मणणें आहे तो उपाय तूं मला यथार्थपणें निवेदन कर, ह्मणजे तो करून मी आपल्या प्रियेस उठवीन. तेव्हां देवदूत म्हणाला, " हे भृगुनंदना, तूं आपलें अर्धें आयुष्य प्रमद्वरेस अर्पण कर म्हणजे त्या योगें ती उठेल." त्यावर रुरु म्हणाला, हे देवदूता, मी त्या सुंदरीला अर्धें आयुष्य देण्यास सिद्ध आहें; तर त्याच्या योगानें माझी भार्या पुनःजिवंत व्हावी."

सौति म्हणालाः—शौनकादिक मुनिवर्यहो, नंतर तो देवदूत विश्वावसु गंधर्वाकडे गेला, आणि मग त्या दोघांनीं यमधर्माची भेट घेतली. ते यमधर्मास म्हणाले, " हे धर्मराजा, प्रमद्वरेचा पति रुरु हा आपल्या अर्ध्या आयुष्याच्या योगें प्रमद्वरा जिवंत व्हावी म्हणून प्रार्थना करीत आहे; तर प्रमद्वरा ही खरोखरीच मृत झाली असल्यास ती आपल्या भर्त्याच्या आयुष्यानें संजीवित व्हावी, अशी आमची विनंति आहे." ऋषिश्रेष्ठहो, तेव्हां यमधर्म म्हणालाः—हे देवदूता रुरूची पत्नी प्रमद्वरा हिचें आयुष्य संपून जाऊन ती मरण पावली आहे; परंतु तिच्या आयुष्यतंतूस रुरूच्या अर्ध्या आयुष्याचा तंतु जर जोडिला तर मात्र ती पुनः जिवंत होईल. कारण पति व पत्नी हीं वस्तुतः एकच असल्यामुळें पतीच्या आयुष्याचा विनियोग पत्नीच्या संजीवनार्थ केल्यास प्रत्यवाय नाहीं.

सौति म्हणालाः—ऋषिहो, ह्याप्रमाणें यमधर्मानें भाषण केलें, इतक्यांत रुरूच्या अर्ध्या आयुष्यानें प्रमद्वरा जिवंत झाली; आणि जणूं काय झोपेंतून उठल्याप्रमाणें ती सुंदरी उठून बसली. मुनिवर्यहो, त्या महाभाग्यवान् रुरूच्या जातकांतच असें वर्तविलें होतें कीं, ह्याच्या अति मोठ्या आयुष्यापैकीं अर्धें आयुष्य ह्याच्या पत्नीच्या संजीवनार्थ खर्चावें लागेल. ऋषिहो, पुढें स्थूलकेश व प्रमति ह्यांनीं सुमुहूर्तावर प्रमद्वरा व रुरु ह्यांचा मोठ्या आनंदानें विवाह केला आणि नंतर तीं वधूवरें नानाप्रकारचे विलास भोगून एकमेकांच्या हितासाठीं जपूं लागलीं. अशा प्रकारें रुरूला त्या लोकोत्तर लावण्यवतीची महान् आयासांनीं प्राप्ति झाल्यानंतर, सर्पांचा नाश करावयाचा असा रुरूनें नियम धरिला. सर्प पहातांच त्यास अत्यंत क्रोध येई व तो तात्काळ आपल्या अंगीं असेल तितक्या पूर्ण बळानें आपला दंड त्या सर्पावर हाणून त्याचा प्राण घेई. पुढें हा क्रम चालू असतां एके वेळीं रुरु हा गहन अरण्यांत गेला. त्या वेळीं तेथें त्यास एक जरठ डुंडुभ (दुतोंड्या) आढळला. त्यास पाहतांच रुरु आपला कालदंड उगारून एकदम त्याजवर धावून गेला, आणि तो आतां त्यास मारणार, तों डुंडुभ त्यास म्हणालाः—हे तपोधना, मीं तुझा कांहींएक अपराध केला नसतां, तूं क्रुद्ध होऊन मला मारण्यास उद्युक्त झाला आहेस, तो कां बरें ?

अध्याय दहावा.

—:०:—

रुरुडुंडुभसंवाद.

रुरु म्हणालाः—हे उरगा, माझ्या प्राणप्रिय भार्येला एका भुजंगानें दंश केला होता, तेव्हांपासून मीं असा कडकडीत नियम केला आहे कीं, जो जो भुजंग माझ्या दृष्टीस पडेल त्यास ठार

करावयाचें. ह्यास्तव त्या नियमास अनुसरून मी तुझा वध करण्यास प्रवृत्त झालों आहें; म्हणून तूं आज जिवाला मुकलास असें समज.

डुंडुभ म्हणालाः–हे ब्राह्मणा, मानवांना दंश करणारे ते सर्प निराळे, व मी निराळा. केवळ मी सर्पासारखा दिसतों एवढ्यावरच त्वां माझा वध करूं नये. आम्हां डुंडुभांच्या ठिकाणीं विषाचा लेश सुद्धां नसतो, मग आम्हांस मारण्यांत काय अर्थ आहे बरें? ब्राह्मणा, एकाच्या अपराधाबद्दल त्याच्या जातीच्या सर्वांचा नाश करणें हें योग्य नव्हे. कारण व्यक्तिसमुदायापैकीं म्हणजे एका जातीपैकीं एका व्यक्तीनें कांहीं अर्थ जोडिला, तर त्या अर्थाच्या द्वारें होणारे जे सुखोपभोग ते तेवढे एकट्यालाच मिळावे, आणि एका व्यक्तीनें कांहीं अनर्थ म्हणजे अपराध केला, तर त्या अनर्थाच्या द्वारें होणारे दुष्ट पारिणाम सर्व व्यक्तिसमुदायास म्हणजे सर्व जातीस भोगणें भाग पडावें,हें सर्वथा गर्हणीय होय; म्हणून तूं न्याय्यान्याय्यविचार करून त्या दुष्ट भुजंगाच्या असद्वर्तनाबद्दल मजवर शस्त्रप्रहार करूं नको. तुला हा धर्माधर्मविवेक आहे; ह्यास्तव तुझ्या हातून हा घोर अपराध घडावा हें प्रशस्त नाहीं.

सौति म्हणालाः–ऋषीहो, डुंडुभाचें तें वचन श्रवण करून रुरूच्या लागलेंच मनांत आलें कीं, हा सर्प खरोखरीचा सर्प नव्हे,हा कोणी तरी भयाकुल झालेला ऋषि असावा. असा विचार करून रुरूनें आपला दंड तत्काळ मागें घेतला, आणि तो उलट त्या ऋषीचें सांत्वन करून म्हणाला, "हे डुंडुभा, तूं वास्तविकपणें डुंडुभ आहेस, असें मला वाटत नाहीं. ह्यास्तव ह्या विपरीत अवस्थेस प्राप्त झालेला तूं कोण आहेस, हें मला निवेदन कर.' ऋषिहो, ह्याप्रमाणें रुरूचें भाषण ऐकून डुंडुभ त्यास म्हणाला, " हे रुरो, मी पूर्वी सहस्त्रपात्‌नामक एक ऋषि होतों. मला ब्राह्मणाच्या शापामुळें हें डुंडुभरूप प्राप्त झालें." त्यावर रुरूनें पुनः म्हटलें:—हे भुजंगोत्तमा, ज्या ब्राह्मणानें तुला शाप दिला, त्या ब्राह्मणास क्रोध उत्पन्न होण्यासारखें तुझ्याकडून कोणतें अनुचित कृत्य घडलें बरें ! शिवाय, हें तुझें भुजंगरूप आणखी किती कालपर्यंत राहणार बरें ?

अध्याय अकरावा.

—:•: —

डुंडुभाचें पूर्ववृत्त.

डुंडुभ म्हणालाः–रुरो, पूर्वीं खगम नांवाचा एक द्विज माझा मित्र होता. त्याच्या ठिकाणीं उत्तम तपोबल वसत होतें, परंतु त्याची वाणी फार तीक्ष्ण असे.बाळा रुरो, मी लहान असतांना माझ्या हातून एक घोर अपराध घडला. तो हा कीं, मीं एक तृणाचा सर्प तयार केला, आणि तो खगम तपोनिधि अग्निहोत्रकर्मांत निमग्न असतां त्याला घाबरविण्याकरितां म्हणून मी तो सर्प त्याजवर सोडिला.रुरो,त्या महात्म्याचें चित्त अग्निपूजेंत आसक्त असल्यामुळें, तो खरा सर्प आहे किंवा कृतीचा सर्प आहे तिकडे त्याचें अवधान गेलें नाहीं,आणि त्या सर्पास पाहतांच तो एकदम भ्याला व मूर्छित पडला! बाळा रुरो,नंतर कांहीं वेळानें तो तपस्वी सावध होऊन त्यास सर्व प्रकार कळून आला. तेव्हां तो क्रोधाग्नीनें नखशिखांत पेटला आणि त्यानें अमोघ शब्द उच्चारून मला शाप दिला कीं, 'हे ऋषे, ज्या प्रकारचा सर्प करून तूं मला भिवविलेंस, त्याच प्रकारचा तृणतुल्य (दुर्बळ) सर्प तूं होशील.' रुरो, त्या खगम ऋषीचें तपोवीर्य मला विदित होतेंच; तेव्हां तें शापवचन श्रवण करितांच मी फार घाबरलों व तात्काळ नम्रपणें हात जोडून त्याच्यापुढें उभा राहिलों, आणि त्यास म्हणालों:–हे ऋषे, तूं माझा मित्र आहेस, म्हणून केवळ विनोदार्थ माझ्या हातून हा अति-

क्रम घडला आहे, ह्यास्तव कृपा करून ह्या शापापासून माझी मुक्तता कर. हे रुरो, नंतर माझी ती दुःखविव्हल अवस्था अवलोकन करून त्या तपोधनास माझी करुणा आली आणि तो पुनः पुनः दुःखाचा उसासा टाकून मला म्हणालाः—बाळा, माझ्या मुखावाटे जे शब्द बाहेर पडले, ते केव्हांही मिथ्या होणार नाहींत. तथापि मी जें सांगतों, तें नेहमीं लक्षांत ठेव. बाळा, भृगुकुलामध्यें प्रमतीला रुरुनामक महापवित्र पुत्र होईल, त्याची व तुझी भेट झाली म्हणजे तुझ्या शापाचा अंत होऊन तूं पुनः लवकरच पूर्वपदास प्राप्त होशील. हे रुरो, त्या खगम ऋषीनें सांगितल्याप्रमाणें तुझी व माझी आज भेट झाली आहे. ह्यास्तव आतां मी पूर्वस्वरूप धारण करून, तुझें हित कशांत आहे तें तुला सांगतों.

डुंडुभशापमोक्ष.

सौति म्हणालाः—ऋषिहो, नंतर त्या खगम ऋषीनें तें डुंडुभरूप टाकून देऊन आपलें भास्वर.(महातेजस्वी) ब्राह्मणरूप धारण केलें, आणि त्या अतुलपराक्रमी रुरूस म्हटलें:—हे द्विजश्रेष्ठा, अहिंसा हा परमधर्म होय. श्रुतिस्मृत्यादिकांत जिचा निषेध केला आहे, अशी हिंसा केव्हांही करूं नये. ब्राह्मणांनीं सौम्यपणा धरावा, हें श्रुतिमध्येंही सांगितलें आहे. ब्राह्मणांचें मुख्य कर्तव्य म्हटलें म्हणजे त्यांनीं वेदवेदांगांचा अभ्यास करावा, प्राणिमात्रास अभय द्यावें, हिंसा करूं नये,सत्य भाषण करावें, क्षमा धरावी, आणि वेदार्थाचें निदिध्यासन चालवावें, हेंच आहे. क्रोधवश होऊन सूड उगविणें हें ब्राह्मणांचें कर्म नव्हे. ह्या क्षत्रियधर्माचें तूं आचरण करूं नको. दंड धारण करून आपली सत्ता अबाधित चालवावी, आणि प्रजांचा प्रतिपाल करावा, हा क्षत्रियांचा धर्म आहे. द्विजोत्तमा, जनमेजय राजाच्या सत्रांत जेव्हां सर्पांचा भयंकर नाश होऊं लागला, तेव्हां त्या भयभीत झालेल्या सर्पांचें संरक्षण ब्राह्मणाकडूनच झालें. त्या समयीं जनमेजयानें सर्पजातीचें बीजही उरविलें नसतें, परंतु तपोवीर्यवान् व वेदवेदांगनिपुण अशा त्या आस्तीक द्विजानेंच तो घोर अनर्थ निवारिला !

अध्याय बारावा.

—:०:—

सर्पसत्रप्रस्ताव.

रुरु म्हणालाः—हे सहस्त्रपात् ऋषे, जनमेजय राजानें सर्पांचा नाश केला तो कां बरें ? तसेंच,सर्पांचा नाश करणें हें कांहीं सुलभ कृत्य नव्हे; असें असतांना तें त्यानें कशा प्रकारें घडवून आणिलें बरें ? आणि त्या महाबुद्धिमान आस्तीक ऋषीनें सर्पजातीचा समूळ विध्वंस होऊं दिला नाहीं म्हणून तूं सांगितलेंस, तर तसें करण्यास काय कारण झालें ? मुने, हें सर्व वृत्त साद्यंत श्रवण करावें अशी माझी इच्छा आहे;तर तूं कृपा करून माझी इच्छा पूर्ण कर.

सहस्त्रपात् ऋषि म्हणालाः—हे रुरो, आस्तीकाचें तें लोकोत्तर चरित्र तुला ब्राह्मणाकडून समजेल.

सौति म्हणालाः—शौनकादिक मुनिहो, तो सहस्त्रपात् ऋषि ह्याप्रमाणें बोलून एकदम अंतर्हित झाला. नंतर रुरूनें त्यास शोधण्याकरितां सर्व वन धुंडाळिलें, परंतु त्यास तो ऋषि सांपडला नाहीं. अखेरीस फिरतां फिरतां तो थकून जाऊन भूमीवर निश्चेष्ट पडला, आणि सहस्त्रपाताच्या भाषणांत काय मर्म आहे, ह्याचा पुनः पुनः विचार करीत असतां तो देहभान विसरला. मग देहभानावर आल्यानंतर तो आपल्या आश्रमास परत आला आणि त्यानें अरण्यांत घडलेला सर्व वृत्तांत आपल्या पित्यास निवेदन केला. तेव्हां पित्यानें(प्रमतीनें) आस्तीक ऋषीचें सर्व चरित्र रुरूस सांगितलें.

आस्तीकपर्व.

अध्याय तेरावा.

—:०:—

आस्तीकाचें आख्यान.

शौनक विचारततात:–हे सौते, त्या राजशार्दूल जनमेजयानें सत्रामध्यें सर्पांचा कां संहार केला, तें अथपासून इतीपर्यंत सांगून त्यांतील सर्व मर्म मला निवेदन कर. तसेंच, त्या महाविक्रमशाली द्विजश्रेष्ठ आस्तिकानें सत्रांतल्या प्रज्वलित अग्नीपासून सर्पांची सुटका केली ती कशी, हेंही सविस्तर सांग. हे सूतपुत्रा, सर्पसत्र करणारा जनमेजय राजा हा कोणाचा पुत्र, आणि तसाच तो विप्रश्रेष्ठ आस्तीक हाही कोणाचा पुत्र हें देखील मला कथन कर.

सौति म्हणाला:–हे शौनका, आस्तीकाचें तें महदाख्यान मीं जसें ऐकिलें आहे, तसें तुला सांगतों; तर तूं तें श्रवण कर.

शौनक म्हणाले:–सौते, बरें आहे. महाकीर्तिमान् व पुरातन अशा त्या आस्तीक ऋषींची मनोरम कथा साद्यंत श्रवण करावी अशी आमची इच्छा आहे, ती त्वां पूर्ण करावी.

सौति म्हणाला:–ऋषीहो, भगवान आस्तीक ह्याचा हा इतिहास फार प्राचीन असल्याबद्दल ब्राह्मणांच्या मुखांतून मीं ऐकिलें आहे. श्रीमद्व्यासांनीं वर्णन केलेला हा इतिहास, पूर्वी नैमिषारण्यांत, व्यासांचा महाबुद्धिमान् शिष्य व माझा पिता जो लोमहर्षण सूत, त्यानें तेथील ब्राह्मणांनीं विचारल्यावरून त्यांस निरूपण करून सांगितला, आणि त्या समयीं मीं तो श्रवण केला. ऋषीहो, ह्या आस्तीकाख्यानाची गुरुपरंपरा अशी आहे. असो. आतां, मीं जसें हें ऐकिलें आहे. तसें तुम्हांस साग्र निवेदन करितों; तुम्ही लक्षपूर्वक ऐकावें. अहो, ह्या आस्तीकचरित्राचा महिमा मोठा अपूर्व आहे. ह्याच्या श्रवणानें श्रोतृसमुदायाचीं सर्व पातकें तात्काळ दग्ध होतात!

ऋषीहो, आस्तीक ऋषीच्या पित्याचें नांव जरत्कारु असें होतें. त्या भगवान जरत्कारूचा अधिकार काय वर्णावा? त्या ऊर्ध्वरेत्याच्या ठायीं ब्रह्मदेवाप्रमाणें लोकोत्तर सामर्थ्य होतें. तो कडकडीत ब्रह्मचर्य पाळीत असे. वेदाध्ययन करून ब्रह्मचिंतन चालवावें हाच काय तो त्याचा निरंतर व्यासंग होता. तो आहार वगैरे फार परिमित करी. सदासर्वकाळ उग्र तपश्चर्या करण्यांत तो निमग्न असे. तो मोठा धर्मशील होता. एकरात्रपर्यंत ग्रामांत वास करणारे जे यायावर नामक ब्राह्मण त्यांमध्यें तो प्रमुख असे, आणि ज्या स्थलीं सायंकाल होईल, तेंच आपलें घर असें तो मानी. असो. एकदा तो महाभाग्यवान दिव्य तापसी सर्व पृथ्वीचें पर्यटन करण्यास बाहेर पडला. मुनिवर्यहो, तो महातेजस्वी ब्रह्मर्षि पृथ्वीवर संचार करीत असतां त्यास मार्गांत जीं जीं तीर्थें व पुण्यक्षेत्रें लागत त्या त्या ठिकाणीं तो थांबे, आणि स्नानादिकांच्या योगें देहशुद्धि करून तपोनुष्ठान व ब्रह्मचिंतन करी. त्या देदीप्यमान तपोनिधीचें व्रतपालन इतकें कडकडीत होतें कीं, ज्या पुरुषांनीं इंद्रियांचा जय केला नाहीं, त्यांच्या हातून तसें आचरण कधींही घडणार नाहीं. ब्रह्मवर्यहो, त्या जरत्कारु ऋषीनें वायूचा निरोध करून पंचप्राण आपल्या अधीन करून ठेविले होते. ऐहिक सुखोपभोगांचा त्याच्या ठायीं गंध सुद्धां नव्हता. तपश्चर्येच्या क्लेशांनीं त्याचीं गात्रें क्षीण झालीं होतीं. निद्रेला तर त्यानें पूर्ण जिंकिलें होतें; व वृक्षादिकांचीं शुष्क पर्णें हेंच काय तें त्याचें भक्ष्यभोज्य असे!

जरत्कारुपितृसंवाद.

ऋषीहो, प्रदीप्त अशा अग्निज्वालेप्रमाणें ज्याची कांति सतेज आहे असा तो महासमर्थ जरत्कारु मुनि भूपर्यटन करीत असतां एका मोठ्या गर्ते-

समीप प्राप्त झाला, आणि त्यानें तींत अवलोकन केलें तों खालीं डोकें वर पाय करून कांहीं पुरुष लोंबकळत असलेले त्याच्या दृष्टीस पडले. ऋषीहो, ते पुरुष त्या जरत्कारूचे पितरच होते. त्यांस पाहून जरत्कारूनें त्यांना प्रश्न केला, ' अहो, ह्या गर्तेमध्यें खालीं डोकें वर पाय असे लोंबत असलेले तुह्मी कोण आहां? अहो, तुह्मी केवळ तृणस्तबकास चिकटून आहां; पण तो तृणस्तबकही ह्या गर्तेंत दडून रहाणाऱ्या मूषकानें कुरतुडून कुरतुडून चोहों बाजूंनीं खाऊन टाकिला आहे! तेव्हां अशा ह्या विपन्नावस्थेंत रहाणारे तुम्ही आहां तरी कोण बरें?'

पितरः—हे ब्राह्मणा, आम्ही यायावर नांवाचे ऋषि मोठे कडकडीत तपस्वी आहों. आमच्या कुळाचा आतां संतानक्षय होणार, ह्यामुळें आम्ही अधोगतीस जाण्याच्या स्थितीस आलों आहों. आम्हांस प्रस्तुत जरत्कारुनामक एक पुत्र आहे; परंतु तो केवळ तपश्चर्येंत गढून गेल्यामुळें त्या करंट्याचा आम्हां दैवहीनांस कांहींएक उपयोग नाहीं. तो जर दारपरिग्रह करून संतति उत्पादन करिता, तर आम्हांवर हा घोर प्रसंग येण्याचें कांहींच कारण नव्हतें; पण तो विचार त्याच्या मनांत मुळींच येत नाहीं. आणि त्यामुळें आतां आमचा वंश खुंटण्याची वेळ येऊन ह्या गर्तेमध्यें आम्ही लोंबत राहिलों आहों. हे ब्राह्मणा, ह्याप्रमाणें त्या जरत्कारूची वृत्ति असल्यामुळें तो असून नसून सारखाच अशी आमची अवस्था होऊन आम्ही पातक्यांप्रमाणें अधःपतन पावत आहों. असो. हे ब्रह्मश्रेष्ठा, आमची ही हृदयभेदक दुःस्थिति पाहून बंधुजनाप्रमाणें तुला आमची करुणा आलेली दिसत आहे; तर तूं कोण आहेस व तुला आम्हांविषयीं अनुकंपा उत्पन्न होण्याचें प्रयोजन कोणतें, हें आम्हांस निवेदन कर.

जरत्कारु म्हणालाः– अहो यायावर ऋषींनो, माझ्या कुळाच्या आदिपुरुषासहित सर्वजण तुह्मी माझे पितर आहां. तुह्मी आपला पुत्र जरत्कारु म्हणून म्हटलात तो मीच आहें. तर मी आतां काय करूं तें सांगा.

पितर म्हणालेः– बाळा जरत्कारो, तूं विवाह न केल्यामुळें आपल्या ह्या वंशाचें निर्मूलन होण्याची वेळ आली रे! ह्यास्तव ही गोष्ट टळावी व वंशाची वृद्धि व्हावी ह्याविषयीं प्रयत्न कर. आतां, हें जें त्वां करावयाचें, तें तूं पाहिजे तर आम्हांसाठीं कर किंवा आपणांसाठीं कर; अथवा पितृऋणांतून मुक्त होणें हा आपला धर्म आहे असें मानून कर. बाबा पुत्रवंतांस जी सद्गति प्राप्त होते, ती सद्गति–कितीही धर्मफलें जोडिलीं किंवा कितीही उग्र तपश्चर्या केली तरी त्यांच्या योगानें प्राप्त होत नाहीं. ह्यास्तव दारपरिग्रह करून प्रजोत्पादनाचा विचार मनांत आण. हे पुत्रा, आम्ही जी आज्ञा तुला करीत आहों, तिच्याप्रमाणें जर तूं आमचें उद्दिष्ट कार्य सिद्धीस नेलेंस, तर त्यापासून आपलें सर्वांचेंच कल्याण होईल.

जरत्कारु म्हणालाः—पितरहो, तुमची आज्ञा मी मान्य करितों; परंतु केवळ सुखोपभोगाकरितां कलत्र करणें किंवा धन मिळविणें हें सर्वथा वर्ज्य असल्यामुळें मी त्या हेतूनें ह्मणजे केवळ माझ्या स्वार्थासाठीं स्त्रीचा स्वीकार करण्यास सिद्ध नाहीं; पण तुमच्या पारमार्थिक हितासाठीं म्हणून तसें करण्यास तयार आहें. ह्याशिवाय, विवाह करण्यासंबंधानें माझी आणखी अट अशी आहे कीं, मी जी स्त्री वरणार ती माझ्याच नांवाची असली पाहिजे, आणि ती तिच्या बंधुवर्गानें भिक्षेप्रमाणें मला अर्पण केली पाहिजे. अशी वधू जर मला प्राप्त झाली, तर मी तिचें यथाविधि पाणिग्रहण करीन, आणि नाहींपेक्षां अविवाहितच राहीन. पितरहो, कोणी मला दरिद्याला मुलगी देणारा भेटेल, असें माझें मन घेत नाहीं; पण जर कोणी भेटला, तर मी त्या मुलीचा

भिक्षा म्हणून अंगीकार करीन. पूर्वजहो, ह्याप्रमाणें जर घडून येईल, तर मी विवाह करण्यास सिद्ध आहें; परंतु जर हें घडून आलें नाहीं, तर मात्र अन्य प्रकारें विवाह करण्यास मी मुळींच सिद्ध नाहीं. असो. इतक्या ह्या अडचणी दूर होऊन दारपरिग्रह करण्याचा योग जर जुळून आला, व त्यापासून जर संतति झाली, तर तुम्ही ह्या बंधांतून मुक्त होऊन शाश्वत सुखांत रममाण व्हाल.

अध्याय चौदावा.

—:०:—

जरत्कारुविवाह.

सौति म्हणाला:-शौनकादिक मुनिवर्यहो, नंतर तो महातपस्वी जरत्कारु ब्राह्मण विवाह करण्याची मनीषा धरून भूपर्यटन करूं लागला; परंतु कोणीही त्याला मुलगी देईना. पितरांचे शब्द तर त्याच्या मनांत एकसारखे घोळत होते. तेव्हां आतां करावें कसें अशी विवंचना करीत तो एकदा वनांत गेला, आणि तेथें 'कोणी तरी मला कन्येची भिक्षा घाला' असें हळू हळू त्रिवार ओरडला. जरत्कारूचे ते शब्द श्रवण करून वासुकि सर्प हा लागलाच आपल्या भगिनीसमवेत तेथें आला, आणि त्यानें 'हे विप्रवर्या, ह्या माझ्या बहिणीचा अंगीकार कर' अशी मोठ्या नम्रतेनें त्याची प्रार्थना केली. ऋषीहो, जरत्कारु मुनीस वासुकीच्या त्या भगिनीचें नांव माहीत नव्हतें; म्हणून, ती बहुधा आपल्या नांवाची नसेल, असें मनांत आणून त्यानें वासुकीची ती प्रार्थना मान्य केली नाहीं; कारण, स्वनामधेयकन्या मिळाल्यावांचून तीस वरावयाचें नाहीं, ही जरत्कारूची अट मीं तुम्हांस पूर्वींच विदित केलेली आहे. ऋषिहो, वासुकीनें जेव्हां जरत्कारूला फारच आग्रह केला, तेव्हां जरत्कारु वासुकीला म्हणाला:—हे भुजंगमा, तुझ्या ह्या स्वसेचें नांव काय आहे, हें मला सांग. ही जर खरोखरी माझ्याच नांवाची असेल, तर हिला मी वरीन. ह्यावर वासुकि म्हणाला:—हे जरत्कारो, ह्या माझ्या धाकट्या बहिणीचें नांव जरत्कारु असेंच आहे. ही मी तुला अर्पण करीत आहें, तर ह्या सुंदरीचा अंगीकार करून हिच्याशीं विवाह कर. हे विप्रश्रेष्ठा, ही कन्या मीं तुझ्यासाठीं मुद्दाम राखून ठेविली आहे. ह्यास्तव तूं हिला अवश्य वर. ऋषीहो, असें बोलून वासुकीनें आपली बहीण जरत्कारु ही जरत्कारु ऋषीच्या स्वाधीन केली, आणि त्या ऋषीनें तिचा स्वीकार करून तिच्याशीं यथाविधि विवाह लाविला.

अध्याय पंधरावा.

—:०:—

मातृशापप्रस्ताव.

सौति म्हणाला:- शौनकादिक ऋषीहो, वासुकि सर्पानें आपली बहीण जरत्कारु ही मुद्दाम त्या जरत्कारु मुनीस देण्यासाठीं राखून ठेविली होती, ह्याचें कारण वासुकीची माता कद्रू हिनें आपल्या पुत्रांस म्हणजे सर्पांस 'तुम्हांस जनमेजयाच्या सत्रांत अग्नि दग्ध करील' असा शाप दिला होता, हें होय. ऋषिवर्यहो, त्या शापाच्या उपशमाकरितां सर्पराज वासुकीनें सर्पकन्या जरत्कारु ही जरत्कारु ऋषीस अर्पण केली, आणि त्यानें तिचा विधिपूर्वक प्रतिग्रह केल्यावर त्यापासून तिच्या उदरीं भगवान आस्तिक मुनि ह्यांचें जन्म झालें. ऋषिहो, त्या महान् आस्तीकाचा महिमा काय वर्णावा? त्या महात्म्याचें मन मोठें उदार असून सर्व जग त्यास आत्मतुल्य वाटत असे. तो तपस्वी वेदवेदांगांत निपुण असून पितृमातृकुलांतील बंधुजनांचें भय दूर करण्याविषयीं फार तत्पर होता.

ऋषीहो, त्या लोकोत्तर पुरुषाचें जन्म होऊन बराच काल लोटल्यावर, पांडवकुलांत परमप्रतापी जनमेजय राजा झाला व त्यानें सर्पसत्रनामक एक महायज्ञ केला. त्या सत्राचा उद्दिष्ट हेतु सर्पांचा संहार करावा हा होता. त्या सत्रांत सर्पांचा जेव्हां भयंकर विनाश होऊं लागला, तेव्हां ह्या आस्तीकानेंच त्यांची मुक्तता केली. त्यानें आपल्या मातुलांना, मातुलवर्गीय बंधूंना व इतर दुसऱ्या अनेक सर्पांना त्या प्रदीप्त अग्नीपासून सोडविलें, आणि शिवाय आपल्या उग्र तपश्चर्येनें व संततीनें पितरांसही तारिलें. ऋषिवृंदहो, तो महात्मा नानाविध व्रतें करून व सदासर्वकाळ वेदाध्ययन चालवून जसा पितरांच्या ऋणांतून मुक्त झाला, तसा तो अनेक मोठमोठाले यज्ञ करून व त्यांत विपुल दक्षिणा वगैरे देऊन देवांच्या ऋणांतूनही मुक्त झाला.

मुनिवर्यहो, भगवान् जरत्कारूच्या जीवनचरित्राचें तुम्हीं मनन करावें. तो प्रथम कडकडीत ब्रह्मचर्याचें अनुष्ठान करून ऋषिऋणांतून मुक्त झाला व पुढें संतति निर्माण करून त्यानें पितृऋणांतून आपली सुटका करून घेतली, आणि संतानविच्छेदरूप महान् दुःखाचा जो भार त्याच्या पितरांवर पडला होता, तो दूर करून त्यांस त्यानें सद्गति मिळवून दिली व आपल्या जन्माचेंही सार्थक्य संपादिलें. असो. ऋषीहो, भगवान् आस्तीकाचें जन्म झाल्यानंतर बहुतकालपर्यंत मुनिपुंगव जरत्कारु ब्राह्मण धर्माचरण करीत ह्या जगांत राहिला होता. पुढें तो यथाकालीं हा लोक सोडून स्वर्गलोकास निघून गेला. शौनकादिक विप्रांनो, हें आस्तीकाख्यान मीं जसें ऐकिलें होतें तसें तुम्हांस निवेदन केलें आहे. आतां आणखी काय सांगूं त्याची आज्ञा व्हावी.

अध्याय सोळावा.

—:०:—

आस्तीकाख्यान.

(विस्तृत निरूपण)

शौनक म्हणाले:—हे सूतनंदना, हें आस्तीकचरित्रच तूं आम्हांस विस्तारानें पुनः सांग. कारण त्या महासमर्थ पुण्यपुरुषाचें आख्यान साद्यंत ऐकण्याची आम्हांस फारच उत्कंठा आहे. हे लौमहर्षणे, तुझी विवेचनशैली किती मनोहर आहे म्हणून सांगावें ! तूं जी पदयोजना करितोस ती इतकी समर्पक असते कीं, तिच्या योगें आमच्या मनोवृत्ति उच्छृंखल होऊन त्या तुझ्या व्याख्यानांत अगदीं तल्लीन होतात, आणि मग त्यांस कोणताही अन्य विषय आवडत नाहीं. हे सौते, ह्याशिवाय तुझ्या ठायीं पुण्यकथा निवेदन करण्याविषयीं जी अपूर्व कळकळ वास करीत आहे, तिच्यावरून तर आम्हांस, तूं आमचा केवळ पिताच आहेस, असा भास होतो ! लौमहर्षणे, तुझ्या ठिकाणीं हे जे विशिष्ट गुण आहेत, ते पूर्वपीठिकेस अनुसरूनच आहेत. तुझा पिता सच्चरितामृतपानानें आम्हांस तृप्त करण्याविषयीं नेहमीं तत्पर असे, तेव्हां तोच गुण तुझ्या ठायीं मूर्तिमंत वसत आहे, हें युक्तच होय. असो. सौते, हें आस्तीकाख्यान तूं आपल्या पित्यापासून जितक्या विस्तारानें ऐकिलें असशील, तितक्या विस्तारानें तें तूं आम्हांस सांग.

सौति म्हणाला:—शौनकादिक विप्रवर्यहो, मीं माझ्या पित्यापासून हें आस्तीकचरित्र जसें श्रवण केलें आहे, तसेंच तुम्हांस सांगतों. तुम्हीं तें सावधान चित्तानें ऐकावें.

सर्पोत्पत्ति.

महापावन मुनीवर्यांनो, पूर्वीं सत्ययुगांत प्राचेतस दक्ष प्रजापतीला अत्यंत गुणवान व विलक्षण रूपवान् अशा कद्रू व विनता नांवाच्या दोन मुली झाल्या. त्या त्यानें कश्यप ऋषीस दिल्या. त्या दोन्ही बहिणींचें शुद्ध शील व अकृ-

त्रिम पातिव्रत्य अवलोकन करून त्यांचा पति कश्यप मुनि ह्यास परम संतोष झाला व प्रत्यक्ष पित्याप्रमाणें म्हणजे प्राचेतस् दक्षांप्रमाणें त्यांजवर प्रसन्न होऊन त्यानें त्यांस म्हटलें:-अहो धर्मपत्न्यांनो तुम्हांस कोणता वर पाहिजे असेल तर तो मागून घ्या ? तेव्हां त्या स्त्रियांनीं प्रमुदित अंतःकरणानें कश्यपापासून वर मागून घेतले. 'माझ्या उदरीं सहस्त्र सर्प जन्मावे व ते सगळे एकसारखे पराक्रमी असावे' अशी कद्रूनें प्रार्थना केली; आणि कद्रूच्या पुत्रांपेक्षां अधिक बलवान्, अधिक तेजस्वी, अधिक सुंदर व अधिक प्रतापी असे दोन पुत्र मला व्हावे अशी विनतेनें प्रार्थना केली. कश्यप ऋषींनीं आपल्या भार्यांच्या ह्या प्रार्थना श्रवण करून 'तुमचें अभीष्ट सिद्ध होईल,' असा वर त्यांस दिला, व त्या स्त्रियांनीं 'तथास्तु' असें म्हणून त्या वराचा प्रतिग्रह केला.

ऋषीहो, ह्याप्रमाणें त्या कश्यपस्त्रियांचे मनोरथ परिपूर्ण झाले; आणि त्यांस मोठा संतोष वाटला. आपणास समानवीर्य असे सहस्त्र पुत्र होतील, असें मनांत आणून कद्रूनें आपल्या जन्माचें साफल्य मानिलें; आणि रूप, गुण, पराक्रम इत्यादिकांनीं कद्रूच्या पुत्रांपेक्षां बलवत्तर असे दोन पुत्र आपणास होतील, असें पाहून विनतेस धन्यता वाटली. असो. पुढें भगवान् कश्यपाच्या अमोघ वीर्यापासून त्या उभय स्त्रियांच्या उदरीं गर्भस्थापना झाली, आणि नंतर 'हे स्त्रियांनो, ह्या गर्भांचें मोठ्या काळजीनें संरक्षण करा बरें ! असें त्यांस सांगून तो महात्मा तपश्चर्येकरितां वनांत चालता झाला.

सौति म्हणाला:—मनिवर्यहो, पुढें पुष्कळ काळ गेल्यावर कद्रू सहस्त्र अंडीं व निनता दोन अंडीं प्रसवली. ती अंडी अवलोकन करून त्यांच्या दासीस फार आनंद झाला, व त्यांनीं ऊबदार भांड्यांत तीं जतन करून ठेविलीं, ऋषीहो, पुढें पांचशें वर्षें लोटल्यानंतर कद्रूचीं अंडीं फुटून त्यांतून सहस्त्र नाग बाहेर पडले; परंतु तितक्या काळांत विनतेचीं अंडीं परिपक्व न झाल्यामुळें तीं तशींच राहिलीं. विप्रवर्यहो, सवतीमत्सर मोठा कठीण आहे ! कद्रूचे सहस्त्र पुत्र इतस्ततः परिभ्रमण करूं लागले, परंतु आपल्या अंड्यांतून एकही पुत्र बाहेर पडला नाहीं, असें पाहून विनतेस परम विषाद वाटला, आणि ती अत्यंत लज्जित झाली. ऋषीहो, सवतीमत्सरानें विनतेची विवेकबुद्धि अगदींच मावळली, आणि अखेरीस तिनें आपल्या दोन अंड्यांपैकीं एक अंडें बलात्कारानें फोडून आंत काय आहे तें पाहिलें, तों त्यांत अपरिपक्व अवस्थेंत असलेलें एक अपत्य तिच्या दृष्टीस पडलें. ती त्याजकडे न्याहाळून पाहूं लागली तों त्याच्या कमरेपासून वरील भाग मात्र परिणत झालेला असून कमरेपासून खालचा भाग केवळ पूर्वावस्थेंतच आहे, असें तिला आढळलें. मुनिश्रेष्ठहो, विनतेनें अंडभेद केल्यावर त्यांतून पुत्र बाहेर पडला, व त्यानें क्रोधाविष्ट होऊन आपल्या मातेस (विनतेस) शाप दिला कीं, 'हे माते, तूं लोभाविष्ट होऊन ह्या अपरिपक्व अंड्याचा स्फोट केल्यामुळें मला ह्या अर्धवट शरिरानें जन्म घेणें भाग पडलें, आणि त्यामुळें मी कायमचा व्यंग व पंगु झालों! ह्या तुझ्या निंद्य कृत्याचें मूळ कारण तुझ्या मनांतील सवतीमत्सर हेंच होय. जर तुझ्या चित्तांत कद्रूविषयीं स्पर्धा उत्पन्न झाली नसती, तर तुझ्या हातून हा घोर अनर्थ कधींही घडला नसता. ह्यास्तव ह्या तुझ्या अपराधाबद्दल तुला शासन हेंच कीं, जिच्या असूयेनें तूं हें अनुचित कर्म केलेंस, त्या कद्रूची तूं पांचशें वर्षेंपर्यंत दासी होशील. हे जननी, आतां हें जें दुसरें अंडें अवशिष्ट आहे, त्याचा तूं असा अविचारानें भेद करूं नको. ह्याला जर तूं सुपरिपक्व होऊं दिलेंस, तर ह्याच्यांतून उत्पन्न होणारा पुत्र तुला कद्रूच्या दास्यांतून मुक्त करील;

आणि जर ह्याच्याही वाटेस तूं जाशील, तर महान् अनर्थ उद्भवेल. ह्यास्तव तूं स्वस्थ ऐस; आणि मोठ्या धैर्यानें आणखी पांचशें वर्षे वाट पहा. हे माते, इतक्या काळांत ह्या अंड्यांतील तुझ्या पुत्रास लोकोत्तर बल प्राप्त होईल आणि तो तुझें अभीष्ट परिपूर्ण करील.'

ऋषीहो, विनतेचा तो प्रथम पुत्र आपल्या मातेस ह्याप्रमाणें शाप देऊन अंतरिक्षांत निघून गेला. तो प्रत्यहीं प्रभातसमयीं अरुणरूपानें दृष्टिगोचर होतो. भगवान् सूर्यनारायणाच्या रथावर बसून तो सदोदीत सारथ्य करीत आहे. असो. अरुणाच्या जन्मानंतर पांचशें वर्षे अतिक्रांत झाल्यावर विनतेच्या दुसऱ्या अंड्यांतून पन्नगभुग् पक्षिराज गरुड प्रकट झाला; आणि जन्मतांक्षणींच क्षुधित होत्साता विनतेचा त्याग करून विधात्यानें नेमून दिलेलें अन्न सेवन करण्यासाठीं आकाशांत उडून गेला.

अध्याय सतरावा.

—:०—

अमृतमंथनविचार.

सौति म्हणालाः–शौनकादिक ऋषीहो, पुढें लवकरच त्या दोघी बहिणी कद्रू व विनता ह्या, उच्चैःश्रवानामक अश्व पाहण्याकरितां सूर्यलोकास गेल्या आणि त्यानीं तेथें तो दिव्य अश्व अवलोकन केला. महाभागहो, त्या उच्चैःश्रव्याची योग्यता काय वर्णावी! अमृतप्राप्त्यर्थ उदधिमंथन प्रवृत्त झालें असतां त्यांतून तो लोकोत्तर अश्व प्रकट झाला, आणि त्याची ती प्रसन्न मुद्रा व अश्रुतपूर्वक कांति पाहून देव त्याची एकसारखी प्रशंसाच करूं लागले! ऋषीहो, त्या उच्चैःश्रव्याच्या अंगीं इतकें विलक्षण बळ आहे कीं, त्याचा कधींही अपकर्ष म्हणून होत नाहीं; त्याच्या ठायीं इतकें उत्कृष्ट तेज वसतें कीं, त्यास जरा किंवा क्षीणता केव्हांही प्राप्त होत नाहीं; विप्रहो, तो अप्रतिम अश्व म्हणजे केवळ सर्व श्रेष्ठ लक्षणांचें निधानच होय!

शौनक म्हणाले:–हे सूतपुत्रा, ज्या अमृताकरितां देवदानवांनीं सागराचें मंथन केलें व त्यांतून तो महादेदीप्यमान अश्वराज आविर्भूत झाला, तें अमृत देवांना कोठून व कसें मिळालें, तें कथन कर.

मेरूची योग्यता.

सौति म्हणालाः–शौनकादिक ऋषीहो, देवांनीं अमृतप्राप्तीकरितां पहिल्यानें श्रेष्ठ मेरु पर्वताच्या शिखरावर बसून मसलत केली. मुनिपुंगवहो, त्या गिरिराज मेरूची योग्यता तशीच अपूर्व आहे! तो आपल्या दिव्य कांतीनें केवळ झळाळत आहे; त्याच्या ठिकाणीं जें विलक्षण तेज वसत आहे, तसें तेज ह्या अखिल विश्वामध्यें अन्यत्र कोठेंही आढळत नाहीं. त्या महागिरिच्या सुवर्णशिखरांपासून प्रसृत होणारीं किरणमंडलें अवलोकिलीं असतां प्रत्यक्ष भगवान् दिनराजाचाच भास होतो; त्या महाद्युतिमान् अचलाधिपतीच्या देहप्रांतावर दृष्टि फेंकिली असतां, त्यावर नवरत्नांचें सुवर्णमंडित चित्रविचित्र कोंदणकाम केलें आहे, असा भास होतो. ऋषीहो, त्या नगाधिपतीच्या योग्यतेप्रमाणेंच त्याजवर महान् महान् थोर पुरुष वास करितात; तेथें मुख्य वसति म्हटली म्हणजे देव व गंधर्व ह्यांची आहे. त्या हेमाचलाची विशालता, सौंदर्य व मोहकपणा हीं इतकीं असाधारण आहेत कीं, त्यांचें मान करणें बहुधा अशक्यच म्हटलें पाहिजे. जे कोणी महापुण्यवान् प्राणी असतील, त्यांसच त्या स्थानाचा लाभ घडेल; इतर प्राकृत जनांनीं त्या स्थलीं जावयाचें मनांत सुद्धां आणूं नये. अधर्मशील जनांस तर ह्या स्थानीं जातां येणें सर्वथा दुरापास्तच आहे. मुनिवर्यहो, ह्या पर्वतावर नानाविध भयंकर पन्नगही राहतात; तेथें नानाप्रकार-

च्या दिव्यौषधि असल्यामुळें त्यांच्या प्रभेनें गिरिपृष्ठावर विलक्षण छटा लकाकत असते; तो महापर्वत इतका उंच आहे कीं, त्याचीं शिखरें स्वर्गलोकांस भिडलीं आहेत; आणि त्यावर नद्या व वृक्ष अनेक असून नानाविध सुंदर पक्षी तेथें मंजुल शब्द करीत असतात.

शौनकादिक विप्रश्रेष्ठहो, त्या मेरु पर्वताच्या अत्यंत उच्च, अंतरिक्षोपम विशाल, बहुरत्नमय व मंगलकारक अशा शृंगप्रदेशीं महान् महान् तपोनिधिदेव एकत्र जमले आणि अमृताची प्राप्ति कशी होईल, ह्याचा विचार करूं लागले. त्यांनीं अमृतप्राप्तीचे अनेक उपाय सुचविले व तेथें पुष्कळ भवति न भवति चालू झाली. तेव्हां भगवान् नारायणांनीं ब्रह्मदेवास म्हटलें:— हे ब्रह्मदेवा, अमृत मिळविण्याकरितां देव व असुर ह्यांनीं क्षीरसमुद्राचें मंथन करावें. त्या महोदधीचें मंथन झालें असतां त्यांतून अमृत निघेल. ह्याकरितां, तुम्ही सकल औषधि व संपूर्ण रत्नें जमवून तीं समुद्रांत मिसळा आणि त्याचें मंथन करून त्यांतून अमृत काढा.

अध्याय अठरावा.

—:०:—

अमृतमंथनाची तयारी.

सौति म्हणाला:–शौनकादिक ऋषीहो, भगवान् नारायणांचा अभिप्राय श्रवण करून देवांनीं उदधिमंथन करण्याचा विचार ठरविला, आणि त्यांनीं असुरांनाही ती गोष्ट विदित केली. नंतर, मंदर पर्वत उपटून समुद्रांत मध्यंतरीं उभा करावा आणि त्या मंथनदंडानें महोदधि घुसळावा, असें त्या उभयवर्गांनीं योजिलें;आणि ते देवासुर त्या श्रेष्ठ पर्वतासमीप प्राप्त झाले. ऋषीहो, तो मंदर पर्वत लहानसहान नाहीं. त्याचीं शिखरें म्हणजे जणू काय अंतरिक्षांतील मेघांचीं उत्तुंग शृंगेंच होत. त्याजवर पुरातन कालापासून वाढलेल्या वेलींचीं प्रचंड वळीं जिकडे तिकडे दृग्गोचर होतात. त्या पर्वतावर बहुविध पक्षी नित्य शब्द करितात. अनेक प्रकारचे हिंसक पशु त्याजवर सर्वत्र फिरत असतात. किन्नर, देव व अप्सरा ह्यांची ती विलासभूमि होय. त्याची उंची अकरा सहस्र योजनें आहे; आणि भूमीच्या उदरांत तो अकरा सहस्र योजनें खोल गेला आहे. ऋषिहो, असा तो महान् पर्वत उपटून सागरतीरीं नेऊन ठेवावा म्हणून देव व दैत्य ह्यांनीं अतिशय प्रयत्न केला;परंतु त्यांस तो उपटेना. अखेरीस देवांनीं भगवान् विष्णूची व त्याच्या समीप अधिष्ठित असलेल्या ब्रह्मदेवाची भेट घेतली, आणि ते त्या उभयतांस उद्देशून म्हणाले:— अहो देवाधिदेवांनो, आतां तुम्हीच आमच्या कल्याणाचा उपाय योजा. तुमच्या साहाय्यावांचून कांहींएक करण्यास आम्ही समर्थ नाहीं. ह्यास्तव आतां तुम्हीच हा मंदर गिरि उचला व आमचें हित साधा.

सौति म्हणाला:–ऋषिहो, देवांचें तें काकुळतीचें भाषण श्रवण करून भगवान् महाविष्णु व ब्रह्मदेव ह्यांनीं ' बरें आहे ' असें म्हणून देवांस उत्तेजन दिलें, आणि नंतर त्या कमललोचन विश्वव्यापक विष्णूनीं मंदर गिरीचें उत्पाटन करण्यास श्रीमच्छेषास आज्ञा केली. ऋषीहो, ह्याप्रमाणें भगवान् लोकनायक नारायण व आदिपुरुष ब्रह्मदेव ह्यांची आज्ञा होतांच तो महापराक्रमी व बलसागर अनंत (शेष) उठला, आणि त्यानें त्या पर्वतावरील वनें व त्या वनांतील वसतिस्थानें ह्यांसहित तो सर्व पर्वत एकदम जोरानें उपटला !

ऋषिहो, मंदराचलास शेषानें उपटून बाहेर काढिलें, तेव्हां देव व दैत्य ह्यांस मोठा आनंद झाला. नंतर शेष हा, तो मंदरागिरी उचलून घेऊन समुद्रतीरास गेला, आणि देव व दैत्य हे त्याजबरोबर तेथें प्राप्त झाले. पुढें देव समुद्रास

म्हणाले:—हे जलनिधे, अमृताच्या प्राप्तीकरितां ह्या मंदराचलरूप रवीनें आम्ही तुझ्या जलाचें मंथन करीत आहों. त्यावर तो जलनिधि म्हणाला, 'अहो देवांनो, ह्या महान् पर्वताच्या परिभ्रमणानें मला जे क्लेश होतील, त्याचें काय वर्णन करूं? ह्यास्तव, मंथनापासून प्राप्त होणाऱ्या अमृताचा जर मला कांहीं अंश द्याल, तर मी हे क्लेश सोसण्यास तयार आहें.' असो. ऋषीहो, नंतर देव आणि दानव ह्यांनीं कूर्मराजाची (कूर्मरूप विष्णूची) प्रार्थना केली कीं, 'हे भगवन्, तूं ह्या समयीं समुद्रामध्यें मंदर पर्वतास उचलून धर.' सुरासुरांची प्रार्थना ऐकून भगवान कूर्मानें 'बरें आहे' असें म्हणून तो पर्वत आपल्या पृष्ठावर धारण केला आणि नंतर कूर्मपृष्ठावरील त्या महान् पर्वतास इंद्रानें घट्ट जखडून बांधिलें.

समुद्रमंथन.

ऋषीहो, ह्या प्रमाणें सर्व सिद्धता झाल्यावर देवांनीं वासुकी सर्पाचें धूड त्या मंदररूप मंथनदंडाच्या सभोंवतीं गुंडाळिलें, आणि मग देव व दैत्य ह्यांनीं समुद्र घुसळण्यास प्रारंभ केला. त्या समयीं दैत्य व दानव हे नागराज वासुकीचा मुखप्रदेश धरून आणि सर्व देव हे पुच्छप्रदेश धरून तो मंथनरज्जु ओढीत होते. भगवान् महाविष्णु हे ज्या अंगास होते, त्या अंगासच शेष हा होता; आणि तो, तिकडे वासुकीनें मान उचलून पाहिलें म्हणजे त्याची फडा खालीं वर आपटून त्यांतून विष बाहेर पडेल, तें स्वतः खाऊन टाकीत असे. असो. देव आणि दैत्य हे मंदररवि जोरानें फिरवूं लागले. वासुकीचें पुच्छ देवांनीं अतिशय आवेशानें ओढितांच त्याच्या मुखांतून एकसारखे वाऱ्याचे झोत व सधूम ज्वाला बाहेर पडूं लागल्या, आणि त्यांच्या योगानें आकाशांत विजेसहवर्तमान मेघपंक्ति तयार होऊन त्यांनीं श्रांत व संतप्त झालेल्या देवसमुदायावर जलवृष्टि केली! त्याप्रमाणेंच, त्या मंदराचलाच्या शिखरांवर ज्या लता, पादप वगैरे होते, त्यांपासून, तो पर्वत गरगर फिरत असतां, एकसारखी पुष्पवृष्टि होऊं लागली; आणि तिनें देव व दैत्य ह्यांस अगदीं व्याप्त करून टाकिलें! तो महापर्वत सागरामध्यें परिभ्रमण करूं लागला, तेव्हां त्याच्या योगें मेघगर्जनेसारखा गंभीर व मोठा शब्द सुरू झाला, आणि उदकाचा अत्यंत क्षोभ होऊन नानाविध जलचरांचा निःपात उडाला. ऋषीहो, मंदर गिरीच्या संघर्षणानें समुद्रांतील जलचरें मात्र शतशः खंडित होऊन मृत्युमुखीं पडलीं, असें नव्हे; तर पातालतलीं वास करणाऱ्या वरुणलोकस्थ अनेक प्राण्यांचीहि तीच अवस्था झाली. अहो, मंदराचलाच्या भ्रमणानें केवढाले अनर्थ घडले म्हणून सांगूं! तो फिरूं लागला, तेव्हां त्याच्या शिखरांवरील मोठमोठे वृक्ष एकमेकांवर घांसून पक्षिसमूहासहित उन्मळून पडले. पुढें ते संघर्षणजन्य अग्निज्वालांनीं पेटले, व ज्याप्रमाणें नीलवर्ण मेघांना विद्युल्लतेनें पुनः पुनः वेष्टून टाकावें, त्याप्रमाणें त्या मंदर गिरीला अग्निज्वालांनीं वेष्टून टाकिलें. ऋषीहो, ह्याप्रकारें मंदराचलास अग्नि लागल्यावर जो संहार झाला तो, काय वर्णावा? त्या अग्नीमध्यें अनेक कुंजर, अगणित सिंह व असंख्य श्वापदें दग्ध झालीं आणि सर्वत्र एकच हाहाकार उद्भवला. पुढें इंद्रानें त्या प्रलयाग्नीचा उपशम करण्यासाठीं चोहींकडून मेघवृष्टि केली, तेव्हां तो अग्नि शांत झाला!

ऋषीहो, मंदराचलाचें परिभ्रमण चालू असतां त्या पर्वतावरील लतापादप एकसारखे फिरत होते, व त्यांपासून पुष्पांची वृष्टि होत होती, हें तुम्हांस मीं आधींच सांगितलें आहे. त्याशिवाय त्या लतादिकांपासून बहुविध निर्यास (चीक) व औषधीरस ह्यांचे प्रवाह एकसारखे लवणांबुधींत मिसळत होते. मुनिवर्यहो, देवांना अमरत्व कां प्राप्त झालें ह्याचें बीज ह्यांतच आहे. ते अमृतवीर्य औषधीरस जेव्हां त्या सागरोदकांत मिश्रित झाले,

तेव्हां त्या मिश्रणापासून दुग्ध सिद्ध झालें, आणि तें दुग्ध व त्या माणिमय सुवर्णपर्वतापासून उद्भत झालेला जलप्रवाह ह्यांच्या प्राशनानेंच देव अमर झाले. ऋषीहो, ओषधीरसांच्या मिश्रणानें उदकाचें दूध कसें बनलें, ही गोष्ट आश्चर्य वाटण्याजोगी नाहीं. पहा—गाय ही उदकच प्राशन करिते, पण त्या उदकांत गाईनें सेवन केलेल्या तृणादिक औषधींचा रस मिश्रित झाला म्हणजे त्याचें दुग्ध बनतें, हें आपण जाणतच आहां. असो. समुद्रोदकापासून दुग्ध निर्माण झाल्यावर त्या दुग्धापासून पुढें घृत सिद्ध झालें. ऋषिवर्यहो, ह्याप्रमाणें त्या मंथनक्रियेच्या योगें मंथनीय जलावर भिन्न भिन्न परिणाम घडत होते; परंतु मंथनदंड ओढतां ओढतां ते देवदानव अगदीं थकून गेले, आणि ते भगवान् ब्रह्मदेवास म्हणाले, "ब्रह्मदेवा, भगवान् महाविष्णूशिवाय आम्ही सर्व श्रांत झालों आहों. आम्ही किती तरी काळपर्यंत हा उदधि एकसारखा घुसळीत आहों; तरी ह्यापासून अमृताची उत्पत्ति होत नाहीं; तेव्हां आतां काय करावें ?" ऋषीश्वरहो, देवदानवांचें तें दीन भाषण श्रवण करून ब्रह्मदेवानें महाविष्णूस प्रार्थिलें:—हे भगवन्, तूं ह्या देवदानवांच्या ठायीं सामर्थ्य उत्पन्न कर. ह्या प्रसंगीं तूंच सर्वांचा महाश्रय आहेस. त्यावर भगवान् महाविष्णु म्हणाले:—हे ब्रह्मदेवा, ज्यांनीं, हें मंथनकर्म आरंभिलें आहे, त्यांस मी सामर्थ्य उत्पन्न करितों. ह्या देवदैत्यांनीं मंदरगिरि जोरानें फिरवून समुद्राचा क्षोभ करावा.

अमृतोत्पत्ति.

सौति म्हणाला:—शौनकादिक मुनींनो, भगवान् विष्णूचें भाषण श्रवण करून त्या महाबलवान् देवदानवांनीं मंथनदंड जोरानें फिरवून महोदधीचें उदक अत्यंत क्षुब्ध केलें, आणि मग त्यांतून प्रसन्नात्मा शीतांशु शतसहस्ररश्मि सोम बाहेर निघून त्याच्या प्रकाशानें सर्वत्र उज्ज्वलता प्राप्त झाली. पुढें त्या उदकापासून, जिनें श्वेत वस्त्र परिधान केलें आहे अशी लक्ष्मी प्रकट झाली. नंतर सुरादेवी व श्वेत हय हीं बाहेर पडलीं. मग त्या उदकांतून कौस्तुभनामक दिव्य रत्न उदय पावलें. ऋषीहो, ह्या देदीप्यमान अनुपम मण्यानेंच भगवान् नारायणाचें वक्षःस्थल शोभविलें आहे. लक्ष्मी, सुरा, सोम व मनोजव अश्व हीं आदित्यमार्गाचा आश्रय करून जिकडे देव होते तिकडे निघून गेलीं. मुनिवर्यहो, नंतर शुभ्र असा अमृतकलश हातांत घेऊन मूर्तिमान् धन्वंतरी त्या लवणांबुधींतून प्रकट झाला. त्या वेळीं तो चमत्कार पाहून 'ही वस्तु आमची, ही वस्तु आमची.' असा एकच कल्होळ दैत्यांनीं केला, आणि ते तो कलश बळकावून बसले. ऋषीहो, पुढें त्या उदकांतून ऐरावत गज उत्पन्न झाले. त्याचा देह मोठा विशाल असून त्यास चार शुभ्र दंत होते. ऋषीहो, त्या महागजाला इंद्रानें धरिलें. नंतर तें उदक आणखी घुसळलें, तों त्यांतून कालकूट विष :आविर्भूत झालें. त्यानें तात्काळ ब्रह्मांडास व्यापिलें, आणि सधूम अग्नीप्रमाणें त्याचा दाह सुरू झाला. ऋषीहो, त्या उग्र हालाहलाच्या केवळ गंधामुळेंच सर्व त्रैलोक्य मूर्छित झालें, आणि अखेरीस विश्वरक्षक ब्रह्मदेवाच्या आज्ञेवरून शंकरानें तें प्राशिलें ! भगवान् मंत्रमूर्ति महेश्वरानें तें विष कंठाच्या ठिकाणीं धारण केलें, त्यामुळें त्याचा कंठ निळा होऊन तेव्हांपासून त्यास नीलकंठ अशी संज्ञा प्राप्त झाली आहे. ऋषीहो, सर्व ब्रह्मांडास मूर्छित करून टाकणारें तें भयंकर विष भगवान् शंकर जेव्हां खुशाल प्राशन करून बसला, तेव्हां तो चमत्कार पाहून दैत्य हे निराश झाले आणि त्यांनीं अमृताकरितां व लक्ष्मीकरितां देवांशीं मोठी स्पर्धा आरंभिली, व त्या योगें पुढें घोर अनर्थ घडून आले. ऋषीहो, नंतर भगवान् विष्णूंनीं मायेचा

आश्रय करून अद्भुत स्त्रीरूप धारण केलें, आणि ते दैत्यदानवांकडे गेले. भगवंतांचें तें मोहिनीरूप अवलोकितांच त्या मूर्खांच्या मनांत त्या मोहिनीविषयीं आसक्ति उत्पन्न झाली, आणि तिच्या प्राप्त्यर्थ त्यांनीं तो अमृतकुंभ तिच्या स्वाधीन केला!

अध्याय एकोणिसावा.

—:०:—

अमृतमंथनसमाप्ति.

सौति म्हणालाः- ऋषीहो, ह्याप्रमाणें आपल्या हातचें अमृत गेलें असें पाहून दैत्य व दानव ह्यांस मोठा विषाद वाटला, आणि ते मोठमोठीं चिलखतें चढवून व नानाविध शस्त्रास्त्रें घेऊन एकदम देवांवर धावून गेले. इकडे नरासहवर्तमान नारायणानें मोहिनीरूप घेऊन दैत्यांपासून अमृतकलश काढून नेला, तो पुनः दैत्यांच्या हातीं लागूं दिला नाहीं. भगवंतांनीं मोठ्या वेगानें दूर जाऊन तेथें तो कलश ठेविला. इतक्यांत तेथें देव व दैत्य ह्यांची एकच गर्दी झाली; तरी तितक्या गर्दींतही देवांनीं भगवान् नारायणापासून अमृत मागून घेऊन तें प्राशन केलें!

राहूचा कंठच्छेद.

ऋषीहो, ह्याप्रमाणें देव अमृत पीत असतां राहुनामक दानव देवाचें रूप घेऊन त्यामध्यें मिसळला, आणि भगवंतापासून अमृत मागून घेऊन तो पिऊं लागला. पण त्या दानवाच्या कंठाखालीं तें अमृत उतरणार, तों सूर्य व चंद्र ह्यांनीं देवांचें हित करण्याच्या बुद्धीनें राहूचें तें कपट उघडकीस आणिलें. नंतर भगवंतांनें लागलेंच मोठ्या वेगानें सुदर्शन चक्र फेकून राहूचें तें अलंकृत मस्तक तोडून टाकिलें; आणि पर्वताशिखराप्रमाणें महाविशाल असें तें मस्तक तात्काळ आकाशांत उडून जाऊन भयंकर ध्वनि उत्पन्न झाला, व मस्तकरहित धड तडफड करीत भूपृष्ठावर आपटून पर्वत, अरण्यें व द्वीपें ह्यांसहवर्तमान ही सर्व पृथ्वी दणाणून गेली! ऋषीहो, त्या वेळेपासून राहूचें मुख सूर्यचंद्रांशीं नित्य वैर करीत आहे. आणि तें आज मित्तीसही त्यांस ग्राशीत असतें! असो.

देवदैत्यांचा संग्राम.

ऋषीहो, देवांकडून अमृताचें पान करविल्यावर भगवंतांनीं त्या अपूर्व मोहिनीरूपाचा त्याग केला, आणि नानाविध भयंकर शस्त्रास्त्रांनीं असुरांस भयभीत केलें. नंतर क्षारससमुद्रतीरीं सुर व असुर ह्यांचा महाभयानक संग्राम सुरू झाला; आणि सहस्रावधि मोठमोठाले तीक्ष्ण प्रास, प्रखर टोंकाचे तोमर व नानाविध आयुधें ह्यांचे एकसारखे प्रहार होऊं लागले. अखेरीस सुदर्शन चक्र, खड्गें, शक्ति व गदा ह्यांच्या प्रहारांनीं छिन्नविच्छिन्न व घायाळ झालेले असुर धरापृष्ठीं धडाधड पतन पावून रक्त ओकूं लागले; तशीच, पट्टिशादि दारुण आयुधांनीं तोडून टाकलेल्या सुवर्णमालभूषित मस्तकांची एकच वृष्टि सुरू झाली; आणि रक्तानें नाहून मोठमोठाले असुर पृथ्वीवर मरून पडले, तेव्हां जणू काय खनिज धातूंच्या आरक्त गंगांनीं माखविलेलीं पर्वताचीं मोठमोठालीं शिखरें समरभूमीवर शयन करीत आहेत, असा भास झाला! ऋषीहो, इतक्यांत भगवान् आदित्यही लाल दिसूं लागला; उभयपक्षांतील सहस्रावधि वीर एकमेकांवर लोहदंड हाणूं लागले; कित्येकांनीं मुष्टिप्रहार आरंभिले; कित्येक शस्त्रास्त्रांनीं परस्परांस मारून पाडूं लागले; आणि सर्वत्र हाहाकार होऊन तो घोर शब्द जणू काय स्वर्गमंडलापर्यंत जाऊन पोंहोंचला आणि तेथें तोडा, फोडा, धावा, पाडा, मारा, हेच घोर शब्द चोहोंकडून ऐकूं येऊं लागले!

शौनकादिक ऋषीहो, ह्याप्रमाणें घनघोर युद्ध चालू असतां भगवान् नरनारायण देव युद्धभूमीवर प्राप्त झाले. त्या समयीं भगवान्

युद्धभूमिवर प्राप्त झालें. त्यासमयीं भगवान् नराच्या हातांत दिव्य धनुष्य अवलोकन करून भगवान् नारायणांनीं दैत्यसंहारक अशा आपल्या सुदर्शन चक्राचें स्मरण केलें. त्यांनीं सुदर्शन चक्राचें स्मरण करितांच, तें महादेदीप्यमान, शत्रुसंपातक, घोरदर्शन, अकुंठगति व अग्नितुल्य असें चक्र आकाशांतून खालीं उतरलें.

नंतर, प्रज्वलित अग्नीसारखें झळाळणारें, शत्रूंच्या नगरांचें विदारण करणारें, महासामर्थ्यवान् व अत्यंत भयंकर असें तें चक्र घेऊन भगवान् नारायणांनीं मोठ्या वेगानें व आवेशानें शत्रूंवर टाकिलें. ऋषीहो, भगवान् पुरुषोत्तमानें, समरांगणांत प्रलयकालाच्या अग्नीप्रमाणें निःपात उडविणारें तें दिव्य अस्त्र जेव्हां शत्रूंवर फेकिलें, तेव्हां त्यानें हजारों दानवांचा मोठ्या आवेशानें पुनःपुनः संहार चालविला. तें चक्र केव्हां केव्हां अग्नीप्रमाणें दैत्यांस जाळी, केव्हां केव्हां तें त्यांचे तुकडे तुकडे करी, आणि केव्हां केव्हां तें अंतरिक्षांतून खालीं झडप टाकी व पिशाचाप्रमाणें रणभूमीवरील रक्त पिई. ऋषीहो, इतकें झालें तरी त्या दैत्यांची उमेद कायम होती. ते सहस्रावधि बलिष्ठ दैत्य आकाशांत जाऊन तेथून पुनः देवांवर पर्वत टाकूं लागले. नानाविध रूपें धारण करणाऱ्या मेघमंडलाप्रमाणें दिसणारे ते महान् महान् धातुमान् पर्वत पृथ्वीवर मोठ्या वेगानें पडूं लागले, तेव्हां ते एकमेकांवर आपटून भयंकर शब्द होऊं लागला, त्यांजवरील वृक्ष कडकडूं लागले, त्यांचीं शिखरें कोसळूं लागलीं, व सर्वत्र महाभय उद्भवलें! ऋषीहो, पृथ्वीवर ही अशी भयंकर पर्वतवृष्टि चोहोंकडून सुरू झाली, व तेव्हां अरण्यांसहित सर्व पृथ्वी कंपायमान होऊन डळमळूं लागली, आणि देव व दैत्य ह्यांनीं मोठमोठ्या गर्जना करून निकराचें युद्ध आरंभिलें. इतक्यांत भगवान नरानें कनकाभरणमंडित बाणांनीं अंतराल व्यापून टाकिलें, व गिरिशिखररूप दैत्यशस्त्रांचा संपूर्ण उच्छेद केला. नंतर देवांनीं जर्जर केलेले ते दैत्य भूमीच्या उदरांत व समुद्राच्या तळीं शिरले, आणि क्रोधाविष्ट होऊन आकाशांत संचार करणाऱ्या सुदर्शनाच्या भीतीनें बाहेर पडले नाहींत.

ऋषीहो, ह्याप्रमाणें देव व दैत्य ह्यांचें घनघोर युद्ध होऊन अंतीं देवांस विजयश्रीनें माळ घातली. पुढें त्यांनीं मंदराचलाची उत्तम प्रकारें पूजा करून त्यास स्वस्थानीं प्रतिष्ठित केलें, आणि अंतरिक्ष व स्वर्ग हीं जयशब्दानें दुमदुमून टाकून अतरांतील मेघमालेप्रमाणें ते आपल्या स्वस्थानीं अमृत घेऊन निघून गेले, आणि मग इंद्रप्रमुख देवांनीं अमृताचें उत्तम प्रकारें संरक्षण करण्याकरितां तो अमृतकुंभ मोठ्या आनंदानें भगवान् नराच्या स्वाधीन केला.

अध्याय विसावा.

—:०:—

सौपार्णाख्यान.

सौति म्हणालाः-शौनकादिक ऋषीहो, सुरासुरांनीं समुद्रमंथन कसें केलें व त्यांतून अमृत निघून तें देवांना कसें मिळालें, ह्याविषयीं सविस्तर कथा ही अशी आहे. तो देदीप्यमान अतुलपराक्रमी उच्चैश्रवा अश्वही त्या मंथन केलेल्या महोदधींतूनच प्रकट झाला, हें मीं तुम्हांस पूर्वीं सांगितलें आहेच. ऋषीहो, त्या हयश्रेष्ठाचा वृत्तांत जेव्हां कद्रूनें ऐकिला, तेव्हां ती विनतेला म्हणाली, ‘ हे भद्रे, उच्चैःश्रव्याचा वर्ण कोणता आहे, तें लवकर सांग पाहूं?’ तेव्हां विनतेनें उत्तर दिलें, ‘ गडे कद्रू, त्या अश्वराजाचा वर्ण पांढराच आहे; तुला जर त्याचा वर्ण दुसराच कांहीं आहे असें वाटत असेल, तर तसेंच सांग म्हणजे आपण पैज मारूं.’ त्यावर कद्रू म्हणाली, हे सुंदरी, त्या ह्यवराचा रंग पांढरा आहे खरा; पण पुच्छ कांहीं पांढरें नाहीं. तें कृष्णवर्णच अ हे. ये, मज-

बरोबर पैज कर; जर तो तेजोनिधि खरोखरी कृष्णपुच्छ असेल, तर त्वां माझें दास्य करावें; आणि जर तो सर्व श्वेतवर्ण असेल, तर मी तुझें दास्य करीन.'

सौति म्हणाला:—ऋषीहो, ह्याप्रमाणें जी हरेल तिनें दुसरीचें दास्य करावें, असा त्या दोघां सवतींनीं पण लाविला; आणि 'आतां आपण उद्यां तो अश्व समक्ष पाहूं' असें ठरवून त्या आपआपल्या गृहीं चालत्या झाल्या. शौनकादिक मुनिश्रेष्ठहो, स्वगृहास गेल्यावर कद्रू ही स्वस्थ बसली नाहीं. कपट करून पण जिंकावा व विनतेस दासी करून सोडावें, असें तिनें मनांत योजिलें; आणि आपल्या सहस्र पुत्रांस (सर्पांस) हांक मारून त्यांस तिनें आज्ञा केली कीं, 'तुम्ही सत्वर काजळासारखें काळें कुळकुळीत रोमरूप घ्या, व त्या उच्चैःश्रव्याच्या पुच्छास घट्ट चिकटून बसा; म्हणजे त्या पुच्छाचा रंग काळाच आहे असें दिसेल, आणि मग माझें म्हणणें सत्य भासून मला माझ्या सवतीचें दास्य करण्याची पाळी येणार नाहीं!'

सर्पांना मातृशाप.

ऋषीहो, कद्रूचा हा दुष्ट विचार त्या सर्व सर्पांस रुचला नाहीं; त्यांपैकीं कित्येकांनीं आपल्या मातेच्या आज्ञेचा अनादर केला; आणि त्यामुळें कद्रूस अत्यंत संताप उत्पन्न होऊन तिनें तात्काळ त्या अविनयशील पुत्रांस शाप दिला कीं, 'हे पुत्रांनो, मात्राज्ञेचा तात्काळ अंगीकार करणें हें सुपुत्रांचें कर्तव्य होय; तुम्हीं माझ्या आज्ञेचा भंग केला, हा तुमचा घोर अपराध आहे; ह्यास्तव पांडवकुलोत्पन्न बुद्धिमान् जनमेजय भूपतीच्या सर्पसत्रांतील वैश्वानर तुम्हांस भस्म करून टाकील!'

ऋषिश्रेष्ठहो, दैवयोग मोठा विचित्र असतो; त्यामुळें, जी गोष्ट केवळ असंभवनीय म्हणून दिसते, तीही केव्हां केव्हां सहज घडून येते. हा —कद्रू ही त्या सर्पांची प्रत्यक्ष माता; आणि असें असतांना तिनें आपल्या पुत्रांना शापदग्ध केलें; तेव्हां हा विचित्र दैवयोगच नव्हे काय? असो. ऋषीहो, कद्रूचें तें महाभयंकर शापवचन स्वतः ब्रह्मदेवानें ऐकिलें, आणि तात्काळ त्यानें त्यास आपलें अनुमोदन दिलें, व त्याबरोबर अखिल देवगणांनाही परम संतोष वाटला. ऋषीहो, त्या समयीं भगवान् ब्रह्मदेवानें असें म्हटलें:—अहो, ह्या बलिष्ठ सर्पांची संख्या किती तरी मोठी! ह्यांच्या ठिकाणीं उग्र विष म्हणजे एक मोठें दुःसह शस्त्रच आहे; दुसऱ्या प्राण्यांना नित्य पीडा करावी, हाच ह्यांचा स्वभाव होय; ह्यास्तव सर्पांच्या ह्या आनिवार समुदायाचा संकोच करणेंच सर्वथैव इष्ट आहे. तेव्हां ह्या दुष्टांच्या मातेनें ह्यांस शाप देऊन प्राणांतिक दंड केला, हें फार उत्तम घडलें; ह्यांचा नाश झाल्यानें प्रजाजनांचें मोठें हित होईल, ह्यांत संदेह नाहीं.

शौनकादिक ऋषीहो, ह्याप्रमाणें उद्गार काढून ब्रह्मदेवानें मनापासून कद्रूची प्रशंसा केली, आणि तो कश्यप प्रजापतीस हांक मारून म्हणाला:— हे निष्पाप, तुझ्यापासून निर्माण झालेले हे महान् महान् सर्प अत्यंत विषारी असून दुसऱ्यास दंश करून त्याचा प्राण घेण्यामध्यें अतिशय निष्णात आहेत; तेव्हां कद्रूनें त्यांस शाप दिला ही गोष्ट फार चांगली झाली; म्हणून तूं कद्रूवर क्रुद्ध होऊं नको. यज्ञांत सर्पांचा विध्वंस होणें, हें आतां पहिल्यानेंच घडणार आहे असें नाहीं. तें ह्यापूर्वीं अनेक वेळां घडून आलेलें आहे. ऋषीहो, विश्वस्रष्ट्या ब्रह्मदेवानें अशा प्रकारें कश्यपाचें सांत्वन केलें, आणि त्या महात्म्यास त्यानें विषहरी विद्या समर्पण केली.

अध्याय एकविसावा.

—:०:—

सौपर्णाख्यान.

सौति म्हणाला:—शौनकादिक ऋषीहो, पुढें

रात्र संपून प्रभातसमय प्राप्त झाला, व भगवान् आदित्याचीं किरणें उदयाचलावर दृग्गोचर होऊं लागलीं, असें पाहून त्या दोघी बहिणींची (कद्रू व विनता ह्यांची) एकच लगबग उडाली. उच्चैःश्रव्यास समक्ष जाऊन पाहावयाचें व दुसरीस आपल्या दास्यांत ओढावयाचें, ह्या ईर्षेनें प्रत्येकजण तळमळूं लागली, आणि अखेरीस त्या दोघी बहिणी त्या अश्वश्रेष्ठाला समक्ष पाहण्याकरितां घरांतून बाहेर पडल्या. ऋषीहो, मार्गांत त्यांस

एक महान् समुद्र

लागला. तो अपरंपार विस्तीर्ण असून फार अगाध होता. सोसाट्याच्या वाऱ्यांनीं व जलचरांच्या भ्रमणांनीं तो एकसारखा उसळत असून त्याचा भयंकर गंभीर शब्द आसमंताद्भागीं कित्येक योजनेंपर्यंत दणाणत होता. तिमिंगिलादिक मत्स्य व मकरादिक घोर जलचरें त्यांत सर्वत्र इतस्ततः व्याप्त होतीं. ह्यांशिवाय दुसरे सहस्रावधि चित्रविचित्र भयंकर प्राणीही त्यांत एकसारखे संचार करीत होते. कासवें व सुसरी तर त्यांत किती होत्या, हें सांगतांच येत नाहीं. सारांश, त्या महान् जलनिधींत सर्वत्र भयानक प्राण्यांचें वास्तव्य असल्यामुळें त्यांत प्रवेश करण्याची कोणाची छाती नव्हती !

शौनकादिक मुनिवर्यहो, त्या महासागराचें बाह्यरूप अत्यंत उग्र होतें खरें; परंतु त्याचें अंतःस्वरूप व अन्य परिस्थिति मोठी रमणीय व चित्ताकर्षक होती. अहो, त्यास जलाचा निधि म्हणण्यापेक्षां सर्व रत्नांचा निधि असेंच म्हणणें प्रशस्त; भगवान् वरुणाचें तर तो निवासस्थानच होता; नागांचें तर तें सुंदर मंदिर होतें; सरिद्रूप प्रमदांनीं तर त्यास सर्व बाजूंनीं गाढ आलिंगन दिलें होतें; आणि वडवाग्नीचें तर तें शाश्वत अधिष्ठानच होय.

ऋषिश्रेष्ठहो, त्या महासागराचें वर्णन काय करावें ? त्याच्या त्या विशाल व खोल उदरांत असुरांना लपून बसण्यास जागा मिळे. त्याच्या ठिकाणीं लोकोत्तर पवित्रता वास करीत होती. देवांना त्याच दिव्य जलनिधीच्या मंथनापासून अमृताची प्राप्ति झाली. त्याच्या विस्ताराची इयत्ता ठरविणें किंवा अटकळ बांधणेंही दुर्घट आहे. ब्रह्मांडांतील सर्व पुण्यजलांचा तो मुख्य आधार होय. मोठमोठ्या गंभीर भोंवऱ्यांमुळें त्याचा पृष्ठभाग चक्राकार गरगर फिरत होता; व त्यामुळें, सर्व प्राण्यांना, आपण एकदम गडब होऊं कीं काय अशी भीति वाटे. त्यास नित्य भरतीओहोटी येत असे. व त्या योगें पृष्ठभागावरील वातस्तंभाचा क्षोभ होऊन त्यावर पर्वतप्राय लाटा उसळत, आणि त्या पाहिल्या म्हणजे जणूं काय समुद्र हा लहरीरूप हातांनीं सर्व दिशांच्या अग्रभागीं अभिनव करीत नाचतच आहे, असा भास होई ! ऋषिहो, त्या महासागरामध्यें नित्य विषमता वास करीत होती. भगवान् कलानिधीचा क्षय झाला ह्मणजे त्या महासागराचाही क्षय होई; व त्या कलानिधीची वृद्धि झाली ह्मणजे त्या महासागराची वृद्धि होई ! ऋषिहो, त्या पांचजन्याचें जन्म झालें, तें त्या लोकोत्तर रत्नाकरापासूनच; पृथ्वीचा उद्धार करण्याकरितां इंद्रियाधिपति, अमोघ वीर्यवान् व वराहरूपधारी भगवंतांनीं अंतर्भागीं क्षोभ केला, तो त्या अगाध अंबुधीच्याच जलाचाच; भगवान् अत्रि ऋषींनीं शंभर वर्षेंपर्यंत उग्र तपश्चर्या करून ठाव काढण्याचा प्रयत्न केला असतांही ज्याचा ठाव लागला नाहीं, तोच हा जलनिधि; ज्याच्या तळाशीं पाताळ आहे, तोच हा अविनाशी उदधि व भगवान् अमितवीर्य महाविष्णूंच्या मनांत केवळ सच्चिन्मयरूपांत लीन होऊन योगनिद्रा घेण्याचा विचार उत्पन्न झाला म्हणजे ते कल्पकालास प्रारंभ होईपर्यंत जेथें स्वस्थपणें शयन करितात; तेंच तें दिव्य अधिष्ठान!

ऋषीहो, वज्रपातामुळें भिऊन गेलेल्या मै-

नाक पर्वताला त्या महोदधीनेंच अभय दिलें; तुमुल युद्ध होऊन चोहोंकडे हाहाकार झाला असतां असुरांना ह्याच्याच उदरीं निर्भयपद मिळालें व वडवाग्नीला तोयरूप हव्य ह्याच पुण्यनिधीपासून मिळतें. सारांश, त्या कद्रू व विनता ह्या दोघी बहिणी, आकाशासारखा विस्तीर्ण, अगाध, गंभीर, मकरादिकांनीं व्याप्त, मेघाप्रमाणें गर्जना करणारा व सर्वतोपरी भयंकर अशा त्या महासागराच्या तीराप्रत प्राप्त झाल्या.

अध्याय बाविसावा.

—:०:—

समुद्रदर्शन.

सौति म्हणालाः- शौनकादिक ऋषीहो,कद्रूच्या कांहीं पुत्रांनीं मातेच्या आज्ञेचा अवमान केला, आणि त्यामुळें त्यांस तिनें ' तुम्ही जनमेजयाच्या सर्पसत्रांत दग्ध व्हाल ' असा शाप दिला; तेव्हां पुढें त्या सर्पांनीं आपसांत विचार केला कीं, ' मातेची इच्छा सिद्धीस न्यावी हेंच आपलें कर्तव्य होय. आपण जर तिचे मनोरथ परिपूर्ण केले नाहींत, तर ती निष्ठुरपणानें आपला अंत करील. परंतु जर आपण तिच्या इच्छेप्रमाणें वर्तन केलें, तर ती कदाचित् आपणांवर प्रसन्न होईल,आणि मग आपल्यास दिलेल्या शापांतून ती आपणांस मुक्त करील. ह्यास्तव आपण आपल्या मातेच्या इच्छेप्रमाणें त्या उच्चैःश्रव्याचें पुच्छ खरोखरीच कृष्णवर्ण करूं चला.' ऋषीहो, ह्याप्रमाणें निश्चय करून ते सर्प तेथून निघाले, व अतिशय सूक्ष्म रूप घेऊन बारीक कृष्णवर्ण रोमांप्रमाणें त्या दिव्य अश्वाच्या पुच्छास घट्ट चिकटून बसले. असो. इकडे पैज मारून बसलेल्या त्या दोघी सवती सूर्योदयाची वाट पाहत असतां, तिकडे सूर्योदयाच्या पूर्वींच त्या उच्चैःश्रव्याचें पुच्छ कृष्णवर्ण होऊन गेलें !

ऋषीहो, कद्रू व विनता मार्गांत महोदधितीरावर प्राप्त झाल्या म्हणून मीं तुम्हांस सांगितलेंच आहे. तेथें आल्यावर त्यांनीं अंतरिक्षांतून ह्या भयानक सागरावर दृष्टि फेंकिली. मीं पूर्वीं वर्णिल्याप्रमाणें त्यांस त्या महासागराचें भयप्रद रूप दृष्टिगोचर झालें.[1] पुढें सत्वर दोघींनीं अंतरिक्षमार्गानें त्या अफाट जलधीचें उल्लंघन केलें, व त्या परतीरास जाऊन पोहोंचल्या.

अध्याय तेविसावा.

—:०:—

उच्चैःश्रव्याचें दर्शन.

सौति म्हणालाः- शौनकादिक ऋषीहो,कद्रू व विनता ह्या नभोमार्गानें लवणांबुधीच्या परतीरीं गेल्यावर तात्काळ उच्चैःश्रव्याच्या सन्निध उतरल्या, आणि त्यांनीं तो महावेगवान् दिव्य अश्व स्वतः अवलोकिला, तों त्याचें सर्व शरीर अमृतरश्मीच्या किरणांप्रमाणें धवल असून त्याचें पुच्छ मात्र कृष्णवर्ण आहे, असें त्यांच्या दृष्टीस पडलें ! उच्चैःश्रव्याच्या पुच्छावर कृष्णवर्णाचे अनेक रोम चिकटलेले पाहून विनतेस फार विषाद वाटला; आणि आपलें म्हणणें खरें झालेलें अवलोकन करून कद्रूनें तत्क्षणीं विनतेस आपलें दास्य करावयास लाविलें, व विनतेनें मोठ्या कष्टानें कद्रूच्या दास्याचा स्वीकार केला !

ऋषीहो, ह्याप्रमाणें विनता कद्रूच्या गृहीं दास्य करीत असतां इकडे यथाकालीं विनतेच्या गृहीं महातेजस्वी गरुड हा आपलें अंडें विदारण करून बाहेर पडला; अर्थात् त्या समयीं

१ महासागराचें वर्णन मागील अध्यायांत जसें आहे तसेंच येथें आहे, ह्यासाठीं त्याची द्विरावृत्ति केली नाहीं.

त्याची माता विनता ही त्यासमीप नव्हतीच. असो. ऋषीहो, त्या गरुडाचें दिव्य सामर्थ्य काय वर्णावें ! जन्मास येतांच त्या महाविभूतीच्या अलौकिक कांतीनें दशदिशा उज्ज्वलित झाल्या; धैर्याचा तर तो केवळ निधिच होता; व त्याचें बळ तर अगदीं निस्सीम होतें; तो पक्षी पाहिजे तें रूप धारण करी, व आपल्या इच्छेनुरूप वाटेल तिकडे जाई; त्याच्याकडे अवलोकन केलें असतां, तो केवळ प्रज्वलित अग्नींचा महाभयंकर राशिच भासे, आणि त्याचे नेत्र विद्युल्लतेप्रमाणें अतिशय पिंगट असून अंगकांति प्रलयकालच्या अग्नीप्रमाणें अत्यंत तप्त व दुःसह अशी होती.

ऋषीहो, तो अपूर्व विहंगम अंड्यांतून बाहेर येतांच भराभर वाढला, व विशाल देह धारण करून अंतरिक्षांत चालता झाला; त्याच्या रौद्र स्वरानें दशदिशा हादरून गेल्या; आणि तो प्रत्यक्ष वडवानल सर्व ब्रह्मांड जाळून टाकणार, असें सर्वांस भासलें ! ऋषीहो, त्या प्रसंगीं, 'हा साक्षात् अग्निनारायणच ब्रह्मांड व्यापीत वाढत चालला आहे,' असें देवांस वाटलें, आणि ते सर्व तात्काळ विभावसूस शरण गेले व त्यास प्रणिपात करून हात जोडून प्रार्थूं लागले. ते म्हणालेः—हे अग्ने, तूं आतां वाढूं नको; अरे, तूं आम्हांस जाळणार कीं काय ! पहा, तुझा हा प्रज्वलित शिखाकपाल आम्हांकडे मोठ्या वेगानें धावयेत आहे !

ऋषीहो, देवांचें तें भाषण श्रवण करून अग्नि म्हणालाः—अहो असुरघ्न देवाधिदेवांनो, तुम्ही भिऊं नका. तुम्ही समजत आहां तसा वास्तविक प्रकार नाहीं. हा वर्धमान व नभोविहारी तेजोनिधि भगवान् गरुड होय. ह्याच्या अंगीं माझ्याप्रमाणें दिव्य तेज व अमोघ शक्ति असल्यामुळें तुम्हांस माझा भास होत आहे. अहो, हा पक्षिराज गरुड कश्यपभार्या विनता हिचा पुत्र होय. ह्याची लोकोत्तर कांति अवलोकन करून तुम्हांस भ्रांति उत्पन्न झाली, आणि त्यामुळें तुम्ही असे गांगारून गेलां. पण असें गांगारण्याचें कांहींएक प्रयोजन नाहीं. अहो, हा पक्षिराज सर्पांचा विध्वंस करील, व जनतेस (प्रजांस) अत्यंत सुख देईल; देवांचें हित करण्याविषयीं हा कश्यपपुत्र सदोदित उद्युक्त राहील; आणि दैत्य व राक्षस ह्यांचा तर हा भयंकर संहार उडवील. अमरांनो, इकडे या; आतां भीति सोडा; व माझ्यासमवेत त्या लोकोत्तर पुरुषाची मूर्ति अवलोकन करा.

सौति म्हणालाः—शौनकादि ऋषीहो, नंतर सर्व देव व ऋषीगण हे अग्नीसहवर्तमान त्या भगवान् गरुडाच्या समीपभागीं गेले, व त्यांनीं दुरूनच त्या दिव्य पुरुषाची स्तुति केली.

गरुडाची स्तुति.

देव म्हणालेः—हे महाभागा पतगेश्वरा, तूं मूर्तिमान् प्रणवमंत्र आहेस. तूंच सर्व यज्ञयागांचा उपभोग घेतोस. तुझ्या दिव्यतेजापासूनच जीवरूप पक्षिमात्रास चालना मिळते. ब्रह्मांडांतील सकल स्थावरजंगम पदार्थ तुझ्याच ठिकाणीं अधिष्ठित आहेत. अखिल विश्वाचा उपक्रम व उपसंहार हे तुझ्यापासूनच होतात. हिरण्यगर्भरूपानें सर्व सृष्टीचें आदिबीज तूंच होस; दक्षादि प्रजापतिरूपानें निमित्तकारणही तूंच आहेस; व देवांचा अधिपति इंद्र ही तुझीच विभूति होय. हे जगत्पते, तो हयग्रीवावतार तूंच घेतलास; व त्रिपुरासुरयुद्धप्रसंगीं महादेवाच्या बाणांत तूंच प्रवेश केलास. हे देवाधिदेवा, ब्राह्मण, ब्रह्मदेव, विज्ञानवान्, अग्नि, वायु, चिदात्मा व माया हीं तुझींच अपररूपें आहेत. हे व्यापका, सृष्टिविधायक जें महत्तत्त्व, तें तूंच; ब्रह्मांडवर्ती जो अहंकार, तो तूंच; आणि जगांत सदासर्वकाळ निर्गुणनिर्विकाररूपानें ओतप्रोत व्याप्त असलेलें जें परब्रह्मतत्त्व, तें तरी तूंच ! हे नारायणा, ह्या विश्वामध्यें कर्तुमकर्तुमन्यथाकर्तु—शक्ति एक तुझ्याच ठायीं; सूर्यादिकांना प्रभाप्रमुख जे विशिष्ट गुण प्राप्त झाले आहेत,

ते तुझ्यामुळेंच; प्राणिमात्राच्या ठिकाणीं असलेली जी ज्ञानकला, ती तुझेंच कार्य; आणि ह्या भवबंधांतून आमचें परित्राण करणारा तरी तूं एकटाच. हे परमेश्वरा, तूं विज्ञानाचा केवळ निधि व सकल ऐश्वर्याचें केवळ निधान आहेस; सत्त्वादिक गुणांपासून तुला केव्हांही उपसर्ग नाहीं; तुझ्याशीं विरोध करून कोणीही विजयी होणार नाहीं; आणि पुण्यशील पुरुषांमध्यें आजवर जे जे गुण उत्पन्न झाले किंवा ह्यापुढें जे जे गुण उत्पन्न होतील, ते ते सर्व साक्षात् तुझींच रूपें आहेत. हे भगवंता, सच्चिन्मय जें परब्रह्मतत्त्व, तें तूंच होस. अखिल चराचर विश्वांत तूंच भरलेला आहेस. सूर्य ज्याप्रमाणें प्रत्येक किरणशलाकेंत दृग्गोचर होतो, त्याप्रमाणें तूंही ब्रह्मांडवर्ती ह्या अनंत वस्तुरूप किरणशलाकांमध्यें दृग्गोचर होत आहेस. हे परब्रह्ममूर्ते, प्रत्येक कल्पांत सूर्याला प्रकाश देणारा तूंच, व त्याचा उपसंहार करणारा तरी तूंच होस. हे समर्था, हें प्रधानपुरुषात्मक सर्व विश्व प्रत्यक्ष तूंच आहेस. हे परमेशा, ज्याप्रमाणें दिवाकर कुपित झाला असतां तो सर्व प्रजांना दग्ध करील, त्याप्रमाणें तूं आम्हांस दग्ध करणार असें भासतें. हे विश्वाधिपते, तुझें हें विद्यमान स्वरूप प्रलयकालीन अग्नीपेक्षां भयंकर आहे. हे देवाधिदेवा, तूं कालाचाही काल होस ह्यांत संदेह नाहीं. तेव्हां आतां आम्हांस हें तुझें अपूर्व तेज कसें सहन व्हावें बरें ! ह्यास्तव, तुझी अद्वितीय शक्ति, अमोघ वीर्य, पूर्ण विज्ञान, विलक्षण ओज, अपूर्व पराक्रम, परम वात्सल्य व परम पावनता हीं अवलोकन करून आम्ही तुला शरण आलों आहों; तर तूं आम्हांवर अनुग्रह कर. हे पक्षिराजा, तुझ्या दुःसह कांतीनें आमची काय स्थिति झाली आहे ती पहा. तप्त सुवर्णाप्रमाणें प्रखर अशा तुझ्या कांतीनें ह्या सर्व विश्वाचा दाह होत आहे; आणि विमानांत बसून अंतरिक्षमार्गीं गमन करणारे आम्ही देव भयभीत होऊन इतके भ्रांत झालों आहों, कीं, आम्हांस आमचा उद्दिष्ट मार्ग कळत नसून आम्ही भलत्याच मार्गीं जात आहों. ह्यासाठीं, हे प्रभो कश्यपपुत्रा, तूं आपल्या त्या उदारधी पित्याप्रमाणें ह्या जगतावर दया कर आणि तूं आपला क्रोध आवरून शांत हो व आम्हांस राख. हे अपूर्व विहंगमा, विद्युत्पात झाला असतां जसा भयंकर ध्वनि होतो, तसा तुझ्या ह्या भराऱ्यांच्या योगानें भयंकर ध्वनि होत असून त्यामुळें दशादिशा, अंतराल, स्वर्ग, पृथ्वी व आमचीं हृदयें हीं हादरून जाऊन एकसारखीं थरथर कांपत आहेत; ह्याकरितां तूं ह्या अग्नितुल्य भयंकर देहाचा संकोच कर. हे ईश्वरा, जर तूं आतां असें लवकर करणार नाहींस, तर आमची दशा मोठी कठिण आहे; ह्यास्तव आम्हां याचकांवर प्रसन्न होऊन तूं आमचें कल्याण करावेंस हीच प्रार्थना आहे.

शौनकादिक ऋषीहो, ऋषिगणांसमवेत देवांची ही अशी स्तुति श्रवण करून त्या भगवान् सुपर्णानें (गरुडानें) आपलें तेज संकुचित केलें, व त्या योगें सर्वांस मोठा आनंद झाला !

अध्याय चोविसावा.

—:०:—

अरुणाची सूर्यरथीं योजना.

सौति म्हणालाः—शौनकादिक मुनिवर्यहो, ऋषिजनांसहवर्तमान देवांनीं स्तुति केली ती ऐकून भगवान् सुपर्णानें आपल्या दिव्य देहाकडे नीट अवलोकन केलें, आणि आपलें दुर्धर तेज प्रजाजनांस खरोखरीच सहन होणार नाहीं असें मनांत आणून त्यानें आपला देह आटोपून घेतला. तेव्हां सुपर्ण म्हणालाः—देवादिकहो, तुम्ही भिऊं नका; मी आपलें हें लोकोत्तर तेज संकुचित करितों; माझ्या ह्या उग्र तेजानें प्राणिमात्र घाबरून उद्विग्न झाले आहेत ह्यांत संदेह नाहीं.

सौति म्हणालाः—ऋषीहो, इच्छेस येईल तिकडे संचार करणारा, व मनास वाटेल ती गोष्ट घडवून आणणारा तो पक्षिराज गरुड, अरुणास पाठीवर घेऊन कश्यपाश्रमांतून निघाला, आणि अंतरिक्षमार्गानें महोदधीच्या परतीरास आपल्या मातेच्या समीप प्राप्त झाला. तेथें आल्यावर त्यानें या महाद्युतिमान् अरुणाची पूर्वदिग्भागीं स्थापना केली, आणि सूर्याच्या मनांत आपल्या उग्र तेजानें सर्व ब्रह्मांड दग्ध करावयाचें होतें तो त्याचा विचार सिद्धीस जाऊं दिला नाहीं.

रुरु म्हणालाः—हे प्रमते, भगवान् सूर्यानें सर्व ब्रह्मांडास दग्ध करण्याचा विचार केला, तो कां बरें? तो स्वर्गलोकास मुद्धां जाळण्यास सिद्ध झाला; तेव्हां देवांनीं त्याचा असा कोणता अपराध केला होता कीं त्यामुळें त्यास इतका क्रोध चढला, तें आम्हांस सांग.

प्रमति म्हणालाः—हे रुरो, अमृतप्राशनाच्या समयीं राहुनामक दैत्यानें देवरूप धारण केलें व मोहिनीरूप महाविष्णूपासून अमृत मागून घेऊन तो प्राशन करूं लागला; तेव्हां तें त्याचें कपट सूर्यचंद्रांनीं उघडकीस आणून देवांना ती गोष्ट कळविली, त्यामुळें पुढें भगवंतांनीं त्या राहूचा कंठच्छेद केला वगैरे कथा तूं ऐकिली आहेसच. हे निष्पापा, हें कृत्य घडल्यापासून त्या दुष्ट राहूनें सूर्यचंद्रांशीं हाडवैर आरंभिलें, आणि तो त्यांस एकसारखा पीडा करूं लागला. चंद्र हा सौम्य असल्यामुळें त्यानें ती राहुकृत पीडा सहन केली; परंतु प्रतापनिधि भानूला ती सहन होईना! तो म्हणाला, ‘ अरे, मीं राहूचें तें कपट उघडकीस आणिलें हें मीं आपल्या स्वार्थाकरितां केलें काय? माझ्या त्या कृत्यापासून सर्व देवांचें हित झालें, आणि असें असतां राहूपासून होणारी पीडा मात्र मीं एकट्यानें भोगावी, हा केवढा अन्याय! अहो, ह्या प्रसंगीं माझी आपत्ति निवारण करण्यास एकही देव मला साहाय्य नाहीं. राहु हा मला ग्राशीत आहे आणि हे सर्व देव तें खुशाल पहात आहेत; तेव्हां ह्यांस म्हणावें काय! ह्यास्तव आतां सर्व लोकांच्या नाशास प्रवृत्त होणें, हेंच श्रेयस्कर होय, ह्यांत संदेह नाहीं.’ रुरो, ह्याप्रमाणें विचार करून सूर्य पुढें अस्तास गेला आणि नंतर रात्रीं त्यानें सर्व लोक इतके तप्त केले कीं, सर्व त्रैलोक्य लवकरच दग्ध होईल, असें सर्वांस वाटलें. रुरो, रात्रीच्या समयीं असा भयंकर दाह जेव्हां होऊं लागला, तेव्हां मोठमोठे ऋषि भूतदयेनें प्रेरित होत्साते देवांकडे गेले व त्यांस ह्मणालेः—अहो देवांनो, आज मध्य रात्रीं भयंकर दाह होऊन सर्व त्रिभुवनाचा अंत होणार, ह्यांत संदेह नाहीं; ह्यास्तव ह्या अरिष्टाचा प्रतिकार करण्याकरितां कांहीं तरी उपाय योजा. तेव्हां लागलेच ते ऋषि व देव तेथून ब्रह्मदेवाकडे गेले व त्यास म्हणालेः—हे भगवंता, हें काय अरिष्ट उत्पन्न झालें आहे बरें? पहा, सूर्य तर अस्तंगत आहे; आणि दाहास तर कांहीं मर्यादा नाहीं; तेव्हां निःसंशय हा क्षय होण्याचाच समय आहे; अशा ह्या रात्रीच्या वेळीं जर ही अवस्था, तर दिवसास सूर्योदय झाल्यावर काय अनर्थ ओढवेल, हें काय सांगावें?

ब्रह्मदेव म्हणालाः—ऋषिप्रमुख देवांनो, त्रैलोक्याचा नाश करण्यास उद्युक्त झालेल्या सूर्याचें हें सर्व कृत्य आहे. तो उदित झाल्यावर त्रिभुवनाची रक्षा करणार ह्यांत मुळींच संशय नाहीं; परंतु ह्या अरिष्टावर मीं पूर्वींच उपाय योजून ठेविला आहे. तो कोणता तो ऐका. अहो, कश्यप प्रजापतीचा महाबुद्धिमान् पुत्र अरुण म्हणून आहे. त्याचा देह मोठा विशाल असून त्याच्या अंगीं तेजही मोठें दुर्धर आहे. तो महाविख्यात अरुण सूर्याच्या अग्रभागीं उभा राहून त्याचें सारथ्य करील, आणि तो आपल्या स्वतांच्या तेजानें सूर्याच्या तेजाची उग्रता हरण करून सर्व लोकांचें, ऋषींचें व देवांचें कल्याण करील,

प्रमति म्हणालाः—रुरो, नंतर भगवान् ब्रह्मदेवानें अरुणास सूर्याच्या अग्रभागीं उभें राहून त्याचें सारथ्य करण्यास आज्ञा दिली, व अरुणानें तात्काळ तसें केलें. पुढें सूर्य उगवला तो त्या अरुणासहितच उगवला आणि त्या भयंकर अनर्थाचें निवारण झालें. रुरो, सूर्याला क्रोध येण्याचें व अरुणानें त्याचें सारथ्य करण्याचें कारण हें असें आहे. असो. आतां पूर्वकथेचा ओघ पुढें चालेल, तो तूं ऐक.

अध्याय पंचविसावा.

—:०:—

सर्पवहन.

सौति म्हणाला:—शौनकादिक ऋषीहो, तो स्वच्छंदगामी, विजयशाली व महाबलिष्ठ पक्षिराज सुपर्ण, महोदधीच्या परतीरीं आपली माता विनता ही पणामध्यें पराभूत होऊन ज्या स्थलीं दास्यत्वांत पडली होती, त्या स्थलीं प्राप्त झाला; आणि त्यानें तिजकडे अवलोकन केलें, तों ती अत्यंत खिन्न व दुःखाकुल आहे, असें त्यास दृष्टीस पडलें. पुढें तो भगवान् गरुड तेथेंच आपल्या मातेच्या सन्निध राहिला असतां कोणे एके समयीं कद्रूनें तिला हांक मारिली; तेव्हां ती लागलीच हात जोडून कद्रूच्या पुढें उभी राहिली, व 'काय आज्ञा असेल, ती सांगावी,' असें तिनें कद्रूस विनविलें. ऋषीहो, तेव्हां कद्रूनें म्हटलें, 'हे सुंदरी, समुद्राच्या कुक्षीमध्यें अगदीं एकांतस्थानीं नागांचें सुंदर व मनोहर भवन आहे, तेथें तूं मला घेऊन चल.'

नंतर विनतेनें कद्रूस आपल्या स्कंधावर धारण केलें; आणि तिनें कद्रूच्या पुत्रांस (सर्पांस) उचलून घेण्याविषयीं गरुडास सांगितलें, त्याप्रमाणें त्यानेंही त्या कद्रूच्या पुत्रांस आपल्या पाठीवर वाहून तो चालूं लागला. ऋषीहो, पुढें तो विनतापुत्र विगंहम गरुड सूर्याच्या समोर प्राप्त झाला असतां त्या दिनराजाच्या तीव्र किरणांनीं संतप्त होऊन सर्पांस एकदम मूर्च्छा आली! त्या प्रसंगीं आपल्या पुत्रांची ती दीन अवस्था अवलोकन करून तात्काळ कद्रूनें इंद्राची स्तुति करण्यास आरंभ केला.

कद्रूकृत इंद्रस्तुति.

कद्रू म्हणाली:—हे देवाधिदेवा, मी तुला नमस्कार करितें. हे बलसूदना, नमुचिघ्ना, सहस्राक्षा, शचीरमणा, माझ्यावर करुणा कर, आणि सूर्याच्या तापानें मूर्छित झालेल्या माझ्या ह्या पुत्रांना राख. हे अमरोत्तमा, ह्या प्रसंगीं तूंच आमचें अभयस्थान आहेस. देवाधिदेवा, तुझें सामर्थ्य काय वर्णावें? विपुल जलाची वृष्टि करणारे मेघ तूंच होस. वायुरूपानें त्या मेघांची दाणादाण करणाराही तूंच आहेस. अग्नि हें तुझेंच अपर स्वरूप होय. अंतरिक्षगामी विद्युल्लता ही सुद्धां तुझ्याव्यतिरिक्त नाहीं, आणि वज्राला महाघोर शक्ति व मेघांना महास्वर तुझ्याच सामर्थ्यामुळें प्राप्त झाला आहे. हे अपराजिता, त्रैलोक्याची घडामोड तूंच करितोस. प्राणिमात्राची ज्ञानज्योति तूंच आहेस. सूर्याचा प्रकाश व अग्नीची दीप्ति हीं तुझ्याव्यतिरिक्त नाहींत. जगाचा मुख्य अधिपति तूंच आहेस. तुझ्या कर्तुमकर्तुंशक्तीचा विचार केला म्हणजे केवळ विस्मयच वाटतो. विश्वाचा अंतःसाक्षी परमात्मा तूंच होस. ब्रह्मांडांतील सर्व पदार्थांचें अधिष्ठान तूंच आहेस. अमृत हें तुझेंच रूप होय. सर्वांस सुपूज्य असलेला नक्षत्राधिप चंद्र हा तुझीच कला आहे; आणि कला, काष्ठा, त्रुटि, लव, क्षण, मुहूर्त, रात्रि, दिवस, तिथि, शुक्लपक्ष, कृष्णपक्ष, मास, ऋतु व संवत्सर हीं सर्व तूंच होस. हे परमेश्वरा, पर्वत व अरण्यें ह्यांसहवर्तमान लोकांस आश्रय देणारी ही वसुंधरा, भास्करासहित रमणीय असें हें अंतरिक्ष, आणि तिमितिमिंगलादिक व ग्राहमत्स्यादिक जलचरांनीं व्याप्त अस-

लेला हा महोर्मिमान् उदधि हेंही तुझेंच अन्य स्वरूप होय. हे भगवंता, तुझा हा अतुल पराक्रम अवलोकन करून महान् महान् ज्ञानी पुरुष तुझी पूजा करितात, व तूं त्यांच्या त्या पूजेनें संतुष्ट होऊन यज्ञांमध्यें त्यांनीं वौषट् म्हणून समर्पण केलेल्या सोमरसाचें व हविर्भागांचें ग्रहण करितोस, आणि त्या योगें सर्व विश्वाला अभीष्ट प्राप्त करून देतोस. हे देवाधिदेवा, कर्मफलांच्या लालसेनें ह्या लोकीं विप्र तुझीच सतत उपासना चालवितात. वेदांगांमध्यें वर्णन केलेलें आहे, तें तुझेंच होय. केवळ तुझ्याच संतोषाकरितां महान् महान् ब्राह्मण यज्ञयागादिकांत निमग्न होतात, आणि केवल तुझ्याच प्राप्तीसाठीं ते अहर्निश उद्योग करून इतरांस वेदांगाचें अध्यापन करितात.

अध्याय सव्विसावा.

—:०:—

इंद्रानें केलेली जलवृष्टि.

सौति म्हणालाः—अशा प्रकारें कद्रूनें भगवान् इंद्राची स्तुति केल्यानंतर, त्या इंद्रानें, नीलमेघांनीं सर्व आकाश भरून टाकून निर्मल जलाची वृष्टि करण्याविषयीं मेघांस आज्ञा केली तेव्हां एकमेकांची सरशी लागल्याप्रमाणें गर्जना करणारे, व विद्युल्लतेच्या योगानें प्रकाशमान झालेले, अशा त्या मेघांनीं जलाची वृष्टिच वृष्टि करून सोडली. त्या वेळीं अत्यंत विशाल मेघांनीं सर्व आकाश अगदीं गजबजून गेलें. मुसळधार वृष्टि करणाऱ्या त्या मेघांचा गडगडाट तर केवळ अद्भुत होता. असंख्य जलधारा ह्याच कोणी तालांच्या गति, गर्जनेचा घनघोर शब्द हाच तंबूऱ्याचा सूर, आणि विद्युल्लता व वायु ह्यांच्या योगानें मेघांस येणारा कंप हेच अंगविक्षेप, अशा थाटानें आकाशानें जणू काय नृत्यच मांडलें आहे असा भास होऊं लागला. त्या समयीं एकसारखा धो धो धो धो पर्जन्य पडूं लागल्यामुळें, त्या मेघांच्या योगानें आकाशामध्यें चंद्राचा किंवा सूर्याचा एक किरणही दृष्टीस पडेनासा झाला! अशा प्रकारें इंद्र वृष्टि करूं लागला तेव्हां नागांना अतोनात आनंद झाला; जिकडे तिकडे पाणीच पाणी होऊन गेल्यामुळें सारी पृथ्वी जलमय होऊन गेली; आणि तें निर्मल व थंडगार उदक पृथ्वीच्या अगदीं तळापर्यंत जाऊन पोहोंचलें. अशा रीतीनें त्या वेळीं अनेक जलप्रवाहांनीं पृथ्वी ही आच्छादित झाली असतां ते भुजंग आपल्या मातेला घेऊन रामणीयक नांवाच्या द्वीपाकडे गेले.

अध्याय सत्ताविसावा.

—:०:—

दास्यत्वनिरसनोपाय.

सौति म्हणालाः—अशा रीतीनें पर्जन्याच्या जलधारांनीं ते नाग भिजून गेले, तेव्हां त्यांस अत्यानंद झाला; व ते गरुडावर बसून जात असल्यामुळें लवकरच 'रामणीयक' द्वीपाला जाऊन पोहोंचले. तें द्वीप विश्वकर्म्यानें निर्माण केलेलें असून तेथें मकरांची मोठी वस्ती होती. तेथें गरुडासहवर्तमान नाग आले तेव्हां, पहिल्याच तोंडाला त्यांना लवणासुर ह्या नांवाचा एक भयंकर राक्षस आणि समुद्रजलानें वेढा दिलेलें व पक्ष्यांच्या समुदायानें नादयुक्त झालेलें असें एक मनोहर वन त्यांच्या दृष्टीस पडलें. तें चित्रविचित्र फलपुष्पांनीं गजबजून गेलेलें होतें; त्यांत अनेक वृक्षांच्या हारी लागून राहिल्या होत्या; इतकेंच नव्हे, तर सुंदर सुंदर घरें, व विकसित कमलांनीं भरलेलीं सरोवरें हीं ठिकठिकाणीं दृष्टिगोचर होत होतीं. तेथील दिव्य तलाव व त्यांचें स्फटिकासारखें निर्मल जल ह्यांच्या योगानें त्या द्वीपाला फारच शोभा आलेली होती आणि सुगंध वाहून नेणारे पवित्र वायु तेथें वाहत होते. गगनचुंबित चंदनाचे वृक्ष, आणि वाऱ्यानें हालत अस-

ऱ्यामुळें पुष्पवृष्टि करणारे दुसरे वृक्ष ह्यांच्या योगानें तर तें वन अतिशयच खुलत होतें. ज्यांचीं फुलें वायूमुळें गळून पडत आहेत असे दुसरेही कित्येक वृक्ष त्या नागांवर पुष्पजलाची वृष्टि करीत होते. ब्रह्मदेवानें केवळ आपल्या मनाच्याच उल्हासानें उत्पन्न केलेलें तें वन गंधर्वांना व अप्सरांना फारच प्रिय झालेलें होतें; व मत्त भ्रमरांचा गुंजारव त्या वनामध्यें घुमत असून तें पाहातांच मन केवळ तल्लीन होऊन जात असे. अत्यंत रमणीय, सुखोत्पादक, निर्मल, सर्व जनांना अत्यंत मनोहर व नानातऱ्हेच्या पक्ष्यांच्या मंजुळ ध्वनीनें आल्हाद देणारें असें तें वन पाहून कद्रूपुत्रांनाही फार आनंद झाला, व त्या वनांत आल्यानंतर ते सर्प इतस्ततः विहार करूं लागले; आणि त्या महापराक्रमी पक्षिराज गरुडाला म्हणाले, "हे खगा, जेथें स्वच्छ उदक असेल अशा दुसऱ्या एखाद्या रमणीय द्वीपाकडे तूं आह्मांला घेऊन चल. कारण, तूंही रमणीय असे अनेक देश अवलोकन करीत जात असतोस." त्यावर विचार करून तो गरुड पक्षी आपली माता विनता हीस म्हणाला, "आई, ह्या सर्पांच्या तोंडांतून जें जें निघेल, तें तें मीं काय म्हणून करीत असावें?" तेव्हां विनता म्हणाली, हे पक्षिराया! पूर्वी एका पणामध्यें ह्या सर्पांनीं दुष्टपणानें कपट केल्यामुळें मी दुर्दैवानें हरलें, आणि आपल्या सवतीची दासी झालें आहें. म्हणून ते सांगतील तें तुला व मला ऐकलें पाहिजे." ह्याप्रमाणें आईनें सांगितलेलें कारण ऐकून त्या गरुडाला फार वाईट वाटून तो त्या सर्पांस म्हणाला, "अहो सर्पहो! तुह्मांला मीं काय आणून दिलें असतां, किंवा मीं कोणता पराक्रम केला असतां, अथवा मला कोणतें ज्ञान झालें असतां मी आपल्या दास्यत्वापासून मुक्त होईन, हें तरी एकनिश्चयात्मक मला सांगा."

सौति म्हणाले:—तें ऐकून सर्प त्यास म्हणाले, "हे गरुडा, तूं आपल्या शौर्यानें आम्हांला अमृत आणून दे, म्हणजे तूं आमच्या दास्यत्वापासून मुक्त होशील."

अध्याय अठ्ठाविसावा.

—:०:—

गरुडाच्या खाण्याची तरतूद.

सौति म्हणाले:—ह्याप्रमाणें सर्पांनीं गरुडाला सांगितल्यानंतर तो आपल्या आईस म्हणाला, "आई! तर मग मी आतां अमृत आणावयास जातों. पण मार्गामध्यें मला खावयाला काय?" विनता म्हणाली, "समुद्राच्या किनाऱ्यावर एकांतस्थळीं निषादांची [कोळ्यांची मच्छिमारांची] एक मोठी वस्ती आहे, त्यांतील हजारों निषाद भक्षण कर, आणि अमृत घेऊन ये. ब्राह्मणाला मारण्याची दुर्बुद्धि मात्र तूं कधीं मनांत सुद्धां आणूं नको. कारण, ब्राह्मण हे अग्नीसारखे तेजस्वी असल्यामुळें त्यांचा कोणीच वध करतां कामा नये. ब्राह्मण रागावला तर तो नाश करण्यामध्यें निखालस अग्नीसारखा, सूर्यासारखा, विषासारखा किंवा शस्त्रासारखाच बनतो. ब्राह्मण हा सर्व प्राण्यांचा गुरु असें म्हटलेलें आहे. अशा प्रकारचीं ब्राह्मणांचीं लक्षणें असल्यामुळें ब्राह्मण हा सज्जनांनाही वंद्य झालेला आहे. ह्याकरितां, बाबा! तूं रागाच्या आवेशांत असलास तरी सुद्धां त्याचा घात करूं नको. हे निष्पापा! ब्राह्मणांचा कधींही द्रोह करूं नये. कडकडीत व्रताच्या आचारविचारानें चालणारा ब्राह्मण क्रुद्ध झाला तर तो जशी राखरांगोळी करून टाकील, तशी अग्नीच्यानें किंवा सूर्याच्यानेंही होणार नाहीं. ह्याकरितां, ह्या नानाप्रकारच्या लक्षणांनीं उत्तम ब्राह्मण तो कोणता हें लक्षांत आण. सर्व प्राण्यांमध्यें ब्राह्मण हा अग्रगणी; सर्व वर्णांमध्यें ब्राह्मण हा श्रेष्ठ; म्हणून तो सर्वांचा पिता व गुरु होय."

विनतेचें हें भाषण श्रवण करून गरुडानें तिला प्रश्न केला, "आई! त्या ब्राह्मणाचें स्वरूप कसें असतें? त्याचा स्वभाव कसा असतो? त्याचें सामर्थ्य किती? तो अग्नीसारखा कसा भासतो? त्याची सौम्य मुद्रा कशी असते? आई, ब्राह्मणाचीं उत्तम लक्षणें कशीं असतात, तीं मला समजून घ्यावयाचीं आहेत, म्हणून मी विचारतों; तर तीं मला सकारण सांग."

तेव्हां विनता सांगूं लागली:-बाळा, माशानें गळ गिळल्याप्रमाणें जो तुझ्या गळ्यांत शिरला असतां अग्नीप्रमाणें जाळील, तोच ब्राह्मण श्रेष्ठ आहे असें समज. ह्याकरितां तुला कितीही राग आला तरी तूं ब्राह्मणाला म्हणून कधींही मारूं नको." पुत्रप्रेमानें बद्ध झालेली ती विनता असें सांगून पुनः म्हणाली कीं, "पोटामध्यें ज्याचें पचन होणार नाहीं तोच ब्राह्मण असें समज." आपल्या पुत्राचा अतुल पराक्रम जरी तिला माहीत होता तरी, नागांनीं पीडा दिल्यामुळें अत्यंत दुःखित झालेल्या त्या विनतेनें ममतेनें व पुत्रस्नेहानें पुनः त्याला आशीर्वाद दिला. ती म्हणाली, "मुला! वायु तुझ्या पंखांचें संरक्षण करो; व चंद्रसूर्य तुझ्या पाठीवर असोत. अग्नि तुझ्या मस्तकाचें संरक्षण करो; आणि अष्टवसु तुझ्या सर्व शरीराचें संरक्षण करोत! हे पुत्रा! तुझीं विघ्नें टळावींत, व तुझें कल्याण असावें अशी मी सदासर्वदा इच्छा करतें. इतकेंच नव्हे, तर मी येथें बसून अहोरात्र तुझें क्षेमकल्याण चिंतन करीत राहीन. तर, बाळा, तूं आतां आपल्या इष्टकार्यसिद्धीकरितां निर्विघ्नपणें आपल्या मार्गाला लाग."

सौति म्हणालाः-ह्याप्रमाणें आईचें भाषण श्रवण केल्यानंतर त्या गरुडानें आपले पंख पसरून आकाशांत भरारी मारली, आणि जणूं काय अंतकाळीं येणारा मृत्युच असा तो महाबलाढ्य पक्षी खा खा करीतच निषादांच्या वस्तीपाशीं जाऊन पोहोंचला; आणि त्या साऱ्या निषादांस एकत्र जमविण्यासाठीं त्यानें जवळ असलेले वृक्ष हालवून असा कांहीं धुरोळा उठविला कीं, तो आकाशास जाऊन भिडला. त्याच्या योगानें तेथील समुद्रतीरचें पाणी सुद्धां वर उसळलें! नंतर त्या पक्षिराजानें निषादांच्या मार्गामध्यें मोठा थोरला जबडा वासून त्यांचा मार्ग बंद करून टाकला. तेव्हां सारे निषाद जे घाईघाईनें निघाले, ते त्या सर्पभक्षक पक्ष्याच्या तोंडाकडेच चालले; आणि झंजावातानें अरण्यांतील झाडें अगदीं पडायच्या बेतांत आलीं म्हणजे घाबरलेले पक्षी जसे आकाशांत उड्डाण करूं लागतात, तद्वत् त्या वावटळीनें भांबावून गेलेले ते हजारों निषाद त्या अक्राळविक्राळ पसरलेल्या मुखांत शिरले. तेव्हां त्या क्षुधेनें व्याकुळ झालेल्या शत्रूस संताप देणाऱ्या अत्यंत चपळ व बलाढ्य पक्षिराजानें त्या असंख्य निषादांचा म्हणजे कोळ्यांचा संहार करण्याकरितां आपलें तोंड मिटलें.

अध्याय एकूणतिसावा.

गरुडकश्यपसंवाद.

सौति म्हणालाः—शौनकादिक मुनिवर्यहो, त्यानें आपलें तोंड मिटलें तों त्या तोंडामध्यें आपल्या पत्नीसहवर्तमान एक ब्राह्मण सांपडला; व तो त्याला पेटलेल्या अग्नीसारखा भाजूं लागला. तेव्हां त्यास गरुड म्हणाला, "हे ब्राह्मणश्रेष्ठा! मी हें तोंड पसरतों, त्यांतून तूं लवकर बाहेर नीघ. ब्राह्मण कितीही पातकी असला तरीसुद्धां त्याचा घात करणें हें मला उचित नाहीं.

हें ऐकून ब्राह्मणानें गरुडाला उत्तर दिलें, "तर मग माझी स्त्री कोळीण आहे, तीही माझ्या बरोबर येऊं दे." गरुडानें उत्तर दिलें, "त्या कोळिणीलाही घे, पण लवकर एकदाचा बाहेर पड; अजून माझ्या जठराग्नीनें तूं दग्ध

झाला नाहींस, तों लवकर बाहेर पडून आपलें संरक्षण कर. ”

गरुडानें असें सांगितल्यावर तो ब्राह्मण आपल्या त्या कोळ्याच्या जातीच्या स्त्रीसह त्याच्या तोंडांतून बाहेर पडला;आणि गरुडाची स्तुति करून आपल्या इष्ट देशाला निघून गेला. भार्येसहवर्तमान तो ब्राह्मण बाहेर पडतांच तो मनाप्रमाणें वेगवान् पक्षिराज गरुडही आपले पंख पसरून आकाशांत उडाला, तों पुढें त्याचा पिता कश्यप ऋषि त्याच्या दृष्टीस पडला, व त्यानें विचारलेल्या प्रश्नांचीं उत्तरेंही त्यानें यथायोग्य दिलीं. त्या उदार अंतःकरणाच्या ऋषिश्रेष्ठानें बोलण्यास आरंभ केला. कश्यप ऋषि म्हणतात, “हे पुत्रा,का ? कुशल आहेस ना ? खायालाप्यायाला यथेष्ट मिळतें ना? मृत्युलोकीं तुझें भक्ष्य विपुल आहे कीं नाहीं ? ” त्यावर गरुडानें उत्तर केलें, “आई, भाऊ व मी तिघेंही आम्ही सर्वकाल सुखी आहों. परंतु, बाबा ! मला मात्र नेहमीं यथेच्छ खायाला मिळत नसल्यानें माझी अवस्था मात्र ठीक नाहीं. मला आज सर्पांनीं उत्तम अमृत आणण्याकरितां पाठविलें आहे; व मातेला दास्यत्वांतून मुक्त करण्याकरितां मीही तें आणणार आहें. भूक लागली तर निषादांना भक्षण कर, असें आईनेंही मला सांगितलें होतें. पण निषाद ते काय ? हजारों खाल्ले तरी पोट म्हणून कांहीं भरलें नाहीं. ह्याकरितां, हे भगवन् ! मला खावयाला दुसरें कांहीं तरी दाखवून द्या. हे प्रभो ! तें असें पाहिजे कीं, तें खाल्लें असतां अमृत आणण्यास मी समर्थ होईन. तर आपण माझी तहानभूक हरेल असें कांहीं तरी भक्ष्य मला सांगा. ”

हें ऐकून कश्यप म्हणाले:—बाळा, हें सरोवर अत्यंत पवित्र असून देवलोकांतही प्रसिद्ध आहे. ह्यामध्यें एक कासव असून त्याचा धाकटा भाऊ हत्ती झालेला आहे;आणि तो आपल्या थोरल्या भावाला—कासवाला—नेहमीं आपल्या सोंडेनें ओढीत असतो.त्यांचें जन्मांतरींचे हाडवैर कसें आहे तें मी तुला इत्थंभूत सांगून देतों.तें व त्या उभयतांचे आकार केवढे आहेत हेंही तूं नीट समजून घे.

हत्ती व कासव ह्यांचें पूर्ववृत्त.

विभावसु ह्या नांमेंकरून एक महान् कोपिष्ट असा महर्षि होता.त्याला एक धाकटा भाऊ असे, त्याचें नांव सुप्रतीक. तोही महान् तपस्वी होता. त्या महामुनि विभावसूला एकत्र असलेलें धन वांटून घेण्याची इच्छा नव्हती; परंतु सुप्रतीक होता तो माझी वांटणी मला पाहिजे म्हणून नित्यशः कुरकुर करीत असे. तेव्हां विभावसु हा आपला धाकटा भाऊ सुप्रतीक ह्याला म्हणाला, “पुष्कळ लोक लोभाला गुंतून नेहमीं वांटणी करण्याची इच्छा करीत असतात; आणि मग द्रव्याच्या आशेनें विभक्त होऊन एकमेकांवर दांतओंठ खात बसतात. मग ते आप्पलपोटे मूर्ख आपआपल्या द्रव्याच्या वांटण्या घेऊन वेगळे वेगळे झाले असें समजलें कीं, त्यांचे शत्रु असतात, ते आपण मित्र आहों असें भासवून त्यांच्या मनांत अधिकाधिकच विकल्प आणून देतात; व त्या उभयतांच्या मनांत पक्का भेदभाव उत्पन्न झाला कीं त्यांच्या नाशाला सुरवात होते; आणि मग हां हां म्हणतां ते रसातळास जातात. गुरुमर्यादानियमांनीं जे बद्ध झालेले असतात, व परस्परांची अमर्यादा होण्याची ज्यांच्या मनांत भीति असते, अशा पुरुषांनीं बंधुविभाग घेऊन विभक्त होणें बरें नव्हे असें सज्जनांचें मत आहे, असो. सुप्रतीका! तुला आतां आपल्या ताब्यांत ठेवणें मला शक्य नाहीं; कारण, तूं आतां माझ्या ठिकाणीं परकीय भाव धरून द्रव्याची इच्छा करतोस. ह्याकरितां तूं हत्तीच्या जन्माला जाशील ! ”

महर्षि कश्यप सांगतात:—“ह्याप्रमाणें विभा-

वसूनें सुप्रतीकाला शाप दिला, तेव्हां तोही विभवसूला म्हणाला, तर मग तूंही जलामध्यें संचार करणारा कासव होशील." ह्याप्रमाणें केवळ द्रव्याच्या लोभांत गुंतून विभावसु व सुप्रतीक ह्या उभयतांनीं एकमेकांस शाप देऊन ते अनुक्रमें कासव व हत्ती होऊन बसले.असे क्रोधाच्या पाशांत सांपडल्यामुळें ते दोघेही निर्यग्योनीला गेले, आणि आतां आपल्या शरिरांच्या स्थूल आकारानें व बळानें गर्विष्ठ होऊन परस्परांचा द्वेष करीत बसले आहेत! ते पूर्वजन्मींच्या वैऱ्यांप्रमाणें विशाळ देह धारण करून येथें ह्या सरोवरांत राहतात. त्यापैकीं तो मोठा भव्य व देखणा असलेला हत्ती सरोवराजवळ येतो.तो आला कीं त्याचा चीत्कार ऐकून ह्या सरोवराच्या आंत राहणारा अजस्त्र कासवही सारें सरोवर खवळून सोडीतच वर येतो. त्याला पाहतांच हत्तीही आपली सोंड मुरडून वेगानें पाण्यांत उडी घालतो;आणि दांत, सोंड, शेपटीचा गोंडा व पाय ह्यांच्या तडाक्यांनीं त्या सरोवराला अधिकच खवळून सोडतो. अशा प्रकारें त्या हत्तीनें तें सरोवर अतिशय खवळलेलें दृष्टीस पडलें म्हणजे तो बलाढ्य कासवही आपलें डोकें वर काढून त्याच्याशीं युद्ध करावयास लागतो. हत्तीची उंची सहा योजनें असून लांबी तर त्याच्या दुप्पट आहे. कासवाची उंची तीन योजनें असून पाठीचा घेर दहा योजनें आहे. ते दोघेही, युद्धामध्यें एकमेकांचा प्राण घेऊं ह्या ईर्षेनें सध्या अगदीं बेफाम होऊन राहिले आहेत; तर त्यांना तूं भक्षण करून आपलें कार्य शेवटास ने. विशाल मेघपटलासारख्या त्या कासवाला आणि प्रचंड पर्वतासारख्या त्या हत्तीला भक्षण करून तूं अमृत घेऊन ये.

गरुडाचें अमृतार्थ गमन.

सौति म्हणाला:-ह्याप्रमाणें कश्यपांनीं गरुडास सांगितल्यानंतर ते त्यास मंगलप्रद असे अशीर्वाद देऊं लागले. ते म्हणाले," तूं देवांबरोबर युद्ध करूं लागलास म्हणजे त्या युद्धांत तुला विजय प्राप्त होवो. हे पक्ष्या! भरलेली घागर, ब्राह्मण, गाई, किंवा असेच जे जे कांहीं चांगले व मंगलकारक पदार्थ असतील, ते ते सर्व तुझ्यासमोर येतील. अर्थात् तुला उत्तम शकून होतील. हे बलवंता! तूं समरांगणामध्यें देवांशीं युद्ध करूं लागलास म्हणजे ऋक्, यजु, साम, पवित्र हवि, सर्व उपनिषदें आणि सारे वेद तुला सामर्थ्य देतील."

मुनिवर्यहो,ह्याप्रमाणें पित्यानें गरुडाला आशीर्वाद दिल्यानंतर तो गरुड त्या सरोवराकडे गेला, आणि निर्मल जलानें भरलेलें व नानाप्रकारच्या पक्ष्यांनीं युक्त असें तें सरोवर त्यानें अवलोकन केलें. इतक्यांत त्याला पित्याच्या भाषणाची आठवण झाली. तेव्हां त्या अत्यंत वेगवान् पक्षिराजानें,एका नखानें तो हत्ती व दुसऱ्या नखानें तो कासव धरून आकाशामध्यें उंच भरारी मारली; आणि तो आकाशमार्गानें एका पुण्यतीर्थावर येऊन, तेथें असलेल्या कल्पवृक्षांवर बसण्याकरितां त्यांच्या जवळ गेला. तेव्हां आतां आपल्या पंखांच्या वायूच्या तडाक्यानें हा आम्हांस मोडून टाकील, असें वाटून ते वृक्ष भयानें थरथर कापूं लागले. मनोरथरूप फलांनीं लवलेले ते दिव्य सुवर्णशाखेचे वृक्ष भयभीत होऊन कांपत आहेतसें पाहून, त्यांस आपण मोडूं नये असें मनांत येऊन, तो पक्षी, ज्यांच्या अजस्त्रपणाला दुसरी जोडच नाहीं, अशा दुसऱ्याच मोठ्या विशाल वृक्षांकडे गेला. ते मोठमोठाले वृक्ष सोन्यारुप्याच्या फलपुष्पांनीं लकाकत असून त्यांच्या शाखा वैदूर्य रत्नांच्या होत्या; आणि त्यांच्या सभोंवार समुद्रजलाचा वेढा पडलेला होता. त्यांपैकीं एक फार जुना अत्यंत विस्तृत असा वटवृक्ष, त्या मनोवेगानें येत असलेल्या पक्षिराजास म्हणाला, " ही माझी डहाळी शंभर योजनें लांब आहे; हिच्यावर बसून तूं त्या हत्तीला व का-

सवाला भक्षण कर." तेव्हां तो महान् वेगवान् पक्षिराज त्या वृक्षाच्याजवळ आला, आणि ज्याच्यावर हजारों पक्षी आश्रय करून राहिले होते, व ज्या वृक्षाचा आकार केवळ पर्वतप्राय दिसत होता, त्याच्या त्या गर्दपानांनीं भरून गेलेल्या शाखेवर पाय ठेवतो न ठेवतो तोंच ती शाखा मोडून गेली !

अध्याय तिसावा.

—:०:—

वालखिल्य ऋषींचें रक्षण.

सौति म्हणालाः—त्या बलाढ्य गरुडानें त्या वृक्षाच्या फांदीला पाय लाविले मात्र, तों ती फांदी मोडली ! ती मोडलेली फांदी गरुडानें धरली, आणि त्या मोडलेल्या प्रचंड फांदीकडे तो आश्चर्यानें पाहूं लागला, तों तिच्यावर खालीं डोकें वर पाय करून लोंबत असलेले वालखिल्य ऋषि त्याच्या दृष्टीस पडले. ह्या लोंबत असलेल्या ऋषींचा घात होता कामा नये, असा विचार करून त्या तपोनिष्ठ ब्रह्मर्षींकडे त्यानें अवलोकन केलें हे ह्या झाडाच्या फांदीपासून सुटून खालीं पडले तर प्राणास मुकतील, हें मनांत आणून त्या वीरानें तो हत्ती व कासव ह्यांस नखांनीं घट्ट धरिलें. आतां ह्या ऋषींचा नाश होईल ही भीति मनांत येऊन त्या पक्षिराज गरुडानें उड्डाण केलें; आणि त्याच विचनेंत ती डहाळी तोंडांत धरली. देवांनाही दुष्कर असें तें अचाट कर्म पाहून महर्षींचीं हृदयें आश्चर्यानें अगदीं उचंबळूं लागलीं; आणि त्यांनीं त्यास एक नांव दिलें. ते म्हणाले, "अहो, येवढें गुरु (जड) ओझें घेऊन हा पक्षी उड्डाण करीत आहे, ह्यावरून हा सर्पभक्षक पक्षिश्रेष्ठ गरुड होय' तंनर पंखांच्या झडपीनें पर्वतांना हालवीत हालवीत तो हळू हळू घिरट्या घालूं लागला, आणि वालखिल्य ऋषींची पोटामध्यें दया आणून त्या हत्तीसहवर्तमान व कासवासहवर्तमान अनेक देश फिरला, परंतु त्याला बसावयाला नीटसें स्थानच मिळालें नाहीं. पुढें तो तसाच फिरतां फिरतां थेट गंधमादन नांवाच्या श्रेष्ठ पर्वतावर गेला, तों तेथें त्याचा पिता कश्यप ऋषि तपश्चर्या करीत असलेला त्याच्या दृष्टीस पडला; व पित्यानेंही मन व वायु ह्यांप्रमाणें वेगवान् असून तेज, वीर्य व बल ह्यांनीं युक्त व दिव्यरूप धारण करणाऱ्या त्या पक्ष्याला अवलोकन केलें. तो पक्षी म्हणजे जणू काय उगारलेला साक्षात् ब्रह्मदंडच, किंवा एखाद्या पर्वताचें अवाढव्य शिखरच कीं काय, ज्याचा आकार केवळ कल्पनेच्या बाहेर, ज्याला सर्वतोपरी मनांत आणणें सुद्धां कठीण, आणि जो पाहिला असतां प्राणिमात्रास भय उत्पन्न व्हावें, असा होता. महान् वीर्यवान्, अत्यंत भेसूर, भडकलेला जणू काय अग्निच, देव, दानव व राक्षस ह्यांना सुद्धां आटोपणारा नव्हे, मग सामान्य जन त्याच्यापुढें उभा तरी कसा राहणार ? पर्वतशिखरांचा भुगा करून सोडणारा, समुद्राचें पाणी आटवून टाकणारा, साऱ्या भूगोलाला हालवून सोडणारा, व दिसण्यांत साक्षात् काळासारखा भयंकर असा आपला पुत्र भगवान् कश्यप ऋषींनीं आलेला पाहून त्याच्या मनांतील हेतु जाणला, आणि ते त्यास म्हणाले, "हे पुत्रा ! तूं असें साहसही करूं नको, आणि आपल्याला असा त्रासही करून घेऊं नको. सूर्यकिरणांचेंच पान करून तृप्त असणारे वालखिल्य ऋषि क्रोधायमान होऊन तुला दग्ध न करोत."

सौति म्हणालाः—ऋषीहो, नंतर, पुत्राकरितां कश्यप ऋषींनीं, तपश्चर्येनें निष्पाप झालेल्या त्या वाल्यखिल्य ऋषींना प्रसन्न करून घेतलें. ते वालखिल्य ऋषींना म्हणाले, "हे तपोधनहो ! गरुडाचा जन्म लोकहिताकरितां झालेला आहे, आणि तो एका महत्कार्याची इच्छा करीत आहे. तर आपणही त्यास आज्ञा द्यावी."

ह्याप्रमाणें भगवान् कश्यप मुनींनीं सांगितल्यावर त्या तपश्चर्येची अपेक्षा करणाऱ्या वालखिल्य ऋषींनीं ती वृक्षाची शाखा सोडून देऊन ते पवित्र अशा हिमालय पर्वतावर गेले. ते ऋषि निघून गेल्यानंतर, ती वृक्षाची डहाळी तोंडांत धरूनच, गरुडानें आपला पिता जो कश्यप ऋषि त्यास विचारिलें, "हे भगवन् ! ही वृक्षाची डहाळी मी कोठें बरें टाकूं ! जेथें कोणीही मनुष्य नाहीं, असा एखादा प्रदेश आपण मला सांगावा."

गरुडाचें हें भाषण ऐकून, केवळ निर्मनुष्य, व ज्याच्या गुहा बर्फांनीं अगदीं भरून गेल्या आहेत, व ज्या ठिकाणीं जाण्याचें मनांत आणणें सुद्धां अशक्य असा एक पर्वत काश्यप ऋषींनीं त्यास सांगून दिला. तेव्हां प्रचंड गुहा असलेल्या त्या पर्वताकडे जाण्याच्या उद्देशानें तो पक्षिराज, तो हत्ती व कासव ह्यांसहवर्तमान मोठ्या वेगानें निघाला. तो पक्षी जी प्रचंड शाखा घेऊन आला, ती शाखा कांहीं सामान्य नव्हती. शंभर बैलांच्या कातड्याची केलेली तात त्या शाखेच्या भोंवती एक वेढा देण्यास सुद्धां पुरली नसती. असो. नंतर तो पक्षिराज गरुड थोड्याच वेळांत एक लक्ष योजनें निघून गेला; पुढें तो पित्याच्या आज्ञेप्रमाणें त्या पर्वतावर जाऊन पोहोंचला, आणि मोठ्यानें गर्जना करीत करीत त्यानें ती शाखा तेथें फेकून दिली. परंतु त्या गरुडाच्या पंखांच्या वाऱ्याचा तडाका लागल्यामुळें तो विशाल पर्वतही डळमळूं लागला, आणि त्याच्यावरील वृक्षांचीं पुष्पें गळून पडूं लागल्यामुळें, तो गरुडावर पुष्पवृष्टिच करीत आहे असें वाटलें. त्या पर्वताचीं रत्नखचित चित्रविचित्र शोभा देणारीं शिखरें इतस्ततः मोडून पडलीं. विद्युत्प्रभेनें ज्याप्रमाणें मेघ हे शोभिवंत दिसतात, त्याप्रमाणें सुवर्णपुष्पांनीं लकलकणाऱ्या अनेक शाखा असलेले दुसरेही अनेक वृक्ष, त्या विशाल शाखेचा धक्का लागल्यामुळें उन्मळून पडले ! आणि पर्वतावरील धातु त्यांत मिश्र झाल्या असल्यामुळें, व सुवर्णाप्रमाणें देदीप्यमान दिसणाऱ्या त्या वृक्षावर आणखी सूर्याचे किरण पडल्यामुळें ते फारच खुलूं लागले. तेव्हां त्या पक्षिराज गरुडानें त्या पर्वताच्या शिखरावर बसून तो हत्ती व कासव ह्या दोघांसही भक्षण केलें. ह्याप्रमाणें त्या हत्तीला व कासवाला भक्षण केल्यानंतर तो महान् वेगवान् गरुड त्या पर्वताशिखरावरून उडाला.

स्वर्गांतील उत्पात.

त्या पक्षिराज गरुडानें जेव्हां उड्डाण केलें, तेव्हां देवांना अरिष्टसूचक असे उत्पात होऊं लागले. स्वर्गाधिपति इंद्राचें आवडतें शस्त्र जें वज्र तेंही त्या वेळीं प्रज्वलित झालें. ज्वाला व धूर ह्यांसहवर्तमान दिवसाढवळ्या उल्कापात होऊं लागले. त्याप्रमाणेंच अष्टवसु, एकादशरुद्र, द्वादशादित्य, साध्य, मरुद्गण, आणि इतरही झाडून साऱ्या देवतागणांचीं अस्त्रें एकमेकांकडे धावूं लागलीं. देवांचा व दैत्यांचा पूर्वीं एवढा मोठा घनघोर संग्राम झाला खरा; पण त्या वेळेसही अनुभवास आलेले नाहींत असे सोसाट्याचे वारे वाहूं लागले, आणि उल्कांचा तर काय केवळ सडा झाला ! आकाशांत एकही ढग नसतां मेघांच्या गडगडाटानें तें सारें दणाणून गेलें. पर्जन्याधिपति हा रक्ताचा वर्षाव करूं लागला ! देवांच्या पुष्पमाळा कोमेजून जाऊन तेही स्वतः निस्तेज पडले. प्रलयकालचे भयंकर मेघ रक्ताच्या मुसळधारा सोडूं लागले. धूळ तर इतकी उडत होती कीं, तिचे देवांच्या मुकुटावर थरचे थर बसले ! असे भयंकर उत्पात होऊं लागल्यामुळें सर्व देवांसहवर्तमान इंद्राची अगदीं पांचावर धारण बसली; आणि तो बृहस्पतीला म्हणाला, "हे भगवन् युद्धामध्यें आमचा पराभव करणारा शत्रु तर कोठें दिसत नाहीं, असें असतां एकाएकीं हे भयंकर उत्पात कां बरें होत आहेत ?"

बृहस्पतींनीं उत्तर दिलें:—देवेन्द्र ! तुझे अपराध व प्रमाद ह्यामुळें, आणि महात्मे ऋषिश्रेष्ठ वालखिल्य ह्यांच्या तपःप्रभावामुळें, कश्यपऋषींचा विनतेच्या ठिकाणीं झालेला पक्षिरूप महाबलाढ्य व इच्छित रूपें धारण करणारा पुत्र गरुड अमृत नेण्याकरितां इकडे येत आहे. तो पक्षी सर्व बलवंतांमध्यें श्रेष्ठ असून अमृत घेऊन जाण्याला समर्थ आहे. तो पाहिजे ती गोष्ट साध्य करील;—त्याला अशक्य असें त्रैलोक्यामध्यें सुद्धां कांहीं नाहीं.

देवांनीं केलेली युद्धाची तयारी.

सौति म्हणालाः—हें बृहस्पतीचें वाक्य श्रवण करून अमृताचें रक्षण करणाऱ्या देवांस इंद्र म्हणाला, "मोठा बलाढ्य व शूर असा एक पक्षी अमृत घेऊन जाण्याच्या खटपटींत आहे. तर त्याला तें बलात्कारानें नेतां येऊं नये म्हणून आधींच मी तुम्हांस सावध करून ठेवतों. बृहस्पति म्हणतात कीं, त्याचें बळ केवळ अप्रतिम आहे."

हें इंद्राचें भाषण श्रवण करून देवांनाही मोठें आश्चर्य वाटलें, व ते त्या अमृताभोंवतीं वेढा देऊन बसले. व महाप्रतापी इंद्रही आपलें वज्र घेऊन तयार झाला. त्या विचारवान् देवांनीं वैदूर्य रत्नें बसविलेलीं अत्यंत मौल्यवान् सुवर्णाचीं चित्रविचित्र कवचें धारण केलीं. हातांमध्यें बळकट व लकलकीत ढाली अडकविल्या आणि तशींच अनेक प्रकारचीं शस्त्रें हातांत घेतलीं. मुख्य मुख्य देव, ज्यांच्यांतून चोहोंकडे ठिणग्या व धूर पसरत आहे अशीं व पाजळल्यामुळें ज्यांच्या धारा व टोकें तीक्ष्ण झालीं. आहेत अशीं शस्त्रें उगारून बसले. चक्रें, परिघ, त्रिशूळ, परशु, अनेक प्रकारच्या तीक्ष्ण शक्ति, चकचकीत तरवारी, दिसण्यांतही भयंकर अशा गदा इत्यादि आयुधें आपापल्या शरिरांस शोभतील तसतशीं घेऊन सारे देव सज्ज झाले. देवगण हे मूळचेच निष्पाप असल्यामुळें स्वयंसिद्धच देदीप्यमान, त्यांत त्यांनीं आणखी दिव्य अलंकार धारण केलेले आणि लकलकीत शस्त्रें परजलेलीं, ह्यामुळें ते फारच सुप्रभ दिसूं लागले. अमृताचें संरक्षण करण्याविषयीं त्यांनीं दृढ निश्चय केला होता; व जे राक्षसांची ठाणीं विध्वंस करून टाकणार, त्या देवांचें बल, वीर्य व तेज केवळ अनुपमेय होतें, त्यामुळें त्यांचीं शरिरें अग्नीप्रमाणें तेजःपुंज दिसूं लागलीं. ह्याप्रमाणें ते देव कडेकोट तयारीनें उभे राहिले असतां, हजारों परिघांनीं व्याप्त झालेलें तें भव्य समरांगण, सूर्यकिरणांनीं सुप्रकाशित झालेलें दुसरें आकाशच एकदम पसरलें कीं काय, असें भासूं लागलें !

अध्याय एकतिसावा.

—:०—

गरुडाची उत्पत्ति.

शौनकांनीं प्रश्न केलाः—हे सूतपुत्रा ! महेंद्राचा अपराध कसला होता? व प्रमाद तरी काय? आणि वालखिल्यांच्या तपानें गरुड तरी कसा उत्पन्न झाला? कश्यप ऋषि हे जातीचे ब्राह्मण होते; असें असतां त्यांस हा पक्षिराज पुत्र कसा झाला? आणि तो सर्व प्राण्यांना अजिंक्य व अवध्य तरी कसा झाला? तसेंच, तो पक्षी वाटेल तिकडे संचार करणारा व अतुलपराक्रमी कशानें झाला? सौते, हें जर पुराणांत सांगितलेलें असेल, तर तें आम्हांस ऐकण्याची इच्छा आहे.

सौति म्हणालाः—शौनकादिक मुनिश्रेष्ठहो, आपण विचारीत आहां, तो विषय पुराणांतीलच आहे. तो मी सारा संक्षेपानें सांगतों, श्रवण करा. पूर्वीं पुत्रप्राप्तीची इच्छा धरून कश्यप प्रजापति यज्ञ करूं लागले, त्या वेळीं त्या यज्ञाला ऋषींनीं, देवांनीं व गंधर्वांनींही साह्य केल्याचें प्रसिद्ध आहे. त्या यज्ञामध्यें कश्यपांनीं इंद्र, वालखिल्य मुनि,

व इतर देवगण यांजकडे समिधा आणण्याचें काम सोंपविलें होतें. त्या वेळीं इंद्रानें आपल्या सामर्थ्याप्रमाणें पर्वतासारखा एक समिधांचा भारा सहज उचलून आणला. तो आणीत असतां मार्गामध्यें अगदीं ठेंगणे—केवळ आंगठ्याच्या पेरायेवढे—वालखिल्य ऋषि एका जुटीनें पळसाची एक लांब काडी मोठ्या प्रयासानें आणीत असलेले त्याच्या दृष्टीस पडले. ते ऋषि मोठे तपस्वी असून त्यांनीं आहार वर्ज्य केला असल्यामुळें ते अत्यंत कृश झाले होते;आणि गाईच्या उमटलेल्या पाऊलभर पाण्यामध्येंच गटकळ्या खात होते! परंतु इंद्राला आपल्या बळाचा गर्व असल्यामुळें, त्यांना पाहून इंद्राला मोठा चमत्कार वाटून तो हसूं लागला;आणि त्या कुचमत असलेल्या वालखिल्य ऋषींचा अपमान करून तो लवकर लवकर पुढें चालता झाला. तेव्हां ते वालखिल्य ऋषि रागानें संतप्त झाले,आणि अत्यंत व्याकूळ होऊन इंद्रावर मोठें संकट गुदरेल अशा महत्कर्मास त्यांनीं प्रारंभ केला.आतां,हे विप्रहो! त्या महान् तपस्वी वालखिल्य ऋषींनीं कोणती मनीषा धारण करून लहानमोठ्या मंत्रांनीं अग्नींत विधिपूर्वक हवन केलें तें श्रवण करा. पाहिजे तितकें वीर्य व हवें तिकडे जाण्याचें सामर्थ्य ज्याच्या अंगीं आहे, व जो ह्या प्रांतांत असलेल्या इंद्राला केवळ 'दे माय धरणी ठाय' करून सोडील, असा एखादा नवाच इंद्र ह्या सर्व देवांना उत्पन्न करून द्यावा असा त्यांचा कृतनिश्चय होता. शौर्यामध्यें व वीर्यामध्यें ह्या सांप्रतच्या इंद्रापेक्षां शतपटीनें श्रेष्ठ आणि मनाप्रमाणें वेगवान् असा भयंकर दुसराच इंद्र आपल्या तपश्चर्येच्या फलानें उत्पन्न व्हावा असा त्यांचा मयोदय होता. तो त्यांचा उद्देश ऐकून देवांचा राजा इंद्रही रागानें संतप्त झाला, आणि त्या वेळीं तो उत्तम तपश्चर्या करणाऱ्या कश्यप ऋषीला शरण गेला. तेव्हां कश्यप प्रजापतींनीं इंद्राचा सर्व वृत्तांत ऐकून घेतला, आणि तसेंच वालखिल्य ऋषींकडे जाऊन 'आमचें एक काम होईल काय?' असा त्यांनीं त्यांस प्रश्न केला. वालखिल्य ऋषिही परमसत्यवादीच होते. त्यांनीं "होय, होईल." असेंच त्यांस उत्तर दिलें. तेव्हां ते कश्यप प्रजापति, त्यांच्या क्रोधाचें सांत्वन होईल अशा रीतीनें बोलूं लागले कीं, हा "त्रिभुवनावर सत्ता करणारा इंद्र ब्रह्मदेवाच्या आज्ञेवरूनच झालेला आहे; आणि, हे तपोधनहो! आपणही पुनः नवा इंद्र होण्याची खटपट करीत आहां; परंतु, हे सज्जनश्रेष्ठहो! त्या ब्रह्मदेवाचें वाक्यही मिथ्या करणें आपणांस योग्य नाहीं; व आपण मनांत योजिलेला बेतही मिथ्या होणार नाहीं.ह्याकरितां आपला हा अत्यंत बलाढ्य व पराक्रमी इंद्र पक्ष्यांचा व्हावा, आणि हा देवांचा राजा इंद्र याचना करीत आहे, ह्यावर कृपा करावी."

सौति सांगतोः—हे शौनकादिक मुनिवर्यहो, ह्याप्रमाणें कश्यपांनीं त्या तपोधन वालखिल्य ऋषींना सांगितलें, तेव्हां त्या मुनिश्रेष्ठ कश्यप प्रजापतींना अत्यंत सन्मानपूर्वक व पूज्य बुद्धीनें त्यांनीं उत्तर दिलें कीं, "हे प्रजापते! आमचा हा सारा खटाटोप केवळ इंद्राकरितांच आहे; व आपणही पुत्राकरतांच हा उद्योग आरंभिलेला आहे. तर आमचें हें कर्माचें प्राप्त झालेलें फल आपणच ग्रहण करावें, आणि सर्वांस कल्याणकारक काय ती आपणच योजना करावी."

सौति म्हणालेः—ऋषीहो, ह्याच वेळीं शुभ, कल्याणी, यशस्विनी, मनांत पुत्रप्राप्तीची लालसा धरणारी व निरंतर नियमधर्मांविषयीं तत्पर अशी दक्षकन्या विनता देवी ऋतुस्नात होऊन शुचिर्भूत झालेली असून,अपत्याच्या प्राप्तीकरितां आपला भर्ता जो कश्यप, त्याच्याजवळ आली असतां तो तिला म्हणाला,"हे देवी! तूं ज्या व्रता-

चा आरंभ केला होतास, त्याची सफलता होऊन तुझे मनोरथ पूर्ण झाले. तुझ्या उदरीं त्रैलोक्याधिपति असे दोन वीर पुत्र जन्मास येतील; आणि ते दोन्ही वालखिल्य ऋषींच्या तपोबलेंकरून माझ्या मनोरथाप्रमाणें महान् भाग्यवान् होऊन त्रैलोक्यालाही पूज्य असे निपजतील." इतकें सांगून भगवान् कश्यप ऋषि पुनः म्हणाले, "हे पुत्र परमभाग्यास चढणारे आहेत. ह्याकरितां त्यांचें गर्भामध्यें सुद्धां तूं फार काळजीनें संरक्षण कर. हे दोघेही सर्व पक्ष्यांचे राजे होऊन त्यांच्यावर स्वामित्व चालवितील; आणि ते दोघेही पक्षी इच्छित रूप धारण करणारे व शूर असल्यानें सर्व लोकांस पूज्य होतील. ह्याप्रमाणें पत्नीला सांगितल्यानंतर ते कश्यप प्रजापति मोठ्या आनंदानें इंद्राला म्हणाले कीं, "ते तुला साह्य करणारे महापराक्रमी असे बंधुच होतील. ह्याकरितां, हे इंद्रा! तुझ्याकडून त्यांना कधींही अपाय घडूं नये. आतां, इंद्रा, ह्या इंद्रपदावर तूंच कायम राहशील. ह्याकरितां, मनांतील राग आतां सोडून दे; आणि ह्यापुढें ब्रह्मवेत्त्यांचा कधींही उपहास करीत जाऊं नको. जे अतिशय रागीट असून शापवाणीरूप वज्र ज्यांच्या हातांत असतें, त्यांचा गर्वानें अपमान करणें तुला योग्य नाहीं."

ह्याप्रमाणें कश्यपांनीं भाषण केल्यावर तो इंद्र निर्धास्त होऊन स्वर्गाला निघून गेला, व विनताही आपले मनोरथ सिद्धीस गेले म्हणून आनंदित झाली. नंतर तिला अरुण व गरुड असे दोन पुत्र झाले. त्यांपैकीं, शरिरानें व्यंग असलेला अरुण हा सूर्याचा सारथि झाला; आणि दुसऱ्या —गरुडाला ब्रह्मदेवानें पक्ष्यांच्या प्रभुत्वाचा अभिषेक केला. हे भृगुनंदना ! असा जो महापराक्रमी गरुड, त्यानें केलेलें महत्कृत्य आतां तूं श्रवण कर.

अध्याय बत्तिसावा.

—:०:—

गरुडाचें व देवांचें युद्ध.

सौति म्हणाला:—हे विप्रवर्यहो! अशा प्रकारें देवसेना संग्रामाला सिद्ध झाली असतां, पक्षिराज गरुडही तत्काल देवांपुढें जाऊन उभा राहिला. त्या महाबलाढ्य गरुडाला पाहतांच देवांची अगदीं गाळण झाली. ते भयानें अगदीं थरथर कांपूं लागले. त्यामुळें त्यांच्या हातांत असलेलीं शस्त्रें एकमेकांवर आदळूं लागलीं ! त्यांत, केवळ अलोट बुद्धीचा, अग्नि किंवा विद्युल्लता ह्यांच्यासारखा तेजःपुंज, आणि अत्यंत पराक्रमी असा 'विश्वकर्मा' ह्या नांवाचा एक अमृताचा संरक्षक होता, त्याचें आणि पक्षिराज गरुडाचें एक मुहूर्तभर तुमुल युद्ध झालें. त्यामध्यें त्याला गरुडाच्या चोंचीच्या, नखांच्या व पंखांच्या जखमा लागून त्या युद्धामध्यें तो विव्हळ होऊन पडला. नंतर त्या गरुडानें आपल्या पंखांच्या वायूनें इतका कांहीं धुरळा उडवून दिला कीं, सर्व लोक निखालस आंधळे होऊन गेले, आणि देवांच्या तर नाकातोंडांतून धुरळाच भरून राहिला. अशा प्रकारें देवांना त्या धुळीनें अगदीं घाबरें केल्यामुळें तें भांबावले; आणि त्यांच्या सभोंवार जिकडे तिकडे धूळच धूळ भरून राहिल्यामुळें, अमृताचे रक्षक होते तेही त्यांस दिसतनासे झाले. अशा प्रकारें त्या गरुडानें स्वर्गामध्यें धुळीचा अगदीं कहर करून सोडला, आणि पखांनीं व चोंचीनें बोचून बोचून देवांना अगदीं फाडफाडून घेतलें. तेव्हां इंद्रानें लवकर वायूला हाक मारून आज्ञा केली कीं, 'हे वायो, हा धुळीचा वर्षाव बंद करून टाक. कारण तें काम तुझें आहे.'

इंद्रानें ह्याप्रमाणें सांगितल्यावर त्या बलशाली वायूनें तो सर्व धुरळा नाहींसा करून टाकला.

धुरळा नाहींसा होतांच अंधारही नाहींसा झाला. तेव्हां देवांनींही गरुडावर हल्ला करण्यास सुरवात केली. जगड्व्याळ मेघ आकाशामध्यें ज्याप्रमाणें गर्जना करतो, त्याप्रमाणें त्या बलवान् गरुडानें मोठी गर्जना केली आणि देव ज्याच्यावर मारा करीत आहेत असा सर्व प्राणिमात्रास गर्भगलित करून टाकणारा तो महापराक्रमी पक्षिराज गरुड आकाशामध्यें उडाला, तेव्हां आकाशांत देवांच्यावर असलेल्या त्या गरुडावर कवचें धारण केलेल्या इंद्रासहवर्तमान सर्व देवांनीं मिळून एकदम पट्टे, परिघ, शूल, गदा, अर्धचंद्र बाण, सूर्यासारखीं जळजळीत असणारीं चक्रें इत्यादि नानाप्रकारचीं शस्त्रें सोडून त्याला अगदीं घेरून टाकलें. आपल्या सभोंवार अशा प्रकारच्या असंख्य घातक शस्त्रांचा सारखा वर्षाव होत असतांही, घनघोर युद्ध करणारा तो गरुड यत्किंचितही डगमगला नाहीं. आकाशाला केवळ जाळीत असणारा महापराक्रमी जो गरुड, त्यानें आपल्या पंखांनीं व छातीनें धक्के देऊन देवांची अगदीं दाणादाण करून दिली. गरुडाच्या नखांनीं व पंखांनीं झालेल्या जखमांतून भळभळा रक्त वहात असलेले ते देव गरुडाच्या मारानें जर्जर होऊन दाही दिशांनीं पळत सुटले! पक्षिराजानें पराजित केलेले साध्यनामक देव गंधर्वांसहवर्तमान पूर्वेकडे पळूं लागले; रुद्रासहवर्तमान अष्टवसूंनीं दक्षिणेचा मार्ग धरला; वारंवार गरुडाशीं सामना देऊन नेटानें लढणाऱ्या महाबलाढ्य अशा द्वादशादित्यांनीं पश्चिम दिशा सुधारली; आणि अश्विनीकुमारांनीं उत्तर दिशेला आश्रय दिला! ह्यानंतर वीर अश्वक्रंद, रेणुक, शूरकथन, तपन, उलुक, श्वसन, निमेष, प्ररुज आणि पुलीन ह्या नऊ यक्षांशींही त्या आकाशगामी पक्षिराजानें रणसंग्राम केला. प्रळयकाळच्या वेळीं खवळलेल्या रुद्राप्रमाणें त्या शत्रुतापन गरुडानें त्यांनाही नखांच्या व चोंचीच्या टोंकानें जखमी केलें. मोठे बलशाली व धैर्यशाली असे जे यक्ष, त्यांच्या आंगाला चाळणीप्रमाणें भोकें पडून जेव्हां सारखें रक्त वाहूं लागलें, तेव्हां ते रक्ताचा वर्षाव करणारे मेघच आहेत कीं काय असें वाटूं लागलें! ह्याप्रमाणें तो पक्षिराज गरुड सर्वांचा वध करून अमृत आणण्याकरितां निघाला, तों जिकडे तिकडे त्याला अग्निच दिसूं लागला. त्रैलोक्यास दग्ध करणाऱ्या सूर्याप्रमाणें त्याच्या प्रज्वलित झालेल्या ज्वाला प्रचंड वायूनें भकडल्या होत्या; आणि त्यांच्या योगेंकरून चहूंकडून आकाश भरून गेलें होतें. तें पाहून महात्म्या तपस्वी गरुडानें शेंकडों मुखें धारण करून शेंकडों मुखांनीं शेंकडों नद्या प्राशन करून टाकल्या; आणि फिरून लागलाच तो त्या ठिकाणीं आला, व त्या प्रज्वलित झालेल्या अग्नीवर त्या नद्यांचें दडपण घालून त्याला अगदीं होता कीं नव्हता असें करून टाकलें; आणि तो सर्व अग्नि विझल्यावर त्या अमृताजवळ जाण्याकरितां त्यानें फिरून लहानसें स्वरूप धारण केलें.

अध्याय तेहतिसावा.

—:०:—

गरुडाचें अमृतासह उड्डाण.

सौति म्हणाला:—त्या पक्ष्यानें सुवर्णमय सूर्यकिरणांप्रमाणें देदीप्यमान समुद्रांत घुसणाऱ्या लोंढ्याप्रमाणें अमृताजवळ मुसंडी दिली. परंतु त्या अमृताच्या भोंवतीं एक तीक्ष्ण धारेचें चक्रासारखें लोखंडाचें यंत्र असलेलें त्याच्या दृष्टीस पडलें. त्या यंत्राला तीक्ष्ण धारेचे हजारों वस्तरे लावलेले असून तें वेगानें एकासारखें फिरत होतें. तें सूर्य किंवा अग्नि ह्यांसारखें धगधगत असून कोणी अमृत नेऊं लागला तर त्याचे तुकडे तुकडेच व्हावयाचे, इतकें तें भयंकर होतें. देवांनीं-

ही तेवढ्या कामाकरितांच महत्प्रयासानें,तें घातक यंत्र तयार करून ठेविलें. त्या पक्ष्यानें बराच वेळ त्या यंत्राभोंवतीं घिरट्या घालून त्या यंत्राच्या आंत काय आहे तें नीट न्याहाळून पाहिलें, आणि मग एकाएकीं अत्यंत सूक्ष्म रूप धारण करून त्याच्या आरांतूनच हां हां म्हणतां तो आंत शिरला. त्या चक्राच्या खालीं गरुड जातो न जातो तों,तेथें अमृताच्या संरक्षणाकरितां मुद्दाम ठेवलेले दोन मोठमोठाले भुजंग त्याच्या दृष्टीस पडले. ते पेटलेल्या अग्नीप्रमाणें जाज्वल्य होते.त्यांच्या जिव्हा विजेसारख्या चपल व तेजस्वी असून मुखें व नेत्र हीं देदीप्यमान दिसत होतीं.त्यांच्या डोळ्यांत विष भरलेलें असून ते मोठे भयंकर व सदासर्वदा क्रुद्ध झालेले असून मोठे चपळ होते. त्यांचे नेत्र सदासर्वदा लालबुंद असून डोळ्यांची पापणीही लवत नसे.त्या दोघांपैकीं एका सर्पानें जरी कोणाकडे पाहिलें, तरी त्याचें तत्काल भस्म होऊन जात असे! त्यांना पहातांच गरुडानें एकाएकीं धूळ उडविली, आणि तिनें त्यांचे डोळे अगदीं भरून टाकले; व आपण त्यांस दिसेनासा झाल्यावर त्यांच्यावर चहूंकडून एकसारखा मारा चालू केला; आणि त्या आकाशांत संचार करणाऱ्या गरुडानें त्यांच्या अंगावर झडप घालून त्यांचे तुकडे तुकडे केले;आणि मोठ्या वेगानें तो मध्यभागीं असलेल्या अमृताच्या जवळ गेला! नंतर त्या बलाढ्य व पराक्रमी गरुडानें तें यंत्र मोडून टाकलें, आणि अमृताचा घट उपटून काढून तो झटकर उडून गेला. सारें अमृत हस्तगत झालें तरी सुद्धां त्यांतील एक बिंदुही प्राशन न करतां तें घेऊन गरुड झटकर बाहेर निघाला, आणि इतकें करण्यांत त्याला यत्किंचितही श्रम पडले नाहींत. हें सारें कृत्य त्यानें केवळ लीलेनेंच केलें; आणि सूर्याच्या प्रभेलाही आपल्या तेजानें मागें सारून तो आकाशामध्यें उडाला.

गरुडाची व महाविष्णूंची भेट.

इतक्यांत तेथें–त्या आकाशांत–त्याची व महाविष्णूंची गांठ पडली. तेव्हां त्याचें तें निर्लोभाचें कृत्य पाहून नारायण त्याच्यावर प्रसन्न झाले;आणि ते अध्यक्ष असलेले भगवान् नारायण त्या पक्ष्याला म्हणाले कीं, "मी तुला वर देण्यास सिद्ध आहें." तेव्हां त्या पक्ष्यानें 'मीं तुझ्यावर असावें'असा वर मागितला;आणि तो पुनः नारायणास असें म्हणाला कीं, "हे भगवन्! मीं अमृतावांचून अजरामर व्हावें." हें त्याचें भाषण श्रवण करून विष्णु त्या गरुडाला म्हणाले कीं, "त्याप्रमाणेंच होईल." ते विष्णूनें दिलेले दोन वर ग्रहण केल्यानंतर गरुडही विष्णूस म्हणाला कीं, "मीही आपल्यास वर देतों.आपण भगवान् आहां, तरी त्याचा स्वीकार करावा." तेव्हां त्या बलाढ्य गरुडापाशीं "तूं आमचें वाहन हो" असा विष्णूंनीं वर मागितला, आणि त्या भगवंतांनीं "तूं ध्वजावर राहशील" असें सांगून आपल्या ध्वजावर त्याची योजना केली. तेव्हां त्या देवाधिदेव नारायणाला 'तथास्तु' असें म्हणून, वेगामध्यें वायूशींही स्पर्धा करणारा तो गरुड मोठ्या वेगानें चालता झाला.

गरुडाचें व इंद्राचें सख्य.

तो पक्षिराज गरुड अमृत घेऊन चालला असतां इंद्रानें रागारागानें त्या पक्षिश्रेष्ठावर वज्राचा प्रहार केला. परंतु तो वज्राघात जणू काय झालाच नाहीं, अशा रीतीनें सहन करून तो पक्षिश्रेष्ठ गरुड गालांतल्या गालांत हसून सौम्य शब्दांनीं इंद्राला म्हणाला, "हे इंद्रा! ज्या ऋषींच्या अस्थींपासून हें वज्र झालेलें आहे, त्या ऋषींचा, ह्या वज्राचा, व तुझाही मी मान राखतों; आणि माझें एक पीस मी येथें टाकून देतों. पण त्याचा तुला अंतही लागणार नाहीं. तुझ्या वज्राच्या आघातानें मला यत्किंचितही इजा झालेली नाहीं." असें बोलून त्या पक्षि-

राजानें आपलें एक पीस काढून तें टाकून दिलें. तें पीस इतकें सुंदर व मनोरम होतें कीं, त्याला दुसरी उपमाच नाहीं. तें सुंदर पीस पाहतांच सर्व प्राणिमात्रास अत्यानंद झाला; व हें पीस इतकें उत्तम आहे, त्या अर्थी हा सुपर्ण–उत्तम पंखांचा-होवो, असें म्हणून त्यांनीं त्याचें "सुपर्ण" असेंच नांव ठेवलें. हा विलक्षण चमत्कार पाहून इंद्राला वाटलें कीं, हा कांहीं पक्षी नव्हे, तर हें एक महद्भूतच निर्माण झालेलें आहे. तेव्हां तो त्यास म्हणाला, " हे पक्षिवर्या, तुझें जें परमावधीचें बळ असेल तें जाणण्याची मला उत्कंठा लागली आहे; व तुझ्याशीं निरंतर सख्य ठेवावें अशी माझी इच्छा आहे."

अध्याय चौतिसावा.

—:०:—

इंद्रगरुडसंवाद.

गरुड म्हणालाः–हे देवा पुरंदरा, तुझ्या इच्छेप्रमाणें माझें तुझ्याशीं सख्य राहील. आतां माझें मोठें असह्य बल किती आहे, तें ऐकण्याची तुला इच्छा आहे, तर तेंही श्रवण कर. हे शंभर यज्ञ करणाऱ्या इंद्रा ! खरोखर, सज्जन आहेत ते आपल्या शरीरसामर्थ्याची, किंवा बुद्धिसामर्थ्याची स्तुति करीत नाहींत. किंवा आपल्या गुणांचे पवाडे गायलेलेही त्यांना आवडत नाहींत. परंतु, इंद्रा; तूं मला मित्र करून घेतलेंस; आणि आतां मित्रत्वाच्या नात्यानेंच तूं मला विचारीत आहेस, म्हणूनच तें मी तुला सांगतों. कारणावांचून आत्मस्तुति करणें बरें नव्हे.इंद्रा!फार काय सांगूं? परंतु हे सारे पर्वत, झाडून सारीं अरण्यें, हे भरलेले चटसारे समुद्र, हेंचसें काय ? पण तुझ्यासहवर्तमान हीं सारी पृथ्वी मी माझ्या एकाच पंखावर वाहून नेईन! इतकेंच नव्हे, तर स्थावरजंगमात्मक सारे लोक जरी एके ठिकाणीं केले, तरी तेही मीं उचलीन. आणखी चमत्कार हा कीं, ते उचलतांना मला यत्किंचितही श्रम पडणार नाहींत. इतकें माझें बळ आहे, हें तूं लक्षांत ठेव."

सौति म्हणतोः—हे शौनकादिक मुनिवर्यहो, असें भाषण करणाऱ्या त्या शूर वीर गरुडाला, सर्व लोकांचें हित करणारा, सर्वांचा प्रभु व सर्व ऐश्वर्यवंतांमध्यें अग्रणी असा जो देवेंद्र तो म्हणाला, तूं म्हटलेंस तें अगदीं यथार्थ आहे. तूं सांगितलेंस तें तें सारें तुझ्यामध्यें असणारच यांत संशय नाहीं. तर आतां ह्या माझ्या अत्युत्तम मैत्रीचाही तूं स्वीकार कर; आणि अमृताचें तुला जर कांहीं कारण नसेल, तर तें मला परत दे. कारण, तूं हें ज्यांना नेऊन देणार, ते आम्हांला अत्यंत पीडा देतील."

इंद्राचें हें भाषण ऐकून गरुड म्हणाला,"मी हें अमृत थोड्याशा कामाकरितां नेत आहें. पण तें मी कोणालाही प्यावयास देणार नाहीं. तर, हे सहस्रनेत्रा, तें मी ज्या ठिकाणीं ठेवीन, तेथून, हे स्वर्गाधिपते, तूं मोठ्या शिताफीनें हरण करून आण." तेव्हां इंद्र म्हणाला, "हे पक्ष्या! तूं आतां जी युक्ति मला सांगितलीस, ती ऐकून मी तुझ्यावर प्रसन्न झालों आहें. तर, हे पक्षिश्रेष्ठा! तुझ्या इच्छेस येईल तो वर तूं माझ्यापासून मागून घे."

ह्याप्रमाणें इंद्रानें गरुडास सांगितलें, तेव्हां त्याला कद्रूपुत्रांचें स्मरण होऊन व मातेच्या दास्यत्वासाठीं केलेलें कपट मनांत उभें राहून त्यानें इंद्राला प्रत्युत्तर दिलें कीं, " इंद्रा ! मीही सर्वसमर्थ आहें. पाहिजे तें करण्याचें माझ्या अंगीं सामर्थ्य आहें.तरी तूं ज्या अर्थीं वर देण्यास तयार झाला आहेस, त्या अर्थीं, मदोन्मत्त झालेले भुजंग माझें भक्ष्य व्हावें." ह्यावर 'तथास्तु' असें म्हणून तो दैत्यनाशक इंद्र, महात्मा व योगीश्वर जो श्रीहरि त्याच्याकडे गेला; आणि त्याची

अनुज्ञा घेऊन गरुडानें मागितलेल्या गोष्टीस त्यानें अनुमोदन दिलें; आणि पुनः तो भगवान् स्वर्गाधिपति इंद्र त्याला म्हणाला, "हे गरुडा ! तूं ठेवलेलें अमृत मी हरण करून आणीन."

सर्पांच्या तोंडाला पानें पुसलीं !

ह्याप्रमाणें इंद्राचें भाषण श्रवण केल्यावर तो गरुड मोठ्या त्वरेनें आपल्या मातेजवळ आला; आणि जणू काय मोठा आनंदच झाला आहे असें दाखवून तो त्या सर्पांस म्हणाला, "हें आणलेलें अमृत मी येथें ह्या दर्भांवर ठेवतों. हें तुमचें आहे बरें. सर्पांनो ! तुह्मी स्नान करून व मंगल पदार्थ ग्रहण करून नंतर तें प्राशन करा; आणि मी जातेवेळीं तुह्मी बसून जें बोललां, त्याप्रमाणें आजपासून ही माझी माता तुमच्या दास्यत्वापासून मुक्त होऊं द्या. कारण, तुह्मीं सांगितल्याप्रमाणें मीं तुमचें म्हणणें शेवटास नेलें आहें." ह्यावर "फार उत्तम आहे." असें उत्तर देऊन ते सर्प स्नानाला निघून गेले. इकडे इंद्रही ती संधि साधून तेथें आला, आणि तेथें असलेलें अमृत घेऊन पुनः स्वर्गास निघून गेला. नंतर, अमृताकरितां हापापलेले सर्प स्नान करून, जपजाप्य आपटून व मंगल पदार्थांसहवर्तनाम मोठ्या आनंदानें, आतां आपल्याला अमृत प्राशन करावयास मिळेल,असें मनांत म्हणत, जेथें दर्भांवर अमृत ठेविलें होतें त्या ठिकाणीं आले, आणि पहातात तों तें तेथून कोणीं चोरून नेल्याचें दिसून आलें. तेव्हां आपण जसें पूर्वीं कपट केलें होतें, तसेंच कपट करून आपणांस ठकविल्याचें त्यांस दिसून आलें. तेव्हां आतां अमृत ठेविलेली जागा हीच; ही तरी चाटावी, असा विचार करून त्यांनीं ते दर्भच चाटले ! पण तशा करण्यानें [दर्भास धार असल्याकारणानें] त्या सर्पांच्या जिव्हा मात्र कापून दुभंग झाल्या व त्या ठिकाणीं अमृताचा स्पर्श झाल्यामुळें तेथें असलेले दर्भही अमृतमयच झाले ! ह्याप्रमाणें येथें आणलेलें अमृत तर इंद्र घेऊन गेलाच;आणि त्या महात्म्या गरुडानें त्या सर्पांना द्विजिव्ह करून सोडलें, हें वर. इतकें झालें तेव्हां मातेसहवर्तमान त्या गरुडाला परम आनंद होऊन तो त्या अरण्यामध्यें विहार करूं लागला. तो भुजंगांस भक्षण करून आपला निर्वाह करीत असे. इतर सर्व पक्षीही त्यास मोठा मान देऊं लागले. त्याच्या कीर्तीला कधींच न्यूनता आली नाहीं; आणि आपली माता जी विनता तिला तो परमानंद देऊं लागला.

कथेची फलश्रुति.

ही कथा जो कोणी पुरुष निरंतर श्रवण करील, किंवा ब्राह्मणांच्या मुख्य समाजामध्यें जो कोणी पठन करील, तो पुण्यवान् पुरुष महात्म्या पक्ष्याधिपति गरुडाच्या गुणसंकीर्तनामुळें निःसंशय स्वर्गाला जाईल.

अध्याय पसतिसावा.

—:०:—

सर्पनामकथन.

शौनक म्हणतातः—हे सूतपुत्रा, आईनें व विनतेचा पुत्र जो गरुड त्यानें सर्पांना शाप कां दिला, तें त्वां सांगितलें. तसेंच कद्रू आणि विनता ह्यांस त्यांच्या भर्त्यानें दिलेला वर, व विनतेचे पुत्र जे पक्षी त्या दोहोंचींही नांवें तूं निवेदन केलीस. परंतु, हे सूतपुत्रा, सर्पांचीं नांवें तूं सांगितलीं नाहींस. तीं—निदान त्यांतलीं मुख्य मुख्य तरी—आम्हांला ऐकावयास मिळावीं, अशी आमची इच्छा आहे.

सौति म्हणतोः—हे तपोधना, सर्प पुष्कळच प्रकारचे आहेत. त्या सगळ्यांचींच नांवें मी कांहीं सांगत नाहीं. परंतु त्यांतलीं मुख्य मुख्य सांगतों, तेवढीं ऐकून घ्या. प्रथमतः शेष जन्मास आला.त्यानंतर वासुकि, ऐरावत व तक्षक, तसेच

कर्कोटक, धनंजय, कालिय, माणिनाग, आपूरण, पिंजरक, एलापत्र, वामन, नील, अनील, कल्माष, शबल, आर्यक, उग्रक, कलशपोतक, सुमन, तसाच दधिमुख, विमलपिंडक, आप्त, कर्कोटक, शंख, वालिशिख, निष्टानक, हेमगुह, नहुप, पिंगल, बाह्यकर्ण, हस्तिपद, मुद्गरपिंडक, कंबल, अश्वतर, कालीयक, वृत्त व संवर्तक नांवाचे दोन नाग ज्यांना पद्म अशी संज्ञा आहे ते, शंखमुख, कूष्मांडक, क्षेमक, पिंडारक, करवीर, पुष्पदंष्ट्र, बिल्वक, बिल्वपांडुर, मूषकाद, शंखशिरा, पूर्णभद्र, हरिद्रक, अपराजित, ज्योतिक, श्रीवह, कौरव्य, धृतराष्ट्र व वीर्यवान् असा शंखपिंड, विरजा, सुबाहु व वीर्यशाली असा शालिपिंड, हस्तिपिंड, पिठरक, सुमुख, कौणपाशन, कुठर, कुंजर, प्रभाकर, कुमुद, कुमुदाक्ष, तित्तिरि, हलक, कर्दम, बहुमूलक, कर्कर, अकर्कर, कुंडोदर, महोदर इत्यादि मुख्य मुख्य सर्प मीं निवेदन केले. हे द्विजवर्य, त्यांहून इतर पुष्कळच पुढें असल्यामुळें त्यांचीं नांवें मीं सोडून दिलीं आहेत. त्यांजपासून जन्मलेले व आणखी त्यांची जन्मलेली प्रजा ह्यांची तर मोजदादच होणें कठिण. म्हणून, हे तपोनिधे, मी ती सांगत बसत नाहीं. येथें सहस्रावधि, लक्षावधि—नव्हे कोट्यवधि सर्प असल्यामुळें त्या सर्वांचीं नांवें सांगतां येणें कठिणच आहे.

अध्याय छत्तिसावा.

—:०:—

शेषाचा वृत्तांत.

शौनक ऋषि प्रश्न करतातः- हे सूतपुत्रा ! वीर्यशाली व जिंकण्यास कठिण असे हे सर्प तूं सांगितलेस खरे; परंतु पुढें त्यांनीं तें शापवचन ऐकल्यानंतर काय बरें केलें ?

सौति सांगतोः- त्यांतला महान् यशस्वी सर्प जो भगवान् शेष, त्यानें कद्रूचा त्याग करून व वायु भक्षण करून घोर तप आरंभिलें, आणि गंधमादन पर्वत, बदरिकाश्रम, गोकर्ण, पुष्करारण्य, त्याचप्रमाणें हिमालय पर्वताच्या आसपास असलेलीं तीं तीं नानाप्रकारचीं पुण्यक्षेत्रें व तीर्थें ह्या स्थानीं जाऊन तो नियमशील, सदोदित जितेंद्रिय व एकांतप्रिय अशा व्रतानें तपाचरण करण्यांत अगदीं गढून गेला. नंतर मांस, त्वचा व स्नायु हीं अगदीं सुकून गेलीं आहेत, आणि ज्यानें जटा व वल्कलें धारण केलीं आहेत, असें हें घोर तप आचरण करीत असलेला तो शेषरूप मुनि ब्रह्मदेवाच्या अवलोकनांत आला. तेव्हां ब्रह्मदेव त्या सत्यनिष्ठ तपोव्रताला म्हणाला, “ हे शेषा, अरे ! हे तूं काय आरंभिलें आहेस ? लोकहिताकडे कांहीं पहा ! हे पुण्यपुरुषा! उलट आपल्या प्रखर तपोव्रतानें तूं लोकांना तापवीत आहेस. अरे बाबा ! तुझ्या हृदयांत असा हेतु तरी कोणता खेळत आहे तें मला एकवार कळूं दे.”

शेष म्हणतोः—एकाच खाणींत जन्मलेले हे माझे सर्व भाऊ अगदीं मूढ आहेत. मला त्यांच्यांत मिळून मिसळून रहावेंसें वाटत नाहीं. तरी, भगवन्, ह्यास आपली अनुमति असावी. हे सदासर्वदा एखाद्या वैऱ्यासारखे एकमेकांवर जळफळत असतात. त्यांचें तोंड सुद्धां पाहूं नये ह्मणून मीं हें तप आरंभिलें आहे. विनता व तिचे पुत्र ह्या उभयतांसही ते अगदीं पाण्यांत पाहत असतात. तसाच विनतेचा पुत्र गरुड पक्षी हा माझा आणखी एक भाऊ आहे, त्याला हे कधींच बरें पहात नाहींत; आणि पित्याच्या ह्मणजे महात्म्या कश्यप ऋषीच्या वरप्रदानानें तो तर ह्यांना भारी होऊन बसला आहे. ह्याकरितां, ही कुडी सोडल्यावर तरी त्यांचा संग होणार नाहीं ह्मणून मी तपाचरण करून देहत्याग करूं इच्छित आहें.

शेषाचें हें भाषण ऐकून ब्रह्मदेव ह्मणतात, “ हे शेषा, तुझे सर्व भाऊ कसे वागतात, तें मी जाणून आहें. आईच्या अपराधामुळें तुझ्या

भावांना मोठें संकट उद्भवलें आहे; आणि, हे भुजंगा, त्याच्या परिहाराची योजनाही पूर्वींच झालेली आहे. तर, शेषा ! तूं आपल्या एकाही भावाकरितां मनाला इतकें लागून घेऊं नको; व तुला हवा असेल तो वर मजकडून मागून घे. तूं आज मागशील तो वर मी तुला देईन. माझें तुझ्यावर अतिशय प्रेम आहे. हे पन्नगश्रेष्ठा! तुझी बुद्धि धर्माच्या ठिकाणीं गढली हें फार उत्तम झालें; व ती दिवसानुदिवस अशीच अधिकाधिक धर्मामध्यें स्थिर होत जावो ! ”

शेष उत्तर करितोः—हे पितामहा प्रभो ! मला ह्या एकाच वराची इच्छा आहे. तो कोणता म्हणून म्हणाल तर, हे ईश्वरा ! धर्म, मनःशांति, व तपाचरण ह्यांमध्येंच माझी बुद्धि अखंड रमलेली असो.

ब्रह्मदेव म्हणतातः—हे शेषा, तुझें इंद्रियदमन व मनःशांति हीं पाहून मी फार संतुष्ट झालों आहें. तर आतां मी तुला एक लोककल्याणाची गोष्ट सांगतों, ती ऐक. बाबारे ! पर्वत, अरण्यें, उपवनें, समुद्र, गांवें, नगरें इत्यादि धारण केलेली जी ही पृथ्वी, ती फार डळमळत आहे, तर तिला चांगली सावरून ती नीट स्थिर राहील असा तिला टेंका देऊन रहा.

शेष म्हणतोः—प्रजापति, पृथ्वीपति, भूतपति व जगत्पति असे जे आपण ब्रह्मदेव वरदवंत होऊन मला ही आज्ञा करीत आहां, तीप्रमाणें, ही पृथ्वी स्थिर राहील अशा प्रकारें मी तिला धारण करितों. हे प्रजापते ! ती उचलून माझ्या डोकीवर द्या.

ब्रह्मदेव म्हणतातः—हे सर्पश्रेष्ठा ! तूं पृथ्वीच्या तळाशीं जा. म्हणजे ती तुला आपण होऊनच विवरमार्ग करून देईल. हे शेषा ! तूं ही पृथ्वी एकदा धारण केलीस म्हणजे माझें एक मोठें प्रिय कार्य केल्यासारखें होणार आहे.

सौति म्हणतोः—ऋषीहो, ब्रह्मदेवांच्या त्या आज्ञेनुरूप तो सर्पश्रेष्ठ, वासुकीचा वडील बंधु व भूमंडळाचा स्वामी शेष पृथ्वीनें केलेल्या विवरांत जाऊन पृथ्वीचे तळाशीं राहिला आहे, व त्यानें ही समुद्रवलयांकित पृथ्वीरूप देवी सर्व बाजूंनीं नीट सावरून शिरावर धारण केली आहे.

ब्रह्मदेव म्हणतातः—हे सर्पश्रेष्ठा ! हा एकंदर भूगोल तूं ज्या अर्थीं आपल्या असंख्य फडांनीं सावरून शिरावर धारण केला आहेस, त्या अर्थीं, मी किंवा इंद्र ज्याप्रमाणें धर्मप्रभु आहों, त्याचप्रमाणें तूंही एक धर्मप्रभु होस.

सौति म्हणतोः—अशा प्रकारें त्या पराक्रमी भुजंगश्रेष्ठ शेषानें एकट्यानें ब्रह्मदेवाच्या आज्ञेनुरूप पृथ्वी मस्तकीं धारण करून पाताळीं वास केला आहे, असें म्हणतात. त्यानंतर, देवांमध्यें श्रेष्ठ असे जे भगवान् ब्रह्मदेव, त्यांनीं गरुडास (विनतेच्या दुसऱ्या पुत्रास) शेषाच्या साह्यार्थ दिलें.

अध्याय सदतिसावा.

—:०:—

सर्पांचे शापनिवारणार्थ चाललेले बेत.

सौति म्हणालाः—ऋषीहो, इकडे, सर्पांत श्रेष्ठ जो वासुकि, त्यास, आईचा तो शाप ऐकल्यापासून, ह्या शापाची निवृत्ति कशी होईल हा मोठा विचार पडला. ह्यास्तव, ऐरावत आदिकरून आपले एकुणएक बंधु जमवून त्यानें सर्वतोपरी ह्या गोष्टीचा खल चालु केला.

वासुकि म्हणालाः— हे पवित्र बंधुहो ! हा शाप कशा हेतूनें देण्यांत आला आहे, हें सर्व तुम्हांला विदित आहेच; तेव्हां आपण ह्या शापाच्या निवारणाचा विचारपूर्वक प्रयत्न करूं. इतर कोणत्याही शापावर तोड म्हणून असतेच; परंतु मातृशाप झालेल्यांस कोठेंच सुटणूक नाहीं. सनातन, अगाध व सत्यस्वरूप असे जे ब्रह्मदेव त्यांच्या देखत शाप दिला हें ऐकून

तर माझ्या हृदयानें ठाव सोडला आहे. ज्या अर्थी सनातन ब्रह्मदेवांनीं त्या शापाला कांहींच प्रतिबंध केला नाहीं, त्या अर्थी आपल्या सर्वांचा विनाशकाल समीप आला आहे, यांत कांहीं शंका नाहीं. याकरितां, आतां सर्व सर्पांच्या हिताचा कांहीं तरी विचार योजिला पाहिजे. ही आपली चालढकल कांहीं कामाची नाहीं. आपण सर्व बुद्धिवंत व विचारी आहों. प्राचीन काळीं ज्याप्रमाणें देवांनीं गुप्त ठिकाणीं लपून बसलेला अग्नि शोधून काढिला, त्याचप्रमाणें विचारांतीं शापनिवारणाची कांहीं तरी युक्ति आपल्यास दिसून येईल. म्हणजे, जनमेजय राजाचें सर्पविनाशक सत्र मुळीं नच होईल, किंवा होऊं लागलेंच तर त्यास मध्येंच कांहीं तरी खो बसेल, अशा तऱ्हेची मसलत आपणांस योजिली पाहिजे.

सौति म्हणतो:—वासुकीचें हें भाषण ऐकून, मसलत देण्यांत निपुण असे ते सगळे कद्रूचे पुत्र एकेठायीं जमून एकमतानें मसलत योजूं लागले. त्यांतील कांहीं म्हणूं लागले, "आपण ब्राह्मणवेष धारण करून जनमेजयराजापाशीं जाऊन याचना करूं कीं, राजा, तुझा यज्ञ न होवो." यावर, त्या सर्पांत कित्येक पंडित होते ते म्हणाले कीं, "आपण सर्वजण त्याचे सल्लामसलतगार होऊन त्याच्या गळ्यांतील ताईत बनूं. ह्मणजे जनमेजय राजा आपणांस हरएक कामांत हें कसें ठरवावयाचें म्हणून सल्ला विचारील, व मग आपण यज्ञास खो येईल अशी कांहीं मसलत सांगूं. आपण त्याच्या मर्जीस उतरलों ह्मणजे तो बुद्धिवानांत श्रेष्ठ असा राजा यज्ञासंबंधानें आपण होऊनच आह्मांस प्रश्न करील, ह्मणजे आपण साफ नन्नाचा पाढा वाचूं; आणि इहपरलोकीं उत्पन्न होणारीं पुष्कळच भयंकर संकटें व तो यज्ञ न करण्याचे हेतु व कारणें ही राजाच्या निदर्शनास आणून देऊं किंवा, हें सर्पसत्र चालविण्यांत जो पुरा माहितगार व राजकल्याणाविषयीं तत्पर असा जो कोणी उपाध्याय होणार असेल त्यलाच जाऊन कोणा एखाद्या सर्पानें दंश करून तो मरेल असें करावें; ह्मणजे याजक नाहींसा झाल्यावर त्या यज्ञावरही पण पाणी पडेल. तसेंच, आणखीही जे कोणी सर्पसत्रांतले जाणते म्हणून ऋत्विज असतील, त्या सर्वांनाही दंश केला ह्मणजे आपण कृतकार्य होऊं."

दुसरे कांहीं धर्मशील सदय अंतःकरणाचे सर्प होते ते म्हणाले:—छे! छे! ही तुमची दुर्बुद्धि होय. ब्राह्मणाची हत्या करणें उचित नाही. उत्तम व सन्मान्य धर्मास अनुसरून संकट निवारण करणें हा उत्तम मार्ग होय. अधर्मानें वागूं लागल्यास दिवसानुदिवस सारें जगच्च अस्तास जाण्याची वेळ येईल.

ह्यावर आणखी कांहीं सर्प ह्मणूं लागले, आपण विजेसह मेघाचें रूप घेऊन यज्ञकुंडांत पेटलेला अग्नि मेघवृष्टि करून पार नाहींसा करूं.

दुसरे कांहीं श्रेष्ठ सर्प ह्मणूं लागले:—आपण रात्रींचें जावें, आणि याज्ञिकांचें चित्त दुसऱ्या कशांत वेधलें आहे असें पाहून, स्रुचीसारखीं यज्ञांतलीं भांडींच झटकन् लांबवावीं ह्मणजे यज्ञांत खो आलाच! नाहीं तर असें करावें कीं, यज्ञमंडपांत जाऊन तेथल्या सहस्रावधि लोकांना डसावें, म्हणजे आपला सर्वच त्रास चुकला! किंवा सर्वांनीं जाऊन पक्वान्नाचे सर्व पदार्थ मलमूत्रोत्सर्गानें अमंगल करून ठेवावे, म्हणजे सर्व तयार केलेल्या अन्नाचें मातेरें उडेल. नंतर त्यांतले इतर कांहीं सर्प म्हणूं लागले:— आपण त्या सत्रांत ऋत्विजाचाच वेष धरून जाऊं, व राजास दक्षिणा मागून यज्ञांत बाध आणूं; आणि ऋत्विजाची मर्जी संपादून तो एकदा आमच्या हातचें बाहुलें बनला, कीं आपणांस हवें तेंच तो करील.

नंतर आणखी कोणी म्हणूं लागले कीं, "जनमेजय राजा जलक्रीडेला आला कीं त्याला घरीं

घेऊन येऊं व बांधून ठेऊं;म्हणजे मुळीं सारें सत्रच आटोपलें !" त्यावर, त्यांतलेच पंडितमन्य असे कांहीं भुजंग म्हणूं लागले:—आपण त्यासच धरून लगोलग दंश करावा म्हणजे आपला कार्यभाग उरकला,आणि तो गेला म्हणजे त्याबरोबरच अनर्थाचें मूळही पण तोडून टाकलें,असें झालें ! नंतर सगळेच सर्प, डोळेच ज्याचे कान आहेत अशा वासुकीला म्हणाले, "हे सर्पराजा ! हीच आमची सर्वांची ठाम सल्ला आहे. आतां यांत आपणांस गोड दिसेल तो उपाय ताबडतोब अमलांत आणावा." असें म्हणून ते सर्व सर्प सर्पश्रेष्ठ वासुकीकडे पाहूं लागले, तेव्हां वासुकि त्या सर्पांस विचारपूर्वक म्हणतो, "तुमच्या ह्या ठाम सल्ल्याप्रामाणें करावेंसें मला वाटत नाहीं.ह्यांपैकीं एकही मसलत मला पसंत नाहीं. ह्यांत आपलें कल्याण करितां येईल असें काय आहे ? मला तर वाटतें कीं, महात्मे कश्यप ऋषि ह्यांना ह्या वेळीं संतुष्ट करून घ्यावें हाच मार्ग उत्तम ! हे भुजंगहो!ज्ञातिवर्गाची व तशीच मला माझीही कळकळ असल्यामुळें तुमच्या एकाच्याही म्हणण्याप्रमाणें करावयाला मला माझें मन सांगत नाहीं. आपलें ज्यांत कल्याण आहे असाच उपाय मला योजिला पाहिजे; आणि ज्ञातीच्या हिताहिताचा सर्व बोल मजवरच येणारा आहे, ह्या विचारानें मला अतिशय त्रास होत आहे."

अध्याय अडतिसावा.

—:०:—

एलापत्रकथित उपाय.

सौति म्हणतो:—अशा प्रकारें त्या सर्व सर्पांचें व वासुकीचें भाषण ऐकून तेथें एलापत्र नांवाचा एक सर्प बोलूं लागला, "तें सत्र व्हावयाचेंच, चुकावयाचें नाहीं. पांडवकुलांत जन्मलेला, व ज्याचा आम्हांस धाक पडला आहे, तो जनमेजय राजाच मुळीं तशा प्रकारचा नाहीं. याकरितां, हे वासुके ! जो नशिबाच्या सपाट्यांत सांपडलेला असतो, तो नशिबावरच सारा हवाला ठेवतो. त्यावांचून त्याला गत्यंतरच नसतें. म्हणून, सर्पश्रेष्ठहो ! ह्याही आपल्यावर असाच प्रसंग आहे. तेव्हां माझें ऐकाल तर मी म्हणतों कीं, आपणही नशिबावरच हवाला ठेऊन चालूं. पन्नगश्रेष्ठहो ! जेव्हां शाप झाला, त्या वेळीं मी मातेच्या मांडीवर जाऊन बसलेला होतों. शापवचन ऐकतांक्षणींच मला मोठी भीति पडली; तों,दु:खानें त्रस्त झालेल्या व करुणा आलेल्या देवांच्या तोंडून,"हे महातेजस्वी देवा!स्त्रिया कठोर !कठोर !"असे ब्रह्मदेवाजवळ निघालेले उद्गार माझ्या कानीं पडले. देव विचारूं लागले, "हे देवाधिदेवा ब्रह्मदेवा ! प्रियपुत्र लाभले असून आपल्या देखत त्यांना शाप देणारी कैदाशीण कद्रूशिवाय इतर कोणी स्त्री मिळेल का?आणखी ब्रह्मदेवा!आपणही तिच्या शब्दाला 'तथास्तु'म्हणून मान डोलविली, तर तिचें निवारण करावयाचें टाकून आपण असें कां केलें, हें समजून घेण्याची जिज्ञासा आम्हांस झाली आहे."

ब्रह्मदेव म्हणाले:–तीव्र, भयंकर व विषारी असे पुष्कळच प्रकारचे सर्प असल्यामुळें लोकहिताकडे लक्ष देऊन मीं त्या वेळेस तिला वारण्याचा यत्न केला नाहीं. कारण क्षुद्र, पापाचरण करणारे, जहर विषाचे,व लोकांस डसणें हें ज्यांचें व्रत आहे असे जे कोणी असतील, त्यांचाच ह्यांत फडशा पडणार आहे; आणि जे धर्मशील, त्यांना ह्यांत कांहींही इजा पोहोंचणार नाहीं.

ब्रह्मदेव म्हणतात:-देवहो, आतां ह्या मोठ्या प्रसंगांतून त्या धर्मशीलांचा बचाव कोणत्या निमित्तानें होईल तें श्रवण करा.:"यायावरनामक[१] कुलामध्यें जरत्कारु नामेंकरून कोणी एक सुप्रसिद्ध, विचारशील, जितेंद्रिय व तपाचरण कर-

१ नेहमीं फिरत असणारे.

णारा असा महान् ऋषि अवतीर्ण होईल; आणि आस्तिक नांवाचा एक महातपस्वी पुत्र त्या जरत्कारूच्या उदरीं येऊन तो त्या समयीं यज्ञांत हरकत घेईल; आणि अशा रीतीनें, त्या वेळीं, जे धर्माचरण करणारे सर्प असतील, त्यांची सुटका होईल."

देव विचारूं लागले:- ब्रह्मदेवा ! त्या वीर्यवंत व तपोनिधि महामुनि जरत्कारूला कोणत्या स्त्रीच्या उदरीं हा महात्मा पुत्र होईल बरें ?

ब्रह्मदेव कथन करितात:— त्या वीर्यसंपन्न मुनिवर्यास त्याच (जरत्कारु) नांवाच्या स्त्रीच्या पोटीं हें वीर्यवान् अपत्य होईल. सर्पश्रेष्ठ वासुकीला जरत्कारु नांवाची एक बहीण आहे, तिच्या पोटीं हा पुत्र जन्मास येऊन तो सर्वांना त्यांच्या शापापासून मुक्त करील.

एलापत्र म्हणतो:- हें ऐकून देव ब्रह्मदेवाला म्हणाले, 'ठीक आहे, तसेंच होवो.' असो. ह्याप्रमाणें ही कथा देवांस निवेदन करून ब्रह्मदेवांनीं स्वर्गीं प्रयाण केलें. हे वासुके, तुझी जरत्कारु नांवाची प्रख्यात बहीण आहे, ती त्याचकरितां आहे, असें मला वाटतें. तर तूं काय कर कीं, ते भिक्षा मागायाला येत असलेले जे सद्धर्मशील जरत्कारु मुनि आहेत त्यांसच शापनिवारणार्थ भिक्षा म्हणून ही मुलगी तूं समर्पण कर, म्हणजे झालें. अशा रीतीनेंच आपण शापमुक्त होऊं, असें मीं ऐकिलें आहे.

अध्याय एकुणचाळिसावा.

—:०:—

जरत्कारूचा शोध.

सौति म्हणतो:- हे मुनिश्रेष्ठ शौनक ऋषे ! हें एलापत्राचें भाषण ऐकून सर्व सर्पांचीं मनें आनंदित झालीं, व ते त्यास "शाबास ! शाबास !" म्हणूं लागले. तें ऐकल्यापासून वासुकि फार आनंदित होऊन आपल्या जरत्कारु नांवाच्या बहिणीस जपूं लागला. त्यानंतर थोड्याच अवकाशांत त्या नेमानेमाच्या गोष्टी घडून आल्या. एकदा सगळ्या देवांनीं व दैत्यांनीं मिळून, सागर हें जें वरुणाचें राहतें ठिकाण त्याचें मंथन केलें. त्यांत, बलिष्ठांत बलिष्ठ जो वासुकि, तो त्यांतील दोरी झाला होता. नंतर तो कार्यभाग उरकून देव ब्रह्मदेवाकडे आले; आणि त्यास म्हणाले:— देवा, शापाचें भय उत्पन्न झालेल्या ह्या वासुकीच्या मनास फार ताप झालेला आहे. तर प्रभो ! स्वजातीचें कल्याण चिंतणारा जो हा वासुकि, त्याच्या मनाचें तेवढें मातृशापाचें कुसळ नाहींसें करा. हा सर्पांचा राजा, सदोदित आपल्या मनाप्रमाणें व आपलें कल्याण करणारा आहे. तर, हे देवाधिदेवा ! आपण ह्यावर प्रसन्न होऊन ह्याच्या हृदयाची तळमळ निववून टाका.

ब्रह्मदेव म्हणाले:— पूर्वीं एलापत्रनामक सर्पानें वासुकीला जी हकीकत निवेदन केली होती, तिची प्रेरणा मींच माझ्या इच्छेनें त्याच्या हृदयांत केली होती. ह्यास्तव, त्याच्या सांगण्याप्रमाणें ह्या नागेंद्रानें प्रसंगीं वर्तन ठेवावें. म्हणजे, जेवढे दुराचारी तेवढेच नाश पावतील; व धर्मशील असतील ते वांचतील. तो जरत्कारु अवतीर्ण झालेला असून घोर तपाचरणांत अगदीं गढून गेला आहे. ह्यानें आपली जरत्कारुनामक बहीण समयानुरूप त्यास दान करावी. देवहो ! एलापत्रानें सर्पांच्या कल्याणास्तव जें काय सांगितलें, तें अगदीं तसेंच व्हावयाचें ! अन्यथा होणार नाहीं !

ब्रह्मदेवाचें हें भाषण ऐकून, शापानें गोंधळून गेलेल्या सर्पश्रेष्ठ वासुकीनें सगळ्या सर्पांना तें श्रुत केलें; आणि आपली बहीण जरत्कारु ही जरत्कारु ऋषीस नेमस्त करून त्यास शोधण्याच्या कामीं त्यानें सदोदित चांगली कळकळ बाळगणाऱ्या अशा सर्पांची योजना केली; आणि त्यांस सांगून ठेविलें कीं, "जरत्कारु महाराजांस

जेव्हां भार्या वरावीशी वाटेल, तेव्हां आम्हांस ताबडतोब येऊन वर्दी द्यावी. कारण, आपल्या हिताचा मार्ग तोच होणार आहे."

अध्याय चाळिसावा.

—:(०):—

जरत्कारुनामव्युत्पत्ति.

शौनक विचारतातः—हे सौते, जरत्कारु म्हणून ज्याचें नांव तूं कथन केलेंस, त्या महात्म्या मुनीला असें कां म्हणत, तें समजून घ्यावें असें मला वाटत आहे. तर जरत्कारु हें नांव जगप्रसिद्ध कां झालें, त्याची समजूत पडण्याकरितां त्या शब्दाची याथातथ्य व्युत्पत्ति मला सांग.

सौति म्हणतोः—जरा म्हणजे क्षय होय; व कारु म्हणजे दारुण अशी संज्ञा आहे. त्याचें शरीर कारु म्हणजे दारुण होतें, तें त्या विचारशील ऋषीनें दिवसानुदिवस घोर तप आचरून क्षीण करून टाकिलें. यासाठीं, हे द्विजवर्य! त्याला व तसेंच वासुकीच्या बहिणीला जरुत्कारु असें नांव पडलें.

सौतीनें असें सांगितलेलें ऐकून धर्मात्मे शौनक मुनि उग्रश्रव्यास हांक मारून हसूं लागले, व म्हणाले,'वय,नाम व रूप हीं ज्यांचीं सारखी आहेत त्यांचा परस्पर विवाह झाला हें ठीकच झालें. पुढें शौनक म्हणतातः—बा सौते! तूं नांवाची व्याख्या बरोबर सांगितलीस ती मीं श्रवण केली; पण आतां, जरत्कारूचा पुत्र आस्तीक कसा जन्मला, तें समजून घेण्याची जिज्ञासा मला झाली आहे. तर तेवढें सांग. तें त्यांचें भाषण ऐकून सौति शास्त्राधारें कथन करूं लागला.

परिक्षिताचें उपाख्यान.

सौति म्हणतोः—शौनकादिक ऋषीहो,सारखे डोळे लावून बसलेल्या त्या वासुकीनें सगळ्या सर्पांस वर्दी देऊन व जरत्कारूकरितां आपली बहीण सिद्ध करून बहुत काळ गेला, तरी त्या कडकडीत आचरण करणाऱ्या विचारशील तपोनिष्ठाला भार्या वरण्याची इच्छा होईना. कारण,तपाचरण करण्यांत अगदीं गढून गेलेला व वेदाध्ययनशील असा तो मुनि ऊर्ध्वरेता असल्यामुळें निर्भय होत्साता सर्व पृथ्वीभर फिरत असे, आणि त्यामुळेंच त्या महात्म्याच्या हृदयांत भार्येचा विचार सुद्धां कधीं येत नसे. हे ब्रह्मन्, नंतर कोणे एके समयीं कुरूच्या वंशांत परिक्षित नामेंकरून एक राजा झाला. ह्याचा पणजा महाप्रतापवान् व श्रेष्ठ धनुर्धर असा जो पंडुराजा, त्याला जसा मृगयेचा फार शोक असे, तसाच ह्या राजासही असून हरिण, डुकर, तरस,गवे व आणखीही परोपरीचीं जंगली जनावरें ह्यांची पारध करीत करीत तो वनांत फिरत असे. एके समयीं परिक्षित राजा आनतपर्व (गुढघे टेंकून सोडलेल्या) बाणानें एका हरिणास वेधून धनुष्यासहवर्तमान त्याच्या पाठोपाठ घोर जंगलांत निघून गेला;जणू काय यज्ञरूप मृगाला वेधून भगवान् रुद्र पाठोपाठ धनुष्यासहवर्तमान त्याच्या शोधार्थ इतस्ततः फिरत आहे. त्याच्या बाणानें विद्ध झालेल्या कोणत्याही हरिणास जीव घेऊन वनांत जातां येत नसे;परंतु त्या वेळीं परिक्षिताच्या बाणानें विद्ध झालेला हरिण निसटून गेला,हेंच आधीं त्या राजाच्या पुढें लवकरच ओढवणाऱ्या मृत्यूचें पूर्वचिन्ह होय.त्या हरिणाच्या मागें लागून पुष्कळच लांब गेल्यामुळें तो अगदीं थकून तहानेनें व्याकुल होऊन जाऊन वनांत एका ऋषीसमीप आला. त्या वेळीं तो ऋषि,वत्स गाईस पीत असतांना त्याच्या तोंडांतून गळलेला पुष्कळसा फेंस प्राशन करीत होता. त्या घोर तपाचरण करणाऱ्या ऋषीसमीप लगबगीनें येऊन व धनुष्य उचलून घेऊन त्या भुकेलेल्या व थकलेल्या राजानें विचारलें, 'हे ब्रह्मन्, मी अभिमन्यूचा मुलगा परिक्षित् आहें. मीं बाणानें विद्ध केलेल्या हरिणाचा कोठें पत्ता

नाहीं, तो आपल्या पाहण्यांत आला काय ? ' तो ऋषि मूकव्रत धरून बसला होता, त्यामुळें तो कांहीं बोलेना. तेव्हां राजास राग येऊन त्यानें एक मृत सर्प धनुष्याच्या टोंकानें उचलून त्याच्या खांद्यावर टाकून दिला, तरीही तो बोलेना, किंवा हें बरें अथवा वाईट कांहीं चकारशब्द सुद्धां त्यानें काढिला नाहीं. तेव्हां राजाचा राग वितळला, व तो त्रासून आपल्या नगराला निघून गेला. तरी देखील तो मुनि जशाचा तसाच होता.

आपली विडंबना झाली असूनही त्या क्षमाशील महर्षीनें त्या धर्मशील राजशार्दूल नृपालाला दुखविलें नाहीं. पण भरतवंशांत श्रेष्ठ अशा त्या राजशार्दूलाला, तो ऋषि इतका धर्मपरायण आहे हें ठाऊक नसल्यामुळें त्यानें त्याचा अवमान केला ! त्या ऋषीला एक प्रखर तेजाचा व महान् तपाचरण करणारा असा तरुण पुत्र होता. तो मोठा कोपिष्ठ, प्रसन्न करून घेण्यास फार कठिण, व महान् व्रतस्थ असे. तो परमाजितेंद्रिय असा शृंगी सर्व भूतांच्या कल्याणांत गढून गेलेल्या ब्रह्मदेवाची उपासना त्रिकाल करीत असे. हे द्विजवर्य! तो ब्रह्मदेवाच्या अनुज्ञेप्रमाणें घराकडे येत असतां, त्याचा एक संवगडी ऋषिपुत्र तेथें खेळत होता. तो धर्माचे पायीं कृश झालेला होता. तो हसत हसत त्याच्या पित्याचें वर्तमान त्यास सांगूं लागला. तें ऐकतांच रागाच्या भरांत लाल होणारा तो तामसी ऋषिपुत्र शृंगी क्रोधायमान झाला. तेव्हां कृश म्हणालाः—हे शृंगी ! तूं फारसा गर्व वाहूं नको. तूं तेजस्वी व तुझा पिताही तेजस्वी आहे. पण असें असतां, तुझ्या पित्यानें खांद्यावर सर्पाचें कलेवर वाहिलें आहे. ह्याकरितां आमच्यासारखे सिद्ध, ब्रह्मवेत्ते व तपस्वी ऋषिपुत्र बोलूं लागले असतां तूं चकारशब्द सुद्धां काढीत जाऊं नको. आपल्या पित्यानें मृत सर्प वाहिलेला असतां जो तूं तें खुशाल पहात आहेस, त्या तुझा तो पौरुषाभिमान व तशाच तुझ्या त्या गर्वोक्ति आतां कोठें गेल्या ? हे मुनिवर्या ! असा अवमान होण्यासारखें तुझ्या पित्यानेंही कांहीं केलें नव्हतें; व त्यामुळें जणूं काय माझ्या पित्याचाच अवमान झाला असें मला वाटत असून माझ्या मनास फार खेद होत आहे !

अध्याय एकेचाळिसावा.

—:०:—

परिक्षितास शाप.

सौति सांगतोः—कृशानें तें वर्तमान सांगितल्यावर, तेजस्वी व मोठा रागीट असा तो शृंगी, आपल्या पित्यानें सर्पाचें कलेवर धारण केलें आहे हें ऐकून रागानें फारच संतप्त झाला; आणि कृशाकडे पाहून त्यानें त्यास सौम्य शब्दांनीं विचारिलें, " माझ्या पित्यानें हें मृत कलेवर कसें धारण केलें तें सांग. "

तेव्हां कृश म्हणालाः—बा शृंगी ! परिक्षित राजा या वनांत मृगयेस आला असतां त्यानें तुझ्या पित्याच्या खांद्यावर मृत सर्प टाकिला.

शृंगी म्हणालाः—हे कृशा, त्या दुष्ट राजाचें माझ्या पित्यानें असें काय वांकडे केलें होतें, तें मला स्पष्ट सांग; आणि मग पहा माझें तपोबळ कसें आहे! तें ऐकून कृश सांगूं लागला, "बा शृंगी, तो अभिमन्यूचा पुत्र परिक्षित राजा मृगया करीत असतां वेगानें जात असलेल्या एका हरिणास त्यानें बाणानें वेधिलें; व तो एकटाच त्याचे पाठोपाठ जाऊं लागला. त्या महावनामध्यें तो राजा भटकूं लागला; परंतु तो हरिण कांहीं त्याच्या दृष्टीस पडेना. इतक्यांत, मौन धरून बसलेला तुझा पिता त्याचे दृष्टीस पडला. तेव्हां त्यानें त्यास हरिणाविषयीं प्रश्न केला. तो राजा तहान, भूक व श्रम यांनीं अगदीं थकून गेला होता. त्यानें तुझ्या मुखस्तंभ बसलेल्या पित्यास ' हरिण कोठें गेला ' म्हणून पुनः पुनः विचारून पाहिलें, परंतु तुझ्या पित्यानें त्यास कांहींच उत्तर दिलें नाहीं. हें पाहून

त्या राजानें सर्पाचें कलेवर धनुष्याच्या टोंकानें उचलून तुझ्या पित्याच्या खांद्यावर टाकिलें. तथापि, बा शृंगी ! तो तसा तपोनिष्ठ पिता जशाचा तसाच बसलेला असून राजा आपल्या हस्तिनापुरास निघून गेला."

सौति म्हणतो:- ह्याप्रमाणें आपल्या पित्याच्या खांद्यावर सर्पाचें कलेवर टाकिलेलें ऐकून त्या ऋषिपुत्राचे डोळे क्रोधानें लाल झाले, व त्याच्या अंगाची अगदीं लाही लाही होऊन गेली; आणि क्रोधानें संतप्त झालेल्या त्या तेजस्वी ऋषिपुत्रानें स्नान करून क्रोधावेशांत त्या राजास शाप दिला: शृंगी म्हणाला, " मौन धरून बसलेल्या माझ्या पित्याच्या खांद्यावर ज्यानें मृत सर्प आणून टाकिला, त्या ब्राह्मणाचा अवमान करणाऱ्या व कुरुकुलास कलंक लावणाऱ्या राजास, सर्व श्रेष्ठ सर्पांत ज्याचें विष अत्यंत प्रखर असून ज्याच्या दाढा विषानें भरलेल्या आहेत,व त्या क्रोधानें लाल झालेल्या तक्षकाला माझ्या शापबलानें प्रेरणा होऊन तो आजपासून सातव्या दिवशीं यमलोकास नेईल."

सौति म्हणतो:- तो क्रोधानें लाल झालेला शृंगी, असा शाप देऊन, गाईच्या गोठ्यांत जेथें आपला पिता मृत सर्प धारण करून बसला होता तेथें गेला; आणि त्यास पाहिल्यावर, त्याच्या खांद्यावर तो मृत सर्प पाहून तर त्यास अधिकच क्रोध चढला; तेव्हां दुःखाचे अश्रु टाकून शृंगी आपल्या पित्यास म्हणाला, "हे तात ! त्या दुष्ट परिक्षित राजानें आपला हा अवमान केल्याचें ऐकून, तो कुरुकुलाधम प्रखर शापच देण्यास योग्य आहे असें वाटून मीं त्यास रागारागानें शाप दिला कीं, सर्पश्रेष्ठ जो तक्षक तो आजपासून सात दिवसांनीं त्या पातक्याला अत्यंत दारुण अशा यमलोकास नेईल."

शमीक मुनींचा उद्वेग.

ऋषीहो, क्रोधाविष्ट झालेल्या त्या शृंगीचें हें बोलणें ऐकून शमीक मुनि म्हणाले:—मुला, तूं काहीं हें बरें केलें नाहींस.हा तपस्वांचा धर्म नव्हे. त्या नरपालाचे देशांत आपण राहात असून त्यानें न्यायानें व नीतीनें आपला सांभाळ केला आहे, याकरितां त्याचा द्रोह करणें योग्य नाहीं. त्यानें आपल्याशीं कसेंही वर्तन केलें असलें, तरी तें आपण नेहमी पोटांत घातलें पाहिजे. मुला, धर्माचा आपण नाश करूं लागलों तर धर्मही आपला नाश करूं लागतो ह्यांत कांहीं संशय नाहीं; कारण, राजानें जर आपलें रक्षण न केलें, तर आपणांस अतोनात त्रास भोगावा लागेल; आणि मग आपणांस हवें तसें धर्माचरण करतां येणें शक्य नाहीं. बाबारे ! सद्धर्मी राजे आपला सांभाळ करीत असतात, म्हणूनच आपणांस हवें तसें धर्माचरण करितां येतें. धार्मिकदृष्टचा पाहिलें तर त्यांचाही त्यांत थोडाबहुत वांटा आहेच. तात्पर्य, आपल्याशीं राजाचें वर्तन कसेंही असलें, तरी आपण त्याची क्षमाच केली पाहिजे;आणि विशेषत:परिक्षिताला तर क्षमा करणें भागच आहे. कारण,ह्याचा पणजा पंडुराजा जसें आपल्या प्रजेचें रक्षण करीत असे, तसेंच हाही आपलें करीत आहे. प्रिय पुत्रा, प्रजेचा सांभाळ राजानेंच केला पाहिजे. भुकेनें व श्रमानें थकून गेलेल्या त्या राजाला माझें मौनव्रत न समजून, केवळ अजाणपणानें त्यानें हें कृत्य केलें असें वाटतें. बाबा ! देशांत स्वामी नाहींसा झाला म्हणजे तेथें नेहमीं अनर्थ उद्भवूं लागतात; राजा दुष्ट लोकांस नेहमीं दंडानें शासन करीत असतो, त्यामुळें त्यांना दहशत बसते, व त्यायोगानें देशांत शांतता राहते. उद्विग्न पुरुषाला धर्मही करितां येत नाहीं आणि कर्मही करितां येत नाहीं. राजामुळें धर्माची व धर्मामुळें स्वर्गाची प्रतिष्ठा होते. राजामुळें सर्व यज्ञक्रिया चालतात; व त्या चालतात म्हणून देवांचें जीवन चालतें. देवांपासून वृष्टि व वृष्टिपासून औषधि

उत्पन्न होतात हें प्रसिद्धच आहे.त्या औषधींच्या योगानें राजा मनुष्यांचें निरंतर कल्याण करीत असतो. मनुष्यांचें पालनपोलन करणारा आणि त्यांतही राज्यकर्ता असा जो राजा—ज्याची योग्यता वेदाध्ययन केलेल्या दहा ब्राह्मणांइतकी असल्याचें मनूनें सांगितलेलें आहे—त्या बिचाऱ्या श्रमानें व भुकेनें व्याकूळ झालेल्या राजाला माझें तपस्याचें हें व्रत माहीत नसल्यामुळें त्याच्या हातून हें कृत्य घडलेलें असावें असें मला वाटतें; त्या अर्थीं, हे पुत्रा, तूं हें अविचाराचें कृत्य कां केलेंस? बाबा, राजाची योग्यताच अशी आहे कीं, त्यास कोणत्याही प्रकारें आम्हीं शाप देऊं नये.

अध्याय बेचाळिसावा.

—:०:—

शमीक मुनींचा शृंगीस उपदेश.

शृंगी म्हणतोः—हे तात! मीं केलेलें हें कृत्य साहसाचें असो वा दुष्कृत्य असो; त्याचप्रमाणें, तें आपणास योग्य वाटो वा न वाटो, मीं जी वाणी उच्चारिली आहे,ती कधींही असत्य होणार नाहीं. बाबा, मी थट्टेंत सुद्धां कधीं खोटें बोलत नाहीं. मग शाप देत असतांना कसें बोलेन!

शमीक मुनि म्हणतातः— अरे, तूं महातेजस्वी व सत्यवचनी असून आजपर्यंत कधींही असत्य भाषण केलें नाहींस, तेव्हां तुझी वाणी मिथ्या होणार नाहीं हें मी जाणतों. परंतु तुला कांहीं सांगावें अशी माझी इच्छा आहे,व तें माझें कर्तव्यही आहे. पुत्र मोठा झाला असला तरी सुद्धां तो सद्गुणी व महायशस्वी व्हावा म्हणून त्याच्या पित्यानें त्याला तशा प्रकारचा उपदेश करावा असा धर्म आहे. त्यांतून, तूं तर अद्याप लहानच आहेस; तेव्हां तुला उपदेशाच्या दोन गोष्टी सांगितल्या पाहिजेत यांत शंका नाहीं,तूं तपामध्यें नेहमीं निमग्न असतोस, व जे योगी असतात त्यांच्या ठिकाणीं नेहमीं क्रोधाची वृद्धि होत असते; आणि क्रोध हा तर तपाचा नाश करणारा आहे. हे पुत्रा, तूं उत्तम प्रकारें धर्माचरण करणारा आहेस, परंतु तूं लहान असल्यामुळें अज्ञान असून साहसी आहेस. तेव्हां पुत्रप्रेमानें मी तुला सांगतों कीं, तूं वनांतील फलमूलांवर उपजीविका करून रहा,आणि शांतीचें अवलंबन करून क्रोधाचा नाश कर;म्हणजे तुझ्या हातून धर्मत्याग होणार नाहीं. अरे, स्वर्गप्राप्तीकरितां जें पुण्य संपादन करावें लागतें,तें अत्यंत कष्टसाध्य होय; व अशा प्रकारानें संपादन केलेलें पुण्यही क्रोधाच्या योगानें नाश पावतें, व पुण्य नाश पावलें असतां इष्ट गति प्राप्त होत नाहीं. म्हणून यतींना क्षमा आणि शांतिच सिद्धिदायक होत. अशा क्षमाशीलांना ऐहिक व पारलौकिक सुख प्राप्त होतें.याकरितां तूं क्षमावान् आणि इंद्रियनिग्रही होशील अशा प्रकारचें वर्तन नेहमीं करीत जा. कारण, क्षमेच्या योगानें क्रमेंकरून ब्रह्मलोकापर्यंत असलेले सर्व लोक तुला प्राप्त होतील. बाबा, मी तर शांतीचें अवलंबन करून आज यासंबंधानें शक्य तो उपाय करितों.मी राजाला असा निरोप पाठवितों कीं, तूं माझ्याशीं जें उद्धटपणाचें वर्तन केलेंस, तें पाहून माझ्या अल्पमति लहान मुलानें क्रोधानें तुला शाप दिला आहे.

शापनिवेदन.

सौति सांगतो.:— ऋषीहो,याप्रमाणें त्या मुलाला सांगून त्या सदाचरणी, दयाळू व महातपस्वी शमीक मुनींनीं गौरमुखनामक सुशील शिष्याला बोलाविलें, व राजाला सांगावयाचा निरोप तो त्याजवळ सांगून त्याला राजाकडे पाठविलें. तेव्हां तो शिष्य लागलीच तेथून निघाला,आणि हस्तिनापुरांत आला.त्यानें प्रथम द्वारपालाबरोबर आपण आल्याची वर्दी राजाकडे पाठविली; व राजाकडून परवानगी आल्यावर तो वाड्यांत गेला,आणि त्यानें राजाची भेट घेतली.तेव्हां राजानें त्याचा योग्य सत्कार करून यथाविधि पूजा

केली. नंतर थोडी विश्रांति घेऊन त्यानें राजाला शमीक ऋषींनीं सांगितलेला सर्व भयजनक वृत्तांत सांगितला. त्या वेळीं राजाचे मंत्रीही तेथेंच होते.

गौरमुख म्हणालाः—हे नृपवरा, तुझ्या देशांत शमीकनामक ऋषि राहत असतात हें तुला माहीत आहेच. ते परमधार्मिक असून जितेंद्रिय व क्षमाशील आहेत. हे नरपुंगवा, ते मौनव्रत धारण करून बसले असतां तूं आपल्या धनुष्याच्या टोंकानें एक मृत सर्प त्यांच्या स्कंधावर ठेविलास. तें त्यांनीं सहन केलें,परंतु त्यांच्या पुत्राला तें सहन न होऊन, "आजपासून सात दिवसांनीं तक्षकापासून तुला मृत्यु येईल" असा त्यानें तुला शाप दिला. हा प्रकार घडून गेल्यानंतर तो शमीक ऋषींना कळला. तेव्हां तूं आपल्या रक्षणाचा कांहीं उपाय कर म्हणून त्यांचें तुला आग्रहाचें सांगणें आहे. कारण, त्या मुलाची वाणी कोणाच्यानेंही असत्य करवणार नाहीं,व तेही आपल्या कोपायमान झालेल्या त्या पुत्राला आवरून धरण्यास समर्थ नाहींत.म्हणून हे राजा,तुझें हित करण्याचा उद्देश मनांत धरून, त्यांनीं मला तुजकडे पाठविलें आहे.

सौति म्हणतोः-ऋषीहो, हें भयजनक भाषण श्रवण करून,आपल्या हातून घडलेल्या पापाबद्दल त्या महातपस्वी कुरुकुलश्रेष्ठ राजा परिक्षिताला अत्यंत पश्चात्ताप झाला;आणि त्यांतूनही,आपण ती गोष्ट केली त्या वेळीं ते ऋषि मौनव्रत धारण करून बसले होते असें ऐकिल्यामुळें तर त्याच्या मनाला अधिकच दुःख झालें; व आपण खरोखर अपराधी असतांही शमीक मुनींच्या अंतकरणांत आपणांविषयीं दया उत्पन्न झाली,हें कळल्यावर तर त्याच्या दुःखाला पारावारच नाहींसा झाला! एकंदरींत, आपण त्या ऋषींचा अपराध केला म्हणून जितकें त्या राजाला वाईट वाटलें, तितकें स्वतांच्या मृत्यूच्या वार्तेनेंही त्याला वाईट वाटलें नाहीं !

असो;नंतर,भगवान् शमीक मुनींनीं फिरूनही मजवर दया करावी, असें सांगून त्या गौरमुखनामक शिष्याला राजानें परत पाठविलें. गौरमुख गेल्यानंतर, उद्विग्नचित्त झालेल्या त्या परिक्षित राजानें आपल्या मंत्रिजनांबरोबर या गोष्टीसंबंधानें विचार केला. राजा परिक्षित मोठा मुत्सदी होता. त्यानें त्या मंत्रिमंडलाच्या विचारानें आपणास राहण्याकरितां सुरक्षित असा एकखांबी वाडा बांधविला, व तेथें सर्व प्रकारचा उत्तम बंदोबस्त करून आणि वैद्य, औषधि व मांत्रिक यांची सर्व तयारी ठेवून आपण तेथें रहावयास गेला. अशा प्रकारच्या त्या सुरक्षित जागेंतच तो धर्मवेत्ता राजा आपल्या मंत्रिजनांसह राज्यसंबंधी सर्व कामें पाहूं लागला. तेथें जाऊन राजदर्शन घेण्यास कोणीही समर्थ नव्हता; इतकेंच नव्हे,तर त्या देशांत संचार करणाऱ्या वायूचाही तेथें शिरकाव होऊं नये इतका कडेकोट बंदोबस्त केलेला होता. याप्रमाणें सहा दिवस जाऊन सातवा दिवस प्राप्त झाला.

काश्यपतक्षकसंवाद.

इकडे,राजा तक्षकदंश होऊन मृत्यु पावणार ही बातमी काश्यपनामक एका विद्वान् ब्राह्मणास समजली. तेव्हां त्या विषापासून राजाचें संरक्षण करण्याच्या उद्देशानें तो राजाकडे यावयास निघाला. तक्षकानें राजाला दंश केला असतां त्यापासून राजाला निर्भय करण्याविषयींची त्याची खातरी होती.शिवाय,त्यानें असाही विचार केला कीं, या कृत्यापासून आपणास धर्म व अर्थ ह्या दोन्ही गोष्टी प्राप्त होतील. मार्गक्रमण करीत असतांही त्याच्या मनांत हेच विचार चाललेले होते.इतक्यांत त्या एकाग्रचित्त ब्राह्मणास नागराज तक्षकानें पाहिलें. त्याबरोबर त्यानें वृद्ध ब्राह्मणाचें रूप घेतलें, आणि त्या मुनिश्रेष्ठ काश्यपाजवळ जाऊन, "आपण इतक्या घाईघाईनें कोणीकडे जात आहां,व मनांत काय कार्य

योजिलें आहें" असें त्याला विचारलें. तेव्हां काश्यप म्हणाला:-हे वृद्ध ब्राह्मणा, कुरुकुलोत्पन्न शत्रुंजय राजा परिक्षित यास नागराज तक्षक आज आपल्या तेजानें दग्ध करून टाकणार आहे;तेव्हां अग्नीप्रमाणें तेजस्वी, महापराक्रमी व कुरुकुलवर्धक अशा त्या परिक्षित राजाला तक्षकानें दंश केल्याबरोबर त्यापासून त्याला निर्भय करण्याकरितां मी धाईनें तिकडे चाललों आहें.

तक्षक म्हणतो:–हे ब्राह्मणा, राजाला दग्ध करणारा तक्षक तो मीच आहें; तेव्हां तूं परत जा. कारण मीं दंश केला असतां त्याचा प्रतिकार करण्यास तूं समर्थ नाहींस.

काश्यप म्हणतो:–अरे,माझ्या विद्येचा प्रभाव असा आहे की,तूं जरी त्या राजाला दंश केलास, तरी मी निःसंशय त्यास निर्भय करीन !

अध्याय त्रेचाळिसावा.

—:०:—

काश्यपमंत्रप्रभाव.

तक्षक म्हणतो:–हे ब्राह्मणा, मीं एखाद्याला दंश केला असतां त्यास बरा करण्यास मी समर्थ आहें म्हणून तूं म्हणतोस, तर आतां मी ह्या वृक्षाला दंश करितों, तूं त्याला जिवंत कर आणि तुझें जें अत्युत्तम मंत्रबल आहे तें मला दाखीव. हें पहा–मी आतां ह्या जवळच असलेल्या वटवृक्षाला तुझ्या समक्ष जाळून टाकितों, आणि तूं त्यास जिवंत करण्याचा प्रयत्न कर.

काश्यप म्हणतो:–हे नागश्रेष्ठा, तुला असें जर वाटत असेल, तर तूं ह्या वृक्षाला दंश कर, व मी त्याला जिवंत करितों.

सौति म्हणाला:–ह्याप्रमाणें महात्म्या काश्यपानें नागेंद्राला सांगितलें, तेव्हां तो सर्पश्रेष्ठ वटवृक्षाजवळ आला; आणि त्यानें वृक्षाला दंश केला. त्याबरोबर सर्व वृक्षामध्यें विष भिनून जाऊन तो चोहोंकडून पेटला ! ह्याप्रमाणें तो वृक्ष जळून त्याची राख झाल्यावर तो सर्पराज पुनः काश्यपाला म्हणाला, "हे ब्राह्मणश्रेष्ठा, आतां तूं यत्न करून या वृक्षाला जिवंत कर."

सौति म्हणाला:–ह्याप्रमाणें नागराजाचें भाषण ऐकून, सर्पविषानें जळून भस्म झालेल्या त्या वृक्षाची सर्व राख काश्यपानें गोळा केली, आणि तो म्हणाला, "हे पन्नगेंद्रा,आतां माझ्या विद्येचा प्रभाव कसा काय आहे तो पहा ! हे भुजंगश्रेष्ठा, तुझ्यासमक्ष मी ह्या वृक्षास आतां जिवंत करितों." याप्रमाणें भाषण करून त्या षड्गुणैश्वर्यसंपन्न व विद्वान् द्विजश्रेष्ठ काश्यपानें आपल्या विद्येच्या प्रभावानें त्या भस्मरूपी वृक्षास सजीव केलें ! प्रथमतः भस्मराशीला त्यानें अंकुर उत्पन्न केला. नंतर त्या अंकुरास दोन पानें आणिलीं पुढें पुष्कळ पल्लव व डहाळ्याही उत्पन्न केल्या; आणि अशा रीतीनें पुनः तो वृक्ष पूर्वीप्रमाणें सजीव केला !

काश्यपनिवारण.

ह्याप्रमाणें काश्यपानें वृक्ष जिवंत केलेला पाहून तक्षक म्हणाला:–तुझा हा पराक्रम अद्भुत तर खराच.तूं माझें विष तर नाहींसें केलेंच आहेस आणि माझ्यासारख्या दुसऱ्या कोणाचेंही नाहींसें करशील यांत शंका नाहीं. परंतु मी तुला असें विचारितों कीं, तूं जो राजाकडे जात आहेस, यांत तुझा उद्देश काय आहे ? राजाकडे जाऊन जें कांहीं मिळवावयाची तुझी इच्छा असेल, तें दुर्लभ असलें तरी मी तुला येथेंच देतों. याकरितां तूं विनाकारण राजापर्यंत जाण्याचे श्रम घेऊं नको. आतां, असें मी म्हणत असतांही जर तूं आग्रहानें जाशील, तर त्यांत तुझा तोटा आहे. कसा तो पहा: ब्राह्मणाच्या शापानें राजाचें आयुष्य संपलें आहे;आणि अशा स्थितींत जर तूं त्याला वांचविण्याचा प्रयत्न करशील, तर "ब्राह्मणाचें वचन कधींही अन्यथा होत नाहीं." या सिद्धांतानें कदाचित् तुझा प्रयत्न निष्फल होण्याचा संभव आहे; आणि प्रसंगवशात् जर

तसेंच घडून आलें, तर राहूच्या योगानें सूर्याचें तेज ज्याप्रमाणें नष्ट होतें, त्याप्रमाणें त्रैलोक्यांत प्रसिद्ध असलेली तुझी कीर्ति नाहींशी होईल.

काश्यप म्हणतोः- हे नागराजा, मी जो राजाकडे जात आहें, त्यांत माझा दुसरा उद्देश कांहींएक नसून मला फक्त द्रव्याची इच्छा आहे. तें तूं मला दिलेंस तर मी तें घेऊन येथून परत जाईन.

तक्षक म्हणतोः- हे द्विजश्रेष्ठा, इतकेंच जर आहे, तर राजापासून जितकें द्रव्य मिळावें अशी तुझी इच्छा असेल, त्यापेक्षांही मी तुला जास्त देतों. तर तूं आतां परत फीर.

सौति म्हणालाः- असें हें तक्षकाचें भाषण ऐकून तो बुद्धिशाली व अंतर्ज्ञानी ब्राह्मणश्रेष्ठ काश्यप किंचित् ध्यानस्थ झाला. तेव्हां त्याला त्या पांडुकुलोत्पन्न राजाचें आयुष्य खरोखरच संपलें आहे असें समजलें, नंतर त्यानें ध्यान विसर्जन केलें, आणि पाहिजे होतें तेवढें द्रव्य तक्षकापासून घेऊन तो तेथूनच परत फिरला.

ह्याप्रमाणें विचार करून व इच्छित द्रव्य घेऊन महात्मा काश्यप परत आपल्या घरीं जाण्यास निघाला; आणि तक्षकानें आपला हस्तिनापुराचा मार्ग धरिला. तेव्हां जातां जातां वाटेनें त्यास असें कळलें कीं, राजाचें संरक्षण व्हावें म्हणून कित्येक मांत्रिक आणिले असून नानाप्रकारच्या विषहारक औषधिही पुष्कळ सिद्ध ठेविल्या आहेत.

परिक्षिताला तक्षकदंश.

सौति म्हणालाः-- हें ऐकल्यावर तक्षकास मोठी चिंता उत्पन्न झाली. तो मनांत म्हणाला, " मला तर या राजाला मोह उत्पन्न करून फसवावयाचें आहे; आणि यानें तर मोठी तयारी केली आहे; तेव्हां आतां कोणता उपाय करावा?" शेवटीं त्याला एक युक्ति सुचली. त्यानें तात्काळ कांहीं भुजंगांना तपस्व्यांचे वेष दिले; आणि त्यांच्याजवळ फळें, दर्भ व उदक देऊन त्यांना राजाकडे जाण्यास सांगितलें, त्यानें त्यांस अशी सूचना देऊन ठेविली कीं, राजापुढें जाल तेव्हां तुम्ही आपल्या मुद्रा मोठ्या गंभीर ठेवा, आणि हरप्रयत्नानें, राजा तुमच्याकडून फळें वगैरे घेईल असें करा; म्हणजे माझें कार्य साध्य होईल.

सौति म्हणालाः— तक्षकाची आज्ञा घेऊन ते भुजंग राजाकडे गेले; आणि मोठ्या प्रेमदर्शक अभिनयानें बरोबर आणिलेलीं फळें, दर्भ व उदक ह्यांचा राजानें स्वीकार करावा अशा आशयानें त्यांनीं ते राजापुढें केले. राजानेंही त्यांचा अत्यादरानें स्वीकार केला, आणि त्यांची उत्तम संभावना करून परत रवानगी केली. ते कपटवेषधारी नाग गेल्यावर राजा आपल्या मित्रांना आणि मंत्रिजनांना म्हणाला, " अहो, तपस्वी जनांनीं जीं हीं मधुर मधुर फळें आणिलेलीं आहेत, त्यांपैकीं तुम्ही कांहीं भक्षण करा, आणि मीही करितों. "

सौति म्हणालाः- ऋषीहो, ब्रह्मलिखित कधीं चुकत नाहीं ! ऋषीच्या शापानें आणि प्रारब्धयोगानें बद्ध झाल्यामुळें परिक्षित राजाला मंत्रिजनासह तीं फळें खाण्याची बुद्धि झाली; आणि शेवटीं, ज्या फळांत तो दुष्ट तक्षक आळीच्या रूपानें राहिला होता, तेंच फल त्यानें स्वतः खाण्याकरितां हातीं घेतलें. तें तों खाऊं लागला असतां त्यांतून एक लहानशी आळी निघाली ! ऋषीहो, ती आळी आखूड असून तांबड्या रंगाची होती. तिचे नेत्र कृष्णवर्ण होते. त्या कुरुवंशभूषण नृपश्रेष्ठ परिक्षितानें ती हातीं घेतली, आणि तो मंत्र्यांना म्हणालाः-- अहो, आज बरोबर सातवा दिवस आहे, व सूर्यही अस्तास जात चालला आहे. असें असतांही अजून मला विषापासून भय प्राप्त झालें नाहीं. याकरितां, ही आळीच तक्षक होवो, आणि मला दंश करून मुनिवाक्य खरें ठरो. म्हणजे, मीं जो

ब्राह्मणाचा अपराध केला आहे, त्या दोषांतून मुक्त होईन.

राजाचें हें भाषण ऐकून, कालानें प्रेरणा केली असल्यामुळें मंत्रिजनांनींही त्याच्या बोलण्यास अनुमोदन दिलें! असो; शौनकादिकहो, परिक्षित राजा मरणोन्मुख झाला असल्यामुळें त्याचें देहभान नष्ट झालें होतें. त्यानें मोठ्या आनंदानें हसत हसत ती आळी धरली, आणि आपल्या मानेवर ठेविली! तेव्हां तात्काळ त्या आळीचें रूप धारण केलेल्या तक्षकानें आपलें भव्य स्वरूप प्रकट केलें; आणि राजाचें सर्व शरीर वेढून टाकून व उच्च स्वरानें गर्जना करून पृथ्वीचें परिपालन करणाऱ्या त्या परिक्षित राजाला त्यानें कडकडून दंश केला!

अध्याय चवेचाळिसावा.

—:०:—

जनमेजयाला राज्याभिषेक.

ह्याप्रमाणें सर्पानें राजाला पूर्णपणें वेढून टाकलेलें पाहतांच सर्व मंत्रिजनांचीं मुखें म्लान होऊन ते अत्यंत शोकाकुल झाले. त्याचप्रमाणें, तेथें जे मांत्रिक जमले होते, तेही, तक्षकाची गर्जना ऐकतांच 'आपल्या मंत्राचा येथें मुळींच प्रभाव चालणार नाहीं' असें वाटून तेथून पळून गेले. ते पळत असतां वरचेवर मागें पाहत; तों एक अद्भूत सर्प आकाशमार्गानें जात असलेला त्यांच्या दृष्टीस पडला; त्या वेळचा तो देखावा फारच विलक्षण होता! आकाश नीलवर्ण असून त्यांत गमन करणारा तक्षक रक्तकमलवर्णाचा असल्यामुळें, जणू काय एखादी स्त्री आपल्या नीलवर्ण केशकलापांत शेंदुरानें भांगच करीत आहे कीं काय असा भास होत होता! असो; इकडे, सर्पाच्या विषापासून उत्पन्न झालेल्या अग्नीनें राजा परिक्षिताचें तें एकस्तंभी मंदिर जळूं लागलें, तेव्हां तेथें असलेले मंत्रिजन वाट सांपडेल तिकडून बाहेर पडले, आणि विजेचा धडाका बसल्याप्रमाणें राजा परिक्षित खालीं पडला!

याप्रमाणें तक्षकाच्या विषापासून राजा मृत्यु पावल्यानंतर, त्याला उत्तम लोकाची प्राप्ति व्हावी म्हणून राजोपाध्याय, ब्राह्मण व सर्व मंत्री यांनीं उक्त कर्मे केलीं, व ते मोकळे झाले. नंतर सर्व नगरवासी जनांनीं एकमतानें परिक्षिताचे मुलास राज्याभिषेक केला. तो वयानें अगदीं लहान होता. त्या कुरुकुलश्रेष्ठ शत्रुदमन परिक्षिताच्या पुत्राचें नांव जनमेजय होतें. तो वयानें लहान होता तरी बुद्धीनें पोक्त होता. त्यानें बापाच्याच वेळचे मंत्री व पुरोहित कायम ठेविले, आणि त्यांच्या सल्लामसलतीनें सर्व राज्यकारभार चालविला. कौरवकुलश्रेष्ठ वीर धर्मराज हा याचा पणजा होय. त्यानें ज्याप्रमाणें राज्य केलें, त्याचप्रमाणें प्रजेचें पुत्रवत् पालन करून यानें राज्यकारभार चालविला.

जनमेजयाचा विवाह.

पुढें तो बालराजा सर्व विद्यांमध्यें पारंगत होऊन शत्रूचें मर्दन करण्यास योग्य झाला. तें पाहून सर्वांना मोठा आनंद वाटला; आणि त्याच्या लग्नाविषयींचे विचार मंत्रिजनांच्या मनांत घोळूं लागले. नंतर त्यांनीं सुवर्णवर्मानामक काशीच्या राजाकडे त्याच्या वपुष्टमा नांवाच्या कन्येविषयीं मागणी केली. तेव्हां सर्व प्रकारें हा संबंध उत्तम आहे असें पाहून सुवर्णवर्म्यानें आपली मुलगी कौरवकुलावतंस जनमेयाला दिली. या गोष्टीनें जनमेजयालाही आनंद झाला. तो मोठा सद्वर्तनी होता. त्यानें परस्त्रीकडे पापदृष्टीनें कधीं ढुंकूनही पाहिलें नाहीं. पूर्वीं पुरूरव्याला उर्वशी प्राप्त झाल्यानंतर ज्याप्रमाणें तिजशीं त्यानें विहार केला, त्याचप्रमाणें, अनेक प्रकारच्या पुष्पांनीं प्रफुल्लित झालेल्या वनांत व सरोवरांत प्रसन्न अंतःकरणानें आपल्या प्रिय पत्नीबरोबर जनमेजयानें विहार केला. वपुष्टमाही अत्यंत रूपवती असून

महान् पतिव्रता होती. सर्व राजांमध्यें श्रेष्ठ व गुणवान् असा पति आपल्यास मिळाल्याबद्दल तिलाही मोठा आनंद वाटत असे. ती क्रीडाभुवनसुंदरी विहारसमयीं आपल्या प्रिय पतीबरोबर मोठ्या प्रेमभावानें रममाण होत असे.

अध्याय पंचेचाळिसावा.

—:०:—

जरत्कारुपितृसंवाद.

सौति सांगतोः—ह्याप्रमाणें जनमेजय राजा राज्यकारभारांत दक्ष राहून आपल्या प्रिय पत्नीसहवर्तमान कालक्रमण करीत असतां, दुसरीकडे एक निराळीच गोष्ट घडत होती ! जरत्कारुनामक एक महातपस्वी मुनि होता. जेथें सायंकाल होईल तेथेंच वस्ती करावयाची असा त्याचा नियम असे. त्या जितेंद्रिय पुरुषाचें आणखी एक मोठें कठिण व्रत होतें. तें हें कीं, तो फक्त वायुभक्षण करून आपला चारितार्थ चालवीत असे. परंतु यामुळें तो दिवसानुदिवस क्षीण होत चालला होता. पृथ्वीपर्यटन व तीर्थस्नानें करण्याचा त्याचा क्रम चालला असतां, एके ठिकाणीं एक खंदक त्याच्या दृष्टीस पडला. त्या खंदकांत अधोमुख असे लोंबत असलेले आपले पितर त्यानें पाहिले. त्या खंदकाच्या कडेच्या एका बाजूस, कड्यावर एक वाळ्याचें झुडूप उगवलेलें होतें. त्याला फक्त एकच तंतु राहिला होता. त्या तंतूस धरून त्याच्या आधारावर ते पितर लोंबत राहिले होते; आणि त्या तंतूच्याही मुळाला, तेथेंच बिळांत असलेला एक उंदीर हळू हळू कुरतडीत होता. तेथें खावयाला कांहींएक न मिळाल्यामुळें ते पितर अत्यंत कृश होऊन गेले होते; व आपलें रक्षण व्हावें अशी त्यांस प्रबल इच्छा असल्यामुळें त्या काळजीनें ते अगदीं दीनवाणे झालेले दिसत होते. त्यांची ती शोचनीय स्थिति पाहून जरत्कारु त्यांच्याजवळ गेला; आणि दयार्द्र अंतःकरणानें त्यांना म्हणाला, "अहो ! ह्या वाळ्याच्या निर्जीव तंतूला धरून राहिलेले असे तुह्मी आहां तरी कोण ? ह्या तंतूचीं मुळें तर उंदरानें सर्व खाऊन टाकलीं आहेत. आतां नाहीं म्हणायाला काय तें एकच मूळ अवशिष्ट राहिलें असून तें सुद्धां तो उंदीर आपल्या तीक्ष्ण दांतांनीं कुडतडीत आहे; यामुळें तेंही आतां लवकरच तुटेल; आणि आधींच दीन झालेले तुह्मी खात्रीनें या खंदकांत पडाल. तुमची ही स्थिति पाहून मला अत्यंत दुःख होत आहे. या दुर्धर संकटांतून तुम्हांला सोडविण्यास कांहीं उपाय असला तर तो मला सांगा, तो करण्यास मी सिद्ध आहें. मीं आजपर्यंत जी तपश्चर्या केली आहे, तिचा चतुर्थांश, तृतीयांश, अथवा अर्धा भाग दिला असतां तुह्मांस या संकटांतून मुक्त होतां येण्यासारखें असेल, तर विलंब न करितां मला तसें सांगा. मी आपली तेवढी तपश्चर्या तुमच्याकरितां खर्ची घालीन; इतकेंच नव्हे तर सर्व तपश्चर्या द्यावी लागली तरी देखील ती देण्यास मी सिद्ध आहें; परंतु तुह्मीं या संकटांतून पार पडावें अशी माझी फार इच्छा आहे."

पितर म्हणतातः—हे विप्रश्रेष्ठा, तूं ब्रह्मचारी असून वृद्ध झाला आहेस, तरी आपली सर्व तपश्चर्या खर्चून आमची मुक्तता करण्याची तुझी इच्छा आहे; परंतु आमचें हें संकट तपाच्या योगानें निवारण होण्यासारखें नाहीं; तसें असतें तर या स्थितीस आम्ही पोहोंचलोंच नसतों. कारण आह्मीही पुष्कळ तप केलेलें आहे. परंतु हे श्रेष्ठा, आह्मांस ही दशा संतानक्षयामुळें प्राप्त झालेली आहे व संतानवृद्धीचा जर कांहीं उपाय न झाला, तर आह्मांस याहीपेक्षां अत्यंत अपवित्र असा नरकवास भोगावा लागणार आहे! संतान असणें हें अत्यंत पुण्यप्रद आहे असें पितामह ब्रह्म

देवानें ह्मटलें आहे. आतां प्रथमतः तूं आम्हांस एवढेंच सांग कीं, आम्हां वृद्धांना अत्यंत दुःखित व शोचनीय स्थितींत पाहून दयार्द्र बुद्धीनें दुःखित झालेला असा तूं कोण आहेस ? आह्मांस तर याचें कांहींच ज्ञान होत नाहीं. खरोखर तूं मोठा उदारमनाचा असून लोकविख्यात पुरुष असावास असें आम्हांस वाटतें. हे द्विजश्रेष्ठा, आम्ही यायावरनामक ऋषि असून मोठे कडकडीत आचरण करणारे आहों; परंतु, हे मुनिवर्य, संतानक्षयामुळें आह्मी पुण्यलोकापासून भ्रष्ट होऊन या स्थळीं प्राप्त झालों आहों. संतानहीनत्वामुळें आमचें सर्व पुण्य नष्ट झालें आहे. प्रस्तुत आम्हां भाग्यहीनांस कसें बसें एक संतान आहे; परंतु तें असून नसल्यासारखेंच आहे. त्याचें नांव जरत्कारु होय. तो वेदवेदांगपारंगत असून सदाचरणी व जितेंद्रिय असा अत्यंत प्रख्यात महातपस्वी आहे. त्यास तप करणें हेंच श्रेष्ठ वाटत असल्यामुळें त्यानें लग्न केलेंच नाहीं. त्यास बंधु वगैरे कोणी नसून त्याचें लग्न न झाल्यामुळें त्याला पुत्र होण्याचीही आशा नाहीं; परंतु या त्याच्या तपोलोभामुळें आह्मी मात्र या संकटांत पडलों आहों! तेव्हां या गोष्टीस सर्वस्वीं तोच कारण आहे, असें म्हणण्यास प्रत्यवाय नाहीं. प्रस्तुत आह्मी ज्ञानशून्य होऊन अनाथांप्रमाणें या भयंकर खंदकांत लोंबत राहिलों आहों. याकरितां तो जरत्कारु जर तुझ्या कोठें दृष्टीस पडला, तर कृपा करून तूं आमची ही सर्व स्थिति त्याला सांग, आणि 'योग्य भार्येशीं विवाह करून प्रजोत्पादन कर' असा आमचा त्याला निरोप कळीव. शिवाय, " आमच्या कुलाचा तूंच काय तो एक तंतु राहिला आहेस; व आमचा उद्धार होण्यास आधार काय तो तुझाच आहे," असेंही त्याला सांग.

याप्रमाणें निरोप सांगितल्यानंतर ते पितर पुनः त्या ब्राह्मणाला ह्मणाले:—हे ब्रह्मन्! आह्मी ज्याचा आश्रय करून राहिलों आहों असें तुझ्या दृष्टीस पडत आहे तें वाळ्याचें झुडूप ह्मणजे आमच्या कुलाची वृद्धि करणारा कुलस्तंभ होय. त्याचीं खाल्लेलीं मुळें जीं तुला दिसत आहेत, ते मूलतंतु ह्मणजे कालानें भक्षण केलेले आमचे वंशज होत; त्याचप्रमाणें, आह्मी ज्याच्या आधारावर या खंदकांत राहिलों आहों, व जो तंतु उंदरानें अर्धामुर्धा कुरतुडलेला तुला दिसत आहे, तो, तपाचे ठिकाणीं स्थिर असलेला आमचा वंशज जरत्कारु होय. आतां उंदीर जो तुझ्या दृष्टीस पडला, तो महाबलाढ्य काळ असून तो त्या मंद, मूढमति, तपोलोभी व विचारशून्य जरत्कारूस हळू हळू कुरतुडून क्षीण करीत आहे. हे पुरुषश्रेष्ठा, तें त्याचें तप आम्हांस तारणार नाहीं. आतां असाच जर त्याचा हा क्रम सतत सुरू राहिला, तर बहुतेक क्षीण झालेला जरत्कारुरूप तंतु तुटेल, आणि आमचा सर्व आधार नाहींसा होईल व संतान नसल्यामुळें पुण्यलोकापासून भ्रष्ट होऊन, जे आह्मी मूढ होऊन या तंतूच्या आधारावर आशा धरून बसलों आहों, ते आम्ही सर्व पाप्यांप्रमाणें अधोगतीस जाऊं; आणि आमच्या बरोबर तो जरत्कारुही नरकांत पडेल. बाबा ! तप, यज्ञ व दुसरीं कित्येक पवित्र कर्में उत्तम असलीं, तरी त्यांची आणि संततीची बरोबरी कधींही होणार नाहीं. याकरितां हे तपोधना, आमच्यावर जर उपकार करण्याची तुझी इच्छा आहे, तर कसेंही करून त्या जरत्कारूची भेट घे; आणि येथील सर्व वृत्तांत त्याला सांग, व तो विवाह करण्यास प्रवृत्त होऊन प्रजोत्पादन करील असा प्रयत्न कर. म्हणजे आमच्याकरितां तूं सर्व कांहीं केलेंस असें होईल.

याप्रमाणें भाषण केल्यानंतर ते पितर त्या ब्राह्मणाला म्हणाले, " हे ब्राह्मणश्रेष्ठा, आम्हीं आपला सर्व वृत्तांत तुला सांगितला आहे. आतां

तूं कोण आहेस हें आम्हांला सांग. आमच्याविषयीं तुझ्या मनांत जी इतकी दया उत्पन्न झाली, तिजवरून तूं कोणी तरी आमचा बंधु, आप्त,किंवा वंशज असावास असें आम्हांस वाटतें.

अध्याय शेचाळिसावा.

—:०:—

वासुकि आणि जरत्कारु ह्यांची भेट.

सौति सांगतोः-ह्याप्रमाणें पितरांचें भाषण ऐकून, आपण ज्यांना अत्यंत दुःखद स्थितींत पहात आहों, ते आपलेच पूर्वज असून त्यांना दुःख देण्यास आपणच कारण झालों, असें लक्ष्यांत आल्यामुळें जरत्कारु अत्यंत शोकाकुल झाला. त्याचे नेत्र अश्रूंनीं भरून आले; कंठ सद्गदित झाला; आणि तोंडांतून स्पष्ट शब्दोच्चार होईना.शेवटीं मोठ्या कष्टानें अडखळत अडखळत त्यानें पितरांना म्हटलें, " तुम्हांस अत्यंत दुःख देणारा जो तुमचा वंशज जरत्कारु, तो मीच; तुम्ही माझेच पूर्वज आहां. तुमच्या वंशांत जन्म घेऊन मी तुम्हांस दुःख देण्यास प्रवृत्त झालों, याबद्दल पाहिजे तो दंड मला करा; आणि आतां तुमचें प्रिय करण्याकरितां मी काय करूं तीही मला आज्ञा द्या."

पितर म्हणतातः— मुला, तूं सहज इकडे आलास ही गोष्ट फार चांगली झाली. बरें, तूं लग्न कां केलें नाहींस?

जरत्कारु म्हणतोः- पितरहो,ऊर्ध्वरेतेस्थितींतच परलोकप्राप्ति करून घ्यावी अशी माझी इच्छा असल्यामुळें मीं लग्न केलें नाहीं. परंतु हे पूर्वजहो, पक्ष्यांप्रमाणें तुम्ही लोंबत आहां हें पाहून मीं ब्रह्मचर्यानें राहण्याचा आपला निश्चय आतां फिरविला आहे. आतां मी खरोखर लग्न करीन, आणि तुमचा इष्ट हेतु सिद्धीस नेईन. यांत माझी अट इतकीच आहे कीं, माझ्या नांवासारखेंच जिचें नांव आहे, अशी मुलगी असून तीही कोणी तरी आपण होऊन भिक्षा म्हणून मला अर्पण केली पाहिजे; तर मी तिचा स्वीकार करीन. शिवाय तिचें पोषणही मी करणार नाहीं. असें कधीं घडून येईल, तरच मी विवाह करीन, नाहीं तर करणार नाहीं. याप्रमाणें घडून आल्यास जो पुत्र होईल त्यापासून तुमचा उद्धार होईल. याकरितां, तोंपर्यंत आपण स्वस्थ असावें.

सौति सांगतोः—शौनका,याप्रमाणें पितरांना सांगून जरत्कारु पृथ्वीवर संचार करूं लागला. परंतु तो वृद्ध असल्यामुळें त्यास भार्या प्राप्त झाली नाहीं. तेव्हां त्याला अत्यंत दुःख झालें व अरण्यांत जाऊन त्यानें अत्यंत आक्रोश केला; आणि पितृहिताची कामना धरून वनांत गेलेल्या जरत्कारूनें तीन वेळां हळू हळू असे शब्द उच्चारिले कीं," अहो,येथें असणाऱ्या स्थावर, जंगम व गुप्त प्राण्यांनो, माझें ह्मणणें ऐका! माझे पितर उग्र तपश्चर्या करीत आहेत, परंतु पुढें संतानवृद्धीचा मार्ग त्यांस दिसेना म्हणून ते दुःखित झाले आहेत, व त्यासाठीं त्यांनीं मला लग्न करण्याविषयीं आज्ञा केली आहे; याकरितां मला कोणी कन्या द्या. मी दरिद्री असून दुःखी आहें, परंतु लग्न करण्याविषयीं मला पितरांनीं आज्ञा केल्यामुळें कन्येची भिक्षा मिळविण्याकरितां मी पृथ्वीवर हिंडत आहें, तर हें माझें भाषण ऐकणाऱ्यांपैकीं ज्या कोणास कन्या असेल, त्यानें दशादिशा हिंडणारा जो मी त्या मला ती द्यावी. तिचें नांव माझ्या नांवासारखेंच असून ती भिक्षेप्रमाणें मला अर्पण केली पाहिजे, आणि तिचें पोषण मी करणार नाहीं."

इकडे,वासुकीनें जरत्कारूला शोधण्याकरितां जे अनेक सर्प पाठविले होते, ते या वेळीं त्या अरण्यांत होते. त्यांच्या कानीं हें जरत्कारूचें भाषण पडलें, तेव्हां त्यांनीं तात्काळ जाऊन ती हकीकत वासुकीस सांगितली. त्यावरून सर्पराज वासुकीनें

आपल्या जरत्कारुनामक भगिनीस उत्तम प्रकारचे अलंकार घातले, व तिला बरोबर घेऊन जरत्कारु होता त्या अरण्यांत तो गेला; आणि भिक्षेप्रमाणें त्यानें ती कन्या त्या महात्म्याला अर्पण केली. परंतु ही आपल्याच नांवाची नसेल आणि अर्पण करणाऱ्यानें तिच्या पोषणाचाही विचार केला नसेल असें समजून त्यानें तिचा स्वीकार केला नाहीं. कारण त्याला मोक्षप्राप्तीची इच्छा होती, व लग्न करणें हें मुमुक्षूला दुःखदायक असल्यामुळें त्याच्या तो विरुद्ध होता; परंतु पितृकार्य करण्याकरितांच तो या गोष्टीस प्रवृत्त झाला होता; तरी पण कुटुंब पोसण्याची खटपट करण्यास तो सिद्ध नव्हता. म्हणून तिच्या पोषणाविषयींचा खुलासा झाल्याखेरीज तो तिचा स्वीकार करीना.

हे शौनका, नंतर त्या जरत्कारूनें वासुकीस त्या कन्येचें नांव विचारिलें, आणि आपण हिचें पोषण करणार नाहीं असेंही त्यास सांगितलें.

अध्याय सत्तेचाळिसावा.

—:o:—

जरत्कारुपरिणय.

सौति सांगतोः—याप्रमाणें जरत्कारूचें भाषण ऐकून वासुकि त्यास म्हणाला, " ही वधू धर्माचरणी असून हिचें नांव आपल्या नांवासारखेंच आहे; आणि ही माझी बहीण आहे. हे द्विजश्रेष्ठा, या भार्येचें पोषण मी करीन. हे तपोधन, मी आपल्या सर्व सामर्थ्यानें हिचें रक्षण करीन; आपण हिचा स्वीकार करावा. मुनिवर्य, आपल्याकरितांच मीं आजपर्यंत हिचें रक्षण केलें आहे. "

वासुकीचें हें भाषण ऐकून जरत्कारूनें आणखी त्याला असें सांगितलें कीं, "मी हिचें पोषण तर करणार नाहींच, पण हिनें मला न आवडेल अशी कोणतीही गोष्ट करतां उपयोगी नाहीं; केल्यास मी हिचा त्याग करीन अशी माझी प्रतिज्ञा आहे. "

सौति सांगतोः--याप्रमाणें जरत्कारूचें बोलणें ऐकल्यावर वासुकीनें सर्व गोष्टी कबूल केल्या. तेव्हां तो मंत्रविदश्रेष्ठ, तपोवृद्ध व सदाचारी जरत्कारु मुनि त्याच्या घरीं गेला, व त्या धर्मात्म्यानें वासुकीच्या भगिनीचें विधियुक्त व समंत्रक पाणिग्रहण केलें. त्या वेळीं मोठमोठे ऋषि त्याची स्तुति करूं लागले. पुढें नागराज वासुकीनें दाखविलेल्या रमणीय मंदिरांत जरत्कारु मुनि भार्येसह गेले. त्या मनोहर मंदिरांत उत्तम प्रकारच्या वस्त्रांनीं शय्या अलंकृत केली होती; तेथें तीं दोघें राहिलीं. तेथें गेल्यावर साधुश्रेष्ठ जरत्कारूनें आपल्या भार्येला सांगितलें कीं, "मी येथें राहिलों आहें खरा, परंतु माझ्या इच्छेविरुद्ध तूं कांहींएक करतां कामा नये, किंवा बोलतांही कामा नये; आणि जर तूं माझ्या इच्छेविरुद्ध वागलीस, तर मी येथून लागलाच चालता होईन. हें माझें ह्मणणें तूं लक्षांत ठेव. "

हें पतीचें भाषण ऐकून नागराजाची भगिनी जरत्कारु इचें मन उद्विग्न झालें, व तिला अतिशय दुःख वाटलें. तरी तिनें त्यांस 'बरें' असें उत्तर दिलें. असो. जरत्कारु मोठी पतिव्रता होती. पतीच्या मर्जीप्रमाणें वागावें अशीच त्या यशस्विनी जरत्कारूची इच्छा होती. पतीची मर्जी जाईल कीं काय म्हणून तिला नेहमीं भय वाटत असल्यामुळें ती फार जपून वागत असे. ऋषीहो, तिचा भर्ता जरी दुःखदायक होता, तरी नित्य जागरूक असणें, यत्किंचित् गोष्टीनेंही भयचकित होणें व इंगित जाणणें ह्या अनुक्रमें कुत्रा, हरिण व कावळा ह्यांच्या गुणरूप स्वभावांचें अवलंबन करून तिनें त्याची उत्तम प्रकारें सेवा चालविली. असो. कांहीं दिवसांनीं तिला ऋतु प्राप्त झाला. तेव्हां योग्य दिवशीं स्नान करून शुद्ध झाल्यानंतर ती पतिसेवेस तत्पर झाली असतां तिच्या ढि-

काणीं अग्नीप्रमाणें अत्यंत तेजस्वी असा गर्भ राहिला. तो गर्भ शुक्लपक्षांतील चंद्राप्रमाणें दिवसानुदिवस वाढूं लागला.

जरत्कारुनिर्गमन.

पुढें एके दिवशीं तो किर्तिमान् जरत्कारु श्रमल्यासारखा होऊन आपल्या स्त्रीच्या अंगावर डोकें ठेऊन निजला. तो भगवान् सूर्यनारायण अस्ताचलास जाऊं लागला तरी जागा झाला नाहीं. तेव्हां तिला मोठी चिंता पडली. तिला वाटलें, " आतां जर हे जागे झाले नाहींत, तर सायंकाल होऊन गेल्यास धर्माचा लोप होईल; बरें, जर मुद्दाम यांस उठवावें, तर त्याचा परिणाम चांगला होईल कीं नाहीं कोण जाणे ? हे धर्मात्मे आहेत खरे; परंतु बायकोवर कांहीं तरी निमित्त ठेवून, तिला दुःख देऊन निघून जावयाचें हें तर याचें ठरलेलेंच आहे. तेव्हां आतां करावें तरी काय ? कोणत्या उपायानें मी यांची अपराधी होणार नाहीं बरें?" याप्रमाणें विचार करून, त्या धर्मशीलाचा कोप आणि त्याचा धर्मलोप, या दोन गोष्टींमध्यें धर्मशीलाचा धर्मलोप होणें हें फार वाईट आहे असें तिच्या मनांत आलें,आणि संध्याकाल होऊन गेला असतां याचा खचीत धर्मलोप होणार, व याला उठविलें तरी हा रागावणार;[तथापि याचा धर्मलोप होण्यापेक्षां हा आपल्यावर रागावला तरी चालेल]असा विचार करून ती सर्पकुलोत्पन्न मधुर भाषिणी जरत्कारु, आपल्या महातपस्वी निद्रित पतीला सौम्य शब्दांनीं जागृत करूं लागली. ती म्हणाली, "हे महाभागा, पश्चिमेकडे आकाशांत संध्याकालचीं पूर्ण चिन्हें दिसूं लागलीं असून भगवान् सूर्यनारायण अस्तास जात आहे, व अग्नीला होम देण्याची वेळ आली असून जिकडे तिकडे अग्नि दृग्गोचर होऊं लागला आहे. ही वेळ भूतपिशाचादिकांच्या संचाराची असल्यामुळें भयंकर आहे, तरी ती धर्मसाधनास योग्य असल्यामुळें रम्य दिसत आहे. ह्याकरितां, हे प्रभो, आपण जागे व्हा,आणि स्नान करून संध्योपासना करा.'

तिचें हें भाषण ऐकून, आपणास जागृत केल्याबद्दल महातपस्वी भगवान् जरत्कारूला अतिशय राग आला; त्याचे ओठ थरथर कांपूं लागले आणि तो आपल्या भार्येला म्हणाला,'हे सर्पिणी! तूं माझा अपमान केलास, तेव्हां आतां मी येथें रहाणार नाहीं; जसा आलों तसा परत जाईन. अग, माझी अशी खातरी आहे कीं, संध्याकाल झाला असला तरी मी निजलों असतां अस्तास जाण्याचें सूर्याचें सामर्थ्य नाहीं असें असून तूं मला जागें केलेंस,हा तूं माझा फार मोठा अवमान केलास. अवमान झाला असतां एथें राहणें कोणालाही रुचणार नाहीं; मग मज धर्मशीलाची किंवा माझ्यासारख्या इतराची गोष्ट काय विचारावी?"

पतीचें हें भाषण ऐकून जरत्कारूच्या उरांत धडधडूं लागलें; आणि ती मोठ्या नम्रतेनें व करुणस्वरानें त्याला म्हणाली, " महाराज, आपला अपमान करावा ह्या हेतूनें खरोखर मीं आपणांस जागें केलें नाहीं ! आपला धर्मलोप होऊं नये म्हणून मीं आपणास जागें केलें! "

ऋषीहो, इतकें तिनें सांगितलें तरी भार्येचा त्याग करण्याविषयीं त्याचा पूर्वीपासूनच निश्चय झालेला असल्यामुळें, त्या कडकडीत व्रताचरणी जरत्कारूच्या मनांत यत्किंचितही दया आली नाहीं. त्यानें तिला साफ सांगितलें कीं, " माझी वाणी कधींही असत्य होणार नाहीं. मी जाणार. मी पूर्वीं तुझ्याशीं असाच करार केला असून तो तूं कबूल केल्यावरूनच मी येथें राहिलों.हे भीरु, हे भद्रे, आतां मी येथून गेल्यावर' तो भगवान् गेला ' असें तूं आपल्या भावाला सांग, व माझ्या मागें तूंही शोक करूं नको."

भर्त्याचें हें भाषण ऐकून ती कोमलांगी चिंतेनें व शोकानें व्याप्त झाली; तिचे नेत्र पाण्यानें भरून आले, कंठ सद्गदित होऊन तोंडाला कोरड

पडली, आणि तिचें काळजि कांपूं लागलें; तरी तसेंच धैर्य करून ती भीत भीत आपल्या पतीला पुनः म्हणाली, "हे धर्मज्ञ, मी निरपराधी व धर्मनिष्ठ असून पतिहिताविषयीं नेहमीं तत्पर असतां माझा त्याग करणें आपणांसारख्या धर्मनिष्ठांना योग्य नाहीं. हे द्विजश्रेष्ठ, माझ्या भावानें ज्या हेतूनें आपणांस मला दिली, तो त्याचा हेतु माझ्या हातून अद्याप सिद्धीसही गेला नाहीं; तेव्हां तो मला काय म्हणेल बरें ! हे साधुश्रेष्ठा, मातेनें शाप दिल्यामुळें भयभीत झालेल्या माझ्या ज्ञातिबांधवांना, आपणांपासून मला झालेलें अपत्य पाहिजे आहे; आणि तें तर अद्याप झालें नाहीं ! मला अपत्यलाभ झाला असतां माझ्या सर्व ज्ञातीचें कल्याण होणार आहे; म्हणून, महराज ! मी आपणांस प्रार्थना करितें कीं, आपणांशीं झालेला माझा संबंध व्यर्थ होऊं नये. हे सत्पुरुषा, माझ्या ठिकाणीं आपण गर्भ स्थापित केला आहे खरा; परंतु त्याचें स्वरूप अद्याप व्यक्त झालें नाहीं; तेव्हां अशा स्थितींत आपण मला टाकून कसे जातां ?"

हें तिचें बोलणें ऐकून महातपस्वी जरत्कारु मुनीनें योग्य व प्रसंगाला अनुरूप असें उत्तर दिलें: तो म्हणाला, "हे सुभगे, हा तुझा गर्भ अग्नीप्रमाणें तेजस्वी असून तो परम धर्मनिष्ठ व वेदवेदांगपारंग असा ऋषि आहे."

ऋषीहो, असें सांगून तो कृतनिश्चयी धर्मात्मा जरत्कारु महर्षि उग्र तपश्चर्या करण्याकरितां निघून गेला.

अध्याय अठ्ठेचाळिसावा.

—:०—

वासुकिजरत्कारुसंवाद.

सौति सांगतोः—हे तपोधनहो, ह्याप्रमाणें सांगून भर्ता निघून गेल्याबरोबर जरत्कारूनें झालेली सर्व हकीकत आपल्या भावाला सांगितली. ती अत्यंत अप्रिय वार्ता ऐकून त्यांस फार वाईट वाटलें; आणि तो सर्पराज वासुकि खिन्नवदन व दीन झालेल्या आपल्या भगिनीला म्हणाला, "हे भद्रे, तुला त्या जरत्कारूला कां अर्पण केलें, व त्यांत कोणतें कार्य साधावयाचें होतें, हें तुला ठाऊक आहेच. त्यापासून तुला पुत्र झाला तर तो आह्मां सर्पांचा हितकर्ता होईल, व तो पराक्रमी पुत्र आह्मांस सर्पसत्रापासून मुक्त करील, असें पूर्वी ब्रह्मदेवानें सर्व देवांसमक्ष सांगितलें आहे. तस्मात्, हे सुभगे, त्या मुनिश्रेष्ठापासून तुझ्या ठिकाणीं गर्भ राहिला आहे का ? तुझ्याशीं जो त्याचा विवाहसंबंध झाला, तो फलद्रूप व्हावा अशी माझी फार इच्छा आहे. आतां, वास्तविक पाहिलें तर, मीं तुला हें असें विचारणें योग्य नाहीं; परंतु कार्याच्या महत्त्वामुळें मीं तुला विचारलें; तर कृपा करून आमची कार्यसिद्धि झाली आहे किंवा नाहीं तें सांग. आतां ह्याविषयीं तुझ्या भर्त्यालाच विचारण्याकरितां मी त्याच्या मागें गेलों असतों, परंतु तो मोठा कोपिष्ट असल्यामुळें कदाचित् शाप देईल, म्हणून माझ्यानें तसें करवत नाहीं. ह्यास्तव, हे कल्याणी, तुझ्या पतीचें सर्व हृदय मला सांग; आणि माझ्या हृदयांत जें भयंकर शल्य चिरस्थायी झालें आहे, तें काढून टाक."

वासुकीचें हें भाषण ऐकून, आपली सर्व हकीकत समजून घेण्याविषयीं अत्यंत उत्सुक झालेल्या आपल्या भावास 'सर्व कांहीं सांगतें' असें म्हणून जरत्कारूनें आश्वासन दिलें; आणि ती म्हणाली, "आपल्या संबंधाचा प्रश्न मीं त्या महात्म्या तपस्व्यांना विचारला, तेव्हां त्यांनीं मला 'होय' म्हणून उत्तर दिलें, व नंतर ते निघून गेले. हे सर्पराजा, विनोदांत सुद्धां त्यांनीं कधीं असत्य भाषण केलेलें मला स्मरत नाहीं, तेव्हां मजवर आलेल्या पतिवियोगरूप संकटकालीं मीं विचारिलेल्या प्रश्नाचें उत्तर ते खोटें कधींही

देणार नाहींत. ते जातांना मला असें म्हणाले कीं, ‘ हे भुजंगमे, कार्यासंबंधानें तूं काळजी करूं नको. तुला अग्नि व सूर्य यांच्याप्रमाणें तेजस्वी असा पुत्र होईल.’ तर, बंधुराया, तुला आतां दुःख करण्याचें कारण नाहीं. ”

आस्तीकजन्म.

सौति सांगतोः—भगिनीचें हें भाषण ऐकून नागराज वासुकीला अत्यानंद झाला. त्यानें तिचें सांत्वन केलें, आणि तिला अलंकारादिक देऊन तिचा योग्य सत्कार केला. पुढें त्या भुजंगभगिनीचा गर्भ शुक्लेंदूप्रमाणें वाढूं लागला. नंतर योग्य समयीं उभय कुलांचें भय दूर करणारा असा दिव्य सुपुत्र ती प्रसवली. तो नागराज वासुकीच्याच घरीं लहानाचा मोठा झाला.त्यानें च्यवन भार्गव ऋषींपाशीं सांग वेदाध्ययन केलें. तो मोठा सत्त्वगुणी होता. त्याची धर्मकर्मांवर उत्तम निष्ठा होती. लहानपणींच त्यानें अनेक व्रतानुष्ठानें केलीं. ह्या ज्ञानवैराग्यसंपन्न पुत्राचें नांव आस्तीक होतें.

आस्तीकनामोत्पत्ति.

हा आस्तीक गर्भस्थ असतांना त्याचा पिता वनांत निघून गेला, तेव्हां तो जातेवेळीं ह्याच्या मातेनें आपल्याविषयीं त्यास प्रश्न केला असतां “ अस्ति” असें तो म्हणाला. त्यावरून या मुलाचें नांव ‘आस्तीक ’ असें पडलें.ह्या परम बुद्धिमान् बालकाचें संगोपन त्याच्या मातुलानें फार आस्थेनें केलें. देवाधिदेव भगवान् शूलपाणी शंकराप्रमाणें कांतिमान् असा तो आस्तीक जसजसा मोठा होऊं लागला, तसतसा त्याला पाहून त्या सर्व सर्पांना मोठा आनंद वाटूं लागला!

अध्याय एकुणपन्नासावा.

—:०:—

परिक्षिच्चरितकथन.

शौनक म्हणतातः—हे सौते,राजा जनमेजयानें आपल्या पित्याच्या मरणाविषयींचें वृत्त आपल्या मंत्रिजनांना विचारलें असतां त्यांनीं सविस्तर सांगितलेलें तें वृत्त तू आम्हांस सारांशरूपानें कथन केलेंस, तें फिरून एकवार सविस्तर सांग. तो चमत्कारिक इतिहास ऐकण्याची आमची फार इच्छा आहे.

सौति सांगतोः—हे ब्रह्मन्, राजानें मंत्र्यास काय विचारिलें व त्यांनीं परिक्षिताच्या मरणाचा वृत्तांत कसा सांगितला, तो मी आपणांस सविस्तर सांगतों, श्रवण करा.

जनमेजय म्हणालाः—मंत्रिजनहो,माझ्या पित्याचें सर्व चरित्र आपण जाणत आहां, व तो महायशस्वी नृपति कसा मरण पावला हेंही आपणांस माहीत आहे.तर तो सर्व वृत्तांत मला सांगा. म्हणजे त्याबद्दलचा मी योग्य सूड घेईन. परंतु त्यापासून लोकांचें कोणत्याही प्रकारचें अकल्याण न होतां कल्याणच होत असेल, तर मी या कार्यास प्रवृत्त होईन.

सौति सांगतोः—ह्याप्रमाणें त्या महात्म्या जनमेजयानें विचारिलें असतां धर्मवेत्ते आणि शहाणे असे ते मंत्रिजन त्यास म्हणाले, “राजा, तुझा पिता नृपश्रेष्ठ परिक्षित याचें चरित्र, व त्याचा शेवट कसा झाला तें तूं श्रवण कर. तुझा पिता मोठा पराक्रमी असून मनाचा उदार होता. त्यानें प्रजेचें पुत्रवत् पालन केलें. ज्यानें त्यानें आपापल्या धर्माप्रमाणें वागावें अशी त्याची इच्छा असे. त्याप्रमाणें त्यानें सर्वांस आपापल्या धर्माप्रमाणें वागावयास प्रवृत्त केलें. तो मूर्तिमंत धर्मच होता म्हटलें तरी चालेल; त्या भाग्यशाली व अतुलपराक्रमी राजानें चारी वर्णांचें व पृथ्वीचें उत्तम प्रकारें रक्षण केलें. तो सर्वांशीं दयाळूपणें वागत असल्यामुळें त्याच्यावर आबालवृद्ध प्रीति करीत.प्रजापति ब्रह्मदेवाप्रमाणें त्याची सर्वांचें ठिकाणीं समबुद्धि होती. याप्रमाणें तो प्रजेचें पालन करीत असल्यामुळें ब्राह्मण,

क्षत्रिय, वैश्य आणि शूद्र हे चारही वर्ण प्रसन्न अंतःकरणानें आपापल्या धर्माचरणांत निमग्न असत. तो विधवांचें योग्य रक्षण व अनाथांचें संगोपन करून दरिद्र्यांचा परामर्ष घेत असे. चंद्राचें दर्शन घेण्यास जसा कोणासच प्रत्यवाय नसून त्या अमृतकिरणमय शितांशूच्या दर्शनानें जसा ताप हरण होऊन आनंद होतो, तसें त्याचें दर्शन सर्वांस सुलभ असून आनंदजनक असें होतें. त्याच्या राज्यांत संतोष मूर्तिमंत नांदत असे. तो राजा मोठा वैभवशाली असून सत्यवचनी व अतुलपराक्रमी होता. जनमेजया, तो तुझा पिता परिक्षित कृपाचार्यांजवळ धनुर्विद्या शिकला. भगवान् श्रीकृष्ण परमात्म्याचें त्याच्यावर फार प्रेम होतें. त्या महायशस्वी व लोकप्रिय राजाचें जन्म कौरवांचा क्षय झाल्यानंतर उत्तरेच्या उदरीं झालें. सर्व कौरव "परिक्षीण" झाल्यानंतर म्हणजे क्षय पावल्यावर हा जन्मास आला, म्हणून या अभिमन्युपुत्राचें "परिक्षित" असें नांव पडलें. तो सर्वगुणसंपन्न असून राजधर्मग्रंथांचें त्यानें उत्तम परिशीलन केलें होतें. कामक्रोधादिक षड्रिपूंना जिंकून त्यानें अंतर्बाह्य इंद्रियांचें दमन केलें होतें. तो मोठा बुद्धिमान् असून त्याची धारणाशक्ति अपूर्व होती. धर्मावर त्याची निःसीम निष्ठा असे. तो नीतिनिपुण असून चांगला मुत्सद्दी होता. त्यानें आपल्या वयाचीं साठ वर्षें होत तोंपर्यंत प्रजेचें उत्तम प्रकारें परिपालन करून राज्य केलें; आणि नंतर तो मृत्यु पावला. त्याच्या मृत्यूमुळें सर्वांना अत्यंत दुःख झालें. राजा, पुढें, हजारों वर्षें कुरुकुलाकडे चालत आलेलें हें राज्य धर्मानें तुला प्राप्त झालें. हा राज्याभिषेक तुला तुझें लहानपणींच झाला; आणि पित्याच्या मागें सर्व प्राण्यांचें परिपालन करण्याचा अधिकार तुझ्याकडे आला."

जनमेजय म्हणतोः—तुम्हीं सांगितलेल्या एकंदर चरित्रावरून पहातां, सर्व कौरवकुलांत आणि विशेषतः सदाचरणतत्पर अशा माझ्या पूर्वजांच्या कुलामध्यें प्रजेला अप्रिय व अहितकर्ता असा राजा केव्हांही झाला नाहीं असें दिसतें. असें असतां माझ्या पित्याला अशा प्रकारचें मरण कसें आलें, तें इत्थंभूत मला सांगा. तें ऐकण्याची माझी फार इच्छा आहे.

सौति सांगतोः—ऋषीहो, याप्रमाणें राजा जनमेजयानें मंत्र्यांना विचारिलें. ते त्याचे मंत्री, आपल्या राजाला जें प्रिय असेल व ज्या योगानें त्याचें हित होईल तें करण्याविषयीं नेहमीं उत्सुक असत. राजाचे इच्छेप्रमाणें त्यांनीं त्याला परिक्षिताच्या मरणाची हकीकत जशी झाली तशी सांगितली. ते म्हणाले, "हे राजा, तुझा पृथ्वपालक पिता सर्व शस्त्रधरांमध्यें अग्रेसर असून त्याला मृगयेचें फार व्यसन असे. पांडु राजालाही असेंच मृगयेचें व्यसन होतें. तो आपला राज्यकारभार मंत्रिजनांवर सोंपवून नेहमीं शिकारीस जाई. त्याचप्रमाणें एके दिवशीं तुझा पिता सर्व राज्यकारभार आमच्यावर सोंपवून शिकारीकरितां वनांत गेला. तेथें एक मृग त्याच्या दृष्टीस पडला तेव्हां त्यानें त्यास बाण मारिला. परंतु तो मृग त्याच्या हातीं न लागतां तसाच पळत सुटला, तो गहन अरण्यांत गेला. तेव्हां राजाही त्याच्या मागोमाग गेला. त्या वेळीं त्याजवळ घोडा वगैरे कांहीं नसून तो पायींच त्या मृगाच्या मागें पळत सुटला. त्याच्या कमरेस तरवार, हातांत धनुष्य, आणि पाठीवर पुष्कळ बाण भरलेला एक भाता इतकीच सामुग्री होती. त्यानें त्या मृगाचा पुष्कळ पाठलाग केला, परंतु एकदा तो जो राजाच्या दृष्टीआड झाला, तो सांपडला नाहीं. त्याच्या वयाला साठ वर्षें झालीं होतीं; वार्धक्याची छाया त्याच्यावर पूर्णपणें आली होती; त्यांतून त्याला क्षुधाही फार लागली होती; अशा स्थितींत त्याला फार श्रम झाल्यामुळें तो अगदीं थकला,

इतक्यांत त्या वनांत एक मुनि त्याच्या दृष्टीस पडला. तेव्हां राजानें त्यास ‘ इकडून एखादा मृग गेला का ? ’ म्हणून प्रश्न विचारला, परंतु ते मुनिश्रेष्ठ मौनव्रत धारण करून बसले असल्या-मुळें त्यांनीं त्याच्या प्रश्नास उत्तर दिलें नाहीं. ते एखाद्या खांबाप्रमाणें स्तब्ध बसले होते. राजा आधींच क्षुधेनें व श्रमानें व्याकूळ झाला होता, व तशा स्थितींत त्याच्या प्रश्नाचें उत्तर त्याला न मिळाल्यामुळें त्याला त्या शांत मुनीविषयीं अतिशय संताप आला, आणि ते व्रतस्थ आ-हेत ही गोष्ट लक्षांत न येऊन संतप्त झालेल्या त्या तुझ्या पित्यानें त्या मुनींशीं अतिशय उद्धट-पणाचें वर्तन केलें! तेथें जवळच एक मृत सर्प पडला होता, तो त्यानें धनुष्याच्या टोंकानें उचलून त्या मुनींच्या खांद्यावर ठेविला ! इतकें झालें तरी त्या मुनींनीं मुखावाटें एक अक्षरही काढलें नाहीं,व त्या गोष्टीचा त्यांना रागही आला नाहीं. राजानें ठेवलेला मृत सर्प तसाच खांद्या-वर राहूं देऊन ते स्वस्थ बसले होते ! ”

अध्याय पन्नासावा.

—:(०):—

काश्यपतक्षकसंवादोपलब्धि.

मंत्री सांगतातः—ह्याप्रमाणें त्या मुनींच्या खांद्यावर सर्प ठेवून तो भुकेनें व्याकूळ झालेला राजा आपल्या नगराला परत गेला. त्या ऋ-षीला गाईपासून झालेला एक शृंगी नावाचा पुत्र होता. तो महायशस्वी,महातेजस्वी व प्रखर वीर्यवान् असून अत्यंत कोपिष्ट होता. ही गोष्ट घडली त्या वेळीं तो ब्रह्मदेवाकडे गेला असून त्यानें त्याचें पूजन वगैरे केलें होतें. तो ब्रह्म-देवाची आज्ञा घेऊन परत निघाला, तों राजा परिक्षितानें आपल्या पित्याचा अवमान केल्याचें साद्यंत वर्तमान त्याच्या मित्राकडून त्याला स-मजलें. तेव्हां आपला पिता मौनव्रत धारण करून बसला असतां त्याच्या खांद्यावर राजानें मृत सर्प ठेविला असून तो अद्यापिही तसाच आहे, हें कळतांच तो अतिशय संतापला, आणि जितेंद्रिय, शुद्ध, कर्मनिष्ठ, अद्भुत तपाच्या योगानें उज्ज्वल देह धारण करणारा, वाक् आदिकरून इंद्रियांचें दमन केलेला, सदाचारसंप-न्न, शुभ भाषण करणारा,शांत, निर्लोभी, गंभीर, निर्मत्सर, वृद्ध, मौनव्रतस्थ आणि सर्व भूतांचें आश्रयस्थान अशा आपल्या पित्याचा तुझ्या पित्यानें अपराध केला हें जाणून त्या महातेजस्वी शृंगीनें क्रुद्ध होऊन तुझ्या पित्याला शाप दिला. तो अत्यंत कांतिमान् ऋषिपुत्र वयानें लहान होता तरी त्याचें तेज मोठें प्रखर होतें. त्या वेळीं त्याच्याकडे पहाणाराला तो तेजानें जळतच आहे कीं काय असा दिसत होता. त्यानें रागारागानें हातांत उदक घेतलें, आणि तुझ्या पित्याला उद्देशून तो म्हणाला, “माझ्या तपाचें सामर्थ्य कसें आहे तें तूं आतां पहा ! ” आणि लागलीच त्यानें शापवाणीचा उच्चार केला. तो म्हणाला, “ ज्यानें माझ्या निरपराधी पित्याच्या खांद्यावर मृत सर्प ठेविला, त्या दुष्ट पाप्याला माझ्या वचनाच्या बलानें आजपासून सात दिवसांनीं अत्यंत प्रखर व विषारी असा तक्षक क्रुद्ध होऊन दंश करील, व त्या योगानें तो दग्ध होईल ! ” राजा जनमेजया, ह्याप्रमाणें बोलून तो तेथून निघाला व जेथें त्याचा पिता होता तेथें गेला आणि त्यानें आपण दिलेला शाप पित्याला निवेदन केला. पुढें त्या मुनिश्रेष्ठानें एक गुणशीलसंपन्न गौरमुखनामक आपला शिष्य तुझ्या पित्याकडे पाठविला, आणि “ माझ्या मुलानें तुला ‘ तक्षक आपल्या तेजानें जाळून भस्म करील’ असा शाप दिला आहे,याकरितां आपलें रक्षण करण्याचा कांहीं प्रयत्न करावयाचा असेल तर कर, ” असा निरोप तुझ्या पित्याला सांगण्याविषयीं त्याला आज्ञा केली. तो शिष्य

लागलीच तुझ्या पित्याकडे आला, आणि थोडी विश्रांति घेतल्यावर त्यानें ऋषींचा इत्थंभूत निरोप राजास सांगितला. जनमेजया, तें त्याचें भाषण ऐकून, सर्पराज तक्षकापासून आपणास भय प्राप्त होऊं नये अशा बंदोबस्तानें तो राहिला; तों सातवा दिवस आला.

इकडे काश्यपनामक एक ब्रह्मर्षि राजाकडे येण्याच्या इच्छेनें घरून निघाला असतां वाटेंत नागराज तक्षकाची व त्याची गांठ पडली. तेव्हां त्यानें काश्यपास विचारिलें, " अहो ब्राह्मणश्रेष्ठ, आपण इतक्या घाईनें कोणीकडे जात आहां व मनांत काय योजिलें आहे ? "

काश्यपानें सांगितलें:—हे द्विजा, कुरुश्रेष्ठ परिक्षितनामक राजाला आज सर्पराज तक्षक दंश करून दग्ध करणार आहे, तेव्हां त्यापासून त्याला निर्भय करण्याकरितां मी जात आहें. कारण, मीं त्याचे संरक्षण केलें असतां त्याचा नाश खचीत होणार नाहीं !

तक्षक म्हणतो:—हे ब्रह्मन्, त्याला तक्षक दंश करणार म्हणून जें तूं म्हणतोस तो तक्षक मीच आहें, आणि मीं दंश केल्यावर त्याला जिवंत करण्याचें तुझें सामर्थ्य नाहीं, याकरितां ती इच्छा तूं व्यर्थ कां करितोस ?

याप्रमाणें भाषण करून तो त्या ब्राह्मणास म्हणाला, " माझा पराक्रम कसा आहे तो तूं पहा. " असें बोलून त्यानें तेथेंच एक वृक्ष होता त्याला दंश केला. त्याबरोबर तो वृक्ष जळून भस्म झाला ! परंतु राजा, काश्यपानें आपल्या मंत्रसामर्थ्यानें तो वृक्ष लागलीच जिवंत केला. तक्षकानें जेव्हां हें पाहिलें, तेव्हां ब्राह्मणाच्या सामर्थ्याविषयीं त्याची खातरी झाली. आतां ह्या गोष्टीला काहीं तरी उपाय केला पाहिजे असें मनांत आणून त्याची लोभाकडे प्रवृत्ति व्हावी या युक्तीनें त्यानें ब्राह्मणांस म्हटलें कीं, 'आपली काय इच्छा आहे ती सांगा.'

ब्राह्मण म्हणाला:—मला द्रव्याची इच्छा आहे, व त्याकरितां मी राजाकडे जात आहें.

हें त्या महात्म्याचें भाषण ऐकून तक्षक मधुर शब्दांनीं म्हणाला, " हे पुण्यपुरुषा, राजापासून जितक्या द्रव्याची तूं इच्छा करीत आहेस, त्याहीपेक्षां मी तुला जास्त देतों तें तूं घे आणि परत जा. "

ह्याप्रमाणें तक्षकानें सांगितल्यावर काश्यपानें इच्छेस वाटेल तितकें द्रव्य तक्षकापासून घेतलें. व. तो परत गेला.

असो; तो ब्राह्मण परत गेल्यावर, तुझा धर्मनिष्ठ पिता राजा परिक्षित अत्यंत सुरक्षित ठिकाणीं राहिला होता, तरी तेथें तो नागराज तक्षक कपटवेषानें गेला, आणि आपल्या विषरूप अग्नीच्या योगानें त्यानें त्याला जाळून टाकिलें ! नंतर, हे पुरुषश्रेष्ठा, विजयाकरितां तुला राज्याभिषेक केला. हे राजाधिराज, ह्याप्रमाणें त्या भयंकर प्रसंगासंबंधीं आह्मीं जें जें ऐकिलें व पाहिलें, तें सर्व तुला सांगितलें आहे. आतां, हे नरश्रेष्ठा, तुझ्या पित्याचा आणि उत्तंक ऋषीचा झालेला पराभव ऐकून तुला काय कर्तव्य असेल तें तूं कर.

सौति सांगतो:—अशा प्रकारें मंत्र्यांनीं राजा परिक्षिताच्या मृत्यूची हकीकत सांगितली, त्याच वेळीं त्या शत्रुदमन जनमेजयानें मंत्र्यांना आणखी विचारिलें, " तुह्मीं मध्यंतरीं वृक्षासंबंधानें जी हकीगत सांगितली, ती तुम्हांस कशी कळली ? तक्षकानें जाळून भस्म केलेल्या वृक्षाला काश्यपानें पुनः सजीव केलें म्हणतां ही गोष्ट खरोखर अपूर्व होय ! मला असें वाटतें, काश्यपाच्या मंत्रसामर्थ्यानें माझा पिता निर्विष होऊन खचीत नष्ट झाला नसता ! परंतु आपण दंश केला असतां ब्राह्मणानें राजाला जिवंत केलें ही वार्ता जर लोकांत पसरली, तर लोक आपणाला हसतील आणि आपण निर्विष झालों असें ते लोक म्हणूं लागतील असें त्या

दुष्टबुद्धि नीच सर्पाला वाटलें असावें, आणि खरोखर याच विचारानें त्यानें त्या ब्राह्मणाची इच्छा पूर्ण करून त्यास वाटेंतून परत फिरविलें असावें. असो; कांहीं असलें तरी मी त्याचा सूड घेतल्यावांचून कधींही राहणार नाहीं. परंतु, हे मंत्रिजनहो, तक्षकाचा आणि काश्यपाचा संवाद झाला तेव्हां तेथें तिसरें कोणीं असल्याचें तुह्मीं सांगितलें नाहीं. मग तें कोणीं कसें पाहिलें व पुढें तें तुम्हांस कसें कळलें, तेवढें समजण्याची मुख्यत्वेंकरून मला इच्छा आहे. ती तृप्त झाल्यावर मग सर्पनाशाचा काय विचार करावयाचा तो करूं.

मंत्री सांगतातः—राजन्, सर्पराज तक्षक व ब्राह्मणश्रेष्ठ काश्यप यांची वाटेंत गांठ पडली; तें वर्तमान आम्हांस कोणीं व कसें सागितलें तें आह्मी आपणांस सांगतों. कोणा एका ब्राह्मणाचा एक सेवक होता. तो लांकडें आणण्याकरितां त्या रानांत गेला होता. ज्या वृक्षास तक्षकानें दंश करून तो जाळून टाकिला, त्यावर तो वाळलेल्या फांद्या तोडण्याकरितां चढलेला होता.ही गोष्ट तक्षक व ब्राह्मण :यांस मुळींच माहीत नसून वृक्षाबरोबर तोही जळून गेला.पुढें काश्यपानें जेव्हां तो वृक्ष आपल्या मंत्रसामर्थ्यानें सजीव केला, तेव्हां त्याबरोबर तो सेवकही जिवंत झाला; आणि त्यानें तेथील सर्व हकीकत आम्हांस सांगितली, तीच हकिकत जशी त्यानें आम्हांस सांगितली तशीच आह्मीं तुला सांगितली. तेव्हां आतां तुला जें करावयाचें असेल तें तूं कर.

सौति सांगतोः—ह्याप्रमाणें तक्षकाच्या दुष्टपणाची हकीकत ऐकून आधींच संतप्त झालेल्या जनमेजय राजानें त्वेषानें हात चोळले, आणि तो दीर्घ उच्छ्वास टाकूं लागला. त्याच्या डोळ्यांतून अश्रुपात होऊं लागला, तो त्याच्यानं आवरेना! नंतर थोडा वेळ विवेक करून अश्रु बंद झाल्यावर तो क्षणभर स्वस्थ बसला, आणि आपणास काय करावयाचें त्याचा मनांत निश्चय करून तो आपल्या मंत्र्यांना म्हणाला, "अहो मंत्रिजनहो, माझ्या पित्याच्या मृत्यूसंबंधानें तुह्मीं मला जें सांगितलें,तें ऐकून माझ्या मनाचा जो निश्चय झाला आहे तो मी तुह्मांस सांगतों. मला असें वाटतें, ज्यानें माझ्या पित्याचा वध केला आहे, त्याचा ताबडतोब सूड घ्यावा. त्यानें शृंगीचें निमित्त करून माझ्या पित्याला दग्ध केलें आणि काश्यपालाही परतविलें हा त्याचा खरोखर अत्यन्त दुष्टपणा होय. जर तो ब्राह्मण आला असता, तर माझा पिता वांचला असता यांत शंकाच नाहीं. अहो ! काश्यपाच्या प्रसादानें व मंत्राच्या प्रभावानें जर तो राजा जिवंत राहिला असता, तर याचें काय खर्च झालें असतें ? परंतु राजाला जिवंत करण्याकरितां आलेल्या द्विजश्रेष्ठ काश्यपाला त्यानें परत फिरविलें हा त्याचा खोडसाळपणा होय. त्यानें माझ्या सामर्थ्याचा विचार केला नाहीं. राजाला जिवंत करण्याकरितां आलेल्या ब्राह्मणाला द्रव्य देऊन परत फिरविला हा त्या दुष्ट तक्षकाचा महान् अपराध होय. यास्तव, उत्तंक, मी आणि तुह्मी या सर्वांचे अत्यंत प्रिय होण्याकरितां मी पित्याबद्दल तक्षकाचा सूड घेणार !

अध्याय एकावन्नावा.

—:०:—

सर्पसत्रोपक्रम.

सौति म्हणालाः—ब्रह्मन्,पृथ्वीपति जनमेजय राजाच्या या बोलण्यास मंत्रिमंडलाचें अनुमोदन मिळून त्यानें सर्पांचा नाश करण्याची प्रतिज्ञा केली; आणि तीप्रमाणें ऋत्विज व पुरोहित यांस बोलावून तो भाषणपटु राजर्षि मोठ्या आवेशानें म्हणाला,' ऋषिश्रेष्ठहो, ज्या दुष्टानें माझ्या पित्यास दंश करून त्याचा प्राण घेतला, त्या तक्षक सर्पाचा जेणेंकरून पुरा सूड उगवितां येईल असा कांहीं तरी उपाय तुह्मी मला सांगा. ज्यापेक्षां त्या

दुरात्म्यानें माझ्या पित्याला विषरूप अग्नीनें भाजून काढिलें आहे, त्यापेक्षां त्यासही अग्नींत दग्ध करून कृतापराधाबद्दल योग्य दंड करावा, असें माझ्या मनांत येतें. तर ज्यांतील प्रदीप्त अग्नींत त्या दुष्टास सपरिपार टाकितां येईल,असा एकादा यज्ञ आपणांस विदित असल्यास तो मला कृपा करून सांगा."

ते ऋषि म्हणालेः—राजा, ईश्वरानें हें पुढील भवितव्य मनांत आणून, सर्पसत्रनामक एक मोठा यज्ञ केवळ तुजसाठींच निर्माण करून ठेविला आहे. त्याचें महात्म्य पुराणांतरीं वर्णन केलें असून तो क्रतु करण्याचा अधिकार तुजवांचून दुसऱ्या कोणासही नाहीं, असें पौराणिक सांगतात. त्याच्या विधानाची आम्हांस पूर्ण माहिती आहे.

ब्राह्मणाचें हें भाषण श्रवण करतांच जनमेजय राजास अत्यानंद झाला; पितृघातक तक्षक प्रदीप्त अग्नींत पडून दग्ध झालाच असें त्यास वाटलें; आणि तें सत्र करण्याविषयींचा आपला निश्चय त्यानें त्या वेदवेदांगवेत्त्या ब्राह्मणांस निवेदन करून, तत्संबंधी सर्व सिद्धता करण्यास सांगितलें. नंतर ब्राह्मणांनीं यज्ञमंडपासाठीं प्रथम यथाशास्त्र भूमापन केलें, आणि त्या ठिकाणीं विधिपूर्वक यज्ञमंडप उभारिला. वेदार्थाचें उत्तम परिशीलन केलेले कित्येक महाबुद्धिमान् ब्राह्मण या यज्ञासाठीं मुद्दाम बोलावून आणिले. धनधान्य इत्यादिकांची समृद्धिकरून सर्व प्रकारची सिद्धता केली, व जनमेजय राजानें यज्ञदीक्षा घेतली. आतां सर्पसत्रास प्रारंभ होणार, इतक्यांत त्या यज्ञास विघ्न करणारी एक मोठी गोष्ट घडून आली. तेथें कोणीएक बुद्धिवान् स्थपति(सुतार) होता; कोणतें घर कशाप्रकारें जयास येईल हें ज्यावरून समजतें,त्या वास्तुशास्त्रांत तो निष्णात होता. त्यानें त्या यज्ञमंडपाविषयीं असें भविष्य सांगितलें कीं, "हा यज्ञमंडप ज्या स्थलावर उभारण्यांत आला आहे, व ज्या वेळेवर भूमापनास आरंभ झाला त्या स्थलाच्या व त्या वेळेच्या गुणांनीं या यज्ञास मोठेंच विघ्न येईल.त्यास कोणीएक ब्राह्मण कारणीभूत होईल;व यज्ञ पूर्ण होणार नाहीं." यज्ञास प्रारंभ होण्यापूर्वींच जनमेजय राजास हें भविष्य समजलें; तेव्हां आंत येऊन कोणीही यज्ञास विघ्न करूं नये म्हणून आपल्या आज्ञेशिवाय कोणासही आंत न येऊं देण्याविषयीं त्यानें द्वारपालास सक्त ताकीद केली.

अध्याय बावन्नावा.

—:०:—

सर्पसत्रारंभ.

सौति म्हणालाः—ऋषीहो,अशा प्रकारें बंदोबस्त केल्यावर यज्ञमंडपांत सर्पसत्रास प्रारंभ झाला. ऋत्विज आपापलीं कामें यथाविधि करूं लागले.त्या ऋत्विजांनीं कृष्णवस्त्रें परिधान केलीं होतीं; होमधूम्रानें त्यांचे नेत्र आरक्त झाले होते. आणि उच्च स्वरानें मंत्रोच्चार करून ते यज्ञकुंडांतील प्रदीप्त अग्नींत आहुति टाकीत होते. त्यांनीं त्या अग्नींत सर्पाचें आव्हान करण्यास प्रारंभ केला, तेव्हां सर्व सर्पांचीं अंतःकरणें भीतीनें थरारून गेलीं ! कांहीं अत्यंत दीन होऊन केंविलवाण्या स्वरानें एकमेकांस हांका मारूं लागले; व भीतीनें मूर्छित होऊन धडाधड त्या प्रदीप्त अग्नींत येऊन पडले ! सर्वांगास कंप सुटून ज्यांचीं अंतःकरणें धडाडून गेलीं आहेत, असे दीर्घ निश्वास टाकणारे शेंकडों सर्प,पुच्छ व मस्तक यांनीं एकमेकांस शेवटचें आलिंगन देत त्या अग्नींत प्रवेश करूं लागले ! श्वेत, कृष्ण व नील वर्णांचे सर्प—कित्येक वयोवृद्ध तर कित्येक बाल्यावस्थेंत असलेले—नानाप्रकारें विलाप करीत त्या अग्नींत देह अर्पण करूं लागले.हे श्रोत्रियश्रेष्ठ शौनका, त्या वेळचा तो अनर्थ काय वर्णन क-

रावा! कोसकोस, चारचार कोस लांबीचे सर्प, परंतु ते देखील गाईच्या कानाइतके आखूड होऊन वरचेवर त्या अग्नींत वेगानें येऊन पडूं लागले! याप्रमाणें, ज्यांस कोणत्याही प्रकारचा तरणोपाय राहिला नाहीं व जे निराधार झाले आहेत, असे ते सर्प निरुपाय होऊन त्या सत्रांत किती लक्ष किंवा किती कोटि नष्ट झाले, याची गणती करणेंही अशक्य आहे! कित्येकांचीं शरीरें घोड्यासारखीं होतीं; कित्येक हत्तींच्यासोंडेप्रमाणें दिसत होते; कित्येक महाद्वाराच्या अडसराप्रमाणें लांब व लठ्ठ असे होते; कित्येक तर मत्त गजांप्रमाणें स्थूलदेही असून बलानेंही त्यांसारखेच होते. सारांश, मातेच्या आज्ञेविरुद्ध वागणारे मोठ्यापासून तों अति सूक्ष्म सर्पापर्यंत सर्व प्रकारचे व सर्व रंगांचे भयंकर विषारी सर्प मातेनें दिलेल्या शापाच्या प्रभावानें पीडित होऊन त्या वेळीं अग्नींत येऊन पडले!

अध्याय त्रेपन्नावा.

—:०:—

सर्पसत्रांतील ऋत्विजादिकांचीं नांवें.

शौनक विचारितात:—ज्याच्या योगानें सर्पांस अति भयंकर अवस्था प्राप्त झाली, त्या बुद्धिमान् जनमेजय राजाच्या या दारुण सर्पसत्रांत यज्ञकर्म करण्यास ऋत्विज तरी कोणकोण महर्षि होते, तो सर्पांचा भयंकर देखावा पाहण्यास त्या ठिकाणीं सभासद कोण होते व या सत्राचा विधि ज्यांस उत्तम प्रकारें अवगत आहे त्यांमध्यें मुख्य असे महर्षि तरी त्या प्रसंगीं कोण होते, हें सर्व सविस्तर श्रवण करण्याची आमची इच्छा आहे.

सौति म्हणाला:—ऋषीहो, जनमेजय राजाच्या त्या यज्ञांत असलेल्या ऋत्विजांचीं व सभासदांचीं नांवें तुम्हांस सांगतों. वेदार्थ जाणणाऱ्या सर्व ब्राह्मणांमध्यें वरिष्ठ व च्यवनाच्या कुलांत उत्पन्न झालेल्या अशा चंडभार्गवनामक ब्राह्मणानें या यज्ञांत होत्याचें काम स्वीकारिलें होतें, कौत्सकुलोत्पन्न जैमिनीनामक वयोवृद्ध व विद्वान्ब्राह्मण उद्गाता झाला होता, शार्ङ्खनामक ऋषीनें ब्रह्मत्व पतकरिलें होतें, आणि पिंगल नांवाचा ऋषि अध्वर्यु होता. तसेंच, पुत्र व शिष्य यांसहवर्तमान व्यास मुनि, उद्दालक, प्रमतक, श्वेतकेतु, पिंगल, असित, देवल, नारद, पर्वत, आत्रेय, कुंड, जरठ, कालघट, वात्स्य, वेदाध्ययन व तपश्चर्या करतां करतां वृद्ध झालेला श्रुतश्रवा, कोहल, देवशर्मा, मौद्गल्य आणि समसौरभ हे व दुसरे पुष्कळ वेदवेत्ते ब्राह्मण जनमेजयाच्या त्या सत्रांत सदस्य होते. असो.

ऋषीहो, त्या महायज्ञाच्या हवनास ऋत्विजांनीं प्रारंभ करतांच, सर्व प्राण्यांस भयभीतकरून सोडणारे सर्प दीन होऊन तेथें येऊन पडूं लागले; सर्पांची वसा व भेद यांचे पाट वाहूं लागले; आणि याप्रमाणें सर्पांचें दहन एकसारखें चालू असल्यामुळें चोंहींकडे दुर्गंध पसरला! त्या यज्ञकुंडापासून तों अंतरालापर्यंत सर्पांची सारखी रांग लागली होती. त्या सर्वांचे दुःखोद्गार व अग्नींत होरपळणाऱ्यांचे ते विलाप यांचा तर त्या ठिकाणीं हलकल्लोळ माजून राहिला!

तक्षकाला इंद्राचें आश्वासन.

मुनिवर्यहो, जनमेजय राजाच्या सर्पसत्राची वार्ता सर्पराज तक्षकास समजतांच तो अत्यंत भयभीत झाला. आपण पूर्वीं केलेल्या अपराधामुळेंच हा दुर्धर प्रसंग ओढवला हें तात्काळ त्याच्या ध्यानांत आलें; व केवळ आपल्या पारिपत्याकरितांच हें सर्व चाललें आहे, असें मनांत येऊन त्याचा थरकांप झाला. तेव्हां आश्रय मागण्यासाठीं स्वर्गांत इंद्राकडे जाऊन त्यानें त्यास घडलेलें सर्व वर्तमान कळविलें; व त्यास शरण जाऊन आपलें रक्षण करण्याविषयीं त्याची प्रार्थना केली. त्याच्या विनवणीनें संतुष्ट

होऊन इंद्र त्यास म्हणाला, " तक्षका, या सत्रापासून तुझ्या केंसासही धक्का लागणार नाहीं. अरे, हें पुढील भविष्य मनांत आणून, तुझ्यासाठीं मीं पूर्वींच ब्रह्मदेवास प्रसन्न करून घेतलें आहे. या सत्रांत तुझा नाश होणार नाहीं असें त्यांनीं सांगितलें असल्यामुळें, आतां तुला भीति बाळगण्याचें मुळींच कारण नाहीं. तूं अगदीं निश्चिंत अंतःकरणानें रहा. "

वासुकीनें जरत्कारूशीं भाषण.

सौति म्हणालाः -शौनकादिक मुनिश्रेष्ठहो, इंद्राकडून अशा प्रकारचें आश्वासन मिळतांच तक्षकास अत्यानंद झाला; व तो इंद्राच्या घरीं सुखानें राहिला. इकडे अग्नींत सर्प येऊन पडण्याचा एकसारखा तडाका चालला होता; त्यांमध्यें वासुकीचा बहुतेक सर्व परिवार नष्ट झाल्यामुळें त्यास अत्यंत दुःख होऊन मोठी काळजी पडली. त्याचें काळीज तीळतीळ तुटूं लागलें; आणि त्याला भयंकर मूर्च्छा आली. नंतर थोड्या वेळानें सावध होऊन तो आपल्या जरत्कारुनामक भगिनीस म्हणाला, " ताई, आम्हांवर कोणता भयंकर प्रसंग येऊन गुदरला आहे, हें तुला विदित आहेच. माझ्या सर्वांगाचा दाह होत असून हृदय धडधडत आहे. दिशांचेंही भान नाहींसें होऊन, मला वेड लागल्यासारखें झालें आहे; आणि डोळ्यांपुढें अंधारी येत असून हृदय विदीर्ण होत आहे असें वाटतें. आमचा समूळ उच्छेद करण्यासाठींच परिक्षित्पुत्र जनमेजयानें चालविलेल्या त्या सत्रांतील प्रदीप्त अग्नींत आज मलाही निःसंशय जाऊन पडावें लागणार! मला आपल्या रक्षणाचा कांहींएक उपाय करतां येणें शक्य नाहीं, तेव्हां आज मला यमसदनीं जावें लागणार हें उघड दिसतें. ताई, हें पुढील भविष्य मनांत आणून या भावी संकटाच्या निरसनार्थ म्हणून जरत्कारु मुनींशीं तुझें जें आह्मीं लग्न करून दिलें, त्याची सफलता करून दाखविण्याची वेळ आज येऊन ठेपली आहे. या प्रसंगीं माझें व आपल्या गणगोताचें संरक्षण करणें तुझ्या स्वाधीन आहे. पूर्वीं ब्रह्मदेवानें आम्हांस असा उश्शाप दिला आहे कीं, जनमेजयाचें हें सत्र चाललें असतां त्यास जरत्कारुपुत्र आस्तीक अडथळा करील. यास्तव, भगिनी, कौमार अवस्थेंतच वेदवेत्त्यांत वरिष्ठ होऊन जो वयोवृद्धांसही सन्माननीय झाला आहे, त्या तुझ्या आस्तीकनामक पुत्रास आमचें व आमच्या कुलाचें संरक्षण करण्यास सांग. "

अध्याय चौपन्नावा.

—:०:—

आस्तीकजरत्कारुसंवाद.

सौति म्हणालाः—भुजंगराज वासुकीचें तें भाषण श्रवण करून त्या जरत्कारुनामक भुजंगीनें आस्तीकनामक आपल्या मुलास जवळ बोलाविलें व म्हटलें, "पुत्रा, वासुकी दादानें माझें तुझ्या पित्याशीं लग्न लाविलें यांत त्याचा कांहीं विशेष हेतु होता; तो सिद्धीस नेण्याची वेळ आज आलेली आहे, यास्तव तूं त्याचें कार्य योग्य प्रकारें तडीस ने."

आस्तीक म्हणालाः—माते, तुझ्या लग्नाच्या वेळीं माझ्या मामानें कोणता हेतु मनांत योजिला होता, हें तर मला पुरतेपणीं कळूं दे; मग तें कार्य कितीही बिकट असलें, तरी तें करण्याचें माझ्याकडे लागलें.

सौति म्हणालाः—जरत्कारूचें आपल्या भावांवर विलक्षण प्रेम असल्यामुळें त्यांचें हित करण्याची तीस उत्कट इच्छा होती. भावांवर संकट आल्यामुळें तिला फार काळजी लागली होती; परंतु पुत्राच्या त्या उत्साहयुक्त भाषणानें ती तिच्या मनांतील भीति तत्क्षणीं नष्ट होऊन ती म्हणाली, " बाळा, कद्रू मातेपासून सर्व सर्पांची उत्पत्ति झाली, हें तर तुला ठाऊक आहेच. एकदा

ती कद्रू व तिची सवत विनता यांच्यामध्यें, उच्चैःश्रवा अश्वाच्या रंगाविषयीं पण लागला. 'तो सर्प पांढरा आहे,' असें विनतेचें ह्मणणें असून, 'त्याचें पुच्छ काळें आहे' असें कद्रूचें ह्मणणें होतें. जिचें ह्मणणें खोटें ठरेल, तिनें दुसरीचें दास्यत्व पतकरावें, असा करार झाला होता. त्या वेळीं कद्रूनें आपल्या पुत्रांस त्या अश्वाच्या पुच्छाच्या ठिकाणीं कृष्णवर्णानें राहाण्यास आज्ञा केली; परंतु कांहीं सर्पांकडून तें न घडल्यामुळें ती संतप्त होऊन म्हणाली, 'कुलांगारांनो, ज्यापेक्षां तुह्मी माझी आज्ञा मान्य करीत नाहीं, त्यापेक्षां तुह्मी पुढें जनमेजय राजाच्या सर्पसत्रांत प्राणास मुकाल, व यमसदनीं जाल!' याप्रमाणें तिनें त्यांस शाप दिला, इतक्यांत त्रैलोक्य निर्माण करणाऱ्या ब्रह्मदेवांनीं, सर्पांचें जालिम विष प्राणिमात्रास त्रास देणारें आहे हें मनांत आणून 'तथास्तु' म्हणून त्या शापास अनुमोदनही दिलें!

"बाळा, तो शाप व त्यास मिळालेलें तें ब्रह्मदेवाचें अनुमोदन ऐकून वासुकि अति उद्विग्न झाला. पुढें समुद्रमंथनाच्या वेळीं त्यानें स्वतःरज्जु होऊन देवांस मदत केल्यामुळेंच देवांस अमृत प्राप्त झालें; व समुद्रमंथनाचा हेतु सफल झाला; यास्तव देव त्यावर प्रसन्न झाले. तेव्हां त्यांस शरण जाऊन वासुकीनें आपली सर्व हकीकत त्यांस निवेदन केली. तेव्हां सर्व देव माझा भाऊ वासुकि यास पुढें करून कमलोद्भव ब्रह्मदेवांकडे गेले;व त्या सर्वांनीं विनंति करून ब्रह्मदेवास प्रसन्न करून घेतलें. देव म्हणाले, 'हे कमलोद्भवा, हा सर्पांचा राजा वासुकि आपल्या चरणांस शरण आला आहे. सर्पजातीस झालेल्या मातृशापामुळें हा अत्यंत दुःखित झाला आहे. आपण याजवर कृपादृष्टि करून त्या शापाची निवृत्ति होण्यास कांहीं तरी उपाय सांगावा.'

"देवांचें हें भाषण श्रवण करून ब्रह्मदेव म्हणाले:—जरत्कारु मुनीचा त्याच नांवाच्या कन्येशीं विवाह होईल,आणि त्या दोघांपासून झालेला पुत्र या शापापासून सर्पांची मुक्तता करील."

जरत्कारु म्हणतेः—हे पुत्रश्रेष्ठा, ब्रह्मदेवाच्या या भाषणाच्या अनुरोधानें माझें तेंच नांव असलेमुळें,सर्पराज वासुकीनें माझें तुझ्या थोर पित्याशीं लग्न लाविलें;व तो दारुण काल यावयाच्या पूर्वीच सुदैवानें त्या ऋषिपासून माझे उदरीं तुझें जन्म झालें. असो. तो भीतिप्रद काल सांप्रत प्राप्त झाला आहे. तेव्हां त्या भयंकर अग्नीपासून माझ्या बंधूंची सुटका करून आमची भीति नाहींशी करणें हें तुझें कर्तव्य आहे. कारण पुढें आपला बचाव व्हावा ह्याच उद्देशानें तुझ्या वासुकि मामानें माझें त्या ज्ञानधन मुनीशीं लग्न केलें असल्यामुळें,त्याचा तो उद्देश विफल न होऊं देणें हें आपलें कर्तव्य आहे, असें मला वाटतें. तेव्हां, बाळा, तुला यासंबंधानें कसें काय वाटतें?

सौति म्हणालाः—ऋषीहो, मातेचें तें भाषण श्रवण करतांच आस्तीकानें तिच्या म्हणण्यास अनुमोदन दिलें; आणि दुःखानें संतप्त झालेल्या वासुकीकडे पाहून त्यास धीर देणारें असें भाषण केलें: तो म्हणाला,' हे सर्पश्रेष्ठा वासुके, त्या भयंकर शापापासून तुमची मी निःसंशय मुक्तता करीन. महाशया, तुझें अंतःकरण स्वच्छ असूं दे. आतां तुला यत्किंचितही भीति बाळगावयास नको. जेणें करून तुमचें कल्याण होईल, असा उद्योग मी करीन. नागराजा,मी जरी सहज कांहीं बोलून गेलों, तरी ते देखील असत्य होणें नाहीं, मग या वेळचें हें माझें प्रतिज्ञावचन अन्यथा होण्याची वार्ता कशाला पाहिजे? मातुला, जनमेजय राजा फार थोर आहे. तो यज्ञदीक्षा घेऊन बसला असेल त्या ठिकाणीं मी जाईन, त्यास अनेक प्रकारचे मंगलप्रद अशीर्वाद वगैरे देऊन त्याचें अंतःकरण संतुष्ट करीन, आणि त्या नृपतीकडून तें सत्र बंद करवीन. सर्पराजा, आपल्या

भावी स्थितीबद्दल तूं करून ठेवलेल्या एकंदर योजनेवरून तुझें बुद्धिवैभव व्यक्त होत आहे. 'हा आपली पुढें मुक्तता करील' अशा प्रकारचा मजविषयीं जो तुझा फार दिवसांचा मनोरथ आहे, तो कदापि अन्यथा होणार नाहीं. तेव्हां आतां सर्व गोष्टींविषयीं मजवर पूर्ण भरंवसा ठेवून तूं अगदीं स्वस्थ ऐस."

आस्तीकाचें हें भाषण ऐकून वासुकी म्हणालाः—बाळा आस्तीका, मी भीतीनें अगदीं गांगरून गेलों आहें. माझें हृदय विदीर्ण होत आहेसें मला वाटतें. 'मातेची आज्ञा पाळणें हें पुत्राचें कर्तव्य होय' या वेदाज्ञेचें परिपालन न घडल्यामुळें आम्हांस मातृशापरूप ब्रह्मदंड झाला आहे. त्यामुळें माझें मन भ्रमिष्ट होऊन मला दिशाभानही राहिलें नाहीं!

आस्तीक म्हणालाः—नागराज, तूं मुळींच कष्टी होऊ नको. सर्पसत्रांतील त्या प्रदीप्त अग्नीची तुला फार भीति वाटत आहे; परंतु तिचा नाश मी तेव्हांच करीन. मातेच्या आज्ञेचा भंग करणें म्हणजे वेदाज्ञा मोडणें होय; तेव्हां तूं वेदाज्ञा अवमानिल्यामुळें तुला जो मातृशापरूप ब्रह्मदंड झाला आहे, तो प्रलयकालच्या अग्नीप्रमाणें प्रखर असून अतिभयंकर आहे खरा; तथापि मी त्याचें निवारण करीन. त्याबद्दल तूं तिलप्रायही भीति बाळगूं नको.

अस्तीकाचें यज्ञमंडपीं आगमन.

सौति म्हणालाः—आस्तीकानें याप्रमाणें प्रतिज्ञा करून वासुकीस चिंतामुक्त केलें; आणि त्या चिंतेचा सर्व भार आपणावर घेतला. परंतु आपली प्रतिज्ञा शेवटास कशी न्यावी याचा त्यास मोठाच विचार पडला. भुजगेंद्रांची मुक्तता करण्यासाठीं तो तात्काळ तेथून निघाला; व मोठ्या त्वरेनें त्या जनमेजय राजाच्या यज्ञासन्निध येऊन पोहोंचला. तो यज्ञमंडप अप्रतिम असून त्यांत सूर्य व अग्नि यांसारखे तेजस्वी असे अनेक सदस्य बसले आहेत, असें त्याच्या दृष्टीस पडलें. आस्तीक यज्ञमंडपांत प्रवेश करूं लागला, तेव्हां राजाज्ञेप्रमाणें द्वारपालांनीं त्यास प्रतिबंध केला, परंतु आस्तीक मोठा चतुर असून शत्रूंस वश करण्याची कला त्यास उत्तम साधलेली होती; तेव्हां त्यानें या वेळीं त्या यज्ञाची अशी कांहीं प्रशंसा केली कीं, तेणेंकरून संतुष्ट झालेल्या राजाची अनुज्ञा मिळून त्याचा आंत प्रवेश झाला. यज्ञमंडपांत शिरतांच त्या द्विजश्रेष्ठानें त्या यशस्वी जनमेजय राजाची, तेथील ऋत्विज व सदस्य यांची, आणि अग्निनारायणाची स्तुति करून आपल्या अपार पुण्यबलानें त्या सर्वांस संतुष्ट केलें.

अध्याय पंचावन्नावा.

—:(०):—

आस्तीककृत राजस्तुति

आस्तीक म्हणालाः—हे भरतर्षभा जनमेजय राजा, प्राचीनकाळीं सोम, वरुण व प्रजापति यांनीं प्रयागक्षेत्रीं केलेल्या यज्ञाच्या योग्यतेचा हा तुझा यज्ञ आहे. यापासून आपलें सर्वांचें व आपल्या इष्टमित्रांचें कल्याण व्हावें. इंद्रानें शंभर अश्वमेध यज्ञ केले, त्यांच्या शंभरपट म्हणजे इंद्राच्या दहा हजार क्रतूंबरोबर हा तुझा यज्ञ आहे. याच्या योगानें तूं, तुझे ऋत्विज, आणि आपले प्रियजन या सर्वांचें हित होवो; आणि त्याबरोबर माझेंही होवो. परिक्षिता, पूर्वीं यम, हरिमेधा व राजा रंतिदेव यांनीं थोर थोर यज्ञ केले, तशाच प्रकारचा हा तुझा यज्ञ आहे. यापासून आपलें व आपणास प्रिय असलेल्यांचें कल्याण असो. राजा, तुझ्या या यज्ञाची योग्यता गय, शशबिंदु व कुबेर यांनीं केलेल्या महायज्ञाहून यत्किंचितही कमी नाहीं. यापासुन आपण व आपले प्रियजन यांपैकीं कोणासही अपाय न व्हावा. हे भरतश्रेष्ठा, नृग, अजमीढ व दाशरथि रामचंद्र यांनीं केलेल्या यज्ञांप्रमाणें अति-

श्रेष्ठ असलेल्या या तुझ्या यज्ञापासून आपलें व आपल्या इष्टमित्रांचें सर्वथा हितच व्हावें. हे भरतकुलावतंसा, तुझ्या या यज्ञाची थोरवी किती म्हणून वर्णन करावी ? अजमीढ राजानें केलेला यज्ञ, किंवा धर्मराज युधिष्ठिरानें केलेला यज्ञ, यांची स्वर्गीत प्रशंसा होत असते; परंतु तुझा हा यज्ञ त्यांहून बिलकूल कमी नाहीं. त्यांच्या यज्ञांप्रमाणेंच हाही इष्टमित्रांसह आपणां सर्वांस मंगलप्रद होवो. पारिक्षिता, सत्यवतीपुत्र व्यास मुनींनीं स्वतः अनुष्ठान करून केलेला यज्ञ ज्याप्रमाणें सर्वांस मंगलकारक झाला, त्याप्रमाणेंच तुझाही हा यज्ञ आपलें व आपल्या प्रियजनांचें मंगल करो. राजा, इंद्राच्या यज्ञाप्रमाणेंच तुझ्या या यज्ञांत हे सूर्यासारखे तेजस्वी ब्राह्मण अनुष्ठान करीत आहेत. हे सर्वज्ञ असल्यामुळें आज त्यांस कोणतीही एखादी गोष्ट म्हणजे अज्ञात आहे असें नाहीं. यास्तव, परब्रह्मस्वरूप असलेल्या या ब्राह्मणांस तूं जें अर्पण करशील, तें साक्षात् परब्रह्माच्या ठिकाणीं अर्पण केल्याप्रमाणें होणार आहे; व यामुळें, त्या दानापासून मिळणाऱ्या पुण्याचा नाश कदापि होणें नाहीं. परलोकसाधनाविषयीं कृष्णद्वैपायनासारखा कुशल दुसरा ऋत्विज नाहीं हें मी निश्चयानें सांगतों. आपापल्या कर्मांत प्रवीण असे हे पृथ्वीवर संचार करणारे सर्व ऋत्विज त्याच व्यास मुनींचे शिष्य होत; व ते आज तुझ्या या यज्ञास आलेले आहेत. राजा, विलक्षण तेज हेंच ज्याचें धन आहे, ज्याचे किरण चित्रविचित्र आहेत, पृथ्वीतलावर विद्यमान असलेलें हिरण्य हें ज्याचें रेत, सर्व भूतांच्या ठिकाणीं अंशरूपानें जो निवास करितो, व हवनीय द्रव्यांचें भक्षण करून जो आपला मार्ग कृष्णवर्ण करितो, तो हा भगवान् अग्नि नारायण यज्ञकुंडांत प्रदीप्त झाला असून त्याच्या प्रदक्षिण फिरणाऱ्या ज्वालांनीं त्याची प्रसन्नता व्यक्त होत आहे; व तीवरून, तुझ्या हवनीय द्रव्याची तो इच्छा करीत आहे हें स्पष्ट दिसतें. राजा, या पृथ्वीतलावर पुष्कळ राजे आहेत; परंतु प्रजेचें उत्तम प्रकारें पालन करणारा तुजप्रमाणें एकही नाहीं. तुला तुझीच उपमा द्यावयास पाहिजे. तुझें अप्रतिम धैर्य पाहून मला सदोदित मोठें कौतुक वाटतें. जनमेजया, या सर्व गुणांमुळें तुला खरोखर वरुण किंवा यमधर्म यांचीच उपमा योग्य होय. हे नृपश्रेष्ठा, वज्रपाणि इंद्र या जगताचें पालन करण्यास जसा तत्पर राहतो, तद्वत् तूं आपल्या प्रजांचें दक्षतेनें रक्षण करतोस; यामुळें आम्हां सर्व प्रजाजनांस तूं अत्यंत प्रिय झाला आहेस. खरोखर तुझ्या योग्यतेचा राजा सांप्रत कोणी नाहीं; इतकेंच नव्हे, तर या मार्गेंही कधीं झाला नाहीं. राजा, खटांग, दिलीप व नाभाग यांसारखी तुझी योग्यता असून तुझा पराक्रम ययाति व मांधता यांप्रमाणें अवर्णनीय आहे. प्रत्यक्ष सूर्याप्रमाणें तुझें तेज असून तूं आपल्या सदाचरणानें भीष्माचार्यांप्रमाणें शोभत आहेस. वाल्मीकि मुनींप्रमाणें तूं आपलें सामर्थ्य गुप्त ठेविलें आहेस, व वसिष्ठाप्रमाणें आपल्या कोपाचें नियमन करून शांतीचा अवलंब केला आहेस. राजेंद्रा, तुझी सार्वभौमसत्ता इंद्राप्रमाणें अव्याहत चालत असून, प्रत्यक्ष महाविष्णूसारखी तुझी कांति आहे. सर्व प्रकारचा धर्माधर्मविचार जाणण्यासंबंधानें तूं दुसरा यमधर्मच होस. सर्वगुणसंपन्नतेनें एक द्वारकाधिपति कृष्णच तुझी बरोबरी करूं शकेल. राजेंद्रा, तुझें भांडागार हें अष्टवसूंच्या संपत्तीचें निवासस्थान होय, तद्वत् तूं स्वतः अनेक यज्ञांचें निधान होस दंभोद्भव राजाप्रमाणें तुझें सामर्थ्य असून, तूं अस्त्रविद्येंत व इतर सर्व शास्त्रांत परशुरामाप्रमाणें निष्णात आहेस. और्व व त्रित ऋषि, किंवा भगीरथ राजा यांप्रमाणें तूं तेजस्वी असल्यामुळें तुजकडे पाहणेंही दुष्कर आहे.

सौति सांगतोः—ऋषीहो, याप्रमाणें जनमेजय

राजा, सदस्य, ऋत्विज व अग्नि यांची आस्तीकानें स्तुति केली, तेव्हां ते सर्व प्रसन्न झाले. अस्तीकाविषयीं सर्वांच्या मनांत आपल्याप्रमाणेंच आदरबुद्धि उत्पन्न झाली आहे, हें त्यांच्या मुद्रेवरून जनमेजयानें तेव्हांच ताडलें, व तो प्रसन्न होऊन बोलूं लागला.

अध्याय छप्पन्नावा.

—:(०):—

आस्तीकवरयाचना.

जनमेजय म्हणला:—विप्रहो, हा दिसण्यांत अगदीं लहान दिसत आहे, तथापि वृद्ध पंडिताप्रमाणें भाषण करीत आहे; हा वयानें बाल असला, तरी विद्वत्तेनें वृद्धच आहे, असें मला वाटतें. याची जी मनःकामना असेल, ती पूर्ण करण्याविषयीं माझ्या मनांत उत्कट इच्छा उत्पन्न झाली आहे; यास्तव याबद्दल आपण योग्य विचार करून मला एकमतानें सल्ला सांगा.

सदस्य म्हणाले:—राजन्, ब्राह्मण अल्पवयस्क असला, तथापि तो राजास पूज्यच आहे. मग याच्यासारखा जो महाविद्वान् असेल, तो तर परमपूज्य होय. तुजकडून आज याचे सर्व मनोरथ परिपूर्ण झाले पाहिजेत; तथापि यास वरप्रदानानें संतुष्ट करण्यापूर्वी तक्षक या ठिकाणीं लवकर येईल असें करणें हें आपलें पहिलें कर्तव्य होय.

सौति ह्मणाला:— त्यास वर देण्याची राजास प्रबल इच्छा होऊन 'वर माग, असें ह्मणून तो ती प्रगट करणार इतक्यांत, तक्षक येथें येण्यापूर्वी यास वर देणें इष्ट नाहीं, असें होत्याचे मनांत येऊन, तें सुचविण्याच्या उद्देशानें तो कांहींसा खिन्नतेनें ह्मणाला, " राजा, हा आपला यज्ञ इतके दिवस चालला आहे, परंतु अजून तक्षक येथें येत नाहीं; तेव्हां तोपर्यंत यास तूं वर देऊं नये."

हें त्याचें भाषण ऐकतांच जनमेजय राजा खिन्न होऊन म्हणाला, " ब्रह्मन्, माझा चिरद्वेषी तक्षक येथें येऊन पडेपर्यंत हा यज्ञ चालविण्याचा माझा निश्चय आहे. यास्तव तो जेणें करून सत्वर येईल, व हें आपलें कृत्य पूर्ण होईल, अशा प्रकारचा शक्य तितका प्रयत्न तुम्हीं सर्वांनीं करावा.

तेव्हां ऋत्विज म्हणाले:—हे महाराजा, आमच्या स्तुतीनें प्रसन्न झालेल्या मंत्रदेवता व अग्निनारायण यांकडून आम्हांस असें कळलें आहे कीं, या सत्राच्या भयानें त्रस्त झालेला तक्षक इंद्राच्या घरीं आहे. तो सूत लोहिताक्ष पौराणिक (स्थपति) खरोखर मोठा ज्ञानी आहे. त्यानें हें सर्व पूर्वींच जाणिलें होतें; व आपण त्यास विचारल्यावरून त्यानें व ब्राह्मणांनीं त्या वेळीं आपणांस जें सांगितलें, त्याप्रमाणेंच सांप्रत हें सर्व घडून येत आहे. तसेंच, कोणतीही गोष्ट मागील कल्पांत जशी घडली असेल, तशीच ती या कल्पांतही घडावयाची असा नियमआहे. त्याप्रमाणें मागील कल्पांतील आम्हांस माहीत असलेल्या वृत्तांतास अनुसरून आम्ही सांगतों. सांप्रत तक्षक इंद्रास शरण गेला असून, ' तूं या ठिकोणीं मजजवळ गुप्तपणें रहा, म्हणजे अग्नि तुला कदापि जाळूं शकणार नाहीं, ' असें इंद्रानें त्यास अभिवचनही दिलें आहे.

हें त्याचें भाषण श्रवण करून, आपण आरंभिलेलें हें सत्र व्यर्थ होतें कीं काय असें मनांत येऊन जनमेजय राजा दुःखित झाला. तथापि कर्म जोरानें चालविण्याविषयीं त्यानें होत्यास प्रेरणा केली. तेव्हां स्वकर्मीत तत्पर असलेल्या त्या चंडभार्गव होत्यानें हवन करण्यास प्रारंभ केला. तेव्हां सर्व देव ज्याची स्तुति करिताहेत, बलाहक मेघ ज्याच्या मागून जात आहेत, आणि विद्याधर व अप्सर यांचे समुदाय ज्यासमवेत आहेत, असा तो महापराक्रमी इंद्रही विमानांत बसून

स्वतः त्या ठिकाणीं येण्यास निघाला. पहा—इंद्राच्या उत्तरीय वस्त्राचा आश्रय करूनही तक्षकाचें भयव्याकुल मन शांत झालें नाहीं. असो. इतक्यांत जनमेजय राजा अतिशय क्रुद्ध होऊन तक्षकास ठार करण्याची आपली मनीषा शेवटास नेण्याच्या उद्देशानें पुनः ऋत्विजांस म्हणाला, ' ब्रह्मन्, ज्यापेक्षां आमचा शत्रु तक्षक यास इंद्रानें आपल्या घरीं आश्रय दिला आहे,त्यापेक्षां तो इंद्रासह या प्रदीप अग्नींत पडेल असें करा.'

सौति म्हणतोः-ऋषीहो, जनमेजय राजाच्या मुखांतून तक्षकासंबंधानें असे शब्द निघतांच, होत्यानें इंद्रगृहीं असलेल्या तक्षकास तशा प्रकारें आव्हान केलें. त्याबरोबर तो व्यथित होऊन एका क्षणांत इंद्रासह आकाशांत दृग्गोचर होऊं लागला. तेथून इंद्रानें खालीं त्या यज्ञाकडे दृष्टि फेंकिली, तों त्याचें तें अत्युग्र स्वरूप अवलोकन करून तो भयभीत झाला; व तक्षकास एकटा सोडून अमरावतीस निघून गेला. हें पाहून ऋत्विज म्हणतात, " राजेंद्रा, इंद्र आपणास सोडून गेला हें अवलोकन करताच, आपला सर्व आधार तुटला असें वाटून तक्षक अगदीं गोंधळून गेला आहे; व त्यास भीतीमुळें भयंकर मूर्च्छनाही आली आहे; ह्या आमच्या मंत्रसामर्थ्यानें बद्ध होऊन तो निरुपायानें अग्नीच्या ज्वालांसन्निध येऊं लागला आहे पहा ! "

पुनः ऋत्विज जनमेजय राजास म्हणाले,"हे राजाधिराजा, आपलें हें यज्ञकृत्य सांप्रत यथासांग चाललें आहे. यास्तव या श्रेष्ठ ब्राह्मणास जो वर द्यावयाचा असेल, तो देण्यास हरकत नाही." तेव्हां जनमेजय राजा आस्तीकास म्हणाला, " बटो, तुझें ज्ञान इतकें आगाध आहे कीं, त्याविषयीं आम्हांस नुसती कल्पनाही करितां येत नाहीं. तुझ्या या योग्यतेस साजेल असा वर मी देतों. यास्तव,जी प्रिय गोष्ट तुझ्या अंतःकरणांत वास करीत असेल, ती तूं या वेळीं मजपासून मागून घे. मग ती देण्यास अशक्य असली तथापि मी देईन." इतक्यांत पुनः ऋत्विज म्हणाले, " राजा,हा पहा तो तक्षक-तुझ्या ताब्यांत सापडून त्वरित इकडे येत असून, भयविव्हल झाल्यामुळें मोठ्यानें फूत्कार करीत आहे! हा जो भयंकर शब्द आपणांस ऐकूं येत आहे तो त्याचाच. त्यास इंद्रानें पूर्णपणें सोडिलें असून आमच्या मंत्रांनीं त्याचें शरीर निःसत्व झालें आहे व मूर्च्छना येऊन ज्याची ज्ञानशक्ति नष्ट झालीआहे असा हा नागराज तक्षक उष्ण व दीर्घ निश्वास टाकीत जवळ जवळ येत आहे ! "

सौति पुढें सांगतोः—ऋषीहो, तक्षक त्या प्रज्वलित अग्नींत येऊन पडणार, इतक्यांत, आपला वर मागून घेण्याची हीच वेळ आहे असें जाणून, आस्तीक जनमेजय राजास म्हणाला, " राजा,तूं जर मला वर देण्यास सिद्ध झाला आहेस,तर मला हा वर दे--तुझें हें सर्पसत्र येथेंच थांबावें; आणि या ठिकाणीं इतउत्तर एकही सर्प अग्नींत पडूं नये. हेंच मागणें मी मागतों ! "

आस्तीकाचें हें भाषण श्रवण करतांच जनमेजय राजास परम विषाद वाटून तो आस्तीकास म्हणाला, " भगवन्, सुवर्ण, रौप्य, गाई, किंवा यांहून दुसरें कोणतेंही जें मागाल, तें देण्यास मी सिद्ध आहें. परंतु,ब्रह्मन्, या माझ्या यज्ञास व्यत्यय आणूं नका." राजाचें हें भाषण ऐकून आस्तीक म्हणाला, " हे राजा, सुवर्ण, रौप्य, गाई वगैरे तूं देशील, परंतु तें घेऊन मला कांहीं कर्तव्य नाहीं; यास्तव मला तें नको. तुझें हें सत्र थांबलें म्हणजे, माझ्या मातृकुलाचा यांत विध्वंस होणार आहे तोही थांबेल. याकरितां मला हाच वर पाहिजे."

सौति म्हणालाः—हे भृगुनंदना शौनका, याप्रमाणें आस्तीकानें सांगितलें असतां जनमेजय राजानें त्याचें मन वळविण्याविषयीं आपल्या वाक्चातुर्याची पराकाष्ठा केली; अनेक प्रकारें

स्तुति करून, कल्याण इच्छून व विनवूनही पाहिलें; पण व्यर्थ! त्या आस्तीकानें दुसरा वर मागितलाच नाहीं. तेव्हां त्या ठिकाणीं असलेल्या सर्व वेदवेत्त्या सभासदांनीं एकविचार करून आस्तीकास इच्छित वर देण्याविषयीं राजास सूचना केली.

अध्याय सत्तावन्नावा.

—:०:—

सत्रदग्ध सर्पांचीं नांवें.

शौनकांनीं प्रश्न केलाः—हे सूतनंदना, हें सर्पसत्र चाललें असतां जे जे सर्प अग्नींत येऊन पडले, त्या सर्पांचीं नांवें ऐकण्याची माझी इच्छा आहे.

सौति म्हणालाः—द्विजश्रेष्ठा, त्या वेळीं त्या अग्नींत हजारों कोट्यवधि सर्प पडले--इतके कीं, त्यांची गणती करणेंही शक्य नाहीं. तथापि त्यांतील मुख्य मुख्य सर्पांचीं नांवें मला आठवत आहेत, तीं सांगतों; श्रवण करा. मातृशापरूप दंडानें पीडित होऊन दीन व निराश्रित झालेले निळे, तांबडे, पांढरे इत्यादिक अनेक प्रकारचे, वासुकीच्या कुळांत जन्मलेले अति भयंकर सर्प त्या अग्नींत दग्ध झाले. त्यांपैकीं--कोटिश, मानस, पूर्ण, शल, पाल, हलीमक, पिच्छल, कौणप, चक्र, कालवेग, प्रकालन, हिरण्यबाहु, शरण, कक्षक व कालदंतक हे मुख्य मुख्य होत. यांशिवाय दुसऱ्या कुलांतील अनेक धिप्पाड व बलाढ्य सर्पांची त्या अग्नींत आहुति पडली. तक्षकाच्या कुलांपैकीं पुच्छांडक, मंडलक, पिंडसेक्ता, रभेणक, उच्छिख, शरभ, भंग, बिल्वतेजा, बिरोहण, शिली, शलकर, मूक, सुकुमार, प्रवेपन, मुद्गर, शिशुरोमा, सुरोमा व महाहनु हे मुख्यत्वें करून जळून मेले. पारावत, पारियात, पांडर, हरिण, कृश, विहग, शरभ, भेद, प्रमोद व संहतापन हे ऐरावतकुलोत्पन्न सर्प अग्नींत जाऊन पडले. त्याचप्रमाणें नागांच्या कौरव्यनामक चौथ्या कुलांतील एरक, कुंडल, वेणी, वेणीस्कंध कुमारक, बाहुक, शृंगवेर, धूर्तक, मातार व आतक हे मुख्य सर्प अग्नींत प्रविष्ट झाले. द्विजवरा, धृतराष्ट्रकुलांतील दग्ध झालेले सर्प वायूप्रमाणें चपल असून अत्यंत विपारी होते. त्यांतील मुख्य मुख्य सर्पांचीं नांवें सांगतोंः शंकुकर्ण, पिठरक, कुठारमुख, सेचक, पूर्णांगद, पूर्णमुख, प्रहास, शकुनि, दरि, अमाहट, कमठक, सुषेणा, मानस, अव्यय, भैरव, मुंडवेदांग, पिशंग, उद्रपारक, ऋषभ, वेगवान्, नाग, पिंडारक, महाहनु, रक्तांग, सर्वसारंग, समृद्ध, पटवासक, वराहक, वीरणक, सुचित्र, चित्रवेगिक, पराशर, तरुणक, मणि, स्कंध व अरुणि.

विप्रहो, याप्रमाणें मुख्य मुख्य सर्पांचीं नांवें मीं सांगितलीं. एकंदर संख्या फारच मोठी आहे, म्हणून मीं त्या सर्वांचीं नावें सांगितलीं नाहींत. हे जे मुख्य मुख्य प्रख्यात सर्प सांगितले, त्या सर्वांची संतति व त्यांचे पुढें झालेले नातुपणा इत्यादि जे जे अग्नींत जाऊन पडले, त्यांची गणना करणें अशक्य होय. त्यांपैकीं कित्येकांस तीन, तर कित्येकांस सात व कित्येकांस दहा फडा होत्या; व प्रलयकालच्या अग्नीप्रमाणें त्यांचें विष कडक होतें. पर्वतशृंगांप्रमाणें उंच उंच, एकेक दोनदोन योजनें लांब, अत्यंत अवाढव्य असतांही विलक्षण चपल, आपलें रूप व बल स्वेच्छेनुरूप पालटणारे, असे लाखों भयंकर विषारी सर्प, मातृशापामुळें त्या सर्पसत्रनामक महायज्ञांत दग्ध झाले!

अध्याय अठ्ठावन्नावा.

—:(०):—

सर्पसत्रसमाप्ति.

सौति म्हणालाः—जनमेजय राजा आस्तीकास वर देऊन संतुष्ट करण्याच्या विचारांत आहे, इत-

त्यांत असा चमत्कार घडला कीं, इंद्रापासून भ्रष्ट होऊन तक्षक खालीं येत असतां मध्येंच आकाशांतच थांबला. त्या प्रदीप्त अग्नींत एकसारखें बिनचूक हवन होत असूनही, तो भयभीत झालेला तक्षक त्यांत येऊन पडेना, तेव्हां जनमेजय राजास मोठीच चिंता उत्पन्न झाली.

शौनक प्रश्न करितातः— सूता, इतकें करूनही अग्नींत तक्षकाची आहुति पडली नाहीं, त्याअर्थीं त्या विचारसंपन्न ब्राह्मणांचे मंत्रसमुदाय जागृतच नव्हते कीं काय?

सौति सांगतोः- हे मुनिश्रेष्ठा, अशी गोष्ट नाहीं. तक्षक न येण्याचें कारण दुसरेंच आहे. इंद्राचा आश्रय सुटून तो नागराज खालीं पडत असतां, त्यास आस्तीकानें "तिष्ठ तिष्ठ" 'थांब थांब' म्हणून त्रिवार सांगितलें. त्याबरोबर, जसा एखादा मनुष्य पृथ्वी व आकाश यांमध्यें अधांतरींच लोंबत रहावा, त्याप्रमाणें तो तक्षक अंतराळींच राहिला. असो; इकडे सर्व सभासदांनीं राजास वारंवार विनंति केल्यावरून व आपणही वचनबद्ध झाल्यामुळें, जनमेजयानें आस्तीकास इच्छित वर दिला. तो म्हणाला, 'कांहीं हरकत नाहीं. आस्तीकांच्या म्हणण्याप्रमाणेंच कां होईना? ऋत्विजहो, आपलें हें सर्पसत्र इतकेंच पुरें करा. जे सर्प इतउत्तर अवशिष्ट राहिले असतील, ते सर्व सुखी असोत, व आस्तीक मुनींस आनंद होवो. त्याचप्रमाणें, हें सर्व पूर्वींच कथन करणाऱ्या त्या सूतकुलोत्पन्न सुताराचेंही तें भविष्य खरें होवो."

राजाच्या मुखांतून हे शब्द निघतांच सर्वत्र आनंदाचे उद्गार निघूं लागले. पांडुकुलोत्पन्न जनमेजय राजानें आस्तीकास वर देऊन, परिक्षिताच्या मृत्यूबद्दल सूड उगविण्याच्या उद्देशानें आरंभिलेला तो यज्ञ तेथेंच थांबविला; आणि त्याचा कोप शांत होऊन तो संतुष्ट झाला. त्या यज्ञाकरितां आलेल्या सर्व ऋत्विजांस व सदस्यांस राजानें शेंकडो, हजारों मोहरा दक्षणा दिली; व 'एक ब्राह्मण कारणीभूत होऊन हा यज्ञ अपूर्ण राहील' असें भविष्य ज्यानें वर्तविलें होतें, त्या सूतकुलोत्पन्न लोहिताक्ष सुताराचाही त्यानें पुष्कळ द्रव्य देऊन गौरव केला. नंतर विधिविधानानुसारें द्रव्यदान, वस्त्रदान व अन्नदान केल्यावर, त्या अतुलपराक्रमी जनमेजय राजानें मोठ्या संतोषानें विधिपूर्वक अवभृथस्नान करून यज्ञ समाप्त केला. नंतर त्यानें त्या कृतकार्य झालेल्या आस्तीकाची वस्त्रभूषणें देऊन यथायोग्य संभावना केली. नंतर, 'पुढें मला अश्वमेध यज्ञ कर्तव्य आहे, त्यांत सदस्यत्वाचा स्वीकार करण्यासाठीं आपण येथें पुनः अवश्य आलें पाहिजे,' अशी विनंति करून, त्यानें त्यांस घरीं जाण्यास निरोप दिला. आस्तीक मुनिही 'ठीक आहे' असें म्हणून तेथून निघाले. आपण पतकरिलेलें अति दुर्घट काम सिद्धीस गेलें, शिवाय जनमेजय राजाही कष्टी न होतां आनंदित झाला, यामुळें आस्तीकास फारच समाधान वाटलें. त्यानें प्रफुल्लित अंतःकरणानें आपली माता व मातुल यांसन्निध जाऊन त्यांस नमन केलें, व सर्व वर्तमान इत्थंभूत निवेदन केलें.

ऋषीहो, आस्तीक आलेला पाहतांच सर्व नाग त्याच्या भोंवतीं जमले. ही हकीकत ऐकतांच त्यांचें सर्व दुःख नष्ट होऊन ते परमानंदांत निमग्न झाले; व आस्तीकावर प्रसन्न होऊन त्यास 'पाहिजे तो वर माग' म्हणून म्हणूं लागले. ते पुनः पुनः म्हणाले, "बाळा आस्तीका, तूं खरोखर महाविद्वान् आहेस. आम्हां सर्वांस जीवदान दिल्यामुळें आम्ही तुजवर प्रसन्न झालों आहों. तर आज तुझी कोणती मनःकामना पूर्ण करून तुला आम्हीं संतोष द्यावा तें सांग."

सर्पांचें हें भाषण श्रवण करून आस्तीक म्हणालेः—मामा, हें माझें आख्यान या भूतलावरील जे प्राणी सकाळ संध्याकाळ भक्तिपुरःसर पठन

करतील, त्यांस तुम्हापासून बिलकूल बाधा होऊं नये. यावर सर्प आनंदानें म्हणाले, "आस्तीका, ही तुझी उत्कृष्ट मानीषा पूर्ण होईल. तूं केलेल्या उपकारामुळें आम्ही तुझ्या चरणीं लीन झालों आहों. तुझें हें इच्छित आम्ही मोठ्या प्रेमानें सर्व प्रकारें परिपूर्ण करूं."

[प्रसंगास अनुसरून सर्पभयनिवारक मंत्र येथें देणें उचित आहे म्हणून दिले आहेत. ते असे:—]

सर्पभयनिवारक मंत्र.

असितं चार्तिमंतंच सुनीथं चापि यः स्मरेत्।
दिवा वा यदि वा रात्रौ नास्य सर्पभयं भवेत्।
यो जरत्कारुणा जातो जरत्कारौ महायशाः॥
आस्तीकः सर्पसत्रे वःपन्नगान्योऽभ्यरक्षत।
तं स्मरंतं महाभागा न मां हिंसितुमर्हथ॥
सर्पापसर्प भद्रं ते गच्छ सर्प महाविष।
जनमेजयस्य सत्रांते आस्तीकवचनं स्मर॥
आस्तीकस्य वचःश्रुत्वा यो न रुपों निवर्तते।
शतधा भिद्यते मूर्ध्नि शिंशवृक्षफलं यथा॥

१ अर्थ-असित मुनि, आर्तिमंत व सुनीथ यांचें जो दिवस किंवा रात्र केव्हांही स्मरण करील, त्यास सर्पबाधा होणार नाहीं. सर्पहो, जरत्कारु मुनींपासून त्याच्या जरत्कारुनामक पत्नीच्या उदरीं जन्मलेल्या महायशस्वी आस्तीकानें जनमेजय राजाच्या सर्पसत्रांतून तुम्हांस सोडविलें आहे; यास्तव, महाभागांनो, त्या आस्तीक मुनींचें स्मरण करणाऱ्या मला दंश करणें तुम्हांस उचित नव्हे. सर्पा, पलीकडे हो. तुझें कल्याण असो. बा महाविषारी सर्पा, येथून निघून जा. जनमेजय राजानें केलेल्या सर्पसत्राचे शेवटीं आस्तीकानें काय सांगितलें आहे, त्याचें स्मरण कर. आस्तीकाचें नांव ऐकूनही जो सर्प परावृत्त होत नाहीं, त्याचें मस्तक शिंशवृक्षाच्या फलाप्रमाणें शतधा विदीर्ण होतें!

सौति म्हणाला:--मुनिवर्यहो, तेथें जमलेल्या सर्व भुजगेंद्रांनीं आस्तीकास अशा प्रकारें वर देऊन दिल्यावर त्या महात्म्यास अत्यानंद होऊन तो तेथून निघून गेला. सर्पसत्रांतून नागांची मुक्तता करण्याचें आपलें जन्मकृत्य केल्यानंतर, त्यानें आपलें उर्वरित आयुष्य धर्मचिंतनांत घालविलें; व पुत्रपौत्रादि झाल्यानंतर योग्य कालीं मोक्षास गेला. अशा प्रकारचें हें आस्तीकाचें आख्यान मीं जसेंच्या तसें तुम्हांस सांगितलें. याचें श्रवण व पठन केलें असतां, सर्पांपासून बिलकूल भय प्राप्त होत नाहीं.

हे भृगुलोत्पन्ना शौनका, तुझ्या प्रमतिनामक पूर्वजास त्याच्या रुरुनामक पुत्रानें विचारल्यावरून त्यानें प्रसन्न चित्तानें त्यास ही कथा जशी सांगितली, त्याचप्रमाणें, महाज्ञानी आस्तीकाचें हें चरित्र माझ्या ऐकण्यांत जसें आलें आहे, तसेंच्या तसेंच मीं तुला प्रारंभापासून सर्व कथन केलें. हे जितेंद्रिया ब्राह्मणोत्तमा, डुडुभाचें भाषण श्रवण करून सर्पसत्राविषयीं तुझ्या मनांत साश्चर्य जिज्ञासा उत्पन्न झाली होती, ती आतां हें पुण्यवृद्धि करणारें धार्मिक आख्यान श्रवण करून तृप्त झालीच असेल.

अंशावतरणपर्व.

अध्याय एकुणसाठावा.

—:(०):—

भारतकथनार्थ शौनकप्रश्न.

शौनक म्हणाले:—सौते, भृगुवंशापासून जीं जीं आख्यानें सविस्तर तूं मला सांगितलीस.तीं श्रवण करून माझें अंतःकरण समाधान पावलें. आतां यापुढें,व्यास मुनींनीं ज्या ज्या कथा वर्णन केल्या असतील, त्या सर्व इत्थंभूत श्रवण करण्याची माझी इच्छा आहे;तर त्या कथातूं सविस्तर कथन कर. तसेंच, त्या अवाढव्य सर्पसत्रामध्यें, सत्राचें नित्य कृत्य केल्यानंतर विश्रांतीच्या काळांत त्या ठिकाणीं जमलेल्या व्यासप्रभृति महाज्ञानी सभासदांमध्यें ज्या नानाप्रकारच्या कथा निघाल्या असतील,त्याही सर्व त्यांच्या प्रसंगांसह जशाच्या तशा तुझ्या मुखांतून श्रवण करण्याची आमची इच्छा आहे; तेव्हां त्या तूं विशेष स्पष्ट करून सांग.

सौति म्हणाला:—ऋषे, त्या विश्रांतीच्या वेळीं वेदज्ञ ब्राह्मणांनीं शुनःशेपाख्यानासारख्या अनेक वेदमूलक कथा सांगितल्या. परंतु विचित्रार्थ परिलिपित अशा ह्या अतिविस्तृत महाभारताख्यानाची योग्यता त्या वेदमूलक कथांपेक्षांही अधिक आहे हें मनांत येऊनच कीं काय, भगवान् व्यास मुनींनीं वैशंपायनांकडून त्या प्रसंगीं तेंच सांगविलें.

शौनक म्हणाले:—पांडवांचें चरित्र ज्यांत साद्यंत वर्णिलें आहे, असें तें यशस्कर महाभाराताख्यान जनमेजय राजानें केव्हां विचारिलें, व वैशंपायनांनीं तें कसें सांगितलें, तें मला सांग. हे श्रेष्ठा, महर्षि व्यासांनीं योगाभ्यासानें आपल्या मनोरूप समुद्राचें मंथन केलें असतां त्यांतून उत्पन्न झालेली रत्नरूपी कथा सांगून तूं आमची इच्छा पूर्ण कर.

सौति म्हणाला:—फार उत्तम आहे. तें व्यास प्रणीत अत्युत्कृष्ट महाभारत मी प्रारंभापासून सर्व सांगतों; श्रवण करा. या पवित्र ठिकाणीं तुम्हांसारख्या योग्य श्रोत्यांस तें कथन करण्याची संधि मिळाल्याबद्दल मलाही फार आनंद होत आहे.

अध्याय साठावा.

—:(०):—

कथानुबंध.

सौति सांगूं लागला:—हे विप्रोत्तमा,जनमेजय राजानें सर्पसत्राची दीक्षा घेतली हें श्रवण करतांच महाज्ञानी व्यास मुनि त्या ठिकाणीं गेले, यमुनाद्वीपांत शक्तिपुत्र पराशरापासून सत्यवतीच्या कन्यकावस्थेंतच तिच्या उदरीं ज्यांचा जन्म झाला,जे पांडवांचे पितामह,ज्यांनीं उत्पन्न होतांच इच्छामात्रेंकरून आपला देह वाढविला, चारी वेद,षडंगें व इतिहास यांचें सांग अध्ययन करून ज्यांनीं अपार कीर्ति संपादिली, ज्यांचें तपाचरण,अध्ययन, व्रतें, उपवास इत्यादिकांची बरोबरी कोणीही करूं शकणार नाहीं, जें इतर कोणत्याही साधनांनीं प्राप्त होण्यास अशक्य तें आत्मज्ञानही ज्यांनीं जन्मतांक्षणींच संपादिलें, ज्यांनीं वेदाचे ऋक्, यजुः साम व अथर्वण असे चार विभाग केले,जे ब्रह्माचें सोपाधिक व उपाधिरहित स्वरूप जाणणारे, जे भूत, भविष्य, व वर्तमान जाणणारे,जे सदाचारसंपन्न, ज्यांपासून पांडु,धृतराष्ट्र व विदुर यांचा जन्म झाला, शंतनूचा वंशविस्तार ज्यांच्या प्रसादानें झाला,श्रवण होतांच जिचें अनुकरण करावेंसें वाटतें अशी पवित्र ज्यांची कीर्ति, व आश्चर्यानें थक्क करून आनंदसागरांत मग्न करणारें ज्यांचें महद्यश,त्या महात्म्या व्यास मुनींनीं आपल्या वेदवेदांगपारंगत शिष्यांसहवर्तमान जनमेजय राजाच्या त्या सभेंत प्रवेश केला,तेव्हां त्या ठिकाणीं पुष्कळ सदस्य व

नानादेशचे राज्याभिषिक्त भूपाल यांनीं परिवेष्टित असा जनमेजय राजा, देवगणांनीं परिवृत इंद्राप्रमाणें बसला आहे असें त्यांनीं पाहिलें.

व्यास मुनि सभेंत येतांच तो भरतर्षभ जनमेजय राजा व सर्व सभासद हर्षित होऊन तात्काळ उठून उभे राहिले. त्यांनीं त्यांस सुवर्णासन बसावयास देऊन, इंद्रसभेंत बृहस्पति आला असतां तेथें त्याचा जसा सन्मान होतो, तसा सन्मान केला. देव व ऋषि ज्यांस बहुमान देतात, ते वरदायक व्यास मुनि आसनावर बसल्यानंतर, जनमेजय राजानें त्यांचें विधिपूर्वक पूजन केलें. नंतर पाद्य, अर्घ्य, आचमनीय इत्यादि समर्पण करून, त्या दानार्ह ब्रह्मतुल्य मुनींस त्यानें मधुपर्कपूर्वक एक धेनुही अर्पण केली. जनमेजय राजानें केलेल्या त्या पूजेचा व्यास मुनींनीं प्रीतिपूर्वक स्वीकार केला व 'धेनु सर्वथा अवध्य आहे' ही गोष्ट मनांत आणून त्यांनीं तीस पाहिजे तिकडे निघून जाण्यास अनुज्ञा दिली. पूजन झाल्यानंतर जनमेजयानें त्यांस साष्टांग प्रणिपात केला, व नम्रपणें त्यांच्या सन्निध बसून त्यांस कुशलप्रश्न केला. तेव्हां व्यासांनीं त्याकडे सप्रेम अवलोकन करून 'खुशाल आहों' म्हणून सांगितलें. नंतर सर्व सदस्यांनीं त्यांची पूजा केली, व उलट व्यासांनींही त्या सर्वांचा गौरव केला, यानंतर जनमेजय राजानें सर्व सदस्यांसह कर जोडून व्यासांस प्रश्न केला.

जनमेजय म्हणाला:—द्विजवरा, कौरव, पांडव इत्यादि सर्वांस आपण प्रत्यक्ष पाहिलें असल्यामुळें, त्यांच्या सर्व गोष्टी आपणास उत्तम विदित आहेत; यास्तव त्या आपल्या मुखांतून श्रवण कराव्या अशी आमची मनीषा आहे. माझ्या प्रपितामहांचें आचरण रागद्वेषादिविकारशून्य असतांही त्यांचें व कौरवांचें वितुष्ट येऊन दैवयोगानें त्यांचीं अंतःकरणें परस्परांविषयीं कशीं कलुषित झालीं, व बहुत जीवांचा संहार करणारें तें महायुद्ध कसकसें झालें, तें सर्व आम्हांस इत्थंभूत निवेदन करा.

सौति म्हणाला:—ऋषीहो, जनमेजय राजाचें हें भाषण श्रवण करतांच, भगवान् व्यास मुनींनीं आपल्या सन्निध बसलेल्या वैशंपायननामक शिष्यास तें भारताख्यान सांगण्याविषयीं आज्ञा केली: ते म्हणाले, "वैशंपायना, कौरव व पांडव यांच्यामध्यें वैरभाव कसकसा उत्पन्न होत गेला, व त्याचा कसा परिणाम झाला, तें सर्व तूं मजपासून श्रवण केलें आहेस; तें तसेंच्या तसेंच यांस कथन कर."

मुनिवर्यहो, वैशंपायनानें ही गुरूची आज्ञा शिरसा मान्य करून, जनमेजय राजा, अन्य पार्थिव, व तेथील सर्व सभासद यांस कौरव-पांडवांमधील भेद व परिणामीं झालेला भयंकर विनाश या सर्वांचें साद्यंत वर्णन सांगितलें.

अध्याय एकसष्टावा.

—:०—

संक्षिप्त भारतकथावर्णन.

वैशंपायन म्हणतात:—राजा, एकाग्र चित्त करून श्रद्धापूर्वक मनोभावानें प्रथम व्यास सद्गुरूस नमस्कार करून; आणि सर्वब्राह्मण व दुसरे विद्वज्जन या सर्वांस सन्मानपूर्वक वंदन करून, ज्या महात्म्याचें नांव आज त्रैलोक्यांत गाजत आहे, त्या महाज्ञानी व्यास महर्षींचें संपूर्ण मत आपणांस मी विशद करून सांगतों. राजा, ही भारती कथा अवगत झाल्यानंतर, तुजसारख्या सत्पात्रास ती कथन करण्याविषयीं गुरुमुखांतून निघालेलें हें आज्ञावचन माझ्या मनास प्रोत्साहन देत आहे. राजेंद्रा, कौरपांडवांमध्यें राज्यासाठीं कसें वांकडे आलें, द्यूत खेळल्यामुळें पांडवांस वनवास कसा प्राप्त झाला, व पृथ्वीतलावरील बहुतेक सर्व क्षत्रियांचा क्षय करणारें तें दारुण युद्ध कसक-

सें घडलें, हें सर्व तुझ्या प्रश्नानुरूप मी कथन करितों, ऐक.

पांडु राजा मृत झाल्यानंतर ते वीर्यशाली पांडव अरण्यांतून स्वगृहीं परत आले,आणि अल्प काळांतच वेद व धनुर्विद्या यांत पारंगत झाले. पांडवांचें अलौकिक शरीरसामर्थ्य,उत्साह,चित्ताची व इंद्रियांची दृढता इत्यादि सद्गुणांमुळें ते पौरजनांस अत्यंत प्रिय झाले. तसेंच,त्यांचें वैभव व कीर्ति फार वाढली हें पाहून कौरवांस त्यांविषयीं वैषम्य वाटूं लागलें. दुर्योधन, कर्ण, शकुनि वगैरे दुष्टांनीं त्यांचा निग्रह करण्यासाठीं व त्यांस दूर करण्यासाठीं नानातऱ्हा केल्या. कलिंग पक्ष्यानें सिंहाच्या दाढेंतील मांस काढून नेण्याचा प्रयत्न करावा, तद्वत् त्या साहसी दुर्योधनानें पांडवांचें राज्य हरण करण्याच्या हेतूनें त्यांस अनेक प्रकारें त्रास दिला.त्या पाप्यानें भीमसेनास विष देण्याचेंही धाडस केलें, परंतु बहुभक्षक वृक्षकनामक अग्नि त्याच्या उदरांत असल्यामुळें त्या बहादरानें तें विष अन्नाबरोबरच पचवून टाकलें! तथापि त्या विषाच्या अमलानें त्यास गुंगी येऊन गाढ झोंप लागली ही संधि साधून दुर्योधनानें त्याचे हातपाय बांधून प्रमाणकोटि तीर्थावर त्यास गंगेच्या उदकांत लोटून दिलें, व तो हस्तिनापुरास परत आला.इकडे तो महाबाहु भीमसेन विषाचा अंमल उतरून सावध झाल्यावर बंधन तोडून सुखरूपपणें गंगेंतून बाहेर निघाला. पुढें एकदा तर दुर्योधनानें भीमसेन निद्रित असतां त्याच्या सर्वांगास भयंकर विषारी कृष्णसर्प डसविले; तथापि शत्रूंचा निःपात करणारा तो वीर मेला नाहींच. कौरवांनीं जे जे अपकार करावे,त्यांचा प्रतिकार करून त्यांतून पांडवांची मुक्तता करण्यास महाबुद्धिमान् विदुर सदोदीत तत्पर असे. स्वर्गांत राहणारा इंद्र पर्जन्यवृष्टीनें जसा सर्व प्राण्यांस सुखावह होतो,तसा विदुरही पांडवांच्या हिताविषयीं तत्पर राहून व त्यांस सद्बोध करून त्यांस सुखावह झाला. असो; भावी कौरवक्षयादि हेतूस्तव दैवानेंच ज्यांचें रक्षण केलें, त्या पांडवांचा नाश याप्रमाणें नानाप्रकारचे गुप्त व उघड उपाय योजूनही जेव्हां करतां येईना, तेव्हां कर्णदुःशासनप्रभृति मंत्र्यांनीं विचार करून व धृतराष्ट्राचें अनुमोदन घेऊन. पांडवनाशार्थ लाक्षागृह निर्माण केलें. राज्योपभोगाच्या अति तृष्णेनें व आपल्या पुत्रांचें कल्याण व्हावें या इच्छेनें त्या अंबिकासुत धृतराष्ट्र राजानें पांडवांस नगराबाहेर हांकून दिलें.तें सर्वजण हस्तिनापुरांतून बाहेर पडले, तेव्हां त्यांबरोबर महात्मा विदुरही गेला. त्यानें पांडवांस या संकटांतून सुटण्याची युक्ति सांगितली, व तिप्रमाणें ते मध्यरात्रीच्या सुमारास जतुगृह सोडून अरण्यांत शिरले, आणि तेथून वारणावतीस जाऊन ते अहितांतक पांडव मातेसह तेथेंच गुप्तपणें राहिले. धृतराष्ट्राच्या आज्ञेप्रमाणें ते जतुगृहांत राहिले असतां त्यांनीं पुरोचनापासून एक वर्षपर्यंत मोठ्या सावधगिरीनें आपलें संरक्षण केलें, आणि विदुराच्या युक्तीप्रमाणें विवर तयार झाल्यानंतर त्या लाक्षागृहास आग लावून त्यांनीं त्यांत पुरोचनासच दग्ध केलें! ह्याप्रमाणें शत्रूचा नाश केल्यावर ते पांडव तेथून मातेसह निघून गेले.पुढें ते वनांतून प्रवास करीत असतां एका जलप्रवाहासंनिध हिडिंबासुरनामक भयंकर राक्षसाची व त्यांची गांठ पडली.पांडवांनीं तात्काळ त्यास ठार केलें; परंतु या कृत्यानें लोक आपणांस ओळखतील व तसें झाल्यास कदाचित् तें कौरवांच्याही कानावर जाईल, या भीतिनें ते तेथून रातोरात निघाले. वाटेंत भीमास हिडिंबेची प्राप्ति होऊन घटोत्कचाचा जन्म झाला. असो. हे सदाचारसंपन्न पांडव एकचक्रा नगरींत पोहोंचल्यावर वेदाध्ययनांत तत्पर राहून ब्रह्मचर्यानें काळ घालवीत मातेसहवर्तमान तेथेंच एका ब्राह्मणाच्या घरीं राहिले. त्या ठिकाणीं बकासुरनामक एक बलिष्ठ राक्षस नित्य मनुष्य भक्षण

करीत असे. एकदा त्या बुभुक्षु राक्षसाची व भीमसेनाची गांठ पडली असतां त्या वीराग्रणी वृकोदरानें आपल्या बाहुबलानें त्या राक्षसास क्षणार्धांत ठार करून नगरवासीयांस संतुष्ट केलें. पुढें पांचाल देशांत राजकन्या द्रौपदीचें स्वयंवर व्हावयाचें आहे ही बातमी पांडवांस समजल्यामुळें ते लगेच तिकडे गेले, व त्याप्रमाणें त्यांस द्रौपदी मिळालीही. या प्रसंगीं पांडवांनीं शत्रूंचा नाश करून पराक्रम गाजविल्यामुळें, हे पांडव असें सर्वांस समजलें. पुढें एक वर्षपर्यंत तेथेंच द्रुपदगृहीं राहून नंतर ते हस्तिनापुरांत परत आले. तेथें आल्यावर धृतराष्ट्र व पितामह भीष्म यांनीं त्यांस असा उपदेश केला कीं, " बाबांनो, तुम्ही व कौरव एकत्र असलां म्हणजे तुमच्या वारंवार कलागती होतात, ह्यास्तव तुम्ही येथें न राहतां खांडवप्रस्थांत जाऊन रहा, म्हणजे तंटा आपोआप मिटेल; अशी तोड आम्हीं विचार करून काढिली आहे, यास्तव मनांत बिलकूल मत्सर न आणतां तुम्ही तेथें रहावयास जा. तो प्रदेश अगदीं पृथक् असून काहीं कमी नाहीं. त्यांतील रस्ते विस्तृत असून त्यांत पुष्कळ देशांचा अंतर्भाव होतो. "

राजा, या त्यांच्या आज्ञेप्रमाणें पांडव आपली सर्व संपत्ति घेऊन सुहृज्जनांसहवर्तमान खांडवप्रस्थीं राहावयास गेले, आपल्या शस्त्रप्रतापानें अन्य भूपालांस वश करून ते बहुत कालपर्यंत त्या ठिकाणीं सुखानें राहिले. त्या सदाचारसंपन्न व क्षमाशील पांडवांनीं केवळ धर्मावर सर्व भिस्त ठेवून व कोणत्याही प्रकारें मदोन्मत्त न होतां जागृत राहून आपल्या शेंकडों शत्रूंस धुळीस मिळविलें. महायशस्वी भीमसेनानें पूर्व दिशा जिंकिली; अर्जुनानें उत्तरदिग्विजय केला; आणि नकुलानें पश्चिम दिशा व शत्रुवीरांतक सहदेवानें दक्षिण दिशा जिंकिली. ह्याप्रमाणें पांडवांनीं संपूर्ण पृथ्वी आपल्या स्वाधीन करून घेतली. आपल्या अद्वितीय क्षात्रतेजानें पांचही पांडव सूर्याप्रमाणें झळकूं लागले. हे सूर्योपम पांच वीर व सहावा प्रत्यक्ष सूर्यनारायण असे सहा सूर्य भूतलावर विराजमान झाले असतां पृथ्वीस अनुपम शोभा आली. सव्यसाची अर्जुन अत्यंत गुणवान् व स्थिरचित्त असून धर्मराजास प्राणापेक्षांही प्रिय होता; तथापि त्यालाही त्या धर्मात्म्यानें कांहीं कारण उपस्थित झाल्यामुळें वनवासास पाठविलें. तो तेरा महिनेपर्यंत अरण्यवास केल्यानंतर द्वारावतीस जाऊन श्रीकृष्णास भेटला. त्या ठिकाणीं त्या महावीराचा कृष्णभगिनी सुभद्रा इजशीं विवाह झाला. ज्याप्रमाणें महेंद्राशीं शची किंवा श्रीकृष्णाशीं रुक्मिणी, त्याप्रमाणें ती मितभाषणी कमलनयना सुभद्रा अनुरूप अर्जुनाशीं संगत झाली. असो; सुभद्रेनें अतिप्रीतीनें अर्जुनास वरल्यानंतर तो तीसहवर्तमान खांडवप्रस्थास परत आला. त्या ठिकाणीं त्यानें खांडववन देऊन अग्नीस तृप्त केलें. अमकी गोष्ट अमुक प्रकारेंच करावयाची अशा निश्चयाचें बळ असलेल्या विष्णूस शत्रुनाश करणें म्हणजे कांहींच विशेष वाटत नाहीं, तद्वत्, श्रीकृष्ण परमात्म्याचें साह्य असल्यामुळें अर्जुनास खांडववनदाहाचें बिलकूल ओझें वाटलें नाहीं. अर्जुनाच्या या कृत्यानें संतुष्ट होऊन अग्नीनें त्यास गांडीव धनुष्य, दोन अक्षय्य भाते, व कपिध्वज रथ दिला. खांडववन दहन करीत असतां त्यांतून अर्जुनानें मयासुराची मुक्तता केली होती, त्या उपकाराची अंशतःफेड करण्याच्या हेतूनें त्यानें पांडवांकरतां एक रत्नखचित दिव्य सभागृह निर्माण केलें. दुष्टबुद्धि दुर्योधनानें अज्ञानतेमुळें परिणामावर दृष्टि न देतां त्या सभागृहाविषयीं लोभ धरला, व शकुनीच्या साह्यानें युधिष्ठिरास द्यूतांत कपटानें जिंकून बारा वर्षेपर्यंत वनवास पाठविलें. त्याप्रमाणें वनवास करून व एक वर्षपर्यंत अज्ञातवासांत राहून चौदाव्या वर्षीं पांडव प्रकट झाले, व त्यांनीं आपली संपत्ति

कौरवांजवळ परत मागितली. परंतु ती देण्याचें कौरवांनीं नाकारल्यामुळें तें भयंकर युद्ध जुंपलें. त्यामध्यें कौरवपक्षीय योध्द्यांचा निःपात करून दुर्योधनास ठार केल्यानंतर पांडवांस तें नष्टप्राय झालेलें राज्य परत मिळालें. हे वीरश्रेष्ठा, अशा प्रकारें त्या निर्विकल्प कर्म करणाऱ्या पांडवांविषयीं कौरवांच्या मनांत भेदभाव उत्पन्न होऊन पांडवांचें राज्य गेलें, परंतु शेवटीं विजय होऊन त्यांस सर्व पुनः प्राप्त झालें !

अध्याय बासष्टावा.

—:०:—

ग्रंथवर्णन.

जनमेजय विचारतोः—हे द्विजोत्तमा, महाभारताख्यान, व त्यांतील कौरवपांडवांचें समग्र चरित्र तूं संक्षेपानें कथन केलेंस तें श्रवण करून, त्या विचित्र अर्थाच्या कथा विस्तापूर्वक ऐकण्याची मला अत्यंत उत्सुकता उत्पन्न झाली आहे; ह्यास्तव, हे तपोधना, हें समग्र चरित्र तूं पुनः सविस्तर कथन कर. तूं सांगितलेल्या संक्षिप्त कथाभागानें माझें समाधान न होतां, माझ्या पूर्वजांचें तें अति विस्तृत चरित्र श्रवण करण्याची जी मला इच्छा होत आहे, तीस तशींच बलवत्तर कारणें आहेत. पहा—पांडवांस धर्माधर्म विचार उत्तम अवगत असूनही त्यांनीं भीष्मद्रोणादि अवध्य मंडळींचा घात केला; आणि त्यांच्या हातून असें धर्मबाह्य कृत्य घडलें असूनही लोक त्याबद्दल त्यांची प्रशंसाच करतात ! तसेंच, पांडवांचा कांहींएक अपराध नसतां कौरवांनीं त्यांची जी इतकी गांजणूक केली, ती प्रतिकाराचें सामर्थ्य अंगांत असूनही त्या नरश्रेष्ठांनीं कशी सहन केली? अयुत गजांचें ज्याचें बल त्या भुजवीर्यशाली वृकोदरास इतके क्लेश झाले असतां त्यानें आपला क्रोध आवरून तरी कसा धरिला ? पाषाणहृदयी कौरवांनीं पतिव्रता द्रौपदीची तशा प्रकारें विटंबना केली असतां त्यांस शापून भस्म करण्याचें सामर्थ्य तीस असतांही तिनें त्यांस दग्ध कां करून टाकलें नाहीं ? त्याप्रमाणें, ते नरश्रेष्ठ भीमार्जुन व माद्रीसुत नकुलसहदेव हे, दुष्ट कौरव आपला घात करीत आहेत हें समजूनही द्यूतासक्त धर्मराजास कसे बरें अनुकूल झाले? राजा युधिष्ठिर तरी प्रत्यक्ष यमधर्माचा पुत्र; धर्म जाणणारा व तदनुरूप वर्तन करणारांत वरिष्ठ; तेव्हां अशा त्या युधिष्ठिरानें तरी आपला कांहींएक अपराध नसतां इतके क्लेश कसे सहन केले ? गोपालकृष्ण ज्याचा सारथि, त्या पांडुपुत्र धनंजयानें बाणांचा वर्षाव करून तीं अफाट सैन्यें एकट्यानें यमसदनीं पाठविलीं तरी कशीं ? हे तपोधना, असे नानाप्रकारचे प्रश्न माझ्या मनांत उद्भवले आहेत, यास्तव हें सर्व याथातथ्य कथन करून, त्या महारथ्यांनीं ज्या ज्या स्थळीं जें जें कांहीं केलें असेल तेंही सर्व सांग.

वैशंपायन म्हणालेः—हे महाराजा, अंमळ धीर धर. त्या परमपवित्र महाभारताची ही व्यासप्रणीत अनुक्रमणिका मात्र मीं सांगितली आहे. आतां पुढें सर्व लोक ज्यांचें पूजन करतात त्या महातेजस्वी व्यास महर्षींचें संपूर्ण मत मी सांगणार आहे. या भारत ग्रंथांत त्या महाज्ञानी सत्यवतीपुत्रानें पुण्यकारक अशा एक लक्ष श्लोकांचें व्याख्यान केलें आहे. जो ज्ञानी हे श्लोक दुसऱ्यांस ऐकवील, व जे लोक ते श्रवण करतील, त्यांस ब्रह्मलोक प्राप्त होऊन ते देवतुल्य होतील. हें आख्यान प्रत्यक्ष वेदाप्रमाणें पवित्र असून फारच रमणीय आहे. श्रवण करण्यास योग्य अशा सर्व पुराणांमध्यें हें वरिष्ठ असल्यामुळें मंत्रद्रष्टे ऋषिही याची फार प्रशंसा करतात. या परमपावन इतिहासांत कामशास्त्र व अर्थशास्त्र यांचें पूर्णपणें स्पष्टीकरण केलें असून, मोक्षोचित ज्ञानही प्रतिपादन केलें आहे.

धर्माविषयीं आस्तिक्यबुद्धि धारण करणाऱ्या सत्यप्रिय दानशूर थोर गृहस्थांस या महर्षि कृष्णद्वैपायनप्रणीत पांचव्या वेदाचें पुराण वगैरे सांगून विद्वज्जन द्रव्यार्जन करितात.या ग्रंथाच्या श्रवणानें भ्रूणहत्येचें पातकही निःसंशय नष्ट होतें; फार काय वर्णन करावें? हा इतिहास श्रवण करून अतिदारुण पापीही सर्व पापांपासून मुक्त होऊन, राहुमुक्त चंद्राप्रमाणें सोज्ज्वल होतो ! या भारतेतिहासास 'जय' अशी संज्ञा आहे, यास्तव सर्व विजयेच्छूंनीं याचें अवश्य श्रवण करावें. ज्याच्या योगानें सुपुत्र उत्पन्न होतात असें हें श्रेष्ठ व उत्तम पुंसवनच होय. तसेंच,अमित कल्याण करणारें हें एक श्रेष्ठ स्वस्त्ययनच होय. भूपालानें आपल्या पट्टराणीसहवर्तमान याचें अवश्य श्रवण करावें. तेणेंकरून त्यास वीर्यशाली पुत्र होईल. कदाचित् कन्या झालीच तर ती राज्यभागिनी तरी होईल. हें महाभारत म्हणजे एक परमपवित्र धर्मशास्त्र होय. यास सर्वश्रेष्ठ असें अर्थशास्त्रही म्हणतां येईल. अमित बुद्धिमान व्यास मुनींनीं हें एक वेदान्तशास्त्रच निर्माण केलें आहे.कित्येक विद्वज्जन सांप्रत हें कथन करीत आहेत, व दुसरे पुष्कळ लोक तें श्रवण करीत आहेत. याच्या श्रवणानें पुत्रांस मातापितरांची शुश्रूषा करण्याची इच्छा उत्पन्न होते, आणि सेवक आपल्या धन्यास कल्याणप्रद होतात. जो मनुष्य हे आख्यान श्रवण करितो, त्याचें कायिक, वाचिक व मानसिक असें सर्व प्रकारचे पाप क्षणांत नष्ट होतें. परगुणांविषयीं निर्मत्सर अशा भरतश्रेष्ठ महात्म्या पांडवाचें, व अमित द्रव्यवान् असून पराक्रमी,सर्वविद्याविशारद व लोकप्रसिद्ध कृत्यें करणाऱ्या अन्य क्षत्रियांचें हें विस्तृत जन्मवृत्त श्रवण करणारास कोणत्याही प्रकारची रोगबाधा होण्याचें भय नाहीं. या जगांत जो कोणी द्रव्येच्छा मनांत न धरितां केवल पुण्यप्राप्तीस्तव भारताख्यान शुचिर्भूत ब्राह्मणांस कथन करील, त्याचें पुण्य किती म्हणून सांगावें ? प्रत्यक्ष सनातन धर्म हा त्याचा आहे.या प्रसिद्ध कुरुवंशाचें सतत संकीर्तन करणारास पुष्कळ संतति होते,व तो लोकांत पूज्य होतो. जो ब्राह्मण व्रतस्थ राहून या भारताख्यानाचें अध्ययन करितो,तो वर्षाकालांतील फक्त चार महिन्यांच्या अवधींत सर्व पापांपासून मुक्त होतो, महाभारत पठन करणारालाच ज्ञाता असें म्हणावें,व त्यालाच वेदपारंगत समजावें. ज्यांनीं आपल्या पातकांचें क्षालन केलें आहे असे देवर्षि, राजर्षि व परमपावन ब्रह्मर्षि यांच्या कथा या महाभारतांत असून, शिवाय केशवाचेही गुणानुवाद गाइले आहेत. लोकाधिदेव भगवान् शंकर व आदिमाया पार्वती यांचें चरित्र वर्णिलें असून त्यांत षट्कृत्तिकांपासून जन्म पावलेल्या कार्तिकेयाचें जन्मवृत्त कथन केलें आहे. ब्राह्मण व धेनु यांचें माहात्म्य ज्यांत वर्णिलें आहे असा महाभारत ग्रंथ म्हणजे कर्मब्रह्मपर सर्व श्रुतींचें भांडागारच होय. हा धार्मिकांनीं अवश्यमेव श्रवण करावा. जो विद्वान् हा ग्रंथ ब्राह्मणांस पर्वपार ऐकवील, तो सर्व पातकांपासून निर्धूत होऊन व स्वर्गासही जिंकून शाश्वत ब्रह्मपदास जाऊन पोहोंचेल. याचा अंतिमपाद जें श्राद्धपर्व, तें श्राद्धकालीं ब्राह्मणांस ऐकविणाऱ्या मनुष्याचें तें श्राद्ध अक्षय्य होऊन पितरांस सदोदित संतुष्ट करितें. समजून उमजून किंवा अज्ञतेनें मनुष्य जें जें पाप इंद्रियें व मन यांच्या योगानें साऱ्या दिवसांत करितो,तें सर्व या महाभारताच्या श्रवणमात्रेंकरूनच नष्ट होतें.भरतांचें विस्तृत जन्मवृत्त यांत कथन केलें असल्यामुळें यास महाभारत असें म्हणतात. याचें सार जो जाणतो, त्याचें कोणतेंच पातक अवशिष्ट रहात नाहीं. भरतकुलोत्पन्न राजांचा जो अत्यद्भुत इतिहास यांत कथन केला आहे,त्याचें अनुवादन केलें असतां तो म-

नुष्यांस महदपराधापासूनही सोडवील. कृष्णद्वैपायन महर्षींस हा ग्रंथ करण्याची स्फूर्ति झाल्यानंतर त्यांनीं नित्य त्याच्या व्यासंगांत तत्पर राहून आदिपर्वापासून हें संपूर्ण महाभारत तीन वर्षांत निर्माण केलें.तो शुचिर्भूत मुनि महासमर्थ असतांही त्याची मनःकामना पूर्ण व्हावयास तीन वर्षें लागलीं,इतका प्रचंड हा ग्रंथ आहे. व्यासांनीं तपोनियमांचा अवलंब करून पवित्रपणें हा ग्रंथ रचिला आहे,यास्तव ब्राह्मणांनीं व्रतस्थ राहून याचें श्रवण करावें. कृष्णद्वैपायनप्रणीत ही पुण्यकारक सर्वोत्तम अशी भारती कथा जे साग्र पठन करतील, व जे नर ती श्रवण करतील,ते बऱ्या अथवा वाईट कोणत्याही मार्गानें वागणारे असोत, तसेंच त्यांनीं पापपुण्य केलें असो वा नसो,त्यांस त्याबद्दल शोक करावयास नको. कारण, याच्या श्रवणानेंच त्या सर्व प्रत्यवायांचा परिहार होणार आहे.आपल्या हातून धर्म घडावा अशी ज्यास इच्छा असेल, त्यानें हाच समग्र ग्रंथ श्रवण करावा. कारण, याच्या श्रवणानें,धर्माचें फल जें चित्तशुद्धि होणें वगैरे, तें प्राप्त होतें. जो पुण्यवान् या अद्भुत ग्रंथाचें श्रद्धापूर्वक पठन करील, त्यास राजसूय व अश्वमेध हे यज्ञ केल्याचें पुण्य लागतें. सागर मेरु व पर्वत हे दोन रत्ननिधि म्हणून प्रसिद्ध आहेत, तद्वत् या महाभारतासही रत्ननिधि असेंच म्हणतात.हें वेदांसारखें पवित्र व उत्तम, रमणीयार्थपरिप्लुत, कर्णमधुर आणि शीलवृद्धि करणारें असून पावन आहे. ज्यानें हा ग्रंथ वाचकास अर्पण केला, त्यानें समुद्रवलयांकित सर्व पृथ्वीच दान केली. राजा,मी आतां जी हर्षप्रद दिव्य कथा सांगणार आहें, ती तूं विजयप्राप्तीस्तव व पुण्यवृद्धीस्तव संपूर्ण श्रवण कर सदोदित तत्पर असलेल्या कृष्णद्वैपायन मुनींस हें महाभारत रचण्यास तीन वर्षें लागलीं इतकें हें अद्भुत आहे.पहा-धर्म,अर्थ,काम आणि मोक्ष हें अवश्यसंपादनीय चतुष्टय व अधर्मानर्थदुःखसंसाररूप त्याज्य चतुष्टय यांचें या ग्रंथांत संपूर्णपणें निरूपण केलें आहे. ह्या ग्रंथांत जें सांगितलें आहे. तेंच दुसऱ्या सर्व ग्रंथांत घेतलें आहे.इतर ग्रंथांत महाभारताहून अधिक असें कांहींएक आढळावयाचें नाहीं. यास्तव, सर्व शास्त्रांच्या अर्थाचें संपूर्णपणें पर्यालोचन करण्याची ज्यास इच्छा असेल, त्यानें याच ग्रंथाचा आदर करावा.

अध्याय त्रेसष्ठावा.

—:(०):—

उपरिचरराजचरित.

वैशंपायन म्हणालेः-राजा, प्रजांचें रंजन करणारा उपरिचरनामक एक धर्मनिष्ठ भूपाल होता.तो सदोदित मृगया करण्यांत निमग्न असे. त्या पुरुकुलोत्पन्न राजानें इंद्राच्या उपदेशावरून चेदि देश ग्रहण केला,तो प्रकार असाःउपरिचर राजा शस्त्राचा त्याग करून आश्रमांत उत्तम प्रकारें तपाचरण करीत राहिला असतां, इंद्रप्रभृति देव त्याजपुढें गुप्तपणें येऊन उभे राहिले. आपल्या तपोबलानें हा राजा इंद्रपदासही योग्य झाला आहे असें पाहून देवांनीं त्यापुढें आपलें प्रत्यक्ष रूप प्रकट केलें, व तपाचरणापासून त्यास निवृत्त केलें. देव म्हणाले,“ उपरिचरा, सांप्रत भूमीवर नियंता असा कोणी नसल्यामुळें तेथें धर्मसंकर होण्याचा संभव आहे. तो न व्हावा म्हणून तूं पृथ्वीचें राज्य धारण कर. धर्मास तुझा पाठिंबा मिळाल्यावर तो संपूर्ण जग निश्चयानें धारण करील. ”

इंद्र म्हणालाः-राजा, तूं सदोदित तत्पर राहून पृथ्वीचें पालन कर. ह्या भूलोकीं धर्माचरण केल्यानंतर त्याच्या योगानें तुला सनातन असे पुण्यलोक प्राप्त होतील.स्वर्गांत राहणाऱ्या माझा तूंच एक या भूलोकीं राहणारा प्रियमित्र आहेस.हे

नराधिपा, या पृथ्वीतलावर अतिरमणीय असा जो चेदि देश, त्यामध्यें तूं वास्तव्य कर. हां देश पशूंस हितकर व पवित्र असून धनधान्यांनीं समृद्ध आहे. हा स्वर्गतुल्य असल्यामुळें रक्षणीय असून अगदीं सौम्य आहे. उपभोगण्यास अवश्य असे सर्व गुण या भूमीमध्यें आहेत. सर्व प्रकारचीं द्रव्यें व रत्नें विपुल असून जमिनीच्या पोटांत पुष्कळ द्रव्यनिधि असल्यामुळें हा देश संपत्तिमान् झाला आहे. यास्तव तूं या देशांत वास्तव्य कर. हे चेदिपते, येथील लोकवस्तीचीं स्थलें ह्मणजे प्रत्यक्ष धर्मपदतीर्थेंच होत. त्यांत राहणारे लोकही साधु असून पूर्ण समाधानी आहेत. या चेदि देशांत एरवीं तर नाहींच, पण थट्टेमध्येंसुद्धां कधीं असत्य भाषण आढळावयाचें नाहीं. पुत्र हे वडिलांपासून विभक्त न होतां सदोदित त्यांच्या सेवेस सादर राहतात. यांतील जमीन इतकी सुपीक आहे कीं, ती नांगरण्याची जरूर पडत नसल्यामुळें बैलांच्या मानेवर जोकड ठेवण्याचा प्रसंगच येत नाहीं. बरें, जमिनीची मशागत न करतांही इतकें धान्य पिकतें कीं, दीन, अनाथ लोकही येथें आले असतां पुष्ट होतात. हे मानधना, या चेदि देशांतील सर्व वर्णांचे लोक आपापल्या विशिष्ट धर्माप्रमाणेंच नित्य आचरण करतात. राजा, तुला सर्व विदित आहेच आत्मज्ञानानें तुला न कळलेलें असें या त्रैलोक्यांत कांहींही नाहीं. देवांनीं उपभोग घेण्यास योग्य अशा प्रकारचें एक आकाशांत गमन करणारें स्फटिकमय दिव्य विशाल विमान माझ्या प्रसादानें तुला प्राप्त होईल. भूलोकवासी सर्व लोकांत तूं एकटाच या श्रेष्ठ विमानांत बसून उंच आकाशांत भ्रमण करीत असतां युद्धास निघालेल्या एखाद्या देवाप्रमाणें शोभतील. शिवाय जींतील कमळें कधींच कोमेजत नाहींत अशी ही वैजयंती माला मी तुला अर्पण करितों. हिचा असा प्रभाव आहे कीं, युद्धप्रसंगीं ही माला गळ्यांत असली म्हणजे तुला शस्त्रांचें व्रण होण्याची भीति नाहीं. हे राजा! 'इन्द्रमाला' नामक ही दैवी माला तुझें एक मोठें अद्वितीय असें इहलोकचें धन्यवाद देणारें भूषणच होईल.

नंतर इंद्रानें ह्या राजाला आपल्या प्रेमाची खूण म्हणून साधूंचे प्रतिपालनार्थ एक वेळूची काठी दिली. असो; इंद्राचे उपकार स्मरून राजानेंही तो संवत्सर संपण्याच्या दिवशीं ती काठी थोडी जमिनींत पुरून ठेविली ही चाल अद्यापिही राजे लोकांत सुरू आहे. नंतर नवीन वर्षाच्या प्रथम दिवशीं (वर्षप्रतिपदेला) त्या काठीला वस्त्रभूषणें, गंधपुष्पें इत्यादिकांनीं अलंकृत करून उंच उभारितात आणि वसुराजाप्रीत्यर्थ धारण केलेल्या हंसरूपी ईश्वराची या यष्टिद्वारा विधिपूर्वक मोठ्या आदरानें पूजा करितात. आपला हा असा उत्सव त्या वसुराजानें प्रचलित केलेला पाहून त्या चक्रवर्ती नृपावर इंद्राचा अनुग्रह होऊन त्यानें असा वर दिला "कीं जे नृप व जे लोक चेदिराजाप्रमाणें माझा उत्सव व पूजा करितील, त्यांचा सदैव विजय होत जाऊन त्यांच्या राज्यांत अखंड लक्ष्मी वास करील, व त्यांच्या प्रजाजनांचेंही कल्याण होऊन ते नेहमीं संतुष्ट राहतील." याप्रमाणें त्या उदार महेंद्रानें चेदिमहाराजाचा उत्तम सत्कार केला; असो.

या वसु महाराजाप्रमाणेंच जे जे लोक इंद्राचा प्रतिवार्षिक उत्सव करून भूमिदान किंवा रत्नदान करितील, तेही वसूप्रमाणेंच पूज्य होतील. असो; याप्रमाणें इंद्राचा आवडता झालेल्या त्या चेदिराजानें पृथ्वीचें पालन धर्मतत्त्वानुसार केलें. हा राजा इंद्राचा उत्सव प्रतिवर्षीं करी. याला महाशूर व महापराक्रमी असे पांच पुत्र होते. बृहद्रथ, प्रत्यग्रह, कुशांब (मणिवाहन) मावेल्ल व यदु हीं त्यांचीं नांवें होत. या आपल्या पुत्रांस त्यानें निरनिराळ्या देशांचीं राज्यें देऊन त्यांस अभिषिक्त केलें. तेही मोठे परा-

क्रमी निघाले. त्यांनीं आपलीं नांवें त्या त्या राष्ट्रांस व नगरांस देऊन आपलें नांव चिरस्थायी केलें. त्यांचे निरनिराळे शाश्वत असे पांच वंश झाले हें सांगावयास नकोच. इकडे वसु राजा हा इंद्रदत्त स्फटिक विमानांत राहून आकाशांत संचार करीत असतां तेथें गंधर्वादिकांनीं उत्तम प्रकारें त्या महाराजाची सेवा केली. राजा नेहमीं आकाशांतच राही, म्हणून त्याचें ' उपरिचर ' असें नांव प्रसिद्ध झालें.

एकदा असा चमत्कार झाला कीं, आपल्या नगरीजवळूनच वहाणाऱ्या शुक्तिमतिनामक नदीला कोलाहल नांवाच्या पर्वतानें कामवासनापूर्वक अडविलें आहे, हें पाहून वसु राजानें त्या पर्वताला लाथ मारून एक विवर पाडिलें, व नदीप्रवाहाचा मार्ग मोकळा केला. पण त्या पर्वतसंगतीनें नदीला एक मुलगा व एक मुलगी असें जुळें झालें होतें. तें जुळें त्या कृतज्ञ नदीनें प्रसन्न होऊन राजाला दिलें. राजानें मुलाला आपलें सैनापत्य दिलें, आणि मुलीचें आपण स्वतः पाणिग्रहण केलें. या नूतन स्त्रीचें नांव गिरिका. ही लवकरच ऋतुस्नात झाली. नंतर, शुद्धस्नान करून शुचिर्भूत झालेल्या त्या नवीन भार्येला ऋतुदान द्यावयाचें त्या दिवशींच, त्या महाराजावर प्रेम करणाऱ्या पितरांनीं 'मृगयेस जा ' अशी त्या धार्मिक राजाला आज्ञा केली. राजा मृगयेस गेला, पण अतिसुंदर गिरिकेचें स्मरण त्यास वारंवार होत होतें. तो मृगया करून एका रमणीय वनांत शिरून पाहतो, तों तेथें अनेक प्रकारचे सुगंधि वृक्ष पुष्पफलांनीं ओथंबलेले आहेत, कोकिलरवानें व भ्रमरांच्या गुंजारवानें त्या वनांत अश्रुतपूर्व मधुर स्वर निघत आहे, वसंत ऋतु आहे, पण आपली नूतन भार्या गिरिका नाहीं असें त्यानें पाहिलें. असल्या कामपोषक रमणीय वनांत आपली भार्या नाहीं, हें मनांत येऊन त्याचा कामसंताप अत्यंतच वाढला, आणि फिरण्यानें समाधान होत नाहीं हें पाहून तो संतापव्याकुळ वसु राजा संतापशमनाप्रीत्यर्थ पर्णपुष्पफलयुक्त अशा रमणीय अशोक वृक्षाखालीं बसला. इतक्यांत तो रम्य देखावा, सुगंध, वसंत ऋतु इत्यादि मादक वस्तूंनीं कामोन्मत्त झालेल्या त्या राजाचें रेतस्खलन झालें तेव्हां आपलें अमोघ रेत व्यर्थ जाऊं नये म्हणून त्यानें तें एका वृक्षपत्रांत (द्रोणांत) धरून ठेविलें, व हें उपयोगीं रेत आपलें मार्गप्रतीक्षण करणाऱ्या ऋतुस्नान भार्येस शुभ मुहूर्तावर कसें मिळेल याचा तो विचार करूं लागला, इतक्यांत त्याच्या दृष्टीस एक श्येन पक्षी पडला. हा लवकर चालणारा पक्षी आपलें कार्य करील असें वाटून तो धर्मरहस्य जाणणारा राजा श्येनाजवळ गेला, आणि 'हें अभिमंत्रित रेत माझ्या प्रिय भार्येला लवकर नेऊन दे' अशी त्यानें प्रार्थना केली. ती विनंति मान्य करून तो श्येन जोरानें उडून कांहीं मार्गक्रमण करीत आहे तों त्याच्यावर दुसऱ्या एका बुभुक्षू श्येनानें झडप घातली. तेव्हां अर्थातच त्या उभयतांचें आकाशांत मोठें कडाक्याचें तुंड युद्ध झालें; त्यांत त्या रेतवाहक श्येनाच्या पायांतून रेतपूर्ण द्रोण यमुना नदींत पडला!

राजा, या यमुना नदींत अद्रिका नांवाची अप्सरा ब्रह्मशापानें मत्सी होऊन पडली होती. तिनें तो द्रोण घेऊन त्यांतील वीर्य भक्षिलें! पुढें त्या मत्सीला दहाव्या महिन्यांत धीवरांनीं धरून फाडिलें. तेव्हां तिच्या उदरांतून एक मुलगा व मुलगी अशीं दोन मुलें बाहेर आलीं. हा चमत्कार धीवरांनीं राजास सांगितला व तीं बालकें त्याच्यापुढें ठेविलीं. उपरिचर राजानें मुलाचें नांव मत्स्य असें ठेवून त्याचा स्वीकार केला. हा मुलगा पुढें धर्मयुद्ध करणारा झाला. इकडे ती अद्रिकामत्सी, 'दोन मानवांस जन्म दिल्याबरोबर तूं मुक्त होशील' या उश्शापाच्या आधारानें मुक्त होऊन स्वर्गाधामाला गेली. त्या

मुलांपैकीं मुलगी होती ती एका नाविकाला अर्पण करून'स्वकन्येप्रमाणें इचें पालन कर'असें राजानें त्या नाविकाला सांगितलें. ही मुलगी रूप, बल, तेज इत्यादिकांनीं व स्त्रीजातीला शोभा देणाऱ्या सर्व गुणांनीं युक्त अशी होती. इचें नांव सत्यवती. ह्या मुलीला मासे धरणाऱ्या कोळ्याची संगति असल्याकारणानें तिच्या अंगाला माशांची घाण येत असे. ही सत्यवती आपल्या मानींव पित्याच्या कामाला हातभार लावून नावही चालवीत असे.

व्यासादिकांची उत्पत्ति.

राजा, पुढें एके दिवशीं, तीर्थयात्रेसाठीं पर्यटन करणारे भगवान् पराशर महर्षि त्या नदीवर येऊन नावेंत बसले, तेव्हां या अतिलावण्ययुक्त व सिद्धांना सुद्धां मोह पाडणाऱ्या सत्यवतीचें अनुपम सौंदर्य पाहून कामवश झाले, आणि 'मला रतिदान दे' असें म्हणाले. तेव्हां सत्यवती म्हणाली, "भगवन्! चोहींकडे ऋषि बसले आहेत, तेव्हां यांच्या समक्ष आपला व माझा समागम कसा होऊं शकेल?" सत्यवतीचें हें भाषण ऐकून, त्या कामप्रेरित महर्षींनीं स्वप्रभावानें गाढ धुकें उत्पन्न करून दिवसाढवळ्याच सर्वत्र घनदाट अंधकार पसरविला! हा चमत्कार पाहून ती मुलगी सलज्ज होत्साती पराशरास म्हणाली, "मी बापाच्या आज्ञेंत चालणारी कन्या आहें. आपल्याशीं संग केला तर माझा कन्याभाव दूषित होईल. महाराज! पुढें हें काळें तोंड घेऊन मी जगूं तरी कशी? अशा स्थितींत मला घरीं जातां येत नाहीं, व पाप होईल या भीतीनें मला येथें रहातांही येत नाहीं."

त्या कन्येचें हें अर्थपूर्ण भाषण ऐकून पराशर ऋषि प्रसन्न झाले व म्हणाले, "माझी कामशांति केलीस तरी तुझा कन्याभाव दूषित होणार नाहीं, समजलीस? आणखीही तुला कांहीं अभीष्ट वर मागावयाचा असेल तर माग. माझी वाणी किंवा माझा वर केव्हांही मिथ्या होणार नाहीं." तेव्हां सत्यवतीनें वर मागितला कीं, 'माझ्या सर्व अंगाला सुगंध यावा.' ऋषींनीं 'तथास्तु' असा आशीर्वाद दिला. पुढें त्यांचा समागम प्रीतिपुरःसर झाला. या वरप्राप्तीच्या दिवसापासून सत्यवतीला 'गंधवती' असें म्हणूं लागले, व एक योजनपर्यंत तिच्या अंगाचा सुवास जात असे म्हणून तिला 'योजनगंधा' असेंही म्हणूं लागले. पराशर ऋषींपासून तिला गर्भप्राप्ति झाली व पुढें पुत्र झाला. तोच महातेजस्वी श्रीव्यास होय. यमुनाद्वीपांत जन्म झाला म्हणून ह्याला 'द्वैपायन' असें नांव मिळालें; व कृत, त्रेता, द्वापर आणि कलि या युगांत अनुक्रमानें धर्माचा ऱ्हास होत जाणार, त्याच्या चार पायांपैकीं एकएक पाय अनुक्रमानें नष्ट होणार; तसेंच मनुष्यांची शक्ति व त्यांचें आयुष्य हीं युगानुसार कमी होणार; हें पाहून, आणि ब्रह्म व ब्राह्मण यांचें संरक्षण झालें पाहिजे, असें मनांत आणून, श्रीमद्द्वैपायनांनीं वेदांचा शाखाभेदानें विस्तार केला व एकंदरीनें वेदाभ्यास सुलभ केला, म्हणून त्यांस 'व्यास'[१] ही संज्ञा मिळाली. असो; 'माझें स्मरण करशील तेव्हां तुला दर्शन देईन' असा मातेस वर देऊन हे व्यास ऋषि तपश्चर्येसाठीं निघून गेले. श्रीव्यासांनीं भारतासकट पांच वेद सुमंतु, जैमिनि, पैल, वैशंपायन हे शिष्य व शुकाचार्य आपला मुलगा, या सर्वांस पढविले. पुढें, भारताला आधारभूत जे चार वेद, त्यांच्या संहिता, मंत्र व ब्राह्मण हीं पूर्वोक्त शिष्यांनीं निरनिराळ्या स्वरूपांनीं प्रकट केलीं.

राजा, व्यासांप्रमाणेंच श्रीगंगेच्या उदरीं शंतनूपासून महापराक्रमी व शुद्ध कीर्तीचे भीष्माचार्य उत्पन्न झाले. ते अष्टवसूंच्या अंशापासून झाले. तसाच विदुरही यमधर्माच्या अंशापासून जन्मला. त्याचें कथानक असें:—

वेदार्थ जाणणारे महाप्रसिद्ध व महायोग्य अ-

१ विव्यास वेदान् यस्मात्स तस्माद्व्यास इति स्मृतः।

णीमांडव्य महर्षि यांच्यावर एकदा चोरीचा आळ येऊन त्यांत त्यांस सुळावर चढविण्याची शिक्षा झाली! पुढें यमधर्मास त्यांनीं बोलावून आणून विचारिलें कीं, "यमधर्मा! मीं बालपणीं एका कीटकाला नुसत्या काटकीनें टोंचिलें होतें, ह्या पातकाशिवाय माझ्या हातून कोणतेंही पातक झालेलें मला आठवत नाहीं. पुनः तें क्षुल्लक पातक माझ्या उग्र तपश्चर्येनें सहजच जळून भस्म झालें असेल. तेव्हां या एवढ्याशा दग्ध झालेल्या पातकासाठीं मला तूं ही उग्र शिक्षा दिलीस, व ब्राह्मणवधाचें महापातक केलेंस, यासाठीं तुला शूद्र योनींत जन्म घ्यावा लागेल." या शापामुळें यमधर्माला शूद्र योनींत जन्म घेणें भाग पडलें. हा शूद्र म्हणजे महापुण्यशाली व महाज्ञाता विदुर होय. गवल्गणापासून ऋषितुल्य संजय सारथिकुलांत जन्म पावला. कुंती कन्यास्थितींत असतांनाच सूर्यापासून तिला महाबली आणि जन्मापासूनच कवचकुंडलें धारण करणारा, सतेज कर्ण झाला.सर्व लोकांवर अनुग्रह करणारा दिव्य, देदीप्यमान, सर्ववंद्य व महायशस्वी श्रीकृष्ण भगवान् वसुदेवापासून देवकीच्या उदरीं धर्मसंस्थापनेप्रीत्यर्थ अवतीर्ण झाला. तो प्रभु जन्ममरणातीत असून या जगाच्या उत्पत्तिस्थितिलयांचा कर्ता, व स्वतःसिद्ध प्रकाशमान आहे. त्यानें केवळ जगताच्या कल्याणासाठीं यादवकुलांत अवतार घेतला. राजा, जें अव्यक्त, अक्षर, त्रिगुणात्मक व अव्यय ब्रह्म जगताच्या उत्पत्तीला कारण व अधिष्ठान, पुराणपुरुष, पंचमहाभूतात्मक विश्व हें ज्याचें कर्म आहे, ज्याची प्राप्ति केवळ सत्त्वगुणानेंच होते, प्रणवनामक वर्ण हेंच ज्याचें व्यक्त स्वरूप असून जें अनंत, अचल, शुद्ध चैतन्यरूपी असें आहे, तेंच परब्रह्म धर्मसंरक्षणाकरितां वृष्णिकुलांत अवतीर्ण झालें!

असो; अंधकवृष्णिकुलांत सर्व शस्त्रास्त्रज्ञानांत व सर्व शास्त्रज्ञानांत परिपूर्ण आणि महावीर्यशाली अशा बलराम व श्रीकृष्ण यांनीं धर्मसंरक्षणासाठीं अवतार घेतले. सत्यक व हृदीक यांच्या उदरीं सात्यकि व कृतवर्मा हे झाले. हे नारायणाचे अनुयायी व अस्त्रशास्त्रज्ञ होते. उग्र तपश्चर्या करणारे महर्षि भरद्वाज यांचें रेत एका पर्वतदरीमध्यें स्खलित झालें, त्यापासून द्रोणाचार्य, व गौतमाच्या स्खलित रेतापासून कृपाचार्य व अश्वत्थाम्याची मातुःश्री कृपी हें मिथुन झालें. बलवंत अश्वत्थामा हा द्रोण व कृपी यांचा पुत्र होय. यज्ञांतील प्रज्वलित अग्नीपासून तेजस्वी धृष्टद्युम्न द्रोणवधासाठीं अमोघ धनुष्यबाण घेऊन जन्मास आला. अत्युत्तम रूप धारण करून सर्व जगास स्वतेजानें प्रकाशित करणारी कृष्णा (द्रौपदी) ह्या यज्ञांतूनच निर्माण झाली. प्रल्हादाचा शिष्य नग्नजित् हा सुबलनामक गांधार राजाचा पिता होय. या सुबल राजाचीं मुलें देवकोपामुळें धर्मविघातक झालीं. सुबलाचा मुलगा शकुनि व मुलगी गांधारी होय. शकुनि हा महास्वार्थी असून, दुर्योधनाची मातुःश्रीही दुर्योधन महास्वार्थी म्हणून महास्वार्थी होती. विचित्रवीर्याच्या क्षेत्रामध्यें राजा धृतराष्ट्र व राजा पांडु हीं अपत्यें कृष्णद्वैपायन व्यासांपासून झालीं. धर्म आणि अर्थ उत्तम रीतीनें जाणणारा महाविवेकी व महाबुद्धिमान् असा विदुर हाही त्याच क्षेत्रामध्यें द्वैपायनांपासून झाला. पांडु राजास दोन स्त्रियांपासून देवांसारखे तेजस्वी असे पांच पुत्र झाले. त्यांत युधिष्ठिर हा वयानें व गुणांनीं सर्वांहून श्रेष्ठ होता. हा यमधर्मापासून झाला. वायूपासून भीम आणि इंद्रापासून सर्व शस्त्रधाऱ्यांमध्यें श्रेष्ठ व श्रीमान् असा अर्जुन झाला. हे तिघेही कुंतीचे पुत्र होत. गुरुसेवेमध्यें निष्णात असे रूपसुंदर नकुलसहदेव हे अश्विनीकुमारांपासून माद्रीला झाले. गांधारीपासून दुर्योधनप्रभृति शंभर पुत्र व वैश्यस्त्रियेपासून युयुत्सु असे एकशें एक पुत्र श्रीमान् धृतराष्ट्राला झाले

राजा, ह्यांपैकीं दुःशासन, दुःसह, दुर्मर्षण, विकर्ण चित्रसेन, विविंशति, जय, सत्यव्रत, पुरुमित्र आणि वैश्यापुत्र युयुत्सु हे महारथी होते. अभिमन्यु हा सुभद्रा व अर्जुन यांचा मुलगा श्रीकृष्णाचा भाचा, आणि पांडूचा नातू होय. द्रौपदीलाही युधिष्ठिरापासून प्रतिविंध्य, भीमापासून सुतसोम, अर्जुनापासून श्रुतकीर्ति, नकुलापासून शतानीक व सहदेवापासून प्रतापी श्रुतसेन हे पांच पुत्र रूपसंपन्न आणि सर्वशस्त्रास्त्रपंडित असे झाले होते. हिडिंबेपासून भीमाला घटोत्कच वनामध्यें झाला. शिखंडी हा द्रुपदपुत्र प्रथम स्त्री होता; पुढें त्या मुलीचें प्रिय करावें या इच्छेनें स्थूणनामक यक्षानें तिला पुरुषत्व दिलें. कौरवपांडवांच्या युद्धामध्यें आणखी लाखों राजे विद्यमान होते. त्या सर्वांचीं नांवें सांगण्याला सुद्धां हजारों वर्षें पुरणार नाहींत. तेव्हां ज्यांचीं चरित्रें येथें विस्तारानें येणार आहेत, व ज्यांच्या चरित्रामुळेंच हा ग्रंथ एवढा मोठा झाला आहे, ते मुख्य पुरुष मात्र येथें निर्दिष्ट केले आहेत.

अध्याय चौसष्टावा.

—:o:—

अवतारनिश्चय.

जनमेजय विचारतोः—ब्रह्मन्! आपण ज्या हजारों पुरुषांचें हें नामसंकीर्तन केलें, त्या सर्वांच्या कथा व त्यांच्या अवतारांचीं कारणें सविस्तर ऐकावीं अशी इच्छा आहे. तेव्हां या देवतुल्य महारथांच्या कथा मला विस्तरतः सांगण्याची कृपा करावी.

वैशंपायन म्हणालेः—राजा! हें सर्व देवांचें रहस्य आहे, असें ऐकितों; तथापि स्वयंभू ब्रह्मदेवाला नमस्कार करून तुला मी सर्व वृत्तांत सांगतों ऐकः-परशुरामांनीं एकवीस वेळ निःक्षत्रिय पृथ्वी केल्यानंतर ते महेंद्र पर्वतावर तपश्चर्या करण्यासाठीं गेले. नंतर, पुढें अनेक क्षत्रियस्त्रिया पुत्रप्राप्त्यर्थ पुण्यशील ब्राह्मणांशीं वंशसंरक्षणासाठीं ऋतुकालीं मात्र संगत झाल्या. पुढें गर्भ राहून त्या स्त्रिया प्रसूत झाल्या, व जास्त बलवंत क्षत्रियपुत्र व सुस्वरूप कन्या हीं निर्माण झालीं. सारांश, अर्वाचीन क्षत्रिय स्त्रीपुरुषें ब्रह्मबीजापासून झालेलीं आहेत. हा क्षत्रिय वर्ण धर्माचरणानें वृद्धिंगत होऊन दीर्घायुषी झाला. ह्या चारही वर्णांतील नरनारी व पशुपक्ष्यांतील नरमाद्या सदैव ऋतुकालीं मात्र संगत होत यामुळें प्रजा दीर्घायुषी होत असे. याप्रमाणें धर्मव्रतानें चालणारी सर्व प्रजा आधिव्याधींच्या शारीरिक व मानसिक त्रासापासून मुक्त झाली होती. असो; अशा प्रकारें समुद्रवलयांकित व पर्वत, वनें व नगरें यांनीं भूषित झालेली ही भूमि पुनः धर्मशील क्षत्रियांच्या हस्तगत झाली. या वेळीं ब्राह्मणादि वर्णांस उत्तम सुख झालें. राजे लोक कामक्रोधादिजन्य दोषांचा त्याग करून न्यायमनसुबे करीत, व अपराध्यांस योग्य शिक्षा करीत. येथें धर्माचरण उत्तम आहे, असें पाहून इंद्रही वेळच्या वेळीं व योग्य स्थळीं पर्जन्याची योजना करी. या युगांत मुलें मरत नसत, व यौवनावस्थेपूर्वीं स्त्रीसंग होत नसे. मनुष्यांस अपमृत्यु येत नसत, म्हणून सर्वत्र लोकवस्ती भरपूर झाली. क्षत्रिय राजे महायज्ञ करून पुष्कळ दक्षिणा देत. ब्राह्मण हे सांग व उपनिषदांसह वेदाध्ययन करीत. ते ज्ञानाचा क्रयविक्रय करीत नसत, व शूद्रांजवळ (अनर्यांसन्निध) वेदोच्चार करीत नसत. वैश्य लोक बैल घेऊन शेतकीचीं कामें करीत. पण अशक्त बैलांकडून काम घेत नसत; इतकेंच नव्हे, तर त्यांस धष्टपुष्ट करीत. अंगावर वासरें पीत आहेत तोंपर्यंत गाईचें दूध काढीत नसत. तसेंच, हे लोक खोटीं वजनें घेऊन क्रयविक्रय करीत नसत. सारांश, आर्यलोकांच्या तीन वर्णांचे लोक धर्मनिष्ठ असून धर्मदृष्टीनें आपआपलें कर्तव्य करीत; म्हणून धर्माची स्थिति पूर्णत्वाची होती. गाई व स्त्रिया योग्य काळीं प्रसूत होत व ऋतुकालीं वृक्षही पुष्पफलयुक्त होत. ही कृतयुगाची स्थिति होय.

राजा, धर्म जिवंत असला म्हणजे पृथ्वीवर सर्व जीवांची भरभराटच असते.पण पुढें लवकरच उतरता पाया लागला. संततिसंपत्तीचा उन्माद प्रकट होऊन कित्येक क्षत्रिय राजांच्या वंशांत राक्षसी पुरुष उत्पन्न झाले. स्वर्गलोकीं देवदैत्यांचें युद्ध झालें,त्यांत पराभूत झालेले असुर पदच्युत झाले व येथें जन्मास आले. या असुरांस, मानवलोकीं तरी देवत्व (श्रेष्ठत्व) मिळावें अशी इच्छा उत्पन्न होऊन, त्यांनीं अनेक योनींमध्यें म्हणजे गाई,घोडे,खेचर,उंट,म्हशी,मांस खाणारे लांडगे,खोकड,कोल्हे,वाघ,सिंह, तसेच हत्ती व इतर मृग यांमध्यें जन्म घेतले. याप्रमाणें हजारों राक्षस पृथ्वीवर जन्म पावल्यामुळें व जन्म पावत असल्यामुळें, आपल्या या गरीब धरित्री मातेला अत्यंत भार होऊन तो तिचा तिलाच सहन होईनासा झाला.कारण,यांपैकीं कांहीं असुर (दितीचे दैत्य व दनूचे दानव) अत्यंत मदोन्मत्त असे राजे झाले. ते महाशूर,मोठे अभिमानी व शत्रूंचा पराभव करणारे असे असून अनेक वेष घेऊन सर्व समुद्रवलयांकित पृथ्वीवर धुमाकूळ माजवूं लागले. त्यांनीं ब्राह्मणादि चारही वर्णांस व इतर प्राणिमात्रास सतावून सोडिलें; इतकेंच नव्हे, तर या सर्वांस अनेक प्रकारानें त्रास देऊन ते ठार मारूं लागले.यांच्या धांगडधिंग्यानें कोठेंही सुरक्षित जागा राहिली नाहीं! विद्याविद्वेषी,मदोन्मत्त, महाबलिष्ठ व भगीरथ प्रयत्नाचे कष्ट भोक्ते अशा या राक्षसांनीं ऋषींचे आश्रम सुद्धां दूषित केले, म्हणून,व शेषादि नागांस ही पृथ्वी धरण्याचें सामर्थ्य राहिलें नाहीं म्हणून भयभीत झालेली पृथ्वी माता ही सर्वभूतपितामह ब्रह्मदेवास शरण गेली.तिच्याबरोबर देव,द्विज व ऋषि होते. या सर्वांस-सृष्टिकर्ता,अव्यय व देवकार्यतत्पर जे गंधर्वादिक त्यांनीं आनंदानें वंदिलेला असा ब्रह्मदेव दृष्टीस पडला. पृथ्वीनें ब्रह्मदेवास नमस्कार केला, आणि शरण जाऊन सर्व लोकपालांसमक्ष प्रभूची प्रार्थना केली.पण त्या स्वयंभू, परमेष्ठी व मायापति ब्रह्मदेवाला पृथ्वी काय प्रार्थना करणार आहे हें पूर्वींच कळून चुकलें होतें. खरेंच आहे! सर्व जगतास उत्पन्न करणाऱ्या ब्रह्मदेवाला देवदानवादि सर्व प्राणिमात्रांचें मनोगत कळलें तर त्यांत नवल तें काय? सर्वांचे अभिप्राय त्याला कळावयाचेच. कारण तो सर्वांचें उत्पत्तिस्थान, स्वामी व कल्याणकर्ता आहे. असो.

पृथ्वीचें मनोगत जाणून ब्रह्मदेव म्हणाले:—बाई ! ज्या कारणासाठीं तूं मला शरण आलीस, तें कारण मनांत आणूनच मी सर्व देवांस आज्ञा करितों. तूं जा.

नंतर ब्रह्मदेवानें सर्व देवांस स्वतः सांगितलें कीं, " भूमीचा भार हरण करण्याकरितां व भारमूलक राक्षसांचा नाश करण्याकरितां,तुम्ही सर्वजण आपआपल्या पृथक् अंशांनीं पृथ्वीवर अवतीर्ण व्हा. " त्याचप्रमाणें,गंधर्वादि इतर गण होते त्यांसही सांगितलें कीं, " मनुष्य किंवा इतर योनींत स्वांशानें जन्म घेऊन देवब्राह्मणांचें कार्य व पृथ्वीचा उद्धार करा. " त्या सुरश्रेष्ठाचें हें तथ्य,अर्थकर व पथ्यकर असें भाषण इंद्रादि देवांस उत्तम मानवलें, व ' आपापल्या अंशांनीं पृथ्वीवर जन्म घ्यावयाचा, ' असा कृतनिश्चय करून, शत्रुविघातक जो नारायण त्याचें दर्शन घेऊन त्यांसही विनंती करण्यासाठीं ते सर्व वैकुंठास गेले. तेव्हां त्यांस चक्रगदाधारी, पीतांबरभूषित, मेघःश्याम, पद्मनाभ, असुरमर्दन, दयाघन, देवाधिदेव, ब्रह्मदेवपिता,महाबली, श्रीवत्सांकित, हृषीकेश, सर्वदेवदैवतवंद्य आणि सकलसात्त्विकगुणमंडित जो श्रीभगवान् परमेश्वर विष्णु,त्याचें दर्शन झालें. दर्शनानंतर, ' पृथ्वीचा भार हरण करून तिला शुद्ध करावयाची आहे, तेव्हां भगवंतांनीं अवतार घेणें इष्ट आहे, ' अशी इंद्रानें प्रभूची प्रार्थना केली; व प्रभूंनींही त्याला 'तथास्तु' असा सार्थ आशीर्वाद दिला !

संभवपर्व.

—:(०):—

अध्याय पासष्टावा.

—:०:—

आदित्यादिवंशकथन.

वैशंपायन सांगतातः—तदनंतर वैकुंठसभेंत श्रीनारायणाचे साक्षित्वानें,कोणीं कोणीं कसे अवतार घ्यावयाचे, ह्याविषयीं देवांनीं निश्चय केला; आणि प्रत्येक देवतेस तिचा कार्यभाग स्पष्टपणानें सांगून देवपति इंद्र हा वैकुंठलोकांतून आपल्या लोकास गेला. नंतर असुरनाश व लोककल्याण करण्यासाठीं कोणीं ब्रह्मर्षिकुलांत व कोणीं राजर्षिकुलांत असे आपल्या इच्छेप्रमाणें सर्व देव स्वांशानें पृथ्वीवर अवतीर्ण झाले; आणि त्यांनीं दानव, राक्षस, गंधर्व, सर्प व इतर मानवघ्न प्राणी यांचें निर्दालन केलें. राजा, हे अवतीर्ण झालेले देव बाल्यावस्थेंत असतांनाच राक्षसांच्या हातून कां मेले नाहींत, अशी शंका घेण्याचें कारण नाहीं; कारण, हे देवत्वाच्या अंशानें लहानपणापासून बलिष्ठच होते. असो, याप्रमाणें भूभार नाहींसा झाला !

जनमेजय विचारतोः—भगवन् ! देवदानवांचें, गंधर्वाप्सरसांचें, मानवांचें, यक्षराक्षसांचें व इतर प्राण्यांचें जन्मवृत्त प्रथमपासून तत्त्वपूर्वक ऐकण्याची माझी इच्छा आहे.

वैशंपायन सांगतातः—राजा ! स्वयंभू ब्रह्मदेवाला नमस्कार करून मी तुला देवादिकांचें जन्मवृत्त व निधनवृत्त सांगण्यास आरंभ करितों. ब्रह्मदेवाला सहा मानसपुत्र होते. त्यांचीं नांवें मरीचि, अत्रि, आंगिरस, पुलस्त्य, पुलह व क्रतु हीं होत. मरीचि ऋषीचा कश्यप हा पुत्र होय. कश्यपापासून सर्व प्रजोत्पादन झालें. दक्षाला अदिति, दिति, दनु, काला, दनायु, सिंहिका, क्रोधा, प्राधा, विश्वा, विनता, कपिला, मुनि, आणि कद्रू अशा तेरा कन्या होत्या. यांपासून वीर्यसंपन्न असे कोट्यवधि पुत्रपौत्रादि झाले. अदितीला बारा आदित्य झाले. त्यांचीं नांवें—धाता, मित्र, अर्यमा, शक्र, वरुण, अंश, भग, विवस्वान्, पूषा, सविता, त्वष्टा व विष्णु हीं होत. या सर्वांत धाकटा जो विष्णु, तो सर्वांपेक्षां गुणांनीं श्रेष्ठ होता. प्रसिद्ध हिरण्यकशिपु हा दितीला एकच मुलगा झाला. त्याला महात्मे असे पांच मुलगे झाले. प्रऱ्हाद, संऱ्हाद, अनुऱ्हाद, शिबी आणि बाष्कल हीं त्यांचीं अनुक्रमानें नांवें होत. विरोचन, कुंभ व निकुंभ हे प्रऱ्हादाचे लोकविख्यात पुत्र विरोचनाचा प्रतापी पुत्र बलि, आणि सर्वश्रुत बाणासुर हा बलीचा पुत्र होय. हा महासंपत्तिमान बाणासुर, ज्याला महाकाल असें म्हणतात त्या श्रीरुद्राचा महाभक्त होता. राजा, दनूचे चाळीस पुत्र सर्वत्र विख्यात होते. त्यांपैकीं महायशस्वी राजा विप्रचित्ति हा ज्येष्ठ होता. इतर पुत्रांचीं नांवें—शंबर, नमुचि, पुलोमा, असिलोमा, केशी, दुर्जय, अयःशिरा, अश्वशिरा, ज्याला वीर्यवान्, गगनमूर्धा, वेगवान आणि केतुमान असें म्हणत तो अश्वशंकु, स्वर्भानु, अश्व, अश्वपति, वृषपर्वा, अजक, अश्वग्रीव, सूक्ष्म, महाबलवान असा तुहुंड, इषुपात, एकचक्र, विरूपाक्ष, महोदर, निचंद्र, विकुम, कुपट, कपट, त्याचप्रमाणें शरभ, शलभ, सूर्य, चंद्रमा, एकाक्ष, मृतप, वीर, प्रलंब व नरक, शत्रुतपन वातापी, शठ,गविष्ठ, वनायु आणि दीर्घजिव्ह राक्षस हीं होत. राजा, हीं दनूच्या वंशांतील श्रेष्ठ राक्षसांचीं नांवें तुला सांगितलीं. या दानवश्रेष्ठांमध्यें जे सूर्य आणि चंद्रमा म्हणून सांगितले, ते देवांमधील सूर्यचंद्राहून भिन्न होत. राजा, ह्या सर्वत्र विश्रुत असलेल्या दानववंशांमधील शेवटचे दहा दनुपुत्र सत्त्ववान आणि महाबलाढ्य म्हणून प्रसिद्ध असून,त्या सर्वांचें पुत्रपौत्र असंख्यात होते;असो,

चंद्रसूर्यांचा ग्रास करणारा राहु तसेच सुचंद्र, चंद्रहर्ता व चंद्रप्रमर्दन हे सिंहिकेचे पुत्र होत. क्रोधेचे क्रूरस्वभावी असे पुत्रपौत्र अनंत होते. त्यांतच क्रोधवश नांवाचा क्रूर व शत्रुहंता असा एक गण होता. विक्षर, बल, वीर व वृत्र हे असुरश्रेष्ठ दनायूचे मुलगे. विनाशन, क्रोध, क्रोधशत्रु व क्रोधहंता हे महाबली असुरश्रेष्ठ असे कालकेय होत. या असुराचे उपाध्याय ऋषिसुत शुक्राचार्य होत. यांस चार पुत्र असून ते असुरयाजक म्हणून प्रसिद्ध होते. यांत त्वष्टाधर, अत्रि आणि दुसरे दोघेजण भयंकर कर्म करणारे असे होते. हे सर्व सूर्यासारखे तेजस्वी आणि ब्रह्मविद्याप्रवीण होते.

याप्रमाणें, राजा, पुराणांमध्यें ऐकलेली बलवंत देवांची व दैत्यांची उत्पत्ति तुला सांगितली. यांची पुनः पूर्णतः वंशसंतति सांगावी, तर ती गोष्ट अशक्य आहे. कारण ती अनंत आहे. पुनः, या संततीचें महत्त्वही फारसें नाहीं.

असो; राजा, तार्क्ष्य, अरिष्टनेमि, गरुड, अरुण, आरुणि व वारुणि हे विनतापुत्र होत. शेष, अनंत, वासुकि, तक्षक, भुजंगम, कूर्म व कुलिक हे कद्रुपुत्र होत. भीमसेन, उग्रसेन, सुपर्ण, वरुण, गोपति, धृतराष्ट्र, सूर्यवर्चा, सत्यवाक, अर्कपर्ण, प्रयुत, भीम, प्रसिद्ध–सर्वज्ञ आणि मनोनिग्रही चित्ररथ, शालिशिरा, पर्जन्य, कलि आणि नारद हे देवगंधर्व मुनिपुत्र होत. आणखी ऐक. अनवद्या, मनु, वंशा, असुरा, मार्गणप्रिया, अरूपा, सुभगा व भासी या प्राधेच्या कन्या होत. तसेंच सिद्ध, पूर्ण बर्हि, महायशस्वी पर्णायु, ब्रह्मचारी, रतिगुण, सुपर्ण, विश्वावसु, भानु व सुचंद्र हे प्राधेचे पुत्र होत. हा देवगंधर्व वंश झाला. आतां पुण्यलक्षणी अप्सरांची उत्पत्ति ऐक. देवर्षि कश्यपापासून प्राधेला संतति झाली. अलंबुषा, मिश्रकेशी, विद्युत्पर्णा, तिलोत्तमा, अरुणा, रक्षिता, रंभा, मनोरमा, केशिनी, सुबाहु, सुरता, सुरजा व सुप्रिया हीं त्या अप्सरांचीं नांवें होत. अतिबाहु, हाहा, हूहू व तुंबुरु हे चार गंधर्वश्रेष्ठ होत. अमृत, ब्राह्मण, गाई, गंधर्व व अप्सरा हा कपिलेचा वंश असें पौराणिक म्हणतात. याप्रमाणें सर्व भूतांची उत्पत्ति विस्तारानें तुला सांगितली. त्याचप्रमाणें गंधर्व, अप्सरा, भुजंग, सुपर्ण, रुद्र, मरुत, गाई, ब्राह्मण यांची वंशोत्पत्ति सांगितली. राजा हें कथानक आयुष्य देणारें, पुण्य जोडणारें व धन्यता आणणारें असून ऐकण्यास मनोहर आहे. हें सर्वांनीं सदैव भक्तिपूर्वक ऐकावें. हा महात्मे पुरुषांचा वंशविस्तार नियमानें देवब्राह्मणांजवळ जो पठन करील, त्याला पुत्रप्राप्ति, अमूप संपत्तिलाभ व कीर्तिलाभ होईल, आणि तो मेल्यावर त्याला उत्तम गति मिळेल.

अध्याय सहासष्टावा.

—:०:—

वंशवर्णन.

वैशंपायन सांगतातः—राजा, ब्रह्मदेवाचे मानसपुत्र सहा महर्षि प्रसिद्धच आहेत. आतां स्थाणूचे परम तेजस्वी असे जे अकरा पुत्र त्यांचीं नांवें ऐक. मृगव्याध, सर्प, निर्ऋति, अजैकपाद, अहिर्बुध्न्य, पिनाकी, दहन, ईश्वर, कपाली, महाद्युति, स्थाणु व भगवान भव हे अकरा रुद्र होत. ब्रह्मदेवाचे सहा मानसपुत्र तुला मागें सांगितले व मरीचीची संततिही वर्णन केली. बृहस्पति, उतथ्य आणि संवर्त हे सर्वप्रसिद्ध आणि धृतव्रत असे अंगिरस्पुत्र होत. अत्रीला पुष्कळ पुत्र असून ते सर्व वेदवेत्ते, सिद्ध आणि शांतात्मे होते. बुद्धिवंत पुलस्त्यापासून राक्षस, वानर, किन्नर व यक्ष झाले. शलभ, सिंह, किन्नर, व्याघ्र, यक्ष (ऋक्ष ?=अस्वल ?) व लांडगे ही पुलहाची संतति होय. ऋतूचे पुत्र त्याच्यासारखेच तपस्वी, सत्यव्रतपरायण आणि सूर्याबरोबर हिंडणारे असे

असत. ब्रह्मदेवाच्या उजव्या अंगठ्यांतून महाशांत व महातपस्वी असा महर्षि दक्ष झाला; डाव्या अंगठ्यांतून दक्षाची भार्या उत्पन्न झाली. हिला दक्षापासून सर्वांगसुंदर अशा पन्नास कन्या झाल्या. पुत्र नाहीं असें पाहून दक्ष प्रजापतीनें या सर्व कन्यांस पुत्रिका नात्यानें वागविलें; आणि त्यानें मोठा दिव्य विधि व समारंभ करून दहा कन्या धर्मास, सत्तावीस चंद्रास व तेरा कश्यपाला दिल्या. कीर्ति, लक्ष्मी, धृति, मेधा, पुष्टि, श्रद्धा, क्रिया, बुद्धि, लज्जा व मति ह्या धर्माच्या सहधर्मचारिणी होत. सारांश, धर्माकडे जाण्याचीं—धर्मांत प्रवेश करण्याचीं—हीं द्वारेंच जणू काय ब्रह्मदेवानें निर्माण केलीं आहेत. चंद्राच्या सत्तावीस स्त्रिया महापतिव्रता असून कालगणनेमध्यें अत्यंत उपयोगी आहेत. हीं सत्तावीस नक्षत्रें होत किंवा त्यांवरील अधिष्ठात्र्या देवता होत. लोकयात्रा चालविण्यासाठीं ह्या स्त्रिया नक्षत्रांबरोबर असतात. ब्रह्मदेवाचा पुत्र दक्ष प्रजापति याच्या वसु नामक कन्येपासून धर्माला आठ वसु झाले. ते धर, ध्रुव, सोम, अह, अनिल, अनल, प्रत्यूष आणि प्रभास हे होत. धर, ब्रह्मविद्य व ध्रुव हे धूम्रेचे पुत्र. चंद्र हा मनस्विनीचा व श्वसन हा श्वासेचा पुत्र होय. तसेंच रतेचा अह, अग्नि हा शांडिल्येचा, आणि प्रभातेचे प्रत्यूष आणि प्रभास हे पुत्र होत. द्रविण आणि हुतहव्यवह हे धराचे व लोककालव्यवस्थापक काल हा ध्रुवाचा पुत्र, सोमाचा वर्चा पुत्र होय. यानेंच श्रेष्ठत्व मिळतें. मनोहरेचे शिशिर प्राण आणि रमण हे पुत्र होत. ज्योति, शांत, आणि मुनि हे आहाचे व कार्तिकेय (षडानन) हा अग्नीचा पुत्र होय. षडाननाचे धाकटे बंधु म्हणजे शाख, विशाख आणि नैगमेय हे होत. कृतिकांपासून अग्नीला झाला म्हणून षडाननाला कार्तिकेय (कार्तिकस्वामी) म्हणतात. शिवा नामक भार्येच्या उदरीं अनिलाला मनोजय व अविज्ञातगति असे दोन पुत्र झाले. देवल हा प्रत्यूषाचा मुलगा. याला क्षमावान व मनीषी असे दोन पुत्र होते. सर्व स्त्रियांमध्यें श्रेष्ठ, ब्रह्मवेत्ती, योगिनी व सर्वत्र संचार करणारी अशी बृहस्पतीला बहीण होती. हिचें लग्न प्रभासाबरोबर झालें. महानुभाव विश्वकर्मा हा सर्व शिल्पशास्त्रवेत्ता व शिल्पशास्त्रोत्पादक असून सर्व देवांचा वर्धकी (सुतार) होता. हाच देवांचे अलंकार व दिव्य विमानें सिद्ध करी. यानें प्रसिद्ध केलेल्या शिल्पज्ञानानेंच मनुष्यांचा निर्वाह होतो, म्हणून या अव्यय (अगाधज्ञानी) विश्वकर्म्याची सर्व लोक मनोभावानें पूजा करितात. सर्व लोकांस सुख देणारा भगवान धर्म हा शरीरी होऊन ब्रह्मदेवाच्या दक्षिणस्तनांतून बाहेर पडला. त्याला तीन पुत्र होते. ते सर्व चित्ताकर्षी आणि लोकसंरक्षक होते. शम, काम आणि हर्ष हे ते तीन तेजस्वी पुत्र होत. कामाची स्त्री रति, शमाची प्राप्ति आणि हर्षाची नंदा होय. यांच्या पराक्रमानेंच सर्व जगतास आधार मिळतो. मरीचीपासून कश्यप व कश्यपापासून सर्व देवदानव झाले, सर्व लोकांचें उत्पत्तिस्थान कश्यप ऋषि होय. अश्वस्त्रीचें रूप धारण करणारी त्वाष्ट्री ही सूर्याची भार्या होय. हिच्या उदरीं दिव्य अश्विनीकुमार झाले. अदितीला इंद्रादि बारा आदित्य झाले. त्यांतील धाकटा विष्णु हा सर्वश्रेष्ठ व जगदाधार झाला. याप्रमाणें आठ वसु, अकरा रुद्र व बारा आदित्य मिळून एकतीस व दोन अश्विनीकुमार मिळून तेहतीस देव झाले. आतां यांचा अन्वय, कुल, पक्ष इत्यादि सांगतों; व त्यांचे गणही सांगतों. रुद्रांचा पक्ष निराळा व साध्य-मरुतांचा पक्ष निराळा. वसु व विश्वदेव यांचा भार्ग-

१ अभ्रातृकां प्रदास्यामि तुभ्यं कन्यामलंकृताम्।
अस्यां यो जायते पुत्रः स मे पुत्रो भवेदिति ॥

अर्थ- 'ही अलंकार घातलेली कन्या मी तुला देतों; हिला भाऊ नाहींत, [तस्मात्] हिला जो पुत्र होईल, तो माझा पुत्र होवो.' (तो त्वां मला द्यावा.) अशा संकेतानें दिलेल्या कन्येस 'पुत्रिका' म्हणतात.

२ अनंताचा—नित्यस्थिराचा—काल पुत्र आहे ही कल्पना किती उत्तम आहे!

वगण होय. विनतापुत्र गरुड, बलवान अरुण आणि भगवान बृहस्पति ह्यांचा आदित्यगणांत अंतर्भाव होतो. सर्वौषधि, पशु व गुह्यक हे अश्विनीकुमारांमध्यें येतात. हे देवगण अनुक्रमें तुला सांगितले. यांचें कीर्तन पापविघातक आहे. भगवान भृगु हे ब्रह्मदेवाचें हृदय फोडून बाहेर आले. भगूचा पुत्र विद्वान कवि आणि त्याचा शुक्र ग्रह होय. ह्याला ब्रह्मदेवानें लोकसंरक्षणार्थ पर्जन्याचा (वृष्टि, अवर्षण) व भयाभयांचा अधिपति केला आहे, म्हणून हा भुवनांतरीं हिंडत असतो. हा मोठा बुद्धिमान व योगाचार्य होता. याला दैत्यांचें गुरुत्व मिळालें. देवांचाही हा यतव्रत व ब्रह्मचर्यानें राहणारा कवि कुलगुरु होता. याप्रमाणें शुक्राचार्यास लोककल्याणाच्या मार्गामध्यें प्रवेशित केल्यानंतर भगु ऋषींनीं च्यवन या नांवाचा शुद्ध, तपस्वी, धर्मात्मा व यशस्वी असा एक सुत निर्माण केला. हा मातेची सुटका करावी म्हणून गर्भांतून लवकर बाहेर आला होता. म्हणून याला च्यवन असें नांव मिळालें. ह्या मनीषी ऋषीला आरुषी नांवाची कन्या मनूनें भार्यात्वासाठीं दिली. तिचेपासून च्यवनाला और्व झाला. हा यशस्वी और्व ऊरु म्हणजे मांडी फोडून झाला. बालपणींच और्व हा तेजस्वी व वीर्यशाली असे याचा पुत्र ऋचीक आणि पौत्र जमदग्नि होय. जमदग्नीला चार महात्मे पुत्र होते. त्यांतील कनिष्ठ पण गुणांनीं ज्येष्ठ असा परशुराम झाला. या मनोनिग्रही महात्म्यानें शस्त्रास्त्रांमध्यें नैपुण्य संपादन करून क्षत्रियांचा नाश केसा हें लोकप्रसिद्धच आहे. और्वाला जमदग्निप्रमुख शंभर पुत्र होते, व त्यांसही हजारों पुत्र होऊन त्यांचा मोठाच विस्तार झाला. ब्रह्मदेवाचे धाता व विधाता नांवाचे दोन पुत्र होते. ते मनूसह अद्यापिही आहेतच. राजा, असें पहा—दिवा लावला म्हणजे घटादिकांच्या संबंधानें जो अंधेर असतो तो नाहींसा होतो व घट स्फुरण पावतो. अज्ञाननाश करणें हा धातृत्वाचा धर्म आणि घटस्फुरण करणें हा विधातृत्वाचा धर्म. घटस्फुरण झालें म्हणजे आनंदावाप्ति अथवा दुःखप्राप्ति होणें. हा मनु म्हणजे जीवाचा धर्म. सारांश धाता, विधाता व मनु ही त्रिपुटी नित्य आहेच आहे. पद्मामध्यें राहणारी (हृदयपद्मांत प्रकट होणारी) दिव्य लक्ष्मी (विद्या) ही यांची भगिनी होय. हिला चार मानसपुत्र झाले. हे आकाशांत संचार करणारे व शीघ्रगामी असत. शुक्राची मुलगी ज्येष्ठा वरुणाला दिली. बल व सुरा (देवांस प्रिय असणारें पेय) हीं ज्येष्ठेचीं अपत्यें होत. असो; बल व सुरा यांचा संचार अत्यंत झाल्यामळें उपभोगाची इच्छा करणाऱ्या प्रजांमध्यें कलह उत्पन्न होऊन अन्योन्यांचा अपहार सुरु झाला, म्हणजे अधर्माची प्रवृत्ति झाली. अधर्मप्रवृत्ति म्हणजे जीवांचा संहारसमय जवळ आणणारें यंत्रच होय. अधर्माला निर्ऋति भार्या मिळाली, आणि राक्षस जन्मास येऊं लागले. निर्ऋतीच्या उदरीं तीन घोर पुत्र उत्पन्न झाले. हे नेहमीं पापकर्मांमध्यें रत असत. भय, महाभय व मृत्यु हे तीन घोर पुत्र होते. यांपैकीं मृत्यु हा सर्वभक्षक असल्यामुळें त्याला भार्या किंवा पुत्र कांहीं नव्हतें. ताम्रा या नावाच्या देवीला काकी, श्येनी, भासी, धृतराष्ट्री व शुकी अशा प्रसिद्ध पंचकन्या झाल्या. काकीपासूल उलुक, श्येनीपासून श्येनपक्षी, भासीला भास व गृध्र, धृतराष्ट्रीला हंस व कलहंस, भद्रेला चक्रवाक आणि यशस्वी, सदगुणी व सल्लक्षणी शुकीला शुक्र झाले. क्रोधाला तामसी नऊ कन्या झाल्या. मृगी, मृगमंदा, हरी, भद्रमना, मातंगी, शार्दूली, श्वेता, सुरभि, आणि सल्लक्षणी सुरसा ह्या त्या नऊ कन्या होत.

राजा, मृगीला सर्व मृग, मृगमदेला ऋक्ष, (अस्वल) व सृमर, भद्रमनेला ऐरावत, (देवांचा हत्ती) हरीला हरि, वानर, तरस्वी व गोलांगुल, शार्दूलीला महाबळवंत सिंह, व्याघ्र व द्वीपि, मातंगीला मातंग, श्वेतेला शीघ्रगामी श्वेताख्य दिग्गज, आणि सुरभीला रोहिणी व गंधर्वी या

कन्या, अशी प्रजोत्पत्ति झाली. अनला व विमला या मुलींशिवाय रोहिणीपासून गाई व गंधर्वीपासून अश्व झाले. अनलेपासून ताडमाडादि सात पिंडफल नामक वृक्ष झाले. अनलेची मुलगी शुकी. कंक हा क्रोधकन्या जी सुरसा तिचा मुलगा होय. अरुणाला व श्येनीला संपाति व बलवंत जटायु हे पुत्र झाले. सुरसेला नाग व कद्रूला सर्प झाले. विनतेला गरुड व अरुण असे प्रसिद्ध पुत्र झाले. याप्रमाणें, राजा, श्रेष्ठ भूतांचा उद्भव कसा झाला तें तुला सांगितलें. ह्याचें श्रवण भक्तिपूर्वक केलें असतां पापनिवृत्ति होऊन येथें सर्वज्ञता व शेवटीं उत्तम गति मिळेल.

अध्याय सदुसष्टावा.

—:०—

अंशावतरण.

जनमेजय विचारतोः–भगवन् ! देव, दानव, गंधर्व, उरग, राक्षस, सिंह, व्याघ्र, मृग, सर्प, पक्षी ह्या सर्व योनींमधील कित्येक प्राण्यांस मनुष्यजन्म मिळाला तो वृत्तांत, व या सर्वांचे पूर्ववृत्तींतील जन्म व कर्मे हीं कसलीं होतीं तीं मला कृपा करून सांगावीं.

वैशंपायन सांगतातः–राजा, स्वर्गामध्यें राहणाऱ्या दानवांस मनुष्ययोनींत जन्म झाला तें वर्तमान प्रथम सांगतों. विप्रचित्ति नांवाचा दानवश्रेष्ठ हा मानव लोकीं जरासंध नांवाचा पराक्रमी राजा झाला. दितिपुत्र हिरण्यकशिपु हा येथें नरश्रेष्ठ शिशुपाल झाला. प्रऱ्हादानुज संऱ्हाद हा सारथ्यकर्मनिपुण शल्य, तेजस्वी अनुऱ्हाद (प्रऱ्हादाचा कनिष्ठ बंधु) हा धृष्टकेतु, नरपति शिबि दैत्य हा द्रुम राजा, बाष्कल नामक असुरश्रेष्ठ हा भगदत्त नामक वरपुरुष, आणि अयःशिरा, अश्वशिरा, अश्वःशंकु, गगनमूर्धा आणि वेगवान् हे पांच महाबली दैत्यपति होते, ते राजे केकेयश्रेष्ठ होत. केतुमान् नामक प्रतापी राक्षस हा उग्रकर्मे करणारा अमितौजा नृप झाला. स्वर्भानु नांवाचा पराक्रमी दानव पृथ्वीवर उग्रसेन नांवाचा उग्र राजा झाला. अश्व नामक राक्षस अशोक नांवाचा समरविजयी राजा झाला. अश्वपति असुर हार्दिक्य राजा झाला. वृषपर्व्याला दीर्घप्रज्ञ नांवाचा राजा व्हावें लागलें. अजक हा वृषपर्व्याचा धाकटा भाऊ, तो शाल्व नामक राजा झाला. अश्वग्रीव बलाढ्य राक्षस पृथ्वीवर रोचमान् नामक राजा झाला. सूक्ष्म हा बृहद्रथ, तुहुंड हा सेनाबिंदु, बलिष्ठ इषुपात् हा महापराक्रमी नग्नजित, एकचक्र हा प्रतिविंध्य, विचित्र योद्धा विरूपाक्ष हा चित्रधर्मा, शत्रुविघाती हर हा सुबाहु, शत्रूची धूळदाण करणारा अहर हा राजा बाल्हीक, चंद्रमुखी निचंद्र हा मुंजकेश, महाबुद्धिमान् निकुंभ हा महाराज देवाधिप, शरभ हा पौरव नामक राजर्षि, कुपट हा सुपार्श्व, कपट हा तेजस्वी पार्वतेय, दुसरा शलभ हा प्रऱ्हादसंज्ञक बाल्हीकराज, चंद्रासारखा तेजस्वी चंद्रदैत्य हा कांबोजपति चंद्रवर्मा, अर्क हा ऋषिक राजर्षि, मृतपा हा पश्चिमानूपक, तेजस्वी गविष्ठ हा द्रुमसेन, मयूर हा विश्व, सुपर्ण (धाकटा भाऊ) हा कालकीर्ति, असुरश्रेष्ठ चंद्रहंता हा शुनक राजर्षि, चंद्रविनाशन हा जानकि, दीर्घजिव्ह हा काशिराज, व सूर्यचंद्रांचा ग्रास करणारा सिंहिकासुत ग्रह (राहु) हा क्राथराजा झाला. दनायूला चार मुलगे. त्यांपैकीं पहिला विक्षर हा वसुमित्र व दुसरा बल पांड्यराष्ट्राधिप झाला. वीर राक्षस पौंड्रमात्स्यक राजा, वृत्रासुर मणिमान् नामक राजा, त्याचा धाकटा भाऊ क्रोधहंता हा दंड राजा व क्रोधवर्धन हा दंडधार राजा झाला. कालेयांच्या पुत्रांपैकीं आठ मुलगे सिंहासारखे राजे मनुष्यलोकांत अवतरले.

१ शाखा नसून शेंड्याशीं फलें येणारीं झाडें:—
खर्जूरतालहिंतालौ ताली खर्जूरिका तथा ।
गुवाका नारिकेलश्च सप्त पिंडफला द्रुमाः ॥
अर्थ–खजूर, ताड, माड, भेरळीमाड, लहानखजूर, शिंदी आणि नारळ हे सात 'पिंडफल' वृक्ष होत.

पहिला पुत्र मगध देशांत जयत्सेन नामक राजा, दुसरा हरिहयोपम हा अपराजित, तिसरा तेजस्वी व महामायावी तो महापराक्रमी निषधाधिपति, चौथा श्रेणिमान राजर्षिश्रेष्ठ, पांचवा प्रवरासुर तो प्रसिद्ध महौजा, व महात्मा मतिमान् हा अभीरु नामक राजार्षिवर झाला. समुद्रवलयांकित पृथ्वीवर प्रसिद्ध असून धर्मार्थतत्त्वें जाणणारा समुद्रसेन हा सातवा पुत्र, आणि आठवा पुत्र हा सर्व प्राणीमात्रांच्या हिताविषयीं तत्पर असणारा बृहन्नामक धर्मात्मा राजा झाला. महाबल कुक्षि राक्षस सुवर्णपर्वताप्रमाणें तेजस्वी पार्वतीय राजा, क्रथनासुर हा सूर्याक्ष राजा, व सूर्यासुर हा बाल्हीकांमध्यें दरद् नामक नृपाधिपति झाला. क्रोधवश म्हणून जो तुला गण सांगितला, त्यांतून या पृथ्वीवर अनेक शूर राजे निर्माण झाले. मद्रक, कर्णवेष्ट, सिद्धार्थ, कीटक, सुवीर, सुबाहु, बाल्हीक, महावीर, क्रथ, विचित्र, सुरथनील व चीरवासराजा हे ते होत. दंतवक्त्र व दुर्जय हे रुक्मी व जनमेजय झाले. आषाढ वायुवेग, भूरितेजा, एकलव्य, सुमित्र, वाटधन, गोमुख, कारूषक राजे, क्षेमधूर्ति, श्रुतायु, उद्वह, बृहत्सेन, क्षेम, उग्रतीर्थ, कुहर, ईश्वर नामक व मतिमान नामक कलिंगाधिपति हे सर्व राजे क्रोधवश नामक गणांतील राक्षसांचे अवतार झाले. हे सर्व राजे उदार, कीर्तिवान् व बळवान होते. कालनेमि नामक बलिष्ठ दानव उग्रसेनपुत्र कंस झाला. हा मोठा बलवान होता. राजा, इंद्राप्रमाणें तेजस्वी देवकराजा गंधर्व लोकांतील मुख्य अधिपति होय. विश्वविख्यात देवर्षि जो बृहस्पति, त्याच्या अंशानें द्रोणाचार्य हे अयोनिसंभव असून भारद्वाजकुलांत जन्म पावले. हे सर्व धनुर्धऱ्यांमध्यें श्रेष्ठ, शस्त्रास्त्रपंडित, महाकीर्तिमान व महातेजस्वी असत. ज्याप्रमाणें हे धनुर्वेदांत निष्णात होते, तसेच वेदविद्येमध्येंही पटाईत असत. ह्यांचें कर्म अलौकिक म्हणून हे श्रेष्ठ व कुलभूषण झाले. महादेव, अंतक व कामक्रोध हे सर्व एकत्र होऊन अश्वत्थामारूपानें अवतरले. कमलनेत्र अश्वत्थामा महापराक्रमी व शत्रुवर्गास भय देणारा वीर होता. आठ वसु सांगितले, ते सर्व वसिष्ठाच्या शापानें व इंद्राच्या आज्ञेनें शंतनु राजाला गंगेच्या उदरीं अष्टपुत्ररूपानें प्रकट झाले. यांतील कनिष्ठ भीष्माचार्य होत. हे कुरुकुलाला स्वास्थ्य देणारे, वक्तृत्वपूर्ण, मतिमान, वेदशास्त्रप्रवीण, व शत्रूस भय देणारे असे होते. ह्यांचा पराक्रम इतका तेजस्वी होता कीं, निःक्षत्रिय पृथ्वी करणाऱ्या जामदग्न्य परशुरामाबरोबर युद्ध करून यांनीं आपल्या शस्त्रास्त्रनैपुण्यानें भार्गवरामास पराजित केलें. रुद्रगणांतून कृपाचार्य ब्रह्मर्षि झाले. यांची उत्पत्ति अलौकिक आहे. अरिमर्दन करणारा द्वापर हा शकुनि नामक महारथी राजा झाला. वृष्णिकुलभूषण सत्यप्रिय सात्यकि हा मरुद्गणांपासून अवतरला. शस्त्रास्त्रांमध्यें श्रेष्ठ द्रुपद राजा व अद्वितीय पराक्रमी कृतवर्मा नृप हे मरुद्गणांपासूनच झाले. परराष्ट्राला संताप देणारा विराट राजा हाही मरुद्गणांचाच अंश होय. अरिष्टेचा पुत्र व गंधर्वपति जो हंस तो कुरुवंश वृद्धिंगत करणारा धृतराष्ट्र राजा झाला. हा कृष्णद्वैपायनांचा पुत्र होता. हा तेजस्वी आजानुबाहु होता. पण आईच्या दोषानें व ऋषींच्या शापानें अंध झाला; म्हणून याला प्रज्ञाचक्षु असें म्हणत. ऋषींच्या बरोबर संगत होतांना याच्या आईनें, ऋषीचें तेज सहन होईना म्हणून डोळे झांकिले होते, त्यामुळें ऋषिकोप झाल्याचा हा परिणाम झाला! त्याचा धाकटा बंधु पांडु हा होय. हा ओज, तेज यांनीं युक्त असून, सत्यधर्मप्रिय व विशुद्धाचरणी होता. विदुर, हा अत्रिपुत्र होय. हा अत्यंत उदार मनाचा, वंशभूषण व मातापितरांस धन्यत्व देणारा असून बुद्धिवंतांमध्यें महाश्रेष्ठ होता. दुर्बुद्धि, दुर्मति व कौरवकुलकलंक दुर्योधन हा कलीचा अंश होय. यानें स्वाचरणानें सर्व जगाचा द्वेष संपादन केला, व सर्वांचा घात करणारें वैर प्रज्व-

लित करून यच्चावत् भूतांचा संहार केला! दुःशासनादि सर्व याचे भाऊ पौलस्त्याचे अंश होते. यांनीं दुर्योधनास सहाय्य केलें.

राजा जनमेजय विचारितोः—भगवन्, आपण धृतराष्ट्राचे जे शंभर पुत्र सांगितले,त्या सर्वांचीं नांवें क्रमशः मला सांगा.

वैशंपायन म्हणालेः—राजा,ऐक. धृतराष्ट्राचा युयुत्सुनामक वैश्यापुत्र होता, तो एकशेंएकावा होय. दुर्योधन,युयुत्सु, दुःशासन,दुःसह, दुःशल, दुर्मुख, पर, विविंशति, विकर्ण,जलसंध,सुलोचन, विंद, अनुविंद, दुर्धर्ष, सुबाहु, दुष्प्रधर्षण,दुर्मर्षण दुर्मख,दुष्कर्ण कर्ण,चित्र उपचित्र चित्राक्ष,चारु, चित्रांगद,दुर्मद, दुष्प्रहर्ष, विवित्सु, विकट, सम, ऊर्णनाभ,पद्मनाभ, नंद, उपनंदक, सेनापति, सुषेण, कुंडोदर, महोदर, चित्रबाहु, चित्रवर्मा, सुवर्मा,दुर्विरोचन,अयोबाहु, महाबाहु,चित्रचाप, सुकुंडल,भीमवेग, भीमबल, बलाकी,भीमविक्रम, उग्रायुध, भीमशर, कनकायु, दृढायुध,दृढवर्मा, दृढक्षत्र, सोमकीर्ति, अनूदर, जरासंध, दृढसंध, सत्यसंध,सहस्रवाक्,उग्रश्रवा, उग्रसेन, क्षेममूर्ति, अपराजित, पंडितक, विशालाक्ष, दुराधन दृढहस्त, सुहस्त, वातवेग, सुवर्चा,आदित्यकेतु, बव्हाशी, नागदत्त, अनुयायी, कवची, निषंगी, दंडी, दंडधार, धनुर्ग्रह, उग्र, भीमरथ, वीर, वीरबाहु, अलोलुप, अभय, रौद्रकर्मा, दृढरथ, अनाधृष्य, कुंडभेदी, विरावी, दीर्घलोचन,दीर्घ-बाहु,महावाहु,व्यूढोरु,कनकांगद,कुंडज व चित्रक हे अनुक्रमें शंभर, दुःशला मुलगी व वैश्यापुत्र युयुत्सु हा एकशेंएकावा होय. हे सर्व अतिरथी होते म्हणजे युद्धकलानिपुण असून शूर,वेदशास्त्र-संपन्न,विद्वान् व कुलीन होते. सर्वांचीं अनुरूप स्त्रियांशीं लग्नें झालीं होतीं. योग्य समयीं (ती उपवर झाल्यावर) शकुनीच्या संमतीनें दुःशलेचा विवाह सिंधुराजा जयद्रथ याच्याशीं केला.

जनमेजया,राजा यधिष्ठिर हा धर्माचा अंश, व नयनमनोहर वायूचा अंश भीम,इंद्राचा अर्जुन व अश्विनीकुमारांपासून सर्वांगसुंदर नकुल सहदेव झाले.सोमपुत्र वर्चा हा महाप्रतापी व कीर्तिवान अभिमन्यु झाला.हा अर्जुनाचा पुत्र होय. अभिमन्यूच्या अवताराची कथा अशी आहे. पृथ्वीवर अवतार घेण्याची देवसभेंत गोष्ट निघाली,तेव्हां सोमानें सांगितलें कीं, “ देवांचें कार्य करणें व असुरांचा वध करणें हें इष्टच आहे. तथापि माझा मुलगा माझ्या प्राणांहूनही मला प्रिय असल्यामुळें मी त्याला पृथ्वीवर पाठवीत नाहीं. फार दिवस तो तेथें रहावयाचा नाहीं हें जर संमत असेल, तर तुमच्यासाठीं मी सोळा वर्षेंपर्यंत त्याचा वियोग सहन करीन.श्रीनारायणसखा जो इंद्रपुत्र प्रतापी अर्जुन त्याच्या उदरीं अभिमन्यु नांवानें हा महारथी अवतार घेईल.याला सोळावें वर्ष लागलें म्हणजे वीरसंहारक जो कौरवपांडवांचा संग्राम होईल,त्यांत हा अभिमन्यु एके दिवशीं श्रीकृष्णार्जुनांव्यतिरिक्त अभेद्य चक्रव्यूहामध्यें शिरेल.तेथें घनघोर संग्राम होईल,आणि माझा मुलगा सर्व शत्रूंचा पराभव करील;इतकेंच नव्हे, तर हजारों महारथ्यांचा रणकंदनामध्यें संहार करील.त्या दिवशीं हा महावीर दोन प्रहरांमध्यें शत्रुसैन्याचा एक चतुर्थांश यमराजपुरीला पाठवील! नंतर अनेक महावीर एकत्र जमून माझ्या एकट्या बाळावर पडतील, आणि सूर्यास्ताच्या वेळीं माझा मुलगा वंशवर्धक असा एक पुत्र गर्भस्थ ठेऊन माझ्या लोकाप्रत येईल. अस्तंगत होणारें भारतकुल केवळ या मुलाच्या पुत्रद्वारानें मात्र पुनःउदयास येईल.हें संमत असेल तर मी आपला मुलगा देतों. ”

राजा, हें ऐकून देवांनीं ‘ तथास्तु ’ म्हणून आपली अनुमति प्रकट केली, व सोमराजाची पूजा केली. याप्रमाणें तुझ्या पितामहाचें अवतरण तुला सांगितलें.महारथी धृष्टद्युम्न हा अग्नीचा भाग होता.शिखंडी हा राक्षसाचा अंश असून

प्रथमतःस्त्रीरूपानें जन्मास आला. द्रौपदीचे पांच पुत्र हे विश्वेदेवगणांचे अंश आहेत. प्रतिविंध्य, सुतसोम, श्रुतकीर्ति, नकुलपुत्र शतानीक आणि सुतसेन हीं पांडवपुत्रांचीं नांवें आहेत.

राजा,वासुदेवाचा पिता शूरनामक यादवाधिपति होता. त्याला पृथा नांवाची अद्वितीय रूपसुंदरी कन्या होती.या शूराचा आतेभाऊ कुंतिभोज नांवाचा राजा होता.त्याला अपत्य नव्हतें, तेव्हां 'माझ्या अपत्यांपैकीं पहिलें मूल मी तुला देईन' असें प्रतापी शूरानें कुंतिभोजास पूर्वींच कधीं वचन दिलें होतें. पुढें पृथा ही शूराला पहिली मुलगी झाली. तेव्हां कुंतिभोजावर अनुग्रह करण्यासाठीं त्या सत्यसंध शूरानें आपली ज्येष्ठ मुलगी कुंतिभोजाला दत्तक दिली. पुढें ही मुलगी मोठी झाली,तसें कुंतिभोजानें तिला ब्राह्मण,अतिथी यांची सेवा करण्याचें काम दिलें; व तिनेंही ही खडतर ब्राह्मणसेव मोठ्या आदरानें व काळजीपूर्वक केली. एकदा मोठे कडकडीत तामसी परंतु स्वेच्छाचरणाचे व महाधार्मिक दुर्वास ऋषि तेथें आले. त्यांचें मन पृथेनें मोठ्या काळजीनें संभाळून त्यांची सेवा एकनिष्ठ मनानें इतकी उत्तम केली कीं, ती महातामसी ब्राह्मणमूर्ती सर्वात्मना प्रसन्न होऊन तिनें पृथेला यथाविधीनें कांहीं मंत्र दिले, आणि 'तुजवर प्रसन्न आहें. तुझें कल्याण होईल' असा आशीर्वाद दिला. ते पुनः म्हणाले, "या मंत्रानें ज्या ज्या देवतेचें आराधन करशील, ती ती देवता प्रसन्न होऊन तिच्या प्रसादानें तुला पुत्रप्राप्ति होईल.' असें बोलून दुर्वासांची स्वारी निघून गेली!

असो;इकडे पृथेला 'हा काय चमत्कार आहे' हें पाहण्याची पोरपणामुळें इच्छा झाली,व तिनें एक मंत्र म्हणून सूर्याचें आव्हान केलें.ब्राह्मणाचा आशीर्वाद तो!तो काय व्यर्थ होणार!प्रकाशकारी सूर्य तात्काल खालीं येऊन त्यानें त्या विमलकीर्ति कुंतीच्या कन्यकावस्थेंतच तिच्या ठिकाणीं गर्भस्थापना केल्यानंतर सर्वशस्त्रधराग्रणी असा पुत्र ती प्रसवली.हा जन्मतःच सतेज व कवचकुंडलासहित जन्मास आला.सूर्याप्रमाणें तेजस्वी व सर्वांगसुंदर असा हा मुलगा लोकलज्जेमुळें व कुलभीतीमुळें तिला लपवावा लागला.अर्थातच, यशस्वी पुढें महायोद्धा होणारा तो मुलगा कौमार अवस्थेंत झाला म्हणून त्याचें तिनें नदींत उत्सर्जन केलें!तो पुढें एका सारथ्याला सांपडला, व त्यानें आपल्या राधानामक बायकोस 'हा तुझा मुलगा असें समज' असें म्हणून दिला. हा बलवान् मुलगा वाढत गेला, तसा क्षात्रविद्येंत उत्तम निष्णांत व सांगवेदांमध्यें प्रवीण झाला. याचें नांव 'वसुषेण' असें आईबापांनीं ठेविलें होतें. वेदांगांचा जप करीत असतां'कोणत्याही ब्राह्मणानें काय वाटेल तें मागितलें तरी तें त्यांस द्यावयाचें' असें याचें उदार व्रत असे. असो.

राजा, एकदा याचा जप चालला असतां तेथें देवेंद्र ब्राह्मणाचें रूप धारण करून आला, व आपल्या पुत्राचें (अर्जुनाचें) हित करावें या बुद्धीनें त्या जगत्पोषक देवानें कर्णापाशीं 'तुझीं अंगभूत कवचकुंडलें दे' अशी याञ्चा केली. तेव्हां तीं कवचकुंडलें तोडून व सोलून कर्णानें त्या ढोंगी ब्राह्मणास दिलीं. तेव्हां इंद्राला मोठें आश्चर्य वाटलें,आणि प्रसन्न होऊन त्यानें त्याला एक 'शक्ति'दिली आणि सांगितलें कीं, 'देव, असुर, मनुष्य, यक्ष, राक्षस,गंधर्व, सर्प इत्यादि कोणावरही ही शक्ति फेंकलीस तर तो तत्काल मरून जाईल.'असें म्हणून इंद्र अंतर्धान पावला.या त्याच्या[कवचकुंडलें कर्तन करून देण्याच्या] कृत्याच्या योगानें त्या दिवसापासून त्याला 'वैकर्तनकर्ण'असें नांव प्राप्त झालें.जन्मतःच कवचासह अवतीर्ण झालेला हा कर्ण कुंतीचा पहिला मुलगा होय.हा वीर सारथ्यांच्या कुलांत वाढला.हा नरवरश्रेष्ठ,सर्व शस्त्रास्त्री योद्ध्यांचा अग्रणी,दुर्योध-

नाचा मित्र, मसलतगार, प्रधान, व शत्रुविध्वंसक अद्वितीय कर्ण सूर्यांश होय.

राजा, सनातन देवाधिदेव जो नारायण, त्याचा प्रतापी वासुदेव हा अंश होय. शेषाचा अंश महाबली बलदेव, व सनत्कुमाराचा अंश महावीर्यशाली प्रद्युम्न होय. याचप्रमाणें, वसुदेवकुलाला भूषित करणारे आणखी जे मनुष्यश्रेष्ठ होते, तेही देवांचेच अंश होते. अप्सरांचा गण सांगितला त्यांच्या अंशांपासून इंद्राज्ञेनें सोळा सहस्र देवी होऊन त्या श्रीकृष्णाच्या स्त्रिया द्वापरयुगांत झाल्या. श्रीकृष्णाची पट्टराणी भीमककन्या साध्वी रुक्मिणी ही लक्ष्मीचा अंश होती. यज्ञवेदीवर जन्मास आलेली शुद्धसत्त्वा द्रौपदी ही शचीचा अंश होय. द्रौपदी फार कृश नव्हे, फार लठ्ठ नव्हे अशी असे. तिच्या अंगास कमलांचा सुवास असे. कमलाप्रमाणें डोळे, सिंहाची कटि व भृंगासारखे केश असणारी द्रौपदी सर्वलक्षणसंपन्न असून वैडूर्य मण्यासारखी तेजस्वी असे. ही आपल्या पंचपतींचें मनाधारण करण्यांत कुशल होती. सिद्धि व धृति यांच्या अंशांपासून कुंती व माद्री झाल्या. मतीच्या अंशानें सुबल कन्या गांधारी झाली.

याप्रमाणें राजा, देव, असुर, गंधर्व, अप्सरा, राक्षस यांचें अंशावतरण भूलोकीं कसें झालें, कोणकोणते युद्धोन्मत्त राजे झाले, यादवकुलांत कोण झाले, व ब्राह्मणादि चार वर्णांत कोणाचे कोण अंशभाग होते, तें तुला सांगितलें. हें अंशावतरण धन्यप्रद, यशस्वी, पुत्र देणारें, आयुष्य वाढविणारें व विजय करणारें आहे. हें सर्वांनीं ऐकावें. हें देवादिकांचें अंशावतरण ऐकिलें असतां, त्याचे उदयास्त कसे होतात, याचें ज्ञान झाल्यामुळें संकटकालींही मनुष्यांचें अवसान खचत नाहीं.

अध्याय अडुसष्टावा.

—:(०):—

दुष्यंतवर्णन.

जनमेजय विचारतोः—भगवन्, हे द्विजश्रेष्ठा! आपण मला या विप्र मंडळीसमक्ष देवदानव गंधर्वाप्सरादिकांचें अंशावतरण कृपा करून सांगितलें, तें ऐकून मी धन्य झालों. आतां पुनः अशी इच्छा आहे कीं, कुरुवंशाची उत्पत्ति प्रथमपासून ऐकावी. आपण मला हा वृत्तांत कृपा करून सांगावा.

वैशंपायन म्हणतात—राजा! एकः पौरवकुलाचा आदिस्थापक दुष्यंत नांवाचा वीर्यशाली राजा होता. हा समुद्रापर्यंत चाऱ्ही दिशांस पसरलेल्या सर्व पृथ्वीचें पालन करीत असे. पृथ्वीच्या चारही भागांचा हा उपभोग घेई, व तसेंच समुद्राच्या कांठीं असलेल्या देशांवरही या समरविजयी राजाचें स्वामित्व असे. हा शत्रुविनाशक राजा ब्राह्मणादि चार वर्ण जेथें रहातात त्या समुद्रगामी प्रदेशावर म्हणजे म्लेंछ लोकांचे देशाच्या सीमेपर्यंतच्या प्रदेशावर, प्रभुत्वानें राज्य करी. हा राजा राज्य करीत असतां, वर्णसंकर करणारे, कृषिकर्म अगर पृथ्वीचा छल करून तिच्यापासून फलप्राप्ति इच्छिणारे (खाणीचें काम करणारे) व पापकर्म करणारे लोक मुळींच नसत. प्रजेची धर्मावर उत्तम प्रकारची निष्ठा असल्यामुळें या राजाच्या कारकीर्दींत प्रजेला धर्म आणि अर्थ यांची प्राप्ति सहज होई. सारांश, धर्मावर निष्ठा असली म्हणजे प्रपंच साधून परमार्थाचा लाभ सहज होतो. त्या वेळीं चोरांचें अथवा क्षुधेचें किंवा रोगांचें भय बिलकूल नव्हतें. स्वधर्मावर पूर्ण निष्ठा व देवांसंबंधीं कर्म करीत असतां यज्ञयागादिकांचे वेळीं कर्त्याचा पूर्ण निष्कामीपणा या राजाच्या अमदानींत सर्वांशानीं दृष्टीस पडे; कारण सर्वत्र भयशून्यता झालेली होती. पर्जन्य योग्य काळीं वर्षे आणि धान्येंही उत्तम रसवंत होत. पृथ्वीवर सर्व प्रका-

रचीं रत्नें व सर्व प्रकारचे पशु असत. ब्राह्मण हे आपल्या धर्मामध्यें गढून गेलेले असत ह्मणजे स्वकर्मनिष्ठ असत. असत्य भाषण त्यांस स्वप्नांतही विदित नसे. राजा दुष्यंताचा प्रताप अद्भूत व शरीर वज्रासारखें दृढ असे.हा तरुण राजा पाहिला असतां असें वाटे कीं, आपल्या दोर्दंडांवर सगळ्या वृक्षसृष्टीसकट मंदर पर्वत घेऊन हा लीलेनें सहज निघून जाईल !

असो;चारही प्रकारच्या गदायुद्धामध्यें व शस्त्रविद्येमध्यें हा प्रवीण असे. गदा फेंकणें, मारणें, दस्त्यानें ठोंसणें आणि स्वसंरक्षणार्थ स्वतांभोंवतीं फिरविणें ह्याचारी रीति त्यास पूर्ण अवगत होत्या. हत्तीवर अथवा घोड्यावर बसण्यांत याची मांड बिनतोड होती;हा राजा बलानें विष्णूसारखा, तेजानें सूर्यासारखा,शांतीमध्यें व मर्यादापरिपालनांत समुद्रासारखा, आणि सहनशीलतेमध्यें पृथ्वीसारखा होता.हा राजा लोकप्रिय असल्याकारणानें याच्यावर लोकांची निष्ठा असे. याच्या राज्यांतलि सर्व लोक व सर्व नगरें आनंदित असत.पुनः, हा सद्धर्मप्रवर्तक असल्यामुळें लोकांस धर्ममार्गानें मात्र जाण्याची प्रेरणा वारंवार करी,व लोकांसही या राजाचें शासन उन्नत्तिकारक आहे, असें वाटे;आणि वस्तुस्थितिही तशीच होती.

अध्याय एकुणसत्तरावा.

—:०:—

दुष्यंताची मृगया.

जनमेजय विचारतोः- महाराज ! हे तत्त्वज्ञश्रेष्ठ ! बुद्धिमान भरताची उत्पत्ति कशी झाली, त्याचें चारित्र काय,आणि शकुंतलेच्या उत्पत्तीचा वृत्तांत काय, हें ऐकण्याची मला इच्छा आहे. त्याचप्रमाणें,वीर दुष्यंताला शकुंतला कशी प्राप्त झाली,व दुष्यंताची ही हकीकत सविस्तर कशी काय आहे तेंही मला कृपा करून सांगावें.

वैशंपायन सांगतातः—राजा, ऐक. एकदा हा चतुरंग सेनेचा स्वामी आजानुबाहु राजा दुष्यंत हजारों हत्ती व घोडे बरोबर घेऊन एका मोठ्या घोर अरण्यांत गेला. त्याच्या बरोबर अत्यंत रमणीय असा चतुरंग सेनासंभार चालला होता. स्वारीच्या मागें व पुढें हजारों योद्धे चालत होते. कोणी खड्ग घेतलेले, कोणी शक्ति घेतलेले वीर, त्याचप्रमाणें गदा, मुसल, प्रास, तोमर इत्यादि शस्त्रें धारण केलेले योद्धे मोठ्या समारंभानें चालले होते. हें समुद्रप्राय सैन्य चाललें असतां योद्ध्यांचा सिंहनाद, शंख, दुंदुभि यांचे कानठळ्या बसविणारे युद्धप्रेरक भयंकर शब्द,रथांचा घडघडाट, पर्वतप्राय अशा गजवरांचें ओरडणें, घोड्यांचें खिंकाळणें, अनेक तऱ्हेच्या युद्धसाधनांनीं सज्ज झालेल्या विचित्र शस्त्रधारी वीरांचें दंड थोपटणें, व युद्धांतील 'हरहर महादेव' यासारख्या सांकेतिक गर्जना, या सर्वांच्या योगानें स्वारी निघाली असतां मोठा कलकल शब्द झाला ! हा रणगंभीर शब्द ऐकून आपापल्या मोठ मोठ्या प्रमादांच्या गच्चांवर स्त्रियांचे थवेचे थवे स्वारी पहाण्यासाठीं जमले. त्यांनीं राजशोभाविभूषित दुष्यंताला—त्या शूर आणि स्वतांची व स्वतांच्या राष्ट्राची कीर्ति वाढविणाऱ्या इंद्रतुल्य शत्रुसिंहाला—मोठ्या प्रेमानें पाहिलें. 'हा पुरुषव्याघ्र, हा वसूसारखा पराक्रमी, याच्या बाहुबलाशीं गांठ पडली असतां शत्रु नाहीं तसे होतात'इत्यादि प्रकारानें प्रेमपूर्वक व अभिमानपुरःसर त्या स्त्रिया आपल्या राजाची स्तुति करीत होत्या, व राजाच्या मस्तकावर पुष्पवृष्टि करीत होत्या. स्तुति ऐकून व पूजा पाहून राजास मोठा संतोष झाला. स्वारी निघण्याचे वेळीं ब्राह्मणश्रेष्ठांनीं राजास मंगलकारक आशीर्वाद देऊन त्याची स्तुतिही केली.ब्राह्मणांचे आशीर्वाद घेऊन राजा मृगया करण्याच्या इच्छेनें मत्त गजाच्या स्कंधावर बसून नगरीच्या बाहेर पडला;

तेव्हां इंद्रासारख्या त्या पराक्रमी राजाच्या सत्कारार्थ मागोमाग जाणारे ब्राह्मण, क्षत्रिय, वैश्य शूद्र असे चारही वर्णांचे लोक प्रतिक्षणीं वाढत होते. ब्राह्मणांनीं आशीर्वाद दिले, व इतरांनीं 'जय' शब्दाची लाखोली वाहिली. बरेच लांब लोक आले आहेत असें पाहून राजानें त्यांस 'परत मागें फिरा' अशी अनुज्ञा दिली. नंतर, गरुडासारख्या वेगानें चालणाऱ्या रथांत बसून राजा चालला, तेव्हां त्याच्या रथघोषानें पृथ्वी आणि स्वर्ग हीं दुमदुमून गेली. असो; स्वारी चालली असतां त्या बुद्धिवान राजाला एक नंदनतुल्य रमणीय वन वाटेंत लागलें. येथें बेल, रुई, खैर, कवठ, धव इत्यादि वृक्षांनीं गर्दी करून सोडिली होती. पर्वतावरून सुटून आलेले हजारों दगड तेथें पसरले असल्यामुळें जाण्यायेण्याला अवघड झालें होतें. हें वन पुष्कळ कोसभर पसरलेलें असून येथें पाणी अगर मनुष्य कांहींएक दिसत नव्हतें. येथें मृग सिंह आणि इतर हजारों वनचर संचार करीत होते. आपले सेवक व सैन्य घेऊन वाहनस्थ राजा या वनांत शिरला, आणि अनेक मृग मारून सर्व वन त्यानें पालथें घातलें. बाणांच्या टप्प्यांत आलेले अनेक व्याघ्रगण त्या राजानें शरसंधान करून विव्हल केले आणि जमिनीवर पाडले; दूर असलेले कित्येक जखमी केले; अतिशय समीप आलेल्यांस त्यानें तरवारीनें तोडून टाकिलें व त्या बलश्रेष्ठ राजानें कित्येक हरिण मारले. गदा फिरविण्यामध्यें पटाईत असलेला तो राजा वनभर फिरला, आणि तोमर व असि घेऊन आणि गदा, मुसल, कंपन इत्यादिकांच्या सहाय्यानें त्यानें हजारों वन्य मृग व पक्षी ठार केले. याप्रमाणें तो अतुलपराक्रमी राजा आणि त्याचे संगरप्रिय योद्धे सर्व अरण्यभर फिरत आहेत असें पाहून मृगपति तें अरण्य सोडून पळत सुटले. आपले पुढारी नष्ट झाले व आपले कळप विस्कलित झाले, हें पाहून सर्व मृगांनीं कावरेबावरेपणानें ओरडण्यास आरंभ केला. नद्यांस पाणी नाहीं म्हणून निराशेनें थकलेले व पळण्याच्या धांवलीनें मोठ्यानें श्वासोच्छ्वास करणारे हे व मरणोन्मुख मृग धडाधड जमिनीवर पडले. तहानभुकेनें जर्जर होऊन ते जे तेथें पडले, तेथून उठण्याची त्यांस शक्ति नव्हती. पुढें त्यांस कित्येक बुभुक्षित सैनिकांनीं तसेंच खाऊन टाकिलें. कित्येकांस अग्निसंस्कार देऊन कुटून वनचरांनी खाल्लें. इकडे कित्येक मदोन्मत्त व बळकट हत्ती शस्त्रांनीं घायाळ झाले होते, ते आपल्या सोंडा संकुचित करून जिवाच्या भीतीनें पळत असतां वाटेनें देहधर्म करीत व रक्त सांडत जात होते. पण कांहीं वन्यगजश्रेष्ठांनीं मनुष्यांशीं गांठी घालून त्यांस पायांखालीं तुडविलें !

असो; याप्रमाणें तें वन सैन्यरूपी मेघांनीं सोडलेल्या शरधारांनीं सुशोभित दिसूं लागलें. यूथनायक मेल्यामुळें मृग सर्वत्र सैरावैरा धावपळ करीत होते, त्यामुळेंही त्या भयंकर वनाला रमणीय शोभा आली होती !

अध्याय सत्तरावा.

—:०:—

वनश्रीवर्णन.

वैशंपायन सांगतातः—राजा, याप्रमाणें हजारों मृगांचा नाश करून तो राजा सेवक, सैन्य आणि वाहनें यांसह मृगयानिमित्तानें दुसऱ्या वनांत शिरला. जातां जातां हा अद्वितीय बलाचा राजा तहानभुकेनें व्याकुल होत्साता वनाच्या शेवटीं एक मोठें ओसाड अरण्य होतें त्यांत प्रविष्ट झाला. तेंही ओलांडून तो राजा पुढें गेला, तों उत्तम आश्रम असलेलें, मनाला आल्हाद देणारें व दृष्टीला आकर्षित करणारें असें एक रमणीय वन त्याच्या दृष्टीस पडलें. येथें मंद व शीतल असा वायु वाहत होता. येथील घनदाट वृक्षांस सुगंध पुष्पें

असल्यामुळें मनोहर सुवास सर्वत्र पसरला होता, आणि येथें उगवलेलें मऊ गवतही सुंदर दिसत होतें. जेथें झिल्लीनामक कीटकांचा मधुर शब्द ऐकूं येत आहे, कोकिल आपल्या मधुर स्वरानें सर्व वन आनंदित करिताहेत, अनेक पक्षी आपापल्या गोड आवाजांनीं वनचर प्राण्यांस तल्लीन करून सोडीत आहेत, मोठमोठ्या जुनाट वृक्षांनीं आपल्या विस्तीर्ण शाखा पांथस्थांस स्वागतपर छायासुख देण्यासाठीं सभोंवार पसरल्या आहेत, मृगांचा गुंजारव चाललाच आहे, वनश्री आपलें सर्व ऐश्वर्य पसरून उभी राहिली आहे, सर्व वृक्षराजी पुष्पफलांनीं भारावून गेली आहे, त्यांच्या सुवासाला लुब्ध झालेल्या भ्रमरांची गर्दी झाल्यामुळें सर्व वनाला मेघःशामत्व आलें आहे, कांट्यांचें अथवा कांटेरी झाडांचें नांवही नाहीं; त्याचप्रमाणें, पक्ष्यांचा मनोवेधक तारस्वर, प्रशस्त छाया देणाऱ्या वृक्षांस सर्व ऋतूंतील पुष्पांनीं आलेली विलक्षण शोभा, अतिथिअभ्यागतांस शिष्ट वायूच्या प्रेरणेनें स्वागतपर झालेली प्रतिक्षणींची पुष्पवृष्टि, गगनचुंबित वृक्षांनीं केलेले चित्ताकर्षक विचित्र पुष्पांचे रमणीय पोषाक, नूतन पल्लवांनीं व पुष्पभारांनीं विनम्र झालेल्या शाखांवरील मधुमत्त भ्रमरांचा गुंजारव व पुष्पांचा सडा झालेला तो भूप्रदेश, आणि मनाची प्रीति वाढविणारे लतामंडप व परस्परांस शाखाबाहूंनीं आलिंगन देणारे अनेक वृक्ष जेथें विपुल आहेत, अशा त्या मनोरम वनोद्यानांत शिरल्यानंतर राजाला अत्यंत संतोष झाला. येथें सिद्ध, चारण, गंधर्व व अप्सरा इत्यादिकांची वसति असलीच पाहिजे, असा त्याचा ग्रह झाला व तो खराच होता. कारण, महेंद्राच्या ध्वजाइतके उंच असे हजारों वृक्ष येथें होते, आणि मत्त वानर व किन्नरही विपुल होते. येथील वायूही थंड, सुखकर आणि पुष्पपरागांनीं सुगंधित झाल्यामुळें तेथील मनोहर वृक्षपंक्तीला प्रेमभरानें भेटण्यासच येतो कीं काय असा भास होई !

कण्वाश्रमदर्शन.

असो; याप्रमाणें नदीतटाकावर असणाऱ्या त्या अत्युच्च व अति रमणीय वनाची शोभा पाहून दुष्यंत राजाला फारच आल्हाद झाला; आणि तो पुढें जातो तों रम्य, मनोहर आणि आनंदित विहंगांच्या कलकलाटानें नादित झालेला असा एक श्रेष्ठ आश्रम त्याच्या दृष्टीस पडला. त्या आश्रमाभोंवतीं अनेक वृक्षांच्या रांगा दिसत होत्या; तसेंच तेथें अग्निही प्रज्वलित झाले आहेत, असें दिसलें. तेव्हां त्या राजानें त्या लोकोत्तर आश्रमाला विधिपूर्वक नमस्कार करून त्याची पूजा केली. या आश्रमांत संन्यासी, वालखिल्य ऋषि, अनेक मुनिगण व अनेक अग्निशाला दिसत असून सर्व भूप्रदेशावर पुष्पांचीं आसनें घातलींशीं दिसत होतीं; तसेंच महाकच्छ नांवाच्या तुंग व पुष्ठ वृक्षांनीं त्या आश्रमाला विलक्षण शोभा आली होती. त्या आश्रमाच्या समीपच, आश्रमप्रदेशाच्या मधूनच मालिनी नदी वाहत होती. तिचें उदक स्वच्छ, सुखकर आणि पथ्यकर होतें. त्या नदीच्या तीरावर पक्ष्यांचे थवेचे थवे बसलेले दिसत होते. येथील तपोवनामळेंही या नदीला मनोहरत्व आलें होतें. तेथें सर्प आणि पक्षी एकाच ठिकाणीं सौम्यपणानें खेळतांना पाहून राजाला पराकाष्ठेचें कौतुक आणि प्रेमाचा आनंद झाला; असो.

राजा जनमेजया, असा हा देवलोकाप्रमाणें तेजस्वी आणि सर्व दिशांनीं मनोहर व शोभायमान आश्रम पाहून तो श्रीमान व शूर राजा तिकडेसच जावयास निघाला. जातांना, आश्रमाला आलिंगन देऊन जाणारी ती मालिनी नदी त्यानें पाहिली. तिचें तें स्वच्छ जल आणि शांत व मनोहर स्वरूप पाहून, ही नदी म्हणजे तेथील प्राण्यांची मातुःश्रीच आहे कीं काय, असा

त्यास भास झाला. तिच्या वाळवंटावर चक्रवाक पक्ष्यांची गर्दी झाली असल्यामुळें चक्रवाकांचेंच वाळवट झालें होतें. तसेंच, तिच्या लाटांवरील फेंस म्हणजे हजारों पुष्पें झालीं होतीं. येथें किन्नरगण, वानर, अस्वलें, मत्त हत्ती व मोठमोठे नाग यांची रेलचेल होती, हिच्या तीरावर पवित्र वेदांचा घोष चालला होता. येथेंच महात्म्या भगवान काश्यपकुलपतींचा मनोहर व महर्षींनीं गजबजलेला असा श्रेष्ठ आश्रम होता. हा आश्रमप्रदेश व त्या जवळची ती नदी पाहून राजाचें चित्त शांत झालें, आणि त्यानें त्या आश्रमांत प्रवेश करण्याचा विचार केला. जिचा तीरप्रदेश रम्य आहे अशा त्या द्वीपवती मालिनी नदीनें त्या आश्रमाला पुष्कळ शोभा आणिली होती. श्रीगंगा नरनारायणाचें स्थान सुशोभित करिते, तशीच ही नदी श्रीकण्व मुनींच्या आश्रमाला शोभा देत होती. श्रीकुबेराच्या वनाप्रमाणें अति सुंदर असणाऱ्या व मत्त मयूरांच्या आरवांनीं नादावून गेलेल्या या रमणीय वनांतील पवित्र व पुण्यशील आश्रमाकडे जाण्याला राजा निघाला, तेव्हां काश्यपकुलोत्पन्न कण्व महामुनींचें—त्या अत्यंत गुणसंपन्न व विलक्षण तेजस्वी तपोधनाचें—दर्शन घेऊन धन्य व्हावयाचें असा संकल्प करून निघाला. अर्थातच त्यानें आपली अश्व, रथ, गज व पदाति यांनीं युक्त अशी चतुरंग सेना वनद्वारावर ठेवली आणि म्हटलें, “सेनापते ! महाशांत, महाविरागी आणि महापवित्र काश्यपकुलोत्पन्न श्रीकण्व तपोधनाच्या दर्शनाकरितां मी जात आहें; तेव्हां मी दर्शन घेऊन परत येईपर्यंत तुम्ही येथेंच असा.”

राजा असें सांगून तो राजा त्या नंदनतुल्य वनांत उपाध्यायासह शिरल्याबरोबर त्याची सर्व तहानभूक हरून गेली ! व त्याला अतिशय आनंद झाला. अमात्यांसह त्या राजानें आपलीं सर्व राजभूषणें अगोदरच काढून ठेविलीं होतीं; कारण, राजा दुष्यंताला त्या तपोराजाचें—त्या निर्विकल्प महामुनि कण्वाचें—दर्शन घेण्याची अत्यंत लालसा उत्पन्न झाली होती; असो.

आश्रमप्रवेश.

ब्रह्मलोकाप्रमाणें देदीप्यमान, व भ्रमरांच्या गुंजारवानें नादित झालेल्या त्या आश्रमप्रदेशांत शिरतांक्षणींच तेथील अनेक खग, मृग त्याच्या दृष्टीस पडले. तसेंच, तेथें अनेक वेदोनारायणप्रभृति द्विजगण पदक्रमांसह ऋग्वेदीय मंत्रांचें पठन करीत आहेत, इष्टि, सोम, पशु इत्यादि यज्ञकर्मांमध्यें गढून गेलेले यजुर्वेदवेत्ते अनेक महाब्राह्मण कल्पसूत्रादिकांचे पाठ देत असल्यामुळें सर्व आश्रमाला शोभा आली आहे, व्रतस्थ राहिलेल्या ऋषींच्या सामवेदीय मधुर गीतांनीं सर्व आश्रमभर नादब्रह्मच अवतीर्ण झालें आहे, भारुंड (पूगयज्ञीय) सामांच्या व अथर्ववेदीय मंत्रांच्या उच्चारानें पवित्रता देवी संचार करीत आहे, व्रतस्थ व मनोनिग्रही ब्राह्मणांच्या तपस्तेजानें आश्रमाला पूर्ण सात्विकता प्राप्त झाली आहे, व अथर्ववेदाचे व भारुंडसामांचे मंत्र पदक्रमांसह उदात्तानुदात्तादिसंस्कारपूर्वक उच्चारिले जात आहेत, असा तो शब्दब्रह्माचा मनोहर घोष ऐकून त्या राजाला वाटलें कीं, हा दुसरा ब्रह्मलोकच आहे कीं काय ? इष्टकोपाधान, यज्ञवेदि इत्यादि कर्मांच्या क्रमांमध्यें निपुण, तसेंच क्रम, शिक्षा यांत पंडित, न्यायतत्त्वें आणि आत्मविज्ञान (अध्यात्मविद्या) यांनीं संपन्न वेदपारंगत एकाच शाखेंतील अनेक वाक्यांचा समाहार आणि अनेक शाखांतर्गत असलेल्या गुणविधींचा एका शाखेंत समवाय करण्यामध्यें विशारद, सगुण उपासनेमध्यें विद्वान व मोक्षधर्मामध्यें पंडित; त्याचप्रमाणें प्रतिज्ञा, शंका, सिद्धांतमंडन इत्यादिकांच्या साहाय्यानें परमार्थ जाणणारे, व्याकरण, छंद, निरुक्त ह्या शास्त्रांमध्यें पारंगत,

उत्तम ज्योतिषी, द्रव्य, गुण आणि कर्म यांची व्यवस्था पूर्णत्वानें जाणणारे, कार्यकारणनियमांचे पूर्ण ज्ञाते, पक्षी, वानरइत्यादिकांचें व मंत्रादि अव्यक्त वाक्यांचें रहस्य पूर्णतः जाणणारे, संकलित ग्रंथांचें मर्म समजणारे आणि नानाशास्त्रांचें विधिपूर्वक आलोडन करून त्यावर प्रामाणिकपणानें बोलणारे अशा हजारों ऋषींचा जो चित्ताकर्षक गजर चालला होता, व नास्तिकपंथाच्या मुख्यांनीं केलेल्या वादापवादांची ज्यांत भर पडत होती, तो मधुर संमीलित स्वर राजाचे कानीं पडला! त्या शत्रुवीरनाशक राजाला जिकडे तिकडे विरक्त व स्वच्छाचरणाचे असे विप्रश्रेष्ठ जपहोमांमध्यें गढून गेलेले दिसत होते. त्यांची तीं विचित्र मनोहर आणि प्रयत्नसंपादित आसनें पाहून राजाला अतिशय साश्चर्यकौतुक वाटलें. तेथील देवतांची पूजा ब्राह्मण करीत आहेत हेंही त्यानें पाहिलें. हा सर्व अपूर्व देखावा पाहून, आपण ब्रह्मलोकांतच आलों कीं काय, अशी त्याला वारंवार भ्रांति झाली! असो.

जनमेजया, काश्यपांच्या तपानें संरक्षित असलेला पुण्यशील व तपोवनास योग्य असणाऱ्या गुणांनीं युक्त असा तो आश्रम कित्येक घटकांपर्यंत त्यानें पाहिला तरी त्याची तृप्ति होईना. नंतर तो शत्रुहंता दुष्यंत राजा आपले अमात्य व पुरोहित यांस बरोबर घेऊन त्या कश्यपकुलोत्पन्न कण्व मुनींच्या निर्दोष, मंगलकारक, अत्यंत मनोहर आणि सभोंवार तपोधनात्मक ऋषींनीं गजबजून गेलेल्या आश्रमामध्यें प्रविष्ट झाला.

अध्याय एकाहत्तरावा.

—:(०):—

शकुंतलादर्शन.

वैशंपायन सांगतातः—जनमेजया, तदनंतर तो आजानुबाहु राजा अमात्यादिकांस मागें ठेवून आपण एकटाच पुढें गेला, तों त्यास ते पुण्यश्लोक कण्व मुनि कोठें दिसेनात. आश्रमांत कोणी नाहीं, शून्य आहे, असें पाहून 'येथें कोणी आहे काय? अशी गर्जना करून त्या राजानें विचारलें. हा त्या राजाचा महाशब्द ऐकून, मूर्तिमंत लक्ष्मीच कीं काय, अशी एक तापसी वेष धारण करणारी कन्या आश्रमांतून बाहेर आली. राजाला पाहिल्याबरोबर 'आपलें स्वागत असो' असें शिष्ट स्वरानें म्हणून त्या कृष्णनयनेनें त्याची आसन, पाद्य, अर्घ्य इत्यादिकांनीं पूजा केली; आणि 'आपलें अनामय राष्ट्र क्षेम आहेना? कुशल आहेना?' असें ममत्वपूर्वक विचारिलें. नंतर स्मितहास्य करून 'काय आज्ञा आहे!' असाही कुलीन कुमारीजनांस उचित असा प्रश्न केला

राजा जनमेजया, त्या सर्वांगसुंदरींचा तो मधुर भाषेनें उच्चारिलेला प्रश्न ऐकून, व आतिथ्यपूजेचें सर्वस्व हिला माहीत आहे असें पाहून, "महाभाग कण्व ऋषि यांचें दर्शन घेण्याकरितां व त्यांची सेवा करण्याकरितां मी आलों आहे. हे भद्रे! ते कोठें बरें गेले आहेत? हे सुंदरी! तूं मला कृपा करून सांगशील काय?"

शकुंतला म्हणाली:—माझे बाबा फळें आणण्यासाठीं बाहेर गेले आहेत. आपण घटकाभर थांबाल तर ते आपल्यास येथेंच भेटतील.

वैशंपायन सांगतात:—राजा आश्रमांत ऋषि नाहींत व ही मुलगीही तेंच सांगते हें पाहून व ऐकून राजा क्षणभर स्तब्ध राहिला तों रूपसुंदर, तेजस्वी, व हास्यवदन अशा चारुगात्रीच्या नैसर्गिक अंगकांतीला तपस्तेजाची व इंद्रियनिग्रही ब्रह्मचर्यतेजाची भर पडल्याकारणानें अत्यंत तेजस्वी दिसत असलेलें तिचें सर्वांगसुंदर स्वरूप त्याच्या दृष्टीस पडलें! नंतर त्या रूपयौवनसंपन्न कुलीन कन्येला दुष्यंत राजानें प्रश्न केला, "मुली, हे सिंहकटि! तूं कोण? कोणाची? तुला वनांत येण्याचें कारण काय? असें हें तुझें

अद्वितीय लावण्य या वनांतील तपश्चर्येला योग्य नव्हे. सुंदरी ! नुसतें तुला एकदां पाहिल्याबरोबर माझें मन मला सोडून तुझें दास झालें ! याकरितां, तूं कोण आहेस हें समजण्याची मला भारी उत्कंठा झाली आहे, तेव्हां सांग लवकर."

राजाचें हें भाषण ऐकून ती हंसत हंसत मधुर स्वरानें बोलली:— राजा ! भगवान् कण्व ऋषींची मी कन्या आहें. ते महातपस्वी, महाबुद्धिवंत, धर्मवेत्ते आणि उदार मनाचे आहेत हें सर्वविश्रुतच आहे.

दुष्यंत म्हणतो:—सुंदरी, सर्ववंद्य भगवान कण्व ऋषि हे ब्रह्मचारी आहेत हें मला विदित आहे. ब्रह्मचारी आहेत हें मला विदित आहे. प्रत्यक्ष धर्मही आपल्या व्रतापासून च्युत होईल, पण सद्धर्मापासून कण्व मुनि कधींही परावृत्त होणार नाहींत. तेव्हां, हे वरारोहे, त्यांची कन्या तूं कशी होशील ? हें कांहीं जुळत नाहीं. माझें मन संशयक्रांत झालें आहे. कृपा करून माझा संशय दूर कर.

शकुंतलाजन्मवृत्तकथन.

(मेनकेचें विश्वामित्रांकडे आगमन.)

शकुंतला म्हणाली:—महाराज ! मी कण्व मुनीची कन्यका कशी झालें, यासंबधानें झालेलें वर्तमान जसें मला वडिलांच्या तोंडून ऐकावयास मिळालें, तसेंच मी आपल्याला सांगतें; ऐकावें. एकदा, भगवान कण्व बाबांकडे कोणी ऋषि भेटावयास आले होते, त्यांनीं बाबांस विचारिलें, 'ही तुमची मुलगी कशी?' तेव्हां बाबांनीं जें त्यांना सांगितलें तेंच आतां मीं आपणांस सांगतें.

कण्व बाबा म्हणाले, " कांहीं वर्षांचे पूर्वी विश्वामित्र ऋषींनीं अति उग्र व खडतर तपश्चर्या आरंभिली. ती पाहून, देवाचा स्वामी इंद्र याला भारी तळमळ लागली कीं, ह्या उग्र तपश्चर्येनें विश्वामित्र अत्यंत सामर्थ्यवान होउन मला माझ्या स्थानापासून पदच्युत करील कीं काय ? ह्याप्रमाणें तळमळणाऱ्या त्या इंद्रानें मेनकेला बोलाविलें आणि सांगितलें, " मेनके ! आपल्या स्वतांच्या दिव्य गुणांनीं तूं सर्व अप्सरांमध्यें श्रेष्ठ आहेस. म्हणून माझें हित करण्याचें सामर्थ्य तुला सहजच आलें आहे. हे कल्याणी, मी सांगतों एवढें काम कर. हा पहा सूर्याप्रमाणें प्रखर तेजाचा विश्वामित्र महातपश्चर्या करीत आहे, यामुळें माझ्या मनाला भीति उत्पन्न होऊन तें कांपावयास लागलें आहे. हा शुद्ध आचरणाचा विश्वामित्र तुझ्याशिवाय कोणासही बधावयाचा नाहीं. तेव्हां तूं जा, आणि त्याच्या मनांत विषयवासना उत्पन्न कर; म्हणजे त्याच्या त्या उग्र तपश्चर्येची राखरांगोळी होईल व मीही पदच्युत होणार नाहीं. ह्या कामाचा भार तुजवरच घातला पाहिजे. सुंदरी ! विश्वामित्राच्या तपश्चर्येला विघ्न केलेंस म्हणजे माझें पद अविघ्न झालेंच समज. आपलें रूप, यौवन, माधुर्य, चेष्टा, स्मितहास्य, मधुर भाषणें इत्यादिकांनीं त्याला मोहित करून तूं त्याची तपश्चर्या जाळून टाक !"

" मेनका म्हणते:—महाराज ! विश्वामित्र अगोदरच महातेजस्वी; त्यांत त्याची ती उग्र तपश्चर्या चाललेली आहेना ? शिवाय, हा मुनि महाकोपिष्ट आहे हें आपल्यासही विदित आहेच. महाराज ! ज्याचें तेज, ज्याचें तप, आणि ज्याचा प्रकोप हीं आपल्याही मनांत जर पराकाष्ठेची भीति उत्पन्न करितात, तर, भगवन, माझ्यासारख्या अबलेला तर भयानें मूर्च्छाच येईल यांत काय नवल ? ज्या विश्वामित्रानें महाभाग वसिष्ठ ऋषीचे प्रियपुत्र मारिले, जो जातीचा क्षत्रिय परंतु स्वतपोबलानें ब्राह्मण झाला, ज्यानें केवळ स्नानपानाकरितां स्वतांच्या सामर्थ्यानें ती प्रसिद्ध व पावनकारी कौशिका नदी दुर्गम केली, म्हणजे ती पुष्कळ उदक धारण करील इतकी खोल केली, त्याचा पराक्रम पाहून मी तर गांगरूनच जाईन. महाराज ! आपल्याला विदितच आहे

कीं, पूर्वी एकदा मोठा दुष्काळ पडला होता. तव्हां पित्याच्या क्रोधामुळें मातंगत्व पावलेल्या; राजा त्रिशंकूनें विश्वामित्र बाहेर गेले असल्यामुळें या ऋषीच्या कुटुंबाचें पोषण केलें. पुढें दुष्काळ आटोपल्यावर या मुनीची स्वारी परत आली. तेव्हां ह्या मातंगाच्या उपकाराचें स्वरूप त्यांना समजलें; तेव्हां प्रसन्न होऊन त्यांनीं त्या मातंगाकडूनच एक याग करविला.त्यावेळींआपण सुद्धां विश्वामित्र ऋषीच्या भयानें सोमपान करण्यास गेलां होतां. कौशिकी नदीला 'पारा' हें नांव त्याच वेळीं मिळालें! ह्याच ऋषीला क्रोध आला तेव्हां प्रतिश्रवणादि नक्षत्रांसह यानें निराळाच एक लोक उत्पन्न केला हें आपण विसरलां नसालच. बापाला राग येण्यासारखा त्याचा अपमान, गोहत्या, आणि गोमांसभक्षण हीं तीन बाणासारखीं टोंचणारीं महापातकें ज्याच्या हातून झालीं म्हणून ज्याला 'त्रिशंकु' हें नांव मिळालें, त्याला—त्या महापातक्याला-सुद्धां ज्यानें तारणाचा मार्ग दाखवून त्याचें संरक्षण केलें. त्या महात्म्या व महापराक्रमी आणि महातामसी विश्वामित्राला मी अबला भितें याचें नवल नाहीं! ह्या महाभागाची हीं असलीं भीति उत्पन्न करणारी कर्मे असल्यामुळें, तो रागावेल व मला जिवंत जाळून टाकील! तेव्हां असें कर्म मला आपण सांगूं नये. त्याचा राग होणार नाहीं असें मला वाटेल तें काम सांगा. महाराज! हा ऋषि आपल्या तेजानें सर्व त्रैलोक्य जाळून भस्म करील, पायानें सर्व धरणी हालवून सोडील, महामेरूचा चुराडा करील, आणि एका क्षणांत सर्व दिशांस एकवट करील,असें याचें सामर्थ्य आहे. अशा अग्नीप्रमाणें तेजःपुंज व मनोनिग्रही तपस्व्याला माझ्यासारख्या पापी अबलेनें कसा बरें स्पर्श करावा? हे देवेश! अग्नि हें ज्याचें मुख, सूर्यचंद्र हीं ज्याच्या डोळ्यांतील बुबुळें, व कृतांत ही ज्याची जिव्हा,त्या महाभागाला माझ्यासारख्या शलभभूत स्त्रीनें स्पर्श करण्याचा अवकाश, कीं जळून खाक होणार! यम, सोम, महर्षि साध्य, सर्व वालखिल्य हे सुद्धां ज्याच्या प्रभावाला पाहून भयानें गर्भगलित होतात, तेथें माझ्यासारख्या स्त्रीचा काय पाड? सुरेंद्रा! आपण आज्ञा केलीच आहे, तेव्हां 'मी जात नाहीं' असें तरी कसें म्हणूं? महाराज! हें कर्तव्य करीत असतां माझें संरक्षण होईल असा उपाय काढा, म्हणजे आपल्या आश्रयानें मला त्या ऋषीजवळ सुखानें जातां येईल. महाराज! मी तेथें जाऊन नृत्यादि लीलांस आरंभ केला म्हणजे वायूनें माझें नेसलेलें वस्त्र सोडून दूर फेकून द्यावें, आणि आपल्या अनुज्ञेनें मन्मथ देवानें माझें सर्व प्रकारें साहाय्य करावें. जेथें विश्वामित्र तप करीत आहेत, आणि जेथें त्यांस मोह घालण्याकरितां मी जाणार आहें, तेथल्या वनांतून सुगंध आणि उन्मत्त करणारा वायु वाहण्यास प्रारंभ व्हावा, इतकीच माझी विनंती आहे.

"मेनकेचें हें भाषण श्रवण करून इंद्रानें 'बरें' असें म्हटलें, व कामदेवतेस व वायुदेवतेस तिच्या दिमतीस दिलें. तेव्हां ती रूपसुंदरी कामवायूसह कौशिकाश्रमास गेली."

अध्याय बहात्तरावा

—:(०):—

शकुंतलाजन्मवृत्तकथन.

(शकुंतलाजन्म)

कण्व म्हणतातः—याप्रमाणें शक्राज्ञेनें मेनकादेवी वायुसह निघाली म्हणून सांगितलेंच आहे. ती रूपसुंदरी वरारोहा भतिभीतच आश्रमाजवळ आली, तों तपानें सबाह्यांतर शुद्ध झालेले विश्वामित्र ऋषि आश्रमांत तपःसंग्रह करीत आहेत, असें तिच्या दृष्टीस पडलें नंतर त्या महर्षिला तिनें दुरूनच नमस्कार केला, आणि ऋषीसमोरच ज-

लक्रीडा करण्यास तिनें आरंभ केला. इतक्यांत तिचें तें कांठावर ठेवलेलें चंद्रासारखें उज्वल वस्त्र वाऱ्यानें उडविण्यास आरंभ केला. तेव्हां जणू काय तें वस्त्र घेण्यासाठींच त्या रूपसुंदरीनें लगबगीनेंच जलाशयांतून बाहेर येण्यासाठीं धाव मारली! नग्नस्थितींत बाहेर यावें लागल्यामुळें तिला साहजिकतांच व संकल्पाप्रमाणें मनोहर लज्जा उत्पन्न होऊन तिनें चित्तवेधक स्मित केलें. हा सर्व चमत्कार त्या अग्नितुल्य विश्वामित्र ऋषींच्या देखततच होत होता. त्या महात्म्यानें ह्या संकटांत सांपडलेल्या,शुद्ध,वस्त्र धरण्याच्या गडबडींत असलेल्या, परंतु न सांपडल्यामुळें बेसुमार गांगरून गेल्यानें जास्तच सुंदर दिसणाऱ्या वस्त्ररहित मेनकेला पाहिलें,तेव्हां तिचें तें अभिनव रूप,न सांगतां येण्यासारख्या तारुण्याची मुसमुशी,व तिचे ते प्रलोभनीय गुण पाहूनच,ते,त्या मदनसाहाय्या जी मेनका तिच्या त्या दर्शनसंसर्गानें मोहित होऊन प्रथम करुणेच्या व नंतर मदनाच्या स्वाधीन झाले! व त्यांनीं तिला प्रेमानें हांक मारिली. तेव्हां तिनेंही मोठ्या औत्सुक्यानें आणि शुद्ध स्वभावानें त्या ऋषींच्या आमंत्रणास मान दिला! पुढें पुष्कळ काळपर्यंत त्या उभयतांचा मालिनीतीराजवळ हिमवत पर्वतावर कामक्रीडाव्यवहार झाला. त्यांचा तो यथेच्छ विहार त्या उभयतांसही एक दिवसासारखाच वाटला! या समागमानें विश्वामित्रापासून मेनकेच्या उदरीं एक मुलगी उत्पन्न झाली. त्या मुलीला मालिनी नदीच्या कांठींच ठेवून मेनका देवी कृतकार्य होत्साती शक्रसभेंत गेली. सिंह व्याघ्रादि क्रूर पशु जेथें यथेच्छ संचार करितात अशा त्या निर्मनुष्य वनामध्यें तें अपत्य ठेवलेलें पाहून शकुंतांस म्हणजे पक्ष्यांस दया आली, व मांसाहारी श्वापदांनीं या गर्भाचा अपहार करूं नये म्हणून त्याच्या सभोंवतीं पहारा करून त्यांनीं तिचें संरक्षण केलें.एकदा मी संध्यावंदना-करितां नदीतीरावर गेलों होतों, तेव्हां या शकुंतरक्षित बालेला निजलेली पाहिली. या घोर व निर्जन वनामध्यें, पक्ष्यांनीं पाळलेली असली तरी हिचें संरक्षण यथास्थित होणार नाहीं, असा विचार करून मीं तिला घरीं आणिली, आणि कन्येप्रमाणें वाढविली आहे. शकुंतांनीं पाळिली म्हणून हिचें शकुंतला हें नांव ठेविलें आहे. शरीर देणारा, प्राणदान करणारा व अन्न देणारा हे सर्व अनुक्रमानें पितृत्वाचे अधिकारीच होतात, असें धर्मशासनांत सांगितलें आहे, म्हणून या शकुंतरक्षित मुलीचें मीं शकुंतला हें नांव ठेविलें आहे; याप्रमाणें ती पाळिली म्हणून माझीही ही मुलगीच होय, व शुद्धसत्त्वा शकुंतलाही मला वडिलाप्रमाणेंच मानिते.

शकुंतला म्हणतेः—राजन्, याप्रमाणें कण्व बाबांनीं त्या ऋषींस माझ्या जन्माची कहाणी सांगितली.हाच श्रीकण्व बाबांचा आणि माझा कन्या पितृत्वाचा संबंध आहे. शिवाय, माझें आईबाप मीं पाहिलेच नाहींत, कण्व मुनींनींच मला ममतेनें वाढविलें आहे, म्हणून मीही त्यांस परमार्थत्वानें माझे वडील असें मानितें. हा माझा वृत्तांत जसा मीं ऐकिला, तसाच आपल्यास निवेदन केला आहे.

अध्याय त्र्याहात्तरावा.

—:(०):—

दुष्यंतशकुंतलाविवाह.

दुष्यंत म्हणतोः—हे कल्याणी! तुझ्या या वृत्तांतावरून;तूं राजकन्या आहेस हें तर स्पष्ट होत आहे. तेव्हां हे सुंदरी! तूं माझी भार्या हो. तूं काय मागशील तें मी तुला देतों. आणखी मीं काय करावें बरें? सोन्याच्या माळा, उत्तम सोन्याच्या कोंदणांत बसविलेलीं अशीं अनेक देशांत निर्माण झालेलीं कर्णहस्तादिकांचीं रत्नजडित भूषणें, वाटेल तितकें द्रव्य,तसेंच सर्व प्रकारचीं

आसनें, फार तर काय ? माझें सर्व राज्य तुझ्या स्वाधीन करितों. हे शोभने ! माझी तूं भार्या हो. अग भित्रे ! गांधर्वविधीनेंच तूं मला वर. कारण, हे रंभोरु, अष्टविवाहविधींमध्यें गांधर्वविवाहच श्रेष्ठ आहे असें सर्वत्र मानितात.

शकुंतला म्हणतेः—राजन्, फळें आणण्याकरितां माझे बाबा बाहेर गेले आहेत. एक घटकाभर वाट पहा. ते आल्यानंतर ते मला अर्पण करतील.

दुष्यंत म्हणतोः—हे सुंदरी, हे शोभने तूंच माझा अंगीकार करावास अशी माझी इच्छा आहे. तुझ्यासाठीं मात्र मी येथें उभा राहिलों आहें. तुझ्यावरच माझें प्रेम जडलेलें आहे. सुंदरी ! खरेंच पाहिलें असतां आपणच आपले हितकर्ते व आपणच आपलें निदानचें तारकस्थान आहों. म्हणून, धर्माच्या बाजूनेंही तूं आपणच आपलें दान करण्याला योग्य व स्वतंत्र आहेस. सुंदरी! धर्मदृष्टीनें विवाहाचे आठ मार्ग होतात. बाकीचे मार्ग या अष्टमार्गांतच अंतर्भूत होतात. (१)सालंकृत कन्यादान करणें हा ब्राह्म, (२) यज्ञाच्या शेवटीं ऋत्विजाला कन्यादान करणें हा दैव, (३) ' उभयतांही धर्माचरण करा ' असें सांगून केलेलें दान प्राजापत्य, (४) वरापासून गोमिथुन घेऊन मोबदला कन्या देणें हा आर्ष, (५) पुष्कळसें धन घेऊन कन्या देणें हा आसुर, (६) वरवधूंचें एकमत होऊन झालेला लग्नविधि गांधर्व,(७) निजलेल्या अथवा उन्मत्त झालेल्या कन्या पितरांजवळून कन्या पळवून नेणें हा पैशाच, आणि (८) मारामारी करून रडणाऱ्या वधूला रडणाऱ्या आईबापांपासून नेणें हा राक्षस, असे आठ विधि आहेत. यापैकीं पहिले पहिले—प्रथम प्रथम सांगितलेले जास्त धार्मिक होत, असें स्वायंभुव मनूचें मत आहे. ब्राह्मणांस पहिले चार उक्त, क्षत्रियांस पहिले सहा प्रशस्त आहेत. क्षत्रियांनीं राक्षसविधीचें अवलंबन केलें तरी हरकत नाहीं. वैश्य व शूद्र यांस असुरविवाहविधि विहित आहे. पहिल्या पांचापैकीं पहिले तीन(ब्राह्म दैव व प्राजापत्य) क्षत्रियांस धर्मविहित, आणि दुसरे—दोन आर्ष व असुर—क्रयस्वरूपी असल्यामुळें धर्मनिषिद्ध आहेत. यांत असुरविधि हा पैशाचविधीइतका निंद्य आहे. हा धर्मविचार ऋषिप्रणीत आहे. गांधर्व व राक्षस हे विधि क्षत्रियांस विहित आहेत; यांत शंका घेण्याचें बिलकूल कारण नाहीं. क्षत्रियांचें लग्न व्हावयाचें तें या दोहोंपैकीं कोणत्या तरी एका विधीनें किंवा दोन्ही एकत्र करून[1] व्हावें. असो. सुंदरी ! मी सकाम आहें, आणि तूंही सकामा आहेस. उभयतांही एकमताचींच आहों, म्हणून गांधर्वविधीनें आपण विवाहविधि उरकून घेऊं !

शकुंतला म्हणतेः—आपण म्हणतां हा धर्ममार्ग जर आहे, आपलें दान स्वतः करण्याचें स्वातंत्र्य जर मला आहे, तर, हे पौरवश्रेष्ठा ! माझें दान करितांना मी एक अट सांगतें ती अशीः—'मजपासून जो तुला पुत्र होईल तो युवराज व्हावा व पुढें राजा व्हावा.' ही गोष्ट आपल्याला संमत असेल तर मला तसें वचन द्या. हें वचन खरोखरच मला पाहिजे. आपण एकांतांत हा ठराव करितों आहों, तरी आपण पौरव आहां म्हणून आपल्या बोलण्यावर माझा विश्वास आहे. हे सत्यप्रतिज्ञ ! जर हें सर्व आपणांस संमत असेल, व जर आपण असें वचन देत असाल, तर आपला विवाह होऊं द्या.

वैशंपायन सांगतातः—जनमेजया, शकुंतलेचें हें भाषण ऐकून विचार न करितां राजा 'तथास्तु' असें बोलून गेला, व असें म्हणाला, "हे वरारोहे ! सर्वांगसुंदरी ! तूं अत्यंत योग्य आहेस, म्हणून मी तुला स्वनगरींत घेऊन जाईन." असें

[1] श्रीकृष्ण आणि रुक्मिणी यांचा विवाह झाला त्याप्रमाणें.

वचनद्वय देऊन, राजानें, शुद्धकुलांत जन्म पावलेल्या भर्त्यांची भार्या होणाऱ्या त्या सुंदर वनकन्येचें पाणिग्रहण केलें,आणि गांधर्वविध्यनुसार गर्भाधानकर्म करून तिला पुनः पुनः वचन दिलें कीं, "तुला नेण्यासाठीं मी चतुरंगसेना पाठवून देतों, आणि स्वनगरीला घेऊन जातों. हे सुमंगलहास्ये ! तूं कांहीं चिंता करूं नको." असें म्हणून राजानें तिचा निरोप घेतला आणि तो निघून गेला.

वैशंपायन सांगतातः—जनमेजया, आपण दिलेले वचन व त्याचा परिणाम यांचें चिंतन करीत तो राजा परत फिरला तेव्हां,व वचन देत असतांही, त्यास श्रीकण्व ऋषींचें स्मरण होत असून त्याचा थरकांप होत होता. असो. 'आतां हा तपोधन हें सर्व वर्तमान ऐकल्यावर काय करील,माझें कसें होईल,'अशा चिंताग्रस्त अवस्थेमध्येंच तो स्वनगरास जाऊन पोहोंचला. इकडे, राजा जाऊन एक घटका लोटल्यानंतर कण्व मुनि त्या आश्रमांत आले.नेहमींप्रमाणें शकुंतला सामोरी यावयाची,पण तिला त्या दिवशीं लज्जेमुळें बाहेर येववेना. श्रीकण्व मुनि दिव्यज्ञानीच ! तपामुळें अंतर्ज्ञानाचें सामर्थ्य पूर्णत्वानें प्राप्त झालेले ते ऋषि आपल्या पश्चात् झालेला सर्व व्यवहार जाणते झाले, आणि समाधानसूचक प्रीतीच्या स्वरानें कन्येला हांक मारून म्हणाले, "हे कल्याणी ! मला न विचारतां व माझी वाट न पहातां तूं आज एकांतांत जो विवाहविधि पूर्ण केलास,तो कांहीं धर्मनिषिद्ध नाहीं.कारण,क्षत्रियांस गांधर्वविधिच श्रेष्ठ आहे. परस्परांवर प्रीति जडलेल्या स्त्रीपुरुषांनीं एकांतांत ऐकमत्य करून घेऊन जो मंत्रशून्य विवाहविधि केला,त्यासच 'गांधर्व' म्हणतात व तो क्षत्रियांस उचितच आहे.मुली,ज्या पुरुषश्रेष्ठाला तूं भार्यात्वानें वरिलेंस तो राजा दुष्यंत धर्मवेत्ता व उदार मनाचा आहे बरें. शकुंतले ! तुलाही महापराक्रमी व महात्मा असा पुत्र होईल.तो सर्व समुद्रवलयांकित पृथ्वीचें राज्यसुख घेईल. शत्रूवर त्यानें केव्हांही स्वारी केली तरी त्या चक्रवर्ती राजाचें सैन्य सदैव विजयी होईल. त्याचा रोध करण्यास पृथ्वीवर कोणीही समर्थ होणार नाहीं. हा माझा तुला आशीर्वाद आहे."

राजा,ऋषीचें हें भाषण श्रवण करून शकुंतलेला मोठा आनंद झाला व ती बाहेर आली आणि कण्व बाबांचे पाय धुऊन तिनेंत्यांच्या खांद्यावरील ओझें खालीं ठेविलें आणि फलांचीहि व्यवस्था केली.नंतर ती म्हणाली,"बाबा! मीं पुरुषश्रेष्ठ दुष्यंत राजाला वरिलें आहे.आपण त्या राजावर व त्याच्या सचिवादी प्रधानावर कृपा करून प्रसन्न व्हावें !"

कण्व म्हणतातः-हे सुमंगले! तुझ्यावर माझें प्रेम म्हणून मी राजा दुष्यंतावर प्रसन्नच आहें.मुली!तुला काय पाहिजे तोइष्ट वर माझ्यापासून मागून घे.

वैशंपायन म्हणतातः—राजा, नंतर त्या महापतिव्रतेनें, दुष्यंताचें सदैव हित असावें या सदिच्छेनें असा वर मागितला कीं, "पौरव कुलांतील सर्व राजे धर्मपर असावे, आणि ते कधींहि राज्यभ्रष्ट होऊं नयेत."

अध्याय चौऱ्याहत्तरावा.

—:०:—

भरतजन्म.

वैशंपायन सांगतातः—याप्रमाणें वचन देऊन राजा दुष्यंत तर निघून गेला. इकडे, ती सर्वांगसुंदर कण्वकन्या शकुंतला प्रसूत होऊन तिला महातेजस्वी असा पुत्र झाला. तीन वर्षें लोटल्यानंतर तो प्रदीप्त अग्नीसारखा तेजस्वी,व रूप, औदार्य इत्यादि गुणांनीं युक्त असा मातृगर्भांतून बाहेर येऊन शोभूं लागला.त्या वाढत जाणाऱ्या बुद्धिमंत मुलाचे जातकर्मादि संस्कार पुण्यवान कण्व मुनींनीं विधिपूर्वक केले. त्याचे शुभ्र दांत

अणकुचीदार होते. तो सिंहासारखा बलिष्ठ होता. त्याच्या हातावर महत्त्वसूचक चक्ररेषा होत्या. त्या वैभवशाली व पराक्रमी मुलाचें मस्तकही चांगलें मोठें होतें. तो कुमार देवपुत्राप्रमाणें लवकर लवकर वाढतच गेला.हा बालक सहा वर्षांचा झाला नाहीं तोंच,कण्व आजोबांच्या आश्रमासमीप असणाऱ्या झाडांस सिंह ,व्याघ्र अथवा वराह यांस धरून आणून बांधीत असे. त्यानें त्या हिंस्त्र पशूवर कुर्र घोडी करून बसावें, त्यांसजेरीस आणावें,आणि निर्भयपणानें त्यांच्या बरोबर खेळूनत्यांच्या संगतीनेंधावा माराव्या.सर्व क्रूर पशूंचें हा दमन करी. म्हणून याला कण्वाश्रमांतील ऋषि 'सर्वदमन'असें म्हणूं लागले; असो.

राजा,हा कुमार पराक्रमानें, तेजानें व बलानें युक्त आहे असें पाहून, व याचीं कर्मे अमानुष आहेत असें पाहून कण्व मुनींस वाटलें कीं, ' यौवराज्याचा अभिषेक करून घेण्याचें या महापराक्रमी मुलाचें वय झालें. 'नंतर शकुंतलेला आपला विचार सांगून कण्व मुनि आपल्या शिष्यांस म्हणाले," शिष्यहो ! ह्या माझ्या सर्वसुलक्षणी शकुंतलेला तिच्या मुलासहवर्तमान तिच्या नवऱ्याच्या घरीं घेऊन जा. कारण, स्त्रियांनीं फार दिवस माहेरीं राहणें ठीक नाहीं. इतकेंच नव्हे, तर त्यापासून कीर्तीला, चरित्राला, शीलाला व धर्मव्रताला अपाय होतात. याकरितां विलंब न करितां हिला नवऱ्याच्या घरीं पोहोंचवा "

राजा,ऋषींचें हें भाषण ऐकून ते शिष्य बरें आहे असें म्हणाले, व ऋषींचा आशीर्वाद घेऊन ते सर्व तेजस्वी शिष्य शकुंतलेला व तिच्या पुत्राला पुढें करून गजपुराकडे जाण्यास निघाले. याप्रमाणें,कमलनेत्र व देवकुमाराप्रमाणें शोभिवंत अशा सर्वदमननामक पुत्राला घेऊन ती वामनेत्री शकुंतला देवी त्या सर्वविश्रुत वनांतून निघून दुष्यंताच्या नगरीप्रत आली.राजवाड्यांत जाऊन तिनें आपण आल्याची सूचना दिली, व तिचा प्रवेश झाला.तिच्याबरोबर तिचा बालसूर्याप्रमाणें तेजस्वी पुत्र होताच. त्या सर्व शिष्यांनीं राजाला कण्व ऋषींच्या आशीर्वादासह त्यांचा निरोप सांगितला,व ते आश्रमाप्रत निघून गेले.शकुंतलेनेंही राजाची यथाविधी पूजा केली; आणि नंतर ती म्हणाली; " राजन् ! हा तुझा मुलगा तुझ्यापासूनच हा देवतुल्य मुलगा मला झाला आहे. तेव्हां पूर्वीं वचन दिल्याप्रमाणें याला आतां यौवराज्याचा अभिषेक करणें तुझ्यासारख्या पुरुषश्रेष्ठाला योग्यच आहे. कण्व ऋषींच्या आश्रमामध्यें मला हें वचन आपण दिलें होतें, तें आपल्याला स्मरत असेलच; त्याची आठवण करा आणि आपलें वचन पुरें करा."

जनमेजया, दुष्यंत राजाला हें स्मरण स्पष्ट होतेंच; तथापि आपल्याला कांहीं आठवत नाहीं, असें दाखवून तो म्हणाला " अगे दुष्ट तापसी ! मला कांहीं स्मरण नाहीं. धर्मार्थकामसंबंधी मीं तुला वचन दिलें होतें. असें मला मुळींच आठवत नाहीं. येथें तूं रहा किंवा जा, अथवा तुला वाटेल तें कर. माझा तुझ्याशीं कोणताही धार्मिक संबंध नाहीं."

शकुंतलेचें भाषण.

त्या राजाचें हें निष्ठुर व लज्जादायक भाषण ऐकून ती दुर्दैवी सुंदरी दुःखानें विव्हल होऊन क्षणभर निश्चल स्तंभाप्रमाणें निचेष्टित होऊन उभी राहिली;तेव्हां, क्रोधानें जिचे डोळे लाल झाले आहेत, व ओंठ थरथर हालत आहेत, अशी ती पतिव्रता शकुंतला स्वकटाक्ष फेकून आपल्या प्रकोपानें राजाला दग्धच करीत आहे कीं काय, असा भास झाला. तथापि त्या वेळीं आपल्या तपःसामर्थ्याच्यायोगानें अत्यंतस्फुरित असलेला क्रोधावेश आवरून धरून ती क्षणभर स्तब्ध राहिली. नंतर राजाकडे ओझरतें पाहून ती म्हणाली," महाराज ! आपल्यास सर्व वृत्तांत स्मरत असूनही'मला ठाऊक नाहीं'असें सामान्य

व बिनकिमतीच्या मनुष्यासारखे आपण निःशंकपणानें कसें हो असें बोलतां ? मी बोलत आहें तें खरें आहे अथवा खोटें आहे हें आपलें अंतःकरणच आपल्याला सांगेल. राजा सर्वसाक्षी आत्मारामाचें स्मरण करून सदैव मंगल होणारें सत्यच बोल. आपल्या आत्मारामाचा असा अनादर करूं नको. आपला आत्मा, अमुक आहे, असें सांगत असतां जो भलतेंच प्रतिपादन करितो, तो आत्मापहारी चोर कोणतें पातक करणार नाहीं? सर्व पातकें करील! पातकसाक्षी मी एकटाच आहें असें तुला वाटत असेल, तर तें बरोबर नाहीं. कारण, आपल्या अंतर्यामीं सदैव राहणारा सर्वसाक्षी भगवान नारायण आहे. तो सर्व जाणतो;—त्याला आपलीं सर्व पापकृत्यें समजतात. या नारायणाशीं तूं पातक करीत आहेस, हें तुला विदित नसावें काय? मी पातकें करितों तीं कोणालच ठाऊक नाहींत.' असें खुळा पापी समजतो! पण, राजा! देवांस व अंतर्यामी साक्षित्वानें राहणाऱ्या नारायणास आपलीं सर्व कृष्णकारस्थानें समजत असतात! राजा, आदित्य, चंद्र, अग्नि, वायु, आकाश, भूमि, जल, आपलें हृदय, यम, दिवस, रात्र, प्रातःकाल व संध्याकाल आणि धर्म, या सर्व देवतांस, अमुक प्राणी काय करीत आहे, हें सर्व यथास्थित रीतीनें कळत असतें. सूर्याचा पुत्र यमधर्मराज हा त्याच पुरुषाचीं सर्व पातकें नाहींतशीं करितो, कीं ज्या पुरुषाचा कर्मसाक्षी म्हणजे आत्माराम हृदयांत वास करणारा क्षेत्रज्ञ संतुष्ट असतो. पण ज्याच्यावर—ज्या दुष्ट पुरुषावर—हा आत्मा प्रसन्न असत नाहीं, त्याची गोष्ट काय पुसावी? त्या पापकर्मी पुरुषाला यमाच्या दरबारांत अत्यंत क्लेश होतात. जो चांडाल आपल्या आत्म्याची आपण स्वतांच अवहेलना करितो, व आपल्या आत्म्यास भलतेंच स्वरूप देतो, त्याचें कल्याण त्याचा आत्मा तर करीत नाहींच, पण देवही त्याचें कल्याण करीत नाहींत. राजा! मीं स्वतः तुझ्या घरीं चालून आलें म्हणून माझा असा अपमान करूं नको. तुझ्या घरीं चालत आलेली ही भार्यारूपी पूज्य लक्ष्मी—हिची तूं पूजा न करितां तिचा अपमान करितोस आँ! एखाद्या हलकट मनुष्याप्रमाणें तूं माझी उपेक्षा कां करितोस? राजा! इतका वेळ मी अरण्यरुदन केलें काय? तूं ऐकत नाहींस का? बरें; तुझी मी इतकी मनोधारणा करीत असतांही तूं माझें जर ऐकणार नाहींस व आपलें वचन पूर्ण करणार नाहींस, तर, राजा! तुझें मस्तक शतधा विदीर्ण होऊन त्याचे तुकडे तुकडे होतील ध्यानांत ठेव! राजा, इतकें तरी लक्षांत ठेव कीं, धर्मस्त्रीशीं रत होऊन गर्भधारणा झाली असतां पिताच पुत्ररूपानें स्त्रीच्या उदरीं जन्म घेतो म्हणून तर पुराणकवींनीं स्त्रीला 'जाया' हें नांव दिलें आहे. वेदोक्त कर्म करणाऱ्या पुरुषाला जें प्राप्त होतें, तें अपत्य म्हणजे पतनापासून संरक्षण करण्याचें साधन होय. हें अपत्य वंशविस्तार करून मृत पूर्वजांचें तारण करितें. पुत् नामक नरकापासून पितरांचें तारण करणारा तो पुत्र हें सुताला नांव प्रत्यक्ष स्वयंभूनें स्वतः दिलें आहे. 'पौत्र (नातू) ब्रह्मलोकांस नेतो. व आनंत्य देतो, आणि पणतू झाला म्हणजे मोक्ष मिळतो' असा आणखी श्लोक आहे. राजा! घरामध्यें दक्ष असते ती भार्या होय. जिला मुलें होतात, जिला पति हाच प्राण, आणि पति हेंच व्रत, ती खरी भार्या होय, भार्या हें मनुष्याचें अर्धांग आहे. भार्या हा मनुष्याचा उत्तमोत्तम मित्र आहे. भार्या ही धर्म, अर्थ व काम हे पुरुषार्थ साधण्याचें साधन मूळ, आणि मोक्ष मिळण्याचें आदिसाधनही भार्याच आहे. देव, पितृ, ऋषि इत्यादिकांच्या ऋणांतून भार्याच तारून नेते. भार्या असणाऱ्या गृहस्थालाच धार्मिक व नित्यनैमित्तिक कर्में करितां येतात, भार्या असणाऱ्या

पुरुषाचाच संसार होतो,व तोच आनंदी व लक्ष्मीवंत होतो. एकांतांत अगर संकटकालीं भार्यारूप मित्र मात्र प्रियकर व हितकर बोलतात; धर्मकार्यांमध्यें वडिलांप्रमाणें हितकर उपदेश करणाऱ्या, संकटकालीं मातेप्रमाणें संरक्षण करणाऱ्या, व पांथस्थांत अरण्यांमध्यें सुद्धां विश्रांति देणाऱ्या अशा ह्या भार्या असतात. ज्याला भार्या आहे, तो पुरुष विश्वसनीय होतो. म्हणून भार्या हा पुरुषांचा निदानींचा आधार आहे,असें म्हणतात. राजा ! संसारांत असतां, मरण पावला असतां आणि एकटा जाऊन नरकामध्यें पडला असतांही त्या पुरुषाचा उद्धार करावा एतदर्थ पतिव्रता भार्या त्याची अनुयायी होते. भार्या जर प्रथम मेली, तर ती पतीची वाट पहात राहते, आणि पति प्रथम मेला, तर ती साध्वी त्याच्या मागोमाग तो असेल तेथें जाते. राजा ! आपल्या शास्त्रांत पाणिग्रहणविधीचें माहात्म्य सांगितलें आहे, त्याचें रहस्यच हें कीं, पतीला भार्या हा इहलोकीं व परलोकीं उत्तम मित्र मिळतो. सर्व ठिकाणीं हातांत हात घालून हीं उभयतां यात्राकंठन करितात. आपल्यापासून उत्पन्न झालेला पुत्र हा आपलाच आत्मा असतो; तेव्हां आपल्या पुत्राच्या मातेला आपण स्वमातेप्रमाणें पूज्य मानिली पाहिजे. आरशांतील प्रतिबिंबित झालेल्या मुखाकडे किंवा भार्येपासून झालेल्या मुखाकडे पाहून पित्याला आनंद होतो, तो पुण्यकर्मे करून झालेल्या स्वर्गप्राप्तीच्या आनंदाच्या तोडीचा असतो. मानसिक चिंतांनीं होरपळलेल्या व शारीरिक व्याधींनीं कासावीस झालेल्या पुरुषांस स्त्रियांपासून आनंदच होतो. ‘ तो कसा ? ’ म्हणशील तर, ग्रीष्मऋतूंतल्या प्रतापी सूर्याच्या प्रखर किरणांनीं संतप्त झालेल्या पुरुषांस शीतल जलसेकानें आनंद होतो तद्वत् होय. राजा ! सुख, प्रीती आणि धर्म हीं स्त्रियांच्या आधीन आहेत असें जाणून रागावलेल्या पुरुषानें सुद्धां रम्य स्त्रियांचें अप्रिय करूं नये. महाराज ! स्त्रिया हें सनातन आणि परम पवित्र असें जीवाचें जन्मस्थान आहे बरें ! स्त्रियांव्यतिरिक्त प्रजा उत्पन्न करण्याचें सामर्थ्य प्रत्यक्ष ऋषींना सुद्धां नाहीं; मग तुझ्या सारख्यांची गोष्ट कशाला विचारावी ? धूलीनें धूसर झालेला मुलगा येऊन जेव्हां पित्याला आलिंगन देतो, तेव्हां त्याला जो आनंद होतो त्याचें काय वर्णन करावें ? असा हा तुझा मुलगा प्रेमपूर्वक स्वतः प्राप्त झाला असतां व तुझ्याकडे आतुर नेत्रांनीं बघत असतांही त्याचा तूं अवमान करितोस, त्या तुला काय म्हणावें ! मुंग्या सुद्धां आपली अंडीं राखून ठेवितात,-फोडीत नाहींत आणि तूं तर धर्मज्ञ आहेस;तेव्हां आपल्या पुत्राचें संरक्षण कसें करणार नाहींस ?दंतावली प्रकट झाली नाहीं अशा स्वतांच्या सूनूंचें--शिशूंचें—आलिंगन घेऊन जें स्पर्शसुख होतें, तें सुक्ष्म वस्त्रस्पर्शानें लाभत नाहीं, स्त्रियांचे आलिंगनानें मिळत नाहीं, किंवा पाण्याच्या स्पर्शानेंही प्राप्त होत नाहीं. द्विपादांमध्यें ब्राम्हण श्रेष्ठ, चतुष्पादांमध्यें गाय वरिष्ठ, पूज्यांमध्यें गुरु उत्तमोत्तम, आणि स्पर्शामध्यें पुत्रस्पर्श अति मनोहर आहे. म्हणून, राजा ! हा तुझा नेत्रमनोहर पुत्र तुला आलिंगन देऊं दे.पुत्रस्पर्शासारखी स्पर्शसुख देणारी दुसरी वस्तु या विश्वांत नाहीं रे ! हे शत्रूंना मात्र ताप देणाऱ्या राजा ! तीन वर्षेंपर्यंत याच्या गर्भाचें ओझें बाळगल्यानंतर हा तुझा शोकविनाशक जन्म पावला बरें ! हा जन्म पावल्यावर थोडक्याच वेळानें आकाशवाणी झाली कीं, ‘ हा शंभर अश्वमेध करील ! अरे! सामान्य पुरुष सुद्धां गांवाहून बाहेर गेलेले परत आले म्हणजे आपल्या पुत्रांस मांडीवर घेऊन त्यांचे अवघ्राण करून आनंदित होतात ना ! आणि तूं सर्वलोकनायक असून स्तब्ध बसतोस ? राजा, जातकर्मविधीमध्यें ब्राम्हण लोक ज्या

वेदमंत्रांचा सुद्धां विचार करितात, त्यांचा अर्थ असाचना? "माझ्या प्रत्येक अंगापासून तुझें अंग झालें आहे, व हृदयापासून तुझी वाढ आहे. तूं पुत्र माझा ह्मणजे खरोखर आत्माच आहेस. तुझ्या स्वाधीन माझें जीवित आहे, आणि अक्षय वंशविस्तार करणें हें तुझेच स्वाधीन आहे. म्हणून, हे पुत्रा, तूं सौख्याचा अनुभव घेत घेत शंभर वर्षे जगावेंस; तुला 'शतंजीव' असा आशीर्वाद देतों." राजा, तुझ्यापासून हा दुसरा पुरुष उत्पन्न झाला आहे; तेव्हां स्वच्छ तळ्यामध्यें आपण आपलें प्रतिबिंब पाहतों, त्याचप्रमाणें हें तुझें प्रतिबिंब म्हणजे हा सुत पहा. गार्हपत्य अग्नींतून असा आहवनीय नामक अग्नि नेतात, त्याचप्रमाणें तूं एकटाच असतां तुझीं हीं दोन स्वरूपें तुला प्राप्त झालीं. राजा असें कसें विसरतोस!

"एकदा मृगाच्या मागें लागून तूं मृगया करितां करितां श्रीकण्व मुनींच्या आश्रमांत आलास, तेव्हां तुझी माझी कुमारस्थितींत गांठ पडली ना? राजा! उर्वशी, पूर्वचित्ति, सहजन्या, मेनका, विश्वाची व घृताची या अप्सराश्रेष्ठ स्त्रियांमध्यें अतिश्रेष्ठ जी ब्रह्मकुमारी मेनका नामक अप्सरा, ती इंद्राज्ञेनें विश्वामित्राला मोह पाडण्यासाठीं कशी आली, तिला गर्भ कसा राहिला, मला हिमालय पर्वतावर सोडून ती कशी गेली, दुसऱ्याच्या पोराप्रमाणें त्या निर्दय मातेनें मला खालीं कसें ठेविलें, इत्यादि वृत्तांत त्याच वेळीं तुझें कौतुक शांत करण्याकरितां मी सांगितला होताना? हर हर! काय मीं पूर्वजन्मीं पातक केलं होतें, कीं लहानपणांत मला माझ्या आईबापांनीं टाकून द्यावें, आणि तरुणपणांत माझ्या भर्त्यानें ह्मणजे तूं माझा त्याग करावा! राजा घाबरूं नको. तुला मी नको असलें तर कण्व मी बाबांच्या आश्रमांत जाऊन राहीन; पण हा तुझा बालपुत्र, याला तरी निदान टाकून देऊं नको. तूं थोर आहेस! तेव्हां याचा तरी स्वीकार कर."

दुष्यंताचें शकुंतलेला उत्तर.

राजा दुष्यंत म्हणालाः—शकुंतले! तुझ्यापासून मला पुत्र झालेला आहे, असें मला मुळींच माहीत नाहीं. तुह्मी बायका ह्मणजे नित्य खोटें बोलणाऱ्या! तुमच्या जिव्हेवर कोणी विश्वास टेवावा? बाई! तुझ्याच बोलण्यावरून न्याय झाला कीं, तुझी आई (मेनका) म्हणजे सगळ्या विश्वाची बायको! किती निर्दय ती, कीं जिनें तुला हिमालयाच्या शिखरावर निरुपयोगी निर्माल्याप्रमाणें टाकून दिलें. आणि तुझा बाप ह्मणजे सगळ्या मुलखाचा खट कीं ज्यानें तुला इतक्या लहानपणींच निर्जन वनांत सोडून दिलें! तो जातीचा क्षत्रिय, पण ब्राह्मण होण्याबद्दल त्याला कोण हव्यास! शेवटीं कामाच्या तडाक्यांत सांपडावयाचा तो सांपडलाच! आतां, मेनका अप्सरांमध्यें श्रेष्ठ आहे व विश्वामित्रहि प्रमुख ब्रह्मर्षि आहेत हें खरें; पण त्यांच्यापासून तुझा जन्म झाला हें खरें कशावरून? कारण तुझें बोलणें तर एखाद्या पुंश्चलीप्रमाणें आहे. मूर्खे! असल्या लांब लांब खोट्या बाता मारतांना आणि विशेषतः माझ्या देखत असल्या विलक्षण बाता मारतांना तुला लाज नाहीं वाटत? जा! गोसवडे! निघून चालती हो. तो श्रेष्ठ महर्षि

१ पतिव्रता चैकपतौ द्वितीये कुलटा स्मृता।
तृतीये धर्षणी ज्ञेया चतुर्थे पुंश्चलीत्यपि॥
वेश्या च पंचमे षष्ठे पुंगी च सप्तऽमेष्टमे।
ततउर्ध्वं महावेश्या साऽस्पृश्या सर्वजातिषु॥

अर्थ—जिला एकच पति आहे, ती पतिव्रता; दोन असतील तिला कुलटा म्हणावें, तीन असतील तिला धर्षणी समजावें; चार असतील तिला पुंश्चली; पांच किंवा सहा असणारी वेश्या; सात किंवा आठ पति असणारी पुंगी; आणि याहीपेक्षां ज्यास्त पति करणारी महावेश्या समजावी,—ती कोणत्याही जातीमध्यें स्पर्श करण्यास योग्य नव्हे.

(यमसावित्रीसंवाद—देवीभागवत)

कोणीकडे,व ती मेनका अप्सरा कोणीकडे,आणि तूं हा भिकारडा तापसी वेष धारण करून हिंडणारी जारिणी कोणीकडे ? म्हणे हा सहा वर्षांचा मुलगा आहे ! सहा वर्षांच्या मुलाचें हें असलें धिप्पाड शरीर आणि इतकें हें बळ असें कोणी म्हणेल का! शालवृक्षासारखा उंच हा इतक्या थोडक्या काळांत कसाग झाला ? या सगळ्या तुझ्या वेषावरून, भाषेवरून आणि तुझ्या व या कार्ट्याच्या चर्येवरून स्पष्ट दिसतें कीं, तुझी जात फारच हलकी आणि दुष्टाचारी असावी. मेनकेचा धंदा पुरुषांस मोह घालण्याचा तेव्हां तिनेंच एखाद्या नीच पुरुषाला भुरळ घालून गर्भधारण केलें, आणि पुढें तूं ही दिवटी निघालीस.असो; फार कशाला ? तूं काय ह्मणतेस यांतली एक गोष्ट सुद्धां मला माहीत नाहीं; तुझी माझी ओळखही नाहीं. समजलीस ? तुला जिकडे वाट फुटेल तिकडे जा !

शकुंतला म्हणाली:—राजा,लोकांच्या मोहरी एवढ्या बारीक क्षुद्र गोष्टी व कमीपणा तुला दिसतो, आणि आपले बेलफळाएवढाले दोष तुला दिसत नाहींत रे ! मेनका देवलोकांतील आहे व देवच तिची आराधना करितात, हें ध्यानांत ठेव. राजा !तुझ्या जन्मकोटीपेक्षां माझी जन्मकोटी किती तरी श्रेष्ठ आहे रे!पृथ्वीवर चालणारीं तुह्मी माणसें आणि अंतरिक्षामध्यें संचार करणारा आमचा अप्सरागण!तुमच्या आमच्या मध्यें कांहीं तरी साम्य ! मोहरी आणि मेरु पर्वत यांमध्यें जें अंतर, तें तुझ्या व माझ्या जन्मक्षेत्रांत अंतर आहे. हे गर्विष्ठ राजा ! मी म्हणेन तेव्हां इंद्र,कुबेर, वरुण किंवा यम यांच्या लोकांत जाऊं शकेन. वाटेल तर माझें सामर्थ्य पहा. अहो पापधूत महाराज ! आतां जे काय चार निऱ्यासिद्धांत सांगणार आहें, ते केवळ उदाहरणासाठीं म्हणून सांगणार आहें; द्वेषबुद्धीनें बोलत नाहीं, तथापि मला क्षमा करा बरें ! राजा! एखाद्या विद्रूप पुरुषानें जोंपर्यंत आपला मुखडा आरशांत पाहिला नाहीं, तोंपर्यंत त्याला वाटत असतें कीं, आपल्यासारखा सुरूप प्राणी जगतांत नाहींच; तेंच आपलें वेडेविद्रें स्वरूप त्यानें एकदां आरशांत पाहिलें, ह्मणजे इतरांच्या व आपल्या स्वरूपांत किती अंतर आहे हें त्याला समजतें. जो अत्यंत सुंदर आहे, कोणाचा केव्हांही अपमान करीत नाहीं. पण राजा ! जो निंदापूर्ण शब्दांनीं सारखी बडबड करितो, तो दुसऱ्याची निंदा करणारा व त्यांस ताप देणारा असा होतो. असल्या या भांडांचे निंदापूर्ण प्रलाप किंवा एखादे वेळचें चांगलें बोलणें ऐकिलें ह्मणजे मूर्ख लोक काय करितात? तर सूकरांच्या उड्या पुरीषावर मात्र पडतात त्याप्रमाणें हे लोक परनिंदापर वाक्यें तेवढीं उराशीं बाळगून त्यांचें ध्यान करीत बसतात; आणि समंजस लोक या वाचाळांच्या भाषणांतून हंसासारखे क्षीररूपी सद्गुणी विधानांचा संग्रह करितात. दुसऱ्यांची निंदा चालली असतां अथवा आपल्या हातून झाली असतां साधूला जितका संताप होतो, तितक्याच आनंदाच्या उकळ्या दुष्टांच्या हृदयांत फुटत असतात ! ज्ञानवृद्ध व वयोवृद्ध पुरुषांस नमस्कार करीत असतां सज्जनाला जितका आनंद व समाधान होत असतें, तो आनंद व समाधान सज्जनांस क्लेश दिले म्हणजे दुष्ट पुरुष अनुभवितात! दुसऱ्याचे दोष कळले नाहींत म्हणजे साधूला आनंद होतो, आणि दुसऱ्याचे दोष दृष्टीस पडले कीं मूर्खाला पुत्रजन्माप्रमाणें समाधान वाटतें ! या मूर्खांना किंवा दुष्टांना जर सत्पुरुषांनीं कधीं काळीं त्यांचें दुष्टस्वरूप स्पष्ट करून दाखविण्याचा प्रयत्न केला, तर हे दुष्ट लोक उलटून सज्जनांची अब्रू घेण्याला कांहीं कमी करीत नाहींत. दुर्जनच जेव्हां स्वतांच सज्जनाला 'दुर्जन'या नांवानें हाका मारण्यास लागतो,तेव्हां असला हास्यकारक चमत्कार दुसरीकडे कोठें मिळेल का? म्हणून

ईश्वरास सुद्धां प्रश्नच पडत असेल ! असो; राजा, रागावलेल्या विषारी सर्पापासून जसे लोक पळून जातात, त्याचप्रमाणें सत्यधर्मापासून भ्रष्ट झालेल्या पुरुषाच्या वाऱ्याला नास्तिक सुद्धां उभे राहत नाहींत,मग आस्तिकांची गोष्ट कशाला विचारावी ? आपणच स्वतः आपणाप्रमाणें रूपगुणयुक्त पुत्राला जन्म देऊन त्याची व्यवस्था जो ठेवीत नाहीं,किंवा तो आपला 'पुत्र' असें म्हणत नाहीं, त्याला सर्वसाक्षी व सर्वसमर्थ देव संपत्ति व संपत्तीचें सुख येथें मिळूं देत नाहींत,व तो मेल्यावर त्याला स्वर्गांतही येऊं देत नाहींत. 'पुत्र म्हणजे आपल्या कुळाची प्रतिष्ठा आहे' असें पितर म्हणतात; तेव्हां पुत्राचें यथास्थित पालन करणें व त्याला सुसंस्कृत करणें हें सर्व-कर्तव्यांतील अत्यंत श्रेष्ठ कर्तव्य आहे.सारांश, पुत्राला टाकून देण्यासारखें महापातक नाहीं. आपल्या धर्मयुक्त स्वस्त्रीपासून झालेले,आपल्यास सांपडलेले, विकत घेतलेले, आपण वाढविलेले व उपनयनादि संस्कार आपण केल्यामुळें आपले झाले [शेवटचे चार हे अन्यजन्य होत.] हे पांचही 'पुत्र' होत असें मनु ऋषि म्हणतात. हे पुत्र जर धर्मसंग्रह करणारे, कीर्तिप्रवाह वाढविणारे व मनास आल्हाद देणारे असतील, तर हेच पुत्र पितरांस नरकापासून मागें ओढितात. सुपुत्र म्हणजे पितरांस भवसमुद्रांतून तारून नेणाऱ्या नावाच होत. म्हणून, हे राजा ! आमचें हित करण्यासाठीं दक्ष असणाऱ्या आणि सत्य व धर्म या उभयतांचेंही पालनपोषण करणाऱ्या नृपवर्या ! ह्या पुत्राला टाकून देणें हें तुला शोभत नाहीं. नरशार्दूला! आतां कपटवृत्ति धारण करून ह्या पुत्राचा त्याग करणें हें कृत्य तुला योग्य नव्हे ! राजा, तुला विदितच आहे कीं, शंभर आड बांधण्यापेक्षां एक मोठी विहीर बांधणें हें श्रेष्ठ आहे; शंभर विहिरींपेक्षां एक यज्ञ करणें श्रेष्ठ,आणि शंभर यज्ञांपेक्षां एका पुत्राचें पालनपोषण करणें हें श्रेयस्कर आहे.ह्याचप्रमाणें, शंभर पुत्रसंवर्धनापेक्षांही सत्यव्रत अखंड ठेवणें हेंच श्रेयस्कर आहे. ताजव्यांत हजार अश्वमेध एकीकडे ठेविले, व एक सत्य दुसऱ्या पारड्यांत घातलें, तर सत्याचेंच पारडें जास्त वजनदार होतें बरें ! सर्व वेदांचें सांगोपांग अध्ययन व सर्व तीर्थांचें स्नान हीं सत्याच्या तोडीला उतरतील किंवा नाहीं उतरणार ! सत्यासारखा धर्म नाहीं. सत्यापरतें श्रेष्ठ असें कांहीं नाहीं. अनृतासारखें तीव्र व सर्वनाशक पाप दुसरें कोणतेंच नाहीं.राजा, सत्य हेंच श्रेष्ठ ब्रह्म, सत्य हेंच श्रेष्ठ व्रत आहे. राजा! बेइमान होऊं नको.राजा,सत्याची व तुझी संगत अखंड असावी.;व म्हणून माझ्याशीं केलेली संगति व मला दिलेलें वचन हीं तुला आदरणीय व्हावीं. असो;राजा ! तुला जर असत्याचाच अवलंब करावयाचा असेल, व तुझ्या स्वतांच्याच बोलण्यावर तुला विश्वास ठेवणें नसेल, तर, हा दैवा ! ही मी निघून जातें.तुझ्यासारख्या असत्पुरुषाशीं मला कांहीं कर्तव्य नाहीं. राजा ! सरतेशेवटीं मी बोलतें तें ध्यानांत ठेव. दुष्यंता, तुझ्या आश्रयाशिवाय आणि तुझें वैर संपादूनही माझा हा मुलगा यच्चावत् पृथ्वीचें-नगराज हिमालय हा जिचें कर्णभूषण आहे आणि समुद्र ही जिची चोहों बाजूंनीं मेखला आहे अशा पृथ्वीचें आक्रमण करील,व तिचें परिपालन हा माझा मुलगा करील!"

शकुंतलास्वीकार.

वैशंपायन सांगतातः—जनमेजया, याप्रमाणें बोलून शकुंतला देवीनें राजाकडे पाठ फिरविली, आणि ती चालती झाली. इतक्यांत ऋत्विज, पुरोहित,आचार्य व मंत्री यांच्या समक्ष प्रत्यक्ष आकाशवाणीनें दुष्यंतास बोध केला. तो असाः— "राजा ! ज्याच्यापासून गर्भधारणा होते. तो पुरुषच पुत्राचा जनक असतो,व तो ज्या योग्यतेचा असेल, त्याच योग्यतेचा पुत्र होतो. आई ही केवळ एक भस्त्रा(चर्मकोश)असते.पुरुषाची जाति,

कुल,गोत्र हींच पुत्रास प्राप्त होतात. म्हणून तुझ्यापासून उत्पन्न झालेल्या या पुत्राचें ग्रहण करून त्यांचें पालन कर. शकुंतलेचा अपमान करूं नको.राजा,ज्यानें रेतसेचन केलें असतें तोच पुत्ररूपानें अवतीर्ण होऊन पितरांस यमशासनांतून सोडविणारा (नरकापासून तारणारा) होतो.राजा,शकुंतला बोलली हें त्रिवार सत्य आहे. तूंच या बालकाचा जनक पिता आहेस. 'पुरुषच रेतरूपानें द्विधा होऊन स्त्रियेचे ठिकाणीं पुत्ररूपानें पुनःजन्मास येतो ' हें शकुंतला देवी बोलली तें अगदीं यथार्थच आहे. म्हणून, शकुंतलापुत्राचें पालनपोषण तुलाच केलें पाहिजे. जिवंत पुत्राला टाकून देऊन जगणें यासारखें दुर्भाग्यच नाहीं. राजा,या शकुंतलापुत्राचें लालनपालन तुला केलेंच पाहिजे; कारण तो तुझा मुलगा आहे व आम्ही तुला तुझें कर्तव्य करण्यास-या मुलाचें भरण (पोषण) करण्यास सांगत आहों.म्हणून या मुलाचें—या महात्म्याचें भरत हें नांव आजपासून प्रकट होईल ! ”

याप्रमाणें आकाशांतील स्पष्ट देववाणी स्पष्टतः ऐकल्यावर राजास आनंद झाला, आणि तो पुरोहित व अमात्य यांस म्हणाला, “सर्वांनीं ही देवदूताची वाणी ऐकावी व ऐकलीच असेल. अमात्यहो ! या शकुंतला देवीनें सांगितल्याप्रमाणें हा माझाच मुलगा आहे, असें मला विदितच होतें; पण त्या सुंदरीच्या बोलण्याच्या आधावरच जर या मुलाचें मीं ग्रहण केलें असतें, तर आपणा सर्वांसच साहजिक शंका उत्पन्न झाली असती कीं, हा मुलगा 'शुद्ध' नाहीं. म्हणून मी इतका वेळ कपटनाटक केलें होतें, आतां निःपक्षापती देवदूतांनींच सर्व प्रकार यथास्थित रीतीनें प्रकट केला आहे, म्हणून आपणांपैकीं कोणासही शंका घेण्याचें कारण नाहीं. मी या देवीचा व पुत्राचा आतां स्वीकार करितों. ”

असें म्हणून आनंदप्रदर्शक गजरांतच राजानें उल्हासित मनानें व प्रमोदानें त्या पुत्राचा अंगीकार केला,व पित्याला पुत्राचे जे अवश्य संस्कार करावे लागतात ते सर्व त्या प्रीतिप्रेरित दुष्यंत राजानें मोठ्या हौसेनें व आनंदानें केले. राजानें प्रथम पुत्रशिराचें अवघ्राण करून त्यास मोठ्या प्रेमानें कडकडून आलिंगन दिलें. इकडे ब्राह्मणांनीं व बंदीजनांनीं राजाची व पुत्राची स्तुति करण्यास आरंभ केला. हा सर्व प्रकार पाहून व पुत्रालिंगनभाग्याचा अनुभव घेऊन दुष्यंत राजास अत्यंत आनंद झाला. पुत्राची भेट म्हणजे आनंदाची परमावधीच ती ! तिला कशाची उपमा साजणार ? असो; दुष्यंतानें शकुंतला देवीचाही धर्मपूर्वक आदर केला,आणि सन्मानपूर्वक पूजा करून तिचें सांत्वन करीत करीत राजा तिला म्हणाला, देवि !लोकांच्या परोक्ष, एकांतामध्यें जें मीं तुझें पाणिग्रहण केलें, त्याची विशुद्धि करण्यासाठीं व देवसाक्ष तुझा माझा विवाहविधि झाला होता हें ठरविण्यासाठीं-सारांश,जनदृष्टीनें तुला शुद्ध ठरविण्यासाठीं मीं हें वेडेपणाचें सोंग घेतलें होतें. ' केवळ स्त्रीभावानें कोणत्याही विवाहपद्धतीचा अंगीकार न करितां मी तुझ्याशीं संगत झालों,व अशुद्ध पुत्राला राज्याभिषेक केला ' असें लोक म्हणतील, म्हणून मी वेडाचें पांघरूण घेतलें होतें. आतां, तूं माझी विनवणी करीत असतांही अत्यंत क्रुद्ध होऊन माझ्यासंबंधानें जें तूं अप्रिय बोललीस, तें तुझें करणें साहजिकच होतें. म्हणून, हे प्रिये! हे विशालाक्षि !तुला मी मोठ्या आनंदानें क्षमा करितों !”असें बोलून राजानें त्या आपल्या प्रियेला पट्टराणी करून वस्त्रपात्र, अन्नपान इत्यादिकांनीं तिला प्रसन्न केलें.

राजा जनमेजया!पुढें लवकरच शकुंतलापुत्राचें ' भरत 'असें नामकरण करून राजानें त्याला यौवराज्याचा अभिषेक केला.त्या दिवसापासून

त्या महात्म्या भरताचें दिव्य,तेजस्वी,अपराभूत आणि लोकांवर वर्चस्व बसविणारें रथचक्र अथवा आज्ञाचक्र प्रकट होऊन स्थापित झालें. त्यानें अनेक राजांचा पराभव करून त्यांस मांडलिक केलें. राजा, भरत हा सदैव शिष्टधर्माप्रमाणें वागला व त्याला शुद्ध यशाची अत्यंत प्राप्ति झाली. तो प्रतापी चक्रवर्ती व सार्वभौम राजा देवपति इंद्राप्रमाणेंच पुष्कळसे यज्ञ करिता झाला. श्रीमान कण्व ऋषींनींही त्याच्याकडून'गोवितस' नामक अश्वमेध यज्ञ यथाविधि करविला. या यज्ञांत विपुलच दक्षिणा द्यावी लागत असते. कण्वांनाच सहस्र कोटिशत दक्षिणा मिळाली ! पौरव कुलांत उत्पन्न झालेल्या भरतापासून भारत कुलाची स्थापना झाली व भारत कुलाची भारती कीर्ति झाली. भरतानें आपल्या पूर्वजांस व वंशजांस आपलें नांव दिलें आहे. सारांश, भरताच्या नांवानेंच भरतपूर्वज व भरतवंशज ओळखिले जातात. भरतकुलांमध्येंही देवतुल्य व महापराक्रमी असे पुष्कळ ब्रह्मदेवतुल्य राजसत्तम होऊन गेले. त्यांचीं नांवें व विस्तार तर अमर्याद व अनिर्वाच्यच आहे. म्हणून त्यांतील जे श्रेष्ठ श्रेष्ठ, त्यांचा मात्र विस्तार आतां तुला सांगतों.

अध्याय पंचाहत्तरावा.

—:०—

दक्षवंश.

वैशंपायन सांगतातः–राजा, दक्ष प्रजापति, वैवस्वत मनु, भरत, कुरु, पुरु, अजमीढ, त्याचप्रमाणें यादव व कौरव यांचा वंश, आणि भरतांचा वंश ह्यांचें कथानक तुला आतां सांगतों. हीं सव कथानकें पुण्यदायक, मंगलकारक, आणि धन्यता, यश व आयुष्यें देणारीं आहेत. हे निष्पाप राजा ! आतां सावध चित्तानें ऐक. प्राचीनबर्हि राजाला तेजःपूर्ण, महर्षितुल्य व पुण्यवंत असे दहा पुत्र झाले. त्यांच्या प्रभावानें उत्पन्न झालेल्या मुखाग्नीनें पूर्वीं सर्व वृक्षसृष्टि जाळून टाकिली होती. ह्यांच्यापासून प्राचेतस दक्ष झाला, व आतांच्या सर्व प्रजा दक्ष प्रजापतीपासून झाल्या आहेत. तो सर्वांचा आदिपितामह आहे. प्राचेतस दक्ष मुनीला वीरिणी नामक स्त्रीच्या उदरीं सहस्र पुत्र झाले. हे पुत्र बापासारखे निर्मळ आचरणाचे होते. या सहस्र पुत्रांस नारदानें सांख्यज्ञानाचा–उत्तम मोक्षसाधनाचा–उपदेश केला, व त्यांस साक्षात्कारही झाला. अर्थातच त्यांनीं स्त्रीपुत्रादि विषयभोगांचा त्याग केला ! एवंच, प्रजोत्पादनाचे कामीं त्यांचा कांहीं उपयोग झाला नाहीं. तदनंतर, त्या दक्ष मुनींस ज्या पन्नास कन्यका होत्या, त्या तरी अयोग्यकाळीं ज्ञानमार्गाकडे जाणार नाहींत अशी भावना धरून दक्ष प्रजापतींनीं त्या कन्यकांचे पुत्र(आपले दौहित्र) संतानवृद्धि करतील असें समजून त्यांसच पुत्रत्व दिलें. राजा ! मागें सांगितलेंच आहे कीं, दक्ष मुनींनीं धर्मास दहा, कश्यपाला तेरा, व कालमापक जो चंद्र त्यास कालमानाच्या उपयोगी पडणाऱ्या सत्तावीस कन्या दिल्या. कश्यप ऋषीस तेरा स्त्रिया होत्या,त्यांत दाक्षायणी (अदिति) ही श्रेष्ठ होती. हिच्यापासून त्या मारीच कश्यपाला इंद्रादि बारा वीर्यसंपन्न पुत्र झाले. विवस्वान् नामक कनिष्ठ काश्यपपुत्राला यम आणि मनु हे पुत्र झाले. थोरला मनु हा बुद्धिमान आणि धाकटा यम हा विश्वशासक असे हे दोन पुत्र होत. असो;बुद्धिमान आणि धर्मशील मनूच्या द्वारानें वंशस्थापना होऊन विस्तार झाला. ह्या विस्तारालाच 'मानव' (मनुसंतती) असें नांव मनूपासून मिळालें. ब्रह्मक्षत्रादि चारही वर्ण मनूपासूनच उत्पन्न झाले आहेत. या दिवसापासूनच ब्राह्मणक्षत्रियांची जोडी जमलेली आहे. मनुपुत्रांपैकीं जे ब्राह्मण होते, त्यांनीं सांग वेदांचा स्वीकार केला;आणि वेन,धृष्णु, नरिष्यंत नाभाग, इक्ष्वाकु, कारूष, शर्याति, आठवी इला,

पृषध्र आणि दहावा नाभागारिष्ट, या सर्वांनीं क्षात्रधर्माचा अंगीकार केला. मनूला आणखीही पन्नास पुत्र होते, पण ते परस्परांशीं भांडले म्हणून सर्वांचा नाश झाला असें सांगतात. इलेच्या उदरीं विद्वान पुरुरवा अवतरला. याच्याविषयीं असा चमत्कार सांगतात कीं, याचीं आईबापें म्हणजे इलाच होती ! रेत व शोणित या उभयतांचेंही आधान इलेनेंच करून पुरूरवा पुत्राची उत्पत्ति केली. हा महायशस्वी पुरूरवा तेराही द्वीपांचा उपभोग घेणारा होता. हा मनुष्य असून याचें बल अमानुष होतें. हा राजा बाहुबलानें उन्मत्त झाला असल्यामुळें ब्राह्मणांशीं त्यानें वैर बांधिलें, व ते रडत ओरडत असतांही त्यांचीं सर्व रत्नें हिरावून घेतलीं ! त्याला उपदेश करून ताळ्यावर आणण्यासाठीं म्हणून प्रत्यक्ष सनत्कुमार ब्रह्मलोकांतून खालीं आले; पण त्यांच्या श्रुति, युक्ति व अनुभव यांनीं पूर्ण असलेल्या उपदेशांचें कांहींएक चीज झालें नाहीं ! तेव्हां क्रुद्ध होऊन महर्षींनीं त्याला शापून नष्ट करून टाकिलें. सारांश, लोभ आणि बलाचा गर्व यांच्यामुळें त्या राजाचा नाश झाला. असो; हा राजा उर्वशीसहवर्तमान असतां त्यानें गंधर्वलोकांत असणारे अग्नि आणिले. गार्हपत्य, दाक्षिणाग्नि व आवहनीय हे ते अग्नि यज्ञयागादि कर्मांत अवश्य असतात. ह्या राजाला उर्वशीपासून सहा पुत्र झाले होते. ते आयु, धीमान्, अमावसु, दृढायु, वनायु व शतायु हे होत. आयूला स्वर्भानवीच्या उदरीं नहुष, वृद्धशर्मा, रज, गय व अनेनस् हे पुत्र झाले. आयुपुत्र नहुष हा बुद्धिमान् असून त्याचा पराक्रम कधींही फलशून्य झाला नाहीं. यानें धर्मदृष्टीनें पृथ्वीचें कांहीं दिवस राज्य केलें. या नहुषानें पितर, देव, ऋषि, विप्र, गंधर्व, उरग, राक्षस, ब्राह्मण, क्षत्रिय व वैश्य यांचें पालन केलें. पुढें पुढें शत्रुसमूहांचा पराभव करून व राज्यांतील अन्यायी लोक नाहींतसे करून त्यानें ऋषींपासून कर घेण्यास सुरुवात केली; इतकेंच नव्हे, तर त्यांस वेठीस धरून त्यांच्याकडून तो ओझें वाहवूं लागला. आपल्या तेजानें, तपानें, पराक्रमानें व बुद्धिवर्चस्वानें देवांचा पराभव करून नहुष राजा इंद्रपदही पावता झाला. असो.

ययातीचें संक्षिप्त चरित्र.

नहुषाला यति, ययाति, संयाति, आयाति, अयाति आणि ध्रुव असे पुत्र झाले. त्यांपैकीं यति हा योगमार्गाचा अवलंब करून ब्रह्मरूप मुनि झाला. ययाति हा सार्वभौम राजा झाला. याचाही पराक्रम अप्रतिहत होता. यानें पृथ्वीचें पालनपोषण करून पुष्कळ यज्ञ केले यानें भक्तिपूर्वक व मनोनिग्रहानें पितरांवर व देवांवर निष्ठा ठेविली. ह्या अप्रतिहत योद्धा—ययाति राजा—आपल्या प्रजेचें अनुग्रहपूर्वक पालन करून तिस सुख देत असे. त्याला सर्वगुणसंपन्न आणि महाधनुर्धारी असे पुत्र झाले. ते असे देवयानीपासून यदु आणि तुर्वसु झाले, व शर्मिष्ठेपासून द्रुह्यु, अनु व पूरु हे झाले. त्यानें अनेक वर्षें धर्मानें राज्य केल्यानंतर कालनियमाप्रमाणें त्याला रूपविनाश करणारी महाघोर जरा प्राप्त झाली. ही जरा आलेली पाहून नहुषपुत्र ययाति राजानें आपले पुत्रांस जवळ बोलावून विचारिलें, "हे पुत्रहो, मला अशी उत्कृष्ट इच्छा प्राप्त झाली आहे कीं, पुनः एकदां यौवनावस्था संपादन करून घेऊन तरुण युवतींसह सर्व विषयांचा यथास्थित व यथेच्छ उपभोग घ्यावा. पुत्रांनो ! तुम्ही मला या कामांत साह्य करून माझी मनःकामना पूर्ण होईल असें करावें."

हें ऐकून, देवयानीपासून झालेल्या ज्येष्ठ यदु नामक पुत्रानें विचारिलें:—महाराज ! आमच्या यौवनानें आपलें इष्ट कार्य कसें होणार?

१ टीकाकार नीलकंठ चतुर्धर म्हणतात:—पुरूरव्याचा जनक बाप बुध होता. इलेनें त्याला राज्य दिलें म्हणून तिजकडे पितृत्वही दिलें.

आह्मी काय करावें ह्मणजे आपली मनोरथसिद्धि होईल ?

राजा म्हणालाः- माझी वृद्धावस्था तूं घे आणि तुझें यौवन मला दे; ह्मणजे तुजपासून प्राप्त झाले. त्या यौवनानें मी पुनः विषयांचा उपभोग घेऊं शकेन. बाळा ! दीर्घकाल चालणारे अनेक यज्ञ मीं केले, तेव्हां मला व्रतस्थ रहावें लागलें; शिवाय शुक्र मुनींचा शापही मला होता, म्हणून विषयोपभोगाचें सुख मला मुळींच मिळालें नाहीं. हा कामपुरुषार्थ साध्य झाला नाहीं ह्मणून मला भारी खेद होतो. याकरितां माझी वृद्ध तनु तुमच्यापैकीं कोणी तरी एकानें घेऊन राज्यकारभार चालवावा, आणि मीं त्याची तरुण व अभिनव तनु घेऊन विषयोपभोगाचे यथेच्छ सुख घेईन. समजलांत ? इतक्या पुत्रांपैकीं कोणी तरी माझी इच्छा पूर्ण करावी.

हें ऐकून त्या यदुप्रभृति मुलांपैकीं वडिलांची वृद्धावस्था घेण्याला कोणीही सिद्ध होईना. हें पाहून 'पूरु' नामक सत्यपराक्रमी कनिष्ठ पुत्र पुढें सरसावून म्हणाला, "बाबा ! माझी ही तरुण व अभिनव तनु घेऊन आपण पुनः यौवनस्थिति प्राप्त करून घ्यावी, आणि यथेच्छ कामभोग घ्यावे. मी आपली वृद्धावस्था घेऊन आपल्या आज्ञेनुसार आपल्या शिरावर राज्यभार घेतों."

याप्रमाणें पूरूचें भाषण ऐकून राजास आनंद झाला, आणि त्या राजर्षीनें आपल्या तपाच्या आणि वीर्याच्या सामर्थ्यानें आपल्या अत्युदार पुत्राचे शरीरांमध्यें आपली वृद्धावस्था प्रविष्ट केली. असो; याप्रमाणें पूरूचें यौवन वय घेऊन ययाति तरुण झाला; आणि ययातीचें वृद्धपण घेऊन पूरु राज्याधिकारी झाला नंतर एक हजार वर्षेपर्यंत तो सिंहासारखा पराक्रमी व अप्रतिहत वीर यौवनावस्थेमध्यें असतांना आपल्या शर्मिष्ठा व देवयानी नामक भार्यांबरोबर विहार करून पुनः विश्वाची नामक अप्सरेसह चैत्ररथ वनांत रममाण होता झाला. पण त्या महाकीर्तिमंत राजाची कामतृप्ति कांहीं झाली नाहीं. हें पाहून त्या महायशस्वी राजाला वाईट वाटलें, आणि त्यानें गद्यात्मक श्लोक म्हटले. त्यांचा भावार्थ असा कीं, "कामाची तृप्ति कामाच्या (विषयांचा) उपभोग घेऊन होत नाहीं; इतकेंच नव्हे, तर घृताच्या आहुति जशाजशा अर्पण करीत जाव्या तसतसा अग्नि ज्याप्रमाणें अधिकच पेट घेतो, त्याप्रमाणें उपभोगानें काम अधिकच वाढत जातो. ही सर्व रत्नखचित पृथ्वी, तेथील सुवर्ण, पशु आणि स्त्रिया हीं सर्व मिळवून सुद्धां एका पुरुषाची तृप्ति व्हावयाची नाहीं ! हें जाणून शहाण्या पुरुषानें उपभोगापासून निवृत्त व्हावें. आपल्या कर्मानें, वाणीनें अथवा मनानें आपण कोणत्याही भूताचें कसलें सुद्धां पाप करीत नाहीं, कोणाविरुद्धही आपण पापकर्माचें आचरण करीत नाहीं, तेव्हां आपल्यास ब्रह्मप्राप्ति होते. जेव्हां आपणास कोणापासूनही भीति बाळगण्याचें कारण नसतें, व आपणही कोणास भीतीचें कारण होत नाहीं, जेव्हां आपली इच्छा व द्वेष लयास जातात, तेव्हां ब्रह्मप्राप्ति होते."

जनमेजया, असा विचार करून आणि कामाची व उपभोगाची व्यर्थता त्या महाबुद्धिमान राजाचे लक्षांत येऊन, त्यानें आपलें मत ज्ञानद्वारा विषयांपासून निवृत्त केलें. अर्थातच त्याला शांति प्राप्त झाली. मग त्यानें पूरूपासून आपली जरा परत घेतली व त्याचें तारुण्य घेतलें होतें तें त्याला परत दिलें; आणि त्याबरोबरच त्याला राज्याभिषेक करून आपलें राज्यही त्याला समर्पण केलें. याप्रमाणें कामोपभोग हे सर्व दुष्ट आहेत असें जरी राजास समजलें व त्यांपासून तो पराङ्मुख झाला, तरी ब्रह्मज्ञान झाल्यानंतर जी एक अभंग व अखंड अशी तृप्ति

प्राप्त होत असते, ती त्याला लाभली नव्हती. ब्रह्मज्ञानाचें संपादन त्यास करावयाचें होतेंच.

असो; आपल्या पूरु नामक पुत्राला जवळ बोलावून तो ह्मणाला:-बाळा! माझा योग्य पुत्र तूंच आहेस. तुझ्या योगानें मात्र मी खरा पिता झालों. आतां तुला आशीर्वाद देतों कीं, तूं मोठ्या प्रसिद्ध वंशाचा मूळ पुरुष होऊन तूंच माझा वंश पुढें चालवशील. तुझ्या वंशाचें नांव 'पौरव' असें प्रसिद्ध होऊन तुझे वंशज सर्व भुवनत्रयांत विख्यात होतील.

याप्रमाणें आशीर्वाद देऊन ययाति आपल्या भार्यासहवर्तमान भृगु नामक पर्वतावर तपश्चर्या करण्यास निघाला. त्यानें पूरूस राज्याभिषेक केला हातोच. अशाप्रकारें राज्याची सर्व निरवानिरव करून तो तपश्चर्येस गेला, व निरशनरूपी—भोगशून्यरूपी—तपश्चर्या करीत असतां पुष्कळ वर्षें लोटल्यावर काळाच्या नियमाप्रमाणें त्यास व त्याच्या भार्यांस पंचत्व प्राप्त झालें, आणि लागलीच ते सर्वजण स्वर्गलोकास जाते झाले!

अध्याय शहात्तरावा.

—:(०):—

ययातीचें आख्यान.

जनमेजय ह्मणाला:—हे महर्षे! प्रजापतीपासून दहावा जो ययाति-आमचा पूर्वज-त्याला शुक्रकन्या कशी मिळाली? शुक्राची कन्या भार्यात्वानें मिळणें हें काम कांहीं सुलभ नव्हे. तेव्हां, भगवन्! विनंति अशी आहे कीं, हा सर्व वृत्तांत मला आपण विस्तारानें सांगावा. त्याचप्रमाणें, निरनिराळे जे वंशकर राजे झाले, त्यांचीही आनुपूर्वी मला सांगावी.

कचोपाख्यान.

वैशंपायन सांगतात:—राजा, पूर्वीं ययाति नांवाचा राजा होता, हें तुला विदितच आहे. याचें तेज प्रत्यक्ष देवराज इंद्राप्रमाणें होतें. याचा व दैत्यगुरु शुक्राचार्य द्विज, व दैत्यराजा वृषपर्वा क्षत्रिय, यांचा शरीरसंबंध कसा झाला, व त्याचप्रमाणें शुक्रकन्या देवयानी व नहुषपुत्र ययाति यांचा विवाहयोग कसा जुळून आला, हेंही तूं विचारलेंस ह्मणून तुला सांगतों, ऐक:—या चराचर त्रैलोक्याचें आधिपत्य व ऐश्वर्य आपल्यास प्राप्त व्हावें म्हणून देवदानवांचें युद्ध परस्परांमध्यें चाललें होते. तेव्हां या युद्धामध्यें आपल्यास जय प्राप्त व्हावा ह्मणून देवांनीं जयप्रापक यज्ञाचें पुरोहितत्व अंगिरस मुनीला दिलें, व त्याच हेतूनें दैत्यांनींही आपलें पुरोहितत्व उशनाकवि [शुक्राचार्य] यांस दिलें. अर्थातच परस्परविरोधी देवदैत्यांचे हे गुरु व शुक्र पुरोहितही एकमेकांचे नित्याचे प्रतिस्पर्धी झाले. तेव्हां रणामध्यें जे जे दैत्य देवांच्या हातून मारले जात, त्यांस आपल्या विद्येच्या बलानें शुक्राचार्य पुन: जिवंत करीत; आणि हे उठलेले राक्षस पुन: देवांशीं युद्ध करण्याला सिद्ध होत. पण समरांमध्यें असुरांच्या हातून युद्धांत ठार केलेले जे देव मारले जात, त्यांस जिवंत करण्याचें सामर्थ्य विशाल बुद्धीच्या बृहस्पतीलाही नव्हतें; कारण संजीवनी नामक विद्या पराक्रमी शुक्राचार्यांस येत असे ती बृहस्पतीला अवगत नव्हती. अर्थातच देवसैन्यांतील सर्व योद्धे अत्यंत खिन्न झाले. त्यांस शुक्राचार्यांची अत्यंत भीति वाटूं लागली, आणि ते अत्यंत उद्विग्न झाले. अशा संकटकालीं त्यांनीं बृहस्पतीचा ज्येष्ठ पुत्र जो कच, त्याची आराधना केली आणि ते त्यास ह्मणाले, हे गुरुपुत्रा! "आम्ही तुझीं आर्जवें करणारे व समरांगणांत तुमच्या सर्वांकरितां लढणारे सर्व देव तुझी अशी प्रार्थना करितों कीं तूंही देवांचें सहाय्य करून देवांचें एक उत्तम कार्य कर, गुरुपुत्रा! तें हें कीं, त्या अद्वितीय तेजोरूपी शुक्राचार्य द्विजाच्या हृदयांत जी संजीवनी

विद्या वास करीत आहे. ती लवकरच अधिगत करून घेऊन ये. आह्मांला जो यज्ञामध्यें वांटा मिळतो त्यांत तुलाही एक भाग देऊं. तसेंच तुला जयाचाही वांटेकरी करूं, शुक्राचार्य वृषपर्वा-नामक दैत्यराजाजवळ आहेत. तुला ते तेथें भेटतील. शुक्राचार्य आजकाल संजी-वनी विद्येनें दानवांचें रक्षण करितात, देवांचें करीत नाहींत;म्हणून तुला जावयास आम्ही सांगत आहों.कारण तूं तरुण आहेस. तुझा स्वभावच असा गोड आहे कीं, तूं शुक्राचार्यांचें मन प्रसन्न करून घेशील. शिवाय, त्या आचार्यांस देवयानी म्हणून एक लाडकी मुलगी आहे. तिचेंही मन सुप्रसन्न करण्यास तुझें वय व तुझा स्वभाव हीं अति योग्य आहेत. तुझ्यासारखा दुसरा कोणी देवसमूहांत दिसत नाहीं. तुझें शील, तुझें सौंदर्य, तुझें माधुर्य, तुझा मनोनिग्रह आणि तुझें आचरण हीं सर्व देवयानीला प्रसन्न करण्याची प्रबल साधनें तुजजवळच आहेत. तीं प्रसन्न झालीं कीं विद्याप्राप्तीला काय उशीर आहे? तेव्हां तूंच जाऊन ती विद्या घेऊन ये. ”

जनमेजया,देवांचें तें भाषण कचास मानवलें, आणि तो राक्षसनगरीकडे जाण्यास निघाला. त्या वेळीं देवांनीं त्याचें अभिपूजन करून ‘ विजयी होऊन ये ’ असा आशीर्वाद दिला. देवांची आज्ञा घेऊन कच त्वरेनें निघाला, तो थेट वृषपर्व्याच्या नगरींत गेला. त्या दानवराजधानींत शुक्राचार्यांची गांठ त्यानें घेतली,आणि चरणांवर मस्तक ठेऊन म्हटलें, “भगवन् ! भगवान महर्षि अंगिरस् यांचा पुत्र बृहस्पति हा प्रत्यक्ष माझा पिता आहे. माझें नांव ‘ कच. ’ कृपा करून मला आपला ‘ शिष्य ’ करावें. मी विद्याध्ययनाकरितां आपल्या समीप आलों आहें येथें आपल्या आश्रयाला मी ब्रह्मचर्यव्रत धारण करून आपल्याजवळ सहस्र परिवत्सरपर्यंत विद्याध्ययन करीन. मला आज्ञा व्हावी. ”

दैत्यगुरु शुक्राचार्य म्हणालेः—हे बृहस्पतिपुत्रा कचा ! तुझें स्वागत असो. तुझी प्रार्थना मान्य करून,तूं अतिथि आलास म्हणून व तूं गुरुपुत्र वंदनीय आहेस म्हणून तुझें आदरातिथ्य करितों. या माझ्या कृत्यानें बृहस्पति तुष्ट होवो. तुला आतां शिष्ययोग्य ब्रह्मचर्यव्रताची दीक्षा देतों.

वैशंपायन सांगतातः—जनमेजया, कचानेंही लागलींच कविपुत्र उशना-शुक्राचार्य-यांनीं स्वतः दिलेली दीक्षा घेतली; आणि कोणत्या वेळीं काय काय करावयाचें तें समजून घेऊन तो यथोक्त विधीनें व्रतसेवा करूं लागला. त्याचप्रमाणें तो कच, आचार्य व आचार्यकन्या देवयानी यांचीही सेवा एकनिष्ठेनें करूं लागला. तो तरुण कच, जिच्या तारुण्यदशेस नुकताच आरंभ झाला आहे अशा त्या देवयानीचें मनोरंजन करण्यासाठीं केव्हां केव्हां गाणें, वाद्यें वाजविणें व नाचणें हीं कृत्यें करीत असे. तसेंच पुष्पें, फलें आणून देऊन व तिनें सांगितलेलीं कामें करून, त्या तरुण पण निर्विकार कचानें आपल्या शीलसंबंधानें देवयानीचें मत उत्तम करून घेतलें आणि तिला संतोषित केलें. देवयानीही,नियमानें व्रतस्थ राहणाऱ्या त्या विप्राची मनोधारणा करण्यासाठीं, कोणी दुसरें जवळ नसलें म्हणजे गात असे; आणि नानाप्रकारचे मनोहर खेळही खेळे. याप्रमाणें व्रतानुपालन करीत असतां पांचशें वर्षें लोटलीं. तेव्हां तेथील राक्षसांस, बृहस्पतिपुत्र कच आला आहे व आचार्यांपाशीं विद्या शिकत आहे असें कळलें. पुढें एके दिवशीं कच एकटाच अरण्यामध्यें गाई राखीत आहे असें त्यांनीं पाहिलें. आधींच ते रागावलेले, आणि त्यांत कच एकटा एकीकडे भेटला; तेव्हां बृहस्पतीविरुद्ध त्यांचा राग व संजीवनी विद्या जाईल ही भीति, हीं दोन्ही एकवट व प्रेरक होऊन त्यांनीं क्रोधावेशांत कचाला मारून त्याचे मोहरी एवढे तुकडे केले आणि ते लांडग्यांकडून खाव-

दिले. संध्याकाळीं गाई घरीं आल्या, पण त्यांचा राखणारा कच परत आला नाहीं हें पाहून देवयानी शुक्राचार्यांजवळ जाऊन ओरडली, "बाबा! आपलें संध्याकाळचें अग्निहोत्रव्रत संपलें, सूर्यही अस्ताला गेला, गाई सुद्धां घरीं आल्या, पण कच नाहीं हो परत आला! तेव्हां कोणीं तरी दुष्टानें त्याला मारलें आहे, किंवा तो दुसऱ्या कशानें तरी मेला आहे, हें उघड आहे. बाबा! त्याच्याशिवाय घटकाभर सुद्धां मीं प्राण ठेवणार नाहीं. हें माझें बोलणें अगदीं सत्य आहे. बाबा! त्याला आणाहो!"

शुक्राचार्य म्हणाले, "देवयानि, 'अरे! इकडे ये' असें म्हणूनच मी मृताला संजीवित करीत असतों. तूं घाबरूं नको." असें म्हणून त्यांनीं संजीवनी विद्येचा प्रयोग केला, आणि कचाला हांक मारली. तेव्हां त्या विद्येच्या प्रभावानें एका क्षणांतच लांडग्यांचीं शरीरें फाडफाडून कच हा 'ओ' देऊन बाहेर आला, व आनंदानें उभयतांच्या पुढें उभा राहिला. तेव्हां देवयानीनें विचारलें, 'उशीर रे कां केलास?' कचानें उत्तर दिलें, "हे कल्याणि! समिधा, कुश व लांकडांची मोळी घेऊन मी आश्रमाच्या जवळच्या त्या वटवृक्षावर बसून खालीं वृक्षाच्या छायेंत बसलेल्या गाई राखीत होतों, तों तेथें राक्षस आले; आणि 'तूं कोण' म्हणून त्यांनीं मला विचारिलें. तेव्हां मी त्यांना आपलें खरें नांव व गोत्र सांगितलें. माझें बोलणें संपतें न संपतें तोंच त्यांनीं मला ठार करून तुकडे तुकडे केले, व ते लांडग्यांस खाऊं घालून ते दैत्य मोठ्या आनंदानें घरीं गेले. परंतु, हे देवि, आपल्या तेजस्वी वडिलांच्या विद्याप्रभावानें मात्र तुझ्याजवळ जिवंत उभें राहण्याचें माझें महद्भाग्य होतें म्हणून मी जिवंत झालों; नाहीं तर आज मी मेलोंच होतों!" इतकें बोलून तो स्तब्ध झाला. पुनः देवयानीच्या सांगण्यावरून एकदा कच एका अरण्यांत अकस्मात गेला, तो राक्षसांच्या दृष्टीस पडला. पुनः त्याचे तुकडे करून त्यांनीं समुद्रामध्यें टाकून दिले व फारवेळ जाऊन झाला तरी कच परत आला नाहीं, असें पाहून कन्येनें पित्याची प्रार्थना केली व पुनः शुक्रानें त्यास जिवंत केलें, आणि पुनः त्यानें घडलेली सर्व हकीकत सांगितली. तिसऱ्या वेळीं राक्षसांनीं त्यास मारून व त्याचें पीठ करून तें जाळिलें, आणि सुरेच्या पेल्यांत ती राख मिसळून तोच पेला आचार्यांस पिण्याकरितां दिला. कच परत येत नाहीं, असें पाहून देवयानी घाबरली आणि आचार्यांस म्हणाली, "फुलें आणण्यासाठीं कचाला बाहेर पाठविलें आहे. तो अजून येत नाहीं, या वरून तो मेला हेंच खरें. त्याच्या व्यतिरिक्त माझे प्राण खरोखर राहणार नाहींत!"

शुक्र म्हणाले:—मुली! हा बृहस्पतीचा मुलगा कच दोन वेळां मेला, तथापि मी त्याला आपल्या विद्यासामर्थ्यानें उठविलें. आतां, जिवंत केला तरी हा पुनः पुनः मरतो, त्याला आपण काय करावें बरें! देवयानि, तूं अशी रडूं नको. तुझ्यासारख्या मुलीनें माणसाप्रमाणें रडूं नये. तूं वरच्या कोटींतील आहेस, प्रत्यक्ष वेद, सर्व ब्राह्मण इंद्रासहित सर्व देव, अष्टवसु, अश्विनीकुमार, सुरद्वेष्टे राक्षस, फार तर काय? सर्व जगतें तीन्ही संध्याकाळीं माझ्या प्रभावानें तुला नमस्कार करितात त्या तूं असें माणसासारखें रडावेंस? छे! असें करूं नको. बाळे! या ब्रह्मपुत्राला जिवंत ठेवणें अशक्य झालें आहे. कारण, संजीवित केला तरी पुनः तो मारला जातोच आहे.

देवयानी म्हणाली:—बाबा! अति वृद्ध अंगिरा हा ज्याचा आजोबा, तपोनिधि बृहस्पति हा ज्याचा बाप, त्या ऋषीच्या नातवासाठीं व पुत्रासाठीं (कचासाठीं) मला कसाहो शोक होणार नाहीं व रडायाला तरी कसें येणार नाहीं? बाबा! माझा कच महाब्रह्मचारी, खरा तपःसाधनीं सदा तत्पर आणि कामांत मोठा दक्ष असा आहे

हो! तो प्रियदर्शने आणि सुखरूप असा आहे ना? महाराज! मी आतां खातपीत नाहीं, आणि कच ज्या मार्गानें गेला त्याच मार्गाला जातें!'

वैशंपायन सांगतात:—याप्रमाणें देवयानीचा आततायीपणा पाहून शुक्र मुनींस दुःख झालें, आणि त्यांनीं कावरेबावरेपणानें व रागानें असुरांस बोलावून आणिलें, व कचासही हांक मारून ते म्हणाले, "माझ्या एथें विद्या शिकण्यासाठीं आलेल्या शिष्यांस त्रास देणारे व ठार मारणारे तुह्मी राक्षस माझा द्वेष करितां आणि माझा राग आपल्यावर ओढून घेतां व घ्याल. हे तामसी लोकहो, माझा आज्ञाभंग करून व माझ्या आश्रयास असलेल्या ब्राह्मणांची हत्या करून मला अब्राह्मण करूं पहातां काय? अरे मूर्खांनो! तुमच्या पातकांचा घडा भरला; तुमचा येथल्या येथेंच अंत होईल, समजलांत? प्रत्यक्ष इंद्राचा घात करायाला ब्रह्महत्या चुकत नाहीं,मग तुमच्यासारख्या बाकीच्या लोकांची कथा काय? असो; कचा! बाळा! ये."

वैशंपायन सांगतात:—संजिवनी विद्येच्या सामर्थ्यानें आचार्यांच्या उदरांत जिवंत झालेला पण 'गुरूचें कसें होईल?' या भीतीनें ग्रस्त झालेला कच उदरांतून बोलूं लागला. "अरे, माझ्या उदरांत तूं कसा आलास? तूं तर माझ्या उदरांत आहेस!' असें आचार्यांनीं विचारल्यावर कचानें उत्तर दिलें, "भगवन्! आपला अनुग्रह माझ्यावर मोठा, म्हणून माझी स्मरणशक्ति अद्यापिही कायम आहे. हा प्रसंग जसा घडून आला,तसाच्या तसा माझ्या स्मृतींत प्रत्यक्ष उभा राहिला आहे. असो; महाराज! मला बाहेर बोलावूं नका? कारण आपलें उदर फाडून मला बाहेर यावें लागेल; आणि तसें झाल्यास मला गुरुहत्येचें पातक लागून माझ्या तपाचा सर्वथा क्षय होईल. यापेक्षां मला येथें जीं दुःखें होत आहेत तीं मी सुखानें सहन करीन.महाराज! मला मारून, जाळून व राख करून दैत्यांनीं ती राख आपल्या दारूच्या पेल्यांत घालून तो पेला पिण्यास दिला व आपण तो प्यालां असो; भगवन्, आपल्यासमोर ब्राह्मी किंवा असुरी मायेचा उपयोग करण्याचें कोणाचेंही सामर्थ्य नसल्यामुळें आपलें अतिक्रमण करून केवळ विद्येच्या जोरावर आपलें उदर विदारण करून बाहेर येणें मला कठिण वाटतें, आणि आपण जिवंत राहाल तर मलाही आपल्या बळावरच ब्राम्ही किंवा आसुरी मायेचें कसें तरी अतिक्रमण करितां येईल. मी बाहेर आलों तर आपण जिवंत राहणार नाहीं. आणि आपण गेलां तर माझें, आपलें, देवयानीचें व सर्व विश्वाचें अनहित होईल. म्हणून मला हा गर्भवासच असूं द्यावा!"

शुक्राचार्य म्हणतात:—देवयानि! आतां काय केलें ह्मणजे तुझें समाधान होईल तें सांग. तुला कच हवा असेल तर माझा वधच झाला पाहिजे; कारण माझ्या उदराचा भेद झाल्यावांचून उदरगत कचाला बाहेर येणें शक्य नाहीं; आणि मी हवा असलों तर कच बाहेर यावयाचा नाहीं!

देवयानी ह्मणते:—बाबा! तुह्मी दोघेंही मला प्रियच आहां. तेव्हां तुमच्यांतून एकाचाही विरह मला अग्नीप्रमाणेंच जाळूनच टाकणार. बाबा! कच नाहींसा झाला तर माझें जन्माचें सुख नष्ट होणार, आणि आपण मला सोडून गेलां तर माझे प्राण निघून जाणार!

हें ऐकून आचार्य म्हणाले:—हे गुरुपुत्रा कचा! माझी प्रिय कन्या देवयानी तुझ्या कल्याणासाठीं—तिची सेवा करण्यासाठीं इतकी काळजी घेत आहे, यावरून तूं योग्य पुरुष आहेस, व विद्यादानासही योग्य आहेस, हें उघड आहे. तूं जर इंद्र नसशील—तूं इंद्र असून कचरूपानें जर येथें आला नसशील तर मी ही संजीवनी विद्या देतों ती घे. ब्राह्मणव्यतिरिक्त माझ्या उदरांतून

जिवंत असा कोणी बाहेर पडणार नाहीं. तो तेथल्या तेथेंच नष्ट होईल. हा विद्यामंत्र सांगतों तो ग्रहण कर. तूं ब्राह्मण आहेस आणि ब्रह्मवध करणें माझें शील नाहीं. असो; ही विद्या घेऊन तूं माझें उदर फाड व बाहेर ये. माझ्या उदरांत राहिल्यामुळें तूं माझा पुत्रच झालास.बाहेर हाच मंत्र म्हणून तूं मला उठीव; मला पुनर्जन्म दे. मीं तुला उठविलें आहे, हा उपकार तूं विसरणार नाहींसच ! गुरुपासून (माझ्यापासून) विद्या शिकून तज्ज्ञ झाला आहेस, तेव्हां धर्मपूर्वक विचार पूर्णतः करून कृतज्ञताधर्मास योग्य तेंच कर.

वैशंपायन सांगतातः—याप्रमाणें गुरूपासून विद्या संपादन करून, कच हा शुक्र मुनीचें उदर फाडून बाहेर आला. सूर्याचा अस्त झाला असतां पौर्णिमेस चंद्र जसा अति सुंदर दिसतो, त्याप्रमाणें कचाचें स्वरूप या वेळीं दिसलें. बाहेर येतांक्षणीं ते मरून पडलेले आपले वेदमूर्ति गुरुजी, त्यांस संजीवनी विद्येच्या सामर्थ्यानें कच पुनः जिवंत करिता झाला.याप्रमाणें विद्यासंपादन करून व ती सिद्ध झाली असें प्रत्यक्ष पाहून, कचानें गुरूजींस प्रीतिपूर्वक व भक्तिपूर्वक नमस्कार केला आणि तो म्हणाला, “भगवन् ! आपण मला संजीवनीविद्यारूप अमृत पाजिलें; त्याचप्रमाणें मला येत नसलेली विद्या जो शिकवील, त्याला मी मातापितरांप्रमाणें मान देईन.हा मातापितरांस योग्य असणारा मान मी आपल्यासही देतों. कारण आपण माझ्यावर अनंत उपकार केले आहेत. भगवन्, माझ्या गुरुशीं मी कधींही कृतघ्न होणार नाहीं, व त्यांचा द्वेषही करणार नाहीं, तर नेहमीं कृतज्ञच राहीन. सर्व निधाचा निधि म्हणजे सर्व विद्या पारंगत असणाऱ्या व उत्तमोत्तम सत्य असतें त्याचें दान करणाऱ्या पूज्य गुरूला जे लब्धविद्य पंडित मान ठेवणार नाहींत, त्यांची विद्या निष्फळ होऊन ते कृतघ्न मूर्ख पापी लोकास जातील; अर्थात् दुःखमय लोकांत दुःख सोशीत राहतील. महाराज ! माझ्या कृतज्ञत्वाविषयीं आपल्यास मुळींच शंका नको !”

वैशंपायन सांगतातः—राजा, सर्वज्ञ असला तरी सुरापानाच्या योगानें पुरुष कसा फसतो हें आपल्यावरूनच पाहून, व सुरापानानंतर कांहीं वेळपर्यंत तरी ज्ञाननाश होऊन केवढी भयंकर हानि होते हें पाहून, व तसेंच, सुरापान झाल्यामुळें तसल्या सुंदर कचाच्या सुद्धां रक्षेचें पान करीत असतांही आपणांस कांहीं समजलें नाहीं असें जाणून शुक्राचार्यांस भारी वाईट वाटलें, व सपाटून क्रोधही आला ! शुक्राचार्य म्हणजे ब्राम्हणांचे मोठे हितैषी ! तेव्हां आपलें व्यसन नष्ट व्हावें,व कोणाही ब्राम्हणांस तें व्यसन लागूं नये, म्हणून सुरादेवीवर अत्यंत रागावलेले शुक्र मुनि रागाच्या सपाट्यांत उठले आणि शापवाणीनें बोलते झाले,“जो कोणी ब्राम्हण आजपासून पुढें व्यसनी लोकांच्या भिडेस पडून मोहानें अथवा स्वतांच्या मूर्खपणानें सुरापान करील, तो धर्मभ्रष्ट होऊन ब्रह्महत्येचें पातक शिरीं घेईल; व या लोकांत त्याची अप्रतिष्ठा होऊन परलोकांतही त्याला अनंत कष्ट सोसावे लागतील.ही मर्यादा मी आज स्थापन केली आहे.ही मर्यादा—विप्रांस योग्य असे जे धर्म सांगितले आहेत त्यांची सीमाच आहे.गुरुची आज्ञा उल्लंघन न करणारे जे साधुसज्जन, विप्र,देव व लोक, त्या सर्वांनीं ही मर्यादा लक्षांत ठेवावी.”

याप्रमाणें मर्यादा स्थापन करून ते तपोनिधिश्रेष्ठ,अद्वितीय व महातेजस्वी शुक्राचार्य आपल्या जवळच असणाऱ्या व दैवदुर्विलासानें मूर्खत्व पावलेल्या त्या राक्षसांकडे वळून म्हणाले, “अहो बालिश दैत्यहो ! तुमच्या मूर्खपणामुळें मात्र या माझ्या प्रिय शिष्य कचाला ही संजीवनी विद्या सिद्ध झाली ! मूर्खांनो ! विद्या प्राप्त झालेला हा कच ब्राह्मण साक्षात् वेदोनारायण आहे. याचें सामर्थ्यही आतां माझ्याप्रमाणेंच झालें आहे. हा महात्मा उदार आहे. हा आतां

मजजवळ राहील; पण तुमच्या हातून याला यत्किंचितही पीडा होणार नाहीं." असें बोलून ते भार्गवमुनि स्तब्ध झाले; व ते खुळे राक्षसही, मूर्ख व तामसी शत्रूंनीं केलेले अपकार सज्जनांस उपकारच होतात याच्या आश्चर्यानें चकित होऊन आपापल्या घरीं गेले.तो कचही गुरूजवळ एकंदर एक हजार वर्षें राहिला. नंतर गुरूंची आज्ञा घेऊन देवलोकीं जाण्याचें त्यानें मनांत आणिलें !

अध्याय सत्याहत्तरावा.

—:०:—

कचदेवयानीसंवाद.

वैशंपायन सांगतातः—राजा, ज्या कार्यासाठीं आपण आलों,ती विद्या आपणास साध्य झाली, व्रतनियम संपूर्ण झाला, व गुरूंनींही आज्ञा दिली हें पाहून कच महात्मा देवलोकास जाण्यासाठीं निघाला.त्या वेळीं त्याला देवयानी म्हणाली,"हे अंगिरसपौत्रा ! कुलशीलानें, स्वतांच्या सात्विक आचरणानें, आणि विद्या, तप व मनोनिग्रह यांच्या योगानें तूं कुलभूषण व जगद्रत्नच झाला आहेस.माझे बाबा अंगिरा ऋषींना मान देत, त्याचप्रमाणें मला बृहस्पति मान्य व पूज्य आहेत, असें मी तुला सांगतें. आतां, हे तपोधना ! मी काय म्हणतें तें ऐक. तूं ब्रह्मचर्यव्रताच्या नियमानें चालत होतास त्या वेळींही तुझ्याशीं मी भक्तिपूर्वक वागलें आहें; आतां तुझी विद्या संपादित झाली आहे, म्हणून तुझें ब्रह्मचर्यव्रत संपलें आहे;तेव्हां तूंही आतां प्रीतिपूर्वक माझें पाणिग्रहण कर.अर्थातच हा विधि मंत्रपुरःसर व बाबांच्या अनुमतानें होईल. तूं सर्वगुणसंपन्न द्विज आहेस म्हणून मला अत्यंत प्रिय आहेस."

कचानें उत्तर दिलें:—देवयानि ! तुझे बाबा जसे तुला मान्य व पूज्य आहेत, तसेच मलाही आहेत.ते माझे वडिलच आहेत; आणि तूं तर मला अधिकच पूज्य आहेस.कारण तुझें वर्तन व तुझें स्वरूप हीं अत्यंत निर्मळ आहेत. शिवाय, महात्मे शुक्राचार्य तुझ्यावर प्राणापेक्षांही अधिक प्रेम करितात.आणखी तिसरें कारण असें आहे कीं,धर्मदृष्टीनें पाहिलें असतां तूं माझी गुरुभगिनी होतेस.देवयानि!ज्याप्रमाणें तुझे वडील व माझे गुरु श्रीशुक्राचार्य हे मला माझ्या वडिलांप्रमाणें पूज्य व सेव्य आहेत, त्याचप्रमाणें तूंही मला पूज्य व सेव्य आहेस. तेव्हां तूं माझ्याशीं बोलत आहेस तसें बोलणें तुला योग्य नाहीं. तूंही मला गुरुसमानच आहेस.

देवयानी म्हणालीः—कचा ! तूं अंगिरापुत्र जे बृहस्पति त्यांचा पुत्र आहेस. तूं माझ्या बाबांचा मुलगा नाहींस,म्हणून तूंही मला मान्य व पूज्य आहेस.हे ब्राह्मणश्रेष्ठा,भर्तृत्वासाठीं मी याचना करीत आहें ती याच कारणामुळें होय. अरे, अनेक वेळ राक्षसांनीं तुझा घात केला असतां तुला पुनःपुनःज्या प्रीतिप्रेरणेनें उठविलें, ती माझी अनन्य प्रीति तुझ्या स्मरणांतून जाऊं देऊं नको.सुंदरा ! तुझ्याशीं जो मीं स्नेह केला, व तुझ्यावर जी प्रीति केली,त्यांवरून,माझी तुझ्यावर केवढी भक्ति आहे हें तुला समजलेंच आहे. तेव्हां,हे धर्मज्ञा ! तुझ्यावर भक्ति करणारी व शुद्ध आचरणाची जी मी,त्या माझा—मी तुझी प्रार्थना करीत असतां—त्याग करणें तुझ्यासारख्या दयाळू व गुणज्ञ पुरुषास योग्य नाहीं.

कच म्हणतो:—भागिनि देवयानि ! हे मंगलव्रतधारिणि !जें कोणींही कधीं करूं नये,तें करायाला तूं मला कां बरें सांगतेस ? कृपा कर, माझ्यावर अनुग्रह कर; हे सुंदरी, तूं मला श्रीशुक्रमुनींपेक्षांही जास्त सन्माननीय आहेस, बाई ! जेथें तुझी गुरुमहाराजांच्या उदरांत वसति होऊन तूं उत्पन्न झालीस, त्याच उदरात मी काहीं वेळ राहिलों होतों.हें तूं विसरशील काय ? धर्मदृष्टीनें तूं माझी बहीण होतेस, म्हणून असें धर्मकटु वचन बोलं नको. हा दीन तुमच्या तेथें

मोठ्या सुखानें शिष्यवृत्ति धरून राहिला, आणि तुम्हीं उभयतांनीं मजवर पोटच्या पोराप्रमाणें प्रेम केलें हें माझें सौभाग्य होय. ताई ! तूं असें मत्तेंच मनांत आणिलेंस याबद्दल मी रागावत नाहीं, पण माझ्या दुर्भाग्याला मात्र दोष देतों. असो; येतों मी आतां. ताई ! मला चांगला आशीर्वाद दे; आणि कांहीं गोष्टींवरून माझें स्मरण तुला झालेंच तर कृपा करून माझ्या सद्यःकालीन वर्तनाचा विचार धर्मदृष्टीनें कर, अशी तुला विनंति आहे. त्याचप्रमाणें, माझे गुरूजी व तुझे वडील श्रीशुक्राचार्य यांचें आराधन आणि सेवा तत्परतेनें व वेळच्या वेळीं करीत जा. तूं करशीलच; पण माझा धर्म म्हणून मी तुला विनंती करितों. परमेश्वर तुझें कल्याण करो !

कच व देवयानी यांचे परस्परांस शाप.

हें ऐकून देवयानी रागानें म्हणाली:–अरे कृतघ्ना कचा ! धर्म आणि क म हे पुरुषार्थ साध्य करण्यासाठीं मीं तुझी विनवणी केली असतांही तूं मला झिडकारून लाविलें आहेस म्हणून तुला मी असा शाप देतें कीं, तूं जी विद्या घेऊन माजोरीपणानें निघून जात आहेस, ती विद्या तुला केव्हांही फलद्रूप व्हावयाची नाहीं. जा, निघून चालता हो !

कच शांतपणें म्हणाला:–देवि! तुजमध्यें कांहीं दोष आहे म्हणून मीं तुझा अंगीकार केला नाहीं असें नव्हे, तर तूं माझी गुरुभगिनी आहेस म्हणून मला तुझें पाणिग्रहण करितां येत नाहीं. शिवाय, या कृत्याला गुरुजींचेंही अनुमोदन नाहीं. आतां तूं मला शापिलें आहेस, खुशाल मला शाप दे. तूं माझी गुरुभगिनी आहेस मी सात्त्विक ब्राह्मण आहें म्हणून तुला प्रतिशाप देत नाहीं. असो; ऋषिप्रणीत धर्मानें मी वागत असतांही मला शाप देण्याचा बुद्धि तुला झाली! अस्तु; या कामाविकारजन्य शापाला मी योग्य नाहीं. हा तुझा शाप अधर्मवृत्तीनें उत्पन्न झाला आहे. अर्थातच ब्राह्मणपुत्रानें आपल्याला वरावें, हा जो तुझा काम (इच्छा) तो कधींहि सफल होणार नाहीं. कोणताही ऋषिपुत्र तुझें पाणिग्रहण करणार नाहीं। आतां, माझी विद्या 'मला फलद्रूप होणार नाहीं' असा तुझा शाप आहे, असूं दे. ज्याला ज्याला मी ही संजीवनी विद्या शिकवीन, त्याला त्याला तर ती फलद्रूप होईल ! झालें माझें काम !

वैशंपायन सांगतात:–राजा, याप्रमाणें देवयानीस बोलून व तिचा निरोप घेऊन हा जगद्विजयी कच तेथून निघाला, आणि लवकरच इंद्र लोकास गेला. याप्रमाणें विद्या संपादन करून कच परत आला असें समजतांच इंद्र प्रमुख सर्व देवांनीं बृहस्पतीचा मोठा सत्कार केला, व त्याचा पुत्र जो कच त्यास जयजयकारून ते म्हणाले:—गुरुपुत्रा कचा ! आज जें हें आमचें तूं अलौकिक कल्याण केलें आहेस, त्याची–या तुझ्या अद्भुत पराक्रमाची–कीर्ति यावच्चंद्र दिवाकरौ राहील, आणि तुला यज्ञामध्यें आमच्याप्रमाणेंच भाग मिळेल !

अध्याय अठ्याहत्तरावा.

—:०:—

देवयानीशर्मिष्ठाकलह.

वैशंपायन सांगतात:–याप्रमाणें विद्यार्जन करून कच इंद्रलोकास गेला, तेव्हां देवांस मोठा आनंद झाला, व कचापासून त्या अमोघ विद्येचें ग्रहण करून ते कृतार्थ झाले. नंतर सर्व देवांनीं इंद्रास विनविलें कीं, " इंद्रा! पराक्रम करण्याचा आतां समय आहे. चला, आपण शत्रूचा समाचार घेऊन त्यांस नामशेष करावें. " 'तथास्तु' असें म्हणून देवेंद्र भूलोकास आला, आणि पाहतो तों एका चैत्ररथतुल्य वनांत कांहीं कुमारी जलक्रीडा करीत आहेत. हें पाहून, गंमत करावी या हेतूनें वायुरूप होऊन खोडकर इंद्रानें त्या सगळ्यांचीं वस्त्रें एका ठिकाणीं घोटाळून ठेविलीं. त्या

कुमारींचीं वस्त्रें अस्ताव्यस्त केलीं असतां त्या दोन्ही कुमारिकांच्या द्वारें शुक्र व राक्षस यांमध्यें द्वेष उत्पन्न व्हावा असा इंद्राचा मनोरथ होता. असो. जलक्रीडा संपल्यावर सगळ्याजणी एकदमच बाहेर आल्या; आणि त्या धांदलींत जिला जें वस्त्र सांपडलें तें ती चटकर नेसावयास लागली. ह्या गडबडींत वृषपर्वा राक्षसपति याची मुलगी शर्मिष्ठा ही चुकून देवयानीचें लुगडें नेसली. आपलें लुगडें शर्मिष्ठा नेसली असें पाहून देवयानी संतापली, व देवयानी संतापली असें पाहून शर्मिष्ठेला राग आला. अर्थातच लुगड्याच्या निमित्तानें उभयतांचें मोठें कडाक्याचें भांडण झालें.

देवयानी म्हणते:—दैत्यकन्यें, तूं माझी शिष्यीण असून माझें लुगडें काय म्हणून घेतेस? तुझें कधीं चांगलें होणार नाहीं!

शर्मिष्ठेनें उत्तर केलें:—अग, दाता, स्तुत्य आणि कोणापासून कधींही दान न घेणारा अशा राजश्रेष्ठाची मी कन्या असून माझा पिता बसला अथवा निजला असतां त्याच्यापुढें नम्रपणानें उभा राहून तुझा बाप भाटाप्रमाणें त्याची स्तुति करीत असतो, तेव्हां तूंच स्तुति व याचना करून दान घेणाऱ्याची मुलगी आहेस. भिकारडे! तूं खुशाल रागाव, आदळ आपट कर, भुईवर गडबडा लोळ, अथवा द्वेष धर; मी त्याची मुळींच परवा करीत नाहीं. अग भिकारणी, तूं अशी दीन असतां मजसारखीवर उगाच रागावनेस! पण मीही जशास तशीच आहे हें तुझ्या चांगलें अनुभवास येईल!

वैशंपायन सांगतात:—राजा, याप्रमाणें त्या दोघी एकमेकींस घालून पाडून बोलतां बोलतां द्वेषबुद्धी मनांत धरून देवयानी त्या लुगड्याची हिसकाहिसक करूं लागली; तेव्हां शर्मिष्ठेनें तिला तेथेंच विहिरींत ढकलून दिलें आणि ती मेलीच अशी कल्पना करून ती दुष्ट बुद्धीची मुलगी फणफणत आपल्या नगरांत परत आली; आणि मागें तिचें काय झालें असेल याची परवाही न करितां खुशाल घरीं गेली!

इकडे, ज्या प्रदेशामध्यें देवयानी ही विहिरींत पडली होती, त्याच प्रदेशांत कर्मधर्मसंयोगानें नहुशपुत्र ययाति मृगाच्या मागें लागून आला. त्यावेळीं त्याच्या रथाचे आणि स्वारीचे अश्व अगदीं श्रांत झालेले असून तो स्वतःही फार तृषाक्रांत झालेला होता. तेव्हां उदकप्राशनार्थ तो त्या विहिरीच्या कांठीं गेला आणि आंत डोकावून पहातो तों ती अगदीं कोरडी ठणठणीत असून अग्निज्वालेप्रमाणें तेजस्वी अशी एक कन्या मात्र आंत आहे, असें त्याच्या दृष्टीस पडलें!

राजा; त्या देवासारख्या तेजस्वी कन्येस पहातांच त्यानें विचारलें, "हे सुंदर स्त्रिये, तुझ्या कानांत रत्नखचित कुंडलें असून तुझीं नखें लाल आहेत, अशी तूं कोण? कोणाची कन्या? या लतातृणाच्छादित कूपांत तूं कशी पडलीस? तूं अशी शोक कां करीत आहेस? आणि तुझें मन कसल्या चिंतेनें व्याप्त झालें आहे? जे काय खरें असेल तें सांग."

देवयानी म्हणाली:—देवांनीं मारलेल्या दैत्यांना जो आपल्या मंत्रविद्येनें जिवंत करितो, त्या शुक्राचार्यांची मी कन्या असून माझी अशी स्थिति झाली आहे याची त्यांना वार्ताही नाहीं. राजा, आतां, ज्या बोटांचीं नखें लाल आहेत, तो माझा उजवा हात धरून तूं पराक्रमी मला बाहेर काढ. कीर्तिमान व सद्सद्विचारी आहेस हें मी जाणत असून तूं सुशील असल्यामुळें मला मान्य आहेस. तर तूं मला या दुःखप्रद स्थितींतून मुक्त कर.

वैशंपायन म्हणाले:—राजा, असें तिनें सांगितल्यानंतर, ही ब्राह्मणकन्या आहे असें जाणून नहुषपुत्र ययाति राजानें तिचा उजवा हात धरून झटकन बाहेर काढिलें, आणि त्या सुंदरीस विचारून तो आपल्या नगरास परत गेला. इ-

कडे ती शोकसंतप्त देवयानी तशीच असतां तिच्या शोधाकरितां नगरांतून घूर्णिका नांवाची एक दासी आली. तेव्हां देवयानी तिला म्हणाली, "घूर्णिके, 'मी आतां वृषपर्व्याच्या नगरांत येत नाहीं' असें माझ्या पित्याला जाऊन सांग."

वैशंपायन सांगतातः—राजा, देवयानीचें हें भाषण ऐकून घूर्णिका घाईघाईनें नगरांत आली, आणि ज्ञानसंपन्न शुक्राचार्य वृषपर्व्याच्या घरीं आहेत असें कळल्यावर तिकडे जाऊन त्यांस म्हणाली, "हे महाभाग, देवयानीला वृषपर्व्याच्या शर्मिष्ठेनें रानांत मारिलें !"

आपल्या मुलीला शर्मिष्ठेनें मारिलें हें ऐकतांच दुःखाच्या वेगानें शुक्राचार्य तेथून उठून लागलीच वनामध्यें गेले; आणि तिची स्थिति पाहून प्रेमभरानें तिला कवटाळून दुःखित स्वरानें म्हणाले, "देवयानी, लोकांकडून आपल्याला जें दुःख प्राप्त होतें, त्याला आपले स्वतांचे दोषच कारण होत; व तुझें पूर्वजन्मींचें कांहीं तरी पाप शिल्लक आहे, त्याबद्दल हें तुला प्रायश्चित मिळालें असावें असें मला वाटतें !"

देवयानी म्हणालीः—बाबा मला प्रायश्चित मिळालेलें असो, अथवा काय वाटेल तें असो; पण वृषपर्व्याची शर्मिष्ठा जें मला बोलली तें तुह्मीं नीट ऐकून ध्या, बाबा, मी तुह्मांला खरें सांगतें. ती वृषपर्व्याची गर्विष्ठ शर्मिष्ठा रागानें डोळे लाल करून माझ्या काळजाला घरें पाडण्यासारखे शब्द मला वरचेवर बोलली कीं, 'तूं नित्य स्तुति व याचना करून दान घेणाऱ्याची मुलगी असून तुझा बाप स्तुतिपाठक आहे, व मी स्तुत्य, दाता आणि दान देणारा अशाची मुलगी आहें.' बाबा, 'असें जर खरें असेल, तर मी तुह्मी क्षमा मागेन' असें मी सखीला म्हटलें.

शुक्राचार्य म्हणालेः—देवयानि, स्तुति, याचना व प्रतिग्रह करणाऱ्याची तूं मुलगी नसून, जो इतरांची कधींही स्तुति करीत नाहीं—इतकेंच नव्हे; तर इतरच ज्याची स्तुति करितात अशाची तूं मुलगी आहेस. ज्याची कल्पनाही करितां येणार नाहीं असें जें माझें ब्रह्मरूप ईश्वरी बल तें वृषपर्वा, इंद्र व ययाति हेच पूर्णपणें जाणत आहेत. पृथ्वीवर, तसेंच स्वर्गांत जें जें वस्तुमात्र म्हणून कांहीं आहे, त्याचा नित्य अधिपति मी आहें, असें प्रत्यक्ष ब्रम्हदेवानें संतुष्ट होऊन मला सांगितलें आहे. प्रजेच्या हिताकरितां मीच जलवृष्टि करीत असून सर्व औषधांचें पोषणही मींच करितों.

वैशंपायन म्हणाले:—राजा याप्रमाणें, दुःखित होऊन क्रोधानें व्याप्त झालेल्या त्या देवयानीचें मधुर व प्रिय अशा शब्दांनीं पित्यानें सांत्वन केलें.

अध्याय एकुणऐशींवा.

—:(०):—

शुक्र व देवयानी यांचा संवाद.

शुक्राचार्य म्हणाले:—देवयानि, दुसऱ्यानें केलेली निंदा जो पुरुष नेहमीं सहन करितो, त्यानें हें सर्व जिंकलें असें तूं समज. नुसते रज्जु हातांत धरून न बसतां बिथरलेल्या घोड्यांना आवरून धरण्यारालाच जसें सारथि म्हणतात, तसें उत्पन्न झालेल्या क्रोधाला क्षमेच्या योगानें जो आवरून धरितो त्यासच ज्ञानी—निग्रही—म्हणतात, व त्यानेंच हें सर्व जिंकिलें! ज्याप्रमाणें शरिरावर उत्पन्न झालेली कात युक्तीनें सर्प टाकून देतो, त्याप्रमाणें मनावर उत्पन्न झालेला क्रोध क्षमेच्या योगानें टाकून देतो, त्यालाच या लोकीं पुरुष सुज्ञ असें म्हणतात. तात्पर्य, जो दुसऱ्यानें केलेलीं मर्मभेदक भाषणें सहन करून क्रोधाचें आकलन करितो, व अतिशय त्रास झाला तरी जो रागास चढत नाहीं, तोच खरोखर पुरु-

षार्थाला पात्र आहे. आळस न करितां महिन्याचे महिन्यास याप्रमाणें शेकडों वर्षें पितृयज्ञ करणारा आणि कोणावर कधींही न रागावणारा या दोघांमध्यें अक्रोधी ह्मणजे न रागावणारा याचीच योग्यता जास्त आहे. लहान मुलांमुलींना बऱ्या वाईटाचा विचार नसतो, म्हणून तीं अज्ञानमुळें जे तंटे करितात त्यांचें अनुकरण शहाण्यानें करूं नये. अर्थात् अज्ञानामुळें शर्मिष्ठेनें जो अपराध केला, त्याची क्षमा करणेंच योग्य आहे!

देवयानी म्हणतेः—बाबा, मी जरी लहान आहें, तरी मला धर्मातील भेद माहीत असून सहनशीलता आणि वितंडवाद यांमध्यें चांगलें कोणतें व वाईट कोणतें हेंही मला चांगलें समजतें पण महत्त्वाकांक्षी पुरुषानें अमर्यादपणानें वागणाऱ्या शिष्याला क्षमा करणें बरें नव्हे. याकरितां बाबा, ज्याच्या आचरणांत कोणताच ताळ व मेळ उरला नाहीं, अशाजवळ रहाणें मला निखालस बरें वाटत नाहीं. जे आपल्या आचरणाला आणि आपल्या कुलाला दूषण ठेवितात, अशा दुर्बुद्धि लोकांत, ज्याला आपल्या कल्याणाची इच्छा आहे अशा जिज्ञासूनें राहूं नये; आचरण व कुल यावरूनच जे आपणांस ओळखितात, अशा सज्जनांमध्येंच निरंतर रहात असावें. तेंच रहाणें उत्तम असें म्हटलें आहे. अग्नि उत्पन्न करणारा पुरुष ज्याप्रमाणें अरणी मंथन करितो, तद्वत या वृषपर्व्याच्या मुलीचे ते फार भयंकर व मर्मभेदक शब्द माझ्या हृदयाचा भडका करीत आहेत! यापेक्षां अधिक दुःसह दुःख त्रिभुवनांत असेल असें मला वाटत नाहीं. शत्रूच्या डोळे दिपविणाऱ्या वैभवाची उपासना करणाऱ्या भाग्यहीन मनुष्याला मृत्यु आलेला फार उत्तम असें विद्वान म्हतणात!

अध्याय ऐशींवा.

—:(०):—

देवयानीकोपसांत्वन.

वैशंपायन म्हणालेः—नंतर ते कोपायमान झालेले भृगुश्रेष्ठ शुक्राचार्य वृषपर्व्याकडे गेले आणि कांहींएक विचार न करितां ते त्याला म्हणालेः—राजा, धेनूला चारा घालतांच जशी तात्काळ फलप्राप्ति होते, त्याप्रमाणेंच जरी आपल्या हातून घडलेल्या अधर्मांचें फल तात्काळ प्राप्त होत नाहीं, तरी पुढें केव्हांना केव्हां तरी तो अधर्म कर्त्याचीं पाळेंमुळें खणून काढितोच. कदाचित् स्वतः कर्त्यास तें फल भोगावें न लागलें तरी तें त्याचे पुत्र किंवा नातू यांस भोगावें लागतें. सारांश, पोटांत गेलेलें अन्न जसें आपला गुण केल्याशिवाय राहात नाहीं. तसें पातकही फल दिल्याशिवाय राहात नाहीं हें निश्चित होय. वृषपर्वा राजा, ब्राह्मण असून धर्म जाणणाऱ्या, व गुरूची सेवा करण्याच्या इच्छेनें माझ्या घरीं आनंदानें राहिलेल्या त्या अंगिरसकुलोत्पन्न कचाचा कांहींएक अपराध नसतां तूं घात केलास, व माझ्या कन्येस दुःख दिलेंस, त्यापेक्षां हें खातरीनें समज कीं, मी तुझा व तुझ्या गणगोताचा त्याग करून निघून जाणार! राजा, तुझ्याजवळ—इतकेंच नव्हे, तर तुझ्या देशांतही मी राहूं इच्छीत नाहीं. अरे दैत्या! तूं जो आपल्या दोषाचें नियमन न करतां त्याची उपेक्षा करीत आहेस, त्या तुला मी खोटें बोलणारा असून माझें हें भाषण असत्य होईल असें वाटतें का?

वृषपर्वा म्हणालाः हे भार्गव! आपल्या तोंडून अधर्मयुक्त किंवा असत्य भाषण कधींच ऐकलेलें मला माहीत नाहीं. आपण नेहमीं सत्य भाषण करीत असून तें धर्मयुक्तच असतें. यास्तव आपण मजवर प्रसन्न व्हावें. भगवन्! आमचा त्याग करून आपण येथून निघून गेल्यास आम्ही समुद्रांत देह विसर्जन करूं. कारण

आम्हांस त्यावांचून अन्य गति नाहीं !

शुक्राचार्य म्हणाले:—असुरांनो! तुम्हीं सागरांत प्रवेश करा, अथवा दहा दिशांस भटकत फिरा; मला त्यांशीं कांहीं कर्तव्य नाहीं. माझी कन्या मला प्रिय असून तिला झालेलें दुःख मला खपावयाचें नाहीं. इंद्राच्या बृहस्पतीप्रमाणें मीं तुमचें योगक्षेम चालवावें अशी तुमची इच्छा असेल, तर जिच्यावर माझा जीव कीं प्राण आहे, त्या देवयानीची समजूत करा.

वृषपर्वा म्हणाला:—भार्गवा, या त्रैलोक्यांत आम्हां असुरांची जी संपत्ति, हत्ती, गाई व घोडे विद्यमान आहेत, त्या सर्वांचा, फार काय? पण प्रत्यक्ष माझ्या जीविताचाही मालक तूंच आहेस. तेव्हां आम्ही तुझ्या आज्ञेबाहेर तिळमात्र नाहीं !

शुक्राचार्य म्हणाले:—असुरेश्वरा! जर तुम्ही देवयानीस प्रसन्न कराल,तरच तुमच्या द्रव्याचा मालक मी आहे हें तुझें बोलणें मी कबूल करीन,

वैशंपायन म्हणाले:—शुक्राचार्यांचें हें भाषण श्रवण करतांच वृषपर्व्यानें 'ठीक आहे' असें म्हणून त्यास अनुमोदन दिलें. तेव्हां शुक्राचार्यांनीं स्वतः देवयानीकडे जाऊन तीस सर्व वर्तमान निवेदन केलें. त्या वेळीं देवयानी म्हणाली. "हे तात, केवळ आपल्या सांगण्यानें माझें समाधान होत नाहीं. आपण जर राजाच्या सर्व संपत्तीचे मालक झालां असाल, तर ती गोष्ट खुद्द राजानें मला सांगितली पाहिजे." हे भरतश्रेष्ठा,देवयानीच्या या अभिप्रायाप्रमाणें वृषपर्वा तिच्या सन्निध जाऊन म्हणाला, "हे सुहास्यवदने देवयानि, तुला ज्याची इच्छा असेल, तें कितीही दुर्लभ असलें तरी मी देईन.

देवयानी म्हणाली:—राजा, तुझी कन्या शर्मिष्ठा आपल्या सहस्र दासीसहवर्तमान माझी बटीक झाली पाहिजे; व माझा पिता माझें ज्याच्याशीं लग्न करील, त्याकडे तिनें माझ्यामागून आलें पाहिजे, अशी माझी इच्छा आहे."

हें ऐकून वृषपर्वा हा सन्निध असलेल्या शर्मिष्ठेच्या दाईस म्हणाला, "अग, ऊठ, जा लवकर शर्मिष्ठेला घेऊन ये. देवयानीला काय पाहिजे असेल तें तिला करूं द्या. !

वैशंपायन सांगतात:—राजाचें तें भाषण श्रवण करतांच दाई शर्मिष्ठेकडे गेली, व तीस म्हणाली, "हे कल्याणी, देवयानीच्या सांगण्यावरून गुरु शुक्राचार्य आपल्या शिष्यांचा—सर्व असुरांचा—त्याग करण्यास उद्युक्त झाला आहे. यास्तव, हे निष्पापे, त्या देवयानीची जी मनःकामना असेल, ती आज तूं पूर्ण केली पाहिजे" शर्मिष्ठा म्हणाली:—तिची जी इच्छा असेल ती मीं आजच्या आज परिपूर्ण करीन. जर शुक्राचार्य देवयानीसाठीं मला या प्रकारें बोलावीत आहेत, तर केवळ माझ्या दोषामुळें शुक्राचार्य निघून जाऊं नयेत; व मजसाठीं ती देवयानीही जाऊं नये.

वैशंपायन म्हणतात:—नंतर, ती सहस्र कन्यांनीं परिवेष्टित अशी शर्मिष्ठा पित्याच्या आज्ञेनें शिबिकेंत बसून त्या उत्तम नगरींतून त्वरित बाहेर पडली, आणि देवयानीजवळ जाऊन तीस म्हणाली:—हे देवयानि, मी आपल्या या सहस्र दासींसहवर्तमान तुझी परिचारिका दासी आहें. तुझा पिता शुक्राचार्य तुला जेथें देईल, तेथें तुझ्या मागून मीं येईन.

यावर देवयानी तीस म्हणाली:—शर्मिष्ठे, अग, तुझ्या स्तुतिपाठकाची मी मुलगी; माझा बाप तुजजवळ याचना करून प्रतिग्रह घेणारा; आणि तूं तर स्तुत्य वृषपर्वा राजाची कन्या! असें असून तूं माझी दासी कशी होणार ?

शर्मिष्ठेनें उत्तर दिलें:—बाई,माझें दासीपण जर माझ्या हीनदीन झालेल्या ज्ञातिबांधवांस सुख देत आहे, तर मी सुखानें दास्य पतकरितें. जेथें तुझे वडील तुला देतील, तेथें मी तुझें दास्य करीत सुखानें दिवस कंठीन !

वैशंपायन सांगतातः—हे नरश्रेष्ठा, याप्रमाणें वृषपर्व्यानें आपली कन्या दासीभावानें देवयानीस ओपिल्यावर त्या चंडी देवयानीला संतोष झाला, आणि ती शुक्र मुनींस म्हणाली, "बाबा, आतां माझ्या मनासारखें झालें! आतां मी हौसेनें नगरींत प्रवेश करितें. खरेंच सांगतें बाबा, तुमचें ज्ञान आणि तुमचें विद्यासामर्थ्य हीं सार्थ आणि अलौकिक आहेत! तुमच्या कृपेनें मला हें ऐश्वर्य मिळालें व राजकन्येचा पराभव झाला!"

वैशंपायन सांगतातः—याप्रमाणें हृष्ट कन्येचें गोडसें भाषण ऐकून शुक्र मुनि कन्येसह असुर नगरींत प्रवेश करिते झाले. तेव्हां सर्व दानवांनीं त्यांचा जयजयकार करून सत्कार केला. याप्रकारें शुक्रराक्षसांचें भांडण मिटलें.!

अध्याय एक्यायशींवा.

—:(०):—

ययातिदेवयानीसंवाद.

वैशंपायन सांगतातः—पुढें पुष्कळ काळ लोटल्यानंतर एके दिवशीं शुक्रकन्या देवयानी आपल्या त्या सहस्र दासींसह व शर्मिष्ठेसह क्रीडा करण्यासाठीं त्या पूर्वींच्याच वनांत गेली व यथेष्ट क्रीडा करूं लागली. तेथेंही शर्मिष्ठेसह सकल दासींचें काम म्हणजे देवयानीचें मनोरंजन करणें हेंच होतें. असो; त्या सर्व सख्या प्रेमांत येऊन खेळत आहेत, मधुमाधवींचें यथेच्छ पान करीत आहेत, अनेक प्रकारचीं खाद्यें खात आहेत, मधुर फळें चोखीत आहेत, आणि अशा प्रकारें जिकडे तिकडे आनंदाचा गजर चालला आहे, असा हा मनोहर देखावा, कर्मधर्मसंयोगानें, मृगया करण्यासाठीं रानांत हिंडणाऱ्या व श्रमानें थकून जाऊन तृष्णाकुलतेनें त्याच वनांत प्राप्त झालेल्या नहुषपुत्र ययातीच्या दृष्टीस पडला! हा देखावा फारच रमणीय होता. सर्वांच्या मध्यभागीं दिव्य रूपवती व स्त्रीरत्नश्रेष्ठ अशी देवयानी बसली आहे, शर्मिष्ठेसारखी लावण्यवती व गर्भश्रीमंत स्त्री देवयानीचे पाय चुरीत आहे, इतर कन्याही अनेक प्रकारांनीं देवयानीची मनोधारणा करीत आहेत, व त्याच वेळेस या सर्व तरुण कुमारी हसत खेळत अनेक प्रकारचीं खाद्यें खात आहेत, आणि अनेक प्रकारचीं सौम्य मादक द्रव्यें प्याल्यामुळें त्यांच्या त्या सर्वांगविभूषित शरीरदृष्टीला व त्यांच्या सुहास्यमुखाला अभिनव शोभा आली आहे, असा तो दिव्य व मनोहर देखावा पाहून राजा ययाति क्षणभर चित्रासारखा तटस्थ झाला! नंतर तो पुढें होऊन म्हणाला, "हे दिव्य कुमारींनो! हजारो तरुण स्त्रियांच्यामध्यें आपल्या अलौकिक सौंदर्यानें सर्व वनाला विभूषित करणाऱ्या तुम्ही दोघीजणी कोण आहां बरें? क्षमा करा, आणि कृपा करून तुमचीं गोत्रें व तुमचीं दोघींचीं नांवें मला सांगा. तुमचें हें स्वाभाविक व लीलामनोहर अंगसौष्ठव पाहून मी केवळ मुग्ध झालों आहें!"

देवयानी म्हणालीः—राजन्! मी सांगतें इकडे आपलें लक्ष असावें. राक्षसांचे कुलगुरु श्रीशुक्र महामुनि यांची कन्या मी देवयानी, आणि ही माझी सखी व दासी शर्मिष्ठा असुरराज वृषपर्वा याची कन्या आहे. जिकडे मी तिकडे ही माझी दासी शर्मिष्ठा जावयाची आहे!

हें ऐकून राजाचें कुतूहल अधिकच वाढून त्यानें विचारिलें, "सुंदरी, माझ्या या अधिक प्रसंगाची क्षमा कर. हे दिव्य कन्यके! ही तुझी कुसुममनोहर सखी शर्मिष्ठा राक्षसराजाची कन्या म्हणतेस, आणि पुनः दासीपदाला प्राप्त झाली आहे, असेंही म्हणतेस, हें कसें तें मला समजत नाहीं. कृपा करून हा सर्व आश्चर्यकारी वृत्तांत मला सांग. मला मोठी उत्कंठा उत्पन्न झाली आहे."

देवयानी म्हणालीः—राजन्, हे सर्व त्या अ-

वर्णनीय दैवदुर्विलासाचे अगाध खेळ आहेत ! दैवाची लीला विचित्र असते हें ध्यांनांत आणून आपण येथील वस्तुस्थितीविषयीं आश्चर्य मानूं नये. महाराज! आपला वेष व आपलें स्वरूप हीं राजकुलांतील दिसतात, आणि आपली वाणी तर सात्विक व सुसंस्कृत अशा वेदज्ञ ब्राह्मणासारखी आहे. हा चमत्कारच आहे. तेव्हां आपण कोण, आपलें नांव काय, आपले मातापितर कोण, हें जाणण्याविषयीं आम्ही उत्सुक आहों. आपण आपलें इतिवृत्त आम्हांस सांगाल काय ?

ययाति म्हणालाः—सुंदरी ! ब्रह्मचर्याश्रमामध्यें विद्या शिकत असतां मीं सर्व वेदांचें पारायण केलें आहे. ययाति नांवाचा राजा तो मीच. मी राजपुत्र आहें. नहुषराज हे माझे वडील होत.

देवयानी विचारितेः—मग आपण इकडे कोणत्या उद्देशानें येणें केलें ? बहुधा मृगया करण्याच्या उद्देशानें अथवा जलचरांची पारध करण्याचे हेतूनें आपलें आगमन झालें असावें !

ययातीनें उत्तर दिलें:—हे भद्रे, मृगया करण्याच्या उद्देशानें मी बाहेर निघालों तो बहुत श्रांत झालों म्हणून पाणी पिण्याच्या हेतूनें येथें आलों आहें. आतां कृपा करून मला अनुज्ञा दे.

देवयानी म्हणतेः-महाराज ! हा दोन हजार दासींचा गण व ही माझी दासी शर्मिष्ठा या सर्वांसह मी आपलें तनमनधन आपल्या चरणीं अर्पण करीत आहें, माझा स्वीकार करून मला आपली सखी व भार्या करावी.

ययाति म्हणालाः—हे शुक्रकन्यके! तुझें मंगल असो. सुंदरी ! मी तुझ्या योग्य नाहीं. देवयानि! तुझ्या पित्याला, सारांश ब्राह्मणांस, क्षत्रियांशीं विवाह करितां येत नाहीं, व त्यांस ही गोष्ट संमत ही नाहीं.

देवयानीनें उत्तर केलें:—राजन् ! असें कसें म्हणतां आपण ? क्षत्रियकुलांचा संहार झाला, तेव्हां ब्राह्मणवीर्यापासूनच त्यांची उत्पत्ति झाली ना ? लोपामुद्रादि क्षत्रियकुमारिकांचा ब्राह्मणांशीं विवाह होऊन ब्राह्मण निर्माण झाले आहेत हें आपण विसरलां काय ? एवंच, ब्राह्मण व क्षत्रिय हे एकमेकांत संमिश्र झालेले आहेत. राजन् ! आपली अनुपूर्वी पाहिली म्हणजे आपण ऋषि असून ऋषिपुत्रही आहां तेव्हां मला वरण्याला आपल्यास कांहींएक अडचण नसावी.

ययाति म्हणालाः—पण, सुंदरी हें लक्षांत ठेव कीं, चारही वर्ण जरी एक विराट्स्वरूपापासूनच झालेले आहेत, तरी त्या चौघांचे धर्म निरनिराळे आहेत, व त्यांचे आचारही स्वतंत्र आहेत. शिवाय, ब्राह्मण सर्व वर्णांत श्रेष्ठ; याकरितां तुझें वचन मला आदरितां येत नाहीं.

देवयानी बोलली:—राजन्, पूर्वीं कोणत्याही पुरुषानें न धरिलेला हा माझा पाणि (हात) आपण ग्रहण करून मला विहिरींतून बाहेर काढलें आहे. महाराज ! शुद्धाचरणी स्त्रियांच्या हाताला दुसऱ्या पुरुषाचा स्पर्श कसा होईल ? महाराज, आपला व माझा संबंध होणार होता म्हणूनच त्या वेळीं ऋषि किंवा ऋषिपुत्र जे आपण त्यांनीं माझें पाणिग्रहण केलें आहे. आतां फिरून फिरून संशय कां घेतां ?

ययाति राजा भीतीनें म्हणालाः—देवयानि, महाविषारी सर्प अथवा प्रज्वलित सर्वतोमुख अग्नि यापेक्षांही विचारीं पुरुषास ब्राह्मणाची भीति व त्याचे मनोधारणाची अशक्यता ही अधिक वाटतात! 'असें कां?' म्हणून विचारशील तर सांगतों. सर्प फार तर एकास मारील, शस्त्र एकाचा वध करील, अग्नि एखादें घर किंवा गांव जाळील; पण ब्राह्मण जर का एकदा क्रुद्ध झाला, तर तो सर्व राष्ट्रासकट नगरेच्या नगरें जाळून फस्त करील! म्हणून, हे कल्याणि ! ब्राह्मणाची मला भारी भीति वाटते. हे सुकन्यके ! तुझ्या पित्याचें अनुमोदन नाहीं व त्यानें मला तुझें दान केलें नाहीं, म्हणून

मला तुझ्याशीं विवाह करितां येत नाहीं!

देवयानी म्हणाली:—ठीक आहे. मीं तर आपणाला वरिलेंच आहे. बाबांनीं दिल्यावर माझा अंगीकार करावा. आपण प्रथम मागणी केली नाहीं,व दिल्यानंतर मात्र माझा स्वीकार केला, म्हणजे आपल्याला कोणत्याही दोषाचें अथवा पापाचें भय नाहीं.

ययातीदेवयानीविवाह.

राजा जनमेजया, असें म्हणून देवयानीनें वडिलांस कळविण्यासाठीं धात्रीला पुढें पाठविलें, व तिनें शुक्र मुनींस घडलेला सर्व वृत्तांत सांगितला. इतक्यांत राजाही शुक्राश्रमाजवळ आला, आणि उभयतांचें दर्शन व स्वागतप्रकार झाले. नंतर ययाति राजा शुक्र मुनींस नमस्कार करून त्यांचे पुढें हात जोडून नम्रपणानें उभा राहिला. देवयानीनेंही वडिलांस नमस्कार केला, आणि ती म्हणाली, बाबा! हाच तो नहुषपुत्र ययाति राजा! यानेंच मला संकटांतून तारिलें, व माझा हात धरून वर काढिलें. बाबा! याच्याशींच तुह्मी माझा विवाह करून द्या. मला इतर सर्व पुरुष तुमच्याप्रमाणेंच आहेत. बाबा! नमस्कार करितें; मला हाच वर द्या."

हें ऐकून मुनि म्हणाले:—हे शूर राजा! तुला माझ्या या लाडक्या कन्येनें पतित्वस्वरूपानें वरिलें आहे. ह्मणून मीही तुला हिचें दान करितों. तूं ह्या कन्येचा स्वीकार कर व हिला पट्टराणी कर. आतां, ह्या ब्राह्मणक्षत्रियांच्या विवाहापासून कांहीं वर्णसंकराचें घोर पातक तुला लागेल, असेंही मानण्याचें कारण नाहीं. या सद्यःकालीं अप्रचलित झालेल्या विवाहापासून तुला कोणत्याही प्रकारचें पातक लागणार नाहीं, हें तुला अभय वचन देतों. या विवाहासंबंधानें खेद करण्याचें कांहीं कारण नाहीं. जर कांहीं अधर्म होतच असेल, तर मी त्याचें क्षालन करितों. तुला आणखी कांहीं वर मागावयाचा असेल तर माग. ही माझी सुंदर कन्या देवयानी—हिला धर्मपत्नी या नात्यानें वागीव. हिच्यावर उत्तम ममता कर, म्हणजे हिचेंही अतुल प्रेम तुला प्राप्त होईल. राजा! ही दुसरी वृषपर्व्याची कन्या शर्मिष्ठा आहे. हीही माझ्या मुलीबरोबरच तुझ्या घरीं येईल. ही दासी आहे, तथापि राजकुलांतील कन्यका आहे हें लक्षांत ठेऊन हिची योग्य व्यवस्था ठेव; पण केव्हांही हिला शयनीय कर्मासाठीं हाक मारूं नको.

वैशंपायन सांगतात:—हें ऐकून घेऊन राजानें शुक्राचार्यांस प्रदक्षिणा करून नमस्कार केला, आणि शास्त्रोक्तविधिपूर्वक देवयानीचें पाणिग्रहण केलें. शुक्र मुनींनींही राजास अपार संपत्ति दिली. ती घेऊन व देवयानी व तिच्या शर्मिष्ठेसहवर्तमान असणाऱ्या दोन हजार दासीकन्या घेऊन राजा स्वपुरास जाण्यासाठीं निघाला, तेव्हां शुक्रमुनींनीं व दैत्यदानवांनीं त्याची यथायोग्य पाठवणी केली, व त्यांची अनुज्ञा घेऊन राजा मोठ्या आनंदानें परत फिरला आणि स्वनगराकडे चालता झाला.

अध्याय ब्यायशींवा.

—:०:—

देवयानीला पुत्रप्राप्ती.

वैशंपायन सांगतात:—याप्रमाणें देवयानीशीं विवाह करून राजा ययाति मोठ्या समारंभानें स्वनगरीस आला. ही नगरी ह्मणजे इंद्राची अमरावतीच होय. नगरींत येऊन स्वतांच्या राजवाड्यांत मंडळीसह राजा गेला; देवयानीस अंत:पुरस्वामिनी केली; आणि तिच्याच अनुमतीनें वृषपर्वकन्या शर्मिष्ठा इला तिच्या दासीगण सह अशोकवनिकेजवळच एक घर बांधून देऊन तेथें तिला राहण्यास सांगितलें. तेथें अन्नवस्त्रादिक अवश्य गोष्टी पुरवून राजानें शर्मिष्ठेची योग्य व्यवस्था ठेविली. इकडे ययातीला देवयानीनें पुष्कळ सुख दिलें. बरींच वर्षें सुखांत घालविल्यानंतर योग्य ऋतुकालीं त्या सुंदर देवयानीनें गर्भ

धारण केला, व पुढें लवकरच तिला एक उत्तम पुत्र झाला. याप्रमाणें हजार वर्षें लोटलीं. इकडे वृषपर्वकन्येला यौवन दशा प्राप्त झाली व ऋतुकालही प्राप्त झाला.'आपल्यास अद्यापपर्यंत कोणी अंगिकारिलें नाहीं, मूल होऊन देवयानी वेलीप्रमाणें वाढूं लागली, आणि प्रसंग तर असा आला, आतां काय करावें?कसें करावें?कोणत्या प्रकारानें वागलें असतां आपले मनोगत सिद्ध होतील?' इत्यादि विचार तिच्या मनांत घोळूं लागले, व शेवटीं तिनें असा निश्चय केला कीं, ' ज्याप्रमाणें देवयानीनें ययातीला वरिलें, त्याचप्रमाणें आपणही त्यास आपला पति करावा. राजापासूनच आपण पुत्रफलाचें दान मागून घ्यावें. देवयानीला संतति झाली आणि मला कांहीं नाहीं ना ? हा तर माझा निश्चय ठरला कीं, राजाजवळ पुत्रभिक्षा मागावयाची !देवा! राजा इकडे कधीं तरी लवकरच येईल काय ?व तो एकटाच असेल काय ?' देवाला करणें!बोलाफुलास गांठ पडली आणि राजा त्याच वेळीं नगरांतून एकटाच निघून त्या अशोकवनिकेमध्यें आला आणि तिला पाहून उभा राहिला ! त्याला तसा एकटा पाहून ती चारुहासिनी शर्मिष्ठा मंद गतीनें त्याजवळ गेली,आणि हात जोडून मधुर स्वरानें त्याच्याशीं बोलूं लागली.

शर्मिष्ठाययातिसंवाद.

शर्मिष्ठा म्हणालीः—महाराज ! सोम, इंद्र, वरुण, विष्णु, यम अथवा ययाति यांच्या घरांत असणाऱ्या आमच्यासारख्या तरुण स्त्रियांकडे नुसतें पाहण्याची कोणाची प्राज्ञा आहे ? महाराज ! मी पवित्र आहें, रूपवती आहें ; कुलीन आहें हें आपल्याला विदितच आहे. तेव्हां कृपा करून आपण प्रसन्न व्हा आणि मला धर्मविधीनें ऋतुदान द्या !

राजानें उत्तर दिलें:—हे अभिनवसुंदरी ! तुझें शील उत्तम आहे, कुल वर्णनीय आहे, तूं पवित्र आहेस, हें मला विदित आहे. शिवाय तुझे स्वरूपांत काडीइतका सुद्धां दोष नाहीं. पण तुला ठाऊक आहेच कीं, तुझ्याशीं केव्हांही रममाण होऊं नये अशी शुक्र मुनींची आज्ञा आहे. देवयानीचा स्वीकार केला तेव्हां ही शपथ मुनींनीं घातली, व 'तथास्तु' असें मीं म्हटलें आहे. मी आपला वचनभंग कसा बरें करूं ?

शर्मिष्ठा म्हणते:—राजन् ! थट्टेंत केलेलें अनृत भाषण किंवा गमन, योग्य स्त्रियांशीं, लग्नकाळीं, प्राणावर येऊन बेतली असतां व सर्व धन जाण्याचा प्रसंग आला असतां केलेलें खोटें भाषण बाधक होत नाहीं, असें शास्त्र आहे. तसेंच गाय, ब्राह्मण, स्त्री, दीन व अनाथ यांचे संरक्षणासाठीं दिलेली खोटी साक्ष मनुष्याला पतितत्व देते, खोटी साक्ष देणारा पातकी होतो, असें म्हणतात तें खोटें होय. परंतु एकच अर्थ व हेतु साध्य करण्यासाठीं प्राप्त झालेल्या दोन किंवा अनेक वस्तूंमधील एक वस्तु मात्र उपयोगी आहे, अन्य नाहीं किंवा नाहींत, असें म्हणणारा—असल्या प्रकारचें मिथ्या प्रतिपादन करणारा—पुरुष मात्र अनृताच्या पातकांत सांपडतो व नाश पावतो. राजन् ! देवयानी व मी या दोघींसही एक वेळींच आपल्या पदरीं अर्पिलें असतां, देवयानी मात्र भार्या, आणि मी नव्हें, हें जें मिथ्या आचरण आहे, तेंच आपल्यास घातक होईल !

ययाति म्हणतोः—सुंदरी ! राजा हा सर्वांस कित्ता घालून देणारा आहे.त्याच्या आचरणाचा प्रजाजन कित्ता आदरितात. तेव्हां तोच जर अनृत बोलेल, तर सर्वांस अनृताचें उदाहरण घालून दिल्याबद्दल त्याचा नाश होईल ! सुंदरी, असें आहे म्हणून, माझें सर्वस्व संकटांत पडण्याचा संभव असला तरी मला खोटें काम करितां येत नाहीं. शर्मिष्ठेनें उत्तर दिलें, " महाराज ! यांत खोटें तें काय ? आपणांस माझ्या सखीनें माळ

घातली, तेव्हांच मीं आपल्याला मनानें वरिलें आहे. हे दोन्ही विवाह अर्थात् सारखेच आहेत. शिवाय, माझ्या सखीचा जो पति, तोच पति लोकदृष्ट्या अविवाहित जी मी त्या माझाही होय. कारण, दोघी कुमारिका सख्या असतील, व दोघीही एकत्रच रहावयाच्या असतील तर एकीचा विवाह झाला म्हणजे लोकदृष्ट्या तोच दुसरीचा विवाह होतो अशी रूढीही आहे. एवंच आपण माझे पति आहां. मी ऋतुभिक्षा मागत आहें, ही उदार बुद्धीनें मला घाला."

शर्मिष्ठेचा स्वीकार व तिला पुत्रप्राप्ति.

यावर तो कामुक राजा निरुत्तर झाला आणि म्हणाला:—कोणीं कांहीं मागितलें तरी त्यास तें द्यावें, असें माझें व्रत आहे. सुंदरी ! तूं मजजवळ याचक वृत्तीनें आली आहेस; तर आतां मी काय केलें म्हणजे तुझें हित होईल तें सांग.

शर्मिष्ठेनें अतिशय आनंदभरित होऊन उत्तर दिलें, "महाराज ! माझें अधर्मापासून रक्षण करा व धर्माचरण करून मला धर्माच्या वाटेला लावा. आपल्यापासून मला अपत्य झालें म्हणजे मी जगांत उत्तम प्रकारचें धर्माचरण करीन. महाराज ! भार्या,दास आणि मुलगा हीं जात्या सत्वहीन आहेत; हीं जें काय मिळवितील तें त्यांच्या त्यांच्या यजमानाचें धन होतें. आतां, मी तर देवयानीचें उच्छिष्ट खाणारी दासीच आहें; म्हणून मी सर्वथा देवयानीची झालें, आणि देवयानी सर्वथा व सर्वस्वानें आपल्या स्वाधीन झाली आहे. तेव्हां अर्थातच ती जशी उपभोग्य आहे, तशी मीही तिची दासी आहें म्हणून उपभोग्य झालें ! तेव्हां माझा आपण स्वीकार करा.

वैशंपायन सांगतातः—असें बोलणें ऐकून तो विलासप्रिय राजा 'खरें आहे' असें म्हणाला. मग त्यानें तिची योग्य संभावना करून स्वतांच्या आचरणानें तिला धर्माचा मार्ग दाखविला. त्या ययाति राजानें शर्मिष्ठेचा गांधर्वविधीनें यथेच्छ उपभोग घेतला. नंतर उभयतांनीं एकमेकांची यथाविधि पूजा करून तीं दोघेंजण आपआपल्या स्थलीं गेलीं. तो समागम झाल्यानंतर त्या रमणीय सुंदरीला त्या श्रेष्ठ राजापासून गर्भ राहिला. व पुढें योग्य काळ लोटल्यावर ती प्रसूत झाली. तिला मुलगा झाला तो कमलाक्ष असून प्रत्यक्ष देवासारखा तेजस्वी होता !

अध्याय त्र्यायशींवा.

—:(०):—

देवयानीशर्मिष्ठासंवाद.

वैशंपायन सांगतातः—हे भरतश्रेष्ठा, पुढें लवकरच देवयानीला कळलें कीं, शर्मिष्ठेला पुत्र झाला आहे. तेव्हां शर्मिष्ठेनें कांहीं तरी अधर्माचरण केलें आहे असें समजून ती चिंताक्रांत झाली, व शर्मिष्ठेकडे जाऊन बोलूं लागली, "बाई ! कामलोलुप होऊन हें केवढें पातक तूं केलेंस ?" शर्मिष्ठेनें उत्तर दिलें, "सखे माझ्या हातून असें कसें बरें होईल? सखे ! कोणी एक धर्मात्मे, वेदवेत्ते आणि दुःखितांचे मनोरथ पूर्ण करणारे ऋषि आले होते, त्यांजवळ मीं धर्मोक्त विधीनें कामभिक्षा मागितली, व त्यांनींही धर्मतः मला दिली. अधर्म करण्याचें धाडस माझ्या हातून होईल तरी काय ? खरेंच सांगतें, हा माझा मुलगा त्याच तपोधनापासून मला झाला !"

देवयानी शांत होऊन म्हणाली:—हें चांगलें झालें बाई ! पण कोण तो ब्राह्मण, त्याचें नांव, त्याचें गोत्र, त्याचें कुल काय हें तरी मला सांग.

शर्मिष्ठा म्हणाली:—सखे त्याच्या त्या तपाच्या आणि रवितुल्य कांतीच्या तेजानें मी तकी कांहीं दिपून गेलें होतें कीं, त्याला हे विचारण्याची मला बुद्धिच झाली नाहीं; मी तेव्हां शुद्धींतच नव्हतें.

देवयानी प्रेमानें म्हणाली:—असेंच जर असेल, तर माझें कांहीं म्हणणें नाहीं. सर्वश्रेष्ठ व

सर्वज्येष्ठ द्विजापासून जर हें तुझें अपत्य असेल तर मी कशाला बरें तुजवर रागावेन ?

याप्रमाणें उभयतांचें खेळीमेळीनें कांहीं वेळ प्रेमाचें भाषण झालें; आणि शर्मिष्ठ तथ्यच बोलली असें समजून देवयानी स्वगृहाप्रत गेली. पुढें देवयानीला यदु व तुर्वसु या नांवाचे दोन तेजस्वी पुत्र झाले. ते तर प्रत्यक्ष इंद्र व विष्णुच आहेत कीं काय असा भास होई. शर्मिष्ठेलाही द्रुह्यु, अनु व पूरु असे तीन पुत्र झाले. नंतर एके दिवशीं देवयानी राजासह सहज शर्मिष्ठेच्या त्या एकांतवनांत मौजेखातर गेली, तों तेथें हे दिव्य व अलौकिक स्वरूपाचे तीन मुलगे भीतिशून्याचित्तानें खेळतांना देवयानीच्या दृष्टीस पडले. तेव्हां तिला मोठें आश्चर्य वाटलें, आणि ती राजास म्हणाली, "महाराज ! हीं देवासारखीं मंगलस्वरूपी मुलें कोणाचीं बरें ? मला तर बाई यांचें रूप व तेज अगदीं हुबेहुब आपल्यासारखें दिसत आहे. पण; थांबा मी त्या सकुमार कुमारांसच विचारतें म्हणजें सगळें समजेल. बाळांनो तुमचीं नांवें काय ? तुमचें कुल कोठलें ? आणि तुमचा पिता कोण बरें ? खरेंच सांगा मला भारी ऐकावेसें वाटतें आहे. "

तेव्हां त्या बिचाऱ्या मुलांनीं राजाकडे बोट दाखविलें, व 'शर्मिष्ठा आमची आई !' असें बोलून लागलींच तीं मुलें लाडालाडानें राजाजवळ गेलीं; पण देवयानीच्या भीतीनें राजा कांहीं एक बोलेना. म्हणून तीं रडत रडत आईकडे गेलीं !

देवयानीचा कोप.

त्या बालकांचें बोलणें व करणें, राजाची ती लज्जाकुल भेकड मुद्रा, आणि त्या मुलांचें राजावरलि प्रेम हें सर्व पाहून त्या पट्टाभिषिक्त देवी देवयानीला खरें काय होतें तें समजलें. तिच्या हृदयांत उजेड पडला;आणि ती एकदम "शर्मिष्ठेवर उसळली, " शर्मिष्ठे ! माझ्या स्वाधीन ना तुला माझ्या बाबांनीं व तुझ्या वडिलांनीं केली होती? आणि असे हे ढंग करून माझा घात केलास का ? तूं आपल्या राक्षसी कुलावर शेवटीं गेलीसच ऑं?माझी भीति तुला कांहीं वाटली नाहीं.

शर्मिष्ठा न भितां उत्तर देती झाली, "मीं ऋषींचा जो वृत्तांत सांगितला, तो खरा आहे. न्यायानें व धर्मानें वागावयाला कांहीं कोणाची चोरी नाहीं कीं भीति नाहीं. ज्या वेळीं तूं महाराजांस वरिलेंस, त्याच वेळीं मींही मनानें वरिलें होतें; आणि पुन: आपल्या सखीचा जो भर्ता तो आपलाही भर्ता होतो, हा न्याय तूं विसरलीस वाटतें ? तूं ज्येष्ठ आहेस, ब्राह्मणकन्या आहेस म्हणून मला तूं पूज्य आहेस, व मान्यही आहेस; पण तुझ्यापेक्षां हे राजर्षि मला अधिक मान्य व पूज्य आहेत व असले पाहिजेत, इतकें तुला विदित नसावें ? हें ऐकून देवयानीचा संताप मनांत मावेनासा होऊन ती तेथल्या तेथेंच राजास म्हणाली, "राजन् ! माझा घात व माझ्याशीं विश्वासघात आपण केला ! आतां मी क्षणभर सुद्धां येथें रहावयाची नाहीं !" असें म्हणून ती एकदम निघाली. ती सुंदरी अश्रुपूर्णनयन झालेली तशीच्या तशीच शुक्र मुनींकडे तडक जाणार, हें पाहून राजास खेद झाला, व तिच्या मागोमाग तोही तिचें मन शांत करावें म्हणून गडबडीनें व भ्रांतचित्तानें निघाला. पण ती रागानें आरक्त नेत्र झालेली चंडी माघारी कोठची फिरणार ? राजाशीं एक शब्द देखील न बोलतां रडतच ती शुक्र मुनींच्या जवळ गेली, आणि त्यांस नमस्कार करून स्तब्ध उभी राहिली. राजा ययाति हा तिच्या मागोमाग गेला, व त्यानें श्वशुराचे चरण वंदिले, नंतर देवयानी रडत व स्फुंदत म्हणाली, " बाबा ! अधर्मानें आज धर्माचा पराभव केला, आणि नीचाची अभिवृद्धि व उत्तमाचा ऱ्हास झाला हो ! या आपल्या थोर जामातांनीं वृषपर्व्याच्या त्या

शर्मिष्ठा दासीला तीन पुत्रदानें देऊन माझ्यावर तिची सरशी केली; आणि मी पट्टराणी ना? मला अभागीला काय ते अवघे दोनच मुलगे दिले! बाबा! हे महाराज मोठे प्रख्यात धर्मवेत्ते ना? शर्मिष्ठेशीं व्यवहार करणार नाहीं अशी यांनीं शपथ घेतली होती आणि आतां असा हा माझा गळा कापून धर्माची अशी अमर्यादा यांनीं केली!"

ययातीला शुक्रशाप.

देवयानीचें हें भाषण ऐकून शुक्रचार्य म्हणाले, "राजाधिराज! तुला धर्माधर्माचें तारतम्य ज्ञान असतांही ज्या अर्थीं तूं अधर्मानें वागून मोठ्या आवडीनें महापातक जोडलेंस, त्या अर्थीं तुझ्यावर लवकरच अनिवार जरेचा (म्हातारपणाचा) पगडा बसेल. तूं म्हातारा होशील!" ययाति म्हणालाः—भगवन्! मी अपराधी तर खराच; पण मी राक्षसकन्या ऋतुफल मागूं लागली म्हणून मात्र मीं तिला धर्मविहित भोगदान दिलें. अन्य मनोवृत्तीनें अथवा कामुक वृत्तीनें मी वागलों नाहीं.मुनिराज! ऋतुदान मागण्यास आलेल्या धर्मभोग्य स्त्रीला जर तें दान केलें नाहीं, तर भ्रूणहत्येचें पातक लागतें असें धर्मशास्त्रवेत्ते ब्रह्मज्ञ म्हणतात, हें मीं का आपल्यास सांगावें? शास्त्रानें उपभोग्य म्हणून ठरविलेली कामुक स्त्री जर एकांतांत भोग मागेल, तर तो तिला दिला पाहिजे;नाहीं तर तो धर्मदृष्टीनें भ्रूणहत्या करणारा होतो असें समंजस नीतिवेत्तेही म्हणत आले आहेत. भगवन्! मी अधर्माला भिऊन वागणारा आहें, पण या आतांच सांगितलेल्या कारणांमुळें मात्र मी तिच्याशीं रत झालों महाराज! मला क्षमा करावी.

शुक्रमुनि रागाऊन बोलले, "मग त्या वेळीं मला कां नाहीं विचारलें? राजा! माझ्या स्वाधीन तूं आहेस व होतास ना? माझी अनुज्ञा न घेतां असा चोरटेपणानें कां वागलास? दांभिक लोकांचें सूक्ष्मधर्मासंबंधीं आचरण चोरटेपणानेंच व्हावयाचें;—म्हणजे त्या लोकांस धर्मचौर्याचें पातक लागतें!"

शापनिरसनोपाय.

याप्रमाणें संतप्त झालेल्या शुक्र मुनींच्या मुखांतून शापज्वाला निघाली, ती ययातीचें तारुण्य भस्म करून व त्याला वृद्धदशा देऊन चालती झाली! हें पाहून अति दुःखित झालेला ययाति विनयपूर्वक म्हणाला, "भगवन्! आपल्या कन्येच्या संबंधानें अद्यापि माझी विषयशांति झाली नाहीं; तेव्हा तिच्यावर तरी कृपा करून 'तुला आतांच जरा येणार नाहीं' असा माझ्यावर अनुग्रह करा!" शुक्र मुनींनीं अमळ शांत होऊन उत्तर दिलें, "राजा! ऋषींची वाणी अमोघ व अभंग असते. ती कधींही वृथा होत नाहीं. आतां, जर तुझी इच्छाच असेल, तर ही जरा तुला दुसऱ्या कोणाला देतां येईल, इतकें सामर्थ्य मी तुला देतों."

हें ऐकून राजास समाधान वाटलें आणि तो म्हणालाः—भगवन्! माझ्या पुत्रांपैकीं जो मला आपलें तारुण्य देऊन माझी जरा घेईल, त्याला माझें सर्व राज्य, सर्व पुण्य व सर्व कीर्ति प्राप्त होईल; असें करण्याला आपली अनुज्ञा असावी.

शुक्राचार्य म्हणालेः-राजा! माझें भक्तिपुरःसर स्मरण कर, म्हणजे ज्याला वाटेल त्याला ही तुझी जरा तुला देतां येईल. यांत तुला कोणत्याही प्रकारचें पातक लागणार नाहीं. जो मुलगा तुला आपलें तारुण्य देईल, त्याला मग तो ज्येष्ठ असो वा नसो—तूं आपलें राज्य खुशाल दे. तुला पातक शिवणार नाहीं. तो तारुण्याचा त्याग करणारा मुलगा दीर्घायुषी, कीर्तिवंत व अनेक अपत्यांचा पिता होईल. त्या पुत्रांचा वंश प्रसिद्ध होईल. जा आतां परत!

अध्याय चौऱ्यायशींवा.

ययातीचा पुत्रांना शाप.

वैशंपायन सांगतातः—राजा, याप्रमाणें जरा घेऊन ययाति राजाची स्वारी स्वनगरीप्रत परत आली ! नंतर राजानें ज्येष्ठ व वरिष्ठ जो यदु नांवाचा पुत्र त्यास बोलावून आणून व त्यास सर्व वृत्तांत सांगून विचारिलें, "बाळा ? माझ्या कर्मानें व शुक्रशापानें ही वृद्धावस्था,ह्या सुरकुत्या व हे दुष्ट पांढरे केश,हीं सर्व माझ्या अंगभर पसरलीं रे ? पण, बाळा ! यौवनयोग्य भोग्य विषयांसंबंधीं माझी आशा तृप्त झाली नाहीं. म्हणून तुझी विनवणी करून मागतों, बाळा ! माझ्या वृद्धावस्थेसह ही माझी चित्तदुर्बलता घे, आणि तुझें तारुण्य मला दे; म्हणजे मी आपली विषयभोगतृष्णा शांत करीन. बाळा ! एक हजार वर्षें लोटलीं म्हणजे तुझें तारुण्य तुला परत देऊन माझी ही वृद्धावस्था व चित्तदुर्बलता परत घेईन."

यदु म्हणतोः—बाबा ! तुम्ही आणखी काय वाटेल तें सांगा, पण ही द्वाड जरा मला नको. कारण जरा आली कीं खाणें पिणें यांच्यासंबंधें भारी दोष उत्पन्न होतात; शारीरिक व मानसिक आधिव्याधि जडतात. पुनः ते पांढरे घाणेरडे केश, ती खिन्नता, सर्व अवयवांचें लुलें होणें, सर्वांगभर त्या सुरकुत्या, तें विद्रूप, अशक्त व रोडकें शरीर, कार्य करण्याची ती सामर्थ्यशून्यता, कान, डोळे इत्यादिकांनीं सोडलेली ती म्हातारपणाची दुर्गंधी अवस्था, तरुणींनीं केलेला तो अपमान, चाकरमाणसांची ती अनास्था ! नको ! बाबा ! ही तुमची जरावस्था मला स्वप्नांत देखील नको. माझ्यापेक्षां आपल्याला आणखी पुष्कळ लाडके मुलगे आहेत, त्यांनां विचारून हें आपलें म्हातारपणाचें बिऱ्हाड आपल्या आवडत्या मुलाला द्या. आपण धर्मज्ञ आहां. मी आणखी काय सांगूं ?

ययाति रागावून म्हणतो, "अरे ! तूं माझ्या हाडामांसाचा असून तुला लहानाचा मोठा केला त्याचे हे उपकार फेडितोस काय? तुझ्याकरितां इतकी खस्त मीं खाल्ली, आणि तूं मला एवढेंसें तारुण्य देत नाहींस ! ठीक आहे तुझ्या पुत्रांस मीं राज्याचा वांटाच देत नाहीं !" असें म्हणून त्यानें दुसरा मुलगा तुर्वसु याला हांक मारून तोच प्रश्न विचारला. तेव्हां त्यानेंही कानांवर हात ठेवून उत्तर दिलें, "काम व भोग यांचा नाश करणारी, बल आणि रूप नष्ट करणारी, व बुद्धि आणि प्राण यांचा अंत करणारी जरा आपल्याला नको !" तेव्हां राजा अधिकच संतापून तुर्वसूला शाप देऊन म्हणाला, "चांडाळा ! माझा औरस पुत्र ना तूं? ठीक आहे. मूढ पशो ! तुझ्या संततीचा नायनाट होईल, आणि ज्यांचा आचार व धर्म अत्यंत अव्यवस्थित आहे, आणि उच्च वर्णांतील स्त्रियांशीं जेथें नीच वर्णाचे पुरुष रमतात, अशा अभक्ष्यभक्ष्य करणाऱ्या अंत्यजांचा तूं राजा होशील. अरे कृतघ्ना ! गुरुदारेशीं रत होणारे, आणि पशूंसारखे ज्यांचे आहारविहार अशा पापी व नतद्रष्ट म्लेच्छ जातीमध्यें तुला रहावें लागेल ! चल, निघ येथून !"

नंतर शर्मिष्ठेचा ज्येष्ठ सुत द्रुह्यु यालाही त्यानें तेंच मागणें मोठ्या कळवळ्यानें केलें. तेव्हां त्यानें उत्तर दिलें, "महाराज ! हत्ती, रथ, घोडे, स्त्रिया इत्यादि सर्व भोगविषयक वस्तूंचा भोग घेण्यास असमर्थ करणाऱ्या व तोंडाची बडबड आणि तीही बोबड्या तऱ्हेची करावयास लावणाऱ्या जरेची मला गरज नाहीं ! तो आपल्यासच लखलाभ असो !" मग तर हा अकालीं म्हातारा झालेला राजा फारच खवळला, आणि शापवाणीनें बोलला, "हा नरकरंट्या ! तुझें कधींही कल्याण होणार नाहीं, व भोगाशा तृप्त होणार नाहींत. अरे राक्षसा ! जेथें उत्तम अश्वांची, रथांची, बो-

ड्यांची, हत्तींची, पालख्यांची, तरवतराव्यांची[1], मेण्यांची, आणि गाढवें, मेंढे, बैल इत्यादिकांची गति नाहीं, जेथील नित्य व्यवहार होडग्यांतून व नावांतून करावा लागतो, तेथें तुला राहावें लागेल! तेथें सुद्धां तुला अगर तुझ्या वंशाला राज्यपद मिळणार नाहीं! चल जा, काळें कर येथून!"

नंतर अनु नामक शर्मिष्ठेच्या दुसऱ्या मुलास त्यानें तोच प्रश्न विचारला. तेव्हां अनु भीतभीतच त्यास बोलला, "अशुद्ध पुरुषाप्रमाणें पोरासारखे अकालीं अन्नपानादि व्यवहार करावयास लावणारी व सकाळसंध्याकाळीं अग्नीस आहुति न देवविणारी ती जरावस्था मला नको!" ययाति ओरडला, "हा मूर्खा! माझा ना कारटा तूं? तुला नकोशी असणारी जरा आतांच तुझ्या डोक्यावर बसेल. तुझीं कारटीं भरज्वानींतच मरतील आणि तुझ्या हातून श्रौत अथवा स्मार्त अग्नीची सेवा मुळींच न होतां तूं नास्तिक होशील! चालता हो!"

पुरूला ययातीचा वर.

शेवटीं, कनिष्ठ पुत्र पुरु हा बापाचा लाडका होता त्यास बोलावून त्याला त्यानें दीनवाणीनें सर्व वृत्तांत सांगितला, आणि तोच प्रश्न विचारिला. तेव्हां पुरूस गहिंवर येऊन तो मोठ्या नम्रतेनें म्हणाला. "महाराज! आपण आज्ञा करितां ती मला शिरसावंद्य आहे. आपली जरा व चित्तदुर्बलता हीं दोन्हीं, मी मोठ्या आनंदानें स्वीकारितों. आपण कांहीं खेद करूं नये. माझें तारुण्य आपण खुशाल घ्यावें आणि इष्ट वाटेल तेथपर्यंत आपण मोठ्या आनंदानें विषयांचा उपभोग घ्यावा. ह्याला सहस्त्र वर्षांचीच मर्यादा हवी असें नाहीं. यावज्जीव आपण माझें तारुण्य घ्यावें. महाराज! आपली जरा, आपलें रूप आणि आपलें वय घेऊन व त्यांचें धारण करून मी हें आपल्यापासूनच मिळविलेलें तारुण्य आपल्यास परत देतों व आपण आज्ञा कराल त्याप्रमाणें वागतों." हें ऐकून ययातीचा आनंद गगनीं मावेना. तो राजा हर्षभरानें पुरूस आशीर्वाद देता झाला कीं, "पुरो! मी प्रसन्न झालों आहे. पुत्रा! तुझीं मुलें व तुझी प्रजा या सर्वांचे इष्ट काम सफल होतील. माझें राज्य सर्वच्या सर्व तुझ्याच पितृभक्त पुत्रांस मिळेल. पुत्रा! तूं त्रैलोक्यांत धन्य होशील!" असा आशीर्वाद प्रसन्न मनानें देऊन त्या महातेजस्वी राजानें शुक्र मुनींचें स्मरण केलें, आणि त्या अत्युदार पुरु नामक पुत्राच्या शरिरांत आपल्या जरेचें संक्रमण करून त्याचें तारुण्य आपण घेतलें.

अध्याय पंचायशींवा.

—:०:—

पूरूला राज्याभिषेक.

वैशंपायन सांगतातः—राजा, याप्रमाणें पूरूचें वय व रूप घेऊन राजास अत्यंत आनंद झाला, व त्यानें अनेक प्रकारच्या आवडत्या विषयांचा उपभोग घेण्यास आरंभ केला, आपली आवड, आपला उत्साह, काळ व प्रसंग आणि स्वसुख यांस अनुरूप व या सर्वांस पोषक असे धर्मविहितभोग त्यानें घेतले. त्या राजानें अनेक यज्ञ करून देवांची प्रसन्नता, श्राद्धें करून पितरांचें समाधान, अनुग्रह करून अनाथांचा धन्यवाद आणि इष्ट देणग्या देऊन ब्राह्मणांचे आशीर्वाद संपादन केले. अन्नपानादि यथेच्छ देऊन यानें अतिथींस, उत्तम प्रकारें पालन करून वैश्यांस व प्रजाजनांस, दयेनें शूद्रांस आणि दंडादि साधनें योजून त्यानें चोरांस संतुष्ट केलें. ज्याच्या त्याच्या योग्यतेनुसार सत्ता धर्मतः स्थापित करून त्यानें सर्वांस अति उत्तम

१ हें पुरुषांस बसण्यास योग्य असें यानविशेष म्लेच्छांमध्यें प्रसिद्ध आहे.

सुख दिलें. सर्वांस असें वाटलें कीं, हा दुसरा इंद्राचा अवतारच आहे कीं काय? याप्रमाणें हा सिंहपराक्रमी राजपुत्र तारुण्याच्या साहाय्यानें सर्व ऐहिक व दिव्य विषयांचा उपभोग धर्ममान्य रीतीनें घेऊन अलौकिक सुख पावता झाला. विश्वाची नामक अप्सरेसह दिव्य नंदनवनामध्यें व उत्तरस्थ मेरु पर्वतावरील अलका नामक कुबेर नगरींत अनेकप्रकारचें विलाससुख त्यानें उपभोगिलें, याप्रमाणें सात्त्विक इच्छा तृप्त करून सुखोपभोग घेत असतांनाच त्याला या विषयसुखाचा व सुखद विषयांचा वीट आला. तेव्हां, यौवन उसनें घेतल्यापासून त्यानें दिवसांचा हिशेब केला, तों कला, काष्ठा इत्यादि सावनपद्धतीनें गणित करून पाहता सहस्र वर्षें भरत आलीं असें त्यास दिसलें. हें समजलें तेव्हां त्यानें दिव्य अप्सरांचा दिव्य स्थळीं आतांच सांगितल्याप्रमाणें उपभोग घेऊन पाहिला. हजार वर्षें भरलीं, आणि विषयसुखाची निःसारता त्या धर्मात्म्यास कळून आली. नंतर तो पुरूस म्हणाला, "वत्सा! मनाप्रमाणें, हौसेप्रमाणें व सामर्थ्यानुसार मला जें जें सुख जितक्या दिवस हवेसें वाटत होतें, तितक्या दिवस तें तें सुख तुझ्या अनुग्रहानें घेतलें. पण, बाळा! या विषयसुखाची अशी कांहीं मजा आहे कीं, जों जों जास्त विषयसुख घ्यावें तों तों त्यासंबंधें विषयी पुरुषांची इच्छाघृतसेवित अग्नीप्रमाणें जास्तच वाढत जाते. ह्या तृष्णेची लहानशी खळगी इतकी कांहीं खोल आहे कीं, तिच्यामध्यें पृथ्वीवरील सर्व प्रकारचीं धान्यें, द्रव्य, पशु, स्त्रिया इत्यादि वाटेल तितकें टाका, ही एका पुरुषाची सुद्धां तृष्णादरी भरून निघावयाची नाहीं, ही तृष्णानदी सोडून अज्ञानी लोकांस दूर जाणें शक्यच नाहीं, ह्या देहानें सोडिलें तरी ही घातकी तृष्णा जास्तच लगटते! तृष्णा धारण करणें हा प्राणविघातक रोग आहे. याला खाण्याला घालून हा शांत होत नाहीं; तर याला उपाशीं ठेविला तरच हा शांत होतो. ज्ञानी पुरुषानें आशेचा त्याग करावा हेंच शहाणपण आहे. या आशेला लुब्ध होऊन मीं आज एक हजार वर्षें तिची एकनिष्ठपणें सेवा केली, पण ही राक्षसी संतुष्ट म्हणून झाली नाहीं. आणखी हवें आणखी हवें, ही हांव अद्यापिही सुटली नाहीं. बाळा, मी कंटाळलों, पण माझी आशा अद्यापि भरतारुण्यांत आहे! असो; तेव्हां हिचा परित्याग करून ब्रम्हचिंतन करावें, द्वंद्वातीत व मायातीत होऊन वनमृगांसह राहिलेलें आयुष्य कंठावें असा मीं दृढनिश्चय केला आहे. माझ्याशिवाय दुसरें कांहीं आहे, असें ज्ञान झालें कीं त्या दुसऱ्याच्या प्राप्तीविषयीं वासना व स्वतांची ममता या दोन कैदाशिणी मानेवर बसल्याच! तेव्हा द्वंद्वातीत व मायातीत जें निर्विकार निर्विकल्प ब्रह्म, त्याचें अनुचिंतन मी एकनिष्ठेनें करणार. पुत्रा! तुझ्या यौवनदानमूलक स्वार्थत्यागानें मी प्रसन्न झालों. तुझें कल्याणच होईल. हें आपलें यौवन परत घे व हें सर्व राज्य व राज्यकारभारही घे. माझें प्रिय करणारा तूं एक कुलदीपक निघालास. बाळा! सुखानें व धर्मवृत्तीनें हा राज्यकारभार पुष्कळ काळपर्यंत धारण कर."

जनमेजया, याप्रमाणें बोलून त्यानें आपली जरा घेतली, व पुरूनेंही आपलें यौवन परत घेतलें. पुढें, राजा ययाति हा पूरु नामक कनिष्ठ पुत्रास राज्य देणार व त्यालाच राज्यभिषेक करणार असें ब्राह्मणादि वर्णांस समजलें, तेव्हां सर्व वर्णांचे धार्मिक प्रतिनिधि ब्राह्मण हे ययातीला ह्मणाले, "राजन्, शुक्र मुनींचा नातु आणि देवी देवयानीचा ज्येष्ठ मुलगा जो युवराज यदु त्याला वगळून आपण पूरूला कसे राज्याभिषेक करूं शकणार? हा धर्म नव्हे व व्यवहारही नव्हे. बरें, हा आपला ज्येष्ठ पुत्र यदु कांहीं कारणामुळें अयोग्य असेल, तरी पण तुर्वसु आणि शर्मिष्ठेचे वडील पुत्र द्रुह्यु व अनु यांस कसें वगळितां येईल?

महाराज! वयानें श्रेष्ठ भ्रात्यांस मागें टाकून कनिष्ठ भ्राता राज्याला वारस होऊं शकत नाहीं, हें आम्ही आपणांस कळवीत आहों, महाराजांनीं धर्माचा प्रतिपाल करून त्याच्या आज्ञेप्रमाणें चालावें."

ययाति उत्तर देतोः—अहो ब्राह्मणप्रमुख वर्णहो! ज्येष्ठास मी कां राज्य देत नाहीं, व देऊंही नये, याचीं कारणें ऐका: यदूनें माझी आज्ञा ऐकिली नाहीं. हा माझा ज्येष्ठ मुलगा ना? पण ह्यानें माझ्या आज्ञेचा व इच्छेचा भंग केला. तुम्हांस विदितच आहे कीं, जो पित्याशीं विरुद्ध वागेल त्याला पुत्र ह्मणूं नये, असें संतांचें म्हणणें आहे. मातापित्यांचें ऐकणारा, त्यांनीं सांगिल्याप्रमाणें वागणारा, त्यांचें हित करणारा व त्यांच्या उपयोगीं पडणारा हाच खरा पुत्र होय. मातापितरांस नरकांतून तारणारा तोच खरा पुत्र, असेंच संत सांगतात ना? प्रजाजनहो! यदूनें जशी माझी अवज्ञा केली. तशीच तुर्वसु, द्रुह्यु व अनु यांनींही केली; पण एकट्या पुरूनें मात्र मीं सांगितलें तसें केलें. सांगितलें इतकेंच नव्हे, तर तें काम प्रीतिपुरःसर व पूज्यताबुद्धिपुरःसर केलें. त्यानें माझ्या जरेचा अंगीकार केला, म्हणून तो कनिष्ठ असला तरी माझा खरा अधिकारी आहे. माझ्या इच्छा एकट्या पूरूनें तृप्त केल्या, म्हणून तो माझा मित्रच होय. आणखी शेवटीं श्रीशुक्र मुनींनींही स्वतः असाच वर मला दिला आहे कीं, 'जो तुझा पुत्र तुझी आज्ञा वंद्य मानील, व तुझ्या अनुमतानें चालेल, तोच राज्यपति म्हणजे पृथ्वीपति होईल.' म्हणून सर्वांनीं एकमतानें पूरूलाच राज्याभिषेक करावा असें तुम्हांस नम्रपणानें माझें सांगणें आहे!"

राजाचें हें न्यायभरित भाषण ऐकून सर्वांनीं माना डोलविल्या, आणि "गुणसंपन्न असून मातापितरांचें हित करणारा जो पुत्र असतो, तो धाकटा असला तरी त्याचेंच कल्याण व्हावें अशी त्याची योग्यता असते. म्हणून, आपले मनोरथ पूर्ण करणारा जो कनिष्ठ पुरू तोच राज्यपदाला योग्य आहे. शिवाय, शुक्र मुनींनीं वरदानच दिलें आहे. तेव्हां आतां प्रश्नच राहिला नाहीं. ही गोष्ट निरुत्तरच झाली आहे." याप्रमाणें बोलून आपलें अनुमत प्रकट केलें.

वैशंपायन पुढें सांगतातः—राजा, याप्रमाणें संतुष्ट नागरिकांची संमति मिळवून ययातीनें पुरूस राज्याभिषेक केला, आणि त्यावर सर्व राज्यभार सोंपवून व स्वतः वानप्रस्थाश्रमाची दीक्षा घेऊन तो तपस्वी ब्राह्मणांसह वनवासाला गेला. हे कुरुकुलभूषणा जनमेजया, यदूचे यादव, तुर्वसूपासून यवन, द्रुह्युपुत्र भोज आणि अनूपासून म्लेच्छ, अशा जाती झाल्या. पूरूपासून पौरव झाले. ह्याच पौरव कुलांत तुझा जन्म झाला आहे, व या पौरव वंशानें अनेक सहस्र वर्षें मनोनिग्रहानें राज्य करावें अशी प्रभूची योजना आहे.

अध्याय शायशींवा.

—:०:—

ययातीचें तप व स्वर्गगमन.

वैशंपायन सांगतातः—राजश्रेष्ठा, याप्रमाणें त्या नहुषपुत्र ययाति राजानें आपल्या प्रियकर कनिष्ठ पुत्रास राज्य देऊन आनंदानें वानप्रस्थ मुनीचा आश्रम स्वीकारला. तेथें ब्राह्मणांसह मनोनिग्रहानें, शुद्ध व्रतानें व कीर्तिकारक वर्तनानें फलमूलांवर निर्वाह करून राजा ययाति स्वर्गलोकास गेला. स्वर्गसुखही त्यानें सुखांत व आनंदांत उपभोगिलें. पण थोडक्याच काळांत इंद्रानें त्यास खालीं ढकलून दिलें. परंतु खालीं येत असतां पृथ्वीवर येण्याचें राहून तो अंतरिक्षांत राहिला असें म्हणतात. त्याला वसुमान्, अष्टक, प्रतर्दन व शिबि यांची सभेंत गांठ पडून पुनः तो स्वर्गास गेला असेंही मीं ऐकिलें आहे.

जनमेजय राजा विचारतोः—हे द्विजश्रेष्ठा, तो

स्वर्गांतून खालीं कां आला,व पुनः स्वर्गाला कोणत्या साधनसहाय्यानें गेला, हें ऐकण्याची माझी व या विप्रर्षींची इच्छा आहे. शिवाय, राजा ययाति म्हणजे प्रत्यक्ष इंद्रासारखा ; पुनःतो कुरुवंशाचा प्रस्थापक; त्याचें तेज म्हणजे प्रत्यक्ष अग्निप्रभाच होती. तेव्हां असल्या विस्तीर्ण यशोधन व सत्यकीर्ति राजाचें मंगलप्रद चरित्र ऐकण्याची आणि येथें व स्वर्गांत त्याला कोणते अनुभव आले, हें समजून घेण्याची आमची इच्छा आहे; तर, महाराज, आपण त्याचें तें वृत्त आम्हांस साद्यंत निवेदन करावें.

वैशंपायन म्हणाले:-राजश्रेष्ठा,ऐक. त्या ययातीची उत्तम, पुण्यद आणि पापविमोचक कथा मी तुला निवेदन करितों. पुरूला राज्यावर बसवून व इतर पुत्रांस बाहेरचीं राज्यें देऊन तो उल्हासित मनानें वनांत गेला, व तेथें फळें व मुळें यांच्यावर निर्वाह करून पुष्कळ दिवस संन्यासव्रतानें राहिला हें सांगितलेंच आहे. हा कीर्तिवर्धन राजा वनांत राहून क्रोधावर जय मिळविता झाला. वानप्रस्थाप्रमाणें पितर व देवता यांस तर्पणानें व अग्नीस आहुतिदानानें संतुष्ट करून हा ययाति मुनि अतिथींचें आदरातिथ्य वन्य पदार्थांनीं करी. कापणी केल्यावर शेतांत राहिलेलीं कणसें जमा करणें ही शिलवृत्ति आणि मळणी झाल्यावर जमिनीवर पडलेले दाणे टिपणें ही उंछवृत्ति, या दोहोंनीं म्हणजे शिलोंछवृत्तीनें ययाति मुनि वन्य पदार्थ मिळवीत असे. अतिथींस देऊन अवशिष्ट राही त्यावर आपण आपला निर्वाह करी. याप्रमाणें त्यानें एक हजार वर्षें क्रम चालविला. नंतर वाणी व मन यांचा निग्रह करून त्यानें तीस वर्षें जलभक्षण केलें; मन एकनिष्ठ करून एक वर्षभर वायुभक्षण केलें; एक वर्षपर पंचाग्निसाधनरूपी तप केलें; सहा महिने एका पायावर उभें राहून वायुभक्षण केलें;आणि आपल्या कीर्तिदुंदुभीनें अंतरिक्ष व पृथ्वी ही व्याप्त करून तो पुण्यकीर्ति राजा स्वर्गलोकास गेला !

अध्याय सत्यायशींवा.

—:०:—

इंद्रययातिसंवाद.

वैशंपायन सांगतातः-राजा ! स्वपुण्यानें स्वर्गास गेलेला तो ययाति राजा देवलोकीं राहूं लागला. तेव्हां सर्वांनीं त्याचा उत्तम प्रकारें सत्कार केला. देव, सिद्ध, साध्य, मरुत्, वसु इत्यादि सर्वांनीं त्याचा जयजयकार केला. हा पुण्यशील व मनोनिग्रही ययाति राजा देवलोकांत व ब्रह्मलोकांत संचार करीत होत्साता पुष्कळ कालपर्यंत तेथें राहिला असें म्हणतात पुढें एकदा हा राजा शक्रसभेंत गेला. इकडच्या तिकडच्या गोष्टी झाल्यावर इंद्रानें सहज विचारल्यासारखें दाखवून ययातीस प्रश्न केला, " राजन् ! जेव्हां आपल्या पूरु पुत्रानें आपली जरा घेतली,व तो राज्य करीत पृथ्वीवर राहिला त्यावेळीं,आणि शेवटीं त्याच्यावर राज्यभार टाकिला त्या वेळीं, आपण त्यास काय बरें उपदेश केला ? आपण विद्वान् आहां, म्हणून आम्हांस ऐकण्याची इच्छा आहे. जसा उपदेश केला असेल तसें सर्व सांगावें. "

जनमेजया, इंद्राचा पेंच लक्षांत न येऊन, स्वाभिमानानें पुष्ट झालेला ययाति सांगूं लागला "पूरो! गंगा व यमुना यांच्यामध्यें जो प्रदेश आहे. हा भारती पृथ्वीचा मध्य होय. या प्रदेशाचें राज्य तुझें आहे. तुझ्या राज्यापलीकडच्या प्रदेशावर तुझे बंधु राज्य करतील. बाळा ! तापट पुरुषापेक्षां शांत पुरुषाची योग्यता मोठी; तसेंच तामसी पुरुषापेक्षां सहनशील पुरुष श्रेष्ठ;मनुष्येतरांहून मनुष्य श्रेष्ठ; व अज्ञानी लोकांहून विद्वान अधिक सन्माननीय असतो. प्रिय पुत्रा, आपल्यावर कोणी रागावला अथवा कोणी आपली निंदा करूं लागला, तर आपण उलट ओ-

रडूं नये, किंवा प्रतिनिंदाही करूं नये. कारण सहिष्णु पुरुषाचा आवरलेला क्रोध हाच निंदकाचें व ओरडणाऱ्याचें दहन करितो, आणि त्या निंदकाचें सर्व सुकृत मिळवितो. कोणास वर्मी बाणेल असें वर्तन करूं नये, व कोणाचा हृदयभेद होईल असे कठोर वाग्बाणही कधीं सोडूं नये. तसेच,मंत्रतंत्रादि अभिचार कर्में करून शत्रूला वश करण्याची युक्ति करूं नये. बाळा ! ज्या मर्मभेदी शब्दानें दुसऱ्याला खिन्नता प्राप्त होते, अशी कठोर, दाहक व पापात्मक वाणी मुखांतून केव्हांही काढूं नये.क्षताला झोंबून दुःख देणारी, व दुसऱ्याला ताप देणारी कठोर वाणी ह्मणजे इतरांस शब्दकंटकांनीं सतावून सोडणारी एक त्रासदायक कंटकवेलीच होय.असलें तीक्ष्ण भाषण करणारा पुरुष सदासर्वदा आपल्या मुखांत अवदशेला राहण्यास जागाच देतो.या पुरुषाचें दर्शनसुद्धां अमंगलसूचक असतें व म्हणून सर्व सुज्ञ लोक असल्या अभद्रभाषणी पुरुषाचा कंटाळा करितात. बाळा ! गांठ पडली असतां संत व सज्जन सत्कार करतील आणि आपल्या परोक्ष आपल्या वर्तीनें बोलत राहतील असें वर्तन ठेवावें. दुष्ट लोकांनीं दुर्भाषणानें आपला मानभंग केला तर तो आपण सहन करावा. साधुसंतांचें आचरण पाहून त्यांच्याप्रमाणें आपण वागण्याचा यत्न करावा. आपल्या मुखांतून निघालेले वाग्बाण दुसऱ्याच्या मर्मस्थानीं क्षतें करितात,आणि त्यामुळें तो रात्रंदिवस शोक करीत असतो.आपल्यास कोणी झोंबण्यासारखें बोललें असतां तें शल्य स्मरून आपण सर्वदा दुःखी असतों, तसेंच दुःख दुसऱ्यास होतें हें जाणावें, आणि हें जाणून दुसऱ्यास परुषवाणीनें कधींही ताडन करूं नये. पंडितांचें आचरण असेंच असतें. परमेश्वराला व जगाला वश करणारें ह्यासारखें दुसरें साधनच त्रैलोक्यांत नाहीं. भूतमात्रावर दया करणें, त्यांच्याशीं मैत्री करणें,यथाशक्ति दान देणें आणि मधुर भाषण करणें ह्या अलौकिक वर्तनानें सर्व विश्व व विश्वपति आपल्यास वश होतील. म्हणून सदैव सांत्वन होईल असें बोलावें, कठोरवाणी केव्हांही उच्चारूं नये, माननीय असतील त्यांस मान द्यावा,यथाशक्ति दान करावें,कोणाजवळहि याचना करूं नये, हाच सात्विक मार्ग होय, आणि या मार्गाचें अवलंबन तूं कर. हे देवेंद्र, असा चांगला उपदेश मी आपल्या पुत्रास केला.'

अध्याय अठ्यायशींवा.

—:०:—

ययातीचें पतन.

इंद्र म्हणालाः—राजा, गृहस्थाश्रमसंबंधीं सर्व कर्मे संपविल्यानंतर गृहत्याग करून तूं वनांत गेलास;तेव्हां, मी तुला असें विचारितों कीं,तपश्चर्येमध्यें तूं कोणाच्या बरोबरीचा आहेस?

ययाति म्हणालाः—हे देवराज, तपश्चर्येमध्यें माझी बरोबरी करील असा देवांमध्यें, मनुष्यामध्यें,गंधर्वांमध्यें आणि महर्षींमध्यें मला कोणीही आढळत नाहीं.

इंद्रम्हणालाः-राजा ययाते,यावज्जीवमात्राची शक्ति काय आहे ह्याचें यथार्थ ज्ञान तुला नसून, आपल्यापेक्षां श्रेष्ठ आणि आपल्या बरोबरीचे जे लोक, ते आपल्यापेक्षां कमी आहेत अशा क्षुद्रबुद्धीनें तूं त्या सर्वांचा अपमान केलास, म्हणून आतां तुझ्या पुण्याचा क्षय होऊन तूं पतित झालास आणि स्वर्गांत राहण्याची तुझी मर्यादा संपली !

जनमेजया,इंद्राचें हें भाषण ऐकून ययातीला फार वाईट वाटलें,आणि तो त्याला म्हणाला, ‘ देवराज, देवर्षि,गंधर्व आणि मनुष्यें ह्यांची अवहेलना केल्यामुळें मी स्वर्गलोकास तर आतां अंतरलोंच; पण, आतां,ज्या ठिकाणीं सज्जनांची वस्ती आहे त्या ठिकाणीं तरी मला ठेवावें, अशी माझी आपणांस प्रार्थना आहे. ”

इंद्र म्हणालाः—राजा, तुझ्या इच्छेप्रमाणें तुला

साधुलोकच प्राप्त होईल,आणि तेथेंही पूर्वीप्रमाणें तुला प्रतिष्ठा मिळेल, परंतु येथें घडलेल्या गोष्टीचें चांगलें स्मरण ठेवून, आपल्या बरोबरीचे आणि आपल्यापेक्षां श्रेष्ठ असे जे असतील, त्यांची निंदा करीत जाऊं नको.

अष्टकाची ययातीला पृच्छा.

वैशंपायन म्हणाले:–राजा जनमेजया,ह्याप्रमाणें इंद्र आणि ययाति ह्यांच्यामध्यें संवाद झाल्यानंतर, तो ययाति पवित्र अशा इंद्रलोकाला सोडून निघाला; तेव्हां तो खालीं येत असतां त्याला अष्टकानें पाहिलें. हा अष्टक,उत्तम धर्माचरण करणारा असून महर्षींमध्यें श्रेष्ठ होता. त्यानें ययातीला विचारिलें, "हे श्रेष्ठ पुरुषा,तूं तरुण दिसत असून, रूपानें इंद्रासारखा व तेजानें अग्नीप्रमाणें भासत आहेस; आणि सजल मेघांमुळें काळेभोर दिसणाऱ्या आकाशांतून तेथें संचार करणाऱ्यांमध्यें श्रेष्ठ अशा सूर्याप्रमाणें तूं खालीं उतरत आहेस. तेव्हां तूं आहेस तरी कोण तें मला सांग. तुझ्याकडे आम्हां सर्वांचें लक्ष लागून राहिलें आहे. परंतु तूं अमुकच असावास अशी आम्हांस कल्पना करितां येईना. ज्या मार्गानें देव जात येत असतात, त्या मार्गामध्यें तूं असून इंद्र, सूर्य आणि विष्णु ह्याप्रमाणें तुझा प्रभाव दिसत आहे.यामुळें,तूं खरोखर कोण आहेस हें जाणण्याच्या इच्छेनें आम्ही तुला सामोरे आलों आहों. तूं आमच्याकडे येत असून आम्हांस कांहींच विचारीत नाहींस,तेव्हां तूं कोण आहेस असें विचारण्याचें आम्हांसही प्रथम धैर्य होईना;परंतु तुझें तेज व रूप पाहून तुला विचारिल्यावांचून आमच्यानें राहवेना. हे श्रेष्ठ पुरुषा, तूं इंद्राप्र.णें पराक्रमी दिसत असून येथें सज्जनांच्या सन्निध आला आहेस.याकरितां तुझ्या अंतःकरणाला जर कांहीं दुःख असेल,अथवा तुझ्या मनाचा जर कांहीं घोंटाळा झाला असेल,किंवा तुला जर कांहीं भय वाटत असेल,तर तें सर्व सोडून दे. येथें प्रत्यक्ष इंद्राच्यानें देखील तुझें काडीमात्र सुद्धां वांकडें होणार नाहीं. बाबा, सज्जनांची योग्यता फार मोठी असून ते अवघ्या चराचर सृष्टीचें नियमन करणारे असतात. तूंही इंद्राप्रमाणें असून येथें सज्जनांमध्यें आला आहेस. आतां, स्वर्ग हें सुखाचें स्थान खरें;परंतु त्याची प्राप्ति सज्जनाना न झाली तरी ते निराधार होत नाहींत उलट स्वर्गांतील लोकांना सज्जनच आधारभूत होतात; आणि तूं तर आमच्या येथें आला आहेस; तेव्हां तूं आमचा अतिथि असून आम्हाला पूज्य आहेस. तापविणाऱ्या पदार्थांत जसा अग्नि श्रेष्ठ, संग्रह करणाऱ्या पदार्थांत जशी पृथ्वी श्रेष्ठ, प्रकाश पाडणाऱ्या पदार्थांत जसा सूर्य श्रेष्ठ, तसा सज्जनसमुदायांत अतिथि हा श्रेष्ठ होय.

अध्याय एकुणनव्वदावा.

—:०:—

अष्टकययातिसंवाद.

ययाति म्हणाला:–मी नहुष राजाचा पुत्र असून पुरु राजाचा पिता आहें. माझें नांव ययाति. सर्व प्राणिमात्राचा अपमान केल्यामुळें देव, सिद्ध आणि ऋषि ह्यांच्या लोकांतून मला घालवून दिलें. माझें पुण्य संपल्यामुळें मी पतित झालों आणि येथें आलों. तुम्हांपेक्षां मी वयानें मोठा असल्यामुळें तुम्हांस नमस्कार केला नाहीं. जो विद्येनें,तपश्चर्येनें आणि वयानें मोठा असतो, त्याला ब्राह्मण पूज्य मानितात.

अष्टक म्हणाला:–वयाच्या मोठेपणाबद्दल तूं सांगितलेंस,परंतु तेवढ्यानेंच श्रेष्ठत्व येतें असें मानीत नाहींत. तर ज्याची विद्या व तप हीं जास्त असतात, तोच ब्राह्मणांना पूज्य होतो.

ययाति म्हणाला:–ज्याच्या योगानें पुण्याचा नाश होतो तें पाप होय. ज्याच्या अंगीं नम्रता

नसते, त्याच्याच ठिकाणीं हें पाप दिसून येतें. अर्थात् हें पाप म्हणजे गर्व होय. हा गर्व प्राणिमात्रास नरकांत नेणारा आहे, म्हणून सज्जन गर्वाचा अंगीकार करीत नाहींत. सर्व सज्जन पूर्वीपासून अशाच पद्धतीनें वागत आलेले आहेत. अष्टका! मजपाशीं किती तरी पुण्यरूपी धन होतें; परंतु ह्या गर्वामुळें तें सर्व नाहींसें झालें. आतां मी किती जरी धडपडलों, तरी मला तें परत मिळणार नाहीं. ज्याला आपलें हित साधावयाचें असेल, त्यानें माझा हा वृत्तांत लक्षांत ठेवून वागावें म्हणजे त्याला आपलें इष्ट हेतु साधण्यास कठिण पडणार नाहीं. जो यज्ञ यागादि पुण्य कर्में करून परमेश्वराची आराधना करितो, व जो सर्वविद्यापारंगत असूनही विनयसंपन्न असतो, तो खरा धनिक होय. ह्या दोन्ही गोष्टींमध्यें वेदाध्ययन हें मुख्य होय. तें करून अभिमान सोडल्यास अशा देवज्ञ मनुष्याला तपश्चर्येच्या कामीं शरीर खर्चीं घालतां येतें, व त्यामुळें स्वर्ग प्राप्त होतो. पुष्कळ धन प्राप्त झालें तरी आनंद मानूं नये. अहंकाररहित होऊन वेदाध्ययन करावें. ह्या मृत्युलोकांतील सर्व प्राणी दैवाधीन आहेत, यामुळें त्यांचे स्वभाव निरनिराळ्या प्रकारचे होतात; व त्यांना केलेल्या उद्योगाचें व मिळविलेल्या अधिकाराचें फळ मिळत नाहीं. म्हणून सुख किंवा दुःख प्राप्त झालें असतां, दैव बलवत्तर आहे असें समजून शहाण्यानें त्याचा परिणाम आपल्यावर घडवून घेऊं नये. सुख किंवा दुःख हें प्राण्याला दैवाच्या सत्तेप्रमाणें मिळतें. म्हणून, दैव हेंच बलवान आहे असें समजून दुःख किंवा आनंद मानूं नये, दुःख झालें असतां संताप करून घेऊं नये, व सुख झालें असतां आनंदाचें भरतेंही येऊं देऊं नये; तर नेहमीं उदासीन वृत्ति ठेवावी. अष्टका, मला भय प्राप्त झालें तरी माझें मन कधींही घोटाळत नाहीं. दैवयोगानें जी स्थिति प्राप्त होईल तीच खरी, अशी माझी समजूत असल्यामुळें माझ्या मनाला कधीं तळमळ लागत नाहीं. घामापासून उत्पन्न होणारे ढेकूण, गोचड्या इत्यादि स्वेदज, पांखरांप्रमाणें अंड्यांतून उत्पन्न होणारे अंडज, झाडें, वेली याप्रमाणें जमीन उकलून वर येणारे उद्भिज्ज, गोगलगाईप्रमाणें सरपटणारे किडे आणि पाण्यांतील मासे, शिवाय गवत, धोंडे, लांकडें इत्यादि जड पदार्थ हे सर्व आपल्या पूर्वजन्मीं केलेल्या पुण्यपापरूपी पूर्वसंचिताचा क्षय होतांच मुक्त होतात. सुख आणि दुःख हीं कायमचीं नव्हत हें मला माहीत असतां माझ्या मनाची तळमळ काय म्हणून होईल ? कारण, अशा सुखदुःखांचे प्रसंगीं, काय करावें आणि काय केल्यानें ताप टळेल, असा नुसता विचार करीत बसल्यानें प्रसंगांतून सुटका होत नाहीं. म्हणून मी अशा वेळीं सावध राहून मनाला संताप होऊंच देत नाहीं.

वैशंपायन म्हणतातः—जनमेजया, ह्याप्रमाणें आपली हकीकत ययातीनें अष्टकाला सांगितली. ययाति हा अष्टकाचा मातामह होय. हा सर्व गुणांनीं संपन्न होता. ययातीच्या मुखांतून धर्माविषयींचे [illegible]र निघालेले ऐकून, त्याला आत्म्यासंबंधीचें ज्ञान झालेलें असावें असें अष्टकाला वाटलें, यामुळें त्यानें त्याला आणखी विचारिलें.

अष्टक म्हणालाः—ययाति राजा, ह्या जगांत अनेक लोक आहेत. त्यांपैकीं कोणकोणत्या मुख्य लोकांत तूं राहिलास, आणि त्यांपैकीं प्रत्येकांत किती दिवस राहिलास, यासंबंधीं सर्व हकीकत जशीच्या तशी मला सांग.

ययाति म्हणालाः—प्रथम मी या मृत्युलोकचा सार्वभौम राजा होतों. नंतर मीं आपल्या पराक्रमानें दुसरा लोक मिळविला. तेथें एक हजार वर्षें राहिलों, आणि पुढें त्याहीपेक्षां श्रेष्ठ लोकास म्हणजे इंद्रलोकास गेलों. इंद्राची राजधानी फार रमणिय असून तिला एक हजार

वेशी आहेत, व तिचा विस्तार शंभर योजनें आहे. तेथें एक हजार वर्षें राहून मग मी त्याच्याहून श्रेष्ठ लोकास गेलों. हा श्रेष्ठ लोक म्हणजे ब्रह्मलोक होय. तो फारच सुंदर असून तेथें रहाणाऱ्यांना कधींही जरा प्राप्त होत नाहीं. मोठमोठ्यानांही हा लोक प्राप्त होणें दुर्लभ होय. तेथें एक हजार वर्षें राहून पुढें मी त्याहीपेक्षां श्रेष्ठ लोकास गेलों. हा लोक म्हणजे सर्वांत श्रेष्ठ अशा देवांचें राहण्याचें ठिकाण होय. तेथें असतांना माझ्या इच्छेप्रमाणें सर्व प्रकारचें सुख मला मिळून सर्व देवांकडून मानही मिळाला. माझें रूप देवांच्याचप्रमाणें होऊन त्यांच्याचप्रमाणें मला वैभवही प्राप्त झालें. तेथील नंदनवनांतील वृक्ष सुवासिक पुष्पांनीं सदा प्रफुल्लित असल्यामुळें मनोहर दिसत. तीं पहात पहात, आणि इच्छेस येईल तें रूप मला घेतां येऊं लागल्यामुळें अप्सरांचेबरोबर विहार करीत करीत अनेक सुखांचा मनसोक्त उपभोग घेत असतां दहा लक्ष वर्षें निघून गेलीं. अष्टका! ह्याप्रमाणें; देवांना योग्य अशा सुखाची मला चट लागून त्यांमध्यें मी तल्लीन असतां, एके दिवशीं एक भयंकर रूप धारण केलेला असा देवदुत मजकडे आला, आणि 'येथून नीघ' असें मला मोठ्यानें ओरडून म्हणाला. अष्टका, ह्याप्रमाणें, मला जें माहीत आहे तें सर्व मी तुला सांगितलें आहे. पुढें माझें पुण्य संपल्याकारणानें मला नंदनवनांतून घालवून दिल्यावर मी खालीं येत असतां, " अरेरे ! फार दुःखाची गोष्ट झाली! हा पुण्यमान आणि कीर्तिमान ययाति पुण्य सरल्यामुळें खालीं जात आहे!" असे माझ्याविषयीं कळवळा येऊन माझ्यासंबंधानें देवांनीं काढिलेले उद्गार मीं ऐकिले. तेव्हां, "सज्जनांमध्यें तरी मी कसा जाऊन पडेन " असें मीं त्यांच्याकडे पाहून म्हटलें असतां त्यांनीं मला तुमची यज्ञभूमि दाखविली. ती भूमि हीच असावी, असें होमांत टाकलेल्या पदार्थांच्या वासावरून आणि होमाच्या धुरावरून माझ्या ध्यानांत येतांच मला आनंद झाला; आणि तसाच मी येथें निघून आलों !

अध्याय नव्वदावा.

—:०:—

अष्टकययातिसंवाद.

अष्टक म्हणालाः—हे पुण्यपुरुषा, तूं वाटेल तें रूप धारण करून नंदनवनामध्यें दहा लक्ष वर्षेंपर्यंत अनेक सुखांचा मनसोक्त उपभोग घेत राहिला होतास, तर तो लोक सोडून या मृत्युलोकांत तूं कां आलास ?

ययाति म्हणालाः—या लोकांत ज्याप्रमाणें मनुष्याजवळचें द्रव्य नाहींसें झालें ह्मणजे त्याला त्याचे नातलग, भाऊबंद आणि मित्र सोडून देतात, तसेच ईश्वरासहित देवगणही मनुष्याचें पुण्य क्षीण होतांच त्याला स्वर्गांतून काढून लावितात!

अष्टक म्हणालाः—तेथें पुण्याचा क्षय कशानें होतो, हें मला न कळल्यामुळें माझें मन बुचकळ्यांत पडलें आहे; त्याचप्रमाणें, श्रेष्ठ लोकांना कोणता लोक मिळतो, हें मला समजत नाहीं; तर तें सर्व तूं मला सांग, तूं सर्वज्ञ असल्याकारणानें तुझें सांगणें मला मान्य आहे.

ययातिम्हणालाः-आत्मस्तुति आणि परनिंदा यांसंबंधाची जे नेहमीं वटवट करतात, ते या भौम नांवाच्या नरकांत पडतात. गिधाडें, कोल्हीं इत्यादिकांच्या भक्ष्यासाठीं त्यांच्या शरीराचा व्यय होत असून त्यांची वाढही बहुतकरून त्याच कारणासाठीं होत असते. म्हणून अष्टका, लोकांत निंद्य मानलेलें असलें हें कर्म करूं नये. याप्रमाणें सर्व मी तुला सांगितलें. आतां आणखी तुला काय सांगूं ?

अष्टक म्हणालाः—गिधाडें इत्यादि पक्षी त्यांना कुरतडून तोडतोडून जर खातात, तर ते जगतात तरी कसे ? आणि त्यांचें अस्तित्व पुढें कसें राहतें ? त्याचप्रमाणें, 'भौम' या दुसऱ्या

प्रकारच्या नरकासंबंधानें मीं कधींकांहीं ऐकिलेलें नाहीं; तर त्याविषयींचीही माहिती मला सांग.

ययाति म्हणाला:-पशुपक्ष्यांच्या भक्ष्य स्थानीं पडून देहाचा नाश झाला तरी त्या देहाबरोबर आत्म्याचा नाश न झाल्याकारणानें,त्याला त्याच्या पूर्वसंचितकर्मामुळें देह मिळून त्याची वाढ आईच्या पोटांत असतांना पुरी झाल्यावर तो सर्व लोकांना दिसेल अशा व्यक्त रूपानें या पृथ्वीवर हिंडूं फिरूं लागतो. पृथ्वी ही कर्मभूमि असून, येथें सत्कर्में करण्याची सवड असतांना, तीं न करतां येथें येऊनही तो आपलें हित करून न घेतां वर्षांचीं वर्षें फुकट घालवितो; म्हणून येथें अशा रीतीनें आयुष्य फुकट घालविणारांना, 'ते भौम या नांवाच्या नरकांत पडतात,' असें म्हणतात. स्वर्गास गेलेल्यांची तरी सुटका होतेच असें नाहीं; कारण तेथें गेलेल्यांनाही एक लक्ष चाळीस हजार वर्षांनीं पुनः येथेंच माघारें यावें लागतें; आणि ते तसे येऊं लागले म्हणजे तीक्ष्ण दाढांचे आणि भयंकर असे पृथ्वीवरील बायका, मुलें इत्यादि रूपें धारण केलेले राक्षस, आम्हांस अमुक दे, तमुक दे, इत्यादि अनेक प्रकारच्या मागण्याकरून त्याला त्रास देऊन तोडतोडून घेतात!

अष्टक म्हणाला:-पदरीं पाप असल्याकारणानें जे स्वर्गांतून खालीं पडतात, आणि ज्यांना येथील तीक्ष्ण दाढांचे भयंकर राक्षस तोडतात, ते येथें आल्यावर इतक्या उंचावरून पडूनही छिन्नविछिन्न न होतां जगतात तरी कसे? त्यांचीं इंद्रियें शाबूत कशीं राहतात! आणि गर्भांत त्यांचा शिरकाव तरी कसा होतो?

ययाति म्हणाला:-अकाशांतून पडत असतांना पडणाऱ्याचा देह विसरून जाऊन त्याचें पाणी होतें. या पाण्यास अस्र असें म्हणतात. म्हणून अस्र हें जीवाचें पुनः जन्मास येणाऱ्या अगोदरचें रूप होय. पुढें पूर्वकर्मसंचितामुळें पुष्पफलांप्रमाणें कार्यकारणसंबंध घडून या अस्राचें रेत बनतें. या रेताचा आकाश, वायु, अग्नि, पाणी, पृथ्वी, वनस्पति आणि अन्न अशा परंपरेनें पुरुषाशीं संबंध जडतो. मग पुरुषाकरवीं त्याचा शिरकाव स्त्रियांचे गर्भाशयांत झाल्यावर तेथें तें रजाशीं संयुक्त होऊन त्याचा गर्भ बनतो. याप्रमाणें प्रत्येक प्राण्याच्या जन्माची हकीकत आहे. मग तो प्राणी द्विपाद म्हणजे मनुष्यकोटींतील असो,चतुष्पाद म्हणजे पशूंच्या वर्गांतील असो,अथवा दुसऱ्या कोणत्याही वर्गांतील असो.

अष्टक म्हणाला,"राजन्,हा जीव मानवयोनींत जन्म घेतो.तो आपल्या पूर्वींच्याच शरीरानें किंवा दुसऱ्या कोणत्या तरी प्रकारचें शरीर धारण करून घेतो,तें मला सांग.जर निरनिराळ्या प्रकारचें शरीर तो घेत असेल,तर तें त्याला कसें मिळतें?त्याचप्रमाणें, त्याला डोळे, कान इत्यादि पंचेंद्रियें कशीं जडतात हेंही मला सांग. तूं सर्वज्ञ असल्याकारणानें आम्ही तुला विचारीत आहों; तर हें सर्व सांगून आमचा संशय दूर कर तुझें बोलणें आम्हां सर्वांस मान्य आहे."

ययाति राजा म्हणाला," पूर्वकर्मसंचितामुळें पुष्परसाप्रमाणें कार्यकारणसंबंध घडून, पुरुषाचे रेतास वायु हा स्त्रीचे गर्भाशयांत रजाकडे ओढून नेतो. तेथें त्या वायूचा सूक्ष्म तत्त्वांशीं संबंध जडल्यामुळें त्याचे अंगीं गर्भाला हळू हळू वाढविण्याचें सामर्थ्य येतें, पूर्वींच्या वासनेसंबंधी संस्कार असल्यामुळें गर्भांतील वाढ पुरी होऊन देह धारण केलेला जीव बाहेर पडला, कीं त्याला मी देहधारी मनुष्य आहें, असा अभिमान उत्पन्न होतो! त्याला कानांमुळें शब्दाचें ज्ञान होतें; डोळ्यांनीं रूप दिसतें; नाकानें वास समजतो; जिभेनें चव कळते; त्वचेनें स्पर्श समजतो; मनानें भाव जाणतां येतो; परंतु, अष्टका, हें ध्यानांत ठेव कीं, कान, डोळे इत्यादिकांच्या योगानें बाह्य वस्तूंचें ज्ञान होतें असें वाटणें ही केवळ भ्रांति आहे;

कारण, सर्वव्यापी जीवास कान, डोळे इत्यादि उपकरणांची गरज नाहीं."

अष्टक म्हणालाः—मनुष्य मेला म्हणजे त्याचें प्रेत जाळतात किंवा पुरतात, अथवा तें पशु पक्ष्यादिकांच्या भक्ष्यस्थानीं पडतें. याप्रमाणें देहाचा समूळ नाश झाल्यावर तो जीव आपलें अस्तित्व कोणत्या साधनांनीं प्रत्ययास आणितो ?

ययाति म्हणालाः—हे पुरुषश्रेष्ठा, देहाचा नाश झाला तरी, झोंपीं गेलेल्या मनुष्याप्रमाणें त्याचे प्राण व शब्द हे त्याचे बरोबर असतातच. मग हा पुण्य व पाप याच्या अनुरोधानें, वायु जिकडे नेईल तिकडे जाऊन दुसऱ्या योनींत शिरतो ज्यांचे गांठीं पुण्य विशेष असतें, त्यांना पुण्यवानाचे कुलांत जन्म मिळतो; आणि ज्यांचे गांठीं विशेष पाप असतें, त्यांचा जन्म पापी लोकांमध्यें होतो. परंतु जे केवळ पापीच असतात, ते किडे, पतंग इत्यादिकांमध्यें जन्मास येतात. स्वतः माझ्यासंबंधानें म्हणशील तर मला कोणत्याही योनींत जन्म घेण्याची इच्छा नाहीं; कां कीं, गर्भवासाचें दुःख फार असह्य असतें. याप्रमाणें मनुष्य,पशु,पक्षी, किडे इत्यादिकांना फिरफिरून जन्म कसा मिळतो याबद्दल सर्व मीं तुला सांगितलें. आतां तुला आणखी कांहीं विचारावयाचें असेल तर विचार.

अष्टक म्हणालाः—राजश्रेष्ठा, काय केल्यानें मनुष्याला उत्तम लोक मिळतो. तपश्चर्या करावी कीं उपासना करावी, ती कोणत्या क्रमानें केली म्हणजे उत्तम लोकाची प्राप्ति होईल, हें सर्व मला सविस्तर सांग.

ययाति म्हणालाः—तप, दान, शम, दम, लज्जा, सरळपणा आणि दया असे सात स्वर्गलोकाचे दरवाजे आहेत.परंतु मनुष्यें अज्ञानाच्या तडाक्यांत सांपडून अहंकाराच्या आधीन होतात व आपला नाश करून घेतात, असें सज्जनांचें म्हणणें आहे. अहंकाराचा पगडा मनुष्यावर बसला म्हणजे त्याच्या अध्ययनाचें पर्यवसान गर्वामध्यें होतें; मग तो आपण सर्वज्ञ पंडित आहों असें समजून वादविवादादि कृत्यांनीं दुसऱ्याचा पाणउतारा करून त्याची अपकीर्ति करितो. यामुळें तो स्वर्गलोकास मुकतो, आणि त्याला अध्ययनाचें श्रेष्ठ फल मिळत नाहीं. अग्निहोत्र, मौन, अध्ययन आणि यज्ञ अशीं चार प्रकारचीं कर्में अभिमानरहित होऊन केलीं असतां तीं मनुष्यास भवसागराच्या भयापासून सोडवितात. परंतु तीं अभिमानपूर्वक म्हणजे तीं करणारा मी आहें अशा बुद्धीनें केलीं असतां तीं भवबंधनास म्हणजे पुनर्जन्मास कारण होऊन भयप्रद होतात. म्हणून, कोणीं आपणास मान दिला असतां आनंद पावूं नये, आणि अपमान केला असतां संतापूं नये. या लोकांत सज्जनच सज्जनांना मान देतात; कारण त्यांनाच त्यांची योग्यता कळते. दुष्टाना चांगली बुद्धि व्हावयाचीच नाहीं. 'हें पहा मी दान करतों,' 'हा पहा मी यज्ञ करतो,' 'हें पहा मी अध्ययन करतों,' 'हें पहा मी व्रत करतों,' अशा दांभिक हेतूनें केलेलें कर्म भयदायक होतें. म्हणून अशा प्रकारचीं अभिमानयुक्त कर्में अगदीं करूं नये. जे विचारी आणि शहाणे लोक अनादि परमात्म्याला सर्व जगताचा आधार समजून त्याला आपल्या मनरूपी मार्गांत आडवून धरितात व त्याचें सदैव चिंतन करितात, ते त्याच्या स्वरूपीं मिळून जातात व त्यांना या लोकीं आणि परलोकीं उत्तम प्रकारची शांति मिळते. म्हणून ह्याच पद्धतीनें तुम्हीं वागल्यानें तुमचें कल्याण होईल.

अध्याय एक्याण्णवावा.

—:(०):—

अष्टकययातिसंवाद.

अष्टक म्हणालाः—ब्रम्हचारी, गृहस्थ, वानप्रस्थ

आणि भिक्षु म्हणजे संन्यासी यांचे धर्म अनेकांनीं अनेक प्रकारचे सांगितले आहेत, तर आपापला धर्म साधण्याकरिनां प्रत्येकानें आपलें आचरण कसें ठेवावें?

ययाति म्हणाला:—गुरूनें आपण होऊन बोलाविलें असतांना पाठ घेणें, गुरूचें काम त्यानें होऊन सांगण्याचे अगोदर करून टाकणें, गुरूचे अगोदर निजून उठणें, आणि तो निजल्यानंतर निजणें, वृत्ति सौम्य असणें, इंद्रियें आपले अधीन ठेवणें, निश्चय कायम राखणें, सावध राहणें आणि आपल्याच अध्ययनाचा व्यासंग असणें अशा प्रकारचें नित्य आचरण ठेविल्यानें ब्रह्मचाऱ्यास त्याच्या धर्माचें फळ मिळतें. खऱ्या मार्गानें द्रव्य मिळवून तें यज्ञासाठीं खर्चणें, अतिथीला सत्कारपूर्वक भोजन घालणें, व दुसऱ्याची वस्तु त्यानें दिल्याशिवाय न घेणें, ही गृहस्थानें वागण्याची फार दिवसांपासूनच चालत आलेली पद्धत आहे. स्वकष्टार्जित द्रव्यानें आपला निर्वाह करणें, पापापासून अलिप्त राहणें, दुसऱ्याला मदत करणें, दुसऱ्याला न दुखविणें, आणि आहार व उद्योग बेताबाहेर न करणें, याप्रमाणें वानप्रस्थानें आपलें आचरण ठेविल्यास त्याला त्याच्या धर्माची सिद्धि होते. कृत्रिम प्रकारांनीं तयार केलेलें म्हणजे मसाला इत्यादिकांनीं युक्त असलेलें अन्न, त्याचप्रमाणें पलंग, गादी इत्यादि पदार्थांचा उपभोग न घेणें, अंगीं सात्त्विक गुण असणें, इंद्रियें स्वाधीन ठेवणें, कशाचाही लोभ न धरणें, घरांत न निजणें, आणि एकटें राहून नित्य थोडाबहुत प्रवास करीत करीत अनेक देश फिरणें, याप्रमाणें भिक्षूचा आचार आहे. आतां संन्यास घेण्यास योग्य काल कोणता तें मी तुला सांगतों. ज्या वेळीं पुरुषाला ऐहिक विषय तुच्छ वाटून त्यासंबंधी सुखाची अपेक्षाही रहाणार नाहीं, त्याच वेळीं त्यानें सर्वसंगपरित्याग करून व संन्याशी होऊन अरण्यवास स्वीकारण्याचा प्रयत्न करावा. संन्यासाश्रमाची थोरवी फार आहे; कारण संन्यासी अरण्यांत गेला म्हणजे तेथें त्याच्या शरिरांतील सर्व धातु आपापल्या सूक्ष्म स्वरूपास जाऊन मिळतात, आणि त्या सर्वांचें पर्यवसान सुकृतांत म्हणजे चिदानंदस्वरूपांत होतें. याच्या योगानें तो आपल्या स्वतांसच नव्हे तर आपल्या अगोदरच्या दहा पिढ्या, नंतरच्या दहा पिढ्या व स्वतांची एक अशा एकंदर एकवीस पिढ्यांना मुक्ति देतो.

अष्टक म्हणाला:—संन्यासदीक्षेचे प्रकार किती आहेत, आणि मुक्ति मिळविण्याचे मार्ग किती आहेत ते आम्हांस सांग; ते ऐकण्याची आमची इच्छा फार आहे.

ययाति म्हणाला:--अरण्यांत असतांना ज्याला गांव पाठमोरें होतें, आणि गांवांत असतांना ज्याला अरण्य पाठमोरें होतें, तोच खरा मुनि अगर संन्यासी म्हणावा.

अष्टक म्हणाला:—अरण्यांत राहून पाठमोरें गांव, आणि गांवांत राहून पाठमोरें अरण्य असें तुम्हीं म्हणतां याचा अर्थ आम्हांस कळत नाहीं; तो आम्हांस नीट समजावून सांगा.

ययाति म्हणाला:—मुनीनें रानांत राहून गांवांतील वस्तूंची अपेक्षा केली नाहीं, म्हणजे त्याला गांव पाठमोरा झालाच. आतां, गांवांत असून अरण्य पाठमोरें म्हणजे जवळ कसें होतें, तें तुला सांगतों. जो मुनि गांवांत राहून विस्तवाची आवश्यकता बाळगीत नाहीं, घरांत राहात नाहीं, आपल्या घराण्याचा अगर गुरुघराण्याचा संप्रदाय पाळीत नाहीं, गुप्त भाग झांकण्याइतकेंच वस्त्र वापरतो, आणि प्राण रहाण्यास अवश्य तेवढेंच अन्न खातो, त्याला अरण्य जवळ असल्यासारखेंच आहे. जो मुनि सर्व प्रकारच्या वासना आणि कर्में सोडून देऊन इंद्रियें स्वाधीन ठेवितो, व ब्रह्मचिंतनांत निमग्न झाल्यामुळें मौन धारण करतो, त्याला मोक्षरूप सिद्धि मिळते. ज्या

मुनींचे दांत, शुद्ध आहारामुळें घांसलल्याधुतल्याप्रमाणें स्वच्छ आहेत, ज्याचीं नखें हिंसापराङ्मुखतेमुळें बोथट झालेलीं आहेत, जो निरंतर चित्तशुद्धीमुळें स्नात म्हणजे स्नान केलेला आहे, दमादि गुण हे ज्याचे अलंकार, वासनेच्या अभावामुळें जो सदा निर्मळ, आणि जो, यज्ञयागादि स्वर्गप्राप्तीच्या कर्मांत हिंसा होते म्हणून ती अगदीं सोडून देऊन शुद्ध आणि पवित्र अशींच कर्में करतो, असा मुनि कोणाच्या आदरास पात्र होणार नाहीं! जो तप करतां करतां रोडावला, ज्याच्या शरीरांतील मांस नाहींसें झालें, हाडें झिजलीं, आणि रक्त आटलें, ज्याचे मनांतून सुख आणि दुःख ह्यांच्यामधील भेदभाव निघून जाऊन केवळ ब्रह्मचिंतनांत निमग्न झाल्यामुळें ज्यानें मौन धारण केलें आहे, असा मुनि या लोकासच काय पण स्वर्गलोकासही जिंकितो! ज्याप्रमाणें तोंडाजवळ नेलेला चारा गाय खाते, त्याचप्रमाणें जो मुनि त्याच्या तोंडाजवळ नेलेलें अन्न चव न बघतां खातो, त्याला हा सर्व लोक त्याच्या आत्म्याप्रमाणें भासतो; अर्थात तो ब्रह्मरूप होऊन जातो!

अध्याय ब्याण्णवावा.

—:०:—

अष्टकययातिसंवाद.

अष्टक म्हणाला:—राजा, मुक्ति मिळविण्यासाठीं योगी आणि ज्ञानी हे दोने चंद्रसूर्याप्रमाणें धावपळ करून एकसारखी झटापट चालवीत असतात; तर त्यांच्यापैकीं मोक्षपदाला अगोदर कोण जाऊन पोहोंचतो?

ययाति म्हणला:—अष्टका, ज्ञानसंपन्न भिक्षूला मोक्ष आधीं मिळतो; कारण, यथासांग सर्व कर्में करणाऱ्या गृहस्थांमध्यें तो राहात असला तरी, त्याची वृत्ति सर्व ऐहिक विषयसुखांपासून अलिप्त असल्याकारणानें, त्याला घर असून तें नसल्यासारखेंच असतें म्हणजे गृहसंबंधीं कोणत्याही सुखदुःखांचा परिणाम त्याच्यावर होत नाहीं. ह्या जगांतील सर्व विषय आणि त्यांसंबंधी सुखदुःखें हीं अशाश्वत आणि खोटीं आहेत, याविषयीं त्याला ज्ञान झालेलें असतें. परंतु योग्याची स्थिति तशी नाहीं. योगसाधनाला जितका काल पाहिजे, तितका एका जन्मांत त्याला मिळतोच असें नाहीं. शिवाय त्याला योगभ्रष्ट होण्याची भीति असते. म्हणून कदाचित् तो तसा भ्रष्ट होऊन ऐहिक सुखामागें लागला, म्हणजे त्याला त्यापासून दुःख होतें. तरी पण त्याला कृतकर्माबद्दल पश्चात्ताप होतो, व पुनः दुसऱ्या जन्मीं तो आपला पहिलाच व्यासंग चालू ठेवितो. याप्रमाणें त्याला केव्हां ना केव्हां तरी मोक्ष मिळतो.

आतां ज्ञानसंपन्नाची कशी स्थिति आहे ती पहा. तो ऐहिक विषयांचा उपभोग घेत असतां जरी त्याच्या हातून कांहीं पाप घडलें, तरी तो नेहमीं ब्रह्मरूपांतच निमग्न असल्यामुळें त्या पापकर्माला तो अधिकारी होत नाहीं. यामुळें त्याच्या अक्षय सुखांत कोणताही व्यत्यय येत नाहीं. बुद्धीचा ओढा परमार्थाकडे नसून केलेलें जें धर्माचरण, तें खरें नव्हे; म्हणून तें निंद्य होय. आपल्या इंद्रियावर ज्याचें स्वामित्व नाहीं, त्याच्या पैशाची स्थितिही अशीच आहे. म्हणून सद्बुद्धीनें धर्माचरण केलें तरच तें फलदायक होऊन ज्ञानाचा मार्ग सुसाध्य होतो.

अष्टक म्हणाला:—राजा, आतां तूं जो येथें आलास, तो तुला कोणीं बोलाविलें किंवा कोणी पाठविलें म्हणून आलास? त्याचप्रमाणें, तूं आलास कोठून? आणि तुला कोठें जावयाचें आहे? व तें ठिकाण पृथ्वीवर कोणत्या बाजूस आहे?

ययाति म्हणाला:—माझ्या पुण्याचा क्षय झाल्याकारणानें भाम नांवाच्या नरकांत मीं जाऊन पडावें, म्हणून मला स्वर्गलोकांतून घालवून दिलें. हे पहा—ब्रह्मलोकांतून माझ्या बरोबर आलेले

लोकपाल मला घाई करीत आहेत, तर आतां मी तुमचा निरोप घेऊन तिकडे जाता. स्वर्गलोकांतून खालीं पडतां पडतां, "सज्जनांची वस्ती असेल तेथें मला ठेवावें." असा वर मीं इंद्रापाशीं मागितला, व तो त्यानें मला दिला. येथें असलेले तुम्ही सर्व सज्जनच असून आतांपर्यंत तुमचा सहवास मला घडला आहे.

वैशंपायन म्हणालेः—राजा जनमेजया, ययातीचें हें भाषण ऐकून आपण केलेल्या पुण्यकर्मांचें फल म्हणून जर आपणास स्वर्गलोकांतील कांहीं लोक मिळावयाचे असतील, तर ते या ययातीस देऊन त्याला दुःखांतून सोडवावें, असें अष्टकानें मनांत आणून ययातीस विचारिलें.

अष्टक म्हणालाः—ययाते, तूं आतांच खालीं पडूं नको ! तूं सर्वज्ञ असल्याकारणानें मी तुला एक विचारतों तेवढें मला अगोदर सांग. मी आजपर्यंत केलेल्या पुण्यकर्मांच्या योगानें मला उत्तम लोकांतील कांहीं पवित्र प्रदेश मिळालेले आहेत काय? आणि असतील तर ते अंतरिक्षांतील नक्षत्रमालिकेंत आहेत अथवा आकाशांत मेरु पर्वतावर आहेत?

ययाति म्हणालाः—अष्टका, ह्या पृथ्वीमध्यें जितक्या गाई, जितकीं घोडीं आणि जितके वनपशु असतील, त्यांच्या संख्येइतके पुण्यप्रदेश तुझ्यासाठीं आकाशांत तयार आहेत !

अष्टक म्हणालाः—तर, राजा, तूं आतां पडूं नको. स्वर्गलोकांत माझे म्हणून जे जे प्रदेश असतील, ते सर्व मी देतों. ते तूं घे आणि तेथें जाऊन खुशाल रहा.

ययाति म्हणालाः—दान घेण्याचा अधिकार वेदाध्ययन केलेल्या ब्राह्मणांचा आहे; माझ्यासारख्यांचा तो अधिकार नाहीं. मीं यापूर्वीं कधींही दान घेतलेलें नाहीं; इतकेंच नव्हे, तर ज्याच्या त्याच्या अधिकारानुरूप मींच अनेक ब्राह्मणांना दान दिलेलें आहे. ब्राह्मणेतरानें भिक्षावृत्तीनें जगण्यापेक्षां मरावें हें बरें ! भिक्षा ही वेदाध्ययन करून दिग्विजय करणाऱ्या ब्राह्मणाची धर्मपत्नी होय. ती त्याच्याच बरोबर सदा असावयाची.

प्रतर्दनययातिसंवाद.

वैशंपायन म्हणालेः—राजा, याप्रमाणें ययातीनें अष्टकाला सांगितलेलें ऐकून प्रतर्दन नांवाचा एक राजर्षि पुढें आला, आणि त्यानें ययातीला विचारलें, "राजा, माझें नांव प्रतर्दन. केवळ तुझ्या रूपाकडे पाहूनच तूं आम्हां सर्वांना हवासा वाटतोस. तूं सर्वज्ञ आहेस, म्हणून मी तुला असें विचारितों कीं, माझ्या पुण्यकर्मांचें फल म्हणून आकाशांत अथवा नक्षत्रमंडलांत मला म्हणून राखून ठेविलेले प्रदेश किती आहेत ?

ययाति म्हणालाः—तुझ्याकरितां म्हणून राखून ठेविलेले इतके प्रदेश आहेत कीं, त्यांपैकीं एकेकांत एकेकच आठवडा जरी तूं राहिलास, तरी ते कधींही संपावयाचे नाहींत. ते सर्व प्रदेश तेजस्वी व मनास संतोष देणारे असून, दुःख कसें असतें याची कल्पना सुद्धां तेथें राहणाऱ्यांच्या मनांत येत नाहीं.

प्रतर्दन म्हणालाः—तर मग, राजा, मीं ते सर्व तुला दिले आहेत. आतां तूं संकोच न धरितां ते सर्व प्रदेश आपले आहेत असें समजून तेथें जाऊन खुशाल रहा.

ययाति म्हणालाः—राज्यपद पावलेल्या व राज्य चालविण्याची योग्यता असलेल्या मनुष्यानें दुसऱ्याच्या पुण्यफलाच्या प्राप्तीची इच्छा कधींही करूं नये. कदाकाळीं दैवयोगानें जरी विपत्ति प्राप्त झाली, तरी शहाण्या राजानें असल्या निंद्य कर्माचा अव्हेरच करावा. राजानें धर्मावर नजर ठेवून धर्मास अनुकूल व यशस्कर अशा पद्धतीनें नेहमीं वागावें, असें सुज्ञ लोक सांगतात. त्यांतूनही बुद्धीचा ओढा धर्माकडे असून राजधर्माची पूर्ण माहिती असणाऱ्या अशा माझ्यासारख्या राजाच्या

हातून तूं म्हणतोस तसें निंद्य कर्म कसें घडेल? अशा कर्माकडे प्रवृत्ति होण्यास निदान परंपरेचा तरी आधार पाहिजे होता; परंतु तोही नाहीं. तेव्हां, पवित्र आचरण करण्याकडेच ज्याच्या मनाची प्रवृत्ति आहे, अशा मजसारख्याच्या हातून हें निंद्य कर्म कदापिही होणार नाहीं !

अध्याय त्र्याणवावा.

—:०:—

वसुमान् व ययाति ह्यांचा संवाद.

वैशंपायन म्हणाले:–राजा ह्याप्रमाणें ययाति बोलत असतां वसुमान् ह्या नांवाचा दुसरा एक श्रेष्ठ राजा पुढें आला, आणि त्यानें ययातीला विचारिलें.

वसुमान् म्हणालाः–राजा, ह्या जगांत कोठें काय आहे हें सर्व तूं जाणत असल्यामुळें मी तुला सर्वज्ञ समजतों. तर आकाशांत किंवा अंतरीक्षांत माझ्याकरितां म्हणून ठरवून ठेविलेले असें कांहीं पुण्यप्रदेश आहेत काय?

ययाति म्हणालाः–अंतरिक्ष, पृथ्वी आणि दिशा यांत जेवढ्या जागेचा समावेश होतो, आणि जेथपर्यंत सूर्याचा प्रकाश पोहोंचतो, तितक्या सर्व अवकाशांत तुझे असंख्य प्रदेश आहेत.

वसुमान् म्हणालाः–राजा, असें आहे तर ते सर्व प्रदेश मीं तुला दिले आहेत. तेव्हां आतां तूं खालीं पडूं नको, एवढें माझें तुजवळ मागणें आहे. आतां, तुला दान घेणें जर निंद्य वाटत असेल, तर त्या सर्व प्रदेशांच्या किंमतीबद्दल एक लहानशी काडी मला दे म्हणजे झालें!

ययाति म्हणालाः--अशा प्रकारची लबाडीची देवघेव मीं केलेली मला आठवत नाहीं. तसेंच फुकट मिळतें म्हणूनही मीं कधीं कांहीं घेतलेलें नाहीं. मला कालचक्राचें भय आहे. दुसऱ्या कोणी पाहिलें नाहीं तरी या कालचक्राचे दिवस-रात्र, सांज-सकाळ इत्यादि विभाग हे मनुष्याचीं सर्व कर्में पहात असतात. अशा प्रकारचें निंद्य कर्म पूर्वीं कोणीं कधीं केलेलें नाहीं, तर मग तें माझ्यानें कसें करवेल? आपले हातून सत्कर्मच घडावें अशी माझी नेहमीं इच्छा आहे.

वसुमान् म्हणालाः--विकत घेण्याचा व्यवहार तुला संमत नसेल, तर ते प्रदेश मी तुला देतों म्हणून तूं घे. मी तिकडे फिरकणार सुद्धां नाहीं. ते सर्व प्रदेश तुझेच होवोत!

शिबिययातिसंवाद

इतक्यांत शिबि राजा म्हणालाः—राजा, तूं सर्वज्ञ आहेस, म्हणून मी तुला विचारितों कीं, अंतरिक्षांत किंवा आकाशांत माझ्या उपभोगासाठीं म्हणून निराळे ठेविलेले कांहीं प्रदेश आहेत काय?

ययातिम्हणालाः-तुझी योग्यता फारच मोठी आहे. तुझ्याजवळ जे जे दान मागण्यासाठीं आले, त्या सर्वांना तूं कटु किंवा कठोर शब्द बोलून कधींही दुखविलें नाहींस; इतकेंच नव्हे तर त्यांचा अपमान करण्याचा तुझ्या मनांत विचार सुद्धां कधीं आला नाहीं; म्हणून तुला अगणित प्रदेश मिळालेले आहेत, आणि ते सगळे फार मोठे आणि प्रख्यात असून विद्युल्लतेप्रमाणें प्रकाशमान आहेत.

शिबि म्हणालाः–राजा, विकत घेणें तुला बरें वाटत नसेल, तर ते सर्व प्रदेश मी होऊन तुला देतों, त्या सर्वांचा तूं स्वीकार कर; ते पुनः मी कधींही परत मागणार नाहीं. सज्जन लोक तेथें गेले कीं त्यांचें सर्व प्रकारचें दुःख नाहींसें होतें.

ययाति म्हणालाः—राजा, तुझा प्रभाव इंद्रासारखा असल्यामुळें त्या त्याप्रमाणेंच तुला असंख्य प्रदेश मिळालेले आहेत. पण मला म्हणशील तर दुसऱ्यानें दिलेली वस्तु घेतल्यानें संतोष होईल असें वाटत नाहीं. म्हणून, हे शिबिराजा, मी त्याचा स्वीकार करीत नाहीं

अष्टक म्हणालाः–बरें तर, आम्हां एकेक-

ट्याने देऊं केलेलें तूं घेत नाहींस, तर आम्हीं सगळ्यांनीं मिळून आपापल्या पुण्याईनें मिळविलेले सर्व लोक तुला एकदम देतों; व आम्ही सर्व पुनः पुण्य मिळविण्याकरितां भूलोकास जातों.

ययाति म्हणालाः—सज्जन हे जें जें म्हणून सत्य आहे,त्याचाच अंगीकार करतात;तर आतां माझी पात्रता पाहून तुम्हांस जें करणें असेल तें करा. दान घेण्याचें काम मीं यापूर्वीं कधीं केलेलें नाहीं, म्हणून आतांही मला देऊं केलेल्या देणगीचा मी स्वीकार करीत नाहीं. ययातीच्या तोंडांतून असे हे शब्द निघतांच तेथें पांच सोन्याचे रथ दिसूं लागले. त्यांच्याकडे पाहून अष्टक म्हणाला, "हे पांच सोन्याचे रथ कोणाचे आहेत? ह्यांत बसून स्वर्गलोकांत जावें अशी इच्छा प्रत्येक मनुष्यास होईल!"

ययातीचें स्वर्गगमन.

ययाति म्हणालाः—हे पांच रथ तुम्हांस नेण्याकरितां आलेले आहेत. पहा, हे धगधगीत अग्नीच्या ज्वालांप्रमाणें कसे देदीप्यमान दिसत आहेत.

अष्टक म्हणालाः—राजा, आतां तूं रथांत बसून स्वर्गलोकाचा मार्ग साजरा कर. आमची जाण्याची वेळ आली म्हणजे आम्हीही तुझ्या मागून येतों.

ययाति म्हणालाः—तुम्ही सर्वांनीं मिळून स्वर्ग जिंकलेला आहे, तेव्हां आतां आपण सर्वजण एकदमच जाऊं. स्वर्गलोकास जाण्याचा हा पवित्र मार्ग दिसत आहे.

वैशंपायन म्हणालेः—जनमेजया, नंतर ते सर्व श्रेष्ठ राजे रथांत बसून निघाले;आणि जातांना वाटेंत,त्यांच्या पुण्यकर्मामुळें त्यांच्या अंगीं उत्पन्न झालेल्या तेजानें पृथ्वी आणि आकाश हीं व्यापून गेलीं. असो. रथ चालू झाल्यानंतर थोड्या वेळानें पुनः ते एकमेकांत बोलूं लागले.

अष्टक म्हणालाः-राजा, पराक्रमानें आणि मनानें मोठा असा इंद्र माझा मित्र असल्याकारणानें, पूर्वीं माझी अशी समजूत झालेली होती कीं, मीच काय तो एकटा स्वर्गास जाईन; परंतु आतां पाहतों तो उशीनराचा पुत्र शिबि एकटाच आम्हां सर्वांच्या पुढें चालला आहे; तेव्हां असें कां बरें व्हावें? त्याच्या रथाच्या घोड्यांना आम्हां सर्वांच्या घोड्यांपेक्षां जलद जाण्याइतकी शक्ति कशानें आली असावी?

ययाति म्हणालाः-यानें जें द्रव्य मिळविलें, त्या सर्व द्रव्याचा व्यय परमार्थाकडेच झालेला आहे,म्हणून हा तुम्हां सर्वांपेक्षां श्रेष्ठ आहे. शिवाय बुद्धिमत्तेंत याची बरोबरी करणारा कोणी नाहीं; एवढेंच नव्हे, तर दान,तप,सत्य,धर्माचरण, विनय, तेज, क्षमा, सौम्यपणा आणि पवित्र कर्में करण्याची इच्छा ह्यांतही त्याच्या तोडीचा कोणी सांपडावयाचा नाहीं. याप्रमाणें त्याच्या अंगचे गुण असून वागणुकींत नम्रता असल्यामुळें त्याचा रथ बाकीच्यांच्या पुढें गेला आहे.

अष्टक म्हणालाः-ययाति राजा, तूं इंद्राप्रमाणें पराक्रमी आहेस. तूं ज्या प्रकारचीं सत्कृत्यें केलीं आहेस,त्या प्रकारचीं कृत्यें करणारा क्षत्रियांमध्यें किंवा ब्राह्मणांमध्यें कोणीही नाहीं. आतां मी तुला असें विचारितों कीं,तूं कोण, कोणाचा पुत्र,आणि आलास कोठून हें खरोखर सांग

ययाति म्हणालाः-माझ्या बापाचें नांव नहुष; मी पूरु राजाचा बाप. मी या पृथ्वीवर असतांना सार्वभौम राजा होतों. मी तुझा आजा आहें,तेव्हां तूंही पण आमचाच झालास. ह्मणून ही गुह्य गोष्ट तुला उघडपणें सांगत आहें. बा अष्टका, देवांची कृपा मनुष्यावर उगीच होत नसते;ती संपादन करण्याला दान,यज्ञ,याग इत्यादि अनेक पुण्यकर्में करावीं लागतात. मीं ही पृथ्वी जिंकून शंभर अश्वमेध यज्ञ केले व शेवटीं गाई, घोडे, सुवर्ण, वस्त्रप्रावरणें इत्यादि मौल्यवान् वस्तूंनीं भरलेली सर्व पृथ्वी ब्राह्मणांना दान दिली, व शिवाय हजार कोटी गाई दिल्या. मनुष्यलोकीं असतां

माझ्याकडून शंभर यज्ञ झाले, त्या कामीं अग्नीनें मला सहाय्य केलें तें तरी सत्यामुळेंच. अष्टका, आतां मी येथें तुझ्याशीं आणि प्रदर्दनादिकांशीं बोलत आहें तें सत्यच आहे; सर्व लोक, ऋषि, आणि देव हे सत्यामुळेंच आदरास पात्र होतात, असें माझ्या मनानें घेतलें आहे; आम्हीं आतां जो स्वर्ग जिंकला, त्यासंबंधाची जशीची तशी सगळी हकीकत जो कोणी मनांत मत्सरभाव न धरतां श्रेष्ठ ब्राह्मणांना सांगेल, त्याला आमच्यासारखा चांगला लोक मिळेल.

वैशंपायन म्हणाले:-राजा,याप्रमाणें ययातिसंबंधाची सर्व हकीकत तुला सांगितली आहे. ह्या ययाति राजानें आपल्या मित्रांशीं प्रेमानें वागून पृथ्वीवर असतांना आपल्या उदारपणाच्या आणि पवित्र कृत्यांच्या योगानें विपुल कीर्ति मिळविली,आणि नंतर त्याला त्याच्या नातवंडांनीं संकटांतून तारल्यामुळें तो स्वर्गलोकास गेला.

अध्याय चौऱ्याण्णवावा.

—:०:—

पूरुवंशकथन.

जनमेजय राजा विचारतो:-महराज,पूरूच्या वंशासंबंधाची हकीकत ऐकण्याची माझी फार इच्छा आहे. ह्या वंशांत जन्मलेल्या राजांपैकीं कोणीही शीलहीन, वीर्यहीन अथवा निपुत्रिक असा झाला नाहीं. ते सर्व ज्ञानसंपन्न असून कीर्तिमान होते; म्हणून या वंशांत कोण कोण राजे झाले, किती झाले, ते कसे होते, आणि त्यांचें धैर्य व पराक्रम ह्यासंबंधाची सर्व हकीकत मला सांगा.

वैशंपायन म्हणाले:—तुझा प्रश्न ऐकून मला फार आनंद होत आहे. पूरूच्या वंशांतील राजे सर्व गुणांनीं संपन्न असून इंद्राप्रमाणें पराक्रमी आणि तेजस्वी होते. त्याचें वृत्त क्रमानें मी तुला सांगतों. पूरूला पौष्टी नांवाची बायको होती, तिच्या उदरीं प्रवीर,ईश्वर आणि रौद्र असे तीन पुत्र झाले.ते तिघेही महारथी होते. ह्यांच्यापैकीं प्रवीरालाच पुढें संतति झाली. प्रवीरानें शूरसेन देशाच्या राजाच्या कन्येशीं लग्न केलें;तिच्या उदरीं मनुस्यु नांवाचा मुलगा झाला.हा रूपानें सुंदर असून प्रजेच्या रक्षणाविषयीं दक्ष असे. याच्या राज्याची मर्यादा समुद्रापर्यंत वाढली. मनुष्याला सौवीरी नांवाची भार्या होती,तिच्यापासून त्याला तीन पुत्र झाले. त्यांचीं नांवें अनुक्रमानें शक्त, संहनन आणि वाग्मी अशीं होतीं. हे तिघेही शूर असून महारथी होते. रौद्राश्व राजाला मिश्रकेशी नांवाच्या अप्सरेपासून अन्वग्भानु आदिकरून महाधनुर्धारी असे दहा पुत्र झाले. हे सर्व शूर, पुत्रवान, विद्वान आणि धर्मपरायण असून यज्ञ करणारे होते. यांचीं नांवें क्रमानें ऋचेयु,कक्षेयु,कृकणेयु, स्थंडिलेयु, वनेयु, जलेयु, तेजेयु, सत्येयु,धर्मेयु आणि संनतेयु अशीं होतीं. ह्यांच्यापैकीं कृकणेयु हा धैर्यसंपन्न होता. तेजेयु बलवान असुन बुद्धिमान होता. सत्येयु हा इंद्राप्रमाणें आणि संनतेयु हा देवांप्रमाणें पराक्रमी होता. देवांमध्यें जसा इंद्र पराक्रमी, तसा हा सर्व राजांमध्यें पराक्रमी असून विद्वानही होता. सर्व पृथ्वीमध्यें याच्या तोडीचा कोणी राजा नसल्याकारणानें हा अनाधृष्टि या नांवानें प्रसिद्ध झाला. याला मतिनार नांवाचा मुलगा झाला. हा मोठा धार्मिक होता. यानें राजसूय, अश्वमेध इत्यादि यज्ञ केले. मतिनाराला महापराक्रमी असे चार पुत्र झाले. त्यांचीं नांवें, तंसु, महान्, अतिरथ आणि द्रुह्यु अशीं होतीं. ह्या चौघांपैकीं द्रुह्यु हा अत्यंत तेजस्वी होता, आणि तंसु मोठा पराक्रमी होता. ह्या तंसूनें सर्व पृथ्वी जिंकून मोठी कीर्ति मिळविली. पुढें याच्याच वंशांतील राजे पौरव वंशाच्या राज्याला अधिकारी झाले. याचा ईलिन नांवाचा मुलगा मोठा पराक्रमी आणि पहिल्या प्रतीचा योद्धा निपज-

त्याकारणानें त्यानें सर्व पृथ्वी जिंकून टाकिली.ईलिनाथाला रथंतरीपासून पृथ्वी,आप,तेज,वायु व आकाश या पंचमहाभूतांप्रमाणें सामर्थ्यवान् असे दुष्यंत,शूर,भीम,प्रवसु आणि वसु हे पांच मुलगे झाले.ह्या पांचांपैकीं दुष्यंत हाच सर्वांत श्रेष्ठझाला. दुष्यंताला शकुंतलेपासून भरत नांवाचा मुलगा झाला.हा भरत मोठा विद्वान् आणि यशस्वी निपजल्यामुळें भरतवंशाची कीर्ति जिकडे तिकडे पसरली. भरताला तीन बायका होत्या.त्यांच्यापासून त्याला नऊ मुलगे झाले.परंतु ते त्याच्याजोगे नसल्याकारणानें त्याला संतोष होईना,तेव्हां त्या मुलांच्या आयांनीं आपापले मुलगे मारून टाकिले! नंतर,आपल्याला मुलगे होऊनही ते अशा रीतीनें नष्ट झाल्याकारणानें आपलें जिणें व्यर्थ झालें म्हणून त्यानें मोठमोठे यज्ञ केले.तेव्हां त्याला भरद्वाजापासून भुमन्यु नांवाचा एक मुलगा मिळाला; हा मुलगा मिळाल्यानें आपण पुत्रवान् झालों असें त्याला वाटलें व मोठा आनंद झाला. नंतर त्यानें या भुमन्यूला आपल्या मागें आपल्या गादीचा वारस ठरविलें. भुमन्यूला दिविरथ या नांवाचा एक पुत्र झाला,आणि सुहोत्र,सुहोता,सुहवि,सुयजु आणि ऋचीक असे पांच मुलगे पुष्करिणीपासून झाले.ह्यांच्यापैकीं सुहोत्र हा वडील असल्यामुळें तो राज्याचा अधिकारी झाला.हा राजा मोठा धर्मात्मा होता. यानें राजसूय, अश्वमेध इत्यादि अनेक यज्ञ केले. यानें समुद्रवलयांकित सगळी पृथ्वी आपले ताब्यांत आणून राज्य भरभराटीस आणिलें.याच्या लवाजम्यांत अनेक घोडे, हत्ती आणि रथ असून त्याचा जामदारखाना अनेक प्रकारच्या रत्नांनीं भरून राहिला होता. राज्यामध्यें जिकडे तिकडे हजारों देवळें बांधण्यांत आलीं असून हजारों यज्ञस्तंभ उभारण्यांत आले. धान्याची समृद्धि झाली. प्रजा इतकी वाढली कीं, तिच्या भारामुळें पृथ्वी दबून गेली.सुहोत्राला ऐक्ष्वाकीपासून अजमीढ,सुमीढ आणि पुरुमीढ असे तीन मुलगे झाले.ह्यांच्यापैकीं अजमीढ वडील असल्याकारणानें तो राज्यारूढ झाला.अजमीढाला तीन बायका होत्या. त्यांच्यापासून त्याला सहा मुलगे झाले. धुमिनीपासून ऋक्ष नावाचा मुलगा झाला;नीलीपासून दुष्यंत आणि परमेष्ठी हे दोन पुत्र झाले;आणि केशिनीपासून जन्हु,वृजन आणि रूपी हे तिघे झाले.दुष्यंत आणि परमेष्ठी ह्यांच्यापासून उत्पन्न झालेले राजे पंचाल देशाचे अधिकारी झाले.जन्हु हा कुशिकवंशाचा मूळ पुरुष झाला. बाकी राहिलेले तिघे ऋक्ष, व्रजन आणि रूपी ह्यांच्यापैकीं ऋक्ष हा वडील असल्यामुळें तोच पुढें राजा झाला. ऋक्षाचा मुलगा संवरण हा राज्य करीत असतांना राज्यामध्यें प्रजेचा नाश करणारीं अनेक संकटें ओढवलीं. नानाप्रकारचे रोग उद्भवले, अनावृष्टीमुळें दुष्काळ पडला, आणि लाखों लोक दुखण्यानें व भुकेनें व्याकूळ होऊन काळाच्या जबड्यांत सांपडले!

याप्रमाणें राज्याची अंतःस्थिति असतांना त्या देशावर पंचाल देशाच्या राजानें दहा अक्षौहिणी चतुरंग सैन्य बरोबर घेऊन स्वारी केली, आणि या भारतीय लोकांची दाणादाण करून टाकिली. लढाईत पराजय झाल्यामुळें, संवरण राजा आपलीं बायकामुलें,सोयरेधायरे व प्रधानमंडळ यांस बरोबर घेऊन तेथून पळाला,तो सिंधुनदाचे तीरावर पर्वताच्या पायथ्याशीं झाडीमध्यें दडून राहिला.तेथें किल्ला बांधून ते भारतीय लोक एक हजार वर्षेंपर्यंत राहिले.नंतर एके दिवशीं तेथें अकस्मात् वसिष्ठ ऋषींची स्वारी आली. त्यांना पाहतांच ते सर्व भारतीय लोक त्यांना सामोरे गेले, आणि त्यांनीं त्या ऋषींना नमस्कार केला. मग अर्घ्यपाद्यादि सर्व शिष्टाचार झाल्यानंतर, ऋषि आसनावर बसले असतांना संवरण राजा ऋषींस विनंति करून म्हणाला, " महाराज, आपण माझे पुरोहित व्हावें, मी राज्यासाठीं प्रयत्न करून पाहणार आहें. "

सज्जांनी तें नम्रतापूर्वक भाषण ऐकून ऋषींनीं राजाची विनंति मान्य केली, आणि तात्काळ त्याला सर्व क्षत्रियांमध्यें श्रेष्ठ असा राजा या नात्यानें सार्वभौम राज्याचा अभिषेक केला, या दिवसापासून उत्तरोत्तर या भारतकुलाचा उत्कर्ष होत जाऊन तो कळसास पोहोंचला असें म्हणतात. राज्याभिषेकानंतर हा राजा आपल्या भरतकुलाच्या जुन्या राजधानीस जाऊन राहिला, आणि नंतर त्यानें सर्व पृथ्वी पुनः जिंकून सर्व राजांकडून खंडणी घेतली.

याप्रमाणें पहिल्यासारखी सर्व व्यवस्था झाल्यानंतर अजमीढ वंशांत उत्पन्न झालेल्या या संवरण राजानें अनेक यज्ञ करून यज्ञांमध्यें पुष्कळ दक्षणा वांटली. या राजाची तपती नांवाची एक राणी होती. ती सूर्यकुलांत उत्पन्न झाली होती. तिचे पोटीं कुरु जन्मला. हा धर्मज्ञ असल्याकारणानें प्रजेला फार प्रिय झाला. याच्या नांवावरून प्रसिद्ध झालेल्या कुरुजांगल या नांवाच्या देशास यानें आपल्या तपश्चर्येच्या योगानें पवित्र केल्यामुळें त्या देशास कुरुक्षेत्र असें नांव पडलें. कुरूला वाहिनीपासून पांच मुलगे झाले. त्यांचीं नांवें अश्ववान् किंवा अविक्षित, अभिष्यंत, चैत्ररथ, मुनि आणि जनमेजय अशीं होतीं. अविक्षित राजाला परिक्षित्, शबलाश्व, आदिराज, विराज, शाल्मलि, उच्चैःश्रवा, भंगकार आणि जितारि असे आठ मुलगे झाले; ते सर्व आपापल्या गुणांनीं प्रसिद्धीस आले. परिक्षित् राजाला जनमेजय, कक्षसेन, उग्रसेन, चित्रसेन, इंद्रसेन, सुषेण आणि भीमसेन असे सात मुलगे होते; ते सर्व महारथी असून धर्मपरायण होते. जनमेजयाला मोठे पराक्रमी, धर्म व अर्थ यांसंबंधांत कुशल, आणि सर्व प्राणिमात्राच्या हिताविषयीं तत्पर असे आठ मुलगे होते. त्यांचीं नांवें अनुक्रमें तराष्ट्र, पांडु, बाल्हीक, निषध, जांबूनद, कुंडोदर, दाति आणि वसाति अशीं होतीं. ह्यांच्यापैकीं वडील मुलगा धृतराष्ट्र हा बापाचे मागून राज्यावर बसला. धृतराष्ट्राला कुंडिक, हस्ती, वितर्क, क्राथ, कुंडिन, हरिश्रवा, इंद्राभ, सुमन्यु, प्रतीप, धर्मनेत्र आणि सुनेत्र असे अकरा मुलगे होते. त्यांपैकीं प्रतीप, धर्मनेत्र आणि सुनेत्र हे तिघे नांवालौकिकास आले. परंतु त्यांत प्रतीप हा इतक्या प्रसिद्धिस आला कीं, त्या वेळीं त्याच्यासारखा दुसरा कोणीच राजा नव्हता. प्रतीपाला तीन मुलगे झाले; त्यांचीं नांवें देवापि, शांतनु आणि बाल्हीक अशीं होतीं. ह्या तिघांपैकीं बाल्हीक हा महारथी होता. देवापीचें मन परमार्थाकडे लागल्यामुळें, तो अरण्यांत निघून गेला. तेव्हां शांतनु आणि बाल्हीक हे दोघे राज्याचे अधिकारी झाले. याप्रमाणें भरतकुलांत सत्त्वस्थ, देवर्षींसारखे आणि उत्तमोत्तम असेअनेक राजे झाले; आणि अशाच प्रकारचे थोर, महारथी आणि देवांसारखे असे वंश कायम राखणारे अनेक राजे मनूच्या कुलांत ऐल (पुरूरवा) याच्या वंशांत झाले.

अध्याय पंचाण्णवावा.

—:०:—

पूरुवंशकथन.

जनमेजय विचारतोः—महाराज, आपण कथन केलेली माझ्या पूर्वजांच्या उत्पत्तीची आणि त्यांच्या थोरवीची हकीकत मीं ऐकिली, परंतु त्यांचें तें आख्यान फार थोडक्यांत सांगितलें गेल्यामुळें माझी तृप्ति झाली नाहीं; तेव्हां प्रजापति मनूपासून घडलेली सर्व सविस्तर हकीकत सांगून माझें समाधान करण्याची कृपा करावी. गुण, प्रताप, पराक्रम, धैर्य, सत्त्व आणि उत्साह यांनीं संपन्न असलेल्या पुरुषांची कथा अमृताप्रमाणें गोड असल्याकारणानें ती किती वेळां ऐकिली तरी तृप्ति म्हणून होत नाहीं; आणि त्यांतूनही अंगीं खिळलेलें धर्माचरण, दया, दाक्षिण्य इत्यादि

गुण, आणि मनाचा मोठेपणा यांनीं ज्यांच्या कीर्तींत भर पडून ती त्रैलोक्य व्यापून राहिली आहे, अशा पुरुषांचा जन्मापासून डंघलेला वृत्तांत ऐकून कोणास बरें संतोष होणार नाहीं ?

वैशंपायन सांगतातः—राजा, तुझ्या वंशाच्या उत्पत्तीसंबंधाची जी मंगलकारक हकीकत मी तुला सांगणार आहें, ती सर्व मीं द्वैपायन ऋषींपासून पूर्वीं ऐकिलेली आहे. ती आतां मी तुला सांगतों, ऐक. दक्ष या नांवाचा तुमचा मूलपुरुष होता. त्यापासून अदिति जन्मास आली. अदितीपासून विवस्वान् झाला; विवस्वानापासून मनु, व मनूपासून इला जन्मली. इलेपासून पूरूरवा झाला. पुरूरव्यापासून आयु, आयूपासून नहुष, व नहुषापासून ययाति झाला. ययातीला दोन बायका होत्या. शुक्राचार्यांची मुलगी देवयानी ही पहिली, आणि दैत्यांचा राजा वृषपर्वा याची मुलगी शर्मिष्ठा ही दुसरी. देवयानीला यदु आणि तुर्वसु असे दोन पुत्र झाले, व शर्मिष्ठेला द्रुह्यु, अनु व पूरु असे तीन पुत्र झाले. ह्यांच्यापैकीं यदूपासून यादववंशास आरंभ झाला, आणि पूरूपासून पूरुवंशास आरंभ झाला. पूरूची भार्या कौसल्या हिच्यापासून जनमेजय झाला. जनमेजयानें तीन अश्वमेध यज्ञ केले, आणि नंतर विश्वजित् नामक यज्ञ करून तो तपश्चर्या करण्यासाठीं वनांत गेला. जनमेजयानें मधुकुलांतील अनंतेशीं विवाह केला. तिच्यापासून त्याला मुलगा झाला, त्याचें नांव प्राचिन्वान्. यानें पूर्वेकडील (प्राची दिशेकडील) सगळा देश एका अहोरात्रीं जिंकून घेतला, म्हणून याला त्याच्या पराक्रमावरून 'प्राचिन्वान्' हें नांव मिळालें. प्राचिन्वानाचें लग्न यादवकुलांतील अश्मकीबरोबर लागलें. तिचेपासून संयाति झाला. दृषद्वानाची वरांगी म्हणून कन्या होती, तिजशीं संयातीनें विवाह केला. तिच्यापासून त्याला मुलगा झाला, त्याचें नांव अहंयाति. कृतवीर्याच्या भानुमती नांवाच्या मुलीशीं अहंयातीचा विवाह झाला. हिच्यापासून त्याला सार्वभौम नांवाचा मुलगा झाला. या सार्वभौमानें केकय देशच्या राजावर स्वारी करून त्याची सुनंदा नांवाची मुलगी जिंकून आणिली, आणि तिच्याशीं विवाह लाविला. हिच्यापासून त्याला पुत्र झाला, त्याचें नांव जयत्सेन. विदर्भ राजाची मुलगी सुश्रवा म्हणून होती, हिच्याशीं जयत्सेनाचें लग्न होऊन तिच्या उदरीं त्याला अवाचीन नांवाचा पुत्र झाला. अवाचीनानें विदर्भ देशचे राजघराण्यांतील दुसऱ्या एका मर्यादा नामक कन्येशीं लग्न केलें. तिच्यापासून त्याला मुलगा झाला, त्याचें नांव अरिह. अरिहानें अंग देशच्या राजघराण्यांतील कन्येशीं विवाह केला. हिच्यापासून झालेल्या मुलांचें नांव महाभौम असें ठेविलें. महाभौमानें प्रसेनजित् राजाच्या सुयज्ञा नामक कन्येशीं विवाह केला. तिच्यापासून त्याला जो पुत्र झाला, त्याचें नांव अयुतनायी असें पडलें; कारण त्यानें अयुत म्हणजे दहा हजार पुरुषमेध नांवाचे यज्ञ केले. अयुतनायी यानें पृथुश्रव्याच्या कामा नामक कन्येशीं विवाह लाविला. तिच्यापासून त्याला मुलगा झाला, त्याचें नांव अक्रोधन. अक्रोधनानें कलिंग देशाच्या राजघराण्यांतील करंभा नामक कन्येचें पाणिग्रहण केलें, आणि तिच्यापासून देवातिथि नामक पुत्र झाला. या देवातिथीनें विदेह देशाच्या राजघराण्यांतील मर्यादानामक कन्येशीं विवाह लाविला. तिच्यापासून त्याला मुलगा झाला, त्याचें नांव अरिह. अरिहानें अंग देशाच्या राजघराण्यांतील सुदेवा नांवाच्या मुलीशीं लग्न केलें; तिच्यापासून त्याला मुलगा झाला, त्याचें नांव ऋक्ष. ऋक्षानें तक्षकाच्या ज्वाला नांवाच्या मुलीशीं लग्न केलें; तिच्यापासून त्याला मुलगा झाला, त्याचें नांव मतिनार. मतिनारानें सरस्वती नदीचे कांठीं द्वादशवार्षिक सत्र यथासांग केलें. सत्र पुरें झालें तेव्हां सरस्वती ही स्त्रीचें रूप घेऊन त्याच्याजवळ आली,

आणि तिनें ' तूं माझ्याशीं लग्न लाव,' अशी मागणी केल्यावरून त्यानें तिच्याशीं लग्न केलें. तिच्यापासून त्याला मुलगा झाला, त्याचें नांव तंसु. तंसूचें लग्न कलिंग देशाच्या राजघराण्यांतील मुलीशीं होऊन तिचेपासून त्याला मुलगा झाला. त्याचें नांव इली. इलीला रथंतरेपासून दुष्यंतादि पांच मुलगे झाले. दुष्यंतानें विश्वामित्राच्या शकुंतला नांवाच्या मुलीशीं लग्न केलें. तिच्यापासून त्याला मुलगा झाला त्याचें नांव भरत. भरत हें नांव या मुलास पडण्याचें कारण असें झालें कीं, शकुंतला आपल्या मुलाला घेऊन माहेराहून राजाकडे आली, परंतु तो तिचा स्वीकार करीना; तेव्हां " आई ही केवळ चर्मकोशाप्रमाणें असून, ज्याच्यामुळें मुलगा झाला त्याचा तो होतो म्हणून, हे दुष्यंत राजा, मुलाचें भरण म्हणजे पोषण कर, आणि शकुंतलेचा अपमान करूं नको; राजा, यम नाश करील म्हणून आपण मुलाचे रूपानें अस्तित्वांत असावें या हेतूनें, ज्याचें रेत असतें तें त्याचेकडून स्त्रीचे ठिकाणीं ठेविलें जातें, म्हणून ' या गर्भाचा स्थापक तूं आहेस, ' असें जें शकुंतला म्हणाली, तें सत्य आहे." अशी आकाशवाणी झाली. ही ऐकून दुष्यंतानें मुलाचा स्वीकार करून त्याचें भरण (पोषण) केलें म्हणून त्याला भरत हें अर्थास अनुरूप असें नांव प्राप्त झालें.

भरतानें सुनंदा नांवाच्या काशेयी सार्वसेनेशीं लग्न केलें, तिच्यापासून झालेल्या मुलाचें नांव भुमन्यु. भुमन्यूनें दशार्ह देशच्या राजघराण्यांतील विजयानांवाच्या मुलीशीं लग्न केलें; तिच्यापासून त्याला मुलगा झाला, त्याचें नांव सुहोत्र. सुहोत्रानें इक्ष्वाकुकुलांतील सुवर्णा नांवाच्या मुलीशीं लग्न केलें; हिच्यापासून त्याला जो पुत्र झाला, त्याचें नांव हस्ति. यानें एक नगर वसविलें त्याचें नांव हस्तिनापुर. या नगराला हें नामाभिधान प्राप्त होण्याचें कारण ह्या राजाचें नांवच होय. असो; हस्तीनें त्रिगर्त देशच्या राजघराण्यांतील यशोधरा नांवाच्या मुलीशीं लग्न केलें; हिचेपासून झालेल्या मुलाचें नांव विकुंठन. विकुंठनानें दशार्ह देशच्या राजघराण्यांतील सुदेवा नांवाच्या मुलीशीं लग्न केलें; तिजपासून उत्पन्न झालेल्या मुलाचें नांव अजमीढ. अजमीढाच्या कैकेयी, गांधारी, विशाला आणि ऋक्षा अशा चार बायका होत्या. ह्यांच्यापासून त्याला एकंदर एकशें चोवीस मुलगे झाले. त्यांपैकीं संवरण म्हणून होता तो वंशकर झाला; बाकीचे पुत्र निरनिराळ्या घराण्यांचे मूळ पुरुष झाले. संवरणानें विवस्वानाच्या तपती नांवाच्या मुलीशीं लग्न केलें, हिजपासून झालेल्या पुत्राचें नांव कुरु. कुरूनें दशार्हदेशच्या राजघराण्यांतील शुभांगी नांवाच्या मुलीशीं लग्न केलें; तिच्यापासून झालेल्या मुलाचें नांव विदुर. विदुरानें मधुकुलांतील संप्रिया नांवाच्या मुलीशीं लग्न केलें. हिच्यापासून त्याला मुलगा झाला, त्याचें नांव अनश्वा. अनश्वा यानें मगध देशच्या राजघराण्यांतील अमृता नांवाच्या मुलीशीं लग्न केलें, हिच्यापासून झालेल्या मुलाचें नांव परिक्षित्. परिक्षित् यानें सुयशेशीं लग्न केलें तिच्यापासून त्याला मुलगा झाला त्याचें नांव भीमसेन. भीमसेनानें केकय राजघराण्यांतील कुमारी नांवाच्या मुलीशीं लग्न केलें; हिच्यापासून झालेल्या मुलाचें नांव प्रतिश्रवा. प्रतिश्रव्याचा मुलगा प्रतीप यानें सुनंदा नांवाच्या शिबि राजाच्या मुलीशीं लग्न केलें; हिचेपासून त्याला देवापि, शांतनु आणि बाल्हीक असे तीन मुलगे झाले. देवापि हा लहानपणींच अरण्यांत गेला, आणि शांतनु हा राज्यपदारूढ झाला. ज्याला ज्याला म्हणून ह्याचा हात लागे, तो तो जीर्ण झालेला असला तरी पुनः तरुण होऊन सुखी होत असे, म्हणून याचें नांव शांतनु असें पडलें. शांतनूनें, भगीरथानें आणलेल्या गंगा नदीशीं लग्न केलें; तिच्यापासून त्याला मुलगा झाला, त्याचें नांव देवव्रत. यालाच पुढें भीष्म असें म्हणूं लाग-

ले.भीष्मानें आपल्या पित्याची इच्छा पूर्ण करण्याकरितां त्याचें लग्न सत्यवताबरोबर होऊं दिलें; यामुळें ही सत्यवती भीष्माची आई झाली. हीला गंधकाली असेंही म्हणतात. ह्या सत्यवतीला कौमार अवस्थेंत पूर्वींच पराशर ऋषींपासून गर्भसंभव होऊन मुलगा झाला होता, त्याचें नांव द्वैपायन. नंतर लग्न झाल्यावर शांतनूपासून दोन मुलगे झाले,त्यांचीं नांवें विचित्रवीर्य आणि चित्रांगद. चित्रांगद वयांत आला नाहीं तोंच त्याला गंधर्वानें मारिलें; त्यामुळें विचित्रवीर्य हा राज्याचा अधिकारी झाला. काशिराजाला कौसल्या नामक स्त्रीपासून झालेल्या अंबा आणि अंबिका या दोन मुलींशीं विचित्रवीर्यानें लग्न केलें. परंतु तो निपुत्रिक स्थितींतच परलोकास गेला तेव्हां दुष्यंताच्या वंशाची समाप्ति येथेंच न होतां तो पुढें चालावा म्हणून सत्यवतीनें द्वैपायन ऋषीचें ध्यान केलें; तेव्हां ते ऋषि, आपल्या आईची आज्ञा काय आहे ती समजून घेऊन तीप्रमाणें करावें म्हणून तिच्या पुढें येऊन उभे राहिले. तेव्हां सत्यवतीनें त्यांना सांगितलें कीं,'तुझा भाऊ विचित्रवीर्य निपुत्रिक होऊन परलोकवासी झाला आहे;तर त्याचेसाठीं त्याच्या क्षेत्रामध्यें तूं चांगली संतती उत्पन्न कर.' तेव्हां द्वैपायनांनीं ती गोष्ट मान्य करून धृतराष्ट्र, पांडु आणि विदुर असे तीन पुत्र उत्पन्न केले. नंतर धृतराष्ट्र राजाला द्वैपायन ऋषींच्या आशीर्वादानें गांधारीपासून शंभर मुलगे झाले.ह्यांच्यापैकीं दुर्योधन, दुःशासन, विकर्ण आणि चित्रसेन हे चौघे प्रमुख होते. पांडूला दोन स्त्रिया होत्या. पहिलीचें नांव कुंती—हिला पृथा असें दुसरें नांव होतें—आणि दुसरीचें नांव माद्री. ह्या दोघी रूपानें आणि गुणांनीं अप्रतिम होत्या. एके वेळीं पांडु हा मृगयेकरितां वनांत गेला असतां, एक हरिण हरिणीबरोबर विषयसुखांत निमग्न असलेला त्याच्या दृष्टीस पडला! हा हरिण वस्तुतः ऋषि असून त्यानें मृगरूप धारण केलें होतें; परंतु वस्तुस्थिति पांडूचे लक्षांत न आल्यामुळें त्यानें त्या ऋषीचा सुखोपभोग पुरा होऊन त्याची तृप्ति होण्याचे पूर्वींच त्याच्यावर बाण सोडला.बाण लागतांच कळवळून तो अद्भुत ऋषि पांडूला म्हणाला, "अरे, मनुष्यधर्मानुसार तुझी रहाटी असल्याकारणानें विषयसुखाचेंरहस्य काय असतें तें तुला पक्कें माहीत असलें पाहिजे. असें असून, या वेळीं मी विषयसुखासाठीं उद्युक्त असतां, मला बाणानें मारून तें तूं मला घेऊं दिलें नाहींस, म्हणून तूंही अशा प्रसंगीं असाच अतृप्त असतांच देह ठेवशील!" याप्रमाणें त्या ऋषीनें पांडूला शाप दिला, तो ऐकून पांडूच्या तोंडचें पाणी पळालें, आणि तो अगदीं तेजोहीन झाला! या वेळेपासून शापभयानें तो स्त्रियांशीं संबंध ठेवीनासा झाला. एके दिवशीं तो कुंतीला म्हणाला कीं, "माझ्या अविचाराचें फळ तर मला मिळून चुकलेंच आहे. परंतु माझ्या ऐकण्यांत असें आलें आहे कीं, निपुत्रिकाला स्वर्गाची प्राप्ति नाहीं. याकरितां मला चांगली गति मिळावी यासाठीं तूं पुत्रोत्पत्ति करून घे."

याप्रमाणें पतीची आज्ञा झाल्यावर तिनें त्याप्रमाणें वर्तन केलें; तेव्हां तिला धर्मापासून युधिष्ठिर,वायूपासून भीमसेन आणि इंद्रापासून अर्जुन असे तीन पुत्र झाले. कुंतीला हे तीन मुलगे झालेले पाहून पांडूला आनंद झाला; आणि तो तिला म्हणाला, "हे पतिव्रते,तुझी सवत साध्वी असून तिचे उदरींही संतान नाहीं; तर आपल्याप्रमाणें तिलाही संतानप्राप्ति होईल असें तूं कर."

पतीच्या शब्दास मान देऊन कुंतीनें आपणास येत असलेली मंत्रविद्या माद्रीला शिकविली. ती विद्या माद्रीला आल्यावर तिला अश्विनीकुमारांपासून नकुल आणि सहदेव असे दोन पुत्र झाले. एके दिवशीं माद्री भूषणें वगैरे धारण करून अलंकृत झाली असतां तिला पाहून पांडु

कामातुर झाला; आणि तिला आलिंगन देतो न देतो तोंच पंचत्व पावला! भर्त्याची ही अशी अवस्था आपल्यामुळें झाली असें पाहून, आपल्या दोन्ही पुत्रांचा योग्य प्रकारें प्रतिपाल करण्याविषयींकुंतीला सांगून ती आपल्या पतीबरोबर सती गेली. नंतर, त्या अरण्यांत तपश्चर्या करीत असलेल्या ऋषींनीं कुंतीसहित पांचही पांडवांना आपल्याबरोबर हस्तिनापुरास आणिलें; आणि तेथें आल्यावर त्यांनीं भीष्म, विदुर आणि इतर चारी वर्णांचे लोक यांना पांडु व पांडव यांच्यासंबंधाची सर्व हकीकत सांगून, कुंतीसह पांडवांना त्यांचे स्वाधीन केलें; आणि तेथील सर्व लोक त्यांजकडे पाहत असतां ते अदृश्य झाले. त्या ऋषींचें भाषण ऐकून देवांनीं आकाशांतून पुष्पवृष्टि केली, आणि दुंदुभि वाजविल्या. ते ऋषि गेल्यावर त्या बालकांनींही आपल्या पित्याच्या मरणाचें साद्यंत वृत्त भीष्मादिकांस कथन केलें; तेव्हां त्यांनीं त्यांचा स्वीकार केला. नंतर त्या पांडवांनीं आपल्या पित्याचें उत्तरकार्य केलें; आणि ते तेथेंच राहिले. परंतु तेव्हांपासूनच ते दुर्योधनाचे डोळ्यांत सलूं लागले; आणि त्या वेळेपासूनच त्यांचा नाश करण्यासाठीं तो नानाप्रकारचे उपाय योजूं लागला; परंतु भवितव्यता बलवान् असल्यामुळें त्याच्याहातून त्यांचा नाश झाला नाहीं! पुढें एके दिवशीं धृतराष्ट्रानें कांहीं निमित्त काढून, 'तुम्ही वारणावतीस जा' म्हणून पांडवांना सांगितलें. त्यावरून ते तेथें संतोषानें गेले. तथापि तेथें देखील त्यांच्याकरितां मुद्दाम तयार केलेल्या लाक्षागृहामध्यें तो त्यांना जाळूं शकला नाहीं. कारण, तद्विषयक सर्व वृत्त पांडवांस विदुराकडून अगोदरच कळलेलें होतें.

नंतर पांडव वारणावतीहून निघून एकचक्रासंज्ञक नगरीस गेले. तिकडे जात असतां वाटेंत हिडिंब नांवाचा एक राक्षस त्यांचेवर चालून आला, त्याला त्यांनीं मारून टाकिलें. एकचक्रा नगरींत पांडव असतांना, तेथें बक म्हणून एक राक्षस होता त्याला त्यांनीं ठार केलें. मग ते पांचाल नगरास गेले. तेथें त्यांना स्वयंवरांत द्रौपदी मिळाल्यावर तिच्याशीं त्यांचें लग्न होऊन पुढें ते आपल्या देशास परत आल्यावर त्यांचे दिवस सुखांत गेले. त्या पांचही पांडवांना द्रौपदीपासून पांच मुलगे झाले; व युधिष्ठिराला प्रतिविंध्य नांवाचा मुलगा झाला, भीमसेनाला सुतसोम, अर्जुनाला श्रुतकीर्ति, नकुलाला शतानीक आणि सहदेवाला श्रुतकर्मा झाला. येथें आल्यावर त्यांचीं पुनः लग्नें झालीं. गोवासन नांवाच्या शिबिदेशाच्या राजानें आपल्या देविका नांवाच्या मुलीच्या लग्नासाठीं स्वयंवरसमारंभ केला; या समारंभांत देविकेनें युधिष्ठिरास वरिलें. हिच्यापासून त्याला यौधेय नांवाचा मुलगा झाला. भीमसेनाचें, त्याच्या पराक्रमाला योग्य अशा बलंधरा नामक कन्येशीं काशीमध्यें लग्न झालें. तिच्यापासून त्याला सर्वग नांवाचा पुत्र झाला. अर्जुनानें द्वारकेस जाऊन सुभद्रानांवाच्या वासुदेवाच्या बहिणीशीं लग्न केलें. लग्न झाल्यावर अर्जुन द्वारकेहून सुभद्रेला बरोबर घेऊन निघाला, आणि सुखरूपणें आपल्या देशास आला. तिच्यापासून त्याला मुलगा झाला त्याचें नांव अभिमन्यु. हा सर्वगुणसंपन्न असून त्याच्यावर वासुदेवाचें फार प्रेम होतें. नकुलानें चेदि देशच्या राजघराण्यांतील करेणु नांवाच्या मुलीशीं लग्न केलें. तिच्यापासून त्याला मुलगा झाला, त्याचें नांव निरमित्र. सहदेवाला मद्रराजघराण्यांतील द्युतिमान् नांवाच्या मद्रदेशच्या राजाच्या विजया नांवाच्यामुलीनें स्वयंवरांतवरिलें. इच्यापासून त्याला मुलगा झाला, त्याचें नांव सुहोत्र. भीमसेनाला हिडिंबा नांवाच्या राक्षसीपासून पूर्वीं घटोत्कच नांवाचा एक मुलगा झाला होता हा राक्षसच होता. याप्रमाणें पांडवांचे अकरा मुलगे होते. त्यांच्यापैकीं अभिमन्यूचा मात्र वंशविस्तार झाला. अभिमन्यूनें विराट राजाच्या उत्तरा

नांवाच्या मुलीशीं लग्न केलें. ही गेरादर असतांना योग्य कालापूर्वीच प्रसूत झाली. हिच्या ह्या सहा महिन्यांच्या निर्जीव गर्भास मी जिवंत करीन, असें पुरुषोत्तम वासुदेवानें सांगितल्यावरून तो गर्भ कुंतीनें आपले मांडीवर घेतला. गर्भस्थितींत अवधि न मिळाल्याकारणानें या गर्भात बल, वीर्य व पराक्रम हीं उत्पन्न झालेलीं नव्हतीं;आणि त्यांतून तो अकालीं बाहेर पडून अस्त्राग्नीनें जळून गेल्यामुळें तर अगदींच निरुपयोगी झालेला होता तरी पण श्रीभगवान् वासुदेवानें आपल्या प्रभावानें त्या गर्भास जीव आणिला, आणि तो जिवंत झाल्यावर त्याच्याकडे पाहून म्हटलें, "मुला तुझें कुल परिक्षिण झाल्यानंतर तुझा जन्म झाला, म्हणून तुझें नांव परिक्षित् असें ठेऊं या." म्हणून त्याचें नांव परिक्षित् असें पडलें. परिक्षिताचें लग्न तुझी आई माद्रवती इच्याशीं होऊन तिच्यापासून, हे जनमेजया, तूं झालास, तुला वपुष्टमेपासून शतानीक व शंकुकर्ण या नांवांचे दोन मुलगे झाले आहेत. शतानिकाचें लग्न विदेह देशच्या राजघराण्यांतील मुलीशीं होऊन तिच्यापासून अश्वमेधदत्त या नांवाचा मुलगा झाला आहे. ही मीं तुला पूरूच्या आणि पांडवांच्या वंशाची हकीकत सांगितली.

भारतपठनाची फलश्रुति.

वैशंपायन ह्मणतातः—राजा, ही हकीकत परम पवित्र आणि पुण्यप्रद असून कल्याण करणारी आहे.म्हणून हिचें श्रवण नियमनिष्ठ ब्राह्मणांनीं, स्वधर्मरत आणि प्रजापालनतत्पर अशा क्षत्रियांनीं आणि वैश्यांनीं सुद्धां वारंवार करीत असावें. श्रध्दालु असून तिन्ही वर्णांची सेवा करणाऱ्या शूद्रांनीं सुद्धां ह्या वंशासंबंधाचा इतिहास वारंवार समजून घ्यावा. वेदाध्ययनाविषयीं तत्पर असलेल्या ब्राह्मणांनींही मत्सरभाव सोडून मनोनिग्रह करून प्रेमळ भावानें हा सर्व पुण्यप्रद इतिहास आपण स्वतः ऐकिला असतां आणि दुसऱ्यास सांगितला असतां, ते स्वर्गलोक आणि दुसरे पवित्र लोक मिळविण्याच्या योग्यतेचे होऊन, देव, ब्राह्मण आणि मनुष्य ह्यांना नेहमीं पूज्य आणि मान्य होतील. वेदाध्ययन केलेले ब्राह्मण आणि इतर तिन्ही वर्णांतील लोक या सर्वांनीं, श्रीभगवान् व्यासांनीं सांगितलेली ही उत्तमोत्तम आणि पवित्र भारतकथा मत्सर सोडून, श्रद्धेनें आणि प्रेमानें आपण स्वतः ऐकिली असतां आणि दुसऱ्यास सांगितली असतां त्यांना पुण्य लागेल, व सर्व प्रकारचें सुख मिळून शेवटीं स्वर्गलोकाची प्राप्ति होईल; इतकेंच नव्हे, तर त्यांच्या हातून घडलेल्या बऱ्या वाईट कृत्यांबद्दल त्यांस बंधन प्राप्त होणार नाहीं. याविषयीं एक श्लोकही आहे, तो असाः—सर्व लोकांनीं इंद्रियदमन करून ही वेदतुल्य, पवित्र, उत्तम, पुण्यप्रद, यशस्कर व आयुष्यवर्धक अशी भारतकथा ऐकत जावी.

अध्याय शहाण्णवावा.

—:(०):—

महाभिषराजोपाख्यान.

वैशंपायन ह्मणालेः—राजा जनमेजया, याप्रमाणें भारतकुलाचा वंशविस्तार मीं तुला कथन केला. आतां भीष्मांच्या जन्माविषयींचें वृत्त सांगतों, तें तूं श्रवण कर.

इक्ष्वाकु कुलांत महाभिष ह्मणून एक प्रख्यात सार्वभौम राजा होऊन गेला. त्या अमोघपराक्रमी व सत्यवचनी राजर्षीनें हजार अश्वमेध आणि शंभर राजसूय यज्ञ करून इंद्राला संतुष्ट केल्यामुळें, त्या राजर्षीला स्वर्गलोक प्राप्त झाला.

एके समयीं कांहीं कारणामुळें सर्व देव ब्रह्मदेवांकडे गेले; त्यांबरोबर कांहीं राजर्षि असून हा महाभिषही त्यांमध्येंच होता. इतक्यांत, सर्व नद्यांमध्यें श्रेष्ठ अशी गंगा त्या ठिकाणीं मूर्तिमान्

प्राप्त झाली, तों तिनें परिधान केलेलें चंद्राप्रमाणें उज्ज्वल वास्त्र ानें उडालें ! हें पाहून सर्वांनीं माना खालीं घातल्या, परंतु महाभिषानें तसें न करितां तो निःशंकपणें तिच्याकडे पहात राहिला. जनमेजय राजा, त्या राजर्षीचें हें अमर्याद कृत्य पाहून भगवान् ब्रह्मदेवांना क्रोध आला, व त्यांनीं त्यास शाप दिला. ब्रह्मदेव म्हणाले, " हे दुर्मते, तूं मृत्युलोकीं जन्म पावशील; आणि जिच्यामुळें तुझें मन चळलें, ती ही गंगाही मृत्युलोकीं जन्म घेऊन तुझी भार्या होईल; व तुला अप्रिय अशाच गोष्टी करील; आणि जेव्हां तुला तिच्या कृत्यांचा राग येईल, तेव्हां तुझी ह्या शापापासून मुक्तता होऊन तूं फिरून ह्या लोकीं येशील !"

वैशंपायन सांगतातः—जनमेजय राजा, ब्रह्मदेवांचें हें शापवचन ऐकून, मृत्युलोकीं आपल्यास जन्म घ्यावयास योग्य स्थल आणि क्षेत्र कोठें मिळेल ह्याविषयीं त्यामहाभिषानें सर्व राजांच्या आणि तपोधनांच्या कुलशीलादिकांचा विचारकरून पाहिलें, तोंसोमवंशीय प्रतीप राजाच्या येथें जन्म घेणें त्याला योग्य वाटलें. असो. इकडे गंगा देवीही ब्रह्मलोकांतून परतली. जातांना आपलें वस्त्र उडाल्याबरोबर आपल्याकडे पाहून धैर्यच्युत झालेल्या महाभिष राजासंबंधाचेच विचार तिच्या मनांत एकसारखे घोळत होते. अशा प्रकारें ती त्या राजर्षीचेंच चिंतन करीत जात असतां अष्टवसु नामक देव तिच्या दृष्टीस पडले. ते स्वर्गवासीय देव अगदीं चिंताक्रांत आणि निस्तेज दिसत होते. तें पाहून तिनें त्यांस विचारिलें, " तुम्ही असें निस्तेज दिसतां हें काय ? सर्व देवांचें कुशल आहेना ? "

अष्टवसूंनीं उत्तर दिलें:—हे महानदि, आमचेकडून वसिष्ठ ऋषींचा थोडासा अपराध झाला, त्याबद्दल त्यांनीं रागावून आम्हांस शाप दिल्यामुळें आमची ही अशी स्थिति झाली आहे. ते श्रेष्ठ ऋषि एकांतस्थानीं बसून संध्यावंदनादि कर्में करीत असतां आम्हीं त्यांचा उपमर्द केला. त्यामुळें त्यांनीं कोपाविष्ट होऊन आह्मास शाप दिला कीं, " तुम्ही मृत्युलोकीं जन्म घ्याल !" गंगे, ब्रह्मवेत्त्या ऋषीचें भाषण कधींही अन्यथा होणार नाहीं; तेव्हां आमची तुला अशी विनंती आहे कीं, तूं मृत्युलोकीं स्त्रीजन्म घेणार आहेसच, तर आम्हांला तुझ्या उदरीं जन्म घेऊं दे. हे देवि, सामान्य अशा मनुष्यजातीय स्त्रीच्या उदरीं आम्ही जन्म घेणार नाहीं ! "

गंगा म्हणाली:—तुमचा पिता होण्यास योग्य असा मनुष्यांमध्यें कोणी श्रेष्ठ पुरुष आहे काय ?

वसु म्हणाले:—प्रतीप म्हणून एक राजा आहे. त्याला लोकप्रसिद्ध व महाकीर्तिमान् असा शांतनु नांवाचा एक पुत्र होणार आहे. तो आमचा पिता होण्यास योग्य आहे असें आम्हांस वाटतें.

गंगा म्हणाली: -तुम्ही ह्मणतां तसेंच मलाही वाटतें. मी त्याच्या मनाप्रमाणें वागून तुमचेही हेतु पुरवीन.

वसु ह्मणाले:—हे त्रैलोक्यगामिनि, आमच्यावर एवढी कृपा कर कीं, तुला मुलगे होण्याबरोबर तूं त्यांना पाण्यांत फेंकून दे. तूं असें केलेंस ह्मणजे आह्मांला फार वेळपर्यंत पापाची निष्कृति करीत बसावें लागणार नाहीं !

गंगा ह्मणाली:—मी असें करीन; परंतु त्याचा एक तरी मुलगा राहिलाच पाहिजे. पुत्रेच्छेनें माझ्याशीं झालेला त्याचा संबंध व्यर्थ होऊं नये.

वसु ह्मणाले:—तर मग आह्मी प्रत्येकीं आपल्या वीर्याचा आठवा भाग देतों. त्याच्या योगानें त्याच्या मनाजोगा मुलगा तुला होईल. परंतु त्याची संतति मात्र मनुष्यलोकांत रहाणार नाहीं; तात्पर्य, मुलगा वीर्यवान् होईल, परंतु तो निपुत्रिक होईल !

याप्रमाणें गंगेशीं संकेत करून ते अष्टवसु आनंदानें पूर्वीं ठरवल्याप्रमाणें आपापलीं कामें

करण्याकरितां गंगेसह निघून गेले.

अध्याय सत्याण्णवावा.

—:०:—

प्रतीपोपाख्यान.

वैशंपायन सांगतातः—नंतर, सर्व प्राण्यांच्या हिताकरितां झटणारा प्रतीप राजा हरिद्वारास जाऊन तेथें जपजाप्यादि करीत पुष्कळ वर्षेपर्यंत राहिला. एके दिवशीं गंगा नदी त्या राजाच्या रूपाला व गुणांना अनुरूप असें स्त्रीरूप धारण करून पाण्याच्या बाहेर आली, आणि प्रतीप राजा ध्यानस्थ बसला असतां, शालवृक्षाप्रमाणें भरदार असलेल्या त्याच्या उजव्या मांडीवर जाऊन बसली! तेव्हां तिचें मनोहर रूप, गोंडस बांधा आणि दिव्य कांति पाहून प्रतीप राजानें तिला विचारिलें, "सुंदरी, तुझें प्रिय करण्याकरितां मी काय करूं?"

गंगा म्हणाली :—राजन्, माझें मन आपल्या ठिकाणीं अनुरक्त होऊन मला आपला ध्यास लागून राहिला आहे; याकरितां आपण माझा अंगीकार करा. राजन्, कामवश झालेल्या स्त्रीचा मनोभंग करणें निंद्य होय, असें शहाणे लोक समजतात.

प्रतीपानें उत्तर दिलें:—विषयसुखासाठीं दुसऱ्याच्या बायकोशीं मी कधींही संबंध करणार नाहीं; आणि त्यांतून तूं तर माझ्या जातीचीही नव्हेस! धर्मानुरूप आचरण हें माझें व्रत आहे.

गंगा म्हणाली:—राजा, माझा अंगीकार केल्यानें आपलें अनिष्ट होईल अशी मी नाहीं. त्याचप्रमाणें, स्वीकार करण्यास अयोग्य अशीही पण मी नाहीं. माझ्यामध्यें असा कोणताही दोष नाहीं कीं, ज्याच्या योगानें लोक आपल्याला नांवें ठेवतील. मी स्वर्गांत रहाणारी असून अद्याप मीं कोणाशीं विवाह केला नाहीं. अशा प्रकारें, राजन्, मी सर्वतोपरी चांगली असून माझें मनही आपल्यावर गेलेलें आहे. तेव्हां माझा अंगीकार करण्यास आपण मागेंपुढें पाहूं नये.

प्रतीप म्हणाला:—हे स्त्रिये, मीं जें करावें असें तूं म्हणतेस, तें तूंच बिघडविलें आहेस. आतां जर मी अधर्मानें वागेन, तर माझा नाश होईल. हें पहा—तूं येऊन अगोदर माझ्या उजव्या मांडीवर बसलीस. ही उजवी मांडी म्हटली म्हणजे मुलींनीं आणि सुनांनीं बसण्याची जागा होय. लग्नाच्या बायकांना डावी मांडीच योग्य, आणि ती तर तूं आपण होऊनच सोडलीस! त्या अर्थीं, हे सुंदरी, तूं म्हणतेस तसा संबंध तुझ्याशीं मला करतां येत नाहीं. तूं माझी सून होत असशील, तर मुलासाठीं म्हणून मी तुला पतकरीन; उजव्या मांडीवर बसल्यानें सुनेला योग्य तें काम तूं केलें आहेस.

गंगा म्हणाली:—बरें आहे. मी आपल्या मुलाशींच संबंध करीन. हे धर्मज्ञ! माझी आपल्यावर भक्ति आहे, आणि म्हणूनच मी या प्रसिद्ध भारतकुलाचा आश्रय करणार आहें. या पृथ्वीवर जितके म्हणून राजे आहेत. त्या सर्वांचा आधारस्तंभ असे आपण आहां. या कुलांतील सर्व राजांचे, आणि विशेषतः प्रसिद्धीस आलेल्या राजांचे गुण असेच आहेत कीं, शेंकडों वर्षेपर्यंत जरी मी बोलत बसलें, तरी त्यांचें यथायोग्य वर्णन होणें शक्य नाहीं. असो. राजन्, आतां माझी एक अट आहे, ती ऐका. मी आपली सून झालें म्हणजे, मी जें जें म्हणून करीन त्यासंबंधानें आपल्या मुलानें यत्किंचितही वाटाघाट करितां कामा नये. जोंपर्यंत ही माझी अट पाळली जाईल, तोंपर्यंत मी आपल्या मुलाचा सहवास करून राहीन, व त्याच्या सुखांत भर पाडीन. त्याला पुण्यवान मुलगे होतील, आणि त्याला आपल्या आवडत्या मुलांबरोबर शेवटीं स्वर्गलोक मिळेल.

या अटीवर प्रतीपाच्या मुलाशीं लग्न करण्याचें कबूल करून गंगा तेथल्या तेथेंच अंतर्धान पावली. तिच्या बोलण्यावर प्रतीपाचा विश्वास बसून तो मुलाच्या जन्माची वाट पहात राहिला. आपल्यास मुलगा व्हावा म्हणून तो राजा व त्याची स्त्री या उभयतांनीं तेथें त्या रानांत राहून तपश्चर्या केली. पुढें त्यांना वृद्धपणीं मुलगा झाला. तोच हा महामिष. तपश्चर्येच्या योगानें त्यांची शांत वृत्ति झाली असतां त्या दंपत्याला हा मुलगा झाला, म्हणून त्याचें नांव शांतनु असें पडलें.

कुरुकुलांत शांतनु हा उत्तम राजा होऊन गेला. ह्याचे हातून सदोदीत पुण्यकर्मेंच घडलीं. याला आपल्या पूर्वजन्मीं केलेल्या कृत्यांची आठवण होती; आणि त्या कृत्यामुळें स्वर्गांतील कोणकोणते लोक आपल्यास मिळालेले आहेत हेंही त्याला माहीत होतें. हा वयांत आला तेव्हां प्रतीपानें त्याला गंगेच्या संबंधाची पूर्वींची हकीकत कळविली.

प्रतीप म्हणाला:—बा शांतनो, तुझें हित करण्याकरितां म्हणून सांगतों कीं, पूर्वीं एकदां माझ्याकडे एक जी सुंदर स्त्री आली होती, ती कदाचित् कामातुर होऊन, मुलाच्या इच्छेनें, तूं एकटा असतां तुला येऊन भेटेल. तेव्हां तिचा तूं अंगीकार कर. तूं कोण, काय इत्यादि प्रश्न तिला विचारूं नको; सारांश, तिच्याशीं लग्न करण्याबद्दल माझी आज्ञा आहे असें समजून तिच्या सबंधाची विशेष विचारपूस करण्याचे भानगडींत न पडतां तिला तूं वर.

शांतनूला गंगादर्शन.

वैशंपायन सांगतातः-राजा, याप्रमाणें आपल्या पुत्राला सांगितल्यानंतर त्याला राज्यावर बसवून प्रतीप राजा वनांत निघून गेला. तो वनांत गेल्यावर शांतनु राज्य करूं लागला. हा महाबुद्धिमान असून इंद्राप्रमाणें तेजस्वी होता. शिकारीचा नाद लागल्यामुळें हा नेहमीं रानांत हिंडे. एके वेळीं मृग, महिष इत्यादिकाची शिकार करीत चालला असतां हा गंगा नदीच्या तीरप्रदेशांत आला राजा, हें तीर्थ पवित्र असल्यामुळें तेथें सिद्धचारणादि श्रेष्ठ महात्म्यांची वस्ती नेहमीं असते; असो. त्या पुण्यप्रदेशांत फिरत असतां एक सुंदर स्त्री त्याच्या दृष्टीस पडली. तिचें स्वरूप अत्यंत मनोहर असून, तिची कांति कमलाच्या गाभ्याप्रमाणें होती. तिनें परिधान केलेलें वस्त्र फारच पातळ असून, दिव्य अलंकारांनीं ती विभूषित होती. अशा प्रकारचें तिचें तें तेजःपुंज स्वरूप आणि निर्दोष अवयव पाहून, ही मूर्तिमान लक्ष्मीच आहे कीं काय असें शांतनूला वाटलें; आणि त्यांतून ती एकटी असलेली पाहून तर त्याला फारच आनंद होऊन त्याच्या अंगावर रोमांच उभे राहिले. तिच्या लावण्यानें चकित होऊन तो तिच्याकडे टक लावून सारखा पाहात राहिला. राजाचें स्वरूप पाहून तिचीही स्थिति तशीच झाली. शेवटीं राजा तिला म्हणाला "हे स्त्रिये, देव, दानव, गंधर्व, यक्ष, अप्सरा, पन्नग आणि मनुष्य यांपैकीं कोणत्या योनींत तुझा जन्म झालेला आहे? तुझी कांति पाहिली तर ती देवगर्भाप्रमाणें दिसत आहे. आतां माझें तुला एवढेंच मागणें आहे कीं, तूं माझी भार्या हो."

अध्याय अठ्याणवावा.

—:०:—

शांतनु आणि गंगा यांचा विवाह.

वैशंपायन म्हणालेः—राजा, याप्रमाणें त्या राजाचें हास्ययुक्त व नम्रपणाचें आणि गोड भाषण ऐकून गंगा त्याच्या जवळ गेली, तों तिला अष्टवसूंशीं झालेल्या संकेताची आठवण होऊन ती गोष्ट शेवटास नेण्याची योग्य संधि हीच आहे, असें तिच्या लक्षांत आलें. तेव्हां इच्छित कार्य-

सिद्धीसाठीं तिनें त्याच्याशीं अत्यंत मधुर असें भाषण केलें.

गंगा म्हणाली:–राजा, मी तुझी भार्या होऊन तुझ्या इच्छेप्रमाणें वागेन. परंतु माझी एक अट आहे: ती ही कीं, माझ्या हातून बरें अथवा वाईट कशाही प्रकारचें कृत्य घडलें, तरी त्या संबंधानें तुझ्याकडून मला प्रतिबंध होऊं नये, अथवा मला वाईट वाटण्याजोगें तूं कधींहि बोलतां कामा नये. हें जर तुला कबूल असेल. तर जोंपर्यंत याप्रमाणें तुझी वागणूक आहे तोंपर्यंत मी तुझ्याजवळ राहीन. परंतु ज्या वेळीं तुझ्या हातून ह्याच्या विरुद्ध वर्तन घडेल, त्या वेळीं मात्र मी खरोखर निघून जाईन.

जनमेजया, ही तिची अट राजाला मान्य होऊन त्यानें तिला 'बरें आहे' म्हणून सांगितलें; तेव्हां तिला फार आनंद झाला; आणि शांतनुही तिच्याशीं सुप्रसन्न अंतःकरणानें रममाण होऊन गेला. पूर्वीं ठरल्याप्रमाणें तिच्या कोणत्याही कामासंबंधानें त्यानें विचारपूस केली नाहीं; आणि तिचा स्वभाव, आचरण, रूप, मनाचा मोठेपणा, एकांतांत तिचेकडून घडलेली सेवा इत्यादि आनंददायक गोष्टींमुळें त्याचें अंतःकरण संतुष्ट झालें. राजा, शांतनूचें भाग्यच मोठें. एरव्हीं स्वर्गांत संचार करणारी गंगादेवी स्त्रीचें रूप धारण करून आपण होऊन त्याजकडे येणार कशी? तोही पण तशा स्त्रियेस योग्यच होता. हा नृपश्रेष्ठ इंद्राप्रमाणें तेजस्वी असल्यामुळें याच्यावर तिचें प्रेम बसून तिनें आपल्या शृंगाररसप्रधानचातुर्यानें त्याला अगदीं आपलासा करून टाकिलें

भीष्मजन्म.

वैशंपायन सांगतातः–राजा, अशा आनंदमय स्थितींत कित्येक महिने, ऋतु व वर्षेंही लोटून गेलीं. तीं त्याच्या ध्यानांत सुद्धां आलीं नाहींत! याप्रमाणें तिच्या समागमांत असतां तिच्यापासून त्यास देवांसारखे आठ मुलगे झाले; परंतु प्रत्येक मुलगा उपजतांच त्याला ती स्त्री गंगेंत नेऊन बुडवी, आणि तसें करण्याचेंपूर्वीं 'हें पहा, मी तुझ्या मनाजोगें करतें' असें राजाला म्हणे. हें तिचें कृत्य शांतनूला अर्थातच आवडलें नाहीं; पण तिला प्रतिबंध केल्यास ती आपणास सोडून जाईल या भयानें तो तिला कांहींच बोलला नाहीं. याप्रमाणें पहिल्या सात मुलांची विल्हेवाट लागली; पण पुढें आठव्या मुलास जेव्हां ती पूर्ववत् घेऊन चालली, तेव्हां राजास अतिशय वाईट वाटलें, आणि एवढा तरी जगवावा या हेतूनें तो तिला म्हणाला, "अग अवदसे! तूं मुलें मारण्याचें हें अघोर आणि निंद्य कर्म काय म्हणून चालविलें आहेस? तूं आहेस तरी कोण?"

शांतनूचें हें भाषण ऐकून त्या स्त्रीनें उत्तर दिलें, "तुला मुलगा पाहिजे तर हा घे, मी त्याला मारीत नाहीं. तुझ्याशीं केलेल्या कराराप्रमाणें येथें राहण्याची माझी मर्यादा संपली; ही पहा मी चाललें. आतां मी कोण, कोणाची हें मीं तुला सांगतें. मी जन्हु ऋषीची मुलगी; माझें नांव गंगा. मोठमोठे ऋषि माझा आश्रय करून राहतात. तुझ्या घरीं जी मी आलें, ती केवळ देवकार्य साधण्याकरितां आलें. तुला जे आठ मुलगे झाले, ते देवांपैकीं अष्टवसु होत. ह्या तेजस्वी व पराक्रमी वसूंना वसिष्ठ ऋषींच्या शापामुळें मनुष्यत्व प्राप्त झालें; यांना जन्म देण्यास योग्य असा या जगांत तुझ्याशिवाय दुसरा पुरुष नसून माझ्याशिवाय दुसरी स्त्रीही नाहीं. यांच्याकरितांच मीं मनुष्यरूप धारण केलें. या अष्टवसूंना जन्म दिल्याकारणानें तुला स्वर्गांतील अक्षय लोक मिळाले आहेत. 'मनुष्ययोनींत तुमचा जन्म होतांच तुम्हांपैकीं प्रत्येकास मीं मुक्त करीन,' असें मी ह्या वसूंना वचन दिलें होतें; त्याप्रमाणें मीं केलें आहे. आतां हे वसु त्या आपव महामुनींच्या शापापासून मुक्त झाले; हा आतांचा मुलगा मी वसूंच्याकडून पूर्वीं मागून

घेतल्याप्रमाणें त्या वसूंच्या अंशांपासूनच झालेला आहे; हा माझे उदरीं झाल्यामुळें तुला गंगेनें दिला असें समज. हा मोठा तपस्वी आहे; याचें पालनपोषण चांगलें कर; मीं आतां जातें. राजा, तुझें कल्याण असो !"

अध्याय नव्याण्णवावा.

—:०:—

वसुशापवृत्त.

वैशंपायन सांगतातः—राजन्, याप्रमाणें गंगेचें भाषण ऐकून राजानें तिला विचारलें, "बरें, वसूंच्या हातून असें कोणचें वाईट कर्म झालें होतें, व हा आपव नांवाचा ऋषि तरी कोण, कीं ज्याच्या शापामुळें त्या वसूंना मनुष्ययोनींत जन्म घ्यावा लागला ? हे वसु कांहीं लहानसहान नव्हत. हे सर्व लोकांचे शास्ते असतांना यांना मनुष्यजन्म कां मिळावा ? आणि आतां जो मुलगा तूं मला दिलास, त्यानें असें कोणचें कर्म केलें होतें, कीं ज्याच्या योगानें याला मनुष्यजन्म घेऊन या मृत्युलोकांत रहावें लागणार आहे?

गंगा म्हणाली:—हे भरतश्रेष्ठा, वरुणाचा वसिष्ठ म्हणून एक मुलगा होता, त्यालाच आपव असें म्हणत. मेरु पर्वताजवळ या ऋषीचा पवित्र आश्रम होता; या आश्रमांत नानाप्रकारचे मृग आणि पक्षी असून सर्व ऋतूंत फुलणारीं झाडें असल्याकारणानें या आश्रमाला फार शोभा आली होती. ज्या वनांत हा आश्रम होता त्या वनांतील उदक मधुर असून, कंद, मुळें आणि फळेंहीं तशींच मधुर होतीं. या वनांत राहून त्या वसिष्ठ ऋषीनें तपश्चर्या केली. त्याचा होमहवनादि नित्यविधि यथासांग चालावा म्हणून सर्व कामधेनूंमध्यें श्रेष्ठ अशी एक गाय त्याला प्राप्त झालेली होती. ही दक्षाच्या सुरभी नांवाच्या मुलीला कश्यपापासून झाली. ही अरण्यांत राहून तेथेंच हिंडत फिरत असे. या अरण्यांत आणखी दुसरे ऋषि व देवही रहात असून येथें कशाचेंही भय नसे. याच वनांत एके वेळीं अष्टवसु नांवाचे देव आपापल्या स्त्रियांना बरोबर घेऊन आले. त्यांना येथील रमणीय पर्वत व दुसरीं स्थळें पाहून फार आनंद झाला. एकदां ते सर्व आनंदानें इकडे तिकडे संचार करीत असतां एके ठिकाणीं वसिष्ठ ऋषीची ती सुशील, धष्टपुष्ट आणि दुभती अशी सर्वोत्कृष्ट गाय द्युनामक वसूच्या स्त्रीचे दृष्टीस पडली. तिची अत्यंत सुंदर शेंपटी व खूर पाहून तिला फार आश्चर्य वाटलें. तिनें ती गाय आपल्या पतीस दाखविली असतां तो तिचे गुण आणि रूप आणखी वाखाणून तिला म्हणाला:—हें पहा—ही वसिष्ठ ऋषीची गाय आहे. तिचे डोळे पहा किती काळेभोर आहेत ते ! जो मनुष्य हिचें दूध प्राशन करील, तो दहा हजार वर्षें जगून जन्मभर तरुण राहील.

आपल्या पतीचें हें भाषण ऐकून ती म्हणाली, "अहो, मनुष्यांमध्यें माझी जितवती म्हणून एक मैत्रीण आहे. ती एका राजाची मुलगी आहे. आतां ती अगदीं तारुण्यांत आलेली असून ती रूपानेंही फार सुंदर आहे. तिच्यासाठीं ही गाय मला वासरासकट हवीशी वाटते; तर, महाराज, आपण ती मला लवकर आणून द्यावी, म्हणजे मी ही तिला देईन. मग ती हिचें दूध प्याली म्हणजे ती जगेपर्यंत म्हातारी म्हणून व्हावयाची नाहीं; माझ्यासाठीं म्हणून एवढें काम कृपा करून अवश्य करावें; यापेक्षां दुसऱ्या कोणत्याही गोष्टीची मला मुळींच आवड नाहीं."

आपल्या स्त्रीचें हें भाषण ऐकून तिची आवड पुरविण्याच्या इच्छेनें द्यूनें आपल्या पृथु आदिकरून सगळ्या भावांना बरोबर घेऊन त्या ऋषीची ती गाय धरून आणली. बाइलबुद्ध्याच पडला तो ! म्हणून त्या ऋषीच्या उग्र तपाचें सौं-

मध्यें किती व कसें आहे या गोष्टीकडे त्याचें दुर्लक्ष झालें, आणि आपल्या कृतीपासून काय अनर्थ ओढवेल याची त्याला कल्पना झाली नाहीं. असो; इकडे वसिष्ठ ऋषि फळें आणण्यासाठीं आश्रमाबाहेर गेले होते, ते परत आले; आणि पाहूं लागले तों आश्रमामध्यें ती गाय व वासरूं हीं नाहींत; तेव्हां त्यांनीं अरण्यांत इकडे तिकडे हिंडून त्यांचा शोध केला. पण कोठें थांग लागेना. नंतर त्यांनीं ज्ञानदृष्टीनें पाहिल्यावरून त्यांना असें समजून आलें कीं, ती गाय वसूंनीं चोरून नेली. तेव्हां त्यांना फार राग आला आणि त्यांनीं वसूंना शाप दिला: ते म्हणाले, "ज्या अर्थीं वसूंनीं माझी दुभती गाय चोरून नेली, त्या अर्थीं ते सर्व मनुष्ययोनींत जन्मास जातील!" याप्रमाणें वसूंना शाप देऊन ते ऋषि तपश्चर्येस लागले.

इकडे, वसु जेव्हां आपल्या घराकडे गेले, तेव्हां त्यांना शाप झाल्याचें वर्तमान समजलें. त्यावरून ऋषींची विनवणी करावी म्हणून ते त्यांच्या आश्रमास गेले, आणि त्यांनीं त्यांची प्रार्थना केली. परंतु त्यांचा कोप शांत झाला नाहीं. ते त्यांना म्हणाले, "माझी वाणी कधींही असत्य होणार नाहीं; व ती तशी व्हावी अशी माझी इच्छाही नाहीं; तथापि धर आदिकरून तुम्हां सर्व वसूंना जो मीं शाप दिला आहे, त्यापासून तुमची मुक्तता एक वर्षांतच होईल; आणि ज्याच्याकरितां तुम्हांस शाप झाला, तो द्यु मात्र आपल्या कर्माचें फळ भोगण्याकरितां पुष्कळ वर्षेंपर्यंत मृत्युलोकांत राहील. हा मोठा धर्मात्मा व सर्वशास्त्रपारंगत होईल; आणि आपल्या पित्याचें हित साधण्याकरितां स्त्रीसंबंधाचें सुख घेणार नाहीं. अर्थात् त्याला पुढें संतति होणार नाहीं."

गंगा सांगते:–राजन्, याप्रमाणें त्या वसूंना सांगून ते ऋषि चालते झाले. नंतर ते सर्व वसु मिळून माझ्याकडे आले, आणि माझी विनवणी केल्यावरून मीं त्यांना कबूल केल्याप्रमाणें केलें आहे. त्यांनीं मला म्हटलें होतें कीं, 'हे गंगे, उपजतांक्षणींच आम्हास प्रत्येकास नेऊन तूं पाण्यांत बुडीव.' म्हणून, राजा, शापापासून त्यांची मुक्तता करण्याकरितां मला असें करावें लागलें. हा आतां तुला दिलेला मुलगा द्यु होय. याला शाप झाल्याप्रमाणें हा तेवढा या मनुष्यलोकांत पुष्कळ दिवसपर्यंत जगेल.

वैशंपायन म्हणाले:–राजा, याप्रमाणें सांगून ती गंगा देवी तेथल्या तेथेंच त्या मुलांसह अंतर्धान पावली. इकडे शांतनु राजा ती गेल्यांमुळें फार दुःखी झाला, व तसाच आपल्या नगरास आला. राजा, त्या मुलाला गांगेय आणि देवव्रत अशीं दोन नांवें पडलीं. त्याच्या अंगीं बापापेक्षां चांगले आणि अधिक गुण होते. भारतकुलांत उत्पन्न झालेल्या या महात्म्याच्या इतिहासाला महाभारत असें म्हणतात. याचें अध्ययन केल्यानें मनुष्यास सर्व प्रकारचें ज्ञान प्राप्त होतें. आतां या महाभाग्यशाली पुरुषाचे अंगीं वाखाणण्याजोगे कोणते गुण होते, या संबंधाची हकीकत मी तुला सांगतों.

अध्याय शंभरावा.

—:०:—

शांतनु आणि भीष्म यांचें वृत्त.

वैशंपायन म्हणाले:-शांतनु राजा बुद्धिमान असून धर्मात्मा होता. त्याला देव आणि राजर्षिंही मान देत असत. तो मोठा सत्यवचनी म्हणून त्याची सर्व जगभर ख्याति झालेली होती. त्या महातेजस्वी पुरुषाचे अंगीं मनोनिग्रह, दातृत्व, क्षमा, बुद्धिमत्ता, विनय आणि धैर्य हे गुण पूर्णपणें बाणलेले असून, धर्म आणि अर्थ या संबंधांत तर तो मोठा कुशल असे. त्यानें भरतवंशीयांचें व इतर जनांचें उत्तम प्रकारें

परिपालन केलें. शंखाप्रमाणें कंठ, भरदार खांदा, मत्तगजतुल्य पराक्रम इत्यादि राजलक्षणांनीं संपन्न असल्याकारणानें त्याला राजा हें नांव साजत असे. त्या कीर्तिमान पुरुषाचें आचरण पाहून, अर्थ आणि काम ह्यांच्यापेक्षां धर्मच श्रेष्ठ होय अशी इतर लोकांची खातरी झाली; आणि धर्मासंबंधीं कृत्यांत त्याचें अद्वितीयत्व आणि श्रेष्ठत्व पाहून इतर राजांनीं त्याची सार्वभौमसत्ता मान्य केली. याचा परिणाम असा झाला कीं, त्यांनीं त्या इंद्रतुल्य पराक्रमी शांतनु राजाचें मांडलीकत्व पतकरल्यामुळें त्यांना स्वतांच्या संरक्षणाची काळजी म्हणून उरली नाहीं. त्यांचें भय, दुःख, संकट हीं पार नाहींतशीं झालीं; त्यांच्या स्वास्थ्यांत कोणत्याही प्रकारचा व्यत्यय येईनासा झाला; आणि यज्ञ,दान इत्यादि त्यांचीं सर्व कृत्यें निर्विघ्नपणें चाललीं. तो सार्वभौम राजा आणि त्याचे ते मांडलिक राजे या उभयतांची प्रजापालनपद्धति अशी धर्मपर असल्याकारणानें राज्यांतील सर्व लोक धर्मपरायण होऊन गेले. क्षत्रिय ब्राह्मणांचे सेवक झाले, वैश्य क्षत्रियांच्या अनुरोधानें वागूं लागले, आणि शूद्र हे ब्राह्मण, क्षत्रिय व वैश्य या तिन्ही वर्णांवर भक्ति ठेवून त्यांची सेवा करूं लागले.

जनमेजया, शांतनु राजानें हास्तिनापुर ही आपली राजधानी केली. या रम्य नगरींत राहून तो समुद्रवलयांकित पृथ्वीचें राज्य करूं लागला. हा राजा अत्यंत सरळ मनाचा, सत्यवादी व इंद्राप्रमाणें पराक्रमी होता. दान, धर्म, तप आणि योग ह्या चार प्रकारच्या कृत्यांनीं त्याचें वैभव फार वाढलें होतें. ह्याच्या मनांत राग आणि द्वेष यांचा गंधही नसल्याकारणानें ह्याची कांति चंद्राप्रमाणें सौम्य आणि आल्हादकारक होती. हा सूर्याप्रमाणें तेजस्वी,वायुप्रमाणें चपळ,यमाप्रमाणें शास्ता आणि पृथ्वीप्रमाणें क्षमाशील होता. ह्याच्या राज्यांत पशुपक्ष्यांचा देखील वध होईनासा झाला. याप्रमाणें तो जितेंद्रिय राजा पृथ्वीचें धर्मानुसार परिपालन करीत असतां, हिंसाकर्म बंद पडून प्रजेस निःपक्षपातानें न्याय मिळूं लागला; देव, ऋषि आणि पितर ह्यांच्या संबंधाचीं सर्व कर्में यथासांग होऊं लागलीं; पशुपक्ष्यादिकांच्या योनींमध्यें सुद्धां जे जे म्हणून दुःखी आणि अनाथ होते, त्या सर्वांचें पालन या राजानें पोटच्या मुलांप्रमाणें केलें; फार काय सांगावें? ह्या कुरुकुलोत्पन्न श्रेष्ठ राजाधिराजाच्या कारकीर्दींत वाणीला थारा काय तो एका सत्याचाच उरला, आणि मनाची धाव केवळ दान व धर्म या सत्कृत्यांकडेच होऊं लागली.

याप्रमाणें राज्य करीत असतां त्याचीं छत्तीस वर्षें गेलीं. ह्या काळांत, स्त्रीसुख तें कसें असतें हें जणू काय माहीतच नाहीं अशा रीतीनें त्यानें इतर विषयांत कालक्रमणा करावी, व बहुधा वनांत हिंडत असावें. ह्या राजाला गंगेपासून झालेला जो एक मुलगा होता, त्याचें नांव देवव्रत. हा वसूचा अवतार होय. ह्या मुलाचें रूप, आचार, वर्तन व विद्या हीं सर्व शांतनूच्याप्रमाणेंच होतीं. हा मोठा बलवान आणि वीर्यवान असून शस्त्रास्त्रविद्येंत निपुणता संपादन करून महारथी झाला. एके वेळीं शांतनु राजा शिकार करण्याकरितां अरण्यांत गेला असतां त्यानें एका हरिणावर बाण टाकला. तेव्हां तो हरिण पळूं लागला असतां तो त्याच्या पाठोपाठ जाऊं लागला, तों भागीरथी नदीच्या पात्रांत पाणी कमी झालेलें त्याच्या दृष्टीस पडलें. तें पाहून, नित्याप्रमाणें ही नदी आज कां बरें वाहात नाहीं ? म्हणून तो विचार करूं लागला. इतक्यांत एक सुंदर मुलगा त्याच्या दृष्टीस पडला. तो मुलगा बाणावर बाण सोडून गंगेचा प्रवाह अडवीत होता. त्या मुलाचें इंद्राप्रमाणें शरसंधान पाहून त्याच्या त्या लोकोत्तर कृतीबद्दल त्याला फार आश्चर्य वाटलें.तो मुलगा जन्मला तेव्हां शांतनु

राजानें त्याला पाहिलेलें होतें. परंतु ह्या वेळीं त्याची आठवण बुजून गेल्यामुळें त्याची त्याला ओळख पटली नाहीं. इतक्यांत त्या मुलानें आपल्या बापास पाहून आणि मायेनें त्यास मोहित करून तो तेथल्या तेथेंच अंतर्धान पावला. हा अद्‌भुत चमत्कार पाहून 'हा आपला मुलगा तर नसेलना?' असा शांतनूला संशय आला. तेव्हां तो गंगेला उद्देशून म्हणाला, 'तो मुलगा मला दाखीव.' त्यावरून गंगा उत्तम स्त्रीरूप धारण करून व त्या मुलाला उजव्या हातांत धरून तेथें प्रकट झाली. तिनें शुभ्र वस्त्र परिधान केलेलें असून तिच्या मुलाच्या अंगावर बहुमोल अलंकार होते. तिनें तो मुलगा राजास दाखविला, परंतु राजाला तिची ओळख पटेना. त्यानें तिला पूर्वीं ह्याच वेषांत पाहिलेली होती खरी; परंतु त्या मागील गोष्टीचा त्याला या वेळीं विसर पडला.

गंगा म्हणाली:–राजा, माझ्यापासून पूर्वीं तुला आठ मुलगे झाले होते, त्यांच्यापैकीं आठवा मुलगा तो हाच. याला तूं घे. आजपर्यंत मीं याला वाढविलें; आतां तूं याला घरीं घेऊन जा. हा मुलगा सर्वगुणसंपन्न असून अस्त्रविद्येमध्यें प्रवीण आहे; याला वसिष्ठ ऋषींनीं वेद व त्याचीं सहाही अंगें शिकविलीं आहेत. अस्त्रविद्या शिकल्याकारणानें हा महाधनुर्धारी झाला असून, युद्धकलेंत इंद्राच्या तोडीचा झाला आहे. देव आणि दैत्य या उभयतांसही मान्य व वंद्य असे शुक्राचार्य व बृहस्पती यांस अवगत असलेल्या सर्व शास्त्रांत हा पारंगत आहे. त्याचप्रमाणें, सर्व शत्रूंना अजिंक्य झालेल्या प्रतापी परशुरामाला माहीत असलेली अस्त्रविद्या हा पूर्णपणें शिकला असून, राजधर्म आणि अर्थशास्त्र यांच्यामध्यें हा निष्णात झालेला आहे. राजा, असा हा शूर, धनुर्धारी, आणि सर्वशास्त्रपारंगत झालेला तुझा मुलगा मी तुझ्या स्वाधीन करीत आहे; तर तूं याला घरीं घेऊन जा.

वैशंपायन म्हणाले:—राजा, ह्याप्रमाणें त्या मुलास घरीं नेण्याबद्दल गंगेनें सांगितलें असतां, शांतनु राजा त्या सूर्यासारख्या तेजस्वी मुलास बरोबर घेऊन आपल्या राजधानीस आला. तेव्हां आपण कृतकृत्य झालों असें त्याला वाटलें. नंतर त्यानें आपलें राज्य आपल्या गुणवान आणि पराक्रमी मुलाच्या स्वाधीन करण्याच्या उद्देशानें त्याला यौवराज्याचा अभिषेक केला. शांतनूचा हा महायशस्वी मुलगा राज्य करूं लागला, तेव्हां त्यानें आपल्या आचरणानें आपल्या पित्यास, पूरुकुलांतील इतर लोकांस आणि आपल्या राज्यांतील सर्व प्रजाजनांस संतुष्ट केलें. शांतनु राजानें राज्यसूत्रें आपल्या मुलाच्या स्वाधीन केल्यानंतर त्यांच्याबरोबर आनंदांत चार वर्षें घालविलीं.

धीवरकन्येची व शांतनूची भेट.

राजा, पुढें एके दिवशीं तो यमुना नदीचे कांठीं वनांत फिरत असतां तेथें त्याला एक प्रकारचा उत्तम वास आला. तेव्हां हा लोकोत्तर परिमळ कोठून येत आहे याच्या शोधासाठीं तो सभोंवार हिंडत असतां एक धीवरकन्या त्याच्या दृष्टीस पडली. तिचें तें देवासारखें रूप आणि कृष्णवर्ण नेत्र पाहून त्यानें तिला विचारलें, "मुली, तूं कोणाची? कोण? तुला काय पाहिजे?"

त्या मुलीनें उत्तर दिलें, "राजा, देव तुझें कल्याण करो; मी धीवराची कन्या असून बापाच्या आज्ञेवरून या नदीमध्यें धर्मार्थ नाव चालवीत असतें."

तिचें तें गोड भाषण, रूप आणि तिच्या अंगचा लोकोत्तर सुगंध यांच्या योगानें राजाचें मन तिच्यावर बसलें. तो तेथून निघाला, तो थेट तिच्या बापाकडे गेला, आणि आपणा स्वतांकरितां त्यानें तिच्यासंबंधानें त्याच्यापाशीं मागणी केली.

धीवरानें उत्तर दिलें.—महाराज, ही सुंदर मुलगी जन्मली, तेव्हांपासूनच कोणी तरी वर

पाहून त्याला ती द्यावी असा माझा संकेत झालेला आहे. आपल्यास हिच्याशीं विवाह करणें असेल तर माझी एक अट आहे ती समजून घ्या. आपण सत्यवचनी तर आहांच, आणि माझ्या मतें या मुलीस आपल्यासारखा योग्य वर दुसरा मिळणारही नाहीं.

शांतनु म्हणालाः–धीवरा, तुझी अट काय आहे ती मला कळूं दे, म्हणजे मग मी काय तें विचार करून सांगेन.

धीवर म्हणालाः–राजा, माझी अट इतकीच आहे कीं, हिच्यापासून तुला जो मुलगा होईल, त्यालाच तुझ्यामागून राज्याभिषेक झाला पाहिजे. या मुलाशिवाय दुसरा कोणीहीं राज्याचा मालक होतां कामा नये.

वैशंपायन म्हणालेः–राजा, धीवराचें हें बोलणें शांतनूला मान्य झालें नाहीं; आणि मदनाच्या तापामुळें त्याचें शरीर आंतून जळत असतांही तो तसाच हस्तिनापुरास परत गेला. परंतु घरीं आला तरी त्याच्या मनाची तळमळ राहीना. त्याच्या मनांत एकसारखी ती धीवरकन्या खेळूं लागली; यामुळें तो नेहमीं खिन्न असे. ही बापाची वृत्ति पाहून एके दिवशीं भीष्म त्याच्याजवळ गेला, आणि म्हणाला, " महाराज आपल्या राज्यामध्यें जिकडे तिकडे आनंदीआनंद असून सर्व मांडलिक राजे आपल्यास नमून आहेत. अशी सर्व प्रकारें अनुकूळ परिस्थिति असतां तुम्ही असे चिंताक्रांत कां झालां ? बाबा ! तुम्ही माझ्याशीं एक शब्दही बोलत नाहीं, असें कां? घोड्यावर बसून बाहेर जाणें देखील तुम्हीं सोडून दिलें ? आपलें मुख असें म्लान कां बरें झालें आहे? तुम्ही असे निस्तेज आणि रोड कां झालां ? तुम्हांला असें झालें तरी काय तें मला सांगा, म्हणजे त्याला कांहीं उपाय तरी मी करीन ?

शांतनु म्हणालाः—बाळा ! मला चिंता कशाची लागली आहे तें तुला सांगतों. हें पहा—आमच्या या मोठ्या कुळांत मूल काय तो तूं एकटाच आहेस, आणि त्यांतून तूं उगीच एके ठिकाणीं बसणारा नाहींस. हातामध्यें शस्त्र घेऊन तुझीं साहसाचीं कृत्यें नेहमीं काहीं ना कांहीं तरी चाललेलीं असतात. ह्या लोकांत मनुष्याच्या जीविताची अशाश्वत स्थिति पाहून मला असें भय वाटतें कीं, कांहीं कारणानें कदाकाळीं तुझ्या जिवाला जर कांहीं अपाय झाला, तर आमच्या कुलाची वाट काय होणार ? आतां, तुझ्या गुणावरून पाहिलें तर शंभर मुलगे असण्यापेक्षां तुझ्यासारखा एकच असणें श्रेयस्कर होय. अस्तु. तुझें कल्याण असो. हें पहा–आतां, मला दुसरें लग्न करण्याची म्हणजे हौस आहे अशांतला प्रकार नव्हे; परंतु वंश कायम रहावा असें मनांत आलें म्हणजे मात्र पुनश्च लग्नाचा विचार मनांत येतो. कारण, एकपुत्रता ही अनपत्यताच होय, असें शास्त्रवेत्ते म्हणतात. अग्निहोत्र आणि वेदविद्येचा प्रसार हीं मोक्षदायक कृत्यें तर खरींच; परंतु यांची योग्यता अपत्यत्वाच्या षोडशांशाइतकी देखील होत नाहीं. ही स्थिति मानवजातीसच लागू आहे असें नाहीं; तर पशुपक्ष्यादि योनींतलि प्राण्यांसही लागू आहे. तात्पर्य, 'मुलगा हेंच मोक्षाचें साधन ' या अर्थाची श्रुति सर्व पुराणांना आणि देवांनाही मान्य असून हिची सत्यता त्रिकालाबाधित असल्याकारणानें तिच्या खरेपणाबद्दल मला बिलकूल संशय घेण्यास जागा नाहीं. तूं शूर आणि संतापी असून शस्त्रधारी असल्यामुळें तुला युद्धांत मरण येण्याचा पुष्कळ संभव आहे; आणि कदाचित् कांहीं कारणानें तुझ्यावर तसा प्रसंग ओढवला, तर कसें होईल अशी मला चिंता लागून राहिली आहे; आणि, मुला ! माझ्या दुःखाचें तरी कारण हेंच होय.

भीष्मांचा स्वार्थत्याग.

वैशंपायन सांगतातः–राजन्, हें पित्याचें

भाषण ऐकून भीष्मानें त्याचा आपल्याशीं विचार केला, आणि लगेच तो आपल्या बापाच्या हितचिंतक वृद्ध मंत्र्याकडे गेला;व पित्याच्या दुःखाचें कारण त्यानें त्यास विचारलें.तेव्हां मंत्र्यानें ती धीवरकन्या आणि तिच्यासंबंधाची अट या दोहोंविषयींची माद्यंत हकीकत त्याला सांगितली. नंतर भीष्म त्या वृद्ध मंत्र्यास बरोबर घेऊन त्या धीवराकडे गेला; आणि आपल्या पित्यासाठीं त्याच्या मुलीबद्दल त्याजवळ त्यानें मागणी घातली. तेव्हां त्या धीवरानें त्याचें सन्मानपुरःसर आदरानें आतिथ्य केलें, व त्यास सभेस बोलावून त्यानें आपले सर्व हेतु त्याजवळ बोलून दाखविले.

तो म्हणालाः–भरतश्रेष्ठा, तुझें सर्व म्हणणें मला कळलें;आणि एकंदरींत पाहतां अशा प्रकारची इष्ट, स्तुत्य व आपोआप जुळून आलेली संधि दवडली असतां प्रत्यक्ष इंद्रालाही पश्चात्ताप होईल यांत शंका नाहीं. माझी ही सुंदर सत्यवती मुलगी ही आपल्यासारख्या एका श्रेष्ठ पुरुषापासून झालेली असून त्यानें मला असेंच सांगितलें आहे कीं, या मुलीला योग्य वर म्हटला म्हणजे तुझा पिताच होय. पूर्वी एकदा असित नांवाच्या एका श्रेष्ठ ऋषीनें या मुलीबद्दल मागणी केली होती; परंतु ती मीं याच कारणानें नाकारिली. आतां, शांतनूला देण्यासंबंधानें मला अवघड इतकेंच वाटतें कीं, तें स्थळ सर्व प्रकारें उत्तम आहे; परंतु त्यांत सापत्नभाव हा एक मोठा दोप आहे; आणि तो संबंध तुझ्याशींच येणार. तुझा पराक्रम असा आहे कीं, तूं सर्व धनुर्धरांमध्यें श्रेष्ठ असून तुझ्याशीं एखाद्याचें वैर पडलें तर प्रत्यक्ष देव किंवा गंधर्व यांनाही जिवंत राहण्याची आशा करावयाला नको. शिवाय राज्य चालविण्यामध्येंही तूं निपुण आहेस. तेव्हां अशा स्थितींत माझी मुलगी तुमच्या येथें देऊन तिच्या संततीला कोणत्याही प्रकारची आशा करण्यास जागा रहात नाहीं. तेव्हां ही गोष्ट तुलाही विचार करण्यासारखी आहे.

भीष्म म्हणालाः—धीवरा, एवढेंच जर तुझें म्हणणें असेल, तर, जशा प्रकारची प्रतिज्ञा पूर्वी जन्मास आलेल्या कोणत्याही पुरुषानें केली नाहीं किंवा पुढें जन्मास येणारा कोणताही मनुष्य करणार नाहीं, अशी प्रतिज्ञा करून तुला सांगतों कीं, तुझ्या इच्छेप्रमाणेंच सर्व गोष्टी शेवटास जातील. म्हणजे, तुझ्या कन्येला जो पुत्र होईल तोच पुढें राज्याचा सर्वस्वीं अधिकारी होईल.

वैशंपायन सांगतातः–राजा,याप्रमाणें भीष्मानें प्रतिज्ञा केली, तरीही त्या धीवराचें समाधान झालें नाहीं; आणि राज्यलोभामुळें, भीष्माच्या हातून याहीपेक्षां दुष्कर कर्म करवावें अशा हेतूनें त्यानें आणखी एक शंका प्रदर्शित केली.

धीवर म्हणालाः–बा भीष्मा,तुझ्या ह्या कृत्यानें शांतनूचें अनाथत्व घालविण्याचें आणि माझ्या मुलीच्या कन्यादानाचें श्रेयही तुलाच मिळालें आहे.तूं सत्यप्रतिज्ञ असल्यामुळें तूं आपल्याप्रतिज्ञेप्रमाणें वागण्यास कधींही अंतर करणार नाहींस अशी माझी खातरी आहे. परंतु मुलीच्या बापाचें मन मोठें वेडें असतें.आपल्या मुलीच्या हिताच्या आड येणारी जीं जीं कारणें असतील, ती त्याच्या पुढें दत्त म्हणून उभीं असतात. त्याचप्रमाणें, मला आतां आणखी एक शंका उत्पन्न झाली आहेः ती हीच कीं, तुझ्यापासून जरी माझ्या मुलीच्या संततीला अपाय झाला नाहीं, तरी तुझ्या संततीपासून होण्याचा संभव आहेच.

भीष्म म्हणालाः—धीवरा,तुझ्या मनांत जी दुसरी शंका आली, तिचेंही निरसन होण्याकरितां व आपल्या पित्याचा हेतु साध्य होण्याकरितां या सर्वांच्या देखत मी पुनः असें सांगतों कीं,मी मुळींच विवाह करणार नाहीं; नेहमीं ब्रह्मचर्यव्रतानें राहून आपलें आयुष्य घालवीन. आतां यामुळें मी निपुत्रिक होईन खरा, परंतु

तसें असलें तरी मला स्वर्गामधील अक्षय लोकांची प्राप्ति होईल. धीवरा, आतां, राज्यावर मी पूर्वींच पाणी सोडलें आहे, आणि या दुसऱ्या प्रतिज्ञेनें मला संतति होण्याची भीति राहिलेली नाहीं. तर आतां तूं आपली कन्या निर्धास्तपणें माझ्या पित्याला दे.

वैशंपायन सांगतातः—राजा जनमेजया, त्याचें हें भाषण ऐकून त्या धर्मात्म्या धीवराला परमानंद झाला; त्याच्या अंगावर रोमांच उभे राहिले; आणि तो "मी मुलगी देतों" असें म्हणाला. या वेळीं आकाशांतून ऋषि, देव आणि अप्सरा यांनीं "हा भीष्म[1]!,, असें म्हणून त्याच्यावर पुष्पवृष्टि केली.

जनमेजया, नंतर तो भीष्म त्या यशस्वी कन्येला म्हणाला,"मातुःश्री!आतां या रथावर बसा म्हणजे आपण घरीं जाऊं." असें म्हणून त्यानें त्या कन्येला रथांत बसविलें, आणि तो हस्तिनापुरांत आला, व तिला त्यानें आपल्या पित्याच्या स्वाधीन केलें.ती धीरवकन्या आणिलेली पाहून व त्यानें केलेल्या प्रतिज्ञा ऐकून "हाच भीष्म!" असे तेथील सर्व राजांच्या तोंडांतून उद्गार निघाले; आणि त्याच्या त्या अघटित कृत्याची तेथें असलेल्या सर्व लोकांनींही वाहवा केली; इतकेंच नव्हे, तर ज्याला ज्याला म्हणून ही गोष्ट कळली, त्या प्रत्येकाच्या तोंडांतून असेच उद्गार निघाले. शांतनूचें अंतःकरणही प्रेमानें ओतप्रोत भरून येऊन, "भीष्मा, तूं इच्छामरणी होशील, म्हणजे जावत्कालपर्यंत जगण्याची तुझी इच्छा असेल, तावत्कालपर्यंत तुझ्यावर मृत्यूची सत्ता चालावयाची नाहीं; तुझी इच्छा झाल्यावरच तो तुझ्यावर सत्ता चालवूं शकेल" असा त्यानें त्या महात्म्या पुण्यशील भीष्मास वर दिला.

१ भयंकर कर्म करणारा.

अध्याय एकशेंएकावा.

—:०:—

शांतनुपुत्र चित्रांगदाचा वध.

वैशंपायन सांगतातः– त्या धीवरकन्येशीं विवाह झाल्यानंतर त्या शांतनु राजानें त्या लावण्यवती कन्येला आपल्या राजवाड्यांत आणून ठेविलें.नंतर कांहीं दिवसांनीं बुद्धिसंपन्न शांतनु राजाला सत्यवतीच्या उदरीं सर्वलक्षणसंपन्न अशा प्रकारचें एक पुत्ररत्न झालें. या वीरपुत्राचें नांव चित्रांगद ठेविलें. हा मोठा वीर आणि पुरुषांमध्यें श्रेष्ठ असा झाला. नंतर शांतनु राजाला दुसरा एक पुत्र झाला. त्याचें नांव विचित्रवीर्य होय. हा महाधनुर्धारी व राजलक्षणी पुरुष झाला. पण या शूर वीर मुलांच्या दुर्दैवानें, हे वयांत येण्याच्या आधींच शांतनु राजाला देवाच्या घरचें बोलावणें आलें! तेव्हां सत्यवती मातुःश्रीच्या मतानुसार सद्धर्मानें चालणाऱ्या भीष्माचार्यांनीं शत्रुदमन करणाऱ्या चित्रांगदास राज्यावर स्थापिलें.राज्यारूढ झाल्यानंतर थोडक्याच दिवसांत चित्रांगदानें स्वतांच्या शौर्यानें सर्व राजांचा पराभव केला. आपल्या बरोबरीचा त्याला ह्या मानवलोकांत कोणीच आढळेना. हें तर काय? पण प्रत्यक्ष देव व असुर यांच्याशींही या मानी व अभिमानी राजानें दावा सुरू केला. एकदां चित्रांगद राजाची व बलवान चित्रांगद गंधर्वाची गांठ पडून सरस्वतीतीरीं कुरुक्षेत्राच्या रणांगणावर तीन वर्षेंपर्यंत या बलवंत वीरांचें घनघोर युद्ध झालें. धनुर्विद्येमध्यें अथवा बाहुबलामध्यें चित्रांगद राजा हटत नाहीं असें पाहून गंधर्वानें मायेचा प्रयोग करून राजास ठार केलें, आणि चित्रांगद गंधर्व स्वर्गास निघून गेला. याप्रमाणें तेजस्वी व नरशार्दूल चित्रांगदाचें निधन झाल्यावर भीष्मांनीं दुःखानें त्याची उत्तरक्रिया केली, आणि सत्यवती मातुःश्रीच्या अनुमतानें विचित्रवीर्याची

राज्यावर स्थापना केली. विचित्रवीर्य लहानच होता; तेव्हां त्यानें सर्व राज्यकारभार भीष्माचार्यांच्या अनुमतीनें चालविला, आणि आपल्यास वंशपरंपरा प्राप्त झालेल्या राज्याची इभ्रत कायम ठेविली. भीष्माचार्यांनींही विचित्रवीर्यास आपलें धर्मशास्त्रनैपुण्य शिकविलें, आणि त्याचें मोठ्या ममतेनें परिपालन केलें. विचित्रवीर्यही कृतज्ञ बुद्धीनें व धर्मपुरःसर, वडिलांस योग्य तो मान भीष्माचार्यांस देत असे.

अध्याय एकशें दुसरा.

—:०:—

विचित्रवीर्याचें वृत्त.

वैशंपायन सांगतातः-याप्रमाणें चित्रांगद मेला, तेव्हां विचित्रवीर्य लहान आहे असें पाहून भीष्माचार्यांनीं सत्यवती मातुःश्रीच्या अनुमतानें राज्यशकट हाकण्यास सुरुवात केली. पुढें विचित्रवीर्य हा विवाहाला योग्य वयाचा झाला असें पाहून चाणाक्ष भीष्माचार्यांनीं, त्याचा विवाह लवकरच उरकून घ्यावा असें मनांत आणिलें. इतक्यांत असें वर्तमान आलें कीं, अप्सरेसारख्या सुंदर अशा काशिराजाच्या तीन मुलींचें एकदम स्वयंवर होणार आहे. तेव्हां हें वर्तमान ऐकून भीष्मांनीं मातुःश्रीची संमति घेतली, आणि आपण स्वतांच एकटे रथांत बसून वाराणसीला गेले.

स्वयंवराचा वृत्तांत.

जनमेजया, भीष्म हे मोठे शूर, अतिरथी व शत्रुवधामध्यें पटाईतच होते. तेव्हां एकट्यानें जातांना त्यांस भीति वाटली नाहीं, हें सांगावयास नकोच. तेथें जाऊन पाहतात तों चोहोंकडून हजारों राजे त्या सुंदरींचें पाणिग्रहण करण्यास आलेले आहेत. असो; लवकरच सभा थाटली, व त्या सुंदर कन्यांस जमलेल्या सर्व राजांचीं नांवें व पराक्रम सांगत सांगत, मंडळी भीष्मांपर्यंत आली. भीष्माचें नांव, त्यांचें सामर्थ्य व कीर्ति ऐकून सुप्रसन्न झालेल्या त्या सुंदरींनीं जेव्हां त्यांकडे पाहिलें, तेव्हां तो वृद्ध आहे असें पाहून त्या खिन्न झाल्या; आणि 'वृद्ध आहे!' असें चिंतन करीत करीत पुढें चालत्या झाल्या. त्या वेळीं "हे वृद्ध कपि, धर्माचे गड्डे, आपले पांढरे केश व सुरकुतलेलें तोंड घेऊन निर्लज्जासारखे येथें कशाला आले आहेत?' आपण लग्न करणार नाहीं' अशीना यांची प्रतिज्ञा! "भीष्म ब्रह्मचर्याचें व्रत कडकडीत चालवितात" ही यांची कीर्ति आज अस्तंगतच झाली म्हणावयाची!" याप्रमाणें तेथें जमलेले राजे आपसांत कुजबुजून पुढें मोठमोठ्यानें थट्टा करावयास लागले, व दांत काढून गर्दभहास्यही करूं लागले! ही थट्टा पाहून व ऐकून धनुर्धरश्रेष्ठ भीष्माचार्य क्रोधानें संतप्त झाले, आणि त्या तिघींनाही जबरदस्तीनें एकदम रथांत घालून तेथें जमलेल्या राजांस मेघगंभीर वाणीनें म्हणाले, 'राजेहो! आर्यविवाहाचे आठ प्रकार तुम्हांस माहीतच आहेतः (१) गुणी वरास बोलावून आणून त्याच्या स्वाधीन आपली कन्या सालंकृत करून देणें हा ब्राह्मविधि, (२) गोमिथुन घेऊन कन्यादान करणें हा आर्षविधि, (३) धनाच्या जोरावर बापापासून कन्या विकत घेणें हा आसुरविधि, (४) बळाच्या जोरावर कन्या नेणें हा राक्षसविधि, (५) कन्येची मात्र संमति मिळविणें हा गंधर्वविधि. (६) भांग गांजा इत्यादि मादक द्रव्यांनीं उन्मत्त करून कन्या नेणें हा पैशाचाविधि, (७) 'दोघेंही धर्माचरण करा' असें म्हणून केलेलें कन्यादान प्राजापत्य, आणि (८) यज्ञामध्यें पुरोहितत्व पतकरून दक्षिणेच्या रूपानें कन्या मिळविणें हा दैवाविधि असे हे विवाहाचे आठ प्रकार आहेत. परंतु क्षत्रियकन्येचा विवाह स्वयंवरविधीनेंच होणें सर्वमान्य आहे. त्यांतही, स्वयंवरास आले-

ल्या सर्व क्षत्रियांचा व लोकांचा पराभव करून हरण करून आणेलल्या कन्येबरोबर विवाह करणें हें क्षत्रियांस सर्वांत श्रेष्ठ आहे असें धर्मवादी म्हणत आले आहेत, व हें तर तुम्हांस विदित आहेच; तेव्हां या कन्या मी बळाच्या जोरावर येथून घेऊन जातों. सामर्थ्य असेल तर लढाईस सिद्ध व्हा; जय होईल कीं नाहीं हें मी सांगत नाहीं, पण यत्न करून तर पहा. राजेहो! मी तर युद्धाचें ठाण मांडून उभा राहिलों आहें, शक्ति असेल तर करा तयारी!" याप्रमाणें बोलून भीष्मांनीं त्या कन्या रथांत सुव्यवस्थित रीतीनें बसाविल्या, आणि सर्व राजांस हांक देऊन भीष्म महाराजांनीं 'रथ हाक' म्हणून सारथ्याला सांगितलें.

युद्धाचें वृत्त.

राजा, ही या वृद्धाची दंडेली पाहून सर्व राजे प्रकोपानें उठले, दंड थोपटूं लागले. व दांतओठ खाऊं लागले. चोहींकडे गडबड उडाली, सर्वत्र घोटाळा झाला, कोणाचीं वस्त्रें खालीं पडलीं, कोणाचीं चिलखतें घसरलीं, आणि कोणाच्या अंगावरचे दागिने उल्कापाताप्रमाणें पडूं लागले. याप्रमाणें घाईमध्यें त्यांनीं आपलीं वस्त्रें, अलंकार, कवचें वगैरे सर्व भूमीवर विखरून टाकिलीं! भीष्माच्या धर्षणजन्य संतापानें सर्वांचे डोळे लाल झाले आहेत, भ्रुकुटी वक्र झाल्या आहेत, व ओष्ठप्रांत थरथर हालत आहेत, असे ते क्रुद्ध राजे एकदम आपआपलीं शस्त्रास्त्रें घेऊन सूतांनीं तयार केलेल्या उत्तमोत्तम रथांवर आरूढ झाले, आणि भीष्माचार्य चालत होते त्यांच्या मागोमाग त्यांनीं आपले रथ हाकले. आपआपलीं शस्त्रें उचलून हे वीर आपल्याशीं लढण्याकरितां येत आहेत असें पाहून आचार्यांनीं आपला रथ थांबविला. नंतर ते सर्व राजे एकीकडे आणि आचार्य एकीकडे, असा संग्राम सुरू झाला. हा आश्चर्यकारी संग्राम तर महाघनघोर होय. ते हजारों राजे प्रत्येकश: दहा दहा हजार बाण एकदम भीष्मांवर सोडीत आहेत, अर्ध्या वाटेंतच भीष्मांनीं त्यांचे तुकडे तुकडे करून टाकले आहेत, भीष्मांचे बाण निवारण करून पुन: ते त्या एकट्यावर अशी भयंकर शरवृष्टि करीत आहेत कीं, त्यापुढें हिमाचलावर होणारा मेघवर्षाही फिक्का पडावयाचा, भीष्म सर्वत: बाणमय झाले आहेत, पुन: भीष्म प्रत्येकावर तीन तीन बाण टाकीत आहेत, प्रत्येक राजा भीष्मांस पांच पांच प्रखर बाणांनीं जर्जर करीत आहे, व पुनरपि भीष्मराज दोन दोन बाण सोडून राजांस जागच्या जागीं खिळीत आहेत, असें हें घोर युद्ध मोठें आश्चर्यकारक झालें! या युद्धाला देवदानवांच्या युद्धाचीच उपमा योग्य. इकडे भीष्मांनीं असा चमत्कार केला कीं, एकदम शर आणि शक्ति यांचा वर्षाव करून त्यांनीं लोकवीर पाहत असतां हजारों वीरांचीं धनुष्यें तोडिलीं, ध्वज मोडले, चिलखतें फोडिलीं, आणि शिरें तोडिलीं! भीष्मांचें हें अपूर्व व अप्रतिहत हस्तलाघव, शत्रुभेदननिपुणता व आत्मसंरक्षणदक्षता पाहून शत्रूंनीं सुद्धां तोंडांत बोटें घातलीं, व निर्वैर होऊन ते त्यांची स्तुति गाऊं लागले!

भीष्मांचें शाल्वाशीं युद्ध.

वैशंपायन सांगतात:—राजा, याप्रमाणें सर्वांचा पराभव करून कन्यांसहवर्तमान भीष्मांनीं कुरु देशाकडे आपला रथ वळविला, तेव्हां त्यांच्या मागें केवळ एक शाल्व राजा मात्र लागला. त्याला जखम वगैरे कांहीं झाली नव्हती. असो; हा महानुभव शाल्व राजा भीष्मांवर चालून आला, तेव्हां हत्तीणीशीं प्रेम करणाऱ्या एका गजावर दुसरा गज चाल करून जात आहे, असें वाटलें. 'अरे वृद्ध जरठ भीष्मा! चाललास कोठें? उभा रहा, उभा रहा!' अशी सिंहगर्जना करून त्या कामुक शाल्वराजानें भीष्मांस थांबविलें. त्या महाबाहु उतावीळ राजाची हांक पुरुषव्याघ्र भीष्मानें ऐकिली मात्र; तोंच खखरखीत इंगळाप्र-

माणें क्रोधानें लाल झालेल्या भीष्माचार्यांनीं भिंवया वर चढवून धनुष्य सज्ज केलें व त्यास बाणही लाविला. भीष्माचार्यांस भय किंवा संभ्रम यांचें वारें स्वप्नांत सुद्धां नसावयाचें! क्षात्रधर्मास जागून त्यांनीं आपला रथ थोपवून मागें फिरविला, आणि शाल्व राजासमोर नेऊन उभा केला. 'आतां भीष्मशाल्वांचें अलौकिक द्वंद्वयुद्ध होणार' असें पाहून इतर राजांनीं प्रेक्षकवृत्ति स्वीकारिली, आणि ते चमत्कार पाहण्यास उभे राहिले. पुष्पिणी धेनूसाठीं टक्कर घेण्यास तयार झालेले दोन मदोन्मत्त व डुरकण्या फोडणारे वृषभ ज्याप्रमाणें एकमेकांस रोखून उभे राहतात. त्याप्रमाणें एममेकांकडे तक्षकदृष्टीनें बघणारे हे बलवान आणि विक्रमशाली वीर परस्परांवर गर्जना करीतच चाल करून गेले. तेव्हां पहिल्या प्रथम शाल्व राजानें शांतनव भीष्मावर त्वरेनें गमन करणारे लाखों बाण सोडून त्यांस झांकून टाकिलें. हें अद्वितीय कृत्य पाहून प्रेक्षकराजमंडलांत 'शाबास! शाबास!' असा एकसमयावच्छेदेंकरून हर्षध्वनि निघाला, तो सर्व आकाशभर दुमदुमून राहिला. त्याचें तें हस्तलाघव पाहून सर्व राजे त्याची स्तुति करीत आहेत तोंच या प्रेक्षकस्तुतीनें क्रुद्ध झालेले अजिंक्य भीष्माचार्य 'शाल्व राजा, उभा रहा उभा रहा' अशी सिंहगर्जना करून ओरडले आणि त्यांनीं सारथ्यास आज्ञा केली कीं, 'जेथें शाल्व राजा आहे, तेथें माझा रथ नेऊन उभा कर. एका क्षणांत गरुड जसा सर्पाचा नाश करितो, तसा या दुष्टाचा मी नाश करितों. चल ने रथ तिकडे!'

राजा, भीष्मांच्या आज्ञेप्रमाणें सारथ्यानें रथ हाकला. रथ उभा राहतांक्षणीं भीष्मांनीं वरुणास्त्र सोडून शाल्वाच्या रथाचे घोडे मारिले; आणि त्यानें टाकलेल्या अस्त्रांचें निवारण करून त्याचा सारथिही मारिला. ऐंद्रास्त्रानें त्याचे पुनः उत्तम अश्व मारून त्याला धरिलें; आणि पराभूत झालों, असें त्याच्याकडून वदवून त्याला जिवंत सोडून दिलें तेव्हां तो राजा खिन्न होत्साता स्वनगरास निघून गेला. जनमेजया, कन्याप्राप्तीसाठीं हा इतका खटाटोप करावा लागला! असो; नंतर, स्वयंवर पहाण्यासाठीं आलेले इतर राजेही आपआपल्या नगरास निघून गेले, आणि भीष्माचार्यही याप्रमाणें सर्वतोपरी विजयी होऊन व त्या कन्यांस बरोबर घेऊन हास्तिनापुरास आले. हें नगर ह्मणजे विचित्रवीर्याची कुरु देशची राजधानी होय. एखाद्या लग्नायोग्य झालेल्या मुलाचा बाप जसा 'सुना' या दृष्टीनें कित्येक मुली त्वरेनें घेऊन येतो, किंवा भाऊ धाकट्या बहिणीस आणितो, किंवा बाप आपल्या मुलींस आणितो, त्याप्रमाणें ह्मणजे सुना, लेंकी अथवा बहिणी असे धर्मतःसमजून गांगेय भीष्माचार्यांनीं आपणा स्वतांस एकही जखम लागूं न देतां आणि रणामध्यें हजारों शत्रूंचा पाडाव व निःपात करून काशिराजाच्या मुली आपल्या भावाचें प्रिय करण्यासाठीं आणिल्या; आणि याप्रमाणें बलानें जिंकून आणिलेल्या त्या रूपसंपन्न व गुणसंपन्न कन्या आपल्या धाकट्या भावास अर्पण केल्या.

अंबेस शाल्वाकडे जाण्याची अनुज्ञा.

याप्रमाणें धर्मज्ञ भीष्मांनीं अमानवी कर्म करून या मुली धर्मनियमांची अमर्यादा न करितां आणिल्या, आणि ते विचित्रविर्याचे लग्नाची तयारी करूं लागले. आईच्या संमतीनें तिथिनिश्चयही कला, व त्या आत्मविजयी पुरुषानें लग्नसमारंभाचा दिवसही प्रसिद्ध केला. तेव्हां काशिराजाची अंबानामक ज्येष्ठ कन्या त्यांकडे आली आणि ह्मणाली, "हे धर्मज्ञ! मीं सौभपति शाल्व राजा यास मनानें वरिलें आहे, त्यानेंही मला मनानें वरिलें आहे, बाबांची इच्छाही मीं शाल्वास वरावें अशी होती, वस्वयंवराचे दिवशीं मी शाल्वाच्याच

गळ्यांत माळ घालणार होतें. याउपर आपल्यास काय करणें असेल तें करा. आपण धर्म जाणणारे आहां."

अंबेचें हें भाषण ऐकून भीष्मांस मोठी चिंता उत्पन्न झाली. पण अंबा बोलली तेथें अनेक वेदपारंगत व श्रेष्ठ ब्राह्मण होते. त्या सर्वांनीं धर्मदृष्टीनें विचार केला, आणि 'तुला शाल्वाकडे जाण्यास आमची संमति आहे' असें अंबेस सांगून तिची पाठवणी केली.

विचित्रवीर्याचें लग्न व निधन.

राजा, नंतर अंबिका व अंबालिका या दोघींचें लग्न विचित्रवीर्याशीं यथाविधि झालें. हें लग्न झालें तेव्हां विचित्रवीर्य धर्मपर वागत असे. पुढें हें लग्न होऊन थोडेसे दिवस लोटले तोंच रूपयौवनानें मदोन्मत्त झालेला हा राजा विषयलोलुप झाला. भरज्वानींत असल्यामुळें सर्वावयवपुष्ट अशा त्याच्या त्या दोघी स्त्रियांसही, आपल्यास अनुरूप व रूपसुंदर पति मिळाला ह्मणून अत्यंत आनंद झाला, व त्या मंगलसुंदरी पतिसेवेमध्यें एकनिष्ठेनें रममाण झाल्या. विचित्रवीर्याचें स्वरूप अश्विनिकुमारांसारखें आणि पराक्रम देवांसारखा; तेव्हां तो सर्व योषितांचीं मनें हरण करी यांत काय आश्चर्य आहे? असो; विषयाच्या सतत उपभोगामध्यें या तरुण राजानें सात वर्षे घालविलीं. भोगातिरेकाचा परिणाम रोग हा आहेच! अर्थातच त्याला राजयक्ष्मानामक रोगानें गांठलें! तेव्हां आप्त, सुहृद्, वैद्य यांनीं हजारों दैवी व मानवी उपाय केले; पण उपाय नाहीं. शेवटीं, सूर्य अस्तास जातो त्याप्रमाणें हा तरुण राजा यमसदनास गेला! झालें! इतक्या दिवसांचे श्रम व्यर्थ गेले! धर्मात्मे भीष्माचार्य व माता सत्यवती यांच्या दुःखास काय विचारावें? त्यांस अत्यंत शोक झाला; तथापि तो आवरून भीष्मांनीं ब्राह्मणांसहव कौरवांसहवर्तमान दुःखांतअसतांही त्या तरुण राजाची उत्तरक्रिया यथासांग केली!

अध्याय एकशें तिसरा.

—:०:—

सत्यवतीभीष्मसंवाद.

वैशंपायन सांगतातः— राजा, विचित्रवीर्याच्या मृत्यूमुळें दीन, दुर्दैवी व कुलसंतानासाठीं तळमळणारी ती सत्यवती आपल्या त्या तरुण सुनांचें कसेंबसें समाधान करून त्यांना बरोबर घेऊन पुत्रकार्यार्थ अनेक व्रतोद्यापनेंकरिती झाली; आणि भीष्माचार्यांचेंही समाधान करून त्यांस ह्मणूं लागली कीं, "बाळा भीष्मा! धर्माचा, पितृवंशाचा व मातृवंशाचा विचार करून पहाः पुत्रा! तूं तर कुरुकुलांतील यशस्वी शांतनूचा प्रत्यक्ष पिंड आहेस. शांतनु महाराज तर नित्य धर्माची मूर्ति होते. त्यांनीं तुझ्या ठिकाणीं आपला सर्व पिंड, आपली कीर्ति व आपली कुलबुद्धि ठेविली, असें आतां झालें आहे. बाळा सत्कर्म केलें असतां सद्गति मिळते हें जितकें निश्चित आहे, सत्यामध्यें जितकें आयुष्य शाश्वत आहे, तितक्याच शाश्वतीनें धर्म तुझ्याठायीं वास करीत आहे. हे सद्धर्मनिपुण पुत्रा! तुला सर्व धर्म सूत्ररूपानें व विस्तृतरूपानें विदित आहेत. तुला वेदवेदांगांचें उत्तम ज्ञान आहे; इतकेंच नव्हे, तर धर्माचरण सुव्यवस्थित रीतीनें कसें करावें, कुलाचार कसे पाळावे, आपत्प्रसंगीं काय करावें हें गुरुशुक्राप्रमाणें तुला विदित आहे. आपल्या कुरुकुलाची व माझ्या मातृकुलाची संतति राहिली पाहिजे हें तुला ठाऊक आहे. बाळा! तूं धर्मज्ञ व धार्मिकश्रेष्ठ आहेस, म्हणून तुझ्यावर आमच्या सर्व पूर्वकुलांची भिस्त ठेवून तुझ्याकडे एक कामगिरी सोपवावी, असा मीं निश्चय केला आहे. ती माझी धर्मपूर्ण आज्ञा ऐकून त्याप्रमाणें वाग असें सांगण्यास तूं योग्यच आहेस. बाळा! माझा पराक्रमी मुलगा व तुझा प्रिय बंधु विचित्रवीर्य हा सर्वांच्या दुर्दैवानें अकालींच स्वर्गास गेला.

बिचाऱ्याला एक पुत्र सुद्धां झाला नाहीं. त्याच्या ह्या दोन पट्टराण्या-काशिराजाच्या मुली-रूपयौवनसंपन्न असून पुत्रमातृत्वाचा अधिकार असावा अशी धर्मेच्छा धारण करितात. तेव्हां माझी तुला आज्ञा इतकीच आहे कीं, आपल्या कुलवृद्धीसाठीं यांस अपत्यदान दे. ही माझी आज्ञा आहे असेंच नव्हे, तर प्रस्तुतच्या आपत्प्रसंगीं हा धर्मच आहे. बाळा! तूंच आतां राज्यावर बैस, आणि भारतीयांचें परिपालन कर. यांस धर्ममार्गानें आपलें भार्यात्व दे म्हणजे आपले पूर्वज पतन पावणार नाहींत. सारांश, ब्रह्मचर्याश्रमाचा त्याग करून माझ्या आज्ञेनें व कुलवृद्धीकरितां गृहस्थाश्रम घे."

सत्यवतीचें व त्याचप्रमाणें इतर सुहृदांचें बोलणें ऐकून तो धर्मात्मा धार्मिकच उत्तर देता झाला. भीष्म म्हणतात, "मातुःश्री! आपण सांगितलेला परमधर्म निःसंशय खरा आहे; आणि अपत्यसंबंधानें पूर्वीं मीं कोणती दृढप्रतिज्ञा केली आहे हेंही आपल्यास विदित आहे. मीं अशी घोर प्रतिज्ञा कां केली हेंही आपल्यास श्रुत नाहीं असें नाहीं. आपल्या निमित्तानेंच ती प्रतिज्ञा करावी लागली होती. तेव्हां त्या शपथेसंबंधानें पुनः मी आतां स्पष्टपणानें सांगतों कीं, त्रैलोक्याचें स्वामित्व किंवा देवांचें राज्य अथवा यापेक्षांही जास्त कांहीं असूं शकेल तर तेंही सोडीन, पण मी आपली प्रतिज्ञा कधींही मोडणार नाहीं. ही पृथ्वी आपला गंधनामक गुण सोडील, जल आपलें रसत्व टाकून देईल, प्रकाश रूपाचा त्याग करील, वायु स्पर्शगुणापासून विभक्त होईल, सूर्य आपल्या प्रकाशाचा तिरस्कार करील, धूमकेतु आपल्या उष्णतेचा निरोप घेईल, त्याचप्रमाणें आकाश आपला शब्द गुण विसरेल, चंद्र आपला शीत गुण सोडून देईल, इंद्र आपल्या पराक्रमाची रजा घेईल, व यमधर्मही धर्मवृत्तीचा त्याग करील; इतक्याही अशक्यगोष्टी होऊं शकतील, पण मी आपली प्रतिज्ञा म्हणून कधींही सोडणार नाहीं!"

जनमेजया, पुत्राचें तें उत्साहयुक्त व निश्चयाचें बोलणें ऐकून सत्यवती देवी म्हणाली, "हे अभंगप्रतिज्ञ भीष्मा! सत्याविषयींचें तुझें दृढ प्रेम मी जाणतें. बाळा! तुझें तेजच इतकें अगाध आहे कीं, मनांत आणिलेंस तर स्वतेजानें तीन्ही लोक तूं उत्पन्न करशील. पुत्रा, माझ्यानिमित्त तूं प्रतिज्ञा केलीस, तीही मीं विसरलें नाहीं. पण या आपत्प्रसंगाचा विचार करून त्वां ही वंशपरंपरा व राज्य चालवावें असें माझें म्हणणें आहे. आपले कुलधर्म नष्ट होऊं नयेत रे! हें पहा—सगळ्यांचें मन प्रसन्न होईल असें नको का आपल्याला करायाला?"

ह्याप्रमाणें तिचें शोकपूर्ण, दीनतेचें व पुत्रकामुकतेमुळें धर्मबाह्य भाषण ऐकून भीष्मांस वाईट वाटलें; आणि ते म्हणाले, "मातुःश्री, सद्धर्माचा खरा विचार करा; अविचारानें आपला व आपल्या कुलाचा घात होईल. क्षत्रियानें सत्यभंग करणें हें धर्माच्या घरीं केव्हांही रुजू व्हावयाचें नाहीं, आतां शांतनूचें कुल व त्याचा वंश अक्षय्य राहील असा सनातन धर्म तुम्हांस सांगतों, तो कृपा करून श्रवण करा; आणि समंजस व आपद्धर्माचें उत्तम ज्ञान असणाऱ्या पुरोहितांच्या साहाय्यानें मी सांगतों तसें करा म्हणजे सर्वांचे मनोरथ पूर्ण होतील."

अध्याय एकशें चौथा.

—::—

क्षत्रियांचा नाश व पुनर्भव.

वैशंपायन सांगतातः—भीष्म म्हणाले, "जमदग्नीचा पुत्र भार्गवराम याला आपल्या पित्याचा वध झाला हें पाहून अति संताप प्राप्त झाला, आणि त्या असह्य संतापानें त्यानें हैहयाधिपति जो सहस्रार्जुन त्याच्या हजार बाहूंचा परशूनें छेद करून त्यास ठार मारिलें; आणि मूड उग-

विण्याचें हें दुष्कर कृत्य केलें. पुनः धनुष्याच्या व अस्त्रांच्या साहाय्यानें परशुरामानें अनेक वेळ क्षत्रियांचा निःपात केला, व सर्व पृथ्वी जिंकली. याप्रमाणें निःक्षत्रिय पृथ्वी झाली; परशुराम महर्षीनें आतां एकही क्षत्रिय जिवंत ठेविला नाहीं, हें दुःख पाहून क्षत्रियस्त्रियांनीं एकत्र जमून एकविचारानें वेदपारंगत ब्राह्मणांकडून स्वकुलरक्षणाप्रीत्यर्थ अपत्यप्राप्ति करून घेतली. ' यथाविधि पाणिग्रहण झाले असेल तरच झालेलें मूल बापाच्या जातीचें होतें ' असा वेदोक्त धर्म व त्याचें रहस्य मनांत आणून ब्राह्मणांनीं क्षत्रियक्षेत्रांत बीज पेरून वर्णरक्षण केलें. अलीकडेही केव्हां केव्हां ब्राह्मणद्वारा क्षत्रियांचा पुनर्भव झालेला आहे. असो; याप्रमाणें क्षात्रवर्णाचा उद्भव पुनःझाला व तो वर्ण पसरला.याविषयीं एक पुरातन ऐतिहासिक कथा सांगतों ऐका.

उतथ्याच्या गर्भस्थ पुत्राचें आख्यान.

" पूर्वी उतथ्य या नांवाचा एक मोठा बुद्धिमान ऋषि होता. त्याची पत्नी ममता मोठी सन्मान्य स्त्री होती. उतथ्याचा धाकटा भाऊ बृहस्पति हा देवाचा पुरोहित असून मोठा तेजस्वी असे. एकदा तो ममतेजवळ कामुकबुद्धीनें गेला, तेव्हां ममता आपल्या दिरास म्हणाली, आपल्या वडील भावानें ठेवलेला गर्भ मीं धारण केला आहे व गर्भस्थ उतथ्य पुत्राला षडंग वेदाचें अध्ययनही झालें आहे,इतका मोठा तो गर्भ आहे. आपणही अमोघवीर्य आहां.तेव्हां भावोजी ! दोन गर्भांना राहण्यास जागा नाहीं, म्हणून आतां आपण थांबा. ही कामुकवृत्ति सोडून द्या ! " बृहस्पति श्रेष्ठ बुद्धीचा खरा, पण त्याचें मन त्याला आवरेना. तो कामव्यास पण ममता सावध होती.तरी बिचारी करते काय ? इतक्यांत त्या आंतील गर्भास वाचा फुटली तो म्हणाला. " काका ! येथें दोन गर्भांस जागा नाहीं. मी येथें पूर्वी आलों आहें; मला स्वस्थ असूं द्या. नाहीं तर मला पीडा होईल ! पण बृहस्पति हें तरी कशाला ऐकतो आहे ? त्यानें पशुतुल्य वर्तन केलें, आणि बीजही ओतावयास लागणार, तों गर्भस्थ मुनीनें पाय पुढें देऊन त्या बृहस्पतिबीजाचा मार्गावरोध केला. अर्थातच तें बीज भूमीवर पडलें ! तेव्हां बृहस्पतीस अत्यंत क्रोध येऊन त्या भरांत त्यानें गर्भस्थाची निंदा करून, व ' या सुखकारक प्रसंगीं माझा अपमान होईल असें बोललास !' असें म्हणून ' तूं अंधळा होशील ' असा त्याला शाप दिला. झालें ! या तेजस्वी ऋषीच्या शापानें अंध झालेल्या पुत्रांस ' दीर्घतमा ' असें म्हणूं लागले. हा दीर्घतमा जात्यंध परंतु महावेदवेत्ता—प्रत्यक्ष बृहस्पतीच्या तोडीचा झाला; तेव्हां त्याच्या विद्येच्या जोरावर एका प्रद्वेषनिामक रूपसंपन्न ब्राह्मणयुवतीशीं त्याचें लग्न झालें. या उभयतांस गौतमादि पुष्कळ यशस्वी पुत्र झाले.तथापि उतथ्य ऋषीच्या कुलाची वृद्धि अधिक व्हावी म्हणून हा वेदवेत्ता, धर्मज्ञ, उदार दीर्घतमा यानें कामधेनूच्या पुत्राकडून गोरतियुद्धाची विद्या श्रद्धेनें शिकून, दिवसा व सर्व लोकांसमक्ष निःशंकपणानें स्त्रीसमागम करण्यास आरंभ केला. हें पाहून साहजिकतःच आश्रमांतील इतर ऋषि रागानें अगदीं मूढ झाले, आणि असला पापी व अमर्याद पुरुष आश्रमांत ठेवणें योग्य नाहीं असें ठरवून त्यांनीं त्यास हाकलून दिलें. इकडे प्रद्वेषीला पुत्रलाभ झाले असल्यामुळें त्या अंधळ्या अमर्याद नवऱ्याचा ती तिरस्कारच करीत असे. नवऱ्यानें कारण विचारिलें तेव्हां ती म्हणाली,"स्त्रीला अन्नपानादि दानानें तृप्त करून तिचें भरण करणारा भर्ता व पालन करणारा तो पति होतो. तुम्ही अन्न देत नाहीं, व पालनही करीत नाहीं. तुमच्यासाठीं व तुमच्या मुलांसाठीं काम करितां करितां माझा जीव मेटाकुटीस आला ! आतां यापुढें मी तुम्हांस पूर्वीसारखें खायला घालणार नाहीं ! "

"हें स्वस्त्रीचें भाषण ऐकून दीर्घतमा रागानें म्हणाला, 'मला क्षत्रियकुलांत घेऊन चला, तुम्हां सर्वांस लागेल तितकें धन व मागाल ते उपभोग देतों; चल.' प्रद्वेषी म्हाणाली, 'मला दुःख देणारें तुमचें तें द्रव्य नको. आपल्याला वाटेल तिकडे जा. मी कांहीं इतःपर तुमचें पोट भरणार नाहीं. मी आपला आतां दुसराच नवरा करीन.' तेव्हां स्त्रीधर्माची मर्यादा ठरविण्यासाठीं दीर्घतमा म्हणाला, "आजपासून मी अशी मर्यादा ठरवितों कीं, जन्मभर स्त्रीला पति एकच असावा. तोच तिनें दैवत होय. तो जिवंत असो किंवा मरो, स्त्रीला दुसरा पति करितां येणार नाहीं. दुसरा पति तिनें केला, तर ती पतित होईल. पतीशिवाय राहणाऱ्या स्त्रियाही पातकीच होत. त्यांच्याजवळ धन असलें तरी त्या पतिशून्य स्त्रियांचे परपुरुषसंभोग व तज्जन्य संतति हीं व्यर्थ, अकीर्तिकर आणि निंदास्पद होतील!"

ही मर्यादा ऐकून ती रागानें पुत्रांस म्हणाली, 'या मेल्याला गंगेंत नेऊन टाका!' तेव्हां त्या लोभमोहग्रस्त गौतमादि पुत्रांनीं 'या वृद्ध व अंध बापाचें कसें संरक्षण करावें' असें म्हणून बापाला गंगेवर नेऊन एका ताफ्याला बांधलें, आणि तो ताफा त्या गंगेंत सोडून दिला, व ते अघोरकर्मी पुत्र परत गेले. पुढें हा ताफा यदृच्छेनें तरंगत तरंगत व ओघाबरोबर वहात वहात अनेक देशांत गेला. पुढें कर्मधर्मसंयोगानें हा ताफा त्या जिवंत दीर्घतम्यासह एका घाटावर यावयाला आणि त्या देशचा सर्वधर्मज्ञ बलि राजा तेथें स्नानासाठीं यावयाला एकच गांठ पडली. ओघाबरोबर वहात येणारा ताफा जवळ आला असें पाहून त्या सशक्त बलीनें त्या वृद्धांधाला ओढून वर घेतलें, व त्यास विचारितां त्यानें सर्व वर्तमान इत्थंभूत सांगितलें. नंतर बलि राजानें संतानोत्पादनार्थ दीर्घतम्याला घरीं बाळगिलें; आणि 'माझ्या भार्यांच्या क्षेत्राचे ठायीं धर्मार्थकुशल असे पुत्र कुलसंततीसाठीं उत्पन्न करण्यासाठीं मी आपलें परिपालन करितों' अशी त्याला विनंती केली. तेव्हां 'तथास्तु' म्हणून दीर्घतम्यानें ती मान्य केली. नंतर राजानें सुदेष्णानामक आपल्या भार्येस 'दीर्घतम्याची सेवा संतानार्थ कर' अशी आज्ञा केली, पण तो वृद्ध व अंध आहे असें पाहून आपण न जातां सुदेष्णेनें आपली दासी पाठविली. त्या शूद्रीचे ठिकाणीं त्या धर्मात्म्यास काक्षीवदादि अकरा पुत्र झाले. त्या सर्वांस पाहून 'हे माझे मुलगे' असें राजा म्हणूं लागला. तेव्हां ऋषि म्हणाला, 'नाहीं, हे माझे मुलगे आहेत; कारण, हे शूद्र योनींत माझ्यापासून जन्म पावले आहेत. मी वृद्ध व अंध आहें असें पाहून तुझ्या त्या मूर्ख स्त्रीनें माझ्याकडे तिरस्कारबुद्धीनें एक दासी पाठविली, तिच्या उदरीं हे पुत्र झाले व म्हणून ते माझे आहेत."

नंतर बलीनें ऋषीचें सांत्वन करून सुदेष्णेला पुनः आज्ञा करून त्याच्याकडे पाठविलें. तेव्हां त्या अंधळ्यानें हातानें चाचपून ती सुदेष्णा आहे असें ओळखलें, आणि 'सूर्याप्रमाणें तेजस्वी असे पुत्र तुला होतील' असा आशीर्वाद व पुढें प्रसाद दिला. तेव्हां सुदेष्णेला अंग, वंग, कलिंग, पुंड्र व सुह्म असे पुत्र झाले, व त्यांच्या नांवांवरूनच अंगादि देशांचीं नांवें प्रसिद्ध झालीं; व ते ते देश क्षत्रियांनीं भरून गेले. याप्रमाणें बलीचा वंश ब्राह्मणापासून झाला. इतर महाधनुर्धारी क्षत्रियांच्या उत्पत्तीची हकीकत अशाच प्रकारची आहे. ते वंशही अंगवंगादिकांसारखेच वीर्यवान, बलवान व परमधर्मज्ञ झाले. मातुःश्री! क्षत्रियांच्या पुनरुत्पत्तीचें वर्तमान असें आहे. यावरून आपण प्रस्तुत प्रसंगीं काय करावें हें आपण आपल्या इच्छेनुरूप ठरवावें व त्याप्रमाणें इष्ट मनोरथ साध्य करावे.

अध्याय एकशें पांचवा.

—:०:—

व्यासजन्मवृत्तकथन.

भीष्म म्हणतातः–मातुःश्री! भरतवंशाची पुनः वृद्धि होईल असा एक निश्चित उपाय सांगतों, कृपा करून लक्ष द्यावें. कांहीं थोडेंबहुत द्रव्य देऊन कोणी तरी एखादा विद्वान व गुणवान ब्राह्मण आदरानें बोलावून आणावा, आणि विचित्रवीर्याच्या क्षेत्रामध्यें प्रजोत्पादन करण्याविषयीं त्याला विनंती करावी.हाच एक उपाय आहे

वैशंपायन सांगतातः–भीष्माचार्यांचें हें भाषण ऐकून सत्यवतीनें अडखळत व लज्जायुक्त हास्य करून बोलण्यास आरंभ केला. "भीष्म बाळा! तूं बोलतोस तें यथार्थ आहे.मी जी पूर्वींची हकीकत सांगणार आहें, ती–आपद्धर्माकडे लक्ष दिलें असतां तुला तसली गोष्ट सांगणें योग्य नाहीं असें मला आतां वाटत नाहीं; आणि त्यांतून तुझेंमाझें अंतरंग एक व उभयतांसही आपल्या कुलाचा वंश वृक्ष जिवंत राहावा हें इष्ट आहे–म्हणून सांगतें, ऐक. आमच्या कुलामध्यें तूंच एक धर्मरक्षक,तूंच सत्यमूर्ति आणि तूंच प्रासव्यमूर्ति आहेस, तेव्हां खरा वृत्तांत काय आहे हें मी तुला सांगतें;मग धर्मयुक्ताला धर्मप्रीत्यर्थ काय करणें इष्ट आहे, तें तूंच ठरीव. हें पहा–लहानपणीं माझ्या बापाची एक नौका असे. तेथें एक दिवस मी गेलें, तों त्याच दिवशीं धर्मवेत्त्यांमध्यें अत्यंत श्रेष्ठ असा श्रीपराशर महर्षि यमुना नदी तरून जाण्याच्या इच्छेनें त्या तरीवर चढला. तरी चालत असतां हा ऋषि मजकडे आला, आणि सांत्वन पूर्वक माझ्याशीं कामप्रेरित गोड गोड बोलूं लागला. तेव्हां 'मी नावाड्याची मुलगी आहें' असें त्यास सांगितलें, तरी त्याचें बोलणें फिरेना. मला तर त्याच्या शापाची भीति वाटूं लागली; व दुसरीकडून माझ्या बापाची भीति वाटूं लागली. तेव्हां त्या ऋषीनें दुर्मिळ असे वर देऊन माझें मन प्रलोभित केलें. मला 'नाहीं' म्हणवेना. माझें पोरवय, मला समजत नव्हतें. त्या ऋषीनें आपल्या तेजानें मला दिपवून टाकिलें; आणि स्वप्रभावानें सर्वत्र अंधेर उत्पन्न करून नौकेंतल्या नौकेंतच मला वश केलें! माझ्या अंगाला माशांची घाण येत असे ती नाहींशी करून माझें अंग असें सुगंधि केलें आणि माझे ठिकाणीं गर्भधारणा करून तो म्हणाला,'हा गर्भ बाहेर आल्यावर–तूं प्रसूत झाल्यावर–पुनः कन्यात्वच पावशील. या नदीच्या द्वीपावरच माझा मुलगा ठेव.' भीष्मा, कन्यास्थितींत झालेला हा माझा पुत्र म्हणजे महायोगी पाराशर्य ऋषि होय. यानेंच आपल्या तपःप्रभावाच्या योगानें वेदाचे चार भाग केले, म्हणून त्याला 'व्यास' व तो काळा आहे म्हणून 'कृष्ण'असें म्हणतात. कृष्णद्वैपायन व्यास तो हाच होय. हा माझा कन्यावस्थेंत झालेला पुत्र जन्मापासूनच सत्यवादी, शांत, तपस्वी व निष्पापच आहे. हा आपल्या वडिलांबरोबरच निघून गेला. त्याला जर मीं सांगितलें व तूंही अनुमोदन दिलेंस, तर तो आपल्या भावाच्या क्षेत्रांमध्यें यशस्वी अपत्यें उत्पन्न करील. 'संकटकाळीं माझें स्मरण कर' असें तो जातांना मला सांगून गेला आहे. तूं सांगशील तर ह्या मुलाचें मी स्मरण करितें. तुझें अनुमत असेल तर विचित्रवीर्याच्या क्षेत्रांत अपत्यें उत्पन्न होऊन कौरवकुल सनातन होईल."

सत्यवतीव्याससंवाद.

वैशंपायन सांगतातः—श्रीव्यास महर्षींचें हें मंगलकारक चरित्र ऐकून भीष्मांनीं हस्तद्वय जोडून त्यास नमस्कार केला. आणि ते म्हणाले, "मातुःश्री! अर्थ म्हणजे काय, काम म्हणजे काय व धर्म म्हणजे काय, अर्थाचा, कामाचा व धर्माचा फलपरिपाक काय, व धर्म, अर्थ आणि काम यांपासून काय अनर्थ होतात, यांचा शहा-

णपणानें प्रथमतः संपूर्ण विचार करून जो पुरुष कर्म करण्यास आरंभ करितो, तोच खरा बुद्धिवंत होय.मातुःश्री! आपण जो विचार काढिला आहे, तो धर्मविहित असून स्वकुलाचें हित करणाराही आहे. आपण जी मसलत केली आहे, ती मंगलकारक असून माझें तिला पूर्ण अनुमोदन आहे."

याप्रमाणें भीष्माचार्यांची पूर्ण सहानुभूति घेऊन सत्यवती देवीनें कृष्णद्वैपायनांचें चिंतन केलें तों एका क्षणांत श्रीव्यासांची मूर्ति वेदपठन करीत तेथें प्रकट झाली. व्यास मुनींस मातेचा इष्ट हेतु कळला होता. वेदव्यास अकस्मात् प्रकट झाल्यावर त्यांचें पूजापुरःसर आदरातिथ्य करून मातुःश्रीनें त्यांस प्रेमपूर्वक आलिंगन दिलें, आणि प्रेमाश्रूंनीं त्यांस न्हाणिलें. फार दिवसांनीं पुत्र भेटला तेव्हां मातेच्या आनंदाश्रूंस पारवारच नव्हता. व्यासांनींही आपल्या दुःखी मातुःश्रीवर उदकाचें मार्जन करून तीस नमस्कार केला, आणि ते म्हणाले, "आई! जें तुला अभीष्ट असेल, तें करण्यासाठीं मी आलों आहें; तुला धर्मतत्त्वें विदितच आहेत; तेव्हां मी तुझें कोणतें प्रिय करूं ?" इतक्यांत पुरोहित येऊन त्यानें व्यास महर्षींची विधिमंत्रपूर्वक पूजा केली,आणि व्यासांनीं आसनावर बसून ती विधिमंत्रपूर्वक घेतली, व ते प्रसन्न झाले. आईनें प्रथम पुत्राचें कुशलक्षेम विचारलें, आणि त्याकडे पाहून ती म्हणाली, "आईबापांस पुत्र होतात त्यांवर उभयतांचें स्वामित्व बरोबरीचें असतें.कारण ते उभयतांसही साधारणच असतात. बाळा ! माझ्या पूर्वपुण्याईनें तूं पहिला पुत्र मला झालास. विचित्रवीर्य हा माझा कनिष्ठ पुत्र होता हें तुला ठाऊकच आहे. बापाकडून भीष्म हा विचित्रवीर्याचा भाऊ आणि आईकडून तूं त्याचा भाऊ, होय ना ! आतां भीष्म हा एकवचनी व एकबाणी व सत्यप्रतिज्ञ आहे, म्हणून तो गृहस्थाश्रम घेत नाहीं. अर्थातच पुत्रोत्पादनाची थवा राज्याधिकाराची त्यास इच्छा नाहीं; व कुरुकुल तर चाललें पाहिजे. तेव्हां विचित्रवीर्यावरचें जें तुझें भ्रातृप्रेम,त्यास स्मरून,विचित्रवीर्याचें कुल सनातन होईल अशी व्यवस्था माझ्या आज्ञेनें व भीष्माच्या विनंतीस मान देऊन कर. याच्या योगानें सर्व भूतांवर कृपा होईल व त्यांचें संरक्षणही होईल,बाळा!मी आतां प्रेमानें जें सांगत आहें तें ऐक व त्याप्रमाणें कर. तुझ्या धाकट्या भावाच्या बायका देवांगनांप्रमाणें सुस्वरूप असून धर्मानुसार पुत्र होण्याची इच्छा करणाऱ्या आहेत. तेव्हां त्यांस पुत्रप्राप्त्यर्थ संभोगदान देऊन आमच्या कुलाला, संततीला आणि प्रसवाला अनुरूप असे पुत्र दे."

व्यास म्हणालेः—"आई ! तुला प्रवृत्तिधर्म व निवृत्तिधर्म विदित असून तुझी बुद्धिही धर्मपरच आहे. तेव्हां ही धर्मविहित आज्ञा शिरीं वंदून धर्मकारणासाठींच तुझे मनोरथ पूर्ण करितों. तुझी आज्ञा सनातन धर्मास अनुरूपच आहे. आई ! विचित्रवीर्याला मित्रावरुणांसारखे तेजस्वी पुत्र देतों. मात्र या देवींनीं (भावजयांनीं) मी सांगतों तें व्रत एक वर्षपर्यंत शुद्ध मनानें केलें पाहिजे; म्हणजे त्या शुद्ध होतील. कोणतीही अव्रतयुक्त स्त्री मला समागम करण्यास योग्य नाहीं. तेव्हां मी सांगतों तें व्रत यांस करूं दे.

सत्यवती म्हणालीः- बाळा, देवींस आतांच्या आतां गर्भधारणयोग्यता येईल असें कर. राजा नसला म्हणजे प्रजांचा नाश होतो, सर्व क्रिया नष्ट होतात, पर्जन्य पडत नाहीं, व देवता प्रसन्न नसतात. अराजक राष्ट्रांत ही स्थिति होते. तेव्हां राजाशिवाय राष्ट्रानें धीर तरी कसा धरावा ? म्हणून, बाळा ! लवकर गर्भदान दे; हा भीष्म त्यांस वाढवील.

व्यास म्हणालेः—असेंच आहे, तर यांनीं माझी विरूपता सहन करावी, म्हणजेही त्यांच्या हातून महाव्रत झालेंसें होईल. माझा गंध, माझें

रूप,माझा वेष,माझें शरीर हीं सहन होत असलीं, तर आजच कौसल्येला गर्भदान देतों.

राजा जनमेजया, असें बोलून, व 'कौसल्येनें शुचिर्भूत वस्त्रें नेसून आणि अलंकार घालून शयनागारांत माझी वाट पहावी' असें सत्यवतीस सांगून तो तेजस्वी ऋषि अंतर्धान पावला. नंतर देवी सत्यवती कौसल्येकडे गेली,आणि एकांतांत गांठून धर्मार्थांस योग्य व हितकर असा उपदेश सुनेला करिती झाली:"कौसल्ये! मी तुला धर्मतत्र सांगतें तें नीट लक्ष देऊन ऐक. माझ्या दुर्दैवानें भरतकुलाचा क्षय होण्याची वेळ येऊन ठेपली आहे हें पाहून, मला दुःखी पाहून, व पितृवंशाचा क्षय होत आहे. असें जाणून, भीष्मानें कुलसंरक्षणासाठीं व कुलवृद्धिप्रीत्यर्थ मला एक उपाय सांगितला आहे. पण तो उपाय सिद्ध करणें तुझ्या हातांत आहे. बाई! माझी इच्छा पूर्ण कर,नष्टप्राय झालेल्या भरतकुलाचा पुनः समुद्धार कर; म्हणजे, सुंदरी! देवासारखा एक पुत्र प्राप्त करून घे. हा तुझा मुलगाही थोर राज्यधुरा आपल्या माथीं घेईल,व कुलालाही सनातन करील."

सासूचा हा धर्मपर उपदेश ऐकून कौसल्येनें अनुमोदन–नाखुषीनें कां होईना–पण दिलें. परपुरुषांशीं संग करणें तिला अनिष्ट होतें. असो. सत्यवतीनें त्या दिवशीं उत्सव करून अनेक विप्र, देवर्षि व अतिथि यांस पुष्कळ व पुरेसें अन्नसंतर्पण केलें.

अध्याय एकशें सहावा.

—:०:—

धृतराष्ट्र, पांडु व विदुर यांची उत्पत्ति.

वैशंपायन सांगतातः–नंतर गर्भधारणेच्या योग्य वेळीं सत्यवतीनें आपल्या सुनेस न्हावयास घातलें, व अलंकार लेववून शयनागारांत पोंहचविलें. जातांना सुनेस सांगितलें, " बाई कौसल्ये! तुझा वडील दीर रात्रौ येथें येईल, व तुला स्वस्वरूपानें गर्भदान करील; श्रद्धेनें व भक्तीनें त्या महापुरुषाची वाट पहात राहा."

सासुबाईचें हें भाषण ऐकून कौसल्या (अंबिका मांगलिक शयनावर जाऊन निजली. आपल्यास उत्तम पुत्र व्हावा म्हणून तिनें त्या वेळीं भीष्माचें व इतर श्रेष्ठ कौरवांचें भक्तिपुरःसर चिंतन केलें. नंतर सत्यवक्ता व्यास मुनि आईच्या आज्ञेनुसार अंबिकेच्या शयनागारांत आला.तेथें दिव्याच्या लखलखाटांत त्या कृष्णवर्णी व्यासमुनींच्या पिंगट जटा, लाल डोळे, पिंगट मिशा असें तें उग्र व तेजस्वी स्वरूप पाहून देवीनें आपले डोळे घट्ट मिटून धरिले. व्यास मुनीनें आईच्या आज्ञेप्रमाणें गर्भदान केलें; पण भयामुळें अंबिकेनें जे डोळे झाकून घेतले होते, ते कांहीं उघडले नाहींत, व मुनीचें स्वरूपही तिनें पाहिलें नाहीं. बाहेर आल्यावर सत्यवतीनें मुनीस विचारिलें, "बाळा, अंबिकेच्या उदरीं गुणवान व राज्य करण्यास योग्य असाच पुत्र होईलना ?"

व्यासानें उत्तर दिलें:—आई, या मुलाला दहा हजार हत्तींचें बळ येईल. हा विद्वान, उत्तम राजर्षि,महाभाग,महावीर्यशाली व महाबुद्धिमान होईल.यालाही शंभर पुत्र होतील.पण मातृदोषानें हा मुलगा जन्मांध होईल.

तें ऐकून सत्यवती म्हणाली, "बाळा,कुरुदेशांतील प्रजांस अंध राजा उपयोगी नाहीं.ज्ञातीचें व त्यांच्या वंशांचें रक्षण करण्यास व पितृकुलाचा विस्तार करण्यास अंध पुरुष योग्य नव्हे. याकरितां कृपा करून दुसरा राजा दे." तेव्हां 'होय' 'बरें आहे' असें म्हणून ऋषि अंतर्धान पावला. पुढें योग्य काळीं कौसल्या अंधपुत्रास प्रसवती झाली. नंतर पुनः सत्यवती देवीनें दुसऱ्या सुनेची समजूत घालून ऋषीस पाचारण केलें असतां ते पूर्वींचेंच स्वरूप घेऊन अंबालिकेच्या मंदिरांत गेले. पूर्वींप्रमाणें व्यास

विद्रूप ऋषि येत आहे, असें पाहून अंबालिकेचा मखचंद्र भीतीनें पांढरा फटफटीत झाला. तें तसलें विगतवर्ण मुख पाहून व्यास म्हणाले, "तूं पांढरी झालीस म्हणून तुझा मुलगा पांढऱ्या रंगाचाच होईल, व त्याचें नांवही 'पांडु' असेंच ठेवतील." असें बोलून तो ऋषिवर्य निघून गेला, व जातेवेळीं आईनें विचारल्यावर 'हा पांढरा मुलगा होईल' असें म्हणाला. तेव्हां आणखी एक पुत्राची भिक्षा मातेनें मागितली, व ऋषींनें 'होय' म्हणून वचन दिलें. नंतर योग्य काळीं अंबालिका प्रसूत झाली. मुलगा पांढरा परंतु देदीप्यमान झाला. यालाच महाधनुर्धर पांच पांडव झाले. पुढें सत्यवतीनें ज्येष्ठ सुनेला ऋतुकालीं ऋषिसमागम करण्यास सांगितलें. तेव्हां त्या ऋषीचा गंध,रूप इत्यादिकांचें स्मरण होऊन ती मनांत भ्याली, व सासूच्या म्हणण्यास तिनें वरवर रुकार दिला, परंतु पुढें तसें केलें नाहीं. तिनें आपली अप्सरेसारखी सुस्वरूप दासी वस्त्राभरणांनीं अलंकृत करून व्यास ऋषीकडे पाठविली. ती दासी चतुर व धीट होती. मंदिरांत ऋषि येत आहे, असें पाहून ती सामोरी गेली, तिनें ऋषीस साष्टांग नमस्कार केला, आणि ऋषींचें आदरातिथ्य सर्वोपचारांनीं करून त्यानें आज्ञा केल्याप्रमाणें ती त्या ऋषीशीं संगत झाली. तिच्या निर्मळ आणि निःसंकोच वर्तनानें व प्रेमबुद्धीनें ऋषीला अतिशय आनंद झाला. तिचा सहवास ऋषीला सुप्रसन्न करिता झाला. पुढें जातांना ऋषीनें तिला आशीर्वाद दिला कीं, "तुझें दासीपण लयास गेलें. हे सुशोभने! तुझ्या उदरामध्यें जो गर्भ येऊन राहिला आहे, तो जन्मास येईल तो मोठा धर्मात्मा होईल, व बुद्धीच्या व ज्ञानाच्या कामीं तो सर्वश्रेष्ठ होईल." हाच प्रसिद्ध विदुर होय. हा कृष्णद्वैपायनाचा मुलगा, आणि धृतराष्ट्राचा व महात्म्या पांडूचा भ्राता होय. हा यमधर्म त्या दासीच्या उदरीं मांडव्य ऋषीच्या शापामुळें आला होता. हा अर्थतत्त्वज्ञ आणि कामक्रोधशून्य असा होता.

असो; त्या दासीस आशीर्वाद देऊन व्यास ऋषि सत्यवतीचा निरोप मागण्यास गेला, तेव्हां यमधर्मास झालेल्या शापाची कथा, तसेंच आपल्यास थोरल्या सुनेनें फसवून दासीची योजना केल्याचा व तिच्या उदरीं पुत्रगर्भ राहिल्याचा सर्व वृत्तांत त्यानें आपल्या मातेस सांगितला; व 'आतां आपण अनृणी-ऋणशून्य-झालों, आपलें धार्मिक कर्तव्य संपलें, गर्भाचें संरक्षण करणें तुमच्या हातीं आहे असें सांगून ऋषि तेथेंच अंतर्धान पावला. याप्रमाणें द्वैपायन ऋषीच्या महाप्रभावानें विचित्रवीर्याच्या क्षेत्रामध्यें कुरुवंशाची वृद्धि करणारे देवगर्भतुल्य तिघे पुत्र झाले.

अध्याय एकशें सातवा.

—:०:—

मांडव्याख्यान.

जनमेजय विचारतोः—भगवन्! यमधर्मास कोणत्या ब्रह्मर्षीनें शाप दिला, त्यानें काय केलें म्हणून ऋषिशापानें शूद्रयोनींत यमधर्मास जन्म घ्यावा लागला, हा वृत्तांत आपण मला सांगावा.

वैशंपायन सांगतातः—पूर्वीं मांडव्य या नांवाचा महानिश्चयी व सर्वधर्मज्ञ असा एक ऋषि होता. त्यानें पुष्कळ कालपर्यंत निष्कामबुद्धीनें तपश्चर्या केली. त्याच्या आश्रमाच्या दाराशीं एक मोठा वृक्ष होता, त्याखालीं हा तपस्वी मनोव्रत धारण करून व हात वर धरून तपश्चर्या करीत होता. एके दिवशीं कांहीं चोर दुसरीकडे चोरी करून मिळविलेलें धन घेऊन तेथें लपण्यासाठीं आले. त्यांच्या मागून थोड्याच वेळानें रक्षक शिपाई आले; आणि आश्रमद्वारापाशीं मौनव्रतानें तपश्चर्या करीत असलेल्या मांडव्य ऋषीला चोर कोणच्या मार्गानें गेले तें सांगा, आम्हीही त्या मार्गानें लवकर लवकर जाऊन

त्या चोरांस पकडूं, सांगा, सांगा. ' असें निकडीनें विचारूं लागले. पण हा तपस्वी 'होय, नाहीं, ' कांहींच बोलेना. शिवाय, त्या शिपायांस कांहीं संशय येऊन त्यांनीं त्या आश्रमांत शिरून चोहींकडे पाहिलें, तों त्यांस तेथें लपलेले चोर व लपविलेलें धन हीं दोन्ही सांपडलीं ! अर्थातच त्यांस या ऋषीची शंका आली. तेव्हां त्या ऋषीला व त्या चोरांस धरून त्यांनीं राजापुढें नेलें. तेव्हां राजानेंही कांहींएक विचार न करितां 'सर्वांस मारून टाका' अशी आज्ञा केली ! मग काय पुसावें ! त्या रक्षकांनीं त्या चोरांसह त्या मांडव्य ऋषीस सुळावर चढविलें, आणि सांपडलेलें धन घेऊन राजास सर्व वृत्तांत सांगितला व धनही त्याचे स्वाधीन केलें. इकडे सुळावर चढविलेला मांडव्य ऋषि तसाच तेथें राहिला. खाणेंपिणें कांहीं नव्हतें, तरी त्यास मरण आलें नाहीं; इतकेंच नव्हे, तर प्राणांचें संयमन करून त्यानें तेथेंच वेदपठनपूर्वक तपश्चर्या करण्यास आरंभ केला. त्याचे मित्र इतर ऋषि होते, त्यांनीं या मांडव्य ऋषीची स्थिति अंतर्ज्ञानानें पाहून त्यांस अति दुःख झालें. नंतर पक्ष्यांचें रूप घेऊन ते सर्वजण मांडव्यापाशीं आले, आणि 'सुळावर चढून दुःख भोगण्याचें आपल्यास प्राप्त झालें, हें आपण कोणतें पाप केलें त्याचें फल आहे, किंवा विनाकारण कोणीं हा अन्याय केला आहे, हें कृपा करून सांगावें' अशी विनंती करून तेथेंच उभे राहिले.

अध्याय एकशें आठवा.

—:०:—

यमधर्मशापवृत्त.

वैशंपायन सांगतातः– राजा, हा प्रश्न ऐकून मांडव्य ऋषि म्हणाले " ऋषीहो ! हा दोष कोणाचाही नाहीं, माझेंच कांहीं तरी पूर्वकर्म ओढवलें आहे, त्याचा मी हा परिणाम भोगीत आहें. " असो; जनमेजया, तेथील रक्षक शिपायांसही आश्चर्य वाटलें कीं, अन्नपाण्यावांचून हा येथें जगला कसा ? व यास इतक्या वेदना होत असतांही हा दुःखाचें एकही चिन्ह दाखवीत नाहीं हें काय ? तेव्हां हा सर्व चमत्कार त्यांनीं राजाच्या कानावर घातला. तो वृत्तांत ऐकून राजानें मंत्र्यांच्या अनुमतानें ऋषींस दिलेली शिक्षा फिरविली; आणि त्या शूळाजवळ येऊन राजानें हात जोडून प्रार्थना केली, " भगवन्, मोहाला वश होऊन अज्ञानानें जो मीं आपला हा अपराध केला आहे, त्याबद्दल आपण मला उदार मनानें क्षमा करावी. भगवन्, आपण मजवर प्रकुप्त होऊं नये. "

राजाचें हें लीनतेचें भाषण ऐकून मुनि सुप्रसन्न झाले; आणि 'तुझा कांहीं अपराध नाहीं, तूं भिऊं नको' असें त्यांनीं त्यास आश्वासन दिलें. नंतर ऋषींस खालीं उतरवून त्यांच्या पोटांत शिरलेला शूल काढावयास लागले, तों तो कांहीं निघेना, म्हणून तो शूल मूळाशीं तोडला. पण आंत जें शूलाग्र अडकलें होतें, तें तसेंच राहिलें; आणि म्हणून यांचें नांवही 'अणीमांडव्य' असें प्रकट झालें. हा शूल पोटांत असतांही मुनीची तपश्चर्या अखंडशः चालत राहिली. पुढें तर मांडव्य ऋषींनीं असें उग्र तप केलें कीं, तसें तप पूर्वीं कोणीं कधींच केलें नव्हतें. ह्या अद्वितिय तपानें प्राप्त होणारे सर्व दुर्लभ लोक मांडव्य ऋषींस प्राप्त झाले. नंतर हा आत्मवेत्ता यमधर्माच्या सभेंत जाऊन आसनस्थ धर्मराजाला उपलंभपूर्वक (निंदेच्या स्वरानें) विचारता झाला, " प्रभो ! माझ्या हातून जाणूनबुजून तर अपराध झालाच नाहीं; आणि मला तर शूलावर टांगून राहण्याची शिक्षा भोगावी लागली आहे; तेव्हां असा कोणता अपराध मला नकळत माझ्या हातून झाला असावा बरें ? कोणत्या दुष्कृत्यासाठीं माझी अशी अवहेलना झाली,

हें कृपा करून मला लवकर सांगावें, व पुढें माझ्या तपोबलाचें सामर्थ्यही पहावें. "

यमधर्म म्हणाले:-तपोधन ऋषे! लहानपणीं तूं गमतीखातर एका पतंगाच्या पुच्छाला काडी टोंचली होतीस! आहे आठवण? त्या वेळीं जें पाप तुझ्या हातून घडलें, त्याचें प्रायश्चित्त म्हणून तुला शिक्षा भोगावी लागली. बाबा! लहानसें दान केलें असतां त्याचें सुखद फल जसें अमूप मिळतें, तसें अधर्माचें फलही बहुत दुःख देणारें असेंच होतें! 'मीं हें केव्हां केलें?' असें ऋषीनें विचारितां 'फार लहानपणीं आणि केवळ मजेसाठीं हें कर्म तुझ्या हातून घडलें होतें' असें धर्मराजानें सांगितलें.

अणीमांडव्य म्हणतोः—धर्मा! जन्मापासून बारा वर्षेंपर्यंत जीवाच्या हातून जें काय होतें, त्याबद्दल तो जबाबदार नाहीं. या वयांत त्याच्या हातून पातक होतच नाहीं; कारण धर्मशास्त्रज्ञ व त्यांचीं शास्त्रें या वयांतील कृत्यें हिशेबांतच घेत नाहींतना? असो; माझा अपराध अल्प असतां मला ब्राह्मणाला ही इतकी असह्य पीडा होईल असा दंड व्यर्थ जाणून बुजून केलास, त्या अर्थीं मनुष्यजातीच्या शूद्र वर्णांत तुला जन्म प्राप्त होईल, हा माझा शाप तुला आहे. बाबा! ब्राह्मणास अन्यायानें दिलेली एवढीशी पीडा सर्वभूतवधापेक्षांही अधिक दंडावह असते, हें तुला माहीत नाहीं? असो; आजपासून असा धर्मफलाचा उदयकारी नियम बांधून देतों कीं, चौदा वर्षेंपर्यंत घडलेल्या दुष्कृत्याबद्दल जीवास दंड असूं नये. कारण, तें त्याचें दुष्कृत्य अज्ञानजन्य असल्यामुळें पापकारी होत नाहीं. या वयाच्या पुढें झालेलीं दुष्कृत्यें पापकारी होतील.

वैशंपायन सांगतातः-राजा, यमाच्या हातून मांडव्य ऋषीला अशी शापकारक पीडा झाली म्हणून त्याला शूद्र योनींत जन्म घ्यावा लागला. तोच हा दासीपुत्र विदुर होय. हा मुलगा धर्म आणि अर्थ या दोन्ही शास्त्रांमध्यें महानिष्णात असून त्याला लोभ आणि क्रोध हे सर्वथा पारखी होते. तो मनोनिग्रही व दूरदृष्टि असून कुरुकुलाचें हित करण्याविषयीं तक्षकदृष्टीनें दक्ष असे.

अध्याय एकशें नववा.

—:०:—

धृतराष्ट्रादिकांचें बालपण आणि पांडूला राज्याभिषेक.

वैशंपायन सांगतातः—ह्या तीन पुत्रांचा उदय झाल्यापासून कौरवराष्ट्र, कौरवपुरुष व कौरवपुरें यांची भरभराट झाली. पिकें उत्तम येत असून धान्येंही सरस येऊं लागलीं. यथाकालीं पर्जन्यवृष्टि होत राहून सर्व वृक्ष पुष्पफलभरांनीं वांकून जाऊं लागले. वाहनांचीं जनावरें व मृग आणि पक्षी हे सर्व आनंदीआनंदांत निमग्न होऊं लागले. फुलें अत्यंत सुवासिक आणि फळें तर अमृतासारखीं येत. व्यापारी आणि शिल्पी यांनीं नगरांत संपत्तीनें व सौंदर्यानें अपूर्व शोभा आणिली. शूर, विद्वान आणि साधुसंत हे परम सुखी झाले. कोठें चोरी नाहीं, कोठें पापकर्म किंवा पापाची आवड दिसेनाशी झाली. सर्व राष्ट्रभर जिकडे तिकडे 'कृतयुग आलें कीं काय?' असा भास होऊं लागला. सर्व वर्णांतील लोक आपआपले वर्णाश्रमधर्माप्रमाणें ज्ञानपूर्वक चालत असून सर्वही स्वार्थत्याग करणारे, सत्यव्रतशील, परस्परांवर निष्कपट प्रेम करणारे, मानापमानांस व क्रोधलोभांस न शिवणारे व परस्परांचें प्रेमपुरःसर अभिनंदन करणारे असे होते. सारांश, मूर्तिमंत धर्माचा अवतारच या कालीं प्रकट झाला होता. नगरेंही समुद्राप्रमाणें पूर्ण व गंभीर असून स्वसौंदर्यानें अत्यंत शोभिवंत दिसत. जिकडे तिकडे मेघसमुदायांच्या राजींसारख्या दारांवरील तोरणांच्या पंक्ति अप्रतिम शोभा आणीत होत्या.

नगरांतील प्रासादांनीं तर या हास्तिनापुराला महेंद्रांच्या अमरावती नगरीसारखी शोभा आली होती. मोठमोठ्या नद्या, बागा, वापी व तळीं यांच्या जवळील प्रदेश व रम्य अरण्यें या मनोहर ठिकाणीं हजारों नागरिक श्रमविनोदी विश्रांति घेण्यासाठीं जात असत. असो; याप्रमाणें कुरुदेशांतील लोक हे आपल्या या नगरनागरांच्या अप्रतिम लावण्यानें उत्तर कुरुदेशांतील लोकांसह देवर्षि, चारण इत्यादिकांशीं स्पर्धा करितात कीं काय असें वाटे. या कौरवांच्या संपत्तिवंत राष्ट्रांत कृपणाचें नांव ऐकूं येत नसे, किंवा विधवांचा वासही येत नसे. कूप, आरामाचीं स्थानें, सभामंदिरें, वापी व ब्राह्मणगृहें हीं सर्व प्रकारच्या संपत्तींनीं गजबजून गेलीं होतीं. जिकडे तिकडे उत्सव चाललेले असत. त्यांतही भीष्माचार्यांच्या धर्मविहित सर्वाध्यक्षतेखालीं सर्व कौरवराष्ट्र याज्ञिक यूपांनीं सुमंडित झालेलें दिसे. परराष्ट्रांतील हजारों लोक कुरुदेशांत राहण्यास आल्यामुळें हें राष्ट्र जास्तच मनुष्यसंपन्न झालें. भीष्मांचा राज्यकारभार म्हणजे सद्धर्माचें पुनरावतरण होय. कुरुराष्ट्रांत जे प्रमुख नागरिक असत, त्यांच्या घरीं ' द्या, द्या' आणि 'पोटभर ध्या, लाजूं नका ' हाच ध्वनि ऐकूं येत असे.

असो; राजा, सर्व नागरिक जन साहजिकतःच धृतराष्ट्र, पांडु व विदुर यांच्या बाललीलांचें वर्तमान समजण्यासाठीं अत्यंत उत्सुक असत. तिघांचेंही पालनपोषण भीष्मांनीं पुत्रवत् केलें. त्यांनीं सर्व संस्कार यथाशास्त्र करून त्या मुलांकरवीं ब्रह्मचर्यास विहित अशीं व्रतें व अध्ययन करविलें. तीं मुलें श्रुतिस्मृतीमध्यें पंडित व व्यायामामध्यें पटाईत अशीं झालीं. चारही वेद, धनुर्वेद, गदाखड्ग - युद्धशास्त्र, गजशिक्षा, नितिशास्त्र या सर्वांत ते पारंगत झाले. इतिहास, पुराणें, इतर शास्त्रें व कला हीं सर्व यथासांग प्राप्त करून घेऊन, ते मुलगे वेदवेदांगांत पूर्ण निष्णात झाले. अर्थातच त्यांस सर्व शास्त्रांचें व विद्याकलांचें रहस्य समजल्यामुळें त्यांची बुद्धि निश्चित झाली. प्रसंगीं काय करावयाचें हा प्रश्न त्यांस कधींच येत नव्हता. कारण ते पूर्ण तत्त्वज्ञ झाले होते. पांडूनें धनुर्विद्या आपलीशी केली होती, म्हणून सर्व धनुर्धरांत त्याच्या तुलनेस योग्य असा मनुष्यच नव्हता. धृतराष्ट्र हा अतिशय बलवान झाला. धर्म आणि तत्त्वज्ञान या दोन विषयांमध्यें विदुराचा हात धरणारा त्रैलोक्यांत सुद्धां सांपडणें कठिण होतें. याप्रमाणें, प्रायः नष्ट झालेल्या शांतनूच्या वंशाचा पुनः उद्धार झाला असें पाहून सर्व राष्ट्रांमध्यें कुरुकुलाची स्तुति गर्जूं लागली. वीरमातांमध्यें अंबिका व अंबालिका, देशांमध्यें कुरुराष्ट्र, धर्मवेत्त्यांमध्यें भीष्माचार्य व नगरांमध्यें हास्तिनापुर अत्यंत श्रेष्ठ अशी सर्वतोमुखीं स्तुति होऊं लागली. धृतराष्ट्र जन्मांध म्हणून व विदुर शूद्र म्हणून पांडूसच राज्याभिषेक झाला. एकदा, नीतिशास्त्रामध्यें सर्वश्रेष्ठ भीष्माचार्य हे धर्मतत्त्वज्ञ विदुरास काय म्हणाले, तें आतां सांगतों.

अध्याय एकशें दहावा.

--:०:--

गांधारीधृतराष्ट्रविवाह.

भीष्म म्हणाले:-आपलें हें कुल सर्वगुणमंडित झाल्यामुळें अन्य सर्व राजांहून श्रेष्ठ व पृथ्वीमध्यें सर्व राजांचा पराभव करून सार्वभौम पद मिळविण्यास योग्य असें झालें आहे. पूर्वकालीं महात्म्या व धर्मशूर राजांनीं या कुलाचें संरक्षण केलें. या कुलाची अवनति आजपर्यंत केव्हांही झाली नाहीं. सत्यवतीच्या व माझ्या उद्योगानें आणि कृष्णद्वैपायन श्रीव्यासांच्या अनुग्रहानें आपलें हें कुल पुनः पूर्वस्थितीस व पूर्वउन्नतीस योग्य झालें आहे; कारण तुम्ही तिघे आतां त्या कुलाचे कुलतंतु झालां आहां. असो; यापुढेंही हें कुलसागराप्रमाणें सदैव वृद्धिंगत होत जाईल असे

उपाय तुला व मला निःसंशय शोधून काढले पाहिजेत, यादवांच्या कुलांत एक सुस्वरूप व आपल्या कुलास योग्य अशी कन्या आहे, व त्याचप्रमाणें सुबलाची एक व मद्रेश्वराची एक अशा तीन कन्या आहेत, असें ऐकतों. विदुरा, त्या सर्व मुली रूपानें सुंदर असून कुलीन आहेत, आणि ते थोर थोर राजेही आमच्याशीं शरीरसंबंध व्हावा अशा योग्यतेचे आहेत. म्हणून ह्या आपल्या वंशाच्या विस्ताराकरितां त्या मुली लग्न करून घ्याव्या असें मला वाटतें. विदुरा, तूं शहाण्यामध्यें शहाणा आहेस, तेव्हां सांग बरें तुला काय वाटतें तें?

विदुर म्हणतोः— आमचे वडील, मातुःश्री व परमपूज्य गुरु सर्व आपणच आहां, तेव्हां ह्या कुलाचें कल्याण ज्यानें होईल तें आपणच योजून करावें.

वैशंपायन सांगतातः— पुढें सुबल राजाची मुलगी गांधारी हिचे संबंधानें हकीकत ब्राह्मणांच्या तोंडून भीष्मानें ऐकली. ती अशी कीं, ' वरदश्रेष्ठ असा जो भगवान शंकर, त्याची आराधना करून त्या सुशील गांधारीनें शंभर मुलगे मागून घेतले आहेत अशी वदंता आहे. ' अशी हकीगत विश्वसनीय मार्गानें कुरुकुलवृद्ध पितामह भीष्म ह्यांचे कानावर आली. मग, राजा, भीष्मानें गांधारीला मागणी घालण्याकरितां गांधार देशच्या राजाकडे दूत पाठविला. तेव्हां धृतराष्ट्राला डोळे नाहींत ह्मणून सुबलाला विचार पडला. तथापि त्यांचें कुल, शील व लौकिक ह्या गोष्टी ध्यानांत आणून त्यानें ती सुशील गांधारी धृतराष्ट्राला दिली. धृतराष्ट्र अंध, आणि आपल्याला तर त्याच्याच पदरांत टाकण्याचें आईबापांनीं योजलें आहे असें गांधारी समजल्यावर, तिनें एक वस्त्र घेऊन त्याच्या बऱ्याच घड्या घालून त्यानें आपले डोळे बांधून टाकिले. कारण ती पडली महापतिव्रता! तेव्हां नवऱ्याला पाहून त्याच्याबद्दल विपरीत कांहीं मनांत येऊंच नये असा तिनें विचार ठरविला. मग गांधार राजाचा मुलगा शकुनि हा धनानें व यौवनानें युक्त अशा आपल्या बहिणीला घेऊन कौरवांकडे आला, आणि त्यानें ती आपली भगिनी धृतराष्ट्राला अर्पण केली. तेव्हां त्यानेंही तिचा फार आदरानें स्वीकार केला. इतकें झाल्यावर भीष्माच्या ह्मणण्याप्रमाणें लग्नाचा सर्व समारंभ शकुनीनें करविला. ह्याप्रमाणें आपली बहीण त्यांचे स्वाधीन करून व योग्य तितका लवाजमा तिचेपाशीं ठेवून तो शूर राजपुत्र भीष्माकडून मानपान घेऊन आपल्या नगराला परत आला.

इकडे त्या सुलक्षणी गांधारीनेंही आपली चाल, रीत, वागणूक वगैरे गोष्टींनीं कुरुकुलांतील सर्व माणसांना संतुष्ट केलें; आणि अशा प्रकारें, पतिसेवारत व पातिव्रत्यधर्मयुक्त अशा त्या गांधारीनें सर्वांस सुख देऊन, परपुरुषाविषयीं कधीं मनानें सुद्धां इच्छा केली नाहीं.

अध्याय एकशें अकरावा.

—:०:—

कर्णजन्मवृत्त.

वैशंपायन सांगतातः– यदुकुलामध्यें श्रेष्ठ असा शूर नांवाचा एक पुरुष होऊन गेला; हाच वसुदेवाचा पिता होय. त्याला पृथा म्हणून एक कन्या होती. ती इतकी सुंदर होती कीं, रूपानें तिच्या साम्यतेची भूलोकांत दुसरी कोणी नसेल. राजा, त्या शूराचा कुंतिभोज ह्मणून एक आतेभाऊ होता. तो शूराचा परम स्नेही असून मनाचा थोर होता. त्याला मूलबाळ कांहीं नव्हतें, ह्मणून शूरानें त्याला असें वचन दिलें होतें कीं, मला जें पहिलें मूल होईल तें मीं तुला देईन. तेव्हां त्या एकवचनी शूरानें ती आपली मुलगी पृथा पहिली ह्मणून त्या आपल्या स्नेह्याला देऊन टाकली.

जनमेजया, पुढें त्या कुंतिभोजानें, घरीं जे ब्राह्मण अतिथि वगैरे येतील त्यांचा योग्य सत्कार करण्याकडे पृथेची योजना केली. आपल्याकडे सोंपविलेलें काम ती योग्य प्रकारें करीत असतां, महापवित्र आणि कर्मनिष्ठ ब्राह्मण जो जगप्रसिद्ध दुर्वास, त्याची तिनें कडक सेवा केली; आणि त्या तपस्वी ब्राह्मणाला हरप्रयत्न करून तिनें प्रसन्न करून घेतलें. मग, कालान्तरानें अडचणीचा प्रसंग येणार असें ध्यानांत आणून त्या मुनीनें तिला वशीकरणाचा एक मंत्र दिला, आणि सांगितलें, " ह्या मंत्रानें ज्या ज्या देवाला तूं आव्हान करशील, त्या त्या देवाच्या प्रभावानें तुला पुत्र होईल. "

राजा, पुढें तो ब्राह्मण निघून गेल्यावर, पोरस्वभावामुळें कुंतीला त्या मंत्राची प्रतीति पाहण्याची जिज्ञासा उत्पन्न झाली; आणि त्या मंत्राचा जप करून तिनें सूर्यनारायणाला आव्हान केलें. त्याप्रमाणें तो त्रैलोक्याला प्रकाश देणारा भगवान आदित्य येऊं लागला तें तिनें पाहिलें; आणि तो अपूर्व चमत्कार पाहून त्या पवित्र स्त्रीला अतिशय विस्मय वाटला. पुढें भगवान सूर्य तिच्या जवळ येऊन ह्मणालाः—सुंदरी, हा मी आलों आहें, मीं तुझें काय काम करावें तें सांग.

कुंती उत्तर करितेः—हे शत्रुघातिन्, कोणीं ब्राह्मणानें मला वर देऊनही वशीकरणविद्या दिली ह्मणून तिची परीक्षा पाहण्याची हौस वाटून मीं आपल्याला बोलाविलें; ह्या माझ्या चुकीबद्दल पायां पडून मी क्षमा मागतें. बायकांच्या हातून आपला अपराध जरी कांहीं झाला असला, तरी त्यांना नेहमीं सांभाळावें असें वचन आहे.

सूर्य म्हणतोः—दुर्वास मुनीनें तुला हा वर दिला वगैरे सर्व हकीकत मला ठाऊक आहे. तेव्हां मनांत कांहीं भय न ठेवतां खुशाल ह्या ठिकाणीं तूं माझ्याशीं संग कर. हे मर्यादशील स्त्रिये, माझें दर्शन फुकट जातां कामा नये, आणि तूं तर मला येथें आणिलें आहेस; विनाकारण मला येथें आणण्यांत देखोल तुला पातकच आहे ह्यांत संशय नाहीं.

वैशंपायन ह्मणतातः–ह्याप्रमाणें सूर्यानें नाना प्रकारांनीं तिची समजूत घातली, तरी त्या सुंदर स्त्रीला ती गोष्ट रुचेना. तिच्या मनांत असें आलें कीं, आपण कुमारिका, तेव्हां भलतेंसलतें केलें तर आप्तबंधु काय म्हणतील ? ह्मणून तिला भय व लज्जा वाटूं लागली, तेव्हां राजा, तिला पुनः सूर्य ह्मणतो, " राजकन्ये, माझ्या कृपेनें तुला तिळमात्र दोष लागणार नाहीं. "

ह्याप्रमाणें त्या तेजस्वी व देदीप्यमान सूर्यनारायणानें कुंतिभोजाच्या मुलीला सांगून तिच्याशीं संभोग केला. त्यापासून जो मुलगा झाला, तोच त्रैलोक्यप्रसिद्ध कर्ण. हा महापराक्रमी, अलौकिक योद्धा, जन्मतःच कवच धारण करणारा मोठा भाग्यवान, सुलक्षणी, प्रत्यक्ष सूर्यासारखा तेजस्वी, व कुंडलांनीं फारच शोभणारा असा होता. असो; नंतर त्या महाकान्तिमान देवानें तिला पुनः कौमार्य दिलें, आणि तो सर्व तेजांचा राजा आकाशांत निघून गेला. नंतर, राजा, तो जन्मलेला मुलगा पाहून ती यदुराजकन्या खिन्न होऊन एकाग्र मनानें विचार करूं लागली कीं " आतां कशी तजवीज करणें श्रेयस्कर होईल? " तेव्हां ज्ञातिबांधवांच्या भयानें, झालेला अतिप्रसंग छपविण्याकरितां कुंतीनें आपलें तें सशक्त पोर पाण्यांत सोडून दिलें. मग तें पाण्यांत सोडलेलें पोर राधेचा नवरा सूतपुत्र अधिरथ ह्यानें व त्याच्या बायकोनें आपला मुलगा असें समजून पाळलें, आणि हा कवचकुंडलादि वसूनें–संपत्तीनें–युक्त असाच जन्मला आहे, तेव्हां " वसुषेण " हेंच नांव याला योग्य, असें बोलून त्यांनीं त्याचें तेंच नांव ठेविलें. असो; पुढें तो जसजसा मोठा होऊं लागला, ततसा बलशाली होऊन शस्त्रास्त्रांत प्रवीण होत

चालला. तो प्रतापवान कुमार बारा वाजल्यापासून पुढें सूर्याचें उपस्थान करी; त्या वेळांत त्या बुद्धिशाली कुमाराचा जप चालला असतां कोणी ब्राह्मण येऊन त्यानें कांहीं जरी वस्तु मागितली, तरी 'नाहीं' म्हणावयाचें नाहीं असा त्याचा नियम असे. तेव्हां इंद्र हा ब्राह्मणाचा वेष घेऊन भिक्षा मागण्याकरितां म्हणून आला, व अर्जुनाचें हित साधण्याच्या बुद्धीनें त्यानें त्यापाशीं कवच मागितलें. लागलेंच कर्णानें जन्मतःच अंगावर असलेलें आपलें कवच सोलून काढलें, आणि हात जोडून तें त्या ब्राह्मणाचें रूप धारण केलेल्या इंद्राला अर्पण केलें. इंद्रानें तें घेतलें, व कर्णाचें तें कृत्य पाहून तो अतिशय संतुष्ट झाला, आणि त्याला आपली शक्ति देऊन म्हणाला, " देव, असुर, मनुष्य, गंधर्व, सर्प किंवा राक्षस ह्यांपैकीं ज्या एकाला जिंकण्याचें तूं मनांत आणशील, त्याच्यावर ह्या शक्तीचा प्रयोग झाल्यावर तो वांचणारच नाहीं.' जनमेजया, वसुषेण हें त्याचें पूर्वीचें नांव होतें हें मीं सांगितलेंच आहे; आतां त्यानें कवचाचें विकर्तन केलें, ह्या त्याच्या कृत्यावरून त्याला कर्ण व वैकर्तन हींही दोन नांवें मिळालीं.

अध्याय एकशें बारावा.

—:०:—

कुंतीशीं पांडूचा विवाह.

वैशंपायन सांगतातः—राजा, कुंतिभोज राजाची कन्या पृथा ही स्वभाव व रूप ह्या गुणांनीं चांगली असून मोठी धर्मनिष्ठ आणि पवित्र अशी असे. तेव्हां रूपानें सुंदर, वयानें तरुण, दिसण्यांत पाणीदार आणि स्त्रियांचे अंगीं जे गुण असावे त्यांनीं युक्त अशा त्या कुमारिकेला कित्येक राजांकडून मागणी येऊं लागली. तेव्हां, राजा, तिचा बाप कुंतिभोज ह्यानें सर्व राजांना बोलावून आणून तिचें स्वयंवर केलें. त्या समयीं सभेमध्यें सर्व राजे बसले असतां, मध्यभागीं भरतकुलांतील रत्नच असा राजपुत्र पांडु ह्याला त्या चतुर कन्येनें अवलोकन केलें. त्याचें वक्षःस्थल विशाल होतें, आणि नेत्र वृषभासारखे तीव्र असून तो सामर्थ्यशाली होता; व त्याच्या सूर्याप्रमाणें प्रखर तेजानें इतर राजे निस्तेज दिसत होते. तेव्हां काय विचारावें? मोठा सामर्थ्यशाली असून दुसरा इंद्रच कीं काय अशा प्रकारें त्या राजसभेंत शोभणाऱ्या त्या नरश्रेष्ठ पांडूला पाहतांच ती कुंतिभोज राजाची सुस्वरूप व सुलक्षणी कन्या कामपीडेनें विव्हल होऊन पांडु राजाला वरण्याविषयीं फार घाबरी झाली. तिचें अंतःकरण अगदीं क्षुब्ध होऊन गेलें, आणि शेवटीं तिनें लाजत लाजत त्या राजाच्या गळ्यांत माळ घातली- कुंतीनें पांडूला वरल्याची वार्ता कानीं पडतांच सर्व राजे आले तसे हत्ती, घोडे व रथ घेऊन माघारे गेले. मग कुंतीचा बाप राजा कुंतिभोज ह्यानें तिचा विवाह केला; त्या वेळीं इंद्राचा जसा इंद्राणीशीं संयोग शोभला तसा त्या महाभाग्यशाली कौरवराजपुत्राचा कुंतिभोज राजाच्या कन्येशीं संयोग शोभला.

राजा, पुढें कुंतीचा आणि पांडूचा लग्नसमारंभ करून व नानाप्रकारच्या देणग्या वगैरे देऊन, त्या राजानें पांडूची त्याच्या नगराकडे पाठवणी केली तेव्हां नानाप्रकारचीं निशाणें फडकावीत आपलें अवाढव्य सैन्य घेऊन ब्राह्मणांचे व ऋषींचे आशीर्वाद घेत घेत तो कौरवराजपुत्र पांडु आपल्या नगराला येऊन पोहोंचला; आणि गृहप्रवेश करून, आपली स्त्री कुंती हीला त्या राजानें आपल्या वाड्यांत आणून ठेविलें.

अध्याय एकशें तेरावा.

—::—

माद्री आणि पांडु यांचा विवाह.

वैशंपायन सांगतातः—नंतर त्या यशस्वी पांडु राजाचें आणखी दुसरें लग्न केलें पाहिजे असें शांतनुपुत्र भीष्म ह्यांच्या मनांत आलें; आणि त्याप्रमाणें वृद्ध मंत्री, ब्राह्मण व ऋषि बरोबर घेऊन आणि चारी प्रकारचें सैन्यही घेऊन ते मद्रराजाच्या नगराला गेले. भीष्माची स्वारी आलेली ऐकून वाहीकराजानें सामोरें जाऊन भीष्माचा बहुमान करून त्याला नगरांत आणिलें, आणि त्याला उत्कृष्ट आसन देऊन अर्घ्य, पाद्य, मधुपर्क वगैरे उपचारांनीं त्याची पूजा केली, आणि नंतर "काय उद्देशानें येणें केलें" म्हणून त्यास विचारिलें. तेव्हां कौरवकुलदीप भीष्म ह्यांनीं मद्रराजाला उत्तर दिलें, "हे शूर राजा, हें पहा—मुलगी मागण्याकरितां मी आलों आहें. तुझी बहीण माद्री फार सुशील आणि भाग्यशाली आहे असें ऐकतों; तर पांडूकरितां त्या तुझ्या बहिणीला मी मागणी घालीत आहें. राजा, शरीरसंबंध करण्याला तूं आमच्या बरोबरीचा आहेस व आम्हीही तुझ्या बरोबरीचे आहों; हें सर्व ध्यानांत आणून तूं विधिपूर्वक आमचा स्वीकार कर."

जनमेजया, भीष्माचें हें भाषण ऐकून मद्रराज उत्तर करितोः—आपल्यासारखें स्थल आणखी कोठें मिळणार? पण आमच्या घराण्यांत पूर्वींच्या चांगल्या चांगल्या राजांनीं एक चाल पाडून ठेविली आहे, ती चांगली असो किंवा वाईट असो, ती मोडण्याला माझें मन घेत नाहीं. चाल कोणती हें आपल्यालाही ठाऊक आहे ह्यांत शंका नाहीं. आपण थोर आहां, तेव्हां आपल्यापाशीं द्या म्हणून मीं मागणें योग्य नाहीं हें सांगणें नलगे. हे शत्रुघातका, तेव्हां माझें सांगणें एवढेंच कीं, हा आमचा कुलाचार आहे, व तो आम्हांला शिरसा वंद्य आहे; म्हणून ही उघड असलेली गोष्ट मी आपलेपाशीं तोंडानें बोलून दाखवीत नाहीं.

मद्रराजाचें हें भाषण ऐकून भीष्मांनीं उत्तर दिलें, "राजन्, सर्वांत धर्मच मुख्य आहे असें प्रत्यक्ष ब्रह्मदेवाचेंच सांगणें आहे. तर हा प्रघात पूर्वजांनीं घालून ठेविला आहे, तेव्हां ह्यांत कांहीं दोष नाहीं. शल्या, मोठमोठ्यांनीं देखील मान्य केलेली ही तुझी अट कोणती हें आम्हांला ठाऊक आहे."

असें बोलून त्या तेजस्वी भीष्मांनीं सोन्याचे दागिने व नुसते गट आणि हजारों चित्रविचित्र रत्नें शल्याला आणून दिलीं. तसेंच हत्ती, घोडे, रथ, मूल्यवान वस्त्रें व अलंकार आणि चांगले चांगले मणि, मोत्यें, प्रवाळ वगैरे देणग्या भीष्मांनीं त्यास दिल्या. तें सर्व द्रव्य घेऊन शल्य फार संतुष्ट झाला, आणि त्यानें आपल्या बहिणीला अलंकार यथास्थित घालून ती त्या कौरवनायकाचे स्वाधीन केली. मग तो शहाणा गंगापुत्र भीष्म माद्रीला घेऊन हास्तिनापुराला परत आला. पुढें, जो दिवस पाहून ठेवला होता तो आल्यावर, विद्वानांनीं पसंत केलेल्या मुहूर्तावर पांडु राजानें विधिपूर्वक माद्रीचें पाणिग्रहण केलें. लग्नसमारंभ आटोपल्यावर त्या कौरवराजानें ही आपली नवी बायकोही एका सुंदर महालांत ठेविली. नंतर तो थोर राजा त्या दोन्ही स्त्रियांचे समागमामध्यें यथेच्छ सुखोपभोग घेत राहिला.

पांडूचा दिग्विजय.

पुढें, राजा, अशा रीतीनें तीस रात्री विहार केल्यावर तो कौरवराजा पांडु सर्व पृथ्वी जिंकण्याच्या उद्देशानें बाहेर निघाला. भीष्म वगैरे वृद्ध माणसांना व तसेंच धृष्टराष्ट्राला आणि कुरुकुलांतील इतर पूज्य माणसांना नमस्कार करून व सर्वांचा निरोप घेऊन त्या राजानें प्रयाण केलें. निघतेवेळीं रीतीप्रमाणें शुभ आशीर्वाद व अभिनंदन झाल्यावर मग हत्ती, घोडे, रथ वगैरे मोठें

सैन्य घेऊन तो बाहेर पडला. जसा काय देवाचाच अंश असा तो तेजःपुंज पांडु राजा ह्यानें पृथ्वी जिंकण्याच्या इच्छेनें चांगलीं उत्साहयुक्त व धष्टपुष्ट सैन्यें घेऊन कित्येक निरनिराळ्या शत्रूंवर स्वाऱ्या केल्या. कौरवांच्या वैभवाचा आधारस्तंभच अशा त्या नरश्रेष्ठ पांडूनें प्रथम पर्वताचा आश्रय करून राहणारे दशार्ण म्हणून जे मोठे लुटारू लोक होते,त्यांना लढाईंत जिंकून टाकलें.तेव्हां त्याच्या सैन्यांत नानाप्रकारचीं निशाणें होतीं व घोडे, हत्ती, रथ व पायदळ हे असंख्यात असून त्यांनीं सैन्य गजबजून गेलें होतें. अशा प्रकारचें तें सैन्य घेऊन पुढें पांडु राजानें कित्येक राजे लोकांना लुटून, उन्मत्त झालेला मगध देशचा राजा जो दीर्घ, त्याला राजवाड्यांत शिरून ठार केलें. मग त्याचा खजिना लुटून व तेथून नानाप्रकारचीं वाहनें घेऊन पांडु राजा मिथिलेला गेला, आणि त्यानें संग्राम करून विदेहांना जिंकलें. राजा, अशाच रीतीनें काशि,सुह्म व पुंड्र ह्या देशांत जाऊन आपल्या पराक्रमानें त्यानें कौरवांचा झेंडा उभारला. बाणांचे वर्षाव ह्या ज्याच्या ज्वाळा व शस्त्रें हा ज्याचा प्रकाश, अशा शत्रूंची राखरांगोळी करणारा पांडुरूपी अग्नि जवळ येऊन पोहोंचतांच राजेलोक होरपळून गेले. सैन्य घेऊन लढत लढत पांडु राजानें राजेलोकांची व त्यांचे सैन्याची खोड मोडून त्यांना आपल्या ताब्यांत आणून कुरुराजकार्यें साधून घेण्याच्या कामीं त्यांचा उपयोग करून घेतला. अशा रीतीनें त्यानें जिंकल्यावर सर्व पृथ्वीवरील राजांना वाटूं लागलें कीं, देवांत जसा इंद्र, तसा पृथ्वीवरील राजांत हाच काय तो एकटा शूर. मग ते सर्व राजे हात जोडून त्याच्या पायां पडले, आणि पुष्कळ द्रव्य, निरनिराळ्या प्रकारचीं रत्नें,मणि, मोत्यें,प्रवाळ, सोनें, रुपें, तसेंच निवडक निवडक गाई, घोडे, रथ, हत्ती, गर्दभ, उंट, म्हशी, मेंढ्या,बकरीं, तसेंच उत्तम उत्तम कांबळे, चर्मवस्त्रें व शंकव वगैरे उंची जातीचीं लोकरीचीं वस्त्रें निरनिराळ्या राजांनीं नजराणे म्हणून आणून दिलीं. त्या राजांनीं आणून दिलेलें तें सर्व द्रव्य पांडु राजानें घेतलें; आणि आपल्या देशाच्या लोकांना अगदीं आनंदित करून सोडण्याकरितां तो मोठ्या उत्साहानें हास्तिनापुराला आला. अशा प्रकारें, राजा, महाबुद्धिशाली व सिंहासारखा शूर असा भरतकुलांतला राजा शांतनु ह्यानें गाजविलेली कीर्ति सर्व नाहींशी झाली होती, ती आतां पुनः पांडूनें संपादली. "ज्या राजांनीं मागें कुरु देशाचे प्रांत व त्यांचे खजिने लुबाडून नेले होते, त्यांनाच हास्तिनापुराचा सिंह पांडु ह्यानें खंडणी देणारे मांडलिक राजे करून टाकले." असे उद्गार राजेरजवाडे व प्रधान एकत्र जमून सर्व प्रजाजनांसहवर्तमान मोठ्या आनंदानें काढूं लागले.असो विजयाच्या आनंदांत,हास्तिनापुराहून लांब जाऊनही श्रम झाल्याप्रमाणें न वाटतां ते सर्व लोक भीष्मासहवर्तमान पांडु राजा आला तेव्हां त्याला समोरे गेले; आणि पाहतात तों पांडूच्या सैन्याभोंवतीं जिकडे तिकडे नानाप्रकारची संपत्ति, वाहनें, रत्नें, हत्ती, घोडे, रथ, गाई, उंट, शेळ्या यांच्या ज्या रांगा लागल्या होत्या, त्या पाहतां पाहतां सरेनात; तेव्हां सर्वांना फार संतोष झाला. कौसल्येचा बाळ पांडु ह्यानें वडिलांच्या पायांवर डोकें ठेविलें,आणि नागरिक व इतर प्रजाजन ह्यांचाही त्यांच्या योग्यतेप्रमाणें सन्मान केला. दुसरीं राज्यें पादाक्रांत करून धन्यता मिळवून परत आलेल्या आपल्या पांडूला भीष्मानें आलिंगन दिलें, व त्याच्या डोळ्यांतून आनंदाश्रु वाहूं लागले. असो. शेंकडों तुताऱ्या, शंख व नगारे ह्यांच्या ध्वनीनें नगरवासी लोकांना आनंदित करीत करीत त्यानें हास्तिनापुरांत प्रवेश केला.

अध्याय एकशें चौदावा.

—:०:—

विदुरविवाह.

वैशंपायन सांगतातः—आपल्या पराक्रमाच्या जोरावर मिळवून आणिलेली संपत्ति पांडु राजानें धृतराष्ट्राची संमति घेऊन कांहीं भीष्माला दिली, कांहीं सत्यवतीस दिली, त्याचप्रमाणें विदुराला कांहीं पाठविली, आणि त्या उदार पुरुषानें मित्रवर्गाला देणग्या देऊन संतुष्ट करण्याकडे कांहीं संपत्तीचा विनियोग केला. राजा, पांडूनें मिळवून आणून आपल्याला दिलेलें जें निष्पाप द्रव्य, तें सत्यवतीनें भीष्माचे व कौसल्या माउलीचे स्वाधीन करून त्यांचा संतोष केला. ज्याप्रमाणें पौलोमीला आपला मुलगा जयंत भेटतांच त्याला कवटाळून आनंद होई, त्याप्रमाणें हा अतुलपराक्रमी व तेजस्वी पांडु भेटला तेव्हां त्याला कवटाळून कौसल्या मातेला आनंद झाला.

नंतर त्या वीरानें केलेल्या दिग्विजयाच्या सांगतेकरितां लक्षावधि रुपये दक्षिणेमध्यें खर्च करून धृतराष्ट्रानें अश्वमेधासारखे शेंकडों यज्ञ केले. राजा, इकडे पांडु हा कुंती व माद्री ह्या उभयतां भार्यासहवर्तमान नेहमीं वनांत हिंडू लागला. त्यानें झोंप, आळस तर सोडूनच दिला. वाड्यांतील आपला महाल टाकून दिला, व मऊ मऊ बिछाने टाकून दिले आणि शिकार बरी कीं आपण बरा, अशा रीतीनें तो सदा अरण्यांत काळ घालवूं लागला. हिमाचल पर्वताची जी दक्षिणेकडील रमणीय बाजू, तिजवर नेहमीं संचार करून डोंगरांच्या पठारांवर किंवा मोठमोठ्या शालवृक्षांच्या वनांत तो वस्ती करी. अशा रीतीनें कुंती व माद्री ह्यांच्यासह पांडु अरण्यांत हिंडत असतां दोन बाजूंला दोन हत्तिणी व मध्यें आपण असा इंद्राचा देखणा ऐरावत जसा दिसावा तसा तो शोभत असे. खड्ग, बाण व धनुष्य घेऊन व अंगावर अपूर्व कवच धारण करून, अस्त्रविद्येंत पंडित झालेला असा हा भरतवंशांतला वीर्यशाली राजा अरण्यांत हिंडत असतां तेथील लोकांना हा कोणी देवच आहे कीं काय असें वाटे. रानांत ज्या ज्या भागांत तो असे, तेथें लोक धृतराष्ट्राच्या आज्ञेप्रमाणें नेहमीं पांडूला जें जें हवें असे तें सर्व मोठ्या जागृतीनें नेऊन पोहोंचवीत. असो.

पुढें देवक राजाची मुलगी पारसवी—जी ब्राह्मणापासून शूद्र स्त्रीचे उदरीं झालेली होती, ती रूपवान असून आतां उपवर झाली असल्याचें गंगापुत्र भीष्म ह्यांचे कानावर आलें. मग त्या महात्म्यानें ती मुलगी पसंत करून आणिली, आणि तिच्याशीं विदुराचें लग्न करविलें. राजा, पुढें ह्या स्त्रीपासून विदुराला मुलगे झाले. ते सर्व विनयशील आणि सर्व गुणांनीं त्याला स्वताला शोभण्यासारखे निपजले.

अयाय एकशें पंधरावा.

—:०:—

गांधारीपुत्रोत्पत्ति.

वैशंपायन सांगतातः—जमनेजया, पुढें गांधारीचे उदरीं धृतराष्ट्राला शंभर पुत्र झाले, आणि शिवाय एक मुलगा वैश्येपासून झाला. तसेच पांडु राजाला कुंती व माद्री ह्यांचे उदरीं कुलाच्या विस्ताराकरितां म्हणून देवतांपासून मोठे शूर व महारथी पांच मुलगे झाले.

जनमेजय विचारतोः—हे द्विजश्रेष्ठ,गांधारीचे उदरीं शंभर मुलगे कसे कसे झाले? किती दिवसांनीं झाले?व त्यांची आयुर्मर्यादा कशी कशी होती? आणि धृतराष्ट्राला वैश्येपासून तो एकच मुलगा कसा झाला ? आपल्या बरोबरीची असून मनाप्रमाणें वागणारी अशी लग्नाची बायको गांधारी हिच्याशीं धृतराष्ट्राचें असें विरुद्ध वर्तन कसें झालें? त्याचप्रमाणें पांडु राजाला शाप मिळाल्यावर मग त्याला देवतांपासून पांच महारथी मुलगे

कसे झालें ? अहो विद्वान मुनिवर्य, हें वृत्त मला इत्थंभूत सांगा; कारण माझ्या वंशांतील पुरुषांबद्दल इतिहास जों जों मी ऐकतों, तों तों मनाची तृप्तिच होत नाहीं !

वैशंपायन सांगतात:—एकदा व्यास मुनि थकून भुकेनें व्याकूळ होऊन आले, तेव्हां गांधारीनें त्यांचीं अशी उत्कृष्ट व्यवस्था ठेविली कीं, ते फार संतुष्ट झाले, आणि 'तुला काय पाहिजे तें माग' म्हणून त्यांनीं तिला सांगितलें. तेव्हां तिनें आपल्या नवऱ्याला शोभण्यासारखे शंभर पुत्र आपणास व्हावे, असें मागून घेतलें. मग त्याप्रमाणें कांहीं दिवसांनीं धृतराष्ट्रापासून तिला गर्भ राहिला. तो राहिलेला गर्भ दोन वर्षेंपर्यंत तिच्या उदरीं प्रसव न होतां तसाच राहिला. पुढें कुंतीला मुलगा होऊन, तो नुकत्याच उगवलेल्या साक्षात् सूर्यनारायणाप्रमाणें कांतिमान आहे, असें ऐकल्यावर तिला दुःख वाटूं लागलें. आपल्या गर्भाशयांत कांहीं चळवळ नाहीं असें पाहून गांधारी चिंतेंत पडली. तिला त्याचें इतकें वाईट वाटूं लागलें कीं, मोठ्या खटपटीनें धृतराष्ट्राला देखील न कळूं देतां तिनें तो गर्भ पाडला, तेव्हां त्यापासून लोखंडासारखा घट्ट मांसाचा गोळा बाहेर पडला. तेव्हां दोन वर्षें उदरांत वागविलेला तो गोळा टाकून देण्याला ती प्रवृत्त झाली. इतक्यांत व्यासांना हें सर्व वर्तमान कळून ते सत्वर तेथें आले, आणि त्या मुनिश्रेष्ठांनीं तो मांसाचा गोळा नजरेनें पाहिला; आणि मग 'हें काय करण्याचें तूं मनांत आणिलेंस ?' म्हणून गांधारीला विचारिलें. त्यावर त्या थोर मुनींपाशीं तिनें आपल्या मनांत आलेली गोष्ट खरी होती ती सांगितली. गांधारी म्हणते, "कुंतीला सूर्यासारखा तेजस्वी मुलगा झाल्याचें ऐकून मला फार वाईट वाटलें, आणि मीं हा गर्भपात केला. मला शंभर मुलगे होतील म्हणून आपण पूर्वीं वर दिला, त्या शंभर मुलांच्या ऐवजीं हा मांसाचा गोळा झाला आहे !"

व्यास म्हणाले:—गांधारी, मी जें बोललों तेंच खरें; तें फिरणार नाहीं. तुपानें भरलेल्या शंभर कुंड्या लवकर तयार करा, आणि त्या चांगल्या गुप्त ठिकाणीं ठेवा व नीट संभाळा; आणि ह्या मांसाच्या गोळ्यावर गार पाणी शिंपडा.

वैशंपायन सांगतात:—याप्रमाणें गार पाणी शिंपडतांच त्याचे शंभर भाग झाले, आणि कांहीं काळ लोटल्यावर एकामागून एक अनुक्रमानें त्या मांसाच्या गोळ्याचे आंगठ्याएवढे गर्भ वेगवेगळे तयार होतां होतां शेवटीं एकशें एकांची संख्या भरली. मग ते गर्भ त्या कुंड्यांमध्यें ठेविले, आणि एकेक कुंडी एकेका गुप्त जागीं ठेवून जतन केली. अमुक एक काळ लोटल्यावर मग पुनः कुंड्या उघडावयाच्या, असें भगवान व्यास मुनींनीं गांधारीला सांगून ठेविलेंच होतें; तें सांगून व त्याप्रमाणें समक्ष व्यवस्था करवून मगच ते महाज्ञानी तपस्वी हिमाचल पर्वतावर तपश्चर्येकरितां निघून गेले होते. तेव्हां पुढें तशाच अनुक्रमानें प्रथम दुर्योधन राजा जन्माला आला, जन्माचें प्रमाण धरून पाहिलें असतां धर्मराजाच सर्वांत वडील. असो; मग ही झालेली हकीकत भीष्म व ज्ञानी विदुर ह्या उभयतांस समजली.

ज्या दिवशीं हा महाबलिष्ठ दुर्योधन जन्मला, त्याच दिवशीं पराक्रमी भीमही जन्माला आला. राजा, जन्म होतांच तो धृतराष्ट्राचा मुलगा जो रडला, त्या त्याच्या रडण्याचा शब्द गाढवाच्या ओरडण्याप्रमाणें निघाला; त्याबरोबर गाढवें गिधाडें, कोल्हीं, आणि कावळे हीं सर्वच ओरडूं लागलीं; वादळें सुटलीं आणि दशादिशांचा दाह होऊं लागला. तेव्हां, राजा धृतराष्ट्र ह्याचे मनांत भीति उत्पन्न होऊन त्यानें भीष्म, विदुर, अनेक ब्राह्मण, मित्रमंडळी व कुरुबांधव ह्यांना एकत्र जमवून म्हटलें, "राजपुत्र युधिष्ठिर हाच वडील आणि आमच्या वंशाचा विस्तार करणारा असून आपल्या सद्गुणांनीं

देखील राज्याला तो पात्र झालाच आहे; तेव्हां त्याचे संबंधानें आमचा कांहींच आक्षेप नाहीं. परंतु त्याच्या पश्चात् तरी हा राजा व्हावयास पाहिजे, तो होईल किंवा नाहीं व पुढें काय घडून येण्याचा योग आहे, तें मला आपण सांगा."

राज धृतराष्ट्र हें बोलतो न बोलतो तोंच काय चमत्कार पहा! सर्व दिशांस क्रूर व हिंस्र पशु गर्जना करूं लागले आणि अपशकुनी कोल्हीं हीं ओरडूं लागलीं. असे सर्व बाजूंनीं भयंकर अपशकुन झालेले पाहून ते सर्व ब्राह्मण आणि महाज्ञानी विदुर हे धृतराष्ट्राला म्हणाले,' हे थोर राजा, हा वडील मुलगा जन्माला आल्याबरोबर ज्यापेक्षां हे असे भयंकर अपशकुन झाले आहेत, त्यापेक्षां हा तुझा मुलगा कुलक्षय करणारा निपजेल हें उघड आहे. त्याला टाकून दिल्यानेंच शांति मिळणार आहे; ह्याचें संगोपन करण्यांत मोठी अनीति होणार आहे. म्हणून, हे भरतश्रेष्ठा, तुला नव्याण्णव मुलगे उरतील तर उरूं देत, आणि कुलाचें क्षेम असावें अशी जर तुझी इच्छा असेल, तर हा एक मुलगा टाकूनच दे. एक टाकून देऊन सर्व वंशाचें किंबहुना सर्व जगाचें कल्याण कर. सर्व कुलाचें संरक्षण करण्याकरितां एक मनुष्य खुशाल जाऊं द्यावा; सर्व गांव वांचविण्याकरितां एक घराणें बुडत असेल तर खुशाल बुडूं द्यावें; सर्व देशाचें रक्षण करण्याची वेळ आली असतां एका गांवावर खुशाल पाणी सोडावें; आणि आपल्या जिवावरच प्रसंग आला असतां पृथ्वीचें राज्यही सोडून द्यावें. "

ह्याप्रमाणें विदुरानें व त्या थोर थोर ब्राम्हणानीं मसलत दिली असतांही पुत्रवात्सल्यानें राजानें तसें केलें नाहीं. ह्याप्रमाणें, राजा, धृतराष्ट्राच्या मुलांची शंभर संख्या पुरी झाली. पुढें एका माहेन्यानेंच शंभरांवर एक मुलगी झाली. गांधारी गरोदर होती तेव्हां गर्भवृद्धीमुळें तिला क्लेश होऊं लागले त्या वेळीं एका वैश्येनें राजा धृतराष्ट्राची सेवा केली; मग त्याच संवत्सरामध्यें धृतराष्ट्रापासून तिचे उदरीं मुलगा झाला. तोच पुढें प्रसिद्धीस आलेला बुद्धिमान व रणशूर युयुत्सु होय. हा वैश्येचे ठिकाणीं क्षत्रियापासून झाला असमुळें करणनामक जातीसारखा झाला.

याप्रमाणेंच, राजा, धृतराष्ट्राला शूर महारथी असे शंभर पुत्र झाले; आणि एक कन्या, आणि तेजस्वी व पराक्रमी असा वैश्यापुत्र युयुत्सु हीं दोन अपत्यें शिवाय झालीं.

अध्याय एकशें सोळावा.

—:०:—

दुःशलोत्पत्ति.

जनमेजय विचारतोः–ब्रह्मन्, धृतराष्ट्राच्या मुलांची हकीकत आरंभापासून आपण सांगितली आणि व्यास मुनींच्या प्रसादानें शंभर मुलगे व्हावयाचे असें आपण बोललां, मुलगी होण्यासंबंधानें कांहीं बोललां नाहीं; त्याचप्रमाणें वैश्येपासून झालेला युयुत्सु ह्यासंबंधानेंही व्यासांच्या सांगण्यांत उल्लेख नव्हता. मुलगी देखील शंभरांत नसून शंभराच्या बाहेरची आहे, आणि गांधारी तर शंभरच मुलांची आई व्हावयाची असें त्या महातेजस्वी व्यास महर्षींनीं तिला सांगितलें होतें; मग ही मुलगी कशी झाली तें मला आपण कृपा करून सांगा. व्यास मुनींनीं जर त्या मांसाच्या गोळ्याचे शंभर भाग केले होते, आणि गांधारीला जर पुनः मूल व्हावयाचें नव्हतें, तर ह्या दुःशलेचा जन्म कसा झाला? मुनिवर्य, ही सर्व हकीकत आपण कृपा करून मला इत्थंभूत सांगा, कारण त्या संबंधानें मला फार जिज्ञासा आहे.

वैशंपायन सांगतातः—जनमेजया, हा प्रश्न ठीक विचारिलास; त्याचें उत्तर मी सांगतों,

१ वैश्यापासून शूद्रीचे ठिकाणीं झालेला पुत्र.

ऐकः त्या महातपस्वी भगवान व्यास मुनींनीं स्वतांच त्या मांसाच्या गोळ्यावर गार पाणी शिंपडून एकेक भाग निरनिराळा केला. मग, राजा; इकडे जसजसा एकेक भाग निराळा निवाला, तसतसा सुइणीनें तो एकेका तुपाच्या कुंडींत नेऊन ठेविला. इतक्या संधींत ती महा-महापातिव्रता गांधारी मुलीच्या प्रेमाचें सुख कसें असतें त्याची कल्पना मनांत आणून आपल्या-शींच विचार करूं लागली, " आतां ह्यांपासून मला शंभर मुलगे होतील ह्यांत मुळीं संशय नाहीं; कारण व्यास मुनि खोटी गोष्ट सांगणारच नाहींत. परंतु मला जर मुलगी होईल तर फार संतोष होईल. ती शंभरांच्या पाठीवर धाकटी व सर्वांची लाडकी होईल. मग दौहित्रापासून जो लोक मिळावयाचा व सार्थक व्हावयाचें त्याला हे माझे पति आंचवणार नाहींत. बायकांना जावया-चें कौतुक फार असतें अशी म्हण आहे; तेव्हां मला जर शंभरावर एक मुलगी होईल, तर मुलगे व मुलींचे मुलगे ह्यांचा परिवार माझ्याभोंवतीं जमला ह्मणजे मी किती तरी धन्य होईन ! माझ्या हातून जर तप, अनुष्ठान, दानधर्म वगैरे पुण्य घडलें असेल, जर वडील माणसांची मनोभावें सेवा करून त्यांना मीं संतुष्ट केलें असेल, तर, देवा, मला मुलगी होऊं देच. "

याप्रमाणें गांधारी जों विचार करीत बसली आहे, तोंच भगवान् व्यास महर्षींनीं स्वतः त्या पिंडाचे भाग करून ते मोजून शंभर भरले तेव्हां गांधारीला म्हटलें, " ही मुलाची शंभर संख्या पुरी झाली;मी बोललों तें उगीच वायफल बोललों नाहीं. आतां, तुला मुलीकडून नातू व्हावयास पाहिजे, त्याकरितां हा शंभराच्यावर एक भाग उरला आहे, ह्या भागांतून तुझ्या इच्छेप्रमाणें तुला भाग्यवती मुलगी होईल. "

हे भारता, मग त्या महातपस्वी व्यास मुनींनीं दुसरी एक तुपाची कुंडी आणवून तो मुलीचा भाग त्यांत घालून ठेविला. याप्रमाणें, राजा, ही दुःशलेच्या जन्माची कथा तुला सांगितली. आतां आणखी काय सांगूं ?

अध्याय एकशें सतरावा.

—:०:—

धृतराष्ट्रपुत्रनामकथन.

जनमेजय विचारितोः—धृतराष्ट्राच्या मुलांपैकीं वडील कोण, धाकटा कोण असा जन्माक्रम आणि त्यांचीं नांवें क्रमशः मला सांगा.

वैशंपायन सांगतातः—राजा, ऐक. पहिला महायोद्धा दुर्योधन. पुढें दुसरा दुःशासन,दुःसह, दुःशल, जलसंध, सम, सह, विंद, अनुविंद, दुर्धर्ष, शोभिवंत ज्याचे हात असा दुष्प्रधर्षण, दुर्मर्षण, दुर्मुख, दुष्कर्ण, कर्ण, विविंशति, विकर्ण, शल, सत्व, सुलोचन, चित्र, उपचित्र, चित्राक्ष, चारुचित्र, शरासन, दुर्मद, दुर्विगाह, विवित्सु, विकटानन, ऊर्णनाभ, सुनाभ, नंद, उपनंदक, चित्रबाण, चित्रवर्मा, सुवर्मा, दुर्विमोचन, आजानुबाहु असा अयोबाहु, चित्रांग, चित्रकुंडल, भीमवेग, भीमबल, बलाकी, बलवर्धन, उग्रायुध, सुषेण, कुंडधार, महोदर, चित्रायुध, निषंगी, पाशी, वृंदारक, दृढवर्मा, दृढक्षत्र, सोमकीर्ति, अनूदर, दृढसंध, जरासंध, सद, सुवाक्, उग्रश्रवा,उग्रसेन, सेनानी, दुष्पराजय,अपराजित, कुंडशायी, विशालाक्ष, दुराधर, दृढहस्त, सुहस्त, वातवेग, सुवर्चा,आहार ज्याचा फार असा आदित्यकेतु, नागदत्त,अग्रयायी, कवची, क्रथन, कुंडी, कुंडधार, धनुर्धर, उग्ररथ, भीमरथ, वीरबाहु, अलोलुप, अभय, रौद्रकर्मा, दृढरथाश्रय, अनाधृष्य, कुंडभेदी, विरावी, चित्रकुंडल, प्रमथ, प्रमाथी, पराक्रमी दीर्घरोम, दीर्घबाहु, महाबाहु, व्यूढोर, कनकध्वज, कुंडाशी आणि विराजा असे शंभरजण आणि शंभरांच्या नंतरची दुःशला. राजा, हे आतां सांगितलेले शंभर मुलगे आणि शं-

भरांच्या पुढची एक मुलगी ह्यांचीं नांवें ज्या अनुक्रमानें सांगितलीं, त्याच अनुक्रमानें त्यांचा जन्म समज. सगळेच मुलगे एकसारखे महारथी, शूर, युद्धविद्येंत निपुण, तसेच वेदाध्ययनहीं केलेले, आणि अस्त्रविद्येंतही मोठे पंडित झाले. राजा, ह्या सर्वांचीं लग्नेंही धृतराष्ट्रानें त्यांना योग्य अशा मुली पाहून योग्य वेळीं संस्कारपूर्वक केलीं. दुःशला ही उपवर झाली तेव्हां धृतराष्ट्र राजानें जयद्रथाला विधिपूर्वक विवाह करून दिली.

अध्याय एकशें अठरावा.

—:०:—

पांडुशापवृत्त.

जनमेजय विचारतोः—अहो मुनिवर्य, धृतराष्ट्राचे मुलगे मनुष्यकोटींतले असूनही त्यांचा जन्म माणसांप्रमाणें न होतां एका थोर ऋषीच्या प्रभावानें विशेष रीतीनें कसा झाला तो सर्व प्रकार मला आपण सांगितला; आणि त्यांचीं नांवेंही आपण क्रमशः सांगितलीं तीं मीं ऐकलीं. आतां पांडवांची सर्व कथा आपण सांगावी. तेही सर्व इंद्रासारखे पराक्रमी महात्मे पुरुष देवतांचेच अंश होत असें आपण अंशावतरणकथनसमयीं सांगितलें होतें. तर त्या अमानुष पराक्रम करणाऱ्या पुरुषांचा जन्म झाल्यापासून सर्व इतिहास ऐकण्याची इच्छा मला झाली आहे.

वैशंपायन सांगतातः-अनेक मृग व्याघ्र वगैरे श्वापदांची ज्यांत निरंतर वस्ती अशा एका घोर अरण्यांत एके वेळीं पांडु राजा हिंडत असतां, हरणांच्या एका कळपांतील मुख्य हरिण सुरतप्रसगांत गुंतलेला त्यानें पाहिला. तेव्हां त्या मृगावर आणि मृगीवर पांडु राजानें सुंदर पंख लावलेले, वेगानें जाणारे व तीक्ष्ण असे पांच बाण टाकले. परंतु, राजा, तो केवळ मृग नसून मोठा तपस्वी व तेजस्वी ऋषिकुमार होता, आणि मृगाचें रूप धारण करून आपल्या स्त्रीशीं रममाण झाला होता. अशा प्रकारें सुरतक्रीडा करीत असतांनाच बाण लागले, तेव्हां पंचप्राण व्याकूळ होऊन तो तात्काळ भूमीवर पडला, आणि मनुष्यवाणीनें विलाप करूं लागलाः तो म्हणाला, 'काम, क्रोध वगैरे विकारांच्या आधीन होऊन गेलेले, तसेच ज्यांना सारासार विचार मुळींच नाहीं असे व पापकर्मे करण्यांतच सदा मग्न असतात अशा जातीचे लोक देखील इतकीं निर्दयपणाचीं कृत्यें हातून होऊं देत नाहींत. दैवसंकल्पापुढें माणसाची अक्कल कांहीं चालत नाहीं; दैवसंकल्पच माणसाची अक्कल ग्रासून टाकतो. ज्या ज्या गोष्टी घडून येतात, त्या सर्व योगायोगाप्रमाणें येतात, हें आपल्या शहाणपणाच्या घमेंडीमध्यें माणूस ओळखीत नाहीं. अरे भारतवंशीय राजा, निरंतर धर्मवासाना धरणारे जे पुण्यश्लोक राजे, त्यांच्या श्रेष्ठ वंशांत तूं जन्म घेतला आहेस; असें असून तुझें मन भुलून जाऊन तुझी बुद्धि कशी चळली बरें ?"

पांडु उत्तर करितोः—शत्रूंच्या हत्येमध्यें राजे लोकांनाः जें पापपुण्य लागतें, तेंच मृगांच्याही हत्येंत लागतें असें सांगितलें आहे. तर, हरिणा, प्रमादानें तूं माझी निंदा केलीस ती योग्य नव्हे. सरळ रीतीनें असो किंवा कपटानें असो, राजे लोकांनीं मृगांचा वध अवश्य करावा; तो त्यांचा धर्मच होय. असें असून तूं कां बरें माझी उगीच निर्भर्त्सना करितोस? अगस्त्य मुनि एवढे थोर, त्यांनीं देखील यज्ञाचें सत्र सुरू केलें तेव्हां अरण्यांत जाऊन निरनिराळ्या देवतांना लागणारे वन्य पशु मारून आणून मग त्यांवर प्रोक्षण वगैरे करावयाचे सर्व संस्कार केले. तर वेदांत जो धर्म प्रत्यक्ष सांगितला आहे, त्याच्याच संबंधानें तूं कशी बरें आमची निंदा करितोस? अगस्त्य मुनींनीं स्वतः तुझ्यासारख्या पशूंची हत्या करूनच वपाहोम वगैरे केला !

मृग म्हणतोः—शत्रूंचें छिद्र पाहून, ते आत्मसंरक्षण करण्याच्या तयारींत नसतांना, त्यांच्यावर कधीं कोणी बाण सोडीत नाहींत. वध करण्याचाच म्हणून ठरलेला जो प्रसंग संग्राम वगैरे, त्यांत जीवहत्या झाली तरी योग्यच आहे.

पांडु उत्तर करितोः—मृग सावध असो किंवा नसो, नानाप्रकारच्या निष्ठुर उपायांनीं त्याला जबरीनें मारतात हें उघड आहे. तर माझीच कां बरें निर्भर्त्सना करितोस?

मृग म्हणतोः—राजा, तूं माझा वध केलास म्हणून स्वतांबद्दल दुःख वाटून मी तुझी निर्भर्त्सना करितों असें समजूं नको. तर माझें म्हणणें एवढेंच कीं, सुरत प्रसंग चालला होता त्याकडे तूं दुष्टपणा सोडून लक्ष द्यावयास पाहिजे होतें. संपूर्ण प्राणिमात्राला सुख देणारा आणि ज्याला त्याला हवासा वाटणारा जो हल्लींचा समय अशा समयीं अरण्यांत एखादा मृग मैथुनसुखांत मग्न असतां कोणता शहाणा त्याची हत्या करील? अरे राजा, पौरुषाचें फल जी उत्कृष्ट संतति, ती उत्पन्न करण्याकरितां म्हणून मोठ्या हौसेनें ह्या मृगीशीं मी संग करीत असतां तो प्रयत्न तूं निष्फल करून टाकलास. हे राजेंद्रा, पापकर्म ज्यांना जन्मांत माहीत नाहीं अशा पौरव राजांच्या वंशांत जन्म घेऊन तूं असें कर्म करावेंस हें अगदीं शोभत नाहीं. राजा, तुझें हें कर्म फार दुष्टपणाचें, सर्व लोकांनीं छी थू करण्यासारखें, स्वर्गाची वाट खुंटविणारें, अपकीर्ति करणारें आणि अत्यंत धर्मविरुद्ध असें आहे. अरे, तूं देवाप्रमाणें शोभणारा, स्त्रीसंभोगासंबंधानें सर्व रहस्य तुला ठाऊक, पाप कोणतें, पुण्य कोणतें वगैरे शास्त्रार्थही तुला सर्व अवगत, असें असून तूं असलें नरकसाधनाचें कर्म करावेंस हें अगदीं अयोग्य होय. राजा, दुष्ट कर्में करणारे, पापाचरणी, व पुरुषार्थाला मुकणारे असे जे लोक असतील, त्यांचें निवारण त्वां करावें; असें असतां, मृगाचा वेष धारण करून अरण्यांत राहून कंद, मुळें, फळें खाऊन नेहमीं शांत वृत्तीनें राहणारा निरपराधी मुनि मी, त्या मला तूं मारिलेंस हें काय बरें कर्म केलेंस? तूं ज्यापेक्षां माझी हत्या केलीस, त्यापेक्षां मीही तुला शाप देतों कीं, स्त्रीपुरुषाच्या मैथुनाचा घात करून दुष्ट हत्या करणारा जो तूं, त्या तुलाहीं मरणाचा योग येईल. तो अशाच रीतीनें—तूं कामवासनेच्या अधीन होऊन दुर्बल होऊन गेला असतां येईल! मी तपोबलानें पूज्यतेला आलेला किंदम नांवाचा मुनि होय. मनुष्यरूपानें मैथुनप्रसंग चालविण्याची लाज वाटून मीं मृगीशीं तो केला. मृगाचें रूप धरून मृगांमध्येंच मी ह्या घोर अरण्यांत फिरत असतों. मृगाच्या रूपानें मी कामवासनेंत असतां तूं खरी स्थिति न जाणून माझी हत्या केलीस, त्यामुळें ब्रह्महत्येचें पातक तुला लागणार नाहीं; तरी पण, मूर्खा, ह्या कर्माचें फल तुला ह्यासारखेंच मिळेल! आपल्या प्रिय भार्येचा समागम होऊन तूं कामांध होऊन माझ्या सारख्याच स्थितींत तूं मरण पावशील! अंतकाळीं ज्या भार्येचा सहवास तुला घडेल, तीच भार्या तूं यमपुरींत गेल्यावर तुझ्याबरोबर भक्तीनें सहगमन करील. ज्याप्रमाणें मी ऐन सुखांत असतां तूं मला दुःखांत लोटलेंस, त्याचप्रमाणें तूं सुखाच्या भरांत असतांना तुला दुःख येऊन पोंहोचेल!

वैशंपायन सांगतातः—इतकें बोलून दुःखानें व्याकूळ होऊन गेलेल्या त्या मृगानें प्राण सोडला; आणि पांडु राजाही तत्क्षणींच मोठ्या पश्चात्तापांत पडला!

अध्याय एकशें एकुणिसावा.

—:०:—

पांडुराजाची उपरति.

वैशंपायन सांगतातः—जनमेजया, नंतर पांडु

राजा आपल्या स्त्रियांसह त्या मृत झालेल्या मृगरूप मुनीजवळ गेला, आणि शोकानें आर्त होऊन विलाप करूं लागला.

पांडु राजा म्हणतोः—पहा ! सज्जनांच्या कुळांत जन्मलेले पुरुषही इंद्रियनिग्रह न घडल्यामुळें विषयवासनेंत गर्क होऊन दुर्दशेस जाऊन पोहोंचतात ! माझा पिता विचित्रवीर्य हा अत्यंत धर्मनिष्ठ शांतनु राजाचा पुत्र असतांही, या विषयवासनेंतच गुरफटून अल्पवयांत मरण पावला, असें आम्हीं ऐकिलें आहे. त्या कामासक्त राजाच्या स्त्रीच्या उदरीं, वाक्संयमी मुनि जे प्रत्यक्ष भगवान व्यास, त्यांपासून माझा जन्म झाला. असें असतांही आज मृगया करीत हिंडत असतां माझें सर्व शास्त्रज्ञान नष्ट होऊन आपणावर संकट आणण्याची ही दुर्बुद्धि मला आठवली! अहो, संसार हें एक मोठेंच दुःख होय. म्हणून मोक्षसाधनाचाच निश्चय करून, माझे जनक व्यास मुनि यांनीं जे श्रेष्ठ व्रत पाळिलें, तेंच मीही पाळीन. म्हणजे सर्वसंगपरित्याग करून एकटाच एखाद्या झाडाखालीं राहीन, आणि मनाची एकाग्रता करून, श्रवणमननादि व्यवसायांत निमग्न राहीन; यांत कधींही अंतर पडूं देणार नाहीं. भिक्षावृत्तीचा अंगीकार करून शिराचें मुंडन करीन. सारांश, केवळ मुनिवेष घेऊन वानप्रस्थाश्रमाचा अवलंब करीन, एखादें रिकामें घर सांपडल्यास तेथें राहीन; नाहींपेक्षां वृक्षाखालीं पडेन. अंगास धूळ वगैरे लागेल म्हणून खंती बाळगणार नाहीं. सर्व प्रकारची आवडनावड टाकून देईन. कोणत्याही गोष्टीविषयीं आनंद किंवा खेद मानणार नाहीं. निंदा आणि स्तुति समान मानीन. आशीर्वाद व नमस्कार यांची इच्छा धरणार नाहीं. शीत-उष्ण, सुखदुःख, राग-द्वेष इत्यादि द्वंद्वें सेडून देईन. वस्त्रप्रावरणादिकांची अपेक्षा करणार नाहीं. कोणाचा उपहास करणार नाहीं; किंवा कोणाकडे वक्रदृष्टीनेंही पाहणार नाहीं. सदोदित प्रसन्न अंतःकरणानें राहून प्राणिमात्राच्या कल्याणाविषयीं तत्पर राहीन. या चराचरांतील सर्व जारजअंडजादि चतुर्विध प्राण्यांपैकीं कोणाचीही हिंसा करणार नाहीं. सर्व प्राण्यांचे ठिकाणीं पुत्राप्रमाणें भावना ठेवीन. उदरनिर्वाहाकरितां नित्य एक वेळ भिक्षा मागेन व तीही पांच किंवा दहा घरांपेक्षां जास्त मागणार नाहीं; मग त्यांत थोडी जरी भिक्षा मिळाली, तरी तेवढ्यावरच निर्वाह करीन आणि कदाचित् मुळींच न मिळाली तर उपवासही काढीन. परंतु भिक्षेशिवाय अन्य मार्गाचा स्वीकार करणार नाहीं. थोडक्याच घरांत पोटापुरती भिक्षा मिळाल्यास पुढील घरें हिंडणार नाहीं. सारांश, भिक्षा मिळो वा न मिळो, चित्तवृत्तींत अस्वस्थता उत्पन्न होऊं न देतां दृढ तपश्चर्या करीन. माझा एक हात कोणी कुऱ्हाडीनें तोडूं लागला, आणि दुसऱ्या हातास कोणी चंदनाची उटी लावूं लागला, तर पहिल्या हाताबद्दल दुःख मानणार नाहीं, व दुसऱ्याबद्दल सुख मानणार नाहीं. जगण्याची किंवा मरण्याची इच्छा करणार नाहीं. जीविताचें अभिनंदन किंवा मृत्यूचा द्वेषही करणार नाहीं. स्वर्गासारखे उत्तम पण अशाश्वत लोक मिळवून देणारीं जीं यज्ञयागादिक कर्मे मनुष्याच्या हातून होण्याजोगीं आहेत, तीं सर्व मी सोडून देईन. तशा क्षणिक फलें देणाऱ्या कर्मांत इंद्रियांची प्रवृत्ति ठेवणार नाहीं. तात्पर्य, धर्मकर्मांनीं साध्य होणारीं जीं फलें, तीं अनित्य असल्यामुळें मला नकोत. इच्छा, द्वेष वगैरे चित्तावरील मलच धुऊन टाकून चित्त निर्मल करीन; सर्व पातकांपासून सुटेन; व पूर्वजन्मांतील कर्म, वासना इत्यादि जे पाश आहेत त्यांतूनबाहेर पडेन. कशाच्याही आधीन राहणार नाहीं. वायूप्रमाणें अलिप्त राहीन. अशा दृढनिश्चयवृत्तीनें संसारभयरहित मार्गांत राहून देह

ठवान. जेथें विषयासक्तीमुळें आत्म्याच्या अलौकिक सामर्थ्याचा ऱ्हास होतो, अशा स्वधर्मास सोडून असलेल्या पोंचट कर्ममार्गीत, पराक्रमरहित झाल्यामुळें, आतां मी राहणार नाहीं. वानप्रस्थाश्रम स्वीकारल्यानंतर जो मनुष्य पुनः इंद्रियवृत्तीवर येतो, त्याचा अपमान होतो. जरी त्यास मान मिळाला, तरी त्याचें तें वर्तन श्वानाच्या वृत्तीप्रमाणें आहे, असें समजावें.

वैशंपायन सांगतातः—राजा, ह्याप्रमाणें आपल्याशींच बोलल्यानंतर, तो पांडु राजा मोठ्या दुःखानें दीर्घ निश्वास टाकीत कुंती व माद्री यांजकडे वळून म्हणाला, "स्त्रियांनो, तुम्ही हास्तिनापुरांत परत जा; आणि माता कौसल्या, विदुर, धृतराष्ट्र, आर्या सत्यवती, भीष्माचार्य, तेथील ते राजोपाध्याय, ते सोमपान करणारे सदाचरणी महात्मे ब्राह्मण व हास्तिनापुरांत वास करणारे वृद्ध पौरजन, या सर्वांस माझा प्रणाम कळवून, पांडु राजानें वानप्रस्थाश्रम स्वीकारला म्हणून सांगा."

पांडूला कुंती व माद्री यांची विनंती.

जनमेजया, पांडु राजाच्या ह्या भाषणावरून वानप्रस्थाश्रमाविषयीं त्याच्या मनाचा दृढनिश्चय झाला आहे असें जाणून, कुंती व माद्री यांनीं योग्य असेंच भाषण केलें: त्या म्हणाल्या, "हे भरतश्रेष्ठा, आम्ही तुझ्या धर्मपत्नी आहों, यास्तव आमचा त्याग करूं नको. आम्हांसहवर्तमान तपाचरण करतां येईल असेही दुसरे आश्रम आहेत. त्यांच्या योगानें महत्पुण्य लागून स्वर्गप्राप्ति होईल; व स्वर्गांतही आम्हांस तूंच पति मिळशील यांत संशय नाहीं. आतां, वानप्रस्थाश्रमानेंच आपला देह ठेवण्याचा आपला निश्चय असला, तरीही आम्हांस बरोबर येण्यास हरकत नाहीं. पतिलोक प्राप्त करून घेणें हेंच आह्मांस श्रेष्ठ कर्तव्य वाटत असल्यामुळें, इंद्रियनिग्रह करून व काम आणि सुख यांचा त्याग करून, आम्हीही तुजबरोबर मोठी तपश्चर्या करूं. राजेंद्रा, तूं महाज्ञानी आहेस. तूं जर आम्हांस टाकून गेलास, तर आम्ही आजच्या आज प्राणत्याग करूं. यांत मुळींच अंतर होणार नाहीं."

पांडु राजा म्हणालाः—तुमचा दोघींचाही जर असाच निश्चय ठरला असेल, तर उत्तमच आहे. मी आपला पितृपरंपरागत व सर्वश्रेष्ठ जो क्षत्रियधर्म त्याचाच अवलंब करीन; आणि सुखकर ग्राम्य आहार सोडून देऊन मोठी तपश्चर्या करीन. वल्कलें परिधान करून घोर अरण्यांत जाईन, व तेथें फलमूलें भक्षण करून राहीन. सकाळसंध्याकाळ स्नान करून दोन्ही वेळ हवन करीन. परिमित आहारानें शरीर कृश करीन. आणि जटा, वल्कलें व चर्म हीं धारण करीन. थंडी, वारा व ऊन सहन करून भूक व तहान यांकडेही लक्ष न देतां अतिशय दुर्घट तपाचरणानें हें शरीर शुष्क करून टाकीन. एकांतवासाचा अंगीकार करीन, व शत्रुमित्रांबरोबर समभावानें वर्तन करीन, देव व पितर यांस वन्य पदार्थ व उदक अर्पण करून स्तुतीनें त्यांस तृप्त करीन. वानप्रस्थाश्रमी जनांचें दर्शन घेत जाईन. अरण्यांत एकत्र राहणाऱ्या लोकांसही मजपासून उपसर्ग होणार नाहीं; मग ग्रामवासीयांचें अप्रिय होण्याची वार्ता कशाला ? याप्रमाणें वानप्रस्थधर्मापैकीं अति प्रखर विधीची इच्छा धरून, मी त्याचें मरेपर्यंत परिपालन करीन.

पांडूचें स्त्रियांसह वनांत गमन.

वैशंपायन सांगतातः—त्या कुरुकुलोत्पन्न पांडु राजानें आपल्या पत्नीस याप्रमाणें सांगितल्यावर कंठी, शिरपेंच, कुंडलें, बाहुभूषणें, मौल्यवान वस्त्रें, स्त्रियांचे सर्व अलंकार वगैरे हरएक चीजवस्त ब्राह्मणांस अर्पण करून त्यांस सांगितलें, "ब्राह्मणहो, तुम्ही हास्तिनापुरांत परत जा, आणि पांडु राजानें वानप्रस्थाश्रम स्वीकारला

म्हणून नगरवासी जनांस कळवा."

याप्रमाणें त्यांस सांगून पांडु राजानें काम, अर्थ, सुख व पुत्रप्राप्तिहेतुक स्त्रीसंग या सर्वांचा त्याग करून, स्त्रियांसहवर्तमान वनांत प्रयाण केलें; तें पाहून आणि त्या भरतश्रेष्ठ पांडूच्या तोंडचे ते करुणप्रद शब्द श्रवण करून, त्याच्या बरोबरच्या सेवकांनीं दुःखार्त होऊन भयंकर किंकाळी फोडली, आणि मोठ्यानें रुदन करीत ते त्याच्या मागून जाऊं लागले; परंतु कांहीं वेळानें त्या उष्ण अश्रु ढाळणाऱ्या राजास सोडून ते मागें परतले, व लवकरच हास्तिनापुरास पोहोंचले. नगरांत प्रवेश केल्यानंतर त्यांनीं महात्म्या पांडुराजाची वनांत घडलेली सर्व हकीकत निवेदन करून, त्याजपासून आणलेलें सर्व द्रव्य धृतराष्ट्राच्या स्वाधीन केलें. घोर अरण्यांत घडलेला तो प्रकार श्रवण करतांच धृतराष्ट्र पांडुवियोगाबद्दल शोक करूं लागला; शय्या, सिंहासन व इतर भोग त्यास बिलकुल गोड लागेनात; आणि भ्रातृवियोगाचा तो वृत्तांत त्याच्या हृदयांत एकसारखा घोळत राहिला!

इकडे पांडु राजा फलमूलांवर उदरनिर्वाह करीत स्त्रियांसह हिंडत हिंडत नागशत पर्वतावर गेला. नंतर चैत्ररथ वन व कालकूट पर्वत उल्लंघून हिमालयावर गेला, व तेथून गंधमादन पर्वतावर येऊन पोहोंचला. वाटेंत लागलेल्या समविषम प्रदेशांत पंचमहाभूतें, सिद्ध व महर्षि यांनीं त्याचें संरक्षण केलें. गंधमादन पर्वतावरून तो इंद्रद्युम्न सरोवरावर गेला, व तेथून हंसगिरी पर्यंत ओलांडून शतशृंग गिरीवर गेला, आणि तेथेंच तपश्चर्या करीत राहिला!

अध्याय एकशें विसावा.

ब्रह्मदेवाच्या भेटीस जाण्याची ऋषींची तयारी.

वैशंपायन सांगतातः—जनमेजया, त्या ठिकाणीं त्या वीर्यशाली पांडु राजानें चालविलेली ती कडकडीत तपश्चर्या अवलोकन करून सिद्धचारणांचे समुदायही संतुष्ट झाले, हे भरतश्रेष्ठा, तो पांडु राजा ऋषिसेवेंत तत्पर असून निरभिमानी होता. त्यानें आपल्या इंद्रियांचें नियमन केलें असून मनोमलही धुतला होता; व केवळ आपल्या पराक्रमानें स्वर्गलोक मिळविण्याची तो खटपट करीत होता. यामुळें तपस्व्यांचें त्यावर इतकें प्रेम जडलें कीं, कित्येक त्यास आपल्या भावाप्रमाणें मानूं लागले, कित्येक त्याचे परम मित्र झाले, व दुसरे कित्येक मुनि तर त्याचें पुत्रवत् पालन करूं लागले. अशा प्रकारें दीर्घकालपर्यंत निष्कलंक तपश्चर्या करून तिच्या योगानें तो भरतश्रेष्ठ पांडु राजा ब्रह्मर्षितुल्य झाला. असो; पुढें एकदा अमावास्येच्या दिवशीं ते सदाचरणी मुनि एकत्र जमून ब्रह्मदेवाच्या भेटीस जावयास निघाले, हें पाहतांच त्यांस पांडु राजानें प्रश्न केला, "मुनींहो, आपण कोणीकडे जात आहां तें मला कृपा करून सांगा."

ऋषि म्हणालेः—राजेंद्रा, आज ब्रम्हलोकीं देव, ऋषि, पितर वगैरे महात्म्यांची मोठी सभा जमावयाची आहे. त्या ठिकाणीं भगवान ब्रह्मदेवांचें दर्शन घेण्याच्या हेतूनें आम्ही तिकडे जात आहों.

हिमालयाचें वर्णन.

वैशंपायन सांगतातः—त्या महर्षींबरोबर आपणही स्वर्गाच्या पैलतिरास जावें, असें मनांत येऊन पांडु राजा उठला; व दोन्ही स्त्रियांसहवर्तमान त्या राजशृंग पर्वतापासून उत्तरेकडे जावयास निघाला. त्या वेळीं उत्तरेकडे हिमालयाच्या उंच उंच प्रदेशीं गमन करणारे ते तपस्वी त्यास म्हणाले, "राजा, हा हिमालय पर्वत रमणीय दिसतो खरा, परंतु यावरील पुष्कळ प्रदेश आक्रमण करण्यास फारच बिकट आहेत, हें आम्ही प्रत्यक्ष पाहिल्यावरून सांगतों. या पर्वतावर देव व अप्सरा

यांचीं क्रीडास्थानें असून, त्या ठिकाणीं शेंकडों विमानें जात येत असतात; व त्या ठिकाणीं गायनाचे मधुर स्वर एकसारखे चालू असतात. तेथील समविषम प्रदेशांत कुबेराचीं अनेक उद्यानें आहेत. मोठमोठ्या नद्यांचीं उगमस्थानें, घोर अरण्यें व भयंकर गुहा यांनीं हा प्रदेश व्याप्त झाला आहे. या पर्वताचे कित्येक भाग नेहमीं हिमाच्छादित असून त्यांवर वनस्पतिही उगवत नाहींत. अर्थात् अशा प्रदेशांत पशुपक्ष्यांचें वास्तव्य नासावयाचेंच. कोठें कोठें अति विस्तृत दऱ्या आहेत. कित्येक बिकट भाग चढावयास इतके अवघड आहेत कीं, त्यांवरून उडून जाण्याची पक्ष्यांचीही प्राज्ञा नाहीं. मग तेथें श्वापदें जाण्याची गोष्ट कशाला? अशा प्रदेशांत एक वायूचा संचार होतो किंवा कित्येक महर्षि आपल्या योगबलानें त्या ठिकाणीं जातात. पांडु राजा, पहा—हिमालय पर्वत इतर सर्व पर्वताहून मोठा असून इतका बिकट असतां, या तुझ्या भार्यांनीं त्यावर चढण्याचा प्रयत्न केल्यास, त्या कशा बरें थकून जाणार नाहींत? अरे, त्या राजकन्या असून कष्ट सोसण्यास असमर्थ आहेत. यास्तव तूं आम्हांबरोबर येऊं नको."

संततीविषयीं पांडूचा ऋषींना प्रश्न.

पांडु म्हणालाः—महाभागहो, निपुत्रिकास स्वर्गप्राप्ति होत नाहीं असें म्हणतात; व मी तर निपुत्रिक आहें. त्यामुळें मी दुःखित होऊन आपणांशीं बोलत आहें. तपोधनहो, पितृऋणांतून मी मुक्त झालों नसल्यामुळें मला फार वाईट वाटत आहे. कारण, अशा निपुत्रिक स्थितींतच माझें देहावसान झालें, तर माझ्या पूर्वजांस अधोगति प्राप्त होईल यांत संशय नाहीं. भूलोकीं मनुष्य प्राणी जन्मास येतो, तेव्हांच तो आपणाबरोबर चार प्रकारचें ऋण आणीत असतो. तें देव, ऋषि, पितर व मानव यांचें ऋण धर्मकृत्यांनीं फेडावयाचें असतें. या ऋणांचें स्मरण ठेवून जो पुरुष योग्य वेळीं त्याची फेड करीत नाहीं, त्यास उत्तम लोक प्राप्त होत नाहीं, असा धर्मज्ञांचा सिद्धांत आहे. यज्ञ करून देवांस संतुष्ट करावें, अध्ययन व तपश्चर्या यांच्या योगानें ऋषींस आनंद द्यावा, पुत्रोत्पत्ति व श्राद्धकर्में करून पितरांस सुप्रसन्न करावें, आणि दयेच्या योगानें सर्व मनुष्यांचें तुष्ट करावें, असें चार प्रकारचें मनुष्याचें कर्तव्य आहे. यांपैकीं देव, ऋषि व मानव या तिहींच्या ऋणापासून मी धर्माचरणानें मुक्त झालों आहें. आतां चौथे जे पितर, त्यांचा मात्र माझ्या मृत्यूनें घात होणार आहे. हे तपोनिष्ठहो, सांप्रत मीं वानप्रस्थाश्रम स्वीकारला आहे, तथापि मी पितृऋणांतून मुक्त झालों नाहीं. प्रजा उत्पन्न करणें हाच पुरुषजन्माचा मुख्य हेतु होय. यास्तव, माझ्या मातेच्या ठिकाणीं भगवान् व्यास मुनींपासून जशी माझी उत्पत्ति झाली, तशीच या माझ्या स्त्रियांच्या ठिकाणीं संतति होण्याचा कांहीं मार्ग मला सांगा.

ऋषिकथित उपाय.

ऋषि म्हणाले:—हे धर्मनिष्ठा, तुला निष्पाप व देवांप्रमाणें शुभलक्षणी संतति होणार असल्याचें आम्हांस दिव्यदृष्टीनें समजतें. यास्तव, हे नरश्रेष्ठा, ती तुझ्या सुदैवानें प्राप्त होणारी संतति उत्तम कर्मानें या ठिकाणींच प्राप्त करून घेण्याचा प्रयत्न कर. शहाणा मनुष्य मनाची चलबिचल न होऊं देतां उत्तम फल मिळवितो. यासाठीं, राजा, त्या दैवदत्त फलासाठींच प्रयत्न करणें तुला उचित होय. कारण तेणेंकरून तुला गुणवान व तुजवर प्रीति करणारी संतति प्राप्त होईल.

पुत्रोत्पत्त्यर्थ कुंतीला पांडूची प्रेरणा.

वैशंपायन म्हणाले:—जनमेजया, मृगशापानं आपल्या प्रजोत्पादनकर्माचा विघात झाला असून, संतति प्राप्त करून घेण्याचा प्रयत्न करण्याविषयींचें तें तापसांचें भाषण श्रवण करून पांडु

राजा चिंताक्रांत झाला. पुढें एकदा तो आपल्या कुंतीनामक कीर्तिनामक धर्मपत्नीस एकांतीं म्हणाला, "भार्ये, तूं या संकटाच्या प्रसंगीं प्रजोत्पादनाचा प्रयत्न कर. कारण, धर्म जाणणारे पंडित निरंतर असेंच मानीत आले आहेत कीं, त्रैलोक्यांत पुत्र हा एकच धर्ममय आधार आहे. या भूलोकीं अपत्यहीनानें यजन, दान, तपश्चर्या किंवा उत्तम प्रकारें इंद्रियनिग्रह केला, तथापि या सर्वांनींही तो पावन होत नाहीं असें म्हणतात. हे सुहास्यवदने, संतति नसल्यामुळें आपणांस उत्तर लोक प्राप्त होणार नाहीं, यास काय उपाय करावा? असा विचार करीत असतां धर्मज्ञांचें मला आठवलेलें मत मीं तुला सांगितलें, पृथे, ज्याप्रमाणें पूर्वीं मीं निर्दयतेनें त्या मृगाचें रतिसौख्य नष्ट केलें, त्याचप्रमाणें माझेंही तें सामर्थ्य मृगशापामुळें नष्ट झालें आहे. हें पहा--धर्मग्रंथांत सहा बंधुदायाद व सहा अबंधुदायाद असे एकंदर बारा प्रकाराचे पुत्र सांगितले आहेत. ते असेः-औरस, क्षेत्रज, परिक्रीत, पौनर्भत्र, कानीन आणि व्यभिचारोत्पन्न हे सहा बंधुदायाद होत. दत्त, क्रीत किंवा कृत्रिम, स्वतः पुत्र म्हणून येणारा, सहोढ, ज्ञातिरेता व हीनयोनिज हे सहा अबंधुदायाद होत. पैकीं औरस संतति असेल तर उत्तमच; ती नसल्यास क्षेत्रज संततीची अपेक्षा करावी. याप्रमाणें मागील प्रकारची संतति मिळविण्याचा संभव नसतां त्यापुढील प्रकारची संतति मिळविण्याचा प्रयत्न करितात. आपत्काल प्राप्त झाला असतां ज्येष्ठ दिरापासून प्रजोत्पत्ति करून घेण्याची चाल आहे. तेणेंकरून स्ववीर्योत्पन्न संततीपेक्षांही जास्त चांगली व धर्मफल देणारी संतति प्राप्त होते, असें प्रत्यक्ष स्वायंभुव मनूनें सांगितलें आहे. यास्तव स्ववीर्यानें पुत्रोत्पत्ति करण्याचें माझें सामर्थ्य नष्ट झालें असल्यामुळें स्वजातीयापासून किंवा एखाद्या श्रेष्ठ जातीच्या पुरुषापासून संतान प्राप्त करून घेण्याविषयीं आज मी तुला अनुज्ञा देत आहें, पूर्वीं शरदंडायनानें आपल्या भार्येस पुत्रोत्पादन करण्याविषयीं सांगितलें असतां, त्या पतिव्रतेनें पतीची आज्ञा प्रमाण मानून ऋतुकालीं तीन दिवसपर्यंत पवित्र राहून चौथे दिवशीं सायंकालीं स्नान केलें, आणि राजमार्गीत जाऊन एका सिद्ध ब्राह्मणास आमंत्रण दिलें. नंतर पुत्रप्राप्तिस्तव हवन करून तें संपल्यावर ती त्या ब्राह्मणासहवर्तमान तेथेंच राहिली. तेव्हां तिला दुर्जय-प्रभृति तीन महारथी पुत्र झाले, अशी कथा आहे. यास्तव हे कल्याणि, तूंही माझ्या आज्ञेनें एखाद्या तपोनिष्ठ ब्राह्मणापासून प्रजोत्पादन करून घेण्याचा लवकरच प्रयत्न कर."

अध्याय एकशें एकविसावा.

—:०:—

कुंतीकृत पांडुनिषेध.

वैशंपायन सांगतातः-राजेंद्रा, पांडु राजाचें तें भाषण श्रवण करून कुंती त्यास म्हणाली, "भूपते, तूं वीरश्रेष्ठ असून धर्मज्ञ आहेस. मी तुझी धर्मपत्नी असून सर्वस्वी तुझ्या ठिकाणीं रत आहें. यास्तव, हे महाभागा, खरा धर्म पाहूं गेलें असतां माझ्या ठिकाणीं स्ववीर्यानें प्रजोत्पादन करण्यास तूंच एक योग्य आहेस. हे मनुजेंद्रा, तुजसमागमें स्वर्गास येण्याची मलाही इच्छा आहे, यास्तव अपत्यप्राप्तीकरितां मजशीं तूंच संगत हो. तुझ्याव्यतिरिक्त अन्य कोणाशीं मी मनानेंही संगत होणार नाहीं. शिवाय, या भूलोकीं तुझ्यापेक्षां श्रेष्ठ असा दुसरा कोणता मनुष्य आहे? हे धर्मज्ञा, मी म्हणतें त्या प्रकारची एक पुराणांतील कथा मीं ऐकिली आहे, ती आपणांस सांगतें.

व्युषिताश्व राजाची कथा.

प्राचीनकाळीं व्युषिताश्वनामक एक प्रख्यात राजा होता. तो अत्यंत धार्मिक असून त्यानें

पुरुवंशाचा विस्तार केला. एकदा तो महापराक्रमी राजा यज्ञ करीत असतां इंद्र व देवर्षि यांसह सर्व देव त्या ठिकाणीं आले.सोमपानानें इंद्र संतुष्ट झाला, व दक्षिणांच्या योगानें ब्राह्मणांस आनंद झाला. त्या व्युषिताश्व राजाच्या यज्ञांतील कृत्यें देव महर्षि यांनीं स्वत: केलीं होतीं, तेणेंकरून व्युषिताश्वाचें तेज इतकें वाढलें कीं, शिशिरऋतु संपल्यावर सर्व प्राण्यांस असह्य होणाऱ्या सूर्याप्रमाणेंच त्याजकडे कोणाच्यानेंही पाहवेना. पांडु राजा, नंतर त्यानें अश्वमेध यज्ञ केला. त्या वेळीं त्या दशनागबलीनें पूर्व, पश्चिम, दक्षिण व उत्तर या चारी दिशांच्या संपूर्ण राजांस जिंकून त्यांस आपली सत्ता मान्य करावयास लाविलें. पुराणवेत्ते अद्यापही असें वर्णन करतात कीं, त्या महायशस्वी राजानें समुद्रवलयांकित सर्व पृथ्वी जिंकून तीवरील सर्व वर्णांच्या लोकांचें पुत्रवत् पालन केलें. मोठमोठे यज्ञ करून ब्राह्मणांस अपार द्रव्य दिलें. त्यानें अगणित रत्नें मिळवून तीं महायज्ञांत खर्चलीं. त्यानें सोमयज्ञही पुष्कळ केले.त्याचप्रमाणें अग्निष्टोम; अत्यग्निष्टोम ,उक्थ्य, षोडशी, वाजपेय, आप्तोर्याम व अतिरात्र अशा सात प्रकारच्या सोमसंस्था स्थापिल्या. राजेंद्रा, कक्षीवानाची कन्या भद्रा ही त्याची परमप्रिय पत्नी होती. तिचें सौंदर्य जगतांत अप्रतिम असून त्या उभयतांचें एकमेकांवर विलक्षण प्रेम असे. अशा प्रकारें तिच्या समागमें सुखानें कालक्रमणा करीत असतां कामातिरेकामुळें त्या राजास क्षयरोग झाला, व तेणेंकरून तो अस्तोन्मुख सूर्याप्रमाणें अल्प काळांतच मरण पावला. त्यामुळें त्याच्या भार्येस अनिवार दु:ख होऊन तिनें अतिशय विलाप केला. राजेंद्रा, त्या

भद्रेचा विलाप

काय सांगावा ? ती म्हणाली, "हे धर्मज्ञा, पतिनिधनानंतर जी स्त्री दु:ख करीत पतीवांचून राहूं शकते, तिचें जिणें व्यर्थ होय. हे क्षत्रियवरा, वैधव्यदशेंत दिवस कंठण्यापेक्षां मरण श्रेयस्कर होय. यास्तव तुजसमागमें येण्याची माझी इच्छा आहे. मजवर प्रसन्न होऊन आपण मला बरोबर घेऊन चला. आपणांवांचून येथें क्षणभरही राहण्यास माझें मन धजावत नाहीं. यास्तव राजेंद्रा, मला येथून त्वरित न्या.एवढी भिक्षा आपण मला द्यावी आपण कशाही बिकट वाटेनें जात असलां तरी मी आपल्या पाठीमागून येईन. स्वमिन्, मी आजवर सतत आपणांस अनुकूल वागलें असून आपलें प्रिय करण्यास झटलें आहें. या वेळीं आपण कायमचें प्रयाण करीत आहां, यास्तव छायेप्रमाणें मी आपणांबरोबर येईन. हे कमलाक्षा, आपणांव्यतिरिक्त येथें राहिल्यास आज मला हृदय शुष्क करणाऱ्या कष्टप्रद चिंता लागून राहणार आहेत. म्यां अभागिनीनें कित्येक स्त्रियांस त्यांच्या प्रियकरांपासून वियुक्त केलें होतें, म्हणून मला आज हा पतिवियोग होत आहे. पतिनिधनानंतर जी स्त्री मुहूर्तमात्रही जिवंत राहते, तिचें तें जीवित नरकवासांतल्याप्रमाणें कष्टमय होतें. एकमेकांशीं रममाण झालेल्या स्त्रीपुरुषांची ताटातूट करून व दुसरीं घोर पातकें व दुष्कर्में करून मीं पूर्वजन्मीं संचित केलेलें दु:ख आज पतिवियोगरूपानें मला प्राप्त झालें आहे. राजेंद्रा, आजपासून सर्व सुखकारक पदार्थांचा त्याग करून दर्भासनावर शयन करावें आणि आपलें दर्शन हेंच सर्वस्व मानून त्याची मार्गप्रतीक्षा करीत रहावें, असा मीं निश्चय केला आहे. नाथा, आपल्या अदर्शनानें मी अनाथ, दीन व दु:खी झालें आहें, यास्तव मला दर्शन देऊन पुढील कर्तव्यतेविषयीं उपदेश करावा."

कुंती सांगते:– हे नृपनाथा, याप्रमाणें भद्रेनें वारंवार त्या शवास आलिंगून नानाप्रकारें विलाप चालविला असतां अशी आकाशवाणी झाली

कीं, " हे भद्रे, ऊठ, घरीं जा; मी तुजवर प्रसन्न आहें. हे सुहास्यवदने, तुला मजपासून अपत्यें होतील. तूं ऋतुस्नात होऊन चतुर्दशीस किंवा अष्टमीस आपल्या श्रेष्ठ शयनमंदिरांत या माझ्या शवासहवर्तमान शयन कर. " त्या पतिव्रतेनें पतीचें तें सर्व भाषण श्रवण केलें; आणि पुत्रकामना धरून तिनें अगदीं त्याप्रमाणें वर्तन केलें; व शवासह शयन करून तिला तीन शाल्व व चार मद्र असे सात पुत्र झाले. त्याचप्रमाणें, राजेंद्रा, तूंही मोठा तपस्वी व योगी असल्यामुळें माझ्या ठिकाणीं मानसप्रजा निर्माण करण्यास समर्थ आहेस.

अध्याय एकशें बाविसावा.

—:०:—

धर्मतत्त्वकथन.

वैशंपायन सांगतातः— जनमेजया, कुंतीचें तें भाषण श्रवण करून त्या धर्मज्ञ पांडु राजानें खरा धर्म कोणता याविषयीं अप्रतिम भाषण केलें.

तो म्हणाला– कुंती, तूं सांगितलेली ती व्युषिताश्व राजाची गोष्ट सर्व खरी आहे, परंतु तो राजा देवतुल्य असल्यामुळें त्याची गोष्ट निराळी. आतां प्राचीनकाळीं मोठमोठे धर्मज्ञ मुनि ज्या अनादि धर्मतत्त्वानें वागत असत, तें मी तुला सांगतों, श्रवण कर. हे वरानने, फार प्राचीनकाळीं स्त्रिया अनियंत्रित असत. त्या स्वेच्छेप्रमाणें आचरण व विहार करीत असून त्यांस कोणीही अडथळा करीत नसे. त्या कौमारावस्थेपासून पतिमर्यादेचा अतिक्रम करीत असतांही त्यांस अधर्म घडत नसे. कारण त्या वेळीं तोच धर्म समजला जाई. हे वरांगने, तोच जुना धर्म तिर्यग्योनींतील प्राणी अद्यापपर्यंत पाळीत असून त्यामुळें त्यांचे कामक्रोध खवळलेले नाहींत. सुंदरी, हा धर्म सप्रमाण असून यास मोठमोठ्या ऋषींचीहि संमति आहे. त्याचप्रमाणें, हें धर्मतत्त्व सनातन असून स्त्रियांस सुखप्रद असल्यामुळें उत्तरकुरु देशांत सांप्रत याच धर्मानें लोकव्यवहार चालला आहे. सारांश, आपल्या इकडे प्रचारांत असलेली ही मर्यादा फार प्राचीन नाहीं; ती कोणीं स्थापन केली, व तसें करण्यास कोणतें कारण घडलें, तें सर्व तुला सांगतों, श्रवण कर.

श्वेतकेतूची कथा.

उद्दालकनामक एक मोठा तपस्वी होता. त्याचा पुत्र श्वेतकेतु नांवाचा मुनि होता. हे कमलनयने, त्या श्वेतकेतूनें ही धर्ममर्यादा घालून दिली, तो प्रकार असाः एकदा एका ब्राह्मणानें उद्दालकासमक्ष श्वेतकेतूच्या मातेचा हात धरून " चला आपण जाऊं " असें म्हटलें, व तो तीस बळेंच नेऊं लागला. हा प्रकार श्वेतकेतूस सहन न होऊन त्यास अनावर कोप आला. इतक्यांत ती गोष्ट उद्दालकाच्या लक्षांत येऊन तो त्यास म्हणाला, " बाळा, कोप करण्याचें काय प्रयोजन बरें ? अरे, हा अशा प्रकारचा अनादिसिद्ध धर्मच आहे. या जगांतील सर्व वर्णांच्या स्त्रिया अशाच अनियंत्रित असून सर्व लोक गाईप्रमाणें आपआपल्या वर्णांत स्वैर वर्तन करीत आहेत. " पुढें, तो सनातन धर्म असतांही श्वेतकेतूस सहन झाला नाहीं; त्यानें या भूलोकीं स्त्रीपुरुषांचें वर्तन कसें असावें याविषयींची ही मर्यादा घालून दिली; आणि, हे भाग्यवती, ही इतर प्राण्यांत दृष्टीस न पडणारी मर्यादा मनुष्यप्राण्यांत त्या वेळेपासून सुरू झाली, असें आम्हीं ऐकिलें आहे. सुंदरी, त्या वेळीं श्वेतकेतु रागानें म्हणाला, " आजपासून ज्या स्त्रिया भर्त्यार्व्यतिरिक्त अन्य पुरुषाशीं संगत होतील, त्यांस भ्रूणहत्येसारखें घोर पातक लागेल. तसेंच, कौमारावस्थेपासून व्रतस्थ असलेल्या आपल्या साध्वी स्त्रीस सोडून जो पुरुष अन्यत्र गमन करील, त्यासही तशाच प्रकारचें महत्पाप लागेल. त्याप्रमाणें, केवळ पुत्रप्राप्त्यर्थ पतीनें

अन्यसमागमाविषयीं आज्ञा केली असतां त्याप्रमाणें जी वागणार नाहीं, तीसही तेंच पातक लागेल!" हे कुंती, अशा प्रकारची ही धर्ममर्यादा उद्दालकपुत्र श्वेतकेतूनें त्या वेळीं स्वपराक्रमानें स्थापन केली.

कुंतीला प्रेरणा.

पांडु राजा म्हणतोः हे रंभोरु, पूर्वी सौदासानें आपल्या मदयंतीनामक स्त्रीस पुत्रोत्पादनाविषयीं आज्ञा केली असतां तिनें वसिष्ठांशीं समागम केला, व त्यापासून तीस अश्मकनामक पुत्र झाला असें आम्हीं ऐकिलें आहे. सारांश, त्या मदयंतीनेंही पतीचें प्रिय करावें म्हणून अशा प्रकारचें वर्तन केलें. फार लांब कशाला? प्रत्यक्ष आमचा जन्म कुरुवंशवृद्धीस्तव भगवान वेदव्यासांपासून कसा झाला हें तर तुला विदित आहेना? म्हणून तुला सांगतों, या सर्व कारणांचा योग्य विचार करून या माझ्या सप्रमाण भाषणाप्रमाणें वागणें तुला उचित होय. हे राजकन्ये, प्रत्येक ऋतुकालीं स्त्रीनें भर्त्याशीं समागम केलाच पाहिजे, इतर वेळीं मात्र पतिसमागम करणें न करणें तिच्या इच्छेवर अवलंबून आहे, अशा प्रकारचा धर्म सत्पुरुष कथन करतात. राजकन्ये, पति आपल्या स्त्रीस जी जी आज्ञा करील — मग ती धर्मसंमत असो वा नसो — तीप्रमाणें स्त्रीनें वागलेंच पाहिजे, असें सर्व धर्मज्ञ लोक समजतात, विशेषेंकरून स्वतः पुत्रोत्पत्ति करण्यास असमर्थ अशा मजसारख्या पुत्रदर्शनाविषयीं उत्सुक झालेल्या पतीची आज्ञा स्त्रीनें बिलकूल मोडतां कामा नये. आरक्त कलमांप्रमाणें ज्यांच्या ताम्रवर्ण अंगुली आहेत, असे मी आपले उभय कर जोडून तुला शिरसा प्रणाम करितों, मजवर प्रसन्न हो आणि माझ्या आज्ञेनें महातपस्वी ब्राह्मणापासून गुणवान पुत्र प्राप्त करून घे. म्हणजे पुत्रवंतांस मिळणारी उत्तम गति तुझ्यामुळें मला प्राप्त होईल.

दुर्वासवरवृत्तकथन.

वैशंपायन सांगतात:--राजा, शत्रुनगरें जिंकणाऱ्या पांडु राजाचें तें भाषण श्रवण करून पतीच्या हिताविषयीं तत्पर असलेल्या कुंतीनें त्यास प्रत्युत्तर केलें: ती म्हणाली, "राजन्, मी बालपणीं पितृगृहीं असतां अतिथींचा आदरसत्कार करण्याचें काम मजकडे होतें. त्या वेळीं, गूढ धर्मतत्त्वाविषयीं ज्यांचा निश्चय झाला आहे, आणि ज्यांचें मनन व आचरण हीं दोन्ही सारखींच पवित्र आहेत. अशा तपोनिष्ठ दुर्वास मुनींची सर्व प्रकारें सेवा करून मीं त्यांस संतुष्ट केलें. तेव्हां ते मला एक आकर्षक मंत्र सांगून म्हणाले, "मुली, या मंत्रानें तूं ज्या ज्या देवाचें आव्हान करशील — तो तो सकाम असो वा निष्काम असो — तुला वश होऊन तुजजवळ प्राप्त होईल. याप्रमाणें तूं बोलाविलेल्या त्या प्रत्येक देवाच्या प्रसादानें तुला एकेक पुत्र होईल." याप्रमाणें, हे भरतर्षभा, मीं पितृगृहीं असतांना त्या मुनींपासून मला वर मिळालेला आहे. तेव्हां दुर्वास मुनींचें तें वचन सत्य असून त्याची वेळही सांप्रत येऊन ठेपली आहे, असें मला वाटतें; यास्तव, नृपाला, आपल्या आज्ञेनें मी देवास त्या मंत्रानें आव्हान करीन. तेव्हां आपली प्रजा आपणास हितकर होण्यासाठीं मीं कोणत्या देवाचें आव्हान करावें तें मला सांगा. आपली आज्ञा होतांच मी या अनुष्ठानास प्रारंभ करीन.

यमधर्माव्हान.

पांडु म्हणालाः—सुंदरी, तूं आजच यथाविधि मंत्र जपून यमधर्मास पाचारण कर. कारण, त्रैलोक्यांत तोच अधिक पुण्यवान आहे. हे वरांगने, हा साक्षात् धर्मराज असल्यामुळें आपणास अधर्मी पुत्र कदापि देणार नाहीं. त्यानें दिलेल्या पुत्रास सर्वजण मूर्तिमंत धर्म समजतील. तो कुरुकुलोत्पन्न सर्व राजांहून अधिक

धार्मिक होईल यांत संशय नाहीं. प्रत्यक्ष यमधर्मापासून उत्पन्न झाल्यामुळें त्याचें मन अधर्माचरणांत आसक्त होणारच नाहीं. यास्तव, कुंती, तूं धर्मशीलतेनें चित्त एकाग्र करून आकर्षक मंत्रानें यमधर्मास आव्हान करून त्याचेंच आदरातिथ्य कर.

वैशंपायन सांगतातः—जनमेजया, भर्त्याचें तें भाषण श्रवण करून कुंतीनें त्यास प्रणाम केला. आणि पतीच्या आज्ञेनुरूप वर्तन केलें.

अध्याय एकशें तेविसावा.

—: ० :—

युधिष्ठिरजन्म.

वैशंपायन सांगतातः- जनमेजया, या वेळीं तिकडे गांधारीस गर्भधारणा होऊन जवळ जवळ एक वर्ष झालें होतें; वस्त्याच वेळीं इकडे कुंतीनें गर्भधारणेस्तव यमधर्मास आव्हान केलें. तिनें प्रथम त्याचें बलिदानपूर्वक पूजन केलें, व दुर्वास मुनीनें दिलेल्या मंत्राचा विधिपूर्वक जप आरंभिला. तेव्हां मंत्रबलानें यमधर्मास त्या ठिकाणीं यावें लागलें. तो सूर्याप्रमाणें देदीप्यमान विमानांत बसून, कुंती जेथें जप करीत बसली होती तेथें आला व हसून म्हणाला, "कुंती, तुला मजपासून काय पाहिजे आहे?" तें ऐकून कुंती म्हणाली, "भगवन्, मला पुत्र द्यावा." नंतर यमधर्मानें योगबलानें सुंदर रूप धारण करून कुंतीशीं समागम केला त्यापासून तीस प्राणिमात्रांचें कल्याण करणारा सुपुत्र झाला.

युधिष्ठिरजन्मकाल.

राजा जनमेजया,त्या वेळीं चंद्र ज्येष्ठा नक्षत्रीं असून सूर्य तूळ राशीस असतां आठव्या अभिजित् मुहूर्तावर शुक्लपक्षांत पंचमीचे दिवशीं दोनप्रहरीं तो कुंतीचा महायशस्वी पुत्र जन्मास आला. तेव्हां आकाशवाणी झाली कीं, "हा पुत्र सर्व मानवांत श्रेष्ठ व धर्मनिष्ठांत वरिष्ठ होईल. हा सत्यवचनी व पराक्रमी निपजले, आणि संपूर्ण पृथ्वीचें राज्य करील. हा पांडूचा ज्येष्ठ पुत्र युधिष्ठिर या नांवानें विख्यात होऊन त्रैलोक्यांत गाजणारा एक नामांकित राजा होईल. तसेंच, हा कीर्ति, तेज व सदाचरण यांनींही सुसंपन्न होईल."

भीमजन्म.

असो; अशा प्रकारचा तो धर्मनिष्ठ युधिष्ठिर जन्मल्यानंतर कांहीं कालानें पांडु पुनः कुंतीस म्हाणाला, "भार्ये, क्षत्रियांचें श्रेष्ठत्व बलावर अवलंबून आहे असें म्हणतात, यास्तव तूं एक महाबलवान पुत्र प्राप्त करून घे." जनमेजया, तेव्हां कुंतीनें पतीच्या आज्ञेनें विधिपूर्वक वायूचें आव्हान केलें. त्या वेळीं तो महाबलाढ्य वायु हरिणारूढ होऊन त्या ठिकाणीं प्राप्त झाला, आणि ह्मणाला. "कुंती, तुझें कोणतें मनोगत आज मीं परिपूर्ण करावें?" कुंती, लज्जेनें किंचित् हसून ह्मणाली, सुरश्रेष्ठ, सर्वांचा गर्व हरण करणारा एक महादेही व महाबलाढ्य पुत्र मला दे." राजा, नंतर वायूपासून अतुलपराक्रमी महाबहु भीमसेनाचा जन्म झाला.तेव्हांही "हा बलवानांचा राजा जन्मला आहे" अशी आकाशवाणी झाली अशा प्रकारें भिमसेनाचा जन्म झाल्यावर थोड्याच दिवसांनीं एकदा असा चमत्कार झाला कीं,कुंतीनें भीमसेनास आपल्या मांडीवर निजविलें असतां एकाएकीं वाघ तेथें आल्यामुळें ती भयानें दचकली, त्याबरोबर तिच्या मांडीवर झोंपी गेलेला तो बालक खालील शिळेवर पडला; आणि, राजा, त्या वज्रदेही भीमाचा अंगस्पर्श होतांच त्या शिळेचे तुकडे तुकडे उडाले! हें पाहून पांडु राजास मोठा विस्मय वाटला; असो; भीमसेनाचा जन्म झाला

१ हा योग बहुधा आश्वीन शुक्ल पंचमीला येतो. तेव्हां त्या दिवशींच धर्मराजाचा जन्म झाला असावा असें वाटतें.

त्याच दिवशीं तिकडे हास्तिनापुरांत दुर्योधन जन्मास आला.

अर्जुनजन्म.

भीमसेन जन्मल्यानंतर पांडूनें पुनः असा विचार केला कीं, काय केलें असतां आपणास सर्व लोकांत वरिष्ठ असा उत्तम पुत्र प्राप्त होईल? सर्व जग देवतांचा प्रसाद व मनुष्यांचा प्रयत्न यांवर अवलंबून आहे. यांपैकीं देवतांचा प्रसाद हा योग्य कालीं विधिपूर्वक कर्म केलें असतां होत असतो. देवांचा राजा इंद्र हाच सर्वांत श्रेष्ठ असें आम्हीं ऐकिलें आहे. त्याचें बल व उत्साह अपरिमित असून तो मोठा पराक्रमी व विलक्षण तेजस्वी आहे. त्याला तपश्चर्येनें संतुष्ट केल्यास आपणास महाबलिष्ठ पुत्र प्राप्त होईल तो बलवान इंद्र जो पुत्र देईल,तो सर्वांत श्रेष्ठ होईल. यांत संशय नाहीं.मानुष व दैत्य वगैरे अमानुष अशा सर्व शत्रूंचा तो रणांत वध करील. यास्तव मी कायावाचामनोभावें इंद्रप्रसादार्थ मोठी तपश्चर्या करीन.

असा विचार करून पांडु राजानें त्याविषयीं महर्षींचें अनुमत घेतलें. नंतर त्यानें कुंतीस एक वर्षपर्यंत उत्तमप्रकारें व्रताचरण करावयास सांगितलें; व आपणही एका पायावर उभें राहून श्रेष्ठ समाधियोग करून उग्र तपश्चर्या आरंभिली. जनमेजया, देवाधिदेव इंद्रास संतुष्ट करण्याच्या इच्छेनें सूर्योदयापासून अस्तमानापर्यंत एकसारखें उभें राहून तपश्चर्या करण्याचा पांडु राजाचा तो नित्यक्रम चालला असतां पुष्कळ दिवसांनीं इंद्र संतुष्ट होऊन त्या ठिकाणीं प्राप्त झाला.

इंद्र म्हणालाः— पांडु राजा, तुला मी एक पुत्र देईन. तो त्रैलोक्यांत विख्यात होईल; तो ब्राह्मण, गाई व आप्तजन यांचें कल्याण करील; बांधवांस आनंद देईल; व शत्रूंस शोकाकुल करील. अशा प्रकारचा सर्व शत्रूंचा नाश करणारा श्रेष्ठ पुत्र माझ्या प्रसादानें तुला प्राप्त होईल.

इंद्राचें हें भाषण श्रवण करून पांडु कुंतीकडे गेला, व तीस म्हणाला,"हे कल्याणि,आतां आपला अभ्युदयकाल प्राप्त झाला आहे.देवाधिपति इंद्र संतुष्ट झाला असून अगदीं तुझ्या इच्छेप्रमाणें एक पुत्र देण्याचें त्यानें अभिवचन दिलें आहे.अमानुष कर्मे करणारा, यशस्वी, शत्रुविनाशक, नितिमान असून थोर मनाचा, सूर्याप्रमाणें तेजस्वी, विनयशील व सुंदर असा एक पुत्र तुला होणार आहे. यास्तव, हे शुभानने, क्षात्रतेजाचें निवासस्थान असा तो श्रेष्ठ पुत्र त्वरित प्राप्त करून घे. देवेंद्र प्रसन्न झाला आहे, यास्तव त्याचें आव्हान कर."

वैशंपायन सांगतातः—जनमेजया, पतीचें तें भाषण श्रवण करून त्या यशस्विनीनें देवेंद्राचें आव्हान केलें. तेव्हां त्यानें तेथें प्रगट होऊन अर्जुनास उत्पन्न केलें.राजा,हा पुत्र जन्मतांच

आकाशवाणी

झाली,तिचा आकाशांत झालेला गंभीर महाध्वनि सर्व आश्रमवासी जनांच्या कानीं पडला. राजेंद्रा, पुत्रजन्मानें हर्षित होऊन स्मितहास्य करणाऱ्या कुंतीस आकाशवाणीनें असें सांगितलें कीं, "हे कुंती, हा तुझा पुत्र कार्तवीर्याच्या बरोबरीचा असून प्रत्यक्ष शंकराप्रमाणें पराक्रमी आहे.हा इंद्राप्रमाणें अजिंक्य होऊन तुझें यश सर्वत्र प्रसृत करील.ज्याप्रमाणें महाविष्णूच्या योगानें अदितीस आनंद झाला, त्याप्रमाणें हा अर्जुन तुला आनंदित करून हा मद्र, कुरु, सोमक, चेदि, काशि व करुष हे देश जिंकून कुरुवंशाचें साम्राज्य स्थापन करील. याच्याच बाहुबलानें खांडवप्रस्थांतील सर्व प्राण्यांचा मेद भक्षण करून अग्नि अत्यंत तृप्त होईल. हा महाबलाढ्य लोकनायक आपल्या भावांच्या साह्यानें पृथ्वीतलावरील संपूर्ण राजांस पादाक्रांत करून तीन अश्वमेध यज्ञ करील. हा तुझा पुत्र परशुरामाच्या बरोबरीचा असून विष्णूसारखा पराक्रमी आहे. हा सर्वदा यशस्वी होऊन सर्व क्षत्रियांत वरिष्ठ होईल. हा युद्धामध्यें महादेव

शंकरास प्रसन्न करील, व त्यापासून पाशुपतास्त्र मिळवील. कुंती, हा तुझा पुत्र, इंद्राज्ञेनें, निवातकवचनामक जे देवद्वेष्टे राक्षस आहेत त्यांचा विनाश करील. त्याप्रमाणें, संपूर्ण दिव्यास्त्रें प्राप्त करून घेईल; आणि ब्राह्मणांचें नष्ट झालेलें द्रव्य त्यांस परत मिळवून देईल. ,,

अर्जुनजन्मकालीं तेथें घडलेला प्रकार.

कुंती प्रसवली असतां अशा प्रकारची अद्भुत आकाशवाणी तिनें श्रवण केली. ती मोठ्यानें झाली असल्यामुळें त्या शतशृंग पर्वतावर वास करणाऱ्या तापसांसही ऐकूं गेली. तेव्हां त्यांस परमानंद झाला. इंद्रासहवर्तमान सर्व देव विमानांत बसून आनंदानें तेथें प्राप्त झाले. अंतरिक्षांत दुंदुभीचा तुमुल ध्वनि, जयघोष व पुष्पवृष्टि यांची एकच गर्दी होऊन गेली. सर्व देवांनीं एक होऊन अर्जुनाची मोठी प्रशंसा केली. सर्प, पक्षी, गंधर्व व अप्सरा ही मंडळी तेथें येऊन पोहोंचली. भरद्वाज, कश्यप, गौतम, विश्वामित्र, जमदग्नि, वसिष्ठ आणि सूर्यास्तानंतर उदय पावलेला भगवान अत्रि हे सप्तर्षि त्या ठिकाणीं आले त्याचप्रमाणें मरीचि, अंगिरा, पुलस्त्य, पुलह, क्रतु, दक्ष व प्रजापति हे सप्तप्रजापतिही तेथें आले. दिव्य वस्त्रें व हार धारण केलेले आणि सर्वालंकारांनीं विभूषित असे अप्सरांचे समुदाय अर्जुनास पाहाण्याकरितां त्या ठिकाणीं आले, आणि नृत्य व गायन करूं लागले. महर्षि चोहोंकडे जप करीत बसले; तुंबरूनें सर्व गंधर्वांसहवर्तमान गायन आरंभिलें. भमिसेन, उग्रसेन, ऊर्णायु, अनघ, गोपति, धृतराष्ट्र, सूर्यवर्चा, युगप, तृणप, कार्ष्णि, नंद, चित्ररथ, तसाच तेरावा शालिशिरा, चौदावा पर्जन्य, पंधरावा कलि, सोळावा नारद, ऋत्वा, बृहत्वा, बृहक, कराल, महामना, ब्रह्मचारी, बहुगुण, सुवर्ण, विश्रुत, विश्वावसु भुमन्यु, सुचंद्र, शरु. तसेच फारच गोड गाणारे हाहा व हूहू हे सर्व देवगंधर्व तेथें आले. त्याचप्रमाणें, सर्व अलंकार घालून मोठ्या भाग्यवान व रूपानें सुंदर अशा सर्व अप्सरा ज्या येऊन गाऊं लागल्या व नृत्य करूं लागल्या, त्यांचीं नांवें ऐका: अनूचाना, अनवद्या, गुणमुख्या, गुणावरा, अद्रिका, तशीच सोमा, मिश्रकेशी, अलंबुषा, मरीची, शुशिका, विद्युत्पर्णी, तिलोत्तमा अंतिका, लक्षणा, क्षेमा, तशीच रंभा, मनोरमा, असिता, सुबाहु, सुप्रिया वपु, तशीच पुंडरीका, सुगंधा, सुरसा, प्रमाथिनी काम्या व शारद्वती ह्या अप्सरा त्या ठिकाणीं नृत्य करूं लागल्या; आणि मेनका व सहजन्या, कर्णिका व पुंजिकस्थला, ऋतुस्थला व घृताची, विश्वाची व पूर्वचित्ति, उम्लोचा व प्रसिद्ध प्रम्लोचा ह्या दहा व अकरावी उर्वशी ह्या सर्वांनींच गायन आरंभिलें. धाता, अर्यमा, मित्र, वरुण, अंश तसाच भग. पर्जन्याधिपति इंद्र, विवस्वान, पूषा, त्वष्टा तसाच सविता, व विष्णु हे सर्व स्मृतिप्रसिद्ध बारा आदित्य पांडु राजाचा मुलगा अर्जुन याचें महात्म्य वर्णीत आकाशांत राहिले. मृगव्याध, सर्प, प्रख्यात निर्ऋति, अजैकपाद, अहिर्बुध्न्य आणि पिनाकी, तसाच अग्नि, ईश्वर, कपाली, स्थाणु व भग हे अकरा रुद्र येऊन पोहोंचले. तसेंच अश्विनीकुमार, अष्टवसु, बलिष्ठ असे मरुत्, सारे विश्वेदेव, तसेच साध्य नांवाचे देवगण हे सर्व येऊन सभोंवतीं उभे राहिले. शिवाय कर्कोटक नाग, वासुकि सर्प, तसाच कच्छप, कुंड, आकारानें फार भव्य असा तक्षक इत्यादि मोठे तपस्वी व जहर विषारी असे अनेक नाग येऊन व्यवस्थेनें बसले होते. विनतेच्या मुलांपैकीं तार्क्ष्य, अरिष्टनेमि, गरुड, असितध्वज, अरुण व आरुणि हेही आपापल्या जागीं होते. तपश्चर्येनें ज्यांचें सामर्थ्य फार वाढलेलें होतें, अशा मोठमोठ्या ऋषींना मात्र हे देवांचे थवे विमानांत बसलेले दृष्टीस पडले, इतर लोकांच्या दृष्टीस पडले नाहींत. तो सर्व प्रकार पाहून त्या थोर थोर ऋषींना फार

आश्चर्य वाटलें, व तेव्हांपासून ते पांडवावर अधिक प्रेम करूं लागले.

इकडे ह्या वैभवशाली पांडूला आणखी मुलगे मिळण्याची आशा सुटून कुंतीपाशीं पुनः ती गोष्ट काढावी अशी त्याला इच्छा झाली. परंतु तें पाहून कुंतीच त्याला म्हणाली, "ह्यापुढें चौथा मुलगा उत्पन्न करण्याचें ह्मणाल, तर ही गोष्ट संकटसमयीं देखील कोठें शास्त्रांत सांगितलेली नाहीं. आतां मी त्या संबंधानें यत्न करीन तर व्यभिचारिणी ठरेन; व त्यापुढें पांचवा मुलगा होण्याबद्दल खटपट करीन, तर वेश्याच ठरेन. तर असा शास्त्रार्थ असलेला आपल्याला ठाऊक असून आपण कसे बरें मुलाकरितां ताळ सोडून भलतेंच कांहीं तरी मला सांगतां ?"

अध्याय एकशें चोविसावा.

—:०:—

माद्रीची पांडु राजाला प्रार्थना.

वैशंपायन सांगतातः– राजा, कुंतीचे मुलगे व इकडे धृतराष्ट्राचे मुलगे हे सर्व जन्माला आल्यानंतर एके दिवशीं माद्री पांडु राजाला एकांतीं म्हणाली, "महाराज, आपल्यामध्यें प्रजोत्पादनाविषयीं वैगुण्य आहे, म्हणून माझा आपल्यावर मुळीं राग नाहीं; किंवा कुंतीशीं माझें केव्हांही झालें तरी लहानपणाचें नातें आहे म्हणून मला वाईट वाटत नाहीं; अथवा, महाराज, गांधारीला शंभर मुलगे झाले म्हणून त्याबद्दलही मला विशेष दुःख वाटत नाहीं. मला जें दुःख वाटतें, तें एवढ्याचकरितां कीं, मीही त्यांच्यासारखीच असून मला मात्र मुलें नाहींत. आतां ही फार आनंदाची गोष्ट आहे कीं, आपल्याला कुंतीपासून तरी मुलें झालीं; परंतु जर आतां कुंती मलाही मुलें होण्याबद्दल उद्योग करील, तर माझ्यावर मोठी कृपा होईल, व आपलेंही हित होईल. कुंतीपाशीं ही गोष्ट मीं स्वतांच बोलावी, तर ती पडली माझी सवत, तेव्हां मला त्यांत मानहानि वाटते; म्हणून आपण जर माझ्यावर प्रसन्न व्हाल, तर आपल्याला कुंतीचें मन वळवितां येईल!"

माद्रीला आश्वासन.

पांडु राजा उत्तर करितोः—हे माद्री, माझ्याही मनांत ही गोष्ट घोळतेच आहे. परंतु तूं काय म्हणशील कोण जाणे, अशा शंकेनें तुझ्याजवळ बोलण्याचें धाडस मीं केलें नाहीं. आतां तुला हें बरें वाटत आहे, तेव्हां ह्याच्यापुढें मी तो प्रयत्न करीन; आणि मी बोललों म्हणजे तीही कबूल करील असें मला निःसंशय वाटतें.

पांडूची कुंतीला आज्ञा.

वैशंपायन सांगतातः—नंतर पुनः पांडु राजानें कुंतीला एकांतीं म्हटलें, "माझ्या वंशाचा विस्तार होऊन लोकांचेंही हित होईल असें काम तूं कर. माझ्या व तुझ्याही पूर्वजांच्या पिंडाचा लोप कधींही होऊं नये असा माझा फार हेतु आहे, असें समजून ही हिताची गोष्ट तूं कर. हें काम जरी तुला अवघड वाटलें, तरी कीर्ति वाढावी म्हणून तूं तें कर. सर्व देवांवर प्रभुत्व मिळल्यावरही इंद्रानें कीर्तीकरितां यज्ञ केले. त्याचप्रमाणें, मंत्रानुष्ठानें जाणणारे ब्राह्मण उग्र तपश्चर्या केल्यावर सुद्धां कीर्ति वाढावी म्हणून गुरूंना शरण जाऊन त्यांची कृपा संपादितात. त्याचप्रमाणें राजर्षि काय, मोठमोठे तपस्वी ब्राह्मण काय. ह्यांनीं कीर्ति जोडण्याकरितां नानाप्रकारचीं लहानमोठीं कामें केलीं आहेत. म्हणून, हे साध्वी, तूं माद्रीला कसेंही करून अपत्यरूप नौकेनें तार; व कीर्ति संपादन कर."

नकुलसहदेवांचा जन्म.

वैशंपायन सांगतातः—आपल्या पतीचें हें भाषण ऐकून त्याला मान देऊन कुंती माद्रीला म्हणाली, मी तुला एक मंत्र देतें, त्या मंत्राचा जप करून देवतेचें स्मरण कर, म्हणजे त्या देवतेपासून तुला योग्य असें संतान प्राप्त होईल." नंतर

माद्रीनें त्याप्रमाणें अश्विनीकुमारांचें ध्यान केलें असतां ते दोघे तेथें आले, व त्यांनीं तिच्या उदरीं दोन आवळेजावळे गर्भ उत्पन्न केले. हेच नकुल व सहदेव होत. हे रूपानें फारच सुंदर झाले. हीं आवळींजावळीं मुलें झालीं तेव्हांही त्यांना उद्देशून पूर्वींप्रमाणेंच आकाशवाणी झाली कीं, हे दोन मुलगे शीलानें, रूपानें व गुणांनीं अश्विनीकुमारांपेक्षांही अधिक असून कांति, तेज, सौंदर्य व संपत्ति ह्यांनीं हे अतिशय कीर्तिमान होतील. "

पांडवांचें नामकरण.

असो; राजा, त्या शतशृंगावर राहणाऱ्या ऋषींनीं त्या सर्व मुलांवर प्रेम ठेवून, त्यांना आशीर्वाद देऊन, व जातकर्म वगैरे संस्कार करून त्यांचीं नांवें ठेविलीं. सर्वांत वडील मुलाचें नांव युधिष्ठिर ठेविलें, मधल्याचें भीमसेन ठेविलें, व तिसऱ्याचें अर्जुन असें ठेविलें; हीं कुंतीच्या मुलांचीं नांवें ठेवून, त्या ब्राह्मणांनीं मोठ्या संतोषानें माद्रीच्या दोन मुलांमध्यें वडील मुलाचें नांव नकुल ठेविलें, व धाकट्या मुलाचें नांव सहदेव असें ठेविलें. सुदृढ शरिराचे, धैर्यशील, बलिष्ठ व पराक्रमी असे ते पांडु राजाचे कुलदीपक पांच मुलगे वर्षावर्षाचे अंतरानें झाले असल्यामुळें पांच संवत्सरांप्रमाणें शोभूं लागले. देवांप्रमाणें तेजस्वी असलेल्या त्या मुलांना पाहून पांडु राजा अतिशय आनंदित होऊन आपल्याला धन्य मानून घेऊं लागला; आणि शतशृंगावर राहणाऱ्या सर्व ऋषींना व त्यांच्या स्त्रियांनांही हे मुलगे फार आवडूं लागले. नंतर कांहीं दिवसांनीं पांडु राजा माद्रीकरितां कुंतीला पुनः भीड घालूं लागला. तेव्हां कुंतीनें त्याला एकांतीं सांगितलें, " महाराज, ह्या माद्रीला एक वेळ सवड दिली, तर हिनें जुळे पुत्र प्राप्त करून घेतले, व त्यांत मी फसल्यासारखी झालें; ही माझा पाणउतारा करील कीं काय अशी मला भीति वाटते; कुस्त्रियांची अशी स्थिति असते; मी आपली भोळी मला काय माहीत कीं देवतांची जोडी बोलावली असतां दोन मुलें होणार म्हणून? तेव्हां आपल्याजवळ माझें एवढेंच मागणें आहे कीं, मला आपण ही गळ घालूं नका. " असो; ह्याप्रमाणें, राजा, प्रत्यक्ष देवांनीं दिलेले, मोठे बलशाली, किर्तिमान, कुरुवंशाचा विस्तार करणारे, सुलक्षणी, चंद्राप्रमाणें रूपानें मोठे धनुर्धारी, सिंव्हाप्रमाणें ज्यांची चालण्याची ऐट व सिंहाप्रमाणें ज्यांचा मानी स्वभाव असे ते देवांसारखे पराक्रमी राजपुत्र दिवसेंदिवस लहानाचे मोठे होऊं लागले. असे मोठे होतां होतां त्या पवित्र हैमवत पर्वतावर जन्मलेल्या सर्व मोठमोठ्या ऋषींना त्यांचें अधिकाधिक कौतुक वाटूं लागलें. हे पांच व धृतराष्ट्राचे मुलगे शंभर हे सर्व कुरुवंशांतले राजपुत्र, थोड्याच काळांत पाण्यांत जशीं कमळें वाढतात तसे वाढले.

अध्याय एकशें पंचविसावा.

—::—

पांडु राजाचें निधन.

वैशंपायन सांगतात:— त्या रमणीय पर्वतावरील विस्तीर्ण अरण्यामध्यें आपल्या देखण्या मुलांकडे डोळे भरून पहात दोन्ही बायकांबरोबर तो पांडु राजा आपल्याच बाहुबलाचे आश्रयानें रहात होता. एकदा वसंतऋतूमध्यें जिकडे तिकडे झाडें फुलून गेलीं असून सर्वच देखावा प्राणिमात्राच्या मनाला मोह उत्पन्न करण्यासारखा होता, अशा वेळीं भार्येसहवर्तमान तो राजा अरण्यांत इकडे तिकडे हिंडूं लागला. कोठें पळसाचीं झाडें, कोठें तिलकाचीं झाडें, कोठें चाफ्याचीं, कोठें देवद्वाराचीं, अशा व दुसऱ्याही नानाप्रकारच्या फळांनीं व फुलांनीं भरलेल्या झाडांनीं सुशोभित झालेलें तें अरण्य पाहून पांडु राजाच्या अंतःकरणांत कामवासना उद्भवली. देवासारखा

तो पांडु राजा प्रसन्न अंतःकरणानें हिंडत असतां उत्तम वस्त्र नेसलेली माद्री एकटीच त्याच्या मागोमाग चालली. यौवनावस्थेमध्यें असलेल्या व फार बारीक वस्त्र नेसलेल्या आपल्या स्त्रीकडे पाहतांच राजाच्या मनांत कामविकार वणव्याप्रमाणें भडकला; एकांतीं त्या बायकोकडे व तिच्या मोहक डोळ्यांकडे पाहून राजा कामविकाराच्या तडाक्यांत सांपडून तो विकार त्याला कांहीं आवरेना. नंतर एकटीच सांपडलेली ती तरुण बायको आपल्या शक्तिप्रमाणें निवारण करीत असतांही तिला न जुमानतां त्यानें तिच्या अंगावर हात टाकला. तो कामासक्त झाला असल्यामुळें त्याला शापाची आठवण राहिली नाहीं, व बलात्कार करून त्यानें तिच्याशीं संग केला!

राजा, त्याचें मरण त्या वेळीं नेमिलेलें होतें, ह्मणून त्याच्या प्रारब्धानें येऊन त्याला प्रेरणा केल्याप्रमाणें तो शापाची देखील भीति सोडून कामवासनेच्या अधीन होऊन गेला. त्या कामातुर झालेल्या राजाची बुद्धि प्रत्यक्ष काळानेंच मोहून टाकली, ह्मणून पाहणें, ऐकणें वगैरे इंद्रियांचीं कामें बंद पडून विचार करण्याचा व्यापार थांबून अक्कलच गेली. तात्पर्य काय कीं, तो कुरुवंशींचा महापुण्यवान राजा पांडु आपल्या स्त्रीशीं संग करून अंत पावला!

नंतर त्या मेलेल्या राजाच्या शरिराला कवटाळून वारंवार अतिशय दुःखानें माद्री आक्रोश करूं लागली. मग आपल्या तीन मुलांसहवर्तमान कुंती, व माद्रीचे दोन मुलगे हे सर्व ज्या ठिकाणीं तो राजा मेला होता त्या ठिकाणीं बरोबर येऊन पोहोंचले. नंतर, राजा, माद्री कुंतीला म्हणाली, तुम्ही एकट्याच इकडे या, मुलें तेथेंच राहूं द्या.

तें तिचें भाषण ऐकून मुलांना तेथेंच सोडून "हाय, माझा घात झाला!" असें ओरडत कुंती एकदम धावत आली; आणि पांडु राजा व माद्री हीं दोघें भुईवर पडलेलीं पाहून कुंतीला दुःखाचा उमाळा येऊन ती शोक करूं लागली, "माद्री, हे वीर व नेहमीं विवेक करणारे—आणि त्यांतून मी त्यांना एकसारखी जपत असें—असें असतां व ऋषीचा शाप त्यांना ठाऊक असूनही त्यांनीं कसा बरें तुझ्यावर बलात्कार केला? कायगे माद्री, तूं महाराजांना जपावयाचें सोडून उलट त्यांच्या मनाला एकांतीं कसा बरें मोह पाडलास? तूं एकटी एकांतांत सांपडतांच ऋषीच्या शापाची आठवण असतांही महाराजांच्या अंतःकरणांत कशी बरें प्रेमाची लाट आली? माद्री, ज्यापेक्षां महाराज प्रेमांत येऊन त्यांचे तोंड तुला पहावयास सांपडलें, त्यापेक्षां, बाई, तूं धन्य आहेस, व माझ्यापेक्षां खचीत दैववान आहेस."

माद्री उत्तर करितेः— बाई, मी रडत रडत एकदा सोडून कित्येक वेळां महाराजांना 'नको नको' म्हणत असतां हा नशिबीं असलेला प्रसंग खरा करण्याकरितां महाराजांनीं आपलें मन आवरलें नाहीं.

माद्रीचें सहगमन.

कुंती म्हणतेः— मी महाराजांची वडील स्त्री, व पापपुण्यांत देखील माझा मोठा वांटा; म्हणून सांगतें, माद्री जें आतां ओघानेंच येऊन पोहोंचलें आहे, त्यांत तूं माझ्या आड येऊं नको. मी महाराजांच्या प्रेताबरोबर सती जाणार; तर तूं त्यांच्या प्रेताला सोडून ऊठ, व ह्या मुलांचें रक्षण कर.

माद्री म्हणतेः— माझ्या रणशूर पतीबरोबर मीच सती जाणार. कारण माझी कामवासना तृप्त झालेली नाहीं. म्हणून आपण मलाच अनुज्ञा द्यावी. माझ्याच संगतीमध्यें असतां हे भरतश्रेष्ठ महाराज अंत पावले, तर त्यांची ती कामवासना यमलोकीं तरी माझ्या हातून कशी तृप्त होईल असें मला झालें आहे. शिवाय तुमच्या मुलांशीं

आपल्या पोटच्या पोरांप्रमाणें—वंचना न करितां वागून आयुष्याचे दिवस काढण्याचें माझ्या हातून होणार नाहीं आणि मग मला तें पाप लागेल; ह्मणून, बाई, माझ्या दोन मुलांना आपल्या मुलांप्रमाणें तुम्हीच संभाळा; आणि माझ्यावरच मन जाऊन महाराज ज्यापेक्षां प्रेतदशेला येऊन पोहोंचले, त्यापेक्षां त्यांच्या शरिराबरोबर माझें हें शरीर नीट झांकून तुम्ही दहन करा. एवढा उपकार केल्यावांचून राहूं नका. सर्व मुलांना संभाळण्यांत हेळसांड होऊं देऊं नका, व माझ्यावर कृपादृष्टि ठेवा. ह्यापेक्षां जास्त कांहीं सांगावयाचें आहे असें मला वाटत नाहीं.

वैशंपायन सांगतातः—इतकें बोलून ती पतिव्रता माद्री चितेवर ठेविलेल्या राजाच्या प्रेतावर झट्कन् जाऊन पडली.

अध्याय एकशें सव्विसावा.

—:०:—

पांडवांचें हस्तिनापुरीं आगमन.

वैशंपायन सांगतातः— पांडु राजाचा अंत झालेला पाहून, योग्यतेनें देवांसारखे असे मोठमोठे शहाणे ऋषि आपआपसांत विचार करूं लागले: ते म्हणतात, " आपलें राज्य, आपली प्रजा, सर्व सोडून हा उदार व थोर राजा ह्या ठिकाणीं येऊन व तपश्चर्या करून येथील तपस्वी ऋषींना शरण आला. त्यानंतर हल्लीं हे लहान लहान मुलगे व स्त्री ह्यांना आपली ठेव म्हणून तुमचे स्वाधीन करून तो पांडु राजा जग सोडून स्वर्गीं गेला. त्या पुरुषाचे हे मुलगे, ही स्त्री व ह्या अस्थि बरोबर घेऊन त्याच्या राष्ट्रांत आपण जाऊं; कारण हा आपला धर्मच आहे."

वैशंपायन सांगतातः— ह्याप्रमाणें त्या देवांसारख्या व अद्भुत सामर्थ्य मिळविलेल्या थोर मनाच्या ऋषींनीं आपआपसांत विचार करून पांडु राजाच्या मुलांना पुढें घालून हास्तिनापुराला जाण्याचा बेत केला; आणि पांडवांना भीष्माचे व धृतराष्ट्राचे स्वाधीन करण्याकरितां बरोबर पांडु राजाच्या बायकोला व मुलांना घेऊन व त्याचप्रमाणें दहन झालेल्या दोन्ही शरिरांच्या अस्थि घेऊन तें सर्व तपस्वी तात्काळ निघाले. आजपर्यंत सुखांत राहिलेली व नेहमीं मुलांवर जीव कीं प्राण करणारी ती कुंती बरीच लांब वाट चालून गेली, तरी तिला थोडेंच चालल्यासारखें वाटलें. मग ती लवकरच कुरुदेशाच्या रानांत येऊन पोहोंचून पुढें ती साध्वी नगराच्या मुख्य वेशीजवळ आली असतां ते ऋषि तेथील रक्षकाला म्हणाले, 'राजाला जाऊन वर्दी दे.' तेव्हां त्यानें त्याप्रमाणें तात्काळ जाऊन सभेंत ते आल्याची वर्दी दिली.

ते हजारों गुह्यक व तो ऋषींचा मेळा आलेला पाहून हस्तिनापुरांतील लोकांस फार आश्चर्य वाटलें. सूर्योदय होऊन एक घटका झाली होती, त्या वेळीं सर्व मुलेंबाळें व बायका बरोबर घेऊन नगरांतले लोक ऋषींना पाहण्याकरितां बाहेर पडले. बायकांच्या झुंडी काय, क्षत्रियांच्या झुंडी काय, वाहनांत बसून आल्या व त्या वाहनांचीही गर्दी उडून गेली. तसेंच ब्राह्मणांच्या बायकाही नवऱ्यांबरोबर बाहेर पडल्या. त्याचप्रमाणें वैश्य व शूद्र ह्यांच्याही झुंडीच्या झुंडी येऊं लागल्या व एकच गर्दी उसळली. परंतु कोणाच्याही मनांत त्या वेळीं मत्सरबुद्धि नसून सर्वांचीं मनें निष्कपट व शुद्ध होतीं.

त्याचप्रमाणें शांतनूचा मुलगा भीष्म, सोमदत्त, बाल्हीक, अंध राजा धृतराष्ट्र, तसाच दासीपुत्र विदुर, त्याचप्रमाणें राणी सत्यवती, साध्वी काशिराजकन्या व राजस्त्रियांसहवर्तमान गांधारी, अशी सर्व मंडळी आली. धृतराष्ट्राचे दुर्योधन आदिकरून शंभर पुत्रही नानाप्रकारचे अलंकार घालून आले व त्या ऋषींचे मेळे पाहून साष्टांग नमस्कार करून ते सर्व कौरवराज-

पुत्र उपाध्यायांसहवर्तमान सभोंवार ओळीनें बसले. तसेंच नगरांतले व खेड्यांतले जमलेले लोकही भुईवर डोकीं टेंकून नमस्कार करून सर्वजण सभोंवतीं बसले.

नंतर, राजा, त्या समाजांत जिकडे तिकडे सामसूम झाली असें पाहून, त्या ऋषींची अर्घ्यपाद्यादिकांनीं पूजा करून भीष्मांनीं राज्याची व प्रजेची सर्व हालहवाल त्या ऋषींना कळविली. नंतर त्या ऋषींपैकीं सर्वांत वृद्ध व जटा वाढवून कृष्णाजिन अंगावर घेतलेले असे एक महर्षि उठले, व सर्व ऋषींचा आशय ओळखून बोलले:—

"अहो, कौरवकुलांतील जो एक विभागी पांडु नांवाचा राजा सर्व विषयोपभोग सोडून येथून शतशृंगाला गेला, त्याच पांडूला स्वतः ब्रह्मचर्य व्रतानें राहत असतां दैवी उपायानें प्रत्यक्ष यमधर्मापासून हा युधिष्ठिर मुलगा झाला. त्याचप्रमाणें त्या सत्त्वशील राजाला बलिष्ठांमध्यें बलिष्ठ असा हा भीष्म नांवाचा मुलगा वायूनें दिला. हा अर्जुन इंद्रापासून कुंतीचेच उदरीं झाला असून ह्याची कीर्ति सर्व धनुर्धारी वीरांना पुरून उरेल. माद्रीच्या उदरीं अश्विनीकुमारांपासून जे हे दोन धनुर्धारी वीर झालेले आहेत, तेही पहा. आपला धर्म काय ह्यांकडे नेहमीं लक्ष ठेवून तो धर्म संभाळून अरण्यावास करणारा जो पुण्यवान पांडु राजा, त्यानें आपल्या आजाचा बुडण्याच्या बेतांत आलेला वंश पुनः उद्धरिला. पांडु राजाच्या मुलांची उत्पत्ति कशी झाली, ते वाढले कसे, त्यांचें वेदांतील विषयांचें अध्ययन कसें काय आहे वगैरे सर्व तुम्हीं पाहिलें म्हणजे तुम्हांला सदोदीत फार संतोष होईल. थोर लोकांची रीत न सोडतां राहून व पुत्रसंतति मिळवून मग पांडु राजा परलोकीं गेला; ह्या गोष्टीला आज सतरा दिवस झाले, त्याचें शरीर चितेवर जाऊन अग्नीच्या मुखांत पडलेलें पाहतांच माद्रीनेंही जिवावर उदार होऊन अग्नींत उडी टाकिली. ती पतिव्रता अर्थात् त्याच्याबरोबरच तो जिकडे गेला असेल तिकडे गेली. आतां ह्यापुढें त्याचें व तिचें जें कांहीं उत्तरकार्य करावयाचें असेल तें करा. ह्या त्या दोघांच्या अस्थि आहेत व हे त्यांचे सोन्यासारखे मुलगे आहेत. तर पुढील क्रिया यथायोग्य करवून त्यांच्यावर व त्यांच्या आईवर उपकार करा; आणि सपिंडीपर्यंत प्रेतसंस्कार सर्व आटोपल्यावर स्वतः सर्व धर्मशास्त्र पूर्ण जाणणारा असा जो लौकिकवान व कुलदीपक पांडु राजा त्याच्याप्रीत्यर्थ पितृयज्ञ होऊं द्या.

वैशंपायन सांगतात:—ह्याप्रमाणें सर्व कुरूंना सांगून ते पाहत असतां त्यांच्या समोर ते सर्व ऋषि गुह्यकांसहर्तमान एका क्षणांत गुप्त झाले. तेव्हां तो ऋषींचा आणि सिद्धांचा जमलेला मेळा गंधर्वनगराप्रमाणें एकाएकीं दिसेनासा झाला असें पाहून सर्वांस आतिशय आश्चर्य वाटलें.

अध्याय एकशें सत्ताविसावा.

—:०:—

पांडु व माद्री ह्यांचा प्रेतसंस्कार.

धृतराष्ट्र म्हणतोः—हे विदुरा, सिंहासारखा शूर पांडु व विशेषेंकरून माद्री या उभयतांच्या योग्यतेला शोभेल अशा थाटानें त्यांचे प्रेतसंस्कार करीव. पशुदान, वस्त्रदान, रत्नें, द्रव्य वगैरेंचें दान अशीं नानाप्रकारचीं दानें ज्यांना जेवढीं पाहिजे असतील, तितकीं त्यांना पांडूच्या व माद्रीच्या प्रीत्यर्थ द्या. माद्रीचा जो जो सत्कार करणें कुंतीला आवडेल,तो सर्व तिच्या इच्छेप्रमाणें कर;व तिला वायु किंवा सूर्यही पाहणार नाहीं अशी तिची सर्व प्रकारें तजवीज ठेव. विदुरा, त्या पुण्यवान् व प्रशंसनीय पांडु राजाला देवांच्या मुलांसारखे पांच मुलगे आहेत, तेव्हां त्यांजकडे पा-

हून आतां त्याच्याबद्दल शोक सोडून देणें हेंच योग्य होय.

वैशंपायन सांगतात:–हे राजा, धृतराष्ट्राचें हें भाषण ऐकून विदुरानें व भीष्मानें बरें आहे म्हणून त्यास सांगितलें, व पवित्र ठिकाण पाहून त्या ठिकाणीं पांडु राजाच्या अस्थींला संस्कार करण्याचें ठरविलें. नंतर तूप व सुवासिक पदार्थ घालून तयार केलेले विस्तवाचे निखारे उपाध्यायांनीं पांडु राजाच्या दहनसंस्काराकरितां शहरांतून त्वरेनें आणिले. नंतर एक उत्तम पालखी तयार करून तींत त्या अस्थि ठेविल्या, व त्या ऋतूंत मिळणाऱ्या सर्व प्रकारच्या फुलांनीं व सुगंधि पदार्थांनीं ती पालखी सजवून तिला चोहोंकडून वस्त्रांनीं झांकून टाकिलें नंतर त्या तशा रीतीनें फुलांनीं व मूल्यवान वस्त्रांनीं सजविलेल्या पालखीपाशीं सर्व प्रधान, भाऊबंद व इष्टमित्र येऊन तिच्याबरोबर जाण्याच्या तयारीनें उभे राहिले.

राजा, नंतर, अतिशय थाटानें सजविलेल्या व ज्यांत माद्रीच्या व पांडु राजाच्या अस्थि आहेत अशा त्या श्रेष्ठ वाहनाला माणसें लावून त्यांच्या अस्थींना नीट वस्त्रांनीं झांकून नेऊं लागले; तेव्हां पांढरें छत्र वर धरून चंवऱ्या हालवीत वाजतगाजत त्याला नेण्याचा थाट झाला. पांडु राजाचा तो अंत्यसंस्कार चालत असतां शेंकडों माणसें हातांत किती तरी रत्नें घेऊन जे मागतील त्यांना देऊं लागलीं. त्याप्रमाणेंच शुभ्र छत्रें मोठमोठ्या चवऱ्या आणि सुंदर वस्त्रें हींही त्या पांडू राजाप्रीत्यर्थ आणिलीं. शुभ्र वस्त्र नेसलेले इष्टि करणारे ब्राह्मण ज्यांत हवन करीत आहेत, असे चांगले शोभायमान अग्नि ज्वलित होऊन त्या पांडु राजाच्या पुढें चालूं लागले. ब्राह्मण, क्षत्रिय, वैश्य व शूद्र ह्या सर्व वर्णांचे सहस्रावधि लोक दुःखानें पोळून आश्रु ढाळीत त्याच्या बरोबर आले. 'हा राजा आम्हांला टाकून, दुःखसमुद्रांत आम्हांला निरंतर लोटून देऊन व दीन अनाथ करून कोठें चालला हो ?' असा शोक करीत पांचही पांडव भीष्म व विदुर ह्यांनीं भागीरथीच्या कांठीं रानांत रमणीय असून सपाट व निर्मळ अशी एक जागा पाहून, तेथें, स्त्रीसहवर्तमान असलेल्या त्या पुण्यश्लोक व सत्यभाषणी पांडु राजाच्या अस्थिरूप शरिराची पालखी खालीं ठेविली. नंतर त्याच्या अस्थिशरिराला नानाप्रकारचे सुगंध लावून उत्तम प्रकारचें कृष्णागुरु चंदन व दुसरीं चंदनें फासून नंतर त्याच्यावर सोन्याच्या घागरींतून झट्कन् पाणी ओतून पुनः पांढऱ्या चंदनाची उटी लाविली तशीच कृष्णागुरु चंदन घालून तयार केलेल्या तुंगरसाचीही उटी लाविली, आणि मग तें अस्थि शरीर त्यांनीं त्या देशांत तयार होणाऱ्या पांढऱ्या वस्त्रांनीं आच्छादिलें. नानाप्रकारच्या वस्त्रांनीं आच्छादिल्यावर तो जणूं काय जिवंतच आहे कीं काय असा भासूं लागला! अंत्येष्टि करविणाऱ्या ब्राह्मणांनीं अनुज्ञा देऊन तो प्रेतसंस्कार झाल्यावर, घृतानें माखलेल्या व चंदन, तुंग, पद्मक वगैरे नानाप्रकारच्या परिमल द्रव्यांनीं शृंगारलेल्या त्यांच्या अस्थिशरिरांचें दहन केलें!

सर्वांचा शोक.

नंतर त्या स्त्रीपुरुषांची ती अवस्था पाहून कौसल्येला मूर्च्छा येऊन हायरे हाय! पुत्रा, कोठें गेलास ?' असा हंबरडा फोडून धाडकन् ती जमिनीवर पडली. ती तशी विव्हळ होऊन पडलेली पाहून, नगरांत राहणारे व खेड्यांत राहणारे सर्व तेथें जमलेले प्रजाजन राजावर फार प्रेम करणारे असल्यामुळें त्यांना दुःखाचा उमाळा येऊन ते गहिंवरून रडूं लागले. कुंतीचाही दीन स्वरानें विलाप चालला होता; तो ऐकून, माणसेंच काय पण पशुपक्षी वगैरे प्राणी देखील रडूं लागले. त्याचप्रमाणें शांतनुपुत्र भीष्म, मोठा विवेकी विदुर व सर्व कौरव ह्यांना दुःख न आवरून ते मोठमोठ्यानें रडूं लागले. नंतर भीष्म, विदुर व

राजा धृतराष्ट्र ह्यांनीं पांडूच्या मुलांना घेऊन तिळोदक वगैरे दिलें; कुरुकुळांतल्या सर्व स्त्रियांनीही तिळोदक वगैरे दिलें. ते पांच पांडव व भीष्म हे मग पुन: शोक करूं लागले, व इकडे विदुर व इतर ज्ञाति तिळोदक देऊं लागले. राजा, मग तिळोदक वगैरे देण्याचा विधि आटोपल्यावर दु:खानें व्याकूळ होऊन गेलेल्या त्या पांडुपुत्रांना बरोबर घेऊन सर्व प्रजाजन त्यांचें सांत्वन करूं लागले. ज्याप्रमाणें हे पांडव आपल्या बांधवांसह भूईवर निजूं लागले, त्याचप्रमाणें नगरांतील ब्राह्मण व इतर प्रजाजन सर्व भूईवर निजूं लागले. मग मुलांबाळांसुद्धां सर्व नगरांतले लोक पांडवांबरोबर बारा रात्री आनंद विसरून अस्वस्थ होऊन दु:ख करीत राहिले.

अध्याय एकशें अठ्ठाविसावा.

—:०:—

पांडूची उत्तरक्रिया.

वैशंपायन सांगतात:–मग कुंती, धृतराष्ट्र व भीष्म ह्यांनीं ज्ञातींना बरोबर घेऊन पिंडोदकांनीं पांडूचें श्राद्ध केलें. कुरुवंशांतील आपले भाऊबंद व मोठमोठे ब्राह्मण अशा हजारों लोकांस जेवण घालून आणि विद्वान् विद्वान् ब्राह्मणांना रत्नें व गांवें अनेक दान करून ते पांडव शुद्ध झाल्यावर त्या शूर कुमारांना बरोबर घेऊन भीष्मादिक सर्व हास्तिनापुरांत आले. नरवासी व ग्रामवासी सर्व प्रजाजन आपल्या ज्ञातींतलाच एखादा पुरुष मेल्याप्रमाणें पांडु राजाबद्दल एकसारखे दु:ख करीत होते. श्राद्ध वगैरे संपल्यावर लोक सगळे दु:खी असलेले पाहून व्यास आपल्या शोकाकुल झालेल्या व कांहीं सुचूं नये अशा स्थितींत असलेल्या मातु:श्रीला बोलूं लागले.

व्यासांचा आपल्या मातेस उपदेश.

" माते, काळ मोठा कठिण आला आहे, सुख सर्व मागें राहिलें; व पुढें एकापेक्षां एक दुर्धर प्रसंग येणार आहेत. आजच्यापेक्षां उद्यां वाईट स्थिति असें होणार आहे. पृथ्वी जीर्णावस्थेला येऊन पोहोंचली आहे. चोहोंकडे कपट माजून नानाप्रकारचे अन्याय व्हावे व धर्म बुडून जिकडे तिकडे भ्रष्टाकार आणि अनीति व्हावी असा काळ दिवसानुदिवस येणार आहे. ह्या कुरुवंशांतल्याच पुरुषांच्या हातून अन्याय व जुलूम होऊन जग नाहींसें होणार आहे. म्हणून तूं योगाभ्यास करून मनाला स्थिरपणा आणवून अरण्यांत जाऊन रहा. तुझ्या कुळाचा जो भयंकर संहार होणार आहे, तो तूं पाहूं नको. "

" बरें तर " असें म्हणून ती सत्यवती घरांत येऊन आपल्या सुनेला म्हणते, " बाई अंबिके, तुझ्या नातवाच्या अनीतीनें भरतकुलांतल्या पुरुषांचा व नगरांतल्या सर्व लोकांचा समूळ नाश होणार आहे असें म्हणतात. तर पुत्रशोकानें पोळून गेलेल्या ह्या कौसल्येला बरोबर घेऊन तुला पसंत असल्यास तुलाही घेऊन मी वनांत जातें. " " बरें, तसेंच तर " असें त्या अंबिकेनें म्हटल्यावर तिलाही बरोबर घेऊन भीष्माचा निरोप घेऊन ती साध्वी सत्यवती दोन्ही सुनांसहवर्तमान अरण्यांत गेली. मग त्या तिन्ही राजस्त्रियांनीं घोर तप केलें, आणि देह ठेवून त्या उत्तम गतीला जाऊन पोहोंचल्या.

पांडव व धार्तराष्ट्र ह्यांचें बाल्यवर्णन.

वैशंपायन म्हणतात:–नंतर पांडवांचे वेदोक्त सर्व संस्कार क्रमानें होऊन ते आपल्या पित्याचे घरीं सर्व सुखें उपभोगीत राहिले. ते धृतराष्ट्राच्या मुलांबरोबर खेळत सुखानें असत. असें होतां होतां लहानपणाच्या सर्व प्रकारच्या खेळांमध्यें इतरांपेक्षां ते हुषार झाले. पळण्यांत, पाहिलेला जिन्नस चढाओढीनें जाऊन पकडण्यांत, जेवण्यांत, धूळ उडविण्याच्या खेळांत ज्यांत त्यांत ते सर्वांपेक्षां जास्त झाले. भीमसेन तर धृतराष्ट्रपुत्रांना बुक्क्यांचा

मार देऊन पुरे पुरे करी. हे राजा, ते धार्तराष्ट्र आनंदानें खेळत असतां त्यांच्या वाटेला जाऊन आपण लपून बसे; केव्हां केव्हां तो त्यांना त्यांची शेंडी धरून आणी व पांडवांशीं त्यांची लढाई लावी. त्या एकशेंएक अवसानदार कुमारांनाही हा एकटाच सहज पकडून आणी. त्यांच्या केंसाला धरून त्यांना जोरानें बुक्क्या मारीत तो बलशाली भीमसेन ते रडत व ओरडत तरी त्यांना भुईव-वरून ओढीत नेई; मग त्यांचे गुडघे, डोकीं, खांदे खरचटले जात. तसेंच पाण्यांत खेळ-तांना तो आपल्या दोन हातांनीं दहा मुलांना धरून त्यांना घेऊन पाण्यांत बुडी घेई, आणि ते मुलगे मेल्यासारखे झाले म्हणजे त्यांना सोडून देई; आणि ते झाडावर चढून फळें काढीत असले म्हणजे हा भीम झाडांना पा-यानें लाथ मारून झाडें हालवून टाकी; मग जोरानें ती लाथ लागली असल्यामुळें झाडें हादरून फळांसुद्धां तात्काल खालीं पडत आणि मग ते मुलगे घाबरून जात. लढण्यांत, पळ-ण्यांत, विद्याभ्यासांत प्रत्येक गोष्टींत ते कुमार भीमसेनाशीं प्रतिस्पर्धा करीत, परंतु कधींही वरचढ होत नसे. ह्याप्रमाणें त्या धार्तराष्ट्रांशीं प्रतिस्पर्धा करितां करितां भीमसेन त्यांना आवडेनासा झालीं; हें सर्व केवळ पोरपणामुळें झालें, द्वेषानें नव्हे.

दुर्योधनाचा पांडवांविषयीं मत्सर.

पुढें पराक्रमी दुर्योधनानें भीमसेनाचें तें लोकोत्तर सामर्थ्य ध्यानांत आणून त्याच्याविषयीं तो दुष्टबुद्धि दाखवूं लागला. तो नेहमीं अधर्मानेंच वागणारा व दुष्ट विचार मनांत आणणारा असा असे; मग अर्थात् त्याच्या डोळ्यावर धुंदी येऊन व सर्व ऐश्वर्य आपल्यालाच असावें असा त्याला लोभ उत्पन्न होऊन त्याच्या मनांत पाप बुद्धि आली. "हा बलिष्ठांत अग्रगण्य कुंतीचा मुलगा पांडवांतला मधला भाऊ जो भीमसेन त्याला कांहीं तरी युक्तीनें ताब्यांत आणावा. हा इतका सामर्थ्यवान, पराक्रमी आणि मोठा शूर आहे कीं, तो एकटा आम्हां सर्वांना पुरून उरला आहे. तो शहराबाहेरील बागेंत निजला असतां त्याला आपण गंगेंत फेंकून देऊं, या. मग त्याचा धाकटा भाऊ अर्जुन आणि वडील भाऊ युधिष्ठिर ह्यांना धरून कैदेंत टाकूं व खुशाल पृथ्वीचें राज्य करूं" ह्याप्रमाणें निश्चय करून तो पापी दुर्योधन महात्म्या भीमाचें वर्म शोधूं लागला.

भीमाच्या नाशाची तयारी.

हे भारता, पुढें त्यानें जलक्रीडेकरितां म्हणून कापडाचीं व कांबळ्यांचीं चमत्कारिक चमत्का-रिक घरें तयार करविलीं; त्यांत सर्व लागणाऱ्या जिनसा तयार ठेविल्या असून समोर उंच उंच निशाणें लाविलीं होतीं. त्यांतच त्यानें कित्येक निरनिराळ्या खोल्या करविल्या. 'उदकक्रीडन' असें त्याचें नांव ठेवून अर्धें गंगेच्या पाण्यांत व अर्धें जमिनीवर असें तें उभें केलें होतें. खाण्याचे, पिण्याचे, चाटण्याचे वगैरे तऱ्हतऱ्हेचे प-दार्थ मोठमोठ्या कसबी आचाऱ्यांनीं तयार करून त्यांत ठेविले. मग ती सर्व तयारी झाल्यावर नोकरांनीं दुर्योधनाला कळ-विलें. तेव्हां तो दुष्ट दुर्योधन पांडवांना म्हणतो, "पांडवहो, हें पहा—बागबगीचे तयार करून सुशोभित केलेल्या गंगातीरावर आपण सर्व भाऊ मिळून जाऊं आणि जलक्रीडा करूं चला" तेव्हां बरें, "ठीक आहे" असें युधिष्ठिरानें उत्तर केलें.

मग मोठमोठे रथ घेऊन, व त्या मुलखांत अ-सणारे जे उत्तम उत्तम हत्ती ते घेऊन, सर्व धार्त-राष्ट्र पांडवांसहवर्तमान शहरांतून बाहेर निघाले. नंतर ते नगरांतील गर्दी सोडून त्या बागेजवळ जसे येऊन पोहोंचले, तसे ते सगळे सभोंवतीं पहात पहात सिंह ज्याप्रमाणें डोंगरांतील गुहेंत

प्रवेश करितात त्याप्रमाणें आंत शिरले. आंतील शोभा काय विचारावी ? सुंदर सभामंडप असून दोन्ही बाजूंला पडव्या काढिल्या होत्या, जागोजागीं खिडक्या व जाळ्या ठेविल्या होत्या आणि एकसारखीं फिरणारीं कारंजीं तयार केलीं होतीं. गवंड्यांनीं भिंतींना उत्तम सफेती दिली होती व चितार्‍यांनीं चित्रें काढिलीं होतीं. पाण्याचे पाट भरून चालले होते व सुंदर हौदही पाण्यानें भरले होते. ह्या पाण्यांत उमललेल्या कमळांची अपूर्व शोभा दिसत होती. त्याचप्रमाणें जमीनही जिकडे तिकडे ऋतुमानाप्रमाणें त्या त्या फुलांनीं आच्छादित होऊन सुशोभित झाली होती.

भीमाला विषप्रयोग.

मग ते सर्व पांडव व कौरव तेथें जाऊन बसले, आणि ज्या ज्या गोष्टीवर मन जाई त्या त्या गोष्टीचा यथेच्छ उपभोग घेऊं लागले. होतां होतां त्या सुंदर उपवनामध्यें तीं सर्व मुलें विनोदाच्या भरामध्यें येऊन एकमेकांच्या तोंडांतले घांस एकमेकांच्या तोंडांत देऊं लागलीं. तेव्हां दुष्ट दुर्योधनानें भीमसेनाला ठार मारण्याच्या बुद्धीनें अन्नामध्यें कालकूट नांवाचें भयंकर विष घालविलें; इतकेंच नव्हे तर आंतून तरवारीप्रमाणें कठोर मनाचा व बाहेरून मात्र जसा एखादा जिवलग स्नेही असावा किंवा अन्नदाता प्रभु असावा अशा रीतीनें खडीसाखरेप्रमाणें गोड बोलणारा जो पापी दुर्योधन, तो स्वतः उठून भीमाला पुष्कळ खाद्य भरवूं लागला, व भीमही कपट न समजल्यामुळें तें खुशाल खाऊं लागला, मग तो नीच दुर्योधन मनांत हसत आपलें काम साधलें ह्मणून धन्यता मानूं लागला. पुढें ते पांडव व कौरव सर्व मिळून मोठ्या आनंदानें जलक्रीडा करूं लागले.

जलक्रीडा संपल्यावर सर्व कौरवकुमारांनीं स्वच्छ वस्त्रें परिधान करून अलंकार घातले, व ते नानाप्रकारचे विहार करून दमले असल्यामुळें संध्याकाळीं त्याच क्रीडागृहामध्यें राहणें त्यांना बरें वाटलें. त्या वेळीं, बलाढ्य जो भीम, तो इतरांपेक्षां पुष्कळ व्यायाम करून व नंतरही जलक्रीडेंत दुसर्‍या कुमारांना हातांनीं वाहून वाहून शिणून गेला असल्यामुळें, गंगा नदीवरच असलेला जो भाग त्यांत त्याला रहावेंसें वाटून तेथेंच जागा मिळाली ह्मणून तो निजला. आधींच दमलेला, त्यांत गार वारा लागूं लागला, आणि त्यांत पुनः कालकूट विषानें आतां त्याला पूर्ण व्यापलें; मग अर्थात् अगदीं धुंद होऊन भीमसेन अगदीं निश्चेष्ट पडला. ती संधि पाहून दुर्योधानें स्वतः भीमसेन मेल्यासारखा पडला होता त्याला लता, वेली ह्यांनीं बांधून जमिनीवरून पाण्यांत लोटून दिलें !

भीमाचें नागलोकीं गमन.

मग तो पांडुपुत्र भीमसेन बेशुद्धच पाण्यांतून तळाला गेला व नागलोकांत पोहोंचला, तोंच नागांच्या पोरांना आपल्या शरिराखालीं त्यानें चेंगरून टाकिलें. मग मोठमोठे विषारी नाग पुष्कळ एके ठिकाणीं जमले, आणि अति भयंकर विषारी दांतांनीं त्याला दंश करूं लागले. दंश जसजसा होऊं लागला, तसतसें भीमसेनाच्या अंगीं भिनलेलें तें न उतरणारें कालकूट विष ह्या नागांच्या आपोआप उतरण्यासारख्या विषाच्या योगानें पार नाहींसें झालें. ते नाग त्याच्या उराच्या नाजूक भागावर दांतांनीं एकसारखा दंश करीत होते, तरी तो उर विलक्षण कठिण असल्यामुळें त्याच्यावरचें कातडेंही फुटलें नाहीं !

नंतर भीमसेन जागा झाला, तेव्हां सर्व बंधनें तोडून टाकून त्या सगळ्या नागांचा त्यानें चांगला समाचार घेतला; तेव्हां त्यांपैकीं कांहीं भिऊन पळून गेले. भीमानें मारून उरलेले जेवढे होते, तेवढे सगळे सर्पांचा राजा जो इंद्राच्या बरोबरीचा वासुकि त्याच्याकडे जाऊन त्याला सांगूं लागले, " महाराज, ह्याला बांधून आंवळून कोणीं तरी

पाण्यांत टाकिलें; आणि आमचा तर्क असा आहे कीं, ह्याच्या पोटांत विष गेलेलें असावें. असो, हा आमच्याकडे आला तो निश्चेष्ट होऊन आला, व आह्मीं दंश केल्यावर पुनः सावध झाला. शुद्धीवर येतांच ह्या अगडबंब माणसानें आपलें बंधन झटकन् तोडून आह्मांला पुरे पुरे केलें. हा कोण आहे तें आपणच पाहून घ्यावें."

नागलोकीं भीमाचा सत्कार.

मग वासुकीनें त्या सर्व सर्पांना बरोबर घेऊन तो भव्य आणि पराक्रमी भीम होता त्या ठिकाणीं येऊन त्याला पाहिलें. ह्याप्रमाणें, कुंतीचा पिता जो शूरसेन त्याचा मातामह जो वासुकि त्याच्या दृष्टीस भीमसेन पडला, आणि तो नातवाचा (शूरसेनाचा) नातू भीमसेन ह्याला वासुकीनें कडकडून आलिंगन दिलें. नंतर तो मोठा लौकिकवान वासुकि राजा त्याच्यावर प्रसन्न होऊन त्याला उद्देशून ह्मणतो, "ह्याच्य वर काय बरें कृपा करावी ? ह्याला पुष्कळ द्रव्य, अनेक रत्नें आणि दुसरें ऐश्वर्य जें काय देतां येईल तें सर्व द्या." हें भाषण ऐकून एक नाग सर्पश्रेष्ठ वासुकीला ह्मणाला, "महाराज, जर आपण प्रसन्न झाला असाल, तर ह्याला द्रव्याच्या राशी काय करावयाच्या आहेत ? हा मोठा बलिष्ठ आहे, तेव्हां आपण प्रसन्न झाल्यावर, ज्या कुंडामध्यें हजार नागांचें सामर्थ्य रसाच्या रूपानें सांठवून ठेवलें आहे, त्या कुंडांतून ह्याला रस पिऊं द्या, हा कुमार जितका रस पिईल तितका त्याला पाजावा." तेव्हां "बरें, तसेंच करा" असें वासुकीनें उत्तर दिलें.

मग, "बालका, तुझें कल्याण असो" असा सगळ्या नागांचा अशीर्वाद घेऊन, शुद्ध होऊन व पूर्वेकडे तोंड करून तो पांडुपुत्र भीम बसून रस पिऊं लागला. तो अवसानदार भीम एका घोटाबरोबर एक कुंड पिऊं लागला. अशा रीतीनें आठ कुंडें प्याला. मग नागदंतावर (भिंतींतून पुढें आलेल्या व अधांतरीं असलेल्या रुंद फळीवर) सुंदर बिछाना पसरून त्यावर तो भव्य दिसणारा शत्रूंचा कर्दनकाळ भीमसेन स्वस्थ निजला.

अध्याय एकशें एकुणतिसावा.

—:०:—

भीमाचा शोध आणि त्याबद्दल दुःख.

वैशंपायन सांगतातः- राजा, इकडे ते सर्व कौरव आणि भीमावांचून सर्व पांडव क्रीडा व विहार आटोपल्यावर रथ, हत्ती, घोडे व आणखीही कित्येक वाहनें घेऊन 'भीम आपल्या पुढेंच निघून गेला' असें ह्मणत ह्मणत त्याच्यावांचून हास्तिनापुरांत जाण्याकरितां निघाले. तेव्हा भीम नाहींसा झालेला पाहून मोठा आनंदित झालेला तो पापी दुर्योधन भावांना घेऊन शहरांत आला. राजा, धर्मात्मा युधिष्ठिर हा, आपल्याप्रमाणेंच सर्व लोक निष्कपटी आहेत, असें समजणारा होता. तरी या वेळीं, दुर्योधनाच्या पोटांत भीमाविषयीं कांहीं तरी कपट असावें असा त्याला संशय आला. तो भीमावर निस्सीम प्रेम करणारा धर्मराज तात्काळ कुंतीपाशीं आला, आणि नमस्कार करून त्यानें तिला विचारिलें; धर्मराज ह्मणाला, "आई, भीम इकडे निघून आला, मग तो पुनः कोठें बरें निघून गेला ? येथें तर कोठेंही दिसत नाहीं. आह्मीं बागांतून व त्या रानांत सर्व बाजूंला त्याला शोधलें, परंतु तो पराक्रमी बाळ भीम कोठेंही दिसला नाहीं. मग तो आमच्या पुढें निघून आला असेल असें समजून काळजी करीत करीत आह्मी निघून आलों. तर, आई, तो कोठें गेला सांग बरें. किंवा तूं कोठें तरी त्याला पाठविलें आहेस ? तो चांगला सुदृढ पोर भीमसेन काय झाला, कोठें गेला, सांग. त्या शूर बाळासंबंधानें माझ्या मनांत कांहीं विपरीतच येतें. तो निजलेला

असावी असें कांहीं मला वाटत नाहीं; तर त्याचा कोणीं तरी घातच केला असावा असा मला संशय येतो ! ”

वैशंपायन सांगतातः—राजा, त्या चतुर धर्मराजाचें इतकें भाषण ऐकून कुंती ‘ हायरे हाय ! ’ ह्मणून गडबडून जाऊन युधिष्ठिराला ह्मणाली, “ बाळा, भीम माझ्या दृष्टीस पडला नाहीं, व तो माझ्याजवळ आलाही नाहीं. तर भावांना बरोबर घेऊन तूं लवकर त्याला शोधण्याच्या उद्योगाला लाग, ” ह्याप्रमाणें धर्मराजाला सांगून त्या कष्टी झालेल्या कुंतीनें महात्म्या विदुराला बोलावून आणविलें; आणि ती त्याला म्हणाली, “ कायहो, भीमसेन दिसेनासा झाला आहे; तो कोठें गेला म्हणून समजावें ? बागेंतून सर्वजण निघून आले, परंतु माझा पराक्रमी भीम तेवढा माझ्याजवळ आला नाहीं. दुर्योधनाच्या डोळ्यांत तो नेहमीं सलतो, व हा दुर्योधन तर मोठा निर्दय, दुष्ट बुद्धीचा, नीच, राज्याची हाव करणारा, आणि निर्लज्ज आहे; तेव्हां राग आला म्हणजे त्या आवेशांत तो त्या शूर पोराला मारूनही टाकील. म्हणून माझ्या मनाला चैन नाहीं; आणि माझें अंतःकरण पोळून गेलें आहे. ”

विदुर म्हणतोः—तूं शहाणी असशील तर असें बोलूं नको; राहिलेल्या मुलांना मात्र नीट जप. कारण, त्या दुष्ट दुर्योधनाला जर तूं टाकून बोललीस, तर तो तुझ्या राहिलेल्या मुलांना हात दाखवील. तुझे मुलगे सर्व दीर्घायुषी आहेत असें मला एका मोठ्या मुनीनें सांगितलें आहे; म्हणून तुझा मुलगा खास येईल, आणि तुला सुख देईल.

भीमास सहस्रनागबलप्राप्ति.

वैशंपायन सांगतातः—इतकें बोलून तो विद्वान विदुर आपल्या घरीं गेला; आणि कुंती काळजी करीत मुलांना घेऊन आपल्या घरीं राहिली. राजा, इकडे भीम निजला हें तुला मागें सांगितलेंच आहे. मग तेथपासून तो आठवे दिवशीं जागा झाला. तितक्या वेळांत त्याच्या अंगांत तो प्यालेला सर्व रस पचून तो इतका बलिष्ठ झाला कीं, त्याच्या सामर्थ्याला परिमितिच नाहीं. भीमसेन जागा होत असलेला पाहून ते सर्प संथपणानें त्याचें समाधान करूं लागले, आणि म्हणूं लागले, “ हे भव्य पुरुषा, ज्यापेक्षां तूं अतिशक्तिदायक असा रस प्यालास, त्यापेक्षां आतां तुझ्या अंगीं हजारों सर्पांइतकें सामर्थ्य येईल, आणि संग्रामांत कोणी तुझ्यासमोर उभा राहणार नाहीं. आतां ह्या उत्तम पाण्यानें स्नान करून आपल्या घरीं जा. कारण, हे कुरुश्रेष्ठा, तुझ्या वियोगानें तुझ्या भावांना फार दुःख होत असेल. ”

भीमाचें स्वगृहीं आगमन.

राजा, मग तो भीमसेन स्नान करून शुद्ध होऊन शुभ्र वस्त्र नेसला, आणि पांढरी माळ घालून त्या नागांचे घरीं त्यानें सर्व सुखसोहाळे करून घेतले. विषावर वस्ताद अशा स्वादिष्ट वनस्पति घालून तयार केलेलें मिष्टान्न नागांनीं त्याच्यापुढें ठेविलें तें त्या कुमारानें भक्षण केलें. नंतर नागांनीं त्याचा गौरव केला; व आशीर्वाद देऊन उत्तम उत्तम अलंकारही त्याच्या अंगावर घातले. मग तो पांडुपुत्र नागांचा निरोप घेऊन आनंदानें तेथून निघाला. तेव्हां एका नागानें त्या देखण्या आणि कर्दमकाळ भीमाला पाण्यांतून उचलून त्या पूर्वींच्याच उद्यानांत नेऊन ठेविलें, आणि भीमसेन पहात असतां तो आणि त्याबरोबर आलेले इतर नाग गुप्त झाले.

भीमाची पुनः भेट.

मग तेथून उठून तो कुंतीचा बलिष्ठ व सुलक्षणी पुत्र आईच्या समोर दत्त म्हणून उभा राहिला. नंतर आईला व वडील भावाला नमस्कार करून त्या शूरानें रीतीप्रमाणें लहान भावांच्या मस्तकांचें अवघ्राण केलें. तेव्हां आई व ते

भाऊ त्याला कडकडून भेटले, आणि परस्पर प्रेमभाव मनांत उत्पन्न होऊन ' बरें झालें, चांगलें झालें ' असे उद्गार काढूं लागले.

मग त्या बलिष्ठ व शूर भीमसेनानें दुर्योधनानें केलेला सर्व खोडसाळपणा भावांना इत्थंभूत सांगितला; आणि नागलोकांत जें जें बरें वाईट झालें, तेंही सांगितलें. मग युधिष्ठिर राजानें भीमाला एक महत्त्वाची गोष्ट सांगितली. ती ही कीं, " झालेली गोष्ट कधीं कोणाजवळ बोलूं नको. " राजा, तेव्हांपासून धर्मराज आपल्या भावांसह फार सावधपणानें राहूं लागला. तरी त्याचा आवडता सारथि दुर्योधनानें जबरदस्ती करून मारून टाकिलाच ! महात्मा विदुर पांडवांना वेळोवेळीं सल्ला देई. अंगावर कांटा आणणारें एक जालीम कालकूट विष नवें मिळवून तें पुनः दुर्योधनानें भीमसेनाच्या अन्नांत मिसळविलें. तें वैश्यापुत्र युयुत्सु यानें पांडवांचें अकल्याण न व्हावें अशा हेतूनें त्यांना विदित केलें. परंतु तें विष भीमसेनाला न बाधतां त्यानें तें पचवून टाकिलें. तें एवढें जालिम विष, परंतु त्या वज्रदेही भीमावर त्याचा कांहींच परिणाम झाला नाहीं; उलटें तें अगदीं जिरून गेलें.

कौरवांच्या शिक्षणाची व्यवस्था.

अशा रीतीनें दुर्योधन, कर्ण आणि शकुनि सौबल ह्या तिघांनीं पांडवांना अनेक उपायांनीं मारण्याचा यत्न चालविला. पांडवही तें सर्व ओळखून होते, व त्यांच्या मनांत त्याचा राग होता, परंतु विदुराचा सल्ला ऐकून ते बाहेर मात्र कांहीं दाखवीत नसत. आपले मुलगे उन्मत्त होऊन खोडसाळपणाचे चाळे करीत असलेले पाहून, धृतराष्ट्रानें, वेदशास्त्रांत निष्णात असा जो शरस्तंबाचे ठिकाणीं उत्पन्न झालेला गौतम म्हणजे कृपाचार्य, त्याची त्या कुमारांना शिकविण्याकरितां गुरुयोजना करून त्यांना त्याचे स्वाधीन केलें. मग ते सर्व कौरव कृपापासून धनुर्वेद शिकले.

अध्याय एकशें तिसावा.

—:०:—

कृपाचार्यांचें जन्मवृत्त.

जनमेजय प्रश्न करितोः-महाराज, कृपाचार्यांच्या उत्पत्तीची हकीकत आपण मला सांगावी. शरस्तंबापासून त्याचा जन्म कसा झाला व त्याला अस्त्रें कशीं मिळालीं तें सर्व सांगावें.

वैशंपायन सांगतातः-हे राजा, गौतम म्हणून एक मोठा मुनि होता. त्याचा मुलगा गौतमगोत्री भरद्वाज नांवाचा असून तो शरांबरोबर जन्माला आला म्हणून त्याला शरद्वान म्हणूं लागले. त्याची मति धनुर्वेदांत जशी चाले तशी वेदाध्ययनांत चालेना. ब्रह्मचर्यव्रत पाळून राहणारे दुसरे तापास तपश्चर्येनें वेदाध्ययन साधीत असतां त्यानें तपश्चर्या करून संपूर्ण अस्त्रें मिळविलीं. अस्त्रविद्येमध्यें तो गौतम प्रवीण होत चालला, आणि तपोबलही वाढवूं लागला, म्हणून इंद्राला त्याचें फार भय वाटूं लागलें.

मग, राजा, त्या इंद्रानें जानपदी नांवाची एक अप्सरा त्याच्या तपाला विघ्न करण्याकरितां म्हणून पाठविली तेव्हां तिनें त्या शरद्वानाच्या रम्य आश्रमांत जाऊन त्या धनुष्यबाण धारण करणाऱ्या गौतमाला मोहून टाकिलें, त्या अरण्यांत जेव्हां गौतमानें एकच वस्त्र नेसलेली ती अप्रतिम बांध्याची अप्सरा पाहिली, तेव्हां आनंदानें त्याचे डोळे चमकूं लागले. ती दृष्टीस पडतांच धनुष्य आणि बाण हीं त्याच्या हातांतून खालीं गळून पडलीं, आणि हातपाय कांपूं लागले. तो मोठा ज्ञानी व त्याचें तपोबल मोठें, म्हणूनच तो विवेकवान ब्राह्मण मोठ्या नेटानें राहिला. हे राजा, त्याच्या मनाची जी एकदम चल-

विह्वल झाली, त्यामुळें त्याचें वीर्यस्खलन झालें; आणि तें शरांच्या जुडग्यांत पडलें, तरी त्याला तें समजलें नाहीं. पुढें धनुष्य, बाण, कृष्णाजिनें, तो आश्रम आणि ती अप्सरा सोडून देऊन तो मुनि निघून गेला. राजा, इकडे असा चमत्कार झाला कीं, त्या शरांच्या जुडग्यामध्यें पडलेल्या त्या वीर्याचे दोन भाग झाले. त्यांपासून गौतमगोत्री शरद्वानाला आवळींजावळीं दोन मुलें झालीं. त्याच वेळीं कर्मधर्म संयोगानें राजा शांतनु शिकार करीत फिरत असतां कोणी सैन्यातील शिपायानें अरण्यांत तीं जुळीं मुलें पाहलीं; व त्याबरोबरच धनुष्य, बाण आणि कृष्णाजिनें त्यांच्या दृष्टीस पडून, धनुर्वेदांत निष्णात झालेला जो मुनि गौतम, त्याचीं हीं मुलें असें त्यानें ओळखून त्या राजाला तीं मुलें आणि धनुष्यबाण सर्वच दाखविले. तेव्हां राजाच्या मनांत कृपा उत्पन्न झाली, व त्यानें तीं आपलींच मुलें असें समजून तीं घरीं आणिलीं; व त्यांना वाढवून त्यांचे सर्व संस्कारही त्यानें केले इकडे गौतमानेंही तेथून निघून आल्यापासून धनुर्वेदाचाच व्यासंग चालविला होता. कृपेनें आपण हीं मुलें वाढविलीं असें मनांत आणून त्या राजानें त्यांचीं नांवें कृप व कृपी अशींच ठेविलीं. या मुलांना शांतनूनें वाढविलें ही गोष्ट गौतमाला तपाच्या प्रभावानें समजली. मग त्यानें राजाकडे येऊन त्या मुलाला त्याचें गोत्र वगैरे सर्व सांगितलें. त्याचप्रमाणें चार प्रकारचा धनुर्वेद व नानाप्रकारचीं शास्त्रें वगैरे आपली सर्व गुप्त विद्या बाकी न ठेवितां त्यानें त्याला सांगितली. पुढें तो मुलगा लवकरच आचार्य ह्या पदवीला चढला.

नंतर, महारथी झालेले कौरव, पांडव आणि यादव ह्या कृपाचार्यापासून धनुर्वेद शिकले; त्याचप्रमाणें वृष्णिवंशातले राजपुत्र व दुसऱ्याही देशांतून आलेले कित्येक राजपुत्र त्यांच्यापासून धनुर्वेद शिकले.

द्रोणांची धनुर्वेदशिक्षणार्थ योजना.

वैशंपायन सांगतातः–नंतर, नातवांचें अध्ययन आणखी जास्त झालें पाहिजे म्हणून, भीष्मानें, धनुर्विद्येंत व अस्त्रविद्येंत प्रवीण असून पराक्रमानेंही सर्वमान्य असे मोठमोठे जे जे आचार्य होते, त्यांच्यासंबंधानें तपास केला. परंतु मोठे बलशाली जे कुरुवंशांतील राजपुत्र, त्यांना अस्त्रविद्या शिकविण्याला जो गुरु पहावयाचा तो सामान्य बुद्धीचा असतां कामा नये; तो अलौकिक प्रतिष्ठा मिळविलेला नसेल तर उपयोगी नाहीं; तो अस्त्रांत पूर्ण पारंगत नसेल तर उपयोगी नाहीं; त्याच्यामध्यें दैवी सामर्थ्य नसेल तर तो उपयोगी नाहीं; असा विचार करून, हे राजा, गंगेचा मुलगा भीष्म ह्यानें भरद्वाजाचा महाबुद्धिवान व वेदामध्यें विद्वान असा मुलगा जो द्रोण, त्याच्या स्वाधीन पांडवांना आणि कौरवांना केलें. राजा, मोठा थोर जो भीष्म, त्यानें, अस्त्रविद्येंत पंडितापेक्षां पंडित असा जो आचारसंपन्न द्रोण, त्याची चांगली विधिपूर्वक पूजा केली. त्यामुळें संतुष्ट होऊन त्या किर्तिमान पुरुषानें सर्व राजपुत्रांना शिष्याचे नात्यानें आपल्या पदरीं घेतलें व त्यांना समग्र धनुर्वेद शिकविला मग थोड्याच काळांत ते अतुलप्रतापी पांडव व कौरव सर्व शास्त्रांमध्यें प्रवीण झाले.

द्रोणजन्मवृत्त.

जनमेजय म्हणतोः— हे ब्रह्मन् द्रोण कसा जन्माला आला, त्याला अस्त्रें कशीं मिळालीं, कुरु देशांत तो कसा आला, आणि तो तेजस्वी पुरुष कोणाचा मुलगा, हें सर्व आपण मला सांगावें. त्याचप्रमाणें, अस्त्रविद्येंत अग्रगण्य असा

---

१ चार प्रकारचा म्हणजे १ सोडण्याचें साधन, जसें, बाण वगैरे; २ न सोडण्याचें, जसें, खड्ग वगैरे; ३ उपसंहारसहित अस्त्र; ४ उपसंहाररहित अस्त्र. अथवा, १ शस्त्र, २ अस्त्र, ३ प्रत्यस्त्र, ४ परमास्त्र.

अश्वत्थामा हा मुलगा त्याला कसा झाला, तेंही सर्व आपल्यापासून श्रवण करण्याची माझी इच्छा आहे.

वैशंपायन सांगतातः—राजा, भरद्वाज नामें करून नेहमीं कडकडीत आचारणानें वागणारा परमपूज्य असा एक ऋषि गंगाद्वारीं होता तो पूर्वी एकदा हविर्धानामध्यें संचार करीत असतां सर्व ऋषींबरोबर स्नानाकरितां गंगा नदीला गेला. तेथें प्रत्यक्ष घृताची नांवाची अप्सरा त्या ऋषींच्या दृष्टीस पडली. ती तरुण व रूपानें फार मोहक असून काममदानें धुंद व सुस्त होती, आणि नुकतीच गंगेंत स्नान करून ओल्या वस्त्रानें बाहेर पडली होती. तिचें नेसावयाचें वस्त्र नदीच्या तीरावर वाळत होतें. तेव्हां अंगाबरोबर चिकटलेल्या त्या ओल्या वस्त्रांत तिला पाहतांच त्या ऋषीच्या मनांत कामविकार उत्पन्न झाला. राजा, भरद्वाज मोठा ज्ञानी खरा, परंतु तिच्यावर मन गेल्याबरोबर त्याचें वीर्यस्खलन झालें. मग त्या ऋषीनें तें वीर्य, एका द्रोणांत धरून ठेविलें. पुढें त्या ज्ञानसंपन्न मुनीला त्या वीर्यापासून त्याच पात्रामध्यें हा द्रोण मुलगा झाला. पुढें त्यानें वेदांचा व वेदांगांचा समग्र अभ्यास केला. प्रतापवान आणि अस्त्रविद्येंत मोठा पंडित जो भरद्वाज, त्यानें पुण्यवान अग्निवेश ह्याला आग्नेय अस्त्र दिलें होतें; हे राजा, तें अस्त्र आतां तो अग्नीचा मलगा अग्निवेश ह्यानें भरद्वाजाचा मुलगा जो हा द्रोण त्याला दिलें.

भरद्वाजाचा एक मित्र पृषत नांवाचा राजा होता. त्यालाही द्रुपद नांवाचा मुलगा त्याच सुमारास झाला होता. तो क्षत्रियकुमार नेहमीं त्या ऋषीच्या आश्रमांत येऊन द्रोणाबरोबर खेळत असे व अध्ययनही करीत असे. पुढें पृषत राजाचा अंत झाल्यावर हा सुलक्षणी व पराक्रमी द्रुपद उत्तरपंचाल देशाचा राजा झाला.

इकडे, परमपूज्य भरद्वाजही स्वर्गाला गेला, आणि मोठा तपस्वी द्रोण ह्यानें तेथेंच राहून मोठी तपश्चर्या केली, वेदांत व वेदांगांत निष्णात होऊन, तपाचे सामर्थ्यानें पातकें जाळून टाकून नंतर पितरांचें आराधन करण्याचें मनांत आणून मुलगा व्हावा ह्या इच्छेनें त्या किर्तिमान ब्राह्मणानें शरद्वानाची मुलगी कृपी हिच्याशीं विवाह केला. ही स्त्री, अग्निहोत्र वगैरे जो गृहिणीचा धर्म, तो पाळण्यांत व त्याचप्रमाणें इंद्रियनिग्रह करण्यांत नेहमा तत्पर असे. ही जी गौतमाची मुलगी कृपी तिला अश्वत्थामा नांवाचा पुत्र झाला. जन्मल्याबरोबर उच्चैःश्रवा घोड्याप्रमाणें तो ओरडला. त्याबरोबर अशी आकाशवाणी झाली कीं, " ज्या अर्थी हा ओरडला असतां तो ध्वनि घोड्याच्या ओरडण्याप्रमाणें असून तो सर्व बाजूंस लांबपर्यंत जाऊन पोहोंचला. त्या अर्थी ह्या मुलाचें नांव अश्वत्थामा असेंच पडेल." राजा, त्या मुलाबद्दल द्रोणाला फार संतोष वाटला.

द्रोणाला परशुरामापासून अस्त्रप्राप्ति.

असो; पुढें तो द्रोण तेथेंच राहून धनुर्वेदाचा व्यासंग चालवीत असतां सर्वशास्त्रवेत्ता, पराक्रमी व शत्रूंचा काळच असा जो महात्मा परशुराम. तो आपली सर्व संपत्ति ब्राह्मणांना दान करीत आहे, असें त्याच्या कानावर आलें. मग परशुरामाच्या धनुर्वेदाचा व शस्त्रास्त्रांचा लौकिक ऐकून त्याचें त्यावर व नीतिशास्त्रावर मन बसलें. नंतर व्रतस्थ व तपस्वी जे आपले शिष्य, त्यांचा परिवार बरोबर घेऊन तो महातपस्वी द्रोण पर्वतांमध्यें उत्तम पर्वत जो महेंद्र तेथें गेला; आणि त्या क्षमाशील व इंद्रियनिग्रही भृगुपुत्र परशुरामाची त्यानें भेट घेतली; आणि त्याला नमस्कार करून त्या भरद्वाजपुत्र द्रोणानें आपलें नांव आणि अंगिरसाच्या कुळीं झालेला आपला जन्म हें सर्व त्याला कळविलें. इतकें झाल्यावर, सर्वपरित्याग करून वनाला निघाले. या जमदग्निपुत्राला द्रोण म्हणाला, " परशुरामा, भरद्वाजापासून ज्याचा माते-

वांचून जन्म झाला, तो मी उच्च जातीचा ब्राह्मण द्रोण द्रव्याच्या इच्छेनें आलों आहें असें आपण जाणावें." हें त्याचें भाषण ऐकून, सर्व क्षत्रियांची ज्यानें खोड काढली असा तो महामानी परशुराम त्यास म्हणाला, "हे श्रेष्ठ ब्राह्मणा, तुझें स्वागत असो. तुझी काय इच्छा असेल ती सांग."

असें परशुरामाचें भाषण ऐकून भरद्वाजपुत्र द्रोण म्हणाला, "हे परमतपोनिष्ठ महाराज, आपण शत्रूंचा संहार करणारे, तेजस्वी पुरुषांमध्यें श्रेष्ठ व नानाप्रकारची संपत्ति दान करून टाकण्यास प्रवृत्त झालेले असे आहां. तेव्हां अर्थात् आपणापाशीं मी अपरंपार द्रव्यच मागणार."

परशुराम म्हणतोः—"हे तपस्वी ब्राह्मणा, सुवर्ण व दुसरी जी जी संपत्ति माझ्यापाशीं होती, ती सर्व मीं ब्राह्मणांना देऊन टाकिली. त्याचप्रमाणें ही समुद्रवलयांकित पृथ्वीही सर्व शहरांगांवांसुद्धां व राजधानीसुद्धां कश्यपाला देऊन टाकिली आहे. आतां माझें हें शरीर आणि फार ऊंची उंची अस्त्रें व शस्त्रें एवढीं काय तीं मजपाशीं शिलक आहेत. तर आतां तूं एक माझें शरीर मागून घे, नाहीं तर हीं अस्त्रें मागून घे; हीं मीं तुझ्यापुढें ठेविलीं आहेत. द्रोणा, बोल लवकर मी कोणतें देऊं तें."

द्रोण म्हणतोः—सोडण्याचे व मागें काढून घेण्याचे सर्व गुप्त मंत्र सांगून आपलीं जीं अस्त्रें असतील ती सर्व आपण मला द्यावीं. राजा, नंतर "ठीक आहे" असें म्हणून परशुरामानें त्याला तीं सर्व अस्त्रें दिलीं, आणि मंत्रानुष्ठानाचें रहस्य यथास्थित सांगून आपला सर्व धनुर्वेद त्याला दिला. तें सर्व घेऊन अस्त्रविद्येंत पूर्ण झालेला द्रोण मोठ्या संतोषानें आपला प्रियमित्र द्रुपद ह्याचेकडे गेला.

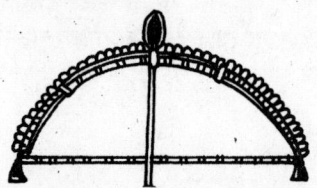

अध्याय एकशें एकतिसावा.

—:०:—

द्रोण व द्रुपद यांच्यामध्यें वैरोत्पत्ति.

वैशंपायन सांगतातः—नंतर महापराक्रमी द्रोण द्रुपदापाशीं येऊन त्या राजाला म्हणतो, "हे राजा, मी द्रोण तुझा मित्र आहें असें जाण." राजा, द्रोण हा द्रुपदाचा मित्र खरा, व त्यानें मित्रत्वाला अनुसरूनच त्याच्याशीं असें भाषण केलें, परंतु त्याचा द्रुपदाला राग आला; आणि तो ऐश्वर्याच्या मदानें धुंद झालेला राजा संतापून, भिवया चढवून व डोळे लाल करून द्रोणाला ह्मणाला, "अरे ब्राह्मणा, तुझ्या बुद्धीला ज्ञानाचा संस्कार मुळीं नसून तुला योग्यायोग्य विचार अगदीं नाहीं असें दिसतें; आणि ह्मणूनच हे ब्राह्मणा, 'मी तुझा मित्र आहें' असें तूं एकदम कांहीं तरी बडबडतोस. अरे वेड्या, ज्यांच्याजवळ वैभव नाहीं, ज्यांना संपत्ति शिवली सुद्धां नाहीं, अशा तुझ्यासारख्या माणसांशीं मोठमोठ्या राजे लोकांची कधीं तरी मैत्री असते काय? काळ जसजसा लोटतो, तसतसा माणूस ज्याप्रमाणें जीर्णदशेला येऊन पोहोंचतो, त्याचप्रमाणें स्नेह सुद्धां जीर्णदशेला येऊन पोहोचतो; पूर्वीं तुझ्याशीं माझा जो स्नेह होता, तो तुझ्यापाशींही सामर्थ्य होतें ह्मणून होता. जगतांत कोणाच्याही अंतःकरणांत स्नेहभाव कमी न होतां एकसारखा टिकत नाहीं; कारण ज्याला मित्र म्हणावयाचा. तो दिवस लोटतां लोटतां परका वाटूं लागतो. किंवा कधीं कधीं कांहीं निमित्तानें मन विटून मैत्री नाहींशी होते, तर तूं दिवसेंदिवस जीर्ण होणारी मैत्री घेऊन बसूं नको; तर ती टाकून दे. पूर्वीं तुझ्याशीं माझी मैत्री होती, पण ती केवळ परस्परांना परस्परांची गरज होती म्हणून होती. गरीबश्रीमंतांची मैत्री, विद्वान व अविद्वान ह्यांची मैत्री, तसेंच शूराची आणि नामर्दाची मैत्री असणें कधींही

शक्य नाहीं, तर तूं पूर्वीची जुनी ओळख कां घेऊन बसतोस? ज्यांची श्रीमंती सारखी, ज्यांचें ज्ञान सारखें, त्यांचाच विवाहसंबंध ह्मणा किंवा स्नेहसंबंध म्हणा, होत असतो; एक श्रीमंत आणि दुसरा गरीब, अशांचा अशा प्रकारचा संबंध कधींही होत नसतो. हें पहा—एकजण वैदिक ब्राह्मण असून दुसरा नाहीं, असें असल्यास त्यांची मैत्री होणें शक्य नाहीं; एक मोठा शूर व दुसरा दुबळा अशांची मैत्री होणें शक्य नाहीं; एक राजा आहे व दुसरा नाहीं तर अशांची मैत्री असलेली कोठेंही ऐकिली नाहीं, तर तूं ती किती दिवसांची जुनी मैत्री कां घेऊन बसला आहेस?"

द्रुपदाचा सूड घेण्याची तयारी.

वैशंपायन सांगतातः—द्रुपदाचें असें भाषण ऐकून त्या पराक्रमी द्रोणानें क्षणभर विचार केला; व रागानें ओतप्रोत भरून गेलेल्या त्या ब्राह्मणानें ती गोष्ट मनांत ठेवून द्रुपदाला हात दाखविण्याचा निश्चय केला. मग, कुरुश्रेष्ठांची जी राजधानी हास्तिनापुर तिकडे तो गेला. हास्तिनापुराला आल्यावर गौतम कृप ह्याचे घरीं तो श्रेष्ठ ब्राह्मण द्रोण गुप्तपणानें राहिला. तेथें त्याचा शूर मुलगा अश्वत्थामा हा कृपाच्या मागून पांडवांना अस्त्रविद्या शिकवीत असे. तरी लोकांनीं त्याला ओळखिलें नाहीं.

अशा रीतीनें तो द्रोण गुप्तपणानें तेथें कांहीं दिवस राहिला. पुढें ते राजपुत्र सर्व मिळून एकदा हास्तिनांपुरांतून बाहेर पडून खुशाल आनंदानें विटीनें खेळत इकडे तिकडे उड्या मारूं लागले. तेव्हां खेळतां खेळतां त्यांची विटी एका विहिरींत पडली. मग ती विटी वर काढण्याकरितां ते मनापासून खटपट करूं लागले; परंतु विटी हातीं लागण्याची युक्ति ह्मणून त्यांना साधेना. मग लाजेनें माना खालीं घालून ते एकमेकांकडे बघूं लागले; आणि तीं विटी हाताला लागेना ह्मणून तिच्याकरितां ते फारच उत्सुक झाले. इतक्यांत जवळच बसलेला एक काळा, केंस पिकलेला, शरिरानें कृश तरी दिसण्यांत तरतरीत असा अग्निहोत्री ब्राह्मण त्यांच्या दृष्टीस पडला. त्या थोर ब्राह्मणाला पाहतांच ते राजपुत्र त्याच्याजवळ गेले, आणि पुढें यत्न करण्याची त्यांच्या मनाची सर्व हुशारी नाहींशी झाली असल्यामुळें ते मुकाट्यानें त्याच्याभोवतीं उभे राहिले.

मग द्रोण त्या पाणीदार शूर कुमारांना पाहून व कौतुकानें किंचित् हसून त्यांना ह्मणाला, "अरे, भरताच्या कुळांत जन्म घेऊन तुह्मांला ही विटी जर मिळूं शकत नाहीं, तर धिक्कार असो तुमच्या क्षत्रियतेजाला आणि तुह्मी शिकलेल्या अस्त्रविद्येला! तुमची विटी आणि ही आंगठी दोन्ही मी ह्या काटक्यांनीं काढतों; त्याबद्दल माझी जेवणाची सोय करा." इतकें त्या मुलांना सांगून, शत्रूंची खोड मोडणाऱ्या त्या द्रोणानें आपल्या बोटांतील आंगठी काढून त्या पाणी नसलेल्या विहिरींत टाकून दिली. मग कुंतीचा मुलगा युधिष्ठिर द्रोणाला म्हणतो, "ब्राह्मणा, कृपाचार्यांनीं संमति दिल्यास कायमचीच भिक्षा तुला मिळून जाईल."

हें भाषण ऐकून द्रोण हसला आणि त्या भारतांना ह्मणाला, "हें काटक्यांचें जुडगें मीं अस्त्रमंत्रानें मंत्रून ठेविलें आहे. दुसऱ्या कशांतही सामर्थ्य नाहीं असें ह्या जुडग्याचें सामर्थ्य पहा. ह्या काटकीनें विटीचा भेद करीन; मग त्या काटकीचा दुसऱ्या काटकीनें भेद करीन; पुनः त्या काटकीला तिसरी काटकी लागली कीं विटी माझ्या हातांत येईल."

वैशंपायन सांगतातः—राजा, मग बोलल्याप्रमाणें द्रोणानें सर्व प्रत्यक्ष करून दाखविलें. तें पाहिल्यावर त्या सर्व मुलांना आश्चर्य वाटून त्यांचे डोळे सतेज दिसूं लागले, आणि 'हा केवढा

चमत्कार' असें त्यांचे मनांत येऊन ते ह्मणाले, "हे तपस्वी ब्राह्मणा, ही आंगठी सुद्धां अशीच झट्कन् वर काढ पाहूं."

राजा, नंतर धनुष्य व बाण हातीं घेऊन, मोठा लौकिकवान आणि कर्तबगार जो द्रोण, त्यानें ती आंगठी बाणानें वेधून वर आणिली, व बाणासुद्धां ती आंगठी विहिरींतून वर काढून त्या मुलांजवळ दिली. तेव्हां मुलांना फार अचंबा वाटूं लागला. परंतु द्रोणाला त्याचें कांहींच वाटलें नाहीं. आंगठी वर काढलेली पाहिल्यावर ते मुलगे त्याला म्हणाले, "ब्राह्मणा, आम्ही सर्व तुला नमस्कार करितों; कारण असलें सामर्थ्य दुसऱ्या कोणाच्याही अंगीं नाहीं. तूं कोण आहेस आणि आम्हीं तुझें काय काम करावें, तें सर्व समजण्याची आम्हांस इच्छा आहे.,,

जनमेजया, ह्याप्रमाणें त्या मुलांचें बोलणें ऐकल्यावर द्रोण उत्तर करितो, "मी दिसतों कसा व माझ्या अंगीं काय काय गुण आहेत त्यांची खूण तुम्ही जाऊन भीष्मांना कळवा. ते महातेजस्वी भीष्म, तेवढ्यावरून, मी कोण आहें तें बरोबर ओळखतील."

मानभंगवृत्तकथन.

राजा, नंतर "बरें आहे" असें म्हणून ते राजपुत्र भीष्माकडे गेले, आणि त्याचें भाषण व सर्व कृति भीष्माला त्यांनीं बरोबर कळविली. तेव्हां राजपुत्रांच्या तोंडची ती हकीकत ऐकून भीष्मानें ओळखिलें कीं, 'हा द्रोणच असावा.' मग राजपुत्रांना हा गुरु ठीक आहे असा विचार करून त्या वीरश्रेष्ठ भीष्मानें द्रोणाला आणवून स्वतः त्याचा चांगला सत्कार केला, व काय कारणाकरितां आपण येणें केलें, वगैरे मोठ्या चौकसपणानें त्यास विचारिलें. मग द्रोणानेंही तें सर्व सांगितलें: द्रोण म्हणतो, "हे भीष्मा, मी धनुर्वेदाचा अभ्यास करण्याचा बेत करून अस्त्रें संपादण्याकरितां महर्षि अग्निवेश ह्यांच्याकडे पूर्वी गेलों होतों. तेथें जटा वाढवून ब्रह्मचर्यव्रत पाळीत व आत्मसंयमन करीत फार दिवस राहून मीं एकनिष्ठपणें गुरूची सेवा केली. पंचाल देशाचा राजपुत्र जो मोठा बलिष्ठ आणि कर्तृत्ववान यज्ञसेन (द्रुपद), तोही धनुर्वेदाकरितां व अस्त्रांकरितां त्याच गुरूपाशीं राहिला. तेव्हां तो माझा मित्र झाला, व माझ्यावर उपकार करूं लागला; आणि अशा रीतीनें मला तो आवडूं लागला. मग, महाराज, त्याच्याशीं सहवास करून मी फार दिवस राहिलों. लहानपणापासून आमचें शिकणें बरोबर झालें. तो माझा जिवलग मित्र बोलण्यांत, चालण्यांत माझ्याशीं सदोदीत फार चांगला असे. तेव्हां एकदा मला फार संतोष वाटण्यासारखें त्यानें माझ्याशीं भाषण केलें, तें असें: तो म्हणाला, 'द्रोणा, मी माझ्या पित्याचा फार आवडता मुलगा आहे. तर जेव्हां तो मला राज्याभिषेक करील, तेव्हां, गड्या, तुला शपथ वाहून सांगतों कीं त्या राज्याचें सुख मी तुला यथास्थित देईन. माझे विषयोपभोग, माझी संपत्ति व माझीं सुखें हीं सर्व तुझ्या स्वाधीन राहतील.' ह्याप्रमाणें तो बोलला व पुढें अस्त्रविद्या संपवून माझ्याकडून बहुमान झाल्यावर तो निघून गेला. तें त्याचें बोलणें तेव्हांपासून मीं ध्यानांत ठेविलें आहे. पुढें पित्याच्या आज्ञेकरितां मीं पुत्रसंततीस्तव सुशील, सुलक्षणी, शहाणी आणि शुद्ध आचरण ठेवणारी जी गौतमी (कृपी), तिच्याशीं लग्न केलें. तीही अग्निहोत्र, इष्टि वगैरे कर्में सांभाळण्यांत आणि इंद्रियसंयमन करण्यांत फार तत्पर असे. ह्या गौतमीचे उदरीं महापराक्रमी व सूर्यासारखा तेजस्वी असा अश्वत्थामानामक एक पुत्र मला झाला, ज्याप्रमाणें मी जन्मल्यावर भरद्वाजाला संतोष झाला, त्याचप्रमाणें हा अश्वत्थामा झाल्यावर मला फार आनंद झाला. पुढें तेथें श्रीमंतांचीं मुलें दूध पीत असतां तें पाहून अश्वत्थामाही लेंकरूंच असल्यामुळें-रडूं लागला. तेव्हां मी मोठ्या

पंचाइतींत पडलों. अग्निहोत्र वगैरे आपलीं कर्मे करणारा एखादा गरीब ब्राह्मण असेल, तर त्याजपाशीं गाय मागून त्याला संकटांत पाडण्यांत काय अर्थ, असा विचार करून व गाईचा प्रतिग्रह घेतला तरी तो शास्त्रानें शुद्ध व चांगला असावा असें मनांत आणून मी देशभर चोहोंकडे फिरलों. एका टोंकापासून दुसऱ्या टोंकापर्यंत हिंडलों तरी मला कोठेंही गाय मिळेना. इकडे मुलें अश्वत्थाम्याला पीठ कालविलेलें पांढरें पाणी देऊन फसवीत; तो तें पिठाचें पाणी पिऊन 'मीही दूध प्यालों' म्हणून पोरपणानें फसून संतोष मानून आनंदानें उठून नाचूं लागे. तो नाचूं लागून मुलें त्याच्या सभोंवतीं जमून हसूं लागलीं, म्हणजे तें पाहून माझ्या मनाला दुःख होई, "कायहो, दरिद्री द्रोण ! त्याला द्रव्य कांहीं मिळत नाहीं, आणि त्याचा मुलगा दुधाच्या गोडीनें पिठाचें पाणी पिऊन 'मीही दूध प्यालों' असें म्हणून मोठ्या आनंदानें नाचतो, पहा !" असें त्या मुलाचें एकमेकांमध्यें झालेलें भाषण ऐकून माझ्या बुद्धीला भ्रंश झाला. मग मनांत आपली आपणच निर्भर्त्सना करून घेऊन मीं असा विचार केला कीं, पूर्वींही कित्येक ब्राह्मण मला "हा द्रोण काय दरिद्री !" म्हणून माझा धिक्कार करीत असत; पण लोकांनीं किती जरी निंदा केली, तरी उपाशीं राहीन, परंतु द्रव्यासाठीं दुसऱ्याची सेवा करण्याचें नीच कृत्य मी कधीं करावयाचा नाहीं; असा विचार करून मी आपला लाडका मुलगा बरोबर घेऊन, स्त्रीसहवर्तमान, लहानणचा मित्र जो सोमक राजाचा नातू द्रुपद, त्याजकडे गेलों. त्याला राज्याभिषेक झाला असल्यामुळें, आपलें काम आतां खास होणार असेंच मला वाटलें. तो पूर्वींचा सहवास आणि त्याचें पूर्वींचें तें बोलणें हें सर्व ध्यानांत आणून मी द्रुपदाकडे गेल्यावर 'मी तुझा मित्र तुझ्याकडे आलों आहें' असें त्याला म्हणालों; आणि एखाद्या जिवलग मित्राप्रमाणें मी अगदीं त्याच्याजवळ गेलों, तेव्हां मला अगदीं भिकार वेषांत पाहून द्रुपद हसून मला ह्मणाला, 'ब्राह्मणा, तुझ्या बुद्धीला यत्किंचितही ज्ञानाचा संस्कार नसल्यामुळें तुला युक्तायुक्त विचार मुळींच नाहीं आणि ह्मणूनच मी तुझा मित्र आहें असें एकदम तूं माझ्यापुढें ह्मणतोस. अरे, ह्या जगांत असा प्रकार आहे कीं, दिवस लोटतां लोटतां मनुष्य जसा जीर्णदशेला येऊन पोहोंचतो, त्याप्रमाणें ओळखीपाळखी व सहवासही सर्व जीर्ण होऊन निर्जीव होतात. माझी तुझ्याशीं पूर्वीं जी मैत्री होती. ती दोघांच्या बरोबरीमुळें होती. चांगला वैदिक ब्राह्मण असेल तर त्याची वैदिक नसलेल्या ब्राह्मणाशीं मैत्री असूं शकणार नाहीं. एक शूर योद्धा असून दुसरा तसा नसेल तर त्या दोघांची मैत्री असणें शक्य नाहीं. कोणत्याही बाजूनें बरोबरी असेल तर दोन माणसांची मैत्री होत असते; तसें नसेल तर कधींही होत नसते. जगांत कोणाचा झाला तरी स्नेह कमी न होतां एकसारखा टिकला आहे, असें कधींच होत नाहीं. काळ मध्यंतरीं लोटला म्हणजे माणूस परका वाटूं लागतो, किंवा राग येण्याला कांहीं कारण घडून मित्रभाव नाहींसा होतो. म्हणून तूं दिवसेंदिवस जुनी होत जाणारी ही मैत्री घेऊन बसूं नको, तर ती टाकून दे. भल्या ब्राह्मणा, पूर्वीं तरी माझी तुझ्याशीं जी मैत्री होती, तिचें कारण एकमेकांची एकमेकांला गरज असे हें होय. एक धनाढ्य व दुसरा गरीब अशांची कशी बरें मैत्री असणार ? तसेंच विद्वान व मूर्ख ह्यांची मैत्री होणार नाहीं; शूर व बलहीन ह्यांची मैत्री होणें संभवत नाहीं. तर ती जुनी पूर्वींची मैत्री तूं कशाला घेऊन बसला आहेस ? मोठमोठे राजे कोणीकडे? आणि ज्यांना कसलेंही वैभव नाहीं व ज्यांची संपत्ति नष्ट झाली आहे असे तुझ्यासारखे लोक कोणीकडे ? अ-

शांची मैत्री, वेड्या, कशी असणार? विद्वानाची व अक्षरशत्रूची, शूराची व दुबळ्याची आणि त्याचप्रमाणें राजाची व भिकाऱ्याची मैत्री कधींच होणें नाहीं. तर ती पूर्वीची जुनी मैत्री तूं कशाला धरून बसला आहेस? राज्यासंबंधानें तुझ्याशीं केलेली कबुली मी ओखळत नाहीं. हे ब्राह्मणा, एक रात्र तुझी तृप्ति होईपर्यंत तुला पाहिजे तर अन्न घालतों.' असें त्याचें भाषण ऐकून, स्त्रीसहवर्तमान त्याच पावलीं मी माघारा निघालों, आणि एक प्रतिज्ञा केली, ती आतां मी लवकरच शेवटास नेईन. गांगेया, द्रुपदाचें तें बोलणें ऐकिल्याबरोबर माझ्या तळपापायाची आग मस्तकास गेली, आणि तसाच निघून मी या कुरु देशाला आलों. आतां चांगले व गुणी शिष्य मला मिळावे असें मी इच्छीत आहें. तर आपली मनीषा पूर्ण करावी अशा हेतूनें ह्या रमणीय हास्तिनापुरांत मी आलों आहें; मीं काय करावें तें आपण सांगा."

वैशंपायन सांगतातः—असें भाषण ऐकून मग भीष्म द्रोणाला म्हणतो, "आतां आपण धनुष्याची दोरी सोडा, व स्वस्थपणें आमच्या मुलांना अस्त्रविद्या शिकवा आणि कुरूंच्या घरीं मोठ्या प्रतिष्ठेनें राहून संतोषानें सर्व प्रकारचे सुखोपभोग घ्या. कुरूंची जेवढी म्हणून संपत्ति आहे, तिचे व ह्या राज्याचे आणि प्रजेचे अधिपति तुम्हीच आहां, आणि हे कौरव तुमचेच आहेत. तुम्ही जें मनांत आणाल तें झालेंच असें समजा. अहो मुनिवर्य, आपण येथें येऊन पोहोंचलां ही फार आनंदाची गोष्ट आहे! माझ्यावर ही आपली कृपाच झाली असें म्हणण्यास हरकत नाहीं.

अध्याय एकशें बत्तिसावा.

—:०:—

कौरवांच्या गुरुत्वाचा स्वीकार.

वैशंपायन सांगतातः—नंतर भीष्मानें बहुमान केल्यावर, मनुष्यांमध्यें श्रेष्ठ व मोठा तेजस्वी जो द्रोण, तो मोठ्या प्रतिष्ठेनें कुरूंच्या घरीं विश्रांति घेऊं लागला. त्या गुरूचा श्रमपरिहार झाल्यावर आपले नातू कौरवराजपुत्र ह्यांना घेऊन येऊन भीष्मानें शिष्य म्हणून त्यांना द्रोणाचे स्वाधीन केलें, आणि त्याला नानाप्रकारची संपत्तिही दिली; आणि त्या समर्थ भीष्मानें संतोषानें द्रोणाला धनधान्यादिकांनीं भरलेलें एक चांगलें मजबूत घरही राहावयास दिलें. तेव्हां त्या धनुर्धारी द्रोणालाही मनांत आनंद झाला, आणि त्यानें पांडव व धार्तराष्ट्र या सर्व कौरवकुमारांना शिष्य म्हणून पदरीं घेतलें. त्या सर्वांना हाताखालीं घेतल्यावर एके दिवशीं त्या द्रोणाची चित्तवृत्ति प्रसन्न असतां ते सर्वजण नमस्कार करून त्यांजवळ बसले. तेव्हां द्रोण त्यांना म्हणाले, शिष्यांनो, माझ्या मनांत एक काम साधण्याचा हेतु आहे, आणि अस्त्रविद्या शिकून झाल्यावर तुम्हीं तें करून दिलें पाहिजे; तर त्याविषयीं तुम्ही मला आतांच वचन द्या."

राजा, द्रोणाचें हें भाषण ऐकून सर्व कौरवकुमार मुकाट्यानें बसले; पण अर्जुनानें मात्र त्याप्रमाणें प्रतिज्ञा केली. तेव्हां अर्जुनाच्या मस्तकाचें वरचेवर अवघ्राण करून आणि त्याला फार प्रेमानें कवटाळून तो द्रोण आनंदाश्रु ढाळूं लागला. पुढें त्या प्रतापी द्रोणानें पांडवांना नानाप्रकारचीं दैवी व मानवी अस्त्रें शिकविलीं. राजा, याप्रमाणें कौरवांना शिकवीत असतां दुसरेही कित्येक राजकुमार व दुसरींही कांहीं मुलें तेथें आलीं, आणि अस्त्रविद्येकरितां त्या थोर ब्राह्मणाजवळ राहिलीं. तसेंच वृष्णि व अंधक ह्या कुलांतील कुमार आणि दुसऱ्या निरनिराळ्या देशचे राजपुत्रही तेथें आले. त्यांमध्यें, राधापुत्र जो कर्ण, तोही शिष्य म्हणून द्रोणाकडे आला. हा सूतपुत्र स्वभावाचा फार खुनशी असून अर्जुनाशीं फार प्रतिस्पर्धा करी; आणि दुर्योधनाचा

आश्रय करून पांडवांचा नेहमीं उपमर्द करी. धनुर्वेद पुरा शिकण्याकरितां तो द्रोणाकडे आला होता; तरी त्या सर्वांमध्यें शिकण्यांत ह्मणा, शरीरसामर्थ्यांत म्हणा, मेहनत करण्यांत म्हणा, किंवा अस्त्रविद्येंत म्हणा, पांडुपुत्र अर्जुन हा विशेष तयार झाला. अस्त्रप्रयोग जरी एकाच तऱ्हेचे करावयाचे असले, तरी त्यांत विशेष कौशल्य व चपलता पाहूं गेल्यास, सर्व शिष्यांपेक्षां अर्जुनाचीच अधिक असे; आणि शिकवितांना सांगितलेलें ग्रहण करण्यांत हा इंद्रपुत्र अर्जुन अद्वितीय आहे असें द्रोणांचेंही मत झालें.

अर्जुनाची शिक्षणाविषयीं दक्षता.

राजा, ह्याप्रमाणें द्रोण हे सर्व कुमारांना अस्त्रविद्या शिकवूं लागले, तेव्हां पाणी भरण्याला उशीर लागावा म्हणून सर्व शिष्यांना एकेक कमंडलु (लहान तोंडाचें भांडें) देत; आणि आपल्या मुलाला वेळ लागूं नये म्हणून मोठ्या तोंडाचें देत. मग इतर शिष्य जों माघारे आले नाहींत, तों आपल्या मुलाला पुढची विद्या शिकवीत; पण त्यांचा हा डाव अर्जुनानें तर्कानें ओळखला. तेव्हां वारुणास्त्रानें कमंडलु भरून तो अश्वत्थाम्याबरोबर गुरूंकडे येऊं लागला. सारांश, इतरांपेक्षां अधिक अधिक सुधारणा करण्यांत तो अर्जुन अश्वत्थाम्याच्या बरोबरीचा होता; अस्त्रविद्येंत पंडित होत चाललेला तो महाबुद्धिमान अर्जुन कधींही मागें पडत नसे. त्याचप्रमाणें गुरूंचीं मर्यादा ठेवून त्यांची मर्जी संपादण्याचा तो हरप्रयत्न करी, आणि इकडे अस्त्राचा अभ्यास अतिशय एकाग्रपणानें चालवी; त्यामुळें तो द्रोणाचा विशेष आवडता शिष्य झाला. बाण मारण्याचा व्यासंग अर्जुनानें एकसारखा आस्थेनें चालविलेला पाहून, द्रोणांनीं आचाऱ्याला बोलावून गुप्तपणानें असें सांगून ठेविलें कीं, "अंधारांत अर्जुनाला तूं कधींही अन्न वाढूं नको, आणि मीं असें तुजजवळ बोलल्याचें अर्जुनाला सांगूं नको." मग एकदा असें झालें कीं, अर्जुन जेवीत असतां वारा आला; आणि त्यामुळें, जळत असलेला दिवा गेला. परंतु अर्जुन तसाच जेवला, आणि त्या तेजस्वी राजकुमाराचा हात दृढाभ्यासामुळें चुकून देखील भलतीकडे गेला नाहीं, अंधारांत देखील हात चुकत नाहीं, ह्याचें कारण दृढ झालेला अभ्यास, दुसरें कांहीं नाहीं, असें मनांत समजून पांडुपुत्र अर्जुन धनुष्य घेऊन रात्रीं देखील संधान करण्याचा व्यासंग चालवूं लागला. जनमेजया, याप्रमाणें अर्जुनाचा क्रम चालला असतां एकदा त्याच्या धनुष्याच्या प्रत्यंचेचा टणत्कार द्रोणांचे कानीं पडला, तेव्हां ते उठून अर्जुनाजवळ आले, आणि त्याला कवटाळून म्हणाले, "अर्जुना, तुझ्यासारखा दुसरा धनुर्धारी वीर जगांत कोठेंच सांपडणर नाहीं इतका तुला प्रवीण करण्याविषयीं मी झटेन, हें अगदीं सत्य सत्य सांगतों."

एकलव्याचें वृत्त.

वैशंपायन सांगतातः—राजा, मग द्रोणांनीं अर्जुनाला पुनः अश्वयुद्ध, गजयुद्ध, रथयुद्ध, आणि पदातियुद्ध शिकविलें. त्याचप्रमाणें, गदा घेऊन कसें युद्ध करावें, तरवार घेऊन कसें लढावें, तोमर, प्रास, शक्ति अगर शस्त्रांचा व अस्त्रांचा कसा उपयोग करावा, तसेंच एकदम पुष्कळ गर्दींत शिरून कसें लढावें वगैरे सर्व त्यांनीं त्या कौरवांना शिकविलें. द्रोणांच्या कौशल्याचा लौकिक ऐकून धनुर्वेद शिकूं इच्छिणारे हजारों राजे व राजपुत्र त्यांच्याजवळ जमले. नंतर व्याधांचा राजा हिरण्यधनु ह्याचा पुत्र एकलव्य म्हणून होता, तोही द्रोणाकडे आला. परंतु त्या धर्मज्ञ अशा द्रोणांनीं, हा व्याधाचा मुलगा असें मनांत आणून, आपल्या इतर शिष्यांच्या हितास्तव त्याला धनुर्वेद शिकण्याला शिष्य म्हणून घेतलें नाहीं. तेव्हां तो शूर एकलव्य द्रोणांच्या पायांवर मस्तक ठेवून अरण्यांत गेला, आणि त्यानें एक मातीची द्रोणमूर्ति बनविली. नंतर त्या मातीच्या

द्रोणाचे ठिकाणीं 'हा माझा गुरु' अशी भावना दृढ करून त्यानें अतिशय एकनिष्ठपणें बाण मागण्याचा अभ्यास चालविला; आणि अशा प्रकारें गुरूविषयीं निःसीमभक्ति ठेविल्यामुळें आणि विद्येचा व्यासंग एकाग्रपणें चालविल्यामुळें बाण घेण्यांत, तो धनुष्याला जोडण्यांत आणि तो सोडण्यांत एकलव्य हा फारच प्रवीण झाला !

असो; राजा, पुढें एकदा द्रोणाची अनुज्ञा घेऊन कौरव आणि पांडव रथांत बसून मृगया करण्याकरितां अरण्यांत गेले, तों मृगयेची सामुग्री व कुत्रा घेऊन एकजण सहज पांडवांच्या बरोबर गेला. पुढें नानाप्रकारची शिकार करीत ते सर्वजण इकडे तिकडे हिंडत असतां तो बिचारा कुत्रा अरण्यांत भटकत भटकत अज्ञानपणानें त्या एकलव्याजवळ गेला; आणि काळा, मळकटलेल्या अंगाचा, कृष्णाजिन पांघरलेला व जटा वाढविलेला असा तो व्याध पाहून त्याजपुढें भोंकत उभा राहिला. तेव्हां त्या कुत्र्याला भोंकतां तर येऊं नये, आणि त्याला पीडाही पण होऊं नये, अशा कौशल्यानें त्या एकलव्यानें एकदम त्याच्या तोंडांत सात बाण मारले; तेव्हां तो कुत्रा तसाच पळत पळत पांडवांकडे आला. त्याला पाहतांच पांडवांना पराकाष्ठेचें आश्चर्य वाटलें; आणि शब्दवेध करण्याचें कौशल्य व हस्तलाघव हे व्याधाच्या अंगांतले विलक्षण गुण पाहून त्या सर्वांना लाज वाटूं लागली, आणि त्या व्याधाची सर्वजण वाहवा करूं लागले. मग, राजा, त्याला अरण्यांत शोधतां शोधतां तो जंगलांत राहणारा व्याध रात्रंदिवस एकसारखा बाण मारण्याचा व्यासंग करीत असलेला त्यांच्या दृष्टीस पडला. तो अकाळविकाळ दिसणारा माणूस कोण असावा हें त्यांना ओळखिलें नाहीं म्हणून 'तूं कोण? कोणाचा?' वगैरे तपास ते त्याचेजवळ करूं लागले. तेव्हां एकलव्य म्हणतो, "वीरांनो, मी व्याधांचा राजा हिरण्यधनु ह्याचा पुत्र असून द्रोणाचार्यांचा शिष्य आहें, आणि मीं धनुर्विद्येमध्यें बराच परिश्रम केला आहे."

वैशंपायन सांगतातः—अशाप्रकारें त्याचा बरोबर तपास लावून पांडव माघारे आले आणि झालेला सर्व चमत्कार त्यांनीं द्रोणाला कळविला; परंतु, राजा, अर्जुन एवढ्यावरच थांबला नाहीं; त्यानें आचार्यांची एकांतीं गांठ घेतली, आणि त्यांना म्हटलें, "महाराज, त्या दिवशीं मी एकटा असतां मला अलिंगन देऊन आपण प्रेमानें म्हणालां कीं, 'तुझ्याहून पराक्रमी असा माझा दुसरा कोणीही शिष्य होणार नाहीं.' पण आतां पाहतों तों आपला दुसरा एक शिष्य भिल्लांच्या राजाचा पुत्र केवळ मजपेक्षांच नव्हे तर जगांतील कोणत्याही वीरापेक्षां अधिक झालेला आहे; तेव्हां भगवन्, हें काय?"

द्रोणाची व एकलव्याची भेट.

वैशंपायन सांगतातः—अर्जुनानें इतक्या खातरीनें सांगितलेल्या गोष्टीचा क्षणभर विचार करून त्याला घेऊन द्रोण हे त्या व्याधराजपुत्राकडे आले; आणि मळकटलेल्या अंगाचा, जटा वाढविलेला व वल्कलें नेसलेला तो एकलव्य हातांत धनुष्य घेऊन एकसारखे बाण मारीत असतांना त्यांच्या दृष्टीस पडला. द्रोणाला समोरून येतांना पाहून एकलव्य जवळ आला, आणि त्यानें साष्टांग नमस्कार घातला. मग त्या व्याधकुमारानें द्रोणांची यथाविधि पूजा करून 'मी आपला शिष्य आहें' असें त्यांना सांगितलें, आणि तो त्यांचे समोर हात जोडून उभा राहिला. तेव्हां, राजा, द्रोण त्याला म्हणाले, "जर तूं माझा शिष्य आहेस तर मला गुरुदक्षिणा दे.

द्रोणाचें हें भाषण ऐकून एकलव्य मोठ्या आनंदानें म्हणतोः—गुरुमहाराज, मीं आपणाला काय द्यावें त्याची आज्ञा व्हावी. आपण ब्रह्मवेत्त्या गुरुवर्यांनीं मजजवळ मागितलें असतां मीं न द्यावें असें मजजवळ कांहींच नाहीं !

वैशंपायन सांगतात:—राजा, तें ऐकून द्रोण म्हणाले, " तूं आपला उजवा अंगठा मला दे. " द्रोणांनीं जरी याप्रमाणें कठिण मागणें मागितलें, तरी त्या एकवचनी एकलव्यानें आपलें वचन खरें करण्याकरितां अंतःकरणांतही यत्किंचित् सुद्धां खिन्न न होतां आनंदी मुद्रेनें आपला उजवा अंगठा अगदीं निःशंकपणानें तोडून द्रोणाला अर्पण केला. तेव्हांपासून तो व्याधाचा कुमार बाकीच्या बोटांनीं बाण ओढूं लागला. अर्थात् त्याची ती पूर्वींची चपलता गेली, आणि अर्जुनाच्या मनाची रुखरुख नाहींशी होऊन त्याला फार संतोष झाला. ह्याप्रमाणें द्रोणाचें वचन खरें होऊन अर्जुनाला जिंकणारा कोणी नाहीं असें झालें.

शिष्यपरीक्षा.

जनमेया, गदायुद्धांत प्रवीण असे द्रोणांचे दोन शिष्य झाले: एक दुर्योधन आणि दुसरा भीम. ह्या दोघांचें परस्पर वैर असे. सगळ्या प्रकारच्या रहस्यांमध्यें अश्वत्थामा विशेष तयार झाला. खड्गासारखें शस्त्र घेऊन लढण्यांत नकुलसहदेव हे दोघे सर्व माणसांना हटविण्यासारखे प्रवीण झाले. रथयुद्धांत युधिष्ठिर पहिल्या प्रतीचा झाला. अर्जुन तर ज्यांत त्यांत पहिल्या प्रतीचा झाला. रथी महारथी यांचें प्रमुखत्व घेऊन युद्ध करणारा अशी त्याची प्रसिद्धि जगभर झाली. त्याची बुद्धि, त्याचा व्यासंग, सामर्थ्य आणि त्याचा उत्साह हे सर्व गुण लोकोत्तर असून सर्व प्रकारच्या अस्त्रांमध्यें तो प्रवीण झालेला होता. इतकें असूनही, जशी त्याच्या अंगीं अस्त्रविद्या सर्वांहून अधिक, तशीच गुरूची मर्जी त्याच्यावर सर्वांपेक्षां विशेष असे. अस्त्रविद्येचें शिक्षण जरी आरंभापासून शेवटपर्यंत सर्वांस सारखें होतें, तरी सर्व राजपुत्रांमध्यें अर्जुनालाच विशेष चपलता साधून आपल्या चातुर्यानें तोच एक महापराक्रमी अतिरथी झाला. सामर्थ्यानें अधिक असा भीम आणि विद्येंत अधिक असा अर्जुन ह्या दोघांचा धृतराष्ट्राचे दुष्ट मुलगे आपापसांत फार मत्सर करीत असत.

असो; जनमेजया, सगळी अस्त्रविद्या वगैरे शिकून झाली, तेव्हां त्यांच्यामध्यें नेम मारण्यांत कोण किती तयार झाला आहे ह्याची परीक्षा पाहण्याचें मनांत आणून त्या थोर द्रोणांनीं सर्व शिष्य एकत्र जमविले, आणि कारागिराकडून मुद्दाम तयार करविलेला एक कृत्रिम भास पक्षी एका झाडाचे टोंकांवर बसवून, त्या मुलांना तो मजकूर न कळवितां, ह्याच्यावर नेम धरून बाण मारावयाचा एवढेंच सांगून त्यांस तो दुरून दाखविला. द्रोण म्हणाले, " तुम्ही सर्वजण आपापलीं धनुष्यें झट्कन् घेऊन ह्या भास पक्ष्यावर बाणाचा नेम धरून सर्व बाजूंनीं उभे रहा; आणि मीं सांगितल्याबरोबर त्याचें डोकें तोडून खालीं पाड. आतां असें पहा—तुम्हांला एकेकाला मी सांगेन, त्याप्रमाणें करावयाचें, समजलां ? "

जनमेजय राजा, मग तो अंगिरसांच्या वंशांतील श्रेष्ठ पुरुष द्रोण प्रथम धर्मराजाला म्हणतो, " हे शूरा, बाण जोड, आणि मी सांगेन तेव्हां सोड. " मग त्या पराक्रमी धर्मराजानें प्रथम धनुष्य हातीं घेतलें, आणि गुरूनें सांगितलें त्याप्रमाणें भास पक्ष्यावर नेम धरून तो उभा राहिला. तो कुरुवंशींचा राजकुमार धनुष्य ओढून उभा राहिला, तेव्हां द्रोण क्षणभर थांबून त्याला म्हणतो, " राजपुत्रा, हा झाडाच्या टोंकावर भास पक्षी आहे त्याच्याकडे नजर लाव." तेव्हां " नजर लाविली " म्हणून धर्मराजानें त्यास उत्तर केलें. पुनः क्षणभरच थांबून द्रोण त्याला विचारितात, " आतां तुला हें झाड दिसतें ? कीं मी दिसतों ? कीं हे तुझे भाऊ दिसतात ? " त्यावर तो कुंतीपुत्र धर्मराज उत्तर करितो, 'मला तें झाडही दिसतें, आपणही दिसतां, हे भाऊही दिसतात, आणि हा भास पक्षीही दिसतो. सर्वच वरचेवर

पाळीपाळीनें दिसतात. " तेव्हां द्रोण रुष्ट झाले, आणि त्यांनीं " हो पलीकडे, ज्याच्यावर तूं नेम म्हणून धरला आहेस, तें वेधण्याचें तुझ्या हातून होणें नाहीं. " अशी त्याची निर्भर्त्सना केली. पुढें त्या कीर्तिमान द्रोणानें दुर्योधन वगैरे धृतराष्ट्राच्या मुलांची व त्याचप्रमाणें भीम वगैरे दुसऱ्या शिष्याची आणि दुसऱ्यादेशांतून आलेल्या राजांची परीक्षा पाहण्याकरितां पूर्वीप्रमाणेंच एकामागून एक असे प्रश्न विचारिले; आणि पूर्वीप्रमाणेंच " आम्हांला सर्वच दिसतें " असें बोलून त्या सर्वांनीं गुरूकडून आपला धिक्कार करून घेतला.

अध्याय एकशें तेहतिसावा.

—:०:—

अर्जुनाची परीक्षा.

वैशंपायन सांगतात:–मग द्रोण किंचित् हसून अर्जुनाला म्हणाले," अर्जुना, ज्याला नेम धरून मारावयाचें,त्या भास पक्ष्याकडे आतां तूं नजर लाव,आणि मीं सांगितल्याबरोबर त्याच्यावर बाण सोड. वत्सा, धनुष्य ताणून एक क्षणभर उभा रहा."गुरूचें भाषण ऐकून, त्यांनीं सांगितल्याप्रमाणें अर्जुनानें धनुष्य ताणिलें, आणि तें वर्तुळाकार करून तो वीर भास पक्ष्यावर नजर खिळून उभा राहिला.तेव्हां क्षणभर थांबल्यासारखें करून,द्रोणानें पूर्वीप्रमाणेंच त्याला विचारिलें,"अर्जुना, पुढें असलेला भास पक्षी तुला दिसतो ? किंवा झाड दिसतें ? किंवा मी दिसतों?"

अर्जुनानें उत्तर दिलें,"एक भासपक्षी मात्र मला दिसतो; झाड दिसत नाहीं, व आपणही दिसत नाहीं."तेव्हां आचार्यांना संतोष झाला,व आणखी क्षणभर थांबल्याप्रमाणें करून,कोणाही शत्रूला भारी असे द्रोणाचार्य त्या पांडवांमधील महारथी अर्जुनास पुन:म्हणाले,"हा भास पक्षीच तुला दिसतो किंवा कसें तें पुन: सांग पाहूं ? अर्जुन म्हणाला,"भास पक्ष्याचें डोकें मात्र दिसतें, धड दिसत नाहीं. " अर्जुनाचें हें बोलणें ऐकल्याबरोबर आनंदानें द्रोणाचे अंगावर रोमांच उभे राहिले,आणि " बाण सोड" असें तो अर्जुनाला म्हणाला, तों त्यानें नि:शंकपणें बाण सोडला; आणि त्या झाडावर असलेल्या भास पक्ष्याचें डोकें त्या तीक्ष्ण बाणानें तोडून एकदम खालीं पाडलें !तेव्हां तात्काळ द्रोणांनीं अर्जुनाला कवटाळलें, आणि आतां युद्धामध्यें द्रुपदाचा पराभव झालाच अशी त्यांनीं आपल्या मनाशीं गांठ बांधली.

हे भरतश्रेष्ठा, पुढें कांहीं दिवसांनीं द्रोण शिष्यांना घेऊन गंगेवर स्नानाकरितां गेले. तेव्हां त्यांनीं पाण्यांत बुडी मारली असतां एका बळकट नक्रानें –प्रत्यक्ष मृत्यूच्याच प्रेरणेनें कीं काय–द्रोणांच्या पोटरीच्या वरच्या भागास मिठी मारली. त्या मगरमिठींतून जरी त्यांना स्वत: सुटण्याचें सामर्थ्य होतें, तरी ते घाबऱ्या घाबऱ्या शिष्यांना म्हणाले, " ह्या मगराला मारून मला लवकर सोडवा. " त्यांचे ते शब्द ऐकतांक्षणीं, अर्जुनानें त्या पाण्यांत बुडालेल्या मगराच्या आंगावर पांच तीक्ष्ण बाण अचुक रीतीनें मारले. इकडे बाकीचे सर्व शिष्य वेड्यासारखे होऊन नुसती धावाधांव करूं लागले; परंतु अर्जुनानें मात्र आपलें कर्तव्य बजाविलें असें पाहून, सर्व शिष्यांमध्यें हाच विशेष आहे असें वाटून द्रोणाला संतोष झाला. अर्जुनाच्या बाणांनीं तुकडे तुकडे झाल्यामुळें द्रोणाच्या पोटरीची मिठी सुटून तो मगर मरण पावला.

अर्जुनास ब्रह्मशिरास्त्राची प्राप्ति.

मग द्रोण त्या उदार आणि शूर अर्जुनाला म्हणाले, " वीरा, सोडण्याचा आणि परत घेण्याचा मंत्र सांगून तुला हें ब्रह्मशिर नांवाचें अस्त्र मी देतों, ते घे. हें अस्त्र अपूर्व असून फार उग्र आहे. हें तूं माणसावर कधींही सोडूं नको.

कारण साधारण सामर्थ्याच्या माणसावर हें सोडलें असतां हें जग जाळून टाकील. बाबारे! हें अस्त्र सामान्य नाहीं अशी याची त्रिभुवनांत ख्याति आहे. म्हणून शुचिर्भूत होऊन हें तूं घे, आणि माझें हें सांगणें ऐकून ठेव. हे शूरा, कोणी अमानुष शत्रु जर तुला पीडा करूं लागला, तर त्याला मात्र मारण्याकरितां तूं ह्या अस्त्राचा प्रयोग कर." तेव्हां "बरें, तसेंच करीन" असें हात जोडून अर्जुनानें वचन दिलें, आणि तें अपूर्व अस्त्र घेतलें, तेव्हां गुरूनें पुनः सांगितलें कीं, "तुझ्या बरोबरीचा धनुर्धारी दुसरा कोणीही पुरुष त्रिभुवनांत होणार नाहीं.

अध्याय एकशें चौतिसावा.

—:०:—

कौरवपांडवांची परीक्षा.

वैशंपायन म्हणतातः—हे भरतवंशीय राजा, धृतराष्ट्राच्या मुलांची व पांडवांची अस्त्रविद्या पुरी झालेली पाहून, कृप, सोमदत्त, बाल्हीक, महाबुद्धिमान भीष्म, व्यास व महात्मा विदुर या सर्वांसमक्ष द्रोण धृतराष्ट्र राजास म्हणाले, "हे कुरुकुलदीपक महाराजा, आपल्या कुमारांची विद्या संपली आहे, तेव्हां आपण अनुज्ञा दिल्यास ते आपली विद्या आपणांस दाखवितील."

आचार्यांचें हें भाषण ऐकून धृतराष्ट्र संतुष्ट झाला, आणि म्हणाला, "अहो ब्राह्मणश्रेष्ठ भारद्वाज, आपण फार मोठी कामगिरी केली. आतां ज्या वेळीं, ज्या ठिकाणीं व ज्या रीतीनें आपणास पसंत असेल, त्या त्याप्रमाणें रंगभूमीची वगैरे तयारी करण्याबद्दल आपणच आज्ञा करावी. मला डोळे नसल्यामुळें हें कौतुक मला पहातां येणार नाहीं ह्याचें मला फार दुःख वाटतें; तरी ज्यांना ते आहेत त्यांनीं तरी येऊन अस्त्रविद्येंत निपुण झालेल्या माझ्या मुलांना पहावें अशी मला हौस वाटते. विदुरा, गुरु द्रोणाचार्य जें जें सांगतील, तें तें त्याप्रमाणें सर्व कर. हे धार्मिका विदुरा, ह्यापेक्षां दुसरें कोणतेंच काम माझें व्हावयाचें राहिलें आहे असें मला वाटत नाहीं."

परीक्षेकरितां रंगभूमीची तयारी.

राजा, मग धृतराष्ट्राचा निरोप घेऊन विदुर नगराबाहेर गेला. तेव्हां त्या चतुर द्रोणानें एक जमीन आखून काढली. ती जागा सपाट असून तींत झाडेंझुडपें वगैरे कांहींएक नव्हतें, फक्त उत्तरेच्या बाजूला ती थोडी उतरती होती. मग चांगलें नक्षत्र पाहून त्या दिवशीं दवंडी पिटवून सर्व वीरांना एकत्र जमविलें व त्या जागेवर त्या वाक्चतुर द्रोणानें क्षेत्रदेवतेची पूजा केली. पुढें धृतराष्ट्र राजाच्या कारागिरांनीं त्या रंगभूमीर ऐसपैस आणि सुंदर अशी एक इमारत शिल्पशास्त्रांत सांगितलेल्या पद्धतीप्रमाणें तयार केली; आणि तींत सर्व आयुधें आणून ठेविलीं. त्याचप्रमाणें स्त्रियांकरितां एक इमारत बांधून त्यांत बसण्याकरितां लांब, रुंद आणि उंच असे मंचक तयार करविले; तसेंच मोठ्या सर्वांनें पालख्याही करविल्या.

मग तो नेमलेला दिवस येऊन पोहोंचल्यावर, सचिवांसहवर्तमान राजाची स्वारी भीष्मांना आणि कृपाचार्यांना पुढें करून, मोत्यांनीं आणि वैदूर्यमण्यांनीं जागोजागीं शृंगारलेल्या त्या सोन्याच्या मनोहर इमारतींत येऊन पोहोंचली. राजा, त्या समयीं गांधारी, मोठी भाग्यशाली कुंती, व इतर अनेक राजस्त्रिया आपापल्या दासींना बरोबर घेऊन पडद्यांतून येऊन, अप्सरा जशा मेरूवर चढून बसतात त्याप्रमाणें त्या मंचकांवर चढून आनंदानें बसल्या. ब्राह्मण, क्षत्रिय वगैरे वर्णांचे लोक त्या राजकुमारांची अस्त्रविद्येंतली कुशलता पाहण्याकरितां नगरांतून धावत आले; आणि त्या लोकांचा एका क्षणांत तेथें फार मोठा समुदाय जमला; आणि पुढें वाद्यें वाजूं लागलीं तेव्हां त्यानें आणि लोकांच्या उता-

वीळपणानें, एखादा मोठा समुद्र खवळून जावा त्याप्रमाणें तो समाज दिसूं लागला.

परीक्षेस प्रारंभ.

इतकें झाल्यावर, शुभ्र वस्त्र नेसून शुभ्र यज्ञोपवीत धारण केलेले, पांढरीं फुलें व पांढरी उटी अंगावर असलेले, आणि केंस व मिशा पिकलेले असे द्रोणाचार्य पुत्रासहवर्तमान रंगभूमीवर आले. त्या वेळीं, आकाश निरभ्र असतां मंगळासहवर्तमान चंद्र उदय पावला म्हणजे ज्याप्रमाणें दिसतो, त्याप्रमाणें त्या द्रोणांच्या प्रवेशाची शोभा दिसली, त्या सामर्थ्यशाली द्रोणानें शिष्टाचाराप्रमाणें देवतापूजन करून चांगल्या विद्वान ब्राह्मणांकडून पुण्याहवाचन करविलें. तें पुण्याहवाचनाचें मंगलकर्म आटोपल्यानंतर, शस्त्रास्त्रें वगैरे नानाप्रकारची सामुग्री घेऊन माणसें आलीं. नंतर ते भरतवंशांतील कुलदीपक व शूर राजपुत्र अंगुलित्राणें (बोटांचीं आच्छादनें बोटांना बांधून, वस्त्रादिकांनीं शरीर बंदोबस्तानें झांकून व बाणांचे भाते बांधून धनुष्य घेऊन रंगभूमीवर आले. नंतर वडील भाऊ अगोदर, मग धाकटा भाऊ, अशा अनुक्रमानें धर्मराजापासून आरंभ करून त्या सर्व पराक्रमी राजपुत्रांनीं अस्त्रविद्येंतील एकेक चमत्कार वाटण्यासारखी अपूर्व करामत करून दाखविली. त्या वेळीं, आपल्याला बाण लागेल कीं काय अशा भीतीनें कित्येक आपलीं डोकीं वांकवूं लागले; आणि कित्येक चमत्कार वाटून धीटपणानें नजर लावून पाहूं लागले. ते कुमार आपापल्या घोड्यांवर बसून भरधाव सुटलेल्या घोड्यांवरून आपापल्या नांवाची खूण असलेले नानाप्रकारचे बाण मोठ्या चलाखीनें सोडून, त्या बाणांनीं नेम धरलेल्या वस्तूंचा भेद करूं लागले. धनुष्य हातीं घेतलेल्या व गंधर्वनगराप्रमाणें शोभणाऱ्या त्या मुलांच्या सैन्याकडे पाहून लोकांना फार कौतुक वाटलें. लक्षावधि माणसांचे डोळे विस्मयानें सतेज दिसूं लागून ते "शाबास! शाबास!" असा घोष करूं लागले. ते कुमार, धावणारें सावज पाहून धनुष्यांतून उभे, आडवे, तिरपे बाण टाकण्याची कमाल करूं लागले, व रथ वेड्यावांकड्या वाटांनीं फिरवून वळवून मोठ्या कौशल्यानें नेऊं लागले. त्याचप्रमाणें एकदा हत्तीवर बसून, एकदा घोड्यावर बसून, एकदा गर्दींत शिरून अशा निरनिराळ्या प्रकारच्या करामती त्या मुलांनीं करून दाखविल्या. ढाली व तरवारी हातांत घेऊन वरचेवर प्रहार करीत करीत तरवारीचे निरनिराळे जसे पाहिजेत तसे हात रथांत बसून किंवा भुईवरच उभें राहून किंवा दुसऱ्या कोणत्याही वाहनावरून त्यांनीं करून दाखविले. ढालतरवारीच्या परीक्षेंत, लोकांना त्या सर्व कुमारांची चलाखी, शिताफी, ऐट, निर्भयपणा आणि चिकाटी असे सर्व गुण दिसले. होतां होतां, नेहमीं परस्पर प्रतिस्पर्धा करणारे दुर्योधन आणि भीम हे दोघे हातांत गदा घेऊन रंगभूमीवर आले; त्या वेळीं ते एकेकच शिखर असलेल्या दोन पर्वतांप्रमाणें दिसले. ते दोघे शूर पुरुष आले तेव्हां अशा जय्यत तयारीनें अवसान बांधून गर्जना करीत आले कीं, हत्तिणीच्या मागें लागून गर्जना करीत असलेल्या दोन हत्तींप्रमाणें ते दिसले. एकमेकांच्या गदेच्या टप्प्यांत राहून मस्त हत्तींप्रमाणें बलिष्ठ असे ते दोघे वीर उजवीकडून व डावीकडून गदा गरगरा फिरवूं लागले. असो. त्या राजपुत्रांचा तो सर्व पराक्रम विदुर धृतराष्ट्राला सांगे आणि कुंती गांधारीला सांगे.

अध्याय एकशें पसतिसावा.

—:०:—

अर्जुनकृत स्वास्त्रशिक्षादर्शन.

वैशंपायन सांगतातः— दुर्योधन आणि तो बलाढ्य भीम रंगभूमीवर असतां कांहींना एकाचा अभिमान वाटूं लागला व कांहींना दुसऱ्याचा अ-

भिमान वाटूं लागला अशा प्रकारें त्या जमलेल्या मंडळींत जसे काय दोन पक्षच झाले. कांहींनीं " शाबासरे वीरा दुर्योधना ! " असा धन्यवाद करावा, व कांहींनीं शाबासरे वीरा भीमसेना ! " असा धन्यवाद करावा. याप्रमाणें त्या जमलेल्या लोकांकडून वारंवार आरोळ्या येऊं लागल्या. नंतर, खवळलेल्या समुद्राप्रमाणें ती रंगभूमि झालेली पाहून, ते शहाणे द्रोणाचार्य आपला प्रियपुत्र अश्वत्थामा ह्यास म्हणाले, " ह्या महापराक्रमी व युद्धनिपुण अशा दुर्योधनभीमांना तूं थोपीव. नाहीं तर ह्यांच्या युद्धापासून रंगभूमीवर प्रळय होईल ! "

वैशंपायन सांगतातः—नंतर, एकमेकांवर गदा उगारून उभ्या असलेल्या आणि प्रळयकाळच्या महावातांनीं अतिशय खवळून गेलेल्या महासागरांप्रमाणें दिसणाऱ्या त्या बलाढ्य वीरांना द्रोणाच्या पुत्रानें थोपविलें. नंतर, गंभीर मेघगर्जनेप्रमाणें चाललेला रणवाद्यांचा शब्द थांबवून, रंगभूमीच्या पटांगणांत उभे राहून द्रोण म्हणाले, " जो मला माझ्या मुलापेक्षांही प्रिय, जो संपूर्ण शस्त्रास्त्रविद्येंत निष्णात झालेला, आणि जो प्रत्यक्ष विष्णूसारखा, तो हा इंद्रपुत्र अर्जुन पहा. "

मग गुरूची आज्ञा होतांच स्वस्त्ययन[१] करून व अंगुलित्राण बांधून भरलेला भाता व धनुष्य घेऊन सोन्याचें कवच अंगावर घातलेला तो तरुण राजपुत्र अर्जुन पुढें आला; त्या वेळीं सूर्य, इंद्रधनुष्य व विद्युल्लता हीं शेजारीं असतां संध्याकाळचा मेघ जसा दिसतो, तशी त्या अर्जुनाची शोभा दिसली. तेव्हां सर्व रंगभूमि आनंदानें प्रफुल्लित दिसूं लागली, आणि शंख व इतर वाद्यें सभोंवतीं वाजूं लागलीं. " हाच कुंतीचा मुलगा पंचपांडवांपैकीं मधला भाऊ भाग्यवान अर्जुन; हाच इंद्राचा मुलगा; हाच कुरूंना संभाळणारा; हा अस्त्रवेत्त्यांमध्यें श्रेष्ठ आहे; हा धार्मिकांमध्यें अग्रगण्य; हा सच्छील पुरुषांमध्येंही मोठा सच्छील आहे. " असे प्रेक्षकांच्या तोंडून निघालेले नानाप्रकारचे उद्गार ऐकूं येऊं लागले. तेव्हां कुंतीला पान्हा फुटून त्यानें व आनंदाश्रूंनीं तिचें वक्षस्थल भिजून गेलें.

असो; तो लोकांचा कल्होळ कानांत भरून गेला, तेव्हां धृतराष्ट्र मनांत आनंद पावून विदुराला म्हणतो, " विदुरा आकाश फाडील कीं काय अशा प्रकारचा हा कलकलाट, खवळलेल्या समुद्राप्रमाणें रंगभूमीवर एकदम कसा बरें उत्पन्न झाला !

विदुर सांगतो, " महाराज, हा पांडूचा मुलगा अर्जुन कवच घालून पुढें आला आहे, म्हणून ही एवढी गजबज झाली आहे. " धृतराष्ट्र म्हणतो, " कुंतीच्या उदरीं जन्मलेले हे तीन अग्नीसारखे तेजस्वी मुलगे माझा सांभाळ करणारे आहेत. तेव्हां मी मोठा धन्य असून माझ्यावर खचीत ईश्वराची कृपा आहे. "

अर्जुनाचें कौशल्य.

वैशंपायन सांगतातः—ते आनंदित झालेले प्रेक्षक, बऱ्याच वेळानें गडबड बंद करून स्तब्ध झाल्यावर, अर्जुन आपलें अस्त्रविद्येंतील कौशल्य गुरूला दाखवूं लागला. त्यानें अग्निमंत्रानें अग्न्यस्त्र सोडलें, वरुणमंत्रानें पाऊस पाडला, वायुमंत्रानें वारा उत्पन्न केला, आणि पर्जन्यमंत्रानें ढग उत्पन्न केले. भूमिमंत्रानें तो पृथ्वीच्या पोटांत शिरला; पर्वतमंत्रानें त्यानें डोंगर फेकले; इतक्यांत अंतर्धानमंत्रानें तो गुप्त झाला. तो क्षणांत खूप उंच होई, व क्षणांत अगदीं ठेंगणा होई, क्षणांत रथाच्या जुंवावर जाई, क्षणांत मध्य भागीं जाई, आणि क्षणांत रथावरून भुईवर उतरे. त्या गुरुभक्त अर्जुनानें अगदीं नाजूक रीतीनें बाण मारून दाखविले, अगदीं बारीक पदार्थांवर नेम धरून बाण मारले, व अगदीं अवजड

१ अनिष्टनिवारण्याकरितां मंत्रजप.

पदार्थांवर नेम धरून बाणांनीं त्यांचा भेद करून दाखविला. एकंदरींत बाण मारण्याचे सगळे प्रकार त्यानें मोठ्या कौशल्यानें करून दाखविले. फिरत ठेवलेल्या लोखंडी डुकराच्या तोंडांत एकच बाण सोडावा अशा रीतीनें—पण एकाला एक न लागतां—त्यानें एकदम पांच बाण सोडले. दोरीला बांधून एक गाईचें शिंग टांगलें होतें; आणि तें झोंके खात असतां, त्याच्या पोकळींत त्या पराक्रमी राजपुत्रानें एकवीस बाण रोंविले. हे धार्मिक राजा, तरवारीनें व धनुष्यानें हे व आणखीही कित्येक चमत्कारिक प्रकार त्यानें करून दाखविले. मग सगळ्याच आयुधांत प्रवीण झालेल्या त्या अर्जुनानें गदा घेऊन ती फिरविण्याचे प्रकार करून दाखविले.

कर्णाचें रंगभूमीवर आगमन.

मग, राजा, तें काम बहुतेक संपून समाज थोडा गप्प होऊन वाद्येंही थांबलीं, तेव्हां दरवाज्याकडून दंड थोपटल्याचा आवाज ऐकूं आला. तो आवाज असा विलक्षण होता कीं, वज्रच येऊन कशावर तरी कोसळलें कीं काय, असें सर्वांना वाटलें; आणि थोपटणाराचें अवसान जबर असावें असें दिसलें. तो आवाज झाला तेव्हां आतां काय डोंगर फुटून जात आहेत, कीं पृथ्वी दुभंग होत आहे, कीं आकाश सजल मेघांनीं भरून जात आहे, असें रंगभूमीवरील प्रेक्षकांना वाटून त्या सर्वांचे डोळे दरवाज्याकडे लागले. त्या वेळीं,सभोंवतीं पांच पांडव व मध्यें द्रोण असे ते उभे होते. तेव्हां जसा चंद्र मध्यें असून हस्त नक्षत्राचे पांच तारे शेजारीं असावे, तशी शोभा दिसली. इकडे अश्वत्थामा व शंभर बलाढ्य भाऊ हे, शत्रूंचा कर्दमकाळ असा जो दुर्योधन, त्याच्या सभोंवतीं उभे होते. ते शंभर भाऊ आयुधें घेऊन सभोंवतीं उभे आणि मध्यें दुर्योधन गदा घेऊन उभा असें असतां, पूर्वी दैत्यांचा संहार होतेवेळीं देवगणांच्या मध्यें इंद्र जसा शोभला, तसा तो दुर्योधन शोभला.

अध्याय एकशें छत्तिसावा.

—:०:—

कर्णाचें स्वरूपवर्णन.

वैशंपायन सांगतातः—नंतर द्वारपालांनीं वाट करून दिल्यावर,स्फुरण चढल्यामुळें ज्याचे डोळे सतेज दिसत आहेत असा शत्रूंना जिंकणारा कर्ण त्या विस्तीर्ण रंगभूमीवर येऊन धडकला. जन्मतःच अंगावर असलेल्या कवचकुंडलांनीं त्याच्या मुखाला विशेष शोभा आली होती. हातांत धनुष्य घेऊन व कंबरेला तरवार लटकावून तो आला, तेव्हां डोंगरच चालत येत आहे कीं काय असें वाटलें. असा तो कौमार्यावस्थेंत कुंतीच्या उदरीं जन्मलेला, मोठा कीर्तिमान, विशाल नेत्रांचा आणि प्रखरतेजोमय अशा प्रत्यक्ष सूर्यबीजाचाच, तसाच शत्रूंचा अंत करणारा, सिंहासारखा शूर, सूर्याप्रमाणें तेजस्वी, चंद्राप्रमाणें कान्तिमान, अग्नीप्रमाणें देदीप्यमान, सोन्याच्या ताडासारखा उंच, सिंहाप्रमाणें घट्ट शरिराचा, तारुण्यांत असलेला, आणि ज्याचे गुण सांगावे तितके थोडे, अशा प्रकारचा तो भाग्यशाली सूर्यपुत्र आला, आणि त्या वीरानें त्या वर्तुलाकार रंगभूमीकडे सर्व बाजूंला पाहून द्रोणाला व कृपाला विशेष आदर न दाखवितां बेतानेंच नमस्कार केला.

कर्णाचें भाषण.

तेव्हां समाजांतील सर्व लोक स्तब्ध झाले व त्यांचे डोळे एकसारखे कर्णाकडे लागून " हा कोण आला " म्हणून त्यांचीं मनें दचकून, पुढें काय होतें तें पाहण्याकरितां ते उत्सुक झाले. मग तो वाक्चतुर सूर्यपुत्र कर्ण इंद्रपुत्र अर्जुनाला मेघासारख्या गंभीर स्वरानें म्हणतो, ' अर्जुना, तूं जी जी करामत करून दाखविलीस, ती सर्व—किंब-

हुना तुझ्यापेक्षां अधिक—मी या प्रेक्षकांच्या पुढें करून दाखवितों; तुला गर्व होऊं देऊं नको. "

मग राजा, त्याचें भाषण संपलें नाहीं तोंच, एखाद्या यंत्रानें उचलून टाकल्याप्रमाणें सर्व बाजूंनीं लोक झट्कन् जाग्यावरून उत्सुकतेनें उठले. इकडे दुर्योधनाच्या मनाला अतिशय आनंद झाला, व अर्जुनाच्या मनांत तात्काळ लज्जा उत्पन्न होऊन तो क्रोधायमान झाला. मग द्रोणाची आज्ञा होतांच, अर्जुनानें जें जें करून दाखविलें होतें, तें सर्व त्या बलशाली व रणशूर कर्णानें करून दाखविलें.

नंतर, राजा, भावांसहवर्तमान दुर्योधनानें कर्णाला तेथें आनंदानें आलिंगन देऊन म्हटलें, " वीरा, तुझें स्वागत असो; यश देणारा असा तूं ह्याच वेळीं येऊन पोहोंचलास ही मोठी आनंदाची गोष्ट झाली. माझ्यापासून व कुरुराज्यापासून तुला वाटेल तें सुख प्राप्त करून घे. "

कर्ण म्हणतोः—तर मग मी कृतकृत्य झालों असें समजतों. दुर्योधना, मला तुझ्याशीं सख्य करणें फार पसंत आहे; आणि मी अर्जुनाशीं द्वंद्वयुद्ध करूं इच्छीत आहें.

दुर्योधन म्हणतो, " हे शूरा, माझ्याबरोबर सर्व सुखांचा उपभोग घेत रहा, आणि आमच्या बंधूंच्या हिताविषयीं झटत जा व सर्व शत्रूंच्या डोक्यावर पाय दे. "

कर्णार्जुनसंवाद.

वैशंपायन सांगतातः—आपल्याला अगदींच तुच्छ करून टा लें असें अर्जुनाला वाटून, दुर्योधन वगैरे भावांच्यामध्यें पर्वताप्रमाणें बसलेल्या कर्णाला तो म्हणतो, " बोलावणें नसतां जे उगीच तसेच येऊन घुसतात, किंवा उगीच वल्गना करितात, त्यांना जी गति मेल्यानंतर मिळत असेल, तीच गति तूं आतां माझ्या हातून मेल्यावर तुला मिळणार आहे. "

कर्ण म्हणतो, " अरे अर्जुना, ही रंगभूमि सर्वांचीच आहे; येथें तुझें एकट्याचेंच काय ठेवलें आहे ? राजेलोकांचा श्रेष्ठपणा त्यांच्या पराक्रमावर अवलंबून असतो, आणि ज्याचें बल चालेल त्याच्याच बाजूला न्याय असें समजावें. दुबळेपणानें तोंडानें कमजास्त बोलण्याचे श्रम कशाला हवे ? काय सांगायचें तें बाणांनीं सांग बरें पाहूं; म्हणजे गुरूच्या समोर आज बाणांनीं तुझें मस्तक उडवितों ! "

कर्णार्जुनांची युद्धाविषयीं तयारी.

वैशंपायन सांगतातः—नंतर द्रोणांची आज्ञा घेऊन त्या शत्रूंना जिंकणाऱ्या अर्जुनानें घाईघाईनें भावांना आलिंगन दिलें, आणि युद्ध करण्याकरितां तो कर्णाच्या जवळ गेला. इकडे दुर्योधन व त्याचे भाऊ ह्यांनींही युद्धाला सरसावलेल्या त्या कर्णाला आलिंगन दिल्यावर, तो धनुष्यबाण हातीं घेऊन उभा राहिला. इतकें झाल्यावर, ज्याप्रमाणें बगळ्यांची रांग लागावी, त्याप्रमाणें ढगांनीं आकाश भरून जाऊन विजा चमकूं लागल्या, गडगडाट होऊं लागला, व इंद्रधनुष्यही दिसूं लागलें. तेव्हां प्रेमानें रंगभूमीकडे बघत असलेल्या इंद्राला पाहून सूर्यानेंही समोर आलेल्या ढगांचा नाश करून टाकिला. मग, इकडे अर्जुन ढगांमध्यें लपून गेलेला असा दिसला, व तिकडे कर्ण सूर्यप्रकाशानें व्यापून गेलेला दिसला. जिकडे कर्ण होता, तिकडच्याच बाजूला दुर्योधन वगैरे मंडळी उभी राहिली; आणि जिकडे अर्जुन होता त्या बाजूला द्रोण, कृप व भीष्म हे उभे राहिले. त्याचप्रमाणें रंगभूमीवरील माणसें कांहीं इकडे व कांहीं तिकडे अशीं दोन बाजूंना झालीं, व तशाच बायकाही दुतर्फा उभ्या राहिल्या. कुंतीला खरा मजकूर माहीत असल्यामुळें हा प्रसंग पाहून तिला मूर्छा आली. ती तशी मूर्छा येऊन पडली, तेव्हां शहाण्या विदुरानें दासीकडून चंदनाची उटी, पाणी वगैरे शीतल उपचारांनीं तिला सावध करविलें. ती शुद्धीवर आली तेव्हां ते आपले

दोन्ही मुलगे कवच वगैरे घालून नखशिखांत सज्ज झालेले पाहून ती वेड्यासारखी झाली, आणि तिला कांहीं सुचेनासें झालें.

कृपाचार्यांचें कर्णास मर्मभेदक भाषण.

अशा प्रकारें ते दोघे धनुष्यबाण घेऊन युद्धास तयार होऊन उभे असतां कृप त्यांना म्हणाले, "हा कुंतीचा धाकटा मुलगा, ह्याचा बाप पांडु, व कौरवकुलांतला असून द्वंद्वयुद्धांत प्रवीण आहे; त्याला त्यांतील रीतारिवाज सर्व ठाऊक आहे; आणि तुझ्याबरोबर तो द्वंद्वयुद्ध करण्याचें खुशाल पतकरील. तर, शूरा, तूंही ह्याप्रमाणें तुझा बाप कोण, तुझी आई कोण, कोणत्या राजाच्या कुळांत तुझा जन्म झाला तें सर्व सांग. तें सर्व समजल्यावर तुझ्याशीं द्वंद्वयुद्ध करावें किंवा न करावें तें हा अर्जुन आपल्या मनाशीं ठरवून मग काय तें सांगेल. कारण, नांव घेण्यासारखी जातकुळी ज्यांची नाहीं, अशांशीं राजपुत्र युद्ध करीत नसतात."

कर्णास राज्याभिषेक.

वैशंपायन सांगतातः—हें भाषण ऐकल्यावर कर्णानें लाजून खालीं मान घातली, तेव्हां त्याचें मुख पावसाच्या पाण्यानें भिजून गळून पडलेल्या कमळाप्रमाणें दिसूं लागलें. मग दुर्योधन म्हणतो, "गुरुजी, शास्त्रांत ह्या संबंधानें असा निर्णय केला आहे कीं, राजांचा कुलीनपणा तीन प्रकारचा समजावा; एक थोर वंशांत जन्म असेल तर, दुसरा अंगीं शूरपणा असेल तर, व तिसरा सेनापतीचा अधिकार असेल तर. आतां, जो राजा नाहीं त्याच्याशीं युद्ध करावयाचेंच नाहीं असें जर अर्जुनाचे मनांत असेल, तर हा पहा आतांच मी त्याला अंग देशच्या राज्याचा अभिषेक करितों!"

वैशंपायन सांगतातः—मग तत्क्षणीं त्या महापराक्रमी, शूर व भाग्यशाली अशा कर्णाला सोन्याच्या सिंहासनावर बसवून, आणि सोन्याच्या घागरींत फुलें व लाह्या भरून, त्यांनीं दुर्योधनानें त्याला विद्वान ब्राह्मणांकडून अभिषेक करवून छत्रचामरांसुद्धां मोठ्या जयजयकारानें त्याला अंग देशाचें राज्य अर्पण केलें. मग, राजा, तो शूर कर्ण दुर्योधनाला म्हणतो, "राजा, हें राज्य तूं मला दिलें आहेस, त्याबद्दल मीं तुला काय द्यावें तें सांग; तूं सांगशील तें मी तुझें काम करून देईन." तेव्हां "तुझ्याशीं पुरी मैत्री असावी इतकीच माझी इच्छा आहे." असें दुर्योधनानें त्याला उत्तर दिलें तें ऐकून "ठीक आहे." असें कर्ण बोलला. मग मोठ्या आनंदानें दोघांनीं एकमेकांला आलिंगन देऊन ते अतिशय संतोष पावले.

अध्याय एकशें सदतिसावा.

—:०:—

कर्णाचा पाणउतारा.

वैशंपायन म्हणतातः—इतक्यांत अधिरथ सूत (कर्णाचा धर्मपिता जो थरकार तो) रंगभूमीवर आला; तेव्हां त्याचें आंगावरील वस्त्र गळून पडत होतें; त्याच्या सर्वांगाला घाम आला होता; व त्याचें अंग कांपत होतें. त्याला पाहतांच, बापाचा बहुमान करण्याची ओढ कर्णाच्या मनाला लागून त्यानें हातचें धनुष्य टाकून दिलें, व नुकताच अभिषेक झाला असल्यानें, डोकें ओलें होतें तशाच डोक्यानें त्याला नमस्कार केला. मग पदरानें आपले पाय लगबगीनें झांकून घेऊन त्या रथसारथ्यानें "बाळा!" एवढाच अर्थपूर्ण उद्गार तोंडांतून काढला, आणि प्रेमानें गहिंवरून त्याला कवटाळलें; आणि आधींच अभिषेकानें भिजलेलें जें त्याचें डोकें, तें पुनः आपल्या अश्रूंनीं त्यानें भिजविलें. त्याला पाहिल्यावर, हा सारथ्याचा मुलगा आहे असें वाटून भीमसेन हसून म्हणाला, "अरे सूतपुत्रा, अर्जुनाशीं लढून मरावें इतक्या योग्यतेचा तूं नाहींस; तर तुझ्या

म्हणून लवकर हातांत चाबूक उचलून घे कसा. अरे नीचा, यज्ञांत अग्नीजवळ ठेवलेला पुरोडाश ज्याप्रमाणें कुत्र्यानें खाणें अगदीं अशुद्ध, त्याचप्रमाणें तूं अंगराज्याचा उपभोग घेणें सर्वथा अयोग्य होय.' हे शब्द कानावर पडतांच कर्णाचे ओठ किंचित् फुरफुरले, आणि आवेशानें श्वास सोडून त्यानें सूर्याकडे अवलोकन केलें.

दुर्योधनाचें पांडित्य व कर्णाचा कैवार.

मग तो बलाढ्य दुर्योधन रागावून, आवेशानें ज्याप्रमाणें उन्मत्त हत्ती कमलवनांतून बाहेर निघतो, त्याप्रमाणें आपल्या भावांच्या मधून पुढें सरसावला; आणि अचाट कर्मे करणारा जो भीम, तो तेथें उभा असतां त्याला म्हणाला, "भीमा, अशा प्रकारचें भाषण तूं करावेंस हें तुला योग्य नाहीं. क्षत्रियांचें सामर्थ्य हेंच मुख्य असून एका क्षत्रियाला दुसरा क्षत्रिय भेटला असतां त्याच्याशीं अवश्य लढावें. शूरांचें कूळ व नद्यांचें मूळ हीं कधीं सांपडावयाचीं नाहींत. अग्नि पाण्यांतून निघाला तरी स्थावरजंगम सर्व वस्तूंना जाळण्याचें त्याच्या अंगीं सामर्थ्य आहे. दधीचि ऋषीच्या अस्थींपासून वज्र तयार केलें, तरी त्याच वज्रानें सर्व दानवांचा उच्छेद झाला. भगवान् कार्तिकेय ह्याच्या संबंधानें मुद्धां सगळें गूढच आहे. कारण, तो अग्नीचा मुलगा असेंही आम्हीं ऐकतों, कृत्तिकांचा मुलगा असेंही ऐकतों, रुद्राचा मुलगा असेंही ऐकतों व गंगेचा मुलगा असेंही ऐकतों. क्षत्रियापासून ज्यांची उत्पत्ति असे विश्वामित्रासारखे कित्येक पुरुष ब्राह्मण झाले व मग अक्षय मोक्षाला जाऊन मिळाले. शूरांमध्यें महाशूर द्रोणाचार्य ह्यांची देखील उत्पत्ति द्रोणकलशापासूनच झाली. तसाच गौतमवंशीय कृपाचार्यांचा जन्म झाला, तोही शरांच्या जुडग्यापासून झाला ना? फार कशाला? तुमचा जन्म कोणत्या रीतीनें झाला तेंही मला ठाऊक आहे. जन्मतांनांच जो कवचकुंडलें धारण करून आणि चांगलीं शुभ चिन्हें घेऊन जन्माला आला, असा प्रत्यक्ष सूर्यासारखा तेजस्वी जो पुरुष त्याच्या उत्पत्तीचा प्रकार, हरिणापासून वाघ व्हावा अशा तऱ्हेचा खचीत नसला पाहिजे. तर असा पराक्रम त्याच्या अंगीं असून, मीं त्याच्या सांगण्याप्रमाणें वागण्यास तयार आहें; तेव्हां इतकें असल्यावर अंगराज्याचें काय, पण सर्व पृथ्वीचें राज्य देखील त्याला शोभेल. त्यांतून, माझें हें करणें ज्या मनुष्याला खपत नसेल, त्यानें रथावर चढून धनुष्यावर पाय द्यावा.

रंगभूमीवरील प्रकार.

राजा, मग सर्व रंगभूमीवर मोठा हाहाकार होऊन गेला; व धन्यवादांचा दंगा चालला असतांनाच सूर्य अस्ताला गेला. नंतर दुर्योधन कर्णाच्या हातांत हात घालून मशालीच्या उजेडांत ती रंगभूमि सोडून निघून गेला. द्रोण, कृप व भीष्म ह्यांच्यासहवर्तमान पांडवही आपआपल्या घरीं निघून गेले. 'वाहवारे अर्जुना!' असें कांहींनीं म्हणावें, 'वाहवारे कर्णा!' असें कांहींनीं म्हणावें, व 'वाहवारे दुर्योधना!' असेंही कांहींनीं म्हणावें. अशा रीतीनें स्तुतिवाद करीत सर्व लोक तेथून निघाले. कवचकुंडलें वगैरे दिव्य लक्षणांवरून, अंगराज कर्ण हा आपला मुलगाच आहे अशी कुंतीला ओळख पटून प्रेम उत्पन्न झाल्यामुळें तिला मनांतून आनंद झाला. राजा, कर्ण भेटल्यामुळें, दुर्योधनाला आंजपर्यंत जी अर्जुनाची भीति वाटत होती ती त्याची भीति तात्काळ नाहींशी झाली. शस्त्रविद्येचा पूर्ण व्यासंग केलेला जो महावीर कर्ण, तोही दुर्योधनाशीं फार स्नेहभावानें वागूं लागला; आणि कर्णासारखा धनु-

१ मी मरेन अगर शत्रूला मारीन अशी प्रतिज्ञा करण्याचा हा एक प्रकार आहे.

धारी पृथ्वीवर कोणी नाहीं अशी धर्मराजाचीही त्या वेळीं समजूत झाली.

अध्याय एकशें अडतिसावा.

—:०:—

द्रुपदावर स्वारी.

वैशंपायन सांगतातः—पांडव व धार्तराष्ट्र हे अस्त्रविद्या शिकून तयार झाले असें पाहून, गुरुदक्षिणेची वेळ आली तेव्हां गुरुदक्षिणा काय मागावी हें द्रोणांनीं योजलें. मग सर्व शिष्यांना आणवून द्रोणाचार्यांनीं गुरुदक्षिणेविषयीं त्यांना आज्ञा केली कीं, "पांचाल देशाचा राजा द्रुपद ह्याला समरांगणांत पकडून घेऊन या; एवढें कराल तर तुमचें कल्याण होईल. हीच सर्वांत मोठी माझी गुरुदक्षिणा होय." नंतर 'ठीक आहे' असें म्हणून ते सर्व पराक्रमी राजपुत्र लागलेच रथांत बसून गुरूच्या कामाकरितां द्रोणाबरोबर गेले; आणि पांचाल देशावर हल्ला करून संहार करीत करीत त्या बलाढ्य द्रुपदाची राजधानी त्यांनीं धुळीस मिळविली. दुर्योधन, कर्ण, शूर असा युयुत्सु, दुःशासन, विकर्ण, जलसंध, सुलोचन वगैरे अनेक पराक्रमी क्षत्रियकुमार "मी अगोदर जातों, मी अगोदर जातों" अशा चढाओढीनें निघाले, व चांगल्या चांगल्या रथांवर बसून आपापला सारथि घेऊन सर्वजण द्रुपदाच्या राजधानींत शिरले आणि राजमार्गाकडे गेले. तेव्हां तें प्रचंड सैन्य आलेलें ऐकून व प्रत्यक्ष नजरेनें पाहून तो पांचाळ द्रुपद भावांना बरोबर घेऊन लगबगीनें वाड्यांतून बाहेर पडला. मग कृतसंनाह, यज्ञसेन, महीधर वगैरे सर्व बाणांचे वर्षाव करून गर्जना करूं लागले. इतक्यांत सुंदर रथांत बसून कौरवांच्या जवळ जाऊन शत्रूला हार न जाणारा तो यज्ञसेन भयंकर बाणांची वृष्टि करूं लागला.

वैशंपायन सांगतातः—राजा, दुर्योधन वगैरे राजपुत्र गर्वानें फार चढून गेले होते, म्हणून अर्जुनानें अगोदरच आपले परमपूज्य गुरु द्रोणाचार्य यांच्याशीं मसलत करून ठरविलें कीं, ह्या कुमारांचा पराक्रम संपला म्हणजे मग आम्ही आपली कर्तबगारी करून दाखवूं; कारण द्रुपदाला समरांगणांतून धरून आणण्याचें काम ह्यांच्या हातून होणें शक्य नाहीं. ह्याप्रमाणें द्रोणाला सांगून तो निष्कपटी अर्जुन भावांना घेऊन राजधानीबाहेरच अर्धा कोस अंतरावर राहिला.

कौरवांची समरांगणांतील दुर्दशा.

इकडे कौरव दृष्टीस पडतांच, मोठ्या चलाखीनें इकडे तिकडे फिरत द्रुपदानें बाणांचें जसें काय अफाट जाळें पसरून टाकून, कौरवांच्या सेनेची अक्कल गुंग करून टाकिली. रथांत बसून युद्धामध्यें द्रुपद जेव्हां चलाखी दाखवूं लागला, तेव्हां कौरवांची त्रेधा उडून, द्रुपद एकच होता तरी किती द्रुपद आहेत कोण जाणे असें त्यांना वाटूं लागलें. द्रुपदाचे भयंकर बाण ज्या त्या बाजूला सुटूं लागले. मग, राजा, पांचालांच्या छावणींत शंख, दुंदुभि व दुसरीं हजारों रणवाद्यें वाजूं लागलीं, व त्यांच्यामधील पुढारी सिंहनाद करूं लागले. धनुष्यांच्या टणत्काराचा आवाज तर गगनाला जाऊन भिडला. तेव्हां दुर्योधन, विकर्ण, सुबाहु, दीर्घलोचन, दुःशासन वगैरे मंडळी संतापून जाऊन बाणांचे वर्षाव करूं लागली. त्यांचे ते बाण लागूं लागले तेव्हां तर तो शूर व युद्धांत हार न खाणारा असा द्रुपद यानें एका क्षणांत त्या सर्व सैन्याची दाणादाण करून टाकिली; आणि आगीच्या लोटाप्रमाणें भ्रमण करीत करीत त्यानें दुर्योधन, विकर्ण, पराक्रमी कर्ण व दुसरे कित्येक शूर राजपुत्र आणि त्यांचीं त्यांचीं सैन्यें ह्या सर्वांचा बाणांनीं यथेच्छ समाचार घेतला. मग नगरांतले लोक काठ्या, मुसळें वगैरे घेऊन कौरवांवर पर्जन्याप्रमाणें वर्षाव करूं लागले, व मुलें आणि म्हातारीं माणसें सुद्धां त्यांच्यावर

चालून आलीं. तेव्हां, राजा, त्या तुंबल युद्धाची गडबड ऐकून कौरव पळूं लागले, व घाबरून जाऊन पांडवांना हांका मारूं लागले, तेव्हां अतिशय दीन होऊन गेलेल्या कौरवांची ती अंगावर शहारे येण्यासारखी आरोळी ऐकून पांडवांनीं द्रोणाला नमस्कार केला, आणि ते रथांवर चढले. नंतर घाईघाईनें धर्मराजाला मात्र 'तुम्ही लढूं नका' असें सांगून, नकुल व सहदेव ह्यांना अर्जुनानें रथाचीं चाकें संभाळण्याचें काम सांगितलें; आणि सैन्याच्या अघाडीला गदा घेऊन भीमसेन उभा राहिला.

भीमाचा व अर्जुनाचा पराक्रम.

मग शत्रूंची गर्जना ऐकून, भावांसहवर्तमान तो सत्त्वशील अर्जुन रथांत बसून वेगानें तेथें येऊन पोहोंचला; तेव्हां चारी दिशा दणाणून गेल्या. समुद्राच्या गंभीर गर्जनेहूनही भयंकर गर्जना करीत असलेल्या पांचालांच्या प्रचंड सैन्यांत—हातांत दंड घेऊन जसा कृतान्त काळ यावा—तसा तो बलिष्ठ भीमसेन शिरला. तेव्हां जसा काय तो मगरच समुद्रात शिरला ! तो युद्धांत प्रवीण व अप्रतिम पराक्रमी कुंतीचा मुलगा भीमसेन, हातांत गदा घेऊन शत्रूकडील गजसैन्यावर चालून गेला, आणि जसें काय प्रत्यक्ष काळाचेंच स्वरूप धारण करून तो बलाढ्य भीमसेन आपल्या गदेनें शत्रूच्या गजसैन्याचा विध्वंस करूं लागला. तेव्हां वज्राच्या प्रहारानें जसे डोंगर कोसळून पडावे, त्याप्रमाणें भीमसेनाच्या गदाप्रहारानें, गंडस्थळें फुटून रक्ताचे पाट वाहत असलेले ते डोंगरासारखे प्रचंड प्रचंड हत्ती रणांगांत पडूं लागले. हत्तीच काय, पण घोडे आणि रथ यांसही तो भीमसेन प्रहार करून भुईवर पाडूं लागला. याप्रमाणें रथ, सैन्य, पायदळ हें सर्वच मारण्याचा भीमसेनानें सपाटा चालविला. ज्याप्रमाणें रानांत गुराखी हातांत एक काठी घेऊन गुरांचे कळपचे कळप वाटेल तसे नाचवीत असतो, त्याप्रमाणें हत्ती घोडे आणि रथ रणावर पाहिजे तसे नाचवीत तो भीमसेन संचार करूं लागला.

अर्जुन व द्रुपद यांचें युद्ध.

वैशंपायन सांगतातः—मग द्रोणाचार्यांचें काम करण्याकरितां अर्जुनानें कंबर बांधली, आणि द्रुपदावर बाणांची वृष्टि करीत तो पुढें आला. येतां येतांच त्यानें अनेक गज, अश्व व रथ यांचा त्या समरांगणांत विध्वंस केला, आणि प्रलयाग्नीप्रमाणें तो आपलें प्रखर तेज प्रकट करूं लागला. मग अशा प्रकारें जेव्हां अर्जुन सर्व सैन्याची धुळधाण करूं लागला, तेव्हां त्या पांचाल आणि सृंजय ह्यांनीं नानाप्रकारच्या बाणांनीं अर्जुनाला क्षणांत चोहों बाजूंनीं झांकून टाकिलें आणि तोंडांनीं गर्जना करीत करीत त्याच्याशीं ते मोठ्या आवेशानें लढूं लागले. राजा, त्या वेळीं जो संग्राम झाला, तो केवळ अवर्णनीयच होय. शत्रूंच्या गर्जना ऐकून अर्जुन समरांगणांत पांचालांवर एकदम धावून गेला; आणि बाणांच्या वर्षावानें त्यानें सर्व शत्रूंस अगदीं झांकून टाकून जेर केलें. तो लोकोत्तर वीर अर्जुन धनुष्याला बाण जोडण्याची व सोडण्याची जेव्हा सारखी जलदी करूं लागला, तेव्हां बाण जोडला कव्हां व सोडला केव्हां, हें देखील पाहणारांस समजेना. मग सिंहनाद होऊं लागला आणि त्याबरोबरच "शाबास, शाबास !" अशा चोहोंकडून आरोळ्या येऊं लागल्या. मग पांचालराजा द्रुपद हाही सत्यजिताला घेऊन अर्जुनावर मोठ्या आवेशानें धावून गेला; त्या वेळीं, शंबर इंद्रावरच धावून जात आहे कीं काय असें सर्वांना वाटलें. नंतर अर्जुनानें बाणांची वृष्टि करून त्याला अगदीं झांकून टाकिलें. तेव्हां "हा हत्तींचे कळपचे कळप धरून नेऊं पाहणारा मोठा सिंहच येऊन पोहोंचला आहे" अशी पांचालसैन्यांत ओरड होऊं लागली. अर्जुन पुढें पुढें येत आहे असें पाहून,

मोठा रणशूर जो सत्यजित्, तो द्रुपदाला सांभाळण्याकरितां अर्जुनावर धावून गेला. मग अर्जुन व द्रुपद यांचें युद्ध जुंपलें,आणि जसें काय इंद्र व बलि ह्यांचेंच युद्ध चालल्याप्रमाणें त्यांनीं सर्व सैन्याची चोहोंकडे दाणादाण करून टाकिली. मग अर्जुनानें मर्मभेद करणारे दहा बाण सत्यजिताकडे जोरानें सोडून,त्याच्या अंगावर चांगले रोंवले; तेव्हां सर्वांस फार चमत्कार वाटला. इतक्यांत द्रुपदानें अर्जुनावर एका क्षणांत शेकडों बाण सोडले, तेव्हां बाणांनीं चोहोंकडून झांकला गेलेल्या त्या वेगवान महारथी अर्जुनानें, धनुष्याची दोरी एक वेळ हातानें साफ करून बाण सोडण्याची जलदी केली, आणि सत्यजिताचें धनुष्य तत्काल छेदून टाकून तो द्रुपदावर तुटून पडला. मग पहिल्यापेक्षांही चांगलें धनुष्य घेऊन सत्यजितानें तात्काळ अर्जुनावर, त्याच्या घोड्यावर रथावर, व सारथ्यावर कित्येक बाण मारले. तेव्हां आधींच द्रुपदाचे बाण लागलेले व त्यांत पुनः सत्यजित् पुढें आलेला पाहून अर्जुन अगदीं कावून गेला. मग त्यांचा नाश करण्याकरितां त्यानें चटकन् बाण सोडले; ते घोड्यांवर, निशाणावर, धनुष्यावर व त्या रथि व सारथि ह्या उभयतांवरही जाऊन लागले. याप्रमाणें अर्जुनाच्या बाणांनीं हातचें धनुष्य जेव्हां वरचेवर मोडून जाऊं लागलें, व रथाला जोडलेले घोडे मृत होऊं लागले, तेव्हां तो सत्यजित् युद्ध सोडून माघारा फिरला.

द्रुपदाचा पराजय.

सत्यजित् माघारा फिरलेला पाहून;द्रुपद पुनः फार झपाट्यानें अर्जुनावर बाणांचा वर्षाव करूं लागला.तेव्हां मोठ्या मी मी म्हणविणाऱ्या महा पराक्रमी योद्ध्यांना जर्जर करणाऱ्या त्या अर्जुनानें त्या वेळीं फार भयंकर पराक्रम करून सर्वांस आश्चर्यचकित करून सोडलें. त्यानें द्रुपदाचें धनुष्य छेदून त्याचें निशाणही भुईवर पाडलें. आणि पांच बाणांनीं त्याचे घोडे व सारथि जायबंदी केले. तेव्हां मोडलेलें धनुष्य टाकून देऊन द्रुपदानें दुसरें धनुष्य व भाता घेतला; तसें अर्जुनानें खड्ग हातीं घेऊन त्यानें मोठा सिंहनाद केला, व एकदम द्रुपदाच्या रथाच्या दांड्यावर तो तुटून पडला; आणि मुळींच न गांगरतां तो निर्भयपणें द्रुपदाच्या रथांत शिरला. नंतर त्या महावीरानें, समुद्र खवळून टाकणाऱ्या हत्तीप्रमाणें शोभणाऱ्या त्या द्रुपदाला पकडलें. तेव्हां सर्व पांचाल दाही दिशांना सैरावैरा पळून गेले व सिंहनाद करीत अर्जुनही त्या रणांतून निघून गेला. याप्रमाणें अर्जुन दिग्विजय करून आलेला पाहून भीमानें आपल्या धाकट्या बंधूंना बरोबर घेतलें आणि द्रुपदाची राजधानी तो उध्वस्त करूं लागला. तेव्हां अर्जुन त्यास म्हणाला, "भीमा, द्रुपद हाही थोर राजघराण्यांतला असून कौरवांचा नातेवाईक आहे, याकरितां त्याचें सैन्य मारूं नको, गुरुदक्षिणा तेवढी आपण देऊन टाकूं म्हणजे झालें.

द्रोणाचें द्रुपदाशीं मर्मभेदक भाषण.

वैशंपायन सांगतातः—राजा, ह्याप्रमाणें अर्जुनानें सांगितलें तेव्हां भीमाच्या मनांत नव्हतें तरी तो स्वस्थ बसला. हे भरतश्रेष्ठा, मग त्यांनीं रणांगणांत पकडलेला यज्ञसेन जो द्रुपद, त्याला त्याच्या प्रधानासहवर्तमान द्रोणाचार्यांकडे नेलें, आणि आतां द्रुपदाचा गर्व खालीं झाला, त्याचें ऐश्वर्य गेलें आणि तो पूर्ण स्वाधीन झाला, तेव्हां तो पूर्वीचा द्वेष आठवून द्रोण त्याला म्हणतो, "कणीक तिंबून मऊ करावी त्याप्रमाणें जबरीनें मीं तुझे लोक तुडवून काढले,आणि तुझी राजधानी ही तुडवून काढिली; व आतां तूं जिवानिशीं शत्रूच्या हातांत सांपडला आहेस; मग पूर्वीची जुनी मैत्री ह्या वेळीं कशाला पाहिजे?" असें बोलून किंचित् हसून तो द्रुपदाला पुनः म्हणाला, "क्षत्रिया, प्राणावर प्रसंग येण्याची भीति मनांत धरूं नको; कारण आम्ही ब्राह्मण फार क्षमावान आहों. लहानपणीं आश्रमांत तूं माझ्या बरोबर

खेळत होतास, तेव्हां, राजा, तुझ्या ठिकाणीं माझा स्नेहभाव उत्पन्न होऊन प्रेम वाढलेलें आहे. म्हणून, राजा, तुझ्याशीं माझी पूर्वींची मैत्री पुनः नवी व्हावी एवढेंच माझें मागणें आहे. मीही तुला देणगी देतों; ती ही कीं, तुझे राज्यापैकीं निमे राज्य तुला मिळेल. कारण,राजा नसलेला माणूस राजाचा मित्र असूं शकत नाहीं, तेव्हां तूं माझा मित्र कसा होणार? द्रुपदा, मीं देखील याकरितांच तुझें राज्य जिंकून घेण्याची खटपट केली. तर भागीरथीच्या दक्षिणतीरावर तुझें राज्य, आणि उत्तर तीरावर माझें राज्य. द्रुपदा, आतां तुला बरें वाटत असेल तर मी तुझा मित्र आहें असें समज." द्रुपद म्हणतो, "हे ब्राह्मणा, पराक्रमी महात्म्या पुरुषांनीं असें करावें ह्यांत कांहीं आश्चर्य नाहीं. तुझ्या संबंधानें मला फार संतोष वाटतो आणि माझ्याविषयीं तूंही निरंतर प्रेम ठेवावें इतकीच माझी इच्छा आहे."

द्रुपदाची मुक्तता.

वैशंपायन सांगतातः–राजा, हें द्रुपदाचें बोलणें ऐकतांच द्रोणानें त्याला सोडून दिलें; आणि आनंदानें त्याचा सत्कार करून त्याला अर्धें राज्य दिलें. तेव्हांपासून गंगेच्या कांठचें माकंदी शहर व त्याच्या आजूबाजूंचा प्रांत इतकें द्रुपदाचें राज्य झालें, आणि तो उदास होऊन माकंदी शहरांत व कांपिल्य शहरांत राहूं लागला आणि दक्षिणेस चर्मण्वती नदीपर्यंत पांचाल देशाचा दक्षिणभाग त्याचेकडे राहिला. ह्याप्रमाणें द्रोणानें द्रुपदाचा पाडाव करून मग त्याला संभाळलें.तेव्हां द्रोणाचे अंगीं जें ब्रह्मतेज आहे तें आपल्या अंगीं नसून, नुसत्या क्षत्रियतेजानें द्रोणाचा पराजय होणें शक्य नाहीं,असें ध्यानांत आणून द्रुपदाला पुत्र प्राप्त करून घेण्याची इच्छा झाली व तो भूलोकावर हिंडूं लागला. इकडे द्रोणाच्या वांटणीला अहिच्छत्राचें राज्य आलें. राजा, अशा रीतीनें अहिच्छत्र ही राजधानी व तिच्या सभोंवतालचे मुलूख, इतकें अर्जुनानें युद्धांत जिंकून द्रोणाला दिलें.

अध्याय एकशें एकूणचाळिसावा.

—:०:—

अर्जुनाच्या युद्धकौशल्याविषयीं द्रोणाचार्यांची खातरी.

वैशंपायन सांगतातः—राजा, मग तें वर्ष संपल्यावर धृतराष्ट्रानें पांडूचा मुलगा धर्मराज ह्यालाच अभिषेक करून युवराज करण्याचें ठरविलें; कारण त्याचे अंगीं धैर्य, मनाचा स्थिरपणा, सहनशीलता,भूतदया,सरळपणा, चाकरमाणसांवर दया वगैरे अनेक सद्गुण होते. पुढें थोड्याच काळानें धर्मराजानें सदाचरण ठेवून, शौर्यादिक गुण प्रगट करून, आणि सर्वांना संतुष्ट ठेवून असा लौकिक मिळविला कीं, त्यापुढें त्याच्या बापाच्या देखील लौकिकाची आठवण नाहींशी झाली. पांडवांपैकीं दुसरा भाऊ भीमसेन खड्गयुद्धांत, गदायुद्धांत व रथयुद्धांत जें जें अखेरचें शिकणें राहिलें होतें, तें सर्व बलरामापासून शिकला. शिकणें संपल्यावर, द्युमत्सेनासारखा बलाढ्य आणि महापराक्रमी झालेला तो भीमसेन आपल्या भावांच्या आज्ञेंत राहूं लागला. क्षुर, नाराच, भल्ल,विपाठ वगैरे सर्व जातींचे बाण, तसेच सरळ,वांकडे व रुंद असे निरनिराळे जातीचे बाण सोडण्यांत अर्जुन इतका प्रवीण झाला कीं, मुठींतून धनुष्यबाण निसटूं न देण्याची चिकाटी, बाण सोडण्याची चलाखी, नेम मारण्याची हातोटी व एकंदरीनें जलदी, सुबकपणा इत्यादि गुणांसंबंधानें पाहतां अर्जुनासारखा योद्धा त्रिभुवनांत दुसरा कोणी नाहीं; अशी द्रोणाचार्यांची पक्की खातरी झाली.

पांडवांचा पराक्रम व प्रख्याति.

मग कौरवांची सभा भरली असतां द्रोण

अर्जुनाला ह्मणाले, "पूर्वी धनुर्वेद शिकण्याचे कामीं अगस्त्यांचा शिष्य माझा गुरु होता; अग्निवेश ह्या नांवानें जो विख्यात पुरुष होऊन गेला,त्याचा मी शिष्य;तेव्हां मोठ्या तपश्चर्येच्या जोरावर जें हे वज्रासारखें तीव्र व अमूल्य असें ब्रह्मशिर नांवाचें सबंध पृथ्वीला जाळून टाकणारें अस्त्र मला मिळालें आहे, तें चांगल्याच्या हातून चांगल्याच्या हातींच पडावें अशी तजवीज करण्याच्या विचारांत मी आहें. गुरूनें तें मला देतेवेळीं सांगितलें कीं, ' द्रोणा, हें अस्त्र माणसांवर अगर अल्प सामर्थ्याच्या कोणत्याही शत्रूवर सोडूं नको.' तर राजपुत्रा, तुलाच हें दिव्य अस्त्र आज मिळालें आहे. दुसरा कोणी ह्याला पात्र नाहीं; मात्र, राजा, त्या ऋषीनें घालून दिलेली अटक संभाळ म्हणजे झालें. हे सर्व ज्ञाति पहात असतां ह्यांच्या साक्षीनें मला गुरुदक्षिणा दे." "बरें देईन" असें अर्जुनानें वचन दिल्यावर द्रोणाचार्य म्हणतात, "हे उदार राजपुत्रा, मी युद्धांत लढूं लागलों. असतां माझ्यासमोर तूं युद्ध करावें." "बरें आहे" अशी द्रोणांपाशीं प्रतिज्ञा करून त्यांचे पाय धरून तो शूर कुरुकुमार उत्तर दिशेला निघून गेला. तेव्हां आकाशवाणी झाली कीं, ' भूलोकांत अर्जुनासारखा धनुर्धारी वीर दुसरा कोणी नाहीं.' जसा धनुर्युद्धांत तसाच गदायुद्धांत, खड्गयुद्धांत व रथयुद्धांतही अर्जुन प्रवीण झाला. मोठा नीतिमान जो सहदेव, तो द्रोणाचार्यांपासूनच शिकून नितिशास्त्रांत पंडित होऊन आपल्या भावांच्या कह्यांत वागूं लागला. द्रोणाचार्यांच्याच हाताखालीं तयार झालेला नकुल हाही सर्व भावांचा आवडता असून युद्ध करण्यांत इतका खुबीदार आणि प्रख्यात झाला कीं, अतिरथी वीरांतही त्याचें नांव प्रसिद्ध झालें. असो; राजा,गंधर्व विघ्न करीत असतांही न जुमानतां तीन वर्षें ज्यानें यज्ञ चालविला होता,अशा सौवीराला अर्जुन वगैरे कुंतीच्या पांच मुलांनीं समरांगणांत मारून टाकिलें. एक यवनांचा राजा इतका बलिष्ठ होता कीं,त्याला जिंकून ताब्यांत आणण्याचें काम—एवढा पराक्रमी पांडु राजा पण त्याचे हातून सुद्धां झालें नव्हतें; त्याला अर्जुनानें कह्यांत आणिलें. त्याचप्रमाणें, अतिशय बलाढ्य व कुरूंशीं नेहमीं तोऱ्यानें असणारा असा विपुल नांवाचा सौवीर होता, त्याला ह्या बुद्धिशाली अर्जुनानें मारून टाकिलें. मोठ्या निकरानें युद्धाला पुढें आलेला, दत्तामित्र ह्या नांवानें प्रसिद्ध असलेला सुमित्र नांवाचा एक सौवीर होता, त्याला अर्जुनानें बाणांनीं जेरीस आणिलें. भीमसेनाला मात्र मदतीला घेऊन अर्जुनानें एकाच रथानिशीं पूर्वेकडील सर्व राजांवर स्वाऱ्या करून त्यांचे सहस्त्रावधि रथांशीं झुंजून त्यांना जिंकलें. त्याचप्रमाणें एकाच रथानिशीं दक्षिण दिशेला स्वारी करून तीही जिंकली, आणि कुरुराज्यांत द्रव्याच्या राशी आणून ओतल्या. अशा रीतीनें त्या थोर महात्म्या पांडवांनीं दुसरीं राष्ट्रें जिंकून आपलें राज्य वाढविलें. तेव्हां त्या धनुर्धारी पांडवांच्या सामर्थ्याचा लौकिक ऐकून पांडवांविषयीं धृतराष्ट्राचें मन एकदम फिरलें; आणि अतिशय काळजी लागून रात्रीं त्याला झोंप देखील येईना.

अध्याय एकशें चाळीसावा.

—:०:—

कणिकनीति.

वैशंपायन सांगतात:-जनमेजया, ह्याप्रमाणें पांडुपुत्रांचें लोकोत्तर बळ,अपूर्व वीर्य व विलक्षण पराक्रम श्रवण केल्यावर, धृतराष्ट्र राजा चिंतेनें अगदीं तळमळूं लागला. नंतर, राजनीतीचें तत्त्व उत्तम प्रकारें जाणाऱ्या, अत्यंत मसलती व सर्व मंत्र्यांमध्यें अग्रगण्य अशा कणिननामक ब्राह्मणास बोलावून आणून त्यानें म्हटलें, ' हे द्विजोत्तमा, पांडवांचा सर्वत्र एकसारखा अभ्युदय

होत चालला आहे, हें पाहून माझ्या मनास फार हळहळ वाटते! तेव्हां अशा स्थितींत पांडवांशीं सख्य केल्यानें हित होईल किंवा युद्ध केल्यानें हित होईल, ह्या विषयीं पूर्ण विचार करून जो सिद्धांत ठरेल, तो मला सांग; म्हणजे त्याप्रमाणें मी करीन.'

वैशंपायन सांगतातः—जनमेजया, धृतराष्ट्र राजाचें हें भाषण ऐकून त्या राजनीतिशारद कणिक ब्राह्मणास मोठा आनंद झाला, व राजनीतींतील जें अतिशय प्रखर प्रकरण, तें विवेदन करण्यास त्यानें प्रारंभ केला.

कणिक म्हणालाः—राजा धृतराष्ट्रा, तूं विचारिलेल्या प्रश्नासंबंधानें मी जें कांहीं सांगत आहें, तें ऐक. माझें भाषण तुला दुःसह वाटेल, व त्यामुळें तुझ्या मनांत माझ्याविषयीं संताप व तिरस्कारही उत्पन्न होऊं लागेल; पण तसें होऊं देऊं नको. मी जो उपाय सांगत आहें तो जरी फार तीक्ष्ण आहे, तरी त्यापासूनच तुझें हित होईल हें लक्षांत ठेव.

धृतराष्ट्रा, पांडवांशीं सख्य किंवा युद्ध ह्यांपैकीं काय करावें, असें तुझें विचारणें आहे, पण दुर्योधन व भीम, अथवा कर्ण व अर्जुन ह्यांमध्यें इतकें घोर वैर माजलें आहे कीं, त्या उभयतांत सख्य करणें अगदीं असंभाव्य होय. ह्यास्तव प्रस्तुतच्या स्थितींत युद्ध करण्याखेरीज दुसरा उपायच नाहीं. म्हणून, ज्यांशीं युद्ध करावयाचें, त्यांच्या व आपल्या स्थितीचा नीट विचार करून मग जें ठीक दिसेल तें करावें, हें उचित होय.

राजा, स्थूल मानानें शत्रूचे प्रकार तीन आहेतः दुर्बल शत्रु, समान शत्रु, व बलिष्ठ शत्रु. ह्या तिन्ही प्रकारच्या शत्रूंशीं वर्तन करितांना त्या त्याप्रमाणें निरनिराळें धोरण ठेविलें पाहिजे. तिघांशींही वर्तन करितांना मुख्य गोष्ट ध्यानांत धरिली पाहिजे ती ही कीं, शत्रु कशाही प्रकारचा असला तरी तो आपल्या अंकित व्हावा, किंवा त्याचें सर्वस्व आपणास हरण करितां यावें.

धृतराष्ट्रा, ह्या दृष्टीनें विचार केला म्हणजे दुर्बल शत्रूच्या संबंधानें आपण इतकीच दक्षता ठेविली पाहिजे कीं, तो आपली मान केव्हांही वर उचलणार नाहीं; आणि ही गोष्ट घडवून आणण्यास उत्तम उपाय हाच कीं, आपलें शस्त्र सदोदित त्याजवर उपसलेलें असावें. हीन शत्रूंना नेहमीं आपलें भय वाटत असलें म्हणजे मग ते आपणावर उठतील अशी शंकाच घ्यावयास नको. ह्याकरितां, त्यांशीं जें कांहीं करावयाचें, तें सर्व तरवारीच्या जोरावरच करावें.

राजा, समान शत्रूपुढें आपला पराक्रम, बल व ऐश्वर्य हीं सदोदीत जागृत ठेविलीं पाहिजेत. त्याच्या मनांत आपल्या बलादिकांविषयीं यत्किंचित् शंका येऊं देऊं नये, आणि आपण हळू हळू आपलें बळ वाढवून शेवटीं शत्रूवर चढ करून जाऊन त्याचा वध करावा.

कुरुश्रेष्ठा, आपल्या राज्यांतील कोणतेंही छिद्र बलिष्ठ शत्रूस दिसूं न देणें, आणि बलिष्ठ शत्रूचें प्रत्येक छिद्र आपण जाणणें, हा बलवान शत्रूचा विध्वंस करण्याचा अतिशय सुगम मार्ग होय. आपलें धन आपलें सैन्य, आपले सल्लागार इत्यादिकांविषयीं कोणतेंही वैगुण्य जर शत्रूस समजलें नाहीं, व शत्रूचें प्रत्येक छिद्र जर आपणास माहीत झालें, तर त्या शत्रूचा नाश झालाच म्हणून समजावें. विजयेच्छु पुरुषानें शत्रुपक्षाच्या छिद्रांतून शत्रूच्या गोटांत प्रवेश करावा, आणि मग शत्रूचा खुशाल संहार उडवावा! राजा, ज्याप्रमाणें कासव आपलीं अंगें आवरून धरून गुप्त ठेवतो, त्याप्रमाणें आपलीं छिद्रें गुप्त राखण्याविषयीं नेहमीं सावध असावें.

धृतराष्ट्रा, शत्रूवर एकदा शस्त्र उचललें म्हणजे त्याचा पूर्ण निःपात करावा. अर्धवट स्थितींत त्यास सोडूं नये. कांटा देखील जर अर्धा-

मुर्धा काढिला व अर्धामुर्धा शिल्लक ठेविला तर त्यापासून व्रण होतो; मग अवशिष्ट ठेविलेल्या शत्रूपासून पीडा होईल ह्याची शंका आहे काय? अपकार करणाऱ्या शत्रूचा वधच केला पाहिजे.

राजा, शत्रु जरी प्रबल असला, किंवा योद्धा जरी रणधुरंधर असला, तरी कांहीं आपत्ति आहे अशी संधि साधून त्याजवर एकदम चाल करून गेल्यास त्याची अनायासें दुर्दशा उडवितां येते.

बा धृतराष्ट्रा, शत्रु दुर्बल असला तरी त्याची कधींही उपेक्षा करूं नये. कारण, त्यास कोणाचा आश्रय वगैरे मिळाल्यास तो आपला नाश केल्याशिवाय रहाणार नाहीं. पहा—अग्नि हा अल्प असला, तरी त्यास इंधनाचा आश्रय मिळाला म्हणजे तो सर्व अरण्याचा सप्पा उडवितो. राजा, दुर्बल शत्रु प्रसंगानुसार काय करील याचा नियम नाहीं. आपणास विपरीत काल प्राप्त झाला आहे असें मनांत आणून, वीरास लांच्छनप्रद असणाऱ्या गोष्टीही करण्यास तो कदाचित् प्रवृत्त होईल; कठिण प्रसंगीं तो कदाचित् दांतीं तृण धरून आपल्यास शरणही येईल; त्या समयीं कोणीं त्याची निर्भर्त्सना केल्यास तो बहिऱ्याचें सोंग घेऊन ती सर्व सहन देखील करील; क्षत्रियाचा प्रधान धर्म सोडून देऊन तो शत्रुगृहीं भिक्षा सुद्धां मागेल; तो आपल्या हातांतलें शस्त्र तृणवत् फेंकून देऊन स्वस्थ बसेल; आणि अखेरीस, व्याध जसा निजल्यासारखा पडून राहून शेवटीं विश्वासानें हरिणाचा प्राण घेतो, तसा तो दुर्बल शत्रु दैन्य स्वीकारून मोठ्या विश्वासानें आपला प्राण घेईल! ह्यास्तव, युक्तिप्रयुक्तीनें शत्रूस आपलासा करून घेऊन त्याचा वधच करावा, हें प्रशस्त होय. तो आपणास शरण आला आहे, इत्यादि उदारबुद्धि उपयोगाची नाहीं. एकदां शत्रूचा अंत करून टाकला म्हणजे भीतीचें बीजच नष्ट होतें, आणि मग कसलीच काळजी वाहावी लागत नाहीं. हे धृतराष्ट्रा, जो पुरुष पूर्वीं आपणास अपकार करावयाला प्रवृत्त झाला होता—पण दुर्बळपणामुळें आतां शरण आला आहे, त्याचा वधच करणें उचित आहे.

राजा, आतां, प्रबल शत्रूशीं कशा प्रकारें वर्तन करावें, हें तुला सांगतों. धृतराष्ट्रा, शत्रु प्रबल असल्यास त्याच्या सेवकांस धनादिक देऊन त्यांस फितूर करावें व अशा प्रकारें शत्रूस दौर्बल्य उत्पन्न करून व विषादि प्राणघातक उपायांनीं त्याचा अंत करावा. राजा, सेवकवर्ग आपल्यास वश झाले म्हणजे ही गोष्ट मुळींच दुर्घट नाहीं. शत्रूच्या सेवकमंडळांत एकदा स्वामिद्रोह उत्पन्न झाला, म्हणजे शत्रूचे दुर्ग हस्तगत होण्यास विलंब लागणार नाहीं; हेरांना शत्रूच्या मसलती तेव्हांच समजतील; आणि आप्तादिकांच्या दुष्ट उपदेशानें शत्रूचा उत्साह तेव्हांच भग्न करितां येईल. राजा, शत्रूस दुर्बल करण्याकरितां त्याच्या ऐश्वर्याचा पूर्ण नाश केला पाहिजे. म्हणून अमात्य, दुर्ग, कोश, दंड (सैन्य) व प्रजा ह्या ज्या शत्रूच्या पांच प्रकृति, त्यांचा उच्छेद करावा; आणि शत्रूकडून साम, दान, दंड, भेद, माया, उपेक्षा व इंद्रजाल ह्या सात उपायांचा आपणावर प्रयोग घडणार नाहीं अशीं दक्षता राखावी.

बा धृतराष्ट्रा, नेहमीं प्रथम शत्रुपक्षाचें मूळ तोडीत जावें. नंतर अन्नपानादिद्वारा विषप्रयोग करून, त्या पक्षाचे जे साहाय्यकारी असतील त्या सर्वांचा वध करावा. राजा, ह्याप्रमाणें शत्रूकडील मुख्य मुख्य पुरुष नष्ट झाले, म्हणजे त्यांजवर अवलंबून राहाणारे सर्व पुरुष आपोआपच नष्ट होतील. पहा—एखाद्या वृक्षाचीं मुळेंच तोडून टाकिलीं, तर त्याच्या शाखा कशा जिवंत राहातील बरें?

राजा, विजयेच्छु पुरुषानें सदासर्वकाळ शत्रूवर आपलें लक्ष ठेवावें; त्यानें दुसऱ्या गोष्टीकडे चित्त देऊं नये; आपलीं कृत्यें नेहमीं अगदीं गुप्त राखावीं; नेहमीं शत्रूचें छिद्र शोधीत असावें;

शत्रूविषयीं केव्हांही गैरसावध राहूं नये; अग्निहोत्र यज्ञयाग, भगवीं वस्त्रें, मृगचर्म, जटावर्धन इत्यादि उपायांनीं ' आपण मोठे धार्मिक आहों,' असा शत्रूच्या मनांत पूर्ण विश्वास उत्पन्न करावा; आणि नंतर लांडग्याप्रमाणें शत्रूवर अचानक उडी घालून शत्रूचा विध्वंस उडवावा. राजा, अग्निहोत्रादिक दांभिक कृत्यें म्हणजे परापकर्षणाकरितां अंकुशच होय. त्या दंभरूप अंकुशानें शत्रुरूप फळांनीं भरलेली शाखा वांकवावी, व शत्रुप्राणरूप पक्व फळें काढून घ्यावीं, हाच व्यावहारिकांचा मार्ग होय.

बा कौरवाधिपा, शहण्या पुरुषांची सर्व दृष्टि फलावर असते. मुख्य उद्देशापासून विमुख न होतां जी जी गोष्ट करणें भाग पडेल, ती ते करितात. ह्यास्तव, जोंपर्यंत काल प्रतिकूल आहे, तोंपर्यंत शत्रूला आपल्या मस्तकावर सुद्धां नाचीविलें पाहिजे; पण तोच काल अनुकूल होतांच एखाद्या मृत्तिकेच्या घटाप्रमाणें शत्रूला दगडावर आपटून ठार करण्यास प्रत्यवाय नाहीं ! राजा, शत्रू एकदां हातांत सांपडला, म्हणजे त्यानें कितीही दैन्य दाखविलें तरी त्याला सोडून देऊं नये. अपकार कारणाऱ्या पुरुषाची कींव न करितां त्याचा वध करणें हेंच विहित आहे.

राजा, शत्रूला हस्तगत करून त्याचा वध करण्याचे मुख्य उपाय साम, दान, भेद व दंड हे चार होत. ह्या चारही साधनांचा अवलंब करून शत्रूचा वध करावा.

धृतराष्ट्र विचारितोः—हे द्विजश्रेष्ठा, साम, दान भेद व दंड ह्या चतुर्विध उपायांनीं शत्रूचा कसा वध करितां येतो, तें मला यथास्थितपणें निवेदन कर.

कणिक सांगतोः—राजा धृतराष्ट्रा, सामादिक चार उपायांनीं शत्रूचा वध कसा करितां येतो. हें तुला नीटपणें समजण्यासाठीं प्रथम एक गोष्ट सांगतों, ती श्रवण कर.

कोल्ह्याची गोष्ट.

धृतराष्ट्रा, पूर्वीं एक स्वार्थपंडित व महाधूर्त कोल्हा एका अरण्यांत रहात असे. एक वाघ, एक उंदीर, एक लांडगा व एक मुंगूस असे त्याचे चार मित्र होते. त्या चौघांसह तो कोल्हा एके समयीं त्या वनांत फिरत असतां, त्यांना एक बळकट काळवीट आढळला. त्या चौघांपैकीं एकालाही त्यास धरितां येईना, म्हणून त्यांनीं एक मसलत योजिली.

कोल्हा म्हणालाः—वाघोबा, तूं ह्या काळविटाला मारण्यासाठीं वनांत पुनः पुनः प्रयत्न करून पाहिलास; परंतु हा तरुण, वेगवान व चतुर असल्यामुळें तुझ्या हातीं लागत नाहीं. ह्यास्तव, हा निजला म्हणजे ह्या उंदरानें त्याचे पाय कुरतुडून कुरतुडून खावे. उंदरानें त्याचे पाय खाऊन टाकल्यावर तो पळेनासा होईल, आणि मग तूं त्यास मार; म्हणजे आपण सर्व मोठ्या आनंदानें त्यास खाऊन टाकूं !

राजा, कोल्ह्याचें तें भाषण ऐकून उंदरानें त्या काळविटाचे पाय थोडथोडे खाऊन त्यास लंगडें केलें, आणि नंतर वाघानें त्यास मारिलें. ह्याप्रमाणें त्या काळविटाची अवस्था होऊन त्याचा देह भूमीवर निश्चेष्ट पडला, तेव्हां कोल्हा आपल्या मित्रांस म्हणाला, " मित्रहो, तुमचें कल्याण असो. तुम्ही आतां स्नान करून या. मी येथें राखण करीत बसतों. "

बा धृतराष्ट्रा, कोल्ह्यानें असें सांगतांच, वाघ व इतर सर्व मित्र नदीवर स्नानास गेले. इकडे तो कोल्हा मात्र मोठ्या चिंतेंत निमग्न होऊन तेथेंच राहिला. नंतर, आतां आपणांस मृगमांस खावयास मिळणार असें मनांत आणून वाघ प्रथम त्या स्थळीं आला, आणि पाहतो तों कोल्हा मोठ्या चिंतेंत आहे, असें त्यास आढळलें. तेव्हां वाघानें त्याला म्हटलें, " हे बुद्धिमंता, तूं तर आपणां सर्वांत शहाणा; आणि

असें असूनही तूं खिन्न दिसतोस,तो कां बरें? अरे, ये, आज आपण मांस खाऊन विहार करूं."

कोल्हा उत्तर करितोः—हे शूरा, उंदीर काय म्हणाला, तें ऐक. तो म्हणाला कीं, 'धिक्कार असो त्या मृगाधिपतीच्या बलाला! आज जो हा काळवीट मारिला, तो मीं! माझ्या बाहुबलावर वाघ आज पोकळ चैन करणार!' वाघोबा, यःकिंचित् उंदीर जर ह्याप्रमाणें गर्जून सांगत आहे, तर मला हें मांस खाण्याची कशी बरें आवड असेल?

वाघ म्हणालाः—कोल्होबा,जर उंदीर असें म्हणत असेल,तर त्यानें मला वेळेवरच जागें केलें! आतां मीं आपल्या बाहुबलानें श्वापदांस मारून त्यांचें मांस भक्षण करीन.

राजा, असें बोलून वाघ अरण्यांत चालता झाला. पुढें लवकरच त्या स्थळीं उंदीर प्राप्त झाला. तेव्हां कोल्हा त्यास म्हणतो, "बा उंदरा, तुझें कल्याण असो. तेथें मुंगूस तुजविषयीं काय बोलला तें ऐक. तो मला म्हणाला; 'हरणाचें मांस पचण्यास मोठें कठिण आहे; मला तें विषाप्रमाणें वाटतें; ह्यासाठीं मला तें नको; मी आज उंदरासच खाणार!' तेव्हां बाबा, ह्या गोष्टीस तूं आपली मान्यता दे."

राजा, कोल्ह्याचें तें भाषण श्रवण करून उंदीर फार घाबरला, आणि बिळांत पळून गेला. नंतर लांडगा स्नान करून आला, तेव्हां कोल्हा त्यास म्हणतो, "लांडगेदादा, वाघ अगदीं चवताळून गेला आहे, ह्यास्तव आतां तुझी गति धड दिसत नाहीं. तो सहपरिवार येथें येत आहे,तेव्हां ह्या वेळीं तुला योग्य दिसेल तें तूं कर."

राजा, कोल्ह्यानें जेव्हां असें सांगितलें, तेव्हां लांडगा धूम ठोकून पळून गेला. इतक्यांत मुंगूसही त्या स्थळीं आला. तेव्हां कोल्ह्यानें त्यास म्हटलें, "बा नकुला, माझा पराक्रम तुला विदित नाहीं. पहा—मीं आपल्या बाहुबलानें व्याघ्रादिकांचा पराभव करून त्यांस पळवून लाविलें आहे; ह्यास्तव तूं प्रथम मजशीं युद्ध कर, आणि मग यथेष्ट मांस खा."

कणिक सांगतोः—राजा,कोल्ह्याचें हें बोलणें ऐकून मुंगुसानें उत्तर केलें, "कोल्होबा, मृगराज वाघ, लांडगा व महाधूर्त उंदीर ह्यांची जर तूं अशी अवस्था केली आहेस तर माझा तुझ्यापुढें काय पाड! तूं खचीत बलिष्ठ आहेस. तुझ्याशीं युद्ध करण्यास मी धजत नाहीं." राजा असें बोलून मुंगुसानेंही वनांतली वाट धरिली!

ह्याप्रमाणें, बा कौरवाधिपा, व्याघ्रादिक सर्व मंडळी निघून गेल्यावर एकट्या कोल्ह्यानें तें मांस मोठ्या आनंदानें भक्षण केलें. राजा, हें सर्व त्यानें केवळ आपल्या मसलतीच्या जोरावर केलें. ह्यास्तव, जो राजा ह्याप्रमाणें नित्य वर्तन करील, त्यास सुख प्राप्त होईल.

जो पुरुष भित्रा असेल, त्यास भय दाखवून स्वार्थ साधावा; शूराशीं हात जोडून काम करून घ्यावें; लोभी मनुष्यास द्रव्यादिक देऊन फसवावें; आणि जो समान किंवा न्यून असेल त्यास शक्तीनेंच स्वाधीन करून घ्यावें. राजा, हा सर्व प्रकार चांगला ध्यानांत ठेव.आतां तुला दुसरे कितीएक नियम सांगतों, त्याजकडे लक्ष दे.

इतर कुटिल नियम.

राजा, धृतराष्ट्रा, पुत्र, मित्र, भ्राता. पिता अथवा गुरु ह्यांपैकीं कोणीही कां असेना, जर तो आपणांशीं वैर करीत असेल तर त्याचा वध करणें ह्यांतच उत्कर्षेच्छु पुरुषाचें हित आहे.

शपथा घेणें, लांच देणें, विष घालणें किंवा दंगा करणें ह्यांपैकीं कोणत्याही उपायानें शत्रूचा घात करावा; त्याची उपेक्षा म्हणून कधींही होऊं देऊं नये. समान शत्रूशीं गांठ असतां मीं सांगितलेला हाच उपाय श्रेयःस्कर आहे.

राजा, धनादिकांच्या मदानें अंध होऊन कार्याकार्यविचार न करितां भलत्याच मार्गाचें

अवलंबन करणाऱ्या गुरुजनाला सुद्धां शासन केलें पाहिजे, त्यांत कांहींएक अयोग्य नाहीं.

धृतराष्ट्रा, आपलें हृद्गत दुसऱ्यास ओळखितां येऊं देऊं नये. अ.पण जरी रागावलों, तरी तो राग गुप्त ठेवावा. कोणाशीं बोलवयाचें झाल्यास प्रेमळपणा दाखवून हास्यमुद्रेनें बोलावें. कितीही संताप झाला, तरी शिवीगाळ करून हुमरीतुमरीवर येऊं नये. हे भारता, ज्याच्या मनांत दुसऱ्याचा घात करावयाचा आहे, त्यानें अगदीं गोड बोलण्याचा परिपाठ ठेवावा, आणि गोड बोलतां बोलतां अखेरीस घात करावा; घात केल्यावर त्या दीन जनांविषयीं मोठी दया दाखवावी, त्याजविषयीं फार फार खेद प्रदर्शित करावा, आणि शेवटीं रोदनही करावें !

राजा, शत्रूला आपल्याविषयीं विश्वास उत्पन्न करण्यास झटावें, त्यास समजुतीच्या चार गोष्टी सांगाव्या, धर्माचें अवडंबर माजवून त्या योगें त्याच्या मनांत आपणाविषयीं श्रद्धा उत्पन्न करावी, अथवा आपल्या अंगीं दयादाक्षिण्यादि श्रेष्ठ गुण वसत आहेत, असें त्यास भासवावें; आणि अशा प्रकारें शत्रू स्वस्थानापासून चलित झाला, (तो आपल्यास वश झाला,) म्हणजे योग्य संधि पाहून त्याच्यावर घाला घालावा ! थोर अपराध केला असला, तरी दांभिक कृत्यांचें स्तोम माजविलें म्हणजे त्या अपराधावर पांघरूण पडतें. पहा–पर्वत लहानसहान असतो काय ? पण मेघडंबरानें तो समूळ आच्छादित होतो ! राजा, ज्या पुरुषास आपल्या मनांत ठार करावयाचें असेल, त्याच्या घराला आग लावून द्यावी; आणि कोणाच्या मनांत आपल्याविषयीं शंका येऊं नये. म्हणून, दरिद्री (गुन्हे करण्यास पात्र), नास्तिक (धर्महीन) , चोर वगैरे लोकांस देशांतून काढून लावावें. अशाकरितां कीं, जो राजा प्रजेच्या सुखाविषयीं इतकी काळजी घेतो, तो कधींही स्वतः दुराचरण करणार नाहीं, असें सर्वांस भासावें.

राजा, आगतस्वागत, नजरनजराणा इत्यादिकांच्या योगें शत्रूच्या मनांत आपल्याविषयीं दृढ विश्वास उत्पन्न झाला म्हणजे त्यावर असा घाव घालावा कीं, त्याबरोबर तो रसातळासच जाईल! धृतराष्ट्रा, ज्या लोकांविषयीं शंका घेण्याचें वस्तुतः कांहींच प्रयोजन नाहीं; त्यांजविषयीं सुद्धां शंका घेतली पाहिजे; मग ज्यांची शंका घेण्यास कारण आहे, त्यांजविषयीं नेहमीं अगदीं पूर्णपणें सावध असावें, हें सांगावयासच नको. राजा, ज्यांविषयीं आपणास शंका येत नाहीं, अशा लोकांपासून कांहीं संकट उत्पन्न झाल्यास ते आपलीं पाळेंमुळेंही खणून काढतील ! ह्यासाठीं, अविश्वासू पुरुषावर तर विश्वास ठेवूं नयेच; परंतु विश्वासू पुरुषावर सुद्धां बेताबातानेंच विश्वास ठेवावा. कारण, विश्वासामुळें जें भय उद्भवतें, तें अगदीं समूळ नाश करितें !

राजा, स्वराष्ट्रांत व परराष्ट्रांत जे हेर नेमावयाचे, त्यांची योग्य परीक्षा करून, ज्यांवर आपली पूर्ण श्रद्धा असेल असेच नेमावे. परराष्ट्रांत हेर पाठविणें ते पाखंड्यांच्या व तपस्व्यांच्या वेषानें पाठवावे. बागबगीचे, क्रीडास्थानें, देवालयें, मद्यशाला, रस्ते, चौक, विहिरी, पर्वत, वनें, नद्या इत्यादि ज्या ज्या स्थानीं कांहीं ना कांहीं कारणाकरितां लोक जमतात, त्या त्या स्थानीं हेरांकडून नित्य टेहेळणी ठेवावी; आणि त्याप्रमाणेंच मंत्री, पुरोहित, युवराज, चमूपति, राजद्वारपाल, अंतःपुररक्षक, कारागृहाधिपति, धनसंग्रहाधिकारी धनव्ययाधिकारी, मार्गदर्शक, नगराध्यक्ष, कार्ययोजक, धर्माध्यक्ष, सभापति, दंडपाल, दुर्गपाल, सीमारक्षक व अटवीपालक ह्या अठरा राज्याधिकाऱ्यांच्या मागें नेहमीं गुप्त हेर असूं द्यावे.

राजा, कार्यसाधु पुरुषाची वाणी लोण्यासारखी अतिशय मृदु असावी; पण हृदय वस्तऱ्यासारखें

अत्यंत तीक्ष्ण असावें. त्यानें भाषणांत अगदीं साखर पेरावी;पण कृतींत अगदीं आग पाखडावी. त्यानें हात जोडावे, शपथा घ्यावा, समजुतीच्या गोष्टी सांगाव्या, पायांवर मस्तक ठेवावें, आशा लावावी, अथवा दुसरें एखादें असलेंच कृत्य करावें; पण काम साधून घ्यावें!

धृतराष्ट्रा, वैभवेच्छु पुरुषानें जर कोणास आशा लाविली, तर ती पूर्ण न करण्याची दक्षता ठेवावी; बरें, यदाकदाचित् आशा परिपूर्ण करण्याची पाळी आली, तर मध्यंतरींच कांहीं विघ्न उपस्थित करावें; बाहेरून आपण खचीत कार्य करणार असा भरंवसा दाखवावा, पण आंतून, बिलकुल कार्य करावयाचें नाहीं असा पूर्ण निश्चय ठेवावा; आणि यद्यपि आपला डाव फसला,तरी हिम्मत अगदीं खचूं देऊं नये!

राजा, धर्म, अर्थ व काम ह्या त्रिवर्गांपासून त्रिविध पीडा व त्रिविध फळें प्राप्त होतात, त्यांपैकीं पीडा ह्या कष्टप्रद व फळें हीं सुखप्रद आहेत; म्हणून पीडा वर्ज्य कराव्या,आणि सुखांचा स्वीकार करावा. तात्पर्य, धर्म, अर्थ व काम ह्या तीन गोष्टींपैकीं एक दुसरीस उपसर्ग करणार नाहीं, अशा प्रकारें त्यांचा उपभोग घ्यावा, म्हणजे पीडा न होतां सुखोत्पत्ति होईल. पहा, कोणी धर्माकडेच विशेष लक्ष देऊं लागला, तर त्यास अर्थहानि व कामनाश हीं दुःखें सहजच उत्पन्न होतील; आणि मग त्याचें चित्त अर्थ व काम ह्यांकडे आसक्त होऊं लागलें म्हणजे धर्मापासूनही दुःखच वाटेल; त्याप्रमाणेंच, कोणी अर्थाकडेच विशेष लक्ष देऊं लागला, तर त्यास धर्महानि व कामनाश हीं दुःखें भोगावीं लागून अर्थात् त्यामुळें अर्थापासूनही दुःखच होईल; आणि तसाच, कोणी कामाकडेच विशेष लक्ष देऊं लागला, तर त्यास धर्महानि व अर्थनाश ह्या आपत्ति प्राप्त होऊन तद्द्वारा कामापासूनही आपत्तिच जाणवेल. ह्यास्तव, तिन्ही गोष्टी इतरांस उपद्रव करणार नाहींत,अशा प्रकारें उपभ‍गिल्यास त्यांपासून उद्दिष्ट सुखें मिळवून दुःख‍पासून अलिप्त राहतां येईल हें पूर्ण लक्षांत धरा‍

राजा, संपत्तीच्या भरानें चढून जाऊं न‍ स्वकार्यावर नेहमीं चित्त ठेवावें, शांति धार‍ करावी, दुसऱ्याचा उत्कर्ष पाहून विषाद मा‍ नये, विवेक जागृत राखावा, चित्ताची शु‍ जोडावी, ब्राह्मणांची सल्ला घ्यावी, आणि मृ‍ अथवा कठोर ह्यांपैकीं जें कर्म करावें लागेल, करून आपली संकटांतून मुक्तता करून घ्याव‍ परंतु आपत्काल नष्ट झाल्यावर कोणत्याही कु‍टिल कृत्यास प्रवृत्त न होतां धर्माचरण करावें

धृतराष्ट्रा, साहस केल्याशिवाय मनुष्या‍ सुखाचे दिवस येत नाहींत; पण जर का त्य‍ साहसांतच त्याचा नाश झाला. तर मग सग‍ळेंच संपतें!

राजा, ज्याची बुद्धि मंद असेल, त्यास आ‍पल्या पूर्वींच्या बढाईच्या गोष्टी सांगाव्या; ज‍ मूर्ख असेल, त्यास 'पुढें अमुक करीन' वगै‍ आशा लावाव्या; आणि जो शहाणा असेल त्यास प्रत्यक्ष धनादिक देऊन संतुष्ट करावें.

शत्रूशीं सख्य केलें म्हणजे सर्व कांहीं मिळ‍विलें, असें मानून स्वस्थ राहणें हा निवळ वेडे‍पणा होय. वृक्षाच्या अग्रावर निजलेल्या मनु‍ष्याचे जसे तो खालीं पडल्यावर डोळे उघड‍तात, तसेच त्या स्वस्थ राहणाऱ्याचे मागा‍हून डोळे उघडतील!

मंत्रिवर्गाशीं मत्सर करूं नये, व त्यांजकडू‍ आपली मसलत गुप्त राखण्याचा नित्य प्रयत्‍ करावा; आणि आपला क्रोध वगैरे बाहेर दाख‍वूं नये, व गुप्त हेरांकडून ,शत्रूकडील गुप्त बा‍तमी हटकून बाहेर काढावी.

विपुल लक्ष्मी प्राप्त होण्यास शत्रूच्या मर्मा‍वर घाव घालावे लागतात, क्रूर कर्म करावें ला‍गतें, आणि मत्स्यमार कोळ्याप्रमाणें दुसऱ्याचे

प्राण घ्यावे लागतात! ह्यास्तव, शत्रूचें सैन्य थोडें राहिलें आहे, रोगानें ग्रस्त झालेलें आहे, थकून गेलें आहे, तान्हेलें आहे, उपाशीं मरत आहे, किंवा विश्वासानें स्वस्थ बसलें आहे, असें पाहून त्यावर छापा घालावा!

राजा, दुसऱ्याचीं कांहीं कामेंकाजें करणें झाल्यास तीं सर्व एकदम करूं नयेत; कांहीं अवशिष्ट ठेवून करावीं. कारण, गरज सारल्यावर कोणीही पर्वा करीत नाहीं!

धृतराष्ट्रा, मित्राशीं गोडी करण्याचा व शत्रूशीं वैर करण्याचा यत्न करण्यांत विषाद वाटूं देऊं नये. भाग्येच्छु पुरुषानें सदोदीत उमेद धरण्याचा प्रयत्न करावा.

राजा, आपण जीं कृत्यें करणार, त्यांची आगाऊ वार्ता मित्रांस किंवा शत्रूंस मुळींच लागूं देऊं नये; कृत्यें आरंभिल्यावरच किंवा संपूर्ण झाल्यावरच त्यांस समजावीं.

जोंपर्यंत भीति दूर आहे, तोंपर्यंत भित्र्यासारखें तिचें निवारण करावें; परंतु ती येऊन ठेपली असें दिसल्यास मग न भितां तिच्याशीं झुंजावें.

बाहुबलावर वश करून घेतलेल्या शत्रूवर जो मनुष्य कृपा करितो, तो, गर्भ धारण केलेल्या खेचरीप्रमाणें मृत्युमुखीं पडतो!

पुढें आपणास काय करावयाचें आहे व आज आपण काय करीत आहों, ह्याचा नीट विचार करावा. बुद्धीला मोह पडून मुख्य हेतूकडे दुर्लक्ष होऊं देऊं नये.

उदयेच्छु पुरुषानें नित्य एकसारखा उद्योग करावा. देश, काल, प्राक्तनकर्म आणि धर्म, अर्थ व काम ह्यांच्या अनुरोधानें त्यानें वागावें. पण त्यांत विशेष भिस्त देश व काल ह्यांजवरच ठेवावी. कारण खरें कल्याण त्या दोहोंपासूनच होतें. असा निश्चय समजावा.

बा धृतराष्ट्रा, शत्रु क्षुद्र कां असेना, त्याची उपेक्षा केल्यास तो ताडाच्या वृक्षाप्रमाणें मूळ धरितो, आणि अरण्यांत टाकून दिलेल्या अग्नीप्रमाणें भराभरां वाढतो. राजा, त्या शत्रूला मदत वगैरे मिळाली म्हणजे, काष्ठादिकांच्या आश्रयानें जशी अग्नीची फुगणी पेट घेते तसा तो चेतत जातो, व अखेरीस महान शत्रुरूप काष्ठराशीस (आपणास) भस्म करून टाकितो!

धृतराष्ट्रा, शत्रूस आशा वगैरे लावावयाची असल्यास, मध्यंतरीं पुष्कळ काळ जाईल अशी व्यवस्था करावी. तितक्या अवधींत शत्रूचा पाडाव झाला नाहीं व ती आशा पूर्ण करण्याची पाळी आली, तर मध्येंच कांहीं विघ्नाची सबब सांगावी. तेवढ्यावर न भागल्यास आणखी एखादी अडचण मध्यें घालावी, आणि त्या अडचणीबरोबर आणखीही कांहीं निमित्त योजून ठेवावें.

राजा, धार दिलेला व केशच्छेदक असा पोलादाचा वस्तरा ज्याप्रमाणें चामड्याच्या पिशवींत गुप्त असतो, त्याप्रमाणें शत्रुघातक राजानें निष्ठुर मन करून छिद्रान्वेषण करीत गुप्त असावें, आणि अखेरीस संधि साधून शत्रूचे प्राण घ्यावे!

ह्यास्तव, हे कौरवश्रेष्ठा, पांडवांशीं व तत्पक्षीयांशीं युक्तीनें वागून तूं अशीं कृत्यें कर कीं, त्यांत तुझा नाश होणार नाहीं. बाबा, ज्या पुरुषापाशीं धनपुत्रराज्यादिक ऐश्वर्य असतें, तोच कुलशीलादिकानीं श्रेष्ठ असें लोक म्हणतात. ह्यासाठीं तूं आपलें व आपल्या पुत्राचें पांडवांपासून संरक्षण कर. हे नराधिपा, तुझे पुतण्ये बलिष्ठ आहेत; म्हणून तूं त्यांशीं अशी वागणूक ठेव कीं, तुला पुढें पश्चात्ताप होणार नाहीं.

वैशंपायन सांगतातः—राजा जनमेजया, ह्याप्रमाणें भाषण करून कणिक ब्राह्मण आपल्या घरीं निघून गेला; आणि इकडे धृतराष्ट्र राजा दुःखाकुल होऊन बसला!

जतुगृहपर्व.

अध्याय एकशें एकेचाळिसावा.

—:०:—

दुर्योधनाची ईर्षा.

वैशंपायन सांगतातः—राजा, पुढें सौबल शकुनि, दुर्योधन, दुःशासन व कर्ण यांनीं भयंकर मसलत केली. ती ही कीं, धृतराष्ट्र राजाचें अनुमोदन मिळवून पांडवांसह कुंतीस जाळून टाकण्याचा त्यांनीं बेत केला. परंतु विदुर महाधूर्त. दुसऱ्याचे मनांत कोणती गोष्ट आहे व कोणत्या गोष्टींत तत्त्व काय आहे, हें त्यास तावडतोब कळे. त्यानें या दुष्टांनीं केलेला बेत त्यांच्या मुद्रेवरून तेव्हांच ताडला; आणि त्या पांडवहितचिंतकानें कुंती व पांडव यांस तेथून पळवून लावण्याची युक्ति काढिली.त्या कामासाठीं त्यानें लाटा व वारा सोसण्यास समर्थ अशी नांगर, शिडें वगैरे लावलेली एक बळकट नाव तयार केली, आणि तो कुंतीस म्हणाला, "वहिनी, या आपल्या कुरुकुलाची कीर्ति व वंश यांचा क्षय करण्यासाठींच धृतराष्ट्राचा अवतार आहे. त्यानें शाश्वत धर्माचा त्याग करून तुमचा नाश करण्याची मसलत योजिली आहे. तीपासून तुमची सुटका करण्यासाठीं वारा व लाटा सहन करण्यास समर्थ अशी एक उत्तम नौका गंगेच्या कांठीं तयार आहे, ती तुम्हांस कालपाशांतून सोडवील."

वैशंपायन सांगतातः—हे भरतर्षभा, तें ऐकून पांडव व कुंती खिन्न होऊन विवरमार्गानें गंगातीरीं गेले, व नावेंत बसून गंगेंतून चालले. नंतर विदुरानें सांगितल्याप्रमाणें ते नौकेंतून खालीं उतरून त्यानें दिलेलें द्रव्य बरोबर घेऊन निर्विघ्नपणानें अरण्यांत शिरले. इकडे एक निषादी आपल्या पांच पुत्रांसहवर्तमान भुकेनें व्याकुल होऊन त्या जतुगृहांत आली होती, ती व तिचे मुलगे मात्र त्या ठिकाणीं विनाकारण दग्ध झाले. तसेंच तो म्लेच्छाधम पापी पुरोचन—तोही अकस्मात् तेथें असल्यामुळें दग्ध झाला! याप्रमाणें ते दुर्बुद्धि धृतराष्ट्रपुत्र व त्यांचे सेवक यांची मसलत फसली गेली; आणि विदुराच्या युक्तीनें ते महानुभाव पांडव कोणास मागमूसही न लागतां कुंतीसह तेथून निसटले. इकडे वारणावतांतील सर्व लोक, तें जतुगृह दग्ध झालेलें पाहून दुःखित होऊन शोक करूं लागले, आणि घडलेलें सर्व वर्तमान कळविण्यासाठीं त्यांनीं धृतराष्ट्राकडे असा निरोप पाठविला कीं, "राजा, पांडवांस जाळलेंस, तुझा प्रबल मनोरथ पूर्ण झाला! आतां कृतकृत्य होऊन पुत्रांसह राज्याचा उपभोग घे!"

तें ऐकून धृतराष्ट्र व त्याचे पुत्र यांनीं पांडवांकरितां वरवर शोक केला; व विदुर, भीष्म वगैरे बांधवांसह धृतराष्ट्रानें पांडवांच्या उत्तरक्रियाही केल्या!

जनमेजय विचारतोः—द्विजवरा, जतुगृहदाह व पांडवांची मुक्तता याच गोष्टी पुनः विस्तारपूर्वक श्रवण करण्याची माझी इच्छा आहे. यास्तव त्या क्रूर मंत्र्यांच्या उपदेशावरून कौरवांनीं केलेलें तें राक्षसी कृत्य पुनः याथातथ्य कथन करा. तें ऐकण्याची मला फारच उत्सुकता आहे.

वैशंपायन सांगतातः—हे परंतपा, जतुगृहदाह व त्यांतून पांडवांची मुक्तता मी विस्तारपूर्वक सांगतों, श्रवण कर. भिमसेन मोठा बलिष्ठ झाला, व अर्जुन अस्त्रविद्येंत प्रवीण झाला, हें पाहून दुष्ट दुर्योधनास फार वाईट वाटूं लागलें. तेव्हां सूर्यपुत्र कर्ण व सुबलपुत्र शकुनि हे अनेक उपायांनीं पांडवांचा नाश करण्याची इच्छा करूं लागले. पांडवांनींही, जें जें संकट येईल त्याचा विदुराच्या मसलतीनें मुकाट्यानें प्रतिकार केला. हे भरता, पांडव आपल्या गुणांनीं उदयास आलेले पाहून पौरजन सभांमध्यें त्यांचें गुणवर्णन करूं लागले,

व पांडुराजाचा ज्येष्ठ पुत्र धर्मराज सांप्रत राज्य मिळण्यास योग्य झाला आहे, असें सभांतून व चवाठ्यांवरून एकत्र जमून बोलूं लागले! "धृतराष्ट्र प्रज्ञाचक्षु–अंध असल्यामुळें त्यास पूर्वीं राज्य मिळालें नाहीं, तो आतां तरी राजा कसा होणार? तसेंच, शांतनव भीष्म सत्यवचनी आहे, त्यानें पित्याजवळ प्रतिज्ञा केल्यामुळें मागेंच राज्याचा धिक्कार केला असून कडकडीत ब्रह्मचर्यव्रत परिपाळिलें आहे, यास्तव तो या वेळीं तरी राज्याचा स्वीकार कसा करील? पांडूचा ज्येष्ठ पुत्र धर्मराज सांप्रत तारुण्यदशेस येऊन पोहोंचला असून महावीर झाला आहे. तो सत्यनिष्ठ, दयालु व वेदज्ञ असून वृद्धांप्रमाणें शांततेनें वागणारा आहे. यास्तव आपण आतां त्यालाच राज्याभिषेक करूं. तो धर्मज्ञ असल्यामुळें भीष्म, धृतराष्ट्र व त्याचे पुत्र यांचा मान राखून त्यांस नानाप्रकारच्या भोग्य वस्तु पुरवील; कांहींएक उणें पडूं देणार नाहीं."

जनमेजया, धर्मराजावर अनुरक्त झालेल्या प्रजाजनांचे ते उद्गार श्रवण करून दुष्टबुद्धि दुर्योधनास फार वाईट वाटलें; पांडवांविषयीं मनांत जळफळणाऱ्या त्या दुर्मतीस पौरजनांचीं तीं भाषणें सहन झालीं नाहींत; आणि तो मत्सरानें संतप्त होऊन तात्काळ धृतराष्ट्राकडे गेला. नंतर तो एकटाच आहे असें पाहून त्यानें त्यास प्रणाम केला, आणि पौरजनांच्या पांडवांविषयींच्या प्रीतीनें संतप्त होऊन तो बोलूं लागला.

दुर्योधन म्हणालाः–तात, पौरजन बोलत असतां त्यांचीं अभद्र भाषणें मीं ऐकिलीं. ते भीष्मांचा व आपला अनादर करून युधिष्ठिरास राजा करण्याची इच्छा करीत आहेत. स्वतः भीष्माचार्यांचेंही असेंच मत असून त्यांस राज्याची मुळींच इच्छा नाहीं. नगरांतील लोकांची आमचा फार छल करण्याची इच्छा आहे. पांडूच्या गुणांमुळें पूर्वीं त्याला पित्यापासून राज्य प्राप्त झालें. व तुम्ही वडील असल्यामुळें वास्तविक राज्यावर तुमचा हक्क असतां केवळ अंधत्वामुळें तें तुम्हांस मिळालें नाहीं. तेव्हां वारसपणाच्या हक्कामुळें हें पांडूचें राज्य जर आज युधिष्ठिरास मिळालें, तर तें पुढें त्याच्या मुलास मिळणार व पुढेंही खातरीनें त्यांच्या वंशांत तें चालणार. हे भूपाला, आम्ही व आमचे वंशज ज्येष्ठपणामुळें खरे राज्याधिकारी असतां राज्यहीन होणार, व लोक आमचा अपमान करणार. तेव्हां दुसऱ्यानें दिलेल्या तुकड्यांवर उपजीविका करण्याचा व त्यामुळें सतत नरकांत पडण्याचा प्रसंग आम्हांवर न येईल असा कांहीं उपाय आपण करावा. राजन्, पहा–जर पूर्वींच हें राज्य आपणांस मिळालें असतें, तर यद्यपि लोक विरुद्ध असले तरी तें खात्रीनें आम्हांसच मिळालें असतें.

अध्याय एकशें बेचाळिसावा.

—:०:—

दुर्योधनधृतराष्ट्रसंवाद.

वैशंपायन सांगतातः–पुत्राचें असें भाषण श्रवण करून, व कणिकानें पूर्वीं केलेला तो सर्व उपदेश मनांत येऊन, त्या प्रज्ञाचक्षु धृताराष्ट्राचे मनांत द्वैत उत्पन्न झालें व त्यास फार वाईट वाटलें. इतक्यांत दुर्योधन, कर्ण, शकुनि व दुःशासन यांनीं एके ठिकाणीं बसून कांहीं मसलत ठरविली. नंतर दुर्योधन धृतराष्ट्रास म्हणालाः– तात, पांडवांपासून आम्हांस भीति न रहावी यास्तव आपण कांहीं तरी उत्तम उपाय योजून त्यांस वारणावत नगरास पाठवून द्या.

पुत्राचें तें भाषण श्रवण करून धृतराष्ट्रानें कांहीं वेळ विचार केल्यासारखें करून त्यास उत्तर दिलें, "बाळा, पांडु राजा मोठा धर्मनिष्ठ होता. तो सर्व भाऊबंदांशीं योग्य रीतीनें वागत असे. विशेषेंकरून माझ्या ठिकाणीं त्याची फारच आदरबुद्धि होती त्यास कसल्याही उठाठेवी मा-

हीत नव्हत्या. फार कशाला? भोजनादि व्यवहारांतही त्याचें विशेष लक्ष नसे. तो अगदीं व्रतस्थ असे; व मला नेहमीं म्हणे, "महाराज, हें राज्य आपलें आहे." त्याचा पुत्र युधिष्ठिरही पित्याप्रमाणेंच धर्मशील, गुणवान व लोकविश्रुत पौरजनांस फारच मान्य झाला आहे. पितृपरंपरेनें हें राज्य वास्तविक त्याचें असतां, व त्यास उत्तम सहाय्य असतां, या राज्यांतून त्यास बलात्कारानें घालवून देण्याचें कृत्य आमच्या हातून कसें बरें पार पडेल? पहा—अमात्य व सैनिक यांचें पांडूनें सतत पोषण केलें आहे; इतकेंच नव्हे तर त्यांच्या मुलाबाळांचेंही उत्तम संगोपन केलें आहे; यास्तव मुला, पांडवांस घालवून देण्याचा प्रयत्न केल्यास, पूर्वीं पांडूनें ज्यांस उत्तम प्रकारें वागविलें ते पौरजन पांडुपुत्र युधिष्ठिरासाठीं बांधवांसह आमचा नाश कां बरें करणार नाहींत?"

दुर्योधन म्हणालाः—ताता, आपण म्हणतां तें अगदीं बरोबर आहे. पण सर्व लोक पांडवांस अनुकूल असावे हा एक आपलाच दोष असून तो वृद्धिंगत झाला आहे, ही गोष्ट मलाही पूर्वींच समजली आहे, व त्यासाठीं प्रधानांस द्रव्य देऊन व त्यांचा सन्मान ठेवून मीं त्यांस संतुष्ट केलें आहे. आतां माझी अशी पक्की खातरी आहे कीं, हे सर्व थोर प्रधान आपणांसच अनुकूल होतील. तेव्हां राजा, सर्व प्रधान व मोठा खजिना आज माझ्या अगदीं स्वाधीन असल्यामुळें आपण पांडवांस सौम्य उपायानें वारणावतास लवकर पाठवून द्यावें. पुढें हें राज्य माझ्या हातीं पक्कें आल्यानंतर कुंती आपल्या पुत्रांसह परत आली तरी हरकत नाहीं.

धृतराष्ट्र म्हणालाः—दुर्योधना, ही गोष्ट माझ्याही मनांत फार दिवसांपासून घोळत आहे. परंतु ती पापमूलक असल्यामुळें मी व्यक्त करीत नाहीं. पांडवांस घालवून लावावें या गोष्टीस भीष्म, द्रोण, विदुर किंवा कृपाचार्य हे कधींच अनुमोदन देणार नाहींत. कारण त्यांस आपण व पांडव सारखेच. ते धर्मशील व विचारी असल्यामुळें त्यांच्या मनांत असें वैषम्य येणारच नाहीं. असें असतां जर आपण पांडवांस अपाय करूं लागलों, तर हे कुरुकुलाभिमानी माहात्मे व सर्व जग आपणांस मारून टाकणार नाहीं काय?

दुर्योधन म्हणालाः—भीष्मांचा पांडव आणि आम्ही यांपैकीं कोणाकडेच विशेष ओढा नाहीं. ते नेहमीं मध्यस्थाप्रमाणें वागतात. द्रोणपुत्र अश्वत्थामा पूर्णपणें माझ्याकडला आहे व पुत्र इकडे असल्यामुळें स्वतः द्रोणाचार्य निःसंशय आमच्याच पक्षास मिळतील. आतां, ज्या बाजूस द्रोण व अश्वत्थामा असेल, त्याच बाजूस कृपाचार्यही होणार. कारण द्रोणाचार्य व आपला भाचा अश्वत्थामा यांस ते कदापि सोडणार नाहींत. विदुर तर आमच्या द्रव्याचा ओशाळा आहे. तो जरी आंतून पांडवांस मिळाला आहे, तरी त्यास कोणाचें सहाय्य नसल्यामुळें तो पांडवांच्या बाजूनें आम्हांस त्रास देण्यास असमर्थच आहे. यास्तव अगदीं निर्धास्तपणें पांडवांस मातेसह घालवून द्या; व ते आजच्या आज वारणावतास जातील असें करा; आणि तेणेंकरून माझी निद्रा नष्ट करणारा व हृदयांत बोंचलेल्या शल्याप्रमाणें सलणारा जो चिंतारूप घोर अग्नि माझ्या मनांत उद्भूत झाला आहे, तो नाहींसा करा.

अध्याय एकशें त्रेचाळिसावा.

—:०:—

वारणावतयात्रा.

वैशंपायन सांगतातः—राजा, नंतर दुर्योधन व त्याचे भाऊ यांनीं द्रव्य व मानमरातब यांच्या योगानें सर्व प्रधानांस हळू हळू वश करून घेतलें. धृतराष्ट्राच्या आज्ञेवरून कित्येक हुषार मंत्री वारणावत नगर रम्य असल्याबद्दल नसतीच प्रशंसा करूं लागले, त्याचप्रमाणें, कित्येकांनीं

धृतराष्ट्राच्या सांगण्यावरून अशी कंडी पिकविली कीं, " हें वारणावत नगर सर्व प्रकारच्या रत्नांनीं व्याप्त असून या ठिकाणीं मनुष्याचें मन रममाण होऊन जातें. अशा या नगरांत शंकराच्या पूजनार्थ फारच मोठी यात्रा जमली आहे, अशा प्रकारचा रमणीय समाज जगतांत आढळतच नाहीं. " अशा प्रकारें बातमी पसरली असतां, त्या रम्य वारणावतास जाण्याविषयीं पांडवांच्या मनांत आलें. पांडवांच्या मनांत वारणावतास जाण्याविषयीं उत्सुकता उत्पन्न झाली आहे, हें धृतराष्ट्राच्या लक्षांत येतांच तो पांडवाकडे येऊन त्यांस म्हणाला, " हें पहा—सर्व जगांत वारणावत नगर अत्यंत रमणीय असल्याबद्दल लोक वारंवार मला सांगतात. तेव्हां त्या ठिकाणी जाण्याची तुम्हांस उत्सुकता असेल तर कुंती व परिवार यांसहवर्तमान तेथें जाऊन देवांप्रमाणें खुशाल मौज मारा. तेथें ब्राह्मण, गायक वगैरे सर्वांस यथेष्ट द्रव्य द्या. पांडवहो, त्या ठिकाणीं कांहीं काल विहार करून परमानंदाचा अनुभव घ्या; आणि नंतर या हस्तिनापुरास सुखरूप परत या. "

वैशंपायन सांगतातः—राजा, आपण येथून जावें अशी धृतराष्ट्राची इच्छा आहे हें जाणून, व आपणांस विदुराचें साहाय्य आहे हें ध्यानीं आणून धर्मराजानें त्यास ' ठीक आहे ' म्हणून उत्तर दिलें, नंतर शांतनव भीष्म, महामति विदुर, द्रोण, बाल्हीक, सोमदत्त, कृपाचार्य, अश्वत्थामा, भूरिश्रवा, व दुसरे मान्य पुरुष, अमात्य, तपोनिधि ब्राह्मण, पुरोहित, नागरिकजन, व यशस्विनी गांधारी या सर्वांस युधिष्ठिर सावकाश व नम्रपणानें म्हणालाः—ज्या ठिकाणीं लोकांची मोठी गर्दी जमली आहे, अशा रमणीय वारणावतास धृतराष्ट्राच्या आज्ञेवरून आम्ही सहपरिवार जात आहों, यास्तव आपण सर्वजण प्रसन्न चित्तानें आम्हांस कल्याणकारक आशीर्वाद द्या, आपले आशीर्वाद मिळविल्यावर विघ्नें आम्हांस स्पर्शही करूं शकणार नाहींत.

जनमेजय राजा, युधिष्ठिरानें अशा प्रकारें त्यांची प्रार्थना केली असतां ते सर्वजण प्रसन्नवदन होऊन पांडवांस म्हणालेः—पांडुपुत्रहो, तुमचें मार्गांत सर्वदा कल्याण असो; आणि कोणत्याही प्राण्यापासून तुम्हांस यत्किंचितही अपाय न होवो. अशा प्रकारें आशीर्वाद मिळविल्यानंतर पांडवांनीं राज्यप्राप्तीस्तव स्वस्तिवाचन केलें, आणि सर्व कामें आटोपून ते वारणावतास गेले.

अध्याय एकशें चवेचाळिसावा.

—:०:—

जतुगृहनिर्माण.

वैशंपायन सांगतातः—जनमेजया, याप्रमाणें धृतराष्ट्रानें पांडवास सांगितलें असतां, दुष्ट दुर्योधनाचा आनंद गगनांत मावेना. त्यानें तात्काळ आपल्या पुरोचननामक सचिवास एकांतीं बोलवून आणिलें; व त्याचा उजवा हात धरून तो त्याशीं बोलूं लागला.

दुर्योधन म्हणालाः—पुरोचना, तूं माझा परम मित्र असल्यामुळें, ही संपूर्ण संपन्नभूमि जशी माझी आहे, तशीच ती तुझ्याही मालकीची आहे. यास्तव या आपल्या भूमीचें रक्षण करणें तुला योग्य होय. पहा—तुझ्याबरोबर जशी मी सल्लामसलत करतों, तशीच ती दुसऱ्या कोणाबरोबर करावी, तर, बाबा, तुझ्याहून अधिक विश्वासाचा असा साह्यकर्ता मला दुसरा कोणीच नाहीं. यास्तव, मित्रा, मी तुला जी गोष्ट सांगणार आहें, ती अगदीं गुप्त राख; व माझे शत्रु जे पांडव त्यांस या जगांतून दूर कर. मी जें सांगत आहें, तें हरप्रयत्नानें सिद्धीस ने. पुरोचना, धृतराष्ट्रानें पांडवांस वारणावतास पाठविलें आहे. ते त्याच्या आज्ञेप्रमाणें तेथील उत्सावांत दंग होतीलच. तूं मात्र रथास उत्तम खेंचरें जोडून वायुवेगानें कसें-

ही करून आजच्या आज वारणावतास जाऊन पोहोंचशील असें कर; आणि त्या ठिकाणीं गेल्यावर नगराच्या एका टोंकास, एक कडेकोट बंदोबस्ताचा चौसोपी वाडा तयार कर. त्याला वाटेल तितकें द्रव्य लागलें तरी चिंता नाहीं. साळ; ताग वगैरे जी जीं लवकर पेटणारीं द्रव्यें आपल्या भांडागारांत असतील, तीं सर्व तूं त्या घरांत घाल. तूप, तेल, चरबी व पुष्कळशी लाख हीं द्रव्यें मातीशीं मिळवून त्यांच्या योगानें तूं भिंतीस गिलावे करीव. सारांश, ताग, तूप, तेल, लाख, लांकूड वगैरे सर्व ज्वालाग्राही पदार्थ त्या घरांत सर्वत्र पसरून दे; व हें कृत्य इतकें बेमालूम व गुप्तपणें कर कीं, पांडव किंवा इतर लोक त्याची कशीही परीक्षा करूं लागले, तरी तें ज्वालाग्राही आहे याचा त्यांस मागमूसही लागूं नये. याप्रमाणें घर तयार झाल्यावर पांडव, कुंती व त्यांचे सर्व सुहृज्जन यांजकडे जाऊन, त्यांस मोठ्या गौरवानें त्या घरांत रहावयास ने. तेथें गेल्यावर उत्तम आसनें, तशींच पालख्या, रथ वगैरे वाहनें, बिछानें इत्यादि सर्व सिद्धता इतक्या उत्तम प्रकारें कर कीं, तेणेंकरून आम्ही व आमचा पिता धृतराष्ट्र संतुष्ट व्हावा; व वारणावतांतील लोकांस आपल्या कपटाची वार्ताही लागूं नये. मग योग्य काल येईपर्यंत याप्रमाणें बरोबर व्यवस्था ठेव; आणि पांडवांचा तुजवर पूर्ण विश्वास बसल्यावर, ते निर्भयपणें झोंपीं गेले आहेत अशी संधि साधून त्या घराच्या दरवाज्यांस आग लावून दे असें केलें असतां सर्व लोकांस वाटेल कीं, पांडवांच्या घरास आग लागल्यामुळें ते त्यांत दग्ध झाले. याप्रमाणें लोकांची समजूत झाल्यावर पांडवांविषयीं आपणांस कोणीही दोष देणार नाहीं.

वैशंपायन सांगतातः—दुर्योधनाचें हें भाषण ऐकून पुरोचनानें उत्तर दिलें, "तुझ्या म्हणण्याप्रमाणें सर्व व्यवस्था करतों." याप्रमाणें दुर्योधनास वचन देऊन त्वरेनें जाणाऱ्या खेंचरांच्या रथांत बसून पुरोचनानें तात्काळ प्रयाण केलें; आणि वारणावतास पोहोंचल्यावर त्यानें अगदीं दुर्योधनाच्या सांगण्याप्रमाणें सर्व तजवीज केली.

अध्याय एकशें पंचेचाळिसावा.

—:०:—

वारणावतगमन.

वैशंपायन सांगतातः—राजा जनमेजया, पांडवांनीं वायुवेगानें पळणारे उत्तम उत्तम घोडे जोडून रथ सिद्ध केले, आणि त्यांवर चढतांना त्यांनीं भीष्म, धृतराष्ट्र राजा, द्रोणाचार्य, कृप, विदुर, व दुसरे वृद्ध जन ह्यांच्या पायांवर मस्तक ठेवून मोठ्या खिन्न अंतःकरणानें त्यांचा निरोप घेतला. ह्याप्रमाणें गुरुजनांना अभिवंदन केल्यावर त्या सत्त्वशील पांडुपुत्रांनीं आपल्या समवयस्क आप्तस्वकीयांस गाढ आलिंगन दिलें, आणि नंतर लहान मंडळीचा नमस्कार ग्रहण केला. पुढें ते सर्व मातांस (वृद्ध स्त्रियांस) व मंत्रिमंडळास विचारण्यास गेले, आणि त्यांना प्रदक्षिणा घालून व त्यांचा निरोप घेऊन रथारूढ झाले. राजा, त्यांचे रथ वारणावताकडे चालूं लागले तेव्हां महाबुद्धिमान विदुर, दुसरे कुरुवंशीय थोर थोर पुरुष, व नागरिकजन ह्यांनीं दुःखाकुल होऊन त्यांच्या मागून वाट धरिली!

राजा, त्यांपैकीं कितीएक ब्राह्मण पांडुपुत्रांची ती दीन अवस्था पाहून अत्यंत दुःखित झाले; व दुर्योधनादिकांची भीति न धरितां म्हणाले, "अरेरे धृतराष्ट्राला कसाहो मोह पडला! त्याच्या ठिकाणीं कांहींच विवेक उरला नाहीं हें काय! कौरवकुलांत जन्मलेल्या राजानें अगदींच धर्माधर्मविचार सोडून द्यावा, हें अतिशय लांच्छनास्पद होय! अरे, पांडवांची योग्यता काय वर्णावी? त्यांपैकीं एकहीजण पापास प्रवृत्त होणार नाहीं! वास्तविकपणें पांडूच्या मागें राज्याचे अधिकारी पांडव; पण धृतराष्ट्राला ती गोष्ट मुळींच

सहन होत नाहीं. अहो, पांडवांना राज्याधिकार न देणें हा केवळ अधर्म होय; आणि असें असतां तें कृत्य भीष्मानें मान्य केलें, व त्यांस नगरांतून विनाकारण काढून लावण्यास अनुमोदन दिलें, तेव्हां हें घडलें तरी कसें ? शांतनूचा पुत्रविचित्रवीर्य राजर्षि व त्याचा पुत्र पांडु राजा हे केवळ आम्हांस पित्याप्रमाणें वाटत. आज पांडु राजा जिवंत असता, तर पांडवांची अशी विपन्नावस्था होती काय ? पण पांडूच्या मागें धृतराष्ट्राला हे राजपुत्र अगदीं नकोतसे झाले आहेत ! परंतु आम्हांस ही गोष्ट मान्य नाहीं. आमचें हें नगर जरी अगदीं उत्तम आहे, तरी आह्मांस त्याची आतां पर्वा नाहीं; आम्ही आपलीं घरेंदारें सोडून त्या धर्माबरोबर तो तेथें जाईल, तेथें जाणार ! ”

राजा जनमेजया, नागरिकजनांचे ते उद्गार श्रवण करून, व त्यांना वाटलेली हळहळ मनांत आणून युधिष्ठिराचा कंठ अगदीं दाटून आला, आणि तो किंचित् विचार करून म्हणाला, “ पौरजनहो ! आमचा चुलता धृतराष्ट्र राजा हा आम्हांस पित्याप्रमाणें वंदनीय व श्रेष्ठ आहे. ह्यासाठीं, त्यानें जी आज्ञा केली, तिजविषयीं कोणतीही शंका न घेतां आम्हीं ती मान्य करावी हेंच आमचें व्रत होय. आमच्याविषयीं तुमचें अंत:करण हळहळत आहे; ह्यास्तव तुम्हीं आम्हांस उजवी घालून व आशीर्वादांनीं आमचें अभिनंदन करून आपल्या घरीं परत जावें. जेव्हां आम्हांस तुमची कांहीं गरज लागेल, तेव्हां तुम्हीं आमच्या उपयोगीं पडून आमचें हित करावें. ”

राजा जनमेजया, युधिष्ठिराचें असें भाषण ऐकून त्या नागरिकजनांनीं पांडुपुत्रांस प्रदक्षिणा घातली, आणि आशीर्वादांनीं त्यांचें अभीष्ट चिंतून ते स्वनगरास परत गेले. पुढें नागरिकजन मागें वळल्यावर महाज्ञानी विदुरानें दुर्योधनाचा कपटव्यूह धर्मराजास कळविला, आणि पुढील घोर अनर्थ टाळण्याची आधींच व्यवस्था करून ठेविली.

विदुरोपदेश.

राजा जनमेजया, विदुरानें दुर्योधनाचें कपट धर्मराजाला सांगितलें, तें अगदीं गुप्त रीतीनें फक्त धर्मराजालाच समजेल असें—सांगितलें. कारण, विदुर हा महाज्ञानी होता, त्यास अनेक भाषा अवगत होत्या. अतिशय रानटी व वेदविरोधी जे म्लेच्छ लोक त्यांची भाषाही त्यास उत्तम येत होती. तसाच त्या भाषेंत धर्मराजा वाकबगार आहे हेंही त्यास माहीत होतें म्हणून त्यानें धर्मराजास दुर्योधनाची ती मसलत गूढ म्लेच्छं भाषेंतच कळविली; आणि त्या योगें, केवळ पौरजनांसच नव्हे तर धर्माव्यतिरिक्त इतर पांडवांसही तें गुह्य समजूं दिलें नाहीं.

असो. त्या समयीं विदुरानें जें गुप्त रीतीनें सांगितलें, त्यांतील आशय असा: “ बा धर्मा, शत्रूनें राज्यनीतीला अनुसरून जर कांहीं मसलत योजिली असेल, तर तिचें रहस्य आधीं जाणावें, आणि मग तदनुसार वर्तन करून भावी आपत्तींतून सुटावें, हें इष्ट आहे. हे पांडुतनया, दुर्योधनानें वारणावतास तुम्हांसाठीं जें गृह सिद्ध केलें आहे, तें केवळ लाख, राळ, सण इत्यादि शीघ्रज्वालाग्राही पदार्थांचें केलें आहे. त्या लाक्षादिकांचें स्वरूप दृश्य नाहीं. त्या गृहाच्या भिंतींमध्यें वगैरे ते सर्व पदार्थ भरलेले आहेत. ह्या गृहांत तुम्ही राहिलां असतां रात्रीच्या वेळीं तुम्हांस दगा होईल. युधिष्ठिरा, ही गोष्ट मनांत वागवून जर तूं वागलास, तर त्या संकटांतून सुटण्याचा मार्गही तुला सांपडेल, आणि मग तुला शत्रूपासून कांहींच धास्ती नाहीं. धर्मा, त्या लाक्षादिकांच्या गृहांत तुम्हांस जाळून टाकण्याकरितां तुम्हांबरोबर हा पुरोचन सेवक येत आहे, आतां कदाचित् तुम्ही असें म्हणाल कीं, ह्या पुरोचनास मारूं किंवा त्या लाक्षागृहांतच आम्ही

प्रवेश करणार नाहीं म्हणजे झालें; पण ह्या म्हणण्यांत कांहीं अर्थ नाहीं. कारण, प्रबल शत्रूंशीं विरोध करण्यास प्रवृत्त होणें म्हणजे उद्यांचें मरण आजच आणणें होय. तेव्हां ह्या संकटांतून मुक्तता होण्यास हाच उपाय आहे कीं, तुम्हीं त्या गृहांतून एक बिळ तयार करावें. म्हणजे त्यांतून तुम्ही सुरक्षित बाहेर पडाल.

"युधिष्ठिरा, आपत्तींतून पार पडण्याचा मार्ग सुचण्यास विवेक हेंच उत्तम साधन होय, आणि आपत्तींतून मुक्त झाल्यावर तरी पुढें काय करावें, हें सांगणारा विवेचक; तसेंच, धैर्याच्या बळावर सर्व ऐश्वर्य मिळतें; आणि धैर्याच्याच योगानें पृथ्वी प्राप्त होते. तेव्हां हा सर्व विचार मनांत वागवून तूं वर्तन कर, म्हणजे तुझें संकट तात्काळ नष्ट होईल. धर्मा, तुम्ही लाक्षागृहांत असतां जें बिळ तयार कराल,त्याचें एक तोंड त्या घरांत व दुसरें तोंड कोठें तरी अन्यत्र, अशी व्यवस्था करा; म्हणजे शत्रूंनीं लाक्षागृहाला अग्नि लावल्यावर त्या बिळांतून तुम्हांस दुसरीकडे बाहेर पडतां येईल.

"युधिष्ठिरा, ह्याप्रमाणें अग्नीपासून तुमची सुटका झाली म्हणजे तुम्ही घाबरून जाऊं नका.मग तुम्ही मृगयेच्या वगैरे निमित्तानें मार्ग शोधूं लागा. पण मार्ग सांपडला तरी हास्तिनापुरास येऊं नका. नक्षत्रांच्या सहाय्यानें तुम्हांस दिशांचा निश्चय करितां येईल. ह्यास्तव तुम्ही शत्रूपासून कोठें तरी लांब निघून जा. आतां,गुप्तपणें बिळ तयार कसें करावें ही मोठी अडचण खरी; पण ती अडचण दूर करण्यासाठीं मी आपला जिवलग मित्र त्या कामावर नेमितों. तो तुम्हांस बिळ तयार करून देईल, आणि त्या बिळांतून तुम्ही सुरक्षित बाहेर पडलां, म्हणजे तुम्हांस कितीही क्लेश झाले असले तरी त्यांचें तुम्हांस कांहींएक वाटणार नाहीं."

वैशंपायन सांगतातः—राजा जनमेजया,विदुराचें भाषण श्रवण करून त्यास युधिष्ठिरानें 'समजलें' म्हणून सांगितलें;आणि नंतर विदुरानें पांडवांस उजवी, घातली व त्यांस निरोप देऊन तो माघारा आपल्या गृहास आला, ह्याप्रमाणें भीष्म,पौरजन व विदुर हे सर्व परत आल्यानंतर कुंती धर्माजवळ येऊन त्यास म्हणाली,"बा धर्मा, विदुरानें गूढरूपानें (म्लेच्छ भाषेनें)तुला जें कांहीं सांगितलें, व जें ऐकून घेऊन तूं 'समजलें' असें म्हणालास, तें आम्हांस कांहींच कळलें नाहींरे ! जर तो तुझा व विदुराचा संवाद आम्हांस सांगितल्यानें कांहीं विघ्न घडण्यासारखें नसेल, तर तो सर्व ऐकावा अशी माझी इच्छा आहे."

युधिष्ठिर सांगतो:—हे माते, वारणावतांतील गृहापासून आपणांस अग्निभय आहे, असें विदुरानें मला सांगितलें. तसेंच, आणखी तो असें म्हणाला कीं,त्या प्रसंगीं अग्नींतून सुटका होण्याचाही मार्ग तुम्हांस सांपडेल; आणि शिवाय त्या धर्मात्म्यानें हेही उद्गार काढिले कीं,धैर्यवान पुरुषाला पृथ्वी प्राप्त होते. असो. ह्याप्रमाणें विदुराचें भाषण ऐकून 'समजलें'असें मीं त्यास उत्तर दिलें.

वैशंपायन सांगतातः—राजा जनमेजया, फाल्गुन शुद्ध अष्टमीस रोहिणी नक्षत्रावर ते पांडव हास्तिनापुरांतून निघाले,आणि पुढें वारणावतास पोहोंचल्यावर त्यांनीं तेथें नागरिकजनांच्या भेटी घेतल्या.

अध्याय एकशें शेचाळिसावा.

—:०:—

भीमयुधिष्ठिरसंवाद.

वैशंपायन सांगतातः—पांडव आल्याची बातमी वारणावतांत पसरतांच तेथील सर्व लोकांस अत्यानंद झाला; आणि अनेक प्रकारच्या वाहनांत बसून व वाद्यें, पताका वगैरे मंगल वस्तु बरोबर घेऊन, हजारों लोक मोठ्या उत्कंठेनें शास्त्रमार्गाप्रमाणें त्या नरश्रेष्ठांस सामोरे गेले

आण पांडवांजवळ पोहोंचतांच त्यांचा जयजयकार करून ते त्यांच्या भोंवतीं उभे राहिले. त्या वेळीं, राजेंद्रा; सर्व देव इंद्राच्या भोंवतीं जमले असतां तो ज्याप्रमाणें शोभतो, त्याप्रमाणेंच कांतीनें देवतुल्य असलेल्या त्या युधिष्ठिराच्या भोंवतीं ते सर्व लोक जमले असतां तो शोभूं लागला. जनमेजया, पौरजनांनीं पांडवांचा सत्कार केल्यावर उलट पांडवांनींही त्यांचा गौरव केला. नंतर गुढ्या, तोरणें वगैरेंनीं अलंकृत केलेल्या, व लोकवस्तीनें गजबजलेल्या त्या वारणावत नगरांत त्यांनीं प्रवेश केला. नगरांत प्रवेश केल्यावर लगेच ते वीर प्रथम स्वकर्मांत तत्पर अशा ब्राह्मणांच्या घरीं गेले. नंतर रथांत बसणाऱ्या त्या नगरांतील अधिकाऱ्यांच्या घरीं, व पुढें वैश्य, शूद्र वगैरे लोकांच्या घरीं ते भेटीस गेले. हे भरतर्षभा, याप्रमाणें सर्व नागरिकजनांनीं पांडवांचा आदरसत्कार केल्यानंतर, ते पुरोचनासहवर्तमान आपल्या बिऱ्हाडीं गेले. तेथें त्यांस पुरोचनानें भक्ष्य व पेय पदार्थ आणि उत्तम बिछाने व श्रेष्ठ आसनें यांचा पुरवठा केला. याप्रमाणें त्यानें केलेला सत्कार स्वीकारून ते तेथें राहिले असतां पौरजनही त्यांच्या भजनीं असत. याप्रमाणें ते त्या ठिकाणीं दहा दिवस राहिल्यावर पुरोचनानें त्यांस नवीन तयार केलेलें घर दाखविलें. तें पांडवांस मारण्याच्या हेतूनेंच केलें असल्यामुळें वास्तविक अशिव असून त्यास शिव असें नांव ठेविलें होतें! असो; कैलासांत ज्याप्रमाणें गुह्यक जातात, त्याप्रमाणें पुरोचनाच्या सांगण्यावरून पांडवांनींही आपल्या सर्व संपत्तीसह त्या घरांत प्रवेश केला. नंतर, अत्यंत धर्मनिष्ठ जो युधिष्ठिर, तो त्या घराचें निरीक्षण करून, तें ज्वालाग्रही असल्याबद्दल भीमसेनास सांगूं लागला.

युधिष्ठिर म्हणालाः—हे शत्रुपीडका भीमसेना, या घराला तूप व लाख यांच्या वासांशीं मिश्रित झालेली चरबीची घाण येत आहे, तीवरून हें घर ज्वालाग्राही पदार्थांचें बनविलें असल्याबद्दल स्पष्ट होत आहे. या घराच्या कामासाठीं ताग, राळ, मोळ, लव्हाळे, बांबु इत्यादि पदार्थ आणून त्यांवर तूप शिंपडलें आहे; आणि तशा प्रकारच्या पदार्थांनीं, घर बांधण्याच्या कामांत हुषार व विश्वासू अशा कारागिरांकडून हें घर तयार करविलें आहे. मी त्या पुरोचनावर विसंबून राहिलों असतां मला दग्ध करण्याची या पाप्याची इच्छा दिसते. कारण, तो मूर्ख सुयोधनाचा अंकित असूत स्वतःही तितका दुष्ट आहे. ही सर्व विपत्ति महाबुद्धिमान विदुरानें तर्कानें जाणिली होती, व म्हणून त्यानें मला हें घर अशिव असल्याबद्दल मागेंच सांगितलें आहे. याप्रमाणें आपलें नित्य कल्याण इच्छिणाऱ्या आपल्या कनिष्ठ चुलत्यानें मोठ्या कळकळीनें आपणांस वेळेवर जागें केलें, म्हणूनच सुयोधनाच्या आज्ञेंत असणाऱ्या कृष्णकारस्थानी दुष्ट सेवकांनीं बेमालूम बनविलेलें तें घातक घर आम्हांस उमगलें!

भीमसेन म्हणालाः—दादा, जर हें घर ज्वालाग्राही आहे असें आपणांस वाटत असेल, तर कांहीं हरकत नाहीं, आपण पूर्वीं रहात होतों तेथेंच जाऊन राहूं.

युधिष्ठिरानें म्हटलें:—भीमसेना, शमदमादिकांविषयीं तत्पर अशा ज्ञात्यांनीं, या देहांत आकृतिविशेषाचा अवलंब न करितां मोक्षचिंतन करीत राहावें, त्याचप्रमाणें आपणही आत्मसंयमन करून, मनांतील भाव बाह्य आचरणांत प्रकट न होऊं देतां, तेथून सुटण्याच्या चांगल्या मार्गाचा विचार करीत तेथेंच सावधगिरीनें राहावें असें मला वाटतें. कारण, जर आपली कांहीं हालचाल पुरोचनास समजली, तर तो विलंब न करतां बलात्कारानेंही आपणांस जाळून टाकील. कारण, हा पुरोचन अधर्माला भिणारा नाहीं, किंवा लोकनिंदेलाही भीक घालणारा

नाहीं. कांकीं, हा केवळ सुयोधनाच्या मताप्रमाणें वागत असतो. आतां, अशा प्रकारें आपण दग्ध झाल्यास पितामह भीष्मांस क्रोध येईल,व त्यामुळें कौरवही खवळतील. तेव्हां आपण असलें कृत्यें कशास करावें? अथवा, आपण येथें दग्ध झाल्यावर, कोप करणें हाच अशा वेळचा धर्म आहे असें समजून आपले आजोबा भीष्माचार्य व दुसरेही कुरुश्रेष्ठ संतप्त होऊन जातील. तसेंच आपण अग्नीस भिऊन येथून पळून गेलों.तर राज्यलोभी सुयोधन हेरांच्या द्वारें आपला शोध लावील व सर्वांस मारून टाकील. कारण, आज तो राज्याधिकारी आहे व आपणांस कसलाच अधिकार नाहीं. त्याच्या पक्षास पुष्कळ लोक आहेत व आपण साहाय्यहीन आहों, तसेंच त्याच्याजवळ मोठा खजिना असून अपणांजवळ कांहींचि नाहीं. यामुळें, नाना पाय करून तो आपला घात करील. तेव्हां हा दुष्ट पुरोचन, व पापी सुयोधन यांस पूर्णपणें फसवून, अपणांस कोठें ना कोठें तरी अगदीं गुप्तपणें राहिलें पाहिजे. मग मृगया करीत पृथ्वीच्या पाठीवर हिंडत असतां आपणांस पळून जाण्याच्या वाटा सहज समजतील. यास्तव, आपण आजच एक उत्तम बेमालूम विवर जमिनींत तयार करूं,म्हणजे त्या अति गुप्त ठिकाणीं आपणांस अग्नि जाळूं शकणार नाहीं. मात्र आपण त्या ठिकाणीं राहात असल्याबद्दल पुरोचनास किंवा दुसऱ्या कोणासही मागमूस न लागेल असें मोठ्या दक्षतेनें केलें पाहिजे.

अध्याय एकशे सत्तेचाळिसावा.

—:०:—

बिलखनन व जतुगृहवास.

वैशंपायन सांगतातः—राजा, कोणीएक खोदकामांत निपुण असा मनुष्य विदुराचा मित्र होता, तो पांडवांस एकांतीं गांठून म्हणाला, " पांडवहो, तुमचें प्रिय करण्यासाठीं विदुरानें मला पाठविलें आहे. खणण्याच्या कामांत मी कुशल आहें, तेव्हां तुमचें कोणतें कार्य मीं करावें? येथें येऊन गुप्तपणें तुमचें कल्याण करण्याविषयीं विदुरानें मला सांगितलें आहे. तेव्हां तुमचें कोणतें काम मीं करावें? येत्या कृष्णचतुर्दशीचे दिवशीं रात्रीं तुमच्या घराला दरवाज्याशीं पुरोचन आग लावील. कारण, तुम्हांस मातेसह दग्ध करून टाकावयाचें असा दुर्मति दुर्योधनाचा पक्का विचार आहे. पांडुपुत्रा, याविषयीं तुला विदुरानें म्लेच्छ भाषेनें थोडेंसें सुचविलें असून त्यावर तूं ठीक आहे असें उत्तर दिलें आहेस, ही खुणेची गोष्ट ऐकल्यावर तुला मजविषयीं विश्वास पटेल."

त्याचें हें भाषण ऐकून सत्यशील युधिष्ठिर त्यास म्हणाला—हे सत्वस्था, तूं विदुराचा परम मित्र असून सदाचारी, आप्त, प्रेमांतला व त्यावर दृढ भक्ति करणारा आहेस हें मी जाणतों. खरोखर त्या सर्वज्ञ विदुरास अमुक एक उपाय म्हणजे अज्ञात आहे असें मुळींच नाहीं. तूं जसा विदुराला तसा आम्हांसही प्रिय आहेस. तुजविषयीं आमच्या मनांत बिलकुल भिन्नभाव नाहीं. आम्ही जसे विदुराला तसेच तुलाही आहों, यास्तव विदुराप्रमाणेंच तूंही आमचें रक्षण कर. आम्हांसाठीं पुरोचनानें जें हें ज्वालाग्राही पदार्थांचें घर तयार केलें आहे, तें त्यानें सुयोधनाच्याच आज्ञेनें तयार केलें आहे,अशी माझी समजूत आहे. त्या दुष्ट सुयोधनाजवळ पुष्कळ खजिना असून त्यास पुष्कळ साह्यकर्तेही आहेत; यामुळें तो पापात्मा आम्हांस नेहमीं छळीत असतो. येथें आमचें संरक्षण करण्याठीं विदुरानें तुला पाठविलें आहे, यास्तव या भयंकर अग्नीपासून तूं आम्हांस सोडीव. कारण, हें कार्य तुझ्या हातून न झाल्यास आम्ही येथें दग्ध होऊन जाऊं; आणि सुयोधनाचा मनोरथ पूर्ण होईल. पहा—हें विस्तृत लाक्षागृह म्हणजे त्या दुष्टाचें मूर्तिमंत समृद्ध शस्त्रागारच होय. याच्या सभोंवतीं मज-

बूत कोट असल्यामुळें येथून बाहेर पडण्यास कांहींच मार्ग राहिला नाहीं. सुयोधनानें योजिलेलें हें दुष्ट कृत्य विदुरानें खरोखर पूर्वींच ओळखिलें असून त्यानें त्याबद्दल आम्हांस सूचनाही केली आहे. विदुरानें पूर्वींच जाणलेलें तें संकट सांप्रत आम्हांस प्राप्त झालें आहे. यास्तव, पुरोचनास न समजूं देतां या लाक्षागृहांतून तूं आमची मुक्तता कर.

वैशंपायन सांगतातः—राजा, नंतर त्या खनकानें त्यांस ठीक आहे म्हणून प्रत्युत्तर दिलें, व तो आपल्या प्रयत्नास लागला. लाक्षागृहाच्या कोटाबाहेर जो मोठा खंदक होता, ते आपण साफ करीत आहों, असें त्यानें पुरोचनास भासविलें; आणि आंत खणून ती माती बाहेर काढून त्यानें एक मोठे विवर तयार केलें. हे भारता, त्या लाक्षागृहाच्या मध्यापासून या विवरापर्यंतही एक मार्ग त्यानें खोदिला, आणि त्याच्या तोंडावर वरून जमिनीप्रमाणें दिसणारा एक दरवाजाही त्यानें तयार केला. दुष्टबुद्धि पुरोचन सदोदीत त्या लाक्षागृहाच्या तोंडाशींच बसत असल्यामुळें, त्यास न समजावें म्हणून भुयाराचें तोंड त्यानें याप्रमाणें बेमालूम झांकून टाकिलें. जनमेजया, त्या लाक्षागृहांत पांडव आपल्या आपल्या आयुधांसह रात्रीची वस्ती करीत, व दिवसास या वनांतून त्या वनांत मृगया करीत हिंडत.

राजा, दुर्योधनाच्या या कपटकृत्यानें अत्यंत विस्मित झालेले ते पांडव पुरोचनास फसविण्यासाठीं, मनांत साशंक असतांही त्यावर आपला विश्वास असल्याचें दाखवीत, व मनांत जळफळत असतांही आपण अगदी संतुष्ट आहों असें भासवीत. हा खरा प्रकार त्या नगरांत राहणाऱ्या लोकांस—फार काय?पण एका विदुरमित्र खनकावांचून दुसऱ्याकोणासही उमजला नाहीं.

अध्याय एकशें अठ्ठेचाळिसावा.

—:०:—

जातुगृहदाह.

वैशंपायन सांगतातः—राजा, याप्रमाणें कालक्रमणा करीत पांडव एक वर्षपर्यंत तेथें आनंदांत राहिलेले पाहून यांचा आपणावर पूर्ण विश्वास बसला आहे असें पुरोचनास वाटलें, आणि त्याला मोठा आनंद झाला. ती पुरोचनाची वृत्ति धर्मज्ञ युधिष्ठिराच्या ध्यानांत येऊन तो आपल्या भावांशीं बोलूं लागला.

युधिष्ठिर म्हणतोः- बांधवहो, या पापी पुरोचनास असें वाटत आहे कीं, आमचा याच्यावर पूर्ण विश्वास बसला आहे. परंतु तो दुष्ट या संबंधांत अगदींच फसला आहे. तेव्हां मला वाटतें कीं, आपणांस पळून जाण्याची हीच वेळ आहे. या आयुधागारास अग्नि लावून त्यांत पुरोचनासच दग्ध करूं, व या ठिकाणीं कोणा तरी सहा माणसांस ठेवून कोणासही मागमूस न लागूं देतां आपण येथून निघून जाऊं.

वैशंपायन सांगतातः--राजा, याप्रमाणें पांडवांचा विचार ठरल्यानंतर,कांहीं दानधर्म करण्याच्या मिषानें कुंतीनें रात्रीं ब्राह्मणभोजन घातलें. तेव्हां त्या ठिकाणीं कांहीं सुवासिनीही आल्या होत्या.त्या जेवणखाण वगैरे आटोपल्यावर थोडा वेळ यथेष्ट करमणूक करून कुंतीचा निरोप घेऊन परत आपआपल्या घरीं गेल्या.ही जेवणावळ चालली असतां कोणीएक भिल्लीण व तिचे पांच मुलगे काळानेंच ओढून आणल्याप्रमाणें अन्नाच्या आशेनें त्या ठिकाणीं प्राप्त झाले. राजा, ती भिल्लीण आपल्या पुत्रांसह मदिरापान करून अगदीं धुंद झाली, व बेशुद्ध होऊन त्याच घरांत मेल्याप्रमाणें गाढ झोपीं गेली! नंतर पुरोचनादि सर्वजणांस झोंप लागल्यावर मोठा वारा सुटला आहे असें पाहून भीमसेनानें पुरोचन निजला होता तेथेंच तें घर पेटविलें! याप्रमाणें

गृहद्वार पेटविल्यानंतर त्यानें सर्व घरास चोहों बाजूंनीं अग्नि लाविला; आणि सगळ्या घरानें पेट घेतला असें पाहून ते शत्रूंचा उच्छेद करणारे पांडव मातेसह भुयारांत शिरले. इकडे अग्नीचा भयंकर डोंबाळा होऊन मोठमोठे आवाज होऊ लागले, त्या योगानें नागरिकजन जागे झाले, व तें घर पेटलेलें पाहून म्लानवदन होऊन बोलूं लागले.

ते म्हणाले:—अहो, दुर्योधनानें नेमलेल्या या अज्ञानी व पातकी पुरोचनानें आपल्या नाशासाठींच हें घर तयार करविलें, व आज जाळून टाकविलें. अहो, ज्यानें सरळ स्वभावाच्या पांडवांस—प्रत्यक्ष आपल्या भावाच्या मुलांस- शत्रूंप्रमाणें दग्ध करविलें, त्या धृतराष्ट्राच्या अविचारीपणास धिक्कार असो. आपणावर पूर्ण विश्वास ठेवणाऱ्या नरश्रेष्ठ पांडवांचा कांहींएक अपराध नसतां ज्या दुरात्म्यानें त्यांस दग्ध केलें, तो पापी पुरोचन कर्मधर्मसंयोगानें या वेळीं दग्ध झाला हें मात्र ठीक झालें!

वैशंपायन पुढें सांगतात:—राजा, अशा प्रकारें ते वारणावतांतील लोक विलाप करीत रात्रभर त्या जतुगृहासभोंवतीं उभे होते. इकडे कुंतीसह सर्व पाडव खिन्न होऊन त्या विवरमार्गानें बाहेर पडले, कोणासही न समजतां त्वरेनें जाऊं लागले; परंतु रात्रभर झालेलें जागरण व भीति यांमुळें त्यांचें व विशेषेंकरून कुंतीचें पाऊल जलद उचलेना. राजा, त्या प्रसंगीं, अद्भुत वेगवान व महापराक्रमी भीमसेनानें या सर्वांस उचलून नेलें: त्या वीर्यवंतानें कुंतीस खांद्यावर बसविलें, नकुलसहदेवांस कडेवर घेतलें, आणि धर्मार्जुनांस हातांनीं धरून तो महाबलाढ्य तेजस्वी भीमसेन वक्षस्थलानें पुढील वृक्ष मोडून मार्ग मोकळा करीत व पायांनीं पृथ्वी विदारीत सत्वर वायुवेगानें गेला.

अध्याय एकशें एकूणपन्नासावा.

—:०:—

गंगोत्तरण.

वैशंपायन सांगतात:—हे कुरुकुलावतंसा, याच समयास महाज्ञानी विदुरानें पूर्वसंकेताप्रमाणें एक शुचिर्भूत मनुष्य त्या वनांत पाठविला. तो विदुरानें सांगितलेल्या स्थळीं पोहोंचला, तेव्हां तेथें पांडव व त्यांची माता कुंती ही मंडळी त्याच्या दृष्टीस पडली. त्या वेळीं पांडव नदीचें पाणी किती खोल आहे याचा अजमास करीत होते. पापी दुर्योधनानें केलेला दुष्ट बेत महाबुद्धिमान विदुरास हेरांकडून कळून त्यानें तेथून हा हुषार मनुष्य पाठविला होता. त्या मनुष्यानें पांडवांस एक नौका दाखविली. ती मन किंवा वायु यांप्रमाणें वेगानें चालणारी होती, व सोसाट्याचा वाराही सोसण्याजोगी मजबूत असून तिजवर शिडें, नांगर वगैरे सर्व सिद्धता होती, अशा प्रकारची ती नौका विदुराच्या विश्वासांतील लोकांनीं गंगेच्या पवित्र तीरावर सिद्ध करून ठेविली होती. ती धर्मराजास दाखवून तो मनुष्य म्हणाला, " युधिष्ठिरा,

कक्षघ्नः शिशिरघ्नश्च महाकक्षे बिलौकसः ।
न हन्तीत्येवमात्मानं यो रक्षति स जीवति ॥

हें वाक्य विदुरानें पूर्वी[1] तुम्हांस सूचनार्थ सांगितलें आहे. याची खूण सांगून त्यानें मला तुम्हांकडे पाठविलें आहे. तेव्हां आतां मजबद्दल तुमची खातरी झालीच असेल. त्या सर्वकार्यज्ञ विदुरानें मजजवळ पुनः असा निरोप सांगितला आहे कीं, युधिष्ठिरा, कर्ण, शकुनि व सर्व भावांसह दुर्योधन यांस तूं निःसंशय रणांत जिंकशील. पाण्यांतून सुलभतेनें गमन करणारी ही उत्तम नौका जलप्रवाहांत तयार आहे. हीं तुम्हां सर्वांस खातरीनें तेथून

१ मागें पंचेचाळिसाव्या अध्यायांत विदुरानें म्लेच्छ भाषेंत धर्मराजास जें सांगितलें, त्यांतील हा श्लोक. या ठिकाणीं त्यानें सांकेतिक भाषेनें जें सांगितलें आहे, त्याचा स्पष्ट आशय तेथें दिला आहे.

पार पाडील." नंतर, राजा, पांडव फार कष्टी झाले आहेत असें पाहून त्या पुरुषानें त्यांस मातेसह नौकेंत बसविलें; व गंगेंतून जाऊं लागल्यावर तो पुनः त्यांस म्हणाला, "शिरघ्राणपूर्वक व आलिंगनपूर्वक विदुराचें तुम्हांस वारंवार असें सांगणें आहे कीं, बिकट मार्गांतून सावधतेनें पार पडा."

राजेंद्रा, याप्रमाणें सांगून त्या विदुराकडून आलेल्या मनुष्यानें त्या नरश्रेष्ठ पांडवांस नावेच्या साह्यानें गंगापार केलें. गंगा उतरून सर्वजण सुखरूप परतीरीं पोहोंचल्या नंतर त्यांस जयसूचक आशीर्वाद देऊन तो आल्या वाटेनें परत गेला. नंतर त्याबरोबर विदुरास खुशालीचा निरोप पाठवून ते महात्मे पांडव गंगा उतरून गेल्यावरही कोणास न समजूं देतां गुप्तपणें तेथून त्वरेनें निघून गेले.

अध्याय एकशें पन्नासावा.

—:०:—

पांडवांविषयीं शोक व त्यांचें उत्तरकार्य !

वैशंपायन सांगतातः—राजा, इकडे, रात्र संपल्यावर पांडवांस पाहण्याच्या इच्छेनें वारणावतांतील सर्व लोक मोठ्या लगबगीनें तेथें आले, आणि आग विझवूं लागले. तेव्हां त्या लाक्षागृहाबरोबर अमात्य पुरोचनही दग्ध झाल्याचें त्यांच्या दृष्टोत्पत्तीस आलें. त्या वेळीं ते आक्रोश करून म्हणूं लागले, "हें सर्व कृत्य पांडवांच्या नाशासाठींच त्या पापाचरणी दुर्योधनानेंच निःसंशय केलें; इतकेंच नव्हे, तर प्रत्यक्ष धृतराष्ट्राचेंही त्यांत खातरीनें अंग असावें. तसें नसतें, तर प्रत्यक्ष पांडूच्या पाठीस पाठ लावून आलेल्या सख्ख्या भावाच्या मुलांस दुर्योधन जाळीत असतां त्यास धृतराष्ट्रानें प्रतिबंध केला नसता काय ? खरोखर या प्रसंगीं प्रत्यक्ष भीष्म, द्रोण, विदुर, कृपाचार्य व इतर सर्व कौरवपक्षीय लोक सत्यधर्मानें वागत नाहींत ! आतां आम्ही दुष्टबुद्धि धृतराष्ट्राकडे असा निरोप पाठवितों कीं, "पांडवांस दग्ध केलेंस, आतां तुझा सर्व हेतु पूर्ण झाला !"

अशा प्रकारें विलाप करीत ते पांडवांच्या शोधासाठीं अग्नि विझवीत असतां, आपल्या पांच पुत्रांसह व्यर्थ दग्ध झालेली ती निषादी त्यांच्या दृष्टीस पडली. तेव्हां सर्व पांडव दग्ध झाले असें त्यांस वाटलें. या अग्नि विझविणाऱ्या मंडळींत तो विवर तयार करणारा खनकही होता. त्यानें घरांत हुडकीत असतां कोणास न समजूं देतां हळूच ते विवरद्वार मातीनें बुजवून टाकलें! नंतर पांडव व अमात्य पुरोचन अग्नीनें दग्ध झाल्याबद्दल नागरिकांनीं धृतराष्ट्रास कळविलें. पांडवांचा नाश झाला ही दारुण गोष्ट श्रवण करून धृतराष्ट्र अत्यंत दुःखित होऊन विलाप करूं लागला, "ते पराक्रमी पांडव व विशेषेंकरून कुंती दग्ध झालेली ऐकून प्रत्यक्ष माझा महायशस्वी भ्राता पांडु राजाच आज मृत झाला असें मला वाटतें. आतां मंडळीनें सत्वर वारणावतास जावें व उत्तरविधि करून पांडव व कुंती यांचा सत्कार करावा! कुलास उचित अशीं त्यास कल्याणकारक होणारीं मोठमोठीं उत्तरकृत्यें करावीं. त्या ठिकाणीं, मेलेल्यांचे जे इष्टमित्र असतील त्यांनींही जावें. याप्रमाणें सर्वजण तेथें गेल्यावर, पांडव व कुंती यांस हितकर अशा ज्या ज्या क्रिया मला करतां येणें शक्य आहे, त्या सर्व पुष्कळ द्रव्य खर्च करून तुम्ही करा."

राजा जनमेजया, ह्याप्रमाणें बोलून धृतराष्ट्रानें ज्ञातिबांधवांसह पांडवांच्या नांवानें उदकांजलि दिली. त्या वेळीं सर्व लोक अत्यंत शोकाकुल होऊन रुदन करूं लागले. "हा कुरुकुलभूषणा धर्मराजा ! हा भीमसेना ! हा अर्जुना ! हे नकुलसहदेव हो!' असें म्हणून सर्व लोक आकांत करूं लागले. त्याचप्रमाणें, कुंतीबद्दलही अत्यंत शोकाकुल होऊन त्यांनीं उदकांजलि दिली. हस्तिनापुरांतील इतर सर्व लोकही याचप्रमाणें पांडवांविषयीं शोक करूं

लागले. विदुरास मात्र खरा प्रकार माहीत होता. तथापि त्यानेंही इतरांबरोबर—वरकांतींच कां होईना—पण शोक केलाच !

पांडववनप्रवेश.

वैशंपायन सांगतातः—राजा, इकडे कुंतीसह पांच पांडव वारणावताहून निघून गंगातीरीं येऊन पोहोंचल्यावर, नावाड्यांचें बाहुसामर्थ्य, नदीच्या प्रवाहाचा वेग, व अनुकूल वारा यांच्या अनुकूलतेनें थोडक्याच वेळांत पैलतीरास पोहोंचले. नंतर ती नौका सोडून ते दक्षिण दिशेकडे गेले व त्या रात्रीच्या वेळीं नक्षत्रसमुदायांच्या अनुरोधानें मार्ग काढीत मोठ्या प्रयत्नानें ते घोर अरण्यांत जाऊन पोहोंचले! ह्या वेळीं ते अगदीं थकून गेले असून तृषेनें व्याकूळ झाले होते, व डोळ्यांवर झांपड येऊन त्यांस कांहीं एक दिसेनासें झालें होतें. अशा प्रसंगीं ते पुनः महासमर्थ भीमसेनास म्हणाले. " बाबा भीमा, आतां पुढें मात्र खरोखर मोठा कठिण प्रसंग आला आहे. कारण आपण या निबिड अरण्यांत आलों असून आम्हांस दिशा सुद्धां ओळखत नाहींत, व चालण्याची तर बिलकूल शक्ति राहिली नाहीं; तो नीच पुरोचन दग्ध झाला किंवा नाहीं हेंही खातरीनें समजत नाहीं; तेव्हां आपण गुप्तपणें या संकटांतून कसे मुक्त होणार ? यास्तव, भीमसेना, मागें तूं आम्हांस जसा घेऊन आलास, तसाच या वेळीं घेऊन चल. कारण, थकून वगैरे न जातां सतत चालण्यास समर्थ असा आम्हांमध्यें तूंच एक आहेस. " राजा, याप्रमाणें धर्मराजानें सांगितलें असतां तो महाबलवान भीम कुंती व भ्राते यांस घेऊन त्वरेनें चालला.

अध्याय एकशें एकावन्नावा.

—:०:—

भीमाचा उद्वेग.

वैशंपायन सांगतातः—भीमसेन इतक्या झपाट्यानें चालत होता कीं, त्याच्या मांड्यांच्या वेगानें त्या वनांतील सर्व लहानमोठे वृक्ष कंपायमान झाले. त्याच्या पायांच्या गतीनें जो वारा सुटला, तो ज्येष्ठ व आषाढ या महिन्यांतील वाऱ्यासारखा भयंकर होता. त्याच्या योगानें मार्गावरील सर्व लता व वृक्ष उलथून पडले. गंडादि तीन स्थलांतून मदस्राव होत असल्यामुळें जो उन्मत्त झाला आहे, आणि जो साठ वर्षांचा म्हणजे पूर्ण यौवनांत आलेला आहे, अशा चवताळलेल्या गजश्रेष्ठाप्रमाणें तो क्रुद्ध झालेला भीमसेन मार्गाजवळ उगवलेलीं झुडपें मोडून फलपुष्पयुक्त वनस्पतींचाही नाश करीत चालला. त्याचा वेग प्रत्यक्ष मारुति किंवा गरुड यांच्यासारखा होता. अशा वेगानें तो जात असतां पांडवांस मूर्छा आल्यासारखें झालें. त्यांस अनेक वेळां नद्या पोहून जावें लागलें, व दुर्योधनाच्या भीतीनें मार्गांत दडूनही बसावें लागलें. या सर्व अडचणींतून व नदीप्रवाहांतून भीष्मानें आपल्या सुकुमार मातेस पाठीवर बसवून जपून पार पाडिलें. अशा प्रकारें जातां जातां भीमसेन सायंकाळीं एका अरण्यांत जाऊन पोहोंचला. त्या वनांत फळेंमुळें फारशीं नव्हतीं; इतकेंच नव्हे, तर पाणीही दुर्मिळ होतें. शिवाय क्रूर पक्षी व हिंस्र श्वापदें यांचीही तेथें वस्ती होती. ते वारा सुटण्याचे दिवस नसतांही त्या वेळीं मोठा वारा सुटला होता, व सायंकाळ झाल्यामुळें दिशा प्रकाशरहित झाल्या होत्या तेथें अल्प विस्ताराचे ठेंगणे वृक्ष क्वचित् होते. बाकी तेथील बहुतेक वृक्ष म्हणजे लहान लहान झुडपेंच होतीं. त्यांचीही पानेंफळें गळून पडलेलीं

होतीं; आणि बहुतेक झाडें मोडलेलीं व बाकीचीं लवून जमिनीस मिळालेलीं होतीं.

इकडे पांडव तर आधींच वाटेच्या श्रमानें थकले असून तृषेनें व्याकूळ झाले होते. तशांत त्यांस निद्राही फार येऊं लागली; त्यामुळें त्यांच्यानें पुढें जाववेना. तेव्हां ते त्या उजाड घोर अरण्यांतच विश्रांतीसाठीं बसले. तेव्हां तहान लागल्यामुळें कुंती अगदीं घाबरी होऊन आपल्या पुत्रांस वारंवार म्हणूं लागली, " पांच पांडवांची मी माता असून माझे सर्व पुत्र माझ्या भोंवतीं बसले आहेत, अशा वेळींही मी तृषेनें व्याकूळ झालें आहें ना ?" राजा, भीमसेन मोठा मातृभक्त व सदय असल्यामुळें, कुंतीचें तें भाषण ऐकून त्याचें हृदय दुभंग होऊन गेलें! तो तात्काळ सर्वांस घेऊन उठला व त्या घोर निर्जन अफाट अरण्यांत शिरला. तेथें एक दाट छायेचा रमणीय वटवृक्ष त्याच्या दृष्टीस पडला. तेव्हां त्या ठिकाणीं सर्वांस खालीं उतरून भीमसेन म्हणाला, " तुम्ही या वृक्षाच्या छायेंत विश्रांति घेत बसा, मी आसपास पाण्याचा शोध करितों. जलसंचार करणारे सारस पक्षी मधुर शब्द करीत आहेत, तेव्हां जवळच एखादें मोठें सरोवर असावें असें मला खातरीनें वाटतें."

जनमेजया, नंतर धर्मराजानें त्यास जाण्यास अनुमोदन दिल्यावर, जिकडून सारस पक्ष्यांचा शब्द ऐकूं येत होता तिकडे तो गेला, तों तेथें एक सरोवर असून त्यांत सारस पक्षी जलक्रीडा करीत आहेत असें त्याच्या दृष्टीस पडलें. त्या ठिकाणीं पाणी पिऊन व स्नान करून त्या मातृवत्सलानें आपल्या भावांसाठीं उत्तरीय वस्त्र पाण्यांत भिजवून आणिलें. तो दोन कोसांवरून त्वरित मातेकडे आला, आणि दुःख व श्रम यानीं मन व्याप्त झाल्यामुळें भुजंगाप्रमाणें सुस्कारे टाकूं लागला. असो; तो तेथें येऊन पाहतो तों आपले भ्राते व माता हीं जमिनीवरच निजलेलीं असून त्यांस गाढ झोंप लागलेली आहे! हें पाहतांच त्यास अनिवार दुःख झालें, व तो विलाप करूं लागला, " अहो, मी खरोखर अत्यंत दुर्दैवी आहें! मी आज आपल्या भावांस नुसत्या जमिनीवर निजलेले पहात आहें, याहून अधिक दुःखदायक असें काय पहावयाचें राहिलें. बरें, पूर्वी वारणावतांत असतां ज्यांना उत्तम बिछान्यावरही झोंप येऊं नये, ते आज उघड्या जमिनीवर निजले आहेत ना! पहा, ही सर्वलक्षणसंपन्न कुंती शत्रुसंघाचें मर्दन करणाऱ्या वसुदेवाची बहीण, कुंतिभोज राजाची कन्या, विचित्रवीर्याची सून, महात्म्या पांडु राजाची भार्या, आणि आह्मां पांच वीरांची माता! कमलगर्भाप्रमाणें जिची कांति अत्यंत सुकुमार असल्यामुळें जी केवळ मूल्यवान बिछान्यावर शयन करण्यास योग्य, ती आज येथें नुसत्या जमिनीवर पडली आहे! यम, इंद्र व वायु यांपासून जिला हे पुत्र झाले, ती राजवाड्यांत शयन करणारी कुंती आज श्रांत होऊन येथें भूमीवर निजते, तेव्हां केवढी खेदाची ही गोष्ट! या पुरुषश्रेष्ठांस मी आज भूतलावर शयन केलेले पहात आहें, याहून दुःखतर अशी कोणती गोष्ट माझ्या दृष्टीस पडणें शक्य आहे? अरे, ज्या धर्मनिष्ठ भूपतीस त्रैलोक्याचें राज्य वास्तविक योग्य होय, तो आज श्रांत होऊन सामान्य जनाप्रमाणें भूमीवर शयन करीत आहे काय? तसाच हा सर्व पुरुषांत वरिष्ठ घनःशाम अर्जुन यःकश्चित् मनुष्याप्रमाणें जमिनीवर निजतो, याहून दुःखद तें काय? देवांतील अश्विनीकुमारांसारखी ज्यांची रूपसंपत्ति ते हे नकुलसहदेव भिकाऱ्यांसारखे उघड्या जमिनीवर झोंपी गेले आहेत. कुलाला कलंक लावणारे भाऊबंद ज्यांना नसतात, त्यांचा आयुष्यक्रम खरोखर सुखमय होत असेल! पहा, गांवांत चांगला पर्णपुष्पांनीं डवरलेला असा एकच वृक्ष असला म्हणजे तो प्रसिद्ध असतो;

इतकेंच नव्हे, तर लोक त्याचें पूजनही करतात. अन्य पक्षीं, ज्यास शूर व धर्मनिष्ठ असे पुष्कळ ज्ञातिबांधव असतील, तेही जगांत निष्कटंक होऊन आनंदांत राहतात, कारण जे मित्र व बांधव एकमेकांस मदत करितात, ते समर्थ व संपत्तिमान असतात, आणि अरण्यांतील वृक्षांप्रमाणें एकमेकांच्या आश्रयानें सुखांत राहतात. परंतु धृतराष्ट्र व त्याचे पुत्र या दुष्टांनीं आम्हांस हाकून दिलें, व जाळण्याचा प्रयत्न केला; तथापि दैवयोगानें आम्ही दग्ध न होतां कसे तरी बचावलों, व त्या अग्नीपासून मुक्त होऊन या वृक्षाखालीं येऊन बसलों आहों; असे पराकाष्ठेचे क्लेश झाल्यामुळें, पुढें कोणता मार्ग पतकरावयाचा तेंही कांहीं सुचत नाहीं. दुष्टा धृतराष्ट्रा, आतां तरी तुझे मनोरथ पूर्ण झाले ना ? अरे, तुजवर खरोखर देवच प्रसन्न आहेत, म्हणून तुला मारण्यास धर्मराज मला आज्ञा देत नाहीं, आणि म्हणूनच, दुष्टा तूं अजून वांचला आहेस. या वेळीं मला असा संताप आला आहे कीं, आतांच्या आतां हास्तिनापुरांत येऊन तुला—तुझे पुत्र, अमात्य, कर्ण व शकुनि यांसहवर्तमान--यमसदनीं पाठवून देईन; परंतु पातक्या, या धर्ममूर्ति पांडवश्रेष्ठ युधीष्ठिरास तुझा राग येत नाहीं, याला काय करावें ?"

राजा जनमेजया; ज्याचें अंत:करण क्रोधानें संतप्त झालें आहे असा तो भीमसेन याप्रमाणें विलाप करीत, हात चोळीत चोळीत सुस्कारे टाकूं लागला. नंतर, अग्नीच्या ज्वाला जशा कांहीं वेळानें कमी कमी होत जातात, तसाच भीमाचा रागही कमी कमी होत जाऊन कांहीं वेळानें त्याचें अंत:करण शांत झालें, आणि पुन: त्याची दृष्टि निराश्रित मनुष्यांप्रमाणें खुशाल जमिनीवर घोरत पडलेल्या आपल्या भावांकडे गेली. तेव्हां तो आपल्याशींच विचार करूं लागला कीं, 'येथून नगर फार दूर नसावें; तेव्हां तेथें न जातां या ठिकाणीं निजणें योग्य नव्हे; पण हे तर सर्वजण झोंपीं गेले आहेत, तेव्हां आपण एकटेंच जागत बसावें. यांचे श्रमपारिहार होऊन हे जागे झाले म्हणजे मगच पाणी पितील.' असा विचार करून भीमसेन जागत बसला.

हिडिंबवधपर्व.

अध्याय एकशें बावन्नावा.

—:०:—

हिडिंबाभीमसंवाद.

वैशंपायन सांगतात:—जनमेजया; पांडव वनांत जेथें निजले होते,त्या ठिकाणापासून जवळच एका ताल वृक्षाच्या आश्रयानें हिडिंब नांवाचा एक राक्षस राहात होता.तो क्रूर मनुष्यमांसभक्षक मोठा शक्तिमान व शूर असून, त्याचा वर्ण पावसाळ्यांतील मेघाप्रमाणें काळाकुट्ट होता. त्याचे डोळे पिंगट होते, व त्याचें एकंदर स्वरूपच मोठें भयंकर होतें. दाढा बाहेर वाढलेल्या असल्यामुळें तोंड अक्राळविक्राळ झालें होतें. त्याचें पोट व कमर लांबट असून दाढीमिशा व डोक्याचे केंस तांबडे होते. त्याची पाठ, मान व खांदे फारच प्रचंड असून, कान शंकाकृति होते, आणि तो क्षुधित झाला असून मांसाची इच्छा करीत होता. अशा वेळीं त्या भयंकर राक्षसाची दृष्टि सहजगत्या महारथी पांडवांकडे गेली. राजा, ज्याचा आकार कुरूप, मुद्रा उग्र व डोळे पिंगट आहेत आणि जो क्षुधार्त होऊन मांसाची इच्छा करीत आहे,अशा त्या प्रचंडदेही राक्षसास साहजिकपणें पांडव दिसतांच,तो बोटें वर करून डोकें खाजवीत खाजवीत आपले रूक्ष केश पिंजारूं लागला,व आपल्या विशाल मुखानें जांभया देत वारंवार पांडवांकडे पाहूं लागला, मनुष्याचें मांस मिळणार म्हणून त्या महाबलाढ्य धिप्पाड राक्षसास फार आनंद झाला. मेघसमुदायासारखा प्रचंड आणि तीक्ष्ण दाढा व तेजस्वी मुख यांनीं युक्त असा तो राक्षस मनुष्याचा वास येतांच आपल्या भगिनीस म्हणाला,‘ माझें अत्यंत आवडतें खाद्य जें नरमांस,तें आज फार दिवसांनीं मिळालें आहे.तेणेंकरून माझ्या जिभेस पाणी सुटून ती वळवळत आहे.अग्रें अत्यंत तीक्ष्ण असल्यामुळें ज्यांचा नुसता स्पर्श झाला असतांही फार दिवस दु:सह पीडा होतें,अशा या माझ्या आठही दाढा आतां मी या मानवांच्या स्निग्ध व मांसल देहांत खुपशीन; त्यांचीं मानगुटें धरून तेथली धमनी तोडीन; आणि त्यांचें ऊन ऊन फेंसाळ व ताजें रक्त यथेच्छ प्राशन करीन! यास्तव, भगिनी, तूं जा आणि ह्या वनांत हे कोण निजले आहेत, त्याचा तपास काढ. मनुष्यांचा उत्कृष्ट वास येत आहे, त्यानें माझें घ्राणेंद्रिय कसें अगदीं तृप्त होत आहे. तेव्हां या सर्व मनुष्यांस मारून माझ्याजवळ घेऊन ये. आपल्या हद्दींत हे निजले असल्यामुळें यांपासून तुला कांहींएक भीति नाहीं, यांचीं शरीरें सोलून, आपण एकत्र बसून यथेष्ट मांसभोजन करूं. यास्तव, माझ्या ह्मणण्याप्रमाणें लवकर तजवीज कर. मनुष्यमांसाचें मनसोक्त भक्षण केल्यावर आपण दोघें जण ताल धरून अनेक प्रकारें नृत्य करूं!”

हे नरश्रेष्ठा,याप्रमाणें त्या हिडिंब राक्षसानें आपल्या हिडिंबानामक बहिणीस सांगतांच, त्याची ती आज्ञा मान्य करून, पांडव निजले होते त्या ठिकाणीं ती लगबगीनें आली, तों कुंती व पांडव तेथें निजले आहेत, आणि ज्यास पराभव ह्मणजे काय तें कधीं ठाऊकच नाहीं असा तो भीमसेन जवळच जागत बसला आहे, असें तिच्या दृष्टीस पडलें. जमिनींतून वर आलेला शाल वृक्षाचा अंकुरच कीं काय, असा तो सर्व जगांत रूपानें अप्रतिम असा भीमसेन दृष्टीस पडतांच तिचें मन त्यावर बसलें; आणि ती आपल्याशींच ह्मणते,“ या श्यामसुंदराचे बाहु दीर्घ, खांदे सिंहासारखे, कंठ शंखासारखा व नेत्र कमलासारखे असून याचें तेजही विलक्षण आहे.खरोखर मला हाच योग्य भर्ता शोभेल. माझ्या भावानें सांगितलेलें तें क्रूर कर्म मी कदापि करणार नाहीं. कारण पतिप्रेम हें फारच

बलवान असतें; भावावरील ममता तितकी नसते. यांस मारल्यानें माझा भाऊ व मी यांस क्षणभर समाधान होईल हें खरें; परंतु यांस न मारल्यास मला चिरकालपर्यंत आनंदांत राहतां येईल!"

जनमेजया, हिडिंबेनें याप्रमाणें विचार केल्यावर, पाहिजे तें रूप घेण्याचें तीस सामर्थ्य असल्यामुळें ती अप्रतिम सुंदर स्त्री बनली. तिनें दिव्य अलंकार धारण केले होते, त्यांनीं तिचें रूप अधिकच खुलून गेलें होतें. नंतर ती सौम्यपणें भीमसेनाजवळ येऊन उभी राहिली; व गालांतल्या गालांत हसून लाजत लाजत त्यांस म्हणाली, "हे पुरुषर्षभा, आपण कोण व येथें कोठून आलां? तसेंच, हे दिव्यदेही पुरुष येथें निजले आहेत हे कोण? हे पुण्यवंता, ही श्यामवर्ण व सुकुमार वृद्ध स्त्री तुझी कोण? या अरण्यांतही ही स्वगृहाप्रमाणें निःशंकपणें झोंपी गेली आहे. यावरून या गहन अरण्यांत राक्षस राहतो हें हिला माहीत नाहींसें दिसतें. या ठिकाणीं हिडिंबनामक एक दुष्ट राक्षस राहतो. त्याची मी बहीण आहें. देवतुल्यहो, तुमचें मांस भक्षण करण्याची दुष्ट वासना मनांत धरून, माझ्या भावानें मला तुम्हांकडे पाठविलें आहे; परंतु या ठिकाणीं आल्यावर, देवपुत्राप्रमाणें तेजस्वी अशा आपणांस पाहातांच माझ्या मनाचा असा पक्का निश्चय ठरला कीं, आपणांवांचून अन्य पति वरावयाचाच नाहीं. हें आपणांस सत्य सांगतें. हे धर्मज्ञा, मीं सांगितलेली सर्व हकीकत ध्यानीं आणून, आपणांस योग्य दिसेल तसें मजशीं वर्तन करा. माझें मन व शरीर मदनानें जर्जर झालें असून मी आपल्या चरणसेवेस सादर झालें आहें. यास्तव माझा अंगीकार करा. हे महाबाहो, त्या मनुष्यभक्षक राक्षसापासून मी तुमचें संरक्षण करीन, व आपण उभयतां पर्वतावरील एखाद्या अवघड ठिकाणीं खुशाल राहूं. मात्र, हे निष्पापा, आपण माझा अंगीकार करा. पहा—मला आकाशांतून गमन करितां येत असल्यामुळें वाटेल तिकडे जातां येतें, यास्तव ठिकठिकाणीं आपण मजसमागमें अनुपम सुखाचा अनुभव घ्या."

भीमसेन म्हणालाः—हे राक्षसी, माझी माता, वडील भाऊ व कनिष्ठ भ्राते येथें स्वस्थ निजले आहेत; शिवाय तूं म्हणतेस कीं, येथें राक्षस राहतो, व त्याची यांस मारण्याची इच्छा आहे; तर अशा प्रसंगीं यांचें रक्षण करण्याचें सामर्थ्य अंगीं असतांही येथें यांस असेच सोडून कोण बरें निघून जाईल? अग, आपल्या निजलेल्या भावांस व मातेस राक्षसाच्या तोंडीं देऊन माझ्यासारखा कोणता वीर विषयलंपट मनुष्याप्रमाणें निघून जाईल बरें?

राक्षसी म्हणतेः—महाराज, आपणांस जें प्रिय असेल तें करण्यास मी तयार आहें. या सर्वांस जागें करा, मी मोठ्या आनंदानें त्या मनुष्यभक्षक राक्षसापासून यांचीही मुक्तता करीन.

भीम म्हणालाः—राक्षसी, माझे भाऊ व माता हीं या अरण्यांत सुखानें निजलीं आहेत. यास्तव तुझ्या त्या यःकश्चित् दुष्ट भावाच्या भयानें मी यांची कधींही झोंपमोड करणार नाहीं. अग भित्रे, मजबरोबर युद्ध करण्यास राक्षस तर समर्थ नाहींतच, परंतु मनुष्य, यक्ष किंवा गंधर्व हे देखील माझा पराक्रम सहन करण्यास समर्थ नाहींत. तूं जा, रहा, काय पाहिजे तें कर; किंवा त्या तुझ्या नरभक्षक भावालाही पाहिजे तर इकडे पाठवून दे!

अध्याय एकशें त्रेपन्नावा.

—:०:—

हिडिंबभीमसंवाद.

वैशंपायन सांगतातः—राजा, इकडे, हिडिंबेला जाऊन बराच वेळ झाला तरी ती अजून परत येत नाहीं असें पाहून राक्षसाधिपति हिडिंब वृक्षा-

वरून खालीं उतरला; आणि लागलीच पांडवांकडे आला. त्याचे नेत्र रक्तासारखे लाल असून बाहु फार पुष्ट होते; केंस ताठ असून मुख भयंकर होतें; दाढा अतिशय तीक्ष्ण होत्या; आणि शरीर एकवटलेल्या मेघांप्रमाणें काळेंकुट्ट असल्यामुळे तो फारच भयंकर दिसत होता. तो आपल्याकडेच धावून येत आहे असें पाहून हिडिंबा त्या बऱ्या बाबऱ्या भीमसेनास म्हणाली, " हा पहा, तो दुष्ट नरभक्षक अत्यंत क्रोधाविष्ट होऊन इकडेच येत आहे! तेव्हां आतां आपण व आपल्या बंधूंनीं मी सांगतें तसें करावें! हे वीर, माझ्या अंगीं राक्षसाचें बल असून मी इच्छागमनी आहें. माझ्या कडेवर आपण सर्व बसा म्हणजे मी तुम्हां सर्वांस आकाशमार्गानें घेऊन जाईन. हे शत्रुमर्दना, आतां आपण झोंपीं गेलेल्या या आपल्या बंधूंना आणि मातेला लवकर उठवा "

भीमसेन म्हणालाः—हे सुंदरी! तूं मुळींच भिऊं नको;मी जर येथें आहें, तर या राक्षसाच्या हातून आमचें कांहीं होणार नाहीं. हे सुमध्यमे! मी आतांच तुझ्या देखत याला ठार मारून टाकतों. हे भीरु! हा नीच एकटाचसा काय, पण सर्व राक्षस जरी एकत्र जमून माझ्या अंगावर आले, तरी त्यांच्यानें माझ्याशीं टिकाव धरवणार नाहीं. हे पहा माझे बाहु कसे अगदीं गजशुंडेप्रमाणें असून मांड्या परिघाप्रमाणें आहेत; आणि छाती तरी किती रुंद आहे! हे कल्याणी, माझा पराक्रम केवळ इंद्रतुल्य आहे हें तुझ्या आतांच दृष्टीस पडेल. मीं मनुष्य आहें असें समजून तूं मला यःकश्चित् समजूं नको.

हिडिंबा म्हणतेः—नरश्रेष्ठा, आपण देवरूप आहां, तेव्हां मी आपणांस कमी समजत नाहीं. पण या हिडिंब राक्षसापुढें मनुष्याची काय दुर्दशा होऊन जाते हें मीं प्रत्यक्ष पाहिलें असल्यामुळें, माझें जें आपणांवर प्रेम बसलें आहे, त्या अंधळ्या प्रेमानें मजकडून तसें वदविलें!

वैशंपायन सांगतातः—जनमेजया, याप्रमाणें हीं उभयतां बोलत आहेत इतक्यांत तो नरमांसभक्षक राक्षस जवळ येऊन ठेपला, तों भीमाचे हे शब्द त्याच्या कानीं पडले. तेव्हां तो क्रुद्ध झाला, आणि त्यानें हिडिंबेकडे पाहिलें, तों तिनें धारण केलेलें सुंदर रूप त्याच्या दृष्टीस पडलें! तिचें मुख चंद्राप्रमाणें असून भिंवया कमानदार होत्या; नासिका सरळ असून नेत्र हरिणाप्रमाणें होते; तिचा केशप्रांतही मनोहर असून तिनें आपल्या बुचड्यांत पुष्पकलिकांची गुंफलेली वेणी घातली होती; तिचें शरीर अत्यंत सुकुमार असून नखें आरक्त दिसत होतीं; आणि तिनें परिधान केलेलें वस्त्र फार तलम व आकाशाप्रमाणें निर्मल असून, तिनें मूल्यवान अलंकार धारण केलेले होते! राजा जनमेजया, आधींच तो राक्षस रागावलेला, तशांत बहिणीचें हें स्वरूप त्याच्या दृष्टीस पडलें! तेव्हां त्याच्या मनांत अशी शंका आली कीं, ही पुरुषाची इच्छा करीत असावी. तेव्हां तर त्याला फारच क्रोध आला, आणि अगदीं लाल होऊन तो तिला म्हणाला, " हे दुष्टे, तूं हें मनुष्याचें मनोहर रूप धारण करून काय आरंभिलें आहेस? अग, मी यांना खाण्याची इच्छा करीत असतां तूं मला विघ्न करीत आहेस काय? हिडिंबे! तूं अगदीं मोहित कशी होऊन गेलीस? तुला माझ्या क्रोधाची कांहींच का भीति नाहीं वाटत? चांडाळणी! पुरुषाच्या इच्छेनें तूं माझें अनिष्ट करीत आहेस इतकेंच नव्हे, तर तूं ह्या कृतीनें सर्व राक्षसकुलाला कलंक लावीत आहेस! हे व्यभिचारिणी! धिक्कार असो तुला! अग! ज्या अर्थीं ह्या लोकांशीं सख्य करून माझें अनिष्ट करण्याची तूं इच्छा करीत आहेस, त्या अर्थीं ह्या सर्वांना आणि त्यांच्याबरोबर तुलाही आतां ठार मारून टाकतों!"

वैशंपायन सांगतातः—राजा जनमेजया,

ह्याप्रमाणें हिडिंबेला बोलून तो क्रोधानें संतप्त झालेला हिडिंब त्या पांडवांवर धावला. राक्षस अंगावर धावून येत आहे असें पाहून महापराक्रमी भीमसेनानें त्याची निर्भत्सना केली; आणि त्यास तो " थांब, थांब, " असें म्हणाला.

हे नरश्रेष्ठा, तो राक्षस आपल्या भगिनीवर अतिशय रागवला असून आपल्या निजलेल्या बंधूकडे धावत चालला आहे असें पाहून भीमसेनास हसूं आलें; आणि तो त्यास म्हणाला, " हे माझे भाऊ सुखानें निजले आहेत, त्यांना उठवून तुला काय करावयाचें आहे? तूं माझ्याकडेच ये; आणि मला धरून माझ्यावरच तुला काय प्रहार करावयाचा असेल तो कर. अरे, निजलेल्यांवर चाल करून जाणें व बायकांचा प्राण घेणें हें तुझ्यासारख्या शूराला योग्य नाहीं; आणि त्यांतून ह्या तुझ्या बहिणीनें तर तुझा कांहींच आपराध केला नाहीं. ही सुंदरी माझी इच्छा करीत आहे हा कांहीं तिचा दोष नव्हे; तर तिच्या शरिरांत संचार करणारा जो मदन त्या मदनाचा हा दोष होय. त्यानेंच हिची इतकी इकडे प्रवृत्ति केली ! शिवाय, राक्षसा, ही तुझी बहीण तुझ्याच आज्ञेवरून आमच्याकडे आली; आणि माझें स्वरूप पहातांच हिला माझ्या विषयीं इच्छा झाली ह्यांत तिचा काय अपराध आहे? खरोखर विचार केला तर मदनानें तुझा अपराध केला आहे; तेव्हां तूं हिची व्यर्थ निंदा करूं नको. शिवाय मी येथें उभा असतां माझ्याशीं युद्ध करण्याचें सोडून देऊन माझ्यासमक्ष तूं ह्या स्त्रीचा वध करण्यास तयार व्हावेंस हेंही तुला योग्य नाहीं. म्हणून तूं प्रथम माझ्याशींच युद्ध कर म्हणजे मीच तुला आतां यमसदनास पोहोंचवितों. अरे! मत्त हत्ती ज्याप्रमाणें एखादा कठिण पदार्थ आपल्या पायाखालीं दडपून त्याचें चूर्ण करतो, त्याप्रमाणें मी आपल्या सामर्थ्यानें तुझें मस्तक चिरडून तुला ठार मारून टाकतों; म्हणजे कंक, ससाणे आणि कोल्हीं ह्यांना आज तुझ्या प्रेताची यथास्थित मेजवानी मिळेल! मनुष्य भक्षण करून तूं दूषित केलेलें हें अरण्य मी आज एका क्षणांत राक्षसशून्य करून सोडणार! अरे! सिंह ज्याप्रमाणें पर्वतासारख्या मोठ्या हत्तीला सहज ओढून ठार मारतो, त्याप्रमाणें तुला मी सहज ओढून मारून टाकतों; आणि हें सर्व तुझ्या ह्या बहिणीच्या दृष्टीस पडेल. अरे अधमा, तुला मारलें म्हणजे वनचरांना हें अरण्य उपद्रवरहित होऊन ते येथें सुखानें संचार तरी करतील!"

हिडिंब राक्षस म्हणतोः—अरे मानवा, उगीच बडबड किती करतोस ? तुझा काय पराक्रम आहे तो दाखव. चल आटप, उशीर लावूं नको. तुला तुझ्या बलाचा आणि पराक्रमाचा मोठा गर्व आहे पण माझ्याशीं गांठ पडली म्हणजे तुझा तो गर्व पार नाहींसा होईल. हे दुर्बुद्धे, मी प्रथम तुलाच ठार करून तुझें रक्त प्राशन केल्यावर मग ह्या निजलेल्या लोकांना मारीन; व नंतर ह्या दुष्ट स्त्रीचा प्राण घेईन.

वैशंपायन सांगतातः—ह्याप्रमाणें भाषण करून तो अत्यंत क्रुद्ध झालेला नरभक्षक राक्षस भीमसेनाच्या अंगावर धावून आला; आणि त्याला धरण्याकरितां त्यानें आपला हात पुढें केला. तेव्हां महापराक्रमी भीमसेनानें हसल्यासारखें करून त्याचा तो पुढें आलेला हात तसाच धरला आणि जोरानें दाबला. तेव्हां तो बलाढ्य राक्षस हात सोडण्याकरतां खूप धडपड करूं लागला; परंतु त्याचें कांहींएक चालूं न देतां, सिंह जसा एखाद्या क्षुद्र पशूला सहज ओढून नेतो, त्याप्रमाणें भीमसेनानें त्या दुष्ट राक्षसास एका सपाट्यासरसें त्याच्या जागेपासून बत्तीस हात दूर नेलें. तेव्हां राक्षसानें रागारागानें भीमसेनाला मिठी मारली, आणि तो मोठमोठ्यानें आरोळ्या मारूं लागला. तेव्हां सुखानें निजलेले आपले बंधू ह्याच्या गर्जनेनें कदाचित् जागे होतील म्हणून त्या महाबलवान

भीमसेनानें पुनः त्याला जोरानें ओढून आणखी दूर नेलें. ह्याप्रमाणें हिडिंब आणि भीम ह्या उभयतांमध्यें झटापट लागून राहिली.ह्या त्यांच्या लठ्ठालठ्ठींत त्या वनांतील कित्येक मोठमोठाले वृक्ष मोडून पडले, व लतांचा नाश झाला. शेवटीं ह्या धुमाकुळानें ते पुरुषश्रेष्ठ पांडव आणि त्यांची माता कुंती हीं जागीं झालीं, तों पुढें उभी असलेली हिडिंबा त्यांच्या दृष्टीस पडली !

अध्याय एकशें चौपन्नावा.

—:०:—

कुंती व हिडिंबा यांचा संवाद.

वैशंपायन सांगतातः—हिडिंबा दृष्टीस पडतांच तिच्या स्वरूपाकडे पाहून अर्जुनादिक पांडवांना मोठा विस्मय वाटला; आणि कुंतीही थक्क झाली. ती तिला म्हणते, “ बाई, तुझा वर्ण उत्तम असून कांति कशी देवकन्येप्रमाणें आहे. तेव्हां तूं आहेस तरी कोण ? कोणाची ? आलीस कोठून ? व येथें तुझें काय काम आहे ? तूं या वनाची देवता आहेस का कोणी अप्सरा आहेस ? तूं येथें कां उभी राहिली आहेस ?”

हिडिंबेनें उत्तर दिलें, “बाई, मी राक्षसकन्या असून हिडिंबनामक राक्षसाचीबहीण आहें,आपणांस जें हें मेघाप्रमाणें काळेंभोरअरण्य दिसत आहे त्यांत आम्ही राहतों.आपण व आपले मुलगे यांना ठार मारण्याकरितां मला माझ्या भावानें इकडे पाठविलें, म्हणून मी येथें आलें, तों आपला पुत्र माझ्या दृष्टीस पडला. तेव्हां त्याची ती अप्रतिम शरीरसंपत्ति आणि तप्त सुवर्णाप्रमाणें कांति पाहून माझ्या अंगांत मदनसंचार झाला, आणि त्या मदनानें मला तुमच्या पुत्राच्या अधीन करून टाकिलें, तेव्हां मीं त्या तुमच्या महाबलवान पुत्रास मनानें पति म्हणून वरिलें. पुढें त्यास येथून नेण्याचा मी प्रयत्न करूं लागलें; पण माझा कांहीं उपाय चालेना. इकडे पुष्कळ वेळ झाला तरी मी परत आलें नाहीं असें पाहून तुम्हां सर्वांचा प्राण घेण्याकरितां माझा नरभक्षक बंधु येथें आला. तेव्हां मीं मनानें वरिलेला माझा पति जो आपला पुत्र, त्यानें आपल्या सामर्थ्यानें त्याला जर्जर करून येथून दूर ओढून नेलें. ते पहा, ते दोघे मोठ्या त्वेषानें एकमेकांशीं झगडत असून भयंकर गर्जना करीत आहेत !”

भीमहिडिंबयुद्ध.

वैशंपायन सांगतातः—राजा जनमेजया, ह्याप्रमाणें तिचें तें भाषण ऐकून व तिनें दाखविलेला तो प्रकार पाहून धर्मराज, अर्जुन, नकुल आणि सहदेव हे तात्काळ तिकडे गेले. तेव्हां ते दोघे वीर मोठ्या ईर्षेनें एकमेकांशीं लढत आहेत असें त्यांच्या दृष्टीस पडलें. तेथें दावाग्नीच्या धुरानें ज्याप्रमाणें आकाश भरून जातें, त्याप्रमाणें त्यांच्या युद्धामुळें धुळीनें आकाश व्याप्त झालें होतें. त्या धुळीनें त्या उभय वीरांचीं पर्वतप्राय शरीरेंही भरून गेलीं होतीं. ह्यामुळें धुक्यानें व्याप्त झालेल्या पर्वतांप्रमाणें ते दिसत होते; असो.

राजश्रेष्ठा, ही स्थिति पाहून व त्या बलाढ्य राक्षसाशीं झगडण्यानें भीम कदाचित् थकला असेल असें समजून अर्जुन म्हणाला, “भीमसेना, भिऊं नको. जरी या भयंकर राक्षसाची व तुझी गांठ पडली आहे, तरी त्याचें तुला कांहींच वाटत नाहीं असें मला दिसतें.परंतु आतां तुझ्या साहाय्याकरितां मी येथें आलों आहें, तर तूं त्याला सोड. मी आतां त्याशीं युद्ध करून त्याला यमसदनास पोहोंचवितों.मी युद्धांत गुंतलों असतां मातेचें संरक्षण कसें होईल याची तूं काळजी करूं नको. कारण, नकुल आणि सहदेव हे तिचें रक्षण करतील.”

भीम म्हणालाः—अर्जुना, तूं स्वस्थ ऐस, एकदा का हा माझ्या बाहुपंजरांत सांपडला, म्हणजे जिवंत राहण्याची याला आशाच नको !

अर्जुन म्हणालाः—बा शत्रुमर्दना भीमा, आतां आकाश आरक्तवर्ण दिसूं लागलें असून सूर्योदय होण्याची वेळ जवळ आलेली आहे, व आपणांस पुढें गेलें पाहिजे; शिवाय हा संधिकाल असल्यामुळें या रौद्रमुहूर्ताचे वेळीं राक्षस प्रबल होत असतात; याकरितां, आतां ह्याच्याशीं व्यर्थ खेळत बसूं नको. याला लवकर मारून टाक. पहा, पहा—हा मायावी स्वरूप धारण करूं लागला! आतां याला लवकर आपल्या बाहुपंजरांत धरून चुरडून टाक.

भीमसेन म्हणालाः—अरे राक्षसा, तुला येथें मांस फुकट मिळत असे, व त्यामुळें तुझें पोषण फुकट होत असून तूं वाढलासही फुकट; अर्थात् तुझी बुद्धिही फुकट असणार! तेव्हां तुला फुकट मरण येणें हेंच योग्य होय. परंतु एवढें पक्कें लक्षांत ठेव कीं, मी म्हणतों हें मात्र फुकट जावयाचें नाहीं! राक्षसा, आतां मी हें अरण्य निष्कंटक आणि प्रशांत करून टाकतों. यापुढें मनुष्यभक्षणाचें तुझें काम संपलें!

अर्जुन म्हणालाः—भीमा, बराच वेळ याच्याशीं लढल्यामुळें तुला श्रम झाले असतील, किंवा हा राक्षस फार बलवान् आहे असें तुला वाटत असेल, तर मी तुझ्या साहाय्याकरितां येतों व आपण याला मारून टाकूं, किंवा तूं याला मुळींच सोडून देऊन विश्रांति घे. मीच याच्याशीं युद्ध करून याला धुळीस मिळवितों.

हिडिंबवध.

हें अर्जुनाचें भाषण ऐकतांच भीमास अत्यंत क्रोध आला, आणि यज्ञीय पशूस ज्याप्रमाणें बुकलून बुकलून मारितात, त्याप्रमाणें त्यानें त्या राक्षसास जमिनीवर आपटून बुकलून बुकलून मारिलें. भीम मारीत असतां राक्षस मोठमोठ्यानें किंकाळ्या फोडूं लागला, त्या योगानें तें सर्व अरण्य दणाणून गेलें. भीमानें आपल्या बाहूंचा विळखा देऊन त्याच्या त्या प्रचंड शरिराचा चुराडा करून टाकला, हें पाहून सर्व पांडवांना आनंद झाला व त्यांनीं भीमसेनाचा मोठा गौरव केला!

राजा, ह्याप्रमाणें हिडिंब राक्षसाचा वध केल्यानंतर अर्जुन म्हणाला, "ह्या अरण्याच्या जवळच एखादें नगर असेल तेथें आपण आतां लवकर जाऊं. ईश्वर आमचें संरक्षण करो, आणि आम्ही येथें आहों हें दुर्योधनास न कळो."

याप्रमाणें सर्वांनीं विचार करून कुंतीसह ते मार्गस्थ झाले; आणि हिडिंबाही त्यांच्याबरोबर गेली!

अध्याय एकशें पंचावन्नावा.

—:०:—

हिडिंबेचें भाषण.

वैशंपायन सांगतातः—जनमेजया, याप्रमाणें ते पांडव, कुंती आणि हिडिंबा मार्गक्रमण करीत असतां वाटेनें भीमसेन हिडिंबेस म्हणाला, "हिडिंबे! तूं मोठें मोहक रूप धारण करून आमच्याबरोबर येत आहेस; पण तुलाही आपल्या भावाचीच वाट धरावी लागेल! तूं जरी सुंदर रूप घेतलें आहेस, तरी त्यामुळें तूं वांचशील असें मात्र समजूं नको. अग, राक्षसांचा धर्मच असा आहे कीं, नानाप्रकारचीं मायावी रूपें घ्यावीं आणि वैर साधावें!"

राजा, भीमसेनाचें हें भाषण ऐकून धर्मराज म्हणाला, "भीमसेना, तुला जरी राग आला असला, तरी तूं ह्या स्त्रीचा वध करूं नको. कारण, स्त्रीवध करणें हा अधर्म होय. भीमा, शरीरसंरक्षणापेक्षां धर्मरक्षण हें श्रेष्ठ होय. तुला मारण्याच्या हेतूनें जो तुजवर चालून आला होता, त्याचा तूं वध केलाच आहेस. आतां त्याची ही प्रत्यक्ष बहीणच असल्यामुळें हिला तें सहन झालें नसेल; पण तसें असलें तरी हिच्यानें आपलें काय होणार आहे?"

असो; राजा, भीमसेनाचें तें भाषण ऐकून हिडिंबेला वाईट वाटलें. ती धर्मराज आणि कुंती यांच्या पायां पडली, आणि हात जोडून कुंतीशीं बोलूं लागली.

हिडिंबा म्हणतेः–हे साध्वी ! हें पहा–कामवासनेचें दुःख स्त्रियांस कसें असतें, हें मी आपणांस सांगितलें पाहिजे असें नाहीं. तें असह्य दुःख ह्या भीमसेनामुळें मजवर ओढवलें असून आतांपर्यंत मीं कालाची मार्गप्रतीक्षा करीत कसें तरी तें सहन केलें. हे कल्याणी ! आतां तो काल प्राप्त झाला आहे, आणि माझ्या सुखाचा उदय आतां लवकरच होणार अशी मला आशा वाटूं लागली आहे. हे यशस्विनी ! तुमच्या ह्या पुत्राला मीं मनानें वरिलें असून त्याच्याकरितां आपले इष्ट, मित्र, जात आणि धर्म हीं सर्व सोडून दिलीं आहेत अशा स्थितींतही जर या वीरानें आणि आपण मला झिडकारलें, तर खरोखर माझे प्राण निघून जातील. तेव्हां या वेळीं आपण मजवर दया करावी हेंच योग्य आहे. मला आपण मूर्ख म्हणा, किंवा माझी आपल्या पुत्रावर भक्ति आहे म्हणून म्हणा, अथवा मला आपली दासी समजा, पण माझ्या पतीचें व माझें सख्य करून द्या; म्हणजे मला इष्ट वाटेल तेथें मी त्या प्रियतमाला घेऊन जाईन; आणि त्याला पुनः आपल्या येथें आणून पोहोंचतें करीन. मजवर आपला पूर्ण विश्वास असूं द्या, आणि त्यांचा व आपला वियोग होईल ही भीति मनांत बाळगूं नका. आपण मनांत आणिलें कीं मी येथें प्राप्त होऊन आपणांस तिकडे घेऊन जाईन. आपणांवर एखादें संकट आलें असतां तें कितीही दुस्तर असलें तरी त्यांतून पार पाडून आपणांस मी दुःखमुक्त करीन. प्रसंगविशेषीं आपणांस कोठें शीघ्रगमन करण्याची इच्छा झाली, तरी मी आपल्या पाठीवर तुम्हांस वाहून नेईन. तर माझ्यावर दया करा, आणि भीमसेन माझा अंगीकार करील असें करा. बाई ! विपत्तींतून पार पडावयाचें असल्यास सुचेल तो उपाय करून प्राणरक्षण करावे हें खरें; परंतु अशाही प्रसंगीं जें करणें तें धर्माला अनुसरूनच केलें पाहिजे; आणि जो याप्रमाणें वागतो, तोच खरा धर्मज्ञ होय. अशा रीतीनें वागणाऱ्या धार्मिक लोकांस आपत्ति येणें म्हणजे ती धर्माची मूर्तिमंत हानिच होय. सारांश, कोणत्याही प्रसंगीं धर्माचा त्याग करतां कामा नये. धर्माच्याच योगानें पुण्य घडतें, व पुण्य हें प्राणरक्षण करणारें आहे; इतकेंच नव्हे, तर गेलेल्या प्राणाचाही पुण्याच्या योगानें पुनः लाभ होतो. धर्माचा उपाय अमुक एकच आहे असें नाहीं. धर्माचरणासाठीं ज्या मार्गाचें अवलंबन करावें, तो मार्ग निर्दोषच होय. असें जर आहे, तर मजसारख्या अनुरक्त झालेल्या स्त्रीचा त्याग करून अधर्म जोडण्यापेक्षां तिचा स्वीकार करून धर्म संपादन करणें हें श्रेयस्कर नाहीं का होणार?

हिडिंबास्वीकार.

धर्मराज म्हणतातः–हिडिंबे, तूं जें म्हणतेस तें अगदीं बरोबर आहे. पण तुझ्या म्हणण्याप्रमाणें गोष्ट घडून येण्यास सुंदरी, मी सांगेन त्याप्रमाणें शपथ घेऊन तुला वागलें पाहिजे; म्हणजे हे कल्याणी, भीमसेनानें स्नानसंध्यादिक नित्य कर्में केल्यानंतर तूं त्याला तुझ्या इच्छेस वाटेल तिकडे घेऊन जावें, आणि त्याचा अंगीकार करून सूर्यास्त होईपर्यंत त्याच्याशीं यथेच्छ विहार करावा; आणि रात्र होण्यापूर्वीं त्याला नित्य येथें आणून पोहोंचतें करावें.

वैशंपायन सांगतातः–जनमेजया, हिडिंबेला धर्मराजानें जें हें सांगितलें, तें धर्मोज्ञा पाळणाऱ्या भीमसेनानेंही मान्य केलें. परंतु त्यानें त्या राक्षसीस सांगितलें कीं, " हें सुंदरी, धर्मराजा सांगेल तें मला शिरसा वंद्य आहे; पण मी सत्याला स्मरून तुला सांगतों कीं, जोंवर तुझ्या

ठिकाणीं पुत्रोत्पत्ति झाली नाहीं, तोंवरच मी तुझ्याशीं समागम करीन. ही माझी अट आहे. पसंत असेल तर तूं हें कबूल कर."

हें भीमसेनाचें भाषण ऐकून, हिंडिबेनें ती त्याची अट कबूल केली, व भीमसेनास घेऊन ती आकाश मार्गानें इच्छित स्थलीं गेली. तें स्थल फारच रमणीय होतें. त्याच्या सभोंवती मोठमोठ्या पर्वतांचीं गगनचुंबित शिखरें असून तेथें मनाला आल्हाद देणारीं अनेक देवमंदिरें होतीं. तेथें असलेल्या वृक्षांवर अनेक जातींच्या पक्ष्यांचे समुदाय असून, त्यांच्या मंजुल शब्दांनीं तें स्थल नादमय झालेलें असे. तेथें ती हिडिंबा उत्तम प्रकारचें स्वरूप धारण करी, आणि बहुमोल वस्त्रालंकारांनीं विभूषित होऊन मधुर भाषणानें पांडुपुत्र भीमसेनाच्या मनास रममाण करी. ती कधीं त्या अरण्यांतील दुर्गप्रदेश, कधीं प्रफुल्लित वृक्षांनीं विराजमान झालेलीं पर्वतांचीं शिखरें, कधीं सूर्यविकासी कमलांनीं युक्त अशीं रमणीय सरोवरें, कधीं तीरावर रमणीय झाडी असून वैदूर्यनामक रत्नमय वालुकाप्रदेश व उत्तम प्रकारचे घाट बांधिलेले आहेत अशा नद्या आणि द्वीपें ह्यांचे प्रदेश, कधीं नानाप्रकारच्या चित्रविचित्र पुष्पांनीं प्रफुल्लित झालेले वृक्ष आणि वेली ह्यांच्या योगानें रमणीय दिसणारीं अरण्यें, कधीं हिमालयपर्वतावरील लताच्छादित प्रदेश, कधीं अनेक प्रकारच्या प्रेक्षणीय गुहा, कधीं रत्नें आणि सुवर्ण ह्यांनीं व्याप्त असे समुद्रप्रदेश, कधीं रमणीय नगरें कधीं मोठमोठे वृक्ष असणारीं पवित्र देवतांचीं अरण्यें, कधीं पर्वतांचे कडे, कधीं गुह्यकनामक देवतांचीं वसतिस्थानें, आणि कधीं कधीं, ज्यांत सर्व ऋतूंतील फळें व पुष्पें सदोदीत येतात असे तपस्व्यांचे आश्रम अशा अनेक ठिकाणीं आपल्या प्रियपतीसह जाऊन नानाप्रकारचे विहार करी.

घटोत्कचजन्म.

राजा, ह्याप्रमाणें ती भीमसेनास रमवीत असतां त्याजपासून तिला एक पुत्र झाला. तो महाबलवान होता. त्याचे नेत्र विद्रूप असून कान शंकूच्या आकाराचे होते. तोंड मोठें असून ओष्ठ प्रांत अत्यंत आरक्तवर्ण आणि दाढा अतिशय तीक्ष्ण होत्या. त्याची नासिका लांबट असून वक्षःस्थल विशाल होतें. पोटऱ्या वांकड्यातिकड्या व जाड होत्या. अशी त्याची एकंदर आकृति आक्राळविक्राळ असून आवाज तर फारच भयजनक होता, तो मनुष्यापासून उत्पन्न झाला होता, तरी अमानुष होता. तो सत्त्वसंपन्न, वेगवान व बलिष्ठ भीमपुत्र लहानपणीं देखील इतर मोठमोठे राक्षस व पिशाचें ह्यांना आवरत नसे, बाल्यदशेंतही तो लहान दिसत नव्हता; आणि तो उपजतच अस्त्रविद्येमध्यें प्रवीण होता.

राजा जनमेजया, राक्षसींचें गर्भधारण व प्रसूति हीं तात्काळ होतात. या नियमाप्रमाणें गर्भधारण होतांच हिडिंबेला हा पुत्र झाला. त्याचप्रमाणें, ह्या राक्षसांना इच्छेस वाटेल तेव्हां वाटेल तसलें रूप घेतां येतें, हें तुला पूर्वीं सांगितलेंच आहे.

असो; अशा प्रकारें त्या मुलाचा जन्म होतांच त्यानें आपल्या मातापितरांचे पाय धरले. तेव्हां ह्याचा घट (मस्तक) उत्कच (केशविरहित) आहे असें त्याची माता म्हणाली. त्यावरून त्याचें नांव घटोत्कच असेंच ठेविलें. जनमेजया, या घटोत्कचाचें पांडवांवर फार प्रेम होतें, व तेही त्या स्वेच्छाचारी घटोत्कचावर अतिशय प्रेम करीत. कराराप्रमाणें भीमसेनाचा व हिडिंबेचा सहवाससंबंध संपला, तेव्हां तिनेंही त्याच्याशीं पुनः कांहीं ठराव करून आपल्या पूर्वस्थितीचा स्वीकार केला. घटोत्कच आपल्या चुलत्यांच्या व आजीच्या दर्शनाला गेला, आणि त्यांना नमस्कार करून म्हणाला, "हे श्रेष्ठ जनहो, मी सर्वस्वीं तुमचा आहें. ह्याकरितां मी तुमचें कोणतें कार्य करूं ह्याविषयीं मनांत कांहीं शंका न धरितां मला आज्ञा करा."

तुमचें कोणतें कार्य करूं, ह्याविषयीं मनांत कांहीं एक शंका न धरितां मला आज्ञा करा."

त्या भीमपुत्राचें हें भाषण ऐकून कुंती त्यास म्हणाली, "बाळा, तूं कुरुकुळांत उत्पन्न झाला आहेस, व प्रत्यक्ष भीमासारखा आहेस. तेव्हा तूं ह्या पांचहीजणांचा वडील मुलगाच आहेस. ह्याकरितां तूं ह्यांना नेहमीं साह्य करीत जा."

वैशंपायन सांगतात:—हें कुंतीचें भाषण ऐकून घटोत्कचानें तिला पुनः नमस्कार केला, आणि तो म्हणाला, "आजी, ज्याप्रमाणें ह्या लोकामध्यें रावण अथवा इंद्रजित सामर्थ्यानें आणि पराक्रमानें सर्वांमध्यें श्रेष्ठ होते, त्याप्रमाणेंच मी आहें. माझी शरीरसंपत्ति आणि कर्तृत्व हीं अगदीं त्यांच्या बरोबरीचीं असल्यामुळें तुम्हांस कोणत्याही प्रकारचें साहाय्य करणें मला मुळींच अशक्य नाहीं. माझी गरज लागेल तेव्हां माझें तुम्हीं स्मरण केलें कीं मी तुमच्यापाशीं आहेच !"

राजा, ह्याप्रमाणे बोलून राक्षसश्रेष्ठ घटोत्कचानें त्यांचा निरोप घेतला, आणि तो उत्तर दिशेकडे निघून गेला. जनमेजया, अप्रतिम वीर्यशाली अशा कर्णाची वासवदत्ता नामक शक्ति सहन करणारा पांडवांना कोणी तरी पाहिजे होता, म्हणून महात्म्या इंद्रानें, कर्णाचा प्रतिपक्षी असा हा महारथी घटोत्कच निर्माण केला.

अध्याय एकशें छपन्नावा.

—:०:—

व्यासदर्शन.

वैशंपायन सांगतात:—राजा, पुढें ते महारथी अनेक पशूंचा वध करीत करीत आणि मत्स्य त्रिगर्त, पांचाल, कीचक इत्यादि प्रदेशांतील रमणीय वनप्रदेश पहात पहात एका अरण्यांतून दुसऱ्या अरण्यांत अशा रीतीनें मार्गक्रमण करूं लागले. ह्या वेळीं त्या महात्म्यांनीं तपस्व्यांचा वेष घेतला असून सर्वांनीं जटा धारण केलेल्या होत्या; व वल्कलें आणि कृष्णाजिनें त्यांनीं परिधान केलीं होतीं. कुंतीही त्यांच्या बरोबरच होती. ते कधीं कधीं सावकाश व कधीं कधीं घाईनें चालत असत. जेव्हा त्यांना घाईनें चालण्याचा प्रसंग येई, तेव्हां ते आपल्या मातेस खांद्यावर घेत. वाटेनें वेद, वेदांगें आणि नीतिशास्त्र ह्यांचें ते अध्ययन करीत असत.

राजा, ह्याप्रमाणें त्यांचा नित्यक्रम चालू असतां एके ठिकाणीं त्यांची व त्यांचे पितामह व्यास यांची गांठ पडली. तेव्हां त्या सर्वांनीं त्या महात्म्या कृष्णद्वैपायनांस साष्टांग प्रणिपात केला, आणि ते शत्रुविध्वंसक पांडव कुंतीसह हात जोडून त्यांच्या पुढें उभे राहिले. तेव्हां भगवान व्यास महर्षींनीं बोलण्यास प्रारंभ केला.

व्यास म्हणाले:—धृतराष्ट्रपुत्रांनीं तुम्हांला अन्यायानें देशांतून बाहेर घालवून दिलें, हें तुमच्यावर आलेलें संकट मला समजतांच, तुमचें हित करावें म्हणून मी ह्या ठिकाणी आलों आहें. पांडवहो, तुमच्यावर हें संकट आलें आहे म्हणून तुम्ही दुःख मानूं नका. ज्या कांहीं गोष्टी घडत आहेत, त्या सर्व तुमच्या हिताकरितांच आहेत. मला ते आणि तुम्ही सारखेच आहां. परंतु मनुष्यें हीं नेहमीं दीन आणि बाळ ह्यांच्यावरच ममता करीत असतात; आणि त्याप्रमाणें सांप्रत तुमची स्थिति असल्यामुळें, तुमच्यावर माझें अधिक प्रेम आहे. ह्याकरितां मी तुम्हांस तुमच्या हिताची एक गोष्ट सांगतों. ती ही कीं, येथून जवळच जें हें नगर दिसत आहे, तेथें जाऊन तुम्ही गुप्तपणें रहा; आणि माझ्या येण्याची वाट पहा. तें नगर रम्य आणि निरामय असें आहे

वैशंपायन सांगतात:—राजा जनमेजया, ह्याप्रमाणें भगवान व्यासांनीं पांडवांस सांगितलें; आणि नंतर त्यांनीं कुंतीसही धीर दिला.

ते म्हणाले:—हे जावत्पुत्रि, हा तुझा धर्मनिष्ठ पुत्र युधिष्ठिर भीम आणि अर्जुन ह्यांच्या बळावर

समुद्रवलयांकित पृथ्वी न्यायानें आपलीशी करून घेईल; आणि तिजवरील सर्व राजांवर आपला अधिकार चालवून प्रजेचें उत्तम प्रकारें पालन करील. तुझे आणि माद्रीचे पुत्र हे सर्व महारथी असूनही ते मोकळ्या मनानें एकमेकांशीं आनंदानें रहातील. पृथ्वी जिंकून घेतल्यानंतर, ज्यांत विपुल दक्षिणा द्यावी लागते असे राजसूय, अश्वमेध इत्यादिक मोठमोठे यज्ञ ते करितील; आणि हितचिंतक वर्गावर अनुग्रह करून, आपणांस प्राप्त झालेले भोग, ऐश्वर्य आणि सुख यांचा त्यांनाही ते लाभ देतील; व पितृपितामहादिकांच्या ह्या राज्याचा चांगल्या प्रकारें उपभोग घेतील.

वैशंपायन सांगतातः—राजा, याप्रमाणें कुंतीला सांगितल्यावर कृष्णद्वैपायन मुनींनीं त्या सर्वांना त्या नगरींत एका ब्राह्मणाच्या घरीं ठेविलें. नंतर ते धर्मराजास म्हणाले, "तुम्ही एक महिनापर्यंत येथें माझी वाट पहात राहा आणि मी पुनः येथें येईपर्यंत देशकालांकडे दृष्टि देऊन प्राप्त स्थितींत आनंद मानून स्वस्थ असा.'' ह्याप्रमाणें त्यांनीं भाषण केल्यानंतर त्या सर्वांनीं त्यांस हात जोडून " ठीक आहे " असें म्हटलें. नंतर ते प्रभु व्यास मुनि तेथून निघून गेले.

बकवधपर्व.

अध्याय एकशें सत्तावन्नावा.

—:०:—

ब्राह्मणाची चिंता.

जनमेजय विचारतोः—हे द्विजश्रेष्ठ, एकचक्रा नगरींत गेल्यावर महारथी कुंतीपुत्र पांडवांनीं पुढें काय केलें ?

वैशंपायन सांगतातः—राजा, तेथें गेल्यावर ते रमणीय अरण्यें, भूप्रदेश, नद्या आणि सरोवरें पहावयास जात असत. त्यांचें राहणें घरांत फारसें होत नसे. निर्वाहाकारितां ते भिक्षा मागत. ते सर्व गुणवान असल्यामुळें त्यांना पाहिलें असतां लोकांना संतोष होत असे. मिळालेली भिक्षा रोज रात्रीं ते कुंतीजवळ आणून देत; व तिनें ती वांटून दिली म्हणजे खात. वांटणी करण्याची तिची पद्धत अशी असे कीं, एकंदर भिक्षेपैकीं अर्धा भाग ती एकट्या भीमसेनाला देई; व अवशिष्ट अर्धभागाचे पांच सारखे वांटे करून धर्मराज, अर्जुन, नकुल, सहदेव व आपण स्वतः यांमध्यें वांटून घेई. ह्याप्रमाणें ते तेथें रहात असतां बरेच दिवस गेले. पुढें एके दिवशीं नेहमींप्रमाणें ते सर्व भिक्षेस निघून गेले, व भीमसेन सहजच्या घरींच कुंतीपाशीं राहिला. तों एकाएकीं त्या ब्राह्मणाच्या घरांत मोठा हाहाकार उडून कल्होळ झालेला कुंतीच्या कानीं पडला. तेव्हां हा कल्होळ कशाचा असावा, हें समजून घेण्याच्या उद्देशानें ती कान देऊन ऐकूं लागली, तों तिला कळून आलें कीं, ब्राह्मणाच्या घरांतील सर्व मुलेंमाणसें एकमेकांच्या गळीं पडून ओक्साबोक्शीं रडत आहेत ! राजा, कुंतीचें अंतःकरण फारच कोमल होतें; आणि त्या ब्राह्मणाच्या घरांत झालेला कल्होळही, ऐकणाराच्या नेत्राला पाणी आल्यावांचून रहाणारच नाहीं अशाच प्रकारचा होता. तेव्हां तो ऐकून कुंतीच्या पोटांत तडतडां तोडूं लागलें, आणि ती मोठ्या करुणस्वरानें भीमसेनास म्हणाली, " बाळा ! ह्या ब्राह्मणाच्या कुटुंबावर कांहीं तरी भयंकर प्रसंग ओढवला असावा असें मला वाटतें. आपण ह्याच्या घरांत कसे सुखानें रहात आहों ! येथें असल्यामुळें कौरवांसही आपला शोध लागला नाहीं. त्याचप्रमाणें, येथें आपलें सर्व प्रकारें चांगलें चालत असून आपल्यावर आलेल्या दुःखाचाही आपणांस थोडथोडा विसर पडत चालला आहे. ह्यामुळें माझ्या मनांत असें घोळत असतें कीं, ज्याच्या घरांत राहिल्यामुळें आपलें सर्व प्रकारें चांगलें झालें आहे, त्याला बरें वाटेल असें कांहीं तरी आपण करावें; व अशा प्रकारचें आपणांस काय करतां येईल याचा मी नेहमीं विचार करीत असतें. बाबा, मनुष्याचें मनुष्यपण तें एवढेंच कीं, त्याच्यावर कोणीं उपकार केला असता उपकारकर्त्याचें त्यानें स्मरण ठेवावें, आणि त्याच्या उपकाराची फेड चांगल्या प्रकारें करावी. भीमा ! प्रस्तुत ह्या ब्राह्मणावर जें दुःख कोसळलें आहे, तें निवारण करण्याचे कामीं जर आपल्याला कांहीं करितां येईल तर करावें, म्हणजे त्याच्या उपकाराची फेड केल्यासारखी होईल असें मला वाटतें."

भीमसेन म्हणालाः—आई, ह्या ब्राह्मणावर काय संकट आलें आहे त्याचा तूं शोध करून ये, म्हणजे तें निवारण होण्यासारखें असेल तर मी मोठ्या आनंदानें करीन. मग तें कितीही कठिण असलें तरी चालेल.

वैशंपायन सांगतातः—ह्याप्रमाणें भीमसेन व कुंती ह्या उभयतांमध्यें भाषण चाललें आहे, तों ब्राह्मण आणि त्याची स्त्री ह्यांचे दुःखोद्गार त्यांच्या पुनः कानीं पडले. तेव्हां, रानांतून चरून आलेली गाय अशी गोठ्यापाशीं आल्यावर धावून आपल्या बांधलेल्या वासराकडे जाते, तशी कुंती

त्या महात्म्या ब्राह्मणाच्याकडे धावत गेली; तों ब्राह्मण, त्याची स्त्री, मुलगा आणि मुलगी हीं गुढघ्यांत मान घालून रडत बसलीं आहेत, असें तिच्या दृष्टीस पडलें. त्या वेळीं तो ब्राह्मण म्हणाला, "धिक्कार असो ह्या आमच्या जीविताला, कीं जें निस्सार व निरर्थक असून पराधीन व दुःखाचें केवळ मूळच होय! याला भयंकर संकटें तरी किती सहन करावीं लागतात! देहांत प्राण आहे तोंपर्यंत दुःख व संताप हा त्याच्यामागें लागलेलाच आहे; आणि जों जों त्याला सुख प्राप्त व्हावें म्हणून इच्छा व प्रयत्न करावा, तों तों त्यास जास्तच दुःख प्राप्त होतें. धर्म, अर्थ आणि काम ह्यांचा उपभोग आत्मा हा एकटाच घेत असतो. पण त्याचा वियोग मात्र अत्यंत दुःख देणारा होतो. मोक्ष उत्तम आहे असें म्हणतात; पण तो आहे हेंच अगोदर कोणत्याही प्रकारें सिद्ध होत नाहीं. अर्थ संपादन करण्याच्या वेळीं मात्र सर्व प्रकारच्या नरकाची उपपत्ति बरोबर जुळते. अर्थ मिळविण्याची नुसती इच्छा केली तरी आधींच दुःखाची प्राप्ति होते, आणि कदाचित् तो संपादन झाला तर तें अधिकच वाढतें. बरें! त्याचा वियोग झाला तर त्या दुःखाला पारावारच नाहींसा होतो. असो, प्रस्तुत जें मजवर संकट आलें आहे, त्याचें निवारण कशा तऱ्हेनें करावें? मला तर असा एकही उपाय दिसत नाहीं कीं, ज्या योगानें मी ह्यांतून पार पडेन. मी आपलीं हीं मुलेंबाळें आणि स्त्री ह्यांना घेऊन कोठें तरी नित्रस्त ठिकाणीं राहिलों असतों तरी बरें झालें असतें! पण आतां त्याचा काय उपयोग?"

राजा जनमेजया, ह्याप्रमाणें तो ब्राह्मण प्रथम आपणाशींच बोलला, व नंतर तो आपल्या स्त्रीकडे वळून तिला म्हणाला, "अग, मी पूर्वी तुला कित्येक वेळां म्हणालों कीं आपण येथून कोठें तरी दुसरे ठिकाणीं निघून जाऊं; पण तूं माझें मुळींच ऐकिलें नाहींस! दुष्टे! मी अनेक वेळां ह्यासंबंधानें तुझी विनवणी केली, पण तूं म्हणालीस कीं माझा जन्म येथेंच झाला आहे, मी वाढलेंही येथेंच, इतकेंच नव्हे, तर माझ्या बापाचाही जन्म येथेंच झाला असून तोही येथेंच वाढला; तेव्हां येथून जाणें मला बरें वाटत नाहीं. पण, येथें राहिल्यामुळेंच तुझा वृद्ध पिता स्वर्गास गेला; माता परलोकवासी झाली; सर्व बंधुजनही नष्ट होऊन गेले; आणि आतां आपल्यावरही तोच प्रसंग आला आहे! असो! ईश्वरेच्छा!" राजा जनमेजया, याप्रमाणें आपल्या पत्नीशीं बोलून पुनः तो आपल्याशींच म्हणतो, "ह्या प्रसंगीं माझा नाश होणें हेंच योग्य आहे; एखाद्या घातकी मनुष्याप्रमाणें आपल्या बांधवांना बळी देऊन आपला जीव वांचवावा असें माझ्या हातून कधींही होणार नाहीं. माझ्या धर्माचरणास साहाय्यभूत, सहनशील मातेप्रमाणें माझें संगोपन करणारी, देवानें करून दिलेला माझा मित्र, माझा नेहमींचा संसारसुखाचा मार्ग, मातापितरांनीं करून दिलेली माझ्या गृहस्थाश्रमाची वांटेकरीण, आणि जिच्याशीं मंत्रपूर्वक विवाह करून जिचा मीं अंगीकार केला, अशी जी माझी कुलीन, तरुण, नम्र आणि पतिव्रता स्त्री, तिचा मी आपल्या जिवाकरितां नाश करण्यास कधींही तयार होणार नाहीं. त्याचप्रमाणें, पुत्राचा त्याग करण्याचेंही माझ्यानें होणार नाहीं. आतां मुलगी राहिली, ती तर केवळ बाळ आहे. शिवाय, तिच्यावर माझा हक्कही नाहीं. ब्रह्मदेवानें तिच्या पतीची ठेव म्हणून ती मजपाशीं ठेविली आहे; आणि तिच्या योगानें दौहित्रापासून मिळणाऱ्या लोकांची प्राप्ति होण्याची मला आणि माझ्या पितरांनाही आशा आहे. तेव्हां अशा ह्या आपल्या मुलीचा त्याग करणें मला कसें बरें वाटेल? पित्याचें प्रेम पुत्रावर अधिक असतें असें कित्येक लोक म्हणतात; आणि कन्येवर अधिक असतें असें कित्येक म्हणतात; पण मला मात्र तीं

दोन्ही सारखींच वाटतात. जिच्यावर तिच्या पतीचा वंश, परलोक आणि सुख हीं अवलंबून आहेत, तिचा मी त्याग कसा करूं ? बरें, मींच आपल्या देहाचा त्याग करावा, तर तेंही कठिण ! कारण, माझ्या मागें ही मुलींच वांचणार नाहींत. आतां ह्यांच्यापैकीं कोणा तरी एकाचा त्याग करावा, तर तेंही निर्दयपणानें होईल; असें करणें सुज्ञ लोकाच्या निंदेस पात्र आहे. सारांश, मजवर आलेलें हें संकट फारच दुःखदायक असून त्यांतून पार पडण्यास मी असमर्थ आहें. हाय ! हाय ! धिक्कार असो मला ! माझ्या कुटुंबाची आणि माझी काय गति होणार कोण जाणे ! आतां सर्वांनीं एकदम मरावें हेंच उत्तम !"

अध्याय एकशें अठ्ठावन्नावा.

—:०:—

ब्राह्मणस्त्रीचें भाषण.

ब्राह्मणाची स्त्री म्हणाली:—महाराज ! एखाद्या अज्ञान मनुष्याप्रमाणें आपण असा संताप काय करून घेत आहां ? ही वेळ संतापण्याची नव्हे. बोलून चालून ही मृत्युलोकची वस्ती ! यांत प्रत्येकाला मरण हें केव्हां तरी येणारच. तेव्हां त्याविषयीं संताप करून काय उपयोग? स्त्री असो, पुत्र असो, किंवा कन्या असो, त्यांची इच्छा केवळ आपल्या जिवासाठींच करावयाची. असा विचार करून, आपण त्यांच्याविषयीं दुःख करण्याचें सोडून द्यावें, मीच आपल्या देहाचा बळी देतें. पतीच्या हिताकरितां आपल्या प्राणाचाही त्याग करावा हेंच पतिव्रता स्त्रीचें श्रेष्ठ कर्तव्य होय. मी गेलें असतां आपल्याला सुख होईल आणि मला अक्षय स्वर्गलोकाची प्राप्ति होऊन इहलोकीं माझी कीर्ति होईल. मी हें जें आपणांस सांगत आहें, तो धर्मच होय. शिवाय, असें केलें असतां धर्म आणि अर्थ या दोहोंची आपणांस प्राप्ति होईल. ज्याकरितां स्त्रीची इच्छा करावयाची, तो कन्यापुत्ररूपी अर्थ आपणांस मजपासून मिळाला असून त्यामुळें आपण मलाही ऋणमुक्त केलें आहे. तसेंच, मी नसलें तरी आपण जसे या मुलांचें पालनपोषण करण्यास समर्थ आहां, तसें आपल्या मागें माझ्याच्यानें कसें होईल ? माझ्या सर्व प्राणधनाचे आपण ईश्वर आहां. आपला वियोग झाल्यावर मला वैधव्याचे दुःख सहन करवणार नाहीं, आणि माझ्याच्यानें या अर्भकांचें पोषणही होणार नाहीं. आपणांस देवानें ही जी मुलगी दिली आहे, तिला कुलशीलसंपन्न असें वर मिळालें पाहिजे. मी अनाथ झालें असतां, आपल्याशीं शरीरसंबंध करण्यास अयोग्य असे अहंकारानें ताठून गेलेले लोक तिला मागणी करतील. मग तेथें मीं काय करावें ? शिवाय दुसरेंही असें आहे कीं, ह्या जगांत दुर्बुद्धीचे लोक फार असतात. भूमीवर टाकून दिलेल्या मांसावर पक्षी जसे झडप घालण्यासाठीं टपलेले असतात, तशी पतिहीन झालेल्या स्त्रीवर दुष्ट लोकांची नजर असते. ते आपला हेतु साधण्याकरितां अनेक प्रकारचे उपाय करितातः द्रव्याची आशा दाखवून फसवितात, प्रार्थना करितात, व भयही दाखवितात; आणि तशा प्रसंगीं त्या दुष्टांच्या तडाक्यांत सांपडल्यामुळें कुळाला कलंक लावण्यासारखें वर्तनही कित्येकांच्या हातून होतें; पण मीं सन्मार्गानेंच वर्तन करावें अशी इच्छा करणारी असल्यामुळें, तसा प्रसंग मजवर आला तर त्या वेळीं देहत्याग करण्याखेरीज मला दुसरा उपायच राहणार नाहीं ! तसेंच, आपल्या कुलशीलाप्रमाणें व तुमच्या लौकिकाला साजेल असें शिक्षण ह्या मुलांना माझ्याच्यानें कसें देववेल ? शूद्र लोक ज्याप्रमाणें वेदश्रवणाची इच्छा करितात, त्याप्रमाणें अयोग्य लोक या अनाथ बालेची मागणी करतील; आणि योग्य कारण दाखवून जरी मी त्यांना देत नाहीं म्हटलें, तरी कावळे जसे होमद्रव्यें पळवून नेतात, तसे

ते हिला बलात्कारानें घेऊन जातील. एकंदरींत, योग्य शिक्षण न मिळाल्यामुळें पुत्र गुणहीन होईल,व अयोग्य ठिकाणीं पडल्यामुळें कन्या-आपल्या कुळाला दूषणभूत होईल आणि मग उन्मत्त लोक माझा चार लोकांत अपमान करतील, व तें दुःख सहन न होऊन मला निःसंशय मृत्यु प्राप्त होईल। मग ह्या मुलांची स्थिति जलविहीन मत्स्याप्रमाणें होईल. सारांश, आपला वियोग झाला असतां आम्हां तिघांचाही नाश होणार! तेव्हां आपण माझा एकटीचाच त्याग करावा हें उत्तम आहे. हे ब्रह्मनिष्ठ, मुलेंबाळें झालीं असून पतीच्या पूर्वीं मरण येणें हें सर्वोत्कृष्ट होय. अशा स्त्रियांना उत्तम गति मिळते असें धर्मज्ञ लोक म्हणतात व लौकिकांतही त्यांना भाग्यवान समजतात. पुत्र, कन्या आणि बांधव ह्या सर्वांचा मीं पूर्वींच त्याग केलेला आहे. कारण हें माझें जीवित त्यांच्याकरितां नसून केवळ आपल्यासाठींच आहे. स्त्रीनें आपल्या पतीस प्रिय आणि हितकारक अशींच कृत्यें केलीं म्हणजे नानाप्रकारचे यज्ञ, तपें,दानें आणि नियम ह्यांपासून प्राप्त होणाऱ्या फलांपेक्षांही अधिक फल तिला प्राप्त होत असतें. तेव्हां मी जें हें अत्यंत संमत असें धर्माचरण करण्याची इच्छा करीत आहें, तें आपणांस व आपल्या उभय कुळांसही इष्ट आणि हितकारक असेंच आहे. संतति, द्रव्य, प्रियमित्र, आणि पत्नी ह्यांची इच्छा करावयाची ती केवळ आपत्ति, धर्म आणि मोक्ष यांकरितांच होय, असें सज्जन म्हणतात.आपत्तींत उपयोग करण्याकरितां द्रव्याचें संरक्षण करावें,द्रव्याच्या योगानें स्त्रीचें रक्षण करावें, व स्त्री आणि द्रव्य या दोहोंच्या योगानें स्वतांचें रक्षण करावें. इहलोक आणि परलोक ह्या दोन्ही लोकांची प्राप्ति व्हावी म्हणूनच स्त्री, पुत्र, द्रव्य आणि गृह हीं सर्व संपादन करावयाचीं असा सुज्ञ लोकांचा सिद्धांत आहे, तसेंच सर्व कुल एके बाजूस आणि आपलें शरीर दुसरे बाजूस घातलें, तरी त्या दोहोंची मुळींच बरोबरी होणार नाहीं असें पंडित म्हणतात. तेव्हां आतां माझ्याच योगानें आपण आपलें कार्य करून घ्या. आणि या संकटांतून पार पडा. महाराज! मला आतां आज्ञा द्या. ह्या बाळांचें आपण संगोपन करा. शिवाय धर्माधर्मांचा निर्णय करतांना "स्त्रियांचा प्राण घेणें योग्य नाहीं." असें धर्मज्ञ लोकांचें म्हणणें पडतें; आणि राक्षस हे धर्मज्ञ असतात असा त्यांचा लौकिक आहे; तेव्हां मी गेलें तर तो कदाचित् मला मारणारही नाहीं. सारांश, पुरुषाचा वध होणें हें निश्चित असून, स्त्रियांचा अनिश्चित आहे. तेव्हां हे धर्मज्ञ, कोणत्याही दृष्टीनें पाहिलें तरी आपण मलाच पाठविणें योग्य होय. त्यांतून माझें आतां कांहीं राहिलेंही नाहीं. माझें सर्व कांहीं झालें आहे. मी भोग भोगिले आहेत, मला प्रिय गोष्टींची प्राप्ति झाली आहे, माझ्या हातून धर्माचरणही पुष्कळ घडलें आहे, आणि मला संततिही झाली आहे. आतां आपणांस प्रिय असेल तेवढेंच करावें, ही काय ती इच्छा मी सदोदित करीत असतें. आतां मी जी तिकडे जाण्यास तयार झालें आहे त्यांत तरी आपलें प्रिय करावें हाच हेतु आहे. महाराज? आपण जरी माझा त्याग केला, तरी आपणांस दुसरी स्त्री मिळेल, व त्यामुळें आपला धर्म स्थैर्यसंपन्न होईल. पुरुषांनीं अनेक स्त्रिया केल्या तरी अधर्म होत नाहीं; पण स्त्रियांचें मात्र तसें नाहीं. ह्या सर्व गोष्टींचा चांगला विचार करून, आणि आत्मघात करणें हें निंद्य आहे इकडेहि लक्ष देऊन आपणा स्वतांस, आपल्या कुलास आणि या दोन बालकांसही आज या संकटांतून मुक्त करा.

वैशंपायन सांगतातः—हे भरतवंशजश्रेष्ठा, हें तिचें भाषण ऐकून तिच्या पतीनें तिला घट्ट

आलिंगन दिलें; आणि अत्यंत कष्टी होऊन तीं दोघेंही एकसारखीं अश्रु ढाळूं लागलीं.

अध्याय एकशें एकुणसाठावा.

—:०:—

ब्राह्मणांच्या मुलांचें भाषण.

वैशंपायन सांगतातः—राजा, याप्रमाणें ब्राह्मण व त्याची स्त्री या उभतांमध्यें झालेलें भाषण ऐकून त्यांच्या कन्येचें अंतःकरण दुःखानें व्याप्त होऊन गेलें, आणि ती त्यांना म्हणाली:—तुम्ही अशीं चिंताग्रस्त होऊन रडत कां बसलां ? मी तुम्हांस कांहीं सांगतें तें ऐका, आणि मग योग्य दिसेल तें करा. धर्माच्या दृष्टीनें पाहिलें असतां केव्हां तरी तुम्हांस माझा त्याग केलाच पाहिजे. तेव्हां ह्याच प्रसंगीं माझा त्याग करून तुम्ही आपलें सर्वांचें संरक्षण करा. संततीची इच्छा करावयाची ती कशाकरितां? ती आपणांस संकटांतून पार पाडील म्हणूनचना ? तेव्हां भोपळ्याच्या योगानें जसे लोक नदीपार होऊन जातात, तसे माझ्या योगानें तुम्ही या संकटांतून पार पडून जा. बाबा,पुत्र हा इहलोकीं आणि परलोकीं पितरांचा संकटांतून उद्धार करितो म्हणूनच त्याला सुज्ञ लोक 'पुत्र' असें म्हणतात. तेव्हां पुत्र जसा आपल्या उपयोगी पडेल, तशी मी पडणार नाहीं. आतां माझ्या ठिकाणीं दौहित्रांची उत्पत्ति व्हावी अशी पितामहादिक पितरांना इच्छा असेल, पण मला मुलें होऊन त्यांनीं त्यांचा उद्धार करण्यापेक्षां मी स्वतांच आपल्या पित्याच्या जिवाचें रक्षण करून उद्धार करतें. बाबा ! शिवाय हा माझा भाऊ अगदीं लहान आहे, आणि अशा स्थितींत जर आपण परलोकवासी झालां, तर थोडक्याच वेळांत हाही नाश पावेल. तसेंच तुम्ही स्वर्गाला गेलां व माझा धाकटा भाऊही नाश पावला, म्हणजे पितरांच्या पिंडाचा उच्छेद होईल, व तसें होणें अत्यंत अनिष्ट होय. ह्याप्रमाणें पति व पुत्र या दोघांचाही वियोग झाला असतां माझी माताही जिवंत राहणार नाहीं, व मग अशा प्रकारें तिघांनींही मला सोडिलें म्हणजे तें दुःख मला सहन न होऊन मीही मरून जाईन. तेव्हां तसें मरण्यापेक्षां आतांच मरणें सर्वथैव उत्तम. सारांश, माझा त्याग करून आपण आपल्या शरीरास इजा न होतां या संकटांतून सुटलां म्हणजे माझी आई व माझा धाकटा भाऊ, तसेंच आपला वंश व पिंड हीं सर्व कायम राहतील. शिवाय बाबा, मुलगा हा तर आपला आत्माच होय. स्त्री ही मित्र आहे, आणि कन्या म्हणजे खरोखरी संकट आहे, तेव्हां आतां आपण या कामीं माझीच योजना करावी. बाबा ! मी आधींच लहान,तेव्हां आपल्यामागें मी अनाथ व दीन होऊन कोठें तरी जाऊन पडेन, आणि कायमची दीन होऊन बसेन; तेव्हां आतां जर मीं हें दुष्कर कर्म केलें, तर आपल्या या कुळाला संकटांतून सोडविल्यासारखें होऊन माझें मरणही सफळ होईल. तेव्हां हे साधुश्रेष्ठा !माझ्यासाठीं, धर्मासाठीं आणि आपल्या वंशासाठीं तुम्ही स्वतांचें संरक्षण करा; आणि जिचा केव्हां तरी त्याग करणें अवश्य आहे,त्या मला आजच सोडून द्या. असें जर आपण न केलें, तर तुमच्या मागें आम्हांला पोटासाठीं कुत्र्याप्रमाणें अन्न अन्न करीत दारोदार हिंडावें लागेल ! यापेक्षां आणखी अधिक दुःख तें कसलें असावयाचें? आणि आपण व बंधु हे जर या क्लेशांतून सुटलां तर ह्या लोकांत मी कांहीं मेल्यासारखी होणार नाहीं. कारण माझी कीर्ति मागें राहील; आणि त्यापासून मला सुख होईल. बाबा ! आणखी असें पहा कीं, आपण जर गेलां,तर देवाच्या आणि पितरांच्या उपजीविकेकरितां इतःप्रदान कोण बरें करील? आणि मग ते

१. देवादिकांच्या उपजीविकेकरितां जीं करावयाचीं तीं कर्मे.—श्राद्धादिकांसारखीं.

आपलें कसें बरें कल्याण करतील ? कारण देव आणि पितर हे इतःप्रदानावर अवलंबून असतात असें आम्हीं ऐकिलें आहे. तेव्हां, मी म्हणतें, मला जाऊं द्या, आणि आपण रहा; म्हणजे आपण दिलेल्या उदकाच्या योगानें ते देवपितर संतुष्ट होऊन आपल्या कल्याणास कारणीभूत होतील !

वैशंपायन सांगतातः--ह्याप्रमाणें त्या मुलीचें तें विचारयुक्त व कळवळ्याचें भाषण ऐकून त्या मातापितरांच्या पोटांत भडभडून आलें, व तीं रडूं लागलीं, तेव्हां ती मुलगीही त्यांकडे पाहून ओक्साबोक्शीं रडूं लागली. याप्रमाणें हीं तिघेंही रडत आहेत असें पाहून, जवळच बसलेल्या त्या धाकट्या मुलानें हातांत एक गवताची काडी घेतली, आणि तो त्या प्रत्येकाकडे रांगत रांगत जाऊन, आपल्या बोबड्या व मधुर शब्दांनीं त्यांना हांक मारून हसत हसत बोलूं लागला, " बाबा, ए आई, अग ताई, तुमी लुलूं नका ! मी किनई, या कालीनं त्या मानसं खानाल्या लाक्शसाला थाल मालून ताकतें ! "

वैशंपायन सांगतातः--राजा, तीं माणसें जरी दुःखानें अगदीं व्याप्त झालीं होतीं, तरी त्या मुलाचे ते बोबडे बोल ऐकून त्यांस मोठा आनंद झाला. तेव्हां आतां ह्यांच्यापुढें जाण्यास हीच वेळ बरी आहे असें समजून कुंती त्यांच्याजवळ गेली; आणि गतप्राण झालेल्या लोकांस जणू अमृतच पाजून जिवंत करीत आहे, अशा प्रकारचें भाषण तिनें त्यांच्याशीं केलें.

अध्याय एकशें साठावा.

—:०:—

बकभयकथन.

कुंती म्हणालीः--महाराज, आपल्या ह्या दुःखाचें मूळ कोणत्या गोष्टींत आहे, तें नीट समजून घ्यावें अशी माझी इच्छा आहे. तें समजलें म्हणजे शक्य असेल तर मी तें नाहींसें करीन.

ब्राह्मण सांगतोः--अहो तपस्विनी बाई, सज्जनांना योग्य तेंच आपण म्हणतां, पण आमचें हें दुःख मनुष्याच्या हातून निवारण होण्यासारखें नाहीं. कारण, जो कोणी आमचें हें दुःख निवारण करण्याचें मनांत आणील, त्यानें प्रथम आपल्या जिवाची आशा सोडिली पाहिजे! अहो, ह्या नगराच्या जवळ बक नांवाचा एक राक्षस राहतो, तो मोठा बलवान असून ह्या देशाचा--अर्थात् या नगराचाही--अधिपति आहे. त्याच्या जवळ राक्षसांचें सैन्यही पुष्कळ असून त्याच्या योगानें तो ह्या देशाचें चांगलें संरक्षण करतो. तो असल्यामुळें येथें परचक्राची तर कधींच भीति नाहीं, पण पंचमहाभूतांपासूनही कधीं अपाय होत नाहीं. परंतु त्या राक्षसासच नरमांस भक्षण करण्याची आवड आहे; व त्याचा आहार मोठा असल्यामुळें इतर अन्नही त्यास पुष्कळच लागतें. म्हणून त्या व्यवस्थेकरितां प्रतिदिवशीं तीस मण तांदुळांचा भात, दोन रेडे, आणि एक मनुष्य इतकें त्यास द्यावें लागतें. तेव्हां याजबद्दल एकेका घरच्या मालकानें एकेक दिवस हें सर्व द्यावें असें त्यानें ठरविलें आहे. ही पाळी प्रत्येक घरावर फार वर्षांनीं येते. परंतु ज्या वेळी ती येईल, तो दिवस म्हणजे त्या घरधन्यास फारच भयंकर जातो. ही पाळी चुकविण्याचा कोणी प्रयत्न करितात. परंतु तसें करणाराचीं सर्व मुलें, माणसें तो दुष्ट राक्षस एकदमच खाऊन टाकतो. येथला एक राजा आहे, तो वेत्रकीय नांवाच्या वाड्यांत राहतो. पण तो न्यायानें वागत नसून निर्बल व बुद्धिहीन आहे. यामुळें लोकांवरची ही पीडा कायमची टाळण्याचा त्याच्या हातून कांहींच प्रयत्न होत नाहीं. असल्या दुष्ट व शक्तिहीन राजाच्या देशांतच ज्या अर्थीं आम्ही राहिलों आहों, त्या अर्थीं आम्हांवर अशीं संकटें येणें

हें खरोखर योग्यच होय. आतां वास्तविक पाहिलें तर आम्हां ब्राह्मणांना शेत ना वाडी! तेव्हां आम्ही अशा राज्यांत राहिलेंच पाहिजे असा कांहीं आमच्यावर कोणी जुलूम करणार नाहीं. आम्ही स्वतंत्र असल्यामुळें, जेथें कांहीं गुण असेल तेथेंच आमच्यासारख्यांनीं राहिलें तरी चालेल. आम्हां ब्राह्मणांची स्थिति म्हणजे केवळ पक्ष्यांप्रमाणें आहे. पक्षी जसे त्यांना सुख होईल तिकडे जातात, त्याचप्रमाणें, आम्हांस सुख होईल तिकडेच आम्हीं जावें. बाई! प्रथम राजा जोडावा, नंतर स्त्री, आणि त्याच्याही मागून द्रव्य. ह्या तिन्ही गोष्टींचा संग्रह केल्यानंतर त्या योगानें आपले बांधव आणि पुत्र ह्यांचें संरक्षण करावें. असें असतां मीं हें सर्व विपरीत केलें आहे, ह्यामुळें आम्हीं अत्यंत ताप भोगीत आहों. बाई! कुलाचा विध्वंस करणारी ती पाळी आतां माझ्या घरावर आलेली असून, मला तें भोजन आणि एक मनुष्य त्या राक्षसास उद्यां दिलें पाहिजे. बरें, त्यासाठीं मनुष्य विकत घेईन म्हणावें, तर माझ्याजवळ द्रव्य नाहीं. एकादा आप्तइष्ट देईन म्हणावें, तर तसें माझ्या हातून केव्हांही घडणार नाहीं. ह्यामुळें त्या राक्षसापासून सुटण्याचा मला कांहींच उपाय दिसत नाहीं. तेव्हां मीं असा विचार केला आहे कीं, कुटुंबांतील सर्व मनुष्यांसह आपणच त्या राक्षसाकडे जावें; म्हणजे तो आम्हां सर्वांनाच भक्षण करून टाकील; आणि यामुळें माझ्या सर्व दुःखाचा शेवट होईल.

अध्याय एकशें एकसष्टावा.

—:०:—

भीमबकवधाङ्गीकार.

कुंती म्हणाली:—ब्रह्मन्, आपण अगदीं खेद करू नका. त्या राक्षसाच्या तडाख्यांतून तुमची सुटका करण्याचा मीं एक उपाय शोधून काढला आहे. हें पहा—मला पांच मुलगे आहेत. त्यांपैकीं एक मुलगा मी ह्या कामाकरितां देतें. तो राक्षसाचें भोजन घेऊन त्याजकडे जाईल. आतां असें करण्यांत विशेष काय आहे असें तुम्ही म्हणाल तर माझा एक मुलगा गेला तरी मला चार राहतीलच; तशी तुमची स्थिति नाहीं. तुम्हांस एकच मुलगा असून तोही अगदीं लहान आहे. तशीच ही बिचारी मुलगीही तुमची एकुलती एक असून तीही लहानच आहे. तेव्हां त्यांपैकीं कोणीही जाणें बरोबर नाहीं. कारण असें पहा—त्यांच्या आईला द्याल, तर मुलें लहान असल्यामुळें तेंही करणें बरोबर नाहीं; आणि तुम्ही स्वतः गेल्यास सर्वच कुटुंबाचा घात होणार म्हणून तेंही मला बरें वाटत नाहीं.

ब्राह्मण म्हणाला:—बाई, आपल्या जिवाच्या आशेस्तव व स्वार्थाकडे नजर देऊन अतिथीचा आणि त्यांतूनही ब्राह्मणाचा प्राण घेणें हें केव्हांही योग्य नाहीं; म्हणून तें मी करणार नाहीं. कुलहीन आणि अधर्मी लोकही असलें नीच कर्म करीत नाहींत. वास्तविक पाहिलें तर, ब्राह्मणासाठींच आपणां स्वतांचा किंवा आपल्या पोटच्या पोराचा सुद्धां प्राण खर्चीं घालावा हें श्रेयस्कर आहे असें मला वाटतें. ब्रह्महत्त्या, किंवा आत्महत्त्या ह्या दोहोंचा प्रसंग आल्यास माझ्या मतें आत्महत्त्याच करणें उचित होय. कारण, ब्रह्महत्त्येचें पातक फार मोठें आहे, तें न कळत घडलें तरी देखील त्याच्यावर प्रायश्चित्त नाहीं. आतां आत्महत्त्येंतही पातक आहे हें खरें; पण माझा वध व्हावा म्हणून मीं कांहीं प्रयत्न केलेला नाहीं. माझी इच्छा नसतां परक्यानें जर माझा वध केला, तर त्यांत माझ्याकडे काय दोष? परंतु माझ्याबद्दल तुमच्या मुलाला जर त्या राक्षसाकडे मीं पाठविलें, तर मात्र मीं बुद्धिपुरःसर ब्राह्मणाचा वध केला, असें होईल. आपल्या घरीं आलेला, आश्रय मागणारा आणि याचना करणारा, ह्यांचा वध करणें हें घातकी-

पणाचें लक्षण होय. सुज्ञ लोक तें अत्यंत निंद्य समजतात. म्हणून कोणत्याही कारणांनीं असलें कर्म करूं नये, असें आपद्धर्म जाणाऱ्या महात्म्यांचें मत आहे. सारांश, स्त्रीसहवर्तमान माझा जरी नाश झाला, तरी हरकत नाहीं, पण ब्राह्मणाच्या वधाला मी केव्हांही अनुमति देणार नाहीं.

कुंती म्हणाली:–हे ब्रह्मनिष्ठ! ब्राह्मणाचें संरक्षण करावें असें माझेंही मत आहे, व म्हणूनच मी हें कृत्य करण्याची इच्छा करतें. नाहीं तर मला मुलें नकोतशीं का आहेत? मला जरी शंभर पुत्र असते, तरी सुद्धां मला ते जास्ती वाटले नसते. परंतु वास्तविक गोष्ट अशी आहे कीं, मी जो आपला मुलगा तिकडे पाठविण्यास तयार झालें आहें, त्या माझ्या पुत्राचा नाश होईल अशी मला मुळींच भीति वाटत नाहीं. कारण तो माझा मुलगा मोठा पराक्रमी असून त्याला मंत्रसिद्धिही झालेली आहे. त्यानें पूर्वीं अनेक बलाढ्य व धिप्पाड राक्षस पाहिलेले आहेत, आणि ते अंगावर चालून आले असतां त्यानें त्यांस ठार केलेलें आहे. तेव्हां तो माझा मुलगा त्या राक्षसाकडे गेला असतां त्यापासून आपली मुक्तता करून घेऊन सुरक्षित परत येईल. तेव्हां आपण त्याविषयीं मुळींच काळजी करूं नये. मात्र ही गोष्ट कोठें बोलूं नका हो! नाहीं तर ती विद्या शिकण्याची इच्छा धरून लोक उगीच माझ्या मुलाला त्रास देत बसतील; आणि जरी त्यानें तो त्रास सोसला तरी त्यांना कांहीं उपयोग होणार नाहींच; पण माझ्या मुलाचें मात्र फुकट नुकसान होईल! कारण, मंत्रविद्या जर गुरूच्या आज्ञेशिवाय कोणास सांगितली, तर ती दोघांच्याही उपयोगी पडेनाशी होते, असें मंत्रवेत्ते म्हणतात.

वैशंपायन सांगतात:-राजा, हें कुंतीचें भाषण ऐकून ब्राह्मण व त्याची स्त्री ह्या उभयतांस अतिशय आनंद झाला; आणि तिच्या त्या अमृततुल्य भाषणाची त्यांनीं फार स्तुति केली. असो; पुढें कुंती आणि तो ब्राह्मण ह्या उभयतांनीं भीमसेनास तें कृत्य करावयास सांगितलें; व त्यानेंही "ठीक आहे. मी तें काम करीन!" असें म्हटलें!

अध्याय एकशें बासष्टावा.

—:०:—

कुंतीयुधिष्ठिरसंवाद.

वैशंपायन सांगतात:-जनमेजया, 'ठीक आहे, मी हें काम करीन' असे शब्द भीमसेनाच्या तोंडून निघताहेत तों त्याचे धर्मराजादिक चौघे बंधु भिक्षेहून परत आले; आणि भीमसेनाचें तें आवेशयुक्त भाषण ऐकून, ह्यानें कांहीं तरी अघोर कृत्य करण्याचें मनांत आणिलें असावें असा त्यांनीं तर्क केला. तेव्हां धर्मानें तात्काळ कुंतीपाशीं या गोष्टीची विचारपूस केली.

धर्मराज म्हणाला:–आई, हा भयंकर पराक्रमी भीम 'ठीक आहे, मी हें काम करीन' असें जें मोठ्या आवेशानें म्हणाला, तें काय आहे? व त्या कृत्याला तुझी संमति आहे का तो आपल्या स्वतांच्या इच्छेनेंच हें कांहीं तरी करीत आहे?

राजा, ह्याप्रमाणें धर्मराजानें विचारलें असतां कुंतीनें झालेली सर्व हकीकत त्याला सांगितली; व माझ्याच सांगण्यावरून ह्या नगराच्या मुक्ततेसाठीं आणि ह्या ब्राह्मणाच्या दुःखनिवारणाकरितां हा शत्रुमर्दक भीम या कृत्यास प्रवृत्त झाला आहे, असेंही तिनें त्याला सांगितलें. पण धर्मराजाला कुंतीचें तें करणें प्रशस्त वाटलें नाहीं; आणि तो तिला म्हणाला, आई, हें काय तूं दुष्कर आणि भयंकर धाडस आरंभिलें आहेस? आपल्या पुत्रांचा त्याग करणें ह्याला कांहीं सज्जन चांगलें म्हणत नाहीत. परक्यासाठीं आपल्या पुत्राचा त्याग करावा

असें तुला वाटलें तरी कसें ? हें तुझें कृत्य खरोखर लौकिकाच्या आणि धर्माच्या विरुद्ध आहे. आई! ज्याच्या बाहुबलाच्या आधारावर आम्ही सुखानें निद्रा घेत असून शत्रूंनीं हिरावून घेतलेलें आमचें राज्य परत घेण्याची उमेद धरीत आहों; तसेंच, ज्याच्या सामर्थ्याची कल्पना मनांत येऊन दुर्योधन आणि शकुनि ह्यांस अहोरात्र झोंप देखील येत नाहीं; ज्या वीराच्या शूरत्वामुळेंच लाक्षागृह आणि इतर महान संकटांतून आम्ही मुक्त झालों; आणि ज्यानें पुरोचनासारख्याचा वध केला, त्या भीमाचा त्याग करण्याचें तूं मनांत तरी कसें आणिलेंस? दुःखामुळें तुझी विचारशक्ति अगदींच नाहींशी झाली कीं काय? त्या महापराक्रमी भीमसेनाचा आम्हांस पाठिंबा असल्यामुळें धृतराष्ट्रपुत्रांचा वध करून ही सर्व संपत्तियुक्त पृथ्वी आम्हीं मिळविलीच आहे असें समजत आहों.

कुंती म्हणाली:—युधिष्ठिरा, तूं उगीच संतापूं नको मी कांहीं हें कृत्य अविचारानें करीत नाहीं. बाळा! आपण ह्या ब्राह्मणाच्या घरीं, धृतराष्ट्रपुत्रांस कळल्यावांचून, कसे बरें सुखानें राहिलों आहों! शिवाय, येथें आपला सत्कारही चांगला होत आहे. तेव्हां, धर्मा, या उपकाराची कांहीं तरी फेड करावी, म्हणून हा उपाय मीं योजिला आहे. मनुष्यावर केलेले उपकार त्यानें स्मरले तरच त्याला मनुष्य म्हणणें योग्य आहे. दुसरा मनुष्य आपणावर जितका उपकार करील, त्याच्या अनेकपटीनें आपण त्यावर प्रत्युपकार केले पाहिजेत. शिवाय, भीमाचा लाक्षागृहांतील मोठा पराक्रम आणि हिडिंबाचा वध, हे मीं प्रत्यक्ष पाहिले असल्यामुळें, त्याच्या सामर्थ्याविषयीं मला खातरी आहे. भीमाचें बाहुबल दहा हजार हत्तींच्या बलाइतकें असून युद्धामध्यें प्रत्यक्ष विष्णूसही तो मागें हटवील, असा त्याचा पराक्रम आहे. लहानपणीं हा एकदा माझ्या मांडीवर निजला असतां एकदम खालीं शिळेवर पडला, तों त्याच्या आघातानें ती शिळा चूर्ण होऊन गेली! धर्मा, ह्या सर्व गोष्टींवरून भीमाची शक्ति मीं पूर्णपणें ओळखिलेली आहे; आणि म्हणूनच ह्या ब्राह्मणावर प्रत्युपकार करण्याचें मीं मनांत आणिलें आहे. लोभामुळें, अज्ञानामुळें किंवा बुद्धीस भ्रंश झाल्यामुळें हें कृत्य करण्याचें मीं योजिलें नाहीं; तर समजूनउमजूनच ठरविलें आहे. धर्मा, ह्या कृत्यामुळें दोन गोष्टी केल्यासारख्या होतील. एक—आपणांवर त्या ब्राह्मणानें जो उपकार केला आहे त्याची फेड होईल; आणि दुसरी—मोठें धर्माचरण केल्यासारखें होईल! ब्राह्मणास साहाय्य करणाऱ्या क्षत्रियास उत्तम लोकांची प्राप्ति होते; क्षत्रियानें क्षत्रियाचाच जीव वांचविला, तर इहपरलोकीं त्याची विपुल कीर्ति होते; क्षत्रियानें वैश्यास साहाय्य केलें, तर तो ह्या लोकचा आणि परलोकचा लोकमान्य राजा होतो; आणि शरण आलेल्या शूद्रास जर क्षत्रियानें संकटांतून मुक्त केलें, तर त्याचा पुढें धनसंपन्न व राजाला पूज्य अशा कुळांत जन्म होतो. हे कुरुकुलनंदना, अशा ह्या गोष्टी पूर्वीं ज्ञानसंपन्न भगवान व्यासांनीं मला सांगितल्या आहेत, म्हणून मीं हा विचार मनांत आणिला आहे.

अध्याय एकशें त्रेसष्ठावा.

—:०:—

भीमबकयुद्ध.

धर्मराज म्हणाला:—ब्राह्मणाची दया येऊन बुद्धिपुरःसर जें हें कृत्य तूं करण्याचें योजिलें आहेस, तें योग्य आहे; आणि भीम-

सेनही त्या नरभक्षक राक्षसाचा वध करील यांत शंका नाहीं. पण या गोष्टीचा गांवांत बोभाटा होऊं नये अशाबद्दल खबरदारी घेण्याविषयीं त्या ब्राह्मणास नीट समजावून सांग, आणि मग काय करवयाचें तें कर.

वैशंपायन सांगतात:—जनमेजया, नंतर कुंतीनें त्याप्रमाणें ब्राह्मणास सांगितलें, व त्यानेंही तें कबूल केलें. पुढें दुसरे दिवशीं उजाडल्याबरोबर अन्न घेऊन भीमसेन त्या नरभक्षक राक्षसाकडे गेला; आणि 'ए बकासुरा! हें अन्न घे' असें त्यानें त्यास हांक मारून सांगून आपणच तें अन्न खाऊं लागला. राजा, राक्षसाला भीमाचें तें उद्धट वर्तन अर्थातच खपलें नाहीं! तो अतिशय क्रुद्ध झाला, आणि जेथें भीम उभा राहिला होता तेथें आला. त्या राक्षसाचें शरीर धिप्पाड असून त्याचा वेगही फार मोठा होता; त्यामुळें तो चालूं लागला म्हणजे पृथ्वी दुभंगून जात आहे कीं काय असें वाटे! त्याचे दांत बाहेर आलेले असून नेत्र आरक्त होते. त्याच्या मिशा आणि मस्तकावरील केश रक्तानें लडबडलेले असल्यामुळें लाल दिसत होते. त्याचें तोंड फारच मोठें असून कान शंकूच्या आकाराचे होते; आणि दिसण्यांत तर तो फारच अक्राळविक्राळ होता.

असो; राजा, आपल्याकरितां आणलेलें अन्न भीमसेन खात आहे हें पाहून तो अतिशयच चिडला. त्यानें दांतओंठ चावून व भिंवया चढवून त्याच्यावर डोळे वटारले आणि तो म्हणाला, "अरे! तूं प्रत्यक्ष यमाच्या घरीं जाण्याकरितां आलेला असून माझ्यासाठीं आणलेलें हें अन्न खात आहेस काय?" हे भरतवंशजा जनमेजया, त्या राक्षसाचें हें भाषण ऐकून भीमसेनानें हसल्यासारखें करून आपलें तोंड फिरविलें, आणि राक्षसास न जुमानतां त्यानें अन्नभक्षण करण्याचें काम पुनः चालू केलें. त्यामुळें नर तो राक्षस फारच संतापला, आणि भयंकर गर्जना करून व हात उगारून तो भीमसेनाच्या अंगावर धावून आला. पण शत्रुविध्वंसक पांडुपुत्र भीमसेनाच्या मनावर त्याचा कांहींच परिणाम झाला नाहीं! तो राक्षसाकडे उघडपणें पहात पहातच निर्धास्तपणें अन्न खाऊं लागला. तेव्हां त्या राक्षसानें मोठ्या त्वेषानें भीमसेनाच्या पाठीवर हस्तप्रहार करण्यास सुरवात केली. मग तर भीमानें त्याच्याकडे ढुंकूनही न पाहतां अन्न खाण्याचा सपाटा जास्तच चालविला! तेव्हां तर त्या राक्षसाचा क्रोध गगनांत माईना. त्यानें तेथील एक वृक्ष उपटला, आणि भीमसेनास मारण्याकरितां तो घेऊन त्याच्या अंगावर तो धावून आला. इतक्या अवधींत तें सर्व अन्न खाऊन टाकून हात वगैरे धुऊन भीमसेन युद्ध करण्यास तयार झालेलाच होता! नंतर, राजा, क्रुद्ध झालेल्या राक्षसानें उपटून आणलेला तो प्रचंड वृक्ष भीमसेनाच्या अंगावर फेकला; पण त्या महापराक्रमी भीमसेनानें सहज हसत हसतच तो डाव्या हातांत धरून तोच उलट त्या राक्षसाच्या अंगावर भिरकावून दिला! याप्रमाणें आरंभ झाल्यावर ते दोघे वीर वृक्षांनींच एकमेकांस झोडूं लागले. यामुळें तेथील बहुतेक वृक्षांचा नाश झाला. अशा प्रकारचें तें मनुष्य आणि राक्षस यांमधील युद्ध फार भयंकर झालें. पुढें त्या महाराक्षसानें वृक्षयुद्ध सोडून देऊन आपल्या विशाल बाहूंनीं भीमसेनास मिठी घातली, त्याबरोबर भीमसेनानेंही त्यास उलट मिठी घालून करकचून आवळून धरिलें. तेव्हां तो तडफड करूं लागला. याप्रमाणें त्या दोघां

बलाढ्य वीरांचें मल्लयुद्ध चाललें असतां त्या झटपटींत कित्येक मोठमोठ्या वृक्षांचाही चुराडा झाला ! शेवटीं राक्षस अगदीं थकून गेला असें पाहतांच भीमसेनानें त्याला पालथा घातला, आणि त्याजवर भयंकर प्रहार करण्यास आरंभ केला. नंतर त्यानें आपला गुडघा त्याच्या पाठीवर जोरानें ठेवून उजव्या हातानें त्याची मान दाबून धरली, व डाव्या हातानें त्याच्या कमरेचें वस्त्र धरून त्याच्या जगड्वाळ शरिराची त्याच्या पाठीकडून घडी केली ! तेव्हां तो राक्षस फारच ओरडूं लागला; आणि याप्रमाणें भीमसेन त्याचें शरीर भग्न करूं लागला असतां त्याच्या तोंडांतून रक्ताच्या गुळण्या येऊं लागल्या !

अध्याय एकशें चौसष्टावा.

—:०:—

बकवध आणि तन्निमित्त ब्रह्मोत्सव.

वैशंपायन सांगतातः—ह्याप्रमाणें महापराक्रमी भीमानें त्या भयंकर नरभक्षक बकासुराची उलटी घडी केली असतां त्याचें शरीर मोडून गेलें, व त्यानें एक वेळ भयंकर शेवटची आरोळी ठोकली आणि तो गतप्राण झाला ! ही त्याची शेवटची आरोळी इतकी मोठी होती कीं, तिचा ध्वनि तेथून बऱ्याच अंतरावर असलेल्या त्याच्या कुटुंबांतील माणसांच्या कानावर गेला. तो ऐकतांच त्याच्या घरांतील सर्व राक्षसमंडळी भयभीत झाली व त्यांचें देहभान नाहींसें झालें. ते सर्व बेफाम होऊन युद्धभूमीपाशीं आले, आणि बकासुर गतप्राण झालेला पाहून मोठमोठ्यानें आक्रोश करूं लागले. तेव्हां भीमसेनानें त्यांचें सांत्वन केलें, आणि ' यापुढें तुम्हीं कधीं मनुष्यांचा वध करूं नये' अशी त्यांना ताकीद दिली; व 'जर कराल तर ह्या तुमच्या बकराक्षसाप्रमाणेंच तुमचीही स्थिति होईल ' अशी त्यांस जरब दिली. जनमेजया, त्या महाबलाढ्य बक राक्षसाची ही अशी स्थिति झालेली पाहून ते सर्व राक्षस निमूटपणें भीमसेनाच्या म्हणण्यास कबूल झाले; व ' यापुढें जर आम्हीं मनुष्यांचा वध केला, तर आम्हांला तूं असेंच शासन कर, ' असें ते म्हणाले. राजा, तेव्हांपासून ते सर्व राक्षस एकचक्रा नगरींतील लोकांसही अगदीं दीनाप्रमाणें दिसूं लागले.

असो. पुढें भीमसेनानें बकासुराचें प्रेत ओढून आणून त्या नगराच्या वेशींत टाकून दिलें; आणि मुकाट्यानें घरीं येऊन झालेली सर्व हकीकत धर्मराजास सांगितली. इकडे भीमसेनाच्या पराक्रमानें दरारून गेलेले राक्षसही आपलें स्थल सोडून देऊन वाटेल तिकडे निघून गेले !

दुसरे दिवशीं सकाळीं त्या नगरांतील लोक कामधामाकरितां गांवाबाहेर जाऊं लागले व बाहेरचे आंत येऊं लागले, तेव्हां पर्वताप्रमाणें दिसणारा तो भयंकर बक राक्षस वेशींत मरून पडलेला आहे असें त्यांच्या दृष्टीस पडलें. त्याचें सर्व शरीर रक्तबंबाळ झालेलें असल्यामुळें तें पाहून त्यांच्या अंगावर थरारून कांटा आला. नंतर नगरांत येऊन त्यांनीं तें वर्तमान लोकांस सांगितलें. तें ऐकतांच हजारों नगरवासी जन बायकामुलांसह, त्या मरून पडलेल्या बकासुरास पहाण्याकरितां आले. तो अलौकिक प्रकार पाहून सर्वांना परमावधीचें आश्चर्य वाटलें, आणि त्यांना आनंदाचें भरतें आलें. हें सर्वांवरचें अरिष्ट कायमचें टळलें म्हणून त्या नगरांतील आबालवृद्धांनीं अनन्यभावें परमेश्वराची प्रार्थना केली; व नगरदेवतांचें पूजन करून उत्सव केला. नंतर, आज कोणाची पाळी होती याची त्यांनीं चौकशी केली, व ती अमुक

ब्राह्मणाची होती असें समजल्यावर पुष्कळ-जण त्याच्या घरीं गेले; आणि त्यांनीं त्यास त्या राक्षसाच्या मृत्यूविषयींची हकीकत विचारिली. परंतु या गोष्टीची खरी हकीकत बाहेर कोठेंही फोडणार नाहीं असें कुंतीपाशीं त्या ब्राह्मणानें कबूल केलें असल्यामुळें त्याला खरा प्रकार सांगतां येईना. तेव्हां लोकांचें कांहीं तरी समाधान केलें पाहिजे म्हणून त्यानें कांहीं मनःकल्पित रचना करून त्यांस सांगितलें कीं, ‘ बक राक्षसाकडे भोजन नेण्याविषयीं मला आज्ञा होतांच मी आणि माझ्या घरांतील सर्व मंडळी रडूं लागली, तें एका मंत्रसिद्धि असणाऱ्या उदार मनाच्या ब्राह्मणानें पाहिलें. तेव्हां तो आमच्याकडे आला, व त्यानें रडण्याचें कारण आम्हांस विचारिलें. त्यावरून आम्हीं सर्व वृत्तांत त्यास निवेदन केला. तेव्हां त्याला आमची व या नगरांतील सर्व लोकांची दया येऊन तो हसत हसतच मला म्हणाला, “ कांहीं चिंता नाहीं, उद्यां त्या दुष्टाकडे मीच अन्न घेऊन जातों, माझ्यासंबंधानें तुम्हीं मुळींच भीति धरूं नका व काळजीही करूं नका. ” नंतर तो अन्न घेऊन बकवनाकडे गेला. मला वाटतें, त्यानेंच हें कृत्य करून सर्व लोकांवर हा उपकार केला असावा!

जनमेजया, ब्राह्मणाचें हें भाषण ऐकून तेथें जमलेल्या सर्व लोकांस अत्यंत आश्चर्य वाटलें, व ते आपल्या घरोघर निघून पुढें त्या नगरींतील सर्व लोकांनीं एक मोठा ब्रह्मोत्सव केला. तो उत्सव पाहण्यासाठीं त्या देशांतील असंख्य लोक आले होते, आणि पांडवही त्या वेळीं तेथेंच होते!

१ब्राह्मणानें राक्षसाचा वध केला असतां ब्राह्मणाच्या संतोषार्थ उत्सव करीत असतात. त्यास ब्रह्मोत्सव असें म्हणतात.

चैत्ररथपर्व.

—:०:—

अध्याय एकशें पासष्टावा.

धृष्टद्युम्न द्रौपदी यांच्या वृत्तांताचा उपक्रम.

जनमेजय विचारतोः—हे ब्रह्मनिष्ठ, बकासुराचा वध केल्यानंतर त्या पुरुषश्रेष्ठ पांडवांनीं पुढें काय केलें ?

वैशंपायन सांगतातः—हे कुरुकुलावतंसा, त्या दुष्ट बकासुरास मारल्यानंतर, सर्व पांडव उपनिषदांचें अध्ययन करीत त्या ब्राह्मणाच्याच घरीं राहिले.ते तेथेंच असतांना एके दिवशीं एक नियमनिष्ठ व विद्वान ब्राह्मण वस्तीला जागा मागण्यासाठीं त्या ब्राह्मणाच्या घरीं आला. अतिथींचा सत्कार करण्याविषयीं तो ब्राह्मण तत्पर असे. त्यानें त्याचें उत्तम प्रकारें स्वागत करून त्याला रहावयास जागा दिली.तो ब्राह्मण गोष्टी फार चांगल्या सांगत असे. त्यानें रात्रीं गोष्टी सांगण्यास प्रारंभ केला असतां सर्व पांडव आणि कुंती त्याच्याजवळ जाऊन बसली. त्या ब्राह्मणानें अनेक देश, तीर्थें, नद्या, राजे,अद्भुत असणारे प्रदेश नगरें व यांसंबंधाची माहिती सांगितली, व शेवटीं पांचाल देशांत द्रौपदीचें स्वयंवर होणार असून, त्याचें स्वरूप आश्चर्यकारक आहे असें सांगितलें.त्याचप्रमाणें धृष्टद्युम्न आणि शिखंडी यांच्या उत्पत्तीचा वृत्तांत सांगून द्रुपद राजानें केलेल्या महायज्ञांत द्रौपदीची अयोनिज उत्पत्ति झाली असेंही त्यानें सांगितलें.तेव्हां ह्या लोकांत अशी आश्चर्यकारक गोष्ट झाल्याचें ऐकून पांडवांनीं त्या ब्राह्मणास प्रश्न केला.

पांडव म्हणालेः—महाराज, द्रुपदपुत्र, धृष्टद्युम्न याची अग्नीपासून व द्रौपदीची यज्ञवेदींतून उत्पत्ति कशी झाली ? त्याचप्रमाणें महाधनुर्धर द्रोणाचार्य यांजकडून तो धृष्टद्युम्न अस्त्रविद्या कशी शिकला ? आणि द्रुपद व. द्रोणाचार्य, हे उभयतां मित्र असतां त्यांच्यामध्यें वितुष्ट कसें व कोणत्या कारणानें आलें ? ब्रह्मन्, आपण हें सर्व वृत्त कृपा करून आम्हांस सांगा. आम्हांला तें ऐकण्याची फार इच्छा आहे.

वैशंपायन सांगतातः—राजा,ह्याप्रमाणें पांडवांनीं विचारल्यावर ब्राह्मणानें त्यांस तो सर्व वृत्तांत आणि द्रौपदीची उत्पत्ति हीं निवेदन केलीं.

अध्याय एकशें सहासष्टावा.

—:०:—

द्रोणद्रुपदोत्पत्तिकथन.

ब्राह्मण म्हणालाः—पूर्वीं गंगाद्वारीं भरद्वाज नांवाचा एक महातपस्वी ऋषि होता. तो मोठा ज्ञानी असून त्याचे नियम फार प्रशंसनीय असत. एके वेळीं तो गंगेवर स्नानाकरितां जात असतां, पूर्वींच येऊन स्नान केलेली घृताचीनामक अप्सरा त्याच्या दृष्टीस पडली. त्या वेळीं त्या नदीतीरावर वारा अतिशय सुटला असल्यामुळें तिचें वाळत असलेलें वस्त्र वाऱ्यानें उडवून दिलें होतें. ह्याप्रमाणें वायूनें वस्त्र हरण केलेल्या त्या अप्सरेस अवलोकन करतांच त्या ऋषीच्या अंतःकरणांत तिच्याविषयीं इच्छा उत्पन्न झाली यामुळें त्या बालब्रह्मचारी ऋषीचें रेतस्खलन झालें. तें रेत त्यानें द्रोणकलशनामक यज्ञपात्रांत ठेविलें. त्याजपासून त्या ज्ञानसंपन्न मुनीला द्रोणनामक पुत्र झाला. पुढें त्या पुत्रानें सर्व वेद व वेदांगें यांचें अध्ययन केलें.

इकडे भरद्वाज मुनीचा पृषत नांवाचा एक क्षत्रिय मित्र होता. त्यालाही ह्याच वेळीं द्रुपद नांवाचा एक पुत्र झाला.तो भावी क्षत्रियश्रेष्ठ पृषत्पुत्र द्रुपद हा नेहमीं भरद्वाज मुनीच्या आश्रमांत जाऊन द्रोणाबरोबर खेळत असे, व अध्यय-

नही करीत असे. पुढें पृषत परलोकवासी झाल्यानंतर तो द्रुपद राजा झाला.

द्रोणांस अस्त्रप्राप्ति.

असो; नंतर एकदा, परशुराम आपलें सर्वस्व ब्राह्मणांस दान देत आहे, असें द्रोणानें ऐकिलें तेव्हां तो वनांत चाललेल्या परशुरामाकडे गेला, आणि त्याला म्हणाला कीं, " हे द्विजश्रेष्ठ मी द्रोण आपणांकडे आलों असून मला द्रव्याची इच्छा आहे. "

परशुराम म्हणालाः–ब्राह्मणा ! आतां फक्त माझें शरीर मात्र अवशिष्ट राहिलें आहे. तेव्हां तें अथवा अस्त्रें ह्या दोहोंपैकीं तुला जें हवें तें मागून घे.

द्रोण म्हणालाः—महाराज, तर मग आपण मला अस्त्रें द्या; आणि त्यांचे प्रयोग, संहार वगैरे सर्व माहिती सांगा.

गोष्टी सांगणारा ब्राह्मण म्हणालाः—असें त्याचें भाषण ऐकून परशुरामानें, " ठीक आहे " असें म्हटलें, व त्यास अस्त्रविद्या अर्पण केली. तेव्हां द्रोणानें तिचा अंगीकार करून तो कृतकृत्य झाला. ह्याप्रमाणें परशुरामापासून ब्रह्मास्त्र प्राप्त झाल्यामुळें द्रोणाच्या अंतःकरणास अत्यानंद झाला, व त्याच अस्त्रविद्येमुळें पुढें तो सर्व मनुष्यांमध्यें श्रेष्ठ झाला. नंतर तो पुरुषश्रेष्ठ पराक्रमी भरद्वाजपुत्र द्रोण द्रुपदाकडे आला, व " मी तुझा मित्र आलों आहें " असें त्यानें त्याला कळविलें.

द्रोणांचा अपमान.

द्रुपद म्हणालाः—जो वेदज्ञ नसेल तो वेदज्ञाचा, सारथि नसेल तो सारथ्याचा, आणि राजा नसेल तो राजाचा मित्र होत नसतो. आतां कदाचित् तूं माझ्या बाळपणचा मित्र असशील; पण प्रस्तुत मी राजा झालों आहें. तेव्हां त्या लहानपणच्या मित्रत्वाचा आतां कांहीं उपयोग नाहीं.

द्रुपदाचा सूड घेण्याची तयारी.

ब्राह्मण पुढें म्हणालाः—ह्याप्रमाणें द्रुपदाचें भाषण ऐकून द्रोणास अतिशय राग आला. तेव्हां त्या त्याच्या भाषणाबद्दल, त्यानें त्याचा सूड घेण्याविषयीं निश्चय केला; आणि तेथून निघून तो कौरवांकडे हस्तिनापुरास गेला. तेथें ही बातमी गंगापुत्र भीष्मांस कळली, तेव्हां त्यांनीं द्रोणाचा उत्तम प्रकारें सत्कार करून त्यास विपुल द्रव्य दिलें, आणि आपले नातू शिष्य म्हणून त्याच्या हवालीं केले. द्रोणाच्या मनांत द्रुमदाचा सूड घेण्याविषयींची गोष्ट होतीच; ह्यामुळें त्यानेंही ती गोष्ट कबूल केली. पुढें एके वेळीं द्रोणांनीं आपल्या दुर्योधनादि सर्व शिष्यांस पुढें बोलाविलें, आणि त्यांपैकीं पांडवांस उद्देशून तो त्यांना म्हणाला, " हे निष्पापहो ! तुम्ही कृतार्थ झाल्यावर मी तुमच्यापाशीं जी गुरुदक्षिणा मागेन, ती तुम्हांस दिली पाहिजे. हें तुम्हांस कबूल आहे का ? " तेव्हां अर्जुनादि पांडवांनीं त्यांस ' ठीक आहे ' असें उत्तर दिलें.

पांडवहस्तें द्रुपदाचा पराजय.

ह्याप्रमाणें पांडवांनीं उत्तर दिल्यावर, पुढें जेव्हां ते अस्त्रविद्येंत निपुण झाले, तेव्हां गुरुदक्षिणेबद्दल द्रोणानें पांडवांपाशीं गोष्ट काढिली तो म्हणाला, " पांडवहो, पृषत्पुत्र द्रुपद हा छत्रवती नगरींत राज्य करीत आहे. तें त्याचें राज्य त्याजकडून घेऊन तें गुरुदक्षिणा म्हणून मला अर्पण करा. " ह्याप्रमाणें द्रोणानें सांगितलें असतां त्या महापराक्रमी पांडवांनीं तात्काळ युद्धांत द्रुपदाचा पराजय केला; आणि त्याला व त्याच्या सचिवांनाही बांधून आणून द्रोणापुढें उभें केलें.

द्रोणाचार्य म्हणालेः—हे नृपनाथा द्रुपदा, पुनःसुद्धां मी तुझ्याशीं सख्य करण्याचीच इच्छा करीत आहें. पण, जो राजा नसतो तो राजाचा मित्र होण्यास योग्य नसतो; म्हणूनच मीं तुझ्याबरोबर युद्ध करून राज्य घेण्याचा प्रयत्न केला.

आतां तूं भागीरथीच्या दक्षिणतीरावरील देशाचा राजा, आणि मी तिच्या उत्तरतीरावरील देशाचा राजा आहें. तेव्हां आतां आपली मैत्री होण्यास कांहीं हरकत नाहीं.

गोष्टी सांगणारा ब्राह्मण म्हणालाः—ह्याप्रमाणें त्या ज्ञानसंपन्न द्रोणाचें भाषण ऐकून द्रुपद त्यास म्हणाला, " हे महाज्ञानी भरद्वाजपुत्र! आपल्या इच्छेप्रमाणेंच आपलें व माझें सख्य निरंतर होऊं द्या. आपलें कल्याण असो. " ह्याप्रमाणें भाषण व सख्य करून ते दोघेहि निघून गेले. परंतु तेथें जो द्रुपद राजाचा अपमान झाला, तो त्याच्या अंतःकरणांतून क्षणभर सुद्धां नाहींसा होईना. त्या दुःखानें तो एकसारखा कृश होत चालला!

अध्याय एकशें सदुसष्टावा.

—:०:—

द्रोणाचा सूड घेण्याची तयारी.

गोष्टी सांगणारा ब्राह्मण म्हणालाः—द्रुपद राजा मोठा खुनशी स्वभावाचा होता. द्रोणाचा सूड घेण्यासारखा आपणास एखादा पुत्र व्हावा असें त्याला वाटलें. म्हणून, कर्मसिद्धि असणारा एखादा ब्राह्मण गांठावा या उद्देशानें तो पुष्कळ ब्राह्मणांचीं घरें फिरला.आपल्या पुत्रांपैकीं एकही पुत्र द्रोणाचा सूड घेण्याच्या योग्यतेचा नाहीं. म्हणून तो निरंतर दुःख करीत असे. पूर्वीं झालेल्या पुत्रांना उद्देशून " धिक्कार असो या सर्व बंधूंना " असें तो नेहमीं म्हणे; व द्रोणाचा प्रतिकार करण्याची इच्छा असून ती पूर्ण न झाल्यामुळें तो वारंवार दुःखाचे सुस्कारे टाकी. द्रोणाचा प्रभाव, विनय आणि शिक्षण ह्यांची बरोबरी करणारा असा क्षत्रियांमध्यें एकही नाहीं हें त्याला पूर्णपणें कळून चुकलें होतें. राजा जनमेजया, तो नृपश्रेष्ठ द्रुपद कर्मसिद्धि असणाऱ्या ब्राह्मणाचा शोध करीत करीत, ज्या ठिकाणीं यमुनेच्या अगदीं जवळ भागीरथीचें तीर आहे, तेथें असलेल्या एका ब्राह्मणांच्या वसतींत आला. त्या स्थळीं, समावर्तन न झालेला अथवा ज्याला ब्रह्मचर्यादि कोणतेंहि व्रत नाहीं असा कोणीहि ब्राह्मण नव्हता. सारांश, अनाश्रमी असा पुरुष तेथें कोणीहि नव्हता. त्या ठिकाणीं शांतीचें अवलंब करून प्रखर तपश्चर्या करणारे असे दोन ब्रह्मनिष्ठ ब्रह्मर्षि त्याच्या दृष्टीस पडले. त्यांचीं याज व उपयाज अशीं नांवें होतीं. ते संहितेच्या अध्ययनांत गढून गेलेले होते. ते ऋषिश्रेष्ठ मोठे सूर्यभक्त असून ब्रह्मवेत्ते होते. त्यांचें गोत्र काश्यप होतें. द्रुपद राजानें त्या दोघां ब्राह्मणांच्या सामर्थ्याविषयीं तेथें शोध केला; व तें कळून आल्यानंतर, त्यांस सर्व प्रकारच्या अभीष्ट वस्तु देण्याचा हेतु दर्शवून राजानें त्यांना बोलावून आणलें व त्यांपैकीं व्रत धारण करणारा जो धाकटा उपयाज,त्याचें पादसेवन व पूजन करून त्याला एकांतांत तो शरण गेला. राजा त्यास म्हणालाः—मुनिवर्य, आपले सर्व मनोरथ मी पूर्ण करीन, परंतु ज्या योगानें द्रोणाच्या मरणास कारणीभूत असा पुत्र मला होईल असें अनुष्ठान आपण करा. याबद्दल मी आपणास दहा कोट गाई अथवा जें काय आपल्या इच्छेस येईल तें देईन.

ह्याप्रमाणें द्रुपद राजानें अनेक प्रकारें सांगितलें तरी याज्ञ मुनीनें त्याला साफ सांगितलें कीं, तूं म्हणतोस तसें मी कांहींएक करणार नाहीं. तेव्हां द्रुपद राजा त्याची सेवा करीत तसाच तेथें राहिला. यास एक वर्ष लोटून गेल्यावर एके वेळीं ब्राह्मणश्रेष्ठ उपयाज मुनि द्रुपदाला म्हणाले.— "राजा, माझा वडील बंधु वनांत फिरत असतां त्यानें एके ठिकाणीं भूमीवर पडलेलें एक फळ घेतलें,परंतु तें घेते वेळीं ती जमीन शुद्ध आहे कीं नाहीं ह्याचा त्यानें मुळींच विचार केला नाहीं.त्या वेळीं मीं बंधूच्या मागूनच चाललों असल्यामुळें

तें त्याचें अयोग्य कृत्य माझ्या नजरेस पडलें. त्यावरून माझ्या मनाची खात्री झाली कीं, हा एखादी दोषयुक्त वस्तु हातीं आली असतां ती घेण्यासही तो कदाचित् मागेंपुढें पाहणार नाहीं. कारण फळ दृष्टीस पडल्याबरोबर त्यानें तें लागलेंच उचललें. जो अशा क्षुल्लक प्राप्तीकरतांही पवित्रापवित्रतेचा विचार करीत नाहीं, तो दुसऱ्या गोष्टींत कशाचा करणार? गुरुगृहीं असतांना सुद्धां तो दुसऱ्याची उष्टी राहिलेली भिक्षा निर्लज्जपणें गोड गोड म्हणून नेहमीं खात असे. तेव्हां यावरून त्याला प्राप्तीची इच्छा असेल असें मला वाटतें. तर राजा, तूं त्याच्याकडे जा, म्हणजे तो तुजकडून यज्ञ करवील."

ह्याप्रमाणें उपयाजाचें भाषण ऐकून, याज ऋषींच्या आचरणाविषयीं द्रुपदाच्या मनांत किल्मिष उत्पन्न झालें, परंतु कार्याकडे दृष्टि देऊन त्यानें त्या गोष्टीचा विचार केला नाहीं. तो याज ऋषीकडे गेला, आणि त्याची पूजा वगैरे करून आपली इच्छा त्यानें त्यास कळविली.

द्रुपद म्हणालाः—हे प्रभो ! माझी एक आपणांस प्रार्थना आहे, ती आपण मान्य करावी. महाराज ! द्रोण या नांवाचा एक ब्राह्मण उत्तम वेदज्ञ असून अस्त्रविद्येमध्येंही निपुण आहे. शिवाय, सर्व अस्त्रांमध्यें श्रेष्ठ असें जें ब्रह्मास्त्र, त्याचेंही त्याला उत्तम ज्ञान आहे. त्याच्या तोडीचा योद्धा ह्या पृथ्वीवरील राजांमध्यें एकही नाहीं. त्यानें माझें मित्रत्व संपादण्याच्या हेतूनें आपल्या शिष्यांकडून माझ्याशीं युद्ध करविलें आणि त्यांत माझा पराजय करून माझा अपमान केला. त्यामुळें मला अतिशय दुःख झालेलें आहे. तो कौरवांच्या गुरूंमध्यें श्रेष्ठ असून त्याच्या बाणाच्या तडाख्यापुढें कोणाचाही प्राण वांचण्याची आशा नाहीं. त्याचें धनुष्य जरी सहाच हात लांबीचें आहे, तरी त्याच्या पराक्रमामुळें तें फार मोठें दिसतें. तो महात्मा धनुर्धर द्रोण वेषानें जरी ब्राह्मण आहे, तरी मोठमोठ्या पराक्रमी क्षत्रियांची रग जिरविण्याचें त्याच्या अंगांत सामर्थ्य आहे. क्षत्रियांचा उच्छेद करण्याविषयीं उद्युक्त असणारा हा दुसरा परशुरामच परमेश्वरानें उत्पन्न केला आहे असें म्हणण्यास हरकत नाहीं. कारण, ह्याच्या अस्त्रांचें भयंकर सामर्थ्य कुंठित करणारा असा एकही मनुष्य ह्या पृथ्वीवर नाहीं. त्याच्या अंगीं ब्रह्मतेज असल्यामुळें, तो समरांगणांत आला असतां, आहुति घेणाऱ्या अग्नीप्रमाणें जाज्वल्य दिसतो; आणि त्या वेळीं त्याचा क्षत्रियधर्म पुढें सरसावतो. यामुळें तो शत्रूंस जाळून भस्म करून टाकतो. याज मुने! ब्राह्म आणि क्षात्र हीं दोन्ही तेजें जरी आहेत, तरी त्यांत ब्राह्मतेजाचा प्रभाव कांहीं विशेष आहे. माझ्या अंगीं नुसतें क्षात्रबलच असल्यामुळें द्रोणापेक्षां मी कमी योग्यतेचा आहें. म्हणून मी आज ह्या पायांच्या मूर्तिमंत ब्रह्मतेजास शरण आलों आहें. आपण द्रोणाहूनही श्रेष्ठ ब्रह्मज्ञानी असून मला आपला लाभ झाला आहे; ह्यासाठीं, द्रोणानें माझा जो अपमान केला आहे, त्याचा सूड उगविण्याकरितां, त्याचा वध करणारा पुत्र मला होईल असा यज्ञ मजकडून करवा. आपण हें कार्य करून माझ्या मनाला आनंद देण्यास खरोखर योग्य आहां. ह्याकरितां मी प्रथमच भेट म्हणून ऐशीं हजार गाई आपणांस देतों, आणि पुढें दहा कोटि गाई देईन !

गोष्टी सांगणारा ब्राह्मण म्हणाला, हें राजाचें भाषण ऐकून याज मुनींनीं त्यास बरें आहे म्हणून सांगितलें; आणि याचे मनोरथ पूर्ण होण्यासारखा कोणता याग आहे याविषयीं तो विचार करूं लागला. तेव्हां त्याच्या असें लक्षांत आलें कीं, तो प्रयोग फराच मोठा आहे, व या कामीं दुसऱ्याचें साहाय्य पाहिजे. म्हणून त्यानें, लाभाची आशा मुळींच न करणाऱ्या आपल्या बंधूचीच त्या कामीं योजना केली.

सारांश, ह्याप्रमाणें द्रोणाचा नाश करण्यास कारणीभूत होणारा पुत्र व्हावा अशा प्रकारचा यज्ञ करण्याचें योजानें द्रुपदाजवळ कबूल केलें. नंतर महातपस्वी उपयाज मुनीनें ते यज्ञकर्म कसें करावयाचें तें द्रुपदास सांगितलें; व तो त्यास म्हणाला, "ह्या यज्ञाच्या योगानें तुझ्या इच्छेनुरूप महाशूर, महापराक्रमी आणि महाबलवान असा तुला पुत्र होईल." नंतर, कर्माच्या फलाची सिद्धि व्हावी म्हणून उपयाज मुनीनें सांगितल्याप्रमाणें द्रुपद राजानें यथासांग यज्ञकर्म केलें. हवनाच्या शेवटीं याजानें राणीस हांक मारून म्हटलें, "हे पृषत्स्नुषे! लवकर इकडे ये. तुजकरितां एक स्त्रीपुरुषांची जोडी प्राप्त झाली आहे."

राणी म्हणाली:—ब्रह्मनिष्ठ मुने, मी अजून पारोशी आहें. मीं तोंडही धुतलें नसून माझ्या अंगावरील दिव्य अनुलेपनेंही तशींच आहेत. यामुळें सन्निध येण्यास मी योग्य नाहीं. तेव्हां थोडा दम धरा.

याज म्हणाला:—हे राजस्त्रिये, हें होमद्रव्य मीं स्वतः शिजवून तयार केलेलें असून उपयाजानें अभिमंत्रण केलेलें आहे. तर तूं आलीस किंवा न आलीस तरी तें इष्ट कार्य तडीस नेल्यावांचून कधींही राहणार नाहीं.

धृष्टद्युम्न व द्रौपदी ह्यांची उत्पत्ति.

गोष्टी सांगणारा ब्राह्मण म्हणाला:—ह्याप्रमाणें तिच्याशीं बोलून याजानें तें संस्कार केलेलें होमद्रव्य अग्नीस अर्पण केलें. तेव्हां तात्काळ एक देवतुल्य पुत्र वर आला. त्याचा वर्ण अग्नीच्या ज्वालेप्रमाणें असून स्वरूप भयंकर होतें. त्यानें किरीट व उत्कृष्ट प्रकारचें कवच धारण केलेलें असून त्यापाशीं खड्ग व उत्तम धनुष्य होतें. तो वर आल्याबरोबर गर्जना करीत करीत रथांत बसला व लागलीच जाऊं लागला. तेव्हां पांचाल देशातील लोक 'वाहवा वाहवा' म्हणून आनंदघोष करूं लागले. त्या त्यांच्या गर्जनेनें पृथ्वी अगदीं दणाणून गेली. त्या वेळीं, "हा राजपुत्र पांचालांच्या भीतीचा नाश करणारा असून कीर्तिमान होईल; व हा द्रोणवधासाठीं जन्मास आला असल्यामुळें तो द्रुपद राजाचा शोक नाहींसा करील!" अशी आकाशवाणी झाली.

ह्याच वेळीं यज्ञवेदीच्या मध्यभागांतून कुमारी द्रौपदी ही वर आली. ही अत्यंत सुंदर असून हिचा प्रत्येक अवयव प्रेक्षणीय होता. तिचे नेत्र कमलपत्रांप्रमाणें असून विशाल व कृष्णवर्ण होते. तिच्या शरिराचा वर्ण सांवळा होता. तिचे केश नीलवर्ण असून कुरळ, नखें उन्नत असून आरक्त, भिंवया सुरेख आणि स्तन मोठे असून मनोहर होते. ही साक्षात् देवकुमारिकाच मनुष्याचा वेष घेऊन आली होती असें म्हटलें तरी चालेल. हिच्या अंगास नीलकलांप्रमाणें सुवास येत असून त्याचा घमघमाट एक कोसपर्यंत सुटत होता. जिच्या स्वरूपास पृथ्वीवर दुसरी उपमाच नाहीं, अशी ही देव, दैत्य, यक्ष इत्यादिकांस इष्ट असलेली कुमारिका निर्माण होतांच आकाशवाणी झाली कीं, "ही वरारोहा कृष्णा सर्व स्त्रियांमध्यें श्रेष्ठ असून क्षत्रियांचा संहार करण्याच्या इच्छेनें अवतीर्ण झाली आहे. ही योग्य वेळीं देवांचें कार्य करील व हिच्यामुळें कौरवांस मोठी भीति उत्पन्न होईल!" हें ऐकून सर्व पांचालदेशीय लोकांनीं सिंहसमूहाप्रमाणें मोठी गर्जना केली. त्या वेळीं त्यांचा तो आनंद त्रिभुवनांतही माईना. असो; त्या कुमारास व कुमारिकेस पाहतांच पुत्राची इच्छा असणारी द्रुपदाची राणी याजास शरण गेली, व उभयतांस मजवांचून दुसरी माता माहीत नसावी असें ती त्याला म्हणाली. तेव्हां राजाचें इष्ट कार्य करण्यासाठीं याजानेंही तिला 'ठीक आहे' असें उत्तर दिलें. नंतर मनोरथ पूर्ण झालेल्या ब्राह्मणांनीं त्या उभतांचीं नांवें ठेविलीं. ते म्हणाले. "अग्नीपासून उत्पन्न झालेला हा द्रुपदाचा कुमार धृष्ट म्हणजे

धीट असून शत्रूचा उत्कर्ष सहन न करणारा असा आहे व द्युम्न म्हणजे कवचकुंडलादिरूप संपत्तीनें युक्त आहे; म्हणून याचें नांव धृष्टद्युम्न असो. " पुढें ते त्या मुलीस कृष्णा असें म्हणाले.कारण ती कृष्णवर्ण होती. अशा प्रकारें द्रुपदाच्या महायज्ञामध्यें ती स्त्री-पुरुषांची जोडी निर्माण झाली.

पुढें पराक्रमशाली द्रोणाचार्यांनीं द्रुपदपुत्र धृष्टद्युम्न यास आपल्या घरीं आणिलें, व त्यास अस्त्रविद्या शिकविली. हा धृष्टद्युम्न आपला वध करणार हें द्रोणाचार्यांस माहीत नव्हतें असें नाहीं; पण दैवयोगानें जें कांहीं पुढें व्हावयाचें असेल, त्यांतून सुटतां यावयाचें नाहीं असा विचार करून त्या महाज्ञानी द्रोणांनीं आपल्या कीर्तीच्या संरक्षणार्थ त्या मुलावर अशा प्रकारें उपकारच केले !

अध्याय एकशें अडुसष्टावा.

—:०:—

द्रुपदपुरगमनोपक्रम.

वैशंपायन सांगतातः—राजा, त्या ब्राह्मणाचे हे शब्द त्या बलशाली पांडवांच्या हृदयांत तीक्ष्ण शल्याप्रमाणें खोंचले, आणि त्यांच्या अंतःकरणांत अस्वस्थता उत्पन्न झाली. नंतर, त्या सर्वांचें लक्ष द्रौपदीच्या स्वयंवराकडेच लागलें आहे असें पाहून सत्यवादिनी कुंती युधिष्ठिराशीं बोलूं लागली.

कुंती म्हणालीः—धर्मा,आपल्याला आजपर्यंत ह्या नगरांत भिक्षा चांगली मिळत असल्यामुळें आपलें मन येथें रमून आपण ह्या ब्राह्मणाच्या घरीं फार दिवस राहिलों. इतक्या दिवसांत आपण येथील रम्य अरण्यें आणि उपवनेंही पाहिलीं. तेव्हां मला असें वाटतें कीं, आपण आतां पांचाल देशाला जावें. कारण, पूर्वीप्रमाणें आतां येथें भिक्षाही चांगली मिळत नाहीं आणि ह्या प्रदेशांतील सर्व कांहीं अनेक वेळां पाहिलें असल्यामुळें तेंच तेंच वारंवार पाहण्यानें मनास तितका आनंदही होत नाहीं.माझ्या ऐकण्यांत असें आहे कीं, पांचाल देशांत भिक्षा चांगली मिळत असून त्या देशाचा राजा द्रुपद हा ब्राह्मणांचा मोठा हितकर्ता आहे. तसेंच, तिकडे गेल्यानें नवे नवे प्रदेश पहावयास सांपडतील, आणि त्या योगानें मनास करमणूकही चांगली होईल. शिवाय, फार दिवस एके ठिकाणीं रहाणें हेंही कांहीं आपणास बरें नाहीं. तर तुझ्या विचारास येत असल्यास आपण तिकडे जाऊं.

धर्मराज म्हणालाः—आई, तुझ्या मनांत आलेली गोष्ट आमच्या हिताचीच असून त्या गोष्टीस माझें पूर्ण अनुमोदन आहे. परंतु सर्वांच्या मनास कसें काय येतें तें पहा.

वैशंपायन सांगतातः—राजा, नंतर कुंतीनेंही ही गोष्ट भीमसेन, अर्जुन, नकुल आणि सहदेव यांजपाशीं काढिली. तेव्हां त्यांनाही तें योग्य वाटून तिच्या विचारास त्यांनीं अनुमोदन दिलें. नंतर राजा, आपल्या पुत्रांसह त्या ब्राह्मणाचा निरोप घेऊन कुंतीनें महात्म्या द्रुपद राजाच्या पांचाल नगरीकडे जाण्याचा बेत केला.

अध्याय एकशें एकुणसत्तरावा.

—:७:—

व्यासकथित द्रौपदीपूर्ववृत्तांत.

वैशंपायन सांगतातः—जनमेजया, ते महात्मे पांडव गुप्त रीतीनें त्या एकचक्रा नगरींत असतां सत्यवतीपुत्र भगवान् व्यास आले असें पाहतांच ते शत्रुमर्दक पांडव त्यांस सामोरे गेले, आणि साष्टांग नमस्कार घालून व हात जोडून त्यांच्यापुढें उभे राहिले. नंतर आपणांस कोणीही ओळखणार नाहीं अशा प्रकारें त्यांनीं श्रीव्यासांचें पूजन केलें असतां, त्यांस बसावयास सांगून भगवान् व्यास प्रेमपूर्वक म्हणाले, "मुलांनो ! तुम्ही धर्म आणि शास्त्र यांस अनुसरून वागत आहांना ? पूज्य अशा ब्राह्मणांविषयीं तुमच्या

ठिकाणची आदरबुद्धि कमी झाली नाहींना ? " राजा, याप्रमाणें प्रश्न केल्यानंतर त्या महात्म्यांनीं धर्म व अर्थ यांनीं युक्त असें भाषण केलें; आणि त्यांस अनेक प्रकारच्या आश्चर्योत्पादक कथा सांगून ते पुन: एक कथा सांगूं लागले.

व्यास म्हणाले:—पूर्वीं एका तपोवनांत एका महात्म्या ऋषीची एक कन्या होती. तिचें उदर कृश, भृकुटी कमानदार आणि कमर बारीक असून ती सर्व गुणांनीं संपन्न होती. तथापि आपल्या पूर्वकर्मानें ती भाग्यहीन निपजली. ती इतकी रूपसंपन्न होती, तरी तिला पति मिळाला नाहीं. यामुळें तिला अत्यंत दु:ख होऊन तिनें पतीसाठीं तप करण्यास आरंभ केला. पुढें तिच्या उग्र तपाच्या योगानें भगवान् श्रीशंकर संतुष्ट झाले, आणि तिला म्हणाले, " हे कल्याणी, मी तुला प्रसन्न आहें; काय पाहिजे तो वर मागून घे. "

भगवान् शंकराचें हें भाषण ऐकून " मला सर्वगुणसंपन्न पति मिळावा " असें ती अनेक वेळां म्हणाली. नंतर, वक्त्यांमध्यें श्रेष्ठ असे श्रीशंकर त्या स्त्रीचें तें बोलणें ऐकून तिला म्हणाले, " हे भद्रे, तुझ्या मागण्याप्रमाणें, भरतवंशोत्पन्न पांच पुरुष तुझे पति होतील !" यावर ती कन्या श्रीशंकरास म्हणाली, " हे भगवान्, हे प्रभो ! मला आपल्या प्रसादानें एकच पति मिळावा अशी माझी इच्छा आहे." परंतु शंकरांनीं तिला सांगितलें, " तूं ' पति दे ' असें पांच वेळां म्हणालीस, त्यावरून, तुझी इच्छा पांच पति मिळावे अशी आहे असें मी समजलों; व त्याप्रमाणें मीं ते तुला दिले. तेव्हां आतां मीं सांगितल्याप्रमाणें तुला जन्मांतरीं पांच पति प्राप्त होतील !

मुलांनो ? ती देवस्वरूपी कन्या आतां द्रुपदाच्या कुलांत उत्पन्न झाली असून ती तुमची पत्नी होणार असा ईश्वरी संकेत आहे. ह्याकरितां तुम्ही आतां द्रुपदाच्या नगरांत जाऊन रहा, म्हणजे ती तुम्हांला प्राप्त होऊन तुम्ही सुखी व्हाल, याविषयीं मुळींच संशय नको.

राजा जनमेजया, ह्याप्रमाणें पांडवांस सांगून ते महाभाग तपोनिष्ठ पितामह व्यास त्यांचा व कुंतीचा निरोप घेऊन निघून गेले.

अध्याय एकशें सत्तरावा.

—:०:—

चित्ररथार्जुनयुद्ध.

वैशंपायन सांगतात:—राजा जनमेजया, भगवान् व्यास निघून गेल्यावर, ते संतुष्ट झालेले पांडव आपल्या मातेला पुढें करून, ज्याच्या घरीं राहिले होते त्या ब्राह्मणाकडे गेले आणि त्याला नमस्कार करून त्याचा निरोप घेतल्यावर आपल्या संकेताप्रमाणें ते उत्तर दिशेकडे निघाले. वाटेनें प्रकाशाकरितां हातांत चूड घेऊन अर्जुन हा सर्वांच्या पुढें चालला होता. याप्रमाणें मार्गक्रमण करीत असतां ते एका अहोरात्रांत गंगातटाकीं असलेल्या सोमाश्रयायणनामक तीर्थावर येऊन पोहोंचले. तेथें एकांतस्थळीं एक गंधर्वराज आपल्या स्त्रियांसह गंगेमध्यें जलक्रीडा करीत होता. तो अतिशय परोत्कर्षासहिष्णु असल्यामुळें पांडवांची चाहूल लागतांच त्याला फार क्रोध आला, आणि ते शत्रुतापन पांडव व त्यांची माता यांस अवलोकन करतांच धनुष्याचा भयंकर टणत्कार करीत करीत तो त्यांना उद्देशून बोलूं लागला.

गंधर्व म्हणाला:—अरे ! रात्रीचा पूर्वार्ध सुरू होण्याच्या वेळीं पश्चिम दिशेस आरक्तवर्ण करून सोडणारा जो संध्याकाळ असतो, त्यांतील ऐशीं लव निघून गेले म्हणजे एक प्रस्थानाचा मुहूर्त असतो, तो स्वेच्छाचारी यक्ष, गंधर्व आणि राक्षस ह्यांसच प्रयाण कर-

ण्यास विहित आहे. अर्थात् त्या वेळीं यक्ष, गंधर्व आणि राक्षस हे बाहेर पडून रात्रभर स्वैरपणें संचार करीत असतात.

तेव्हां ह्यावांचून इतर जो दिवसरूपी काळ,तोच मनुष्यांस कर्में करण्यास विहित आहे. असें असतां त्या आमच्या वेळांत जे लोक संचार करतील, त्या मूर्खांस आम्ही आणि राक्षस हे मिळून शिक्षा करितों. म्हणूनच रात्रीं पाण्यावर जाणाऱ्या सर्व लोकांस व बलाढ्य राजांसही वेदवेत्ते लोक दोष देतात. असो तुम्ही दूर उभे रहा. माझ्याजवळ येऊं नका. अरे! मी ह्या भागीरथीच्या जलांत आलों आहें हें तुम्हांला कसें समजत नाहीं? अरे! स्वतांच्या सामर्थ्याचा अवलंब करून असणारा मी अंगारपर्ण नांवाचा गंधर्व आहें. समजलां? मी मानी, दुसऱ्याचा उत्कर्ष सहन न करणारा आणि कुबेराचा प्रिय मित्र आहें. हें गंगेच्या तटाकावरील सर्व वन माझेंच असून तें अंगारपर्ण ह्याच नांवानें प्रसिद्ध आहे. ह्यामध्यें मी स्वतांच्या इच्छेनें वागून विलक्षण प्रकारें विहार करीत असतों. ह्यामुळें राक्षस, पशु, देव अथवा मनुष्य ह्यांपैकीं कोणीहि ह्याच्या जवळ देखील येत नाहींत. मग तुम्ही काय म्हणून त्यांत शिरतां?

गंधर्वाचें हें भाषण ऐकून अर्जुनानें उत्तर दिलें:-अरे दुर्बुद्धे! समुद्र, हिमालयाचा पायथा आणि ही भागीरथी नदी ह्यांवर रात्रीं, दिवसा अथवा संध्याकाळीं कोणाचारे हक्क राखून ठेविलेला आहे? अरे खेचरा! भोजन झाल्यानंतर अथवा तें होण्यापूर्वी, रात्रीं अथवा दिवसा, वाटेल त्या वेळीं ह्या नदीवर येण्यास प्रत्यवाय नाहीं. कारण, ही भागीरथी सर्व नद्यांमध्यें श्रेष्ठ असून तिजवर येण्याचा काल कांहीं नियमित ठरलेला नाहीं. तशांतून आम्ही तर सामर्थ्यवान आहों, आणि म्हणूनच तुला न जुमानतां येथें अवेळीं आलों आहें. अरे क्रूरा, जीं मनुष्यें निर्बल असतात, तींच तुमचा बहुमान ठेवतात. शिवाय, ह्या नदीवर कांहीं तुझा एकट्याचाच हक्क आहे असें नाहीं; कारण, ही भागीरथी नदी हिमालयाच्या सुवर्णमय शृंगापासून निर्माण झाली व नंतर वस्वौकसारा, नलिनी, पावनी, सीता, चक्षु, सिन्धु आणि अलकनंदा ह्या सात रूपांनीं ती समुद्रजलास जाऊन पूर्वींच मिळालेली आहे. ही कोणीं नवीन उत्पन्न केली नसल्यामुळें तिजवर कोणाचाहि हक्क असण्याचें कारण नाहीं, तसेंच, इतर नद्यांसारखा अस्पर्शदोषहि इच्यांत उत्पन्न होत नाहीं. बरें, कांहीं अपवित्रता वगैरे असेल तर हिजवर येऊं नये असें म्हणावें, तर तसेंहि नाहीं. कारण गंगा, यमुना, प्लक्षद्वीपांत उत्पन्न झालेली सरस्वती, रथस्था, सरयू, गोमती, आणि गंडकी ह्या सात नद्यांचें जलपान जे लोक करितात, त्यांचें पातक अवशिष्ट राहात नाहीं. शिवाय, ही गंगा कांहीं भूमंडलावरच आहे असें नाहीं. तर ही पवित्र गंगा नदी एकच तीरानें युक्त होऊन आकाशांतून जात असून ती देवलोकांत अलकनंदा हें नांव पावली आहे; तसेंच पितृलोकांत जाऊन ही गंगा पापी लोकांनीं तरून जाण्यास अवश्य अशी वैतरणीनामक नदी झालेली आहे; असें श्रीव्यासांनीं सांगितलें आहे. सारांश, केवळ ह्याच लोकास नव्हे, तर मृत्यूनंतर स्वर्गलोकास अथवा पितृलोकास गेलें तरी तेथेंही पाहिजे त्या वेळीं ह्या नदीवर जातां येईल. एकंदरींत स्वर्गप्राप्ति करून देणाऱ्या आणि शुभकारक अशा ह्या भागीरथीस कोणत्याही प्रकारचा प्रतिबंध नाहीं. मग तूंच कसा तिला प्रतिबंध करूं इच्छीत आहेस? तुझा हा न्याय कांहीं निरंतर टिकणारा नाहीं. ज्यास कोणालाहि प्रतिबंध करतां यावयाचा नाहीं, आणि ज्यावर जाण्यास नैमित्तिक असाही कांहीं प्रतिबंध नाहीं, त्या ह्यापवित्र भागीरथीजलास आम्हीं तुझ्या सांगण्यावरून काय म्हणून स्पर्श केल्यावांचून राहूं?

वैशंपायन सांगतातः—अर्जुनाचें हें भाषण ऐकून अंगारपर्णाला फार क्रोध आला; आणि धनुष्याला प्रत्यंचा चढवून तो भयंकर बाण सोडूं लागला. राजा, ते त्याचे बाण म्हणजे विषारी दाढांचे भयंकर सर्पच कीं काय, असे होते. पण अर्जुनाच्या हातांत पेटलेली चूड होती तिनें आणि ढालीनें या सर्व बाणांचा निरास करून तो म्हणाला, "अरे गंधर्वा, ज्यांना अस्त्रांचें ज्ञान आहे, त्यांवर हा बुजगावणीचा प्रयोग करणें बरें नव्हे. कारण तो फेंसाप्रमाणें नामशेष होऊन जातो. हे गंधर्वा! गंधर्व हे मनुष्यांपेक्षां थोर आहेत असें माझ्या दृष्टीनें वाटतें, तेव्हां मी तुझ्याशीं मायावीपणानें न लढतां दिव्य अशा अस्त्रांनींच युद्ध करितों. तुजवर मी सोडीत आहें हें आग्नेय अस्त्र.हें इंद्राचा सन्माननीय गुरु जो बृहस्पति त्यानें भरद्वाजास दिलें. पुढें तें भरद्वाजापासून अग्निवेशानें व अग्निवेशापासून माझे गुरु द्रोणाचार्य यांनीं संपादन केलें, व पुढें त्या ब्राह्मणश्रेष्ठ द्रोणाचार्यांनीं तें मला दिलें आहे.

वैशंपायन म्हणालेः—याप्रमाणें बोलून क्रुद्ध झालेल्या त्या अर्जुनानें प्रदीप्त असें अग्न्यस्त्र त्या गंधर्वावर सोडलें. त्या अस्त्रानें त्या गंधर्वाचा रथ दग्ध झाला; आणि अस्त्राच्या तेजामुळें तो मूर्छित होऊन तोंडघशीं पडतां पडतां अर्जुनानें त्याचे पुष्पमालायुक्त असलेले केश धरले; व अस्त्रप्रहार झाल्यामुळें निश्चेष्ट झालेल्या त्या गंधर्वास त्यानें आपल्या बंधूंपाशीं ओढून आणिलें. तेव्हां आपल्या पतीचें संरक्षण करूं इच्छिणारी त्या गंधर्वाची कुंभीनसी नांवाची एक स्त्री धर्मराजास शरण आली; आणि त्याची विनवणी करूं लागली.

गंधर्वस्त्री म्हणालीः-हे महाभाग, आपण माझें संरक्षण करा, व ह्या माझ्या पतीस सोडून द्या. प्रभो! मी ह्याची स्त्री असून माझें नांव कुंभीनसी आहे. मी आपणांस शरण आलें आहें.

धर्मराज म्हणालेः—बा अर्जुना, आतां हा युद्धांत पराजित झाला असून कीर्तिशून्य झाला आहे; आणि स्त्रीनेंच ह्याचें रक्षण करावें, असा याजवर प्रसंग आला आहे. तेव्हां आतां याला सोडून दे.

अर्जुन म्हणालाः—हे गंधर्वा, हा कुरुराज युधिष्ठिर तुला अभय देत आहे. तेव्हां आतां तुला जीविताविषयीं संशय नको.

गंधर्व म्हणालाः—ठीक आहे. माझा आपण पराजय केला असल्यामुळें, मी आतां आपलें अंगारपर्ण—ज्याचें पर्ण-वाहन, अंगारा-इंगळाप्रमाणें प्रकाशमान व स्पर्श करण्यास अशक्य आहे असा हें नांव सोडून देतों. धर्मराजा! आतां ह्याच्या पुढें मी आपलें नांव आणि सामर्थ्य ह्यांसंबंधानें लोकांत प्रतिष्ठा मिरविणार नाहीं. दिव्य अस्त्रें धारण करणाऱ्या अर्जुनास गन्धर्वांच्या मायेची प्राप्ति करून द्यावी अशी माझी इच्छा आहे. तेव्हां मजला हा आपल्या समागमाचा लाभ झाला हें फार चांगलें झालें. खरोखर अर्जुनाचीं अस्त्रें दिव्य आहेत यांत कांहीं शंका नाहीं. कारण, ह्याच्या अस्त्रजन्य अग्नीनें, आश्चर्यचकित करून सोडणारा माझा उत्तम प्रकारचा रथ भस्म करून टाकिला; व त्यामुळें, माझें नांव पूर्वीं चित्ररथ (ज्याचा रथ आश्चर्यकारक आहे असा) असतांही, सांप्रत मी दग्धरथ (ज्याचा रथ जळून गेला आहे असा) होऊन बसलों आहें. धर्मराजा! मी जी विद्या आतां अर्जुनास शिकविणार आहें, तीहि कांहीं सामान्य नाहीं. ही मीं पूर्वीं तपश्चर्या करून संपादन केली आहे. ती मी आज मला प्राणदान करणाऱ्या ह्या महात्म्यास अर्पण करणार. कारण, स्वसामर्थ्यानें पराजित केलेला शत्रु शरण आला असतां, त्यास प्राणदान करणाऱ्या पुरुषास देतां यावयाचें नाहीं असें काय आहे? म्हणून मी अत्यंत महत्त्वाची अशी ही विद्या अर्जुनास अर्पण करितों ह्या विद्येचें नांव चाक्षुषी असें असून ती पूर्वीं

मनूनें सोमास अर्पण केली होती; पुढें सोमानें विश्वावसूस व विश्वावसूनें ती मला दिली. ही विद्या जरी गुरूनें दिली असली, तरी ती वाईट पुरुषाकडे गेली कीं नष्ट होते. ह्याप्रमाणें आपणांला मीं हिची गुरुपरंपरा सांगितली. आतां हिचा प्रभाव सांगतों. ह्या विद्येच्या योगानें स्वर्ग, मृत्यु आणि पाताल ह्या तिन्हीं लोकांत असणारें जें कांहीं नेत्रानें प्रत्यक्ष पाहण्याची इच्छा होईल तें पाहातां येईल; इतकेंच नव्हे, तर तें ज्या स्थितींत असलेलें पाहावें अशी इच्छा असेल त्या स्थितींत असलेलें पाहतां येईल. सहा महिनेपर्यंत एका पायावर उभें रहावें तेव्हां ही विद्या मिळते. तेव्हां आपण तें व्रत केलें म्हणजे नंतर मी स्वतः ती विद्या आपणास मिळवून देईन. राजा, आम्हांमध्यें मनुष्यांपेक्षां जो कांहीं विशेष आहे तो ह्या विद्येमुळेंच होय, व ह्या विद्येच्या प्रभावामुळेंच आम्ही देवांच्या बरोबरीचे झालों आहों. असो. हे पुरुषश्रेष्ठ, मी आपणांला आणि आपल्या बंधूंना प्रत्येकीं गंधर्व लोकांत उत्पन्न झालेले शंभर शंभर अश्व देणार आहें. ते अश्व देव आणि गंधर्व यांस वाहून नेणारे असून त्यांचा वर्ण दिव्य आणि वेग मनाप्रमाणें आहे. हे क्षीण झाले न झालेसे दिसतात, पण त्यांचा वेग मात्र कमी होत नाहीं. धर्मराजा, पूर्वीं इन्द्राचें वज्र वृत्रासुराच्या मस्तकावर पडतांच त्याचे एकशें दहा तुकडे झाले, व ते तुकडे जिकडे तिकडे पसरले. जेथें जेथें ते तुकडे पडले,त्याच्या त्याच्या सान्निध्यास देव असतात. आतां ते त्या वज्राचे विभाग कोठें व कोणत्या रूपानें आहेत तें सांगतों. राजा, लोकांमध्यें द्रव्याप्रमाणें स्पृहणीय असणारी कीर्ति ही वज्राची मूर्ति होय. ब्राह्मणांचा हात हेंच वज्र असून रथ हें क्षत्रियांचें वज्र आहे. वैश्यांचें वज्र दान हें असून कर्म हें शूद्राचें वज्र होय. घोडे हे क्षत्रियांच्या रथरूपी वज्राचें एक अंग असल्यामुळें, ते त्यांची केवळ सीमाच आहेत, असें म्हटलें आहे. घोडी ही ज्यास प्रसवते तें अश्वरूपी एक, व रथांत बसणारा शूर हें एक, अशीं रथाचीं दोन अंगें आहेत. सारांश, रथांत बसणाऱ्या वीराची जितकी योग्यता आहे, तितकीच रथास जोडलेल्या अश्वाचीही आहे. ह्यामुळें क्षत्रियास अश्व असणें हें अगदीं आवश्यक आहे. शिवाय, गंधर्वलोकांत निर्माण झालेल्या अश्वांची सर्व अश्वांमध्यें मान्यता असून, त्यांचा वर्ण धन्याची इच्छा असेल त्या प्रकारचा होतो. तसाच वेगही त्याची इच्छा असेल तितका होतो, व ते धन्यास इच्छा होईल त्या वेळीं त्याच्या पुढें येऊन उभे राहतात. ह्यामुळें, गंधर्वलोकांत जन्मलेले हे माझे अश्व आपली इच्छा पूर्ण करितील.

अर्जुन म्हणालाः—गंधर्वा, मला कोणी प्रीतिमुळें असो अथवा आपल्या जीवितास धोका येण्याचा संभव असल्यामुळें असो, जरी चाक्षुषीसारखी विद्या अथवा शास्त्रही अर्पण केलें, तरी तें कांहीं मी मान्य करावयाचा नाहीं. कारण, दुसऱ्यास कांहीं न देतां त्याजकडून आपण घेणें हें अयोग्य आहे.

गंधर्व म्हणालाः—मोठ्या लोकांशीं जडलेला संबंध आनंददायक होतो असें दिसून येतें. तेव्हां आपल्याशीं संबंध जडावा म्हणून व आपण मला जीवदान दिल्यामुळें संतुष्ट होऊन मी आपणांस ही विद्या देत आहें. कारण, संबंध हा परस्परांस परस्परांचें निरंतर स्मरण झाल्यावांचून कायम टिकत नाहीं; व आपण जीवितदान दिल्यामुळें मला जसें आपलें स्मरण राहील, तसें मीं विद्या दिली नाहीं तर आपणांस माझें स्मरण राहणार नाहीं; व तसें झाल्यास अर्थातच संबंध कायम टिकावयाचा नाहीं. आतां, ह्याबद्दल मोबदलाच दिला पाहिजे असें जर आपणांस वाटत असेल, तर, हे भरतकुलश्रेष्ठ अर्जुना, मीही त्या विद्येप्रमाणेंच चिरकाल टिकण्यास योग्य असें

उत्तम प्रकारचें आग्नेय अस्त्र आपणांकडून घेईन म्हणजे झालें !

अर्जुन म्हणालाः—तुमचा आमचा संबंध कायमचा व्हावा म्हणून मी तुला आग्नेय अस्त्र देऊन तुजकडून अश्व घेतों म्हणजे झालें. असो;पण मित्रा गंधर्वा, आम्हां लोकांस जें तुमच्यापासून भय आहे, तें कोणतें ? व शत्रूंची खोड जिरविणारे वेदवेत्ते असे आम्हीं सर्वजण मार्गानें जात असतां तूं आम्हांला दरडावलेंस त्याचें कारण काय ? मित्रा, हें सर्व आम्हांला सांग.

गंधर्व म्हणालाः—महाराज,आपण अग्नि ठेविलेला नाहीं, त्यामुळें गृहस्थाश्रमी नव्हे; व संध्याकाळीं समिधाहि दिली नाहीं, यामुळें ब्रह्मचारीही नव्हे. अर्थात् आपणांस कोणताही आश्रम नाहीं, व ब्राह्मणास तर आश्रम असलाच पाहिजे, यावरून तुम्हीं ब्राह्मण नसाल असें मला वाटलें. त्याचप्रमाणें तुमच्यापुढें तुमचा पुरोहितही नव्हता; यामुळें तुम्हीं क्षत्रियही नसाल असें वाटलें. म्हणून हे पांडुपुत्रहो, मीं आपला अतिक्रम केला. ज्ञानसंपन्न असे यक्ष, राक्षस, गंधर्व, पिशाच, सर्प आणि दैत्य हे सर्व कौरवांच्या वंशाचा विस्तार सांगत असतात. हे वीर, तुमच्या ज्ञानसंपन्न पूर्वजांचे गुण नारदादिक देवर्षि गात असतां त्यांजकडून मीं ऐकिले आहेत. तसेंच, ह्या सर्व समुद्रवलयांकित पृथ्वीवर फिरते वेळीं, तुमच्या उत्कृष्ट वंशाचा प्रभाव मीं स्वतांही अवलोकन केला आहे. तसेंच, अर्जुना, वेद व धनुर्विद्या ह्या दोहोंविषयीं तिन्ही लोकांत प्रख्यात असणारे आपले गुरु कीर्तिमान द्रोणाचार्य ह्यांसही मी ओळखितों. हे कुंतीपुत्रा, देवश्रेष्ठ यम, वायु, इंद्र आणि दोघे अश्विनीकुमार व नरश्रेष्ठ राजा पांडु हे सहा कुरुवंशाची अभिवृद्धि करणारे आपले जनक आहेत हेंही मला माहीत आहे. आपणही सर्व बंधु दिव्यस्वरूपी, महात्मे आणि योद्ध्यांमध्यें श्रेष्ठ असून आपलें आचरण व नियम हींही उत्तम प्रकारचीं आहेत; व अंतःकरण सुसंस्कृत असल्यामुळें आपले विचार व निश्चय हेही उत्कृष्ट प्रकारचे आहेत. हें मला माहीत असूनही मीं तुम्हांस दरडावलें. कारण, हे कुरुवंशजा, ज्याला बाहुबलाचा आश्रय आहे अशा पुरुषानें, दुसरा मनुष्य आपल्या स्त्रीच्या समक्ष आपला अतिक्रम करीत आहे असें दिसून आल्यानंतर तें सहन करीत रहाणें हें योग्य नाहीं. शिवाय, रात्रीं आमचें सामर्थ्य अधिक वाढतें यामुळें, आणि बरोबर स्त्रियाही होत्या म्हणून माझ्या शरिरांत क्रोधाचा संचार झाला. पुढें हे तापत्यकुलवर्धना, आपल्या ज्या आचरणामुळें आपण युद्धांत माझा पराजय केला, तें आचरण कोणतें हेंही मी सांगतों, ऐका. ब्रह्मचर्य हा मुख्य प्रतीचा धर्म असून तो तुमच्या ठिकाणीं अगदीं नियमानें आहे, म्हणूनच तुम्हीं युद्धांत माझा पराभव केला. हे शत्रुतापकारका, जर कोणी क्षत्रिय विषयसुखाचा अनुभव घेणारा असेल, व तो जर रात्रीं रणांगणावर येऊन आमच्याशीं युद्ध करील,तर मात्र तो कोणत्याही प्रकारें जिवंत रहावयाचा नाहीं. पण,पार्था,विषयसुख अनुभवणारा असून जर पुढें ब्राह्मण असला, तर तो अग्रभागीं पुरोहित असणारा क्षत्रिय रात्रीं संचार करणाऱ्या सर्व गंधर्वादिकांचा पराभव करील. तेव्हां, हे तापत्या, क्षत्रियांस जें कांहीं श्रेय मिळावें अशी इच्छा असेल, त्याच्या प्राप्त्यर्थ त्यांनीं त्या मनोनिग्रही पुरोहिताची योजना करावी. राजांचे पुरोहित हे वेद व षडंगें[१] ह्यांमध्यें गढून गेलेले, पवित्र, सत्यवादी, धर्मात्मे आणि सुशिक्षित अंतःकरणाचे असे असावे. ज्याचा पुरोहित धर्मवेत्ता,उत्कृष्ट वक्ता,सदाचारसंपन्न आणि पवित्र असा असतो, त्या राजास प्रथम खातरीनें जयाची व मृत्यूनंतर स्वर्गाचीही प्राप्ति होते. मिळविण्याच्या वस्तु मिळ-

१ शिक्षा, कल्प, व्याकरण, छंद, ज्योतिष, आणि निरुक्त.

विणें अथवा मिळविल्या असतील त्यांचें संवरक्षण करणें ह्यासाठीं राजानें सद्गुणी असा पुरोहित करावा. ज्या राजास ऐश्वर्यप्राप्तीची इच्छा असेल, त्यानें ही समुद्रवलयांकित पृथ्वी मिळण्यासाठींही पुरोहिताच्याच मतानें वागावें. हे तापत्य, ज्या राजापाशीं पुरोहित नसेल, त्यास केवळ शौर्यानें अथवा कुलीनपणानें केव्हांही पृथ्वी जिंकून घेतां यावयाची नाहीं. सारांश,हे कौरववंशाच्या अभिवृद्धीस कारणीभूत असणाऱ्या अर्जुना, ज्या राज्यामध्यें ब्राह्मण प्रमुख असतील, त्याच राज्याचें चिरकाल संरक्षण करितां येणें शक्य आहे हें लक्षांत असूं दे.

अध्याय एकशें एकाहत्तरावा.

—:०:—

तपत्याख्यान.

अर्जुन म्हणाला:--गंधर्वा, तूं आपल्या भाषणांत 'तापत्य 'असें विशेषण मला दिलेंस; तेव्हां 'तापत्य' ह्या शब्दाचा अर्थ काय, तो ऐकावा अशी माझी इच्छा आहे. हे साधो! जिच्या संबंधानें तूं आम्हांस तापत्य असें म्हटलेंस, ती तपती म्हणजे कोण ह्याविषयीं याथातथ्य वृत्त तूं आम्हांस कथन कर.

वैशंपायन सांगतात:—ह्याप्रमाणें अर्जुनानें प्रश्न केल्यानंतर' त्यासंबंधाची त्रैलोक्यामध्यें प्रसिद्ध असणारी अशी एक कथा गंधर्वानें त्यास सांगितली.

गंधर्व म्हणाला:—हे ज्ञानिश्रेष्ठ अर्जुना, मी तुला ती मनोरम कथा यथावत् व पूर्णपणें सांगतों. ज्या कारणानें मीं तुला तापत्य हा शब्द लाविला, तें मी सांगतों; तूं अंतःकरण एकाग्र करून श्रवण कर.

हा जो आकाशामध्यें वास करीत असून आपल्या तेजाच्या योगानें गगनमंडलास व्याप्त करीत आहे, त्या श्रीसूर्यनारायणास तपती नांवाची एक अत्यंत तेजस्वी अशी कन्या होती. ही सावित्रीची धाकटी बहीण असून,तपश्चर्या करीत असल्यामुळें तपती ह्या नांवानें तीन्ही लोकांत प्रसिद्ध होती. देव, असुर, यक्ष, राक्षस आणि गंधर्व ह्यांच्या स्त्रिया आणि अप्सरा ह्यांपैकीं कोणीही स्वरूपानें हिच्या साम्यतेची नव्हती. तिचे अवयव अगदीं रेखल्यासारखे व निर्दोष असून नेत्र अत्यंत कृष्णवर्ण व विशाल होते. ही सुंदरी सदाचारी, साध्वी आणि उत्कृष्ट प्रकारचा वेष धारण करणारी अशी होती. ती कन्या तारुण्यांत आली असून विवाह करण्यास योग्य झाली आहे असें सूर्यास दिसून आलें; पण स्वरूप, गुण आणि शास्त्रज्ञान ह्यांनीं संपन्न असा तिच्या योग्य वर त्याला त्रिभुवनांत आढळेना.ह्यामुळें तिच्या विवाहविषयींच्या चिंतेनें त्याला कांहीं सुचेनासें झालें. इकडे, अर्जुना, ऋक्ष राजाचा पुत्र कौरवश्रेष्ठ बलवान राजा संवरण हा ह्या वेळीं सूर्याचें आराधन करीत होता. हे पौरवनंदना, तो बाह्याभ्यंतर नियमनिष्ठ, अहंकारशून्य आणि भक्तिमान असा सेवा करणारा राजा, सूर्य उदय पावतांच अर्घ्य, माला, नैवेद्य, गंध इत्यादिकांच्या योगानें त्याची पूजा करी; व व्रतें, उपवास आणि अनेक प्रकारचीं तपें ह्यांच्या योगानें त्याचें आराधन करी. तेव्हां कृतज्ञ, धर्मवेत्ता आणि स्वरूपानेंही सर्व भूमंडलामध्यें अद्वितीय असा तो संवरण राजा तपतीला योग्य पति आहे, असें सूर्यास वाटलें; आणि त्यानें त्या राजश्रेष्ठ संवरणास आपली ती कन्या देण्याचें योजिलें. अर्जुना, ज्याप्रमाणें आकाशामध्यें सूर्य हा तेजानें प्रकाशमान असतो, त्याप्रमाणें राजा संवरण हाही भूमंडलावर आपल्या कांतीनें प्रकाशमान झालेला होता. ज्याप्रमाणें वेदपठन करणारे लोक उदयकालीं श्रीसूर्याचें अर्चन करितात, त्याप्रमाणें ब्राह्मणाहून खालच्या प्रतीचे सर्व लोक संवरण राजाचा बहुमान करीत असत. तो

अत्यंत कांतिमान असल्यामुळें चंद्राचें, व अत्यंत तेजस्वी असल्यामुळें सूर्याचेंही अतिक्रमण करून राहिलेला होता. तसेंच, तो राजा शत्रु व मित्र या उभयतांमध्येंही श्रीमान असा होता. हे कुरुकुलोत्पन्ना अर्जुना ! तो राजा अशा प्रकारचा असल्यामुळें, आपली कन्या तपती ही त्यास द्यावी, असें स्वतः श्रीसूर्यानें मनांत आणिलें.

पुढें एके समयीं तो अद्वितीय पराक्रमी व श्रीमान संवरण राजा एका पर्वताजवळच्या अरण्यांत मृगया करण्याकरितां आला. तेव्हां तो मृगया करीत असतां त्या पर्वतावर त्याचा अप्रतिम अश्व क्षुधा आणि तृष्णा ह्यांनीं व्याकूळ होऊन मरण पावला. अशा प्रकारें त्याचा अश्व मरण पावल्यामुळें तो राजा त्या पर्वतावर पायांनींच फिरूं लागला, तों जिच्या तोडीची दुसरी स्त्रीच नाहीं अशी एक विशालनेत्रा कन्या त्याच्या दृष्टीस पडली. तेथें ती कन्या एकटीच असून तो शत्रुतापन नृपश्रेष्ठही एकटाच होता. ह्यामुळें तो तिजकडे एकसारखी टक लावून पाहूं लागला. तेव्हां तिच्या स्वरूपावरून ही लक्ष्मी असावी, असा त्या राजाचा तर्क झाला; पण पुनः, ती अत्यंत तेजस्वी असल्यामुळें ही सूर्याची प्रभाच खालीं पडली असावी, अशी त्याची कल्पना झाली. ती शरिरानें आणि तेजानें अग्नीची ज्वालाच असून स्वच्छता आणि कांति ह्यांच्या योगानें जणू चंद्राची निर्मल कलाच होती. तिचे डोळे काळेभोर असून, ज्या पर्वतपृष्ठभागावर ती होती, तेथें ती देदीप्यमान अशा सुवर्णमय पुतळीप्रमाणें शोभत होती. तिच्या त्या स्वरूपानें व तेजानें वृक्ष, लता आणि झुडुपें ह्यांसहवर्तमान तो पर्वत जणू सुवर्णमयच होऊन गेलेला होता. तिला पाहिल्यानंतर राजास सर्व लोकांतील स्त्रिया तुच्छ वाटूं लागून आपले नेत्र सफल झाले असें वाटलें. जन्मापासून जीं कांहीं म्हणून स्वरूपें त्या राजाच्या पाहण्यांत आलीं होतीं, त्यांमध्यें तिच्या तोंडीचें एखादें तरी असेल असें त्यास वाटेना. त्या वेळीं तिच्या त्या गुणरूपी रज्जूंनीं अंतःकरण आणि नेत्र हीं जाखडून टाकिल्यामुळें तो राजा तेथून हालेना, व त्यास दुसरें कशाचेंही भान राहिलें नाहीं. विधात्यानें खरोखरच देव, दैत्य आणि मनुष्यें या सर्व लोकांचें मंथन करून त्यांतून सारभूत असें हें हिचें स्वरूप निर्माण केलें असावें असें त्यास वाटलें. ह्याप्रमाणें सौंदर्यानें परिपूर्ण असल्यामुळें ती कन्या म्हणजे एक अद्वितीय रत्न आहे असा त्याचा निश्चय झाला. त्या सर्वांगसुंदरीस पाहतांच तो राजा मदनशरांनीं अगदीं पीडित होऊन गेला; आणि त्याच्या अंतःकरणास अगदीं तळमळ लागून राहिली. मदनरूपी प्रखर अग्नीचा दाह अशक्य होऊन तो प्रौढ राजा त्या अप्रौढ व मनोहर कन्येला म्हणाला, "हे सुंदरी, तूं कोण ? कोणाची ? येथें कोणच्या उद्देशानें उभी राहिली आहेस ? हे मधुरहासिनी ! तूं ह्या निर्जन अरण्यांत एकटीच कशी फिरत आहेस ? तुझ्या अवयवांस नांवें ठेवण्यास यत्किंचितही जागा नसून तूं सर्व प्रकारच्या अलंकारांनीं विभूषित आहेस. मला वाटतें, तूंच या अलंकारांचें भूषण आहेस. तूं देव, असुर, यक्ष, राक्षस, सर्प, गंधर्व अथवा मनुष्यें ह्यांपैकीं कोणाची स्त्री असशील असें मला वाटत नाहीं. कारण, हे सुंदरी, मीं जेवढ्या म्हणून उत्कृष्ट प्रकारच्या स्त्रिया पाहिल्या किंवा ऐकिल्या, त्यांमध्यें तुझ्या साम्यतेची एकही नाहीं. हे चारुवदने, तुझें मुख माझ्या दृष्टीस पडतांच मदन माझी अगदीं दाणादाण उडवून देत आहे !"

अर्जुना, ह्याप्रमाणें त्या निर्जन अरण्यामध्यें तो राजा तिला बोलला. पण तो कामपीडित झाला असल्यामुळें तिनें मात्र त्यास कांहींएक उत्तर दिलें नाहीं. तेव्हां तो राजा पुनः पुनः भाषण करूं लागला असतां, वीज ज्याप्रमाणें मेघांमध्यें

अंतर्धान पावते, त्याप्रमाणें ती विशाललोचना तेथच्या तेथेंच एकदम गुप्त झाली. तेव्हां वेड लागल्यासारखें होऊन तो राजा त्या कमलपत्राक्षीचा शोध करण्यासाठीं चोहोंकडे फिरला, पण ती त्यास कोठेंही दिसली नाहीं. तेव्हां त्यानें तिजबद्दल अतिशय विलाप केला; आणि अशा प्रकारें शोक करितां करितां थकून जाऊन शेवटीं तो मुहूर्तभर निश्चेष्ट पडला.

अध्याय एकशें बहात्तरावा.

—:०:—

तपतीसंवरणसंवाद.

गंधर्व म्हणालाः—अर्जुना, तो राजा जरी शत्रुसमूहास लोळविणारा होता, तरी ती स्त्री दिसेनाशी होतांच, मदनानें मोहित झाल्यामुळें तो आपणच भूमितलावर लोळूं लागला! ह्याप्रमाणें तो भूमीवर पडला असतां त्या चारुहासिनी स्त्रीनें पुनः त्या राजास दर्शन दिलें; व मदनव्यथेनें जर्जर झालेल्या त्या राजास ती हसत हसत मधुर शब्दांनीं म्हणाली, "हे शत्रुमर्दना राजा! ऊठ, ऊठ, तुझें कल्याण असो. हे नृपतिश्रेष्ठा! तुजसारख्या लोकविख्यात पुरुषाला असा मोह उत्पन्न होणें योग्य नाहीं."

हे तिचे मधुर शब्द कानीं पडतांच राजानें डोळे उघडिले, आणि आपल्याला पाहिजे होती तीच वस्तु दृष्टीस पडल्यामुळें त्याला आनंद झाला. नंतर, मदनव्यथेनें विव्हळ झालेला तो राजा अडखळत अडखळत तिच्याशीं बोलूं लागला.

राजा म्हणालाः—हे कृष्णवर्णकटाक्षशालिनि, मी काममोहित होऊन तुजवर अनुरक्त झालों आहें. तेव्हां माझा तूं स्वीकार कर, नाहीं तर माझे हे पंचप्राण मला सोडून जातील. हे विशालनयने! तुझी ही कमलगर्भाप्रमाणें कांति पाहून मदनशरांनीं माझ्या अंतःकरणाला छिद्रें पाडिलीं आहेत. अशा वेळीं तुझ्यावांचून माझें संरक्षण करणारा कोणीही नाहीं! हे सुहास्यवदने, ह्या कामरूपी महासर्पानें मला[1] दंश केला असून त्या योगानें मी अगदीं विव्हल होऊन गेलों आहें. हे मधुरभाषणि, ये, तूं आतां माझ्या जवळ ये. माझे हे प्राण केवळ तुझ्या अधीन आहेत. हे सर्वांगसुंदरी, तुझ्यावांचून माझे प्राण आतां खरोखर रहात नाहींत. हे कमलाक्षि, हे चंद्रवदने! हा काम माझ्या शरिराला कसा पोखरूं लागला आहे पहा! तूं मजवर दया कर. मी तुझा भक्त असल्यामुळें माझा त्याग करणें तुला मुळींच योग्य नाहीं; तेव्हां प्रीतिसंबंध जोडून तूं माझें संरक्षण कर. तुझ्या अवलोकनानें प्रेमपरिपूरित झालेलें हें माझें मन अत्यंत चंचल होऊं लागलें आहे; व तुला अवलोकन केल्यामुळें आतां तें तुझ्यावरून मुळींच हालत नाहीं. इतर स्त्रियांकडे नुसतें बघणें सुद्धां आतां मला आवडणार नाहीं. ह्यास्तव, सुंदरी! मजवर प्रसन्न हो, आणि या तुझ्या भक्ताचा अंगीकार कर. हे विशालनयने वरारोहे सुंदरी, तुला पाहिल्याबरोबरच मदनानें माझ्या शरिराचा अंतर्भाग अगदीं पोखरून सोडला आहे. तेव्हां मदनरूपी अग्नीच्या योगानें माझ्या शरिराचा झालेला हा दाह प्रीतिसमागमाच्या योगानें उत्पन्न होणाऱ्या धर्मजलानें तूं शांत कर. सुंदरी! तुझ्या दर्शनापासून उत्पन्न झालेला हा प्रचंड धनुर्धारी दुर्जय मदन शरप्रहार करून माझें शरीर छिद्रमय करून सोडीत आहे! तेव्हां तूं आपलें शरीर अर्पण करून ह्याची शांति कर. हे प्रियभाषणि, सर्व विवाहांमध्यें गांधर्वविवाह हा श्रेष्ठ आहे, तेव्हां त्या विधीनेंच तूं माझ्याशीं संबंध कर

तपती म्हणालीः—राजा, तूं म्हणतोस तें सर्व खरें आहे. पण माझ्या देहावर कांहीं माझी सत्ता नाहीं;—त्याच्यावर माझ्या पित्याची सत्ता आहे.

१ पृष्ठ १६२ पहा.

तेव्हां माझ्यावर जर तुझी खरी प्रीति असेल तर तूं त्याच्याकडे मागणी कर. हे नरनाथा ! ज्याप्रमाणें मीं आपले प्राण आकर्षण केले,त्याचप्रमाणें माझेही प्राण आपण आकर्षण केले आहेत. तथापि, हे भूपतिश्रेष्ठ,माझ्या देहावर माझी सत्ता नसल्यामुळें मी आपणांजवळ येत नाहीं. कारण स्त्रिया ह्या स्वतंत्र नसतात. नाहींतर आपल्यासारखा लोकविख्यात आणि ऐश्वर्यसंपन्न राजा आपला पति असावा अशी कोणत्या कन्येस इच्छा होणार नाहीं ?तर आतां आपण प्रणाम,तप आणि नियम हीं करून माझा पिता सूर्य ह्याजकडे मजविषयीं मागणी करा.मग मला आपणांस देण्याची जर तो इच्छा करील, तर मी निरंतर आपली होऊन राहीन हे क्षत्रियश्रेष्ठ ! माझें नांव तपती असून मी लोकप्रदीप श्रीसूर्यनारायणाची कन्या व सावित्रीची धाकटी बहीण आहें.

अध्याय एकशें त्र्याहत्तरावा.

—:०:—

तपतीसंवरणविवाह.

गंधर्व म्हणालाः—अर्जुना, असें सांगून ती पवित्र स्त्री आकाशांत निघून गेली, तेव्हां तो राजा पुनः भूमीवर पडला ! इकडे त्याचा शोध करण्याकरितां त्याचाअमात्य बरोबर बरेंच सैन्य व बाजारबुणगें घेऊन हिंडत असतां त्या ठिकाणीं आला,तों,तपतीनें त्याग केलेला तो महाधनुर्धर राजा,भूमिवर पडलेल्या इंद्रध्वजाप्रमाणें पृथ्वीतलावर पडला अ।हे असें त्याच्या दृष्टीस पडलें. आपल्या राजाची ती स्थिति पाहून, शरिरास आग लागावी तशी त्या मंत्र्याची अवस्था झाली आणि अंतःकरणांत भीति उत्पन्न होऊन तो गडबडीनें त्याच्या जवळ गेला;व पडलेल्या मुलास ज्याप्रमाणें पिता उठवितो,त्याप्रमाणें त्या कामशरानें घायाळ होऊन पडलेल्या राजास त्यानें उठविलें.नंतर ज्ञानानें, वयानें आणि कीर्तीनेंही थोर असणाऱ्या त्या अमात्याचें अंतःकरण स्वस्थ झालें आणि त्यानें मोठ्या ममतेनें राजास म्हटलें,'हे नरश्रेष्ठा आपण भिऊ नका,आपलें कल्याण असो.'

अर्जुना, हा शत्रूस समरंगणांत लोळविणारा असल्यामुळें, ह्याला शत्रूकडून अपाय होऊन हा असा पडला असेल असें त्याच्या मंत्र्यास वाटलें नाहीं. भुकेनें व तहानेनें व्याकूळ होऊन तो असा पडला असावा,असा त्याचा तर्क झाला; म्हणून त्यानें अगदीं थंड पाणी त्याच्या मस्तकावर शिंपिलें,व ताप शांत होण्यासाठीं कमलें आणि वाळा ह्यांचा किरीट त्याच्या मस्तकास घातला. नंतर तो राजा सावध झाल्यावर त्यानें सर्व सैन्यास परत जाण्याविषयीं आज्ञा दिली आणि त्या अमात्याला मात्र आपल्याजवळ ठेवून घेऊन आपण तेथेंच त्या पर्वतशिखरावर राहिला. पुढें स्नान वगैरे करून शुद्ध झाल्यावर, सूर्याची आराधना करण्याच्या इच्छेनें त्यानें हात जोडले आणि दृष्टि सूर्याकडे लावून तो तेथेंच उभा राहिला. त्या वेळीं त्यानें आपल्या शत्रुविध्वंसक ऋषिश्रेष्ठ वसिष्ठ पुरोहितांचें चिंतन केलें. ह्याप्रमाणें तो अहर्निश एकाच स्थळीं उभा राहिला असतां बाराव्या दिवशीं ब्रह्मर्षि वसिष्ठ मुनि तेथें आले. अर्जुना,वसिष्ठमुनि महाज्ञानी असल्यामुळें, राजाचें अंतःकरण तपतीनें हरण केलें आहे ही गोष्ट योगबलाच्या योगानें त्यांच्या ध्यानांत आली.तेव्हां त्या राजाचें कार्य करण्याच्या इच्छेनें त्या महात्म्या ऋषिश्रेष्ठांनीं मनोनिग्रह करून राहिलेल्या त्या राजाशीं संभाषण केलें;आणि त्याच्या समक्ष ते सूर्याप्रमाणें तेजस्वी भगवान वसिष्ठ मुनि सूर्याची भेट घेण्याकरितां आकाशांत निघून गेले.पुढें ते ब्रह्मर्षि हात जोडून सूर्यापुढें जाऊन उभे राहिले,आणि 'मी वसिष्ठ आलों आहें.' असें त्यांनीं त्यास प्रेमानें कळविलें.त्यांना पाहून महातेजस्वी सूर्य म्हणाला, " हे महर्षे,आपलें स्वागत असो.ऋषे,आपण वक्त्यांमध्यें श्रेष्ठ आहां;' हे

महाभाग आपली काय इच्छा आहे ती निवेदन करा,म्हणजे ती मी पूर्ण करीन "अर्जुना,सूर्यनारायणाचें हें भाषण ऐकून वासिष्ठ मुनींनीं त्यास प्रणाम करून उत्तर दिलें.

वसिष्ठ म्हणाले:—भगवन् सूर्यनारायणा, सावित्रीची कनिष्ठ भगिनी तपती या नांवाची जी आपली एक कन्या आहे, तिजविषयीं संवरण राजाकरितां मी आपल्याकडे मागणी करीत आहें. तो राजा मोठा कीर्तिसंपन्न असून, अंतःकरणाचा मोठा उदार आहे. त्याचप्रमाणें,धर्म- आणि अर्थ ह्यांचेंही त्यास चांगलें ज्ञान असल्यामुळें, सर्व प्रकारें तो आपल्या कन्येस योग्य पति आहे.

श्रीसूर्य म्हणाला:—ब्रह्मर्षे ! आपण असें सांगतां, तर मी आपली कन्या तपती ही संवरण राजाला देतों.ऋषिश्रेष्ठ ! असा योग जुळून आला असतां आणखी तें काय पाहिजे ? कारण, संवरण हा राजांमध्यें श्रेष्ठ,आपण ऋषींमध्यें श्रेष्ठ!आणि तपती ही स्त्रियांमध्यें श्रेष्ठ ! तेव्हां आपणांसारखे योग्य पुरुष योग्य पुरुषाकरितां योग्य कन्येविषयीं मागणी करीत असल्यामुळें मुकाट्यानें कन्यादान करण्यावांचून अधिक योग्य तें काय आहे ?

गंधर्व म्हणाला:—अर्जुना, ह्याप्रमाणें सूर्यानें भाषण करून, संवरण राजास अर्पण करण्यासाठीं आपली ती सर्वांगसुंदर व सर्वगुणसंपन्न कन्या महात्म्या वसिष्ठ मुनींच्या स्वाधीन केली. तेव्हां वसिष्ठांनींही तिचा स्वीकार करून श्रीसूर्याचा निरोप घेतला; आणि जेथें संवरण राजा सूर्याराधना करीत बसला होता, तेथें ते सूर्यकन्या तपतीसह आले. जिच्याकडे आपलें अंतःकरण सर्वस्वी लागून राहिलें आहे,त्या सुहास्यवदना तपतीला बरोबर घेऊन वसिष्ठ मुनि आपल्याचकडे येत आहेत, हें संवरण राजाच्या आधींच दृष्टीस पडलें होतें. त्यामुळें तो फारच आनंदित झाला होता, व त्याच्या मुखावर एक प्रकारची विशेष शोभा आली होती.ती सुंदरीही अत्यंत तेजस्वी व रूपसंपन्न असल्यामुळें, विद्युल्लता जशी आकाशांतून खालीं येतांना शोभते, त्याप्रमाणें ती सुशोभित दिसत होती.

असो. इतकें होईपर्यंत, संवरण राजानें जें व्रत आरंभिलें होतें, त्यास पूर्ण बारा दिवस होऊन एक व्रत समाप्त झालें होतें. त्या तपश्चर्येच्या योगानें, व महाप्रभावशाली वसिष्ठांच्या योगानें संवरण राजास इच्छित पत्नीची प्राप्ति झाली.नंतर देव आणि गंधर्व ह्यांची वस्ती असलेल्या त्या श्रेष्ठ पर्वतावरच भूपतिश्रेष्ठ संवरण राजानें त्या तपतीचें पाणिग्रहण केलें. पुढें वसिष्ठ मुनींनीं अनुज्ञा दिल्यावर भार्येसहवर्तमान त्या पर्वताचे ठिकाणीं विहार करण्याविषयीं त्या राजर्षीनें बेत केला;आणि पुर, राष्ट्र, वनें,उपवनें इत्यादि सर्व ठिकाणचा बंदोबस्त करण्याचें काम त्यानें आपल्या प्रधानावर सोंपविलें.असो; नंतर राजाचा निरोप घेऊन वसिष्ठ मुनी निघून गेले; आणि मग तो राजा त्या पर्वतावर देवाप्रमाणें क्रीडा करूं लागला. अशा प्रकारें त्या पर्वताच्या दरींतील घोर अरण्यांत आणि उपवनांत आपल्या भार्येसह क्रीडा करितां करितां बारा वर्षें निघून गेलीं.

इकडे,अर्जुना,राजा अशा प्रकारें कामासक्त झाल्यामुळें ज्योतिष्टोमादि क्रियांचा लोप झाला, आणि त्यायोगानें त्याच्या राष्ट्रांत इंद्रानें बारा वर्षेंपर्यंत पर्जन्यवृष्टि केली नाहीं.इतकेंच नव्हे,तर नुसतें दहिंवरही पडलें नाहीं!तेव्हां धान्य मुळींच पिकलें नाहीं, आणि त्या अवर्षणाच्या योगानें प्रजांचा भयंकर क्षय होऊं लागला.तेव्हां पोटाची खांच कशी भरेल ही काळजी लोकांच्या डोळ्यांपुढें रात्रंदिवस उभी राहिली,आणि घरांदारांचा त्याग करून ते चहूंकडे भटकत राहिले.शेवटीं तर इतका कहर उसळला कीं, पोटाची आग शांत करण्याकरितां ते भराभर स्त्रीपुत्रांचाही

त्याग करूं लागले; आणि मर्यादा सोडून परस्परांचा वध करूं लागले ! ह्याप्रमाणें त्या राष्ट्रांत आणि नगरांत एकच हलकल्होळ माजून राहिला. कोणाच्याही पोटांत अन्नाचा लेशमात्र नसल्यामुळें सर्वांच्या तोंडावर प्रेतकळा आली; आणि क्षुधेनें पीडित होऊन मृतसदृश झालेल्या प्रजांनीं व्याप्त झालेलें तें राष्ट्र आणि नगर, शवांनीं व्याप्त असलेल्या यमनगराप्रमाणें भयंकर दिसूं लागलें!

अर्जुना, हा सर्व प्रकार पाहून धर्मात्म्या वसिष्ठ मुनींना करुणा आली, आणि त्या मुनिश्रेष्ठांनीं पर्जन्यवृष्टि केली. अर्जुना, वसिष्ठ मुनींनीं पर्जन्यवृष्टि कशी केली म्हणून तुझ्या मनांत कदाचित् शंका येईल; तर, बाबारे, त्यांनीं पर्जन्यवृष्टि केली म्हणजे असें केलें कीं, अनावृष्टीचें मुख्य कारण जें शहरांत राजा नसणें, तें त्यांनीं राजाला नगरांत आणून नाहींसें केलें, आणि यामुळें राजा आपल्या नगरांत येऊन पूर्ववत् यज्ञयागादि सुरू झाल्यामुळें इंद्रानें फिरून पर्जन्यवृष्टि केली. अर्थात् धान्यें वगैरे पिकून चहूंकडे सुकाळ झाला ! तेव्हां त्या सुसंस्कृत नृपश्रेष्ठानें आपली काळजी वाहिली म्हणून त्या प्रजाजनांना फार आनंद झाला, आणि अशा प्रकारें तें राष्ट्र आणि नगर हीं आनंदित झालीं.

याप्रमाणें चहूंकडे आनंदीआनंद झाल्यावर इंद्र इंद्राणीसह शोभतो, त्याप्रमाणें तपतीसह शोभणाऱ्या त्या संवरण राजानें बारा वर्षें यज्ञयागादि कृत्यांमध्यें घालविलीं !

गंधर्व सांगतोः—अर्जुना, ती महाभाग्यवती सूर्यकन्या तपती तुमच्या वंशाची मूळ उत्पादक होय. कारण, त्या श्रेष्ठ संवरण राजापासून तपतीला जो कुरु म्हणून पुत्र झाला, तो तुमच्या वंशाचा मूळपुरुष होय. म्हणूनच तुम्ही तापत्य आहां; आणि यामुळेंच मीं तुम्हांस तापत्य म्हटलें.

अध्याय एकशें चौऱ्याहत्तरावा.

—:०:—

पांडवास पुरोहित करण्याविषयीं उपदेश.

वैशंपायन सांगतातः—हे भरतकुलश्रेष्ठा, गंधर्वाचें तें भाषण ऐकतांच अत्यंत प्रेम उत्पन्न होऊन शरिरावर एक प्रकारची विशेष कांति दिसूं लागल्यामुळें अर्जुन हा पूर्णचंद्राप्रमाणें शोभूं लागला; आण वसिष्ठांच्या तपोबलाविषयीं अत्यंत कौतुक वाटून तो महाधनुर्धर कौरवश्रेष्ठ त्या गंधर्वास म्हणाला, " तूं त्या ऋषीचें वसिष्ठ असें जें नांव सांगितलेंस, त्याविषयींचा वृत्तांत ऐकावा अशी माझी इच्छा आहे. तेव्हां तें बरोबर रीतीनें मला सांग. हे गंधर्वराज, आमच्या पूर्वजांचा जो पुरोहित होता, तो हा भगवान ऋषि कोण हें मला सांग. "

गंधर्व म्हणालाः—अर्जुना, देवांनीं देखील जिंकण्यास सर्वकाळ कठिण असे काम आणि क्रोध हे ज्यांनीं तपश्चर्या करून जिंकून सोडले, व त्यामुळें ते ज्यांचे सेवक बनून पायचुरीत राहिले होते, ते हे वसिष्ठ मुनि ब्रह्मदेवाचे मानसपुत्र होत. अरुंधती ही ह्यांची पत्नी होती. ह्यांनीं इंद्रियें वश करून सोडल्यामुळें यांस वसिष्ठ असें म्हणतात. विश्वामित्रानें त्या महात्म्याच्या शंभर पुत्रांचा वध केला, तरीहि ह्या उदार अंतःकरणाच्या मुनीनें अत्यंत क्रुद्ध होऊन कुशिकवंशाचा उच्छेद केला नाहीं. पुत्रशोकानें जरी त्याला संताप झाला होता व अंगीं जरी सामर्थ्य होतें, तरीहि तो एखाद्या असमर्थ मनुष्याप्रमाणें स्वस्थ राहिला; व त्यानें विश्वामित्राच्या नाशार्थ भयंकर असें कर्म केलें नाहीं तसेंच, पुत्र मरण पावल्यानंतर त्यांस यमसदनांतून परत आणण्याची जरी शक्ति होती, तरी, समुद्र ज्याप्रमाणें मर्यादेचें उल्लंघन करीत नाहीं, त्याप्रमाणें ह्यानें यमाचा अतिक्रम केला नाहीं. जितेंद्रिय अशा ह्या महात्म्याचा लाभ झाल्या-

नंतरच सार्वभौम अशा इक्ष्वाकुवंशांतील राजांस पृथ्वीची प्राप्ति झाली; आणि,हे कुरुनंदन, ह्या ऋषिश्रेष्ठ वसिष्ठ पुरोहित मिळाल्यानंतर त्या राजांनीं पुष्कळ यज्ञहि केले.कारण,हे पांडवश्रेष्ठ,ज्याप्रमाणें बृहस्पतीनें देवांकडून यज्ञ करविले,त्याचप्रमाणें त्यानें त्या सर्व भूपतिश्रेष्ठांकडून यज्ञ करविले.असो;ह्याप्रमाणें राजाचें कल्याण होण्यास पुरोहित हा मुख्य कारण आहे. ह्यास्तव, धर्म हाच ज्याच्या अंतःकरणाचा मुख्य विषय आहे असा एखादा वेदवेत्ता गुणवान आणि आपणांस इष्ट असेल तो ब्राह्मण आपण आपला पुरोहित करा. कारण, पार्था,पृथ्वी जिंकून घेऊं इच्छिणाऱ्या कुलीन अशा क्षत्रियानें आपल्या राज्याच्या अभिवृद्ध्यर्थ प्रथम पुरोहित केला पाहिजे. अर्जुना, पृथ्वी जिंकून घेण्याची इच्छा असेल तर राजानें ब्राह्मणास अग्रेसर केलें पाहिजे. तेव्हां गुणवान, जितेंद्रिय, ज्ञानसंपन्न आणि धर्म, अर्थ व काम ह्यांचीं रहस्यें जाणणारा असा एखादा ब्राह्मण आपला पुरोहित असूं द्या.

अध्याय एकशें पंचाहत्तरावा.

—:०:—

धेनुहरणवृत्त.

अर्जुन विचारतोः—गंधर्वा, वसिष्ठ आणि विश्वामित्र हे केवळ आश्रमवासी ऋषि होत. असें असून त्यांच्यामध्यें वैर उत्पन्न होण्याचें काय कारण झालें, तें मला सांग.

गंधर्व सांगतोः—पार्था, वसिष्ठांचें हें आख्यान फार प्राचीन आहे असें लोक म्हणतात. तें मी तुला कथन करतों, ऐक. हे भरतकुलश्रेष्ठ ! कान्यकुब्ज देशांत कुशिकपुत्र गाधि म्हणून एक लोकप्रसिद्ध राजा होता. त्यास विश्वामित्र नांवाचा एक मुलगा होता. तो मोठा धर्मनिष्ठ आणि पराक्रमी असून त्याजजवळ फार मोठा दलभार असल्यामुळें शत्रूंस त्याचा फार दरारा असे. एके वेळीं तो आपल्या अमात्यास बरोबर घेऊन मृगयेकरितां मरुनामक निर्जल प्रदेशांतील घोर अरण्यांत गेला. तें अरण्य मोठें रमणीय असून तेथें वन्य पशुही पुष्कळ होते. त्या ठिकाणीं तो मृगया करीत असतां त्यानें अनेक हरिण, डुकर इत्यादि वन्यपशु आपल्या बाणांनीं जाया केले. याप्रमाणें शिकार करितां करितां तो अगदीं थकून गेला; आणि त्यास तृषाही फार लागली. तेव्हां जवळच वसिष्ठांचा आश्रम होता तिकडे तो गेला. अर्जुना, राजा विश्वामित्र आला आहे असें पाहून वसिष्ठ मुनि सामोरे आले, आणि त्याचा योग्य सत्कार करून व अर्घ्यपाद्यादिकांनीं त्याची पूजा करून त्यांनीं त्यास आश्रमांत नेलें. नंतर त्या ऋषींनीं राजाला म्हटलें, " आपण आलां हें फार चांगलें झालें. आज येथें वास्तव्य करावें आणि या वनांत मिळणाऱ्या पदार्थांचा स्वीकार करावा. "

अर्जुना, वसिष्ठ ऋषींचें हें निमंत्रण विश्वामित्रांनीं स्वीकारलें, तेव्हां वसिष्ठांनीं इच्छित पदार्थ देण्याविषयीं कामधेनूला आज्ञा केली. तेव्हां त्या कामधेनूनें तांदूळ इत्यादि ग्राम्य आणि नीवार इत्यादि वन्य धान्यें तशींच मधुर अशीं षड्रस अन्नें, व्याधि व वार्धक्य यांचा नाश करणारीं दिव्य अशीं रसायनें, आणि क्षीरादि पेयें,अपूपादि भक्ष्य, पायसादि लेह्य, व इक्षुकांडादि चोष्य पदार्थ निर्माण करून दिले. त्याचप्रमाणें महामूल्यवान रत्नें आणि वस्त्रेंही दिलीं. नंतर त्या सामुग्रीच्या योगानें त्या महर्षींनीं विश्वामित्राचें, त्याच्या सचिवांचें आणि त्या सर्व सैन्याचें आतिथ्य केलें असतां ती सर्व मंडळी संतुष्ट झाली. परंतु विश्वामित्राच्या मनांत असा विचार आला कीं, आमच्या येथें सुद्धां कधीं आम्ही असे तृप्त झालों नाहीं; आणि ही सामुग्री या अरण्यवासी व मुनीजवळ कशी आली ? त्याला या गोष्टीचें मोठें आश्चर्य वाटलें, आणि पुढें त्यानें शोध केला,

तों ती नंदिनीनामक धेनु त्याच्या दृष्टीस पडली. ती मस्तक, कंठ, जांघाड, गळ्याची पोळी, शेंपूट आणि स्तन ह्या सहा ठिकाणीं लांबट असून ललाट कान आणि नेत्र ह्या ठिकाणीं पुष्ट होती. तिचे नेत्र बेडकाप्रमाणें उन्नत असून ती आकारानें उत्तम, मोठ्या कांसेची आणि दिसण्यांत सुंदर अशी होती. तिचें शेंपूट लांब सडक, कान शंकूच्या आकाराचे आणि शिंगें मनोहर होतीं. तिला पाहतांच गाधिपुत्र विश्वामित्र संतुष्ट होऊन त्याला तिचा लोभ उत्पन्न झाला, आणि तो लागलीच वसिष्ठमुनींस म्हणाला, " मी तुम्हांला दहा कोटी गाई अथवा राज्यही देतों, पण ही एवढी गाय मला द्या."

वसिष्ठ मुनींनीं उत्तर दिलें:—राजा, मला तसें करितां येणार नाहीं; कारण देवता, अतिथि, पितर आणि याग ह्यांना लागणारें दूध ही गाय मला देत असते.

विश्वामित्र म्हणाला:—वसिष्ठ मुने, हें तुमचें म्हणणें बरोबर नाहीं, दहा कोटी गाई अथवा राज्यही मी देत असतां जर तुम्ही ही गाय मला देणार नाहीं, तर मी हिला बलात्कारानें घेऊन जाईन. कारण कसा झालों तरी मी क्षत्रिय आहें; व आपण ब्राह्मण आहां. आपलें सामर्थ्य काय तें अध्ययन आणि तपश्चर्या. अहो, ज्यांनीं इंद्रियनिग्रह करून शांतीचा स्वीकार केला आहे, त्या तुम्हां ब्राह्मणांमध्यें काय पराक्रम आहे? शिवाय पराक्रम करून इष्ट वस्तु मिळवावी हा क्षत्रियांचा धर्मच आहे.

वसिष्ठ म्हणाले:—विश्वामित्रा, तूं स्वतः राजा असून पराक्रमी आहेस, आणि तशांतून तुझ्याबरोबर आतां सैन्यही आहे. तेव्हां तुला वाटेल तसें तूं कर, माझी कांहींएक हरकत नाहीं.

गंधर्व म्हणाला:—ह्याप्रमाणें वसिष्ठांनीं उत्तर दिल्याबरोबर विश्वामित्रानें आपल्या सेवकांस त्या गाईला हांकून नेण्याविषयीं आज्ञा केली. तेव्हां ते सैनिक तिला कोरड्यांनीं व दांडक्यांनीं मारीत मारीत नेऊं लागले. परंतु हंस अथवा चंद्र यांसारखी ती शुभ्र वर्णाची गाय इकडून तिकडून धांवत धांवत वरचेवर वसिष्ठ मुनींपाशीं हंबरडा फोडीत जाई व वर मान करून ती त्यांच्याकडे पाहूं लागे. अशा वेळीं तर विश्वामित्राचे लोक तिला अतिशय मारीत. परंतु ती त्या आश्रमांतून कांहीं केल्या बाहेर निघेना. त्या धेनूचें हें कृत्य पाहून वसिष्ठ मुनि म्हणाले:— हे कल्याणि! तूं वारंवार हंबरडा फोडीत मजकडे येत आहेस तें मला समजतें. पण, भद्रे नंदिनि! मी पडलों क्षमाशील ब्राह्मण! तेव्हां विश्वामित्र तुला बलात्कारानें नेत आहे याला मी काय करणार बरें?

गंधर्व म्हणतो:—अर्जुना, वसिष्ठांचें हें भाषण ऐकून विश्वामित्र आणि त्याचें सैन्य ह्यांच्या भीतीनें घाबरी झालेली ती धेनु वसिष्ठ मुनींच्या जवळ येऊन त्यांस म्हणाली, "भगवन्! विश्वामित्राच्या सैन्यांनीं दांडक्यानें मला अतिशय मारल्यामुळें मी आक्रोश करीत आपणाकडे येत आहें; पण आपणांस माझी कांहींच दया येत नाहीं हें काय?

गंधर्व म्हणाला:—अर्जुना, ह्याप्रमाणें विश्वामित्राच्या सैन्यांनीं नंदिनीस त्रास दिल्यामुळें जरी ती सारखी आक्रोश करीत होती. तरी वसिष्ठ मुनि क्षुब्ध झाले नाहींत आणि त्यांचें धैर्यही ढळलें नाहीं; इतकेंच नव्हे, तर त्या धेनूला वसिष्ठ मुनि म्हणाले, " नंदिनि, क्षत्रियांचें बल पराक्रम असून ब्राह्मणांचें बल क्षमा हेंच आहे. अर्थात् तुला जरी इतका त्रास होत आहे, तरी मला त्याचा प्रतिकार करतां येत नाहीं; तेव्हां तुला रुचत असेल तर तूं जा."

नंदिनीनें उत्तर केलें, महाराज! आपण असें बोलतां, तेव्हां आपण माझा त्याग केला कीं काय? आणि जर आपण माझा त्याग करीत नसलां, तर

बलात्कारानें मला नेणें कोणालाही शक्य नाहीं!

वसिष्ठ मुनि म्हणाले:—नंदिनि, मीं कांहीं तुझा त्याग केला नाहीं. शक्य असेल तर तूं रहा. पण हा पहा तुझा वत्स घट्ट दाव्यानें बांधून नेत आहेत!

गंधर्व सांगतो:--अर्जुना, 'शक्य असेल तर रहा' हे वसिष्ठांच्या तोंडचे शब्द ऐकतांच त्या धेनूनें आपली मान व मस्तक हीं ताठ उभीं केलीं; व क्रोधानें डोळे लाल करून भयंकर हंबरडा फोडण्यास आरंभ केला. तिच्या त्या स्वरूपाकडे कोणाच्यानेंही बघवेना. तिची भयंकर मुद्रा पाहून विश्वामित्राचें सैन्य पळूं लागलें.पण पुन: त्यांनीं धीर धरून तिला चाबकांनीं व काठ्यांनीं मारण्यास सुरुवात केली. तेव्हां तर ती गाय अतिशय खवळली व तिनें आपल्या शेपटींतून इंगळांचा वर्षाव करण्यास आरंभ केला. त्यामुळें ती मध्यान्हींच्या सूर्याप्रमाणें प्रखर दिसूं लागली. नंतर तिनें लागलीच आपल्या पुच्छांतून पल्हव, कांसेमधून द्राविड आणि शक जननेंदियापासून यवन, शेणापासून आणि मूत्रापासून शबर, कुशींतून पौण्ड्र, किरात,यवन, बर्बर, सिंहल व खस आणि फेंसापासून चिबुक, पुलिंद, चीन, हूण, केरल ह्याप्रमाणें आपल्या अवयवांपासून अनेक प्रकारचे म्लेच्छ निर्माण केले. तें सर्व प्रचंड सैन्य सशस्त्र व सायुध असून उत्पन्न झाल्याबरोबर जिकडे तिकडे मोठ्या आवेशानें पसरलें; आणि विश्वामित्र पहात असतां त्याच्या प्रत्येक सैनिकास पांच पांचजणांनीं वेढून टाकिलें! नंतर ते लोक अस्त्रांचा मोठा वर्षाव करूं लागले असतां मरणाच्या भीतीनें विश्वामित्राचें सैन्य त्याच्या देखत देखत सैरावैरां पळून गेलें. अर्जुना, इतकें झालें तरी त्या वसिष्ठाच्या सैनिकांनीं विश्वामित्राच्या सैन्यापैकीं एकाही मनुष्याचा प्राणघात केला नाहीं. त्यांनीं फक्त त्या सर्व लोकांस दूर हांकून लाविलें इतकेंच. अशा प्रकारें तें सैन्य तेथून बारा कोसपर्यंत लांब हांकून दिल्यावर, भीतीनें खिन्न होऊन ते सर्व लोक आक्रोश करूं लागले, तथापि त्यांना कोणी त्राता मिळाला नाहीं.

विश्वामित्राला ब्राह्मण्यप्राप्ति.

गंधर्व सांगतो:–हे कुरुकुलावतंसा, ह्याप्रमाणें ब्राह्मतेजाच्या योगानें घडून आलेला तो अद्भुत चमत्कार पाहून विश्वामित्रास आपल्या क्षत्रियत्वाचा कंटाळा आला; आणि तो म्हणाला, "धिक्कार असो या क्षत्रियांच्या सामर्थ्याला! ब्राह्मतेजाच्या योगानें उत्पन्न होणारें सामर्थ्य हेंच खरें सामर्थ्य होय!"

अर्जुना,ह्याप्रमाणें बलाबलांचा विचार करून, तप हेंच उत्कृष्ट प्रतीचें बल आहे अशी विश्वामित्रानें आपल्या मनांत गांठ बांधिली. नंतर त्यानें आपलें तें विस्तीर्ण राज्य, जाज्वल्यमान राज्यलक्ष्मी आणि विषयोपभोगादि सुखें यांचा त्याग केला, व केवळ तपश्चर्येवरच आपलें अंत:करण जडविलें. नंतर तपश्चर्येच्या योगानें त्यानें सिद्धि प्राप्त करून घेतली; व आपल्या तेजानें सर्व लोकांस व्याप्त करून सोडिलें. त्याचें तेज अत्यंत प्रखर असल्यामुळें त्यापासून लोकांस फार ताप होऊं लागला. पुढें त्यास ब्राह्मणत्वाची प्राप्ति होऊन त्या कुशिककुलोत्पन्न विश्वामित्रानें स्वर्गाधिपति इंद्रासमवेत सोमपानही केलें.

अध्याय एकशें शहात्तरावा.

—:(०):—

कल्माषपादाख्यान.

गंधर्व म्हणाला:—पार्था, पूर्वी या भूतलावर इक्ष्वाकुवंशांत कल्माषपाद या नांवाचा एक राजा होऊन गेला. या भुवनांत त्याच्यासारखा तेजस्वी कोणी नव्हता. एके वेळीं तो मृगयेकरितां आपल्या राजधानींतून वनांत गेला,आणि तेथें हरिण, रानडुकरें वगैरे वनपशूंची शिकार

करूं लागला. त्या भयंकर अरण्यांत त्यानें पुष्कळ पशु मारिले; व पुढें अनेक प्राण्यांचा वध केल्यानंतर तो थकून तेथून परत फिरला. अर्जुना, त्या राजाकडून आपण यज्ञ करवावा, अशी प्रतापशाली विश्वामित्राची इच्छा होती, असो. क्षुधा व तृषा ह्यांनीं व्याप्त झालेला तो राजा आपल्या राजधानीकडे परत येत असतां, जेथून एकाच मनुष्यास जातां येईल अशा एका अडचणीच्या ठिकाणीं आला, तों समोरून एक ब्राह्मण येतांना त्याच्या दृष्टीस पडला. हा वसिष्ठांच्या शंभर पुत्रांपैकीं ज्येष्ठ पुत्र असून महातपस्वी होता. त्याचें नांव 'शक्ति' असें होतें. त्यास पाहतांच कल्माषपाद राजा त्याला म्हणाला, "आमच्या मार्गावरून दूर हो" तेव्हां शक्तीनें शांतपणानें राजास सांगितलें, "महाराज, ब्राह्मण भेटला नाहीं तोंपर्यंत मार्गावर राजाचा हक्क आहे; परंतु ब्राह्मण भेटल्यानंतर मात्र मार्गावर ब्राह्मणाचाच हक्क असतो. ह्या मार्गावर माझाच हक्क आहे; कारण कोणतींहीं कर्में चाललीं असलीं तरी राजानें ब्राह्मणास मार्ग दिलाच पाहिजे असा धर्म आहे." अर्जुना, ह्याप्रमाणें ते उभयतां आपल्याला मार्ग मिळण्यासाठीं 'तूं हो बाजूला' 'तूं हो बाजूला' असें अरेतुरे करून म्हणूं लागले. तथापि धर्मानें वर्तन करणारा तो ऋषि मार्गावरून बाजूस सरेना; आणि अभिमानामुळें व क्रोधामुळें राजाही बाजूस सरेना. शेवटीं राजास अतिशय संताप येऊन त्यानें राक्षसाप्रमाणें त्या ऋषीस चाबकाखालीं झोडलें, तेव्हां क्रोधामुळें भान नाहींसें होऊन वसिष्ठपुत्रानें त्या नृपश्रेष्ठ कल्माषपादास शाप दिला.

शक्ति मुनि म्हणाले:—अरे नीचा ! ज्या अर्थीं तूं तपस्वी जनास राक्षसाप्रमाणें मारीत आहेस, त्या अर्थीं तूं आजपासून नरभक्षक राक्षसच होशील; आणि मनुष्यमांसाची आसक्ति धरून पृथ्वीवर संचार करीत रहाशील. अधमा, निघ येथून !"

गंधर्व म्हणाला:—अर्जुना, पुढें हाच राजा यज्ञ करण्यास तयार झाला असतां विश्वामित्रानें त्याचा अंगीकार केला व त्याजकडून यज्ञ करविण्याचें ठरविलें. ह्यामुळें विश्वामित्र आणि वसिष्ठ ह्यांमध्यें वैर पडलें. असो. पार्था, पूर्वी सांगितल्याप्रमाणें तो शक्ति ऋषि आणि राजा कल्माषपाद हे एकमेकांशीं कलह करूं लागले असतां, उग्र तपस्वी व प्रतापशाली राजर्षि विश्वामित्र त्यांच्याजवळ गेला व "राजा, तूं ज्याला मारिलेंस तो वसिष्ठांचा पुत्र आहे" असें तो कल्माषपादाला म्हणाला. तेव्हां हा वसिष्ठपुत्र त्यांच्याचप्रमाणें प्रभावशाली असेल असें राजाच्या लक्षांत येऊन त्यास फार वाईट वाटलें. इतक्या संधींत विश्वामित्रानें गुप्त रीतीनें त्याच ठिकाणीं राहून आपली इष्टसिद्धि करून घेण्याच्या इच्छेनें त्या उभयतांसही फसविलें. तें असें:—शक्ति मुनींनीं शाप दिला होता, तेव्हां त्यांना प्रसन्न करून उश्शाप मागून घेण्याच्या इच्छेनें राजा शक्ति मुनींस शरण गेला, आणि आतां उश्शाप मागून घेणार इतक्यांत विश्वामित्रानें एका राक्षसास राजाच्या शरीरांत प्रवेश करण्याविषयीं आज्ञा केली. तेव्हां शक्ति ऋषींचा शाप आणि विश्वामित्राची आज्ञा ह्या दोन गोष्टी जुळून आल्यामुळें राक्षसानेंही त्याच्या शरीरांत तात्काळ प्रवेश केला. पुढें राक्षसानें पछाडल्यामुळें, राजास कांहींच कळेनासें होऊन तो वनांत संचार करूं लागला, आणि विश्वामित्र व वसिष्ठपुत्र शक्ति हे दोघेही तेथून निघून गेले.

असो. पुढें तो राजा वनांत हिंडत असतां एका ब्राह्मणाच्या दृष्टीस पडला. तो ब्राह्मण अत्यंत क्षुधाक्रांत झालेला होता, म्हणून त्यानें राजापाशीं मांसयुक्त भोजन मागितलें. तेव्हां त्यास "आपण दोन घटका येथें बसा. मी परत

आल्यानंतर आपणांस इष्ट असलेलें भोजन घालीन." असें म्हणून कल्माषपादराजा निघून गेला आणि त्यानें सांगितल्याप्रमाणें ब्राह्मण त्या ठिकाणीं त्याची वाट पहात बसला. इकडे राजा कल्माषपाद हा या वनांतच पुष्कळ वेळ हिंडला व सावकाश आपल्या नगराकडे आला. ब्राह्मणास कबूल केल्या गोष्टीचें त्यास स्मरणच राहिलें नाहीं. शेवटीं रात्र झाली व तो अंतःपुरांत जाऊन स्वस्थ निजला. पुढें मध्यरात्रीं तो सहज जागा झाला, तों त्याला ब्राह्मणास दिलेल्या वचनाचें स्मरण झालें. तेव्हां त्यानें लागलीच स्वयंपाक्यास बोलावून आणविलें आणि त्याला सांगितलें कीं, "अरण्यांत एक अन्नार्थी ब्राह्मण माझी वाट पहात बसलेला आहे; त्याला तूं आतांच्या आतां मांसयुक्त अन्न तयार करून नेऊन दे."

गंधर्व म्हणालाः—अर्जुना, ह्याप्रमाणें राजाची आज्ञा झाल्यावर तो स्वयंपाकी मांस बनवण्याकरितां गेला, परंतु तें त्याला कोठेंही मिळालें नाहीं म्हणून तो कष्टी होऊन परत राजाकडे आला. आणि त्यानें ती हकीकत त्यास कळविली. पार्था, राजाच्या अंगांत राक्षसाचा संचार झाला असल्यामुळें त्याला त्याबद्दल कांहींच वाटलें नाहीं. त्यानें त्या स्वयंपाक्यास पुनः सांगितलें कीं, "दुसरें कसलें मांस मिळत नसलें तर मनुष्याचें कां होईना! कांहीं तरी एकदा नेऊन त्याला भोजन घाल म्हणजे झालें!" हें राजाचें भाषण ऐकून, वधाची शिक्षा झालेल्या लोकांस मारणारे लोक जेथें रहातात त्यांजकडे तो स्वयंपाकी गेला आणि खुशाल नरमांस घेऊन आला. पुढें त्यानें तें रीतीप्रमाणें शिजवून तयार केलें; आणि अन्नांत मिसळून तें त्या क्षुधित झालेल्या तपस्वी ब्राह्मणास नेऊन दिलें! ब्राह्मणानें योगदृष्टीनें तें अन्न पाहिलें तों तें अभोज्य आहे असें त्यास दिसून आलें. त्यामुळें तो अतिशय संतप्त होऊन गेला आणि म्हणाला, "ज्या अर्थीं तो नराधम मला हें अभोज्य अन्न देत आहे, त्या अर्थीं त्यालाच अशा प्रकारच्या अन्नाविषयीं आसक्ति उत्पन्न होईल; आणि शक्ति मुनींनीं शाप दिल्याप्रमाणें मनुष्यमांसावर आसक्त झाल्यामुळें सर्व प्राण्यांस हा कंटाळवाणा होऊन पृथ्वीवर इतस्ततः संचार करूं लागेल."

गंधर्व म्हणालाः—पार्था, ह्याप्रमाणें पूर्वीं शक्ति मुनींनीं व ह्या वेळीं त्या ब्राह्मणानें मिळून दोन वेळां एकाच प्रकारच्या शापाचा उच्चार केल्यामुळें राजाच्या शरिरांत राक्षसबलाचा संचार होऊन तो बेशुद्ध होऊन गेला!

वसिष्ठपुत्रांचा मृत्यु.

हे भरतवंशजा! पुढें थोडक्याच काळानें, इंद्रियें राक्षसाधीन झालेल्या त्या राजाची आणि शक्ति मुनींची एके ठिकाणीं गांठ पडली. तेव्हां तो भूपश्रेष्ठ त्यांना म्हणाला, "ज्या अर्थीं तूं मला अशा प्रकारचा अयोग्य शाप दिला आहेस, त्या अर्थीं मनुष्यभक्षणाच्या कामास मी तुझ्यापासूनच प्रारंभ करतों!" अर्जुना, असें म्हणून त्यानें तात्काळ त्या शक्ति मुनींचा प्राण घेतला; आणि व्याघ्र ज्याप्रमाणें अभीष्ट पशु भक्षण करतो, त्याप्रमाणें त्यानें त्यांस भक्षण केलें.

शक्ति मुनि मरण पावला असें पाहून, त्या राजाच्या शरिरांत शिरलेल्या राक्षसास, वसिष्ठांचेच पुत्र खाण्याविषयीं विश्वामित्रानें वारंवार उपदेश केला, तेव्हां क्रुद्ध झालेला सिंह जसा क्षुद्र पशुंस भक्षण करून टाकितो, तसें त्या राक्षसानें शक्ति मुनींच्या पाठचे सर्व वसिष्ठपुत्र खाऊन टाकिले.

इकडे, अर्जुना; सर्व पुत्रांचा वध विश्वामित्रानें करविला हें ऐकून वसिष्ठ मुनींस फार शोक झाला. परंतु ज्याप्रमाणें महापर्वत मेरु हा पृथ्वीस आवरून धरितो, त्याप्रमाणें त्यांनीं आपला शोक आवरून धरिला. त्या वेळीं त्या ऋषिश्रेष्ठानें आत्महत्या करण्याचें मनांत आणिलें; परंतु त्या महात्म्यानें विश्वामित्राचा उच्छेद करण्याचा वि-

चार सुद्धां केला नाहीं !असो. पुढें त्या भगवान वसिष्ठ मुनींनीं मेरु पर्वताच्या शिखरावरून आपला देह खालीं सोडून दिला; तथापि मृत्यु न येतां, ज्याप्रमाणें कापसाच्या ढिगाऱ्यावर पडावें त्याप्रमाणें ते त्या पर्वताच्या शिळेवर पडले. पांडुपुत्रा! अशा प्रकारें तेथून पडल्यानंतरही जेव्हां मरण आलें नाहीं, तेव्हां त्या भगवान वसिष्ठ मुनींनीं त्या अरण्यामध्यें अग्नि प्रज्वलित करून त्यांत प्रवेश केला ! ह्या वेळीं अग्नि जरी उत्कृष्ट प्रकारें पेटलेला होता, तरी देखील त्यानें त्यांस दग्ध केलें नाहीं ! इतकेंच नव्हे, तर प्रज्वलित अग्नि अगदीं थंडगार होऊन गेला!तेव्हां तेथून निघून शोकाक्रांत झालेले ते वसिष्ठ महामुनि समुद्रासन्निध आले व त्यांनीं त्याकडे अवलोकन करून आपल्या गळयांत एक मोठी शिळा बांधिली, आणि त्यांत उडी टाकिली. पण समुद्राच्या लाटांच्या वेगानें ते महामुनि तीरावर येऊन पडले. तेव्हां प्रशंसनीय नियम धारण करणारे ते वसिष्ठ ब्रह्मर्षि खिन्न होऊन पुनःआपल्या आश्रमाकडेच परत गेले!

अध्याय एकशें सत्याहत्तरावा.

—:०:—

कल्माषशापमोक्ष.

गंधर्व म्हणालाः—वसिष्ठ मुनि परत आल्यानंतर आपला तो शून्य आश्रम पाहून त्यांना फारच दुःख झालें, आणि लागलीच ते तेथून बाहेर पडले. नंतर त्यांना एक नदी आढळली. ती वर्षाकाळामुळें तुडुंब भरून चालली होती; आणि मोठमोठे वृक्ष तिच्यांतून वाहून जात होते.तेव्हां अर्जुना,फिरून त्यांच्या मनांत आलें कीं, ह्या नदींत बुडून आपण देहत्याग करावा.नंतर त्यांनीं आपलें सर्व शरीर पाशांनीं घट्ट आवळून टाकिलें आणि नदीमध्यें प्रवेश केला. परंतु त्या नदीनें त्यांचे सर्व पाश तोडून टाकून त्यांना जमिनीवर आणून सोडिलें. पाशमुक्त झाल्यानंतर ते महर्षि नदी उतरून पलीकडे गेले, आणि आपल्याला या नदीनें पाशमुक्त,विपाश केलें, म्हणून त्यांनीं तिला 'विपाशा' हें नांव दिलें.

याप्रमाणें स्थिति असल्यामुळें त्या मुनींच्या अंतःकरणास परमावधीचें दुःख होऊन पुढें ते एका ठिकाणीं राहिलेच नाहींत. मदोदित पर्वत, नद्या, सरोवरें, अशा ठिकाणीं ते संचार करूं लागले. याप्रमाणें ते हिंडत असतां हिमालयांतून निघालेली 'भीमा' नदी लागली. तिचें पात्र मोठें असून प्रचंड मकरांनीं व्यापिलें होतें. तेव्हां वसिष्ठ मुनींनीं त्यांत उडी घातली. परंतु हा अग्नीप्रमाणें अत्यंत पवित्र असल्यामुळें ह्याचा आपल्या उदकांत प्राणघात होणें हें योग्य नाहीं,असा विचार करून ती महानदी शंभर वाटांनीं पळून गेली म्हणून तेव्हांपासून 'शतद्रु'या नांवानें ती प्रसिद्ध झाली. नंतर याही ठिकाणीं नदी नाहींशीं होऊन आपण भूमीवरच आहों असें पाहून, आपणास मरण येणें अशक्य आहे असें म्हणून वसिष्ठमुनि पुनः आश्रमाकडे परतले. ते अनेक पर्वत, देश वगैरे फिरून आश्रमास येऊन पोहोंचले.ते आश्रमाकडे चालले असतां त्यांची अदृश्यंतीनामक स्नुषा त्यांच्या मागून येत होती. तेव्हां अर्थानें परिपूर्ण आणि सहा वेदांगांस अनुसरून असणारा वेदध्वनि त्या महर्षींना ऐकूं आल्यावरून "कोण बरें हा माझ्या मागून येत आहे ?" असें ते म्हणाले.तें ऐकून हे महाभाग! मी अदृश्यंती आहें." असें त्यांची तपःसामर्थ्यवती स्नुषा बोलली. अर्जुना, ही अदृश्यंती वसिष्ठ मुनींच्या शक्ति नामक पुत्राची भार्या होय. तिचें हें भाषण ऐकून वसिष्ठ मुनि म्हणाले, "मुली, पूर्वीं शक्ति हा सांग वेदाध्ययन करीत असतां त्याचा ध्वनि मीं ऐकला होता; तेव्हां त्यासारखा ऐकूं येत असलेला हा ध्वनि कोणाचा आहे बरें ?"

अदृश्यंतीनें उत्तर दिलें, "मुनिवर्य, आपला पुत्र शक्ति याजपासून माझ्या उदरीं गर्भ राहिला आहे,त्याचा हा ध्वनि आहे. त्याला वेदाध्ययन करूं लागल्यास बारा वर्षें होऊन गेलेलीं आहेत.

गंधर्व म्हणालाः—पार्था, अदृश्यंतीचें हें भाषण ऐकून भगवान वसिष्ठ मुनींना आनंद झाला, व संतति आहे तर एकूण!" असें म्हणून त्यांनीं आत्मघाताचा उद्योग सोडून दिला, पुढें वाटेंत एके ठिकाणीं निर्जन अरण्यामध्यें बसलेला कल्माषपाद राजा त्यांच्या दृष्टीस पडला.त्या वेळीं त्याच्या शरीरांत भयंकर राक्षसाचा संचार झाल्यामुळें तो भ्रमहत झालेला राजा क्रुद्ध होऊन उठला; आणि त्या मुनींस भक्षण करण्यास उद्युक्त झाला ! तें पहातांच अदृश्यंती भयानें गोंधळून जाऊन वसिष्ठांस म्हणाली, " भगवन्! दंडधारी यमाप्रमाणें हातीं काष्ठ घेतलेला हा भयंकर राक्षस इकडे येत आहे; आणि हे महाभाग ! त्याचें निवारण करण्यास आज या भूमंडळावर आपल्यावांचून दुसरा कोणीही समर्थ नाहीं! तेव्हां या भयंकर राक्षसापासून आपण माझें संरक्षण करा.तो खाचित या ठिकाणीं आह्मां उभयतांसही भक्षण करूं इच्छित आहे. "

वसिष्ठ मुनि म्हणाले:—भिऊं नको. ज्याची तुला भीति वाटत आहे तो हा राक्षस नसून भूलोकामध्यें प्रख्यात असलेला राजा कल्माषपाद आहे. त्याच्या शरीरांत राक्षसानें संचार केल्यामुळें तो या अरण्यांत वास करीत असतो.

गंधर्व म्हणालाः—याप्रमाणें वसिष्ठांनीं आपल्या सुनेस सांगून आपल्याकडे येत असलेल्या त्या राजाचें केवळ हुंकारानेंच निवारण केलें. आणि नंतर अभिमंत्रित केलेलें पवित्र जल त्याच्या अंगावर शिंपडून त्यास शापासून मुक्त केलें. अर्जुना, अमावास्येचे दिवशीं, ग्रहणकाळीं सूर्य जसा राहूनें ग्रस्त होतो; त्याप्रमाणें हा राजा वसिष्ठांच्या वसिष्ठांशभूत शक्ति मुनींच्या तेजानें बारा वर्षेंपर्यंत ग्रस्त होऊन गेला होता. परंतु आतां वसिष्ठांच्याच प्रभावानें त्याची त्या राक्षसापासून मुक्तता होतांच तो राजा तेजस्वी दिसूं लागला;व ज्याप्रमाणें सायंकाळच्या मेघांत सूर्य आपल्या कांतीनें आरक्त वर्ण उत्पन्न करितो, त्याप्रमाणें आपल्या कांतीच्या योगानें त्या विशाल अरण्यास त्या राजानें एक प्रकारचा रंग आणून सोडला. शापमुक्त होतांक्षणींच त्यानें वसिष्ठ मुनींस साष्टांग नमस्कार घातला; आणि हात जोडून तो त्यांना म्हणाला, " हे महाभाग मुनिश्रेष्ठ ! मी सुदासपुत्र कल्माषपाद[१] असून आपला यजमान आहें. ह्याकरितां मी आपलें कोणतें इष्ट कार्य करावें तें आपण मला सांगा. "

वसिष्ठ म्हणालेः—राजा, योगायोगाप्रमाणें जें झालें तें झालें ! त्याबद्दल तूं आतां शोक करूं नको. आतां तूं आपल्या राजधानीस जा, आणि प्रजेचें उत्तम प्रकारें पालन कर. मात्र तूं ब्राह्मणांचा केव्हांही अवमान करूं नको.

कल्माषपाद म्हणालाः—हे महाभाग! मी यापुढें ब्राह्मणांचा केव्हांही अवमान करणार नाहीं. मी आपल्या आज्ञेप्रमाणें वागून ब्राह्मणांचें उत्तम प्रकारें पूजन करीन. हे तपोधना ! आतां ज्याच्या योगानें मी इक्ष्वाकुवंशाच्या ऋणांतून मुक्त होईन असें एक अपत्य मला आपणांपासून प्राप्त व्हावें अशी माझी इच्छा आहे, आणि हे साधुश्रेष्ठ! शील, रूप आणि गुण ह्यांनीं युक्त असून इक्ष्वाकुवंशाच्या अभिवृद्धीस कारणीभूत असें माझ्या इच्छेनुरूप अपत्य मजला देण्याविषयीं आपण समर्थ आहां.

गंधर्व म्हणालाः—त्या राजाचें हें भाषण ऐकून सत्यप्रतिज्ञ ब्राह्मणश्रेष्ठ वसिष्ठ मुनींनीं त्या महाधनुर्धर राजास 'देईन' असें उत्तर दिलें. नंतर त्या राजासहवर्तमान ते वसिष्ठ मुनि प्रसिद्ध

१ कल्माषपाद हा इक्ष्वाकुवंशांतील असून वसिष्ठ हे त्या वंशाचे पुरोहित होते.

अयोध्यानगरीस गेले. अयोध्या ही कल्माषपादाची राजधानी होय. आपला राजा नगरींत परत येणार अशी वार्ता ऐकून सर्व प्रजाजनांस मोठा आनंद झाला; आणि इंद्रास जसे देव सामोरे जातात तसे ते सर्व त्यास सामोरे गेले. आपल्याकरितां लोकांची अतिशय गर्दी झालेली पाहून राजा वसिष्ठ महर्षींसहवर्तमान सावकाश नगरींत गेला. त्या वेळीं उदय पावलेला सूर्य जसा दिसतो, तसा तो त्या अयोध्यावासी जनांना दिसला. शरत्कालीं उदय पावलेला चंद्र ज्याप्रमाणें आकाशास सुशोभित करतो, त्याप्रमाणें राजानें आपल्या उदयानें तें नगर शोभायमान करून सोडिलें. त्या वेळीं नगरांतील मार्ग उत्तम प्रकारें सुशोभित केलेले असून त्यांजवर चंदनकुंकुमांचा सडा शिंपला होता आणि जिकडे तिकडे पताका व ध्वज लावून तें सुशोभित केलेलें होतें. ह्यामुळें आधींच उत्कृष्ट असलेलें तें शहर विशेषच आल्हादजनक दिसत होतें. अर्जुना, राजाच्या आगमनानें सर्व लोकांच्या मुखावर आनंदाची परिपूर्ण छाया आली असल्यामुळें, इंद्राच्या योगानें अमरावती शोभते तशी ती अयोध्या नगरी शोभूं लागली.

असो; ह्याप्रमाणें तो राजर्षि कल्माषपाद आपल्या नगरींत गेल्यानंतर आपल्या पट्टराणीस त्यानें वसिष्ठ मुनींकडे पाठविलें. तेव्हां त्या भाग्यसंपन्न वसिष्ठ मुनींनीं समाधि लाविला, व दिव्य विधीनें त्या राणीशीं समागम करून तिच्या ठिकाणीं उत्तम गर्भाची स्थापना केली. पुढें त्या राजानें वसिष्ठ मुनींचा उत्कृष्ट प्रकारें सत्कार केल्यानंतर वसिष्ठ मुनि आपल्या आश्रमाकडे गेले. पुढें पुष्कळ काळ लोटला तरी कल्माषपाद राजाची राणी प्रसूत होईना तेव्हां त्या कीर्तिसंपन्न राणीनें पाषाणानें आपलें उदर फोडलें. तरी देखील तिच्या गर्भांत असणारा तो राजर्षि अश्मक बाहेर आला नाहीं. शेवटीं तो बाराव्या वर्षीं जन्म पावला. ह्यानेंच पौदन्य नांवाचें नगर वसविलें.

अध्याय एकशें अठ्याहत्तरावा.

—:०:—

और्वोपाख्यान.

गंधर्व म्हणालाः—अर्जुना, अयोध्या नगरीहून मुनिश्रेष्ठ वसिष्ठ आपल्या आश्रमांत आल्यानंतर त्यांची स्नुषा अदृश्यंती ही प्रसूत झाली; आणि शक्ति मुनींच्या वंशास आधारभूत—जणूं दुसरा शक्ति मुनिच—असा एक पुत्र प्रसवली. पुढें भगवान वसिष्ठ मुनींनींच त्या आपल्या पौत्राचे जातकर्मादि संस्कार केले. ह्या पौत्रानें वसिष्ठ मुनि परासु (मरणोन्मुख) झाले असतां त्यांस स्थापित केलें, (स्वस्थ स्थितींत आणलें,) म्हणून त्याचें नांव पराशर असें पडलें. तो धर्मात्मा पराशर वसिष्ठ मुनींसच आपला पिता समजत असे व जन्मापासून त्यांच्याशीं त्यानें पित्याप्रमाणेंच वर्तन ठेविलें होतें. तो आपल्या आईच्या देखत सुद्धां वसिष्ठमुनींना तात असें म्हणत असे. त्याच्या तोंडचे ते गोड शब्द ऐकतांच अदृश्यंतीच्या नेत्रांस पाणी येई. शेवटीं तिनें आपल्या पुत्रास सांगितलें कीं, "बा पराशरा, वसिष्ठ मुनींना तूं 'तात' असें म्हणत जाऊं नकोरे! कारण तात, असें पित्यास म्हणावयाचें असतें, व तुझा पिता तर अरण्यामध्यें पूर्वींच राक्षसानें खाऊन टाकिला आहे. आतां तूं ज्यांना पिता असें समजतोस, ते तुझ्या कीर्तिसंपन्न पित्याचे पिते होत.

अर्जुना, मातेच्या तोंडचें हें भाषण ऐकतांच तो सत्यवादी पराशर अत्यंत दुःखाकुल झाला; व लागलीच त्यानें सर्व लोकांचा नाश करण्याचें मनांत आणिलें. परंतु वसिष्ठ मुनींनीं त्याचा निषेध केला.

वसिष्ठ म्हणालेः—बा पराशरा, पूर्वी कृतवीर्य म्हणून एक प्रख्यात सार्वभौम राजा हो-

ऊन गेला. तो भृगुकुलांतील ब्राह्मणांचा यजमान होता. त्यानें एकदां सोमयाग केला तेव्हां त्याच्या शेवटीं त्यानें भृगुकुलांतील सर्व ब्राह्मणांस विपुल द्रव्य व धान्य देऊन संतुष्ट केलें. पुढें तो स्वर्गवासी झाल्यानंतर त्याच्या कुलांतील राजांस द्रव्याची गरज लागली असतां, भृगुकुलांतील ब्राह्मणांकडे पुष्कळ द्रव्य आहे. असें त्यांना कळलें.तेव्हां ते त्यांजकडे द्रव्य मागावयास आले. त्या वेळीं कांहीं ब्राह्मणांनीं आपलें द्रव्य जमिनींत पुरून ठेविलें. कित्येकांनीं, आपल्यापाशीं द्रव्य ठेविलें तर त्याला क्षत्रियांचें भय आहे म्हणून, तें ब्राह्मणांस अर्पण करून टाकिलें; व कित्येकांनीं मात्र दुसऱ्या कांहीं कारणाकडे दृष्टि देऊन हवें होतें तितकें द्रव्य त्या क्षत्रियांना दिलें. पुढें त्यांतील एका क्षत्रियास एका भृगूच्या घरामध्यें साहजिक रीतीनें जमीन खणीत असतां कांहीं द्रव्य सांपडलें. तेव्हां तें त्या सर्व क्षत्रियांनीं एकत्र जमून पाहिलें व त्यामुळें ते अत्यंत क्रुद्ध झाले असतां भृगुकुलांतील ब्राह्मण त्यांस शरण आले. तथापि त्यांचा अवमान करून, त्या महाधनुर्धर क्षत्रियांनीं तीक्ष्ण बाणांनीं त्या सर्वांचा वध केला. इतकेंच करून ते राहिले नाहींत, तर गर्भांत असलेल्या भृगुवंशांतील ब्राह्मणांसही कापून काढीत काढीत ते सर्व पृथ्वीवर फिरूं लागले.

वसिष्ठ सांगतातः—वत्सा, ह्याप्रमाणें जेव्हां भृगुवंशाचा उच्छेद होऊं लागला, तेव्हां भयामुळें भृगुवंशांतील पुरुषांच्या स्त्रिया अत्यंत बिकट अशा हिमालय पर्वतावर निघून गेल्या. त्या जात असतां, त्यांच्यापैकीं एका स्त्रीनें आपल्या पतिकुलाच्या अभिवृद्ध्यर्थ आपला महातेजस्वी गर्भ गर्भाशयांतून हालवून आपल्या एका मांडीमध्यें आणून ठेविला. ती गोष्ट एका दुसऱ्या स्त्रीस कळली. तेव्हां क्षत्रियांच्या भीतीनें त्या ब्राह्मणस्त्रीनें त्वरेनें जाऊन ती गोष्ट क्षत्रियांस गुप्त रीतीनें कळविली. त्याबरोबर ते सर्व क्षत्रिय त्या गर्भाचा वध करण्याविषयीं उद्युक्त होऊन तेथें गेले; आणि त्या अत्यंत तेजस्वी ब्राह्मणस्त्रीकडे पहातात न पहातात तों तिचा गर्भ मांडी फोडून बाहेर आला! त्याचें तेज प्रखर सूर्याप्रमाणें होतें, ह्यामुळें त्याच्याकडे पाहतांच क्षत्रियांच्या नेत्रांस दिसेनासें झालें. पुढें ते नेत्रहीन झालेले सर्व क्षत्रिय त्या पर्वतांतील दुर्गम प्रदेशांत अंधळ्याप्रमाणें भटकूं लागले, आणि शेवटीं ते तेजोहीन अग्नीप्रमाणें झालेले राजे, आपल्यास पुनः दृष्टि मिळावी म्हणून त्याच ब्राह्मणस्त्रीस शरण जाऊन म्हणाले, "हे भगवति! तूं आह्मांवर दया कर आणि तुझ्या प्रसादानें आह्मां क्षत्रियांस पूर्णपणें दृष्टि प्राप्त होऊं दे, म्हणजे आम्ही या दुःखापासून मुक्त होऊन परत जाऊं. हे कल्याणि, आपल्या पुत्रासहवर्तमान तूं आम्हांवर अनुग्रह कर. आमचें संरक्षण करण्याविषयीं तूं समर्थ आहेस."

अध्याय एकशें एकुणऐशींवा.

—:०:—

और्वाला पितरांचा उपदेश.

ब्राह्मणस्त्री म्हणाली:—बाबांनो! मी तुमच्यावर रागावलेंही नाहीं, आणि मीं तुमच्या दृष्टीचेंही हरण केलेलें नाहीं. परंतु माझा मांडींतून उत्पन्न झालेला हा भृगुकुलोत्पन्न पुत्र 'भार्गव' मात्र तुम्हांवर रागावलेला असून, तुम्हीं त्याच्या बांधवांचा वध केल्याचें त्याला स्मरण झाल्यामुळें त्या महात्म्यानें क्रुद्ध होऊन तुमचे नेत्र हरण केले आहेत. बाबांनो! जेव्हां तुम्ही भृगूच्या वंशांतील गर्भांचा देखील वध करूं लागलां, तेव्हां मीं हा गर्भ शंभर वर्षेंपर्यंत आपल्या मांडीमध्यें घालून ठेविला. हा गर्भांत असतांच भृगुवंशाचें पुनः प्रिय करण्याच्या इच्छेनें षडंगांसहवर्तमान वेदानें ह्याचे ठिकाणीं प्रवेश केला! तेव्हां आतां, तुम्हीं याच्या पितरांचा

वध केल्यामुळें हा क्रुद्ध झाला असून तुमचा वध करूं इच्छित आहे, व त्याच्याच दिव्य तेजाच्या योगानें तुमची दृष्टि नष्ट होऊन गेली आहे. तेव्हां बाबांनो, आतां तुम्ही माझ्या ह्या पुत्रश्रेष्ठ और्वाचीच प्रार्थना करा.म्हणजे त्याच्या योगानें संतुष्ट होऊन हा तुमची दृष्टि तुम्हांस परत देईल.

वसिष्ठ म्हणाले:—ह्याप्रमाणें तिनें भाषण केलें असतां ते सर्व राजे त्या और्वास 'प्रसन्न हो' असें म्हणाले; व त्यानेंही त्या वेळीं त्यांच्यावर अनुग्रह केला. हा ब्रह्मर्षि आपल्या मातेचा ऊरु (मांडी) फोडून निर्माण झाला, ह्यामुळेंच त्या साधुश्रेष्ठाची लोकांमध्यें औंर्व (मांडींतून जन्मलेला) ह्या नांवानें प्रख्याति झाली. असो. नंतर दृष्टि परत मिळाल्यामुळें ते राजे परत गेले; पण त्या भृगुकुलोत्पन्न और्वानें मात्र सर्व लोकांचा पराभव करण्याचा विचार केला; आणि, बा पराशरा, त्या उदार मनाच्या औंर्वानें सर्व लोकांचा पूर्णपणें वध करण्याकडे एकसारखें आपलें अंतःकरण लाविलें, व त्या भृगुनंदनानें भृगुवंशांतील आपल्या पूर्वजांचा सन्मान करण्याच्या इच्छेनें सर्व लोकांचा विनाश करण्यासाठीं आपलें तप वाढविलें; आणि कडक अशा मोठ्या तपश्चर्येच्या योगानें, आपल्या पूर्वजांस आनंदित करण्यासाठीं त्यानें देव, दैत्य व मनुष्य ह्यांनीं युक्त असणारे सर्व लोक संतप्त करून सोडिले! तेव्हां, पराशरा, तो आपल्या कुलास आनंदित करणारा आहे असें कळून आल्यानंतर, त्याचे पितर पितृलोकांतून त्याच्या जवळ आले, व त्यांनीं त्याला उपदेश केला.

पितर म्हणाले:—बाळा और्वा, तुझ्या उग्र तपश्चर्येचा प्रभाव आम्हांस दिसून आला आहे. तेव्हां आतां तूं लोकांवर अनुग्रह करून आपल्या क्रोधाचें नियमन कर. बा और्वा, अंतःकरण सुसंस्कृत असणाऱ्या आम्हीं भृगूंनीं, क्षत्रिय आमची हिंसा करीत असतांही त्यांच्या वधाविषयीं जें औदासीन्य स्वीकारिलें, तें कांहीं आम्हांमध्यें सामर्थ्य नव्हतें म्हणून नव्हे; तर बा और्वा, जेव्हां आमचें आयुष्य फार वृद्धिंगत झालें, जेव्हां खेद झाल्यामुळें आम्हीं आपली आपणच क्षत्रियांकडून वध करून घेण्याविषयींची इच्छा केली. त्या वेळीं भृगूच्या गृहामध्यें जें कोणीं द्रव्य पुरून ठेविलें होतें, तेंही वैर उत्पन्न व्हावें या उद्देशानें क्षत्रियांस क्रुद्ध करण्यासाठींच होय. कारण, हे द्विजश्रेष्ठ, केवळ स्वर्गाचीच इच्छा करीत असणाऱ्या आम्हांस द्रव्याचें काय प्रयोजन बरें! जें होतें तें द्रव्य जरी दिलें असतें, तरी कांहीं आमची हानि झाली नसती. कारण, कुबेरानें आम्हांला पुष्कळ द्रव्य देऊन ठेवलेलें होतें. सारांश, त्यावेळीं आम्हीं केलेल्या कृत्यांत स्वसंरक्षणाविषयींचा कांहीं उद्देश नव्हता. तर जेव्हां आम्हां सर्वांस घेऊन जाण्यास मृत्यु समर्थ होईना, तेव्हां आम्हीं केवळ मृत्यूसाठीं हा उपाय योजिला. शिवाय, त्यांच्याकडून आपला वध करविण्याचें दुसरें कारण असें आहे कीं, आत्महत्त्या करणाऱ्या मनुष्यास चांगल्या लोकांची प्राप्ति होत नाहीं. तेव्हां आत्महत्त्या करणें उपयोगी नाहीं. असा विचार करून आम्हीं स्वतांचा देहपात केला नाहीं. सारांश, आम्हीं स्वतांसाठींच ह्या क्षत्रियांकडून तें कर्म करविलें; ह्यामुळें, तूं जें हें करीत आहेस, तें कांहीं आम्हांस प्रिय नाहीं. तेव्हां पातकास कारणीभूत असा सर्व लोकांचा पराभव करण्याच्या विचारापासून तूं आपलें अंतःकरण परावृत्त कर. सारांश, क्षत्रियांचा नाश करूं नको; आणि, बाळा, सप्त लोकांचाही नाश करूं नको. तर तपाच्या तेजास दूषित करणाऱ्या ह्या वृद्धिंगत झालेल्या आपल्या क्रोधाचाच नाश कर!

अध्याय एकशें ऐशींवा.

—:०:—

और्वपितरसंवाद.

और्व म्हणतोः— पितरहो, त्या वेळीं जी मीं सर्व लोकांचा विनाश करण्याविषयींचीं प्रतिज्ञा केली, ती माझ्याकडून कधींही निष्फल व्हावयाची नाहीं. माझा रोष आणि प्रतिज्ञा हीं व्यर्थ करण्याविषयीं मला उत्साह होत नाहीं. कारण, जर रोषाचें कार्य केलें नाहीं, तर अग्नि ज्याप्रमाणें अरणीला जाळतो,त्याप्रमाणें तो मला दग्ध करून सोडील. जो मनुष्य सकारण आलेला क्रोध सहन करण्यास तयार होतो, तो धर्म, अर्थ, आणि काम ह्या त्रिवर्गांचें संरक्षण करण्याविषयीं असमर्थ होय. दुर्जनांस शासन आणि सज्जनांचें रक्षण करणाऱ्या राजांनींही आपल्या रागाचा योग्य ठिकाणीं उपयोग करावा हें योग्य आहे, पण ह्या क्षत्रियांनीं जो पूर्वीं रोषाचा उपयोग केला तो मात्र बरोबर नाहीं. मी आपल्या मातेच्या मांडीमध्यें गर्भाशयांत असतां क्षत्रियांनीं भृगुकुलांतील पुरुषांचा वध केल्यामुळें माझ्या मातृवर्गानें केलेला आक्रोश मीं ऐकला आहे. त्या वेळीं जेव्हां या क्षत्रियाधमांनीं गर्भाचा सुद्धां उच्छेद करण्यापर्यंत मजल पोहोंचवून भृगुकुलाचा संहार करण्याचें आरंभिलें, तेव्हांच माझ्या हृदयांत क्रोधाचा संचार झाला. ह्यामुळें ह्या अधम क्षत्रियांचा वध करणें हें माझें कर्तव्य आहे. तसेंच त्या वेळीं माझ्या मातृवर्गाचे गर्भ पूर्ण दशेस आले असतांही त्यांस व माझ्या पितरांसही सर्व लोकांत खरोखर आश्रय म्हणून मिळाला नाहीं. ह्याप्रमाणें जेव्हां भृगुकुलांतील स्त्रियांवर कोणींहि अनुग्रह केला नाहीं, तेव्हां ह्या माझ्या कल्याणकारक मातेनें मला आपल्या मांडीमध्यें धरून ठेविलें.पितरहो, ज्या वेळीं लोकांत पापाचा निषेध करणारा कोणी असतो, त्या वेळीं सर्व लोकांमध्यें पाप करणारा म्हणून कोणी निपजत नाहीं; पण जेव्हां पाप करणाऱ्या पुरुषास त्याचा निषेध करणारा कोठेंही मिळत नाहींसा होतो तेव्हां पुष्कळ लोक पापकर्में करीत राहतात. म्हणूनच त्या वेळीं कोणी निषेध करणारा नसल्यामुळें क्षत्रियांनीं हें पातक केलें आहे, व पुढें देखील हे असेंच करूं लागतील. तेव्हां ह्यांचा निग्रह केलाच पाहिजे. कारण, अंगीं सामर्थ्य असून जो मनुष्य पाप कळून आलें असतांही त्याचा निग्रह करीत नाहीं, त्याला तेंच पातक लागतें. असो. ह्या लोकामध्यें असणारे राजे आणि ऐश्वर्यसंपन्न लोक ह्यांच्या अंगीं सामर्थ्य असतांही त्यांच्या हातून जेव्हां आमच्या पितरांचें संरक्षण करणें शक्य झालें नाहीं, तेव्हाच मी त्यांजवर क्रुद्ध झालों आहें. कारण मी लोकांचा नियंता आहें; व ह्याचमुळें आपल्या सांगण्यासही मान देण्याविषयीं असमर्थ आहें. कां कीं, माझ्या अंगीं सामर्थ्य असतांही आपल्या भाषणास मान देऊन जर मीं ह्यांची उपेक्षा केली, तर कदाचित् लोकांचें पातक मला लागण्याची भीति आहे. शिवाय माझ्या क्रोधापासून निर्माण झालेला जो हा अग्नि सर्व लोकांस भक्षण करूं इच्छीत आहे, तो जर मीं दाबून ठेविला,तर आपल्या तेजानें तो मलाच दग्ध करून टाकील ह्यामुळें त्याचा निग्रह करणें हेंही श्रेयस्कर नाहीं! बरें, तुमचीही लोकांचें कल्याण करण्याची इच्छा आहे हें मला माहीत आहे. तेव्हां, हे सामर्थ्यसंपन्नहो, आतां तुम्हीच लोकांचें आणि माझेंही कल्याण करा.

पितर म्हणाले:-और्वा, हा तुझ्या क्रोधापासून निर्माण झालेला जो अग्नि लोकांस भक्षण करूं इच्छीत आहे, त्याला जलामध्यें सोडून दे. म्हणजे लोकांस भक्षण करण्याची

त्याची इच्छा सफल होईल. कारण, तो जलांत गेला म्हणजे जल भक्षण करूं लागेल, व जलामध्यें सर्व लोक वास करीत आहेत, त्यामुळें अर्थातच त्यानें लोकांस भक्षण केल्यासारखें होईल. सर्व रस हे जलमय असून सर्व जग हें देखील जलमयच आहे. तेव्हां हे ब्राह्मणश्रेष्ठा, तूं आपल्या ह्या क्रोधजन्य अग्नीचा जलामध्येंच त्याग कर, म्हणजे झालें. तसेंच, हे विप्र, जर तुझी इच्छा असली, तर हा तुझा क्रोधजन्य अग्नि जल दग्ध करीत महासागरामध्यें राहूं दे. म्हणजे त्यानें लोकांस भक्षण केल्यासारखें होईल. कारण, लोक हे जलस्वरूपीच आहेत. असें केलें म्हणजे तुझी प्रतिज्ञाही खरी होईल, आणि देवादिकांसहवर्तमान ह्या लोकांचाही संहार होणार नाहीं.

वसिष्ठ सांगतातः– बा पराशरा! त्यांनीं असें सांगितल्यानंतर, और्वानें तो अग्नि समुद्रांत टाकिला. तो महासागरामध्यें अद्यापिही जलभक्षण करीत आहे. वेदवेत्ते लोक सांगतात तें मोठें अश्वाचें मुख हाच अग्नि झाला असून, मुखांतून त्या अग्नीचे उद्गार टाकीत टाकीत महासागरांतील जल प्राशन करीत असतो. असो; बा पराशरा! तुझें कल्याण होवो. मुला, परलोकाची माहिती असल्यामुळें त्वां देखील लोकांचा संहार करणें योग्य नाहीं.

१आपो मूलं हि सर्वस्य सर्वमप्सु प्रतिष्ठितम्॥
आपोऽमृतरसो ह्यापः शुक्रमापो बलं महः ॥
सर्वस्य बीजमापो वै सर्वमप्सु प्रतिष्ठितम् ॥

बृहत्पराशरस्मृति.

(जल हेंच सर्वांचें आदिकरण असून जलामध्येंच सर्व कांहीं वास करीत आहे. जल हें अमृतरस असून जल हेंच वीर्य आहे. तसेंच बल व तेजही आहे. जल हेंच सर्वांचें बीज असल्यामुळें जलामध्यें सर्व कांहीं आहे.)

अध्याय एकशें एक्यायशींवा.

—:०:—

राक्षससत्राचा उपक्रम.

गंधर्व सांगतोः–ह्याप्रमाणें वसिष्ठांनीं सांगितलें असतां, महात्म्या ब्रह्मर्षि पराशरानें सर्व लोकांचा उच्छेद करण्याविषयींचा आपला क्रोध आवरला; व नंतर त्या सर्ववेदज्ञ शक्तिपुत्र पराशरानें राक्षससत्रनामक यज्ञ केला, त्या यज्ञांत त्या महर्षीनें ' राक्षसानें शक्तीचा वध केला ' ही गोष्ट लक्षांत आणून सर्व आबालवृद्ध राक्षसांना दग्ध करून टाकण्याचा उपक्रम केला. ह्या वेळीं त्याच्या दुसऱ्या प्रतिज्ञेचा भंग आपल्याकडून होऊं नये असा विचार करून वसिष्ठांनीं त्यास राक्षसांच्या नाशापासून परावृत्त केलें नाहीं. यज्ञसमारंभ चालू असतां, प्रदीप्त झालेल्या तीन अग्नींच्या पुढें महामुनि पराशर हा चौथा अग्निच कीं काय असा दिसत होता. आपल्या तेजानें मेघपटलांचा नाश करणारा सूर्य जसा आकाशांत प्रकाशमान दिसतो, तसा यज्ञाच्या योगानें राक्षसांचा नाश करणारा शक्तिपुत्र पराशर त्या यज्ञमंडपांत प्रकाशमान दिसत होता. त्याच्याकडे पाहून, हा प्रतिसूर्यच आहे, कीं काय असें तेथें असलेल्या वसिष्ठादिकांना वाटलें.

असो; याप्रमाणें तो राक्षसांचा नाश करणारा असा अनर्थकारक यज्ञ चालू असतां, त्या महातपस्वी पराशरास त्या भयंकर कर्मापासून परावृत्त करून त्यास यज्ञ बंद करावयास लावणें हें साधारण मनुष्यास केवळ अशक्य होतें. तेव्हां राक्षसांना वांचवावें या इच्छेनें उदार मनाचे अत्रि, पुलस्त्य, पुलह, क्रतु, महाक्रतु इत्यादि मोठमोठे मुनि तेथें आले; आणि त्यांपैकीं पुलस्त्य महामुनींनीं पुढें होऊन त्या शत्रुघातक पराशराशीं बोलण्यास आरंभ केला.

पराशरांस पुलस्त्य मुनींचा उपदेश.

पुलस्त्य मुनि म्हणाले:—बा पराशरा, तूं जें चालविलें आहेस, त्यापासून तुझी बुद्धि परावृत्त करण्याचा कोणीच प्रयत्न करीत नाहीं का? आणि तुलाही अज्ञान आणि निरपराधी राक्षसांचा प्राण घेण्यापासून आनंद का होतो ? बा पराशरा ! माझ्या संततीचा उच्छेद करणें हें तुला मुळींच योग्य नाहीं. कारण तूं तपोनिष्ठ ब्राह्मण आहेस! बाबा! तपोनिष्ठांनीं अशा प्रकारचीं कृत्यें करावीं असें कोणत्याही धर्मांत सांगितलेलें मला माहीत नाहीं. तपोनिष्ठाचा शांति हा मुख्य धर्म होय; व त्याप्रमाणें त्वां आपलें आचरण ठेवावें हेंच योग्य आहे. प्रस्तुत जें धार्मिक कृत्य तूं करीत आहेस,तें तुझ्या मोठेपणाला मुळींच शोभत नाहीं. आतां, तुझ्या स्वतासंबंधानें जरी तुला विचार करावयाचा नसला,तरी निदान तुझ्या पित्याकडे तरी पहा;तो मोठा धर्मज्ञ असल्यामुळें त्याच्या मुलानें असें धर्मविरुद्ध वर्तन करणें हें त्यास लांच्छनास्पद होय. शिवाय माझ्या प्रजेचा उच्छेद करणेंही न्याय्य नाहीं; कारण, त्यांनीं जो तुझ्या पित्याचा वध केला त्यास, कारण तो स्वतांच आहे. त्यानें दुसऱ्यास शाप देऊन जो अपराध केला,तो अपराधच त्याच्या मृत्यूस कारण झाला. नाहींपेक्षां, हे मुनिवर्या ! त्याला भक्षण करण्याचें राक्षसाचें काय सामर्थ्य होतें ! त्यानें जर राजाला शाप दिला नसता, तर राजानेंही त्यास भक्षण केलें नसतें. तर, बाबा ! त्यानें स्वतांच आपल्यावर मृत्यु ओढवून घेतला. वास्तविक पाहिलें तर विश्वामित्र हे सुद्धां निमित्तमात्र होत; व राजा कल्माषपादाचीही स्थिति तशीच आहे. बरें, इतकेंही असून,राक्षसानें खाऊन टाकल्यामुळें शक्ति अथवा त्याचे धाकटे बंधु ह्यांची कांहीं हानि झाली आहे असेंही नाहीं. ते सर्व स्वर्गलोकीं गेले असून. त्यांचा समागम सदोदीत देवाशीं होत असल्यामुळें ते आनंदांत आहेत. महामुने, वसिष्ठ ऋषि हें सर्व जाणत आहेत तेव्हां, हे ज्ञानवान पराशर मुने, ह्या गरीब बिचाऱ्या राक्षसांचा विनाकारण उच्छेद होत असून ह्या यज्ञास मात्र तूं कारण होत आहेस, हें बरें नाहीं. याकरितां तूं आपला हा यज्ञ समाप्त कर. तुझें कल्याण असो.

राक्षससत्राची समाप्ति.

गंधर्व सांगतो:—ह्याप्रमाणें पुलस्त्य मुनींनीं भाषण केल्यानंतर वसिष्ठांनींही त्या शक्तिपुत्र पराशरास पुलस्त्य मुनींप्रमाणेंच सांगितलें; तेव्हां त्यानें यज्ञाची समाप्ति केली; व सर्व राक्षसांचें सत्र करण्यासाठीं तयार केलेला अग्नि त्यानें हिमालयाच्या उत्तरेच्या बाजूस एका मोठ्या अरण्यांत नेऊन टाकून दिला. तेथें तो अग्नि पर्वदिवशीं अद्यापिही राक्षस, वृक्ष आणि पाषाण भक्षण करतांना दृष्टीस पडतो.

अध्याय एकशें ब्यायशींवा.

—:(०):—

कल्माषपादशापकथन.

अर्जुन विचारतो:—मित्रा, राजा कल्माषपादानें आपली स्त्री उपभोगाकरितां गुरुवर्य ब्रह्मनिष्ठ वसिष्ठ यांजकडे कशी पाठविली, व त्या धर्मज्ञ ऋषिश्रेष्ठांनीं तरी असलें अधर्मभूत अगम्यगमन कसें केलें ? मला तर या गोष्टीविषयीं संशय आहे; याकरितां त्यासंबंधीं खरी खरी हकीकत काय आहे ती सांगून माझा संशय दूर कर.

गंधर्व सांगतो:—बा दुर्जया धनंजया, तूं जो मला प्रश्न केलास, तत्संबंधीं सर्व वृत्तांत मी तुला सांगतों, ऐक. वसिष्ठपुत्र महात्मा शक्ति ह्यानें कल्माषपाद राजास काय कारणानें शाप दिला, तें तुला मीं पूर्वीं सांगितलेंच आहे. त्याप्रमाणें शाप झाल्यानंतर, क्रोधांध झालेला तो कल्माषपाद राजा शापग्रस्त होऊन आपल्या स्त्रीसहवर्तमान नगरांतून बाहेर पडला, व तिच्यासह

घोर अरण्यांत निघून गेला. तें अरण्य नानाप्रकारच्या लहानमोठ्या वृक्षवेलींनीं अगदीं झांकून गेलें असून, त्यांत हरिणांचे कळप व अनेक जातींचे क्रूर पशु संचार करीत असल्याकारणानें तेथें मनुष्याचें दर्शन होणेंही अशक्य होतें.

असो; अशा प्रकारच्या त्या अरण्यांत भयंकर गर्जना करीत संचार करीत असतां, एके वेळीं त्यास अत्यंत क्षुधा लागल्यामुळें तो भक्ष्य शोधूं लागला. परंतु भक्ष्य पहातां पहातां तो अगदीं थकून गेला तरी त्यास कोठें भक्ष्य मिळेना ! इतक्यांत त्या अरण्यांत एक ब्राह्मण आणि त्याची स्त्री हीं उभयतां विषयसुखास प्रवृत्त झालेलीं त्याच्या दृष्टीस पडलीं. परंतु त्यांचीही दृष्टि ह्यांच्याकडे गेल्यामुळें त्यांना याचें भय वाटून, इच्छा पूर्ण झाली नसतांही तीं पळूं लागलीं. तरी शेवटीं त्या राक्षसत्व पावलेल्या राजानें त्या पळत असलेल्या जोडप्यापैकीं ब्राह्मणास धरलेंच ! तेव्हां ती ब्राह्मणस्त्री अतिशय काकळुतीस येऊन त्याला म्हणाली:– हे सदाचारसंपन्न राजा, माझें एक म्हणणें तूं ऐकून घे. तूं सूर्यवंशांत जन्मलेला असून लोकविख्यात आहेस. त्याचप्रमाणें, तूं प्रमाद न होऊं देतां धर्मानें वागत असून, गुरुसेवेंत तत्पर होतास. तेव्हां आतां जरी तूं शापानें भ्रष्ट झाला आहेस, तरी असें पापकर्म करणें तुला योग्य नाहीं. माझा ऋतुकाल प्राप्त झाला असल्यामुळें गर्भधारणेसाठीं मीं आपल्या पतीची संगति केली असून माझी इच्छा तर तृप्त झाली नाहींच; व पतिही संकटांत पडला ! यामुळें मला अतिशय दुःख होत आहे. याकरितां, हे राजश्रेष्ठा ! तूं मजवर दया कर, आणि माझ्या पतीला सोडून दे.

अर्जुना, ह्याप्रमाणें त्या ब्राह्मणस्त्रीनें आक्रोश करून पुष्कळ प्रकारें त्या कल्माषपादाची प्रार्थना केली; परंतु तिचा कांहींएक उपयोग झाला नाहीं. व्याघ्र ज्याप्रमाणें आपणास प्रिय असलेला हरिण भक्षण करितो, त्याप्रमाणें त्यानें तिच्या पतीस भक्षण केलें ! तें त्याचें दुष्ट व भयंकर कृत्य पाहून ब्राह्मणाच्या स्त्रीस त्याचा अत्यंत क्रोध आला; तिच्या तळपायाची आग मस्तकास गेली; व दुःखाश्रूंनीं तिचे नेत्र भरून वाहूं लागले. तिच्या नेत्रांतून जे अश्रु खालीं पडले, त्यांपासून प्रखर अग्नि उत्पन्न होऊन तेथील प्रदेश पेटला; आणि पुढें शोकसंतप्त व पतिदुःखानें व्याकूळ होऊन गेलेल्या त्या ब्राह्मणस्त्रीनें क्रोधानें त्या कल्माषपाद राजास शाप दिला !

ब्राह्मणस्त्री म्हणाली:–अरे दुष्टा ! ज्या अर्थीं माझे मनोरथ पूर्ण झाले नसतां माझ्या समक्ष तूं माझ्या महायशस्वी प्रियपतीस घातक्याप्रमाणें भक्षण केलें आहेस, त्या अर्थीं, हे दुर्बुद्धे ! मी तुला असा शाप देतें कीं, ज्या वेळीं तूं ऋतुकालीं आपल्या स्त्रीच्याजवळ जाशील, त्या वेळेस तत्काल तुझा प्राण जाईल ! तसेंच ज्या वसिष्ठ मुनींच्या पुत्रांचा तूं नाश केला आहेस, त्या वसिष्ठांशींच समागम केल्यानंतर तुझ्या स्त्रीला पुत्र होईल; आणि हे नराधमा, तोच पुत्र तुझ्या वंशास कारणीभूत होईल !

अर्जुना, ह्याप्रमाणें त्या राजास शाप दिल्यानंतर, अंगिरस कुलांतील त्या साध्वीनें तेथें प्रदीप्त झालेल्या अग्नींत राजाच्या समक्ष प्रवेश केला ! अर्जुना, ज्ञानयोग आणि तपःसामर्थ्य यांच्या योगानें महाभाग वसिष्ठ मुनींना हें सर्व कळून आलें. असो. पुढें बराच काल लोटल्यानंतर तो राजर्षि शापमुक्त झाला. नंतर तो ऋतुकालीं आपल्या मदयंतीनामक स्त्रीकडे गेला. ह्या वेळीं मदनानें तो वेडावून गेलेला असल्यामुळें त्याला शापाचें स्मरण राहिलें

नाहीं. परंतु त्याच्या स्त्रीनें त्याला शापाचें स्मरण देऊन त्याचा निषेध केला. तेव्हां त्याला पूर्व गोष्टीचें स्मरण होऊन त्याचें अंतःकरण गडबडून गेलें व त्यास अतिशय ताप झाला !

हे नरश्रेष्ठा पार्था, याप्रमाणें त्या राजास शाप झाल्यामुळें त्या दोषानें त्यानें आपली स्त्री वसिष्ठ ऋषींकडे उपभोगाकरितां पाठविली. अर्थात् त्या शापामुळेंच वसिष्ठ मुनींनाही तिचा अंगीकार करावा लागला !

अध्याय एकशें त्र्यायशींवा.

—:०—

पुरोहितवरण.

अर्जुन म्हणालाः—गंधर्वा, तुझ्या सांगण्याप्रमाणें आम्ही पुरोहित करण्यास तयार आहों; तेव्हां आमचा पुरोहित होण्यास योग्य असा जो कोणी वेदवेत्ता पुरुष असेल, त्याचें नांव सांग. कारण तुला सर्व कांहीं माहीत आहे.

गंधर्व म्हणालाः–देवल मुनींचे धाकटे बंधु धौम्य मुनि हे उत्कोचकनामक तीर्थावर तपश्चर्या करीत आहेत. तेव्हां तुझी इच्छा असली तर तूं त्यांना पुरोहित कर.

वैशंपायन सांगतातः—असें त्यानें सांगितल्यानंतर अर्जुनानें त्या गंधर्वास यथाविधि आग्नेय अस्त्र अर्पण केलें, व त्यानें त्याला सांगितलें कीं, " मला जे तूं अश्व देणार आहेस. ते सध्यां तुझ्यापाशींच राहूं दे.कारण पडेल त्या वेळेस मी ते तुझ्याकडून घेईन. तुझें कल्याण असो." याप्रमाणें सांगितल्यानंतर गंधर्व आणि ते पांडव ह्यांनीं परस्परांचा बहुमान केला, व नंतर ते या रमणीय भागीरथी तीरावरून आपापल्या इष्ट दिशेला निघून गेले.

असो; पुढें ते पांडव उत्कोचक तीर्थावर गेले, व धौम्य मुनींच्या आश्रमांत जाऊन,त्यांनीं त्यांस आपलें पुरोहितत्व स्वीकारण्याविषयीं विनंती केली.तेव्हां धौम्य मुनींनींही वन्य फलमूलांनीं त्यांचा योग्य आदरसत्कार करून त्यांच्या पौरोहित्याचा स्वीकार केला. धौम्य मुनींनीं पुरोहितत्व स्वीकारल्यामुळें पांडवांनाही मोठा आनंद झाला; व आतां राज्यलक्ष्मी व द्रौपदीही आपणास प्राप्त झालीच असें त्यांना वाटलें.इतकेंच नव्हे,तर धौम्यमुनींसारखे पुरोहित मिळाल्यामुळें आपणांस एक संरक्षकच मिळाला असें त्यांना वाटलें. कारण, ते अंतःकरणाचे उदार असून वेदार्थाचें तत्त्व जाणणारे होते व त्या धर्मात्म्यानें धर्मनिष्ठ पांडवांस आपले शिष्य केलें होतें.धौम्य मुनि आपणांस उपाध्याय मिळाले म्हणून पांडवांच्या मनाला जसा उत्साह वाटूं लागला तसेंच बुद्धि, वीर्य, बल आणि धर्मनिष्ठा अंगीं असणारे ते पांडव केवळ देवच आहेत असें वाटून त्यांना राज्यप्राप्ति झाल्यासारखीच आहे, असें त्या धौम्य मुनींनाही वाटलें. पुढें त्या धौम्यमुनींनीं पुण्याहवाचन केल्यानंतर, नरपतिश्रेष्ठ पांडवांनीं द्रौपदीच्या स्वयंवरास जाण्याचा विचार केला.

स्वयंवरपर्व.

अध्याय एकशें चौऱ्यायशींवा.

—:०:—

पांडवांचा मार्गामध्यें ब्राह्मणांशीं संवाद.

वैशंपायन सांगतातः—नंतर ते नरश्रेष्ठ पांडव, द्रुपद राजाचा महोत्सवसंपन्न प्रदेश आणि द्रौपदी हीं अवलोकन करण्याच्या उद्देशानें निघाले. कुंतीही त्यांजबरोबर होती. वाटेनें, द्रौपदी-स्वयंवराकरितां निघालेल्या ब्राह्मणांचे अनेक समुदाय त्यांना भेटले. तेव्हां त्यांनीं "तुह्मीं आलां कोठून? जाणार कोठें" असें त्या ब्रह्मचारी पांडवांस विचारलें. तेव्हां युधिष्ठिर म्हणाला, "आम्ही सर्व बंधु आणि ही आमची माता असे एकचक्रा नगरीहून आलों !"

ब्राह्मण म्हणालेः—तर मग आतां तुह्मी आमच्याबरोबर पांचाल देशाला चला. तेथें द्रुपद राजाच्या घरीं स्वयंवराचा मोठा उत्सव होणार असून त्याकरितां द्रव्यही पुष्कळ खर्च होणार आहे. आम्ही सर्व त्याकरितांच जात आहों. तेथील समारंभ मोठा प्रेक्षणीय असून आश्चर्यकारक आहे! अहो, जिचें स्वयंवर व्हावयाचें आहे, ती राजा यज्ञसेनाची कन्या यज्ञवेदीपासून उत्पन्न झालेली असून अत्यंत लावण्यसंपन्न आहे. तिचे नेत्र कमलपत्रांप्रमाणें असून सर्व अवयव तर अगदीं दर्शनीय आहेत त्यांत दोष म्हणून कसला तो नाहींच! ती सुकुमारी मोठी विचारशील आहे. कवच, खड्ग, बाण आणि धनुष्य यांसहवर्तमान, अत्यंत प्रज्वलित झालेल्या अग्नीमधून उत्पन्न झालेला जो महातेजस्वी व प्रतापशाली द्रोणशत्रु धृष्टद्युम्न त्याची ही भगिनी होय. तिचें नांव द्रौपदी असें आहे. त्या सिंहकटी सुंदरीचे शरिरास नीलकमला प्रमाणें सुगंध येत असून त्याचा घमघमाट एक कोशपर्यंत चाललेला असतो. तेव्हां स्वयंवराविषयीं उत्साहयुक्त असलेली ती याज्ञसेनी आणि तो अपूर्व महोत्सव पाहण्याकरितांच आह्मी चाललों आहों. या ठिकाणीं यज्ञ करणारे, विपुल दक्षिणा देणारे, अध्ययनसंपन्न, पवित्र, महात्मे, स्वीकारलेलें व्रत नियमानें चालविणारे, तरुण आणि देखणे असे राजे व राजपुत्र अनेक देशांहून येणार असून अस्त्रविद्याप्रवीण असे अनेक महारथी राजेही येणार आहेत. आपणांस त्या समारंभांत जय मिळावा म्हणून ते तेथें आलेले राजे विपुल दक्षिणांसह गाई व उत्तम भोजनें ब्राह्मणांस देऊन अनेक प्रकारच्या देणग्याही देतील. ते सर्व घेऊन व स्वयंवर आणि उत्सवसमारंभ पाहून मग आपण वाटेल तिकडे जाऊं. तेथें नट, वैतालिक[1], नर्तक[2], सूत[3], मागध[4], मल्ल वगैरे अनेक गुणी जन अनेक देशांहून येणार आहेत. तेव्हां हे महात्म्यांनों ! तुम्ही मोठ्या उल्हासानें तो अपूर्व उत्सव पाहण्याकरितां चला. उत्सव पाहून व तेथें मिळेल ती दक्षिणा वगैरे घेऊन, पाहिजे तर आमच्याच बरोबर तुम्ही परत या. शिवाय, तेथें तुह्मी आलां असतां तुमचा दुसराही एक मोठा फायदा होण्याचा संभव आहे. तो हा कीं, तुम्ही दिसण्यांत सुंदर आणि देवांप्रमाणें तेजस्वी असे आहां. तेव्हां तुह्मांला पाहून कदाचित् दैवयोगानें तुमच्यापैकीं एखाद्याला द्रौपदी माळही घालील! (अर्जुनाकडे बोट करून धर्मराजास ब्राह्मण म्हणतातः—) तसेंच, हे महात्म्या, हा जो तुझा कांतिमान, सुरूप आणि महाशूर बंधु आहे, त्याची शत्रुविजयाकडे योजना केली तर दैवयोगानें हा त्यांचा पराभव करून द्रव्यही मिळवील, व असें झालें तर खरोखरच तुम्हां सर्वांना आनंदीआनंद होईल.

युधिष्ठिर म्हणालाः—महाराज! इतक्या प्रेमानें व कळकळीनें आपण आम्हांस सांगतां, तर

१ मंगलकारक वचनें बोलणारे. २ नाचणारे. ३ पुराणिक. ४ राजवंश सूचित करणारे.

तो अपूर्व स्वयंवरसमारंभ पाहण्याकरितां आम्ही तुमच्याबरोबर येतों; चला.

अध्याय एकशें पंचायशींवा.

—:०:—

द्रुपदपुरप्रवेश.

वैशंपायन सांगतातः–जनमेजया, ह्याप्रमाणें बोलणीं झाल्यावर; द्रुपद राजा ज्याचें रक्षण करीत होता त्या दक्षिणपांचाल देशाकडे पांडव निघाले; तों तेथें त्यांना भगवान व्यासांचें दर्शन झालें. तेव्हां पांडवांनीं त्यांचा योग्य सत्कार केला असतां व्यासांनींही त्याचा प्रेमानें स्वीकार केला. नंतर पांडवांनीं झालेला आणि ठरविलेला सर्व वृत्तांत त्यांना सांगितला. तो सर्व ऐकून घेऊन त्यांनीं त्यांच्या विचारास अनुमोदन दिलें. पुढें ते पांडव मार्गातील रम्य सरोवरें आणि वनप्रदेश पहात पहात व मुक्काम करीत करीत द्रुपदाच्या राजधानीकडे चालले; तों कांहीं दिवसांनीं ते अध्ययनसंपन्न, पवित्र, प्रिय भाषण करणारे व रूपसंपन्न पांडुपुत्र पांचाल देशास जाऊन पोहों चले. तेव्हां प्रथम त्यांनीं सर्व नगर पाहिलें; आणि नंतर ते एका कुंभाराच्या वरीं वस्तीस राहिले. तेथें ते ब्राह्मणाच्या वृत्तीनें राहून भिक्षा मागून निर्वाह करीत असत, यामुळें त्यांचें खरें स्वरूप कोणासही कळलें नाहीं.

जनमेजया, राजा यज्ञसेनाची इच्छा द्रौपदी पांडुपुत्र अर्जुनालाच द्यावी अशी होती. पण त्याचा शोध नसल्यामुळें त्यानें आपला हेतु प्रकट केला नव्हता. तथापि त्यानें अर्जुनाचा शोध लावण्याच्या उद्देशानें एक युक्ति केली. ती अशीः त्यानें एक अतिशय बळकट व अर्जुनावांचून इतरांस वांकवितांच येऊं नये असें धनुष्य तयार करविलें, व आकाशांत फिरणारें एक कृत्रिम यंत्र तयार करून त्याला तसेंच एक लक्ष्य लाविलें; आणि असें प्रसिद्ध केलें कीं, “ जो कोणी हें धनुष्य सज्ज करून व तयार असलेल्या बाणांनीं लक्ष्याचा भेद करून इतरांस मागें सारील त्यास माझी कन्या द्रौपदी मिळेल. ”

राजा, ह्याप्रमाणें द्रुपद राजानें द्रौपदीच्या स्वयंवराविषयींच वृत्तांत प्रसिद्ध केला असतां, तो समारंभ पाहण्याच्या इच्छेनें पृथ्वीवरील सर्व राजे, कर्णासह दुर्योधनादिक कौरव, महात्मे ऋषि, आणि देशोदेशींचे मोठमोठे विद्वान ब्राह्मण तेथें आले होते. द्रुपद राजानेंही त्या सर्वांचा उत्तम प्रकारें सत्कार करून त्यांची उत्तम व्यवस्था ठेविली होती. राजा, हे राजे इतके होते कीं, स्वयंवर पाहण्याकरितां जेव्हां ते स्वयंवरमंडपांत आले, तेव्हां त्यांना बसण्याकरितां जे मंचक (कोचें) ठेविले होते, त्यांजवर त्यांना अगदीं एकमेकांना खेटून बसावें लागलें. ह्याप्रमाणें समारंभाची जिकडे तिकडे गर्दी उडाली असल्यामुळें समुद्रगर्जनेप्रमाणें ध्वनि होऊन एकच कलकलाट होऊन गेला होता !

मंडपाची रचना.

जनमेजया, ह्या स्वयंवरसमारंभाकरितां जो मंडप घातला होता, तो फारच अपूर्व होता. हा नगराच्या ईशान्य बाजूस असून, तो ज्या भूमीवर घातला होता ती जागा सपाट व शुद्ध होती. त्याच्या सभोंवतीं उत्तम उत्तम वाडे बांधिले असून मध्यें हा मंडप घातला होता. या सर्व जागेच्या बाहेर एक मोठा कोट बांधिला असून त्याच्या बाहेर खंदक होता. कोटास सर्व दिशांस भव्य दरवाजे असून त्याच्यासमोर खंदकावर उत्तम कारागिराच्या कामाचे पूल बांधिले होते. कोटाच्या या मोठमोठ्या दरवाजांच्या मधल्या भागांत लहान लहान दरवाजे सारख्या प्रमाणांत केलेले होते, ह्यामुळें तो फारच शोभायमान दिसत होता. एकंदर समारंभाच्या मानानें स्वयंवरमंडपही अप्रतिम केला होता. मंडपास दिलेलें छत्र चित्रविचित्र असून तो सर्व मंडप चोहोंकडून शृंगारि-

लेला होता. तें सर्व स्थान उंची आगुरूच्या धूपानें सुगंधित केलेलें असून तेथें चंदनाचे सडे घातले होते. ठिकठिकाणीं मोठमोठ्या पुष्पमाला लावून तें ठिकाण फारच सुशोभित केलेलें होतें. ह्या मंडपाच्या सभोंवतीं जीं मंदिरें होतीं, तीं इतकीं उंच होतीं कीं, जणू काय तीं गगनालाच घर्षण करीत आहेत! ह्याप्रमाणें कैलासशिखरांसारख्या तेजस्वी व शुभ्र अशा त्या वाड्यांच्या मध्यभागीं मंडप असल्यामुळें त्यास पूर्ण रमणीयत्व आलें होतें. तेथें वाजंत्र्यांचे ताफे तर शेकडों लाविल्यामुळें त्यांच्या सुस्वर ध्वनीनें आणि प्रचंड लोकसमुदायाच्या गलबल्यानें तें स्थान दुमदुमून गेलें होतें. स्वयंवरमंडपाच्या सभोंवतीं जे वाडे होते, ते समारंभाकरतां येणाऱ्या राजांकरितांच बांधिलेले असल्यामुळें तेही उत्तमच होते. त्यांचीं द्वारें होतीं तीं सुवर्णाचीं असून, त्या वाड्यांची जमीन रत्नशिलांच्या फरसबंदीची होती. त्या वाड्यांत जे जिने होते, तेही रत्नशिलांचेच असून त्यांवरून जाण्यायेण्यास अगदीं कष्ट पडूं नयेत इतके ते सुगम केलेले होते. आंत ठिकठिकाणीं उत्तम प्रकारच्या बैठकी घातल्या असून जागजागीं पुष्पमाला लाविल्यामुळें तीं स्थलें फारच मनोरम आणि आनंदमय होतीं. प्रत्येक ठिकाणची व्यवस्था बरोबर रहावी म्हणून अनेक सेवकांची योजना केली होती. उंची आगुरूच्या धूपानें ते वाडे सुगंधित केलेले असल्यामुळें त्या वाड्यांच्या सभोंवतालचा चार चार कोशपर्यंतचा प्रदेश सुवासानें दरवळून गेला होता. त्या गगनचुंबित वाड्यांच्या खिडक्यांत बसून सृष्टिसौंदर्य पहावें असें कोणास वाटेल, तर तेथें बसण्याच्या सोई असाव्या म्हणून कोठें मूल्यवान मंचक तर कोठें सुखासनें सिद्ध ठेविलीं होतीं. ह्या वाड्यांचा रंग सूर्यकिरणांप्रमाणें असल्यामुळें, हीं अनेक प्रकारच्या धातूंनीं संपन्न असलेलीं हिमालयाचीं शिखरेंच आहेत कीं काय असें वाटे. असो; अशा प्रकारच्या त्या सातमजली वाड्यांत सर्व राजे आपआपल्याला लवाजम्यासुद्धां राहिले होते.

असो; राजा जनमेजया, समारंभाचा दिवस जसजसा जवळ येत चालला, तसतसा हा समाज फारच वृद्धिंगत होत चालला. तेथें त्या वेळीं अनेक प्रकारचीं धर्मकृत्यें चाललीं असून नटनर्तकांचे गाननृत्यादि अनेक अनेक मनोरंजक प्रकारही चालले असल्यामुळें तें स्थल आनंदानें गजबजून गेलेलें होतें. असो. पुढें स्वयंवराचा दिवस आला, तेव्हां महाबलवान, पराक्रमी, ऐश्वर्यसंपन्न, सुरूप, दानशूर, ब्राह्मणांचे हितकर्ते, आपापल्या राज्याचें उत्तम प्रकारें संरक्षण करणारे आणि लोकप्रिय असे सर्व राजे व इतरही लोक आपापल्या ठिकाणीं विराजमान झाले. त्यांच्या बरोबरच ते पांडवही आलेले होते. ते सर्व आणि इतरही ब्राह्मणमंडळी व नागरिकजन हे द्रुपद राजाचें तें ऐश्वर्य पहात पहात द्रौपदीचें दर्शन व्हावें ह्या इच्छेनें समुदायांत बसले, नंतर, सोळावे दिवशीं स्नान करून उत्तम वस्त्र परिधान केलेली व बहुमोल अलंकारांनीं विभूषित असलेली द्रौपदी सभेमध्यें आली. तिच्या हातांत अत्यंत सुशोभित अशी सुमनमाला होती. असो. सोमकवंशांतील राजाच्या पुरोहितानें अग्नीभोंवतीं दर्भांचें परिस्तरण घालून यथाविधि घृताचें हवन केलें; व त्या योगानें अग्नीला तृप्त केल्यानंतर ब्राह्मणाकडून पुण्याहवाचन करविलें. त्यावेळीं सर्व प्रकारचीं मंगल वाद्यें वाजूं लागलीं.

ह्याप्रमाणें यथाविधि सर्व कृत्यें झाल्यानंतर सर्व वाद्यें बंद केलीं; व द्रुपदपुत्र धृष्टद्युम्न हा आपल्या भगिनीस घेऊन पुढें आला; आणि त्यानें सर्व लोकांना ऐकूं जाईल अशा मेघाप्रमाणें गंभीरवाणीनें मधुर व अर्थयुक्त भाषण केलें: तो म्हणाला, 'हे नृपहो! मी आपणां सर्वांस कांहीं सांगत आहे, तें आपण लक्षपूर्वक श्रवण करा! येथें हें धनुष्य आहे,

व त्याच्याजवळ अत्यंत तीक्ष्ण असे बाण आहेत त्यांपैकीं पांच बाण एकदम गरगर फिरणाऱ्या यंत्राच्या छिद्रांतून वर सोडून ते लक्ष्यावर मारिले पाहिजेत. हा लक्ष्यभेद करणारा उत्तम कुलांतला असून रूपवान आणि बलवान असावा. जो कोणी हें महत्कृत्य करील, त्याची ही माझी भगिनी निश्चयानें भार्या होईल ! ”

राजा जनमेजया, याप्रमाणें सर्व राजांना सांगून तो द्रुपदपुत्र तेथें जमलेल्या सर्व राजांचीं नांवें, पराक्रम आणि गोत्रें हीं आपल्या भगिनीस सांगूं लागला.

अध्याय एकशें शायशींवा.

—:०:—

भूपालनामनिर्देश.

धृष्टद्युम्न सांगतोः–द्रौपदि, दुर्योधन, दुर्विषह, दुर्मुख, दुष्प्रधर्षण, विविंशति, विकर्ण, सह, दुःशासन, युयुत्सु, वायुवेग, भीमवेगरव, उग्रायुध, बलाकी, कारकायु, विरोचन, कुंडक, चित्रसेन, सुवर्चा, कनकध्वज, नंदक, बाहुशाली तुहुंड, विकट व आणखीही महाबलवान वीर धृतराष्ट्रपुत्र हे कर्णास बरोबर घेऊन तुझ्याकरितां येथें आलेले आहेत. तसेंच क्षत्रियांमध्यें श्रेष्ठ असे असंख्य पृथ्वीपति येथें आलेले असून शकुनि, सौबल, वृषक आणि बृहद्बल हे सर्व गांधार देशाच्या अधिपतींचे पुत्रही आलेले आहेत. अश्वत्थामा आणि भोज हे उभयतां सर्व योद्ध्यांमध्यें श्रेष्ठ असणारे महात्मे उत्कृष्ट प्रकारचे अलंकार धारण करून प्राप्त झालेले आहेत. त्याचप्रमाणें बृहंत, मणिमान्, पृथ्वीपति दंडधार, सहदेव, जयसेन, भूपति मेघसंधि, व शंख आणि उत्तर ह्या पुत्रांसहवर्तमान विराट, तसेच वार्धक्षेमि, सुशर्मा, आणि महीपति सेनाबिंदु, सुनामा व सुवर्चा ह्या दोन पुत्रांसहवर्तमान सुकेतु, सुचित्र, सुकुमार, वृक, सत्यधृति, सूर्यध्वज, रोचमान, नील, चित्रायुध, अंशुमान्, चेकितान, महाबलिष्ठ श्रेणिमान्, समुद्रसेनाचा पुत्र प्रतापशाली चंद्रसेन, जलसंध, विदंड आणि दण्ड हे उभयतां पितापुत्र, पौण्ड्रक वासुदेव, वीर्यवान भगदत्त, कलिंग देशाचा अधिपति, ताम्रलिप्ताचा अधिपति, पत्तनाधिपति, वीर रुक्मांगद आणि रुक्मरथ ह्या पुत्रांसहवर्तमान मद्र देशाचा अधिपति महारथी शल्य, कुरुवंशज सोमदत्त आणि त्याचा पुत्र महारथ, एकत्र असलेले शूर सूरि, भूरिश्रवा आणि शल हे तिघे, कांबोजदेशाधिपति सुदक्षिण, पूरुवंशांतील दृढधन्वा, बृहद्बल, सुषेण, उशीनर राजाचा पुत्र शिबि आणि चोरांचा वध करणारा कारूष देशाचा अधिपति हेही आलेले आहेत. तसेंच बलराम, श्रीकृष्ण, रुक्मिणीपुत्र वीर्यसंपन्न सांब आणि चारुदेष्ण श्रीकृष्णाचा बंधु गद ह्यांच्यासहवर्तमान प्रद्युम्न, अक्रूर, सात्यकि, महाबुद्धिवान उद्धव, कृतवर्मा, हार्दिक्य, पृथु, विपृथु, विदूरथ, कंक, गवेषणासहवर्तमान शंकु, आशावह, अनिरुद्ध, समीक, सारिमेजय, वीर वातपति, झिल्ली, पिंडारक, आणि महापराक्रमी उशीनर, हेही वृष्णिकुलोत्पन्न क्षत्रिय आलेले तुजला निवेदन केले. त्याचप्रमाणें भगीरथ, बृहत्क्षत्र, सिंधुदेशाधिपति जयद्रथ, बृहद्रथ, बाल्हीक, महारथी श्रुतायु, उलूक, राजा कैतव, चित्रांगद, शुभांगद, बुद्धिमान वत्सराज, कोसलदेशाधिपति, पराक्रमशाली शिशुपाल, आणि जरासंध, हे व आणखी दुसरेही अनेक देशांचे अधिपति भूमंडलावर प्रसिद्ध असणारे क्षत्रिय तुझ्यासाठीं ह्या ठिकाणीं प्राप्त झालेले आहेत. आतां हे कल्याणि, हे पराक्रमी लोक तुझ्यासाठीं ह्या उत्कृष्ट प्रकारच्या लक्ष्याचा भेद करितील. तेव्हां जो ह्या लक्ष्याचा भेद करील, त्याच्या गळ्यांत तूं आज माळ घाल.

अध्याय एकशें सत्यायशींवा.

—:०:—

राजपराङ्मुखता.

वैशंपायन सांगतातः—राजा, धृष्टद्युम्नाचें हें भाषण ऐकतांच, अलंकार धारण केलेले, कानांत कुंडलें घातलेले, तारुण्यसंपन्न, परस्परांशीं स्पर्धा करणारे व अस्त्रविद्या आणि सामर्थ्य हीं काय तीं आपल्याच ठिकाणीं आहेत असें मानणारे ते सर्व राजे शस्त्रें उगारून रंगभूमीकडे उड्या घेऊं लागले. त्या वेळीं रूप, वीर्य, कुल, सदाचार, संपत्ति आणि तारुण्य ह्यांजविषयींचा त्यांचा गर्व अत्यंत वाढला असल्यामुळें, ते मदाच्या वेगामुळें, गंडस्थळांतून दानोदक गळणाऱ्या हिमालयपर्वतावरील गजराजांप्रमाणें दिसत होते. असो. परस्परांकडे स्पर्धेनें निरीक्षण करणारे व सर्वांगांत मदनाचा संचार झालेले ते राजे 'द्रौपदी ही माझीच आहे' असें म्हणत म्हणत एकदम सिंहासनावरून उठले. द्रौपदीस जिंकून घेण्याच्या इच्छेनें रंगभूमीवर जमलेले ते क्षत्रिय, पर्वतराज हिमालयाची कन्या उमा हिला मिळविण्याच्या इच्छेनें एकत्र जमलेल्या देवसमूहाप्रमाणें शोभत होते. ह्या वेळीं शरीर मदनाच्या बाणांनीं पीडित होऊन अंतःकरण केवळ द्रौपदीकडेच लागून राहिल्यामुळें, ते राजे रंगभूमीवर गेल्यानंतर द्रौपदीच्या प्राप्त्यर्थ त्या ठिकाणीं मित्रांचा देखील द्वेष करूं लागले. असो. नंतर यम आणि कुबेर यांस पुढें करून रुद्र, आदित्य, वसु, अश्विनीकुमार, सर्व साध्य, मरुद्गण इत्यादिक देवगण विमानांत बसून त्या ठिकाणीं आले. तसेंच दैत्य, गरुड, महासर्प, देवर्षि, गुह्यक, चारण, अप्सरांसहवर्तमान गंधर्वश्रेष्ठ विश्वावसु, नारद आणि पर्वत हेही त्या ठिकाणीं प्राप्त झाले. तसेंच यादवश्रेष्ठ वृष्णि आणि अंधक ह्यांच्या कुलांतील थोर पुरुष व बलराम आणि श्रीकृष्णही तेथें आले होते. हे सर्व यादव कृष्णाच्या मताप्रमाणें वागणारे होते. तेथें जमलेल्या मुख्य मुख्य लोकांकडे पहात असतां, त्या ठिकाणीं, मदमत्त झालेल्या गजेंद्रांप्रमाणें व कमलाच्या समीप असलेल्या गजनायकाप्रमाणें लक्ष्याच्या समीप असलेले व रूपांतर केल्यामुळें भस्माच्छादित असलेल्या अग्नीप्रमाणें दिसणारे ते पांचजण पांडव दृष्टीस पडतांच यदुवीरश्रेष्ठ श्रीकृष्णानें मनांत ताडलें; व धर्मराज, भीम, अर्जुन, आणि वीर, नकुल व सहदेव हे आले असल्याचें वर्तमान त्यानें बलरामास सांगितलें. तेव्हां हलकेच त्यांस पूर्णपणें निरखून पाहून बलरामाचें अंतःकरण आनंदित होऊन त्यानें श्रीकृष्णाकडे पाहिलें. दुसरे जे इतर राजांचे पुत्र, पौत्र इत्यादि वीर त्या ठिकाणीं येऊन एकमेकांवर दांतओठ खात व डोळे लाल करून बसलेले होते, त्यांचे नेत्र आणि अंतःकरण ह्यांची वृत्ति एकसारखी त्या द्रौपदीकडेच जडून गेली असल्यामुळेंच त्यांची दृष्टि पांडवांकडे गेली नाहीं. इकडे विशालबाहु धर्म, भीम, व अर्जुन हे कुंतीपुत्र व महापराक्रमी वीर नकुल व सहदेव ह्यांजवरही मदनानें आपला अंमल बसविला होता. ह्या वेळीं आकाश देखील देव ऋषि आणि गंधर्व ह्यांनीं व्याप्त झालें असून गरुड, नाग, असुर आणि सिद्ध यांनीं भरून गेलेलें होतें. तसेंच तें आकाश दिव्य सुगंधानें भरून गेलेलें असून, त्या ठिकाणीं एकसारखी दिव्य पुष्पांची वृष्टि चाललेली होती. शिवाय, दुंदुभीच्या घनघोर आवाजानें तें व्याप्त होऊन गेलें असून त्यामध्यें विमानांची गर्दी होऊन गेलेली होती. तसेंच त्या ठिकाणीं चोहोंकडे अलगुज, वीणा आणि पणव ह्यांचाही आवाज घुमून राहिलेला होता. असो.

पुढें कर्ण, दुर्योधन, शाल्व, शल्य, अश्वत्थामा, क्राथ, सुनीथ, बक्र, कलिंग, वंग, पांड्य आणि पौंड्र ह्या देशांचे अधिपति, विदेह देशचा राजा,

यवन देशाचा अधिपति व दुसरेही त्या त्या राष्ट्राचे अधिपति, कमलपत्रांप्रमाणें नेत्र असणारे अनेक राजपुत्र आणि राजपौत्र ह्या राजांच्या समूहानें द्रौपदीच्या प्राप्तीसाठीं क्रमाक्रमानें आपला पराक्रम प्रगट केला. त्यांनीं किरीट, हार, बाहुभूषणें इत्यादि अलंकार धारण केलेले होते. हे पराक्रम आणि शक्ति ह्यांनीं युक्त असून ह्यांचे बाहुही विशाल होते. ते बलानें आणि वीर्यानें क्रमाक्रमानें गर्जना करूं लागले होते, पण तें अत्यंत काठिन्ययुक्त धनुष्य पाहतांच तें सज्ज करण्याचें सामर्थ्य कोणाच्या केवळ मनास देखील होईना. तथापि लौकिकासाठीं धनुष्याजवळ जाऊन जेव्हां ते नरपति आपला पराक्रम प्रकट करूं लागले, तेव्हां, जरी त्यांच्या अंगीं त्यांच्या शक्तीप्रमाणें धनुर्विद्याप्रवीणता व पराक्रम हीं होतीं, तरी तें धनुष्य फार बळकट असल्यामुळें वांकवितेवेळीं हेलकावे खाऊं लागलें, व त्यामुळें ते राजे फेंकून दिल्याप्रमाणें भूमीवर पडून तडफडूं लागले ! त्यांचें धैर्य खचून जाऊन किरीट व हार स्थानभ्रष्ट होऊन पडले. ह्यामुळें ते धापा टाकीत निराश होऊन पडले. याप्रमाणें तें बळकट धनुष्य वांकविण्याच्या कामीं अशी दुर्दशा झाल्यामुळें हार, बाहुभूषणें इत्यादिक अलंकार अस्ताव्यस्त होऊन गेलेलें तें राजमंडल द्रौपदीविषयींची इच्छा निवृत्त होऊन हाहाकार करीत व्याकूळ होऊन पडलें.

ह्याप्रमाणें त्या सर्व राजांची स्थिति झाली आहे असें पाहून, धनुर्धरांमध्यें श्रेष्ठ असा कर्ण त्या धनुष्यासमीप गेला, व त्यानें तें धनुष्य उचलून चट्दिशीं वर धरिलें व तें सज्ज करून त्यांस हां हां म्हणतां बाण जोडिले. चंद्र आणि सूर्य ह्यांहूनही अत्यंत तेजस्वी आणि प्रत्यक्ष सूर्याचा पुत्र अशा कर्णानें द्रौपदीविषयींच्या प्रेमानें लक्ष्यभेद करण्याची प्रतिज्ञा केली आहे असें पाहतांच, त्या धनुर्धर पांडुपुत्रांस त्यानें तें लक्ष्य भिन्न करून भूमीवर पाडलेंच असें वाटलें. परंतु त्या कर्णास पाहतांच द्रौपदीनें 'मी सूत जातीच्या पुरुषास वरावयाची नाहीं ' असें मोठ्यानें सांगितलें. तेव्हां, निकृष्ट प्रतीच्या कुलांत जन्म दिल्यामुळें क्रोधानें, व सूर्यासारख्याच्या हातूनही अशी चूक घडली ह्यामुळें हसून, कर्णानें आपला जनक सूर्य याकडे अवलोकन केलें, व इतरांच्या हातून निसटून गेलेलें तें धनुष्य टाकून दिलें !

ह्याप्रमाणें आसमंताद्भागीं असणारे ते क्षत्रिय त्या कर्मापासून परावृत्त झाले असतां, चेदि देशाचा अधिपति बलवान, यमतुल्य, महाबुद्धिमान, धैर्यसंपन्न आणि वीर असा दमघोषाचा पुत्र शिशुपाल हा पुढें गेला, व धनुष्यास हात घालूं लागतांच गुडघे आपटून भूमीवर पडला. नंतर महाबलवान आणि महावीर्यसंपन्न राजा जरासंध हा धनुष्याच्या जवळ येऊन पर्वताप्रमाणें स्तब्ध उभा राहिला, व धनुष्य वांकवूं लागला असतां गुडघे आपटून भूमीवर पडला. यामुळें तो राजा उठून लागलीच आपल्या देशाकडे निघून गेला. नंतर मद्र देशाचा अधिपति महाबलवान आणि महावीर शल्य हाही तें धनुष्य सज्ज करूं लागला असतां, त्याचीही तीच स्थिति झाली; यामुळें त्या समाजांतील लोकांत गडबड उडून गेली; व राजे लोकांच्या बढायाही बंद झाल्यानंतर कुंतीपुत्र महावीर अर्जुन यानें तें धनुष्य सज्ज करून त्यास बाण जोडण्याचें मनांत आणिलें.

अध्याय एकशें अठ्यायशींवा.

अर्जुनहस्तें लक्ष्यभेद.

वैशंपायन सांगतात:—याप्रमाणें जेव्हां ते सर्व राजे धनुष्य सज्ज करण्याच्या खटपटीपासून परावृत्त झाले, तेव्हां मग उदार अंतःकरणाचा

अर्जुन ब्राह्मणांच्या मधून उठला आणि त्या धनुष्याकडे जाऊं लागला. तो इंद्रध्वजाप्रमाणें कांतिमान अर्जुन धनुष्याकडे जात आहे असें पाहून तेथील मुख्य मुख्य ब्राह्मण कृष्णाजिनें झाडीव झाडीत ओरडूं लागले. त्यांतील कित्येकांच्या अंतःकरणास वाईट वाटलें, व कित्येकांस आनंद झाला. कांहीं चतुर आणि कल्पक होते, ते परस्परांत म्हणूं लागले कीं, "अहो! कर्णासारख्या व शल्यासारख्या धनुर्वेदांत पारंगत असलेल्या लोकविख्यात क्षत्रियांस जें वांकवितांही आलें नाहीं, तें धनुष्य, हे द्विजहो, अस्त्रांचा अभ्यास न केलेला आणि शक्तीच्या बाजूनेंही अत्यंत दुर्बल असा हा केवळ ब्रह्मचारी कसा सज्ज करूं शकणार? अहो, उतावीळपणामुळें विचार न करितां केलेलें हें कर्म जर सिद्धीस गेलें नाहीं, तर मग आम्ही ब्राह्मण सर्व राजेलोकांच्या उगीच उपहासास मात्र पात्र होऊं. म्हणून, आनंदानें असो, किंवा गर्वानें असो, अथवा ब्राह्मण जातीच्या गडबड्या स्वभावामुळें असो, जर हा धनुष्य सज्ज करावयाला जात असला, तर त्याचा निषेध करा. कारण त्यानें न जावें हें चांगलें."

कांहीं ब्राह्मण म्हणालेः—आम्ही उपहासास पात्र होणार नाहीं, आणि आमच्या पदरीं क्षुद्रपणाही यावयाचा नाहीं, त्याचप्रमाणें, राजेलोकांच्या द्वेषासही आम्ही पात्र होणार नाहीं.

दुसरे कित्येक म्हणालेः—हा तरुण पुरुष मोठा कांतिमान आणि हत्तीच्या सोंडेप्रमाणें गुटगुटीत दिसत आहे, व त्याचे स्कंध आणि बाहु हे पुष्ट असून हा धैर्याच्या बाजूनें केवळ हिमालयाप्रमाणें अढळ आहे. या कांतिमान पुरुषाची चालण्याची शैली सिंहाच्या लीलागतीप्रमाणें असून त्याचीं पावलें मदोन्मत्त झालेल्या हत्तीप्रमाणें पडत आहेत. यामुळें याच्या ठिकाणीं हें कर्म होण्याचा संभव दिसतो; आणि याच्या उत्साहावरूनही असेंच अनुमान होतें. हा याचा अत्यंत उत्साह त्याच्या शक्तीचाच द्योतक आहे. कारण असमर्थ असेल तो आपण होऊन धनुष्याकडे जाणारच नाहीं. शिवाय, शरीर धारण करून असणारे देवादिक जे कांहीं लोक आहेत, त्यांच्यामध्यें कोणत्याही लोकांत असें मुळीं कर्मच नाहीं, कीं जें ब्राह्मणांना असाध्य होणार नाहीं! ब्राह्मण हे जरी केवळ जल भक्षण करून असणारे, केवळ वायु खाऊन राहणारे, अथवा केवळ फलांवरच निर्वाह करणारे व म्हणूनच निर्बल असले, तरी त्यांचें व्रत दृढ असून ते स्वतांच्या तेजानें अत्यंत बलिष्ठ असतात. याचसाठीं, चांगलें किंवा वाईट कसलेंही आचरण करीत असला, तरी ब्राह्मणाचा अवमान करूं नये. अत्यंत दुःखदायकच जरी कर्म असलें, तरी ब्राह्मणाला सुखदायकच होतें; व मोठें जरी कर्म असलें, तरी ब्राह्मणांपाशीं क्षुद्र होऊन जातें. पहा— एकट्या जमदग्निपुत्र परशुरामानें पृथ्वीवरील सर्व क्षत्रिय जिंकून सोडिले, व अगस्तीनें आपल्या ब्राह्मतेजाच्या योगानें अगाध समुद्रही प्राशन केला. मग हा तरी हें धनुष्य सज्ज करणार नाहीं म्हणून कशावरून? तर "हा महापराक्रमी बटु सत्वर जाऊन धनुष्य सज्ज करो" असें तुम्ही सर्व जण म्हणा. राजा, नंतर सर्व ब्राह्मणांनीं 'तथास्तु' असें म्हटलें. याप्रमाणें त्या ब्राह्मणांचीं आपआपसांत नानाप्रकारचीं भाषणें चाललीं आहेत तों अर्जुन धनुष्याच्या समीप जाऊन निश्चल अशा पर्वताप्रमाणें उभा राहिला. नंतर त्या धनुष्याच्या भोंवतीं फिरून त्यानें त्यास प्रदक्षिणा घातली; आणि वरप्रदान करणारा देव प्रभु श्रीशंकर यास नम्रतापूर्वक प्रणाम करून व अंतःकरणांत श्रीकृष्णाचें स्मरण करून त्यानें त्या धनुष्यास हात घातला;

आणि रुक्म, सुनीप, वक्र, कर्ण, दुर्योधन, शल्य, शाल्व इत्यादि केवळ धनुर्वेदांत पारंगत अशा पुरुषश्रेष्ठ पृथ्वीपतींस मोठ्या प्रयासानेंही जें सज्ज करितां आलें नाहीं, तें धनुष्य त्या वेळीं श्रीविष्णूप्रमाणें प्रभावशाली व पराक्रमी लोकांत अभिमानी असणाऱ्या इंद्रपुत्र अर्जुनानें डोळ्यांचें पातें लवतेंनलवतें इतक्यांत सज्ज करून हातांत ते पांच बाण घेतले,व लक्ष्यभेद केला! तेव्हां तें लक्ष्य छिन्नभिन्न होऊन एकदम खालीं पडलें असतां आकाशामध्यें ध्वनि होऊं लागला, व त्या समाजामध्येंही कल्होळ झाला! ह्या वेळीं,शत्रूंचा वध करणाऱ्या अर्जुनाच्या मस्तकावर इंद्रानें पुष्पांचा वर्षाव केला; हजारों ब्राह्मणांनीं आनंदित होऊन आपल्या वस्त्रांचे ध्वज उभारले;व आपणास लक्ष्यभेद करितां आला नाहीं,पण तो एका ब्राह्मणाच्या पोरानें केला,यामुळें अपमान वाटून जे लोक खट्टू होऊन गेले होते ते चोहोंकडून हाहाकार करूं लागले. त्या वेळीं त्या ठिकाणीं आकाशांतून चोहोंकडे पुष्पवृष्टि झाली;वाजंत्री लोक शेंकडों प्रकारचीं वाद्यें वाजवूं लागले; व सूत आणि मागध ह्यांचे समुदाय मधुर स्वरानें स्तुति करूं लागले. तेव्हां त्या अर्जुनास अवलोकन करितांच राजा द्रुपदास आनंद झाला; व द्रौपदी मिळाली नाहीं म्हणून क्षुब्ध होऊन जर इतर राजे युद्ध करतील,तर आपल्या सैन्यानिशीं त्याला साहाय्य करावयाचें त्यानें मनांत आणिलें. असो. त्या ठिकाणीं जेव्हां तो कलकलाट अधिक अधिकच होऊं लागला, तेव्हां धार्मिकश्रेष्ठ युधिष्ठिर हा पुरुषश्रेष्ठ नकुल व सहदेव ह्या उभयतांसहवर्तमान आपल्या बिऱ्हाडाकडे निघून गेला.

इकडे, लक्ष्याचा भेद झाला असून लक्ष्यभेद करणारा अर्जुन हा केवळ इंद्राची प्रतिमाच आहे असें अवलोकन करून द्रौपदी ही श्वेतवर्ण वस्त्रें आणि पुष्पमाला घेऊन मंदहास्य करीत करीत कुंतीपुत्र अर्जुन याच्या समीप गेली. तेव्हां, ज्याचें कर्म अंतःकरणास देखील अगोचर, असा तो अर्जुन तिला जिंकून घेऊन रंगस्थलावरून निघून गेला. त्या वेळीं ब्राह्मणांनीं त्याचा उत्तम प्रकारें बहुमान केला. असो. तो रंगस्थलावरून जाऊं लागला तेव्हां द्रौपदीही त्याच्या मागोमाग गेली.

अध्याय एकशें एकुणनव्वदावा.

—:०:—

नृपालकोप.

वैशंपायन सांगतातः-- राजा, द्रुपद राजा त्या लक्ष्यवेध करणाऱ्या ब्राह्मणास कन्या देऊं इच्छीत असल्यामुळें ते सर्व राजे संतप्त झाले, आणि परस्परांकडे पाहून म्हणूं लागले, अहो, " आम्ही येथें जमलों असतां आम्हांला तृणतुच्छ मानून व मर्यादेचा अतिक्रम करून हा राजा या स्त्रियांमध्यें अत्युत्कृष्ट असणाऱ्या द्रौपदीस एका ब्राह्मणास देऊं इच्छीत आहे, हें याचें करणें म्हणजे एखाद्याला फळ मिळण्याच्या संधीस वृक्षावरून खालीं लोटून देण्यासारखें आहे. तेव्हां जो हा दुरात्मा आम्हांला जुमानीत नाहीं, त्याला ठार करून सोडूं म्हणजे झालें ! हा सन्मान करण्याला योग्य नाहीं; व ह्याच्या ह्या गुणामुळें,वृद्ध लोकांशीं जसें वर्तन ठेवितात तसें याच्याशीं आचरणही ठेवणें ठीक नाहीं. तेव्हां ह्या राजांच्या द्वेष्ट्याला त्याच्या पुत्रांसह मारूनच टाकूं म्हणजे झालें. कारण, ह्यानें सर्व नरपतींस निमंत्रण करून आणिलें, त्यांचा प्रथम सत्कारही केला,त्यांना सुग्रास अन्नाचें भोजनही दिलें,आणि आतां शेवटीं मात्र हा त्यांना जुमानीत नाहींसा झाला आहे! देवांच्या समुदायाप्रमाणें असणाऱ्या या राजसमूहांत संबंधास योग्य असा कोणी राजा याला दिसलाच नाहीं का? शिवाय स्वयंवरा कन्येला वरण्याचा अधिकार ब्राह्मणांला नाहीं.कारण, 'स्वयंवर करण्याचें काम क्षत्रियांचें

आहे, ' असें सुप्रसिद्ध वेदवचन आहे. आतां, ही कन्याच जर आम्हांपैकीं कोणाला वरीत नसेल तर, हे नृपहो, हिला अग्नीमध्यें फेकून देऊन आपण आपल्या राष्ट्राकडे चालते होऊं. पण खोडकरपणामुळें असो, किंवा कन्या मिळण्याच्या आशेमुळें असो, या ब्राह्मणानें जरी आम्हां पृथ्वीपतींचा अपराध केला असला, तरी त्याचा वध करणें मात्र कोणत्याही प्रकारें योग्य नाहीं ! कारण आमचें राज्य, जीवित, द्रव्य, पुत्र, पौत्र आणि दुसरीही जी कांहीं संपत्ति आहे, ती सर्व ब्राह्मणांच्याच करितां आहे. द्रुपदाला तरी शासन करण्याचें कारण इतकेंच कीं, दुसऱ्याचा अपमान करण्याची लोकांस भीति वाटूं लागावी, व त्यांनीं स्वधर्माचें संरक्षण करावें, व त्यामुळें पुनः दुसऱ्याही स्वयंवराची अशीच स्थिति होऊं नये.

भीमार्जुनांची युद्धाविषयीं तयारी.

ह्याप्रमाणें भाषण केल्यानंतर ते सर्व महापराक्रमी राजे, आपआपलीं शस्त्रें सरसावून द्रुपदाला मारण्याच्या इच्छेनें त्याच्या अंगावर चालून गेले. तेव्हां पुष्कळ लोक आपणावर धनुष्यें घेऊन चाल करून येत आहेत असें पाहतांच, आतां ब्राह्मण क्रुद्ध होऊन सर्वच क्षत्रियांस भस्म करून टाकितील अशी द्रुपद राजास अत्यंत भीति वाटूं लागली, व त्यामुळें तो ब्राह्मणांसच शरण गेला. नंतर, शत्रूंची खोड जिरविणारे महाधनुर्धर अर्जुन आणि भीमसेन या उभयतांनीं जाऊन, मदोन्मत्त झालेल्या हत्तीप्रमाणें वेगानें धावून येणाऱ्या त्या राजांस तोंड दिलें. तेव्हां गोधा आणि अंगुलित्राण हातांस बांधलेले ते राजेलोक शस्त्रें उगारून त्या कुरुवंशज अर्जुन आणि भीमसेन या उभयतांवर उड्या घालूं लागले. तेव्हां वज्राप्रमाणें बळकट आणि अद्भुत व भयंकर कर्मे करणाऱ्या व एखाद्या गजराजाप्रमाणें असणाऱ्या महाबलवान वीर भीमसेनानें एक वृक्ष उपटला, व त्याचीं पानें काढून टाकिलीं. नंतर तो हातांत घेऊन, तो पुष्ट आणि विशाल बाहु असणारा व शत्रूंची दाणादाण उडवून देणारा कुंतीपुत्र भीमसेन, हातांत भयंकर दंड घेऊन उभा राहणाऱ्या पितृराज यमाप्रमाणें त्या पुरुषश्रेष्ठ अर्जुनाच्या समीप जाऊन उभा राहिला. हें आपल्या बंधूचें कर्म पाहून, कल्पनेसही अगोचर अशीं कर्मे करणाऱ्या, मानवी बुद्धीस अतिक्रमण करून असणाऱ्या, व देवेंद्रासारखीं कृत्यें करणाऱ्या अर्जुनास अत्यंत विस्मय वाटला; आणि नंतर धनुष्य घेऊन तो भीति सोडून देऊन तेथें उभा राहिला.

श्रीकृष्णांचें बलरामाशीं भाषण.

जनमेजया, इकडे अर्जुन आणि त्याचा बंधु भीमसेन ह्यांचें हें कृत्य पाहतांच, मनुष्याच्या बुद्धीस अतिक्रम करून असणारे व अचिंत्य कर्मे करणारे श्रीकृष्ण हे भयंकर पराक्रमशाली बंधु बलराम यास म्हणाले, "हा जो श्रेष्ठ सिंहाप्रमाणें लीलेनें गमन करीत असून ताल वृक्षाच्या प्रमाणाचें मोठें धनुष्य वांकवीत आहे, तो खास अर्जुनच आहे. हे बलराम, मी जर नांवाचा खरा कृष्ण आहें, तर या गोष्टीविषयीं मुळीं विचारच करावयास नको. तसेंच, हा जो वेगानें वृक्ष मोडून घेऊन या राजसमूहाचा पराभव करण्याविषयीं प्रवृत्त झाला आहे, तो भीमसेनच असला पाहिजे. कारण, भीमसेनावांचून या युद्धामध्यें असलें कृत्य करण्याविषयीं पृथ्वीमध्यें दुसरा कोणीही समर्थ नाहीं. हे स्थैर्यसंपन्न बलराम, कमलांप्रमाणें विशाल नेत्र, महासिंहाप्रमाणें गति, व लांबट, सोज्ज्वल आणि सुंदर नासिका असणारा व गौरवर्ण, बांध्यानें सडपातळ आणि विन-

१ धनुष्याच्या दोरीचा आघात होऊं नये म्हणून मनगटास जी चामड्याची पट्टी बांधलेली असते तिला गोधा व बोटांस बांधलेल्या तसल्या पट्टीस अंगुलित्राण असें ह्मणतात.

यशील असा जो पुढें निघून गेला, तो धर्मराज आहे; आणि दुसरे जे दोघे जणू कृत्तिकापुत्र कार्तिकस्वामी ह्यांची जोडीच असे त्याजबरोबर गेले आहेत, ते नकुलसहदेव असावे अशी माझी कल्पना आहे. शिवाय, कुंतीसह पांडव लाक्षागृहाच्या दाहांतून सुटून गेलेले आहेत असें मीं ऐकिलें आहे, तेव्हां हेंच ते असावे अशी कल्पना करण्यास जागा आहे. "

श्रीकृष्णांचें हें भाषण ऐकून बलराम पांडवांकडे निरखून पाहूं लागला, तों तात्काळ त्यानें त्यांस ओळखिलें. तेव्हां कांतीनें निर्जल मेघाप्रमाणें असणारे बलराम श्रीकृष्णास म्हणाले, "ह्या कुरुकुलश्रेष्ठ पांडवांसह आमच्या आत्याबाई लाक्षागृहदाहरूपी संकटांतून मुक्त झाल्या, हें पाहून मजला फार आनंद होत आहे ! "

अध्याय एकशें नव्वदावा.

—:०—

राजांशीं युद्ध व त्यांचा पराजय.

वैशंपायन सांगतातः—जनमेजय राजा, ह्याप्रमाणें पुढें जेव्हां युद्धाचा प्रसंग आला, तेव्हां तेथील ते ब्राह्मण मोठ्या आवेशानें कृष्णाजिनें झाडीत झाडीत व कमंडलु हालवीत हालवीत म्हणाले, "अहो, भिऊं नका ! भिऊं नका! आम्ही शत्रूंशीं लढाई करतों. " राजा, ह्या ब्राह्मणांचें हें भाषण ऐकून अर्जुन हसल्यासारखें करून त्यांना म्हणाला, " ब्राह्मणश्रेष्ठहो ! आपण स्वस्थ असा, आणि काय होतें तें पहा म्हणजे झालें ! मंत्री ज्याप्रमाणें फणफणून अंगावर चालून आलेल्या सर्पास मंत्रानें घालवून देतात, त्याप्रमाणें, अत्यंत क्रुद्ध होऊन आलेल्या या शत्रूंस मी आपल्या शरवृष्टीनें घालवून देतों!" राजा, ह्याप्रमाणें ब्राह्मणांना सांगून महाबलवान अर्जुनानें तें पणामध्यें मिळविलेलें प्रचंड धनुष्य हातीं घेतलें; व तें सज्ज करून तो एखाद्या पर्वताप्रमाणें निश्चल उभा राहिला. तेव्हां त्याचा ज्येष्ठ बंधु भीमसेनही त्याच्या साह्यार्थ तेथें गेला. नंतर त्यांनीं चोहोंकडे अवलोकन केलें, तों युद्धज्ञानाविषयींच्या अभिमानानें ताठलेले कर्णप्रभृति क्षत्रिय त्यांच्या दृष्टीस पडले. तेव्हां हत्ती ज्याप्रमाणें आपणाशीं टक्कर देणाऱ्या दुसऱ्या हत्तीवर चालून जातो, त्याप्रमाणें ते उभयतां त्यांजवर तुटून पडले. त्या वेळीं ते युद्धास सिद्ध झालेले राजे कठोर भाषणें बोलूं लागले, ते म्हणाले, "अहो ! युद्ध करण्याच्या इच्छेनें ब्राह्मण जरी आला, तरी संग्रामामध्यें त्याचा वध करितां येतो हें आम्हांला माहीत आहे. तेव्हां आमच्याशीं युद्ध करणारे हे ब्राह्मण असले तरी त्यांस ठार मारण्यास कोणत्याही प्रकारचा प्रत्यवाय नाहीं ! "

राजा, ह्याप्रमाणें भाषण करून ते सर्व राजे त्या ब्राह्मणांवर एकदम चाल करून गेले. हत्तीण मिळविण्यासाठीं ज्याप्रमाणें एक हत्ती दुसऱ्या हत्तीवर चढाई करून जातो, त्याप्रमाणें, द्रौपदी मिळविण्यासाठीं महातेजस्वी कर्ण त्या संग्रामामध्यें अर्जुनावर चालून गेला; मद्र देशाचा अधिपति बलवान शल्य हा भीमसेनावर चालून गेला; आणि दुर्योधनप्रभृति क्षत्रिय हेही त्या ब्राह्मणांशीं लढूं लागले. जनमेजया, सूर्यपुत्र कर्ण आपणावर चाल करून येत आहे असें पाहून कांतिमान अर्जुनानें त्याच्या शरिरावर नेम धरून तीक्ष्ण बाण सोडिले. तेव्हां त्या प्रखर तेजस्वी तीक्ष्ण बाणांच्या तडाख्यानें मूर्च्छा येऊं लागल्यामुळें कर्णास अर्जुनावर धावून जाण्याविषयीं प्रयास पडूं लागले ! ह्या वेळीं त्या उभयतांमध्यें परस्परांचा पराजय करण्याची उत्कट इच्छा होती; व शरिरांत युद्धाचा आवेशही पूर्णपणें भरलेला होता; ह्यामुळें ते एकमेकांशीं इतक्या निकरानें व चपलतेनें लढत होते कीं, हा अर्जुन आणि हा कर्ण असें दाखवितां

येणेंही शक्य नव्हतें. याप्रमाणें ते उभयतां युद्ध करीत असतां 'ही पहा तुझ्या कृत्यांची फेड !' 'आतां पहा माझ्या बाहूंचें सामर्थ्य!' अशीं शौर्यसूचक भाषणें परस्परांस बोलत होते. पुढें अर्जुनाचें बाहुवीर्य या भूतलावर अगदीं अप्रतिम आहे असें जेव्हां कर्णाच्या अनुभवास आलें, तेव्हां त्याला जिंकण्याच्या ईर्षेनें तो सूर्यपुत्र अत्यंत आवेशानें युद्ध करूं लागला. त्या वेळीं अर्जुनानें अत्यंत वेगानें सोडिलेले बाण त्या महापराक्रमी कर्णानें कुंठित करून टाकिले. तेव्हां त्याच्या कृत्याबद्दल सर्व क्षत्रियांनीं फार वाहवा केली. ह्यामुळें कर्णालाही जास्त उत्साह वाटून तो अर्जुनाशीं बोलूं लागला.

कर्ण म्हणालाः—हे ब्राह्मणश्रेष्ठा ! तुझें बाहुवीर्य, तुझा उत्साह आणि शस्त्र व अस्त्र ह्यांमध्यें त्वां मिळविलेला विजय पाहून मला संतोष होत आहे. हे अत्यंत श्रेष्ठ ब्राह्मणा ! तूं काय साक्षात् धनुर्वेद आहेस? का परशुराम अथवा इंद्र आहेस? का तूं मूर्तिमंत विष्णुच आहेस ? आहेस तरी कोण? मला वाटतें, तूं असाच कोणी तरी असून आपलें स्वरूप गुप्त ठेवण्यासाठीं हें ब्राह्मणाचें रूप घेऊन माझ्याशीं युद्ध करीत आहेस ! नाहीं तर मी युद्धामध्यें क्रुद्ध होऊन गेलों असतां एक साक्षात् शचीपति इंद्र किंवा पांडुपुत्र अर्जुन ह्यांवाचून इतर कोणाही पुरुषाचें मजबरोबर युद्ध करण्याचें सामर्थ्य नाहीं !

अर्जुन म्हणालाः— कर्णा, मी धनुर्वेदही नव्हे, आणि महापराक्रमी असा परशुरामही नव्हे; तर सर्व शस्त्रधाऱ्यांमध्यें श्रेष्ठ व सर्व योद्ध्यांमध्यें वरिष्ठ असा एक ब्राह्मण आहें; आणि गुरूनें दिलेल्या शिक्षणामुळें ब्रह्मास्त्र व ऐंद्रास्त्र यांमध्यें माझी चांगली तयारी असून, आज तुला या युद्धांत पराजित करण्यासाठीं तुझ्यापुढें येऊन उभा राहिलों आहें. तेव्हां, हे वीरा ! धीर धर ! गडबडूं नको.

वैशंपायन सांगतातः—हें त्याचें भाषण ऐकून, ब्रह्मतेज अजिंक्य आहे असें महारथी राधापुत्र कर्णास वाटलें; आणि त्यानें युद्ध करण्याचें बंद केलें. इकडे दुसऱ्या बाजूस, विद्या, सामर्थ्य व युद्धक्रिया यांनीं संपन्न असा बलवान वीर भीमसेन आणि शल्य हे मदोन्मत्त महागजांप्रमाणें परस्परांस युद्धास आव्हान करीत होते; व परस्परांशीं भिडून गुडघ्यांचे व मुष्टींचे प्रहार करीत करीत एकमेकांना जेर करण्यासाठीं अनेक प्रकारचे पेंच घालीत होते. त्यांच्या त्या मुष्टिप्रहारांचा दाणदाण असा भयंकर आवाज होत होता. ज्याप्रमाणें एखादी मोठी शिळा एकानें दुसऱ्याच्या अंगावर टाकावी त्याप्रमाणें ते एकमेकांच्या प्राणाचा विचार न करतां परस्परांवर प्रहार करीत होते. ह्याप्रमाणें दोन घटकांपर्यंत त्या उभय वीरांमध्यें युद्ध झाल्यानंतर कुरुकुलश्रेष्ठ भीमानें आपल्या दोन्ही हातांनीं शल्यास उचलून जमिनीवर आपटलें ! तें पाहून ब्राह्मण खदखदां हसूं लागले. शल्याला भूमीवर आपटल्यानंतर त्याचा वध करण्याचें भीमास कांहीं कठिण नव्हतें; तरी त्यानें त्याचा वध केला नाहीं !

असो; ह्याप्रमाणें भीमसेनानें शल्याला पाडलें, आणि कर्णालाही जेव्हां जय मिळण्याचा संशय वाटूं लागला, तेव्हां इतर सर्व राजे भयभीत होऊन भीमसेनाच्या भोंवतीं जमले;आणि आपापसांत म्हणूं लागले, "धन्य आहे बुवा या दोघां ब्राह्मणांची ! अहो, ह्यांची जन्मभूमि कोणती आणि हे राहतात कोठें, हें तरी समजून घ्या. कारण परशुराम,द्रोण किंवा पांडुपुत्र अर्जुन ह्यांवांचून राधापुत्र कर्णाशीं रणांत युद्ध करण्याचें सामर्थ्य दुसऱ्याही कोणाच्या अंगीं आहे ? त्याचप्रमाणें, समरभूमीवर दुर्योधनाशीं तोंड देऊन लढाई करण्याचें सामर्थ्य देवकीपुत्र श्रीकृष्ण अथवा शरद्वताचा पुत्र कृपाचार्य ह्यांच्यावांचून

कोणामध्यें आहे ? आणि श्रेष्ठ प्रतीचा बलवान असा मद्रदेशाधिपति शल्य ह्याला तरी समरभूमीवर पाडण्याची शक्ति बलराम, पांडुपुत्र वीर भीमसेन किंवा शूर दुर्योधन ह्यांवांचून दुसऱ्या कोणाच्या ठिकाणीं आहे ? असो. हे क्षत्रियहो! आतां, ब्राह्मणांनीं व्याप्त होऊन गेलेल्या ह्या युद्धांतून आपण आपलें अंग काढून घ्या. कारण, ब्राह्मण जरी सदोदीत अपराध करीत असले, तरी आपण नेहमी त्यांचें रक्षणच करणें योग्य आहे. पुढें हे जेव्हां ह्या ठिकाणीं नसतील, तेव्हां आपण पुनः युद्ध करूं म्हणजे झालें."

वैशंपायन सांगतातः—राजा, ह्याप्रमाणें त्या सर्व क्षत्रियांचें आपापसांतील भाषण ऐकून भीमसेन आणि अर्जुन या उभयतांनींही युद्ध करण्याचें सोडून देऊन ते स्वस्थ उभे राहिले. असो. त्या ब्राह्मणांचा तो पराक्रम पाहून ते उभयतां कुंतीपुत्रच असावे अशी श्रीकृष्णांची खातरी झाली, व ती गोष्ट व्यक्त न करितां, त्यानें सर्व राजांची समजूत घातली कीं, "द्रौपदी ही त्यांना न्यायानेंच मिळालेली आहे. तेव्हां त्यांच्याशीं युद्ध करणें हें अनीतीचें होय." नंतर ते सर्व युद्धकलानिपुण भूपतिश्रेष्ठ युद्धांतून परावृत्त होऊन आपापल्या वसतिस्थानाकडे निघून गेले. त्याचप्रमाणें, तो समारंभ पहाण्याकरितां इतर जे दुसरे लोक जमले होते, ते "रंगभूमीवर ब्राह्मणांचीच सरशी झाली! ब्राह्मणांनीं द्रौपदीला वरिलें!" असें म्हणत म्हणत तेथून निघून गेले. इकडे, आपल्या जातीचा जय झाल्यामुळें आनंदित झालेल्या व रुरुसंज्ञक मृगचर्म परिधान करणाऱ्या ब्राह्मणांनीं भीमार्जुनांच्या भोंवतीं गर्दी करून सोडिली होती, त्या गर्दींतून ते मोठ्या कष्टानें बाहेर पडले. तेव्हां द्रौपदीही त्यांच्या मागून जाऊं लागली. त्या वेळीं, मेघमंडलांतून मुक्त झालेले चंद्रसूर्य जसे पौर्णिमेच्या योगानें विशेष शोभायमान दिसतात, तसे ते भीमार्जुन द्रौपदीच्या योगानें विशेष शोभायमान दिसूं लागले!

प्रत्यागमन.

इकडे, भिक्षा मागण्याचा काल टळून गेला तरी आपले पुत्र येत नाहींत असें पाहून त्यांच्या आईच्या मनांत नानाप्रकारचे वाईट वाईट विचार येऊं लागले. प्रेमाच्या ठिकाणीं अमंगल कल्पना येत असतात असा साधरण नियम आहे. त्या नियमानुसार कुंतीला वाटूं लागलें कीं, माझ्या मुलांना धृतराष्ट्रपुत्रांनीं ओळखून मारून तर टाकलें नसेल ना! अथवा दीर्घद्वेषी, मायावी राक्षसांनीं तर त्यांचे प्राण घेतले नसतीलना ! महात्म्या व्यास मुनींचें सांगणें देखील उलट झालें अं!

याप्रमाणें तिच्या अंतःकरणांत अनेक प्रकारच्या विचारांनीं काहूर उडवून दिलें. त्या वेळीं भर दोन प्रहर टळून गेले असल्यामुळें जिकडे तिकडे सामसूम झालेलें होतें; व आकाश मेघांनीं व्याप्त होऊन गेलें होतें; अशा वेळीं अर्जुन घरीं येऊन पोहोंचला. अर्जुन घरीं आला त्या वेळीं त्याच्या भोंवतीं ब्राह्मणांचा मोठा समुदाय असल्यामुळें, मेघांनीं व्याप्त झालेला सूर्य ऐन दोन प्रहरीं ज्याप्रमाणें दिसतो, त्याप्रमाणें तो दिसत होता!

अध्याय एकशें एक्याणवावा.

—:०:—

धर्मार्जुनसंवाद.

वैशंपायन सांगतातः--त्या कुंभकाराच्या काम करण्याच्या जागीं गेल्यानंतर, ते महाप्रभावशाली भीम आणि अर्जुन हे उभयतां कुंतीपाशीं गेले, आणि त्या अत्यंत आनंदित झालेल्या नरश्रेष्ठांनीं भिक्षा म्हणून ती द्रौपदीच कुंतीस निवेदन केली. ह्या वेळीं कुंती झोपडींत असल्यामुळें तिची दृष्टि पुत्रांवर गेली नाहीं; व त्यामुळेंच, ते द्रौपदीस भिक्षा म्हणत आहेत असें तिला कळून आलें नाहीं. ह्मणून ती नेहमींप्रमाणें "बाळांनो, सर्वजण मिळून सेवन करा" असें म्हणाली.

पण मागाहून जेव्हां तिनें द्रौपदीस पाहिलें, तेव्हां 'मीं फार अनर्थकारक भाषण केलें!' असें ती बोलली; व आपल्या भाषणानें अधर्म होईल अशी भीति वाटून ती विचार करीत करीत त्या अत्यंत आनंदित झालेल्या द्रुपदकन्येस हातीं धरून धर्मराजाकडे गेली व असें म्हणाली, "बाळा, ही द्रुपद राजाची कन्या तुझ्या धाकट्या भावांनीं आणून माझ्या स्वाधीन केली. पण, हे राजा, त्यांनीं भिक्षा आणिली आहे असें सांगितल्यामुळें प्रमादानें मीही 'सर्वजण मिळून सेवन करा' असें बोललें. तेव्हां आतां, हे कुरुकुलश्रेष्ठा, आज जें मी बोललें, तेंही खोटें होणार नाहीं, व ह्या द्रुपद राजाच्या कन्येसही अधर्म लागून त्यामुळें तिर्यग्योनीमध्यें घिरट्या घालीत बसावें लागणार नाहीं, असा उपाय कोणता हें सांग."

वैशंपायन सांगतातः—मातेचें हें भाषण ऐकून त्या नरवीर राजानें क्षणभर विचार करून कुंतीस धीर दिला, आणि नंतर तो वीर अर्जुनास म्हणाला, "अर्जुना, द्रौपदीला तूंच जिंकून घेतलेलें आहेस, ह्यामुळें या राजकन्येला तुझ्याच योगानें विशेष शोभा येईल. तेव्हां, हे शत्रूंचा पराभव करणाऱ्या अर्जुना, अग्नि प्रदीप्त करून तूंच हिचें यथाविधि पाणिग्रहण कर."

अर्जुनानें उत्तर दिलें:—हे नरेंद्रा, आपण मजला अधर्मांत पाडूं नका. हा धर्म कांहीं शिष्ट लोकांच्या ठिकाणीं दृग्गोचर होत नाहीं आपला विवाह प्रथम झाला पाहिजे; नंतर, कल्पनातीत कर्मे करणाऱ्या ह्या महाबाहु भीमसेनाचा, तदनंतर माझा, माझ्या मागून नकुलाचा व त्यानंतर ह्या वेगवान सहदेवाचा झाला पाहिजे. राजा, भीमसेन, मी आणि हे उभयतां नकुल-सहदेव हे अम्ही अपल्या आज्ञेचें पालन करणारे दास आहों. अशी स्थिति असल्यामुळें, जें धर्मास अनुसरून व कीर्तीस कारणीभूत असें असेल, व पांचालाधिपति द्रुपद यासही हितकारक होईल, तें आतां आपण करा; व आम्हांला आज्ञा करा. आम्ही आपल्याच अधीन आहों.

वैशंपायन सांगतातः—ह्याप्रमाणें, भक्ति आणि प्रेम यांनीं परिपूर्ण असें तें अर्जुनाचें भाषण लक्ष्यांत घेतल्यानंतर, त्या पांडुपुत्रांनीं द्रौपदीकडे नजर फेंकिली. अपणांकडे पाहणाऱ्या त्या द्रौपदीस अवलोकन केल्यानंतर त्यांनीं परस्परांकडे निरखून पाहिलें व द्रौपदीची प्रतिमा आपल्या अंतःकरणांत सांठवून ठेवली. द्रौपदीस अवलोकन करितांच सर्वांच्या ठिकाणीं मदनाचा प्रादुर्भाव होऊन त्यानें त्यांच्या इंद्रियसमुदायाची अगदीं दाणादाण उडवून दिली. कारण, विधात्यानें स्वतः निर्माण केलेलें तें द्रौपदीचें स्वरूप सर्व प्राण्यांचें अंतःकारण आकर्षण करणारें असून इतर स्त्रियांपेक्षां श्रेष्ठतेचें असल्यामुळें मनांत भरण्यासारखेंच होतें. असो. त्या वेळीं त्यांच्या चर्येवरून त्यांचा भाव लक्षांत आल्यामुळें, 'द्रौपदी ही पांच पांडवांची स्त्री होणार' या श्रीव्यास मुनींच्या सर्व भाषणाचें धर्मराजास स्मरण झालें, व द्रौपदीशीं एकानेंच विवाह केल्यास इतर कष्टी होऊन त्यामुळें आपापसांत फाटाफूट होईल या भीतीनें त्या राजानें आपल्या सर्व बंधूंस सांगितलें कीं, ही कल्याणी द्रौपदी आपणां सर्वांचीच भार्या होईल!

वैशंपायन सांगतातः—जनमेजया, आपला ज्येष्ठ बंधु धर्मराज याचें तें भाषण श्रवण करून, ते सर्व सत्त्वसंपन्न पांडुपुत्र सारखें त्याच गोष्टीचें मनांत चिंतन करीत राहिले.

श्रीकृष्णाचें धर्माशीं भाषण.

इकडे, बलरामासह यादवश्रेष्ठ श्रीकृष्ण त्या कुरुकुलवीर पांडवांची भेट घेण्याच्या इच्छेनें ज्या ठिकाणीं ते पुरुषश्रेष्ठ पांडव रहात होते त्या कुंभाराच्या काम करण्याच्या घरांत आले, तेव्हां त्या ठिकाणीं बसलेला पुष्ट व विशाल बाहु अस-

लेला धर्मराज, व त्याच्या भोंवतीं जवळच अस-लेले अग्नीप्रमाणें तेजस्वी असे इतर पांडवही त्यांच्या दृष्टीस पडले. नंतर जवळ जाऊन श्रीकृ-ष्णांनीं धर्माचरण करणाऱ्यांमध्यें श्रेष्ठ कुंतीपुत्र आजमीढ धर्म याचे पाय घट्ट धरले, व 'मी कृष्ण आहें असें सांगितलें. त्यांच्या मागून बल-रामानेंही तसेंच केलें. तेव्हां त्या कुरुकुलोत्पन्न पांडवांस त्यांच्या भेटीमुळें आनंद झाला, व त्यांनीं त्या उभयतांचें अभिनंदन केलें.

नंतर, राजा, त्या यादवश्रेष्ठांनीं आपल्या पित्याची भगिनी कुंती हिचेही पाय धरिले. नंतर धर्मराजानें श्रीकृष्णांकडे पाहून त्यांस कुशलप्रश्न विचारले;आणि तो म्हणाला,"श्रीकृष्णा, आम्ही सर्वजण येथें गुप्त रीतीनें राहात असतां आमची माहिती आपणांस कशी लागली?"

युधिष्ठिराचें हें भाषण ऐकून श्रीकृष्ण त्यास हसत हसत म्हणाले, "राजा, अग्नि जरी झांकले-ला असला, तरी तो समजतोच. रंगस्थलादिकां-वर केलेला तो पराक्रम करणारा पांडवांवांचून मनुष्यांमध्यें दुसरा आहे कोण? शत्रूंचा पराजय करणारे आपण सर्व पांडव त्या लाक्षागृहांतील भयंकर अग्नींतून सुटलां, ही मोठ्या आनंदाची गोष्ट आहे;व आपण तेथून बाहेर पडल्यामुळें धृत-राष्ट्राच्या पुत्रांचा तुम्हांस दग्ध करून टाकण्या-विषयींचा मनोरथ पूर्ण झाला नाहीं हीही आनं-दाची गोष्ट होय. आतां माझ्या मनांत आहे त्याप्रमाणें आपलें कल्याण होवो. प्रज्वलित होत असणाऱ्या अग्नीप्रमाणें आपली भरभराट होवो. हे पार्थहो, कोणाही राजांस आपली माहिती लागणें बरोबर नाहीं, व आम्ही येथेंच फार वेळ राहिलों तर न जाणो कदाचित् ती बातमी त्यांस लागेलही. तेव्हां आतां आम्ही अगोदर आपल्या शिबिराकडेच निघून जातों."

याप्रमाणें भाषण केल्यानंतर, अविनाशी अशा कांतीनें युक्त असणाऱ्या त्या श्रीकृष्णास धर्मराजानें अनुमोदन दिलें असतां बलरामासह ते तेथून निघून गेले.

अध्याय एकशें ब्याणवावा.

—:०:—

नवोढा द्रौपदीची सासरीं वागणूक.

वैशंपायन सांगतात:—राजा, भीमार्जुन कुलालशाळेकडे परत जात असतां पांचालपुत्र धृष्टद्युम्न त्यांच्या पाठोपाठ चालला, आणि को-णाच्याही लक्षांत न येऊं देतां मोठ्या सावधगि-रीनें घरांत शिरून पांडवांच्या शेजारींच छपून बसला. सायंकाळ झाल्यावर शत्रुमर्दक भीम, अर्जुन आणि पराक्रमी नकुल-सहदेव यांनीं भिक्षा मागून आणून युधिष्ठिराच्या स्वाधीन केली. नंतर भोजनकाल प्राप्त झाला असें पाहून ती उदारबुद्धि कुंती द्रौपदीला म्हणाली, "हे कल्याणि, तूं हें अन्न घे. यांतून आधीं देवतां-प्रीत्यर्थ बलि काढून ठेव, आणि ब्राह्मणांना भिक्षा घाल. नंतर, जे अन्नार्थी लोक आसपास जमले असतील त्यांना अन्न दे. एवढें करून जें शेष उरेल त्याचे सारखे दोन वांटे कर. पैकीं एका वांट्यांतून तुझ्या स्वतांकरितां आणि मजकरितां अन्न काढून ठेवून उरलेल्याचे चार भाग कर; व ते भीमाखेरीज चौघांना दे; आणि दुसरा भाग सर्वच एकट्या भीमाला दे. कारण, तो माझा भीम रूपसंपन्न, तरुण, पराक्रमी, अंगलोटाचा पिळदार व शरिरानें महागजाप्रमाणें धिप्पाड असून त्याची भूक नेहमीं फार असते!"

ह्याप्रमाणें कुंतीनें सांगितलें असतां, सासूचें बोलणें आपल्या हिताचें आहे असें मानून त्या साध्वी राजकन्या द्रौपदीनें मोठ्या आनंदानें तिच्या आज्ञेप्रमाणें अन्नाची वांटणी केली; आणि त्या सर्वांनीं तें अन्न भक्षण केलें. भोजनोत्तर, वे-गवान, माद्रीपुत्र सहदेवानें भूमीवर शय्येसाठीं दर्भ अंथरले. मग ते सर्व वीर आपआपलीं कृष्णा-

तिनें त्या दर्भांवर टाकून [पर्यंकादिकांची अपेक्षा न ठेवितां] भूमीवरच निजले. त्या कुरुवीरांनीं दक्षिण दिशेकडे आपलीं डोकीं केलीं होतीं. कुंती त्यांच्या उशाकडे आडवी निजली, व द्रौपदी त्यांच्या पायगती निजली. राजा, मृदुशय्येवर लोळण्याची जिला संवय, ती कोमलांगी पांडवांच्या पायांशीं नुसत्या दर्भांवर आपल्या पतींच्या पायांखालच्या उशीप्रमाणें पडून राहिली. याबद्दल तिच्या मनाला यत्किंचितही वाईट वाटलें नाहीं, किंवा आपण असल्या निर्धनांच्या पदरीं पडलों असें पाहूनही तिनें त्या पांडवांचा अवमान केला नाहीं. शय्येवर पडल्या पडल्या ते शूर पांडव सेनाधिपतींना योग्य अशा दिव्यास्त्रें, रथ, गज, खड्ग, गदा, परशु इत्यादिसंबंधी नानाप्रकारच्या गोष्टी बोलूं लागले. त्या वेळीं त्यांच्या त्या कथा पांचालपुत्र धृष्टद्युम्नानें छपून ऐकल्या; व द्रौपदी त्यांच्या पायांशीं पडून आहे असें त्यानें व इतर सर्व मनुष्यांनींही पाहिलें. नंतर तो द्रुपदपुत्र धृष्टद्युम्न तेथील सर्व वृत्तांत आपल्या पित्याला सांगण्याकरितां तेथून सत्वर निघून गेला. आपल्या मुलीला घेऊन जाणारे पांडवच आहेत अशी ओळख पटली नसल्यामुळें, द्रुपद मोठा खिन्न होऊन बसला होता, त्यानें धृष्टद्युम्नाला विचारलें.

द्रुपदाचे धृष्टद्युम्नास प्रश्न.

द्रुपद म्हणालाः—अरे! ती कृष्णा कोठें गेली? व तिला घेऊन जाणारे कोण? एखाद्या हीनवर्ण शूद्राच्या हातीं पडून स्मशानांत पडलेल्या कोमल पुष्पमालेप्रमाणें तिची पायमल्ली तर झाली नाहींना? किंवा तिला एखाद्या परतंत्र वैश्यानें जिंकून घेऊन माझ्या मस्तकावर चिखलांत भरलेला पाय तर दिला नाहींना! अरे! तिला नेणारा पुरुष क्षत्रिय आहे किंवा कोणी श्रेष्ठवर्ण ब्राह्मण आहे अथवा निवळ शौर्यानें माझ्या कृष्णेला बळकावून एखाद्या हीनजातीयानें माझ्या डोक्यावर बुद्धच्या डावा पाय तर दिला नाहींना? व या संबंधापायीं मला हाय हाय करण्याची वेळ तर आली नाहींना? अरे, पण तूं आनंदित दिसतोस, त्यावरून नरश्रेष्ठ अर्जुनाशीं संबंध घडला असावा असाही मला संशय येतो. तेव्हां खरा प्रकार काय आहे, आणि माझ्या कन्येला जिंकून नेणारा पुरुष कोण आहे, तें तूं स्पष्टपणें सांग. अरे, विचित्रवीर्याचा पुत्र जो कुरुश्रेष्ठ पांडु, त्याचे मुलगे जिवंत आहेतना? व आज धनुष्य सज्ज करून यंत्रभेद करणारा तो वीर कुंतीचा कनिष्ठ तर पुत्र नव्हेना?

वैवाहिकपर्व.

अध्याय एकशें त्र्याण्णवावा.

—:०:—

धृष्टद्युम्नाचें द्रुपदास उत्तर.

वैशंपायन सांगतातः—राजा, ह्याप्रमाणें पित्याचे प्रश्न ऐकून तो सोमकश्रेष्ठ धृष्टद्युम्न प्रसन्न मुद्रेनें द्रौपदी कोणीं नेली व पुढें काय काय प्रकार झाला, तो सर्व वृत्तांत आपल्या पित्यास सांगूं लागला.

धृष्टद्युम्न म्हणालाः—स्वयंवरार्थ जमलेल्या त्या मंडळींत रूपानें देवांसमान असून ज्याचे नेत्र विशाल व आरक्त होते,व ज्यानें कृष्णाजिन परिधान केलें होतें,त्या तरुण पुरुषानें तें श्रेष्ठ धनुष्य सज्ज केलें, व यंत्रभेद करून लक्ष्य खालीं पाडिलें.हें पाहतांच ब्राह्मणांनीं राजकन्या जिंकिली हें सहन न होऊन मंडपांतील सर्व भूपतींनीं रागावून त्याच्या भोंवतीं गराडा दिला असतां, तो यत्किंचितही अडकून न पडतां, दैत्यसमुदायांतून देव आणि ऋषि यांसह इंद्र ज्याप्रमाणें निर्धास्तपणें निघून जातो, त्याप्रमाणें ब्राह्मणश्रेष्ठ प्रशंसा करीत असतां त्यांसह तो वेगवान वीर त्या राजांची कोंडी फोडून चालता झाला,व त्याचें कृष्णाजिन घेऊन हत्तीमागें जाणाऱ्या हत्तिणीप्रमाणें द्रौपदीही मोठ्या आनंदानें त्याच्या पाठोपाठ गेली. इतक्यांत त्या गर्दींत दुसरा एक वीर एक मोठा वृक्ष मोडून घेऊन क्रुद्ध कृतांताप्रमाणें त्या राजमंडलाचा विध्वंस करीत करीत त्याच्या मागोमाग निघून गेला. ह्याप्रमाणें, चंद्रसूर्यांसारखे तेजस्वी ते दोघे तरुण पुरुष सर्व राजांच्या डोळ्यांदेखत आपल्या कृष्णेला घेऊन कुंलालशालेकडे गेले. तेथें अग्नीच्या ज्वालेप्रमाणें तेजस्वी अशी एक स्त्री बसली होती. ती बहुधा त्यांची आई असावी असा तर्क आहे. तिच्या शेजारीं तिजप्रमाणेंच तेजस्वी असे तीन पुरुष बसले होते. मंडपांतून गेलेल्या या दोन तरुणांनीं त्या स्त्रीचें प्रथम अभिवंदन केलें, आणि कृष्णेलाही तशीच आज्ञा केली. मग कृष्णेला तिच्या स्वाधीन करून ते भिक्षेसाठीं निघून गेले. भिक्षेहून परत आल्यावर द्रौपदीनें ती भिक्षा घेऊन त्यांतून देवतांना बलि व ब्राह्मणांना कांहीं भाग देऊन,नंतर त्या वृद्ध स्त्रीला व त्या नरवीरांना वाढून शेवटीं आपण भोजन केलें. भोजनोत्तर, पृथ्वीवर दर्भ आंथरून व त्यांवर कृष्णाजिनें पसरून ते सर्व निजले, आणि कृष्णाही त्यांच्या पायांशीं निजली. पडल्या पडल्या प्रलयमेघाप्रमाणें गंभीर स्वरानें ते वीर एकमेकांत अद्भुत गोष्टी सांगूं लागले. त्या गोष्टी शूद्र, वैश्य किंवा ब्राह्मण यांच्या तोंडून निघण्यासारख्या नव्हत्या!कारण,त्या सर्व युद्धसंबंधीं होत्या. यावरून ते नरश्रेष्ठ नामांकित क्षत्रिय असावे यांत शंका नाहीं. पांडव लाक्षागृहांतून मुक्त झाल्याचें आम्हीं ऐकलेंच आहे. त्या अर्थीं, पांडुपुत्राला कृष्णा अर्पण करावी ही जी आपली इच्छा, ती बहुधा सफल झाली असावी असें मला वाटतें. इतक्या आवेशानें धनुष्य सज्ज करून तडाख्यासरशीं अचुक रीतीनें लक्ष्य हाणून पाडणें व घरीं आल्यावरही परस्परांत शौर्याच्याच गोष्टी सांगणें, यावरून मला तर असें खास वाटतें कीं, ते गुप्तरूपानें संचार करणारे पांडवच असावे.

द्रुपदपुरोहिताचें कुलालगृहीं गमन.

जनमेजया, हें ऐकून राजा द्रुपदाला फार आनंद झाला. त्यानें तात्काळ आपल्या पुरोहितास बोलावून आणून,व "तुम्ही कोण ? पांडव कीं काय ?" असें त्या कुलालशाळेंतील पुरुषांस विचारून ये म्हणून निरोप सांगून त्यास त्यांजकडे पाठविलें. राजाचा निरोप घेऊन पुरोहित

गेला, व त्या पुरुषांची प्रशंसा करून राजाच्या निरोपाप्रमाणें त्यानें त्यांस नीट खुलासेवार विचारलें.

पुरोहित म्हणाला:-आपणांपैकीं ज्या पुरुषानें मंडपांत लक्ष्यवेध केला त्याला पाहिल्यापासून पांचाल राजाला पराकाष्ठेचा आनंद झाला आहे; व आपण मागाल तें देऊन आपणांस संतुष्ट करावें अशी त्याला उत्कंठा झाली असल्यामुळें आपण कोण हें समजून घेण्यासाठीं त्यानें मला आपलेकडे पाठविलें आहे.तस्मात् आपण कृपा करून आपल्या ज्ञातीची व कुलाची परंपरा सांगावी. म्हणजे 'ब्राह्मणांनीं राजकन्या नेली' म्हणून दोष देणाऱ्या दुष्टांचीं नाकें खालीं होऊन मला, आमच्या राजाला,आणि त्याच्या सर्व परिवाराला आनंद होईल. हे नरश्रेष्ठहो, प्रतिआत्माच कीं काय असा पांडुनामक राजा आमच्या द्रुपदाचा अत्यंत प्रिय मित्र होता. आपली कन्या पांडु राजाची सून व्हावी हा हेतु द्रुपद राजाच्या मनांत फार होता. त्याला वाटे कीं, विशाल व दीर्घ बाहूंनीं युक्त असा पांडुपुत्र अर्जुन जर क्षात्रधर्माप्रमाणें ही माझी कन्या प्राप्त करून घेईल, तर त्यांत माझें मोठें कल्याण होऊन लौकिक होईल व उभय पक्षांचेंही हित होईल.

ह्याप्रमाणें राजाचा निरोप कळवून द्रुपदपुरोहित नम्रपणानें उभा राहिला असतां धर्मराजानें त्याला उत्तर दिलें.

धर्मराजाचें पुरोहिताशीं भाषण.

धर्मराज म्हणाला,"हा द्रुपदपुरोहित राजाला मान्य असल्या कारणानें याचा सत्कार विशेष केला पाहिजे. तस्मात् पाद्यपूर्वक याचें पूजन करा." राजा, समीप असलेल्या भीमानें ही आज्ञा ऐकतांच सांगितल्याप्रमाणें पुरोहिताची पूजा केली,त्या पूजेचा आनंदानें स्वीकार करून पुरोहित स्वस्थ बसल्यावर युधिष्ठिर त्याला म्हणाला,"हे ब्राह्मणश्रेष्ठा, पांचाल राजानें क्षात्रधर्माला योग्य अशा रीतीनें पणास लावूनच स्वयंवरार्थ कन्या पुढें आणिली होती. केवळ मनमानेल अशा रीतीनें आणिली नव्हती,व त्याची रीति त्याच्या कन्येलाही मान्य होती.धनुष्य सज्ज करून लक्ष्यवेध करणें एवढ्याच अटीवर त्यानें आपल्या कन्येला देऊं केली होती. मग जिंकणाराचें कुल, शील, जाति,गोत्र कोणतेंही असो, त्याच्या पणाप्रमाणें आमच्या या महात्म्यानें ही कन्या सर्व राजांसमक्ष जिंकली. असें असतां द्रुपदाला त्या लक्ष्यभेद करणाऱ्याच्या कुलगोत्राविषयीं हुरहुर लागून राहण्याचें कारण दिसत नाहीं. शिवाय, मी आपणांस असें सांगतों कीं, द्रुपद राजाचा दुसरा जो हेतु आहे, तोही सिद्धीस जाईल. कारण, हे ब्राह्मणश्रेष्ठा, माझ्या मतें ही त्याची रूपवती कन्या अस्थानी पडली नाहीं. असलें प्रचंड धनुष्य कोणी दुबळा, नीच कुलोत्पन्न किंवा अस्त्रज्ञानशून्य पुरुष सज्ज करून लक्ष्यवेध करूं शकेल असें कधींही होणार नाहीं. तस्मात् कन्येसंबंधानें द्रुपद राजाला वाईट वाटण्याचें मुळींच कारण नाहीं; व लक्ष्यभेद करून जिंकून आणलेली ही कन्या आम्ही भिक्षेकरी दिसलों तरी आमच्या हातून हिरावून नेईल असा मनुष्य पृथ्वींतही कोणी नाहीं ! "

ह्याप्रमाणें युधिष्ठिर पुरोहिताशीं बोलत आहे, इतक्यांत द्रुपद राजाकडून दुसरा एक दूत 'भोजनाची तयारी झाली आहे' म्हणून कळविण्यासाठीं तेथें आला.

अध्याय एकशें चौऱ्याणवावा.

—:०:—

पांडवांचें द्रुपदगृहीं गमन.

दूत म्हणतो:—द्रुपद राजानें विवाहनिमित्त वराकडील मंडळीसाठीं मेजवानीची तयारी केली आहे. तेव्हां आपण सर्व नित्य कर्में आटोपून कृष्णेसह भोजनास चलावें; विलंब करूं नये.

राजे लोकांना योग्य, सुवर्णाच्या कमलांनीं सुशोभित असलेले, व ज्यांचे अश्व फारच उत्तम आहेत असे हे रथ आपणांकरितां आणिले आहेत. आपण सर्वांनीं यांत बसून द्रुपद राजाच्या घरीं चलावें.

वैशंपायन सांगतातः–नंतर पुरोहिताला पुढें पाठवून ते सर्व पुरुषश्रेष्ठ त्या भव्य व दिव्य अशा रथांत बसून निघाले. कुंती व कृष्णा या दोघी एकाच रथांत बसल्या. पुरोहित पुढें गेला होता त्याच्या तोंडून धर्मराजाचें भाषण ऐकून घेऊन, हे कोण आहेत ह्याची परीक्षा पाहण्याकरितां द्रुपद राजानें नानाप्रकारच्या वस्तु तेथें गोळा केल्या. फळें, फुलें, चिलखतें, ढाली, गाई, धनुष्यें, दोऱ्या, शेतकीचीं सर्व धान्यें व अवजारें, तशींच इतर शिल्पकामाचीं हत्यारें व नानाप्रकारचीं क्रीडासाधनें, मोठमोठ्या तरवारी, उंची उंची घोडे, विचित्र रथ, उत्कृष्ट धनुष्यें, अद्भुतबाण, सुवर्णयुक्त शक्ति, भाले, पट्टे, भृशुंडी, परशु, व इतर सर्व युद्धसामुग्री, त्याचप्रमाणें उत्तम प्रकारें शृंगारिलेल्या शय्या व आसनें व नानाप्रकारचीं वस्त्रें हीं सर्व तेथें ठेविलीं होतीं.

असो. राजा, नंतर कुंती ही साध्वी द्रौपदीला घेऊन अंतःपुरांत शिरली. तेव्हां तेथील स्त्रियांनीं मोठ्या उल्हासानें त्या पांडुपत्नीचें स्वागत केलें. इकडे, ज्यांची सिंहाप्रमाणें गति, वृषभाप्रमाणें विशाल नेत्र, भुजंगाप्रमाणें दीर्घ बाहु व पुष्ट स्कंध असून, ज्यांनीं कृष्णाजिनें परिधान केलीं आहेत, अशा त्या पांडवांना अवलोकन करून राजा, राजसचिव, राजपुत्र, राजमित्र व सर्व राजसेवक यांना अत्यानंद झाला. नंतर ते वीर पादपीठांनीं युक्त अशा मोठमोठ्या रत्नखचित सिंहासनावर निःशकपणें आपापल्या नात्याप्रमाणें अनुक्रमानें जाऊन बसले. त्यांना त्या ऐश्वर्याचा यत्किंचितही विस्मय वाटला नाहीं. इतक्यांत झळक पोषाख केलेले दास, दासी व वाढपी यांनीं सोन्याच्या व रुप्याच्या ताटांत राजे लोकांना योग्य असे सर्व प्रकारचे पदार्थ आणून वाढिले. नंतर ते पुरुषश्रेष्ठ यथेच्छ भोजन करून अत्यंत संतुष्ट झाले, व तेथें मांडिलेल्या वस्तूंपैकीं इतर सर्व सोडून युद्धसंबंधी वस्तु जेथें मांडिल्या होत्या तिकडे गेले. तेव्हां तें त्यांचें लक्षण पाहून राजा द्रुपद व त्याचे अमात्य यांस अत्यानंद झाला, व हे राजकुमारच आहेत अशी त्यांनीं आपल्या मनांत गांठ बांधिली.

अध्याय एकशें पचाणवावा.

—:०:—

द्रुपदाचे धर्मराजास प्रश्न.

वैशंपायन सांगतातः–राजा, नंतर द्रुपदानें राजकुमार युधिष्ठिराला जवळ बोलाविलें, व ब्राह्मणोचित रीतीनें त्याचा सत्कार करून त्या तेजस्वी कुंतीपुत्राला विचारिलें, "आपण कोण आहां? क्षत्रिय किंवा ब्राह्मण? किंवा गुणसंपन्न वैश्य अथवा शूद्र आहां? किंवा कृष्णेचा स्वयंवरसमारंभ पहावा या हेतूनें कपटानें ब्राह्मणवेष धारण करणारे तुम्ही देव आहां? यांपैकीं खरें काय तें कृपा करून आम्हांस सांगा. कारण, आम्हांला हें मोठें गूढ पडलें आहे. याचा जेव्हां नीट उलगडा होईल, तेव्हांच आम्हांस संतोष वाटेल, व आमचा भाग्योदयही उत्तम प्रकारें होईल. याकरितां मन मोकळें करून सत्य असेल तें सांगा. राजासमोर खरें बोलणें हेंच योग्य आहे, अमृताच्या योगानें, केलेले यज्ञयाग व बांधिलेलीं तळीं, विहिरी इत्यादि सर्व सत्कृत्यांचें श्रेय नाश पावतें. यासाठीं असत्य भाषण करूं नये. हे शत्रुदमना, तुझें देवतुल्य भाषण ऐकून नंतर मीं यथाविधि लग्नसमारंभ करण्याचा निश्चय केला आहे.

धर्मराजाचें द्रुपदास उत्तर.

युधिष्ठिर म्हणतोः–हे पांचालपते, तूं प्रसन्न रहा. खिन्न होऊं नको. तुझा इष्ट हेतु निःसंशय

पार पडला असें समज. कारण,आम्ही जातीचे क्षत्रिय असून महात्म्या पांडु राजाचे पुत्र आहों! कुंतीच्या पुत्रांपैकीं मी ज्येष्ठ आहें; आणि राजसभेंत ज्यांनीं तुझी कन्या जिंकली, ते दोघे भीमार्जुन आहेत. तसेच, हे आवळेजावळे नकुलसहदेव आहेत; आणि कृष्णेजवळ बसलेली ती आमची माता कुंती आहे. यासाठीं, राजा, तुझी कन्या आमचे पदरीं पडली याबद्दल तुला तिळभरही दुःख होऊं देऊं नको. कारण, आम्ही क्षत्रिय आहों;व कमलिनी जशी एका सरोवरांतून दुसऱ्या सरोवरांत जावी, त्याप्रमाणें ही तुझी कन्या एका क्षत्रियकुलांतून दुसऱ्या क्षत्रियकुलांतच आली आहे, यामुळें हें स्थित्यंतर शोचनीय होण्याचें कारण नाहीं. हे महाराजा, मीं ही सर्व खरी खरी हकीकत तुला सांगितली आहे; आम्हांला वडील तूंच असून आमचा सर्वस्वी आधारही तूंच आहेस.

वैशंपायन सांगतातः-हें ऐकतांच द्रुपदाचे नेत्र आनंदाश्रूंनीं भरून आले;व त्या आनंदाच्या भरांत युधिष्ठिराला काय उत्तर द्यावें हें त्याला सुचेना. नंतर कांहीं वेळानें, मोठ्या यत्नानें आपला हर्ष आवरून त्यानें योग्य असें प्रत्युत्तर दिलें, व ते हस्तिनापुरांतून कसकसे बाहेर पडले तें सर्व वृत्त त्यानें धर्मास विचारिलें. तेव्हां, धर्मराजानेंही सर्व हकीकत त्यास संगतवार सांगितली. नंतर युधिष्ठिरानें सांगितलेला तो वृत्तांत ऐकून द्रुपदानें राजा धृतराष्ट्राची फार निर्भर्त्सना केली,व कुंतीपुत्र युधिष्ठिराला आश्वासन देऊन पुनः राज्यप्राप्ति करून देण्याविषयींची त्या वक्त्या द्रुपदानें प्रतिज्ञा केली. नंतर कुंती, द्रौपदी, भीमसेन, अर्जुन, नकुल व सहदेव हीं सर्व राजानें दाखविलेल्या भव्य मंदिरांत शिरलीं. जनमेजया, तेथें यज्ञसेन द्रुपदानें स्वतः त्यांचा सत्कार केला; व पांडव जांवई मिळाले असें पाहून मनाला धीर आल्यामुळें पुत्रांसह त्यांस म्हणाला, "या महाबाहु अर्जुनानें कृष्णेचें यथाविधि पाणिग्रहण करावें. आजच दिवस चांगला आहे, त्या अर्थीं त्यानें आजच कुलधर्म वगैरे करावे."

विवाहाविषयीं वादविवाद.

द्रुपदाचें हें भाषण ऐकून धर्मात्मा युधिष्ठिर त्याला म्हणालाः–हे लोकनाथा, मलाही दारसंग्रह कर्तव्य आहे.

यावर द्रुपद म्हणालाः—तसें असेल तर तूं माझ्या कन्येचें यथाविधि पाणिग्रहण कर; किंवा, हे वीरा, तुला वाटत असेल तर तुझ्या भावांपैकीं दुसऱ्याही कोणाच्या हातांत कृष्णेचा हात देण्यास सांग.

युधिष्ठिर म्हणालाः–राजा,ही द्रौपदी आम्हां सर्वांचीच सहपत्नी झाली पाहिजे. कारण, एक तर आमच्या मातेचे मुखांतून पूर्वींच अशी आज्ञा निघून गेली आहे; दुसरें, मी व भीमसेन ह्या वडील बंधूंचा विवाह झाला नसतां अर्जुनानें हें तुझें कन्यारत्न जिंकून आणिलें आहे; आणि, राजा, आम्हां बंधूंचा असा करार ठरलेला आहे कीं, कसलेंही रत्न हातीं आलें असतां तें सर्वांनीं उपभोगावें. हा करार मोडण्याची आमची इच्छा नाहीं. तस्मात् धर्माला बोध न येतां ही तुझी कन्या कृष्णा आम्हां सर्वांची राणी होईल. मात्र हिनें आम्हां बंधूंचें यथाक्रम अग्नीसमक्ष करग्रहण करावें.

द्रुपद म्हणालाः–हे कुरुपुत्रा, एका पुरुषानें बहुत स्त्रिया करणें हा प्रकार शास्त्रविहित आहे, परंतु एका स्त्रीला अनेक पति हें मात्र कोठें ऐकलें नाहीं. तूं धर्मज्ञ व सदाचरणी म्हणवितोस, आणि लोकरूढीला व वेदाज्ञेला विरुद्ध असा हा अधर्माचार कसा सांगतोस? अशी बुद्धि तुला कोणत्या कारणानें सुचली?

युधिष्ठिर म्हणालाः–राजा, धर्म फार सूक्ष्म आहे. त्याची गति जाणण्यास आम्ही समर्थ नाहीं. आम्ही केवळ पूर्वकालीन लोक ज्या मार्गानें

गेले त्या मार्गानें जाणार. माझे वाणींतून अनृत भाषण निघालेलें नाहीं; व अनाचाराची मला आवड नाहीं. परंतु असें करण्याविषयीं आमच्या मातेची आज्ञा आहे, व माझीही मनोदेवता तेंच सांगत आहे. राजा, माझें सांगणें हें सनातन धर्माला धरूनच आहे. याकरितां मनामध्यें कोणताही किंतु न आणितां तूं मी सांगतों याप्रमाणें कर.

द्रुपद म्हणतो:—धर्मा, तूं, कुंती व माझा पुत्र धृष्टद्युम्न हीं तिघें मिळून जो निकाल ठरवाल, तो मला मान्य आहे; व त्याप्रमाणें उद्यां योग्य समय पाहून करणें तें करीन.

वैशंपायन सांगतातः—राजा, ह्याप्रमाणें ते सर्व मिळून विचार करीत बसले असतां सहजगत्या व्यास मुनि तेथें आले.

अध्याय एकशें शहाण्णवावा.

—:०—

व्यासांचें भाषण.

वैशंपायन सांगतातः—व्यास मुनि आलेसें पाहून द्रुपद व सर्व पांडव उभे राहिले, व त्यांचें स्वागत करून सर्वांनीं त्यांना अभिवंदन केलें. महात्म्या व्यासांनीं त्या सन्मानाचा आनंदानें स्वीकार करून द्रुपदपांडवांस शेवटीं कुशलप्रश्न करून शुद्धसुवर्णमय असनावर ते बसले, व त्यांनीं इतरांनाही बसण्याविषयीं सांगितलें. तेव्हां ते सर्व नरश्रेष्ठ बहुमोल आसनांवर बसले. राजा, पुढें थोडा वेळ गेल्यावर, द्रुपद राजानें मधुरवाणीनें द्रौपदीसंबंधी महात्म्या व्यासांस प्रश्न केला कीं, "भगवन्, एकच स्त्री अनेकांची धर्मपत्नी झाल्यानें संकर कसा होणार नाहीं, हें मला योग्य रीतीनें आपण समजवावें."

व्यास म्हणतातः—बाबारे, हा बहुपतित्वाचा धर्म लोकरूढीला व वेदाज्ञेलाही विरुद्धसा आहे; व याचा निर्वाह करून दाखविण्यांत शास्त्राला देखील एक तऱ्हेनें ठकबाजीच करावी लागते आहे, असला हा गूढ आहे. याकरितां, यासंबंधी कोणाचें काय मत आहे तें ऐकण्याची माझी इच्छा आहे.

द्रुपद म्हणालाः—हे द्विजश्रेष्ठा, अनेक पुरुषांना एक पत्नी कोठें असत नाहीं. हा प्रकार जनरूढीला व वेदाज्ञेलाही विरुद्ध आहे. मी तर केवळ हा अधर्म समजतों. आजपर्यंत मोठमोठे महात्मे होऊन गेले; परंतु ह्याचा अवलंब त्यांनीं केला नाहीं. कांहीं झालें तरी ज्ञात्यांनीं अधर्माचरण करूं नये असा माझा अभिप्राय आहे; व ज्या अर्थीं या धर्माबद्दल माझें मत संदिग्धच रहाणार, त्या अर्थीं धर्मराजाचे सांगण्याप्रमाणें चालण्यास, मी उद्युक्त होत नाहीं.

धृष्टद्युम्न म्हणालाः—महामुने, आपणच सांगा कीं, अशा संबंधांत कनिष्ठ भ्रात्यानें जिला एकवार स्वपत्नी म्हणून अंगिकारलें, त्या स्त्रीशीं स्वपत्नीचे नात्यानें सदाचरणी श्रेष्ठ भ्राता कसें आचरण करील? मला तर हा प्रकार अप्रशस्त वाटतो! बाकी धर्म सूक्ष्म असल्यामुळें त्याची गति आम्हांस समजत नाहीं. अमुक एक गोष्ट धर्माला धरून आहे किंवा सोडून आहे, हें छातीला हात लावून सांगण्याचा आम्हांसारख्यांचा अधिकार नव्हे; व म्हणूनच, ही कृष्णा पांचजणांची राणी व्हावी कीं नाहीं या कामीं निर्णय देण्याचें धाडस आम्ही करीत नाहीं!

युधिष्ठिर म्हणतोः—माझ्या वाणींतून कधींही अनृत आलेलें नाहीं आणि अप्रशस्त गोष्टींकडे माझा स्वभावतः कल नाहीं. असें असतां सांप्रत प्रसंगीं या कामाला माझे मनाचा रुकार पडतो आहे, त्या अर्थीं ही गोष्ट धर्मविरुद्ध असणार नाहीं हें खास. पुराणकालीं जटिला गौतमीनामक एक सदाचरणी स्त्री सात ऋषींशीं रत झाली असा इतिहास उपलब्ध आहे. त्याचप्रमाणें 'वार्क्षी' नामक मुनिकन्याही तपानें शुद्धचित्त झालेल्या

प्रचेतस नांवाच्या दहा भ्रात्यांशीं संगत झाली असाही दुसरा पुरावा सांपडतो. हे धर्मश्रेष्ठा, गुरूचें वचन तोच धर्म समजावा, असें ज्ञाते सांगतात; व माता ही सर्व गुरूंत श्रेष्ठ होय असें शास्त्र म्हणतें. अर्थात् मातेचें वचन तोच धर्म हें निर्विवाद सिद्ध झालें; आणि हेंच खरें, तर आमचे मातेनें 'नेहमीं भिक्षा वांटून घेतां याच न्यायानें सर्व मिळून उपभोगा' अशी आज्ञा आम्हांस केली. तस्मात्, हे द्विजश्रेष्ठा, मात्राज्ञेप्रमाणें हिला पांचांनीं स्वीकारणें हाच आमचा श्रेष्ठ धर्म असें मी मानितों.

कुंती म्हणाली:—धर्मपरायण युधिष्ठिर बोलला तें अक्षरशः खरें आहे. मीं असें म्हटलें खरें. अधर्माचें तर मला फार भय वाटतें; आणि तुमच्या मतें माझें हें सांगणें जर अधर्मरूप झालें असेल, तर या पापांतून आतां माझी सुटका कशी व्हावी ?

व्यास म्हणाले:—हे कल्याणि, तूं चिंता करूं नको. अधर्मदोषापासून तूं मुक्त होशील. कारण, तूं सांगितलेंस तें सनातन धर्माला अनुसरूनच आहे. द्रुपदा, युधिष्ठिराचे म्हणण्याप्रमाणें हा निःसंशय धर्म आहे. परंतु हा धर्म विहित कसा आहे, व सनातनही कसा आहे, हें सर्वांसमक्ष सांगण्यास मी तयार नाहीं; याला एकांत पाहिजे.

वैशंपायन सांगतात:—असें बोलून भगवान व्यास मुनि उठले, व द्रुपद राजाचा हात धरून त्याच्या राजवाड्यांत गेले. मग कुंती, पांडव व धृष्टद्युम्न हीं इकडे तिकडे गेलीं, व व्यास मुनि आणि द्रुपद परत केव्हां येतात म्हणून वाट पहात राहिलीं. इकडे एकांतांत गेल्यावर, अनेकांनीं एकपत्नी करणें ही गोष्ट धर्मविहित कशी हें व्यासांनीं द्रुपदास समजावून सांगितलें.

अध्याय एकशें सत्याण्णवावा.

पंचेंद्रोपाख्यान

व्यास सांगतातः—द्रुपदा, पुरातनकालीं देवानीं नैमिषारण्यांत सत्र आरंभिलें त्यांत सूर्यपुत्र यम यानें शामित्राचें (पशुघातकाचें) काम पतकरून त्यानें तत्संबंधी दीक्षा घेतली, व दीक्षा घेतल्याकारणानें तो प्रजेला मारीनासा झाला. तेव्हां मृत्युच नाहींसा झाल्यानें कांहीं काल लोटतांच लोकसंख्या अतोनात वाढली. हें पाहून देवांना चिंता उत्पन्न झाली. तेव्हां इंद्र, चंद्र, वरुण, कुबेर, साध्य, रुद्र, वसु, अश्विनीकुमार व इतर बरेच देव हे एकत्र होऊन प्रजापति ब्रह्मदेवाकडे जाऊन त्याला म्हणाले, "हे प्रजापते, मृत्युलोकीं मनुष्यांचा फार सुळसुळाट माजल्यामुळें आम्हांला भय उत्पन्न झालें व परित्राणार्थ आम्ही आपणांकडे आलों आहों ! तरी आमचें भय दूर करून आम्हांस सुखी करावें."

पितामह म्हणालाः—अरे, तुम्ही अमर असतांना मरणधर्मी मनुष्यांपासून तुम्हांला भय कां वाटावें ? मला तर कांहीं कारण दिसत नाहीं.

देवांनीं उत्तर केलें:—"आपलें म्हणणें आजपर्यंत खरें होतें. परंतु सांप्रत यम हा मनुष्यांना मारीनासा झाल्यामुळें, मनुष्य हेही मरणरहित म्हणजे आम्हांसारखे अमरच झाले आहेत, आम्हांत व त्यांत कांहीं भेदच उरला नाहीं; आणि म्हणूनच आमचें धाबें दणाणलें आहे, व पूर्वींचा भेद आपण कायम राखावा ही विनंति करण्याकरितांच आम्ही आपणांकडे आलों आहों."

पितामह म्हणालाः-यम हा सत्रांत गुंतला आहे तोंपर्यंत ही स्थिति आहे. तो त्यांतून मोकळा होतांच मनुष्यांचा सप्पा उडवील. सत्रांतीं, तुमच्याच वीर्यानें यमाचें रूप विभक्त व वृद्धिंगत होऊन मनुष्यांचा फडशा उडवील, व याचे

तडाख्यापुढें मनुष्यें अगदीं हतवीर्य होऊन जातील. याकरितां तुम्ही मुळींच चिंता करूं नका.

व्यास सांगतातः—याप्रमाणें ब्रह्मदेवाचें भाषण श्रवण करून, ते इंद्रचंद्रादि अमर इतर देव जेथें सत्र करीत होते तेथें गेले. तेथें जाऊन एकत्र बसले असतां भागीरथीमध्यें एक कमल त्यांचे दृष्टीस पडलें. तें कमल पाहून सर्वांना मोठें आश्चर्य वाटलें. मग त्यांपैकीं शूर जो इंद्र, तो उठून त्या कमलापाशीं गेला. पुढें जातो तों गंगा नदीचा अखंड प्रवाह चालला असून तेथें अग्निज्वालेप्रमाणें देदीप्यमान, व केवळ लावण्याची ज्योत अशी एक तरुणी त्याचे दृष्टीस पडली. ती तरुणी जलार्थ गंगेंत उतरून अश्रु ढाळीत होती, व तिचा अश्रुबिंदु गंगोदकांत पडला कीं लागलीच त्या ठिकाणीं सुवर्णकमल उत्पन्न होत होतें. हा अद्भुत चमत्कार पाहून तो वज्रधर इंद्र त्या स्त्रीजवळ गेला, व तिला म्हणाला, "हे कल्याणि, तूं कोण आहेस, व अशी रडतेस कां, याचें खरें खरें उत्तर तुझे मुखांतून ऐकण्याची माझी इच्छा आहे."

त्या तरुणीनें उत्तर दिलें:—हे देवराज, तूं माझे मागोमाग चल; म्हणजे मी मंदभाग्या कोण आहें, व येथें कां रडत उभी आहें हें तुला सर्व ठीक समजून येईल.

व्यास म्हणतातः—असें बोलून ती स्त्री तेथून निघाली असता इंद्रही तिजमागून चालला. कांहीं अंतर चालून गेल्यावर हिमालयाचे मस्तकावर सिंहासन घालून तरुण स्त्रीसमवेत द्यूत खेळत बसलेला एक सुंदर तरुण पुरुष त्याचे दृष्टीस पडला. आपण देवेंद्र सन्निध आलों असून या तरुणानें आपला सत्कार केला नाहीं असें पाहून इंद्र त्याला म्हणाला, "हे विद्वन्, हें भुवन माझे सत्तेखालीं आहे, हें तुला ठाऊक नाहीं काय ?" इंद्र असें बोलला तरी तो तरुण द्यूतांत इतका निमग्न होऊन गेला होता कीं, त्यानें त्याचे बोलण्याकडे कसें तें लक्ष्य दिलें नाहीं. तें पाहतांच इंद्र क्रुद्ध होऊन त्याला म्हणाला, "हे तरुणा, या स्थलाच्या मी स्वामी आहें हें तूं जाणीत नाहींस काय ?"

द्रुपदा, याप्रमाणें इंद्र क्रोधवश झालासें पाहून देवाधिदेव शंकरांला अगोदर हसूं आलें; आणि नंतर सावकाशपणें ते इंद्राकडे न्याहाळून पाहूं लागले. त्यांची आणि इंद्राची दृष्टादृष्ट होतांच देवराज इंद्र स्तंभित होऊन खांबासारखा जागचे जागीं निश्चळ उभा राहिला, आणि त्यानें उचललेलें वज्र हातचे हातींच राहिलें! नंतर खेळ पुरेसा झाल्यावर शंकर त्या रोदन करीत असलेल्या स्त्रीला म्हणाले, "त्या इंद्राला असा माझ्याजवळ घऊन ये, म्हणजे पुनः कधीं त्याला गर्व होणार नाहीं असें करून टाकितों. !"

द्रुपदा, शंकराच्या ह्या आज्ञेप्रमाणें ती तरुणी इंद्राला घेऊन येणार, तों तिचा हस्तस्पर्श होतांच इंद्राचे हातपाय भेंडुळले, आणि तो भुईवर कोसळला! तें पाहून, उग्रतेजस्वी शंकर त्यास म्हणाले, "इंद्रा, इतउत्तर असा उद्धटपणा करूं नको. तुझें बल व वीर्य अतर्क्य आहे, त्या अर्थीं एवढा हिमालय एकीकडे सार, आणि याचे तळाशीं विवर आहे त्यांत तूं शीर; त्या विवरांत तुझ्यासारखेच सूर्यसम तेजस्वी दुसरेही पुरुष आहेत !"

द्रुपद राजा, मग शिवाज्ञेप्रमाणें इंद्रानें त्या विवराचें मुख मोकळें केलें असतां, तेथें आत्मप्रतिम असे दुसरे चार पुरुष त्याला आढळले. त्यांना पाहतांच, यांसारखीच आपली दशा होणार कीं काय अशी भीति पडून तो इंद्र फार दुःखित झाला, व विवरांत पाऊल घालीना. तें पाहून शंकर कोपायमान होऊन त्यावर डोळे वटारून त्याला म्हणाले, "इंद्रा, तूं मूर्खपणानें

माझा प्रथम अवमान केला आहेस. यास्तव कांकूं न करितां निमूटपणें या दरींत शीर."

शंकरांनीं याप्रमाणें दरडावून सांगतांच भयानें इंद्राची अगदीं गाळण उडून गेली; व उंच पर्वताच्या माथ्यावरील वाऱ्याच्या सोसाट्यांत सांपडलेल्या गलित अश्वत्थपर्णाप्रमाणें त्याची दशा उडाली! मग तसाच थरथरत दीनवदन होऊन व शंकरांपुढें हात जोडून तो उभा राहिला असतां, वृषभवाहन शंकर त्यावर घसरून म्हणाले, "चल, आंत हो, थांबलास काय?" असे जरबीचे शब्द त्या बहुरूपी उग्र शंकरांचे मुखांतून ऐकतांच इंद्र त्यांला म्हणाला, "शंकरा, ठीक आहे. माझी हिकमत फसली, त्या अर्थीं आज या अखिल जगताचा तूंच अधिपति आहेस. तूं काय म्हणशील तें प्रमाण!" तें ऐकून ते उग्ररूपी शंकर हसून म्हणाले, "बरें बरें, ऐकिलें, असल्या उन्मत्तांची येथें कींव केली जात नसते! हे बघ दुसरे चौघे—हेही तुजप्रमाणेंच गुर्मीत होते. तेव्हां त्यांची गत तीच तुझी! याकरितां बऱ्या बोलानें या विवरांत जाऊन पडून रहा. अशाशिवाय तुझी गुर्मी उतरणार नाहीं. आतां तूं गयावयां येतो आहेस, त्या अर्थीं तुला इतकेंच सांगतों कीं, तुम्हां सर्वांना मनुष्ययोनि प्राप्त होईल. तेथें तुम्ही इतरांना असह्य असा उग्र पराक्रम करून हजारों लोकांना यमसदनीं पाठवाल; आणि इतकें केल्यावर स्वकर्मार्जित अशा महापुरुषोचित इंद्रलोकाप्रत पुनः प्राप्त व्हाल. यांत संशय नाहीं. मी जें सांगतों आहें, यांत माझे अनेक हेतु आहेत. याकरितां, मीं सांगितल्याप्रमाणेंच तुम्ही वागा."

पूर्वेंद्र म्हणालेः—शंकरा, एकदा मनुष्ययोनींत गेल्यावर तींतून सुटका होणें मोठें कठिण आहे. तथापि तुमची आज्ञा शिरसा मान्य करून आम्ही देवयोनींतून मनुष्ययोनींत जातों. परंतु तेथें यमधर्म, वायु, इंद्र व अश्विनीकुमार या पांच देवांनीं आमचे गर्भ मानुषी जननीचे उदरांत स्थापित केले पाहिजेत. त्याचप्रमाणें, आम्हांस पुढें दिव्यास्त्रें मिळालीं पाहिजेत; म्हणजे आम्ही मनुष्यांचा निःपात करून पुनरपि इंद्रलोकाप्रत परत येऊं.

व्यास म्हणतातः—त्या पूर्वेंद्रांचें या प्रकारचें भाषण ऐकून, तो अधिकारारूढ पांचवा इंद्र शंकराला म्हणाला, "ठीक आहे; हे चौघे जर मनुष्ययोनीला जात असतील, तर माझे बदलीं माझे वीर्यापासून उत्पन्न झालेला असा एक माझा अंशभूत पुरुष यांचे साह्यार्थ मी देतों." राजा द्रुपदा, विश्वभुक्, भूतधामा, शिबि व शांति असे ते चार पूर्वेंद्र व अंशरूपी तो पांचवा. त्या पांचही इंद्रांची मागणी त्या भोळ्या शंकरानें कबूल करून, ती रोदन करणारी त्रिभुवनसुंदरी लक्ष्मी त्यांची मृत्युलोकीं पत्नी होईल म्हणून नियम केला. नंतर त्यां सहाजणांना घेऊन तो शंकर अतर्क्य, अनंत, अनादि, अव्यक्त, पुराण, सनातन व विश्वरूप अशा नारायणाकडे गेला. तेव्हां नारायणानेंही ती गोष्ट मान्य केली; व तीं साहीजणें मनुष्यलोकीं अवतीर्ण झालीं. इकडे ह्या नारायणानें एक शुभ्रवर्ण व एक कृष्णवर्ण असे दोन केश किंवा केशरूपी शक्ति बाहेर काढिल्या व त्या यादवकुळांतील स्त्रिया देवकी आणि रोहिणी यांचे ठिकाणीं प्रविष्ट केल्या. त्यांतील शुभ्रवर्ण शक्तीपासून बलराम जन्मला, व कृष्णवर्ण शक्तीपासून श्रीकृष्ण उत्पन्न झाला. पूर्वी त्या विवरांत कोंडून ठेविलेले जे चौघे इंद्र होते, ते चार पांडव, व सव्यसाची अर्जुन हा पांचव्या इंद्राचा अंशावतार. सारांश, हे जे आपण पांडव म्हणून पहातों, हे पूर्वजन्मींचे इंद्र आहेत; आणि शंकरांनीं पूर्वी सांगून ठेविल्याप्रमाणें यांची भार्या होण्याकरितां द्रौपदीरूपानें ही स्वर्गलक्ष्मी अवतरली आहे. बा द्रुपदा,

मी म्हणतों असा पूर्वीचा देवसंकेत नसेल, तर या मृत्युलोकीं केवळ तुझ्या अनुष्ठानानें असली चंद्रसूर्यांप्रमाणें तेजस्वी व कोसोंगणती अंगाचा सुगंध पसरणारी दिव्य कन्या निर्माण झाली असती असें तुला वाटतें काय? यावरूनच तूं माझे म्हणण्याची सत्यता मनांत आण. शिवाय, मी प्रसन्न होऊन तुला ही दिव्यदृष्टि देतों. हिच्या साह्यानें तुला हे कुंतीपुत्र त्यांच्या पूर्व जन्मींच्या दिव्य इंद्ररूपानें दिसतील.

वैशंपायन सांगतातः—राजा, असें म्हणून त्या तपःपूत व उदारबुद्धि व्यास मुनींनीं त्या द्रुपदाला दिव्य दृष्टि दिली. तिच्या योगानें द्रुपदाला ते सर्व पांडुपुत्र पूर्वींच्या दिव्यरूपानें दिसले. त्यांच्या रूपाचें वर्णन काय सांगावें? ते तारुण्याच्या ऐन भरांत असून, त्यांचीं वक्षस्थलें रुंद व भरदार होतीं, आणि त्यांचा बांधा फार उंच असून, मस्तकीं सुवर्णमुकुट घातलेले ते इंद्रोपम तेजस्वी अग्नि किंवा सूर्य यांप्रमाणें तेज टाकीत होते. त्यांच्या केशांचे बुचडे बांधले असून ते फार मनोवेधक दिसत होते. अंगावर दिव्य वस्त्रें असून गळ्यांत अति सुवासिक व ताज्या अशा पुष्पमाळा घातल्यानें, त्यांचें रूप फारच उज्ज्वल दिसत होतें. सारांश, ते सर्वगुणोपेत दिव्य पांडव त्रिनयन शंकर, वसु, रुद्र किंवा आदित्य यांसारखे दिसत होते. याप्रमाणें त्यांपैकीं चौघे पूर्वेंद्र व पांचवा इंद्रपुत्र असें पाहून द्रुपद राजा विस्मित व हर्षित होऊन त्या विस्मयकारक कन्येकडे पाहूं लागला, तों तीही रूपानें सर्व स्त्रियांत श्रेष्ठ—केवळ अनुपम—व चंद्राग्नितुल्य चमकणारी आणि रूप, तेज व कीर्ति यांच्या योगानें असल्या दिव्य पुरुषांची पत्नी होण्यास सर्वांशीं अनुरूप अशी पाहून, त्या राजश्रेष्ठाला फारच आनंद झाला; आणि हा एकंदर अद्भुत चमत्कार पाहून त्या द्रुपदानें सत्यवतीसुत व्यासांचे घट्ट पाय धरिले, व मोठ्या प्रसन्न मनानें त्यांस म्हटलें, "हे महर्षे, असला चमत्कार दाखविणें हें आपणांसारख्या समर्थाला सहज साध्य आहे!"

व्यास म्हणतातः—पूर्वीं एका तपोवनांत कोणाएका महर्षींची अत्यंत सुंदर व सदाचरणसंपन्न अशी एक कन्या होती. परंतु तिला पति प्राप्त होईना. म्हणून तिनें अति उग्र तपश्चर्या करून श्रीशंकराला संतुष्ट केलें. तेव्हां शंकर प्रसन्न होऊन 'वर माग' म्हणून तिला म्हणाले असतां "मला सर्वगुणसंपन्न पति मिळावा" असें ती पुनःपुनः पांच वेळ त्या वरदात्या शंकराला म्हणाली. तेव्हां 'तुला पांच पति मिळोत' असें शंकर म्हणाले. तें ऐकून तिनें पुनरपि शंकराची कृपा संपादून 'मला एकच पति आपल्या कृपेनें मिळावा' असें म्हटलें. तें ऐकून तो देवाधिदेव प्रसन्न मनानें तिला म्हणाला, "हे कल्याणि, 'मला पति दे' असें तूं पुनःपुनः पांच वेळ म्हणालीस, त्या अर्थीं तुला पांचच पति मिळतील. तथापि तूं याबद्दल खेद करूं नको. यांत तुझें कल्याण आहे, व हा माझा वर तुला जन्मांतरीं सफल होईल."

व्यास सांगतातः—हे द्रुपदा, ती ही ऋषिकन्या द्रौपदीच्या दिव्य रूपानें या जन्मीं अवतीर्ण झाली आहे; व अर्थातच ती या पांच बंधूंची धर्मपत्नी होणें विहित आहे. यांत कोठेंही नांव ठेवण्याला जागा नाहीं. बाबारे! ही स्वर्गींतील लक्ष्मी पांडवप्राप्त्यर्थ दुर्धर तप करून तुझ्या कन्येच्या रूपानें यज्ञामध्यें प्रकट झाली. सारांश, ही देवपूज्य सुंदरी स्वकर्मानेंच या पांचांची पत्नी होण्यासाठीं प्रत्यक्ष ब्रह्मदेवानें निर्माण केली आहे. तस्मात्, राजा, हा इतिहास समजून घेऊन आतां तुला जें इष्ट वाटेल तें कर.

अध्याय एकशें अठ्याणवावा.

—:०:—

द्रौपदीविवाह.

द्रुपद म्हणाला:—महानुभाव मुने, आपलें हें परमयोग्य भाषण श्रवण केल्यानें माझा सर्व संशय दूर झाला. यापूर्वी आपलें भाषण माझे ऐकण्यांत आलें नसल्यामुळें, आपल्या कन्येला स्वयंवरानें एक पति मिळवून देण्याची तजवीज मीं केली होती. परंतु दैवानें योजिलेली गोष्ट अन्यथा होत नाहीं म्हणून जें म्हणतात, त्याचा हा पूर्ण प्रत्यय आला! कारण, मीं आपलेकडून एक पति मिळविण्याविषयीं पण मांडिला असतां तोच पण पांच पति मिळण्यास कारणीभूत झाला! सारांश, प्रारब्धानें पूर्वी मारून ठेविलेल्या गांठीं इहजन्मीं केलेल्या कर्मांच्या योगानें चुकत नाहींत. शिवाय, कृष्णेच्या तोंडूनही पतिप्राप्तीविषयीं पांच वेळ प्रार्थना झाली, व त्या परमेश्वरानेंही 'तुला पांच पति मिळोत' असाच तिला वर दिला. मग असें करण्याचें कारण काय असेल तें शंकरच पूर्णपणें जाणत असतील. तें कांहीं असलें तरी ज्या अर्थी ही गोष्ट स्वत: शंकरांनीं निश्चित केली आहे, त्या अर्थी ती पतकरण्यांत धर्म घडो किंवा अधर्म घडो, मजकडे त्याचा कांहीं दोष नाहीं असें समजून या पांचांना त्यांच्या इच्छेप्रमाणें कृष्णेचें पाणिग्रहण करण्याची मी मोकळीक देतों. कारण, ही यांची पत्नी म्हणून देवानेंच ठरविलें आहे असें आपल्या सांगण्यावरून निभ्रांत ठरतें. मग उगीच आडवळणांत जाण्यांत अर्थ काय?

वैशंपायन सांगतात:—हें ऐकून भगवान व्यास मुनि धर्मराजाला म्हणाले, " बा युधिष्ठिरा, आजच फार चांगला दिवस आहे. कारण आज चंद्राचा संततिदायक नक्षत्राशीं योग आहे. तेव्हा तूं प्रथम कृष्णेचें पाणिग्रहण कर.

धर्मराजास झालेली ही व्यासाज्ञा ऐकतांच द्रुपद राजानें वराकडील मंडळीला देण्यासाठीं ठरवून ठेविलेल्या अनेक उंची उंची वस्तु व रत्नें यांसहवर्तमान रत्नभूषणांनीं अलंकृत केलेली आपली कन्या तेथें आणिली. नंतर, आनंदित झालेले द्रुपदाचे सर्व इष्टमित्र, अमात्य, प्रजाजन व ब्राह्मण हे विवाहसमारंभ पाहण्यासाठीं तेथें जुळले असतां, नानाप्रकारच्या कृत्रिम कमलांनीं ज्यांतील चौक अलंकृत केले आहेत, ज्यांत रंगीबेरंगी पोषाख घालून सैनिक उभे आहेत, तसेंच ज्यांत उंची वस्त्रे परिधान करून मोठमोठे श्रीमान लोक बसले आहेत, व जागजागीं रत्नांचीं कोंदणें केलीं आहेत असें तें राजमंदिर नक्षत्रयुक्त आकाशाप्रमाणें शोभूं लागलें. नंतर, राजा, ते तरुण पांडुपुत्र मंगलस्नान करून, बहुमोल वस्त्रे परिधान करून, अंगास चंदनाची उटी लावून, व कुंडलादि अलंकार धारण करून आणि पुण्याहवाचनादि मंगलकृत्यें उरकून, सोरटी बैल ज्याप्रमाणें गोठ्यांत शिरतात, त्याप्रमाणें मोठ्या आनंदाच्या भरांत अग्नितुल्य तेजस्वी अशा आपल्या धौम्य नामक पुरोहिताबरोबर लग्नमंडपांत एकामागून एक शिरले. नंतर त्या वेदपारंगत मंत्रवेत्त्या धौम्य मुनींनीं शांत चित्तानें हवन केलें, व युधिष्ठिराला जवळ आणून त्याची द्रौपदीशीं गांठ मारली, व वधूवरांकडून अग्नीला प्रदक्षिणा करवून त्यांचा त्यानें विवाह लाविला. नंतर, त्या रणनिपुण युधिष्ठिराला जाण्याविषयीं आज्ञा देऊन धौम्य मुनि राजगृहांतून चालते झाले. पुढें त्या महारूपसंपन्न महारथी कौरववंशवर्धन पांडुपुत्रांनीं क्रमानें एकेक दिवशीं एकेकानें याप्रमाणें त्या सुंदर राजकन्येचें पाणिग्रहण केलें. त्या प्रसंगीं महर्षि व्यास मुनींच्या वचनावरून एक मात्र अलौकिक चमत्कार घडून आला. तो असा कीं, ती महानुभावा द्रौपदी प्रतिदिवशीं कुमारीच होत असे!

असो; विवाह झाल्यानंतर द्रुपदानें महारथी पांचही पांडवांना-ज्यांना सोनेरी लगाम घातलेले असून चार चार घोडे जुंपलेले आहेत असे व सुवर्णमालांनीं अलंकृत केलेले–शंभर रथ, सुवर्ण शिखरांनीं युक्त अशा पर्वतांप्रमाणें प्रचंड असे उत्तम जातीचे शंभर गज, त्याचप्रमाणें मूल्यवान अलंकार, वस्त्रें, माला व पोषाख धारण केलेल्या अशा शंभर तरुण दासी इत्यादि नाना प्रकारच्या बहुमोल देणग्या अग्नीसमक्ष पृथक् पृथक् दिल्या. शिवाय, विशिष्टगुणयुक्त अशीं कांहीं वस्त्रें व भूषणेंही त्या महानुभावानें त्यांस दिलीं, याप्रमाणें विवाहविधि आटोपल्यानंतर अनेक रत्नराशींसहित ती लक्ष्मीरूपिणी द्रौपदी बरोबर घेऊन ते इंद्रतुल्य बलाढ्य पांडव द्रुपद राजाच्या नगरांत कांहीं दिवस आनंदांत राहिले.

अध्याय एकशें नव्याणवावा.

—:०:—

द्रौपदीला कुंतीचा आशीर्वाद.

वैशंपायन सांगतातः—याप्रमाणें द्रुपदाचा पांडवांशीं संबंध जडल्यानें त्याला इतकें सामर्थ्य आलें कीं, देवांपासूनही त्याला भय कसलें तें उरलें नाहीं, त्या द्रुपदाच्या स्त्रियांनीं कुंतीजवळ येऊन आपआपलें नांव सांगून तिच्या पायावर डोकीं ठेविलीं, नंतर,लग्नकंकण व मंगलसूत्र घातलेली आणि महावस्त्र नेसलेली कृष्णा सासूच्या बोलावण्यावरून पुढें येऊन तिच्या पायां पडली व हात जोडून नम्रपणें जवळ उभी राहिली त्या वेळीं त्या रूपलक्षणसंपन्न, सच्छील व सदाचरणी अशा आपल्या सुनेकडे पाहून कुंती फार प्रसन्न झाली,व तिनें तिला प्रेमपूर्वक आशीर्वाद दिला कीं, ‘इंद्राला जशी इंद्राणी, अग्नीला जशी स्वाहा,चंद्राला जशी रोहिणी,नलाला जशी दमयंती,कुबेराला जशी भद्रा, वसिष्ठाला जशी अरुंधती, आणि विष्णूला जशी लक्ष्मी, तशी तूं आपल्या भर्त्यांना आनंददायिनी हो.हे कल्याणि, तुला दीर्घायु व पराक्रमी अशी संतति होवो.तूं नेहमीं अनेक सुखांनीं युक्त होऊन सौभाग्यभोगसंपन्न हो.तूं पतिव्रता आणि यज्ञपत्नी हो; व अतिथि, अभ्यागत, साधु, वृद्ध, बाल व गुरु यांचा यथायोग्य परामर्ष घेण्यांत तुझें दीर्घायुष्य वेंचो. हे धर्मवत्सले, तूं युधिष्ठिरासमागमें कुरुजांगलादि राष्ट्रें व इतर नगरें यांची अभिषिक्त राणी हो, व तुझ्या महापराक्रमी पतींनीं स्वबलानें जिंकिलेली सर्व पृथ्वी अश्वमेधनामक महाक्रतूंत तूं ब्राह्मणांना अर्पण कर. हे गुणवति, पृथ्वीमध्यें ज्या ज्या उत्कृष्ट वस्तु असतील, त्या तुला प्राप्त होऊन तूं शंभर वर्षें पूर्ण सुखांत नांद; आणि, हे स्नुषे, लगीनसाडा नेसलेल्या तुला आज ज्याप्रमाणें मी आशीर्वाद देत आहें, त्याचप्रमाणें तुझ्या मांडीवर पुत्र खेळतांना पाहून तुला आशीर्वाद देण्याची मला लवकरच वेळ येवो ! ”

कृष्णाकडील अहेर.

वैशंपायन सांगतातः—नंतर, पांडवांनीं स्त्रीपरिग्रह केला हें ऐकून लक्ष्मीपति कृष्णानें त्यांकडे अहेर पाठविला. त्या अहेरांत वैदूर्य रत्नजडित सुवर्णाचे अलंकार,नाना देशांतील बहुमोल वस्त्रें, मृदु व उंची शाली आणि कृष्णाजिनें, नानातऱ्हेच्या शय्या, आसनें, मेणे, पालख्या वगैरे महायानें, रत्नखचित शेंकडों पात्रें, सुंदर, तरुण व चतुर अशा नानादेशांतील अलंकार घातलेल्या हजारों दासी, चांगले शिकवलेले जातिवंत हत्ती, शृंगारलेले उंची उंची घोडे, किनखाबानें मढविलेले हस्तिदंती रथ व सोन्याच्या कोट्यवधि विटा होत्या ! याप्रमाणें श्रीकृष्णानें पाठविलेला तो अहेर कृष्णप्रीतीस्तव युधिष्ठिरानें मोठ्या आनंदानें स्वीकारिला !

राज्यलंभपर्व.

अध्याय दोनशेंवा.

—:०:—

दुःखित दुर्योधनादिकांचें स्वगृहीं गमन.

वैशंपायन सांगतातः—राजा, नंतर, शुभलक्षणसंपन्न द्रौपदी पांडवांची पत्नी झाली, हें वर्तमान ठिकठिकाणच्या राजांना त्यांच्या विश्वासू हेरांकडून कळलें. हेरांनीं सांगितलें, " स्वयंवर मंडपांत ज्या महात्म्यानें तें धनुष्य वांकवून लक्ष्यवेध केला, तो महाधनुर्धर अर्जुन होय; व ज्यानें क्रुद्ध होऊन वृक्ष उपटून रणांत सर्व वीरांना झोडून काढिलें, व भद्राधिपति शल्याला उचलून भूमीवर आपटलें, आणि इतकेंकरूनही ज्याची कांहीं धांदल उडाली नाहीं, तो दुःस्पर्श व शत्रुसेनाविध्वंसक भीमसेन होय ! "

जनमेजया, लाक्षागृहामध्यें पांडव दग्ध झाले असतां ब्राह्मणरूपानें ते स्वयंवरमंडपांत आले होते, हें ऐकून सर्व राजांना फार विस्मय वाटला ? पुत्रांसह कुंती दग्ध झाली म्हणून पूर्वीं ऐकिलें असल्यानें, आज पांडवांचा पुनर्जन्मच झाला असें त्यांना वाटलें; आणि पुरोचनाच्या त्या अति नीच कृत्याला संमति दिल्याबद्दल त्यांनीं धृतराष्ट्राची व भीष्माचीही निंदा केली. स्वयंवर आटोपल्यावर, द्रौपदीनें पांडवांस माळ घातली हें कानीं येतांच तेथें जमलेले राजे आल्या वाटेनें परत गेले.

इकडे, द्रौपदीनें अर्जुनाला वरिल्याचें ऐकून दुर्योधनाला फार खेद झाला; व अश्वत्थामा, शकुनि, कर्ण, कृप आणि आपले भ्राते यांसह तो परत फिरला. त्याला पाहून तो निर्लज्ज दुःशासन पुटपुटूं लागला कीं, "राजा, काय सांगूरे ! अर्जुन ब्राह्मणरूपानें न येता तर त्याला द्रौपदी खास मिळाली नसती ! राजा, त्याला अर्जुन म्हणून कोणींच ओळखिलें नाहीं ! एकंदरींत आपण आजपर्यंत एवढाले प्रयत्न करूनही जर पांडव जिवंत आहेत, तर मला वाटतें कीं, दैव हेंच बलवत्तर असून पुरुषप्रयत्न त्यापुढें व्यर्थ आहेत. दुर्योधना, पांडव ज्या अर्थीं जिवंत आहेत, त्या अर्थीं आपल्या पौरुषाला खचित धिक्कार असो ! " ह्याप्रमाणें बोलून व पुरोचनाची निंदा करून ते कौरव दीन व हिरमुष्टी होऊन हस्तिनापुरांत शिरले. महातेजस्वी पांडव अग्नींतून मुक्त होऊन द्रुपदाचे संबंधी झाले असें पाहून, व धृष्टद्युम्न, शिखंडी आणि द्रुपदाचे संग्रामनिपुण सर्व पुत्र यांचें पांडवांस सहाय मिळालें हा विचार मनांत येऊन तर ते अतिशयच खिन्न झाले, आणि त्यांच्या उड्या जागच्या जागींच राहिल्या !

इकडे, पांडवांनीं द्रौपदी वरिली व धृतराष्ट्रपुत्र हतगर्व व लज्जित झाले हें ऐकून विदुर प्रसन्न अंतःकरणानें धृतराष्ट्रास म्हणाला, " हे प्रजानाथा, कुरूंचा उत्कर्ष झाला ही गोष्ट फार चांगली झाली !" हे विदुराचे शब्द ऐकतांच धृतराष्ट्रास अत्यानंद होऊन "वाहवा, फार चांगलें ! फार चांगलें !" असें तो म्हणाला. कारण, विदुराच्या या भाषणावरून, द्रुपदकन्येनें आपल्या ज्येष्ठ पुत्र दुर्योधनाला माळ घातली असा अर्थ त्या प्रज्ञाचक्षुनें केला; आणि खरा प्रकार लक्षांत न आल्यामुळें, द्रौपदीला पूर्ण अलंकार घालून मजकडे घेऊन ये म्हणून त्यानें दुर्योधनाला आज्ञा केली. हें ऐकतांच विदुरानें त्यास सांगितलें कीं, " द्रौपदीनें पांडवांनाच वरिलें; ते सर्व कुशल आहेत. द्रुपदानें त्यांचा मोठा आदरसत्कार केला, व स्वयंवरमंडपांत, बलाढ्य असे पांडवांचे अनेक संबंधी त्यांस येऊन मिळाले आहेत. "

धृतराष्ट्र म्हणालाः—विदुरा, पांडव हे पांडूला जसे प्रिय होते, तसेच किंबहुना त्याहूनही मला अधिक प्रिय आहेत. अधिक प्रिय असण्याचें कारण असें आहे कीं, पांडव हुषार व शूर अ-

सून त्यांना मित्रसहाय आहे;तसेंच त्यांचे संबंधी अनेक असून ते सर्व महाबलाढ्य आहेत.विदुरा, बांधवांसहवर्तमान द्रुपद राजासारख्याचें साहाय मिळालें असतां भ्रष्टराज्य असला तरी कोणता राजा पुनः राज्यप्राप्ति करून घेण्याची उमेद बाळगणार नाहीं ?

वैशंपायन सांगतातः--याप्रमाणें धृतराष्ट्राचें भाषण ऐकून विदुर त्याला म्हणाला, "राजा, पांडवांविषयीं तुझी हीच बुद्धि मरेपर्यंत सदा कायम असो."असें म्हणून विदुर आपल्या घरीं गेला. नंतर दुर्योधन व कर्ण हे धृतराष्ट्राजवळ येऊन म्हणूं लागले कीं, "विदुराच्या समक्ष आपणांला आमच्यानें दोष देववेना.परंतु आतां येथें एकांत आहे,म्हणून आम्ही आपणांस असें स्पष्ट विचारतों कीं, हें आपण मनांत काय आणिलें आहे? ताता,शत्रूंच्या उत्कर्षाला आपण आत्मोत्कर्ष समजतां,व विदुरासमक्ष शत्रूंची इतकी स्तुति करितां, या प्रकाराला काय म्हणावें? महाराज,आज आपण करावयाला पाहिजे आहे निराळेंच, आणि आपण योजिलें आहे निराळेंच! हे तात, जेणेंकरून शत्रूंचे बल क्षीण होईल अशी तजवीज आपण सदा केली पाहिजे;व म्हणून,जेणेंकरून आमचे शत्रु हे आमचे पुत्र,बल व बांधव यांसह आमचा नाश करूं शकणार नाहींत, अशी कांहीं तरी प्रसंगानुरूप तोड काढण्याच्या आम्ही विचारांत आहों!"

अध्याय दोनशें एकावा.

—:०:—

पांडवनाशार्थ दुर्योधनाचे उपाय.

धृतराष्ट्र म्हणतोः--बाबांनो ! तुमच्याप्रमाणेंच माझ्याही मनांत आहे. परंतु आपलें खरें स्वरूप विदुराला प्रकट करून दाखविण्याची माझी इच्छा नसल्यामुळें, आपला अभिप्राय गुप्त राखण्यास्तव मी विदुरासमक्ष सर्वदा पांडवांचे गोडवेच गात असतों, त्यावर तुम्ही जाऊं नका. बा सुयोधना,प्रस्तुत जें समयोचित कर्तव्य दिसेल तें तूं मला सांग. तसेंच, राधेया, तूंही तुला वाटत असेल तें सत्वर कथन कर.

दुर्योधन म्हणतोः--तात,गुप्त राहून आपण सांगितलेली कामगिरी खातरीनें बजावतील असल्या विश्वासू व चतुर ब्राह्मणांकडून कुंतीपुत्र व माद्रीपुत्र यांत भेद उत्पन्न करावा. अथवा अपार संपत्ति देऊन पुत्रअमात्यांसह द्रुपद राजाला अशा रीतीनें आपलासा करावा कीं, तो कुंतीपुत्र युधिष्ठिराचा पक्ष सोडून देईल.नाहीं तर, पांडव आहेत त्या जागींच राहणें त्यांना गोड वाटेल असें करावें. असें करण्याकरितां, इकडे येण्यानें त्यांची फार हानि आहे म्हणून निरनिराळ्या प्रकारांनीं ब्राह्मणांनीं वर्णन करावें; किंवा कोणीं हिकमती पुरुषांनीं त्या पांडवांचें परस्परांत वितुष्ट येईल अशी कांहीं शक्कल लढवावी. अथवा, यांहूनही सरस युक्ति म्हणजे द्रौपदीलाच फितवावी, आणि तिला अनेक पति असल्यामुळें ही मसलत सहज साधणारी आहे. किंवा तिच्यावरून पांडवांतच परस्पर द्वेष उत्पन्न करावा; किंवा, हे पांडव त्या भीमाच्या जिवावर आम्हांला कसपटाप्रमाणें समजतात; कारण,सर्वांत तोच मोठा तिखट, शूर, बलाढ्य असून त्यावरच सर्वांची भिस्त आहे; याकरितां कोणीं तरी उपायनिपुण पुरुषांकडून गुप्तरूपानें भीमाची प्राणहानि करवावी. तोच त्यांचा मुख्य मेढा असल्यामुळें तो नष्ट होतांच पांडव निरुत्साह व निस्तेज होतील; आणि राज्य मिळविण्याच्या खटपटींत पडणार नाहींत. भीम पाठीराखा असला तर अर्जुन युद्धांत अजिक्य आहे. परंतु तोच भीमाचा आधार नाहींसा झाला म्हणजे मग एकटा अर्जुन कर्णाच्या चौथाईला सुद्धां पुरणार नाहीं. भीम भरतांच

आपण दुबळे झालों, व आपले शत्रु धार्तराष्ट्र बलाढ्य आहेत हें ओळखून राज्य मिळविण्याच्या भानगडींत ते पांडव पडणार नाहींत. याकरितां भीमाला ठार करावा, किंवा त्यांना फूस लावून येथें आणावें, आणि येथें आल्यावर ते आमच्या आज्ञेंत वागूं लागले म्हणजे कांहीं तरी शास्त्रीय युक्तीनें आम्ही त्यांस नाहींतसे करूं. किंवा सुरूप आणि तरुण अशा स्त्रिया पाठवून एकएकाला त्यांच्या नादीं लावावें, म्हणजे त्यांजविषयीं द्रौपदीचें मन आपोआपच विटेल. अथवा त्यांना आणण्याकरितां कर्णास तिकडे पाठवावें, आणि ते येथें आल्यावर आपलें हित साधणाऱ्या विश्वासू पुरुषांनीं त्यांच्याशीं मिळूनमिसळून राहून वेळेस साधतील तशा उपायांनीं त्यांचा घात करावा !

राजा, मीं आपल्याकडून इतके उपाय सुचविले आहेत. त्यांपैकीं जो बिनचूक तडीस जाईल असें तुला वाटत असेल, त्याचा तूं वेळेवरच प्रयोग कर. जोंपर्यंत पार्थिवश्रेष्ठ द्रुपदावर त्यांनीं सर्वांशीं भिस्त टाकिली नाहीं, तोंपर्यंतच ते आपल्या तावडींत सांपडूं शकतील; मग सांपडणार नाहींत. सारांश, हे तात, साधेल तिकडून पांडवांचा नाश करावा अशी माझी मति वाहते. मग तिला तूं बरी म्हण किंवा वाईट म्हण. का कर्णा, तुझें मत कसें काय आहे ?

अध्याय दोनशें दुसरा.

कर्णाचें भाषण.

कर्ण म्हणालाः—दुर्योधना, तुझी ही बुद्धि मला पसंत नाहीं. कारण, हे कुरुवर्धना, असल्या उपायांनीं पांडवांचा नाश होणें शक्य नाहीं. आजपर्यंत असल्या खटपटी तूं थोड्या का केल्यास ? असें असून, हे वीरा, ते जिवंत आहेतच ना ? अरे, पोरपणीं त्यांना कोणी साथी मिळाला नसून तुझ्या अगदीं घरांत ते नांदत होते, पण अशा वेळीं देखील तुझ्यानें त्यांचा नाश झाला नाहीं; मग आतां तर ते मोठे बलाढ्य झाले असून त्यांना पुष्कळ साह्यकर्ते मिळाले आहेत, व ते तुझ्या सीमेच्या बाहेर रहात आहेत. अशा स्थितींत तुझे असले पेंच त्यांवर कसे चालणार ? कधींही चालणार नाहींत, असें माझें तर ठाम मत आहे. बरें, त्यांना व्यसनांत पाडणेंही शक्य नाहीं. कारण, आपण इतके त्यांच्या नाशाचे उपाय योजीत आहों, तरी त्यांचें कांहींच कमी न होतां उलट ते इतके सामर्थ्यवान झाले. त्या अर्थी त्यांना दैव अनुकूल आहे हें स्पष्ट होतें; आणि आतां ते अर्थातच आपल्या बापआजांच्या गादीवर हक्क सांगण्याला पुढें सरसावत आहेत. त्यांच्यांत आपसांत फूट पाडतां येणें शक्य नाहीं; कारण, एकीचेच ठिकाणीं रमणारे जे अनेक पुरुष, ते बहुधा एकविचाराचे असतात; त्यांच्यांत भेद उत्पन्न करितां येत नाहीं. बरें, तूं म्हणशील द्रौपदीलाच फितवूं, तर तेंही साध्य नाहीं. कारण, ते कोरान्न मागत होते अशा हीन स्थितींत देखील जर तिला आवडले, तर आतां ते गबर होऊन; दिव्यवस्त्रालंकारयुक्त आहेत; अशांना ती कशी सोडील ? शिवाय, तुला एक खुबी सांगतों कीं, एकीला अनेक भोक्ते असावे हें स्त्रियांना मनांतून इष्टच असतें; आणि द्रौपदीला जर आयतेच राजरोस रीतीनें मनाजोगे पांच भोक्ते मिळाले आहेत, तरत्यांचा त्याग करण्याचें तिच्या मनांत कधींही येणार नाहीं. द्रुपदाला लांच द्यावा म्हणतोस, पण तो मोठा सभ्य आहे, तो धनलोभी नाहीं. तूं त्याला एक सोडून दहा राज्यें दिलीस तरी तो पांडवांना हातचे सोडणार नाहीं. बरें, त्याचा पुत्र धृष्टद्युम्न, तोही मोठा गुणवान असून पांडवांवर त्याचा फार जीव आहे. सारांश, हे नरश्रेष्ठा, असल्या कोणत्याही उपायांनीं पांडवांचा घात होणें शक्य नाहीं. माझे मतें म्हणशील तर एकच गोष्ट आज

करितां येण्याजोगी आहे. ती ही कीं, द्रुपदादिकांचें पूर्ण साहाय्य मिळून त्यांचीं मुळें जोंपर्यंत खोल रोवलीं गेलीं नाहींत, तोंच ते उपटून टाकितां येतील. तेव्हां जोंपर्यंत आपला पक्ष जोरांत आहे व पांडवांचा दुर्बल आहे, तोंपर्यंतच त्यांना हाणून पाड, उगाच सतरा पंधरा बेत करीत बसूं नको. हे गांधारीपुत्रा, पाडवांना जों बरींचशीं राजकुलें, स्नेही व वाहनें मिळालीं नाहींत, तोंच त्यांच्यावर समशेर फिरव. आपल्या पराक्रमी पुत्रांसह पांडवांचे बाजूनें उभें राहण्याचें त्या बलाढ्य द्रुपदानें जोंपर्यंत मनांत आणिलें नाहीं, तोंपर्यंत आपला डाव साधून घे. पांडवांकरितां अपार संपत्ति, दिव्य भोग किंवा समृद्धराज्यही सोडण्यास कृष्ण मागेंपुढें पाहणार नाहीं असें त्याचें पांडवांवर उत्कट प्रेम आहे. तस्मात् तो कृष्ण अपार यादवसेना बरोबर घेऊन पांडवकार्यार्थ द्रुपदाला येऊन मिळाला नाहीं, तों काय तो पराक्रम गाजव.

पराक्रमप्रशंसा.

अरे, महात्म्या भरतानें स्वपराक्रमानेंच पृथ्वीचें राज्य मिळविलें; आणि देवेंद्रानें स्वपराक्रमानेंच त्रैलोक्याचें आधिपत्य प्राप्त करून घेतलें. हे प्रजानाथा, क्षत्रिय म्हटला कीं त्याला पराक्रमाचेंच भूषण आहे. पराक्रम हा या शूर जातीचा स्वधर्मच होय. आज आपलेपाशीं प्रचंड चतुरंग बल जय्यत आहे, याकरितां आपण असेच चाल करून जाऊन द्रुपदाला चिरडून पांडवांना ताबडतोब मुसक्या बांधून येथें घेऊन येऊं अरे, साम, दान, भेद असल्या उपायांनीं पांडव आपले कह्यांत येणें शक्य नाहीं. याकरितां तरवारीनेंच त्यांना नाहींतसे कर. स्वपराक्रमानें तूं त्यांना एकदा मातीस मिळव, आणि मग खुशाल अखंड पृथ्वीचें राज्य भोगीत बैस. सारांश, पराक्रमाव्यतिरिक्त दुसरा कार्यसिद्धीचा उपाय मला तरी सुचत नाहीं.

वैशंपायन सांगतातः—प्रतापी धृतराष्ट्रानें हें कर्णाचें भाषण ऐकून त्याला फार शाबासकी देऊन म्हटलें, "बा सूतपुत्रा, तुझ्यासारख्या बुद्धिमान व अस्त्रनिपुण वीराला हें मर्दुमकीचें भाषण ठीकच शोभतें आहे. तथापि भीष्म, द्रोण व विदुर यांसह तुम्ही दोघे या गोष्टीचा पुनः एकवार विचार करून, जेणेंकरून आम्हांस सुखलाभ होईल अशी मसलत ठरवा " जनमेजया, इतकें बोलून त्या यशस्वी धृतराष्ट्रानें भीष्मादि मंत्र्यांना आणवून त्यांशीं मसलत केली.

अध्याय दोनशें तिसरा.

—:०:—

भीष्माचें भाषण.

भीष्म म्हणालेः—कसेंही म्हटलें तरी पांडवांशीं युद्ध करणें मला रुचत नाहीं. मला जसा धृतराष्ट्र तसाच पांडु, व जसे गांधारीचे पुत्र तसेच कुंतीचे. हे धृतराष्ट्रा, मजप्रमाणेंच तुलाही त्यांचें संरक्षणच केलें पाहिजे. बरें, दुर्योधन झाला किंवा इतर कोणीही कुरुवंशज झाला, तरी त्याला ते मजप्रमाणेंच दूरचे नाहींत. याकरितां, त्यांशीं युद्ध करणें मला संमत नाहीं. माझे मतें खरा मार्ग म्हटला म्हणजे तुम्हीं त्यांशीं स्नेह करून त्यांना अर्ध राज्य द्यावें. कारण, त्या कुरुश्रेष्ठाचें देखील हें वडिलार्जितच राज्य आहे. अर्थात्, दुर्योधना, या राज्यावर 'आपलें वडिलार्जित' म्हणून जसा तुझा डोळा आहे, त्याच अर्थानें त्यांचाही आहे. अरे, त्या यशस्वी पांडुसुतांना जर त्यांचें वडिलार्जित राज्य मिळूं नये, तर तुला तरी ते कां मिळावें? किंवा दुसऱ्या कोणत्याही भरतवंशजला कोणत्या न्यायानें मिळावें? दुर्योधना, अन्यायानें तूं हें राज्य लाटलेंस ही गोष्ट निराळी. परंतु न्यायाप्रमाणें पाहतां तुझ्याही पूर्वीं ते राज्याचे अधिकारी आहेत. सारांश, हे पुरुषव्याघ्रा, गोडीनें तूं पांडवांस त्यांचें

अर्धराज्य द्यावें यांत तुझें व सर्वांचेंच हित आहे. यापलीकडे जर तूं वागशील, तर आपले पक्षाचें कल्याण न होतां जगभर तुझी अपकीर्ति मात्र होईल, हें पक्कें समज. बाबारे, मनुष्यानें

कीर्तिरक्षण

अवश्य केलें पाहिजे, तेव्हां तूं कीर्तीला जप, कारण, कीर्ति हेंच मोठें बल आहे. कीर्तिहीन मनुष्य जिवंत असून मेलाच समजावा. हे गांधारीपुत्रा, मनुष्याची जोंपर्यंत कीर्ति उभी आहे तोंपर्यंत तो मेला तरी जिवंतच आहे; आणि कीर्ति नष्ट झाली असतां तो जिवंत असूनही मृततुल्य आहे. याकरितां, आपल्या ह्या कुरुकुलाला शोभेल अशी न्यायबुद्धि धरून पांडवांना राज्यार्ध दे. असें करण्यांत तुला व तुझे पूर्वजांनाही भूषण आहे. अरे, पापी पुरोचन बेत फसून ठार झाला, व पांडव जिवंत राहून कुंतीही वांचली, हें तुझें मोठें सुदैवच समज. बा दुर्योधना, पांडव व कुंती दग्ध झाल्याची वार्ता पसरल्या दिवसापासुन लज्जेमुळें कोणाही मनुष्याला तोंड दाखवावेंसें मला वाटेना. या कामीं लोक तुला जसा दोष देतात तसा पुरोचनाला देत नाहींत. तेव्हां ते जिवंत उरले हें तुझें सुदैव; यामुळें तूं आयता दोषमुक्त झालास! याकरितां आतां पांडवांची स्नेहबुद्धीनें भेट घेण्याचें ठरवा, आणि त्यांचें राज्यार्ध त्यांना द्या. कारण, पांडव जिवंत असतां त्यांचें वडिलार्जित राज्य साक्षात् वज्रधर इंद्र देखील त्यांपासून हिरावूं शकणार नाहीं. मग तुझ्यासारख्याला तें कोठून पचेल? आणि हें उघडच आहे. ते सारे पराक्रमी असून धर्माप्रमाणें चालतात, व एकमतानें वागतात. शिवाय तूं जरी अन्यायानें त्यांना हुसकून दिलेंस, तरी या राज्यावर तुझ्या बरोबरीनें त्यांचा हक्क आहे; त्या अर्थी ते चिकाटी कधी ती सोडणार नाहींत. सारांश, तुला जर न्याय करणें कबूल असेल, तसेंच माझें प्रिय व स्वतांचें कल्याण करून घेणें असेल, तर त्यांचें अर्ध राज्य त्यांना दे.

अध्याय दोनशें चौथा.

—:०:—

द्रोणाचार्यांचें भाषण.

द्रोणाचार्य म्हणालेः—राजा, आम्ही असें ऐकत आलों कीं, खऱ्या हितेच्छु मंत्र्यांनीं धर्म, अर्थ व यश यांना साधक असेंच सांगणें तें सांगावें. यावरून मलाही भीष्मांचेंच सांगणें मान्य आहे. तुम्हीं कुंतीपुत्रांना त्यांचा भाग देऊन टाकणें हाच सनातन धर्म आहे. म्हणून पांडवांना देण्याकरितां बहुविध रत्नें बरोबर देऊन एखादा मधुरभाषणी मनुष्य द्रुपदाकडे त्वरित पाठवा. तेथें गेल्यावर, वधूवरांना अहेर म्हणून तीं रत्नादि देऊन, "आपल्याशीं शरीरसंबंध झाल्यामुळें कुरुकुलाचा मोठा उत्कर्ष झाला असें वाटून राजा धृतराष्ट्र व दुर्योधन यांस फार आनंद झाला. हा योग घडून आला हें फार योग्य व इष्ट झालें!" असें द्रुपद व धृष्टद्युम्न यांसमक्ष त्या पुरुषानें वारंवार बोलावें. त्याचप्रमाणें कुंतीपुत्र व माद्रीपुत्र यांचीही त्यानें पुनःपुनः मनधरणी करावी. राजा, तुझे आज्ञेनें म्हणून त्यानें द्रौपदीला स्वर्णमय व रत्नमय अनेक अलंकार द्यावे. त्याप्रमाणेंच सर्व द्रुपदपुत्र, पांडव व कुंती यांनाही शोभतशीं वस्त्रें आणि भूषणें देऊन संतुष्ट करावें. या प्रकारें पांडवांसह द्रुपदाशीं सामोपचारानें वागून नंतर पांडवांनीं इकडे येण्याविषयींची गोष्ट द्रुपदाजवळ काढावी. द्रुपदाची त्या कामीं अनुज्ञा मिळाली म्हणजे पांडवांना आणण्याकरितां इकडून निवडक सैन्य बरोबर घेऊन दुःशासन व विकर्ण यांनीं जावें. ते श्रेष्ठ पांडव येथें आल्यावरही तूं त्यांचा मान राखीत जा, म्हणजे सर्व प्रजाजनही त्यांवर संतुष्ट राहून ते वडिलार्जित राज्याचा सुखानें उपभोग घेतील.

हे महाराजा, या प्रकारें तूं पांडवाशीं व आपले पुत्रांशीं वागणें योग्य आहे, असें भीष्मांचें व माझेंही मत आहे.

कर्ण म्हणालाः- हंः! या भीष्मद्रोणांचा द्रव्यानें व सन्मानानें इतपत संतोष करीत असतां, व कोणत्याही कामांत यांशीं बिलकूल पडदा न ठेवून आपण वागत असतां आपल्या कल्याणाची मसलत हे आपणांस सांगत नाहींत, तेव्हां, हे महाराजा, याहून दुसरें आश्चर्य तें कोणतें ? जो दुष्टवृत्ति मनुष्य आपला खरा भाव छपून ठेवून कल्याणाची कांहीं तरी गोष्ट सांगतो, त्याची कृति सज्जनांना कशी मान्य व्हावी ! हितेच्छु म्हणविणारानें निष्कपट सल्ला दिली पाहिजे. बाकी तसाच दुर्धर प्रसंग आला असतां तो मित्राच्यानें म्हणजे टाळवतो असें नाहीं. कारण, कोणालाही दैवानें पूर्वीं ठरविलें असेल त्याप्रमाणेंच सुख किंवा दुःख प्राप्त होत असतें. दैव अनुकूल असलें म्हणजे मग मनुष्य सुशिक्षित असो, अशिक्षित असो, पोर असो, थोर असो, साह्यसंपन्न असो, साह्यहीन असो, कसाही असो, त्याला लागेल तें लागेल तेथें मिळतें !

अंबुवीच राजाची कथा.

असें ऐकिवांत आहे कीं, पूर्वकालीं मगध देशांत राजगृहनामक नगरांत अंबुवीच नांवाचा कोणीएक राजा होता. तो सर्व प्रकारें पंगु झाल्यानें सर्व कामांत अमात्याचे अधीन झाला. तेव्हां त्याचा महाकर्णिनामक अमात्य सर्वसत्ताधीश बनला, व त्या सत्तेचे जोरावर तो राजाला सुद्धां तुच्छ मानूं लागला. पुढें तो ऐश्वर्यानें इतका मत्त झाला कीं, प्रत्यक्ष राजाच्या उपयोगाकरितां नेमलेल्या स्त्रिया रत्नें व इतर वस्तु राजाला न देतां आपणच भोगूं लागला. लोभानें लोभ वाढत जातो असा न्याय आहे. त्याप्रमाणें त्याचा लोभ अखेर इतका वाढला कीं, राजाला च्युत करून त्याची गादीच आपण बळकवावी असें त्यास वाटूं लागलें. परंतु त्या राजाचे दैवाचा जोर असा कांहीं विलक्षण होता कीं, तो जरी सर्वथा पंगु होऊन केवळ पडून होता, तरी त्याचें राज्य अमात्याच्यानें घेववलें नाहीं ! सारांश काय कीं, त्या अंबुवीचाच्या दैवांतच राज्य असल्यानें अमात्याचे प्रयत्न व्यर्थ गेले.

याचप्रमाणें, राजा, तुझ्या दैवांतच जर राज्य असेल, तर कोणी किती टपून बसले तरी सर्वांचे देखत तें तुजकडे राहीलच राहील; आणि तेंच दैवाचे मनांत नसेल, तर तूं कितीही तडफड केलीस तरी तें तुला जिरणार नाहीं. हा सिद्धांत समजून, कोण सल्लागार भला आणि कोण वाईट तें ओळख. बाकी बरा वाईट कसाही असो, तूं दोघांचेंही ऐकून घे, त्याबद्दल माझें कांहीं म्हणणें नाहीं.

द्रोण म्हणालेः—अरे दुष्टा, तुझी पोटदुखी आम्ही ओळखून आहों. पांडवांशीं तुझा द्वेष आहे, तो आमच्या युक्तीनें साधत नाहीं म्हणून आमचे बोलण्याला नांवें ठेवितोस नाहीं का ? ठीक आहे. तूं कांहीं म्हण, आम्ही जी गोष्ट सांगत आहों तींत कुरुकुलाचें परम हित आहे. तथापि, ही दुष्टपणाची आहे असें ज्या पक्षी तूं म्हणतोस, त्या पक्षीं खऱ्या हिताची कोणती ती तूं तरी रड. बाकी तुला हें सांगून ठेवितों कीं, आमच्या उपदेशाविरुद्ध वागाल तर लवकरच कौरवांचें वाटोळें होईल, ही चिऱ्यावर रेघ ओढून ठेव !

अध्याय दोनशें पांचवा.

—:०:—

विदुराचें भाषण.

विदुर म्हणतोः—हे धृतराष्ट्रा, तुझे बांधवांनीं तुला निःसंशय कल्याणाची गोष्ट असेल तीच सांगावी हें त्यांचें कर्तव्य आहे. परंतु जो सांगि-

तली गोष्ट ऐकावयास तयार नसेल, अशा ठिकाणीं उपदेश ठसत नाहीं. शांतनव भीष्मानें तुला हितावह व प्रिय अशी गोष्ट सांगितली असूनही तूं ती पतकरीत नाहींस. त्याच प्रमाणें, परोपरीनें द्रोणानेंही तुझे हिताची गोष्ट तुला समजावून सांगितली असतां ती तुझ्या हिताची आहे असें हा राधेय कर्ण कबूल करीत नाहीं. राजा, मीं आपल्या मनाशीं पुष्कळ विचार करून पाहिला; पण भीष्म व द्रोण या दोन पुरुषसिंहांहून अधिक शहाणा व इतका जीव तोडून तुला हिताची गोष्ट सांगणारा दुसरा कोणी दिसत नाहीं. हे दोघेही वयानें, विद्येनें व ज्ञानानें वृद्ध असून तुला आणि पांडवांना सारखेच पहाणारे आहेत. राजा, धर्म आणि खरेपणा या दोन गोष्टी दाशरथि राम किंवा गय यांपेक्षां हे यत्किंचितही कमी नाहींत. आजपर्यंत यांनीं तुला केव्हांही अहिताची गोष्ट सांगितली नाहीं. बरें, तुला भलतीच गोष्ट सांगण्याला, तूंही यांचा अपकार केलेला आमचे पहाण्यांत नाहीं. असें असतां, राजा, असले अमोघविक्रम थोर पुरुष तुला बऱ्याची गोष्ट सांगणार नाहींत, असें घडेल तरी कसें ? धृतराष्ट्रा, हे दोघे या लोकांत ज्ञानानें श्रेष्ठ आहेत; यास्तव तुझ्याप्रीत्यर्थही हे कुटिल भाषण करणार नाहींत, अशी माझी पक्की पक्की खातरी आहे. हे कुरुनंदना, द्रव्यलोभानें हे धर्मज्ञ पक्षपाती बोलणें बोलणार नाहींत. यास्तव, हे जें तुला सांगत आहेत, त्यांतच तुझें परम कल्याण आहे असें मला वाटतें. कारण तूंच पहा कीं, त्यांचें बोलणें न्यायाचें नव्हे काय ? दुर्योधनादि जसे तुझे पुत्र आहेत, तसेच पांडवही निःसंशय तुझेच आहेत. असें असतां तुला जर कोणी मूर्ख मंत्री पांडवांचे अकल्याणाचा मार्ग सांगत असतील, तर त्यांना खरें कल्याण कळत नाहीं असें तूं समज. कदाचित् स्वपुत्रांविषयीं पक्षपात तुझ्याच मनांत असला,तरीही तो प्रकट करून दाखविण्यानें हे मंत्री तुझें शाश्वत हित तर साधीत नाहींतच, पण तुझें खोटेंपण मात्र जगाला जाहीर करीत आहेत ! यास्तव, राजा, हे महातेजस्वी भीष्मद्रोण तुला कोणत्याही प्रकारें भलती गोष्ट सांगत नाहींत, असें मला वाटतें. पण फळ काय ? त्यांचे उपदेशाप्रमाणें वागण्याचा तुझा संकल्प दिसत नाहीं ! नरश्रेष्ठ भीष्मद्रोणांनीं पांडव अजिंक्य आहेत म्हणून जें सांगितलें, तें सर्वथा खरें आहे. देव करो आणि पांडवांचे हातून तुझा नाश न होवो ! बाबा, समरामध्यें त्या सव्यसाची धनंजयाचा पराभव साक्षात् इंद्र तरी कसा करील ? आणि तो नवनागसहस्रबली भीम संग्रामांत देवांना देखील अजिंक्य नव्हे तर काय ? याचप्रमाणें ते आवळेजावळे बंधु शूर आहेत. जिवाची परवा असेल अशा पुरुषानें त्यांशीं तोंड देण्याची सोय नाहीं. बरें, उरला ज्येष्ठ बंधु युधिष्ठिर. तो तर धैर्य, दया, क्षमा, सत्य व पराक्रम यांचा केवळ पुतळाच आहे ! त्याचा रणांत पराजय कसा होणार ? बा धृतराष्ट्रा, बलराम ज्यांचा पक्षपाती, श्रीकृष्ण ज्यांचा मंत्री,आणि सात्यकि ज्यांचा अनुयायी, अशांचा युद्धांत मोड कोणीं करावा ? द्रुपद ज्यांचा सासरा व धृष्टद्युम्नासारखे अतुलप्रभावी द्रुपदपुत्र ज्यांचे मेहुणे, त्यांचा पराभव होणें अशक्य आहे हें समजून, व शिवाय अर्ध राज्यावर त्यांचा सशास्त्र हक्क आहे हें ध्यानांत घेऊन आधींपासूनच त्यांशीं तूं न्यायानें वाग. राजा, पुरोचनाचे कृतीनें मागें सांगितल्याप्रमाणें तुजवर जो मोठा दोष आला, त्याचें परिमार्जन आज तूं पांडवांना राज्य देऊन कर. तूं पांडवांवर अनुग्रह केलास कीं तो आमच्या कुळांतील सर्वांवर केल्यासारखा होऊन तुझ्या

जीविताचें सार्थक होईल,व क्षत्रकुलाचा उत्कर्ष होईल.ह्याखेरीज, द्रुपद राजाही मोठा बलाढ्य असून तुमच्याशीं त्याचें पूर्वीचें वैर आहे; त्याला या उपायानें आपलासा केल्यानें आयती तुमचे पक्षाला बळकटी येणारी आहे. बरें यादवांची संख्या फार मोठी असून ते सर्व कृष्णाचे साथी अर्थात् पांडवांना साहाय्य असणार, आणि श्रीकृष्ण जिकडे असेल तिकडेच जय असणार हें निर्विवादच आहे.हे पृथ्वीपते, सामोपचारानें कार्यसिद्धि होत असतां जो युद्धावर गोष्ट आणूं पहातो त्याचें नशीब फुटलें असेंच समजावें. अरे, पांडव जिवंत आहेत हें ऐकून सर्व शहर व ग्रामवासी जन त्यांचे दर्शनाविषयीं उत्कंठित झाले आहेत. याकरितां, पांडवांना येथें घेऊन येऊन लोकांचा हेतु पूर्ण कर. बाबा, दुर्योधन, कर्ण व सुबलपुत्र शकुनि हे तिघेही धर्मनष्ट,दुर्बुद्धि व मूर्ख आहेत; त्यांचें सांगणें तूं मानूं नको. हे गुणवंता, मीं केव्हांच तुला सांगून ठेविलें आहे कीं, या दुर्योधनाचे मूर्खपणामुळें या प्रजाजनांचा विध्वंस होईल, आणि तो समय येऊं पहात आहे, म्हणून तुला पुनः सावध करितों; जप.

अध्याय दोनशें सहावा.

—०:—

विदुराचें द्रुपदपुरीं गमन.

धृतराष्ट्र म्हणालाः—बा विदुरा, ज्ञानी शांतनव भीष्म, ऋषि भगवान् द्रोण व तूं हे तिघेही खरें व हिताचें असेंच सांगणें मला सांगत आहां यांत संशय नाहीं. ते महारथ वीर कौंतेय ज्याप्रमाणें पांडूचे पुत्र आहेत, त्याचप्रमाणें ते सर्व माझेही धर्मदृष्ट्या पुत्रच आहेत; व ज्याप्रमाणें हें राज्य माझे पुत्रांना न्यायप्राप्त आहे, त्याचप्रमाणें तें पांडवांनाही आहे, हेंही खरेंच आहे. यास्तव बा विदुरा, तूं जाऊन त्या पांडवांना सत्कारपूर्वक माता कुंती व देवी द्रौपदी यांसह मजकडे घेऊन ये. धन्य भाग्य माझें कीं पांडव अजून जिवंत आहेत, कुंतीही आहे, आणि द्रुपदासारख्यांची कन्या त्या महारथांना भार्या मिळाली आहे! नशीब आपलें कीं पुरोचन नष्ट झाला, व माझें पराकाष्ठेचें दुःख दूर झालें! खरोखर, आपणां सर्वांचेंही दैव उघडलें असें मी समजतों.

वैशंपायन सांगतातः—हे जनमेजया, याप्रमाणें धृतराष्ट्राची आज्ञा होतांच विदुर द्रुपद व पांडव यांजकडे गेला. त्यानें द्रुपद, द्रौपदी व पांडव यांजकरितां बरोबर बहुविध रत्नें व द्रव्यें नेलीं होतीं. राजा, तो सर्वशास्त्रनिपुण व धर्मज्ञ विदुर तेथें पोंहोंचतांच प्रथम द्रुपदाकडे गेला. द्रुपदही न्यायकुशल होता. त्यानें रीतीप्रमाणें विदुराचें स्वागत केलें. मग संप्रदायाप्रमाणें उभयतांनीं परस्पर कुशलप्रश्न केले. नंतर, तेथेंच पांडव व केशवही त्याच्या दृष्टीस पडले. त्यांना प्रेमानें कडकडून आलिंगन देऊन त्यानें आरोग्य विचारिलें.नंतर त्या पांडवांनीं यथाक्रम त्या विदुराचें पूजन केल्यावर 'धृतराष्ट्रानें तुम्हांस प्रेमपूर्वक क्षेम विचारिलें आहे, म्हणून त्या बुद्धिमान विदुरानें त्यांस पुनःपुनः सांगून कौरवांनीं दिल्याप्रमाणें पांडव, कुंती, द्रुपद व द्रुपदपुत्र यांना बहुविध रत्नें व द्रव्यें दिलीं. इतकें झाल्यावर तो चतुर व विनयशील विदुर पांडव व श्रीकृष्ण यांसमक्ष द्रुपदाला मोठ्या मर्यादेनें म्हणाला, "हे राजा, मी काय म्हणतों इकडे आपले पुत्र व अमात्य यांसह तूं लक्ष दे. द्रुपदा, तुझ्याशीं संबंध झाल्यामुळें राजा धृतराष्ट्र फारच संतुष्ट झाला असून त्यानें आपल्या अमात्यपुत्रबांधवांसह तुला पुनःपुनः कुशल विचारिलें आहे. त्याप्रमाणेंच,हे बुद्धिमंता, सर्व कौरवांसह शांतनव भीष्मानेंही तुला कुशल विचारिलें आहे. तुझा जिवलग मित्र आचार्य द्रोण यानें तर तुला प्रेमालिंगनपूर्वक कुशल विचारिलें आहे. हे पांचालराजा, तुझ्याशीं संबंध जडल्या-

मुळें धृतराष्ट्र व इतर कौरव हे, आपण कृतार्थ झालों असें समजत आहेत. हे यज्ञसेना, फार काय सांगूं ? तुझ्या या संबंधानें त्यांना जसा आनंद होत आहे, तसा प्रत्यक्ष राज्यलोभानें-ही होत नाहीं. असो; हें माझें बोलणें लक्षांत घेऊन तूं कृपा करून पांडवांना तिकडे पाठीव. पांडव केव्हां दृष्टीस पडतील असें त्या कौरवांना झालें आहे. बरें, बिचारे पांडवही आज कित्येक वर्षें बाहेर फिरत असल्यामुळें आपले राजधानींत केव्हां एकदा जाऊं म्हणून त्यांना व त्यांच्या मातेलाही उत्कंठा झाली असेल. त्याप्रमाणंच तुझी ही सुलक्षणी कन्या दृष्टीस पडावी म्हणून कौरवांकडील स्त्रिया, तशाच शहरांतील व ग्रामांतील स्त्रिया अगदीं वाटेकडे डोळे लावून बसल्या आहेत. यासाठीं कृपा करून विलब न लावितां, पांडवांना पत्नी द्रौपदीसह तिकडे जाण्याची अनुज्ञा त्वां द्यावी असं मला वाटतें. तूं त्यांना अनुज्ञा दिलीस म्हणजे मग मी धृतराष्ट्राकडे सांडणीस्वार पाठवून कुंती व द्रौपदी यांसह पांडव येत आहेत असा त्याला निरोप पाठवीन. "

अध्याय दोनशें सातवा.

—:०:—

पांडवांचें हस्तिनापुरीं आगमन.

द्रुपद म्हणाला:—हे प्राज्ञ विदुर, आपलें म्हणणें मला पटलें. या संबंधामुळें मलाही परम हर्ष झाला आहे. महात्म्या पांडवांनीं तिकडे जावें हेंही रीतीचेंच आहे; परंतु माझें नातें नाजुक पडल्यामुळें,मी होऊन आपल्या तोंडानें त्यांना ' जा , म्हणून सांगणें नीट दिसत नाहीं. याकरितां कुंतीपुत्र युधिष्ठिर, भीमार्जुन नकुलसहदेव व पांडवांचे हितकर्ते धर्मज्ञ बलराम आणि कृष्ण यांस रुचेल तेव्हां पांडवांनीं तिकडे जावें, मजकडून मोकळीक आहे.

युधिष्ठिर म्हणालाः—महाराजा द्रुपदा,अनुयायांसह आम्ही बंधु सर्वथा तुजवर अवलंबून आहों.याकरितां तूं जशी स्वसंतोषानें आम्हांस आज्ञा देशील, तसें आम्ही करूं.

वैशंपायन सांगतातः—यावर श्रीकृष्ण म्हणाले, "पांडवांनीं तिकडे जावें हें मला बरें दिसतें तथापि द्रुपद अखिलधर्मज्ञ आहे,तो म्हणेल तें खरें. "

द्रुपद म्हणालाः—महाबाहु पुरुषोत्तमाला जें करणें या वेळीं उचित दिसेल, तेंच निःसंशय मलाही मान्य होईल. कारण, महाभाग पांडवांचे कल्याणाविषयीं माझेइतकाच वासुदेवही निःसंशय तत्पर आहे. तोंडावर काय बोलावें ? पण पांडवांचे हिताविषयीं वासुदेव जशी अहर्निश चिंता बाळगितो, तशी प्रत्यक्ष स्वतः युधिष्ठिर देखील बाळगीत नसेल !

वैशंपायन सांगतातः—असें बोलून द्रुपदानें अनुज्ञा दिली, तेव्हां ते विदुर, कृष्ण व पांडव हे यशस्विनी कुंती व द्रौपदी या दोघींस बरोबर घेऊन वाटेंत रमतगमत हस्तिनापुरास गेले. पांडव आलेसें ऐकतांच राजा धृतराष्ट्रानें विकर्ण, चित्रसेन, द्रोण, गौतमकुलोद्भव कृपाचार्य व कौरव यांस पांडवांना सामोरे पाठविलें. मग त्या कौरवपरिवारानें शोभणारे ते बलाढ्य पांडुपुत्र हळू हळू नगरांत आले. पांडवांनीं नगरांत प्रवेश करतांच सर्व नागरिकांचें दुःख व शोक दूर होऊन सर्वांचीं मुखें आनंदानें व कौतुकानें विकसित झाल्यानें, जणू काय तें नगर उज्ज्वल दिसूं लागलें !

नंतर, पांडवांचा संतोष व्हावा म्हणून त्या नागरिकांनीं केलेलीं नानातऱ्हेचीं मनोवेधक भाषणें पांडवांचे कानीं पडलीं. ते म्हणाले," पोटच्या पोरांप्रमाणें आमचें धर्मानें पालन करणारा तो धर्मज्ञ युधिष्ठिर परत आलासें पाहून आमचा हितकर्ता पांडु राजाच वनांतून परत आला असें आम्हांस निःसंशय वाटत आहे. शूर कुंतीपुत्र

आज परत आपले नगरांत आले, तेव्हां आतां आमचे सर्व हेतु पूर्ण झालेच असें आम्ही समजतों. आम्हीं जर आजपर्यंत कांहीं होमहवन, दानधर्म किंवा तप केलें असेल, तर त्या सर्व पुण्याचे बलानें हे पांडुपुत्र शंभर वर्षे या आमच्याच नगरांत राहोत !"

तदनंतर पांडवांनीं धृतराष्ट्र, भीष्म व इतर पूज्य गुरुजन यांस अभिवंदन केलें. मग सर्व लोकांस कुशलप्रश्न विचारून धृतराष्ट्राचे आज्ञेप्रमाणें नेमून दिलेल्या घरामध्यें ते गेले. तेथें कांहीं दिवसपर्यंत त्यांनीं विश्रांति घेतल्यावर,त्या महाबलांना धृतराष्ट्र व भीष्म यांनीं बोलावून आणलें.

नंतर धृतराष्ट्र म्हणालाः--युधिष्ठिरा,भावांसह माझ्या बोलण्याकडे नीट लक्ष दे. आपणांमध्यें पुनश्च कलह होऊं नये याकरितां तुम्ही आपलें खांडवप्रस्थांत वास्तव्य करा. देवांना इंद्र तसा तुम्हांला अर्जुन राखण असतां खांडवप्रस्थांत तुम्हांला कोणीही त्रास देऊं शकणार नाहीं. तुम्हांला राज्याचा अर्धभाग मी देतों,तो घ्या आणि खांडवप्रस्थांत रहा.

इंद्रप्रस्थनगरनिर्माण.

वैशंपायन सांगतातः--राजा, सर्व पांडवांनीं धृतराष्ट्राचें तें वचन मान्य करून त्याला अभिवंदन केलें,आणि नंतर ते पुरुषश्रेष्ठ घोर अरण्यांत चालते झाले. राज्याचें अर्ध घेऊन ते पांडव कृष्णेसह खांडवप्रस्थांत शिरल्यानें विष्णूच्या अंशांनीं स्वर्गभुवनाला शोभा यावी त्याप्रमाणें त्या भूमीला शोभा आली.नंतर त्यांनीं शुद्ध व कल्याणकारण असा प्रदेश पाहून तेथें प्रथम अरिष्टनिवारणार्थ शांति वगैरे करून मग व्यास मुनींना पुढाकार देऊन आपल्या नगराची आंखणी केली. त्या नगराभोंवती त्यांनीं समुद्रप्राय खंदक खणिले, व गगनचुंबित अशी तटबंदी केली. चंद्रकिरणांप्रमाणें शुभ्र अभ्रप्रकाशानें तें नगर नागांच्या योगानें भोगावती नगरी शोभते तसें शोभूं लागलें. त्या नगराच्या वेशीचीं द्वारें द्विपक्ष गरुडाप्रमाणें दिसत होतीं. नगरांत अनेक मोठमोठ्या इमारती असून मेघसमूहाप्रमाणें भासणाऱ्या उच्च गोपुरांनीं त्यांचें रक्षण केलें होतें.त्या गोपुरांवर मोठ्या बंदोबस्तानें मोटमोठाल्या शक्ति व अनेक शस्त्रास्त्रें नगराच्या बंदोबस्ताकरितां ठेविलीं असल्यामुळें, तें नगर द्विजिव्ह सर्पांनीं वेढिल्यासारखें दिसत होतें. ठिकठिकाणीं आनुभविक व लढाऊ लोकांच्या चौक्या रक्षणार्थ ठेविल्या असून, तीक्ष्ण अंकुश, तोफा, दुसरीं युद्धोपयोगी यंत्रें व मोठमोठालीं लोहमय चक्रें ठिकठिकाणीं ठेविलीं असल्यामुळें त्या नगराला फारच शोभा आली होती. सर्व शहरभर मोठमोठे रस्ते राखले असून ते सारख्या प्रमाणांत होते. त्या रस्त्यांवर कोणत्याही प्रकारची दैविक पीडा नव्हती. अशा प्रकारचें तें इंद्रप्रस्थ नगर मोठमोठाल्या टुमदार हवेल्यांनीं गजबजून गेल्यामुळें स्वर्गाप्रमाणें झळकत होतें. त्या नगरांतील एका रम्य व शुभकारक अशा भागांत युधिष्ठिराचें राजमंदिर असून, तें मेघसमुदायावर चमकून राहणाऱ्या विजेप्रमाणें शहरांतील इतर सर्व इमारतींवर झळकून राहिलें होतें, व धनाच्या राशींनीं भरून गेलें असल्यामुळें त्याला कुबेरमंदिराचीच उपमा साजत होती.

या प्रकारचें तें उत्कृष्ट नगर व युधिष्ठिरासारखा न्यायी राजा पाहून तेथें मोठमोठाले वेदवेत्ते ब्राह्मण आवडीनें राहावयास आले. त्याप्रमाणें छप्पन्न देशांतल्या भाषा जाणणारे अनेक भाषाकोविद, व अलोट संपत्ति मिळवूं पाहणारे दूरदूरचे व्यापारीही तेथें येऊन राहिले.नानातऱ्हेच्या शिल्पांत निपुण अशा कारागिरांनींही तेथें वसति केली. त्या नगराच्या भोंवतीं मोठमोठाले रमणीय बगीचे असून त्यांत आम्र, आम्रातक, कदंब, अशोक, चंपक, पुन्नाग, नागचाफा,ओट

व फणस, उत्तम पुष्पांनीं व फलभारांनीं नम्र झालेले मनोहर बकुल,केतक,ताल, तमाल, शाल, आमलक,लोध्र, अंकोल, जांबूळ,पाटल, कुब्जक, कस्तुरी,मोगरा, कण्हेर, पारिजात, व सदा पुष्पफलांनीं भरून गेलेले, अनेक प्रकारच्या पक्षिसमुदयांनीं गजबजलेले, व विशेषतः मत्त मयूर व कोकिल यांच्या स्वरानें घुमून राहिलेले असे अनेक वृक्ष ओळींनें लाविले होते. ठिकठिकाणीं आरशाप्रमाणें स्वच्छ हवाशीर बंगले बांधिले असून मध्यें मध्यें विहारार्थ कुंज बांधिले होते. कांहीं ठिकाणीं क्रीडार्थ कृत्रिम पर्वत केले असून गमती गमतीचीं पदार्थसंग्रहालयें बांधिलीं होतीं.चौकोनी, बदामी, वर्तुल,अष्टपैलू वगैरे नाना अकृतींच्या मधुर आणि स्वच्छ उदकानें तुडुंब भरलेल्या विहिरी व कमलपुष्पांच्या वासांनीं भरून गेलेलीं आणि हंस, कारंडव, चक्रवाक इत्यादि पक्ष्यांच्या पक्तींनीं अलंकृत अशीं विस्तीर्ण सरोवरें यांनीं त्या उद्यानांना फारच शोभा आली होती. याशिवाय, सभोंवार वृक्षांची गर्दी असून मध्यें रमणीय अशा पुष्करिणी बहुत होत्या व ठिकठिकाणीं अति मनोहर व मोठमोठीं टांकी होतीं. राजा जनमेजया,याप्रमाणें अत्यंत रमणीय व पुण्यशील लोकांनीं युक्त अशा त्या राजधानींत राहिल्यानें पांडवांचा आनंद अखंड वाढत चालला. त्या ठिकाणीं देवव्रत भीष्म व धृतराष्ट्र यांनीं युधिष्ठिराला पाठविल्यापासून पांडव खांडव प्रस्थाचे कायमचेच रहिवासी झाले. ते इंद्रतुल्य पराक्रमी महाधनुर्धर पांचही पांडव तेथें राहूं लागल्या दिवसापासून तें नगर नागांच्या भोगावती नगरीप्रमाणें शोभूं लागलें. असो.राजा, याप्रमाणें पांडवांना त्या राजधानीमध्यें स्थापून त्यांच्या अनुमतीनें बलरामासह श्रीकृष्ण द्वारकेस गेले.

अध्याय दोनशें आठवा.

—:०:—

खांडवप्रस्थीं नारदांचें आगमन.

जनमेजय विचारतोः—हे तपोनिधे, याप्रमाणें पांडवांनीं इंद्रप्रस्थ नावांची राजधानी स्थापिल्यानंतर पुढें काय केलें, तें सविस्तर ऐकण्याची मला फार इच्छा आहे. कारण, ते माझे पूर्वज पांडव मोठे मानी होते. तेव्हां अशांची मनधरणी एकट्या द्रौपदीनें कशी केली, व ते पांचहीजण महाभाग एकाच द्रौपदीचे ठिकाणीं रत असतां त्या परस्परांत फूट कशी पडली नाहीं, व द्रौपदीसह वर्तत असतां त्यांची एकमेकांशीं वागणूक कशी होती, हा सर्व इतिहास मोठा मनोरंजक व बोधप्रद होईल. याकरितां, ब्रह्मन्, आपण मला तो निवेदन करा.

वैशंपायन सांगतातः—राजा, धृतराष्ट्राची आज्ञा घेऊन पांडव खांडवप्रस्थास गेल्यावर अर्धे राज्य त्यांच्या ताब्यांत मिळालें. नंतर द्रौपदीसह ते मोठ्या सुखांत काळ क्रमूं लागले.आत्यांच्या सहायानें त्या महातेजस्वी व सत्यप्रतिज्ञ युधिष्ठिरानें यथान्याय पृथ्वीचें पालन केलें;आणि ते सद्धर्मानें वागणारे महाबुद्धिवान पांचही बंधु सर्व शत्रूंना जिंकून मोठ्या आनंदांत आपल्या त्या राजधानींत राहिले.मोठमोठ्या उच्च सिंहासनांवर बसून ते प्रजाजनांचीं गाऱ्हाणीं ऐकून घेऊन त्यांना न्याय देत असत.याप्रमाणें ते बंधु आसनांवर बसले असतां एके दिवशीं सहजगत्या देवर्षि नारद तेथें आले. नारदांस पाहून युधिष्ठिरानें स्वतः त्यांस आपलें स्वतांचें सुंदर आसन दिलें; व त्या महर्षींनीं त्याचा स्वीकार केल्यावर युधिष्ठिरानें अर्घ्यादिकांनीं त्यांचें स्वतः पूजन करून आपलें सर्व राज्य त्यांच्या पायावर वाहिलें! नारदांनीं त्यांची ती पूजा मोठ्या प्रसन्न मनानें स्वीकारून त्याला उत्कर्षकारक असे अनेक आशीर्वाद दिले;व नंतर

त्यास खालीं बसण्यास सांगितलें. नारदाज्ञेनें खालीं बसल्यावर, भगवान नारद आल्याचें युधिष्ठिरानें द्रौपदीस कळविलें. तें ऐकतांच द्रौपदी शुचिर्भूत होऊन शांत चित्तानें पांडवांसह नारद बसले होते तेथें आली. ती धर्मनिष्ठ सती त्या देवर्षीचे चरण वंदून व वस्त्र वगैरे नीट सांवरून व हात जोडून त्या महर्षीपुढें नम्रभावानें उभी राहिली. मग तिलाही त्या सत्यवाक् ऋषिश्रेष्ठानें अनेक तऱ्हेचे अशीर्वाद देऊन " हे निष्पापे, आतां तूं जा " म्हणून सांगितलें.

द्रौपदी गेल्यावर युधिष्ठिरप्रभृति पांचही पांडवांना भगवान नारद म्हणाले, " ही कीर्तिमती पांचालकन्या तुम्हां पांचांची एकच धर्मपत्नी आहे याकरितां, जेणेंकरून तिजमुळें तुमच्यांत भेदभाव उत्पन्न होणार नाहीं असेंच आचरण तुम्ही परस्परांशीं ठेवा. नाहीं तर तुमची गति सुंदोपसुंद बंधूंसारखी होईल. हे सुंदोपसुंद त्रैलोक्यांत कोणालाही अवध्य असून त्यांचें निजणें-उठणें, खाणें--पिणें वगैरे सर्व कांहीं एकत्रच होत होतें. फार तर काय? ते एकाच घरांत रहात असून सभास्थानीं एकाच गादीवर बसत असत, अशी त्यांची प्रीति असतांही तिलोत्तमेप्रीत्यर्थ त्यांनीं एकमेकांचा घात केला. म्हणून मी तुम्हांला बजावून सागतों कीं, जेणेंकरून तुम्हांत फूट पडणार नाहीं, व परस्परांचीं मनें परस्परांविषयीं शुद्ध रहातील, असाच वर्तनक्रम तुम्हीं ठेवावा."

युधिष्ठिर ह्मणालाः—महर्षे, सुंदोपसुंद असुर हे कोणाचे पुत्र होते, त्यांच्यांत बेबनाव कसा झाला, त्यांनीं एकमेकांस कसें मारिलें, व जिच्या लोभासाठीं त्यांनीं परस्परांचा वध केला, ती अप्सरा तिलोत्तमा कोणा देवाची कन्या होती, हें सर्व यथावत् व सविस्तर ऐकण्याची मला फार उत्कंठा झाली आहे. याकरितां हे तपोनिधे, आपण कृपा करून तो सर्व इतिहास मला कथन करा.

अध्याय दोनशें नववा.

—०:—

सुंदोपसुंदांची कथा.

नारद सांगतात:--बा युधिष्ठिरा, हा पुरातन इतिहास मी तुला जसाचा तसाच सांगतों, तो तूं भ्रात्यांसह ऐक. हिरण्यकशिपुनामक महादैत्याच्या वंशांत निकुंभ नांवाचा एक मोठा तपस्वी व बलाढ्य दैत्य निपजला. त्याला मोठे क्रूर, पराक्रमी क्रूरबुद्धि, महाबली व दारुण असे सुंदोपसुंद नांवाचे दोन पुत्र झाले. त्या उभयतांचा एकच निर्धार असून सर्व कामांत त्यांचा एक विचार असे. एकाचा आनंद तो दुसऱ्याचा आनंद, एकाला दुःख तें दुसऱ्याला दुःख, असे ते सर्वदा वागत. भोजन करणें झालें किंवा बाहेर जाणें झालें तरी एकाला टाकून एक नसे. ते सर्वदा एकमेकांशीं गोड बोलत असून एकमेकांचें हित करण्यास झटत असत. त्यांचा स्वभाव एक, आचार एक, जणू काय एकाच वस्तूचे ते दोन भाग होते. ते मोठे समंजस व बलाढ्य असून, कोणतेंही कार्य एकनिश्चयानें करीत असत. असें असतां, आपण सर्व त्रैलोक्य जिंकावें असा एकत्र संकेत करून तत्सिद्ध्यर्थ तप करण्यासाठीं दीक्षा घेऊन ते विंध्य पर्वतावर गेले. तेथें दीर्घकालपर्यंत जटावल्कलें धारण करून क्षुधेनें व तृषेनें जरी व्याकूळ झाले, तरी केवळ वायुभक्षण करून त्यांनीं उग्र तपश्चर्या केली. पायाच्या अंगठ्यावर उभें राहून व वर हात करून, डोळ्याची पापणीही न मिटतां सूर्याकडे एकसारखी टक लावून ते कित्येक वर्षें होते. शेवटीं त्यांनीं आपल्या अंगाचें मांस तोडून त्याचा होम चालविला! त्या वेळीं त्यांच्या अंगावर बोट बोट मळ चढला होता! ह्याप्रमाणें बहुत वर्षेपर्यंत व्रतस्थ राहून त्यांनीं खडतर तप केलें असतां, त्यांच्या त्या तपःप्रभा-

थानें असा कांहीं अद्भुत चमत्कार झाला कीं, त्या पर्वतामधून धुराचे लोळ उठूं लागले. असें तें त्यांचें भयंकर तप पाहून देवांची घाबरगुंडी उडाली; व ते त्यांच्या तपाला विघ्न आणण्याच्या प्रयत्नास लागले. त्यांनीं अनेक वेळां रत्नें व स्त्रिया यांच्या योगानें त्यांस भुलविणयचा यत्न केला. परंतु ते दृढनिश्चयी बंधु व्रतापासून ढळले नाहींत. असें पाहून देवांनीं सुंदोपसुंदांच्या दृष्टीपुढें एक अद्भुत माया पसरली. ती अशी कीं, त्यांत असुरांच्या आया, बहिणी, बायका व इतर आप्त यांच्या पाठीमागें हातांत शूल घेऊन राक्षस लागल्यामुळें त्या भिऊन जाऊन ठिकठिकाणीं अडखळून पडत आहेत, त्यांचे केश विस्कलित झाले आहेत, व त्यांचे वस्त्रालंकार अस्ताव्यस्त पडले आहेत, आणि अशा स्थितींत "हे सुंदोपसुंदहो! आमचें रक्षण करा!" याप्रमाणें मोठमोठ्यानें त्या आक्रोश करीत आहेत असें त्यांच्या दृष्टीस पडलें. इतकें झालें तरी त्या निश्चयी वीरांचा तपोभंग झाला नाहीं. नंतर, हा प्रकार पाहून दोघांतून एकालाही क्रोध येत नाहीं किंवा दुःखही होत नाहीं, असें पाहतांच त्या सर्व स्त्रिया व तो एकंदर देखावा त्यांच्या दृष्टीसमोरून नाहींसा झाला. मग सर्व लोकांचा हितकर्ता प्रभु ब्रह्मदेव समक्ष तेथें येऊन त्यांस "वर मागा" म्हणून म्हणाला. त्या वेळीं ते दृढपराक्रमी सुंदोपसुंद बंधु ब्रह्मदेव आलासें पाहून त्यापुढें हात जोडून उभे राहिले; व त्याला म्हणाले, "हे प्रभो पितामह, आपण जर आमचे तपानें संतुष्ट झालां असाल, तर आम्हां दोघांस माया, अस्त्रविद्या, अतुल बळ, वाटेल तें रूप घेण्याचें सामर्थ्य, व अमरत्व या पांच गोष्टी द्याव्या!"

ब्रह्मदेव म्हणाले:—असुरहो, अमरत्व खेरीज करून तुम्हीं मागितलेल्या बाकी सर्व गोष्टी तुम्हांस प्राप्त होतील. तुम्हांस साक्षात् अमरत्व देतां येत नाहीं. तथापि त्याचे ऐवजीं, तुम्हांस बहुतेक अमरतुल्यत्व प्राप्त होईल अशा कांहीं मृत्युप्रतिबंधक गोष्टी तुम्ही मागून घ्या. तुम्हांला अमरत्वही देण्यास मी समर्थ आहें; परंतु केवळ लोकांवर अधिकार गाजविण्याच्याच हेतूनें तुम्हीं हें उग्र तप केलें असल्यामुळें तुम्हांला तें देतां येत नाहीं. हे दैत्येंद्रहो, त्रैलोक्याला पादाक्रांत करण्याच्याच हेतूनें हें तप तुम्हीं केलें असल्यामुळें, अमरत्वाविषयींचा तुमचा हेतु मला पूर्ण करवत नाहीं.

सुंदोपसुंद म्हणाले:—ठीक आहे. मग आम्ही इतकेंच मागतों कीं, एकमेकांवांचून आम्हांला या त्रैलोक्यांतील कोणत्याही स्थावर किंवा जंगम भूतांपासून मृत्यु नसावा.

ब्रह्मदेव म्हणाले:—दैत्यहो, तुम्हीं जें व जसें मागितलें आहे, तें सर्व तुमच्या इच्छेनुरूप मी तुम्हांस देतों; व मृत्यूसंबंधींही तुम्हीं ज्या अटी घातल्या, त्याही मला मान्य आहेत. तुमचा मृत्यु होणें तर तुमच्या म्हणण्याप्रमाणेंच होईल!

नारद सांगतातः—याप्रमाणें वरदानानें त्या उभय बंधूंस तपापासून निवृत्त करून ब्रह्मदेव सत्यलोकीं परत गेले. इकडे ते बंधु ब्रह्मदेवापासून वर मिळवून सर्व लोकांना अवध्य होऊन आपल्या घरीं गेले. ते मनस्वी वर मिळवून कृतार्थ झाले असें पाहून त्यांच्या सुहृज्जनांना परमानंद झाला. नंतर त्यांनीं जटा वगैरे काढून मुकुट धारण केले; आणि बहुमोल अलंकार व निर्मल वस्त्रें परिधान केलीं. मग त्यांनीं सदासर्वकाळ आपल्या राज्यांत कौमुदीमहोत्सव चालविला. त्यांचे आप्तमित्र सदासर्वदा आनंदांत असून सर्व नगरभर ज्या त्या घरीं "खा, प्या, द्या, उपभोग घ्या, गा, मजा करा" याप्रमाणें शब्द ऐकूं येत असत; व जिकडे तिकडे उत्कृष्ट व मंजुळ वाद्यांचे मनोहर ध्वनि ऐकूं येत असत. सारांश, त्या दैत्यांच्या नगरांत सर्वत्र आनंदी-

आनंद माजून राहिला होता. त्या दैत्यांना वाटेल तें रूप घेतां येत असल्यामुळें, नानाप्रकारचीं रूपें घेऊन नित्य नव्या क्रीडा करण्यांत त्यांचीं अनेक वर्षें एका दिवसाप्रमाणें निघून गेली !

अध्याय दोनशें दहावा.

—:०:—

सुंदोपसुंदांचा धुमाकूळ !

नारद सांगतातः—याप्रमाणें बरींच वर्षे आनंदांत घालविल्यावर, त्रैलोक्य पादाक्रांत करण्याच्या इच्छेनें त्या उभय बंधूंनीं एकत्र मसलत करून सैन्याला बाहेर पडण्याविषयीं आज्ञा दिली; आणि इष्ट मित्र व वृद्ध दैत्य मंत्री यांची अनुमति घेऊन, प्रस्थानविधि करून प्रयाणास निषिद्ध अशा मघा नक्षत्रावर रात्रींचेच स्वतांही बाहेर पडले. त्यांजबरोबर गदा, पट्टे, शूल, मुद्गर वगैरे आयुधांनीं युक्त व चिलखतें वगैरे चढविलेली प्रचंड दैत्यसेना होती, व भाट, बंदिजन हे त्यांचीं मंगलगीतें गात होते; आणि ते विजयी होवोत अशा अर्थाचे प्रोत्साहक स्तुतिपाठ करीत होते. अशा थाटांत मोठ्या आनंदानें ते विजयार्थ चालले. त्यांच्या अंगीं मनास मानेल तेथें अव्याहत संचार करण्याचें सामर्थ्य असल्यामुळें, युद्धासाठीं खुमखुमलेले ते उन्मत्त दैत्य अंतरिक्षांत उडून थेट स्वर्गांतच जाऊन भिडले. ते आलेसें पाहून व त्यांना असलेल्या ब्रह्मदेवाच्या वरदानाचा विचार करून स्वर्गवासी देव आपलें ठिकाण ओस टाकून ब्रह्मलोकीं चालते झाले. तेव्हां ते तीव्रपराक्रमी बंधु इंद्रलोकास गेले, व तो लोकही जिंकून यक्ष, रक्षोगण व सर्व आकाशगामी प्राणी यांस त्यांनीं पटापट ठार केलें. इतकें करूनही तृप्त न होतां ते पातालांत गेले. तेथें सर्व नागांचा सप्पा उडवून ते महारथी समुद्रांत शिरले. मग समुद्राचे आश्रयानें रहाणाऱ्या सर्व म्लेंच्छ जाति निर्दाळून त्यांनीं जमिनीवर पाय ठेविला, आणि पृथ्वीविजयास आरंभ केला ! या वेळीं त्यांनीं आपल्या सैनिकांस एकत्र बोलावून मोठ्या सक्तीनें खरमरीत ताकीद दिली कीं, "या भूतलावरील राजर्षि व ब्राह्मण हे मोठमोठे यज्ञ व हव्यकव्यें यांच्या योगानें देवांचें तेज, बल व वैभव वाढवीत असतात. याकरितां असल्या कामांत पडणाऱ्या सर्व दैत्यशत्रूंचा आपण एकजुटीनें खरपूस समाचार घेतला पाहिजे हें लक्षांत ठेवा!" याप्रमाणें सर्व सैनिकांस खडखडीत ताकीद देऊन, व सर्वतोमुख अशीं रूपें धारण करून अत्यंत क्रूर कर्म करण्याच्या निश्चयानें ते महासागराच्या पूर्वतीराकडे वळले. तेथें जे कोणी द्विजाति यजन किंवा याजन करितांना आढळले, त्या सर्वांना जबरीनें ठार करून ते दांडगे तेथून पुढें चालले. त्यांचे सैनिकांनीं जितेंद्रिय मुनींच्या आश्रमांत घुसून त्यांच्या अग्निहोत्रादिकांचीं उपकरणें उचलून निर्धास्तपणें पाण्यांत फेकून दिलीं. यज्ञादिक क्रियांचा उच्छेद होतोसें पाहून त्या ऋषींनीं क्रुद्ध होऊन त्या दैत्यांना तडातड शिव्याशाप दिले; परंतु ब्रह्मदेवाचे वरबलामुळें त्या शापांचा त्यांवर कांहींएक परिणाम न होतां, पाषाणावर आदळणाऱ्या शरधारेप्रमाणें ते शाप बोथट झाले ! मग या दैत्यांपुढें आपली कांहींच मात्रा चालत नाहीं असें जेव्हां द्विजांनीं पाहिलें, तेव्हां आपले नियमधर्म टाकून ते वाट फुटली तिकडे पळाले ! या भूतलावर जेवढे मिळून जितेंद्रिय, शांत व तपोनिष्ठ होते, तेवढे सारे, गरुडाला पाहून सर्प पळतात त्याप्रमाणें अपापलीं स्थानें सोडून भयानें सैरावैरा पळूं लागले. तपोवनांत जिकडे पहावें तिकडे ऋषींच्या झोंपड्या मोडून तोडून जमीनदोस्त केलेल्या, त्यांचीं भांडींकुंडीं फोडून टाकिलेलीं, स्रुवादि यज्ञोपकरणांचे तुकडे तुकडे करून टाकिलेले, असा प्रकार दृष्टीस पडूं

लागला. सारांश, प्रलयसमयीं काळाचा हात फिरल्याप्रमाणें सर्व जगत् भयाण व ओस दिसूं लागलें; तरी त्या दुष्टांचें समाधान झालें नाहीं. त्यांनीं असें पाहिलें कीं, बरेच ऋषि आपले भयानें अदृश्य होऊन आपले तावडींतून सुटले आहेत.पण त्यांनाही गांठून ठार केलेंच पाहिजे. याकरितां आपण आतां हीं रूपें सोडून भलतीं-सलतीं रूपें घ्यावीं, म्हणजे आपण नाहीं असें पाहून ते ऋषि पुनः प्रकट होतील, आणि तसें झालें म्हणजे सहजच आपले तडाख्यांत सांपडतील !

धर्मराजा, या संकेताप्रमाणें एकवार त्यांनीं मत्तगजांचीं रूपें घेतलीं; आणि घोर अरण्यांत कडेकुहरादि दुर्गम स्थलीं जे कोणी दडून राहिले होते, अशांना हुडकून आपल्या शुंडांनीं बाहेर ओढून ओढून ठार मारिलें ! कधीं त्यांनीं सिंह व्हावें, कधीं व्याघ्र व्हावें, कांहीं वेळ मध्येंच एकाएकीं अदृश्य व्हावें, अशा रीतीनें नानाप्रकारच्या हुलकावण्या दाखवून व वेळ पडेल तसतसे निरनिराळे डावपेंच करून त्या दुष्टांनीं यच्चयावत् ऋषींचा संहार केला ! एवंच, उभ्या पृथ्वीतलावर कोणी क्षत्रिय किंवा ब्राह्मण उरला नाहीं ! यज्ञयाग, वेदाध्ययन यांचें नांवही लोपलें; कोठें उत्सव नाहीं, सोहळा नाहीं, कांहीं नाहीं; जिकडे तिकडे एकच हाहाकार माजून राहिला;भयानें सर्वांची गाळण उडून गेली; कामकाजाला कोणाचा हातपाय उठेना; बाजारांतील देवघेव बंद पडली; कोणी कसलें देवकार्य करीना;कोठें मंगलकार्यें किंवा विवाह वगैरे विधि दृष्टीस पडतना; कृषीवल नांगर टाकटाकून पळाले; गोपाल गोधनें सोडून चालते झाले; कोणत्याही शहरांत जा, तपोवनांत जा, एक वाडा किंवा एक आश्रम अभग्न उभा असेल तर शपथ ! सर्वत्र घरेंदारेंही मोडून तोडून कोसळून पडलीं होतीं; जिकडे पहावें तिकडे हाडांचे व सांगाड्यांचे ढिगारेचे ढिगारे पडलेले; असें वाटे कीं, डोळे उघडूं नये व असला भयंकर प्रकार पाहूं नये ! सारांश, कोठें देवकार्य नाहीं, पितृकार्य नाहीं, न स्वाहा, न स्वधा, न वषट्कार ! याप्रमाणें सर्व जगताची उध्वस्त स्थिति झाल्यामुळें त्याकडे नुसतें पाहण्याला देखील भय वाटे. फार काय सांगावें ? त्या सुंदोपसुंदांचें तें घोर कृत्य पाहून आकाशांतील ग्रह, नक्षत्रें चंद्र, सूर्य व देवता यांच्याही तोंडचें पाणी पळालें. तीं सर्व निस्तेज पडलीं ! राजा, याप्रमाणें क्रूर कर्मानें दशदिशा पादाक्रांत करून, आतां आपणांस कोठें कोणी शत्रु उरला नाहीं असें पाहून ते दोघे दैत्य बंधु कुरुक्षेत्रांत येऊन राहिले.

अध्याय दोनशें अकरावा.

—:०:—

सुंदोपसुंदवधोपाय.

नारद सांगतातः—याप्रमाणें सर्वत्र भयंकर प्रळय उडालेला पाहून जितेंद्रिय, जितक्रोध, जितात्म असे देवर्षि, महर्षि व सिद्धही व्यथित होऊन जगतावर कृपा करण्याचे हेतूनें ब्रह्मलोकीं गेले. तेथें देवर्षि, ब्रह्मर्षि व देवगण यांचे परिवारांत पितामह त्यांच्या दृष्टीस पडले.त्याच ठिकाणीं तेजस्वी महादेव, वायुसहित अग्नि, चंद्र, सूर्य, इंद्र व ब्रह्मोपासक ऋषि असून वैखानस, वालखिल्य, वानप्रस्थ, मरीचिनामक देवता, अज, विमूढ व तेजोगर्भसंज्ञक तपस्वीही तेथें बसले होते. असो. हे सर्व ऋषि दीन होऊन ब्रह्मदेवापुढें उभे राहिले, व त्या सुंदोपसुंदांनीं लोकांना कसकसें नागविलें, कसकसें छळिलें, तो इत्थंभूत वृत्तांत यथाक्रम त्यांनीं पितामहास कथन केला. त्यांचें गाऱ्हाणें कानीं पडतांच तेथें बसलेल्या देवांनीं व ऋषींनींही त्यांचाच पक्ष

उचलून सुंदोपसुंदांच्या नाशाविषयीं उपाय योजण्याचे कामीं ब्रह्मदेवाला भीड घातली. नंतर पितामहानें त्या सर्वांचें बोलणें मनांत घेऊन दैत्यवधोपायाचा क्षणभर आपल्याशीं विचार करून, त्या कामीं साह्यार्थ विश्वकर्म्याला बोलाविलें; आणि तो येतांच, ' ज्याला त्याला कामुक करून सोडील अशी एक सुंदर स्त्री निर्माण कर ' म्हणून त्याला त्या तपोधनानें आज्ञा दिली. विश्वकर्म्यानें ब्रह्मदेवाचे बोलण्याला मान डोलवून त्याला अभिवंदन केलें; व आपल्याशीं फिरफिरून विचार करून एक दिव्य स्त्री निर्माण केली. ती निर्माण करण्यासाठीं त्यानें प्रथम त्रैलोक्यांतील स्थावरजंगम वस्तूंपैकीं जेथें जेथें जें जें कांहीं सुंदर म्हणून आढळलें तें सर्व मोठ्या यत्नानें एके ठिकाणीं जमा केलें.मग त्या सर्व सौंदर्यांशाचा मनोहर रांधा करून त्याची एक मनोहर पुतळी रचून अवयवरूपानें तिचे देहांत कोटिशः रत्नें बसविलीं;व याप्रमाणें केवळ देवरूपिणी अशी रत्नखचित्त स्त्री उत्पन्न केली. आधींच तो विश्वकर्मा, आणि तशांतही त्यानें इतकी मेहनत घेऊन ती निर्माण केली! तेव्हां रूपानें त्रैलोक्यांतील सर्व स्त्रियांत ती अप्रतिम बनली हें सांगावयास नकोच! तिच्या उभ्या देहांत बालाग्रप्रायही असें स्थल नव्हतें कीं, जेथें सौंदर्य लहरा मारीत नव्हतें, किंवा डोळस प्राण्यांची दृष्टि जेथें एकदा गेली असतां कायमचीच चिकटून राहिली नाहीं! सारांश, ती मदनपुतळी केवळ देहधारिणी लक्ष्मीप्रमाणें जीवमात्राचें मन व डोळे आपणाकडे ओढून घेत होती. त्रैलोक्यांमधील सर्व रत्नांतून तिल तिल भाग घेऊन विश्वकर्म्यानें तिला निर्माण केलें हें ध्यानांत आणून ब्रह्मदेवांनीं तिला " तिलोत्तमा" हें नांव ठेविलें. मग ती स्त्री ब्रह्मदेवांस वंदन करून हात जोडून नम्रतेनें म्हणाली, " हे प्रजानाथ, आपण मला कोणते कामगिरीसाठीं आज निर्माण केलें?"

ब्रह्मदेव म्हणालेः—हे तिलोत्तमे, तूं सुंदोपसुंदांकडे जा. कोणीही पाहतांच तुजसाठीं वेडें व्हावें असें हें तुझें रूप आहे. तेव्हां या रूपाचे सामर्थ्यानें ते उभय दैत्य तुझे दृष्टीस पडतांच तुझ्यावर आसक्त होऊन परस्परांत कलह करतील अशी तजवीज कर.

नारद सांगतातः—धर्मा, ब्रह्मदेवाचें हें भाषण ऐकून, " ठीक आहे, ही कामगिरी मजकडे लागली" असें म्हणून तिलोत्तमेनें प्रथम ब्रह्मदेवाला नमस्कार केला; आणि नंतर ती तेथें बसलेल्या देवमंडळीभोंवतीं प्रदक्षिणा घालूं लागली! तेथें ब्रह्मदेवाचे उजवे हाताला पूर्वेस तोंड करून महादेव बसले होते. इतर देव डावे हाताला होते, व ऋषिमंडळी तर चहूंकडेच होती.असो. ती सुंदरी जेव्हां त्या मंडळीभोंवतीं प्रदक्षिणा घालूं लागली, तेव्हां देवेंद्र व भगवान शंकर हे, कांहीं झालें तरी तिच्या मागें दृष्टि तरळ होऊं द्यावयाची नाहीं असा निश्चय करून आपलेकडून घट्ट बसले होते; पण, हे राजा, कसला निश्चय आणि कसला इंद्रियजय! ती वरारोहा जेव्हां प्रदक्षिणाक्रमानें डोळ्यांसमोरून शंकराचे उजवे बाजूकडे वळली,तेव्हां तिचे दर्शनाविषयींची इच्छा अनावर होऊन शंकराला तिला पहाण्याकरितां - ज्याचे डोळे सदा उघडेच आहेत असें—एक दक्षिण बाजूला दुसरें मुख फुटलें. पुढें ती त्याच्या पाठीकडे फिरतांच पश्चिमाभिमुख असें तिसरें मुख फुटलें, व तिनें डाव्या बाजूला वळसा घेतांच उत्तराभिमुख असें एक चौथें मुख फुटलें.हा प्रकार शंकरांचा झाला! इकडे देवेंद्रांना तर मागें, पुढें, बाजूला याप्रमाणें सर्व देहभर रक्तापांग व विशाल असे हजारों नेत्र निर्माण झाले! या प्रकारें शंकर त्या वेळीं चतुर्मुख बनले, व देवेंद्र सहस्रनेत्र झाले! इतरांनीं ती तिलोत्तमा फिरेल तसतशी आपली दृष्टि फिरविली! सा-

रांश, एक ब्रह्मदेव शिवाय करून, तेथें बसलेल्या सर्व महात्म्यांची दृष्टि तिलोत्तमेच्या ठिकाणीं खिळून गेली, तेथून हालेना! असो. असल्या गाळींव मंडळींचीही लुटपूट उडवून देऊन तिलोत्तमा जेव्हां दैत्यांकडे जाण्यास निघाली, तेव्हां 'हिच्या सौंदर्यानें दैत्यवधाबद्दलचा आपला इष्ट हेतु सिद्धीस गेलाच!' असें तेथील सर्व देव व ऋषि मानूं लागले. नंतर, तिलोत्तमा तेथून गेलीसें पाहून ब्रह्मदेवानें तेथें जमलेल्या सर्व देवांना व ऋषिगणांनाही स्वस्थानीं जाण्यास अनुज्ञा दिली!

अध्याय दोनशें बारावा.

---:०:---

सुंदोपसुंदनिधन.

नारद सांगतातः—धर्मा, जगज्जय केल्यामुळें निःसपत्न व निर्भय झालेले ते दैत्य, त्रैलोक्यांतही आपले विरुद्ध कोठें कोणीं हालचाल करूं शकणार नाहीं असें पाहून आपणांस कृतकृत्य मानूं लागले. देव, गंधर्व, यक्ष, सर्प, भूपाल व राक्षस या सर्वांजवळील उत्कृष्ट उत्कृष्ट वस्तु हिरावून स्वतांपाशीं आणून ठेवल्यानें ते फार आनंदांत होते; आणि त्यांना कोणीच जेव्हां दडपता नाहींसा झाला, तेव्हां कर्तव्य उरलें नसल्यामुळें ते सहजच आळशी बनले आणि देवांप्रमाणें चैन उडवूं लागले. सुंदर सुंदर स्त्रिया, सुवासिक पुष्पें, सुगंधि द्रव्यें, हरतऱ्हेचे विपुल भक्ष्यभोज्य पदार्थ, व अंतःकरण तृप्त करून सोडणारीं नानाप्रकारचीं उत्कृष्ट पेयें यांच्या सेवनांत दंग होऊन ते अहर्निश अत्यानंदांत लोळूं लागले! अंतःपुरांत, उपवनांत, पर्वतावर, अरण्यांत-जेथें लहर लागेल तेथें ते अमरांप्रमाणें स्वच्छंद क्रीडा करूं लागले. असा त्यांचा क्रम चालू असतां, एकदा विंध्य पर्वताचे शिखरावर, सभोंवतीं प्रफुल्लित शालवृक्षांची दाटी असून मध्यें समतल पाषाणभूमि आहे, असें एक स्थान शोधून तेथें ते रमणीय स्त्रियांसह क्रीडा करण्याकरितां गेले. आपण उभयतां रमणींसहवर्तमान दिव्य सिंहासनावर बसले आहेत, भोंवतीं स्वर्गींतील सर्व उपभोग्य वस्तु ठेविलेल्या आहेत, अग्रभागीं सुंदर स्त्रिया वाद्यवादन व नृत्य करीत आहेत, व स्तुतिपूर्ण गीतें गाऊन त्या मोठ्या प्रेमानें दैत्यांची सेवा करीत आहेत, असा येथें एकच थाट उडून राहिला आहे, इतक्यांत पुष्पें वेंचण्याचे निमित्तानें तिलोत्तमा तेथें आली! तिनें अंगावर उत्तरीय वस्त्र वगैरे कांहीं न घेतां फार तलम असें एकच रक्तवर्ण वस्त्र परिधान केलें असल्यानें अवयवव्यक्तीमुळें तिचा तो वेष फारच चित्ताकर्षक झालाह ोता. असला वेष घेऊन नदीचे कांठीं उगवलेल्या कर्णिकारकार वृक्षांची फुलें वेंचीत वेंचीत ती हळू हळू ते मत्त असुर जेथें बसले होते तेथें गेली. अगोदरच ते मस्तींत आलेले असून उंची मद्यें प्याल्याच्या योगानें त्यांचे डोळे धुंद व लाल होऊन गेले होते, अशा स्थितींत ती नितंबिनी ह्यांचे दृष्टीस पडली! मग काय पुसावें? तिला पहातांच ते उल्लू होऊन आणि आपल्या जागेवरून उठून तिला आलिंगन देण्यासाठीं अति उत्कंठेनें तिजजवळ येऊन खेटले! त्या वेळीं दोघांचाही काम भडकून उठला असल्यामुळें दोघेही त्या सुंदरीला भोगप्रार्थना करूं लागले. सुंदानें त्या सुभ्रूचा उजवा हात धरला, व उपसुंदानें डावा धरला! एक तर वरप्राप्तीचा मद, दुसरा शारीरसामर्थ्याचा, तिसरा रत्नादि संपत्तीचा, व चौथा सुरापानानें आलेला! याप्रमाणें आधींच चार प्रकारच्या मदांनीं उन्मत्त असून तिलोत्तमेला पहातांच कामोत्कंठेनें ते चेवून गेले, आणि मग एकमेकांवर भुंवया मोडूं लागले. सुंद म्हणाला, "उपसुंदा, मी वडील आहें, व ही माझी भार्या आहे; त्या अर्थीं ही तुझी माता आहे, म्हणून तूं दूर हो." उपसुंद

म्हणाला, "हें काय बोलणें? ही माझी भार्या असल्यानें तुला सुनेसारखी आहे, याकरितां तूं हिला स्पर्श करूं नको." मग यानें म्हणावें 'ही तुझी नव्हे---माझी!' त्यानें म्हणावें 'तुझी कोठची? माझीच?' याप्रमाणें बराच वेळ दोघांची लठ्ठालठ्ठी होऊन, अखेरीस तिच्या रूपानें उन्मत्त झाल्यामुळें आजपर्यंतचें भ्रातृप्रेम व स्नेह सर्व विसरून ते एकमेकांचे कट्टे वैरी बनले,व तिजविषयीं काममोहित होऊन 'हिला मी आधीं भोगणार मी आधीं, मी आधीं?' असें म्हणत म्हणत त्यांनीं भयंकर गदा उचलून एकमेकांच्या टाळक्यांत हाणिल्या व सर्वांग रक्तबंबाळ होऊन आकाशांतून तुटून पडलेल्या दोन सूर्यांप्रमाणें ते पराक्रमी बंधु मरून धरणीवर पडले! याप्रमाणें ते पडलेले पहातांच त्या जवळील स्त्रिया व दैत्य यांचा खेद व भय यांनीं थरकांप होऊन तीं सर्व पाताळांत जाऊन दडलीं. नंतर सर्व देव व महर्षि यांसह तेथें येऊन ब्रह्मदेवांनीं निष्कपटपणें तिलोत्तमेची वाहवा करून तिला प्रसन्नमनानें वर दिला कीं, "हे तिलोत्तमे,जेथें जेथें सूर्याची (सूर्यप्रभेची) गति आहे,तेथें तेथें तुझीही गति राहील; व तुझे लावण्याची दीप्ति इतकी उग्र राहील कीं, कोणालाही तुझें रूप पूर्णपणें न्याहाळून पाहवणार नाहीं." याप्रमाणें तिलोत्तमेला वर दिल्यावर, स्वर्गाचें राज्य इंद्राचे स्वाधीन करून देऊन सर्व लोकांचे पितामह ब्रह्मदेव ब्रह्मलोकीं निघून गेले.

नारद सांगतात:—पांडवहो, याप्रमाणें ते सुंदोपसुंद सर्वथा एकचित्त असतांही तिलोत्तमेकरितां संतापून परस्परघाताला प्रवृत्त झाले! म्हणून प्रेमभावानें मी तुम्हांला असें सुचवितों कीं, या द्रौपदीसाठीं ज्या योगानें तुम्हां बंधूंत मागेंपुढें वैमनस्य उत्पन्न होऊं शकणार नाहीं, असला कांहीं उपाय वेळींच योजून ठेवा. देव तुमचें कल्याण करो. मजवर तुमचा खरा लोभ असेल तर माझे सूचनेप्रमाणें करा.

वैशंपायन सांगतात:—जनमेजया, ते सर्व बंधु परस्पर प्रेमबद्ध असल्यानें नारदांचा उपदेश त्यांना इष्टच वाटला, व त्या महात्म्यांनीं त्या वेळीं नारद महर्षींसमक्षच असा ठराव केला कीं, "इतउत्तर आम्हांपैकीं कोणीही बंधु द्रौपदीला घेऊन एकांतांत बसला असतां जो दुसरा बंधु त्याशीं नजरानजर करील,त्यानें ब्रह्मचर्यव्रत धारण करून बारा वर्षें वनवास करावा." त्या धर्माचरणी पांडवांनीं याप्रमाणें ठराव केलासें पाहून महर्षि नारद हर्षित होऊन योजिल्या ठिकाणीं चालते झाले. जनमेजया,याप्रमाणें,नारदांच्या सूचनेवरून त्या पांडवांनीं प्रथमच ठराव करून ठेविला असल्यामुळें, द्रौपदीसंबंधानें आपसांत बेबनाव उत्पन्न होण्याचा त्यांच्यावर प्रसंग आला नाहीं.

अर्जुनवनवासपर्व.

अध्याय दोनशें तेरावा.

--:०:--

अर्जुनवनवासनिमित्त.

वैशंपायन सांगतातः—ह्याप्रमाणें परस्परांत ठराव करून, आपल्या शस्त्रप्रतापानें इतर सर्व राजांना जिंकून ते अतुलतेजस्वी नरश्रेष्ठ पांचही पांडव कृष्णेसह त्या इंद्रप्रस्थांत आनंदानें राहूं लागले. कृष्णाही त्या सर्वांच्या अधीन राहून त्यांच्या मनाप्रमाणें वागे. या योगानें, मतंगज व सरोवरयुक्त वनस्थल हीं जशीं अन्योन्याश्रयानें खुलतात, त्याप्रमाणें पांच वीर पतींचे सान्निध्यानें द्रौपदी व तिच्या सान्निध्यानें ते पांडव सानंदानें खुलून जात. याप्रमाणें ते महात्मे धर्मानें वागत असतां सर्वच कुरुवंशज क्लेशरहित व सुखी होऊन उत्कर्ष पावले. हे जनमेजया, अशा प्रकारें बरींच वर्षे लोटल्यावर, कोणा एका ब्राह्मणाच्या यज्ञीय धेनु चोरांनीं नेल्या. आपलें गोधन चोरांनीं नेलेंसें पाहतांच तो ब्राह्मण अत्यंत क्रुद्ध होऊन इंद्रप्रस्थास आला, व राजद्वारीं येऊन मोठमोठ्यानें आरडूं लागला कीं "हे पांडवहो, धांवा, धांवा; हे अविवेकी, नीच, दुष्ट, चोरटे आमचें गोधन जबरीनें आमचे जवळून हरण करून नेत आहेत. अहो! एखाद्या शांतिनिष्ठ ब्राह्मणापुढलें अन्न कावळ्यांनीं उचलून न्यावें, किंवा वाघाची दरी मोकळीशी पाहून एखाद्या क्षुद्र कोल्ह्यानें निःशंक आंत घुसावें, तशांतलाच हा प्रकार म्हणावयाचा! पांडवहो, धांवा! अहो! प्रजांपासून उत्पन्नाचा षष्ठांश घेऊन जो राजा भयापासून त्यांचें रक्षण करीत नाहीं, त्याचे माथीं त्याच्या प्रजांचीं सर्व पातकें येऊन पडतात असें शास्त्र आहे. बाबांनो, धेनु म्हणजे ब्राह्मणांचें सर्वस्व; तीं गेल्यानें ब्राह्मणांच्या सर्व धर्मक्रिया तात्काळ बंद पडतात, व यामुळेंच मी इतका आक्रोश करीत आहें. तस्मात्, माझा हा करुण विलाप ऐकून तरी धावत येऊन मला या संकटांतून कोणीं सोडवा रे!"

वैशंपायन सांगतातः—याप्रमाणें अगदीं वाड्यासन्निध येऊन त्या ब्राह्मणानें आकांत मांडिला असतां त्याचे ते शब्द अर्जुनाचे कानीं पडले. त्याबरोबर त्या महाबाहु धनंजयानें त्या ब्राह्मणाला 'भिऊं नको' म्हणून आश्वासन दिलें; व शस्त्र घेण्याकरितां तो लगबगीनें आयुधागाराकडे चालला. परंतु, राजा, एखाद्या वेळेचा गुण कांहीं चमत्कारिक असतो असें म्हणतात, त्या गोष्टीचा प्रत्यय या वेळीं पूर्णपणें त्या अर्जुनास आला! तो आयुधागाराकडे जातो तों त्याचा ज्येष्ठ बंधु युधिष्ठिर व द्रौपदी हीं त्याच जागीं एकांतांत होतीं! यामुळें अर्जुन मोठ्या पेंचांत पडला. त्याला आंत जातां येईना, आणि शस्त्रावांचून बाहेरही पडतां येईना. बरें, इकडे त्या दुःखित ब्राह्मणानें तर रडून रडून आणि ओरडून ओरडून अर्जुनाला जसें कांहीं सळो का पळो करून सोडलें! यामुळें त्याला मोठी विवंचना पडली. शेवटीं त्यानें मनाशीं असा विचार केला कीं, "धनहरणामुळें रोदन करणाऱ्या या ब्राह्मणाचें सांत्वन तर आपणास केलेंच पाहिजे. कारण, दुःखित प्रजेची राजानें उपेक्षा करण्यासारखें दुसरें घोर पातकच नाहीं. आज हा ब्राह्मण दाराशीं रडत आला असूनही जर मी गाईंचें रक्षण न करीन, तर आम्हांस मोठें पातक लागेल; आणि रक्षणाचे कामीं सर्व प्रजाजनांचा आम्हां बंधूंवरील विश्वास उडेल. तेव्हां या वेळीं कसलीही अडचण असली तरी ह्या ब्राह्मणाचें रक्षण हें केलेंच पाहिजे. आतां, धर्मराजा एकांतांत असतां त्याची अमर्यादा करून आंत जाणें हें गैर आहे व त्यामुळें मला बारा वर्षें वनवास भोगावा लागेल हें खरें; पण तेवढ्यानें, रक्षणोपेक्षेमुळें ओढवणारे

सर्वांवरचे दुसरे सर्व अनर्थ टळणार आहेत. तेव्हां आतां विचार करीत न बसतां एकदम आंत जाऊन व आयुधें घेऊन ब्राह्मणाचें रक्षण करावें हेंच उत्तम; मग त्याबद्दल मला घोर पातक लागलें, व प्रसंगविशेषीं वनवासांत मरण आलें, तरी पतकरलें. कारण, आपले प्राण खर्ची घालूनही राजानें प्रजारक्षणरूपी धर्म पाळणें हेंच त्याला अधिक श्रेयस्कर आहे."

जनमेजया, ह्याप्रमाणें निश्चय करून अर्जुन आंत गेला; आणि आयुधागारांतून आयुधें व धर्माची आज्ञा घेऊन मोठ्या उत्साहवृत्तीनें तो ब्राह्मणाला म्हणाला, "हे ब्राह्मणा, लवकर मजबरोबर चल, म्हणजे ते परधनेच्छु नीच चोर जोंपर्यंत लांबले नाहींत तोंपर्यंतच आपण त्यांस गांठूं. तूं धीर सोडूं नको. चोरांच्या हातून तुझ्या गाई मी तुला परत देतों. मला ते दुष्ट कोणीकडे गेले आहेत तेवढी वाट दाखव म्हणजे झालें!" असें म्हणून त्या वीर अर्जुनानें लगेच चिलखत अंगावर चढविलें, आणि ध्वजयुक्त रथावर आरूढ होऊन व हातीं धनुष्य घेऊन तो ब्राह्मणानें दाखविलेल्या चोरांवर चाल करून गेला; व बाणांनीं त्या चोरांस जखमी करून त्यांजवळील गाई त्यानें सोडविल्या आणि त्या ब्राह्मणाच्या हवालीं करून त्याला संतुष्ट केलें. नंतर स्वपुरास परत येऊन त्याविषयीं धनंजयानें सर्व गुरुजनांस अभिवंदन केलें, व गुरुजनांनींही त्यास आशीर्वाद दिले. इतकें झाल्यावर तो धर्मराजाला म्हणाला, "हे बंधो, मी आपणांस एकांतांत पाहिलें, यामुळें मजकडून प्रतिज्ञाभंग झाला. अर्थात् आपले ठरावाप्रमाणें आतां मला बारा वर्षें वनवास करणें आहे. तेव्हां वनवास अंगीकारण्याविषयीं मला आपली आज्ञा असावी."

जनमेजया, अर्जुनाचे तोंडून एकाएकीं हे असले अप्रिय शब्द ऐकतांच धर्मराजा शोकाकुल व दीन झाला; आणि अडखळत अडखळत अर्जुनाला म्हणाला, "अरे, हें तूं काय म्हणतोस! माझें वचन जर तुला प्रमाण असेल, तर, हे निष्पापा, मी काय म्हणतों तें नीट ऐक. माझ्या एकांतांत तूं आलास असें तूं म्हणतोस, पण ह्या गोष्टीला माझें पूर्ण अनुमोदन आहे. तिजबद्दल माझे मनास तिळमात्रही वाईट वाटत नाहीं. अरे, थोराचे एकांतांत शिरल्यानें लहानाचा धर्मलोप होत नाहीं, लहानानें एकांतांत आल्यामें थोराचा मात्र धर्मलोप होतो. याकरितां, हे महाबाहो, तूं वनांत जाऊं नको. माझा अनादर तूं केला नाहींस, किंवा तुझा धर्मलोपही झाला नाहीं!"

अर्जुन म्हणालाः—दादा, मी आपलेच मुखांतून असें ऐकिलें आहे कीं कपटानें धर्माचरण करूं नये. अर्थात्, तुम्ही सुचवितां असले धर्मवाक्यांचे श्लेषार्थ काढून पळवाट काढणें हें उचित नाहीं. धर्म म्हटला कीं तेथें सत्यालाच धरून चाललें पाहिजे. याकरितां मी सत्य स्मरून व या माझ्या आयुधाचीच शपथ घेऊन आपणांस स्पष्ट सांगतों कीं, कसलेंही संकट प्राप्त झालें तरी मी सत्यापासून तिळभरही ढळूं इच्छिलें नाहीं.

वैशंपायन सांगतातः—राजा, असें बोलून अर्जुनानें धर्माची अनुमति मिळविली. आणि वनवास अंगीकारून बारा वर्षें वनांत राहण्याकरितां तो निघून गेला.

अध्याय दोनशें चौदावा.

—:०:—

अर्जुनाचा उलूपीशीं समागम.

वैशंपायन सांगतातः—राजा, कुरुकुलाला कीर्तीत चढविणारा तो महाबाहु अर्जुन वनांत जाऊं लागला असतां विद्वान, वेदवेदांगवेत्ते व ब्रह्मचिंतन करणारे ब्राह्मण, भिक्षुक, भगवद्भक्त, सूत, पुराणिक, मधुरवाणीनें देवादिकांचीं आख्यानें गाऊन दाखविणारे कथेकरी, ऊर्ध्वरेते ब्रह्मचारी, संन्यासी वगैरे श्रपणसंज्ञक वनौकस

हे सर्व व दुसरे कित्येक मृदुभाषी अनुचर बरोबर असल्यानें, मरुद्गणांनीं परिवेष्टित अशा इंद्राप्रमाणें तो शोभूं लागला. मार्गीत त्यानें कित्येक रमणीय व पवित्र वनें, सरोवरें, नद्या, समुद्र, देश व पवित्र तीर्थें हीं पाहिलीं. नंतर त्यानें गंगाद्वारीं वास्तव्य केलें. राजा, त्या स्थलीं त्या पांडवश्रेष्ठानें जें अद्भुत कर्म केलें, तें ऐक. तो तेथें असतां त्याचे आश्रमावर सर्व ब्राह्मणांनीं अनेक ठिकाणीं अग्निहोत्रें आरंभिलीं. त्याकरितां सर्व तीरावर जागजागीं कुंडें बांधलीं होतीं, आणि जितेंद्रिय व सत्यनिष्ठ ब्राह्मणांनीं स्नानसंध्या करून अग्निप्रबोधन केल्यामुळें त्यांतील अग्नि धडाडले होते. ब्राह्मण हे मंत्रघोषपूर्वक आंत आहुति देत होते, व होमांतीं अग्नीची पुष्पांनीं पूजा करीत बसले होते, अशा समयीं त्या गंगाद्वाराचा देखावा कांहीं अवर्णनीयच दिसत होता. याप्रमाणें वेदींनीं व ब्राह्मणांनीं तें स्थान गजबजून गेलें असतां एके दिवशीं अर्जुन स्नानार्थ गंगेंत उतरला; व स्नान आणि पितृतर्पण करून अग्निकार्थ करण्याचे हेतूनें तो गंगेंतून बाहेर पडणार, तों त्याचें रूप पाहून मदनार्त झालेल्या उलूपीनामक नागकन्येनें त्याला एकाएकीं पाण्यांत ओढून पाताळांत नेलें. सुदैवानें तेथें कौरव्यनामक नागाचे घरीं उत्कृष्ट रीतीनें पूजिलेला अग्नि आयताच त्याला आढळला. तेव्हां त्या अग्नींतच अर्जुनानें निःशंकपणें आहुति देऊन आपलें अग्निकार्य संपादिलें; आणि त्या योगानें हुताशन संतुष्ट झाला. नंतर अग्निकार्य उरकल्यावर त्या उलूपीकडे वळून, व गालांतल्या गालांत हसून तो तिला म्हणाला, "हे कल्याणि, हें तूं काय साहस केलेंस ? हे सुभगे, हा देश कोणाचा ? तूं कोण ? व कोणाची कन्या ? सुंदर, हें सर्व मला सांग."

उलूपी म्हणाली:—ऐरावतकुलांत उत्पन्न झालेला कौरव्य नांवाचा नाग आहे, त्याची मी कन्या. माझें नांव उलूपी. तूं स्नानाकरितां गंगेंत उतरला असतां तुला पहातांच मी मदनाकुल झालें. हे निष्पापा, मला अद्यापि दुसऱ्या पुरुषाचा स्पर्श नाहीं, व तुझ्या पायीं हा मदन मला पीडा देत आहे ! तर तूं आपला देह माझे कामीं लावून मला आज संतुष्ट कर !

अर्जुनानें उत्तर दिलें:—हे कल्याणि, तूं म्हणतेस तें नीट आहे, परंतु मी स्वतंत्र नाहीं;—मी धर्मराजाच्या अधीन असून त्यानें बारा वर्षेंपर्यंत ब्रह्मचर्य पाळण्याची मला आज्ञा केली आहे. हे जलचारिणि नागकन्ये, खरें पुसशील तर तुझ्यासारख्या सुंदरीला संतुष्ट करण्याला मी तयार आहें. परंतु मी धर्माज्ञा स्वीकारून चुकलों आहें, व ती मला मोडितां येत नाहीं. कारण, मी आजपर्यंत कोणत्याही कारणास्तव अनृत बोललों नाहीं. तस्मात्, हे नागकन्ये, तुझी इच्छा तर पूर्ण व्हावी, आणि मजवर खोटेपणा येऊन माझी धर्महानि होऊं नये, अशी कांहीं तरी तोड काढ!

उलूपी म्हणाली:-हे पांडुपुत्रा, तूं पृथ्वीपर्यटन कां करीत आहेस, वडील भावानें तुझे गळयांत ब्रह्मचर्य कां बांधिलें, तें सर्व मी जाणतें. द्रौपदीशीं एक बंधु एकांतांत असतां चुकून सुद्धां दुसरा तेथें प्रवेश करील तर त्यानें बारा वर्षें वनांत ब्रह्मचर्यानें काढावीं. असा तुमचा परस्पर करार आहे. परंतु हें ब्रह्मचर्य केवळ द्रौपदीसंबंधानें होय. कारण, तिच्याकडे अकालीं दृष्टि टाकिल्याबद्दल बारा वर्षेंपर्यंत तिचा उपभोग अपराधकर्त्यास मिळूं नये, हा या करारांचा तात्पर्यार्थ आहे. तस्मात्, या ब्रह्मचर्याचें पालन द्रौपदीपुरतेंच आहे. इतर स्त्रियांसंबंधानें नाहीं हें उघड दिसतें. यासाठीं माझे अंगीकारानें तुझा व्रतभंग होत नाहीं, हें सिद्ध झालें. शिवाय, हे कमलनयना अर्जुना, मी अगदीं मदनार्त झालें आहें; आणि आर्तांचें परित्राण करणें हा राजधर्मच आहे. तेव्हां या दृष्टीनें पहातां मदनपीडेपासून माझें त्वां संरक्षण केल्यानें तुजकडे अधर्म

येत नाहीं. बा अर्जुना, या कृतीनें थोडा तरी धर्माला बाध येईल असेंही तुला वाटत असलें, तरी मी तुला सांगतें कीं, तेवढा दोष माझें मनोगत पूर्ण करून मला जिवंत राखिल्याच्या पुण्यानें निवृत्त होईल. पार्था, तुझ्या ठिकाणीं माझी अनन्य भक्ति आहे; व भक्तांची उपेक्षा करूं नये असें सज्जनांचें मत आहे. यास्तव, पार्था, तूं या दासीचा अंगीकार कर; असें न करशील तर मी खचीत वांचणार नाहीं ! हे महाबाहो, दीन, अनाथ अशांचें तूं सदासर्वदा संरक्षण करितोस, असा तुझा लौकिक आहे, मग मजपुरतीच तूं इतकी ओढाताण कां मांडिली आहेस ? अरे ! माझें प्राणरक्षण करून प्राणदान दिल्याचें अनुपम पुण्य तूं गांठीं बांध. हे पुरुषोत्तमा, मी तुला आज शरण आलें असून, मदनपीडेनें गांजून गेल्यामुळें धाय मोकलून रडत आहें, इकडे लक्ष दे. मी काय करूं ? तूं दृष्टीस पडतांच माझ्या शरिरांत या मदनानें जसा कांहीं पेट घेतला आहे; आणि म्हणूनच मी तुझ्या इतक्या विनवण्या करीत आहें ! तस्मात् कृपाळू होऊन तूं आपला देह मला वाहून माझ्या मनासारखें कर !

वैशंपायन सांगतातः–याप्रमाणें त्या नागकन्येनें गळ घातली, तेव्हां तिचें म्हणणें धर्माला धरूनच आहे असें पाहून तो प्रतापी अर्जुन त्या रात्रीं तिचेच महालांत राहून तिच्या इच्छेप्रमाणें वागला; व सूर्योदय होतांच तेथून उठून पुनः गंगाद्वारीं आला. मग त्याला तेथें सोडून ती साध्वी उलूपी आपल्या घरीं गेली. जाण्यापूर्वीं, ‘ तूं जलांत सर्वत्र विजयी होऊन, सर्व जलचर तुला वश रहातील ! ’ असा तिनें अर्जुनास वर दिला.

P. RAJANI.

अध्याय दोनशें पंधरावा.

—:०:—

अर्जुनाचित्रांगदासमागम.

वैशंपायन सांगतातः–राजा, गंगेंतून बाहेर आल्यावर, झालेला सर्व प्रकार ब्राह्मणांस सांगून तो इंद्रपुत्र अर्जुन हिमालयाकडे गेला. नंतर अगस्त्यवटाला जाऊन तो वशिष्ठ पर्वतावर गेला. नंतर तुंगनाथनामक तिर्थाचे ठिकाणीं त्यानें आपलें पाप प्रक्षालन केलें, आणि हजारों गाई व घरें ब्राह्मणांस दिलीं. मग हिरण्यबिंदु तीर्थांत स्नान करून बरींच पुण्यस्थानें त्यानें अवलोकन केलीं. याप्रमाणें हिमालयाची बाजू घेऊन नंतर तो भारतश्रेष्ठ मनुजोत्तम अर्जुन पूर्वेकडील मुलूख पाहण्यासाठीं निघाला. वाटेंत त्या कुरुश्रेष्ठानें क्रमानें एकेक तीर्थ पाहिलें. प्रथम त्यानें नैमिषारण्य व रमणीय उत्पलिनी नामक नदी पाहिली; व पुढें नंदा, अपरनंदा, कौशिकी, महानदी, गया व गंगा हीं तीर्थें पाहिलीं. याप्रमाणें अनेक तीर्थें व पुण्याश्रम यांचें दर्शन घेऊन त्यानें आपलें पाप क्षालन केलें, व ठिकठिकाणीं ब्राह्मणांस अनेक गाई दिल्या. अंग, वंग, कलिंग या देशांत जेवढीं म्हणून तीर्थें व पवित्र स्थानें होतीं, तीं सर्व त्यानें यथाविधि पाहिलीं, व ब्राह्मणांना दक्षिणा वांटली. मग कलिंग राष्ट्राची सीमा ओलांडून तो जेव्हां पुढें जाऊं लागला, तेव्हां त्याच्या बरोबरचे ब्राह्मण त्याला पुढें जाण्याची अनुज्ञा देऊन परत फिरले. ब्राह्मणांची अनुज्ञा मिळाल्यावर तो पराक्रमी कुंतीपुत्र शेलके सोबती बरोबर घेऊन सागरतीराकडे चालला, मार्गांतील रमणीय क्षेत्रें व वनें पहात पहात तो समर्थ पांडव तपस्वीजनांनीं शोभायमान अशा महेंद्र पर्वताशीं आला. त्या पर्वताचें दर्शन घेऊन

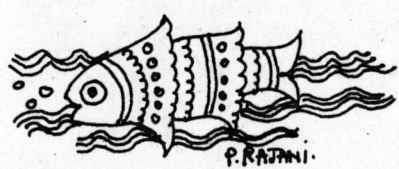

नंतर तो समुद्रकांठीं आला; आणि मग तसाच कांठाकांठानें जात जात मणिपूरचे राज्यांत शिरला. तेथील सर्व तीर्थें व पुण्यस्थळें अवलोकन करून नंतर तो तेथील राजाच्या भेटीस गेला. त्या मणिपुरेश्वराचें नांव चित्रवाहन होतें. तो मोठा धर्मज्ञ होता. त्याला चित्रांगदा नांवाची एक सुंदर कन्या होती. ती त्या राजधानींत स्वच्छंद हिंडत असतां अर्जुनाचे दृष्टीस पडली. चित्रवाहनाच्या मुलीला पाहतांच त्या वरारोहेवर अर्जुनाचें मन बसलें. मग तो तसाच तिच्या बापाकडे गेला व आपल्या आगमनाचें प्रयोजन सांगून तो त्याला म्हणाला. "राजा, मी थोर क्षत्रिय आहें, याकरितां तुझी ही कन्या मला दे." तें ऐकून राजानें त्याला विचारलें, "तूं कोणाचा पुत्र ? तुझें नांव काय ?" अर्जुनानें उत्तर दिलें, "मी कुंती व पांडु यांचा पुत्र असून मला धनंजय म्हणतात." तें ऐकून चित्रवाहनानें त्याला सौम्य शब्दांनीं आपली हकीकत सांगितली.

चित्रवाहन म्हणाला:--हे धनंजया, आमच्या कुलांत प्रभंजन नांवाचा एक पूर्वज होऊन गेला. त्याला पुत्र नव्हता, म्हणून त्यानें पुत्रार्थ उत्तम तप केलें त्याच्या उग्र तपानें पिनाकधारी देवाधिदेव उमापति शंकर प्रसन्न होऊन त्यांनीं 'तुझ्या वंशांत एकच अपत्य होत जाईल,' असा त्याला वर दिला; व त्याप्रमाणें तेव्हांपासून आजपर्यंत आमच्या या कुलांत माझ्या सर्व पूर्वजांना एक एक पुत्र झाला. परंतु मला ही कन्याच झाली आहे. आतां दुसरें अपत्य होणें शक्य नसल्यामुळें हिच्या द्वाराच माझी संतानवृद्धि होणार असें पाहून हे नरश्रेष्ठा, मी हिला 'हा माझा पुत्रच' असें समजत असतों. हिच्या संततीवांचून माझ्या वंशाचें दार उघडें राहण्यास दुसरा मार्ग नसल्यानें हिचा पुत्र आपण घ्यावा या हेतूनेंच मीं ही राखून ठेविली आहे. तस्मात् तुजपासून हिचे ठायीं जो प्रथम पुत्र होईल, तो या कन्येची किंमत म्हणून माझे वंशवृद्ध्यर्थ मला देणें तुला कबूल असेल, तर या अटीवर ह्या कन्येचा तूं अंगीकार कर.

वैशंपायन सांगतात:--राजा, हें त्यांचें भाषण ऐकून अर्जुनानें ती अट पतकरून ती राजकन्या पदरांत घेतली, व तिच्या समागमानें तो तीन वर्षें त्या राज्यांत राहिला असतां त्याच्यापासून तिला मुलगा झाला. नंतर तिला दृढालिंगन देऊन तिचा निरोप व तिच्या बापाची अनुज्ञा घेऊन तो कुंतीपुत्र अर्जुन पुनः देशपर्यटनाला निघाला.

आध्याय दोनशें सोळावा.

—:०:—

वर्गानामक अप्सरेचा उद्धार.

वैशंपायन सांगतात:--नंतर तो भारतश्रेष्ठ अर्जुन तपस्वीजनांनीं सुशोभित अशा दक्षिण समुद्राचे तीरावरील पवित्र तीर्थांना गेला. तेथें पूर्वीं तपस्वीजनांनीं व्याप्त होत असलेलीं पांच तीर्थें अलीकडील तपस्व्यांनीं वर्ज्य केलीं होतीं. त्या तीर्थांचीं नांवें अगस्त्यतीर्थ, सौभद्रतीर्थ, अत्यंत पवित्र असें पौलोमतीर्थ, अश्वमेधफल देणारें व स्वच्छ जलानें युक्त असें कारंधमतीर्थ, आणि पांचवें पापनाशक असें भारद्वाजतीर्थ. हीं पांचही तीर्थें धर्मशील मुनिजनांनीं वर्जित असून इतर कोणीही त्यांकडे जात नाहीं असें पाहून अर्जुनानें हात जोडून त्या तपस्व्यांना प्रश्न केला कीं, "आपल्यासारख्या ब्रह्मनिष्ठांनीं हीं तीर्थें वर्ज्य केलीं आहेत याचा हेतु काय ?" त्यावर तपस्वी म्हणाले, "हे कुरुनंदना, या तीर्थांत पांच सुसरी आहेत; व कोणी स्नानास उतरलें असतां त्या त्यास आंत ओढून नेतात; म्हणून हीं तीर्थें वर्ज्य केलीं आहेत."

वैशंपायन सांगतातः--राजा, तपस्व्यांच्या मुखांतून हा वृत्तांत ऐकून, ते निवारण करीत असतांही तो महाबाहु अर्जुन तीं तीर्थें पाहण्यासाठीं गेला. प्रथम तो शूर सौभद्रतीर्थास गेला, व आंत बेधडक उडी टाकून त्यानें स्नान केलें! इतक्यांत पाण्याच्या तळाशीं एक भयंकर सुसर होती तिनें त्या पुरुषव्याघ्राचा पाय धरला. तेव्हां ती झटपट करीत असतांच तिला पकडून तो बलिश्रेष्ठ अर्जुन पाण्याच्या बाहेर आला. परंतु, राजा, अर्जुनानें बाहेर काढतांच ती सुसर सर्व अलंकारांनीं भूषित, सौंदर्यसंपन्न व लावण्याची केवळ पुतळीच अशी एक मनोहर व शुभलक्षणी स्त्री झाली. हा अलौकिक चमत्कार पाहून कुंतीपुत्र धनंजयाला फार आनंद झाला; आणि त्यानें मोठ्या प्रसन्नतेनें तिला विचारलें, "हे शुभांगि, तूं कोण आहेस? आतांपर्यंत तूं जलचर कां होतीस? आणि असली नीच योनि प्राप्त होण्यासारखें तुझ्या हातून कोणतें पाप घडलें होतें?"

त्या स्त्रीनें उत्तर दिलें:—हे महाबाहो, मी पूर्वीं देवांच्या उद्यानांत विहार करणारी एक अप्सरा होतें. कुबेराची मजवर सदैव प्रीति असे. माझें नांव वर्गा. माझ्या दुसऱ्या चार मैत्रिणी होत्या. आम्ही सर्व शुभलक्षणी असून वाटेल तिकडे संचार करण्यास समर्थ होतों. एकदा त्या माझ्या सख्या व मी अशा सर्वजणी कुबेराच्या वस्तीकडे चाललों असतां वाटेंत एक उग्र तपस्वी ब्राह्मण आमच्या दृष्टीस पडला. तो मोठा रूपवान असून वेदाध्ययन करीत होता. त्याला एकांतांत राहण्याची फार आवड होती. धनंजया, त्या प्रदेशांत तो केवळ सूर्याप्रमाणें प्रकाशत असून तें सर्व वन त्याच्याच तपस्तेजानें जसें काय भरून गेलें होतें. त्याचें तें उत्कृष्ट रूप व परम उग्र तप पाहून, त्याच्या तपाला विघ्न करण्याच्या इच्छेनें आम्ही येथें उतरलों, आणि मी, सौरभेयी, समीची, बुद्बुदा व लता ह्या अशा पांच जणीही एकाच वेळीं त्या ब्राह्मणाजवळ गेलों. मग तेथें हास्य, विनोद, गायन वगैरे करून आम्हीं त्या ब्राह्मणाला मोहित करण्याविषयीं यत्न केला; परंतु हे वीरा, त्यानें अमच्याकडे मुळींच लक्ष दिलें नाहीं! आणि निर्मल अशा तपाचे ठिकाणीं स्थिर असणारा तो महातेजस्वी पुरुष आपल्या निग्रहापासून केंसभरही ढळला नाहीं! मात्र आमच्या चेष्टांनीं क्रुद्ध होऊन त्या ब्राह्मणानें 'तुम्ही शतसंख्य वर्षें मगरी होऊन पाण्यांत पडाल!' असा आम्हांस शाप दिला.

अध्याय दोनशें सतरावा.

—:०:—

उश्शापकथन.

वर्गा म्हणाली:—हे भारतश्रेष्ठा, तो शाप ऐकून आम्हां सर्वजणींची पांचावर धारण बसली. तेव्हां आम्ही त्या अढळ तपोनिधीला शरण जाऊन म्हणालों, "हे भगवन्, रूप, यौवन व मदन ह्यांनीं मत्त झाल्यामुळें आम्हांकडून अयोग्य वर्तन झालें; पण आपण क्षमाशील ब्राह्मण आहां, तेव्हां आम्हांस क्षमा करावी. हे तपोनिधे, आपण जितेंद्रिय असतांही आपल्यासारख्याला मोहांत पाडण्याची इच्छा धरून येथें येऊन आम्ही फजित झालों, हेंच आम्हांला मरणाहून मरण झालें आहे! महाराज, धर्मवेत्त्यांच्या दृष्टीनें स्त्रिया ह्या वधास योग्य नाहींत. याकरितां आपण धर्माकडे लक्ष देऊन आमची हिंसा करण्याचें मनांत आणूं नका. हे धर्मज्ञ, ब्राह्मण हा सर्व भूतांचा मित्र आहे असें म्हणतात. त्या अर्थीं आमची एवढीच विनंती आहे कीं, ज्ञात्यांचें हें म्हणणें आपण खरें करावें. जे थोर आहेत ते शरणागतांचें पालन करीत असतात, आणि आम्हीही ज्या अर्थीं आपणांस शरण आलों आहों, त्या अर्थीं आम्हांस क्षमा करणें हेंच

आपणांस सर्वथा उचित आहे."

वर्गा पुढें सांगते:—हे कुरुकुलावतंसा,ब्राह्मण म्हणाला, " अप्सरांनों, तुम्ही ज्या अर्थी मला शरण येऊन इतकी विनवणी करीत आहां,त्या अर्थी माझ्या शापांत योजिलेला शत शब्द ह्याचा अनंत असा अर्थ न करितां केवळ शंभर एवढाच अर्थ मी ठरवितों. बाकी इतर वेळीं शत, शतसहस्र इत्यादि शब्द अनंत या अर्थानें योजिले जातात. असो; तुम्ही सुसरी झाल्यावर, ज्या वेळीं पाण्यांत उतरलेल्या पुरुषाला पकडीत असतां कोणी पुरुष तुम्हांला पाण्यांतून ओढून भूमीवर घेऊन येईल, त्या वेळीं तुम्हां सर्वजणींना पूर्वीचें दिव्य रूप प्राप्त होईल. आजपर्यंत थट्टेमध्येंही मी कधीं अनृत बोललों नाहीं, त्या अर्थी माझा शाप मुळींच अनृत होणें शक्य नाहीं;असो. ज्या तीर्थांमध्यें तुम्ही सुसरी होऊन पडाल, तीं सर्व तीर्थें तुम्ही मुक्त झाल्यावर 'नारीतीर्थें' या संज्ञेनें प्रसिद्ध होऊन मोठा मोठ्या विवेकी पुरुषांच्याही चित्तशुद्धीला साधनीभूत होतील !"

वर्गा म्हणाली:-हे वीरा,नंतर त्या ब्राह्मणाला अभिवंदन करून व प्रदक्षिणा घालून तेथून आम्ही निघालों; व आम्हांस पुनरपि पूर्वरूप प्राप्त करून देणाऱ्या पुरुषाची अल्प काळांतच आमची गांठ कोठें व कशी पडेल या विवंचनेंत आम्ही पडलों. इतक्यांत महाभाग देवर्षि नारद आमचे दृष्टीस पडले.त्या अमिततेजस्वी देवर्षींना पाहून आम्हांस फार आनंद झाला. मग आम्ही त्यांस अभिनंदन करून व लाजेनें मान खालीं घालून उभ्या राहिलों. तें पाहून नारदांनीं आम्हांस आमच्या दुःखाचें कारण विचारिलें; व आम्हींही तें त्यास इत्थंभूत निवेदन केलें. तें ऐकून नारद म्हणाले, " दक्षिणसमुद्राच्या तीराला पवित्र व रमणीय.अशीं पांच तीर्थें आहेत, तेथें तुम्ही त्वरित जा.त्या ठिकाणीं शुद्धात्मा पुरुषश्रेष्ठ धनंजय लवकरच प्राप्त होऊन तुम्हांस या दुःखांतून निःसंशय सोडवील."हे वीरा,त्या महर्षींचें वचन ऐकून आम्ही सर्वजणी या ठिकाणीं निघून आलों, आणि आज तूं माझी सुटका केल्यानें नारदांचे वचनाचा मला पूर्ण प्रत्यय आला आहे. आतां माझ्या त्या चार सख्या अजून या जलांतच आहेत, तर, हे वीरा,त्या सर्वांचाही उद्धार करण्याचें तूं श्रेय जोड.

वर्गेच्या मैत्रिणींचा उद्धार.

वैशंपायन सांगतातः—राजा,नंतर त्या धीरानें सर्वजणींना शापापासून मुक्त केलें. मग तीर्थांतून बाहेर; आल्यावर आपआपलीं रूपें घेऊन त्या पूर्वीप्रमाणें अप्सरा झाल्या !

चित्रांगदेची समजूत.

असो;ह्याप्रमाणें तीं पांचहीं तीर्थें पावन करून व त्या अप्सरांना स्वस्थानीं जाण्याची अनुज्ञा देऊन तो वीर्यशाली अर्जुन पुनःएकवार चित्रांगदेस भेटण्यासाठीं मणिपुरास गेला. त्या चित्रांगदेच्या ठिकाणीं त्याला झालेल्या पुत्राचें नांव बभ्रुवाहन असें ठेविलें होतें. त्याला पाहून अर्जुन चित्रवाहनाला म्हणाला,'राजा,हा माझा पुत्र बभ्रुवाहन चित्रांगदेचें मूल्य म्हणून ठरावाप्रमाणें मी तुला अर्पण करीत आहें. याचा तूं स्वीकार कर, म्हणजे मी तुझ्या ऋणांतून मुक्त होईन" असें राजाला सांगून तो पांडव चित्रांगदेला म्हणाला, "हे भद्रे, देव तुला सुखी राखो. बभ्रुवाहनाचें पालनपोषण करीत कांहीं काल तूं येथेंच रहा. कांहीं कालानें तूं माझ्या इंद्रप्रस्थ नगरीला अनायासें येशील व मग आपण तेथें आनंदांत राहूं. हे निर्मले, इंद्रप्रस्थास आल्यावर माझी माता कुंती, युधिष्ठिर, भीम हे दोघे वडील आणि नकुल सहदेव असे दोघे धाकटे बंधु, व माझे इतरही संबंधी तुझ्या दृष्टीस पडतील,आणि त्या सर्वांच्या संगतींत तुझा काळ मोठ्या सुखानें जाईल. हा योग कसा घडून येईल म्हणशील तर,माझा सत्यनिष्ठ व धर्मशील असा

ज्येष्ठ बंधु राजा युधिष्ठिर सर्व पृथ्वी जिंकून राजसूय यज्ञ आरंभील, त्या वेळीं, नृप म्हणून जेवढ्यांना संज्ञा आहे ते सर्व राजे अनेक रत्नें घेऊन तेथें येतील व त्यांमध्यें तुझा बाप चित्रवाहनही येईल, त्याच्या बरोबर पित्याची सेवा करण्याच्या मिषानें तूं तेथें ये, म्हणजे आपल्या भेटी होतील. हा निश्चय मनांत ठेव, आणि कोणत्याही प्रकारें दुःख करूं नको. हा बभ्रुवाहन तुझा पुत्र असें तुला वाटत आहे, परंतु हा माझा केवळ शरिराबाहेर फिरणारा प्राणच आहे; यासाठीं तूं याला फार काळजीनें जतन कर. हा कुलदीपक होईल. हा पौरवनंदन बभ्रुवाहन तुझ्या बापाचा धर्मानें वारस असून शिवाय आम्हां पांडवांचा आवडता पुत्र आहे. याकरितां याला जिवापलीकडे जतन कर. हे निष्पापे, माझा विरह होत आहे म्हणून तूं खेद करूं नको."

असो. पुढें तो पुत्र राजास अर्पण करून व चित्रांगदेची याप्रमाणें समजूत घालून, जेथें घोर पातकी मनुष्यालाही शाश्वतपदप्राप्ति होते, व ज्याच्या केवळ दर्शनानेंच मुक्तिलाभ होतो, त्या शंकराच्या आदिस्थानभूत गोकर्णनामक तीर्थाकडे जाण्यास तो पराक्रमी अर्जुन निघाला.

अध्याय दोनशें अठरावा.

—:०:—

अर्जुनश्रीकृष्णभेट.

वैशंपायन सांगतातः—राजा, नंतर गोकर्णयात्रा केल्यावर तो अतुलपराक्रमी अर्जुन पश्चिम समुद्राचे तीरावरील तीर्थें व पुण्यस्थानें क्रमानें पहात पहात, शेवटीं, अत्यंत पवित्र आणि रमणीय अशा प्रभासक्षेत्रीं गेला. तें वर्तमान श्रीकृष्णाचे कानीं जातांच तो आपल्या प्रिय मित्राला भेटण्यासाठीं तेथें आला. त्या उभयतांची दृष्टादृष्ट होतांच एकमेकांस प्रेमालिंगन देऊन त्यांनीं कुशलप्रश्न विचारिले. नंतर ते नरनारायण ऋषि अर्थात् कृष्णार्जुन तेथें त्या वनांतच कांहीं वेळ राहिले. कृष्णानें अर्जुनास तीर्थाटनाचें कारण विचारलें असतां पूर्वीं घडलेली सर्व हकीकत त्यानें त्यास सांगितली. तेव्हां कृष्णानेंही त्या गोष्टीस मान डोलविली. मग ते कृष्णार्जुन कांहीं वेळ त्या प्रभासतीर्थावर यथेच्छ विलास करून, कायम वस्ती करण्याकरितां रैवतक पर्वताकडे गेले श्रीकृष्णाचे आज्ञेवरून सेवकांनीं तो पर्वत अगोदरच शृंगारून ठेविला होता. कृष्णार्जुन तेथें जातांच सेवकांनीं भोजनाची सिद्धता केली मग अर्जुनानेंही सर्व पदार्थांचें मनःपूर्वक सेवन केलें. नंतर कृष्णासहवर्तमान त्यानें नटनर्तकांचे खेळ पाहिले आणि त्या सर्वांना बक्षिसें वगैरे देऊन वाटेस लाविल्यावर, ते तयार करून ठेविलेल्या दिव्य शय्यांकडे गेले. नंतर शय्येवर पडल्या पडल्या प्रवासांत पाहिलेल्या नद्या, सरोवरें, पर्वत, तीर्थें व अरण्यें यांचें वर्णन अर्जुनानें श्रीकृष्णास सांगितलें. देवांना दुर्लभ असलेल्या मृदु व सुखावह शय्येवर पडून फार वेळ झाला नाहीं तोंच निद्रेनें आपला पगडा अर्जुनावर बसविला. नंतर यथेच्छ झोंप घेतल्यावर मधुर गायन, वीणाध्वनि व बंदीजनांचे मंगल स्तुतिपाठ यांच्या योगानें स्वाऱ्या जाग्या झाल्या. नंतर श्रीकृष्ण आपल्या मंदिरांत गेला, आणि नित्यकृत्यें आटोपून पुनरपि अर्जुनाचे भेटीस आला. पुढें सुवर्णमय रथांत बसून ते दोघेही द्वारकेस गेले.

द्वारकागमन.

जनमेजया, अर्जुनाच्या स्वागतार्थ ती सर्व द्वारका कोनाकोपऱ्यांपर्यंत शृंगारिली होती. अर्जुन येत आहेसें पाहून द्वारकेंतील सहस्रावधि जन त्याला पाहण्याच्या उत्कंठेनें राजमार्गीतच येऊन थडकले. खिडक्या, गच्च्या, सज्जे वगैरे जेवढ्या पाहण्याच्या जागा होत्या, त्या सर्व स्त्रियांनीं फुलून गेल्या होत्या. भोज, वृष्णि व अंधक

या कुलांतील पुरुषांचे तर घोळकेच जमा झाले. मग वृष्णि व अंधक या सर्वांनीं अर्जुनाचा सत्कार केल्यावर, त्यानें वंद्य अशा सर्व गुरुजनांस अभिवंदन केलें, व गुरुजनांनीं उलटपक्षीं त्याचा गौरव केला. द्वारकेंत जे कोणी अल्पवयी होते, त्या सर्वांनीं अर्जुनाचा सत्कार केला. त्या सत्काराचा आदरपूर्वक स्वीकार करून, त्यानें आपल्या बरोबरीच्यांना पुनःपुन: आलिंगनपूर्वक भेटी दिल्या. याप्रमाणें भेटी व परतभेटी उरकल्यावर, रत्नांनीं व भोज्य पदार्थांनीं समृद्ध असलेल्या कृष्णाच्या रम्य मंदिरांत तो गेला; व कित्येक रात्री त्यानें तेथें श्रीकृष्णाच्या सहवाससुखांत घालविल्या

सुभद्राहरणपर्व.

अध्याय दोनशें एकुणिसावा.

—:०:—

सुभद्राहरणविचार.

वैशंपायन सांगतातः—हे राजेंद्रा, पुढें थोड क्याच दिवसांत, रैवतक पर्वतावर कांहीं दिवसांच्या मुदतीपर्यंत चालणारा त्या पर्वताचा उत्सव सुरू झाला.तो उत्सव वृष्णि व अंधक हे करीत असत. तेथें ते वृष्णि, अंधक व भोज या कुलांतील वीर त्या रैवतक पर्वताप्रीत्यर्थ ब्राह्मणांस हजारों प्रकारचीं दानें देत. राजा, त्या पर्वतावर सर्वत्र कल्पवृक्ष असून, चौफेर रत्नखचित राजवाडे होते, यामुळें त्या प्रदेशास विलक्षण शोभा आली होती. तो उत्सव चालू असतां तेथें अनेक गुणी जन आले होते.तंतुवाद्यनिपुण अनेक प्रकारचीं वाद्यें वाजवीत होते. नर्तक नाचत होते, व गवई सुस्वर गायन करीत होते. वृष्णिकुलोत्पन्न बहुवीर्यशाली कुमार अलंकृत होऊन सुवर्णरथांत बसून इकडून तिकडे झळकत फिरत होते. हजारों नागरिक आपल्या स्त्रिया व सेवक बरोबर घेऊन—कित्येक लहानमोठ्या वाहनांत बसून तर कित्येक पायींच—त्या पर्वतावर फिरत होते. हे भारता, ज्याच्या मागोमाग गायन करणारे लोक चालत आहेत, असा तो वीरनायक बलराम मदांध होऊन आपल्या रेवतीनामक स्त्रीसह तेथें फिरत होता. तसेंच, गंधर्व ज्याची स्तुति करिताहेत, असा वृष्णीचा राजा उग्रसेन आपल्या सहस्त्र स्त्रियांसहवर्तमान तेथें आला होता. युद्धांत सर्वथा अजिंक्य असे प्रद्युम्न व सांब दिव्यमाला व वस्त्रें परिधान करून व मदानें धुंद होऊन देवांप्रमाणें त्या ठिकाणीं विहार करीत होते. त्याचप्रमाणें अक्रूर,सारण, गद,बभ्रु, विदूरथ,निशठ चारुदेष्ण,पृथु,विपृथु, सत्यक, सात्यकि,भंगकार,महारव, हार्दिक्य, उद्धव हे व दुसरे पुष्कळ अप्रसिद्ध पुरुषही तेथें येऊन तो उत्सव साजरा करीत होते. त्या सर्वांबरोबर त्यांचा स्त्रीवर्गादिक निरनिराळा परिवार होता. तो अत्यद्भुत व आश्चर्यकारक महोत्सव सुरू असतां, तो पाहण्याकरितां कृष्णार्जुन हेही आले असून ते बरोबरच हिंडत होते. याप्रमाणें ते हिंडत असतां जिनें सर्व अलंकार घातले आहेत अशी वसुदेवाची रूपवती कन्या सख्यांच्या मध्यभागीं बसलेली अर्जुनाच्या दृष्टीस पडली. तिला पाहतांच त्याच्या मनांत मदनाचा प्रादुर्भाव झाला, व तो तिच्याकडे टक लावून पाहूं लागला. तेव्हांच हें कृष्णाच्या ध्यानांत आलें; आणि तो अर्जुनास हसत हसत म्हणाला, "पार्था, वनवास करणाराचें मन कामानें असें व्याप्त व्हावें हें मोठें आश्चर्य आहे. अरे, ही सारणाची भगिनी,माझी सख्खी बहीण सुभद्रा ना! असो! ही बाबांची फार लाडकी आहे. अर्जुना, तुझें कल्याण होवो. हिच्यावर जर तुझें मन जात असेल, तर मी स्वतः त्याविषयीं पित्याजवळ गोष्ट काढीन!"

अर्जुन म्हणालाः—गोपाळकृष्णा, ही वसुदेवाची मुलगी व प्रत्यक्ष तुझी बहीण असून अनुपम रूपवती आहे. ही कोणाचें बरें मन मोहित करणार नाहीं? कृष्णा, ही तुझी बहीण वृष्णिकुलोत्पन्न सुभद्रा माझी पट्टराणी होईल तर मग खरोखर तूं माझें सर्व प्रकारें कल्याण केल्याप्रमाणें होईल. यास्तव, हे जनार्दना, हिच्या प्राप्तीस्तव मीं कोणता उपाय करावा तें मला सांग. जें जें कांहीं मनुष्याच्या हातून होणें शक्य आहे, तें सर्व मी हिच्या प्राप्तीस्तव करीन.

श्रीकृष्ण म्हणालाः—अर्जुना, क्षत्रियांनीं स्वयंवरविधीनें विवाह करावा हा उत्तम पक्ष होय. परंतु स्त्रीस्वभाव चंचल असल्यामुळें, तसें केल्यास

आपला कार्यभाग होईलच असा नियम नाहीं. आतां बलात्कारानें स्त्री-हरण करावें हेंही क्षत्रियांस प्रशस्त होय; शूरांनीं याच प्रकारें विवाह करावा असें धर्मशास्त्रज्ञ म्हणतात. यास्तव अर्जुना, तूं माझ्या बहिणीस बलात्कारानेंच हरण कर. कारण, स्वयंवर केल्यास ती कोणास माळ घालील कोण जाणे !

वैशंपायन सांगतातः–राजा, नंतर अर्जुन व कृष्ण यांनीं पुढें कसकसें करावयाचें तें ठरविलें व धर्मराजास हा बेत कळविण्यासाठीं तत्काल हस्तिनापुरास त्वरेनें जाणारे जासूद पाठविले. तेव्हां धर्मराजानें तें सर्व ऐकून घेऊन त्यास आपली संमति दिली.

अध्याय दोनशें विसावा.

—:०:—

सुभद्राहरण.

वैशंपायन सांगतात—जनमेजया, अशा प्रकारें धर्मराजाचें अनुमोदन मिळाल्यावर अर्जुन सुभद्रेचा शोध करूं लागला. त्या वेळीं ती रैवतक पर्वतावर असल्याचें त्यास समजलें. तेव्हां त्यानें आपला सर्व बेत श्रीकृष्णास कळवून त्याचें अनुमोदन घेतलें; व तो रथांत बसून निघाला. तो रथ कांचनमय असून सर्वलक्षणसंपन्न होता. शैब्य व सुग्रीव हे अश्व त्यास जोडलेले असून अनेक घुंगुरमाळा बांधिल्या होत्या. त्यांत सर्व प्रकारचीं शस्त्रास्त्रें सिद्ध होतीं. त्याचा शब्द मेघगर्जनेसारखा असून प्रज्वलित अग्नीसारखा त्याचा प्रकाश पडला होता. यामुळें तो रथ पाहतांक्षणींच शत्रूंचा हर्ष मावळून जाई.

राजा, अशा प्रकारच्या त्या रथांत बसून खड्ग कवच, व तलत्राण, अंगुलित्राण वगैरे सर्व प्रकारची सिद्धता करून अर्जुन मृगयेच्या मिषानें बाहेर पडला. इकडे सुभद्रेनें त्या पर्वतश्रेष्ठ रैवतकाची पूजा केली; आणि तेथील सर्वदेवता व ब्राह्मण यांचेंही पूजन करून त्यांपासून आशीर्वाद मिळविले. नंतर त्या पर्वतास प्रदक्षिणा करून ती द्वारावतींत परत येण्यास निघाली, इतक्यांत कामशरपीडित अर्जुन एकाएकीं तेथें आला! त्यानें त्या सर्वांगसुंदरीला बळेंच आपल्या रथावर बसविलें, आणि आपणही त्याच रथांत बसून इंद्रप्रस्थाकडे प्रयाण केलें. सुभद्रेस अर्जुनानें हरण केलें हें पाहतांच तिच्या बरोबर सर्व शिपाई हाहाकार करीत द्वारकेंत धांवत गेले; आणि द्वारकेंत जी एक सुधर्मा नांवाची सभा होती, तींत जाऊन त्यांनीं सभाध्यक्षास अर्जुनाचें सर्व कृत्य निवेदन केलें. त्याचें तें भाषण ऐकतांच सभापतीनें सुवर्णानें मढविलेली युद्धारंभद्योतक नौबत मोठ्यानें वाजविली. तिचा शब्द कांनीं पडतांच भोज, वृष्णि व अंधक हे वीर खवळून गेले; व पुढील अन्नपाणी टाकून देऊन तसेच चोंहोंकडून तेथें गोळा होऊं लागले. त्यांतील महारथी वीर त्या सभेंतील शेंकडों सिंहासनावर विराजमान झाले. तीं सिंहासनें सुवर्णमय असून रत्नें व पोवळीं यांनीं सुशोभित केलीं होतीं. यामुळें त्यांची कांति प्रज्वलित अग्नीप्रमाणें पडे. त्या उत्तम चादरी घातलेल्या सिंहासनांवर विराजमान झालेले ते वृष्णि व अंधक या कुलांतील महारथी वीर वेदीचे ठिकाणीं अधिष्ठित झालेल्या अग्नीप्रमाणें प्रकाशमान होत होते. इंद्रसभेंत जसे देव, तसे ते त्या सभेंत बसले असतां सैनिक व सभापाल यांनीं अर्जुनाचें सर्व कृत्य त्यांस सांगितलें. तें श्रवण करतांच, मदानें ज्यांचे डोळे लाल झाले आहेत अशा त्या अभिमानी वृष्णिवीरांस अर्जुनाचा अत्यंत राग येऊन ते एकदम उठले; व मोठमोठ्यानें ओरडूं लागले, "अरे, रथ सज्ज करा; प्रास, प्रचंड धनुष्यें, व उत्कृष्ट चिलखतें त्वरित इकडे घेऊन या." याप्रमाणें कित्येक सारथ्यांस

रथ जोडण्याविषयीं सांगूं लागले, व कित्येक तर स्वतांच सुवर्णालंकृत अश्व रथांना जुंपूं लागले. याप्रमाणें रथ, ध्वज, कवचें वगैरे आणण्याची त्या नरवीरांची एकच गडबड उडाली !

बलरामदादांचा कोप.

नंतर, ज्यानें वनमाला गळ्यांत घातली असून नीलवस्त्रें परिधान केलीं आहेत, व मदानें जो उन्मत्त होऊन गेला आहे, असा कैलासशिखरासारखा धिप्पाड बलराम त्यांस उद्देशून म्हणाला, " वीरहो, कृष्ण स्वस्थ असतां तुम्हीं अविचारानें हें काय आरंभिलें आहे ? अहो, याचा अभिप्राय काय आहे हें कळण्यापूर्वींच संतप्त होऊन व्यर्थ गर्जना करितां हें काय ? हा कृष्ण महाबुद्धिमान आहे. तेव्हां या संबंधानें त्याचें मत काय आहे तें प्रथम त्यास स्वतः सांगूं द्या; आणि नंतर त्याच्या अभिप्रायाप्रमाणें तुम्ही वर्तन करा.

राजा, बलरामाचें हें सयुक्तिक भाषण श्रवण करतांच सर्व वीर शांत झाले; व " ठीक आहे " असें म्हणून ते सर्वजण पुनः सभेंत जाऊन बसले. नंतर शत्रुनाशक बलराम श्रीकृष्णास म्हणाला, " जनार्दना, या वेळीं तूं कांहींएक न बोलतां स्वस्थपणें मजा पहात बसला आहेस हें काय ? अरे, हा अर्जुन धैर्यसत्वादि गुणांपासून न ढळणारा असें समजून केवळ तुझ्यासाठीं आम्हीं याचा इतका आदरसत्कार केला, परंतु कुलास बट्टा लावणारा हा दुष्ट त्या मानास अगदीं अयोग्य होय. हें पहा—जेथें अन्न खाल्लें तेथील भांडीं फोडणें—खाल्या घरचे वांसे मोजणें हें कुलीन म्हणविरास उचित आहे काय ? आतां, आपल्या पूर्वींच्या नात्याप्रमाणेंच नवीन संबंध करावा अशी त्याची इच्छा असल्यामुळें त्यानें हें केलें असें म्हणावें, तर ही इच्छा धरून कोणता अभ्युदयेच्छु असें साहस कर्म करील बरें ? आमची पर्वा न बाळगतां, आणि कृष्णा, तुझाही अनादर करून आज सुभद्रेस त्यानें बलात्कारानें हिरावून नेलें ! मी म्हणतों, सुभद्रेस नव्हे, प्रत्यक्ष आपल्या मृत्यूसच त्यानें बरोबर नेलें आहे गोविंदा ! सर्पाच्या शेपटीवर पाय दिला असतां तो त्यास असह्य होतो, त्याचप्रमाणें अर्जुनानें आज प्रत्यक्ष माझ्या मस्तकावर पाय दिला आहे, तो मीं कसा सहन करावा ! अरे, त्यास काय वाटतें ? मी एकटा आजच्या आज पृथ्वी निष्कौरव करून टाकीन, परंतु ही अर्जुनानें केलेली अवज्ञा मला बिलकूल खपावयाची नाहीं ! "

अशा प्रकारें मेघ किंवा दुंदुभि यांच्या शब्दाप्रमाणें तो गर्जना करून बोलला असतां, त्यास वृष्णि, भोज व अंधक या वीरांनीं अनुमोदन दिलें.

P.RAJANI

हरणहारिकापर्व.

अध्याय दोनशें एकविसावा.

—:०:—

श्रीकृष्णाचें भाषण.

वैशंपायन सांगतातः—राजा, त्या सभेंतील वृष्णिवीरांनीं आपआपल्या परीनें पुष्कळ भाषण केलें. नंतर कृष्ण हा धर्म व अर्थ यांस धरून मोठें खबरदार बोलला; तो म्हणाला, "वीरहो, आपल्या कुलाचा अर्जुनानें बिलकुल अपमान केला नाहीं; उलटा त्यानें आपला मोठा गौरवच केला आहे, यांत संशय नाहीं! तुम्ही सात्वत द्रव्यलोभी आहां असें अर्जुनास वाटत नसल्यामुळें, आसुरविधीनें स्त्री मिळविण्याचें त्यानें मनांत आणिलें नाहीं, हें ठीकच झालें. आतां, स्वयंवरविधींत वधूनें आपल्या इच्छेस येईल तो पति वरावयाचा असल्यामुळें, ही आपणास माळ घालीलच अशी कोणासही खातरी नसते; यास्तव तो प्रकार अर्जुनास बिलकूल पसंत वाटत नाहीं. तसेंच, कन्याप्रतिग्रह घेणें कोणत्या क्षत्रियास आवडणार आहे? किंवा आपल्या पोटच्या पोरीस पशुप्रमाणें विकण्यास जगांत कोण शहाणा तयार होणार आहे? याप्रमाणें सर्व विधींत दोष असल्याचें आढळून आल्यावरूनच अर्जुनानें राक्षसविधीनें सुभद्रा हरण केली असावी, असें मला वाटतें. कारण, हा राक्षसविधि क्षत्रियांस प्रशस्त मानिला असल्यामुळें अर्जुनाचें हें कृत्य धर्मसंमत आहे. हा संबंध फारच उत्तम जुळला आहे. खरोखर सुभद्रा मोठी दैववान, म्हणून ती त्या श्रेष्ठ अर्जुनानें हरण केली! पहा—भरतकुलांत, त्यांतही कीर्तिमान शांतनूच्या वंशांत ज्याचा जन्म, व कुंतिभोजराजाची कन्या पृथा ही ज्याची माता, तो अर्जुन पति मिळावा असें कोणास बरें वाटणार नाहीं. अहो, या अर्जुनास युद्धांत जिंकण्यास समर्थ असा त्या भगनेत्र हरण करणाऱ्या विरूपाक्ष शंकरावांचून मला तर दुसरा कोणीच दिसत नाहीं! मान्यहो, या पृथ्वीवरच काय, पण स्वर्गकैलासादि कोणत्याही लोकांत अर्जुनाच्या रथासारखा दुसरा रथ नाहीं; व त्याच्या त्या रथास जोडलेले माझ्या अश्वांसारखे श्रेष्ठ अश्वही नाहींत. अर्जुन हा शीघ्र अस्त्रें सोडणारा वीर आहे. त्याची बरोबरी करणारा आज दुसरा कोण आहे? यास्तव तुम्ही लवकर जा, अर्जुनाचें समाधान करून त्यासह सर्वजण मोठ्या आनंदानें परत या, असें माझें सांगणें आहे. जर का युद्धांत तुम्हांस पराजित करून अर्जुन तसाच खांडवप्रस्थास जाईल, तर तुमची केवढी अपकीर्ति होईल बरें? परंतु त्याचें सांत्वन केल्यास त्यांत कांहीं तुमचा पराभव झाला असें होणार नाहीं!"

अर्जुनसुभद्राविवाह.

नृपाला, श्रीकृष्णाचें तें भाषण सर्वांस पसंत पडलें, व त्यांनीं तदनुसार वर्तन केलें. तेव्हां अर्जुन द्वारकेंत परत आला, व श्रीकृष्णानें त्याचें सुभद्रेशीं लग्न लाविलें! त्या ठिकाणीं सर्व लोक अर्जुनाची फार मानमान्यता ठेवीत असत. एक वर्षाहून कांहीं अधिक दिवस त्याच ठिकाणीं राहून अर्जुनानें यथेष्ट विहार केला; आणि नंतर पुष्करतीर्थीं जाऊन, वनवासापैकीं अवशिष्ट राहिलेले दिवस तेथेंच घालविले. बारा वर्षें पूर्ण होतांच तो खांडवप्रस्थास गेला, व धर्मराजास भेटला. नंतर ब्राह्मणांचें विधिपूर्वक पूजन करून तो द्रौपदीकडे गेला. तेव्हां ती त्यास प्रेमानें म्हणाली, "अर्जुना, इकडे कशाला येतोस! ती यदुकन्या सुभद्रा जिकडे असेल तिकडे जा. माझ्यापेक्षां सुभद्रेवर तुझा अधिक लोभ जडला हें स्वाभाविकच झालें. कारण, ओझें एकदां घट्ट बांधिलें असलें तथापि त्यास जर पुनः दुसरी दोरी बांधिली, तर पहिली दोरी सैल पडावयाचीच!

तेव्हां नव्या प्रेमानें जुनें प्रेम शिथिल होणें साहजिकच आहे!"

राजा, जनमेजया, याप्रमाणें द्रौपदी अनेक प्रकारें बोलूं लागली, तेव्हां अर्जुनानें तिची वारंवार क्षमा मागून पुन:पुन: समजूत केली; आणि त्यानें उत्तम रंगाचें रेशमी वस्त्र नेसलेल्या सुभद्रेस गोपकन्येचा वेष देऊन तात्काळ द्रौपदीकडे पाठविलें. त्या वेषानें सुभद्रेचें सुंदर रूप अधिकच खुलून गेलें. जिचे डोळे विशाल व आरक्त आहेत, अशी ती वीरपत्नी सुभद्रा प्रथम मुख्य घरांत जाऊन तिनें कुंतीस वंदन केलें. तेव्हां कुंतीनें त्या सर्वांगसुंदरीच्या मस्तकाचें अवघ्राण केलें. तिला पाहून कुंतीस फार आनंद झाला व तिनें तीस पुष्कळ आशीर्वाद दिले. नंतर ती पूर्णचंद्रानना त्वरेनें द्रौपदीकडे गेली; आणि तिला वंदन करून "मी तुमची दासी आहें" असें म्हणाली. तेव्हां द्रौपदीही तिचा सत्कार करण्यासाठीं उठून उभी राहिली. तिनें कृष्णभगिनी सुभद्रेस प्रेमानें आलिंगन दिलें, व म्हटलें:—सुभद्रे, तुझा पति शत्रुरहित असो! (तुझ्या पतीचे मनांत सापत्नभाव नसो.) तें ऐकून सुभद्रेसही मोठा आनंद झाला., व तिनें त्यास 'तथास्तु' म्हणून अनुमोदन दिलें. जनमेजया, या दोघींचें एकमेकींवर प्रेम बसलेलें पाहून कुंती व पांडव यांस मोठा आनंद झाला.

लग्नाची देणगी.

राजा, नंतर, आपल्या नगरांत आलेला अर्जुन परत इंद्रप्रस्थास गेल्याचें वर्तमान द्वारकेंत समजतांच, तो शत्रूंस ताप देणारा श्रीकृष्ण परमात्मा बलरामासहवर्तमान इंद्रप्रस्थास आला. त्या कमलनेत्राबरोबर भ्राते, कुमार तसेंच वृष्णि आणि अंधक या कुलांतील अनेक महारथी वीर असून, सर्वांच्या रक्षणास मोठें सैन्य होतें. वृष्णिवीरांचा अधिपति व दानाध्यक्ष महाबुद्धिमान अक्रूर, तोही त्यांबरोबर इंद्रप्रस्थांत गेला. त्याचप्रमाणें महातेजस्वी अनाधृष्टि, प्रत्यक्ष बृहस्पतीचा महाबुद्धिमान प्रख्यात शिष्य उद्धव, सत्यक, सात्य, यादव, कृतवर्मा, प्रद्युम्न, सांब, निशठ, शंकु, पराक्रमी चारुदेष्ण, झिल्ली, विपृथु, महाबाहु, सारण व विद्वानांत वरिष्ठ गद हे व दुसरे पुष्कळ वृष्णि, अंधक व भोज या कुलांतील पुरुष मोठमोठे नजरनजराणे घेऊन खांडवप्रस्थास गेले. श्रीकृष्ण आला आहे हें युधिष्ठिरास समजतांच त्याचा सत्कार करण्यासाठीं त्यानें नकुल-सहदेवांस सामोरे पाठविलें. त्यांनीं त्यांचें आगतस्वागत केल्यावर ते बरोबर आणलेलें द्रव्य घेऊन खांडवप्रस्थांत शिरले. तें नगर ध्वजपताकांनीं सुशोभित केलें होतें. रस्ते स्वच्छ झाडून वर सडा शिंपडिला होता. जिकडेतिकडे फुलें विखुरल्यामुळें त्या नगरास विशेष शोभा आली होती. थंडगार चंदनोदकें इतर सुवासिक पदार्थ व ठिकठिकाणीं जळत असलेला सुगंधि धूप यांचा सुवास सर्वत्र पसरला होता. संतुष्ट व पुष्ट नागरिकांनीं गजबजून गेलेल्या व व्यापाऱ्यांच्या पेढ्यांनीं शोभणाऱ्या त्या नगरांत वृष्णि, अंधक, भोज व बलराम यांसहवर्तमान त्या पुरुषोत्तम वीर श्रीकृष्णानें प्रवेश केला. तेव्हां नागरिकांनीं व हजारों ब्राह्मणांनीं त्याची पूजा केली. त्यांची पूजा स्वीकारीत स्वीकारीत इंद्रमंदिराच्या तोडीच्या पांडवांच्या राजवाड्यांत तो शिरला. तेव्हां युधिष्ठिरानें प्रथम बलरामास विधिपूर्वक भेटून नंतर श्रीकृष्णाच्या मस्तकाचें अवघ्राण केलें, आणि त्यास आलिंगन दिलें. श्रीकृष्णानेंहि धर्मराज व भीमसेन यांचा योग्य रीतीनें सन्मान केला. नंतर जसजसे वृष्णि व अंधक वीर येऊं लागले, तसतसें त्यांचेंही धर्मराजानें प्रेमानें यथायोग्य आदरातिथ्य केलें. त्यानें कित्येकांस वडिलांप्रमाणें व कित्येकांस मित्रांप्रमाणें मान दिला; त्यानें कांहींशीं

प्रेमपूर्वक भाषण केलें; व दुसऱ्या कित्येकांनीं तर उलट धर्मराजासच वंदन केलें. नंतर वधूपक्षानें लग्नाचा अहेर म्हणून वरपक्षास द्रव्य देण्याची चाल आहे तीप्रमाणें महायशस्वी श्रीकृष्णानें आपणाबरोबर आणलेलें सर्व द्रव्य सुभद्रेच्या लग्नाचा अहेर म्हणून पांडवांस दिलें. ज्यांस लहान घंटांचीं जाळीं बांधिलीं आहेत, व चार चार घोडे जोडले असून स्वकर्मांत कुशल सारथि ज्यांवर आहेत असे एक हजार सुवर्णाचे रथ कृष्णानें पांडवांस दिले. त्याचप्रमाणें, त्यानें मथुरा देशच्या दहा हजार पवित्र, तेजस्वी व दुभत्या गाई दिल्या. चंद्रप्रभेप्रमाणें तेजस्वी शुभ्र वर्णाच्या,आणि सुवर्णाचे अलंकार घातलेल्या घोड्या एक हजार दिल्या.मानेवरील काळ्या केंसांशिवाय बाकी सर्व शरीर ज्यांचें शुभ्रवर्ण आहे, अशा उत्तम शिकविलेल्या, व वायूप्रमाणें वेगवान खेचरी प्रत्येकास पांचपांचशें याप्रमाणें श्रीकृष्णानें पांडवांस अर्पण केल्या. स्नान घालणें व आंग स्वच्छ करणें या कामासाठीं एक हजार गौरवर्ण तेजस्वी तरुण दासी त्यानें पांडवांस दिल्या.त्यांचे वेष उत्तम असून सर्व शरीर निर्लोभ होतें. पुतळ्यांच्या शेंकडों माळा वगैरे अलंकारत्यांनीं धारण केले असून, त्या सेवाकर्मांत मोठ्या दक्ष होत्या. याशिवाय, बाल्हीक देशांतील रुंद पाठीचे एक लक्ष अप्रतिम घोडे त्यानें कन्याधन म्हणून दिले. दाशार्ह श्रीकृष्णानें अग्नीप्रमाणें तेजस्वी खनिज व कृत्रिम सोनें तर दहा ओझीं दिलें. याशिवाय, त्यानें मदोन्मत्त झाल्यामुळें ज्यांच्या गंड, गुह्य व कर्णमूळ या तीन स्थानांपासून मदस्राव होत आहे, पर्वतशिखरांप्रमाणें ज्यांचीं शरीरें भव्य आहेत, जे साहसप्रिय असून युद्धांत कधींच माघार घेणारे नाहींत असे एक सहस्र सुंदर गज, घंटा व सुवर्णमाला यांनीं उत्तम शृंगारून, त्यांच्या महातांसुद्धा पांडवांस अर्पण केले.

नंतर, बलरामानें मोठ्या प्रीतीनें या नूतन संबंधाचें अभिनंदन करण्यासाठीं अर्जुनास पाणिग्रहणसांगतेप्रीत्यर्थ दक्षिणा दिली. हा यादवांकडून आलेला अहेर म्हणजे एक महानदच होय. बहुमूल्य रत्नें हा त्याचा प्रवाह होय.वस्त्रें, शाली, वगैरे त्याचा फेंस समजावा.मोठमोठे हत्ती हे या नदांतील भयंकर ग्राह असून, ध्वज व पताका हें शेवाळ होय. अशा प्रकारचा हा महानद पूर्वींच परिपूर्ण असलेल्या पांडवभांडागाररूप समुद्रांत प्रविष्ट झाला; तेव्हां तो समुद्र तुडुंब भरून जाऊन शत्रूंस शोकाकुल करूं लागला. असो; धर्मराज युधिष्ठिरानें त्या सर्व द्रव्याचा स्वीकार केला, व त्या वृष्ण्यंधक वीरांचाही अहेर वगैरे करून सत्कार केला. त्या ठिकाणीं एकत्र जमलेल्या सर्व वीरांनीं, स्वर्गांत ज्याप्रमाणें पुण्यवान पुरुष विहार करितात, त्याचप्रमाणें विहार केला. त्या कुरुवृष्णींनीं उत्तम गायनवादनादिकांनीं स्वैरपणें यथेच्छ क्रीडा केली. याप्रमाणें पुष्कळ दिवस तेथें आनंदांत राहिल्यानंतर ते पराक्रमी पुरुष पुनः द्वारकेस परत जावयास निघाले. तेव्हां पांडवांनीं अहेर वगैरे देऊन त्यांचा आदरसत्कार केला. नंतर ते सर्वजण पांडवांनीं दिलेलीं सोज्ज्वल रत्नें घेऊन बलरामासह निघून गेले. असो.

अभिमन्युजन्म.

राजा, कृष्ण मात्र अर्जुनासमागमें त्या रम्य इंद्रप्रस्थांतच राहिला. तेथें तो महायशस्वी श्रीकृष्ण यमुनातीरीं मृगया करी, व मृगवराहादिकांची शिकार करून अर्जुनाबरोबर करमणूक करी.पुढें कांहीं दिवसांनीं श्रीकृष्णाची प्रियबहीण सुभद्रा हिला, इंद्राणीस जसा जयंत तसा एक महाकीर्तिमान पुत्र झाला. त्याचे बाहु लांब असून वक्षःस्थल विशाल व नेत्र वृषभनेत्राप्रमाणें तेजस्वी होते. शत्रूंस पादाक्रांत करणारा व मनुष्यांत श्रेष्ठ असा वीर अभिमन्यु सुभद्रेच्या पोटीं जन्मला.

तो अभि म्हणजे निर्भय व मन्युमान् म्हणजे अतिशूर असा असल्यामुळें, त्या शत्रुविनाशक अर्जुनपुत्रास लोक ' अभिमन्यु ' असें म्हणूं लागले. यज्ञामध्यें शमी वृक्षाच्या पोटांत उत्पन्न झालेल्या अश्वत्थापासून घर्षणाच्या योगानें अधरारणीचे ठिकाणीं जसा अग्नि उत्पन्न होतो, तसा सुभद्रेच्या ठिकाणीं अर्जुनापासून तो अतिरथी वीर उत्पन्न झाला. भारता, याचा जन्म होतांच युधिष्ठिरानें अयुत गाई व सोन्याच्या मण्यांच्या माळा ब्राह्मणांस दिल्या. लोकांस जसा चंद्र प्रिय होतो, तसा हा अभिमन्यु लहानपणापासूनच पांडव व श्रीकृष्ण यांस फार प्रिय झाला. जन्मापासून प्रत्यक्ष श्रीकृष्णानें त्याचें उत्तम प्रकारें लालनपालन केलें. तेव्हां तो बाल शुक्लेंदुवत् वृद्धिगत होऊं लागला. पुढें वेदाध्ययन केल्यावर अभिमन्यूनें स्वतः अर्जुनापासून ब्रह्मास्त्रादि दिव्य, खड्गादि मानुष, अशा संपूर्ण चतुष्पाद व दशविध धनुर्वेदाचें सांग अध्ययन केलें. अस्त्रांच्या योजनेविषयीं विशिष्ट ज्ञान, हस्तलाघव व युद्धप्रसंगींच्या सर्व प्रकारच्या शारीरिक क्रिया, यासंबंधाच्या सर्व विशेष गोष्टी अर्जुनानें त्यास शिकविल्या. सारांश, शास्त्रज्ञान व प्रत्यक्ष योजना या दोन्ही बाबतींनें त्यानें अभिमन्यूस आपणाप्रमाणें निपुण केलें. असो. अभिमन्यूस पाहून अर्जुनास संतोष होई. इंद्र जसा अर्जुनाकडे आनंदानें पाही, तसाच अर्जुनही अभिमन्यूकडे मोठ्या प्रेमानें पहात असे. कारण शत्रुसंहारास आवश्यक असे सर्व गुण त्याचे ठायीं वसत असून तो सर्वलक्षणसंपन्न होता. तो सर्वथा अजिंक्य असून त्याचे खांदे वृषभासारखे प्रशस्त व मुख सर्पाप्रमाणें विस्तृत होतें. तो सिंहासारखा अभिमानी, प्रचंड धनुष्य धारण करणारा, मत्त गजाप्रमाणें पराक्रमी, व मेघ किंवा दुंदुभि यांप्रमाणें गंभीर शब्द करणारा असून, त्याचें मुख पूर्णचंद्राप्रमाणें आल्हादकारक होतें. सारांश, शौर्य, वीर्य, रूप व आकृति यांमध्यें तो अगदीं कृष्णासारखा होता; असो.

द्रौपदीपुत्रजन्म.

पतिव्रता पांचालीसही पांच पतींपासून पंचपर्वतांप्रमाणें श्रेष्ठ व वीर्यशाली असे पांच मुलगे झाले. अदितीस जसे आदित्य, तसे पांचालीस युधिष्ठिरापासून प्रतिविंध्य, वृकोदरापासून सुतसोम, अर्जुनापासून श्रुतकर्मा, नकुलापासून शतानीक व सहदेवापासून श्रुतसेन असे हे पांच महारथी वीर झाले. शत्रूंचे प्रहार खिजगणतींत न-

---

१ मंत्रमुक्तं पाणिमुक्तं मुक्तामुक्तं तथैव च ॥ अमुक्तं च धनुर्वेदे चतुष्पाच्छस्त्रमीरितम् ॥ (चार प्रकारचीं शस्त्रें सांगितलीं आहेतः—एक ज्याची योजना मात्र करितां येते परंतु उपसंहार करितां येत नाहीं त्यास मंत्रमुक्त शस्त्र म्हणतात. दुसरें-हातापासून सुटलेलें शस्त्र बाण वगैरे. तिसरें—मुक्तामुक्त म्हणजे ज्याची योजना व उपसंहार दोन्ही करितां येतात असें शस्त्र. चौथें--अमुक्त शस्त्र म्हणजे ज्याची योजना करावयाची नसते, व जें दुरून पहतांच शत्रु पळून जातात असें. उदा० मंत्रसिद्ध ध्वज वगैरे.)

२ आदानमथ संधानं मोक्षणं विनिवर्तनं ॥ स्थानं मुष्टिः प्रयोगश्च प्रायश्चित्तानि मंडलम् ॥ रहस्यं चेति दशधा धनुर्वेदांगमिष्यते ॥ (धनुर्वेदाचीं दहा अंगें सांगितलीं आहेतः—१आदान--भात्यांतून बाण घेणें. २ संधान—बाण मौर्वीस जोडणें. ३ मोक्षण—बाण लक्ष्यावर सोडणें. ४ विनिवर्तन--(लक्ष्मण शक्तिहीन झाला असतां) सोडलेला बाण परत आणणें. ५स्थान-धनुष्य व ज्या यांचा मध्य किंवा मध्याजवळचा भाग. (शरसंधानाच्या वेळीं व एरवींही हातानें धरावयाचा) ६ मुष्टि—तीन किंवा चार अंगुलींची. ७ प्रयोग-मधलें बोट व आंगठ्याजवळील बोट किंवा मधलें बोट व आंगठा यांमध्यें बाण धरणें. ८ प्रायश्चित्त—प्रसंगाप्रमाणें करावयाचे विधि. ९ मंडल—अस्थिर लक्ष्याचा वेध. १० रहस्य--शब्दादि वेध, एकदम अनेक लक्ष्यांचा वेध वगैरे.)

सण्याच्या गुणानें हा दुसरा विंध्याचलच व्हावा, म्हणून त्या युधिष्ठिरपुत्राचें ब्राह्मणांनीं प्रतिविंध्य असें नांव ठेविलें. सहस्र सोमयाग केल्यानंतर हा चंद्रसूर्यांप्रमाणें तेजस्वी व मोठा धनुर्धारी पुत्र भीमसेनापासून जन्मल्यामुळें त्यास सुतसोम असें नांव पडलें. श्रुत म्हणजे विख्यात कर्म करून अर्जुन परत आला असतां त्यापासून जन्मला म्हणून त्यास श्रुतकर्मा असें नांव पडलें. करुकुलांत शतानीक नांवाचा एक मोठा थोर राजर्षि होऊन गेला, त्याचें शतानीक हें नांव नकुलानें आपल्या त्या कीर्तिमान पुत्राचें ठेविलें. पुढें द्रौपदी कृत्तिका नक्षत्रावर सहदेवापासून जो पुत्र प्रसवली, त्यास लोक श्रुतसेन म्हणूं लागले. राजेंद्रा, हे मोठे यशस्वी व परस्परांवर प्रेम करणारे निपजले. धौम्य महर्षींनीं त्यांचे जातकर्मापासून चूडाकर्म व उपनयन येथपर्यंतचे सर्व संस्कार विधिपूर्वक केले; व उपनयनानंतर त्या पुत्रांनीं ब्रह्मचर्यानें राहून वेदाध्ययन केल्यावर अर्जुनापासून दिव्य व मानुष अशा संपूर्ण धनुर्वेदाचें अध्ययन केलें. राजेंद्रा, अशा प्रकारचा त्या देवतुल्य, विशालवक्ष व महारथी पुत्रांच्या योगानें पांडवांस अत्यानंद होत असे.

खांडवदाहपर्व.

अध्याय दोनशें बाविसावा.

—:०:—

ब्राह्मणरूपानें अग्नीचें आगमन.

वैशंपायन सांगतात:—राजा, धृतराष्ट्र व भीष्म यांच्या आज्ञेप्रमाणें पांडव इंद्रप्रस्थास राहात असतां त्यांनीं इतर प्रजापीडक राजांचा नाश केला. तेव्हां ज्याप्रमाणें शुभचिन्हांकित व पवित्र कर्म करणाऱ्या स्वतांच्या देहांत जीव आनंदानें राहतात, त्याप्रमाणें सर्व प्रजा धर्मराजाच्या राज्यांत आनंदानें नांदूं लागल्या. हे भरतर्षभा, नीतिमान पुरुष आपल्याच योग्यतेच्या आपल्या तीन भावांचा जसा सारखा मान राखितो, तसा युधिष्ठिर राजा धर्म, अर्थ व काम या तिघांचें-एकाच्या सेवनानें दुसऱ्यास विरोध न येईल अशा प्रकारें—एकसारखेंच सेवन करीत असे. यामुळें, भूमीवर समप्रमाणानें अवतीर्ण झालेल्या धर्मार्थकामांचा युधिष्ठिर हा मोक्षस्वरूपी आत्माच आहे, किंवा या युधिष्ठिर राजाचे धर्म, अर्थ व काम हे तीन अमात्य आहेत, असें वाटे. युधिष्ठिर हा एक ब्रह्मस्वरूप जाणणारा, मोठमोठे यज्ञ करून वैदिक कर्में करणारा, व उत्तम लोक प्राप्त होतील अशा प्रकारें नीतीनें वागणारा राजा लोकांस मिळाला. त्याच्या योगानें लक्ष्मी स्थिर झाली, ज्ञान पराकाष्ठेस जाऊन पोहोंचलें, व पृथ्वीवरील इतर राजांची नीतिमत्ताही वृद्धिंगत झाली. चारी वेदांचें ज्यांत अनुष्ठान चालतें असा एखादा महायज्ञ त्या चार वेदांच्या योगानें जसा शोभतो तसाच युधिष्ठिरही आपल्या चार भावांच्या योगानें विशेष शोभूं लागला. ज्याप्रमाणें बृहस्पतिसारखे मोठमोठे देव भगवान ब्रह्मदेवाभोंवतीं उभे राहतात, त्याप्रमाणें धौम्यप्रभृति श्रेष्ठ ब्राह्मण युधिष्ठिराभोंवतीं उभे असत. धर्मराजावर प्रजाजनांचें इतकें विलक्षण प्रेम असे कीं, त्याच्या योगानें विमल अशा पूर्णचंद्राप्रमाणेंच धर्मराजाचेही ठिकाणीं त्यांची दृष्टि व मन हीं एकदम रममाण होत. राजाचें कर्तव्य जें प्रजापालन, त्याच्या योगानेंच लोक इतके संतुष्ट असत असें नव्हे; तर, युधिष्ठिरावर लोकांची तशीच निष्ठा बसली असल्यामुळें ते संतुष्ट असत. ही भक्ति बसण्याचें कारण असें कीं, प्रजाजनांच्या मनास आवडेल तेंच युधिष्ठिर करीत असे. तो सदोदित गोड बोले. अयुक्त, असत्य, असह्य किंवा अप्रिय भाषण करें तें त्या बुद्धिमंतास ठाऊकही नव्हतें. हे भारता, सर्व लोकांचें कल्याण करून त्याबरोबर आपलें हित साधणारा तो अत्यंत तेजस्वी युधिष्ठिर नेहमीं आनंदांत राहात असे. त्याचप्रमाणें, त्याचे भाऊही पराक्रमानें इतर भूपालांस जरबेंत ठेवून निश्चिंतपणानें आनंदांत कालक्रमणा करीत होते. याप्रमाणें कित्येक दिवस लोटल्यावर अर्जुन श्रीकृष्णास म्हणाला:—मधुसूदना, आज उष्मा फार होत आहे, यास्तव यमुनातीरीं जाऊन सुहृज्जनांसहवर्तमान त्या ठिकाणीं विहार करूं, व सायंकाळीं परत येऊं. कृष्णा, मला वाटतें, तुलाही ही गोष्ट आवडेल.

कृष्ण म्हणाला:—कौंतेया, आपण इष्टमित्रांसह यथेष्ट जलक्रीडा करावी असें माझ्याही मनांत आहे.

वैशंपायन सांगतात:—जनमेजया, याप्रमाणें बोलणें झाल्यावर, कृष्णार्जुनांनीं प्रथम आपला बेत धर्मराजास कळवून त्याची अनुज्ञा घेतली, आणि नंतर सुहृज्जनांसहवर्तमान ते यमुनातीरीं गेले. त्या प्रदेशांत नानाप्रकारचे वृक्ष व लहान मोठीं जलमंदिरें असून, प्रत्यक्ष अमरावतीप्रमाणें तो प्रदेश उत्तम होता. मूल्यवान व रुचकर असे भक्ष्यभोज्य व पेय पदार्थ व नानाप्रकारचीं सुवासिक पुष्पें यांनीं तो प्रदेश युक्त असल्यामुळें, कृ-

ष्णार्जुनांस विहार करण्यास योग्य अशा उत्कृष्ट स्थलीं गेल्यावर, त्यांच्या बरोबरची सर्व मंडळी लहानमोठ्या रत्नखचित अंतःपुरांतून यथेष्ट क्रीडा करूं लागली. त्याचप्रमाणें,ज्यांचा कटिप्रदेश प्रशस्त आहे,स्तन रमणीय व पुष्ट आहेत, आणि गति मदामुळें स्खलनयुक्त झाली आहे, अशा सुंदर स्त्रियाही मनसोक्त विहार करूं लागल्या. कृष्णार्जुनांच्या स्त्रिया कोणी वनामध्यें तर कोणी जलामध्यें व कोणी मंदिरांतून. याप्रमाणें मनास आवडेल त्या ठिकाणीं व आवडेल त्या प्रकारानें करमणूक करूं लागल्या. त्या सर्वांत द्रौपदी व सुभद्रा ह्या तर क्रीडेमध्यें अतिशयच दंग होऊन गेल्या.त्यांनीं अनेक स्त्रियांस विपुल वस्त्रें व अलंकार हीं दिलीं. कित्येक स्त्रिया हर्षभरानें नाचूं लागल्या,कित्येक मोठमोठ्यानें खिदळूं लागल्या, कित्येक ओरडूं लागल्या, व दुसऱ्या कित्येक मद्यपान करूं लागल्या. दुसऱ्या कित्येक स्त्रिया एकमेकींस आडवूं लागल्या व मारूंही लागल्या. कांहीं स्त्रियातर एकमेकींजवळ आपापलीं रहस्येंही सांगूं लागल्या.त्या वेळीं तें सुसंपन्न अरण्य वेणु, वीणा,मृदंग इत्यादि वाद्यांच्या मधुर नादानें सर्वत्र दुमदुमून गेलें.याप्रमाणें आनंदीआनंद चालला असतां कृष्णार्जुन जवळच्याच एका सुंदर प्रदेशीं जाऊन त्या ठिकाणीं उत्तम आसनावर बसले,व पूर्वीं होऊन गेलेल्या पराक्रमांच्या व इतर पुष्कळ गोष्टी सांगून एकमेकांचें मनोरंजन करूं लागले. स्वर्गाच्या पाठीवर जसे अश्विनीकुमार, तसे ते माधवधनंजय त्या ठिकाणीं आनंदानें बसले असतां कोणीएक ब्राह्मण त्यांच्याकडे आला त्याचें शरीर मोठ्या शालवृक्षाप्रमाणें असून तेज तप्त सुवर्णाप्रमाणें होतें. त्याचा वर्ण पिंगट निळा असून दाढीमिशांचे केंस ज्वालेप्रमाणें पिंवळट होते. उंचीला शोभेल अशा प्रकारची त्याची आंगलट होती. बालसूर्याप्रमाणें तेजस्वी, जटावल्कलें धारण करणारा, कमलमुख, व तेजानें प्रज्वलित अग्नीप्रमाणें प्रकाशणारा तो द्विजोत्तम जवळ येतांच कृष्ण व अर्जुन आपआपल्या आसनावरून उठून सत्वर उभे राहिले.

अध्याय दोनशें तेविसावा.

—:०:—

अग्निजाडय व त्याचा पराभव.

वैशंपायन सांगतातः—राजा, तो ब्राह्मण कृष्णार्जुनांस म्हणालाः—खांडवसमीपवर्ती लोकनायकहो, मी एक मोठा भोक्ता ब्राह्मण आहें. मी सदोदीत अपरिमित खात असतों. यासाठीं आपणांजवळ एवढेंच मागतों कीं, मला एक वेळ तृप्त होईपर्यंत भोजन घाला. तें ऐकून कृष्णार्जुन म्हणाले, " विप्रा, आपण कोणत्या प्रकारच्या अन्नानें संतुष्ट व्हाल तें आम्हांस सांगा, म्हणजे तशा प्रकारचें अन्न संपादन करण्याचा आम्ही प्रयत्न करूं. " याप्रमाणें कोणतें अन्न तयार करावें अशा आशयाचा त्यांचा प्रश्न ऐकून तो ब्राह्मण त्यांशीं बोलूं लागला.

ब्राह्मण म्हणालाः--मला अन्न खाण्याची इच्छा नाहीं.मी अग्नि आहें, असें समजून मला योग्य योग्य असें अन्न तुम्ही मला द्या. या खांडवारण्याचें इंद्र सदोदीत रक्षण करीत असतो;व श्रेष्ठ यांचें रक्षण करीत असल्यामुळें मला तें दग्ध करितां येत नाहीं. इंद्राचा मित्र जो एक तक्षक नांवाचा सर्पांचा राजा आहे,तो सदोदीत आपल्या परिवारासह या अरण्यांत राहातो व त्याच्यासाठीं वज्रधारी इंद्र या अरण्याचें रक्षण करतो.त्या तक्षकाबरोबर तेथील अनेक प्राण्यांचेंही संरक्षण आपोआप केलें जातें. मला हें खांडववन दग्ध करण्याची फार इच्छा आहे; परंतु इंद्राच्या पराक्रमामुळें तसें करण्यास मी असमर्थ आहें. कारण, मी प्रज्वलित झालों असें दिसतांच इंद्र मेघोदकाचा वर्षाव करितो, त्यामुळें हें अरण्य

मनसोक्त जाळण्याची माझी इच्छा जागच्या जागींच राहते. कृष्णार्जुनहो, तुम्ही अस्त्रज्ञ आहां, तेव्हां तुम्हीं मला साह्य केल्यास तें अरण्य जाळण्यास मी समर्थ होईन. हें अशा प्रकारचें अन्न मी पसंत करीत आहें. यास्तव,हे उत्तम अस्त्रज्ञहो, तुम्ही त्या जलधारा व आंतील प्राणी यांचें सर्व बाजूंनीं उत्तम प्रकारें निवारण करा.

जनमेजय विचारतोः—भगवन्, ज्यांत नाना प्रकारचे जीव रहात होते, व ज्याचें प्रत्यक्ष महेंद्र रक्षण करीत होता, तें खांडववन दग्ध करण्याची अग्निनारायणास कां इच्छा असावी बरें? मला वाटतें, याचें कांहीं तरी मोठें कारण असावें. यास्तव, ब्रह्मन्, पूर्वीं खांडववन कसें दग्ध झालें, तें यथातथ्य व विस्तारपूर्वक श्रवण करण्याची माझी इच्छा आहे.

श्वेतकि राजाची कथा.

वैशंपायन सांगतातः—राजा, ज्या कारणास्तव अग्नीनें खांडवारण्य दग्ध केलें, तें सर्व कारण इत्थंभूत सांगतों, श्रवण कर. अरे, अनेक ऋषींनीं जिचें वर्णन केलें आहे, अशी ही खांडवदाहाविषयींची पुरातन कथा मी तुला सांगतों.राजा, प्राचीन काळीं श्वेतकिनामक एक प्रख्यात राजा होऊन गेला. तो मोठा बलवान व पराक्रमी असून प्रत्यक्ष इंद्राच्या योग्यतेचा होता. त्याच्यासारखा यज्ञ करणारा, दाता व विचारी राजा कोणीच नाहीं. त्यानें मोठमोठे यज्ञ व क्रतु करून ब्राह्मणांस पुष्कळ दक्षिणा दिली. पुढें पुढें तर सत्र, नानाप्रकारचीं दानें, व इतर कर्मांचा प्रारंभ यांवाचून दुसरीकडे त्याचें लक्ष जाईनासें झालें. तो ऋत्विजांसहवर्तमान एकसारखा यजन करीत असे, तेणेंकरून त्यांच्या ऋत्विजांचे डोळे धूमानें व्याकूळ होऊन गेले; व कांहीं दिवसांनीं तर ते अगदीं कंटाळून त्या राजास सोडून निघून गेले. तेव्हां राजानें त्यांची अनेक प्रकारें प्रार्थना केली. परंतु त्यांचे नेत्र अधु झाल्यामुळें ते परत यज्ञ करण्यास आले नाहींत. नंतर त्यांचें अनुमोदन घेऊन राजानें अन्य ऋत्विजांकडून तें कर्म समाप्त करविलें. पुढें कांहीं काल गेल्यावर त्या राजास पुनः यज्ञ करण्याची इच्छा झाली. तेव्हां त्यास यज्ञ करण्यास शंभर वर्षेपर्यंत कोणीच ऋत्विज मिळाला नाहीं. राजानें स्वतः व आपल्या सुहृज्जनांकडून ऋत्विज मिळविण्याची अनेक प्रकारें खटपट केली. त्या कीर्तिमंतानें ब्राह्मणांस साष्टांग नमस्कार घातले, मधुर पेयें पाजिलीं, व गोड बोलून मन वळविण्याचा वारंवार यत्न केला; परंतु ते राजाची विनंती मान्य करीतना. तेव्हां मात्र तो राजर्षि क्रुद्ध झाला, आणि आश्रमांत राहणाऱ्या तपोनिष्ठ ब्राह्मणांस, म्हणाला, "विप्रहो, जर मी पतित असेन, किंवा आपल्या सेवेस सादर नसेन, तर आपणच काय, पण सर्व ब्राह्मणांनीं ताबडतोब माझा त्याग अवश्य करावा; परंतु तसें नसल्यास, माझी यज्ञाविषयीं जी श्रद्धा आहे, तिला आपण अडथळा आणणें किंवा माझा विनाकारण त्याग करणें आपणांस योग्य नव्हे. विप्रहो, मी आपणांस अगदीं शरण आलों आहें. मजवर प्रसाद करण्यास आपण समर्थ आहां. परंतु आपण जर केवळ द्वेषामुळें माझा त्याग करीत असाल, तर मी दुसऱ्या ब्राह्मणांकडे जाईन, व मधुर भाषण, दान इत्यादिकांनीं त्यांस प्रसन्न करून घेतल्यानंतर मी आपलें काय काम आहे तें त्यांस सांगेन."

जनमेजया,याप्रमाणें बोलून श्वेतकि राजा स्वस्थ उभा राहिला.यज्ञ कर्म बंद करण्याविषयीं राजाचें मन आपणांस वळवितां येत नाहीं असें पाहून ते ऋत्विज खिन्न झाले व त्यास म्हणाले,"हे नृपश्रेष्ठा,तुझीं यज्ञकर्में नित्य चालू असतात.तीं सतत करतांकरतां आम्ही अगदीं श्रांत झालों आहों,यास्तव या कामाच्या त्रासानें थकून गेलेल्या आम्हांस त्वां आतां सोडून द्यावें.हे पुण्यवंता,तुझी विचार

शक्ति विकल झाल्यामुळें तुला यज्ञ करत्याची इतकी उतावळी झालेली आहे कीं, तीमुळें, आम्ही किती श्रांत झालों आहों हेंही तुला कळत नाहीं, यास्तव आतां तूं शंकराकडे जा, म्हणजे तो तुझा यज्ञ करील ! "

ब्राह्मणांचें तें निंदाव्यंजक भाषण श्रवण करून श्वेतकि राजा रागारागानें कैलास पर्वतावर गेला, व उग्र तपश्चर्या करूं लागला. राजा, त्यानें इंद्रियांचा निग्रह केला असून त्याची ती तपश्चर्या मोठी प्रशंसनीय होती. देवाधिदेव शंकरास प्रसन्न करण्याठीं तो कित्येक दिवसांचीं उपोषणें करी व बाराव्या किंवा सोळाव्या दिवशीं फलमूलें भक्षण करून पारणें करी. पुढेंपुढें तर तो राजा दोन्ही हात वर करून डोळयांचें पातेंही न लवूं देतां स्वस्थ चित्तानें सहा महिनेपर्यंत खांबाप्रमाणें अचल राहिला.तेव्हां त्याची ती उग्र तपश्चर्या पाहून शंकरांनीं त्यास मोठ्या प्रीतीनें दर्शन दिलें. हे भारता, भगवान शंकर त्यास सप्रेम व गंभीर वाणीनें म्हणाले, " हे शत्रुतापना नरेंद्रा, तुझ्या या तपश्चर्येनें मी संतुष्ट झालों आहें,तुला पाहिजे असेल तो वर मागून घे. " जनमेजया, अमिततेजस्वी शंकराचें तें भाषण श्रवण करून श्वेताकि त्यास साष्टांग प्रणिपात करून म्हणाला, " भगवान, आपण देवदेवेश आहां, सर्व लोक आपल्या चरणीं लीन असतात. आपण जर मजवर प्रसन्न झालां असाल, तर, हे सुरेश्वरा, आपण स्वतः माझें याजनकर्म करा. " राजाचें तें भाषण श्रवण करून भगवान शंकर संतुष्ट झाले आणि स्मित करून बोलूं लागले.

शंकर म्हणाले:—राजा, मीं याजनकर्म करावें या उद्देशानें तूं मोठी तपश्चर्या केलीस, परंतु हें याजनकर्म करण्याचा आम्हांस अधिकार नाहीं. आतां ज्यापेक्षां तूं हा वर मिळविण्याच्या हेतूनें हें महत्तपाचारण केलेंस, त्यापेक्षां कांहीं करारानें मी तुझें याजनकृत्य करीन. श्वेतके, ब्रह्मचर्यानें राहून व अंतःकरण अगदीं स्वस्थ ठेवून सतत बारा वर्षेंपर्यंत एकसारख्या आज्यधारा चालवून जर तूं अग्नीस तृप्त करशील, तर हा तुझा मनोरथ मी पूर्ण करीन.

शूलपाणी शंकरानें याप्रमाणें सांगितल्यावर श्वेतकि राजानें त्यांच्या आज्ञेनुरूप सर्व कांहीं केलें, बारा वर्षें पूर्ण होतांच पुनः शंकर त्या ठिकाणीं आले; आणि राजाचें तें कृत्य अवलोकन करतांच त्यांस परम संतोष होऊन ते राजास म्हणाले, 'श्वेतके, तूं सर्व राजांत वरिष्ठ आहेस, तुझ्या या कृत्यानें मी तंतुष्ट झालों आहें ! हे परंतपा,याजन करणें हें फक्त ब्राह्मणांसच विहित असल्यामुळें तें मला करतां येत नाहीं. तथापि भूलोकीं दुर्वास मुनि म्हणून जो प्रख्यात महा तेजस्वी ब्राह्मण आहे, तो प्रत्यक्ष माझाच अंश आहे. तो माझ्या आज्ञेनें तुझें याजन करील; तूं यज्ञसाहित्याची तयारी कर."

शंकराचें हें भाषण श्रवण करून राजा आपल्या नगरास परत आला, व साहित्याची जुळवाजुळव करूं लागला.मग सर्व सिद्धता झाल्यावर तो पुनः शंकराकडे गेला आणि म्हणाला, भगवन्. "सर्व साहित्य व यज्ञास लागणारीं साधनें तयार झालीं आहेत, आतां आपल्या कृपेनें उद्यांच दुर्वास मुनींनीं माझ्या यज्ञाची दीक्षा द्यावी अशी माझी प्रार्थना आहे."

महात्म्या श्वेतकीचें हें भाषण श्रवण करून शंकर दुर्वासास हांक मारून म्हणाले,"द्विजवरा, हा महाभाग्यवान श्वेतकि राजा आहे,याचें याजनकर्म तूं करावेंस अशी माझी तुला आज्ञा आहे."

दुर्वास मुनींनीं 'ठीक आहे' म्हणून त्यांस उत्तर दिलें.नंतर त्या थोर राजाच्या सत्रास सुमुहूर्तावर प्रारंभ होऊन तें श्रुतींत सांगितल्याप्रमाणें अगदीं यथाविधि झालें, व ब्राह्मणांस विपुल दक्षिणा मिळाली. असो, श्वेतकिराजाचें तें

सत्र समाप्त होतांच त्या यज्ञांत दीक्षा घेतलेले ब्राह्मण व सर्व सदस्य दुर्वास मुनींची अनुज्ञा घेऊन निघून गेले; आणि तो राजाही आपल्या नगरास परत आला; तेव्हां मोठमोठे वेदपारंगत विप्र त्यास सन्मान देऊं लागले, बंदीजन त्याची स्तुति करूं लागले, व नागरिक लोक त्याचें अभिनंदन करूं लागले. याप्रमाणें आपल्या कृतीनें सन्मान्य झालेला तो नृपश्रेष्ठ श्वेतकि पुष्कळ काळानें सर्व ऋत्विज व सदस्य यांसहवर्तमान स्वर्गलोकास गेला. असो; त्या राजानें केलेल्या सत्रांत बारा वर्षेंपर्यंत अग्नि हविर्द्रव्य भक्षण करीत होता. एकतानतेनें चाललेल्या त्या अनुष्ठानांत तुपाचें व इतर हवनीय द्रव्याचें जें एकसारखें हवन होत होतें, त्याच्या योगानें अग्नि अत्यंत तृप्त झाला; इतका कीं, पुढें कोणाचेंही हविर्द्रव्य ग्रहण करण्याची त्यास इच्छा देखील होईना ! त्याचा वर्ण पांढरा फटफटीत होऊन गेला, व प्रकाशही नीट पडेनासा झाला. पुढें तर त्यास एक रोगच जडला, व त्यामुळें तो निस्तेज होऊन त्यास वरचेवर ग्लानि येऊं लागली. आपण निस्तेज होत चाललों ही गोष्ट लवकरच अग्निनारायणाच्या लक्षांत आली? तेव्हां सर्व लोक ज्यास पूज्य मानतात त्या ब्रह्मलोकीं तो गेला. तेथें ब्रह्मदेव आसनावर बसले आहेत असें पाहून अग्नि त्यांस म्हणाला, “ भगवन्, श्वेतकेतु राजानें मला पराकाष्ठेचें तृप्त केल्यामुळें माझ्या तोंडास विलक्षण अरुचि उत्पन्न झाली आहे, ती मला घालवितां येत नाहीं. यामुळें, जगत्पते, मी निर्बल व निस्तेज होऊन गेलों आहें. यास्तव आपल्या प्रसादानें माझी प्रकृति पूर्वस्थितीवर यावी अशी माझी इच्छा आहे. ”

अग्नीचें तें भाषण श्रवण करून, संपूर्ण विश्व उत्पन्न करणारे ब्रह्मदेव किंचित् हास्य करून त्यास म्हणाले, “ हे हव्यवाहना, ज्यानें सतत आज्यधारा चालतात त्या वसोर्धारानामक पात्रानें हवन केलेलें द्रव्य तूं सतत बारा वर्षेंपर्यंत भक्षण केलेंस, त्यामुळें तुला ग्लानि आली आहे व तुझें तेज एकाएकीं नष्ट झालें आहे; तथापि तूं भिऊन जाऊं नको. तूं पुनः पूर्वीसारखा होशील. तुझी अरुचि मी नाहींशी करीन हें निश्चयपूर्वक सांगतों. अरे, पूर्वयुगांत तुला एकदां अशीच ग्लानि आली होती त्या वेळीं तूं देवांच्या शत्रूचें वसतिस्थान जें अति घोर खांडववन तें दग्ध केलें होतेंस. अनला, त्या वनांत सांप्रत सर्व प्रकारचे प्राणी राहतात. त्या सर्वांचा मेद तूं भक्षण केलास म्हणजे तुझी प्रकृति पूर्ववत् होईल. यास्तव तूं जा, व तें वन दग्ध कर, म्हणजे तूं या आजारांतून मुक्त होशील.”

ब्रह्मदेवाच्या मुखांतून निघालेले हे शब्द ऐकतांच अग्नि त्वरेनें निघाला, आणि मोठ्या वेगानें खांडववनास जाऊन पोहोंचला. तेथें येतांच तो क्रुद्ध झालेला अग्नि वायूच्या साह्यानें एकदम प्रज्वलित झाला. खांडववन प्रदीप्त झालेलें पाहतांच त्यांत राहणारे प्राणी अग्नि विझविण्यासाठीं नेटानें प्रयत्न करूं लागले. शेंकडों हजार हत्ती खवळून जाऊन आपआपल्या सोंडांनीं पाणी आणून वरचेवर अग्नीवर शिंपडूं लागले. पुष्कळ फडांचे नाग क्रोधानें बेहोष होऊन आपल्या फडांनीं पाणी आणून अग्नीजवळ टाकूं लागले. तसेंच इतर प्राणीही दगड, माती वगैरे अग्नीवर फेकूं लागले. याप्रमाणें सर्वांनीं मिळून नाना उपायांनीं तो अग्नि त्वरित विझवून टाकिला ! राजेंद्रा, अग्नि खांडववनांत पुनः पुनः प्रज्वलित होऊं लागला असतां आतां सांगितलेल्या रीतीनेंच सात वेळां विझविला गेला !

अध्याय दोनशें चोविसावा.

—०:—

अर्जुन व अग्नि यांचा संवाद.

वैशंपायन सांगतातः—राजा, याप्रमाणें सात वेळ पराभव झाल्यामुळें अग्नीची अगदीं निराशा झाली, व त्यास वारंवार ग्लानि येऊं लागली. तेव्हां रागारागानें ब्रह्मदेवांकडे जाऊन त्यानें घडलेली सर्व हकीकत जशीच्या तशी विवेदन केली. तेव्हां मुहूर्तमात्र विचार करून ब्रह्मदेव त्यास म्हणाले, "बाबा, तें वन तुला जाळतां येईल अशाप्रकारची एक युक्ति मीं शोधून काढिली आहे अनला, जरा दम धर म्हणजे सर्व सांगतों. हव्यवाहना, नरनारायण हे अर्जुनगोविंदांच्या रूपानें अवतीर्ण होणार आहेत.ते तुला साह्यकर्ते होतील व त्यांच्या मदतीनें तुला खांडववन जाळतां येईल, यावर अग्नीनें "फार उत्तम" म्हणून उत्तर दिलें. पुढें नरनारायणांनीं अवतार घेतल्यानंतर पुष्कळ दिवसांनीं अग्नीस ब्रह्मदेवांच्या त्या वचनाची आठवण होऊन तो पुनः ब्रह्मदेवाकडे गेला तेव्हां ब्रह्मदेव त्यास म्हणाले,"अनला, प्रत्यक्ष इंद्र पहात असतांही तुला जेणेंकरून खांडववन आजच्या आज जाळतां येईल, तो उपाय असाः पूर्वीं देव असलेले जे नरनारायण, त्यांनीं देवकार्यासाठीं मनुष्यलोकांत जन्म घेतला आहे. त्यांस लोक अर्जुन व वासुदेव असें ह्मणतात.ते सांप्रत खांडवारण्यानजीकच एकत्र बसले आहेत, त्यांजकडे तूं जा; आणि खांडवदाहार्थ त्यांचें साह्य माग.त्यांचें साह्य मिळाल्यावर मग देव जरी त्या अरण्याचें रक्षण करीत असले तरी तें तुला जाळतां येईल. सर्व प्राण्यांचें ते प्रयत्नानें निवाकरण करील. त्याचप्रमाणें, देवांचा राजा जो इंद्र, त्याचेंही ते निवारण करतील यांत तिलमात्र संशय नाहीं. नृपोत्तमा, ब्रह्मदेवांचें हें भाषण श्रवण करून अग्नि कृष्णार्जुनांजवळ गेला,व पुढें त्यानें काय मागितलें तें मीं तुला पूर्वींच सांगितलें आहे.राजा, अग्नीचें तें भाषण श्रवण करून, इंद्राच्या इच्छेविरुद्ध खांडववन दग्ध करण्याची इच्छा करणाऱ्या त्या अग्नीस अर्जुनानें समयोचित असें उत्तर दिलें.

अर्जुन म्हणालाः—मजजवळ उत्तम उत्तम अशीं पुष्कळ अस्त्रें आहेत, त्यांच्या योगानें मी शेंकडों वज्रधारी इंद्रांशीं युद्ध करण्यासही समर्थ आहें;परंतु, हे भगवन्, समरामध्यें लढत असतां माझी तडफ सोसण्याजोगें म्हणजे माझ्या बाहुबलास अनुरूप असें धनुष्य मजजवळ नाहीं. मी बाणांचा एकसारखा वर्षाव करीत असल्यामुळें मला अक्षय्य बाण पुष्कळच लागतात.यास्तव, मला पाहिजे तितके बाण वाहून नेण्यास समर्थ असा रथही मजजवळ नाहीं. मला पांडुरवर्णाचे वायुवेगानें चालणारे दिव्य घोडे व सूर्याप्रमाणें तेजस्वी असून मेघांप्रमाणें शब्द करणारा उत्तम रथ पाहिजे आहे.तसेंच,ज्याच्या योगानें रणांत नागपिशाचादिकांस मारितां येईल अशा प्रकारचें कृष्णाच्या पराक्रमास साजेल असें शस्त्र त्याजजवळ नाहीं. तेव्हां, भगवन्, हें मिळण्यास कांहीं उपाय असल्यास आम्हांस सांगा. कारण,हें साहित्य मिळाल्यावर महारण्यांत वर्षाव करणाऱ्या इंद्राचें आम्ही खातरीनें निवारण करूं. सारांस, आम्हांस स्ववीर्याप्रमाणें जें जें करतां येण्याजोगें आहें, तें करण्यास आम्ही सिद्ध आहों.मात्र त्या कामास योग्य अशीं साधनें आपण आम्हांस पुरविलीं पाहिजेत.

अध्याय दोनशें पंचवीसावा.

—:०:—

अर्जुनाला गांडीवादिकांची प्राप्ति.

वैशंपायन सांगतातः—अर्जुनानें याप्रमाणें भाषण केल्यावर, धूम हा ज्याचा ध्वज,त्या भगवान अग्नीनें, जलांत वास करणारा व जलाधिपति जो अदितिपुत्र लोकपाल वरुण त्याचें दर्शन घेण्या-

च्या इच्छेनें ध्यान केलें. अग्नीचा तो हेतु जाणून वरुण तेथें प्रकट झाला.तेव्हां त्याचा आदरसत्कार करून अग्नि म्हणाला, " जलेश्वरा, तूं चौथा लोकपाल व देवांचा देव असून नित्य आहेस. तुला चंद्रानें दिलेलें तें धनुष्य, दोन भाते व कपिध्वज रथ सत्वा मला दे.कारण, त्या धनुष्यानें अर्जुन माझें फार मोठें काम करणार आहे. त्याचप्रमाणें, श्रीकृष्णही सुदर्शन चक्रानें फार मोठें काम करणार आहे. यास्तव, हें सर्व तूं मला आजच्या आज दे. " यावर वरुणानें 'देतों' म्हणून उत्तर दिलें; आणि त्याप्रमाणें, ज्यांतील बाणांचा कधींच क्षय होत नाहीं,असे दोन मोठे भाते व अत्यद्भुत गांडीव धनुष्य अर्जुनास दिलें. तें धनुष्य मोठें बळकट असून यश व कीर्ति वाढविणारें होतें. कोणत्याही शस्त्रानें त्याचा भंग व्हावयाचा नाहीं इतकेंच नव्हे, तर सर्व शस्त्रांचा नाश करण्यास तें समर्थ होतें.तें एकटें एक लक्ष आयुधांची बरोबरी करणारें असल्यामुळें, शत्रुसैन्यास पराभूत करणारें व म्हणूनच सर्व आयुधांत श्रेष्ठ होतें. असें तें राज्यवर्धक धनुष्य चित्रविचित्र रंगांनीं विभूषित होतें. त्या अक्षत व आटोपसर धनुष्यास शेंकडों वर्षांपासून देव, दानव व गंधर्व परमपूज्य मानीत आले होते.असो; या धनुष्यभात्यांशिवाय एक दिव्य अश्व जोडलेला कपिध्वज रथही वरुणानें अर्जुनास दिला. त्याचे घोडे गंधर्वलोकांतील असून पांढऱ्या मेघाप्रमाणें स्वच्छ होते. ते वेगामध्यें मन किंवा वायु यांची बरोबरी करणारे असून, सुवर्णमालांनीं अलंकृत केलेले होते. त्या रथावर सर्व प्रकारचीं युद्धोपयोगी साहित्यें सिद्ध असून तो देवदानवांसही अजिंक्य होता. तो सर्व रत्नांमध्यें मनोहर व देदीप्यमान असून त्याचा शब्द मोठा गंभीर होत असे. भुवनप्रभु जो प्रजापति विश्वकर्मा, त्यानें मोठी तपश्चर्या खर्च करून हा रथ बनविला होता. याच सूर्यासारख्या तेजस्वी रथांत बसून पूर्वी चंद्रानें दानवांस जिंकिलें. असो; नूतन मेघांवर ज्याप्रमाणें इंद्रधनुष्य विराजमान व्हावें, त्याप्रमाणें या अत्यंत सुशोभित व मेघवर्णाच्या रथावर देह व वस्त्र यांच्या कांतीनें इंद्रधनुष्याप्रमाणें शोभणारे ते कृष्णार्जुन आरूढ झाले.त्या रथावरील ध्वजाचा दांडा सुवर्णाचा असून फारच मनोहर व सर्वोत्कृष्ट होता. त्या ध्वजदंडावर सिंहव्याघ्रांप्रमाणें भयंकर आकृतीचा एक दिव्य वानर होता. रथाच्या शिरोभागीं असलेला तो वानर शत्रुसैन्यास दग्धच करितो कीं काय असें वाटे. या वानराशिवाय त्या ध्वजावर दुसरेही पुष्कळ नानाप्रकारचे भयंकर प्राणी होते.त्यांच्या गर्जनांनीं शत्रुसैन्यें मूर्छित होऊन जात. असो;त्या अनेक पताकांनीं शोभणाऱ्या श्रेष्ठ रथास अर्जुनानें प्रदक्षिणा करून देवतांसही प्रणाम केला; व कवच, खड्ग, तलत्राण व अंगुलित्राण धारण करून युद्धास सिद्ध होऊन तो अर्जुन, पुण्यवान पुरुष विमानांत आरूढ होतो त्याप्रमाणें त्या रथावर आरूढ झाला. नंतर त्या वीर्यशाली अर्जुनानें अग्नीस नमस्कार करून ब्रह्मदेवांनीं प्राचीनकालीं निर्माण केलेलें तें श्रेष्ठ दिव्य गांडीव धनुष्य मोठ्या आनंदानें हातांत घेतलें; आणि मोठा जोर करून त्यास प्रत्यंचा चढविली. तो महाबलाढ्य अर्जुन धनुष्यास गुण चढवीत असतां तिचा टणत्कार इतका भयंकर झाला कीं, तो ज्यांनीं ज्यांनीं ऐकिला त्यांचीं त्यांचीं अंतःकरणें भेदरून गेलीं.

श्रीकृष्णाला चक्र व गदाप्राप्ति.

असो; याप्रमाणें धनुष्य, रथ व अक्षय्य भाते मिळतांच अर्जुनास आनंद झाला, व तो अग्नीस साह्य करण्यास समर्थ झाला. नंतर अग्नीनें श्रीकृष्णास एक चक्र दिलें. त्यास, सोडणाराच्या हातीं परत येण्याची तजवीज केली होती. असें तें अग्न्यस्त्राप्रमाणें प्रियकर

चक्र मिळतांच श्रीकृष्णही त्यास साह्य करण्यास समर्थ झाला.तेव्हां अग्नि त्यास ह्मणाला, " मधुसूदना, या चक्रानें तूं देव,राक्षस इत्यादि मनुष्येतरांसही जिंकशील यांत संशय नाहीं. या चक्राच्या योगानें तूं युद्धामध्यें मनुष्य, देव, राक्षस, पिशाच, दैत्य व नाग यांसही भारी होशील,व शत्रूंचा मोड करण्यांत देखील प्रवीण होशील यांत शंका नाहीं. माधवा,संग्रामामध्यें हें चक्र तूं वरचेवर शत्रूंवर फेकलेंस तथापि तें निष्प्रतिबंधपणें शत्रूंचा नाश करून पुनः पुनः तुझ्या हातीं परत येईल. "

यानंतर, भगवान वरुणानेंही जिचा शब्द वज्राप्रमाणें कठोर होतो अशी दैत्यांचा संहार करणारी कौमोदकीनामक भयंकर गदा श्रीकृष्णास दिली. याप्रमाणें रथ, ध्वज, शस्त्रें व अस्त्रें यांनीं संपन्न झालेले ते कृष्णार्जुन मोठ्या आनंदानें अग्नीस म्हणाले, " भगवन्, आतां आम्ही सर्व देव व सर्व राक्षस यांजबरोबरही युद्ध करण्यास समर्थ आहों; मग सर्पासाठीं युद्धाची इच्छा करणाऱ्या एकट्या इंद्राची ती कथा काय ? "

खांडवदाह.

पुनः अर्जुन म्हणालाः—हा वीर्यशाली श्रीकृष्ण हातांत चक्र घेऊन निघाला असतां त्यास अशक्य असें त्रैलोक्यांतही कांहींएक नाहीं. हे पावका, हें गांडीव धनुष्य व हे मोठे अक्षय्य भाते मिळाल्यावर सांप्रत युद्धामध्यें त्रैलोक्य जिंकण्याची उमेद आली आहे. यास्तव, हे महासमर्था, या खांडववनास सर्व बाजूंनीं घेरून तूं आजच यथेष्ट प्रज्वलित हो. आम्ही तुझें साह्य करण्यास समर्थ आहों.

वैशंपायन सांगतातः—श्रीकृष्ण व अर्जुन यांनीं अग्नीस याप्रमाणें सांगितलें असतां तो प्रज्वलित होऊन खांडववन जाळूं लागला. चोहों बाजूंनीं तें अरण्य दग्ध करण्यास अग्नीनें सुरवात केली, तेव्हां कल्पांतच होत आहे कीं काय असा भास होऊं लागला ! हे भरतर्षभा,श्रीकृष्ण व अर्जुन यांची अनुज्ञा घेऊन मेघगर्जनेप्रमाणें शब्द करीत अग्नि त्या अरण्यांत शिरतांच तेथील सर्व प्राणी थरथरां कांपूं लागले, व तें अरण्य दग्ध होऊं लागलें. तेव्हां सूर्यकिरणांनीं व्याप्त झालेल्या मेरु पर्वताप्रमाणें तें शोभूं लागलें!

अध्याय दोनशें सव्विसावा.

—:०:—

इंद्रक्रोध.

वैशंपायन सांगतातः——नंतर ते रथिश्रेष्ठ कृष्णार्जुन वेगवेगळ्या रथांत बसले; आणि खांडवारण्याच्या दोहों बाजूंस राहून त्यांनीं आंतील सर्व प्राण्यांचा चोहोंकडून भयंकर विध्वंस मांडिला. खांडववनांत राहणारे प्राणी ज्या ज्या बाजूस पळून जातांना दिसत, त्या त्या बाजूस ते दोघे वीर धावून जात. त्या वेळीं त्यांचे रथ इतके जलद फिरत होते कीं, त्या दोहोंमधील अंतर मुळींच दृष्टोत्पत्तीस येत नव्हतें. म्हणजे कोलीत गरगर फिरवीत असतां जसें चोहींकडे तेजाचें कडें दिसतें,तसें या जलद फिरणाऱ्या दोन रथांचें एक अखंड कडेंच खांडव वनाभोंवतीं आहेसें दिसे. तें अरण्य दग्ध होऊं लागतांच हजारों प्राणी भयंकर किंकाळ्या फोडीत चोहों बाजूंनीं बाहेर पडूं लागले. त्यांतील कित्येकांचीं शरीरें अर्धवट जळलीं होतीं;कित्येक होरपळून गेले होते; कित्येकांचे डोळे फुटले असून दुसऱ्या कित्येकांचीं अंगें अगदीं फुटून गेलीं होतीं; आणि कित्येक तर केवळ भयानें पळत सुटले होते. ज्या कित्येक प्राण्यांस ममतेमुळें आपले मुलगे, आईबाप व बांधव यांस सोडून जाववेना, ते त्यांस आलिंगन देऊन जागच्या जागींच मरण पावले. कित्येक दांतओठ खात अनेक वेळां अग्नींतून उड्या मारून बाहेर पडले, परंतु कृष्णार्जुनांच्या प्रभावापुढें त्यांचा

प्रयत्न करून त्यांस भयंकर किंकाळ्या फोडीत परत अग्नींतच पडावें लागलें. कित्येक पक्ष्यांचे पंख, डोळे व पाय दग्ध झाल्यामुळें ते मूर्छित होऊन जमिनीवर ठिकठिकाणीं मरत पडलेले दिसूं लागले. जलाशयांतील पाणी अग्नीच्या योगानें तप्त होऊन कढूं लागल्यामुळें त्यांतील मत्स्यकूर्मादि प्राणी मरून गेले. अशा प्रकारें त्या ठिकाणीं प्राण्यांचा संहार चालला असतां कित्येकांचीं शरिरें अत्यंत तप्त होऊन लाल झाल्यामुळें ते मूर्तिमंत अग्निच आहेत कीं काय असें भासूं लागलें. कित्येक प्राणी उडून जाऊं लागले, त्यांचे अर्जुनानें बाणांच्या योगानें तुकडे तुकडे करून त्यांस प्रदीप्त अग्नींत पाडिलें. तेव्हां त्याचे सर्वांगास बाण लागल्यामुळें ते भयंकर किंकाळ्या फोडीत जरासे उंच उडून पुनः खांडवारण्यांतच येऊन पडले. त्या अरण्यांत राहणाऱ्या प्राण्यांच्या झुंडीच्या झुंडी बाणांनीं ताडित झाल्या असतां त्यांचा शब्द समुद्रमंथन होत असतां त्यांतून निघणाऱ्या ध्वनीप्रमाणें प्रचंड होऊं लागला. प्रदीप्त अग्नीच्या भयंकर ज्वाला आकाशास जाऊन मिळाल्या, तेणेंकरून देव अतिशय उद्विग्न झाले; आणि ते स्वर्गीत राहणारे देव, ऋषि वगैरे सर्व महात्मे त्या ज्वालांनीं संतप्त होऊन, असुरमर्दन करणारा देवांचा राजा जो सहस्राक्ष इंद्र त्याकडे गेले.

देव म्हणाले:—अमरनाथा, सर्व लोक अग्नीनें जळून जात आहेत हें आहे तरी काय? अरे, त्रैलोक्याचा प्रलय होण्याची वेळ प्राप्त झाली कीं काय?

वैशंपायन सांगतातः-त्यांचें हें भाषण श्रवण करतांच इंद्रानें स्वतः तिकडे पाहिलें. आणि खांडववनाची अग्नीपासून मुक्तता करण्यासाठीं तो तत्काळ उठला! नंतर, अनेक आकारांच्या शेंकडों रथांनीं आकाश व्याप्त करून त्यानें पर्जन्यवृष्टीस सुरवात केली. त्या वेळीं इंद्राच्या प्रेरणेनें मेघांनीं खांडवारण्यावर मुसळधार धरली, परंतु अग्नीच्या उष्णतेनें सर्व पाण्याची आकाशांतच वाफ झाल्यामुळें तें अग्नीपर्यंत पोहोंचलेंच नाहीं. हें पाहून इंद्र अग्नीवर फारच संतापला, व पुनः प्रचंड मेघांच्या योगानें मोठा वर्षाव करूं लागला. तेव्हां ज्वाला व पर्जन्य यांनीं चोहोंकडून वेष्टित झालेलें तें खांडवारण्य धूर, मेघ व वीज यांनीं व्याप्त झाल्यामुळें फारच भयाणें होऊन गेलें!

अध्याय दोनशें सत्ताविसावा.

—:०:—

देव कृष्णार्जुनयुद्ध.

वैशंपायन सांगतातः—जनमेजया, इंद्र याप्रमाणें पर्जन्यवृष्टि करूं लागला, तेव्हां अर्जुनानें अस्त्रप्रयोगाचें विलक्षण चातुर्य दाखवून बाणवृष्टीनें त्याचें निवारण केलें. चंद्र ज्याप्रमाणें धुक्यानें सर्व प्रदेश व्याप्त करितो. त्याचप्रमाणें त्या अतर्क्यस्वरूपी अर्जुनानें अगणित बाणांच्या योगानें तें खांडववन झांकून टाकलें. तो शरवृष्टीनें आकाश व्याप्त करूं लागला तेव्हां त्या खांडववनांतून कोणत्याही प्राण्यास बाहेर पडतां येईना. या वेळीं, सर्पांचा महाबलाढ्य राजा जो तक्षक तो तेथें मुळींच नव्हता. खांडवारण्य दग्ध होऊं लागतांच तो कुरुक्षेत्रांत जाऊन राहिला. त्या तक्षकाचा अश्वसेननामक एक महापराक्रमी पुत्र तेथें होता, त्यानें अग्नींतून सुटण्याचा भगीरथ प्रयत्न केला; परंतु अर्जुनाच्या बाणांपुढें त्याचा कांहींच उपाय चालेना. तेव्हां त्याच्या आईनें त्यास गिळून तेथून सोडविलें. ती प्रथम त्याचें मस्तक ग्रस्त करून पुच्छ गिळीत गिळीत पुत्राची सुटका करण्याच्या इच्छेनें बाहेर पडली. इतक्यांत अर्जुनानें तीक्ष्ण शरानें तिचें शिर उडविलें. हें पाहतांच त्या अश्वसेनास सोडविण्यासाठीं इंद्रानें वायवास्त्र सोडून अर्जुनास

तात्काळ मोहित केलें, त्यामुळें अश्वसेन सुटून गेला. ती घोर माया अवलोकन करून व नागानें आपणास फसविलें हें पाहून अर्जुनानें आकाशांत उंच गेलेल्या प्राण्यांचे तात्काळ दोन दोन तीन तीन तुकडे करून टाकले; अग्नि, अर्जुन व कृष्ण या तिघांनींही संतापानें " तुझें निसंतान होईल " असा त्या नागास शाप दिला. नंतर इंद्रानें फसविल्यामुळें अर्जुन चिडून जाऊन बाणांच्या योगानें आकाश व्याप्त करून इंद्राशीं लढूं लागला. त्या वेळीं अर्जुन युद्धास सरसावला असें पाहतांच इंद्रानेंही संपूर्ण नभोमंडल आच्छादित करून आपलें तीव्र अस्त्र सोडिलें. तेव्हां सर्व सागरांस क्षुब्ध करणारा झंझावात मोठ्यानें घोंघावत आकाशांत उत्पन्न झाला, आणि त्यानें जलवृष्टि करणारे मेघ उत्पन्न केले. त्यांपासून मोठा गडगडाट व विजांचा चकचकाट होऊं लागला. तेव्हां कोणत्याही अस्त्राचा प्रतिकार कसा करावा हें उत्तम जाणणाऱ्या पार्थानें मेघनाशार्थ सर्वोत्तम असें वायवास्त्र मंत्रून तें सोडिलें. त्याच्या योगानें,इंद्रानें उत्पन्न केलेल्या मेघांचें तेज व सामर्थ्य नष्ट झालें, सर्व जलधारा शुष्क झाल्या, व विद्युत्प्रभा लोपून गेल्या, आणि एका क्षणांत धूळ व अंधार यांचा नाश होऊन आकाश स्वच्छ झालें. सुखकर असे थंडगार वारे वाहूं लागले, सूर्य नेहमींप्रमाणें प्रकाशमान झाला, व आपल्या कार्यास आलेलें विघ्न नष्ट झाल्यामुळें अग्नीस आनंद होऊन त्यानें ठिकठिकाणीं नानाप्रकारचे आकार धारण करून पेट घेऊन, आणि त्यामध्यें प्राण्यांच्या शरीरांपासून निघालेली चरबी पडल्यामुळें तर त्याच्या ज्वाला फारच पसरल्या ! याप्रमाणें तें अरण्य पेटलें असतां अग्नीचा इतका मोठा शब्द होऊं लागला कीं, तेणेंकरून संपूर्ण जग दुमदुमून गेलें. हे राजेंद्रा, कृष्णार्जुन अग्नीचें संरक्षण करीत आहेत असें पाहून गरुडप्रभृति पक्षी अहंपणानें आकाशांत जमले. गरुडानें आपल्या वज्रासारख्या कठोर पंखांनीं,चोंचीनें व नखांनीं कृष्णार्जुनांस प्रहार करण्याच्या उद्देशानें त्यांवर अचानक झडप घातली. त्याचप्रमाणें,संतप्त झाल्यामुळें ज्यांचीं तोंडें लाल भडक झालीं आहेत अशा नागांच्या झुंडीच्या झुंडी भयंकर विषाचा वर्षाव करीत अर्जुनाजवळ आल्या. परंतु अर्जुनानें आपल्या कोपरूप अग्नीनें सिंचित केलेल्या बाणांनीं त्या सर्वांचे तुकडे उडविले. तेव्हां ते देहविसर्जनार्थ पुनः त्या प्रदीप्त अग्नींतच जाऊन पडले ! यानंतर असुर, गंधर्व, यक्ष, राक्षस व सर्प भयंकर गर्जना करीत युद्धास सरसावले. कृष्णार्जुनांस ठार करण्यासाठीं त्यांनीं बंदुका, दगड फेंकण्याचें चक्राश्मनामक लांकडी यंत्र, व गोफणी धारण केलेले आपले बाहु उंच केले असून क्रोधावेशानें त्यांचें तेज प्रखर झालें होतें. ते मोठमोठ्यानें वल्गना करून शस्त्रवर्षाव करीत असतां पार्थानें आपल्या तीक्ष्ण बाणांनीं त्यांचीं डोकीं उडविलीं. शत्रूंचा संहार करणाऱ्या त्या महाप्रतापी श्रीकृष्णानें तर दैत्यदानवांचे थवेच्या थवे धुळीस मिळविले. ज्याप्रमाणें भोंवऱ्यांत सांपडून भ्रमण करणारे तृणादिक पदार्थ किनाऱ्यास पोहोंचले म्हणजे स्तब्ध पडतात, त्याचप्रमाणें शरविव्हल झालेले कित्येक महापराक्रमी राक्षसादिक अस्त्रसामर्थ्यानें ओढले जाऊन कृष्णार्जुनांजवळ येऊन निश्चेष्ट पडले. नंतर देवाधिदेव इंद्र क्रुद्ध होऊन शुभ्र ऐरावतावर आरूढ होऊन कृष्णार्जुनांवर धांवला. त्यानें मोठ्या वेगानें वज्र उचलून तें त्यांवर सोडलें, आणि ते दोघे मेले म्हणून देवांस सांगूनही टाकलें ! इंद्रानें वज्र उचललेलें पाहतांच देवांनींही आपापलीं शस्त्रें सरसाविलीं. राजा, यमानें काल दंड घेतला, कुबेरानें गदा

उचलली, वरुणानें पाश ग्रहण केले, स्कंद अशनिनामक अद्भुत शक्ति घेऊन मेरु पर्वतासारखा निश्चल उभा राहिला, अश्विनीकुमारांनीं दिव्य ओषधि घेतल्या, ब्रह्मदेवानें धनुष्य धारण केलें, व जयानें मुसळ उचलिलें! महाबली विश्वकर्म्यानें तर संतप्त होऊन एक पर्वतच हातांत घेतला, अंशानें शक्ति स्वीकारिली, मृत्युदेवानें परश्वधनामक शस्त्राचा अवलंब केला, अर्यमाही परिघनामक भयंकर शस्त्र घेऊन भ्रमण करूं लागला व ज्यास सभोंवार वस्तरे लाविले आहेत असें चक्र हातांत घेऊन मित्र उभा राहिला. राजेंद्रा पूषा, भग व सविता हेही क्रुद्ध होऊन धनुष्यें व खड्ग घेऊन कृष्णार्जुनांवर धावले. त्याचप्रमाणें रुद्रगण, वसुगण, महाबलाढ्य मरुद्गण विश्वेदेव, स्वतेजानें देदीप्यमान असलेले साध्य, हे व दुसरे पुष्कळ देव त्या पुरुषोत्तम कृष्णार्जुनांस ठार करण्याच्या हेतूनें नाना प्रकारचीं शस्त्रास्त्रें घेऊन त्यांजवर धावले घनघोर संग्रामामध्यें प्रलयकालीं होणाऱ्या उल्कापातासारखे अद्भुत व प्राण्यांस बेशुद्ध पाडणारे भयंकर उल्कापाव होऊं लागले. देवांसहवर्तमान इंद्र अत्यंत खवळला आहे असें पाहतांच ते अस्खलित युद्ध करणारे निधड्या छातीचे दोघे अजिंक्य वीर धनुष्यें सज्ज करून उभे राहिले; आणि आपणांवर चाल करून येणाऱ्या देवांस त्वेषानें वज्रतुल्य बाण सोडून ताडण करूं लागले. त्या वेळीं देवांचे प्रयत्न वरचेवर निष्फळ होऊन त्यांचा पुष्कळ वेळां पराभव झाला. तेव्हां शेवटीं ते भीतीनें रणभूमि सोडून इंद्राच्या आश्रयास गेले. अशा प्रकारें अर्जुन व माधव यांनीं देवांचा पराभव केलेला पाहून अंतरिक्षांत जमलेल्या मुनींस फारच चमत्कार वाटला. त्याचप्रमाणें, इंद्रही युद्धामध्यें त्यांचा पराक्रम वारंवार अवलोकन करून फार संतुष्ट झाला. तथापि तो पुनः त्यांच्याशीं लढूं लागला. अर्जुनाचें सामर्थ्य पुनः अवलोकन करण्याच्या इच्छेनें त्यानें दगडांची भयंकर वृष्टि केली; परंतु अर्जुनानें बाणांचा वर्षाव करून तिचें निरसन केलें. इंद्रानें पुनः त्याहून जोराची शिलावृष्टि केली; परंतु त्या इंद्रपुत्र अर्जुनानें शीघ्रगामी बाणांच्या योगानें तिचाही नायनाट करून टाकला, व आपला पिता जो इंद्र त्यास संतुष्ट केलें ! यानंतर इंद्रानें आपल्या दोन्ही हातानीं मंदराचलाचें एक प्रचंड शिखर वरील वृक्षांसह उपटून त्या पांडुनंदनाचा घात करण्यासाठीं त्यावर टाकलें. त्या वेळीं अर्जुनानें ज्यांचीं अग्रें प्रज्वलित आहेत व जे मोठ्या वेगानें सरळ गमन करतात अशा बाणांच्या योगानें त्या पर्वतशृंगाच्या ठिकऱ्या उडविल्या ! तो पर्वत विदीर्ण होत असतां चंद्र, सूर्य व ग्रह यांसहवर्तमान आकाशाचेच तुकडे उडत आहेत कीं, काय असे भासलें ! तें प्रचंड पर्वतशृंग एकदम खालीं खांडवारण्यांत पडलें, तेव्हां तेथील असंख्य प्राणी त्याच्याखालीं चिरडून जाऊन मरण पावले !

मयदर्शनपर्व.

अध्याय दोनशें अठ्ठाविसावा.

—:०:—

मयासुराचें रक्षण.

वैशंपायन सांगतात:—राजेंद्रा, त्या खांडवारण्यांत राहणारे दानव, राक्षस, नाग, तरस, अस्वल मदोन्मत्त हत्ती, वाघ, सिंह, हरणें, रानरेडे, शरभ पक्षी वगैरे अनेक जातींचे प्राणी तें शिखर पडतांच भयभीत होऊन सैरावैरा पळत सुटले, आणि दीन वदनानें त्या अरण्याकडे व कृष्णार्जुनांकडे पाहूं लागले. तें पर्वतशृंग खालीं पडलें तेव्हां जो प्रचंड ध्वनि झाला, त्याच्या योगानें उरांत धडकी भरून ते चोहोंकडे पाहूं लागतात, तों सर्व अरण्य अनेक प्रकारें पेटत आहे, व बाहेरच्या बाजूस श्रीकृष्ण अस्त्र सज्ज करून उभा आहे असें त्यांच्या दृष्टीस पडलें. तेव्हां त्यांनीं भयंकर किंकाळ्या फोडल्या. त्यांच्या घोर नादानें व अग्नीच्या तडतडाटानें आकाश प्रलयकालच्या मेघगर्जनेप्रमाणें दुमदुमून गेलें. इतक्यांत, महाबाहु श्रीकृष्णानें, जें स्वतांच्या तेजानें प्रकाशमान झालें होतें. असें तें मोठें भयंकर चक्र त्यांच्या नाशार्थ सोडिलें; तेव्हां त्या चक्राच्या प्रहारानें दानवराक्षसांसहवर्तमान तेथील सर्व क्षुद्र प्राण्यांचा चक्काचूर उडून ते एका क्षणांत अग्नींत जाऊन पडले ! सायंकालीं आकाशामध्यें ज्याप्रमाणें जागजागीं निघालेले मेघ आरक्त दिसतात, त्याप्रमाणें या ठिकाणीं ते दैत्य कृष्णाच्या चक्रानें विदीर्ण होऊन त्यांचीं शरीरें मेद व रुधिर यांनीं भरून गेल्यामुळें आरक्तवर्ण दिसूं लागलीं. हे भारता, तो वृष्णिकुलोत्पन्न श्रीकृष्ण हजारों पिशाच, पक्षी, नाग व पशू यांचा संहार करीत कृतांतकाळाप्रमाणें तेथें संचार करूं लागला. तो एकसारखा आपलें चक्र फेंकीत असून तें प्रत्येक वेळीं अनेक प्राण्यांस ठार करून वरचेवर त्याच्या हातांत परत येत होतें. याप्रमाणें पिशाच, सर्प व राक्षस यांचा वध करीत असतां त्या सर्वभूतात्मक श्रीकृष्णाचें स्वरूप फारच उग्र दिसूं लागलें. सर्व देव त्या ठिकाणीं चोहोंकडून जमा झाले होते, परंतु युद्धांत कृष्णार्जुनांस जिंकणारा एकही त्यांत निघाला नाहीं. कृष्णार्जुनांपासून खांडवारण्याचें रक्षण करून अग्नि विझवून टाकणें आपणांस अशक्य आहे असें पाहून देव माघारे फिरले. सर्व देव पराङ्मुख झालेले पाहून इंद्रास परमानंद होऊन तो कृष्णार्जुनांची प्रशंसा करूं लागला. त्याच वेळीं आकाशवाणी होऊन तिनें इंद्रास मोठ्या गंभीर स्वरानें सांगितलें कीं, " इंद्रा, ज्याच्या रक्षणासाठीं तूं इतकी खटपट करीत आहेस, तो तुझा मित्र नागराज तक्षक या ठिकाणीं मुळींच नाहीं. सांप्रत तो कुरुक्षेत्रास गेलेला आहे. शिवाय, हे वासवा, युद्ध करून या कृष्णार्जुनांस जिंकणें सर्वथा अशक्य आहे हें माझ्या सांगण्यावरून पक्कें समज. अरे, हे सामान्य मनुष्य नव्हत. हे स्वर्गांत प्रख्यात असलेले नरनारायण नांवाचे पुरातन देव आहेत. यांचें सामर्थ्य व पराक्रम तुझ्याही अनुभवास आलेला आहे. यांना जिंकणें अत्यंत दुर्घट आहे इतकेंच नव्हे तर हे युद्धांत सर्वथा अजिंक्यच आहेत. त्याचप्रमाणें हे त्रैलोक्यामध्यें सर्वांपेक्षां जास्त पुरातन व मोठे तपोनिष्ठ असल्यामुळें देव, दानव, गंधर्व, यक्ष, राक्षस, मनुष्य, किन्नर, पन्नग इत्यादि सर्वांस परमपूज्य आहेत. यास्तव इंद्रा, खांडवारण्याचा सांप्रत होणारा विनाश ब्रह्मलिखितानुरूपच होत आहे असें समजून तूं देवांसहवर्तमान येथून निघून जा. " अशा प्रकारचें तें यथायोग्य वाक्य श्रवण करून इंद्रानें आपला क्रोध व सूड उगविण्याची इच्छा सोडून देऊन स्वर्गास प्रयाण केलें. स्वतः इंद्रच स्वर्गास जाऊं लागला असें पाहतांच सर्व देव आपापल्या सैन्यांसहवर्त-

मान त्याच्या मागून निघाले. सर्व देवांसह इंद्र मागें फिरला असें पाहतांच त्या वीरश्रेष्ठ कृष्णार्जुनांनीं सिंहनाद केला. जनमेजया, देवेंद्र निघून गेल्यावर त्या आनंदित झालेल्या दोघां वीरांनीं निःशंकपणानें तें अरण्य त्या अग्नीला जाळूं दिलें. ज्याप्रमाणें वायु मेघांस पळवून लावतो, त्याप्रमाणें अर्जुनानें देवांस पिटाळून लाविल्यानंतर त्यानें खांडवारण्यांत राहणारे प्राणीही शरवृष्टीनें जर्जर केले. सव्यसाची अर्जुन बाण फेकूं लागला असतां कोणत्याही प्राण्यास तेथून पळून जातां येईना; ज्याचीं अस्त्रें कधींच विफल होत नाहींत अशा त्या अर्जुनाकडे त्या ठिकाणीं नुसतें वर मान करून पाहण्याची देखील छाती मोठमोठ्या प्राण्यांस सुद्धां होईना; मग समरांगणांत त्याशीं युद्ध करणें तर दूरच राहिलें. अर्जुन केव्हां केव्हां एका बाणानें शेंकडों प्राण्यांचा वध करूं लागला, व केव्हां केव्हां एकाच प्राण्यावर शेंकडों बाण टाकूं लागला. त्या वेळीं ते प्राणी यमाचाच तडाका बसल्याप्रमाणें तत्काल गतप्राण होऊन अग्नींत पडूं लागले. अवघड पर्वतादिकांच्या तटावर किंवा गुप्त देवता, पितर यांच्या देवालयांत गेल्यानेंही त्यांस सुख मिळालें नाहीं. अशा प्रकारें प्राणिक्षय झाल्यामुळें जिकडे तिकडे हाहाकार उडून गेला. प्राण्याचे मोठमोठे कळप दीन वाणीनें भयंकर किंकाळ्या फोडूं लागले. त्याचप्रमाणें हत्ती, मृग व तरस हेही मोठमोठ्यानें ओरडूं लागले. त्या वेळीं इतका मोठा आवाज होऊं लागला कीं, तेणेंकरून अतिदूर अंतरावरील गंगेंतील व समुद्रांतील जलचर प्राणी, विद्याधरगण, व त्या अरण्यांत राहणारे सर्वजण भयभीत झाले. त्या महावीर अर्जुनाकडे किंवा दुष्टांचा संहार करणाऱ्या श्रीकृष्णाकडे नुसतें पाहण्यासही कोणी समर्थ होईना; मग युद्ध करण्याची वार्ता कशाला? तेथील कित्येक राक्षस, दानव व नाग एका जुटीनें राहिले होते, त्यांसही श्रीकृष्णानें आपल्या चक्रानें ठार केलें. तेव्हां त्या शिरच्छेद झालेल्या प्राण्यांबरोबरच दुसरेही राक्षसादिक धिप्पाड प्राणी केवळ चक्राच्या वेगानेंच गतप्राण होऊन त्या प्रदीप्त अग्नींत येऊन पडले. असो; याप्रमाणें मांस व रुधिर यांचे प्रवाह व चरबी यांच्या योगानें अग्नि तृप्त होऊन त्याच्या ज्वाला आकाशांत उंच जाऊं लागल्या; व तो अगदीं धूमरहित झाला. प्राण्यांच्या मेदाचें सेवन करून त्याचे पिंगट नेत्र, जिव्हा, विशाल मुख, व ऊर्ध्व केश हीं सर्व प्रदीप्त झालीं. कृष्णार्जुनांनीं दिलेलें तें यथेच्छ भोजन मिळाल्यामुळें तो आनंदित झाला; आणि त्याची क्षुधा शांत होऊन त्यास पराकाष्ठेचें समाधान झालें. इतक्यांत मयासुर त्या अरण्यांतून पळून जात असतां एकाएकीं कृष्णाच्या दृष्टीस पडला. हा दानवांचा मयनामक श्रेष्ठ शिल्पी पळून जात आहे असें जाणून, त्यास जाळण्याच्या इच्छेनें त्या अनिलसारथि अग्नीनें जास्त भडकून मेघाप्रमाणें गंभीर शब्द करीत श्रीकृष्णाची प्रार्थना केली. तेव्हां त्यास ठार करण्याच्या हेतूनें कृष्णानें चक्र उचलिलें. तें उगारिलेलें चक्र व दग्ध करण्यास प्रवृत्त होणारा अग्नि अवलोकन करतांच मयासुर अर्जुनाकडे धांवत गेला; आणि "अर्जुना, माझें रक्षण कर, रक्षण कर" असें म्हणाला. राजा, मयाची ती दीन वाणी श्रवण करून अर्जुनानें त्यास धीर देत "भिऊं नको" "भिऊं नको" असें मोठ्या दयार्द्र अंतःकरणानें सांगितलें. अशा प्रकारें नमुचीचा भाऊ जो मय त्यास अर्जुनाकडून अभयवचन मिळतांच श्रीकृष्णानें त्यास मारण्याचा आग्रह धरिला नाहीं, व अग्नीपासूनही त्यास इजा पोहोंचली नाहीं.

वैशंपायन सांगतात—राजा, कृष्णार्जुनांनीं इंद्रापासून अग्नीचें संरक्षण केलें असतां त्यानें पंधरा दिवसपर्यंत तें अरण्य जाळिलें; आणि त्या संपूर्ण अरण्यापैकीं अश्वसेन, मयासुर व चार शार्ङ्गक पक्षी अशा सहा जणांस मात्र त्यानें दग्ध केलें नाहीं.

अध्याय दोनशें एकूणतिसावा.

—:०:—

शार्ङ्गकोपाख्यान.

जनमेजय राजा विचारतोः—ब्रह्मन् ,तें खांडवारण्य दग्ध करीत असतां अग्नीनें शार्ङ्गकांस कां जाळलें नाहीं तें मला सांगा. अश्वसेन व मयासुर यांची अग्नीपासून कशा प्रकारें मुक्तता झाली तें आपण सांगितलें; परंतु शार्ङ्गकांच्या मुक्ततेचें कारण सांगितलें नाहीं. शार्ङ्गक सुरक्षित राहिले हें मोठेंच आश्चर्य आहे. यास्तव, त्या अग्निप्रलयांत त्यांचा नाश कसा झाला नाहीं तें मला कथन करा.

वैशंपायन सांगतातः—राजा अग्नीनें शार्ङ्गकांस ज्यामुळें जाळलें नाहीं, तें सर्व वर्तमान मी तुला याथातथ्य सांगतों. पूर्वीं मंदपालनामक एक मोठा वेदज्ञ महर्षि होता. त्यास धर्माचें ज्ञान उत्तम प्रकारचें असून तो कडकडीत तपश्चर्या करीत असे. त्यानें ब्रह्मचर्यमार्गाचा अवलंब केला असून तो सर्वदा स्वाध्यायाध्ययन करीत असून धर्मनिष्ठा, तपश्चर्या व इंद्रियनिग्रह यांत तत्पर असे. हे भारता, याप्रमाणें मोठी तपश्चर्या केल्यानंतर त्याचें देहावसान होऊन तो पितृलोकीं गेला; त्या ठिकाणीं त्यास त्याच्या पुण्याचें फल मिळालें नाहीं. तेव्हां आपण पुण्यकर्मानें संपादन केलेले लोकही निष्फल झाले असें पाहून त्याबद्दल त्यानें यमधर्मासन्निध बसलेल्या देवतांस प्रश्न केला.

मंदपाल म्हणालाः—देवहो, मीं तपश्चर्येनें संपादित केलेल्या या लोकांचा उपभोग घेण्याची मला कां बरें बंदी असावी ! जें कर्म केलें असतां या लोकांचा उपभोग घेतां येईल असें कोणतें कर्म भूलोकीं असतांना माझ्या हातून व्हावयाचें राहिलें आहे ? ज्यासाठीं हे लोक मला प्राप्त झाले नाहींत, तें कर्म मी पुनः भूलोकीं जाऊन करीन. परंतु, देवहो, मीं केलेल्या या तपश्चर्येचें कोणतें फळ आहे तें मला सांगा.

देव म्हणालेः—मंदपाल मुने, मनुष्य कोणत्या कोणत्या ऋणानें बद्ध असतात तें श्रवण कर. श्रौतस्मार्तकर्में, ब्रह्मचर्य व संतति या तीन ऋणांनीं ते बांधलेले असतात, व तीं तीन ऋणें अनुक्रमें यज्ञ, तपश्चर्या व पुत्र यांच्या योगानें फिटतात. यांपैकीं तूं मोठें तपाचरण केलें आहेस, व यज्ञयागही केले आहेस; परंतु तुला संतति नाहीं, व यामुळेंच केवळ तुला ते पुण्यलोक प्राप्त झाले नाहींत. यास्तव तूं पुत्रोत्पादन कर, म्हणजे तुला उत्तम उत्तम लोकांचा उपभोग घ्यावयास सांपडेल. पुत्र हा पितरांस पुन्नामक नरकापासून सोडवितो, अशी श्रुति आहे. यास्तव हे ऋषीश्वरा, अपत्यवृद्धीचा प्रयत्न कर.

वैशंपायन सांगतातः—देवांचें तें भाषण श्रवण करून मंदपाल विचार करूं लागला कीं, कोणत्या योनीमध्यें आपणास थोडक्या अवकाशांत पुष्कळ संतति प्राप्त होईल. असा विचार करतां करतां, पक्ष्यांना एकाच वेळीं पुष्कळ संतति होते ही गोष्ट त्यास आठवली, तेव्हां त्यानीं शार्ङ्गक पक्ष्याचें रूप घेऊन जरितानामक त्याच जातीच्या स्त्रिशीं समागम केला; आणि तिचे ठिकाणीं चार पुत्र उत्पन्न केले. ते मोठे ब्रह्मनिष्ठ झाले. ते पुत्र अंडावस्थेंत असतांच त्यांस मातेसह तेथेंच टाकून मंदपाल मुनि लपितानामक दुसऱ्या स्त्रीकडे गेला. भारता, मंदपाल आपणास सोडून गेला हें पाहून जरिता अत्यंत शोकाकुल झाली; परंतु अपत्यस्नेहामुळें तिला त्याच्या मागून जातां आलें नाहीं. राजेंद्रा, केवळ अंडावस्थेंत असलेल्या त्या ऋषींस घोर अरण्यांत सोडून जाणें वास्तविक अयोग्य असतांही मंदपालानें त्यांचा त्याग केला. तथापि जरितेचें पुत्रांवर विलक्षण प्रेम असल्यामुळें तिनें त्यांस सोडिलें नाहीं. पुढें तीं पिलें अंडीं फोडून बाहेर निघाल्यावरही ती मोठ्या प्रेमानें त्यांस चारा आणून घालीत असे. याप्रमाणें कांहीं दिवस गेल्यावर एकदा मंदपाल

लपितेसहवर्तमान अरण्यांत फिरत असतां खांडवारण्य जाळण्यासाठीं अग्नि येत आहे असें त्यानें पाहिलें. अग्नीचा हेतु कळतांच मंदपालास आपल्या लहान लहान बालकांची आठवण झाली; आणि आपल्या पुत्रांचा अग्नीनें नाश होतो कीं काय अशी भीति पडून, त्या मंदपाल महर्षीनें महासमर्थ व लोकपाल जो अग्नि त्याची स्तुति करून त्यास संतुष्ट केलें.

मंदपाल म्हणालाः—हे अग्ने, तूंच सर्व लोकांचें मुख आहेस;म्हणजे जीवरूपानें तूंच भक्षण करितोस. देवांकडे तूंच हविर्भाग नेऊन पोहोंचवितोस. हे पावका, तूं आकाशांत, भूमींत व प्रत्येक पदार्थाच्या उदरांत गुप्तरूपानें संचार करीत आहेस.मोठमोठे तत्त्वज्ञानी तूं एक आहेस असें म्हणतात, आणि पुनः तुझे गार्हपत्य, दक्षिण व आहवनीय असे तीन प्रकार आहेत असेंही प्रतिपादन करतात. त्याचप्रमाणें पंचमहाभूतें, सूर्य, चंद्र व यज्ञ करणारा (यजमान) अशीं तुझीं आठ स्वरूपें असून यज्ञ सिद्धीत नेणारा तूंच आहेस असें समजतात. हें संपूर्ण जग तूंच निर्माण केलेंस असें मोठमोठे ऋषि म्हणतात. हे हुताशना, तूं नसशील तर हें जग एका क्षणांत नष्ट होईल. तुझी उपासना केल्यानें ब्राह्मणांस पत्नी व पुत्र यांसहवर्तमान स्वकर्मसंपादित शाश्वत गति प्राप्त होते. अग्ने, आकाशांत संलग्न असलेले विद्युद्युक्त मेघ हें तुझेंच स्वरूप असून तुजपासून निघालेल्याच ज्वाला सर्व भूतांस दग्ध करीत असतात. सारांश, लोकांचें पालन करणें व संहार करणें हीं दोन्ही तुझींच कामें होत. हे महातेजस्वी अनला, ही संपूर्ण चराचर सृष्टि तूंच उत्पन्न केलीस. कर्मविधायक वेदही तुझ्याच मुखापासून उत्पन्न झाले. जलप्रभृति महाभूतें तूंच निर्माण केलीं असून हें संपूर्ण जग तुजवरच अवलंबून आहे. देवांचें अन्न जें हव्य व पितरांचें अन्न जें कव्य, तें सर्व तुझ्याच ठिकाणीं अर्पण केलें जात असून त्याचा फलदाताही तूंच आहेस. देवा, जगाचा संहारकर्ता व उत्पन्नकर्ता तूंच आहेस. त्याचप्रमाणें बृहस्पति, अश्विनीकुमार, सूर्य, चंद्र,व अग्नि हीं सर्व तुझींच भिन्नभिन्न स्वरूपें आहेत.

वैशंपायन सांगतातः—राजेंद्रा, त्या अत्यंत तेजस्वी मंदपाल मुनीनें याप्रमाणें स्तुति केली असतां अग्नि त्यावर प्रसन्न झाला, आणि संतुष्टचित्तानें म्हणाला, "मुने,तुझें कोणतें प्रिय मीं करावें ?" मंदपाल हात जोडून त्यास म्हणाला,"तूं खांडववन दग्ध करशील त्या वेळीं माझ्या पुत्रांस सोडून दे." यावर भगवान अग्निनारायणानें 'ठीक आहे' म्हणून उत्तर दिलें. याप्रमाणें मंदपालास वचन दिल्यामुळेंच त्यानें खांडवारण्य दहन करण्याच्या वेळीं शार्ङ्गकांस जाळिलें नाहीं.

अध्याय दोनशें तिसावा.

—:०:—

जरिताविलाप.

वैशंपायन सांगतातः—पुढें अग्नि प्रज्वलित झाला तेव्हां शार्ङ्गक भयभीत होऊन त्यांची पांचावर धारण बसली. त्या दुःखद प्रसंगीं त्यांस कोणीच त्राता दिसेना. आपले मुलगे अगदींच लहान आहेत असें पाहून त्यांची माता जरिता अत्यंत शोकाकुल होऊन विलाप करूं लागली.

जरिता म्हणाली:- हा भयंकर अग्नि अरण्य दग्ध करीत करीत इकडेच येत आहे ! याचें स्वरूप इतकें प्रचंड आहे कीं, हा संपूर्ण जगच जाळून टाकतो कीं काय असें वाटतें. हा अग्नि माझें दुःख वृद्धिंगत करीत आहे! पहा-या माझ्या अज्ञान बालकांकडे माझें अंतःकरण आकर्षिलें जात आहे, कारण यांस अद्यापि पंख फुटले नसून धड चालतांही येत नाहीं, शिवाय आमच्या पूर्वजांचा उद्धार यांच्या योगानेंच व्हावयाचा आहे. हा प्रदीप्त अग्नि तर वृक्षांचा नाश करीत इकडेच येत आहे, आणि माझ्या बालकांस पंख

फुटले नसल्यामुळें त्यांस तेथून उडून जातां येत नाहीं. अशा वेळीं मीं त्यांस घेऊन जावें,तर या विस्तीर्ण अरण्यांतून या चोंघांस पलीकडे घेऊन जाणें मला अगदींच अशक्य आहे. तसेंच यांस सोडूनही जाववत नाहीं.काय करावें ? यांस पाहून माझें हृदय तीळतीळ तुटत आहे ! आतां यांपैकीं कोणास टाकूं व कोणास घेऊन जाऊं ? पुत्रहो, या वेळीं मीं काय केलें असतां आपलें कर्तव्य बजावलें असें होईल याचा तुम्हीच विचार करा. तुमची मुक्तता कशी होईल याचा मी मघांपासून विचार करीत आहें;परंतु मला कांहींच उपाय सुचत नाहीं. तेव्हां आतां मी आपल्या पंखांखालीं तुम्हांस झांकून घेऊन तुम्हांबरोबर मरेन ! बाळांनो, तुम्ही अंडावस्थेंत असतांनाच तुमच्या पित्यानें असें सांगून ठेविलें आहे कीं, तुम्हांपैकीं ज्येष्ठ जो जरितारि, त्यावर आपलें संपूर्ण कुल अवलंबून राहील; सारिसृक्क संतति उत्पन्न करून पितृकुलाचा विस्तार करील; तिसरा स्तंबमित्र हा मोठी तपश्चर्या करील; आणि द्रोण ब्रह्मवेत्त्यांत वरिष्ठ होईल. असें सांगून तुमचा निर्दय पिता मागें निघून गेला. असें असतां सांप्रत हें भयंकर संकट प्राप्त झालें आहे. यांतून कोणत्या उपायानें पार पडतां येईल ? निदान आपलें कर्तव्य केलें असें होण्यास काय केलें पाहिजे.

वैशंपायन सांगतातः—राजा,जरितेला आपल्या पुत्रांची अग्नीपासून मुक्तता करण्याचा कांहींच मार्ग सुचेना, तेव्हां ती शोकविव्हल होऊन आपल्या पुत्रांस याप्रमाणें बोलली. त्यावर शार्ङ्गकांनीं मातेस प्रत्युत्तर दिलें कीं, " माते, तूं आमचा लोभ सोडून देऊन, जेथें अग्नि नसेल तेथें निघून जा. या ठिकाणीं जरी आम्ही मरून गेलों, तरी तुला दुसरे पुत्र होतील. परंतु, माते, तुझा विनाश झाल्यास आमच्या कुलाचा विस्तार होण्यास मार्गच खुंटला. यास्तव या दोन्ही गोष्टींचा सारासार विचार करून, आपल्या कुलाचें जेणेंकरून हित होईल असें कृत्य करण्याचा हा अत्यंत महत्त्वाचा प्रसंग तुला प्राप्त झालेला आहे. तेव्हां ज्यामुळें सर्व कुलाचाच विनाश होणार असा अपत्यस्नेह तूं या वेळीं धरूं नको. आमच्या पित्यानें,पुत्रोत्पत्तीनें मिळणाऱ्या पुण्यलोकांच्या प्राप्तीस्तव तुझा स्वीकार केला आहे, यासाठीं त्याचा तो हेतु निष्फल होऊं देऊं नको.

जरिता म्हणालीः—पुत्रहो, या वृक्षाजवळच जमिनींत हें एक उंदराचें बीळ आहे, यामध्यें तुम्ही निर्भयपणें त्वरित शिरा, म्हणजे तुम्हांस अग्नीपासून बिलकूल इजा पोहोंचणार नाहीं.तुम्ही आंत गेल्यावर मी मातीनें तें भोंक वरून बंद करून टाकीन, अग्नीपासून सुटण्याचा हा उत्तम उपाय आहे असें मला वाटतें.अग्नि विझाल्यावर मी परत येऊन मातीचा ढीग दूर करून बीळ मोकळें करीन.तेव्हां,बाळांनो, अग्नीचें निवारण करण्याचा हा मीं सांगितलेला मार्ग तुम्हांस पसंत पडतोना ?

शार्ङ्गक म्हणालेः--माते,आम्हांस अद्याप पंख फुटले नसून आम्ही केवळ मांसाचे गोळे आहों, आणि उंदीर हा तर मांसाहारी आहे; तेव्हां तो आमचा निःसंशय नाश करील हें उघड दिसत असतां या बिळांत आमच्यानें प्रवेश करवत नाहीं. काय करावें ? अग्नीनें आम्ही जळून न जाण्याचा कोणता उपाय करावा ? काय केलें असतां उंदीर आम्हांस मारणार नाहीं ? आमच्या पित्याचा हेतु कसा सफल होईल ? व आमची माता कशी वांचेल ? आम्ही या बिळांत प्रवेश केल्यास आमचा उंदरापासून नाश होईल,व वरच राहिल्यास अग्नीपासून नाश होईल ! या दोन गोष्टींचा विचार केला असतां, दुसऱ्याच्या भक्ष्यस्थानीं पडण्यापेक्षां जळून जाणेंच चांगलें. बिळामध्यें उंदरानें खाल्लें तर आम्हांस निंद्य मरण येईल, त्यापेक्षां अग्नीमध्यें देह विसर्जन करणें हाच मार्ग प्रशस्त होय.

अध्याय दोनशें एकतिसावा.

—:०:—

जरितागमन.

जरिता म्हणाली:—ह्या बिळांत राहणारा उंदीर बाहेर निघाला असतां त्यावर ससाण्यानें झडप घातली, आणि त्या क्षुद्र प्राण्यास पायांत धरून तो निघून गेला; यास्तव या बिळांत आतां तुम्हांस भय नाहीं.

शार्ङ्गक म्हणाले:--ससाण्यानें उंदीर नेल्याचें आम्हांस मुळींच माहीत नाहीं. शिवाय, एका उंदरास त्यानें नेलें असलें तरी या बिळांत दुसरे पुष्कळ उंदीर असण्याचा संभव आहे,आणि त्यांपासूनही आम्हांस भीतिच आहे,ज्या दिशेकडून वारा वहात असतो त्या दिशेकडून अग्नि परावृत्त होतो असा सामान्य नियम असल्यामुळें, या ठिकानीं अग्नि येईलच असें नाहीं. परंतु आम्ही बिळांत राहिल्यास त्या ठिकाणीं मात्र तेथील प्राण्यांपासून निःसंशय मरण पावूं. यास्तव, माते, निश्चयानें जेथें मृत्यु येणार, त्या ठिकाणापेक्षां हें संशयित मृत्यूचें ठिकाण अधिक चांगलें. यासाठीं आम्ही येथेंच राहतों. तूं आकाशमार्गानें उडून जा. आम्ही येथेंच मेलों तरी तुला योग्य मार्गानें दुसरे चांगले पुत्र होतील.

जरिता म्हणाली:—बाळांनो, तो महाबलाढ्य पक्षिराज ससणा बिळांतून उंदरास घेऊन वेगानें जात असतां मीं प्रत्यक्ष पाहिलें आहे; इतकेंच नव्हे, तर तो उडत असतां मी मोठ्या वेगानें त्याच्या मागोमाग गेलें,आणि त्यानें निवारण केलें असतांही मागें न फिरतां मीं त्यास असा आशीर्वाद दिला कीं, “हे पक्षिराजा, तूं या बिळांतून आमचा शत्रु घेऊन गेलास, यास्तव तुला दिव्य देह प्राप्त होऊन अक्षय्य स्वर्गसुख मिळो.” पुढें त्या श्येन पक्ष्यानें तो उंदीर खाऊन टाकल्यानंतर त्या पक्ष्याचा निरोप घेऊन मी स्वगृहास परत आलें. यास्तव, पुत्रहो, तुम्ही पूर्ण विश्वासानें या बिळांत प्रवेश करा. येथें तुमच्या केंसासही धक्का लागणार नाहीं.कारण श्येन पक्ष्यानें प्रत्यक्ष माझ्या देखत येथील उंदीर नेला आहे.

शार्ङ्गक म्हणाले:—माते, हा वेळपर्यंत ससाण्यानें उंदीर नेल्याची आम्हांस वार्ताही नाहीं, त्यामुळें पूर्ण खातरी झाल्यावांचून बिळांत शिरण्याचा आम्हांस धीर होत नाहीं.

जरिता पुनः म्हणाली:—मुलांनो, श्येनानें उंदीर नेल्याचें मला पक्कें ठाऊक आहे. त्या ठिकाणीं तुम्हांस कांहींएक भीति नाहीं, यास्तव तुम्ही माझ्या सांगण्याप्रमाणें वागा.

शार्ङ्गक म्हणाले:—माते, तूं नसत्या उपायानें आमची भयापासून मुक्तता करण्याचा प्रयत्न करूं नको. आम्हांस सोडून जाण्याची तुझी इच्छा स्पष्ट आहे, तेव्हां हें औपचारिक मिथ्या भाषण पाहिजे कशाला? बिळाच्या आंत काय आहे याची आपणांस कांहींच निश्चित माहिती नाहीं. अशा स्थितींत त्यांत शत्रु असण्याचा पुष्कळ संभव असतांना त्यांत प्रवेश करणें शहाणपणाचें होणार नाहीं. माते, आम्हीं आजपर्यंत तुजवर काहींच उपकार केला नाहीं,आणि पुढें आम्ही मोठे झाल्यावर तर तूं आमची ओळखही विसरशील. सांप्रत तूं मोठे कष्ट सोसून आमचें रक्षण करीत आहेस; परंतु, हे साध्वी, तसें पाहूं गेल्यास तूं आमची कोण? व आम्ही तरी तुझे कोण? वास्तविक कोणी कोणाचा नाहीं हा मातृपुत्रसंबंध केवळ काल्पनिक होय. तूं अजून तरुण आहेस, सुंदर आहेस, व पतीचा मनोरथ पूर्ण करण्यास समर्थ आहेस; यास्तव, माते, पतीचा शोध करून त्यासमागमें रहा, म्हणजे तुला दुसरे सुंदर पुत्र होतील.आम्हांसही अग्नींत प्रवेश करून पवित्र लोक प्राप्त होतील. कदाचित् आम्ही अग्नीनें जळून गेलों नाहीं, तर तुला पुनः भेटूंच.

वैशंपायन सांगतातः—राजा, पुत्रांचें भाषण श्रवण करून ती शार्ङ्गी पुत्रांस तेथेंच अरण्यांत सोडून अग्नीपासून सुरक्षित असलेल्या सुखकर प्रदेशीं त्वरेनें निघून गेली. इकडे अग्नीच्या ज्वाला जास्त प्रखर होऊन तोः मंदपालाचे ते पुत्र बसले होते त्या बाजूस प्राप्त झाला. अग्नि प्रज्वलित होऊन नजीक येऊन ठेपला असें त्या पक्ष्यांच्या दृष्टीस पडतांच, जरितारि अग्नीस उद्देशून बोलूं लागला.

अध्याय दोनशें बत्तिसावा.

—:०:—

शार्ङ्गककृत अग्निप्रार्थना.

जरितारि म्हणालाः—शहाणा मनुष्य हा संकटकाल येण्याच्या आधींपासूनच सावधगिरीनें रहात असतो; यामुळें, संकट प्राप्त झाल्यावर त्यास कदापि दुःख होत नाहीं. ज्या अविचारी मनुष्यास पुढें येणारें संकट समजत नाहीं, किंवा जो त्याची तजवीज आधीं लावीत नाहीं, तो संकट आल्यावर गडबडून जातो व त्यामुळें त्याचें कल्याण होत नाहीं.

सारिसृक्क म्हणालाः—दादा, तूं महाबुद्धिमान व मोठा शूर आहेस, यास्तव सांप्रत आम्हांवर येऊन कोसळलेल्या संकटापासून आमचें संरक्षण करण्यास तूंच समर्थ आहेस; आम्ही सर्वजण कुचकामाचे आहों. बाबा, पुष्कळ माणसांत तुजप्रमाणें ज्ञानी व शूर असा एखादाच असतो !

स्तंबमित्र म्हणालाः—ज्येष्ठ भ्राता पित्यासमान होय; त्यानेंच लहानास संकटापासून सोडवावयाचें; असें असतां, वडिलांचीच मति जर गुंग होऊं लागली, तर कनिष्ठाच्या हातून काय होणार ?

द्रोण म्हणालाः—हा प्रज्वलित अग्नि त्वरेनें आपल्या घरट्याकडेच येत आहे. अहो ! हा निर्दय आपल्या सप्तजिव्हात्मक मुखानें वृक्षादिकांस ग्रस्त करून आपणांस व्यापून टाकीत आहे पहा !

वैशंपायन सांगतातः—राजा, त्या मंदपाल पुत्रांनीं याप्रमाणें आपसांत वाटाघाट केल्यानंतर, एकाग्र चित्त करून अग्नीस कसें संतुष्ट केलें, तें श्रवण कर.

प्रथम जरितारि म्हणालाः—अग्नि ! वायु एक तुझेंच स्वरूप असून लतांचें शरीरही तूंच आहेस. कारण, त्या लता जेथें उत्पन्न होतात, ती पृथ्वी तुझ्यापासून निर्माण झालेली आहे. उदक हें तुझें वीर्य होय, म्हणजे त्याचेंही उत्पत्तिस्थान तूंच होस. हे महासमर्था, तुझ्या ज्वाला सूर्यकिरणांप्रमाणेंच चोहींकडे पसरतात !

सारिसृक्क म्हणालाः—हे अग्निनारायणा, आमची आई आम्हांस सोडून गेली, व पिता कोण हें आम्हांस माहीतही नाहीं. आतां, आपलें रक्षण आपण स्वतांच करावें असें म्हणशील, तर आम्हांस अद्याप पंखही फुटले नाहींत ! अशा स्थितींत तुजवांचून आम्हांस दुसरा कोणीच त्राता नाहीं. यास्तव, हे अग्ने, आम्हां बालकांचें संरक्षण कर. आम्ही अत्यंत दीन होऊन तुला शरण आलों आहों. हे अनला ! तुझें जें एक कल्याणकारक शांत स्वरूप आहे, त्याच्या योगानें तूं आपल्या या सप्तजिव्हांपासून आम्हांस सोडीव. हे जातवेदा, या संपूर्ण विश्वामध्यें स्वतः तप्त होणारा असा काय तो तूंच एक आहेस. सूर्य हेंही तुझेंच स्वरूप असल्यामुळें त्याच्या किरणांतील उष्णताही तुझ्यावांचून दुसऱ्याची नाहीं. यास्तव, हे हव्यवाहना ! बाल्यावस्थेंत असलेल्या आम्हां ऋषींचें तूं पालन कर, आणि आम्हांपासून दूर निघून जा.

स्तंबमित्र म्हणालाः—अग्ने, हें चराचर सर्व विश्व तुझेंच स्वरूप आहे. ज्याप्रमाणें सुवर्ण म्हटलें म्हणजे त्यांत कुंडलादिकांचा समावेश होतो, त्याचप्रमाणें जग हा तुझाच विकार अस-

त्यामुळें तें तुझ्यामध्यें समाविष्ट होतें. सर्व प्राण्यांस तूंच धारण करतोस, आणि संपूर्ण विश्वाचें पोषणही तूंच करतोस. हे अग्निनारायणा! हवि भक्षण करणारा व देवांचे हविर्भाग त्यांना पोहोंचविणारा तूंच असून हवनीय द्रव्यही तूंच आहेस! मननशील पुरुष हे तुझ्या कार्यावरूनच तुझीं अनेक स्वरूपें मानितात; तरी त्या सर्व कार्यांचें कारण जो तूं, त्या तुझें स्वरूप एकच आहे हेंही जाणतात. हे हव्यवाहना! हें संपूर्ण ब्रह्मांड तूंच करतोस, आणि तमोगुणानें वृद्धिंगत होऊन योग्य कालीं पुनः ह्याचा संहार करतोस. अशा प्रकारें संपूर्ण विश्वाचें प्रसूतिस्थान तूंच असून लयस्थानही तूंच होतोस. तेव्हां, हे महासामर्थ्यवंता, तूं आमचें संरक्षण कर.

द्रोण म्हणाला:—अग्ने! तूं अन्नमय आहेस. हें जड विश्व तुझाच विकार होय. तथापि हें जड अन्न नित्य नाहीं. कारण प्राणी त्याचें भक्षण करितात. याप्रमाणें जडाचा सूक्ष्माचे ठिकाणीं लय होय असतो; परंतु, अग्ने, सूक्ष्म देहादिकही तुजमध्यें (कारणांत) अंतर्भाव पावतात. यास्तव, तूं, जड व सूक्ष्म अशा संपूर्ण जगताचा स्वामी होय. तूं नित्य व पूर्ण असून, रज्जूच्या ठिकाणीं भासमान होणाऱ्या सर्पाप्रमाणें आपल्या ठिकाणीं आरोपित झालेल्या या सर्व जगाचा विनाश करितोस. हे शुद्धा, तूं सर्व उपाधिदोषांपासून अलिप्त आहेस. तूंच सूर्य होऊन आपल्या किरणांनीं पृथ्वीवरील उदक व दुसरे रस शोषून घेतोस, व योग्य कालीं त्यांची वृष्टि करून तद्द्वारा मोठ्या चातुर्यानें जगाचें संरक्षण करतोस. त्याचप्रमाणें, प्रलयकालीं भूमि, उदक वगैरे पदार्थांतील सत्त्वांश ग्रहण करून तूं कारणरूपानें राहतोस, आणि पुनः उत्पत्तिकालीं चैतन्यशक्ति देऊन सर्व विश्वें निर्माण करितोस. हे पावना, ह्या हिरण्यागार लता, पुष्करिणी व जलपूर्ण समुद्र तुझ्यापासूनच पुनः उत्पन्न होतात. हे तीक्ष्णकरा, हें पक्षिशरीर रसाधिपति वरुणाचें श्रेष्ठ स्थान होय. कारण, या देहानेंच सर्व रसांचा उपभोग घेतां येतो. यास्तव, हे हुताशना, तूंच आज आमचा त्राता व कल्याणकर्ता हो, आणि आमचा नाश करूं नको. हे पिंगाक्षा, हे लोहितग्रीवा, जलप्रवाहाला ज्याप्रमाणें कांहींएक उपद्रव न करितां तूं त्यापासून दूर जातोस, त्याप्रमाणेंच तूं आम्हांपासूनही दूर जा.

वैशंपायन सांगतात:—राजा, त्या ब्रह्मवेत्त्या द्रोणाचें असें भाषण ऐकून अग्नि संतुष्ट झाला, आणि मंदपालास दिलेल्या वचनाच्या अनुरोधानें द्रोणाशीं बोलूं लागला.

अग्नि म्हणाला:—द्रोणा, तूं मोठा ऋषि आहेस. तूं हें ब्रह्माचेंच प्रतिपादन केलें आहेस. मी तुझें इच्छित पूर्ण करीन. आतां तुला भीति नाहीं. 'अरण्य दग्ध करीत असतां माझ्या पुत्रांस जिवंत ठेव' असें तुमचा पिता मंदपाल यानें मला पूर्वीच सांगितलें आहे. मंदपालाचें तें बोलणें, आणि द्रोणा, तुझें हें येथील भाषण, हीं दोन्ही मला मान्य आहेत. ब्रह्मश्रेष्ठा, तूं केलेल्या स्तुतीनें मी फार संतुष्ट झालों आहें. तुझें कल्याण असो. माझ्यापासून तुम्हांस इजा व्हावयाची नाहींच. परंतु मीं आणखी काय करावें अशी आपली इच्छा आहे?

द्रोण म्हणाला:—हे विमलाग्ने, हीं येथील मांजरें आम्हांस नित्य त्रास देतात, यास्तव या सर्वांना तूं दग्ध कर!

वैशंपायन सांगतात:—जनमेजया, 'शार्ङ्गकांस अभिवचन देऊन अग्नीनें त्याप्रमाणें केलें, आणि प्रदीप्त होऊन तें खांडवारण्य जाळून टाकलें!

अध्याय दोनशें तेहतिसावा.

मंदपाल व शार्ङ्गक यांची भेट.

वैशंपायन सांगतात:—जनमेजया, इकडे मंदपालास आपल्या मुलांविषयीं चिंता उत्पन्न झाली.

त्यांचें रक्षण करण्याविषयीं त्यानें अग्नीस सांगून ठेविलें होतें, तथापि त्यास समाधान वाटेना. तो एकसारखा मुलांसाठीं तळमळूं लागला. याप्रमाणें चिंता करीत असतां तो लपितेस म्हणाला, " हे लपिते, त्या घरट्यामध्यें माझ्या मुलांची काय वाट होणार? सोसाट्याचा वारा सुटून अग्नि प्रदीप्त झाला म्हणजे त्यांतून माझ्या मुलांस सुटतां येणें अशक्य आहे! त्यांच्याजवळ त्यांची आई आहे, परंतु त्यांचें रक्षण करण्यास ती असमर्थ असल्यामुळें, नुसता शोक करण्यापलीकडे ती बिचारी काय करील बरें? अरेरे, आकाशांत उंच किंवा आजूबाजूस उडून जाण्यास ती असमर्थ असल्यामुळें, त्यांजकडे पाहून तिचें काळीज तीळतीळ तुटत असेल, व अनेक प्रकारें विलाप करीत ती इकडून तिकडे घिरट्या घालीत असेल, दुसरें काय? हर हर! आतां तो माझा बाळ जरितारि कसा निभावणार? माझ्या सारिसृक्काची काय दशा होणार? स्तंबमित्र व द्रोण तरी आतां कसचे वांचतात? तसेंच त्या बिचाऱ्या जरितेची तरी काय अवस्था होणार?"

हे भारता, याप्रमाणें त्या अरण्यांत मंदपाल विलाप करीत असतां लपिता त्यास मत्सरानें म्हणाली, " महाराज, आपले पुत्र मोठे तेजस्वी व महापराक्रमी असे ऋषि आहेत, असें आपण मला सांगितलें आहे. तेव्हां त्यावरून पाहिलें असतां त्यांच्याविषयीं आपणांस काळजी करण्याचें कांहीं कारण दिसत नाहीं. शिवाय, अग्नीपासून तर त्यांस मुळींच भीति नाहीं. कारण, त्यांच्याविषयीं तुम्ही अग्नीला माझ्यासमक्ष सांगितलें आहे, आणि महानुभाव अग्नीनेंही 'ठीक आहे' म्हणून आपणास वचन दिलें आहे. तेव्हां लोकपाल अग्नि तसें वचन देऊन तें पाळणार नाहीं असें मुळींच होणार नाहीं. अशी वास्तविक स्थिति असतां आपण मुलांविषयीं चिंता करतां, यावरून हें उघडच दिसतें कीं, पुत्रचिंता ही केवळ मला दाखविण्याकरतां असून, खरी चिंता माझी सवत जी जरिता तिच्याविषयीं लागून आपणांस दुःख होत आहे. कारण, तिच्यावर जशी आपली प्रीति होती, तशी कांहीं माझ्यावर नाहीं. खरोखर, ज्यावर आपलें अत्यंत प्रेम आहे अशा हृदयास पीडा होत असतां त्याची--प्रत्यक्ष आपल्या प्राणाची--उपेक्षा करणें सामर्थ्यवंतास बिलकूल योग्य नव्हे. याकरितां, जिच्यासाठीं आपणांस इतकी तळमळ लागली आहे, त्या जरितेकडे एकदा जा कसे! माझें काय? एखाद्या नीच पुरुषाच्या स्त्रीप्रमाणें मी आपली येथें एकटीच दिवस कंठीन!"

मंदपाल म्हणालाः--लपिते, तुला वाटतें तशा प्रकारची एखाद्या कामीं मनुष्याप्रमाणें माझी मुळींच वागणूक नाहीं. ह्या जगांत मी फक्त संततीकरितांच संचार करीत आहें; आणि सांप्रतचें संकट माझ्या संततीवरच ओढवलें आहे. आतां तूं म्हणशील कीं, 'मजपासून नाहीं का तुम्हांस संतति होणार?' पण ती गोष्ट लांबची आहे. अग! हातचें सोडून पळत्याच्या मागें लागणें हें मूर्खपणाचें लक्षण होय;-त्याचा लोकांत अपमानच होतो. तेव्हां तुला वाटेल तसें तूं कर. धडाधड असंख्य वृक्षांची राखरांगोळी करणारा हा अग्नि माझ्या अंतःकरणांत भलतेच विचार उत्पन्न करीत आहे!

वैशंपायन सांगतातः—राजा, इतक्या अवकाशामध्यें, इकडे शार्ङ्गकांनीं प्रार्थना केल्यामुळें अग्नि त्या वनांतून दूर गेला, व पुत्रांच्या काळजीनें विव्हल झालेली ती पुत्रवत्सल जरिता आपल्या बालकांकडे परत आली. आपले पुत्र अग्नीपासून बचावले असून ते अगदीं सुखरूप असून एकमेकांत किलबिल करीत आहेत, असें पाहतांच तिच्या नेत्रांतून प्रेमाश्रूंचे लोट वाहूं लागले; आणि तिनें आक्रोश करीत करीत एकामागून एक सर्व मुलांजवळ जाऊन त्यांस कवटाळिलें! हे भारता, इतक्यांत मंदपाल मुनि तेथें येऊन

पोहोंचला. परंतु त्यांपैकीं एकाही मुलानें त्याचें अभिवंदन केलें नाहीं. मंदपालानें मात्र प्रत्येक मुलाबरोबर व जरितेबरोबर बोलण्याचा अनेक वेळां उपक्रम केला, परंतु बरें किंवा वाईट असें त्याच्याशीं कोणीच कांहीं बोललें नाहीं. तेव्हां मोठ्या करुणस्वरानें मंदपाल म्हणाला, "प्रिये, मी इतका आर्त होऊन तुला वारंवार विचारीत असतां तूं मला कां बरें उत्तर देत नाहींस ? मागें मी तुझा त्याग करून गेलों खरा, परंतु सांप्रत मला मुळींच चैन पडत नाहीं. तर, यांपैकीं तुझा थोरला मुलगा कोणता, व त्याच्या पाठचा कोणता. मधला कोण, व अगदीं धाकटा कोण, तें मला सांग."

जरितेनें उत्तर दिलें:—आपणांस ज्येष्ठाशीं काय करावयाचें आहे ? किंवा त्याच्या पाठच्याशीं तरी काय करावयाचें आहे ? मधल्याशीं आपलें काय काम आहे ? किंवा धाकट्याची तरी चौकशी आपण कशाला करितां ? मला सर्वस्वीं दैन्यावस्थेंत सोडून आपण जिच्याकडे गेलां; त्या तरुण सुहास्यवदना लपितेकडेच आतां जा.

मंदपाल म्हणाला:—खरोखर परपुरुषगमन व सापत्नभाव यांहून अन्य अशी कोणतीच गोष्ट स्त्रियांच्या परलोकप्राप्तीस विघातक नाहीं. या दोन्ही गोष्टी वैराग्नि पेटविणाऱ्या असून अनुक्रमें पुरुषाच्या व स्त्रीच्या मनास अत्यंत उद्विग्न करतात. ही गोष्ट मोठमोठ्या पतिव्रतांसही अपरिहार्य आहे. पहा—अत्यंत पतिव्रता व कल्याणकारक म्हणून प्राणिमात्राला जी विश्रुत, त्या अरुंधतीसही एकदा भगवान वसिष्ठ मुनींबद्दल शंका आली होती; व त्यामुळें, तो निष्कपट व सदाचाररत मुनिश्रेष्ठ सप्तर्षींच्या मध्यभागीं बसला असतां तिनें त्याचा अपमान केला ! तिच्या मनामध्यें किल्मिष येतांच ती हिरवीपिवळी होऊन गेली, आणि पतीवर नजर ठेवण्यासाठीं गुप्त वेष स्वीकारून ती कधीं दृश्य व कधीं अदृश्य राहूं लागली. असो; केवळ अपत्यप्रेमानें मी येथें आलों असतां तूंही आज त्या अरुंधतीप्रमाणेंच मज आप्ताबरोबर साशंकभावनेनें वागत आहेस यांत संशय नाहीं. बरें, तिकडे पहावें तों लपितेसही तुजप्रमाणेंच मत्सर वाटत आहे. तेव्हां, खरोखर, कोणत्याही पुरुषानें, ही आपली भार्या असा भरवंसा कधींही करूं नये. त्यांतून स्त्री एकदां पुत्रवती झाली, म्हणजे ती पतिसेवा वगैरे आपलें कर्तव्यही विसरून जाते.

वैशंपायन सांगतात:—राजा, मंदपालाच्या मुखांतून अशा प्रकारचे उद्गार निघाल्यानंतर,ते शार्ङ्गक पित्याच्या सेवेस सादर झाले, व मंदपालही ती आपली स्त्री व सर्व मुलें यांसह आनंदानें राहूं लागला.

अध्याय दोनशें चौतिसावा.

—:०:—

वरप्रदान.

मंदपाल म्हणाला:—बाळांनो, अग्नि जेव्हां खांडवारण्यांत येऊं लागला, तेव्हां तुमची मुक्तता करण्याविषयीं मीं त्यास विनंती केली. त्या वेळीं त्या महात्म्यानें 'ठीक आहे' असें म्हणून मला अभिवचन दिलें. अग्नीच्या त्या वचनावर माझा विश्वास होता, व तुमची माता मोठी धर्मनिष्ठ असल्यामुळें तुमचें रक्षण होईल असेंही मला वाटत होतें. शिवाय, तुम्ही अलौकिक सामर्थ्यवान आहां हें मी जाणून होतोंच, व या सर्व गोष्टींमुळें मी प्रथम इकडे आलों नाहीं; यास्तव, हे पुत्रहो, तुम्ही आपल्या मनांत मजविषयीं रोष धरूं नका. तुम्ही मोठे ऋषि असल्याबद्दल प्रत्यक्ष अग्निही जाणत आहे; आणि तुम्ही ब्रह्मज्ञानी असल्यामुळें तुम्हांसही त्याचें सर्व ज्ञान आहेच.

वैशंपायन सांगतात:—अशा प्रकारें पुत्रांचें स-

माधान करून मंदपाल जरितेसह तेथून अन्य प्रदेशीं निघून गेला. असो; याप्रमाणें खांडवारण्यांत प्रदीप्त झालेल्या त्या भगवान अग्नीनें दुष्ट प्राण्यांच्या नाशानें जगताचें कल्याण करण्यासाठीं तें अरण्य जाळून टाकलें; आणि त्या ठिकाणीं मेदाचे व वपेचे पाटचे पाट गट्ट करून अत्यंत संतुष्ट होऊन त्यानें अर्जुनास दर्शन दिलें. नंतर भगवान इंद्र देवगणांसहवर्तमान अंतरिक्षांतून खालीं उतरला, व कृष्णार्जुनांस म्हणाला, "खरोखर देवांसही दुष्कर असें हें कृत्य तुम्हीं दोघांनीं केलें आहे; व या गोष्टीनें मी संतुष्ट झालों आहें. तेव्हां या भूलोकीं मनुष्यांस दुर्लभ असा एखादा वर मजपासून तुम्ही मागून घ्या."

वैशंपायन सांगतातः—राजा, तेव्हां अर्जुनानें इंद्राजवळ सर्व अस्त्रें मागितलीं. परंतु तीं देण्याचें त्यानें लांबणीवर ढकलिलें. तो म्हणाला, "अर्जुना, ज्या वेळीं तुजवर भगवान शंकर सुप्रसन्न होईल, त्या वेळीं हीं सर्व अस्त्रें मी तुला देईन. हे कुरुनंदना, अस्त्रें केव्हां द्यावयाचीं तें मला माहीत आहे, आणि ती वेळ आल्यावर तीं मीं तुला देईनही. धनंजया, सर्व अग्न्यस्त्रें, सर्व वायव्यास्त्रें व माझींही सर्व अस्त्रें तुला प्राप्त होतील."

नंतर श्रीकृष्णानें 'या अर्जुनास माझें शाश्वत प्रेम राहावें' असा वर मागितला, व सुरपति इंद्रानें त्या महाबुद्धिमान श्रीकृष्णास तसा वर दिला. नंतर तो इंद्र देवगणांसहवर्तमान अग्नीचा निरोप घेऊन स्वर्गलोकीं गेला. अग्नीनें पशुपक्ष्यांसहवर्तमान तें अरण्य जाळल्यानंतर परम तृप्त होऊन पांच दिवसपर्यंत विश्रांति घेतली. विविध मांसें भक्षण करून आणि रक्त व मेद प्राशन करून तो पराकाष्ठेचा संतुष्ट झाला, आणि कृष्णार्जुनांस म्हणाला, "हे पुरुषश्रेष्ठहो, तुम्हीं दोघांनीं मला यथेच्छ तृप्त केलें आहे, आतां मी तुम्हांस जाण्याची अनुज्ञा देतों. तुमच्या गतीस कोठेंही प्रतिबंध होणार नाहीं. तुमच्या इच्छेस येईल तिकडे तुम्ही आतां गमन करा."

वैशंपायन सांगतातः—हे भरतर्षभा, अशा प्रकारें महानुभाव अग्नीनें त्या दोघांस निरोप दिल्यानंतर कृष्ण, अर्जुन व मयासुर यांनीं त्यास प्रदक्षिणा केली, आणि ते त्रिवर्ग नदीच्या रम्य तीरावर एकत्र जाऊन बसले.

श्रीमन्महाभारत.

सभापर्व.

अध्याय पहिला.

मंगलाचरण.

ॐ

नारायणं नमस्कृत्य नरं चैव नरोत्तमम् ।
देवीं सरस्वतीं चैव ततो जयमुदीरयेत् ॥

ह्या अखिल ब्रह्मांडांतील यच्चयावत् स्थावर-जंगम पदार्थांच्या ठिकाणीं चिदाभासरूपानें प्रत्ययास येणारा जो नरसंज्ञक जीवात्मा, नरसंज्ञक जीवात्म्यास सदासर्वकाळ आश्रय देणारा जो नारायणनामक कारणात्मा, आणि नरनारायणात्मक कार्यकारणसृष्टीहून पृथक् व श्रेष्ठ असा जो नरोत्तमसंज्ञक सच्चिदानंदरूप परमात्मा, त्या सर्वांस मी अभिवंदन करितों; तसेंच नर, नारायण व नरोत्तम ह्या तीन तत्त्वांचें यथार्थ ज्ञान करून देणारी देवी जी सरस्वती, तिलाही मी अभिवंदन करितों; आणि त्या परमकारुणिक जगन्मातेनें लोकहित करण्याविषयीं माझ्या अंतःकरणांत जी स्फूर्ति उत्पन्न केली आहे, तिच्या साहाय्यानें ह्या भवबंधविमोचक जय म्हणजे महाभारत ग्रंथाच्या सभापर्वास आरंभ करितों. प्रत्येक धर्मशील पुरुषानें सर्वपुरुषार्थप्रतिपादक अशा शास्त्राचें विवेचन करितांना प्रथम नर, नारायण आणि नरोत्तम ह्या भगवन्मूर्तीचें ध्यान करून नंतर प्रतिपाद्य विषयाचें निरूपण करण्यास प्रवृत्त व्हावें हें सर्वथैव इष्ट होय.

मयसभेचा प्रस्ताव.

वैशंपायन सांगतात:—हे जनमेजया, नंतर कृष्णार्जुनांच्यापुढें हात जोडून मयासुर उभा राहिला, आणि त्यानें त्या उदारधी अर्जुनास विनयपूर्वक मोठ्या गौरवानें पुनः पुनः असें म्हटलें.

मयासुर म्हणाला:—हे कौन्तेया, तूं माझ्यावर जे उपकार केले आहेस, त्यांचें काय वर्णन करावें? पहा—ह्या भगवान् श्रीकृष्णानें क्षुब्ध होऊन माझ्यावर सुदर्शनाची योजना केली, आणि असें असतां त्यापासून तूं मला सोडविलेंस; त्याप्रमाणेंच

सर्वभक्षक वैश्वानर मला दग्ध करण्यास उद्युक्त झाला, आणि त्यापासूनही तूं माझें संरक्षण केलेंस; तेव्हां हे तुझे उपकार लहानसहान आहेत काय; हे दयानिधे पार्था, ह्या तुझ्या ऋणांतून मुक्त होणें सर्वथा अशक्य होय; तथापि यथाशक्ति प्रत्युपकार करून अंशतः तरी उतराई व्हावें, अशी माझी फार फार मनीषा आहे; तर मीं तुझें कोणतें प्रिय कार्य करावें, त्याची आज्ञा कर.

अर्जुन म्हणाला:—हे मयासुरा, तुझी कृतज्ञता पाहून मी फार संतुष्ट झालों. माझ्या उपकारांची फेड करण्यास तुला आणखी कांहींएक करावयास नको. तूं आपल्या विनयप्रचुर भाषणानें सर्वस्वीं अनृणी झाला आहेस. ह्यास्तव, हे असुरश्रेष्ठा, तूं आतां जा. माझ्यावर नित्य लोभ कर, व आम्हींही तुझ्यावर तो नित्य करूं.

मयासुर म्हणाला:—हे समर्था पुरुषवरा, तुझें हें भाषण तुझ्या कुलशीलास अनुरूपच आहे. तुझ्यासारख्या महात्म्यास प्रत्युपकाराची इच्छा असणें कधींही संभवत नाहीं; तथापि मी होऊन मोठ्या आवडीनें तुजकरितां कांहीं तरी विशिष्ट कृत्य करण्याची इच्छा करीत आहें. हे पांडुतनया, मी दानवांचा विश्वकर्मा आहें. शिल्पविद्येंत माझी बरोबरी करणारा कोणीही नाहीं. मी दुसरें विश्वही निर्माण करीन. ह्यास्तव तुझ्याकरितां काहीं तरी लोकोत्तर कार्य करावें असें माझ्या मनांत आहे.

अर्जुन म्हणाला:-बा मयासुरा, आपणावर आलेल्या प्राणांतिक संकटांतून केवळ माझ्यामुळेंच आपली मुक्तता झाली, असें ज्या अर्थीं तुला वाटत आहे, त्या अर्थीं मीं केलेल्या उपकरांच्या फेडीकरितां तुजपासून आणखी कांहीं कार्य करून घ्यावें असें मला मुळींच वाटत नाहीं. हे दानवेश्वरा, आपल्या प्राणरक्षणाचें सर्व श्रेय जर तूं मला देत आहेस, तर ह्या बहुमानापेक्षां अधिक तें कोणतें कार्य आहे बरें! आतां, तुझ्या संकल्पाचा भंग करणें हें मला उचित नाहीं; ह्यासाठीं, भगवान् श्रीकृष्ण सांगेल तें तूं कर, म्हणजे त्या योगें मजवर प्रत्युपकार केल्यासारखें होईल.

वैशंपायन सांगतात:—जनमेजया, नंतर मयासुरानें भगवान् वासुदेवांची आग्रहपूर्वक विनंती केली. तेव्हां 'ह्याला काय करावयास सांगावें बरें?' असा त्या प्रजापालक त्रैलोक्याधिपति परमात्म्यानें क्षणभर विचार केला, आणि मग त्यास 'एक सभा निर्माण कर' म्हणून सांगितलें: त्या समयीं भगवान् श्रीकृष्ण म्हणाले:—हे शिल्पिश्रेष्ठा जर तुझ्या मनांत कांहीं विशिष्ट गोष्ट करून आपलें प्रेम व्यक्त करावयाचें असेल, तर धर्मराजाला ह्या ठिकाणीं तूं आपल्या मनाप्रमाणें एक सभा करून दे. हे असुरवरा, ती सभा इतकी अपूर्व झाली पाहिजे कीं, ती पाहतांक्षणींच प्रेक्षकांचीं मनें चकित होऊन जावीं व सर्व मानवलोकांत कोणासही त्या सभेसारखी दुसरी सभा करितां येऊं नये. हे दैतेया, ह्याशिवाय त्या सभेंत देव, दैत्य, मनुष्यें इत्यादिकांचीं चित्रें, प्रतिमा वगैरे ज्या तूं करशील, त्यांत असा कांहीं अजब चमत्कार दिसला पाहिजे कीं, तीं चित्रें व त्या प्रतिमा अगदीं सजीवच आहेत असा भास होऊन, त्यांच्या ठिकाणीं त्यांस अनुसरून असणारे नैसर्गिक धर्म हुबेहुब वास करीत आहेत, असें सर्वांस वाटावें !

वैशंपायन सांगतात:—जनमेजया, भगवान् श्रीकृष्णांची ती आज्ञा श्रवण करून मयासुरास मोठा संतोष झाला, आणि त्यानें धर्मराजाकरितां विमानतुल्य उत्कृष्ट सभा सिद्ध करण्याचें मनांत योजिलें. मग कृष्णार्जुनांनीं तो सर्व वृत्तांत धर्मराजास निवेदन केला, आणि त्यांनीं त्याची व मयासुराची भेट करून दिली. राजा, त्या समयीं युधिष्ठिरानें त्या मय दैत्याची यथायोग्य पूजा वगैरे केली, आणि त्या दैत्यश्रेष्ठानें ती आदरपूर्वक स्वीकारिली. नंतर त्यानें

युधिष्ठिरप्रभृति पांडुपुत्रांस तेथें वृषपर्वनामक दैत्याचें चरित्र निवेदन केलें; आणि कांहीं वेळ स्वस्थ बसून, त्या महासमर्थ पांडवांकरितां जी सभा तयार करावयाची, तिचा मनामध्यें आराखडा जुळविला. पुढें त्या चतुराग्रणी विश्वकर्मा दानवानें भगवान् श्रीकृष्णाचें व पांडवांचें अनुमोदन घेऊन सुमुहूर्तावर स्वस्तिपुण्याहवाचन करविलें, आणि सहस्त्रावधि ब्राह्मणांस क्षीरादिकांचें यथेच्छ भोजन घालून त्यांस बहुविध संपत्ति अर्पण केली. असो. ह्याप्रमाणें सभारचनेचा उपक्रम केल्यानंतर त्यां वीर्यशाली दानवानें सभेकरितां स्थलाची आंखणी केली. सभेसाठीं जी भूमि त्यानें निश्चित केली, ती अशी होती कीं, तिच्यामध्यें साही ऋतूंचे विशिष्ट गुण वसत होते; व तो भूप्रदेश इतका रमणीय होता कीं, त्याची ती प्रसन्नता व मोहकपणा अवलोकन करून चित्तास तात्काळ समाधान वाटे हे भारता, अशा प्रकारचें उत्तम स्थल सभेकरितां कायम केल्यानंतर, त्या लोकोत्तर शिल्प्यानें दहा हजार हात लांब व दहा हजार हात रुंद असा भूमिखंड मोजून त्यावर त्या सभेचा पाया आंखला.

अध्याय दुसरा.

———:०:———

श्रीकृष्णाचें द्वारकेस प्रयाण.

वैशंपायन सांगतातः—जनमेजया, भगवान् श्रीकृष्ण मोठ्या आनंदानें इंद्रप्रस्थास बरेच दिवस राहिले; आणि पांडवांनींही त्यांच्या ठिकाणीं लोकोत्तर प्रेम ठेवून मनापासून उत्तम प्रकारें त्यांचे पाहुणचार केले. पुढें भगवंतांच्या मनांत पितृदर्शनाची लालसा उत्पन्न झाली; व त्यांनीं द्वारकेस परत जाण्याचा विचार योजिला.

हे भरता, नंतर श्रीकृष्णांनीं धर्मराजाचा निरोप घेतला; व आपल्या आतेच्या म्हणजे कुंतीच्या चरणीं मस्तक ठेवून द्वारकेस जाण्याकरितां तिची अनुज्ञा मागितली. पारिक्षिता, भगवंतांचें हें वर्तन किती कित्ता घेण्यासारखें आहे, त्याचें मनन कर. पहा-ज्याच्या चरणांवर सर्व जगानें लोटांगण घालावें, त्या लोकनायक प्रभूनें देखील गुरुजनांचे पाद वंदन करावे, ह्याचा आशय मनांत आण. भगवंतांनीं सर्व लोकांस केवळ वळण घालून देण्याकरितांच आपलें परमपावन मस्तक आपल्या पितृभागिनीच्या पदीं लीन केलें ! असो; नंतर कुंतीनें श्रीकृष्णाच्या मस्तकाचें अवघ्राण केलें, व त्यास मोठ्या ममतेनें कवटाळिलें ! राजा मग त्या समर्थानें आपली बहीण सुभद्रा हिची भेट घेतली. सुभद्रेस पाहतांच त्यास गहिंवर उत्पन्न झाला, व सहोदरप्रेमानें सद्गदित होऊन त्याचे नेत्र भरून आले. नंतर कांहीं वेळ जाऊं देऊन भगवंतांनीं त्या यशस्विनी सुभद्रेस थोडासा बोध केला. राजा, तो बोध म्हणजे प्राकृत जनांनीं केलेला बोध नव्हे. त्या बोधवाक्यांतलि अर्थ मोठा विचार करण्यासारखा असून, त्यांत असत्याचा किंवा मिथ्यावादाचा लेश सुद्धां नव्हता; शिवाय तो उगीच पाल्हाळीक नसून, त्यांतील तात्पर्य मनांत वागवून जे कोणी वर्तन ठेवतील, त्यांचें निश्चयानें कल्याण झालेंच पाहिजे, असा तो होता; आणि त्यांत सांगितलेले आचार किंवा सिद्धांत इतके निर्विवाद व सुयुक्त होते कीं, त्यांविषयीं द्वैध किंवा शंका उत्पन्न होण्याचें मुळींच प्रयोजन नव्हतें; असो. अशा प्रकारचें तें अपूर्व बोधामृत प्राशन करून सुभद्रेसही आनंद झाला; व भ्रातृवियोगाचें दुःख एकीकडे सारून तिनें श्रीकृष्णापाशीं आपल्या पितृवर्गास व आप्तसुहृदांस निरोप सांगितले, आणि पुनःपुनः त्यांविषयीं गौरव प्रदर्शित करून त्यांच्या चरणावर मस्तक ठेविलें. नंतर भगवंतांनीं तीस आशीर्वाद दिले; व तिचा निरोप घेऊन ते द्रौपदी व धौम्य गुरु ह्यांच्या भेटीस गेले. तेथें प्राप्त झाल्यावर भगवान् पुरुषोत्तमानें धौम्य गुरूंना अभिवंदन करून त्यांचा आशीर्वाद ग्रहण केला, व द्रौपदीचें सांत्वन करून तिचाही

निरोप घेतला. हे अधिराजा, पुढें भगवान् श्रीकृष्ण अर्जुनासमवेत युधिष्ठिरादिक आतेभावांस भेटण्याकरितां गेले. ते त्यांकडे जातांच युधिष्ठिरादिक सर्व श्रोते त्यांच्या समीप एकदम जमले, व अमरपरिवेष्टित देवेंद्राप्रमाणें तो पांडवपरिवेष्टित यादवेंद्र त्या ठिकाणीं शोभूं लागला !

जनमेजया, नंतर प्रयाणमुहूर्त सन्निध आला असें पाहून, तदुचित कृत्यें करण्यास भगवान् सिद्ध झाले. प्रथम त्यांनीं स्नान करून व शुचिर्भूत होऊन वस्त्राभरणें धारण केलीं; आणि अर्घ्यपाद्य, गंधपुष्प, धूपदीप व समंत्रक विधि ह्यांच्या योगें देवद्विजांचें अर्चन करून त्यांस पुनःपुनः अभिवंदिलें; आणि प्रस्थानकालीं विहित अशीं सर्व कार्यें यथासांग संपादून प्रयाणाभिमुख होत्साते ते राजवाड्यांतून बाहेर पडले; व नगरसीमेपाशीं आल्यावर, तेथें दधिपात्रें, फळें व अक्षता घेऊन स्वस्तिवचन करण्यास सिद्ध असलेल्या परमपूज्य ब्राह्मणांस त्यांनीं दक्षिणा समर्पण केली व प्रदक्षिणा घालून त्यांचें आशीर्वचन ग्रहण केलें; आणि नंतर ते त्या सुमुहूर्तीं आपल्या महादेदीप्यमान रथावर आरूढ झाले.

जनमेजय भूपते, भगवंताच्या त्या लोकोत्तर रथाचें काय वर्णन करावें ! तो अंतर्बाह्य सुवर्णाचा असून त्याच्या ध्वजपटावर गरुडचिन्हें विराजत होतें; त्या तेजःपुंज रथावर कौमोदकी गदा, सुदर्शन चक्र, शार्ङ्ग धनुष्य नंदक खड्ग इत्यादि आयुधें झळकत असून वीरासनीं अधिष्ठित असलेल्या कमलनयन प्रभु श्रीकृष्णाची अद्वितीय प्रभा दशदिशांस फांकत होती. त्या महावेगवान् दिव्य रथास शैब्य सुग्रीव अश्व जोडिले असून त्यावर दारुकनामक सारथि अश्वांचे प्रग्रह (लगाम) हातांत धरून अग्रभागीं बसला होता; आणि त्या रथाच्या मागें आणखी एक दिव्य रथ उभा असून त्यांत भगवान् बलराम अधिष्ठित होते.

हे परिक्षिता, भगवान् श्रीकृष्णांच्या मागून युधिष्ठिर राजा मोठ्या प्रेमानें त्या रथावर चढला व त्या श्रेष्ठ दारुकास एकीकडे करून त्या कुरुपतीनें खुद्द आपल्या हातांत त्या अश्ववरांचे लगाम घेतले नंतर वीरनायक अर्जुन रथावर चढला, व सुवर्णदंडाचें तें शुभ्र चामर भगवान् श्रीकृष्णांवर डावीकडून उजवीकडे वारूं लागला. जनमेजय राजा, पुढें तो दिव्य रथ चालू झाला, आणि त्याच्या मागून भीम, नकुल व सहदेव हे बंधु आणि महान् महान् ऋत्विज, आप्तसुहृद् व नागरिकजन ह्यांचा समुदाय चालूं लागला. राजा, पांच पांडव व पौरजन ह्यांसहवर्तमान भगवान् अतुलप्रतापी श्रीकृष्णांची स्वारी जेव्हां इंद्रप्रस्थाहून निघाली, तेव्हां जणू काय कुलपतीला (अधिगुरूला) निरोप देण्याकरितां त्याचा परमप्रिय शिष्यसमुदायच त्याच्या मागून चालला आहे, असा भास झाला.

राजा, नंतर कांहींसें पुढें गेल्यावर भगवान् गोविंदानें प्रथम महाधनुर्धर पार्थाचा निरोप घेतला, व त्यास गाढ आलिंगन दिलें. मग त्यानें धर्मराज व भीमसेन ह्यांस वंदन केलें, आणि तो नकुल व सहदेव ह्यांस 'येतों बरें' असें म्हणून कडकडून भेटला; आणि त्या उभय वीरांनीं तात्काळ श्रीकृष्णपदीं लोटांगण घातलें. राजा, प्रेमपाश मोठा बलवान् असतो. श्रीकृष्णानें जरी त्या बंधुवर्गाचा व आप्तसुहृदांचा निरोप घेतला, आणि त्यांनीं परत फिरावें म्हणून पर्यायानें दर्शविलें, तरी तो महान् ओघ त्याच्या मागून पूर्ववत् चालूच राहिला ! ह्याप्रमाणें अर्धयोजनपर्यंत मार्ग क्रमिल्यावर भगवान् गोविंदानें पुनः धर्मराजाच्या पायांवर मस्तक ठेविलें, आणि 'दादा, आतां परत वळावें.' अशी आग्रहपूर्वक विनंति केली. तेव्हां धर्मराजानें आपल्या पदीं लीन झालेल्या श्रीकृष्णाला उठवून त्याचें मस्तक हुंगिलें, व "बरें आहे, यावें." असें म्हणून त्या धर्मराजानें त्या कमलनेत्र यदुपुंगवास मोठ्या कष्टानें अनुज्ञा दिली. हे भरता, नंतर भग-

वान् श्रीकृष्णांनीं त्या पांचही पांडवांपाशीं " मी लवकरच पुनः येईन; काळजी करूं नका. " असें मोठ्या कळकळीनें कबूल केलें; आणि " आतां तुम्ही परता. " असें वारंवार सांगून रथांत बसलेल्या व पायीं चालत असलेल्या सर्व पांडवांस व त्यांजबरोबर आलेल्या ऋत्विजादि मंडळीस एकदांचें माघारें लाविलें; आणि मग त्यानें मोठ्या आनंदानें आपला रथ द्वारकेकडे चालविला. राजा, त्या समयीं देवाधिदेव इंद्र आपल्या अमरावतीसच जात आहे असा भास झाला ! बा जनमेजया, श्रीकृष्णपदारविंदीं युधिष्ठिरादिक पांडुपुत्रांचें चित्त किती आसक्त होतें म्हणून सांगावें ! भगवंतांनीं जरी त्या पांडवांस मागें परतविलें, तरी त्यांचीं पावलें पुढें पडतना; ते भगवंतांच्या रथाकडे दृष्टि लावून तेथेंच उभे राहिले. पण जेव्हां तो रथ दृष्टीच्याही पलीकडे गेला, तेव्हां त्यांचा नाइलाज झाला; व मग त्यांनीं केवळ उत्कट प्रेमरूप साधनावर विसंबून राहून त्याच्या साहाय्यानें भगवंताच्या मागोमाग आपलें मन पिटाळलें, आणि परमात्मचिंतनांत निमग्न होऊन त्यांच्या मनोवृत्ति अगदीं तटस्थ झाल्या! सारांश भगवान् द्वारकावासी श्रीकृष्ण इंद्रप्रस्थांत बरेच दिवस राहिले होते, तरी तितक्या सहवासानेंही पांडुपुत्रांची भगवद्दर्शनलालसा तृप्त झाली नव्हती; आणि ह्यामुळें, श्रीकृष्णाचा रथ अगदीं दिसत नाहींसा झाल्यावर जेव्हां पांडव परत वळले, तेव्हां त्यांस अत्यंत विरहदुःख झालें; असो. ह्याप्रमाणें मोठ्या कष्टानें श्रीकृष्णाला निरोप दिल्यावर पांडव मागें परतले, व मग सत्वर आपल्या नगरांत प्रविष्ट झाले. इकडे भगवान् बलराम कृष्ण ह्यांचे रथ इतक्या वेगानें द्वारकेंत येऊन पोहोंचले कीं, जणू काय पक्षिराज गरुडच अंतरिक्षमार्गानें झेंप घालून द्वारकेंत उतरला, असें सर्वांस भासलें !

वैशंपायन सांगतातः—हे जनमेजया, महाधार्मिक युधिष्ठिर राजानें आपले बंधु, पुत्र व आप्तसुहृद ह्यांसमवेत इंद्रप्रस्थास परत आल्यावर सर्वांस आपआपल्या स्थानीं जाण्यास अनुमोदन दिलें, आणि आपण मोठ्या आनंदानें द्रौपदीची भेट घेतली; असो.

वैशंपायन सांगतातः राजा जनमेजया, इकडे श्रीकृष्णाचा रथ द्वारकेंत प्रविष्ट होताच उग्रसेनप्रमुख यादवश्रेष्ठांनीं श्रीकृष्णाची अर्घ्यपाद्यादिकांनीं पूजा केली; आणि नंतर श्रीकृष्ण हा पितामह आहुक, पिता वसुदेव, भाग्यवान् माता देवकी व ज्येष्ठ बंधु बलराम ह्यांस प्रणाम करून त्यांच्या संनिध उभा राहिला. पुढें प्रद्युम्न, सांब, निशठ, चारुदेष्ण, गद, अनिरुद्ध व भानु ह्यांस श्रीकृष्णानें मोठ्या प्रेमानें आलिंगन दिलें; आणि गुरुजनांची आज्ञा झाल्यावर तो रुक्मिणीच्या मंदिरांत प्रविष्ट झाला; असो.

जनमेजय राजा, भगवान् श्रीकृष्णाची आज्ञा झाल्यापासून, तो भाग्यशाली मयासुर, पांडवांकरितां कशाप्रकारची सभा करावयाची ह्याचा विचार करीत होता; व ती सभा अमुक एक प्रकारची करावयाची ह्याचा त्यानें आराखडाही काढिला होता. आतां त्यानें एकंदर सभेच्या रचनेविषयीं मनामध्यें यथाशास्त्र योजना केली, आणि ती सभा सर्व रत्नांनीं मंडित करून ब्रह्मांडांतील लोकोत्तर कृत्यांचें तें निधानच बनवावयाचें, असें त्यानें ठरविलें !

अध्याय तिसरा.

—:०:—

मयासुराचें बिंदुसरोवरावर गमन.

वैशंपायन सांगतातः—राजा जनमेजया, पुढें मयासुरानें त्या महाधनुर्धर अर्जुनाला म्हटलें, " हे अर्जुना, मला आतां जाण्याची आज्ञा दे; मी लवकरच परत येईन. पार्था, कैलास पर्वताच्या उत्तरेस मैनाकनामक एक गिरि आहे, व त्याच्या समीप बिंदुसर नांवाचें एक

रम्य सरोवर आहे. तेथें पूर्वी सत्यप्रतिज्ञ वृषपर्व दानवाधिपतीनें एक दिव्य सभा सिद्ध करून दानवांसहवर्तमान यज्ञानुष्ठान करण्याचें योजिलें होतें. हे कुंतीपुत्रा, मी त्या सभेंतील भांडागारांत धनाचे व रत्नांचे मोठमोठे राशि, मंदिरांस रंगविण्याकरितां चित्रविचित्र रंग, नानाविध चूर्णें व इतर अनेक उपकरणें विपुल ठेविलीं आहेत. हे भारता, जर ते पदार्थ अद्याप तेथें असतील, तर ते तेथें जाऊन घेऊन यावे, व त्यांच्या योगें धर्मराजाकरितां मनोहर, दिव्य, सर्वरत्नमंडित व अपूर्व अशी एक अद्वितीय सभा निर्माण करावी, असें माझ्या मनांत आहे. शिवाय, अर्जुना, वृषपर्व राजानें रणामध्यें शत्रूंचा वध केल्यानंतर आपली भयंकर गदा त्या बिंदुसरोवरावरच ठेविली आहे. असें मला स्मरतें. ती गदा मोठी विलक्षण आहे. तिच्यावर अनेक ठिकाणीं सुवर्णाच्या चित्रविचित्र फुलांचें कोंदणकाम असून, ती मोठी बळकट व विशाल आहे. तिच्या अंगीं इतकें सामर्थ्य आहे कीं, तिच्यावर दुसऱ्या गदांचे कितीही प्रहार झाले तरी ती अणुमात्र डगत नाहीं. ती एक गदा, दुसऱ्या लक्षावधि गदांशीं एकटी झुंजेल; आणि ज्या वीरावर तिचा प्रहार होईल, त्याचा कधींहि नाश झाल्याशिवाय राहाणार नाहीं. ह्याकरितां, ती गदा तेथून आणावी व भीमसेनास द्यावी; असें मला वाटतें. अर्जुना, गांडीवधनुष्य धारण करण्यास जसा तूंच पात्र आहेस, ' तसा तो भीमसेनच ती उग्र गदा धारण करण्यास पात्र होय. ह्याखेरीज, वरुणाचा देवदत्तनामक महाशंखहि तेथेंच आहे. त्याची शक्ति इतकी लोकोत्तर आहे कीं,त्याचा महास्वर ऐकतांच शत्रूचीं हृदयें तात्काळ विदीर्ण होतात! असो. हे पांडुनंदना, ह्या सर्व वस्तु निःसंशयपणें तुम्हांस आणून देतों. स्वस्थ असा.

वैशंपायन सांगतातः—जनमेजया, मयासुर ह्याप्रमाणें अर्जुनास सांगून ईशान्य दिशेस निघून गेला; आणि कैलास पर्वताच्या उत्तरेस मैनाक पर्वताप्रत जाऊन पोहोंचला. राजा,त्या मैनाक पर्वताचें हिरण्यशृंग नांवाचें एक महान् शिखर आहे. त्याजवर रत्नांच्या मोठमोठ्या खाणी असून त्याच्याच पायथ्याशीं तें रमणीय बिंदुसरोवर आहे.

बिंदुसरोवराचा महिमा.

ह्या बिंदुसरोवराच्याच समीप भगीरथ राजाला अनेक वर्षेंपर्यंत उग्र तपश्चर्या केल्यावर त्या परमपावन गंगेचें दर्शन घडलें. अखिल स्थावरजंगम पदार्थांचा उत्पादक जो महात्मा ब्रह्मदेव, त्यानें ह्या स्थलींच आपल्या इच्छेनुरूप शंभर महान् क्रतु (अश्वमेध) केले. राजा, त्या ठिकाणीं जे रत्नखचित यज्ञस्तंभ व ज्या सुवर्णमय यज्ञशाला सिद्ध केल्या होत्या, त्या अत्यंत मनोहर होत्या. त्यांचीं प्रमाणें, घटना वगैरे धर्मशास्त्रांत सांगितल्याप्रमाणें नव्हतीं; तर केवळ यज्ञमंडपास उत्कृष्ट शोभा प्राप्त व्हावी, हा हेतु मनांत धरून मोठ्या चातुर्यानें त्यांची रचना केलेली होती. राजा, शचीपति देवेंद्राला जें इंद्रपद प्राप्त झालें, त्याचें कारण तरी त्यानें ह्या पुण्यक्षेत्रीं यजन केलें हेंच होय. जनमेजया, भगवान् भूतपति शंकर, सर्व लोकांची उत्पत्ति केल्यावर ह्या स्थळींच अखंड परमानंदाचा लाभ घेत राहिले असून, सहस्त्रावधि भूतगण त्या वीर्यशाली महादेवाची सेवा करीत आहे. परिक्षिता, सहस्त्र महायुगें (कृत, त्रेता, द्वापर व कलि ह्या युगांच्या सहस्त्र चौकड्या) परिभ्रमण होत तोपर्यंत भगवान् नरनारायण, ब्रह्मदेव, यम व रुद्र ह्या पांची देवता येथेंच सत्र करीत असतात; आणि त्या सत्रबलानेंच त्या पुरुषांस प्रलयानंतर योग्य कालीं सृष्टीचें पुनः संधान करितां येतें. हे भारता, भगवान् लोकनायक

वासुदेवानें ह्या ठिकाणींच बहुत संवत्सरपर्यंत श्रद्धापूर्वक अनेक यज्ञयाग केले, आणि त्यामुळेंच धर्माची प्रवृत्ति निरंतर अव्याहत चालली आहे. राजा, त्या परमपावन भूप्रदेशीं सुवर्णमालांनीं शृंगारलेले अनेक यज्ञस्तंभ व अनेक अतितेजस्वी यज्ञशाला त्या समयीं भगवंतांनीं सिद्ध केल्या, आणि यज्ञयागांच्या सांगतेसाठीं ब्राह्मणांना अपरिमित धन वाटलें.

मयासुराचें पुनरागमन.

हे धनुर्धरा जनमेजया, बिंदुसरोवरावर जाऊन मयासुरानें ती अद्वितीय गदा, तो अपूर्व देवदत्त शंख, आणि वृषपर्वसभेचें काम उरकून उरलेले ते चित्रविचित्र रंग, नानाविध चूर्णें, इतर अनेक उपकरणें आणि तो महान् धनकोश व रत्नकोश हीं ग्रहण केलीं. राजा, मयासुरास ह्या सर्व वस्तु जशा ठेविल्या होत्या तशाच्या तशाच प्राप्त झाल्या; कारण त्यांवर राक्षस व किंकर ह्यांचा पहारा असल्यामुळें त्यांपैकीं कांहींएक नष्ट झालें नव्हतें. राजा, मयासुरानें ती सर्व सामुग्री तेथून आणिली, आणि तिच्या योगें धर्मराजाकरितां इंद्रप्रस्थास एक दिव्य, मनोहर, रत्नखचित, अप्रतिम व त्रिभुवनांत प्रख्यात अशी सभा तयार केली. राजा, त्या मयदैत्यानें ती श्रेष्ठ गदा भीमसेनास दिली आणि तो अपूर्व शंख अर्जुनास समर्पिला.

मयसभेचें वर्णन.

हे राजाधिराजा, मयासुरानें जी सभा सिद्ध केली, तिचें वर्णन काय करावें! त्या सभेची लांबी व रुंदी प्रत्येकीं दहा दहा हजार हात होती. तिच्या मध्यें जागोजागीं सुवर्णाचे वृक्ष निर्माण केले होते. तिच्या ठिकाणी अग्नि, सूर्य व चंद्र ह्यांच्या सभाप्रमाणें अलौकिक तेज झळकत असून, तिचा आकार मोठा मोहक व हृदयंगम होता. मयासुरानें तयार केलेल्या त्या सभेची कांति भगवान् आदित्याच्या देदीप्यमान कांतीसही मागें टाकीत होती. जणू काय ती दिव्य सभा आपल्या दिव्य तेजानें अंतर्बाह्य प्रदीप्तच झालेली आहे असें भासत होतें. नूतन मेघाप्रमाणें ती विस्तीर्ण सभा अंतरिक्षास अगदीं भिडलेली होती. त्या अवाढव्य व रमणीय सभेंत जे कोणी प्रवेश करतील, त्यांचीं सर्व पातकें नष्ट व्हावीं आणि त्यांचे सर्व क्लेश हरले जावे, अशी कांहीं अपूर्व योजना मयासुरानें केली होती. त्रिभुवनांतील उत्तम उत्तम पदार्थांनीं ती सभा घडविली असून, तिच्या भोंवतालचे प्राकार (कोट) व द्वारांवरील तोरणें हीं हिरे, पाच वगैरे रत्नांचीं केलेलीं होतीं. तिच्यामध्यें अनेक चित्रें काढिलीं होतीं, व अनेक प्रतिमा म्हणजे पुतळे बसविले होते. राजा, प्रतिसृष्टि करणाऱ्या त्या मय दैत्यानें धर्मराजाला जी ही सभा करून दिली, तिच्या मूल्याचा अंदाजही करणें कठीण आहे. जनमेजया, फार काय सांगावें? त्या महाबुद्धिमान् मयानें जी सभा तयार केली, त्या सभेसारखी सुंदर सभा भगवान् विष्णूची, ब्रह्मदेवाची किंवा इंद्राची सुद्धां नाहीं! राजा, त्या लोकोत्तर सभेचें संरक्षण करण्याकरितां आठ हजार किंकरनामक राक्षस मयासुरानें नेमिले होते. ते राक्षस अत्यंत बलिष्ठ असून त्यांचे देह मोठे विशाल व भयंकर होते. त्यां राक्षसांपैकीं कित्येकांचे आरक्त व कित्येकांचे पिंगट असे नेत्र होते. त्यांच्या कर्णांचा आकार शिंपांसारखा असून अंतरिक्षांत संचार करण्यास व वाटेल त्यास प्रहार करण्यास त्यांच्या अंगीं शक्ति होती; आणि हे राक्षस त्या मयसभेस जरूर पडल्यास एका ठिकाणाहून दुसऱ्या ठिकाणीं खुशाल घेऊन जात असत.

सरोवराची भ्रामकता.

राजा पारिक्षिता, त्या सभेमध्यें मयासुरानें एक अप्रतिम सरोवर निर्माण केलें होतें. त्यांत

१ राक्षसांची एक विशिष्ट जाति.

सुवर्णकमलें विपुल असून तीं सर्वतोपरी रत्नमय होतीं. तेथील कमललतांचा पत्रविस्तार इंद्रनील मण्यांचा असून, त्या विस्तारावर प्रफुल्लित असलेलीं कमलपुष्पें पद्मराग मण्यांचीं होती. तसेंच त्या कमलिनींचे नाल (देंठ)अन्य रत्नांचे असून त्यांच्या आसमंताद्भागीं बहुविध पक्षिगण वास करीत होते. राजा, त्या पुष्करिणींत जिकडे तिकडे रत्नमय कमलें विकसित झालीं असून, त्यांत इतस्ततः सुवर्णाचे मासे व कांसवें हीं संचार करीत असल्यामुळें तेथें मोठी विचित्र शोभा प्राप्त झाली होती. त्या सरोवरांत उतरण्याला नानाविध रत्नांच्या पायऱ्या बनविल्या असून उदकाच्या अधोभागीं पंकाचा (चिखलाचा) किंचित् सुद्धां लेप नव्हता; आणि ह्यास्तव, वास्तविकपणें जलाचा संचय असतांही त्या जलाच्या स्वच्छपणामुळें एकदम पाहणारास जलाच्या जागीं स्थलाचाच भास होई! राजा, त्या पुष्करिणींत मंदवायूच्या योगानें उदकाचे तुषार उसळत; आणि त्यामुळें, जणू काय मौक्तिकांचा फंवाराच उडत आहे असें भासे ! राजा, त्या जलाशयाच्या चारही बाजूंस तटप्रदेशीं महान् महान् रत्नांचे चतुष्कोणी शिलापट्ट बसविले असून अंतर्भागीं रत्नांचींच कमलें रत्नांचे नाल, व रत्नांचींच पत्रें, आणि त्यांवर मंदवायुप्रेरित मौक्तिकांचा दाट फंवारा उसळत असल्यामुळें, कित्येक राजे त्या पुष्करणीच्या कांठीं शिलापट्टांवर प्राप्त झाले म्हणजे, आणखी पुढेंही अशीच मणिमय भूमि आहे, असा त्यांस खरोखरीच भास होई, व ते अज्ञानानें त्या जलाशयांत कोसळून पडत !

हे जनमेजय राजा, त्या सभेच्या भोंवतालीं नानाविध महान् नील वृक्ष सदासर्वकाळ प्रफुल्लित असत, आणि त्यांची सुंदर आकृति व थंडगार सावली अवलोकन करून प्रेक्षकांस अत्यंत समाधान वाटे. राजा, चोहोंकडे त्या सभेच्या आसमंतात् सौगंधिक वृक्षांची राई व कमलांचे तटाक लागून गेले असून त्यांवर अनेक हंसपक्षी, कारंडव पक्षी व चक्रवाक पक्षी विहार करीत असल्यामळें दिव्य शोभा दिसत होती. राजा, ह्याशिवाय, त्या सभेपासून दूर अंतरावर चारही दिशांस उदकांत किंवा भूमीवर जीं कमलें विकसित झालेलीं असत, त्यांतील सुगंध वायूच्या ओघाबरोबर त्या सभेत वहात येत असे. सारांश, मयासुरानें जी सभा पांडवांकरितां सिद्ध केली, तींत अंतरंगभागीं जशीं नानाविध सुखसाधनें निर्माण केलीं होतीं, तशीं बहिरंगभागींही तीं निर्माण केलीं असून इतर अन्यदेशीय भौतिक सुखांची सुद्धां त्यांत भर पडण्याची व्यवस्था होती. हे जनमेजया, अशा प्रकारची ती लोकोत्तर सभा तयार करण्यास मयासुरास चौदा महिन्यांहून अधिक काळ लागला, आणि नंतर ती सभा पूर्णपणें सिद्ध झाल्यावर त्या दानवश्रेष्ठानें धर्मराजाला ती गोष्ट विदित केली.

अध्याय चौथा.

ब्राह्मणसंतर्पण.

वैशंपायन सांगतातः—हे जनमेजया, ती सभा सिद्ध झाल्याचें वर्तमान मयासुरानें निवेदन केल्यावर, धर्मराजानें त्या सभेंत प्रवेश करण्याचा विचार केला; आणि त्यानें प्रथम अयुत (दहा हजार) ब्राह्मणांस भोजन घातलें. राजा जनमेजया, धर्मराजानें त्या ब्राह्मणांस नानाविध भक्ष्य, पेय, चोष्य व लेह्य पदार्थ वाढिले; तूप व मध यांचे तर पाट वहात होते. त्या धर्मराजानें क्षीररसही यथेष्ट समर्पिला, आणि उत्तम उत्तम कंद, मुळें, फळें, वराहाचीं व हरिणाचीं मांसें, तिलमिश्रित पदार्थ, जीवन्तीनामक विशेष पक्कान्नें, सर्व प्रकारचीं हविष्यान्नें, नानाविध मांसप्रकार इत्यादिकांनीं त्यांचा अत्यं-

त संतोष केला. नंतर त्या धर्मराजानें दूरदूरच्या ठिकाणांहून प्राप्त झालेल्या त्या ब्राह्मणांस नूतन वस्त्रें, बहुविध पुष्पें वगैरे समर्पण करून आणखी प्रत्येकास दहा दहा सहस्त्र धेनु दिल्या. हे भारता, त्या प्रसंगीं त्या ब्राह्मणांनीं त्या युधिष्ठिराला आशीर्वचन देऊन जो जयघोष केला, तो अगदीं स्वर्गलोकास जाऊन पोहोंचला!

देवतांची स्थापना.

हे पारिक्षिता, नंतर तेथें नानाविध सुस्वर वाद्यें वाजूं लागलीं असतां, धर्मराजानें त्या सभेंत द्वारादिकांच्या ठिकाणीं व इतरत्र देवतांची स्थापना करून त्यांची बहुविध सुगंधि द्रव्यांनीं यथासांग पूजा केली.

सभाप्रवेश.

राजा, ह्याप्रमाणें देवतांची स्थापना केल्यावर, धर्मराजानें त्या मयसभेची पूजा करून तींत आपल्या बंधूंसहवर्तमान प्रवेश केला. ह्या समयीं तेथें मोठमोठे मल्ल, नट, झल्ल (दांडपट्टा खेळणारे), सूत (पुराण सांगणारे) व वैतालिक (भाट) हे आपआपल्या ठिकाणीं असलेलें अप्रतिम कौशल्य दाखवून धर्मराजाची सेवा करीत होते. राजा, त्या मयसभेंत प्रवेश केल्यावर, लोकपाल इंद्र जसा देवसभेंत शोभतो, तसा तो धर्मात्मा युधिष्ठिर त्या मयसभेंत शोभूं लागला.

सभाप्रवेशसमारंभ.

हे जनमेजया, पांडवांनीं त्या सभेंत प्रवेश केला त्या समयीं जो महान् समारंभ झाला, त्याचें काय वर्णन करावें! त्या सभेंत पांडवांचें अभिनंदन करण्याकरितां देशोदेशांहून थोर थोर ऋषि व मोठमोठे भूपाल जमले होते. तेथें पांडवांसमवेत जे महर्षि विराजमान झाले होते, त्यांपैकीं कित्येकांचीं नांवें मी तुला सांगतों.

ऋषिमंडल—राजा जनमेजया, आसित, देवल, सत्य, सर्पिर्माली, महाशिरा, अर्वावसु, सुमित्र, मैत्रेय, शुनक, बलि, बक, दाल्भ्य, स्थूलशिरा, कृष्णद्वैपायन, शुक, सुमंतु, जैमिनि, पैल, मी स्वतः (वैशंपायन), तित्तिरि, याज्ञवल्क्य, पुत्रासहित लोमहर्षण, अप्सुहोम्य, धौम्य, अणीमांडव्य, कौशिक, दामोष्णीष, त्रैबलि, पर्णाद, घटजानुक, वायुभक्ष, मौंजायन, पाराशर्य, सारिक, बलीवाक, सिलीवाक, सत्यपाल, कृतश्रम, जातुकर्ण, शिखावान्, आलंब, पारिजातक, महाभाग पर्वत, महामुनि मार्कंडेय, पवित्रपाणि, सावर्ण, भालुकि, गालव, जंघाबंधु, रैभ्य, कोपवेग, भृगु, हरिबभ्रु, कौण्डिन्य, बभ्रुमाली, सनातन, काक्षीवान्, औशिज, नाचिकेत, गौतम, पैङ्ग्य, वराह, शुनक, महातपस्वी शांडिल्य, कुकुर, वेणुजंघ, कालाप, कठ इत्यादि अनेक परमपावन, धर्मज्ञ, जितेंद्रिय व वेदवेदांगपारग ऋषिवर्य त्या सभेंत धर्मराजाच्या सन्निध बसले असून, त्यास पुण्यकारक कथा निवेदन करीत होते.

क्षत्रियमंडल—राजा जनमेजया, श्रीमान महात्मा मुंजकेतु, धर्मात्मा विवर्धन, संग्रामजित् दुर्मुख, वीर्यवान उग्रसेन, पृथ्वीपति कक्षसेन, अपराजित क्षेमक, व कांबोजराज कमठ हे राजे त्या सभेंत अधिष्ठित असून शिवाय महाबलिष्ठ कंपन राजाही तेथें होता. राजा पारिक्षिता, त्या कंपनाचा पराक्रम मोठा अपूर्व होता. ज्याप्रमाणें वज्रधर देवेंद्रानें महावीर्यवान, दिव्यतेजस्वी व शस्त्रास्त्रांत निपुण अशा त्या कालकेयांना कांपवून सोडिलें, त्याप्रमाणें हा कंपन राजा एकटा बल, वीर्य व शस्त्रास्त्रें ह्यांनीं संपन्न असलेल्या यवनांना कांपवून सोडीत असे. राजा, त्या सभेंत आणखी पुष्कळ भूपाल विराजित झाले होते. मद्राधिपति जटासुर, कुंति, किरातराज पुलिंद, पुंड्रकासहित अंगवंग राजे, अंध्रकासहित पांड्योड्र राजे, शिवाय अंगराज. वंगराज, सुमित्र शत्रुनाशक शैब्य,

किराताधिप व यवनाधिप सुमना, चाणूर, देवरात, भोज, भीमरथ, कलिंगाधिपति श्रुतायुध, मगधाधिपति जयसेन, सुकर्मा चेकितान, शत्रुघ्न पुरु, केतुमान, वसुदान, विदेहाधिप कृतक्षण, सुधर्मा, अनिरुद्ध, महाबल श्रुतायु, अनूपराज, दुर्धर्ष, क्रमजित् सुदर्शन, पुत्रांसह शिशुपाल, करूषाधिपति दंतवक्त्र, तसेच महापराक्रमी देवतुल्य यादवकुमार--आहुक, निपृथु, गद, सारण, अक्रुर, कृतवर्मा, शिनिपुत्र सत्यक--त्याप्रमाणेंच भीष्मक, आकृति, वीर्यवान द्युमत्सेन, महाधनुर्धर केकय, सौमकि यज्ञसेन आणि शस्त्रास्त्रविद् महाबल केतुमान् व वसुमान् हे महान महान क्षत्रिय त्या मयसभेंत कुंतीपुत्र धर्मराजाच्या समवेत अधिष्ठित झाले होते. हे जनमेजया, ह्यांशिवाय त्या दिव्य सभेंत रौरवाजिन (रुरुनामक मृगाचें चर्म) धारण करून, अर्जुनापासून धनुर्वेदाचा अभ्यास केलेले महाबलवान राजकुमार बसले असून, वृष्णिकुलाची कीर्ति वाढविणारे व अर्जुनापासूनच धनुर्वेद शिकलेले यादवकुमार---प्रद्युम्न, सांब, युयुधान, सात्यकि, सुधर्मा, अनिरुद्ध--व पुरुषश्रेष्ठ शैब्य आणि ह्यांशिवाय दुसरे बहुत राजे त्या सभेंत जमले होते. राजा जनमेजया, त्या सभेंत अर्जुनाचा सखा तुंबुरु हा नेहमींच राहिला होता, व शिवाय सत्तावीस गंधर्वगण त्या महात्म्या धर्मराजाच्या सेवेंत सदासर्वकाळ तत्पर होते. प्रधानासहवर्तमान चित्रसेन गंधर्व आणि दुसरे गंधर्व व अप्सरा हीं त्या सभेंत नृत्यगायनादिक करीत होतीं. राजा त्या ठिकाणीं गायनकलेंत व वादनकलेंत प्रवीण, तालांच्या मात्रांची घडामोड करण्यांत व रागरागिणींची व्यवस्था लावण्यांत कुशल, तसेच आरोहावरोह जाणण्यांत व वर्ज्यावर्ज्यांच्या विचार करण्यांत निपुण, मृदंगादि चर्मवाद्यें व वीणादि तंतुवाद्यें ह्यांमध्यें निष्णात, आणि वाद्यांचा ध्वनि व कंठांतील स्वर ह्यांची उत्कृष्ट एकतानता करण्यांत विशारद असे किन्नरही तेथें होते. ते सर्व तुंबुरूच्या आज्ञेप्रमाणें गंधर्वादिकांसमवेत नानाप्रकारच्या दिव्य ताना मारून मोठ्या उल्हासानें गात गात त्या पांडवांचें व ऋषिसमुदायाचें रंजन करीत होते. सारांश, ज्याप्रमाणें स्वर्गामध्यें इंद्रादि देव भगवान ब्रह्मदेवाची सेवा करितात, त्याप्रमाणें त्या मयसभेमध्यें महाधार्मिक व सत्यप्रतिज्ञ गंधर्वादिक अनेक पुरुष युधिष्ठिराची मनापासून सेवा करीत होते.

लोकपालसभाख्यानपर्व.

अध्याय पांचवा.

—:०:—

नारदागमन.

वैशंपायन सांगतातः—राजा जनमेजया, त्या लोकोत्तर मयसभेंत महान महान विप्रवर्य, क्षत्रिय वीर व चित्रसेनादि गंधर्व ह्यांसहवर्तमान युधिष्ठिरप्रभृति उदारधी पांडव अधिष्ठित असतां, तेथें भगवान देवर्षि नारद प्राप्त झाले. राजा, महात्म्या

नारदांची योग्यता

काय वर्णन करावी ? त्या मुनिश्रेष्ठांस कोणतीहि गोष्ट परोक्ष नव्हती. ऋग्, यजुस्, साम व अथर्वण हे वेद, आणि ईशावास्यादि उपनिषदें ह्यांमध्यें ते निष्णात होते. वेद व उपनिषदें हीं त्यांस केवळ अवगत होतीं इतकेंच नव्हे, तर त्यांस त्यांचा अर्थही उत्तम प्रकारें विदित होता. वेदाचें व वेदांताचें मुख्य प्रमेय सदासर्वकाळ त्यांच्या दृष्टीपुढें असे; आणि ह्यामुळें देहाची इतिकर्तव्यता कोणती, ह्याचें ते स्वतः चिंतन करीत, व दुसऱ्यासही चिंतन करावयास लावीत. हे जनमेजया, नारदांचा तो विलक्षण अधिकार मनांत आणून, इंद्रादिक लोकपाल व दुसरे महान महान देव त्या महर्षींची नित्य सेवा करीत; आणि त्यांपासून बोधामृताचा लाभ करून घेऊन कृतार्थता जोडीत. असो.

राजा, भगवान नारदांचें ज्ञान मोठें विलक्षण होतें. कोणताही विषय त्यांस करतलामलकवत् असे. इतिहास व पुराणें हीं त्यांस उत्कृष्टपणें अवगत होतीं. वेदामध्यें वर्णन केलेलीं देवदानवयुद्धें किंवा तत्तुल्य दुसरे वृत्तांत, तशींच पुराणांत अथवा इतिहासांत निरूपण केलेलीं हरिश्चंद्रादिक राजर्षींचीं वंदनीय चरित्रें किंवा आख्यानें हीं त्यांस योगबलानें प्रत्यक्ष दृगोचर होत.

हे भारता, देवर्षि नारद हे न्यायमीमांसादि शास्त्रांत केवळ प्रतिसूर्यच होते; अज्ञानतिमिराचा त्यांच्या ठिकाणीं लवलेशही नव्हता. कोणत्याही विषयाचा सांगोपांग विचार करण्यांत ते प्रवीण होते. विषय, संवय, पूर्वपक्ष, उत्तरपक्ष व संगति हीं जीं कोणत्याही विषयाचा निर्णय करण्याचीं पांच अधिकरणें, त्यांत ते निपुण असल्यामुळें त्यांच्या विवेचनापासून अगदीं सूक्ष्म व गहन असाच निर्णय उपलब्ध होई. राजा, नारद मुनींच्या ठायीं त्रिकालज्ञान असल्यामुळें, त्यांस मन्वादिकांनीं स्थापन केलेल्या धर्मतत्त्वांचें रहस्य यथार्थ कळत होतें; शिक्षा, कल्प, व्याकरण, निरुक्त, छंद व ज्योतिष हीं जीं वेदांचीं सहा अंगें, त्यांत त्यांच्यासारखा अन्य कोणीही पारंगत नव्हता; आणि त्यामुळें, विरोधदर्शक वेदवाक्यांची संगति कशी लावावी, एकाच वैदिक वचनांतून अनेक अर्थ सुयुक्तिक रीतीनें कसे ग्रहण करावे, आणि एकाच कर्मविधीपासून बहुविध धर्मफलें कशीं उद्भवतात, हें त्यांस उत्तम रीतीनें समजत होतें.

जनमेजया, भगवान नारद ऋषींच्या ठिकाणीं केवळ अपूर्व ज्ञान वसत होतें इतकेंच नव्हे, तर त्यांच्या ठिकाणीं उत्तम वक्त्याला अवश्य असणारे जे गुण, तेही पूर्णतेनें वसत होते. त्यांचें भाषण मोठें प्रगल्भ असे. त्यांत असंबद्धता लवमात्र नसे. ते मोठे बुद्धिमान होते. त्यांची विवेचनपद्धति शुद्ध व साधार असे. त्यांनीं जें जें ज्ञान संपादिलें होतें, त्याचा त्यांस विसर कसा तो माहीतही नव्हता. श्रोत्यांची मनोवृत्ति, विषयग्रहणशक्ति, त्यांचे व्यवहार इत्यादिकांविषयीं निश्चय करण्यास त्यांस मुळींच विलंब लागत नसे. श्रोतृवृंदांशीं गांठ पडतांच त्यांशीं त्यांचें तात्काळ तादात्म्य होई. त्यांची दृष्टि फार दूरवर चाले. कर्मकांडाची मर्यादा कोणती, व ज्ञानकांडाची मर्यादा कोणती हें

यथार्थ व्यक्त करून दाखविण्यांत ते फार कुशल होते. प्रत्यक्ष, अनुमान, आगम(श्रुतिस्मृतिवचन) इत्यादि जीं प्रमाणें, त्यांच्या योगानें घटाग्निस्वर्गादि लौकिक विषयांचें व निर्गुणनिरतिशयादिक अलौकिक आत्मतत्त्वाचें सत्य स्वरूप ते विशद करीत. प्रतिज्ञा, हेतु, उदाहरण, उपनय व निगमन हे जे वाक्याचे पांच अवयव त्यांचा अन्योन्यसंबंध कसा असतो व त्यांच्या अर्थाविषयीं प्रतिकूल तर्क केल्यास किंवा त्या अवयवांपैकीं एकावर किंवा अनेकांवर अवधान न ठेविल्यास अतिव्याप्ति, अव्याप्ति, असंभव इत्यादि दोष घडून वाक्यांतर्गत अर्थास कशी आपत्ति प्राप्त होते, आणि सर्व वाक्यविभागांची मननपूर्वक सुव्यवस्थेनें संगति लागल्यास उद्दिष्ट अर्थ पूर्वपक्षकाराच्या गळ्यांत कसा बांधतां येतो, ह्यांतील मर्म त्यांस उत्कृष्टपणें विदित असे. राजा जनमेजया, फार काय सांगावें ? भगवान नारद मुनींचा वाक्यप्रवाह चालू झाला म्हणजे प्रत्यक्ष देवगुरु बृहस्पतींचीही त्यांजवर मात्रा चालत नसे !

हे भरतकुलभूषणा, महर्षि नारदांचा अधिकार काय वर्णावा ? त्यांस परब्रह्मत्वाचें यथार्थ ज्ञान झालें होतें. ते लौकिक प्रमाणांचा स्वीकार करून धर्म, अर्थ, काम व मोक्ष ह्या चारही पुरुषार्थांचें विवरण करीत असत. वेदवाक्यांवरून धर्मादिकांच्या स्वरूपाविषयीं विपरीत भावना उत्पन्न होऊं लागल्यास, ते महाज्ञानी भगवत्भक्त मुनि वेदवचनांचें आर्वाक (बाह्य) स्वरूप न पाहतां आद्य स्वरूप (रहस्य) पाहणेंच इष्ट होय, असें प्रतिपादन करून वेदवाक्यांतील प्रमेयांचा साधार निश्चय करीत. त्यांस सर्व भुवनकोशाचें पूर्ण ज्ञान होतें. त्रैलोक्याच्या वर, खालीं व मध्यें काय काय आहे, हें त्यांस प्रत्यक्ष दिसत असे. सांख्यशास्त्र (वेदांतविचार) व योगमार्ग (चित्तवृत्तिनिरोध) ह्या उभय साधनांचा ते उत्तम उपयोग करीत असत. श्रवण केलेल्या विषयांचें मनन करून तर्कानें अर्थानुसंधान करण्यांत ते प्रवीण होते. सांख्यशास्त्राच्या निदिध्यसनानें मुख्य प्रमेयांतील असंभावनेचा ते तात्काळ निरास करीत. देहादिकांविषयीं आत्मभाव धरणें व्यर्थ होय, ही गोष्ट श्रोत्यांच्या मनांत ठसविण्यास त्यांस विलंब लागत नसे. लोकांचा उच्छेद होऊं नये म्हणून सुर म्हणजे ज्ञानी पुरुष व असुर म्हणजे अज्ञानी पुरुष ह्यांच्या मधील कलहबीज दूर करण्यास ते सदोदीत उद्युक्त असत. इतकेंही करून त्या उभयतांत कलह प्रवृत्त झाल्यास, कोणत्या पक्षानें कसें वागलें असतां त्याचें कार्य सिद्ध होईल, हें ते उत्तम प्रकारें जाणीत. साम, दान, दंड व भेद हे जे राजनीतींतील प्रधान नियम, त्यांकडे ते केव्हांही पराङ्मुख नसत. संधि, विग्रह, यान, आसन, द्वैधीभाव व समाश्रय असे जे सहा विधि, त्यांचा ते विजयेच्छु पुरुषास सदा उपदेश करीत. अखिल शास्त्रांत त्यांची अव्याहत गति होती; आणि युद्धशास्त्रामध्यें व संगीतशास्त्रामध्यें सुद्धां त्यांचें परिशिलिन असे. असो.

ह्याप्रमाणें नानाविध गुणांनीं ओतप्रोत भरलेले ते भगवान देवर्षि नारद त्रैलोक्यांत यदृच्छेनें फिरत असतां पांडवांस भेटण्याकरितां उल्लसित होऊन मनोवेगानें त्या मयसभेंत प्राप्त झाले. त्या समयीं त्यांच्याबरोबर पारिजात, धीमान पर्वत सौम्य सुमुख इत्यादिक महान महान ऋषि होते. भगवान नारदांनीं व त्यांच्यासमवेत असलेल्या इतर सर्व ऋषींनीं मयसभेंत प्रवेश करितांच आशिर्वचनांनीं धर्मराजाचा जयजयकार केला; आणि त्याबरोबर तात्काळ युधिष्ठिरादिक धर्मवेत्त्या सर्व पांडवांनीं मोठ्या लगबगीनें उठून विनयपूर्वक मोठ्या प्रेमानें त्यांस अभिवंदन केलें, व यथोचित आसनांचा परिग्रह करण्याविषयीं त्यांस प्रार्थून मधुपर्कादिक अति-

थिसत्काराची सिद्धता करविली. नंतर धर्मराजानें अर्घ्यपाद्यादिकांनीं त्या ऋषिश्रेष्ठांची पूजा केली; आणि त्यांस धेनु, मधुपर्क, सर्व प्रकारच्या अभीष्ट वस्तु, रत्नें वगैरे समर्पिलीं. राजा, युधिष्ठिरानें केलेली पूजा ग्रहण करून भगवान नारद ऋषि संतुष्ट झाले. पुढें भीमादिक इतर पांडुपुत्रांनीं त्या वेदपारग महात्म्यांचें यथाविधि पूजन केलें आणि नंतर नारद मुनींनीं परमाल्हादित होऊन धर्मार्थकामपर असे अनेक प्रश्न धर्मराजास विचारिले.

राजा परिक्षिता, त्या समयीं भगवान नारदांनीं तेथें जे प्रश्न विचारिले, त्यांचा हेतु—केवळ धर्मराजाची संपूर्ण परिस्थिति समजून घ्यावी इतकाच होता असें नव्हे, तर आपला अभिप्राय व्यक्त करून, त्या सभेंत अधिष्ठित असलेल्या युधिष्ठिरादिक राजर्षींना अखिल राजधर्मांचा उपदेश करावा, हाच त्या महर्षींचा उद्देश होता; आणि हाच उद्देश मनांत आणून धर्मराजानें नारदांच्या प्रश्नांवरून विवेचनाच्या अंतीं, "महर्षे, तुमच्या उपदेशाचा मी मनापासून अंगीकार करितों; तुमच्या अभिप्रायानुरूप मी सतत वर्तेन." असें त्या ऋषिवर्यास विनयपूर्वक उत्तर दिलें; असो. आतां, त्या मुनिवर्यानें जे प्रश्न विचारिले, ते ऐक.

नारदप्रणीत राजनीति
किंवा
कच्चित्प्रश्न.[1]

नारद विचारतात:—राजा युधिष्ठिरा, भूपतीला म्हटलें म्हणजे यज्ञयाग, दानधर्म, कुटुंबभरण इत्यादि कार्यांसाठीं धनादिकांचें उत्तम बळ असलें पाहिजे; तर तें बळ तुजपाशीं आहेना? तसेंच, लोकनायकांचें मन सदोदीत धर्माचरणाविषयीं तत्पर असलें पाहिजे; ह्यास्तव तुझें मन धर्मपर आहेना? धर्मराजा, राजे लोकांनीं सुखोपभोग अनुभवावे, पण त्यांत दंग होऊन परब्रह्मचिंतनापासून विमुख होऊं नये; तेव्हां तुझी स्थिति कशी आहे बरें? तुला राजसुखें अनुकुल आहेतना? बरें पण त्यांत तूं अतिशय आसक्त नाहींसना? हे नरदेवा,उत्तम, अधम व मध्यम असे जे जनांचे त्रिविध वर्ग, त्यांशीं तदनुरूप त्रिविध वर्तन ठेवणें अवश्य आहे; ऋत्विक्पुरोहितादि गुरुस्थानापन्न जनांविषयीं पूज्यबुद्धी धारण करून त्यांस वर्षासनें वगैरे करून दिलीं पाहिजेत, दुष्ट व घातुक जनांचें शासन करून त्यांस जरबेंत ठेवण्याकरितां त्यांजपासून दंड घेणें अगत्याचें आहे, आणि प्रजेचें पालन करून तिजपासून उत्पन्नाचा षष्ठांश कररूपानें वसूल घेण्यास प्रत्यवाय नाहीं; तुझे पूर्वज ह्या तिन्ही विहित गोष्टी मोठ्या काळजीनें करीत असत; तेव्हां तूंही त्या श्रेष्ठ मार्गाचें अवलंबन करीत असतोसना; हे नरपुंगवा, पृथ्वीपतीच्या ठिकाणीं नीचत्व, विरक्तत्व व कामुकत्व हे महान दोष होत; ह्यांच्या योगानें त्याच्या हातून राज्यशकट कधींही सुयंत्र चालणार नाहीं; ह्यास्तव ह्या दोषापासून भूपतीनें सदैव अलिप्त असलें पाहिजे. त्यानें अर्थाविषयीं लोभ धरून धर्माचा अव्हेर होऊं देऊं नये; धर्माविषयीं तत्पर होऊन अर्थाकडे दुर्लक्ष्य करूं नये; आणि तात्कालिक सुखांवर आसक्ति ठेवून धर्म व अर्थ ह्या दोहोंविषयीं

---

१ नारद मुनींनीं विचारिलेल्या प्रत्येक प्रश्नाच्या आरंभीं कच्चित् हा शब्द मुळांत आहे, म्हणून ह्या प्रकरणास कच्चित्प्रश्न असें म्हणतात. कच्चित् हें संस्कृतांत प्रश्नार्थक अव्यय आहे. ज्या प्रश्नार्थक वाक्यांत वक्ता आपला अभिप्राय प्रश्नांतच व्यक्त करितो, त्या वाक्यांत ह्या अव्ययाची योजना करितात. मुक्तेश्वरादिक महाराष्ट्रकवींनीं कच्चित् ह्या अव्ययाचें महाराष्ट्ररूपांतर किंचित् असें केलें आहे; ह्यास्तव ह्या कच्चित्प्रश्नांस मराठींत किंचित्प्रश्न असें म्हणतात.

उदासीन बनूं नये. सारांश, धर्माची प्रीति, अर्थाचा लोभ व सुखाचा अभिलाष ह्या तिन्ही गोष्टी अगदीं मर्यादित असल्या पाहिजेत. तेव्हां तुझी स्थिति ह्याप्रमाणें सर्वथा प्रशंसनीय आहे-ना? हे विजयिश्रेष्ठा युधिष्ठिरा, धर्म, अर्थ व काम ह्या तिहींनीं विशिष्ट अशा मर्यादेचें उल्लंघन करूं नये; ह्यास्तव, प्रत्येक उत्कर्षेच्छु पुरुषानें त्यांस विशिष्ट काळ नेमून द्यावा हें फार चांगलें; आणि ह्याच तत्त्वांवर दृष्टि ठेवून श्रुतीनें असा नियम घालून दिला आहे कीं, पूर्वाह्णीं नित्यनैमित्तिक धर्मकृत्यें आचरावीं, मध्यान्हापासून सायान्हापर्यंत द्रव्यार्जनादिक अर्थपर कृत्यें करावीं, आणि सायान्हीं व नंतर सुखोपभोग घ्यावे. धर्मराजा, ही कालानुरूप कर्मयोजना तूं जाणतच आहेस; तेव्हां तूं तदनुसार वर्तन करीत आहेसना?

युधिष्ठिर राजा, (१) नास्तिकपणा, (२) असत्य, (३) क्रोध, (४) प्रमाद (गैरसावधपणा), (५) दीर्घसूत्रता (चेंगटपणा), (६)ज्ञानी लोकांची भेट न घेणें, (७) आळस, (८) इंद्रियासक्ति, (९) केवळ धनलोभ, (१०) दुष्टांशीं मसलत, (११) सुनिश्चित कर्मांविषयीं उदासीनता, (१२) रहस्यस्फोट, (१३) देवादिकांचे मंगलोत्सव न करणें, व (१४) दाही दिशांकडील शत्रूंना दाबांत ठेवण्याविषयीं दक्षता न राखणें असे हे राजांच्या ठायीं चौदा दोष होत. हे पांडुतनया, राजांच्या ठिकाणीं जे अवश्य असले पाहिजेत, असे मुख्य गुण सहा आहेत. (१) दुसऱ्याचें चित्त वश करून घेत. स्यावर आपली छाप ठेवण्याकरितां राजांच्या अंगीं उत्तम वक्तृत्व असावें; (२) शत्रूस नित्य भय पडावें व त्यांनीं वर मान उचलूं नये ह्यास्तव राजांनीं आपला पराक्रम व सामर्थ्य सदासर्वकाळ शत्रूंच्या दृष्टीपुढें ठाम जागृत ठेवावें; (३) राजांची दृष्टि मोठी सूक्ष्म व दूरवर असावी; (४) पूर्वीं घडलेल्या गोष्टींचा त्यांस कधींही विसर पडूं नये; (५) प्राचीन इतिहासांचें पूर्ण मनन करून, पुढें काय घडेल ह्याचें बरोबर अनुमान त्यांस करितां यावें; आणि (६)त्यांस राजनीतीचीं सर्व तत्त्वें उत्कृष्ट विदित असावीं. राजा, तुझ्या ठिकाणीं हे सर्व गुण आहेत; तेव्हां ह्या सर्व गुणांचा योग्य उपयोग करून साम, दान, भेद, दंड, मंत्र, औषध व इंद्रजाल ह्या सात उपायांपैकीं कोणता उपाय कोठें श्रेयस्कर होईल ह्याचा तूं नीट विचार करीत असतोसना! हे वीरपुंगवा, विजयेच्छु पुरुषानें शत्रूच्या बलाबलाचें योग्य परीक्षण करणें अत्यंत अगत्याचें आहे; ह्यास्तव तुझा तसा परिपाठ आहेना? तशीच चौदा प्रकारच्या अधिकाऱ्यांवर भूपतीची विशेष दक्षतेची दृष्टि पाहिजे. ते अधिकारी म्हटले म्हणजे देशाधिकारी, दुर्गाधिकारी (किल्लेदार), रथाधिपति, अश्वाधिपति, गजाधिपति, शूर सैनिक, अंतःपुररक्षक अन्नाधिपति, शस्त्राधिपति, सेनागणक, आयव्ययलेखक, धनाधिपति, गुप्त हेर व कामगार लोक हे होत; तर ह्या सर्वांवर तुझी योग्य नजर आहेना? राजा, शत्रूच्या बलाबलांची परीक्षा केल्यावर आपलें बल कमी व शत्रूचें बल अधिक असें दिसून आल्यास, त्या प्रसंगीं स्वसंरक्षणाचा मुख्य उपाय शत्रूशीं युक्तीनें साम करणें हाच होय; ह्याकरितां तसें करून कृषिकर्म, व्यापार, किल्ले, सरहद्दी, हस्तिशाला, रत्नांच्या व सुवर्णाच्या खाणी, व करांचा वसूल ह्यांची सुव्यवस्था ठेवावी, आणि संपत्ति वाढवून राज्यांतील व्यंगें दूर करावीं हें इष्ट आहे; तेव्हां त्याप्रमाणें तूं करीत आहेसना?

धर्मराजा, राज्यांतील संपत्ति वाढण्यास कृषिकर्मादि आठ गोष्टी सुधारल्या पाहिजेत हें खरें; परंतु ह्यापेक्षांही एक मोठी गोष्ट अनुकूळ असली पाहिजे ती ही कीं, राष्ट्रामध्यें मुळींच

फूट नसावी, राजनियुक्त सर्व अधिकाऱ्यांमध्यें राजभक्ति उत्कृष्ट असली पाहिजे; दुर्गाध्यक्ष, बलाध्यक्ष, धर्माध्यक्ष, सेनानायक, उपाध्याय, वैद्य व ज्योतिर्विद ह्या सर्वांनीं एकमतानें स्वामिकार्यासाठीं तनमनधन अर्पण करून झटलें पाहिजे; लांच वगैरे देऊन फंदफितूर उत्पन्न करण्याचा शत्रूंनीं प्रयत्न केल्यास राजसेवकांनीं त्यास लुब्ध होतां उपयोगी नाहीं; तसेंच राज्याधिकारी पुरुषांनीं ऐश्वर्यभरानें उन्मत्त होऊन स्वकर्तव्यापासून पराङ्मुख होऊं नये; ते व्यसनादिकांत निमग्न होऊन पापकर्मांस उद्युक्त होतील तर त्यांचा स्वतांचा व परिणामीं त्यांच्या राज्याचा सर्वस्वीं घात होईल; सारांश, लक्ष्मीची वाढ होण्यास राज्यांत सर्वत्र स्वामिकार्यासाठीं निस्सीम प्रेम वसलें पाहिजे; तेव्हां तुझ्या राज्यांत तें उत्तम प्रकारें वास करीत आहेना ? तूं जे अधिकारी नेमिले आहेस, ते बाह्यात्कारीं मात्र राजनिष्ठा प्रदर्शित करून आंतून शत्रूला सामील नाहींतना ? तुझे प्रीतींतले मंत्री किंवा दूत तुझ्याशीं दगा करून तुझी मसलत तुझ्या वैऱ्यांस कळवीत नाहींतना ?

राजा, आपल्यावर प्रेम कोण करितात, आपले शत्रु कोण आहेत, व आपल्याशीं उदासीनवृत्तीनें (दोन्ही पक्षांकडील वेतन घेऊन मध्यस्थवृत्तीनें) कोण वागतात, ह्याचा विचार करून त्यांशीं तदनुरूप वर्तन ठेविलें पाहिजे. आपल्यावर प्रेम करणाऱ्या पुरुषांची प्रथम योग्य परीक्षा करावी, व नंतर त्यांस आपल्या मसलतींत घेऊन त्यांच्या साहाय्यानें बलिष्ठ शत्रूंशीं साम किंवा दुर्बल शत्रूंशीं युद्ध करावें; तसेंच, जे उदासीन किंवा मध्यम वृत्तीनें वागत असतील, त्यांशीं आपणही तशीच वागणूक ठेविली पाहिजे. ह्यास्तव ह्या नियमानुसार तुझें योग्य वर्तन चालू आहेना? हे प्रतापशाली वीरा, राज्यांत जे वृद्ध, कुलीन, स्वामिनिष्ठ, उत्कृष्ट सल्लागार व आचारसंपन्न पुरुष असतात, त्यांच्या सल्ल्यावर राजाचा जय अवलंबून असतो; ह्यास्तव, त्या पुरुषांचा आपल्याप्रमाणें गौरव होईल अशी तजवीज करणें हें राजाचें कर्तव्य होय तेव्हां तूं तशी व्यवस्था ठेविली आहेसना? बा युधिष्ठिरा, राजकार्यधुरंधर अमात्यांनीं राजाचें रहस्य कोणासही कळूं न देतां राजकार्य चालविलें म्हणजे राष्ट्र नेहमीं सुरक्षित राहून शत्रूपासून त्यास केव्हांही उपसर्ग होत नाहीं असा अबाधित नियम आहे; तेव्हां तुझ्या राज्यांत अमात्यमंडल तसें वर्तन करीत आहेना?

हे पांडुनंदना, राजाची वृत्ति मोठी कठीण आहे. त्यानें अहर्निश आपल्या कार्याचें निदिध्यसन चालविलें पाहिजे. त्यानें योग्य वेळीं निजून उठलें पाहिजे. त्यास अमर्याद निद्रा उपयोगी नाहीं. राजानें अमात्यांशीं ज्या मसलती केल्या असतील, त्यांचा त्यानें पहाटेस आपल्याशीं विचार करावा. राजा धर्मा, हे सर्व नियम तूं जाणतच आहेस; तेव्हां तुझें वर्तन योग्य प्रकारचें चाललें आहेना? राजा, कोणतीही मसलत करणें ती एकट्यानेंच करूं नये. कारण, एकट्यानेंच मसलत केली असतां कधीं कधीं मोठ्या चुका घडतात, तसेंच, मसलतींत दुसरे लोक घ्यावयाचे ते अनेक घेणें हेंही अयोग्य होय; कारण त्या योगें ती मसलत गुप्त रहात नाहीं. म्हणून, मसलत करावयाची असतां ती दोघांनींच करावी हें इष्ट आहे. तर तूं ज्या मसलती करितोस, त्यांतही अशी सावधगिरी ठेवितोसना? तुझ्या मसलती फुटून राष्ट्रभर होत नाहींतना?

हे युधिष्ठिरा, ज्या व्यवसायांत आरंभीं फारसें द्रव्य घालावें लागत नाहीं. पण परिणामीं त्यापासून पुष्कळ उत्पन्न होतें असे व्यवसाय कोणते, ह्याचा निश्चय करून ते व्यवसाय कर-

ण्यास तात्काळ प्रयत्न करणें हें इष्ट होय. कृषिकर्म, व्यापार इत्यादिक व्यवसाय ह्यांपैकींच आहेत तेव्हां हे व्यवसाय करण्यास तूं उत्तेजन देतोसना ? तसेंच जे कोणी हे व्यवसाय करितात, त्यांना विघ्नें करीत नाहींसना ? राजा, कामगार लोक, अपरिचित, अविश्वसनीय व पुनःपुनः कामावर लावलेले असे असल्यास, त्यांपासून व्हावा तसा लाभ होत नाहीं. कामगार लोकांचें मन राजाच्या ठिकाणीं आसक्त असल्याशिवाय ते कसून काम करीत नाहींत. ह्यास्तव ते जुने, पूर्ण परिचयाचे, विश्वासू व स्वामीच्या कल्याणाकरितां मनापासून झटणारे असेच असावे. म्हणजे ते महान महान कार्यें मोठ्या उल्हासानें घडवून आणितात. राजा धर्मा, तुझ्या पदरीं जे कामदार लोक आहेत, ते असेच आहेतना ? पांडुतनया, सेवकांना स्वामिकार्य हाच स्वार्थ वाटला पाहिजे. ते स्वतांच्या हिताविषयीं अगदीं निर्लोभ असावे. वाडवडिलांपासून जे सेवक चाकरी करीत आलेले असतात, त्यांच्या ठायीं धन्याविषयीं उत्तम आत्मीयता उत्पन्न झालेली असते. ह्यासाठीं सर्वस्वी विसंबून राहणें तें अशाच सेवकांवर राहिलें पाहिजे. तेव्हां तुझा परिपाठ असाच आहेना ? राजा, सेवकांवर जीं कामें सोपविलीं असतात, त्यांपैकीं कोणतीं कामें पुरीं झालीं, कोणतीं कामें पुरीं होत आलीं, व कोणतीं कामें आरंभावयाचीं राहिलीं, इत्यादिक माहिती त्या सेवकांस पूर्णपणें असली पाहिजे; जर ही माहिती त्यांस नसेल, तर तीं कामें योग्य वेळीं तयार होणार नाहींत. तेव्हां तुझ्या सेवकांना ही सर्व आवश्यक माहिती नीटपणें असतेना ?

हे राजश्रेष्ठा, राष्ट्राचा उदय हा त्या राष्ट्रांतील ज्ञानमत्तेवर अवलंबून असतो; आणि ती ज्ञानमत्ता आचार्यवर्गाच्या पात्रतेवर अवलंबून असते. तेव्हां तुझ्या राष्ट्रांत जे आचार्य आहेत, ते श्रुतिस्मृत्यादिक धर्मशास्त्रांत धनुर्विद्येंत व अन्य विषयांत विशारद आहेतना ? तसेच ते शिष्यांस धनुर्वेदादिक विद्या शिकवून उत्तम प्रकारें तयार करीत असतातना ? राजा, विद्वान पुरुषांची योग्यता मोठी अपूर्व असते. ह्यासाठीं सहस्त्रावधि मूर्ख पुरुषांना खर्चीं घालूनही एका विद्वानास पदरीं बाळगिलें पाहिजे. कारण, महत्संकट प्राप्त झालें असतां एक विद्वानच त्यांतून आपणांस सोडवील. ह्यास्तव तूं विद्वान पुरुषास हरतऱ्हेनें संग्रहीं ठेवण्याविषयीं उत्सुक असतोसना ? धर्मा, राष्ट्रांतील सर्व किल्ले हे धन, धान्य, उदक, आयुधें, यंत्रें, कारागीर व योद्धे यांनीं सदासर्वकाळ परिपूर्ण असले पाहिजेत; नाहीं तर ते प्रसंगीं आपलें कल्याण करण्याच्या ऐवजीं अकल्याणच करतील. तेव्हां तुझ्या राज्यांतील किल्लयांची धनधान्यादिकांनीं समृद्ध स्थिति आहेना ? राजा, राजकीय व्यवहारांत अमात्याची योग्यता फार श्रेष्ठ होय. इंद्रियजेता, शूर, बुद्धिवान, दूरदर्शी व चतुरस्त्र असा एक अमात्य राजाला किंवा राजपुत्राला महद्भाग्य प्राप्त करून देतो, हें लक्षांत धर.

हे अजातशत्रो, शत्रूकडील मंत्री, पुरोहित, युवराज, सेनापति, द्वारपाल, अंतःपुररक्षक, कारागाराधिकारी, धन वसूल करणारा कामगार, धन खर्चिणारा अधिकारी, उपदेशक, नगरस्वामी, कामें नेमून देणारे अधिकारी, धर्माध्यक्ष, सभाध्यक्ष, पाहरेकरी किल्लेदार, सरहद्द संभाळणारे वीर आणि अरण्यपालक अशा अठरा अधिकाऱ्यांवर आणि स्वतांकडील मंत्री, पुरोहित व युवराज हे खेरीज करून बाकीच्या अधिकाऱ्यांवर राजानें गुप्त हेरांकडून टेहेळणी राखावी. प्रत्येक अधिकाऱ्याच्या मागें तीन तीन गुप्त हेर ठेवावे. त्या हेरांस कोणी ओळखूं नये म्हणून त्यांचा वेष पाखंडी वगैरे लोकांप्रमाणें

असावा. त्या हेरांमध्यें आपसांतही एकमेकांची एकमेकांस ओळख पटूं नये. त्यांनीं बारीक नजर व तिखट कान सर्वत्र ठेवावा; आणि जें कांहीं विशेष समजेल, तें आपल्या प्रभूस बिनचूक निवेदन करून स्वामिसेवा उत्कृष्ट बजावावी. बा युधिष्ठिरा, ही सर्व व्यवस्था तूं केली आहेसना? हे शत्रुनाशका, हेरांची व्यवस्था असली तरी राजानेंही स्वतः दक्षतेनें शत्रूवर दृष्टि ठेवली पाहिजे. त्यानें आपलें हृद्गत परपक्षास कळणार नाहीं अशी सावधगिरी ठेवावी; आणि प्रसंग आल्यास शत्रूचा निःपात उडवितां यावा म्हणून एकसारखे परिश्रम चालवावे; राजा, तुझ्या ठिकाणीं ही सर्व तयारी आहेना?

हे नयनिपुणा, चतुर्विध पुरुषार्थांची इच्छा करणाऱ्या नरपतीनें, पुरोहित नेमावयाचा तो आचारवान, कुलीन, बहुतश्रुत, गुणज्ञ, अनिंदक व उत्कृष्ट शिकविणारा असा नेमावा आणि त्याचा उत्तम प्रकारें आदरसत्कार करावा, हें इष्ट आहे. तेव्हां तूं अशा प्रकारचा सच्छील व सत्पात्र पुरोहित नेमून त्याचा आदरसत्कार करीत आहेसना? राजा, अग्न्यागारावर जो याजक ठेवावयाचा, तोही असाच सर्वथा वंदनीय असला पाहिजे. त्यास याज्ञिक विधी उत्तम प्रकारें येत असावे. तो मोठा प्रबुद्ध व सुस्वभाव असावा; आणि त्यानें त्या त्या काळीं झालेलें व होणारें होमवहन नेहमीं यजमानास विदित करावें. राजा, अग्निशालेवर जो याजक तूं नेमिला आहेस, तो त्या क्रियांस पात्र असून होमहवनांबद्दलचें वर्तमान तुला यथाकालीं विदित करितोना? हे कुन्तीपुत्रा, राजगृहीं जो ज्योतिर्विद नेमावयाचा, तोही आपल्या कर्मांत कुशल असला पाहिजे. सामुद्रिक शास्त्रास अनुसरून त्यास अवयवपरीक्षा करितां यावी; धरणीकंप वगैरे भौम उत्पातांचें, धूमकेतु वगैरे दिव्य उत्पातांचें, व वामनेत्रस्फुरण वगैरे दैहिक उत्पातांचे, त्यास यथायोग्य ज्ञान असावें; आणि त्या सर्वांवरून भावी अनर्थांचें बरोबर अनुमान करून त्यानें राजास साहाय्य करावें. राजा, तुझ्या पदरीं जो ज्योतिर्विद आहे, तो असाच आहेना?

हे शत्रुदंडना, राजानें अधिकाऱ्यांची योजना करितांना त्यांची पात्रापात्रता नीट मनांत आणावी. कार्याच्या महत्त्वाप्रमाणें त्यांवर अधिकाऱ्यांची नेमणूक केली पाहिजे. जीं कामें महत्त्वाचीं असतील, त्यांवर तसेच मोठे अधिकारी नेमावे; जीं कामें मध्यम असतील, त्यावर मध्यम प्रकारचे सेवक नेमावे; आणि जीं कामें अगदीं सामान्य असतील, त्यांवर तसेच सामान्य पुरुष नेमावे. मुख्य प्रधानाचें पद, सैनापत्य, रत्नांच्या खाणी, धनागार, कृषिनिरीक्षण (पीकपाहणीचें काम) इत्यादिक महत्त्वाच्या जागीं वंशपरंपरागत कार्यभार वाहणारे, अत्यंत प्रामाणिक, अतिशय थोर व सदाचारसंपन्न अशाच अधिकाऱ्यांची नेमणूक केली पाहिजे; आणि इतर मध्यम व कनिष्ठ स्थानीं त्या त्या स्थानाच्या योग्यतेप्रमाणें सेवकवर्गाची योजना करावी हें अत्यंत आवश्यक आहे. तेव्हां, हे युधिष्ठिरा, तुझी अशी पद्धति आहेना?

हे भरतर्षभा, राजानें प्रजांचा प्रतिपाल करितांना त्यांस अपत्यवत् मानिलें पाहिजे. अपत्यांस जशी वात्सल्यानें शिक्षा करावयाची, तशी प्रजांस वात्सल्यानेंच शिक्षा केली पाहिजे. प्रजांस उग्रदंड केल्यास त्यांस राजशासन सहन होणार नाहीं, आणि त्या अगदीं त्रस्त व दीन होऊन जातील; ह्यास्तव तसें करणें उचित नाहीं. तेव्हां तुझ्या राज्यांत प्रजांस उग्र दंड होत नाहींना? राजा, प्रजांचा उत्कर्ष होण्यास मोठमोठ्या मसलती प्रधानादिकांच्या अभिप्रायानेंच झाल्या

पाहिजेत. ह्यास्तव तूं तसेंच करीत असतोसना? हे भरतकुलभूषणा, राजानें प्रजांपासून कर वगैरे घेणें तो त्यांच्या शक्तीप्रमाणें व बेताबातानेंच घेतला पाहिजे. तो प्रजांस पिळून धनसंचय करील, तर त्याचें तें करणें म्हणजे एक महत्पातकच होय. जारकर्मी पुरुषाचा स्त्रिया जसा अनादर करितात, तसा, याचकादि परम पूज्य पुरुष त्या प्रजापडिक राजाचा महापातक्याप्रमाणें अनादर करितात. ह्यास्तव सुकीर्तिमान नरदेवानें तें दुष्कृत्य कधींही करूं नये. राजा, तूं आपल्या प्रजांपासून अशा प्रकारें निष्ठुरपणानें कधींही धनसंग्रह करीत नाहींसना? हे उदारबुद्धे, राज्याचा अभ्युदय होण्यास राज्यांतील सेनापति धनसंपन्न, सुकीर्तिमान, संतुष्ट, शूर, धोरणी, धीट, इमानी, कुलीन, राजनिष्ठ व सदोदित दक्ष असा पाहिजे. तेव्हां तुझा सेनापति तसा आहेना? राजा, सैन्यावरचे दुसरे अधिकारी सुद्धां सर्व प्रकारच्या युद्धकलेंत कुशल, समय जाणणारे, निष्कपटी व पराक्रमी असावे; आणि त्यांस राजानें बहुमान द्यावा. तेव्हां तुझे सेनाधिकारी तसे कुशल वगैरे असून तूं त्यांस बहुमान देतोसना? धर्मा, सैन्याचा रोजचा शिधा व महिन्या महिन्याचें वेतन त्यांस वेळच्या वेळीं मिळालें पाहिजे. तें उगीच लांबणीवर टाकूं नये. शिपायांस शिधा व पगार जर वेळच्या वेळीं मिळाला नाहीं, तर त्यांचे फार हाल होऊं लागतात; आणि मग ते धन्यावर संतापून त्याजला महान संकटांत पाडितात. ह्यास्तव, हे शत्रुदमना, तूं सैन्याचा पगार, शिधा वगैरे वेळेवर देतोसना? राजा, प्रधानादिक सर्व राजपुरुष कुलीन व राजनिष्ठ असावे; त्यांनीं राजकार्याकरितां नेहमीं युद्धामध्यें प्राण देण्यास सिद्ध झालें पाहिजे, हें उचित होय. तेव्हां तुझे प्रधान असे यथायोग्य व राजभक्त आहेतना? राजा, स्वदेशाचें संरक्षण करण्याकरितां व परदेश जिंकून घेण्याकरितां जें सैन्य बाळगावयाचें त्यावरील सत्ता एकाच्याच हातीं उपयोगी नाहीं. त्यावर निरनिराळे शूर अधिकारी असावे. जर ती सत्ता एकाच पुरुषाच्या हातीं असेल, तर कदाचित् तो पुरुष फितूर होऊन भलतेंच वर्तन करूं लागल्यास महान अनर्थ उद्भवेल. राजा धर्मा, तूं ह्या कामीं योग्य दक्षता ठेविली आहेसना?

हे कुंतीपुत्रा, राजसेवकांपैकीं जे कोणी विलक्षण पराक्रम करून राजकार्य साधितात, त्यांस अधिक मान, वेतन वगैरे मिळणें अवश्य आहे. जर ही व्यवस्था नसेल, तर अचाट कृत्य करण्याचा किंवा लोकोत्तर बुद्धि चालविण्याचा ते कधींही प्रयत्न करणार नाहींत. ह्यास्तव, बा धर्मा, तुझ्या राज्यांत जे पुरुष असें विशेष कृत्य करितात, त्यांस तुझ्याकडून विशेष मान वगैरे मिळतोना? राजा, विद्वान व ज्ञानसंपन्न पुरुषांस त्यांच्या गुणानुरूप दानदक्षिणा मिळून त्यांची संभावना झाल्याखेरीज राष्ट्राची विद्या व ज्ञान वाढणार नाहीं; म्हणून तूं आपल्या राज्यांतील विद्वानांची व ज्ञानवानांची योग्य संभावना करितोसना? राजश्रेष्ठा, जे वीर राजकार्याकरितां धारातीर्थी शयन करितात, किंवा अन्य प्रकारीं संकटांत पडतात, त्यांच्या अनाथ स्त्रियांचें पालनपोषण करणें हें राजाचें कर्तव्यकर्म होय; तेव्हां तूं त्याप्रमाणें करीत असतोसना? हे वीरवरा, जेव्हां शत्रु भयाकुल होऊन, आर्त होऊन किंवा पराजित होऊन शरण येतो, तेव्हां त्याचें पुत्रवत् पालन केलें पाहिजे, हा विहिताचार होय. तुझ्या राज्यांत त्याप्रमाणें करण्याची पद्धति आहेना? बा पांडुतनया, राजाला 'सर्वप्रजा आपल्या कुटुंबांतील मनुष्यें होत' असें वाटलें पाहिजे, व प्रजांनीं राजाविषयीं आईबापांप्रमाणें भावना धरिली पाहिजे. राष्ट्रांत असें जर

अन्योन्यप्रेम वास करील, तर त्या राष्ट्राचा उत्कर्ष होईल. तेव्हां तुझ्या राज्यांत हें अन्योन्यप्रेम आहेना? हे युधिष्ठिरा, राजानें आपल्या शत्रूवर एकसारखी सूक्ष्म दृष्टि ठेविली पाहिजे. कोणत्या वेळीं शत्रूवर चालून गेल्यास तो आपल्या हस्तगत होईल, ह्याचें त्यानें पूर्ण अवधान राखिलें पाहिजे. स्त्रिया, द्यूत, मृगया, मद्यपान इत्यादि व्यसनामध्यें शत्रू दंग झाला असल्यास त्याचा विवेक भ्रष्ट झाला असें समजून त्याजवर चालून जाण्यास हरकत नाहीं; मात्र तसें करण्यापूर्वीं प्रधानादिकांची सल्ला, धनादिकांची सुस्थिति व सैनिकांचा भरपूर पुरवठा ह्या त्रिविध बलाचें नीट मनन करावें, आणि ती सर्व तयारी आहे असें पाहून शत्रूवर मोठ्या आवेशानें बेलाशक चाल करावी. तेव्हां, धर्मा, तूं ह्याप्रमाणें करितोसना ?

हे अरिंदमा, विजयेच्छु पुरुषानें शत्रूवर चालून जाण्यापूर्वीं बहुविध गोष्टींकडे लक्ष पुरविलें पाहिजे. त्यानें प्रथम पार्ष्णिमूलाचें नीट परीक्षण करावें: म्हणजे (१) आपणास ज्याशीं युद्ध करावयाचें आहे त्याचें शौर्य, साहस, दूरदर्शित्व इत्यादि गुणांचें नीट निरीक्षण करावें; व (२) त्या गुणांशीं आपल्या अंगच्या तदनुरूप गुणांची तुलना करून पाहावी; नंतर शत्रूचे (३) मित्र व त्या (४) मित्रांचें मित्र, तसेच (५) आपले मित्र व आपल्या (६) मित्रांचे मित्र (शत्रुपक्षाचे व स्वपक्षाचे साह्यकारी) कोण कोण व कितपत विश्वसनीय आहेत, ह्याचा बरोबर अंदाज करावा. पुढें आपल्या मित्रमंडलाच्या समीप आपली (७) पाठ राखण्याकरितां व (८) उत्तेजन देण्याकरितां उभे असणारे वीर कशा प्रकारचे आहेत, आणि त्यांच्याही समीप त्यांस (९) मदत करण्याकरितां व (१०) सावरून धरण्याकरितां कोण कोण सिद्ध आहेत ह्याचें उत्कृष्ट मनन करावें. मग आपणकडे व आपल्या शत्रूकडे (११) तटस्थ वृत्तीनें दृष्टि ठेवणाऱ्या पुरुषांचें हृदय ओळखावें. आणि शेवटीं (१) सर्वांच्या पृष्ठभागीं अगदीं उदासीनपणें वर्तन करणाऱ्या भ्रमण करणाऱ्या अधिकाऱ्यांची परिस्थिति न्याहळून पाहावी. राजा, हें पार्ष्णिमूल अवलोकन केल्यावर, त्यांपैकीं कोणाचा अवमान झालेला आहे कीं काय, कोणाचें वेतन थकलें आहे कीं काय, कोणी स्वार्थपर होऊन धनादिकांस लुब्ध झाला आहे कीं काय, कोणी संतापला आहे कीं काय, कोणी भ्यालें आहे कीं काय इत्यादिक पहावें; आणि नंतर ते अधिकारी शत्रुपक्षाकडील असल्यास त्यांस अभीष्ट वस्तु अर्पण करून त्यांमध्यें फितुरी करावी आणि ते अधिकारी स्वपक्षाकडील असल्यास त्यांचे मनोरथ परिपूर्ण करून असंतोषाचें बीज काढून टाकावें. आणि इतकें केल्यावर, शत्रुपक्षाच्या ठिकाणीं अपजयाचीं कारणें विद्यमान नाहींत अशी खातरजमा करून घ्यावी; आणि नंतर अग्नि, उदक, व्याधि, दुर्भिक्ष, पटकी इत्यादिकांपासून आपत्ति प्राप्त होण्याचा संभव आहे कीं काय, ह्याविषयीं दैवज्ञांचें अनुमत काढून मग शत्रूवर चाल करावी; हें उचित होय. ह्यास्तव हें सर्व करण्याचा तुझा परिपाठ आहेना ! हे भरतश्रेष्ठा, स्वसेनेचा संतोष व परसेनेची फितुरी हीं विजयाचीं मुख्य साधनें आहेत. तेव्हां तूं युद्धास निघण्यापूर्वीं आपल्या सैन्याचा पगार आधीं देतोसना ? त्याप्रमाणेंच शत्रुसैन्यांतील अग्रणी पुरुषास वश करून घेण्याकरितां रत्नादिकांच्या गुप्त भेटी पाठवितोसना ? हे धर्मा, विजयेच्छु राजानें प्रथम इंद्रियांचें दमन करून कार्याकार्यविचार करावा, आणि नंतर शत्रुपक्षांत अव्यवस्था आहे असें दिसतांच त्यावर चाल करून जावें, हा धर्म होय. तेव्हां तूं असेंच करीत असतो-

सना ? हे शत्रुतापना, युद्ध करून रक्तस्राव करणें हें होतां होईल तों टाळिलें पाहिजे. ह्यास्तव शत्रुनाशास उद्युक्त झाल्यावर प्रथम साम, दान, दंड, भेद हे चार श्रेष्ठ उपाय योजावे. या उपायांची उत्तम प्रकारें योजना केल्यास प्राणहानि न होतां आपला उद्देश सिद्धीस जातो. तेव्हां तूं हाच क्रम अनुसरतोसना? हे प्रजापालका, कोणत्याही राजानें आणखी देश जिंकण्या उद्युक्त होण्यापूर्वी आधीं मिळविलेले देश आपल्या ताब्यांत ठाम राहण्याकरितां त्यांचा बंदोबस्त उत्तम ठेवून मग शत्रूवर चाल करून जावें; नाहीं तर हातचें सोडून पळत्याच्या पाठीस लागल्याप्रमाणें होईल. तेव्हां ज्या ज्या वेळीं शत्रूवर तूं चाल करितोस, त्या त्या वेळीं मागें नीट व्यवस्था ठेवितोसना? हे वीरपुंगवा, शत्रूला जिंकणें व जिंकल्यावर त्याचें योग्य प्रकारें रक्षण करणें हेंच वीरांचें खरें खरें शौर्य होय. तेव्हां तूं शत्रूस हस्तगत करून त्याचें नीटपणें रक्षण करितोसना? हे पांडुपुत्रा, सैनिकांच्या अंगीं मुख्यत्वेंकरून चार गुण असले पाहिजेत: (१) ते सत्कुलांत जन्मलेले असावे; (२) त्यांच्या ठिकाणीं उत्तम राजप्रीति असावी; (३) त्यांस 'राजा हा आपला पालनपोषण करणारा होय.' असें वाटत असावें; व (४) त्यांनीं रानावनांत फिरून, पडेल ती राजसेवा करण्यास उद्युक्त व्हावें. राजा, सैन्याचीं प्रमुख अंगें आठ होत. तीं रथ, गज, अश्व,वीर, पायदळ, मजूर, हेर व मार्गदर्शक हीं आहेत. सेनापतींनीं अष्टांगपरिपूर्ण व चतुर्विधगुणमंडित असें सैन्य कवाईत शिकवून तयार करावें, आणि मग शत्रूच्या अंगावर चालून जाऊन त्याचा पूर्ण विध्वंस उडवावा, असा हा मुख्य क्रम होय. राजा युधिष्ठिरा, हें सर्व तुझे सेनापति करितातना?

हे शत्रूमर्दना, शत्रूवर स्वारी करण्यापूर्वी आपल्या व शत्रूच्या सैन्याची वगैरे स्थिति जशी नीट पारखिली पाहिजे,तशीच स्वारी करण्याची वेळ कोणत्या प्रकारची आहे, ह्याचाही योग्य विचार केला पाहिजे. शत्रूवर हल्ला करावयाचा तो शत्रूस प्रतिकूल अशाच काळीं केला पाहिजे. शत्रूच्या देशांत धान्यादिकांचा तुटवडा पडण्याचा सुमार आहे, व प्रजाजन दुष्काळाच्या भीतीनें गांगरून जाऊन आपल्याजवळील धान्य जपून ठेवीत आहेत, अशा समयीं शत्रूवर चाल करून जावें, म्हणजे शत्रूकडून शिपायांस धान्यादिक मिळत नाहींसें होऊन शत्रुसैन्य बेदिल होईल, व आपणांस अनायासें जय मिळेल! राजा धर्मा, तूं शत्रूवर चाल करितांना ह्या नियमांचें उल्लंघन करीत नाहींसना ? हे नीतिविशारदा, राजानें, स्वराष्ट्रांत व परराष्ट्रांत अनेक अधिकारी नेमावे, व त्यांनीं आपआपलीं कामें योग्य प्रकारें करून राजकार्य साधावें, हें योग्य होय. तेव्हां तूं जे अधिकारी स्वदेशांत व परदेशांत नेमिले असशील, ते आपापलीं कामें निष्कपट बुद्धीनें करून आपसांत एकमेकांना जपत असतातना ?

हे वीरवरा, राजाच्या चरितार्थास लागणारे भक्ष्यभोज्य पदार्थ, वस्त्रेंपात्रें, कस्तुरी वगैरे सुवासिक वस्तु इत्यादिकांचें संरक्षण राजसेवकांनीं उत्तम प्रकारें करावें; आणि हे पदार्थ परदेशांतून आणिल्यास त्यांचा मध्यंतरीं अपहार होऊं नये ह्यास्तव राजानें स्वतः दक्षता ठेविली पाहिजे. तेव्हां त्याप्रमाणें सर्व कांहीं तूं करितोसना ? हे पृथानंदना, धनागार, धान्यागार, वाहनें, द्वारें, आयुधें, जमाबंदीचा वसूल इत्यादि कामावर राजाचें सदैव कल्याण चिंतिणारे राजभक्त अधिकारी असणें इष्ट होय. ह्यास्तव तुझ्या राज्यांत ही सर्व सुव्यवस्था आहेना ? बा धर्मा, राजास कोठून शत्रु उत्पन्न

होईल ह्याचा कांहीं नियम नाहीं; ह्याकरितां, आचारी वगैरे राजवाड्यांत राहणाऱ्या लोकांपासून व सेनापति वगैरे बाहेर वास करणाऱ्या अधिकाऱ्यांपासून राजानें प्रथम आपलें रक्षण करण्याची सावधगिरी ठेवावी; आणि नंतर, आपल्या पुत्रादिकांपासून त्या अधिकाऱ्यांस सुरक्षित राखावें; व शेवटीं, ते राजसेवक आपसांत कलह करणार नाहींत अशी खबरदारी घ्यावी. हे कुंतीपुत्रा, हें जर घडलें नाहीं, तर कोठून व केव्हां अरिष्ट उद्भवेल, ह्याचा भरवंसा धरितां येणार नाहीं. असो; राजा, ही सर्व दक्षता तूं ठेविली आहेसना ?

हे युधिष्ठिरा, मद्यपान, द्यूत, क्रीडा, स्त्रिया इत्यादि व्यसनांकडे जो खर्च झाला असेल, त्याचा हिशेब प्रातः काळीं घेऊं नये. कारण, ती वेळ धर्माचरणाची असल्यामुळें, पुरोहितादिक थोर व वंदनीय जन त्या समयीं राजाकडे येत असतात. तेव्हां हा भलताच व्यवसाय करण्यांत राजा निमग्न असेल तर त्या महात्म्यांस वाईट वाटेल, व ते राजगृह सोडून चालते होतील. तेव्हां, हे भूपते, तूं हा अविचार कधीं करीत नाहींसना ? हे धर्मा, राजाची संपत्ति सदासर्वकाळ थोड्याबहुत प्रमाणानें वाढत असली पाहिजे; आणि हा उद्देश मनांत धरून खर्चाची व्यवस्था राखली पाहिजे. सुभिक्ष (स्वस्ताई) असतांना जमेच्या चौथ्या भागांत राजानें खर्च भागवावा; दरादामाचें मान मध्यम असतांना जमेचा द्वितीयांश खर्चावा; आणि दुर्भिक्ष (दुष्काळ) असतांना जमेच्या तीन हिश्शांत सर्व खर्च चालवावा. राजा, हा नियम पाळून तूं सदैव कोशवृद्धि करीत असतोसना ? हे धर्मनंदना, आप्त, गुरु, वृद्ध, वाणी, कारागीर व पदरचीं माणसें ह्यांचे दुष्काळांत वगैरे हाल होऊं लागले असतां, त्यांस वारंवार पैसारुका, धान्य वगैरे देऊन हातभार लावणें हें राजाचें मुख्य कर्तव्य होय. ह्यास्तव, अशा प्रसंगीं आप्तादिकांस तूं हातभार लावतोसना ? हे भरतश्रेष्ठा, जमाखर्चाचे कामावर जे कामगार नेमिलेले असतात, त्यांनीं दररोज जमा किती आली व खर्च किती झाला हें नेहमीं प्रातःकाळीं राजास कळविलें पाहिजे. त्याप्रमाणें ते तुला रोज कळवितातना ? हे धर्मनंदना, जे अधिकारी आपल्या कामांत वाकबगार असून राजहिताविषयीं नित्य तत्पर असतात. आणि त्या योगें राजाची प्रीति संपादितात, अशा अधिकाऱ्यांना विनाकारण कामावरून काढून टाकणें हा केवळ दुराचार होय. जर त्यांच्यावर कांहीं अपराध लागू होत असेल, तर त्यांस काढून टाकणें न्यायाचें होईल; परंतु तसें न करितां केवळ लहरीखातर किंवा कांहीं अन्य हेतूनें त्यांस कामावरून दूर केल्यानें सर्वत्र अस्वस्थता व बेदिली उत्पन्न होईल, आणि त्यामुळें राजाला शेवटीं विपत्ति भोगाव्या लागतील. ह्यास्तव,बा धर्मा, अशा प्रकारचें अयोग्य वर्तन तुजकडून कधीं घडत नाहींना ? हे भारता, अधिकारी लोकांची नेमणूक करतांनाही फार दूरवर विचार केला पाहिजे. कामाचा मगदूर पाहून त्याप्रमाणें त्यावर योग्य सेवकाची योजना करावी. उत्तम, मध्यम व अधम असे तीन प्रकारचे सेवक असतात; ह्यास्तव, कामांची ही उत्तम, मध्यम व कनिष्ठ अशी तीन प्रकारची वर्गवारी लावून त्यांवर त्या त्या कामांत उपयुक्त असे पुरुष नेमावे. राजा, तूं हें सर्व करीत असतोसना? राजा कित्येक राजसेवक नेमतांना जरी योग्य म्हणून नेमिले असले, तरी केव्हां केव्हां त्यांमध्यें पुढें कित्येक दुर्गुण दृष्टिगोचर होतात. अशा प्रसंगीं, जे राजसेवक दुर्गुणी आहेत असें आढळून येईल, त्यांस का-

मावरून काढून टाकिलें पाहिजे. राजा, तुझ्या पदरीं जे सेवक आहेत, त्यांत कोणी लोभी, चोर, दावेदार किंवा मूर्ख असे नाहींतना? युधिष्ठिरा, प्रजांचा संतोष व कृषीवलांचा (शेतकऱ्यांचा) उत्साह हीं दोन ऐश्वर्यवृद्धीचीं निश्चित कारणें होत. राष्ट्रांत चोरांचा व ठकांचा सुळसुळाट झाला, नव्या तरण्या लोकांचें अथवा स्त्रियांचें प्राबल्य होऊन प्रौढ व बहुश्रुत लोकांचें वर्चस्व नष्ट झालें, किंवा राजाच मदांध होऊन प्रजांस लुटूं लागला, म्हणजे प्रजांचा व कृषीवलांचा पूर्ण नाश झाला म्हणून समजावें. ह्याकरितां, हे सुनीतिमंता, अशी अस्वस्थता तुझ्या राज्यांत नाहींना? हे नरश्रेष्ठा, राष्ट्रांतील कृषि (शेतकी) निव्वळ पर्जन्यवृष्टीवरच अवलंबून राहूं नये; कृषिकर्मासाठीं मोठमोठाले तलाव कांहीं विशिष्ट अंतरावर नित्य उदकानें परिपूर्ण राहतील अशी व्यवस्था असावी. तेव्हां तुझ्या राज्यांत ही व्यवस्था आहेना? युधिष्ठिरा, कृषीचा उत्कर्ष व्हावा ह्याकरितां कृषीवलांची सुस्थिति राखण्याकडे राजानें लक्ष पुरविलें पाहिजे. त्यांपाशीं पोटगी व बींभरण भरपूर आहे कीं नाहीं, ह्याची राजानें चौकशी करावी; आणि सदयतेनें दरमहा दरशेंकडा एकाहून अधिक व्याज न घेतां त्यांस कर्ज द्यावें. बा धर्मा, तूं हीच पद्धति ठेविली आहेसना? हे भरतकुलभूषणा, लोकांचें सुखसमाधान वाढविणें हें राजाचें प्रधान कर्तव्य आहे. राष्ट्रांत सुशील व थोर लोक जे व्यवसाय करीत असतील, ते त्यांचे व्यवसाय अव्याहत व उत्तमप्रकारें चालले तर लोकांस उत्साह येऊन त्यांचें सुखसमाधान वाढतें. ह्यास्तव तुझ्या राज्यांत कृषि, वाणिज्य (व्यापार), पशुपालन व व्याजबट्टा हे लोकांचे धंदे नीटपणें चालत आहेतना?

हे युधिष्ठिरा, प्रत्येक ग्रामांत राजानें नेमिलेले पांच पांच अधिकारी कायमचे असावे. ते प्रशास्ता, समाहर्ता[1], संविधाता[2], लेखक[3] व साक्षीदार[4] हे होत. हे पांचही अधिकारी शूर, शहाणे व एकमतानें काम करणारे असावे! राजा धर्मा, तुझ्या देशांतील ग्रामांत ही सर्व व्यवस्था नीटपणें चालली आहेना? राजा, राष्ट्रामध्यें प्रांत (सीमेवरील खेडींपाडीं), ग्राम (गांव), नगरें (शहरें) व पुर (राजधानी) ह्या ज्या चतुर्विध लोकवस्तीच्या जागा, त्या सर्व पूर्णपणें राजाच्या स्वाधीन असल्या पाहिजेत. प्रांतांतून (खेड्यापाड्यांतून) राजनियुक्त कराचा जो वसूल येईल, तो प्रांताधिपतीनें ग्रामाधिपतीच्या हवालीं करावा; ग्रामांतून जो कर वसूल होईल, तो ग्रामाधिपतीनें नगराधिपतीकडे पोहोंचवावा; नगरांतून जो कर जमा होईल, तो नगराधिपतीनें पुराधिपतीकडे (देशाधिपतीकडे) आणून द्यावा; आणि शेवटीं त्या देशाधिपतीनें सर्व वसूल प्रत्यक्ष राजास अर्पावा. राजा, नगरादिकांचें संरक्षण करण्यासाठीं गांवांची व प्रांतांची व्यवस्था उत्तम राखिली पाहिजे. गांवांत अनेक शूर पुरुष असून त्यांस क्रमाक्रमानें नगराची योग्यता येऊं लागावी; आणि खेडेगांवांची भरभराट होत होत त्यांस गांवांचें स्वरूप प्राप्त व्हावें. राजा, देशांतील लोकांमध्यें नित्य अशा प्रकारें जोम वाढत जाऊन राजकीय कोशागारांत जर भर पडत गेली नाहीं, तर राजाचें वैभव, सत्ता वगैरे वाढणार नाहीं; आणि पुढेंमागें त्यांस ऱ्हास प्राप्त होईल. ह्यास्तव, तुझ्या राज्यांतील ग्रामादिकांची व्यवस्था वगैरे उत्तम आहेना?

हे कुंतीतनया, राष्ट्रामध्यें बंदोबस्ताच्या नगरास व सामान्य नगरांस चोरटे लोक उप-

१ जमाबंदीचा ठराव करणारा कामगार. २ वसुलीकामगार. ३ कुळाची समजूत घालणारा कामगार. ४ कारकून.

द्रव देत असल्यास त्यांचा शोध लावून नाश करण्याकरितां सैन्यांच्या टोळ्या फिरत्या ठेविल्या पाहिजेत. प्रजांचें स्वास्थ्य राखिल्याशिवाय देशाचें कधींही कल्याण व्हावयाचें नाहीं. ह्यासाठीं तुझ्या देशांत ही तजवीज आहेना? हे भरतर्षभा, अबलाजनांचें संरक्षण करून त्यांवर दुःखप्रसंग आल्यास त्याचें सांत्वन करणें हें राजाचें कर्तव्य आहे; तेव्हां ही गोष्ट तूं करीत असतोसना? बा धर्मा, स्त्रियांच्या ठिकाणीं शारीरबलाप्रमाणें मानसिक बलही कमीच असतें. ह्यास्तव त्यांच्यावर भरंवसा ठेवणें किंवा त्यांस एखादी गुप्त मसलत सांगणें हें सर्वथा भयप्रद आहे. तेव्हां हें सर्व मनांत आणून तूं स्त्रीजनांवर विश्वास वगैरे ठेवून त्यांस गुह्य गोष्ट सांगत नाहींसना?

हे शत्रुनाशका, कांहीं अहितकारक प्रसंग ओढवणार असें कळल्याबरोबर राजानें त्याच्या प्रतिकाराचा विचार एकदम आरंभिला पाहिजे. अशा समयीं अंतःपुरांत विलास भोगीत पडून राहून जर तो त्या प्रसंगाकडे दुर्लक्ष करील, तर त्याचा व त्याच्या देशाचा नाश झाला म्हणून समजावें. तेव्हां तूं या सर्व विचाराकडे अवधान ठेविलें आहेसना? हे विशालकीर्ते, रात्रीस दुसऱ्या व तिसऱ्या प्रहरीं निद्रा घेऊन नंतर चौथ्या प्रहरीं (ब्राह्मकालीं) उठून धर्म व अर्थ ह्यांचें चिंतन करावें, हें विहित होय. तेव्हां तूं तसें करीत असतोसना? हे पांडवा, योग्य वेळीं उठून व वस्त्रभूषणें धारण करून समयज्ञ मंत्र्यांशीं सल्लामसलत करावी; व त्यांजबरोबर जे कोणी भेटीसाठीं वगैरे आले असतील, त्यांचें म्हणणें ऐकून घेऊन त्याचा विचार करावा, हें राजाचें कर्तव्य आहे. ह्यास्तव ह्याप्रमाणें करण्याचा तूं नित्य प्रघात ठेविला आहेसना? हे अरिंदमा, राजानें आपल्या संरक्षणार्थ आसमंताद्भागीं निरंतर सशस्त्र शूर सेवक ठेवावे. त्यांचा पोषाख लाल रंगाचा असावा, व त्यांनीं अलंकार धारण करून प्रभुसेवेंत तत्पर राहावें. राजा युधिष्ठिरा, तुझ्या सन्निध अशा प्रकारचे दक्ष सैनिक असतातना?

हे पांडुनंदना, दुर्जनास यमाप्रमाणें उग्र दंड करणें आणि सज्जनांस अतिशय मान देणें, हें उचित आहे. ह्याकरितां, राज्यकारभार पहात असतां प्रिय अथवा अप्रिय गोष्टी कोणत्या ह्याचें उत्तम मनन करून, त्या करणाऱ्यांना सन्मान देणें किंवा शासन करणें अवश्य होय. तेव्हां तूं त्याप्रमाणें करीत असतोसना? हे पृथापुत्रा, राजानें आपल्या शरिरास किंवा मनास विकृति झाली असतां तिचें निवारण करण्याचा नेहमीं यत्न करावा. त्यानें शारीरपीडा औषधोपचारांनीं व पथ्यसेवनानें दूर करावी, आणि मानसिक पीडा वृद्धजनांच्या बोधामृतानें घालवावी. बा धर्मा, ही गोष्ट करण्याचा तुझा परिपाठ आहेना? राजा, वैद्य हे अष्टांगचिकित्सेमध्यें निपुण असले पाहिजेत. (१) कोणत्या कारणापासून कोणते रोग उद्भवतात, (२) त्या रोगांचें बीज रुजलें म्हणजे कोणतीं चिन्हें दृग्गोचर होतात, (३) पुढें त्या रोगांना कोणतें स्वरूप प्राप्त होतें, (४) कोणत्या उपायांनीं ते विकार वाढतात व कमी होतात, (५)त्या विकारांवर कोणते उपचार करावे, (६) कोणतीं औषधें गुणकारी होतील, (७) रोग्याचा स्वभाव वगैरे कसा आहे आणि (८) रोग्याच्या तैनातीस असणारे लोक व अन्य परिस्थिति अनुकूल आहे कीं नाहीं, ह्या सर्व गोष्टींचें यथार्थ परीक्षण वैद्यांस करितां यावें. शिवाय, त्यांस रोग्याविषयीं कळकळ व हरतऱ्हेनें रोगनिवारण करण्याची उत्कंठा असली पाहिजे. बा धर्मा, तुझ्या पदरीं जे वैद्य आहेत, ते ह्या सर्व गोष्टींत

निपुण आहेतना? ते निरंतर तुझ्या आरोग्यास जपताततना?

हे समदृष्टे, आपल्यापुढें जे वादीप्रतिवादी येतात, त्यांचें म्हणणें शांत चित्तानें ऐकून घेऊन यथायोग्य निर्णय करणें हें राजाचें प्रधान कर्तव्य होय. लोभ, मोह, अभिमान इत्यादिकांस वश होऊन राजा जर त्या कर्तव्याकडे दुर्लक्ष करूं लागेल, तर तें त्याचें दुर्वर्तनच समजावें. ह्यास्तव तूं अशा कामीं कधीं हयगय करीत नाहींसना? हे कुंतीतनया, राजा स्वकर्तव्यापासून भ्रष्ट झाल्यास घोर अनर्थ घडतात. 'माझी सत्ता अनियंत्रित आहे,' असें जर राजाला वाटलें, तर त्याचें सर्व वैभव हरपलेंच म्हणून समजावें म्हणून प्रत्येक लहान मोठें कार्य करितांना त्यानें आपली विवेकबुद्धि चालविली पाहिजे. तो एखाद्या मनुष्याच्या सांगण्यावरून किंवा केवळ लहरीखातर, अथवा त्यांत कांहीं स्वार्थ साधतो आहे ह्मणून किंवा अधिकाराच्या जोरावर जर आश्रित जनांची वृत्ति बंद करील, तर महत्पातक घडेल, हें राजांनीं नित्य ध्यानांत ठेवावें. बा पांडुतनया, तूं हें पातक कधीं करीत नाहींसना?

हे शत्रुमर्दना, राष्ट्रांतील लोक सदैव राजनिष्ठ राहतील अशी व्यवस्था राजानें करावी. शत्रूपासून लांच वगैरे घेऊन राजाशीं द्रोह करण्यास उद्युक्त असलेल्या लोकांचे समुदाय ह्मणजे राजाच्या अभ्युदयमार्गांतील दुःसह कंटकच होत. तेव्हां असे कृतघ्न पुरुष तुझ्या राज्यांत तुझा द्रोह करीत नाहींतना? राजा, ज्या शत्रूस पुनःपुनः स्वाऱ्या करून अगदीं जर्जर करून टाकिलें असेल, तो शत्रु देखील संधि सांपडतांच पुनः वर मान उचलण्यास पहात असतो; ह्यास्तव त्या दीन झालेल्या शत्रूवर सुद्धां नीट नजर ठेविली पाहिजे. त्या शत्रूस कोणी विपरीत सल्ला देत आहे काय, त्यास सैन्याची वगैरे कोणी मदत करीत आहे काय, अथवा सल्लामसलत व सैन्य वगैरे ह्या दोहोंच्या योगें त्यास कोणी पाठबळ देत आहे काय, ह्याचा राजानें नेहमीं बारकाईनें तपास ठेविला पाहिजे. बा युधिष्ठिरा, तुझ्या राज्यांत असा कोणी दुर्बल शत्रु बलिष्ठ होऊं पहात नाहींना? राजा, मुख्यत्वेंकरून दान व मान ह्यांच्या योगें वश करून घेतलेले मांडलिक राजे सार्वभौम राजाविषयीं सदा अनुरक्त असले, म्हणजे साम्राज्यास केव्हांही अपाय होत नाहीं. तेव्हां तुझ्या राज्यांतील मांडलिक राजे तुझ्या ठिकाणीं अनुरक्त असून तुजसाठीं प्राण देण्यास तयार आहेतना?

हे धर्मनिष्ठा, सर्व विद्यांत प्रवीण असलेल्या ब्राह्मणांचे दयादाक्षिण्यादि गुण पाहून त्यांचें पूजन केलें असतां देहाची कृतार्थता करितां येते, व त्यांस दक्षिणा वगैरे दिल्या असतां स्वर्गपद व सायुज्यही निश्चयानें जोडितां येतें; ह्यास्तव, सर्वविद्यापारंगत ब्राह्मणांची पूजा करून त्यांस तूं नित्य दक्षिणा देत असतोसना? युधिष्ठिरा, वेदत्रयींत सांगितलेला सनातन धर्म अत्यंत श्रेष्ठ होय; पूर्वजांनीं जसें ह्याच धर्माचें आचरण केलें, तसेंच प्रस्तुतच्या लोकांनींही ह्याचेंच आचरण करणें श्रेयस्कर आहे; तेव्हां तूं पूर्वजांप्रमाणें वैदिक कर्में करण्याचा प्रयत्न करून त्यांचा विस्तार करीत असतोसना? हे पृथापुत्रा, षड्रस अन्नें समर्पण करून ब्राह्मणांचें संतर्पण करणें हें राजास अत्यंत श्रेयस्कर आहे. ह्यास्तव तुझ्या भवनांत तूं आपल्या समक्ष सत्पात्र ब्राह्मणांस नानाविध मधुर पदार्थ अर्पण करून दक्षिणा वगैरे देतोसना? राजा, भगवच्चरणारविंदीं मन लावून निष्कामबुद्धीनें वाजपेय, पुंडरीक इत्यादिक क्षत्रियांनीं करण्यास योग्य असे सर्व यज्ञ करणें हें राजाचें प्रधान कर्तव्य आहे. ह्याकरितां तूं ते सर्व यज्ञ

करीत असतोसना? हे भरतश्रेष्ठा, वडील मंडळी, गुरुजन, पोक्त लोक, तपस्वी, देवता, पार बांधिलेले वड, पिंपळ वगैरे कल्याणकारक वृक्ष, व ब्राह्मण ह्यांना नमस्कार करणें हें अत्यंत मंगलप्रद आहे. तेव्हां हें तूं करितोसना? हे निष्पापा, दुर्बलांना शोक व समर्थांना क्रोध उत्पन्न होईल असें वर्तन राजाच्या हातून घडूं नये; तेव्हां तुझ्या हातून तसें वर्तन घडत नाहींना? त्याप्रमाणेंच, पुरोहितादि महात्म्यांनीं राजाच्या समीप राहून त्यास स्वस्तिवाचन केलें असतां राजाचें कल्याण होतें; तेव्हां तुझ्या समीप पुरोहितादिक तें करितातना?

हे पुण्यवंता, तुझी ही आयुष्यवर्धक, यशस्कर, धर्मकामार्थसंपादक बुद्धि व वृत्ति सदासर्वकाळ अशीच असतेना? युधिष्ठिरा, ही बुद्धि धारण करणाऱ्या राजाचें राज्य कधींही अवनतीस जाणार नाहीं. तो नरपति सर्व भूमंडळ जिंकून घेईल व अत्यंत सुखी होईल.

हे निष्पापा, सत्कुलांत जन्मलेल्या, स्वभावानें उत्तम, व निर्मल आचरणाच्या अशा एखाद्या साधुपुरुषावर चोरी वगैरे निंद्य कृत्याचा विनाकारण आरोप आला असतां, त्यास व्यर्थ शासन होणें हें अनुचित होय. अशा प्रकारच्या सदाचरणी मनुष्याची धनदौलत हरण करून घेऊन त्यास मरणाची शिक्षा देणारे लोभी अमात्य हे खरोखरी मूर्खच समजले पाहिजेत. तेव्हां हा अनाचार तुझ्या राज्यांत घडत नाहींना? त्याप्रमाणेंच, हे नरश्रेष्ठा, एकादा दुष्ट पुरुष चोरी वगैरे निंद्य कृत्य करीत असतांना पाळत राखणाऱ्या लोकांनीं अगदीं मुद्दासुद्धां धरिला तर अमात्यादिकांनीं द्रव्यादिकांच्या लोभानें त्यास सोडून देणें हेंही अयोग्यच आहे. तेव्हां तुझ्या राज्यांत असली गोष्ट घडूं नये म्हणून तूं दक्षता ठेविली आहेसना? हे धर्मा, राष्ट्रांत कित्येक कार्यसाधु नीच लोक असतात, ते अमात्यादिक अधिकाऱ्यांना भलभलतेंच सांगून एखाद्याविषयीं विनाकारण भलताच ग्रह उत्पन्न करीत असतात. पुष्कळ श्रीमंत व गरीब लोक उद्योगधंदा करून धनादिक मिळवितात आणि मग राष्ट्रांतील उपद्व्यापी लोकांस तें पाहवत नाहींसें होऊन ते अमात्यादिकांस 'तें धन वगैरे अनीतीनें किंवा चोरीनें वगैरे मिळविलेलें आहे,' असें सांगून त्यांस तें द्रव्य हरण करण्यास उद्युक्त करितात. राजा, राष्ट्रांत अशी अव्यवस्था माजेल, तर राष्ट्राचा कधींही उदय होणार नाहीं; म्हणून राजानें त्या गोष्टीचा पूर्ण प्रतिकार केला पाहिजे. बा धर्मा, तुझ्या राज्यांत हा अन्याय होत नाहींना? राजा युधिष्ठिरा, (१) नास्तिकपणा, (२) असत्य, (३) क्रोध, (४) प्रमाद [गैरसावधपणा], (५) दीर्घसूत्रता चेंगटपणा, (६) ज्ञानी लोकांची भेट न घेणें, (७) आळस, (८) इंद्रियासक्ति (९) केवळ धनलोभ, (१०) दुष्टांशीं मसलत, (११) सुनिश्चित कर्मांविषयीं उदासीनता (१२) रहस्यस्फोट, (१३) देवादिकांचे मंगलोत्सव न करणें, व (१४) दशदिशांकडील शत्रूंना दाबांत ठेवण्याविषयीं दक्षता न राखणें हे राजांच्या ठिकाणीं महान दोष होत. ह्या दोषांच्या योगानें पृथ्वीवर सुस्थिर झालेले राजेही बहुधा विनाश पावल्याशिवाय रहात नाहींत. राजा, ह्या चौदा दोषांपासून तूं अलिप्त आहेसना? असो. हे पृथानंदना, तुझे वेद, धन, पत्नी व श्रवण हीं सर्व सफल झालींना?

युधिष्ठिर विचारतोः---हे देवर्षे, वेद, धन पत्नी व श्रवण हीं सफल होतात, तीं कशीं बरें?

नारद सांगतातः—हे युधिष्ठिरा, अग्निहोत्र हें वेदांचें फळ होय; दान करणें व उपभोग घेणें हें धनाचें फळ होय; रतिसुख व पुत्रप्राप्ति हें

पत्नीचें फळ होय; आणि सौजन्य हें श्रवणाचें फळ होय.

वैशंपायन सांगतातः—राजा जनमेजया, ह्याप्रमाणें भगवान नारदांनीं धर्मराजास त्या मयसभेंत राजनीतीचा उपदेश केल्यानंतर आणखी त्यास असें विचारिलें.

नारद म्हणाले: —राजा युधिष्ठिरा, व्यापार करून नफा मिळविण्याच्या उद्देशानें दूरदूरच्या देशांहून जे व्यापारी येतात, त्यांपासून वसूली कामगार ठरल्याप्रमाणें करांचा वसूल करितातना? राजा, नगरामध्यें किंवा राष्ट्रामध्यें सन्माननीय झालेले तुझे कामगार, व्यापारी लोकांच्या थापांस भुलून किंवा अन्य रीतींनीं फसून मालाची खरेदी करीत नाहींतना? राजा, ज्या ज्ञानी पुरुषांनीं देहाचें सार्थक्य कशांत आहे हें जाणून धर्म व अर्थ कसे प्राप्त होतात ह्याचें पूर्ण ज्ञान मिळविलें आहे, अशा ज्ञानवृद्ध लोकांचीं धर्मार्थप्रतिपादक वचनें तूं नित्य श्रवण करितोसना? राजा, कृषिकर्मापासून उत्पन्न होणारीं ओलीं व कोरडीं धान्यें, आणि धेनूपासून प्राप्त होणारें दूध व तूप ह्यांपैकीं उत्तम उत्तम पदार्थ (धान्य व तूप) हीं तूं ब्राह्मणांस धर्म करीत असतोसना? धर्मा, कारागीर लोकांस नित्य द्रव्य व उपकरणें पुरवावयाचीं तीं चार चार महिन्यांना नीटपणें पुरतील अशीं वेळच्या वेळीं देतोसना? राजा, एकाद्यानें कांहीं विशेष कर्तबगारी दाखविली, तर तूं त्याचा आदरपूर्वक गौरव करून थोर लोकांत त्याची मानमान्यता करितोसना? राजा, हत्ती, घोडे, रथ इत्यादिकांसंबंधानें जीं शास्त्रें आहेत, त्यांतील अत्यंत उपयोगी व ठळक ठळक असे जे नियम आहेत, ते सर्व तूं शिकत असतोसना? हे भरतर्षभा, नगरादिकांचें रक्षण करण्याकरितां धनुर्वेदांत जें युद्धशास्त्र व यंत्रशास्त्र (शस्त्रास्त्रज्ञान) निरूपण केलें आहे, त्यांतील त्रोटक नियमांचा अभ्यास तुझ्या गृहीं उत्तम प्रकारें चालू आहेना? राजा धर्मा, सर्व प्रकारचीं अस्त्रें, जारणमारण विद्या, व शत्रूंचा विध्वंस करणारे सर्व विषप्रयोग तुला विदित आहेतना? राजा, अग्नीपासून सर्पापासून, रोगांपासून व राक्षसांपासून तूं आपल्या सर्व राष्ट्राचें संरक्षण करण्यास समर्थ आहेसना? हे धर्मज्ञा, आंधळे, मुके, पांगळे, व्यंग, अनाथ व सर्वसंगपरित्याग केलेले संन्याशी अशा जनांचें तूं पित्याप्रमाणें पालन करितोसना? आणि, राजा, निद्रा, आळस, भय, क्रोध, मार्दव व चेंगटपणा ह्या सहा अनर्थकारक गोष्टी तूं पाठीमागें टाकून दिल्या आहेसना?

वैशंपायन सांगतातः—राजा जनमेजया, नंतर, भगवान विप्रवर्य नारदाचें भाषण श्रवण करून, कौरवश्रेष्ठ महात्म्या धर्मराजान नारद मुनींच्या चरणांवर लोटांगण घातलें; आणि मोठ्या संतुष्ट चित्तानें तो त्या देवर्षीस म्हणाला, "हे ऋषिपुंगवा, आपल्या आज्ञेप्रमाणें मी सर्वथैव वागेन. आपण जो मला बोध केला, त्या योगें माझें ज्ञान अतिशय वृद्धिंगत झालें."

राजा जनमेजया, पुढें त्या धर्मराजानें नारद मुनींना म्हटल्याप्रमाणें वागणूक ठेविली, आणि समुद्रवलयांकित पृथ्वीचें राज्य मिळविलें. असो. धर्मराजाचें भाषण ऐकून नारद मुनि त्यास म्हणाले, " राजा धर्मा, मीं सांगितलेल्या ह्या नियमांप्रमाणें जो राजा चातुर्वण्याचें रक्षण करितो, तो ह्या लोकीं सर्व सुखोभोग मिळवून शेवटीं इंद्रलोकास गमन करितो.

अध्याय साहावा.

—:०:—

देवसभांचें वर्णन ऐकण्याविषयीं धर्मराजाची इच्छा.

वैशंपायन सांगतातः—हे जनमेजय राजा,

महर्षि नारदांचें भाषण श्रवण करून धर्मराज युधिष्ठिरानें त्यांचा फार गौरव केला, आणि त्यांची आज्ञा घेऊन पुनः त्यांस म्हटलें, “भगवन्, तुम्हीं जे राजधर्म निरूपण केले, ते अगदीं सुयुक्तिक व योग्य आहेत; आणि मी आपल्या बुद्धीप्रमाणें व शक्तीप्रमाणें ते पाळीत आहें. मुनिवर्या, राजांनीं ज्या ज्या गोष्टी कराव्या म्हणून तुम्हीं सांगितलें, त्या त्या गोष्टींचे हेतु मनांत आणून, पूर्वीच्या राजांनीं त्या अगदीं बरोबर रीतीनें केल्या, व त्यांच्या योगें प्राप्त होणारीं उत्कृष्ट फलें मिळविलीं, ह्यांत संदेह नाहीं. पण आम्हांला मात्र तसें करितां येईल कीं नाहीं ह्याचा वानवा आहे. महाराज, आम्ही केवळ त्या महात्म्यांच्या उत्तम मार्गानें जाण्याची इच्छा करीत आहों. कारण, त्या जितेंद्रिय नरपतींप्रमाणें आचरण करण्याचें सामर्थ्य आमच्या ठिकाणीं नाहीं.

वैशंपायन सांगतातः—हे जनमेजया, त्या महाधार्मिक युधिष्ठिरानें ह्याप्रमाणें भाषण करून भगवान नारदांनीं सांगितलेल्या नीतितत्त्वांचा धन्यवाद गाइला; आणि क्षणभर विचार केला तों त्याचे मनांत आलें कीं, ‘सर्व त्रैलोक्यांत संचार करणारे मुनिश्रेष्ठ नारद आज येथें प्राप्त झाले आहेत, हें मोठें उत्तम होय.’ नंतर, ते महर्षि स्वस्थपणें अधिष्ठित आहेत असें पाहून, त्या महातेजस्वी धर्मराजानें सर्व भूमिपालांसमक्ष त्या सभेंत नारद मुनींना प्रश्न केला.

युधिष्ठिर म्हणालाः—हे महर्षे, ब्रह्मदेवानें मनुष्यसृष्टीच्या पूर्वी निर्माण केलेले अनेक व नानाविध लोक अवलोकन करण्याकरितां तुम्ही मनोवेगानें सदासर्वकाळ ह्या ब्रह्मांडामध्यें फिरत असतां. महाराज, तुम्हीं सर्व ब्रह्मांड पूर्णपणें पाहिलें आहे; तेव्हां या सभेसारखी किंवा ह्या सभेपेक्षां वरचढ अशी एखादी सभा आजपर्यंत तुमच्या पाहण्यांत आली आहे काय? अथवा पुढें पाहण्यांत येण्याचा संभव आहे काय? महाराज, हें मला सांगावें.

वैशंपायन सांगतातः—हे पारिक्षिता, धर्मराजाचा तो प्रश्न श्रवण करून नारद मुनींनीं हसत हसत मधुर वाणीनें उत्तर दिलें: नारद म्हणालेः—बा धर्मा, ह्या तुझ्या सभेसारखी रत्नखचित सभा मनुष्यलोकांत मीं कोठें पाहिली नाहीं, व ऐकिलीही नाहीं. हे भारता, अशी दिव्य सभा मनुष्यलोकीं होणें केव्हांही शक्य नाहीं. राजा धर्मा, अशा प्रकारच्या लोकोत्तर सभा देवलोकीं आहेत. पितृराज यमाची सभा, बुद्धिमान वरुणाची सभा, देवश्रेष्ठ इंद्राची सभा, कैलासाधिपति कुबेराची सभा व ब्रह्मदेवाची ती विश्वरूपिणी सभा ह्या सर्व अगदीं अपूर्व आहेत. राजा, त्या ब्रह्मसभेचें काय वर्णन करावें! त्या सभेंत स्थित असलेल्या प्राण्यांस अविद्यादिक क्लेशांपासून मुळींच पीडा होत नाहीं; तेथें देवलोकीं, मनुष्यलोकीं व इतर लोकीं सुलभ असणाऱ्या कोणत्याही विषयांची प्राप्ति अनायासें होते; आणि मनांत जें रूप आणावें, तें रूप ती सभा तात्काळ धारण करिते. राजा, त्या ब्रह्मसभेंत देव, पितृगण, साध्य, मनोनिग्रही यजमान, व वेदाध्ययनांत निमग्न असणारे प्रख्यात ऋषि अधिष्ठित आहेत; असो. राजा, जर तुझ्या मनांत त्या देवसभांचें वर्णन ऐकावें अशी इच्छा असेल, तर मी त्या सभांचें वर्णन तुला सांगण्यास सिद्ध आहें.

वैशंपायन सांगतातः—राजा पारिक्षिता, भगवान नारदाचें भाषण श्रवण करून धर्ममूर्ति युधिष्ठिरानें आपल्या श्रोत्यांसमवेत व तेथें बसलेल्या त्या महान महान सर्व द्विजवर्यांसमवेत, हात जोडून नारदास म्हटलें:—हे ऋषिवर्या, त्या सर्व सभांचें वर्णन करावें; आम्ही सर्व तें श्रवण

करण्यास उत्सुक आहों. हे ब्रह्मन्, त्या सभा कोणत्या पदार्थांच्या केलेल्या आहेत; त्यांची लांबी, रुंदी किती किती आहे; तसेंच, त्यामध्यें अधिपतीच्या सभोंवतीं कोण कोण पुरुष स्थित आहेत ह्मणजे ब्रह्मसभेंत ब्रह्मदेवाच्या भोंवतालीं कोण कोण बसले आहेत, इंद्रसभेंत देवराज इंद्राच्या भोंवतालीं कोण कोण बसले आहेत, यमसभेंत यमाच्या भोंवतालीं कोण कोण बसले आहेत, वरुणसभेंत वरुणाच्या भोंवतालीं कोण कोण बसले आहेत, आणि कुबेरसभेंत कुबेराच्या भोंवतालीं कोण कोण बसले आहेत, हें सर्व तुम्हांपासून आह्मीं सर्वांनीं सविस्तर ऐकावें, अशी आम्हांस फार फार इच्छा झाली आहे, तर ती तुम्हीं पूर्ण करावी.

वैशंपायन सांगतातः—राजा जनमेजया, ह्याप्रमाणें धर्मराजाचें भाषण श्रवण करून नारद ऋषींनीं त्यास म्हटलें:—हे धर्मराजा, मी आतां त्या दिव्य सभांचें यथाक्रम वर्णन करितों; तर तुम्हीं सर्वांनीं तें ऐकावें.

अध्याय सातवा.

—:०:—

इंद्रसभेचें वर्णन.

नारद म्हणाले:—हे युधिष्ठिरा, आधीं मी त्या इंद्रसभेचें वर्णन करितों. इंद्राची ती दिव्य सभा विश्वकर्म्यानें निर्माण केली आहे. तिचा वर्ण सूर्यप्रभेप्रमाणें उज्ज्वल व कांतिमान आहे. ती स्वतः इंद्रानें जिंकून घेतली आहे. तिची लांबी दीडशें योजनें व रुंदी शंभर योजनें आहे. ती आकाशमार्गानें संचार करणारी असून सभाधिपतीच्या इच्छेनुरूप वाटेल तिकडे जाते. तिची उंची पांच योजनें आहे. तिच्यामध्यें अधिष्ठित असणाऱ्या प्राण्यांस जरा, शोक किंवा श्रम हीं मुळींच प्राप्त होत नाहींत. ते प्राणी भयापासून अगदीं मुक्त असतात. त्यांचें त्या मंगलदायक सभेमुळें नेहमीं कल्याण होतें. तीमध्यें उत्तम मंदिरें व रमणीय आसनें केलेलीं आहेत; आणि दिव्य वृक्षांच्या योगानें तिला अवर्णनीय शोभा प्राप्त झाली आहे.

हे पृथानंदना युधिष्ठिरा, त्या इंद्रसभेंत देवाधिदेव इंद्र शचीसहवर्तमान सिंहासनावर अधिष्ठित असून, तो आपल्या संपत्तीनें व ऐश्वर्यानें फार शोभत आहे. धर्मा, त्या देवेंद्राचें शरीर मोठें लोकोत्तर आहे. त्याच्या मस्तकावर मुकुट आहे. त्याचीं बाहुभूषणें आरक्त वर्णाचीं आहेत. त्याचीं वस्त्रें निर्मळ आहेत. त्यानें चित्रविचित्र पुष्पमाला धारण केल्या आहेत; आणि त्याच्या ठिकाणीं विनय, यश व कांति हीं परिपूर्ण आहेत.

धर्मराजा, त्या दिव्य सभेंत शतक्रतु महात्म्या देवेंद्राच्या भोंवतालीं गृहस्थाश्रमी सर्व मरुत्, सिद्ध, देवर्षि, साध्य, देवगण आणि तेजस्वी व सुवर्णमाला धारण करणारे मेघसमूह आपआपल्या अनुचरांसह मनोहर रूपें व उज्ज्वल अलंकार धारण करून अधिष्ठित आहेत. राजा, देवेंद्राच्या आसमंतात् जे महान महान देवर्षि बसलेले आहेत ते अगदीं निर्विकार व निष्पाप असून, त्यांचें तेज प्रदीप्त हुताशनाप्रमाणें प्रज्वलित आहे. बा धर्मा, त्यांपैकीं कित्येकांचीं नांवें तुला सांगतों, तीं ऐक. राजा, त्या सभेंत अग्रस्थानीं महातेजस्वी व शोकदुःखरहित सोमयाजी मुनि अधिष्ठित असून, त्यांच्या समीप पराशर, पर्वत, सावर्णिगालव, शंख, लिखित, गौरशिरा, दुर्वासा, क्रोधन, श्येन, दीर्घतमा, पवित्रपाणि, सावर्णि, याज्ञवल्क्य, भालुकि, उद्दालक, श्वेतकेतु, तांड्य, भांडायनि, हविष्मान, गरिष्ट, हरिश्चंद्र राजा, हृद्य, उदरशांडिल्य, पाराशर्य, कृषीवल, वातस्कंध, विशाख, विधाता, काल, क-

रालदंत, त्वष्टा, विश्वकर्मा, तुंबुरु आणि दुसरे वायु व हुतशेष भक्षण करणारे योनिज व अयोनिज महात्मे हे, सर्व लोकांचा ईश जो स्वर्गाधिपति महात्मा वज्रधर इंद्र, त्याच्या सन्निध असतात. तसेंच, सहदेव, सुनीथ, महातपस्वी वाल्मीकि, सत्यवचनी शमीक, सत्यप्रतिज्ञ प्रचेता, मेधातिथि, वामदेव, पुलस्त्य, पुलह, क्रतु, मरुत्त, मरीचि. महातपस्वी स्थाणु, कक्षीवान, गौतम, तार्क्ष्य, वैश्वानर, कालकवृक्षीय, आश्राव्य, हिरण्मय, संवर्त, देवहव्य, वीर्यवान विष्वक्सेन, कण्व, कात्यायन, गार्ग्य, कौशिक इत्यादि थोर थोर पुरुष त्या महेंद्राच्या समीप असून शिवाय दिव्य उदकें, ओषधी, श्रद्धा, मेधा, सरस्वती, धर्मार्थकामांच्या अभिमानी देवता, विद्युल्लता, जलवाही मेघ, गर्जना करणारे मेघ, पूर्व दिशा, यज्ञवाहक (अंगिरा, दक्षिणाग्नि, गार्हपत्य, आहवनीय, निर्मथ्य, वैद्युत, शूर, संवर्त, लौकिक, जाठर, विषग, क्रव्याद्, क्षेमवान्, वैष्णव, दस्युमान्, बलद, शांत, पुष्ट, विभावसु, ज्योतिष्मान्, भरत, भद्र, स्विष्टकृत्, वसुमान्, क्रतु, सोम व पितृमान्) असे सत्तावीस अग्नि, अग्नीषोम, इंद्राग्नी, मित्र, सविता, आर्यमा, भग, विश्वेदेव, साध्य, गुरु, शुक्र, विश्वावसु, सुमन, तरुण, यज्ञ, दक्षिणा, ग्रह, स्तोभ व यज्ञसंबंधी मंत्र हे सर्व तेथें आहेत. त्याप्रमाणेंच सुंदर अप्सरा व गंधर्व हीं नर्तन, गायन, वादन, विविध हास्य, मंगलकारक स्तुतिपाठ, पराक्रमाचीं कृत्यें इत्यादि वर्णन करून त्या बलासुराचा व वृत्रासुराचा वध करणाऱ्या प्रतापशाली देवाधिदेव इंद्राला रमवीत असतात. राजा धर्मा, प्रदीप्त अग्नीप्रमाणें देदीप्यमान असे सर्व ब्रह्मर्षि, राजर्षि व देवर्षि हे माला व अलंकार धारण करून नानाविध विमानांतून त्या इंद्रसभेंत इंद्राच्या दर्शनासाठीं ये जा करीत असतात; आणि बृहस्पति व शुक्र तर तेथें नित्यच असतात. राजा युधिष्ठिरा, इंद्रसभेंत अधिष्ठित असणारे व तेथें ये जा करणारे हे कित्येक पुरुष तुला सांगितले. पण ह्यांशिवाय दुसरे पुष्कळ तपोनिधि महात्मे तेथें आहेत; आणि प्रत्यक्ष ब्रह्मदेवाप्रमाणें सामर्थ्यवान असे भृगु व सप्तर्षि चंद्राप्रमाणें धवल अशा विमानांत आरूढ होऊन चंद्राप्रमाणें प्रसन्न कांति प्रसृत करीत त्या सभेंत येत असतात. हे धर्मराजा, देवेंद्राच्या सभेचें नांव पुष्करमालिनी असें आहे. ती मीं जशी पाहिली तशी ही तुला निवेदन केली आहे. आतां मी तुला यमसभेचें वर्णन सांगतों, तें श्रवण कर.

अध्याय आठवा.

—:०:—

यमसभेचें वर्णन.

नारद म्हणाले:—राजा युधिष्ठिरा, मी आतां ज्या सभेचें वर्णन करणार आहें, ती वैवस्वत यमाची सभा विश्वकर्म्यानें केलेली आहे. त्या सभेची लांबी रुंदी शंभर शंभर योजनें असून तिचें तेज इंद्रसभेपेक्षां अधिक आहे. ती सर्व बाजूंनीं जणू काय सूर्याप्रमाणें झळाळत आहे. ती तात्काळ पाहिजे असेल तें रूप धारण करिते. ती अतिशय उष्ण नाहीं अथवा अतिशय शीतही नाहीं. ती मनाला अत्यंत सुख देणारी आहे त्या सभेमध्यें जरा, शोक, तृषा, क्षुधा, दुःख, दैन्य, ग्लानि किंवा कोणतीही प्रतिकूल गोष्ट प्राप्त होत नाहीं. कोणतेही दिव्य अथवा मानुष सुखोपभोग, आणि सुरस, मधुर, रुचिकर व मनोहर असे भक्ष्य, भोज्य, लेह्य, चोष्य व पेय पदार्थ, तसेच उत्तम सुगंधि पदार्थ व पुष्पमाला ह्यांची त्या स्थळीं समृद्धि आहे. राजा धर्मा, त्या दिव्य सभेंत जे वृक्ष आहेत, ते सदासर्वकाळ इच्छेनुरूप फळें

अर्पण करितात; आणि तेथील उदकें मधुर असून शीत किंवा उष्ण आहेत. राजा युधिष्ठिरा, त्या सभेंत सूर्यपुत्र यमाच्या सभोंवतीं अनेक पुण्यवान व निर्मल असे राजर्षि व ब्रह्मर्षि मोठ्या आनंदानें अधिष्ठित असतात. ययाति, नहुष, पूरु, मांधाता, सोमक, नृग, त्रसदस्यु, कृतवीर्य, श्रुतश्रवा, अरिष्टनेमि, सिद्ध, कृतवेग, कृति, निमि, प्रतर्दन, शिबि, मत्स्य, पृथुलाक्ष, बृहद्रथ, वार्त्त, मरुत्त, कुशिक, सांकाश्य, सांकृति, ध्रुव, चतुरश्व, सदस्य, अर्मि, कार्तवीर्य, भरत, सुरथ, वसुनीथ, निशठ, नल, दिवोदास, सुमना, अंबरीष, भगीरथ, व्यश्व, सदश्व, वध्र्यश्व, पृथुवेग, पृथुश्रवा, पृषदश्व, वसुमना, महापराक्रमी क्षुप, रुषद्रु, वृषसेन, पुरुकुत्स, ध्वजी, रथी, अर्ष्टिषेण, दिलीप, महात्मा उशीनर, औशीनरि, पुंडरीक, शर्याति, शरभ, शुचि, अंग, अरिष्ट, वेन, दुष्यंत, सृंजय, जय, भांगासुरि, सुनीथ, निषध, वहीनर, करंधम, बाल्हिक, सुद्युम्न, बलवान मधु, ऐल, बलिष्ठ मरुत्त, कपोतरोमा, तृणक, सहदेव, अर्जुन, व्यश्व, साश्व, कृशाश्व, शशबिंदु, दाशरथि राम, लक्ष्मण, प्रतर्दन, अलर्क, कक्षसेन, गय, गौराश्व, जमदग्निपुत्र परशुराम, नाभाग, सगर, भूरिद्युम्न, महाश्व, पृथाश्व, जनक, वैन्य वारिसेन, पुरुजित्, जनमेजय, ब्रह्मदत्त, त्रिगर्ति उपरिचर, इंद्रद्युम्न, भीमजानु, गौरपृष्ठ, अनघ, लय, पद्म, मुचुकुंद, भूरिद्युम्न, प्रसेनजित्, अरिष्टनेमि, सुद्युम्न, पृथुलाश्व, अष्टक, शंभर मत्स्य, शंभर नीप व शंभर हय, एकशेंएक धृतराष्ट्र, ऐशीं जनमेजय, शंभर ब्रह्मदत्त, शंभर वीरि, शंभर ईरि, दोनशें भीष्म, शंभर भीम, शंभर प्रतिविंध्य, शंभर गज, शंभर अश्व पलाशकाशकुशादिक शंभर शंभर अभिमानी देवता, शांतनु राजा, तुझा पिता पांडु, उशंगव, शतरथ, देवराज, जयद्रथ, मंत्र्यासमवेत बुद्धिमान राजर्षि वृषदर्भ, आणि जे मोठमोठे अनेक अश्वमेध करून व विपुल दक्षिणा देऊन स्वर्गास गेले; ते सहस्रावधि शशबिंदु, हे महापुण्यवान, सुकीर्तिमान व बहुश्रुत नृपश्रेष्ठ त्या यमसभेंत यमाच्या समीप अधिष्ठित आहेत. त्याचप्रमाणें अगस्त्य, मतंग, काल, मृत्यु, यज्ञयाग करून परलोकाप्रत गेलेले व योगसाधनानें सिद्धि पावलेले पुरुष, अग्निष्वात्त, फेनप, उष्मप, सुधावान, बर्हिषद इत्यादि मूर्तिमान पितर, संवत्सरादिकांच्या अभिमानी देवता, भगवान अग्नि, दक्षिणायनांत मरण पावलेले व दुष्कृत्यें केलेले पुरुष, प्राण्यांना यमाकडे नेणारे दूत आणि शिंशप, पालाश, काश, कुश इत्यादि यज्ञसंबंधी द्रव्यांच्या अभिमानी देवता, हीं सर्व पितृराज यमाच्या सभेंत मूर्तिमंत बसलेलीं असून, त्याशिवाय दुसरे पुष्कळ सभासद मयसभेंत अधिष्ठित असतात. त्यांचीं नांवांनीं किंवा गुणांनीं गणना करणें अशक्य आहे. धर्मराजा, त्या मनोहर सभेंत अव्यवस्था म्हणून कोणतीही नाहीं. ती सभा पाहिजे तिकडे नेतां येते. विश्वकर्म्यानें दीर्घकाळापर्यंत तपश्चर्या केली, तेव्हां त्यास ती निर्माण करितां आली; आणि ती सभा इतकी देदीप्यमान आहे कीं, ती आपल्या तेजानें अगदीं झळाळत असते.

हे भारतश्रेष्ठा, त्या सभेंत जाण्यास मोठी योग्यता असावी लागते. महान महान तपस्वी, नियमादिकांचें अनुष्ठान करणारे, मिथ्या शब्द न बोलणारे, सर्वत्र समबुद्धि धरणारे, सर्वसंगपरित्याग करणारे, व पुण्यकर्मांनीं चित्ताची शुद्धि जोडणारे जे मोठमोठे महात्मे, तेच त्या सभेंत प्रवेश करूं शकतात.

हे पांडुतनया, त्या सभेंतील सर्व सभासदांचे देह मोठे तेजपुंज आहेत. ते सर्व निर्मल वस्त्रें धारण करितात. त्यांचीं बाहुभूषणें चित्रविचित्र असून त्यांच्या देहांवर सुंदर पुष्पें

शोभतात. त्यांच्या कर्णांत दिव्य कुंडलें तळपत असून मस्तकावर व अन्यत्र राजचिन्हें विलसतात; आणि त्या महात्म्यांनीं जीं पुण्यकारक सत्कृत्यें केलेलीं असतात, त्यांच्या योगानें त्यांस अनुपम कांति प्राप्त झालेली असते.

राजा युधिष्ठिरा, महान महान गंधर्वांचे गण व अप्सरांचे समुदाय त्या सभेंत गायन, वादन, नर्तन, हास्य, लास्य (नृत्यविशेष) इत्यादिकांनीं भगवान यमाची सांगोपांग सेवा करितात. तेथें सर्वत्र पवित्र, सुगंध व मनोहर ध्वनि व दिव्य पुष्पें ह्यांच्या योगें सभासदांस नित्य परम आल्हाद होतो, आणि कोट्यवधि धार्मिक पुरुष मनोहर देह धारण करून पवित्र चित्तानें त्या प्रजापति यमाची सेवा करण्यांत निमग्न असतात. राजा धर्मा, त्या पितृराज महात्म्या यमाची सभा अशा प्रकारची आहे. आतां, वरुणाची पुष्पमालिनीनामक जी सभा, तिचें मी वर्णन करितों.

अध्याय नववा.

—:०:—

वरुणसभेचें वर्णन.

नारद सांगतातः—राजा युधिष्ठिरा, वरुणाच्या दिव्य सभेचें तेज मोठें निरुपमेय आहे. तिची लांबी रुंदी यमसभेच्या इतकीच असून तिच्या सभोंवतीं सुंदर तट व तोरणें (कमानी) आहेत. विश्वकर्म्यानें ती सभा निर्माण करितांना अंतर्भागीं जलाचा आश्रय केला आहे; आणि त्यामुळें तेथें दिव्य व रत्नमय वृक्ष विपुल असून त्यांपासून पुष्पें व फळें ह्यांची समृद्धि होते त्या सभेंतील निरनिराळे महाल लतापादपांनीं सिद्ध केलेले आहेत. वृक्षस्तंभांवर निळ्या, पिवळ्या, सांवळ्या, शुभ्र व आरक्त अशा नानाविध वर्णांचीं लतापल्लवरूप छतें दिलीं असून छतांतून अंतरालांत जिकडे तिकडे मंजरींचे गुच्छ लोंबत आहेत. त्याप्रमाणेंच त्या सभेंत नानाप्रकारचे सहस्रावधि पक्षी वास करितात. त्यांचे मनोहर स्वर व हृदयंगम देह अवलोकन केले म्हणजे, ते अगदीं अवर्णनीय आहेत, अशी खातरी होते. राजा धर्मा, त्या वरुणसभेंत प्रवेश केला असतां मनास अत्यंत आल्हाद होतो. ती फार शीत नाहीं व फार उष्णही नाहीं. तेथें सुंदर मंदिरें व उत्तम मंचक तयार केलेले आहेत. त्या लोकोत्तर सभेमध्यें सिंहासनावर वारुणीसहवर्तमान वरुण अधिष्ठित असतो. त्या उभयतांनीं दिव्य अलंकार व वस्त्रें धारण केलेलीं असून, त्यांजवर मोठमोठीं रत्नें विलसत असतात.

हे पांडुतनया, त्या जलाधिपति वरुणाच्या समीप दिव्य माला धारण करून आणि सुगंधि द्रव्यांच्या उट्या, तिलक वगैरे लावून द्वादशादित्य बसलेले असतात. त्याप्रमाणेंच वासुकि, तक्षक, ऐरावत, नाग, कृष्ण, लोहित, वीर्यवान, पद्मचित्र, कंबल, अश्वतर, धृतराष्ट्र, बलाहक, मणिमान्, कुंडक, कर्कोटक, धनंजय, पाणिमान्, कुंडधार, प्रल्हाद, मुषिकाद्, जनमेजय, पताकी, मंडली, फणावान् ह्या तीन व इतर अनेक जातींचे सर्प त्या सभेंत वरुणाच्या समीप चोहों बाजूंस आनंदानें बसलेले असतात. विरोचनाचा पुत्र बलि, सर्व पृथ्वी जिंकून घेणारा नरकासुर, संऱ्हाद, विप्रचित्ति, कालखंज, सुहनु, दुर्मुख, शंख, सुमना, सुमति, घटोदर, महापार्श्व, क्रथन, पिठर, विश्वरूप, स्वरूप, विरूप, महाशिरा, दशग्रीव, वाली, मेघवासा, दशावर टिट्टिभ, विटभूत, संऱ्हाद व इंद्रतापन हे दैत्य व दानव त्या सभेंत अधिष्ठित आहेत. त्या सर्वांच्या कानांत तेजस्वी कुंडलें चमकत असून गळ्यांत उत्तम माळा व

मस्तकावर सुंदर किरीट शोभत असतात. त्यांनीं उत्तम वस्त्रें परिधान केलेलीं असून वरप्राप्तीमुळें त्या शूरांस मृत्यूचें भय उरलें नाहीं. राजा धर्मा, त्यांनीं उत्तम तपश्चर्या केल्यामुळें त्यांस तें दिव्य स्थान प्राप्त होऊन, महात्म्या पाशधर वरुणाच्या समीप सदोदित आश्रय मिळाला आहे.

हे पृथानंदना, त्याप्रमाणेंच चार समुद्र, भागीरथी, कालिंदी, विदिशा, वेणा, वेगवाहिनी नर्मदा, विपाशा, शतद्रु, चंद्रभागा, सरस्वती, इरावती, वितस्ता, सिंधु, देवनदी, गोदावरी, कृष्णवेणा, सरिद्वरा, कावेरी, किंपुना, विशल्या, वैतरणी, तृतीया, ज्येष्ठिला, महानद शोण, चर्मण्वती, महानदी, पर्णाशा, सरयू, वारवत्या, सरिच्छ्रेष्ठ, लांगली, करतोया, आत्रेया, महानद लौहित्य, लंघती, गोमती, संध्या व त्रिस्रोतसी ह्या व दुसऱ्या अनेक प्रसिद्ध पवित्र नद्या व त्याप्रमाणेंच दुसऱ्या अनेक सामान्य नद्या, शिवाय बहुविध तीर्थें, सरोवरें, कूप, झरे, डबकीं, तलाव, दिशा, पृथ्वी, व पर्वत हीं सर्व देह धारण करून त्या सभेंत भगवान वरुणाच्या समीप अधिष्ठित आहेत. तसेंच, त्या सभेंत सर्व जलचर प्राणी वरुणाच्या सेवेंत निमग्न असून गंधर्वांचे व अप्सरांचे समुदाय गायनवादनांच्या योगें वरुणाचें रंजन करीत असतात. राजा युधिष्ठिरा, महान महान रत्नखचित पर्वत व प्रसिद्ध रस त्या सभेंत मधुर कथा सांगत बसलेले असतात. त्याप्रमाणेंच वरुणाचा मंत्री सुनाभ हाही तेथें आपल्या पुत्रपौत्रादिकांनीं व गो नामक पुष्कर नागानें परिवेष्टित होऊन भगवान वरुणाची सेवा करीत असतो. राजा, वरुणाच्या सभेंत अधिष्ठित असलेले पर्वतादिक सर्व प्रत्यक्ष मूर्ति धारण करून वरुणसभेंत निमग्न असतात. बा धर्मा, वरुणाची ती रम्य सभा मीं पूर्वीं जातां जातां पाहिली होती. आतां मी कुबेराच्या सभेचें वर्णन करितों, तें ऐक.

अध्याय दहावा.

—:०:—

कुबेराच्या सभेचें वर्णन.

नारद म्हणाले:—राजा युधिष्ठिरा, कुबेराची सभा शंभर योजनें लांब व सत्तर योजनें रुंद असून तिची कांति शुभ्रवर्ण आहे. ती सभा कैलास पर्वताच्या हिमाच्छादित शिखराप्रमाणें धवल असल्यामुळें चंद्रकिरणांनाही झांकून टाकिते. राजा धर्मा, कुबेरानें महान तपश्चर्या करून स्वतः ती सभा जिंकून घेतली. गुह्यक त्या सभेला उचलून घेऊन एका ठिकाणाहून दुसऱ्या ठिकाणीं नेऊं लागले, म्हणजे जणू काय ती आकाशाला चिकटून गेली आहे, असा भास होतो. त्या दिव्य सभेंत मोठमोठीं उंच उंच सुवर्णखचित राजमंदिरें आहेत. तीमध्यें महान महान तेजःपुंज रत्नांचें कोंदणकाम सर्वत्र असल्यामुळें ती अत्यंत चित्रविचित्र दिसते. तींत चोहोंकडे मनोरम सुगंध चालू असतात. तिचीं शिखरें श्वेतमेघांप्रमाणें उन्नत आहेत; आणि त्याकडे पाहिलें असतां जणू काय ती वातावरणांत तरंगतच आहे, असें वाटतें. त्या लोकोत्तर सभेवर सुवर्णमय रंगांनीं अशी कांहीं चित्रविचित्र वेलबुट्टी काढिली आहे कीं, जणू काय विद्युल्लताच त्या सभेंत इतस्ततः संचार करीत आहे, असा भास होतो !

राजा युधिष्ठिरा, त्या सभेचा अधिपति वैभवशाली कुबेर हा दिव्य वस्त्रें व विचित्र आभरणें धारण करून सहस्र स्त्रियांसमवेत पवित्र सिंहासनावर अधिष्ठित असतो. त्या सिंहासनाला लागून पाय सोडण्यासाठीं एक आसनावली केलेली आहे. ती सूर्याप्रमाणें

तेजस्वी व अत्यंत मनोहर अशा आस्तरणांनीं फारच शोभते. तिच्यावर पाय सोडून सिंहासनावर अधिष्ठित असलेल्या त्या धनाधिपतीच्या कानांतील कुंडलांची प्रभा चोहोंकडे पसरत असते. मोठमोठ्या मंदर वृक्षांच्या बागा, कमळांचीं वनें, आलकानामक सरोवर व नंदनवन ह्यांतील सुगंध वाहून आणणारा थंडगार व आल्हादकारक वायु त्या सभेंत कुबेराची सेवा करीत असतो. देव, गंधर्व व अप्सरा तेथें येऊन दिव्य ताना घेऊन गात असतात. मिश्रकेशी, रंभा, सलील हास्य करणारी चित्रसेना, चारुनेत्रा, घृताची, मेनका, पुंजिकस्थला, विश्वाची, सहजन्या, प्रम्लोचा, उर्वशी, इरा, वर्गा, सौरभेयी, समीची, बुद्बुदा, लता इत्यादि सहस्रावधि, गायनांत व नर्तनांत कुशल असलेल्या अप्सरा आणि गंधर्व त्या सभेंत कुबेराची सेवा करण्यांत निमग्न असतात. राजा धर्मा, तेथें गंधर्व व अप्सरा ह्यांचें निरंतर दिव्य गायन, वादन, नर्तन वगैरे चालू असल्यामुळें ती सभा नेहमीं गजबजलेली व प्रेक्षणीय भासते. किन्नर व नर नांवाचे गंधर्व तेथें असून शिवाय मणिभद्र, धनद, श्वेतभद्र, गुह्यक, कशेरक, गंडकंडू, महाबल प्रद्योत, कुस्तुंबरु, पिशाच, गजकर्ण, विशालक, वराहकर्ण, ताम्रौष्ठ, फलकक्ष, फलोदक, हंसचूड, शिखावर्त, हेमनेत्र, बिभीषण, पुष्पानन, पिंगलक, शोणितोद, प्रबालक, वृक्षबाष्पनिकेत व चीरवास असे लक्षावधि यक्ष त्या सभेंत आहेत. राजा, भगवती लक्ष्मी सदासर्वकाळ तेथेंच असून कुबेराचा पुत्र नलकूबरही तेथेंच असतो. मी व माझ्यासारखे दुसरे प्रवासी तेथें वारंवार जातात. ब्रह्मर्षि व देवर्षि, तसेच क्रव्याद् (असुर) व महाबलिष्ठ अनेक गंधर्व त्या सभेंत महात्म्या धनदाची शुश्रूषा करीत असतात.

राजा युधिष्ठिरा, त्या दिव्य सभेंत भगवान देवाधिदेव शंकर, पार्वतीसहवर्तमान, आपला मित्र जो कुबेर त्याच्या समीप सदैव अधिष्ठित असतो. त्या उग्र धनुष्य धारण करणाऱ्या, कामदेवास जाळणाऱ्या, त्रिशूल हातांत घेणाऱ्या व नंदीवर आरूढ होणाऱ्या विरूपाक्ष महादेवाच्या समीप ठेंगणे, उंच, कुबडे, आरक्तनेत्रांचे, भयंकर शब्द करणारे, मेदमांस खाणारे, नानाप्रकारचीं शस्त्रें धारण करणारे, वाऱ्यासारखे महावेगवान आणि अत्यंत भयंकर असे सहस्रावधि भूतगण सभोंवार बसलेले असतात. त्याचप्रमाणें दुसरे शतावधि गंधर्वाधिपति आपआपल्या परिवारासहवर्तमान मोठ्या आनंदानें त्या कुबेरसभेंत अधिष्ठित असतात. तसेच विश्वावसु, हाहा, हूहू, तुंबुरु, पर्वत, शैलूष, गीतज्ञ चित्रसेन व चित्ररथ हे व ह्यांशिवाय दुसरे अनेक गंधर्व त्या धनेश्वराच्या उपासनेंत निमग्न असतात. त्याचप्रमाणें, विद्याधरांचा अधिपति चक्रधर्मा आपल्या अनुजांसमवेत, शेंकडों किन्नरांचा अधिपति द्रुम आणि राक्षसांचे अधिपति महेंद्र व गंधमादन हे त्या धनाधिपतीच्या सेवेंत तत्पर असतात. भगदत्तादिक राजेही त्या सभेंत बसलेले असतात. ह्यांशिवाय यक्ष, गंधर्व व राक्षस ह्यांसहवर्तमान महाधर्मशील बिभीषण तेथें आपल्या भावाच्या सेवेंत रममाण असतो. हिमवान, पारियात्र, विंध्य, कैलास, मंदर, मलय, दर्दुर, महेंद्र, गंधमादन आणि दिव्य पर्वत इंद्रनील व सुनाभ हे सर्व पर्वत आणि ह्यांखेरीज मेरु आदिकरून बाकीचे सर्व पर्वत सुद्धां भगवान कुबेराची सेवा करीत आहेत. त्याचप्रमाणें भगवान नंदीश्वर, महाकाल, शंकुकाल वगैरे सर्व दिव्य सभासद, काष्ठ, कुटीमुख, दंती, महातपस्वी विजय आणि डुरकण्या फोडीत असलेला महाबलवान शुभ्र वृषभ हे तेथें आहेत. ह्यांशिवाय, अन्य राक्षस व पिशाचेंही, कुबेर आप-

त्या सभासदांसह भगवान महादेवाकडे जेव्हां जात असतो, तेव्हां त्याची उपासना करितात. त्या सभेंत भगवान धनपति कुबेर हा देवाधिदेव, त्रैलोक्यप्रतिपालक व बहुरूपधारी अशा उमापति शंकराला त्याची अनुज्ञा घेऊन शिरसा वंदन करितो, व त्याच्या समीप असतो; आणि कधीं कधीं कुबेरासारखा भगवान शंकरही कुबेरासमीप असतो; आणि त्याचप्रमाणें, सर्व मुख्य निधींमध्यें श्रेष्ठ असे जे महान महान शंख व पद्म हे दोन निधि, ते सर्व निधींना बरोबर घेऊन धनाधिपति कुबेराची उपासना करितात. असो. राजा युधिष्ठिरा, अशा प्रकारची ती रम्य सभा अंतरिक्षांत संचार करीत असतांना मीं पाहिली. आतां मी तुला ब्रह्मसभेचें स्वरूप निवेदन करितों, तें ऐक.

अध्याय अकरावा.

—:०:—

ब्रह्मसभेचें वर्णन.

नारद म्हणाले:—बा धर्मा, आतां मी ब्रह्मदेवाच्या सभेचें वर्णन करितों, तें ऐक. राजा, ब्रह्मसभा अमुक एका प्रकारची आहे, असें सांगतां येणें शक्य नाहीं. पूर्वी कृतयुगामध्यें भगवान परमप्रतापी आदित्य मनुष्यलोक पाहण्याच्या इच्छेनें स्वर्गाहून भूतलावर येत असतां, त्यानें ही सभा सूक्ष्मपणें अवलोकन केली, आणि पुढें त्यानें मला त्या सभेविषयीं सांगितलें कीं, ‘ त्या दिव्य सभेचें लांबी, रुंदी वगैरे मान सागतां येत नाहीं. ती आपल्या प्रभावानें सर्व प्राण्याचे चित्तास आल्हादित करिते, आणि ती केवळ मनानें मात्र ध्यानांत आणण्यासारखी आहे. ’ राजा, अशा प्रकारचें त्या सभेचें गूढ स्वरूप जेव्हां मला सूर्यापासून विदित झालें, तेव्हां ती सभा अवलोकन करण्याची इच्छा माझ्या मनांत उद्भवली आणि मीं सूर्यास म्हटलें, ‘ हे भगवंता, ती मंगलकारक पितामहसभा अवलोकन करावी, असें माझ्या मनांत आहे; तर कोणत्या उपायानें माझी ही इच्छा सफल होईल, तें निवेदन कर. हे इंद्रियाधिपा, ती लोकोत्तर व पापनाशक सभा दृष्टीस पडावी म्हणून कोणतीही तपश्चर्या, विधिविधान किंवा ज्योतिष्मत्यादि कल्पोक्त औषधें करण्यास मी सिद्ध आहें. ’ राजा धर्मा, तेव्हां त्या सहस्ररश्मि दिवाकरानें माझें भाषण श्रवण करून मला म्हटलें, ‘ हे नारदा, जर तुला ती दिव्य सभा पहावयाची असेल, तर तूं आपल्या मनोवृत्तींचा जय करून सहस्र संवत्सरपर्यंत ब्रह्मव्रताचें अनुष्ठान कर.

राजा युधिष्ठिरा, भगवान आदित्याचें तें वचन श्रवण करून मी हिमालय पर्वतावर गेलों, व ब्रह्मोपासनेस प्रारंभ केला. पुढें सहस्र संवत्सरपर्यंत ती उपासना परिपूर्ण झाल्यानंतर भगवान प्रतापशाली ज्ञानरूप आदित्य मजप्रत आला, आणि मला घेऊन ब्रह्मसभेस गेला. मग मीं ती सभा पाहिली, तों तिच्या अनिर्वचनीय स्वरूपाचा मला प्रत्यय आला. मी क्षणभर त्या सभेकडे अवलोकन करीत आहें, तों तिचें तें रूप बदललें, व तिला दुसरेंच रूप प्राप्त झालें. पुढें त्या रूपावर दृष्टि ठेविली तों तिचें तें रूप गेलें, व आणखी तिला तिसरेंच रूप आलें. राजा धर्मा, ती सभा क्षणांत वैकुंठाचें तर क्षणांत कैलासाचें, क्षणांत अमरावतीचें तर क्षणांत नागलोकांचें अशीं नानाविध रूपें घेते; आणि त्यामुळें, तिचें अमुकच स्थिर स्वरूप आहे, असें केव्हांही सांगतां येत नाहीं. तसेंच, हे भारता, त्या सभेचें परिमाण किंवा आकार ह्यांचाही निश्चय करितां येत नाहीं. राजा, त्या सभेसारखें अद्वितीय स्वरूप मीं पूर्वीं कधींही पाहिलें नव्हतें. ती सभा

फार शीतही नाहीं, व फार उष्णही नाहीं. तिच्यामध्यें सदोदीत सर्व प्रकारचीं सुखें मिळतात. तेथें क्षुधा, तृषा किंवा ग्लानि हीं केव्हां सुद्धां प्राप्त होत नाहींत. ती सभा अत्यंत देदीप्यमान अशा चित्रविचित्र रत्नांनीं केली असून तिला स्तंभांचा आधार नाहीं. ती सभा निरंतर राहणारी आहे. तिला कधींही क्षय नाहीं. स्वकांतीनें झळाळणारे महान महान तेजःपुंज नानाविध दिव्य पदार्थ तिच्यामध्यें असल्यामुळें सूर्य, चंद्र व अग्नि ह्यांस ती स्वयंप्रकाश सभा मागें टाकिते. राजा, त्या सभेची प्रभा स्वर्गमंडलावर इतकी प्रसृत झाली आहे कीं, तिच्यापुढें रविप्रभा अगदीं तुच्छ भासते!

राजा युधिष्ठिरा, त्या सभेंत सर्व लोकांचा पितामह भगवान ब्रह्मदेव स्वतः देवमायेच्या योगानें निरंतर सृष्टीची उत्पत्ति करीत असतो; व दुसरे प्रजापति त्या देवाधिदेवाच्या सेवेंत सदोदीत निमग्न असतात. दक्ष, प्रचेता, पुलह, मरीचि, महाशक्तिमान कश्यप, भृगु, अत्रि, वसिष्ठ, गौतम, अंगिरा, पुलस्त्य, क्रतु, प्रऱ्हाद व कर्दम हे प्रजापति, तसेंच अथर्वांगिरस मुनि, वालखिल्य मुनि मरीचिप मुनि, मन, अंतरिक्ष, विद्या, वायु, तेज, जल, मही, शब्द, स्पर्श, रूप, रस, गंध, प्रकृति, विकार, इतर कालादिक भूमीचीं कारणें, महातेजस्वी अगस्त्य, वीर्यवान मार्कंडेय, जमदग्नि, भरद्वाज, संवर्त, च्यवन, महाभाग दुर्वास, धार्मिक ऋष्यशृंग, भगवान योगाचार्य तपोनिधि सनत्कुमार, असित, देवल, तत्त्वज्ञानी जैगीषव्य, जितशत्रु ऋषभ, महापराक्रमी मणि, देहधारी अष्टांग आयुर्वेद, सनक्षत्र चंद्र, आदित्य, वायु, क्रतु, संकल्प व प्राण हे सर्व मूर्तिमंत महात्मे व्रतादिकांचें अनुष्ठान करीत ब्रह्मदेवाच्या सेवेंत तत्पर झालेले होते. ह्यांशिवाय दुसरेही पुष्कळ महान महान पुरुष त्या देवाधिदेवाच्या समीप त्याच्या शुश्रूषेंत निमग्न होते. त्याप्रमाणेंच धर्म, अर्थ, काम, हर्ष, द्वेष, तप व दम हे तेथें येतात. त्यांच्या बरोबर गंधर्व व अप्सरा ह्यांचे वीस वीस समुदाय असतात. त्यांशिवाय हंस, हाहा, हूहू, विश्वावसु, वररुचि, वृषण, व तुंबरु हे सप्त गंधर्व आणि सर्व लोकपाल तेथें येतात. त्याप्रमाणेंच शुक्र, बृहस्पति, बुध, मंगळ, शनि, राहु इत्यादि सर्व ग्रह, मंत्र, रथंतर साम, हरिमान व वसुमान इंद्र, इंद्रासहित अग्नीषोम व इंद्राग्नि हे अदितिपुत्र, मरुद्गण, विश्वकर्मा, अष्टवसु, तसेच सर्व पितृगण, सर्व हविर्द्रव्यें, ऋग्वेद, यजुर्वेद, सामवेद, अथर्ववेद, सर्व शास्त्रें, इतिहास, उपवेद (आयुर्वेद, धनुर्वेद, गांधर्ववेद, अर्थशास्त्र,), वेदांगें (शिक्षा, कल्प, व्याकरण, निरुक्त, छंदःशास्त्र, ज्योतिष), ग्रह, यज्ञ, सोम, सर्व देवता, सावित्री, संकटनिवारक सप्तविध वाणी (सप्तविध प्रणव), मेधा, धृति, श्रुति, प्रज्ञा, बुद्धि, यश, क्षमा, साममंत्र, स्तुतिशास्त्रें, (स्तोत्रें), बहुविध, गाथा, तर्कयुक्त मूर्तिमंत भाष्यें, अनेक प्रकारचे नाटककार, काव्यकार, कथा व आख्यानें सांगणारे, आणि दुसरे गुरूची पूजा करणारे पवित्र पुरुष त्या स्थलीं असतात. राजा धर्मा, क्षण, लव, मुहूर्त, दिवस, रात्रि, पक्ष, मास, सहा ऋतु, साठ संवत्सर, बारा पंचयुगें, दैव, पैत्र्य, ब्राह्म व मनुष्य असे चतुर्विध अहोरात्र, द्वादशराशिरूप दिव्य, नित्य, अक्षय व अव्यय कालचक्र आणि धर्मचक्र हीं सर्व त्या ब्रह्मसभेंत सदैव असतात. त्याप्रमाणेंच अदिति, दिति, दनु, सुरसा, विनता, इरा, कालिका, सुरभी देवी, सरमा, गौतमी, प्रभा, कद्रू, देवमाता, रुद्राणी, श्री, लक्ष्मी, भद्रा, षष्ठी, अपरा पृथिवी, गांगादेवी, ऱ्ही, स्वाहा, कीर्ति, सुरा, शचिदेवी, पुष्टि, अरुंधती, संवृत्ति, आशा, नियता, सृष्टि,

व रतिदेवी ह्या व ह्याप्रमाणें दुसऱ्या पुष्कळ देवता प्रजापति ब्रह्मदेवाच्या सेवेंत निमग्न असतात. तसेच आदित्य, वसु, रुद्र, मरुद्गण, अश्विनीकुमार, विश्वेदेव, साध्य, मनाप्रमाणें वेगवान पितर, महाभाग वैराज, अग्निष्वात्त, गार्हपत्य व नाकचर असे लोकविश्रुत तीन पितृगण, सोमप, एकशृंग, चतुर्वेद व कल हे चारी वर्णांस पूज्य असलेले चार पितृगण असे एकंदर सात पितृगण—ज्यांची तृप्ति केली असतां चंद्र पुनः वृद्धि पावतो—ते सर्व मोठ्या आमंदानें त्या अमितवीर्यशाली ब्रह्मदेवाची सेवा करितात. त्याप्रमाणेंच राक्षस, पिशाच, दावन, गुह्यक, नाग, पक्षी व पशु हे त्या विश्वस्रष्ट्याची उपासना करीत असून स्थावरजंगम महान महान प्राणी, देवाधिपति इंद्र, वरुण, कुबेर, यम व उमेसहित महादेव हे सर्व त्या सभेंत सदोदीत येत असतात. राजा धर्मा, महासेन षडानन हा तर ब्रह्मदेवाच्या उपासनेंत सदासर्वकाळ रममाण असतो. नारायण देव, देवर्षि, वालखिल्य ऋषि आणि योनिज व अयोनिज असे इतर मुनि सुद्धां तेथें असतात. हे नराधिपा, स्थावरजंगम जी जी वस्तु ह्या ब्रह्मांडांत दृग्गोचर होते, ती ती वस्तु मीं त्या ब्रह्मसभेंत पाहिली असें तूं समज. राजा, स्वर्गांत राहणारे ऐंशी सहस्र ऊर्ध्वरेते मुनि व पन्नास सहस्र संसारी ऋषि आपलथा इच्छेप्रमाणें त्या सभेंत ब्रह्मदेवाचें दर्शन घेतात, आणि त्यास शिरसा वंदन करून स्वस्थानीं परत जातात. धर्मराजा, त्या सभेंत देव, दैत्य, नाग, विप्र, यक्ष, पक्षी, कालेय, गंधर्व, अप्सरा वगैरे जे भाग्यवान अतिथि जातात, त्यांचा, ज्यांच्या त्यांच्या योग्यतेप्रमाणें, अमितबुद्धिमान, सर्वभूतवत्सल व लोकपितामह ब्रह्मदेव आदरसत्कार करितो; आणि त्यांशीं गोड शब्द बोलून व त्यांचा गौरव करून त्यांस द्रव्यादिक भोग्य पदार्थ देतो. राजा, ह्याप्रमाणें त्या सभेंत एकसारखे महान महान पुरुष येत असतात व तेथून परत जात असतात, ह्यामुळें ती सभा सदासर्वकाळ अगदीं गजबजलेली असून प्रेक्षकाच्या चित्तांत अत्यंत आल्हाद उत्पन्न करिते. राजा युधिष्ठिरा, त्या ब्रह्मसभेचें काय वर्णन करावें? त्या दिव्य सभेंत ब्रह्मर्षींचे गण सदोदीत अधिष्ठित असतात; तेथें सर्व प्रकारचें तेज मूर्तिमंत वास करीत आहे; ब्राह्मतेजानें ह्मणजे शमादि संपत्तीच्या कांतीनें ती सभा अगदीं झळाळत आहे; आणि ह्यामुळें, जो भाग्यवान पुरुष त्या सभेंत जातो त्याचीं सर्व दुःखें नष्ट होतात. राजा, ती ब्रह्मसभा मीं ह्याप्रमाणें पाहिली. जशी तुझी ही मयसभा मनुष्यलोकीं दुर्लभ आहे, तशी ती ब्रह्मदेवाची सभा त्रिभुवनांत दुर्लभ आहे. असो. हे भारतश्रेष्ठा युधिष्ठिरा, देवलोकीं ज्या सभा मीं पूर्वी अवलोकन केल्या, त्यांचें वर्णन हें असें आहे. बा धर्मा, ह्या मानवलोकीं तुझी ही सभा अत्यंत श्रेष्ठ आहे. भूतलावर ह्या सभेसारखी दिव्य सभा कोठेंही नाहीं?

अध्याय बारावा.

—:०:—

हरिश्चंद्राचें माहात्म्य.

युधिष्ठिर विचारतोः—गुरुराज नारद मुने, आपण यमसभेचें जें वर्णन केलें, त्यांत' तेथील सभासदांमध्यें बहुधा राजे लोकांचींच नांवें घेतलीं; वरुणसभेंत मुख्यत्वेंकरून नाग, दैत्येंद्र, सरिता व समुद्र हेच सांगितले; धनपति कुबेराच्या सभेंत यक्ष, गुह्यक, राक्षस, गंधर्व, अप्सरा व भगवान वृषभध्वज शंकर हेच प्राधान्येंकरून निवेदन केले; ब्रह्मदेवाच्या सभेंत सर्व महर्षि, देववृंद व मूर्तिमंत अखिल शास्त्रें

बसतात, ह्मणून वर्णिलें; आणि त्याप्रमाणेंच इंद्राच्या सभेंत देव, गंधर्व व अनेक महर्षि अधिष्ठित आहेत, असें आपल्या सांगण्यांत आलें. महामने, त्या उदारधी देवेंद्राच्या सभेंत एकटा हरिश्चंद्र राजर्षि मात्र आपण सांगितला; तर त्या महायशस्वी नृपवरानें असें कोणतें कर्म अथवा तप केलें कीं, त्यामुळें त्या महात्म्याला इंद्राची बरोबरी करितां आली? त्याप्रमाणेंच, हे विप्रोत्तमा, माझा पिता पांडु आपण पितृलोकीं कशा स्थितींत अवलोकन केला, त्याची व आपली गांठ कशी पडली, आणि तो आपणा पाशीं काय ह्मणाला, हें सर्व आपण मला सांगावें; महाराज, आपणांपासून हें सर्व श्रवण करावें, अशी मला फार फार इच्छा झाली आहे.

नारद ह्मणाले:—राजेंद्रा युधिष्ठिरा, ज्या अर्थीं हरिश्चंद्राविषयीं तूं मला विचारीत आहेस, त्या अर्थीं त्या महाबुद्धिमान राजर्षीचें माहात्म्य मी तुला सांगतों.

युधिष्ठिरा, हरिश्चंद्र राजा महापराक्रमी होता. सर्व भूमंडलावर त्याची सत्ता अबाधित चाले. प्रत्येक नृप त्याची आज्ञा शिरसावंद्य करी त्यानें विजयशाली व सुवर्णमंडित अशा एकाच रथांत आरूढ होऊन आपल्या शस्त्रप्रतापानें जंबुद्वीप, कुशद्वीप, शाकद्वीप, क्रौंचद्वीप, शाल्मलिद्वीप, गोमेदद्वीप व पुष्करद्वीप अशीं सातांहि द्वीपें जिंकून घेतलीं; आणि पर्वत, वनें व अरण्यें ह्यांसहवर्तमान सर्व पृथ्वी हस्तगत करून राजसूयनामक महाक्रतु केला. त्यासमयीं सर्व भूपालांनीं त्याची आज्ञा घेऊन त्यास नजरनजराणे आणून दिले; आणि यज्ञमंडपांत ब्राह्मणांस वाढण्याचेंही काम केलें ! धर्मराजा त्या यज्ञांत याचक जितके धन मागत त्याच्या पांचपट धन हरिश्चंद्र राजा मोठ्या प्रेमानें त्यांस देई. यज्ञसमारंभाकरितां देशोदेशांहून प्राप्त झालेले ब्राह्मण, यज्ञविधि समाप्त झाल्यावर आपापल्या स्थानास जाऊं लागले असतां हरिश्चंद्र राजानें त्यांस नाना प्रकारची संपत्ति अर्पण करून संतुष्ट केलें. तेव्हां ते ब्राह्मण म्हणाले कीं, " अहाहा ! ह्या राजश्रेष्ठाची योग्यता काय सांगावी ! ह्यानें आम्हांस भक्ष्यभोज्यादिक नानाविध पदार्थ यथेष्ट अर्पण केले इतकेंच नव्हे, तर बहुविध रत्नांचे राशिही दिले; तेव्हां हा हरिश्चंद्र राजा सर्व राजांमध्यें अत्यंत पराक्रमी व विजयशाली झाला, ह्यांत संदेह नाहीं.

राजा धर्मा, त्या सहस्त्रावधि राजांपेक्षां हरिश्चंद्र राजा जो श्रेष्ठ, त्याचें कारण हेंच. त्या महाप्रतापी हरिश्चंद्राचा राजसूय यज्ञ समाप्त झाल्यावर त्याला सार्वभौमराज्याचा अभिषेक झाला, तेव्हां तो अधिराज हरिश्चंद्र फारच शोभूं लागला. हे भरतर्षभा, जे राजे हरिश्चंद्राप्रमाणें राजसूय यज्ञ करून परमात्म्याची पूजा करितात, त्यांस इंद्रासमवेत आनंदानें राहतां येतें. राजा, जे वीर समरभूमींतून पळून न जातां धारातीर्थीं पतन पावतात, त्यांसही तेंच उत्तम पद प्राप्त होतें. त्याप्रमाणेंच, जे पुरुष उग्र तपश्चर्या करून आपले देह ठेवितात, ते इंद्रसभेप्रत जाऊन नित्य दिव्य कांतीनें झळाळतात.

पांडूचा निरोप.

नारद पुढें सांगतात—हे कौरवनंदना कुंतीपुत्रा, तुझा पिता पांडु राजा हरिचंद्राचें तें अवर्णनीय वैभव अवलोकन करून विस्मित झाला; व मी मनुष्यलोकास येण्याकरितां निघालों असें मनांत आणून मोठ्या नम्रपणानें मला म्हणाला, "नारद ऋषे, तुम्ही युधिष्ठिरास माझा हा निरोप कळवा कीं, हे युधिष्ठिरा, सर्व पृथ्वी जिंकण्यास तूं समर्थ आहेस; तुझे भ्राते तुला अनुकूल आहेत; तर तूं राजसूयनामक श्रेष्ठ क्रतु कर. बा भारता, तूं जर हें इष्ट कार्य करशील, तर हरिश्चंद्राप्रमाणें मलाहि तात्काळ तें अतुल वै-

भव प्राप्त होईल; आणि मग मी अनंत वर्षेंपर्यंत अव्याहतपणें इंद्राच्या सभेंत अधिष्ठित होईन." राजा युधिष्ठिरा, नंतर मीं पांडु राजाला सांगितलें कीं, "बरें आहे. जर मी भूर्लोकास गेलों, तर तुझा हा निरोप तुझ्या पुत्रास (धर्मराजास) सांगेन." बा पुरुषव्याघ्रा धर्मा, माझें तुला इतकेंच सांगणें आहे कीं, तूं आपल्या पित्याची ही इच्छा परिपूर्ण कर; म्हणजे तूं पूर्वजांसह इंद्रलोकीं प्रयाण करशील.

धर्मराजा, ह्या राजसूयनामक महाक्रतूमध्यें बहुत विघ्नें येतात. ह्यांत छिद्रें कशीं पडतील ह्याची यज्ञध्वंसक ब्रह्मराक्षस वाट पहात असतात. ह्या यज्ञाच्या निमित्तानें घोर युद्धें होऊन त्यांत क्षत्रियांचा व पृथ्वीचा नाश होतो; आणि कांहीं तरी कारण उद्भवून त्यामुळें भयंकर क्षय घडून येतो. राजेंद्रा, ह्या सर्वांचें नीट मनन कर, व जें प्रशस्त दिसेल तें करण्यास सिद्ध हो. राजा, चातुर्वर्ण्याचें रक्षण करण्यास नित्य सावध व तयार अस; नेहमीं आपल्या अभ्युदयार्थ उद्युक्त हो; आणि राज्यलक्ष्मीचा उपभोग घेऊन ब्राह्मणांस धनादिकांनीं संतुष्ट कर; असो. राजा, तूं जें मला विचारिलेंस, तें तुला मीं सविस्तर सांगितलें. आतां तूं मला निरोप दे. मी येथून दाशार्ह नगरीस (द्वारकेस) जाणार आहें.

वैशंपायन सांगतातः—राजा जनमेजया, ह्याप्रमाणें युधिष्ठिरप्रभृति पांडुपुत्रांस सांगून, आपल्या बरोबरच्या ऋषिसमुदायासहवर्तमान नारद मुनि निघून गेले. नंतर धर्मराजा तो राजसूयनामक श्रेष्ठ क्रतु करण्याविषयीं आपल्या भ्रात्यांसह विचार करूं लागला.

राजसूयारंभपर्व.

अध्याय तेरावा.

—:०:—

धर्मराजाची राज्यव्यवस्था.

वैशंपायन सांगतात:—राजा जनमेजया, भगवान नारद मुनींचें तें भाषण श्रवण करून युधिष्ठिरानें सुस्कारा टाकिला आणि राजसूय यज्ञाचा विचार एकसारखा घोळूं लागून त्याचें मन अस्वस्थ झालें. थार थोर राजर्षींचा तो महिमा ऐकून, राजसूयादिक पुण्यकारक क्रतूंनीं इंद्रलोकादिक महान फलें प्राप्त होतात हें मनांत आणून, व त्या हरिश्चंद्र राजास राजसूय यज्ञामुळें जें अपूर्व वैभव मिळालें, तिकडे लक्ष देऊन धर्मराजानें राजसूय यज्ञ करण्याचा विचार योजिला. राजा पारिक्षिता, नंतर धर्मराजानें मयसभेंत अधिष्ठित असलेल्या सर्व सभासदांची उत्तम प्रकारें पूजा केली; आणि त्यांजकडून मंगलकारक आशीर्वाद ग्रहण करून राजसूय यज्ञाकडे विशेष चित्त लाविलें आणि पुनः पुनः विचार करून तो दिव्य क्रतु सिद्धीस न्यावयाचाच असा त्यानें संकल्प ठरविला.

राजा, त्या महापराक्रमी व लोकोत्तर तेजस्वी युधिष्ठिराच्या अंतःकरणांत सदोदीत स्वकर्तव्याचें निदिध्यसन चालू असे. लोकांचें कल्याण कशानें घडेल, हेंच तो नेहमीं चिंती. सर्व प्रजांना संतुष्ट ठेवून, भेदाभेद न पाहतां सर्वांचा सारखाच अभ्युदय करावा, असा त्याचा परिपाठ होता. देण्यासरखी जी जी वस्तु असेल, ती ती, कोपमदादिक दुष्ट मनोवृत्तींचा निग्रह करून प्रत्येकास देत जावी, अशी त्याची सर्वांस आज्ञा असे; आणि ह्या सर्व कृत्यांमुळें त्या वेळीं शाबास धर्मराजा, शाबास!" ह्यावांचून अन्य उद्गार केव्हांही निघत नसत! पारिक्षिता, धर्मराजाची वृत्ति अशा प्रकारें सर्वथा प्रशंसनीय अशी असल्यामुळें सर्व प्रजा त्यावर पितृप्रेम करूं लागल्या; त्याचें प्रत्येक कृत्य केवळ आपल्या कल्याणाचेंच आहे, असा त्या प्रजांचा त्याच्यावर दृढ विश्वास बसला; आणि संपूर्ण राज्यांत त्यास शत्रु म्हणून कोणी न राहिल्यामुळें, त्यास अजातशत्रु असें अन्वर्थक नांव प्राप्त झालें.

राजा, त्या पांच पांडुपुत्रांनीं राज्याची जी सुव्यवस्था ठेविली होती, तिचें वर्णन करावें तितकें थोडेंच. धर्मराजाचें प्रजावात्सल्य, भीमाची प्रजारक्षणदक्षता, सव्यसाची अर्जुनाचें शत्रुसंहाराविषयीं विलक्षण सामर्थ्य, दूरदर्शी सहदेवाचें धर्मशासन, व सर्वांविषयीं नकुलाचा स्वाभाविक विनय ह्या पांच विशिष्ट गुणांनीं राष्ट्रांतील कलहाचें बीज नष्ट झालें. प्रजांस भीति म्हणून कसलीच उरली नाहीं. त्या सर्व काळ आपलीं कर्तव्यें उत्साहानें करूं लागल्या. सर्वांनीं यज्ञयागक्रिया अव्याहत चालविल्या. पर्जन्याची विपुल वृष्टि होऊं लागली. धान्यादिकांची समृद्धि झाली. निर्वाहाचीं साधनें वाढलीं. गाईंचा उत्कर्ष झाला. भूमि अधिक पीक देऊं लागली. व्यापारास तेजी आली; आणि; व्याजबट्ट्याचा रोजगार वाढला.

राजा जनमेजया, ही समृद्धि होण्याचें विशेष कारण राजशासन हेंच होय. राजधर्मावर धर्मराजाचें सर्वकाळ पूर्ण लक्ष असल्यामुळें, प्रजांकडे कराची बाकी राहणें, प्रजांपासून जुलमानें पट्टी वसूल करणें, रोगांच्या सांती येणें, अग्निप्रलय होणें, चोरांपासून व वंचकांपासून उपद्रव घडणें इत्यादि एकही गोष्ट त्याच्या राज्यांत होत नसे; मांडलिक राजे परस्परांशीं मित्रत्वानें वागत; राजाच्या प्रीतींतल्या अधिकाऱ्यांनीं कोणावर कांहीं व्यर्थ तोहमती आणिल्याचें कधींही ऐकूं येत नसे.

संधिविग्रहादिक सहा उपायांत प्रवीण असलेले मांडलिक राजे धर्मराजाचें प्रिय करण्याकरितां, त्यास खंडणी देण्याकरितां व त्याची सेवा वगैरे करण्याकरितां, मोठमोठ्या कुलीन व्यापारीवर्गासमवेत किंवा स्वतंत्रपणें, त्याजकडे नित्य येत असत; व त्यांच्या राज्यांत अन्नवस्त्रादिक सुखोपभोगांची अत्यंत समृद्धि असल्यामुळें विलासी व कामुकजनही चोहोंकडून मिळाले होते; आणि ह्यास्तव त्या नीतिमान पृथ्वीपतीच्या राज्यांत सर्वत्र एकसारखी भरभराट चालली होती. राजा जनमेजया, युधिष्ठिराची व्याप्ति सर्वत्र असे. त्याच्या ठिकाणीं सर्व सद्गुण वास करीत होते. तो अत्यंत क्षमाशील होता; त्याची सत्ता अगदीं अबाधित असे; आणि त्या भाग्यशाली व परम प्रतापवान भूपतीच्या राज्यांत ब्राह्मणादि श्रेष्ठ वर्णापासून तों गोपालादि कनिष्ठ वर्णापर्यंत सर्व प्रजा त्याजवर मातेप्रमाणें व पित्याप्रमाणें अत्यंत लोभ करीत असत. असो.

राजसूयविचार.

वैशंपायन सांगतातः—राजा जनमेजया, कसेंही करून राजसूय यज्ञ करावयाचाच, असा धर्मराजाचा निश्चय ठरल्यानंतर त्यानें भ्रातृमंडल व मंत्रिसमुदाय ह्यांस बोलावून आणून त्यांस आपला मानस कळविला; आणि त्या महाक्रतूचें महत्त्व पुनः पुनः वर्णन करून तो करण्याविषयीं त्यांचा अभिप्राय विचारिला. तेव्हां मंत्र्यांनीं, यज्ञ करण्यास उत्कंठित झालेल्या त्या महाबुद्धिमान धर्मराजास मोठें उत्तेजनकारक उत्तर दिलें.

मंत्री म्हणालेः—हे राजश्रेष्ठा, राजावर अभिषेक झाला म्हणजे त्यास जलाधिपति वरुणाचा अधिकार प्राप्त होतो; ह्यास्तव त्यास पुढें अखिल भूमीच्या आधिपत्याची (सार्वभौमपदाची) इच्छा उत्पन्न व्हावी, हें साहजिकच आहे. म्हणून, हे धर्मराजा, तूं राजसूय यज्ञ करण्याचा जो विचार ठरविला आहेस, तो तुझ्या सुहृदांस (आम्हांस) सर्वथा मान्य आहे. तुझ्या अंगीं सार्वभौम राजाला अलंकृत करणारे सर्व गुण वसत आहेत; तेव्हां कालावधि न करितां तूं राजसूयाचा उपक्रम कर. युधिष्ठिरा, ज्याच्या अंगीं क्षात्रतेज झळकत आहे, त्यानें तो महायज्ञ केव्हांही करावा.

राजा, त्या दिव्य क्रतूंत कडकडीत व्रताचरण करणारे महान महान ऋत्विज सामवेदविहित मंत्रांनीं सहा अग्निस्थंडिलें सिद्ध करितात; त्यांत दर्वीहोम (अग्निहोत्र) आदिकरून सर्व इष्टिसोमयागांचा समावेश होतो, आणि त्याच्या अंतीं यजमानावर सर्वजित्वाचा अभिषेक करितात!

हे धर्मराजा, तूं महापराक्रमी आहेस, व आम्ही सर्व तुझी आज्ञा पाळण्यास तत्पर आहों; ह्यास्तव, राजसूय यज्ञ सिद्धीस नेण्यास तुला कांहींच विलंब लागणार नाहीं. म्हणून हे महाराजा, तूं अगदीं विचार न करितां ह्या कार्यास उद्युक्त हो.

वैशंपायन सांगतातः—राजा परिक्षिता, धर्मराजाच्या त्या सर्व हितचिंतक मंत्र्यांनीं ह्याप्रमाणें सगळ्यांनीं मिळून व पृथक पृथक सुद्धां धर्मराजास सांगितलें. नंतर युधिष्ठिरानें धर्मास अनुसरून असलेलें तें सुहृद्वाक्य श्रवण करून त्याची प्रगल्भता (स्पष्टता) इष्टता व श्रेष्ठता ह्याचें मनन केलें, आणि मंत्रिवर्गाच्या अभिप्रायाप्रमाणें आपल्या हातून राजसूय यज्ञ घडणें अत्यंत अवश्य आहे, असें त्या अरिध्वंसकाच्या मनांत पुनः पुनः घोळूं लागलें. मग त्या बुद्धिमंतानें आपले भ्राते, महात्मे ऋत्विज व धौम्यद्वैपायनादि मंत्री ह्यांपाशीं त्या विषयाची पुनः चर्चा केली.

युधिष्ठिर म्हणालाः—ऋत्विजहो, राजसूय

यज्ञ करणें हें मोठें दुर्घट कृत्य आहे. ह्यास्तव, हा करण्याची इच्छा महासमर्थ राजानेंच करावी; आणि असें असतांही ही इच्छा मला उत्पन्न झाली आहे, तेव्हां ही माझी इच्छा कशी परिपूर्ण होईल हें मला सांगा. श्रेष्ठहो, आपल्या वचनावर माझा पूर्ण विश्वास आहे.

वैशंपायन सांगतातः—राजा जनमेजया, धर्मराजाचें हें भाषण ऐकून त्या ऋत्विजांनीं धर्मराजास समयानुरूप उत्तर दिलें कीं, 'हे धर्मज्ञा, तो महान राजसूय यज्ञ करण्यास तूं सर्व प्रकारें समर्थ आहेस.' राजा जनमेजया, ऋत्विजांनीं व ऋषींनीं धर्मराजाला ह्याप्रमाणें सांगितलें असतां, धौम्य दिक मंत्र्यांनीं तो अभिप्राय श्रवण करून त्यास आपली संमति दिली. हे परिक्षिता, धर्मराजाची बुद्धि मोठी विशाल होती. ह्यास्तव त्या जितेंद्रिय नराधिपानें पुनः नीटपणें त्या विषयाचें आपल्याशींच मनन केलें. त्यानें मनांत आणिलें कीं, 'आपण जें कृत्य करणार, त्यापासून लोकांचें हित झालें पाहिजे, ही पहिली गोष्ट होय. जो सुज्ञ पुरुष आपल्या अंगीं सामर्थ्य किती आहे, देश व काळ हे अनुकूल आहेत कीं प्रतिकूल आहेत, द्रव्याचा संचय व खर्चाचा अंदाज ह्यांत मेळ आहे कीं नाहीं, इत्यादि गोष्टींचा यथास्थित विचार न करितां एखाद्या महत्कार्यास प्रवृत्त होतो, त्याचा कधींही नाश झाल्याशिवाय राहणार नाहीं; केवळ आपल्या बुद्धीनें जरी हा राजसूय यज्ञ सुखकर आहे असें वाटत असलें, तरी तेवढ्यावरच तो सिद्धीस जाईल, असें म्हणणें उचित नव्हे; आणि जर आपणास हा कार्यभार उचलावयाचा असेल, तर त्याचा यथार्थ निश्चय करण्यासाठीं सर्वश्रेष्ठ भगवान जनार्दन श्रीकृष्णाचेंच अनुमोदन मिळविलें पाहिजे.'

श्रीकृष्णाचें आगमन.

राजा जनमेजया, धर्मराजानें असा विचार करून त्या भगवान अचिंत्यशक्ति, जन्ममरणहीन, लीलाविग्रही, महाबाहु श्रीकृष्णाचें मनांत ध्यान केलें. राजा, श्रीकृष्णाचीं बालपणांतलीं पूतनावधादिक दिव्य कृत्यें श्रवण करून युधिष्ठिराचा असा पूर्ण तर्क झाला होता कीं, 'जगांत अविदित असें ह्यापाशीं कांहींएक नाहीं; आपल्यास न होण्यासारखें असेंही ह्याला कांहींएक नाहीं; आणि दुःसह असें सुद्धां ह्याला कांहींएक नाहीं.' राजा परिक्षिता, धर्मराजानें हाच आपला तर्क सुदृढ करून भगवान श्रीकृष्णाच्या सल्ल्यावांचून प्रस्तुतचा विचार कायम ठरवावयाचा नाहीं, असा निर्धार केला; आणि त्या भूताधिप जगद्गुरूकडे त्यानें लागलाच इंद्रसेननामक दूत पाठविला.

राजा, तो दूत वेगवान रथांत बसून फार लवकर यादवांकडे गेला, आणि त्यानें द्वारकावासी श्रीकृष्णाला द्वारकेंतच गांठून त्यास धर्मराजाचा निरोप कळविला. जनमेजया, धर्मराजाला जशी श्रीकृष्णदर्शनाची उत्कट इच्छा उत्पन्न झाली होती. तशीच श्रीकृष्णालाही धर्मराजाला भेटण्याची उत्कट इच्छा उत्पन्न झाली होती. ह्यास्तव, भगवान श्रीकृष्ण इंद्रसेनासहवर्तमान इंद्रप्रस्थास येण्यास लागलाच निघाला; व त्याच्या रथास वेगवान अश्व लाविले होते, ह्यामुळें तो नानाविध देश भराभर आक्रमण करून फार लवकर इंद्रप्रस्थास येऊन पोंहोंचला!

राजा, इंद्रप्रस्थास आल्यावर भगवान श्रीकृष्णाची व धर्मराजाची भेट झाली; आणि राजमंदिरांत धर्मराजानें व भीमानें श्रीकृष्णाची पित्याप्रमाणें पूजा केली. नंतर श्रीकृष्णानें आपली आत्या जी कुंती, तिची मोठ्या

उत्सुकतेनें भेट घेतली. पुढें, श्रीकृष्णाचा परम मित्र अर्जुन त्याजकडे मोठ्या प्रेमानें आला; आणि त्या उभयतांनीं एकमेकांचें रंजन केलें. नंतर नकुलसहदेव हे श्रीकृष्णाची सेवा करूं लागले. पुढें भगवान लोकनायक प्रभु श्रीकृष्ण हे शुभासनावर स्वस्थपणानें अधिष्ठित आहेत असा अवसर पाहून धर्मराजा त्यांसमीप प्राप्त झाला; आणि त्यानें आपला उद्देश त्यांस विदित केला.

युधिष्ठिर म्हणालाः—हे कृष्णा, माझ्या मनांत राजसूय यज्ञ करण्याची इच्छा उद्भवली आहे, परंतु तो केवळ इच्छेनेंच सिद्धीस जाईल, असें म्हणतां येत नाहीं. राजसूय यज्ञ पार पडण्यास काय केलें पाहिजे, हें सर्व तुला माहीत आहे. ज्याच्या ठिकाणीं सर्व शक्ति आहे, ज्यास सर्वत्र बहुमान मिळतो, व जो सार्वभौम राजा असतो त्याच्याच हातून तो महायज्ञ सिद्धीस जातो. अशा प्रकारचा तो श्रेष्ठ यज्ञ करावा म्हणून माझे सुहृद मला सांगत आहेत. ह्यास्तव, हे कृष्णा, तूं आपला अभिप्राय मला निश्चित करून निवेदन कर. म्हणजे तदनुसार मी कायमचा निश्चय करीन. देवा, तुलाच ही गोष्ट विचारण्याचें कारण असें कीं, कित्येक विनयशील पुरुष दुसऱ्याचे दोष केव्हांही सांगतच नाहींत; कित्येक पुरुष स्वार्थासाठीं मुद्दाम प्रियच बोलत असतात; आणि कित्येक तर प्रिय बोलणें हेंच आपलें कर्तव्य समजतात; ह्यामुळें, एखादें कार्य केवळ लोकमतासच अनुसरून केल्यानें, तें खरोखरी हितप्रद होईलच असें म्हणतां येत नाहीं. म्हणून देवा, तूं असले हे त्रिविध हेतु एकीकडे ठेवून व कामक्रोधांनीं अविकृत राहून, लोकांमध्यें जें कृत्य अत्यंत उचित असेल, तें अगदीं बरोबर रीतीनें मला सांग.

अध्याय चवदावा.

—:०:—

श्रीकृष्णाचें भाषण.

श्रीकृष्ण म्हणाले:—महाराजा धर्मा, राजसूय यज्ञ करण्यास ज्या ज्या गुणांची आवश्यकता असते, ते सर्व गुण तुझ्या ठायीं आहेत; ह्यास्तव तूं राजसूय यज्ञ करावा हें उचित होय. युधिष्ठिरा, सध्याची परिस्थिति ही तूं साकल्येंकरून जाणतच आहेस; तथापि कित्येक गोष्टींचा मी उल्लेख करितों, तिकडे अवधान दे.

हे धर्मराजा, प्रस्तुत कालीं जे क्षत्रिय ह्या भूतलावर वास करीत आहेत, ते सर्व केवळ नामधारी आहेत. जमदग्निपुत्र परशुरामानें क्षत्रियांचा संहार केला, त्या समयीं जे क्षत्रिय पळून जाऊन छपून वगैरे राहिले. त्यांची ही प्रजा असल्यामुळें त्यांच्या अंगीं उग्र क्षात्रतेज विद्यमान नाहीं. हे वसुधाधिपा, त्या दुर्बळ व हीनवीर्य क्षत्रियांनीं असें ठरविलें आहे कीं, जो राजा सर्व क्षत्रियांस जिंकील, त्यास सर्व राजांचा राजा म्हणजे सार्वभौम राजा असें म्हणावें, व तें तुला विदित आहेच. राजाधर्मा, सांप्रत ह्या पृथ्वीवरील सर्व राजे ऐल राजांना व ऐक्ष्वाक राजांना कारभार अर्पण करून, स्वतांला त्या सोमसूर्यवंशीय भूपतींचे मांडलिक म्हणवितात. कित्येक क्षत्रिय असें स्पष्टपणें पारतंत्र्य कबूल करीत नाहींत; पण त्यांच्या ठिकाणीं शौर्यादिक क्षात्रधर्मांचा अभाव असल्यामुळें, पर्यायानें, इतर मांडलिक नृपांप्रमाणें तेही त्या ऐलैक्ष्वाकवंशीय राजांच्या इच्छेप्रमाणें वर्तत असून त्यांच्या ताब्यांतच असतात.

धर्मराजा, त्या ऐल व ऐक्ष्वाक वंशांतील राजांचीं शंभर कुळें झालीं. ययाति हा त्या ऐल राजांच्या वंशापैकींच एक होय. भोज-

राजे हे त्या ययाति कुलांतच जन्मले. ते मोठे गुणवान असून आज चारही दिशांस सर्वत्र पसरले आहेत; व त्यांची संपत्ति आपणांस प्राप्त व्हावी म्हणून प्रत्येक क्षत्रिय नित्य प्रयत्न करीत असतो.

राजा धर्मा, नुकतेच जरासंध राजानें भोजकुलांतील सर्व क्षत्रिय आपल्या बळानें पादाक्रांत करून त्यांची राज्यलक्ष्मी हरण केली आणि त्या सर्व क्षत्रियांनीं जरासंधाचें आधिपत्य कबूल करून त्यास सार्वभौमपदीं स्थापिलें. राजा, जरासंधाचा पराक्रम अवलोकन करून आम्हीं त्याच्या भयानें मथुरा देश सोडिला, व द्वारकेस पळून गेलों. सध्या तो जरासंध राजा चोहोंकडून आम्हांशीं वैर उत्पन्न करीत आहे.

राजा, जो भूपति सर्वांत श्रेष्ठ व अत्यंत शक्तिमान असतो, त्याच्या स्वाधीन सर्व पृथ्वी होते; आणि त्यामुळें साहजिकपणेंच त्यास सार्वभौमसत्ता प्राप्त होऊन मोठमोठाले प्रतापशाली राजेही त्याची सेवा करूं लागतात. पहा—तो शिशुपाल किती पराक्रमी आहे बरें? परंतु प्रस्तुत तो सर्वस्वी जरासंधाचा अंकित होऊन त्याचा सेनापति झाला आहे! त्याप्रमाणेंच, मायेच्या प्रभावानें युद्धांत शत्रूस जिंकणारा करुष देशाचा अधिपति महाबलिष्ठ वक्र ह्यानें शिष्यभावानें जरासंधाचा आश्रय केला आहे. तसेच ते प्रतापशाली महात्मे हंस व डिंभक हेही त्या महासामर्थ्यवान जरासंधाच्या पूर्ण स्वाधीन झाले होते. त्याप्रमाणेंच वक्रदंत, करुष, करभ व मस्तकाच्या ठिकाणीं अद्भुत मणि धारण करणारा मेघवाहन हे त्या जरासंधाच्याच आज्ञेंत वागत आहेत. राजा धर्मा, लोकपाल वरुणाप्रमाणें पश्चिम दिशेस मुरु व नरक ह्यांवर सत्ता चालविणारा यवनाधिप अपरिमित बलवान असा राजाही त्याचीच आज्ञा मानीत आहे. तसाच तुझ्या पित्याचा परमस्नेही व तुझ्यावरही अंतर्बाह्य लोभ करणारा वृद्ध भगदत्त सुद्धां वाणीनें व विशेषतः कर्मानें त्यास अंकित झाला आहे. युद्धिष्ठिरा, पृथ्वीच्या पश्चिम व दक्षिण भागीं अधिकार चालविणारा, तुझ्याविषयीं मनापासून आदरबुद्धि ठेवणारा तुझा मातुल पुरुजित्नामक कुंतिभोज राजा हा एकटा मात्र तुझ्या पक्षास आहे..

युधिष्ठिरा, चेदि देशांत पुरुषोत्तम नांवानें प्रसिद्ध असलेला तो पौंड्रक राजा देखील पूर्वींच जरासंधास जाऊन मिळाला आहे. तो इतका मूर्ख व अविचारी आहे कीं, तो ह्या लोकीं आपणास पुरुषोत्तम अशी संज्ञा धारण करून सतत माझीं चिन्हें धारण करितो. वंग, पुंड्र व किरात ह्या देशांत त्याची सत्ता फार आहे, व लोकांत त्यास वासुदेव असें म्हणतात. राजा, ह्यास मीं अद्याप मारिलें नाहीं, व ह्यामुळें त्यास शत्रुपक्षास मिळण्याला अवसर सांपडला आहे. राजा धर्मा, त्याप्रमाणेंच आमचा श्वशुर भोजाधिपति भीष्मक राजा सुद्धां जरासंधाचाच पक्ष धरून राहिला आहे. पहा—त्याचें ऐश्वर्य कांहीं कमी नाहीं. पृथ्वीच्या चौथ्या भागाचा तो राजा आहे. तो इतका बलवान आहे कीं, त्यानें इंद्राशीं सुद्धां मैत्री जोडिली आहे. विद्येच्या बळानें त्यानें पांड्य, क्रथ व कौशिक हे देश जिंकिले आहेत. त्याचा भ्राता आकृति हा परशुरामाप्रमाणें शूर आहे; आणि असें असतांही तो पराक्रमी राजा शत्रुपक्षाचा आश्रय करून राहिला आहे, तेव्हां काय म्हणावें! राजा, आम्हीं जर त्या भीष्मकाची आज्ञा पाळिली नसती, व त्याच्याशीं प्रतिकूल वर्तन केलें असतें, तर त्यानें आम्हां संबंधीजनांशीं वैर करण्यास उद्युक्त व्हावयाचें होतें; परंतु तो ह्याप्रमाणें युक्तायुक्त

विचार न करितां आणि आपल्या कुलाकडे व शक्तीकडे लक्ष न देतां, केवळ जरासंधाच्या ऐश्वर्यास भुलून त्याचा दास बनला आहे !

हे धर्मराजा, उत्तर दिशेकडील अठरा भोजकुलें जरासंधाच्या भीतीनें पश्चिम दिशेकडे जाऊन राहिलीं आहेत. शूरसेन, भद्रकारबोध, शाल्व, पटच्चर, सुस्थल, सुकुट्ट, कुलिंद, कुंति, सोदर्य व अनुचर ह्यांसह शाल्वायन, दक्षिण-पंचाल, पूर्वपंचाल, कुंतिकोसल, मत्स्य व संन्यस्तपाद हे राजे उत्तर दिशा सोडून भयानें दक्षिण दिशेस गेले आहेत; आणि त्यांप्रमाणेंच इतर सर्व पंचालराजे जरासंधाच्या भीतीनें घाबरून जाऊन आपआपली राज्यें टाकून चारही दिशांस जिकडे मार्ग मिळाला तिकडे पळून गेले आहेत !

युधिष्ठिरा, पूर्वीं एके समयीं त्या दुष्ट कंसानें यादवांचा नाश केला, आणि जरासंधाच्या मुली व सहदेवाच्या कनिष्ठ बहिणी ज्या अस्ति व प्राप्ति, त्यांस मिळवून त्यानें त्यांशीं विवाह केला. राजा धर्मा, ह्याप्रमाणें त्या नीच कंसानें आपल्या बंधुवर्गाचें म्हणजे यादवांचें निर्दलन करून आपलें वर्चस्व स्थापिलें, हा त्याचा घोर अपराध होय. असो. पुढें तो दुरात्मा भोजराजांस उपसर्ग देऊं लागला;तेव्हां त्यांतील वृद्ध राजांनीं आपल्या आप्त-सुहृदांचें संरक्षण करण्याकरितां आमचा आश्रय केला, व आहुकाची ती सुंदर कन्या अक्रूराला दिली. धर्मा, बलरामाच्या सहाय्यानें मीं कंस व सुनाम ह्यांस ठार मारिलें, व यादवांचें व भोजांचें तें एक महान भय नाहींसें केलें !

युधिष्ठिरा, आम्हीं कंसाचा वध करून ती भीति दूर केल्यावर जेव्हां हा जरासंध उन्मत्त झाला, तेव्हां त्याच्या नाशासाठीं आम्ही विचार करूं लागलों; पण आमचा अठरा राजकुलांचा असा निश्चय ठरला कीं, आम्ही एकसारखे महान घोर अस्त्रांनीं तीनशें वर्षेंपर्यंत जरासंधाच्या सैन्याशीं झुंजलों, तरी आमच्यानें त्या सैन्याचा नाश होणें शक्य नाहीं; आणि ह्यास्तव पश्चिम दिशेस पळून जावें हेंच श्रेयस्कर होय. राजा, जरासंधाच्या सैन्यास जें हें अपूर्व सामर्थ्य प्राप्त झालें होतें, याचें कारण त्याजकडे हंस व डिंभक नांवाचे दोन महान सेनापति होते हें आहे. ते दोघेही देवांसारखे परमप्रतापी व बलिष्ठ असून शस्त्रानें मरण्यास पात्र नव्हते. राजा, ते हंसडिंभक सेनापति व जरासंध राजा हे तिघे शूर पुरुष सर्व त्रिभुवनास अजिंक्य होते, असें माझें व अन्य सर्व राजांचें मत आहे.

राजा, त्या हंसडिंभकांच्या मरणाची कथा मोठी विचित्र आहे. आम्हां अठरा राजकुलांचा शत्रूशीं संग्राम चालला असतां हंस-नामक कोणीएक महापराक्रमी राजा बलरामाच्या हातून त्यांत मारला गेला. पुढें 'हंस मारला गेला !' हे इतकेच शब्द कोणा एकाच्या मुखावाटें निघालेले डिंभकाच्या कानीं गेलें, आणि त्या योगें डिंभकास अतिशय उद्वेग प्राप्त होऊन, मी हंसावांचून ह्या लोकीं जीवित्व धारण करणार नाहीं, असें त्यानें म्हटलें; व तात्काळ यमुना नदींत उडी टाकून तो मरण पावला ! राजा, डिंभकाची ह्याप्रमाणें अवस्था झाल्यावर तें वर्तमान हंसास समजलें, व त्या महावीरानेंही तोच क्रम स्वीकारून यमुनाजलांत आपला देह ठेविला ! ह्याप्रमाणें आपल्या पक्षाचे महाबलाढ्य दोन सेनापति मृत्युवश झाल्याचें ऐकून जरासंधास फार दुःख झालें, व तो ताबडतोब समरभूमि सोडून देऊन शून्यचित्तानें स्वनगरीस चालता झाला ! धर्मा, अशा विचित्र दैवयोगानें जरासंध राजा परत गेला, तेव्हां आमचें भय कमी झालें, व आम्ही सर्वजण मथुरेंत आनंदानें राहूं लागलों!

युधिष्ठिरा, ह्याप्रमाणें जरासंध राजापासून भीति दूर होऊन आह्मी स्वस्थ चित्तानें मथुरेंत कालक्रमणा करीत असतां, भर्त्याच्या मरणानें संतप्त झालेली कंसभार्या आमचा सूड उगवावा ह्मणून मगधदेशीं आपल्या पित्याकडे (जरासंधाकडे) गेली, आणि 'माझ्या पतीचा अंत करणाऱ्याला ठार मार' असें त्यास ह्मणाल्याचें आह्मीं ऐकिलें. तेव्हां पुनः आम्हांस आमच्या पूर्वीच्या निश्चयाचें स्मरण झालें, आणि आम्हीं घाबरून जाऊन आपली महान संपत्ति पृथक् पृथक् वांटून घेतली; व पुत्रकलत्रादिकांसमवेत सर्वजण पश्चिम दिशेस पळून गेलों, आणि त्या रैवतक पर्वतानें शोभणाऱ्या सुंदर द्वारकेचा आश्रय केला! धर्मा, आम्ही तेथें राहिल्यानंतर त्या द्वारकेच्या भोंवतीं देवांना देखील दुर्भेद्य असा एक बळकट किल्ला बांधिला; आणि त्या द्वारकेंत महारथ यादवच काय, पण स्त्रिया देखील युद्ध करतील, अशी स्थिति करून टाकिली! आतां आम्ही तेथें निर्भय आहों!

राजा धर्मा, मगधाधिपाच्या भीतींतून मुक्त होऊन रैवतकपर्वत दृग्गोचर झाला, तेव्हां माधवनामक यादववीरांना मोठा आल्हाद झाला. सामर्थ्यवान असूनही आम्ही जरासंधाच्या नाशास उद्युक्त झालों नाहीं, आणि त्याच्या भीतीनें त्रस्त होऊन धेनुयुक्त रैवतक पर्वताचा आश्रय केला, ह्याचें कारण हेंच कीं, जरासंध हा आपला आप्त असल्यामुळें त्याचा नाश आमच्या हातून होऊं नये, असें आम्हांस वाटत होतें.

बा धर्मराजा, द्वारकानामक आमचें निवासस्थान तीन योजनें लांब व एक योजन रुंद असून त्याचे तीन भाग आहेत. त्यांत प्रत्येक योजनावर शंभर शंभर द्वारें असून त्यांवर वीरपराक्रमद्योतक तोरणें आहेत. द्वारवती नगरींत युद्धधुरंधर असे निदान अठरा क्षत्रियसमुदाय केव्हांही युद्धास सिद्ध असतात. आमच्या कुळांत अठरा हजार बांधव आहेत. आहुकाला शंभर पुत्र असून त्यांतील प्रत्येक देवतुल्य पराक्रमी आहे. भ्रात्यांसह चारुदेष्ण, चक्रदेव, सात्यकि, बलराम, सांब, प्रद्युम्न व मी असे आम्ही सातजण रथ (रथी) आहों. कृतवर्मा, अनाधृष्टि, समीक, समितिंजय, कंक, शंकु व कुंति हे सात, तसेच अंधकभोजाचे पुत्र दोन, व तो वृद्ध अंधकभोज स्वतः एक असे एकंदर दहा महारथ आहेत. असो; राजा, वज्रतुल्य बलिष्ठ असे ते यादवांकडील महारथ वीर द्वारकेंत जरी राहात आहेत, तरी त्यांस रात्रंदिवस मथुरा देशाची आठवण होते!

हे कौरवश्रेष्ठा धर्मा, सार्वभौमपदास अवश्य असलेले सर्व गुण तुझ्या ठायीं सदोदीत विद्यमान असून शिवाय महाबलिष्ठ यादववीरांचेंही तुला आनुकूल्य आहे; ह्यास्तव, सर्व क्षत्रियांवर वर्चस्व स्थापून तूं सार्वभौमपदाची प्राप्ति करून घे. पण, धर्मा, जोंपर्यंत महापराक्रमी जरासंध जिवंत आहे, तोंपर्यंत तुझ्या हातून राजसूय यज्ञ सिद्धीस जाईल, असें मला वाटत नाहीं.

हे कौरवेश्वरा, त्या जरासंधानें सर्व राजे जिंकून गिरिव्रजनामक नगरीमध्यें कोंडून ठेविले आहेत. त्यांची ती दीन अवस्था पाहून, जणू काय महान महान गज मृगेंद्रानें हिमालय पर्वताच्या गव्हरामध्येंच कोंडून ठेविले आहेत असें भासतें! युधिष्ठिरा, अजून घोर अनर्थ तो यापुढेंच आहे: तो हा कीं, त्या जरासंधाच्या मनांत उमापति महादेवाला ते सर्व राजे बलि देऊन तृप्त करावयाचें आहे! धर्मराजा, जरासंधाला हें सर्व अगाध सामर्थ्य महादेवाच्या तपश्चर्येनेंच प्राप्त झालें; व तो सर्व राजांना जिंकून त्यांचा वध करण्याची प्रतिज्ञा

आतां लवकरच सिद्धीस नेईल. युधिष्ठिरा, सैन्यासहित चालून आलेल्या राजांना एकसारखें जिंकून त्यानें आपल्या नगरास आणिलें, व त्यांस जणू काय एका दावणीस बधून त्यानें त्यांचा मोठा गोठाच तयार केला आहे ! राजा, त्या समयीं आम्ही सुद्धां त्या दावणींत सांपडावयाचे; पण आम्हीं भीतीनें मथुरेंतून पळून जाऊन द्वारकेचा रस्ता धरिला, म्हणूनच त्या अरिष्टांतून आम्ही सुटलों! राजा धर्मा, जर तुझ्या मनांत हा राजसूय यज्ञ करावयाचा असेल, तर प्रथम त्या दुष्ट जरासंधाला ठार मारून याच्या कारागृहांत असलेल्या राजांची सुटका करण्याचा प्रयत्न कर. हे बुद्धिमंता पांडुतनया, जर हें घडलें नाहीं, तर हा राजसूय यज्ञ यथास्थितपणें पार पडणें कठिण आहे. राजा, मला हें असें वाटतें, मग तुझ्या विचारास कांहींही येवो. तेव्हां ह्या सर्व स्थितीचा विचार करून युक्तायुक्त गोष्टींचा तूं निश्चय कर, व तुला काय वाटतें, तें मला सांग.

अध्याय पंधरावा.

—:०:—

युधिष्ठिरश्रीकृष्णसंवाद.

युद्धिष्ठिर म्हणाला:—हे कृष्णा, तूं दूरवर दृष्टि देऊन जें कांहीं मला सांगितलेंस, तें सांगण्यास दुसरा कोणीही समर्थ नाहीं. ह्या पृथ्वीवर संशयाची निवृत्ति करणारा एक तूंच आहेस. हे यादवेश्वरा, घरोघर राजे लोक आपआपलें प्रिय करण्यांत तत्पर आहेत; परंतु त्यांस सार्वभौम पदवी प्राप्त झाली नाहीं. कारण ती प्राप्ति होणें मोठें दुष्कर आहे. असो.

श्रीकृष्णा, तूं जी मला परिस्थिति निवेदन केलीस, तिच्यावरून शत्रूचा दिव्य पराक्रम, विशाल ऐश्वर्य इत्यादिकांचें यथार्थ स्वरूप मला कळून आलें; परंतु तितक्यानेंच मी प्रशंसेला पात्र नाहीं. पराक्रमी वीराशीं गांठ पडली असतां जर माझ्या हातून कांहीं विशेष श्लाघ्य कृत्य घडेल, तर मात्र मी प्रशंसनीय ठरेन.

देवा, ही अवाढव्य पृथ्वी किती तरी विस्तृत आहे. हिच्यामध्यें अनंत रत्नें भरलेलीं आहेत. तेव्हां आपलें श्रेय कशांत आहे हें ज्या पुरुषाला पाहावयाचें असेल, त्यानें केवळ आपल्या भोंवतालच्याच परिस्थितीचें मनन करून भागावयाचें नाहीं. त्यानें कांहींसें दूर जाऊन यथार्थ निर्णय करावा. श्रीकृष्णा, सर्व गोष्टींचा यथासांग विचार करितां मला असें वाटतें कीं, शम हाच कल्याणप्रद होय. शमापासूनच माझे मनोरथ सिद्धीस जातील. देवा, सार्वभौमपदप्राप्तीचा प्रयत्न मी करीत नाहीं; कारण तें पद दुष्प्राप्य आहे असें मी मानितों.

जनार्दना, ह्या सभेंत अधिष्ठित असलेल्या सत्कुलीन व विवेकसंपन्न अशा दुसऱ्या सभासदांचेंही मत माझ्या मताप्रमाणेंच असेल; कारण, लोकोत्तर पराक्रम करून जो कधीं तरी जरासंधादिक राजांस जिंकील, असा ह्यांच्यांत कोण आहे, हें त्यांस माहीत आहे. हे अनघा, जरासंधाच्या भीतीनें व त्याच्या दुष्ट स्वभावामुळें मी तर अगदीं शंकित झालों आहें. हे दुर्धर्षा, तूं देखील जर त्या जरासंधाला भीत आहेस, तर केवळ तुझ्या आश्रयावर अवलंबून राहणारे आम्ही कसे भिणार नाहीं? तथापि, हे माधवा, तूं, बलराम, भीमसेन किंवा अर्जुन ह्यांपैकीं कोणाच्या तरी हातून त्या जरासंधाचा वध होणें शक्य आहे कीं नाही, ह्याचा मी पुनः पुनः विचार करीत आहें. हे केशवा, माझी सर्व भिस्त तुझ्यावर आहे; तूं जसें सांगशील तसें मी करणार; तुझ्या सल्ल्यावांचून कोणतेंही कृत्य करण्यास मी सिद्ध नाहीं.

वैशंपायन सांगतातः— राजा जनमेजया, ह्याप्रमाणें धर्मराजाचें भाषण श्रवण करून भीमसेनानें मोठें समयोचित भाषण केलें.

भीमसेन म्हणालाः—हे धर्मराजा, कोणत्याही कार्यास प्रवृत्त न होतां स्वस्थ बसणारा राजा वारुळाप्रमाणें नाश पावतो; व बलवानाचा आश्रय करून राहणारा दुर्बल राजा प्रयत्न करावयाचा सोडून देईल, तर तोही तसाच अस्तंगत होतो. दुर्बल पुरुषही सावधपणानें वागून बलिष्ठ शत्रूचा बहुधा पराजय करील, आणि राजनीतींतील नियम उत्तम प्रकारें पाळून स्वहितकारक गोष्टी प्राप्त करून घेईल. राजा, श्रीकृष्णाजवळ राजनीति, माझ्या अंगीं बळ, व धनंजयाच्या ठिकाणीं विजयश्री अशीं तीन दिव्य साधनें आपणांपाशीं वास करीत आहेत; ह्यास्तव, तीन अग्नि जसे इष्टिरूप कार्य सिद्धीस नेतात, तसे आम्ही तिघे जरासंधहननरूप कार्य सिद्धीस नेऊं.

श्रीकृष्ण म्हणालाः—युधिष्ठिरा, परिणामाकडे दृष्टि न देतां जो पुरुष एखाद्या कार्यास एकदम प्रारंभ करितो तो बालिश होय. असा पुरुष केवळ स्वार्थाकरितां उतावळा होऊन एखादें कार्य करूं लागला, तर शत्रु त्याची पर्वा करीत नाहींत. बा धर्मा, तुझ्या मनांत राजाधिराज ही पदवी केवळ एखाद्या विशिष्ट गुणामुळें मिळवावयाची नाहीं. तुला ती सर्व प्रकारांनीं मिळवावयाची आहे. आजपर्यंत पुष्कळ राजे एकेका गुणानें अधिराज होऊन गेले. मांधात्यानें जिंकण्यास योग्य असे सर्व राजे जिंकून ती श्रेष्ठ पदवी प्राप्त करून घेतली; भगीरथानें प्रजापालनामुळें ती अत्यंत प्रशंसनीय पदवी मिळविली; कार्तवीर्यानें तपःसामर्थ्यानें तें पद हस्तगत केलें; भरतानें आपल्या अमोघ नीतिबलावर आपली सार्वभौमसत्ता स्थापली; आणि मरुत्तानें धनादिकांची वृद्धिकरून तें पद संपादिलें. राजा, ह्या पांच राजांनीं एकेका गुणानें आधिपत्य मिळविलें; पण तूं सर्व गुणांनीं आधिपत्य मिळवावें अशी इच्छा करीत आहेस.

राजा, साम्राज्याचें लक्षण मुख्यतः पांच प्रकारचें आहे. [१] निग्रह करण्यास योग्य असे जे शत्रु असतील, त्यांस हस्तगत करून घेणें, [२] प्रजेचें उत्तम पालन करणें, [३] तपश्चर्यादिक धार्मिक कृत्यें आचरणें, [४] राष्ट्रांतील नीतिमत्ता वाढविणें व, [५] अर्थवृद्धि घडवून आणणें.

युधिष्ठिरा, ह्या पांचही लक्षणांनीं युक्त असें सार्वभौमपद तुला मिळवावयाचें आहे. जरासंधानें प्रस्तुत जें साम्राज्य मिळविलें आहे, तें कांहींसें पहिल्या प्रकारांत येतें; परंतु वास्तविक स्थिति तशीही नाहीं. त्यानें ज्या राजांचा निग्रह केला आहे, ते त्यास खरोखरी वश झाले नाहींत. सुमारें शंभर राजे मनानें त्यास अगदीं प्रतिकूळ आहेत; ह्यास्तव तो केवळ बळजोरीनें साम्राज्यपदाचा उपभोग घेत आहे असें म्हटलें पाहिजे. युधिष्ठिरा, महान महान रत्नाधीश राजे जरासंधाची शुश्रूषा करण्यास सिद्ध आहेत; परंतु तेवढ्यावर त्या मूर्ख व अदूरदर्शी राजाला संतोष होत नाहीं. पहा—जरासंधाचा अमात्य मूर्धाभिषिक्त राजांना बळानें ओढून आणितो, व त्यांच्या संपत्तीचा अपहार करितो. युधिष्ठिरा, हा असा क्रम एकसारखा चालू आहे. ह्याच्या विरुद्ध घडून आलेलें आम्हीं कधींहि पाहिलें नाहीं. धर्मराजा, जरासंधानें सुमारें शंभर राजांना अशा अविचारीपणानें आपल्या ताब्यांत ठेविलें आहे. तेव्हां जरासंधासारख्या अशा दुष्ट राजाशीं सलगीचें बोलणें करण्यास तुजसारख्या दुर्बलतर राजानें कसें सिद्ध व्हावें बरें ! हे कौरवेश्वरा, पशुपति महादेवाला बलि देण्याकरितां पशूंप्रमाणें

प्रोक्षण करून कोंडून ठेविलेल्या त्या राजांना जीवित्वाची तरी इच्छा असेल, असें मला वाटत नाहीं. असो. युधिष्ठिरा, अशा ह्या प्रसंगीं मागधराजाशीं युद्ध करावें, हेंच मला हितकर वाटतें; कारण, युद्धांत पतन पावल्यानें क्षत्रियाचा परलोकीं सत्कार होतो. ह्या उद्योगास प्रवृत्त होऊन जर आपण जरासंधाचा नाश केला तर कदाचित् त्या शहायशीं राजांची आपल्या हातून सुटका होईल व आणखी चौदा राजे मिळल्यावर जो घोर अनर्थ व्हावयाचा आहे, तो टळेल. सारांश, हे धर्मराजा, जो पुरुष त्या राजांच्या वधास व्यत्यय आणील, व लोकोत्तर कीर्ति मिळवील, तोच जरासंधास जिंकून निश्चयानें सार्वभौम राजा होईल.

अध्याय सोळावा.

—:०:—

अर्जुनाचें भाषण.

युधिष्ठिर म्हणालाः—हे श्रीकृष्णा, सार्वभौमपदाची इच्छा करून केवळ स्वार्थाकरितां मीं तुम्हांस जरासंधाकडे पाठविण्याचें साहस कसें करीन बरें? अरे, भीम व अर्जुन हे माझे दोन नेत्र, व तूं श्रीकृष्ण हें माझें मन होय; तेव्हां मी मन व नेत्र ह्यांविरहित झाल्यास माझे जीविताची अवस्था कशी होईल बरें? हे यदुवीरा, जरासंधाच्या त्या अगाध व दुर्धर सैन्याशीं गांठ पडल्यावर युद्धामध्यें साक्षात् यमालाही जय मिळणें कठिण आहे; मग तुमची कथा काय सांगावी? हे केशवा, जो पुरुष हें विपरीत कृत्य करण्यास उद्युक्त होईल, त्याजवर महान अनर्थ ओढवेल; ह्यास्तव राजसूय यज्ञ करण्याचा माझा विचार अयोग्य व व्यर्थ होय, असें मी मानितों. श्रीकृष्णा, अशा ह्या स्थितींत निदान मला तर हेंच उचित दिसतें कीं, आतां सर्वसंगपरित्याग करून सगळेच प्रापंचिक व्यवसाय संपपवावे; कारण हा दुर्घट राजसूय यज्ञ माझ्या चित्तास अत्यंत पीडा देत आहे.

वैशंपायन सांगतातः—राजा जनमेजया, ह्याप्रमाणें युधिष्ठिराचें भाषण श्रवण करून अर्जुनानें आपलें तें श्रेष्ठ गांडीव धनुष्य, अक्षय्य बाणभाते, रथ, ध्वज व सभा ह्यांकडे अवलोकन केलें आणि त्यानें युधिष्ठिराशीं बोलण्यास प्रारंभ केला.

अर्जुन म्हणालाः—हे वीरपुंगवा, असें विनाकारण हताश होणें उचित नाहीं. धनुष्य, शस्त्रबाण, उत्साह, सैन्य, कार्याकार्यविवेक यश व प्रत्यक्ष भगवान श्रीकृष्ण हीं सर्व दुष्प्राप्य असतांही आपल्या इच्छेनुरूप आपणांस प्राप्त झालीं आहेत. सत्कुलामध्यें जन्म मिळणें ही गोष्ट अत्यंत प्रशंसनीय होय असें विद्वान पुरुष प्रतिपादितात; पण माझ्या मतानें उत्साहासारखी (उमेदीसारखी) एकही अन्य वस्तु प्रशंसनीय नाहीं; ह्यासाठीं उत्साह हाच मला अतिशय अवडतो. उत्साहहीन पुरुष कृतवीर्याच्या कुलांत जन्मला असला, तरी त्याच्या हातून काय होणार आहे ! वीराला शोभणारा उत्साह जर अंगीं असेल, तर निर्वीर्य कुळांत जन्मलेल्या त्या सोत्साह पुरुषाचीच योग्यता अधिक होय. महाराज, ज्या पुरुषाचा कल सदासर्वकाळ शत्रूंला जिंकण्याकडे असतो, तोच खरा खरा क्षत्रिय समजावा. अशा वीराच्या ठिकाणीं इतर सर्व गुणांचा अभाव असला सरी तो शत्रूंचा विध्वंस उडविल्याशिवाय राहणार नाहीं. राजा, बाकीचे सगळे गुण विद्यमान आहेत, पण त्यांबरोबर एक उत्साह मात्र नाहीं, तर त्या गुणांचा कांहीं उपयोग नाहीं इतर सर्व गुण पराक्रमी

पुरुषांचें मात्र तेज वाढवितात. दुर्बळाला ते सर्व अगदीं व्यर्थ होत.

धर्मराजा, जयप्राप्तीचें मुख्य कारण—निर्धाराचा प्रयत्न व दैवाची अनुकूलता हें आहे. परंतु केव्हां केव्हां ह्या दोहोंचा संयोग असूनही बलवान पुरुष प्रमादांच्या योगानें जयप्राप्ति करूं शकत नाहीं आणि त्याच रंध्रांमुळें शत्रूपुढें त्या बलवंताची दाणादाण उडून जाते. राजा, दैन्य व मोह ह्या दोहोंच्याही योगानें बलवानाला अपजय येतो; ह्याकरितां, विजयेच्छु वीरानें ह्या दोन्ही विनाशहेतूंचा अवश्य त्याग करावा. प्रस्तुत काळीं राजसूय यज्ञाकरितां जरासंधाचा वध व त्यानें कोंडलेल्या राजांचें संरक्षण हीं जर आम्हांस करितां आलीं, तर ह्याहून दुसरें तें कोणतें महत्कार्य आहे बरें?

राजेश्वरा, आपण कार्याला आरंभच केला नाहीं, तर आपल्यापाशीं जयसाधनें नाहींतच हें निश्चितच ठरेल; परंतु वास्तविकपणें आपणांपाशीं तर जयसाधनें भरपूर आहेत; तेव्हां आपण शत्रुनाशाचा प्रयत्न करण्यास लागावें, हेंच योग्य होय. राजा, गांडीवासारखें धनुष्य व श्रीकृष्णासारखा मंत्री असल्यावर आपणांस कोणतेंही कार्य अवघड नाहीं, हें आपण पूर्णपणें लक्षांत आणिलें पाहिजे. असो. साम्राज्य मिळणें शक्य असल्यामुळें, आपण शत्रूशीं युद्ध करावयास प्रवृत्त व्हावें, हेंच अवश्य होय. सर्वसंगपरित्याग करून काषाय वस्त्रें (भगव्या छाट्या) धारण करण्याची पाळी आल्यास तीं पुढेंही धारण करितां येतील!

अध्याय सतरावा.

—:०:—

श्रीकृष्णाचें भाषण.

श्रीकृष्ण म्हणाले:—राजा धर्मा, अर्जुनानें जे हे विचार प्रदर्शित केले, ते भरताच्या वंशांत व कुंतीच्या उदरीं जन्म पावलेल्या धनुर्धराला शोभण्यासारखेच आहेत. युधिष्ठिरा, मृत्यु हा रात्रीं येणार किंवा दिवसास येणार हेंही जर आपणांस समजत नाहीं, अथवा युद्ध न केल्यामुळें कोणी एखादा पुरुष अमर झाला असेंही जर आपण ऐकत नाहीं, तर युद्धापासून पराङ्मुख होण्यांत लाभ तो कोणता? तेव्हां राजधर्मास अनुसरून शत्रुनाशाचा उपक्रम करणें, हीच गोष्ट भाग्येच्छु पुरुषांनीं अवश्य करावी, व त्या योगें मनाचें समाधान मानून पश्चात्तापाचें बीज उरवूं नये.

हे भारतश्रेष्ठा, युद्धादिकांच्या प्रारंभीं योग्य सल्लामसलत व दैवाची अनुकूलता ह्यांचा सुयोग जमून आला, तर शत्रुनाशाचा उपक्रम सिद्धीस गेला म्हणूनच समजावें, कारण अशा समयीं शत्रूशीं युद्धास उभें राहिलें म्हणजे निश्चयानें आपलें वर्चस्वच होतें, व दोघां पक्षांची बरोबरी कधींही होत नाहीं. त्याप्रमाणेंच, अयोग्य सल्लामसलत व दैवाची प्रतिकूलता ह्यांचा योग जमून आला, तर त्या योगें युद्धांत शत्रूपासून आपला विध्वंस उडतो; परंतु दोन्ही पक्षांस योग्य सल्लामसलत व दैवाचें आनुकूल्य मिळाल्यास कोणताच पक्ष विजयी न होतां वर्चस्वाबद्दल महान संशय राहतो.

राजा, ह्यावरून हें उघड आहे कीं, शत्रुनाशास उद्युक्त होण्यापूर्वीं आपली सल्लामसलत अगदीं उत्तम अशी असली पाहिजे. राजनीतींतील तत्त्वांचा यथायोग्य विचार करून नंतर जर आपण शत्रूच्या समीप गेलों, तर नदीच्या वेगानें जसे तीरावरील वृक्ष उन्मळून पडतात, तसेच आपण शत्रूचें उत्पाटन करूं. शत्रूवर चालून जाण्यापूर्वीं, स्वपक्षांत जीं रंध्रें असतील, तीं गोपन करावीं, व परपक्षांत जीं

रंध्रें असतील, त्या ठिकाणींच शत्रूंवर हल्ला करावा; म्हणजे अपजय होण्याचें मुळींच कारण नाहीं. सैन्यादिकांची उत्तम रचना करून व्यवस्थित रीतीनें तोंड देण्यास प्रबल शत्रु सिद्ध असेल, तर त्याजबरोबर युद्धप्रसंग करूं नये, असें जें राजकारणी पुरुषांनीं ठरविलें आहे, तें मलाही मान्य आहे.

धर्मराजा, राजनीतींतील तत्त्वांचा पूर्ण विचार करूनच आम्ही आपलें कर्तव्य करूं; आम्ही कोणत्याही अप्रशस्त मार्गाचें अवलंबन न करितां गुप्तपणें शत्रुगृहीं प्रविष्ट होऊं आणि जरासंधाच्या देहाशीं लगट करून इष्ट कार्य सिद्धीस नेऊं. राजा, ह्या युक्तीवांचून जरासंधाशीं आमचा निभाव लागणार नाहीं; कारण, देहगत जीवात्मा ज्याप्रमाणें देहाचे सर्व भोग नित्य एकटा उपभोगितो त्याप्रमाणें तो पुरुषव्याघ्र जगतांतील सर्व शक्तिरूप साधनें नित्य एकटा उपभोगीत आहे, ह्यास्तव, त्याच्या साधनांत व्यंग किंवा रंध्र वगैरे आम्हांस सांपडेल, व त्या योगें आम्ही त्याचा नाश करूं हें मिथ्या होय. बरें, कदाचित् आम्हीं त्यास गांठून फसवून मारिल्यानंतर त्याच्या सैन्यानें आम्हांवर चाल करून आमचा वध केला तर आम्हीं बंधुवर्गीय राजांच्या प्राणाकरितां आपले देह धारातीर्थीं ठेविले असें होऊन आम्हांस स्वर्ग तरी मिळेल !

युधिष्ठिर म्हणालाः—हे श्रीकृष्णा, ह्या जरासंधाची उत्पत्ति, सामर्थ्य व पराक्रम ह्यांचें तूं वर्णन कर. देवा, तुझ्या अग्नितुल्य शरिराला स्पर्श करून तो यःकश्चित् शलभरूप जरासंध वांचला तरी कसा, हें मला समजत नाहीं.

श्रीकृष्ण म्हणालाः—धर्मराजा, जरासंधाचें सामर्थ्य व पराक्रम किती आहे, आणि त्यानें आम्हांस अनेक वेळां पीडा दिली असतां आम्हीं त्याची उपेक्षा कां केली, तें सर्व ऐक.

जरासंधाची उत्पत्ति.

धर्मराजा, पूर्वीं बृहद्रथनामक एक महाबलिष्ठ राजा मगध देशांत होऊन गेला. त्याच्याजवळ तीन अक्षौहिणी सैन्य असे. 'मी कोणासहि युद्धांत जिंकीन,' असा तो अभिमान बाळगी. तो मोठा रूपवान, वीर्यशाली व अतुलप्रतापी असून त्याचें वैभव लोकोत्तर होतें. ह्याच्या शरिरावर दीक्षेचीं चिन्हें नित्य असत; त्यामुळें, हा दुसरा इंद्रच आहे कीं काय, असा भास होई ! त्याची कांति सूर्याप्रमाणें होती; तो पृथ्वीप्रमाणें क्षमाशील होता; यम व मृत्यु ह्यांप्रमाणें त्याच्या ठिकाणीं क्रोध असे; आणि तो कुबेराप्रमाणें संपत्तिमान होता. राजा, ज्याप्रमाणें सूर्याच्या किरणांनीं सर्व भूमंडल व्यापून जातें त्याप्रमाणें बृहद्रथाच्या कुल, शील, दया, दाक्षिण्य वगैरे गुणांनीं सर्व भूमंडल व्यापून गेलें होतें.

हे भरतर्षभा, त्या प्रतापशाली बृहद्रथ राजानें काशिराजाच्या दोन जुळ्या व रूपसंपन्न मुलींशीं विवाह केला. आणि त्यांस 'मीं तुम्हांवर एकसारखें प्रेम ठेवीन असें वचन दिलें. ज्याप्रमाणें हत्तिणींच्या समागमें हत्ती शोभतो, त्याप्रमाणें त्या सुंदर व प्रियकर अशा उभय स्त्रियांच्या समागमें तो पृथ्वीपति बृहद्रथ शोभत असे. राजा, त्या दोघी काशिराजकन्या व तो बृहद्रथ राजा म्हणजे जणू काय त्या गंगा-यमुना व तो मूर्तिमान महासागर ह्यांचाच तो समागम आहे, असें वाटे !

धर्मराजा, त्या दोन्ही राण्यांसहवर्तमान विषयोपभोग घेत असतां बृहद्रथ राजाचें तारुण्य गेलें; पण वंशाचा विस्तार करण्यास त्याला एकही पुत्र झाला नाहीं. त्यानें पुष्कळ मंगलकारक होमहवनें व पुत्रकामेष्टि केल्या; परंतु त्या व्यर्थ गेल्या. पुढें एके समयीं महात्म्या काक्षीवान् गौतमाचा महातपस्वी व उदा-

रथी असा चंडकौशिक नांवाचा पुत्र यदृच्छेनें येऊन आम्रवृक्षाच्या मुळाशीं बसला आहे असें त्यानें ऐकिलें. तेव्हां बृहद्रथ राजा आपल्या उभय स्त्रियांसमवेत तेथें गेला; व त्यानें मुनींना योग्य असे सर्व पदार्थ अर्पण करून त्यास संतुष्ट केलें. नंतर तो सत्यनिष्ठ व सत्यभाषणी ऋषिश्रेष्ठ राजाला म्हणाला, "हे राजेंद्रा, मी संतुष्ट झालों आहें. तुला कोणता वर पाहिजे असेल, तो मागून घे." तेव्हां राजा भार्यांसह हात जोडून मुनीपुढें उभा राहिला, व पुत्रप्राप्तीविषयीं निराश झाल्यामुळें कंठ दाटून येऊन म्हणाला, "हे भगवंता, मी राज्याचा त्याग करून तपोवनांत निघालों आहें; ह्यास्तव मला मंदभाग्याला वर मागून काय करावयाचें आहे ! आणि मला निपुत्रिकाला राज्याची तरी काय गरज आहे!"

राजा धर्मा, बृहद्रथाचे ते उद्गार श्रवण करून चंडकौशिक मुनीची मनोवृत्ति क्षुब्ध झाली, व तो त्याच आम्रवृक्षाच्या छायेंत कांहीं वेळ ध्यानस्थ बसला. इतक्यांत त्याच्या मांडीवर राघूनें चोंच न मारिलेलें असें एक रसभरित आम्रफल पडलें. तेव्हां त्या मुनिश्रेष्ठानें लागलेंच तें अप्रतिम आम्रफल उचलून घेऊन त्यावर हृदयानें अभिमंत्रण केलें व तें राजास दिलें. राजा धर्मा, बृहद्रथ राजाला पुढें त्या आम्रफलापासूनच पुत्र झाला. असो, चंडकौशिक ऋषीनें तें दिव्य फल दिल्यावर राजाला म्हटलें, "राजा, तूं कृतार्थ झालास; तूं आतां परत जा." नंतर तें मुनिवचन श्रवण करून राजानें त्या मुनिश्रेष्ठाच्या पायांवर मस्तक ठेविलें, व तो स्वगृहीं परत गेला. हे भरतश्रेष्ठा, राजाची पहिलीच अशी प्रतिज्ञा होती कीं 'मी दोन्ही पत्न्यांशीं समभावानें वागेन.' ह्यास्तव त्यानें तें आम्रफल दोघी स्त्रियांना मिळून अर्पण केलें. नंतर त्यांनीं त्या फळांचीं दोन शकलें केलीं, व त्यांपैकीं एकेक प्रत्येकीनें भक्षिलें!

राजा धर्मा, त्या महान चंडकौशिक ऋषीचें वचन मिथ्या कसें होईल? बृहद्रथाच्या उभय पत्न्यांनीं तीं शकलें भक्षण केल्यावर त्यांच्या योगें पुत्रप्राप्तिरूप भावी अर्थ सिद्ध होण्याकरितां त्या दोघींच्याही उदरामध्यें गर्भसंभव झाला. आपल्या स्त्रिया गर्भिणी आहेत, असें अवलोकन करून बृहद्रथ राजाला मोठा आनंद वाटला. हे महाप्राज्ञा, पुढें योग्य काळ गेल्यावर त्या उभय भार्या प्रसूत होऊन प्रत्येकीस पुत्रशरिराचें एकेक शकल जन्मलें! त्या शकलांस प्रत्येकीं एक नेत्र, एक बाहु, एक चरण, अर्धें उदर, अर्धें मुख व अर्धी कमर असे अवयव होते. युधिष्ठिरा, बृहद्रथ राजाच्या स्त्रिया तो विपरीत प्रकार पाहून अतिशय घाबरून थरथर कांपूं लगल्या. नंतर त्या बहिणींनीं उद्विग्न होऊन आपसांत विचार ठरविला, आणि त्यांनीं मोठ्या दुःखानें तीं दोन्ही सजीव देहशकलें टाकून दिलीं! तेव्हां त्यांच्या दाया, तीं दोन्ही शकलें, पतन पावलेल्या गर्भाप्रमाणें नीट गुंडाळून घेऊन अंतःपुराच्या बाहेर आल्या, व अगदीं चवाठ्यावर तीं शकलें टाकून देऊन परत निघून गेल्या!

हे भरतश्रेष्ठा, पुढें तीं जिवंत शकलें रक्तमांसावर उपजीवन चालविणाऱ्या जरानामक राक्षसीच्या दृष्टीस पडतांच तिनें तीं घेतलीं, व सुलभ रीतीनें नेतां यावीं ह्मणून, जणू काय दैवाची प्रेरणा झाल्यामुळें तीं एकत्र जोडिलीं राजा राक्षसीनें तीं एके ठिकाणीं मिळवितांच एक देह धारण करणारा असा एक वीर बालक सिद्ध झाला! तें पाहून जरेस मोठें आश्चर्य वाटलें. नंतर तिनें तो बालक ओढून नेण्याचा प्रयत्न केला; पण त्या वज्रसारमय बलिष्ठ बालकास तिच्यानें ओढवेना!

युधिष्ठिरा, बृहद्रथ राजाच्या स्त्रियांनीं टाकून दिलेल्या त्या गर्भशकलांपासून तो वीर बालक निर्माण झाल्यावर त्यानें आपल्या आरक्तवर्ण हाताची मूठ वळून तोंडांत घातली, आणि तो सजल मेघाप्रमाणें मोठमोठ्यानें आक्रोश करूं लागला. धर्मराजा, तो शब्द कानीं पडतांच अंतःपुरांत एकच धांदल उडाली, आणि सर्व मंडळी बृहद्रथ राजासह बाहेर पडली. त्या समयीं त्या निराश व म्लान होऊन बसलेल्या दोन्ही राण्याही एकदम लगबगीनें उठल्या, व मुलास पाजण्यासाठीं उतावीळ होऊन त्या मंडळीबरोबर निघाल्या. ह्याप्रमाणें बृहद्रथ राजा, त्याच्या पत्न्या व अंतःपुरांतील सर्व जन त्या चवाठ्यावर येऊन त्या बालकासमीप उभे राहिले, तेव्हां त्यांस व त्या बलवान अर्भकास अवलोकन करून जरा राक्षसीनें मनांत आणिलें कीं, "अरेरे! ह्या थोर, धार्मिक व पुत्रेच्छु राजाच्या राज्यांत मी राहत आहें; तेव्हां म्यां ह्या राजपुत्रास मारावें हें अगदीं अनुचित होय." राजा धर्मा, असा विचार करून, मेघाच्या कलेनें जसें सूर्यबिंबास उचलून घ्यावें, तसें जरेनें त्या बालकास उचलून घेतलें, आणि मानवरूप धारण करून ती बृहद्रथ राजास म्हणाली, "हे बृहद्रथा, हा तुझा पुत्र आहे, हा मी तुला देत आहें; तर तूं ग्रहण कर. चंडकौशिक ब्राह्मणाच्या वरानें तुझ्या दोन भार्यांच्या उदरीं हा जन्म पावला, व दायांनीं टाकून दिलेला हा मीं रक्षिला आहे!"

श्रीकृष्ण सांगतोः—राजा युधिष्ठिरा, नंतर काशिराजाच्या त्या दोन्ही कन्यकांनीं लागलाच तो बालक उचलून घेतला, व त्याला पयःस्नानानें अगदीं भिजवून टाकिलें! बृहद्रथ राजालाही त्या वेळीं मोठा आनंद झाला, व सर्व वृत्तांत ध्यानीं आणून सुवर्णतुल्य सुंदर स्वरूप धारण करणाऱ्या मानववेषी राक्षसीस त्यानें विचारिलें, "हे सुवर्णलतिके, तूं कोण आहेस बरें? हा पुत्र तूं मला दिलास, ह्यावरून स्वच्छंदानें भ्रमण करणारी तूं कोणी तरी देवता असावीस असें मला वाटतें."

अध्याय अठरावा.

—:०:—

जरा राक्षसीचें भाषण.

जरा राक्षसी म्हणालीः—बृहद्रथ राजा, तुझें कल्याण असो. मी स्वेच्छेनें पाहिजे तें रूप धारण करणारी जरानामक राक्षसी आहें. राजेंद्रा, तुझ्या गृहीं माझें नित्य पूजन होत असतें, ह्यामुळें मी सुखानें राहिलें आहें. बृहद्रथा, मी मनुष्यांच्या घरोघर नित्य वास करितें. ब्रह्मदेवानें दिव्य देह धारण करणाऱ्या अशा मला उत्पन्न करून गृहदेवी असें माझें नांव ठेविलें, व फार प्राचीन काळापासून दानवांचा विनाश करण्याच्या कामावर माझी योजना केली आहे. जो पुरुष भिंतीवर माझ्या तरुण देहाचें पुत्रांसमवेत चित्र काढील, त्याच्या गृहीं संततीची व ऐश्वर्याची वृद्धि होईल; आणि जो पुरुष ह्याप्रमाणें करणार नाहीं, तो सर्व प्रकारें नाश पावेल.

राजा बृहद्रथा, तुझ्या गृहीं माझी नित्य पूजा होते, ह्यामुळें मी मोठ्या आनंदांत आहें. तुझ्या मंदिरांत भिंतीवर जागोजाग मुलांबाळांनीं परिवेष्टित अशीं माझीं चित्रें काढिलीं असून गंध, पुष्प, धूपदीप, भक्ष्यभोज्य इत्यादिकांनीं माझें नेहमीं पूजन होतें. तुझ्याकडून माझा असा सत्कार होत असल्यामुळें मी निरंतर तुझ्यावर प्रत्युपकार करण्याविषयीं चिंतन करीत असतें. राजा, तुझ्या पुत्राचीं दोन शकलें जेव्हां मीं पाहिलीं, तेव्हां तीं मीं एकत्र जुळविलीं, आणि पाहिलें तों त्यांपासून

दैवयोगानें एक बालक बनला ! राजा, मी केवळ निमित्तमात्र झालें; हा सर्व तुझ्या भाग्याचाच परिणाम होय. बृहद्रथा, माझ्या अंगीं इतकी घोर शक्ति आहे कीं, मी मेरु पर्वतास सुद्धां भक्षण करीन; मग तुझ्या या बालकास खाऊन टाकण्यास मी समर्थ आहें, ह्याविषयीं शंका कशास पाहिजे? परंतु तूं जी माझी आपल्या गृहीं पूजा करीत असतोस, तिच्यामुळें मीं संतुष्ट होऊन हा पुत्र तुला पुनः अर्पण केला आहे.

जरासंधनामकरण.

श्रीकृष्ण सांगतोः—युधिष्ठिरा, ती जरा राक्षसी ह्याप्रमाणें भाषण करून तेथेंच्या तेथेंच अतर्धान पावली. नंतर बृहद्रथ राजा तो पुत्र घेऊन आपल्या घरीं आला. पुढें त्या बालकाचें जातकर्म वगैरे करून बृहद्रथ राजानें जरा राक्षसीचा महोत्सव सर्व मगध देशभर घरोघर करण्याविषयीं आज्ञा केली. नंतर, ब्रह्मदेवाप्रमाणें परमपूज्य अशा त्या बृहद्रथ राजानें त्या पुत्राचें जरासंध असें नांव ठेवून, त्यास जरेनें सांधिल्याविषयींची पूर्वपीठिका लोकांत सुस्थिर करून टाकिली. पुढें मगधाधिपतीचा तो महादेदीप्यमान पुत्र, होमकुंडांतील अग्नीप्रमाणें उत्तरोत्तर वृद्धिंगत होत जाऊन वयोनुरूप आकार व बळ ह्यांनीं संपन्न झाला, आणि तो शुक्ल पक्षांतील चंद्राप्रमाणें मातापितरांच्या आनंदास वाढवीत चालला.

अध्याय एकोणिसावा.

—:०:—

जरासंधाची प्रशंसा.

श्रीकृष्ण म्हणालेः—धर्मराजा, नंतर कांहीं काळानें पुनः ते महातपस्वी भगवान् चंडकौशिक ऋषि मगध देशांत आले. ते आल्याचें ऐकून बृहद्रथ राजास अत्यंत आल्हाद वाटला; आणि अमात्य, सेवक, आप्त, सुहृद्, भार्या व पुत्र ह्यांसहवर्तमान तो त्यांस सामोरा गेला. नंतर अर्घ्य, पाद्य, आचमनीय इत्यादिकांनीं त्या महर्षींचें पूजन करून बृहद्रथ राजानें आपलें राज्य व पुत्र हीं त्यांच्या चरणीं अर्पण केलीं. भगवान् चंडकौशिक मुनींनीं ती पूजा स्वीकारून मोठ्या प्रमुदित अंतःकरणानें बृहद्रथ राजास म्हटलें, “ राजा, मीं दिव्य दृष्टीनें तुझ्या पुत्राच्या संबंधानें जें कांहीं जाणिलें आहे, तें ऐक. हा तुझा पुत्र मोठा रूपवान, धैर्यशाली व बलिष्ठ असा निपजेल; ह्यास सर्व प्रकारचें ऐश्वर्य प्राप्त होईल; ह्याच्या ठिकाणीं विलक्षण पराक्रम दृग्गोचर होईल; हा सर्व कांहीं प्राप्त करून घेईल; व ह्याचा एकसारखा उत्कर्षच होईल; ह्यांत संदेह नाहीं. राजा, पक्षिराज गरुड उड्डाण करीत असतां त्याची बरोबरी करण्यास अन्य पक्षी जसे समर्थ होत नाहींत, तसे, ह्या तुझ्या विजयी पुत्रांची बरोबरी करण्यास दुसरे राजे समर्थ होणार नाहींत. जे कोणी ह्याच्या वाटेस जातील,त्यांचा पूर्ण नाश होऊन जाईल. ज्याप्रमाणें नदीच्या वेगानें पर्वतास यत्किंचित् इजा होत नाहीं, त्याप्रमाणें देवांनीं सोडलेल्या अस्त्रांनीं सुद्धां ह्या लोकोत्तर वीराच्या देहास यत्किंचित् इजा होणार नाहीं. बृहद्रथा, सर्व मूर्धाभिषिक्त राजांच्या मस्तकावर हा अग्नीप्रमाणें जळत राहील. सूर्य जसा सकल नक्षत्रांची प्रभा हरण करितो, तसा हा तुझा पुत्र सर्व राजांची प्रभा हरण करील. अग्नीच्या समीप प्राप्त झाले असतां शलभ जसे विनाश पावतात, तसे ह्या तुझ्या पुत्राच्या समीप प्राप्त झाले असतां मोठमोठे राजे अगणित चतुरंग सैन्यासहित विनाश पावतील. वर्षाऋतूंत अपरंपार भरलेल्या नद्यांचें जल ज्याप्रमाणें समुद्र ग्रहण करितो, त्याप्रमाणें सर्व राजांचीं अप-

रंपार भरलेलीं धनभांडागारें हा तुझा पुत्र ग्रहण करील. सर्व प्रकारच्या धान्यांना धारण करणारी आबाढव्य पृथ्वी जशी बऱ्या वाईट सर्व वस्तूंना आश्रय देते, तसा, सर्व प्रकारच्या शक्ति धारण करणारा हा महाबलाढ्य पुत्र, उच्चनीच सर्व आश्रमांना उत्तम आश्रय देईल: म्हणजे सर्व आश्रमांचे योगक्षेम उत्तम रीतीनें चालवील. देहांत वास करणाऱ्या वायूच्या स्वाधीन सर्व जीव असतात, तद्वत्, तुझ्या पुत्राच्या स्वाधीन सर्व राजे असतील. हा तुझा पुत्र सर्व लोकांत अत्यंत बलिष्ठ निपजेल; आणि त्रिपुरासुराचा वध करणाऱ्या भगवान महादेव रुद्राचें ह्यास प्रत्यक्ष दर्शन घडेल! ”

श्रीकृष्ण सांगतो:—धर्मराजा, ह्याप्रमाणें भाषण करीत असतां, त्या चंडकौशिक ऋषींचें चित्त दुसऱ्या कार्यांत व्यग्र झाल्याचें दिसलें, आणि त्यांनीं बृहद्रथ राजास एकदम निरोप दिला. युधिष्ठिरा, नंतर तो बृहद्रथ राजा स्त्रिया, पुत्र, आप्त, सुहृद् इत्यादिकांसह नगरांत परत आला; आणि त्यानें जरासंधास राज्याभिषेक करून आपल्या जन्माची कृतार्थता मानिली व दोन्ही भार्यांसहवर्तमान तपोवनाचा मार्ग धरिला! धर्मराजा, ह्याप्रमाणें मातापितरें वनांत जाऊन राहिल्यानंतर तीं जिवंत असतांनाच जरासंध राजानें मोठा पराक्रम करून राजेलोक स्वाधीन करून घेतले!

वैशंपायन सांगतात:—राजा जनमेजया, पुढें त्या बृहद्रथ राजानें बहुत वर्षेंपर्यंत वनांत राहून तपश्चर्या केली, व अखेरीस तो भार्यांसह स्वर्गलोकास गेला. इकडे भगवान चंडकौशिक मुनींनीं भविष्य कथन केल्याप्रमाणें जरासंधास सर्व वैभव प्राप्त झालें, व त्यानें राज्यकारभार चालविला. पुढें कांहीं काळानंतर श्रीकृष्णानें कंस राजाचा वध केल्यावर त्याचें व जरासंधाचें वैर उत्पन्न झालें. हे पारिक्षिता, पुढें त्या महाबलवान जरासंधानें गिरिव्रज नगरांत आपली गदा नव्याण्णव वेळां गरगर फिरविली, आणि अद्भुत कृत्यें करणारा भगवान श्रीकृष्ण मथुरेंत रहात होता, त्याकडे नव्याण्णव योजनें ती गदा झुगारून दिली! तेव्हां ती श्रेष्ठ गदा तात्काळ मथुरेच्या समीप येऊन धाडकन पडली! त्या समयीं मथुरावासी जनांनीं ती गदा जरासंधाची आहे असें नीट ओळखिलें, व जरासंधाची गदा मथुरेच्या सन्निध येऊन पडल्याचें तें वर्तमान जिकडे तिकडे प्रसिद्ध केलें. असो. राजा जनमेजया, अशा त्या अपूर्व वीर्यशाली जरासंधाचे हंस व डिंभक नांवाचे दोन महाबलिष्ठ सेनापति होते हें मीं तुला पूर्वीं सांगितलेंच आहे. ते महाबुद्धिमान, राजनितींत अत्यंत निपुण, सल्लामसलतींत उत्तम वाकबगार व शस्त्रादिकांनीं अवध्य असे होते! राजा, फार काय सांगावें? स्वतः जरासंध, व त्याचे हे दोन सेनापति असे हे तिघेजण सर्व त्रैलोक्यास पुरेसे होते, असा माझा समज आहे, असो. राजा जनमेजया, कुकुर, अंधक व वृष्णि हे जरी बलिष्ठ होते, तरी जरासंधाचें सामर्थ्य असें अगाध असल्यामुळें, त्यापुढें आपला टिकाव लागणार नाहीं, असें त्यांनीं मनांत आणिलें व राजनीतीच्या नियमास अनुसरून त्या अधिक बलवान जरासंधाची त्यांनीं उपेक्षा केली!

जरासंधवधपर्व.

अध्याय विसावा.

—:०:—

भीमार्जुनांचें श्रीकृष्णासह मगधदेशीं प्रयाण.

श्रीकृष्ण म्हणाले:—धर्मराजा, जरासंधाचा वध करण्यास प्रस्तुतचा काल योग्य आहे. सांप्रत हंस व डिंभक हे गत झालेले असून कंसाचाही परिवारासुद्धां वध झालेला आहे; तेव्हां ह्या समयीं त्यास मारणें बरेंच सुलभ जाईल. राजा, सर्व देव व दैत्य मिळून जरी जरासंधाशीं युद्ध करण्यास उभे राहिले; तरी त्यांत त्यास जिंकणें हें सर्वस्वीं अशक्य होय. जरासंधास जिंकावयाचें तर केवळ शक्तियुद्धांतच जिंकलें पाहिजे, असा माझा अभिप्राय आहे. धर्मा, माझ्या ठिकाणीं राजनीति उत्तम प्रकारें वास करीत आहे; भीमसेनाच्या अंगीं दुर्धर बळ आहे; व अर्जुन हा आह्मां दोघांचेंही संरक्षण करण्यास समर्थ आहे. तेव्हां आम्ही तिघे, इष्टि सिद्ध करणाऱ्या तीन अग्नींप्रमाणें जरासंधवधरूप इष्ट कार्य सिद्ध करूं. हे नराधिपा, आम्हीं तिघांनीं जरासंधास एकांतांत गांठलें असतां तो आम्हांपैकीं कोणाशीं तरी युद्धास उद्युक्त होईल, ह्याचा वानवा नको; फार कशाला? बाहुबलानें चढून गेलेल्या त्या जरासंधाला माझ्याशीं किंवा अर्जुनाशीं युद्ध करण्यांत अपमान वाटेल; भीमसेनाशीं युद्ध करून त्यावर पराक्रम गाजवावा, असा त्यास अभिमान उत्पन्न होईल; आणि अखेरीस तो निश्चयानें भीमसेनाशींच युद्ध करूं लागेल. राजा, भीमसेन हा त्या जरासंधाशीं युद्ध करण्यास समर्थ आहे. ज्याप्रमाणें प्रचंड जगताचा काल हा नाश करितो, त्याप्रमाणें हा महाबलवान व महाबाहु भीमसेन खचीत जरासंधाचा नाश करील. ह्याकरितां, हे युधिष्ठिरा, जर माझें हृदय तूं जाणत असशील, व माझ्यावर तुझा विश्वास असेल, तर हे भीमार्जुन एखाद्या ठेवीप्रमाणें त्वरित माझ्या स्वाधीन कर.

वैशंपायन सांगतात:—राजा जनमेजया, श्रीकृष्णाचें भाषण श्रवण करून युधिष्ठिरानें भीमार्जुनांकडे अवलोकन केलें, व उत्साहानें त्यांच्या मुद्रा प्रफुल्लित झाल्या आहेत, असें पाहून श्रीकृष्णास उत्तर दिलें.

युधिष्ठिर म्हणाला:—हे शत्रुनाशका अच्युता, नको, नको, असे शब्द बोलूं नको! देवा, पांडवांचा नाथ तूं आहेस; आम्ही तुझे सेवक आहों; हे गोविंदा, तूं जें म्हटलेंस, तें सर्व सयुक्तिक व योग्य आहे. देवा, ज्यांकडे विजयश्रीनें पाठ केली, त्यांचा पुढाकार तूं कधींही करणार नाहींस. हे लोकेशा, आतां जरासंध मेला, सर्व राजे मुक्त झाले, व माझा राजसूय यज्ञ शेवटास गेला, असेंच ह्या दासाला वाटत आहे! हे केशवा, आतां विलंब करूं नको. ज्या रीतीनें हें कार्य पार पडेल, त्या रीतीनें सावधगिरी ठेवून जें विहित तें आचरण कर. हे जगन्नाथा, रोगी पुरुष हा धर्म, अर्थ व काम ह्यांविरहित होऊन दुःखानें जसा दीन होतो, तसा मी तुम्हां तिघांविरहित झालों म्हणजे दुःखानें अगदीं दीन होऊन जाईन! देवा, कृष्ण असला म्हणजे तेथें अर्जुन असावयाचाच; व अर्जुन असला कीं, तेथें कृष्ण असावयाचाच! तेव्हां हा काय अपूर्व योग आहे बरें! श्रीधरा, तुम्हां दोघांला ह्या जगतांत अजिंक्य असें कांहींहि नाहीं! तसाच हा महाबलिष्ठ, युद्धधुरंधर व विजयशाली भीमही तुमच्या साहाय्यानें कोणतें कार्य करणार नाहीं बरें? हे यदुनंदना, बलाचा ओघ उत्तम प्रकारें वाहून नेला असतां, तो महान

कार्य करितो. पहा—स्वतः सैन्य अंधळें व अज्ञान असतें; पण चतुर सेनाग्रणींनीं युद्धभूमीवर त्यास योग्य मार्गानें शत्रूवर चाल करावयास लाविलें, म्हणजे तेंच शत्रूचा निःपात उडवितें. श्रीकृष्णा, जलप्रवाह एका ठिकाणाहून दुसऱ्या ठिकाणीं न्यावयाचा असल्यास तो उतार जमिनीवरून नेतात; तसेंच. शेतास वगैरे पाणी द्यावयाचें असल्यास तें बांधांच्या रंध्रांतूनच (भगदाडांतून) नेतात. तेव्हां हे माधवा, ह्या सर्व गोष्टी उत्तम प्रकारें जाणणाऱ्या महाप्रख्यात व राजनीतिनिपुण अशा तुजसारख्या अद्वितीय पुरुषाच्या आश्रयानें आम्ही स्वकार्य करण्यास झटत आहों, हें उत्तम होय. देवा, विशाल बुद्धि, उत्कृष्ट राजनीति, अगाध बल व अमोघ साधनें हीं वास्तविपणें एकट्या तुजपाशींच आहेत. तेव्हां विजयेच्छु पुरुषानें कार्यसिद्धीस्तव तुलाच पुढाकार द्यावा, हें योग्य आहे. म्हणून हे यादवेश्वरा, अर्जुनानें तुझ्या अनुरोधानें वागावें; व भीमानें अर्जुन सांगेल तसें करावें म्हणजे तुझें दूरवर धोरण, अर्जुनाची जयशालिता, व भीमसेनाचें अगाध बळ ह्या सर्वांचा एका कालीं संयोग होऊन आपले मनोरथ सिद्धीस जातील!

वैशंपायन सांगतातः—राजा जनमेजया, ह्याप्रमाणें युधिष्ठिराचें भाषण श्रवण करून ते तिघे महाबलिष्ठ भ्राते म्हणजे श्रीकृष्ण व भीमार्जुन हे मगध देशास जाण्यासाठीं निघाले. निघतांना त्यांनीं मृगचर्म, दंड, कमंडलु, भगवीं वस्त्रें इत्यादि धारण करून ब्रह्मनिष्ठ स्नातक ब्राह्मणांचा वेष घेतला; आणि आप्तस्वकीयांचें अभिनंदनपर उत्साहजनक भाषण श्रवण करीत करीत ते बाहेर पडले. राजा, त्या तिघांही वीरांच्या अंगीं क्षात्रतेज आधींच वसत होतें. शिवाय, मूर्धाभिषिक्त राजांना जरासंध जे क्लेश देत होता, त्यांच्या योगानें ते तिघेही अगदीं जळत होते. ह्यास्तव त्यांचीं शरीरें सूर्य, चंद्र व अग्नि ह्यांप्रमाणें अत्यंत देदीप्यमान भासत होतीं. जनमेजया, तो अगाध सामर्थ्यवान भीम पुढें, आणि सदासर्वकाळ विजयी असणारे कृष्णार्जुन हे त्याच्या मागें, अशा क्रमानें ते तिघेही प्रबल योद्धे एकाच कार्यास उद्युक्त होऊन प्रयाण करीत असलेले धर्मराजानें जेव्हां अवलोकन केले, तेव्हांच त्यानें ठरविलें कीं, ' जरासंध मेला ! ' कारण, हे पारिक्षिता, धर्मराजाला असें पूर्ण कळलें होतें कीं, जगतांतील सर्व कार्यांचे खरे खरे प्रवर्तक ते महासत्ताधीश कृष्णार्जुनच (नरनारायणच) असून धर्म, अर्थ व काम ह्यांविषयीं लोकांच उद्योग तेच महात्मे सिद्धीस नेतात.

जनमेजया, श्रीकृष्ण, भीम व अर्जुन हे कुरु देशाहून निघाले, ते कुरुजांगल देशांतून रमणीय अशा पद्म सरोवराप्रत गेले. नंतर त्यांनीं कालकूट पर्वत ओलांडिला; व पुढें मार्गांत. प्रत्येकीं एकेका पर्वतावरून खालीं वहात येत असलेल्या गंडकी, महाशोण व सदानीरा ह्या नद्या त्यांस लागल्या. त्या नद्या उतरून गेल्यावर पुढें त्यांस रम्य अशी सरयू नदी आढळली. तिला अवलोकन करून ते पूर्व कोसल देशांत शिरले. नंतर तो देश आक्रमण करून ते मिथिला व माला ह्या देशांत गेले. पुढें त्यांनीं चर्मण्वती, गंगा व शोणनद उतरून पूर्व दिशा धरिली; आणि ते वल्कलें व दर्भ धारण करून नेमकेच मागध देशास पोहोंचले! त्या देशांत प्रवेश केल्यावर त्यांस पुढें गोरथ नांवाचा पर्वत लागला. त्यावर सदासर्वकाळ गाई चरत असून उदकाचे झरे व उत्तम वृक्ष विपुल होते. नंतर त्या तिघां नरवरांनीं त्या पर्वतावर चढून मागधपुर (गिरिव्रज नगर) अवलोकन केलें.

आध्याय एकविसावा.

—:०:—

गिरिव्रजागमन.

श्रीकृष्ण म्हणाले:—हे पार्था, हें पहा मागधपुर दिसत आहे; ह्यासच गिरिव्रज असें म्हणतात. ह्या महान राजधानींत पशूंचा समृद्धि आहे; उदकाचा पुरवठा कधींही कमी पडत नाहीं; एथें रोगराई केव्हांही नसते; ह्यांत मोठेमोठे राजवाडे व श्रीमंतांचे बंगले आहेत; आणि ह्या स्थळीं कोणत्याही गोष्टीची वाण म्हणून नाहीं. हे पहा वैहार, वराह, वृषभ, ऋषिगिरि व चैत्यक नावांचे मोठमोठाले पांच सुंदर पर्वत ह्या गिरिव्रज नगराचें चोहों बाजूंनीं संरक्षण करीत आहेत. हे पांचही पर्वत दुर्भेद्य असून त्यांवर मोठमोठीं शिखरें व शीतल वृक्षछाया आहे. ह्यांवर लोध्रवृक्षांचीं मनोहर वनें लागून गेलीं असून त्यांच्या सुपुष्पित शाखाग्रांनीं व हृदयंगम सुगंधानें कामिजनांची चित्तवृत्ति क्षुब्ध होते. पार्था, हे पर्वत तुला स्पष्ट दिसत नाहींत, ह्याचें कारण त्यांचा पृष्ठभाग विलासी जनांस प्रियकर असलेल्या ह्या वनश्रीनें अगदीं झांकून टाकिला आहे, हेंच होय.

अर्जुना, येथेंच उग्र तपश्चर्या करणाऱ्या महात्म्या गौतम मुनीनें औशीनरीनामक शूद्रीच्या ठिकाणीं काक्षीवान वगैरे सुत निर्माण केले. हे काक्षीवदादि पुत्र जरी वस्तुतः शूद्रीपासून जन्मलेले आहेत, तरी त्यांस गौतम मुनीच्या प्रभावानें मानव वंशाचा आश्रय मिळाला आहे. हा त्या महात्म्या गोतमांचाच त्या राजांवर अनुग्रह होय. पार्था, अंगवंगादि देशांचे बलाढ्य राजे ह्या गौतमाश्रमांत येऊन पूर्वीं क्रीडा करीत असत. गौतम ऋषीच्या आश्रमासमीप वाढलेल्या पिंपळांच्या व लोध्रांच्या ह्या सुंदर वनराजि अवलोकन कर. हे धनुर्धरा, शत्रूंना दुःख देणारे अर्बुद व शक्रवापी नांवाचे पन्नग येथेंच राहतात, आणि स्वस्तिक व मणिनाग ह्यांचीं मनोहर आलयेंही ह्या स्थळींच आहेत. पार्था, ह्या मागध देशांत अवर्षण म्हणून केव्हांही पडत नाहीं. कांहीं झालें तरी येथें पर्जन्य पडावयाचाच अशी मनूची व्यवस्था आहे. ह्या प्रदेशावर कौशिक व मणिमान ह्यांनीं ही कृपा केलेली आहे. बा अर्जुना, अशा प्रकारें चोहोंकडून सुरक्षित, अत्यंत मनोहर आणि मानुष व अमानुष अशा सर्व साधनांनीं ओतप्रोत भरलेली अशी ही गिरिव्रज पुरी प्राप्त झाल्यामुळें जरासंध राजा ‘ मी अत्यंत श्रेष्ठ व वैभववान ’ असा गर्व वाहत आहे. असो. आतां आपण त्यास गांठलें म्हणजे त्याचा तो गर्व उतरून टाकूं!

वैशंपायन सांगतात:—राजा जनमेजया, श्रीकृष्णाचें ह्याप्रमाणें भाषण झाल्यावर ते तिघेही महातेजस्वी भ्राते गिरिव्रज नगरींत प्रवेश करण्यासाठीं पुढें चालूं लागले; आणि लवकरच त्या नगरीसमीप प्राप्त झाले राजा, त्या नगरांतील लोक शरिरानें सुदृढ असून सर्व प्रकारच्या समृद्धीमुळें मोठे आनंदित होते. तेथें चारी वर्णांच्या लोकांची दाट वसति असून त्यांचे सर्व आश्रमधर्म अव्याहतपणें चालले होते. त्या नगरींत मोठमोठाले उत्सव सदा होत असत; व त्या नगरींत आसमंताद्भागीं महान महान पर्वतांचा वेढा असल्यामुळें तिजवर चाल करून जाणें सर्वथा अशक्य झालें होतें. असो.

ते तिघे महावीर गिरिव्रज पुरीच्या समीप आल्यावर पुरद्वाराकडे वळले नाहींत. पर्वतासारख्या उंच बुरुजांजवळील नगरद्वार त्यांनीं टाळिलें; आणि बृहद्रथाच्या वंशांतील राजांना व मागध देशांतील लोकांना अत्यंत पूज्य व

प्रिय अशा चैत्यक पर्वताप्रत ते मोठ्या त्वरेनें गेले.

राजा जनमेजया, ह्या चैत्यक पर्वतावर वृषभाच्या आकाराचा एक मांसाहारी दैत्य पूर्वी बृहद्रथानें मारून त्याच्या कातड्याच्या तीन नौबदी केल्या होत्या. त्या एकदा वाजविल्या असतां त्यांचा महिनाभर एकसारखा शब्द चालू राही! बृहद्रथ राजानें त्या तीन नौबदी त्या दैत्याच्याच वादीनें आवळून आपल्या राजधानींत दिव्य पुष्पें व सुगंधि द्रव्यें वर घालून नगराच्या द्वारावर ठेविल्या होत्या; आणि त्या तेथें नित्य वाजत असत!

राजा जनमेजया, चैत्यक पर्वतावरून ते तिघे महापराक्रमी भ्राते आंतल्या अंगास खालीं उतरले, व नगराच्या द्वारावर चढून त्यांनीं तेथें असलेल्या तिन्ही नौबदी फोडून टाकिल्या! नंतर ते नगराच्या सन्निध असलेल्या दुसऱ्या कोटाकडे (चैत्यक प्राकाराकडे) वळले. त्या समयीं द्वाररक्षक हे नानाविध शस्त्रें घेऊन त्यांच्या मागें लागले. परंतु त्यांस त्यांनीं दाद दिली नाहीं; व त्यांनीं त्या सुरम्य कोटावर चढून जणू काय जरासंधाला मारण्याच्या इच्छेनें त्याच्या मस्तकावर लत्ताप्रहार केला! जनमेजया, नंतर त्या वीरपुंगवांनीं चैत्यकप्राकाराचें (कोटाचें) एक शिखर आपल्या बाहूंच्या प्रहारांनीं कोसळून टाकिलें. तें शिखर मोठें बळकट, प्रचंड, उंच व पुरातन असून गंधमाल्यादिकांनीं त्याची सतत पूजा करण्यांत येत असे. असो. नंतर त्यांनीं मोठ्या उत्साहानें गिरिव्रज नगरींत प्रवेश केला.

ह्याप्रमाणें ते तिघे पुरुषव्याघ्र नगरांत शिरले, तों तिकडे वेदपारंगत ब्राह्मणांस दुश्चिन्हें आढळून आलीं व तीं त्यांनीं जरासंधास विदित केलीं. पुढें पुरोहितांनीं अरिष्टाच्या शमनाकरितां गजारूढ झालेल्या जरासंधाच्या सभोंवतीं पर्यग्निकरणे केलें आणि स्वतां जरासंधानें दीक्षा घेऊन व व्रतस्थ राहून उपवास आरंभिला.

इकडे स्नातकवेष धारण केलेले भीम, श्रीकृष्ण, व अर्जुन हे शस्त्रास्त्रें वगैरे कांहींएक बरोबर न घेतां केवळ बाहुबलानें जरासंधाशीं युद्ध करावें अशा इच्छेनें नगरांत शिरले, तों त्यांस प्रथम बाजाराच्या पेठा लागल्या. त्यांत नानाप्रकारचे खाद्य पदार्थ, उत्तम सुगंधि पुष्पें व इतर सर्व प्रकारच्या वस्तूंची समृद्धि आढळली. त्या पेठांत रस्त्यांवर मालाचे जे ढीगच्या ढीग पडले होते; त्यांची शोभा पाहात पाहात ते राजमार्गीतून जात असतां, त्यांनीं एका माळ्यापासून बळजोरीनें फुलें घेतलीं; आणि साधीं वस्त्रें, पुष्पांच्या माळा व तेजस्वी कुंडलें धारण करून ते तिघेजण महाबुद्धिमान जरासंधाच्या राजवाड्यांत शिरले; आणि ज्याप्रमाणें हिमालय पर्वतावरील सिंह गोठ्यांत गाईंना धुंडाळितात, त्याप्रमाणें ते जरासंधास धुंडाळूं लागले.

राजा जनमेजया, त्या श्रीकृष्णप्रमुख अद्वितीय योद्ध्यांचें वक्षःस्थल विशाल असून बाहु शालवृक्षाप्रमाणें पुष्ट व दीर्घ होते; आणि त्यांवर चंदन व अगुरु ह्यांचें चर्चन केलें होतें, गिरिव्रज पुरींतील लोकांनीं, त्या तिघां वीर कुंवरांकडे जेव्हां अवलोकन केलें, तेव्हां त्यांस ते शालवृक्षच भूमींतून वर आले आहेत, असें भासून मोठा चमत्कार वाटला. पुढें ते तिघे पुरुषशार्दूल राजमंदिरांतील लोकांनीं गजबजलेले तीन चौक आक्रमण करून निर्धास्तपणें व मोठ्या वीरश्रीनें जरासंधाच्या सन्निध जाऊन उभे राहिले.

१ प्रज्वलित अग्नि भोंवतालीं फिरविणें हें कृत्य.

श्रीकृष्णजरासंधसंवाद.

जनमेजया, जरासंधानें त्या त्रिवर्गास पाहतांच त्यांस उत्थापन दिलें आणि तो अर्घ्य, पाद्य, मधुपर्क व गोप्रदान ह्यांच्या योगें त्या वंदनीय पुरुषांचा बहुमान करून, 'विप्रहो, तुमचें स्वागत करितों.' असें त्यांस म्हणाला. राजा, त्या समयीं भीम व अर्जुन यांनीं मौन धरिलें होतें. ह्यास्तव, त्या तिघांपैकीं महाबुद्धिमान श्रीकृष्णानें मात्र त्यास उत्तर दिलें. श्रीकृष्ण म्हणाला, राजेंद्रा, हे दोघे अनुष्ठान करीत असल्यामुळें त्यास मध्यरात्रीच्या पूर्वीं भाषण करितां येत नाहीं, मध्यरात्र उलटून गेल्यावर ते तुजबरोबर भाषण करतील.' असो. नंतर जरासंध राजानें त्यांस यज्ञशाळेंत रहावयास सांगितलें व तो आपल्या महालांत निघून गेला.

राजा, जनमेजया, मध्यरात्र होतांच जरासंध राजा, जेथें ते स्नातक ब्राह्मण उतरले होते तेथें प्राप्त झाला. कारण, स्नातक ब्राह्मण प्राप्त झाल्याचें ऐकून तो विजयशील जरासंध राजा अर्धरात्रीं सुद्धां त्यांस सामोरा जात असे ही गोष्ट सर्वविश्रुतच होती. असो; त्या समयीं जरासंधानें पुनः त्या त्रिवर्गाकडे अवलोकन केलें, व त्यांचा तो अपूर्व वेष पाहून त्यास फार विस्मय वाटला. नंतर जरासंध राजा सन्निध उभा राहिला असतां ते तिघे नरश्रेष्ठ, 'राजा, तुझें कल्याण होवो' असें म्हणून उभे राहिले; आणि राजाकडे व परस्परांकडे पाहूं लागले!

जनमेजया, नंतर जरासंधानें त्या तिघां स्नातकवेषधारी यादवपांडवांस 'बसावें' म्हणून सांगितलें; व मग ते, महाध्वरांतील प्रदीप्त अग्नीप्रमाणें दिव्य तेजानें झळाळणारे तीन पुरुष खालीं बसले. नंतर त्या वेषधारी ढोंगी ब्राह्मणांचा त्या सत्यवचनी जरासंधानें धिक्कार केला!

जरासंध म्हणालाः—ब्राह्मणहो, ह्या लोकांमध्यें स्नातकव्रत आचरणारे पुरुष समावर्तनादि कारणावांचून गंधपुष्पें वगैरे बाह्यालंकार धारण करीत नाहींत, हें मला पूर्ण विदित आहे. ह्यास्तव तुम्ही खरोखरी ब्राह्मण नाहीं; तुम्ही कोणी तरी क्षत्रिय असून, पुष्पें वगैरे बाह्यतः धारण करून स्नातक ब्राह्मणांचें ढोंग केलें आहे. ह्या पहा, तुमच्या दंडांवर ज्येच्या[1] खुणा उमटलेल्या आहेत; निःसंशय तुम्ही क्षत्रियच असून ब्राह्मणांचें सोंग आणिलें आहे. तेव्हां हे विप्रांनो, सत्य काय आहे तें सांगा. ह्या जगामध्यें क्षत्रियांना सत्यापसूनच शोभा प्राप्त होते. अहो, तुम्ही चैतकप्राकाराचें शृंग फोडून भलत्याच मार्गानें निर्भयपणें राजरोस येथें प्रवेश केला, तेव्हां हें असें कपट करण्याचें प्रयोजन कोणतें? अहो, ब्राह्मणांचा पराक्रम काय तो विशेषतः वाणीमध्यें; आणि असें असतांना; ब्राह्मणशीलाच्या विरुद्ध वर्तन करून, तुम्हीं आज कृतींत पराक्रम दाखविला, तेव्हां ह्याचा मेळ कसा घालावा? अहो, तुम्ही माझ्या गृहीं प्राप्त झाला आहां, व मी तुम्हांस यथाविधि पूजा अर्पण करीत आहे, तरी माझ्या पूजेचा स्वीकार करून मजवर अनुग्रह तुम्ही करीत नाहीं, तेव्हां तुमचा येथें येण्याचा उद्देश काय आहे बरें?

वैशंपायन सांगतातः—राजा जनमेजया, जरासंधाचें भाषण श्रवण करून, उदारधी व वक्तृत्वकुशल श्रीकृष्णानें मधुर व गंभीर असें भाषण करण्यास प्रारंभ केला.

श्रीकृष्ण म्हणालाः—राजा जरासंधा, आम्ही खरोखरीच स्नातक ब्राह्मण (स्नातकव्रतानें ब्रह्मचिंतन करणारे पुरुष) आहों. ब्राह्मण, क्षत्रिय व वैश्य ह्या तिघांसही स्नातकव्रताचें परिपालन करण्यास अधिकार आहे. राजा, स्नातक पुरुषांचे धर्म दोन प्रकारचे आ-

१ धनुष्याच्या दोरीच्या.

हेत. (१) सामान्य व (२) विशेष. क्षत्रिय स्नातकानें विशेष धर्माचें आचरण केल्यास त्यास लक्ष्मी प्राप्त होते. पुष्पें धारण केल्यानें विजयलक्ष्मी माळ घालिते ही गोष्ट अगदीं निर्विवाद आहे. ह्या कारणानें आमच्या शरिरांवर ह्या पुष्पमाला शोभत आहेत. क्षत्रियाच्या ठिकाणीं जसें बाहुबल असतें, तसें वाग्बल नसतें. हे बार्हद्रथा, क्षत्रियापासून मोठ्या प्रगल्भ भाषणाची इच्छा करण्यापेक्षां उग्र क्षत्रियतेजाची इच्छा करावी. विधात्यानें क्षत्रियाच्या ठिकाणीं बाहूंमध्येंच विशेषेंकरून बल ठेविलें आहे; तें बल पाहावें अशी तुझी इच्छा असल्यास, ती तुझी इच्छा आज निश्चयानें परिपूर्ण होईल. राजा, धूर्त पुरुष शत्रुगृहीं आडमार्गानें व मित्रगृहीं योग्य मार्गानें प्रवेश करितात. ह्यास्तव, आम्हीं ज्या मार्गानें येथें प्रवेश केला, तो राजनीतीच्या अनुसारानें योग्य मार्गच आहे. हे जरासंधा, आम्ही येथें शत्रुगृहीं कांहीं कार्याच्या हेतूनें आलों आहों; ह्यास्तव, तुझ्यापासून आदरातिथ्याचा स्वीकार करावयाचा नाहीं, हा आमचा पूर्ण निश्चय आहे.

अध्याय बाविसावा.

—:०:—

श्रीकृष्णाचें जरासंधाशीं भाषण.

जरासंध म्हणाला:—विप्रहो, मीं कधीं तुम्हांशीं वैर केल्याचें मला स्मरत नाहीं अथवा विचार करून पाहतां, तुम्हांला कधीं पीडा दिल्याचीही मला आठवण होत नाहीं. तेव्हां माझ्या हातून तुम्हांला कोणताही अपकार घडला नसतांना, तुम्ही मला विनाकारण शत्रु मानितां हें आहे तरी काय! विप्रहो, एखाद्यावर अशा प्रकारें निष्कारण दोषारोप करणें हा सज्जनांचा मार्ग नव्हे. जो क्षत्रिय निरपराधी जनांवर दोष लादितो, त्याच्या हातून धर्ममर्यादेचें अतिक्रमण घडून त्यास खचीत पुढें अनुताप होतो; ह्यास्तव, ब्राह्मणांनो, धर्मवेत्ता महारथ लोकांत अयोग्य आचरण करूं लागल्यास त्याच्या पुण्याचा क्षय होऊन त्यास शेवटीं नरकांत पडावें लागतें! अहो, त्रैलोक्यांत साधुजनांना क्षत्रियधर्मच श्रेयस्कर वाटतो; धर्मवेत्ते पुरुष अन्य धर्माची प्रशंसा करीत नाहींत. तेव्हां, विप्रहो, मी क्षात्रधर्माप्रमाणें वागत असतां, व प्रजाजनांचें कोणत्याही प्रकारें अकल्याण करीत नसतां तुम्ही मला दोष देतां, हा केवळ तुमचा प्रमाद होय.

श्रीकृष्ण म्हणाले:—हे महाबाहो जरासंधा, तूं आम्हां स्वतांला पीडा दिली आहेस, व त्यामुळें आम्हीं तुझ्याशीं युद्ध करण्यास उद्युक्त झालों आहों, असा अर्थ नाहीं. जो एकटा पुरुष सर्व कुलांचें (जगाचें) हित साधीत आहे, त्याच्या (जगन्नियंत्या परमेश्वराच्या) आज्ञेनें आम्ही तुझ्यावर उठलों आहों. जरासंधा, ह्या भूतलावरील राजे तूं बलि देण्याकरितां आणिले आहेस आणि असलें क्रूर कर्म करूनही तूं आपणास निरापराधी मानितोस, तेव्हां काय म्हणावें! अरे, एका मूर्धाभिषिक्त राजानें दुसऱ्या मूर्धाभिषिक्त राजांचा वध करण्यास उद्युक्त व्हावें हें किती निंद्य! आणि असें असतां, तूं त्यांस जिंकून आणून रुद्राला बलि देण्याचें योजिलें आहेस, तेव्हां हा तुझा अपराध लहानसहान आहे काय! हे बार्हद्रथा, हें जें घोर पातक तूं करीत आहेस त्याचीं फळें आम्हांलाही भोगावीं लागतील. बाबा, धर्मरक्षण करण्यास आम्ही समर्थ आहों. धर्माचरण हेंच आम्ही कर्तव्य समजतों. देवतेच्या संतोषाकरितां मनुष्यांचा वध करणें हें अद्याप कोठें पाहिलें नाहीं. तेव्हां शंकराच्या प्रीत्यर्थ नरयज्ञ करण्यास तूं सिद्ध होत आहेस, हें अगदीं अनु-

चित होय. जरासंधा, तूं क्षत्रिय, व तूं कोंडून ठेविलेले ते राजे तरी क्षत्रियच; तेव्हां क्षत्रियानें क्षत्रियांना यज्ञपशूची संज्ञा द्यावी, असला हा मूर्खपणा करणारा तुझ्याव्यतिरिक्त दुसरा कोणी असेल असें आम्हांस वाटत नाहीं.

राजा, जो पुरुष ज्या ज्या स्थितींत जें जें कर्म करितो, तो पुरुष त्या त्या स्थितींत त्या त्या कर्माचें फळ अनुभवितो, असा नियम आहे. ह्यास्तव, तूं ज्ञातीचा क्षय करण्यास उद्युक्त झाला आहेस असें पाहून, त्या दीन राजांचा मृत्यु चुकवावा, व त्यायोगें ज्ञातीची वृद्धि करावी, ह्या उद्देशानें तुझ्या वधासाठीं आम्ही येथें प्राप्त झालों आहों. राजा, ह्या लोकीं आपल्याशीं झुंजणारा एकही क्षत्रिय वीर नाहीं असा जो तूं गर्व वहात आहेस, तो केवळ तुझा बुद्धिभ्रंश होय. जरासंधा, स्वजातीयांचें संरक्षण करणें हें कर्तव्य आहे असें मानणारा मनोनिग्रही क्षत्रिय अशा समयीं युद्धास सिद्ध होऊन रणांगणांत आपला देह ठेवील, आणि स्वर्गास जाऊन अतुल व अक्षय्य अशीं सुखेंच भोगील, हें पक्कें लक्षांत ठेव. हे पुरुषश्रेष्ठा, स्वर्गप्राप्तीच्या उद्देशानेंच रणयज्ञार्थ दीक्षा घेतलेले क्षत्रिय लोकांस जिंकीत असतात. राजा, स्वर्गप्राप्तीच्या उद्देशानेंच लोक ब्रह्मचिंतनांत निमग्न होतात, स्वर्गप्राप्तीच्या उद्देशानेंच लोक दयादाक्षिण्यादि गुण प्रकट करून मोठी कीर्ति मिळवितात, स्वर्गप्राप्तीच्या उद्देशानेंच लोक तपश्चर्येचें अनुष्ठान करितात, आणि स्वर्गप्राप्तीच्या उद्देशानेंच लोक धारातीर्थीं देह ठेवण्यास सिद्ध होतात. जरासंधा, समरभूमीवर मृत्यु आला असतां त्या योगें सुखोपभोगांनीं सदोदीत समृद्ध असलेला इंद्राचा वैजयंति प्रासादही प्राप्त होतो. राजा, सर्व असुरांचा पराजय करून जगतावर साम्राज्य करण्याचा जो अद्वितीय अधिकार इंद्राला प्राप्त झाला आहे त्याचें कारण तरी त्यास रणांगणीं मरण आलें हेंच होय. राजा, तुझ्याशिवाय अन्य वीरांशीं लढून आम्हांस स्वर्गप्राप्ति कशी होईल? परंतु, हे जरासंधा, मागध देशाचें बलिष्ठ व अफाट सैन्य मजपाशीं आहे, असें मनांत आणून तूं चढून जाऊं नको. इतर राजांचा अपमान करणें हें अगदीं अयोग्य होय. बाबा, प्रत्येक व्यक्तीमध्यें पराक्रम असतोच, असा नियम नाहीं. जेथपर्यंत तुझ्या बरोबरीचें किंवा तुझ्याहून अधिक वीर्य तुला आढळलें नाहीं, तेथपर्यंत हा तुझा गर्व चालेल. राजा, हा तुझा उन्मत्तपणा इतरांच्या अंगीं कमी वीर्य असल्यामुळें त्यांनीं सहन केला, पण आम्ही हा सहन करण्यास समर्थ नाहीं. ह्यास्तव, आम्ही तुला जें सांगतों, तिकडे चांगलें लक्ष दे.

जरासंध राजा, आपल्या बरोबरीचे कोणीही नाहींत, हा अभिमान व उन्मतपणा टाकून दे. जर तूं हा अविचार सोडून दिला नाहींस, तर तुझें सैन्य, तुझे अमात्य, तुझे पुत्र यांसह स्वतः तूंही यमसदनीं जाशील, हें लक्षांत आण. दंभोद्भव, कार्तवीर्य, उत्तर व बृहद्रथ हे पराक्रमी राजे बलिष्ठांचा अवमान करूनच सैन्यासहित नाश पावले. जरासंधा, तुझ्याशीं युद्ध करण्याची इच्छा करणारे आम्ही खरोखरी ब्राह्मण नाहीं. हे दोघे वीर पांडूचे पुत्र आहेत, आणि मी ह्या दोघांचा मामेभाऊ शूरकुलोत्पन्न कृष्ण आहें !

जरासंध राजा, आम्ही तुला युद्धास बोलावीत आहों, तर सुस्थिरपणानें आमच्याशीं युद्ध कर. कोंडून ठेवलेल्या सर्व राजांना तूं सोडून दे, अथवा यमसदनीं जाण्यास सिद्ध हो !

जरासंधाची युद्धाची तयारी.

जरासंध म्हणालाः—कृष्णा, मीं कोणत्याही राजास जिंकल्यावांचून येथें आणिलें नाहीं.

मीं आणिलेले राजे इतरांस जरी अजिंक्य असले, तरी मीं ते सर्व जिंकिलेलेच आहेत. राजांना जिंकून आणिल्यानंतर त्यांची वाटेल त्याप्रमाणें व्यवस्था करणें हा क्षत्रियाचा धर्मच होय. कृष्णा, देवतेच्या संतोषाकरितां जे राजे मीं आणून ठेविले आहेत, त्यांची सुटका आज केवळ तुमच्या भीतीनें मीं करावी, व क्षात्रव्रत मोडावें, ही गोष्ट मला उचित दिसत नाहीं. ह्यास्तव, व्यूह रचून युद्धाकरितां सिद्ध असलेल्या तुमच्या सैन्याशीं लढण्यास माझें सैन्य सिद्ध आहे; किंवा तुमच्यापैकीं एकेकाशीं युद्ध करण्यास मीं एकटा तयार आहें; अथवा तुम्ही एकदम दोघे किंवा तिघे माझ्याशीं झुंजूं लागलां, तरी माझी हरकत नाहीं.

वैशंपायन सांगतात:—राजा जनमेजया, ह्याप्रमाणें भाषण करून जरासंध हा त्या तिघां बलिष्ठ वीरांशीं युद्ध करण्यास उद्युक्त झाला, व त्यानें आपला पुत्र सहदेव ह्यास राज्याभिषेक करण्याची आज्ञा दिली. राजा, त्या प्रसंगीं जरासंधास कौशिक व चित्रसेन म्हणजे जगद्विख्यात हंस व डिंभक ह्या सेनापतींचें स्मरण झालें. असो; पुढें आत्मनिष्ठ, सत्यप्रतिज्ञ, सर्वव्यापक व पुरुषश्रेष्ठ भगवान श्रीकृष्णानें; त्या महाबलिष्ठ जरासंधाचा मृत्यु ब्रह्मदेवानें कोणाच्या हस्तें निश्चित करून ठेविला आहे ह्याचें स्मरण केलें, व मधुवंशोत्पन्न पुरुषाच्या हातून युद्धांत त्याचा वध होणार नाहीं हें जाणून, आपण स्वतः त्याशीं युद्ध करण्याचा विचार सोडून दिला!

अध्याय तेविसावा.

—:०:—

भीमजरासंधयुद्ध.

वैशंपायन सांगतात:—राजा जनमेजया, जरासंधाचा युद्ध करण्याविषयींचा निश्चय झाल्यावर वाग्विशारद श्रीकृष्णानें त्यास ह्मटलें:—हे जरासंध राजा, आम्हां तिघांपैकीं कोणाबरोबर युद्ध करावें असें तुझ्या विचारास येतें तें सांग, ह्मणजे त्याप्रमाणें तो युद्धार्थ सिद्ध होईल!

जनमेजया, श्रीकृष्णाचें भाषण श्रवण करून त्या महादेदीप्यमान मगधाधीशानें भीमसेनाशीं युद्ध करण्याचें मान्य केलें. नंतर गोरोचना, डाळिंब वगैरे वनस्पति, पुष्पें, इतर मंगलकारक पदार्थ, मुख्य मुख्य औषधें आणि दुःख व मूर्छा हरण करणारीं द्रव्यें घेऊन पुरोहित हा युद्धास प्रवृत्त झालेल्या जरासंधाच्या समीप प्राप्त झाला. मग त्यानें स्वस्तिपुण्याहवाचन करून जरासंधास सज्ज होण्याविषयीं आज्ञा दिल्यावर, क्षात्रधर्मास अनुसरून जरासंध युद्धास सिद्ध झाला. त्यानें मुकुट काढून ठेवून केश घट्ट बांधिले, आणि अशा प्रकारें युद्धासाठीं पुढें सरून उभा राहिला कीं, जणू काय महासागरच मर्यादेचें अतिक्रमण करून पुढें सरसावला असें वाटलें!

राजा जनमेजया, नंतर त्या भीमपराक्रमी महाचतुर जरासंधानें भीमास ह्मटलें, "भीमा, तुझ्या बरोबर मी युद्ध करीत आहें. बलवानाशीं युद्ध करून त्यात अपजय प्राप्त झाला तरी त्याची योग्यता विशेष असते!" परिक्षिता, भीमाला जरासंध ह्याप्रमाणें ह्मणाला; व बलनामक दैत्य जसा इंद्रावर धावून गेला होता, तसा तो जरासंध भीमावर धावून गेला. इकडे जरासंध सज्ज होऊन भीमावर धावून येणार, तों श्रीकृष्णानें भीमाला स्वस्तिवाचन वगैरे करून युद्धाची आज्ञा दिली होतीच. जरासंध आपल्यावर चाल करून आला असें पाहून भीम श्रीकृष्णाच्या कानाशीं लागला, व त्याची सल्ला घेऊन युद्ध करण्यासाठीं जरासंधाशीं भिडला!

नंतर ते दोघे पुरुषव्याघ्र मोठ्या उल्हासानें जयश्रीची इच्छा धरून बाहुयुद्धास प्रवृत्त झाले. प्रथम त्यांनीं एकमेकांचे हात धरून पादवंदन केलें; आणि दंड असे ठोकिले कीं, त्यांबरोबर बाहुभूषणांचे बंद कंपायमान झाले. पुढें त्या एकमेकांनीं एकमेकांचे खांदे धरिले, आणि त्यांवर एकसारखे मुष्टींचे प्रहार चालविले. नंतर ते परस्परांला धडक्या देऊं लागले, व एकमेकांना एकमेक घासूं लागले, मग त्यांनीं हातांचे, पायांचे, बगलेंतले वगैरे अनेक पेंच केले, आणि गालांवर कपाळें हाणिलीं, तेव्हां विजेसारख्या ठिणग्या पडल्या! नंतर त्यांनीं बाहूंनीं एकमेकांस विळखे घातले, व पायांनीं एकमेकांच्या स्नायूंवर प्रहार केले. पुढें त्यांनीं परस्परांच्या छातीवर हातांनीं घांव घातले, व दोनी हातांची एकत्र मूठ वळून परस्परांचीं मस्तकें हाणिलीं. नंतर ते एकमेकांचे हात मुरगळून हत्तींसारखे गर्जना करूं लागले, व एकमेकांकडे रोखून पाहून एकमेकांवर मुष्टि हाणूं लागले. पुढें, चवताळलेल्या सिंहांप्रमाणें त्यांनीं परस्परांस ओढिलें, व मग त्यांची झोंबाझोंबी सुरू झाली. नंतर त्यांनीं आपलीं अंगें एकमेकांवर घासण्यास आरंभ केला, व बाहूंनीं एकमेकांस घट्ट धरून उरावर मुठींचे प्रहार हाणिले. पुढें त्यांनीं कमरेवर व बरगड्यांत मोठ्या जोरानें कोंपरें मारण्यास सुरुवात केली, आणि तेव्हां ते दोघेही पटाईत मल्ल अंग चोरून एकमेकांचे प्रहार चुकवूं लागले. अशा प्रकारें चुकवाचुकवीस प्रारंभ झाल्यावर त्यांनीं तो क्रम सोडून दिला, व मग ते पोटाला विळखा घालून परस्परांना उरापर्यंत व गळ्यापर्यंत उचलून खालीं टाकूं लागले. नंतर त्यांनीं बाहुयुद्धांतील मर्यादा सोडून दिल्या, व एकमेकांच्या पाठी भूमीला लावून कोंपरांनीं एकमेकांच्या उदरादिकांवर व मुठींनीं एकमेकांच्या मस्तकांवर प्रहार आरंभिले; आणि पुढें ते परस्परांचे हात, पाय, मान वगैरे तृणासारखे पिळूं लागले; व हुलकावणीनें भलभलत्याच ठिकाणीं मुष्टिप्रयोग करूं लागले!

राजा जनमेजया, ह्याप्रमाणें जरासंध व भीम ह्यांचें तें मल्लयुद्ध आणखी अनेक प्रकारांनीं झालें. त्यांचें तें अपूर्व युद्ध पाहण्याकरितां गिरिव्रज नगरांतील सहस्रावधि ब्राह्मण, क्षत्रिय, वैश्य, शूद्र, स्त्रिया, वृद्धजन वगैरे मंडळींची त्या दोघांच्या भोंवतीं इतकी गर्दी जमली होती कीं, मुंगीचा सुद्धां रिघाव होणें कठिण होतें! जनमेजया, ते दोघे प्रबळ वीर जेव्हां एकमेकांस धडक्या देत, मानेला हिसका देऊन एकमेकांना खालीं पाडीत व एकमेकांना उताणें पाडण्यासाठीं पाय ओढीत, तेव्हां जणू काय पर्वतावर वज्रच आदळत आहे असा भास होई. कारण, त्या उभयतांस युद्धाविषयीं अत्यंत उल्हास असून त्यांच्या अंगीं बळही तसेंच होतें; आणि आपला प्रतिस्पर्धी कोठें व कसा फसेल ह्याविषयीं ते दोघेही जयेच्छु वीर कसे अगदीं तक्षकदृष्टीनें टपलेले होते! राजा जनमेजया, तें युद्ध पाहून, प्रत्यक्ष इंद्र व वृत्रासुर ह्यांचेंच युद्ध चाललें आहे असें लोकांस वाटलें; व ते भीमजरासंध जेव्हां एकमेकांना लोटूं लागले, तेव्हां प्रेक्षकसमूह मागें मागें सरत चालला. राजा, नंतर त्या मल्लांनीं एकमेकांस मागून ढकलिलें, पुढें ओढिलें, तोंडघशीं पाडिलें, भूमीवरून फरफर ओढिलें, व मध्यें गुडघे घालूनही आदळलें! नंतर त्यांनीं परस्परांची निर्भर्त्सना केली, व पाषाणांच्या एकसारख्या प्रहारांप्रमाणें एकमेकांवर मुष्ट्यादिकांचे एकसारखे घांव घातले! राजा, त्या प्रबल वीरांचे बाहु म्हणजे केवळ लोहाच्या अर्गळाच होत्या, व त्यांच्या योगें ते एकमेकांना अडवून धरीत होते. असो.

त्या महात्म्यांचें तें भयंकर युद्ध कार्तिक शुद्ध प्रतिपदेस सुरू झालें; व मध्यंतरीं आहार वगैरे झाल्यावांचून एकसारखें रात्रंदिवस अविश्रांतपणानें त्रयोदशीपर्यंत चाललें होतें. चतुर्दशीस रात्रौ जरासंध थकला, व माघार घेण्याच्या बेतांत आला; पण इतक्यांत जरासंधाची ती अवस्था पाहून श्रीकृष्णानें जणू काय आपला अभिप्राय पर्यायानें व्यक्त करण्याकरितां भीमाला ह्मटलें, "बा भीमा, समरभूमीवर शत्रूला ग्लानि येऊन तो पेंचाटींत सापडल्यास त्यास पीडा करणें प्रशस्त नाहीं. अशा शत्रूवर जर पूर्ण पराक्रम गाजविला, तर तो तात्काळ मरतो; ह्याकरितां, क्लांत झालेल्या जरासंधाला तूं पीडा करूं नको. तो जसें युद्ध करील, तसेंच तूं युद्ध कर."

राजा जनमेजया, श्रीकृष्णाचें भाषण श्रवण करून भीमाची दृष्टि जरासंधाच्या क्लांत अवस्थेवर गेली; व त्या बलाढ्य जरासंधाचा वध करावयास ही योग्य संधि आहे, असें मनांत आणून तो त्यास मारण्यास सिद्ध झाला!

अध्याय चोविसावा.

—:०:—

जरासंधाचा वध.

वैशंपायन सांगतातः—राजा जनमेजया, श्रीकृष्णाचा उद्देश मनांत आणून जरासंधास मारण्याला भीमसेन सिद्ध झाला खरा; परंतु आपल्या हातून हें कार्य घडेल किंवा नाहीं ह्याबद्दल यथास्थित विचार करून तो श्रीकृष्णास ह्मणाला, "हे यादवेश्वरा, जरी मी ह्या पातक्याचा वध करण्यास सिद्ध झालों आहें, तरी माझ्या हातून हें कार्य घडेल, असें मला वाटत नाहीं; कारण, ह्याचें बल माझ्यापेक्षां अधिक आहे."

जनमेजया, भीमाचे ते उद्गार ऐकून श्रीकृष्णानें त्वरा करून पुनः त्यास ह्मटलें, भीमा, अगदीं कालावधि करूं नको; तुझ्या अंगीं जें कांहीं दैविक सामर्थ्य असेल, किंवा वायूपासून तुला जें कांहीं वीर्य प्राप्त झालें असेल तें सर्व आज जरासंधाशीं युद्ध करितांना प्रकट कर."

राजा परिक्षिता, भगवान श्रीकृष्णाची आज्ञा होतांच भीमानें जरासंधाला एकदम उचलून शंभर वेळां गरगर फिरविलें, आणि भूमीवर त्याची पाठ गुढघ्यांनीं वांकवून तिचा चुराडा करून टाकिला! नंतर त्यानें मोठी गर्जना करून जरासंधाची एक तंगडी वर ओढिली, व त्याचें शरीर फाडून त्याच्या दोन चिरफळ्या केल्या! राजा जनमेजया, ह्याप्रमाणें जरासंधाच्या देहाची ओढताण व भीमाची गर्जना चालू असतां भयंकर ध्वनि उत्पन्न झाला, आणि त्यामुळें सर्व प्राणी घाबरून गेले. राजा, त्या समयीं मागध देशांतील सर्व लोक भयाकुल झाले व स्त्रियांचे गर्भ भराभर पतन पावले! भीमसेनाचा तो शब्द ऐकून एक हिमालय पर्वताचा स्फोट झाला असावा, किंवा पृथ्वी तरी विदीर्ण झाली असावी; असें त्या मागधीय लोकांस वाटलें! असो; राजा जनमेजया, ह्याप्रमाणें जरासंधाचा भीमानें वध केला, व नंतर ते त्रिवर्ग बंधु–श्रीकृष्ण, भीम व अर्जुन–हे त्या मृत झालेल्या जरासंधास रात्रीच्या प्रहरीं राजवाड्याच्या द्वारापाशीं निद्रित असल्याप्रमाणें ठेवून तेथून निघून गेले!

राजांची मुक्तता.

राजा परिक्षिता, ह्याप्रमाणें श्रीकृष्णानें भीमाकरवीं जरासंधाचा वध केल्यानंतर त्यानें त्या मगधाधिपतीचा ध्वजपताकेनें शोभणारा रथ जोडिला; व त्यांत भीमार्जुनांस बसवून, जरासंधानें जे राजे कोंडून ठेविले होते, त्यांची मुक्तता केली! राजा जनमेजया, त्या दीन

राजांची प्राणसंकटांतून सुटका होतांच ते श्रीकृष्णापाशीं आले, व त्यांनीं मोठमोठीं अनेक रत्नें त्यास अर्पिलीं. मग भगवान श्रीकृष्णानें त्या सर्व राजांस दिव्य रथांत बसविलें व ते सर्व जन गिरिव्रज नगरातून बाहेर पडले. हे कुरुकुलावतंसा, त्या प्रसंगीं त्या

रथाची शोभा

फार अवर्णनीय दिसली. त्यावर भगवान श्रीकृष्ण सारथ्य करीत होते; आणि भीमसेन व अर्जुन हे आंत वीरासनीं अधिष्ठित होते! ह्यामुळें, सर्व धनुर्धरांस अजिंक्य असा तो रथ अतिशयच शोभत होता! राजा जनमेजया, भगवान श्रीकृष्ण हे प्रस्तुत प्रसंगीं ज्या रथांत अधिष्ठित झाले होते, तो रथ मोठा लोकोत्तर होता. बृहस्पतीची भार्या जी तारा, तिच्यामुळें प्रवृत्त झालेल्या युद्धांत इंद्र व विष्णु हे ह्याच रथांत आरूढ होऊन समरांगणांत संचार करीत असत. ह्या रथाची कांति तापलेल्या सुवर्णाप्रमाणें झळाळत असून त्यास लहान लहान घंटांच्या माळा बांधिल्या होत्या. तो रथ चालत असतां मेघांप्रमाणें गंभीर शब्द होत असे; व त्यांतून स्वारी करणाऱ्यास केव्हाही अपयश येत नसे. राजा जनमेजया, ह्या रथांतून इंद्रानें नव्याण्णव दानवांचा वध केला. असो. अशा प्रकारच्या त्या दिव्य रथावर ते वीरपुंगव आरूढ झाले, तेव्हां त्यांस मोठा आनंद झाला. पुढें लवकरच त्या श्रेष्ठ रथांत भगवान श्रीकृष्ण, भीम व अर्जुन अधिष्ठित आहेत असें पाहून मागधीय लोकांस मोठा विस्मय वाटला. राजा, त्या वायुवेगानें चालणाऱ्या रथास दिव्य अश्व लाविले असून त्यावर भगवान श्रीकृष्ण विराजमान होते; ह्यामुळें मोठी अद्वितीय शोभा दिसत होती. जनमेजया, त्या अपूर्व रथावर जो ध्वज फडकत होता, तो रथाच्या वर अधांतरीं होता. तो केवळ दैविक शक्तींनेंच लटकलेला होता. रथ एक योजनावर आहे तोंच तो इंद्रधनुष्याप्रमाणें महादेदीप्यमान ध्वज दृग्गोचर होत असे. असो. जनमेजया, अशा त्या दिव्य रथांत भीमार्जुनांसह श्रीकृष्ण अधिष्ठित असतां, श्रीकृष्णानें गरुडाचें स्मरण केलें, तेव्हां तो तात्काळ त्या ठिकाणीं प्राप्त होऊन त्या रथावर आरूढ होतांच, एखाद्या उंच वृक्षाप्रमाणें तो रथ भासूं लागला! सर्पभक्षक गरुड त्या रथावर बसतांच, त्याच्या बरोबर भूतगण आपलीं मुखें विवृत्त करून गर्जना करीत ध्वजावर येऊन बसलीं; आणि मग मध्यान्हींच्या सूर्याप्रमाणें त्याचें तेज दुःसह होऊन त्याकडे कोणालाही पाहवेनासें झालें! राजा जनमेजया, तो रथ वृक्षादिकांना अडकत नसे, किंवा शस्त्रादिकांनीं त्यास इजा होत नसे; आणि तो स्वर्गलोकांतला रथ असतांनाही मनुष्यांना मृत्युलोकीं दिसत असे! जनमेजया, अशा त्या दिव्य रथांत बसून श्रीकृष्ण, भीम व अर्जुन हे गिरिव्रज नगरांतून बाहेर पडले, तेव्हां त्या रथाचा ध्वनि मेघाप्रमाणें गंभीर होऊं लागला. असो. राजा, हा दिव्य रथ इंद्रापासून वसुराजाला मिळाला होता; वसुराजापासून बृहद्रथानें मिळविला होता; व बृहद्रथापासून ओघानेंच तो जरासंधाकडे आला होता.

राजा; जनमेजया, भगवान श्रीकृष्ण त्या दिव्य रथांतून गिरिव्रज नगराच्या बाहेर गेल्यावर त्यांनीं सपाट प्रदेशावर तो रथ उभा केला. तेथें गिरिव्रज नगरांतील ब्राह्मणप्रमुख सर्व लोक त्यांच्या सत्कारासाठीं जमले, व त्यांनीं यथाविधि पूजन करून त्या त्रिवर्ग बंधूंचा बहुमान केला. नंतर बंधांतून विमुक्त झालेल्या राजांनीं अर्घ्यपाद्यादिकांनीं श्रीकृष्णाची पूजा केली, व त्यास स्तुतिपूर्वक म्हटलें, " हे देवकीनंदना, तुझें अद्वितीय शौर्य

व त्यांत आणखी भीमार्जुनांचे साहाय्य, तेव्हां तुमच्याकडून धर्माचें प्रतिपालन झालें ह्यांत नवल तें काय आहे ? जरासंधरूप घोर ह्रदयांतील दुःखरूप चिखलांत बुडून जात असतां आह्मां दीन राजांना तूं तारिलेंस, हें तुझ्या ठायीं सयुक्तिकच आहे. हे यादवेश्वरा श्रीहरे, गिरिव्रज नगरांतील महाभयंकर किल्ल्यांत कोंडून ठेविलेल्या आह्मांला सदैवानें सोडविल्यामुळें तूं अत्यंत उज्ज्वल कीर्ति मिळविलीस. देवा, आह्मीं काय करावें तें आह्मांस सांग; आह्मी तुझे अगदीं दास आहों. तूं जी आज्ञा करशील, ती कितीही दुष्कर असली तरी आह्मी तात्काळ पूर्ण करूं."

वैशंपायन सांगतात:—राजा जनमेजया, बंधांतून मुक्त झालेल्या राजांची प्रार्थना श्रवण करून भगवान हृषीकेश श्रीकृष्ण त्यांस गौरवून ह्मणाला:—नृपहो, युधिष्ठिर राजा राजसूय यज्ञ करण्याची इच्छा करीत आहे. ह्यास्तव साम्राज्यपद प्राप्त व्हावें म्हणून यत्न करणाऱ्या त्या धर्मशील युधिष्ठिराला तुह्मीं सर्वांनीं मनापासून साहाय्य करावें. जनमेजया, श्रीकृष्णाची आज्ञा श्रवण करून त्या सर्व भूपालांनीं मोठ्या प्रेमानें त्या आज्ञेचा अंगीकार केला, व त्यांस बरें आहे, असें उत्तर देऊन ते त्याजबरोबर धर्मराजास भेटण्याकरितां निघाले. त्या राजांनीं श्रीकृष्णास पुष्कळ रत्नें समर्पिलीं, पण तीं घ्यावीं असें श्रीकृष्णास वाटेना; परंतु अखेरीस त्या राजांविषयीं श्रीकृष्णाचें मन फारच द्रवलें, व त्यांच्या संतोषाकरितां ह्मणून त्यानें त्यांचा स्वीकार केला.

राजा जनमेजया, इतक्यांत जरासंध राजाचा पुत्र महात्मा सहदेव हा, अमात्य व स्वजन ह्यांसह पुरोहितास बरोबर घेऊन त्या स्थळीं प्राप्त झाला; व बहुत रत्नें श्रीकृष्णाच्या पुढें ठेवून मोठ्या विनयानें हात जोडून उभा राहिला. तेव्हां त्या लोकनायकानें, भयभीत झालेल्या त्या जरासंधपुत्रास अभय दिलें; व त्यानें अर्पण केलेल्या उंची रत्नाचा अंगीकार करून त्यास तेथच्या तेथेंच राज्याभिषेक केला. राजा जनमेजया, ह्याप्रमाणें श्रीकृष्णाची व सहदेवाची मैत्री घडून पुढें भीमार्जुनांची व सहदेवाची मैत्री जमली; आणि सुहृदवाचा सर्वांनीं सत्कार केल्यावर तो पुनः गिरिव्रज राजधानींत परत गेला.

राजा जनमेजया, ह्याप्रमाणें श्रीकृष्ण व भीमार्जुन हे विजयी झाले, आणि विपुल रत्नें बरोबर घेऊन त्या जरासंधपुरींतून पुनः इंद्रप्रस्थास जाण्यासाठीं निघाले, व लवकरच धर्मराजास येऊन भेटले. राजा, इंद्रप्रस्थास आल्यावर श्रीकृष्ण मोठ्या हर्षानें युधिष्ठिरास ह्मणाला:—हे धर्मराजा, सुदैवानें भीमाच्या हातून बलिष्ठ जरासंधाचा वध होऊन त्याच्या बंदिशाळेंतील राजे मुक्त झाले. राजा, हे पहा भीमार्जुन कांहींएक अपकार न होतां सुखरूपपणें येथें परत आले आहेत !

राजा जनमेजया, नंतर युधिष्ठिरानें अर्घ्यपाद्यादिकांनीं श्रीकृष्णाची पूजा केली, आणि मोठ्या उल्हासानें भीमार्जुनांस आलिंगन दिलें. असो. ह्याप्रमाणें जरासंधाचा वध होऊन भीमार्जुनांस लोकोत्तर जय मिळाल्यावर अजातशत्रु धर्मराजा आपल्या भ्रात्यांसहवर्तमान मोठा आनंदित झाला. नंतर, गिरिव्रज नगरींतून श्रीकृष्णाबरोबर जे राजे इंद्रप्रस्थास आले होते, त्यांच्या भेटी ज्यांच्या त्यांच्या वयाप्रमाणें, भ्रात्यांसहवर्तमान युधिष्ठिरानें घेतल्या; आणि त्यांचा सत्कार करून त्यांस निरोप दिला. नंतर ते सर्व राजे मोठ्या आनंदानें उत्तमोत्तम वाहनांवरून सत्वर आपआपल्या नगरांत गेले.

श्रीकृष्णाचें द्वारकेस गमन.

राजा जनमेजया, ह्या प्रकारें महाबुद्धिमान पुरुषश्रेष्ठ जनार्दनानें बुद्धिपुरःसर पांडवांच्या हस्तें जरासंधाचा वध करविला; आणि नंतर धर्मराज, कुंती, द्रौपदी, सुभद्रा, भीमसेन, अर्जुन, नकुल, सहदेव व धौम्य मुनि ह्यांचा निरोप घेतला. मग तो जगदात्मा, पूर्वीं धर्मराजानें पाठविलेल्या ज्या मनोजव दिव्य रथांतून द्वारकेहून इंद्रप्रस्थास आला होता, त्याच रथांत आरूढ झाला; व आपल्या मनोहर कीर्तीनें दाही दिशा दुमदुमित करीत पुनः आपल्या नगरीस (द्वारकेस) परत जाण्यास निघाला. त्या समयीं मंगलमूर्ति

श्रीकृष्णास धर्मप्रमुख पांडवांनीं प्रदक्षिणा केली, आणि मग ती भगवंताची स्वारी मार्ग क्रमू लागली.

पारिक्षिता, श्रीकृष्ण परमात्मा द्वारकेस गेल्यावर इकडे पांडवांनीं महान् महान् जय मिळविले; आणि राजे लोकांस अभय देऊन आपलें अनुपम यश चोहोंकडे प्रसृत केलें. त्यामुळें द्रौपदीस अत्यंत आनंद झाला. राजा, त्या प्रसंगीं धर्म. काम व अर्थ हे त्रिविध पुरुषार्थ वृद्धिंगत करण्याकरितां जें जें कर्तव्य उचित होतें, तें तें सर्व युधिष्ठिरानें यथाविधि केलें, व प्रजांना संतोष देऊन उत्कृष्ट लौकिक संपादिला.

दिग्विजयपर्व.

अध्याय पंचविसावा.

—:०:—

दिग्विजयाचें संक्षिप्त कथन.

वैशंपायन सांगतात :—राजा जनमेजया; तें श्रेष्ठ गांडीव धनुष्य, मोठेमोठे अक्षय भाते, दिव्य रथ व ध्वज, आणि ती अपूर्व सभा प्राप्त झालेली अवलोकन करून अर्जुन धर्मराजास ह्मणाला, "हे युधिष्ठिरा, धनुष्य, अस्त्र, दिव्य पराक्रम, श्रीकृष्णासारखा साहाय्यकर्ता, दुर्ग, बल व कीर्ति ह्या सर्व अपेक्षित दुर्लभ वस्तु आपणांस प्राप्त झाल्या आहेत; तेव्हां आतां राजसूय यज्ञाच्या परिसमाप्तीसाठीं धनभांडागार वृद्धिंगत करावें असें मला वाटतें. ह्याकरितां मी सर्व भूपतींपासून करभार घेऊन येतों. प्रथम मी उत्तर दिशेस धनाधिपति कुबेर ह्याच्या राज्यांत सुमुहूर्तीं प्रयाण करण्याची इच्छा करीत आहें."

वैशंपायन सांगतातः—राजा जनमेजया, अर्जुनाचें तें भाषण श्रवण करून धर्मराज युधिष्ठिरानें प्रेमळपणानें व गांभीर्यानें ह्मटलें, "बा अर्जुना, सत्पात्र ब्राह्मणांकरवीं स्वस्तिवाचनादि मंगलप्रद विधि करवून दुष्टांस शासन करण्यासाठीं व सुष्टांस आनंद देण्यासाठीं तूं प्रयाण कर. बा भारतश्रेष्ठा, तुला निश्चयानें विजय मिळेल व तुझे मनोरथ सिद्धीस जातील." राजा जनमेजया, धर्मराजाची ह्याप्रमाणें आज्ञा झाल्यावर, अद्भुत कर्में करणाऱ्या त्या अग्निदत्त दिव्य रथांत पार्थ अधिष्ठित झाला; व मोठें सैन्य बरोबर घेऊन सुमुहूर्तीं दिग्विजयास बाहेर पडला. नंतर तो महापराक्रमी भीमसेन व ते पुरुषश्रेष्ठ नकुल-सहदेव ह्यांनींही धर्मराजाच्या आज्ञेनें तोच क्रम स्वीकारिला.

जनमेजया, कुबेरानें पालन केलेली ती उत्तर दिशा अर्जुनानें जिंकून घेतली; भीमानें पूर्व दिशेस विजय मिळविला; सहदेवानें दक्षिण दिशा वश केली; व अस्त्रें जाणणाऱ्या नकुलानें पश्चिम दिशेस पांडवाचें आधिपत्य स्थापिलें. राजा पारिक्षिता, ह्याप्रमाणें चारही भ्रात्यांनीं सर्व पृथ्वी जिंकून विपुल लक्ष्मी इंद्रप्रस्थास आणिली, तेव्हां धर्मराज युधिष्ठिर सुहृद्गणांसमवेत अतुल वैभवानें शोभूं लागला.

अध्याय सव्विसावा.

—:०:—

अर्जुनाचा दिग्विजय.

जनमेजय राजा विचारतोः—अहो ब्रह्मवर्य, तुह्मीं दिग्विजयाचें संक्षिप्त वर्णन केलें, तेवढ्यानें माझें समाधान होत नाहीं; ह्यास्तव तो सर्व इतिहास तुह्मीं विस्तृतपणें निरूपण करा; कारण पूर्वजांचीं तीं दिव्य चरित्रें मला अधिकाधिकच ऐकावींशीं वाटतात.

वैशंपायन सांगतातः—राजा, बरें आहे. भीमादिक पांडुपुत्रांनीं ही सर्व पृथ्वी एकाकालींच जिंकिली, परंतु प्रथम मीं तुला, अर्जुनानें कसा दिग्विजय केला तो सर्व इतिहास सांगतों.

राजा, त्या महाधनुर्धर अर्जुनानें प्रथमारंभीं कुलिंद देशांतील भूपाल आपल्या हस्तगत करून घेतले. त्यांस जिंकण्यास त्यास फारसा पराक्रम गाजवावा लागला नाहीं. नंतर त्यानें आनर्त व कालकूट ह्या देशांवर आपलें वर्चस्व स्थापून सुमंडल राजाचा सैन्यासुद्धां पराजय केला. पुढें अर्जुन सुमंडलासह शाकलद्वीप व प्रतिविंध्य

राजा ह्यांवर चालून गेला. त्या समयीं शाकलद्वीपांतील व सप्तद्वीपांतील सर्व राजांशीं अर्जुनाच्या सैन्याचें घोर युद्ध झालें. जनमेजया, त्या महापराक्रमी राजांना सुद्धां अर्जुनानें जिंकिलें, आणि त्या सर्व राजांसहित प्राग्ज्योतिष देशावर त्यानें स्वारी केली. राजा, त्या प्रग्ज्योतिष देशाचा अधिपति भगदत्त नांवाचा होता, त्याजबरोबर अर्जुनाचें अत्यंत भयंकर युद्ध झालें. राजा, त्या देशांत किरात, चीन व दुसरे पुष्कळ सागरतीरवासी योद्धे होते, त्यांसहवर्तमान भगदत्त राजानें अर्जुनाशीं आठ दिवस संग्राम केला; आणि नंतर अर्जुनाचें बळ पूर्ववत् ठाम आहे असें अवलोकन करून प्रसन्न मुद्रेनें भगदत्त म्हणाला, "हे रणधुरंधरा कौरवनंदना, तुझ्या अंगीं जें हें अद्वितीय क्षात्र तेज वसत आहे, तें तुझ्या इंद्रांशास अनुरूपच होय. पार्था, मी महेंद्राचा सखा असून युद्धामध्यें अगदीं तत्तुल्य आहें; परंतु तुझ्यापुढें युद्ध करण्यास माझ्या ठिकाणीं सामर्थ्य नाहीं. ह्यास्तव, हें पांडुनंदना, तुझा कोणता मनोरथ असेल तो मला सांग, म्हणजे तो मी परिपूर्ण करितों."

अर्जुन म्हणालाः—हे भगदत्ता, कुरुश्रेष्ठ धर्मपुत्र युधिष्ठिर हा मोठा सत्यवक्ता, धर्मशील, यज्ञयाग करणारा, व याचकांस विपुल दक्षिणा देणारा असा असून सार्वभौमपदप्राप्तीच्या इच्छेनें राजसूय ऋतु करण्याची इच्छा करीत आहे, तर त्यास त्वां करभार द्यावा. राजा भगदत्ता, तूं माझ्या पित्याचा मित्र असून माझ्यावर तुझें प्रेम फार आहे; म्हणून तुझ्यावर हुकमत चालवावी, असें मला वाटत नाहीं. ह्यास्तव तूं प्रेमानेंच खंडणी द्यावी हें उचित आहे.

भगदत्त म्हणालाः—हे कुंतीपुत्रा, जसें तुझ्यावर माझें प्रेम आहे, तसेंच युधिष्ठिरावरही माझें प्रेम आहे, ह्यास्तव तुला करभार तर मी अर्पण करितोंच, पण आणखी तुझा कोणता मनोरथ आहे, तो विदित कर.

अध्याय सत्ताविसावा.

—:०:—

अर्जुनकृत नानादेशजय.

वैशंपायन सांगतातः—राजा जनमेजया, भगदत्ताचें भाषण ऐकून अर्जुनानें त्यास उत्तर दिलें, "हे भगदत्ता, तूं करभार देण्याचें कबूल केलेंस, एवढ्यानेंच आमचें सर्व कार्य सिद्धीस जाईल; ह्यास्तव तूं आणखी कांहीं करावयास नको." राजा पारिक्षिता, ह्या प्रकारें भगदत्तास वश करून घेऊन कुंतीपुत्र विक्रमशाली धनंजय प्राग्ज्योतिष देशांतून उत्तर दिशेस कुबेराच्या मुलुखांत शिरला. तेथें त्यानें अंतर्गिरि, बहिर्गिरि, उपगिरि व सर्व पर्वत जिंकून घेतले, आणि त्या प्रदेशांत वास करणाऱ्या सकल भूपतींस स्वाधीन करून घेऊन त्या सर्वांपासून खंडणी ग्रहण केली, व त्यांचीं राज्यें त्यांजकडेच ठेवून त्या सर्वांसह तो उलूक देशांत बृहन्त राजावर चालून गेला. राजा जनमेजया, तो बृहन्त राजा उत्तम मृदंगाच्या, रथचक्रांच्या व महान हत्तींच्या दिव्य घोषानें सर्व भूमंडल कंपायमान करीत असे. आपणावर अर्जुन चालून आला, असें जाणून तो तात्काळ चतुरंग सैन्यानिशीं नगरांतून बाहेर पडला, व त्यानें अर्जुनाबरोबर घोर युद्ध आरंभिलें. राजा, त्या समयीं अर्जुन व बृहन्त ह्यांचा भयंकर संग्राम झाला, आणि अखेरीस धनंजयाच्या पराक्रमापुढें त्याचें कांहीं चालेनासें होऊन, इतरांना अजिंक्य असा तो पर्वताधिपति बृहन्त राजा सर्व प्रकारच्या रत्नकोशांसहित अर्जुनास शरण आला. नंतर अर्जुन बृहन्ताचें तें राज्य

त्याकडेच ठेवून त्यासहवर्तमान सेनाबिंदूवर चाल करून गेला; व त्यास राज्यपदावरून काढून टाकून प्रजाजनांनीं गजबजून गेलेले मोदापुर, वामदेव, सुदामा व उत्तरउलूक ह्या देशांचे राजे त्यानें एकत्र मिळविले, आणि त्यांजकडून धर्मराजाचें आधिपत्य कबूल करून घेतलें. पुढें अर्जुन तेथेंच राहिला, व त्यानें तेथूनच धर्मराजाच्या आज्ञेप्रमाणें आपल्या सैनिकांकरवीं पंचगण देश आपल्या ताब्यांत आणिला, राजा जनमेजया, नंतर तो विजयशाली अर्जुन पंचगण देशांतील भूपालांसमवेत सेनाबिंदु राजाच्या देवप्रस्थ नामक राजधानीस गेला,व त्यानें तेथें चतुरंग दळासहित वास्तव्य केलें. पुढें बरोबरच्या सर्व राजांसमवेत तो महापराक्रमी धनुर्धर पार्थ, पौरव कुलांतील विश्वगश्व राजावर चालून गेला, आणि पर्वतांत राहणाऱ्या सर्व महारथांचा युद्धांत पराभव करून त्यानें राजधानी हस्तगत केली; व विश्वगश्व राजास जिंकून पर्वतांत राहणाऱ्या सात प्रकारच्या रानवट चोरट्यांचा विध्वंस उडविला.

राजा जनमेजया, ह्याप्रमाणें विश्वगश्व राजाला व पर्वतांतील चोरट्यांना जिंकल्यानंतर, तो क्षत्रियाग्रणी पार्थ काश्मीराकडे वळला. तेथें जे वीर त्याच्याशीं युद्ध करण्यास आले, त्यांचा त्यानें पराभव केला; व त्या प्रांतांतील दहा मांडलिक नृपांसह लोहित राजास आपल्या ताब्यांत आणिलें नंतर त्रिगर्त, दार्व व कोकनद ह्या देशांतील अनेक क्षत्रियांनीं पार्थास विपुल करभार दिला. पुढें त्या कौरवनंदनानें अत्यंत रमणीय अशी अभिसारीनामक नगरी जिंकून घेतली, व उरगवासी रोचमानाचा युद्धांत पराजय केला. मग, चित्रायुधानें रक्षण केलेलें सिंहपुरनामक सुंदर नगर धनंजयानें समरभूमीवर पराक्रम गाजवून उडवून टाकिलें. नंतर त्यानें सुह्म व चोल ह्या देशांवर सर्व सैन्यासह चाल केली, व त्या देशांचा नाश करून तो बाल्हिक देशांत शिरला. राजा, ह्या बाल्हिक देशांत भयंकर रण माजलें, व त्यांत मोठा संहार होऊन अखेरीस त्या देशांतील सर्व अजिंक्य राजे अर्जुनाच्या हस्तगत झाले. पुढें निवडक वीर बरोबर घेऊन इंद्रपुत्र अर्जुन कांबोज व दरद ह्या देशांवर चालून गेला, आणि त्यांतील राजांचा पराभव करून त्यानें त्यांस स्वाधीन करून घेतलें. नंतर अर्जुनानें ईशान्य दिशेस वनामध्यें वास करणाऱ्या चोरट्या लोकांचा पराभव करून त्या प्रांतांतील लोकांस सुखी केलें. मग अर्जुनानें लोह, परमकांबोज व उत्तरऋषिक ह्या देशांवर हल्ला केला, आणि तेथें एकवटलेल्या सर्व राजांना जिंकून घेतलें. राजा जनमेजया, त्या देशांत ऋषिकांचा व अर्जुनाचा फारच भयंकर संग्राम झाला; आणि तो पाहून, केवळ देवांचा व दैत्यांचाच संग्राम चालला आहे, असें भासलें. राजा, त्या युद्धांत अर्जुनानें ऋषिकांचा पराभव करून त्यांपासून शुकोदरवर्णाचे आठ अश्व करभार म्हणून ग्रहण केले. पुढें तो महाप्रतापनिधि अर्जुन उत्तरऋषिकांवर चालून गेला, व त्यानें त्यांजबरोबर युद्ध करून त्यांजपासून मयूरवर्णाचे व शीघ्रगामी असे अनेक अश्व खंडणीदाखल ग्रहण केले. अ०. ह्याप्रमाणेंच त्यानें हिमवान व निष्कुट पर्वतावर स्वारी करून त्यावरील लोकांचा पराभव केला, आणि तो श्वेतपर्वतावर जाऊन तेथेंच राहिला.

अध्याय अठ्ठाविसावा.

—:०:—

अर्जुनकृत उत्तरदिग्विजय.

वैशंपायन सांगतातः–राजा जनमेजया, त्या पांडवश्रेष्ठ महाबलिष्ठ अर्जुनानें श्वेत पर्वताचें उल्लंघन करून किंपुरुषावासनामक देशावर स्वारी केली; आणि त्या देशाचा संरक्षक द्रुमपुत्र ह्मणून एक राजा होता, त्याशीं अर्जुनाचें घोर युद्ध होऊन त्यांत पुष्कळ क्षत्रिय पतन पावले. परंतु अखेरीस अर्जुनानें द्रुमपुत्रास जिंकून त्याजपासून करभार घेतला. राजा जनमेजया, किंपुरुषावास देश जिंकल्यानंतर अर्जुनानें सैन्यानिशीं हाटक देशावर चाल केली. तो देश गुह्यकांच्या स्वाधीन असून ते त्या देशाच्या संरक्षणाकरितां फार झटत होते. राजा, कोणाशीं कसें वर्तन ठेवावें हें पार्थास उत्तम माहीत असे, ह्यास्तव त्या परम दक्ष पांडव वीरानें गुह्यकांस सामानेंच आपलेंसें केलें; व नंतर मानस सरोवरावर जाऊन, तेथें ऋषिगणांनीं जे लहान लहान कालवे काढिले होते, ते त्यानें अवलोकन केले. नंतर त्यानें हाटक देशाच्या समीप असलेल्या व गंधर्वांनीं रक्षण केलेल्या प्रदेशावर चाल करून तो प्रदेश जिंकून घेतला. त्या स्थळीं त्यास तित्तिरिकल्मष व मंडूक ह्या नांवांचे उत्तम उत्तम अनेक अश्व खंडणीबद्दल मिळाले. तेथून तो लोकोत्तर वीर हरिवर्षांत प्रविष्ट झाला; आणि तोही देश हस्तगत करून घ्यावा असें त्यानें मनांत आणिलें. राजा, त्या देशातल्या राजधानीसमीप जेव्हां अर्जुन गेला, तेव्हां त्या नगराचे द्वारपाळ अर्जुनाजवळ प्राप्त झाले. ते मोठे पराक्रमी व बलिष्ठ असून त्यांचे देह अतिशय विशाल व पुष्ट होते. अर्जुनास पाहून ते मोठ्या आनंदानें त्यास ह्मणाले, "हे पार्था, हें पुर तुझ्यानें जिंकवणार नाहीं. ह्यास्तव तूं आतां परत जा. हें पुर तुझ्याशीं लढण्यास समर्थ आहे; अर्जुना, जो पुरुष ह्या नगरावर चाल करून येईल, त्याचा खचीत अंत होईल; ह्याकरितां, तूं आपला हा दिग्विजय येथेंच पुरा कर. बा पांडुतनया, तुझ्याविषयीं आमच्या मनांत प्रेम आहे, ह्मणून आम्ही मोठ्या कळकळीनें तुला सांगत आहों कीं, येथें जिंकण्यास योग्य असें कांहींएक दृश्य नाहीं, व ह्या उत्तरकुरु देशांत युद्ध म्हणून केव्हांही होत नसतें! ह्यास्तव, हे कुंतीपुत्रा, जरी तूं ह्या नगरांत प्रवेश केलास, तरी तुला कांहीं एक दिसणार नाहीं; ह्या स्थळीं मनुष्यदेहानें कोणतीही वस्तु दृश्य नाहीं. हे पुरुषव्याघ्रा, जर तुला हें नगर जिंकण्याव्यतिरिक्त दुसरें कांहीं कर्तव्य असेल तर तें तूं आम्हांस सांग, म्हणजे तुझ्यासाठीं आम्हीच तें कार्य करून टाकितों."

राजा जनमेजया, नंतर अर्जुन प्रसन्न मुद्रेनें त्या द्वारपालकांस म्हणाला, "द्वारपालहो, धर्मराजाला साम्राज्यपद प्राप्त व्हावें, हीच माझी इच्छा आहे. जर तुमच्या देशांत मानव प्राण्याचा प्रवेश होत नसेल, तर मी प्रवेश करीत नाहीं. पण तुम्ही इतकेंच करा कीं, तुम्ही युधिष्ठिराला कांहीं करभार अर्पण करून त्याच्या सार्वभौम आधिपत्यास तुम्ही आपली संमति द्या." राजा जनमेजया, नंतर हरिवर्षांतील त्या द्वारपालांनीं दिव्य वस्त्रें, दिव्य अलंकार, दिव्य दुकूलें, दिव्य अजिनें इत्यादि अनेक वस्तु करभार म्हणून अर्जुनास दिल्या. असो.

राजा परिक्षिता, ह्याप्रमाणें त्या वीरपुंगवानें उत्तर दिशा जिंकून घेतली. त्यानें त्या प्रसंगीं बहुत क्षत्रियांजवळ आणि लुटारू व चोरट्या लोकांजवळ युद्ध केलें. त्यानें अनेक

राजांस हस्तगत करून त्यांवर खंडणी बसविली, आणि त्या सर्वांपासून बहुविध रत्नांचे राशि ग्रहण केले. तसेंच त्यानें शुकोदरवर्णाचे तित्तिरिकल्मष व मयुराच्या वर्णाचे वायूप्रमाणें वेगवान असे दुसरे अश्व करादाखल मिळविले; आणि अखेरीस फारच अवाढव्य चतुरंग सैन्यासह तो आपल्या इंद्रप्रस्थ राजधानीस परत आला. नंतर अर्जुनानें रत्नें, अश्व वगैरे सर्व करभार धर्मराजाच्या स्वाधीन केला, व त्याची आज्ञा ग्रहण करून तो आपल्या मंदिरांत प्रविष्ट झाला.

अध्याय एकोणतिसावा.

—:०:—

भीमसेनाचा दिग्विजय.

वैशंपायन सांगतातः—राजा जनमेजया, महाधनुर्धर अर्जुन उतर दिशेस दिग्विजय करण्याकरितां गेला असतां, त्याच वेळीं महाबलिष्ठ भीमसेन धर्मराजाच्या आज्ञेनें पूर्व दिशेस दिग्विजय करण्यांत गुंतला होता. त्याच्या बरोबर चिलखतें घातलेलें मोठें अवाढव्य सैन्य असून, त्यांत अश्व, गज व रथ हे अतिशयित होते. राजा, तो पराक्रमी भीम अशा सैन्यासहित ज्या ज्या शत्रूंच्या राज्यांत जाई, त्यांस तात्काळ अतिशय भीति पडे. जनमेजया, अशा मोठ्या सेनेसहित भीम प्रथम पंचालांच्या विस्तीर्ण राजधानींत प्रविष्ट झाला. तेथें त्यानें सामादिक विविध उपाय योजून पंचालांना आपल्या अधीन करून घेतलें. नंतर त्या शूर भरतश्रेष्ठानें थोडक्याच काळांत गंडक व विदेह हे देश जिंकिले, आणि दाशार्ण देशाच्या सुधर्मानामक राजानें भीमसेनाशीं अंगावर कांटा येण्यासारखें घोर मल्लयुद्ध केलें. अखेरीस त्या युद्धांत भीमानें सुधर्म्यास जिंकिलें. पण त्या महात्म्याचा अपूर्व पराक्रम अवलोकन करून भीमानें त्यास आपल्या सैन्याचें आधिपत्य दिलें.

राजा जनमेजया, नंतर तो महाबलाढ्य भीमसेन पूर्व दिशेस वळला. राजा, त्याजबरोबर इतकें अफाट सैन्य होतें कीं, तें चालूं लागलें म्हणजे पृथ्वी अगदीं थरथर कांपूं लागे! पूर्व दिशेस वळल्यावर भीमसेनानें अश्वमेधाधिपति रोचमान राजावर हल्ला केला, व त्या राजास सेवकांसहवर्तमान मोठ्या पराक्रमानें जिंकून घेतलें. पुढें भीमसेनानें पूर्व दिशेस दुसरे अनेक राजे हस्तगत करून घेतले. पण त्यांस जिंकण्यास त्याला फारसें भयंकर कर्म करावें लागलें नाहीं.

जनमेजया, ह्याप्रमाणें पूर्व दिशा भीमाच्या हस्तगत झाल्यानंतर तो दक्षिण दिशेला पुलिंदनामक मोठ्या नगरास गेला, आणि त्यानें सुमित्रनामक सुकुमार राजाला वश करून घेतलें. राजा, पुढें तो महापराक्रमी वीर युधिष्ठिराच्या आज्ञेप्रमाणें महाबलाढ्य शिशुपालावर चालून गेला. तेव्हां भीमसेनाचा हेतु मनांत आणून चेदिराज शिशुपाल नगराच्या बाहेर आला, व त्यानें भीमसेनाचा सत्कार केल्यावर त्या उभयतांनीं एकमेकांस आप्तस्वकीयांची कुशलता विचारिली. नंतर चेदिराजानें ' सर्व तुझेंच आहे, ' असें भीमसेनास म्हटलें, व त्यास ' हा एवढा प्रयत्न कशाबद्दल आहे ? ' म्हणून मोठ्या आनंदानें विचारिलें. तेव्हां भीमानें शिशुपालास धर्मराजाची इच्छा कळविली; व शिशुपालानें ती मान्य करून भीमसेनास करभार अर्पण केला. राजा जनमेजया, नंतर भीम तेरा दिवस तेथें राहिला; व शिशुपालानें बहुमान केला तो स्वीकारून सैन्यादिकांसमवेत तेथून पुढें गेला.

अध्याय तिसावा.

—:०:—

भीमाचा दिग्विजय.

वैशंपायन सांगतातः— राजा जनमेजया, नंतर भीमसेनानें कुमार देशांत श्रेणिमान् राजाला आणि कोसल देशांत बृहद्बल राजाला जिंकिलें. पुढें तो अयोध्येस गेला, आणि तेथें त्यानें महाधार्मिक व महाबलवान अशा दीर्घयज्ञ राजास फारसें भयंकर कर्म न करितां आपल्या हस्तगत केलें. नंतर त्यानें गोपालकक्ष व उत्तरकोसल हे देश स्वाधीन करून मल्लांच्या अधिपतीचा पराभव केला. मग तो हिमालय पर्वताच्या सन्निधभागीं असलेल्या जलोद्भव देशांत शिरला, व त्यानें तो सर्व देश फार थोड्या कालांत जिंकून घेतला.

राजा जनमेजया, ह्याप्रमाणें अनेक देश त्या विजयशाली भीमसेनानें स्वाधीन करून घेतल्यावर भल्लाट व शुक्तिमान् ह्या पर्वतांच्या भोंवतालचा सर्व प्रदेश त्यानें जिंकिला. पुढें त्या वीराग्रणीनें, युद्धापासून कधींही निवृत्त न होणाऱ्या सुबाहु राजाला युद्धांत जर्जर केलें, व त्यापासून करभार ग्रहण करून तो सुपार्श्व देशावर चालून गेला. जनमेजया, तेथें त्या देशाचा महापराक्रमी राजा क्रथ हा भीमसेनाशीं युद्ध करण्यास उभा राहिला असतां, भीमसेनानें त्या क्रथ राजाचा पराभव करून सुपार्श्व देश पादाक्रांत केला. नंतर तो भीमपराक्रमी पांडुपुत्र महाबल मत्स्य,मलद,अनघ व अभय हे देश आणि पशुभूमिप्रदेश हे पूर्णपणें हस्तगत करून मदधार पर्वताकडे परत आला; आणि तेथें सोमधेयांचा पराजय करून तो उत्तर दिशेस चालता झाला. तिकडे गेल्यावर त्यानें मोठ्या पराक्रमानें वत्सभूमि जिंकून घेतली, आणि भर्गांचा अधिपति, निषादांचा अधिपति व मणिमान् आदिकरून बहुत राजे ह्यांचा त्यानें पराभव केला.

राजा जनमेजया, नंतर भीमसेनानें केवळ मोठ्या वेगानें फारसे आयास न पडतां दक्षिणमल्लदेश व भोगवान पर्वत हे हस्तगत केले. पुढें तो शमक व वर्मक राजांवर चालून गेला, आणि त्यानें केवळ त्यांची समजूत घालून त्यांजपासून करभार घेतला. मग त्या महाबलिष्ठ भीमसेनानें विदेह देशाच्या जनक राजास अनायासें जिंकिलें, आणि शकांस व बर्बरांस फसवून आपलेंसें केलें. राजा जनमेजया, भीमसेन विदेह देशांत असतांनाच त्यानें इंद्र पर्वताच्या समीप वास करणाऱ्या सातही किराताधिपतींना जिंकिलें. पुढें त्यानें सुह्म व प्रसुह्म राजे व त्यांच्या पक्षांचे अनेक योद्धे ह्यांचा पराभव केला, आणि मागध देशावर खंडणी बसविली. जनमेजया, नंतर भीमसेनानें दंड, दंडधार व इतर भूपाल ह्यांस हस्तगत करून घेतलें, आणि त्यांसहवर्तमान गिरिव्रज पुराकडे प्रयाण केलें. तेथें गेल्यावर भीमसेनानें जरासंधाचा पुत्र सहदेव ह्याचें सांत्वन करून त्यापासून करभार घेतला; आणि दंड, दंडधार, सहदेव इत्यादि राजांसमवेत तो पुढें कर्णावर चालून गेला. राजा, त्या समयीं भीमसेनाच्या चतुरंग दळानें मही अगदीं थरारत होती. असो. त्या कर्णाचें व भीमाचें तुमुल युद्ध सुरू झालें आणि त्यांत कर्णाचा पराभव होऊन तो भीमाच्या हस्तगत झाला.

राजा जनमेजया, नंतर भीमसेन पर्वतवासी राजांवर चालून गेला, व त्यांस जिंकून त्यानें मोदागिरीवर असणाऱ्या एका महाबलिष्ठ राजाचा युद्धांत बाहुबलानें वध केला. पुढें भीमानें पुंड्राधिप वासुदेवनामक महावीर व कौशिकी नदीच्या कांठीं राहणारा दुसरा एक

बलिष्ठ राजा ह्यांवर स्वारी केली, आणि त्यांस हस्तगत करून तो वंग देशांत शिरला. तेथें त्यानें समुद्रसेन, चंद्रसेन, ताम्रलिप्त, कर्कटाधिप व सुह्मराज ह्यांचा पराभव करून सागरवासी सर्व म्लेंच्छांना जिंकिलें. हे जनमेजया, ह्याप्रमाणें त्या वायुपुत्रानें बहुविध देशांचे राजे हस्तगत केले, व त्यांजपासून करभार घेऊन तो लौहित्य देशांस गेला. तेथें गेल्यावर, सागरतीरीं अनूप देशांत वास करणाऱ्या म्लेंच्छ राजांपासून विविध रत्नें, चंदन, अगुरु, वस्त्रें, हिरे, मोत्यें, गालिचे, सुवर्ण. रौप्य व उंची पोंवळीं हीं करभार म्हणून ग्रहण केलीं; आणि ह्यांशिवाय त्या समर्थी त्या म्लेंच्छ राजांनीं पांडुपुत्र भीमसेनावर अपरंपार धनाची वृष्टि केली! राजा जनमेजया, ह्याप्रमाणें दिग्विजय करून तो महापराक्रमी भीमसेन इंद्रप्रस्थास परत आला, व त्यानें तो सर्व धनकोश धर्मराजाच्या स्वाधीन केला.

अध्याय एकतिसावा.

—:०:—

सहदेवाचा दक्षिणदिग्विजय.

वैशंपायन सांगतातः– राजा जनमेजया, त्याप्रमाणेंच धर्मराजापासून प्रोत्साहन मिळाल्यावर सहदेव हा मोठें सैन्य बरोबर घेऊन दक्षिण दिशा जिंकण्यास गेला. तिकडे त्यानें प्रथम शूरसेन देश पूर्णपणें हस्तगत करून घेतला; आणि मत्स्यराजास मोठ्या पराक्रमानें जिंकिलें. नंतर तो महाबलवान राजश्रेष्ठ दंतवक्त्रावर चालून गेला, आणि त्याचा पराजय करून त्यास मांडलिक म्हणून राज्यावर स्थापिलें व त्याजपासून करभार घेतला. नंतर सुकुमार सुमित्र राजा, पश्चिम मत्स्य, चोरदेश, निषादभूमि, श्रेष्ठगिरि, गोशृंग व श्रोणिमान् राजा ह्या सर्वांस त्यानें केवळ मोठ्या सामर्थ्यानेंच जिंकिलें, आणि तो नरराष्ट्र जिंकून कुंतिभोज राजाकडे गेला. राजा जनमेजया, कुंतिभोज राजाचें पांडवांच्याविषयीं अत्यंत प्रेम असल्यामुळें सहदेव त्याच्याकडे जातांच त्यानें धर्मराजाची आज्ञा मान्य केली. पुढें सहदेव तेथून निघाला. तो चर्मण्वतीच्या तीरीं गेला. तेथें पूर्ववैरी वासुदेवानें अवशिष्ट ठेविलेला जंभकपुत्र राजा होता, त्याची व सहदेवाची गांठ पडली. मग तेथें त्यांचा संग्राम होऊन त्यांत सहदेवानें जंभकपुत्राचा पराभव केला, व नंतर तो पराक्रमी पांडुपुत्र तेथून दक्षिण दिशेस वळला. दक्षिण दिशेस गेल्यावर त्या पराक्रमी वीरानें सेक व अपरसेक ह्यांचा पराभव केला, व त्यांजपासून नानाप्रकारचीं रत्नें कर म्हणून ग्रहण करून, तो त्या सेकांसह नर्मदेच्या आसमंताद्भागाकडे चालता झाला. तेथें अवंती देशाधिपति विंद व अनुविंद राजे मोठ्या सैन्यानिशीं सहदेवाबरोबर लढण्यास आले, परंतु त्यांस त्या प्रतापवान पांडववीरानें युद्धांत जिंकिलें. पुढें अवंतीराजापासून करभार ग्रहण करून बहुविध रत्नांसह अश्विनीकुमारांचा तो पुत्र सहदेव भोजकटनामक नगरास गेला. त्या स्थळीं महादुर्जय भीष्मक व तो माद्रीचा पुत्र सहदेव ह्यांचें एकसारखें दोन दिवस अविश्रांत युद्ध होऊन त्यांत भीष्मकास सहदेवानें जिंकिलें. पुढें त्या प्रतापवान पांडवानें कोसल देशाच्या राजाचा व वेण्यातट देशाच्या राजाचा पराभव केला, आणि तो कांतारक देशांत शिरला.

नंतर त्यानें कांतारक, प्राक्कोसल, नाटकेय व हेरंबक ह्या देशांचे अधिपति एकामागून एक युद्धांत जिंकून घेतले; आणि त्यानें मारुध, रम्यग्राम, नीच व आनर्बुक राजांचा मोठ्या आवेशानें पराभव केला. मग त्यानें सर्व वनाधिपतींना जिंकून वाताधिप राजाला आपल्या

अधीन करून घेतलें. नंतर त्याचा पुलिंद राजांशीं संग्राम झाला, व त्यांस जिंकिल्यावर पुनः तो वीर दक्षिण दिशेस गेला. तेथें पांड्य राजाशीं त्याचें एक दिवस घनघोर युद्ध झालें. त्यांत ते राजे पराभव पावल्यावर सहदेवानें दक्षिण दिशेचा आणखी पुढें मार्ग धरिला, व तो लोकप्रसिद्ध किष्किंधानामक गुहेसमीप प्राप्त झाला. तेथें मैंद व द्विविद नांवांचे वानरराजे सात दिवसपर्यंत त्याजशीं लढले. परंतु तितक्या अवकाशांत त्या वानराधिपतींस क्षीणता वगैरे कोणताही विकार उद्भवला नाहीं. तेव्हां त्या महान थोर मैंदद्विविदांनीं अत्यंत संतुष्ट होऊन मोठ्या प्रेमानें सहदेवास म्हटलें, "हे पांडवशार्दूला, आम्ही तुला विपुल रत्नें करभार म्हणून अर्पण करितों तीं घे, व तूं पुढें जा. विवेकसपन्न धर्मराजाचें कार्य निर्विघ्नपणें सिद्धीस जावें, असें आम्ही मनापासून इच्छितों."

राजा जनमेजया, नंतर तो महाशूर सहदेव वानरराजांपासून रत्नरूप करभार घेऊन माहिष्मती नगरीस गेला. तेथें नील राजाबरोबर सहदेवाचें घोर युद्ध झालें. राजा, त्या नील राजाला भगवान अग्नीचें साहाय्य होतें, यामुळें सहदेवाच्या सैन्यांतील हत्ती, घोडे, लोक व कवचें हीं अग्नीनें प्रदीप्त झाल्यासारखीं दिसूं लागलीं, सैन्याचा फार संहार झाला, व अगदीं प्राणांतावर प्रसंग येऊन ठेपला ! राजा, असा समय प्राप्त झालेला पाहून सहदेव घाबरून गेला, व त्याच्या मुखावाटे एक शब्दही निघेनासा झाला !

जनमेजय राजा विचारितोः—हे ब्रह्मवर्या, भगवान अग्नीनें ह्या प्रसंगीं सहदेवाच्या शत्रूस कां साहाय्य केलें बरें ? महाराज, सहदेव हा युधिष्ठिराच्या राजसूय यज्ञाकरितांच म्हणजे अग्नीच्या संतोषाकरितांच यत्न करीत होतो; मग अग्नीनें त्याचें शत्रुत्व कां स्वीकारावें ?

वैशंपायन सांगतातः—राजा जनमेजया, ह्या गोष्टीचें मूळ कारण अग्नीची परकन्यासक्ति हेंच होय. राजा, पूर्वी माहिष्मती नगरामध्यें भगवान अग्नि परदारिकेवर आसक्त झाल्याचें ऐकण्यांत आहे. ती कथा अशीः—

अग्नीची परकन्यासक्ति.

जनमेजया, नील राजाला अतिशय लावण्यवान अशी एक कन्या होती. नील राजा अग्निशालेंत होमहवन करीत असतां अग्नीला प्रज्वलित करण्याकरितां ती कन्या आपल्या पित्यासमीप तेथें येई. राजा, त्या कन्येनें आपल्या रुचिर ओष्ठपुटांनीं त्या अग्नीला फुंकर घालावा व नंतर त्यानें प्रज्वलित व्हावें, असा तेथें क्रम चालला होता. जर ती राजकन्या आपल्या पित्यासमीप तेथें अग्नीचें धमन करण्यास आलेली नसली, तर विंझण्यानें कितीही वारा घातला तरी ती तेथें येऊन स्वतः फुंकर घालीपर्यंत तो अग्नि प्रज्वलित होत नसे !

राजा जनमेजया, अशा रीतीनें नील राजाच्या त्या कन्येवर अग्नीचें मन बसतां बसतां, अखेरीस त्या सुंदरीचा उपभोग घ्यावा अशी त्या हुताशनास वासना उत्पन्न झाली; आणि त्यानें मानवरूप धारण करून त्या रूपवतीला आपलें मनोगत कळविलें, व त्या कन्येनेंही त्यास अनुमोदन दिलें; पण नील राजाला मात्र ही गोष्ट कोणींही विदित केली नाहीं.

राजा, नंतर तो भगवान अग्नि ब्राह्मणरूप घेऊन त्या सुंदर नीलकन्येशीं यथेष्ट रममाण होऊं लागला असतां, पुढें अग्नीचें तें दुष्कृत्य धर्मनिष्ठ नील राजाला समजलें, व त्यानें त्यास यथाशास्त्र शासन केलें. परंतु त्या समयीं ब्राह्मणरूपधारी भगवान हव्यवाहन क्रुद्ध होऊन इतका प्रज्वलित झाला कीं,

त्याला पाहून भयानें नील राजानें त्यापुढें सांष्टांग नमस्कार घातला. पुढें कांहीं दिवस लोटल्यावर नील राजानें आपली ती कन्या प्रणिपातपूर्वक ब्राह्मणरूप धारण केलेल्या त्या अग्नीला अर्पण केली, आणि अग्नीनें त्या सुंदरीचा स्वीकार करून त्याजवर प्रसन्न चित्तानें त्यास 'वर माग' म्हणून सांगितलें. तेव्हां नील राजानें 'माझ्या सैन्यास नित्य अभय असावें' असा त्या अग्नीपाशीं वर मागितला, व त्यानें तो तात्काळ दिला. राजा जनमेजया, ह्या कारणानें, जे जे वीर त्या पुरीवर अज्ञानानें स्वारी करून जातात, त्यांस अग्नि बळानें जाळून टाकितो !

राजा जनमेजया, त्या माहिष्मती नगरींत ह्या गोष्टीमुळें स्त्रिया अगदीं स्वच्छंदानें वागूं लागल्या. अग्नीनें त्या स्त्रियांस जणू काय मनसोक्त वर्तनाबद्दल वरच दिला; आणि त्यामुळें पुरुषांस त्यांचें निवारण करितां येईनासें होऊन त्याच बलिष्ठ झाल्या ! असो.

जनमेजया, तेव्हांपासून अग्नीस भिऊन राजे लोक त्या नगरावर चाल करून जात नाहींत. सहदेवाच्या सैन्याचा अग्नीकडून दाह होऊं लागला, व त्यामुळें तें अगदीं भयाकुल झालें, तेव्हां प्रथम कांहीं वेळ सहदेव घाबरला खरा; परंतु लवकरच त्यास त्या प्रसंगीं काय करावें हें सुचलें; व त्यानें पर्वताप्रमाणें धैर्य धरून भगवान अग्नीची स्तुति करण्याचा विचार योजिला. नंतर तो स्नान करून शुचिर्भूत झाला व भगवान वैश्वानराची स्तुति करूं लागला.

अग्नीची स्तुति.

सहदेव ह्मणाला:---हे कृष्णवर्त्मन्, माझा तुला नमस्कार असो. देवा, तुझ्या संतोषासाठींच हा सर्व प्रयत्न चालला आहे. हे पावका, देवांचें मुख तूंच होस व यज्ञ हें तुझेंच स्वरूप आहे. तूं सर्वांस पावन करितोस, ह्यामुळेंच तुला पावक हें नांव आहे; व तूं हविर्भाग देवांना पोहोंचवितोस, ह्मणूनच तुला हव्यवाहन असें ह्मणतात. हे जातवेदा, वेदांची उत्पत्ति तुझ्यासाठींच झाली आहे; आणि ह्यामुळेंच तुला जातवेद ही संज्ञा मिळाली आहे. हे अग्ने, चित्रभानु, सुरेश, अनल, हुताश, ज्वलन, शिखी, वैश्वानर, पिंगेश, प्लवंग व भुरितेजस् हीं नांवें तुझ्याच स्वर्गसंचाराचें द्योतन करितात. षडाननाचें जन्म तुझ्यापासूनच झालें; व भगवान ही संज्ञा तुलाच आहे. त्याचप्रमाणें, रुद्रगर्भ तूंच असून हिरण्याची उत्पत्ति तूंच केली आहेस. हे वैश्वानरा, अग्निरूपानें तूंच मला तेज दे; वायूरूपानें तूंच मला जिवंत ठेव; पृथ्वीरूपानें तूंच मला बल दे; आणि जलरूपानें तूंच माझें कल्याण कर. देवाधिदेवा, उदकाची उत्पत्ति तुझ्यापासूनच होते; व धैर्याचा उद्गम तूंच होस; तेव्हां ह्या सर्व गोष्टी जर खऱ्या असतील, तर तूं मला पावन कर. हे नारायणा, ऋषी, ब्राह्मण, देव व असुर हे यज्ञामध्यें नेहमीं तुलाच संतोषवित असतात, हें जर खरें असेल, तर तूं मला पावन कर. धूमकेतु, शिखी, पापघ्न, वायुसंभव व सर्व प्राण्यांच्या ठायीं सदा वास करणारा असा जर तूंच असशील, तर तूं मला पावन कर; आणि, हे भगवंता, मी प्रेमळ व शुद्ध चित्तानें ही जी तुझी स्तुति करीत आहें, ती ग्रहण करून तूं मला तुष्टि, पुष्टि, ज्ञान व प्रेम हीं अर्पण कर.

वैशंपायन सांगतात:—राजा जनमेजया, हें अग्नीचें स्तोत्र पठन करून अग्नीमध्यें जो हवन करितो, त्यास सतत ऐश्वर्य प्राप्त होतें; व तो जितेंद्रिय होऊन त्याचीं सर्व पातकें दग्ध होतात.

सहदेव म्हणालाः—हे हव्यवाहना, राजसूय यज्ञास त्वां अशा प्रकारें विघ्न करावें हें उचित नाहीं.

वैशंपायन सांगतातः—राजा जनमेजया, त्या माद्रिपुत्रानें असें बोलून भयभीत झालेल्या सैन्याच्या अग्रभागीं अग्नीच्या समोर दर्भ पसरले, व त्यांवर तो यथाविधि आसन घालून बसला. राजा, मग, ज्याप्रमाणें समुद्र हा मर्यादेचें उल्लंघन करून पुढें जात नाहीं, त्याप्रमाणें सहदेवरूप मर्यादेचें उल्लंघन करून अग्नि हा सैन्यास जाळण्याकरितां पुढें गेला नाहीं; आणि तो हळू हळू सहदेवाच्या समीप येऊन त्यास सांत्वनपूर्वक म्हणाला, “हे सहदेवा, ऊठ, ऊठ; केवळ तुमची परीक्षा पाहण्याकरितां मीं हें केलें. तुमचा व युधिष्ठिराचा सर्व अभिप्राय मी जाणत आहें. परंतु जोंवर नील राजाचा वंश चालत आहे, तोंवर मला ह्या माहिष्मती पुरीचें रक्षण केलें पाहिजे, म्हणून हें सर्व कृत्य मीं केलें; तथापि तुझें इष्ट कार्य मी सिद्धीस नेईन.”

राजा जनमेजया, अग्नीचें वचन श्रवण करून सहदेव प्रसन्न अंतःकरणानें त्या दर्भासनावरून उठला, आणि प्रणिपातपूर्वक हात जोडून अग्नीपुढें उभा राहिला. नंतर सहदेवानें अग्नीची पूजा केली, व मग तो अग्नि परत फिरला. इतक्यांत नील राजा सहदेवाच्या समीप प्राप्त झाला. त्या समयीं अग्नीच्या आज्ञेनें नील राजानें रणधुरंधर सहदेवाची पूजा करून त्याचा बहुमान केला. नंतर त्या माद्रीसुतानें नील राजाची पूजा ग्रहण करून त्यास आपल्या अंकित केलें, व अशा प्रकारें विजयी होऊन तो पुढें दक्षिण दिशेस चालता झाला.

नंतर सहदेवानें महाबलाढ्य त्रैपुर राजाला आपल्या स्वाधीन करून घेतलें, आणि मोठ्या शौर्यानें पौरवेश्वरास जर्जर केलें. पुढें सुराष्ट्र देशाचा अधिपति कौशिकाचार्य आकृति राजा ह्याला मोठ्या प्रयासानें वश करून घेऊन तो वीरशिरोमणि सहदेव सुराष्ट्र देशांतच राहिला, आणि त्यानें भोजकट देशाच्या रुक्मिनामक थोर व बुद्धिमान राजाकडे करभार मागण्याकरितां दूत पाठविले. राजा जनमेजया, त्या धर्मात्म्या रुक्मी राजासच भीष्मक असें नांव होतें व तो राजा प्रत्यक्ष इंद्राचा सखा होता. सहदेवाचे दूत रुक्मी राजाकडे जातांच त्यानें, भगवान श्रीकृष्ण हा पांडवांस साहाय्य करीत आहे,’ असें मनांत आणून तात्काळ आपल्या पुत्रांसहवर्तमान मोठ्या प्रेमानें सहदेवाची आज्ञा मान्य केली, आणि कर म्हणून बहुत रत्नें त्यास अर्पिलीं.

राजा, नंतर तीं रत्नें ग्रहण करून तो वीरश्रेष्ठ सहदेव आणखी पुढें चालूं लागला. मग शूर्पारक, तालाकट, दंडक, समुद्रद्वीपवासी म्लेंच्छ, निषाद, पुरुषाद, कर्णप्रावरण, नरराक्षसयोनि, कालमुख, संपूर्ण कोल्लगिरी. सुरभिपट्टण, ताम्रद्वीप, रामक पर्वत व तिमिंगल राजा ह्या सर्वांस त्या महाबुद्धिमान पांडुतनयानें हस्तगत करून घेतलें. पुढें त्यानें एकपाद पुरुष, वनवासी केरल, संजयंती नगरी, पाषंड, करहाटक, पांड्य, द्रविड, उंड्केरल, अंध्र, तालवन, कलिंग, उष्ट्रकर्णीक, रमणीय आटवी पुरी व यवनपुर हीं सर्व दूतांकरवीं जिंकून त्यांजपासून करभार वसूल केला.

राजा जनमेजया, नंतर समुद्रतीरास पोहोंचल्यावर त्या परमचतुर व महाधार्मिक माद्रीतनयानें महात्म्या बिभीषणाकडे सलगीच्या नात्यानें दूत पाठविले. असतां, त्या विचारी व शक्तिमान बिभीषणानें कालाच्या कृतीवर लक्ष देऊन मोठ्या प्रेमानें सहदेवाची आज्ञा मान्य केली; आणि त्याजकडे नानाप्र-

कारचीं रत्नें चंदन, अगुरु, दिव्य अलंकार, उंची वस्त्रें, मूल्यवान हिरे वगैरे उत्तमोत्तम वस्तु पाठवून दिल्या. राजा जनमेजया, ह्याप्रमाणें दक्षिण दिशेच्या सीमेपर्यंत पोहोंचल्यावर तो प्रतापशाली सहदेव तेथून परतला व पुनः इंद्रप्रस्थास प्राप्त झाला. राजा, ह्या प्रकारें त्या सहदेवानें कोणाकोणाशीं युद्ध करून व कोणाकोणाशीं सामोपचारानें वागून दक्षिण दिशेकडील सर्व राजे जिंकिले, आणि त्यांस धर्मराजाचे मांडलिक करून त्यांजपासून विपुल करभार ग्रहण केला. असो. त्या विजयशाली सहदेवानें इंद्रप्रस्थास आल्यावर आपल्यासमवेत आणिलेली रत्नादिक सर्व संपत्ति धर्मराजास अर्पण केली, व तो कृतार्थ होऊन सुखानें राहिला.

अध्याय बत्तिसावा.

—:०:—

नकुलाचा पश्चिमदिग्विजय.

वैशंपायन सांगतातः---जनमेजया, मी आतां नकुलाचीं कर्में व त्यानें मिळविलेला विजय कथन करून, भगवान श्रीकृष्णानें जिंकिलेली पश्चिम दिशा नकुलानें कशी जिंकून घेतली त्याचें सविस्तर वर्णन करितों. राजा, तो महाबुद्धिमान नकुल खांडवप्रस्थांतून मोठ्या सैन्यासह संपूर्ण पश्चिम दिशा जिंकण्याच्या इच्छेनें बाहेर पडला; आणि योद्ध्यांची गर्जना, महान महान सिंहनाद, व रथचक्रनेमींचा घोष ह्यांच्या योगें वसुधेस कांपवीत पश्चिमेस गेला. पहिल्यानें तो नकुल रोहितक पर्वताप्रत प्राप्त झाला. राजा, तो रमणीय पर्वत धनानें संपन्न, धेनूंनीं भरलेला व धान्यानें समृद्ध असा असून कार्तिकेयास मोठा प्रिय आहे. त्या पर्वतावर मत्तमयूर नांवाचे शूर क्षत्रिय व पांडुपुत्र नकुल ह्यांचें घोर युद्ध झालें, आणि त्यांत नकुलानें मत्तमयूरांस जिंकिलें. पुढें त्यानें सर्व मरुभूमि, बहुधान्यक, शैरीषक व महत्थ हे देश आपल्या अधीन करून घेतले. नंतर त्याचें आक्रोश राजर्षीशीं मोठें युद्ध झालें, आणि त्यांत आक्रोशाचा पराभव होऊन तो नकुलाच्या हस्तगत झाला. मग त्या पांडुनंदनानें दशार्ण देश जिंकिला; आणि पुढें चाल करून शिबि, त्रिगर्त, अंबष्ठ, मालव, पंचकर्पट, मध्यमकेय, वाटधान व द्विज हे देश हस्तगत करून तो पुनः परत फिरला. नंतर त्यानें पुष्कर देशांतील अरण्यामध्यें राहणाऱ्या रानटी लोकांच्या टोळ्या जिंकून पुढें चाल केली. मग त्यानें सिंधु नदाच्या कांठीं राहणारे महा बलिष्ठ ग्रामणीय, सरस्वतीच्या कांठीं वास्तव्य करून मत्स्यादिकांवर उपजीवन करणारे शूद्र व अभीर, तसेच पर्वतावर वास करणारे लोक, सर्व पंचनद देश, अमर पर्वत, उत्तर ज्योतिष, दिव्यकटपूर व द्वारपाल ह्यांस मोठ्या पराक्रमानें जिंकिलें. नंतर रामठ, हारहूण व पश्चिमेकडील नृप ह्या सर्वांस नकुलानें धर्मराजाच्या आज्ञेप्रमाणें हस्तगत करून घेतलें; आणि तेथें असतां त्यानें श्रीकृष्णाकडेही करभाराकरितां दूत पाठविले, व तदनुसार यादवांसहवर्तमान श्रीकृष्णानें नकुलाची आज्ञा मान्य केली. पुढें नकुलानें मद्र देशामध्यें शालक नगरीत जाऊन आपल्या मातुलास म्हणजे शल्यास सामोपचारानें वश करून घेतलें. जनमेजया, तेथें मद्रराजानें त्या श्रेष्ठ नकुलाचा मोठा सत्कार केला, व पुष्कळ रत्नें वगैरे त्यास दिलीं. ह्याप्रमाणें मद्राधिपतीपासून करभार ग्रहण करून तो वीरपुंगव नकुल, अत्यंत भयंकर व सागरतीरीं राहणारे पल्हव बर्बर, किरात, यवन, शक वगैरे म्लेंच्छ राजांवर चालून गेला, आणि त्यानें त्यांस जिंकून त्यांजपासून रत्नरूप करभार

घेतला. जनमेजया, नंतर तो चित्रविचित्र मार्ग जाणणारा कुरुश्रेष्ठ नकुल मार्गे परतला. या समयीं त्याजपाशीं इतका धनकोश जमला होता कीं, दहा हजार उंटांनाही तो वाहून नेण्यास पंचाईत पडली ! असो. ह्याप्रमाणें पश्चिम दिशेकडील सर्व राजे जिंकून तो महापराक्रमी नकुल इंद्रप्रस्थास गेला, व त्यानें सर्व करभार युधिष्ठिरास अर्पण केला.

राजसूयिकपर्व.

अध्याय तेहतिसावा.

—:०:—

श्रीकृष्णाचें आगमन.

वैशंपायन सांगतातः—राजा जनमेजया, धर्मराजा प्रजेचें परिपालन करीत असतां त्याच्या राष्ट्रांत उत्तम प्रकारचें सत्य वास करीत होतें; आणि संपूर्ण शत्रूंचा नाश होऊन प्रजाजन आपआपल्या कामांत निमग्न असत. तो प्रजेपासून विहित तितकाच कर घेई, व राज्यकारभार धर्मशास्त्राप्रमाणें चालवी; त्यामुळें पर्जन्य विपुल पडे व सर्व देश सुसमृद्ध असे. गोरक्षण, कृषिकर्म, व्यापार इत्यादि सर्व व्यवसाय उत्तम रीतीनें चालत; आणि ह्या सर्वांस मुख्य कारण धर्मराजाची उत्कृष्ट राजव्यवस्था हेंच होय.

जनमेजया, युधिष्ठिर राज्य करीत असतां सत्य इतकें उत्तम नांदत होतें कीं, चोर, वंचक व राजाच्या प्रीतींतले दुष्ट लोक ह्यांनींही असत्याचा त्याग केला होता. त्यांच्यामध्यें आपसांत किंवा दुसऱ्याशीं कोणत्याही प्रकारचें अयोग्य आचरण होत नसे. त्या महाधार्मिक युधिष्ठिराच्या राज्यांत अवृष्टि, अतिवृष्टि, रोगांच्या सांती व अग्नीचें भय हीं सर्व नष्ट झालीं होतीं. युद्धादिकांच्या योगें प्रजांचा नाश व्हावा व त्यामुळें विनाकारण राष्ट्रिय आपत्ति उद्भवावी, हें तेथें बिलकूल घडेनासें झालें. राजे लोक, आपलें राज्य सोडून बाहेर जावयाचें झाल्यास—ते केवळ एकमेकांस भेटावें, व अवश्य तो करभार धर्मराजास अर्पण करावा—इतक्याच उद्देशानें ते जात असत; परदेशहरण करण्यासाठीं किंवा दुसऱ्या कांहीं स्वार्थाकरितां ते केव्हांही बाहेर जात नसत.

जनमेजया, युधिष्ठिराच्या धार्मिक राज्यव्यवस्थेमुळें त्याच्यापाशीं धनसंपत्ति अतिशयित वाढली होती. शेंकडों वर्षें जरी तिचा व्यय केला असता, तरी ती वेंचली नसती. धनसंपत्तीप्रमाणें धान्याचा संग्रह, वस्त्रादिकांचा पुरवठा, व इतर अनेक वस्तु ह्यांचीही अत्यंत समृद्धि झाली होती. तेव्हां ह्या सर्व साधनांचा योग्य उपयोग व्हावा, असें मनांत आणून धर्मराजानें राजसूय यज्ञ करण्याचा विचार ठरविला. त्याचे जे आप्तसुहृद् होते, ते सर्व पृथक्पणें जमून त्यास हेंच सांगूं लागले कीं, " राजा, ह्या समयीं त्वां राजसूय क्रतुच करावा; हेंच कर्म प्रस्तुत तुला उचित आहे. " ह्याप्रमाणें धर्मराजाचे आप्तसुहृद् सल्ला देत आहेत, इतक्यांत पुराण ऋषि, वेदात्मा, केवळ ज्ञात्यांना मात्र जाणतां येणारा, स्थावरजंगम विश्वाचा अधिपति, जगाचा उत्पादक व संहारक, त्रैकालिक कार्यांचा ईश, केशि दैत्याचा नाश करणारा, यादवांचे संरक्षण करणारा केवळ दुर्गच, भक्तांची आपत्ति हरण करणारा व त्यांच्या शत्रूंचा उच्छेदकर्ता भगवान श्रीकृष्ण हा, द्वारकेंत सेनापतीच्या पदावर वसुदेवाची स्थापना करून व तिकडील सर्व व्यवस्था उत्तम लावून इंद्रप्रस्थास प्राप्त झाला. त्यानें येतांना लहान मोठा सर्व धनकोष व मोठें सैन्य हीं धर्मराजाकरितां बरोबर आणिलीं होतीं. जनमेजया, श्रीकृष्णाच्या समवेत असलेला तो धनसंचय म्हणजे रत्नांचा केवळ अक्षय्य व अगाध असा सागरच होता! असो. अशा मोठ्या अवाढव्य संपत्तीसह भगवान यादवाधीश श्रीकृष्ण, रथांच्या घोषानें आकाश दणाणून टाकीत त्या श्रेष्ठ इंद्रप्रस्थास प्रविष्ट झाला; आणि आधींच अपरंपार असलेल्या धर्मराजाच्या धनभांडागारांत आणखी भर टाकून त्यानें त्या योगें शत्रूंस

अधिकच भीति उत्पन्न केली! राजा जनमेजया, अंधकारग्रस्त प्रदेशावर सूर्यप्रकाश पडला असतां, किंवा निर्वात प्रदेशीं वायूची झुळूक आली असतां जसा अत्यंत आनंद होतो, तसा आनंद इंद्रप्रस्थ नगरांत भगवान श्रीकृष्णाची स्वारी प्राप्त झाली तेव्हां सर्व पौरजनांस झाला!

राजा जनमेजया, भगवंतांची स्वारी आल्याचें श्रवण करून धर्मराजास अत्यंत समाधान वाटलें, आणि त्यानें सामोरें जाऊन त्यांचा यथाविधि सत्कार केला; व त्यांस राजमंदिरांत आणून कुशलप्रश्न वगैरे विचारल्यावर ते सुखानें स्थित असतां, धौम्यद्वैपायनादि ऋत्विज व भीमार्जुनादि भ्राते ह्यांच्यासमवेत धर्मराजानें भगवंतांशीं असें भाषण केलें.

युधिष्ठिर म्हणाला:–देवा श्रीकृष्णा, तुझ्यामुळें ही सर्व पृथ्वी माझ्या हस्तगत झाली आहे, आणि तुझ्या कृपेमुळेंच हें सर्व विपुल धन मला प्राप्त झालें आहे. ह्यास्तव, हे देवकीसुता, ह्या सर्व धनाचा, अग्नीच्या व ब्राह्मणवर्यांच्या संतोषाकरितां विनियोग करावा, अशी माझी इच्छा आहे; आणि ह्यासाठीं तुझ्या व भीमादिक भ्रात्यांच्या साहाय्यानें राजसूय यज्ञ करण्याचा माझा विचार आहे, तर ह्या गोष्टीला तुझी आज्ञा मिळावी. अथवा, हे अनंतवीर्या श्रीकृष्णा, तूं स्वतांच यज्ञदीक्षा घे. देवाधिदेवा, तुझ्या हातून जर हा यज्ञ घडला, तर माझीं सर्व पातकें दग्ध होतील. हे श्रीकृष्णा, जर असें करणें तुला इष्ट वाटत नसेल, तर मग ह्या भ्रात्यांसमवेत मला यज्ञ करण्याची आज्ञा कर. हे लोकनायका, तुझी आज्ञा मिळाल्यानें माझा हा क्रतु यथासांग सिद्धीस जाईल.

वैशंपायन सांगतात:—राजा जनमेजया, युधिष्ठिराची प्रार्थना ऐकून भगवान श्रीकृष्णानें त्याची फार स्तुति केली.

श्रीकृष्ण म्हणाला:–हे राजशार्दूला युधिष्ठिरा, तूंच सार्वभौम नृपति राजसूय क्रतु करण्यास योग्य आहेस; ह्यास्तव तूं तो महाक्रतु कर, म्हणजे आम्ही कृतार्थ होऊं. राजा, तुझें कल्याण करण्यास मी तुझ्या समीप उभा आहें, ह्यासाठीं तूं आपल्या मनोदयाप्रमाणें यज्ञ कर. यज्ञांत मला कोणतेंही काम सांग, मी तुझ्या वचनाप्रमाणें तें पार पाडीन.

युधिष्ठिर म्हणाला:—श्रीकृष्णा, माझा संकल्प सिद्धीस गेला. आतां मला सिद्धि प्राप्त झाली; कारण, हृषीकेशा, मी जें सांगेन तें करण्यास जर तूं सिद्ध आहेस, तर मीं आरंभिलेल्या कार्यांत विघ्नें कशीं येतील बरें?

यज्ञसामग्रीसंपादन.

वैशंपायन सांगतात:—राजा जनमेजया, ह्याप्रमाणें श्रीकृष्णाकडून अनुमोदन मिळतांच, भ्रात्यांसह युधिष्ठिरानें राजसूय यज्ञ करण्यासाठीं साधनें जमविण्याचा प्रारंभ केला. नंतर त्या रिपुसंहारक युधिष्ठिरानें महाधनुर्धर सहदेवास व सर्व अमात्यांस आज्ञा केली कीं, 'ह्या क्रतूची सांगोपांग सिद्धि होण्याकरितां ब्राह्मणवर्य जीं जीं साधनें संपादन करण्याविषयीं आज्ञा करतील, तीं तीं सर्व साधनें तुम्ही मिळावा, व सर्व मंगदलप्रद गोष्टी सिद्ध ठेवा; आणि त्याप्रमाणेंच, ह्या यज्ञासंबंधानें धौम्य गुरु जी जी सामुग्री आणा म्हणून सांगतील, ती ती सर्व सामुग्री सेवकांकडून फार लवकर, योग्य प्रकारें व क्रमवार आणून त्यांच्या स्वाधीन करा. माझें मत असें आहे कीं, इंद्रसेन, विशोक व अर्जुनसारथि पूरु ह्यांस तुम्ही अन्नादिक आणण्याचें काम सांगावें; आणि त्यांनीं ब्राह्मणांस मनापासून

आवडतील असे सरस व स्वादिष्ट भक्ष्यभोज्य पदार्थ सिद्ध ठेवावे.'

वैशंपायन सांगतात;—राजा जनमेजया, युधिष्ठिराची आज्ञा श्रवण करितांच वीरशिरोमणि सहदेवानें, 'महाराज, सर्व यथास्थित तयारी आहे,' असें धर्मराजास निवेदन केलें. राजा जनमेजया, नंतर सत्यवतीसुत भगवान वेदव्यासांनीं, साक्षात् मूर्तिमान वेदच अशा महाभाग द्विजांची ऋत्विजांच्या अधिकारावर योजना केली. कृष्णद्वैपायनांनीं त्या यज्ञांत स्वतः ब्रह्मत्व स्वीकारिलें. धनंजय गोत्रांतील विप्रोत्तम मुनि सुसाम हे उद्गाते झाले. वेदवेदांगपारग याज्ञवल्क ऋषि मुख्य अध्वर्यु बनले. धौम्य व वसुपुत्र पैल ह्यांनीं होतृकर्म पतकरिलें; आणि ह्या सर्वांचे वेदवेदांगनिपुण सर्व शिष्य व पुत्र हे होत्रग झाले. नंतर त्या सर्व ब्रह्मर्षींनीं पुण्याहवाचन करून यज्ञ कर्माचा संकल्प केला, आणि यज्ञशालेकरितां वगैरे उत्कृष्ट भूमीचें यथाशास्त्र पूजन केलें; आणि पुढें शिल्पी लोकांस आज्ञा झाल्यावर त्यांनीं देवांच्या मंदिराप्रमाणें विशाल व सुगंधि अशी पत्नीशाला आदिकरून गृहें तेथें बांधिलीं.

राजा जनमेजया, ह्याप्रमाणें सर्व सिद्धता झाल्यावर तत्काळ राजश्रेष्ठ युधिष्ठिरानें मंत्री सहदेव ह्यास, 'आतां तूं आमंत्रण करण्यासाठीं शीघ्रगामी दूत फार त्वरित पाठव,' अशी आज्ञा केली; व तिजप्रमाणें ताबडतोब 'सर्व राष्ट्रांतील ब्राह्मण, क्षत्रिय, वैश्य व सन्मान्य शूद्र ह्या सर्वांस लवकर बोलावून आणा,' असें सांगून सहदेवानें सर्वत्र दूत पाठविले.

वैशंपायन सांगतातः—राजा जनमेजया, सहदेवाच्या आज्ञेनें ते शीघ्रगामी दूत देशोदेशीं गेले, आणि ब्राह्मणादिकांस आमंत्रणें देऊन, व दुसऱ्याही इतर आप्तस्वकीयांस आमंत्रणें करून त्यांस फार सत्वर घेऊन आले.

राजा जनमेजया, नंतर राजसूय यज्ञ करण्यास उद्युक्त झालेल्या त्या विप्रांनीं यथाकालीं कुंतीपुत्र युधिष्ठिराला यज्ञदीक्षा दिली; व तो यज्ञशालेंत गेला. राजा, त्या समयीं धर्मराजाबरोबर सहस्रावधि ब्राह्मण, भ्राते, आप्त, सुहृद, सचिव, नानाविध देशांहून आलेले क्षत्रिय राजे व अमात्य वगैरे मंडळी होती; आणि ह्यामुळें, ह्या सर्व परिवारासह प्रत्यक्ष मूर्तिमान धर्मच त्या यज्ञशाळेंत जातो आहे, असें सर्वांस वाटलें!

राजा जनमेजया, धर्मराजाच्या राजसूय यज्ञाकरितां सर्व विद्यांत निष्णात व वेदवेदांगांत प्रवीण असे ब्राह्मण अनेक देशांहून आले होते; व त्यांच्यासाठीं युधिष्ठिराच्या आज्ञेवरून शिल्पी लोकांनीं सहस्रावधि गृहें विपुल अन्नाच्छादनांनीं युक्त व सर्व ऋतूंतील गुणांनीं संपन्न अशीं, वेगळ्या वेगळ्या समुदायाकरितां पृथक् पृथक् सिद्ध केलीं होतीं. जनमेजया, युधिष्ठिरानें आदरसत्कार करून त्या ब्राह्मणांस त्या गृहांत राहण्यास सांगितलें होतें, आणि ते त्याप्रमाणें तेथें राहून नटनर्तकाच्या लीला अवलोकन करीत व बहुत कथा एकमेकांस सांगत मोठ्या आनंदानें काळ घालवीत होते. राजा,त्या स्थळीं ते महात्मे ब्राह्मण भोजन, संभाषण वगैरे करीत असतां एकसारखी गजबज ऐकूं येत असे; आणि 'ह्यांस द्या, द्या,' आणि 'वाढा, वाढा,' अशा प्रकारचे शब्द मात्र नित्य कानीं पडत. राजा जनमेजया, त्या प्रसंगीं लक्षावधि गाई, सुवर्णाच्या शय्या, दासी वगैरे धर्मराजानें ब्राह्मणांस पृथक् पृथक् दिल्या, आणि अशा मोठ्या थाटानें स्वर्गांतील इंद्राच्या यज्ञाप्रमाणें त्या वीरशिरोमणि धर्मराजाचा यज्ञ सुरू झाला. राजा, नंतर युधिष्ठिरानें भीष्म, द्रोण, धृतराष्ट्र, विदुर कृप,सर्व भ्राते व इतर जे आपल्यावर प्रेम करीत

असत त्या सर्वांस बोलावून आणण्याकरितां हस्तिनापुरास नकुलाला पाठविलें.

अध्याय चौतिसावा.

—:०:—

निमंत्रित राजांचें आगमन.

वैशंपायन सांगतातः—राजा जनमेजया, धर्मराजाच्या आज्ञेप्रमाणें तो रणधुरंधर नकुल हस्तिनापुरास गेला; आणि त्यानें भीष्म, धृतराष्ट्र इत्यादि सर्व मंडळीस बहुमानपुरःसर निमंत्रण केलें. नंतर ती सर्व मंडळी, द्रोणाचार्यादिक द्विजवर्यांस पुढें घालून मोठ्या आनंदानें इंद्रप्रस्थास आली. जनमेजया, धर्मराज युधिष्ठिर राजसूय यज्ञ करीत आहे, असें ऐकून इतर शतावधि यज्ञवेत्ते पुरुष उल्लसित चित्तानें त्या समारंभासाठीं प्राप्त झाले. तसेंच, धर्मराजास प्राप्त झालेली ती सभा व यज्ञदीक्षा घेतलेला तो युधिष्ठिर ह्यांस अवलोकन करावें म्हणून देशोदेशांहून सर्व क्षत्रिय नानाविध महान महान रत्नें बरोबर घेऊन इंद्रप्रस्थास आले. धृतराष्ट्र, भीष्म, महामति विदुर, दुर्योधनादिक सर्व भ्राते, गांधारराज सुबल, महाबल शकुनि, अचल, वृषक, रथिश्रेष्ठ कर्ण, बलिष्ठ शल्य, महाबल बाल्हीक, कुरुकुलोत्पन्न सोमदत्त, भूरि, भूरिश्रवा, शल, अश्वत्थामा, कृप, द्रोण, सिंधुदेशाधिप जयद्रथ, पुत्रांसहित द्रुपद, शाल्व राजा, प्राग्ज्योतिषाधिप भगदत्त, समुद्रतीरीं अनूप देशांत वास करणारे म्लेच्छ राजे, पर्वतदेशीय भूप, बृहद्बल राजा, पौंड्रकराज वासुदेव, वंग, कलिंग, आकर्ष, कुंतल, मालव, आंध्र, द्रविड व सिंहल ह्या देशांचे राजे, काश्मीर देशाचा राजा, महापराक्रमी कुंतिभोज राजा, गौरवाहन राजा, बाल्हीक राजे व दुसरे त्या दिशेचे अनेक शूर राजे, पुत्रांसहवर्तमान विराट् राजा, महाबल मावेल्ल राजा, आणि दुसरे नानादेशचे राजे व राजपुत्र, पुत्रासह बलाढ्य शिशुपाल, तसेच बलराम, अनिरुद्ध, सारणासहित :कंक, गद, प्रद्युम्न, सांब, वीर्यवान चारुदेष्ण, उल्मुक, निशठ, वीर अंगावह व इतर सर्व महारथ यादव हे व मध्यदेशांतील दुसरे पुष्कळ राजे धर्मराजाचा यज्ञसमारंभ पाहण्याकरितां इंद्रप्रस्थास मिळाले होते.

राजा जनमेजया, धर्मराजाच्या आज्ञेनें शिल्पाधिकाऱ्यांनीं त्या सर्वांस राहण्याकरितां, भक्ष्यभोज्य पदार्थांनीं सुसमृद्ध आणि वापी व वृक्ष ह्यांनीं सुसंपन्न अशीं सुंदर सुंदर गृहें नेमून दिलीं. पुढें धर्मराजानें स्वतः त्यांची पूजा व आदरातिथ्य केलें, आणि नंतर ते सर्व महात्मे आपआपल्या गृहांत जाऊन राहिले. राजा, तीं गृहें कैलास पर्वतासारखीं उंच असून रुचिर वस्तूंनीं शृंगारल्यामुळें मोठीं मनोहर झालीं होतीं. त्यांच्या सभोंवतीं श्वेतवर्णाचे उंच प्राकार (कोट) उत्तम प्रकारें बांधिले होते. त्यांतील भूमि रत्नखचित असून त्यांत सभोंवार सुवर्णाच्या जाळ्या केल्या होत्या. सुखानें आरोहण करितां यावें म्हणून त्यांत उत्तम उत्तम पायऱ्या केल्या असून बहुमोल आस्तरणें व पडदे ह्यांची तेथें विपुलता होती. पुष्पमालांनीं तीं गृहें अगदीं झांकून काढिलीं असून, त्यांत उत्तम अगुरु चंदनाचा सुवास एकसारखा चालू होता. तीं हंसाप्रमाणें किंवा चंद्राप्रमाणें शोभत असून एका योजनावरूनही दृग्गोचर होत असत. त्यांचीं द्वारें सारखीं असून त्यांत विपुल जागा व लहान मोठ्या सर्व सोई होत्या; आणि हिमालयाच्या शिखरांप्रमाणें त्यांच्या भिंती अनेक प्रकारच्या धातूंनीं बनविलेल्या होत्या. राजा जनमेजया, अशा प्रकारच्या सुसंपन्न गृहांत जाऊन ते राजे उतरले; आणि नंतर त्यांनीं धर्मराजास जेव्हां जेव्हां अवलोकन

केलें, तेव्हां तेव्हां तो अनेक सदस्यांनीं परिवेष्टित असून पुष्कळ दक्षिणा वांटीत आहे असेंच त्यांच्या दृष्टीस पडे. पारिक्षिता, महर्षींनीं, ब्राह्मणांनीं व राजांनीं गजबजून गेलेला तो यज्ञमंडप, अमरांनीं गजबजून गेलेल्या स्वर्गमंडलाप्रमाणें शोभत होता !

अध्याय पस्तिसावा.

—:०:—

यज्ञानुष्ठान.

वैशंपायन सांगतातः—राजा जनमेजया, युधिष्ठिर हा भीष्मादिकांस सामोरा गेल्याबद्दल मीं तुला पूर्वीं सांगितलेंच आहे. नंतर त्यानें हस्तिनापूरच्या गुरुजनांस अभिवंदन करून भीष्म, द्रोणाचार्य, कृपाचार्य, अश्वत्थामा, दुर्योधन व विविंशति ह्यांस म्हटलें कीं, " आपण सर्वांनीं ह्या यज्ञांत माझ्यावर सर्व प्रकारें अनुग्रह करावा. येथें हें जें माझें विपुल धन आहे, तें आपलेंच होय ह्यास्तव माझी आपणांस इतकीच प्रार्थना आहे कीं, आपल्या इच्छेस येईल, ती आज्ञा तुम्ही मला करा."

राजा जनमेजया, ह्याप्रमाणें भाषण करून, यज्ञासाठीं दीक्षा घेतलेल्या धर्मराजानें त्या सर्वांना यथायोग्य अधिकारावर नेमिलें. त्यानें भक्ष्यभोज्याच्या कामावर दुःशासनाची योजना केली; ब्राह्मणांचें स्वागत करण्याचें काम अश्वत्थाम्याला सांगितलें; राजांचें आदरातिथ्य संजयावर सोंपविलें; आणि कोणतीं कामें झालीं, व कोणतीं कामें राहिलीं, हें पाहण्यासाठीं महाबुद्धिमान भीष्म व द्रोण ह्यांची प्रार्थना केली. उत्तम सुवर्ण व रत्नें ह्यांवर नजर ठेवणें आणि दक्षिणा वगैरे अर्पण करणें या कामावर कृपाचार्यास नेमिलें; आणि ह्याप्रमाणेंच इतर सर्व कामांवर तदनुसार योग्य कारभाऱ्यांची योजना केली.

राजा जनमेजया, बाल्हीक, धृतराष्ट्र, सोमदत्त, जयद्रथ वगैरे नकुलानें हस्तिनापुरांतून आणिलेली मंडळी यजमानासारखीच वागत असे. सर्व धर्म जाणणारा विदुर खर्च करण्याच्या कामावर होता; व अहेर गोळा करण्याचें काम दुर्योधन पाहत होता. सर्व लोकांनीं परिवेष्टित असलेला व उत्तम फलाची आकांक्षा करणारा भगवान श्रीकृष्ण स्वतः ब्राह्मणांचे पादप्रक्षालन करीत होता!

राजा जनमेजया, धर्मराजा व त्याची सभा हीं पाहावीं म्हणून तेथें जे राजे आले होते, त्यांपैकीं एकानेंही सहस्रापेक्षां कमी किंमतीचा अहेर आणिला नव्हता. जो तो बहुविध रत्नें अर्पण करून धर्मराजाची संपत्ति वाढवीत होता. युधिष्ठिराचा राजसूय क्रतु केवळ माझ्या संपत्तीनेंच कसा सिद्धीस जाईल, अशी ईर्षा तेथें प्राप्त झालेल्या प्रत्येक राजास उत्पन्न झाली होती; आणि त्यामुळें प्रत्येक राजा इतरांपेक्षां अधिक संपत्ति मी देईन अशी स्पर्धा करून धर्मराजास अहेर समर्पीत असे !

राजा जनमेजया, युधिष्ठिराच्या त्या दिव्य यज्ञशालेचें वर्णन काय करावें ? तेथें उत्तम उत्तम मंदिरें असून त्यांचीं शिखरें अंतरिक्षांत संचार करणाऱ्या देवविमानांस भिडलेलीं होतीं. त्या यज्ञमंडपाच्या भोंवतालीं मोठमोठे बुरूज व मनोरे असून त्यांवर रक्षकांचा पहारा होती. वरतीं आकाशांत देवांचीं विमानें उतरलीं होतीं. त्या मंडपांत ब्राह्मणांचे अनेक आश्रम होते. इतर लोकांकरितांही त्यांत विमानतुल्य अनेक सुंदर सदनें बांधिलीं होतीं; आणि तीं सर्व गृहें रत्नादिकांनीं व इतर समृद्धीनें युक्त असल्यामुळें त्यांची मनोहर कांति चोहोंकडे झळाळत होती. जनमेजया, असा तो दिव्य यज्ञमंडप महान महान सुसंपन्न राजांनीं गजबजून गेला होता; व त्यामुळें, ऐश्वर्यानें धर्म-

राजा वरुणाशींच स्पर्धा करीत आहे, असा भास होत होता! असो.

राजा जनमेजया, अशा प्रकारें सर्व सिद्धता झाल्यावर युधिष्ठिरानें सहा अग्नींला आहुति देऊन तो राजसूय यज्ञ शेवटास नेला, व ब्राह्मणांस अतिशयित दक्षिणा दिली. नंतर त्यानें यज्ञसमारंभासाठीं प्राप्त झालेल्या लोकांच्या सर्व इच्छा परिपूर्ण करून त्यांस विपुल भक्ष्यभोज्य पदार्थ अर्पिले, आणि त्यांस नानाविध रत्नें वगैरे देऊन संतुष्ट केलें. जनमेजया, मंत्र, शिक्षा व अनुष्ठान ह्यांत विशारद असलेल्या ऋत्विजांनीं इडा, घृत व सोम ह्यांच्या आहुति देऊन वैश्वानराची तृप्ति केली, आणि त्या योगें त्या यज्ञांत देव संतुष्ट झाले; आणि ह्याप्रमाणें त्या यज्ञांत देव जसे तृप्त झाले, तसे अन्न, दक्षिणा व विपुल धन ह्यांच्या योगें ब्राह्मण व इतर सर्व लोकही तृप्त झाले.

अर्घाभिहरणपर्व.

अध्याय छत्तिसावा.

—:o:—

श्रीकृष्णाची अग्रपूजा.

वैशंपायन सांगतात:—राजा जनमेजया, नंतर राजसूय यज्ञाच्या अंगभूत असलेल्या सोमयागाच्या दिवशीं महान महान सत्पात्र ब्राह्मण राजेलोकांसहवर्तमान अंतर्वेदीमध्यें प्रविष्ट झाले. त्या समयीं नारदप्रमुख महात्मे राजर्षींसह तेथें स्थित असतां जणू काय ब्रह्मसभेंत देव व देवर्षिच स्थित आहेत, अशी शोभा दिसूं लागली! तेथें यज्ञानुष्ठानाच्या मध्यंतरीं जी फुरसत मिळाली, तींत महातेजस्वी ब्रह्मवर्य अनेक विषयांचें प्रतिपादन करूं लागले. कांहींनीं म्हणावें ' ही गोष्ट अशी आहे ' व कांहींनीं म्हणावें ' ही गोष्ट अशी नाहीं. " त्यावर पहिल्या पक्षानें म्हणावें, ' ही गोष्ट अशी असलीच पाहिजे व दुसऱ्या पक्षानें म्हणावें ही गोष्ट अशी असावयाची नाहींच. ' अशी तेथें पुष्कळ ' भवति न भवति ' झाली. त्या सभेंत कित्येक पंडित शास्त्रवचनांचे आधार दाखवून दुर्बळ गोष्टी सबल करीत ' व कित्येक आपल्या अंगच्या दौर्बल्यानें सबळ गोष्टींनाही दुर्बलत्व आणीत आणि आकाशांत आमिष सांपडलें असतां श्येन पक्षी जसे त्यावर झडप घालून त्याचा विध्वंस उडवितात, तसे कित्येक महाबुद्धिमान पुरुष साधार गोष्टीवर सुद्धां झडप घालून तिचा विध्वंस उडवीत ! राजा जनमेजया, त्या सभेंत कित्येक लोक धर्म व अर्थ ह्यांत कुशल होते; कित्येक महान महान व्रतें आचरणारे होते; आणि कित्येक भाष्यादि ग्रथांत निष्णात असून संभाषण करण्यांतच व्यग्र होते. सारांश, राजा, नक्षत्रांच्या समुदायांनीं ज्याप्रमाणें आकाश शोभतें त्याप्रमाणें वेदपारग देवांच्या, द्विजांच्या व महर्षींच्या समुदायांनीं ती यज्ञवेदी शोभत होती. राजा जनमेजया, त्या अंतर्वेदीमध्यें युधिष्ठिराच्या सन्निधभागीं कोणीही शूद्र अथवा व्रतहीन द्विज नव्हता. असो. त्या विवेकसंपन्न व महाभाग्यवान धर्मराजाचें ऐश्वर्य व यज्ञानुष्ठान अवलोकन करून भगवान नारद मुनींस मोठा संतोष झाला; परंतु त्या स्थलीं सर्व क्षत्रियांचा समुदाय पाहून मात्र त्यांस चिंता पडली ! जनमेजय राजा, श्रीकृष्णाचा अवतार होण्याच्या आधीं ब्रह्म-सभेमध्यें जी गोष्ट घडली होती, तिचें त्यांस स्मरण झालें; आणि ' ह्या सभेंत बसलेले हे सर्व देवच आहेत, ' असा त्यांनीं उद्गार काढिला. नंतर नारदांनीं भगवान महाविष्णूचें ध्यान केलें आणि म्हटलें, " अहो, दैत्यांचा व शत्रूंचा नाश करणारा तो साक्षात् भगवान सर्वव्यापक नारायणच, भूभार हरण करण्याची आपली प्रतिज्ञा शेवटास नेण्याकरितां क्षत्रि-यकुलांत अवतीर्ण झाला आहे अहो, पूर्वी ह्या विश्वोत्पादक प्रभूनेंच देवांस सांगितलें होतें कीं, ' तुम्ही एकमेकांचा वध कराल व पुन: स्वर्गलोकीं याल. ' अहो, हा भगवान नारायणच ब्रह्मदेव व शंकर होय; ह्यानेंच सर्व देवांना भूलोकीं जन्म घेण्याची आज्ञा केली व आपण स्वत: यदुगृहीं आवतार घेतला. अहो, नक्षत्रांमध्यें ज्याप्रमाणें चंद्र, त्याप्रमाणें यादवांमध्यें हा कुलदीपक श्रीकृष्ण आपल्या दिव्य वैभवानें शोभत आहे. अहो, ज्याच्या बाहुबलानें इंद्रप्रमुख सर्व देवांस बाहुबल प्राप्त होतें, तो श नाशक श्रीहरि मनुष्यासारखा ह्या भूतलावर वागत आहे ! अहो, हें प्रत्यक्ष स्वयंभू परब्रह्मच श्रीकृष्णस्वरूपानें आपल्यापुढें उभें आहे ! आतां हें पुन: महाबलिष्ठ क्षात्र-

समुदायाचा आपसांत कलह उत्पन्न करून संहार करणार आहे ! ”

जनमेजया, भगवान नारद ऋषींना ह्याप्रमाणें चिंता पडली; आणि यज्ञादिकांनीं ज्याची पूजा करावयाची, तो भगवान नारायण ईश्वरच हा श्रीकृष्ण होय, असा त्यांचा निश्चय झाला. राजा, त्या महाबुद्धिमान युधिष्ठिराच्या त्या महायज्ञांत, धर्मवेत्त्यांत अत्यंत श्रेष्ठ अशा त्या नारद मुनींस फारच बहुमान मिळत असे.

राजा जनमेजया, यज्ञानुष्ठान आटोपल्यावर भीष्मानें धर्मराज युधिष्ठिराला म्हटलें, “ हे धर्मा, आतां राजांची यथोचित पूजा कर. युधिष्ठिरा, आचार्य, ऋत्विज्, आप्त, स्नातक, मित्र व नृप हे सहाजण पूजार्ह होत. हे प्रत्येक संवत्सरास प्राप्त झाले असले, तरी त्यांची पूजा करावी. मग ज्या अर्थी हे किती तरी वर्षांनीं येथें आले आहेत, त्या अर्थीं ह्यांतील प्रत्येकाची पूजा केली पाहिजे, हें उघड आहे. धर्मराजा, ह्या सर्वांत जो वरिष्ठ असेल, त्याची तर आधीं पूजा करावी. ”

युधिष्ठिर म्हणालाः—अहो पितामह, ह्या मंडळींपैकीं कोणाची पूजा मीं प्रथम करावी, तें मला सांगा.

वैशंपायन सांगतातः—राजा जनमेजया, युधिष्ठिराचा प्रश्न श्रवण करून महाबलवान शांतनुपुत्र भीष्म ह्यानें नीट विचार केला, व ‘ वृष्णिकुलोत्पन्न श्रीकृष्ण हाच ह्या सर्व भूतलावर पूज्यतम होय, ’ असा आपला अभिप्राय धर्मराजाला सांगितला. आणखीं त्यानें असेंही सांगितलें कीं, “ सर्वांमध्यें एक मुद्दां तेज, बल व पराक्रम ह्या गुणांनीं श्रीकृष्णाची बरोबरी करणारा नाहीं. नक्षत्रांत जसा सूर्य, तसा ह्या सर्व जनांमध्यें श्रीकृष्णच होय. अहो, अंधकारग्रस्त प्रदेशावर सूर्याचा प्रकाश पडावा, किंवा निर्वात प्रदेशीं वाऱ्याची झुळूक वाहावी, तद्वत् ह्या यज्ञमंडपावर श्रीकृष्णरूप सूर्याचा प्रकाश पडला आहे, किंवा वाऱ्याची झुळूक वाहात आहे. ”

राजा जनमेजया, ह्याप्रमाणें भीष्माकडून अनुमोदन मिळतांच प्रतापवान सहदेवानें वृष्णिकुलोत्पन्न श्रीकृष्णाची उत्तम प्रकारें यथाविधि पूजा केली, आणि श्रीकृष्णानें यथाशास्त्ररीत्या त्या पूजेचा अंगीकार केला. परंतु सहदेवानें श्रीकृष्णाची प्रथम पूजा केली ही गोष्ट शिशुपालाला सहन झाली नाहीं, आणि त्या महाबलाढ्य चेदिराजानें भीष्म, युधिष्ठिर व श्रीकृष्ण ह्या सर्वांचा त्या सभेंत उपहास केला !

अध्याय सदतिसावा.

—:०:—

शिशुपालाचा क्रोध.

शिशुपाल म्हणालाः—हे धर्मराजा, येथें मोठमोठे भूपति अधिष्ठित असतां तूं राजेलोकांप्रमाणें ह्या यदुकुलोत्पन्न कृष्णाची पूजा करावीस, हें योग्य नव्हे. अरे, ह्याची योग्यता राजेलोकांप्रमाणें आहे काय ? तेव्हां अशा समयीं तूं केवळ आपल्याच इच्छेनें पांडवांस अनुचित असें निंद्य आचरण करावेंस, हें अगदीं गर्ह्य होय. अहो पांडुपुत्रांनो, तुम्ही अद्यापि अज्ञान बालकें आहां; धर्म हा फार सूक्ष्म आहे; आणि हा मंदबुद्धि भीष्म तर अगदींच भ्रमिष्ट झाला आहे! हे कुंतीपुत्रा, कृष्णाची व्यर्थ महती वाढविण्याची वासना धरून हा भीष्म तुझ्याप्रमाणेंच अधर्माचरण करण्यास प्रवृत्त झाला आहे; पण ह्या त्याच्या दुर्वर्तनानें सत्पुरुषांकडून त्याची अधिकाधिक हेलना होईल, हें पक्कें लक्षांत ठेव. अरे, तुम्ही ह्या दाशार्ह कृष्णाची राजेलोकांमध्यें आधीं

पूजा केली, परंतु हा राजा तरी आहे कीं नाहीं, ह्याचा विचार केलात काय? पहा—ज्याला राजा हें नांव सुद्धां नाहीं, त्याची सर्व राजांमध्यें प्रथम पूजा होते, हें केवढें साहस! हे पांडुतनया, कृष्ण हा राजा नसला तरी सर्वसभाजनांत तो वृद्ध आहे, असें समजून मीं त्याची पूजा केली, असें तुझें म्हणणें असल्यास तेंही सत्य नाहीं; कारण, वृद्ध वसुदेव येथें स्थित असतां, त्याचा पुत्र त्याच्या आधीं पूजेला कसा पात्र होईल बरें? अहो, द्रुपद राजा येथें अधिष्ठित असतां पांडवांनीं कृष्णास अग्रपूजा समर्पावी, व कृष्णानें ती स्वीकारावी, ह्यांत दोघांचेही हातून प्रमाद घडले आहेत; पांडव हे पूजा करण्यास सिद्ध झाले, तरी कृष्णानें ती अवश्य नाकारावयास पाहिजे होती!

हे पृथापुत्रा, कृष्ण हा आपला आचार्यच होय, असें तूं मानितोस काय? जर असें असेल, तर येथें द्रोणाचार्य बसले आहेत ते कोण? अरे, द्रोणाचार्यांच्या पूर्वीं कृष्णाची पूजा करावी, हा विचार तुला कसा रुचला बरें? अथवा, हे कुरुनंदना, कृष्ण हा ऋत्विज् आहे, अशी तुझी समजूत आहे काय? बरें तर, वृद्ध व्यास येथें बसलेले असतां, त्यांची पूजा करावयाची सोडून ह्या तरुण ऋत्विजाची पूजा करावीस, हें तरी अनुचितच होय. अरे, मृत्यूलाही आपल्या इच्छेच्या अधीन ठेवणारा भीष्म येथें असतां तूं त्यास न पूजितां कृष्णाला पूजिलेंस तेव्हां तुला म्हणावें तरी काय? हे कौरवेश्वरा, सर्वशास्त्रपारंगत महाबलिष्ठ अश्वत्थामा येथें असतांना त्वां त्याची पूजा आधीं करावयास नको होती काय? अरे, राजाधिराज पुरुषश्रेष्ठ दुर्योधन ह्या सभेंत आहे, हें तुला माहीत नाहीं काय? तसेच भारतकुलाचे आचार्य कृप येथें प्रत्यक्ष विराजत असतां त्यांचाही तुझ्या हातून अवमान कसा झाला? अरे, किन्नरांचा गुरु द्रुम ह्याची योग्यता तूं कशी जाणिली नाहींस? पांडु राजाप्रमाणें विजयशाली भीष्मक राजास त्वां कसें अवमानिलें? आणि तसेच रुक्मी, एकलव्य व मद्राधिप शल्य हे सर्व महान महान भूपाल कृष्णापेक्षां तुच्छ आहेत काय?

बा पांडुपुत्रा, कर्णासारखा महापराक्रमी वीर येथें विद्यमान असतां त्याकडे तुझी दृष्टि गेली नाहीं, हा केवढा घोर अपराध! अरे, ह्या कर्णाप्रमाणें बलिष्ठ असा एकही राजा ह्या भूमंडलावर नाहीं; प्रत्यक्ष भार्गवरामाचा हा पट्टशिष्य! ह्यानें स्वतांच्या बलानें सर्व राजांस युद्धांत जिंकून टाकिलें! आणि असें असतां तूं त्या बलाढ्य वीराची अग्रपूजा न करितां त्या यःकश्चित् कृष्णाची पूजा करावीस, हें अगदीं लांच्छनास्पद होय! हे कुरुनंदना, कृष्ण हा ऋत्विज् नसतांना, आचार्य नसतांना, व राजाही नसतांना केवळ त्याचें मन संतुष्ट करण्यासाठीं तूं त्याची प्रथम पूजा केलीस, हें तुझें अगदीं अश्लाघ्य आचरण आहे! जर तुझ्या मनांत सदसद्विवेक सोडून देऊन केवळ कृष्णाचीच पूजा करावयाची होती, तर त्वां हे राजे येथें बोलावून आणून त्यांचा अपमान करावयाचें तरी प्रयोजन काय होतें! अहो, ह्या महात्म्या कौन्तेयाच्या भीतीनें, किंवा कांहीं लोभानें, अथवा ह्याचें मन संतुष्ट राखावें म्हणून आम्ही सर्व ह्यास करभार देण्यास सिद्ध झालेलों नाहीं; तर त्या धार्मिक युधिष्ठिराची सार्वभौमपदाची इच्छा परिपूर्ण व्हावी, एतदर्थाकरितांच आम्ही ह्यास करभार अर्पिला; आणि आतां तर हा आम्हांस अखदीं तुच्छ मानूं लागला, तेव्हां ह्यास काय म्हणावें! हे युधिष्ठिरा, छत्रचामरादि राजचिन्हांनीं विहीन अशा कृष्णाची अग्रपूजा तूं राजसभेंत करावी,

त्यापेक्षां आम्हां राजांचा आणखी अपमान तो कोणता पाहिजे? अहो, युधिष्ठिर हा धर्मात्मा आहे, असा ह्याचा हा लौकिक व्यर्थ गेला! जर हा खरोखरीच धर्मात्मा असता, तर ह्या धर्मच्युत कृष्णाची अग्रपूजा कशी करिता! अहो, ह्या दुष्ट कृष्णानें त्या महात्म्या जरासंधास अन्यायानें ठार मारिलें, ही गोष्ट धर्मराजास विदित असतां त्यानें कृष्णाची अग्रपूजा केली, तेव्हां ह्याची धर्मात्मता आज नष्ट झाली, यांत संदेह नाहीं! कृष्णाची पूजा करून त्यानें आपल्या मनाचा केवळ नीचपणा मात्र व्यक्त केला आहे!

हे माधवा, हे भित्रे पांडव अगदीं मूर्ख व दीन बनले, आणि त्यामुळें त्यांनीं तुला ही अग्रपूजा अर्पण केली; पण आपण अशा पूजेस पात्र आहों कीं नाहीं ह्याचा विचार तूं तरी करावयास नको होता काय! अरे, ह्यांनीं बुद्धिभ्रंश झाल्यामुळें तुझ्या समीप जरी पूजा आणिली, तरी आपण ती स्वीकारण्यास अपात्र आहों असें मनांत आणून तूं तिचा अव्हेर कां केला नाहींस? अरे, निर्जनस्थानीं चुकून पडलेल्या हविर्भागाचा अंश मिळाल्यावर कुत्र्यास जसा आनंद होतो, तसा ह्या चुकून घडलेल्या अग्रपूजेच्या योगानें तुला आनंद होत आहे; पण हें अत्यंत निंद्य होय! हे जनार्दना, पांडवांनीं ह्या दुराचरणानें ह्या सभेमध्यें अधिष्ठित असलेल्या राजसमूहाचा अपमान केला आहे, असें म्हणण्यापेक्षां, त्यांनीं स्पष्टपणें तुझाच अपमान केला आहे, असें म्हटलें पाहिजे! बा कृष्णा, क्लीबाला कन्या दिली असतां किंवा अंधाला तसबीर दाखविली असतां, त्यापासून जशी त्या क्लीबाची किंवा अंधाचीच अवमानता होते, तशी राजचिन्हविवर्जित अशा तुझी राजाप्रमाणें पूजा झाल्यानें तुझीच अवमानता झाली आहे! हे कृष्णा, पांडवांच्या ह्या अनुचित वर्तनानें युधिष्ठिर राजाची योग्यता कळली, भीष्माचें स्वरूप निदर्शनास आलें, व तुझीही पूर्ण कसोटी झाली! तेव्हां झालें हें सर्व ठीकच होय!

वैशंपायन सांगतातः—राजा जनमेजया, असें भाषण करून शिशुपाल राजा आपल्या आसनावरून उठला, व दुसऱ्या कित्येक राजांसह त्या यज्ञमंडपांतून बाहेर चालता झाला!

अध्याय अडतिसवा.

—:०:—

भीष्माचें भाषण.

वैशंपायन सांगतातः— राजा जनमेजया, शिशुपाल सभेंतून उठून चालता झाला, असें पाहतांक्षणींच धर्मराजा त्याच्या मागून धावत गेला, आणि त्यानें शिशुपालास सांत्वनपूर्वक मधुर वाणीनें म्हटलें, " हे शिशुपाल राजा, तूं जें हें भाषण केलेंस, तें योग्य नाहीं. विनाकारण एखाद्याविषयीं निष्ठुरपणा दाखविणें हा केवळ अधर्म होय. अरे, शांतनव भीष्माला श्रेष्ठ धर्माचें ज्ञान नाहीं, अशी गोष्ट कधींही होणार नाहीं; ह्यास्तव, तूं त्याचा व्यर्थ अवमान करूं नको. हें पहा--तुझ्यापेक्षां वयोवृद्ध राजे ह्या सभेंत बहुत आहेत; आणि त्यांस श्रीकृष्णाची पूजा केल्यामुळें यत्किंचितही वैषम्य वाटत नाहीं. ह्यास्तव, श्रीकृष्णाची ही अग्रपूजा त्या राजांप्रमाणें तूंही सहन कर. हे चेदिराजा, भीष्माला श्रीकृष्णाचें यथार्थ स्वरूप कळलें आहे; बाबा, तुला मात्र भीष्माप्रमाणें श्रीकृष्णाचें तत्त्व विदित झालेलें नाहीं!"

भीष्म म्हणालेः—हे धर्मराजा, तूं शिशुपालाचें सांत्वन करण्याच्या भरीस पडूं नको. अरे, सर्व लोकांत श्रेष्ठ असणाऱ्या भगवान श्रीकृष्णाची पूजा ज्यास सहन होत नाहीं,

त्या खलाचें सांत्वन करून तरी उपयोग काय! अरे, जो महापराक्रमी क्षत्रिय रणांत दुसऱ्या क्षत्रियास जिंकतो व त्यास अंकित करून सोडून देतो, तोच क्षत्रियश्रेष्ठ समजला पाहिजे. पहा—ह्या श्रीकृष्णानें आपल्या तेजानें ज्यास जिंकून अंकित केलें नाहीं, असा एकही भूपति ह्या यज्ञमंडपांत मला दिसत नाहीं; तेव्हां ह्या सभेमध्यें श्रीकृष्णाव्यतिरिक्त अन्य कोणी श्रेष्ठ आहे, असें म्हणावें तरी कसें? अरे, हा भगवान अच्युत श्रीकृष्ण केवळ आम्हांसच अत्यंत वंदनीय आहे असें नव्हे, तर हा दिव्य पुरुष सर्व त्रिभुवनास अत्यंत वंदनीय आहे! बा धर्मा, महान महान अनेक क्षत्रिय वीर युद्धांत श्रीकृष्णानेंच जिंकीले आहेत, व सर्व जगाच्या सामर्थ्याचा मूळ प्रभव ह्याच्यापासूनच होत आहे! ह्यास्तव, हे कुंतीनंदना, येथें कितीही जरी वृद्ध वृद्ध राजे अधिष्ठित असले, तरी माझ्या मतें श्रीकृष्ण हाच अग्रपूजेस पात्र; इतर कोणीही त्या बहुमानास पात्र नाहीं!

हे शिशुपाला, श्रीकृष्णाविषयीं तूं जे निरर्गल प्रलाप काढिलेस, तसे प्रलाप त्वां काढणें हें अगदीं अनुचित होय. बाबारे, बुद्धीला असा मोह पडूं देऊं नको. हे चेदिराजा, अनेक महाज्ञानी लोकांचा सहवास मला झाला आहे, आणि त्यांच्या वादविवादामध्यें, सत्पुरुषांस अत्यंत मान्य असे ह्या भगवान गुणशाली श्रीकृष्णाचे अनेक गुण त्यांच्या मुखांतून मीं ऐकिले आहेत. शिशुपाला, त्याप्रमाणेंच, ह्या अद्वितीय पुरुषानें जन्मापासून जीं जीं अनेक लोकोत्तर कृत्यें करून दाखविलीं, तीं तीं कृत्येंही मीं लोकांच्या तोंडून वारंवार श्रवण केलीं आहेत; आणि ह्या कारणानेंच भगवान श्रीकृष्ण हा अग्रपूजेस खरा अधिकारी असें मी मानितों. चेदिराजा, श्रीकृष्ण हा आमचा आप्त आहे, किंवा त्यानें आमचें कांहीं हित केलें आहे, अथवा त्याच्यापासून आम्हांस कांहीं स्वार्थ साधावयाचा आहे, म्हणून आम्हीं त्यास प्रथम पूजिलें, असें तूं समजूं नको. बाबारे, सत्पुरुषांस तो अत्यंत पूज्य, प्राणिमात्रास तो अत्यंत सुखावह, त्रैलोक्यांत तो अत्यंत यशस्वी, शौर्याचें तो मोठें निधान, जयलक्ष्मीचा तो प्रियभर्ता इत्यादिक गोष्टींचा विचार करूनच आम्हीं त्याची अग्रपूजा केली! अरे, ह्या यज्ञमंडपांतील प्रत्येक पुरुषाची आम्हीं कसोटी केलेली आहे. येथें एक मूल सुद्धां असें नाहीं, कीं ज्यास आम्हीं यथार्थत्वानें जाणिलें नाहीं; तेव्हां आम्हीं केवळ अज्ञानानें श्रीकृष्णाची पूजा केली, हें तुझें म्हणणें अगदीं व्यर्थ होय.

हे शिशुपाला, श्रीकृष्णाची अग्रपूजा करण्याचा जो विचार आम्हीं ठरविला, त्यास कारण श्रीकृष्णाच्या अंगीं ह्या मंडळीपेक्षां अधिक ज्ञान आहे; हेंच होय. बाबारे, ह्या स्थळीं, वयानें अधिक असे लोक आहेत खरे, पण त्यांच्या अंगीं जर श्रीकृष्णाच्या इतकें ज्ञान नाहीं, तर ते पूजार्ह कसे ठरतील? चेदिराजा, द्विजांमध्यें ज्ञानवृद्धास, क्षत्रियामध्यें बलश्रेष्ठास, वैश्यांमध्यें धनधान्यसंपन्नास, आणि शूद्रांमध्यें केवळ वयास अधिक मान द्यावा, असा नियम आहे. राजा, भगवान गोविंदाच्या पूज्यापूज्यतेचा विचार करितांना, त्याच्या ठायीं वेदवेदांगज्ञान व बळ हीं दोन्हीही अत्यंत आहेत, असें आम्हांस दिसतें; आणि ह्यास्तव, मनुष्यलोकामध्यें भगवान केशवाव्यतिरिक्त अन्य पुरुष अग्रपूजेस योग्य नाहीं असेंच आम्हांस वाटतें! बाबा, दातृत्व, दक्षता, श्रुत, शौर्य, ऱ्हीं, कीर्ति, उत्तम बुद्धि, विनय, वैभव, धैर्य, तुष्टि व पुष्टि हीं सर्व

भगवान श्रीकृष्णाच्या ठिकाणीं शाश्वत आहेत. ह्यास्तव, ज्ञानसंपन्न, आचार्य, पिता व गुरु असा जो भगवान वासुदेव, तोच परमवंदनीय व पूजार्ह असें मानून त्यास आम्हीं प्रथम पूजिलें, ह्याबद्दल आम्हांस सर्वांनीं क्षमा करावी. सभासदहो, ऋत्विज्, गुरु, विवाह्य पुरुष, स्नातक, भूप व मित्र ह्या सर्वांची योग्यता एका भगवान मधुसूदच्या ठिकाणीं असल्यामुळें आम्हीं ह्याचीच प्रथम पूजा केली. अहो, हा श्रीकृष्णच सर्व लोकांचा उत्पादक व लय करणारा आहे; आणि हें सर्व चराचर विश्व श्रीकृष्णामुळेंच दृग्गोचर होत आहे! अहो, ह्या विश्वाची अव्यक्त प्रकृति हा सनातन भगवान श्रीकृष्णच असून ह्याचा उत्पादकही हाच आहे; आणि असें असतांही हा सर्व भूतांपासून अगदीं अलिप्त राहतो; तेव्हां अशा ह्या लोकनियामक व सच्चिन्मय ज्ञानमूर्तीचें आधीं पूजन करावें हें सर्वथैव इष्ट होय. अहो, बुद्धि, मन, महत्तत्त्व, पृथ्वी, आप, तेज, वायु, आकाश व चतुर्विध भूतसृष्टि ह्या सर्वांस मूळ आधार श्रीकृष्णाचाच आहे. त्याप्रमाणेंच आदित्य, चंद्रमा, ग्रह, नक्षत्रें, दिशा व विदिशा हीं सर्व भगवान श्रीहरीवरच अवलंबून राहतात. अहो, वेदांमध्यें जसें अग्निहोत्र मुख्य, छंदांमध्यें जसा गायत्री छंद मुख्य, मनुष्यांमध्यें जसा राजा मुख्य, जलाशयांमध्यें जसा सागर मुख्य, नक्षत्र मध्यें जसा चंद्र मुख्य, तेजामध्यें जसा सूर्य मुख्य पर्वतांमध्यें जसा मेरु मुख्य, व पक्ष्यांमध्यें जसा गरुड मुख्य तसा भगवान श्रीकृष्ण हा वर, मध्यंतरीं व खालीं जगाच्या जितक्या म्हणून स्थिति आहेत, त्या त्या स्थितींतील प्राण्यांमध्यें व देवप्रमुख सर्व लोकांमध्यें अत्यंत श्रेष्ठ आहे! अहो, हा मूर्ख शिशुपाल, ह्या सर्वव्यापक व शाश्वत अशा श्रीकृष्णाचें सत्य स्वरूप जाणत नाहीं, म्हणून ही अशी जल्पना करीत आहे! अहो, उत्तम धर्माच्या स्वरूपाचा जो बुद्धिमान पुरुष विचार करील, त्यास धर्माचें स्वरूप जसें कळेल, तसें ह्या अविचारी चेदिराजाला कळणार नाहीं! अहो, ह्या आबालवृद्ध महान महान सर्व भूपालांमध्यें भगवान श्रीकृष्ण हा अग्रपूजेस योग्य नाहीं व त्याची अग्रपूजा करूं नये, असें म्हणणारा हा एकटा शिशुपालच होय! आतां इतक्या उपरही, आम्हीं श्रीकृष्णाची पूजा केली हें अयोग्यच झालें असें शिशुपालास वाटत असेल, तर ह्याजबद्दल त्यास यथान्याय जें कांहीं कर्तव्य असेल तें त्यानें खुशाल करावें!

अध्याय एकुणचाळिसावा.

—:०:—

राजांची मसलत.

वैशंपायन सांगतातः—राजा जनमेजया, ह्याप्रमाणें तो महापराक्रमी भीष्म भाषण करून उगाच राहिल्यावर शिशुपालादिक विरोधी राजांना सहदेवानें मोठें निक्षून उत्तर दिलें: सहदेव म्हणालाः—अहो शिशुपालप्रमुख राजांनो, केशिदैत्याचा वध करणाऱ्या अतुल पराक्रमी भगवान श्रीकृष्णाची जी अग्रपूजा मीं केली, ती तुम्हांपैकीं ज्यांस सहन होत नसेल, त्या सर्व बलिष्ठ राजांच्या मस्तकांवर हा मी आपला पाय ठेवीत आहें पहा! आतां हे माझे शब्द ऐकून तरी जर तुम्हांस कांहीं उत्तर द्यावयाचें असेल तर तें द्या. जो राजा भगवान वासुदेवाच्या पूजेविरुद्ध भाषण करील त्यास मी खचीत यमसदनीं पाठवीन! अहो सभासदांनो, आपणांपैकीं जे विचारी असतील, त्यांनीं आचार्य, गुरु, पिता, परमपूज्य व मधु-

पर्कास योग्य अशा ह्या श्रीकृष्णाची मीं अग्र-पूजा केल्याबद्दल मला अनुमोदन द्यावें !

राजा जनमेजया, असें भाषण करीत असतां त्या शहाण्या, थोर, मानी व बलिष्ठ अशा राजांच्या भरसभेंत सहदेवानें आपला पाय पुढें ठेविला; तरी त्यांपैकीं एकानेंही सह-देवाला उत्तर दिलें नाहीं; तेव्हां सहदेवाच्या मस्तकावर वरून पुष्पवृष्टि होऊन 'वाहवा ! वाहवा !' अशी आकाशवाणीही झाली ! नंतर, भूतभविष्य सांगणाऱ्या, सर्व संशय छेदिणाऱ्या, व त्रैलोक्याला जाणणाऱ्या अशा नारद मुनींनीं भगवान श्रीकृष्णाला उद्देशून असें स्पष्ट भाषण केलें कीं, "अहो, कमलनेत्र श्रीकृष्णास जे पुरुष पूजित नाहींत, ते जिवंत असून मृतच आहेत, असें समजावें ! त्यांच्याशीं कोणीं संभाषणही करूं नये !"

वैशंपायन सांगतातः—राजा जनमेजया, नंतर, त्या सभासदांमध्यें कोण पुरुष कसा आहे, ह्याचें ज्ञान सहदेवास उत्तम प्रकारें झालें; आणि त्यानें सत्पात्र ब्राह्मण व सत्पात्र क्षत्रिय ह्यांची पूजा करून तें कृत्य संपविलें असो. अशा प्रकारें श्रीकृष्णाचीच अग्रपूजा करण्यांत आलेली पाहून तो महाबलाढ्य शिशुपाल राजा अगदीं संतप्त झाला; व अत्यंत क्रोधाविष्ट होऊन राजांस म्हणाला, "अहो राजांनो, मी येथें सेनानायक उभा असतांना तुम्ही विचार कसला करीत आहां ? अहो, आपण सर्व राजे युद्धार्थ सिद्ध होऊन ह्या यादवपांडवांशीं रण करूं या !" राजा जन-मेजया, त्या सभेंत बसलेल्या सर्व राजांना शिशुपालानें ह्याप्रमाणें उत्तेजन दिलें, व नंतर धर्मराजाच्या राजसूय यज्ञाचा विध्वंस कर-ण्याविषयीं त्या चेदिराजानें इतर राजांपाशीं गोष्ट काढिली. जनमेजया, यज्ञसमारंभाकरितां बोलावून आणिलेल्या शिशुपालपक्षीय सर्व राजांस शिशुपालाचें भाषण ऐकून अतिशय क्रोध चढला, व त्यांची मुद्रा बदलून जाऊन ते लागलेच शिशुपालाच्या बरोबर मसलत करण्याकरितां यज्ञमंडपांतून बाहेर पडले, आणि त्यांनीं ठरविलें कीं, "युधिष्ठिराचा राजसूय यज्ञ व कृष्णाची अग्रपूजा हीं कधींही सिद्धीस जाऊं द्यावयाचीं नाहींत."

राजा जनमेजया, क्रोधानें क्षुब्ध झालेल्या त्या राजांना आपल्या अंगीं अतिशय बळ आहे अशी खातरी वाटत होती; आणि अप-मानानें म्हणून राहावयाचें नाहीं असा त्यांचा अगदीं निर्धार होता; ह्यास्तव त्यांनीं जिवा-वर उदार होऊन यादवपांडवांशीं युद्ध कर-ण्याचा विचार योजिला. त्या प्रसंगीं त्यांच्या आप्तसुहृदांनीं त्यांचा तो विचार बदलण्याचा प्रयत्न केला, पण तो सर्व व्यर्थ जाऊन त्यांच्या मुद्रेवर क्रोधाची अधिकच रक्तिमा चढली; आणि ते हातांतून आमिष सुटून गेलें असतां सिंह जसा गर्जना करूं लागतो, तसे गर्जना करूं लागले ! असो. राजा जनमेजया-पुढें राजसागररूप तो अगाध व अक्षय सेना-समुदाय युद्धाची मसलत करीत आहेत, असें श्रीकृष्णास समजलें !

शिशुपालवधपर्व.

अध्याय चाळिसावा.

—:०:—

भीष्माचें भाषण.

वैशंपायन सांगतातः—राजा, नंतर, प्रळयकाळच्या झंझावातानें महासागर अगदीं खवळून जातो, त्याप्रमाणें तें समुद्रासारखें राजमंडळ क्रोधानें क्षुब्ध झालेलें पाहून, बृहस्पतीशीं भाषण करणाऱ्या शत्रुनाशक इंद्राप्रमाणें, कुरुवृद्ध व बुद्धिमानश्रेष्ठ अशा पितामह भीष्मांस युधिष्ठिर म्हणाला, "हे पितामह! हा प्रचंड नृपसमूह तर आज रागानें अगदीं खवळून गेलेला दिसतो. तर आतां ह्यास काय करावें, तें मला सांगा. हे पितामह! यज्ञांत तर विघ्न होऊं नये, व प्रजेचें तर सर्वस्वीं हित व्हावें, असें जें काय असेल तें सर्व मला सांगावें." राजा, धर्मज्ञ धर्मराज युधिष्ठिर ह्याप्रमाणें बोलला, तेव्हां कुरुपितामह भीष्म ह्यांनीं त्यास उत्तर दिलें.

भीष्म म्हणाले:—हे कुरुश्रेष्ठा, तूं कांहींएक काळजी करूं नको. कुत्र्याच्यानें सिंह कधीं मरत असतो कीं काय? पूर्वीं मी ज्या मार्गानें गेलों, तोच नीतीचा व कल्याणाचा मार्ग होय. सिंह गाढ झोपेंत असला म्हणजे साऱ्या कुत्र्यांनीं जमून त्याच्याजवळ जाऊन एकदम कोल्हेकुई करावी, त्यांतलीच ह्या राजांची आज अवस्था झाली आहे! बा युधिष्ठिरा! हा यादवसिंह श्रीकृष्ण खुशाल घोरत पडला असतां, सिंहाजवळ येऊन कुत्र्यांनीं भोंकावें, त्याप्रमाणें हे रागानें संतप्त होऊन अद्वातद्वा बडबड करीत आहेत; आणि निजलेला सिंह जागा झाल्याप्रमाणें हा अच्युत जागा झाला नाहीं, तोंपर्यंतच हा पुरुषश्रेष्ठ चेदिराज त्या राजांना सिंह बनविण्याची खटपट करीत आहे! अर्थात् हा मूर्खशिरोमणि शिशुपाल कृष्णाच्या विरुद्ध युद्ध करण्याविषयीं त्यांच्या अंगांत स्फुरण चढवीत आहे; आणि धर्मा, हा ह्या सर्व राजांना यमाच्या घरीं नेण्याची मात्र इच्छा करीत आहे असें समज. हे भारता, ह्या शिशुपालामध्यें जें कांहीं तेज—प्राणकलिका वसत आहे, तें काढून घेण्याची आज अधोक्षजाला इच्छा झाली आहे, असें दिसतें. हे बुद्धिमंतामध्यें श्रेष्ठ असणाऱ्या कुंतीपुत्रा! हा चेदि देशाचा राजा शिशुपाल ह्याची व ह्या सर्व राजांची बुद्धि फारच वहावत सुटली आहे! हा पुरुषोत्तम श्रीकृष्ण ज्याचा नाश करावयाचें मनांत आणतो, त्याची बुद्धि या चेदि देशच्या राजाप्रमाणेंच वहावत सुटते! हे युधिष्ठिरा, ह्या त्रैलोक्यामध्यें जारज, अंडज, स्वेदज व उद्भिज म्हणून जे चार प्रकारचे प्राणी आहेत, तें सर्व ह्या श्रीकृष्णापासूनच होतात, आणि ते शेवटीं श्रीकृष्णामध्येंच लय पावतात.

वैशंपायन सांगतातः—राजा, हें त्याचें भाषण ऐकतांच तो चेदि देशाचा राजा शिशुपाल ह्यानें भीष्मावरही तोंड सोडलें!

अध्याय एकेचाळिसावा.

—:०:—

शिशुपालकृत भीष्मनिंदा.

शिशुपाल म्हणालाः—हे कुलकलंका! तूं आतां म्हातारा झाला आहेस; आणि अशा नानाप्रकारच्या बुजगावण्यानें सर्व राजांना भेवडावितांना तुला लाज कशी नाहीं वाटत? पण ह्यांत आश्चर्य तरी कसलें! तुझ्यासारख्या षंढाला तें योग्यच आहे! अरे, तूं कुरुवंशांतला मोठा दुड्ढाचार्य म्हणवितोस, आणि धर्माला काळिमा लावण्यासारखें बोलतोस काय!

भीष्मा, तूं पुढारी झाल्यामुळें, एका नावेला दुसरी नांव अडकवावी, किंवा एका अंधळ्या मागें दुसऱ्या अंधळ्यानें जावें, त्यप्रमाणें ह्या कुरुवंशाची स्थिति झालेली आहे; म्हणजे पुढची नाव फुटून बुडूं लागली म्हणजे मागचीही आपोआप बुडणाराच ! पुढचा अंधळा खड्ड्यांत पडला म्हणजे मागचा अंधळाही खड्ड्यांत पडणाराच ! त्याप्रमाणें तुझ्यासारख्या अविचाऱ्याच्या मार्गानें जाणारे कुरुवंशज तुझ्याबरोबर खड्ड्यांतच पडावयाचे ! अरे, ह्या कृष्णाच्या पूतनावधादिक कृत्यांबद्दल तूं बढाई सांगूं लागलास, म्हणजे आम्हांला आश्चर्य वाटावयाचें तर बाजूसच राहो, पण उलट ह्यानें स्त्रीहत्त्या केल्यामुळें ह्याची कींव मात्र येते ! भीष्मा, असा जो हा दुराचारी कृष्ण, त्याची स्तुति करण्याची तूं इच्छा करतोस, तेव्हां तुझ्यासारख्या गर्विष्ठाच्या व मूर्खाच्या जिव्हेचे शेंकडों तुकडे तरी कसे होत नाहींत? अरे, आम्हीचसें काय, पण लहान पोरें सुद्धां त्याची छी थू च करतील; पण तूं तर ज्ञानमत्तेविषयीं मोठा टेंभा मिरवितोस, आणि त्या गुरेंराख्याचें स्तुतिस्तोत्र गातोस ! तेव्हां तुला काय म्हणावें ! त्यानें लहानपणीं काय म्हणे पांखरें मारलीं ! आणि ज्या बिच्याऱ्यांना युद्ध कशाशीं खातात हें सुद्धां माहीत नाहीं असले घोडे आणि बैल मारले ! म्हणून, भीष्मा, ह्यांत तुला शतकृत्य तें कोणतें वाटतें ! त्यानें म्हणे पायानें एक गाडा उलथून टाकला. पण त्या निर्जीव लांकडाला ढकलून देण्यांत मोठासा पुरुषार्थ तो कोणता केला ? तसेंच, भीष्मा! वारुळांनीं पोकळ झालेला गोवर्धन पर्वत त्यानें सात दिवस उचलून धरला, परंतु ह्यांत सुद्धां मला विशेष असें कांहीं वाटत नाहीं ! त्याचप्रमाणें, पर्वताच्या माथ्यावर खेळतांना त्यानें किती तरी अन्न खाल्लें असें तुझ्या तोंडून ऐकलें म्हणजे इतरांना मोठाच चमत्कार वाटत असेल; पण, भीष्मा, मला तर त्याजबद्दल कांहींच वाटत नाहीं. अहो धर्मशास्त्रवेत्ते ! ज्या बलाढ्य कंसाचें अन्न ह्यानें भक्षण केलें त्याच कंसाचा त्यानें प्राणघात केला, ह्या कृतघ्नपणाच्या कृत्याचें सुद्धां आपणास विशेष अश्चर्य वाटत नसेलच. हे कुरुकुलाधमा, धर्मज्ञानशून्या भीष्मा ! तुला आतां मी जें वचन सांगणार आहें, तें तूं सज्जनांच्या तोंडून कधींही ऐकिलेलें नसशील. कारण, ऐकिलें असतेंस तर स्त्रीहत्त्येसारख्या घोर दुष्कृत्याची तूं प्रशंसाच केली नसतीस! तें वचन हें: "स्त्रिया, ब्राह्मण, गाई, अन्नदाता, आणि आश्रय देणारा ह्यांवर कधींही शस्त्र उचलूं नये, " असा धार्मिक, साधु, सुजनलोक सदासर्वदा उपदेश करीत असतात. परंतु, भीष्मा ! ह्या जगांत तुझ्या ठायीं मात्र तें सर्व व्यर्थ असल्याचें दिसून येतें. हे कौरवाधमा ! तूं " हा मोठा ज्ञानी आहे, तो मोठा थोर आहे " म्हणून माझ्यापाशीं बडेजाव मारितोस. जणू काय मला त्याची ओळखच नाहीं ! अरे ! तो गोहत्त्या तर करणारा आहे; स्त्रीहत्त्या करणारा आहे; मग त्याचे तूं इतके पवाडे तरी गातोस कसे ! आतां, तूं म्हणशील ती पूर्वदिशा असेंच जर असेल, तर मात्र तो पूजेला पात्र आहे खरा ! " हा जनार्दन म्हणजे काय, साऱ्या बुद्धिवानांतला बुद्धिमान, साऱ्या जगाचा स्वामी जो काय तो हाच ? " वगैरे असंबद्ध भाषण तूं बोलतोस, म्हणून तोही आपल्या मनांत मांडे खातो कीं, मी खरोखरी तसाच आहें, पण हें तुझें म्हणणें निवळ खोटें आहे. मी तुला एक सांगून ठेवितों कीं, पोकळ पांडित्याचा कोणीं कितीही जरी उपदेश केला तरी भूलिंग नांवाच्या पक्ष्याप्रमाणें प्राणी हे अखेर आपल्या जातिस्वभावावरच जाव-

याचे. तें चुकावयाचें नाहीं. पण तुझा मूळचा स्वभावच नीच पडला, ह्यांत शंका नाहीं. तेव्हां या पांडवांच्या स्वभावाची तर तुझ्याही वर ताण असलीच पाहिजे ! त्यांचें परमपूज्य दैवत कोण ? तर कृष्ण; आणि त्यांचा मार्गदर्शक कोण ? तर जेथें धर्माच्या नांवानें आंवळ्याएवढें पुज्य, व जे सन्मार्गाला पायाखालीं तुडविणारे, असे पितामह भीष्म ! तेव्हां त्या पांडवांचें सौजन्य काय विचारावें ? भीष्मा ! खरा धर्म म्हणजे काय याचें ज्ञान ज्याच्या अंतःकरणांत बिंबलें, तोच खरा खरा सज्जन होय. आपल्यासारख्या धर्मज्ञानमुगुटमण्यानें जसें वर्तन केलें, तसें कोण बरें करील ? धर्म म्हणजे काय हें तुला जर माहीत होतें, धर्मज्ञानाचें रहस्य जर तुझ्या बुद्धीला कळलेलें होतें, आणि मी ज्ञानी म्हणून जर तूं आपल्याला म्हणवून घेतोस, तर दुसऱ्यावर मन ठेवणाऱ्या अंबानामक कन्येचा तूं स्वतांच कसारे अपहार केलास ? भीष्मा ! तूं हरण करून आणलेल्या कन्येचा, तुझा भाऊ जो विचित्रवीर्य, त्यानें अभिलाष धरिला नाहीं. कारण, तो सन्मार्गानें वागणारा होता. आपत्कालीं ज्येष्ठ भ्रात्यानें कनिष्ठ भ्रात्याच्या स्त्रियेच्या ठिकाणीं संतति उत्पन्न करणें हा मार्ग सज्जनसंमत आहे. असें असतां, तुझा धाकटा भाऊ विचित्रवीर्य ह्याच्या स्त्रियेच्या ठिकाणीं तुझ्या समक्ष दुसऱ्यानेंच अपत्योत्पत्ति केली ! तेव्हां भीष्मा! असा तुझा धर्म तरी कोणता? ब्रह्मचर्याची प्रतिष्ठा सांगत असशील, तर तीही फुकटच ! हें ब्रह्मचर्य तूं जें धारण केलें आहेस, तें निःसंशय मूर्खपणानें धारण केलें असावें एक, किंवा तूं नपुंसक तरी असावास हें एक; ह्याशिवाय त्यांत कांहींच अर्थ नाहीं. हे धर्मवेत्त्या ! ह्या तुझ्या ब्रह्मचर्यापासून मला तर कोणतीच फलप्राप्ति दिसत नाहीं, आणि ह्यालाच धर्म म्हणून तूं नाचत आहेस, ह्यावरून ज्ञानवृद्धांचा सहवास तुला कधीं घडला नाहीं असें वाटतें. हवें तें दान द्या, हवी तेवढी पूजा करा, हवें तितकें अध्ययन करा किंवा दक्षिणेची लयलूट करून यज्ञयाग करा, इतक्या साऱ्यांची मिळून योग्यता पाहिली तर ती अपत्याच्या एका सोळाव्या हिश्शाबरोबर सुद्धां होणार नाहीं. कितीही व्रतें करून, कितीही उपोषणें करून, पुण्य संपादन केलें, तरी जर एक अपत्य नसेल तर तें सर्व निष्फल होतें. ह्याकरितां, तूं निपुत्रिक म्हातारा व मिथ्या धर्माचरण करणारा आहेस; तेव्हां तुझाही एका गोष्टींतल्या हंसाप्रमाणें स्वजातीयांकडून वध होणेंच उचित आहे. हे भीष्मा! कित्येक ज्ञानवेत्ते पुरुष पूर्वीची एक कथा सांगत असतात, ती तुला मी साद्यंत कथन करितों. ती तूं ऐकून ठेव.

हंसाची गोष्ट.

पूर्वीं कोणी एक म्हातारा हंस समुद्रकांठीं राहत असे. तो 'लोकां सांगे ब्रह्मज्ञान; आपण कोरडा पाषाण!' अशांपैकीं होता. म्हणजे, तो बोले तें धर्मास अनुसरून बोले, आणि वागणूक करी ती मात्र त्याच्या अगदीं विरुद्ध. तो इतर पक्ष्यांना नेहमीं असा उपदेश करी कीं, "बाबांनो, धर्मानें वागा बरें; धर्मविरुद्ध कधींही वर्तन करीत जाऊं नका;" आणि ते सत्यास अनुसरणारे पक्षी, तो त्याचा उपदेश ऐकून मुकाट्यानें माना डोलवीत. इतकेंच नव्हे, तर कित्येक समुद्रजलांत संचार करणारे पक्षी, त्याला धर्मार्थ म्हणून भक्षही आणून देत असत. भीष्मा! ते त्यास धर्म करणारे पक्षी त्याच्यावर विश्वास ठेवून आपलीं अंडीं त्या हंसापाशीं ठेवीत, आणि त्याला भक्ष्य आणण्यासाठीं समुद्रजलांत बुडण्याकरितां जात; आणि ते निर्धास्तपणें गेले, म्हणजे इकडे तो स्वकर्मदक्ष पातकी हंस त्या अंड्यांपैकीं रोज

थोडथोडीं खाई! असें होतां होतां तीं अंडीं जेव्हां कमी कमी होऊं लागलीं, तेव्हां ती गोष्ट एका वृद्ध व बुद्धिमान पक्ष्याच्या एके दिवशीं लक्षांत आली व त्या हंसाचें तें दुष्ट कर्म पाहून त्याला फार वाईट वाटलें. नंतर त्यानें ती गोष्ट बाकीच्या साऱ्या पक्ष्यांस सांगितली. तेव्हां मग जवळ असलेल्या पक्ष्यांच्याही ती गोष्ट प्रत्यक्ष दृष्टोत्पत्तीस येऊन, त्यांनीं त्या अनन्वित कर्म करणाऱ्या हंसाचा प्राण घेतला. त्याचप्रमाणें, हे भीष्मा! तूंही त्या हंसाप्रमाणें अधर्मानें वागत आहेस; ह्याकरितां, पक्ष्यांनीं जसा त्या हंसाचा वध केला, तसा हे सर्व क्रुद्ध झालेले राजे तुझाही वध करतील. हे भरतकुलोत्पन्ना भीष्मा! त्या गोष्टीविषयीं पुराणवेत्ते लोक जो एक श्लोक सांगत असतात, तोही तुला यथावत् कथन करितों. त्यांतील भावार्थ असा:—"हे हंस पक्ष्या, अंतःकरण कामादिकांनीं व्याप्त झालें असतांही वाणीनें मात्र तूं धर्म सांगतोस, पण हें तुझें अमंगळ अंडभक्षणकर्म तुझ्या वाणीला विरुद्ध आहे!"

अध्याय बेचाळिसावा.

—:०:—

शिशुपालकृत कृष्णनिर्भर्त्सना.

शिशुपाल म्हणाला:—हे भीष्मा, हा केवळ दास आहे, असें म्हणून याच्याशीं युद्ध करण्याचें ज्यानें नाकारिलें, तो बलशाली जरासंध राजा मला फार फार मान्य आहे. अरे, जरासंधाच्या वधाच्या वेळीं ह्या कृष्णानें, भीमानें आणि अर्जुनानें जें कृत्य केलें, त्याला कोणी तरी चांगलें म्हणेल काय! जरासंध राजाचा प्रभाव कृष्णाला पूर्वींच यथास्थित माहीत झालेला होता, म्हणूनच, मी ब्राह्मण आहें, असें कपटानें सांगून मलत्याच मार्गानें ह्याला तेथें प्रवेश करावा लागला. तो धर्मात्मा जरासंध ह्याला ब्राह्मण असें समजून अर्घ्यपाद्यादि अर्पण करूं लागला, परंतु आपण ब्राह्मण असल्याबद्दल ह्याची ह्यालाच खातरी नव्हती, म्हणून ह्या दुरात्मानें तें घेण्याचें नाकारिलें. त्या जरासंधानें कृष्ण, भीम व अर्जुन ह्या तिघांनाही, आपण भोजन करावें, अशी प्रार्थना केली असतां कृष्णानें त्याच्यावरच शस्त्र उपसलें! हे मूर्खा! तूं समजतोस त्याप्रमाणें हा जर खरोखरच जगाचा कर्ता असेल, तर याला स्वतांलाच आपण ब्राह्मण आहों किंवा नाहीं ही शंका कां रे आली? खरें म्हटलें तर पांडवांना तूं सन्मार्गापासून भ्रष्ट केलेंस. असें असतां, ते तुझ्या कृति अद्यापिही उत्तमच मानतात, ह्याचा मला मोठाच चमत्कार वाटतो! हे भरतकुलोत्पन्ना, तूं मूळचाच म्हातारा आणि बायक्या; त्या तुझ्या तंत्रानें असणारे पांडव; तेव्हां ह्यांत चमत्कार तरी कशाचा?

क्रुद्ध भीमाचें निवारण.

वैशंपायन सांगतात:—जनमेजया, मर्मभेदक शब्दांनीं व अर्थानें भरलेलें हें शिशुपालाचें भाषण श्रवण करून, सर्व बलवानांमध्यें श्रेष्ठ व महापराक्रमी जो भीमसेन, तो अतिशय क्रुद्ध झाला. त्याचे नेत्र मूळचेच कमलांप्रमाणें विस्तृत व लाल होते; त्यांत आणखी क्रोधयुक्त झाल्यामुळें ते अधिकच विस्तृत व लाल दिसूं लागले! त्रिकुटाचलावर त्रिवेणिसंगम असतो त्याप्रमाणें त्या भीमसेनाच्या कपाळावर भोंवयाला तीन आंठ्या पडलेल्याही सर्व राजांना स्पष्ट दिसत होत्या. प्रलयकालसमयीं प्राणिमात्राचा स्वाहा करूं इच्छिणाऱ्या कृतांतकालाप्रमाणें त्याचें मुख दिसूं लागलें; आणि तो रागानें दांतओठ खाऊं लागला. अशा प्रकारें तो क्रुद्ध झालेला मानी भीमसेन,

मोठ्या वेगानें त्या शिशुपालाच्या अंगावर धावून जाऊं लागला. तेव्हां, स्कंदाला जसें शंकरांनीं आवरून धरिलें, तसें महापराक्रमी भीष्मांनीं म्हणूनच त्याला आवरिलें. हे भरतकुलोत्पन्न जनमेजया ! त्या भीमाला भीष्मांनीं आवरून धरल्यानंतर पुष्कळ प्रकारें बोध केला, तेव्हां तो थोडासा शांत झाला. पर्जन्यकाळामध्यें कितीही पाणी आंत येऊन भरलें तरी समुद्र आपली मर्यादा उल्लंघन करीत नाहीं, त्याप्रमाणें, शत्रूचें यथास्थित पारिपत्य करण्याची त्याच्या अंगांत धमक होती खरी, तरी त्या भीमसेनानें भीष्माची आज्ञा, उल्लंघन केली नाहीं. हे जनमेजया ! भीमसेन ह्याप्रमाणें रागानें लाल झाला तरी आपल्याच हिमतीवर अवलंबून असणारा वीर शिशुपाल तिळमात्रही डगमगला नाहीं. त्या भीमसेनाला पुनःपुनः रागाची उसळी येऊन तो पुनःपुनः चवताळून उठत असे; तरी पिसाळलेल्या मृगाची सिंहाला जशी खिसगणती वाटत नाहीं, तशी शिशुपालालाही त्याची पर्वा वाटली नाहीं. इतकेंच नव्हे, तर तो महापराक्रमी भीमसेन रागानें अगदीं लाल झालेला पाहून तो प्रतापी चेदि देशाचा राजा शिशुपाल हसत हसत त्याच्याकडे पाहून म्हणाला, "हे भीष्मा ! सोड त्याला, सोड, आणि अग्नि जसा पतंगाची राखरांगोळी करितो, त्याप्रमाणें तो माझ्या प्रभावानें जळून खाक झालेला ह्या राजांना एकदा पाहूं दे !" हें चेदि देशाच्या राजाचें भाषण श्रवण करून कुरुवंशजश्रेष्ठ व बुद्धिमानांत अग्रगण्य जे भीष्माचार्य ते भीमाशीं बोलूं लागले.

अध्याय त्रेचाळिसावा.

—:०:—

शिशुपालाची जन्मकथा.

भीष्म म्हणतातः—अरे ! हा शिशुपाल चेदि देशाच्या राजकुलामध्यें जन्मास आला, तेव्हां त्याला चार हात व तीन डोळे असून हा गाढवासारखा ओरडूं लागला. तें पाहून ह्याच्या मातापितरांना व इतर आप्तइष्टांना फार वाईट वाटलें; व हें विद्रूप ध्यान जन्मास आलेलें आहे, त्या अर्थीं ह्याला बाहेर फेंकून द्यावें, असें लोकही म्हणूं लागले ! तेव्हां आतां काय करावें म्हणून राजा, राणी, मंत्री, व पुरोहित हीं सारीं एके ठिकाणीं जमा झालीं; व त्या विलक्षण चिंतेमुळें त्यांस कांहींच सुचेनासें झालें. इतक्यांत आकाशवाणी झाली कीं, " हे राजा ! हा तुझा पुत्र मोठा बलाढ्य व भाग्यशाली होईल. ह्याकरितां ह्याची कोणत्याही तऱ्हेची भीति न बाळगतां ह्याचें नीट रीतीनें पालनपोषण कर. याच्या मृत्यूचा काल आजच आलेला नाहीं; आणि तूं त्याचा त्याग करण्याचें मनांत आणलेंस, तर तशा रीतीनें त्याला मृत्यु येणारही पण नाहीं. त्याचा मृत्यु शस्त्रानें होणारा असून तो शस्त्रधारी आधींच उत्पन्न झालेला आहे ! "

भीष्म म्हणतातः— ही आकाशवाणी श्रवण करून, पुत्रवात्सल्यानें व्याकूळ झालेली त्याची आई त्या अदृश्य पुरुषाला अनुलक्षून म्हणाली, " ह्या माझ्या पुत्रासंबंधानें ज्या कोणीं हें भाषण केलें, त्याला मी हात जोडून नमस्कार करितें. माझ्या पुत्राला मृत्यु येणार तो देवाच्या हातून येणार आहे, का दुसऱ्या कोणाच्या हातून येणार आहे, तेवढें ऐकण्याची मला इच्छा आहे. ह्याकरितां त्या भगवंतानें पुनः एक वेळ मी विचा-

रितें त्याचें खरें असेल तसें उत्तर द्यावें, अशी त्यास माझी प्रार्थना आहे."

ह्याप्रमाणें मातेनें प्रार्थना केली तेव्हां पुनः एकदा आकाशवाणी झाली कीं, "ज्यानें ह्याला मांडीवर घेऊन ह्याच्याकडे पाहिलें असतां पांच फडांच्या नागाप्रमाणें अधिक असलेले त्याचे हात गळून पडतील, आणि ह्या मुलाच्या कपाळावर असलेला तिसरा डोळा जागच्याजागीं जिरून जाईल, तोच याच्या मृत्यूला कारणीभूत होईल!" असो.

इकडे, चेदिराजाला तीन डोळ्यांचा, चार हातांचा व गर्दभस्वराचा विचित्र पुत्र झाला आहे, असें जेव्हां ऐकिलें, तेव्हां पृथ्वींतील झाडून सारे राजे त्याला पहावयाला आले. तेव्हां चेदि देशच्या राजानेंही त्यांचा यथायोग्य सत्कार करून, आपल्या पुत्राचा शत्रु कळावा म्हणून तो त्या प्रत्येकाच्या मांडीवर आपला पुत्र ठेऊं लागला. अशा प्रकारें क्रमाक्रमानें त्या हजारों राजांच्या मांड्यांवर त्यानें त्याला ठेविलें, परंतु त्याचे अधिक असलेले हात किंवा डोळा ह्यांपैकीं कांहींच कमी झालेलें दिसून आलें नाहीं. इतक्यांत ही सारी घडलेली विलक्षण गोष्ट द्वारकेमध्येंही जिकडे तिकडे पसरली. तेव्हां महाबलाढ्य बलराम व कृष्ण हे उभयतां यादवही आपल्या यादवांच्याच कुलांत उत्पन्न झालेली, आपल्या पित्याची भगिनी जी चेदिराजाची राणी आपली आत तिला भेटावें म्हणून चेदिनगरांत प्राप्त झाले. नंतर लोकाचाराप्रमाणें त्या चेदि देशच्या राजाला व आपल्या आतेला अभिवंदन करून क्षेमकुशल विचारून बलराम व कृष्ण हे तेथें बसल. तेव्हां प्रेमामुळें त्या वीरांचें इतरांहूनही विशेष आदरातिथ्य केल्यानंतर त्यांची आत्या जी राजपत्नी, तिनें आपला पुत्र स्वतः उचलून कृष्णाच्या मांडीवर ठेवला. तिनें तसें केलें मात्र तोंच त्याचे अधिक असलेले दोन हात गळून पडले, व कपाळावर असलेला डोळाही अदृश्य झाला. हा चमत्कार पाहून त्याच्या आईस फार दुःख होऊन ती अगदीं व्याकूळ झाली; आणि तिनें कृष्णाची प्रार्थना केली कीं, "हे कृष्णा! हे पराक्रमपटो! भयानें माझ्या अंगांत कांपरें भरलें आहे. तर तूं मला एक वर दे. कारण, आर्तजनांना आश्वासन व भ्यालेल्यांना अभय देणारा तूंच आहेस."

आपल्या आतेची प्रार्थना श्रवण करून यदुनंदन श्रीकृष्ण तिला म्हणाले, "हे धर्मज्ञ देवि! भिऊं नको. माझ्यापासून तुला कोणतेंही भय प्राप्त होणार नाहीं. हे पितृभगिनि, मी तुला कोणता वर देऊं? आणि तुझें कोणतें काम करूं? सांग. होण्यासारखें असो किंवा नसो; कसेंही असलें तरी मी तुझें मागणें तडीस नेईन."

याप्रमाणें कृष्णांनीं अभिवचन दिल्यानंतर ती त्या यदुनंदन श्रीकृष्णाला म्हणाली, "हे महाबलाढ्य प्रभो, हे यदुश्रेष्ठा, माझ्याकडे पाहून तूं ह्या शिशुपालाचे अपराध क्षमा कर, एवढाच काय तो तुझ्यापाशीं मला वर मागावयाचा आहे हें लक्षांत ठेव."

श्रीकृष्ण म्हणाले:—अहो आत्याबाई! हा तुमचा मुलगा म्हणाल तर देहांतशासनालाच योग्य आहे. तथापि तुमच्याकडे पाहून मी त्याला त्याच्या शंभर अपराधांची क्षमा करीन. ह्याकरितां आपण आतां कोणत्याही प्रकारें मनांत खंती बाळगूं नका."

भीष्म सांगतात:—भीमा! अशा प्रकारचा हा पातकी, महामूर्ख, श्रीकृष्णाच्या वरप्रसादामुळें गर्वानें फुगलेला राजा शिशुपाल दंड थोपटून तुला आव्हान करीत आहे!

अध्याय चवेचाळिसावा.

—:०:—

भीष्मांचें भाषण.

भीष्म म्हणालेः—अरे! हा चेदिराज शिशुपाल तुला युद्धाला बोलावतो, ह्यांत नवल तें कोणतें? प्रत्यक्ष श्रीकृष्णाला सुद्धां तो युद्धाकरितां आव्हान करीत आहे, पण ही बुद्धि सुद्धां कांहीं त्याची स्वतांची नव्हे. तर सर्व जगाचा संहार करणाऱ्या श्रीकृष्णाचाच, त्याचा संहार करण्याचा, निश्चय ठाम झालेला आहे. म्हणून तोच त्याला ही अशी बुद्धि देतो! नाहीं तर, भीमसेना! ह्या कुलांगार शिशुपालाप्रमाणें माझी निंदा करण्याचें पृथ्वीवरच्या कोणत्या राजाचें सामर्थ्य आहे? ह्यावरून, हा परक्रमी शिशुपाल निःसंशय श्रीहरीच्या तेजाचा अंश आहे; आणि तें आपलें तेज आपल्यामध्यें पुनः समाविष्ट करून घेण्याची त्याच सर्वव्यापी श्रीहरीची इच्छा दिसते. म्हणूनच, हे कुरुवंशजश्रेष्ठा भीमा! आम्हां कोणाचीच पर्वा न करितां, हा दुर्बुद्धि चेदिराज वाघाप्रमाणें मोठमोठ्या डुरकण्या फोडीत आहे!

भीष्माची निर्भर्त्सना.

वैशंपायन सांगतातः—पण त्या भीष्माच्या भाषणाचा विचार मुळींच न करितां तो अधिकच संतापून उलट भीष्मालाच टाकून बोलूं लागला.

शिशुपाल म्हणतोः—भीष्मा, आम्ही तर त्याचे द्वेषी खरेच! पण तूं जो रात्रंदिवस भाटासारखे त्याचे पवाडे गातोस, त्या कृष्णाचा जो काय उजेड पडावयाचा असेल, तो एकदा आमच्यापुढें पडूं द्याच! भीष्मा, दुसऱ्याची स्तुति करण्यांतच जर तुला मजा वाटत असेल, तर त्या कृष्णाला सोडून ह्या येथच्या राजांचे तरी स्तुतिपाठ गात बैस. हा राजराजेश्वर बाल्हीक देशाचा राजा दरद—जो जन्मास आला त्या वेळीं पृथ्वी सुद्धां उकलली होती—ह्याची स्तुति कर; किंवा, हे महच्चाप धारण करणाऱ्या भीष्मा! पराक्रमानें केवळ इंद्रासारखा असा हा अंगवंग देशांचा राजा कर्ण, ह्याची स्तुति कर. हे महाबाहो! ह्याचीं हीं दिव्यकुंडलें देवांनीं तयार केलेलीं असून याला आपोआप प्राप्त झालेलीं आहेत. तसेंच हें बालसूर्यासारखें कवच त्याला जन्मतःच मिळालेलें आहे. जरासंध ह्मणजे जिंकावयास किती कठिण! इंद्राचा केवळ दुसरा अवतार. त्यालाही ह्यानें बाहुयुद्धांत जिंकून त्याचा देह फाडून टाकिला. तसेंच, भीष्मा! हा द्रोण आणि हा अश्वत्थामा; ही पितापुत्रांची जोडी; हे दोघेही महारथि आहेत. हे दोघेही स्तुतीला पात्र आहेत म्हटलें तरी चिंता नाहीं. हे ब्राह्मण असून साधुवर्य आहेत. त्यांची पाहिजे तर तूं अहोरात्र स्तुति करीत बैस. कारण, भीष्मा! मला तर वाटतें कीं ह्या दोघांपैकीं कोणीही एक जर क्रुद्ध झाला, तर ही स्थावरजंगमात्मक पृथ्वी सुद्धां एका क्षणांत होती का नव्हती अशी करून टाकील. हे भीष्मा! द्रोणाशीं किंवा अश्वत्थाम्याशीं युद्धामध्यें बरोबरी करणारा राजा एकही कोठें दिसत नाहीं. अशा शूर वीरांची स्तुति करावयाला मात्र तुला वासना होत नाहीं समुद्रवलयांकित पृथ्वीमध्येंही ज्याची बरोबरी करणारा कोणी नाहीं, तो महापराक्रमी राजा दुर्योधन म्हण; किंवा अस्त्रविद्याविशारद अमोघपराक्रमी जयद्रथ राजा म्हण; अथवा ज्याच्या पराक्रमाची कीर्ति गाजत आहे, तो किन्नराधिपति द्रुम म्हण; अशा पराक्रमी पुरुषांना सोडून केशवाचीच प्रशंसा कशाला करीत असतोस! किंवा सर्व भरतकुलाचा वयोवृद्ध आचार्य,

शरद्वान् गौतम मुनींचा पुत्र कृपाचार्य धनुर्धरांमध्यें मुकुटमणि, पुरुषांमध्यें श्रेष्ठ असा रुक्मी, अशा अशा पराक्रमी वीरांना सोडून तूं कृष्णाची कशाची प्रतिष्ठा सांगतोस? महापराक्रमी भीष्मक, दंतवक्र राजा, यूपकेतु, भगदत्त, मगध देशाचा राजा जयत्सेन, उभयतां विराट व द्रुपद, महाबलाढ्य शकुनि, अवंती देशचे राजे विंद व अनुविंद, सर्वोत्तम असा पांड्य देशचा राजा श्वेत, परमभाग्यशाली शंख, मोठ्या मानी स्वभावाचा वृषसेन, पराक्रमी एकलव्य, आणि महारथी असा कलिंग देशाचा राजा अशा पराक्रमी पुरुषांला सोडून देऊन त्या कृष्णाची काय म्हणून प्रशंसा करीत बसतोस? भीष्मा, सदासर्वदा दुसऱ्यांची स्तुति करावी हाच जर तुला नाद असेल, तर शल्यादिकांसारख्या राजांची तरी स्तुति तूं कां करीत नाहींस? भीष्मा, आजपर्यंत धर्मवेत्त्या वाडवडिलांच्या तोंडून तूं कांहींच ऐकिलेलें दिसत नाहीं. तेव्हां माझा तरी येथें काय उपाय चालणार? हे भीष्मा, थोर आहेत ते आत्मस्तुति व आत्मनिंदा आणि परस्तुति व परनिंदा ह्या चार गोष्टी करीत नसतात, ही गोष्ट तूं ऐकिलेली नाहींस; म्हणूनच, स्तुति करण्यास केवळ अयोग्य अशा कृष्णाची अज्ञानानें मोठ्या भक्तिपूर्वक तूं नेहमीं स्तुति करीत असतोस. पण तो कोणाला कधींही मान्य होत नाहीं. अरे, भोजदेशाधिपति कंसाचा जो केवळ यःकश्चित् गुरें राखणारा दास, त्या दुरात्म्याच्या पोटामध्यें साऱ्या जगाचा समावेश केवळ आपला मतलब साधण्याकरितां तूं कसा करतोस? आणि सर्वव्यापी, सर्व जगाचा स्वमी, व जगास आदिकारण परमेश्वर तो तोच असें तरी कसें म्हणतोस? ह्यावरून, तुझी बुद्धि मूळच्या जातिस्वभावावरच जात नाहीं का? भूलिंग पक्ष्याप्रमाणें कोणतेही प्राणी झाले तरी ते आपल्या जातिस्वभावावर जावयाचेच हें तुला मीं पूर्वींच सांगून ठेवलेलें आहे. भीष्मा! हिमालय पर्वताच्या पलीकडे पश्चिमेच्या बाजूस 'भूलिंग' नांवाचा एक पक्षी असतो. तो अर्थाशीं व कृतीशीं विरुद्ध अशीं वाक्यें नेहमीं बोलत असल्याचें कानावर येतें. त्या पक्षाच्या तोंडांतून 'साहस करूं नका! साहस करूं नका!' या वाक्याची खरोखर सदासर्वदा आवृत्ति चाललेली असते. परंतु तो स्वतः पराकाष्ठेचें साहस करीत असूनही तें त्याच्या लक्षांत येत नाहीं. कारण, भीष्मा! खातां खातां अडकून राहिलेला मांसाचा तुकडा सिंहाच्या दाढेंतून तो अविचारी पक्षी नेहमीं काढून घेत असतो. त्या पक्ष्याचें जीवित ज्याप्रमाणें त्या सिंहाच्या इच्छेवर अवलंबून आहे, तद्वत्, हे धर्मभ्रष्टा! पोकळ बडबड करणाऱ्या भीष्मा! तुझें जीवितही निःसंशय ह्या साऱ्या राजांच्या इच्छेवर अवलंबून आहे. खरोखर तुझ्यासारखें निंद्य कर्म करणारा दुसरा कोणी नाहीं

भीष्मांचें लोकोत्तर धैर्य.

वैशंपायन सांगतातः—हे जनमेजया, ह्याप्रमाणें चेदिराजानें केलेलें मर्मभेदक भाषण श्रवण करून तो ऐकत असतांच भीष्म म्हणाले "होय, खरोखरच मी ह्या राजांच्या इच्छेमुळं जिवंत राहिलों आहें. पण तोच मी ह्या राजांची किंमत कस्पटाइतकी सुद्धां मानीत नाहीं!"

ह्याप्रमाणें भीष्म बोलले, तेव्हां कित्येक राजे क्रुद्ध झाले; कित्येकांस आनंद झाला; व कित्येक भीष्माची निंदा करूं लागले. भीष्मांचें तें भाषण ऐकून कित्येक मोठ्या धनुर्धरांपैकी राजे म्हणाले, "गर्वानें बेताल झालेल्या ह्या म्हाताऱ्या पापी भीष्माला आतां क्षमा करं

मुळींच योग्य नाहीं. नृपहो, ह्या दुर्बुद्धि भीष्माला बकऱ्याप्रमाणें कापून टाका; किंवा सर्व मिळून ह्या मस्त झालेल्या म्हाताऱ्यावर गवत घालून आग लावून द्या ! ”

ह्याप्रमाणें त्यांचीं बोलणीं ऐकून पितामह भीष्म त्या सर्व राजांस संबोधून म्हणाले, “ उत्तरास प्रत्युत्तर ह्याप्रमाणें आपण करीत बसलों, तर तें संपावयाचें एके बाजूस राहून उलट वाढेल मात्र. ह्याकरितां, नृपहो! मी आतां एक शेवटचा निश्चय सांगतों, तो तुम्ही सर्व ऐकून घ्या. पशूप्रमाणें मला कापून टाका, किंवा गवताच्या गंजींत घालून मला जाळा, पण मी तर हा आपला सबंधाच्या सबंध पाय तुमच्या मस्तकांवर ठेवून उभा आहें; आणि आम्हीं अग्रपूजा केलेला श्रीकृष्ण गोविंदही हा येथें उभा आहे. ह्याकरितां, ज्याची बुद्धि मरणाकडे अधिक धाव घेत असेल, त्यानें ह्या माधवाला—ह्या चक्रगदाधारणकर्त्या श्रीकृष्णाला—युद्धाकरितां आव्हान करावें, आणि त्याच्या हातून मृत्यु पावून ह्या यादवाधिपतीच्याच देहामध्यें प्रविष्ट व्हावें !

अध्याय पंचेचाळिसावा.

—:०:—

शिशुपालाचें कृष्णास आव्हान.

वैशंपायन सांगतातः—हें भीष्माचें भाषण ऐकल्याबरोबर महापराक्रमी चेदिराज शिशुपाल युद्धाची इच्छा धरून म्हणाला, “हे जनार्दना ! हा मी तुला आव्हान करितों; तर तूं आतां माझ्याशीं युद्ध कर. म्हणजे आज तुझा आणि पांडवाचा नायनाट करून टाकितों. हे कृष्णा, सर्व राजांचा अपमान करून तूं राजा नसतांही तुझी ज्यांनीं अग्रपूजा केली, त्या पांडवांचाही मला तुझ्याचबरोबर वध केला पाहिजे. हे कृष्णा; तूं राजा तर नव्हेसच, पण केवळ दास आहेस; म्हणून, तुज अपूज्याला पूज्य समजून पूजेला अपात्र असलेल्या तुज दुर्मतीचें ज्यांनीं पूजन केलें, त्यांचा वधच केला पाहिजे असा मीं निश्चय केलेला आहे ! ” राजा, इतकें बोलून तो क्रूर नृपश्रेष्ठ गर्जना करीतच उभा राहिला.

श्रीकृष्णाचें भाषण.

जनमेजया, ह्याप्रमाणें शिशुपालाचें भाषण झाल्यानंतर, तो वीर्यवान श्रीकृष्ण, त्या शिशुपालासमक्ष तेथील सर्व राजांस उद्देशून मृदुवाणीनें म्हणाला, “ हे राजेहो ! यादवकुलांतील स्त्रीच्या ठिकाणीं उत्पन्न झालेला व निरुपद्रवी यादवांच्याच वाइटावर असलेला हा दुष्ट शिशुपाल आमचा मोठा हाडवैरी आहे ! हे नराधिपतिहो, आम्ही सारे प्राग्ज्योतिष पुराला गेलों अशी बातमी ठेवून, हा प्रत्यक्ष यादवांचाच भाचा असून या दुष्टानें सारी द्वारका जाळून टाकली ! रैवतक पर्वतावर भोज राजा क्रीडा करीत असतां, त्या सर्वांचा वध करून हा आपल्या नगराला परत आला. अश्वमेधाकरितां बरोबर रक्षक देऊन माझ्या पित्यानें सोडलेला पवित्र अश्व, त्याच्या यज्ञांत विघ्न आणावें म्हणून ह्यानें मुद्दाम हरण केला. बभ्रुनामक यादवाची स्त्री येथून निघून सौवीर देशाला चालली असतां, तिला ह्या मूर्खानें बलात्कारानें हरण केलें ! त्याचप्रमाणें, प्रत्यक्ष आपल्या मामाशींही दुष्टपणा करणाऱ्या शिशुपालानें, विशाला राजाची भद्रानामक कन्या करुष देशच्या राजाला दिली असतां कपटानें करुष राजाचा वेष धारण करून त्या बिचारीला पळवून नेलें. इतकें हें असह्य दुःख मीं आपल्या आत्याबाईकडे पाहून आजपर्यंत गट्ट केलें; आणि आजचें हें माझ्या विरुद्ध चाललेलें त्याचें वर्तन तुम्हां सर्व राजांच्या समक्षच चाललेलें

आहे, ही एक मोठी संतोषाची गोष्ट होय. माझ्यावर आज तो कसा तुटून पडला आहे, हें आपण प्रत्यक्ष पहातच आहां; आणि आपल्या पश्चात् जें जें काय त्यानें केलें, तें तें सर्व मीं तुम्हांला सांगितलेंच. परंतु आज ह्या साऱ्या राजमंडलामध्यें त्यानें गर्वास चढून माझा जो पाणउतारा केला, तो मात्र आज माझ्याच्यानें सहन करवत नाहीं. आज त्याचा वध करणें हेंच योग्य आहे. मृत्यूच्या तोंडांत धाव घेणाऱ्या ह्या मूढाची रुक्मिणीला वरण्याविषयीं फार इच्छा होती. तथापि, शूद्राला ज्याप्राणें प्रत्यक्ष वेदाचा तर नाहींच पण नुसत्या वेदश्रवणाचा सुद्धां लाभ घडत नाहीं, त्याप्रमाणें तिचें नखही ह्याच्या दृष्टीस पडलें नाहीं! ”

शिशुपालाचें कृष्णास उत्तर.

वैशंपायन सांगतात:—अशा प्रकारचें श्रीकृष्णाचें भाषण ऐकतांच ते सर्व राजे एकदम त्या चेदिराज शिशुपालाचा धिक्कार करूं लागले. परंतु त्या महामति शिशुपालानें तिकडे यत्किंचितही लक्ष न देतां, तो श्रीकृष्णाचें भाषण ऐकून मोठ्यानें हसला व म्हणाला, “ कृष्णा ! रुक्मिणी पूर्वीं माझी बायको होती, असें भरसभेंत आणि त्यांतून या सर्व राजांपुढें सांगतांना तुला लाज तरी कशी वाटत नाहीं? अरे मधुसूदना ! एखादी स्त्री आपली भार्या होण्यापूर्वीं तिला दुसऱ्यानें वरिलें होतें, असें तुजवांचून दुसरा कोणता तरी अब्रूची चाड असलेला पुरुष लोकांना सांगत बसेल काय ? कृष्णा ! ह्याबद्दल तुला कांहीं वाटत असल्यास मला क्षमा कर, नाहीं तर करूं नको. त्याची मी मुळींच पर्वा करीत नाहीं. कारण, तूं माझ्यावर क्रुद्ध झालास, किंवा प्रसन्न झालास, तरी तुझ्या हातून माझें तें काय होणार आहे ! ”

शिशुपालाचा शिरच्छेद.

जनमेजया, ह्याप्रमाणें शिशुपाल बोलण्यामध्यें गुंतला आहे तोंच भगवान मधुसूदन ह्यांनीं दैत्यांचा गर्व परिहार करणाऱ्या सुदर्शनाचें स्मरण केलें; आणि तें सुदर्शन हस्तगत होतांच ते वक्तृत्वकुशल भगवान मोठ्यानें म्हणाले, “ मी काय म्हणतों इकडे सर्व भूपतींनीं लक्ष द्यावें. ह्या शिशुपालाच्या आईनें माझ्यापासून वर मागून घेतल्यामुळें मला ह्याचे शंभर अपराध सहन करणें भाग होतें. ते मीं आजपर्यंत सहन केले. तेव्हां ह्याच्या आईला जो मीं वर दिला, तो मीं शेवटास नेला. तर आतां, सर्व भूपहो ! तुमच्या समक्षच मी याचा वध करितों.

राजा, शत्रुनाशक यदुकुलश्रेष्ठ भवगंतांनीं ह्याप्रमाणें सांगितलें, आणि लागलीच क्रुद्ध होऊन सुदर्शन चक्रानें त्या चेदिराजाचें मस्तक उडविलें ! त्याबरोबर वज्राचा आघात झालेल्या पर्वताप्रमाणें तो महापराक्रमी शिशुपाल धाडकन भूतलावर आपटला ! आणि आकशातून निघणारा जणू काय सूर्यच, अशा प्रकारचें एक दिव्य तेज त्या पतन पावलेल्या शिशुपालाच्या देहांतून निघालेलें सर्व राजांच्या दृष्टीस पडलें. नंतर, राजा, त्या तेजानें जगद्वंद्य, कमलनयन अशा श्रीकृष्णाला वंदन करून लागलीच परमात्म्यामध्यें प्रवेश केला ! महाबलाढ्य पुरुषोत्तम श्रीकृष्णाच्या ठिकाणीं तें तेज प्रविष्ट झालेलें पाहून सर्व राजांना तो एक मोठा लोकोत्तर चमत्कार वाटला. असो. ह्याप्रमाणें श्रीकृष्णानें शिशुपालाचा वध केला, तेव्हां आकाशांत ढग नसतांच पर्जन्याची वृष्टि झाली, आणि मोठमोठे विद्युत्पात होऊन धरणीकंप झाले ! तेव्हां कांहीं राजे चकार शब्दही न बोलतां त्या अनिर्वचनीय कालीं श्रीकृष्णाला अवलोकन करीत स्वस्थ बसले;

कांहीं राजे क्रोधानें व्याप्त होऊन हात चोळूं लागले; कांहीं दांतओठ खाऊं लागले; कित्येक राजे वृष्णिकुलोत्पन्न श्रीकृष्णाची प्रशंसा करूं लागले; कांहीं आंतल्या आंतच जळफळूं लागले व कांहीं अगदीं तटस्थ राहिले. परंतु पुढें हळू हळू मोठमोठे ऋषि आनंदयुक्त होऊन श्रीकृष्णाची स्तुति करीत करीत त्याच्याजवळ आले. तें पाहून, महात्म्या ब्राह्मणांनीं व बलाढ्य राजांनींही तोच मार्ग धरिला. म्हणजे तो श्रीकृष्णाचा शिशुपालवधाचा पराक्रम पाहून बहुतेक सर्वांना आनंद वाटून ते त्याची स्तुति करूं लागले. नंतर धर्मराजानें आपल्या भावांस सांगितलें कीं, "हा दमघोषाचा पुत्र वीर शिशुपाल राजा—ह्याचा अंत्य संस्कार लवकर करा; उशीर लावूं नका." तेव्हां त्या वडील बंधूच्या आज्ञेप्रमाणें त्या बंधूंनींही तें सर्व कृत्य उत्तम रीतीनें पार पाडलें. नंतर तेथें जमलेल्या राजांच्या समक्षच शिशुपाल राजाच्या पुत्राला धर्मराज युधिष्ठिरानें चेदि देशाचा राजा म्हणून राज्याभिषेक केला. असो.

राजसूययज्ञसमाप्ति.

राजा जनमेजया, युधिष्ठिराच्या त्या यज्ञांत धनधान्य यथेच्छ होतें; भक्ष्यभोज्य पदार्थांची समृद्धि होती; तो सर्व सामुग्रीनें युक्त होता; तो सुखानें चालला होता; त्याचें रक्षण प्रत्यक्ष भगवान श्रीकृष्ण करीत असल्यामुळें, शिशुपालरूप विघ्नापासून त्याची मुक्तता होऊन तो निर्विघ्न झाला होता; आणि त्यापासून तरुण पुरुषांना मोठा आल्हाद होत होता. असो. हें सर्व आटोपल्यावर, महाप्रभावी कुरुश्रेष्ठ युधिष्ठिरानें त्या राजसूय यज्ञाची सांगता केली. हे जनमेजय राजा, शार्ङ्ग धनुष्य, सुदर्शन चक्र, व कौमोदकी गदा धारण करणारा, आणि शूरकुलामध्यें अवतीर्ण झालेला जो महापराक्रमी जनार्दन श्रीकृष्ण, तो ह्या यज्ञसमाप्तीपर्यंत संरक्षण करण्यामध्यें दक्ष राहिला होता.

पाहुण्यांची बोळवण.

राजा, नंतर तो धर्मात्मा युधिष्ठिर यज्ञसमाप्तीचें अवभृथस्नान करून आला, तेव्हां जमलेले सर्व राजे त्याच्यापुढें येऊन त्यास म्हणूं लागले कीं, "हे धर्मज्ञा, तुला सार्वभौम पद प्राप्त झालें असून तुझा उत्तरोत्तर अभ्युदय होत आहे, ही मोठी संतोषाची गोष्ट होय. हे आजमीढा, अजमीढवंशाची कीर्ति खरोखर वृद्धिंगत केली अशी तूंच. हे राजराजेश्वरा! ह्या यज्ञकर्माच्या योगानें तूं पुण्यही मोठेंच संपादन केलेंस. तूं आमचा उत्तम आदरसत्कार करून आमच्या सर्व इच्छा परिपूर्ण केल्यास. तर हे पुरुषश्रेष्ठा! आतां तुझा निरोप घेऊन आम्ही आपल्या राज्यांत परत जातों. आम्हांला आतां अनुज्ञा असावी."

हें त्या राजांचें भाषण युधिष्ठिरानें श्रवण करून प्रत्येक राजाचें यथायोग्य पूजन केलें, आणि आपल्या सर्व बंधूंना म्हटलें, "हे सर्व राजे प्रेमानें आपल्या येथें आले होते, व आतां ते महापराक्रमी माझा निरोप घेऊन आपआपल्या देशाला चालले आहेत. तर ह्या थोर थोर राजांना देशाच्या सीमेपर्यंत तुम्ही पोहोंचवावयास त्यांच्याबरोबर जा. त्यांत तुमचें कल्याणच आहे."

राजा जनमेजया, धर्मराजाची ही आज्ञा होतांच ते धर्माचरणी पांडुपुत्र ज्याच्या त्याच्या योग्यतेप्रमाणें एकेकजण सर्व राजांस पोहोंचवावयास गेले. प्रतापी धृष्टद्युम्न लवकर लवकर विराट राजाबरोबर गेला; महात्म्या महारथी द्रुपद राजाबरोबर अर्जुन गेला; भीष्म व धृतराष्ट्र यांना पोहोंचवावयाला महाबलशाली भीमसेन गेला; पुत्रासहवर्तमान असलेल्या द्रोणाचार्यांना पोहोंचवावयाला वीरशिरोमणि सहदेव गेला;

राजा,पुत्रासह निघालेल्या सुबल राजाला नकुलानें पोहोंचविलें; महारथी पर्वतप्रदेशांच्या राजाला पोहोंचवावयाला अभिमन्यु व द्रौपदीचे पुत्र गेले. तसेंच इतर सरदार व राजेरजवाडे ह्यांमही पांडवांकडील सरदारांनीं पोहोंचवून दिलें. नंतर हजारों ब्राह्मणांचाही यथायोग्य सत्कार करून त्यांसही निरोप दिला. तेव्हां तेही आपआपल्या ठिकाणीं निघून गेले.

श्रीकृष्णाचें प्रयाण.

जनमेजया, ह्याप्रमाणें सर्व राजे व ब्राह्मण निघून गेल्यानंतर महापराक्रमी श्रीकृष्णही धर्मराजास म्हणाले, " हे कुरुनंदना, सुदैवानें हा राजसूय महायज्ञ तुझ्या हातून एकदांचा शेवटास गेला, हें एक मोठें काम झालें. तर आतां मलाही द्वारकेस जावयास निरोप दे. "

ह्याप्रमाणें श्रीकृष्ण बोलले तेव्हां धर्मराज त्यांस म्हणाला:—हे गोविंदा, हा एवढा यज्ञ माझ्या हातून पार पडला, ही केवळ तुझी कृपा. तुझ्या कृपेमुळेंच सर्व राजे अनुकूल झाले; आणि मलाच सार्वभौम राजा मानून त्यांनीं मला करभार दिले. तेव्हां, हे निष्पापा! तुला जा म्हणून सांगावयाला माझी जिव्हा तरी कशी धजेल? हे वीरा, तुझ्याशिवाय मला एक क्षणभरही करमावयाचें नाहीं, तथापि द्वारका नगरीला तुला गेलेंच पाहिजे; तेव्हां मीही तुला निरुपायास्तव निरोप देतों.

ह्याप्रमाणें युधिष्ठिरानें सांगितलें असतां, महाकीर्तिमान व धर्मरूप श्रीहरि युधिष्ठिराला बरोबर घेऊन कुंतीकडे गेले;आणि मोठ्या आनंदानें तिला म्हणाले, " आत्याबाई! तुमच्या पुत्रांना सार्वभौमत्व प्राप्त होऊन ते वैभवसंपन्न झाले आहेत. तेव्हां आपण आतां आनंद मानून रहावें. तुमची अनुज्ञा घेऊन मी आज द्वारकेस जावयास निघालों आहें "

ह्याप्रमाणें कुंतीचा निरोप घेतल्यानंतर श्रीकृष्णांनीं सुभद्रेला व द्रौपदीलाही जाऊन विचारलें. तेव्हां त्यांसही आनंद झाला. नंतर धर्मास बरोबर घेऊन ते अंतःपुरांतून बाहेर पडले. मग स्नान करून व जपजाप्य आटोपून ब्राह्मणांकडूनच स्वतिवाचन करविलें. इतक्यांत—फारच उत्तम तयार केलेला—केवळ मेघासारखा रथ जोडून महापराक्रमी दारुकही द्वारापाशीं येऊन ठेपला. तो गरुडचिन्हांकित ध्वजाचा रथ पुढें आलेला पाहताच महात्मा कमलनयन भगवान त्या रथाला प्रदक्षिणा घालून वर बसला आणि द्वारकेस जाण्याकरितां निघाला. तेव्हां श्रीमान धर्मराजा आपल्या बंधूंसहवर्तमान महाबलाढ्य वासुदेवाच्या पाठीमागून पायांनीं चालं लागला. बरेच लांब गेल्यावर श्रीहरींनीं रथ जरा उभा केला; आणि ते श्रीकृष्ण त्या कुंतीपुत्र युधिष्ठिराला म्हणाले, " हे प्रजाधिपा! तूं सदासर्वदा दक्ष राहून प्रजेचें पालन करीत जा; आणि प्राणी ज्याप्रमाणें पर्जन्यावर जीव ठेवून असतात, किंवा पक्षी ज्याप्रमाणें वृक्षाचा आश्रय करितात, अथवा देव ज्याप्रमाणें इंद्राचा आश्रय करून राहतात, त्याप्रमाणें तुझे बंधुही तुझ्यावर भक्ति ठेवून राहोत. "

ह्याप्रमाणें श्रीकृष्णांनीं धर्मराजास सांगून परस्परांनीं परस्परांचा निरोप घेतला, व ते आपआपल्या स्थानांस निघून गेले. असो. हे जनमेजय राजा! यादवश्रेष्ठ श्रीकृष्णही द्वारकेस गेल्यानंतर, त्या दिव्य सभेमध्यें, प्रमुखमंडळींपैकीं एक दुर्योधन व दुसरा सुबलाचा पुत्र शकुनि हे दोघेच काय ते राहिले.

द्यूतपर्व.

अध्याय शेचाळिसावा.

—:०:—

व्यासांचें प्रयाण.

वैशंपायन सांगतातः—राजा, परम दुर्लभ अशा श्रेष्ठ राजसूय यज्ञाची समाप्ति झाल्यानंतर शिष्यमंडळासहवर्तमान व्यास मुनिही पुढें आले. त्यांस पाहतांच धर्मराजानें भ्रात्यांसहवर्तमान आसनावरून उठून त्या पितामहांस आसन दिलें; आणि अर्ध्यपाद्यादिकांनीं त्यांची पूजा करून त्यांचा सत्कार केला. नंतर धर्मराजानें दिलेल्या त्या सुवर्णाच्या उत्कृष्ट आसनावर विराजमान झाल्यावर भगवान व्यास महर्षींनीं धर्मराजाला 'बैस' म्हणून आज्ञा केली; व बंधूंसहवर्तमान धर्मराज खालीं बसल्यानंतर भाषणचतुर असे ते भगवान व्यास बोलूं लागले.

व्यास म्हणाले:—धर्मराजा, ह्या जगतीतलावर सार्वभौमत्व प्राप्त होणें परम दुर्लभ आहे. तें तुला प्राप्त होऊन दिवसानुदिवस तुझ्या भाग्याला चढती कळा लागत आहे ही मोठी आनंदाची गोष्ट होय. हे कुरुवंशजश्रेष्ठा, साऱ्या कुरुवंशाची कीर्ति तूंच वृद्धिंगत केलीस. हे प्रजाभिपते, तूं माझा सत्कारही चांगला केलास. आतां तुझा निरोप घेऊन मी गमन करितों.

व्यासांचें हें भाषण ऐकून त्या युधिष्ठिरानें त्यांस अभिवंदन करून त्यांचे घट्ट चरण धरिले; आणि तो म्हणाला, "हे पुरुषोत्तमा, माझ्या मनांत असा एक संशय उत्पन्न झाला आहे कीं, तो निवारण होणें परम दुर्घट दिसतें; आणि हे विप्रवर्य ! त्याचें निरसन करण्यास आपल्यावांचून दुसरें कोणीच समर्थ नाहीं. हे पितामह ! भगवान नारद मुनींनीं स्वर्ग, आकाश आणि पृथ्वी ह्या तीन ठिकाणीं होणारे तीन प्रकारचे उत्पात सांगितलेले आहेत. तेव्हां चेदि देशचा राजा शिशुपाल मरण पावला एवढ्यानेंच त्या उत्पातांचें अरिष्ट संपलें कीं काय ?"

व्यासकृत भविष्यकथन.

वैशंपायन सांगतातः—राजा, धर्मराजाचा हा प्रश्न ऐकून प्रभु परशरामपुत्र कृष्णद्वैपायन म्हणाले, "हे प्रजाधिपते युधिष्ठिरा ! त्या उत्पातांचें फल तेरा वर्षेंपर्यंत मोठें अनिष्ट भोगावें लागेल, आणि त्यांत सर्व क्षत्रियांचा फडशा पडेल, हें तुला सांगून ठेवितों. ह्या साऱ्याला तूंच एक कारणीभूत होऊन दुर्योधनाच्या अपराधानें व भीमार्जुनांच्या बळामुळें सारा क्षत्रिसमुदाय एकत्र होऊन त्याचा क्षय होईल. हे नृपश्रेष्ठा, एका पहाटेस तुला एक स्वप्न पडेल, आणि त्यांत वृषभध्वज, नीलकंठ, भव, स्थाणु, कपाली, त्रिपुरांतक, उग्र, रुद्र, पशुपति, महादेव, उमापति, हर, शर्व, वृष, शूल, पिनाकी व कृत्तिवास असा कैलास पर्वताच्या शिखरासारख्या शुभ्र वर्णानें युक्त असलेला शिव नंदीवर बसून दक्षिण दिशेकडे सारखा रोंख लावलेला तुझ्या दृष्टीस पडेल. पण, हे प्रजाधिपते ! अशा प्रकारचें स्वप्न तुला पडलें म्हणून तूं त्याबद्दल कांहीं निदिध्यास घेऊन बसूं नको; कारण, भवितव्य आहे, तें कोणालाच टळावयाचें नाहीं. ह्याकरितां तुझें क्षेमकल्याण असो. मी आतां कैलास पर्वताकडे जातों. तूं जितेंद्रिय व दक्ष राहून पृथ्वीचें पालन कर."

धर्मराजास उद्भवलेली चिंता.

वैशंपायन म्हणाले:—ह्याप्रमाणें युधिष्ठिराला सांगून भगवान कृष्णद्वैपायन मुनि आपल्या वेदाभ्यास करणाऱ्या शिष्यांसह कैलास पर्वताकडे गेले.

जनमेजया, ते पितामह व्यास मुनि गेल्यानंतर युधिष्ठिर राजा चिंताग्रस्त व शोकाकुल होऊन दुःखाचे सुस्कारे टाकूं लागला; आणि ' प्रारब्धानें जी गोष्ट नेमलेली, तिला पुरुषानें कितीही जंगजंग पछाडले तरी बाध येणार कसा ? यावयाचाच नाहीं ! तेव्हां त्या महर्षीनीं सांगितलेलें निःसंशय घडून येणारच !' हीच गोष्ट वारंवार त्याच्या मनांत येऊन, तिचा त्याला अगदीं निदिध्यास लागून राहिला. नंतर त्याच विवंचनेंत मग्न असतां महातेजस्वी युधिष्ठिरानें आपल्या सर्व बंधूंस हांक मारिली, आणि तो म्हणाला, " हे पुरुषसिंहहो ! मला कृष्णद्वैपायन व्यास मुनींनीं काय सांगितलें तें तुम्हीं ऐकिलेंच. तें त्यांचें भाषण ऐकल्यापासून तर आपण देहत्याग करावा असाच मीं कृतनिश्चय करून ठेविला आहे. कारण, बाबांनो ! सर्व क्षत्रियांच्या मृत्यूला कारणीभूत व्हावयाला काळानें जर मला एकट्यालाच नेमिलेलें असेल, तर यापुढें वांचण्यांत तरी अर्थ काय? "

याप्रमाणें युधिष्ठिराचें भाषण ऐकून त्यावर अर्जुन म्हणाला, " हे राजा ! असा बुद्धिविपर्यास करून घेऊन घोर अज्ञानांत शिरूं नको. हे महाराजा ! व्यास मुनींनीं सांगितलेलें लक्षांत ठेवून नीट दिसेल अशा रीतीनें वागत जा. " त्यावर द्वैपायन मुनींच्या भाषणाचें चिंतन करीत असलेला तो सत्यनिष्ठ युधिष्ठिर आपल्या बंधूंस म्हणाला, " तुमचें देव भलें करो. आजपासून माझी प्रतिज्ञा काय आहे, ती ऐकून ठेवा. बाबांनो ! तेरा वर्षें जगून तरी माझा काय उपयोग ? मी आजपासून भावांना किंवा राजांना कठोर म्हणून कधींच बोलणार नाहीं. सर्वदा मृदु असेंच बोलत जाईन; आणि जें काय करावयाचें, तें ज्ञातिबांधवांच्या आज्ञेंत राहून त्यांना सांगूनच करीत जाईन. माझा मुलगा असो, कीं दुसरा कोणी असो; सर्वांशीं अगदीं असाच वागेन. म्हणजे कोणाचाच मतभेद व्हावयाला नको. कारण, मतभेद हेंच जगामध्यें कलहाचें बीज आहे. अशा रीतीनें कलहापासून दूर झालों, लोकांना प्रिय असेल तेंच करूं लागलों, म्हणजे हे नरपुंगवहो! लोकांमध्यें माझी निंदा तरी होणार नाहीं."

आपल्या वडील बंधूचें हें म्हणणें नीट ऐकून घेऊन त्या धर्मराजाच्या हिताविषयीं तत्पर असलेल्या पांडुपुत्रांनींही तेंच व्रत स्वीकारिलें. नंतर, हे जनमेजया! बंधूंसहवर्तमान त्या सभेमध्यें अशी प्रतिज्ञा केल्याबद्दल त्या धर्मराजानें पितर व देव ह्यांचें यथाविधि तर्पण केलें. असो. हे भरतवंशजश्रेष्ठा ! सारे मुख्य मुख्य क्षत्रिय परत गेल्यानंतर, सभोंवार बंधु असलेला युधिष्ठिर मंगलकारक व कल्याणप्रद पुण्याहवाचन वगैरे करवून अमात्यांसहवर्तमान आपल्या सर्वोत्तम नगरांत प्रविष्ट झाला; आणि हे जनमेजया, दुर्योधन व सुबलाचा पुत्र शकुनि हे उभयतां मात्र त्या मनास तन्मय करून टाकणाऱ्या मयसभेमध्यें राहिले.

अध्याय सत्तेचाळिसावा.

—:०:—

दुर्योधनाची मयसभेंत फजिती !

वैशंपायन सांगतातः– राजा, त्या मयसभेमध्यें दुर्योधन राहिलेला होता, हें पूर्वीं सांगितलेंच आहे. तो शकुनीला बरोबर घेऊन ती सारी सभा हळू हळू पहात चालला. तेव्हां त्या कुरुनंदनाला कित्येक अद्भुत चमत्कार दिसूं लागले. तसले चमत्कार त्यानें पूर्वीं कधीं आपल्या हस्तिनापुरांत सुद्धां पाहिले नव्हते. तो धृतराष्ट्रपुत्र दुर्योधन राजा त्या सभेंतून चालतां चालतां त्याला एके ठिकाणीं एक

स्थळ लागलें. तें शुद्ध स्फटिकाचें बनविलेलें होतें. त्यांत अशी चतुराई केलेली होती कीं, तें पाणीच आहे असा भास व्हावा. त्यामुळें दुर्योधन राजास वाटलें कीं, येथें पाण्याचेंच टांकें भरलेलें आहे; आणि त्याच भ्रमानें त्यानें आपलें वस्त्र वर सावरून धरिलें, व तो मोठ्या बेताबेतानें आंत पाय टाकूं लागला, तों आंत काय? कांहींच नाहीं! पाय वरच राहिला! त्यामुळें तो मनामध्यें अतिशय खजील होऊन पुनः त्या सभेंत हिंडूं लागला. याप्रमाणें त्या जागीं तो राजा अगदीं फजीत पावला, आणि खिन्न व लज्जित होऊन एवढेंसें तोंड करून दुःखाचे सुत्कारे टाकीत टाकीत त्या सभेंतून हिंडूं लागला; तों दुसऱ्या एका जागीं दुसरी एक फसवणूक करून ठेविलेली होती. ती अशी कीं, त्या ठिकाणीं एक लहानसा स्फटिकाचा हौद केलेला असून त्यांत निवळ शंख असें पाणी तुडुंब भरलेलें होतें. त्यांत स्फटिकाचेंच प्रतिबिंब दिसत असल्यामुळें, तेथें पाणी आहे असें मुळीं वाटतच नसे. दुर्योधनालाही तोच भ्रम झाला; आणि तेथें जमीनच आहे, असें समजून त्यावर त्यानें पाय दिला, तों आपल्या जाम्यानिम्यासुद्धां धाडकर पाण्यांत पडून तो गटंकळ्या खाऊं लागला. ती त्याची दशा पाहून महाबलाढ्य भीमसेनाला हसूं आलें. भीमसेन हसला म्हणून जवळचे हुजरे सुद्धां हसावयास लागले. इतक्यांत त्याला राजाज्ञेवरून हुजऱ्यांनीं दुसरीं चांगलीं वस्त्रें आणून दिलीं. तो नवा पोषाख घालून दुर्योधन पुनः आलेला पाहून, पहिल्या गोष्टीची आठवण होऊन भीम, अर्जुन, नकुल व सहदेव हे सारेच पुनः हसावयास लागले. असा हशा पिकलेला पाहून दुर्योधन मनांतून तर अगदीं जळफळत होता. पण त्यानें त्यांच्या हसण्याकडे तादृश लक्ष दिलें नाहीं; इतकेंच नव्हे, तर आपल्या चर्येवर क्रोधाची छटा सुद्धां दुसऱ्यास न दिसावी म्हणून त्यानें कोणाकडे वर तोंड करून सुद्धां पाहिलें नाहीं; आणि तो तसाच पुढें जाऊं लागला, तों पुनः दुसऱ्या एका ठिकाणीं उदक असल्याचा भ्रम होऊन त्यांतून पलीकडे जाण्याच्या उद्देशानें दुर्योधन राजा आपलें वस्त्र वर आवरून धरून चालूं लागला. तेव्हां पुनः जवळ असलेल्या लोकांत एकच हंशा पिकला! त्याच्याकडे लक्ष दिलें न दिलेंसें करून पुढें जातां जातां, भिंतीवर, स्फटिकाचें हुबेहूब दार उघडलेलें आहे, असें चित्र काढिलेलें होतें; तें खरोखरच दार उघडलेलें आहे, असा त्यास भ्रम पडून तो त्यांतून पलीकडे जाऊं लागला, तों त्यावर धाडकन मस्तक आपटलें, व तिरिमिरी येऊन तो मट्कर खालींच बसला! जनलज्जेकरितां तितकीही कळ सोसून तो उठून पुढें जाऊं लागला, तों दुसरें एक स्फटिकांच्या तक्त्याचें दार असून तें घट्ट झांकलेलें आहे, असें दृष्टीस पडलें. तेव्हां तें उघडून पलीकडे जावें, अशा हेतूनें तें तो हातानें ढकलावयास गेला, तों तेथें तक्ते वगैरे कांहींच नसल्यामुळें एकदम पुढें तोल जाऊन धाडकन जमिनीवर तोंडघशीं पडला! तरी पुढें जाण्याचा क्रम कांहीं त्यानें सोडिला नाहीं. इतक्यांत एक खरोखरच उघडलेलें द्वार पुनः लागलें. पण ह्यांत कांहीं तरी पूर्वीप्रमाणेंच कपट असेल, असें समजून त्या द्वाराजवळ गेल्यावर तो सरळ आंत न जातां तेथेंच थबकून राहिला!

दुर्योधनाचा जळफळाट.

हे जनमेजय राजा! ह्याप्रमाणेंच अनेक प्रकारांनीं दुर्योधन राजाची उपहास्यता झाली. नंतर एक दोन दिवस ठेवून घेऊन पांडवांनीं त्यास जावयास निरोप दिला. तेव्हां त्या राजसूयनामक महान यज्ञांतील पांडवांची अपार

संपत्ति पाहून त्याच्या मनांत आनंद व्हावयाचा एके बाजूस राहून, तो उलट आंतल्या आंत जळफळतच हस्तिनापुरास जावयास निघाला. ह्याप्रमाणें पांडवांच्या वैभवानें मनांत संतप्त होऊन तो दुर्योधन त्याच गोष्टीचा एकसारखा विचार करीत चालला असतां त्याच्या मनांत पापबुद्धि उत्पन्न झाली! हे कुरुकुलोद्धारका जनमेजय राजा! पांडवांना झालेला आनंद; त्यांना वश झालेले सर्व राजे; सारे लोकच नव्हेत–तर आबालवृद्धांसुद्धां त्यांचे हितचिंतक; महात्म्या पांडवांची दिगंत कीर्ति; हें सर्व पाहून धृतराष्ट्राचा पुत्र दुर्योधन अगदीं फिका पडला; आणि अंतःकरणांत संतप्त होऊन तो हस्तिनापुरास एकटाच विचार करीत चालला असतां, त्या बुद्धिमान धर्मराजाची लोकोत्तर सभा व अनुपम संपत्ति ह्यांवांचून त्याच्या मनांत दुसरें कांहींच घोळत नव्हतें. तो धृतराष्ट्रपुत्र दुर्योधन ह्या विचारामध्येंच इतका गर्क होऊन गेला होता कीं, सुबलाचा पुत्र शकुनि वारंवार बोलत असतांही तो त्याला कांहींच उत्तर देईना. तेव्हां ह्याचें चित्त अगदीं व्यग्र आहे, असें पाहून शकुनि विचार करूं लागला कीं, "हे दुर्योधना! तूं असे दुःखाचे मुस्कारे टाकीत चालला आहेस, ह्याचें कारण काय?" तेव्हां दुर्योधनानें त्याच्याकडे लक्ष दिलें व तो म्हणाला, "खरोखर ही पृथ्वी जिंकणारा महात्मा अर्जुन; आणि ती सारी आज युधिष्ठिराच्या ताटाखालचें मांजर होऊन राहिली आहे! काय सांगूं मामा! देवांमध्यें झालेल्या इंद्राच्या यज्ञाप्रमाणें त्या महातेजस्वी कुंतीपुत्र युधिष्ठिराचा झालेला तो यज्ञ दृष्टीस पडल्यापासून रात्रंदिवस रागानें माझ्या अंगाची कशी लाही लाही होत आहे. ग्रीष्मऋतु जवळ आला म्हणजे डबक्यांतील पाणी ज्याप्रमाणें आटून जातें, त्याप्रमाणेंच माझी अवस्था झालेली आहे. यदुश्रेष्ठ श्रीकृष्णानें शिशुपालाचा भरसभेंत शिरच्छेद केला असून त्याचा हात धरणारा एकही पुरुष तेवढ्या सभेमध्यें निघाला नाहीं अं! किती आश्चर्याची गोष्ट आहे पहा! पांडवांपासून निघालेल्या अपराधरूपी अग्नीनें सारे राजे होरपळून गेले होते, तरी त्यांनीं तें सर्व सहनच केलें. पण त्यांचें तें वर्तन खरोखर कोणाला तरी सहन होण्यासारखें होतें कारे? महात्म्या पांडवांच्या प्रतापानें तें पचलें ही गोष्ट निराळी! पण कृष्णानें जें कृत्य केलें, तें निखालस अयोग्य होतें. तसेंच हे सारे राजे पहा! हिरे, माणकें घेऊन धर्मराजाकडे अगदीं धाव घेत आले! जणू काय सरकारसारा भरावयाला थैल्या घेऊन आलेले वाणीउदमीच! पांडवांना अशी पाण्यासारखी संपत्ति मिळालेली पाहून माझ्या तळव्याची आग अगदीं मस्तकाला जाऊन पोहोंचली आहे; पण मी क्रोधाला वश होऊन नुसता जळफळत बसतों, हें कांहीं बरोबर नाहीं!"

राजा जनमेजया, अशा प्रकारचे विचार मनामध्यें येऊन अग्नीसारखा संतप्त झालेला तो गांधारदेशाधिपति पुनः शकुनीस म्हणाला, "मामा, ह्याकरितां मी आतां अग्निकाष्ठें भक्षण करितों, विष खातों, किंवा पाण्यामध्यें जीव तरी देतों; आतां माझ्यानें जीव ठेववत नाहीं. कारण शत्रूचा उत्कर्ष, व आपला अपकर्ष होत असलेला पहाणें कोणत्या बरें मानी पुरुषाला सहन होईल? पांडवांचें तशा प्रकारचें वैभव पाहून स्वस्थ बसणारा जो मी, त्या माझी स्थिति धड स्त्री नव्हे, धड पुरुषही नव्हे, व धड नपुंसकही नव्हे, अशासारखी झाली आहे! कारण मी स्त्री आहें म्हणावें, तर कित्येक स्त्रिया सवतीमत्सर सहन करून खुशाल रहातात, तसेंच माझ्यानें सहवत नाहीं; बरें पुरुष म्हणावें, तर पांडवांना जिंकून त्यांचा पराभव

करण्याइतकें सामर्थ्य माझ्या एकट्याच्या अंगांत नाहीं; आणि नपुंसक आहें म्हणावें, तर माझ्या स्वतःच्या अंगांत मुळींच पराक्रम नाहीं असें नाहीं! तेव्हां माझ्या स्थितीला म्हणावें तरी काय? अरे! साऱ्या पृथ्वीचें आधिपत्य, तशा प्रकारची संपत्ति, आणि राजसूय यज्ञासारखा यज्ञ पाहून माझ्यासारख्या कोणत्या बरें मानी पुरुषाच्या अंगाचा तिळपापड होणार नाहीं? काय करूं रे! ती सर्व राज्यसंपत्ति लुटून आणावयाचें काम माझ्या एकट्याच्यानें निभावयाचें नाहीं. बरें, तशा कामीं कोणी सहाय्य करतील किंवा नाहीं ह्याचाही मला भरंवसा येत नाहीं. तेव्हां आतां मरावें हेंच बरें, असें मला वाटत आहे. ह्या पांडवांनीं डोकें सुद्धां वर काढूं नये म्हणून मीं काय काय केलें! परंतु तें सर्व व्यर्थ जाऊन अखेरीस कुंतीपुत्र युधिष्ठिरालाच ती तसली सोज्ज्वळ राज्यलक्ष्मी प्राप्त झाली! तेव्हां हीच गोष्ट सिद्ध आहे कीं, ह्या जगामध्यें दैव हेंच प्रधान आहे. पुरुषाचे कितीही दीर्घप्रयत्न असोत, ते सारे व्यर्थ होत. हे शकुने! ह्याला मारावयाचा सुद्धां मीं पूर्वीं यत्न केला होता. पण पाण्यांतलें कमल तोडलें म्हणजे तें मागाहून जसें जास्तच फुटतें, त्याप्रमाणें हा अधिकाधिक उदयाला येत चालला आहे. दैव बलवत्तर आहे व मनुष्याचा प्रयत्न व्यर्थ आहे, असें मी म्हणतों तें यात्वकरितां! हेंच कां पाहिनास? कुंतीच्या पुत्रांचा नित्य उत्कर्ष होत चाललेला आहे, आणि धृतराष्ट्राच्या पुत्रांना एकसारखी उतरती कळा लागत चालली आहे. मामा, त्यांची ती कुबेरासारखी संपत्ति, ती लोकोत्तर मयसभा, आणि तेथें सभेच्या रक्षकांनीं केलेली माझी टवाळी, हीं मनांत आलीं म्हणजे माझ्या अंगाला अगदीं वणवा लागल्यासारखा होतो. मामा! हें दुःख माझ्यानें आतां कांहीं सहन होत नाहीं. तेव्हां यांतून सुटका करून घेण्याला मला तूं आज अनुमोदन दे, आणि माझा पिता धृतराष्ट्र, ह्याला 'मला असा असा संताप झाला होता.' असें जाऊन कळीव.,'

अध्याय अठ्ठेचाळिसावा.

—:०:—

शकुनीची मसलत.

शकुनि म्हणालाः—हे दुर्योधना, युधिष्ठिराशीं मत्सर करण्याचें तुला कांहींच कारण नाहीं; त्यांच्या प्रारब्धाचें फळ तें भोगीत आहेत. त्यांनीं आपल्या उत्कर्षाकरितां जितके उपाय केले, त्यांपेक्षां खरोखर तूं त्यांच्या नाशाविषयीं अधिक उपाय योजिलेस; तरी तुझें काम साधलें नाहीं! आणि, हे शत्रुनाशका, तूं त्यांना पुनः पुनः संकटांत घातलेंस तरी ते पुरुषश्रेष्ठ दैवाच्या जोरानें त्यांतूनही मुक्त होऊन उदयास आलेच. द्रौपदीसारखी त्यांना भार्या मिळाली; पुत्रासहवर्तमान द्रुपद राजा त्यांच्या बाजूचा झाला; आणि भगवान् श्रीकृष्णही त्यांस पृथ्वीचा लाभ होण्यास साहाय्य झाला. सारांश, हे पृथ्वीपते! त्यांचा कोणताही मनोरथ व्यर्थ झाला नाहीं. शिवाय, त्यांनीं वडिलोपार्जित संपत्तीचा विभाग घेऊन तो आपल्या पराक्रमावर वाढविला, त्याबद्दल तुला इतकें वाईट तरी कां वाटावें! अर्जुनानें गांडीव धनुष्य, दोन मोठमोठाले अक्षय्य भाते, व कांहीं दिव्य अस्त्रें संपादन केलीं आहेत; आणि त्या श्रेष्ठ धनुष्यानें आपल्या भुजबळावर सारे राजे पादाक्रांत केले. तेव्हां त्याचा तरी खेद कां? तसेंच त्या शत्रुसंहारक अर्जुनानें अग्नीच्या तापापासून मयासुर राक्षसाला मुक्त करून त्याजकडून ही आपली सभा उभारली. ती अशी कीं, त्या मयासुराच्या आज्ञेबरोबर किंकर नांवाचे जे त्याचे बलाढ्य

राक्षस असत, ते ती हवी तिकडे घेऊन जात असत. पण त्याबद्दल आतां हळहळ करण्यांत तरी अर्थ कोणता ? आतां, हे भरतकुलोत्पन्न दुर्योधन राजा, ' मला कोणी सहाय्य करणार नाहीं, ' असें जें तूं म्हणालास, तें मात्र बरोबर नाहीं. कारण तुझे सारे भाऊ तुझे अगदीं आज्ञांकित आहेत; पुत्रासहवर्तमान महाधनुर्धर द्रोणाचार्य, सूतपुत्र कर्ण, महारथी गौतमाचार्य, मी व माझे सारे बंधु, आणि राजा सोमदत्ति हे सर्व तुला पूर्णपणें अनुकूल आहेत, तेव्हां ह्या सर्वांना साहाय्याला घेऊन तूं सर्व पृथ्वीच जिंकून टाक म्हणजे झालें.

दुर्योधन म्हणालाः—हे राजा, तुझें अनुमोदन असेल तर तुझ्या आणि दुसऱ्या महारथ्यांच्या साह्यानें आधीं ह्या पांडवांना जिंकावें असें मी म्हणतों. कारण, ह्यांचा एक पराजय केला कीं ही सारी पृथ्वी, हे सारे राजे आणि ती मूल्यवान् सभा, हीं सर्व माझींच होतील.

शकुनीनें उत्तर दिलें:—परंतु अर्जुन, श्रीकृष्ण, भीमसेन, धर्मराज, नकुल, सहदेव, आणि पुत्रासहवर्तमान द्रुपद राजा, असल्या महारथी, महाधनुर्धर, अस्त्रपटु, व युद्धांत केवळ अजिंक्य अशा वीरांचा युद्धामध्यें देवगणांच्या हातून सुद्धां पराजय होणें शक्य नाहीं. आतां, राजा ! त्या युधिष्ठिराला स्वतांला जिंकावयाला एक उपाय मला माहीत आहे, तो ऐकून घे; व पाहिजे तर करून पहा !

दुर्योधन म्हणाला:—आपल्या आप्तेष्टांना व थोर थोर लोकांना धक्का न लागतां पांडवांना जिंकण्याची युक्ति निघाली तर मग काय मजाच झाली ! तर मग, मामा ! सांगा सांगाच काय ती.

शकुनि म्हणालाः—युधिष्ठिराला द्यूत फार प्रिय आहे. पण त्यांत त्याची गति म्हणशील तर तितक्यापुरतीच आहे; आणि त्याला खेळावयास बोलाविलें म्हणजे त्याच्यानें नाहीं असें कांहीं म्हणवणार नाहीं ! आणखी द्यूत खेळण्यांत मी इतका प्रवीण आहें कीं, माझ्यासारखा द्यूत खेळण्यांत पटाईत, ह्या पृथ्वींतच नव्हे तर साऱ्या त्रैलोक्यांतही कोणी नाहीं. ह्याकरितां हे कुरुकुलोत्पन्न दुर्योधना ! त्यांना तूं द्यूत म्हणजे जुगार खेळायला बोलाव. हे नरपुंगवा राजा दुर्योधना ! ह्याप्रमाणें फांसे टाकण्यांत माझा हातखंडा असल्यामुळें तूं त्यांना बोलावलेंस पुरे कीं, मी तुझ्याकरितां त्यांचें तें राज्य, व त्यांची ती डोळे दिपविणारी सारी संपत्ति तुझ्या घरांत आणून घातलीच म्हणून समज ! पण ही सारी गोष्ट आधीं तुझ्या पित्याच्या कानावर घाल; आणि त्याची मात्र ह्या गोष्टीला अनुज्ञा घे, कीं झालीच फत्ते ! खात्रीनें त्यांस जिंकितों !

जनमेजया, शकुनीचें हें भाषण ऐकून दुर्योधन म्हणाला—हे सौबला ! कुरुवंशजाधिपति धृतराष्ट्रापाशीं हें सारें तूंच सांग. तूंच तें सारें चांगलें खुलवून त्याला रंग आणशील. मला नाहीं तें नीटसें सांगावयाला जुळावयाचें !

आध्याय एकुणपन्नासावा.

—:०:—

शकुनि, दुर्योधन व धृतराष्ट्र ह्यांचें त्रिकूट.

वैशंपायन म्हणाले:—गांधारीचा पुत्र राजा दुर्योधन ह्याच्यासहवर्तमान युधिष्ठिरानें केलेल्या महान राजसूय यज्ञांतील अनुभव स्वतः घेऊन व दुर्योधनाचें मत आपल्यास अनुकूल आहे असें पाहून, व त्याचें भाषण श्रवण करून तो सुबलाचा पुत्र शकुनि दुर्योधनाला घेऊन त्या महान बुद्धिमान परंतु अंध अशा प्रजाधिपति धृतराष्ट्र राजाकडे गेला, व त्यास म्हणूं लागला, " हे मनुष्याधिपते महाराज ! हा आपला दुर्योधन सांप्रत किती निस्तेज झाला आहे; कसा पांढरा फटफटीत दिसतो; त्याच्या अंगीं केवढी क्षीणता आली आहे; ह्याचें तोंड कसें सु-

कून गेलें आहे; चिंतेनें हा कसा ग्रस्त झाला आहे; ह्याच्याकडे कांहीं तरी लक्ष पुरवा. आपण ह्याची कधीं विचारपूसच करीत नाहीं, असें वाटतें. कारण, आपण ती करीत असतां, तर शत्रूपासून आपल्या वडील मुलाच्या अंतःकरणांत उत्पन्न झालेला शोक आपल्याला कसा कळला नसता ?

जनमेजय राजा, शकुनीचें हें भाषण ऐकून धृतराष्ट्र विस्मयपूर्वक म्हणालाः –बा दुर्योधना ! तूं कोणत्या कारणानें इतका झुरणीस लागला आहेस ! हे कुरुनंदना ! तुझ्या मनाला टोंचण्यासारखी कांहीं गोष्ट असली, व ती मला सांगण्यासारखी असली, तर ती तूं मला सांग. हा शकुनि सांगतो कीं, तूं हल्लीं अनदीं निस्तेज पांढरा फटफटीत, व रोड झाला आहेस. अशा तुझ्या दुःखाचें कारण तरी काय असावें म्हणून विचार केला, तर त्याविषयीं माझा कांहींच तर्क चालत नाहीं. कारण, हे पुत्रा ! गजांतलक्ष्मीसारखें ऐश्वर्य तुझ्या हातांत आहे; कोणत्याही प्रकारची न्यूनता नाहीं; तुझे भाऊ व सखेसोयरेही तुझ्या मनाविरुद्ध कधीं कांहीं करीत नाहींत. बरें, अन्नवस्त्रासंबंधानें म्हणावें, तर त्यासंबंधानें तुला कोणतीच ददात नाहीं. उंची उंची वस्त्रें तूं अंगावर घेतोस; मांसासारखें सुग्रास अन्न तुला वाढून येतें; तुझ्या रथाचे घोडे तर अस्सल जातिवंत आहेत; मग तूं असा वाळत कां चाललास ? तुला निजावयाला खुतनीच्या गाद्या व गिरद्या; तरुण आणि लावण्यसंपन्न स्त्रिया तुला उपभोग घ्यावयाला; हवी तशी यथेच्छ क्रीडा करावयाला नानाप्रकारच्या वस्तूंनीं भरलेलीं क्रीडामंदिरें; देवाप्रमाणें तुझ्या तोंडांतून शब्द निघण्याचा अवकाश, कीं हीं सारीं तुझ्यापुढें निःसंशय हात जोडून तयार; असें असतां, हे अजिंक्य पुत्रा ! तूं एखाद्या अनाथासारखा शोक कां करितोस ?"

दुर्योधन म्हणालाः—महाराज, एखाद्या हातपाय थकलेल्या पुरुषाप्रमाणें मी खातों, पितों, वस्त्राच्छादनांचाही उपभोग घेतों,आणि मनामध्यें दुःसह चिंता करून कसा तरी काळ कंठितों, इतकेंच ! जनांना शत्रूंच्या क्लेशापासून मुक्त करितो, तोच 'पुरुष' ह्याच संज्ञेला पात्र होतो. मी तर आपल्या स्वतांच्या प्रजेची कोणतीच पर्वा न करितां माझ्या मनस्तापाच्या यातना मीच भोगीत बसलों आहें ! मनुष्य आहे त्यांतच संतोष मानून बसूं लागला कीं, ऐश्वर्यावर व स्वाभिमानावर पाणी पडलेंच ! किंवा दया आणि भय ह्यांचा आपल्यावर पगडा बसला कीं मोठेपणाचें म्हणून पुनः नांवच घ्यावयास नको ! मनुष्य आहे त्यांतच संतोष मानून राहूं लागला म्हणजे त्याला कोणत्याच नव्या कार्याला उत्साह रहात नाहीं;धैर्य, साहस दीर्घोद्योग हे सारेच गुण नष्टप्राय होतात; त्याला कोंठेंच मान मिळत नाहीं; त्याचें कोठेंच तेज पडत नाहीं; आणि त्यांना आपल्या अंगची कर्तृत्वशक्ति दाखविण्याचा कधीं प्रसंगही येत नाहीं, त्याच्या अंगचा स्वाभिमान व पीळ लयास जातो. तीच गोष्ट दयेची ! कोणाविषयींही आपल्या पोटांत दया उत्पन्न झाली कीं,आपली सत्ता व सामर्थ्य काय आहे तें दाखविण्याची संधि फुकट जाते. आपलें कोणावरच वजन पडेनासें होतें. भयाची गोष्टही तशीच ! कोणाविषयींही आपल्या मनांत एकदां भय उत्पन्न झालें कीं, आपले सारे स्नायू शिथिल होतात,वीर्याची स्फूर्ति नाहींशी होते, व आपण केवळ निर्माल्यवत् बापुडवाणे निखालस दुसऱ्याच्या ओंजळीनें पाणी पिणारे असे होऊन जातों. हा कांहीं पुरुषार्थ नव्हे. जगांत जन्म घेतल्याचें हें कांहीं सार्थ नव्हे. सारासार विचार करण्याचें हें कांहीं कर्तव्य नव्हे. ह्याकरितां, कोणींही झाली तरी त्यानें नेहमीं आपल्या उत्कर्षाची हाव

धरिली पाहिजे. आपलें तेज अधिक फांकेल, अशी तजवीज केली पाहिजे. केवढाही प्रसंग असो; त्याच्याशीं टक्कर देण्याला नेहमीं कंबर बांधिली पाहिजे. कितीही संकटें आलीं तरी आपलें धैर्य खचूं न देतां, ताजी उमेद धरून साहसानें, धैर्यानें, उमेदीनें व पराक्रमानें पुरुषानें वर डोकें काढून आपल्या प्रभावाची व वैभवाची एकेक कला वाढविलीच पाहिजे. त्याशिवाय कोणताच मनुष्य मोठेपणास चढावयाचा नाहीं, हीच ह्या जगांतलि खरी इतिकर्तव्यता होय. मला निस्तेज करण्यास कारणीभूत काय ती त्या कुंतीपुत्र धर्मराजाची अपार संपत्ति ! ती पाहिल्यापासून माझें काळीज कसें करपून गेलें आहे. खाल्लें अन्न अंगीं लागत नाहीं. उत्तरोत्तर शत्रूचा उत्कर्ष व आमचा ऱ्हास होत चाललेला मनांत आला म्हणजे, त्या कुंतीपुत्र युधिष्ठिराची संपत्ति जरी सांप्रत माझ्या डोळ्याआड पुष्कळ अंतरावर आहे, तरी ती प्रत्यक्ष माझ्या डोळ्यासमोर उभी राहते; आणि तिच्यामुळेंच मी असा निस्तेज, पांढरा फटफटीत, दीन व क्षीण झालों आहें ! प्रत्येकाला तीस तीस दासी ह्याप्रमाणें ऐशीं हजार गृहस्थाश्रमी ब्राह्मणांच्या कुटुंबांचें युधिष्ठिर आज पोषण करीत आहे. ह्याशिवाय त्या युधिष्ठिराच्या घरीं सोन्याच्या ताटांमध्यें दुसरे दहा हजार ब्राह्मण नेहमीं षड्रसान्नाचें भोजन करीत असतात. कांबोज देशच्या राजानें त्याच्या देशांत असणाऱ्या ‘ कदली ’ नामक मृगाचीं कृष्ण, श्याम व आरक्त वर्णाचीं अजिनें (चामडीं), आणि सर्वोत्कृष्ट ऊर्णावस्त्रें (कांबळीं) पाठवून दिलीं आहेत. हत्तीणी, गाई व घोडे तर त्याच्या येथें शेंकडों हजारों असून, शंभराची एकेक अशा सांडण्यांच्या व घोड्यांच्या तीनशें पागा आहेत; व त्या युधिष्ठिराच्या घरीं करभार घेऊन आलेले राजेही एके ठिकाणींच राहिले आहेत. हे भूपते ! ह्या श्रेष्ठ महायज्ञामध्यें त्या कुंतीपुत्र युधिष्ठिराला देशोदेशींच्या राजांनीं निरनिराळीं असंख्य रत्नें आणिलीं होतीं. त्या बुद्धिमान पांडुपुत्राच्या यज्ञामध्यें आलेली संपत्ति जशी मीं अवलोकन केली, तशी मीं त्याच्यापूर्वीं कधीं डोळ्यांनीं पाहिलीही नव्हती; इतकेंच नव्हे, तर कानांनीं ऐकिली सुद्धां नव्हती. हे प्रजाधिपते ! राजा ! तो शत्रूचा अपरंपार धनप्रवाह पाहिल्यापासून तीच गोष्ट माझ्या मनामध्यें एकसारखी घोळत राहिली आहे. दुसरें कांहीं सुचत नाहीं. गाईंचीं खिल्लारेंच बाळगून राहणारे ‘ वाटधान ’ नामक ब्राह्मणांचे समुदाय, तीन खर्वांचा करभार घेऊन युधिष्ठिराच्या दारांत तिष्ठतच उभे राहिले होते; आणि सुवर्णाचे चकचकीत कमंडलु घेऊन आलेल्यांचीही तीच अवस्था झाली होती. म्हणजे इतकें धन घेऊन आलेल्यांचाही आंत प्रवेश झाला नाहीं ! फार काय सांगावें ? ‘ प्रत्यक्ष इंद्राकरितां देवांगनांनांही जो मधुपर्क आणतां येणार नाहीं; ’ अशा प्रकारचा मधुपर्क काशाच्या भांड्यांत भरून खुद्द समुद्रच घेऊन युधिष्ठिराकडे आला होता. तसेंच, सर्वोत्कृष्ट शंख घेऊन प्रत्यक्ष श्रीकृष्णांनीं युधिष्ठिराला अभिषेक केला. तेथें कावडी होत्या त्या सुद्धां हजारों तोळे सोन्याच्या असून, त्यांला हिरेमाणकें वगैरे अनेक रत्नें जडलेलीं होतीं. तें सारें पाहून माझ्या अंगांत तापच चढला. युधिष्ठिराच्या अभिषेकाला उदक आणण्याकरितां लोक त्या कावडी घेऊन आधींच पूर्व, दक्षिण व पश्चिम ह्या समुद्रांला गेले होते; व त्यांनीं भरून आणलेलें उदक यज्ञाच्या वेळीं तयार होतें. उत्तरसमुद्राकडे मात्र पक्ष्यांवाचून इतरांची गति नाहीं; पण तशा ठिकाणीं सुद्धां अर्जुनानें जाऊन अपार संपत्ति आणिली होती. ह्याशिवाय त्या यज्ञामध्यें

आणखी एक अद्‌भुत चमत्कार दिसून आला, तोही सांगतों, श्रवण करा. एक लक्ष ब्राह्मणभोजन झालें कीं, तें लोकांस समजावें ह्याकरितां खुणेसाठीं तेथें नित्य एक शंख वाजत असे. वारंवार वाजत असलेल्या त्या शंखाचा ध्वनि एकसारखा कानावर पडला म्हणजे माझ्या अंगावर तर कांटाच उभा राहत असे ! त्या ठिकाणीं अनेक राजे एकत्र झालेले पाहून पहाणारांना त्या दिव्य सभारूप गगनमंडलांत तीं नक्षत्रेंच चमकत आहेत असें वाटत असे. कायहो चमत्कार सांगावा ! त्या बुद्धिमान पांडुपुत्राच्या यज्ञामध्यें वाण्यांउदम्यांप्रमाणें करभार देण्याकरितां सर्व प्रकारचीं रत्नें घेऊन आलेले राजे हे ब्राह्मण जातींना वांटण्याचें काम करीत होते. तात्पर्य काय कीं, राजा ! त्या युधिष्ठिराच्या संपत्तीप्रमाणें संपत्ति इंद्र, यम, वरुण किंवा कुबेर ह्यांची सुद्धां नाहीं. ती पांडुपुत्रांची अपरंपार संपत्ति अवलोकन करून माझ्या अंतःकरणाचा अगदीं भडका उडून गेलेला आहे; मला स्वस्थता म्हणून कसली ती वाटत नाहीं !

शकुनि बोलूं लागलाः—हे अमोघपराक्रमी दुर्योधना ! ही जी तूं पांडुपुत्र युधिष्ठिर ह्याजपाशीं अपरंपार संपत्ति पाहिलीस, ती तुला मिळण्याची एक युक्ति सांगतों, ऐक. फांसे टाकण्याच्या कामांत माझें कसब इतकें आहे कीं साऱ्या पृथ्वींत माझा हात धरणारा दुसरा कोणी नाहीं. तसेंच, त्यांत जिंकणारा कोण व हरणारा कोण ह्याचीही माहिती मला आहे. तसेंच खेळतांना पण कोणता लावावा व कोणता लावूं नये, ह्यांतलें रहस्यही मी पक्कें जाणतों. शिवाय, द्यूत खेळावयाला वेळ कोणती असावी, ठिकाण कसें असावें, ह्या विशेष गोष्टी सुद्धां जाणण्यांत मी वाकबगार आहें. आणखी, कुंतीपुत्र युधिष्ठिर हा द्यूत खेळण्याचा मोठा भक्त; पण तें खेळावें कसें हें मात्र त्याला समजत नाहीं; आणि त्याला कोणीं युद्धाला किंवा द्यूत खेळावयाला बोलाविलें कीं, तो येणार हें ठरलेलें आहे ! तेव्हां, हे राजा दुर्योधना ! मी कपट करून त्याला निःसंशय जिंकीन, आणि ती दिव्य संपत्ति येथें आणीन. तर तूं त्याला द्यूत खेळावयाला आह्वान कर.

वैशंपायन म्हणालेः—ह्याप्रमाणें शकुनीनें भाषण केल्यानंतर तो दुर्योधन राजा एक क्षणाचाही विलंब न लावितां धृतराष्ट्रास म्हणाला, “ हे राजा ! अक्षविद्या जाणणारा शकुनि हा द्यूतांत पांडुपुत्र युधिष्ठिराची संपत्ति हरण करण्याची हुरूप धरीत आहे. तर त्याला तशी आज्ञा द्यावी.”

धृतराष्ट्रानें उत्तर दिलें:—“मोठा बुद्धिवान विदुर हा माझा मंत्री असून मी त्याच्या आज्ञेंत राहतों. तेव्हां त्याची भेट झाल्यानंतर ह्या गोष्टीचा काय तो निकाल करीन. कारण, तो धर्मानें वागणारा असून दूरदर्शी आहे. तो उभयपक्षांचेंही उत्तम हित कशांत आहे त्याचा विचार करून काय तो निश्चय करील.”

दुर्योधन म्हणालाः—वा महाराज ! हें खासें ! म्हणजे विदुरानें जर ह्यांत ‘ खो ’ घातला, तर तुम्ही हा बेत मोडणार; आणि तुम्हीं हा बेत मोडिला, म्हणजे, राजाधिराज ! मी कांहीं आपला प्राण ठेवणार नाहीं, हें मी खात्रीनें सांगतों. मी मेलों म्हणजे तुम्ही विदुराला घेऊन सुखानें रहा. मग साऱ्या पृथ्वीचा आपल्यालाच उपभोग घ्यावयाला मिळेल. माझ्याशीं आपल्याला काय कर्तव्य आहे ?

वैशंपायन म्हणालेः—तें त्याचें कळवळ्याचें व लडिवाळपणाचें भाषण ऐकून त्या धृतराष्ट्राचें मन दुर्योधनाकडे वळून जवळ असलेल्या सेवकांस त्यानें आज्ञा केली कीं, “ माझ्याकरितां, हजारों भव्य स्तंभ व शेंकडों महाद्वारें

असलेलें, विस्तीर्ण, प्रेक्षणीय, व मनाला आल्हाद देणारें असें एक सभास्थान शिल्पीलोकांना लवकर तयार करावयाला सांगा. जडाव काम करणारांना बोलावून आणून जिकडे तिकडे रत्नें जडवून टाका, आणि त्याचा घांट वगैरे कळाशीदार साधून, जाण्याचीं येण्याचीं वाट द्वारें नीटनेटकीं झालीं म्हणजे मला येऊन सूचना करा!"

वैशंपायन सांगतातः—जनमेजया, दुर्योधनाच्या मनाचें समाधान करण्याकरितां महाराज धृतराष्ट्र, ह्यानें ह्याप्रमाणें निश्चय करून विदुरास बोलाविण्यासाठीं दूत पाठविला. खरोखर विदुराला विचारल्यावांचून धृतराष्ट्र हा आपण होऊन कोणताच निश्चय करीत नसे. शिवाय द्यूत खेळण्यामध्यें अनेक दोष आहेत हेंही तो जाणून होता. असें असतांही पुत्राच्या प्रेमपाशांत गुंतल्यामुळें ह्या वेळीं तशा कामाकडेही त्याचें मन वळलें. ह्यावरून, होणार तें कांहीं चुकत नाहीं, हीच गोष्ट खरी. ही गोष्ट विचारशील विदुराच्या कानावर जातांच 'हें कलहाचें मूळ घरांत शिरलें; मृत्यूचें द्वार उघडलें; आणि उतरत्या पायाला अंकुर फुटला!' असें मनांत जाणून तो धृतराष्ट्राजवळ येऊन पोहोंचला; आणि त्या महात्म्या वडील बंधूच्या सन्निध गेल्यावर त्याच्या चरणांवर मस्तक ठेवून म्हणाला, 'हे राजा! हा तुझा बेत मला कांहीं बरा दिसत नाहीं. हे प्रभो! इतक्याउपरही तो सिद्धीस न्यावयाचा असेल, तर त्यापासून पुत्रांपुत्रांमध्यें—कारण, पांडव हेही आपल्या पुत्रांसमानच आहेत—कलह न होईल अशा रीतीनें काय करणें असेल तें करा."

जनमेजय राजा, तेव्हां धृतराष्ट्र म्हणाला, "हे विदुरा! देवाची आमच्यावर कृपा असली तर पुत्रांपुत्रांमध्यें तंटाबखेडा कांहीं एक होणार नाहीं ही खातरी असूं दे. ह्याकरितां, आतां तें शुभ असो कीं अशुभ असो, हिताचें असो कीं अहिताचें असो, स्नेहाच्या नात्यानें द्यूत हें खेळूं याच. इतकाच ज्या अर्थी योग आलेला आहे, त्या अर्थी विधिलिखितही असेंच असलें पाहिजे, असें म्हणावें लागतें, दुसरें काय? तरी, हे भरतकुलोत्पन्न विदुरा! तूं एक गोष्ट लक्षांत ठेव कीं, मी, द्रोण, भीष्म व तूं इतके जवळ असलों म्हणजे तेथें दुर्दैवानें अन्याय करूं म्हटलें तरी सुद्धां होणार नाहीं. तर वायुवेगानें जाणारे अश्व जोडलेल्या रथांत बसून तूं आजच्या आज खांडवप्रस्थाला जा आणि युधिष्ठिराला घेऊन ये. आतां ह्या माझ्या आरंभिलेल्या कृत्याला तूं नांवें ठेवीत बसूं नको हें एक माझें तुला सांगणें आहे. कारण, इतका सारा योगच ज्या अर्थी जुळून आलेला आहे, त्या अर्थी दैव हेंच बलवत्तर आहे, असें म्हटलें पाहिजे."

ह्याप्रमाणें त्या विचारी विदुराला धृतराष्ट्रानें सांगितलें, तेव्हां विदुराला अत्यंत वाईट वाटलें; आणि "हें कांहीं चांगल्याचें चिन्ह नाहीं; ह्यांत कांहीं धडगत दिसत नाहीं!" असें मनांत म्हणत म्हणत तो महाज्ञानी विदुर भीष्माकडे निघून गेला.

अध्याय पन्नासावा.

—:०:—

धृतराष्ट्र आणि दुर्योधन यांचा एकांत.

जनमेजय विचारतोः—हे ब्रह्मन्, ज्यामुळें माझ्या पितामह पांडवांना तें वनवासाचें संकट भोगावें लागलें, व जें मोठ्या हानीस कारण झालें तें द्यूत त्या भावांभावांमध्यें कसें काय झालें? त्या द्यूताच्या वेळीं तेथें कोणकोणते राजे होते? आणि, हे ब्रह्मनिष्ठ! तें द्यूत खेळावयाला कोणीं कोणीं अनुमोदन दिलें? व कोणीं कोणीं

त्याचा निषेध केला? हे मित्रवर्या, हें सर्व आपल्या मुखांतून सविस्तर ऐकण्याची माझी इच्छा आहे. कारण, साऱ्या पृथ्वीच्या नाशाला मूळ कारण तेंच आहे.

सौति म्हणालाः—ह्याप्रमाणें जनमेजयानें प्रश्न केला असतां वेदवेत्त्या प्रतापी व्यासशिष्य वैशंपायन मुनींनीं तें वृत्त जसें घडलें तसें सविस्तर सांगितलें.

वैशंपायन सांगतातः—हे भरतवंशजश्रेष्ठा जनमेजया, आणखीही श्रवण करण्याची जर तुझी इच्छा आहे, तर मीही ती कथा सविस्तर सांगतों, ऐक. विदुराचें काय मत पडतें तें पाहिल्यावर तो आंबिकापुत्र धृतराष्ट्र दुर्योधनाला म्हणालाः—हे गांधारीपुत्रा, हें द्यूत पुरे कर! कारण विचारी विदुर कांहीं ह्याला बरें म्हणत नाहीं; आणि तो आपल्याला अहिताची गोष्ट कधींच सांगावयाचा नाहीं. तेव्हां विदुर जें सांगत आहे, तेंच आपल्या फार हिताचें आहे, असें मला वाटतें. तेव्हां त्याच्या म्हणण्याप्रमाणेंच त्वां वागावें यांतच तुझें हित आहे असें माझें मत आहे. इंद्राचे गुरु महाबुद्धिमान देवर्षि भगवान बृहस्पति यांनीं बुद्धिमान इंद्राला जें शास्त्र पढविलें, तें सर्व त्यांतील ह्व्यासहवर्तमान महाज्ञानी विदुर जाणत आहे; आणि मी सदासर्वदा त्या विदुराच्या आज्ञेंत वागणारा आहें. हे दुर्योधन राजा! कुरुवंशजांमध्यें श्रेष्ठ म्हणून प्रसिद्ध असलेला विदुर, आणि यादववंशजांना पूज्य असलेला महाबुद्धिमान उद्धव, हे दोनच काय ते विचारी म्हणून प्रसिद्ध आहेत, ह्याकरितां नको हें द्यूत. द्यूतापासून कलह होत असल्याचे दृष्टीस पडतात; आणि कलहानें राज्येंच्या राज्यें पार बुडून जातात; ह्याकरितां हे पुत्रा! तें तूं सोडून दे. केवळ संपत्तीकरितांच तूं द्यूतासारख्या वाईट फंदांत कां पडतोस? तुला कमी तें काय आहे? पुत्राकरितां मातापितरांचें मुख्य कर्तव्य काय? तर राज्यपद मिळवून ठेवणें! तें पितृपितामहापासून चालत आलेलें तुला कधींच मिळालेलें आहे! तूं स्वतः विद्या शिकला आहेस; शास्त्र पढला आहेस; घरांतून रात्रंदिवस तुझे लाड तर पुरविले जातातच. शिवाय, तूं वडील पुत्र असल्यानें सांप्रत राज्यावरही तूंच आहेस; तेव्हां तुला आतां त्याच्यापेक्षां अधिक चांगली गोष्ट मिळावयाची ती कोणती राहिली? अरे! इतर लोकांना जें कधीं डोळ्यांनीं पहावयाला सुद्धां मिळावयाचें नाहीं, असलें उत्तमोत्तम अन्नवस्त्र तुला मिळालेलें आहे. तेव्हां तूं कशाकरितां शोक करितोस? वाडवडिलांपासून चालत आलेल्या ह्या विस्तीर्ण व संपन्न राष्ट्रावर निरंतर सत्ता चालविणारा तूं स्वर्गांतील इंद्रच आहेस कीं काय, असा भास होतो. अशा प्रकारें सर्व गोष्टींची तुला अनुकूलता असतां तुला ह्या दुःखशोकमूलक द्यूताची बुद्धि कां बरें उत्पन्न झाली?

दुर्योधन म्हणालाः—अन्न आणि आच्छादन एवढ्यावरच नजर देऊन राहणारा पुरुष पातकी समजला पाहिजे. कारण, केवळ तेवढ्यावरच संतुष्ट राहून परोत्कर्षाविषयीं असहिष्णुता धारण न करणारा पुरुष अधम होय, असें म्हटलें आहे. हे प्रभो, ह्या सामान्य लक्ष्मीनें माझ्या मनास संतोष होत नाहीं. ती डोळ्यांना दिपविणारी पांडवांची संपत्ति पाहिल्यापासून माझ्या अंतःकरणाला अगदीं चटका लागून गेला आहे. ही सारी पृथ्वी युधिष्ठिराची आज्ञांकित होऊन बसली असतांही जेव्हां मी स्वस्थ बसलों आहें, तेव्हां मी शुद्ध पाषाणाचाच बनलों आहें, असें मला वाटतें! हें कळविण्यास सुद्धां दुःख वाटतें, पण उपाय नाहीं. अहो! नीप, चित्रक, कौकुर, कारस्कर व लोहजंग हे तर युधिष्ठिराच्या घरचे दासच होऊन पडल्यासारखे दिसतात. हिमालय पर्वत व समुद्र ह्यांच्याजवळ अ-

सणाऱ्या अनूप प्रदेशावर अंमल करणारे राजे, समुद्रतीरावर राहणारे राजे, आणि देशाच्या सीमेवरील अधिपति, ह्या सगळ्यांची युधिष्ठिराच्या घरीं दाद सुद्धां लागत नाहीं! हे प्रजाधिपते! मी ज्येष्ठ असून श्रेष्ठही आहें असें समजून युधिष्ठिरानें रत्नें मोजून घेण्याच्या कामावर योग्य अशीच माझी योजना केली होती. त्या वेळीं काय हो सांगूं! माझ्यापुढें ज्या मूल्यवान व उत्कृष्ट वस्तूंच्या राशींच्या राशी पडल्या होत्या त्या एवढ्या मोठ्या होत्या कीं, अलीकडून पलीकडचें व पलीकडून अलीकडचें कांहीं एक दिसत नसे. राजांनीं खंडणी म्हणून नजरनजराण्यांच्या रूपानें आणलेलें द्रव्य व रत्नें मोजून घेतां घेतां माझे हात सुद्धां दुखूं लागत; आणि मी थकून विश्रांति घेऊं लागलों म्हणजे दूरदूरच्या पल्लयांवरून आलेल्या राजांना तिष्ठत रहावें लागत असे. हे भरतकुलोत्पन्ना, त्यांत बिंदुसरोवरापासून आणिलेलीं रत्नें तर फारच उंची होतीं. त्या रत्नांचें एक पारदर्शक कृत्रिम सरोवर मयासुरानें तयार केलेलें होतें. त्यामध्यें तुडुंब पाणी भरलेलें असून त्यांत कमलेंही प्रफुल्लित झालीं आहेत, असा भास होई. मीं त्याच्या जवळ गेलों, तेव्हां तें खरोखर पाण्यानें भरलेलें सरोवरच आहे असें समजून आपलें वस्त्र आवरून घेऊं लागलों असतां, शत्रूच्या त्या अपरंपार संपत्तीनें गांगरून गेलेल्या मला तो भीमसेन हसला! काय करूं? माझ्या अंगांत जर तितकें सामर्थ्य असतें, तर तेथल्या तेथेंच त्या भीमाला उलथून टाकला असता! पण, महाराज, मी भीमसेनाच्या वधाचें नांव जर तेथें काढिलें असतें, तर शिशुपालाची जी गति झाली तीच माझीही झाली असती यांत तिळमात्रही संशय नाहीं! त्या शत्रूंनीं केलेल्या उपहासानें माझ्या अंगाची केवळ लाही लाही होत आहे. तसेंच पुनः दुसऱ्या ठिकाणीं पहिल्याच सरोवरासारखें कमलांनीं परिपूर्ण असें सरोवर पाहिलें, तेव्हां तें पहिल्याप्रमाणेंच खरें सरोवर नसून तेथें संगमरवरी दगडाची फरशीच असेल, असें समजून तिच्यावरून जाऊं लागलों, तों धाडकन पाण्यांत पडलों! तेव्हां अर्जुन तर आपल्या भावांसहवर्तमान चांगला 'ही ही' करून हंसला! पण त्याहूनही, साऱ्या बायकांसहवर्तमान द्रौपदी हसली ती गोष्ट माझ्या मनाला फारच लागल्यासारखी झाली; आणि माझीं वस्त्रेंप्रावरणें सारीं भिजून चिंब झालीं, तेव्हां राजाच्या आज्ञेवरून त्याच्या हुजऱ्यांनीं मला दुसरीं वस्त्रें आणून दिलीं, त्यामुळें तर मला फार दुःख झालें. राजा! आणखीही एके ठिकाणीं माझी अशीच फजिती उडाली! ती अशी कीं, एका भिंतीला खरोखरी दार नसतां, तिच्यावर, दार उघडलेलें आहे, असें चित्र काढलेलें होतें. तें खरोखरच दार उघडलेलें आहे असें समजून मी त्यांतून पलीकडे जाऊं लागलों, तों धाडकन धोंड्यावर कपाळ आपटून तेथें खोंक पडली! हें मला लागलेलें पाहतांच लांब असलेले नकुलसहदेव धावत धावत जवळ आले, आणि 'अरेरे! अरेरे!' असें म्हणत म्हणत त्या उभयतांनीं आपल्या हातांनीं मला उचलून धरलें. पुढें थोडेंसें हसल्यासारखें करून, 'महाराज! हें दार, हें दार, 'इकडून चला' 'इकडून चला,' असें सहदेव सांगूं लागला. तरी मी पुढें जात नाहीं असें पाहून भीमसेन मोठ्यानें हसला, आणि त्यानें 'अहो! धृतराष्ट्राचे चिरंजीव!—अर्थात् अंधाचे पुत्र अंध–हें दार–हें हिकडे आहे बरें कां!' असे मर्मभेदक उपहासास्पद शब्द उच्चारिले! असें एक ना दोन; किती म्हणून सांगत बसणार? तें असो. तेथें माझ्या डोळ्यांपुढें जीं जीं रत्नें आलीं, त्यांचीं नांवें सुद्धां

मीं पुरतीं कधीं ऐकिलेली नव्हती. त्यामुळें माझ्या मनाचा अगदीं संताप झाला आहे !

अध्याय एकावन्नावा.

—:०:—

पांडववैभववर्णन.

दुर्योधन म्हणालाः—हे भरतकुलोत्पन्ना, निरनिराळ्या ठिकाणच्या राजे लोकांनीं पांडवांकरितां जें जें उत्तमोत्तम द्रव्य आणिलेलें माझ्या दृष्टीस पडलें, तें सांगतों, ऐका. ती शत्रूची संपत्ती पाहून माझी छाती तर अगदीं दडपून गेली, आणि माझें देहभानच जाग्यावर राहिलें नाहीं. ती संपत्ति किती होती व कोणकोणत्या देशांतून आली होती, हेंही माझ्या ध्यानांत राहिलें नाहीं ! तथापि त्यांपैकीं कांहीं ठोकळ ठोकळ सांगतोंः—कांबोजराजानें बकऱ्यांच्या, खोकडें, इत्यादि बिळांत राहणाऱ्या प्राण्यांच्या, व मांजरांच्या लोंकरींचीं कलाबतू घालून तयार केलेलीं वस्त्रें व चर्मांबरें किती तरी दिलीं. ह्याशिवाय तित्तिर पक्ष्याप्रमाणें चित्रविचित्र रंगांचे, व राघूच्या चोंचीसारख्या लाल रंगांचे तीनशें घोडे, अक्रोड, शमी व हिंगणबेटें खाऊन माजलेले तीनशें उंट व हत्तिणीही त्यानें अर्पण केल्या. हे महाराजा, गुरेंढोरें बाळगणारे, व दास्यकर्मालाच नेहमीं योग्य असणारे असे खालच्या प्रतीचे ब्राह्मण महात्म्या धर्मराजाची कृपा संपादन करण्याकरितां तीन खर्व करभार घेऊन आलेले आंत जाण्याला प्रतिबंध केल्यामुळें दारामध्यें तिष्ठत उभे राहिले होते. शेंकडों गुरांढोरांचीं खिल्लारें बाळगणारे वाटधान नांवाचे ब्राह्मण सुवर्णमय चकचकीत कमंडलु घेऊन आले होते, पण त्यांचाही आंत रिघाव झाला नाहीं. त्याचप्रमाणें, शालु नेसलेल्या एक लक्ष दासी करभार घेऊन आलेल्यांचाही आंत प्रवेश झाला नाहीं. तरुण, सुंदर, लांब लांब केंसांच्या, व सुवर्णालंकारांनी भूषित झालेल्या अशा शूद्र जातीच्या स्त्रिया, आणि कर्मनिष्ठ ब्राह्मणांना अत्यंत उपयोगी अशीं 'रंकु' नामक मृगांचीं रोमाजिनें घेऊन आलेल्या राजांचीही तीच दशा झाली ! समुद्रतीरीं राहणाऱ्या राजांनीं सारा करभार देऊन, शिवाय गांधार देशांत उत्पन्न होणारे घोडेही दिले. नांगरणी वगैरे केल्यावांचूनच केवळ पर्जन्यावर किंवा नदीच्या पाण्यावर उत्पन्न होणाऱ्या धान्यावर निर्वाह करणारे, समुद्रालगतच्या प्रदेशांत जन्मलेले, व समुद्राच्या पलीकडे राहणारे असे वैराम, पारद, आभीर व कितव ह्या जातींचे लोक निरनिराळा नजराणा म्हणून शेळ्या, मेंढ्या, गाई, सोनें, गाढवें, उंट, फळांपासून तयार केलेलें मद्य, परोपरीच्या कांबळ्या वगैरे अनेक उत्तमोत्तम वस्तु घेऊन आलेले असूनही, आंत जावयास न मिळाल्यामुळें बाहेरच रखडत पडले होते ! ह्यांचें तर असोच, पण प्राग्ज्योतिष देशाचा व म्लेंच्छांचा स्वामी बलाढ्य व महारथी जो भगदत्त राजा, तो म्लेंच्छांसहवर्तमान वायुसारख्या वेगानें चालणारे असे जातिवंत घोडे व भरपूर करभार घेऊन आला असतां त्यालाही ' मज्जाव झाल्यामुळें तोही दाराबाहेर उभा राहून तेथूनच रत्नखचित अलंकार व शुद्ध हस्तिदंताच्या मुठी बसविलेले खड्ग देऊन परत निघून गेला. द्व्यक्ष, त्र्यक्ष, ललाटाक्ष, औष्णीक, आंतवास, रोमक, पुरुषादक, एकपाद इत्यादि अनेक ठिकाणांहून आलेले राजे, द्वाराशीं प्रतिबंध झाल्यामुळें बाहेर कुचमत बसलेलेही माझ्या दृष्टीस पडले. कित्येक राजांनीं आपआपला करभार आणून शिवाय परोपरींच्या रंगांचे खेंचरही बरोबर आणिले होते. ह्या खेंचरांची संख्या दहा हजार असून

ते मोठे धिप्पाड, लांब लांब पाऊल टाकणारे, हुकमी आणि चपळतेविषयीं सर्वत्र प्रसिद्ध असून त्या प्रत्येकाच्या गळयांत कृष्णवर्णाचा कंठमणि असल्यामुळें ते फारच शोभत. उंच व सुंदर रंगाचे गंगाकांठचे लोक नजरनजराणा म्हणून सोन्यारुप्यांच्या राशींच्या राशी युधिष्ठिराला देत असतांना मी पहातच होतों. असा नजराणा जेव्हां लोकांनीं दिला, तेव्हांच त्यांचा युधिष्ठिराच्या घरीं प्रवेश झाला. कृष्णगाई, पोपट, इंद्रधनुष्य, सायंकाळचें अभ्र अशांसारख्या अनेक चित्रविचित्र रंगांचे व मनोवेगानें धावणारे जंगली घोडे घेऊन आलेल्या एकपाद देशांतील राजांनीं त्या युधिष्ठिराला मोजदाद सुद्धां करितां येणार नाहीं इतकें सोनेंच अर्पण केलें. तसेंच चीन, शक, ओडू अरण्यांत वस्ती करणारे बर्बर, वार्ष्णेय, हारहूण, कृष्ण, हिमालयावर राहणारे, डोंगराच्या पायथ्याशीं व दलदलींत वस्ती करून असणारे वगैरे अनेक प्रकारचे तेथें आलेले लोक, द्वारांतून प्रवेश होण्याला प्रतिबंध झाला असतांही, त्यांनीं कृष्णकंठमणि असलेले, बांधेसूद, शेंकडों कदम उडी मारणारे, चालीमध्यें सर्व जगांत नांवाजलेले, आणि हुकमी असे दहा हजार गाढव युधिष्ठिराला अर्पण केले. विस्तीर्ण, लांब, रुंद, रंगदार व मृदु अशीं बाल्हीक व चीन देशांत तयार झालेलीं, रंगारंगाचीं तलमसुती, व बुट्टीदार रंगारंगाचीं, रेशमी व रंकु नामक मृगांच्या केंसांचीं, नानाप्रकारचे गुच्छ व कमळें काढिलेलीं, हातांना गुदगुल्याच व्हाव्या इतकीं गुळगुळीत व ज्यांत कापसाचा एकही धागा नाहीं अशीं बहुमोल वस्त्रें व अजिनें, तीक्ष्ण धारेचे पट्टे, तरवारी, गुप्त्या, कुऱ्हाडी, आणि पाश्चात्त्य देशांत होणारे तीक्ष्ण परशु, अनेक प्रकारचे रस, अनेक प्रकारचीं सुगंधि द्रव्यें, हजारों रत्नें इत्यादि वस्तु करभार घेऊन आलेले लोक, आंत जाण्याला परवानगी न मिळाल्यामुळें दारापाशींच उभे राहिले होते. तसेंच शक, तुषार, कंक, रोमश, शृंगी हे झपाझप चालणारे मोठमोठे कोट्यवधि हत्ती, नानाप्रकारचे शेंकडो अश्व, पद्मपरिमित सुवर्ण इत्यादि घेऊन आले असतांही द्वारपालांनीं त्यांस अडविल्यामुळें त्यांस द्वारापाशींच उभे रहावें लागलें ! तशींच बसावयाचीं आसनें, सिंहासनें, पाट, चौरंग, मेणे, शिबिका इत्यादि वाहनें, पलंग, चौरंग इत्यादि शय्या, हीं सर्व हस्तिदंताचीं केलेलीं असून त्यांस सुवर्णकोंदणयुक्त रत्नें जडलेलीं होतीं. तशींच परोपरीचीं कवचें, नानाप्रकारचीं हत्यारें, तऱ्हेतऱ्हेच्या आकारांचे रथ, त्याला जोडलेले उत्तम चालीचे अश्राफ घोडे, त्यांत व्याघ्रांबराचें आच्छादन घालून सुवर्णांनीं मढविलेले, त्यांत नाराच, अर्धनाराच हे बाण व इतर आयुधें ठेविलेलीं, हत्तींच्या चित्रविचित्र झुली इत्यादि अपरंपार द्रव्य घेऊन पौर्वात्य देशांतील राजांनीं पांडुपुत्र युधिष्ठिराच्या यज्ञमंडपांत प्रवेश केला.

अध्याय बावन्नावा.

—:०:—

धर्म-करभारवर्णन.

दुर्योधन म्हणालाः—हे निष्पापा ! त्या यज्ञाकरितां युधिष्ठिराला त्या वेळीं राजे लोकांनीं खंडणी म्हणून जो अपरंपार द्रव्यसंचय आणून दिला, तो मी सांगतों, श्रवण कर. मेरु व मंदार ह्यांच्यामध्यें शैलोदा नांवाच्या नदीच्या तीरीं कीचकनामक वेणु वृक्षाच्या घनदाट छायेच्या आश्रयास राहणारे खस, एकासन, अर्ह, प्रदर, दीर्घवेणु, पारद, कुलिंद, तंगण व परतंगण, हे राजे, मुंग्यांनीं भूमींतून काढिल्यामुळें पिपीलक ह्या नांवानें प्रसिद्ध असलेल्या

मणोगणती सुवर्णाच्या राशी घेऊन युधिष्ठिराकडे आले. काळ्याकुळकुळीत व चंद्रासारख्या पांढऱ्या सफेत अशा मनोहर चंवऱ्या, हिमालय पर्वतावरील पुष्पांपासून तयार झालेला विपुल स्वादिष्ट मध, उत्तरकुरु देशांतून जलप्रवाहांतून वाहून आलेलीं पुष्पें, कैलास पर्वताच्या उत्तर भागांतील अतिशय गुणकारी औषधि इत्यादि करभार घेऊन प्रणामपूर्वक स्थित असलेल्या पर्वतनिवासी राजांना अजातशत्रु धर्मराजाच्या द्वारीं आंत जाण्याचा प्रतिबंध झाल्यामुळें तिष्ठत रहावें लागलें. हिमालय पर्वताच्या पलीकडच्या अंगास, उदयाचल पर्वतावर, कारूष देशामध्यें, समुद्रकांठीं, आणि ब्रह्मपुत्रा नदीच्या तीरीं राहणारे राजे, आणि फलमूलांवर उपजीविका करून, व चामडीं नेसून तीक्ष्ण शस्त्रें धारण करणारे किरात, हेही तेथें दृष्टीस पडत होते. हे राजा ! चंदन, अगुरु, कृष्णागुरु इत्यादि लांकडांचे भारेच्या भारे, चामडीं, रत्नें, सुवर्ण, व परिमळद्रव्यें ह्यांच्या राशींच्या राशी, किरात जातीच्या दहा हजार दासी, दूरदूरच्या प्रदेशांत होणारे पशु व पक्षी, आणि दुसऱ्या मनोहर चिजा, अतिशय झगझगणारें असें पर्वतावरून जमा करून आणलेलें सुवर्ण, आणि सारा करभार घेऊन हे सारे आले असतां आंत जाण्याच्या प्रतिबंधामुळें दारापाशींच तळ देऊन बसले होते. कैरात, दरद, दर्व, शूर, यमक, औदुंबर, दुर्विभाग, पारद, बाल्हीक, काश्मीर, कुमार, घोरक व हंसकायन येथील अधिपति, शिबि व त्रिगर्त ह्या देशांतील वीर, भद्रकेकय देशांतील राजे, अंबष्ठ, कौकुर, तार्क्ष्य, वस्त्रप, पल्हव, वशातल, मौलेय, क्षुद्रकमालव, पौंड्रिक, कुक्कुर, शक, अंग, वंग, पुंड्र, शाणवत्य व गय ह्या देशांतील शेंकडों कुलीन सरदार व सेनानायक असे शेंकडों श्रेष्ठ क्षत्रिय अजातशत्रु धर्मराजाकडे द्रव्य घेऊन आले होते. वंग, कलिंग, मगध, ताम्रलिप्त, सुपुंड्रक, दौवालिक, सागरक, पत्रोर्ण, शैशव, कर्णप्रावरण इत्यादि अनेक देशांतील राजे त्या ठिकाणीं आले असतां, हे भरतवंशजा, राजाच्या आज्ञेवरून द्वारपाल त्यांस म्हणत, "थोडा वेळ वाट पाहून, चांगलासा करभार दिल्यानंतर तुम्हांला आंत सोडूं." त्याचप्रमाणें काम्पक सरोवराजवळ असलेल्या क्षमाशील व कुलीन राजांचा, प्रत्येकानें एक एक हजार हत्ती दिल्यानंतर आंत प्रवेश झाला. त्या हत्तींचे दांत नांगराच्या फाळासारखे असून त्यांना सोन्याचे कट बांधिले होते; आणि त्यांचा आकार पर्वतासारखा अजस्र असून वर्ण कमलासारखा होता. त्यांच्या अंगावर बहुमोल झुली घातलेल्या होत्या, व ते सर्वदा आपल्याच मस्तीमध्यें असत. ह्यांच्याशिवाय अन्यही निरनिराळ्या देशांतून आलेले राजेलोक आले होते. त्यांनीं व इतर महात्म्यांनींही राजसूय यज्ञामध्यें अनेक रत्नें आणिलीं होतीं. इंद्राबरोबर असणारा चित्ररथ गंधर्व नांवाचा राजा ह्यानें वायूसारखे वेगवान असलेले चारशें अश्व युधिष्ठिराला आणून दिले. तुंबरुनामक गंधर्वानें आंब्याच्या पानांच्या रंगाचे, व सोन्याच्या माळा घातलेले शंभर अश्व मोठ्या आनंदानें अर्पण केले. हे कुरुकुलोत्पन्ना प्रजाधिपते ! कृति राजानें शंभर शंभरांची एकेक अशा पुष्कळशा उत्तमोत्तम हत्तींच्या पागाच दिल्या. मत्स्य देशच्या विराट राजानें सुवर्णालंकारानें युक्त असे दोन हजार मदोन्मत्त हत्ती कर म्हणून दिले. पांशु राष्ट्रांतील आलेल्या वसुदान राजानें करभार सारा आणून, शिवाय सव्वीस हत्ती, उत्तम चालीचे, धीट, तरणेबांड व सुवर्णालंकारांनीं युक्त असे दोन हजार घोडे पांडवांना दिले.

द्रुपद राजानें चौदा हजार दासी, भार्यासहवर्तमान दहा हजार दास, शेंकडों उत्तमोत्तम हत्ती, आणि हत्ती जोडलेले सव्वीस रथ दिले. हेंच्रसें काय? पण पांडवांना त्या यज्ञाप्रीत्यर्थ त्यानें सारें राज्यच्या राज्यच अर्पण केलें.पण त्यांत कांहीं विशेष नाहीं. कारण, कृष्ण हा अर्जुनाचा आत्मा असून अर्जुन हा कृष्णाचा आत्मा आहे. अर्जुनाच्या तोंडांतून जें जें निघेल तें तें सर्व कृष्ण हा करावयाचाच, चुकावयाचा नाहीं! फार काय सांगावें? परंतु कृष्ण हा अर्जुनाकरितां स्वर्गावर सुद्धां लाथ मारील तसेंच अर्जुन हाही कृष्णाकरितां प्राणावरसुद्धां उदार होईल. असो; सुवर्णकलशांत ठेवलेले सुगंधि चंदनाचे रस, मलय व दर्दुर ह्या पर्वतांवरून आणलेले चंदनाचे व आगरूचे ढीग, तेजःपुंज अशीं उत्तम उत्तम रत्नें, सुवर्ण आणि बारीक विणलेलीं वस्त्रें हीं बरोबर आणिलेल्या चोल व पांड्य देशाच्या राजांचाही आंत प्रवेश झाला नाहीं. समुद्रांतील उत्तम उत्तम रत्नें, वैडूर्यमाणि, मोत्यांच्या राशी, आणि हत्तींच्या शेंकडों झुली सिंहल देशाच्या राजांनीं अर्पण केल्या. रत्नखचित वस्त्रें परिधान केलेल्या, व आरक्त नेत्रप्रांताच्या तरुण दासी घेऊन आलेल्या पुरुषांनाही आंत जाण्याचा प्रतिबंध झाल्यामुळें द्वाराशीं तिष्ठत राहावें लागलें. ब्राह्मण जिंकलेले क्षत्रिय, वैश्य आणि शुश्रुषा करणारे शूद्र हे सारेच युधिष्ठिराची प्रीति संपादन करण्याकरितां द्रव्य घेऊन आले होते. एकंदरींत भरतखंडाच्या अलीकडचे, मध्यप्रदेशांतले व पलीकडे रहाणारे म्लेच्छ व चारी वर्णांचे लोक युधिष्ठिराची प्रीति संपादन करण्याकरितां, व यास बहुमान देण्याकरितां प्राप्त झाले होते. नानाप्रकारच्या देशांतून नानाजातींचे लोक तेथें आले असल्यामुळें युधिष्ठिर धर्मराजाच्या घरीं त्या वेळीं जणू काय जमच येऊन पसरलें आहे, असें वाटलें. त्या राजांनीं त्या असंख्य देणग्या शत्रूला दिलेल्या पाहून मला तर मरणप्राय दुःख झालें. आतां हे राजा! युधिष्ठिराकडून ज्यांना शिधा पोहोंचतो किंवा अन्न मिळतें, असे त्याचे किती सेवक आहेत, तें सांगतों. तीन पद्म घोडेस्वार, दहा हजार माहूत; एक कोटि रथ अर्थात् त्यांच्यावरील सेवकांसुद्धां; आणि पायदळाची तर गणतीच नाहीं, इतके सेवक त्याच्या पदरीं आहेत. शिवाय कामाची शिस्त तरी अपूर्व! कोठें धान्यांचीं मापें चाललीं आहेत; कोठें शिजलेल्या अन्नांचे ढीग पडलेले आहेत; कोठें अन्न वांटण्याचा धडाका चाललेला आहे; तर कोठें मंगलकारक गायनाचा ध्वनि व वाद्यांचा कडकडाट झडत असलेला कानावर येत आहे. कोणत्याही जातीचा मनुष्य असो, त्याला युधिष्ठिराच्या घरीं खावयाला मिळालें नाहीं, किंवा प्यावयाला मिळालें नाहीं, किंवा त्याला अलंकारभूषणें मिळालीं नाहींत, किंवा त्याचा आदरसत्कार झाला नाहीं, असें घडलेलें मीं पाहिलेंच नाहीं. प्रत्येकाला तीस तीस दासी ह्याप्रमाणें ऐशीं हजार ब्राह्मणांचीं कुटुंबें युधिष्ठिर आज पोशीत आहे; आणि ते सुप्रसन्न व संतुष्ट होऊन शत्रुनाश होण्याविषयीं त्याला नित्य आशीर्वाद देत आहेत. तसेंच, दहा हजार ऊर्ध्वरेत्या यतींना धर्मराज युधिष्ठिराच्या घरीं प्रत्यहीं सुवर्णाच्या पात्रांतून भोजन मिळत आहे; आणि, हे प्रजाधिपते! कोण जेवलें व कोण न जेवलें ह्याची अगदीं लहानापासून तों थोरापर्यंत व अंधळ्यापासून तों कुबड्यापर्यंत सर्व लोकांची प्रत्यहीं स्वतः चौकशी केल्यावांचून द्रौपदी अन्नसुद्धां ग्रहण करीत नव्हती. युधिष्ठिराला कर दिला नाहीं, असे असामी दोनच. ते—एक संबंधी म्हणून पांचाल, आणि मित्र म्हणून अंधकवृष्णि हे होत.

अध्याय त्रेपन्नावा.

—:०:—

अभिषेकवर्णन.

दुर्योधन म्हणालाः–श्रेष्ठ, सत्यव्रती, महाव्रती, विद्यासंपन्न वक्ते, वेदांतरूप अवभृथस्नान करून पुनीत झालेले, धैर्यवान, भिडस्त, धर्मात्मे, कीर्तिमान, व मूर्धाभिषिक्त असे राजे युधिष्ठिराची सेवा करीत होते. काशाच्या पात्रांत ज्यांचें दूध काढितात, अशा हजारों वनगाई दक्षिणा देण्याकरितां म्हणून कित्येक राजांनीं आणिलेल्या मी तेथें पाहिल्या. हे भरतवंशजा! त्या ठिकाणीं अभिषेकाकरितां लागणारें किरकोळ साहित्य राजांनीं आपण होऊन मोठ्या हौसेनें आणिलें होतें. बाल्हीकराजा सोन्यानें मढविलेला रथ घेऊन आला; सुदक्षिणानें त्याला कांबोज देशांतील पांढरे सफेत अश्व आणून जोडिले; महाबलाढ्य सुनीथ हा ओढणें घेऊन आला; चेदि देशच्या राजानें–शिशुपालाच्या पुत्रानें–ध्वज आणून तो स्वतः उभारला; दक्षिणदेशाधिपतीनें कवच आणिलें; मगध देशच्या राजानें माला व शिरोवस्त्र आणि महाधनुर्धारी वसुदान राजानें साठ वर्षें वयाचा एक मोठा हत्ती आणिला; सोन्याच्या दोरखंडांनीं आवळलेलें शकट मलय राजा घेऊन आला; एकलव्यानें पादत्राण आणिलें; आणि अवंती देशच्या राजानें अभिषेकाकरितां नाना तऱ्हेचीं उदकें आणिलीं. चेकितान हा बाणांचा भाता घेऊन आला; काश्य राजानें धनुष्य आणिलें; आणि शल्यानें तीक्ष्ण टोंकाचा, उत्तम मुठीचा, व सुवर्णाच्या नकशीचा खड्ग आणिला. तदनंतर, महातपस्वी श्रेष्ठ व्यास व धौम्य मुनि ह्यांनीं युधिष्ठिराला अभिषेक केला. नारद, देवल, असित इत्यादि मुनि व अनेक ऋषिवर्यही मोठ्या प्रीतीनें त्या अभिषेकसमारंभाचे वेळीं हजर होते. स्वर्गामध्यें देवराज महेंद्राकडे सप्तर्षि येतात, त्याप्रमाणें इतरही वेदपारंगत महात्मे जमदग्निपुत्र परशुरामासहवर्तमान समंत्रक व विपुल दक्षिणा घेऊन त्या अभिषेकसमारंभास आले होते. अमोघ पराक्रमी सात्यकी ह्यानें त्या युधिष्ठिरावर छत्र धरिलें होतें; पांडुपुत्र भीमसेन व अर्जुन हे त्यास विंझण्यानें वारा घालीत होते; आणि नकुल व सहदेव युधिष्ठिरावर चंवऱ्या वारीत होते. पूर्वींच्या कल्पामध्यें ब्रह्मदेवानें इंद्राकडे एक शंख पाठविला होता. तो वरुणदत्त नांवाचा अणकुचीदार शंख युधिष्ठिराला प्रत्यक्ष समुद्रानेंच आणून दिला. हा शंख शंभर भार सोनें देऊन ब्रह्मदेवानें बांधविला. त्याच शंखानें युधिष्ठिराला कृष्णानें अभिषेक केला. तें पाहून तर मला घेरीच आली. अहो! पूर्व, पश्चिम व दक्षिण, ह्या तीन दिशांकडच्या समुद्रांला लोक जातात, परंतु उत्तरसमुद्राकडे पक्ष्यांवांचून इतरांची गति नाहीं. पण अर्जुनानें तेथूनही द्रव्य आणावयाचें सोडिलें नाहीं. असो. त्या अभिषेकाच्या वेळीं शेंकडों लोकांनीं मंगलकारक शंख वाजविले. त्या शंखांची एकच गर्जना होऊं लागली असतां माझ्या अंगावरही कांटा उभा राहिला; आणि जे कमकुवत राजे होते, ते तर मूर्छा येऊन धाडकर जमिनीवर पडले! तेव्हां एकमेकांचें दर्शनही ज्यांना प्रिय आहे, असे धैर्यवान व वीर्यवान पांडव, धृष्टद्युम्न, सात्यकि व कृष्ण हे त्या मूर्छित झालेल्या राजांना व मला पाहून मोठमोठ्यानें हसूं लागले. हे भरतकुलोत्पन्ना! ह्याप्रमाणें तो अभिषेकाचा समारंभ समाप्त झाल्यानंतर, अर्जुनाला आनंद होऊन त्यानें सोन्यानें बांधविलेल्या शिंगांचे पांचशें बैल ब्राह्मणश्रेष्ठांना दान दिले. हरिश्चंद्र राजाप्रमाणें कुंतीपुत्र युधिष्ठिर राजा राजसूय यज्ञ करून जसा केवळ कुबेर झाला, तसा रंतिदेव, नाभाग, यौवनाश्व, मनु, वनपत्र पृथु, भगीरथ,

ययाति, नहुष इत्यादिकांपैकीं सुद्धां कोणी राजा वैभवसंपन्न झाला नाहीं. कुंतीपुत्र युधिष्ठिराचें तें हरिश्चंद्र राजासारखें वैभव पाहून तसें वैभव नसतांना मी जिवंत राहण्यांत तुला कसें बरें वाटतें ? हें द्वापारयुग असूनही ज्या अर्थीं ह्यांत कनिष्ठांचा अभ्युदय व श्रेष्ठांचा ऱ्हास होत आहे, त्या अर्थीं हें उलट्या गुणधर्मांचें युग अस्तित्वांत आणणारा ब्रह्मदेवच अंधळा असावा, असें मला वाटतें ! हे कुरुवंशजश्रेष्ठा, तें युधिष्ठिराचें अनुपमेय वैभव अवलोकन केल्यापासून, कितीही विवेक केला तरी मला सुख म्हणून वाटतच नाहीं. माझ्या अंगीं क्षीणता येण्याला, मी निस्तेज व्हावयाला, व माझ्या दुःखशोकाला कारण काय तें तेंच आहे.

अध्याय चौपन्नावा.

—:०:—

दुर्योधनाची समजूत.

धृतराष्ट्र म्हणालाः—हे पुत्रा! तूं ज्येष्ठ पत्नीचा ज्येष्ठ पुत्र आहेस, ह्याकरितां तूं पांडवांचा द्वेष करूं नको. कारण द्वेषापासून कोणतेंच सुख मिळत नाहीं. उलट द्वेष करणाऱ्याला मरणकालच्या वेदनांप्रमाणें वेदना मात्र होत असतात! वडिलार्जित राज्याचा भाग तुला व युधिष्ठिराला सारखाच मिळालेला आहे; आणि शिवाय तो निष्कपटी आणि तुझा द्वेष न करितां तुझ्याशीं मैत्री करणारा आहे. तेव्हां तुझ्यासारख्यानें त्याच्याशीं असा द्वेष करणें योग्य आहे काय ? हे राजा, तूं युधिष्ठिराप्रमाणेंच कुलवान व वीर्यवान असतां मोहानें आपल्या भ्रात्यांच्या वैभवाचा कां बरें अभिलाष धरितोस ? तर असें करूं नको, शांति धर, आणि दुःख सारें सोडून दे. किंवा तुला जर यज्ञसंपत्तिच पाहिजे असेल, तर सप्तछंदरूपतंतूंनीं युक्त असलेल्या त्या महायज्ञाचें ऋत्विजांकडून तूंहि अनुष्ठान कर. म्हणजे तुझ्याकडेही मोठ्या प्रमानें व बहुमानानें विपुल द्रव्य, भूषणें व रत्नें घेऊन राजे येतील. बाबा ! एकसारखी परस्वापहाराची बुद्धि धरणें हें कांहीं थोरांचें लक्षण नव्हे. आपल्यापाशीं असेल त्यांतच संतुष्ट राहून जो स्वधर्मानें वागतो, त्यालाच सुख मिळतें. परधनापहाराच्या फंदांत न पडतां स्वकर्माविषयींच निरंतर दक्ष राहून संपादन केलेल्या द्रव्याचें रक्षण करणें, हेंच वैभवाचें लक्षण होय. विपत्ति प्राप्त झाली तरी जो दुःख मानीत नाहीं, सदासर्वदा दक्ष राहतो, दीर्घोद्योगी, सावध आणि नम्र असा जो पुरुष असतो, त्याचें नेहमीं कल्याणच होतें हें ध्यानांत ठेव. अरे, पांडव म्हणजे तुझे हात आहेत. त्यांना तोडणें म्हणजे तूं आपले स्वतांचे हात तोडण्यासारखें आहे. ह्याकरितां त्यांना तूं तोडूं नको. ते पांडुपुत्र तसेंच अनुपम वैभव भोगण्यास पात्र आहेत. ह्यास्तव केवळ धनलोभाच्या नादाला लागून तूं भ्रातृद्रोह व मित्रद्रोह करूं नको. पांडवांचा द्वेष तूं सोडून दे. मित्रद्रोहाचें पातक फार मोठें आहे. बा दुर्योधना ! ते पांडव तसेच पराक्रमी व योग्य आहेत. आणखी, त्यांची जी संपत्ति आहे, तें सर्व भ्रातृधनच आहे. कारण, त्यांचे वाडवडील ते तुझे वाडवडीलच होत. ह्याकरितां, हे भरतवंशजश्रेष्ठा, तूंहि आपल्या द्रव्याचा विनियोग यज्ञाकडेच कर; प्रिय विषयांचा उपभोग घे; आणि निरोगी राहून स्त्रियांशीं क्रीडा कर; व आपल्या संतापाचें शमन करून घे !

अध्याय पंचावन्नावा.

—:०:—

दुर्योधनाचें भाषण !

दुर्योधन म्हणालाः—स्वयंपाकांतील पातळ पदार्थ ढवळण्याकरितां त्यांत पळी घालीत अ-

सतात, आणि कढी, खीर, आमटी, सार वगैरे सर्व पदार्थ ती ढवळते; पण हा पदार्थ आंबट आहे, का हा गोड आहे ह्याची चव तिला कांहीं कळत नाहीं; त्याचप्रमाणें, ज्या पुरुषाला स्वतांची बुद्धि नाहीं, तो कितीही बहुश्रुत असला तरी त्याला शास्त्रांतलें रहस्य कळत नाहीं. आपण स्वतः ज्ञाते असूनही, एका नौकेला दुसरी नौका बांधावी त्याप्रमाणें मला मोहांत घालीत आहां. अहो, स्वार्थ म्हणजे काय, त्याच्याकडे ढुंकूनही पहावयाचें नाहीं, असा आपण निश्चय केला आहे कीं काय ? नसेल तर आपण माझा द्वेष करतां असें म्हटलें पाहिजे ! आपण असा उपदेश करूं लागलां म्हणजे आम्ही असून नसल्यासारखेच झालों ! कारण, द्यूतासारख्या युक्तीनें जें द्रव्य लवकर मिळविण्याचा उद्योग आम्ही करूं म्हणतों, त्याला आपण यज्ञासारखीं निमित्तें सांगून लांबणीवर टाकावयास सांगता ! आपणांसारखा दुसऱ्याच्या ओंजळीनें पाणी पिणारा मनुष्य ज्याचा पुढारी आहे, तो आडमार्गानें जाणारच. कारण त्याच्या अनुयायानें आपल्या पुढाऱ्याला अनुसरून अन्य प्रकारें कसें वागावें ! आपली बुद्धि चांगली पोक्त असून आपण जितेंद्रिय व पोक्त मनुष्यांतच वागणारे आहां. असें असतां, आमच्या कर्तव्याला आम्ही हात घालतों, त्यांत आपण कां आड येतां ? बृहस्पतींनीं तर असें म्हटलें आहे, कीं लोकवर्तन व राजवर्तन हीं अगदीं भिन्न भिन्न आहेत ! म्हणून राजानें नेहमीं डोळ्यांत तेल घालून रात्रंदिवस स्वार्थाचेंच चिंतन करीत राहिलें पाहिजे. महाराज ! क्षत्रियाची प्रवृत्ति जयाकडे असणेंच उचित होय. तेव्हां तिच्यांत धर्म कीं अधर्म असो, त्याची पर्वा नाहीं. कारण, ती स्वतांचीच वृत्ति पडल्यामुळें तिच्याबद्दल चिकित्सा करीत बसण्यांत अर्थ नाहीं. हे भरतवंशजश्रेष्ठा ! चाबकाच्या योगानें सारथि जसा आपले घोडे आपल्या ताब्यांत ठेवतो, तसें शत्रूचें देदीप्यमान वैभव संपादण्याची इच्छा करणारानें सारेच मार्ग आपल्या अधीन ठेविले पाहिजेत. शूर वीर असतात ते कांहीं हातपाय तोडणाऱ्या शस्त्राला शस्त्र म्हणत नाहींत. तर गुप्त असो किंवा उघडें असो, ज्या उपायानें शत्रूचा नाश होत असेल, त्या उपायालाच शस्त्र असें म्हणतात. हे राजा ! अमका अमका हा शत्रु, व अमका अमका हा मित्र असा कांहीं कोणावर छाप मारलेला नाहीं, किंवा अक्षरेंही खोदलेलीं नाहींत ! तर ज्याच्यापासून आपल्याला ताप होतो त्यालाच शत्रु असें म्हणतात. असंतोष हेंच वैभवप्राप्तीचें मूळ आहे. ह्याकरितां, त्याचीच मी इच्छा करितों. कारण, हे राजा ! भाग्योदय करण्याकडे जिची प्रवृत्ति असते, तीच नीति सर्वोत्कृष्ट होय. ऐश्वर्यावर किंवा धनावर ममता अशी ठेवूं नये, असें जें म्हणतात तें खरेंच आहे. कारण, पूर्वीं एखाद्यानें धन संपादन केलें असलें तर तो दुसराच कोणी तरी घेऊन जातो. पण त्याला सुद्धां राज्यैश्वर्य असेंच म्हणतात. 'आपण द्रोह म्हणून कोणाचा करावयाचा नाहीं' असा निश्चय करून वेळ येतांच इंद्रानें नमूचि दैत्याचा शिरच्छेद केला; आणि तें इंद्रानें शत्रूशीं वर्तन केलेलें वृद्धांना अर्थात् नीतिमान लोकांना सुद्धां मान्य झालेलें आहे. बिळांत राहणाऱ्या प्राण्याला ज्याप्रमाणें सर्प ग्रासून टाकतो, त्याप्रमाणें कोणाशीं विरोध न करणाऱ्या राजाला आणि प्रवास न करणाऱ्या ब्राह्मणाला पृथ्वीच ग्रासून टाकिते. हे प्रजाधिपते ! पुरुषाला मूळचा शत्रु पहावयास गेलें तर कोणीच नाहीं. आपल्यासारखीच ज्याची उपजीविका असते, तोच आपला शत्रु, दुसरा कोणी नव्हे; शत्रूचा पक्ष वृद्धिंगत होत असलेला पाहूनही जो मोहानें त्याची उपेक्षा क-

रितो, त्याची तो शत्रु—वृद्धिंगत झालेल्या रोगाप्रमाणें—पाळेंमुळें खणून काढितो. वृक्षाच्या मुळाशीं एवढेंसें जरी वारूळ वाढलें तरी तें शेवटीं त्या साऱ्या वृक्षाचा फडशा पाडतें; त्याचप्रमाणें, अगदीं क्षुद्र जरी शत्रु असला, तरी तो युक्तिप्रयुक्तीनें वाढत जाऊन आपल्या प्रतिपक्षाचा नाश करून टाकितो. ह्याकरितां, हे अजमीढकुलोत्पन्ना, आपणांस शत्रूच्या वैभवानें आनंद होणें इष्ट नाहीं. मी सांगत असलेली ही नीति बुद्धिमान लोकांनाही शिरसामान्य होण्यासारखी आहे. आपल्या शरिराप्रमाणें आपली द्रव्यवृद्धि व्हावी अशी जो इच्छा धरितो, तोच आपल्या ज्ञातीमध्यें मोठा होतो; ह्यावरून, ज्याच्या योगानें द्रव्याची वृद्धि सत्वर होते तो खरा पराक्रम होय. पांडवांची संपत्ति दिसलीच नसती, तर मग आशेलाही जागाच नव्हती; पण आतां ती संपत्ति मिळवावी तरी एक; किंवा युद्धामध्यें प्राण खर्चीं घालून रणभूमीवर पतन पावावें एक; ह्याशिवाय तिसरा मार्ग कांहीं मला उरला नाहीं. तेव्हां, हे प्रजाधिपते ! अशी अवस्था झालेल्या मला आतां जगून तरी काय करावयाचें आहे ! कारण, पांडवांचा एकसारखा उत्कर्ष होत आहे, आणि आमची वाढ अगदीं खुंटून गेलेली आहे !

अध्याय छपन्नावा.

—:०:—

शकुनीची प्रतिज्ञा.

शकुनि म्हणाला:—हे विजयश्रेष्ठा ! हें जें पांडुपुत्र युधिष्ठिराच्या येथें असलेलें वैभव पाहून तूं संतप्त झाला आहेस, तें वैभव द्यूतामध्यें मी हरण करीन. पण हे राजा, तूं मात्र त्या कुंतीपुत्र युधिष्ठिरास लवकर आव्हान कर. अक्षविद्येंत मी अगदीं पारंगत आहें, तेव्हां कोणत्याही जड जोखमांत तुला पडावयाला नको; युद्धामध्यें तोंडाला तोंड द्यावयाला नको; किंवा अंगाला एक जखम सुद्धां करून घ्यावयाला नको ! त्या अक्षविद्येमध्यें निपुण नसलेल्या पांडवांना मी नुसते फांसे टाकूनच जिंकिलों पहा ! दुर्योधना ! ‘ पण ’ हींच माझीं धनुष्यें; ‘ फांसे ’ हेच माझे बाण; ‘ फांसे फेंकण्याचें चातुर्य ’ हीच माझी प्रत्यंचा; आणि फांसे टाकण्याचें स्थान ’ हाच माझा रथ आहे, असें तूं समज.

दुर्योधन म्हणाला:—हे तात ! अक्षविद्येंत निपुण असलेला हा शकुनि द्यूताच्या योगानें पांडुपुत्रांचें वैभव हरण करण्याची उमेद बाळगीत आहे. तर त्याला आपण द्यूताविषयीं अनुज्ञा द्यावी.

धृतराष्ट्र म्हणाला:—मी महात्म्या विदुर भ्रात्याच्या आज्ञेंत वागणारा आहें. ह्याकरितां, त्याची भेट झाल्यानंतर त्या कृत्याविषयीं मी काय तो विचार करीन.

दुर्योधन म्हणाला:—साहस करण्याच्या कामांत विदुर हा नेहमींच मागें घेणारा असल्यामुळें तो आपलें मन फिरवील. कारण, पांडवांच्या हिताकडे त्याचा जसा ओढा आहे, तसा माझ्या हिताकडे नाहीं. कोणीही झालें तरी दुसऱ्याच्या सामर्थ्यावर अवलंबून आपल्या कार्याला आरंभ करूं नये. कारण, एकाच कार्याविषयीं दोघांचें मत सारखें नसतें आपलें परिपालन करण्याच्या कामांत साहस करण्यास जो भितो, तो पर्जन्यकाळांत भिजलेल्या शुष्क गवताप्रमाणें जागच्या जागींच कुजून जातो. रोग म्हणा किंवा मृत्यु म्हणा, एकदां येऊन ठेपले, म्हणजे त्या मनुष्याची इतिकर्तव्यता संपली किंवा नाहीं ह्याची कांहीं ते वाट पहात बसत नाहींत. तद्वत्, जोंपर्यंत पुरुष हा कल्याण करून घेण्याला समर्थ असेल, तोंपर्यंत

त्यानें आपलें कल्याण करून घेतलेंच पाहिजे.

धृतराष्ट्र म्हणाला:—हे पुत्रा! तूं कांहीं जरी म्हटलेंस तरी बलवंताशीं वैर करणें हें कांहीं मला उचित दिसत नाहीं. कारण, वैर म्हटलें कीं, तेथें विकृति उत्पन्न होते. म्हणूनच त्याला ‘ लोहविरहित शस्त्र ’ असें म्हटलेलें आहे. हे राजपुत्रा! खरोखर द्यूत हें अनर्थास कारण आहे. असें असतां, त्यांत कांहीं अनर्थ नाहीं अशी तुझी समजूत आहे; परंतु द्यूताची प्रवृत्ति कलह उत्पन्न करण्याकडे अतिशय असते. तें एकदां सुरू झालें—मग तें मित्रत्वानें सुरू होवो कीं, शत्रुत्वानें सुरू होवो–अखेर त्याची मजल तीक्ष्ण खड्गबाणापर्यंत जाऊन पोहोंचावयाची ती पोहोंचावयाचीच! ती चुकावयाची नाहीं.”

दुर्योधनानें उत्तर दिलें:—महाराज, द्यूत खेळण्याचा प्रघात प्राचीन काळापासून चालत आला आहे. नलराजासारखे पुष्कळ पुरुष द्यूत खेळलेले आहेत. परंतु त्यांच्या द्यूतापासून कोणाचा नाशही झालेला नाहीं, व कोणांमध्यें युद्धही पण उपस्थित झालेलें नाहीं. ह्याकरितां, ह्या शकुनीच्या म्हणण्याला अनुमोदन देऊन आपण लवकर सभागृह तयार करण्याला आज्ञा द्या. आम्हां द्यूत खेळणारांना द्यूत हेंच संपत्तीचें द्वार आहे, आणि पांडवांनाही तें तसेंच आहे. शिवाय, जय किंवा विजय होण्याचा संभव आम्हांला आणि पांडवांना सारखाच आहे. ह्याकरितां द्यूतास अनुमोदन द्या.

धृतराष्ट्र म्हणाला:—हे राजा! तूं जें भाषण केलेंस, तें मला कांहीं संमत नाहीं, याउपर तुला वाटेल तें कर. पण पुढें मात्र तुला माझ्या ह्या बोलण्याचें स्मरण होऊन पश्चात्ताप होईल. कारण, हें तुझें म्हणणें धर्माला अनुसरून नसल्यामुळें, त्यापासून हित होणार नाहीं. सारासारविवेकी व ज्ञानसंपन्न विदुरानें या सर्वांचें भाकित पूर्वींच करून ठेविलेलें आहे; आणि तेंच क्षत्रियप्राणविघात अरिष्ट, मनःपूत वागणाऱ्या तुझ्यावर कोसळण्याचा रंग दिसत आहे.

वैशंपायन सांगतात:—ह्याप्रमाणें बोलून धृतराष्ट्रानें मनामध्यें विचार केला कीं, ‘ एकंदरींत दैव हें अत्यंत दुस्तर आहे. जें होणार तें कोणाच्यानेंच टाळवत नाहीं. ’ असो. तदनंतर दुर्दैवानें पुत्राच्या भाषणानें बुद्धीला भ्रंश झालेल्या त्या धृतराष्ट्र राजानें, ‘ माझ्याकरितां ‘ तोरणस्फटिका ’ ह्या नांवाचें एक भव्य सभागृह लवकर तयार करा; त्याला एक हजार स्तंभ असून शंभर द्वारें असावीं. सर्व सभागृह एक कोस लांब, व एक कोस रुंद असें असावें. त्यांत सुवर्णामध्यें वैदूर्यरत्नें बसवून चित्रविचित्र नकशी व वेलबुटी काढिलेली असावी, अशी आपल्या सेवकांस आज्ञा केली. ह्याप्रमाणें धृतराष्ट्राची आज्ञा ऐकल्याबरोबर मनामध्यें कसलीही शंका न धरितां हुशार व तत्पर असलेले ते राजसेवक त्या सभागृहाच्या तयारीला लागले; आणि त्यास लागणारी सर्व प्रकारची द्रव्यसामुग्री जमा करून हजारों कारागीर त्या कामावर लाविले. नंतर, थोडे दिवस गेले नाहींत तोंच त्या राजसेवकांनीं अनेक रत्नें जडवून व वेलपत्ती काढून सुशोभित केलेलीं सुवर्णाचीं सिंहासनें वगैरे जेथल्या तेथें मांडलेली अशी सभा तयार झाल्याबद्दल मोठ्या आनंदानें राजास कळविलें. तेव्हां तो धृतराष्ट्र राजा बुद्धिमान मंत्रिश्रेष्ठ विदुराला म्हणाला, “ तूं राजपुत्र युधिष्ठिराकडे जा; आणि जिच्यामध्यें अनेक प्रकारच्या रत्नखचित शय्या, आसनें वगैरे मांडून चित्रविचित्र पदार्थांनीं व मूल्यवान वस्तूंनीं अत्यंत शोभा आणलेली आहे, अशी ही माझी लोकोत्तर सभा तूं आपल्या बंधूंसहवर्तमान एकदां येऊन पाहून जा; आणि त्या सभेमध्यें एक

वेळ मित्रत्वाच्या नात्यानें द्यूतक्रीडा कर, असा माझा निरोप सांगून त्याला लवकर इकडे घेऊन ये."

अध्याय सत्तावन्नावा.

—:०:—

धृतराष्ट्रविदुरसंवाद.

वैशंपायन सांगतातः—पुत्राचें मत मनांत आणून, व दैव हें अनुल्लंघनीय आहे असें समजून धृतराष्ट्र राजानें तर असें केलें; परंतु ज्ञानसंपन्न विदुरानें धृतराष्ट्राची ती आज्ञा शुद्ध अन्यायाची आहे असें जाणून, आपल्या भावाचें याबद्दल अभिनंदन तर केलें नाहींच;पण उलट तो त्याला असें म्हणाला कीं, "हे राजा! तुझी ही आज्ञा मला बरी दिसत नाहीं. तूं असें करूं नको. ह्याच्या योगानें कुलक्षय होईल, अशी मला भीति वाटते. कारण, तुझे पुत्र भिन्न भावानें वागत असल्यामुळें ह्या द्यूतापासून त्यांचा व पांडवांचा निःसंशय कलह माजून राहील, असा माझा सूर वाहत आहे."

धृतराष्ट्र म्हणालाः—हे विदुरा! प्रारब्ध जर उलट खाणार नसेल, तर कलह होण्याची भीति बाळगण्याचें मला मुळींच कारण नाहीं. कारण, हें जग दैवाधीनच असल्यामुळें, सृष्टिनियंत्या ब्रह्मदेवाच्या योजनेप्रमाणेंच चाललेलें असतें. ललाटरेषेच्या बाहेर त्याला एक पाऊल सुद्धां टाकण्याची शक्ति नाहीं. ह्याकरितां, हे विदुरा, आतां जिंकण्यास दुर्घट अशा त्या कुंतीपुत्र धर्मराजाकडे जा, आणि त्याला लवकर घेऊन ये.

अध्याय अठावन्नावा.

—:०:—

विदुराची व धर्मराजाची भेट.

वैशंपायन सांगतातः—ह्याप्रमाणें धृतराष्ट्र राजानें त्या विदुराला पांडवांकडे जाण्याविषयीं आग्रहच केला, तेव्हां तो विचारशील विदुर, नाइलाजास्तव महान वेगवान, व उत्तम प्रकारें शिकविलेल्या खंद्या वारूवर, आरूढ होऊन पांडवांकडे जाण्यासाठीं निघाला. तो बुद्धिमान विदुर धृतराष्ट्राच्या आज्ञेनें मार्गस्थ होऊन युधिष्ठिराच्या नगरासमीप गेल्यानंतर, ब्राह्मण स्तुतिपाठ करितां करितां तो नगराच्या आंत शिरला; आणि केवळ कुबेराच्या मंदिराप्रमाणें असणाऱ्या त्या टोलेजंग राजवाड्यांत पोहोंचल्यावर तो धर्मात्मा विदुर धर्मपुत्र युधिष्ठिराच्या जवळ गेला. तेव्हां अजातशत्रु, सत्यव्रत, महात्म्या अजमीढवंशज युधिष्ठिर राजानें यथाविधि पूजन वगैरे त्याचा सत्कार करून धृतराष्ट्र व त्याचे पुत्र ह्यांच्या संबंधानें कुशल प्रश्न विचारावयास प्रारंभ केला. तो म्हणाला, "काका, आज तुमचें मन दिसावें तितकें उल्हासयुक्त दिसत नाहीं. तर सर्वांच्या खुशालीचें वर्तमान घेऊन इकडे आलां आहांना? वृद्ध धृतराष्ट्राचे पुत्र त्याला अनुकूल असून सर्व प्रजा वगैरे त्याच्या अधीन आहेना?"

विदुर म्हणालाः—हे राजा! सर्व कुटुंबासहवर्तमान महात्म्या इंद्राप्रमाणें धृतराष्ट्र हा पुत्रांसह सुखरूप आहे; आणि तो आपल्या पुत्रांचे गुण पाहून विनीत[1], विशोक[2], दृढात्मा[3] आणि आत्मरति असा होऊन राहिलेला आहे;

---

१ हे चारी शब्द द्व्यर्थी असून प्रत्येक अर्थ परस्परांच्या विरुद्ध असल्यामुळें, विदुरानें धृतराष्ट्राच्या अंतःकरणाची एका अर्थानें बाह्यस्थिति सांगून दुसऱ्या अर्थानें अंतःस्थिति व्यक्त केली आहे. हे दोन अर्थ क्रमानें देतोंः—

१ विनीतः-विनयशील; पक्षीं फारच जेरीस आलेला.
२ विशोकः-शोकरहित; पक्षीं अत्यंत शोकाकुल.
३ दृढात्माः-दृढनिश्चयी; पक्षीं निर्दय.

आणि संपूर्ण कुशलप्रश्नपूर्वक तुलाही त्याचा आज असा निरोप आहे कीं, " हे पुत्रा ! येथेंही तुझ्या सभेसारखीच तुझ्या भ्रात्यांनीं सभा तयार केलेली आहे. तर ती तूंही एकदां येऊन पाहून जा. हे कुंतीपुत्रा ! तुम्हीही आपल्या दुर्योधनप्रभृति बंधूंना भेटा, आणि येथें मित्रभावानें द्यूत खेळून दोन दिवस करमणूक करा. तुम्ही आलां म्हणजे आम्हांलाही आनंद होईल, आणि सारे कुरुवंशजही एकदां एकत्र जमल्यासारखे होतील." हे राजा ! त्या महात्म्या धृतराष्ट्र राजानें त्या ठिकाणीं जे जे द्यूत खेळणारे जमविलेले आहेत, तेही सारे तुला पहावयाला मिळतील. हें कळविण्याकरितां मी येथें आलों आहें. तर तूं त्याच्या म्हणण्याला मान दे !

युधिष्ठिर म्हणालाः—हे विदुरा ? आम्हीं सारे पांडव कांहीं आपल्या आज्ञेच्या बाहेर नाहीं. पण जें मनांत येतें तें मी आपल्याला विचारितों. आम्ही द्यूत खेळूं लागलों कीं, आमच्यामध्यें कलह हा ठेवलेलाच ! तो कांहीं चुकावयाचा नाहीं. म्हणूनच शहाणे लोक यांत कांहीं पडत नाहींत. हेंही असो; पण खुद्द आपल्याला तरी द्यूत खेळणें हें बरें वाटतें काय ?

४ आत्मरतिः-ब्रह्मनिष्ठ; पक्षीं स्वार्थी.

ह्यावरून विदुराचें एकपक्षीं म्हणणें, पुत्रवात्सल्यानें पुत्राचे गुण पाहून धृतराष्ट्र हा मोठा विनयशील, शोकरहित, आनंदयुक्त व दृढनिश्चयी बनलेला आहे दुसऱ्या पक्षीं पुत्राचे गुण (व्याजोक्तीनें दुर्गुण) पाहून त्याचें अंतःकरण जर्जर झालेलें आहे; तो अत्यंत शोक करीत आहे; व त्यांच्याच नादानें आपस्वार्थी बनून निर्दय होऊन राहिला आहे, हेंही द्यूतास उद्युक्त झाल्यामुळेंच विदुरानें सूचित केलें. पण असें स्पष्ट धर्मराजास सांगणें म्हणजे आपल्या बंधूची परोक्ष निंदा होईल. एवढ्याकरितां येथें श्लेषात्मक पदें घालून काव्यचमत्कृति साधलेली दिसते.

विदूर बोललाः—द्यूत हें अनर्थाचें मूळ आहे हें तर मी पक्कें जाणतों; व तें टाळण्याविषयीं मींही होता तेवढा प्रयत्न करून पाहिला, परंतु इतकें असूनही धृतराष्ट्र राजानें मला तुझ्याकडे पाठविलें आहे. तेव्हां हे सुज्ञ युधिष्ठिरा ! मीं जें सांगितलें, त्याचा नीट विचार करून, तुला जें ह्या वेळीं बरें वाटेल तें तूं कर.

युधिष्ठिर विचारतोः—राजा धृतराष्ट्राच्या पुत्राशिवाय आणखी त्या ठिकाणीं द्यूत खेळण्यांत वाकबगार असे कोण कोण आहेत, तें मी आपणांस विचारतों; तर विदुरा, तें आपण आम्हांला सांगा. म्हणजे त्यांचाही आम्हांला समागम घडेल, व असंख्य धनानें आम्हीही त्यांच्याशीं द्यूत खेळूं.

विदुर म्हणालाः—हे प्रजाधिपते ! अक्षविद्येंत नांवाजलेला, डावावर हुकमत चालविणारा, व रुळलेल्या हाताचा गांधार देशचा राजा शकुनि, विविंशति, राजा चित्रसेन, सत्यव्रत, पुरुमित्र व जय हे तेथील–धृतराष्ट्रपुत्रांशिवाय–बाकीचे द्यूत खेळणारे आहेत.

युधिष्ठिर म्हणालाः—एकूण तेथें जमलेले द्यूतकार कपटी; मायावी, अर्थात् भयंकर असेच आहेत म्हणावयाचे. पण धृतराष्ट्राच्या आज्ञेपुढें आपला उपाय काय ? असो. विधात्यानें हें सर्व जग दैवाधीन करून ठेविलें आहे. त्याप्रमाणेंच तें सर्व चालावयाचें. त्याच्या बाहेर त्याला एक पाऊलही टाकितां येणार नाहीं. एवढीच गोष्ट खरी ! धृतराष्ट्राच्या आज्ञेप्रमाणें, मी द्यूताकडे जाणार नाहीं असें तर कधीं घडावयाचें नाहीं. त्याच्या आज्ञेला मान देणें मला भागच आहे. कारण, पुत्राला पिता हा सर्वथा इष्ट होय. ह्याकरितां, हे विदुरा ! ह्याउपर आपण सांगाल तसें करीन. मला हरविण्याचीच इच्छा धरून जर धृतराष्ट्रानें मला सभेमध्यें आव्हान केलें नसेल, तर शकुनीबरो-

बरही द्यूत खेळण्यास मी तयार आहें. कारण, कोणींही आव्हान केलें तरी त्यापासून कधींही निवृत्त व्हावयाचें नाहीं, हें तर माझें अक्षय्य व्रत आहे.

धर्माचें आगमन.

वैशंपायन सांगतातः–ह्याप्रमाणें धर्मराजानें विदुरास सांगितल्यानंतर, जाण्याची सर्व तयारी करण्याविषयीं युधिष्ठिरानें सेवकांस आज्ञा केली; व दुसरे दिवशीं सकाळींच सर्व बंधु, सेवक व द्रौपदी आदिकरून स्त्रियांसहवर्तमान सर्व स्त्रिया बरोबर घेऊन तो निघाला. राजा, जगाचा नियमच असा आहे कीं, वीज चमकली म्हणजे डोळे दिपून जाऊन ज्याप्रमाणें झांपड पडते, त्याप्रमाणें मनुष्य दुर्दैवाच्या फेऱ्यांत सांपडला म्हणजे त्याची बुद्धि कुंठित होऊन तोही पाशांत बद्ध केल्यामुळें दुर्दैवाच्या आधीन होतो. असो. ह्याप्रमाणें सांगून, शत्रूला जर्जर करून सोडणाऱ्या युधिष्ठिर राजानें त्या धृतराष्ट्राच्या निमंत्रणाची टाळाटाळ न करितां तिकडे जाण्याचाच निश्चय केला; आणि बाल्हीक देशांतील अश्व जोडलेल्या रथांत भ्रात्यांसहवर्तमान बसून तो शत्रुपरिहारक धर्मराज सर्वांस घेऊन निघाला. अशा प्रकारें राजलक्ष्मीनें तेजःपुंज दिसणारा तो युधिष्ठिर धृतराष्ट्राचें आणि कालगतीचें बोलावणें आल्यामुळें ब्राह्मणांना अग्रमान देऊन बाहेर पडला; आणि हस्तिनापुरांत पोहोंचल्यावर धृतराष्ट्राच्या वाड्यांत जाऊन त्या धर्मात्म्या युधिष्ठिरानें धृतराष्ट्राची भेट घेतली. त्याचप्रमाणें भीष्माचार्य, द्रोणाचार्य, कर्ण, कृपाचार्य व द्रोणाचा पुत्र अश्वत्थामा ह्यांसही तो प्रभु युधिष्ठिर त्यांच्या त्यांच्या नात्याप्रमाणें भेटला. नंतर तो महापराक्रमी व वीर्यवान युधिष्ठिर सोमदत्त, दुर्योधन, शल्य, सुबलपुत्र शकुनि, व तेथें आलेले कित्येक राजे, वीर दुःशासन वगैरे सर्व बंधु, जयद्रथ आणि इतरही सारे भाऊबंद ह्यांना भेटला. नंतर सर्व भ्रात्यांना बरोबर घेऊन तो महापराक्रमी युधिष्ठिर त्या बुद्धिमान धृतराष्ट्राच्या अंतःपुरांत गेला. तेव्हां तेथें पतीला अनुसरून वागणारी, व सभोंवतीं साऱ्या सुंदर सुंदर सुनांचा घोळका असल्यामुळें सदासर्वदा तारकांनीं परिवेष्टित असलेल्या रोहिणीप्रमाणें शोभत असलेली गांधारी त्याच्या दृष्टीस पडली. तेव्हां तिला अभिवंदन करून व तिचा आशीर्वाद घेऊन पुनः तो वृद्ध पितृव्य प्रज्ञाचक्षु धृतराष्ट्र ह्याच्याकडे आला. तेव्हां, हे जनमेजय राजा ! त्या कुरुवंशजांना आनंद देणाऱ्या त्या भीमसेनप्रभृति चारही पांडुपुत्रांचीं धृतराष्ट्र राजानें मस्तकें अवघ्राण केलीं. ज्यांच्या दर्शनानें कोणालाही आनंद वाटे, अशा पुरुषश्रेष्ठ पांडवांना पाहून कुरुवंशजांनाही त्या वेळीं आनंदच झाला. नंतर आज्ञा घेऊन ते त्यांच्याकरितां तयार केलेल्या रत्नमंदिरांत गेले. द्रौपदी आदिकरून तेथें असलेल्या स्त्रियांसही ते येतांना दृष्टीस पडले. परंतु द्रौपदीचें तें डोळे मिटविणारें अतुल वैभव पाहून धृतराष्ट्रांच्या सुनांना मात्र तितकासा आनंद वाटला नाहीं. तेथें त्या पुरुषसिंहांनीं स्त्रियांशीं कांहीं वेळ इकडच्या तिकडच्या गोष्टी सांगितल्यानंतर व्यायाम वगैरे करून नित्यविधि आटोपिले. नंतर सर्वांनीं आन्हिक वगैरे उरकून, उत्तम चंदनाची उटी लावून, मनांत कल्याण चिंतणाऱ्या ब्राह्मणांचे आशीर्वाद ग्रहण करून सुग्रास अन्नाचें भोजन केल्यावर ते विश्रांतिगृहांत गेले. तेथें जातांच स्त्रियांनीं गायनास सुरुवात केली, तेव्हां त्या शत्रुसेनाविजयी पांडवांना त्या गायनानें मोठा आनंद झाला, व त्या गायनाच्या तल्लीनतेमध्येंच त्यांना निद्रा लागली. अशा प्रकारें रतिक्रीडा करणाऱ्या त्या पांडवांची ती रात्र मोठ्या सुखास-

माधानांत गेली. ह्याप्रमाणें श्रमाचा परिहार झाल्यानंतर बंदिजन स्तुतिपाठ करूं लागले असतां ते जागे झाले. ह्याप्रमाणें सारी रात्र सुखांत घालविल्यानंतर प्रातःकालचेंही सर्व आन्हिक आटोपून ठरल्याप्रमाणें ते त्या रमणीय सभेमध्यें गेले. तेव्हां तेथें असलेल्या सर्व द्यूतकारांनीं त्यांचा मोठा आदरसत्कार केला.

अध्याय एकुणसाठावा.

—:०:—

द्यूतास प्रारंभ.

वैशंपायन सांगतातः—युधिष्ठिराला पुढें करून ते सर्व पांडव त्या सभेमध्यें गेले असतां त्या कुंतीपुत्रांनीं सर्व राजांच्या भेटी घेतल्या; व पूजेस योग्य होते, त्यांची पूजा केली; आणि वयोमानाप्रमाणें कोणाला प्रणाम, कोणाला आलिंगन, कोणाला आशीर्वाद वगैरे देऊन स्वागत झाल्यानंतर चित्रविचित्र पसरलेल्या मनोहर बैठकीवर आपापल्या योग्यतेनुसार ते स्थित झाले. अशा प्रकारें ते पांडव व सर्व राजे आपापल्या जागेवर बसले, तेव्हां सुबलपुत्र शकुनीनें युधिष्ठिराला अनुलक्षून बोलण्यास प्रारंभ केला.

शकुनि म्हणालाः—हे राजा ! सभेमध्यें हा पट पसरला असून आम्ही सारे तुझीच मार्गप्रतीक्षा करीत आहों. ह्यास्तव, हे युधिष्ठिरा ! आतां फांसे टाकून द्यूताला प्रारंभ होऊं द्या.

युधिष्ठिर म्हणालाः—बाबोरे ! पापाला कारणीभूत असलेलें द्यूत म्हणजे निवळ वंचना आहे; त्यांत कांहीं क्षात्रपराक्रमही नाहीं, व खरी नीतिही पण नाहीं; तेव्हां अशा द्यूताची गोष्ट हवी तरी कशाला ? द्यूत खेळणाऱ्या लोकांना कोणी मानही देत नाहीं; व कोणी चांगलेंही पण म्हणत नाहीं; ह्याकरितां, हे शकुने ! नीचाप्रमाणें आड मार्गांत शिरून आम्हांला जिंकण्याची इच्छा करूं नकोस.

शकुनि म्हणालाः—कपटयुक्ति व द्यूतरहस्य ह्यांचें ज्याला ज्ञान आहे, तो द्यूत खेळणारा कसाही फासा पडला तरी त्याचा खेद मानीत नाहीं. म्हणजे द्यूताचें ज्याला ज्ञान आहे, तो द्यूत खेळण्यास समर्थ होतो. द्यूत हें पातकासही कारण नाहीं. कारण, कुंतीपुत्रा, असें पहा कीं, पण जिंकणें किंवा हुकणें हें सर्वस्वी फांशांवर अवलंबून आहे; आणि तो पण काय तो आपणांपैकीं कोणाच्या तरी पराभवास कारणीभूत होणार आहे. तेव्हां खरें पाहिलें तर, द्यूतामध्यें दोष होतो तो फाशांच्या अधीन असलेल्या पणामुळें होतो. खेळणाराकडे त्या दोषाचा कांहीं संबंध नाहीं. ह्याकरितां, राजा ! आपण आतां द्यूत खेळूं या. तूं कोणत्याही प्रकारची मनामध्यें शंका आणूं नको. पणाला जें काय द्रव्य लावावयाचें असेल, तें तूं लाव; आतां उशीर नको.

युधिष्ठिर म्हणालाः—परलोकप्राप्तीच्या साधनांतच निरंतर भ्रमण करणारे मुनिश्रेष्ठ असित व देवल ह्यांनीं असें म्हटलेलें आहे कीं, द्यूतकारांशीं कपटानें द्यूत खेळणें हें पातक, आणि संग्रामामध्यें धर्मानें जय मिळविणें हें सत्कर्म होय. जयाकरितां द्यूताचें अवलंबन करणें उक्त नव्हे. श्रेष्ठ लोक आहेत ते वाणीनेंही कपट करीत नाहींत, आणि कृतीनेंही कपट करीत नाहींत. कपट न करितां समोरासमोर युद्ध करणें हेंच सत्पुरुषाचें व्रत होय. आपणांस विद्या—धनुर्विद्या, क्षात्रविद्या—प्राप्त व्हावी म्हणून जें वित्त ब्राह्मणाप्रीत्यर्थ खर्च करण्याचा आपण प्रयत्न करितों, तें तूं पणाला लावून द्यूत खेळूं नको; आणि त्याच्या योगानें दुः॰ यांना जिंकण्याची इच्छा धरूं नको. कपटानें सुख किंवा द्रव्य मिळविण्याची माझी तर इच्छा नाहीं; आणि कृतकृत्य झालेल्या द्यूतकाराचें वर्तन लोकही प्रशस्त मानीत नाहींत.

शकुनि म्हणालाः—हे युधिष्ठिरा ! विज-

याची इच्छा हीच जर नीच मानिली, तर श्रोत्रिय श्रोत्रियांना जिंकतो, किंवा विद्वान विद्वानांना जिंकतो, तोही नीचपणानेंच जिंकतो, असें म्हटलें पाहिजे. परंतु वादामध्यें वगैरे पराजय करण्याच्या कृतीला कपट किंवा नीचकर्म असें म्हणत नाहींत. त्याचप्रमाणें, हे युधिष्ठिरा ! ज्या कपटाचें अवलंबन करून अक्षविद्यानिपुण पुरुष द्यूतामध्यें निपुण नसलेल्या पुरुषांला जिंकतो, त्याच कपटानें विद्वान अविद्वानांचा पराभव करितो, त्या विद्वानाच्या कृतीला जर कपट म्हणत नाहींत, तर द्यूतकाराच्या कृतीला तरी कपट कां म्हणावें? अस्त्रांमध्यें निपुण असलेला पुरुष अस्त्रविद्येंत निपुण नसलेल्या पुरुषाचा पराभव करितो; व बळवान असतो तो दुर्बळाचा पराभव करितो; ह्याप्रमाणें प्रत्येकाच्या कृतींत पाहिलें तर कपटच आहे; नाहीं कोठें ? परंतु विद्वानांनीं अविद्वानांचा पराभव केला म्हणजे त्याला कपट म्हणावयाचें नाहीं एवढेंच काय तें अंतर ! ह्याकरितां, तूं या ठिकाणीं येऊनही जर इतरांप्रमाणेंच द्यूत खेळण्याला कपट म्हणशील, व तुला हरण्याचें जर भय वाटत असेल, तर तूं द्यूत खेळूं नको.

युधिष्ठिर म्हणालाः–हे राजा ! मला कोणीं आव्हान केलें कीं, त्यांत माघार घ्यावयाची नाहीं, हें तर माझें व्रत ठरलेलें आहे; आणि तूं तर आपला आग्रह सोडीत नाहींस. तेव्हां दैव हें बलवत्तर असून मी सध्यां त्याच्या तावडींत सांपडलों आहें, इतकेंच समजतों. दुसरें काय ? असो. आतां ह्या समुदायामध्यें कोणाबरोबर माझें द्यूत होणार, व माझ्याबरोबर पण लावण्याला दुसरा कोण तयार आहे तें समजलें, म्हणजे आम्ही द्यूताला प्रारंभ करूं.

दुर्योधन म्हणालाः–हे प्रजाधिपते धर्मराजा, रत्नें आणि द्रव्य देणारा मी; माझ्या वतीनें खेळणारे हे आमचे शकुनिमामा !

धर्मराजा म्हणालाः—हे सुज्ञ सुयोधना ! एकानें दुसऱ्याकरितां द्यूत खेळणें हें मला बरोबर वाटत नाहीं. तर याचा तूं नीट विचार कर; आणि मग पाहिजे तर तुझ्या म्हणण्याप्रमाणें द्यूत सुरू होऊं दे.

अध्याय साठावा.

—:०:—

द्यूतांत धर्मराजाचा पराभव.

वैशंपायन सांगतातः–द्यूताला प्रारंभ होण्याची वेळ अगदीं येऊन ठेपली, तेव्हां सर्व राजे धृतराष्ट्राला पुढें करून त्या सभेमध्यें प्राप्त झाले. हे भरतकुलोत्पन्ना जनमेजया ! त्यांच्याबरोबरच भीष्म, द्रोणाचार्य, कृपाचार्य, महाविवेकी विदुर हेही आले. परंतु ही गोष्ट त्यांना मनापासूनच आवडत नव्हती. नंतर ज्यांची मान सिंहाप्रमाणें भरदार आहे असे ते महापराक्रमी राजे–कांहीं जोडीजोडीनें व कांहीं निरनिराळे–तेथें असलेल्या चित्रविचित्र असंख्य सिंहासनांवर आरूढ झाले, तेव्हां हे राजा ! मोठमोठे ऐश्वर्यवंत देव एकत्र जमले असतां जसा स्वर्ग शोभिवंत दिसतो, तशी ती सभाही राजांच्या योगानें शोभूं लागली. कारण, ते सारेच वेदवेत्ते व शूर असून दिसण्यांत केवळ अपरसूर्यच होते. असो. ते बसल्यानंतर मित्रभावानें द्यूतास प्रारंभ झाला. नंतर, हे जनमेजया, युधिष्ठिर म्हणालाः–राजा ! महासागराच्या भोंवऱ्यामध्यें सांपडलेलें बहुमोल रत्न ज्याच्यामध्यें बसविलेलें आहे असा हा बावनकशी सोन्यामध्यें गुंफलेला फार मोठ्या किमतीचा रत्नजडित हार आहे. राजा ! हेंच माझें पणाला लावावयाचें द्रव्य आहे. तर आतां, ज्याच्या योगानें तूं माझ्याशीं द्यूत खेळणार, त्या तुझें पणाला लावावयाचें द्रव्य ह्याच्या जोडीला को-

णतें तें सांग.

दुर्योधन म्हणालाः—माझ्यापाशीं रत्नेंही आहेत, व द्रव्य तर हवें तितकें आहे. तेव्हां ह्या तुझ्या पणाकरितां मांडून ठेविलेल्या द्रव्याविषयीं, तें तुझें द्रव्य तुला द्यूतांत जिंकून घ्यावें, अशी कांहीं मला मत्सरबुद्धि नाहीं.

वैशंपायन सांगतातः—नंतर, अक्षविद्या जाणणाऱ्या शकुनीनें ते फांसे घेतले. पण त्याचा हात त्या कामांत इतका बनलेला होता कीं, ते टाकण्याचा मात्र अवकाश, कीं लगेच त्यानें युधिष्ठिराला सांगितलें, "हं ! हा हार जिंकला ! चला, पुढें !"

आध्याय एकसष्टावा.

—:०:—

पणास लाविलेल्या वस्तु.

युधिष्ठिर म्हणालाः—हे गर्विष्ठा ! ह्या द्यूतामध्यें कपटामुळेंच जर आज माझा पराजय झालेला आहे, तर, हे शकुने ! एकमेकांना जिंकण्याकरितां आपण पुनः डाव टाकूं या. हजारों भार सुवर्णानें भरलेल्या उत्तमोत्तम पेट्या माझ्यापाशीं आहेत; आणि त्यांत अस्सल सुवर्णाचा अक्षय खजीना भरलेलाच आहे. राजा ! हें धन मी आतां पणाला लावून तुझ्याशीं खेळण्याला तयार आहें.

वैशंपायन सांगतातः—इतकें युधिष्ठिरानें त्या शकुनीला सांगितलें मात्र, तोंच, सत्यापासून कधींच च्युत न होणारा व कौरवकुलवर्धक ज्येष्ठ पांडुपुत्र युधिष्ठिर राजा ह्यास त्यानें "हं, जिंकिलें !" एवढेंच सांगितलें. तेव्हां ईर्ष्येला चढून युधिष्ठिर पुनः म्हणाला, "हा व्याघ्रांबरांनीं मढविलेला असून मोठा नामांकित आहे व चक्रें वगैरे सामान उत्कृष्ट प्रतीचें घातलेलें असून याची किंमत फार आहे याला घुंगरूंचे घोंसचे घोंस लाविल्यामुळें त्याचा निरंतर घणघणाट चाललेला असतो. ह्याच राजरथांत बसून आम्ही येथें आलों. हा चालत असला म्हणजे त्याचा दणदणाट असा होतो कीं, जणू काय आकाशांत मेघांचाच गडगडाट होत आहे किंवा समुद्रच गर्जना करीत आहे, असें वाटतें. शिवाय हा रथ मोठा यशस्वी आहे. कोणत्याही युद्धांत हा जावो, त्यांत जय हा आपला हटकून ठेविलेला ! त्या रथाला वाहून नेणारे अश्व कमलासारख्या कांतीचे असून सर्व राष्ट्रांना केवळ स्पृहणीय असे वाटतात. त्यांच्या धांवण्याचा वेग तर असा आहे कीं, पायानें चालणारा मनुष्य कितीहि लांबीच्या पल्ल्यावर असो, पलीकडे सरतांना त्याची अगदीं त्रेधाच उडून जाते. हा रथ हेंच माझें द्रव्य आतां पणास लावून मी तुझ्याशीं द्यूत खेळावयास तयार आहें.

वैशंपायन सांगतातः—हें युधिष्ठिराचें म्हणणें ऐकून घेऊन, कपटाचा आश्रय केल्यामुळें जिंकण्याची खात्री असलेला तो शकुनि युधिष्ठिराला 'हं, जिंकलें !' एवढें बोलला. तेव्हां युधिष्ठिर बोलूं लागला, "सुवर्णाचीं मंगळसूत्रें व ताईत, हार, चंद्रहार, माळा इत्यादि उरोभूषणें, बाजूबंद, व ठुशा, टिका इत्यादि कंठभूषणें, व इतर उंची उंची अलंकार, मोठमोठीं मूल्यवान् पुष्पभूषणें, रत्नांचे व सुवर्णाचे अलंकार हीं धारण करणाऱ्या, उंची उंची वस्त्रें परिधान करून अंगास चंदनाची सुगंधित उटी लावणाऱ्या, चौसष्ट कलांमध्यें प्रवीण, नृत्यगायनांत कुशल, अशा एक लक्ष नवयौवनसंपन्न दासी असून त्या माझ्या आज्ञेनें स्नातकं[१], अमात्य व राजे ह्यांची पादप्रक्षालनादि सेवा करीत असतात. हें माझें द्रव्य होय. ह्याकरितां, हे राजा, त्यांना पणास लावून मी तुझ्याशीं द्यूत खेळतों.

१ ब्रह्मचर्यव्रत परिपूर्ण झालेल्या पुरुषाला स्नातक असें म्हणतात.

वैशंपायन सांगतातः—हें श्रवण केल्याबरोबर, कपटाचें अवलंबन केल्यामुळें जयाविषयीं निश्चित असलेल्या शकुनीनें ‘ हं ! जिंकिलें, पुढें. ’ एवढेच शब्द तात्काळ युधिष्ठिरास सांगितले. त्यावर युधिष्ठिरानें उत्तर दिलें, “ तर माझ्याजवळ एक लक्ष दास आहेत. ते मोठे विनयसंपन्न, सुखावह, सदासर्वदा उत्तरीय वस्त्र वेऊन उभे राहणारे, बुद्धिमान, सांगितलेलें काम लक्षांत ठेवणारे, जितेंद्रिय, व झगझगीत कुंडलें घातलेले असे असून अतिथीला भोजन देण्याकरितां रात्रंदिवस हातांत ताटें घेऊन उभे असतात. तेव्हां, राजा ! ते आतां द्रव्याच्या रूपानें मी पणास लावण्यास तयार आहें. ”

वैशंपायन सांगतातः—धूर्ततेचें अवलंबन केल्यामुळें जयाविषयीं खातरी असलेल्या शकुनीनेंही त्याचें भाषण श्रवण करून लागलीच, ‘ हं; चल आटप, जिंकलें ! पुढें बोल. ’ हे शब्द उच्चारिले. तेव्हां युधिष्ठिर पुढें बोलूं लागला, “ सोन्याच्या साखळदंडानें बांधलेले, गंडस्थळावर पदकें वगैरे अलंकार चढविलेले, पद्मादि शुभ चिन्हांनीं युक्त, सुवर्णाच्या माळा घालून शृंगारलेले, उत्तम प्रकारें शिकवून तयार केलेले, खासा स्वारींत बसावयास योग्य, युद्धामध्यें कशाचाही शब्द कानीं पडला असतां न बुजणारे, नांगराच्या फाळांसारख्या लांब लांब दातांनीं शोभणारे, मोठे धिप्पाड, नूतन मेघासारखे तेजःपुंज, व एकएका टकरीबरोबर शत्रूंचे किल्ले ढांसळून पाडण्यास समर्थ असे एक हजार मदोन्मत्त हत्ती माझ्यापाशीं आहेत, व त्या प्रत्येकाबरोबर आठ आठ हत्तिणी आहेत. इतकें माझें हें धन मी आतां पणास लावण्यास तयार आहें. ’

वैशंपायन सांगतातः—ह्याप्रमाणें युधिष्ठिरानें भाषण केल्यावर, वैर करून राहिलेल्या त्या दुरात्म्या शकुनीनें तत्काल, “ हं ! चल. हें जिंकिलें ! पुढें. ” हे शब्द उच्चारिले. तेव्हां युधिष्ठिर पुढें बोलूं लागला, “ हे राजा ! युद्धांत अजिंक्य असलेल्या चित्ररथ गंधर्वाचा गांडीवधनुर्धारी अर्जुनानें युद्धांत पराभव केला, तेव्हां त्यानें संतुष्ट होऊन तित्तिर पक्ष्यांसारख्या चित्रविचित्र रंगाचे, अबलक, व सुवर्णालंकारांनीं भूषित असलेले जे गांधर्व अश्व त्यास दिले आहेत, तें माझें धन असल्यामुळें ते पणास लावण्यास मी सिद्ध आहें. ”

वैशंपायन सांगतातः—कपटांत प्रवीण असल्यामुळें जयाविषयीं निर्धास्त असलेल्या शकुनीनेंही पूर्वींप्रमाणेंच तत्काल “ हं, जिंकलें, पुढें ! ” असें उत्तर दिलें. तेव्हां युधिष्ठिर म्हणाला, “ माझ्यापाशीं दहा दहा हजारांचा एकेक ह्याप्रमाणें रथांचे व गाड्यांचे अनेक समुदाय आहेत. शिवाय, लहानमोठीं वाहनें नेहमीं तयार असतातच. तीं सारीं, व शिवाय प्रत्येक जातींतला उत्तम उत्तम पुरुष निवडून काढून जे हजारों वीर जमा केलेले आहेत, व जे सारेच वीरकर्म करणारे आहेत, ते वीर साठ हजार असून त्यांचीं वक्षःस्थळें विशाळ आहेत. ते दररोज शाल्योदन भक्षण करून दूध पीत पडले आहेत. तेंही माझें असलेलें द्रव्य मी आतां पणास लावितों. ”

वैशंपायन सांगतातः—हें श्रवण करून, शठपणा स्वीकारल्यामुळें जयाविषयीं निष्काळजी असलेल्या शकुनीनें “ हं ! हें जिंकिलें ! पुढें चालूं दे. ” असे शब्द उच्चारिले. तेव्हां युधिष्ठिर पुढें बोलूं लागला, “ एकेकीमध्यें पांच पांच द्रोणीक म्हणजे अडीच अडीच मण—केवळ सोनें भरलेले चारशें निधि असे तोंडावर मोहरा करून लोखंडाच्या पेटींतून ठेविलेले आहेत, आणि, हे भारता ! उत्तम जातीचें शुद्ध सुवर्णच त्यांत भरलेलें आहे. याकरितां,

राजा ! तें माझें द्रव्य असलेलें मी आतां तुझ्याशीं पणास लावावयास सिद्ध आहें. "

वैशंपायन सांगतातः—प्रतारणेचें अवलंबन केल्यामुळें जयाविषयीं निर्धास्त असलेल्या शकुनीनेंही तत्काल, " हं, जिंकिलें ! " हें ठरीव उत्तर युधिष्ठिराच्या कानांवर घातलें !

आध्याय बासष्टावा.

—:०:—

विदुराचा उपदेश.

वैशंपायन सांगतातः—ह्याप्रमाणें पांडवांच्या सर्वस्वापहाराचें घोर द्यूत चालू झालें, तेव्हां सर्व संशयाचें निरसन करणारा विदुर बोलूं लागला, " महाराज धृतराष्ट्रा ! मरणोन्मुखाला ज्याप्रमाणें औषध घेणें रुचत नाहीं, त्याप्रमाणें माझें भाषण तुला रुचणार नाहीं. तरी पण तें तूं ऐकून ठेव. अरे ! जो दुष्ट जन्मास येतांच कोल्ह्याप्रमाणें अमंगल स्वर काढून ओरडूं लागला, तो हा कुलघातकी दुर्योधन, तुम्हां भरतवंशजांच्या नाशाला कारणीभूत होण्यास उद्युक्त झालेला आहे. अरे ! हा दुर्योधन नव्हे, हा तुझ्या घरांत कोल्हा शिरलेला आहे. परंतु मोहामुळें तुला तो ओळखत नाहीं. ह्याविषयीं शुक्राचार्यांचें एक वचन आहे तें तुला सांगतों, ऐक, " मध काढणाऱ्या मनुष्याला मध आहे असें दिसलें कीं, तुटलेला कडा वगैरे दुसरें कांहीं एक त्याला दिसत नाहीं. तो एकदा वर चढला कीं, वर असलेल्या मधांत तरी बुडून जातो, नाहीं तर कड्यावरून खालीं तरी पडतो ! " त्याचप्रमाणें हा तुझा पुत्र दुर्योधन अक्षद्यूतानें मद्यपानासारखा धुंद होऊन गेला आहे. त्याला मागचें पुढचें कांहींच दिसत नाहीं; आणि महारथी पांडवांशीं वैर करून पुढें येणारें पतनही ह्याला कळत नाहीं. हे महाविचारी धृतराष्ट्रा ! प्रजेच्या कल्याणाकरितां पूर्वीं एका भोजदेशांतील राजानेंच आपल्या अयोग्य पुत्राचा त्याग केल्याचें मला माहीत आहे. अंधक, यादव, आणि भोज यांनीं एकत्र होऊन कंसाचा त्याग केला होता. परंतु पुढें सुदैवानें शत्रुघातक कृष्णाच्या हातूनच त्याचा वध झाला, म्हणून त्या कुलांतील लोक शंभर वर्षें आनंदांत राहिले. ह्याकरितां, सुयोधनाचा बंदोबस्त करण्याविषयीं तूं अर्जुनाला आज्ञा कर. ह्या दुष्टाचा बंदोबस्त झाला म्हणजे हे सारे कुरुवंशज खुशाल आनंदांत राहतील. ह्यास्तव, हे राजा ! एक कावळा देऊन टाकून अनेक मोर घ्यावे किंवा एक कोल्हें खर्चीं घालून अनेक व्याघ्र विकत घ्यावे, त्याप्रमाणें ह्या एका दुर्योधनाला देऊन टाकून तूं पांडवांना आपलेसे कर. व्यर्थ शोकसागरामध्यें बुडून जाऊं नकोस. " एका कुलाचें रक्षण होत असेल, तर एका पुरुषाचा त्याग करावा; एका ग्रामाचें संरक्षण होत असेल तर एका कुलाचा त्याग करावा; एका देशाकरितां एका ग्रामाचा त्याग करावा; आणि स्वतांच्या संरक्षणाकरितां साऱ्या पृथ्वीचा सुद्धां त्याग करणें भाग पडलें तरी करावा. " असें वचन दाखवून सर्वज्ञ, सर्व शत्रूंना भय उत्पन्न करून देणाऱ्या, आणि सर्व प्राण्यांचें हृदय जाणणाऱ्या शुक्राचार्यांनीं सर्व असुरांना जंभासुराचा त्याग करण्याविषयीं सांगितलें होतें. सोन्याची गरळ टाकीत असलेले वनांत राहणारे कांहीं पक्षी एकदा खरोखर राजाच्या घरांत येऊन राहिले होते; व थोडथोडी सुवर्णरूपी गरळ ते प्रत्यहीं त्याच्या येथें टाकीत असत. परंतु ह्यांच्या पोटांत असलेलें सारेंच सुवर्ण काढून घ्यावें, असा त्या राजास लोभ उत्पन्न झाला; आणि, हे शत्रुनाशका धृतराष्ट्रा ! लोभानें अंध होऊन त्या राजानें सुवर्णाकरि-

तां त्यांचा वध केला; आणि त्यांच्या पोटांतील सोन्याला व ते प्रत्यहीं देत असत त्या सोन्याला, दोहोंलाही मुकला ! ह्याकरितां, राजा ! तूंही त्या राजाप्रमाणेंच द्रव्यलोभांत गुंतून पांडवांशीं द्रोह करूं नको. सांप्रत तूं मोहानें ग्रस्त झाल्यामुळें, चाललें आहे हेंच बरें आहे असें तुला वाटत आहे खरें; परंतु पुढें त्या पक्षिघातकी राजाप्रमाणें पश्चात्ताप करीत बसशील. ह्याकरितां, हे भरतकुलोत्पन्न धृतराष्ट्रा ! बागेवर पुनः पुनः प्रेम करणारा माळी ज्याप्रमाणें फूल येईल तेवढें तोडून घेतो, त्याप्रमाणें तूंही पांडवांवर प्रेम करून त्यांच्यापासून जेवढें जेवढें पुष्प प्राप्त होईल तेवढें तेवढें ग्रहण करीत जा. झाडालाच जाळून टाकणाऱ्या कोळसेविक्या लोणाऱ्याप्रमाणें तूं त्यांचा समूळ नाश करूं नको; आणि पुत्र, अमात्य व सैन्य ह्यांसहवर्तमान यमाच्या घरीं जाऊं नको. हे भरतकुलोत्पन्न धृतराष्ट्रा, मरुद्गणांसहवर्तमान देवांचा राजा प्रत्यक्ष इंद्र जरी आला, तरी एकजुटीनें असणाऱ्या पांडवांसमोर युद्धाला उभा राहण्यास कोण समर्थ आहे ? ह्याकरितां तूं ह्यांना कपटानें जिंकूं नको.

अध्याय त्रेसष्टावा.

—:०:—

विदुरोपदेश.

विदुर म्हणाला:—द्यूत हें कलहाचें मूळ, परस्परांत वितुष्ट पाडणारें, व परिणामीं महद्भय उपस्थित करणारें आहे; आणि अशाला धृतराष्ट्रपुत्र दुर्योधनानें हात घातला आहे, तेव्हां हाही घोर—भयंकर—वैर मात्र उत्पन्न करणार, दुसरें काय ? दुर्योधनाच्या ह्या अनुचित कृतीनें भयंकर सैन्यानें युक्त असलेले प्रतीपकुलांतील व शांतनुकुलांतील पुरुष बाल्हीक देशांतील अधिपतींसहवर्तमान दुर्धर संकटांत मात्र पडतील. माजलेला बैल मस्तीनें जसा आपलें शिंग आपणच मोडून घेतो, तसा हा दुर्योधन आपल्या मदाच्या योगानें साऱ्या राष्ट्राच्या सुखाचा विध्वंस करीत आहे. सुकाणूं धरणारा जर अडाणी असला, तर गलबतांत बसून जाणारे लोक ज्याप्रमाणें समुद्रांत बुडतात, त्याप्रमाणें, राजा धृतराष्ट्रा ! ज्ञानी असून वीर असलेला पुरुष आपल्या विचारदृष्टीला गुंडाळून ठेवून दुसऱ्याच्या मनोगताप्रमाणें वागतो, तेव्हां तोही घोर संकटांत गटंगळ्या खात बसतो. पांडुपुत्र युधिष्ठिराशीं पण लावून दुर्योधन द्यूत खेळत आहे, आणि त्याचा पुनः पुनः जय होतो म्हणून तूंही आनंदसागरांत हेलकावे खात आहेस; परंतु ‘ मस्करीची कुस्करी ’ होते म्हणतात त्याप्रमाणें हा फाजील विनोदच पुढें युद्धस्वरूप बनतो, आणि तोच त्या पुरुषाला धुळीस मिळावयास कारण होतो, हें तूं पक्कें लक्षांत ठेव. ह्या शकुनीनें आणि दुर्योधनानें शब्दरूप आंकड्याचा हा द्यूतरूप फांस तुझ्या अंतःकरणावर फारच शिताफीनें टाकल्यामुळें, तो तेथें घट्ट रुतून तुझ्या अंतःकरणाला चांगलीच ओढ बसली आहे; किंवा सद्गुरूंनीं मंत्रोपदेशाचा अनुग्रह केला असतां, मनुष्याला समाधि लागून तो जसा ब्रह्मस्वरूपांत तल्लीन होऊन जातो; अथवा गारुडी लोक सर्पादि प्राण्यांना आपल्या मंत्रसामर्थ्यानें भुरळ घालितात, आणि त्या प्राण्यांना भुरळ पडली म्हणजे ते प्राणी त्या गारुड्यांची नागसूर जसजशी वाजेल तसतसे डोलूं लागतात, स्वताची इच्छा नसली तरी तो गारुडी आज्ञा करील तिकडे जातात, आणि तो सांगेल तसे नाचतात, तद्वत् या उभयतांच्या कानमंत्रानें तुलाही भुरळ पडलेली आहे; तूंही भारला गेला आहेस ! म्हणूनच आपल्या स्वजनांशीं कलह करावया-

चें तुझ्या मनांतून नव्हतें तरी सुद्धां पांडवांशीं कलह करणें तुला आतां संमत झालें आहे. हे प्रतीपकुलोत्पन्नहो ! हे शांतनुकुलोत्पन्नहो ! कौरवांच्या ह्या सभेमध्यें मीं सांगितलेलें शुक्राचार्याचें नीतिवचन लक्ष्यांत ठेवा, आणि ह्या मूढ दुर्योधनाच्या नादाला लागून भडकलेल्या भयंकर आगीमध्यें घालून घेऊं नका. अहो ! ह्या अजातशत्रु धर्मराजाला, भीमाला व अर्जुनाला द्यूताचा जोंपर्यंत अंमल चढलेला आहे, व त्यांचा क्रोध जेथपर्यंत आंतल्या आंतच धुमसत आहे, तेथपर्यंत ठीक आहे; पण ह्या त्यांचा अंमल उतरला व त्यांचा क्रोधानल भडकला, म्हणजे घनघोर संग्राम माजून राहील, आणि तुम्ही सारे विपत्तिरूप महासागरांत गटकळ्या खात राहाल. त्या वेळीं तुम्हांला एखाद्या बेटाप्रमाणें थारा तरी कोण देणार बरें ? हे महाराजा धृतराष्ट्रा ! तूं स्वतांच द्रव्याचा निधि आहेस. तूं मनांत आणिलेंस तर द्यूतावांचून तुला पाहिजे तितकें द्रव्य मिळण्यासारखें आहे. असें असतां, विपुल संपत्तीनें युक्त अशा पांडवांनाच जिंकून तुला अधिक तें काय मिळणार ? ह्याकरितां तूं येथें दुर्योधनाला खर्चीं घालून पांडवरूप द्रव्य संपादन कर. हे भरतवंशजा धृतराष्ट्रा ! ह्या सुबलपुत्र शकुनीचें द्यूत आम्ही जाणून आहों. ह्या पर्वतकदेशाधिपति शकुनीला अक्षविद्येंतलें कपट चांगलें अवगत आहे, हेंही आम्हांला माहीत आहे. ह्याकरितां ह्या शकुनीला येथून आला तसा परत जाऊं दे. ह्यांच्या पायीं तूं युद्ध करण्याचा प्रसंग आणूं नको.

अध्याय चौसष्ठावा.

—:o:—

दुर्योधनकृत विदुरनिर्भर्त्सना.

वैशंपायन सांगतातः—राजा, विदुराचें हें भाषण ऐकून दुर्योधनास काय वाटलें असेल तें सांगणें नकोच ! तो अतिशय संतापला, आणि त्या संतापाच्या भरांत त्यानें त्याजवर फार तोंड सोडिलें.

दुर्योधन म्हणालाः—हे विदुराचें ! तूं सदासर्वदा आम्हां धृतराष्ट्रपुत्रांची निंदा करितोस, आणि दुसऱ्याच्या कीर्तीचे पवाडे गात बसतोस, तूं आम्हांला यःकश्चित पोर समजून आमचा नेहमीं अवमान करतोस; पण तुझ्या गळ्यांतलें ताईत कोण आहेत तेंही आम्ही पक्कें ओळखून आहों, समजलास ? अरे ! कोणाला कोण प्रिय आहे, हें त्यांनीं केलेल्या निंदेवरून व स्तुतीवरून जरूर ओळखितां येतें. तुझ्या मनांत जर विकल्प नसता, तर आमच्याविषयीं तुझ्या मनांत असलेला द्वेष बाहेर व्यक्त करून दाखविण्याला तुझी जिव्हा कशी तयार झाली असती ? मांजराला खावयाला प्यावयाला घालून बाळगलें तरी तें आपल्या धन्याच्याच घाताची इच्छा करितें;त्याप्रमाणें आजपर्यंत आम्हीं तुझा प्रतिपाळ केला,त्याचें फळ तूं आज आम्हांला मांडीवर सर्प घेतल्याप्रमाणें चांगलेंच दिलेंस म्हणावयाचें ! अरे, अशी प्रत्यक्ष बंधूशींच कृतघ्नता करणारा जो तूं त्या तुला पाडव कदाचित् पातकी म्हणत नसतील, पण तुझ्या मनाला तरी त्या पापाचें भय वाटावें कीं नाहीं?

हे विदुरा ! आम्ही आज जी एवढी विजयश्री संपादन केली आहे, ती शत्रूंना जिंकून केलेली आहे. ह्याकरितां हितशत्रुत्वानें तूं आम्हांला टाकून बोलूं नको. शत्रूंशीं सख्य करण्यांत आनंद मानणारा तूं आमच्यांतच राहिला आहेस, त्यामुळें पुनःपुनः द्वेषाला मात्र पात्र होतोस. कारण, अक्षम्य भाषण करणारा पुरुष द्वेषाला प्रात्र व्हावयाचाच. म्हणून, शहाणे लोक आहेत ते शत्रूची स्तुति करण्याचा प्रसंग आला तरी सुद्धां मनांतील गुप्त गोष्ट बाहेर

बोलून दाखवीत नाहींत; आणि हे निर्लज्जा ! तूं त्यांच्याच आश्रयाला राहून त्याच राजाला तूं मनास वाटेल तसें बोलून दुःख देत आहेस. तें कां ? हे विदुरा ! तूं असा आम्हांला जेथें तेथें हाणून पाडीत जाऊं नको; तुझें अंतःकरण कसें आहे तें आम्हीं पक्कें ओळखून आहों, तुला स्वतांला अक्कल नाहीं, तर दुसऱ्यापासून तरी शिकून घे; वडिलांचें कांहीं तरी नांव राख; आणि शत्रूंचाच गुलामबंदा होऊन बसूं नको. मीच काय तो कर्ता, असें समजून तूं आम्हांला असें चापीत जाऊं नको; आणि असे मर्मभेदक शब्दहि पण बोलत जाऊं नको.

हे विदुरा ! माझें हित कशांत आहे, हें मी तुला विचारावयाला येत नाहीं. तूं स्वस्थ रहा. आम्हां क्षमाशीलांना तूं नको असा छळूं ! पुरुषाला शास्ता असा काय तो एकचः आपण गर्भामध्यें निजलों असतांना जो पढवून ठेवितो तोच काय तो खरा शास्ता होय. पाणी जसें नेहमीं सखल प्रदेशाकडेच धाव घेतें, त्याप्रमाणें प्राणीही त्याच पुरुषाच्या उपदेशाच्या अनुरोधानेंच नेहमीं जगामध्यें वर्तन करीत असतो. त्याच पुरुषानें गर्भांत मलाही पढविलेलें आहे; आणि त्याच्याच अनुरोधानें मीही वागत आहें. ज्याची आज्ञा झाली कीं पुरे, पुरुष हा मस्तकानें सुद्धां पर्वत फोडून टाकतो, ज्याच्या आज्ञेनें सर्पांचें सुद्धां पोषण होतें, तोच सर्वांतरात्मा प्रेरणेच्या रूपानें आम्हांलाही प्रत्येक काम करावयास आज्ञा करीत असतो.

अरे ! विचारलें नसतां जो आपण होऊन दुसऱ्याला उपदेश करण्याची खटपट करीत असतो, तो त्याचा शत्रु मात्र होतो. म्हणूनच, शहाणे पुरुष असतात ते मित्रत्वाचें नातें असेल तेथें उपदेश करावयाचें सोडून देतात. हे भरतकुलोत्पन्ना विदुरा ! कापरासारखा ज्वालाग्राही पदार्थ प्रथम आपणच पेटवून दिला, आणि तो जळूं लागल्यावर विझविण्याकरतांही धावलों नाहीं, तर त्याची राख सुद्धां हातांत येण्याला शिल्लक रहावयाची नाहीं. हे विदुरा ! आपला द्वेष करणाऱ्याला, शत्रुपक्षीय पुरुषाला, विशेषतः आपल्याला पाण्यांत पाहणाराला कधींही आपल्या घरांत ठेवूं नये; आणि तूं तर तसा आहेस. ह्याकरितां, तूं आमच्या घरांतून निघून इच्छेस येईल तिकडे चालता हो कसा ! ज्या स्त्रीला व्यभिचाराचीच संवय लागली ती आज ना उद्यां कधीं तरी उठून जावयाचीच !

विदुराचें दुर्योधनास उत्तर.

विदुर म्हणालाः—हे दुर्योधन राजा ! ह्यावरून, जे मनुष्यालाच टाकावयास तयार होतात, त्यांची मैत्री म्हणजे केवळ अळवावरचें पाणी आहे किंवा नाहीं, तें तूंच सांग. राजांचें चित्त नेहमीं कलुषित असल्यामुळें ते प्रथमतः गोड गोड बोलतात, आणि मागाहून त्याच्या मस्तकांत मुसळ घालून त्याचा प्राण घेतात. हे अक्कलशून्य राजपुत्रा ! आपण मात्र पोर नव्हे आणि मी मात्र पोर आहें, असें तूं समजतोस ! अरे, जो पुरुष प्रथम आपणच एखाद्याला मित्र समजतो, व मागून त्याला दूषण देतो, तो पोर होय. दूषित झालेली स्त्री ज्याप्रमाणें विद्वान ब्राह्मणाच्या घरांत घेतां येत नाहीं, त्याप्रमाणें बेअक्कली लोकांनाही कल्याणाच्या मार्गाला लावितां येत नाहीं. तेव्हां अर्थातच, मुलीला जसा साठ वर्षांचा म्हातारा जख्ख झालेला पति आवडत नाहीं, तसा भरतवंशजामध्यें कुलदीपक झालेल्या तुलाही माझ्यासारखा हितोपदेश करणारा पुरुष रुचत नाहीं. कल्याणाचें असो कीं अकल्याणाचें असो, साऱ्याच कामांत गोड भाषण आपल्या कानावर यावें, अशीच जर तुझी इच्छा असेल, तर, राजा, तूं असें कर कीं,

बायका, आचारी, पाणके, दीन, दुर्बळ, अशांसारखे जे कोणी असतील, त्यांनाच सर्व गोष्टी विचारीत जा, म्हणजे आटोपलें ! त्यांजकडून एकही कडू शब्द तुझ्या कानांवर यावयाचा नाहीं.

हे दुर्योधना, पण हें पक्कें ध्यानांत ठेव कीं, तोंडावर गोड बोलणारे तोंडपुजे पुरुष आढळतात; पण अप्रिय, परंतु हितकर असें भाषण बोलणारा फार दुर्मिळ ! आणि ऐकून घेणारा तर त्याहूनही दुर्मिळ ! आपल्या यजमानाला बरें वाटो किंवा वाईट वाटो, त्याची पर्वा न करितां धर्माला अनुसरून व अप्रिय असल्या तरी हिताच्या गोष्टी जो सांगतो, तोच राजाचा खरा हितकर्ता होय. कुटकीसारख्या कडु द्रव्याचीं तीक्ष्ण, उष्ण, वीर्यवर्धक, रुक्ष व दुर्गंधि औषधें असमंजस लोक घेत नाहींत; पण तींच औषधें समंजस लोक घेतात, आणि व्याधींपासून मुक्त होतात. तद्वत् तूंही आपला नीचपणा गिळून टाक व स्वस्थ हो. विचित्रवीर्याच्या पुत्रांची कीर्ति व वैभव हीं पुत्रांसहवर्तमान चिरकाल नांदावीं अशी माझी इच्छा आहे. मग तुला काय वाटत असेल तें असो. आतां तूं मला ‘ इच्छेस येईल तिकडे जा ’ म्हणतोस, तर तुलाही माझा शेवटचा हाच नमस्कार आहे. ब्राह्मणांचा मला आशीर्वाद असावा म्हणजे झालें. हे कुरुनंदना ! आतां एक शेवटची गोष्ट तुला सांगून ठेवतों कीं, दंश धरून प्राण घेणाऱ्या सर्पांना, व केवळ क्रोधदृष्टीनें भस्म करणाऱ्या ब्राह्मणांना शहाणपणानें कधींही चिडवूं नये, हें मी तुला अगदीं कळवळ्यानें सांगत आहें.

आध्याय पासष्टावा.

—:०:—

युधिष्ठिरशकुनिसंवाद.

शकुनि म्हणतोः—हे युधिष्ठिरा ! आज पांडवांचें द्रव्य तूं पुष्कळच गमाविलेंस. आतां हे कुंतीपुत्रा ! आणखी कांहीं तुझें द्रव्य शिल्लक राहिलें असेल तर सांग.

युधिष्ठिर म्हणालाः—हे सुबलपुत्र शकुने! माझ्यापाशीं अपरंपार द्रव्य आहे; आणि तें मला माहीत आहे. हे शकुने ! माझ्या द्रव्यासंबंधानें कां बरें प्रश्न करितोस ? अयुत, शंकु, पद्म, अर्बुद, खर्व, निखर्व, महापद्म, कोटि, मध्य, परार्ध व परार्धाहूनही अधिक असलेलें माझें द्रव्य आहे, आणि तें सारें आतां पणाला लाऊन मी तुझ्याबरोबर खेळण्याला तयार आहें.

वैशंपायन सांगतात!—हें ऐकून छळाचा अवलंब केल्यामुळें जयाविषयीं निःसंशय असलेल्या शकुनीनें लागलेंच ‘ हं ! जिंकिलें ! ’ असें युधिष्ठिराला सांगितलें. तेव्हां युधिष्ठिर म्हणाला, “ हे सुबलपुत्रा ! सिंधुनदीच्या पूर्वेपासून पर्णा नदीपर्यंत बैल, घोडे, शेळ्या, मेंढ्या व असंख्य धेनु मिळून जें पशुरूप धन आहे, तेंही सर्व माझें असल्यामुळें मी तें येथें पणास लावितों.”

वैशंपायन सांगतातः—छद्माचा आश्रय केल्यामुळें जय येण्याबद्दल निःशंक असलेल्या शकुनीनें हें भाषण श्रवण केल्याबरोबर ‘ हं ! जिंकिलें ! ’ इतकेंच युधिष्ठिरास सांगितलें.

युधिष्ठिर म्हणालाः—राजधानी, देश, ब्राह्मणांची मालमत्ता खेरीज करून बाकीची जमीन, आणि ब्राह्मणांशिवाय इतर सर्व पुरुष हें माझें धन अद्यापि शिल्लक राहिलेलें आहे. ह्याकरितां तें धन आतां मी पणाला लावून तुझ्याशीं खेळावयाला तयार आहें.

वैशंपायन सांगतातः—राजा, लपंडावच पतकरिल्यावर जयाबद्दल तिळमात्रही शंका मनांत नसलेल्या शकुनीनें हें युधिष्ठिराचें भाषण श्रवण करतांच ' हं ! जिंकिलें ! ' एवढेच शब्द सांगितले.

युधिष्ठिर म्हणालाः—हे राजा ! जीं भूषणें अंगावर धारण केलीं असतां हे राजपुत्र शोभा पावतात, तीं कुंडलें, कंठभूषणें व बाकीचीं हीं सारीं राजभूषणें हेंही माझें धन आहे, तेंही मी आतां द्यूतामध्यें तुझ्याशीं पणाला लावितों.

वैशंपायन सांगतातः—राजा, हें धर्मराजाचें भाषण ऐकून, कपटाचा अंगीकार केल्यामुळें डाव जिंकण्याची खात्री असलेला तो शकुनि 'हं! जिंकलें ! ' एवढेंच युधिष्ठिराला बोलला.

युधिष्ठिर म्हणालाः—सुवर्णासारखी कांति, आरक्तवर्ण नेत्र, सिंहासारखे पुष्ट स्कंध, व महाप्रचंड दोर्दंड यांनीं युक्त असलेला तरुण नकुल हा एकटाच आतांपर्यंत पणाला लाविलेल्या संपत्तीच्या बरोबर आहे, ह्याकरितां, आतां हेंच माझें पणाला लावावयाचें द्रव्य आहे असें तूं समज.

शकुनि म्हणालाः—हे युधिष्ठिरा ! राजपुत्र नकुल हा तुझा मोठा आवडता; पण तो तर आतां आमच्या ताब्यांत आलाच. आतां तूं दुसरें काय पणाला लावणार तेवढें सांग.

वैशंपायन सागतातः—राजा, इतकें बोलून लागलीच शकुनीनें युधिष्ठिराच्या पुढें फांसे टाकिले, आणि ' हं ! जिंकला ! ' इतकेंच तो बोलला.

युधिष्ठिर म्हणालाः—आतां हा माझा सहदेव ! हा धर्मोपदेशाचें काम करीत असून जगामध्यें पंडित म्हणून गाजलेला आहे, आतां ह्या राजबिंड्याला पणाला लावणें इष्ट नाहीं, कारण, तो माझा फारच आवडता आहे. तथापि, आज मी त्याला एखाद्या नावडताच भाऊ असतो त्याप्रमाणें पणाला लावितों.

वैशंपायन सांगतातः—राजा, हातचलाखी साधली गेल्यामुळें जयाविषयीं यत्किंचितही काळजी नसलेला शकुनि युधिष्ठिराचें तें भाषण श्रवण करून ' हं ! जिंकिला ! पुढें ! ' एवढेंच युधिष्ठिराला बोलला, आणि नंतर तो धर्मराजाला म्हणाला, " हे राजा ! हे तुला आवडते असलेले उभयतां माद्रीपुत्र तर मी जिंकिलेच. पण भीमसेन व अर्जुन हे तुला जरा अधिक प्रिय आहेत असें वाटतें. " राजा, हें भाषण ऐकून युधिष्ठिर म्हणतो, " मूर्खा ! न्यायाकडे दृष्टि न देतां आतां अधर्मांत शिरून, एकमतानें असलेल्या आमच्यामध्यें तूं वितुष्ट पाडूं पाहतोस काय ? '

शकुनि म्हणालाः—द्यूतामध्यें असो कीं, कोठेंहि असो, अमर्यादा करणारा पुरुष नरकांत पडतो. एवढेंच नव्हे, तर तो पाषाण होऊन राहतो. ह्याकरितां, हे भरतवंशजश्रेष्ठा युधिष्ठिरा, तूं ज्येष्ठ असून सर्वांत श्रेष्ठही आहेस. म्हणून कृतापराधांबद्दल मी तुला नमस्कार करितों. हे युधिष्ठिरा ! द्यूताची गोष्ट कोठेंही गेलें तरी अशीच ! त्यांत असणारे लोक केवळ बेहोष झालेले असतात, आणि ते असें कांहीं अचावचा तोंड सोडतात कीं, तसली बडबड जागृदवस्थेंत तर काय, पण झोंपेंत किंवा स्वप्नांतही कोणीं केलेली आढळावयाची नाहीं ! ह्याकरितां ती कोणीं कधींही मनावरच घेऊं नये.

युधिष्ठिर म्हणालाः—हे शकुने ! आम्हांला युद्धसागरांतून पार नेण्याची जणूं नौकाच, शत्रु हारीला आणण्याच्या कामांत ज्याचा हातखंडा, अत्यंत चपळ, व पणाला लावावयाला निखालस अयोग्य, अशा ह्या राजपुत्र अर्जुनालाही मी आतां पणाला लावून तुझ्याशीं द्यूत खेळण्यास सिद्ध आहें.

वैशंपायन सांगतातः—राजा, कुमार्गाचाच स्वीकार केल्यामुळें जयासंबंधानें निष्काळजी असणाऱ्या शकुनीच्या तोंडून 'हं ! हा जिंकिला !' इतकेंच शब्द प्रथम बाहेर आले; आणि नंतर तो म्हणाला, "युधिष्ठिरा, पांडवांपैकीं धनुर्धारी पांडुपुत्र अर्जुन तर हा मीं जिंकुन घेतलाच ! आतां तूं आपल्या शिल्लक राहिलेल्या फार आवडत्या भीमसेनाला पणालाच लाव."

युधिष्ठिर म्हणालाः—आतां आमच्यांतील पुढारी; युद्धांतला आमचा अग्रणी, व वज्रपाणी इंद्राप्रमाणें राक्षसांचा कट्टा शत्रु, भुंवया खालीं करून वक्रदृष्टीनें पाहणारा, सिंहासारखें भरगच्च दिसणारें ज्याचें गर्दन, आणि सदासर्वदा क्रोधानें जो क्षुब्ध झालेला, बळामध्यें तर ज्याची बरोबरी करणारा पुरुष कोणी मिळावयाचाच नाहीं, पृथ्वींतील साऱ्या गदाधरांमध्यें जो श्रेष्ठ, व शत्रूंचा चेंदामेंदा करून टाकणारा, असा हा राजपुत्र भीमसेन पणाला लावावयाचें केवळ जिवावर येतें; तरी सुद्धां त्याला आतां मी पणाला लावून तुझ्याबरोबर द्यूत खेळण्यास तयार आहें.

वैशंपायन सांगतातः—राजा, कपटाचाच बाणा बाळगिल्यामुळें अपजयाच्या भीतीचा संपर्क सुद्धां ज्याच्या मनांत नव्हता, त्या शकुनीच्या मुखांतून 'हं जिंकिला !' एवढींच अक्षरें तात्काळ बाहेर पडलीं; व तो पुनः धर्मराजाला म्हणाला, 'हे कुंतीपुत्रा ! असंख्य द्रव्य, हत्ती, घोडे—इतकेंच नव्हे, तर हे तुझे सारे भाऊ सुद्धां तूं हरलास. तेव्हां आणखी कांहीं जिंकल्याशिवाय तुझें म्हणून द्रव्य असल्यास सांग." युधिष्ठिर म्हणालाः—आतां मी, माझ्या सर्व बंधूंना प्रिय असून सर्वांपेक्षां श्रेष्ठ आहें. ह्याकरितां, सर्वस्व जाऊन एकटा पराजित झालेला उरलों आहें. तो मी आपण आपल्यालाच पणाला लावून तुझ्याशीं द्यूत खेळण्याला तयार आहें.

वैशंपायन सांगतातः—राजा, कौटिल्याचाच स्वीकार केल्यामुळें जयाविषयीं पंचाईत नसलेल्या शकुनीनें हें युधिष्ठिराचें भाषण श्रवण करून चालू परिपाठाप्रमाणें 'हं ! जिंकलें !' एवढींच अक्षरें तोंडांतून बाहेर काढिलीं; आणि म्हटलें, "हे राजा ! छे ! छे ! इतक्यांतच तूं आपल्याला जिंकवून घेतलेंस हें कांहीं ठीक झालें नाहीं. हें निव्वळ पातक ! कारण, शिलकींत मालमत्ता राहिली असतां आधींच आपल्याला जिंकून घेणें हें पापच आहे !

शकुनिकृत द्रौपदीजय.

वैशंपायन सांगतातः—राजा, ह्याप्रमाणें धर्मराजाशीं बोलून तो शकुनि तेथें बसलेल्या पृथ्वींतील सर्व वीरांकडे तोंड फिरवून त्यांस पृथक् पृथक् म्हणाला, "अहो ! ह्या पांडवांचा पराभव करून मीं ह्या साऱ्यांना जिंकिलें आहे. समजलां ? नंतर पुनः धर्माकडे वळून म्हणतो, "हे राजा ! तुझ्या प्राणापेक्षांही प्रिय असें एक तुझें द्रव्य अद्यापि पणाला लावावयाचें शिल्लक राहिलेंच आहे ? तें द्रव्य कोणतें म्हणशील तर, पांचालराजाची कन्या द्रौपदी ! तिला तूं आतां पणाला लावून तूर्त तरी तिच्या योगानें स्वताची दास्यत्वापासून सुटका करून घे."

युधिष्ठिर म्हणालाः—ठीक आहे, जी फार ठेंगणी नव्हे, फार उंच नव्हे, फार कृशही नव्हे, फार स्थूलही नव्हे, काळेभोर कुरळ केश असलेली, शरदृतूंतील कमलांप्रमाणें जिचे नेत्र, शरदृतूंतील कमलांप्रमाणेंच जिच्या अंगाला सुगंध, शरदृतूंतील कमलांचाच उपभोग घेणारी, स्वरूपानें केवळ प्रतिलक्ष्मीच अशाच प्रकारचें जिचें सौंदर्य व शील, अंतःकरणाची कोमल, सर्व गुणांनीं संपन्न, पती-

च्या मनाप्रमाणें वागणारी अशी असून बोलण्यांत केवळ मधुर, सर्वांच्या मागून निजावयास जाणें आणि सर्वांच्या आधीं निजून उठणें हाच जिचा परिपाठ, अगदीं धनगर आणि गुरेंराखे यांपर्यंत कोणीं केलें काय, व कोणाचें करावयाचें राहिलें काय हें ध्यानांत असण्याइतकी जिची विचारपूस, जिच्या मुखकमलावर घर्मबिंदु चमकूं लागले म्हणजे मल्लिकेच्या पुष्पाप्रमाणें सुगंधि असलेलें तें मुखजलबिंदु पडलेल्या कमलाप्रमाणें भासतें, वेदीच्या मध्यभागाप्रमाणें जिचा कटिप्रदेश, लांब सडक केश, मुख केवळ रातोत्पलासारखें, आणि जिच्या अंगावर केश फारच विरळ असल्यामुळें तुळतुळीत दिसणारी, सिंहकटी, व मनोरम अवयवांनीं युक्त, अशी पांचालराजाची कन्या द्रौपदी हेंच माझें उरलेलें धन होय. तर, सुबलपुत्रा गांधारदेशाधिपते ! तेंच आतां मी पणाला लावून तुझ्याशीं द्यूत खेळण्यास तयार आहें.

वैशंपायन सांगतातः—राजा, धर्मराज खरोखर विचारी असूनही त्यानें जेव्हां अशा प्रकारचें भाषण केलें, तेव्हां सभेंत बसलेल्या थोर थोर लोकांच्या तोंडांतून "धिक्कार असो !" असे एकदाच शब्द निघाले; आणि, हे जनमेजय राजा ! त्या सभेंत अगदीं खळबळ उडून राहिली; तेथें बसलेले राजे अत्यंत खेद करूं लागले; भीष्म, द्रोण, कृपाचार्य इत्यादिदिकांच्या अंगाला तर घामच सुटला ! व विदुर तर गुडघ्यांमध्यें मान घालून मृतप्राय बसला होता. ह्याप्रमाणें थोडा वेळ खालीं मान केल्यानंतर त्यानें सापासारखा एक मोठा दुःखाचा सुस्कारा टाकिला. आपला पुत्र पांडवांना जिंकतो आहे, हें ऐकून धृतराष्ट्राला मनांतून आनंदच होत होता. पण तो इतका वेळपर्यंत बाहेर दाखवीत नसे; आंतल्या आंतच दाबून ठेवी. परंतु त्या वेळीं जी त्याला आनंदाची उकळी आली, ती कांहीं केल्या बाहेर पडल्यावांचून राहीचना. त्यामुळें त्याचें देहभानच सुटलें, आणि तोही ज्याला त्याला "आणखी काय जिंकिलें ?" असें विचारूं लागला. आपल्या मनांतला भाव त्यालाही झांकून ठेवितां आला नाहीं. धृतराष्ट्राप्रमाणेंच दुर्योधन, कर्ण, दुःशासन इत्यादि मंडळींनाही आनंदाचें भरतें आलें. तें इतकें कीं, जणूं काय त्यांना आतां हर्षवायुच होतो ! परंतु इतर जे जे कोणी सभेमध्यें बसलेले होते, त्यांच्या डोळ्यांतून टप टप टिपें गळूं लागलीं ! असो. जयानें फुरफुरलेल्या व द्यूतमदानें तर्र झालेल्या त्या सुबलपुत्र शकुनीनें पूर्वीं सांगितल्याप्रमाणें धर्मराजाशीं भाषण करून पुनः लगेच 'हं ! जिंकली !' असें म्हणून फांसे हातांत घेतले !

अध्याय सहासष्टावा.

—:०:—

विदुरकृत दुर्योधननिर्भर्त्सना.

वैशंपायन सांगतातः—राजा, हें पाहतांच दुर्योधन म्हणाला, "अरे ए दासीपुत्रा विदुरा ! पाहतोस काय ? चल ऊठ. तुझ्या त्या लाडक्या नांवाजलेल्या पांडवांच्या प्रिय पत्नीला इकडे घेऊन ये; आणि लाव तिला आमचें घर झाडावयाला पाहूं ! राहूं दे त्या दुराचरणीला या आमच्या बटकींमध्यें !

विदुर म्हणालाः—तुझ्यासारख्याला हे दुःशब्द तोंडांतून काढावयाला कांहीं वेळ लागला नाहीं; पण, हे मूर्खा ! मृत्यूचे पाश येऊन तुझ्या गळ्यांत पडले, हें तूं विसरलास ! तूं यःकश्चित् कोल्हा असून त्या व्याघ्रांना डिवचतो आहेस, पण या गोष्टीनें तूं कड्यावर लोंबकळत राहून आपटण्याच्या बेतांत आला आहेस, ह्याचें मात्र तुला भान नाहीं. महान विषारी व क्रोधानें अगदीं बेहोष झालेले हे

सर्प तुझ्या अगदीं मस्तकावर बसलेले आहेत; आणि, हे मूर्खशिरोमणे ! त्यांना तूं पुनःपुनः डिंवचून यमसदनाची वाट धरूं नको. अरे, द्रौपदी तर तुझ्या दास्यत्वाला मुळींच पात्र होत नाहीं. कारण, धर्मराजानें तिला जी पणाला लावली आहे, ती तो परवशस्थितींत असतांना लावली, म्हणजे आपण स्वतः हरल्यानंतर लाविलेली आहे ! तेव्हां ती पणास लावितेवेळीं तिच्यावर त्याची मुळींच सत्ता नव्हती, असें माझें मत आहे. आपलें सारें बेटच्या बेट नाश करून टाकणारें बीज वेळू जसें धारण करितो, त्याप्रमाणेंच ह्या धृतराष्ट्रपुत्र दुर्योधन राजानें महाभयंकर वैर उत्पन्न करणाऱ्या द्यूताचा अंगीकार केला आहे. पण ह्याच्या योगानें आपला मृत्यु अगदीं जवळ येत चालला आहे हें त्याला धुंदी चढल्यामुळें दिसत नाहीं !

बा दुर्योधना, मर्मभेदक व कठोर असें भाषण करूं नये; नीच मार्गानें शत्रूला जिंकूं नये; आणि जिच्या योगानें दुसऱ्यास उद्वेग प्राप्त होईल, अशी संतापजनक व नरकाची वाट दाखवून देणारी वाणी कधींही उच्चारूं नये. मर्मभेदक शब्द उच्चारून दुसऱ्याला ताडन केलें असतां त्याच्या मनांत द्वेष उत्पन्न होतो; इतकेंच नव्हे, तर तो रात्रंदिवस झुरणीस लागतो. कारण, असल्या शब्दांनीं दुसऱ्याच्या काळजाला घरें पडणार नाहींत, असें तर कधींच घडणार नाहीं. ह्याकरितां, शहाण्यानें अशा दुःशब्दांचा कधींच कोणावर भडिमार करूं नये.

दुर्योधना, एकदा कोणीएक बोकड, एक शस्त्र पडलें होतें तें घेऊन गिळूं लागला, पण तें त्याला गिळतां येईना. म्हणून त्यानें खालीं पडून आपलें मस्तक जमिनीवर टेकलें; आणि पुढच्या पायांनीं तें शस्त्र उजलून तो पुनः तें गिळण्याच्या खटपटीस लागला. तेव्हां त्या तीक्ष्ण धारेच्या शस्त्रानें तोंडांतून सरळ जातेजात त्याचा गळा सुद्धां चिरून पार केला ! अशा प्रकारें त्यानें आपला आपणच घात करून घेतला ! ह्याकरितां, पांडव आहेत ते त्या शस्त्रासारखे पाणीदार आहेत. तेव्हां त्यांच्याशीं वैर करण्याच्या भरीस पडून तूं आपला घात करून घेऊं नको. बाबारे, ह्या जगामध्यें कांहीं लोक कुत्र्यासारखे असतात. एखादा कुंटुंबवत्सल गृहस्थ असो, किंवा अरण्यांत राहणारा एखादा योगी असो, तपाचरण करणारा तपस्वी असो, कीं मोठा शास्त्रपारंगत विद्वान असो, कोणीहि कां असेना, सतत त्याच्या अंगावर एकसारखें भोंकत सुटावयाचें हें त्याचें व्रत असतें. तद्वत्, तुम्ही पाहिजे तितकी वटवट करीत आहां; परंतु पांडव हे किती धीराचे व सहनशील आहेत पहा ! इतका प्रसंग गुदरला तरी त्यांच्या तोंडांतून म्हणून अद्यापि एक चकार शब्द निघत नाहीं. द्यूतामध्यें फत्ते झाली खरी ! पण तिच्याबरोबर नरकाचे महाभयंकर चोरदरवाजे खुले झाले, हें दुर्योधनाच्या, दुःशासनाच्या आणि त्यांच्या इतर अनुयायांच्याही ध्यानांत येत नाहीं. प्रसंगवशात् भोपळे सुद्धां पाण्यांत बुडतील, दगड सुद्धां पाण्यावर तरंगत राहतील, किंवा नौका सुद्धां पाण्यावर अखंड खिळून बसतील, पण हा मूर्ख धृतराष्ट्राचा पुत्र राजा दुर्योधन, त्याच्याच हिताचें मीं सांगितलेलें भाषण कधीं ऐकावयाचा नाहीं. येथें आज ज्या अर्थीं लोभाचेंच प्राबल्य माजलेलें आहे, आणि शुक्राचार्यांसारख्यांचीं वचनें, व इष्टआप्तांनीं त्यांच्याच हिताच्या सांगितलेल्या गोष्टी कोणी ऐकत नाहींत, त्या अर्थीं अत्यंत भयंकर सर्वस्वापहाराची व कुरुवंशजाचा समूळ नाश होण्याची शेवटचीच वेळ येऊन ठेपली, ह्यांत शंका नाहीं.

अध्याय सदुसष्टावा.

—:०:—

द्रौपदीली सभेंत आणण्याविषयीं प्रातिकामीला आज्ञा.

वैशंपायन सांगतातः—राजा, तें विदुराचें भाषण ऐकून, त्या गर्वानें मदोन्मत्त झालेल्या धृतराष्ट्रपुत्र दुर्योधनानें त्याचा अगदीं धिक्कार केला, व नंतर त्या सभेमध्यें उभा राहिलेल्या प्रातिकामीनामक सारथ्याकडे वळून सर्वांदेखत मोठ्यानें म्हणाला, अरे ए प्रातिकामी ! अरे, या दासीपुत्र विदुराला पांडवांची मोठी दहशत वाटत असून त्यांच्या भयानें ह्याच्या अंगांत पहा कसें कांपरें भरलें आहे तें ! व त्यामुळें हा अशी बडबड करीत आहे. अरे, केव्हांही पाहिलें तरी आमच्या उत्कर्षाची वेळ आली कीं, ह्याच्या कपाळाला तिडीक चढलीच ! ह्याच्यानें काय होणार आहे ? रडतराऊत घोड्यावर बसवून कोठें शिकार साधत असते कीं काय ? ह्याकरितां तूंच जा, आणि त्या द्रौपदीला इकडे घेऊन ये. पांडवांना भिण्याचें तुला मुळींच कारण नाहीं. कारण, तुझ्याकडे वांकड्या डोळ्यांनीं नुसतें पाहण्याची सुद्धां त्यांची प्राज्ञा नाहीं, समजलास ? चल, जा लवकर. "

राजा जनमेजया, अशी दुर्योधनाची आज्ञा ऐकतांच तो प्रातिकामी सारथि लागलाच तेथून निघाला, व सिंहाच्या जाळींत कुत्रें शिरल्याप्रमाणें तो पांडवपत्नी द्रौपदी बसली होती तेथें जाऊन तिच्याशीं बोलूं लागला.

प्रातिकामी म्हणालाः—राणीसाहेब ! युधिष्ठिर महाराज, द्यूताच्या नादानें केवळ बेहोष होऊन गेले आहेत, व दुर्योधन महाराजांनीं आपणांस जिंकिलें आहे. तर आपण आतां धृतराष्ट्र महाराजांच्या घरीं चला. मी आपणांला दास्यत्व करण्याकरितां तिकडे न्यावयास आलों आहें.

द्रौपदी म्हणतेः—अरे प्रातिकामी ! तूं हें असें भलभलतें काय बोलतोस ? अरे, स्त्री पणाला लावून कधीं कोणी राजपुत्र द्यूत खेळतात का ? जा, युधिष्ठिर महाराजांना द्यूताचा अंमल चढून त्यांना शुद्ध राहिली नाहीं, आणि त्यांनीं स्त्री म्हणे पणाला लाविली ! स्त्रीवांचून पणाला लावावयाला त्यांच्यापाशीं दुसरी कांहींच चीजवस्त नव्हती कीं काय ?

प्रातिकामी म्हणालाः—राणीसाहेब, पणाला लावावयाला त्यांच्यापाशीं दुसरें कांहींच शिल्लक राहिलें नव्हतें, तेव्हांच अजातशत्रु धर्मराज महाराजांनीं आपणांस पणाला लावून ते द्यूत खेळले. महाराजांनीं प्रथमतः आपले सारे भाऊ पणाला लाविले, नंतर अपणा स्वतांला त्यांनीं पणाला लावून घेतलें, आणि आपण स्वतः जेव्हां हरले, तेव्हां, बाईसाहेब ! त्यांनीं आपणांस पणाला लाविलें.

द्रौपदी म्हणतेः—तर, हे सूतपुत्रा, तूं आतां परत जा, आणि त्या द्यूत खेळणाऱ्या आमच्या महाराजांना माझ्या वतीनें असें विचार कीं, ' तुम्हीं प्रथमतः आपणास हरवून घेतलें, कीं प्रथम मला हरविलें ! ' आणि त्याचें उत्तर ते काय देतात तें मला येऊन सांग. युधिष्ठिर महाराजांचीच तशी इच्छा असल्याचें समजलें म्हणजे मजवर कितीही दुःखाचे पर्वत कोसळले तरी मला तेथें येणें भाग आहे !

वैशंपायन सांगतातः—राजा, द्रौपदीनें असें सांगितलें असतां प्रातिकामी सभेमध्यें परत आला; आणि सर्व राजांमध्यें बसलेल्या त्या युधिष्ठिराला त्यानें द्रौपदीचा निरोप सांगितला. तो म्हणाला, " द्रौपदीबाईसाहेबांनीं आपणास असें विचारलें आहे कीं, प्रथम आपण आपणां स्वताला जिंकवून घेतलें, कीं प्रथ-

म मला हरविलें ? " तर ह्याचें काय तें उत्तर द्या, म्हणजे मी त्यांना तें जाऊन सांगेन.

राजा जनमेजया, हा द्रौपदीचा प्रश्न ऐकून युधिष्ठिराचे हातपाय तर अगदींच गळाले. तो चित्रासारखा केवळ तटस्थ बसला; व त्यानें त्या सूताला बरें किंवा वाईट असें कांहींच उत्तर दिलें नाहीं. तेव्हां दुर्योधन म्हणाला, " अरे प्रातिकामी, त्या पांचालीला जाऊन सांग कीं, तूं स्वतः येथें येऊन हा प्रश्न विचार, म्हणजे युधिष्ठिर तुला तुझ्या प्रश्नाचें येथेंच उत्तर देईल, व तें सर्वांनाच ऐकावयास मिळेल. "

राजा, तो सारथि प्रातिकामी दुर्योधनाचा अंकित असल्यामुळें निरुपायानें राजवाड्यांत गेला, आणि मोठ्या खेदानें द्रौपदीस म्हणाला, "बाईसाहेब ! दुर्योधन महाराज तिकडे आपणांस सभेंतच बोलावीत आहेत ! तेव्हां मला तर आतां कौरवांची धडगत दिसत नाहीं. कारण, आपल्यासारख्या राजकन्येला ज्या अर्थीं दुर्योधन सभेमध्यें नेण्याची इच्छा करीत आहे, त्या अर्थीं तो आतां राजलक्ष्मीला पायानें लोटून अक्काबाईला घरांत घेणार ह्यांत शंका नाहीं."

द्रौपदी म्हणालीः—मला जर सभेमध्यें बोलावीत आहेत, तर मग तें विधात्यानेंच माझ्या नशिबीं लिहून ठेविलेलें आहे, असें म्हटलें पाहिजे. इष्ट आणि अनिष्ट हीं जोडी आबालवृद्धांच्या मागें लागलेलीच आहे. परंतु जगामध्यें धर्म हा श्रेष्ठ आहे असें म्हणतात; व त्याचें संरक्षण केलें असतां तो सर्वांचें कल्याण करतो. तेव्हां कौरवांकडून त्या सर्वश्रेष्ठ धर्माचें उल्लंघन होऊं नये; ह्याकरितां, तूं पुनः त्या सभेमध्यें जा, आणि हा माझा धर्मास अनुसरून असलेला प्रश्न तेथें भीष्मांसारखे मोठमोठे धर्मात्मे व नीतिमान सभासद आहेत त्यांना विचार, म्हणजे ते त्याचा निश्चय सांगतील; आणि ते सांगतील त्याप्रमाणें मी करीन.

वैशंपायन सांगतातः—राजा जनमेजया, हें त्या द्रौपदीचें भाषण श्रवण करून तो सारथि तत्काल त्या सभेमध्यें गेला, आणि तिचें म्हणणें त्यानें तेथील सर्व सभासदांस कळविलें. परंतु द्रौपदीस सभेंत आणिल्यावांचून रहावयाचेंच नाहीं, असा दुर्योधनाचा कृतनिश्चय पाहून, खालीं मान घालून बसलेल्या सभासदांनीं कांहींच उत्तर दिलें नाहीं. हा प्रकार पाहून व द्रौपदीला सभेंत आणिल्यावांचून रहावयाचेंच नाहीं अशी दुर्योधनाची इच्छा जाणून युधिष्ठिरानें द्रौपदीच्या एका मर्जीतल्या दूताबरोबर तिला निरोप पाठविला कीं, " हे द्रौपदी, तूं रजस्वला असल्यामुळें एकच वस्त्र परिधान केलेलें असून तेंही अगदीं विगलित झालें असेल; तेव्हां तशीच तूं रडत रडत येऊन ह्या सभेमध्यें तुझे मामाजी धृतराष्ट्र ह्यांच्यापुढें उभी रहा, म्हणजे तुझ्यासारख्या राजकन्येची ती दशा पाहून सभेंतील सर्व लोक धृतराष्ट्रपुत्र सुयोधनाची निदान मनामध्यें तरी छी थू करितील ! "
हे जनमेजय राजा ! अशी युधिष्ठिराची आज्ञा होतांच तो दूत लवकर लवकर द्रौपदी बसली होती त्या मंदिरांत गेला आणि त्या हुशार सेवकानें धर्मराजाचें काय म्हणणें होतें तें तिला नीट कळविलें.

असो; इकडे, पांडवांचीं तोंडें अगदीं उतरलीं होतीं; आणि दुःखामुळें ते अगदीं व्याकूळ होऊन गेले होते. ते सत्यानें अगदीं जखडून गेल्यामुळें त्यांच्यानें वर तोंड करून सुद्धां पाहवेना. तेव्हां राजा दुर्योधनास त्याच्या तोंडाकडे पाहून आनंदाचें अगदीं भरतें आलें; व तो सारथ्याला पुनः म्हणाला, " अरे ए प्रातिकाम्या ! जा, जा, तिला समक्षच येथें येऊन काय बोलावयाचें असेल तें बोलूं दे ! "
राजा, हा सारथि दुर्योधनाचा दास होता; तेव्हां त्यानें खरें म्हटलें म्हणजे दुर्योधनाच्या तोंडून

आज्ञा बाहेर पडतांच तेथून निघायाला पाहिजे होतें. परंतु द्रौपदीही कांहीं सामान्य नव्हती. तेव्हां ती जर रागावली तर आपलें काय होईल व काय नाहीं ह्याचा नेम नाहीं, ही भीति त्या सारथ्याच्या पोटांत उत्पन्न होऊन तो अगदीं गांगरून गेला; आणि दुर्योधनाची आज्ञा तशीच ठेऊन तो पुनः विचारूं लागला कीं, " काय म्हटलें महाराज? द्रौपदीबाईसाहेबांना काय सांगूं ? " ही त्याची कावरीबावरी झालेली स्थिति पाहून दुर्योधन दुःशासनाकडे वळून म्हणाला, " हें दुःशासना! हें मूर्ख सारथ्याचें पोर त्या वृकोदराला भितें ! याच्या हातून काय काम होणार ? ह्याकरितां, तूंच स्वतः जा कसा आणि द्रौपदीला धरून घेऊन ये पाहूं ! अरे, हे आतां आपल्या तावडींत सांपडलेले शत्रु काय करणार ? चल जा ऊठ !

द्रौपदीकेशाकर्षण.

राजा, ही बंधूची आज्ञा श्रवण करितांच तो राजपुत्र दुःशासन लाल डोळे करूनच उठला, आणि त्या महारथी पांडवांच्या वसतिगृहांत जाऊन राजकुमारी द्रौपदीला म्हणाला, " हे द्रौपदि, चल--चल--तुला आह्मीं जिंकलें आहे ! हे कृष्णे ! तूं आतां अगदीं लाजलज्जा सोडून देऊन दुर्योधनाकडे खुशाल पहा. हे कमलनयने ! तूं आतां आम्हां कौरवांनाच धरून रहा. कारण, तूं आज आम्हांला धर्मानेंच प्राप्त झाली आहेस. ह्याकरितां, तूं आतां सभेचा मार्ग धर. "

राजा, दुःशासनाच्या तोंडचे शब्द ऐकतांच द्रौपदीच्या उरांत एकदम धडकी भरली, आणि तसेंच उठून तिनें अश्रूंनीं भिजलेलें आपलें तोंड हातानें एकदां पुसलें; आणि दुःखाकुल होऊन, कुरुकुलाधिपति वृद्ध धृतराष्ट्राच्या स्त्रिया बसल्या होत्या, तिकडे तिनें धाव घेतली. द्रौपदी पळाली हें पाहतांच क्रोधानें तो दुरात्मा दुःशासन मोठ्या वेगानें तिच्या पाठोपाठ धावला, व तिला गांठून तिचे लांबसडक व काळेकुळकुळीत असलेले कुरळ केश धरून त्यानें तिला जोरानें एकदम हिसडा दिला ! हर हर ! राजसूयासारख्या महान यज्ञामध्यें अवभृथस्नानाच्या वेळीं मंत्रांनीं पुनीत झालेल्या उदकाचें ज्यांवर सिंचन झालेलें, त्या केंसांना, पांडवांचा सारा पराक्रम कपटानें खुंटवून टाकून त्या धृतराष्ट्रपुत्र दुःशासनानें बलात्कारानें स्पर्श केला !

राजा, नंतर, त्या पायांपर्यंत लांबसडक केश असलेल्या द्रौपदीला त्या दुःशासनानें ओढीत ओढीत त्या सभेमध्यें आणिलें; आणि वायु जसा केळीला हालवून सोडितो, तसा तो दुःशासन तिला हिसडे देऊन गदगद हालवूं लागला. आपण सभेच्या अगदीं समोर आलों, तरी अद्यापि आपल्याला हा दुष्ट ओढीत आहे, हें पाहून ती दीन झालेली द्रौपदी त्याला म्हणाली, " अरे मूर्खा ! मी रजस्वला असल्यामुळें एकवस्त्रा आहें, ह्याकरितां मला सभेंत नेणें तुला योग्य नाहीं. "

राजा, इतकें बोलून, ' हे कृष्णा ! हे विष्णो ! हे हरे, हे नरवरा, मला ह्या संकटांतून सोडव. " असें म्हणून ती आक्रोश करूं लागली. तेव्हां बलात्कारानें पुनः तिचे केश धरून दुःशासन तिला म्हणाला, " हे द्रौपदी ! तूं रजस्वला अस, कीं वस्त्ररहित अस, किंवा एकवस्त्रा अस, तुला द्यूतामध्यें जिंकून आम्हीं दासी केलेली आहे; आणि दासीच्या अंगावर वस्त्र एक ठेवावें का दोन ठेवावीं, का मुळींच ठेवूं नये, ही धन्याच्या खुषीची गोष्ट आहे. "

वैशंपायन सांगतातः--दुःशासनाच्या ओढण्यामुळें केश अस्ताव्यस्त असलेली व पदर खालीं आलेली लज्जायुक्त होऊन थर-

थरथर कांपत असलेली, व क्रोधानें जिच्या सर्वांगाचा भडका झालेला आहे, अशा त्या राजकन्या द्रौपदीनें त्या दुःशासनापाशीं असें भाषण केलें.

द्रौपदी म्हणालीः—अरे, ह्या सभेमध्यें शास्त्र पढलेले, कर्मठ, कर्तृत्ववान, केवळ इंद्राच्या बरोबरीचे, गुरुसमान व वडील असे लोक बसले आहेत. तेव्हां त्यांच्या समोर असें उभें राहणें मला प्रशस्त दिसत नाहीं. अरे दुष्टा दुःशासना ! माझें वस्त्र फेडूं नको, व मला अशी फरफर फर फर ओढूं नको. इंद्रासहवर्तमान देव जरी तुझ्या साह्याला आले, तरी हे राजपुत्र पांडव हें तुझें कृत्य सहन करणार नाहींत. हा धर्मपुत्र युधिष्ठिर सदासर्वदा धर्मानेंच वागणारा आहे; आणि धर्म तर इतका सूक्ष्म आहे कीं, त्याचें स्वरूप त्यांत निपुण असलेल्या पुरुषालाच कळतें. ह्याकरितां, माझा भर्ता युधिष्ठिर ह्याचे गुण बाजूस सारून, त्याला अणुरेणूएवढा दोष शब्दानें सुद्धां लावावयाचें माझ्या मनांत येत नाहीं. अरे ! ह्या कौरववीरांमध्यें, मी केवळ बायको माणूस, त्यांतून रजस्वला असतां, तूं मला फरफर ओढीत घेऊन चालला आहेस, हें केवढें बरें तुझें निंद्य कृत्य आहे ! आणि त्याबद्दल तुला कोणीं चकार शब्द सुद्धां बोलत नाहीं, त्या अर्थी हे सारे तुझ्याच कूटांत सामील झाले आहेत, असें मला वाटतें. अहो ! भरसभेंत कुरुवंशजांकडूनच ही अशी धर्माची पायमल्ली होत असलेली प्रत्यक्ष पाहूनही त्यांस ज्या अर्थी कोणी दोष देत नाहीं, त्या अर्थी क्षत्रियधर्मवेत्त्या भरतवंशजांच्या नष्ट झालेल्या त्या धर्माला आणि त्यांच्या ह्या करणीला धिक्कार असो ! अरे, हा राजा धृतराष्ट्र असा धडधडीत व महाभयंकर अधर्म करीत असलेला कुरुकुलांतील प्रमुख असलेल्या वृद्धांच्या सुद्धां लक्षांत येत नाहीं काय ? त्या अर्थी ह्या भीष्मांत व ह्या द्रोणांत सुद्धां आतां सत्त्व राहिलेलें दिसत नाहीं हें खास ! आणि हा महात्मा विदुरही त्यांच्याच माळिकेंत सांपडला आहे असें वाटतें !

वैशंपायन सांगतातः—राजा, अशा प्रकारें करुणस्वरानें बोलतां बोलतां त्या सौंदर्यसंपन्न द्रौपदीनें आपल्या क्रुद्ध झालेल्या पतींकडे नेत्रकटाक्षानें अवलोकन केलें; आणि आधींच क्रोधानें पेटलेल्या त्या पांडवांच्या अंतःकरणाचा अगदीं भडका उडवून दिला ! सारें राज्य गमाविलें, सारी संपत्ति गेली, माठमोठीं रत्नें नाहींतशीं झालीं, पण त्यामुळेंही पांडवांना दुःख झालें नाहीं; परंतु त्या द्रौपदीचे ते लज्जायुक्त व कोपयुक्त नेत्रकटाक्ष पहातांच त्यांना जें दुःख झालें, त्याचें वर्णन करणें अशक्य आहे. राजा, अधोवदन करून बसलेल्या त्या पांडवांकडे द्रौपदी अवलोकन करीत आहे, असें पाहतांच दुःशासनानें तिच्या केशांना पुनः एक झटका दिला. तेव्हां तर ती लटलट कांपूं लागली, व त्या दुःसह विटंबनेनें तिचें देहभानच नाहींसें झालें, आणि तशांत तो दुष्ट दुःशासन तर ' अग ए बटकी ! अग ए बटकी ! ' म्हणून तिला हसत हसत मोठमोठ्यानें हाका मारूं लागला. दुःशासनाचे ते शब्द ऐकून कर्णाला बरें वाटून त्याला हसूं आलें; आणि ' दुःशासना ! शाबास ! वाहवा ' असें म्हणून तो मोठ्या आनंदानें डुलूं लागला. जणू काय आनंदानें त्याला गुदगुल्याच होत आहेत ! गांधार देशचा राजा सुबलपुत्र शकुनिही दुःशासनाची मोठी तारीफ करूं लागला. परंतु धृतराष्ट्रपुत्र दुर्योधन, कर्ण व शकुनि ह्यांवांचून इतर जे सभासद तेथें बसले होते, त्यांना द्रौपदीला ओढीत सभेमध्यें आणिलेलें पाहून अत्यंत वाईट वाटलें. नंतर भीष्मांनीं

बोलण्यास सुरुवात केली.

भीष्म म्हणालेः—हे कल्याणि, ज्याच्यावर आपली सत्ता नाहीं, असें द्रव्य पणाला लावितां येत नाहीं; आणि पति कोणत्याही स्थितींत असला तरी त्याची स्त्रीवरची सत्ता नाहींशी होत नाहीं. ह्या दोन गोष्टींचा विचार करून धर्मनिर्णय करणें हें काम फार नाजूक आहे. ह्याकरितां तुझ्या प्रश्नाचें निश्चित असें आम्हांस उत्तर देतां येत नाहीं. दुसरें—या धनधान्यांनीं भरलेल्या साऱ्या पृथ्वीचा सुद्धां हा युधिष्ठिर त्याग करील, पण धर्मत्याग करणार नाहीं; आणि तो धर्म तर प्रत्यक्ष आपल्याच तोंडानें कबूल करीत आहे कीं, "मला ह्यांनीं हरविलें तें अगदीं बरोबर आहे." तेव्हां ह्यावर आम्हांला कांहींच बोलतां येत नाहीं. झाडून साऱ्या मनुष्यांमध्यें द्यूत खेळण्यांत शकुनीच्या तोडीला लागणारा एकही मनुष्य नाहीं; आणि त्याची हौस कुंतीपुत्र युधिष्ठिरानें परिपूर्ण केली आहे. पण त्यांत या शकुनीचें कपट आहे, असें युधिष्ठिराला मुळींच वाटत नाहीं; म्हणून आम्हांलाही कांहींच बोलतां येत नाहीं.

द्रौपदी म्हणतेः—सभेंत आव्हान करणारें मंडळ द्यूताचे भक्त, त्या कामांत पटाईत, कपटी, नीच व दुष्ट; आणि धर्मराजा तर द्यूतांत कांहीं इतका प्रवीण नाहीं, असें असतां तो अशा लोकांची हौस पूर्ण करण्याच्या भरीला कां पडला ? दुसरी गोष्ट—कौरवपांडवांमध्यें श्रेष्ठ, व कपट म्हणून कसलें असतें तें ज्याला माहीत सुद्धां नाहीं, अशा त्या धर्मराजाला केवळ दुष्ट बुद्धीनें कपटास प्रवृत्त झालेल्या सर्वांनीं मिळून आधीं जिंकलें आहे, आणि नंतर त्यानें मला पणाला लाविलें आहे, ह्या गोष्टीचाही विचार करून सर्वांनींच माझ्या प्रश्नाचें यथायोग्य असलेलें उत्तर द्यावें. येथें असलेले हे सर्व कुरुवंशज मला वडील असून त्यांनाही मुलगे व सुना आहेत !

वैशंपायन सांगतातः—ह्याप्रमाणें करुणस्वरानें बोलून रडत रडत ती आपल्या अनाथ पतींकडे पाहूं लागली असतां, दुःशासन तिला कर्णकटु आणि अभद्र शब्द बोलूं लागला. तेव्हां ती द्रौपदी रजस्वला असतां व तिचा पदर गळून खालीं पडला असतां, तिला ओढण्याचें तें दुःशासनाचें अनुचित कर्म पाहून भीमाच्या काळजाला घरेंच पडलीं; आणि तो क्रोधानें अगदीं लाल होऊन धर्मराजाकडे पाहून बोलूं लागला.

आध्याय अडुसष्ठावा.

—:०:—

भीमाचा कोप.

भीमसेन म्हणालाः—हे धर्मराजा, जुवेबाज लोकांच्या घरीं हव्या तितक्या नाटकशाळा असतात. पण त्यांना सुद्धां ते कधीं पणाला लावीत नाहींत. कारण, त्यांच्या मनांत त्यांजविषयीं दया उत्पन्न होते, आणि तूं तर आपली आवडती भार्याही पणाला लावलीस, तेव्हां तुला काय म्हणावें ? काशिराजानें आणिलेलें धन, दुसरीही बहुमोल संपत्ति, त्याचप्रमाणें इतर राजांनीं आणिलेलीं असंख्य रत्नें, रथ, अश्व, गज इत्यादि वाहनें, मोहरा, पुतळ्या, कवचें, शस्त्रें, राज्य, इतकेंच नव्हे, तर तूं स्वतः व आम्ही इतकें तूं पणाला लाविलेंस, आणि शत्रूंनीं कपटानें त्याचा अपहार केला, तरी सुद्धां मला राग आला नाहीं. कारण, आमचा सर्वांचा प्रभु तूंच आहेस. पण तूं द्रौपदी पणाला लाविलीस, हें मात्र तूं आपल्या अधिकाराच्या बाहेरचें कृत्य केलेंस, असें मला वाटतें. पांडवांना महद्भाग्यानें प्राप्त झालेली ही राजकन्या द्रौपदी—हिला क्लेश म्हणून

कसे असतात ते जन्मापासूनही माहीत नाहींत. असें असूनही हे क्षुद्र व महामूर्ख कौरमाधम तिला जे इतके क्लेश देत आहेत, त्याला कारण एक तूं ! ह्याकरितां, हे राजा, तिच्या प्रीत्यर्थ मी हा आपला सारा राग तुझ्यावर काढितों; आणि ज्या हातांनीं तूं हें अनर्थकर द्यूत खेळलास, ते तुझे हातच जाळून टाकितों ! सहदेवा, जा ऊठ, अग्नि घेऊन ये पाहूं !

अर्जुन म्हणालाः—हे भीमसेना, असे शब्द तुझ्या वाणींतून ह्यापूर्वीं कधींच निघालेले नाहींत. ह्यावरून, शत्रूंनीं आपल्या कृतीनें खरोखर तुझ्या ठायीं असलेलें धर्मौदार्य अगदीं नाहींसेंच करून टाकिल्याचें दिसतें. पण तो शत्रूचा उद्देश तडीस जाऊं देतां उपयोगी नाहीं; ह्याकरितां तूं सद्धर्माचरणानेंच वाग. त्याला ढळूं नको. अरे, आधीं प्रत्यक्ष भाऊ, त्यांत ज्येष्ठ, आणि धर्मात्म्यामध्यें श्रेष्ठ, अशाची अमर्यादा करणें हें उचित आहे काय ! बा भीमा, धर्मराजा द्यूत खेळावयास आला तो कांहीं आपण होऊन आला नाहीं, तर त्याला शत्रूंनीं बोलाविलें म्हणून आला; आणि कोणीं बोलाविलें असतां त्यास मान देणें हें क्षत्रियांचें व्रत आहे हें मनांत आणूनच तो द्यूताला उद्युक्त झाला. तेव्हां हें आपल्या कीर्तीला अधिकच भूषणावह आहे !

भीमसेन म्हणालाः—अर्जुना, ही गोष्ट मला माहीत आहे व म्हणूनच मी केवळ शब्दांनीं बोलून राहिलों. नाहीं तर खरोखर प्रज्वलित झालेल्या अग्नींत त्याचे दोन्ही हात एकदम जाळून भस्म करून टाकिले असते !

वैशंपायन म्हणालेः—ह्याप्रमाणें त्या पांडवांना अत्यंत विव्हल झालेले अवलोकन करून आणि त्या द्रौपदीची ती विटंबना पाहून धृतराष्ट्राचा विकर्णनामक पुत्र बोलूं लागला.

विकर्णाचें भाषण.

विकर्ण म्हणालाः—राजेलोकहो ! ह्या याज्ञसेनीनें आपणां सर्वांस जो प्रश्न केला आहे, त्याचें उत्तर देणें भाग आहे. तिचा प्रश्न आपण अंगाबाहेर टाकाल तर आपणांस खरोखर नरकास जावें लागेल ! भीष्म व धृतराष्ट्र हे दोघे तर कुरुवंशजांमध्यें अत्यंत वयोवृद्ध आहेत असें असतां तेही कांहीं बोलत नाहींत; किंवा विदुर मोठा विचारी असूनही तो कांहीं बोलत नाहीं; त्याचप्रमाणें, भरद्वाजांचे पुत्र द्रोणाचार्य आहेत; असें असून तेही स्वस्थ बसले आहेत, तेव्हां आतां निरनिराळ्या देशांतील जे अनेक राजे येथें जमलेले आहेत, त्यांनीं तरी कामक्रोध एके बाजूस ठेवून यथामत्या द्रौपदीच्या प्रश्नाचें उत्तर द्यावें. हे भूपालहो, ह्या साध्वी द्रौपदीनें जो पुनः प्रश्न केला आहे, त्याचा विचार करून, ज्याचें जें मत असेल तें त्यानें स्पष्ट सांगावें.

राजा जनमेजया, ह्याप्रमाणें तेथील सभासदांस उद्देशून त्या विकर्णानें परोपरीनें भाषण केलें. परंतु त्यांपैकीं कोणीही अनुकूल किंवा प्रतिकूल असें कांहींच उत्तर देईना, तेव्हां सर्वथैव निराशा झालेली पाहून तेथील त्या सर्व राजांस उद्देशून पुनः पहिल्याप्रमाणेंच तो बोलला. तरीही कोणीं तोंडांतून एक चकार शब्दही काढिला नाहीं. तेव्हां त्यानें दुःखाचा एक मोठा सुस्कारा टाकिला; आणि संतापानें हात चोळून त्यानें आपल्या मनाला जें खरें खरें वाटलें तें त्या सभेमध्यें स्पष्टपणें सांगितलें.

विकर्ण म्हणालाः—हे भूपालहो ! तुम्ही ह्या द्रौपदीच्या प्रश्नाचें उत्तर द्या किंवा देऊं नका. हे कौरवहो ! मला जें या वेळीं न्याय्य वाटत आहे, तें मी स्पष्टपणें सांगून टाकितों, ऐका. मृगया, मद्यपान, द्यूत आणि स्त्रीसंगाची अतिरेकता हीं चार राजव्यसनें होत, असें

मोठमोठ्या लोकांनीं म्हटलेलें आहे; आणि ह्या चार व्यसनांत जो पुरुष आसक्त होतो, तो धर्म सोडूनच वागत असतो. त्या अयोग्य पुरुषानें केलेलें कोणतेंही कृत्य लोक पसंत करीत नाहींत. शिवाय, ह्या पांडुपुत्र धर्मराजाला द्यूतकारांनीं आव्हान केल्यामुळें तो व्यसनाधीन बनून त्यानें द्रौपदीला पणाला लाविली आहे. आणखी, जिला नांव ठेवावयाला जागा म्हणून कसली ती नाहींच, अशी ही द्रौपदी पांच पांडवांची समाईक आहे. तेव्हां तिच्यावर त्यांच्यापैकीं कोणाही एकट्याचा हक्क नाहीं. शिवाय ह्या धर्मराजानें तिला जी पणाला लावली, ती प्रथम आपल्याला हरवून घेतल्यानंतर लाविलेली आहे, व तीही सुबलपुत्र शकुनि ह्यानें तिला पणाला लाव असें म्हटल्यावरून लाविली आहे. तात्पर्य, युधिष्ठिर राजा द्यूत खेळावयास उद्युक्त झाला, तो आपण होऊन झाला नसून कपटपटु द्यूतपारंगत शकुनीच्या आग्रहानें झाला आहे; तो व्यसनाधीन झाल्यामुळें त्याची बुद्धि नष्ट झाली आहे; तो प्रथमच जिंकला गेल्यामुळें त्याच्या स्वतांच्या देहावर सुद्धां त्याची सत्ता राहिली नाहीं, मग द्रौपदीवर राहिली नाहीं हें उघडच आहे. शिवाय, द्रौपदीवर पांचही पांडवांचा सारखा अधिकार असल्यामुळें, युधिष्ठिराला एकट्यालाच तिला पणाला लावावयाचा अधिकार नाहीं; आणि तिला जी पणाला लाविली, ती त्यानें आपल्या इच्छेनें लावली नसून शकुनीच्या इच्छेनें लावली आहे. तेव्हां हा पण न्याय्य आहे असें म्हणतां येत नाहीं. ह्या एकंदर गोष्टींचा विचार करून मी असें स्पष्ट म्हणतों कीं, ही द्रौपदी कांहीं जिंकलेली नाहीं.

राजा, हें विकर्णाचें भाषण कानांवर पडतांच, 'शाबास ! शाबास' असें म्हणून सभेंतील सर्व लोकांनीं एकच गजर केला; व जे ते विकर्णाची प्रशंसा आणि सुबलपुत्र शकुनीची निंदा करूं लागले. परंतु ही गोष्ट कर्णाला सहन झाली नाहीं; आणि तो मोठ्या आवेशानें उठून उभा राहून बोलूं लागला.

कर्णाचें भाषण.

कर्ण म्हणाला:—हे विकर्णा ! ह्या जगामध्यें विपरीत प्रकार अनेक दिसून येतात. अरे, अग्नि हा अरणीपासून उत्पन्न होऊन तिच्याच नाशाला कारण होतो, त्याप्रमाणें तूंही एक 'कुऱ्हाडीचा दांडा गोतास काळ' झाला आहेस. अरे शहाण्या, प्रत्यक्ष ह्या द्रौपदीनें ह्या सभासदांस प्रश्न केला असतांही येथें असलेल्या भीष्मादिकांसारख्यांनीं सुद्धां त्याच्यावर कांहीं उत्तर दिलें नाहीं; ह्यावरूनच, तिला आम्हीं जिंकलें तें न्यायानेंच जिंकलें असें त्यांचेंही मत असल्याचें उघड होत आहे. असें असतां, हे धृतराष्ट्रपुत्रा ! दुःखानें जणू काय होरपळल्यासारखें दाखवून जो तूं पोक्तपणाचा आव आणिला आहेस, तो तुझा निखालस मूर्खपणा होय. अरे, किती केलें तरी तूं लहान ! दुर्योधनाला तुझ्यापेक्षां थोडे दिवस तरी अधिक गेलेले आहेत. असें असतां आपण शहाणा व तो मूर्ख, असें तूं समजतोस हा चमत्कार नाहीं का ? खरोखर द्रौपदीला जिंकलें असूनही 'ती जिंकली नाहीं,' असें तूं तोंडभर सर्वांना सांगत सुटला आहेस, ह्यावरून, तुला धर्म म्हणजे काय तें काडीभर तुद्धां माहीत नाहीं असेंच म्हणावें लागतें. हे धृतराष्ट्रपुत्रा ! पांडवांतील श्रेष्ठ पांडव जो युधिष्ठिर, त्यानें आपलें सर्वस्वच जर पणाला लाविलें होतें, तर द्रौपदी तेवढी जिंकली नाहीं म्हणतोस तें कसें काय ? अरे दीर्घ शहाण्या, युधिष्ठिराच्या सर्वस्वांतच जर द्रौपदी आहे, आणि त्याचें सर्वस्व जर जिंकलें आहे, तर

द्रौपदी त्यांत जिंकली गेली हें उघड आहे, शिवाय द्रौपदी जिंकली हें सभेमध्यें सर्वांनीं धडधडीत सांगितलें, व प्रत्यक्ष पांडवांनींही तें कबूल केलें. आतां, तिला एक वस्त्रानिशीं सभेमध्यें आणिलें हा मोठा अधर्म झाला, असें जर तुला वाटत असेल, तर त्यावर माझें काय म्हणणें आहे तें ऐक. हे कुरुनंदना ! जगांतील कोणत्याही कुलीन स्त्रियेला पहा, देवानें एकच भ्रतार नेमून दिलेला असतो; आणि ही तर एकाला नव्हे, कीं दोघांना नव्हे, अनेकांना वश होऊन राहिली आहे. तेव्हां ही पक्की वेश्या आहे, यांत शंका नाहीं ! मग अशा स्त्रियेला सभेमध्यें एकच वस्त्रानें नव्हे, तर निर्वस्त्र अशी आणिली तरी सुद्धां त्यांत कांहीं विचित्र आहे, असें मला वाटत नाहीं ! विकर्णा, ह्या पांडवांची सर्व संपत्ति, ही द्रौपदी, आणि स्वतः हे सारे पांडव हें सर्व सुबलपुत्र शकुनीनें धर्मानेंच द्यूतामध्यें जिंकून मिळविलेलें धन आहे बरें ! समजलास ?

राजा, याप्रमाणें बोलून नंतर कर्ण दुःशासनाला म्हणाला, " दुःशासना ! हा शहाणपणाचा तोरा मिरविणारा विकर्ण पोरापेक्षां पोर आहे. ह्याच्या बोलण्याचा विचार करण्यांत अर्थ काय ? हूं ! चल घे त्या पांडवांचीं वस्त्रें हिसकावून ! आणि फेड त्या द्रौपदीचें लुगडें !" जनमेजय राजा ! कर्णाच्या तोंडचे हे शब्द ऐकतांच सारे पांडव उठले, आणि त्यांनीं आपापलीं वस्त्रें टाकून देऊन ते पुनः आपापल्या जागयावर बसले. इकडे दुःशासन द्रौपदीच्या नेसलल्या लुगड्याला हिसडा देऊन भरसभेमध्यें तें फेडूं लागला !

द्रौपदीवस्त्रहरण.

वैशंपायन सांगतातः—द्रौपदीच्या वस्त्रालाच जेव्हां त्या निर्दयानें हात घातला, तेव्हां तो निर्वाणीचाच प्रसंग जाणून त्या साध्वी व दीन झालेल्या द्रौपदीनें, ह्या प्रसंगीं पांच भ्रतार एकापेक्षां एक धुरंधर असूनही त्यांचा या वेळीं कांहीं उपयोग नाहीं असें पाहून, भक्तकैवारी भगवान् श्रीकृष्णाचा मनामध्यें धावा केला.

द्रौपदीचा धावा.

द्रौपद्युवाच—

गोविन्द द्वारकावासिन्कृष्ण गोपीजनप्रिय ।
कौरवैः परिभूतां मां किं न जानासि केशव ॥
हे नाथ हे रमानाथ व्रजनाथार्तिनाशन ।
कौरवार्णवमग्नां मामुद्धरस्व जनार्दन ॥
कृष्ण कृष्ण महायोगिन्विश्वात्मन्विश्वभावन ।
प्रपन्नां पाहि गोविन्द कुरुमध्येवसीदतीम् ॥

द्रौपदी म्हणालीः—हे गोविंदा ! द्वारकानिवासी श्रीकृष्णा ! हे गोपीजनप्रिया केशवा ! हे नाथा ! हे लक्ष्मीपते ! हे व्रजनाथा ! हे दुःखविमोचना ! हे जनार्दना ! ह्या कौरवसागरामध्यें मी बुडत आहें, त्यांतून माझा उद्धार कर ! हे कृष्णा, हे योगेश्वरा ! हे सर्वांतर्यामी विश्वंभरा ! ह्या कुरुवंशामध्यें नाश पावत असलेल्या मज शरणागतेचें तूं रक्षण कर.

हे राजा, ह्याप्रमाणें त्रिभुवनाधीश भगवान श्रीकृष्ण ह्याचें मनामध्यें स्मरण करून ती अत्यंत दुःखानें गांजलेली द्रौपदी, हातानें आपलें तोंड झांकून घेऊन मोठ्यानें रडूं लागली. तेव्हां श्रीकृष्ण हे द्वारकेंत होते, त्यांच्या कानावर अत्यंत हृदयद्रावक असा हा द्रौपदीचा करुणस्वर जातांच ते एकदम खडबडून उठले. द्रौपदीची ती स्थिति मनांत येतांच त्यांस गहिंवर आला, व त्यानें शय्या व आसन पायांनीं लोटून देऊन तो दयाळू भगवान गुप्तरूपानें तिच्या समीप येऊन उभा राहिला असल्यामुळें ह्या दुर्धर संकटांतून मुक्त करण्याकरितां ‘ हे कृष्णा ! हे विष्णो ! हे हरे ! हे नरवरा ! ’ असा एकसारखा द्रौपदीनें आक्रोश मांडिला, तेव्हां तो धर्मस्वरूप माहात्मा भग-

वान स्वतांच परोपरीचीं वस्त्रें बनला, आणि त्या नानाप्रकारच्या उत्तम उत्तम वस्त्रांनीं त्या द्रौपदीला त्यानें झांकून टाकिलें !

जनमेजय राजा ! दुःशासनानें जेव्हां द्रौपदीच्या वस्त्रास हात घालून तें फेडलें, तेव्हां त्याच्याच सारखें दुसरें वस्त्र पुनःपुनः आंत निघूं लागलें. हे प्रभो जनमेजय राजा ! धर्माचें परिपालन केल्यामुळें तेथें केवढा चमत्कार झाला पहा ! नानाप्रकारचीं चित्रविचित्र अशीं शेंकडों वस्त्रें एकाच्या आंत एक अशीं निघूं लागलीं ! इतक्यांत त्या सभेंत पोटांत धडकीच भरेल असा मोठा हाहाकार उडाला ! हा अद्भुत चमत्कार झालेला पाहून तेथें जमलेले सर्व राजे ' धन्य धन्य द्रौपदी ! ' म्हणून द्रौपदीची प्रसंशा करूं लागले. द्रौपदीच्या निरीला दुःशासनानें हात घातलेला पाहतांच भीमसेन क्रोधानें केवळ चवताळून गेला; त्याचे ओठ थरथर कापूं लागले; आणि हातावर हात चोळून त्यानें त्या राजांमध्यें मोठ्यानें गर्जना करून भयंकर प्रतिज्ञा केली !

भीमाची प्रतिज्ञा.

भीमसेन म्हणालाः—हे भूमंडलाववरील क्षत्रिय वीरहो, तुम्ही माझी प्रतिज्ञा ऐकून ठेवा. असें भाषण आजपर्यंत दुसऱ्या कोणत्याही पुरुषानें केलेलें नाहीं, व पुढेंही कोणी करणार नाहीं. हे भूपहो, मी बोलतों आहें त्याप्रमाणें जर न करीन, तर माझ्या पूर्वजांना जी उत्तम गति प्राप्त झाली, ती मला कधींही प्राप्त होणार नाहीं. ती प्रतिज्ञा हीच कीं, ह्या भरतकुलकलंक्या पापी, दुष्ट दुःशासनाचें वक्षःस्थळ युद्धामध्यें विदारण करून मी त्याचें रक्त प्राशन करीन ! व तसें न करीन तर पूर्वी सांगित्याप्रमाणें मी अघोर गतीला जाईन !

वैशंपायन सांगतातः—त्याचें तें भयंकर प्रतिज्ञेचें भाषण ऐकून सभासदांच्या अंगावर कांटाच उभा राहिला; व सर्व लोक भीमसेनाची प्रशंसा व दुःशासनाची निंदा करूं लागले. इकडे दुशासन द्रौपदीचीं लुगडीं फेडतां फेडतां त्या सभेमध्यें लुगड्यांची रासच्या रास झाली, व दुःशासन अगदीं थकून जाऊन तो लाजून खालीं बसला ! आपलीं वस्त्रें बाजूस ठेऊन पांडव जेव्हां सभेमध्यें उघडे होऊन बसलेले पाहिले, तेव्हां तेथें बसलेल्या सर्व लोकांनीं एकदम " धिक्कार असो ! धिक्कार असो ! " असा एकच हलकल्लोळ करून सोडिला. तो ऐकून प्रत्येकाच्या अंगावर रोमांच उभे राहिले, " अहो ! ह्या द्रौपदीच्या प्रश्नाचें उत्तर कुरुवंशजांतील पुरुष कोणीच देत नाहींत ! " असें जो तो म्हणत म्हणत धृतराष्ट्राला नांवें ठेवी; ह्यामुळें सारा एकच गोंधळ माजून राहिला. तेव्हां सर्वधर्मवेत्त्या विदुरानें दोन्ही हात वर करून सर्व सभासदांस जरा स्तब्ध राहण्यास सुचना केली; व गडबड बंद झाल्यानंतर त्यानें बोलण्यास प्रारंभ केला.

विदुराचें संभाषण.

विदुर म्हणालाः—अहो सभ्य गृहस्थहो ! आपणांस अशा प्रकारचा यथायोग्य प्रश्न करून ही बिचारी द्रौपदी एखाद्या अनाथासारखी हंबरडा फोडून धाय मोकलून रडत आहे; आणि तुह्मी तर तिच्या प्रश्नाचें उत्तर देत नाहीं. पण ह्या तुमच्या मुग्धमतीनेंच धर्माला बट्टा लागत आहे. त्रस्त झालेला मनुष्य सभेकडे आपलें गाऱ्हाणें सांगावयास येतो, तो अगदीं पेटलेल्या अग्नीसारखा तप्त झालेला असतो. त्याला सत्य, न्याय व धर्म येणेंकरून शांत करणें हें सभेंतील लोकांचें कर्तव्य आहे. ह्याकरितां, श्रेष्ठ पुरुषानें धर्मसंबंधीं प्रश्नाचें सत्याला अनुसरून उत्तर द्यावें. मात्र कामक्रोधांला वश होऊन त्या प्रश्नाचें उत्तर देतां कामा नये. हे नृपश्रेष्ठहो, विकर्णाच्या मनाला

जसें वाटलें तसें त्यानें उत्तर दिलें आहे. तसें आपणही आतां त्या तिच्या प्रश्नाचें यथामति सुचेल तें उत्तर द्या. सभेला गेलेला मनुष्य, धर्माचें ज्ञान असूनही जर अशा प्रश्नाचें उत्तर न देईल, तर असत्य भाषण केलेल्या पातकापैकीं पापाचा अर्धा हिस्सा तरी त्याच्या माथ्यावर बसतोच. कारण, धर्माला अनुकूल असें स्पष्ट न बोलणें म्हणजे अधर्माला संमति दिल्याप्रमाणेंच समजतात. जो धर्मज्ञ पुरुष सभेस जाऊन अशा प्रश्नाचें उत्तर लपंडावीचें देतो, त्याला असत्य भाषणाचें संपूर्ण फल प्राप्त होतें, असा धर्मशास्त्रानेंच निश्चय करून ठेविलेला आहे. त्याच्या उदाहरणाकरितां, प्राचीन कालीं प्रल्हाद व अंगिरस ऋषि ह्यांच्यामध्यें झालेल्या संवादाचा इतिहास सांगतात. तो मी तुम्हांस सांगतों, तो ऐका.

सुधन्व्याची कथा.

दैत्यांचा राजा जो प्रल्हाद, त्याला एक पुत्र होता. त्याचें नांव विरोचन. तो व अंगिरस ऋषीचा पुत्र सुधन्वा ह्या उभयतांना, 'तुम्हांपैकीं जो कोणी श्रेष्ठ असेल त्याला मी वरीन. , असें केशिनीनामक राजकन्येनें सांगिलें होतें. ह्यास्तव सुधन्व्याच्या अंगावर विरोचन हा धावून गेला, व 'मी श्रेष्ठ मी श्रेष्ठ' असें म्हणूं लागला. सुधन्वाही कांहीं केल्या ऐकेना. तो म्हणे, 'मी श्रेष्ठ' ह्याप्रमाणें त्या परस्परांनीं बरीच बाचाबाच केल्यानंतर दोघांनीं असा पण केला कीं, आपल्यापैकीं जो कोणी श्रेष्ठ ठरेल, त्यानें दुसऱ्याच्या प्राणाचा धनी व्हावें. नंतर आतां श्रेष्ठ कोण ? हा वाद त्यांच्यामध्यें उपस्थित झाला. तो कांहीं दोघांत मिटेना. तेव्हां तो न्याय तोडण्याकरितां एक तिऱ्हाईत घेणें भाग पडलें. पुढें ते उभयतांही प्रल्हादाकडे गेले आणि त्यांनीं त्यास प्रश्न केला कीं, "आम्हां उभयतांपैकीं श्रेष्ठ कोण, या प्रश्नाचें सत्य स्मरून उत्तर सांग. असत्य बोलूं नको." तेव्हां त्यानें सुधन्व्याकडे पाहिलें; पण त्याला पाहतांच तो अगदीं गांगरून गेला. मग असत्य भाषण करण्याची गोष्ट कोठची ! कारण, प्रत्यक्ष ब्रह्मदेवानें निर्माण केलेल्या कालदंडाप्रमाणें तो सुधन्वा अगदीं क्रोधानें संतप्त होऊन त्या प्रल्हादास म्हणाला, "हे प्रल्हादा ! पहा, तूं जर कां खोटें सांगशील, किंवा मुळींच कांहीं उत्तर देणार नाहींस, तर देवांचा राजा इंद्र आपल्या वज्रानें तुझ्या मस्तकाचे तुकडे तुकडे करून टाकील. ध्यानांत ठेव " अशी त्या सुधन्व्या ब्राह्मणानें जेव्हां धमकी दिली, तेव्हां तो दैत्य प्रल्हाद पिंपळाच्या पानाप्रमाणें भयानें लटलट कांपूं लागला; व आतां ह्या प्रश्नाचें उत्तर काय द्यावें ह्या विवंचनेंत पडला. शेवटीं, आतां आपण ह्या कामीं महातेजस्वी कश्यप मुनीकडून काय तो निश्चय करून घ्यावा. असें मनांत आणून तो त्याच्याकडे गेला, आणि म्हणालाः—हे महासमर्थ कश्यप मने ! देव आणि दैत्य ह्या दोघांच्याही धर्माचे आपण ज्ञाते आहां. ह्याकरितां, ह्या ब्राह्मणाची धर्मसंबंधानें उपस्थित झालेली अडचण आपण ऐकून घ्यावी; आणि दुसराही आपणांस असा एक प्रश्न आहे कीं, कोणाच्याही प्रश्नाचें उत्तर एखाद्यानें मुळींच दिलें नाहीं, किंवा असत्य दिलें, तर त्याला दुसरे कोणकोणते लोक प्राप्त होतात, हेंही कृपा करून सांगावें.

कश्यपांनीं केलेला निर्णय.

कश्यप म्हणालेः—आपल्याला माहीत असूनही लोभांत गुंतून, किंवा क्रोधाला वश होऊन, किंवा मनांत भय बाळगून जो कोणी प्रश्नाचें उत्तर असत्य सांगतो, तो वरुणाचे एक हजार पाश आपल्या गळ्यामध्यें अडकून घेतो, किंवा खरें उत्तर माहीत असूनही गाईच्या कानाप्रमाणें एकदा एका बाजूला, व ए-

कदा दुसऱ्या बाजूला वळून दोन्ही डगरींवर हात ठेवितो तोही वरुणाचे एक हजार पाश आपल्या गळ्यांत अडकवून घेण्यास पात्र होतो. अशा बद्ध स्थितींत एक संपूर्ण संवत्सर घाल वावा, तेव्हां एकेक पाश सुटतो. ह्याकरितां सत्यत्व जाणणारांनीं नेहमीं सत्य भाषणच करीत असावें. एखाद्या सभेमध्यें अधर्मानें धर्माचा पाडाव करण्याचा प्रसंग आला असतां, ती अडचण सभासदांनीं दूर केली नाहीं, तर ते सारे सभासदही अधर्माला भागीदार होतात. त्या सभेमध्यें जो अध्यक्ष असतो, तो अर्ध्या अधर्माचा भागीदार होतो; स्वतः अधर्म करणाराकडे त्याच्या चौथा हिस्सा राहतो; आणि खरोखर ज्या गोष्टीची निंदाच करणें योग्य त्या गोष्टीची जे निंदा करीत नाहींत, व मुकाट्यानें स्तब्ध बसतात, अशा सभासदांकडे अधर्माचा चौथा हिस्सा जातो; आणि निंदा करण्यासच पात्र असलेल्या पुरुषाची ज्या सभेमध्यें निंदा केली जाते, त्या सभेंतील अध्यक्ष व सारे सभासदही पातकापासून अलिप्त राहतात; आणि साऱ्या पातकाचा भार त्या कर्त्यावरच बसतो.

हे प्रऱ्हादा ! जे कोणी धर्मविषयक प्रश्न विचारणाराला उडवाउडवीचें उत्तर देतात, ते इष्ट फलाला तर मुकतातच; पण शिवाय, त्यांच्या मागच्या व पुढच्या सात पिढ्यांना अधोगति प्राप्त होते. सर्वतोपरी नागवलेला, पुत्रशोक झालेला, ब्रह्मस्वानें गांजलेला, कोणत्याच कामांत ज्याला यश येत नाहीं असा, विधवा, राजानें जर्जर केलेला, निपुत्रिक स्त्री, वाघाच्या जबड्यांत सांपडलेला प्राणी, सवत असलेली पत्नी, आणि साक्षीदारांनीं बुडविलेला पक्षकार हीं सारीं समदुःखी आहेत, असें देवांनीं म्हटलेलें आहे. जो साक्षीदार कोणतीही गोष्ट प्रत्यक्ष पाहिली असून, किंवा विश्वासू मनुष्याच्या तोंडून ऐकिली असून, किंवा स्वतांची पक्की खात्री असूनही, सांगतांना त्याच्या विरुद्ध सांगतो, त्याला हीं सर्व दुःखें प्राप्त होतात. ह्याकरितां, कोणत्याही साक्षीदारानें सत्य असेल तेंच भाषण करावें; म्हणजे धर्माचा किंवा अधर्माचा–कशाचाच नाश होत नाहीं.

हें कश्यप ऋषींचें भाषण श्रवण करून प्रऱ्हाद आपल्या पुत्राला म्हणाला, “ हे पुत्रा ! सुधन्वा हा तुझ्यापेक्षां श्रेष्ठ असून, याचा पिता अंगिरा ऋषि माझ्यापेक्षां श्रेष्ठ, व ह्याची माताही तुझ्या मातेपेक्षां श्रेष्ठ होय. ह्याकरिता, हे विरोचना ! सुधन्वा हाच आज तुझ्या प्राणाचा धनी आहे. त्यानें तुझ्या प्राणाचें कांहीं केलें तरी तूं तें सहन केलें पाहिजेस. ” राजा, हें प्रऱ्हादाचें निस्पृह भाषण श्रवण करून सुधन्वा फारच प्रसन्न झाला आणि म्हणालाः–हे प्रऱ्हादा ! पुत्रप्रेम एका बाजूस ठेवून प्रश्नाचें उत्तर देतांना तूं ज्या अर्थी धर्माकडे वळून धर्माची बाजू राखलीस, त्या अर्थी तुझ्या पुत्राच्या प्राणावरचें स्वामित्व मी मोठ्या आनंदानें सोडून देतों. तो आतां शतायु होवो, अशी माझी इच्छा आहे.

विदुर म्हणतोः–हे सर्व सभासदहो ! हा मीं सांगितलेला श्रेष्ठ धर्म आपण ऐकलाच; तेव्हां आतां आपणही, ‘ मी जिंकलें गेलें किंवा नाहीं ? ’ हा जो द्रौपदीनें आपणांस प्रश्न केला आहे, त्याचा नीट विचार करून काय तें उत्तर द्या.

वैशंपायन सांगतातः—अशा प्रकारचें विदुराचें भाषण ऐकूनही त्यांतील सभासदांनीं कांहीं उत्तर दिलें नाहीं, पण कर्ण मात्र दुःशासनाला म्हणाला, “ जा, ह्या दासी द्रौपदीला घरांत घेऊन जा ! ” तेव्हां त्या बिचाऱ्या लज्जित झालेल्या द्रौपदीच्या अंगांत

कांपरें भरलें; आणि तिनें पांडवांच्या नांवानें मोठा हंबरडा फोडिला ! तरी त्या पाषाणहृदयी दुःशासनाच्या मनाला यत्किंचितही घाम फुटला नाहीं ! तो तिला तशीच फरफर फरफर ओढूं लागला.

अध्याय एकुणसत्तरावा.

—:०:—

द्रौपदीचा शोक.

द्रौपदी म्हणालीः—हे नराधमा ! हे दुर्बुद्धे दुःशासना, थोडा दम धर. मीं पूर्वींच केलें पाहिजे होतें असें एक महत्त्वाचें काम, तूं माझ्याशीं धिंगामस्ती करून मला ओढून विव्हल केल्यामुळें राहिलें आहे, तें मला आतां तरी करूं दे. ह्या कुरुवंशजांच्या सभेमध्यें येतांच ह्या परममान्य कुरुवंशजांना अभिवंदन करणें माझें कर्तव्य होतें, पण तें मजकडून घडलें नाहीं, तर तें मी आतां करितें. मीं प्रथम तें केलें नाहीं, हा कांहीं माझा अपराध नव्हे.

वैशंपायन सांगतातः—द्रौपदीच्या मुखांतून हे शब्द बाहेर पडतात न पडतात, तोंच त्या दुःशासनानें तिला एक जोरानें हिसडा मारला. तेव्हां ती केवळ गाय ! धाडकर जमिनीवर पडली ! आणि खरोखर ज्या साध्वीला सभेंत येण्याचा प्रसंग कधींच येणारा नव्हे, अशी ती राजबाला दुःखानें विलाप करूं लागली.

द्रौपदी म्हणालीः—हाय ! हाय ! माझ्या स्वयंवरसमयीं सारे राजे जमले होते, त्याच वेळीं जी काय त्यांनीं मला पाहिली असेल तेवढीच. त्यानंतर दुसऱ्या कोठें कोणाच्याही दृष्टीस माझें नख देखील पडलें नाहीं ! ती मी आज ह्या पुरुषांच्या भरसभेंत अशा ह्या स्थितीनें येऊन पडलें आहेना ? मी अंतःपुरांतच नेहमीं राहत असल्यामुळें ज्या माझें दर्शन वायूला किंवा सूर्यालाही झालें नाहीं, तीच मी आज ह्या सभेमध्यें हजारों पुरुषांत उघडीवाघडी पडलें ना ? नारायणा, मी घरांत असतांना मला वायूचा स्पर्श झालेला सुद्धां पांडवांना खपत नसे, त्याच मला हा दुष्ट दुःशासन झोंबतो आहे, हें प्रत्यक्ष पाहून ते सहन करतात ना ? मी केवळ ज्यांना सुनेप्रमाणें व लेकीप्रमाणें असल्यामुळें कोणत्याही प्रकारें दुःख भोगण्यास पात्र नव्हे, ती मी ही या भीष्मप्रभृति वयोवृद्ध कुरुवृद्धांपुढें हालअपेष्टा भोगीत असतांही ते मुकाट्यानें सहन करीत आहेत, तेव्हां सारा कालच उलट फिरला असें म्हणावें, दुसरें काय ? मी शुद्धाचरणानें वागणारी, पतिव्रता, जातीनें केवळ अबला; असें असून पुरुषांच्या सभेमध्यें आज आलें आहें, ह्यापेक्षां आणखी दुःखप्रद गोष्ट ती कोणती ? देवा ! ह्या साऱ्या राजांचा धर्म तरी आज कोठें गेला ? धार्मिक स्त्रीला पूर्वीं कधींच सभेमध्यें नेत नसत, असें ऐकतें; आणि आज तर हा प्रकार त्याच्या अगदीं उलटच घडला आहे ! ह्यावरून कुरुवंशजांतला सनातन धर्म तो आज नष्ट झाला आहे, असें म्हणण्यास हरकत नाहीं. नाहीं तर, ही पांडवांची धर्मपत्नी, धृष्टद्युम्नाची भगिनी, आणि प्रत्यक्ष वासुदेवाची मैत्रीण ह्या राजसभेमध्यें कशी आली असती ?

कौरवहो ! अशा स्थितींत असलेली मी धर्मराजाची भार्या, खरोखर दासी झालें किंवा नाहीं, तेवढें तरी सांगा ! म्हणजे मी त्याप्रमाणेंच वागावयास तयार होईन. हे कौरवहो ! तुमच्या कीर्तीला कालिमा लावणारा हा नीच दुःशासन माझा मनस्वी छळ करीत आहे, तो आतां माझ्यानें फार वेळ सोसवणार नाहीं. ह्याकरितां, हे नृपहो ! मी जित आहें किंवा अजित आहें, हें आपण ठरवा; आणि त्याच-

प्रमाणें, हे कौरवहो ! तुम्हीही माझ्या प्रश्नाचें काय तें उत्तर द्या. म्हणजे मी त्या मार्गाला लागेन.

भीष्म म्हणाले:—हे कल्याणि, मीं पूर्वींच सांगितलें आहे कीं, ह्या प्रसंगीं धर्माचा निर्णय करणें हें फार कठिण आहे. कारण, बलिष्ठाची जिकडे प्रवृत्ति असते, तो अधर्म असला तरी सुद्धां तो लोकमान्य धर्म होतो; आणि इतर दीनदुबळ्यांचा धर्म खरा असला तरी तो अर्थातच मोडला जाऊन खऱ्या धर्माचा पाडाव होत असतो, अशी जगांतील रूढि आहे. ह्याकरितां, तुझा हा प्रश्न फारच बिकट, अत्यंत नाजूक, अतिशय महत्त्वाचा, व गहन विचाराचा असल्यामुळें, त्याचें निश्चयात्मक उत्तर सांगण्यास मी असमर्थ आहें. मला एवढें मात्र खचित दिसतें कीं, ज्या अर्थीं हे सर्व कुरुवंशज लोभाच्या व मोहाच्या सपाट्यांत सांपडले आहेत, त्या अर्थीं हें कुरुकुल फार दिवस रहावयाचें लक्षण दिसत नाहीं. तें लवकरच लयास जाणार ! हे कल्याणि, ज्या आमच्या पांडवांची तूं धर्मपत्नी आहेस, ते पांडव अत्यंत कुलीन आहेत, म्हणूनच एवढें दुर्धर संकट कोसळलें असतांही ते धर्माच्या मार्गापासून ढळत नाहींत. तेव्हां, हे पांचालि ! तूं तरी त्यांच्याबाहेर कशी जाशील ? तुझ्यावरही एवढें दुर्धर संकट कोसळलें असतां तुझ्या बुद्धीचा कल तूं धर्माकडे राखला आहेस हेंही योग्यच आहे. असो. आतां येथें जे द्रोणाचार्यांसारखे धर्मज्ञ व वयोवृद्ध लोक आहेत ते तर खालीं मान घालून गतप्राण झाल्यासारखे तटस्थ होऊन बसले आहेत. तेव्हां मी म्हणतों कीं, ह्या तुझ्या प्रश्नाचा निर्णय करण्याचें काम धर्मराजाकडेसच सोंपवावें. तूं जिंकली गेली आहेस कीं नाहींस, हें त्यानें स्वतांच सांगावें हेंच बरें दिसतें !

अध्याय सत्तरावा.

—:०:—

दुर्योधनाचा मानभावीपणा.

वैशंपायन सांगतात:—राजा, ती राजपत्नी द्रौपदी ह्याप्रमाणें दुःखानें अत्यंत विह्वल होऊन कुररीपक्षिणीप्रमाणें एकसारखी रडत होती, हें तेथें असलेले सर्व राजे आपल्या डोळ्यांनीं पहात होते; पण धृतराष्ट्रपुत्र दुर्योधनाच्या भीतीमुळें ते बरें किंवा वाईट असें कांहींच उत्तर देईनात. कोणी कांहींच उत्तर देत नाहीं हें धृतराष्ट्रपुत्र दुर्योधनानें पाहिलें, तेव्हां पांचाल राजाची कन्या द्रौपदी हिला पांच पति असल्यामुळें तो तिला लागण्यासारखें बोलूं लागला.

दुर्योधन म्हणाला:—हे उदार द्रौपदि ! मला वाटतें, तूं आपला हा प्रश्न भीम, अर्जुन व तुझे दुसरे पति आहेत, त्यांच्यावरच ठेव. हे पांचालि ! तुला सुटावयाला आतां मला एकच मार्ग दिसतो. तो हा कीं, हे तुझे सारे बाकीचे पति ह्या पराधीन झालेल्या धर्मराजाला खोटा ठरवूं देत. कारण, तूं जिंकली नाहींस असें त्यांनीं म्हटलें कीं तो खोटा ठरला. म्हणजे तूं आमच्या दास्यत्वापासून मुक्त झालीस. किंवा पाहिजे असेल तर : ‘ तुझा मालक मी आहें ’ किंवा ‘ नाहीं ’ हें महात्म्या इंद्रतुल्य, धर्मनिष्ठ व धर्मपुत्र युधिष्ठिरालाच सांगूं दे, म्हणजे तुलाही कोणता तो एक मार्ग लवकर धरितां येईल. सांप्रत ह्या सभेंतील सर्व कौरव तुझ्या दुःखाच्या विचारामध्यें गढून गेले आहेत. ह्यामुळें तुझ्या हतभाग्य पतींकडे पाहून त्या सत्त्वशील पुरुषांना स्पष्ट असें कांहींच मत देववत नाहीं.

वैशंपायन म्हणाले:—कुरुराज दुर्योधनाच्या ह्या भाषणाची सभेंत बसलेल्या बऱ्याच सभासदांनीं फार प्रशंसा केली; व कित्येकांनीं

तर आपलीं उपवस्त्रें उडवून आपली सहानुभूतिही दाखविली. कांहीं जणांनीं मात्र 'हाय हाय!' असे उद्गार काढिले. त्यांत जे सज्जन होते, त्यांस असें वाटलें कीं, धर्मराजा हा कोणतेंही संकट आलें तरी सत्वापासून ढळणारा नव्हे; आणि त्यानें तर द्रौपदीला स्वमुखानें पणाला लाविलेली आहे. तेव्हां त्याच्या मुखांतून हिला 'मीं पणाला लावली नाहीं,' किंवा 'हिला तुम्हीं जिंकली नाहीं' अशीं अक्षरें कधींच निघणार नाहींत. इतकेंच नव्हे, तर उलट द्रौपदीला कौरवांनीं जिंकली हेंच सत्य आहे, असें म्हणावयास तो चुकणार नाहीं, इतका तो साधुपुरुष आहे; व मग हे दुरात्मे धृतराष्ट्राचे पुत्र गर्वानें अधिकच उन्मत्त होऊन त्या बिचाऱ्या गाईची फारच दुर्दशा करतील! हा विचार मनांत उभा राहिल्यामुळें हाय हाय करूं लागले; व दुर्जन अर्थात् दुर्योधनाच्या पक्षाचे जे होते, त्यांच्यापैकीं कित्येकांच्या मनांत असें आलें कीं, भीम, अर्जुन वगैरे क्रोधानें आधींच खवळलेले आहेत, ते कदाचित् 'द्रौपदीला जिंकिलें नाहीं' असें म्हणतील; आणि त्यांनीं तसें म्हटलें कीं, द्रौपदीची दास्यत्वापासून मुक्तता होऊन ही आयती हातांत सांपडलेली शिकार जाईल; हें मनांत असल्यामुळें तेही हाय हाय करूं लागले. तथापि एकंदरींत, दुर्योधनाचें मनमोहक भाषण श्रवण करून सभेंतील कौरवांना मोठा आनंद झाला, आणि तेथें असलेल्या सर्व राजांनीं 'हा कौरवश्रेष्ठ दुर्योधनही मोठा धार्मिक आहे!' असें म्हणून त्याची मनःपूर्वक प्रशंसा केली.

असो. राजा, असा प्रकार झाल्यानंतर तेथें असलेले सर्व लोक, आतां धर्मराज काय उत्तर देतो तें ऐकण्याच्या उत्सुकतेनें त्याच्याकडे टक लावून पाहूं लागले. त्याचप्रमाणें, युद्धामध्यें कधींच हार न जाणारा पांडुपुत्र अर्जुन, व भीमसेन, नकुल व सहदेव हे तरी काय म्हणतात ह्याविषयींही त्यांना उत्कंठा लागून राहिली. नंतर सारा गलबला शांत झाल्यावर, चंदनाची उटी लाविलेला आपला गोंडस हात पुढें करून भीमसेन बोलूं लागला.

भीमाचें भाषण.

भीमसेन म्हणालाः—काय करावें! आम्हांला गुरुस्थानीं असलेला हा महात्मा धर्मराज खरोखर जर आमच्या ह्या कुलाचा अधिपति नसता, तर इतकें हें आम्हीं कधीं सहनच केलें नसतें! आमच्या पुण्याचा व आमच्या तपाचाही तोच अधिकारी आहे; इतकेंच नव्हे, तर आमच्या प्राणांचाही अधिपति तोच आहे. द्रौपदीला पणास लावण्यापूर्वींच आपणा स्वतांला जिंकिलें असें जर तो समजत असेल, तर द्रौपदीसंबंधानें आम्ही विजयीच आहों. कारण, तो प्रथम जिंकल्यावर त्याची द्रौपदी पणाला लावण्याची सत्ताच उरत नाहीं, आणि मग द्रौपदीही जिंकली गेली असें होत नाहीं, हें उघड आहे; आणि जर असेंच ठरेल, तर मग भूमीवर कोणत्याही प्राण्यानें द्रौपदीच्या केंसाला जरा धक्का लावला, तर तो माझ्या हातून कधीं जिवंत सुटणार नाहीं. अहो! मुद्गराच्या जोडीसारखे पीळदार असलेले माझे हे भुज एकदा पाहून तर ठेवा. ह्यांची मगरमिठी एकदा का पडली, कीं तींतून इंद्राची सुद्धां निसटून जाण्याची प्राज्ञा नाहीं! पण काय करूं हो? ह्या महात्म्या धर्माच्या पाशामध्यें मी अगदीं जखडून गेलों आहें, अर्जुनाच्या प्रतिबंधानें अडकलों गेलों आहें, व धर्माखालीं मान वांकविली आहे, म्हणून ह्या संकटांतून पार पडतां येत नाहीं. नाहीं तर, धर्मराजाला आज्ञा तर देऊं द्या, कीं जसा सिंह एखाद्या यःकश्चित् को-

ल्याचा चेंदामेंदा करून टाकितो, तसा ह्या पातकी धृतराष्ट्रपुत्रांचा मी ह्या माझ्या तळहातरूपी तरवारीनेंच चुराडा उडवून सोडतों !

वैशंपायन सांगतातः—राजा, हें भीमसेनाचें भाषण श्रवण करून भीष्म, द्रोण व विदुरादिक त्या भीमास म्हणालेः—हे भीमसेना ! तूर्त राहूं दे. ह्या प्रसंगीं तूं त्यांना क्षमा कर. कारण, पुढें जो सारा सोहळा व्हावयाचा आहे, तो तुझ्या हातूनच व्हावयाचा आहे !

अध्याय एकाहत्तरावा.

—:०:—

कर्णाचे वाग्बाण.

कर्ण म्हणालाः—अहो, या सभेमध्यें भीष्म, विदुर आणि कौरवांचे गुरु द्रोणाचार्य हे तिघेच काय ते धर्माला झुगारून देणारे आहेत. कारण, ते आपल्या धन्यालाच मुळीं दुष्टांतला दुष्ट म्हणावयाला कमी करीत नाहींत. धन्याची भरभराट ह्यांना तर पाहवत नाहींच, पण उलट तो रसातळाला कधीं जाईल, हीच ह्यांची इच्छा आहे, तेव्हां स्वामिद्रोहासारख्या महापातकाची सुद्धां ज्यांना क्षिति नाहीं, ते धर्माची पर्वा किती बाळगणार ? हे द्रौपदि ! दास, पुत्र, आणि स्त्री हीं तिघेंही, मालक, पिता व पति असेपर्यंत नेहमींच निष्कांचन व परस्वाधीन असतात; आणि एखादा पुरुष दास होण्यापूर्वीची त्यांची पत्नी किंवा द्रव्य जें काय असेल तें सर्व त्या दासाच्या धन्याकडेच जातें. ह्याकरितां, तूं आतां राजवाड्यांत जाऊन राजाच्या परिवारांत राहून कामकाज करीत जा. एवढेंच काय तें आतां तुला करावयाचें राहिलें आहे. हे राजकन्ये ! आतां कुंतीचे पुत्र तुझे धनी नसून आजपासून धृतराष्ट्रपुत्र तुझे धनी झाले आहेत. हे स्वेच्छाचारी द्रौपदि ! आतां द्यूतानें पावून पुनरपि तुला दास्यत्व प्राप्त होणार नाहीं असा एखादा दुसरा पति तूं कर. पण पति केला म्हणजे स्त्रियांना हवें तसें वागतां येत नाहीं, व दासीपणांत असल्यानें नेहमीं यथेष्ट वर्तन केलें तरी त्याला कांहीं प्रतिबंध नसतो, हेंही तुझ्या लक्षांत असूं दे. हे द्रौपदि ! युधिष्ठिर, भीमसेन, अर्जुन, नकुल आणि सहदेव ह्यांचा आज पराभव होऊन तूं दासी झाली आहेस; आणि आतां त्यांचा तुझ्यावर कांहींच हक्क उरला नाहीं. अहो ! 'द्रुपदराजाची कन्या द्रौपदी हिच्यासारखी दिव्य स्त्री आपण आज द्यूतामध्यें पणाला लावली, तेव्हां ह्यापेक्षां जन्मास आल्याचें आणखी सार्थक तें कोणतें ? ह्याच्यापेक्षां आणखी मोठा पराक्रम व पुरुषार्थ तो कोणता ?' अशी धर्मराजालाही आज धन्यता वाटत असेल!

वैशंपायन सांगतातः—हें कर्णाचें उपरोधिक भाषण भीमसेनाच्या तर काळजालाच जाऊन झोंबलें; आणि त्याच्या अंगांत क्रोधाचा संचार झाल्यामुळें त्याचे नेत्र लालभडक झाले. तेव्हां तो असा दिसूं लागला कीं, जणू काय तो आतां कर्णाची राखरांगोळीच करून टाकील. परंतु धर्माच्या आज्ञेबाहेर पाऊल टाकावयाचें नसल्यामुळें, आणि धर्मपाशाला धक्का न लावण्याचा निश्चय असल्यामुळें तो भीमसेन दुःखाचे मोठमोठे सुस्कारे टाकीत टाकीत म्हणालाः—हे धर्मराजा ! या सूतपुत्र कर्णाचा मला मुळींच राग येत नाहीं. कारण, 'ज्याची खावी पोळी, त्याची वाजवावी टाळी,' अशी म्हणच आहे. हें चाकराचें कामच आहे तेव्हां हा दुर्योधनाचा मिंधा असल्यामुळें त्याच्या तोंडासारखें बोलतो आहे ह्यांत नवल तें काय ? परंतु, धर्मराजा, तूं जर ही द्रौपदी पणाला लावली नसतीस, तर असें मर्मभेदक भाषण करून माझ्या का-

ळजास घरें पाडण्याची शत्रूची काय प्राज्ञा होती?

दुर्योधनाचा नीचपणा व भीमाची प्रतिज्ञा.

वैशंपायन सांगतातः—राजा, भीमसेनाचें हें भाषण श्रवण केल्यानंतर, निचेष्ट होऊन स्तब्ध बसलेल्या धर्मराजास राजा दुर्योधन म्हणाला, " हे राजा, भीम, अर्जुन, नकुल व सहदेव हे सारे तुझ्या आज्ञेंत आहेतच. ह्याकरितां, द्रौपदीला आम्हीं जिंकलें नाहीं असें वाटत असेल, तर तसेंच तिच्या प्रश्नाचें उत्तर दे. " जनमेजया, एवढें धर्मराजाशीं बोलून त्या दुर्योधनानें आपल्या मांडीवरचें धोतर एके बाजूस सारिलें, ऐश्वर्यमदानें धुंद होऊन हसत हसत, आणि कर्णाच्या अंतःकरणाला गुदगुल्या व्हाव्या व भीमसेनाचें काळीज दुःखानें विदीर्ण व्हावें या उद्देशानें द्रौपदीकडे पाहून, त्यानें केळीच्या खुंटासारखी वाटोळी गरगरीत, गजशुंडेसारखी मुरडलेली, सर्वलक्षणसंपन्न, व वज्राप्रमाणें कठोर अशी आपली डावी मांडी हातानें थोपटून तिला दाखविली ! हा त्याचा नीचपणा भीमानें पाहतांच आपले तांबडे लाल झालेले डोळे वटारून जणू काय सर्व सभेचें समाधान करावें म्हणून दुर्योधनाला म्हटलें, " हे दुर्योधना, घनघोर मातलेल्या रणकंदनांत तुझी हीच मांडी मी जर ह्या माझ्या गदेनें न फोडीन, तर ह्या भीमसेनाला, त्याच्या पूर्वजांना मिळालेली सद्गति कधींही मिळणार नाहीं, हें पक्कें लक्षांत ठेव!" राजा, क्रोधानें संतप्त झालेल्या भीमसेनाचें तें भाषण चाललें असतां धाडधाड पेटत असलेल्या वृक्षाच्या ढोलींतून ज्वाळा बाहेर पडत असतां जसा तो दिसतो, तसा तो भीमसेन दिसूं लागला !

विदुरानें केलेली कानउघाडणी.

विदुर म्हणाला:-हे प्रतीपकुलोत्पन्न राजेलोकहो ! ही भीमसेनाची महाभयंकर प्रतिज्ञा ऐकून तरी तुम्ही शुद्धीवर या. हाय हाय ! खरोखर ह्या भरतवंशजांचें दुर्दैव पूर्णपणें ओढवलेलें आहे असें दिसतें. ह्यांच्यावर लवकरच कांहीं तरी भयंकर अरिष्ट कोसळणार, ह्यात शंका नाहीं. हे धृतराष्ट्रपुत्र दुर्योधना ! तुम्ही ज्या अर्थीं सभेमध्यें स्त्रीशींच हुजत घालीत बसलां आहां, त्या अर्थीं तुमच्या द्यूताचा आतां कळसच झाला म्हणावयाचा ! अरे, तुमचीं कृष्णकारस्थानें सारखीं सुरू आहेत. परंतु अशानें नवीन वैभव प्राप्त होण्याचें तर लांबच राहिलें, पण असलेलेंही धुळीस मिळण्याचा संभव आहे. ह्याकरितां, हे कौरवहो ! धर्म म्हणजे काय तें लवकर शिकून तरी घ्या. कारण, धर्माचा विध्वंस झाला तर या सभेला मोठें लांच्छन लागेल. अहो ! द्यूत खेळण्यास प्रवृत्त झालेल्या युधिष्ठिरानें, आपण जिंकून घेण्यापूर्वी जर ह्या द्रौपदीला पणाला लाविली असती, तर त्यांत कांहीं तरी अर्थ होता. कारण, त्या वेळीं तो स्वतः पराजित झाला नसल्यामुळें, तिला पणास लावण्यास तो समर्थ होता. पण ज्या धनावर आपली सत्ता नाहीं तें जर एखाद्यानें पणास लाविलें, आणि तें दुसऱ्यानें जिंकिलें, तर तें स्वप्नांत जिंकल्याप्रमाणें व्यर्थ होय. असें मला वाटतें. तर, हे कौरवहो ! ह्या गांधारदेशाधिपति शकुनीचें म्हणणें ऐकून तुम्ही धर्माची पायमल्ली करूं नका.

अर्जुनाचा अभिप्राय व अपशकुन.

दुर्योधन म्हणाला:—हे द्रौपदि ! भीम, अर्जुन किंवा नकुल-सहदेव ह्यांच्याच म्हणण्याची मी आतां वाट पहात बसलों आहें, तर तुला पणाला लाविते वेळीं युधिष्ठिर हा तुझा मालक नव्हता, असें एकदा त्यांच्या तोंडांतून निघूं दे, म्हणजे तूं आमच्या दास्यत्वांतून सुटलीस !

अर्जुन म्हणाला:—हे कौरवहो, हा कुंतीपुत्र धर्मराज, आपण हरण्यापूर्वी आम्हांला प-

णाला लावावयास समर्थ होता, हें उघडच आहे. परंतु स्वतःचा देहच हरवून बसल्यानंतर मग तो कोणाचा मालक असणार ? हें सारें तुम्हांसही माहीत आहेच ! तेव्हां द्रौपदी जिंकली गेली नाहीं, हें मी आणखीं तें काय सांगणार ?

वैशंपायन सांगतातः—हे जनमेजय राजा! हें अर्जुनाचें भाषण पुरतें संपतें न संपतें तोंच धृतराष्ट्राच्या मंदिरांत अगदीं अग्निकुंडाच्या जवळच एक कोल्हें ओरडलें ! आणि त्याच्याच बरोबर एका गर्दभानेंही पण आपला कर्कश ध्वनि सुरू केला ! त्याचप्रमाणें, अभद्र पक्ष्यांनींही जिकडे तिकडे एकच कलकलाट करून सोडला ! तेव्हां तत्त्वज्ञानी विदुर, सुबलकन्या गांधारी, भीष्म, द्रोणाचार्य व गौतमकुलांत उत्पन्न झालेला ज्ञानसंपन्न कृपाचार्य ह्यांनाही तो घोर शब्द स्पष्ट ऐकूं आला. तेव्हां त्या सर्वांच्या मनाला एकदम चरका बसून त्यांनीं 'स्वस्ति, स्वस्ति' असे मंगलशब्द अरिष्टशांत्यर्थ मोठ्यानें उच्चारिले. बिचाऱ्या विदुराला व गांधारीला हें कांहीं तरी मोठें अरिष्ट असावें असें वाटून त्यांनीं घाबऱ्या घाबऱ्या जाऊन ती गोष्ट धृतराष्ट्र राजाला कळविली. तेव्हां धृतराष्ट्रानें बोलण्यास प्रारंभ केला.

धृतराष्ट्राचें भाषण व वरप्रदान.

धृतराष्ट्र म्हणालाः—हे मूढा दुर्योधना ! झाला, तुझा सर्वस्वी घात झाला ! तुझ्या मस्तीनेंच तूं ठार बुडालास. मूर्खा ! भरसभेमध्यें, कुरुवंशांतच उत्पन्न झालेल्या पांडवांच्या स्त्रीशीं आणि त्यांतूनही धर्मपत्नी द्रौपदीशीं अशी बाचाबाच करीत बसला आहेस काय ? कोण हा तुझा उद्धटपणा !

राजा, ह्याप्रमाणें सांगून, तत्त्वाशीं गांठ घालणारा तो समंजस धृतराष्ट्र आपल्या पुत्राचें कल्याण व्हावें म्हणून आपल्या जागेवरून उठला, आणि द्रौपदीच्या जवळ जाऊन मोठ्या धोरणानें सांत्वनपूर्वक तिचा गौरव करण्याकरितां तिला म्हणाला, "हे पांचालि ! तूं मोठी धार्मिक व पतिव्रता असल्यामुळें तूं मला माझ्या सर्व सुनांहून फार आवडती आहेस तर तुला जो काय पाहिजे असेल तो वर माझ्यापासून मागून घे."

द्रौपदी म्हणालीः—हे भरतवंशजश्रेष्ठा ! आपण मला वर देतों म्हणतां त्या अर्थीं, "सर्वस्वीं धर्मानें वागणारा हा वैभवशाली युधिष्ठिर दास नसो एवढेंच माझें मागणें आहे." नाहीं तर अज्ञान मुलांना कांहीं समजत नाहीं; तीं ह्या माझ्या युधिष्ठिरापासून झालेल्या प्रतिविंध्यनामक पुत्राला, "तूं दासीपुत्र आहेस," असें म्हणून हिणवितील; तर तसा प्रसंग येऊं नये. कारण, हा पहिल्यापासून राजसुखांत वाढलेला असून केवळ राजबिंडा आहे. ह्याच्याइतका भाग्यवान् पुरुष क्वचितच आढळेल. शिवाय, आजपर्यंत राजानेंच ह्याचे लाड पुरविलेले आहेत. तेव्हां अशा सुकुमाराला दासीपुत्रत्व येणें हा मोठा कमीपणा आहे !

धृतराष्ट्र म्हणालाः—हे कल्याणि ! तूं म्हणतेस त्याचप्रमाणें होईल. कांहीं काळजी करूं नको. हे भद्रे ! आतां तुला दुसराही वर मी देतों; तर तुला काय पाहिजे असेल ते मागून घे. तुला वर देण्याविषयीं माझें मन कसें अगदीं उतावळें झालें आहे. कारण एकच वर दिल्यानें माझें कांहीं समाधान होत नाहीं.

द्रौपदी म्हणालीः—हे राजा ! तर मग भीमसेन व अर्जुन, तसेच नकुल व सहदेव हेही आपल्या रथधनुष्यासहवर्तमान दास्यत्वांतून मुक्त होऊन स्वतंत्र व्हावे, हाच वर मी मागतें.

धृतराष्ट्र म्हणतोः—हे कल्याणि ! हे महाभाग्यवति द्रौपदि, हेंही सर्व तुझ्या इच्छेप्रमाणें घडेल. पण हे आनंदवल्लरि ! ह्या दोन

वरांनीं तुझा यथायोग्य सत्कार झाला असें मला वाटत नाहीं. ह्याकरितां तूं माझ्यापासून तिसरा वर मागून घे. कारण, तूं माझ्या सर्व सुनांमध्यें श्रेष्ठ असून धर्मानें वागणारी आहेस.

द्रौपदी म्हणाली:—हे भगवन्, जगामध्यें लोभ हा फार वाईट आहे. धर्माच्या नाशाला कारण तोच. ह्याकरितां, हे राजाधिराज, तिसरा वर घेण्यास मी अयोग्य असल्यामुळें तो मागावयाला माझें मन धजावत नाहीं. कारण, वैश्याला एक वर, क्षत्रियांच्या स्त्रियांना दोन वर, राजांना तीन आणि ब्राह्मणांनां शंभर वर मागण्याचा अधिकार आहे. ह्याकरितां, निकृष्टावस्थेला पोंहोचलेले माझे पति संकटांतून मुक्त झाले, हें कांहीं थोडें झालें नाहीं. तेवढें पुरे. आतां, हे राजा ! ते आपल्या पवित्र आचरणानें भाग्याला चढतील.

अध्याय बहात्तरावा.

—:०:—

कर्णाची व भीमाची बाचाबाच.

कर्ण म्हणाला:—रूपामध्यें नाणावलेल्या पुष्कळ स्त्रिया मनुष्यामध्यें असलेल्या ऐकिवांत आहेत. पण त्यांच्यापैकीं एकीच्याही अंगीं एवढी कर्तृत्वशक्ति असल्याचें आपल्या कधीं कानांवर सुद्धां आलेलें नाहीं ! धृतराष्ट्राचे पुत्र कौरव आणि कुंतीचे पुत्र पांडव हे उभयतांही क्रोधानें संतप्त झाले असतां, पांडवांची शांति करण्यास ही द्रौपदी कींहो पात्र झाली ! नौका नसलेल्या जलामध्यें सांपडलेल्या किंवा विपत्तिरूप महासागरामध्यें बुडत असलेल्या पांडवांना पैलतीरास नेणारी ही द्रौपदी एक नौकाच झाली म्हणावयाची !

वैशंपायन सांगतात:—तें कर्णाचें भाषण भीमसेनाला सहन झालें नाहीं; व तो मनामध्यें अत्यंत खिन्न होऊन त्या कौरवांमध्यें बोलूं लागला.

भीमसेन म्हणतो:—एकूण पांडुपुत्रांना तारणारी स्त्री अं ? ठीकच आहे ! देवल ऋषींनीं असें म्हटलेलें आहे कीं, अपत्य, कर्म आणि उपासना ह्या तीन साधनांनींच पुरुषाला सद्गति प्राप्त होते. कारण, सर्व सृष्टीच्या उत्पत्तीला हीं तीनच कारणीभूत आहेत. हा गतप्राण झालेला अमंगल देह आपल्या जातिबांधवांनीं एकदा बाहेर टाकून दिला, म्हणजे मग त्या जिवाला हीं तीनच काय तीं उपयोगीं पडतात; परंतु , अर्जुना, धृतराष्ट्रपुत्रांच्या ह्या परदारापकर्षणरूप दुराचरणावरून, ही शुद्ध संतति आहेसें दिसत नाहीं. तेव्हां अर्थातच शुद्ध संततीपासून प्राप्त होणाऱ्या परलोकाला हा धृतराष्ट्र मुकल्याचें उघड होत आहे !

अर्जुन म्हणाला:—हे भरतकुलोत्पन्ना भीमसेना, कोणी वाईट म्हणो कीं चांगलें म्हणो, उत्तम पुरुष असतात तें कधींच कोणाला कठोर शब्दांनीं उत्तर देत नाहींत. तसेंच, कोणीं वैर केलें तर त्याचा प्रतिकार करण्याचें माहीत असूनही तें मनांत न आणितां त्याचे असलेले उपकार मात्र स्मरतात, आणि आपल्याच गुणांनीं लोकांत पूज्य होतात.

भीमसेन म्हणाला?—हे भरतकुलोत्पन्ना नृपश्रेष्ठा धर्मराजा, येथें जुळलेल्या ह्या शत्रूंना मी येथच्या येथें एका क्षणांत मारून टाकितों; किंवा येथें नको असेल तर त्यांना बाहेर पडूं दे, म्हणजे मग त्यांचा समूळ उच्छेद करीन. हे भारता धर्मराजा ! ह्यांच्याशीं बोलण्यांत किंवा वादविवाद करण्यांत अर्थ काय ? आतांच मी ह्यांचा वध करितों, आणि तूं ह्या पृथ्वीचें राज्य कर कसें !

राजा, ह्याप्रमाणें बोलून तो भीमसेन, मृगांमध्यें सिंह असतो, त्याप्रमाणें आपल्या क-

निष्ठ भ्रात्यांसहवर्तमान वरचेवर डोकावून पाहूं लागला. तो संतप्त झालेला पाहून सदाचरणी कुंतीपुत्र अर्जुनानें त्याचें सांत्वन केलें. तरी तो महान पराक्रमी वीर्यवान आंतल्या आंत जळतच होता. हे जनमेजय राजा ! भीमसेन जेव्हां रागानें असा संतप्त झाला, तेव्हां त्याच्या कर्णादि इंद्रियांच्या द्वारांतून धूर, ज्वाळा व ठिणग्या ह्यांसहवर्तमान अग्निच निघेल कीं काय, असें सर्वांना वाटूं लागलें; आणि त्यानें भुवया चढविल्यामुळें त्याचें मुख तर कल्पांतसमयीं प्रकट होणाऱ्या कृतांतकालाच्या मुखाप्रमाणें पहावयालाही मोठें कठिण झालें ! तेव्हां, हे जनमेजय राजा ! युधिष्ठिरानें त्या महाबलिष्ठ भीमसेनाला आपल्या हातांनीं आवरून धरिलें, आणि तो त्याला म्हणाला, " बाबारे ! असें करूं नको. जरा स्वस्थ रहा. " ह्याप्रमाणें त्या क्रोधानें आरक्त नेत्र केलेल्या बलशाली भीमसेनाची समजूत केल्यावर, राजा युधिष्ठिर आपला चुलता जो धृतराष्ट्र त्याच्यापुढें जाऊन हात जोडून उभा राहिला, आणि त्याच्याशीं तो बोलूं लागला.

अध्याय त्र्याहत्तरावा.

—:०:—

पांडवांचें प्रयाण.

युधिष्ठिर म्हणालाः—हे भरतकुलोत्पन्ना राजा, आम्हीं आतां काय करावें, ह्याची आपणच काय ती आज्ञा करा. कारण, आपण आमचे प्रभु असल्यामुळें निरंतर आपल्याच आज्ञेंत राहण्याची आमची इच्छा आहे.

धृतराष्ट्र म्हणालाः—हे अजातशत्रो धर्मराजा ! तुमचें कल्याण असो. आतां मी तुम्हां सर्वांना आपल्या नगरीस परत जाण्याविषयीं अनुज्ञा देतों; तर तुम्ही आतां आपल्या सर्व वैभवासहवर्तमान निर्विघ्नपणें खुशाल परत जाऊन आपलें राज्य करा. शिवाय, माझें वृद्धाचें आणखी एक तुम्हांला सांगणें आहे, तें तुम्ही नीट लक्षांत ठेवा. कारण, मी जें जें काय तुम्हांला सांगतों, तें तें सारें तुमच्या अत्यंत कल्याणाचें असून पथ्यकर असेंच असतें. बा ज्ञानसंपन्न युधिष्ठिरा ! तूंही शास्त्रपारंगत असून वृद्धांचा समागम करणारा आहेस. तेव्हां धर्मामध्यें किती नाजूक गोष्टींचा विचार येतो, हें तुला माहीतच आहे. हे भारता, जेथें ज्ञान असतें, तेथें शांति असावयाचीच. ह्याकरितां, तूं आतां शांत हो. पण हें तुला सांगण्याची सुद्धां गरज नाहीं. कारण, लांकडासारखा मऊ पदार्थच नसेल तेथें कुऱ्हाडीचा घाव बसणार कसा? लांकूड असेल तेथेंच तो बसणार ! सारांश, दुर्योधनाच्या दुर्भाषणांसंबंधानें तुझ्यासारख्या धैर्यशाली पुरुषाच्या मनांत कांहीं देखील किल्मिष राहणार नाहीं ! उत्तम पुरुष हे दोषांकडे दृष्टि मुळींच न देतां गुणांचें मात्र ग्रहण करितात; वैरभाव मनांत आणीत नाहींत, व द्वेषही मनांत धरीत नाहींत. जे सज्जन असतात, त्यांच्याशीं कोणीं वैर केलेलें असलें तरी त्याची त्यांना आठवणही नसते, पण त्यानें केलेल्या उपकारांचें मात्र ते वारंवार स्मरण करीत असतात; आणि प्रत्युपकाराची अपेक्षा न धरितां निरंतर परोकारच करीत असतात. हे युधिष्ठिरा ! नीच लोक असतात ते वादविवादांमध्यें अद्वातद्वा बडबड करितात; मध्यम पुरुष असतात ते जशास तसें उत्तर देतात; आणि उत्तम पुरुष असतात ते कोणी मर्मभेदक भाषण केलें तरी कठोर उत्तर म्हणून कधीं देतच नाहींत. कठोर भाषणानें आपल्या अंतःकरणास कशा वेदना लागतात ह्याचा सज्जनास पुरा अनुभव असल्यामुळें, दुसऱ्याच्या अपकाराचा प्रति-

कार कसा करावा, हें त्यांस माहीत असतांही दुसऱ्याच्या सत्कृतींचेंच ते स्मरण करीत राहातात; दुसऱ्याच्या अपकाराचें त्यांना स्मरणही होत नाहीं. ज्यांचें दर्शन झालें पुरे, कीं आनंदाचें भरतेंच येतें, असे जे साधु असतात, ते शिष्टमर्यादेचें कधींच उल्लंघन करीत नाहींत. अशाच साधुवृंदांपैकीं तूंही एक असल्यामुळें अशा प्रसंगीं यथायोग्य वर्तन केलेंस. तेव्हां, बा युधिष्ठिरा ! दुर्योधनाचें कठोर भाषण तूं कांहीं आतां मनांत ठेऊं नको. हे भारता ! तुला सद्गुणांची मोठी आवड आहे. ह्याकरितां, मातृतुल्य गांधारी आणि पितृतुल्य असणारा वृद्ध व अंध होऊन बसलेला मी; ह्या आम्हांकडे तूं लक्ष दे. स्नेहीसुहृद यांची गांठ पडेल आणि पुत्रांचेंही बलाबल कळेल, म्हणून 'करीनात कां द्यूत !' असा मीं विचार केला-पण तें द्यूत इतक्या थराला पोंहोंचेल हें माझ्या ध्यानीं मनीं सुद्धां नव्हतें !

असो; आतां, हे राजा तुझ्यासारखा शास्ता; आणि सर्वशास्त्रविशारद व विचारशील असा विदुर मंत्री, ही जोडी मिळाल्यामुळें आम्हां कुरुवंशजांना कशाची काळजी म्हणून उरली नाहीं. आतां सर्व निर्धास्त झालें आहे. तुझ्यामध्यें धर्म, अर्जुनांत धैर्य, भीमाच्या ठिकाणीं पराक्रम, आणि पुरुषश्रेष्ठ नकुलसहदेवांमध्यें गुरूची उत्तम सेवा हीं वास्तव्य करीत आहेत. ह्याकरितां हे अजातशत्रो धर्मराजा ! तुझें कल्याण असो. आतां तूं खांडवप्रस्थाला जा. दुर्योधनादि भ्रात्यांवरची तुझी बंधुप्रीति कायम राहो, व तुझ्या मनाचा कल धर्माकडेच असो.

वैशंपायन सांगतात:—हे जनमेजया ! ह्याप्रमाणें धृतराष्ट्र राजानें सांगितलेल्या सर्व गोष्टी धर्मराज युधिष्ठिरानें मान्य केल्या; व तो आपले भ्राते आणि द्रौपदी यांसहवर्तमान, मेघगर्जनेसारखा ध्वनि करणाऱ्या रथांत बसून मोठ्या आनंदानें आपल्या इंद्रप्रस्थ नगराला निघून गेला.

अनुद्यूतपर्व.

अध्याय चौऱ्याहत्तरावा.

—:०:—

द्यूताचा पुनः विचार.

जनमेजय विचारतोः—हे ब्रह्मन्, सर्व संपत्ति घेऊन पांडवांना इंद्रप्रस्थाला जाण्याविषयीं धृतराष्ट्रानें आज्ञा दिली, असें समजल्यावर त्या धृतराष्ट्राच्या पुत्रांना काय बरें वाटलें असेल ?

वैशंपायन सांगतातः—हे जनमेजय राजा, बुद्धिमान धृतराष्ट्र राजानें त्यांना जाण्याची आज्ञा दिली, असें समजतांच दुःशासन लवकर लवकर आपल्या भावाकडे गेला; आणि अमात्यांसहवर्तमान बसलेल्या दुर्योधनाजवळ जाऊन तो बावऱ्या बावऱ्या म्हणालाः—हे रथी-महारथीहो ! एवढ्या श्रमानें आम्ही जुळून आणिलेला सारा घाट आमच्याच त्या थेरड्यानें पार ढांसळून टाकिला ! होतें नव्हतें तेवढें द्रव्य आमच्या शत्रूंच्या स्वाधीन करून त्यांनाही हातचें दवडिलें !

हें दुःशासनाचें भाषण ऐकतांच दुर्योधन, कर्ण, सुबलपुत्र शकुनि वगैरे पांडवद्वेष्ट्यांनीं परस्परांच्या भेटी घेतल्या; आणि सारे एके ठिकाणीं जमून तात्काळ धृतराष्ट्राकडे गेले, व त्यांनीं आपल्या मोहक भाषणाला सुरुवात केली.

दुर्योधन म्हणालाः—हे राजा ! देवांचा गुरु विद्वान बृहस्पति ह्यानें इंद्राला नीति सांगत असतां काय काय म्हटलें आहे तें आपल्या ऐकण्यांत नाहीं का ? हे शत्रुनाशका ! ‘ युद्ध करून म्हणा, किंवा युद्ध न करितां अन्य उपायांनीं म्हणा, जे कोणी आपलें अनहित करितात, त्या शत्रूंचा हरप्रयत्नानें तूं घात कर, ’ असें स्वतः बृहस्पतीचें म्हणणें आहे. तर मग त्या पांडवांच्याच द्रव्यानें सर्व राजांस संतुष्ट करून, ते वश झाल्यावर पांडवांशीं आम्हीं युद्धच केलें तर त्यांत आमचा तोटा काय ? अहो, ज्यांच्या दांतांत विष भरलेलें आहे, असे क्रुद्ध सर्प प्राणघातास उद्युक्त झाले असतां त्यांना गळ्यांत बांधून अथवा पाठीवर घेऊन सोडून देण्याचा कोणी तरी विचार करील काय ? बाबा ! सर्पाच्या शेपटीवर आधीं पाय देऊं नये; आणि दिलाच तर त्याला जिवंत तरी ठेऊं नये. तीच गोष्ट पांडवांना लागू आहे. अहो ! हे पांडव तर आतां क्रोधाला चढलेलेच आहेत. ते जर का आपलीं शस्त्रास्त्रें घेऊन रथावर चढले, तर चिडलेल्या सर्पाप्रमाणें आमचा अगदीं नायनाट करून टाकतील. अर्जुनानें तर अंगांत कवच घालून पाठीवर अक्षय्य भाते लटकाविलेले होते, व पुनःपुनः गांडीव धनुष्याला हात घालून दुःखाचे सुस्कारे टाकीत टाकीत तो कावऱ्याबावऱ्या इकडे तिकडे पाहतच चालला होता. स्वतांचा रथ जोडून ती प्रचंड गदा उगारून भीमसेन मोठ्या लगबगीनें चालता झाला, असें ऐकितों. नकुलही आपला खड्ग व अर्धचंद्रयुक्त ढाल घेऊन गेला, व सहदेव आणि धर्मराज हे तर आपल्या मुद्रेवरून आपल्या मनांतील हृद्गत व्यक्त करून दाखवीत होते असें म्हणतात. रथ्यांचे आणि महारथ्यांचे थवेच्या थवे रसातळास घालविणारे ते पांडव विपुल शस्त्रें व इतर सामुग्री घेऊन रथांत बसून सैन्य जुळविण्याकरितां गेले आहेत, ह्यांत काडीमात्र शंका नाहीं. कारण, आम्हीं त्यांचा भरसभेंत असाच कांहीं आपराध केला आहे कीं, त्याची आम्हांस ते कधींच क्षमा करणार नाहींत. त्याचप्रमाणें, द्रौपदीचे जे आम्हीं हाल हाल केले, ते त्यांच्यापैकीं कोणाला बरें सहन होतील ? याकरितां, हे पुरुषश्रेष्ठा ! आपलें कल्याण व्हावें एतदर्थ वनवासाचा पण लावून

पुनः आम्ही पांडवांशीं द्यूत खेळतों. कारण, त्याच क्लृप्तीनें त्यांचा पाडाव करण्याला आम्हीं समर्थ आहों. ह्या द्यूतांत त्यांचा पराजय झाल्यास त्यांनीं, व आमचा पराजय झाल्यास आम्हीं--अजिनें परिधान करून घोर अरण्यांत जावें; आणि बारा वर्षें वनांत राहून नंतर सजातीयांच्या समजण्यांत न येतां तेरावें वर्ष अज्ञातवासांत काढावें. आणखी त्या वर्षाच्या अवधींत जर कोणीं ओळखिलें, तर पुनः बारा वर्षें—त्यांनीं किंवा आम्हीं—वनवासास जावें. असा पण करून आतां द्यूताला आरंभ होऊं द्या; आणि त्या पांडवांना पुनः फांसे टाकून द्यूत खेळूं द्या. हे राजाधिराजा, आम्हांला असेंच केलें पाहिजे. कारण, आपल्या ह्या शकुनीला वशीकरण विद्येसह फाशांचें चांगलें ज्ञान आहे, यामुळें या कामीं आम्हांसच जय मिळणार ही आम्हांला खात्री आहे. मग आम्ही त्या तेरा वर्षांच्या अवधींत हवे तेवढे मित्र जुळवूं; व शत्रूला कधींही हार जाणार नाहीं अशा अफाट सैन्याची कडेकोट तयारी करून आपलें राज्य अगदीं अकुतोभय करून टाकूं. म्हणजे तितक्याही व्रतस्थपणानें राहून जरी कदाचित् त्यांनीं तेरावें वर्षही पार पाडलेंच, तरी, हे शत्रुतापका, आम्ही त्यांना जिंकून टाकूं. ह्याकरितां ह्या गोष्टीला तूं आपली संमति दे.

धृतराष्ट्राच्या चंचल वृत्तीचा कळस !

धृतराष्ट्र म्हणालाः—हं हं ! असें काय ! तर मग पांडव कितीही लांब गेले असले तरी त्यांना परत आणा; आणि तुम्ही म्हणतां असें द्यूत पुनः होऊं द्याच ! वैशंपायन सांगतातः—ह्याप्रमाणें धृतराष्ट्रानें आज्ञा दिली हें पाहतांच द्रोणाचार्य, सोमदत्त, बाल्हीक, कृपाचार्य, विदुर, अश्वत्थामा, पराक्रमी वैश्यापुत्र युयुत्सु, भूरिश्रवा, भीष्म आणि महारथी विकर्ण ह्या सर्वांनीं त्यास सांगितलें कीं, “ पुनः द्यूताच्या फंदांत पडूं नका. आतां पुरे करा, आणि मुकाट्यानें रहा ! ” परंतु त्याचा कांहीं एक उपयोग झाला नाहीं. पूर्वीं सांगितलेल्या मोठमोठ्या हितचिंतक सुहृद्वर्गाची इच्छा नसतांही त्या पुत्रप्रेमबद्ध धृतराष्ट्रानें त्या पांडवांना पुनः आव्हान केलेंच !

अध्याय पंचाहत्तरावा.

—:०:—

गांधारीधृतराष्ट्रसंवाद.

वैशंपायन सांगतातः—हे राजा जनमेजया ! नंतर, शोकानें विव्हल झालेली धर्माचरणी गांधारी, पुत्रप्रेमानें प्रजाधिपति धृतराष्ट्राला म्हणालीः—अहो ! हा दुर्योधन जन्मास आला तेव्हांच त्या दूरदर्शी विदुरानें सांगितलें होतें कीं, ‘ ह्या कुलकलंक्याला खुशाल परलोकची वाट दाखवा ! ’ कारण, हा उपजतांच कोल्ह्याप्रमाणें आरडला ! यास्तव, हे भारता, हा कुरुकुलाचा घात करणारा आहे हें खास समजा. अहो ! आपल्याच दोषानें अगाध जलसंचयांत बुडून जाऊं नका. हे प्रभो ! मूर्ख व नीच लोकांच्या मतांच्या अभिमानाला पेटून आपल्या कुलाच्या भयंकर नाशाला आपणच कारणीभूत होऊं नये. अहो ! बांधलेला बांध कोणी फोडून टाकील काय ? अथवा विझलेली आग वारा घालून पुनः कोणी पेटवील काय ? त्याचप्रमाणें, हे भरतवंशजश्रेष्ठा, अपराध गिळून मुकाट्यानें गेलेल्या कुंतीपुत्र पांडवांना पुनः खिजवावें हें उचित आहे काय ? आपण सर्व कांहीं जाणतच आहां. तथापि आपणांला पुनः मी एका गोष्टीची आठवण देतें. ती गोष्ट हीच कीं, स्वभावतः ज्याची बुद्धि दुष्ट आहे, तो शास्त्राच्या किंवा कशाच्याच योगानें चांगल्या

मार्गाला लागणें शक्य नाहीं. ह्याकरितां, वृद्धांनीं तरी असल्या मूर्खांच्या नादीं लागूं नये. आपल्या आज्ञेमध्यें आपले पुत्र असावे, पुत्राच्या आज्ञेमध्यें आपण राहूं नये. तुमच्यापासून मर्यादेचें उल्लंघन करावयास शिकून अखेर प्राणास मुकून तुम्हांस त्यांनीं सोडून जाऊं नये, एवढीच माझी इच्छा आहे. म्हणून म्हणतें कीं, आपण ह्या कुलघातक दुर्योधनाचा त्याग करावा! महाराज, पूर्वी विदुरानें सांगितल्याप्रमाणें आपण केलें नाहीं, त्यामुळेंच हें आतां सर्व कुलाचा नाश करणारें फल वाढून आलें आहे, यांत शंका नाहीं. महाराज, शांति, धर्म आणि न्याय ह्यांनीं युक्त असलेली बुद्धिच आपली कायम रहावी; तींत प्रमाद होऊं नये. कारण, ज्यांचें अंतःकरण क्रूर असतें, त्यांची लक्ष्मी नष्ट होते; आणि ज्यांचें अंतःकरण सत्त्वस्थ असतें, त्यांची लक्ष्मी वृद्धिंगत होऊन ती पुत्रपौत्रादिकांनाही प्राप्त होत असते.

राजा, ह्याप्रमाणें धर्मावर दृष्टि देऊन त्या गांधारीनें धृतराष्ट्राची प्रार्थना केली खरी; पण ती सारी व्यर्थ झाली. धृतराष्ट्रानें तिला साफ सांगितलें कीं, कुलाचा नाश होतो ना! खुशाल होऊं दे. त्याला आडकाठी करावयाला मी असमर्थ आहें. ह्या दुर्योधनप्रभृति मुलांच्या जर मनांत आहे, तर त्याप्रमाणेंच होऊं दे, आणि पांडवांना परत आणून त्यांच्याशीं माझ्या मुलांना द्यूत खेळूं दे.

अध्याय शहात्तरावा.

—:०:—

युधिष्ठिराचा पुनः पराभव !

वैशंपायन सांगतातः—राजा, इतकें होईपावेतों पांडव हे हस्तिनापुरापासून बऱ्याच लांबीच्या पल्ल्यावर जाऊन पोहोंचले होते. तरी तेथपर्यंत जाऊन प्रातिकामीनामक सारथ्यानें युधिष्ठिराला सांगितलें कीं, "हे भरतकुलोत्पन्ना ! पित्याचा तुला असा निरोप आहे कीं, सभेमध्यें पट मांडून ठेविला आहे, तर तूं परत येऊन फांसे टाक, आणि पुनः द्यूत खेळ." राजा, हें ऐकून युधिष्ठिर म्हणाला:—हं ! एकूण हा द्यूत खेळण्याचा प्रसंग ज्या अर्थी पुनः येऊन गुदरला, त्या अर्थी एवढीच गोष्ट खरी कीं, प्राण्यावर जे बऱ्यावाईटाचे प्रसंग येतात, ते केवळ दैवयोगानें येतात, आणि तो दैवयोग कशानेंच टाळतां येत नाहीं. हें द्यूताचें जें वृद्धाकडून आमंत्रण आलें आहे, तें साऱ्यांच्याच क्षयाला कारण आहे, हें मी पक्कें जाणून आहें. तरी सुद्धां त्याच्या आज्ञेचें उल्लंघन करण्यास माझें धैर्य होत नाहीं.

वैशंपायन सांगतातः—राजा, "सोन्याचा मृग कधीं कोणीं ऐकलाही नाहीं. असें असतांही रामाला त्याचा लोभ उत्पन्न झाला, ह्यावरून विनाशकाल आला असतां पुरुषाच्या बुद्धीला विपर्यास पडतो हेंच खचीत !" असें बोलत बोलत पांडुपुत्र धर्मराज आपल्या भ्रात्यांसहवर्तमान परत फिरला, आणि शकुनीचें कपट जाणत असूनही तो कुंतीपुत्र पुनः द्यूताकडे वळला. राजा, ते पांडव पुनः जेव्हां त्या सभेत आलेले दृष्टीस पडले, तेव्हां तेथें असलेल्या आप्तसुहृदांच्या मनाला फारच वाईट वाटलें. असो. पुढें ते दैवाच्या फेऱ्यांत सांपडलेले पांडव सर्व लोकांच्या नाशास कारणीभूत होणारें द्यूत पुनः केव्हां सुरू होतें म्हणून वाट पहात बसले. तेव्हां शकुनीनें बोलण्यास प्रारंभ केला.

शकुनि म्हणाला:--वयोवृद्ध धृतराष्ट्रानें तुमचें द्रव्य तुम्हांला परत दिलें, तें आम्हांला शिरसा वंद्य आहे. आतां, हे भरतवंशजश्रेष्ठा ! एकाच महाधनाचा पण लावायाचा आहे, तो

ऐकून घे. तुम्हीं जर द्यूतामध्यें आमचा पराभव केला, तर रुरुनामक मृगाचीं अजिनें परिधान करून बारा वर्षेंपर्यंत आम्हीं घोर अरण्यांत निघून जावें; आणि कोणाच्या समजण्यांत न येईल अशा रीतीनें तेराव्या वर्षी सजातीयांमध्यें रहावें. त्याचप्रमाणें, आम्हीं जर तुमचा पराभव केला, तर तुम्हींही अजिनें परिधान करून द्रौपदीसहवर्तमान बारा वर्षेंपर्यंत वनांत वास्तव्य करावें; व कोणाच्या समजण्यांत न येतां तेरावें वर्ष सजातीयांमध्यें काढावें; व त्या तेराव्या वर्षांत कोणीं ओळखल्यास पुनः बारा वर्षें वनवास भोगावा; आणि जर तेरावें वर्ष कोणाच्या ओळखींत न येतां पार पडलें, तर मग यथायोग्य रीतीनें खुशाल तुम्हीं म्हणा किंवा आम्हीं म्हणा पुनः आपलें राज्य भोगावें. तर हे भरतकुलोत्पन्ना युधिष्ठिरा ! अशा पणानें फांसे टाकून आमच्याशीं तूं पुनः द्यूत खेळ.

राजा, हें शकुनीचें भाषण संपतांच सभेंतील सभासदांनीं एकदम आपआपले हात वर केले; आणि मनामध्यें अत्यंत उद्विग्न होऊन ते म्हणाले, " ह्या द्यूताचा परिणाम मोठा भयंकर होईल. ह्या दुर्योधनाला कोणीच कींहो सांगत नाहीं ! तेव्हां धिक्कार असो त्या त्याच्या बांधवांना ! "

वैशंपायन सांगतातः—राजा, असे नानाप्रकारचे लोकापवाद कानांवर पडत असतांही, द्यूतास बोलाविलें असतां मी गेलों नाहीं तर लोक मला काय म्हणतील याची लाज बाळगून तो कुंतीपुत्र धर्मराज फिरून त्या द्यूतास प्रवृत्त झाला; आणि वनवासांतही तीर्थाटन, सत्समागम वगैरे धर्मच होण्याचा संभव आहे, असें त्यानें मनांत आणिलें. राजा, तो महाबुद्धिमान युधिष्ठिर, याचा काय परिणाम होणार हें पूर्णपणें जाणत होता, तरी कौरवांचा विनाशकाल जवळच आला आहे असें मनांत म्हणत म्हणत तो द्यूतास प्रवृत्त झाला.

युधिष्ठिर म्हणतोः—स्वधर्मानें संरक्षण करणाऱ्या माझ्यासारख्या राजानें आव्हान झालें असतां त्याला पराङ्मुख कसें व्हावें; ह्याकरितां, हे शकुने, तुझ्यांशीं मी द्यूत खेळतों.

शकुनि म्हणालाः—बैल, घोडे, असंख्य धेनु, अगणित शेळ्या-मेंढ्या, हत्ती, खजिने, सुवर्ण, दासी सर्व कांहीं असेल तेवढें लावून वनवासास जाण्याचा आमचा हा आतां एकच पण आहे. तुम्हीं किंवा आम्हीं जो कोणी हरेल, त्यानें बारा वर्षें वनवास करावा, आणि तेरावें वर्ष आपल्या सजातीयांमध्यें राहून अज्ञातवासांत काढावें. तर, हे पुरुषश्रेष्ठहो ! ह्याच पणानें आपण उभयतां आतां द्यूत खेळूं.

जनमेजया राजा, ह्याप्रमाणें शकुनीनें एक वेळ सांगतांच कुंतीपुत्र धर्मराजानें तो पण कबूल केला; आणि सुबलपुत्र शकुनी ह्यानें फांसा टाकिला. पण ती काय त्याच्या केवळ हातची गोष्ट ! फांसा त्याला अनुकूल असा पडतांच, ' हं बस्स. चला जिंकलें ! ' इतकेच शब्द त्यानें तात्काळ युधिष्ठिराला सांगितलें.

अध्याय सत्याहत्तरावा.

—:०:—

दुःशासनानें दुःखावर दिलेले डाग.

वैशंपायन सांगतातः—तदनंतर, पराजित झालेले ते पांडव वनवासास जावयास तयार झाले तेव्हां त्यांनीं अनुक्रमानेंच आपआपलीं अजिनें परिधान केलीं. तेव्हां शत्रूच्या नरडीचा घोंट घेण्याचें सामर्थ्य असलेले ते पांडव, राज्याचा अपहार झाल्यामुळें कमरेला अजिनें गुंडाळून वनवासास निघाले असें पाहतांच दुःशासनाच्या तोंडाची खीळ निघाली !

दुःशासन म्हणालाः—हें ठीक झालें ! आज-

पासून ह्या आमच्या महात्म्या दुर्योधनाचें राज्य सुरू झालें. कारण, पांडव पराजित होऊन काळचक्राच्या फेऱ्यांत सांपडले आहेत. आमच्या ह्या शत्रूंपेक्षां आम्ही गुणानें श्रेष्ठ व वयानेंही ज्येष्ठ आहों, हें जाणूनच आज पहा—गुप्तमार्गानें सारे देवच आमच्याकडे येऊन आमचे पाठिराखे झाले आहेत, असें आम्हांस वाटतें! नाहीं तर त्यावांचून का ह्या गोष्टी घडावयाच्या? अहो, ज्यांत बुडी मारली तर ठाव सुद्धां लागावयाचा नाहीं, अशा खोल नरकामध्यें ह्या पांडवांना आम्हीं कायमचेंच ढकलून दिले म्हणून समजा. आतां राजविलासांचें कीं राज्याचें फिरून त्यांनीं नांव सुद्धां काढावयाला नको. राशींच्या राशी सुवर्णाच्या व रत्नांच्या पाहिल्या, तेव्हां त्यांचे डोळे फिरून गेले होते; त्यांच्या डोळ्यांवर धूर चढला होता; त्यांच्या अंगांत माज आला होता. त्या वेळेस 'ही ही' करून दांत काढून आम्हां धृतराष्ट्राच्या पुत्रांना हसलेले पांडव ते हेच बरें का? तेच आज कफल्लक होऊन रानोमाळ भटकायला चालले आहेत! ह्याकरितां, ह्यांना आतां हीं चित्रविचित्र चिलखतें व पाजळलेलीं हत्यारें कशाला पाहिजेत? काय आणला आहे शूरत्वाचा आव! घ्या हिसकावून तीं सारीं! आणि हे झोंकदार अंगरखे, लकलकीत मुगुट, झकपक श्रीमंती थाटाचीं धोतरेंपातरें तरी त्यांना कशाला हवीं? शकुनीनें पणामध्यें घातलेल्या शर्तीप्रमाणें त्यांचीं हीं वस्त्रेंभूषणें घ्या काढून, आणि लावा त्यांना हीं चामडीं नेसावयाला. पाहतां काय? कायहो, आजपर्यंत ह्या पांडवांचा तोरा! 'आमच्यासारखे पुरुष साऱ्या त्रैलोक्यांत नाहींत' अशी सदानकदा ह्यांना घमेंडी असे. त्यांना आज आपण केवळ पोंचट तिळाप्रमाणें निःसत्त्व आहों, या आपल्या स्वरूपाची ओळख पटूं द्या. यज्ञाची दीक्षा घेतली, आणि यज्ञकर्ते यजमान उदारबुद्धीचे असले, तर त्यांच्यामध्यें चर्माबरें परिधान करण्याची चाल असलेली कधीं कधीं दृष्टीस पडते. पण आज बळाची शेखी मिरविणारे पांडव यज्ञाची दीक्षा वगैरे कांहींएक घेतली नसतांही कसे चामडीं नेसून बसले आहेत पहा! अहो, हे कुंतीचे पुत्र आपण द्रौपदीचे पति म्हणवितात. पण हे खरोखर नपुंसक आहेत! आणि सोमक कुळांत उत्पन्न झालेला द्रुपद राजा तर आपल्याला केवढा शहाणा समजतो! पण त्या खुळ्यानें आपली सोन्यासारखी कन्या द्रौपदी या पांडवांसारख्या षंढांना देऊन तिच्या जन्माची माती मात्र करून टाकिली! कोणताच अर्थ साधला नाहीं! अहाग पांचालराजकन्ये द्रौपदी! हे भिकारी, दुर्बल, अंगाभोंवतीं लक्तऱ्या गुंडाळून बसलेले अशा ह्या पतींचें तूं वनामध्यें दर्शन घेतलेंस, म्हणजे तुझा आत्मा किती पण गारीगार होईल म्हणतेस? आणि तुझ्या मनाला काय पण आनंद वाटेल? आतां तुला मी एक युक्ति सांगतों. ती ही कीं, तूं आतां येथल्या येथेंच तुला वाटेल तो दुसरा नवरा करून घे. तो हुडकून काढावयाला तुला कांहीं लांब जावयाला नको. हे येथें जमलेले सारे कौरव मोठे क्षमाशील, कट्टे जितेंद्रिय, आणि उत्कृष्टवैभवसंपन्न आहेत. ह्यांतून कोणालाही तूं पतीच्या नात्यानें पसंत कर. म्हणजे ह्यांच्या बरोबर तुला हालअपेष्टा भोगावयाला नकोत. अग! न उगवणारे तीळ, पेंढा भरलेलीं जनावरें, किंवा वांझ झालेले यव जसे निष्फळ—पोंचट, तसेच हे पांडवही केवळ पोंचट आहेत. तेव्हां अशांना धरून राहिल्यानें तुझ्या पदरीं फल तें काय पडणार? खरोखर ह्या नपुंसकांचा समागम करून तुला व्यर्थ कष्ट मात्र भोगावे लागतील!

भीमसेनाची भयंकर प्रतिज्ञा.

वैशंपायन सांगतातः—राजा, ह्याप्रमाणें त्या दुष्ट धृतराष्ट्रपुत्र दुर्योधनानें पांडवांच्या कर्णपटलावर मर्मभेदक शब्दांचा सारखा वर्षाव चालविला, तेव्हां अत्यंत असहिष्णु भीमसेनाच्यानें तें सहन करवेना. त्याच्या हृदयाला अगदीं कढ आल्यामुळें त्यानें उच्च स्वरानें त्याची निर्भर्त्सना करून बोलतां बोलतां त्याला थांबविलें; आणि हिमालय पर्वतावरील सिंह जसा कोल्ह्यावर तुटून पडतो, तशा रीतीनें तो भीमसेन एकदम त्याच्या अंगावर चवताळून जाऊन त्याला म्हणाला, "अरे ! तूं जी ही शुष्क बडबड चालविली आहेस, ती दुष्ट व क्रूर लोकांच्या तोंडीं शोभाण्यासारखी आहे. अरे ! गांधारदेशाधिपति शकुनीच्या कपटयुक्त अक्षविद्येच्या जोरावरच तुझ्या साऱ्या फुशारक्या ना ? पण शब्दरूप बाणांनीं ज्याप्रमाणें सांप्रत तूं आमच्या काळजाला घरें पाडीत आहेस, त्याचप्रमाणें युद्धामध्यें तुझें मी खरोखरीच काळीज फोडूं लागलों असतां तुला ह्या तुझ्या कृत्याचें चांगलें स्मरण देईन, हें पक्कें लक्ष्यांत ठेव; आणि एवढ्यानेंच ह्या गोष्टीचा शेवट होईल असें तूं समजूं नको. तर क्रोध व लोभ ह्यांचे गुलाम बनून तुझ्यापुढें जे कोणी लांगूलचालन करून तुला पाठीशीं घालणारे आहेत, त्यांना सुद्धां सहकुटुंब सहपरिवार यमसदनास रवाना करीन, हें तूं पक्कें समजून ठेव."

वैशंपायन सांगतातः—ह्याप्रमाणें अजिनें परिधान केलेला भीमसेन बोलूं लागला असतां, दुःशानानें त्याच्याच सारखे हातवारे करून त्याची टवाळी आरंभिली; आणि ह्याचा शत्रुवधाचा मार्ग केवळ धर्मांत गुंतून पडल्यामळेंच कुंठित झाला आहे, अशी संधि पाहून तो उमेट दांडगा दुःशासन त्याची अधिकाधिकच कुचेष्टा करूं लागला; आणि "अहो बैलोबा ! अहो नंदीबैल !" अशा निर्लज्जपणानें त्याला हांका मारूं लागला !

कौरववधार्थ पांडवप्रतिज्ञा.

भीमसेन म्हणालाः—दुष्टा दुःशासना ! हें काळजास झोंबणारें भाषण तुझें तुलाच शोभतें. नाहीं तर भामटेगिरी करून डल्ला मारिलेल्या द्रव्यावर बढाया मारण्यास दुसरा कोण तयार होणार ? अरे ! समरांगणामध्यें हा कुंतीपुत्र भीमसेन तुझें वक्षःस्थळ फोडून त्यांतील रक्त जर घटाघट न प्याला, तर तो पुण्यवान लोकांच्या स्थानाला जाणारच नाहीं ! समजलास ? साऱ्या धनुर्धाऱ्यांच्या डोळ्यांसमक्ष सर्व धृतराष्ट्रपुत्रांचा संग्रामामध्यें वध करून मला समाधान करून घेण्याची वेळ लवकर येईल हें सत्य सत्य सांगून ठेवतों !

वैशंपायन सांगतातः—सभेंतून पांडव जाऊं लागले, तेव्हां राजा दुर्योधनाच्या हृदयांत तर काय आनंदाच्या उकळ्यांवर उकळ्या फुटूं लागल्या. तो त्याच्या भरांत असतां, भीमसेन सिंहगतीनें चाललेला पाहून दुर्योधन त्याच्या पाठीमागें हळूच जाऊन व त्याच्यासारखें अंग हालवून तो त्याची कुचेष्टा करूं लागला. तेव्हां किंचित् मागें मुरडून भीमसेन म्हणाला, "एवढ्यानेंच शेफारून जाऊन कृतकृत्य झालों असें समजूं नको. तूं अद्यापि काय पाहिलें आहेस ? मूर्खा ! ह्याचें उत्तर तुला मी लवकरच तुझ्या परिवारासह ठार मारूनच देईन, समजलास?" इतकेंच उत्तर देऊन त्या धर्मराजाच्या पाठीमागून चालत असलेल्या मानी व बलाढ्य भीमसेनानें सर्व अपमान सहन करून क्रोध आवरून धरिला; तथापि पुनः राहवेना म्हणून थोडासा कौरवसभेकडे वळून तो पुनः बोलूं लागला.

भीमसेन म्हणालाः—अहो ! या दुर्योधनाचा प्राण मी घेईन, कर्णाचा समाचार अर्जुन घेईल, व कपटानें द्यूत खेळणाऱ्या शकुनीला हा

सहदेव यमसदनास पाठवील. आमचें जर कौरवांशीं युद्ध झालें, तर ही माझी प्रतिज्ञा देव खचीत शेवटास नेईल ह्यांत तिळमात्र शंका नाहीं. हें माझें भाषण असें तसें नव्हे; तर मोठ्या महत्त्वाचें आहे हेंही मी ह्या सभेला सांगून ठेवितों. या पातकी दुर्योधनाचा मी युद्धांमध्यें गदेनें वध करीन; त्याचें मस्तक मातींत घालून पायानें कचाकच तुडवीन; आणि या बडबड विद्येंत शूर असलेल्या कठोरभाषणी दुरात्म्या दुःशासनाचें रक्त मृगराज सिंहाप्रमाणें घटाघट प्राशन करीन ! "

अर्जुन म्हणालाः— हे भीमसेना ! सज्जनांच्या मनांतील उद्देश करावयाच्या आधीं तोंडांतून कधींच बाहेर पडत नसतो. ह्याकरितां कोणतीच गोष्ट आज बोलून दाखविण्यांत कांहीं अर्थ नाहीं. आजपासून चौदाव्या वर्षी काय काय होईल तें साऱ्यांना दिसेलच !

भीमसेन म्हणालाः— आणखी तें काय दिसणार ? दुर्योधन, कर्ण, दुरात्मा शकुनि आणि चौथा दुःशासन ह्या चौघांचें रक्त ही भूमि यथेच्छ प्राशन करणार !

अर्जुन म्हणालाः— हे भीमसेना ! हा मत्सरानें भरलेला, आमचें होईल तितकें वाईट करण्याविषयीं दुसऱ्यावर भर देणारा, आणि पक्का बडबड्या जो कर्ण, त्याचा तुझ्या आज्ञेवरून मी युद्धांत शिरच्छेद करीन. हे सभासदहो ! भीमसेनाचा मनोरथ सिद्धीस नेण्याकरितां हा अर्जुन प्रतिज्ञा करतो आहे ही ऐकून ठेवा. कर्ण आणि कर्णाचे अनुयायी ह्यांचा मी आपल्या बाणांच्या योगानें संग्रामामध्यें वध करीन. ह्याप्रमाणें बुद्धीला भुरळ पडून जे कोणी राजे माझ्याशीं युद्ध करावयास येतील, त्या सर्वांनाही मी आपल्या बाणांच्या योगेंकरून यमसदनास पाठवीन. अहो, हिमालय पर्वत जर आपली जागा सोडून दुसरीकडे जाईल, सहस्ररश्मि सूर्य जर काळाठिक्कर पडेल, चंद्रांतील शीतलपणा जाऊन तो जर जळजळीत गोळा बनेल, तरच माझ्या सत्यप्रतिज्ञेचा भंग होईल ! आजपासून चौदाव्या वर्षी दुर्योधनानें सत्कारपूर्वक जर आमचें राज्य आम्हांस दिलें नाहीं, तर इतक्या गोष्टी निःसंशय घडून येतील !

वैशंपायन सांगतातः— राजा, ह्याप्रमाणें कुंतीपुत्र अर्जुनानें प्रतिज्ञा केलेली ऐकून, सुबलपुत्र शकुनीचा प्राण घेऊं इच्छिणारा अतुलपराक्रमी व महान् वैभवशाली माद्रीचा पुत्र सहदेव क्रोधानें आरक्त नेत्र करून सर्पाप्रमाणें सुस्काऱ्या टाकीत टाकीतच बोलूं लागला.

सहदेव म्हणालाः— हे मूर्ख शकुने ! तुझ्या हातांत आहेत ते फांसे आहेत असे वाटतात खरे; पण तो तुझा निवळ भ्रम होय. ते फांसे नव्हेत रे नव्हेत ! हे गांधारकुलाच्या शुभ्र यशःपटावर काजळाचा बोळा फिरविणाऱ्या शकुने ! समरांगणामध्यें यमयातनांतून लवकर सुटका होण्यासाठीं हे तीक्ष्ण बाण तूं वर म्हणून मागून घेतलेले आहेस, ह्याची आतां तरी तुला नीट ओळख पटूं दे. अरे ! आमच्या भीमसेनानें आपल्या बंधूंसहवर्तमान तुला अनुलक्षून जितकें जितकें म्हणून बजावून ठेविलें आहे, तितकें तितकें कर्म पूर्णपणें शेवटास नेण्याचें काम माझें आहे. ह्याकरितां, ह्या लोकांतील जीं जीं कांहीं कृत्यें करून घ्यावयाचीं तुझीं शिल्लक राहिलीं असतील, तीं तीं सर्व लवकर उरकून घे ! कारण, हे सुबलपुत्रा, तूं जर क्षात्रधर्माला अनुसरून माझ्यापुढें समरांगणांत उभा राहशील, तर मी आपल्या सामर्थ्यानें तुला तुझ्या बांधवांसहवर्तमान होतास कीं नव्हतास असें करून टाकीन, हें नीट लक्षांत ठेव !

हे लोकाधिपते जनमेजया ! सहदेवाचें हें भाषण श्रवण केल्यानंतर, मनुष्यांमध्यें अतिशयच सुंदर

जो नकुल, त्यानें बोलावयास सुरुवात केली.

नकुल म्हणाला:— दुर्योधनाची मर्जी संपादन करण्याकरितां उतावीळ झालेल्या ज्या धृतराष्ट्र-पुत्रांनीं ह्या द्यूतामध्यें द्रुपदकन्येला अनुलक्षून मर्मभेदक भाषणें केलीं आहेत, ते लोक काळाच्या जबड्यांत सांपडलेले असल्यामुळें मरणाच्या दारीं तर बसलेलेच आहेत. त्या बहुतेक धृतराष्ट्रपुत्रांना मी यमसदनास पाठवीन. द्रौपदी जितकी धर्मराजाच्या आज्ञेंत वागते, तितकाच मीही त्याच्या आज्ञेंत वागणारा आहें. याकरितां, त्याची जर आज्ञा होईल, तर थोडक्याच काळांत पृथ्वीवर धृतराष्ट्राचा पुत्र म्हणून ठेवणार नाहीं!

वैशंपायन सांगतात:—राजा, ह्याप्रमाणें दुर्धर प्रतिज्ञा केल्यानंतर ते सर्व महान पराक्रमी पुरुषश्रेष्ठ पांडव धृतराष्ट्राच्या जवळ गेले.

अध्याय अठ्याहत्तरावा.

—:०:—

पांडवांस विदुराचा उपदेश.

युधिष्ठिर म्हणाला:- हे भरतवंशजश्रेष्ठ राजा धृतराष्ट्रा, अहो वृद्ध आजोबा भीष्म, अहो विदुर काका, गुरुवर्य द्रोणाचार्य, अहो कृपाचार्य, हे अश्वत्थामन्, हे सर्व धृतराष्ट्रपुत्रहो, हे युयुत्सो, हे राजा सोमदत्ता, महाराज बाल्हीका व इतर सभासदहो, आम्ही आज आपणां सर्वांचा निरोप घेऊन वनामध्यें जातों. परत आल्यावर आतां आपली व आमची भेट!

वैशंपायन सांगतात:- राजा, ह्याप्रमाणें युधिष्ठिरानें निरोप घेतला असतां, लज्जेनें खालीं मान घातलेल्या भीष्मप्रभृतींनीं तोंडांतून एकही चकार शब्द काढिला नाहीं, त्यांनीं मनामध्यें मात्र त्या विचारशील धर्मराजाचें कल्याण चिंतिलें.

विदुर म्हणाला:- हे कुंतीपुत्रहो! ही तुमची माता महासाध्वी राजकन्या कुंती शरिरानें अत्यंत सुकुमार असून जन्मापासून तिनें राजसुखांतच दिवस काढिलेले आहेत. तेव्हां तिनें अरण्यांत जाणें हें मला प्रशस्त दिसत नाहीं. ह्याकरितां तिला माझ्या घरीं राहूं द्या. तिचा होईल तेवढा मानमरातब मी राखीन. तुम्ही सदासर्वदा सुखरूप असा.

राजा, हें विदुराचें बोलणें ऐकून ते सर्व पांडव त्याला म्हणाले:—हे निष्पापा! आपण म्हणतां त्याप्रमाणें कुंतीला खुशाल येथें राहूं द्या. आपण आमचे चुलते असल्यानें पित्यासमानच आहां; आणि आम्हीही सर्व आपले अंकित आहों. आम्हांला आपलाच काय तो सर्वस्वी आधार आहे. यास्तव, हे ज्ञानवर्य! आपल्या आज्ञेप्रमाणें वागण्यास आम्ही सिद्ध आहों. विशेषत: आम्हांला वडील आपणच आहां. तस्मात्, हे महामते, आणखी जें कांहीं आमच्या हातून होण्यासारखें असेल, त्याची आज्ञा व्हावी.

विदुर म्हणाला:- हे भरतकुलभूषणा युधिष्ठिरा! हें माझें म्हणणें तूं नीट ध्यानांत ठेव. अरे! केवळ अधर्मानेंच जो पुरुष जिंकिला गेलेला असतो, तो पराजयाचें मुळींच दुःख मानीत नाहीं. तूं धर्मज्ञानांत प्रवीण आहेस, अर्जुन युद्धामध्यें हटकून विजय संपादणारा आहे, भीमसेन शत्रूंचे प्राण घेण्यांत पारंगत आहे, नकुल धनसंचय करणारा आहे, त्याचप्रमाणें सहदेव मोठा निग्रही आहे, धौम्य ऋषि ब्रह्मज्ञानामध्यें अग्रगण्य आहेत, आणि धर्मानें वागणारी द्रौपदी तर धर्म व अर्थ ह्या दोहोंमध्येंही कुशल आहे. शिवाय, तुम्ही एकमेकांवर जीव कीं प्राण करणारे आहां. त्यामुळें एकमेकांच्या दर्शनानें सुद्धां तुम्हांला आनंदच होतो; आणि असल्या स्थितींत तुम्ही संतोषानें राहणारे असल्यामुळें, तुमच्यामध्यें फूट पाडावयाला शत्रूला जागा मिळावयाची नाहीं. तेव्हां असे जे तुम्ही, त्या तुमच्याकडे मन ओढवणार नाही असा या पृथ्वीच्या पाठीवर कोण आहे?

हे भरतकुलभूषणा युधिष्ठिरा! मनाची शांति ढळूं न देणें हा जो तुझा नियम, तोच तुझ्या

सर्व प्रकारच्या कल्याणास कारणीभूत होणार आहे. त्याच्यापुढें इंद्रासारखा शत्रु आला तरी देखील त्याचें कांहीं चालणार नाहीं. महर्षी-सारख्या ज्ञानीजनांची तर तुझ्यावर अतोनात कृपा आहे. पूर्वी हिमालय पर्वतावर तुला मेरुसावर्णीनें उपदेश केला; वारणावत नगरामध्यें कृष्ण-द्वैपायनांनीं तुला ज्ञान सांगितलें; भृगुतुंग पर्वतावर तुला परशुरामाचा अनुग्रह झाला; दृषद्वती नदीच्या तीरीं शंकरांनीं तुला तत्त्वज्ञान सांगितलें; अंजन पर्वतावर असित महर्षींपासूनही तूं कांहीं रहस्य श्रवण केलेंसच; कल्माष नदीच्या तीरीं असलेल्या भृगु महर्षींचें तर तूं शिष्यत्वच पतकरिलें आहेस; नारद मुनींना तर तुला वारंवार भेटण्यावांचून चैनच पडत नाहीं; आणि धौम्य मुनि तर प्रत्यक्ष तुझे पुरोहित--कुलगुरुच--आहेत. आणखी तें काय पाहिजे? तेव्हां अशा महर्षींच्या कृपाप्रसादानें तुला जी अनुपमेय पारलौकिक बुद्धीची जोड मिळाली आहे, तिचा तूं त्याग करूं नको.

हे धर्मराजा! तुझी पारलौकिक बुद्धि किती बरें अप्रतिम आहे? खरोखर तिच्यामध्यें तूं इलापुत्र पुरूरव्याला सुद्धां मागें सारशील! सामर्थ्यानें तर तूं इतर राजांना जिंकणारा आहेस; धर्माचरणामध्यें तुझी बरोबरी मोठमोठ्या ऋषींनाही करणें परम दुर्घट! इतकें सर्व तर तुझ्या अंगीं आहेच; पण एवढ्यानेंच सारें संपलें असें मात्र तूं समजूं नको. तर इंद्रापासून जय, यमापासून क्रोधाचें संयमन, कुबेरापासून दातृत्व, आणि वरुणापासून वशीकरण, हे गुण प्राप्त करून घेण्याकडे तुझ्या मनाचा ओढा असू दे. स्वार्थत्याग, सौम्यपणा व परोपजीवन हे गुण तू जलापासून शिकून घे. तसेंच पृथ्वीपासून क्षमा, सूर्यमंडलापासून सर्व प्रकारचें तेज, वायूपासून बल, आणि आकाशापासून मनाची उदारता, हीं तूं संपादन कर.

असो. आतां तुम्हांला सदासर्वदा आरोग्य प्राप्त होवो; आणि तुमचें कल्याण असो. तुम्ही परत आलां म्हणजे मी तुम्हांला भेटेनच. हे युधिष्ठिरा! विपत्ति आली म्हणजे धर्म व अर्थ ह्यांसंबंधाचीं संकटें वारंवार उद्भवतात. ह्याकरितां, जें जें कार्य करावयाचें, तें तें प्रसंग पाहून करीत असावें. हे कुंतीपुत्रा! जा तर आतां. हे भरतकुलभूषणा! तुझें कल्याण असो. आतां आम्हीं तुला कृतकृत्य होत्साता सुखरूप परत आलेला पहावा, एवढीच इच्छा आहे. अरे! तुम्हीं पूर्वी कोणाचें कधीं कांहीं वाईट केलें नाहीं. यामुळें, परत आल्यावर सर्व प्रजाजनांचीं अंतःकरणें तुमच्याकडे ओढतील याविषयीं शंका नको.

राजा, याप्रमाणें विदुरानें केलेला उपदेशानुग्रह पांडुपुत्र युधिष्ठिरानें शिरसा वंद्य केला; आणि 'आज्ञेप्रमाणेंच चालेन,' असें सांगून तो अमोघ पराक्रमी युधिष्ठिर, भीष्म व द्रोणाचार्य यांस नमस्कार करून अरण्यांत जाण्याकरितां निघाला.

अध्याय एकुणऐशींवा.

—:०:—

सर्वांचा निरोप.

वैशंपायन सांगतातः— राजा, युधिष्ठिर जेव्हां वनांत जावयास निघाला, तेव्हां द्रौपदी ही यशस्विनी कुंतीकडे गेली; आणि अत्यंत दुःखाकुल होऊन तिनें त्या कुंतीचा व इतर स्त्रियांचाही निरोप घेतला. नंतर, वयोमानाप्रमाणें कोणाला नमस्कार व कोणाला आलिंगन वगैरे देऊन ती जाऊं लागली, तेव्हां पांडवांच्या अंतःपुरामध्यें मोठीच रडारड सुरू झाली. द्रौपदीला निघालेली पाहतांच कुंतीला तर पराकाष्ठेचें दुःख झालें; आणि गहिंवर दाटून आल्यामुळें तिच्या तोंडून एक अक्षरही निघेना. सरतेशेवटीं कांपन्या कांपन्या स्वरानें ती बोलूं लागली

कुंती म्हणालीः— मुली! खरोखर हा

तुझ्यावर केवढा तरी प्रसंग ओढवला आहे ! प्रारब्धच फिरलें त्याला काय करावयाचें ! म्हणून आलेला हुंदका गिळून टाक; व शोक करीत बसूं नको. स्त्रीधर्म जाणणारी तुझ्यासारखी दुसरी कोण आहे ? सुशीलपणा आणि सदाचरण तर तुझ्या अगदीं अंगवळणींच पडलेलें आहे. केव्हांही तुझ्याकडे पहा ! तूं आपली प्रसन्न आणि हसतमुखच असावयाची! तेव्हां भ्रताराशीं कसें वागावें हें तुला सांगावयाची गरजच नाहीं. आणखी तुझ्या अंगांत किती तरी सद्‌गुण आहेत ! हे साध्वी ! खरोखरच तूं आपलीं दोन्ही कुलें भूषणभूत केलीं आहेस. हे द्रौपदि ! तुझ्या कीर्तिरूप शुभ्रपटावर कालिमेचा एक छटाही कधीं आला नाहीं. तुझें तेज कांहीं अपूर्व आहे. तुझ्या क्रोधानलानें हे कौरव दग्ध झाले नाहींत, हें तरी त्यांचें भाग्यच समजलें पाहिजे. आतां माझ्या अभीष्टचिंतनाच्या पाठबळावर मार्गांतून तूं निर्विघ्नपणें जा. अपरिहार्य गोष्टींबद्दल साध्वी स्त्रिया कधींच दुःख करीत नाहींत. तूं तर महान धर्माचें संरक्षण केलेलें आहेस; तेव्हां तूं ह्या संकटांतून लवकरच मुक्त होशील. वनामध्यें जाऊन तुम्ही रहाल त्या वेळीं ह्या माझ्या सहदेवाकडे तूं निरंतर लक्ष ठेवीत जा. म्हणजे त्या बुद्धिमान पुत्राचा अशा संकटांतही धीर खचणार नाहीं !

राजा, ह्याप्रमाणें कुंतीनें सांगितलें असतां, 'आज्ञा' असें म्हणून ती राजपत्नी द्रौपदी चालूं लागली. त्या वेळीं तिच्या नेत्रांतून एकसारख्या अश्रूंच्या धारा वहात असल्यामुळें तिचें सर्वांग भिजून चिंब झालें होतें. शिवाय ती रजस्वला असल्यामुळें तिचे केंस पाठीवर मोकळे सुटले होते; व वस्त्रही एकच असून तें अशुद्धानें किडबिडलें होतें ! अशा स्थितींत द्रौपदी रडत रडत जाऊं लागली, तेव्हां कुंतीही डोळे पुशीत पुशीत तिच्या मागोमाग गेली. तों, ज्यांचीं वस्त्रें व भूषणें हिरावून घेतलीं आहेत, हरणांचीं कातडीं ज्यांनीं कमरेभोंवतीं गुंडाळलेलीं आहेत, लज्जेनें ज्यांनीं आपल्या माना किंचित् खालीं घातल्या आहेत, हर्षानें तल्लीन झालेल्या शत्रूंनीं ज्यांच्या भोंवतीं गराडा दिला आहे, आणि स्नेहीसुहृद ज्यांच्याकरितां धाय मोकलून रडत आहेत, असे आपले सर्व पुत्र तिच्या दृष्टीस पडले. राजा, आपल्या मुलांची ती दुर्दशा पाहून त्या माऊलीला काय बरें वाटलें असेल ? ते राजबिंडे प्रत्यहीं रत्नजडित अलंकारांनीं व राजचिन्हांनीं युक्त असलेले प्रसन्नमुद्रेनें पुढें यावयाचे, तेच ह्या वेळीं केवळ भणंगभिकाऱ्यांसारखे दीन झालेले पाहून कुंतीच्या काळजानें ठाव सोडिला ह्यांत आश्चर्य तें कशाचें ? तिच्या अंतःकरणाला एकदम दुःखाचा कढ आला, आणि ती प्रत्येक मुलाला कवटाळून धरून विलाप करूं लागली.

कुंतीचा विलाप.

कुंती म्हणाली:— बाबांनो ! कोणी याचक आला तर असलेला पदार्थ उचलून द्यावयाला तुमचा हात सदासर्वदा पुढें असे; तुमची भक्ति पाहिली तर देवब्राह्मणांवर कशी अगदीं निस्सीम; देवाची पूजाअर्चा तर तुमच्या हातून कधींच टळलेली नाहीं; पूर्वेचा सूर्य एक वेळ पश्चिमेस उगवेल, पण असत्य भाषण तुमच्या मुखांतून कधींही निघावयाचें नाहीं; सदाचार, सद्धर्म, नीति ह्यांचें तेज तर तुमच्या अंगीं सदोदीत झळकत राहत असे; अशा तुम्हांवर कशानेंरे हें एवढें संकट ओढवलें ! काय तरी दैवाची गति विचित्र ! तुमच्या वाईटासाठीं कोणरे जपमाळ घेऊन बसले होते म्हणून त्याचें हें फल तुम्हांपुढें दत्त म्हणून उभें राहिलें अशी मी मनाची समजूत करूं ? तुम्हांला जन्म देणाऱ्या मज पापी चांडाळणीच्या नशिबाचा तर हा दोष नसेलना ? नाहीं तर, सारे गुण तुमच्या अंगीं ओतप्रोत भरलेले असतां तुम्हांस इतकें दुःख व क्लेश कां भोगावे लागते ? तुमची

लक्ष्मी जरी सर्वस्वीं गेली आहे, तरी वीर्य, धैर्य, बळ, उत्साह व तेज ह्यांत कांहीं कधीं तुम्हांला झीज लागावयाची नाहीं, ही गोष्ट खरी आहे. पण शरिरानें जर तुम्ही झिजत चाललां, तर त्या अरण्यांतील खडतर जाग्यांत कसेरे रहाल? तुमच्या नशीबांत वनवास आहे हें जर मला पूर्वीच कळलें असतें, तर पांडु राजा मरण पावल्यानंतर शतशृंग पर्वतावरून मी परतच आलें नसतें! पुत्रांचें दुःख पाहिल्याशिवायच ज्याला स्वर्गास जाण्याची इच्छा झाली, तो तुमचा पिता धन्य, असें मला वाटतें. पण जिनें रति, मति व गति ह्यांत मला फसवून, व आपल्या पुत्रांना पुढें अशी आपत्ति भोगावी लागणार असें भाकित जाणूनच कीं काय, सर्वोत्कृष्ट सतीच्या मार्गाचेंच अवलंबन केलें, त्या महाभाग्यवती अतींद्रियज्ञानी धर्मवेत्त्या माद्रीची तर त्यांच्याहूनही धन्य म्हटली पाहिजे! मी किती दुर्दैवी पहा! तिच्यामागें जगून हें असें दुःख पाहण्याचें माझ्या नशीबीं आलें आहे! कोण तरी जिवाची आवड! धिक्कार असो मला! आणि आग लागो त्या माझ्या जिवाच्या आवडीला! बाळांनो, तुम्हांला प्राप्त करून घेतांना कितीरे नवस आणि कोणरे सायास पडले! आणि तुमचे ते सद्गुण पाहिले म्हणजे असें वाटतें कीं, हे सारे प्राण सुद्धां तुमच्यावरून ओंवाळून टाकावे. ह्याकरितां, तुम्हांला सोडून मी नाहींरे रहावयाची! चला, मीही तुमच्याबरोबर येतें. द्रौपदि! तूं सुद्धां काग मला सोडून जातेस? आयुष्य हे क्षणभंगुर आहे असें म्हणतात. असें असतां माझ्याच आयुष्याचा शेवट कोठें गेला? मला तर वाटतें, ब्रह्मदेवानें माझा जन्म मात्र माझ्या भाळपटावर लिहिला, आणि त्याची शेवटची मर्यादा कोठें तें लिहिण्याचें तो विसरला! अरेरे! केवढी ही त्याची चूक! हे कृष्णा! हे द्वारकानिवासा! हे बलरामाच्या कनिष्ठ बंधो! तूं कोठेंरे गेलास? तूं मला व माझ्या ह्या पुरुषश्रेष्ठ बाळांना ह्या दुर्धर संकटांतून कांरे मुक्त करीत नाहींस? अनादि अनंत असणाऱ्या तुझें जे कोणी सदासर्वदा स्मरण करितात, त्यांचा तूं प्रतिपाळ करितोस, असें साधुसंत सांगत आले आहेत; आणि आजच त्याला तूं हरताळ कसा काविलास? माझे हे मुलगे सद्धर्म, मोठेपणा, कीर्ति व वीर्य ह्यांनीं संपन्न असल्यामुळें त्यांना असें संकट भोगावयास लावणें हें तुला योग्य नाहीं. ह्याकरितां असें करूं नको. त्यांची खरोखर तुला दया येऊं दे. नीतिशास्त्रांत व अर्थशास्त्रांत प्रवीण असलेले भीष्म, द्रोणाचार्य, कृपाचार्य वगैरे कुरुकुलनायक विद्यमान असतां माझ्या बाळांवर हें संकट कोठून आलें हो! हायहाय! हे पांडो! हे महाराजा! आपण तरी कोठें आहां? शत्रूंनीं केवळ द्यूतामध्यें तुमच्या गरीब कुमारांना जिंकून वनांत घालवून दिलें तरी सुद्धां अद्यापि आपण डोळेझांक कशी करतां? अरे सहदेवा बाळा! तू तरी माघारा फीर! तूं माझ्या देहापेक्षांही मला प्रिय आहेस! हे माद्रीपुत्रा, मी तुझी सावत्र आई, असें मनांत आणून एखाद्या निर्दय मुलाप्रमाणें

१ कुंतीचें म्हणणें—माझ्याहून पांडु राजाला माद्री हीच फार प्रिय होती. कारण, तीच नेहमीं त्यांच्या जवळ असे; आणि अंतसमयीं तरी तिनें आपल्या पतीच्या रतिसुखाचा उपभोग घेतला; आणि मला अभागीला तेंही सुख मिळालें नाहीं, म्हणून तिनें मला रतिसुखांतही फसविलें! आणि ह्या मृत्युलोकीं —मुलाबाळांच्या—संसारांत कुजत राहण्यापेक्षां अक्षय्य कीर्तीचें पात्र व्हावें म्हणून तिनें सहगमन करण्याचा निश्चय केला; आणि मी पहा ह्या संसारसमुद्रांतच घोंटाळत बसलें आहें! तेव्हां तिनें ह्या मतीमध्यें म्हणजे सद्बुद्धींतही मला फसविलें; आणि अखेर तिनें आपल्या मनाप्रमाणें करून उत्तम गति प्राप्त करून घेतली; आणि मी ह्या अशा पुत्रदुःख डोळ्यांनीं पाहणाच्या दुर्गतीला पोहोंचलें आहें, तेव्हां तिनें गतीमध्येंही मला हात दाखविलाच!

मला तूंही टाकून जाऊं नको. अरे, हे तुझे भाऊ कडकडीत सत्यव्रत पाळणारे असले तर त्यांनाच वनामध्यें जाऊं दे; आणि तूं येथेंच राहून माझें संरक्षण कर व पुण्य जोड !

वैशंपायन सांगतात:—राजा, ह्याप्रमाणें कुंती जेव्हां पाषाणासही पाझर फुटेल अशा प्रकारचा हृदयद्रावक विलाप करूं लागली, तेव्हां, ज्यांचा आनंद अगदीं लयास गेला आहे अशा पांडवांनीं तिचें समाधान केलें ते म्हणाले, "आई, प्रारब्धांत असेल तें सुखदु:ख भोगलेंच पाहिजे, तें चुकावयाचें नाहीं. ह्याकरितां, कृपा करून तूं आतां कोणत्याही प्रकारचें दु:ख करूं नको. आम्ही वनवसांत असलों किंवा कोठेंही असलों, तरी तुझ्या आशीर्वादानें आम्हांस कोणतीच अडचण पडणार नाहीं. याकरितां, तूं आमच्याबरोबर येण्याचें मनांत न आणितां विदुराच्या येथेंच कालक्रमणा कर. अधिक मोहांत पडूं नको!"

राजा, ह्याप्रमाणें पांडवांनीं आपल्या प्रियकर मातु:श्रीची प्रार्थना केली; आणि सद्गदित अंत:करणानें तिला प्रणाम करून त्यांनीं वनाकडे जाण्याचा मार्ग धरिला. तेव्हां विदुरानें, त्या शोकविव्हल झालेल्या कुंतीचें, दैव हें किती बलवत्तर ह्याबद्दल चारदोन गोष्टी सांगून सांत्वन केलें; आणि तिला बरोबर घेऊन खिन्न अंत:करणानें हळू हळू तो आपल्या घरीं आला. द्रौपदीच्या अंगाला झोंबणे, तिला राजवाड्यातून काढून देऊन वनवासाला पाठविणें, हे जुवेबाज मंडळीचे प्रकार पाहून दुर्योधनदु:शासनादिकांच्या स्त्रियाही त्या चांडाळचौकडीवर बोटें मोडूं लागल्या; त्यांच्या सुद्धां पोटांत भडभडून आलें; त्या सुद्धां मोठ्यानें गळा काढून रडूं लागल्या; आणि चिंताक्रांत होऊन बसल्या. राजा धृतराष्ट्रालाही, "पोरांनीं हें मोठें अनन्वित कृत्य केलें; ह्याचा परिणाम चांगला होण्याचें कांहीं लक्षण दिसत नाहीं; उलट मोठा अनर्थ ओढवण्याचें लक्षण दिसतें!" असें वाटून त्याचें मन उद्विग्न झालें; आणि त्याच्याही जिवाला तळमळ लागून राहिली. अशा प्रकारें शोकानें व्याकुल होऊन तो एकांतांत विचार करीत बसला असतां त्यानें विदुरास निरोप पाठविला कीं, "तूं लवकर इकडे निघून ये." तो धृतराष्ट्राचा निरोप येऊन पोहोंचतांच विदुर धृतराष्ट्राच्या वाड्यामध्यें आला. तेव्हां त्या उदास झालेल्या धृतराष्ट्रानें त्याच्यापाशीं विचारपूस करावयास सुरुवात केली.

अध्याय ऐशींवा.

—:०:—

पांडव वनवासांत जातांना घडलेले प्रकार व उत्पात.

वैशंपायन सांगतात:—राजा, तो दूरदर्शी विदुर निरोपाबरोबर येऊन पोहोंचला असें पाहून, अंबिकापुत्र धृतराष्ट्र यास त्याचेंच मन खाऊं लागल्यामुळें, त्यानें त्यास थोडासा भीतभीतच प्रश्न केला.

धृतराष्ट्र म्हणतो:—हे विदुरा! कुंतीनंदन धर्मपुत्र युधिष्ठिर, भीमसेन, सव्यसाची अर्जुन, माद्रीपुत्र पांडुनंदन नकुल-सहदेव, धौम्य आणि यशस्विनी द्रौपदी हीं कसकशीं वनांत गेलीं, त्यांनीं जातांना काय काय केलें, त्यांच्या चर्येवरून व कृतीवरून त्यांच्या मनांतील काय काय भाव व्यक्त होत होता, तें सर्व ऐकण्याची मला फार उत्कंठा आहे. तर तें तूं मला इत्थंभूत सांग.

विदुर म्हणाला:—हे धृतराष्ट्रा! ते कसे गेले म्हणून काय विचारतोस? कुंतीपुत्र युधिष्ठिरानें तोंडावरून बुरखा घेतला होता; भीमसेन आपल्या विशाल बाहूंकडे पहात पहात निघून गेला; सव्यसाची अर्जुन वाळू टाकीत टाकीत युधिष्ठिराच्या मागून गेला; माद्रीपुत्र सहदेव तोंडाला राख सारवून आपल्या मार्गानें गेला; व जगामध्यें अत्यंत सुंदर असलेला व मनांत अत्यंत खिन्न झालेला नकुल आपलें सारें अंग

धुळीनें भरून धर्माच्या मागोमाग वाटेला लागला. विशालनेत्री व लावण्यखाणी अशी जी द्रौपदी, ती तोंडावर केंस आणून धर्माच्या मागोमाग रडत रडत जात होती; आणि, हे प्रजाधिपते धृतराष्ट्रा! हातांत दर्भ घेऊन धौम्य मुनि हे यमदैवताला उद्देशून असलेलीं व इतर भयंकर सामें म्हणत म्हणत प्रयाण करीत होते!

धृतराष्ट्र म्हणालाः—विदुरा! ह्या ज्या ज्यांनीं निरनिराळ्या कृति केल्या, त्या कां बरें केल्या? त्यांवरून त्यांच्या मनांतील काय बरें भाव व्यक्त होत होते?

विदुर म्हणालाः—त्यांतील भावार्थ आणखी तो काय असणार? तुझ्या पुत्रांनीं धर्मराजाला कपटानें जिंकून राज्याचा व संपत्तीचा जरी अपहार केला, तरी त्या दूरदर्शी धर्मराजाची बुद्धि धर्मापासून चळली नाहीं. हे भरतकुलोत्पन्न धृतराष्ट्रा! तुझ्या पुत्रांवर निरंतर दयाच करणारा जो धर्मराज, त्याला कपटाचा आश्रय करून तुझ्याच पुत्रांनीं सर्वस्वीं नागविलें, तेव्हां क्रोध बाहेर पडूं नये म्हणून धर्मराजानें डोळे उघडे ठेविले नाहींत; क्रोधयुक्त दृष्टीनें सारे लोक क्षुब्ध होण्यास आपण कारण होऊं नये, म्हणून धर्मराजा हा आपलें तोंड झांकून निघून गेला. हे भरतवंशजश्रेष्ठा धृतराष्ट्रा! "बाहुबलामध्यें माझी बरोबरी करणारा दुसरा कोणी नाहीं" असा भुजबळसंपत्तीचा अभिमान बाळगणारा भीमसेन, आपल्या भुजबळसंपत्तीला योग्य असेंच कांहीं शौर्यकर्म शत्रूंशीं करण्याच्या इच्छेनें आपले विशाल दंड बाहेर काढून चालला होता. दोन्ही हातांनीं सारखे बाण सोडणारा कुंतीपुत्र अर्जुन बाणांची वृष्टि कशी करीन ते दाखविण्याकरितां वाळू टाकीत टाकीत धर्माच्या मागोमाग चालला होता. म्हणजे त्यांतील भावार्थ इतकाच कीं, त्याचे वाळूचे खडे ज्याप्रमाणें अप्रतिहत पडत होते, त्याप्रमाणेंच तो आपल्या शत्रूंवर अप्रतिहत बाणांचा वर्षाव करणार! हे धृतराष्ट्रा! अशा निकृष्टावस्थेमध्यें आपलें तोंड कोणाच्या दृष्टीस पडूं नये म्हणून सहदेवानेंही तोंडाला राख फांसली होती. हे प्रभो धृतराष्ट्रा! मार्गांतून जातांना पाहून स्त्रियांचें मन आपल्यावर जाऊं नये म्हणून आपल्या साऱ्या अंगावर धूळ उधळून नकुल आपल्या वाटेनें जात होता. रजस्वला असल्यामुळें जिच्या शरिरावर एकच वस्त्र असून तेंही अशुद्धानें डिडबिडलेलें होतें, अशी केंस मोकळे सोडून रडत जात असलेली जी द्रौपदी, तिनें तर असें बोलून दाखविलें कीं, "ज्यांच्यामुळें मला हें दुःख प्राप्त झालें आहे, त्यांच्या बायका आजपासून चौदाव्या वर्षीं रजस्वला असतांनाच पति, पुत्र, बंधु व सुहृद् ह्यांचा वध होऊन त्यांच्या रक्तानेंच त्यांचीं अंगें थबथबत असतांच त्या स्त्रिया आपआपल्या नवऱ्यांच्या वगैरे नांवानें अंगें धुऊन व तिलांजलि देऊन असे माझ्यासारखे केंस मोकळे असतांना हस्तिनापुरामध्यें शिरतील! हे भरतकुलोत्पन्ना धृतराष्ट्रा! धर्मराजाचे पुरोहित विद्वान धौम्य ऋषि निर्ऋति दिशेला दर्भ टाकून यमदेवतेला उद्देशून सामें म्हणत म्हणत पुढें गेले, त्यांतील भावार्थ हा कीं, भरतकुलोत्पन्न कौरवांचा संग्रामामध्यें वध झाल्यानंतर कौरवांचे उपाध्यायही ह्याचप्रमाणें सामें म्हणतील! एवढाच हेतु दर्शविण्याकरितां धौम्य मुनींनीं तशा रीतीनें प्रयाण केलें.

राजा, ही त्यांच्या जाण्यासंबंधानें गोष्ट झाली. पण इकडे नगरामध्यें काय प्रकार झाला तो ऐक. "हाय हाय! आमचे प्रभु असलेले पांडव अशा प्रकारचें संकट प्राप्त होऊन अरण्यांत जावेना! अहो! जे केवळ राज्याच्या लोभानेंच ह्या पांडुपुत्रांना हांकून देत आहेत, त्या ह्या पोरकट बुद्धीच्या वयोवृद्ध कौरवांना धिक्कार असो! पांडव गेल्यामुळें आम्ही सर्व आज अनाथ होऊन पड-

लों! अशा त्या निर्दय व लोभी कौरवांमध्यें राहण्यास आम्हांला बरें तरी कसें वाटणार?" ह्याप्रमाणें नागरिकजन अत्यंत दुःखाकुल होऊन वारंवार आक्रोश करीत आहेत! राजा, अत्यंत विचारी कुंतीपुत्र पांडव वनांत गेले, तेव्हां इतके इतके प्रकार घडले; व त्यांपासून इतका इतका भावार्थ व्यक्त झाला.

धृतराष्ट्रा! एवढयानेंच भागलें असें नाहीं. तर ते पुरुषश्रेष्ठ हस्तिनापुरांतून बाहेर पडले मात्र, तोंच आकाशामध्यें मेघ वगैरे कांहींएक नसतांनाच विजा चमकूं लागल्या, व धरणीकंप होऊं लागला! त्याचप्रमाणें, हे धृतराष्ट्रा, पर्व नसतांनाच सूर्याला ग्रहण लागलें; आणि एक अरिष्टसूचक उल्का नगरीला उजवी प्रदक्षिणा घालून विझून गेली. गिधाड, कोल्हे, कावळे वगैरे मांसभक्षक प्राणी हे देवालयें, मार्गावरचे वृक्ष, वाडे, आणि गच्चा ह्यांवर बसून भयसूचक शब्द करूं लागले. असो. पांडव वनांत गेले तेव्हां हे भरतवंशजांचा क्षय सुचविणारे आणि टाळण्यास दुर्घट असे उत्पात झाले! आणि इतक्या सगळ्याला कारण काय? तर तूं पुत्रास दिलेली वाईट सल्ला!

वैशंपायन सांगतातः—राजा, ह्याप्रमाणें राजा धृतराष्ट्राच्या घरीं धृतराष्ट्र व परम बुद्धिमान विदुर ह्यांचा संवाद चालला आहे, तोंच इकडे कौरवांच्या सभेंत ब्रह्मतेजानें झळकत असलेले नारद मुनि अग्रस्थानीं विराजमान झाले होते, व त्यांच्या सभोंवार महर्षींचा मेळा होता, अशा त्या भरसभेंत त्या नारद मुनींनी, "आजपासून चौदाव्या वर्षी ह्या दुर्योधनाच्या अपराधामुळें भीमार्जुनांच्या बलानें ह्या भूमंडलावर सर्व कौरवांचा निःपात होईल!" असें भयंकर भाषण केलें; आणि लगेच स्वर्गाचा मार्ग धरून ते अंतर्धान पावले.

असो; ह्याप्रमाणें सर्व निश्चित झाल्यानंतर, द्रोणाचार्य हेच आपल्याला आश्रयभूत आहेत असें ठरवून, दुर्योधन, कर्ण व सुबल राजाचा पुत्र शकुनि ह्यांनीं सर्वानुमतानें त्यांस राज्य अर्पण केलें. तेव्हां परोत्कर्षासहिष्णु दुर्योधन, दुःशासन, कर्ण व इतरही सर्व कौरव ह्यांस अनुलक्षून द्रोणाचार्यांनीं भाषणास आरंभ केला.

द्रोणाचार्यांचें भाषण.

द्रोणाचार्य म्हणालेः—अहो! पांडव हे साधारण मनुष्य नव्हेत; ते साक्षात् देवांचे पुत्र आहेत. त्यांचा वध करण्याचें सामर्थ्य कोणासच नाहीं ही गोष्ट ब्राह्मणांनीं पूर्वीच कथन केलेली आहे. तथापि, जो कोणी मला शरण येईल, त्याला यथाशक्ति साहाय्य करणें हें माझें कर्तव्य आहे, असें मी समजतों; आणि राजासहवर्तमान हे धृतराष्ट्राचे पुत्र मला शरण आलेले आहेत, तेव्हां मीही त्यांच्या मनाप्रमाणेंच वागेन. ह्यांचा अव्हेर करण्याला माझें मन धजत नाहीं. तेव्हां दैव हेंच बलवत्तर आहे, असें म्हणावयाचें! द्यूतामध्यें पराजित झालेले पांडव धर्मावर दृष्टि ठेवून वनामध्यें गेले आहेत, व दिलेल्या वचनाप्रमाणें बारा वर्षें ते वनांत राहतील, ह्यांत शंका नाहीं. तथापि, त्यांच्यामध्यें ज्याप्रमाणें क्षमा आहे, त्याचप्रमाणें क्रोधही आहे, हें लक्षांत असूं द्या. ते त्या वनामध्यें ब्रह्मचर्यव्रतानें राहून पुढें तुमच्या ह्या महावैराचा सूड उगवतील, तेव्हां तुम्हाला दुःख होईल. ही गोष्ट ठरलेली आहे. राजा दुर्योधना! द्रुपद राजा हा माझा बाळमित्र असतांही मीं त्याच्याशीं युद्ध करून त्याला राज्यावरून पदच्युत केलें. तेव्हां त्याला क्रोध येणें ही रीतीचीच गोष्ट आहे. त्यानें माझा शिरच्छेद करणारा असा एखादा पुत्र व्हावा ह्या हेतूनें मोठा यज्ञ केला, तेव्हां याज व उपयाज ह्या दोन ऋषींच्या तपोबलानें अग्नीपासून धृष्टद्युम्न नांवाचा पुत्र व वेदीपासून सौंदर्यसंपन्न द्रौपदी अशीं दोन अपत्यें झालीं. त्यांतून धृष्टद्युम्न हा पांडवांचा मेहुणा असून त्या परस्परांतील प्रेम केवळ अपूर्व आहे. पांडवांच्या हिताची जी जी गोष्ट असेल, ती ती करण्याविषयीं तो रात्रंदिवस तत्पर अ-

सतो. ह्यामुळें त्याचा मला मोठा धाक वाटतो. त्याला धनुष्य, बाण, कवच व अग्नीप्रमाणें तेज हीं परमेश्वरानें उपजतच दिलेलीं असल्यामुळें, तो मनुष्यरूपानें माझा मूर्तिमंत काळच होऊन राहिलेला आहे. असा शत्रूकडील वीरांचा निःपात करणारा तो धृष्टद्युम्न पांडवांच्या पक्षाला मिळालेला आहे ही एक गोष्ट; दुसरें—रथी व अतिरथी यांच्या समुदायांत शिरोमणि शोभणारा तरुण अर्जुन ह्याच्याशीं जर जिवापाड संग्राम करण्याचा प्रसंग आला, तर, कौरवहो! त्याच्यापेक्षां अधिक दुःसह दुःख तें जगामध्यें कोणतें उरलें? "धृष्टद्युम्न म्हणजे द्रोणाचा मृत्यु" ही म्हण तर सर्वतोमुखीं आहे; आणि माझा प्राण घेण्याकरितांच त्याचा जन्म आहे, हे त्याला स्वतालाही माहीत आहे, आणि साऱ्या जगालाही पण माहीत आहे. आणखी हा सारा परिणाम तुमच्या कृतीमुळें भोगावयाचें माझ्या कपाळीं आलें आहे! असो; त्या गोष्टी मनांत आणण्यांत आतां कांहीं अर्थ नाहीं. तर आतां ज्याच्या योगानें तुमचें कल्याण होईल, असें जें जें काय करावयाचें असेल तें तें लवकर करून घ्या. पांडवांना वनांत पाठविलें, तेवढ्यानेंच तुमचें कल्याण झालें असें समजूं नका. अरे, हें आज तुम्हांला मिळालेंसें वाटत असलेलें सुख, हेमंत ऋतूंतल्या ताडाच्या छायेसारखें केवळ क्षणभंगुर आहे. ह्याकरितां, यज्ञयागादिक जें जें काय तुम्हांला करावयाचें असेल, तें तें लवकर करून घ्या; काय दानधर्म करून घेणें असेल तो करून घ्या; आणि जे जे भोग प्राप्त होतील, ते ते भोग व विलास भोगून घ्या. कारण, आजपासून चौदा वर्षांनीं तुम्हांवर मोठें अरिष्ट कोसळणार आहे.

धृतराष्ट्र म्हणाला:—विदुरा! द्रोणाचार्य अगदीं यथार्थ बोलले. तर मग तूं जा, व पांडवांना परत तरी घेऊन ये; आणि ते जर परत न आले, तर त्या पुत्रांसमान असलेल्या पांडवांना शस्त्रें, रथ, पायदळ व नानाप्रकारचे उपयोगाचे पदार्थ त्यांच्या बरोबर देऊन त्यांना सन्मानानें तरी अरण्यांत पाठवा.

अध्याय एक्यायशींवा.

—:०:—

संजयधृतराष्ट्रसंवाद.

वैशंपायन सांगतात:—हे जनमेजया! द्यूतामध्यें पराजित होऊन पांडव वनामध्यें गेले, तेव्हां धृतराष्ट्राच्या मनामध्यें मोठी चिंता उद्भवली; आणि तो उदासीन होऊन दीर्घ सुस्कारे टाकीत चिंताग्रस्त होऊन बसला. तेव्हां संजय त्याला म्हणाला:—हे पृथ्वीपते, राज्यावरून पदच्युत करून पांडवांना तूं वनवासास पाठविलेंस, आणि राज्यलक्ष्मीनें भरलेली सर्व पृथ्वी तुझ्या घशांत उतरली. मग आतां तुला वाईट कां वाटतें?

धृतराष्ट्र म्हणाला:—युद्धामध्यें जयशाली, बलाढ्यांतले बलाढ्य, आणि महारथी अशा पांडवांबरोबर ज्यांनीं ज्यांनीं म्हणून वैर बांधिलें आहे, त्यांना त्यांना दुःखरहित स्थिति मिळणार कोठून?

संजय म्हणाला:—महाराज! महात्म्या पांडवांशीं प्रचंड वैर उत्पन्न झालें, ह्याला तुझीच कृति कारण झाली. आतां ह्या गोष्टीचा परिणाम—पृथ्वीवरील सर्व राजांचा आणि त्यांच्या वंशजांचा क्षय हाच होईल. अरे, भीष्म, द्रोणाचार्य व विदुर हे वारंवार नको नको म्हणून सांगत होते, पण त्यांच्या सांगण्याकडे लक्ष न देतां तुझ्या निर्लज्ज दुर्योधनानें प्रातिकामी नामक सूतपुत्रास पांडवांची प्रिय भार्या धर्माचरणी द्रौपदी हिच्याकडे पाठविलें, आणि "जा, तिला सभेमध्यें घेऊन ये." म्हणून त्याला सांगितलें. बाबारे, विनाशकाल प्राप्त झाला म्हणजे तो कांहीं प्रत्यक्ष हातांत शस्त्र घेऊन येऊन कोणाचा शिरच्छेद करीत नाहीं, तर बुद्धीला भ्रंश पाडून विपरीत प्रकार भासविणें हेंच त्याचें काम आहे. अर्थात् असा बुद्धिभ्रंश झाला म्हणजे अर्थ हा अनर्थ, आणि अनर्थ हा अर्थ असें भासूं लागतें, आणि त्याचीच मनाला

आवड उत्पन्न होऊन तीच शेवटीं त्याच्या नाशाला कारणीभूत होते. अरे, तपोनिष्ठ पांचालीला सभेमध्यें ओढून आणणारांनीं अंगावर कांटा उभा राहण्यासारखें हें घोर संकट आपण होऊन ओढून घेतलें आहे ! अरे, केवढी त्या द्रौपदीची योग्यता ! जी मूळची अयोनिसंभव, रूपानें केवळ अप्रतिम, प्रत्यक्ष अग्नींतून उत्पन्न झालेली, महान यशस्वी, व सर्वधर्मपारंगत, तिला तुझ्या पुत्रासारख्या जुवेबाजाशिवाय दुसरा कोण बरें सभेमध्यें आणील ? बरें, ती तरी चांगल्या स्थितींत असावयाची होती ? तर तसेंही नाहीं ! ती रजस्वला व एकवस्त्रा, आणि तें वस्त्रही अशुद्धानें परिप्लुत असें ! हर हर ! अशा स्थितींत ती बापडी दीनवाणीनें आपल्या प्रिय पतींकडे ते आपल्यास कांहीं साह्य करितील ह्या आशेनें पाहूं लागली, तों तेही संपत्ति, राज्य, वैभव, वस्त्रेंपात्रें इत्यादिकांनीं रहित होऊन दास्यत्व पावल्यामुळें पराक्रमहीन असे होते. तेव्हां तिला काय बरें वाटलें असेल ! एवढा प्रसंग गुदरला असतां त्या क्रुद्ध व दुःखाकुल झालेल्या द्रौपदीला त्या वेळीं आणखी दुःखावर डाग दिल्याप्रमाणें कटु भाषण करणें अगदींच गैर होतें ! असें असतांही कौरवांच्या भरसभेमध्यें दुर्योधन व कर्ण ह्या उभयतांनीं गम न खातां तोही विधि उरकून घेतला ! ह्यावरून, राजा ! मला तर हा सारा प्रकार विपरीत दिसतो ! कारण, ती महासाध्वी द्रौपदी खरोखरच जर क्रोधानलानें व्याप्त झाली, तर काय होईल आणि काय न होईल, हें कांहीं माझ्यानें सांगवत नाहीं !

धृतराष्ट्र म्हणाला:—होय, खरेंच; द्रौपदीनें क्रोधानलानें पेटलेला एक डावा डोळा जरी उघडला, तरी ही सारी पृथ्वी जळून खाक होईल ! पण, कायरे संजया ! तसें झालें तर माझ्या मुलांपैकीं एखादा तरी शिल्लक राहील का नाहींरे ? अरे, खरोखरच ती द्रौपदी गेल्यापासून काय काय झालें आहे, समजलास का ? अरे, ह्या द्रौपदीला जेव्हां सभेंत नेल्याचें पाहिलें, तेव्हां गांधारीसहवर्तमान सर्व बायकांनीं एके ठिकाणीं जमून रडून रडून जो आकांत केला, तो कांहीं पुसूं नये ! आणखी ह्या आमच्या बायका, त्यांना कोणी भेटावयास आलें असतां, त्यांच्यापाशीं त्या रूपयौवनसंपन्न धर्मनिष्ठ धर्मपत्नी द्रौपदीचे गुणानुवाद गात बसतात; व तिच्यावर आलेला प्रसंग आठवून नेहमीं रडत बसतात ! आणखी आतांशा एक चमत्कार होतो. तो हा कीं, अग्नीमध्यें हवन केलें असतां त्यांतील हव्याचें व्हावें तसें दहनच होत नाहीं ! खरोखरच द्रौपदीला जेव्हां सभेमध्यें ओढून नेलें, त्या वेळीं ब्राह्मण क्षुब्ध झाले; प्रचंड वायु वाहूं लागला; पर्व नसतांही ग्रहण लागलें; आणि त्यावरून प्रजेला अत्यंत घोर भय उत्पन्न होणार असल्याचें त्यानें सुचविलें ! ह्याचप्रमाणें, रथशालेला आग लागली, आणि भारत वंशाचा पराभव होण्याचें सुचविण्याकरितां ध्वजही मोडून पडले. दुर्योधनाच्या गृह्याग्नीजवळ भालूंनीं हृदयांत धडकी भरेल असा भयंकर शब्द केला; व लागलीच दाही दिशांना गर्दभ ओरडत सुटून आपल्या प्रतिध्वनीनें त्यांनीं त्यांस प्रत्युत्तर दिलें ! संजया, असे भयंकर उत्पात पाहिल्याबरोबर द्रोणाचार्यांसहवर्तमान भीष्म, कृपाचार्य, सोमदत्त व उदारबुद्धि बाल्हीक हे सभेंतून उठून गेले. तेव्हां विदुराच्या सांगण्यावरून मीं द्रौपदीला म्हटलें, 'तुझ्या इच्छेस येईल तो वर माग, मी तुला देतों.' तेव्हां तिनें 'पांडव हे रथ व धनुष्य ह्यांसहवर्तमान दास्यत्वापासून मुक्त होवोत' असा वर मागितला; व मींही त्याला अनुमोदन दिलें. नंतर अत्यंत बुद्धिमान व सर्वधर्मज्ञ विदुरानें बुद्धिवाद सांगितला.

विदुर म्हणाला:—अरे ! ही द्रौपदी ज्या दिवशीं सभेंत ओढून आणिली, त्याच दिवशीं ह्या भरतवंशाला कीड लागली म्हणून समजा. तोच त्यांच्या निर्मूलनाचा आरंभ ! अरे, ही

पांचाल राजाची कन्या द्रौपदी म्हणजे सामान्य नव्हे. ती साक्षात् अनुपम अशी लक्ष्मी आहे हें ध्यानांत ठेवा. ती साक्षात् देवानें उत्पन्न केलेली आहे ! द्रौपदी ही आज पांडवांबरोबर वनवासाला जात आहे ! तिचा हा असा झालेला छळ, अपमान सहन न करणाऱ्या पांडवांनाचसा काय, पण धनुर्धारी वृष्णि, किंवा महारथी पांचाल ह्यांना सुद्धां सहन होणार नाहीं; शिवाय, सत्यप्रतिज्ञ श्रीकृष्ण त्या सर्वांचें संरक्षण करणारा समर्थ आहेच. तेव्हां तोही कांहीं स्वस्थ बसणारा नव्हे. पांचालांना बरोबर घेऊन अर्जुन चाल करून येईल, त्याच्याच बरोबर कालदंड उगारून येणारा साक्षात् मृत्युच कीं काय असा महाधनुर्धारी व बलशाली भीमसेन गरगर गदा फिरवीत येईल, तेव्हां त्या बुद्धिमान अर्जुनाच्या गांडीवाचा नुसता टणत्कार व भीमसेनाच्या गदेच्या वेगाची नुसती घुमरी सुरू झाली पुरे, तेवढा नाद सुद्धां कौरवपक्षाच्या राजांना सहन करण्याची छाती होणार नाहीं ! समजलास ? म्हणून, मी म्हणतों, पांडवांबरोबर कलह न करितां नेहमीं सामोपचारानेंच वागावें तें बरें ! कारण, कौरवांपेक्षां पांडव हे केव्हांही बलिष्ठ आहेत, असें माझें मत आहे. अरे, असें पहा—जरासंध म्हणजे काय सामान्य प्रकरण ? तो केवढा बलाढ्य ! आणि त्याचा दरारा तरी किती ! पण त्याला सुद्धां भीमसेनानें केवळ मल्लयुद्धांत एका कोपरखळीनेंच ठार केलें; आणि, हे भरतवंशजश्रेष्ठा, तूं तर साऱ्याच बाजूनें लंगडा ! तेव्हां तुला पांडवांशीं सख्य करणेंच इष्ट आहे. तसें करण्यांत, तुझेंच नव्हे तर उभयपक्षांचेंही हितच आहे. ह्याकरितां, कोणतीही शंका मनांत न आणितां तूं पांडवांशीं सख्य कर. महाराज ! येवढें कराल तर आपलें कोटकल्याण होईल !

हे गवल्गणपुत्रा संजया ! ह्याप्रमाणें धर्माला व अर्थाला अनुसरून विदुरानें मला परोपरीनें उपदेश केला. पण मी पुत्रप्रेमाच्या नादांत गुंतल्यामुळें माझ्यानें त्याचें ग्रहण झालें नाहीं !

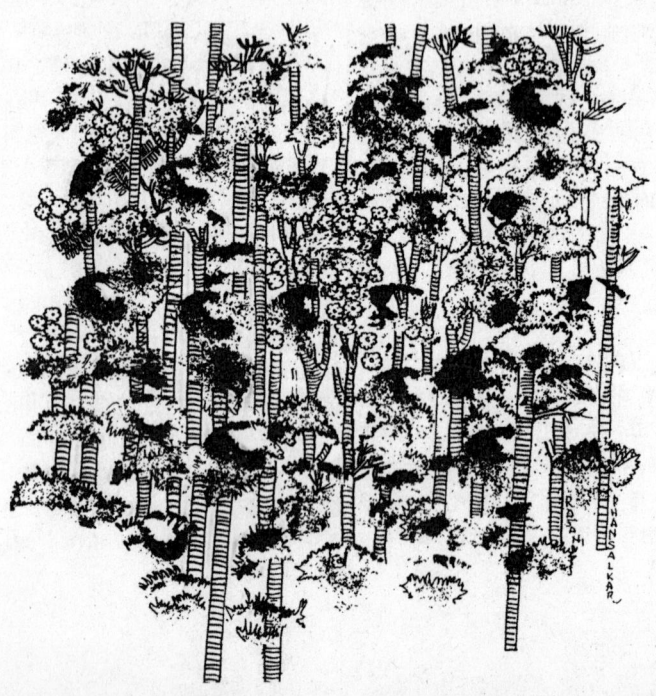